A MANUAL OF
ENGLISH-GUJARATI DICTIONARY

A MANUAL OF ENGLISH-GUJARATI DICTIONARY

BY
N. R. RANINA

REVISED AND ENLARGED EDITION
RUSTAM N. RANINA

GYAN

Published by

Gyan Publishing House
5, Ansari Road
Daryaganj, New Delhi-110002
Phone: 011-47034999, 9811692060
E-mail: books@gyanbooks.com

Distribution Network
gyanbooks.com
India, USA, Canada, UK, Australia, France

ISBN : 978-81-212-4453-4 (PB)
First Published, 1910

2nd Impression 2020

Printed at: Gyan Press, Delhi.

A Manual of English-Gujarati Dictionary
Author: N. R. Ranina

TO

THE JOINT MEMORY OF

MY LATE FATHER, MR. N. R. RANINA,

(AUTHOR OF THE FIRST ENGLISH AND GUJARATI DICTIONARY

AND OF HIS LIFE-LONG FRIEND AND COLLABORATOR,

THE LATE MR. A. F. MOOS

THIS WORK IS DEDICATED

FOR THE SAKE OF OLD ASSOCIATIONS

AND IN TOKEN OF

UNCHANGED PERSONAL AFFECTION AND ESTEEM.

પહેલવહેલા ઇંગ્રેજી—ગુજરાતી શબ્દકોષના કર્તા

મારા સ્વર્ગવાસી પિતાજી,

શેઠ ન્હાનાભાઇ રૂસ્તમજી રાણીના,

અને

તે કામમાં તેમના કીમતી મદદગાર સાથી

અમારા મરહૂમ માનવંત મિત્ર,

શેઠ અરદેસર ફરામજી મૂસ

એઓની ગંભીર યાદને

તેઓ પ્રત્યેના અખંડ વ્હાલ અને માનની ઇધાણી દાખલ

આ પુસ્તક અર્પણ કર્યું છે.

PREFACE.

In the year 1851 my lamented father, the late Mr. N. R. Ranina conceived a plan of writing and publishing a Comprehensive English Gujarati Dictionary; and with the able assistance of his life-long friend, the late Mr. A. F. Moos, he issued the first part of the work, of one hundred large-sized pages, in the year 1857. This comprised the letters A. and B. By the year 1862, three further similar parts of the work were published extending to the letter H. But by that time the authors had found the work so laborious and engrossing that they could not hold out any hope of completing it within that or even the following decade. On the other hand, both the Educational Department and the Public sorely felt the want of an English-Gujarati Vocabulary, and pressed the authors to bring out a Compendium Volume, to serve as a book of reference till such time as the enlarged work was completed. This they hurriedly got up with the assistance of their friend, the late Kavi Narmadashanker Lalshanker, the accomplished Gujarati and Sanskrit scholar. The work found favour with Mr. E. I. Howard, the then Director of Public Instruction, and with the Gujarati-reading public generally. A second edition was soon called for, which the three original authors supplied with the further assistance of another scholar of reputation, the late Mr. Javerilal Umiashanker Yajnik. Since then, two more editions of the work were issued solely by my father,

The present work has been cast on entirely different lines, to suit the demand of the present generation of students. The number of words is more than double of those contained in the last edition of the Compendium. An attempt has been made to find room for every English word sanctioned by good authority; while obsolete and very rare words are not allowed to swell the bulk of this volume unnecessarily. Owing to the steady diffusion of scientific knowledge, a number of technical terms has come to be used in current speech and in the business of every-day life, most of which have been included in the Vocabulary. Much care and attention have been devoted to the selection of Gujarati equivalents—those derived from Sanskrit as well as from Arabic and Persian have been given side by side, so that the book may be useful and acceptable to Gujarati-speaking Hindoos, Mahomedans and Parsis alike. The pronunciation of each English word has been given in Gujarati characters. Etymology of words derived from Greek and Latin sources, and the English explanation of every word in its different shades of meaning, have been inserted. It is hoped that these innovations will be specially welcome to the large mass of our school-going population.

R. N. R.

THE MANUAL

OF

ENGLISH-GUJARATI DICTIONARY.

A.

A, (એ, આ, ઍ.) One; any: એક; એકાદ; એકુ; કોઇ-એક. 2. Each; every: દર; દરેક; પ્રતિ; હરેક; હર. 3. In, on, at, by, for: એ; માં; થી; વાસ્તે; માટે.

A 1, (અ-ઉવન) A stamp showing a ship of the first class: પહેલા વર્ગના વહાણની છાપ. 2. Any thing first class; excellent; superior: સરસ; ચઢિયાતુ; પહેલા નંબરનું; તોફ્રો.

Aback, (ઍબૅક) *adv*. Backward: પછવાડે; પીઠ પાછળ. 2. Unexpectedly: એકાએક; અચાનક; ઓચિંતું.

Abacus, (ઍબૅકસ) *n*. [*L. abacus*] A drawing board or calculating-table: દાણાથી હિસાબ ગણવાની પાટી-પાટિયું. 2. A cupboard; a buffet: પ્યાલા વિગેરે ગોઠવવાનું ખાનાંવાળું એક મેજ-પાટિયું. 3. An ancient game played on a board: પાટિયા ઉપર રમવાની એક અસલી રમત.

Abaddon, (ઍબૅડાન) *n*. The destroyer, or angel of the bottomless pit: નાશ કરનાર; યમ. 2. Hell: અઘોર ખાડો: નર્ક.

Abaft, (ઍબાંફ્ટ) *adv*. On or towards the hinder part of the ship: વહાણના પાછલા ભાગમાં; ડબુસા તરફ. [જેગોપાળ.

Abaisance, (ઍબેસન્સ) *n*. A bow: નમસ્કાર;

Abandon, (ઍબૅન્ડન) *vt*. [*L.ad* to & *bandon*, permission.] To banish: દેશનિકાલ ક૦ 2. To forsake entirely: મૂકી દેવું; તજવું: ત્યાગ કરવો. 3. To resign; to relinquish: મૂકી છુટવું: છોડવું; હાથ ઉઠાવવો. 4. To give up as lost: વહેતું-પડતું મૂકવું; આશા છોડવી-મૂકવી. 5. To yield to without control: ગરક-લીન થવું; કોઇ વાતની લત-છંદ લાગવો.

Abandoned, (ઍબૅન્ડન્ડ) *a*. Extremely wicked: અતિદુષ્ટ; પાપમાં લીન થયલું: વ્યસની; છંદી. 2. Irreclaimable: વહેલું; બેહકી-છકી-છાકી ગયલું.

Abandonment, (ઍબૅન્ડ-મૅન્ટ) *n*. Total desertion: ત્યાગ; છોડી દેવું તે.

Abase, (ઍબેસ) *vt*. [*L.a* & *bassare*, to lower.] To lower: ઉતારી-હલકું પાડવું: નીચું ક૦; નમાવવું. 2. To humiliate: માનભંગ ક૦: પદવી ઉતારવી. *To a. oneself*: ટેક મૂકવો; નમનતાઇ પકડવી.

Abasement, (ઍબેસ્મૅન્ટ) *n*. The act of bringing low: નીચું-હલકું પાડવું તે. 2. Humiliation: માનભંગ; અવજ્ઞા; હીણપત; પાણી ઉતાર.

Abash, (ઍબૅશ) *vt*. To put to shame: શરમાવી નીચું જોવડાવવું; ઝંખવાણું-ફીકું પાડવું: પાણી પાણી-પાણીથી પાતલું-શરમિંદું કરવું.

Abate, (ઍબેટ) *vt*. [*L.ad* & *batuoe*, to beat.] To reduce to a lower degree: ઉંચ્યા દરજ્જાથી નીચે ઉતારવું-પાડવું. 2. To lessen: ઓછું-કમી ક૦; ઘટાડવું; ઉતારવું. 3. (*Law*) To put an end to: દૂર ક૦; કાઢી નાંખવું; છેડો લાવવો. *vi*. To become less: ઘટવું; ઉતરવું. 2. To fail: રદ્દ થવું; ભાગી પડવું. 3. (*Law*) To expire: બંધ પડવું.

Abatement, (ઍબેટ્મૅન્ટ) *n*. Diminution: ખૂટ; છૂટ; ઘટાડો; કોતાઇ.

Abater, **Abator**, } (ઍબેટર) *n*. One who abates or destroys: દૂર કરનાર. 2. An illegal intruder: વિના હકે મરનારની મિલ્કત પચાવી બેસનાર.

Abatis, **Abattis**, } (ઍબૅટિસ) [*n*. Fr. *abattre*, to beat.] A sort of fence of branches in front of a fortification: શત્રુઓને અટકાવવા માટે કિલ્લાની સામે ઝાડની ડાળીઓની કરેલી વાડ.

Abattoir, (ઍબૅટ્વૉર) *n*. A slaughter-house: કસાઇખાનું.

Abba, (ઍબ્બૅ) *n*. Father: પિતા; બાપ. 2. Religious superior: ધર્માધ્યક્ષ.

Abbe, (ઍબ્બે) *n*. An abbot: મઠાધિકારી; મહંત.

Abbess, (ઍબ્બૅસ) *n*. The female superior of convent of nuns: વડી આર્જા; મહંતણ; મઠાધિકારિણી.

Abbey, (ઍબી) *n*. A monastery: મઠ; આશ્રમ; તકિયો: ગાદી. 2. A society of persons devoted to religion: મઠવાસીઓની મંડળી.

Abbot, (ઍબ્બટ) *n*. The governor of an abbacy: મઠાધિપતિ: મઠાધિકારી; મઠાધ્યક્ષ.

Abbreviate, (ઍબ્બ્રીવિએટ) *vt*. [*L.ad*, & *brevis*, short.] To abridge; to shorten: સંક્ષિપ્ત-ટુંકુ ક૦. 2. To reduce: સંક્ષેપરૂપ કરવું: છેક ઉડાડવા.

Abbreviation, (ઍબ્બ્રીવિએશન) *n*. Act of shortening or reducing: ટુંકુ ક૦ તે. 2. Abridgment: contraction: સંક્ષેપ: સંક્ષેપચિન્હ.

Abdicate, (ઍબ્ડિકેટ) *vi*. [L. *ab* & *dico* I say.] To renounce: હક્ક-હાથ ઉઠાવવો. 2. To abandon: અખ્તિયાર-હોદ્દો-દાવો-વારસો છોડવો: કશાનો હક ત્યાગ કરવો; તજવું. 3. To disinherit: બિનવારસી ઠરાવવું; વારસામાંથી બાતલ કરવું.

Abdication, (ઍબ્ડિકેશન) *n*. Renunciation:

સત્તાપરથી હાથ ઉઠાવવો તે; અધિકારત્યાગ; પરિત્યાગ; રાજીનામું.

Abdomen, (ઍબ્ડોમેન) *n.* [L. *abdo*, I hide.] That part of the body which lies between thorax and the bottom of the pelvis: પેટ અને પેહેડુનો ભાગ; પેટ; પેહેડુ; ઉદર.

Abdominal, (ઍબ્ડૉમિનલ્) *a.* Relating to abdomen: પેટ સંબંધી; ઉદરવિષયક.

Abdominous, (ઍબ્ડૉમિનસ્) *a.* Having a large belly; pursy: મોટા પેટવાળું; તુમડાવાળું.

Abduct, (ઍબ્ડક્ટ્) *vt.* [L.*ab* & *duco*, I lead.] To take away by force: ચોરી–જબરી–જુલમથી લઇ જવું; હરણ કરી જવું.

Abduction, (ઍબ્ડક્શન) *n.* The act of carrying away: લઇ જવું તે. *In law* તરકટ, ચોરી, જબરીથી અથવા સમજાવી ફુસલાવી લઈ જવું-કાઢી જવું તે; મનુષ્યહરણ.

Abed, (ઍબેડ્) *adv.* On or in bed: બિછાનાપર; [પથારીમાં.

Aberrance, } (ઍબેરન્સ્–ન્સિ) *n.* [L. *ab* &
Aberrancy, } *erro*, I wander.] Deviation from truth or rectitude: આડે રસ્તે જવું તે; વિપથગમન; તકશીર; ચૂક. **a.** *of mind:* ચિત્તભ્રમ.

Abet, (ઍબેટ્) *vt.* [A. S. *bætan*, to bridle.] To encourage; to support: ખરાબ કામ કરવામાં મદદ–ઉત્તેજન–હિંમત–સાંસણી–ટેકો આપવો.

Abeyance, (ઍબેઍન્સ્) *n.* [Fr. *,beer*, to gape.] Suspension; temporary extinction: મોકુફી; તહકુબી.

Abhor, (ઍબ્હૉર્) *vt.* [L.*ab* & *horreo*, I shudder] To detest; to abominate: ધિક્કારવું; તિરસ્કાર ક૦.

Abhorrence, (ઍબ્હૉરરેન્સ્) *n.* Detestation: ધિક્કાર; તિરસ્કાર; તુચ્છકાર.

Abhorrent, (ઍબ્હૉરરેન્ટ્) *a.* Detesting: repugnant: છેક ઉલટું–વિરૂદ્ધ; અણગમતું.

Abide, (ઍબાઇડ્) *vi.* [*pret.* & *pp.* **abode.**] To dwell: વસવું; રહેવું. 2. To remain: ટકવું; નિભવું. 3. (*by*) To remain stable: વળગી–પકડી રહેવું. *vt.* To await: રાહ–વાટ જોવી; ખોટી રહેવું. 2. To endure; to tolerate: ખમવું; સહન ક૦; સહેવું.

Abiding, (ઍબાઇડિન્ગ્) *pa.* Lasting: permanent: નિભ્યા કરે એવું; જાણુતું; ટકે એવું; નિભતું.

Abigail, (ઍબિગેલ્) *n.* A lady's waiting maid: ચાકરડી; દાસી.

Ability, (ઍબિલિટિ) *n.* [L. *habeo*, I hold.] Competence; capacity: સામર્થ્ય; ગુંજાસ; ગજુ; શક્તિ; બલ; કુવ્વત; તાકાદ; મગદુર. 2. Intellectual, physical or moral power: માનસિક, શારીરિક અથવા ધાર્મિક શક્તિ–બલ; બુદ્ધિબલ. 3. (*pl.*) Talent: efficiency: કૌશલ્ય; બુદ્ધિ; અક્કલ; પ્રવીણતા.

Abject, (ઍબ્જેક્ટ્) *a.* [L. *ab* & *jaceo*, I throw.] Mean: નીચ; હલકું; અધમ; પામર; પાજી.

Abjection, (ઍબ્જેક્શન) } *n.* Baseness;
Abjectness, (ઍબ્જેક્ટનેસ્) } servility: નીચપણું; હલકાઇ; અધમતા.

Abjuration, (ઍબ્જ્યૂરેશન) *n.* Solemn recantation: કસમપર–સોગન્દ ખાઇને છોડી દેવું–તજવું તે; શપથપૂર્વક ત્યાગ; પ્રતિજ્ઞાપૂર્વક ત્યાગ.

Abjure, (ઍબ્જ્યૂર્) *vt.* [L.*ab* & *juro*, I swear.] To renounce upon oath: સોગંદપર–કસમ ખાઇને છોડી દેવું–તજવું. 2. To reject solemnly: પરિત્યાગ ક૦. *To* **a.** *reason:* અક્કલ ગુમાવવી–ખોવી.

Ablative, (ઍબ્લૅટિવ્) *n.* [L. *ab* & *latus*, carried.] (*Gram.*) તૃતીયા, પંચમી કે સપ્તમી વિભક્તિ.

Ablaze, (ઍબ્લેઝ્) *a.* & *ad.* બળતું; સળગેલું; ધગધગતું;–(*with jewels*) ઘરેણાંથી દીપી–ખીલી નિકળેલું;–(*with lights*) દીવાના પ્રકાશથી ઝગઝગ–ઝળાંઝળાં થઇ રહેલું.

Able, (એબલ્) *a.* [L. *habilis*, fit.] Possessing sufficient mental & physical power or capacity: શક્તિવાન; સમર્થ. 2. Having strong powers of mind: બુદ્ધિવાન; કુશળ; હોશિયાર; કાબેલ; પ્રવીણ. 3. Adequate; fit: ક્ષમ; લાયક; યોગ્ય.

Able-bodied, (એબલ્બૉડિડ્) *a.* Robust: લઠ; બળવાન; પ્રબલ શરીર.

Ablution, (એબ્લ્યૂશન) *n.* [L.*ab* & *luo*, I wash.] Purification by water for religious duties: ધર્મક્રિયા માટે પાણીથી શુદ્ધ–પવિત્ર ક૦ તે. 2. Water or anything used for purification: સ્વચ્છ–પવિત્ર થવા સારૂ વાપરેલું પાણી અથવા હરકોઈ ચીજ. 3. Bathing: નાવણ; સ્નાન; અંઘોળ.

Ably, (એબ્લિ) *adv.* With great ability: ચાલાકીથી; હોશિયારીથી; સારીપેઠે.

Abnegation, (ઍબ્નીગેશન) *n.* Renunciation; denial: ના પાડવી તે; નકાર; સંયમ; નિગ્રહ. *Self* **a.**: મન મારવું તે; આત્મસંયમ; ઇંદ્રિયનિગ્રહ.

Abnormal, (ઍબ્નૉર્મલ્) } *a.* [L. *ab* &
Abnormous, (ઍબ્નૉર્મસ્) } *norma*, a rule.] Irregular: ધારાથી ઉલટું; નિયમવિરૂદ્ધ; બેકાયદાસર.

Aboard, (ઍબૉર્ડ્) *adv.* On board: વહાણ ઉપર–માં. *To go* **a.**: વહાણ ઉપર ચઢવું–માં બેસવું.

Abode, (ઍબોડ્) [*pret.* of **abide.**] *n.* Residence: રહેઠાણ; ઘર; મકાન. 2. Stay: રહેવું તે; વાસો; વાસ.

Abolish, (ઍબૉલિશ્) *vt.* [L.*ab* & *olere*, to grow.] To destroy: નાશ ક૦; નાબુદ ક૦; છેડો લાવવો. 2. To repeal; to abrogate: કાઢી નાખવું; રદ ક૦.

Abolition, (ઍબૉલિશન) *n.* Utter destruction: નાશ; ભંગ; ખંડન; ઉચ્છેદ.

Abolitionist, (ઍબૉલિશનિસ્ટ્) *n.* Person seeking to revoke: રદ–નાશ–ભંગ–ઉચ્છેદ કર્તા; બંધ પાડનાર.

Abominable, (ઍબૉમિનેબલ્) *a.* Loathsome; odious: ઘણું ધિક્કારવા યોગ્ય; ત્રાસદાયક; નાપસંદ.

Abominate, (ઍબૉમિનેટ્) *vt.* [L. *ab* & *omen*, a portent.] To execrate; to detest: ધિક્કારવું; તિરસ્કાર કરવો.

Abomination, (ઍબૉમિનેશન) *n.* Extreme hatred: અતિતિરસ્કાર–ધિક્કાર; તુચ્છકાર. 2. Anything hateful or causing pollution: ધિક્કારવા જેવી–બીગાડ કરે તેવી–કંટાળો ઉપજાવે તેવી ચીજ; દ્વેષપાત્ર વસ્તુ.

Aboriginal, (ઍબોરિજીનલ્) *n.* [L. *ab* & *origo*, origin.] An original inhabitant: અસલ રહેવાસી. *a.* Original: પેહેલું; પ્રથમનું; અસલી; મૂળનું.

Aborigines, (ઍબોરિજિનિઝ્) *n.* (*pl.*) The first inhabitants: મૂળ પ્રજા; પ્રથમ વસનારા–રહેવાસી.

Abort, (ઍબૉર્ટ્) *vi.* [*ab* & *orior* I arise.] To miscarry in birth: ગર્ભપાત થવો; કસુવવાડ થવી; અધુરે જવું; ગર્ભ પડવો–ગળવો.(*Of a beast*)તરવાઇ જવું.

Abortion, (ઍબૉર્શન્)*n.* Miscarriage: ગર્ભસ્રાવ–પાત. 2. Immature product : અધુરે ગએલો ગર્ભ. 3. A failure of anything: નિષ્ફળતા; મિથ્યાપણું.

Abortive, (ઍબૉર્ટિવ્) *a.* Fruitless : ફોકટ; વ્યર્થ; નિષ્ફળ; નિરર્થક; મિથ્યા. 2. (*Med.*) Causing abortion : ગર્ભ પાડે તેવું; ગર્ભસ્રાવી. *n.* That which is born prematurely : અધુરે જન્મેલો ગર્ભ.

Abound, (ઍબાઉન્ડ્) *vi.* [L. *ab* & *unda*, wave.] To be very prevalent or in great plenty : પુષ્કલ–ઘણું–બહુ હોવું; રેલછેલ થવું. 2. (*with or in*). To be copiously supplied : ભરપુર હોવું.

About, (ઍબાઉટ્) *prep.* All over ; here & there : ચારે ગમ; ચોતરફ; ચોગર્દમ. 2. Around : આસપાસ. 3. Nigh ; near : સમીપ; પાસે; નજદીક. 4. Engaged in: રોકાયલું. 5. Ready to ; on the point of : તૈયારીમાં; કરવા જતું–માંડતું. 6. Relating to : લગતું: વિષે; સંબંધી. *adv.* Around: ચોતરફ. 2. Here & there : જ્યાં ત્યાં; અહીં તહીં. 3. Nearly : આસરે; સુમારે. *To come* **a.**, to take place: પાર પડવું; ખર આવવું. *To bring* **a.**, to cause to take place : પાર પાડવું; ખર–ખબ લાવવું.

Above, (ઍબવ્) *prep.* & *adv.* Surpassing : ચઢીઆતું. 2. Higher in place or number : પદવી સંખ્યા કે કિંમતમાં વધતું–ચઢતું–ઉંચું. 3. Beyond : દૂર; બહાર. 4. Too proud for : મગરૂર; અભિમાની. 5. Too elevated in mind or rank : મોટા મનનું; મોટું. 6. In a former part : આગળ; ઉપર. **a.** *mentioned* : પૂર્વોક્ત; મજકુર; સદરહુ.

Above-all, (ઍબવ્–ઑલ્) Particularly : મુખ્યત્વે કરીને; વિશેષે કરીને; વિશેષતઃ.

Above-board, (ઍબવ્–બૉર્ડ્) *adv.* Openly : publicly : ઉઘાડી–ખુલ્લી રીતે; છચોક; કપટ વિના; નિષ્કપટે; સાફ.

Abrade, (ઍબ્રેડ) *vt.* [L. *ab* & *rado*, I scrape.] To scrape off : ઘસવું: ચોળવું.

Abrasion, (ઍબ્રેઝન્) *n.* The act of rubbingoff: ઘસી નાખવું તે; ઘર્ષણ; ઘસારો: મર્દન. 2. The substance worn off : ઘસી નાખેલી ચીજ.

Abreast, (ઍબ્રેસ્ટ્) *adv.* Side by side : સાથે સાથે; પાસે પાસે. 2. Opposite to: સામું–મા.

Abridge, (ઍબ્રિજ્) *vt.* [L. *a* & *brevis*, short.] To shorten : ટુંકું–સંક્ષિપ્ત–મુખ્તેસર કરવું. 2. To diminish : ઘટાડવું: ઓછું–કમી ક૦. 3. To deprive off : છિનવી લેવું; ખુંચી લેવું.

Abridgment, (ઍબ્રિજ્મૅન્ટ્) *n.* An epitome : સારસંગ્રહ; સંક્ષેપ; ઇન્તેખાબ. 2. A reduction : ઘટાડો. 3. A dramatic performance: ઘણાં વર્ષોનો હેવાલ થોડા કલાકમાં ભજવે એવું નાટક.

Abroach, (ઍબ્રોચ્) *adv.* In a posture to flow or let out; afloat: ટિપાઇ–ચુઇ–ઝરી જાય તેમ. 2. In a state to be diffused : પથરાઇ–ફેલાઇ જાય તેમ.

Abroad, (ઍબ્રૉડ્) *adv.* At large : ચોતરફ–મેર. 2. Free from : મોકળું; છુટું. 3. Out of a house or a camp: ઘરની બહાર: ચોગાનમાં: મેદાનમાં: ખુલ્લી હવામાં. 4. In foreign countries: દેશાંતરે; પરદેશમાં; દેશાવર. *To get* **a.**, to take air : ત્રીજે કાને જવું; બહાર પડવું.

Abrogate, (ઍબ્રોગેટ્) *vt.* [L. *ab* & *rogo*, I ask.] To cancel ; to nullify: કાઢી નાંખવું; રદ–મોકુફ કરવું. *a.* Annulled : રદ; બાતલ.

Abrogation, (ઍબ્રોગેશન્) *n.* Annulment ; a repeal : નાશ, લોપ; ખંડન; ઉચ્છેદ.

Abrupt, (ઍબ્રપ્ટ્) *a.* [L. *ab* & *rumpo*, I break.] Steep : ઉભું; ઢોળાવ વગરનું; વિષમ. 2. Accidental ; sudden : અચીંતું; અચાનક; 3. Unconnected : સંબંધ રહિત; અસંગત; તુટેલું.

Abruptly, (ઍબ્રપ્ટલી) *adv.* એકાએક; અકસ્માતઃ બેધડક.

Abscess, (ઍબ્સેસ્) *n.* [L. *ab* & *cedo*, I go.] The gathering of purulent matter in a cavity of body : ફોલ્લો; ગુમડું.

Abscind, (ઍબ્સિન્ડ્) *vt.* [L. *ab* & *scindo*, I cut.] To cut off : કાપી નાખવું; છુટું પાડવું; નોખું ક૦.

Abscond, (ઍબ્સ્કૉન્ડ્) *vi.* [L. *ab* & *condo*, I hide.] To decamp . નાહસી–સટ્ટી–સડકી જવું; સંતાઈ બેસવું; પોબારા ગણી જવું; અગિયારા ગણવા; ભરાઈ બેસવું.

Absence, (ઍબ્સેન્સ્) *n.* [L. *ab* & *sum*. from *esse* to be.] A state of being absent : ગેરહાજરી; ન હોવું તે. 2. Want : ખૂટ; તંગી; ગેરહાજરી; અભાવ. 3. Heedlessness: બેભાનપણું; ગફલત; ગાફેલી.

Absent, (ઍબ્સેન્ટ્) *a.* Not present: ગેરહાજર; અવિદ્યમાન. 2. Inattentive; heedless : અસાવધ; બેભાન; ગાફેલ. *vt.* (*one self*) To withdraw from: ગેરહાજર રહેવું; દૂર થવું–જવું.

Absentee, (ઍબ્સેન્ટી) *n.* One who keeps himself away from : ગેરહાજર રહેનાર.

Absolute, (ઍબ્સોલ્યૂટ્) *a.* [L. *ab* & *solvo*, I solve.] Total ; perfect : સંપૂર્ણ; પુરેપુરૂં. 2. Uncontrolled ; unconditional: સ્વતંત્ર; છુટું; શરત–બોલી વિનાનું; મુખત્યાર. 3. Pure: શુદ્ધ; ભેગ વિનાનું; ચોખ્ખું; નરદમ; નરૂં. 4. Authoritative : આજ્ઞારૂપ; સપ્રમાણ. 5. Positive : નિભ્રાંત; નિસ્સંશય; ખચિત. 6. Self-existent: સ્વયંભૂ; સ્વાભિમાની. 7. Unrelated : કેવળ; માત્ર; નિરાળું. 8. (*Gram.*) વાક્યમાં બીજા ભાગો સાથે સંબંધ નહિ રાખનાર; સતિ.

Absolutely, (ઍબ્સોલ્યૂટ્લિ) *adv.* Wholly: તદન; એકદમ; સર્વથા. 2. Positively : ખામુખા; જરૂર; ખાખસુસ. 3. Independently: બેધડક; સ્વતંત્રપણે. 4. Unconditionally : બિનશરતે; એમનેએમ.

Absoluteness, (ઍબ્સોલ્યૂટ્નેસ્) *n.* Independence : મુખત્યારી: સ્વેચ્છા.

Absolution, (ઍબ્સોલ્યૂશન્) *n.* Acquital ; a remission ; freedom : છુટકારો; પ્રાયશ્ચિત: માફી.

Absolve, (ઍબ્સૉલ્વ્) *vt.* [L. *ab* & *solvo*, I solve.] To acquit : to release : નિર્દોષ ઠરાવવું; માફ ક૦; છોડી દેવું; મુક્ત ક૦.

Absonant, (ઍબ્સોનૅન્ટ્) } *a.* [L. *ab* & *sono*, I
Absonous, (ઍબ્સોનસ્) } sound.] Opposed : વિરૂદ્ધ; ઉલટું. 2. Unmusical: બેતાલ: સ્વરશૂન્ય.

Absorb, (ઍબ્સૉર્બ) *vt.* [L. *ab* & *sorbeo*, I suck in.] To suck up: ચુસી લેવું: શોષવું. 2. To engage wholly : ગરક–તલ્લીન થઇ જવું; રોકાવું; ગુંતાવું. 3. To waste wholly: (મિલકત) ઉડાવી દેવી.

Absorbent, (ઍબ્સૉર્બેન્ટ્) *n.* Substance absorbing, (as sponge :) શોષી લે તેવી ચીજ(વાદલી). *a.* Swallowing: શોષક; ચુસી–શોષી લે તેવું.

Absorption, (ઍબ્સૉર્પ્શન) *n.* The process of embibing: શોષી લેવું તે; શોષણ.2. The entire occupation of mind: નિમગ્નતા; તલ્લીનપણું.

Abstain, (ઍબ્સ્ટેન) *vi.* [L. *ab* & *teneo*, I hold.] To refrain: કશા વગર–વિના–સિવાય રહેવું; ત્યાગ ક૦; વર્જવું; દૂર રહેવું; પરહેજ રહેવું; કરી કરવી–પાળવી.

Abstemious, (ઍબ્સ્ટીમિઅસ્) *a.* [L. *ab* & *temetum*, strong wine.] Temperate: મિતાહારી; અંદાજસર ખાનાર પીનાર. 2. Sparingly used: અંદાજસર લીધેલું. 3. Devoted to, spent in abstinence: ઉપવાસી; અપવાસી.

Abstemiousness, (ઍબ્સ્ટીમિઅસનેસ્) *n.* The quality of being sober: મિતાહાર; અલ્પાહાર; પરહેજગારી; અંદાજે.

Abstinence, (ઍબ્સ્ટિનેન્સ્) *n.* The practice of refraining, from indulgence of passions or appetites: ખાવા પીવામાં અંદાજે–અટકાવ રાખવો તે; પરહેજગારી; કરી; અપવાસ.

Abstract, (ઍબ્સ્ટ્રૅક્ટ્) *vt.* [L. *ab* & *traho*, I draw.] To separate: જુદું–નોખું કરવું; જુદું પાડવું. 2. To draw off in respect to interest or attention: ખેંચવું; આકર્ષણ ક૦. 3.To purloin: ચોરીથી–લુચ્ચાઈ કરીને કાઢી લેવું. 4. To epitomize: સાર કાઢવો. 5. To extract: ગાળવું; અરક કાઢવો. *a.* Separate: જુદું; પૃથક; નિરાળું. 2. Difficult: સમજવું મુશ્કેલ; ગૂઢ; ગહન. *n.* Summary: સાર; સારાંશ; સંક્ષેપ.

Abstraction, (ઍબ્સ્ટ્રૅક્શન) *n.* The act of separating: પૃથક્કરણ; વિવેચન. 2. Recluse life: વૈરાગ; ત્યાગાશ્રમ; સંસારત્યાગ. 3. Inattention: બેભાનપણું; શૂનકારપણું; અભાનાવસ્થા. 4. Contemplation: સમાધિ. 5.A purloining: અપહરણ; ચોરી.

Abstruse, (ઍબ્સ્ટ્રૂસ્) *a.* [L. *ab* & *trudo*, I thrust.] Difficult to be comprehended: સેહેલથી સમજ ન પડે તેવું; કઠણ; અઘરૂં; ગહન; ઊંડું.

Absurd, (ઍબ્સર્ડ્) *a.* [L. *ab* & *surdus*, deaf.] Irrational: બેવકુફી ભરેલું; ન્યાયવિરૂદ્ધ; અસંગત; બેહુદું.

Absurdity, (ઍબ્સર્ડિટિ) }
Absurdness,(ઍબ્સર્ડનેસ્) } *n.* Quality of being absurd: બેવકુફી; અવિચાર; અવિવેક; અસંગતિ.

Abundance, (ઍબન્ડૅન્સ્) *n.* [L. *ab* & *unda*, a wave.] Plenty: પુષ્કલતા; ભરપૂરપણું; રેલછેલ; બિસિયારી.

Abundant, (ઍબન્ડૅન્ટ્) *a.* Overflowing: પુષ્કળ; ઘણું; અતિશય; ભરપૂર; અધિક; બહુ; બિસિયાર.

Abuse, (ઍબ્યૂઝ્) *vt.* [L. *ab* & *utor*, I use.] To misuse: ગેરઉપયોગ ક૦; આડે રસ્તે–ખોટાં કામમાં વાપરવું; ઉલટો–ખોટો અર્થ ક૦. 2. To revile: અપશબ્દ કહેવા; ગાળ ભાંડવી–દેવી; ભાંડવું. 3. To deceive: છેતરવું; ઠગવું; ફસાવવું. 4. To violate: બળાત્કાર ગુજારવો. *n.* (ઍબ્યૂસ્) Ill use: ખોટો ઉપયોગ; નઠારો–ગેર ઉપયોગ; ઉલટો–ઉંધો અર્થ. 2. Rude speech: ગાળ; નિંદા; અપવાદ; બદજબાન. 3. Corrupt custom: ગેરબંદોબસ્ત; દુરાચાર; બદઅમલ. 4. Violation of a female: બળાત્કાર. 5. Daception: છેતરપંડી; ઠગાઇ.

Abusive, (ઍબ્યૂસિવ્) *a.* Offensive: અપશબ્દ વાપરે તેવું; ગાળ દેવાની ટેવવાળું; નિંદક. 2. rude: ગાળ ગળોચી ભરેલું–વાળું; નિંદાત્મક. 3. Misapplied: improper: અયોગ્ય; ઉલટું; ખોટું.

Abut, (ઍબટ્) *vi.* To meet; to be contiguous: છેડેછેડા મળવા; સીમાડા ઉપર આવવું.

Abutment, (ઍબટ્મેન્ટ્) *n.* Solid support for the extremity of an arch, etc: ટેકો; સીમા સંયોગ; સીમાસંધિ.

Abysm, } *n.* [Gr. *a* & *bussos*, bottom.] A
Abyss, } bottomless pit; hell: અગાધ–ઊંડો ખાડો; નર્ક; દોજખ; જહાનમ: and hence any deep, immeasurable space: કંઇ અમાપ, અગાધ જગો.

Acacia, (ઍકેશિઍ) *n.* [Gr. *ake*, point.] A genus of trees or plants usually with thorns: બાવળ; ખેર.

Academic, (ઍકૅડમિક્) } *a.* Belonging to
Academical,(ઍકૅડમિકલ્) } an University: વિદ્યાલય–પાઠશાળાને લગતું; પાઠશાળામાં ચાલતું.

Academy, (ઍકૅડમિ) *n.* [L. *academia*.] A school or seminary: પાઠશાળા; મદ્રેસા; વિદ્યાલય. 2. A society of members for promoting arts & sciences: પંડિતોની સભા; પંડિત સમૂહ; વિદ્વત્સભા; વિદ્યા હુનરનો ફેલાવો કરનારી મંડળી.

Accede, (ઍક્સીડ) *vi.* [L.*ad* & *cedo*, I yield.] To comply with: કબૂલ ક૦; માન્ય–અંગીકાર ક૦; સ્વીકારવું.

Accelerate, (ઍક્સેલરેટ્) *vt.* [L. *ad* & *celero*, I hasten.] To hasten: ઉતાવળું ક૦; ગતિ વધારવી. 2. To add to: વધારવું; ઉમેરો–વૃદ્ધિ ક૦.

Acceleration, (ઍક્સેલરેશન) *n.* A hastening: શિતાબી; ઉતાવળ; ત્વરા.

Accent, (ઍક્સેન્ટ્) *n.* [L. *ad* & *cano*, I sing.] A tone of voice: સ્વરભેદ; ઉચ્ચારણ. 2. Stress of voice on a word: વાંચવા અથવા બોલવામાં શબ્દોના પદોપર મુકાતો ભાર–જોર. 3. The mark which indicates this stress: સ્વરચિન્હ. 4 Words; language: શબ્દ; ભાષા. 5. Slight stress upon a tone: તાલ. *vt.* To mark or pronounce with accent: ભાર મુકીને–જોર રાખીને–સ્વર સાથે વાંચવું–બોલવું; સ્વરચિન્હ મૂકવાં.

Accentuate, (ઍક્સેન્ચ્યૂએટ્) *vt.* To pronounce or mark with proper accent: સ્વર પર ભાર મૂકવો; સ્વરયુક્ત ઉચ્ચાર ક૦.

Accept, (ઍક્સેપ્ટ્) *vt.* [L. *ad* & *capeo*, I take.] To agree to: સ્વીકારવું; કબૂલ–મંજૂર–માન્ય રાખવું. 2. To promise to pay: (હુંડી) સીકારવી. 3. To receive with favour or approbation: કૃપા કરવી; પક્ષમાં લેવું.

Acceptable, (ઍક્સેપ્ટેબલ્) *a.* Agreeable: માન્ય–કબૂલ રાખવા જોગ; ગ્રહણીય; પ્રિય; રૂચિકર; ગમતું; પસંદ પડતું.

Acceptance, (ઍક્સેપ્ટન્સ્) *n.* Favorable reception : અંગીકાર; સ્વીકાર. 2. Assent to pay : (હુંડી) સીકારવાની કબૂલાત. 3. A bill of exchange accepted : સ્વીકારેલી હુંડી. 4. Signification; meaning : અર્થ; આશય; હેતુ; મતલબ.

Acceptation, (ઍક્સેપ્ટેશન્) *n.* A kind reception : આદરસત્કાર; ખુશી સાથનો અંગીકાર. 2. Meaning : અર્થ; માયનો; આશય.

Accepter-or, (ઍક્સેપ્ટર્-ટૉર્) *n.* One who accepts a bill of exchange : હુંડી સીકારનાર.

Access, (ઍક્સેસ્) *n.* [L. *ad* & *cedo*, I go.] Admission : આવજા થઈ શકવી તે; પ્રવેશ. 2. Way or means of approach : વાટ; રસ્તો; માર્ગ. 3. Increase ; addition : વધારો; ઉમેરો.

Accessary, (ઍક્સેસરિ) See **Accessory**.

Accessible, (ઍક્સેસિબલ્) *a.* Approachable: પહોંચી શકાય તેવું; નજીક જવાય તેવું. 2. Affable : મિલનસાર; મળતાવડું; ભલું.

Accession, (ઍક્સેશન્) *n.* Augmentation: ઉમેરો; વધારો; વૃદ્ધિ. 2. The act of arriving at a thorne or office : ગાદી-અધિકાર ઉપર આવવું તે; રાજ્યપ્રાપ્તિ. 3. The invasion of a disease : રોગનો ઉપાડ-હુમલો.

Accessory, (ઍક્સેસરિ) *n.* An accomplice: અપરાધ કરવામાં સામેલ થનાર-મદદગાર; મળતિયો; સાથી. *a.* Additional : મદદગાર; સાધક. 2. Aiding in a crime : ગુનાને મદદ આપનાર.

Accident, (ઍક્સિડેન્ટ્) *n.* [L. *ad* & *cado*, I fall.] Chance ; casualty : અકસ્માત બનાવ; દૈવયોગ; હોનારત; આફત; ઇત્તેફાક.

Accidental, (ઍક્સિડેન્ટલ્) *a.* Casual : અણધાર્યું; અણચિંતવ્યું; દૈવયોગિક; ઇત્તેફાકી. 2. Non-essential : જરૂરનું-આવશ્યક નહીં એવું.

Acclaim, (ઍક્કલેમ્) *vt.* [L. *ad* & *clamo*, I cry out.] To honor with applause: ખુશીના પોકાર સાથે માન આપવું. *n.* A shout of applause; a cry of joy : ખુશીના પોકાર; જયજયકાર; હર્ષનાદ.

Acclamation, (ઍક્કલૅમેશન્) *n.* A cry or assent expressing approbation : સાબાશીના અવાજ; ધન્યવાદ; સ્તુતિ; આફરીન; તારીફ.

Acclimate-ize, (ઍક્કલાઇમેટ્-ટાઇઝ્) *vt.* To accustom to a climate not native : પરદેશી હવા પાણીમાં ઉછરે તેવું કo; પારકા દેશની આબોહવા માફક આવે તેવું કરવું.

Acclivity, (ઍક્લિવિટિ) *n.* [L. *ad* & *clivus*, a slope.] Ascent : ટેકરો; ચઢણ; ચઢાવ.

Accommodate, (ઍક્કૉમ્મોડેટ્) *vt.* [L. *ad*, *com* & *modus*, a measure.] To adapt : લાયક; અનુસરતું-બંધબેસતું કરવું. 2. To furnish : પુરૂં પાડવું; સગવડ કરવી. 3. To reconcile : સમાધાન કo; પતાવવું. 4. To lend to : ઉછીનું આપવું; ધીરવું. *a.* Fit ; suitable : અનુસરતું; મરજીરખુ; માફક.

Accommodation, (ઍક્કૉમોડેશન્) *n.* Convenience : સોઇ; સવડ. 2. (Pl.) Refreshments: મુકામ; ઉતારો. 3. Reconciliation : સમાધાન; સમજુતી; નિકાલ.

Accompaniment, (ઍક્કમ્પૅનિમેન્ટ્) *n.* That which accompanies : સાથેનાં સાહિત્ય. 2. The subordinate parts in music : વાજીંત્રના નીચલા સૂર.

Accompany, (ઍક્કમ્પનિ) *vt.* [L. *ad*, *com* & *panis*, a bread.] To go with; to escort : સાથે જવું; સાથે જોડાયલું હોવું. *vi.* To keep company : સાથે થવું. 2. To perform the accompanying part in music : સાથે ગાવું.

Accomplice, (ઍક્કૉમ્પ્લિસ્) *n.* [L. *ad* & *plico*, I fold.] An associate in general : સોબતી; મળતિયો. 2. An associate in a crime : નઠારા-ગુન્હાના કામમાં સામેલ રહેનાર; દુષ્ટ કર્મમાં મળતિયો.

Accomplish, (ઍક્કૉમ્પ્લિશ્) *vt.* [L. *ad* & *pleo*, I fill.] To complete : સમાપ્ત-પુરૂં કo; બર લાવવું; સાધવું; અદા કરવું; ફિટવવું; વાળવું.

Accomplished, (ઍક્કૉમ્પ્લિશ્ડ્) *p.a.* Having a finished education : પ્રવીણ; સકળગુણસંપન્ન; નિપુણ; કુશળ; કાબેલ. 2. Polished : સફાઇદાર; ખૂબીવાળું.

Accomplishment, (ઍક્કૉમ્પ્લિશ્મેન્ટ્) *n.* Completion: પૂર્ણતા; સિદ્ધિ; સમાપ્તિ. 2. Attainment : નિપુણ-પ્રવીણતા; કાબેલિયત; ખૂબી; ગુણ.

Accord, (ઍક્કૉર્ડ્) *n.* [L. *ad* & *cor*, *cordis*, the heart.] Concurrence : મનમેળાપ; એકમત; સમ્મતિ ; એકદિલી. 2. Harmoney of sound : એકતાલ; સ્વરમેલ. 3. Voluntary motion : મરજી; ખુશી; સ્વેચ્છા. 4. (*Law*) An agreement between parties : પતાવટ; તોડ; સમજુતી; નિકાલ; ફડચો. *vt.* To settle: તોડ કાઢવો; નિવેડો લાવવો; પતાવવું. 2 To give : આપવું; દેવું. 3. To make to agree or correspond : મળતું-બંધ બેસતું કo. *vi.* To agree : મળતું થવું-આવવું. 2. To agree in tone : એક રાગ થવું.

Accordance-cy, (ઍક્કૉર્ડન્સ્-ન્સિ) *n.* Agreement : મેળાપ; બનાવ; એકમત; સરખાપણું; મળતાપણું; અનુસરતાપણું; *In* **a.** *with*: અનુસાર; પ્રમાણે; મુજબ.

Accordant, (ઍક્કૉર્ડન્ટ્) *a.* } Agreeable:
According, (ઍક્કૉર્ડિંગ્) *p.a.* }
અનુકૂલ; માફક; મળતું.

Accordingly, (ઍક્કૉર્ડિંગ્લિ) *adv.* Agreeably; માફકસર; બંધબેસતી રીતે: પ્રમાણે; મુજબ.

Accordion, (ઍક્કૉર્ડિઑન્) *n.* A small keyed wind instrument : હાથે પકડી વગાડવાનું ચામડાનું વાજીંત્ર.

Accost, (ઍક્કૉસ્ટ્) *vt.* [L. *ad* & *costa*, a rib.] To address ; to speak to : સલામ કo; પ્રથમ-પહેલાં બોલાવવું.

Accostable, (ઍક્કૉસ્ટેબલ્) *a.* Affable : મિલનસાર; મળતાવડું; સહેલથી મળીજાય તેવું.

Accouchment, (ઍક્કૂશ્મેન્ટ્ or માન્) *n.* [L. *ad* & *colloco*, I lay.] Delivery in child-bed : જન્મ આપવો-જણવું તે; સુવાવડ.

Accoucheur, (ઍક્કૂશર્) *n.* A surgeon attending women in child-birth : પ્રસવકારી વૈદ; સુવાવડનો તબીબ.

Account, (ઍક્કાઉન્ટ્) *n.* [L. *ad* & *computo*, I sum up.] A reckoning : ગણત્રી; ગણના. 2. A statement of debts & credits: હિસાબ; ખાતું;

જમાંખર્ચ. 3. (*a*) Statement in general of reasons & causes : કાર્ય કારણોનું સામાન્ય નિરૂપણ. (*b*) Reason; ground: સબબ; કારણ; હેતુ; નિમિત્ત. 4. Description: વર્ણન; હેવાલ; હકીકત; વૃતાન્ત. 5. Value; profit: ગણતી; તુલના; કિંમત; નફો. 6. Explanation of one's conduct: જવાબ; ખુલાસો. 7. An estimate: લેખું; ગણના; હિસાબ; ભાવ. *To turn to account*, કામમાં-ખપમાં લગાડવું; લાભ લેવો. *To take into account*, નજરમાંલેવું–ગણવું–જોવું. *Current account*, ચાલુ ખાતું. *Rough account*, કાચું ખાતું. *To balance an account*, બાકી ખેંચવી–કાઢવી. *To clear accounts*, ખાતાં માડી વાળવાં. *To call to account*, જવાબ માગવો; હિસાબ લેવો. *To put to the account of*, ખાતે માડવું–લખવું–નોધવું. *On any account*, ગમે તે થાય તોપણ. *On account of*, ખાતર; થકી; લીધે; વાસ્તે. *To have an account with*: ખાતું હોવું. *vt.* To compute: ગણત્રી ક૦; ગણવું. 2. To consider: માનવું; ગણવું; લેખવું. *vi.* To render an account: હિસાબ આપવો. 2. To explain: જવાબ દેવો; કારણ બતાવવાં. 3. To be the reason of : કારણ થવું–હોવું.

Accountability-bleness, (ઍક્કાઉન્ટૅબિલિટિ–બલ્નેસ્) *n.* The state of being accountable : જવાબદારી.

Accountable, (ઍક્કાઉન્ટેબલ્) *a.* Responsible : જવાબદાર; જોખમદાર.

Accountant, (ઍક્કાઉન્ટૅન્ટ્) *n.* A person who keeps accounts: હિસાબ રાખનાર; હિસાબી; મેહેતો; મુતસદ્દી. *A village* **a.**: તલાટી.

Account-book, (ઍક્કાઉન્ટ–બૂક) *n.* ચોપડો; નામું; વહી.

Accouter, **Accoutre**, (ઍક્કૂટર્) *vt.* [L. *ad* & *colo*, I tend.] To equip; array : હથિઆર બંધ–શિલેપોસ્ત ક૦; સજાવવું.

Accouterments, **Accoutrements**, (ઍક્કૂટર્મૅન્ટ્સ્) *n. pl.* Dress; equipage : લડાઇની સામગ્રી; લશ્કરી પોશાક.

Accredit, (ઍક્ક્રૅડિટ્) *vt.* [L. *ad* & *credo*, I believe.] To put confidence in : વિશ્વાસ રાખવો. 2. To receive as an envoy: મુખત્યાર તરીકે કબૂલ ક૦. 3. To send with credentials as an envoy : વિશ્વાસ પત્રો આપીને મુખત્યાર તરીકે મોકલવું. *Accredited agent* : મુનીમ.

Accretion, (ઍક્ક્રીશન્) *n.* [L. *ad* & *cresco*, I grow.] An increase by natural growth: વધારો; વૃદ્ધિ; ઉમેરો.

Accrue, (ઍક્ક્રૂ) *vi.* [L. *ad* & *cresco*, I grow.] To augment; to increase: નિપજવું; ઉપજવું; વધવું

Accumulate, (ઍક્ક્યૂમ્યૂલેટ્) *vt.* [L. *ad* & *cumulo*, I heap.] To amass : એકઠું–ઢગલો–સંગ્રહ કરવો. *vi.* To increase greatly: વધી પડવું–જવું; જમા થવું. *a.* Collected into a mass : જથાબંધ.

Accumulation, (ઍક્ક્યૂમ્યૂલેશન્) *n.* A heap; a collection : ઢગલો; સંગ્રહ; જથો ; જમાવ; ઢગ.

Accumulative, (ઍક્ક્યૂમ્યૂલેટિવ્) *a.* Causing accumulation : સંગ્રહકારી ; સંચય–વધારો કરે તેવું.

Accuracy, (ઍક્ક્યૂરૅસિ) *n.* Correctness; nicety : ચોકસાઇ; ચોકસપણું; ખરાપણું; સાચાઇ; સત્યતા; યથાર્થતા.

Accurate, (ઍક્ક્યૂરેટ્) *a.* [L. *ad* & *curo*, I take care.] Exact ; precise: ઠીક; દરૂસ્ત; નક્કી: બરાબર; ખરૂં; ચોકસ; યથાર્થ; સત્ય; શુદ્ધ.

Accurse, (ઍક્કર્સ્) To invoke harm against; to execrate : શાપ દેવો; બદદુઆ આપવી.

Accursed, (ઍક્કર્સ્ડ્) *p. a.* Doomed to misery ; શ્રાપ દીધેલું; શાપિત. 2. Detestable : ધિક્કારવા યોગ્ય; અતિ દુષ્ટ; શાપપાત્ર.

Accusation, (ઍક્ક્યુઝેશન્) *n.* Charge : દોષારોપ; તોહોમત; દૂષણ. *False* **a.**: અપવાદ; આલ; બદ્દો.

Accusative, (ઍક્ક્યૂઝૅટિવ્) *a.* Accusing: તોહોમત મુકતું. 2. A term in grammar signifying the relation of the noun on which the action of a verb falls : દ્વિતીયા વિભક્તિ; કર્મ.

Accuse, (ઍક્ક્યૂઝ્) *vt.* [L. *ad* & *causa*, cause.] To impeach: તોહોમત મૂકવું; ફરિયાદ માંડવી. 2. To blame: અપવાદ મૂકવો; આલ ચઢાવવું; દોષ ચઢાવવો–કાઢવો. *To accuse falsely*: ગલે પડવું.

Accuser, (ઍક્ક્યૂઝર્) *n.* વાંક–દોષ મૂકનાર; ફરિયાદી; વાદી.

Accustom, *v.* (ઍક્કસ્ટમ્) *vt.* To habituate : આદત–આસરમ–મહાવરો–ટેવ–અભ્યાસ પાડવો.

Ace, (એસ્) *n.* [L. *as*, unit.] A unit: એક્કો. 2. An atom ; a particle : કણ; લેશ; કરચ; રજ; રતી; દમડી; દોકડો.

Acerb, (ઍસર્બ્) *a.* [L. *acer*, sharp.] Sour : ખાટું; ખાટુંતુરૂં.

Acerbity, (ઍસર્બિટિ) *n.* Sourness of taste: ખટાશ; તુરાશ. 2. Bitterness ; severity : આકરાપણું; સખતાઈ; કરડાપણું; કરડાકી. [માંના તેજાબનું.

Acetic, (ઍસીટિક્) *a.* Relating to acid : સરકા-

Acetous, (ઍસીટસ્). **Acetose**, (ઍસૅટોસ્). *a.* Sour : ખટાશ જેવું; ખાટું. 2. Causing acetification : ખાટું કરી નાખે તેવું; ખાટું કરતું.

Ache, (એક્) *vi.* [Gr. *achos*, pain.] To have pain : દુ:ખવું; વેદના થવી; દરદ થવું. *n.* Pain: દરદ; વેદના; પીડા; દુ:ખ.

Achievable, (ઍચીવેબલ્) *a.* That can be obtained : પ્રાપ્ત થાય તેવું; પ્રાપ્ય; બની–થઇ શકે એવું; સાધ્ય.

Achieve, (ઍચીવ્) *vt.* [L. *caput*, the head.] To accomplish : પાર–પુરૂ ક૦; સાધવું. 2. To obtain : સંપાદન–પ્રાપ્ત ક૦; મેલવવું.

Achievement, (ઍચીવ્મૅન્ટ) *n.* Exploit: માહાભારત કામ; સાહસ કર્મ; પરાક્રમ; મોટું કામ; વિક્રમ.

Aching, (એકિન્ગ્) *p. a.* Being in continued pain : દુ:ખ થતુ; દુ:ખતું. *p. n.* Pain: દુ:ખ; પીડા; વેદના; દરદ.

Achromatic, (ઍક્રોમૅટિક્) *a.* [Gr. *a* & *chroma*, colour.]. Free from colour: રંગ વગરનું; રંગની અસર નહી થાય તેવું.

Acid, (ઍસિડ્) *a.* [L. *acidus*, sour.] Sour ; tart: ખાટું; આંબટ. *n.* A sour substance : ખાટી ચીજ; તેજાબ; ખટાશ.

Acidity, (ઍસિડિટિ) *n.* See **Acerbity**.

Acidulate, (ઍસિડ્યૂલેટ્) *vt.* To make acid in a moderate degree : થોડું ખાટું ક૦; ખટાશપર લાવવું.

Acidulous, (ઍસિડ્યૂલસ્) *a.* Slightly acid : સહેજ ખાટું; ખટાસ પડતું.

Acknowledge, (ઍક્‌નૉલ્લેજ્) *vt.* [L. *ad* & *nosco*, I know.] To confess : કબૂલ ક૦; સ્વીકારવું; માનવું. 2. To recognize : ઓળખવું; જાણવું. 3. To own with gratitude : આભારી–ઉપકારી થઇને કબૂલ રાખવું–કરવું. 4. To avow or assent to : પોતાનું છે એમ કબૂલ કરવું.

Acknowledgment, (ઍક્‌નૉલ્લેજ્‌મૅન્ટ્) *n.* Confession of a fault: અપરાધ કબૂલ કરવો તે; એકરાર. 2. Recognizance : સત્કાર; અંગીકાર. 3. Expression of thanks : આભાર; કૃતજ્ઞતા. 4. Something done or given in return of a favour: પ્રત્યુપકાર. 5. Avowal : પહોંચ; સ્વીકાર.

Acme, (ઍક્‌મી) *n.* [Gr. *acme*, point.] The summit : શિખર. 2. The utmost violence of a disease: દુઃખ–દરદનું ઘણું જોર; ભર. 3. કટાકટીનો વખત.

Aconite, (ઍકોનાઇટ્) *n.* [Gr. *akoniton.*] The herb wolf's bane : વચ્છનાગ.

Acorn, (ઍકોર્ન્) *n.* The fruit of the oak: ઓક ઝાડનું ફળ; ખલુત.

Acoustic, (ઍકાઉસ્ટિક્) *a.* [Gr. *akoustikos*] Relating to the sense of hearing : સાંભળવાને લગતું–વિષે; શ્રવણસંબંધી; કાનનું; શ્રવણવિષયક.

Acoustics, (ઍકાઉસ્ટિક્સ્) *n.* (*sig.*) The science of sounds : શ્રવણ વિદ્યા; ધ્વનિ શાસ્ત્ર.

Acquaint, (ઍક્‌કવેન્ટ્) *vt.* [L. *cognosco*, I know.] To make familiar : વાકેફ–જાણીતું ક૦; જણાવવું; ખબર આપવી.

Acquaintance, (ઍક્‌કવેન્ટન્સ્) *n.* Intimacy; familiarity : ઓળખાણ; વાકેફગારી; પિછાન; જાન પછાન; માહિતગારી. 2. Person acquainted : ઓળખીતું–ઓળખાણ વાળું માણસ; મિત્ર.

Acquiesce, (ઍક્‌વિઍસ્) *vi.* [L. *ad* & *quiesco*, I rest.] To assent to upon conviction : ખાતરી થયાથી કબૂલ ક૦–માન્ય રાખવું. 2. To rest satisfied: રાજી રહેવું–થવું; સંતોષ માનવો.

Acquiescence, (ઍક્‌વિઍસૅન્સ્) *n.* Quiet submission : સમ્મતિ; કબૂલાત; સંતોષ; ખુશીથી આપેલી રજા.

Acquiescent, (ઍક્‌વિઍસૅન્ટ્) *a.* Easy; submitting : રાજી થતું; માન્ય રાખતું.

Acquirable, (ઍક્‌ક્વાઇરેબલ્) *a.* That may be obtained: સંપાદન કરવા લાયક; મેળવવા જેવું; પ્રાપ્ય.

Acquire, (ઍક્‌ક્વાઇર્) *vt.* [L. *ad* & *quæro*, I seek.] To procure : સંપાદન–પ્રાપ્ત–હાંસલ ક૦; મેળવવું; કમાવવું.

Acquirement, (ઍક્‌ક્વાઇર્‌મૅન્ટ્) }
Acquisition, (ઍક્‌વિઝિશન્) } *n.* Attainment; earning: સંપાદન કરેલા ગુણ; સંપાદન; લાભ; પ્રાપ્તિ; ગુણ; જ્ઞાન.

Acquit, (ઍક્‌વિટ્) *vt.* [L. *ad* & *quito*, I quit.] To release or absolve from guilt, accusation, &c.: નિર્દોષ–બેગુનાહ ઠરાવવું; મુક્ત ક૦. 2. (*Reflex.*) To conduct one's self: ફરજ બજાવવી.

Acquittal, (ઍક્‌વિટલ્) *n.* A discharge from an offence: છુટકો; છુટકારો; મુક્તિ; દોષમોચન.

Acquittance, (ઍક્‌વિટન્સ્) *n.* Release from a debt: કરજમાંથી મોકળું થવું તે; ઋણમુક્તતા. 2. A writing which is evidence of a discharge: ફારગતી; નદાવા.

Acre, (એકર્) *n.* [L. *acra.*] A piece of land containing 4840 sq. yds.: ૪૮૪૦ ચોરસવારનું અથવા ૧ાા વિઘાનું માપ; એકર.

Acred, (એકર્ડ્) *a.* Possessing acres: મિલકતવાળો; જમીનદાર; ગરાસીઓ.

Acrid, (ઍક્રિડ્) *a.* [L. *acer*, sharp.] Harsh; pungent: તીખું; ઝણઝણાટ–ઝમઝમાટ કરતું; તીક્ષ્ણ.

Acrimonious, (ઍક્રિમોનિઅસ્) *a.* Sharp; bitter: તીખું; કડવું. 2. Severe; sarcastic: તીવ્ર (સ્વભાવ); કરડી (ભાષા); તુંદ; કઠણ.

Acrimony-tude, (ઍક્રિમોનિ, ઍક્રિટ્યૂડ્) *n.* [L. *acer*, pointed.] Harshness: તિખાસ; ચચરાટ. 2. Tartness: કરડાપણું; તીવ્રપણું; ઉગ્રતા; તુંદી.

Acrobat, (ઍક્રોબૅટ્) *n.* One who practises rope dancing: દોરડાં ઉપર કસરત કરનારો નટ.

Acropolis, (ઍક્રોપોલિસ્) *n.* [Gr. *acros*, highest & *polio*, a city.] The highest part of a city: શેહેરનો ઉંચામાં ઉંચો ભાગ; કિલ્લો.

Across, (ઍક્રૉસ્) *prep. or adv.* Athwart; crosswise: આરપાર; આડું; પેલેપાર; ઉપર થઇને; ઓળંગીને.

Acrostic, (ઍક્રૉસ્ટિક્) *n.* [Gr. *akra*, end & *sticos*, a row.] A composition in verse, in which the first or last letters of the lines, taken in order, form a name or sentence: કોઇ કવિતા માહેલી પ્રત્યેક ઓળના પેહેલા અક્ષરો લઇએ, તો જે પુરૂષ કે વિષય ઉપર તે કવિતા રચી હોય તેનું નામ નિકળી આવે તેવી કવિતા; પ્રથમાક્ષરબંધ–આદ્યાક્ષરબંધ કવિતા; બાહ્યાંતર લાપિકા.

Act, (ઍક્ટ્) *vi.* [L. *ago*, I drive.] To exert power: અસર થવી; ગુણ લાગુ પડવો. 2. To perform an action: કામ ક૦; ચાલવું. 3. (*a*) To behave: ચાલવું; આચરવું; વર્તવું. (*b*) (*up to*) to fulfil: પાળવું. *vt.* To assume the character of; to play: (નાટકમાં) સોંગ ધરવો; ભાગ બજાવવો; વેષ ભજવવો. 2. To feign: ઢોંગ ક૦. 3. To perform: બજાવવું; કરવું. *n.* Performance; deed: કામ; કર્મ; કૃત્ય. 2. A division of a play: નાટકનો અંક. 3. Law: કાયદો; ધારો. 4. A state of readiness: તૈયારી. 5. A state of real existence: ખરૂં અસ્તિત્વ. **a.** *of God*: અસ્માની સુલતાની.

Acting, (ઍક્ટિન્ગ્) *pa.* Temporary; in lieu of: બદલી; કોઇની બદલીએ કામ કરનારૂં; કામ ચલાઉ; હંગામી.

Action, (ઍક્શન્) *n.* Motion: હીલચાલ; અસર; ગતિ. 2. Deed; behavior: કર્મ; કાર્ય; વર્તણુક; ચાલચલગત; કરણી. 3. Gesture: ચાળા; અભિનય; હાવભાવ. 4. A suit: દાવો; ફરિયાદી; મુકર્દમો. 5. Battle: લડાઇ; જંગ; યુદ્ધ; સંગ્રામ.

Actionable, (ઍક્શનેબલ્) *a.* ફરિયાદી થઇ–ચાલી શકે એવું; અદાલતી.

Active, (ઍક્ટિવ્) *a.* Having power to act: કામ કરવાને શક્તિવાન; ક્રિયાશક્ત; ક્રિયાકારક. 2. (*a*) Lively; agile: ચપળ; ચંચળ; ચાલાક. (*b*) diligent: મહેનતુ; ઉદ્યોગી. 3. Operative; practical: વ્યવહારોપયોગી. 4. (gram.) Transitive: સકર્મક. **a.** *capital*: તુરત, જોઇએ ત્યારે નાણાંમાં વટાવી શકાય તેવી મિલકત.

Activeness, Activity, (ઍક્ટિવ્નૅસ્,ઍક્ટિવિટિ) *n.* Nimbleness; briskness : ઝડપ; ચાલાકી; ચપળાઇ.

Actor, (ઍક્ટર્)*n.*A stage player: નાટકકાર;નાટકી;નટ;વેશ લેનાર.2. An agent;a doer: કર્તા; કરનાર.

Actress, (ઍક્ટ્રૅસ્) *n.* A female actor: નટી; નાટક કરનારી સ્ત્રી.

Actual, (ઍક્ચ્યૂઍલ્) *a.* [L. *actualis*, actual.] Real: વાસ્તવિક; ખરેખરૂં; યથાર્થ; સત્ય. 2. Present: હાલનું; વર્ત્તમાન; વિદ્યમાન.

Actually, (ઍક્ચ્યૂઍલિ)*adv.* Positively;really: ખરેખર; ખરી રીતે; વાસ્તવિક રીતે; યથાર્થ રીતે; વસ્તુત:

Actuary, (ઍક્ચ્યૂઍરિ)*n.* A registrar or clerk: અદાલતનો મહેતો. 2. The manager of an insurance company: વિમો ઉતારનાર–વિમાવાલાનોમુનીમ.

Actuate, (ઍક્ચ્યૂએટ્)*vt.* To instigate;to impel: ઉશ્કેરવું; ચલાવવું; પ્રવૃત્ત કરવું.

Acumen, (ઍક્યૂમેન્) *n.*. [L. *acus*, needle.] Quickness of discernment: તીક્ષ્ણ–તીવ્ર બુદ્ધિ; શીઘ્રમતિ.

Acute, (ઍક્યૂટ્) *a.* Pointed: અણિયાળું; અણીનોકદાર; ધારદાર. 2. Shrewd: તીક્ષ્ણબુદ્ધિનું; ઉંડી નજરનું. 3. Shrill: તીક્ષ્ણ (અવાજ); તીણો. 4. Severe: સખત (રોગ). **a.** *angle:* કાટ ખૂણા કરતાં નાનો ખુણો; સાંકડો ખુણો; લઘુકોણ.

Acuteness, (ઍક્યૂટ્નૅસ્) *n.* Sharpness: અણી; તીવ્રતા; તીક્ષ્ણતા; તેજી; તુંદી. 2. Keenness; shrewdness: કુશાગ્રતા; ઉંડી–બારિક નજર; લાંબી પહોંચ.

Adage, (ઍડેજ્) *n.* [*ad* & *ago*; I do.] A maxim; a proverb: કહેવત; કહેણી; મસલ.

Adamant, (ઍડૅમૅન્ટ્) *n.* [*Gr. a* & *damao* I tame.] Anything very hard; a diamond: ઘણોજ કઠણ પથર; હીરો; વજ્ર. 2. Loadstone: લોહચૂંમ્બક.

Adamantine, (ઍડૅમૅન્ટિન્) *a.* Very hard: વજ્ર સરખુ; ઘણું કઠણ; સખ્ત.

Adapt, (ઍડૅપ્ટ્) *vt.* [L. *ad* & *apto*, I fit.] To fit: બેસ્તુ–લાયક ક૦; ખંધ બેસાડવું; લાગુ પાડવું. **a.** *your conduct to circumstances:* સમા પ્રમાણે વર્તો.

Adaptation, (ઍડૅપ્ટેશન્) *n.* Fitness: યોગ્યતા; લાયકી; ઉપયુક્તતા.

Add, (ઍડ્) *vt.* [L. *ad* & *do*, I give.] To unite: મેલવવું; વધારવું; ઉમેરવું; સરવાલો ક૦. *vi.* To increase; વધવું.

Addendum, (ઍડ્ડેન્ડમ્) *n.* [*pl* **addenda.**] [L.] An appendix: વધારો; ઉમેરો; પુરવણી.

Adder, (ઍડર્) *n.* A serpent in general: સાપ; સર્પ; નાગ; એરૂ; ભુજંગ.

Addict, (ઍડ્ડિક્ટ્) *vt.* [*ad* & *dico*, I say.] To devote: વલગી–મંડયા રહેવું; લપટાવું; છંદમાં પડવું; આસક્ત થવું; લત લાગવી. 2. To adapt; to fit: લાયક–યોગ્ય–ખંધબેસતું ક૦.

Addictedness, (ઍડ્ડિક્ટેડ્નૅસ્)*n.*Dedication: છંદ; વ્યસન; નાદ; આસક્તિ; લત.

Addition, (ઍડ્ડિશન્)*n.* Increase: વધારો;ઉમેરો; વૃદ્ધિ. 2. The adding of numbers: સરવાલો;બેરીજ.

Additional, (ઍડ્ડિશનૅલ્) *a.* Augmented; added: વધુ; વધારે; વધારેલું; અધિક; જ્યાદે.

Addle, (ઍડલ્)*a.* Corrupt; putrid: કોહી ગયેલું; સડેલું. 2. Unfruitful; empty: ફળહીન; વાંઝિયું; ખાલી; પોકલ. **a.** headed: મૂઢ; ઠોઠ; વિચારશૂન્ય. *vt.* To make morbid: કહોવડાવી દેવું; બગાડવું. *vi.* To earn: કમાવું. 2. To grow: ઉગવું; (ઝાડ) વધવું; ઉછરવું. *n.* Laborers' wages: મજુરોના રોજ. 2. Lees of wine: દારૂ નીચે ઠરેલો કચરો.

Address, (ઍડ્ડ્રૅસ્) *vt.* [L. *ad* & *dirigo*, I direct.] To prepare: તૈયારી ક૦. 2. To apply to by words: બોલવું; કહેવું; ભાષણ ક૦. 3. To direct in writing: લખી મોકલવું; શીરનામું લખવું–ક૦. 4. To woo; to court: પરણવાનું માગું ક૦; માગું મોકલવું. 5. To consign: આડતીઆ ઉપર મોકલવું. 6. To clothe or array: કપડાં–પોશાક પહેરવો. *n* Speech; thanks: ભાષણ; માનપત્ર. 2. Manner of speaking: સત્કારથી બોલાવવાની રીત. 3. (*pl.*) Courtship: પરણવાની માગણી; માગું. 4. Adroitness; tact: ચતુરાઈ; યુક્તિ. 5. Direction: સરનામું; ઠેકાણું; નામઠામ.

Adduce, (ઍડ્ડયૂસ્)*vt.*[L. *ad* & *duco*, I lead.] To bring forward; to allege; to mention: ઉભું-હાજર–રજુ ક૦; પુરાવામાં કહેવું; આધાર બતાવવો.

Adept, (ઍડૅપ્ટ્)*n.*[L.*ad* & *apisci*, to pursue.] One skilled in arts: પ્રવીણ–નિપુણ માણસ. *a.* Well-versed: કાબેલ; નિપુણ; પ્રવીણ.

Adequate, (ઍડીક્વેટ્) *a.* [L. *ad* & *æquus*, equal.] Sufficient; equal: પુરતું; લાયક; યોગ્ય; જોઇતું; જોઇએ તેટલું; બરાબર.

Adhere, (ઍડ્હીઅર્) *vi.* [L. *ad* & *hæreo*, I stick to.] To attach: ચોંહોંટવું; વલગવું. 2. To remain fixed: વળગી રહેવું; બાઝી રહેવું; લાગી–ચોંટી રહેવું. 3. To concur; to be consistent: મલતું આવવું; અનુકૂલ થવું.

Adherence, (ઍડ્હીઅરૅન્સ્) *n.* Attachment: બાઝીરહેવું તે. 2. Fidelity: આસ્થા; આસક્તિ; વફાદારી.

Adherent, (ઍડ્હીઅરૅન્ટ્) *a.* Clinging: વલગી રહેતું; જોડાએલું. *n.* Follower; dependent: આશ્રિત; અનુષંગી; અનુગામી; આધારી.

Adhesion, (ઍડ્હીઝન્) *n.* Adherence; union: વલગણ; ચિકાશ; વલગી–ચોંટી રહેવાની શક્તિ. 2. Firmness (in opinion) દૃઢતા; આસ્થા; અવલંબન.

Adhesive, (ઍડ્હીસિવ્) *a.* Sticky; tenacious: ચિકણું; ચોંટી–વલગી રહે તેવું; લસલસું.

Adieu, (ઍડ્યૂ) *adv.* & *n.* Good-by; fare-well: છેલી સલામ; છેલા રામ રામ–આશીર્વાદ; સેવટની મુલાકાત.

Adipose, (ઍડિપોસ્) *a.* [L. *adeps*, soft fat.] Fatty: ચરબીદાર; પુષ્ટ.

Adjacence-cy, (ઍડ્જૅસૅન્સ્–ન્સિ) *n.*[L. *ad* & *jaceo*, I lie.] Contiguity: લગત; સમીપતા; નિકટતા.

Adjacent, (ઍડ્જૅસૅન્ટ્) *a.* Adjoining; near: પાસેનું; નજદીકનું; પડોસનું; નિકટનું.

Adjective, (ઍડ્જૅક્ટિવ્) *n. ad* & *jacio*, I throw.] (*Gram.*) A word put before a noun to express its quality: ગુણવાચક શબ્દ; વિશેષણ; ગુણ વિશેષણ.

Adjoin, (ઍડ્જૉઇન્) *vt.* [L. *ad* & *jungo*, I join.] To connect; to unite: મેલવી દેવું; જોડવું; સાંધવું. *vi.* To be contiguous: પાસે આવવું;

એકઠું થવું; નજદીક હોવું; લગતું હોવું.

Adjoining, (ઍડ્જૉઇનિન્ગ્) *pa.* Adjacent; contiguous: પડોસનું; પાસેનું; લગતું.

Adjourn, (ઍડ્જર્ન્) *vt.* To defer; to put off: મુલતવી રાખવું; મોકુફ કરવું; તહકુબ રાખવું. *vi.* To suspend business: કામ બંધ ક૦; (સભા) ઉઠી જવી.

Adjournment, (ઍડ્જર્નમેન્ટ્) *n.* Postponement: તહકુબી; મોકુફી.

Adjudge, (ઍડ્જજ્) } *vt.* [L. *ad* &

Adjudicate, (ઍડ્જ્યૂડિકેટ્) } *judico*, I judge.] To decide: ચુકાદો–ફડચો–નિવેડો–ફેંસલો ક૦. 2. To condemn: ટીપ મારવી; શિક્ષા ઠેરવવી–ક૦. 3. To regard; to judge: ધારવું; વિચાર–તોલ ક૦.

Adjudication, (ઍડ્જ્યૂડિકેશન્) *n.* Judgment; judicial sentence: નિવેડો; ફેસલો; ચુકાદો; ફડચો; ટીપ; શિક્ષા.

Adjunct, (ઍડ્જન્ગ્કટ્) *n.* [L. *ad* & *jungo*, I join.] Something added: જોડેલી ચીજ. 2. A colleague: સાથે રહેનાર; સાથી; સહાયકારી. 3. (*Gram.*) A word added to denote the force of other words; વિવર્ધિત શબ્દ; સંયોગ. *a.* United with: અનુયોગી; ઇલ્હાકો–સંબંધ રાખતું–ધરાવતું.

Adjuration, (ઍડ્જ્યૂરેશન્) *n.* An oath: કસમ; સોગન; સમ; શપત.

Adjure, (ઍડ્જ્યૂર્) *vt.* [L. *ad* & *juro*, I swear.] To bind under oath: સોગન–સમ દેવા–આપવા.

Adjust, (ઍડ્જસ્ટ્) *vt.* [L. *ad* & *justus*, just.] To fit; to suit: બેસતું–અનુકૂલ ક૦. 2. To arrange: ગોઠવવું; બરાબર ક૦; સુધારો ક૦. 3. To settle; પતાવવું; ચુકવવું; નક્કી–ચોખ્ખું કરવું.

Adjustment, (ઍડ્જસ્ટ્મેન્ટ્) *n.* Settlement: ફેસલો; ચુકાદો; નિવેડો; બંદોબસ્ત; વ્યવસ્થા.

Adjutant, (ઍડ્જ્યૂટૅન્ટ્) *n.* [L. *ad* & *juvo*, I assist.] (*Mil.*) An officer who assists superior officers: લશ્કરનો મદદનીશ અમલદાર–કારભારી. 2. A very large species of stork: બગલાની જાતનું એક મોટું પક્ષી; ગરજાણ. 3. A helper; an assistant: મદદ કરનાર–ગાર; સહાયી.

Adjuvant, (ઍડ્જ્યૂવૅન્ટ્) *n.* An assistant: મદદગાર. 2. Help; aid: મદદ; કુમક; સહાય. *a.* Helping; assisting: મદદ કરતું; સહાયકારી.

Admeasurement, (ઍડ્મેઝ્યૂરમેન્ટ્) *n.* The ascertaining of dimensions: માપ; ક્ષેત્રફલ.

Administer, (ઍડ્મિનિસ્ટર્) *vt.* [L. *ad* & *ministro*, I serve.] To manage: વહિવટ–કારભાર ચલાવવો; અમલમાં લાવવું. 2. To supply: આપવું (ધનઆદ); દેવું; કરવું. 3. To give (as an oath): (સમ) દેવા; (સોગન) ખવડાવવા. *vi.* To contribute to: મદદ–સહાય થવું. 2. To perform the office of an administrator: મરનાર માણસની મિલકતનો કાયદા પ્રમાણે વહિવટ ક૦.

Administration, (ઍડ્મિનિસ્ટ્રેશન્) *n.* Management: વહિવટ; કારભાર; અમલ; રાજ્ય. 2. The executive part of Government: રાજ્ય–કારભારી મંડળ. 3. Distribution: આપવું–બક્ષવું–તે. 4. The management of the estate of an intestate: વસિયતનામું કર્યા વગર મરનારની મિલ્કતનો વહિવટ.

Administrator, (ઍડ્મિનિસ્ટ્રેટૉર્) *n.* One who administers: વહિવટદાર; કારભારી; ન્યાયાધીશ. 2. One who manages an intestate estate: વસિયતનામું કર્યા વિના મરનારની મિલકતનો કારભાર કરનાર.

Administratrix, (ઍડ્મિનિસ્ટ્રેટ્રિક્સ્) *n.* A female administrator: વહિવટ–કારભાર ચલાવનાર સ્ત્રી.

Admirable, (ઍડ્મિરેબલ્) *a.* Excellent; surprising; wonderful: અજબ–અચરત થવા જેવું; વખાણવા જોગ; અદ્ભૂત; ઉત્તમ; ઉત્કૃષ્ટ; ખાસું.

Admiral, (ઍડ્મિરૅલ્) *n.* The chief commander of a fleet or navy: દરિયાઇ સેનાધિપતિ; અરમારનો સરદાર. 2. The ship which carries the admiral: દરિયાઇ સેનાધિપતિ જેમાં હોય તે વહાણ.

Admiralty, (ઍડ્મિરૅલ્ટિ) *n.* A board of officers for the management of naval affairs: દરિયાઇ સેનાનાં કામકાજ કરનાર સભા. 2. The building where this board transacts business: આ સભાને બેસવાનું મકાન. *Courts of* **a.**: દરિયાઇ કામોમાંથી ઉભી થયેલી તકરારો પતવનારી અથવા ભરદરીએ થયેલા ગુન્હા ચુકવનારી કોરટો–અદાલતો.

Admiration, (ઍડ્મિરેશન્) *n.* Wonder; astonishment: આશ્ચર્ય; વિસ્મય; તાજુબી; પ્રેમ; પ્રસંશા; ચાહ. 2. Prodigy: ચમત્કાર; અવનવો બનાવ.

Admire, (ઍડ્માઇર્) *vt.* [L. *ad* & *miror*, I wonder.] To regard with wonder, surprise, esteem or reverence: તાજુબ થવું; અચરત પામવું; સાનંદાશ્ચર્ય લાગવું. 2. To estimate highly: વખાણવું; ચ્હાવું. *vi.* To marvel; to wonder: તાજુબ થવું; વિસ્મય પામવું.

Admissible, (ઍડ્મિસિબલ્) *a.* Capable of being allowed: કબૂલ–માન્ય કરવા–લેવા જોગ; ગ્રાહ્ય.

Admission, (ઍડ્મિશન્) *n.* Permission to enter; access: દાખલ થવાની પરવાનગી–રજા; પ્રવેશ; દાખલ ક૦ તે. 2. Concession: સ્વીકાર; અંગીકાર.

Admit, (ઍડ્મિટ્) *vt.* [L. *ad* & *mitto*, I send.] To suffer to enter: આવવા દેવું; દાખલ ક૦; પેસવા દેવું; જગા આપવી. 2. To allow; to grant: માન્ય ક૦; ખરૂ માનવું; સ્વીકારવું; કબૂલ રાખવું.

Admittance, (ઍડ્મિટૅન્સ્) *n.* See **admission.**

Admix, (ઍડ્મિક્સ્) *vt.* [L. *ad* & *misceo*, I mix.] To mix: મેલવણી કરવી; મેલવી દેવું; મિશ્ર ક૦; ભેલવું.

Admixture, (ઍડ્મિક્સ્ચ્યૂર્) *n.* Mixture: ભેગ; ભેલ; મેલવણી; સંમિશ્રણ.

Admonish, (ઍડ્મૉનિશ્) *vt.* [L. *ad* & *moneo*, I advise.] To reprove gently: ઠપકો દેવો; કાન ઉઘાડવા. 2. To counsel: શિખામણ દેવી: બોધ ક૦; નસિહત ક૦. 3. To direct: સૂચના આપવી; ચેતાવવું.

Admonition, (ઍડ્મૉનિશન્) *n.* Solemn reproof; instruction: ઉપદેશ; બોધ; ચેતવણી; શિખામણ; સલાહ; નસિહત.

Admonitive-tory, (ઍડ્મૉનિટિવ્–ટૉરિ) *a.* Containing admonition: બોધ કરતું; શિખામણ–ચાણક ભરેલું; ચેતાવનાર; કાન ઉઘાડનાર–ખોલનાર.

Ado, (ઍડૂ) *n.* Bustle; trouble; difficulty: ગરબડ; ધામધુમ; મહેનત; શ્રમ; ધાંધલ; માથાકુટ; ખટપટ; પ્રયાસ. *To make a great* **a.** *about trifles:*

મારવો ઉંદર અને ખોદવો ડુંગર. *With much* **a.** મારી કુટીને.

Adolescence-cy, (ઍડોલૅસન્સ્-ન્સિ) *n.* [L *ad* & *oleo*, I grow.] Youth; age between 14 & 25 in man & 12 & 21 in woman: ચઢતી દશા–વય; જુવાની; ચઢતું લોહી.

Adolescent, (ઍડોલૅસન્ટ્) *a.* Growing; advancing to manhood: જુવાન; ચઢતાલોહીનું; ઉધરતું.

Adopt, (ઍડૉપ્ટ્) *vt.* [L. *ad* & *opto*, I choose.] To take and treat as a child: દત્તક કરી લેવું. 2. To select and take; to embrace: ગ્રહણ ક૦; લેવું; સ્વીકારવું; અનુકરણ ક૦; કબૂલ રાખવું; અખત્યાર ક૦. *Adopted son:* પાલક; દત્તપૂત્ર.

Adoption, (ઍડૉપ્શન) *n.* The taking and treating of a stranger as one's own child: દત્તક કરી લેવું તે; દત્તવિધાન. 2. The receiving as one's own: સ્વીકાર; અંગીકાર; અનુકરણ.

Adorable, (ઍડોરેબલ્) *a.* Worthy of divine honors: પૂજા–ભજન કરવા જોગ; પૂજ્ય; આરાધ્ય. 2. Worthy of respect: ઘણા માનને લાયક; માનપાત્ર.

Adoration, (ઍડોરેશન) *n.* The worship of God: આરાધના; પૂજા; અર્ચન; ભક્તિ; ભજન; સેવા; બંદગી. 2. Profound reverence: માન; સન્માન.

Adore, (ઍડૉર્) *vt.* [L. *ad* & *orio*, I speak.] To pray; to worship: ભક્તિ ક૦; પૂજવું; બંદગી–ઇબાદત–આરાધના ક૦. 2. To love in the highest degree: અતિશય પ્યાર ક૦–માન આપવું; ચ્હાવું.

Adorer, (ઍડૉરર્) *n.* One who adores: પુજક; ભક્ત; આશક; ઉપાસક; આરાધક.

Adorn, (ઍડૉર્ન્) *vt.* [L. *ad* & *orno*, I furnish.] To decorate; to embellish; to beautify: સુશોભિત ક૦; શણગારવું; શોભા આપવી; આરાસ્તે કરવું.

Adorning-ment, (ઍડૉર્નિન્ગ્-ર્નમેન્ટ્) *n.* Ornament: શણગાર; ઘરેણાં; શોભા; ભુષણ; અલંકાર.

Adown, (ઍડાઉન) *prep.* & *adv.* Downward; down: નીચે; હેઠલ.

Adrift, (ઍડ્રિફ્ટ્) *adv.* Floating at random: ગમે તેમ તરતું; વહેતું; ઘસડાતું. *a.* Helpless; without a protector: અનાથ; અશરણ; નિરાધાર.

Adroit, (ઍડ્રૉઇટ્) *a.* [L. *ad*, *dis* & *rego*, I rule.] Ingenuous; expert: હોશિયાર; ચાલાક; ચતુર; ધૂર્ત.

Adroitness, (ઍડ્રૉઇટ્નૅસ્) *n.* Dexterity; readiness: ચપલતા; કુશલતા; ચાલાકી; નિપુણતા; ચતુરાઇ.

Adulation, (ઍડ્યૂલેશન) *n.* [L. *adulari*, to flatter.] Servile flattery: ખુશામત; ચાપલુસી; અતિ પ્રસંશા–સ્તુતિ; બેહદ તારીફ.

Adulatory, (ઍડ્યૂલેટૉરિ) *a.* Flattering: ખુશામતિયું; માખણિયું; ચાપલુસી ભરેલું.

Adult, (ઍડલ્ટ્) *a.* [L. *ad* & *oleo*, I grow.] Grown up to manhood: પુખ્ત વયે આવેલું; તરૂણ; પાકું; મ્હોટું. *n.* A person grown to manhood: ઉમરમાં આવેલું માણસ.

Adulterate, (ઍડલ્ટરેટ્) *vt.* [L. *ad* & *alter*, another.] To corrupt by mixture of baser articles: મેલવણી કરીને બગાડવું; હીણું ક૦; ભેગ ક૦. *vi.* To commit adultery: છિનાલું ક૦. *a.* Debased by foreign mixture: બગડેલું; ભેલ કરેલું.

Adulterateness-tion, (ઍડલ્ટરેટ્નૅસ્-શન) *n.* Corruption; debasement: હલકી વસ્તુનો ભેગ; મિશ્રણ; દૂષણ; ભેલવણી; આલુદગી.

Adulterer, (ઍડલ્ટરર્) *n.* A man guilty of adultery: વ્યભિચારી; કાછડી છુટો; છિનાલવો. 2. A man who violates his religious covenants: પોતાના ધર્મના કાનુનોનો ભંગ કરનાર પુરૂષ.

Adulteress, (ઍડલ્ટરૅસ્) *n.* A woman guilty of incontinence: જારિણી; છિનાલ; વ્યભિચારિણી; અપતિવ્રતા. 2. (Same as in **adulterer**).

Adulterine, (ઍડલ્ટરાઇન) *a.* Spurious; illegal: રાંડના પેટનું; ખોટું; અશાસ્ત્ર; ગેરકાયદાનું. *n.* A child issuing from an adulterous connection: છિનાલનું છોકરૂં; જારજ.

Adultery, (ઍડલ્ટરિ) *n.* Violation of the marriage bed: જારકર્મ; છિનાલું; વ્યભિચાર; જનાકારી. 2. Adulteration: ભેગ; ભેલ; મિશ્રણ.

Adultness, (ઍડલ્ટ્નૅસ્) *n.* State of coming to manhood: તરૂણાવસ્થા; ભરજુવાની; યૈાવન.

Adust, (ઍડસ્ટ્) *a.* [L. *ad* & *uro*, I burn.] Burnt: બલી ગયલું; બલેલું; સુકું; દગ્ધ.

Advance, (ઍડ્વૅન્સ્) *vt.* [L. *ab* & *ante*, before.] To bring forward: આગલ ક૦; અગાડી લાવવું–ક૦. 2. To raise; to elevate: મોટી પદ્ઘીએ ચઢાવવું; ઉન્નતિ–ચઢતી ક૦; ટોચે–શિખરે લઇ જવું. 3. To accelerate; to aid: વૃદ્ધિ ક૦, (આબરૂ) વધારવી. 4. To supply (funds) on credit: આગપર–અગાઉથી આપવું; ધીરવું. 5. To offer: મત-વિચાર આપવો–પ્રદર્શિત ક૦. 6. To extol: વખાણ ક૦; ગીત ગાવાં. 7. To enhance: વધારવું; ચઢાવવું. *vi.* To proceed: આગળ વધવું–જવું. 2. To increase in any respect: સુધારો–વધારો ક૦. *n.* Progress; improvement: વધારો; સુધારો; ઉત્કર્ષ; ઉન્નતિ. 2. Increase (in price): ભાવમાં વધારો. 3. Money or goods furnished beforehand: અગાઉથી આપેલા પૈસા અગર માલ. 3. Physical, mental, moral or social improvement: શારીરિક, માનસિક, વ્યાહારિક અગર સાસાંરિક સુધારો–ઉન્નતિ. *a.* Used for *advanced*: આગલ; અગાડી; મોખરો.

Advancement, (ઍડ્વૅન્સ્મેન્ટ્) *n.* Improvement; progress: સુધારો; વધારો; ચઢતી; બઢતી; વૃદ્ધિ; ઉન્નતિ. 2. Settlement on a wife: સ્ત્રીધન; પલ્લા દાખલ આપેલી મિલ્કત. 3. Money paid in advance: આગલથી ધીરેલાં નાણાં; આંગપર આપેલા પૈસા.

Advantage, (ઍડ્વૅન્ટેજ્) *n.* [Fr. *avant*, before.] Profit; gain: ફાયદો; નફો; લાભ; ફલ; ગુણ. 2. Opportunity: લાગ; તક; સગવડ; સંધી; જોગવાઈ; અવસર; પ્રસંગ. 3. Superiority: સરસાઇ; ફતેહ; અધિકતા; જય. *vt.* To profit; to benefit: નફો થવો; લાભ મલવો; વલવું; કમાવું.

Advantageous, (ઍડ્વૅન્ટેજ્યસ્) *a.* Useful; beneficial: નફા ભરેલું; ફાયદા પડતું; લાભ–ગુણકારી; ઉપયોગી; હિતકર; ફલપ્રદ.

Advantageously, (ઍડ્વૅન્ટેજ્યસ્લિ) *adv.* Conveniently: સગવડ પડતી રીતે; કિફાયતે; સફલતાથી.

Advent, (ઍડ્વૅન્ટ્) *n.* [L. *ad* & *venio*, I come.] Arrival; visitation: આવવું તે; આગમન; પ્રવૃત્તિ.

Adventitious-Adventive, (ઍડ્વૅન્ટિ-

સ્યસ્,ઍડ્વેન્ટિવ્)a. Accidental: casual: foreign: આવશ્યક-જરૂરનું નહિ એવું: આગંતુક: બાહ્ય: ઉપાધિનું.

Adventure. (ઍડ્વેન્ચ્યૂર) n. [L. ad & venio, I come.] Chance: દૈવયોગ: દૈવગતિ. 2. An enterprize or hazard: સાહસ: જોખમ: જોખમનું કામ: અદ્ભુત કર્મ. 3. (generally pl.) A striking event or occurrence: ચરિત્ર: ચમત્કારિક બનાવ-બિના. 4. Goods sent by sea at sender's risk: મોકલનારના જોખમે વાહણે ચઢાવેલો માલ. 5. Danger: peril: જોખમ: ભય. vt. To risk: જોખમમાં પડવું: મોટું કામ માથે લેવું: સાહસ ક૦-વહોરવું; ચાહોમ ક૦. vi. To dare; to try the chance: છાતી-હિમ્મત ચલાવવી:હામ ભીડવી: નશીબ-કિસમત અજમાવવું.

Adventuresome,(ઍડ્વેન્ચ્યૂરસમ) } a. Courageous;
Adventurous. (ઍડ્વેન્ચ્યૂરસ્) } enterprising: bold (persons): સાહસિક: હિમ્મત-છાતીવાલો:નિર્ભય. 2. Hazardous; risky (things): જોખમ-ભયભરેલું: દૈવાધીન.

Adverb. (ઍડ્વર્બ્) n. [L. ad & verbum, a word.] A word used to modify the sense of a verb, participle, adjective, or another adverb: ક્રિયાવિશેષણ અવ્યય.

Adversary. (ઍડ્વર્સરિ) n. An opponent; an antagonist: દુશ્મન; શત્રુ; વેરી. a. Opposed: adverse: સામું: ઉલટું: નુકસાન કરનારું: શત્રુવટનું; વિરોધી.

Adverse. (ઍડ્વર્સ્)a. [L. ad & verto, I turn.] Counteracting: conflicting: વિરુદ્ધ: ઉલટું: વિપરીત: સામું. 2. Opposing desire: pernicious: unfortunate: દુઃખદાયક: પ્રતિકૂલ: ભુંડું: વાંકું: અનિષ્ટ.

Adversity. (ઍડ્વર્સિટિ) n. Misfortune: calamity: પડતી: આફત: વિપત્તિ; આપત્કાલ: દુઃખ: સંકટ.

Advert, (ઍડ્વર્ટ્)vi. [L. ad & verto, I turn.] (to) To turn attention to: to refer to: ધ્યાન-લક્ષ લગાડવું; વિષે-સંબંધી કહેવું.

Advertence-cy, (ઍડ્વર્ટન્સ્-સિ) n. Notice; attention; regard: ધ્યાન: ચિત્ત: લક્ષ: કાલજી.

Advertent. (ઍડ્વર્ટન્ટ્) a. Attentive: સાવધાન: સાવચેત.

Advertise, (ઍડ્વર્ટાઇઝ્)vt. [L. ad & verto, I turn.] To publish: જાહેર ક૦: પ્રસિદ્ધ ક૦: જાહેર ખબર આપવી. 2. To inform: to apprize: ખબર આપવી: જણાવવું.

Advertisement. (ઍડ્વર્ટાઇઝ્મૅન્ટ્)n. Public notice: intelligence: જાહેર ખબર-નામું; વિજ્ઞાપના.

Advice, (ઍડ્વાઇસ્)n. [L. ad & video I see] Suggestion; counsel: સલાહ:ઉપદેશ;બોધ; નસિહત. 2. (pl.) Intelligence; notice: સમાચાર; બાતમી; ખબર. 3. Knowledge: જ્ઞાન; માહિતી. Bad a. કુબોધ; કુમંત્ર. Good a. સુબોધ; હિતોપદેશ.

Advisable, (ઍડ્વાઇઝેબલ્) a. Prudent; fit: મુનાસબ; લાયક; ઉચિત: ઘટતું.

Advisability, (ઍડ્વાઇઝેબિલિટિ) } n. Quality of
Advisableness.(ઍડ્વાઇઝેબલ્નેસ) } being advisable: લાયકાત, યોગ્યતા.

Advise. (ઍડ્વાઇઝ્) vt. To admonish: સલાહ આપવી; શિખામણ દેવી: બોધ-નસિહત ક૦. 2. To inform: જણાવવું; માહિત ક૦: ખબર આપવી. vi. To consider: વિચારવું: પુખ્ત વિચાર ક૦. To a. with, to consult for opinion: સલાહ લેવી-પુછવી.

Advisedly. (ઍડ્વાઇઝેડલી)adv. Knowingly: જાણીજોઇને; ખામખા.

Advisory, (ઍડ્વાઇઝરી) a. Having power to advise: સલાહ આપી શકે એવું; બોધ આપનાર. 2. Containing advice: બોધદાતા-ક૦.

Advocacy. (ઍડ્વોકેસિ)n. Defence: બચાવ; તરફદારી: ઉપરાણું; પક્ષ; હિમાયત.

Advocate, (ઍડ્વોકેટ્) n. [L. ad & voco, I call.] A pleader: વકીલ. 2. Christ considered as an intercessor: મધ્યસ્થ તરીકે ઈસુખ્રિસ્ત. 3. One who pleads any cause: હિમાયતી; પક્ષધારી; ઉપરાણું તાણનાર. vt. To support; vindicate: પક્ષ ધરીને બોલવું; હિમાયત ક૦; તરફથી ખેંચવું.

Adze, (ઍડ્ઝ્) n. A carpenter's tool: વાંસલો: તાસણી.

Ægis. (ઇજીસ્) n. [L. oegis, a goat skin.] A shield: ઢાલ. 2. Any thing which protects: રક્ષણ કરનાર; ઢાલ.

Aerial, (એઇરિઅલ્) a. Belonging to air: વાયુ-વાત-હવા સંબંધી; હવાઇ. 2. Consisting of air: વાયુરૂપ; વાતમય; હવાવાલું. 3. Inhabiting the air: આકાશવાસી-ગામી; વાયુચર. 4. High: ઉંચું; ઉન્નત. 5. Produced by air: હવાથી ઉત્પન્ન થયેલું; વાયુજ. 6. Growing or existing in air: હવામાં થતું-બંધાતું: આકાશજ.

Aeriform, (એઅરિફોર્મ્)a. [L. aer, air & forma, form.] Having a form of air: વાયુરૂપ; હવા જેવું.

Aerolite, (એઅરોલાઇટ્) n. [Gr. aer & lithos, a stone.] A meteoric stone: ખરતા તારામાંથી પડેલો પથ્થર: ઉલકું.

Aerology. (એઅરોલૉજી) n. [Gr. aer & logos, discourse.] A treatise on the air: હવાનું વર્ણન; વાયુશાસ્ત્ર.

Aerometer, (એઅરૉમેટર) n. [Gr. aer & metron, measure.] An air measurer: વાયુમાપક યંત્ર: હવામાન.

Aeronaut, (એઅરોનૉટ્)n. [Gr. aer & nautes, a sailor.] An aerial navigator: a balloonist: આકાશગામી; વિમાનમાં બેસી હવામાં મુસાફરી કરનારો; વિમાનગામી.

Æsthetics, (ઇસ્થેટિક્સ્)n. The philosophy of taste: રસજ્ઞાન; રસશાસ્ત્ર.

Afar, (ઍફાર્) adv. At, to or from a distance: દૂર; લાંબે; છેટે; આઘે.

Affability, (ઍફેબિલિટિ)n. Civility; urbanity: સભ્યતા; ભલમનસાઈ; સુજનતા; અશરાફી; સાલસાઈ.

Affable, (ઍફેબલ) a. [L. ad & fari, I speak.] Courteous; accessible: મલતાવડું; મિલનસાર; ભલું; સભ્ય; સુજન; અશરાફ; સાલસ.

Affably, (ઍફેબ્લિ) adv. Courteously: સભ્યતાથી; ભલમનસાઇથી; સુજનતાથી.

Affair, (ઍફેર) n. [L. ad & facio, I do.] Business: કામ; કાર્ય; વ્યાપાર; મામલો; ખટપટ. 2. An engagement of troops: થોડા લશ્કરની લડાઇ; કચાકચી; ચકમક. 3. An endeavor: પ્રયાસ; પ્રયત્ન.

Affect, (ઍફેક્ટ્) vt. [L. ad & facio, I do.] To act upon: અસર ક૦-થવી; લાગુ પડવું. 2. To touch: પીગાળવું; મન-દિલપર અસર કo. 3. To love: પ્યાર બતાવવો. 4. To incline: વલણ થવું. 5. To aim at; to desire: તાકવું; ઇચ્છા રાખવી. 6. To make a show of: ડોલ ઘાલવું; ઢોંગ કo.

Affectation, (ઍફ્ફેક્ટેશન)*n.* False pretence: ઢોંગ; ડોલ; ખાલી ભપકો; તોર; દંભ; હાવભાવ; નખરાં; ઠમકો.

Affecting,(ઍફ્ફેક્ટિન્ગ્)*pa.*Exciting:pathetic: અસર કરે એવું; અસરકારક; કરૂણાજનક; મર્મભેદી.

Affection, (ઍફ્ફેક્શન) *n.* Fondness: મમતા; સ્નેહ; પ્રીતિ; પ્રેમ; અનુરાગ; હેત. 2. An attribute; quality or property: ધર્મ; ગુણ; વૃત્તિ.

Affectionate-ed,(ઍફ્ફેક્શનેટ્-ટેડ્)*a.*Loving; tender: મમતાળું; માયાળું; પ્યારું; વાહાલું; પ્રેમી.

Affiance, (ઍફ્ફાઇઍન્સ્) *n.* [L. *ad* & *fido*, I trust.] Trust; confidence: ભરોંસો; વિશ્વાસ; શ્રદ્ધા; 2. Marriage contract: વેસવાલ; સગાઈ; વિવાહ; વેવિશાલ. *vt.* To trust: ભરોંસો રાખવો. 3. To betroth: વિવાહ-સગાઇ કo; વેસવાલ-વેવિશાલ કo; અહરાવવું.

Affidavit, (ઍફ્ફિડેવિટ્) *n.* [L. *ad* & *fido*, I trust.] (*Law*) A sworn statement in writing; કસમ લઈ લખી આપેલી જુબાની; ઇકરારનામું; ઇકરાર.

Affiliate, (ઍફ્ફિલિએટ્) *vt.* [L. *ad* & *filius*, son.] To adopt: પાલક-દત્તક કરી લેવું. 2. To ally: સાથે જોડવું; મેલવવું. 3. To receive into society & initiate into its mysteries: મંડલીમાં દાખલ કરી તેના ભેદ ભરમથી વાકેફ-જાણીતું કo.

Affiliation, (ઍફ્ફિલિએશન) *n.* Adoption: દત્તક કરી લેવું તે. 2. (*Law*) The assignment of a bastard to its father: છિનાલના છોકરાને તેના બાપને હવાલે કo તે.

Affinity, (ઍફ્ફિનિટિ)*n.* [L. *ad* & *finis*, boundary.] Relationship by marriage: લગ્ન સંબંધ; યોગ. 2. Conformity: મળતાપણું; સરખાપણું; સાદૃશ્યતા. 3. (*Chem.*) Attraction: ખેંચાણ; આકર્ષણ; સ્નેહાકર્ષણ. 4. Intercourse; acquaintance: સંસર્ગ; પરિચય; વ્યવહાર.

Affirm, (ઍફ્ફર્મ્)*vt.*[L.*ad* & *firmus*, strong.] To confirm: બહાલ-મંજૂર રાખવું; કાયમ કo. 2. To assert or tell with confidence: ખાતરીથી-ખચિતપણે બોલવું; નક્કી-નિશ્ચયપૂર્વક કહેવું. *vi.* To declare positively: ખાત્રિપૂર્વક કહેવું. 2. (*Law*) To testify under affirmation: સોગન-પ્રતિજ્ઞા ઉપર જુબાની આપવી.

Affirmation, (ઍફ્ફર્મેશન) *n.* Assertion: ખાતરીથી-નિશ્ચયપૂર્વક કહેવું તે. 2. Ratification: બહાલી; મંજૂરી. 3. A solemn declaration: પ્રતિજ્ઞા; એકરાર.

Affirmative, (ઍફ્ફર્મેટિવ્) *a.* Asserting as opposed to negative: હા-છે એમ બતાવનારું. 2. Confirmative: ખાતરી-નક્કીનું; સ્વીકાર-અંગીકાર સૂચક. 3. Dogmatic: નિઃશંકપણાથી કહેલું; નિર્વિવાદ સમજેલું. 4. (*Alg.*) Positive: જેમાં + વત્તાનું ચિન્હ હોય તેવું. **a.** *quantity:* ધનપદ. *n.* A word expressing assent; as, *yes:* હા; હકાર.

Affix, (ઍફ્ફિક્સ્) *vt.* [L. *ad* & *figo*, I fix.] To unite: જોડવું; લગાડવું; વળગાડવું; સાંધવું. *n.* A suffix: શબ્દને છેડે જોડેલો અક્ષર; પ્રત્યય.

Afflatus, (ઍફ્ફલેટસ્) *n.* [L. *ad* & *flo*, I breathe.] A blast of wind: પવનનું વાવું તે; પવનનો ઝપાટો. 2. Inspiration: ઈશ્વરપ્રેરણા. 3. The power of prophecy: ભવિષ્ય કહેવાની શક્તિ; ભાવી કથન કરવાની શક્તિ.

Afflict, (ઍફ્ફ્લિક્ટ્) *vt.* [L. *ad* & *fligo*, I strike.] To overthrow: પરાજય કo; દબાવી દેવું. 2. To harass: પીડવું; દુઃખ દેવું; રીબાવવું; પરિતાપ આપવો; કષ્ટ દેવું.

Afflicted, (ઍફ્ફ્લિક્ટેડ) *a.* પીડિત; દુઃખી; ખિન્ન; પરેશાન; હેરાન; દર્દમંદ; દુખિયારું.

Afflicting, (ઍફ્ફ્લિક્ટિન્ગ્)*pa.* Grievous; painful: પીડાકારક; દુઃખ કરે તેવું; દુઃખદ.

Affliction, (ઍફ્ફ્લિક્શન) *n.* Cause of pain: દુઃખનું કારણ. 2. Distress: ક્લેશ; ખેદ; પીડા; વ્યથા; કષ્ટ; દુઃખ.

Afflictive, (ઍફ્ફ્લિક્ટિવ્) *a.* Painful: દુઃખસૂચક; ખેદયુક્ત; પીડાકારી; ક્લેશકારક.

Affluence, (ઍફ્ફ્લ્યુઍન્સ્) *n.* Opulence: પુષ્કળપણું; રેલછેલ; સમૃદ્ધિ; દોલત; સંપત્તિ; છત; લક્ષ્મી.

Affluent, (ઍફ્ફ્લ્યૂઍન્ટ્) *a.* Wealthy: શ્રીમંત; ધનવાન; દ્રવ્યવાન; ધનાઢ્ય; તવંગર. *n.* A stream flowing into a river: નાની નદી; વહેળીયું.

Afflux, (ઍફ્ફ્લક્સ્)*n.*[L. *ad* & *fluo*, I flow.] A flowing to; that which flows: વહેવું તે; પ્રવાહ; ઓઘ.

Afford, (ઍફ્ફોર્ડ્) *vt.* [L. *ad* & *forum*, a market.] To yield: ઉપજવું; દેવું; નિકળવું; આપવું. 2. To be able to sell, expend or grant: (વેચવા-ખરચવા-આપવા) પાલવવું; પરવડવું; શક્તિમાન હોવું; ઓજવું. 3. To confer: આપવું; દેવું.

Affray, (ઍફ્રે) *n.* [L. *ad* & *frigidus*, cold.] Encounter; fight: મારામારી; લડાઇ. 2. Tumultuous quarrel: ટંટો; બખેડો; દંગો; ફિસાદ; કલહ. *vt.* To frighten: ચમકાવવું; બિવડાવવું.

Affright, (ઍફ્રાઇટ્)*vt.* To frighten: ભડકાવવું; ચમકાવવું; બિવડાવવું. *n.* Terror: ભય; બીક; ધાસ્તી.

Affront, (ઍફ્રન્ટ્) *n* [L. *ad* & *frons*, front.] Insult: અપ્રતિષ્ઠા; અપમાન; અવજ્ઞા; માનભંગ; તિરસ્કાર. *vt.* To offend: આબરૂ લેવી; અપમાન કo; માઠું લગાડવું.

Affronting-ve, (ઍફ્રન્ટિન્ગ-ન્ટિવ્) *a.* Provoking; displeasing: માઠું લાગે તેવું; અપમાનકારક.

Affusion, (ઍફ્ફ્યૂઝન) *n.* [L. *ad* & *fundo*, I pour.] Act of pouring upon: રેડવું-ધાર પાડવી તે; ધાર.

Afloat, (ઍફ્લોટ્) *adv.* or *a.* Floating: તરતું. 2. Moving without control: ખરબાદ-ખારેવાટ જતું. 3. Passing from place to place: ઉડતું; ફેલાતું.

Afoot, (ઍફૂટ્) *adv.* On foot: પગે; ચાલતાં. 2. In action: ચાલુ; જારી. *To set* **a.** આરંભવું; માંડવું. 2. *ad.* પૂર્વે; આગલ ઉપર. [-મુખ; અગ્રે.

Afore, (ઍફોર્) *prep.* Before: આગલ; સામું; સન્મુખ; અગ્રે.

Aforesaid, (ઍફોર્સેઇડ) *a.* Recited before: ઉપર-પ્રથમ કહેલું; સદરહુ; મજકુર; પૂર્વોક્ત.

Aforetime, (ઍફોર્ટાઇમ) *adv.* In a former time: આગલાવખતમાં; અસલના વખતમાં; ગતકાલમાં.

Afraid, (ઍફ્રેડ)*a.* [*pp.* of *affray.*] Impressed

with fear; fearful: ભયભીત; બિનેલું; ભયાન્વિત. *To be* **a.** લાગવું; શક હોવો. [વિસર; બીજીવાર.

Afresh, (ઍફ્રેશ્) *adv.* Again: ફરીથી; પાછું; ન-

Aft, (ઍફ્ટ્) *adv.* Astern; abaft: વહાણના પાછલા ભાગમાં; ડબુસા તરફ. *a.* ડબુસાનું.

After, (ઍફ્ટર્) *a.* [Comp. degree of *af* or *aft*] More aft: પછવાડે; પાછલ. 2. Later in time: હવે પછીનું; આવતું; પાછલનું. *prep.* Later in time: પછી. 2. Behind in place: પાછલ; પછી. 3. Following; in search of: પાછલ; શોધમાં. 4. In imitation of: મુજબ; જોઇને; અનુસાર; પેઠે; પ્રમાણે. 5. Concerning; relating to: વિષે; માટે; વાસ્તે. *adv.* Afterwards: પછવાડેથી; પછી. *To inquire* **a.** કોઇની ખબર અંતર-ખેર આફીઅત પુછવી. *Immediately* **a.** લાગલું જ.

After-ages, (ઍફ્ટર્-એજીસ) *n. (pl.)* Posterity: હવે પછીનો જમાનો; ઉત્તરકાલ; પુત્રપૌત્ર.

After-all, (ઍફ્ટર્-ઑલ્) *adv.* When all has been said or done: અંતે; બધુ છતાં પણ; સઘળું છતાં; આખરે; સેવટે; છેલ્લે.

After-birth, (ઍફ્ટર્-બર્થ્) *n.* The placenta in which the fetus is involved: ઓર.

After-clap, (ઍફ્ટર્કલૅપ્) *n.* An unexpected subsequent event: છેવટનો અણચિંત્યો બનાવ.

After-crop, (ઍફ્ટર્ક્રૉપ્) *n.* The second harvest in the same year: વરસમાં બીજી વખતનો પાક; બીજો પાક; બીજુ તૂલ; રવી.

After-life, (ઍફ્ટર્-લાઇફ્) *n.* Old age: ઘડપણ; ઉત્તર વય-કાલ; બુઢાપો; જૈફી.

After-noon, (ઍફ્ટર્-નૂન્) *n.* The part of the day following noon: પાછલો પહોર; વિકાલ.

After-piece, (ઍફ્ટર્-પીસ્) *n.* A farce: નાટક થયા પછીનો ખેલ; ફારસ. 2. The heel of the rudder: સુકાનનો છેડો-નાલ.

After-thought, (ઍફ્ટર્-થૉટ્) *n.* Subsequent thought: પશ્ચિમ-પચ્છમ બુદ્ધિ; પાછલથી ઉઠેલો વિચાર.

Afterward-s, (ઍફ્ટર્ઉવર્ડ-ડર્સ્) *adv.* Subsequently: પછી; પછવાડેથી; પાછલથી.

Again, (ઍગેન્) *adv.* Another time; once more: બીજીવાર; ફરીથી; વલી. 2. In return: જવાબમાં; પાછો. **a.** *and* **a.**, *or over and over* **a.**, often: વારંવાર. *To and* **a.**, to and fro: અહીંતહીં. *as much* **a.**, double: દ્વિગુણ; બમણું; દુપ્પટ.

Against, (ઍગેન્સ્ટ્) *prep.* Facing: opposite to: સન્મુખ; સામું. 2. In opposition to: વિરૂદ્ધ; ઉલટું. 3. In preparation for: સારૂ; માટે; અર્થે. *To run up* **a.**, to be clashed: અથડાવું; અફલાવું. *To lean* **a.**, અઢીંગવું. [de open: ડાચું ફાડીને; મોઢું વિકાસીને.

Agape, (ઍગેપ્) *adv.* or *a.* Having the mouth wi-

Agate, (ઍગેટ્) *n.* A precious stone; a variety of quartz: ગોમેદ; અકીક.

Age, (એજ્) *n.* [L. *ætas*, age.] Whole duration: આવરદા; આયુષ્ય; જીંદગી. 2. Part of duration: ઉમ્મર; વય. 3. Decline of life: ઘડપણ; વૃદ્ધાવસ્થા; બુઢાપો; જૈફી. 4. Mature years: પુખ્ત-પાકી-લાયક ઉમ્મર. 5. Generation: પેઢી. 6. Century: સૈકો; સદી. 7. A particular period of time as distinguished from others: કાલ; સાલ; તારીખ. *Under* **a.**: સગીર; નાની ઉમરનો. *vi.* To become old: ઘડપણ આવવું.

Aged, (એજેડ્) *a.* Old: વૃદ્ધ; બુઢું; ઘરડું; જઇફ.

Agency, (એજેન્સિ) *n.* [L. *ad* & *ago*, I do.] Instrumentality: આડત; કારણ; મારફત. 2. Power; action: સત્તા; શક્તિ; કર્તૃત્વ. 3. The office or business of an agent: કારભારીનું કામ; ગુમાસ્તગિરી.

Agent, (એજન્ટ્) *n.* One exerting power: કર્ત્તા; કારક. 2. An attorney: વકીલ; આડતિયો; મુનીમ; પ્રતિનિધિ; ગુમાસ્તો; કારભારી. 3. An active cause or power: શક્તિ; હેતુ; કારણ; સાધન.

Agglomeration, (ઍગ્-ગ્લૉમ્મરેશન્) *n.* A close collection: ગોલો; ઢગલો; સંચય.

Agglutinate, (ઍગ્-ગ્લુટિનેટ્) *vt.* [L. *ad* & *glutino*, I glue.] To cause to adhere; to unite: ચોંટાડવું; વલગાડવું.

Agglutination, (ઍગ્-ગ્લુટિનેશન્) *n.* Adhesion (of parts); union (of words): સંબંધ; સંયોગ; મિલાપ.

Aggrandize, (ઍગ્ગ્રૅન્ડાઇઝ્) *vt.* [L. *ad* & *grandis*, large.] To increase: મોટું ક૦; વધારવું; વૃદ્ધિ ક૦. 2. To exalt; to promote: મોટાઈ આપવી; ચઢતી પાયરી કરવી; ચઢાવવું; ઉન્નતિ ક૦.

Aggrandization, Aggrandizement, (ઍગ્ગ્રૅન્ડાઇઝેશન, ઍગ્ગ્રૅન્ડાઇઝ્મેન્ટ્) *n.* Preferment; advancement; exaltation: ચઢતી; વૃદ્ધિ; ઉત્કર્ષ; ઉન્નતિ; ઉદય; મ્હોટાઈ; સરફરાજી.

Aggravate, (ઍગ્ગ્રૅવેટ્) *vt.* [L. *ad* & *gravis*, heavy.] To increase; to add to: વધારો-વત્તું ક૦. 2. To enhance; to make worse: વધારવું; વધારે ખરાબ-દુષ્ટ ક૦. 3. To exaggerate: અતિશયોક્તિ ક૦; મીઠું મરચું ભભરાવીને વાત ક૦; ટકા ચઢાવીને બોલવું. 4. To irritate; to tease: રીસ ચઢાવવી; ખીજવવું.

Aggravation, (ઍગ્ગ્રૅવેશન્) *n.* Addition to what is wrong: વધારે ખરાબ-દુષ્ટ ક૦ તે. 2. Heightened description: અતિશયોક્તિ; સહરાગાત. 3. Provocation: ખીજવણી; ખીજ; ચીઢ; ઉદ્દીપન; પ્રકોપ.

Aggregate, (ઍગ્ગ્રીગેટ્) *vt.* [L. *ad* & *grex*-*gregis*, a herd.] To collect: ભેગું ક૦; એકત્ર ક૦; સંગ્રહ-સંચય ક૦. *n.* A mass: સંગ્રહ; સમૂહ; સમુદાય; જથ્થો. *a.* Formed into a mass or sum: એકત્ર; એકંદર; જુમલે; કુલ. [સમૂહ; જુમલો; સમુદાય.

Aggregation, (ઍગ્ગ્રીગેશન્) *n.* Collection:

Aggress, (ઍગ્ગ્રૅસ્) *vt.* [L. *ad* & *gradus*, a step.] To invade first: પહેલી ચઢાઇ ક૦; પહેલ ક૦; છેડતી શોધવી. *n.* Attack: પહેલો હુમલો; પહેલ.

Aggression, (ઍગ્ગ્રૅશન્) *n.* An assault: પહેલી ચઢાઇ; કજીઆની પહેલ: છેડતી.

Aggressive, (ઍગ્ગ્રૅસિવ્) *a.* Making first attack: પહેલો હુમલો કરે તેવું; કજીઓ શોધતું: પહેલ કરતું.

Aggressor, (ઍગ્ગ્રૅસૉર્) *n.* He who first commences hostilities: લડાઇની પહેલ-શરૂઆત કરનાર; પહેલી છેડતી-હુમલો કરનાર; કજિયાનું મૂળ; કજિયોઉઠાવનાર.

Aggrieve, (ઍગ્ગ્રીવ્) *vt.* [L. *ad* & *gravis*, heavy.] To afflict: to oppress: દુઃખ દેવું; સંતાપવું; જુલમ ક૦-ગુજારવો.

Aghast, (ઍઘૅસ્ટ્) *adv.* or *a.* Stupified with horror: ગભરાયલું; બાવરૂં; હેરતમંદ.

Agile, (ઍજીલ્) *a.* [L. *ago*, I do.] Active;

nimble: ચપલ; ચકોર; ચાલાક; ચંચલ.

Agileness, (ઍજીલ્નેસ્) } *n.* Activity; liveliness: ઝડપ; ચાલાકી.
Agility, (ઍજીલિટિ) }

Agitate, (ઍજીટેટ્) *vt.* [L. *ago*, I do.] To move violently: હલાવવું; ડોહોળી નાખવું; ખલભલાવવું. 2. To rouse: વ્યાકુલ કo; ઘભરાવવું. 3. To debate: વાદવિવાદ કo: ચર્ચવું. 4. To deliberate minutely: ખધી તરફથી વિચારી જોવું.

Agitation, (ઍજીટેશન) *n.* Commotion: ખલભલાટ. 2. Excitement: મનનો ગભરાટ: વ્યાકુલતા: ઉદ્વેગ; ક્ષોભ. 3. Discussion: સંવાદ; વાદવિવાદ; ચર્ચા; ચારવણી.

Agitative, (ઍજીટેટિવ્) *a.* Exciting: ઉશ્કેરતું; ખલભલાવતું; ઉપાડ કરતું. [corn: આંટણ.

Agnail, (ઍગ્નેલ્) *n.* A whitlow: નહિયું. 2. A

Agnate, (ઍગ્નેટ્) *a.* [L. *ad* & *natus*, born.] Related by father's side: ખાપની તરફનો સગો; ગોત્ર સંખંધી; સગોત્ર; ગોત્રજ. 2. Allied: સંયુકત; સંખંધ ધરાવતું. [વાત ઉપર; અગાઉ; ઉપર.

Ago, (ઍગો) *a.* or *adv.* Past: gone: થયું; ગયું;

Agog, (ઍગૉગ્) *a.* or *adv.* Highly excited by eagerness: આતુર; ઉત્કંઠિત.

Agoing, (ઍગોઇન્ગ્) *adv.* In motion: ચાલુ; જારી.

Agonize, (ઍગોનાઇઝ્) *vt.* [Gr. *agon*, a struggle.] To torture: અતિ દુઃખ દેવું: રીખાવવું: કષ્ટ આપવું; કષ્ટ થવું. *vt.* To feel or suffer extreme pain: અતિ વેદના થવી; રિખાવું; દુઃખથી ટલવલવું.

Agonizing, (ઍગોનાઇઝિન્ગ્) *p. a.* Tormenting: રિખાવતું; દુઃખ–કષ્ટ દેતું.

Agony, (ઍગોનિ) *n.* Anguish; pangs: અતિ કષ્ટ; સંતાપ; વેદના; વ્યથા; પીડા; ટલવલાટ.

Agrarian, (ઍગ્રેરઍન) *a.* [L. *ager*, a field.] Relating lands: જમીન–ખેતરને લગતું.

Agree, (ઍગ્રી) *vi.* [L. *ad* & *gratus*, pleasing.] (*a*) To concur: એકમત–સમંત થવું. (*b*) To be in concord: સંપસંપીને–હલીમલીને રહેવું: ખનવું. 2. (*to*) To yield assent to: સમ્મતિ આપવી; કબૂલ રાખવું. 3. To come to terms: કરાર–ખોલી–પકુણ કo. 4. To resemble: મલતું આવવું. 5. To suit: માફક આવવું; સદવું. 6. (*Gram.*) To correspond: પ્રમાણે હોવું: અન્વયી થવું. *vt.* To be of one mind: એકમત થવું. 2. To make friends: મિત્રાચારી સાંધવી–બાંધવી: પાછા જોડાવું: દોસ્તી કરવી.

Agreeable, (ઍગ્રીએબલ્) *a.* Conformable: માફક: અનુકૂલ. 2. In accordance: મુજબ: પ્રમાણે; યોગ્ય: તુલ્ય. 3. Pleasant: પસંદ પડતું: ખુશકારક: મનગમતું: પ્રિય. 4. Willing to consent: એકમત થવા ખુશી.

Agreeably, (ઍગ્રીએબ્લિ) *adv.* In accordance with: અનુસરીને: પ્રમાણે: મુજબ. 2. Pleasingly: મઝાથી: સુખેથી; સુખપૂર્વક: ખુશીથી: ખુશાલીથી.

Agreement, (ઍગ્રીમેન્ટ્) *n.* Unison: harmony: સંપ: ઐક્ય: ખનાવ; મેલ. 2. (*Gram.*) Concord: સમાન્વય: એકરૂપતા. 3. (*a*) The union of two or more minds: બે અગર વધારે જણનો અનુમત–સમ્મતિ. (*b*) A bargain: a contract: સાટું: ખોલી: શરત: કરાર: કબૂલાત. *Written* **a.**: કરારનામું.

Agricultural, (ઍગ્રીકલ્ચ્યૂરલ) *a.* Relating to husbandry: ખેતીવાડી સંખંધી.

Agriculture, (ઍગ્રીકલ્ચ્યૂર્) *n.* [L. *ager*, field & *colo*, I till.] Tillage: husbandry: ખેતીવાડી; ખેતી.

Agriculturist, (ઍગ્રીકલ્ચ્યૂરિસ્ટ્) *n.* A husbandman: ખેડુત; કણબી.

Ague, (ઍગ્યૂ) *n.* [L. *acuo*, I sharpen.] Chilliness; a chill: ટાઢાડ; લખલખું; શીત; કંપ; ધ્રુજારી. 2. An intermittent fever, attended by alternate cold & hot fits: આંતરીઓ તાવ; ટાઢિયો તાવ. *Tertian* **a.**: એકાંતરીઓ તાવ. *Quartan* **a.**: ચોથીઓ તાવ.

Agued, (ઍગ્યૂડ) } *a.* Shivering with cold & fever: તાવની ધ્રુજારીવાલું.
Aguish, (ઍગ્યૂઇશ્) }

Ah, (આં) *interj.* An exclamation of surprise: હં! હેં!—of pity: અરેરે! હાયહાય!—of contempt: છટ્: છિ! હત!—of joy: વાહવા! શાખાશ!—of complaint: અહહ–અધધધ! ઓ! ઓરે!

Ahead, (ઍહેડ) *adv.* Further on; onward: સામે: અગાડી; મોખરે: આગલ. 2. Headlong: ઉંધેમાથે; વગર વિચારે; આંખો મીચીને.

Aid, (એડ્) *vt.* [L. *ad* & *juvo*, I help.] To assist; to succour: મદદ–સહાય કo: કુમક આપવી. *n.* Help: support: મદદ; કુમક: આશ્રય. 2. A helper: મદદ કરનાર; મદદગાર. 3. An aid-de-camp: મુસાહીખ; નકીખ.

Aid-de-camp, (એડિકૉન્ગ્) *n.* (Fr.) An officer attendant on a general to convey his orders: મુસાહીખ; સાથે રેહેનારો મદદનીસ અમલદાર.

Ail, (એલ્) *vt.* To trouble: દુઃખ દેવું; પીડા કo. *vt.* To be in uneasiness: દુઃખ થવું; પીડાવું; પીડા થવી. *n.* Pain: દુઃખ; દરદ; પીડા; વ્યથા. *I* **a.** or *I am ailing*: માહરા જીવને ગમતું નથી; મને કરાર નથી.

Ailment, (એલ્મેન્ટ્) *n.* Indisposition: દરદ; રોગ; દુઃખ; વ્યાધિ.

Aim, (એમ્) *vi.* [L. *æstimo*, I estimate.] To point at with a missive weapon: તાકવું; નિશાન ધારવું. 2. To endeavour after: લોભ–પ્રયત્ન કo; ઇચ્છા થવી; તાકવું; તકાવવું. *vt.* To direct (a weapon): નેમ તાકવો *n.* The pointing: તાકવું તે. 2. The object aimed at: નિશાન; ચોટ. 3. Purpose; intention: ધારણા; હેતુ; મુરાદ; ઇરાદો; આશય. 4. Conjecture: કલ્પના; અટકલ. *To cry* **a.**, to encourage: હિમ્મત–ધીરજ આપવી.

Aimless, (એમ્‌લેસ્) *a.* Without aim: વગર મતલબનું; લક્ષવગરનું; યોજના રહિત.

Air, (ઍઅર્) *n.* [L. *aer*, air.] The fluid which we breathe; atmosphere: હવા; વાયુ; પવન. 2. Air in motion; breeze: પવનની લહેર. 3. Publicity: (as to take *air*): ફેલાઈ જવું–ફાટવું તે; જાહેરાત; પ્રકાશ. 4. A melody; a tune: રાગ; સૂર; તાલ. 5. The peculiar look, manner, mien or carriage of a person: ચેહેરો; દેખાવ; સ્વરૂપ; ડોલ; રૂપ. 6. (*pl.*) Haughtiness: અક્કડ; મિજાજ; પત્રાજી. *To build castles in the* **a.**: શેખસલ્લીના વિચાર કo. *vt.* To ventilate; to dry: હવા આવવા દેવી; હવામાં મૂકવું: સુકવવા મૂકવું.

Air-gun, (ઍઅર્ગન) *n.* A gun to discharge bullets by means of air condensed in a globe. હવા ભરીને દાડવાની ખંદુક.

Air-hole, (ઍઅર-હોલ્) *n.* A hole to admit or discharge air: જાલિયું: ખારી; વાતાયન: ગવાક્ષ.

Airily, (ઍઅરિલિ) *adv*. In an airy manner: મોજ–મઝાથી; આનંદમાં.

Airing, (ઍઅરીંગ) *n*. હવા ખાવા–ફરવા નિકલવું તે; સેલ. 2. સુકવવા માટે હવામાં અથવા દેવતા આગલ મૂકવું.

Airless, (ઍઅર્લેસ) *a*. Wanting fresh air: હવા વગરનું; ખંધિયાર.

Air-pump, (ઍઅરપમ્પ) *n*. A pump for exhausting the air from a vessel: વાતાકર્ષક–વાતશોષક યંત્ર.

Air-tight, (ઍઅર્ટાઇટ) *a*. So tight as to be impermeable to air: હવા પેસી શકે નહીં એવું; વાતાગમ્ય.

Airy, (ઍઅરિ) *a*. Consisting of air: વાયુરૂપી; હવાવાલું; વાયુમય. 2. Open to air: પવન–હવાવાલું. 3. Light; unsubstantial: હલકું; નકામું; અસાર. 4. Vain; trifling: ફોકટ; વ્યર્થ; પોકલ; ખાલી. 5. Gay; lively: આનંદી; રંગીલું; મોજી; ખુશ.

Aisle, (આઇલ) *n*. [L. *ala*, a wing.] (*a*) A wing or side of a church: દેવલની બાજુનો ભાગ. (*b*) A wing of a building: મકાનની બાજુ–પડખું–ભાગ–પાંખ.

Ajar, (ઍજાર) *adv*. Partly open: અડધું ઉઘાડું; [થોડું ઉઘાડું.

Akimbo, (ઍકિમ્બો) *a*. Crooked: વાંકું; કમાનદાર.

Akin, (ઍકિન) *a*. Related to: સગું; સંબંધી; સગોત્ર; સજાતીય. 2. Resembling: મલતું; સરખું; સમાન; જેવું.

Alabaster, (ઍલબૅસ્ટર) *n*. [Gr. *a* & *labe*, a handle.] A kind of stone resembling marble: સંગેમરમર–આરસપહાણના જેવો એક જાતનો પથ્થર. 2. A box or vessel: પેટી અગર વાસણ.

Alack,-aday, (ઍલૅક, ઍલૅકડે) *interj*. [Corruption of **alas**.] An exclamation expressive of sorrow: હાય હાય! અફસોસ!

Alacrity, (ઍલૅક્રિટિ) *n*. [L. *alacer*, lively.] Liveliness: આનંદ; ઉત્સાહ; હોંશ; હર્ષ; ઉલટ. 2. Promptitude: ઉતાવલ; શિઘ્રતા; ચપલતા.

Alamode, (ઍલાંમોડ) *adv*. According to the fashion: રિવાજ–રીતિ પ્રમાણે. *n*. A thin, glossy, black silk: કાલું ઝીણું રેસમ.

Alarm, (ઍલાંર્મ) *n*. A call to arms: હથિયારબંધ થવાનો–સજ્જ થવાનો હુકમ. 2. A signal of danger: ભયની સૂચના–ચેતવણી–બુમ; ભય ધ્વનિ. 3. Fright; terror: ધારકો; ધાસ્તી; દહેશત; હેબત; ભો; ભય. 4. A mechanical contrivance for awakening persons from sleep: અલારમ. *vt*. To call to arms: હથિયાર સજવા–ભીડવાનો હુકમ ક૦. 2. To surprise with fear: ચોંકાવવું; ભયભીત ક૦; બિહવડાવવું. 3. To give notice of danger: ભયની ખબર આપવી.

Alarm-bell, (ઍલાંર્મબેલ) *n*. A bell, giving notice of danger: ભયની ચેતવણી આપનાર ઘંટ; ભયસૂચક ઘંટ.

Alarming, (ઍલાંર્મિન્ગ) *pa*. Terrifying: બીવડાવતું; ત્રાસજનક. 2. Exciting apprehension: ચેતવણી આપતું.

Alarmist, (ઍલાંર્મિસ્ટ) *n*. One who intentionally excites alarm: ભયભાષી; જાણી જોઇને ભયની અફવા ઉડાવનાર.

Alas, (ઍલૅસ) *interj*. An exclamation expressive of weariness, grief, pity, etc: અરેરે! હાય હાય! અફસોસ! તોબા! તોબા!

Albeit, (ઑલ્બીઈટ) *adv*. [*all, be & it*.] Notwithstanding; although: એટલું છતાં પણ; તોપણ; અગર જો કે.

Albescent, (ઍલ્બેસેન્ટ) *a*. [L. *albus*, white.] Whitish: ધોલું; સફેદ પડતું; ધોલાશપર.

Albino, (ઍલ્બાઇનો) *n*. A person whose skin & hair are preternaturally white: અતિશય ધોલી ચામડી તથા વાલવાલું માણસ.

Album, (ઍલ્બમ) *n*. [L. *albus*, white.] A blank book for the insertion of autographs of celebrated persons: વિખ્યાત માણસોના અક્ષર લખાવી રાખવા સારૂ અથવા દોસ્ત આસનાઓની યાદગીરીની નોંધને સારૂ રાખેલી કોરા કાગળની ચોપડી. 2. જાહેર મકાનોનાં ચિત્ર અથવા સ્નેહી ને ઓલખાણ પાલખાણવાલાઓની છબી રાખવાની ચોપડી.

Albumen, (ઍલ્બ્યૂમેન) *n*. The white of an egg: ઇંડાની સફેતી. 2. A substance like the white of an egg, found in animals & vegetables: પ્રાણી અથવા વનસ્પતિમાંથી ઇંડાની સફેતી જેવો નીકલતો ચિકણો પદાર્થ.

Alchemist, (ઍલ્કેમિસ્ટ) *n*. One who practices alchemy: કીમિયાગર; રસાયણી.

Alchemy-ymy, (ઍલ્કેમિ-કિમિ) *n*. A science, which aimed to transmute metals into gold: રસાયન; કીમિયો; રસવિદ્યા; રસસિદ્ધિ. 2. (*a*) A mixed metal: મિશ્રિત ધાતુ. [અર્ક; મદ્યસાર.

Alcohol, (ઍલ્કોહૉલ) *n*. Pure spirits: દારૂનો

Alcove, (ઍલ્કોવ) *n*. [Fig.] A recess or a part of a room containing seats for company: એકાંત સ્થલ; એકાંત. 2. A recess in a garden: કુંજ; વાડીનો માંડવો; પર્ણશાલા.

Alderman, (ઑલ્ડરમૅન) *n*. A magistrate of a town corporate: શહેરનો કોટવાલ.

Ale, (એલ) *n*. A liquor made from an infusion of malt: જવનો બનાવેલો એક જાતનો બીર દારૂ. 2. A festival in English country places: વિલાયતના ગામડાંઓમાં પલાતો એક તહેવાર. **a.** *house*, a house where ale is retailed: પીઠું; દારૂની દુકાન.

Alert, (ઍલર્ટ) *a*. [L. *rego*. I rule.] Watchful; vigilant: સાવધ; જાગૃત; સાવધાન. 2. Brisk; nimble: ચંચલ; ચપલ; ઉદ્યોગી.

Alertness, (ઍલર્ટનેસ) *n*. Vigilance: હોશિયારી; સાવધપણું; ચંચલાઈ; ચપલતા.

Algebra, (ઍલ્જીબ્રા) *n*. The science of computing by symbols: બીજગણિત.

Algebraic-al, (ઍલ્જીબ્રેઇક–કૅલ) *a*. Pertaining to Algebra: બીજગણિતને લગતું; બીજવિષયક.

Algebraist, (ઍલ્જીબ્રેઇસ્ટ) *n*. One versed in the science of algebra: બીજગણિત વેત્તા; બીજગણિતી; બીજગણિતમાં પ્રવીણ.

Alias, (ઍલિઍસ) *adv*. [L. *alius*. other.] Otherwise: ઉર્ફે; બીજે નામે; લકબે. *n*. Another name: બીજું નામ; ધારણ કરેલું નામ.

Alibi, (ઍલિબિ) *n*. [L.] Elsewhere: અન્યસ્થલે–બીજે ઠેકાણે હોવું તે.

Alien, (ઍલ્યેન) *a*. [L. *alius*, another.]

Foreign: પરાયા દેશનું; પારકું; વિદેશીય; બહાર ગામનું; પરાયું. 2. Estranged from; adverse: વિરૂદ્ધ; ઉલટું; ભીન્ન; વિરોધી. *n.* A foreigner: પરદેશી; વિદેશી. 2. A stranger: અજાણ્યો; બિનઓલખીતો.

Alienable, (ઍલ્યેનેબલ્) *a.* Capable of being transferred or sold to another: બીજાને નામે ચઢાવાય–વેચાય–હવાલે કરાય તેવું.

Alienate, (ઍલ્યેનેટ્) *vt.* To transfer to another: બીજાને હવાલે કo; સોંપવું. 2. (with) To wean; to estrange: સ્નેહ તોડવો; જુદાઈ કo; મનમ્યાર ઉતારવો. *a.* (from) Withdrawn; estranged: તજાયલું; છુટું પડેલું; ઉલટું; વિરૂદ્ધ.

Alienation, (ઍલ્યેનેશન્) *n.* A transfer of title, etc.: હવાલો; વેચાણ. 2. An estrangement: જુદાઈ; મન ઉતારો; વિરાગ; વિરક્તિ. 3. Delirium: ચિત્તભ્રમ; ઘેલચ્છા.

Alight, (ઍલાઇટ્) *vi.* To dismount; to descend, as from on horseback or from carriage: (ગાડી ઘોડેથી) ઉતરી પડવું–નીચે ઉતરવું. 2. To lodge: મુકામ કo; ઉતરી–આવી બેસવું; *a.* Lighted up: સળગાવેલું; પ્રકટેલું.

Alike, (ઍલાઇક્) *a.* Similar; like: સમાન; સરખું; બરાબર; તુલ્ય; સમ. *adv.* In the same manner, or form: તેજ પ્રમાણે; સરખી રીતે; એકરાસ.

Aliment, (ઍલિમેન્ટ્) *n.* [L. *alo*, I feed.] Food; nutriment: આહાર; ભોજન; ખોરાક; અન્ન.

Alimental,-ary, (ઍલિમેન્ટલ્, ઍલિમેન્ટરિ) *a.* Nourishing; nutricious: પુષ્ટિકારક; પોષક; પૌષ્ટિક; શક્તિ વર્ધક; પુષ્ટિ–શક્તિ આપે એવું.

Alimony, (ઍલિમૉનિ) *n.* [L. *alo*, I feed.] An allowance to wife, legally separated from her husband: છાંડેલી બૈરીને આપેલી ખોરાકી પોશાકી.

Aliquant, (ઍલિક્વૅન્ટ્) *a.* [L. *alius* other & *quantus*, how great.] Not dividing another number without a remainder: શેષભાજક.

Aliquot, (ઍલિક્વૉટ્) *a.* Dividing exactly or without a remainder: નિઃશેષ ભાજક.

Alive, (ઍલાઇવ્) *a.* Having life: સજીવ; જીવતું. 2. Unexpired: ચાલુ; જારી; અમલમાં. 3. Cheerful; lively: આનંદી; ચપલ; ચાલાક. 4. Having lively feelings: (with *to*): અભિજ્ઞાનવાળો; હોંશીઆર.

Alkali, (ઍલ્કેલિ) *n.* [*pl.* **Alkalies**] A substance which when combined with an acid produces a neutral salt, as soda, potash, &c: ક્ષાર; ખાર.

Alkaline, (ઍલ્કેલાઇન્) *a.* Having the properties of alkali: ખારના ગુણવાળું; ક્ષારધર્મક.

All, (ઑલ્) *a.* Whole of; every part of; every one of: આખું; બધું; સમસ્ત; સકલ; સઘળું; સર્વ; કુલ; તમામ. *n.* The whole; the total: સર્વસ્વ; સર્વે; બધું; સઘળું. *adv.* Entirely; completely: સમૂલગું; છેક; તદન. 2. At the moment: તે ક્ષણે; તરતજ. **a.** *along*, (*a*) regularly: નિયમિત રીત્યે; નિયમસર. (*b*) throughout: મૂલથી; અસલથી; ઠેઠસુધી. **a.** *in* **a.**, every thing: સર્વસ્વ; બધું. *And* **a.**, entirely: સામટું; એકદમ; બધું. **a.** *over*, (*a*) generally: સાધારણ રીત્યે. (*b*) everywhere: બધે; સઘલે ઠેકાણે; સર્વત્ર. (*c*) lost; finished: સમાપ્ત; થયેલું. **a.** *up*, finished; exhausted: પૂરૂં; સમાપ્ત; થઈ રહ્યું. *At* **a.**, in the least degree: બિલકુલ; મુદ્દલ; જરાપણ. **a.** *at once*, entirely: એકદમ; સામટું. **a.** *alone*: એકલું. *One's* **a.**, everything: સર્વસ્વ. **a.** *sunshine*, nothing real: ખોટું; જુઠું; તેમાંનું કાંઇ મળે નહિ. *By* **a.** *means*: સર્વથા; બેશક; જરૂર.

Allay, (ઍલ્લે) *vt.* [L. *ad* & *levis*, light.] To pacify: શાંત–ધીમું કo; મન મનાવવું; થંડું પાડવું. 2. To abate; to repress: ઓછું કo; મટાડવું; સમાવવું. 3. To alloy: ભેગ કo. *n.* (see **Alloy** *n.*)

Allegation, (ઍલ્લીગેશન્) *n.* Positive assertion; a plea: ખાતરીથી–ખચિતપણે કહેવું તે; નિશ્ચયપૂર્વક કહેવું–કહેલું તે; દલીલ; તકરાર.

Allege, (અલ્લેજ્) *vt.* [L. *ad* & *lego*, I send.] To assert: ખાતરીથી કહેવું. 2. To produce, as an excuse or plea: તકરાર–દલીલ દાખલ કહેવું.

Allegiance, (ઍલ્લીજિઅન્સ) *n.* [L. *ad* & *ligo*, I bind.] Loyalty; fealty: વફાદારી; રાજનિષ્ઠા; પ્રજાધર્મ; રાજભક્તિ; અનુરાગ.

Allegoric-cal, (ઍલ્લીગૉરિક્–કલ્) *a.* Figurative: દ્રષ્ટાંત રૂપી; લાક્ષણિક; રૂપકમય; અલંકારી.

Allegorize, (ઍલ્લીગોરાઇઝ્) *vt.* To form or turn into allegory: દ્રષ્ટાંત આપીને સમજાવવું. 2. To understand in an allegorical sense: લાક્ષણિક અર્થમાં લેવું–સમજવું. *vi.* To use allegory: રૂપક–દ્રષ્ટાંત આપવું.

Allegory, (ઍલ્લીગોરિ) *n.* [Gr. *allos*, other & *agora*, an oration.] A speech or discourse which conveys a meaning different from the literal one: દાખલો આપી સમજાવેલી–કહેલી વાત; દ્રષ્ટાંતરૂપી કથા; રૂપકથન; રૂપક.

Alleviate, (ઍલ્લીવિએટ્) *vt.* [L. *ad* & *levis*, light.] To mitigate; to assuage: કમ–હલકું કo; નરમ પાડવું; સમાવવું; ઓછું–કમતી કo; ઘટાડવું. 2. To extenuate: ઓછું કo–ઓછું થાય એવાં કારણ બતાવવાં; છાવરવું; ઢાંકવું; ઢાંક પિછોડો કરવો.

Alleviation, (ઍલ્લીવિએશન્) *n.* Mitigation: ઘટાડો; શાંતિ; શમન. 2. That which lessens or mitigates: શામક; શાંતિદ; ઘટાડનાર.

Alley, (ઍલ્લી) *n. pl.* **Alleys**. A walk in a garden: બાગમાંની વાટ; પગથી. 2. A narrow way in a city: ગલી; ગલીકુંચી. 3. A large marble: સંગેમરમરનો મોટો પથ્થર; આરસપહાણ.

All-fools'-Day, (ઑલ્ફૂલ્ઝ ડે) *n.* The first of April: અપ્રિલ મહીનાની પહેલી તારીખ; અપ્રિલફુલ.

All-fours, (ઑલ્ફોર્સ્) *n. pl.* A kind of game at cards: ગંજીફાની એક જાતની રમત. *To go on* **a.** (*a*). (*lit.*): બે હાથ પગ ઉપર ચાલવું. (*b*). (*fig.*) દરેક ઝીણી બાબતે મલતું આવવું; બરોબર મલતું આવવું–સરખું હોવું; આબાદ મલતું આવવું.

All-hail, (ઑલ્હેલ્) *interj.* All health: મજેમાં; સુખચેનમાં; આનંદમાં; કુશલતામાં.

Alliance, (ઍલ્લાઇઅન્સ્) *n.* [L. *ad* & *ligo*, I bind.] Union by marriage, etc: વિવાહસંબંધ; સગાઈ. 2. Treaty: સંધિ; સલાહ; મિત્રાચારી; દોસ્તી; મિલાપ; સંપ. 3. Persons allied: સાથી; મિલાપી.

Alligate, (ઍલ્લિગેટ્) *vt.* [L. *ad* & *ligo*, I bind.] To unite by some tie: એકઠું કo; મેલાપ કo; ગાંઠવું.

Alligation, (ઍલિગેશન) *n.* A rule in arithmetic: અંકગણિતનો એક પ્રકાર; મિશ્રગણિત.

Alligator, (ઍલિગેટર્) *n.* [L. *lacerta*, a lizard.] A crocodile: મગર; સુસવાટ.

Alliteration, (ઍલિટરેશન) *n.*[L.*ad & litera*, a letter.] The repetition of the same letter at the beginning of two or more words in close succession: એકજ અક્ષરનું ફરી ફરીને આવવું તે; ઝડઝમક; અનુપ્રાસ.

Allocate, (ઍલ્લોકેટ્) *vt.* [L. *ad & locus*, a place.] To distribute; to assign: ખંડી-વેંચી આપવું; હિસ્સો આપવો; કોઇને વાસ્તે જૂદું કરી રાખવું.

Allocution, (ઍલ્લોકયૂશન)*n.*[L.*ad & loquor*, I speak.] An address: સંભાષણ.

Allodial, (ઍલ્લોડિઍલ્)*a.* [Fr.] Free of rent or service: ખર્ચેસ દાખલ આપેલું; ઇનામી; પસાયતી; ખહારખલી.

Allot, (ઍલ્લૉટ્) *vt.* To distribute by lot: ચિઠ્ઠી નાંખી વહેંચવું. 2. To distribute to each individual: ભાગ પાડવા;વહેંચણી ક૦. 3. To give, assign or appoint in general: આપવું; ઠરાવવું; જૂદુ પાડવું.

Allotment, (ઍલ્લૉટ્મેન્ટ્) *n.* Share or part assigned: ભાગ; હિસ્સો; વાંટો; વિભાગ; અંશ.

Allow, (ઍલ્લાઉ) *vt.* [L. *ad & loco*, I place.] To grant; to afford: આપવું;દેવું. 2. To own: કબૂલ-માન્ય ક૦. 3. To approve; to sanction: પસંદ-મંજૂર ક૦; બહાલ રાખવું; 4. To abate; to deduct (a sum): છૂટ મૂકવી;મજરે આપવું; બાદ કરવું. 5.To permit: રજા-પરવાનગી આપવી. *To* **a.** *for*: ન ગણકારવું;ન ગણવું; દરગુજર ક૦.

Allowable, (ઍલ્લાઉઍબલ્) *a.* That may be allowed: આપવા-કબૂલ કરવા જોગ. *Not* **a.**: નિષિદ્ધ.

Allowance, (ઍલ્લાઉઍન્સ) *n.* Acknowledgment: કબૂલાત;અંગીકાર;સ્વીકાર. 2. License; permission: રજા;પરવાનગી. 3. Indulgence: છૂટ; સ્વતંત્રતા. 4. A portion appointed: લવાજમ; પગાર; ગુસારો. 5. Deduction: છૂટ; ઘટાડો; માફી; દરગુજર. 6 Reputation: પ્રતિષ્ઠા; માન; આબરૂ. 7. (*Com.*) A customary deduction from the gross weight of goods: વલતર; બાદ; કપાત.

Alloy, (ઍલ્લૉઇ) *vt.* [L. *ad & lex*, a law.] To reduce the purity of by mixing with a less valuable substance: (ધાતુને) ભેગવાળું-મિશ્ર ક૦. 2. To Corrupt;to impair: ભેગ કરીને હલકું ક૦; બગાડ-ભંગ ક૦. *n.* A metallic compound: ધાતુનો ભેગ;મિશ્રધાતુ. 2. Evil mixed with good: સારા સાથે નરસાનો ભેગ; ભેલ; ભેગ.

Allspice, (ઑલ્સ્પાઇસ) *n.* A spice of mildly pungent taste: ચીનીકબાલા; કબાબચીની;કપુરચીની.

Allude, (ઍલ્યૂડ્) *vi.* [L. *ad & ludo*, I play.] To suggest; to refer: સૂચના ક૦; કશા વિષે બોલવું-કહેવું; ઉદ્દેશીને કહેવું; અસેમસે બોલવું.

Allure, (ઍલ્યૂર્) *vt.* To entice; to decoy; લાલચ દેખાડવી; લોભાવવું; લલચાવવું; ફસાવવું; આકર્ષવું; મનહરવું.

Allurement, (ઍલ્યૂર્મેન્ટ) *n.* Temptation; attraction: લાલચ; લોભ; મોહ; આકર્ષણ.

Alluring, (ઍલ્યૂરિન્ગ્) *a.* Inviting; attractive: લલચાવતું; મોહ પમાડતું; આકર્ષક.

Allusion, (ઍલ્યૂઝ્હન) *n.* A hint; a suggestion: ઇશારો; સૂચના; સૂચન; ઉદ્દેશ.

Allusive, (ઍલ્યૂસિવ્) *a.* Hinting at: ઇશારો-સૂચના કરતું; સૂચક.

Alluvial, (ઍલ્યૂવિઍલ્) *a.* Relating to alluvium: કાદવ-કાંપની જમીનનું; ચગાનું.

Alluvion, (ઍલ્યૂવિઑન) *n.* [L. *ad & luo*, I wash.] Deposits of earth, sand, gravel &c., made by rivers, floods &c.: નદીના પ્રવાહથી ઘસડાઇ આવેલી રેતી, કાદવ, માટી, વીગેરેથી બનેલી નવી જમીન; ચગુ. [Same as **Alluvion**.

Alluvium, (ઍલ્યૂવિઅમ) *n.* (*pl.* **Alluvia**)

Ally, (ઍલ્લાઇ) *vt.* [L. *ad & ligo*, I bind.] To unite by marriage or treaty: વિવાહ સંબંધ ક૦; સગાઈ ક૦; સંપ ક૦; દોસ્તી-મિત્રાચારી ક૦. 2. To form a relation by resemblance: સમાન-સરખું-જેવું ક૦-થવું-હોવું; અનુયાયી બનવું. *n.* Confederate: મદદગાર; કુમકી; મિત્ર; સહાયકારી. 2.One related by any tie: સંબંધી.

Alma-mater, (ઍલ્માં-મેટર્) [L.-Fostering mother.] A college or seminary where one is educated: જેમાંપોતે કેલવણી લીધેલી તે પાઠશાલા-શાલા.

Almanac, (ઑલ્મૅનૅક્) *n.* A calender of days, weeks, & months: ટીપણું; પંચાંગ.

Almighty, (ઑલ્માઇટિ) *a.* Omnipotent; possessing all power: સર્વશક્તિમાન; સર્વસમર્થ. *n.* Omnipotent God: ઈશ્વર; સર્વશક્તિમાન પરમેશ્વર.

Almond, (આંમન્ડ્) *n.* Nut of the almond tree: બદામ. 2. (*Anat.*) One of the tonsils: ગલાંની બારી આગલનો માંસનો લોચો; કાકડો.

Almonry, (ઍલ્મેન્રિ) *n.* The place where alms are distributed: સદાવ્રત; દાનગૃહ; દાનશાલા. 2. A closet to keep choice articles in: ઉત્તમ વસ્તુઓ રાખી મૂકવાનો ગોખલો-ઓરડી-ખાનું.

Almost, (ઑલ્મૉસ્ટ્) *adv.* Nearly; for the greatest part: ઘણું કરીને;નજદીક; લગભગ; અકસર.

Alms, (આંમ્ઝ્) *n. pl.* Charity or charitable gift: દાન; ધર્મ; ભિક્ષા, ભિખ; ખેરાત.

Alms-house,(આંમ્ઝ્હાઉસ) *n.* A house where poor persons are lodged and supported: ભિક્ષાગૃહ; અનાથગૃહ; ધર્મશાલા; ખેરાતી મકાન.

Aloe, (ઍલો) *n.* [L.] A succulent plant, with broad prickly leaves: કુંવારનું ઝાડ; કુંવાર.

Aloes, (ઍલોઝ્) *n. pl.* The juice of the aloe: એલિઓ. -(wood) અગર.

Aloft, (ઍલૉફ્ટ્) *adv.* On high; in the air: ઉંચે; હવામાં; ઉપર. 2. (*Naut.*) At the mast-head; over the deck: ડોલ ઉપર; તૂતક ઉપર.

Alone, (ઍલોન) *a.* Single: એકલું;એલાહેદું; છૂટું. 2.Excellent: વિલક્ષણ;ઉત્તમ;શ્રેષ્ટ. *adv.*Separately; by itself: માત્ર; ફકત; નોખું; એકલું. *To let* **a.**: ન છેડવું; ખ્યાલ-કેડો મૂકવો; ન સતાવવું.

Along, (ઍલૉન્ગ) *adv. & prep.* Lengthwise: ઉભુ; સીધુ. 2.Onward: આગલ. 3.In company: સાથે. **a.** *of*, owing to: થી; લીધે. *All* **a.**, the whole way: આખે રસ્તે; અસલથી; આરંભથી તે અંત સુધી.

Aloof, (ઍલૂફ્) *adv.* At a distance;apart: દૂર; વેગલે; આઘે. 2. અલગ; અલગુ; છુટું; મોકળું.

Aloud, (ઍલાઉડ્) *adv.*Loudly: મોટે સાદેથી; પોકારીને; ઘાંટો કાઢીને; ખુલંદ અવાજે.

Alpaca, (ઍલ્પૅકે) *n.* A kind of sheep in Peru: પેરૂ શાહેરનુ એક જાતનું ઘેટું. 2. Cloth made of its wool: તેના ઉનનું બનાવેલું લુગડું; આલ્પાકો.

Alphabet, (ઍલ્ફૅબેટ્) *n.* [Gr. *alpha & beta*, the first & second letters of the Gr. alphabets.] The letters of a language arranged in the customary order: અક્ષરમાલા; મુલાક્ષર. *vt.* To arrange in order of an alphabet: અક્ષરના અનુક્રમે ગોઠવવું.

Alphabetic-cal, (ઍલ્ફૅબેટિક્-કૅલ્) *a.* Relating to or in order of an alphabet : અક્ષરના અનુક્રમનું–માં ગોઠવેલું; કક્કાવાર. 2. Literal:અક્ષરશઃ.

Alpine, (ઍલ્પાઇન) *a.* Relating to alps;(and hence) very high; mountainous: ઉંચું; પહાડી.

Already, (ઑલ્રૅડિ) *adv.* At sometime ago; કયારનું; અગાઉથી; પહેલાંથી.

Also, (ઑલ્સો) *adv.* or *conj.* In like manner; too; likewise; પણ; વળી; બી.

Altar, (ઑલ્ટૅર્) *n.* [L. *altus*, high.] An elevated place on which sacrifices were offered:ભોગ–બલી આપવાની જગા; યજ્ઞકુંડ.

Alter, (ઑલ્ટર્) *vt.* [L. *alter*, another.] To change: ફેરવવું; બદલી–ફેરવી નાખવું; થોડો ઘણો ફેરફાર ક૦. 2. To change entirely: તદન ફેરવવું; અન્યથા ક૦. *vi.* To vary: બદલાવું; ફરવું.

Alteration, (ઑલ્ટરૅશન) *n.* Partial Change; variation: ફેર; ફેરફાર; વિકાર; બદલી.

Alterative, (ઑલ્ટરૅટિવ્) *n.* A medicine which gradually induces change: ધીમે ધીમે ફેર પાડે એવી દવા. *a.* Causing change: ફેર પાડે એવું; વિકારી.

Altercate, (ઑલ્ટર્કેટ્)*vi.*[L. *alter*, other.] To dispute with zeal & heart; to wrangle:જોરસાથી–તપી જઇને તકરાર ક૦; હોંસાતોસી કરવી.

Altercation, (ઑલ્ટર્કેશન)*n.* Warm contention; contest: બોલાબોલી;રકઝક; તકરાર; વાદ; વિવાદ; ભાંજગડ; હોંસાતોંસી.

Alternate, (ઍલ્ટર્નેટ્) *a.* [L. *alter*, other.] One following the other;reciprocal: વારાફરતું; એક પછી એક; અવારનવાર. *vi.* To happen by turns: વારા ફરતી થવું. *vi.* To perform by turns: અવારનવાર–વારા ફરતી–ક૦. *n.* Vicissitude; ફેરફાર; ક્રમ; અવસ્થાંતર. [વારા ફરતી.

Alternately, (ઍલ્ટરનેટ્લી) *adv.* અવારનવાર;

Alternation, (ઍલ્ટર્નેશન) *n.* Interchange; reciprocal succession:ફેરફાર;વિપર્યય; અદલાબદલી.

Alternative, (ઍલ્ટર્નૅટિવ્) *a.* Offering a choice of two things: બેમાંથી એક પસંદ કરવાનું બતાવતું. *n.* A choice given of two things: બેમાંથી ગમે તે પસંદ ક૦ તે; ઇલાજ; વિકલ્પ; પક્ષ; પક્ષાંતર; ઉપાય.

Although, (ઑલ્ધો) *conj.* Be it so; notwithstanding; however: જોકે; અગરજો; જોપણ; યદ્યપિ.

Altitude, (ઍલ્ટિટ્યૂડ્)*n.* [L. *altus*, high.] Height: ઉંચાઈ; બુલંદી. 2. The elevation of a point, star etc.: ક્ષિતિજથી ગ્રહની ઉંચાઈ.3. Highest point: કેન્દ્ર.

Altogether, (ઑલ્ટૂગેધર્) *adv.* Entirely: મુતલગ; બિલકુલ; છેકજ; બધું; તમામ; સર્વથા; તદન. Conjointly: સાથેસાથે; સઘલું મલીને; જુમલે.

Alum, (ઍલમ)*n.*[L.*alumen.*] A mineral salt: ફટકડી; ફટકી. *vt.* To steep in a solution of alum: ફટકડીના પાણીમાં ઝબોલવું.

Aluminous, (ઍલ્યૂમિનસ) *a.* Relating to or containing alum: ફટકડીને લગતું;ફટકડીવાળું–મય.

Alumnus, (ઍલમનસ) *n.* [L. *alo*, I nourish.] (*pl.* **alumni.**) A graduate of a college; a pupil: શાગીર્દ; શિષ્ય; વિદ્યાર્થી; નિશાલિઓ.

Alveary, (ઍલ્વિઍરિ) *n.*[L. *alvus*,belly, bee-hive.] A bee-hive or something resembling it: મધપુડો કે તેના જેવી કોઇ વસ્તુ.

Alvine, (ઍલ્વાઇન)*a.*[See supra.] Pertaining to the lower belly:પેટ–પેડુને લગતું;આંતરડાં સંબંધી.

Always, (ઑલ્‌ઉવેઝ્) *adv.* At all times; constantly; continually: હમેશાં; સર્વકાલ;નિરંતર; સદા.

Am, (ઍમ) The first person singular, present tense of the verb *to be:* છું.

Amain, (ઍમેન) *adv.* Violently; vigorously: મોટા વેગ–જોરસાથી: 2. Suddenly:એકાએક; એકદમ; તાબડતોબ.

Amalgam, (ઍમૅલ્ગૅમ)*n.*[Gr. *malasso*, I soften.] A compound of mercury with another metal:પારા સાથે કોઇ પણ ધાતુનો ભેલ; કાંસું; મિશ્રધાતુ. 2.A compound of different things: મિશ્રણ: મેલવણી;ભેગ. *vi.* To form an amalgam: મેલવણી-ભેગ થવો.

Amalgamate, (ઍમૅલ્ગૅમેટ્) *vt.* To mix quick-silver with another metal.પારા સાથે બીજી ધાતુ મેલવવી. 2. To unite: ભેગું ક૦; મેલવી–જોડી દેવું.*vi.* To blend;coalesce: જોડાવું;મિશ્ર–ભેગું થવું.

Amalgamation, (ઍમૅલ્ગૅમેશન્) *n.* A mixture: મેલવણી; મિશ્રણ; સંમેલન; સંયોજન.

Amanuensis, (ઍમૅન્યૂઍન્સિસ્)*n.* [L. *ab*, & *manus*,hand;*pl.* **amanuenses.**]A copyist: કોઈ લખાવે તે લખનાર; નકલ કરનાર; લૈયો; લેખક.

Amaranth, (ઍમૅરૅન્થ્) *n.* [Gr. *a*, priv. & *maraino*,I fade.]A genus of annual plants of many species: ગુલમખમલ; કલગો; માટની ભાજી. 2. A color inclining to purple: સહેજ જાંબુઓ રંગ. 3. A flower that never fades: ન કરમાતુ ફૂલ.

Amaranthine.(ઍમૅરૅન્થિન)*a.* Unfading: કરમાઈ ન જાય એવું; ચિમલાઈ ન જનારૂં. 2. Of a purplish color: જાંબુઆ રંગનું.

Amass, (ઍમૅસ)*vt.*[L. *massa*,a lump.]To accumulate: એકઠું–સંગ્રહ ક૦; ઢગલો ક૦; સંચય ક૦.

Amateur,(ઍમૅટ્યૂર્)*n.*[L.*amo*, I love.] One who has a taste for study or arts: વિદ્યા કલાનો શોખી; શોખનેજ સારૂ અભ્યાસ કરનાર.

Amative, (ઍમૅટિવ્)
Amatorian, •(ઍમૅટોરિઍન)
Amatorious,(ઍમૅટોરિઅસ)
Amatory, (ઍમૅટ[illegible])
} *a.* Relating to love;producing love; amorous:

પ્રેમ—પ્યાર—પ્રીતિ સંબંધી; પ્રીતિજનક; મોહક; પ્રેમશીલ; શૃંગારી; કામી.

Amaze, (અૅમેઝ્)*vt.* To Confuse with terror &c.;to perplex;to astonish: ભયથી ગભરાવવું—તાજુબ કo;વિસ્મિત પમાડવું;દંગ—ચકિત—છક કરી નાખવું. *n.* Wonder;confusion:આશ્ચર્ય; વિસ્મય; ગભરાટ.

Amazement,(અૅમેઝ્મેન્ટ્)*n.* Wonder; confusion: વિસ્મય; અચરતી; અચંબો; આશ્ચર્ય.

Amazing, (અૅમેઝિંગ્) *pa.* Exciting astonishment:તાજુબ કરે એવું;અચરતી ભરેલું; વિસ્મયોત્પાદક; વિચિત્ર; અદ્ભુત; આશ્ચર્યકારક.

Amazon, (અૅમૅઝૉન્) *n.* [Gr.*a*, priv. & *mazos*, the breast.]A masculine or warlike woman; a virago: બાહાદુર—લડવૈયણ સ્ત્રી; વીરાંગના.

Ambassador,(અૅમ્બૅસૅડૉર્)*n.*A representative of a sovereign power at the court of another: રાજ્યદૂત; એલચી; વકીલ.

Amber,(અૅમ્બર્)*n.*A yellow or reddish resin, highly electric: કેરબો; તૃણમણિ. *a.* Made of amber: તૃણમણિનું; તૃણમણિના જેવું.

Ambergris, (અૅમ્બર્ગ્રીસ્) *n.* A fragrant, solid, ash-coloured opaque substance: અમ્બર.

Ambidexter, (અૅમ્બિડેક્સ્ટર્) *n.* [L. *ambo*, both & *dexter*, the right hand.] A Person using both hands with equal force: બન્ને હાથે સરખી રીતે કામ કરી શકે તેવો; ઉભયહસ્તકુશલ; સવ્યસાચી. 2. A double dealer: બન્ને તરફનાને સમજાવનારો; દ્વિપક્ષપાતી: બે મોઢે બોલનાર; મક્કરબાજ.

Ambient, (અૅમ્બિઅન્ટ્)*a.* [L. *ambi*, round, & *eo*,I go.]Going round about;surrounding: આસપાસનું; ઘેરાએલું; ચોતરફનું; ફરતું; વ્યાપક.

Ambiguity, (અૅમ્બિગ્યુઇટિ) *n.* [L. *ago*, I drive.] Doubtfulness of signification: શક ભરેલો અર્થ; દ્વીઅર્થ; સંદેહાર્થ; પેચ.

Ambiguous, (અૅમ્બિગ્યૂઅસ્) *a.* Uncertain; equivocal: શક ભરેલું; અસ્પષ્ટ; દ્વીઅર્થી; શકમંદ; મભમ; બે અર્થવાળું.

Ambit, (અૅમ્બિટ્) *n.*[L. *ambio*, I go about.] Compass; circuit: ઘેરાવો; ઘેર.

Ambition, (અૅમ્બિશન્) *n.* [L. *ambio*, I go about.] Aspiration; greediness: માન—મ્હોટાઇ મેલવવાની ઇચ્છા—લોભ—તૃષ્ણા: મહત્વેચ્છા.

Ambitious, (અૅમ્બિશસ્) *a.* Controlled by ambition: aspiring: મ્હોટાઇ—માન મેલવવાની ઇચ્છા રાખનાર; રાજ્ય લોભી: કીર્તિલોભી; માનાભિલાષી.

Amble, (અૅમ્બલ્) *vi.* [L. *ambulo*, I walk.] To pace;to go between a walk and trot: રવાલ ચાલ ચાલવી. *n.* A pace of a horse between a walk and a trot: રવાલ ચાલ.

Ambrosia, (અૅમ્બ્રોઝ્હીઅૅ) *n.*[Gr. *a*, priv. & *brotos*, mortal.] The imaginary food of the gods: અમૃત: સુધા; પીયુષ; દેવાન્ન.

Ambrosial, (અૅમ્બ્રોઝ્હીઅૅલ્) *a.* Having the qualities of ambrosia; delicious: અમૃતમય; સ્વાદીષ્ટ; અમૃતતુલ્ય મધુર; ખુશબોદાર.

Ambulance, (અૅમ્બ્યુલૅન્સ્) *n.* [L. *Ambulo*, I walk.] A flying hospital for the wounded in the battle: ઘાયલ થએલા લડવૈયા માટે લશ્કર સાથે 'ફરતું' દવાખાનું. 2. A cart for conveying the wounded: ઘાયલ થએલાને લઇ જવાની ગાડી.

Ambuscade, (અૅમ્બસ્કેડ્) } **Ambush** (અૅમ્બુશ્) } *n.* The act of attacking an enemy unexpectedly from a concealed station: સંતાઇ રહેલા સ્થલેથી દુશ્મન ઉપર એકદમ તુટી પડવું તે—છાપો મારવો તે; છાપો. 2. A concealed station where troops lie in wait to attack by surprise: દુશ્મન ઉપર એકાએક ધસારો કરવા માટે લશ્કરને સંતાવાની જગા. 3. Troops lying in wait for the purpose: એકદમ ધસારો કરવા માટે સંતાઇ રહેલું લશ્કર; ગુપ્ત દલ.*vt.* To lie in wait for: ભરાઇ સંતાઇ એસવું; છાપો મારવા માટે સંતાઈ રહેવું.

Ameliorate, (અૅમીલિઅરેટ્) *vt.* [L. *ad* & *melior*, better.] To make better; સુધારવું; સારૂં બેહેતર કo;ચઢતી દશામાં લાવવું.*vi.* To grow better: સારૂં થવું.

Amelioration, (અૅમીલિઅરેશન્) *n.* Improvement: સુધારો; ચઢતી દશા.

Amen, (એમેન્) Be it so: તથાસ્તુ; અસ્તુ;આમીન. *n. adv.* Truly; verily: ખચિત; ખરેખર; બેશક; સાચે; યથાર્થરીત્યે.

Amenable, (અૅમીનેબલ્) *a.* [L. *a*, & *mino*, I drive.] Responsible; accountable: જોખમદાર; જવાબદાર. 2. Submissive: આધીન;આજ્ઞાધીન; વશ.

Amend, (અૅમેન્ડ્) *vt.* [L.*e* & *menda*, a stain.] To reform; to improve: સુધારવું; દુરસ્ત કo; શુદ્ધ કo. *vi.* To grow better: સુધરવું; પાધરા રસ્તા પર આવવું.

Amendment,(અૅમેન્ડ્મેન્ટ્)*n.* Correction; reformation: સુધારો; ફેરફાર; સુધારેલી દરખાસ્ત.

Amends, (અૅમેન્ડ્ઝ્) *n. sing. & pl.* Compensation: recompense: બદલો; અવેજ; પ્રતિઉપકાર.

Amenity, (અૅમૅનિટિ)*n.*[L.*amœnus*, pleasant.] Pleasantness; મનોરંજકપણું; રમણીયતા; શોભા.

Amerce, (અૅમર્સ્) *vt.* [L. *merces*, wages.] To punish by pecuniary penalty: દંડ લેવો—કo.

Amethyst, (અૅમીથિસ્ટ્) *n.* A precious stone of a bluish violet color; a jewel:આસ્માની રંગનું ઝવાહેર; યાકૂત.

Amiability, (એમિઅૅબિલિટિ) } **Amiableness,** (એમિએબલ્નેસ્) } *n.* Loveliness:પ્રીતિ ઉપજાવે એવો ગુણ; મિલનસારી;ભલાઇ; સદ્ભાવ;સુશીલતા; મલતાવડાપણું; સાલેસાઇ.

Amiable, (એમિએબલ્) *a.* [L. *amo*, I love.] charming: પ્યાર—મમતા ઉપજાવે એવું; પ્રીતીપાત્ર, ભલું; મલતાવડું; સુશીલ: સુજન; રમણીય.

Amicable,(અૅમિકેબલ્)*a.*[L.*amicus*,a friend.] friendly: મિલનસાર; માયાલુ; સ્નેહશીલ; મિત્રાચારી ભરેલું.

Amicably, (અૅમિકેબ્લિ) *adv.* In a friendly manner: ઘરમેલે; શાંતરીતે; સમજુતીથી; સમાધાનીથી; મિત્રભાવથી.

Amid, (અૅમિડ) } **Amidst,** (અૅમિડસ્ટ્) } *prep.* In the middle of: વચ્ચે; મધ્યે; અંતરે; અંદર; માં: માંહે.

Amiss, (અૅમિસ્) *a.* Wrong: ખોટું; અનુચિત;અયોગ્ય. *adv.* Improperly: નાલાયક—ગેરવાજબી રીતે.

To take **a.**, to misunderstand: ઉંધુ-ખોટું સમજવું; ઉલટો અર્થ લેવો.

Amity, (ઍમિટિ) *n.* [L. *amo*, I love.] Harmony; friendship: મિત્રાચારી; સ્નેહભાવ; દોસ્તી; સલાહ-સંપ; સંધી.

Ammonia, (ઍમ્મોનિઍ) *n.* An alkali, which is gaseous in its uncombined state: નવસાર; નવસાગર.

Ammunition, (ઍમ્યુનિશન) *n.* [L. *ad* & *munio*, I fortify.] Military stores: લડાઇનો સામાન; દારૂ ગોળો; યુદ્ધસામગ્રી.

Amnesty, (ઍમ્નેસ્ટિ) *n.* [L. *amnestia.*] A general pardon of offences against government; રાજદ્રોહી ગુન્હેગારોને આપેલી સામાન્ય માફી; રાજક્ષમા.

Among, Amongst, (ઍમન્ગ્, ઍમન્ગસ્ટ્) *prep.* Amidst; mixed with: અંદર; માં; મધ્યે; વચ્ચે.

Amorous, (ઍમોરસ્) *a.* [L. *amo*, I love.] Inclined to love; loving: ઇશકબાજ; કામી; વિષયી; સ્ત્રી લંપટ. 2. (of) Enamoured; fond: આયાલુ; હેતાલ; શોખીન. **a.** *airs:* ઇશકનાં નખરાં–ચાલા.

Amorphous, (ઍમોર્ફસ) *a.* [Gr. *a*, priv. & *morphe*, shape.] Of irregular shape; having no determinate form: અનિયમિત આકારનું; ચોકસ આકાર વગરનું. 2. Anomalous: વિલક્ષણ; ઢંગધડાવગરનું.

Amount, (ઍમાઉન્ટ્) *vi.* [L. *ad* & *mons*, a mountain.] To go up: ઉપર જવું; ચઢવું. 2. To rise up to; to come in the whole: જુમલે થવું; એકંદર–સામટું–ખધું–મલીને થવું. 3. To be equivalent: તાત્પર્ય હોવું; સારાંશ–સાર હોવો; સરખું થવું–હોવું; પહોંચવું. *vt.* To increase: વધારવું. *n.* Sum total: સરવાળો; જુમલો. 2. Result: સાર; અર્થ; પરિણામ. 3. Sum: રકમ; સંખ્યા; આંકડો.

Amour, (ઍમૂર્) *n.* [L. *amor*, love.] A love intrigue: ઇશકબાજી; રંડીબાજી; પરસ્ત્રીસંગ.

Amphibia, (ઍમ્ફિબિઍ) *n. pl.* of **Amphibian**, [Gr. *amphi*, both & *bios*, life.] Animals, as a class, capable of living in water & air: જલ અને જમીન. બંનેમાં રહી શકે એવાં પ્રાણી.

Amphibious, (ઍમ્ફિબિઅસ) *a.* Having the power of living in air & water: ભુજલચર; સ્થલજલચર. 2. Adapted for living on land & water: સ્થલ તથા જલમાં–ઉપર રહેવાને યોગ–ગુણ–ધર્મ–ખાસીયતવાળું.

Amphitheatre, (ઍમ્ફિથીઍટર્) *n.* [Gr. *amphi*, both & *theatron*, theatre.] An edifice in an oval or circular form, having rows of seats one over another, for public sports: ચઢ ઉતર ગોઠવેલી ગોલાકાર બેઠકવાળું મકાન; રંગભૂમિ.

Ample, (ઍમ્પલ્) *a.* [L. *pelo*, I fill.] Wide; extended: વિશાલ; વિસ્તીર્ણ; મોટું. 2. Copious; fully sufficient: પુષ્કલ; પેટપુર; જોઇએ તેટલું; 3. Not brief: ટુંકાણમાં નહીં એવું; સવિસ્તર; સારાંશમાં નહિ લીધેલું તેવું.

Amplification, (ઍમ્પ્લિફિકેશન) *n.* Enlargement; diffusive discussion: વિસ્તાર; સવિસ્તર–લંબાણ વર્ણન.

Amplify (ઍમ્પ્લિફાઈ) *vt.* [L. *amplus*, large & *facio*, I make.] To enlarge: લંબાવવું; વિસ્તારવું; વૃદ્ધી ક૦. 2. To treat copiously; લંબાવીને વિવેચન ક૦; વિસ્તારપૂર્વક વર્ણન ક૦. *vi.* To grow or become large: મોટું થવું; વધવું. 2. To speak largely or copiously: વિસ્તારીને કહેવું–બોલવું.

Amplitude, (ઍમ્પ્લિટ્યુડ્) *n.* (*a*) Ampleness: બિસિયારી; પુષ્કલતા. (*b*) Wideness; extent of surface: વિશાલપણું; વિસ્તાર; ફેલાવો; લંબાઈ પહોલાઈ. 2. (*a*) Extent of capacity: બુદ્ધિની મહત્તા–સામર્થ્ય; ધારણશક્તિ. (*b*) Extent of means or resources: ધનસામર્થ્ય; દ્રવ્યસાધન.

Amply, (ઍમ્પ્લિ) *adv.* Copiously; largely; liberally: પુરતી રીતે; સારી પેઠે; ઉદારપણે; ખહોલે–મોકલે હાથે; વિસ્તાર પૂર્વક; સવિસ્તર; ઘોતાલપણે.

Amputate, (ઍમ્પ્યૂટેટ્) *vt.* [L. *amb*, about & *puto*, I prune.] To cut off, as a limb: અંગ કાપવું–છેદવું. 2. To prune: સોરવું છાંટવું.

Amputation, (ઍમ્પ્યૂટેશન) *n.* The act of cutting off a limb: અંગછેદન; છેદ; કાપ.

Amulet, (ઍમ્યૂલેટ્) *n.* [L. *amolior*, to drive away.] A charm against evils or mischiefs: મંત્રેલું માદલિયું; તાવિજ; દોરા ચિઠી; રક્ષાકરંડ; જંત્ર.

Amuse, (ઍમ્યૂઝ્) *vt.* [L. *Musa*, a Muse.] To occupy in a pleasant manner: મનરંજન ક૦; ગમતમાં નાખવું; ગમત–ક્રીડા ક૦; વિલાસવું; રમાડવું. 2. To delude; to deceive: રમાડવું; તાલવે ગોલ ચોંટાડવો; છેતરવું; ઠગવું.

Amusement, (ઍમ્યૂઝ્મેન્ટ્) *n.* Recreation: ગમત; તમાસો; વિનોદ; ખેલ; વિલાસ; મજા.

Amusing, -sive, (ઍમ્યૂઝિન્ગ્-ઝિવ્) *pa.* Pleasing; having power to entertain the mind: રમુજી; મનોરંજક; વિનોદી; વિનોદનશીલ; ગમતી.

Amylaceous, (ઍમિલેશસ્) *a.* Pertaining to or resembling starch: કાંજીને લગતું–ના જેવું.

An, (ઍન્) This word is properly an *adj.* but is commonly called an *indefinite article*, and signifies *one* or *any* but somewhat less emphatically: આ શબ્દ વાસ્તવરીત્યે વિશેષણ છે પરન્તુ સામાન્ય રીત્યે ઇંગ્રેજીમાં તેને 'ઇન્ડેફિનિટ્ આર્ટિકલ' કહે છે અને તેનો અર્થ 'એક,' 'એકાદ,' 'કોઇએક,' 'કંઇક' એવો થાય છે; પરન્તુ તે કંઇક ઓછો નિશ્ચયાત્મક છે. 2. Each; every: દર; પ્રતિ.

Anachronism, (ઍનૅક્રોનિઝમ) *n.* [Gr. *ana*, up & *chronos*, time.] An error in chronology: પ્રાચીન બનાવોના કાલગણનામાં ભૂલ–ચૂક.

Anagram, (ઍનૅગ્રૅમ્) [Gr. *ana*, back & *grapho*, I write.] *n.* A transposition of letters of a name, by which a new word is formed: કોઈ પણ નામના હરફોને આડા અવલા ગમે તેમ લખવાથી થએલો શબ્દ.

Analeptic, (ઍનૅલપ્ટિક્) *a.* [Gr. *analeptikos*, restorative.] Invigorating; giving strength: બલવર્ધક; પુષ્ટિકારક; પૌષ્ટિક. *n.* A medicine which gives strength; a restorative: પૌષ્ટિક–પુષ્ટિકારક ઔષધ–દવા.

Analogous, (ઍનૅલૉગસ્) *a.* Correspondent; similar: સમાન; અનુરૂપ; સરખું; મલતું.

Analogy, (ઍનૅલૉજિ) *n.* [Gr. *ana*, according to & *logos*, ratio.] Similarity or likeness between things in some circumstances: મુકાબલો; સરખાપણું; સાદૃશ્ય; ઉપમા; મળતાપણું. 2. (*Geom.*) Equality or similarity of ratios:પ્રમાણોની સમાનતા અથવા સરખાપણું.

Analysis, (ઍનૅલિસિસ્) *n. pl.* **analyses.** [Gr. *ana*, again & *lyo*, I loosen.] (*a*) A resolution of any thing into its original elements:મૂલતત્વ જુદાં પાડવાં તે; વ્યવચ્છેદ; વિભાગ. (*b*) An examination of the component parts each separately: કોઈ વસ્તુના અંગોનો પૃથક્ પૃથક્ વિચાર–વિવેચન; પદચ્છેદ; વ્યાકરણ. 2. (*a*) A table of the principal heads of a continued discourse: કોઈ ચાલુ વિવેચનના મુખ્ય ભાગો–ખાબોનું સાંકલિયું–કોષ્ટક. (*b*) A brief illustration of the principles of a science; synopsis; શાસ્ત્રસાર; સાર; સારગ્રંથ; પૃથક્કરણ. (*c*) (*Chem.*) The separation of a compound by chemical processes into its constituents: પૃથક્કરણ.

Analyst, (ઍનૅલિસ્ટ) *n.* One who analyzes: પૃથક્કરણ કર્તા; મૂલતત્વ વિવેચન વેત્તા.

Analyze, (ઍનૅલાઈઝ્) *vt.* To separate into component parts; to resolve into its elements: મૂલતત્વ જુદાં પાડવાં; પૃથક્કરણ ક૦.

Anarch, (ઍનાર્ક્) } *n.* [Gr. *an*, priv. &
Anarchist,(ઍનાર્કિસ્ટ્) } *arche*,rule.] Author of anarchy: અવ્યવસ્થા–ખલવો કરનાર;અંધેર ચલાવનાર; ખંડખોર–મચાવનાર.

Anarchic-cal, (ઍનાર્કિક્-કલ્) *a.* Without rule or government: અરાજક; અંધેર; અવ્યવસ્થિત.

Anarchy,(ઍનાર્કિ)*n.* Want of law or Government; political confusion: અંધેર રાજ્ય; ગેરબંદોબસ્ત; અંધાધુંધી. 2. Confusion in general: ગોટાલો; ગુંચવણ; ગોંધલ; અવ્યવસ્થા.

Anathematize, (ઍનથીમૅટાઈઝ્) *vt.* To pronounce an anathema: શ્રાપ દેવો; શ્રાપ દેઈને મંડલી બહાર ક૦; બદ દુવા આપવી.

Anatomic-cal, (ઍનૅટૉમિક્-કલ્) *a.* Belonging to anatomy: કાપકુપની–શરીરચ્છેદન વિદ્યા સંબંધી.

Anatomist, (ઍનૅટૉમિસ્ટ્) *n.* One skilled in anatomy: કાપકુપની વિદ્યામાં પ્રવીણ; શારીર વૈદ્ય.

Anatomy, (ઍનૅટૉમિ)*n.*[Gr. *ana*,up & *temno*, I cut.] Dissection: શરીરચ્છેદન; વિચ્છેદન. 2. The doctrine of the structure of the body, learned by dissection: શરીરચ્છેદન વિદ્યા; શરીર શાસ્ત્ર. 3. A skeleton: હાડપિંજર. 4. The act of dividing anything for the purpose of examining its parts: કોઈ પણ વસ્તુ–વિષયના ભાગોના વિચાર કરવા માટે તેમને જુદા પાડવા તે; પૃથક્કરણ; વિવેચન.

Ancestor, (ઍન્સૅસ્ટર) *n.* [L. *ante*, before & *cedo*, I go.] A forefather; બાપદાદા; પુર્વજ; વડવા. 2. (*Law*) One from whom an inheritance is derived: જેની પાસેથી વારસો મલે તે પુર્વજ.

Ancestral, (ઍન્સૅસ્ટ્રલ્) *a.* Pertaining to or descending from ancestors: વંશપરંપરગત–નું; બાપદાદાનું.

Ancestry, (ઍન્સૅસ્ટ્રિ) *n.* Lineage; series of ancestors: વંશ, પેઢી; કુલ; ઓલાદ; 2. Birth; honorable descent: ખાનદાન; કુલીનતા.

Anchor, (ઍન્કર) *n.* [L. *ancora*, a bend.] An iron instrument for holding a ship at rest in water: બિલાડી; લંગર; નાગર. 2. That which gives safety or security:રક્ષણ–સલામતી આપનાર. 3. Any contrivance designed to hold fast: પકડ. 4. Carved work resembling an anchor: લંગરના આકારનું કોતરકામ. *To cast* **a.**: લંગર નાંખવું; લંગરવું. *To weigh* **a.**: લંગર ઉપાડવું. *At* **a.**: લંગારેલું. *vt.* To place at anchor: નાગરવું; બંદર ક૦. 2. To fasten: મજબુત ઠોકવું. *vi.* To come to anchor: લંગરવાર થવું. 2.To fix or stop: સ્થિર થવું; અટકવું; ચોંટવું.

Anchor-age-ground,(ઍન્કરેજ્-ઍન્કરગ્રાઉન્ડ્) *n.* A place for anchoring: લંગારવાની જગા; લંગરવાડો; ઓરવો. 2. Anchor and all necessary tackle for anchoring: લંગરવા માટે જોઇતો સામાન; લંગર ઇ૦. 3. A duty on ships for anchoring in a harbour: બારામાં લંગર કરવા માટે લેવાતો કર.

Anchoret-ite,(ઍન્કૉરેટ્-ઍન્કૉરાઇટ્)[Gr. *ana*, back & *choreo*, I go.] A hermit; recluse: વનવાસી; યોગી; તપસ્વી; યતિ; સન્યાસી; બાવો.

Ancient, (એન્શન્ટ્) *a.* [L. *ante*, before.] Old; that existed in former times: પ્રાચીન;પુરાતન; જુનું; કદીમ. 2. Of great age;advanced in years: અસલી;પુરાણું; જુનું.3. Experienced:કાબેલ; નિપુણ; અનુભવી. *n.* (*pl.*) Those who lived in former ages: પુરાતન કાલના માણસો; અસલના લોક; અસલી લોકો. 2. (*pl.*) (*a*) Very old men: ઘણા ઘરડા–વૃદ્ધ પુરુષો. (*b*) Governors; rulers:રાજકર્તાઓ; રાજાઓ; હાકેમો.

Ancillary, (ઍન્સિલ્લરિ) *a.* [L. *ancilla*, a maid-servant.] Subordinate:હાથ નીચેનું;તાબેદાર.

And, (ઍન્ડ્) *conj.* A particle, connecting words or sentences together: અને;તથા; ને; હવે; **a.** *then*: પછી.

Androgynal-ous, (ઍન્ડ્રૉજિનૅલ્-નસ્) *a.* Having two sexes male & female: ઉભયલિંગક. 2. Having the mental characteristics of both sexes: બંને જાતીના ગુણ-લક્ષણવાલું.

Anecdote, (ઍનૅક્ડોટ્) *n.*[Gr. *a*, priv., *ek*, away & *didomi*, to publish.] Story; tale: વાર્તા; કહાણી; કથા; ઉપાખ્યાન.

Anecdotal-ical, (ઍનૅક્ડોટલ્-ટિકલ્) *a.* Pertaining to or resembling an anecdote: વાર્તા સંબંધી; કહાણીને મલતું; આખ્યાઈક.

Anent, (ઍનૅન્ટ્) *prep.* About: વિશે; બાબત; સંબંધી; લગતું. 2. Over against: સામા; સન્મુખ.

Anew, (ઍન્યુ) *adv.* Afresh; in a new form: ફરીથી; પાછું; નવેસરથી; પુનઃ.

Angel, (એન્જલ) *n.* [L. *angelus*, an angel.] A messenger: દુત; જાસુસ; કાસદ. 2. A spirit or spiritual being: દેવદૂત; ફિરસ્તો; સ્વર્ગદૂત. 3. An evil spirit: ભુત; શેતાન. 4. A beautiful person: ખુબસુરત માણસ. **a.** *of death*: યમદૂત.

Angelic-cal, (ઍન્જેલિક્-કલ્) *a.* Pertaining to angel: દેવદૂત સંબંધી–સરખું; ફરેસ્તા જેવું.

Anger, (ઍન્ગર) *n.* [L. *ango*, I torture.] Resentment; rage: રીસ; કોપ; ક્રોધ; ગુસ્સો; રોષ;

રાગ. *vt.* To provoke: ગુસ્સે-ક્રોધાયમાન ક૦; રોષે ભરાવવું.

Angle, (ઍન્ગલ) *n.* [L. *angulus*, a corner.] A point where two lines meet; a corner: કોણ; ખુણો. 2. A finishing tackle: માંછલા પકડવાનો આંકડો; ગલ. 3. One who may be easily enticed; a gull: ભોળું માણસ; ઓલીઓ; ભોલીઓ. (*fig.*) *A right* **a.**: ૯૦° અંશનો ખુણો; કાટખુણો. *An obtuse* **a.**: પોહોલો ખુણો. *An acute* **a.**: સાંકડો ખુણો: *vi.* To fish with a hook: આંકડાથી માંછલી પકડવી. 2. (for) To use some bait for; to intrigue; to scheme: લાલચ ખતાવી મેલવવાનું ક૦; યુક્તિ રચવી; છલપ્રપંચ-દાવપેચ ખેલવા. *vt.* To try to gain by some artifice: કોઈપણ યુક્તિથી મેલવવાને ફાંફાં મારવાં.

Angler, (ઍન્ગલર્) *n.* One who fishes with an angle: ગલવતી માંછલાં પકડનાર.

Anglican, (ઍંગ્લિકૅન) *a.* English: અંગ્રેજી; ઇંન્ગ્લાંડને લગતું. *n.* A member of the church of England: ઇંગ્લાંડના દેવલનો એક માણસ.

Anglicism, (ઍંગ્લિસિઝમ) *n.* An English idiom: અંગ્રેજી ભાષાની રૂઢી–ઢબ.

Anglo, (ઍન્ગ્લો) A prefix meaning the same as English: અંગ્રેજી.

Angrily, (ઍન્ગ્રિલિ) *adv.* Peevishly: furiously: રીસથી; ડોળા કાઢીને; રોષથી; ગુસ્સે થઇને; રીસ ચઢાવીને.

Angry, (ઍન્ગ્રિ) *a.* [See **anger**] Inflamed, as a sore: સુઝેલું. 2. Provoked: ક્રોધાયમાન; કોપાયમાન; ખફા; ગુસ્સે થયલું; રીસે ભરાયલું. 3. Showing anger; wearing the marks of anger: ક્રોધી; ક્રોધયુક્ત-સૂચક; 4. Stimulated: ઉત્તેજિત; સતેજ; જોશવર. 5. Raging; furious: તોફાની; જબરૂં.

Anguish, (ઍન્ગ્વિશ) *n.* [L. *ango*, I cause pain.] Extreme pain; grief; distress; pang: દુઃખ; વેદના; પીડા; પરિતાપ; સંતાપ.

Angular, (ઍન્ગ્યૂલર્) *a.* Having an angle or corner: સકોણ ખુણાવાલું; ખુણેદાર. 2. (*fig.*) Sharp & stiff (in character): (સ્વભાવમાં) કઠોર તથા અતડું.

Angularity, (ઍન્ગ્યૂલૅરિટિ) } *n.* The quality
Angulosity, (ઍન્ગ્યૂલૉસિટિ) } of being angular: જેમાં ખુણા હોય તે; સકોણતા.

Anile, (ઍનાઇલ્) *a.* [L. *anus*, an old woman.] Old; womanish: imbecile: કમજોર; ઘરડું; અશક્ત; નબળું; મંદબુદ્ધિનું; સાઠીબુદ્ધિનું.

Animadversion, (ઍનિમૅડ્વર્શન) *n.* Criticism; censure; reproof: ઠપકા–નિંદા ભરેલું ભાષણ; ટીકા; નિંદા; ચર્ચા; દોષારોપ.

Animadvert, (ઍનિમૅડ્વર્ટ્) *vi.* [L. *animus*, the mind & *verto*, I turn.] To turn the mind with intent to notice: મન-લક્ષ-ધ્યાન આપવું–દેવું–ઘાલવું. 2. To comment: ઠપકો દેઇ બોલવું; ટીકા ચર્ચા–નિંદા ક૦; ગુણદોષ ખતાવી કહેવું.

Animal, (ઍનિમૅલ) *n.* [L. *anima*, breath.] A living being endowed with sensation and the power of voluntary motion: પ્રાણી; જીવ; જંતુ; જાનવર. 2. Irrational being, as opposed to rational being: પશુ; જાનવર; હેવાન. *a.* Relating or belonging to animals: પ્રાણી–જીવ વિશેસંબંધી. 2. Consisting of the flesh of animals: માંસનું–વાલું. **a.** *kingdom:* પ્રાણિવર્ગ.

Animalcule, (ઍનિમૅલક્યૂલ) *n.* A little, invisible animal: ઘણું જ નાનું પ્રાણી; અલ્પજંતુ; પોરા.

Animality-ness, (ઍનિમૅલિટિ-નેસ) *n.* Animal existence or nature: હેવાનપણું; પશુત્વ.

Animate, (ઍનિમેટ્) *vt.* [L. *anima*, breath.] To make alive; to give natural life to: સજીવન–જીવતું ક૦. 2. To give powers to, as a lyre: (સારંગી વિગેરે) સ્વર ઉંચાં ક૦–ચઢાવવાં. 3. To stimulate: ઉત્તેજન આપવું; હિમ્મત આપવી; ઉશ્કેરવું. *a.* Alive: સજીવ; જીવતું; જીવધાર; સચેતન.

Animated, (ઍનિમેટેડ્) *pa.* Full of life or spirit: સજીવ; સચેતન; ઉત્સાહી; પ્રફુલ્લ; ઉલ્લાસિત.

Animating, (ઍનિમેટિન્ગ) *pa.* Encouraging; inspiring: ઉશ્કેરતું; જીવનશક્તિ આપતું.

Animation, (ઍનિમેશન) *n.* The act of animating; the state of being animated: જીવસંચારણ; જીવપ્રદાન. 2. Liveliness; vivacity; promptitude: દમ; જીવ; તેજ; ઉત્સાહ; ઉલ્લાસ; પ્રફુલ્લતા; હોશ.

Animosity, (ઍનિમૉસિટિ) *n.* Active enmity: શત્રુવટ; વૈરભાવ; અદાવત; દ્વેષ; વિરોધ; દુશ્મની.

Animus, (ઍનિમસ) *n.* (L.) Intention; purpose; temper: કપટ; અંટસ; આંટી; અદાવત.

Anise, (ઍનિસ) *n.* An aromatic plant: સુવાનો છોડ. **a.** *seed:* સુવા.

Ankle, (ઍન્કલ) *n.* The joint connecting the foot with the leg: પગની ઘુંટી.

Anklet, (ઍન્કલેટ્) *n.* An ornament for the ankle: કલ્લાં; તોડા; લંગર; ઝાંઝર.

Annalist, (ઍન્નૅલિસ્ટ્) *n.* A writer of annals: સાલવાર તવારીખ–ઇતિહાસ લખનાર; ઇતિહાસકાર; ચરિત્ર લેખક.

Annals, (ઍન્નૅલ્ઝ) *n. pl.* [L. *annus*, a year.] A history of events, in the chronological order: સાલવાર–પ્રતિવાર્ષિક ઇતિહાસ–વૃત્તાંત; સાલવાર ખબર; વાર્ષિક વૃત્તાંત; ચરિત્રાખ્યાન.

Anneal, (ઍનીલ) *vt.* To heat to fluidity & then cool slowly: (ધાતુ–કાચ ઇ૦) ઉનું કરી પિગાલીને ધીમે ધીમે ઠંડું ક૦; ટીપાય તેવી રીત્યે તપાવીને ધીમે ધીમે ઠંડુ ક૦. 2. To heat in order to fix colors: રંગ પાકો ચઢાવવાને માટે (કાચ, ઇ૦) તપાવવું.

Annex, (ઍન્નેક્સ) *vt.* [L. *ad*, to & *necto*, I tie.] To unite at the end; to subjoin: છેડેજોડવું–લગાડવું; વધારા દાખલ મૂકવું; સામેલ ક૦ 2. To add, as a smaller thing to a greater: મેલવી દેવું; ખાલસા ક૦; જોડી દેવું. 3. To connect: લગાડવું; જોડવું; પરિણામ દાખલ મૂકવું; છેડે લખવું. *vi.* To be united: જોડાઇ જવું; સંધાવું: *n.* Something joined: જોડાએલો ભાગ; અનુબંધ; સાંધણ; જોડાણ.

Annexation, (ઍન્નેક્સેશન) *n.* Conjunction; union; addition: જોડી દેવું–ખાલસા ક૦ તે; સંયોગ; સંયોજન. A thing *annexed:* અનુબંધ.

Annihilable, (ઍનાઇહિલેબલ) *a.* Capable of being destroyed: નાશ કરવા જોગ; નાશવંત; ફના થઇ શકે એવું.

Annihilate, (ઍનાઇહિલેટ્)*vt.* [L.*ad* & *nihil*, nothing.] To reduce to nothing; to destroy: નાશ-ક્ના ક૦; જડમુલથી ઉખેડી નાંખવું.

Annihilation, (ઍનાઇહિલેશન) *n.* Destruction; ruin: નાશ; ક્ષય; વિનાશ; લય; લેાપ; નાબુદી.

Anniversary, (ઍનિવર્સરિ) *a.* [L.*annus*, year & *verto*, I turn.] Yearly;annual: વાર્ષિક;દરેક વરસે આવતું. **a.** *days* : શ્રાદ્ધપક્ષ. *n.* A day celebrated as it returns each year: વાર્ષિક દિવસ; વાર્ષિકોત્સવ. **a.** *of birth*:જન્મ દિવસ; વર્ષગાંઠ; સાલગિરી. **a.** *of death:* મૃતતિથિ; વર્ષી.

Anno Domini, (ઍન્નોડૉમિનાઇ) Contracted A. D. *n.* In the year of the Lord:ઇસુખ્રિસ્તને વર્ષે; ઇસવીસન.

Annotate, (એન્નોટેટ્) *vi.* [L. *ad* & *nota*, a mark.] To make comments: ટીકા–શરેહ ક૦.

Annotation, (ઍન્નોટેશન) *n.* A comment on a passage of a book (generally used in *pl.*) ટીકા; ભાષ્ય; વ્યાખ્યાન; શરેહ.

Annotator, (ઍન્નોટેટર્) *n.* A commentator: ટીકાકાર; ભાષ્યકાર–કરનાર; શરેહ કરનાર.

Announce, (ઍનાઉન્સ)*n.*[L.*ad* & *nuncio*, I relate.] To proclaim; to publish; to make known: પ્રસિદ્ધ–જાહેર ક૦; ખબર આપવી;કહેવું.

Announcement, (ઍનાઉન્સમેન્ટ્) *n.* Proclamation: જાહેર ખબર; જાહેરનામું; સમાચાર; સંદેશેા.

Annoy, (ઍન્નૉઇ) *vt.* [L. *ad* & *noceo*, I hurt.] To molest: દુઃખ દેવું;સંતાપવું; ઇજા ક૦;પીડા ક૦; ત્રાસ આપવેા; સતાવવું; હેરાન કરવું.

Annoyance, (ઍન્નૉઇઍન્સ્) *n.* Vexation; molestation:ત્રાસ; હરકત; કંટાલેા; દુઃખ; ઉપદ્રવ; ઇજા; તસ્દી; તકલીફ; હેરાનગતી.

Annual, (ઍનન્યૂઍલ) *a.* [L. *annus*, a year.] Yearly; returning every year: વાર્ષિક; વર્ષે વર્ષે આવતું. 2. Lasting a year: એક વર્ષ ચાલે–ટકે તેવું. *n.* A book published yearly: વર્ષે વર્ષે છપાતું ચેાપાનિયું; વાર્ષિક પુસ્તક. 2. A plant that lasts a year only: એક વર્ષ રહે એવેા રેાપેા-છેાડવેા.

Annuitant, (ઍન્ન્યૂઇટન્ટ્) *n.* One receiving an annuity: વર્ષાશન ખાનાર.

Annuity, (ઍન્ન્યૂઇટિ) *n.* An yearly allowance: વર્ષાશન; વરસાશ; સાલિયું.

Annul, (ઍનલ્)*vt.*[L. *ad*, to & *nullus*, none] To nullify: રદ્દ-બાતલ ક૦; નિર્થક ક૦; કાઢી નાંખવું.

Annular, (ઍન્ન્યૂલૅર્) } *a.* [L. *annulus*, a
Annulary, (ઍન્ન્યૂલૅરિ) } ring.] Having the form of a ring: વીંટીના આકારનું; કંકણાકાર; મંડલાકાર. **Annular** *eclipse*, કુંડલાકાર ગ્રહણ.

Annulment, (ઍનલ્મૅન્ટ્) *n.* Abolition; revocation: બાતલ–રદ્દ ક૦ તે; લેાપ.

Annumerate, (ઍન્ન્યૂમરેટ્) *vt.* [L. *ad* & *numerus*, number.] To add; to unite: ઉમેરેા–વધારેા ક૦.

Annunciation,(ઍનન્સિએશન)*n.* Proclamation; announcement: જાહેર ક૦ તે;જાહેર ખબર. 2. The name of a festival celebrated on the 25th March: ૨૫મી માર્ચે પલાતા તહેવારનું નામ.

Anodyne,(ઍનેાડાઇન)*n.*[Gr. *a*, neg. & *odyne*, pain.] A medicine, that allays pain: દુઃખ નરમ પાડનારૂં–કમી કરનારૂં ઔષધ. *a.* Assuaging pain: દુઃખ કમી કરતું; દુઃખહર.

Anoint, (ઍનૉઇન્ટ્) *vt.* [L.*in*&*ungo*, I smear.] (*a*) To rub or smear with oil: તેલ ચેાપડવું–ચેાલવું; લેપ ક૦. (*b*) To pour oil upon; to spread over: ઉપર તેલ રેડવું; પાંથરવું–રેડવું. 2. To consecrate by the use of oil: તેલ ચેાલી પવિત્ર કરવું; અભિષેક ક૦.

Anomalism, (ઍનૉમૅલિઝમ્) *n.* A deviation from rule: નિયમ વિરૂદ્ધતા.

Anomalistic-cal, **Anomalous**,(ઍનૉમૅલિસ્ટિક્-કૅલ્, ઍનૉમૅલસ્)*a.*[Gr. *a*, neg. & *homos*, same.] Abnormal: irregular: ગેરશિરસ્તે–કાયદે; ગેરવાજબી; નિયમ–વિધિ વિરૂદ્ધ; વિલક્ષણ.

Anomaly, (ઍનૉમૅલિ) *n.* A departure from rule; irregularity: નિયમ વિરૂદ્ધતા; કાયદાથી ઉલટી રીત; અવિધિ; અનિયમ; વિલક્ષણતા.

Anon, (ઍનૉન)*adv.*Quickly;soon:ઝટપટ;તરત;જલદી.2. At another time; again:બીજે વખતે;ફરીથી. *Ever* & **a.**, frequently:વારે ઘડીએ; વારંવાર.

Anonymous,(ઍનૉનિમસ્)*a.* [Gr. *an*, neg.& *onoma*, a name.] Nameless: વગર નામનું; નનામું.

Another, (ઍનઅધર્) *a.* [*an* & *other*.]Different:અન્ય;જુદું; બીજું. 2. One more:બીજું એક; વધારે એક. 3. Any other:બીજું કેાઇ.

Answer, (ઍન્સર્) *vt.* To speak or write in return to; to respond to: જવાબ–ઉત્તર આપવેા; જવાબ વાલવેા–દેવેા.2. To refute:દાખલા દલીલ સાથે રદીએા આપવેા; ખંડન ક૦; તેાડવું. 3. To act in return to:બદલેા–પ્રતિકાર ક૦; બદલામાં ક૦. 4. To be or act in compliance with:મરજી પ્રમાણે વર્તવું–થવું; તાબે થવું; હાજર થવું; મતલબ પુરી પાડવી. 5. To be opposite to; to face:સામસામા હેાવું; સન્મુખ હેાવું. As,*windows answering each other*:સામસામી બારીએા. 6. To be sufficient for:મતલબ પુરી પાડવી; ગરજ સારવી;કામમાં–ખપમાં આવવું.7. (*a*) To be in proportion or relative to: પ્રમાણમાં બરેાબર હેાવું. (*b*) To be in conformity to;to correspond: પ્રમાણે થવું–હેાવું. As, the result *answered* his expectation:પરિણામ તેની ધારણા પ્રમાણે ઉતર્યું. (*c*) To suit:અનુકૂલ પડવું;લાયક-માફક હેાવું;ચાલવું; સરવું. 8. To render accounts to: હીસાબ–જવાબ આપવેા; જવાબદાર થવું. *vi.* (*to, for*) Same as *vt. n.* A reply:ઉત્તર: જવાબ; પ્રત્યુત્તર. 2.Response:પડઘેા; પ્રતિધ્વનિ; પ્રતિવચન. 3. Solution:હિસાબ; જવાબ. 4. Confutation:રદીએા; ખંડન. 5. Something done in return for something else:બદલેા પ્રતિકાર.

Answerable, (ઍન્સરેબલ્) *a.* Capable of being answered satisfactorily:સંતેાષપુર્વક જવાબ અપાય એવું. 2. Responsible:જવાબદાર; જુમ્મેદાર. 3. Conformable:મલતું આવતું. 4. Suitable:યેાગ્ય; જેવું; લાયક; બંધબેસ્તું. 5. Equal:સરખું; બરાબર; અનુકૂલ.

Ant, (ઍન્ટ્)*n.*A pismire;an emmot:કીડી.*Black* **a.**:મકેાડેા. *Red* **a.**:ધીમેલ; ઢીમેલ. *White* **a.**:ઉધઇ.

Antagonism,(ઍન્ટૅગેાનિઝમ્)*n.*Contrariety of thing or principles:વિરૂદ્ધતા;વિરેાધ;વેર;દુશ્મનાઇ.

Antagonist, (ઍન્ટૅગોનિસ્ટ્) *n.* [Gr. *anti*, against & *agon*, a struggle.] An opponent: વિરોધી; શત્રુ; સામાવાલો; હરીફ; પ્રતિપક્ષી. *a.* Counteracting: સામે-વિરૂદ્ધ થતું; વિરોધી; ઉલટું.

Antagonistic-cal, (ઍન્ટૅગોનિસ્ટક્-કલ્) *a.* Opposing; competing: વિરૂદ્ધ; સામું; ઉલટું; વિરોધી.

Antartic, (ઍન્ટાર્ક્ટિક્) *a.* Opposite to the northern or artic pole: દક્ષિણ ધ્રુવ સંબંધી. **a.** *circle*: દક્ષિણ ધ્રુવવૃત્ત.

Ante, (ઍન્ટી) A L. prep. signifying *before*: અગાઉ; પેહેલાં.

Antecedence-y, (ઍન્ટીસીડન્સ્-ન્સી) *n.* Precedence; act of going before: અગાઉ જવું તે; પૂર્વ સિદ્ધિ.

Antecedent, (ઍન્ટીસીડન્ટ્) *a.* [L. *ante*, before & *cedo*, I go.] Previous; foregoing; prior: આગલનું; પૂર્વનું; પૂર્વગામી. *n.* That which goes before: આગલી ખીના-બાબત. 2. (*pl.*) A man's earlier events: પહેલાના પરાક્રમ-ચાલ ચલગતનો ઇતિહાસ; પૂર્વ ચરિત. 3. (*Gram.*) A noun to which a relative refers: તત્પદ; પૂર્વશબ્દ. 4. (*Math.*) The first of the two terms of a ratio: પ્રમાણમાંનું પેહેલું પદ; અગ્રપદ.

Antecessor, (ઍન્ટીસેસૉર્) *n.* Predecessor; પૂર્વજ; વડીલ. 2. One who goes before; a leader: નાયક; આગેવાન; આગલ જનાર; મુખી.

Antechamber, (ઍન્ટીચેમ્બર્) *n.* An outer apartment: દીવાનખાનાની બહારનો ઓરડો.

Antedate, (ઍન્ટીડેટ્) *n.* Prior date: આગલી તારીખ; પૂર્વ મિતિ. *vt.* To date before the true time: આગલી-ગયેલી તારીખ ભરવી-માંડવી. 2. To anticipate: આગલથી લેવું-ધારવું.

Antelope, (ઍન્ટીલોપ્) *n.* [Gr. *anthos*, beautiful & *ops*, an eye.] A sort of quadrupeds, intermediate between the deer and goat: હરણ; મૃગ.

Antemeridian, (ઍન્ટીમીરિડિઍન) Contracted. **A.M.** *a.* Being before noon: બપોર-મધ્યાન્હ પહેલાનું.

Antenuptial, (ઍન્ટીનપ્શિઍલ્) *a.* Being before marriage: લગ્ન પહેલાનું.

Antepenult, (ઍન્ટીપીનલ્ટ્) *n.* The last syllable except two: શબ્દના છેડાથી ગણતાં ત્રીજું પદ.

Anteport, (ઍન્ટીપૉર્ટ્) *n.* An outer gate or port: આગલો દરવાજો; બાહેરનો દરવાજો.

Anterior, (ઍન્ટીરિઅર્) *a.* Antecedent; before in ti e or place: પૂર્વનું; આગલું; પ્રથમનું; પેહેલાનું; અગાઉનું.

Anthem, (ઍન્થેમ) *n.* [Gr. *anti*, against & *phone*, voice.] A sacred song or hymn set to music: ભજન; કીર્તન; સ્તોત્ર; ઇશ્વર સ્તુતિ.

Ant-hill, (ઍન્ટ્હિલ્) *n.* A hillock formed by ants, for their habitation: કીડીનું દર.

Anthology, (ઍન્થૉલૉજિ) *n.* [Gr. *anthos*, flower, & *lego* I gather.] A discourse on flowers: પુષ્પવર્ણન 2. A collection of flowers: ફુલનો સંગ્રહ; હાર. 3. A collection of beautiful pieces of poetry: સુંદર કવિતાનો સંગ્રહ.

Anthracite, (ઍન્થ્રૅસાઇટ્) *n.* [Gr. *anthrax*, a burning coal.] A hard, compact mineral coal: એક જાતનો કઠણ કોયલો.

Anthropology, (ઍન્થ્રોપૉલૉજિ) *n.* [Gr. *anthropos*, man & *logos*, discourse.] The doctrine of human mind and body: મનુષ્યના બાંધા વિષેનો મત-વિચાર. 2. The natural history of the human species: મનુષ્ય જાતની ઉત્પત્તિની તવારીખ.

Anthropophagi, (ઍન્થ્રોપૉફૅજિ) *n.* Gr. *anthropos*, man & *phago* I eat.] Cannibals; man-eaters: માણસનું માંસ ખાનારાં; મનુષ્યમાંસહારી; રાક્ષસો.

Anti, (ઍન્ટિ) *a.* Gr. prep. signifying *against*: સામે-ઉલટું-વિરૂધ્ધ-બદલે એવું બતાવનારો ગ્રીક ઉપસર્ગ.

Antic, (ઍન્ટિક્) *a.* [L. *antiquus*, old] Odd; fantastic: મશ્કરીવાલું; વિચિત્ર; કઢંગુ; અયોગ્ય; બેડોલ. *n.* The Fool of the old play; a buffoon: મશ્કરો; ભાંડ; ઠઠ્ઠાબાજ; મજાખખોર. 2. (*pl.*) Odd devices: ઠઠ્ઠાબાજી; ચાલા. 3. A fanciful figure: વિચિત્ર પુતલું.

Antichrist, (ઍન્ટિક્રાઇસ્ટ્) *n.* The great adversary of Christ: ખ્રીસ્તી ધર્મનો શત્રુ.

Anticipate, (ઍન્ટિસિપેટ્) *vt.* [L. *ante*, before, & *capio*, I take.] To do or take before another, to produce: બીજાના પહેલાં સાંધવું, બોલવું-લઈ લેવું. 2. To foresee; expect: આગલથી અટકલ-ધારણા બાંધવી; અગાઉથી ધારવું-જાણવું-નજર પુગાડવી. 3. To take up before hand: અગાઉથી લેવું-બોલવું-આગલ ધરવું.

Anticipation, (ઍન્ટિસિપેશન) *n.* The act of taking up or considering beforehand: પ્રથમથી-અગાડીથી લેવું-વિચારવું-અટકલ કરતે. 2. Foretaste: પૂર્વભોગ; પૂર્વાનુભવ. 3. Hasty notion: ઉતાવલે બાંધેલો વિચાર; પૂર્વજ્ઞાન; સ્મૃતિ; અગમબુદ્ધિ. 4. A prolepsis: પૂર્વગ્રહણ; ભવિષ્યનો વિચાર.

Antidotal, (ઍન્ટિડોટલ્) *a.* Counteracting poision or preventing any thing mischievous: ઝેર ઉતારનારૂ-વાલનારૂં; વિશનાશક.

Antidote, (ઍન્ટિડોટ્) *n.* [Gr. *anti* & *didomi* I give.] A remedy to prevent the effects of pioson: વિષ નાશક ઉપાય; વારણ; ઝેરનો ઉતાર. 2. Whatever tends to prevent mischievous effects: માઠું-ખરાબ પરિણામ આવતું અટકે તેવો ઉપાય-ઊતાર; નિવારણ.

Antifebrile, (ઍન્ટિફેબ્રિલ) *a.* Tending to cure fever: તાવ કાઢનારૂં; જ્વર નાશક. *n.* A medicine to allay fever: તાવ કાઢનારૂં ઔષધ.

Antimonial, (ઍન્ટિમોનિઍલ્) *a.* Composed of or pertaining to antimony: સુરમાનું બનાવેલું; સુરમા વિશે-સંબંધીનું. *n.* A preparation of antimony: સુરમાની બનાવટનું ઔષધ.

Antimony, (ઍન્ટિમૉનિ) *n.* A white metal used in medicines: સુરમાની ધાતુ; સુરમો.

Antipathic cal (ઍન્ટિપૅથિક્-કલ્) } *a.* Having
Antipathous, (ઍન્ટિપૅથસ્) } a natural dislike or digust; contrary: કુદરતી અભાવ-કંટાલાવાલું; વિરૂધ્ધ; ઊલટું; સામું.

Antipathy, (ઍન્ટિપૅથિ) *n.* [Gr. *anti* & *pathos*, feeling.] An aversion; opposition;

distaste:સ્વભાવિક વેર;જાતી કંટાલો; અભાવ; વેર; સુગ. 2. A contrariety in the properties or affections of matter: પદાર્થોના ગુણો અગર ધર્મોમાં વિરોધ–વિરૂધ્ધતા.

Antiphrasis, (ઍન્ટિફ્રૅસિસ્) *n.* [Gr. *anti* & *phrazo*, I speak.] The use of words in a sense opposite to their proper meaning:શબ્દને ઊલટા અર્થમાં વાપરવા તે.

Antipodes, (ઍન્ટિપૉડીઝ્) *n. pl.* [Gr. *anti* & *pous, podos*, a foot.] The people who live on the opposite side of the globe: આપણેથી પૃથ્વીની સામી બાજુએ રહેનાર લોકો.

Antiquarian, (ઍન્ટિકવેરિઅન્) *a.* Pertaining to antiquity: પ્રાચીનકાલનું; પ્રાચીન; પુરાતન જમાનાને લગતું. 2. Having a very large size: મોટા કદનું. *n.* One versed in antiquities: પુરાતન કાલની બાબતોમાં પ્રવીણ પુરૂષ.

Antiquary, (ઍન્ટિકવૅરિ)*n.*One devoted to the study of ancient things or versed in antiquity: પ્રાચીન બાબતોનો અભ્યાસ કરનાર.

Antiquate, (ઍન્ટિકવેટ્) *vt.* [L. *antiquus*, old.] To make old;to make void or abrogate: જુનું–રદ નકામું–નિરૂપયોગી ક૦.

Antiquated, (ઍન્ટિકવેટેડ્) *pa.* Ancient; obsolete:જુનું; પ્રાચીન; પુરાતન; બાતલ; રદ; નિરૂપયોગી.

Antique, (ઍન્ટીક્) *a.*Old; ancient: જુનું; પ્રાચીનકાલનું; પુરાતન; પુરાણું. 2. Of old fashion: જુની તરેહ–ઢબછબ–ચાલનું;અસલી.3. Made in imitation of antiquity: પ્રાચીનકાલ–જુના વખતની નકલ કરી કરેલું. 4. Odd: વિલક્ષણ; કઢંગું; વિચિત્ર; ઓર; અનિયમિત; કલ્પિત. *n.* The remains of ancient artists: અસલી કારિગીરિની રહેલી વસ્તુઓ.

Antiquity, (ઍન્ટિકિવટિ) *n.* Former ages: પ્રાચીનકાલ; પુરાતન જમાનો. 2. The ancients: અસલના લોક. 3. Old age: ઘડપણ. 4. An old gentleman: બુઢ્ઢો સદ્ ગૃહસ્થ. 5. (*a*) (*pl.*) The remains of ancient times: પ્રાચીનકાલની વસ્તુઓ. (*b*) Ancient institutions and customs: જુના–અસલી ધારાઓ તથા રીત રિવાજો.

Antiseptic, (ઍન્ટિસૅપ્ટિક્)*a.*[Gr. *anti* & *sepo*, I make purid.] (*Med.*) Counteracting putrifaction: કોહવાટ અટકાવનારૂં. *n.* A substance which resists or corrects putrifaction, as acids: કોહવાટ અટકાવનારો પદાર્થ.

Antithesis, (ઍન્ટિથેસિસ્) *n.* [Gr. *anti* & *tithemi*, I place.] An opposition of words or thoughts; contrast: શબ્દ–વાકય–અર્થ વિરોધ; અર્થની વિપરીતતા; અર્થાંતર.

Antler, (ઍન્ટલર્) *n.* [L. *anti*, before.] A branch of a stag's horn: સાબરના શિંગડાની શાખા; હરિણશૃંગ; સાબરસિંગુ.

Anus, (એનસ્) *n.* [L.] The opening of the body by which excrement is expelled: ગાંડ; મલદ્વાર; ગુદા; અપદ્વાર; સરકો.

Anvil, (ઍન્વિલ્)*n.*An iron block upon which metals are hammered and shaped: એરણ. To *be on the* **a.**, to be in a state of preparation or formation: તૈયાર થવું; બનવું; તૈયારીમાં હોવું; થતા જવું; થવાની તૈયારીમાં હોવું. *vt.* To form or shape on an anvil: એરણ ઉપર બનાવવું–ઘડવું.

Anxiety, (ઍન્ગ્ઝાઇઍટિ) } *n.* [L. *an-*
Anxiousness, (ઍન્ગ્કશસનૅસ) } *go*, I bind.]
Uneasiness: ચિંતા; ચટપટી; ઇન્તેજારી; કાલજી; આતુરતા; ફિકર; વ્યગ્રતા.

Anxious, (ઍન્ગ્કશસ્) *a.* (*For* or *about*) Solicitous; restless; disturbed; careful: ચિંતાતુર; ફિકરમંદ; ઇન્તેજાર; આતુર; ઉત્કંઠિત; આકુલ.

Anxiously, (ઍન્ગ્કશસ્લિ) *adv.* In an anxious manner: ચિંતા–કાલજી રાખીને; આતુરતાથી; ઇન્તેજારીથી; ઉત્કંઠાથી.

Any, (ઍની) *a.* One;some; either: કોઇ; કંઇ;હરેક. It is also used as *pron*; as, *any* of you. *adv.* At all; to any extent: કંઇ; જરીક. **a.** *wise*, In any way: ગમે તે પ્રકારે; કોઇ પણ રીત્યે; ગમે તેમ હોય તોપણ.

Aorist, (એઑરિસ્ટ્) *n.* [Gr. *a*, priv. & *horos*, limit.] An indefinite past tense in the Greek verb: ગ્રીક ભાષામાં અનિયમિત ભૂતકાલ.

Apace, (અપેસ્) *adv.* Speedily; hastily: ઝટપટ; ઉભેપગે; જલદી; સત્વર; તાકીદીથી; ઝડપથી.

Apart, (અપાર્ટ્) *adv.* [L. *a*, & *pars, partis*, a part.] Separately; aside: પૃથક્; જુદું; એક બાજુએ; એકાંતે. 2. Asunder; to pieces: જુદું જુદું; નોખું; દૂર; વેગલું; એલાહેદું.

Apartment, (અપાર્ટ્મેન્ટ્) *n.* [L. *a*, & *pars, partis*, a part.] A room; chamber: ઓરડો;ખંડ; ખોલી. *Womans'* **a.** or *inner* **a.**: જનાનખાનું.

Apathetic-cal, (ઍપથેટિક્-કલ્) *a.* Insensible: લાગણી–સમજ–કદર વગરનું; જડ; મંદ; બેપરવા.

Apathy, (ઍપથિ)*n.*[Gr. *a*, priv.&*pathos*,feeling.] Want of feeling: જડ–મંદપણું; બેપરવાઇ.

Ape, (એપ્) *n.* A monkey without a tail: પુંછડી વગરનો વાંદરો; કપિ; વાનર.2. A silly fellow: વાંદરાની પેઠે ચાલા–ચાંદીયાં પાડનાર. *vt.* to mimic: ચાલા પાડવા; નકલ ક૦; અનુકરણ ક૦.

Apepsy, (ઍપૅપ્સિ) *n.*[Gr. *a*, priv. & *pepto*, I cook.] Indigestion: અજીર્ણ; બદહજમી.

Aperture, (ઍપર્ટ્યુર્) *n.* [L. *ab* & *pario*, I bring forth.] A gap; opening; passage:કાણું; નાકું; છિદ્રું; બાકોરૂં; વહે; છિદ્ર; ભોક; સુરાખ.

Apetalous, (ઍપૅટલસ્) *a.* Having no flower leaf or corol: પાંખડી વગરનું; નિષ્પત્ર; દલહીન.

Apex, (ઍપેક્સ) *n.* [*pl.* **apexes, apices**] Summit: શિખર; મસ્તક; કલશ; અગ્ર; ટોચ; અણી; છોગું; કલગી. 2. The cap of an ancient priest: જુના વખતના પાદરીની ટોપી. 3. Mark of a long syllable: દીર્ઘાક્ષરની નિશાની.

Aphorism, (ઍફરિઝમ્) *n.* [Gr. *apo*,from & *horos*, limit.] A precept or important truth expressed in few words: કહેવત; સૂત્ર; વચન.

Aphthong, (ઍફ્થૉન્ગ્) *n.* [Gr. *apo*, from & *phthongos*, voice.] A letter, having no sound in pronunciation: વગર ઉચ્ચારનો અક્ષર.

Apiary, (ઍપિઍરિ) *n.* [L. *apis*, a bee.] A place where bees are kept: મધમાંખો પાલવાની જગા–કંડિઓ.

Apiece, (ઍપીસ્) *adv.* To each; to the share of each: દરેકને; માથા દીઠ; પ્રત્યેકને; હરએકને. 2. Each by itself: દરેકનું; પ્રત્યેકનું.

Apish, (ઍપીશ) *a.* Foolish; foppish: વાંદરા જેવું; ચિખાવલું; મૂર્ખ; વલવલતું; ટચાક; ઈત્તર.

Apocope, (ઍપૉકોપી) *n.* [Gr. *apo*, & *kopto*, I cut.] The omission of a last letter or syllable of a word: અંત્યાક્ષરનો લોપ. 2. (*Anat.*) The amputation of a part of a body: શરીરના કોઇ ભાગની વાઢકાપ; છેદન.

Apocryphal, (ઍપૉક્રિફલ્) *a.* Not canonical; fictitious: સંશયકારક; ખોટું; બનાવટી; તરકટી.

Apod-al-ous, (ઍપૉ-ડૅલ્-ડસ્) *a.* [Gr. *a*, without & *pous*, *podos*, a foot.] Without feet: પગ વગરનું; અપંગ.

Apogee, (ઍપૉજી) *n.* [Gr. *apo*, from & *ge*, the earth.] The point in the moon's orbit most remote from the earth: ચંદ્ર અને પૃથ્વીની વચમાં જે ઘણામાં ઘણું છેટું–અંતર થાય છે તે.

Apologetic-cal, (ઍપૉલોજૅટિક્-કૅલ્) *a.* Defending; excusing: દોષ ઉડાવનારૂં; બચાવ કરે–માફી–આપે તેવું; દોષો નિવારક; ક્ષમા–માફી સંબંધી.

Apologist, (ઍપૉલોજિસ્ટ્) *n.* One who makes an apology: માફી માગનાર.

Apologize, (ઍપૉલોજાઈઝ્) *vi.* (for) To make an apology: ક્ષમા–માફી–માગવી; આજીજી ક૦; દોષનો સ્વીકાર ક૦; ચૂક કબૂલ ક૦.

Apologue, (ઍપૉલૉગ્) *n.* A moral fable: શિખામણની–નીતિની કલ્પિત વાર્તા; કહાણી; વાત.

Apology, (ઍપૉલોજિ) *n.* [Gr. *apo* & *logos*, a speech.] Vindication: દોષ ઉડાવનાર ભાષણ–લખાણ–તકરાર. 2. An excuse: આજીજી; ક્ષમા; માફી.

Apoplectic-cal, (ઍપોપ્લેક્ટિક્-કૅલ્) *a.* Pertaining to or consisting in apoplexy: મગજે લોહી ચઢી જવાના રોગવાલું–સંબંધી.

Apoplexy, (ઍપોપ્લેક્સિ) *n.* [Gr. *apo* & *plesso*, I strike.] A sudden loss of sense & voluntary motion: માથે–મગજે લોહી ચઢી જવાનો રોગ.

Apostasy, (ઍપૉસ્ટૅસિ) *n.* [Gr. *apo* & *histemi*, to stand.] A total desertion or departure from one's faith, principles or party: સ્વધર્મ–મત–પક્ષ–ત્યાગ; ધર્મભ્રંશ; પરધર્માશ્રય; વટલવું તે.

Apostate, (ઍપૉસ્ટેટ્) *n.* One who renounces his religion, principles or party: સ્વધર્મ–મત–પક્ષ છોડનાર; સ્વધર્મત્યાગી; વટલેલ. *a.* Traitorous: સ્વધર્મત્યાગી; વિશ્વાસઘાતી.

Apostatize, (ઍપૉસ્ટૅટાઈઝ્) *vi.* To abandon one's faith, principles or party: પોતાનો ધર્મ, મત કે પક્ષનો ત્યાગ ક૦; પરધર્માશ્રય લેવો.

Apostle, (ઍપૉસલ્) *n.* [Gr. *apo* & *stello*, I send off.] A disciple of Christ sent forth to preach the gospel: ખ્રિસ્તિ ધર્મનો બોધ કરવા સારૂ મોકલેલો ઇસુખ્રિસ્તનો ચેલો. 2. Any person who takes the lead in advocating a new doctrine: નવો મત પ્રકટ કરવામાં આગેવાન માણસ.

Apostrophe, (ઍપૉસ્ટ્રૉફિ) *n.* [Gr. *apo* & *strepho*, I turn.] (*Gram.*) The contraction of a word by the omission of a letter or letters: અક્ષર અથવા અક્ષરોનો લોપ કરીને શબ્દનો સંક્ષેપ ક૦ તે; સંક્ષેપ. 2. The mark used to denote that a word is contracted: શબ્દ સંક્ષિપ્ત થયો છે તે જણાવવાને માટે વપરાતું ચિન્હ; લુપ્તાક્ષર ચિન્હ; (') 3. A turning away from the real auditory and addressing an absent or imaginary one: સાંભલનારાઓ પ્રત્યે બોલતાં બોલતાં એકાએક કોઇ હાજર કે ગેરહાજર વસ્તુ કે માણસને સંબોધીને કહેવું તે; સંબોધન.

Apothecary, (ઍપૉથેકૅરિ) *n.* [Gr. *apo* & *theke*, a chest.] One who prepares & sells drugs or medicines: દવા બનાવી વેચનાર; ઓસડ તૈયાર કરનાર.

Apothegm, (ઍપૉથેમ્) *n.* Aphorism: બોધવચન; કેહણી; કેહતી; વાકય; કહેવત; સૂત્ર; નીતિવચન.

Apotheosize, (ઍપૉથીઓસાઇઝ્) *vt.* To consecrate; to deify: દેવની પદવી આપવી.

Appall, (ઍપ્પૉલ્) *vt.* [L. *ad* & *palleo*, I grow pale.] To depress with fear; to terrify; to frighten: બિવડાવવું; ધાક દેખાડવી; ભયભીત–વ્યાકુલ ક૦; ત્રાસ બતાવવો; ડરાવવું. *vi.* To be dismayed: બીવું; ભય લાવવો. *n.* Dismay; terror: ધાક; બીક; ભય; ત્રાસ.

Appalling, (ઍપ્પૉલિન્ગ્) *a.* Daunting; scaring: હૈયુ ફાડી નાખે એવું; કાલજું–છાતી ચીરી–ફાડી નાંખે તેવું; ત્રાસજનક; ભયજનક.

Appanage, (ઍપ્પૅનેજ્) *n.* [L. *ad* & *panis*, a bread.] A portion of land assigned by a Prince for the maintenance of his younger sons: ભાયાતની જીવાઈ; જીવાત; કપાલગ્રાસ. 2. Means of nourishing; sustenance: ગુજરો: ઉપજીવિકા; પોષણ; ગુજરાન; નિભાવ; જીવન.

Apparatus, (ઍપ્પૅરેટસ્) *n.* [L. *ad* & *paro*, I prepare; *pl.* **apparatus** or **apparatuses**.] A full set of instruments for performing any operation: સાજ; ઓજાર; સાહિત્ય; સામાન; સંચો.

Apparel, (ઍપ્પૅરલ્) *n.* [L. *ad* & *paro*, I prepare.] Dress: વસ્ત્ર; લુગડાં; કપડાં; પોશાક; લેબાસ. 2. The furniture of a ship as, sails, anchors, &c.: શઢ લંગર ઈત્યાદિ વહાણનો સરસામાન. *vt.* To dress; to attire: વસ્ત્ર–કપડાં–પોષાક–લુગડાં પહેરવાં. 2. To adorn: શણગારવું; ભૂષિત ક૦.

Apparent, (ઍપ્પૅરન્ટ્) *a.* [L. *ad* & *pareo*, I become visible.] Visible to the eye: નજરે દેખાતું–જોવાતું; પ્રત્યક્ષ. 2. Evident: ઉઘાડું; સાફ; જાહેર; ખુલ્લું; સ્પષ્ટ; પ્રકટ. 3. Appearing but not real: બહારથી સાચું; માત્ર દેખાવમાં ખરૂં; દેખીતું; મિથ્યા; ઉપર ઉપરનું. *Heir* **a.**, heir-at-law: પાટવી કુંવર; યુવરાજ.

Apparently, (ઍપ્પૅરન્ટ્લિ) *adv.* Plainly; clearly: ઉઘાડી–ખુલ્લી રીતે; ઉપરથીજ; બહારથીજ.

Apparition, (ઍપ્પૅરિશન) *n.* [L. *ad* & *pareo*, I appear.] appearance: દેખાવ. 2. A visible object; a form: દેખાતી વસ્તુ; દેખાવ; આકાર; છાયા; આભાસ. 3. Ghost: ભૂત; પિશાચ; ડાકણ.

Appeal, (ઍપ્પીલ્) *vi.* [L. *ad* & *pello*, I drive] To remove a cause from an inferior to a superior court: નીચલી કોરટથી નારાજ થઇ ઉપલી કોરટમાં અરજી ક૦; અપીલ ક૦. 2. To refer to another for the decision of a question: ઇનસાફ કરાવવા માટે ત્રાહિત ધણીને અરજ ક૰. 3. To call on one for aid: બીજાની મદદ માગવી. *vt.* To refer to a superior judge:અપીલ–અરજી ક૰.2. To accuse: તહોમત મુકવું. *n.* A reference to superior court: ઉપલી કોરટને કરેલી અરજી; અપીલ. 2. An accusation: આરોપ. 3. A summons to an accused to answer to a charge: તોહોમતનો જવાબ આપવા ગુનેગાર ઉપર કાઢેલો સમન્સ–તેડું.4.Recourse: આશ્રયકરણ; શરણ; ઓથ. 5. A call on a person to grant a favour: મદદ માટે અરજ.

Appear, (ઍપ્પીઅર્) *vi.* [L. *ad* & *pareo*, I appear.] To be in view: નજરે પડવું; દેખાવું. 2. To stand in presence of: હાજર–રજુ થવું; સામા ઉભા રહેવું. 3. To be manifest:પ્રગટ–ખુલ્લું–સ્પષ્ટ થવું.4. To seem:ભાસવું;લાગવું;જણાવું; દેખાવું;માલુમ પડવું.

Appearance, (ઍપ્પીઅરન્સ્) *n.* The act of coming into sight: દેખાવું–નજરે પડવું તે; દર્શન; હાજરી. 2. A thing seen;a phenomenon:દેખાવ; કુદરતી ચમત્કાર. 3. Semblance or apparent likeness: દેખીતું સરખાપણું: ઉપસ્થિતિ; આભાસ; છાયા. 4. Demeanor: આકૃતિ; રૂપ; ડોલ; ચ્હેરો; આકાર. 5. likelihood: અનુમાન; સંભવ. 6. (*Law*) The coming into court of either of the parties: રજુઆત; હાજરી.

Appease, (ઍપ્પીઝ્) *vt.* [L. *ad* & *pax*, *pacis*, peace.] To conciliate; to pacify: શાંત ક૰; નરમ–થંડું પાડવું; મટાડવું.

Appellant, (ઍપ્પેલન્ટ્) *n.*One who appeals,as opposed to respondent: અપીલ–અરજી કરનાર.

Appellate, (ઍપ્પેલેટ્) *a.* Having cognizance of appeals: અપીલ સાંભળનારી અદાલત.

Appellation, (ઍપ્પલેશન્)*n.* Name:નામ; સંજ્ઞા.

Appellative, (ઍપ્પલેટિવ્) *n.* A common name:સાધારણ–સામાન્ય નામ. *a.* Pertaining to a common name; general: સામાન્ય; જાતિવાચક.

Append, (ઍપ્પેન્ડ્) *vt.* [L. *ad* & *pendo*, I weigh.] To attach to; to affix: લટકાવવું; લગાડવું; સામેલ ક૰. 2. To annex : ઉમેરો ક૰; જોડવું; ઉમેરો–સાંધણ ક૰; પુરવણી ક૰.

Appendage, (ઍપ્પેન્ડેજ્) *n.* Adjunct: જોડેલો–વધારેલો ભાગ; સાંધણ; અનુબંધ; ઉપકરણ; ઉપાંગ; અનુષંગીપદાર્થ; લટકણ.

Appendant,(ઍપ્પેન્ડન્ટ્)*a.*Hanging; attached:લટકતું;જોડેલું;સાંધેલું;લગાડેલું;ઉમેરેલું. 2.Belonging to another thing:બીજી ચીજ (મોટા વારસા)ને લગતું;લાગતું વળગતું. *n.* That which belongs to another thing, as subordinate to it: પેટા ભાગ.

Appendix,(ઍપ્પેન્ડિક્સ)*n.*[*pl.* **Appendixes** or **Appendices.**] An appendage, adjunct or concomitant: જોડેલો–વધારેલો ભાગ;સાંધણ; વધારો; ગ્રંથને છેડે લીધેલો વધારો; પુરવણી.

Appertain, (ઍપ્પર્ટેન્)*vi.*[L.*ad*, *per* & *teneo*, I hold.] To belong; to pertain: ઇલાખો–તાલુકો હોવો; સંબંધ–નીસબત રાખવી.

Appetence, (ઍપ્પીટન્સ)
Appetency,(ઍપ્પીટન્સિ)
Appetite, (ઍપ્પીટાઇટ્) } *n.* [L. *ad* & *peto*, I seek.] Desire; hunger;a craving for food, &c.;passion : ઇચ્છા; કામના; વાસના; મંછા; અભિલાષા;રૂચિ; ક્ષુધા;ભુખ. *Sensual* **a.**:વિષયરૂચિ; વિષયોપરાગ.

Appetize, (ઍપ્પીટાઇઝ્) *vi.* To increase or create an appetite: ક્ષુધા–ભુખ વધારવી.

Applaud, (ઍપ્લૉડ્) *vt.* [L. *ad* & *plaudo*, I clash.] To praise by words; to commend: વખાણ–સ્તુતિ–આફરીન ક૰; શાબાશી આપવી; ધન્યવાદ આપવો. 2. To praise by clapping hands:તાળી પાડીને શાબાશી આપવી.

Applause, (ઍપ્લૉઝ્)*n.* Approbation: વખાણ; સ્તુતિ; શાબાશી; ધન્યવાદ; શંસા; તારીફ; આફરીન.

Apple, (ઍપલ્) *n.* A fruit tree of the genus Pyrus: એક જાતનું ફલ–ઝાડ; શેબ, સફરજન; સેબફલ. **a.** *of the eye*, the pupil: આંખની કીકી; પુતળી. **a.** *of discord*, the subject of contention:લડાઇ ટંટાનું મૂલ; કજિયાનું કાલબુત. **a.** *pie order*, perfect order: પૂર્ણ વ્યવસ્થા. *vt.* To form like apple: શેબ જેવું બનાવવું.

Appliance, (ઍપ્લાઇઍન્સ્) *n.* The thing applied; fitting; aid: સાજ; સાહિત્ય; સરંજામ.

Appliacability, (ઍપ્લિકૅબિલિટિ)
Applicableness,(ઍપ્લિકૅબલનેસ) } *n.* Fitness to be applied: લગાડવાની–લાગુ પાડવાની યોગ્યતા; લાગ.

Applicable,(ઍપ્લિકૅબલ્) *a.* Suitable: લાયક; લાગુ પાડવા જોગ; બંધબેસતું; દુરસ્ત.

Applicant,(ઍપ્લિકન્ટ્) *n.* A petitioner; one who applies: અરજદાર–કરનાર; દાદી; દાદ માગનાર.

Application, (ઍપ્લિકેશન્) *n.* Act of applying: લાગુ પાડવું–લગાડવું તે; ઉપયોગ; પ્રયોગ. 2. Thing applied: લગાડેલી–ચોપડેલી ચીજ (ઓસડ). 3. Request; entreaty: અરજી; વિનંતી; પ્રાર્થના. 4. The employment of means: સાધન પ્રયોગ;ઉપયોગ. 5. Close attention; assiduity; intenseness of thought: મનોનિયોગ; મન લગાડવું–ઘાલવું–મંડયા રહેવું તે. 6. The act of directing or referring something to a particular case: લાગુ પાડવું તે; સંબંધ મેલવવો તે; સંબંધ.

Apply, (ઍપ્લાઇ) *vt.* [L. *ad* & *plico*, I fold.] To lay; to put; to fit: ચોપડવું;લગાડવું; મુકવું. 2. To use for a particular purpose;to devote: ઉપયોગમાં–કામમાં લેવું; વાપરવું. 3. To make use of, declare or pronounce as suitable or relative : યોગ્ય–લાયક–બંધબેસતું અથવા સંબંધ ધરાવતું જણાવવું–કહેવું;પ્રયોગ કરવો;વાપરવું.4. To fix or engage diligently (followed by *to*): મન–ચિત્ત ઘાલવું–પરોવવું–લગાડવું–વાલવું; મંડયા રહેવું. *vi.* To suit; to agree: લાગુ પડવું; મલતું હોવું. 2. To request; to solicit:અરજી-વિનંતી-પ્રાર્થના ક૰.

Appoint, (ઍપૉઇન્ટ્)*vt.* [L. *ad* & *punctum*, a point.] To establish : સ્થાપવું; મજબુત ક૰. 2. To prescribe; to ordain; to fix: નક્કી–મુકરર ક૰; નીમવું; નિર્માણ ક૰; ઠેરવવું. 3. To equip: તૈયાર ક૰. 4. To designate; to assign : નીમવું; યોજવું; નિયોજવું; અધિકાર આપવો. *vi.* To determine; to ordain: નક્કી–નિર્માણ ક૰.

Appointment, (ઍપૉઇન્ટ્મેન્ટ્)*n.* Designation to office: position: નિરૂપણ;સ્થાપન; નિમણોક;

ચાકરી; હોદ્દો; અધિકાર. 2. Stipulation : ગોઠવણ: ઠરાવ; વાયદો; સમય; સંકેત. 3. Decree: હુકમ; આજ્ઞા; નિયમ; વિધિ. 4. (*pl.*) Equipment: સરંજામ; સામગ્રી; સાજ. 5. (*pl.*) Salary: પગાર.6. A devise or grant to a charitable use:ધર્માદા બક્ષિસ;ધર્માદાય.

Apportion, (ઍપ્પૉર્શન) *vt.* [L. *ad* & *portio*, a portion.] To distribute in just proportion: બરાબર વેહેંચી આપવું;ભાગે પડતું–હિસ્સા પડતું વહેંચવું.

Apportionment, (ઍપ્પૉર્શન્‌મેન્ટ્) *n.* A division into just shares:હિસ્સાપ્રમાણે વેહેંચણી–વાંટણી.

Apposite,(ઍપ્પૉઝિટ્)*a.*[L.*ad* & *pono*,I put.] (*to*) Well-adapted; fit; relevant: લાયક; યોગ્ય; વાજબી; લાગુ પડતું; યુક્ત: યથાર્થ; સંગત.

Appositness, (ઍપ્પૉઝિટ્‌નેસ્) *n.* Propriety; fitness: યોગ્યતા; લાયકાત; લાયકપણું.

Apposition, (ઍપ્પૉઝિશન) *n.* (*Gram.*) The state of two nouns put in the same case, without a connecting word between them, one explaining the other: અભેદ–સંબંધ;સમાનાધિકરણ; એકાન્વય. 2. Accretion: ઉમેરો; પુરવણી.

Appraisal, (ઍપ્પ્રેઝલ્) *n.* A valuation by authority : સત્તાધારીના હુકમથી બંધાયલી કિંમત; આંકણી.

Appraise, (ઍપ્પ્રેઝ્) *vt.* [L. *ad* & *pretium*, price.] To set a value on: મૂલ–ભાવ–કિંમત ઠરાવવી–આંકવી; મુલવવું.

Appraisement, (ઍપ્પ્રેઝ્‌મેન્ટ્) *n.* A valuation: ઠરવેલી કિંમત; આંકણી.

Appreciable, (ઍપ્પ્રીશિએબલ્) *a.* Estimable: કિંમત–કદર–બૂજ કરવા જોગ; આંકવા લાયક; જણાય–લાગે એટલું–એવું; માલમ પડે એવું.

Appreciate, (ઍપ્પ્રીશિએટ્) *vt.*[L.*ad* & *pretium*, price.] To estimate justly or truly; to value: બૂજ–કદર જાણવી; ગુણ માનવો–જાણવો. 2. To raise the value of: કિમ્મત વધારવી; મોંઘુ ક૦.

Appreciator, (ઍપ્પ્રીશિએટર્) *n.*One who appreciates: કદરદાન; ગુણગ્રાહી; ગુણજ્ઞ; મર્મજ્ઞ.

Appreciation, (ઍપ્પ્રીશિએશન) *n.* A just valuation of merits, &c.: બૂજ; કદર; મૂલ્ય. 2. A rising in value: કિમ્મતમાં વધારો.

Apprehend, (ઍપ્પ્રીહેન્ડ) *vi.* [L. *ad* & *prehendo*, I seize.] To arrest; to seize : પકડવું; ઝાલવું; કબજ ક૦. 2. To conceive in the mind; to believe: સમજવું; મનમાં ધરવું–લેવું; ગ્રહણ ક૦. 3. To fear;to entertain suspicion of: દેહશત-ધાસ્તી લાગવી–રાખવી : અંદેશો લાગવો; ભય રહેવો; શંકા રાખવી; સંદેહ–ખતરો હોવો. *vi.* To think; to suppose;to understand:ધારવું;મનમાં હોવું;અનુમાન ક૦.

Apprehensible, (ઍપ્પ્રીહેન્સિબલ્) *a.* Conceivable: સમજાય એવું; મનમાં અણાય એવું; કલ્પનીય. 2. Dreadful: દેહેશત–ભય લાવવા જોગ.

Apprehension, (ઍપ્પ્રીહેન્શન) *n.* The act of seizing: પકડવું તે; ગ્રહણ. 2. The act of arresting: કેદ–કબજે ક૦.તે. 3. Simple contemplation: સમજણ; સમજ; અનુમાન; તર્ક. 4. Conception; opinion:ધારણા; વિચાર; અભિપ્રાય. 5. Faculty by which ideas are conceived: ધારણા કરવાની શક્તિ; મતિ; બુદ્ધિ; તર્ક: *of dull* **a.**: સ્થૂલ–મંદ બુદ્ધિવાલો. ઠોઠ; જાડી બુદ્ધિનો. *of quick* **a.**: તીક્ષ્ણ મતિ–બુદ્ધિવાલો. 6. Distrust; fear: અંદેશો; દેહેશત; શંકા, ધાસ્તી; ભય; અવિશ્વાસ; ખતરો.

Apprehensive, (ઍપ્પ્રીહેન્સિવ્) *a.* Fearful: ભયભીત; બીકણ; શંકાશીલ. 2. Sensible:સચેત; સજ્ઞાન.

Apprentice, (ઍપ્પ્રેન્ટિસ્) *n.* [L. *ad* & *prehendo*, I seize.] One bound to another to learn an art or occupation: કરાર કરીને હુન્નર અગર ધંધો શિખવા રહેલો માણસ; શિખાઉ; શિષ્ય. *vt.* To put under the care of a master for instruction in business: કરાર કરી ધંધો શીખવા મુકવું; દુકાને મુકવું.

Apprenticeship, (ઍપ્પ્રેન્ટિસ્-શિપ્)*n.*Condition of an apprentice: શિખાઉપણું; શાગિર્દી. 2. The term during which an apprentice serves: શિખાઉની મુદત.

Apprise, (ઍપ્પ્રાઇઝ્) *vt.* [L. *ad* & *prehendo*, I take.] To inform; to make known: જણાવવું; સૂચવવું;કહેવું;ખબર આપવી;ચેતવવું.[followed by *of*.]

Approach, (ઍપ્પ્રોચ્) *vi.* [L. *ad* & *prope*, near.] To draw near: પાસે આવવું–જવું; આવી પહોંચવું; થવાપર આવવું. 2. To draw near (in a figurative sense); to approximate: લગભગ પહોંચવું; બરાબર–સરખું ઉતરવું–હોવું; મલતું આવવું; સ્થિતિએ પહોંચવું. *vt.* To come near to;to approximate: મલતા આવવું–હોવું; સરખા ઉતરવું; આવી મલવું. *n.* Coming near: પાસે આવવું તે; આગમન; આગમ. as, **a.** *of the spring:* વસંતાગમ. 2. An access: પાસે જઈ શકાય તે; પ્રવેશ.

Approachable, (ઍપ્પ્રોચેબલ્) *a.* Accessible: પાસે જઈ–આવી શકાય એવું; ઉપગમ્ય; ગમ્ય.

Approaching, (ઍપ્પ્રોચિન્ગ્) *p. a.* Coming near: પાસે–નજીક આવતું: માથે આવતું–આવેલું.

Approbation, (ઍપ્પ્રોબેશન) *n.* [L. *ad* & *probo*, I prove.] Approval: પસંદગી; મનસંતોષ; વખાણ; અનુમત; સંમતિ; ધન્યવાદ.

Appropriable, (ઍપ્પ્રોપ્રિએબલ) *a.* Capable of being appropriated: લાગુ પડી શકે એવું; બંધ બેસતું; યોગ્ય.

Appropriate, (ઍપ્પ્રોપ્રિએટ્) *a.* [L. *ad* & *proprius*, one's own.] Fit: વાજબી; ઘટતું; યોગ્ય; લાયક; જોઈએ તેવું; ઉચિત; 2. Set apart; peculiar: ખાસ; પોતીકું સ્વકીય. *vt.* To claim or use by an exclusive right: પોતીકું કરી લેવું; પચાવી–બથાવી પડવું; ખાઈ જવું. 2. To set a part for a particular use: જુદું કહાડી રાખી મુકવું.

Appropriately, (ઍપ્પ્રોપ્રિએટ્‌લિ) *adv.* In proper mannner: વાજબી–ઘટતી રીતે.

Approvable, (ઍપ્પ્રુવેબલ્) *a.* Worthy of approbation;meritorious: વખાણવા જોગ; તારીફ લાયક; સ્તુતિપાત્ર; પસંદ કરવા જોગ.

Approval, (ઍપ્પ્રુવૅલ્) *n.* Approbation; sanction: પસંદગી; મંજૂરી; અનુમત–મોદન; સંમ્મતિ.

Approve, (ઍપ્પ્રૂવ્) *vt.* [L. *ad* & *probo*, I prove.] To be pleased with; to think well of: સંતોષ પામવો; રાજી–ખુશી થવું; રૂચવું;પસંદ–માન્ય–કબૂલ ક૦. 2. To make worthy of approbation; to commend: વખાણ–સ્તુતી–પસંદગીને યોગ્ય ક૦.

3. To sanction: મંજૂર–બહાલ રાખવું–કo.

Approximate, (ઍપ્રૉક્સિમેટ્)*a*. Nearly true; approaching to: ઘણું ખરૂં–લગભગ બરાબર–મળતું. 2. Near; next; proximate: સાથે–પાસે–નજદીકનું; પાસે પાસેનું. *vt*. To carry near: પાસે લાવવું. *vi*. To advance near: પાસે જવું–આવવું–પહોંચવું.

Approximation, (ઍપ્રૉક્સિમેશન) *n*. A moving near: આગમન; પાસે આવવું તે; ઉપગમ.

Appurtenance, (ઍપર્ટનૅન્સ) *n*. [See, **appertain**.] So written for *appertenence*.) That belonging to something else; appendage: બીજા સાથે જોડેલું–સંબંધ રાખતું હોય તે; ઉપાંગ; વધારો; અનુષંગી પદાર્થ; અનુબંધ.

Apricot, (ઍપ્રિકૉટ્) *n*. [L. *præ* & *coquo*, I ripen.] A delicious kind of stone-fruit: જરદઆલું; આલુ.

April, (એપ્રિલ)[L. *aperio*, I open.] The fourth month of the year: ઇંગ્રેજી વર્ષનો ૪ થો મહિનો.

Apron, (એપ્રન) *n*. [L. *nappa*, a napkin.] A cloth or a piece of leather on the fore-part of the body, to protect clothes: વસ્ત્ર ખરાબ ન થવા સારૂ શરીરના આગલા ભાગ ઉપર નાખવા કે બાંધવાનું લુગડું અથવા ચામડું. 2. The fat skin covering the belly of a goose or duck: હંસ અગર બતકના શરીર ઉપરની જાડી ચામડી. 3. A platform at the entrance of a dock: ગોદીના દરવાજા અગાડીનો માચડો.

Apropos, (ઍપ્રૉપ્રો) *adv*. Seasonably: ખરે ટાંકડે; અણીના વખતે; વખતસર; ખર વખતે. 2. By the way; to the purpose: અનુરૂપ; સંબંધી; વિશે.

Apt, (ઍપ્ટ્) *a*. [L. *apeo*, I join.] Fit; suitable: યોગ્ય; લાયક; બંધબેસતું; ઉપયોગી. 2. Liable; (used of things): થાય એવું: વશ;-શીલ. 3. Inclined, (used of pers.); ready: વલણવાળો; સ્વભાવવાળો; ખાસિયત–ગુણધરાવતું; પાત્ર; શીલ. as, *men are* **a.** *to forget*: માણસો ભૂલને પાત્ર છે. 4. Prompt; quick: ચંચલ; હોંશીયાર; કુશલ; ચપલ.

Aptitude, (ઍપ્ટિટ્યૂડ) } *n*. [L. *aptus*, fit.]
Aptness, (ઍપ્ટનેસ્) } Tendency: વલણ; સ્વભાવ; ઝોંક: ગુણ; ધર્મ. 2. Fitness: લાયકી; યોગ્યતા. 3. Readiness: ચપલાઈ; હોંશીયારી; શક્તિ.

Aqua, (ઍક્વા) *n*. પાણી; જલ; આબ; ઉદક.

Aquarium, (ઍક્વેરિઅમ) *n*. [L. *aqua*, water.] An artificial pond for rearing aquatic plants or animals: વનસ્પતી કે પ્રાણીઓ રાખવા સારૂ બનાવેલું તલાવ. 2. A globe or tank for keeping alive aquatic animals: જલ જંતુઓને જીવતાં રાખવાનો ગોલો અગર ટાંકી.

Aquarius, (ઍક્વેરિઅસ્) *n*. A sign in the zodiac; the water-bearer: કુંભરાશિ.

Aquatic, (ઍક્વૅટિક્) *a*. [L. *aqua*, water.] Pertaining to or inhabiting water: પાણીને લગતું-માં રહેતું; જલોદ્ભવ; જલચર; વારિજ. *n*. A plant growing in water: પાણીમાં ઉગતી–જલવનસ્પતી.

Aquavitæ, (ઍક્વૅવાઈટી) *n*. Brandy or other spirit: બ્રાન્ડી; જલદદારૂ.

Aqueduct, (ઍક્વીડક્ટ્) *n*. [L. *aqua*, & *duco* I lead.] A channel for conveying water: પાણીનોનલ; નેહેર; જલમાર્ગ.

Aqueous, (ઍક્વીઅસ્) *a*. Watery: પાણીનો ગુણ ધરાવતું–ના સ્વભાવવાળું; જલમય; જલરૂપ. 2. Made by means of water: પાણીથી બનેલું–થયેલું.

Aquiline, (ઍક્વિલાઇન) *a*. [L. *aquila*, an eagle.] Belonging to the eagle: ગરૂડનું–ને લગતું. 2. Curving; hooked: વાંકું; વક્ર; વળેલું; ગરૂડની ચાંચ જેવું. *an* **a.** *nose*: પોપટની ચાંચ જેવું નાક.

Arab, (ઍરૅબ્) *n*. A native of Arabia: અરબસ્થાનનો રહેવાસી; આરબ.

Arable, (ઍરેબલ્) *a*. [L. *aro*, I plough.] Fit for plowing: ખેડવા–ખેતી કરવા લાયક; જીરાએતી. Hence, it is applied to land which has been plowed or tilled: ખેડાએલી જમીન; ખેડાણ.

Arbiter, (આંર્બિટર્) [L.] Controller, ruler: કર્તા હર્તા; પ્રભુ; ઈશ; સ્વેચ્છાધીન. 2. (*Law*) A person appointed by parties in controversy to decide their differences: મધ્યસ્થ; લવાદ; પંચ; અમીન.

Arbitrable, (આંર્બિટ્રેબલ્) *a*. Arbitrary: સ્વચ્છંદી; ઇચ્છાધીન; મરજી મુજબ વર્તનાર. 2. Determinable: નિર્ણય–નિશ્ચય કરવા યોગ્ય.

Arbitrament, (આંર્બિટ્રૅમેન્ટ્) *n*. Will; decision: ઇચ્છા; મરજી; નિશ્ચય; નિર્ણય; ઠરાવ. 2. The award of an arbitrator: લવાદનો ફેંસલો–ચૂકાદો–નિવેડો.

Arbitrary, (આંર્બિટ્રૅરિ) *a*. Depending on the will: મરજીમાં આવે તેમ કરેલું; બે કાયદે; મનમાં–મરજીમાં આવે તેવું; સ્વચ્છંદી. 2. Despotic: જુલમગાર; સ્વતંત્ર; આપખુદ; આપ અખત્યાર.

Arbitrate, (આંર્બિટ્રેટ્) *vt*. & *vi*. To decide as an arbitrator: લવાદ તરીકે મત–ફેંસલો કરવો; મધ્યસ્થ થઇને નિર્ણય કo. 2. To judge or act as an arbitrator: લવાદ તરીકે વર્તવું; લવાદી કરવી.

Arbitration, (આંર્બિટ્રેશન) *n*. The hearing & determination of an arbitrator: લવાદી; અમીની.

Arbitrator, (આંર્બિટ્રેટર્) *n*. A person chosen by parties in controversy to decide; an umpire: લવાદ; અમીન; પંચ; મધ્યસ્થ. 2. One having the power of deciding without control: કોઈ પણ તરેહના અંકુશ–દાબ કે નિયમ વિના નિર્ણય કરવાની સત્તાવાલો; સ્વેચ્છાધીન–વાલો.

Arbor, (આંર્બર્) *n*. [L. *arbor*, a tree.] A bower: માંડવો; કુંજ; મંડપ. 2. An axle of a wheel: પૈડાની ધરી. 3. A tree as distinguished from a shrub: ઝાડ.

Arboreous, (આંર્બૉરિઅસ્) *a*. Pertaining to or growing on trees: વૃક્ષ સંબંધી; ઝાડ ઉપરથતું.

Arborescent, (આંર્બૉરૅસન્ટ્) *a*. ઝાડની પેઠે ઉગતું; ઝાડના જેવું.

Arc, (આંર્ક્) *n*. [L. *arcus*, a bow.] A segment of a circle: વર્તુલ–ગોલ ઘેરાવનો કોઈ પણ ભાગ.

Arcade, (આંર્કેડ) *n*. (A series) of arches supported by columns: સ્તંભોના આધારે રાખેલી કમાનોની હાર; લાંબી કમાનો–મહેરાબો.

Arcanum, (આંર્કેનમ) *pl*. **Arcana**. *n*. [L. *arca*, a chest.] A secret; a mystery: ભેદ; ભરમ; મર્મ; ગૂઢાર્થ. 2. A secret remedy: છુપો ઉપાય.

Arch, (આંર્ચ્) *n*. [L. *arcus*, an arc.] Any part of a circle; arc: ગોલ વર્તુલના પરીઘનો કોઇ પણ ભાગ. 2. A construction of blocks of wood disposed in the line of a curve: કમાન;મેહેરાબ; ગુંબજ. **a.** *of heaven*: નભોમંડલ. *Triumphal* **a.**s: વિજય સ્તંભાવલિ;સ્મરણ કીર્તિસ્તંભ;સ્મારક ચિન્હ;*vt.* To cover with an arch: કમાનદાર;–મેહેરાબદાર ક૦. 2. To form into the shape of an arch: કમાન જેવું વાલવું–કરવું. *a.* Cunning: પક્કું; ખંધું; ચતુર. 3. Playful: ખુશ મિજાજી; ટોલી; મસ્તીખોર; ઠીખલી.

Arch, (આંર્ચ્) *a.* [Gr. *archos*, chief.] Chief: મુખ્ય; પહેલા નંબરનું; પ્રધાન; શ્રેષ્ઠ; ઉત્તમ; મ્હોટું.

Archæology, (આંર્કિઑલૉજિ) *n.* [*arche*, beginning & *logos*, discourse.] The science of antiquities: પુરાતન બાબતોની વિદ્યા; પુરાણવસ્તુશાસ્ત્ર.

Archangel, (આંર્કેન્જેલ્) *n.* [Gr. *archos*, chief.] A chief angel: મહાદૂત: વડોફરેસ્તો; પ્રધાનદૂત.

Archbishop, (આંર્ચબિશપ્) *n.* A chief bishop: વડોપાદરી; મુખ્યધર્માધ્યક્ષ.

Archdeacon, (આંર્ચ્ડીકન) *n.* A church dignity next in rank below a bishop: મુખ્ય ધર્માધ્યક્ષનો સહાયકારી.

Arched, (આંર્ચ્ડ) *a.* કમાન–મેહેરાબદાર.

Archer, (આંર્ચર્) *n.* A bowman: તીર મારનાર; ધનુર્ધર; તિરંદાજ.

Archery, (આંર્ચરિ) *n.* Skill or art of archers: તિરંદાજી; ધનુર્વિદ્યા. 2. Archers collectively: તિરંદાજો; ધનુર્ધર સમસ્ત.

Archipelago, (આંર્કિપેલેગો) *n.* [Gr. *archos*, chief & *pelagos*, sea.] A sea abounding in small islands: ઘણા ટાપુવાલો દરિયો.

Architect, (આંર્કિટેક્ટ્) *n.* [Gr. *archos*, & *tekton* a worker.] One skilled in the art of building: ઇમારતો બાંધવાની વિદ્યા જાણનાર; શિલ્પશાસ્ત્રી; શિલ્પી;વાઢિયો. 2. A contriver: યોજના કરનાર–ઘડનાર.

Architectural, (આંર્કિટેક્ટ્યૂરેલ્) *a.* Of or pertaining to the art of building: ઘરની બાંધણી વીશેનું–ને લગતું.

Architecture, (આંર્કિટેક્ટ્યૂર્) *n.* The art of building: ઇમારતો બાંધવાનો હુન્નર;શિલ્પ. 2. Structure: બાંધણી; કારિગિરી; શિલ્પ કામ. *Military* **a.**, the art of fortification: કિલ્લા બાંધવાની કલા. *naval* **a.**, the art of building ships: વહાણ બાંધવાની કલા.

Archives, (આંર્કાઇવ્ઝ) *n. pl.* [Gr. *archos* & L. *traba*, a beam.] Place for public records: દફતર મુકવાની જગા; દફતરખાનું; ગ્રંથાગાર. 2. Public papers preserved as records of facts; registers: દફતરો.

Archness, (આંર્ચ્નેસ્) *n.* Slyness: ધુતારાપણું; ઠાંગાઈ; લુચ્ચાઈ. 2. Waggishness: મશ્કરી;ઠઠ્ઠાબાજી; ટોલ; ઠીખલ.

Archway, (આંર્ચ્વે) *n.* A passage under an arch: કમાનની નીચેનો–વાલો રસ્તો; મહેરાબદાર રસ્તો.

Arctic, (આંર્ક્ટિક્) *a.* [Gr. *arktos*, a bear.] Northern: ઉત્તર તરફ–સંબંધી; ઉત્તરધ્રુવનું–સંબંધી. **a.** *circle*: ઉત્તરધ્રુવવૃત્ત.

Arcuate-ed, (આંર્ક્યૂએટ્-ટેડ) *a.* [L. *arcus*, bow.] Bent; curved: વાંકું;વલેલું; વક્ર;કમાનદાર; મહેરાબદાર.

Ardency, (આંર્ડેન્સિ) *n.* Eagerness; ardor: આતુરતા; હોંશ; આવેશ; ઉત્સાહ; વ્યગ્રતા; કુતૂહલ.

Ardent, (આંર્ડેન્ટ્) *a.* [L. *ardeo*, I burn.] Hot; burning: જલદ; તલખ; ઉત્કટ; ગરમ; ઉન્હુ; ધગધગતું. as, **a.** *spirits*: જલદ દારૂ. 2. Fierce: લાલ; લાલચોલ; પ્રચંડ. 3. Passionate: આવેશી; ઉત્કંઠિત; પ્રેમી; ઉત્સાહી; આતુર; વ્યગ્ર. [sense: ગરમી; તાપ.

Ardor, (આંર્ડર્) *n.* આતુરતા. 2. Heat in a literal

Arduous, (આંર્ડ્યુઅસ્) *a.* [L. *arduus*, steep.] Lofty: ઉંચું;ઉન્નત. 2. Difficult: કઠણ;મુશ્કેલ;અઘરૂં.

Are, (આંર્) The *pl. pres. indic.* of the verb, *to be*: છે-છું નું બહુવચન;છીએ. *n.* The unit of surface in the French system of measures containing about 119-60 sq. yds: ૧૧૯-૬૦ચો.વા.નું એક ફ્રેન્ચ માપ.

Area, (એરીઍ) *n.* Any plane surface: ખુલ્લી જમીન. 2. (*a*) The inclosed space or site on which a building stands: ગભાણ; ઘરથાર. (*b*) A sunken space around the basement of a building: વાડો;આંગણું; ઘરની આસપાસની ખોલ્લી જમીન. (*c*) Superficial contents: ક્ષેત્રફલ.

Areca, (ઍરીકે) *n.* A genus of palm: તાડની જાતનું ઝાડ. **a.** *nut*; betel nut: સોપારી.

Arefy, (ઍરીફાઇ) *vt.* [L. *areo*, to be dry & *facio* I make.] To dry; to make dry: સુકવવું; કોરૂં ક૦.

Arena, (ઍરીનૅ) *n.* [L. *areo*, I dry.] (Primarily) Sand: રેતી. 2. The area in the central part of an amphitheatre ground strewed with sand for combats: તાલીમખાનું;અખાડો;રંગભૂમિ; મલ્લયુદ્ધશાલા. 3. (*Fig.*) Any place of public contest or exertion: સ્થલ;ભૂમિ;અંગણ;તકતો. 4. The middle of any enclosed place: કોઇ પણ મકાનનો વચલોભાગ.

Areometer, (ઍરીઑમીટર્) *n.* An instrument for measuring specific gravity of liquids: પ્રવાહી પદાર્થનું વિશેષ વજન માપવાનું યંત્ર.

Argent-tal-tic, (આંર્જેન્ટ્-ટૅલ્-ટિક્) *n.* Made of or resembling silver; silvery: રૂપાનું–જેવું; રૂપા જેવું ચલકતું.

Argentine, (આંર્જેન્ટાઇન) *a.* Silvery: રૂપા જેવું; રૂપેરી. *n.* White metal coated with silver: રૂપાના ઢોલવાલી ધાતુ.

Argil, (આંર્જિલ) *n.* [L. *argilla*, white clay.] Clay; potters' earth: સ્વચ્છ મટોડી; ગારો.

Argosy, (આંર્ગોસિ) *n.* A large vessel for merchandise or war: વેપાર–કિંવા યુદ્ધનું મોટું વહાણ.

Argue, (આંર્ગ્યૂ) *vi.* [L. *arguo*, I argue.] (with) To dispute; to reason: વાદવિવાદ–વાદ–ક૦; તકરાર લેવી–ક૦. 2. To invent & offer as reasons to support or overthrow a proposition, opinion or measure: કોઈ દરખાસ્ત, મત કિંવા કાર્યની તરફેણમાં કે વિરૂદ્ધમાં સંમત્તિનાં કે વાંધાનાં કારણ આપવાં; રકઝક–માથાઝીક–માથાકુટ–માથાફોડ કરવી. *vt.* To debate; to discuss: તકરાર ક૦–લેવી–ચલાવવી; વાદવિવાદ ક૦. 2. To prove: કારણ બતાવવાં; સાબિત ક૦; પ્રમાણ–તર્કથી સિદ્ધ ક૦; દેખાડી આપવું. 3. To persuade by reasons: મન વાલવું; કારણ બતાવી ખાતરી ક૦; યુક્તિ–વાદવિવાદથી સિદ્ધ ક૦; મનમાં ઉતારવું. 4. To disprove or refute: નાસાબેત–ખંડન ક૦; રદીઓ આપવો.

Argument, (આંર્ગ્યૂમેન્ટ્) *n.* A proof; a plea: દલીલ; પ્રમાણ; યુક્તિ; હેતુ; કારણ; સબબ. 2. Controversy: વાદવિવાદ; વાદાનુવાદ; વિવાદ; તકરાર; ચર્ચા.

3. The subject matter: ગ્રંથને આરંભે લખેલો સાર; ઉપોદ્ઘાત; મુખ્ય હકીકત; વિષય.

Argumentation, (આંર્ગ્યૂમેન્ટેશન) *a.* Reasoning; discussion: વાદવિવાદ; બોલાચાલી; તકરાર; નિરૂપણ.

Argumentative, (આંર્ગ્યૂમેન્ટેટિવ) *a.* Containing argument: પ્રમાણ–દલીલ ભરેલું; તાર્કિક. 2. Fond of arguing: તકરારી; દલીલબાજ; વાદશીલ; વિવાદપ્રિય; તર્કબાજ.

Arid, (ઍરિડ) *a.* [L. *areo*, I dry.] Parched; dried: સુકું; કોરૂં; કોરડું; શુષ્ક.

Arid-ity-ness, (ઍરિડિટિ-ઍરિડનેસ્) *n.* Dryness: કોરડાપણું; સુકાપણું; શુષ્કતા.

Aries, (એરીઝ્) *n.* [L. *aries*, a ram.] The ram; the first of twelve signs in the zodiac: ઘેટો; મેષ; બારરાશીમાંની પહેલી; મેષ રાશી; મેખ.

Aright, (ઍરાઇટ્) *adv.* Rightly; justly: દરૂસ્ત; ખરોબર; યથાયોગ્ય; યથાસ્થિત; ઠીક; ખરૂં; યુક્ત.

Arise, (ઍરાઇઝ્) *vi.* [*imp.* **arose**; *pp.* **arisen**.] (*a*) To come up from a lower to a higher position: નીચી સ્થિતિમાંથી ઉંચી સ્થિતિમાં આવવું; ઉઠવું; ચઢવું. (*b*) To come above the horizon: ઉદય થવો; ઉગવું. (*c*) To come up from one's bed or place of repose: ઉઠવું; પથારીમાંથી ઉઠવું. (*d*) To ascend: ચઢવું; ઉંચે જવું. 2. (*a*) To come into action, being or notice: થવું; નિકલવું; ઉદ્‌ભવવું; ઉતપન્ન થવું; (*b*) To become visible, operative or sensible: જણાવું; દેખાવું; પ્રકટ થવું; નજરે પડવું; સજીવન–સતેજ થવું. 3. To issue: વધવું; નિકલવું.

Aristocracy, (ઍરિસ્ટૉક્રસિ) *n.* [Gr. *aristos* best & *cratos*, strength.] A form of government in which the nobility have the supreme power: અમીરોનું રાજ્ય; અમીરી હકુમત. 2. The nobility: અમીર ઉમરાવ; મ્હોટા લોક; કુલીન જન.

Aristocrat, (ઍરિસ્ટૉક્રૅટ્) *n.* One in favor of aristocracy: અમીરી હકુમતની તરફેણ કરનાર; અમીરોના રાજ્યને ચાહનાર. 2. A proud man: મગરૂર માણસ.

Aristocratic-cal, (ઍરિસ્ટૉક્રૅટિક્-કૅલ) *a.* Pertaining to aristocracy: અમીરી રાજ્યને લગતું. 2. Partaking of aristocracy: ઉમરાવોને ઘટતું–છાજતું; કુલીન.

Arithmetic, (ઍરિથ્મૅટિક્) *n.* [Gr. *arithmos*, number.] The science of numbers: અંકગણિત; અંકવિદ્યા; હિસાબ.

Arithmetical, (ઍરિથ્મૅટિકૅલ) *a.* According to the rule of arithmetic: ગણિતનું–ના નિયમ પ્રમાણે.

Arithmetician, (ઍરિથ્મૅટિશિઅૅન) *n.* One skilled in arithmetic: ગણિતમાં પ્રવીણ–ખબરદાર; ગણિતવેત્તા; ગણક.

Ark, (આંર્ક્) *n.* [L. *arceo*, I enclose.] Repository: પેટી; કોઠાર; કોષ; ભંડાર. 2. Noah's vessel during the deluge: જલપ્રલય સમયની નોહાની તરતી નૌકા હોડી. 3. A large boat: મોટી હોડી; વહાણ.

Arm, (આંર્મ) *n.* [L. *armus*, shoulder.] The limb of the human body extending from the shoulder to the hand: હાથ; બાહુ; ભુજ. 2. (*a*) Any thing resembling an arm: હાથના જેવું–ને મલતું આવતું; ડાંડો; હાથ. (*b*) The branch of a tree: ઝાડની ડાલી; શાખા. (*c*) (*Naut.*) The end of a yard: વહાણના પરખાણનો છેડો. (*d*) An inlet of water from the sea: સમુદ્રનો ફાંટો; ખાડી. 3. Power; might: બલ; જોર; શક્તિ; સામર્થ્ય; વીર્ય; કૌવત. 4. (*pl.*) See **arms**. *vt.* To furnish with arms: હથિયારબંધ ક૦; શસ્ત્ર સજાવવાં. 2. To cover or furnish with what will add strength, force, security or efficiency: મજબુતી–પુષ્ટિ–જોર–સલામતી અગર સગવડતા આપે એવાથી જડવું–ચઢાવવું–પુરૂં પાડવું. 3. (*Fig.*) To fortify in a moral sense; to prepare for resistance: હિમ્મત લાવવી; તૈયાર–સજ્જ ક૦. *vi.* To put on arms: શસ્ત્ર સજવાં; હથિયારબંધ થવું.

Armada-o, (આંર્મેડૅ-ડો) *n.* [L. *arma*, armour.] A fleet of armed ships; a squadron: લડાઇના વહાણનો કાફલો; નૌકાસૈન્ય; આરમાર.

Armament, (આંર્મેમેન્ટ્) *n.* [L. *armus*, the arm.] A land or naval force equipped for war: લડાઈ માટે તૈયાર કરેલો કાફલો–ફોજ. 2. (*Mil.*) Arrangements made for the defence of a fortification: કિલ્લાના રક્ષણને માટે કરેલી ગોઠવણો. 3. (*Naut.*) Ship's guns and munitions: વહાણમાંની તોપ તથા બીજી યુદ્ધસામગ્રી હોય તે સર્વે.

Armature, (આંર્મેટ્યૂર્) *n.* Armour: બખ્તર; કવચ.

Armhole, (આંર્મહોલ) *n.* A cavity under the shoulder: બગલ; કાખ. 2. A hole in garment for the arm: બાંહ.

Armistice, (આંર્મિસ્ટિસ્) *n.* A truce: લડાઇની તહકુબી; યુદ્ધવિશ્રાંતિ–નિવર્તન; તહ.

Armlet, (આંર્મ્લેટ્) *n.* A small arm of the sea: સમુદ્રનો નાનો ફાંટો; ઉપશાખા. 2. An ornament for the arm: હાથનું ઘરેણું; જેવાં કે કડું, બાજુબંધ, પહોંચી, બંગડી, ઘુંઘરી, ગુજરી, વાંક, બેરખી.

Armor-Armour, (આંર્મર્) *n.* Defensive arms: ચિલખત; બખ્તર; કવચ. 2. The steel or iron covering of ships of war: મનવારોના ઉપર ચઢાવેલું–જડેલું પોલાદ કે લોઢાનું પડ.

Armourer, (આંર્મરર્) *n.* Maker of arms: શસ્ત્રકાર; લડાઇના હથિયાર બનાવનાર. 2. One who has the care of arms: શિલેદાર.

Armorial, (આંર્મોરિઅૅલ્) *a.* Belonging to armor, or to a family escutcheon: બખ્તરને લગતું; ખાનદાનની નીશાનીવાલું.

Armory, (આંર્મરિ) *n.* A repository of arms & weapons: શસ્ત્રાગાર; શિલેખાનું; લડાઇનાં હથિયાર રાખવાની જગા. 2. Weapons: હથિયાર; શસ્ત્ર. 3. A place where arms are manufactured: શસ્ત્ર બનાવવાની જગ્યા.

Armpit, (આંર્મ્પિટ્) *n.* Armhole: બગલ; કાખ. *Tumor in the* **a.**: કાખ બામલી–બિલાડી.

Arms, (આંર્મ્ઝ્) *n. pl.* Weapons of offence or defence: શસ્ત્ર; હથિયાર. 2. Exploits of war: યુદ્ધ પરાક્રમ. 3. Escutcheon of a family: ખાનદાનની નિશાની. *To be in* **a.**: દુશ્મનાવટ હોવી; લઢવાને તૈયાર સજ–હથિયારબંધ થવું. *To be under* **a.**: લડાઈ માટે તૈયાર થઇ રહેવું. *To keep at arm's length*, to keep at a distance: દુર છેટે આઘે રાખવું; સંસર્ગ–સંબંધમાં આવવા ન દેવું. *Coat of* **a.**, any sign of arms: આયુધદર્શક ચિન્હ. *Messenger-at-*

a.: સમનોની ખળવણી કરનાર અમલદાર. *In* **a.**, childish; infantile:છોકરવાદ–મતીયું. *To bear* **a.**, to be trained to the profession of a soldier: સિપાઇના ધંધાની તાલીમ લઈ તૈયાર થવું. *To take up* **a.**: લડાઇમાં ગુંથાવું.

Army, (આંર્મિ) *n.* A collection of men armed for war: લશ્કર; ફોજ; સૈન્ય; દલ. 2. A great number: ટોલું; જથો; સમૂહ; સમુદાય.

Aroma, (ઍરોમૅ) [L.] Strong perfume:સુગંધ; ખુશબો; સુવાસ; પમરાટ.

Aromatic-cal, (ઍરોમૅટિક્-કલ) *a.* Fragrant; spicy:સુવાસિત;સુગંધીદાર;ખુશબોદાર.2.મસાલેદાર;લહેજતદાર.*n.*A plant,drug or medicine having fragrant smell: ખુશબોદાર વનસ્પતિ;પમરતીચીજ;સુગંધ.

Aromatize, (ઍરોમૅટાઇઝ્) *vt.* To perfume; to infuse aroma: ખુશબોદાર–સુવાસિત સુગંધિદાર બનાવવું–કo; મસાલાદાર કરવું.

Around, (ઍરાઉન્ડ)*prep.*About;on all sides of: આસપાસ; ચોતરફ; બધી બાજુએ. *adv.* In a circle: ગોલ ફરતું;ચક્કરમાં. 2.At random: here & there: અહીં તહીં;જ્યાં ત્યાં સર્વત:.

Arouse, (ઍરાઉઝ્) *vt.* To rouse: to stir up: જાગૃત કo; જગાડવું; બેદાર કરવુ ;ઉશ્કેરવું;ઉત્તેજન આપવું.

Arrack, (ઍરૅક્) *n.* A spirituous liquor: એક જાતનો દારૂ.

Arraign, (ઍરેન્)*vt.*[L. *ad* & *ratio*, reason.] To call to answer at the bar of a court: તોહોમતનો જવાબ આપવા કચેરીમાં બોલાવવો. 2. To call in question; to impeach : વાંધો ઉઠાવવો; હરકત લેવી; દોષ દેવો; તોહોમત મૂકવું.

Arraignment, (ઍરેન્મેન્ટ્) *n.* Charge; accusation: તોહોમત; દોષારોપ.

Arrange, (ઍરેન્જ્)*vt.*To put in proper order: રચવું; ગોઠવવું. 2. To prepare; to determine: બંદોબસ્ત–વ્યવસ્થા કo; નક્કી કo; નિશ્ચય કo.

Arrangement, (ઍરેન્જમેન્ટ્)*n.*Disposition: રચના; ગોઠવણ. 2. The result of arranging; regular classification: અનુક્રમ; ક્રમ; વર્ગ; વર્ગણી. 3. Preparatory measure:ગોઠવણ;સગવડ;વ્યવસ્થા. 4. Settlement; adjustment by agreement: સમાધાન; સમજુત; તોડ: ફડચો; નિકાલ; ચૂકાદો.

Arrant, (ઍરન્ટ્) *a.* [L. *erro*, I wander.]Notorious (in an ill sense);thorough; vile:સોદો; પક્કો; પુરો; નામીચો; નામજાદો.

Array, (ઍરે) *n.* (*a*) Order: ગોઠવણી; નિયમ; રચના;ક્રમ;શ્રેણી;પંક્તિ. (*b*) A posture for fighting: યુદ્ધ રચના; સૈન્ય રચના. 2. An orderly collection: ગોઠવેલું ટોલું. 3. Dress; raiment: પોષાક; લેબાસ; ઠાઠમાઠ. *vt.* To place or dispose in order: ગોઠવવું; હારેદાર મુકવું. 2. To deck; to dress: શણગારવું; લેબાસ પેહેરાવવો; શુશોભિત કo.

Arrear,(ઍરીઅર્)*n.*[L.*ad*&*retro*, backward.] That which is behind; that which is unpaid though due : ચઢેલું–રહી ગયલું કામ ; ચઢેલા પૈસા; બાકી દેવું.

Arrest, (ઍરેસ્ટ્) *vt.* [L. *ad* & *resto*, I stand back.] To stop; To obstruct: અટકાવવું; હરકત કo; રોકવું;બંધ કo-પાડવું. 2. To seize; to take: ડવું; ધરવું;કેદ કo. 3. To engage;to catch: ખેંચવું; દોરવું; ગુંથવું; રોકવું; લગાડવું: *n.* Hinderance; check: અટકાવ;નિરોધ;પ્રતિરોધ.2.The apprehending of a person: પકડવું–ધરવું તે; કેદ; બંધન.

Arrival, (ઍરાઇવલ્) *n.* Act of coming:આગમન; આવી પહોંચવું તે. 2. Person or thing arriving:આવેલો શખ્સ–ચીજ.3. Attainment: પ્રાપ્તિ.

Arrive, (ઍરાઇવ્) *vi.* [*ad* & *ripa*, the bank.] To come to; to reach: આવી પહોંચવું; દાખલ થવું; આવવું. 2. To attain: પ્રાપ્ત થવું; મલવું; બનવું.

Arrogance,(ઍરોગૅન્સ)*n.* Presumption: conceitedness; haughtiness:જુઠો ડોલ–ઠાઠ;અભિમાન; ગર્વ; અહંકાર; મગરૂબી; પતરાજી; ગુમાન.

Arrogant, (ઍરોગૅન્ટ્) *a.* Haughty: ગર્વિષ્ટ; અહંકારી; મગરૂબ.

Arrogate, (ઍરોગેટ્) *vt.* [*ad* & *rogo*, I ask.] To make undue claims: ગેરવાજબી માગણી કo; ખોટો ભપકો મારવો; અહંકાર કo; ડોલ ઘાલવો.

Arrow, (ઍરો)*n.* A straight, pointed weapon to be shot with a bow: બાણ; તીર; શર.

Arrow-root, (ઍરોરૂટ્) *n.* A kind of plant: એક જાતનો છોડ. 2. A nutritive starch: પૌષ્ટિક કાંજી; આરારૂટ.

Arsenal, (આંર્સિનલ્) *n.* [L. *arx navalis*, a naval citadel.] A public establishment for the manufacture & storage of military arms & equipments: લશ્કરી સામાન બનાવવા–રાખવાની જગા; તોપખાનું; દારૂખાનું; આયુધાગાર; શસ્ત્રગૃહ.

Arsenic, (આંર્સનિક્) *n.* [Gr. *arsen*, male.] A strong virulent mineral poison: સોમલ; સોમલખાર. *Sulphures of* **a.**: હડતાલ.

Arson, (આંર્સન્) *n.* [L. *ardeo*, I burn.] The malicious firing of a house, &c. : દ્વેષભાવથી કોઇના ઘરને આગ લગાડવી તે.

Art, (આંર્ટ્)The 2nd. pers. indic. pres. tense of the verb *to be*: to be ક્રિયાપદના વર્તમાન કાલનું દ્વિતિય પુરૂષ એક વચનનું રૂપ;છું;છે. *n.*[L.*ars*, *artis*, an art.] The employment of means to accomplish some desired end: યુક્તિ; હથોટી; હિકમત. 2. A system of rules for performing actions: શાસ્ત્ર; કલા; વિદ્યા; એલમ. *As the* **a.** *of poetry:* કાવ્યશાસ્ત્ર. *The* **a.** *of dancing:* નાટયકલા. 3. Skill: dexterity; craft: કલા; હુન્નર, કિસબ; કરામત; નિપુણતા; યુક્તિ. 4. Cunning artifice: કપટ; કાવત્રુ; કાવાદાવા; પેચ; માયા; દગો.

Arteriac-al, (આંર્ટીરિઍક્-ઍલ) *a.* Pertaining to or contained in artery: ધોરી નસ સંબંધી–માં રહેલું–આવેલું. 2. Pertaining to important streams & water-courses: મુખ્ય નદી નાલાનું.

Artery, (આંર્ટરિ) *n.*[Gr.*aer*,air & *tereo*, I,contain.] A tube that conveys blood to all parts of the body:ધોરીનસ; ધમની; રક્તવાહિની. 2. Any continuous channel of trade, &c.: વેપાર સંબંધ–વહેવાર માર્ગ.

Artful, (આંર્ટ્ફુલ્) *a.* Made, performed with or characterized by art or skill: કલા, હુન્નરથી–કરેલું–વાલું; હિકમતી. 2. Using or exhibiting skill:કુશલ;નિપુણ;ચતુર.3. Crafty; cunning: કપટી;

ઠગાખોર; પેચી; કારસ્થાની; કાવાબાજ; ફરેબી; ખંધું

Article, (આંર્ટિકલ્) *n.*[L. *artus*, a joint.] (*a*) A distinct portion of a writing : ચોપાનિયા અગર વર્તમાન પત્રમાંનું લખાણ. (*b*) Stipulation; terms; condition:સરત;કરાર;કલમ;બોલી. (*c*) An item of an account:રકમ. (*d*) One of a set of regulations: પ્રકરણ;બાબ;ભાગ. 2. A distinct part: પૃથક્ નોખો-ભિન્ન ભાગ;વિષય.3. A particular one of various things:જણસ; વસ્તુ;ચીજ;પદાર્થ. 4. Point of time:છેલ્લી ઘડી; તૈયારી; ઘડી; અણી;ક્ષણ. 5. (*Gram.*)A part of speech, *a*,*an*,or *the*. *vt.* To draw up in articles: કલમબંધી ક૦; ભાગ-વિભાગ-કલમ પાડીને લખવું. 2. To bind by terms: શરત કરાર કરી રાખવું-બાંધી લેવું.*vi.*To bargain; to stipulate: શરત ક૦; સાટું ક૦.

Articular,(આંર્ટિકયૂલર્)*a.*[L. *artus*, a joint.] Belonging to joints: શરીરના સાંધા સંબંધી.

Articulate, (આંર્ટિકયૂલેટ્) *a.* Formed with joints:જોડેલું;સાંધાથી બનેલું.2 Clear (sound.):સાફ; ખુલ્લું; સ્પષ્ટ. *vi.* To enunciate; to utter distinctly: સ્પષ્ટ ઉચ્ચાર ક૦. *vt.* To unite; to joint: સાંધો જોડવો-બેસાડવો; સાંધવું. 2. To utter distinctly: સ્પષ્ટ બોલવું.

Articulation, (આંર્ટિકયૂલેશન)*n.*A joint: સાંધો; સંધિ. 2.(*a*) One of the nodes or joints, as in cane or maize: મકાઇ અગર નેતરમાં હોય છે તેવા ગાંઠા, ગરોઠા પૈકીનો એક. (*b*) One of the parts intercepted between the joints: ગાંઠાઓની વચ્ચેનો ભાગ; પેશી. 3. Distinct utterance: સ્પષ્ટ ઉચ્ચાર; ઉચ્ચારણ. 4. Consonant: વ્યંજન.

Artifice, (આંર્ટિફિસ)*n.* Artful device:યુક્તિ; ઉપાય; હિકમત.2. Fraud; stratagem: કાવતરું; ઠગાઇ; દગો; કપટ; છલપ્રપંચ: પેચ; ફરેબ.

Artificer, (આંર્ટિફિસર્) *n.* An artist; a mechanic:કારિગર;કિસબી;શિલ્પી; શિલ્પકાર. 2. Inventor: નવું શોધી કહાડનાર; શોધ કર્તા.

Artificial, (આંર્ટિફિશિઍલ) *a.* Made by art; not natural:હાથનું બનાવેલું; હુન્નરી;કૃત્રિમ. 2.Fictitious: ખોટું; બનાવટી; જુઠું. 3. Cultivated; not of spontaneous growth: ખેડેલું; સ્વાભાવિક-કુદરતી ઉગેલું નહિ તેવું.

Artillery, (આંર્ટિલરિ) *n.* Offensive weapons of war: લડાઇનાં મારક હથિયાર; મારકશસ્ત્ર. 2. Cannon; મ્હોટી તોપ; તોપની સામગ્રી. 3. Persons who manage cannon, mortars, etc.: તોપખાનાનાં માણસો; તોપચી; ગોલંદાજ વિ૦. 4. Science of gunnery: ગોલંદાજી.

Artisan, (આંર્ટિઝૅન)*n.* A mechanic: one trained to manual dexterity: હુન્નરી; કારિગર; દસ્તકાર: કિસબી.

Artist, (આંર્ટિસ્ટ્) *n.* A person who practises one of the fine arts: કિસબી: શિલ્પી; ચિતારો; કોતરનાર.

Artistic-cal, (આંર્ટિસ્ટિક્-કૅલ્) *a.* Pertaining to art or artists; conformable to art: હુન્નર-કારિગરિ કિંવા કારિગરને લગતું-વિશેનું-સંબંધી; કારિગરીને મલતું; કારિગિરીવાલું.

Artless,(આંર્ટ્લેસ)*a.* Wanting art : બે હુન્નર; અણઘડ; બીનકિસબી; નાકાબેલ. 2. Simple; honest: ભોલું; પ્રમાણિક; સાચું. 3. Inartificial: બનાવટનું નહીં તે; અકૃત્રિમ.

As, (ઍઝ્)*conj.*Like; similar to: જેવું; જેવું-તેવું; જેમ;જે પ્રમાણે;બરાબર;સરખું. 2. While:જ્યારે-ત્યારે; જે વખતે. 3. Because:તેથી;કેમકે; માટે. 4. For example; thus:દાખલા તરીકે. 5. That: કે. 6. In the idea or condition of: તરીકે; સરખું; બરાબર. *pro.* That or which: જે-તે. As, *give me such* **as** *are ripe*: જે પાકાં હોય તે મને આપો. **As** *if* or **as** *though*, In the same manner: જાણેકે; જાણે. **As** *it were*, that is to say: એટલે;જાણેકે. **As** *to*: વિષે. **As** *well*: પણ; તેમજ. **As** *yet*, until: હજુ; અદ્યાપિ; હજુ સૂધી. *So good* **as**, equivalent: સરખું; જેટલું; જેવુંજ.

Asafetida, Asafœtida, (ઍસૅફીટિડૅ) *n.*[L. *Fœtidus*, fetid.] A fetid inspissated sap of a plant: હિંગ.

Ascend, (ઍસ્સૅન્ડ્)*vi.*To move forward: to go up: ચઢવું; ઉંચે જવું. 2. To rise (in a figurative sense): ઉદય થવો; ચઢવું; ઉગવું; ઉન્નતિ થવી. *vt.* To climb: ઉપર જવું-ચઢવું.

Ascendant, (ઍસ્સૅન્ડૅન્ટ્)*a.* Superior: પ્રબલ; ચઢતું; ઉંચું; ઉત્તમ; પ્રધાન. 2. Above the horizon: ક્ષિતિજની ઉપરનું. *n.* Superiority: ઉપરીપણું; સત્તા; પ્રાધાન્ય. 2. An ancestor: પૂર્વજ; વડીલ. *To be in the* **a.**, to have commanding influence: ઉપરી થવું-ઉપર સત્તા હોવી-ચાલવી.

Ascendency, (ઍસ્સૅન્ડન્સિ) *n.* Power; sway: અધિકાર; સત્તા.

Ascension,(ઍસ્સૅન્શન) *n.* The act of ascending:ચઢવું તે; ચઢાણ; ઉદય. 2. The thing rising: જે ચઢે છે તે. *Right* **a.**:વિષુ વાંશ. *Oblique* **a.**:લગ્ન.

Ascent, (ઍસ્સૅન્ટ્) *n.* Motion upward; rise: ચઢવું તે; ઉદય. 2. Way for rising:ચઢવાનો રસ્તો-ઉપાય-સાધન. 3. A hill: ટેકરી; ઉંચાણ; ચઢાવ. 4. Inclination: ચઢાવ; ચઢણ.

Ascertain, (ઍસ્સર્ટેન) *vt.* [L. *certus*, certain.] To make sure or certain of: ચોકસ-નક્કી-મુકરર ક૦; ખાતરી ક૦.

Ascertainable, (ઍસ્સર્ટેનેબલ) *a.* That may be ascertained: ચોક્કસ-નક્કી-થઇ શકે એવું; નિર્ણય કરી શકાય એવું.

Ascertainment, (ઍસ્સર્ટેન્મૅન્ટ્)*n.* Certainty: fixed rule: નિશ્ચય; ખાતરી; ખાતરજમા; નિરૂપણ.

Ascetic, (ઍસ્સૅટિક્)*n.* [Gr.*askeo*, I exercise.] Recluse; hermit: તપસ્વી;સન્યાશી;જોગી;યતિ;વૈરાગી. *a.* Austere: તપનું; તીવ્ર; ઉગ્ર; તપોનિષ્ટ.

Ascribable, (ઍસ્ક્રાઇબેબલ્) *a.* Capable of being attributed: લગાડવા-ઠરાવવા જોગ; લાગુ પાડી શકાય એવું.

Ascribe, (ઍસ્ક્રાઈબ્) *vt.* [L. *ad* & *scribo*, I write.] To charge with: તોહોમત મુકવું; લગાડવું; ઠરાવવું; દોષારોપ મુકવો-ચઢાવવો; આરોપવું; લાગુ પાડવું.

Ascription, (ઍસ્ક્રિપ્શન) *n.* The act of imputing: માનવું-કરવું તે; આરોપ; તોહોમત.

Ash, (ઍશ્) *n.* A large hardy tree: આશ નામનું ઝાડ. 2. The wood of ash: આશનું લાકડું.

Ashamed, (ઍશેમ્ડ્) *a.* Affected by shame; abashed by guilt or a conviction of some wrong action: લજવાયલું; લજ્જિત; શરમિંદુ.

Ashes, (ઍશૅઝ્) *n. pl.* Dust or loose earthly particles produced by combustion: રાખોડી; ભસ્મ; રાખ; ખાખ. 2. Remains of a dead body: ચિતાભસ્મ;મડદાંની રાખ–છાર. 3.(And hence) શબ; લાશ; મુડદું. To be reduced to **a.** ખાખ થઈ જવું.

Ashore, (ઍશોર્) *adv.* On or to shore: કિનારે; કિનારા તરફ–ઉપર. 2. On land (as opposed to **aboard**): જમીન–ધરતી ઉપર; કાંઠે; તીરે.

Ashy, (ઍશિ) *a.* Composed of or filled with ashes: રાખનું; ભસ્મનું; ખાખ–રાખથી ભરેલું–વાળું. 2. Ash-colored: રાખના રંગનું;રાખોડી; ખાખીરંગનું. **a.** *pale*, pale as ashes: ફીક્કો; ઉડી ગયલા નુરનો.

Asiatic, (ઍસિઍટિક્) *a.* Belonging to Asia : એશિયા ખંડ સંબંધી.*n.* A native of Asia: એશિયાનો રહીશ–વતની.

Aside, (ઍસાઈડ્) *adv.* On one side; away; out of way; apart: એક મેરે–કોરે; એક તરફ; જૂદું. *To set* **a.** (*Law*), to annul the operation of : નામંજૂર–રદ ક૦. *To speak* **a.** મનમાં બોલવું.

Asinary,(ઍસિનૅરિ) } *a.* [L.*asinus*, an ass.]
Asinine,(ઍસિનાઈન્) } Belonging to or having the qualities of an ass, as obstinacy & stupidity: ગધેડાના સંબંધી–જેવું; હઠીલું; બેવકૂફ.

Ask, (ઍસ્ક્) *vt.* (*for*) To request; to solicit : અરજ–વિનંતી ક૦; યાચવું; માગવું. 2. To demand; to expect (*price*): માગવું; કહેવું; લેવું. 3. To inquire of; to put a question to : પ્રશ્ન–સવાલ ક૦; પુછવું. *vi.* (*for*) To request; to beg: માગવું; અરજ ક૦. 2. (*after*) To inquire; to seek :પુછવું; તપાસ ક૦.

Askance, (ઍસ્કૅન્સ્) } *adv.* Sideways; ob-
Askant, (ઍસ્કૅન્ટ્) } liquely: તિર્કસ;આડું;વાંકુ આડેઅવળે. *To look* **a.**: ખાડી નજરે જોવું.

Asleep, (ઍસ્લીપ્)*adv.* or *a.* Sleeping;at rest: સુતેલું; ઉંઘી ગયલું; નિદ્રાવશ; ઉંઘતું. 2. Dead: મુએલું; મરી ગયલું; મૃત.

Asp, (ઍસ્પ્) *n.* [L. & Gr. *aspis*, a serpent.] A small piosonous serpent:એક જાતનો ઝેરી સર્પ.

Aspect, (ઍસ્પેક્ટ્) *n.* [L. *specio*, I look.] Look; countenance; mien: રૂપ; ચેહેરો;ડોલ;મુદ્રા; સૂરત; શિકલ; મ્હોડું. 2. Appearance; view:દેખાવ; રૂખ; આકાર; ભાસ; દશા; અવસ્થા. 3. Situation ; position: મુખ; મ્હોડું; અભિમુખતા.As, *my house has a southern* **a.**: મારૂં ઘર દક્ષિણાભિમુખ છે.4.The situation of one planet with respect to another: દશા; દર્શન; દૃષ્ટિ. 5. Chance of looking;prospect: નિરીક્ષણ; દર્શન; સંબંધ.

Asperity, (ઍસ્પેરિટિ) *n.* [L. *asper*, rough.] Unevenness: વિષમતા;ખડબચડાપણું. 2. Harshness of sound; raucity: કઠોર અવાજ; ખોખરાપણું. 3. Sourness; a crimony: તિખાસ;કરડાપણું;ખટાશ. ખટાઈ. 4. Moroseness: કરડો સ્વભાવ; આકરાપણું; તોછડાઈ. 5. Sharpness: તીક્ષ્ણતા; તીવ્રતા.

Asperse, (ઍસ્પર્સ્) *vt.*[L. *spargo*, I scatter.] To slander; to calumniate : બદનામ ક૦; એબ–બટ્ટો લગાડવો; આલ ચઢાવવું; નિંદા ક૦.

Aspersion, (ઍસ્પર્શન્) *n.* A sprinkling, as of water or dust: છાંટવું તે; સિંચન. 2. Censure; defamation; calumny :તોહોમત; બોહોતાન; ચુગલી; ચાડી; બટ્ટો; એબ; નિંદા; આલ; કલંક.

Asphalt-tum, (ઍસ્ફૅલ્ટ્-ટમ્) *n.* [Gr.*a*, priv. & *sphalto*, I slip.] Mineral pitch; a bituminous substance used for pavement &c.: એક જાતનો ડામર. *vt.* To cover with **a.**:ડામર લગાડવો.

Asphyxia-xy, (ઍસ્ફિક્સિઍ-ક્સિ) *n.* [Gr. *a*, priv. & *sphuxis*, throbbing pulse.] Suspended animation; apparent death: મૂર્છા; બેહોશી.

Aspirant,(ઍસ્પીરૅન્ટ્) *a.*Aspiring;ambitious: ઈચ્છા રાખનારૂં. *n.* One who aspires, pants or seeks with eagerness: આકાંક્ષી; ઉમેદવાર.

Aspirate, (ઍસ્પિરેટ્)*vt.*[L.*spiro*, I breathe.] To pronounce with an audible breathing: મહા પ્રાણી ઉચ્ચાર ક૦. *n.* Mark of aspiration: જોરથી ઉચ્ચાર કરવા માટે મુકેલી નિશાની.2. A sound pronounced by the breath alone: મહા પ્રાણી.

Aspiration, (ઍસ્પિરેશન્) *n.* Pronunciation with a full breath:મહા પ્રાણી ઉચ્ચાર. 2. Ardent desire; eager pursuit;strong wish: ઉમેદ; ઇચ્છા; આશા; લાલસા.

Aspire, (ઍસ્પાઈર્) *vi.* (*to* or *after*) To desire eagerly; to long; to pant: ઇચ્છા–ઉમેદ રાખવી; આતુરતા હોવી;આરજુમંદ થવું.2. To rise; to soar: ઉંચે ચઢવું; મોટી આશા રાખવી; મહત્વ તકાવવું; ઉંચી પદ્વી ઇચ્છવી.

Aspiring, (ઍસ્પાઇરિન્ગ્) *p. a.* Ambitious: લોભી; ઉમેદ રાખનાર; કીર્ત્તિ લોભી; મહત્વેચ્છુ.

Ass, (ઍસ્) *n.* [L. *asinus*, an ass.] A well-known quadruped animal: ગધેડો; ખર; લંબકર્ણ; ગર્ધભ. 2. A dull, stupid fellow: મૂર્ખ; બેવકુફ; ગધ્ધો; ગધેડો.

Assail, (ઍસ્સેલ્) *vt.*[L. *salio*, I leap.] To attack; to assault: હુમલો ક૦;ઉપર તુટી પડવું. 2. To attack with appeals, arguments, abuse, &c.: તકરાર લઇ–ગાલ દઇ લઢવું; દોષારોપ ક૦; સામા થવું.

Assailant, (ઍસ્સેલૅન્ટ્) *n.* An invader: હુમલો કરનાર; લડવા માંડનાર; *a.* Assaulting: ચઢાઈ કરનાર; લડવૈયો.

Assassin, (ઍસ્સેસ્સિન્) *n.* One who kills by surprise: ગુપ્તઘાતી; ખુની; મારો; ઘાતક; પ્રાણહારક.

Assassinate, (ઍસ્સૅસ્સિનેટ્) *vt.* To murder by sudden violence: ખુન–કતલ ક૦; છુપી રીત્યે–દગાથી મારી નાંખવું.2. To waylay:સંતાઈને લુંટી લેવું.

Assassination, (ઍસ્સૅસ્સિનેશન્)*n.* A murdering by secret assault:ગુપ્ત ઘાત;કતલ;છુપું ખુન;વધ.

Assault, (ઍસ્સૉલ્ટ્) *vt.* [L. *ad* & *saltus*, a springing.] Same as **Assail**. *n.* A violent attack: હુમલો; ચઢાઈ. 2. An attack with appeals, arguments,etc: તકરાર;રકઝક. 3. (*Law*) An attempt to beat another, accompanied by a degree of violence: હલ્લો; મારામારી.

Assay, (ઍસ્સે) *n.* [L. *ex* & *ago*. I drive.] Determination of the quantity of gold or silver in coin: શિક્કામાં સોના અગર રૂપાના પ્રમાણનો

નિશ્ચય. 2. Substance to be assayed: જેની કસોટી કરવાની હોય તે. 3. Examination: કસોટી; પરીક્ષા; પારખ. 4. Value as ascertained by some test: કસોટીથી નક્કી કરેલી કિંમત. 5. (*Law*) An examination of weight & measures by the standard: નક્કી કરેલા ધોરણ પ્રમાણે કાટલાં તથા માપની તપાસણી–પરીક્ષા–પારખ. *vt.* To try; to ascertain the purity of a metal: ધાતુની કસોટી કાઢવી; ટચ કહાડવો; કસ કાઢવો; કસી જોવું; પરીક્ષા ક૦. 2. To apply; to try: વાપરવું; કામે લગાડવું; અજમાવી જોવું. *vi.* To attempt; to try: યત્ન–કોશીશ ક૦; પ્રયત્ન–પ્રયાસ–પ્રારંભ ક૦.

Assayer, (ઍસ્સેઅર્) *n.* One who assays: સોના રૂપાની કસોટી કાઢનાર; ચોકશી.

Assemblage, (ઍસ્સેમ્બ્લેજ્) *n.* A collection of individuals or things: ટોળું, મંડલી; જમાવ; સંચય; સમૂહ; સમુદાય; જથો; ઢગલો.

Assemble, (ઍસ્સેમ્બલ્) *vt.* [L. *ad* & *simul*, to-gether.] To collect into one; to convene: એકઠું–જમાવ–ભેગું ક૦; સભા મેલવવી. *vi.* To come or meet to-gether: એકઠું–ભેગું થવું; એકઠેકાણે મલવું.

Assembly, (ઍસ્સેમ્બ્લિ) *n.* A convocation; meeting: સભા; મિજલસ; મંડલી; સમાજ. 2. (*Mil.*) A beat of the drum or the sound of a bugle as a signal to troops to assemble: લશ્કરને ભેગા થવાની ચેતવણી તરીકે વગાડેલા ઢોલનો નાદ અથવા બ્યુગલનો સાદ; ખણગું. a. *house:* સભાસ્થાન–ગૃહ; ગોષ્ટીસ્થાન; સભા મંદિર.

Assent, (ઍસ્સેન્ટ્) *n.* [L. *ad* & *sentio*, I feel.] Consent: સમ્મતિ; કબુલાત; હકાર; અનુમોદન; અનુમતિ; અંગીકાર; સ્વીકાર. *vi.* To agree: માન્ય–કબૂલ ક૦; સ્વીકારવું; અનુમતિ–સંમતિ આપવી.

Assert, (ઍસ્સર્ટ્) *vt.* [L. *ad* & *sero*, I join.] To aver: ખાતરી–પ્રતિજ્ઞાથી બોલવું; નિશ્ચયપૂર્વક કહેવું. 2. To vindicate: સિદ્ધ ક૦; સ્થાપવું; પ્રતિપાદન ક૦.

Assertion, (ઍસ્સર્શન) *n.* Averment; affirmation: નિશ્ચય પૂર્વક કહેવું તે; પતિજ્ઞા; ઈકરાર; વચન; 2. Vindication: સ્થાપન; પ્રતિપાદન.

Assertor-er, (ઍસ્સર્ટોર્-ટર્) *n.* A vindicator: પ્રતિજ્ઞાપૂર્વક કહેનાર; સ્થાપનાર; ઈકરાર કરનાર.

Assess, (ઍસ્સેસ) *vt.* [L. *ad* & *sedeo*, I sit.] To set or fix taxes: કર બેસાડવો–નાખવો. 2. To fix the value of, for the purpose of taxation: કર નાંખવા માટે કિમ્મત આંકવી–ઠરાવવી–નક્કી ક૦; જમાબંધી ક૦–ઠરાવવી. 3. To fix: ઠરાવવું; નક્કી ક૦.

Assessable, (ઍસ્સેસેબલ્) *a.* That may be assessed: કર બેસાડવા લાયક; કરને પાત્ર–યોગ્ય.

Assessment, (ઍસ્સેસ્મેન્ટ્) *n.* (*a*) Act of assessing: કર બેસાડવો તે; કર; વેરો; છાપો. (*b*) The act of determining damages: નુકશાની ઠરાવવી તે. 2. A valuation of property or profits: જમાબંધી; મિલ્કતની કે નફાની આંકણી.

Assessor, (ઍસ્સેસર્) *n.* An adviser: મસલત–મદદ કરનાર; આસેસર. 2. One appointed to assess: કર બેસાડનાર; કીંમત ઠરાવનાર; જમાબંધી કરનાર.

Assets, (ઍસ્સેટ્સ) *n. pl.* [L. *ad* & *satis*, enough.] Property sufficient for the discharge of all legal claims: દાવા ચુકવા સારૂ પુરતી મિલકત. 2. The entire property of all sorts: પુંજી; માલમતા; મિલ્કત; અવેજ.

Asseverate, (ઍસ્સેવેરેટ્) *vt.* [L. *ad* & *severus*, severe.] To aver or affirm positively: પ્રતિજ્ઞા ક૦. પ્રતિજ્ઞા–સોગન પૂર્વક કહેવું.

Assiduity, (ઍસ્સિડ્યુઈટિ) *n.* [L. *ad* & *sedeo*, I sit.] Diligence: ઉદ્યોગ; ખંત; મહેનત; વ્યવસાય.

Assiduous, (ઍસ્સિડ્યૂઅસ્) *a.* Devoted; attentive: મહેનતુ; ખંતીલું; પરિશ્રમી; મંડ્યા રહેનાર; ઉદ્યોગી; ઉદ્યમી. 2. Performed with constant diligence: સતત–નિરંતર ઉદ્યોગથી કરેલું.

Assign, (ઍસ્સાઇન્) *vt.* [L. *ad* & *signo*, I mark.] To allot; to apportion: વહેંચી–ભાગ પાડી–નીમી આપવું; મુકરર ક૦; ઠરાવવું. 3. To allege; to ascribe: કહી બતાવવું–દેખાડવું; આપવું. 4. (*Law*) (a) To transfer or make over to another: બીજાને સોંપવું–હવાલે–સ્વાધીન ક૦. (*b*) To transfer to & vest in assignees for the benefit of the creditors: માગનારાઓને માટે મુખત્યારોને સ્વાધીન–હસ્તગત ક૦. *n.* Same as **Assignee.**

Assignation, (ઍસ્સિગ્નેશન) *n.* The act of allotting: નક્કી–મુકરર ક૦–નીમવું તે. 2. An appointment to meet: અમુક વખતે અમુક ઠેકાણે મુલાકાત કરીશું એવો સંકેટ–ઠરાવ–મનસુબો. 3. A transfer of title: મિલ્કતનો હક સોંપવો તે.

Assignee, (ઍસ્સાઇની) *n.* A person to whom an assignment is made: જેને મિલ્કત સોંપી હોય તે; જેના નામ પર ચઢાવેલું હોય તે.

Assignment, (ઍસ્સાઈન્મેન્ટ્) *n.* An allotting: ઠરાવી આપવું–વહેંચવું તે; નિર્દેશ; નિરૂપણ. 2. (*a*) A writ of transfer: જાગીર–મિલકતનો હક સોંપવાનો લેખ. (*b*) A transfer of title or interest by writing: લેખથી હક સોંપવો–સ્વાધીન ક૦ તે. (*c*) The transfer of the property of a bankrupt to assignees for the benefit of creditors: લેણદારોને માટે મુખ્ત્યારને મિલ્કત સોંપવી તે.

Assimilate, (ઍસ્સિમિલેટ્) *vt.* [L. *ad* & *similis*, like.] To cause to resemble: સરખું–જેવું–સદૃશ ક૦. 2. To convert into a like substance; as food: સમધર્મક–સમપદાર્થક ક૦; પચવવું; જેરવવું; એકસાન ક૦. *vi.* To become similar: સરખું થવું; પચવું; પાચન થવું; જરવું.

Assimilation, (ઍસ્સિમિલેશન) *n.* The act of bringing to a resemblance, likeness or identity; a state of resemblance: સરખું કરવું તે; સમીકરણ. 2. The conversion of nutriment into the fluid or solid substance of the body: પાચન થવું તે; પરિપાક; પકવતા.

Assist, (ઍસ્સિસ્ટ્) *vt.* & *vi.* [L. *ad* & *sisto*, I stand.] To help: મદદ–સહાય ક૦; હાથ આપવો. 2. To attend: હાજર રહેવું; જવું.

Assistance, (ઍસ્સિસ્ટૅન્સ) *n.* Aid; support; succor: સાહાય; કુમક; મદદ; યારી.

Assistant, (ઍસ્સિસ્ટન્ટ્) *a.* Helping; auxiliary: મદદગાર; સહાય કારક–કારી. *n.* Supporter; an auxiliary: મદદનીશ; મદદગાર; સાહાય્યકર્તા; આસિસ્ટંટ. 2. An attendant: [illegible]ચાકર.

Assize, (ઍસ્સાઈઝ્) *n.* [L. *ad* & *sedeo*, I sit.]

An assembly of knights & other substantial men: ચાઇટો તથા બીજા મોભાદાર માણસોની એક સભા-મંડલી. 2. (*Law*) (*a*) A special kind of jury or inquest: એક ખાસ પ્રકારની જયુરી અથવા તપાસ. (*b*) A statute in general: કાયદો-કાનુન. (2) A statute regulating the weight, measure & proportions of ingredients and the price of articles sold in the market: બજારમાં વેચાતા માલનો ભાવ તથા અંશોનું તોલ, માપ અને પ્રમાણ નક્કી કરનારો કાયદો.(3)The weight,rate &c.,thus determined: નિરખ; ભાવ; તોલ;દર; ભાવતાલ. 3. The periodical sessions of the Judges of the superior courts in England: ઈંગ્લાંડમાં વડી અદાલતની સેશન;સેશન;નયાય સભા.(used in *pl.*) 4.The time or place of holding the court of assize: (in *pl.*) સેશન ભરવાની જગા અગર વખત. 5. Measure; dimension: માપ; વિસ્તાર. *vt.* To fix weights, prices, etc:, by an ordinance: કાયદાથી તોલ, ભાવ વી० ઠરાવવું. 2. To assess,as taxes:કર મુકરર ક०; કરનો દર ઠરાવવો.

Associable, (ઍસોશિએબલ્) *a.* Capable of being joined:સંસર્ગ-સમાગમ કરવા યોગ્ય-લાયક. 2. Sociable: મલતાવડું: મિલનસાર; ભલમનસાઈવાળુ.

Associate,(ઍસ્સોશિએટ્)*vt.* [L. *ad & socio*, I join.]To join in company: સામેલ ક०;સાથે લેવું; ભેલવું; સંગત-સોબતમાં લાવવું; 2. To unite:મેલવવું; એકત્ર-સંમેલન ક०. *vi.* To keep company: સામેલ થવું; મલી જવું; સંગત-સંસર્ગ-સમાગમમાં આવવું;જોડાવું. *a.* Joined with: જોડાએલું; સામેલ; સંયુક્ત; અનુષગી.*n.*A companion; a mate: સોબતી; સાથી; મિત્ર. 2. A partner: ભાગીદાર; મલતીઓ.

Association,(ઍસ્સોસિએશન્) *n.* (*a*) The act of associating:સંયોજન. (*b*) Union: સંબંધ; સંયોગ; સંસર્ગ; સંગત; સંગ; સમાગમ; મેલાપ; સોબત. (*c*) A Society: સભા; સમાજ; મંડલી.

Assort,(ઍસ્સોર્ટ્)*vt.*[L. *sors, sortis*, a lot.] To classify; to arrange: વર્ગવાર ગોઠવવું; વર્ગ ક०-પાડવો; ક્રમવાર ગોઠવવું. 2. To furnish with all sorts: દરેક જાત પુરી પાડવી.*vi.* To agree;to suit: માફક-મલતું-આવવું; બંધબેસ્તું થવું; અનુકૂલ પડવું.

Assortment, (ઍસ્સોર્ટમેન્ટ્) *n.* Act of distributing into sorts:વર્ગ કરવા તે;વર્ગીકરણ; પૃથક્કરણ; રચના. 2. A mass of things assorted: જૂદી જૂદી જાતની વસ્તુઓનો સમૂહ.3.A variety or kinds: જૂદી જૂદી જાત પ્રકાર; ભાત.

Assuage. (ઍસ્સ્વેજ્)*vt.*[L. *suavis*, sweet.] To clam; to soften:શાંત ક०; સમાવવું; ઓછું કરવું; મટાડવું;-નરમ થંડું પાડવું;હલકું ક०;ઘટાડવું.*vi.*To subside; to abate: નરમ પડવું; ઉતરી જવું; ઓસરવું.

Assuagement, (ઍસ્સ્વેજમેન્ટ્) *n.*Mitigation; abatement: સમાધાની: શાંતિ; ઘટાડો.

Assuasive. (ઍસ્સ્વેસિવ્)*a.* Tranquilizing;pursuasive:દિલાસો આપે-નરમ પાડે એવું;શાંતિ પ્રદ;શામક.

Assume, (ઍસ્સ્યૂમ)*vt.*[L.*ad & sumo*, I take.] To take upon one's self: ધારણ ક०; પોતાના હાથમાં લેવું. 2. To take for granted; to suppose: માનવું; ધારવું; પ્રમાણ અથવા શાબિતી વગર સ્વીકારવું. 3. To pretend; to possess: ડોલ ઘાલવું; વેષ લેવો.*vi.*To be arrogant;to claim more then due: હક કરતાં વધારે માંગવું; ઉદ્ધત થવું. 2. (*Law*) To undertake: માથે લેવું.

Assuming, (ઍસ્સ્યૂમિન્ગ્) *a.* Arrogant: ગર્વિષ્ટ; અભિમાની; મગરૂર; અહંકારી; ઉદ્ધત; ડોલી.

Assumption, ((ઍસ્સમ્શન્) *n.* Act of taking to one's self:ધારણ ક० તે;ગ્રહણ;ધારણ.2. Supposition: કલ્પના; ધારણા; પ્રમાણ વિનાનો સ્વીકાર. 3. The things assumed; a postulate: ધારેલી વાત; ધારણા.

Assurance, (ઍશ્સ્યૂરૅન્સ્) *n.* Act of assuring: ખાતરી; અભય વચન.2. Full confidence; freedom from doubt: ખાતરી; ભરૂસો;ખાતરજમાં: દૃઢ વિશ્વાસ. 3. Self reliance: હિમ્મત; દૃઢતા. 4. Impudence: અસભ્યત્તા; ઉદ્ધતાઇ. 5. Insurance: વિમો. 6. (*Law*) Any written or other legal evidence of the conveyance of property:મિલકત નામે ચઢાવ્યા ખાખતનો કંઇ લેખી અગર બીજો કાયદેસર પુરાવો-દસ્તાવેજ.

Assure,(ઍશ્સ્યૂર્) *vt.*[L.*ad & securus*,secure.] To make sure; to confirm: ખાતરજમા ક०; ભરૂસો આપવો; ખાતરી ક०; ખચિત નિશ્ચય પૂર્વક કહેવું: 2. To insure: વિમો ઉતારવો.

Assured,(ઍશ્સ્યૂર્ડ્)*a.*Certain:સંદેહરહિત;નિશ્શંક; સુનિશ્ચિત. 2. Bold to excess: ઉદ્ધત; અમર્યાદ અસભ્ય. 3. Insured: જેનો વિમો ઉતાર્યો હોય તેવું.

Assurer, (ઍશ્સ્યૂરર્)*n.* One who assures or insures: ભરૂસો આપનાર; વિમો ઉતારનાર.

Asterisk, (ઍસ્ટરિસ્ક્) *n.* [Gr. *Aster*, a star.] Figure of a star (*) used in printing or writing: ફુલડી; ચોકડી; ફુદડી.

Asterism, (ઍસ્ટરિઝમ્)*n.*(*a*) Constellation:નક્ષત્ર;તારા. (*b*) A small cluster of stars:તારામંડલ. 2. (*a*) A mark of reference (*); an asterisk: ફુલડી; ચોકડી. (*c*) Three asterisks placed in this way ($^{*}{}_{*}{}^{*}$): આ પ્રમાણે મૂકેલી ત્રણ ફુદડીઓ.

Astern, (ઍસ્ટર્ન્) *n. adv.* In the hinder part of a ship:વાહાણના પાછલા ભાગ તરફ-માં-ડગુસા તરફ. 2. Behind a ship at any indefinite distance: વહાણથી અનિશ્ચિત અંતરે પાછલ.

Asteroid, (ઍસ્ટરૉઇડ્) *n.* [Gr. *Aster* a star & *cidos* form.] A small planet: એક નાનો ગ્રહ.

Asthma,(ઍસ્મૅ or ઍસ્થ્મૅ)*n.*[Gr.*ao*,I blow.]A disease of respiration: દમનો રોગ; દમ; હાફણ.

Asthmatic-cal, (ઍસ્મૅટિક્-કૅલ) *a.* Affected by asthma: હાંફણ-દમના રોગવાળું; દમિયલ.

Astonish, (ઍસ્ટૉનિશ્) *vt.* [L. *ad & tono*, I thunder.] To amaze; to surprise:આશ્ચર્ય-તાજુબ ક०; વિસ્મય પમાડવું; ચકિત-દંગ-વિસ્મયાકુલ ક०.

Astonishing, (ઍસ્ટૉનિશિન્ગ્) *a.* Wonderful: અચરત-અજાયબી ભરેલું;વિસ્મય-આશ્ચર્યકારક;અદ્ભુત.

Astonishment, (ઍસ્ટૉનિશ્મેન્ટ્)*n.* Wonder: વિસ્મય; અચંબો; આશ્ચર્ય; અચરતી; તાજુબી.

Astound, (ઍસ્ટાઉન્ડ) *vt.*Same as **astonish.**

Astral, (ઍસ્ટ્રૅલ્) *a.* [L. *astrum*, a star.] Starry: તારાનું-સંબંધી તારાના જેવું.

Astray, (ઍસ્ટ્રે) *adv.* Out of the proper way: આડે માર્ગે; ભૂલાં; ગેરવલે; કુમાર્ગે; અવલે રસ્તે; ઉન્માર્ગે.

Astriction, (ઍસ્ટ્રિક્શન) *n.* Contraction: સંકોચવું તે; સંકોચન. 2. Constipation: બંધકોષ.

Astride, (ઍસ્ટ્રાઇડ્) *adv.* [a+stride.] With one leg on each side: બંને તરફ અક્કેકો પગ મુકીને.

Astringe, (ઍસ્ટ્રિન્જ્) *vt.* [L. *ad* & *stringo*, I draw tight.] To bind fast; to compress: ખેંચીને બાંધવું; સંકોચવું. 2. To bind by obligation: ફરજ–ઉપકારથી બાંધી લેવું.

Astringent, (ઍસ્ટ્રિન્જન્ટ્) *a.* Binding; contracting: કબજ કરે એવું; બંધક; સંકોચનશીલ. *n.* A medicine which contracts: કોઠાને કબજ કરે એવું ઓસડ.

Astrologer, (ઍસ્ટ્રૉલૉજર્) *n.* One versed in astrology: જ્યોતિષ જાણનાર; જોશી; દૈવજ્ઞ; નજુમી.

Astrologic-cal, (ઍસ્ટ્રૉલૉજિક્-કૅલ) *a.* Pertaining to astrology: જ્યોતિષ–રમલ વિદ્યાને લગતું.

Astrology, (ઍસ્ટ્રૉલૉજિ) *n.* [Gr. *astron*, a star & *logos*, discourse.] The art of foretelling events by the situation & aspects of the stars: જ્યોતિષ; ગ્રહદશા–મુહૂર્ત જોવાની વિદ્યા; દૈવજ્ઞવિદ્યા; નક્ષત્રવિદ્યા; નુજુમ.

Astronomer, (ઍસ્ટ્રૉનોમર્) *n.* One versed in astronomy: ખગોલવેત્તા; જ્યોતિર્વિદ્.

Astronomic-cal, (ઍસ્ટ્રૉનૉમિક્-કૅલ) *a.* Pertaining to astronomy: ખગોલ વિદ્યા સંબંધી.

Astronomy, (ઍસ્ટ્રૉનોમિ) [Gr. *astron*, a star & *nomos*, a law.] Science which treats of the heavenly bodies: ખગોલ વિદ્યા; જ્યોતિષ શાસ્ત્ર.

Astute, (ઍસ્ટયૂટ્) *a.* [L. *astus* craft.] Keen; subtle; wily: ચતુર; ઉંડી નજરનું; અક્કલમંદ; પક્કું; ખંધું.

Asunder, (ઍસન્ડર્) *adv.* Apart; separately: અલગ; જૂદું; વેગળું; છુટું; પૃથક; એલાહેદું.

Asylum, (ઍસાઇલમ્) *a.* [L.] A place of refuge for criminals & debtors: શરણ સ્થલ; આશરો; આશ્રય; ઓથ. 2. An institution for the care & relief of the unfortunate: ધર્મશાલા; અનાથગૃહ. *Lunatic* **a.**: ગાંડાઓની ઇસ્પીતાલ. **a.** *for animals:* પાંજરાપોલ.

At, (ઍટ્) *prep.* [L. *ad.*] Near; close to: પાસે. નજદીક; સમીપ; આગલ. 2. In a state of; engaged in: માં; માહે; ઉપર; as, **a.** *play:* રમતે. 3. By; on; with: થી; ઉપરથી; લીધે. 4. Towards: તરફ; ઉપર: as, *look* **a.** *it:* તે તરફ જુવો. *to aim* **a.** *a mark:* નિશાન (ઉપર) તાકવું. **a.** *best:* ખહુ; ખહુતો. **a.** *last-length:* આખરે; ઓછામાં ઓછું. **a.** *most:* ઘણામાં ઘણું. **a.** *once:* એકદમ; ગમેતેમ. **a.** *sight:* દેખત.

Atheism, (એથીઇઝમ) *n.* [Gr. *a*, priv. & *Theos*, God.] the denial of the existence of God: ઈશ્વર નથી એમ માનવું તે; નાસ્તિકતા; ખુદાનો ઇનકાર.

Atheist, (ઍથીઇસ્ટ્) *n.* An infidel; unbeliever: નાસ્તિક; અનીશ્વરવાદી; કાફર.

Athirst, (ઍથર્સ્ટ્) *a.* Thirsty; wanting drink: તરસ્યું; પ્યાસું. 2. Desirous: આતુર.

Athlete, (ઍથ્લીટ્) *n.* [Gr. *athlos*, a contest.] A prize fighter; a contender for victory: જીત માટે લડનાર; પહેલવાન; મલ્લ.

Athletic, (ઍથ્લેટિક્) *a.* Relating to exercises: કસરત સંબંધી; મલ્લક્રીડા સંબંધી. 2. Robust; lusty: મલ્લ; લઠ્ઠ; તાલિમખાજ; બલવાન; જોરાવર. **a.** sports or exercises: કસરત; કુસ્તી.

Athwart, (ઍથ્વૉર્ટ) *adv.* Sidewise; crossly; wrong: આડી રીતે; ગેર રીતે. *prep.* Across: વાંકું; આડું.

Atlantean, (ઍટ્લૅન્ટીઍન્) *a.* Pertaining to the isle of Atlantis: એટલેન્ટીસ ટાપુને લગતું–ના જેવું. 2. Resembling Atlas: આટલાસ પર્વતના જેવું. hence, gigantic: અતિમોટું; રાક્ષસી.

Atlantic, (ઍટ્લૅન્ટિક્) *n.* The ocean between Europe & America: અમેરિકા અને યુરોપ વચ્ચેનો આટલાંટિક મહાસાગર.

Atlas, (ઍટ્લૅસ્) *n.* A collection of maps in a volume: નકશાનું પુસ્તક. 2. A volume of plates: છાપ; ચિત્રનું પુસ્તક. 3. A silk satin: એક જાતની રેશમી સાટીન. 4. A kind of large drawing paper: નકશા કાઢવાનો એક જાતનો મોટો કાગલ.

Atmosphere, (ઍટ્મૉસ્ફીઅર્) *n.* [Gr. *atmos*, smoke & *sphira*, sphere.] The air surrounding the earth: વાતાવરણ; ગગન; આકાશ; અંતરિક્ષ. 2. Any surrounding influence: કોઈ પણ વ્યાપી રહેલી અસર; આવરણ.

Atmospheric-cal, (ઍટ્મૉસ્ફેરિક્-કૅલ્) *a.* Pertaining to atomsphere: વાતાવરણ સંબંધી; વાયુચક્ર સંબંધી; આંતરીક્ષ.

Atom, (ઍટૅમ્) *n.* [Gr. *a*, not & *temno*, I cut.] An indivisible particle; a molecule: અણુ; પરમાણું; રજ; કણ; લેશ. 2. Any thing extremely small: અતિસૂક્ષ્મપદાર્થ; રજ.

Atomic-cal, (ઍટૉમિક્-કૅલ્) *a.* Pertaining to or consisting of atoms; extremely minute: અણુનું–સંબંધી; ઝીણું; પરમાણુમય; સૂક્ષ્મ. *Atomic theory:* પરમાણુવાદ; રજકરણ વિષે વિચાર.

Atone, (ઍટોન્) *vi.* [L. *ad* & *unus*, one.] To make reparation or amends for an offence or a crime: નુકશાન ભરી આપવું; ખદલો–સાટું વાલવું; અવેજ આપવો. *vt.* To reconcile: સલાહ–સમાધાન ક૦. 2. To expiate: પ્રાયશ્ચિત–પાપ નિવારણ ક૦; ગુન્હાની તોબેસ ક૦.

Atonement, (ઍટોન્મેન્ટ્) *n.* Expiation: reparation: પ્રાયશ્ચિત; પાપ નિવારણ; તોબેસ. 2. Reconciliation; concord: મેલાપ; સમજુતી; સમાધાન; મેલ.

Atrocious, (ઍટ્રોશસ્) *a.* Extremely cruel: અતિદુષ્ટ; મહાઘાતકી ઘોર; અતિપાપી; પાપિષ્ટ; ક્રુર.

Atrocity, (ઍટ્રૉસિટિ) *n.* [L. *atrox*, cruel.] Enormous wickedness: ઘોર–દુષ્ટ કર્મ; મહા પાપ; ઘોરતા; બીભત્સતા.

Atrophy, (ઍટ્રૉફિ) *n.* [Gr. *a*, priv. & *trepho*, I nourish.] A wasting away for want of nourishment: ખોરાક વગર નિર્બલ થવું તે; ક્ષય; અશક્તિ; કમતાકાતી; ક્ષયરોગ.

Attach, (ઍટ્ટૅચ્) *vt.* [L. *ad* & *tango*, I touch.] To bind; to fasten: બાંધવું; જોડવું; સાંધવું; સંબંધ ક૦. 2. To take by legal authority: કલમબંધી–જપ્તિ લાવવી; ટાંચ મારવી; જપ્ત ક૦. 3. (*a*) To take, seize & lay hold on by force: બલત્કારથી લેવું–પકડવું–ઝાલવું. hence, (*b*) to win the heart of: મન હરી લેવું; તરફ ખેંચવું–દોરવું; પ્રીતિ કરાવવી; સ્નેહ સંબંધ બંધાવવો; વશ ક૦. 4. To connect in a figurative sense: માનવું; ધારવું; ગણવું; લેખવું.

Attachment, (ઍટ્ટૅચ્મેન્ટ્) *n.* Affection:

વલગણ; પ્રીતિ;સ્નેહ; પ્યાર;મ્હોબત;ભાવ. 2.A seizure: ટાંચ; જપ્તિ; કલમખંધી. **a.** *before judgment:* કાચી ટાંચ-કલમખંધી.

Attack, (ઍટ્ટૅક્) *vt.* [L. *tango*, I touch.] To fall upon as with arms or force; to assault: તુટી પડવું;હુમલો ક૦. 2. To begin a controversy with: વાદવિવાદ ક૦;લઢવું;લડત ચલાવવી; સામે લખવું. 3. (*chem.*) To begin to dissolve by chemical agents:રસાયણી પદાર્થોથી પિગલાવા માંડવું. *n.* An onset; an invasion: ચઢાઇ; હલ્લો; છાપો; હુમલો. (of a band of robbers) ધાડ.

Attain, (ઍટ્ટેન) *vi.* [L. *tango*, I touch.] To reach: પહોંચવું; આવી પહોંચવું; સુધી જઇ પહોંચવું. 2. To arrive by an effort of mind: પ્રાપ્ત-હાંસલ-સંપાદન થવું.*vt.* To achieve; to gain: પહોંચવું; મેલવવું; સંપાદન ક૦.To equal: ખરોબર થવું; સરખા ઉતરવું.*Easy to* **a.**: સુલભ.*Difficult to* **a.**: દુર્લભ; દુષ્પ્રાપ્ય.

Attainable, (ઍટ્ટેનેબલ) *a.* Capable of being attained: પહોંચી-મેલવી શકાય એવું;સાધ્ય; પ્રાપ્ય.

Attainder,(ઍટ્ટેન્ડર્)*n.*Stain:કલંક; ખટ્ટો;લાંછન; અપયશ. 2. The act of attainting: કલંકિત ક૦ તે.

Attainment, (ઍટ્ટેન્મૅન્ટ્) *n.* The act of attaining:મેલવવું તે; પ્રાપ્તિ; સંપાદન; લાભ. 2. (*pl.*) Acquirements:સંપાદન કરેલા ગુણ;ગુણ; કાબેલિયત.

Attaint,(ઍટ્ટેન્ટ્)*vt.*[L.*ad* & *tango*, I touch.] To stain; to disgrace: એબ--ખટ્ટો--કલંક--લાંછન દૂષણ લગાડવું. 2. To corrupt: ભ્રષ્ટ ક૦; ખગાડવું; બેઆબરૂ ક૦. *n.* Taint; spot:ડાઘ; ડોષ; ઠપકો; કલંક; લાંછન; ખટ્ટો.

Attempt, (ઍટ્ટૅમ્પ્ટ્)*vt.* & *vi.*[L. *ad* & *tempto*, I try.] To try:યત્ન-પ્રયત્ન તજવીજ--કોશીસ ક૦. 2. To attack: હલ્લો--હુમલો ક૦. 3. To test:અજમાવવું તપાસવું. *n.* Effort; trial:અજમાયેશ; તજવીજ; પ્રયત્ન;ઉદ્યોગ; કોશેષ. 2. Attack: હુમલો; હલ્લો.

Attend, (ઍટ્ટૅન્ડ) *vt.* [L. *tendo*, I stretch.] To give heed to:કાને ધરવું; લક્ષમાં લેવું; સાંભલવું; ગણકારવું. 2. To go or stay with;to serve: સાથે જવું--આવવું--રહેવું;હાજર રહેવું; ચાકરી-સેવા ક૦; ખિજમતમાં રહેવું. 3. To be present with: હાજર હોવું; સાથે હોવું. *vi.* (*to*) To consider; to give heed to (*on, upon*): ધ્યાન આપવું: મન લગાડવું; સાંભલવું;લક્ષ દેવું. 2. To wait on; ખિજમત--સેવા-ચાકરીમાં રહેવું.

Attendance, (ઍટ્ટૅન્ડૅન્સ) *n.* The act of attending; service:હાજરી;ચાકરી;સેવા. 2. Retinue: હાજર રહેનાર માણસો; હાજરી; ખટલો; સ્વારી. 3. Attention; regard: લક્ષ; ધ્યાન; મન; ચિત્ત.

Attendant, (ઍટ્ટૅન્ડૅન્ટ્) *a.* Being present: જનાર--આવનાર; સહગામી; સહચારી; સાથે રહેનાર. 2. Accompanying: લગતું; પરિણામી; અનુષંગી; આનુષંગિક. *n.* Companion;servant:સેવક;સાથી;ચાકર; અનુચર; ખિજમતદાર; અનુયાયી. 2. Concomitant: અનુષંગી; જોડે થનાર વસ્તુ; સહગામી--ચારીપદાર્થ. 3. One who is present:હાજર રહેનાર; આવનાર.

Attention, (ઍટ્ટૅન્શન) *n.*Consideration:લક્ષ; ચિત્ત;મન;ધ્યાન. 2. Act of civility or courtesy: આદરમાન; સત્કાર; આગતાસ્વાગતા; સરભરા.

Attentive, (ઍટ્ટૅન્ટિવ્) *a.* Watchful: સાવધ; ધ્યાન રાખતું; ચોકસ; સાવધાન; સત્કારયુક્ત.

Attentively, (ઍટ્ટૅન્ટિવ્લિ) *adv.* Carefully; intently: લક્ષ પૂર્વક; ધ્યાન--ચિત્ત રાખીને;સાવધાનતાથી.

Attenuate, (ઍટ્ટૅન્યૂએટ્) *vt.*[L.*ad* & *tenuo*, I make thin.] To make thin:ઝીણું-પાતલું--બારીક ક૦. 2. To comminute: ભૂકો--ચૂરો ક૦. 3. To draw out or extend in length:ખેંચવું; લંબાવવું. *vi.* To become thin, tender or fine; to grow less:પાતલું--બારીક-ઝીણું--નાજુક થવું;કૃશ--ક્ષીણ--ઓછું થવું; ઘટવું.

Attest, (ઍટ્ટૅસ્ટ્)*vt.*[L. *testis*, a witness.] To bear witness to: સાક્ષી પુરવી--આપવી; સાખ ક૦. 2. To give proof of: દાખલો મેલવવો; સિદ્ધ--ક૦; સાબેતી આપવી.

Attestation, (ઍટ્ટૅસ્ટેશન) *n.* Testimony; evidence: સાક્ષી; પ્રમાણ; સાખ.

Attic, (ઍટ્ટિક્) *n.* The uppermost story of a house: ઘરનું કાતરિયું.

Attire, (ઍટ્ટાઅર્) *vt.* To dress: વસ્ત્ર પહેરાવવાં; પોશાક પહેરાવવો; શણગાર સજાવવો. *n.* Clothes: વસ્ત્ર; સુંદર પોશાક;વેશ;પરિધાન; અલંકાર; આભરણ. 2. The horns of a deer: મૃગનાં શીંગડાં.

Attitude, (ઍટ્ટિટ્યૂડ)*a.*[L. *apto*. I fit.] Posture of a person: શરીર--અંગસ્થિતિ; આસન; વૃત્તિ; ભાવ. 2. Position of things: દેખાવ; આકાર. 3. The gesture of a figure or statue: ડોલ; ઢપછપ; અદા.

Attorney, (ઍટ્ટાર્નિ) *n.* [L. *ad* & *torno*, I turn in lathe.] One who takes the place or turn of another: મુનીમ: મુખત્યાર; પ્રતિનિધી.2. One who is legally appointed by another to transact any business for him: મુખત્યાર; વકીલ. **a.** *general:* સરકારી વકીલ.

Attract, (ઍટ્ટ્રૅક્ટ્) *vt.* [L. *ad* & *traho*, I draw.] To cause to adhere; to draw to: ખેંચવું;આકર્ષણ ક૦; તાણવું.2.To allure; to invite: લલચાવવું; મોહ પમાડવું; મન હરવું--આકર્ષવું.

Attraction, (ઍટ્ટ્રૅક્શન) *n.* The force which draws bodies towards each other: આકર્ષણશક્તિ.2.Enticement; charm:લાલચ;મોહ;મોહક રૂપ; મનોહર સ્વરૂપ.**a.** *of gravitation:*ગુરુત્વાકર્ષણ. *Magnetic, diamagnetic and electrical* **a.**: ચૂંબકાકર્ષણ, પ્રતિચૂંબકાકર્ષણ અને વૈધતાકર્ષણ. *Adhesive* **a.**: અવલંબાકર્ષણ. *Cohesive* **a.**: સ્નિગ્ધાકર્ષણ; સંબંધાકર્ષણ. *Capillary* **a.**: કેશાકર્ષણ. *Chemical* **a.** *or affinity:* સ્નહાકર્ષણ; રસાયનપ્રીતિ.

Attractive, (ઍટ્ટ્રૅક્ટિવ્)*a.* Having the power of drawing:આકર્ષક; આકર્ષણશીલ. 2. Alluring: મનમોહક;મોહક; મનોહર; ચિત્તાકર્ષક. *n.* That which incites:મોહ ઉપજાવનારૂં; ખેંચનારૂં.

Attributable, (ઍટ્ટ્રિબ્યૂટેબલ) *a.* Imputable; ascribable:લગાડવાજોગ;આરોપ્ય; આરોપણ ક૦; યોગ્ય.

Attribute, (ઍટ્ટ્રિબ્યૂટ્) *vt.* [L. *ad* & *tribuo*, I give.] To assign:ને લીધે છે એમ માનવું;લગાડવું; કારણ જાણવું; આરોપવું; ઠેરવવું. *n.* (*Gram.*) Property; quality: ધર્મ; ગુણ; ખાસિયત. Divine *attributes:* અષ્ટસિદ્ધિ.

Attributive, (ઍટ્રિબ્યુટિવ્) *a.* Attributing: ગુણ બતાવતું; લગતું;વાચ્ય. *n.* A word expressing quality: વિશેશણ.

Attrite, (ઍટ્રાઇટ્) *a.* Worn by friction: ઘસાઇ ગએલું.

Attrition, (ઍટ્રિશન) *n.* [L. *ad* & *tero*, I rub.] Act of wearing: ઘસવું તે; ઘસારો; ઘર્ષણ. 2. Grief for sin: અનુતાપ; પશ્ચાત્તાપ.

Attune, (ઍટ્ટ્યૂન) *vt.* To put in tune; to adjust: રાગ--સૂર મેલવવો-ઉતારવો. 2. To make accordant: સુસ્વર ક૦.

Auburn, (ઑબર્ન્) *a.* Reddish brown: રતાસપર ભુરો; રાતું ભુરૂં; ગૈાર; પાંડુ વર્ણ.

Auction, (ઑકશન) *n.* [L. *augeo*, I increase.] A public sale of property to the highest bidder:હરાજી;લિલામ.2. Things sold at auction: હરાજીમાં વેચાતી ચીજો.

Auctioneer, (ઑકશનીર્)*n.* Person who sells at auction: હરાજી-લિલામ કરનાર.

Audacious, (ઑડેશસ્) *a.* Bold; intrepid: બહાદુર; નિર્ભય; છાતીચલો; ધીટ.2. ઉદ્ધત; નિર્લજ; બેઅદબ; બેશરમ. 3. Committed with daring effrontery or contempt of law: કાયદાને ન ગણકારીને--ઉદ્ધતપણાથી કરેલું.

Audaciousness,(ઑડેશસ્નેસ) } *n.* [L. *au-*
Audacity, (ઑડૅસિતી) } *deo*, I dare.]
Insolence; effrontery: બેઅદબી; ઉદ્ધતાઈ; નિર્લજતા. 2. Venturesomeness: હિમ્મત; સાહસ; ધૃષ્ટતા.

Audible, (ઑડિબલ્) *a.*[L.*audio*,I hear.] Capable of being heard: સાંભલી શકાય એવું; સ્પષ્ટ.

Audience, (ઑડિઅન્સ્) *n.* A hearing: શ્રવણ; સાંભલવું તે. 2. Reception to an interview: મુલાકાત; શ્રવણાર્થકદર્શન.3. An Auditory:સાંભલનારા; શ્રોતાજન; શ્રોતા.*to give* **a.**: સાંભલવું. **a.** *chamber*: દર્શનગૃહ.

Audit, (ઑડિટ્)*n.*[L. *audio*, I hear.] (*a*) Examination in general: તપાસ; તપાસણી; પરિક્ષા. (*b*) Examination of accounts: હિસાબની તપાસણી.2. A final account:તપાસેલો હિસાબ,નક્કી કરેલો હિસાબ.*vt* & *vi*. To Examine & adjust an account: હિસાબ તપાસી નક્કી ક૦.

Auditor, (ઑડિટર્) *n.* A hearer: શ્રોતા સાંભલનાર--શ્રવણ કરનાર. 2. A person appointed to audit an account: હિસાબ તપાસનાર--લેનાર.

Auditory, (ઑડિટોરિ)*a.*(*a*)Having the power of hearing: શ્રવણશક્તિવાલું. (*b*) Pertaining to the sense of hearing: શ્રુતિ વિષયક--સંબંધી;શ્રવણ સંબંધી. *n.* An assembly of hearers; an audience:સાંભલનારી મંડલી;શ્રોતા;શ્રોતૃમંડલ.2. Place for lectures:ભાષણ મંદિર--શાલા--વ્યાખ્યાનશાલા.

Auger, (ઑગર્) *n.* A carpenter's instrument for boring large holes: સારડી; ટોપણ.

Aught, (ઑટ્) *n.*Any thing;any part:કંઇ પણ; જરા પણ વસ્તુ.

Augment (ઑગ્મેન્ટ્) *vt.* [L. *augeo*, I increase.]To increase:વધારવું; વૃદ્ધી ક૦; ઉમેરવું. *vi.* To grow larger: વધવું; વૃદ્ધી થવી. *n.* Increase: વૃદ્ધી; વધારો; ઉમેરો.

Augmentation, (ઑગ્મેન્ટેશન) *n.* The act of augmenting: વધારવું તે; વર્ધન. 2. The state of being augmented: વૃદ્ધી; વધારો; ઉમેરો.

Augur,(ઑગર્)*n.*[L.*avis*,a bird.] A soothsayer;a foreteller:શુકન જોઇને ભવિષ્ય કહેનાર;દૈવજ્ઞ;શુકન જોનાર; ભવિષ્ય જોનાર. *vi.* To predict by signs; to conjecture: અનુમાન-તર્ક ક૦:અટકલ બાંધવી. *vt.* To forebode; to presage: ભવિષ્ય ભાખવું-કહેવું.

Augury,(ઑગ્યૂરિ)*n.*A prediction:શુકન. 2. Art of foretelling events: ભવિષ્ય કહેવાની વિદ્યા.

August, (ઑગસ્ટ્) *a.* Majestic: પ્રતાપી; પ્રૈાઢ; ભભકાદાર; મ્હોટું. *n.* The eighth month of the Christian year: અંગ્રેજી વર્ષનો ૮મો મહિનો.

Aunt, (ઑન્ટ્) *n.* The sister of one's father or mother: ફોઈ; માસી. 2. Wife of the brother of one's father or mother: કાકી; મામી.

Aurated,(ઑરેટેડ્) } *a.* [L. *aurum*, gold.]
Aureate,(ઑરીઍટ્) } Gold-colored; gilded; golden: સોના જેવું; સોનેરી: પીલું; ઢોલ ચઢાવેલું.

Auricle, (ઑરિકલ્) *n.* [L. *auris*, an ear. (*a*) The external ear: બહારનો કાન. (*b*) One of the two muscular sacs situated at the base of the heart: હ્રદયની નીચેની બે કોથલીમાંની એક. 2. An instrument applied to the ears to give aid in hearing: વધારે સારી રીતે સંભલાય એવી તરેહનું કાને રાખવાનું એક ઓજાર.

Auricular (ઑરિક્યૂલર્) *a.* Pertaining to the ear: કર્ણ સંબંધી; કાનનું-વિશેનું.2.Told in the ear; secret: કાનમાં કહેલું; છુપું; ગુપ્ત. 3. Known by the sense of hearing: સાંભલેલું; કાને પડેલું. 4. Traditional; known by report:કાનોકાન આવેલું-ઉતરેલું; પરંપરાગત; દંતકથા સંબંધી. 5. Pertaining to the auricles of the heart: હ્રદયની કોથલીઓને લગતું-વિશેનું.

Auriform, (ઑરિફૉર્મ્)*a.*Ear-shaped:કાનના આકારનું; કર્ણાકાર.

Aurora,(ઑરોરા)*n.*(L.) Thedawn of the day: પ્રાતઃકાલ ; અરૂણ; વાહાણું; પરોઢિયું; બામદાદ. **a.** *borealis*, northern lights: ઉત્તરગોલાર્ધમાં થતો પ્રકાશ-નો અરૂણોદય. **a.** *australis*, southern daybreak: દક્ષિણ ગોલાર્ધમાં થતો પ્રકાશ-અરૂણોદય.

Auspic, (ઑસ્પિસ્) *n.* [L. *avis*, a bird & *specio*, I look.] The omens drawn from birds; augury: પક્ષીની ગતિપરથી લીધેલા શુકન; નિમિત્ત; પૂર્વ લક્ષણ: *of good & evil* **a.**: માંગલિક અમાંગલિક. 2. (*pl.*)Favour: કૃપાદૃષ્ટિ;આશ્રય; નેકનજર; હિમાયત.

Auspicious, (ઑસ્પિશસ્) *a.* Having good omens: શુભ; મંગલ; ભદ્ર; માંગલિક; મુબારક. 2. Favourable:આબાદ; અનુકૂલ; દયાલુ; કૃપાલુ; પ્રસન્ન; કલ્યાણકારી.

Austere,(ઑસ્ટીઅર્) *a.*[Gr. *azo*,I parch up.] Sour; acerb:ખાટું; તુરૂ; રૂક્ષ. 2. Severe; rigorous: કઠોર; આકરૂ; સખ્ત; કરડું; તીવ્ર; ઉગ્ર; નિર્દય; કઠણ.

Austereness,(ઑસ્ટીઅરનેસ્)*n.*Harshness in taste: તુરાશ; ખટાશ; રૂક્ષતા. 2.Austerity:કરડાપણું; કઠોરતા; આકરાપણું.

Austerity, (ઑસ્ટૅરિટિ) *n.* Severity of manners or life:આકરાપણું; કઠોરતા; તપ; વૈરાગ્ય; ઉગ્રતા;

તપશ્ચર્યા. *Power acquired through* **a.**: તપોબલ.

Austral, (ઑસ્ટ્રેલ્)*a.* Southern: દક્ષિણ તરફનું. **a.** *signs*: રાશિચક્રની છેલ્લી ૭ રાશિઓ,એટલે તુલા, વૃશ્ચિક. ધનઃ મકર, કુંભ, અને મીન.

Authentic-cal, (ઑથેન્ટિક્-કલ્) *a.* Genuine; true; trustworthy: ખરૂં; અસલ; ખાતરીનું; સત્ય; સપ્રમાણ.

Authenticate, (ઑથેન્ટિ-કેટ્)*vt.* To prove as real or true:સાબેત-સાચું-સત્ય ઠરાવવું;સપ્રમાણ ક૦.

Authenticity,(ઑથેન્ટિસિટિ)*n.*Genuineness: સત્યતા; ખરાપણું; સપ્રમાણતા; અસલપણું.

Author (ઑથર્) *n.* [L. *augo*, I increase.] (*a*)The first mover;the beginner: મૂલકર્ત્તા; કર્ત્તા; પ્રવર્તક; આરંભક;ઉત્પાદક;જનક.(*b*)Creator;originator: ઉત્પન્ન કર્ત્તા; કર્ત્તા; જનક. 2. The writer of a work: ગ્રંથકાર-કર્ત્તા; લેખક.

Authoritative, (ઑથૉરિટિવ્)*a.* Commanding: ધણીપણાના ડોલવાલું; સ્વામિત્વસૂચક;દબદબા ભરેલું;દાબવાલું.2.Positive; peremptory: સત્તાવાલું-યુક્ત; સપ્રમાણ; પ્રમાણયુક્ત; આપ્ત.

Authority. (ઑથૉરિટિ) *n.*Legal power: અધિકાર; અખત્યાર; સત્તા; ઐશ્વર્ય. 2.(*pl.*)Government, a ruling body: સત્તાધિકારી; સરકાર; અધિકારી. 3. (*a*) The power derived from opinion, respect or esteem: સાબેતી; સત્યતા; પ્રમાણ; આધાર. (*b*) Influence of character, office or station; credit: વજન; વક્કર; ભારબોજ; ગૌરવ; માન. 4. Testimony: સાક્ષી; સાબેતિ; આધાર; પ્રમાણ; પુરાવો; શહદત. 5. (*a*) A precedent:દાખલો; પ્રમાણ; ઉદાહરણ. (*b*) An official statement; order: સનદ; હુકમ; અધિકારપત્ર;આજ્ઞા;શાસન. (*c*) Authoritative opinion or saying: આપ્તવચન; આપ્ત-વાકય; પ્રમાણવાકય.

Authorize, (ઑથૉરાઈઝ્) *vt.* To empower: સત્તા-અખત્યાર-અધિકાર આપવો. 2. To legalize: કાયદાસર ક૦. 3. To give credit or authority: પુષ્ટી-ટેકો-આધાર આપવો. 4. To establish by authority, as by usage or public opinion: સત્તા-રૂઢી-વીધિ-લોકાચારથી સ્થાપવું; લોક રૂઢિથી મુકરર ક૦.

Authorship, (ઑથર્શિપ્) *n.* State of being an author: ગ્રંથકારપણું.

Autobiographer,(ઑટોબાઈઑગ્રફર્) *n.*One who writes his own life: સ્વચરિત્ર લખનાર.

Autobiography, (ઑટોબાઈઑગ્રફિ) *n.* [Gr. *autos*, one's self, *bios*, life & *grapho*,I write.] Memoirs of one's own life written by one's self : પોતાને હાથે લખેલો પોતાનો હેવાલ; સ્વચરિત્ર-વર્ણન-કથન; આત્મચરિત્ર.

Autocracy, (ઑટૉક્રસિ) *n.* [Gr.*autos*, self & *kratos*, power.] Supreme authority : સ્વતંત્ર-અધિકાર; મુખત્યારી; આપઅખત્યારી.

Autocrat, (ઑટોક્રટ્) *n.* An absolute prince or sovereign: સ્વતંત્ર રાજા; મુખત્યાર-આપઅખત્યાર રાજા. 2.A person invested with absolute power: સ્વતંત્ર સત્તા જેને બક્ષીછે એવો માણસ.

Autograph, (ઑટૉગ્રફ્) } **Autogaphy,**(ઑટૉગ્રફિ) } *n.*One's own handwriting; an original manuscript or signature: સ્વહસ્તાક્ષર; પોતાના હાથનો લેખ-સહી.

Automatic-cal, (ઑટૉમૅટિક્-કલ્) *a.* Self-acting: પોતાની મેલે હાલતું-ચાલતું; સ્વયંવહ.

Automatism. (ઑટૉમૅટિઝમ્) *n.* Power of self-moving:પોતાની મેલે ચાલવાની ગતિ;સ્વયંવાહિની શક્તિ; આત્મચલન શક્તિ.

Automaton, (ઑટૉમૅટાન્) *n.*[Gr. *autos*, self & *muo*, I move.] *pl.***Automata** or **automatons,** A self-moving machine: પોતાની મેલે ચાલનાર યંત્ર; સ્વયંવહ-આત્મચાલક-યંત્ર.

Autumn, (ઑટમ્) *n.* [L. *augeo*, I increase.] Third season of a year or the one between summer & winter: શરદઋતુ; શરત્કાલ; ખરીફનો સમય. (in England.) the fall: પાનખર ઋતુ. 2. Decline; third stage: પડતી; ઉતરતી.

Autumnal, (ઑટમ્નૅલ્) *a.* (*a*) Belonging to autumn: શરદઋતુ સંબંધી-વિષેનું. (*b*) Produced in autumn:શરદ ઋતુમાં ઉત્પન્ન થતું-નિપજતું.(*c*)Flowering in autumn:શરદીમાં ફૂલ આવતું-ફુલતું. 2.Past the middle of life;in the third stage: જીંદગીનો મધ્ય ભાગ જેણે પસાર કર્યો છે તેવું;ત્રીજીવીસીનું; ઉતરતી વયનું. **a.** *equinox*: વિષુવપદ; જલવિષુવ; તુલાવિષુવ.

Auxiliar-ry,(ઑગ્ઝિલિઍર્-રિ) *a.* [L. *augeo*, I increase.]Aiding; subsidiary: મદદગાર; સહાયકારક. *n.* A helper: મદદ કરનાર; કુમક આપનાર. 2. (*pl.*) Foreign troops employed in war: કુમકે આવેલું પારકા દેશનું લશ્કર. 3. A verb helping to form the moods & tenses of other verbs: સહાયકારક ક્રિયાપદ.

Avail, (ઍવેલ્)*vt.*[L.*ad.*& *valeo*,I am strong.] To profit; fit: ફાયદો લેવો; ઉપયોગ ક૦; કામમાં લેવું; કામ સાધી લેવું; લાભ લેવો; કામ-ખપ લાગવું. 2. To asssist or aid: મદદ-સહાય ક૦; ચાલવું-વલવું-ફલ થવું;કામમાં આવવું. *What* **a.** *me now that honour high?*: અરે હવે એ મોટું માન મારે શા કામનું છે.? *vi.* To be of advantage; to answer the purpose of: ઉપયોગી થઈ પડવું; કામમાં આવવું; ચાલવું-વલવું; કામ લાગવું. *n.* Benefit; use: લાભ; ઉપયોગ; ફલ; ફાયદો; ગુણ; પ્રાપ્તિ; હાંસલ. 2. (*pl.*) Proceeds (of a sale): ઉત્પન્ન;પેદાશ.*Of no* **a.**,useless:વ્યર્થ;નિષ્ફલ.

Available, (ઍવેલેબલ્) *a.* Advantagious; profitable: કામમાં આવે એવું; ઉપયોગી; લાભકારક; કામનું. 2. Valid: મજબૂત; યોગ્ય; જબરૂં; કાર્યસાધક.

Avalanche, (ઍવૅલૅન્શ) *n.* [L. *ad* & *vallis*, a valley.] A large mass of snow rolling down from a mountain: પહાડ ઉપરથી પડતાં બરફનાં ચોસલાં-ઢગલો.

Avarice, (ઍવૅરિસ્)*n.*[L.*aveo*, I strive after.] Cupidity: દ્રવ્ય લોભ-તૃષ્ણા; લાલચ; લાલસા; ધનાશા.

Avaricious,(ઍવૅરિશસ્) *a.* Greedy of gain: લોભી; ધનલોભી. [બસ; સબુર; થોભ; થયું.

Avast, (ઍવાસ્ટ્) *interj.* Cease; hold; stop:

Avaunt, (ઍવૉન્ટ્) *interj.*[Fr.*avant*, before.] Hence; be gone:કાલું કર;ચાલજા;નિકલ;હત્ત;દૂરથા;કદા.

Avenge, (ઍવેન્જ્) *vt.*[L. *vindico*, I punish.] To vindicate (without malice.); to punish, (as a duty):મનમાં વેર રાખ્યાવગર નુકસાનનોબદલો લેવો.

Avenger, (ઍવેન્જર્) *n.* One who avenges: બદલો-વેર વાલનાર-લેનાર.

Avenue, (ઍવીન્યૂ) *n.* [L. *ad*, to & *venio*, I come.] Passage: પ્રવેશ-માર્ગ; દરવાજો; દ્વાર. 2. A walk in a garden, with trees on both sides; an alley: કુંજગલી; તરૂપંક્તિ. 3. A wide street: પહોલો રસ્તો.

Aver, (ઍવર્) *vt.* [L. *ad* & *verus*, true.] To assert: ખાતરીથી કહેવું; નિશ્ચયપૂર્વક બોલવું; પ્રતિજ્ઞા ઉપર કહેવું.

Average, (ઍવરેજ્) *n.* [L. *habeo*, I have.] A mean proportion: મધ્યપ્રમાણ; સરાસરી. 2. Duty payable: જગાત. *a.* Medial: મધ્યમ; મધ્ય પ્રમાણનું. *vt.* To find the mean of: સરાસરી કાઢવી. 2. To divide according to a given proportion: કોઈ નક્કી કરેલા પ્રમાણ પ્રમાણે વહેંચવું. *vi.* To form a mean sum: સરાસરી થવી.

Averse, (ઍવર્સ્) *a.* [L. *verto*, I turn.] Disinclined to; unwilling: પ્રતિકૂલ; નારાજ; અણગમતું; વિમુખ; વિરૂધ; વિપરીત; ઉલટું; સામું.

Averseness, (ઍવર્સ્નેસ્) } *n.* Dislike: નાખુશી;
Aversion, (ઍવર્શન) } અભાવ; કંટાલો; અપ્રીતિ; દ્વેષ. 2. Opposition or contrariety of nature: પ્રતિકૂલતા; વિરોધભાવ.

Avert, (ઍવર્ટ્) *vt.* [L. *ad* & *verto*, I turn.] To prevent: ફેરવવું; અટકાવવું; નિવારણ-દૂર ક૦; ટાલવું.

Aviary, (એવિઍરિ) *n.* [L. *avis*, a bird.] A building or inclosure for keeping birds: પક્ષિભવન-શાલા; પક્ષીઓને રાખવાની જગા; ખડો.

Avidity. (ઍવિડિટિ) *n.* [L. *aveo*, I desire.] Eagerness; આતુરતા; ઘણી ઈચ્છા-હોંશ; ઈન્તેજારી.

Avocation, (ઍવોકેશન) *n.* [L. *ab* & *voco*, I call.] Act of calling away: કામમાંથી બોલાવી લેવું તે; આકર્ષણ. 2. The business which calls off: કામકાજ; ધંધો; પેશો; કાર્ય; વ્યાપાર; વૃત્તિ.

Avoid, (ઍવૉઇડ્) *vt.* [L. *e* & *vito*, I shun.] To shun; to escape: છોડી દેવું; તજવું; -થી અલગ-દૂર-વેગલા રહેવું; વર્જવું. 2. To make void: રદ-ખાતલ ક૦. 3. To defeat; to evade: ઉડાવવું; અખાડા ક૦.

Avoidable, (ઍવૉઇડેબલ) *a.* Capable of being shunned or escaped: તજવા જોગ; દુર રાખવા જોગ; વર્જનીય. 2. Capble of being annulled: રદ-ખાતલ થઇ શકે એવું; નામંજૂર કરી શકાય તેવું.

Avoidance, (ઍવૉઇડૅન્સ) *n.* Act of avoiding: દુર ક૦-ટાલવું તે; ત્યાગ; વર્જન. 2. State of being vacant: ખાલી પડવું તે. 3. Act of annulling: ત્યાગ; રદ ક૦ તે. 4. Course by which a thing is carried off: (પાણી) જવાનો રસ્તો.

Avoirdupois, (ઍવર્ડૂપૉઇઝ્) *n.* Weight of which a pound contains 16 ounces or 7000 grains troy: એક જાતનું વિલાયતી તોલ જેમાં એક પૌન્ડના સોલ ઔંસ ગણાય છે.

Avouch, (ઍવાઉચ્) *vt.* [L. *ad* & *voco*, I call.] To affirm; to maintain: નિશ્ચયપૂર્વક બોલવું-કહેવું.

Avow, (ઍવાઉ) *vt.* [L. *voveo*, I vow.] To own or confess frankly: ખુલ્લી રીતે કબૂલ ક૦-માનવું; સ્વીકાર-અંગીકાર ક૦.

Avowable, (ઍવાઉએબલ્) *a.* That may be avowed: ખુલ્લી રીતે કબુલ થઈ શકે એવું; સ્વીકરણીય.

Avowal, (ઍવાઉઍલ્) *n.* An open declaration: ખુલ્લી કબૂલાત; અંગીકાર; સ્વીકાર; એકરાર.

Avowedly, (ઍવાઉઍડ્લિ) *adv.* In an open manner: ખુલ્લી સ્પષ્ટ-જાહેર રીતે.

Avulsed, (ઍવલ્ઝ્ડ) *a.* ઢુંપાએલું; પીંખાએલું.

Avulsion, (ઍવલ્ઝન) *n.* A forcible separation: જોરથી ઉખેડવું; તોડવું તે. 2. A fragment torn off: તોડી નાખેલો કડકો. 3. (*Law*): રેલ અગર પ્રવાહથી એક માણસની જમીન બીજાની જમીન ઉપર એકદમ ઘસડાઈ જાય તે.

Await, (ઍવેટ્) *vt.* (*a+wait*) to expect: વાટ-રાહ જોવી; થોભવું. 2. to attend: હાજર-તૈયાર-સારૂ રાખેલું હોવું.

Awake-n, (ઍવેક્-કન) *vt.* (*imp.* **awoke** *or* **awaked**.) To rouse from sleep: જગાડવું; ઉઠાડવું. 2. To put into action, or new life: સચેતન--સજીવન-જાગૃત-સાવધ ક૦. *vi.* To break from sleep: જાગવું; ઉઠવું; સાવધ થવું.

Awake, (ઍવેક્) *a.* Not sleeping; in a state of action: જાગૃત; સાવધ: હોંશીયાર; જાગતું.

Awakening, (ઍવેકનિંગ્) *p.a.* Rousing from sleep; exciting: જગાડતું; જાગૃત કરતું; પ્રબોધક. *p.n.* Act of awaking; a revival of religion: પ્રબોધ; પ્રબોધન; નિદ્રાભંગ; બોધન; ધર્મસજીવન.

Award, (ઍવૉર્ડ્) *vt.* To adjudge: ફેંસલો-ચૂકાદો-નિવેડો કરીને આપવું-અપાવવું. *vi.* To judge: નિવેડો-નિર્ણય-ફેંસલો-ચૂકાદો ક૦. *n.* A judgment: નિવેડો; ચૂકાદો; ફેંસલો; નિર્ણય. 2. Paper containig a judgment: ફેસલનામું; નિર્ણય પત્ર; હુકમનામું.

Aware. (ઍવેર્) *a.* (*a*) Vigilant: સાવધ; સચેત; હોંશિયાર: સાવધાન. (*b*) Cognizant; informed: વાકેફ; જાણીતું; માહિતગાર.

Away, (ઍવે) *adv.* Absent; at a distance: પરોક્ષ; અવિદ્યમાન; ગેરહાજર; આઘે; દૂર; છેટે. It is much used in phrases signifying going from, departure, etc: જવું; દેવું: રહેવું. *Away with*; (when preceded by *can* & *a negative*) to bear; to put up with: ખમવું; સહન કરવું. As, *I cannot* **a.** *with it*: હું તે ખમી શકતો-સહન કરી શકતો નથી. 2. To take away; to remove to another place: લઈ જવું; કાઢી મૂકવું. as, **a.** *with such a fellow*: આવા માણસને અહીંથી કાઢી મૂકો-લઈ જાઓ. *To make* **a.** *with*: મારી નાખવું; ઠાર ક૦. *To walk* **a.** *with*: ચોરી લેવું; છાનામાના લેઈ લેવું.

Awe, (ઑ) *n.* Reverential fear: દબદબાથી ઉત્પન્ન થતો ભય; ધાસ્તિ; દાબ; હાક; ધાક; ત્રાસ. *vt.* To strike with fear & reverence: બીવડાવવું; ધાક દેખાડવી.

Awful, (ઑફુલ્) *a.* Solemn: પ્રૌઢ; ધાસ્તી-ધાક ભરેલું; ઘોર; દારૂણ; ભયંકર; પૂજ્ય; આદરણીય. 2. Detestable: ધીક્કારવા જોગ; બેઢંગુ; કઢંગુ.

Awfulness, (ઑફુલ્નેસ્) *n.* Solemnity: ગંભીરપણું; દબદબો; ઘોરતા; દારૂણતા; દાબદમામ.

Awhile, (અહ્‌ઉવાઈલ્) *adv.* For some time; for a short time: થોડીવાર સૂધી; કંઈવાર; કિંચિત્કાલ.

Awkward, (ઑકવર્ડ્) *a.* Without skill: અનાડી; અણકીસબી; અણઘડ; મૂર્ખ; ગમાર; અકુશલ. (*b*) Clumsy (*things*): બેડોલ; બદશિકલ; વિરૂપ; બેઢંગું; ઘોબું. 2. Unpolite: અસભ્ય; અનાડી. 3. Unfavourable: પ્રતિકૂલ; નાપસંદ; સોઈ વગરનું; અવઘડવાલું.

Awl, (ઑલ્) *n.* A pointed instrument for

making holes in leather or wood: સોયો; (મોચીનું) ટોચણું; આરી.

Awless (ઑલેસ્) *a.* Wanting reverence; not exciting awe: ધારિત વગરનું; નિર્ભય; નિર્ધારત.

Awn, (ઑન્) *n.* [Gr. *achne*, chaff.] The bristle of corn or grass: અનાજ–ઘાસનું કુસલું; સુંબલું.

Awning, (ઑનિન્ગ્) *n.* A cover of canvas to shelter from sun's rays: ચંદરવો; છત; છતરી.

Axe, (એકસ્) *n.* [Gr. *axo*, I break.] An instrument of iron for hewing & chopping wood: કુહાડી; કુહાડો.

Axil, Axilla, (ઍકિસલ્-લ્લૅ) *n.* The armpit: [બગલ.

Axiom, (ઍકિસઅમ્) *n.* [Gr. *axido*, I deem worthy.] A self-evident truth: પ્રત્યક્ષ પ્રમાણ. 2. An established principle: સિધ્ધ વાકય; સિદ્ધાંત. 3. Maxim: વચન; સૂત્ર.

Axiomatic-cal, (ઍકિસઑમૅટિક્–કૅલ્) *a.* Pertaining to axiom: પ્રત્યક્ષ પ્રમાણ સંબંધી–ની રીતનું; સ્વતઃ-સિદ્ધ; પ્રત્યક્ષ.

Axis, (ઍકિસસ્) *n.* [Gr. *axon*, an axle.] *pl.* **axes.** A straight line passing through a body on which it revolves: ધરી; આંસ; અક્ષ; ધ્રુવ.

Axle-tree, (ઍકસલ્–ટ્રિ) *n.* The pole on which a wheel turns: ધરી.

Ay, Aye, (આંઇ) *adv.* [L. *aio.*, I say] yes; indeed: હા; સારૂં; વારૂં; ઠીક; બચિત.

Aye, (આંઇ) *n. pl.* **Ayes.** An affirmative: હકાર. 2. One who votes in affiamative: હા કહેનાર.

Aye, (એ) *adv.* Always; ever: હમેશાં; સદા; નિત્ય; નિરંતર; સર્વદા.

Azimuth, (ઍઝિમથ્) *n.* An arc of the horizon between Meridian of the place & the vertical circles: સમાંશ. *The co-***a.**: દિગાંશ.

Azure, (ઍઝ્હયૂર્) *a.* Sky-coloured: આસ્માની; વાદલીરંગનું; નીલવર્ણનું. *n.* Fine blue color of the sky: વાદલી–આસ્માની રંગ; નીલોવર્ણ. *vt.* To color blue: વાદલી રંગ ક૦.

B.

B. The second letter & first consonant in English language: ઇંગ્રેજી મૂલાક્ષરનો બીજો અક્ષર અને પેહેલો વ્યંજન બ.

Baa, (બૅ) *n.* The cry or bleating of sheep: ઘેટા–બકરાનો શબ્દ; બેં બેં. *vi.* To bleat: બેં બેં કરવું.

Babble, (બૅબ્બલ્) *vi.* To utter words unintelligibly: તોતડું–બોબડું બોલવું. 2. To talk irrationally: લવરી–બકબક કરવી. 3. To tell secrets: છાની વાત બહાર પાડવી; વાત ફોડવી. 4. To make a constant murmuring noise: ખલ ખલ અવાજ ક૦–બોલવું–વહેવું. *vt.* To prate: બડબડવું–અમથું બોલવું; લવારો ક૦. *n.* Idle talk: બકવા; લવરી; લવારો; બકબક; બડબડ; બકવાદ. **-er:** બડબડનાર; છાની વાત ફોડનાર. **-ing:** *n.* Foolish talk: ગાંડી વાત; બકવા. *a.* ખલ ખલ વહેતું–ગોઘાટ કરતું.

Babe-by, (બૅબ, બૅબિ) *n.* An infant: બાલક; બચ્ચું. 2. A doll for children: છોકરાઓનું રમકડું; ઢીંગલું.

Babel, (બૅબલ્) *vt.* The name of a city: શેહેરનું નામ. 2. Confusion; disorder: અવ્યવસ્થા; ગેરબંદોબસ્ત; ગડબડ; ધાંધલ; કોલાહલ.

Baboon, (બૅબૂન્) *n.* [L. *baboynus.*] A kind of monkey: ટુંકી પુછડીનો વાંદરો.

Babyish or **Babish,** (બૅબિશ્) *a.* Childish: છોકરવાદ; નાદાન.

Bachhanal-ian. (બૅકકૅનૅલ્–બૅકકૅનૅલિઅૅન્) *n.* [L. & Gr. *Bachhus*, the God of wine.] A drunkard: છાકટું; દારૂડિયું–માણસ; મદ્યપાન કરનાર. *a.* Riotous: છાકટો; તોફાની; દારૂડીઓ: છાકટાપણું–બ્યાલી બુશાલી સંબંધી.

Bachhanals, (બૅકકૅનૅલ્ઝ્) *n. pl.* Drunken feasts: દારૂડિયાની મીજબાની; પાનોત્સવ; પાનસમારંભ.

Bachelor, (બૅચૅલર્) *n.* [L. *baccalarius*, bachelor of arts.] An unmarried man: વાંઢો; કુંવારો. 2. A person who has taken the first degree in the liberal arts at a college or university: પાઠશાલાની પેહેલી પદવી મેલવનાર. 3. A young knight: જૂવાન યોદ્ધો–ભટ.

Back, (બૅક્) *n.* The upper part in animals and the hinder part in men: પીઠ; પુંઠ; વાંસો; બરડો. 2. The outward or upper part of a thing: પાછલો ભાગ; પુંઠ; પૃષ્ટ ભાગ. 3. The part out of sight: અદૃશ્ય ભાગ; બીજો ભાગ–છેડો. 4. The thick and strong part of a cutting tool: કાપવાના હથિયારનો ઉપરનો જાડો ભાગ; જાડો ભાગ; પીટ. **b.,** & *edge:* સંપૂર્ણ રીત્યે; તદન. *On one's* **b.**: ચતા; છતા. *One's* **b.** *being turned:* વિના; શિવાય. *To bow the* **b.**: જુલમ સહન ક૦. *To break the* **b.**, *neck* &c., to disable: કમજોર–બલહીન કરી દેવું–શક્તિહીન ક૦. *To cast behind the* **b.**: ભૂલી જવું; ક્ષમા ક૦; દરકાર ન રાખવી. *To plough on the* **b.**: જુલમ ગુજારવો; દુઃખ દેવું. *To turn the* **b.**:-થી જતા રેહેવું; ગેરહાજર રેહેવું. *To turn the* **b.** *on one:* તજી દેવું; તરછોડવું; તુચ્છાકારવું; ધિક્કારવું. *To turn the* **b.** *to one:* ઉપરી છે એમ સ્વિકારવું. *adv.* To the place from which one came: પાછા ફરીને. 2. To a former state or condition: અસલની સ્થિતિએ પહોચવું–પાછા જવું. 3 A vay from contact: પાછું; પ્રતિ. 4. Behind: પુંઠે; પછવાડે; વાંસે; બાકી. 5. Away from the present: પાછલ; વાંસે. 6. Again: in return: પાછા; ફરીને. *To go* **b.** *from an engagement:* કરારમાંથી ખસી જવું–ડગવું–નીકલી જવું. *vt.* To mount: સ્વારી કરવી; ચઢવું; બેસવું. 2. To support: મદદ–પુષ્ટિ–ઉત્તેજન આપવું. 3. To cause to recede: પાછા હઠાવવું. 4. To make a back for: પુઠું કરવું–ચઢાવવું. *To* **b.** *out or* **b.** *down:* પાછા હઠવું–ખસવું; ન પાલવું. *To* **b.** *up:* સહાય–મદદ ક૦; ઉપરાણું લેવું:–ને માટે બાંહધરી આપવી. *To* **b.** *astern:* હંકારતી વખતે જૂદી દિશા તરફ હલેસાં મારવાં તે. *To* **b.** *out of:* મન ફેરવવું–બદલવું–ઉઠાવવું; ત્યજવું; એક પક્ષમાંથી બીજા પક્ષમાં જવું. *To* **b.** *the oars:* હલેસાથી પાછું હંકારવું. *vi.* To move back: પાછા હઠવું. *a.* Remote: પેહેલાંનું. as, *the* **b.** *settlements:* પેહેલાંના રાજ્યો. 2. Backward in direction: વલતું.

Back-bite, (બૅક્‌બાઇટ્‌) *vt.* To speak ill of a person behind his back: ચાડી ખાવી; પાછળ ભુંડું બોલવું; નિંદા કરવી. *vi.* To censure the absent: ચાડી–ચૂગલી કરવી.

Back-biter, (બૅક્‌બાઇટર્‌) *n.* A secret calumniator: ચાડી–ચૂગલી–નિંદા કરનાર; ચાડીઓ; ચૂગલીખોર.

Back-biting. (બૅક્‌-બાઇટિન્ગ્‌) *n.* Secret calumny: ચાડી; ચૂગલી; નિંદા.

Back-bone, (બૅક્‌બોન્‌) *n.* The bone of the back: [કરોડ; બરડાનો કાંઠો. 2. ધૈર્ય.

Backer, (બૅકર્‌) *n.* One who supports another in a contest: સહાય–મદદ કરનાર; ટેકો આપનાર.

Backgammon, (બૅકગૅમ્મૉન્‌) *n.* A game played with a box & dice: એક જાતની ચોપટ જેવી રમત.

Back-ground, (બૅક્‌ગ્રાઉન્ડ્‌) *n.* Ground in the rear: પાછલો ભાગ. 2. A place of obscurity: ગુપ્ત સ્થલ–સ્થિતિ.

Back-house, (બૅક્‌-હાઉસ્‌) *n.* (*a*) A building behind the main one: ઘરની પાછલનો ભાગ. (*b*) A privy; necessary: જાજરૂ; વાડો; સંડાસ.

Back-side, (બૅક-સાઇડ્‌) *n.* (*a*) The hinder part of anything: પાછલો–પૃષ્ટભાગ; ગાંડ. (*b*) The rear of a house: ઘરની પાછલનો ભાગ; વંડો; વાડો.

Back-slide, (બૅક્‌-સ્લાઇડ્‌) *vi.* To fall back or off: ધર્મભ્રષ્ટ–પતિત થવું; સ્વધર્મ ત્યાગ કo; સન્માર્ગછોડવો.

Back-stairs, (બૅક્‌સ્ટેર્ઝ્‌) *n.* Stairs on the back part of a house; private stairs: પાછલો–છૂપો–ચોર દાદર; જીનો. **b.** *influence:* છુપી વગ.

Backsword, (બૅકસૉર્ડ્‌) *n.* A sword with one sharp edge: એકધારી તલવાર. 2. A kind of stick: એક જાતની લાકડી.

Backward, (બૅક્‌વર્ડ્‌) *a.* Unwilling: નારાજી; વિમુખ; ગેરમરજીવાળું. 2. Dull: મંદ; ઠોઠ; સુસ્ત. 3. Late in time: મોડું આવેલું. 4. Already past or gone: વીતી ગયલું–પસાર થઈ ગયેલું.

Backward-s, (બૅકવર્ડ-ડસ્‌) *ad.* With the back in advance: પાછા પગલે. 2. On the back: ચતા. 3. Towards the back: પાછા; પુઠે; પાછલ. 4. In past time or events: થઈ ગએલું. 5. From a better to a worse state: સારીમાંથી માઠી સ્થિતિમાં; ઉતરતી સ્થિતિમાં. 6. Contrarily: અવલું; ઉલટું. **ness**; quality of being backward: સુસ્તી; પાછા હઠવું તે; વિમતિ; વિમુખતા; નાખુશી; નામરજી.

Bacon, (બૅકન્‌) *n.* Swine's flesh salted & dried: ડુક્કરનું આથેલું માંસ. *To swine one's* **b.**, to preserve one's self from harm: નુકશાનમાંથી બચવું–ઉગરવું; અંગ છુટકો કરી લેવો; સંભાલવું.

Bad, (બૅડ્‌) *a.* Wanting good qualities; corrupt: ખરાબ; દુષ્ટ; ભુંડું; નઠારૂં. 2. Injurious; hurtful: નુકશાનકારક; ઇજા કરે તેવું. 3. Offensive; unwholesome: અહિતકારક; વિકાર કરે તેવું; ખગડેલું; વાયડું. 4. Defective; unskilful: ઓછી આવડતનું; કાચું. 5. Ill; evil: નઠારૂં; દુષ્ટ; ખરાબ; નકામું; નરસું; અશુભ; ખોટું.

Bade, (બૅડ્‌) The past tense of **bid**: ફરમાવ્યું.

Badge, (બૅજ્‌) *n.* A distinctive mark worn on person: ચિન્હ; પટ્ટો. 2. Something that gives prominence: નિશાની; લક્ષણ; ચિન્હ.

Badger, (બૅજર્‌) *n.* A kind of animal: એક જાતનું પ્રાણી. 2. A brush made of the badger's hair used by artists: બ્રશ; કુચડી; પિંછી. *v. t.* (*a*) To pester; to tease: છેડવું; કેડો લેવો; સંતાપવું; સતાવવું; હેરાન કo; જીવ ખાવો. (*b*) To pursue eagerly: વાંસે લાગવું; પુંઠે પડવું.

Badinage, (બૅડિનેજ્‌) *n.* Light or playful talk: મશ્કરી; મજાક; ઠઠ્ઠો.

Badly, *adv.* ખરાબ રીતે; બેડોલ. *To want* **b.**: ઘણી જરૂર હોવી.

Baffle, (બૅફ્‌લ્‌) *vt.* To check by shifts & turns, to elude: વ્યર્થ–નિષ્ફલ–બરબાદ કo. 2. To frustrate or defeat: ગુંચવવું; હરાવવું; ચાલવા–ફાવવા–વલવા ન દેવું; પરાજય કo.

Bag, (બૅગ) A sack or pouch: થેલો–લી; કોથલો–લી. **b.** *with pockets or divisions*: ચંચી; વાટવો; ખલતો. **b.** & *baggage*: અવાલોગવાલો; બધુંએ; સઘલું. 2. A sort of silken purse: રેશમની કોથલી. 3. Quantity held in the bag: કોથલામાં સમાય તેટલું; કોથલો. 4. શિકારીના હાથમાં જેટલો શિકાર આવે તે. *To give one the* **b.**, to disappoint: નાઉમેદ–નાશીપાસ કo. *vt.* To put into a bag: થેલીમાં ભરવું; કોથલો–લી ભરવો–વી. 2. To capture; to entrap: પકડવું; સપડાવવું. 3. To load with bags: થેલીઓ મૂકવી; ભરવી. *vi.* To swell like a full bag: ભરેલી થેલી માફક ફુલવું; ફુલીને જાડો થવું.

Bagatelle, (બૅગૅટેલ્‌) [L. *bacca*, berry.] *n.* A trifle; a thing of no importance: નજીવી–હલકી–માલ વગરની વાત; ક્ષુદ્ર વિષય. 2. A kind of game: નવ કાણાંવાલા પાટિયાપર રમવાની એક જાતની રમત.

Baggage, (બૅગેજ્‌) *n.* The tents & other necessaries of an army: તંબુ વીગેરે લશ્કરનો સામાન; સામગ્રી. 2. The trunks, carpet, bags &c. used to contain the necessaries of a traveller: મુસાફરનો ખટલો–પેટી–ભારખાનું; અસબાબ. 3. A low woman: કુપાત્ર–નીચ સ્ત્રી.

Bagnio, (બૅન્યો) *n.* [L. *balneum*, bath.] A bath: હમામખાનું. 2. A brothel: કસબણનું ઘર; કારખાનું; અખાડો; વેશ્યાગૃહ; ખાંજરૂં.

Bagpipe, (બૅગ્પાઇપ્‌) *n.* A musical wind instrument: વાંસલી; મોરલી; શરણાઈ.

Bail, (બેલ્‌) *v. t.* [L. *bajulus*, a bearer.] To liberate on security of another: જામીનપર છોડવું. 2. To deliver, as goods in trust: અનામત મૂકવું–સોંપવું. 3. To free from water: પાણી ઉલેચવું–કાઢી નાખવું. *n.* Surety for another: જામીન. **b.** *for appearance*: હાજર જામીન. **b.** *for conduct*: ફેલ જામીન; ખાતર જામીન. *To admit to* **b.**: જામીનપર છોડવું. 2. Security given for the release of a prisoner: જામીનગીરી. 3. The handle of a kettle or other vessel: કીટલી કે તેવા વાસણનો હાથો. 4. The top of the wicket in the cricket: ક્રીકેટમાં ખોસેલા દાંડા ઉપર મુકવાની ફરકડીઓ.

Bailable, (બેલેબલ્‌) *a.* Capable of being admitted to bail: જામિન લઈ શકાય તેવું–ઉપર છોડી શકાય તેવું.

Bail-bond, (બેલ-બૉન્ડ્‌) *n.* A written security for the appearance of a prisoner at the trial: જામીન ખત.

Bailee, (બેલી) *n.* A person to whom goods are

delivered in trust on bail: જેને ત્યાં અનામત માલ મૂકયો હોય તે.-**or, er** *n.* One who delivers goods to another in trust:અનામત માલ મૂકનાર.

Bailiff,(બેલિફ્)*n.* An officer of justice: બેલીફ; સમન્સ બજાવનાર. 2. An overseer on an estate: જાગીર ઉપર દેખરેખ રાખનાર.

Bait, (બેટ્) *n.* Any Substance put on a hook to entice fish to swallow it: ગલમાં ભરાવેલું ભક્ષ. 2. Enticement: લાલચ; ગલ; લોભ. 3. Refreshment taken on a journey:ભાથુ ખાવું તે. *vt.* To allure by food: ખોરાક આપી લલચાવવું. 2. To give food or drink to a beast in journey: જાનવરને ઘાસ નીરવું-દાણો ખવરાવવો-પાણી પાવું. *vi.* To refresh with food and drink in a journey: ભાથુ ખાવું; હાજરી કરવી.

Bait,(બેટ્)*vt.* To provoke & harass:હેરાન કરવું; દુઃખ દેવું; ખીજવવું; સતાવવું.

Bait,(બેટ્)*vi.* [L. *batuo*, I beat.] To clap the wings: to hover: પાંખ ફફડાવવી.

Bake,(બેક) *vt.* To heat, dry & harden: પકવવું; શેકવું; ભુંજવું. 2. To harden by cold: ઠંડકથી કઠણ થવું; બાંધવું. *vi.* To do the work of baking:ભઠીયારાનું કામ કરવું;શેકવું; પકવવું.2.To be baked; to dry & harden in heat: શેકાવું; ભુંજાવું; સુકાઈને કઠણ થવું. **-house,** *n.* A house for baking: ભઠીયારખાનું. **-er.** One who bakes:ભઠીયારો.

Bakery,(બેકરી) *n.* પદરનો ધંધો. 2.પદરખાનું; પદર.

Balance,(બૅલૅન્સ્)*n.* [L. *bis*, twice & *lanx*, a scale.] A pair of scales: કાંટો; ત્રાજવું; તરાજુ; તાજવું. 2. Excess on one side of an account: શીલક; બાકી; શેષ. 3. Estimate: ગણત્રી; વિચાર; તુલના. 4. An equipoise or just proportion: ઘડો; સમતોલ; તુલ્યતા. 5. The wheel in a watch: ઘડીયાલનું ચક્કર. 6. A sign of the zodiac: તુલા રાશી. *Beam of a* **b.**: દાંડી; તુલાદંડ. **b.** *for nice weighing*:કંપાણ. *To leave no* **b.**: ચુકતે હિસાબ આપી દેવું. *vt.* To weigh in a balance: તોલવું. 2. To counterpoise: સમતોલ કરવું;ઘડો કo. 3. To estimate: તોલ કo; તુલના કo; તોલી લેવું. 4. To settle: માંડી વાલવું; ચુકવવું; પતાવવું. *vi.* To be equipoise: સમતોલ હોવું. 2. To hesitate: આનાકાની કરવી; મન ઢચુપચુ રાખવું; સંકલ્પ વિકલ્પ રાખવો.

Balance-sheet,(બૅલૅન્સ્શીટ્)*n.* A paper giving balance of accounts: સરવૈયું; સરવાયું.

Balcony,(બૅલ્કોનિ)*n.*[L. *belco*, beam.] A railed or raised space in front of a house:અગાસી; ગોખ; ઝરૂખો.

Bald, (બૉલ્ડ્) *a.* [Gr. *balios*, speckled with white hair.] Wanting hair:તાલ પડેલું: બોડકું; કેશહીન. 2. Unadorned: અલંકાર-શોભા રહિત;અસભ્ય; નિરસ. 3. Mean;base: નીચ;હલકું.4. Destitute of beard:દાઢી વગરનું.5.Destitute of natural covering: છાલ-પીછા વગરનું; આચ્છાદનરહિત; નગ્ન.

Balderdash, (બૉલ્ડર્ડૅશ) *n.* Bad, mixed liquor: ભેગવાલો દારૂ. 2. Nonsense; trash: જંગલી બોલી.

Bale, (બેલ્)*n.*A bundle of goods: ગાંસડી;પોટલી; બિંદડી. *a* **b.** *of dice*: પાસાની જોડ. *vt.* To make up in a bale: ગાંસડી બાંધવી. 2. To free from water by dipping: પાણી ઉલેચવું-ચી નાંખવું.

Bale, (બેલ્) *n.* Calamity; misfortune: સંકટ; દુઃખ; આપત્તિ; વિપત્તિ; શોક.

Baleful, (બેલ્ફુલ્) *a.*Calamitous; destructive: સંહારક; અનર્થકારક; વિનાશી; દુઃખદાયક; દુષ્ટ; બુરૂં. 2. Woeful: દલગીરી ભરેલું; શોકકારક.

Balk, (બૉક્) *n.* A ridge of unploughed land: સેરડો;પડતર-વગર ખેડેલી જમીન. 2.A great beam: મોભ;ભારવટિઓ. 3. Disappointment: આશા ભંગ; નિરાશા; નાઉમેદી. 4. A beam connecting the successive supports of trestle bridge: સેતુ;સેતુબંધ. *vt.* To leave untouched in ploughing: પડતર રાખવું; સેડો રાખીને ખેડવું. 2.To frustrate: પરાજય કo; નિરાશ-નિષ્ફલ કo.3.To leave heaped up: અડકવું નહિ. *vi.* To stop abruptly in one's course: ચાલતાં ચાલતાં એકદમ અટકી પડવું. **-y,** *a.* Apt to stop abruptly: એકદમ અટકી પડે તેવું; અટકણ.

Ball, (બૉલ્) *n.*[L. *pila.*] A round body: દડો; ગોલો; પીલ્લુ; ગોટો. 2. Any protuberant part of the body, as, eye-ball: શરીરનો આગલ પડતો દડા સરખો ભાગ,જેવો કે તારો; આંખનો ડોલો; 3. A familiar game:એક જાતની રમત.4.Musket balls:ગોલી.

Ball,(બૉલ્)*n.*[L. *ballare*, to dance. Gr. *ballo*,I heap.] A social assembly for the purpose of dancing: નાચ; નૃત્યોત્સવ; નૃત્યસમારંભ. *vi.* To gather snow into balls:બરફના લચકા-લેફાલાઝવા.

Ballad,(બૅલ્લૅડ)*n.*A simple popular song:ગીત; લાવણી; ગરબી; ઠુંમરી. *vi.* To make or sing ballads: ગીત બનાવવાં-ગાવાં.

Ballast, (બૅલ્લૅસ્ટ્) *n.* Heavy substance to sink a vessel to a certain depth so as to keep it steady:વહાણ ઉંધુ ન વલે તેટલા માટે તેને પાણીમાં ઉતારવાને ભાર; નેહાવ; નીરમ. 2. Broken stones: ભાંગેલા પથર; કાંકરા.

Ball-cock, *n.* ટાંકીમાં પાણી ભરાઈ રહ્યા પછી તેમાં વધારે પાણી નહીં પડે તે સારૂ નલને એક દટાની મારફતે બંધ થઈ જવાની કીધેલી યુક્તિ.

Ballet, (બૅલ્લે) *n.* A kind of dance: એક જાતનો નાચ; હાવભાવપૂર્વક નૃત્ય.

Balloon,(બૅલ્લુન) *n.* A hollow vessel of light material filled with gas so as to rise in the air:બલુન;ગભારો;વિમાન. 2. A ball on the top of a pillar:થાંભલા ઉપરનો ગોલ ભાગ. 3. A gas receiver: ગૅસ ભરવાનું ગોલ વાસણ.4.A ball stuffed with combustibles: સલગી ઉડે એવા પદાર્થથી ભરેલો ગોલો. **-ist,** An aeronaut: બલુનમાં ઉડનાર.

Ballot, (બૅલ્લૉટ્) *n.* (*a*) A little ball used in voting:મત આપવાની ગોલી; લખોટી. (*b*) Hence,a piece of paper used for the same purpose: મત આપવાની ચિઠ્ઠી. (*c*) The whole amount of votes cast:પડેલા-આવેલા સર્વમત;મતસમસ્ત.2.Act of voting by tickets:ચીઠ્ઠીથી મત આપવો તે. *vi.* To vote or decide by ballots:ચીઠ્ઠીથી મત આપવો.

Balm, (બાંમ્) *n.* [L. *balsamum*, balsam.] A fragrant plant:ખુશબોદાર છોડ. 2. Aromatic sap of certain trees: કોઈ ઝાડનો ખુશબોદાર રસ. 3. Any fragrant ointment : સુગંધી લેપ-મલમ;

ઉટણું. 4. Any thing which heals pain: દુઃખ નિવારક-શાન્તિદાયક ઔષધ. *vt.* To annoint with balm: લેપ કરવો-ચોલવો. 2. To soothe; to mitigate: મટાડવું; દરદ કમી કo-શમાવવું.

Balmy, (બાંમિ) *a.* Odoriferous; aromatic: સુગંધીદાર; ખુશબોદાર; સુવાસિત. 2. Assuaging; soothing; refreshing: શાંતિકારક; સુખકર; સુખદાયક; તાપહર; ઉપશામક. **b.** *sleep*: મિઠી ઉંઘ.

Balsam, (બાંલ્સૅમ્) *n.* Soothing ointment of an oily nature: ખુશબોદાર તેલ; અભ્યંજન. 2. A species of tree: એક જાતનું ઝાડ.

Baluster, (બૅલસ્ટર્) *n.* [L. *balanstium.*] A little pillar: નાનો થાંભલો; કઠેરાનો સલીયો.

Balustrade, (બૅલસ્ટ્રેડ્) *n.* A row of little pillars: કઠેરો; કટેરો.

Bamboo, (બૅમ્બૂ) *n.* A strong Indian reed with hollow jointed stems: વાંસ; ખાંભુ. *Manna of the* **b.**: વાંસકપુર; વંશલોચન. *vt.* To flog with the bamboo: વાંસથી ઝુડવું-મારવું-કુટવું.

Bamboozle, (બૅમ્બૂઝલ્) *vt.* To deceive; to confound: છેતરવું; ગુંચવવું; ઠગવું; છેતરપંડી-ઘાલમેલ કo; ફસાવવું.

Ban, (બૅન) *n.* A public notice, mendatory or prohibitory: ઢંઢેરો; દાંડી; જાહેરનામું-ખબર. 2.(*pl.*) A proclamation in church: લગ્નના ઠરાવની જાહેર ખબર; લગ્ન થવાનું છે તેની જાહેર ખબર. 3. An interdiction; prohibition: મના; આણ; અટકાવ; દુવાઈ. 4. A curse: શ્રાપ; શાપ; બદદુવા. 5. A pecuniary penalty: દંડ. 6.A proclamation by beat of drum: ઢંઢેરો; દાંડી. *vt.* To curse: શ્રાપ દેવો; બદદુવા આપવી.

Banana, (બૅનૅનૅ) *n.* An herbaceous plant & its fruit: સોનેરી કેલ તથા સોનેરી કેલુ.

Band,(બૅન્ડ) *n.* A narrow strip of cloth for binding; fillet: પાટો;દોરી;બંધ;બંધીઓ. 2.Means of union between persons: સંપ; સંબંધ; સાંકલ: શ્રેણી. 3. A linen ornament for clergymen:પાદરીનો ડોકે બાંધવાનો પટો.4.(*a*)A company of person; multitude assembled: મંડલી; જમાત; ટોલી; ઝુંડ;સમાજ;સમૂહ. **b.** *of knaves,libertines, idlers &c.*:ચંડાલચોકડી;ભુતાવલ; નટખટવાજુ. (*b*) A body of armed men: લશ્કરી ટુકડી. 5. A belt passing over two pulleys: ઘરેડી ઉપર ફરતો પટો. *vt.* To bind: બાંધવું. 2. To unite; to conspire together: એક રાંપ કરવો.

Bandage, (બૅન્ડેજ્) *n.* A fillet or roller used in dressing wounds: પાટો. 2. Something resembling a bandage: બંધન; બંધ; પાટો. *vt.* To bind with a bandage: પાટો બાંધવો.

Bandit,(બૅન્ડિટ્)*n.pl.* **banditti,bandits**. A robber;brigand: બારવટીયો; લુટારો; વાટ-ધાડપાડુ.

Bandog, (બૅન્ડૉગ્) *n.* A large, fierce kind of dog; mastiff: વિકાલ કુતરો.

Bandrol, **Bannerol**, (બૅન્ડ્રોલ્-બૅનરૅાલ્) *n.* A little flag attached to a trumpet in the army: નાનો વાવટો; પતાકા; ઝુંડો.

Bandy, (બૅન્ડિ) *n.* A bent club for striking a ball at play:ગેડી;2.The play with such a club: ગેડીદડાની રમત. *vt.* To beat to & fro: આમ તેમ ફેંકવું: 2. To exchange: અદલબદલ કo; ટપાટપીવાદવિવાદ કo. 3. To agitate: એક બીજા તરફ ફેંકવું. *vi.* To contend at a game: ટપાટપી કo.-**leg**.*n.* A crooked leg: મરડાયલો-ફલ્લો-પેંગો પગ.

Bane, (બેન) *n.* (*a*) Poison of a deadly quality: ઝેર; વિષ; વિખ; (*b*) hence, any fatal cause of mischief or destruction: ખરાબીનું મૂલ; નાશનું ઘેર; વિનાશહેતુ; અનર્થમૂલ. 2. Ruin: નાશ; વિનાશ; ખરાબી. 3. A decease in sheep: ઘેટાંને થતો રોગ.

Baneful, (બેન્ફુલ્) *a.* Poisonous: ઝેરી; અહિતકારક; નાશકારક; ઘાતક; વિષાન્વિત.

Bang, (બૅન્ગ્) *vt.* To beat: પ્રહાર કo; તાડન કo; મારવું; ઝાપટવું. 2. To excel: ચઢીયાતું થવું. *n.* A heavy blow: સપાટો; ઝપાટો; પ્રહાર. 2.An intoxicating Turkish drug: કેફી તેજાનો; ભાંગ.

Bangle, (બૅન્ગલ્) *n.* An ornament ring worn on the arms & ankle in Indi a & Africa: બાગડી; ચુડો; કલ્લી; ગુજરી; ચુડી; ચીતલ.

Banian, (બૅનચૅન) *n.* A Hindu merchant: વાણીયો; વેપારી; વૈશ્ય. 2. A morning gown worn by banians: બદન; બંડી; બનિયાન. 3.The Indian fig tree: વડનું ઝાડ; વડ.

Banish, (બૅનિશ્) *vt.* To condemn to exile: દેશનિકાલ કરવો; તરીપાર-દેશપાર કo. 2. To drive away; to exile: દૂર કo; કાઢી મૂકવું.

Banishment, (બૅનિશ્મેન્ટ્) State of being banished: દેશનિકાલ; સ્વદેશત્યાગ; દેશવટો.

Bank, (બૅન્ક્) *n.* A mound, pile or ridge of earth: બંધારો; બાંધ; પુસ્તો; પાલ. 2. Any steep ascent rising from a water course: કિનારો; કાંઠો; તટ; તીર. *A high* **b.**: કરાડ; કરાડો. 3. A shoal; a shallow: ભાઠુ. 4. A fund from deposits or contributions: ઉઘરાવેલા પૈસા. 5. An establishment for the custody, or the loaning, exchange, or issue of money: પેઢી; સરાફી દુકાન; કોઠી; બેંક. 6. Office of a banking establishment: બેંક. 7. Company of the directors: ડીરેકટર્સની મંડલી; બેંકના ભાગીદાર. 8. Bench or seat of judges: જજની બેઠક. *vt.* To embank: બાંધ-પુસ્તો બાંધવો. *vi.* To carry on banking: સરાફી કામ કરવું; પેઢી ચલાવવી. **b.**-*bill* હુંડી.

Banker, (બૅન્કર્) *n.* One who traffics in money: શરાફ; નાણાવટી; પેઢીવાલો; શાહુકાર.

Banking, (બૅન્કિગ્) *n.* The business of a bank: સાહુકારી; સરાફનો ધંધો;શરાફી.*a.*Pertaining to a bank: પેઢીનું; બેંકને લગતું.

Bank-note, (બૅન્ક્નોટ્)*n.*A promissory note issued by a bank & payable on demand: તરત મુદતની હુંડી.

Bankrupt, (બૅન્ક્રપ્ટ્)*n.*[L. *ruptus*, broken.] A trader who defrauds his creditors: પોતાના ધીરનારને છેહ દેનાર. 2.A trader who fails to pay his debts: દેવાલિયો; નાદાર. 3.*a.* Insolvent: નાદાર. *vt.* To make insolvent: દેવાલુ કઢાવવું.

Bankruptcy, (બૅન્ક્રપ્ટ્સિ) *n.* Failure in trade: દેવાલું; નાદારી.

Bank-stock, (બૅન્ક્સ્ટૉક્)*n.* Share of a bank:

એંકના શેર.

Banner, (બૅનર્) *n.* A flag or ensign: વાવટો; નિશાન; પતાકા; ધજા; ઝુંડો.

Banquet, (બૅન્ક્વેટ્) *n.* A feast: મિજબાની; ઉજાણી; ખાણું; જીઆફત. *vt.* To treat with a feast: મિજબાની-જીઆફત આપવી;ખાણું આપવું. *vi.* To regale oneself with good eating & drinking: ખાઈ પીઈને મજા મારવી;-ઉજાણી ક૦.

Banter, (બૅન્ટર્) *vt.* To joke: મસ્કરી-હાંસી-ઠઠ્ઠો ક૦. *n.* A joking: ઠઠ્ઠો; મજાક; મશ્કરી.

Bantling, (બૅન્ટ્લિન્ગ્) *n.* A young child: બાળક; બચ્ચું.

Banyan, (See. **banian.** 3.)

Baptism, (બૅપ્ટિઝ્મ) *n.* [Gr. *bapto*, I dip in water.] An initiating sacrament of the Christian religion: જલસંસ્કાર; બાપ્તિઝમ.

Baptismal, (બૅપ્ટિઝ્મૅલ્) *a.* Pertaining to baptism: જલસંસ્કાર સંબંધી-વિશે.

Baptist, (બૅપ્ટિસ્ટ્) *n.* One who administers baptism: જલસંસ્કાર કરનાર. 2. One who opposes infant baptism: બાલકને જલ સંસ્કાર નહી કરવો એમ કહેનારે-મત ધરાવનાર.

Baptize, (બૅપ્ટાઇઝ્) *n.* [L. *baptizare.*] To christen: સંસ્કાર કરવો; બાપ્ટિઝમ આપવું.

Bar, (બાંર્) *n.* Bolt: ભુંગલ; ગજ; આડ; સળીઓ. *Iron* **b.**: લોહદંડ; પરાઈ; મુસલી. 2. An obstruction: વિઘ્ન;અડચણ;નડતર; આડ; અટકાવ. 3. A sand bank at the entrance to a river: નદીના મોં આગળનું ભાઠું. 4. (*a*) The railing enclosing the space which counsels occupy in courts of justice: અદાલતમાં વકિલોને બેસવાની જગાની આસપાસનો કઠેરો. (*b*) A place in a court where prisoners are stationed for trial: કેદીનું પાંજરૂં. (*c*) The whole body of lawyers: સમસ્ત વકીલ મંડલ. 5. Any tribunal: અદાલત; મુનસફી. 6. The inclosed place of a tavern: પીઠામાં જે જગાપર કલાલ દારૂ વેચવા બેસે છે તે. 7. Pump of gold or other metal: ધાતુનું ચોસલું; રૂપાની ઇંટ-ગઠ્ઠો; સોનાની રણી. *vt.* To fasten with a bar: ભુંગલ દેવી-ખેંચવી. 2. To obstruct: અટકાવવું; અડચણ-નડતર-વિઘ્ન ક૦; બંધ ક૦; બાધ લાગવો-આવવો. 3. To except: બાતલ કરવું; અપવાદ ગણવો.

Barb, (બાંર્બ્) *n.* [L. *barba*, beard.] A beard: દાઢી. 2. The point that stands backward in an arrow: આંકડો-ડી; કાંટો. 3. A defensive armour anciently warned by horses: અસલ વપરાતુ ઘોડાનું બખ્તર; પાખર. 4. A horse of Barbary noted for speed: બારબરી દેશનો ઘોડો. *vt.* To furnish with barbs: આંકડાવાળું-કાંટાદાર ક૦. 2. To clothe a horse with armour: ઘોડાને બખ્તર પેહેરાવવું.

Barbarian, (બાંર્બેરિઍન) *n.* [L. *barbarus*, rude.] *n.* An uncivilized person: જંગલી-અભણ-અસભ્ય માણસ; રાનવો; મ્લેચ્છ; યવન. 2. A cruel man: ઘાતકી; ક્રુર-નિર્દય માણસ;રાક્ષસ; યમ. *a.* Rude: જંગલી; અસભ્ય; અણઘડ; રાની. 2. Brutal; cruel: ઘાતકી; ક્રુર; દયાહીન; નિર્દય.

Barbaric, (બાંર્બૅરિક્) *a.* [L. *barbaricus*, foreign.] Of the barbarious nations: પરદેશથી આવેલું; પરાયું; પારકુ. 2. Barbarious: જંગલી; ક્રુર; નિષ્ઠુર; ઘાતકી.

Barbarism, (બાંર્બાંરિઝ્મ) *n.* Savagism: જંગલીપણું;અનાચાર;અનક્ષરતા; ગેરસલુકાઈ; ક્રુરતા; નિર્દયતા. 2. An offence against purity of language; a solecism: અશુદ્ધ ભાષણ; અપશબ્દ;અશુદ્ધ પ્રયોગ.

Barbarity, (બાંર્બૅરિટિ) *n.* Savageness; inhumanity: જંગલીપણું; આચાર શૂન્યતા; નિર્દયતા; ક્રુરતા; અસભ્યતા; નિષ્ઠુરતા.

Barbarize, (બાંર્બાંરાઇઝ્) *vt.* To use or adopt foreign mode of speech: અશુદ્ધ ભાષા વાપરવી. *vt.* To make barbarous: જંગલી-અશભ્ય-અણઘડ ક૦.

Barbarous, (બાંર્બાંરસ્) *a.* [L. *barbarus*, foreign.] *a.* Uncivilized: જંગલી; રાની; અસભ્ય; ગામડિયું. 2. Cruel; ferocious: ઘાતકી; ક્રુર; નિષ્ઠુર; નિર્દય.

Barbary, (બાંર્બૅરિ) *n.* [L. *barbania.*] A Barbary horse: બારબરી દેશનો ઘોડો.

Barbed, (બાંર્બ્ડ્) *a.* Thorny: આંકડાદાર; અણીદાર; કાંટાદાર.

Barber, (બાંર્બર્) *n.* One who shaves beards: હજામ; ગાંયજો; નાપિક; વાલંદ; રાત; પારેખ. *vt.* હજામત કરવી-કરાવવી; બોડવું.

Barbule, (બાંર્બ્યૂલ્) *n.* A very minute beard: નાની દાઢી.

Bard, (બાંર્ડ્) *n.* [L. *bandus.*] A poet: ભાટ; ચારણ; બારોટ. 2. A poet: કવિ. 3. The defensive armour of a horse: ઘોડાનું બખ્તર.

Bare, (બૅર્) *a.* Naked: ખુલ્લુ; નાગું; કશા વગરનું; બોડું. 2. With the head uncovered from respect: માનની ખાતર માથું ઉઘાડું કરેલું;ઉઘાડું;બોડું. 3. Plain; unadorned: સાદુ; સુનું; અલંકાર રહિત. 4. Empty: વિનાનું; રહિત; ખાલી. 5. Threadbare: જુનુ ખાખ થઈ ગયલું; ખખલી ગયલું;જીર્ણ. 6. Alone: એકલું; કેવલ; છડું. 7. Raw: કાચું; કઠક. *n.* Surface: વરતુ; સપાટી;ઉપર ઉપરનો ભાગ. *vt.* To make naked: નાગુ-ખુલ્લુ ક૦.

Bare-boned, (બેરબોન્ડ) *a.* દુબલું; સુકલકડી.

Bare-faced, (બૅર્ફેસ્ડ્) *a.* With face uncovered: ખુલ્લા મોં વાલું;બુરખા વગર;મોં ઢાંકયા વગરનું. 2. Shameless; impudent: નિર્લજ; બેશરમ.

Bare-footed, (બૅર્ ફુટેડ્) *a.* & *ad.* With the feet bare: ઉઘાડા પગવાલું-પગે; અડવા પગવાલું-પગે.

Bare-headed, (બૅર્હેડેડ્) *a.* Having the head uncovered: ખુલ્લા માથાવાલું; બોડું; બોડે માથે.

Barely, (બૅર્લિ) *adv.* Merely; poorly: કેવલ; ફક્ત; માત્ર; ભાગ્યેજ; મુશ્કેલીથી.

Bargain, (બાંર્ગેન) *n.* An agreement: કરાર; સાટું; બોલી; પકુણ. 2. A gainful or satisfactory transaction: નફા પડતો સોદો; કિફાયતનું વેચાણ-ખરીદી. *To sell the* **b.**: અસભ્ય હાજર-જવાબ આપવો. *vi.* To agree: બોલી-સાટું ક૦; પઠવું. *vt.* To transfer for a consideration: વેચવું. **-ee.** *n.* He who accepts the **b.**: સોદો રાખનાર. **-er.** *n.* He who stipulates to sell: સોદો વેચનાર-કરનાર.

Barge, (બાંર્જ્) *n.* A pleasure boat: ક્રીડાનૌકા. 2. A large boat for conveying passengers or goods: પડાઉ.

Bark, (બાંર્ક્) *n.* The rind: છાલ;છોલ;છોડું. 2. The

Peruvian bark: એક જાતની ઔષધી. *vt.* To peel: છાલ–છોલ ઉતારવી. 2. To cover with bark: છાલથી છાઇ લેવું.

Bark, (બાંર્ક્) *n.* The noise made by a dog: કુતરાનું ભસવું. *vi.* To make the noise of a dog: ભસવું. 2. To clamour: ભસવું; નિરર્થક નિંદા ક૦; શોરબકોર કરવો. **-ing:** *n.* Noise made by a dog: કુતરાનું ભસવું.

Barkery, (બાંર્કરિ) *n.* A tan-house: ચમારનું ઘર.

Bark-pit, (બાંર્ક્પિટ્) *n.* A Pit filled with water & bark to steep hides for tanning: ચમાર–ચામડિયાનો કુંડ.

Barley, (બાંર્લી) *n.* A well known grain much used for making malt: જવ. **-corn,** the third part of an inch in length: એક ઇંચનો ત્રીજો ભાગ. A *grain of* **b.**: જવનો દાણો.

Barm, (બાંર્મ્) *n.* The foam rising upon beer: દારૂનું ફીણ; ખમીર. **-y.** *a.* Containing yeast: ખમીરી–રવાળું.

Barn, (બાંર્ન્) *n.* A covered building for farm produce: દાણો ભરવાની વખાર; કોઠાર; ખલી. 2. A house for stabling cattle & horses: તબેલો; કોડ; ગમાણ.

Barometer, (બૅરૉમિટર્) *n.* [Gr. *baros*, weight & *metron*, a measure.] An instrument for determining the atmosphere: વાયુ ભાર માપક યંત્ર; આકાશ તોલન યંત્ર; હવામાન; વાયુ માપક યંત્ર.

Barometric-cal, (બૅરૉમિટ્રિક-કલ્) *a.* Pertaining to barometer: વાયુભાર માપક યંત્રનું–સંબંધી.

Baron, (બૅરૉન્) *n.* [Lat. *baro*, a simple man.] In England a title or degree of nobility: ઉમરાવની પદ્વી. 2. One who holds that title: ઉમરાવ. 3. A husband: પતિ; ધણી. **b.** *of the exchequer:* ગામ ઉપજ સંબંધી રાજા અને રૈયત વચ્ચેના કજીયા ચુકવનાર પાંચ ન્યાયાધિશો.

Baronage, (બૅરૉનેજ્) *n.* The whole body of **b.**s: ઉમરાવ મંડલ. 2. The dignity of a baron: ઉમરાવની પદ્વી. 3. The land which gives title to a baron: ઉમરાવની જાગીર; ઉમરાવનું વતન–જાગીર.

Baroness, (બૅરૉનેસ્) a baron's wife: ઉમરાવની સ્ત્રી.

Baronet, (બૅરૉનેટ્) *n.* The title next below a baron: ઉમરાવથી ઉતરતી પદ્વીનો પુરૂષ. **-cy.** The title & dignity of a baron: ઉમરાવની પદ્વી.

Barouche, (બૅરૂશ્) *n.* [L. *barotus*, from *bis*, two & *rota* a wheel.] A four-wheeled carriage with a falling top: ચાર પૈડાની ખુલ્લી ગાડી; ચારઠ.

Barque, (બાંર્ક્) *n.* A small ship: એક જાતનું ન્હાનું વહાણ.

Barrack, (બૅરૅક્) *n.* A hut or house for soldiers especially in garrison: લશ્કરી સિપાઇઓને રહેવાનું ઝુંપડું–ઘર; બરાખ.

Barrel, (બૅરલ્) *n.* A round cask of more length than breadth bulging in the middle: પીપ. 2. The quantity which a cask contains: એક પીપમાં માય તેટલો જથો. 3. Any hollow cylinder; a tube: નલી; નાલ. *vt.* To put or pack in a barrel: પીપમાં ભરવું.

Barren, (બૅરન્) *n.* Not producing offspring: વાંઝણી; વંધ્યા. 2. Unproductive; sterile: પાક ન થતો હોય તેવું; રસાલ નહીં તે; ઉજડ; અફલદુપ; રૂક્ષ. (*land.*). 3. Not producing fruits: ફલ ન લાગે તેવું; વાંઝીયું. (*tree*). 4. Porducing nothing; empty: વિરસ; નકામું; વ્યર્થ; નિષ્ફલ; ખાલી. 5. Dull; stupid: મંદ; બોથડ; શૂન્ય. *n.* Elevated lands plains on which grow small trees: નાનાં ઝાડ ઉગે એવી ઉંચ્ચ ભૂમિ.

Barrenness, (બૅરન્નેસ્) *n.* Unfruitfulness; sterility: વાંઝીયાપણું; નિષ્ફલતા; અફલતા.

Barricade, (બૅરિકેડ્) *n.* A fortification made in haste in defence against enemies: શત્રુ સામે બચાવ માટે ઉતાવલમાં કરેલો કિલ્લો; કોટ. 2. Any obstruction or means of defence: બચાવનું સાધન; રક્ષણ દાખલ વાપરેલું કાંઈ પણ; અટકાવ. *vt.* To stop up; to obstruct: અટકાવવું; શત્રુને અટકાવવા માટે કામ ચલાઉ કોટ બાંધવો.

Barrier, (બૅરિઅર્) *n.* A fence made in a passage: શત્રુને અટકાવવા કરેલો કોટ. 2. A fortress on the frontier of a country: સરહદ ઉપરનો કીલ્લો; હદબંધીનું ગામ. 3. Any thing which hinders approach or attack: અટકાવ; અંતરાય; વિઘ્ન; અડચણ; અવરોધ. 4. Any limit or boundary: હદ; સીમા; મર્યાદા; સરહદ. *To fight within* **b.**: મુકરર કરેલા મેદાનની હદમાંજ લડવું.

Barrister, (બૅરિસ્ટર્) *n.* An advocate: ધારાનો હિમાએતી; બારિસ્ટર.

Barrow. (બૅરો) *n.* A light carriage moved by hand: હાથગાડી; ઠેલણગાડી. 2. A hog; especially a male hog castrated: ડુક્કર; ખસી કરેલું ડુક્કર. 3. A hillock or mound of earth: માટીનો ટેકરો.

Barter, (બાંર્ટર્) *vi.* To traffic by exchanging one commodity for another: સાટું–બદલો ક૦; સાટાપાટા ક૦. *vt.* To exchange: અદલબદલ ક૦. *n.* Exchange; dealing: માલ સાટે માલ આપીને વેપાર ક૦ તે; સાટું; સાટાપાટી; અદલાબદલ. 2. The thing given in exchange: સાટા કરેલી ચીજ.

Barth, (બાંર્થ્) *n.* A place of shelter for cattle: ઢોર બાંધવાનો વાડો–માંડવો.

Basalt, (બૅસૉલ્ટ્) *n.* [Lat. *basaltes*, a species of warble.] A dark greyish black-stone: એક જાતનો ભૂરો કાલો પથ્થર.

Base. (બેસ્) [L. *bassus*, low.] *a.* (*a*) Of humble birth & low degree (persons): હલકા કુલનું; નીચ; હીણ; પામર; પાજી; અધમ; ખલ; હીનજાતિ. (*b*) Mean (things): હલકું; નજીવું; ઉણું; અલ્પ; ક્ષુલ્લક. 2. Of illegitimate birth: રાંડના પેટનું; હરામજાદુ. 3. Low in value: હલકા કિમતનું; હલકું; શસી; હીણકસનું. 4. Not classical or refined: હલકું; ઉતરતું. 5. Deep (in sound): ઉંડું; ગંભીર; ખરજ; ધીર. The bottom: તલિયું; પાયો; મુલ; તલ; તલેટી; આધાર. 2. The lower part of a wall: ભીંતનો ઘોરો. 3. A principal element of a compound: કોઈપણ રસાયણિક મિશ્રણનો મુખ્ય ભાગ. 4. The lowest part in music: ખરજ. *v.t.* To put on a base; to found: પાયો નાંખવો.

Base-born, (બેસ્બોર્ન્) *a.* Born out of wedlock: જારજ; હરામજાદુ; કમજાત. 2. Born of low parentage: નીચા કુલનું.

Base-less, (બેસ્લેસ્) *a.* Without foundation: નિરાધાર; નિર્મૂલ; વગર પાયાનું.

Base-ment, (બેસ્મેન્ટ્) *n.* The ground flour: ભોંયતલીયું; નીચલો માલો.

Bashful, (બૅશ્ફુલ્) *a.* Very modest; shy; sheepish: શરમાલ; લજ્જાલુ; ગેામુણું; ગરીબડું; ભીરૂ; નમ્ર.

Bashfulness, (બૅશ્ફુલ્નેસ્) *n.* Modesty in excess: શરમ; લજ્જા; વિનય; ભીરૂતા; લાજ; સંકોચ; નમ્રતા.

Basic, (બેસિક્) *a.* Acting as a base: પાયાની ગરજ સારે તેવું: –ને લગતું.

Basil, (બૅઝિલ્) *n.* [See **base**]. *vt.* To form the edge of a tool: ધાર કાઢવી. *n.* A pot-herb: તુલસી. *Black* **b.**: કૃષ્ણતુલશી. *White* **b.**: રામતુલશી. 2. The skin of a sheep tanned: મેંઢાનું પકાવેલું ચામડું.

Basilisk, (બૅઝિલિસ્ક્) *n.* [L. *basilicus*, a little king.] A fabulous serpent with a crest on the head: એક કલ્પિત ઝેરી નાગ.

Basin, (બેસિન્) *n.* A hollow vessel to hold water for washing: છાછરૂ વાસણ; તપેલું; તસ્ત; વાડકો. 2. Any hollow place containing water: હોજ; કુંડ; તલાવ. 3. Coal formations: કોયલાનું પડ–ખેતર.

Basis, (બેસિસ્) *n. pl.* **bases**. [Lat. *basis*, a base.] The foundation of any thing: પાયો; મુલ; આધાર. 2. The pedestal of a pillar: થાંભલાની બેસણી–કુંભી. 3. That which supports fresh principle: મુલતત્વ-આધાર.

Bask, (બૅસ્ક્) *vi.* To lie in warmth: તડકે બેસવું; તડકો ખાવો; સુખ ચેન–ચમન–મજા કo. *vt.* To warm with genial heat: શેકવું; ઉનું કરવું; તડકો ખવરાવવો.

Basket, (બૅસ્કેટ્) *n.* A vessel made of twigs, or other flexible things inter-woven: ટોપલી–લો; કંડિયો; છાબડી; પાટી. 2. The contents of a basket. ટોપલીમાં માય તેટલું; ટોપલો. *vt.* To put in a basket: ટોપલામાં ભરવું.

Basket-hilt, (બૅસ્કેટ્-હિલ્ટ્) *n.* The hilt of a sword to defend the hand: ખોખલો; હાથના રક્ષણ માટે તરવારની મુઠ આગલનો ટોપલી જેવો ભાગ.

Bass, (બેસ્) *n.* The lowest part in a musical composition: ખરજ સૂર. *adj.* Low; deep: હલકો; ગંભીર.

Bass, (બૅસ્) *n.* A door-mat: બારણા આગલ નાંખવાની ચટાઇ–સાદડી.

Bass-relief, (બૅસ-રીલીફ્) *n.* Sculpture whose figures do not stand out far from the plane: થોડુંક બહાર ઉપસી આવેલું કોતરકામ; પ્રતિચ્છાયા.

Bastard, (બૅસ્ટર્ડ્) *n.* Spurious child; one born of an illicit union: છિનાલના પેટનું છોકરૂ; જારજ સંતાન. 2. An inferior quality of sugar: હલકી જાતની ખાંડ. 3. A kind of Spanish wine: એક જાતનો દારૂ. *a.* Illegitimate: છીનાલના પેટનું; જારજ; હરામજાદુ. 2. Spurious: ખોટુ; કૃત્રિમ; મિથ્યા; બનાવટી. 3. Abbreviated: સંક્ષિપ્ત.

Bastardy, (બૅસ્ટર્ડિ) *n.* Illegitimacy: જારજાવસ્થા; વ્યભિચારોત્પત્તિ.

Baste, (બેસ્ટ્) *vt.* To cudgel: લાકડી મારવી; લાકડીનો માર મારવો. 2. To sprinkle flour, salt, &c.: માંસ ભુજતાં લોટ મીઠુ વિગેરે છાંટવું–ભભરાવવું–નાંખવું. 3. To sew with long stichs: લાંબા લાંબા–છેટે છેટે ટાંકા–ટેભા મારવા; લાંબી ફાંક ભરવી.

Bastile, (બેસ્ટીલ્) *n.* Any tower of fortification: કિલ્લો; બુરજ; ગઢ; કેદખાનું.

Bastinade-o, (બૅસ્ટિનેડ્-ડો) *n.* A sound beating with a stick: લાકડીના મારના ઝપાટા; ધુંબાપાક; દંડપ્રહાર. *vt.* To beat with cudgel especially on the sole of a foot: પગના તલીઆને લાકડી વતી મારવું.

Bastion, (બૅસ્ટિયૅાન્) *n.* A mass of earth in front of a fortification: કિલ્લાની આગલનો બુરજ.

Bat, (બૅટ્) *n.* [L. *batuo*, I beat.] A heavy stick: દંડો; દંડુકો; સોટો; લાકડી. 2. A sheet of cotton prepared for filling quilts: ગોદડુ–રજાઈ ભરવા કરેલુ રૂનું પડ. *vi.* To play with a bat: બૅટ લઈ રમવું.

Bat, (બૅટ્) *n.* [L. *blatta*, a night moth.] A small animal: વાગોલ; ચામાચિડિયું; કાનચિમોડી; વાગલું. *wild* **b.**: વડવાગોલ.

Batch, (બૅચ્) *n.* quantity of bread baked at one time: એક વખતનો રોટલીનો ઘાણ. 2. An assortment of things of the same kind: એક જાતની વસ્તુનો સમૂહ–જથ્થો; ઘાણ.

Bate, (બેટ્) *vt.* (*a*) To abate: ઓછુ કરવું; ઘટાડવું. (*b*) To allow by way of deduction: છૂટ મુકવી; ઘટાડો કo. 2. To leave out; to except: મુકી દેવું; ખાતલ કo. *vi.* To remit or retrench a part: કમી કરવું; ધીમુ પાડવું; ઘટાડવું. 2. To flutter: પાંખ ફફડાવવી.

Bateau, (બૅટો) *n. pl.* **bateaux**. A light boat: એક જાતનો મછવો.

Bath, (બાંથ્) *n.* A place to bathe in: નહાણી; હમામખાનું; સ્નાનકુંડ; સ્નાનાગાર. 2. A receptacle of water to bathe: ન્હાવાનું વાસણ–પીપ. 3. The act of exposing the body for the purposes of cleanliness to water: સ્નાન; અંઘોલ; ન્હાવણ.

Bathbrick, (બાંથ્બ્રિક્) *n.* A brick used for cleaning knives: છરીઓ માંજી સાફ કરવાની ઇંટ.

Bathe, (બેધ્) *vt.* To wash by immersion: અંઘોલ–સ્નાન કરાવવું; નવાડવું. 2. To moisten with a liquid: ભીજવવું; પલાલવું; ધોવું. *vi.* To be in a bath: ન્હાવું; સ્નાન કo.

Bathing, (બેધિન્ગ્) *n.* The act of washing the body in water: ન્હાવું તે; સ્નાન; અંઘોલ; ન્હાવણ.

Batlet, (બૅટ્લેટ્) *n.* [See **bat.**] A flat piece of wood for beating linen in washing: કુંદી કરવાની મોગરી; કુંદી.

Baton-Batoon, (બૅટાન્, બૅટૂન્) *n.* A staff used for various purposes: ડંગોરો; લાકડી; દંડ; ગદા.

Battalia, (બૅટ્ટેલિયાં) *n.* [L. *battuo*, I strike.] The order of battle for action: વ્યૂહ રચના; સેના રચના. 2. Army in array: વ્યૂહિત સૈન્ય.

Battalion, (બૅટ્ટેલિઅૅાન્) *n.* A body of about 800 soldiers: ૮૦૦ માણસના લશ્કરની ટુકડી; પલટણ.

Batten, (બૅટ્ન્) *vi.* To grow or become fat; to live in luxury: હૃષ્ટપુષ્ટ–માતેલા થવું; માતવું; ફરબે થવું. *vt.* To make fat by plentious feeding: ખવડાવી પીવડાવી પુષ્ટ–ફરબે કo; પોષવું. 2. To fertilize or enrich, as land: ફલદ્રુપ–રસાલ કરવું.

Batten, (બૅટ્ન્) *n.* A piece of board or scantling: પટી; ચીપ. 2. The moveable bar of a loom:

સાલનો ફરતો ગજ. *vt.* To fasten with battens: ચીપ–પટીથી બંધ કo–સાંધવું–જોડવું.

Batter, (બૅટર્) *vt.* [L. *batuo*, I beat.] To beat with successive blow; *specifically*, to attack with artillery: ઉપરા સાપરી ઠોકવું; તોડી પાડવું; ચૂરે-ચૂરા કo; મારવું; તોપનો માર ચલાવવો. 2. To impair with beating: માર મારી નરમ–દમ વગરનું કo. *vi.* To slope gently backward: પછવાડે નમી પડવું. *n.* A backward slope in the face of a wall: પાછલા ભાગ તરફ ભીંતનો ઢોલાવ.

Battering-ram, (બૅટરિંગ્-રૅમ્)*n.* An engine used to beat down the walls of a besieged place: કિલ્લો તોડવાનું યંત્ર.

Battery, (બૅટરિ)*n.* The act of battering: ઠોકી ઠોકીને તોડી પાડવું તે. 2. (*a*) Any place where cannons are mounted for battering: મોરચો. (*b*) Number of guns & mortars ranged for firing: મોરચાપર ગોઠવેલી તોપો. 3. An apparatus for generating galvanic electricity: વિજલીનો વેગ ઉત્પન્ન કરનાર એક યંત્ર; વિજલીની પેટી. 4. The unlawful beating of another: કાયદા વિરૂદ્ધ કોઇને મારવું તે.

Battle, (બૅટલ્)*n.* [L. *batuo*, I strike.] A fight between enemies; an engagement: લઢાઇ; સંગ્રામ; યુદ્ધ; જંગ. *Brave in* **b.**: રણશૂર; રણધીર; રણસિંહ. *Field of* **b.**: રણભૂમી–ક્ષેત્ર; રણાંગણ; સમરાંગણ. **b.** *royal*: (*a*) બેથી વધારે માણસ વચ્ચેની લાકડીઓ અગર મૂક્કીની લઢાઈ. (*b*) બેથી વધારે લડાયક મુરઘાઓની લઢાઈ. *To give* **b.**, to attack an enemy: દુશ્મન ઉપર હલ્લો કo. *vi.* To join in battle: લઢવું; યુદ્ધ કo; હલ્લો ઝીલવો.

Battle-array, (બૅટલ્-ઍરે)*n.* Order of battle; યુદ્ધ રચના; વ્યૂહ.

Battlement, (બૅટલ્મૅન્ટ્) *n.* A notched parapet: બાકોરાં–ગડારાંવાલી ભીત; જંગી.

Bauble, (બૉબલ્) *n.* [L. *babulus*, foolish.] *n.* A showy trifle: દેખાવડી નજીવી ચીજ; તકલીદી વસ્તુ.

Bawd, (બૉડ્) *n.* A lewd person; a procuress (*usually applied to females*): કુટણી; ભડવેણ; દદા.

Bawl, (બૉલ્) *vi.* [L. *balo*, I bleat.] To cry with vehemence: બુમ પાડવી; પોકારવું; ઘાંટો–ચીસ પાડવી. 2. To cry loud: આરડવું; આરડી મરવું; ગાંગેડવું. 3. (*at*) To bellow at: ધમકાવવું; દબડાવવું. *vt.* To proclaim by outcry: બુમ પાડી ખબર આપવી–જાહેર કo. *n.* A loud cry: મોટી બુમ; રાડ; ચીસ; ઘાંટો; પોકાર; રહ.

Bay, (બે) *a.* [L. *badius*, brown.] Red or reddish: [રતાસ પડતું; રાતું; બદામી.

Bay, (બે) *n.* An inlet of the sea: અખાત; ઉપસાગર.

Bay, (બે) *n.* [L. *baca*, berry.] A laurel tree: લૉરલ નામનું ઝાડ; તજનું ઝાડ. *Bark of* **b.**: તજ; દાલચિની. 2. (*pl.*) An honorary garland or crown of victory: માનમાલા; માનસૂચક હાર.

Bay, (બે) *n.* [L. *ad* & *baubari*, to bark gently.] The bark of a dog: કુતરાનું ભસવું. *To keep at* **b.**: સામા થવું; દૂર રાખવું. *vi.* To bark at: ભસવું; ભોંસવું.

Bayonet, (બેયૉનેટ્) *n.* A steel dagger at the end of a gun: સંગીન; બંદુકની નલી ઉપર ભાલાજેવું હોય છે તે. *vt.* To stab with a bayonet: સંગીન ભોકવું. 2. To drive by the bayonet: સંગીનથી ફરજ પાડવી–જબરજસ્તી કo.

Bayrum, (બેરમ્)*n.* A fragrant liquor obtained from bay-tree: એક જાતનો દારૂ; તજનાં પાદડાંમાંથી કાઢેલો દારૂ.

Bay-window, (બે-વિન્ડો)*n.* An outward projecting window: દિવાલથી બહાર પડતી બારી.

Bazar-aar, (બૅઝાંર્) *n.* A place where goods are exposed to sale: બજાર; ચૌટું.

Bdellium, (ડેલિઅમ્) *n.* [L.] A gumy substance of an agreeable odour: ગુગલ; દેવધુપ.

Be, (બી)*vi.* (*pp.* **been**.) To exist: હોવું. 2. To become: થવું. 3. To be present in a place: હોવું; હાજર હોવું. *To let* **b.**, to omit; to leave untouched: એમનું એમ–જેમનું તેમ રહેવા દેવું. *Let it* **b.**, be it so: અસ્તુ; ભવતુ. **b.** *that as it may*, at all events; in spite of; notwithstanding: ગમે તેમ હોય; છતાં; તથાપિ. *If so* **b.**, in case: જો; યદા. *To* **b.** *in with*, to be in favour with: ની મહેરબાની–કૃપાદૃષ્ટિ હોવી–થવી. *To* **b.** *on the move*, to diminish; to wither; to lose flesh: ઓછું થઈ જવું; ઘટી જવું; સુકાઈ જવું; ગલી જવું; કૃષ થઈ જવું. **b.** *all*, sum total: એકંદર–જુમલે રકમ.

Beach, (બીચ્) *n.* The shore of the sea or a lake; the strand: દરિયા કે સરોવર કાંઠો; કિનારો; તીર. *vt.* To run upon a beach: કિનારે ચઢી જવું–અથડાવવું.

Beacon, (બીકન્) *n.* A signal-fire to notify the approach of an enemy: શત્રુ પાસે આવ્યાની સૂચના માટે સલગાવેલો દેવતા. 2. A lighthouse or signal to direct navigation: દીવાદાંડી. 3. A high hill near the shore: દરિયા કિનારા ઉપરની ઉંચી ટેકરી. 4. That which gives notice of danger: ભયસૂચક નિશાની. *vt.* To light up; to illumine: રોશની કરવી; ભયની સૂચના આપવી.

Bead, (બીડ્)*n.* A small ball pierced for hanging on a string: દાણો; મણી; મણકો. *A rosary of* **b.***s*: જપમાલા; બેરખો; સ્મરણી. 2. A bubble on spirit: દારૂપરનો પરપોટો. 3. A drop of sweat or other liquid: પસીના કે બીજા પ્રવાહી પદાર્થનું ટીપું–ટપકું. *To tell* **b.***s*, to be at prayer: માલા ફેરવવી; જપ કo: પ્રાર્થના કo. *To draw a* **b.**, to take aim: તાકવું; નિશાન માંડવું. *vt.* To ornament or distinguish with beads: મણકાથી શણગારવું.

Beadle, (બીડલ્) *n.* A messenger or crier of a court: અદાલતનો ચોપદાર; પટાવાલો; છડીદાર; ચપરાસી.

Beak, (બીક્) *n.* The bill or nib of a bird: પક્ષીની ચાંચ. 2. The pointed forepart of a ship: વહાણના આગલા ભાગની આણી. 3. Anything ending in a point: આણી; ટોંચ; **ed**, having a beak: ચાંચવાલું; ચાંચના જેવું; ચંચ્વાકાર.

Beaker, (બીકર્)*n.* [L. *bacar*, wine-glass.] *n.* A large drinking cup: વાડકો; પ્યાલો.

Beam, (બીમ્) *n.* Any large & long piece of timber or iron: ભારવટિયો; મોભ. 2. The width of a vessel: વહાણની પોહોલાઈ. 3. The part of a balance from the ends of which the scales are suspended: ત્રાજવાની દાંડી. 4. The horn of a stag: સાબરનું શિંગડું. 5. The pole of a carriage: ઘોરિયો; ગાડી–ગાડાની ઉધ. 6. A part of a loom: તોર; તુરી. 7. A collection of rays: કિરણ; રશ્મિ. *vt.* To send forth; to omit: પાડવું; ફેંકવું; આપવું. *vi.* To shine: ચકચકવું; પ્રકાશવું.

Beamy, (બીમિ) *a.* Shining: ચલકતું; ચકચકિત. 2. Massy: ભારે; ભારવટિઆ જેવું; મજબુત. 3. Having horns: શિંગડાવાળું.

Bean, (બીન્) *n.* A leguminous plant & its seeds: એક જાતના કઠોલનો છોડ; શિંગ; પાપડી; વાલોલ; વટાણા વિગેરે.

Bear, (બેઅર્) *vt.* [Lat. *ferro*, I bear.] (*imp.* **bore**, formerly **bare**. *pp.* **born, borne**.) To support; to hold up: ઉંચકી રાખવું; સંભાલવું; ઝાલવું. 2. To convey: ઉઠાવી લેઈ જવું; ઉંચકી જવું. 3. To exercise: વાપરવું; ચલાવવું. 4. To carry as a mark of authority; to wear: રાખવું; ધારણ કરવું. 5. To entertain; to cherish: મનમાં રાખવું–આણવું; ધરાવવું. 6. To endure; to undergo: સેહેવું; ખમવું; વેઠવું; સહન ક૦. 7. To sustain or be answerable for: માથે લેવું–રાખવું; જુમ્મેદાર હોવું. 8. To exhibit; to bring forward: બતાવવું; દેખાવવું; જણાવવું. 9. To carry on; to have: ચલાવવું; સામેલ થવું; ભાગ લેવો. 10. To admit or be capable of: લાગવું; –નું થઈ શકવું. 11. To behave: ચાલવું; વર્તવું. 12. To afford: માં રહેવું; સાથે રહેવું. 13. To bring forth; to give birth to: આવવું; જન્મ આપવો; ઉત્પન્ન–પેદા ક૦. *To* **b**. *a hand*, to go to work; to be quick: કામે વલગવું–લાગવું; મદદ ક૦; ઝડપ–તાકીદ ક૦. *To* **b**. *the bell*, to be the first: આગેવાન–વિજયી થવું. *To* **b**. *in hand*, to deceive: ફોસલાવવું; ખાનાં ખતાવી ધવડાવવું; છેતરવું. *To* **b**. *down*, to overthrow: હરાવવું; હઠાવવું; મારી કાઢવું; પરાજય પમાડવું. *To* **b**. *hard*, to press or urge: આગ્રહ–તાણ ક૦; –થી નાખુશ થવું. *To* **b**. *off*, (*a*) to restrain: અટકાવવું; પાસે ન આવવા દેવું; દૂર રાખવું. (*b*) To remove to a distance: વેગળું ક૦; દુર લઈ જવું. (*c*) To carry away: લઈ જવું; લઇને નાશી જવું. *To* **b**. *out*, to defend to the last: ઠેઠ સુધી નિભાવવું–બચાવ ક૦; ટકાવવું. **b**. *up*, to keep from falling or sinking: ટેકો આપવો; –થી આધાર–ટેકો મલવો; સમાધાનમાં રાખવું; –થી શાંતિ મલવી. *vi.* (*a*) To suffer as with pain: ખમવું; સોસવું; સહન ક૦. (b) To endure with patience: ધીરજથી સહન ક૦; હિમ્મત રાખવી. 2. To produce; to be fruitful: ફલ લાગવાં–આવવાં. 3. To press, (with *on* or *upon*): દબાવવું; દબાણ ક૦; પાછલ લાગવું–પડવું. 4. To take effect: લાગુ પડવું; સફલ થવું; પાર ઉતરવું–પડવું. 5. To behave: વર્તવું; –ની માફક વર્તવું. 6. To be situated as to the point of compass: હોવું; મ્હો હોવું; અભિમુખ હોવું. 7. To relate, to refer (with *on*, *upon*): સંબંધ હોવો–ધરાવવો–રાખવો. 8. To convey intelligence: ખબર સૂચના આપવા–હોવી–લઈ જવી. *To* **b**. *away* or *up*, to change the course of a ship: વહાણની ગતિ બદલવી. *To* **b**. *against*, to approach for attack: તલપ મારવી; ધસવું. *To* **b**. *back*, to retreat: પાછા હઠવું–ફરવું. *To* **b**. *in with*, to run or tend towards: ખેંચાવું; તરફ જવું; ઘસડાવું. *To* **b**. *off*, to steer away from the land: જમીનથી દુર ખેંચાવું–જવું. *To* **b**. *up*, to have fortitude: હિમ્મત રાખવી; ધીરજ પકડવી. *To* **b**. *upon*, to act upon: ની અસર થવી–અસર થાય એવી સ્થિતિમાં હોવું. *To* **b**. *with*, to endure; to forbear: ધીરજ રાખવી; સહન કરવું.

Bear, (બેઅર્) *n.* [Lat. *fera*, a wild beast.] A wild animal covered with rough shaggy hair: રીંછ. 2. One of the two constellations in the N. hemisphere; *the Greater* **b**.; *Ursa Major*: સપ્તઋષિ. *The Lesser* **b**.: ધ્રુવપુચ્છ. **-ish**. *a.* Resembling a bear in temper: રીંછના જેવું–સ્વભાવનું.

Bear-able, (બેઅરેબ્લ્) *a.* Tolerable: સેહેવાય–ખમાય એવું; સહનીય.

Beard, (બીઅર્ડ્) *n.* [L. *barba*, beard.] *n.* The hair that grows on the lips, chin and adjacent parts of the face: દાઢી. 2. The awn or sharp prickles on the ears of corns: અનાજનાં કુસલાં; સુખલાં. 3. Sharp point of an arrow: આંકડો. 4. Rays of a comet: ધ્રુવ–કેતુની પુછડી. *vi.* To take by or seize the beard: દાઢી પકડવી–તાણવી–ખેંચવી. 2. To oppose to the face; to set at defiance: સામુ થવું; મ્હોપર કહેવું–બોલવું; અપમાન ક૦.

Bearer, (બેરર્) *n.* One who bears or carries: લઈ જનાર; લાવનાર; ઉચકનાર. **Bearers** *of palanquins*: ભોઈ; હમાલ. 2. One who carries a dead body to the grave: ખાંધિયો; મુડદું ઉચકનાર. 3. A supporter, as, a wall, post, or stud: ધારણ કરનાર; ટેકો. 4. A tree or plant yielding fruit: ફલવાન–ફલ આપતું ઝાડ.

Bear-garden, (બેઅર્-ગાર્ડન્) *n.* A place where bears are kept: રીંછ રાખવાની જગા. 2. A turbulent assembly: ધાંધલીયા–મસ્તીખોર ટોલી.

Bearing, (બેરિન્ગ્) *a.* Without a post stamp: ટપાલની ટીકીટ ચોડ્યા વિનાનો; નોટપેડ. *n.* behaviour: ચાલચલગત; વર્તણુંક; આચરણ; ઢપ; અદા. 2. relation: સંબંધ; અવસ્થાન; સ્થિતિ.

Beast, (બીસ્ટ્) *n.* [L. *bestia*, a beast.] (*a*) Any fourfooted animal: પશુ; ઢોર. (*b*) Any irrational animal: ઢોર; હેવાન; જનાવર. 2. A brutal man: પશુ–હેવાન જેવું માણસ.

Beastliness, (બીસ્ટ્લિનેસ્) *n.* Brutality: પશુવૃત્તિ; પશુ સ્વભાવ; ક્રુરતા; નિર્દયતા; હેવાનિયત.

Beastly, (બીસ્ટ્લિ) *a.* Having the form & nature of a beast: પશુ જેવું–સંબંધી. 2. Like a beast; brutal; filthy: મલિન; મેલું; ગંદું.

Beat, (બીટ્) *vt. imp.* **Beat**. *pp.* **Beat** or **Beaten**. To knock; to strike often: મારવું; ઠોકવું; ટીપવું; કુટવું; અફલાવવું; વગાડવું. 2. To break, or pulverize by beating: ખાંડવું; કચરવું; ભુકો ક૦. 3. To extend by beating; to hammer: ટીપવું; ટીપીટીપીને લાંબું ક૦. 4. To scour or range over in hunting: રખડવું; ધસવું. 5. To tread, as a path: રસ્તો કાપવો; ચાલવું. 6. To thrash: ઝુડવું; ઝાટકવું. 7. To dash or strike: અફાલવું; ઉરાડવું. 8. To vanquish: હરાવવું; જીતવું; પરાજય પમાડવું. 9. To overlabour: થાકવું; હદ ઉપરાંત મેહેનત લેવી;

માથું ફોડવું; માથાકુટ ક૦. *To* **b.** *back*, to compel to retire: હઠાવવું; પાછું ફેરવવું. *To* **b.** *an alarm*, to give a signal of danger: ઢંઢેરો પીટી ભયની સૂચના આપવી. *To* **b.** *down*, (*a*) to break or destroy by beating: તોડી પાડવું; પાડી નાંખવું. (*b*) To press down or lay flat: દબાવી પાડવું; ઢોલી પાડવું; સુવાડી દેવું. (*c*) To depress or crush: દબાવી દેવું; કચરી નાંખવું; બેસાડી દેવું. (*d*) To sink or lessen: ભાવ ઘટાડવો–ઉતારવો; –થી ભાવ બેસી જવો. *To* **b.** *into*, to teach or instill by repetition of instruction: વારે વારે કહીને મનમાં ઉતારવું–ઠાંસવું–ઠસાવવું. To **b.** *off*, to repel: પાછા હઠાવવું; કાઢી મૂકવું. To **b.** *the time*, to measure or regulate time (*in music*): તાલ આપવો–મારવો. *To* **b.** *up*, to attack suddenly: છાપો મારવો; એચિંતો હુમલો કરવો. *To* **b.** *the bush*, to approach anything in a round about matter: ગોલગોલ વાત ક૦; આડાઆડા ઉતરવું. *To* **b.** *about the bush*, to misjudge; to reason falsely: ખોટો વિચાર ક૦; ખોટી રીતે–ભૂલ ભરેલી રીત્યે વિચારવું–તર્ક ક૦. 2. To dissemble; to make believe; to pretend: ઢોંગ ધરવો; વેશ ભજવવો; મનાવવું; ગણાવવું. 3. Not to understand: સમજણ–ગમ ન પડવી. 4. To enlarge; to ramble: વધારવું; લંબાવવું; આડા ઉતરવું. *To* **b.** *hollow* or *to* **b.** *all hollow*, to get the upperhand; to excel: સર્વોપરી થવું; ચઢિયાતા થવું; ઉપરી સત્તા–કાબુ સંપાદન ક૦. *To* **b.** *the air*, to be useless: નિરૂપયોગી થવું–હોવું. *To* **b.** *up for*, to go diligently about in order to procure: મેલવવા–સંપાદન કરવાને માટે ઉદ્યોગ પૂર્વક જવું. *To* **b.** *at the quarters of*, to come back; to get home; to sit down: પાછા આવવું; ઘેર આવવું; નીચે બેસવું. 2. To meet: to encounter: મલવું; સામા આવવું. *vi.* To knock: ઠોકવું; ઠેલવું. 2. To throb: ઠણકવું; ધડકવું; ધબકવું. 3. To dash or fall with force: અથડવું; અફલાવું. 4. To fluctuate; to be in doubt: ઢચુપચુ હોવું; શક લાવવો. 5. To make progress against the direction of the wind: પવન સન્મુખ ચાલવું. *To* **b.** *about*, to cry to find: ખોળી કાઢવું; શોધ્યા ક૦. *To* **b.** *upon*, to enforce by repetition: સપાટા લાગવા. *n.* A stroke: માર; ઝપાટો; ઠોંસો; ઠોક; ટોલ્લો; ફટકો. 2. A pulsation: ધબકારો. 3. A round or course frequently gone over: ફેરો; ચક્કર; આંટો. 4. The rise or fall of hand in regulating the divisions of time (*in music*): તાલ. 5. A place of frequent resort: બેઠક; સ્થાન; રહેઠાણ. **b.** *of clock* or *watch*: ઘડીઆલનું ટકટક થવું તે; ટકટક. *a.* Weary; tired: થાકેલું; લોથ; લોટ પોટ.

Beaten, (બીટન્) *a.* Worn by use, trodden: વાટી નાંખેલું; ચર્ચાઈ ગયેલું; ઘસાઈ–પીસાઈ ગયેલું. 2. Become common: સાધારણ થઈ પડેલું.

Beater, (બીટર્) *n.* One who beats: મારનાર. 2. An instrument for pounding: સાંબેલું; દંડો; મોગરી.

Beatific-al, (બીઍટિફિક્–કલ્) *a.* Imparting blissful enjoyment: સ્વર્ગ સુખદાયક; સુખપ્રદ–કર; પરમસુખનું; આનંદમય.

Beatification, (બીઍટિફિકેશન્) *n.* Blessedness: પરમાનંદ; સ્વર્ગસુખ.

Beatify, (બીઍટિફાઈ) *vt.* [L. *beatus*, happy & *facio*, I make.] To regard as happy: સુખી ગણવું–માનવું. 2. To make happy: સ્વર્ગ સુખ–મુક્તિ આપવી; પરમાનંદ આપવો.

Beatitude, (બીઍટિટ્યૂડ્) *n.* The felicity of the highest kind: પરમસુખ; મોક્ષ; મુક્તિ; નિર્વાણ.

Beau, (બો) *pl.* **beaux.** *n.* [L. *bellus*, gay.] A fine gay man; a lady's attendant or suitor: ફક્કડ; વરણાગિયો; છેલ; લાલ; અક્કડબાજ; અક્કડું; ઈશકી; બાંકેલાલ.

Beau-ideal, (બો-આઈડીઅલ્) *n.* A conception of consummate beauty: કોઈ વસ્તુ કેવી સરસ હોવી જોઈએ તે વિષે મનમાં કરેલી કલ્પના પ્રમાણે સંપૂર્ણ હોય તે; મનમાં મનિલી પ્રતિમા–મૂર્તિ; સંપૂર્ણ ખુબસુરતી.

Beauish, (બોઈશ્) *a.* Foppish; fine: અક્કડબાજ; ફાંકડું; બાંકું.

Beauteous-tiful, (બ્યૂટીઅસ્–ટિફુલ્) *a.* Very fair; elegant in form: સુંદર; ફુટડું; શોભિતું; ખુબસુરત; રૂપવાલું; રૂપવંત; મનોહર; ખુબીદાર; સુશોભિત.

Beautify, (બ્યૂટિફાઈ) *vt.* To adorn; to grace; to add beauty to: સુંદર–રૂપાલું–શોભિતું કરવું; શણગારવું. *vi.* To become beautiful: સુંદર–રૂપાલું દેખાવું; શોભવું.

Beauty, (બ્યૂટિ) *n.* [L. *bellus*, pretty.] The graces & properties in any person or thing that delight the eye: ખુબસુરતી; સૌંદર્ય; ફુટડાઈ; લાવણ્યતા; શોભા. 2. A particular grace, feature or excellence: લીલા; ઠાઠ; ખુબી; ગુણ; રસ; તેજ. 3. A beautiful person: ફુટડો–રૂપાલો પુરૂષ. 4. Beautiful woman: ફુટડી સ્ત્રી; સુંદરી; રૂપવતી; મહેતાબ; પરી; અપ્સરા; છબિલી.

Beauty-spot, (બ્યૂટિસ્પૉટ્) *n.* A spot placed on the face to heighten beauty: ચાંલ્લો; છુંદણું.

Beaver, (બીવર્) *n.* An amphibious animal valued for its fur: જલ–સ્થલ ચર રૂવાંવાલું પ્રાણી. 2. A hat or cap made of the fur: તે જનાવરનાં રૂવાંની બનેલી ટોપી.

Becalm, (બિકાંમ્) *vt.* To appease, to still: સ્થિર–શાન્ત ક૦; સમાવવું; ચેન પાડવું. 2. To keep from motion: ચાલતું બંધ ક૦; અટકાવવું.

Because, (બીકૉઝ્) *conj.* For the cause that; on this account that: કારણ કે; કેમકે; તેથી; કાંજે.

Bechance, (બીચૅન્સ્) *vt.* To befall; to happen to: આવી પડવું; નિતવું; ગુજરવું. *ad.* By chance; by accident: અકસ્માત; એકદમ; સેહેજ.

Beck, (બૅક્) *n.* A significant nod of the head or hand: અણસારો; સાન; ઈસારો; ઈશારત. *vt.* To notify or call by a nod of the head or hand: સાનમાં સમજાવવું; ઈસારો કરી બોલાવવું; સૂચના ક૦–આપવી. *vi.* To nod or make a sign: અણસારો–ઈસારો–સાન કરવી.

Beck, (બૅક્) *n.* A small brook: નાલું; વેહેલીયું.

Beckon, (બૅકન્) *vt.* [See **beck.**] To make a sign to another by nodding or a motion of the hand or finger: હાથ કે આંગલી વતી ઈસારો–સાન ક૦; સંકેત–સૂચના ક૦. *vt.* To make a significant sign to, hence to summon: બોલાવવું; તેડવું. *n.* A sign made without word; a beck: ઈશારત;

સાન; અણસારો; સૂચના.

Becloud, (બીક્લાઉડ્) *vt.* To obscure: ઝાંખુ પાડવું; ઢાંકી નાખવું.

Become, (બીકમ્) *vi.* (*imp.* **became.** *pp.* **become.**) To pass from one state to another: થવું; બનવું; થઈ જવું. *To* **b.** *of,* to be the fate of; to be the end of: થવું; પરિણામ આવવું; વલે–ગતિ થવી. *vt.* To suit: શોભવું; દીપવું; છાજવું; સારૂં દેખાવું.**-ing,** *a.* Suitable; graceful: શોભે–છાજે–ઘટે એવું; શોભાદાયક; શોભાપ્રદ; લાયક; યોગ્ય; લાજમ.

Bed, (બેડ્) *n.* Something to sleep or take rest on; a couch: પથારી; તલાઈ; બિછાનું. 2. Marriage; lawful co-habitation: લગ્ન; વિવાહ સંબંધ. 3. Level piece of ground in a garden: ક્યારો; તકતો; ક્યારી. 4. The bottom of a river or other body of water: તળીયું. 5. A layer: પડ; થર. *To be brought to* **b.**, જણવું. *To put to* **b.**, to deliver of a child: જણાવવું. *To go to* **b.**, સુઈ રહેવું–જવું. *vt.* To plant & cover: રોપવું; ઘાલવું. 2. To lay in any hollow place inclosed: દાટવું; પૂરવું. 3. To lay flat: પહોલાં પડવું–પથરાવું.

Bedabble, (બીડૅબ્બલ્) *vt.* To wet; to sprinkle with: છાંટવું; પલાળવું; ભિજવવું. [લપેડવું; ખડવું.

Bedaub, (બીડૉબ્) *vt.* To besmear: ચોપડવું;

Bedazzle, (બીડૅઝ્ઝલ્) *vt.* To make dim by lustre: ઝાંખ વાળવી; અંધારી આણવી; આંજી નાંખવું.

Bed-chamber, (બેડ્ચેમ્બર્) *n.* A room in which there is a bed: સુવાનોઓરડો; શયનગૃહ; શય્યાગૃહ.

Bedding, (બેડિન્ગ્) *n.* Materials of a bed: બિછાનું; તલાઈ; ગોદડાં; પથારી.

Bedeck, (બીડેક્) *vt.* To adorn; to grace: શણગારવું; સુશોભિત–વિભૂષિત કo.

Bedew, (બીડ્યૂ) *vt.* To wet as with dew: ઝાકળથી ભીનું કo; પલાળવું.

Bed-hangings, (બેડ્હૅન્ગિંગ્ઝ્) *n.* Curtains of a bed: મચ્છરદાની.

Bedlam, (બેડ્લૅમ) (Corrupted from Bethlehem or religious house in London afterwards used as a hospital for lunatics.) *n.* A madhouse: ગાંડાંની ઔષધશાલા–ઇસ્પિતાલ. 2. An insane; a lunatic: ગાંડું માણસ. 3. A place where there is a great deal of noise: જ્યાં શોરબકોર થતો હોય તેવી જગ્યા. *a.* Belonging to or fit for a mad-house: ગાંડાં સંબંધી–માટે લાયક.

Bed-rid-riden, (બેડ્રિડ્–ડન) *pa.* Wholly confined to bed by age or sickness: ઘરડપણ કે બીમારીના કારણથી ખાટલો સેવતું–પડી રહેતું; ખાટલે પડેલું; ખાટલાવશ; પથારીવશ.

Bedrop, (બીડ્રૉપ્) *vt.* To cover or sprinkle with drops: છાંટા પાડવા; છાંટવું.

Bedstead, (બેડ્-સ્ટેડ્) Wooden or iron frame work of a bed: ખાટલો; પલંગ.

Bed-tick, (બેડ્-ટિક્) *n.* The case for holding materials of a bed: ખોલિયું; ખોલ.

Be-dust, (બીડસ્ટ્) *vt.* To soil or cover with dust: ધૂળવાળું કરવું. [વધવા ન દેવું; ઠીંગણું રાખવું.

Be-dwarf, (બીડ્વાર્ફ્) *vt.* To make a dwarf:

Bee, (બી) *n.* An insect that makes honey & wax: મધમાખી; મધુમક્ષિકા; મધુકર. 2. An industrious & careful person: ઉદ્યોગી પુરૂષ. *To have* **b.**s *in the head,* (*a*) to be uneasy: બેચેન રહેવું. (*b*) to be a little crazy: ફરેલ માથાના હોવું; કડક–ચસકેલું હોવું.

Bee-garden, (બી-ગાર્ડ્ન) *n.* An enclosure where bees are reared: માખીઓને ઉછેરવાનો વાડો.

Bee-hive, (બી-હાઇવ્) *n.* A case intended or used as a habitation for bees: મધપુડો.

Bee's-wax, (બીઝ્-વૅક્સ્) *n.* The wax collected by bees: મીણ.

Beef, (બીફ્) *n.* (*pl.* **beeves**) [L. *bovis,* an ox.] An animal of the genus *Bos:* બળદ; ગાય; ગોધો. 2. The flesh of bovine animals: ગાય અથવા બળદનું માંસ; ગોમાંસ; ગાવગોસ્ત. *a.* Pertaining to or consisting of the flesh of bovine animals: ગોમાંસનું–વાળું.

Beef-steak, *n.* ગલેલ ઉપર ભુંજેલો અથવા ભુંજવાનો ગાયનાં માસનો કડકો.

Beer, (બીર્) *n.* [L. *bibo,* I drink.] A fermented liquor made from malted grain: જવનો દારૂ; "બીર." 2. A fermented extract of vegetable substance: ભાજીપાલામાંથી કાઢેલો દારૂ.

Beet, (બીટ્) *n.* [L. *beta.*] A garden or field vegetable with large roots: એક જાતનું કંદમૂલ; બીટ.

Beetle, (બીટ્લ્) *n.* A heavy wooden mallet: મ્હોટી મોગરી. 2. A general name of insects having a horny wing cover: ભમરો; વંદો. *vi.* To hung or extend out: ઝુમી રહેવું; બહાર નિકલવું–પડવું.

Beetle-headed, (બીટ્લ્હેડેડ્) *a.* Dull; stupid: મૂર્ખ; ઠોઠ; અક્કલશૂન્ય.

Befall, (બીફૉલ્) *vt.* To happen to: આવી પડવું; વિતવું; ગુજરવું. *vi.* To come to pass: થવું; બનવું.

Befit, (બીફિટ્) *vt.* To suit; become: લાયક–યોગ્ય હોવું; ઘટવું; છાજવું; શોભવું.

Befool, (બીફૂલ્) *vt.* To lead astray: બેવકુફ બનાવવું; છેતરવું; ભૂલ થાપ દેવી.

Before, (બીફોર્) *prep.* In front of: આગલ સામું; સન્મુખ. 2. Preceding in time; earlier than: પેહેલાં; અગાઉ; અસલ; પૂર્વે. 3. Prior in dignity, order, &c.; rather than: ના કરતાં. 4. In presence of: સમક્ષ; રૂબરૂ; દેખતાં. 5. In the power of: ની સત્તામાં; ખુલ્લું; છુટું. *adv.* In front: અગાઉ; આગલ. 2. Already: ક્યારનું; પેહેલાં; પૂર્વે. **-hand.** *adv.* Sooner in time; at first: આગલથી; પેહેલેથી. --mentioned: મજકુર; ઉપર જણાવેલું; સદરહુ.

Befoul, (બીફાઉલ્) *vt.* To soil: ખડવું; મેલું કo; બગાડવું.

Befriend, (બીફ્રેન્ડ્) *vt.* To favour: મેહેરબાની–કૃપા રાખવી; મદદ આપવી; ઉપકાર કરવો.

Beg, (બેગ્) *vt.* To ask earnestly: વિનંતી–પ્રાર્થના–આજીજી કo; 2. To take for granted; to assume: ખરૂં ધારવું–માનવું; માની લેવું. *vi.* To ask alms or charity: ભિખવું; ભીખ–ભિક્ષા માગવી; ભીખ માગી ગુજરાન ચલાવવું–પેટ ભરવું. *To* **b.** *leave,* to ask or request permission: રજા માગવી–લેવી; અરજ ગુજારવી. *To* **b.** *one's bread,* to live by asking alms: ભીખ માગવી; ભીખ માગી ગુજરાન કo. *To* **b.** *the question,* to take for granted; to assume in an argument as proved what the disputant set out to prove: ચોકસી-પૂછપરછ કર્યા વગર માની લેવું-સમજી જવું; પ્રમાણ વગર સ્વીકારવું; તકરાર ચલાવતાં, જે સાબિત કરવાનું છે તે ખરૂં હોય એવી રીતે તર્ક દોડાવવો-એમ માની લેવું. [Latin: *petitio principii.*] *To go begging* or *to go a-begging*, to find no body willing to take: કોઈ લે નહિ-કબૂલ ન રાખે તેવું હોવું; કોઈ ઘરાક ન થાય તેવું; ખપ ન હોવો. જેમકે She is not a good looking girl, and will have *to go a-begging* for suitors.

Beget, (બીગેટ્) *vt.*(*imp.* **begot**, *pp.* **begot, begotten.**) *vt.* To generate; to produce: જન્મ આપવો; પેદા કo. 2. To produce as an effect: ઉપજાવવું; ઉત્પન્ન કo.

Beggar, (બેગ્ગર્) *n.* A mendicant: ભીખ માગનાર; ભિખારી; માગનાર; ભિક્ષુક; યાચક. **b.***s and borrowers cannot be choosers*: ઉધાર આપ ને ખરૂં જોખ. **b.***s can never be bankrupts*: નાગો નહાય શું, અને નીચોવે શું. **b.***s fear no rebellion*: ખાવો ઉઠયા બગલમાં હાથ. **b.***s mounted run their horses to death*, અણદીઠાનું દીઠું, માર મુલાને મીઠું. *vt.* To reduce to poverty: ભીખ માગતું-ભિખારી કરી નાંખવું. *To* **b.** *description*, to exhaust the power of description: કહેવાય નહિ-બયાન થાય નહિ એટલું બધું હોવું; વર્ણન ન થઇ શકવું.

Beggarly, (બેગ્ગર્લિ) *a.* Mean; poor: ગરીબ; કંગાલ; મોહોતાજ; નીચ; નેહેસ. *ad.* કંગાલિયતથી; નીચપણે.

Beggary, (બેગ્ગરિ) *n.* State of great poverty; દરિદ્રતા; ગરીબી; કંગાલિયત; ભિક્ષુકવૃત્તિ.

Begging, (બેગિન્ગ્) *n.* The act of soliciting: ભીખ માગવી તે; ભીખ; ભિક્ષા.

Begin, (બીગિન્) (*imp.* **began**, *pp.* **begun.**) *vi.* To commence: આરંભ-શરૂ થવું; મંડાણ થવું; ચાલુ થવું. *vt.* To commence: આરંભવું; શરૂ કરવું; કરવા માંડવું; માંડવું; મુહુરત-મંડાણ કo. **b.***your web properly and God will supply you with thread*: હિમ્મતે મરદાન તો મદદે ખુદા.

Beginner, (બીગિનર્) *n.* One who begins: શિખાઉ; નવો નિશાલિયો. 2. શીરૂ-આરંભ-પ્રારંભ કરનાર.

Beginning, (બીગિનિંગ્) Origin; source: પ્રારંભ; મંડાણ; શરૂઆત; આરંભ; પેહેલ.

Begird, (બીગર્ડ્) *vt.*(*imp.* **begirt, begirded**, *pp.* **begirt.**) To bind with a band: કમર બાંધવી; પટકો બાંધવો. 2. Encompass; to enclose: ઘેરવું; વીંટી-ઘેરી લેવું.

Begone, (બીગૉન) *interj.* Go away; depart: નિકલ! કાલું કર! જતો રહે! મોઢું બાલ.

Begrudge, (બીગ્રજ્) *vi.* To grudge; to envy the possession of: અદેખાઈ કરવી; બલવું.

Beguile, (બીગાઇલ્) *vt.* To deceive or impose on: ઠગવું; છેતરવું. 2. To evade by craft: થાપ દેવી; ભમાવવું; ઉડાવવું; નજર ચુકાવવી. 3. To amuse: ખુશીમાં કાઢવું-ગુજારવું-ગાલવું; પસાર કo.

Beguilement, (બીગાઈલ્મેન્ટ્) *n.* Act of deceiving: થાપ; ઠગાઈ; છેતરપંડી.

Behalf, (બીહાફ્) *n.* Favour: હિત; લાભ; પક્ષ; અર્થ; ખાતર; તરફદારી.

Behave, (બીહેવ્) *vt.* To conduct; to manage; to bear: ચાલવું; વર્તવું; આચરવું.

Behavior, (બીહેવિઅર્) *n.* Conduct, good or bad; manners: ચાલ; વર્તણુંક; આચરણ; આચાર; વર્તન; ચાલચલગત-ચલણ.

Behead, (બીહેડ્) *vt.* To sever the head from: ગરદન મારવું; ડોકું કાપી નાંખવું; શિરચ્છેદ કo.

Behest, (બીહેસ્ટ્) *n.* Command; injunction: આજ્ઞા; હુકમ; ફરમાન; આદેશ. 2. A promise; a vow: વચન; બાધા.

Behind, (બીહાઇન્ડ્) *prep.* On the other side of: પાછળ; પૂઠે; પછવાડે. 2. Left after the departure of: રહી ગયલું; પછવાડે-પાછલ પડેલું. 3. Inferior to in dignity, rank or excellence: ઉતરતું; હલકું. **b.** *one's back*, In the absence of a person; stealthily: પીઠ પાછલ; કોઈની ગેરહાજરીમાં; છાનાછાની. **b.** *the scenes*, In a position to learn what is not revealed to the public: જાહેર ન થયલી વાત-ખાખદ જાણનારૂં. *One* **b.** *the scenes*, જાણભેદુ. *To look* **b.** *the back*, to overlook; to disregard: અખાડા કo; ધ્યાન-મનપર ન લેવું. *There is a large sum* **b.**, There is a large sum not yet paid: ભરવા-આપવાની મોટી રકમ રહી ગઈ છે; ઘણું કે દેવું હજી પતાવવાનું-ચુકવવાનું છે. *adv.* In the rear: પાછલ પડતું. 2. Back-ward: પાછું. 3. Remaining: બાકી રહેલું. 4. Past: આગલનું; ગયા વખતનું; ગુજરેલું.

Behind-hand, (બીહાઇન્ડ્-હેન્ડ્) *a.* In a state when expenditures exceed the receipts: આવક કરતાં ખરચ વધારે હોય તેવું. 2. Not equally forward: પાછલ રહી ગયેલું. *To be* **b.** *with*, to be behind in progress: પાછલ પડવું; ઉતરતા-લોથ નિવડવું.

Behold, (બીહોલ્ડ્) *vi.* (*Imp.* **beheld**, *pp.* **beheld**, *formerly* **beholden.**) To look at; to observe with care: નિહાલવું; ધ્યાનપૂર્વક જોવું; નિરખવું; ધારીધારીને જોવું; તપાસવું; તપાસીને જોવું. *vi.* To look: જોવું. *interj.* See! lo!: જો; જુઓ.

Beholden, (બીહોલ્ડન્) *a.* Bound in gratitude: આભારી; ઓશીઆલું; ઉપકારી; અહેશાનમંદ.

Behoof, (બીહૂફ્) *n.* Advantage; profit; લાભ; ફાયદો; ફલ; નફો; ગરજ; અર્થ.

Behoove, (બીહૂવ્) *vt.* To be fit for; to be necessary for: અગત્યનું; જરૂરતું હોવું; ઘટવું; છાજવું; લાજમ હોવું. [Written also *behove.*]

Being, (બીઈન્ગ્) *n.* Existence in fact or thought: હોવાપણું; અસ્તિત્વ; હૈયાતી; હસ્તી; વજુદ. 2. That which exists or lives: જીવ; પ્રાણી; જાનવર; જંતુ.

Belabour, (બીલેબર્) To ply diligently: ખૂબ ઉદ્યોગ કરવો-મેહનત-મશાગત કરવી. 2. To beat soundly (*fig.*): સારીપેઠે મારવું-ઠોકવું; કેસરી જમાડવી.

Belate, (બીલેટ્) *vt.* To make too late: વિલંબ લગાડવો; અસુરૂં કo; મોડું-અવારૂં કo.

Belaud, (બીલૉડ્) *vt.* To praise greatly: અતિશય સ્તુતિ-વખાણ કo; શાબાસી આપવી.

Belch, (બેલ્શ્) *vt.* To eject or throw up violently from the stomach: ઓડકાર ખાવો-આવવો. 2. To cast forth: બહાર કાઢવું. *vi.* To eject wind from the stomach: વાછુટ થવી; ઓરકાડ આવવો. *n.* Eructation: ઓરકાડ; ઓડકાર; અડકાર.

Beldam, beldame, (બેલ્ડૅમ્) *n.* [*F. belle*

dame, from L. *bella domina*, fair woman.] An old woman: ડોસી; ઘરડી સ્ત્રી. 2. An ugly old woman; a hag: કુબજા; ડાકણ; બદસૂરત બૈરી.

Beleaguar, (બિલીગર્) *vt.* To beseige; to blockade: ઘેરી લેવું; આસપાસ વિંટલાઈ વલવું.

Belecture, (બીલેક્ટ્યૂર્) *vt.* To vex with lectures: ભાષણો કરી કંટાલો આપવો.

Belial, (બીલિઍલ્) *n.* An evil spirit: સેતાન; દૈત્ય. *sons of* **b.** અધર્મી-પાપી-બદમાશ માણસો. *adj.* Worthless: નિરૂપયોગી; નકામું.

Belie, (બીલાઈ) *vt.* To show to be false; to convict of falsehood: જુઠું-ખોટું પાડવું; જુઠું છે એમ સાબિત ક૦. 2. To give a false account of: જુઠું કહેવું; હોય તેથી વિરૂદ્ધ બતાવવું. 3. To slander: ભગદાઈ ક૦; ભુંડું બોલવું; નિંદા ક૦. 4. To counterfeit; to mimic: નકલ ક૦; ચાલા પાડવા; બનાવટ ક૦.

Belief, (બીલીફ્) *n.* Conviction; confidence: ભરોસો; પતીજ; વિશ્વાસ; ઈતબાર. 2. Faith: આકીન; શ્રદ્ધા; ભાવ. (in religion) 3. The object of belief: ભરોસાની વાત-બાબદ; શ્રદ્ધાવિષય. 4. Doctrine; tenet: ધર્મ; પંથ; મત; માર્ગ. 5. Persuation or assurance on probable evidence; opinion: માનવું તે; આસ્થા; ભાવ; ભાવના; મત; મતિ; બુદ્ધિ.

Believe, (બીલીવ્) *vt.* To regard as true; to place confidence in (often followed by *in* or *on*). ખરૂં-સાચું માનવું-જાણવું; વિશ્વાસ-ઈતબાર રાખવો; માનવું. *vi.* To have a firm persuation: ભરોસો ક૦; શ્રદ્ધા-આકીન-ભાવ રાખવો. 2. To think; to suppose: ધારવું; માનવું; લાગવું.

Believer, (બીલીવર્) *n.* One who believes: માનનાર; શ્રદ્ધા રાખનાર; શ્રદ્ધાવાન; શ્રદ્ધાલું; ભાવિક. 2. (*a*) One who believes in the scriptures, as revelation from God: શાસ્ત્ર ઈશ્વરોક્ત છે એમ માનનાર; આસ્તિક. (*b*) A professor of Christian ty: ખ્રિસ્તી ધર્મ માનનાર; વિશ્વાસી.

Bell, (બૅલ્) *n.* A hollow metallic vessel which gives a sound: ઘંટ; ઘંટડી; ઘંટા; ઘુઘરો. 2. Any thing in the form of a bell: ઘંટના આકારનું કંઈ; ઘંટાકાર વસ્તુ. **b.** *book and candle* is a phrase for cursing of any kind: કોઈને શ્રાપ દેવા-બદ દુવા આપવામાં આ વાક્ય વપરાય છે. *To bear the* **b.**, to be the best: સર્વેથી સરસ-ચઢિયાતા હોવું-નિવડવું; આગેવાન થવું; આગલ પડવું. *To* **b.** *the cat*, to undertake the most difficult or delicate task: કોઈ ઘણું કઠણ-ભારે-અઘરું કામ માથે લેવું-ઉઠાવવું. *To lose the* **b.**, to be worsted: હારવું; પરાજય પામવો. *To shake the* **b.***s*, to move or give notice: ખખર-ચેતવણી સૂચના આપવી. *vi.* To bellow: ખરાડવું. 2. To grow in the form of a bell, ઘંટાકારે ઉગવું.

Belle, (બૅલ્) *n.* [L. *bellus*, fine.] A young lady of superior beauty & much admired: રૂપાલી-ફાંકડી-છેલછબીલી સ્ત્રી; રંભા; સુંદરી; પ્રમદા; લલના.

Belles-lettres, (બૅલ્-લૅટ્ર્) *pl. n.* Polite or eligant literature: અલંકારશાસ્ત્ર-વિદ્યા.

Bell-founder, (બૅલ-ફાઉન્ડર્) *n.* A man whose occupation is to cast bells: ઘંટ પાડનાર-બનાવનાર.

Belligerent, (બૅલ્લિજરેન્ટ્) *a.* [L. *bellum*, war & *gero*, I wage.] Waging war: લડાઇ સંગ્રામ-યુદ્ધ મચાવનાર-કરનાર. 2. Tending to war: લડાઈ કરે-ઉપજાવે તેવું. *n.* Nation or power carrying on war: લડાઈમાં રોકાયલી કોઈપણ ટોલી-પ્રજા-રાજ્ય.

Bell-man, (બૅલ્-મૅન્) *n.* One who rings a bell, especially to give notice of anything: દાંડી પીટનાર; થાલી વગાડનાર.

Bell-metal, (બૅલ-મૅટલ) *n.* Alloy of copper & tin used for making bells: કાંસું.

Bellow, (બૅલ્લો) *vi.* To make a loud noise as a bell: ખરાડવું; તડુકવું; ગરજવું. 2. To bawl; to clamor: આરડવું; બુમ પાડવી. 3. To roar, as the sea or the wind: તોફાની સમુદ્ર કે ભારે પવનની પેઠે ગર્જવું-ઘોંઘાટ કરવો; ઘુઘુ ક૦; સુસવાટા થવા. *n.* A loud outcry: ઘુઘવાટ; ગર્જના; ઘોંઘાટ; બૂમ; સુસવાટા.

Bellowing, (બૅલ્લોઇન્ગ્) *n.* The act of bellowing: આરડવું તે; ગર્જના.

Bellows, (બૅલ્લોઝ્) *n. Sing.* & *pl.* [L. *bulga*, belly, womb.] An instrument or machine for blowing up fire or supplying the pipes with wind: આગ ફુંકવાની ધમણ. [દોરડું.

Bell-pull, (બૅલ્પુલ)*n.* A bell cord: ઘંટ વગાડવાનું

Bell-wether, (બૅલ્વૅધર્) *n.* A sheep which leads a flock: ઘંટવાલો મેંઢો-ઘેટો; આગેવાન ઘેટો.

Belly, (બૅલ્લિ) *n.* [See **Bellows.**] The abdomen: પેટ; ઉદર; કોઠો; જઠર. **b.** *expense:* પેટિયું. *Shooting in the* **b.**: ચૂક; વાઢ; શલ. 2. The womb: ગર્ભસ્થાન; કુખ. 3. The part of any thing which resembles human belly in protuberance: પેટની માફક કોઈ પણ ચીજનો આગલ પડતો-ઉપસેલો ભાગ. *vi.* To swell & become protuberant like the belly: ઉપસવું; ફુલવું. *The* **b.** *has no ears*, a hungry man will not listen to advice or arguments: અર્થીને અક્કલ ન હોય. *To pinch one's* **b.**: પેટ બાલવુ. *To touch one's* **b.**: પેટ ઉપર લાત-પગ મૂકવો.

Bellyache, (બૅલ્લિએક્) *n.* Pains in the bowels; colic: શૂલ; ચૂક; આંકડી; વાઢ.

Belly-band, (બૅલ્લિબૅન્ડ્) *n.* A band that fastens the saddle of a horse: તંગ; ઘોડાના પેટ સાથે કસીને બાંધેલો પટો.

Belly-ful, (બૅલ્લિફુલ) *a.* As much as fills the belly or satisfies the appetite: પેટપુર; ધરાઈને; સારી રીત્યે. 2. More than enough: પુષ્કલ; હદ્ ઉપરાંત.

Belly-worm, (બૅલ્લિવર્મ્) *n.* A worm that breeds in the belly or stomach: કરમ; કરમિયા.

Belong, (બીલૉન્ગ્) *vi.* To be the property of; to appertain: નું હોવું; તાબામાં હોવું. 2. To be a part of or connected with: ભાગ હોવો; સંબંધ રાખવો; નિસબત ધરાવવી. 3. To be native of or to have a legal residence: રહેવાસી-રહીશ-વતની હોવું. 4. To be the proper business of: કામ હોવું. 5. To be the province or business of: નું હોવું; -સારૂ-માટે હોવું.

Belongings, (બીલૉન્ગિન્ગ્સ્) *n.pl.* That which pertains to one: પોતાનું જે કાંઈ હોય તે બધું; સર્વસ્વ.

Beloved, (બીલવ્ડ્) *n.* Greatly loved; dear to the heart: વાહાલું; પ્યારું; જીવજાન; પ્રિય.

Below, (બીલો)*prep.*Beneath; under in place: તલે;નીચે. 2. Inferior to: હલકું; ઉતરતું. 3. Unworthy: અયોગ્ય; નાલાયક; અઘટિત; અણઘટતું; અણછાજતું. *adv.* In a lower place; beneath:હેઠલ; નીચે. 2. On the earth as opposed to heaven: પૃથ્વીપર; આ લોકમાં; ઈહલોકમાં; મૃત્યુલોકમાં. 3. In hell: નર્ક–નરકમાં. 4. In a court of inferior jurisdiction: નીચલી અદાલતમાં.

Belt, (બેલ્ટ્) *n.* [*balteus,* border.] A band; a girdle: પટો; પારો; બંધ; કંદોરો; કમર બંધ; મેખલા; સાંકલી. 2. That which restrains like a girdle: પટાની માફક જે કંઇ બંધમાં રાખે તે; મર્યાદા; હદ. 3. One of the zones which surround the planet Jupiter: બૃહસ્પતિની આસપાસ આવેલો કટિબંધ. 4. narrow passage or strait: સામુદ્રધુની; નેહેર. 5. A decease among sheep: ઘેટાંને થતો એક જાતનો રોગ. *vt.* To encompass: પટો બાંધવો; ઘેરી લેવું;ચારે પાસ વિંટલાઈ વલવું. 2. To shear (sheep): વાલ ઉતારવા–કાતરી લેવા.

Bemoan, (બીમોન્)*vt.* To lament; to express sorrow for:શોક–વિલાપ કo; રૂદન કo; ખેદ કo.

Bench, (બેન્ચ્) *n.* A long seat: પાટલી; બાંક; બાજઠ; બારડી. 2. The seat of justice: ન્યાયાસન; ધર્માસન. 3. The persons who seat as judges; the court: ન્યાયાધીશ; ઈનસાફદાર. *vt.* To furnish with benches: પાટલીઓ મૂકવી. 2. To place on a seat of honor: માન આપવું; આસને બેસાડવું. *vi.* To sit on a seat of justice: ન્યાયાસને બીરાજવું.

Bend, (બેન્ડ) *vt.* (*pp.* **bended, bent.**)To curve: વાંકું વાલવું; મરડવું. 2. To direct: તરફ વાલવું–ફેરવવું. 3. To exert; to apply: ઘણી મેહેનત કo; લગાડવું; ચોંટાડવું. 4. To subdue: તાબે–આધીન કo; કબજે રાખવું. 5. To fasten, as one rope to another: સંધાડવું; બાંધવું; જોડવું.*To* **b.** *the brow,* to frown: ભવાંચઢાવવાં;આંખો–ડોલા કાઢવા–કાતરવા. *vi.* To jut: વાંકું થવું–વલવું; નમવું; મરડાવું; ઝોક ખાવો. 2. To be inclined: બહાર પડવું–નિકલવું;નિશ્ચય કરી બેસવું; વલણ હોવું. 3.To bow in prayer: નમવું. *n.* A curve; a bow: વાંક;વંટ; ઝોકો; વલણ. 2. A knot by which one rope is fastened to another: ગાંઠ; સાંધો.

Beneath, (બીનીથ્) *prep.*Lower in place with something on; under: તલે; નીચે. 2. Under, as from the effect of pressure: દબાયલું; તલીયે;તલે. 3. Lower in rank or excellence;unbecoming: હલકું; ઉતરતું;અયોગ્ય; અઘટિત;અણછાજતું. *adv.* In a lower place: તલેથી; નીચેથી. 2. Below, as opposed to heaven: નીચે; અહીંયા.

Benedict, (બેનીડિક્ટ્) *n.* A man newly married: તાજો–નવો પરણેલો માણસ.

Benediction, (બેનીડિક્શન્) *n.* [L. *bene,* well & *dico,* I say.] Act of blessing: આશીર્વાદ દેવો તે; ભલુ ઈચ્છવું તે. 2. Expression of gratitude; blessing: આશીર્વચન; આશીર્વાદ; દુવા; આશીષ.3.A short prayer:પ્રભુની સ્તુતિનો ઉપકાર માનવો તે;સ્તુતિ.

Benedictive, (બેનીડિક્ટિવ્)*a.* Giving a blessing: આશીર્વાદયુક્ત; દુવા દે એવું; આશીર્વાદાત્મક.

Benedictory, (બેનીડિક્ટૉરિ) *a.* Expressing wishes for good: શુભવાચક; માંગલિક.

Benefaction, (બેનીફૅક્શન્) *n.* [L. *bene,* well & *facio,* I do.] The act of conferring a benefit: ઉપકાર; કલ્યાણ. 2. A benefit conferred: આભાર; દાન; ઉપકાર; એહસાન; બક્ષીસ; ઈનામ; કલ્યાણ.

Benefactor, (બેનીફૅક્ટર) *n.* (*Feminine,* **benefactress**.) One who confers a benefit, especially, a charitable one: કલ્યાણકર્તા; પરગજુ; દાતાર; પ્રિયકરનાર.

Benefice, (બેનીફિસ્) *n.* An advantage: લાભ; ઉપકાર; બક્ષીસ. 2. An ecclesiastical living: ધર્માદાય.

Beneficence, (બીનેફિસેન્સ્) *n.* Active goodness; kindness or charity: પરોપકાર; દયા; કૃપા; લોકોપકાર; પાડ; હિત.

Beneficent, (બીનેફિસેન્ટ્) *a.* Doing good; performing acts of charity: ઉપકારશીલ;ઉપકારી; દયાલુ; કૃપાલુ; હિતકર–કારી; હિતાવહ; મેહેરબાન.

Beneficial,(બેનીફિશિઅલ્)*a.*Useful;profitable: ગુણકારી; ઉપયોગી; લાભકારી; હિતાવહ; કલ્યાણ કારક; સુખપ્રદ. 2. Entitled to receive use or benefit: જેને ભોગવટો કરવાનો હક મલ્યો હોય તેવું.

Benefit, (બેનીફિટ્) *n.* Act of kindness:ઉપકાર; પાડ; એહસાન; આભાર; મેહેરબાની. 2. Advantage; profit: લાભ; ફાયદો; ફલ; હિત; હાંસલ; ગુણ. *For public* **b.**: પ્રજાર્થે; સાર્વજનિક લાભાર્થે. 3. A performance at a theatre: સઘલા પાત્રો પૈકી એકજ પાત્રને કિંવા કોઈ સાર્વજનિક ખાતાને કે ધર્માદામાં જેની પેદાશ આપી હોય તેવો નાટય પ્રયોગ. *vt.* To be useful to; to do good to: હિત–સારૂ–કલ્યાણ કo. *vi.* To gain advantage: લાભ મલવો; ગુણ થવો.

Benevolence, (બીનેવોલેન્સ્) *n.*[L. *bene,*well & *volo,* I wish.] Goodwill; kindness: કૃપા; ઉદારતા; ભલાઈ; દયા; પરમાર્થબુદ્ધિ; ખેરખાહી. 2. Good done; charity given: પરોપકાર.

Benevolent, (બીનેવોલેન્ટ્)*a.*Possessing love to mankind; kind: દયાલુ; પરોપકારી; પરગજુ; પરદુઃખભંજન; ખેરખાહ.

Benight, (બીનાઈટ્) *vt.* To involve in darkness:અંધારામાં ઘેરવું. 2.To overtake with night: રાત પડી જવી; અંધારૂં થઈ જવું. 3. To involve in moral darkness: અજ્ઞાનતામાં ઘેરવું; અજ્ઞાન રાખવું.

Benign, (બીનાઈન્) *a.* [L. *bonus,* good & *genus,* birth.] generous: કૃપાલુ;માયાલું;મેહેરબાન; પરોપકારી; શુભ; મંગલ. 2.Manifesting kindness: ઉદાર; સખી દાતાર. 3. Having salutary quality; wholesome:ગુણકારી;જેથી ફાયદો–સારીઅસર થાય તેવું.

Benignant, (બીનિગ્નૅન્ટ્)*a.*Kind; favourable; generous: માયાલું; કૃપાલું; મેહેરબાન; દયાલું.

Benignity, (બીનિગ્નિટિ) *n.* [L. *benignus,* kind.] Goodness; kindness: કૃપાદૃષ્ટિ; મેહેરબાની; પરોપકારીપણું. 2. Salubrity: ગુણકારીપણું.

Bent,(બેન્ટ્)(*pp.*of **bend.**)*a.*Curved;crooked: વાંકું; વક્ર; વલેલું. **b.** *on*: કૃતસંકલ્પ; કરવાના નિશ્ચયવાલો. *n.* Curvity; flexure: વાંક; વક્રતા; મરડાટ. 2. Declivity; slope: ઢાલ; ઢોલાવ. 3. Propensity; inclination: વલણ; ઈચ્છા; નિશ્ચય; પ્રવૃત્તિ; રૂખ; ઝોંક.

Bent, Bentgrass, (બેન્ટ્-ગ્રૅસ) *n.*A kind of

coarse grass: ડાભ;દર્ભ.

Benumb, (બીનમ્)*vi.*To stupefy:બ્હેર મારી જવું; જુઠું પડવું; જડ-મંદ થઈ જવું.

Benzoin, (બૅનઝોઇન્)*n.*A resinous substance, having a fragrant ordour: લોબાન.

Bequeath, (બીક્વીથ્)*vt.* To give or leave by will: વારસામાં આપવું-મુકી જવું. 2. To hand down;to transmit: વંશ માથે મૂકવું;વારસમાં આપવું.

Bequest, (બીક્વેસ્ટ્) Legacy; something left by will: વારસો; વસિયત.

Berate, (બીરેટ્) *vt.* To chide vehemently; to scold: ઠપકો દેવો; ધમકાવવું.

Bereave, (બીરીવ્)*vt.* (*imp.* & *pp.* **bereaved, bereft**,) To deprive:છીનવી લેવું;રહિત-વિનાનું કરવું. 2. To take away from:માંથી-પાસેથી લઈ લેવું.

Bereavement, (બીરીવ્મેન્ટ્) *n.* Deprivation: છીનવી લેવું તે;હાનિ;નાશ; મરણથી થએલો વિયોગ; વિરહ.

Berry,(બેરિ)*n.*A small fruit containing seeds: ઠળીયાવાળું નાનું ફલ. 2. A mound:ટેકરો; ટેકરી. *vi.* To bear or produce berries:બોર જેવાં ફલ લાગવાં.

Berth, (બર્થ્) *n.* The place where ship lies at anchor: વહાણ લંગરવાની જગ્યા. 2. A place in a ship to sleep in:વહાણમાં સુવાનો ઓરડો-જગ્યા-સ્થલ. 3. Official situation: હોદ્દો; નોકરી; જગો.*To give a wide* **b.**: વેગળું-દૂર રહેવું. *vt.* To give an anchorage to:વહાણ લંગારવું.2.To allow or furnish berths to:વહાણમાં સુવાનો ઓરડો આપવો-પુરો પાડવો.

Beryle, (બેરિલ્) *n.* [L. *beryllus.*] A mineral of great hardness; aqua-marine: નીલમ;પિરોજો.

Beseech, (બીસીચ્) *vt.* (*imp.* & *pp.* **besought.**) To supplicate; to implore:વિનંતિ-અરજ-આજીજી કo;દાઢીમાં હાથ ઘાલવો. 2.To solicit; to beg: કાલાવાલા કરી-હાથ જોડી માગવું; યાચના કo; વિનંતિ કરી માગવું; માગી લેવું.

Beseem, (બીસીમ્) *vt.* To be worthy of; to befit: છાજવું; ઘટવું;શોભવું. [શોભા; ખૂબી; કલા.

Beseeming,(બીસીમિન્ગ્)*n.*Comeliness:કાન્તિ;

Beset, (બીસેટ્) *vt.* (*imp.* & *pp.* **beset.**) To set or place on, in or round: જડવું;બેસાડવું. 2. To hem in; to way-lay; to besiege:ઘેરો ઘાલવો; આંતરવું; ઘેરી લેવું. 3. To perplex; to harass: ગુંચવવું;અકલાવવું; અમુઝાવવું; ગભરાવવું.

Besetting,(બીસેટિન્ગ્) *pa.*Habitually attending or pressing: સાથે વલગેલું; ગુંચવણમાં નાખતું; અભિભૂત.

Beside,(બીસાઇડ્) *prep.*At the side of:પાસે;જોડે; પડખે;બાજુએ;સોડે.2.Aside from: આડું;બહાર;વિનાનું. Over & above:ઉપરાંત; શિવાય.*To be* **b.** *one's self*, to be out of senses: ઘેલું થવું; અક્કલ-ભાન જવું-ઠેકાણે નહીં હોવું.

Beside, Besides, (બીસાઇડ્-બીસાઇડ્ઝ્) *adv.* Moreover; in addition: વલી; બીજું; શિવાય; ઉપરાંત; વધારે.

Besiege,(બીસીજ્)*vt.* To beset; to beleaguer; to block up: ઘેરો ઘાલવો; ઘેરવું; ચોગરદમ આંતરવું; ગભરાવવું; અકલાવવું. [લપડવું;ખરડવું;-થી ખરડાવું.

Besmear,(બીસ્મીઅર્)*vt.*To make foul;to soil:

Besom, (બીઝમ્) *n.* A broom: સાવરણી; બુતારો; ઝાડુ; બુહારી. *vt.* To sweep as with a broom: ઝાડુ કાઢવું; વાલવું; સાફ કરવું;પુંજો-કચરો કાઢવો.

Besot,(બીસૉટ્)*vt.* To make sottish by drink; hence,to make dull or stupid:ગાંડું-સુસ્ત-મંદ કo.

Besotted, (બીસૉટેડ્) *a.* Stupid; infatuated: છકેલ; છાકટું; ગાંડું; ઘેલું; મૂઢ.

Bespangle, (બીસ્પૅન્ગ્ગલ્) *vt.* To adorn with spangles: ટિલી-ટપકીયોથી શણગારવું-તારા ટપકીઓ જડવી.

Bespatter, (બીસ્પૅટ્ટર્) *vt.* To sprinkle with dirt, or water & dirt:કાદવથી ખરડવું-છાંટી ભરવું. 2. To asperse with reproach: નિંદા કરવી; ભાંડવું; ભૂડું બોલવું; બદગોઈ કરવી.

Bespeak, (બીસ્પીક્) *vt.* (*imp.* **bespoke**, *pp.* **bespoke, bespoken.**)To speak beforehand: અગાઉથી નક્કી કરી-કહી-રાખી મૂકવું. 2. To foretell: અગાઉથી સુચવવું-સૂચના આપવી. 3. To speak; to address:પ્રત્યે બોલવું-કહેવું.4.To show; to indicate by external marks: જણાવું; માલમ પડવું; કહી આપવું; દર્શાવવું; દેખાઈ-જણાઈ આપવું.

Bespread, (બીસ્પ્રેડ્) *vt.*(*imp.*& *pp.* **bespread.**) To spread or cover over: ઢાંકવું; પાંથરવું.

Besprinkle, (બીસ્પ્રિન્કલ્)*vt.*To sprinkle over; to scatter over: છાંટવું; વેરવું; સિંપવું.

Best, (બેસ્ટ્) *ad.*(*Superl.* of *good*)Most good: ઉત્તમ; શ્રેષ્ટ; સૌથી સારૂં; સરસ; ઉમદા; ઉત્કૃષ્ટ. 2.Most advanced; most complete: આગલ પડેલું; સૌથી પ્રવીણ; સંપુર્ણ. *n.* Utmost; highest endeavour: બને તેટલું; યથાશક્તિ; *at* **b.** *or at the* **b.**, in the utmost degree: છેવટ; આખરે. *To make the best of*, (*a*) to improve to the utmost: ઘણુંજ સુધારવું; સારો નફો થાય તેવો ઉપયોગ કo. (*b*)To reduce to the least possible inconvenience: થોડીજ હરકત પડે તેમ કo. *For* **b.**, finally: છેવટે; આખરે; હમેશને માટે. *adv.* To the highest degree: બહુજ; ઘણુંજ; અત્યંત; અતિશય. 2. To the most advantage; with the most success: ફાયદો થાય તેવી રીતે. 3. Most thoroughly: સંપૂર્ણ રીતે; ઘણુંજ; અતિશય.

Bestial,(બેસ્ટિઅૅલ્)*a.*Pertaining to or having the quality of a beast: પશુના જેવું; અતિમલિન; પશુની પેઠે વિષયી.

Bestir, (બિસ્ટર્)*vt.*& *vi.*To put into vigorous actions:જાગ્રત-સાવધાન કo-થઈ જવું;હોશીયાર થઈ જવું.

Bestow,(બીસ્ટો)*vi.* To lay up in store:સંઘરવું; એકઠું કo;રાખી મૂકવું. 2. To use; to apply: ઉપયોગ કo;વાપરવું;લગાડવું;આપવું; કાઢવું.3. To give; to confer:આપવું;બક્ષીસ-અર્પણ-સમર્પણ કo; બખશવું. (*with* or *upon*) 4. To give in marriage: પરણાવવું; લગ્ન કરવાં; દેવું.

Bestrew, (બીસ્ટ્રુ) *vt.* (*pp.* **bestrewed, bestrown.**) To sprinkle: વેરવું; નાંખવું.

Bestride, (બીસ્ટ્રાઈડ્) *vt.* (*imp.* **bestrode.** *pp.* **bestridden, bestrid.**) To stride over; to sit with any thing between the legs: ઘોડો પલંગી બેસવું. 2. To step over: ઓલંગવું; કુદીને જવું.

Bet,(બેટ્)*n*. That which is pledged or staked; wager: હોડમાં મૂકેલી વસ્તુ; હોડ; શરત; પણ. *vt*. (*imp.&pp.* **bet, betted.**)To stake or pledge; to wager: શરત કરવી-બકવી; હોડ મારવી-બકવી.

Betake, (બીટેક્) *vt*. (*imp.* **betook**, *pp.* **betaken.**) To apply; to resort: આશ્રય લેવો; મન લગાડવું; કરવા માંડવું; ઉપાય-ઉપયોગ કo.

Betel,(બીટલ્)*n*.A species of pepper the leaves of which are chewed with betel nut: નાગરવેલ-પાનનો વેલો; **b.** *leaf*: પાન.

Betel-nut, (બીટલ્નટ્)*n*. The nut of the areca palm: સોપારી; પુંગીફલ.

Bethink, (બીથિન્ક્) *vt*. [*imp.* & *pp.* **bethought.**] To call to mind; recollect: યાદ કo-લાવવું; સંભારવું. *vi*. To think; to consider: સાંભરવું; યાદ આવવું-રહેવું.

Betide, (બીટાઈડ્) *vt*. To happen to; to befall: ગુજરવું; આવી પડવું; વિતવું. *vi*. To come to pass; to happen: બનવું ; થવું; ગુજરવું.

Betimes, (બીટાઈમ્ઝ્) *adv*. In good time or season,seasonably: ટાંકણાસર;વખતસર;ખરેખર વખતે;ખરી વેલાએ.2.In short time;soon:વહેલું;જલદી.

Betoken, (બીટોકન) *vt*. To show by signs: સૂચના આપવી;-થી જણાવું-દેખાવું; સૂઝ પાડવું. 2.To foreshow by present signs: ભવિષ્યે સૂચવવું.

Betray, (બીટ્રે) *vt*. [L. *trado*, I give up.] To give up treacherously or faithlessly: વિશ્વાસઘાતથી-દગાથી બીજાને સોંપી દેવું-હવાલે-સ્વાધીન કo. 2.To violate the confidence of:વિશ્વાસઘાત કરવો; વિશ્વાસ તોડવો; દગો દેવો; ગલું કાપવું. 3.To disclose or discover: ઉઘાડું પાડવું; કહી દેવું; દેખાડવું; જણાવવું. 4.To mislead,or expose to inconvenience not foreseen: અણધારી આપ્તમાં લાવવું; ખોટે રસ્તે દોરવું. 5. To shew or indicate (what is not obvious at first view): ઉપરથી દેખાવું-જણાવું;કહી આપવું. 6.To fail in respect to reliance placed; to deceive: ભરોસો ન હોવો.

Betrayal, (બીટ્રેઍલ્) *n*. Act of betraying: વિશ્વાસઘાત; દગો; છેહ.

Betroth, (બીટ્રોથ્) *vt*. To promise or pledge in order to marriage; to affiance: વિવાહ-વેવિશાલ-ચાંલ્લો કરવો; અદરાવવું; સગાઈ કo.

Betrothal, (બીટ્રૉથૅલ્) *n*. Act of betrothing: વિવાહ; કારજ; સગાઈ; વેસવાલ.

Betrothment, (બીટ્રોથ્મૅન્ટ્) *n*. A mutual promise or engagement for a future marriage: લગ્નનો કોલકરાર-ઠરાવ.

Better, (બેટર્) *a*. (*Comp. of good.*) Having good qualities in a greater degree: વધારે સરસ-સારૂ; બેહેતર. 2. Preferable: પસંદ કરવા જોગ; ચઢિયાતું. 3. Improved in health: સારૂં-સાજું થયેલું. *To be* **b.** *off*, to be in a better condition:વધારે સારી હાલતમાં હોવું; સુખી હોવું. *adv*. (*comp. of well*)In a more excellent manner:ઉત્તમ-ચઢતી-સરસ રીતે; વધારે ચતુરાઈથી. 2. More correctly: વધારે સારી-શુદ્ધ રીતે. 3. More: કરતાં;વધારે. *vt*. To improve or meliorate: સુધારવું; ચઢિયાતું કo. 2. To surpass in excellence; to exceed: ચઢવું; વધવું; ચઢીયાતું થવું. 3. To support: ટેકો આપવો; મદદ કo. *n*. (*pl.*) Superiors: ઉપરી; વડીલ.

Better, (બેટર્) *n*. One who bets or lays a wager: સરત માર-બકનાર.

Betterment, (બેટર્મૅન્ટ્) *n*. Improvement: ફાયદો; લાભ; સુધારો.

Betting, (બેટિંગ્)*n*. સરત મારવી-બકવી તે.

Between, (બીટ્વીન) } *prep*. In the middle:
Betwixt, (બીટ્વિક્સ્ટ્) } મધ્યે; વચ્ચે. 2. From one to another of: -માં; વચ્ચે. 3. Shared by two or both of; having mutual relation: માંહોમાંહે; અંદર અંદર.

Beverage, (બેવરેજ્) *n*. [L. *bibo*, I drink.] Liquor for drinking: પીવાની કોઈ પણ વસ્તુ; દારૂ; શરબત. 2. A treat, or drink-money: મીજબાની કે પાન કરવા આપેલા પૈસા.

Bevy, (બેવિ) *n*. A flock of birds: પક્ષીનું ટોળું. 2. A collection of persons; especially of ladies: ટોળું; મંડલ; જથો; સ્ત્રીવૃંદ.

Bewail, (બીવેલ્) *vt*.To express deep sorrow for; to lament: શોક-ખેદ-વિલાપ કરવો. *vi*.To express grief: દીલગીર થવું.

Beware, (બીવેર્) *vi*.To be cautious;to take heed: સાવધ-હોશીયાર-સાવચેત રહેવું;-દૂર રહેવું.

Bewilder, (બીવિલ્ડર્) *vt*. To perplex: ગુંચવવું; વ્યાકૂલ-બાવરૂ કo; ભમાવવું; અકલાવવું;ગભરાવવું.

Bewilderment, (બાઉવાઇલ્ડરમૅન્ટ્) *n*. State of being bewildered: ગભરાટ; ગુંચવણ.

Bewitch,(બીવિચ્)*vt*.To charm;to fascinate: જાદુ-કામણ કo. 2. To affect by witchcraft or sorcery: મોહ પમાડવો; મોહિત કo; વશ કo.

Bewitching, (બીવિચિન્ગ્) *a*. Charming: મનોહર; કામણગારૂ.

Bewitchment, (બીવિચ્મૅન્ટ્)*n*.The power of charming: વશીકરણ; કામણ; મોહિની; નજરબંદી.

Beyond, (બીયૉન્ડ) *prep*. On the further side of: પેલીમેર-તરફ. 2.Before: આગલ;અગાડી. 3.Out of reach of; past: પાર;ઉપરાંત;વગરનું;થાય નહિ તેવું. 4. In a degree exceeding or surpassing: કરતાં -ચઢિઆતું-અધિક.**b.***one's self*:તલ્લિન થઈ જવું;ગાંડાં બનવું. *adv*. At a distance; yonder:પેલીમેર;આઘે.

Bezel, (બેઝલ્) *n*. The part of a ring which fastens the stone: વિંટીના નંગનું ખાનું-ઘર.

Bezoar, (બીઝૉર્) *n*. A calculous concretion found in the stomach of certain animals formerly regarded as antidote to poison: કેટલાક પ્રાણીના પેટમાં થતો પદાર્થ જે આગલ ઝેર ઉતારનાર ઔષધ દાખલ વપરાતું હતું; સાપનો મ્હોરો.

Biangular, (બાઇઍન્ગ્યુલર્)*a*.[L. *bis* & *angulus*, a corner.] Having two angles: દ્વીકોણ.

Bias, (બાયસ્) *n*. A weight on the side of a bowl: એક બાજુએ મુકેલો ભાર. 2. Inclination; prepossession: મનનું વલણ; ઇચ્છા; ભાવ; ઝોંક.*adv*. Crosswise; diagonally: આડું; ત્રાંસુ; વાંકુ. *vt*. To prejudice: to prepossess: તરફદારી કરાવવી; મન ફેરવવું; પક્ષપાત કરવો.

Bibber, (બાઇબર્) *n*. A man given to drinking: છાકટો; દારૂડિયો.

Bible, (બાઇબલ્) *n.* [Gr. *biblos*, a book.] A sacred book containing the principles of Christian faith; scriptures: ખ્રીસ્તિધર્મ પુસ્તક-શાસ્ત્ર; બાઇબલ.

Bibler,(બિબ્લર્) *n.* A great drinker: દારૂડિયો; છાકટો; પીનાર. [Bible: ખ્રીસ્તી ધર્મ શાસ્ત્રનું-સંબંધી.

Biblical, (બિબ્લિકૅલ્) *a.* Pertaining to the

Bibliography,(બિબ્લિઑગ્રૅફિ)*n.*[Gr.*biblion*, a book & *grapho*,I write.]A history of literature: પુસ્તકોનું વર્ણન-હકીકત-ઇતિહાસ; પુસ્તક વિદ્યા.

Bibliomania, (બિબ્લિઓમેનિઍ) *n.*[Gr. *biblion*, book & *mania*, madness.] A rage for possessing rare & curious books: નવાઈ અને અછતનાં પુસ્તકો રાખવાનો અતિ શોખ-ઘેલાપણું-ચેટક.

Biblist, (બિબ્લિસ્ટ્) *n.* One who makes the scriptures the sole rule of faith: ખ્રીસ્તી ધર્મ ઉપર ખરૂં આકીન રાખનાર. 2. One who is conversant with the Bible: બાઇબલમાં પ્રવીણ.

Bibulous, (બિબ્યૂલસ્) *a.*[L. *bibo*, I drink.] Spongy: શોષક; ચુસી લે તેવું; જલશોષક.

Bicker, (બિકર્) *vi.* To quarrel: કજીઓ કરવો; ટંટો-કંકાસ-બોલાચાલી-લઢાઈ થવી; ટપાટપી-ખટપટ ક૦. 2. To be tremulous like flame or water: ધ્રુજવું;હાલવું; ડોલવું.

Bickering,(બિકરિન્ગ્)*p.n.* Quarrelling:વિવાદ; ટંટો; કજીઓ; લડાઈ; કંકાસ; ફીસાદ; ખટપટ; કટકટ.

Bid,(બિડ્)*vt.*(*imp.***bid** or **bade**; *pp.* **bid** or **bidden**.) To offer to pay;to propose: કહેવું; માગણી કરવી. (at auction). 2. To declare as a wish, a greeting: જણાવવું; આપવું; ઇચ્છા જણાવવી.*To* **b.** *defiance*: અરે તું શું કરનાર છે-ચલચલ છોકરી-એમ કહી સામા થવું; લઢવા બોલાવવું. 3. To order: હુકમ ક૦; આજ્ઞા ક૦;ફરમાવવું. 4.To invite: આમંત્રણ-તેડું ક૦; બોલાવવું. *To* **b.** *fair*,to make fair promise:સારૂં થશે-નિકલશે, એવું જણાવું-દેખાવું.*n.*An offer of a price:માગણી.(at auction).

Bidden.(બિડન)*a.*(See **bid**.)Invited:offered; commanded: તેડેલું; બોલાવેલું; ન્હોતરેલું; નિમંત્રણ-આમંત્રણ-માગણી કરેલું;આજ્ઞા-હુકમ કરેલું; ફરમાવેલું.

Bidding,(બિડિંગ્)*n.*Command;offer; proposal of a price; invitation: હુકમ; આજ્ઞા; માગણી; આમંત્રણ; નિમંત્રણ; ન્હોતરૂં; તેડું.

Bide, (બાઈડ્) *vt.* [See **abide**.]To dwell permanently; to inhabit:વસવું;રહેવું. *vt.*To remain firm under;to suffer:ટકવું;ખમવું; સહન કરી રહેવું; નભવું.2.To wait for:વાટ જોવી;માટે થોભવું;રાહ જોવી.

Biennial, (બાઇઍનિઍલ્) *a.* [L. *bis*, twice & *annus*, year.] Happening once in two years: દ્વિવાર્ષિક: બબે વર્ષે થતું. 2. Continuing for two years & then perishing: બે વર્ષ સુધી જીવનારૂં-રહેનારૂં-ચાલનારૂં.

Bier,(બીર્)*n.* A frame of wood to carry dead bodies to grave: મુડદાં સ્મશાનમાં લેઈ જવાની ખાટલી; ઠાઠડી; શબવાહીકા; નનામી; કરકટી; ગેહાન.

Biestings, (બીસ્ટિન્ગ્સ્) *n. pl.* The first milk given by a cow after calving: ગાયનું ખરેડું.

Bifarious, (બાઇફેરિઅસ્) *a.* [L *bis*, twice & *fari*, to speak.] Twofold; in two rows: બેવડું; બેહારમાં. 2. Pointing two ways: દોપટ;બે તરફનું.

Bifold, (બાઈફોલ્ડ) *a.* Twofold; double: બેવડું; દુપટ; બમણું.

Biform-ed, (બાઈફૉર્મ્-મ્ડ્) *a.*[L. *bis*, twice & *forma*, shape]. Having two forms, bodies or shapes: દ્વિરૂપ; બેવડા આકારનું; દ્વિવિધ; દ્વિગુણ.

Bifercate-ed, (બાઈફર્કેટ્-ટેડ) *a.* Forked; divided into two branches: બે શાખાવાલું.

Big, (બિગ્) *a.* Large; great; bulky: મોટું; જાડું; ભારે. 2. (*a*) Pregnant: બેજીવ;દહાડાવાલી;ગર્ભવતી; ગાભણી. (*b*) Full; ready to produce: ભરપુર; ભરેલું. 3.Having greatness,fulness, inflation, &c.: મોટા મનવાલું; અભિમાન-ગર્વ-દર્શક; બહાદુર; હિમત્તવાન.

Bigamist, (બિગૅમિસ્ટ્)*n.*[L. *bis*, twice & Gr. *gamos*, marriage.] One who has two wives or husbands at one time: બે વહુ કે વર કરનાર; બે પત્નીનો વર; બે પતિની પત્ની.

Bigamy, (બિગૅમિ) *n.* The crime of having two wives or husbands at once: જીવતાં જીવત એક ધણીપર બીજો ધણી, અથવા એક બાએડીપર બીજી બાએડી કરવાનો અપરાધ.

Bigot, (બિગૅાટ્)*n.* One unreasonably wedded to a particular religious creed, opinion, practice or ritual; a devotee: ધર્માન્ધ પુરૂષ; દુરાગ્રહી; સ્વમતાગ્રહી; ધર્મચુસ્ત; મતાંધ.

Bigot-ed,(બિગૅાટ્-ટેડ્)*a.* Obstinately&blindly attached to some creed, opinion, practice or ritual: દુરાગ્રહી: ધર્માન્ધ; મત-હઠ વાદી; સ્વમતાગ્રહી.

Bigotry, (બિગૅાટ્રિ) *n.* Perverse or blind attachment to a particular creed or certain tenets; excessive prejudice: ધર્માન્ધપણું;દુરાગ્રહ; સ્વમતાગ્રહ; મતાભિમાન.

Bilateral, (બાઈલૅટરલ્)*a.*બે પડખાંનું;બે બાજુવાલું.

Bile,(બાઈલ્) *n.*[L.*bitis*.] A yellow, greenish, bitter, nauseous fluid secreted by the lever: પિત્ત.2. Bitterness of feeling; ill-humour: ચીઢીઓ સ્વભાવ; પિત્ત પ્રકૃતિ.

Bilge, (બિલ્જ્) *n.* The protuberant part of a cask:પીપનું પેટું-નો વચલો જાડો ભાગ.2.The broadest part of a ship's bottom or floor: વહાણના તલીયાનો પોહલો ભાગ. *vt.* To suffer a fracture in the bilge: વહાણને ગાબડું પડવું.

Bilge-water, (બિલ્જ્-ઉવૅાટર્) *n.*Water which enters a ship & lies upon her bilge: ગાબડાંથી વહાણમાં આવેલું પાણી.

Biliary, (બિલિઍરિ) *a.*pertaining to the bile; conveying the bile: પિત્તનું; પિત્તવાહક.

Bilingual-ar, (બાઈલિન્ગ્વૅલ્-અલૅર્) *a.*[L. bis, twice & *lingula*, tongue.] Containing two languages: દુભાષી; બે ભાષાનું.

Bilious, (બિલિઅસ્) *a.* [L.*bilis*,the bile.]Pertaining to the bile: પિત્તવાલું-સંબંધી.

Bill,(બિલ્) *n.* The beak of a fowl: પક્ષીની ચાંચ. 2. The note of a bird: પક્ષીનો રાગ. *vt.* To join bills: ચાંચે ચાંચ મેલવવી. 2. To caress in fondness: લાડ કરવાં-લડાવવાં.

Bill, (બિલ્) *n.* A curved cutting instrument

with a handle: કોયતું; દાતરડું. *Hedge* **b.**: ધારીયું 2. A pickaxe: ખરપો; કોદાલી.

Bill, (બિલ્)*n.*[L.*bulla*, any thing rounded.]A declaration in writing: વાદીની અરજી; અપરાધ-લેખ;અપરાધ પત્ર. 2. A security for money: કરજ-દારના હાથની ચીઠ્ઠી. 3. A proposed or projected law: નવા કાયદાનો ખરડો–મુસદ્દો; બીલ. 4. An account of goods sold or delivered or work done: વેચેલા માલની–કરેલા કામની કિમ્મત સુદ્ધાં યાદી; બીલ; ભરતીયું.5.Any paper containing a statement of particulars: વિગતવાર યાદી; ટીપ; લેખ; તપસીલ. *vt.* To advertise by a bill or public notice: જાહેર ક૦. **b.** *of credit:* કોઈપણ રાજ્યે નાણાં રૂપે કાઢેલી ચીઠ્ઠી. **b.** *of divorce:* ફારગતી; તલ્લાકનામું; છેડાછુટા. **b.** *of exchange:* હુંડી. **b.** *at sight:*દર્શની હુંડી;તરત મુદ્દતની હુંડી. **b.** *of lading,*વહાણમાં ચઢાવેલા માલની વહાણવાલાની સહી સાથેની પોહોંચ;સતમી; ભરતિયું. **b.** *of mortality:* મૃત્યુ પત્રક. **b.***of pains & penalties:* મોતથી હલકી શિક્ષા કરનાર કાયદો. **b.** *of rights:* રૈયતે માગેલા હકની નોંધ. **b.***of sale:*વેચાણનો કબાલો;વેચાણખત;સાટાખત. **b.***of store:* વેપારીઓને મુસાફરીમાં જરૂરનો ખોરાક વીગેરે લેઇ જવાનું પરવાનગી પત્ર. **b.** *of sufferance:* વેપારીને ખીન જકાતે એકથી બીજે બંદર વેપાર કરવા આપેલો પરવાનો.

Billet, (બિલેટ્) *n.* A short letter: ચિઠ્ઠી; રૂક્કો.

Billet-doux,(બિલે-ડૂ)*n.*[**Billet,**&L.*dulcis*, sweet.]A love note or letter: પ્રીતિપત્ર; પ્રેમપત્ર.

Billiards, (બિલિઅર્ડઝ્) *n.*A game played on a table with ivory balls: દંડા લાકડીની મેજ ઉપર રમવાની રમત; બિલિઅર્ડ.

Billion, (બિલિઑન) *n.* According to French method a thousand millions,or1,000,000,000, according to English method a million of millions, or 1,000,000,000,000: મહાપદ્મ. *Ten* **b.***s:* શંકુ. *A hundred* **b.***s:* જલધિ. *A thousand* **b.***s:* અંત્ય. *Ten thousand* **b.***s:* મધ્ય. *A hundred thousand* **b.***s:* પરાર્ધ.

Billow, (બિલ્લો) *n.* A great wave or surge of the sea occasioned by the wind: ભારે મોજું–મોજું; છોલ; તરંગ; કલ્લોલ. *vt.* To rise & roll in large waves: મોજાં આવવાં.

Bimanous,(બાઈમેનસ્)*a.*Having two hands: બે હાથવાલું; બે હાથનું.

Bin, (બિન્) *n.*[L. *benna*, a kind of carriage.] A box or inclosed place used as a repository of any commodity: કોઠાર; કોઠી; પીપ.

Bind,(બાઇન્ડ્)*vt.*(*imp.***bound,***pp.* **bound.**) To tie to-gether:બાંધવું;જકડી લેવું.2. To confine or hold by physical force or influence of any kind: બાંધવું; પકડી રાખવું; અટકાવવું. 3. To prevent or restrain from customary or natural action: બંધ–કબજ ક૦; કબજ રહેવું. 4. To protect or strengthen by a band or border: ગજી-કોર મૂકવી. 5.To sew or fasten together: બાંધવું; શીવવું. 6.To oblige, restrain or hold:વચન કે બીજા કરારથી બાંધવું–કબજે રાખવું.7.To place under legal obligation to serve: શરત–કરારથી બાંધી લેવું. *To* **b.** *over:* અદાલતમાં હાજર થવાના મચકરા લેવા.*To* **b.** *to*, to contract: કરાર ક૦. *To* **b.** *up in*, to absorb in: કંઈ બાબતમાં ગરક–લીન થઈ જવું. *vi.* To contract; to grow hard or stiff: કઠણ થવું. 2. To be restrained from motion: બંધ–અટકી પડવું. 3. To be obligatory: બંધક–ફરજીયાત રહેવું–હોવું.

Binder, (બાઈન્ડર્)*n.* A person who binds, as books: બાંધનાર. 2. Anything that binds; a bandage: પાટો; બંધ; દોરી; પટી.

Binding, (બાઇન્ડિન્ગ્) *a.* Having power to bind; obligatory: આવશ્યક; અગત્યનું; ફરજીયાત. *n.* The act of fastening with a band: પાટો બાંધવો તે. 2. Anything that binds; bandage; the cover of a book; something that secures the edge of cloth from raveling : બંધ; પાટો; ચોપડીનું પુઠું; બાંધણી; મગજી; કોર.

Binnacle,(બિનૅકલ્) *n.* A box containing the compass of a ship:વહાણનું હોકાયંત્ર રાખવાની પેટી.

Binocle, (બાઇનૉકલ્)*n.*[L. *bini* two & two, & *oculus*, eye.] A kind of telescope: કોઈપણ ચીજ એકી વખતે બે આંખે જોઈ શકાય એવું દુરબીન.

Binocular, (બાઇનૉક્યૂલર્) *a.* Having two eyes: બે આંખવાલું દ્વિનેત્ર. 2.With, or pertaining to, both eyes: બે આંખ સંબંધી. 3. Adapted to the use of both eyes: બે આંખે જોઈ શકાય તેવું.

Binomial, (બાઇનૉમિઍલ્) *n.*[L.*bis*, twice & *nomen*, a name.]An expression consisting of two terms connected by the sign plus or minus:ઓછા કે વત્તાની નિશાનીથી જોડાયલાં બે પદ–રકમ; દ્વિપદ; દ્વિયુરૂપદ. *a.* Consisting of two terms: બે પદ–રકમ વાલું; દ્વિપદ.

Biographer,(બાઈઑગ્રૅફર્)*n.*A writer of lives: જન્મવૃત્તાંત–ચરિત્ર લખનાર;જીંદગીનો અહેવાલ લખનાર.

Biographic-cal, (બાઇઑગ્રૅફિક્–કૅલ્) *a.* Pertaining to biography; containing biography: જન્મ ચરિત્ર સંબંધી–વાલું.

Biography, (બાઇઑગ્રફિ) *n.* [Gr. *bios*, life & *grapho*, I write.]The history of the life & character of a particular person:કોઈની જીંદગીનો અહેવાલ; જન્મ વૃતાંત. 2. Biographical writings in general: ચરિત્રવર્ણન; ચરિત્રનિરૂપણ.

Biology,(બાઈઑલૅજિ)*n.*[Gr.*bios*, life & *logos*, discourse.]The science of life:પ્રાણીધર્મ-ગુણવિદ્યા.

Biparous,(બિપૅરસ્)*a.*[L. *bis*, twice & *pario*, I bring forth.]Bringing forth two at a birth: જોડ જણે એવું; જોડકાં જણનારૂં.

Biped, (બાઇપેડ્)*n.*[L.*bis*, twice & *pes*, *pedis*, a foot.] An animal having two feet, as man: બે પગુ જનાવર; દ્વિપદ પ્રાણી.

Biquadrate, (બાઇક્વૉડ્રેટ્)*n.* [L.*bis*, twice & *quatuor*,four.]The fourth power arising from the multiplication of a square number or quantity by itself: વર્ગનો વર્ગ; ચતુર્ઘાત.

Birch, (બર્ચ્) *n.* A tree of several species: એક જાતનું ઝાડ. 2. The smaller branches of the common European birch, used as rods: સોટી.

Bird, (બર્ડ્)*n.* A feathered flying animal:પક્ષી; પંખી; ખગ; ખેચર; પતંગ. **b.***s* of the same feather: એક માલાના મણકા; એક તલાવનાં પાણી. *vi.* To catch or shoot birds: પક્ષી પકડવું અગર ગોળી મારવી.

Bird-catcher, (બર્ડ્કૅચર્) *n.* One whose employment is to catch birds; a fowler: પારધી.

Bird-eyed, (બર્ડ્-આઈડ્) *a.* Quicksighted: બારિક નજરનું-વાળું.

Bird's-eye, (બર્ડ્ઝ્આઈ) *a.* General; not minute or entering into details: ઉપર ઉપરનું; ઉપર ટપકેનું; ઉપરચોટિયું.

Birth, (બર્થ્) *n.* The act of coming into life or of being born: જન્મ; ઉદ્ભવ; ઉત્પત્તિ. *Blind from* **b.**: જન્માંધ; ગર્ભાંધ. *To give* **b.** *to:* જણવું; જન્મ આપવો. 2. Lineage: descent; sometimes, high birth: કુલ; વંશ; ખાનદાન; કુલીનતા. *Pride of* **b.**: કુલાભિમાન. 3. Natural state or position: જન્મસ્થિતિ; જન્માવસ્થા. 4. The act of bringing forth: પ્રસવ. 5. That which is born or produced: જન્મેલું; અવતરેલું: પેદા થએલું તે. 6. Origin; beginning: ઉત્પત્તિ; આરંભ; મૂલ.

Birth-day, (બર્થ્-ડે) *n.* The day on which a person is born: જન્મતિથિ-દિવસ. 2. The anniversary of one's birth: જન્મ-વર્ષ ગાંઠ; સાલગિરી.

Birth-place, (બર્થ્-પ્લેસ્) *n.* The town, city or country in which a person is born: જન્મભૂમિ; વતન; સ્વદેશ.

Birth-right, (બર્થ્-રાઈટ્) *n.* Any right or privilege to which a person is entitled by birth: જન્મ પામ્યાથી જે હક્ક મલે છે તે; જન્માધિકાર.

Biscuit, (બિસ્કિટ્) *n.* [L. *bis*, & *coctus*, cooked.] A kind of unfermented bread, baked hard: બિસ્કોટ; બીસ્કુટ. 2. A kind of earthen ware: એક જાતનું માટીનું વાસણ.

Bisect, (બાઇસેક્ટ્) *vt.* [L. *bis*, twice & *seco*, I cut.] To cut or divide into two parts: બે સરખા ભાગ કરવા.

Bishop, (બિશપ્) *n.* [L. *episcopus* Gr. *epi*, over & *scopeo*, I look.] An overseer; a spiritual superintendent or ruler: વડો પાદરી; ધર્માધ્યક્ષ. 2. The highest of three orders of the Christian ministry: ખ્રિસ્તી પ્રધાન મંડલના ત્રણમાંનો શ્રેષ્ટ હોદ્દો.

Bishopric, (બિશપ્રિક્) *n.* The district over which the jurisdiction of a bishop extends: ધર્માધ્યક્ષના તાબાનો પ્રદેશ; વડા પાદરીનું પંથક. 2. Office of a bishop: ધર્માધ્યક્ષનો હોદ્દો

Bissextile, (બિસ્સેક્સ્ટાઇલ્) *n.* [L. *bis* & *sextus*, the sixth of the calends of March.] Leap year: જે વર્ષમાં ફેબ્રુઆરીમાં ૨૯ દિવસ આવે છે તે વર્ષ.

Bisulcous, (બાઇસલ્કસ્) } *a.* [L. *bis* twice &
Bisulcate, (બાઇસલ્કેટ્) } *sulcus*, furrow.] Cloven-footed, as swine or oxen: ખરી ફાટેલું; ચીરાયલી ખરીવાળું.

Bit, (બિટ્) *n.* The iron part of a bridle to which the reins are fastened: લગામનું ચોકડું-કડી. *vt.* To put the bit in the mouth of: ચોકડું-ચઢાવવું; લગામ ઘાલવી-ચડાવવી.

Bit, (બિટ્) *imp.* & *pp.* of **bite.**

Bit, (બિટ્) *n.* A mouthful: a morsel; hence, a small piece of anything; a little: a mite: કોલીયો; ગુંક; ગ્રાસ; કટકો; ટુકડો. **b.** *by* **b.**: કકડે કકડે; થોડું થોડું. *The bitter* **b.**: પોતાનો કોવાડો પોતાનાજ પગે વાગવો તે; હાથનાં કર્યાં હૈયે વાગવા તે. 2. A small instrument for boring: કાણું કોરવાનું એક હથીઆર.

Bitch, (બિચ્) *n.* The female of the canine kind, as of dog, wolf & fox: કુતરી; વરૂ વી૰ની માદા.

Bite, (બાઇટ્) *vt.* (*imp.* **bit**, *pp.* **bitten, bit.**) To cut or seize with the teeth: કરડવું; બચકુ લેવું-ભરવું; ચંટકો મારવો. 2. To cheat; to trick: ઠગવું; છેતરવું. 3. To cause sharp pain, or smarting to: ચચરવું; ઝાટકો લાગવો; લાગવું; વાગવું; ઝમઝમ થવું. 4. To take hold of; to hold fast: વલગી રહેવું; ચોટવું. 5. To reproach with sarcasm: મેંણુ મારવું; ઠપકો દેવો. *n.* The act of seizing with the teeth or mouth: બચકુ; બચકડું. 2. The wound made by the teeth or something analogous: ડંખ; દંશ; દાત. 3. A morsel; mouthful: કોલીયો; ગુંક. 4. A cheat; a trick: ઠગાઈ; કાવતરૂં; દગો. 5. A sharper; one who cheats: ઠગ; ફરેબબાજ.

Biting, (બાઇટિન્ગ્) *a.* Sharp; severe; sarcastic: તીક્ષ્ણ; સખત; તીવ્ર. As, *a* **b.** *jest:* મર્મભેદી મશ્કરી.

Bitter, (બિટર્) *a.* Having a peculiar acrid, biting taste: કડવું; કડવુંવિખ. 2. Piercing; painful: તીવ્ર; સખત; કડકડતું. 3. Calamitous: દુઃખદાયક; વેદનાકારક; પીડાકર. 4. Harsh: કઠણ; નિર્દય; કડવું; કટુ; તીવ્ર. 5. Mournful: શોકજનક; દુઃખદાયક; દયામણું. *n.* A substance that is bitter: કડવી ચીજ.

Bitterly, (બિટર્લિ) *adv.* In a bitter manner; sorrowfully; piteously: બહુજ; ઘણુંજ દુઃખ લાગે તેવી રીતે; પોકેપોક; છાતીફાટ; સખત રીતે.

Bitterness, (બિટર્નેસ્) *n.* The quality of being bitter: કડવાસ. 2. Keenness of reproach or sarcasm: તીક્ષ્ણ ભાષણ; મેંણું; મર્મ; અતિ દુઃખ. 3. A state of extreme impiety: ઇશ્વર પ્રત્યે ઘણો અભાવ; શત્રુવટ; અદાવત; નાસ્તિકતા. 4. Severity of temper: આકારાપણું; સખતાઈ.

Bitumen, (બિટ્યૂમેન્) *n.* [L.] A mineral pitch: નખતેલ; શિલાજીત.

Bivalve, (બાઈવૅલ્વ્) *n.* [L. *bis*, twice & *valva*, a valve.] A shell or an animal having a shell consisting of two parts which open & shut: બે ઢાંકણાની શીપ કે તેમાં રહેનારૂં પ્રાણી.

Bivouac, (બિવૂઍક્) *n.* The guard or watch of a whole army in cases of danger: આખા લશ્કર ઉપર થતા ધેરા કે હુમલાની તપાસ રાખનાર-રખેવાલ. 2. An encampment for the night without tents: તંબુ વિના ખુલ્લો રાતનો લશ્કરનો પડાવ.

Blab, (બ્લૅબ્) *vt.* To utter or tell unnecessarily: લવરી કરવી; બકવું; છાની વાત ફોડવી; રહસ્ય ખોલવું. *vi.* To talk without discretion: to tattle: બકવું; લવારો કરવો. *n.* One who betrays secrets; a tell-tale: બહુબોલો; છુપી વાત ફોડનાર-જાહેર કરનાર.

Blabber, (બ્લૅબર્) *n.* A telltale: છુપી વાત કહી દેનાર; લુતરો; જલ્પક; નાના-આછકલા પેટવાલો.

Black, (બ્લૅક્) *a.* Destitute of light; of the colour of soot or coal: અંધારાવાલું; કાલું; શ્યામ; શિહા. 2. Dismal; gloomy: ઉદાસી; દીલગીરી ભરેલું. 3. Sullen: ક્રોધાયમાન; ગુસ્સે. 4 Horrible; wicked:

ઘાતકી; પાપી; ઘોર; અતિદુષ્ટ.*n.*The darkest colour: શ્યામવર્ણ;કાલો રંગ. 2. A negro: હબસી;સીધી.3.A black dress, or mourning: શોકનાં લુગડાં; ગમગીનીનો પોશાક. *vt.*To blacken;to soil:કાલું-મેલું ક૦.

Blackamoor,(બ્લૅકૅમૂર્) *n.* A negro; a black-man: હબસી; સીધી.

Black-art, (બ્લૅક્-આંર્ટ્)*n.*conjuration; magic: જાદુ; મેલી વિદ્યા; કુવિદ્યા.

Black-ball, (બ્લૅક્-બૉલ્)*n.* A composition for blacking shoes or boots: બુટ-જોડા રંગવાની મેલવણી.2.A ball of black colour used as a negative in voting:નકાર-નાખુશી બતાવવાની કાલી ગોલી.

Black-board, (બ્લૅક્-બોર્ડ) *n.* A board used in schools, &c., for various purposes of instruction: નિશાલનું કાલુ પાટિયું.

Black-coat,(બ્લૅક્-કોટ્)*n.* A clergyman:પાદરી.

Blacken, (બ્લૅકન્) *vt.* To make or render black: કાલુ-શ્યામ ક૦. 2. To darken; to cloud: અંધારૂ ક૦. 3.To sully, as reputation; to make infamous: બટ્ટો-લાંછન-એબ લગાડવી-લાગવી. *vi.* To grow black or dark: કાલુ પડવું-થઈ જવું.

Black-guard, (બ્લૅક્ગાંર્ડ્) *n.*A dirty fellow of the meanest kind: નીચુ-હલકુ-ગંદુ માણસ; પાજી. 2. A person of low character: ભાંડ બોલનાર હલકો માણસ; ચંડાલ; નટખટ; લબાડી. *a.* Scurrilous; abusive: ભાંડ; ખરાબ; હલકુ. *vt.* To revile in scurrilous language: ગાલ ચોપડવી; નિંદા ક૦.

Blacking, (બ્લૅકિન્ગ્)*n.* A preparation made for blacking shoes or boots: જોડા કે બુટ ઉપર કાલો રંગ ચઢાવવાની વસ્તુ; બ્લાકિંગ.

Blackish, (બ્લૅકિશ્) *a.* Somewhat black: કાલાશ પડતું-મારતું.

Black-lead, (બ્લૅક્-લેડ) *n.* A plumbago; graphite: પેનસીલ બનાવવાનો ખનીજ પદાર્થ.

Black-mail, (બ્લૅક્-મેલ્) *n.* A rate of money, &c., anciently paid to robbers for exemption from pillage: ચોરોને આપવામાં આવતી ખંડણી. 2. Extortion of money by threats:ધમકી આપી પૈસા કઢાવવા તે.

Blackmoor, (બ્લૅક્-મૂર્) *n.* See **black-amoor.**

Blackness, (બ્લૅક્-નેસ્) *n.* The quality of being black; black colour: darkness: કાલાસ; કાલાપણું;કાલો રંગ; અંધારૂં. 2.Enormity of wickedness: અતિ ક્રુરતા; ઘાતકીપણું; દુષ્ટતા.

Black-smith, (બ્લૅક્-સ્મિથ્) *n.* A smith who works in iron; an ironsmith: લુહાર; લવાર.

Blackwood, (બ્લૅક્-ઉવૂડ) *n.* A kind of precious wood: સિસમ; સિસમનું લાકડુ.

Bladder, (બ્લૅડર્) *n.* A bag or sac in animal. કોથલી; ફુકકો. 2. Any vesicle or blister filled with air or a thin watery liquor: ફોલ્લો; છાગરો. 3. (*Fig.*) Anything inflated, empty or unsound: પરપોટો; અસાર વસ્તુ; કંઈપણ ફુલેલી ચીજ. *vt.* To swell or puff up: ફુલાવું; ભરવું.

Blade, (બ્લેડ) *n.* The leaf of a plant: ઘાસનું તણખું; તણખલું. 2. The cutting part of an instrument: પાનું; ફલ. 3. The broad part of an oar: હલ્લેસાનું પાનું. *vt.*To furnish with a blade: પાનાવાલું ક૦. *vi.* To have a blade: પાનું હોવું.

Blain, (બ્લેન્) *n.* An inflammatory swelling; a blister: ફોફૈયો; ફફોલો; છાગરો.

Blamable,(બ્લેમેબલ્)*a.* Deserving of censure; faulty; culpable: દોષપાત્ર; દોષણીય; ઠપકા જોગ-પાત્ર.

Blame, (બ્લેમ્)*vt.* [Gr. *blasphemein,* to speak ill.] To censure; to find fault with: ઠપકો દેવો; દોષ મૂકવો-કાઢવો; ખોડ કાઢવી. *n.* Censure; reprehension; imputation of fault: ઠપકો; દોષ; દુષણ; નિંદા; બદનામી. 2. Fault; crime:દોષ; વાંક; ગુન્હો.

Blameless, (બ્લેમ્લેસ્)*a.* Innocent; guiltless: નિરપરાધી; નિર્દોષ; દોષરહિત; બેગુનાહ; બેતકસીર.

Blameworthy, (બ્લેમ્-ઉવર્ધિ) *a.* Deserving blame: દોષ મૂકવા યોગ્ય; ઠપકાપાત્ર; દૂષણીય.

Blanch,(બ્લૅન્શ્)*vt.* To whiten;to make blank: ધોલુ-ઉજલુ ક૦. 2. To make white by stripping of the peels:છાલ ઉખાડી ધોલુ ક૦;છોલવું. 3. To avoid; to evade: તજવું; ખચી જવું. *vi.* To grow or become white: સફેદ થવું.

Blandish, (બ્લૅન્ડિશ્)*vt.* [L. *blandus,* mild.] To flatter by kind words;to caress: લાડલડાવવાં; ચઢાવવું.*vi.* To assume a courteous manner; to speak affectionately:વિવેકી થવું; પ્રેમથી બોલવું.

Blandishment, (બ્લૅન્ડિશ્મૅન્ટ્) *n.* Artful caresses: લાડ; નખરાં; ચાલા; હાવભાવ; અદા.

Blank, (બ્લૅન્ક્) *a.* Of a white or pale color: સફેત; ઝાંખું; ફિકું. 2. Pale from fear or terror; confused; dejected: ફિકું; ગાભરૂં;આકુલ;ઉદાસી. 3. Lacking something;empty: કોરૂં;ખાલી.4.Mere: કેવલ; તદન. 5. Without rhyme: અનુપ્રાસ રહિત; યમક વગરનું (કવિતામાં).*n.*Any void space:ખાલી-કોરી જગ્યા.2.A ticket in a lottery which draws no prize: ખાલી ગએલી ચિઠ્ઠી-ટીકિટ. 3. A paper unwritten: કોરો કાગલ. 4. A document with vacant spaces: નામ,તારીખ કે બીજુ ભરવા પોલો રાખેલો દસ્તાવેજ.5.The object to which any thing is directed: -નિશાન તાકેલી વસ્તુ; જેના તરફ ધ્યાન-લક્ષ હોય તે ચીજ. *vt.* To make void; to annul: રદ ક૦. 2. To deprive of colour; to dispirit: મન ભાગવું; ઉદાસી ક૦.

Blanket, (બ્લૅન્કેટ્)*n.*A coarse loosely woven cover of wood for beds, &c: કામલી; ધાબલી; બનુસ. *vt.* To cover with a blanket: ધાબલી લપેટવી-ઢાંકવી. 2.To toss in a blanket by way of punishment: કામલીમાં પછાડી શિક્ષા કરવી.

Blaspheme, (બ્લૅસ્ફીમિ) *vt.* [L. *blasphemare,* Gr. *blapsis* injury & *pheme,*speech.]To speak reproachfully of God: ઈશ્વરની-દેવનિંદા ક૦; ભુંડું બોલવું. 2. To speak wicked of:-ભુંડું બોલવું; નિંદા બદગોઈ ક૦. *vi.*To utter blaspheme: ઈશ્વરની નિંદા ક૦-નું પદ ધારણ ક૦.

Blasphemous, (બ્લૅસ્ફીમસ્) *a.*Impiously reproachful towards God: ઈશ્વરનિંદક; દેવનિંદક.

Blasphemy, (બ્લૅસ્ફીમિ)*n.* Indignity offered to God by words or writting:ઈશ્વરનિંદા; ઈશ્વરાપવાદ; દેવનિંદા.

Blast, (બ્લાસ્ટ્) *n.* A gust of wind: પવનનો ઝપાટો-સપાટો. 2. A forcible stream of air: ફુંક;

ફુંફાડો. 3. The sound made by blowing a wind instrument: મ્હોડે વગાડવાના વાજીંત્રમાંથી નિકલતો અવાજ. 4. The rending of rocks: સુરંગથી ફ્હાડનું ફાટવું તે; ધડાકો. 5. A blight: મરકી; નાશકારક અસર. 6. A flatulent disease of sheep: ઘેટાંને થતો એક જાતનો રોગ. *vt.* To cause to wither; to blight: કરમાવી–મારી–ચીમલાવી નાંખવું. 2. To affect with sudden violence which causes to fail: ભાંગી–તોડી પાડવું; ભંગ ક૦; ઉતારવું. 3. To confound: ગભરાવવું. 4. To rend openly an explosion of gunpowder: સુરંગથી ફોડવું–ઉરાડવું. *vi.* To be blighted or withered: કરમાઈ જવું.

Blasting, (બ્લૅસ્ટિન્ગ્) *n.* A blast; destruction by pernicious cause: ઝપાટો; નાશ.

Blaze, (બ્લેઝ્) *n.* Flame: ભડકો; જ્વાલા; ઝાલ. 2. Expanded light: તેજ; અજવાળું; પ્રકાશ; ઉજાસ; રોશની. 3. A white spot on the forehead of a horse: ઘોડાના કપાલ ઉપરનો ધોલો ડાઘ–ચાંદું. 4. A spot made on trees by chipping off the bark: ઝાડની છાલ કાપ્યાથી તે પર પડેલો ડાઘ. 5. A bursting out: શોરબકોર; ઘોઘાટ; ગડબડ. *vi.* To shine with flame: બલવું; ભડકો થવો; સલગવું. 2. To send forth light: પ્રકાશવું. 3. To be conspicuous: પ્રખ્યાત થવું. *vt.* To make public: પ્રગટ–જાહેર ક૦. 2. To mark as a tree by chipping off a part of its bark: ઝાડની થોડી છાલ ઉખાડી નિશાની ક૦. 3. To mark out: અજવાલાથી બતાવવું.

Blazing, (બ્લેઝિન્ગ્)*a.* Emitting flame or light: ચલકતું; ઝગઝગતું; તેજ મારતું; ધગધગતું.

Blazing-star, (બ્લેઝિન્ગ્-સ્ટાંર્) *n.* A comet; a star accompanied with a train of light: પૂછડિયો તારો; ધૂમકેતુ.

Blazon, (બ્લેઝૉન) *vt.* To display; to make public: બતાવવું; પ્રગટ–જાહેર–ખુલ્લુ ક૦. 2. To deck; to adorn: શણગારવું; શોભાવવું. *n.* Representation on coats of arms: યૂદ્ધશસ્ત્રનું ચિત્રામણ–પ્રગટ ક૦ તે. 2. Ostentatious display; show: ભભકો; આડંબર.

Bleach, (બ્લીચ્) *vt.* To blanch; to whiten: ધોલુ ક૦; નિખારવું. *vi.* To grow white in any manner: કોઈ રીતે ધોલું–સફેત થવું.

Bleaching, (બ્લીચિન્ગ્)*n.* The art of whitening fabrics by chemical agents, &c.: કોરાં લુગડાં રસાયણિક વસ્તુથી નિખારવાની કલા.

Bleak, (બ્લીક્) *a.* Desolate & exposed: જ્યાં ખુલ્લી હવા આવતી હોય તેવું; આશ્રય વગરનું; ખુલ્લું. 2. Cold & sweeping; cheerless: ઠંડુ; શર્દ; શિતલ; આનંદરહિત.

Blear-eyed, (બ્લીઅર્આઇડ્) *a.* Having sore eyes: સુઝેલી–પાણી ઝરપતી–ગલ્યા કરતી આંખવાલું. 2. Dim-sighted: જેને ઝાંખ વલતી હોય તે.

Bleat, (બ્લીટ્) *vi.* To cry, as sheep: બેંબેં ક૦; મેંઢાંની પેઠે બરાડવું. *n.* A sheep's cry: બેં બેં.

Bleb, (બ્લેબ્) *n.* A little tumor, vesicle or blister; a bubble, as in water: નાનો ફોલ્લો; પરપોટો.

Bled, (બ્લેડ્) *Imp.* & *pp.* of **bleed.**

Bleed, (બ્લીડ્) *vi.* (*Imp.* & *pp.* **bled.**) To loose blood: લોહી નિકલવું–વેહેવું. *To* **b.** *for one's country*: સ્વપદાર્થે પ્રાણાર્પણ ક૦. 2. To die a violent death: કપાઇ મરવું; કમોતે મરવું; અકાલ મૃત્યુ થવું. 3. To lose sap, gum, or juice: રસ ઝરવો–નિકલવો. 4. To pay or lose money: પૈસા ખોવા.

Bleeding, (બ્લીડિન્ગ્) *n.* Issuing of blood: લોહીનું વેહવું–ઝરપવું તે; રક્તશ્રાવ–સ્રાવ. 2. The operation of letting out blood: ફસ ખોલવી તે. 3. Drawing of sap from a tree or plant: ઝાડ કે છોડમાંથી રસ ઝરાવવો તે. **b.** *from the nose*, નસકોરી ફુટવી તે.

Blemish, (બ્લૅમિશ્) *vt.* To injure or impair what is excellent: ખોડ એબ–ખામી આણવી; બેડોલ કુરૂપ ક૦. 2. To defame: ફજેતી ક૦–લૂટવી; ગેર આબરૂ ક૦; બટ્ટો લગાડવો. *n.* Any mark of deformity, physical or moral: ખામી; ખોડ; એબ; દોષ; છિદ્ર; ખાંપણ. 2. Taint; disgrace: બટ્ટો; કલંક; અપયશ; લાંછન; ડાઘ.

Blend, (બ્લૅન્ડ)*vt.* To mix or mingle together; to confound: ભેલશેલ ક૦–થવું; મેલવવું. *vi.* To be mixed: મલી જવું–એકઠું થવું.

Bless, (બ્લૅસ્) *vt.* To make happy; to confer prosperity upon: સુખી–આબાદ ક૦; કલ્યાણ–કુશલ–મંગલ–સારૂ–ભલું ક૦. 2. To invoke a blessing: આશીર્વાદ દેવો; દુવા માગવી; આશીર્વચન ક૦; માથે હાથ મૂકવો. 3. To consecrate to holy purposes: પવિત્ર કામ માટે ઠરાવવું–નિર્માણ ક૦. 4. To praise; to glorify: સ્તુતિ–વખાણ ક૦.

Blessed, (બ્લૅસૅડ) } *a.* Happy; highly favoured: સુખી; કુશલ; ધન્ય; સુખસંપન્ન; કૃતકૃત્ય; કૃતાર્થ. 2. Imparting bliss: સુખદ; સુખરૂપ. 3. Enjoying spiritual happiness: સ્વર્ગસુખી; સ્વર્ગીય. 4. Heavenly: તેજસ્વી; દીવ્ય.
Blest, (બ્લૅસ્ટ્) }

Blessedness, (બ્લૅસૅડ્નૅસ્)*n.* Happiness; felicity: સુખ; કલ્યાણ; ધન્યતા.

Blessing, (બ્લૅસિન્ગ્) *n.* A means of happiness: સુખસાધન; લાભ. 2. A wish of happiness; benediction: આશિર્વાદ–વચન; વરદાન; દુવા. 3. A gift accompanied with kind wishes: પ્રસાદ; બક્ષીસ; અનુગ્રહફલ; સુખ; શ્રેય.

Blight, (બ્લાઇટ્) *vt.* To blast; to prevent the growth of: કરમાવી નાંખવું; બાલી નાંખવું (tree); નિષ્ફલ ક૦; ભંગ ક૦. (hopes). *n.* Mildew; anything nipping: છારી; છોડનો કોઈપણ જાતનો રોગ; શલો. 2. A plant louse: છોડનો નાશ કરનાર કીડો. *vi.* To injure, as by a blight: કરમાવું; બલીજવુ.

Blind, (બ્લાઇન્ડ) *a.* Destitute of the sense of seeing: આંધલું; ન દેખતું; અંધ. 2. Unable to judge; ignorant: અજ્ઞાની; અજાણ્યું; હૈયાફુટ; અજ્ઞાન. 3. Morally depraved: વિવેક શૂન્ય–હીન. 4. Indiscernible; private; hidden: ગુપ્ત; અદૃશ્ય. 5. Closed: બંધ; બ ધીઆ. 6. Indiscriminating; inconsiderate: અવિચારી; બેપરવા. *vt.* To make blind: આંધલું ક૦. 2. To darken; to conceal: કાલુ–ઝાંખુ ક૦; ઢાંકી દેવું. *n.* Screen; cover: પડદો; ચક. 2. Something to mislead the eye or the understanding: અંધારપિછોડો; આંધલાપાટા; નજરબંધી. 3. (For a horse) અંધારી.

Blindfold, (બ્લાઇન્ડફોલ્ડ) *a.* Having the eyes covered: આંખે પાટો બાંધ્યો હોય તેવું; ભુલાવામાં પડેલું. 2. Having the mental eye darkened:

હેયાફુટયું; અજ્ઞાન. *vt.* To cover the eyes of: આંખે પાટો બાંધવો; અંધારી બાંધવી.

Blindly, (બ્લાઈન્ડલિ) *adv.* Without sight or understanding: આંખ મીંચીને; વિચાર વગર; વગર વિચારે; આંધલીયાં કરીને. 2. Implicitly; without examination: તપાસ્યા–કારણ જાણ્યા વિના; સાહસથી.

Blind-man's-buff, (બ્લાઈન્ડ-મૅન્સ્-બફ્) *n.* A play in which one person is blind-folded, & hunts out the rest: સંતાકુકડી; દાઈનો ઘોડો; નાહસો ગોસો.

Blindness, (બ્લાઈન્ડનેસ્) *n.* State of being blind: અંધાપો; અંધત્વ. 2. Ignorance: અજ્ઞાનપણું; અવિવેક; અવિચાર.

Blink, (બ્લિન્ક્) *vi.* To wink; to twinkle with the eye: આંખ મિંચામણ કo; વારે વારે આંખ મીંચવી ને ઉઘાડવી. 2. To glimmer (as a lamp): ઝાંખુ તેજ આપવું–બલવું. *vt.* To avoid or purposely evade: ઉડાવવું; આંખ મિચામણ–અખાડા કo. *n.* Glimpse or glance: કટાક્ષ. 2. Glimmering light: આભાસ; ઝાંખી રોશની.

Blinkard, (બ્લિન્કાર્ડ્) *n.* One who has bad eyes: ચુંચલી આંખનો માણસ; ચુંચલો.

Bliss, (બ્લિસ્) *n.* Blessedness; heavenly joy: પરમસુખ; અત્યાનંદ; પરમાનંદ.

Blissful, (બ્લિસ્ફુલ્) *a.* Full of joy & felicity: પરમ સુખી; આનંદી.

Blister, (બ્લિસ્ટર્) *n.* A thin bladder on the skin: ફોલ્લો; ઝલેલો; ફોફૈયો; છાગરો. 3. Vesicatory; plaster: ફોલ્લો ઉઠાડવા મારેલી આગલી; બ્લીસ્તર. *vi.* To rise in blisters: ફોલ્લા ઉઠવા. *vi.* To raise blisters upon: ફોલ્લા ઉઠાડવા. 2. To give pain to: દુઃખ દેવું.

Blithesome, (બ્લાઈધ-સમ્) *a.* Gay; merry; cheerful: આનંદી; મોજી; હસમુખું; રંગીલું.

Bloat, (બ્લોટ્) *vt.* To make turgid, with water, &c; to cause to swell: –થી ફુલી–સુઝી–ઉપસી જવું. 2. To inflate; ઉપસાવવું; ફુલવવું; ચઢાવવું. *vi.* To grow turgid; to puff out: ફુલવું; સુજવું.

Block, (બ્લૉક્) *n.* A solid mass of wood, stone, &c.: ગચ્છિયું; ઢીમચું; ઢિમરૂં; ઢિમસું. 2. The mass of wood on which criminals are beheaded: જેના પર અપરાધીનું માથું કાપી નાંખવામાં આવે છે તે ઢીમચું. 3. The wooden mold on which hats, &c., are shaped: પાગડી બાંધવા–ટોપી બનાવવાનું લાકડાનું માથુ. 4. A connected row of buildings: ઘરોની હાર–ઓલ; ચાલ–લી. 5. Pulleys: ઘરેડી; કપ્પી. કપ્પો. 6. The perch on which a bird of prey is kept: શીકાર કરવાનાં પક્ષી રાખવાનો દંડ–લાકડી. 7. A hinderance; obstacle: નડતર; અડચણ; આડ; અટકાવ; ખલેલ; હરકત. 8. A blockhead: ડોઠ; ઘોંડો; પથરો; ઢઠ્ઠો. *vt.* To hinder egress or passage; to stop: બંધ કo; રોકવું. (followed by *up*). 2. To secure or support by means of block: ઢીમચાથી ટેકવવું.

Blockade, (બ્લૉકેડ) *n.* The shutting up of a place: ઘેરો; નાકાબંધી. *vt.* To shut up: ઘેરો ઘાલવો; ઘેરી લેવું: નાકાં બંધ કo.

Block-head, (બ્લૉક્ હેડ) *n.* A stupid fellow; a dolt: ડોઠ–મૂરખ પુરૂષ; પથરો; ઘોંડો; અનાડી.

Block-house, (બ્લૉક્-હાઉસ્) *n.* A structure of heavy timber or logs for military defence: લાકડાનો કિલ્લો.

Blockish, (બ્લૉકિશ્) *a.* Stupid; dull: મૂરખ; અનાડી; અજ્ઞાની.

Blonde, (બ્લૉન્ડ) *n.* A person of very fair complexion: ગોરૂં માણસ. *a.* Fair: ગોરૂં; ગબરૂ.

Blood, (બ્લડ) *n.* The fluid which circulates through veins of body: લોહી; રૂધિર; રક્ત. 2. Relation by common descent; consanguinity: સગપણ; સગાઈ; તુખમ; લોહી; વંશ. 3. Honorable birth: royal lineage: કુલીનતા; ઉંચુ કુલ; રાજ્યવંશ; ખાનદાન. 4. Murder, shedding of blood: ખૂન; ઝપાઝપી. 5. Temper of mind; disposition: સ્વભાવ; પ્રકૃતિ. *In cold* **b.**, deliberately: જાણી બુઝીને–જોઈને; જુસ્સા–ગુસ્સા વગર. *Of whole* **b.** (*law*): સગું; એક લોહીનું. *Of half* **b.**: સાવકું. *vt.* To bleed: લોહી કાઢવું. 2. To stain with blood: લોહીવાળું કરવું. 3. To inure to blood (as a hound): લોહી ચખાડવું–ટેવવું. *vi.* To bleed: લોહી નિકલવું.

Blood-horse, (બ્લડ્–હૉર્સ્) *n.* A horse whose lineage is derived from purest origin: ઉંચા તુખમનો ઘોડો.

Blood-hound, (બ્લડ્-હાઉન્ડ) *n.* A variety of dogs remarkable for acuteness of its smell: એક જાતનો શિકારી કુતરો.

Blood-less, (બ્લડ્લેસ્) *a.* Without blood; dead: લોહી વગરનું; મુએલું. 2. Without slaughter: ખૂનરેજી–ખૂનામરકી વગરનું. 3. Without spirit: દમ વગરનું.

Blood-shed, (બ્લડ્-શેડ) *n.* Slaughter: કતલ; કાપાકાપી; ખૂનરેજી; ખૂનામરકી.

Blood-shot, (બ્લડ્-શૉટ્) *a.* Inflamed by turgid state of the blood vessels: લાલચોલ; લોહીથી ભરેલું.

Blood-thirsty, (બ્લડ્-થર્સ્ટિ) *a.* Desirous to shed blood: તરસ્યું; ખૂની; હિંસક.

Blood-vessel, (બ્લડ્ વેસ્સલ્) *n.* An artery or a vein: નસ; રગ; રક્તવાહિની; ધમની; શિરા.

Bloody, (બ્લડિ) *a.* Stained with or containing blood: લોહી લોહાણ. 2. Murderous: ઘાતકી; ખૂની; હત્યારૂ; લોહીનું તરસ્યું. 3. Attended with bloodshed: ખૂનરેજીનું; કાપાકાપી થઈ હોય તેવું; ખૂનખાર. *vt.* To stain with blood: લોહી લોહાણ કo.

Bloom, (બ્લૂમ) *n.* A blossom; the flower of a plant: મોર; ફુલ. 2. Flowers open or in a state of blossoming: વિકાસ; ખીલેલાં ફુલ. 3. A state of development into beauty, vigour, &c.: જોબન; નવયૌવન; જુવાની; બહાર. 4. A delicate powdery coating: છારી. *vi.* To produce or yield flowers: મોર આવવો; ખીલવું; ફુલ બેસવાં. 2. To show beauty & freshness, as of flowers: જોબનમાં આવવું; ખિલવું.

Blooming, (બ્લૂમિન્ગ્) *a.* Flowering: ખિલતું. 2. Thriving in health, beauty & vigour: ભરજુવાનીવાલું.

Blossom, (બ્લૉસમ્) *n.* The flower of a plant: ફુલ; મોર; કલી; પુષ્પ. *vi.* To bloom; to put forth flowers: ફુલ લાગવાં; મોર આવવો. 2. To flourish & prosper: ખીલવું; આબાદ થવું.

Blot,(બ્લૉટ્)*vt.* To spot; to stain, as with ink: ડાઘા–ડપકા પાડવા (શાહીના).2.To disgrace: ખટ્ટો–ડાઘ–એબ–લાંચ્છન લગાડવું. 3. (*out*) To obliterate: to expunge as writing, or letters: છેકી–ચેરી–ભુસી નાંખવું. ચેરવું; છેકવું. 4. (*out*) To efface: to destroy:ભુસી નાંખવું;મટાડવું; મનમાંથી કાઢી નાંખવું; માફ ક૦. *n.* A spot or stain (of ink): ડાઘા; છાંટા; ડપકા. 2. An obliteration of something written: છેકી–ચેરી નાંખવું તે; વિસ્મરણ. 3. A disgrace, reproach; blemish: લાંછન; ડાઘ; બદનામી; કલંક; ખટ્ટો.

Blotting-paper,(બ્લૉટિન્ગ્પેપર્)*n.*A kind of paper which serves to imbibe wet ink: સાહી ચુસતા કાગલ; મસીશોષકપત્ર.

Blow,(બ્લો)*n.*A blossom:a flower:ફુલ;મોર; પુષ્પ. 2. A mass of flowers: ફુલનો સાથરો–સમુહ–ગંજ. *vt.* To flower; to bloom: ફુલ બેસવું; ખીલવું. 2. To cause to blossom: ખીલવવું; ફુલાવવું.

Blow, (બ્લો) *n.* A stroke with the fist or an instrument: મુક્કી; લપડાક; તમાચો; ઠોંસો; સપાટો; ઝટકો; પ્રહાર; ફટકો. 2. A sudden or severe calamity: વિપત્તિ; આફત; ગજબ; અનર્થ; ધકકો; ધોકકો; છક્કડ. 3. A violent wind; gale: પવનનો ઝપાટો–તોફાન–લેહેર.4.Act of hostility:લડાઈ;મારામારી; હુમલો.*At a* **b.**, suddenly: એક તડાકે; પેહેલી વખત.

Blow, (બ્લો)*vi.* (*imb.* **blew**.*pp.***blown**.)To produce a current of air with the mouth: ફુંક મારવી;ફુંકવું. 2. To move, as air: વાવું;આવવું. 3. To pant;to puff:હાંફવું.4.To sound as(a horn): વાગવું. 5. To boast; to brag: ફુલાઈ જવું; ગર્વ ક૦. *To* **b.** *out*:ભૂડું બોલવું. *To* **b.** *over*: વિખરાઈ જવું; થઈ–જતું રેહેવું.*To* **b.** *up*, (*a*) to rise in the air: ઉડવું. (*b*)To be broken & scattered by the explosion: સુરંગથી કકડે કકડા થઈ જઈને ઉડવું. *vt.* To throw a current of air upon with the mouth or by other means: ફુંકવું; ફુંક મારવી; વા નાંખવો. 2.To drive by a current of air;to impel: ધસડી જવું;ખેંચાઈ જવું. 3.To sound:વગાડવું;ફુંકવું. 4. To publish;to betray:ફેલાવું;ખુલ્લું ક૦.5.To deposit, as eggs by flies:આસન મૂકવું.6.To form by inflation; to blow through: પરપોટા ક૦.*To* **b.** *hot & cold*,to appear to both favour&oppose:બંન્ને બાજુની ઢોલકી બજાવવી. *To* **b.** *off*, to let off: કાઢવી;જવા દેવી;થી ખસડાઈ જવું–ખરી પડવું.*To* **b.***out*, to extinguish by a current of air,as a candle: બુજવવું;હોલવી નાંખવું;રાજ–ચેર ક૦. *To* **b.** *up*, (1) to fill with air, to swell: પવનથી ભરવું;ફુલાવવું. (2)To inflate;to puff up:ચઢાવવું.(3)To kindle: સલગાવવું:ઉભુ ક૦. (4)To burst: તોડવો;ઉરાડવો.(5) To scatter or bring to naught suddenly:નિષ્ફલ ક૦;વિખેરી નાંખવું.*To* **b.** *upon*,to bring into disfavour or discredit: ગેરઆબરૂ ક૦;ઈતરાજી કરાવવી.

Blow-pipe, (બ્લોપાઈપ્)*n.*A tube for driving a current of air through a flame & concentrating the heat on an object: ભુંગલી; ફુંકણી.

Blubber, (બ્લબ્બર્) *n.* The fat of whales & other large sea-animals: મગરમચ્છ કે બીજા દરિયાઈ પ્રાણીની ચરબી.2. The sea nettle:એક જાતની દરિયાઈ માછલી. *vi.* To weep so as to disfigure the face: ચેહેરો ખરડાય તેવી રીતે રડવું.

Bludgeon, (બ્લડ્જન્) *n.* A short stick with one end loaded or thick:ડાંગ;સોટો;કુંદું;ડંગોરો;ગદા.

Blue, (બ્લ્યૂ) *n.* A color of the clear sky or one resembling it: વાદલી–નીલો–આશમાની રંગ. 2. (*pl.*) Low spirits; melancholy: ખિન્નતા; ઉદાસી; દિલગીરી. *a.*Of the color called **b.**: વાદલી–નીલા–આશમાની રંગનું. 2. Low in spirits;melancholy: ઉદાસ; ખેદયુક્ત; શોકાતુર. *vt.* To make blue by dyeing or heating : રંગીને કે તપાવીને નીલું–આશમાની–વાદલી ક૦.

Blue-stocking, (બ્લૂ–સ્ટૉકિન્ગ્)*n.* A literary lady: પાંડિત્ય ધરાવનારી સ્ત્રી; વિદ્વાન સ્ત્રી.

Blue-vitriol, (બ્લૂ–વિટ્રિઑલ્) *n.* Sulphate of copper: મોરથુથુ. [નીલાસ પડતું.

Bluish, (બ્લ્યૂઈશ્) *a.* Blue in a small degree:

Blunder, (બ્લન્ડર્) *vi.* To mistake grossly: મોટી ભૂલ–ખાવી; ઠોકર ખાવી. *n.* A gross mistake: મોટી ભૂલ–ચૂક–ગોથું.

Blunder-head,(બ્લન્ડર્હેડ્)*n.* A stupid fellow; one who blunders: બેવકુફ; મૂર્ખ; પથરો.

Blunt, (બ્લન્ટ્) *a.* Having a thick edge or point, as an instrument: બુઠ્ઠું (હથિયાર.)2.Dull in understanding: જડ; ઠોઠ; બોથડ. 3. Abrupt in address: અસભ્ય; તોછડું; બે અદબ.*vt.* To dull the edge or point of: બુઠ્ઠું ક૦; ધાર ખાંડી ક૦. 2. To repress or weaken: અસર ઓછી ક૦; જોર દબાવવું; જુસ્સો શમાવવો.

Bluntness, (બ્લન્ટ્નેસ્) *n.* Want of edge or point: બુઠ્ઠાપણું. 2. Coarseness of address: અસભ્યતા; અવિવેક; બેઅદબી.

Blur, (બ્લર્) *n.* A stain; a blot: ડાઘો; ટપકો. 2. A dimappearance: ઝાંખ: અંધાધુમી. 3. A blot, stain or injury: ખટ્ટો; લાંચ્છન; એબ; કલંક; દૂષણ. *vt.* To obscure by a dark spot:ડાઘ–ડપકો પાડવો. 2. To dim: ઝાંખુ ક૦; અંધારી આણવી–આવવી. 3. To sully; to blemish: કલંક–એબ–લાંછન લગાડવું; કલંકિત ક૦.

Blurt, (બ્લર્ટ્) *vt.* To utter suddenly : બોલવું; લપલપ ક૦:ભડકાવવું.*To* **b.***at*,to revile;to ridicule: ધિક્કારવું; તિરસ્કાર ક૦.

Blush, (બ્લશ્) *vi.* To grow red: રાતુ થવું; રાતા રંગથી દીપવું;ખિલવું. 2. To redden in the cheeks or face: શરમાવું; ફીકુ–ઝાંખું પડવું; લજવાઈ–શરમાઈ જવું.*vt.*To express by blushing:રાતું ક૦; રાતું–ખુશી થઈ વદવું–કેહેવું. *n.* A red colour; a rosy tint: રતાશ; રાતો રંગ; લાલી.2.Red color of the cheeks or face: શરમથી થએલી મોં પરની લાલાસ–લાલી. *At the first* **b.**: જોતજોતામાં; જોતાંવારનેજ; પ્રથમદર્શને.

Bluster, (બ્લસ્ટર્) *vi.* To be windy & boisterous: જોરમાં વાવું. (પવન). 2. To swagger; to bully: પતરાજી–બડાઈ ક૦–મારવી; આત્મશ્લાધા ક૦; ફુલાઈ જવું. *vt.* To utter with noisy violence: ખરાડાપાડી–મ્હોટેથી બોલવું. *n.*Fitful noise & violence: સુસવાટો; ઘોંઘાટ. 2. Noisy & violent talk; tumult: પતરાજ; બડાઈ; ડીંગ; ફુલાસ; શેખી.

Boa-constrictor, (બો-કૉન્સ્ટ્રિક્ટૉર્) *n.* [L.

con & *stringo,* I strain.] A large & powerful serpent: અજગર.

Boar, (બોર્)*n.* The wild hog:ડુક્કર;ભુંડ;સુવર.

Board, (બોર્ડ્) *n.* A plank: પાટિયું; ફલું;તખતો. 2. A table to put food upon: ખાણું પીરસવાનું ટેબલ–મેજ. 3. Food; provision: ખાણું; જમણ; સુખડી. 4. A council: સભા; મંડલી. 5. The deck or interior of a ship: વહાણનું સુકાન–નો અંદરનો ભાગ. 6. The side of a ship:વહાણનું પડખું–બાજુ. 7. A table or frame for a game: સોટકાં રમવાનું પાટિયું. 8. A paste board; a paper made thick for book-covers, &c.: પુંઠાનો જાડો કાગલ.9.(*pl.*) The stage in a theater: નાટકનો તકતો. *To go by the* **b.**, to suffer complete destruction: પાયમાલ થવું. *Over* **b.**, over the side: બાજુપર. *To make a good* **b.**, to sail in a straight line: ઘસડાઈ જતાં વહાણને સીધુ હંકારવું. *vt.*To cover with boards:પાટીયાં જડવાં.2.To enter a ship whether in a hostile or friendly way: લઢવાને કે સહેજ વહાણપર ચઢવું. 3. To furnish with food for compensation: પૈસા લેઈ ભોજન કરાવવું–ખાવાનું પુરૂં પાડવું. *vi.* To obtain food or diet for compensation: પૈસા આપી ખાવું પીવું.

Boarder, (બોર્ડર્) *n.* One who has food or diet for pay: પૈસા આપી ખાનાર પીનાર. 2. One who boards a ship in action: લઢાઈમાં વહાણ ઉપર ચઢી જનાર; વહાણ ઉપર રહેનાર.

Boarding-house,(બોર્ડિન્ગ્-હાઉસ્)*n.*A house in which borders are kept: વીસી.

Boarding-school,(બોર્ડિન્ગ્-સ્કૂલ્) *n.*A school in which scholars receive board & lodging as well as instruction: વિદ્યાર્થિઓ રહે, ખાય, પીએ અને શિખે તેવી નિશાલ.

Boarish, ((બોરિશ્) *a.* Swinish; brutal; cruel: ઘાતકી; નિર્દય; ક્રુર.

Boast, (બોસ્ટ્)*vi.& vt.*To brag one's self:શેખી–પતરાજ–ખડાઈ મારવી; ફુલાવું;ગર્વ ક૦; ઈતરાવું.2. To dress, as a stone, with a board chisel: પથ્થર ઉતારવો–છોલવો. 3. (*Sculp.*)To shape roughly: ડોલીયું ક૦. *n.* Expression of ostentation, pride or vanity; a vaunting: પતરાજ; ખડાઈ; શેખી; ફુલાસ; ગર્વ; ફિસિયારી.

Boaster, (બોસ્ટર્) *n.* A braggart:ફુલણજી. પતરાજી–ફિસિયારી ખોર.

Boastful, (બોસ્ટ્ફુલ્) *a.* Given to boasting: ખડાઈ–પતરાજખોર: ખડાઈ હાંકનાર: અહંકારી; ગર્વિષ્ટ.

Boasting, (બોસ્ટિન્ગ્) *n.* Glorifying; vaunting: અહંકાર; ખડાઈ; ગર્વ.2. Paring of a stone: પથ્થર ઉતારવો તે.

Boat, (બોટ્) *n.*A small open vessel or water-craft: હોડી; મછવો; નાવ. 2. Any vessel with an epithet descriptive of its use: ખપ પ્રદર્શક નામવાલી હોડી. *vt.* To transport in a boat: હોડીએ ચઢાવવું–થી લેઈ જવું. *vi.* To go in a boat: હોડીમાં બેસી જવું.

Boatsman,(બોટસ્મૅન્)*n.* The rower of a boat: હોડીવાલો; ખારવો; ખલાસી.

Boatswain, (બોટ્સ્વેન્) *n.*An officer who has charge of a boat,sails,&c.: વહાણનો મુખ્ય ટંડેલ; સરંગ.

Bob, (બૉબ્) *n.* Anything that plays loosely;a pendant:લોલક;ઝુમખો. 2. A knot of rags used in angling: માંછલી પકડવા રાખેલુ ચીંથરાનું ઝુમખું. 3. The ball of a pendulum:(ઘડીઆલના)લોલકનો ગોલ–ભારે ભાગ. 4. A short jerking action:ઝોલો; ઝોંકો. 5.A blow;a shake or jog:સહજ ધક્કો–ઠોંસો. 6. A bob-wig: બનાવટી વાલનો ન્હાની ટોપી. *vt.* To move in a short jerking manner: હલાવવું;ધુણાવવું.2. To strike with a light blow: ધક્કો–ઠોંસો મારવો. 3. To cheat: ઠગવું;છેતરી–કપટથી મેલવવું.4. To mock:મજાગ ક૦;ભોલવવું.5. To have the hair cut short: કાપી ટુંકું ક૦; કાતરવું. *vi.* To play loosely: ઝુલવું; લટકવું; લબડવું. 2.To angle with a bob: લોલકથી માંછલી પકડવી.

Bobbin, (બૉબિન્) *n.*[L. *bomby*,a silk-worm.] A small pin, on which thread is wound: a spool:સુતર વિંટાલવાની ફિરકી–ફિરકડી; ચાટરડું.

Bob-tail, (બૉબ્-ટેલ્) *n.* A short tail or one cut short: ટુંકુ–કાતરેલું પુછડું. 2.નીચા–હલકા લોકો.

Bode, (બોડ્) *vt.* To portend; to presage: અગમચેતી ક૦;અગાઉથી સુચવવું–જણાવવું. *vi.* To foreshow; to presage: અગમચેતી થવી.

Bodice, (બૉડિસ્) *n.* A corset; stays: ચોલી; સ્ત્રીઓનો કબજો; બદન; કાંચલી; કંચુકી.

Boding, (બોડિન્ગ્) *p.a.* Foreshowing:અગાઉથી સૂચના આપતું:સૂચક. **b.** *of ill:*અભદ્ર;અનિષ્ટ; અમંગલ–અકલ્યાણ સૂચક.*n.* An omen; a prognostic: શુકન; અગમચેતી; શુભાશુભ સૂચના.

Bodily,(બૉડિલિ) *a.*Having a body;corporeal: શરિર–દેહ સંબંધી; શરીરમય. 2. Relating to body in distinction from mind: દૈહિક;કાયિક; શારીરિક; આંગિક. *adv.* Corporeally; united with a body: સશરીર; સાંગ.

Bodkin, (બૉડ્કિન્) *n.* An instrument for making holes: કાણાં પાડવાની મ્હોટી સોય–સોયો. 2. An instrument with an eye for drawing thread through a loop:સીવવાનો સોયો. 3. A species of rich cloth of silk & gold: કીનખાબ; લપેટો.

Body, (બૉડિ) *n.* The frame of an animal: શરીર; અંગ; તન; કાયા; દેહ;બદન.2. The main parts of an animal, tree, army, &c.: ધડ; મૂખ્ય ભાગ; થડ. 3. A person; human body: માણસ; જણ; ગૃહસ્થ. 4. A corporation: સમૂહ; સભા; પંક્તિ: મંડલ; સમાજ.5.(*a*)A united mass;general collection; system: કોડ; સંગ્રહ; સંહિતા. (*b*) Troop: શેના; દલ; લશ્કર. 6. Any substance distinct from others: પદાર્થ; વસ્તુ. 7. Any solid figure: નક્કર આકૃતિ. 8.Consistency; thickness: ઘટ્ટપણું; જાડાઈ.9. Characteristic quality; strength: કસ: માલ; દમ; સાર; જીવ; સત્વ. 10. Firm texture: પોત; કુમાસ. *vi.* To produce indefinite shape (with *forth*): રૂપમાં મૂકવું; આકાર આપવો.

Body-guard,(બૉડિગાર્ડ્) *n.* A guard to protect the person: અંગ–પ્રાણરક્ષક;હજુરી;પરિવારગણ.

Bog,(બૉગ્)*n.* A marsh;a morass: પોચી ઘાસવાલી જમીન; પંક. *vt.* To whelm or plunge. as, in mud: ફલી જવું.

Boggle, (બૉગલ્) *vi.* To stop or hesitate as if in doubt: ખંચાવું; વિચાર–સંદેહમાં પડવું; આનાકાની ક૦. *vt.* To embarass with difficulties: ગુંચવવું; ગભરાવવું; ખિવડાવવું.

Boggler, (બૉગલર્) *n.* One who boggles: ખિવડાવનાર; બાવો.

Boggy, (બૉગિ) *a.* Full of bogs; swampy: ફલાય તેવું પોચું; ઘાસવાલું.

Bogey, (બોગિ)
Bogy, (બોગિ)
Bogle, (બોગલ્)
Boggle. (બૉગલ્) } *n.* A bug-bear; a specter: બ્હાઉ; ઘોઘર; બાહુક; મચરડો.

Boil, (બૉઇલ્) *vi.* [L. *bullio*, I bubble up.] To swell or heave by the action of heat; to bubble: ઉકલવું; ખલખલવું; ખદખદવું. 2. To be similarly agitated by any other cause: ઉછલવું; તલે ઉપર થવું. 3. To be hot or fervid; to be excited: ઉકલવું; તપી જવું; ઉશ્કેરાઈ જવું; હાડોહાડ ચઢવું. 4. To be in boiling water or other liquid: ઉકલવું; ચઢવું; બફાવું; સિજવું. *To* **b** *away*: વરાલ થઈ ઉડી જવું. *To* **b**. *over:* ઉભરાઈ જવું; ઉભરો આવવો. *To keep the pot boiling*, to persist in: ચાલુ જારી–કાયમ રાખવું;–કશામાં મંડયા–મચ્યા રહેવું. *vt.* To cause to be agitated by the application of heat: ઉકાલવું; કકડાવવું; ખદખદાવવું. 2. To form by boiling or evaporation: ઉકાલી–બાલીને બનાવવું. 3. To subject to the action of heat: બાફવું; ઉકાલવું; સીજવવું; રાંધવું.

Boil, (બૉઇલ્) *n.* A hard, painful tumor which discharges pus mixed with blood: ફોલ્લો.

Boiler, (બૉઇલર્) *n.* One who boils: રાંધનાર. 2. A vessel in which anything is boiled: કઢા; કઢાઈ; કઢાયું; ચરૂ; દેગ; ઉકાલવાનું વાસણ. 3. A strong metallic vessel in which steam is generated: બાઇલર; સંચા માટે વરાલ જેમાં તૈયાર થાય છે તે.

Boisterous, (બૉઇસ્ટરસ્) *a.* Violent; roaring: જબરૂં; પ્રચંડ; સખત; સુસવાટાભેર–બંધ (પવન). 2. Noisy; turbulent; rough: ગડબડીયું; ધાંધલીયું; તોફાની; કલહકારી; ધિંગામસ્તીનું; ધામધુમિયું.

Bold, (બોલ્ડ) *a.* Daring: હિમ્મતવાન; સાહસિક; છાતીચલું; જવાંમર્દ. 2. Requiring spirit & contempt of danger: હિમ્મતનું; બહાદૂરીનું. 3 (In a bad sense), too forward; rude: ઉદ્ધત; નિર્લજ; તોછડું; બે અદબ. 4. Somewhat overstepping usual bounds: અમર્યાદ; નિર્લજ; અલંકારયૂક્ત; as, **b.** *tales*: ગપ્પાં. 5. Marked conspicuous; striking to the eye: ચકિત–દંગ કરે એવું; વિસ્મોત્પાદક; ખુલ્લુ.

Bold-faced, (બોલ્ડ-ફેસ્ડ) *a.* Impudent: બેશરમું; નિર્લજ; બેઅદબ.

Boldness. (બોલ્ડનેસ્) *n.* The quality of being bold: હિમ્મત; છાતી; શૌર્ય. 2. Courage; rudeness, impudence: અવિનય; અમર્યાદા; ઉદ્ધતાઈ; તોછડાઈ.

Bolster, (બોલ્સ્ટર્) *a.* A long pillow or cushion: ઓસીકું; તકિયો. 2. A pad or quilt: ગાદી; તકિયો. 3. A cushioned or padded part of a saddle: ખોગીર. 4. A smith's tool of iron for punching holes: લુહાર વિગેરેનું કાણાં પાડવાનું ઓજાર. 5. A part of a knife-blade: ચપ્પાના ફલનો હાથા તરફનો ભાગ. *vt.* To support with a bolster: નીચે તકિયો મુકવો; ઓસીકે મુકવું; ટેકો આપવો. *vi.* To lie together on the same bolster: એક ઓસીકે–સાથે સુવું.

Bolt, (બોલ્ટ્) An arrow; dart: બાણ; ભાલો; તીર. 2. A strong pin of any material to fasten a door: આગલી: ભુંગલ; સાંકલ; આડ; અડગરો. 3. A thunderbolt: વજ્ર; વિજલીનો ચમકારો–ઝબુકો. 4. A shackle: બેડી. *vt.* To fasten with a bolt, as a door, fetters, &c.: સાંકલ–આગલી–ભુંગલ દેવી. 2. To fasten; to restrain: બાંધવું; અટકાવવું; પુરવું. 3. To utter or throw out: ફેંકવું; ઉતાવલ કરી બોલવું; ઉતાવલુ–ઓચિંતું–ઝડપથી બહાર નિકલવું. 4. To swollow without chewing: ચાવ્યા વિના ઉતારવું–ગલી જવું.

Bolt, (બોલ્ટ્) *vt.* To sift with a bolster or other means: ચારણી કે બીજા કશાથી ચાલવું–સાફ ક૦. 2. (*out*) To examine, as by sifting: ધ્યાન દઈ–તપાસીને જોવું. 3. (*Law*) To discuss or argue privately, as cases: (માન્હરા માટે) ખાનગી તકરારો ક૦. To start or cause to spring forth: ભડકાવું; ચમકાવું; બહાર કાઢવું. *vi.* To spring or move abruptly: ઝડપથી–ઓચિન્તુ બહાર નિકલવું–આવવું. 2. To fall suddenly: ઓચિન્તુ પડવું–અફલાવું. 3. To spring suddenly aside or out of the regular party: નિકલી પડવું; ઉછલી વેગલું પડવું–આડા ફાટવું.

Bolter, (બોલ્ટર્) *n.* One who bolts: ઓચિન્તો–અચબુચ ચાલ્યો જનાર; ભડકેલો ઘોડો. 2. An instrument for separating bran from flour: ચારણી.

Bomb, (બમ્) *n.* [L. *bombus*, Gr. *bombos*, deep sound.] (*Mil.*) A hollow ball or shell of cast iron filled with explosive meterials (now called shells): છરાનો ગોલો; ગરભછાંટ. 2. The stroke upon a bell: ટકોરો; રણકો.

Bombard, (બમ્બાંર્ડ્) *n.* [L. *bombus* & term. **ard**.] A wind instrument of music (also written, **bombardo**): એક જાતનું વાજુ. *vt.* To attack with bombs: છરાના ગોલાનો માર ચલાવવો.

Bombardier, (બમ્બાંર્ડિર્) *n.* An artillery man: ગોલંદાજ.

Bombardment, (બમ્બાંર્ડ્મેન્ટ્) *n.* An attack with bombs: ગરભ છાંટનો મારો.

Bombast, (બમ્બાંસ્ટ્) *n.* (*Fig.*) High-sounded words: વગર અર્થના મ્હોટા મ્હોટા શબ્દો; ભભકાદારભાષણ.

Bombastic, (બમ્બાંસ્ટિક્) *a.* High sounding; big without meaning: મ્હોટા મ્હોટા શબ્દોનું–વાલું; ભભકાદાર–અર્થ રહિત (ભાષણ); ડોલવાલું; ડોલી.

Bombyx, (બૉમ્બિક્સ્) *n.* [L.] A silk-worm: રેશમનો કીડો.

Bon, (બૉન્) *a.* & *n.* સારૂં; સારી વાત.

Bond, (બૉન્ડ) *n.* A band; ligament: બાંધણ; બંધ; દોરી; સાંકલ. 2. (*pl.*) Imprisonment: બંદી; કેદ; બેડી. 3. A binding force or influence; a uniting tie: સંબંધ; સંધિ; સંયોગ; ગાંઠ; દોરો; સંપ. 4. A moral obligation: ફરજ; બંધન. 5. (*Law*) A deed: ખત; લેખ. *vt.* To give bond for: ખત-દસ્તાવેજ લખી આપવો.

Bondage, (બૉન્ડેજ્) *n.* Slavery: કેદ; ગુલામગીરી; દાસત્વ. 2. Obligation; tie of duty: બંધન; ફરજ. 3. Villenage: ખિજમત–ચાકરી–માટે આપેલી જમીન.

Bondmaid, (બૉન્ડમેડ) *n.* A female-slave: દાસી; લોંડી.

Bondman, (બૉન્ડમૅન) *n.* A man-slave or one bound to serve without wages: ગુલામ; દાસ. 2. A tenant in villenage: ભાડુતી; લુંડો.

Bondsman, (બૉન્ડ્ઝ્મૅન)*n.* (*Law*). A surety: જામીન; હામીદાર.

Bone,(બોન)*n.* A hard, white substance composing firmer part of animal body: હાડકું; અસ્થિ. 2. Anything made of bones: હાડકાની બનેલી ચીજ. *A* **b.** *of contention*: તકરારની ખાબદ; વિવાદવિષય. *A* **b.** *to pick or gnaw*, something to occupy: રોકનાર–વલગાડનાર ચીજ; મન ખેંચનાર વસ્તુ. *To be upon the* **b** *s*, to attack: હુમલો કo. *To make no* **b.***s*, to make no scruple; not to hesitate: અચકાવું–ખમચાવું નહીં; અંદેશો–શંકા–શંસય નહીં લાવવો; વાર નહિ લાગવી–લગાડવી. *True to the* **b.**, all true: જરેજર–તમામ–અક્ષરે અક્ષર ખરું; બોલેબોલ. *To pick a* **b.** *with any one*, to dispute: તકરાર કo. *vt.* To take out bones from the flesh: માંસમાંથી હાડકાં વીણી કાઢવાં.

Boned,(બોન્ડ) *a.* Having bones (used in composition): હાડકાંવાળું. *High* **b.**: છટાદાર.

Bone-setter, (બોનસૅટર) *n.* હાડવૈદ.

Bonfire,(બૉન્ફાઈર)*n.*[Fr. *bon*, good & **fire**.] A fire made in token of public joy or amusement: લૌકિક આનંદ–જયસૂચક અગ્નિ.

Bonnet, (બૉનેટ્) *n.* A cap or covering for head used by the Scotch: સ્કૉટ લોકની ટોપી. 2. A covering for the head for females: સ્ત્રીઓની ટોપી. 3. An elevated part of a parapet: કોટનો ઉંચો ભાગ.

Bonny, (બૉનિ)*a.* [Fr. *bon*, good.] Handsome; સુંદર; ફુટડું; રૂપાળું; ખુબસૂરત. 2. Gay; cheerful: આનંદી; ગમતી; ખુશમીજાજી; રમુજી. 3. Plump: ગોળમટોળ; ભરેલું; તાજું; રૃષ્ટપુષ્ટ.

Bonus,(બોનસ્)*n.*[L.] A premium for a loan: વ્યાજ; મંડામણ. 2. An extra dividend paid to shareholders out of profit: વ્યાજ ઉપરાંત નફામાંથી ભાગીદારોને અપાતા પૈસા. 3. A sum paid to a company's servants in addition to pay: બક્ષીસ; સુખડી.

Bony, (બોનિ) *a.* Of bones; full of or pertaining, to bones: હાડકાંનું–વાળું–સંબંધી. 2. Stout; strong: મજબુત; જબ્બર; લઠ્ઠ.

Booby, (બૂબિ) *n.* A kind of fowl: એક જાતનું પક્ષી. 2. A dunce; a stupid fellow; a bubber: જડ–ઠોઠ–મૂર્ખ પુરૂષ; ઘોંડો; ઢ.

Book, (બુક્) *n.* A collection of blank, written or printed papers bound together: પુસ્તક; પોથી. ગ્રંથ; કિતાબ; ચોપડી. 2. A treatise: નિબંધ; ચર્ચા; ગ્રંથ. 3. A part of a treatise or literary work: ખંડ; ભાગ; બાબ; અધ્યાય; સ્કંધ; પર્વ. 4. (*Mer.*) Volume of sheets in which accounts are kept: સરારી નામાનો ચોપડો; વહી. *In the* **b.***s of*, in favour with: માનિતું; વહાલું. *Without* **b.**: (*a*) મ્હોડેથી; વાંચ્યા વગર. (*b*) without authority: આધારવિના; અલલટપ્પુ. *vt.* To enter or write in a book: નોંધવું; લખી રાખવું; ચઢાવવું.

Book-binder, (બુક્બાઇન્ડર્) *n.* One whose occupation is to bind books: ચોપડી બાંધનાર.

Book-case (બુક્કેસ્) *n.* A case for holding books: ચોપડીયો મુકવાનું કબાટ.

Bookish, (બુકિશ) *a.* Fond of study; learned from books: વાંચવાનો શોખીન; વેદિયું.

Book-keeper, (બુક્કીપર્) *n.* One who keeps accounts: હિસાબી કારકુન; નામું લખનાર; મેહેતો.

Book-keeping,(બુક્કીપિંગ્)*n.* The art of keeping accounts: નામું; નામુ લખવાની કલા–રીત; નામું–ઠામું.

Book-knowledge, (બુક્-નૉલેજ્) *n.* Knowledge gained by reading books: ગ્રંથજ્ઞાન; પુસ્તકો વાંચી મેલવેલું જ્ઞાન.

Book-worm, (બુક્વર્મ્)*n.* A worm that eats holes in books: આંતરી; ઉધાઇ; કસારૂં. 2. A student closely attached to study; a reader without appreciation: પુસ્તક વ્યસની; બુજ જાણ્યા વિના ફક્ત વાંચવાનો શોખ રાખનાર; ગ્રંથાસક્ત.

Boom, (બૂમ્) *n.* A long pole for extending bottom of sails: સઢ નીચેની કાઠી. 2. A post set up for the guidance of seamen: સમુદ્રમાં થોડું પાણી હોય ત્યાં નિશાની તરીકે દાટેલી કાઠી. 3. A hollow roar: ઘુઘવાટો; સુસવાટો; ભડાકો; ગર્જના. *vt.* To rush with violence: ઘુઘવાટો–ગર્જના કo. 2. To cry with a hollow note: જાડા સ્વરથી બોલવું; ઘાંટો પાડવો. 3. To make a hollow sound as of waves or cannon: ઘુઘવાટો–ગર્જના કo.

Boon, (બૂન્) *n.* [L. *bonus*, good.] A gift: બક્ષિસ; દાન; પ્રસાદ. 2. A prayer or request: પ્રાર્થના; અરજ; આજીજી. *a.* Merry; jovial: આનંદી; રંગીલુ; ગમતી; મોજી. 2. Kind; bountiful: દયાળુ; ઉદાર.

Boor, (બૂર્) *n.* A countryman; a rustic; a clown: ગામડિયો; ગમાર; અણસમજુ માણસ; રેંચો.

Boorish, (બૂરિશ્) *a.* Awkward; illiterate: અભણ; અસભ્ય; ગામડિયું; જંગલી; રાનવું.

Boose-ze, (બૂઝ્) *vi.* To drink excessively: ખૂબ પીવું; છાકટું બનવું.

Boot, (બૂટ્) *vt.* To profit: નફો–લાભ હોવો. *n.* Profit; gain: લાભ; નફો; ફાયદો. *To* **b.**, in addition; besides: તે ઉપરાંત; વધારામાં.

Boot, (બૂટ્) *n.* [Gr. *butis*, flask.] A cover for the foot & leg, ordinarily of leather: જોડો; પગરખું; બૂટ. 2. An instrument of iron used to torture criminals: ગુન્હેગારને રીબાવાનું હથિયાર. 3. A box covered with leather: ચામડાથી મઢેલી સામાન મુકવા ગાડીમાં રાખેલી પેટી. 4. An apron or leathern cover for a carriage: ગાડી ઉપર નાંખવાનો ઓઢો. *vt.* To put boots on: જોડા પેહેરાવવા.

Booth, (બૂથ્) *n.* A house built temporarily of boards, boughs of trees, &c.: મંડપ; છાપરું; માંડવો.

Bootless, (બૂટ્લેસ્) *a.* Unavailing; useless: નિષ્ફલ; મિથ્યા; ફોકટ; વ્યર્થ; નિરર્થક; પોકલ.

Boot-tree.-last,(બૂટ-ટ્રી-લાસ્ટ્) *n.* An instrument to widen the legs of a boot: કાલબુત.

Booty, (બૂટિ) *n.* Spoils taken in war; plunder: લુંટ; લુટફાટ.

Bopeep,(બોપીપ્)*n.* A play to amuse children

by peeping from behind a screen or the like & crying out **bo**!:ઝાંકાઝૂકી; કુકડીકુક;આકુક.

Borax, (બોરૅક્સ) *n.* A salt formed by combination of boracic acid with soda:ટંકણખાર;ટંકણ.

Border, (બૉર્ડર્) *n.* Margin; boundary: કોર; છેડો; કાંઠો; હદ; સેડો; કીનારો; પાલ; કોર; સંજાપ; પાલવ; મગજી; સીમાડો; સરહદ; હદ.*vi* To be contiguous or adjacent (with *on* or *upon*): નજદીકમાં હોવું–આવવું. 2. To approach; to come near to: આવી પોહોચવું;લગભગ હોવું;મલતું આવવું.*vt.*To make a border for:કોર-મગજી મૂકવી.2.To reach to; to touch at the edge:સુધી પોહોચવું-આવવું-હદ હોવી.

Bore, (બોર્) *vt.* To perforate by turning an auger, &c.; to pierce: સારવું;વિંધવું; શાર–વે–કાણું પાડવું. 2. To trouble; to vex: હેરાન કo; થકવવું; પજવવું. 3. To go through with difficulty: મેહેનતે પાર પડવું–નિકલી જવું;મહા મુશીબતે પસાર કo. *vi.*To pierce by boring:સારવું.2. To be pierced or penetrated:વે પડવો;સરાવું.3.To push forward: આગલ ચાલ્યા કo.*n.*Hole made by boring;hence, cavity of a gun or other firearm:વેહ;કાણું;ખાકુ; શાર; છિદ્ર; મ્હો; કાન;પોલાણ. 2.A person or thing that wearies by iteration: વારેવારે અંકની એક વાતનું પીજણ કરી કંટાલો ઉપજાવનાર–માથુ પકવનાર; ખેન. (*fig.*) ઉપાધિ; પીડા; જંજાલ

Bore, (બોર્) *n.* A tidal flood of great height & force: ભારે ભરતી–રેલ; ઘોડો.

Bore, (બોર્) *imp.* of **Bear**.

Boreas, (બોરીઍસ્) *n.* [L. *boreas*, storm]. A cold northernly wind: ઓતરાતો ઠંડો પવન; ઉત્તરાણ; ભુખર.

Born, (બૉર્ન્)*pp.* of **Bear**. Brought into life; produced: જન્મેલું;અવતરેલું; પેદા થયલું. **b.** *days*, lifetime: જીંદગાની; અવતાર. *First* **b.**: જેષ્ટ; વડીલ; મ્હોટો; પહેલા ખોલાનું. *Ill* **b.**, *low* **b.**: કમજાત; હીનજાત; ખદમાસ.

Borne, (બોર્ન્) *pp.* of **Bear**.Carried; conveyed; supported: ઊંચકેલું; લઇ ગયેલું.

Borough, (બરો) *n.* [L. *burgus*; a city.] A corporate town: (in England) a town that sends members to Parliament: સનંદીયા ગામ; (વિલાયતમાં) જે ગામથી પાર્લામેન્ટમાં સભાસદો મોકલવામાં આવે છે તે.

Borrow, (બૉરો) *vt.* To take or receive from another on trust or credit: ઉછીનું લેવું; માગી લેવું; વ્યાજે લેવું–કઢાવવું. 2. To assume: ઉતારી લેવું; ધારણ કo; નકલ કo; અનુકરણ કo. 3. To copy from the book of another author: બીજાના પુસ્તકમાંથી ઉતારી લેવું.4.To adopt:સ્વીકારવું;ગ્રહણ કo.

Bosh, (બૉશ્) *n.* Mere show; hence, nonsense; folly: દમદમાટ; ખોટી વાત; મૂર્ખાઇ; ધૂલ.

Bosom, (બૂઝમ) *n.* The breast of human being: છાતી; વક્ષ; ઉર. 2. The seat of passions, affection, &c.: હૃદય; અંતઃકરણ; કાલજુ; મન; ચિત્ત. 3. Embrace: કોટી;બગલગીરી;ગોદ.4.The interior: અભ્યંતર; ગર્ભ; પેટુ. 5. The reservoir of secrets: મન; પેટ. 6. Intimate: પ્રિય; વહાલું; દીલોજાન; તનખદન. *Have your* **b.**, have your will: જેમ તમારી મરજી. *vt.* To inclose in the bosom: પેટ–મનમાં રાખી મૂકવું. 2. To conceal; to hide from view: ઢાંકવું;સંતાડવું.*A* **b.** *friend*: પરમપ્રિય મિત્ર;જાની–જીગેજાનનો દોસ્ત.

Boss, (બૉસ્ *n.* A stud; a knob:બુટ્ટો;ખહાર પડતી ગાંઠ.2.A round, swelling body:ઉપસેલી ગોલાકૃતિ. 3. A projecting mass of material to be afterwards cut or carved: નકશી કામનું કરેલું ડોલીયું. 4.A wooden vessel for the mortar:કેલ ભરવાનું વાસણ;તગારૂં.5.A die used for shaping metals: ધાતુનો શિક્કો કે બીજી આકૃતિ પાડવાનું બીબું. 6. A wild ox: ગોધો; સાંઢ.

Botanic-al, (બોટૅનિક્-કૅલ્) *a.* Relating to, or containing plants: વનસ્પતિ સંબંધી–વિદ્યાનું; ઉદ્ભિજવિદ્યા વિષયક.

Botanist,(બોટૅનિસ્ટ્)*n.*One skilled in botany: વનસ્પતિ વિદ્યાવેત્તા; ઝાડપાનની વિદ્યામાં પ્રવીણ.

Botanize, (બોટૅનાઇઝ્) *vi.* To seek for plants for botanical investigation: અભ્યાસ માટે વનસ્પતિ ખોલી એકઠી કo.

Botany, (બોટૅનિ) *n.*[Gr. *botane*, fodder.]The science which treats of the structure, &c. of plants: વનસ્પતિ વિદ્યા; ઉદ્ભિજ વિદ્યા.

Botch,(બૉચ્)*n.*A swelling on the skin:ફોલ્લો; ગડ; ગુમડું.2.A patch of a garment mended in a clumsy manner: બેડોલ થિંગડું. 3.Clumsy performance: બેડોલ–ઢંગ ધડા વિનાનું કામ. *vt.* To mend with a needle in a clumsy manner: બેડોલ રીતે થિગડ થાંગડ કo. 2. To mend or repair awkwardly: કઢંગી રીતે સુધારવું. 3. To put together unskilfully: લોચો–ગોટાલો વાલવો. 4. To mark with botches: ગુમડા પાડવા.

Botchy, (બૉચી) *a.* Full of botches: ડાઘવાલું.

Both, (બોથ્) *a.* & *pron.* [L. *ambo*, both.] The two; the pair: બન્ને; બેય; ઉભય. Not only this, but also that: અને પણ; અને બન્ને.

Bother, (બૉધર્)*vt.*To tease or perplex:કંટાલો આપવો;માથું પકવવું–કુટાવવું–દુઃખવવું;કાયર કo;પજવવું;પીડવું. *n.*That which bothers: માથાફોડિયું.

Bottle, (બૉટલ્) *n.* A hollow vessel of any material with a narrow mouth for holding liquids: સીસો; બાટલી; કુપ્પી. 2. The contents of a bottle; as much as a bottle contains: સીસાપુર પદાર્થ. *A* **b.** *of hay*, a bundle of hay: ઘાસની પુલી. *vt.* To inclose in bottles: સીસામાં ભરી બુચ મારવો.

Bottom, (બૉટૉમ્)*n.* The lowest part of anything: તલિયું;તલેટી. 2.Foundation: આધાર;પાયો; તલ; મૂલ;બેસણી. 3. A valley: ખીણ;ખો.4.(*Naut.*) The keel of a vessel; hence, vessel itself:વહાણનું તલિયું; વહાણ. 5. Stamina; power of endurance:પાણી;જીવ;દમ;જોર.6.Sediment:મેલ;કચરો; રગડો. 7. Limit:હદ;પાર;થાગ;છેડો;સીમા. *To the* **b.** entirely: છેકજ. *To be at the* **b.** *of*, to be the cause of; to be concerned in: કારણ હોવું; સામેલ હોવું.*At* **b.**, in reality: વસ્તુતઃ સત્ય રીત્યે;ખરેખરો. *vt.* To found or build upon (*on* or *upon*):ઉપર આધાર રાખવો–રચવું. 2. To furnish with a seat or bottom: તળિયું ઘાલવું; પડઘી બેસાડવી. *vi.* To be based: આધાર રાખવો.

Bottomless, (બૉટ્મ્લેસ્) *a.* Without a bottom; hence, fathomless: અથાગ; અગાધ.

Bottomry, (બૉટ્મ્રિ) *n.* A contract by which the owner of a ship hypothecates the ship as security for the repayment of a loan for the use of the ship: વહાણનું ખોખું ઘરેણે મૂકવું તે.

Boudair, (બૂડ્વૉર) *n.* A small private room to receive friends or to retire alone: ન્હાનું ખાનગી ઘર-ઓરડો.

Bough, (બાઉ) *n.* The arm or large branch of a tree: ડાલ; ડાંલી; શાખા.

Bought, (બૉટ્) *n.* (*imp.* & *pp. of* **buy**.) A twist; a link: વલ; આમલો; પેચ. 2. The part of a sling which holds a stone: ગોફણનું ચાડું.

Bounce, (બાઉન્સ્) *vi.* [L. *bombus*, deep sound.] To spring suddenly: કુદકો-છલંગ મારવી. 2. To beat or thump: ધબકવું; ઠપકાવું. 3. To boast or bully: પતરાજી ક૦; ખડાઇ હાકવી. 4. To be bold or strong: હિમ્મત પકડવી. *vt.* To drive against anything suddenly & violently: અફાલવું; પછાડવું. *n.* A sudden leap or bound: છલંગ; કુદકો. 2. A heavy blow or thump: ધક્કો; આંચકો; ધબાકો. 3. A bold lie: હડહડતું જુઠાણું.

Bound, (બાઉન્ડ) *n.* Limit: હદ; સીમા; મર્યાદા; અવધિ; પાર. *vt.* To limit: દાબમાં રાખવું; અટકાવવું. 2. To mention the boundary of: હદ-સીમા બાંધવી.

Bound, (બાઉન્ડ) *n.* [L. *bombus*, deep sound.] A leap; a spring: કુદકો; છલંગ; તલપ; ત્રાપ. 2. (*Dancing.*) A spring from one foot to other: (નાચમાં) ઠેકડો. *vi.* To leap: કુદવું; ઠેકડો ભરવો. 2. To rebound (as, an elastic ball): ઉછલવું; પાછું ડોકવું. *vt.* To make to bound or leap: ઉછાલવું; ધબકાવવું. *To* **b.** *away*, to run away: નાશી જવું; પલાયન કરી જવું.

Bound, (બાઉન્ડ) *imp.* & *pp.* (of **bind**.) Made fast by band or chains; confined: બાંધેલું; પુરેલું. *a.* Destined; going or intending to go (with *to* or *for*): જતું; જનારૂં; જવાની તૈયારીમાં; માંડેલું.

Boundary, (બાઉન્ડરિ) *n.* That which indicates a limit as of territory: હદ; સીમા; છેડો; મર્યાદા.

Bounden, (બાઉન્ડન્) *a.* Obligatory; binding: આવશ્યક; જરૂરનું; અગત્યનું.

Boundless, (બાઉન્ડ્લેસ્) *a.* Unlimited; immeasurable: અપાર; અનંત; બેસુમાર; બેહદ.

Bountiful-eous, (બાઉન્ટિફુલ્-ટીઅસ્) *a.* Liberal in charity; generous; munificent: ઉદાર; દાતાર; દાની; સખી; ઘેતાલ.

Bounty, (બાઉન્ટિ) *n.* [L. *bonus*, good.] Generosity: ઉદારતા; દાન; સખાવત; મેહેરબાની. 2. Premium offered to encourage any branch of industry: કોઈ પણ ઉદ્યમને ઉત્તેજન દેવા સારૂ આપતું કરેલું ઇનામ-બક્ષીસ.

Bouquet, (બોકે) *n.* A nosegay: તોરો; ગોટો; કલગી. 2. An agreeable perfume: ખુશબો; સુવાસ; પમરાટ.

Bout, (બાઉટ્) *n.* A conflict; attempt: ધમાધમી; તકરાર; કોશીશ. 2. A turn: ખેપ; ફેરો; વખત.

Bovine, (બોવાઇન્) *a.* [L. *bos*, *bovis*, an ox.] Pertaining to oxen or cows: ગાય-બલદનું-સંબંધી; ગોવિષયક; ગાય.

Bow, (બાઉ) *vt.* To bend: વાંકુ વાલવું; નમાવવું. 2. To bend; to turn: ફેરવવું; વાલવું. 3. To bend or incline, as the head or body in token of respect: પગે પડવું; પ્રણામ ક૦. 4. To subdue: તાબે-વશ ક૦. *vi.* To bend in token of respect or civility: નમવું; પગે લાગવું; નમસ્કાર-સેજદો ક૦. *n.* An inclination of the head or bending of the body in token of respect, &c.: નમસ્કાર; પ્રણામ; નમન. 2. (*Naut.*) The stem of a ship: વહાણનો ગોલ મોખરાનો ભાગ.

Bow, (બો) *n.* Anything bent; the part of a yoke which embraces the neck, &c.: વક્ર વસ્તુ; જોતર. 2. A weapon of a strip of wood with a cord connecting both ends used to propel arrows: કામઠું; ધનુષ્ય; ગાંડીવ. 3. An instrument to produce sound on a musical instrument: ગવૈયાની તંબુરો વીગેરે વગાડવાની નાની કામઠી. 4. (*Sing.* or *pl.*) Two pieces of wood placed on the horses back to keep the saddle tight: જીન ઉપરનો લાકડાનો કમાન જેવો ભાગ; પલાણ.

Bowels, (બાઉએલ્ઝ્) *n.* (*pl.*) [L. *botellus*, a small sausage.] An entrail, especially of man; a gut: આંતરડાં. *To move the* **b.**: ઝાડા-દસ્ત થવા. 2. Hence, (*fig.*) interior part of anything: ભિતર; ગર્ભ; પેટું. 3. Compassion: દયા; કૃપા; મેહેરબાની; કરૂણા. *vt.* To take out the bowels of: આંતરડાં કાઢવાં.

Bower, (બાઉઅર્) *n.* A country-seat; a cottage: બંગલો; ઝુંપડી. 2. An arbor: માંડવો; કુંજ; મંડપ. [ખંજર.

Bowie-knife, (બોઈનાઈફ્) *n.* A long knife:

Bowl, (બોલ્) *n.* A concave drinking cup or vessel: પ્યાલો; વાડકો; ચલાણું; જામ. 2. The hollow part of anything: કોઈપણ વસ્તુનો ઉંડો ખાડાવાલો ભાગ. 3. [L. *butta*, a ball.] A ball used in play: દડો. *vt.* To roll: ગબડાવવું; ઢલાવવું. 2. To pelt with anything rolled: છુટું ફેંકવું-મારવું. *vi.* To play with bowls: દડે રમવું. 2. To roll the ball as at criket, &c: દડો નાંખવો; ગબડાવવો.

Bowler, (બોલર્) *n.* One who plays at bowls: દડો ફેંકનાર.

Bow-man, (બોમન્) *n.* An archer: ધનુર્ધર; ધનુધારી; તિરંદાજ.

Bow-shot, (બોશૉટ્) *n.* The space which an arrow may pass when shot: બાણગોચર; તીરવો.

Bow-string, (બોસ્ટ્રિન્ગ્) *n.* The string of a bow: કામઠાની દોરી; પણછ; જ્યા. 2. A string used by the Turks to strangle offenders: તુર્ક લોકની ગુન્હેગારને ફાંસો દેવાની દોરી.

Box, (બૉક્સ્) *n.* [L. *buxus*, the boxtree.] A case or receptacle of any material & of any size: પેટી; ડબ્બો; પેટારો; દાબડો. 2. The quantity that a box contains: પેટી-ડબ્બીપુર;-માં સમાય તેટલું. 3. A seat in a theater or other place of public amusement: નાટકશાલામાંની બેઠક. 4. A money-chest: પૈસા રાખવાની પેટી; ગલ્લો; તીજોરી.

5. A small house: ઓરડી; કોટડી. 6. (*Mach.*) A cylindrical, hollow iron in wheels in which the axle revolves: નારખુ; જેમાં પૈડાની ધરી ફરે છે તે લોઢાનો કાંઠલો. 7. A driver's seat in a carriage:ગાડીમાં હાંકનારને બેસવાની જગો. *In a* **b.**, in perplexity: ગુંચવણમાં; ગભરાટ–ગુચવાડામાં. *Witness* **b.**:સાક્ષીઓને ઉભુ રહેવાનું પાંજરૂં. *In a wrong* **b.**, mistaken: ભૂલેલું; ભૂલમાં. *vt.* To inclose in a box: પેટીમાં મૂકવું–ઘાલવું. 2. To furnish with boxes,as a wheel:પૈડાને નારખુ ઘાલવું. 3.To strike the ear or side of the head: ધોલ–લપડાક મારવી. *To* **b.** *a tree*: ઝાડનું દુધ કે રસ કાઢવા કાણું પાડવું.

Box, (બૉક્સ) *n.* The blow on the head or ear with the hand:મુક્કી; તમાચો; લપડાક; ધોલ. *vi.* To fight with the fist: મુક્કામુક્કી–ઠોંસાઠોંસી ક૦.

Boxing,(બૉક્સિંગ્)*n.* A combat with the fist: મુક્કામુક્કી; મુષ્ટિયુદ્ધ; ધપ્પાધપ્પી; ઠોંસાઠોંસી.

Boy, (બૉય)*n.*A male child;a lad:છોકરો; પોરિયો. કુમાર. Sometimes it is used in contempt or familiarity for a man: હલકો માણસ–નોકર.

Boy-hood, (બૉયહૂડ) *n.* The state of immature age: બાલપણ; બચપણ; ન્હાનપણ; બચગી.

Boyish, (બૉઈઇશ) *a.* Childish; trifling: છોકરવાદ; નાદાન; ચિબાવલું.

Brace, (બ્રેસ) *n.* [L. *brachia*, arms.]A prop or support: છજા કે બીજા ઘરના બહાર પડતા ભાગને ટેકવનાર લાકડાનો કડકો; માહર; ટેકો. 2. A bandage: પાટો; પટો; બાંધણ; બંધ; તંગ. 3. A sign to show that the words or lines it connects are to be taken together: બે કે વધારે લીટીકે શબ્દને જોડનાર નિશાની; કૌંસ. 4. A pair: જોડી; જોડ. 5. A thick strap: નાડી; નાડ; જાડો પટો. 6. A rope turning about the yard of a ship: વહાણના શઢવાલા લાકડાને ફેરવવાનું દોરડું. 7. (*pl.*) Straps; suspenders: સુરવાલ કે લેંઘાને તંગ રાખવા ખભે ભરવાતા પટા. 8. (*pl.*) Cords of a drum tightening the heads: ઢોલ કે નરગાં ઉપર તેને તંગ કરવા રાખેલી દોરીઓ. 9. State of being tight:ખંધ; મજબુતી. *vt.* To support; to prop: ટેકો દેવો–આપવો; ટેકવવું. 2. To tighten; to strengthen: શક્તિ–કૌવત આપવું; તંગ ક૦; ખેંચીને મજબુત બાંધવું. 3. To hold firmly: ટેકવી–ટકાવી રાખવું; તીર આપવા.

Bracelet, (બ્રેસલેટ્) *n.* [L. *brachium*, arm.] An ornament for the wrist, worn mostly by ladies: ચુડી; બંગડી; કડું; પોંચી; કંકણ; પાટલી; છંદ. 2. A piece of defensive armour for the arm: હાથના રક્ષણ માટેનું બખ્તર.

Brach, (બ્રૅચ) *n.* A bitch of the hound kind: શિકારી કુતરી.

Bracing, (બ્રેસિંગ્) *a.* Imparting strength: કૌવત–શક્તિ વધારનાર; જોર આપનાર.

Bracket,(બ્રૅકેટ્)*n.*A piece or combined pieces of wood &c, projecting from or fastened to a wall: ભીતે ત્રાંસો ટેકવેલો લાકડા, પથ્થર કે એવી બીજી ચીજનો ચીત્રેલો કે સાદો કડકો.2. (*Print.*) One of two hooks [ ], used for various purposes; —called also **crotchets**: કૌંસ. *vt.* To place within a bracket: કૌંસ દોરવો.

Brackish,(બ્રૅકિશ્)*a.*Saltish; applied to water partially mixed with salt or sea-water: ખારાસ મારતું; ચોડું ખારૂં.

Brad,(બ્રૅડ)*n.* A kind of nail: ચુંક; ખીલી;ખરાડ.

Brag,(બ્રૅગ્)*vi.* To boast; to vaunt(with *of*):ખડાઈ–પતરાજ–શેખી–ફુલાસ મારવી; ગર્વ ક૦. *n.* Boasting: અહંકાર;ગર્વ;ખડાઈ;શેખી; ડફાંસ; ફુલાશ; આત્મપ્રશંસા.2.A game at cards:એક જાતની ગંજીફાની રમત.

Braggadocio, (બ્રૅગૅડોશિઓ) *n.* A braggart: ફુલણજી; પતરાજખોર; શેખીખોર. 2. Mere brag; pretention: ઢોંગ; ફોકટ પતરાજ; શેખાઈ.

Braggart,(બ્રૅગૅર્ટ્)*n.*A boaster; a vain fellow: ખડાઈખોર–અભિમાની પુરૂષ. *a.* Boastful:પતરાજીખોર; અહંકારી; ગર્વિષ્ઠ.

Braid, (બ્રેડ)*vt.*To weave to-gether or entwine: ગુંથવું; વણવું. 2. To mingle by rubbing fluid: હલાવવું; ચોલવું. *n.* A string or other texture formed by weaving different strands together: ગુંથેલી દોરી; નાડું. **b.** *of hair*: અંબોડો; ગુંથેલો ચોટલો; વેણી.

Brain, (બ્રેન)*n.* A whitish or soft mass in the skull of man: મગજ; ભેજું. 2. The organ of intellect; hence, the understanding: બુદ્ધિ;અક્કલ; સમજણ શક્તિ; મતિ. *To rake or weary one's* **b.**: કપાલકૂટ–માથાફોડ–કડાકૂટ ક૦. *vt.* To dash out the brain of; hence, to destroy: મારી નાંખવું;પુરૂં ક૦.

Brainless, (બ્રેન્લૅસ્)*a.* Without understanding; silly: અબુધ;બેવકુફ; મૂર્ખ; બુદ્ધિહીન; અબુદ્ધ.

Brainpan, (બ્રેન્પૅન)*n.*The skull: ખોપરી;મસ્તક.

Brait,(બ્રેટ્)*n.*A rough diamond:નહિ ઘસેલો હીરો.

Brake, (બ્રેક) *n.* A machine to break flex or hemp: શણ નરમ કરવાનો સાંચો–હથિયાર. 2. The handle by which a pump is worked: બમ્બો ચલાવવાની લાટ. 3. A baker's kneading trough: કથરોટ; થાલી. 4. A sharp bit: પાતલી કડીવાલી લગામ. 5. A contrivance for confining horses while shoeing them; an inclosure to restrain cattle &c.:ઘોડાને નાલ જડતી વખત કબજે રાખવાની કરામત; ઢોરનો ડબ્બો.6. (*Agric.*) A large, heavy harrow for breaking clods: સમાર. 7. A piece of mechanism for stopping motion of a car by friction:ગાડીની ગતિ અટકાવવાનું યંત્ર; અટકણ; બ્રેક(આગગાડીનું).8.A cart without a body used in breaking in horses: જેસલો; કાચા ઘોડા ફેરવવાની ગાડી.

Brake-man, (બ્રેકમૅન) *n.* One who manages the brake on railways: બ્રેક બાંધનાર; ચાલતી ગાડીનો વેગ અટકાવનાર.

Bramble,(બ્રૅમ્બલ્)*n.* A rough prickly shrub: કાંટાવાલું ઝાડ–કાંટો.

Bran, (બ્રૅન) *n.* The coating of the seed of wheat or other grain:છાલાં;છાતરાં;થુલું;કુશકી;ભુસું.

Branch,(બ્રૅન્શ) *n.*A shoot of a tree or plant: ડાલ;શાખા; ડાલી. 2. Any arm or part shooting from the main body of a thing: ફાંટો; ફણગો; પાંખું; પાંખડ. 3. A section; a department (of science):ભાગ;અંગ; વર્ગ; શાખા; પ્રકરણ. 4. A line of family descent: કુલ;વંશ; પેઢી; શાખા. 5. A descendant of such line:વંશજ;સંતાન.6.A chandelier:ઝુમર;ઝાડ(દીવાનું).*vi.*To shoot in branches: ડાળી-શાખા-ફણગો ફુટવો;વિસ્તરવું.2.To divide into parts: ભાગ પડવા;જુદુ પડવું. *To* **b.** *off*, diverge: આડું ફાટવું-પસરવું. *vt.* To divide, as into branches: વિભાગ-ફાંટા પાડવા. 3. To adorn with needlework: ગુંથી ઝાડ, ફુલ પાડી શણગારવું.

Branchy,(બ્રૅન્શિ)*a.*Full of branches;shadowy: ઘટાદાર;ડાળી-ફણા-પાંખાંવાળુ ; વિસ્તીર્ણ;વિસ્તારયુક્ત.

Brand,(બ્રૅન્ડ)*n.*A burning piece of wood:બળતું લાકડું;ખુંટડો.2.(*Poet*)Sword(so called from its brightness):તરવાર.3.A mark with a hot iron: વેપારમાં અમુક જણસની જાત વીગેરે બતાવવા પાડેલી નિશાની.Hence(*fig.*) kind; quality:જાત;નમુનો. 4.A mark put upon criminals with a hot iron; hence,a mark of infamy;stigma:ડામ;કલંક;ખેટ્રો; લાંછન;ડાઘ. 5. A disease in vegetables: (ઝાડનો) સડો. *vt.* To impress a mark with a hot iron: ડામ દેવો;ડામવું:આંકવું;નિશાની કo.2.To fix a mark of infamy: ખેટ્રો-કલંક-કાળી ટીલી-લાંછન લગાડવું.

Brand-iron, (બ્રૅન્ડ-આઈઅર્ન) *n.* A branding iron: ડાંભણી; ડામણ;ડમેણું. 2.A trivet for a pot: તિરપાઈ; આડણી; બેસણી; ઘોડી.

Brandish, (બ્રૅન્ડિશ) *vt.*To wave; to shake or flourish as a weapon:ફેરવવું;ચમકાવવું;પટા ખેલવા.

Brandnew, (બ્રૅન્ડન્યૂ)*a.* Quite new;bright as a brand of iron: કોરૂં કડકડતું; નવું નકોર.

Brandy, (બ્રૅન્ડિ)*n.* An ardent spirit distilled from wine: એક જાતનો દારૂ; બ્રાન્ડી.

Brangle, (બ્રૅન્ગલ) *n.* A noisy contest; a wrangle: ખટપટ; ઝઘડો; ટંટો; કલહ; લડાઈ.

Bran-new, (બ્રૅન્ન્યૂ) *a.* (See,**Brandnew**.)

Brasier, (બ્રેઝ્હર્) *n.* An artificer who works in brass: કણસારો; કંસાર

Brass, (બ્રૅસ્) *n.* An alloy, of copper & zinc: પિતલ. 2. Impudence; a brazen face: ઉદ્ધતાઈ; તોછડાઈ. 3. (*pl.*) (*a*) Utensils, &c., made of brass: પિત્તલનાં વાસણ. (*b*) Monumental engravings on brass plates: પિત્તલનાં પતરાં ઉપરની સ્મારક કોતરણી.

Brassy, (બ્રૅસિ) *a.* Pertaining to, hard as, or having the color of, brass: પિત્તલનું-સંબંધી-ના જેવું કઠણ-ના જેવા રંગવાળું;પિત્તલમય.2.Impudent: ઉદ્ધત; તોછડું; બેશરમ; બેહયા.

Brat, (બ્રૅટ્) *n.*A child so called in contempt: છોકરૂં; પોરિયું. **b.** & *bantling*: છોકરાં છૈયાં; કચ્ચાંબચ્ચાં; બાલબચ્ચાં.

Bravado. (બ્રૅવેડો) *n.* An arrogant menace: શેખી; દમ; ધિસિયારી; બડાઈ.

Brave, (બ્રેવ્) *a.* [Fr. *brave*, valiant.] Bold; daring: હિમ્મતવાન: બહાદુર; ધીટ; વીર; જવાંમર્દ. 2. Gallant;lofty;excellent: ઉમદા;ખાસું;ઉદાર;તેજસ્વિ. *n.*A brave person: છાતી ચલો-બહાદુર માણસ;શુરવીર; વીર પુરૂષ. *vt.* To defy; to challenge: છાતી ચલાવી લઢવું;સામા નભી રહેવું;ટક્કર લેવી;લઢાઈ માગવી.

Bravery, (બ્રેવરિ) *n.* Noble courage: હિમ્મત; બહાદુરી; દલેરી; જવાંમર્દી; છાતી; પરાક્રમ. 2. Magnificence: ઉમદાપણું; તેજ; ભભકો.

Bravo, (બ્રેવો) *n.* A daring villain; a bandit: મારો; ખુની. 2. *interj.* Well-done: શાબાશ; વાહ ! વાહ ! ધન્ય છે; ભલે.

Brawl, (બ્રૉલ) *vi.* To quarrel noisily & undecently:ગાલાગાલી-કજીઓ-ટંટો-કચાકચ કo. 2.To scold: ઘોંઘાટ-શોરબકોર કo; ધમકાવવું. 3. To roar as water: (પાણી જેવો)ઘુઘવાટો-શોર-ઘુઘુ કo. *n.* A noisy quarrel:ઘોંઘાટ;કજીઓ;ટંટો;કટકટ;શોર;ધીંગાણું.

Brawn, (બ્રૉન) *n.* The flesh of a boar: સુવર-ડુક્કરનું માંસ. 2. Full, strong muscles: માંસથી ભરેલું-મજબુત શરીર. Hence, the arm: હાથ;બાજુ.

Brawny, (બ્રૉનિ) *a.* Muscular; fleshy;strong: બલિષ્ટ;જોરાવર;માતું;શરીરે ભરેલું; મજબુત;માંસદાર.

Bray, (બ્રે) *vt.*To pound, beat or grind small: કુટવું;ખાંડવું;પિસવું;વાટવું. *vt.* To utter harsh cry, as an ass: ભુકવું. 2.To make a harsh, grating noise: જાડો-ખોખરો અવાજ કાઢવો;કીકીઆરી પાડવી. *n.*The roar of an ass:ગધેડાનું ભુકવું તે;ખર અવાજ.

Braying, (બ્રેઈન્ગ્) *pa.* Making a harsh, confused noise: જાડો અવાજ-ઘોંઘાટ કરતું. *n.* The noise of an ass: ગધેડાનું ભુકવું. 2. Roar; noise: ઘોંઘાટ; ખલભલાટ.

Brazen, (બ્રેઝન) *a.* Pertaining to, or made of brass: પિત્તલનું-સંબંધી. 2. Impudent: ઉદ્ધત; તોછડું; બેશરમું; છટેલું; ફાટેલું; ચલેલું.

Brazen-faced, (બ્રેઝન્ફેસ્ડ) *a.* Impudent; shameless: નિર્લજ; નફટ; શોખ; બેશરમ; બેહયા.

Breach, (બ્રીચ્) *n.* Fracture: ફાટ; ચીરો. 2. A gap made by breaking; break; rupture: બાકોરૂં;કાણું; ભગદાલુ. 3. Violation; nonfulfilment: ઉલ્લંઘન; ભંગ;ફુટ;ફટ; અવજ્ઞા. *vt.* (*Mil.*)To make a breach or opening by means of artillery:તોપના મારથી (ભીંત કે કિલ્લામાં) બાકોરૂં પાડવું.

Bread, (બ્રેડ) *n.* An article of food made of flour by baking it: રોટલી-લો. 2. Food: ખોરાક; ભોજન; અન્ન. 3. Support of life in general: ગુજરાન:આજીવિકા;આધાર. *To quarrel with one's* **b.** *& butter*, to be dissatisfied with one's means of living: ભર્યા ભાણાને ઠેસ મારવી;પોતાની આજીવિકાથી અસંતોષ રહેવું.

Breadth, (બ્રેડ્થ્) *n.* Measure from side to side;width: પોહોલાઈ;(of cloth)પનો; (of a wall) ઓસાર.

Break, (બ્રેક) *vt.*(*imp.* **broke**; *pp.***broken**, **broke**). (*a*) To sever by fracture: તોડવું; ભાગવું;ફોડવું. (2)To lay open by breaking:તોડવું; છોડી નાંખવું; ફોડવું. (3) To lay open (as a purpose): કહી દેવું; વાત ફોડવી; ખુલ્લું કo. (*b*) To infringe or violate, (as an obligation, law or promise): તોડવું; ઉલ્લંઘન કo; ભંગ કo. (*c*) To interrupt;to dissolve or terminate: ભંગાણ પાડવું; બરખાસ્ત કo;અંત આણવો;અટકાવવું.(*d*)To remove a part from: તોડવું;જુદુ પાડવું;ખંડન કo;ખાંડું કo. 2.To dash or shatter to pieces:ચુરેચુરા-કડકેકડકા કo.3. Hence, (*a*) To shatter or crush; to destroy the strength or firmness of: કચરી-પીલી નાંખવું; જોર-ભાંગવું;નરમ-કમી કo. (*b*) To weaken or impair, as health: નરમ-ઢીલું-નિર્બલ કo;

બગાડવું.(*c*) To diminish the force of, as a fall or blow: જોશ–વેગ–જોર નરમ–હલકું પાડવું; દરદ કમી ક૦. 2. (*fig.*) To impart cautiously, so as to avoid shocking or exciting opposition: ધીમે ધીમે–સંભાલ પૂર્વક કહેવું–જણાવવું–સમાચાર આપવા. (*d*) To tame; to reduce to subjection: કેલવવું; પલોટવું; શિખવવું. (*e*) To destroy the financial credit of; to make bankrupt: દેવાલું કઢાવવું; વટ ખોવરાવવો; ભાંગવું. *To* **b.** *down*, to crush, overwhelm: તાબે–કબજે ક૦; જીતવું. *To* **b.** *of*, to rid of; to cause to reform or abandon: છોડવવું; મુકાવવું; સુધરાવવું. *To* **b.** *off*, (*a*) to separate by breaking: તોડવું; ફાંસવું. (*b*) to interrupt; to put an end to: નિર્મૂલ ક૦; નાશ ક૦; અટકાવવું. *To* **b.** *open*, to open by breaking: તોડવું; (બારણું) ઉતારવું. To **b.** *over*, to transgress: ભંગ ક૦; તોડવું; અવજ્ઞા ક૦. *To* **b.** *up*, to separate into parts; to dissolve: વધેરવું; બરખાસ્ત–બંધ ક૦; વિસર્જન ક૦. *To* **b.** *the back, neck*, &c., to dislocate the joints of: હાડકાં ભાગવાં; (ડોક) મરડી નાંખવી: (હાથ, પગ) ઉતારવો. *To* **b.** *cover*: બહાર નિકલી આવવું–નિકલી નાસવું. *To* **b.** *fast*, (See **break-fast**): અપવાસ કર્યા પછી બીજે દીવસે, ઘણું કરી સવારમાં જમવું તે. *To* **b.** *ground*, (*a*): જમીન ખેડવી–ઉથલ પાથલ ક૦. (*b*) to commence excavation: (ઘરના) પાયા ખોદવા માંડવા; મુહૂર્ત ક૦; (ઘેરા ઘાલવા) ખાડા ખોદવા શરૂ ક૦; આરંભવું. hence, (*c*) (*fig.*) to begin to execute any plan: કંઈપણ કામનું મંડાણ ક૦–નકશો દોરવો. *To* **b.** *the heart*, to crush or overwhelm with grief: નિરાશ–નાઉમેદ–આશાભંગ ક૦; મન ઉઠાડવું; ભારે શોકમાં નાંખવું; અત્યંત દુ:ખ લગાડવું. *To* **b.** *the ice*: શરૂઆત ક૦; રસ્તો પાડવો; ચાલતું ક૦. *To* **b.** *a jest*, to utter a jest: મશ્કરી ક૦; બનાવવો. *To* **b.** *sheer* (*Naut.*): પવન કે ઝપાટાથી ઘસડાવું–ખેંચાવું. *To* **b.** *upon a wheel*, to execute or torture, a criminal: (ગુનેગારને) ફાંસી દેવો; રીબાવવું. *To* **b.** *wind*, to give vent to wind from the anus: વાછુટ ક૦; પાદવું. *vi.* To burst asunder: ભાગવું; તુટવું; છુટું પડવું. 2. To open spontaneously: ફાટવું. 3. To burst forth; to appear; to dawn: થવું; ઉગવું; ફાટવું. 4. To burst forth violently: ઓચીતું થવું; ચઢી આવવું. 5. To lose health or strength: નબલું–નરમ પડવું; ઓગલી જવું; બેહાલ થવું. 6. To become bankrupt: દેવાલું કાઢવું; ભાગવું. 7. To change the gait: ચાલવાની રીત–ઢબ બદલવી. 8. To fall out: કજીયો–અણબનાવ થવો; સાથે મેલ ન હોવો–બગડવું; લઢાઈ થવી; (દોસ્તી) તુટવી. *To* **b.** *away*: ઓચીંતા ચાલ્યા જવું ભાગી નાસવું; પોબારા ગણવા; જતું રહેવું; ખસી–વિખરાઈ જવું. *To* **b.** *down*, (*a*) to come down by breaking: તુટી પડવું; ભાગી નીચે બેસવું–પડવું; પાછા પડવું; નિષ્ફલ થવું. *To* **b.** *forth*, to come out suddenly: નિકલવું; (અવાજ) થવો; છુટવું;–with *in* or *into*, to give vent to one's feelings: લાગણી બહાર દર્શાવવી. *To* **b.** *in* or *in upon*: એકદમ અંદર આવવું–ઘુસવું; માથુ મારવું. *To* **b.** *loose*: છટકી જવું; છુટી નાસવું; કેદખંધનમાંથી નાસી જવું. *To* **b.** *off*, to disist: તુટી જુદુ પડવું; બંધ પડવું. *To* **b.** *out*, (*a*) to burst forth: (આગ) લાગવી; (રોગ) થવો–ચાલવો; ફાટી નિકલવું. (*b*) ફોલ્લા–ગડ નિકલવાં; ચાંદાં ઉઠવાં. *To* **b.** *up*, to disperse. to dissolve: ઉઠી જવું; વિસર્જન થવું; વિખરાઈ જવું; બરખાસ્ત થવું. *To* **b.** *with*, (*a*) to fall out: કજીઓ–અણબનાવ–વિરોધ–તુટ–લડાઈ થવી; દોસ્તી તુટવી. (*b*) to enter into confedence; to speak: સંધી–વિષ્ટી કરવા મલવું; બોલવું. *n.* An opening made by fracture or disruption: ફાટ; બાકોરૂ; ભગદાલું. 2. Pause: અટકાવ; વિરામ; તુટ; ભંગ. 3. In a writing or printing a short line, noting a pause or an abrupt change of sense: લખવા કે છપવામાં અર્થ તુટ્યો છે એમ બતાવવા દોરેલી લીટી. 4. The dawn: પ્રભાત; વાણું પ્રાત:કાલ; બગબગું; મલસકુ; અરૂણોદય. 5. Change of direction: વાંક; ખુણો. 6. A large four-wheeled carriage: એક જાતની ચાર પૈડાની લાંબી ગાડી.

Breakage, (બ્રેકેજ્) *n.* A breaking: ભાગતુટ; ભંગાણ; ભાંગવું–તુટવું તે. 2. An allowance for things broken in transportation: ભાગ્યા તુટ્યા માટે છુટ મુકવામાં આવે છે તે.

Break-fast, (બ્રેક-ફૅસ્ટ્) *n.* The first meal in the day: શિરામણ; હાજરી; નાસ્તો; ડુંગો. 2. A meal after fasting, or food in general: પાચણાં; ઉપવાસના બીજા દીવસનું જમણ. *vi.* To breakfast in the morning: પાચણાં કરવાં; ઉપવાસી રહી જમવું; નાસ્તો–હાજરી ક૦; શીરાવું. *vt.* To furnish with the first meal: નાસ્તો–હાજરી–શીરામણ કરાવવું.

Break-water, (બ્રેક-ઉવૉટર્) *n.* A structure raised to protect harbour, &c., from the force of waves: બાંધ; પુસ્તો; આડ.

Breast, (બ્રૅસ્ટ્) *n.* The forepart of the body between the neck & belly: છાતી; ઉર; વક્ષસ્થલ. 2. The protuberant glands in front of the chest of the female or man: થાન; ધાઈ; સ્તન; કુચ. (of some other mamalia): આંચલ. 3. The heart: હૈયું; છાતી; હૃદય; અંત:કરણ; દિલ. 4. Power of singing; a musical voice: ગાયનશક્તિ; કંઠ; સૂર; રાગ. *To make a clear* **b.**, to disclose the secrets; to make full confession: દિલ ખોલવું; છાની વાત કહી દેવી; પડદો ફોડી–મોકલે મને વાત ક૦. *vt.* To oppose manfully: ટક્કર લેવી; છાતી ધરી સામા થવું. *To* **b.** *up a hedge:* છાતીપુર રાખી વાડ કાપવી.

Breast-bone, (બ્રૅસ્ટ્-બોન્) *n.* The bone of the breast; the sternum: છાતીનું હાડકું.

Breast-deep, (બ્રૅસ્ટ્-ડીપ્) *a.* As high as the breast: છાતીપૂર; છાતી જેટલું ઉંચું; છાતીભર.

Breast-plate, (બ્રૅસ્ટ્-પ્લેટ્) *n.* A plate worn on the breast as a defensive armour: છાતીનું કવચ; ઢાલ. 2. A strap that runs under the horse's breast: તંગ; ઘોડાના સામાનને મજબુત રાખવાનો પટો.

Breast-work, (બ્રૅસ્ટ્ઉવર્ક્) *n.* (*Fort.*) A defensive work breast high: છાતીપૂર ભીંત; અડતલો.

Breath, (બ્રૅથ્) *n.* The air inhaled & exhaled in the respiration of animals: શ્વાસ; દમ. *In a* **b.**: એકદમ; તુરતજ. 2. The power to breathe freely: છુટથી દમ લેવાની શક્તિ 3. Life: જીવ; પ્રાણ; દમ; પ્રાણવાયુ. 4. Respite; pause: વિરામ; થાક; વિસામો; દમ. 5. A single respiration; an instant: શબ્દ; બોલ; શુકન; પલ. 6. A very slight breeze: ઘણીજ મંદપવનની લેહેર. *At every* **b.**: પલેપલ. *In a*

b.: ઓય; ક્ષણમાં. *To be out of* **b.**: હારી જવું.

Breathe, (બ્રીધ્) *vi.* To respire; to inhale & exhale air; hence, to live: શ્વાસ લેવો–કાઢવો; દમ લેવો; જીવવું. 2. To take breath; to rest from action: દમ–ખાવો–મારવો–પકડવો; શ્વાસ–થાક ખાવો; આસાએસ લેવી. 3. To pass, as air; to emanate: નિકલવું; વાવું; આવવું. *vt.* To inhale & exhale in the process of respiration: શ્વાસોશ્વાસ લેવો. 2. To infuse: ઘાલવું; ફુંકવું. 3. To emit by the breath; to utter softly: મ્હોમાંથી કાઢવું; ધીમેથી બોલવું. 4. To emit, as breath: (શ્વાસ પેઠે)માંથી નિકલવું–પીગલવું; ધીમેથી ઉચ્ચારવું. 5. To cause to sound by breathing: ફુંકવું; મ્હોથી વગાડવું. 6. To suffer to take breath: થાક–દમ ખવરાવવો–આરામ આપવો. 7. To open, to give air to: ખોલવું; ઉઘાડવું. *To* **b.** *one's last*, to expire; to die: મરી જવું; દેહ છોડવો; સ્વર્ગવાસ ક૦.

Breathing, (બ્રીધિન્ગ્) *n.* Respiration: શ્વાસ; દમ; શ્વાસોશ્વાસ. 2. Air in gentle motion: પવનની લહેર; મંદ–મંદવાયુ; લેહકી. 3. Aspiration; secret prayer: અભિલાષા; ગુપ્ત–છુપી પ્રાર્થના. 4. Utterance: ઉચ્ચારણ; ઉદ્ગાર; બોલવું–કહેવું તે. 5. Breathing place; vent: શ્વાસ લેવાની જગા; બાકું; છિદ્ર.

Breathless, (બ્રેથ્લેસ્) *a.* Out of breath: શ્વાસ–દમવગરનું; હાંફતું; થાકેલું. 2. Dead; expired: મૃત; મરી ગએલું.

Breech, (બ્રીચ્) *n.* The lower part of the body behind: કુલા; ગાંડ; ઢગરાં. 2. The hinder part of a cannon or other firearm: તોપ કે એવા બીજા હથિયારના મોં પછવાડેનો ભાગ; કુંદું. *vt.* To put into breeches: સુરવાલ પહેરાવવો. 2. To fit or furnish with a breech: કુંદો–પાછલો ભાગ બેસાડવો.

Breeches, (બ્રીચિઝ્) *n.pl.* [L. *braca*, trowsers]. Garment worn by men covering hips & thighs: સુરવાલ; તંગીયો; ઇજાર; ચોરણો. *To wear the* **b.**, to usurp the authority of the husband; (said of a wife): (સ્ત્રીએ) મરદનું કામ ક૦; ધણીની સત્તા છીનવી લેવી; ધણીને તાબે–હાથમાં રાખવો.

Breed, (બ્રીડ્) *vt.* (*imp.* & *pp.* **bred.**) To beget; to hatch: પેદા–ઉત્પન્ન ક૦; સેવવું. 2. To bring up; to nurse & foster: ઉછેરવું; મોટું ક૦; પાલણપોષણ ક૦. 3. To educate; to instruct: શિખવવું; કેલવણી–તરબિયત આપવી; શીખવી–તાલીમ આપી તૈયાર ક૦. 4. To cause; to occasion: યોજવું; ઉપજાવવું; બનાવવું; ઉભું કરવું. 5. To give birth to; to be the native place of: નિપજાવ; પેદા–ઉત્પન્ન કરવું. *vi.* To produce a fetus: ગર્ભ રહેવો; હમેલ–દહાડા રહેવા. 2. To be formed in the parent or dam; to grow, as young before birth: આકાર થવો–બંધાવવો; ગર્ભનું સચેતન થવું–ઉછરવું. 3. To have birth; to be produced: પાકવું; પેદા થવું; જન્મવું. *n.* A progeny from the same parents or stock: સંતાન; વંશ; સંતતિ. 2. A caste; a kind: ઓલાદ; જાત; વર્ગ; ન્યાત.

Breeding, (બ્રીડિન્ગ્) *n.* Nurture; education: કેલવણી; શિક્ષા; શિક્ષણ; ઉછેર; પાલન. 2. Manners: વિનય; સભ્યતા; સુશીલતા.

Breeze, (બ્રીઝ્) *n.* A light wind; a gentle gale: પવનની લેહેર; મંદ–ઠંડો વાયુ; લેહકી. 2. (*Brick-making*). Ashes & cinders used for burning bricks: ઇંટો પકવવાની ભરસાલ–ઉની રાખ. *Sea* **b.**: દરીઆ તરફથી દીવસે વાતી પવનની લેહેર. *Land* **b.**: જમીન તરફથી રાત્રે જતી પવનની લેહેર.

Brethren, (બ્રેથ્રેન્) *n. pl.* of **brother**: ભાઈબંધ; ભાઈભાંડુ; બંધુવર્ગ; બંધુજન.

Breve, (બ્રીવ્) *n.* [L. *brevis*, short]. (*Law.*) A writ whereby anything is commanded to be done in the king's court: સમન; અદાલતમાં હાજર રહી કંઈ કાર્ય કરવાનો હુકમ. 2. (*Print.*) A curved mark used to indicate the short quantity of a vowel, or some particular quality of its sound: હ્રસ્વ સ્વરની નિશાની.

Brevet, (બ્રેવેટ્) *n.* A royal warrant granting a favour, privilege, title, &c.: સનદ; ઇલકાબ પત્ર. 2. (*Mil.*) An honorary rank: કોઈપણ લશ્કરી અમલદારને પોતાના હોદ્દા ઉપરાંત આપેલું અખત્યારનામું–પાયરી. *A* **b.** *major*: મેજરની પાયરીએ રહી કપતાનનો પગાર ખાનાર અમલદાર.

Breviary, (બ્રીવિઅરિ) *n.* An abridgment; summary: સંક્ષેપ; ટુંક હેવાલ; ઇન્તેખાબ.

Brevity, (બ્રેવિટિ) *n.* Shortness of duration: ટુંકાણ; સંક્ષેપ; સમાસ; સંહાર. 2. Shortness; conciseness: ટુંકાપણું; સંક્ષિપ્તતા; અવિસ્તાર.

Brew, (બ્રૂ) *vt.* To boil or seethe: ઉકાલવું; ઉના પાણીમાં બાફવું. 2. To prepare, as a liquor: જવનો કે બીજી ચીજનો દારૂ ગાલવો–બનાવવો. 2. To prepare by boiling, &c.: ઉકાળી બનાવવું. 3. To contrive; to plot: રચવું; તરકટ ક૦; ઘાટ ઘડવો; મનસુબો ક૦.

Brewage, (બ્રૂએજ્) *n.* Malt liquor: જવનો દારૂ.

Brewery, (બ્રૂઅરિ) *n.* A brewhouse: જવનો દારૂ બનાવવાનું ઠેકાણું; ભઠ્ઠી; પીઠું.

Bribe, (બ્રાઇબ્) *n.* Illegal gratification: લાંચ; રૂશવત; શેલું–પાઘડી; પાનસોપારી. 2. Seduction; allurement: લાલચ. *vt.* (*a*) To give or promise a reward or consideration to prevent the judgment or corrupt the conduct: લાંચ–રૂશવત આપવી; હાથ દાબવા; દાબવું; ચાંપવું. (*b*) To hire for bad purpose: નીચ કામને માટે રાખવું. 2. To gain by a bribe: રૂશવત આપી તરફેણમાં આણવું.

Bribery, (બ્રાઇબરિ) *n.* The practice of giving or taking rewards for corrupt practices: રૂશવત આપવા લેવાનો ચાલ; લાંચખોરી; લાંચલુચ.

Brick, (બ્રિક્) *n.* A hard body of clay & sand: ઇંટ. 2. A kind of loaf of the shape of a brick: ઇંટના આકારનો રોટલો–પાંઉ. *vt.* To lay or pave with bricks: ઇંટથી ચણવું–બાંધવું. 2. To imitate a brick-wall on: ઇંટની ભીત જેવી ભીત બનાવવી. *To* **b.** *up*, to fill up with bricks: ઇંટથી પૂરવું.

Brick-bat, (બ્રિક્-બૅટ્) *n.* A piece or fragment of a brick: રોડું; ઇંટકો; ઇંટનો કડકો.

Brick-kiln, (બ્રિક્-કિલ્ન્) *n.* A furnace in which bricks are burnt: ઇંટ પકવવાની ભઠ્ઠી; ઇંટવાડો.

Brick-layer, (બ્રિક્-લેઅર્) *n.* A mason: કડીઓ.

Brick-maker, (બ્રિક્મેકર્) *n.* One who makes bricks: ઇંટ પાડનાર; દલવાડી; કુંભાર.

Brick-work, (બ્રિક્-ઉવર્ક્) *n.* A structure of bricks: ઈંટેરી કામ–દીવાલ; ઈંટબંધી.

Bridal, (બ્રાઈડલ્) *a.* Belonging to a bride; nuptial: કન્યા–લગ્ન સંબંધી; વૈવાહિક; વિવાહ યોગ્ય. *n.* The nuptial festivity; marriage: લગ્ન; વિવાહોત્સવ; લગ્નોત્સવ; લગ્નકાર્ય; શાદીની ખુશાલી.

Bride, (બ્રાઈડ્)*n.* A woman recently married: વહુ;તરત પરણેલી સ્ત્રી;નવોઢા;વધુ;કન્યા. 2. A woman espoused or contracted to be married: કન્યા; અહદાએલી છોકરી.

Bride-groom, (બ્રાઈડ્-ગ્રૂમ્) *n.* A man newly married or about to be married: વરરાજા; વર; પરિણેતા.

Brides-maid, (બ્રાઈડ્-ઝ્-મેડ્) *n.* A woman who attends a bride at her wedding: કન્યા તરફની સ્ત્રી; માંડવિયેણ.

Brides-man, (બ્રાઈડ્-ઝ્-મૅન્)*n.* A man who attends upon a bride groom & bride at their marriage: જાનૈયો; માંડવિયો.

Bride-well, (બ્રાઈડ્-ઉવૅલ્) *n.* A house of correction for the confinement of disorderly persons: બંધિખાનું; કેદખાનું.

Bridge, (બ્રિજ્) *n.* A structure raised over a river or other water course:પૂલ;સેતુ;ધરણ.*Flying* **b.**:તરાપાનો પૂલ. *Wooden* **b.**:લક્કડ પૂલ.2.The small arch at right angles to the string of a violin, &c.:ઘોડી;ખીટી;ટેકી. 3.The two pieces of timber placed between the two transoms of a gun-carriage: પાટલી. **b.** *of the nose:* નાકની દાંડી. *Draw* **b.**, *swing* **b.**, *bascule* **b.**, વહાણને રસ્તો આપવા ખેંચી લેવાય એવો પૂલ. *Girder or truss* **b.**:ભાલ કે ભારાનો બનાવેલો પૂલ. *Skew* **b.**:ત્રાંસ પૂલ. *Suspension* **b.**:ઝુલતો પૂલ; ઝોલા પૂલ. *vt.* To build a bridge over: ઉપર પૂલ બાંધવો. *To* **b.** *over a difficulty*: હરકત–અડચણ દૂર કo.

Bridle, (બ્રાઈડલ્)*n.* An instrument with which a horse is governed: લગામ. 2. A restraint; a curb: અંકુશ; દાબ; અટકાવ. *vt.* To put a bridle upon: લગામ ચઢાવવી.To restrain, or govern;to curb: દાબ–અંકુશમાં–કબજે–રાખવું. *vi.*To hold up the head as an expression of pride: ગર્વ કે તિરસ્કારમાં માથુ ઉંચુ કo.

Brief, (બ્રીફ્) *a.* [L. *brevis*, short]. Short in duration:ટુંકું;સ્વલ્પ;ક્ષણિક.2.Short in expression; concise : સંક્ષિપ્ત; ટુંકું. 3. Rife;common: સાધારણ; ચાલુ. *n.* An epitome; a concise writing: ટુંકું પત્ર; સાર; સંક્ષેપ. 2. (*Law*)(*a*) An abridgment of a client's case made for the instruction of counsel on a trial: મુકદ્દમાનો સાર; બ્રીફ.(*b*) A writ summoning a man to answer to any action: કોઇ કામમાં જવાબ આપવા કાઢેલો સમન–હુકમ. **b.** *of title*: સ્થાવર મિલકતના હક સંબંધી દસ્તાવેજોની સંક્ષેપમાં નોંધ.*vt.*To make an abstract: ટુંકી નોંધ ઉતારવી.

Brier, (બ્રાઇઅર્) *n.* A prickly shrub: કાંટાવાલો છોડ. 2. (*Bot.*) Species of rose: જંગલી ગુલાબ.

Briery, (બ્રાઇઅરિ) *a.* Full of briers; thorny: કાંટાવાલું; કંટકાવૃત.

Brig, (બ્રિગ્) *n.* (Abbrev. of **brigantine**.) A vessel with two masts: બેડોલવાલું વહાણ.

Brigade, (બ્રિગેડ્) *n.*(*Mil.*) A body of troops whether, cavalry, artillery or infantry commanded by a brigadier-general: લશ્કરની મોટી ટુકડી; સૈન્યદલ.

Brigadier-general, (બ્રિગૅડીર્-જૅનરલ્) *n.* (*Mil.*) An officer in rank next above a colonel, commanding a brigade, also simply called brigadier: મોટી ટુકડીનો અમલદાર.

Brigand, (બ્રીગૅન્ડ્) *n.* A robber; plunderer; a freebooter: લુંટારૂ; પિંઢારો; ચોર; ધાડપાડુ.

Brigandage, (બ્રિગૅન્ડેજ્) *n.* Theft; robbery; plunder: લુંટ; ચોરી; ધાડ.

Bright, (બ્રાઈટ્) *a.* Shining; luminous:ચલકતું; ભભકાદાર; ઝગઝગતું; ચકચકિત; તેજસ્વી. 2. Clear, transparent: સ્વચ્છ; નિર્મલ; નીતરૂં; શુદ્ધ. 3. Glorious; illustrious:નામીચું;વિખ્યાત;પ્રસિદ્ધ; નામાંકિત. 4. Having a clear, quick intellect: હોંશીઆર; ચપલ;ચાલાક; ચબરાક. 5. Clear; evident: સ્પષ્ટ; ખુલ્લુ; સાફ. 6.Promising good: શુભ–કલ્યાણ–લાભ દર્શક–સૂચક.

Brighten, (બ્રાઈટન્) *vt.* To make to shine;to increase the lustre of: ઉજ્વલ–તેજસ્વી–ચકચકિત–ચલકતું કo. 2. To make illustrious: પ્રખ્યાત–નામિચું–પ્રતાપી–નામાંકિત કo. as, *to* **b.** *a character*: કોઈ માણસની માન–આબરૂ વધારવી.3.To make cheerful : આનંદી–હસમુખુ–ઉલ્લાસી–ખુશાલ કo.4.To make acute or witty:હોંશીઆર–તીવ્ર–ચાલાક–ચપલ કo. *vi.*To grow bright; to clear up: ઉજેશવાલુ–ખુલ્લું થવું.

Brightness, (બ્રાઈટ્નેસ્) *n.* Splendor; brilliancy: તેજ; પ્રભા; કાન્તિ; ઉજાશ; ઝલે; તેજી. 2. Sharpness of wit: તીક્ષ્ણ બુદ્ધિ; તીવ્રતા; હોંશિયારી.

Brilliance-y, (બ્રિલિઅૅન્સ્-સિ) *n.* Splendor; glitter:ભભકો;ચલકાટ;પ્રતાપ;તેજ;ઝલે;ચકચકાટ; પાણી.

Brilliant,(બ્રિલિઅૅન્ટ્)*a.*[L. *beryllus*, a precious stone of a seagreen color.] Sparkling with luster;glittering:ચલકતું;ઝગઝગતું;ભભકાદાર; ચકચકિત; તગતગ થતું. 2. Illustrious; splendid: પ્રતાપી; તેજસ્વી; પ્રખ્યાત. *n.* A diamond of the finest cut: ઘણા પાણી વાલો–તેજદાર હીરો.

Brim, (બ્રિમ્) *n.* The ruin or border of any vessel or other thing: કાનો; કોર; કાંઠો. 2. The edge or margin: કાંઠો; તીર; કિનારો; ધાર. *vt.* To fill to the brim or top: કાના સુધી ભરવું; છલા છલ ભરવું. *vi.* To be full to the brim: કાના સુધી ભરેલું–છલાછલ હોવું.

Brimful, (બ્રિમ્ફુલ્) *a.* Full to the top;completely full: ટોકાટોક; છલાછલ; પરિપૂર્ણ; ભરપુર.

Brimmer, (બ્રિમર્)*n.*A bowl full to the top: કાના સુધી–છલાછલ ભરેલો વાટકો–પ્યાલો.

Brimstone, (બ્રિમ્સ્ટોન્) *n.* Sulphur: ગંધક. *a.* Made of, or pertaining to brimstone: ગંધકનું બનેલું; ગંધકનું.

Brinded-dled, (બ્રિન્ડેડ્-ન્ડલ્ડ્) *a.* Spotted; streaked; variegated: કાબરચિતરૂ; અટાપટાદાર; પચરંગી;બુટ્ટીદાર; છાંટવાલું.

Brine, (બ્રાઇન્) *n.* Water saturated with salt: ખારૂ પાણી. 2. The ocean; sea: દરિયો;સમુદ્ર;સાગર. 3. Tears so called from their saltness: આંસું. *Leach* **b.**: મીઠું સુકાતાં નીચે ટપકતું ખારૂ પાણી. *vt.* To steep the brine: ખારા પાણીમાં બોળવું. To mix salt with: મીઠું ચઢાવવું–નાખવું.

Bring, (બ્રિન્ગ્) *vt.* (*imp.* & *pp.* **brought.**) To fetch:લાવવું;આણવું. 2. To procure: મેળવવું; પ્રાપ્ત થવું;મળવું; આવવું. 3. To induce;to prevail on: લલચાવવું; દોરવું; કબૂલ કરાવવું;સમજાવવું; અસર ક૦. 4. To convey; to carry:લેઈ જવું; ખસેડવું; ચલાવવું. *To* **b.** *about*, to accomplish: સાધવું; પાર ઉતારવું; પ્રાપ્ત ક૦. *To* **b.** *before*, to exhibit: બતાવવું; દર્શાવવું. 2. To take into the presence of: –ની રૂબરૂ–સમક્ષ ઉભું કરવું; પાસે લઈ જવું. *To* **b.** *down*, to humble or abase: હલકું પાડવું; ગર્વ ઉતારવો; માન ખંડન ક૦; તોડી પાડવું; ઉતારી પાડવું. *To* **b.** *forth*, to produce, as young or fruit; to make manifest: જન્મ આપવો; જણવું; (ફલ) લાગવું–આવવું;પ્રકટ ક૦;ઉઘાડું ક૦.*To* **b.** *off*, to bear or convey away: લઈ જવું; છોડવવું; નસાડવું; મુક્ત ક૦. *To* **b.** *on*, (*a*) to begin: શરૂ ક૦; માંડવું.(*b*) to originate: ઉત્પન્ન ક૦; પેદા થવું; આવવું. *To* **b.** *out*, to expose: ખુલ્લું મૂકવું–ક૦. *To* **b.** *over*, (*a*) to bear across: આરપાર લેઈ જવું; પાર ઉતારવું; હોડીમાં બેસાડી ઉતારૂઓને પાર લેઈ જવા. (*b*) To cause to change sides or an opinion: તરફ લેઈ લેવું; પક્ષમાં ખેંચી લેવું; ફોડવું; મનાવવું; સમજાવવું. *To* **b.** *round*, to make well: સારૂં–સાજું કરવું; તબીયત ઠેકાણે લાવવી. *To* **b.** *to*, to bring back to consciousness or life: સાવચેત ક૦; શુદ્ધિમાં લાવવું. *To* **b.** *under*, to suppress, to subdue:તાબે–વશ ક૦; કબજામાં–હાકમાં રાખવું. *To* **b.** *up*, to nurse; to educate; to rear: પાલણ પોષણ ક૦;ઉછેરવું; ઉધારવું; કેળવણી આપવી; શીખવવું; પલોટવું. *To* **b.** *home to*, to prove; to establish: સાબેત ક૦; નક્કી–નિર્ણય–ફડચો–તોલ–નિકાલ ક૦;ખુલાસો આગવો.*To* **b.** *to light*, to make clear; to discover: ઉઘાડા પાડવું; જણાઈ આવવું; ખુલ્લા થવું–ક૦. *To* **b.** *to pass*, to accomplish: સાધવું; પાર પાડવું; કરવું; બજાવવું. *To* **b.** *to terms*, to make to agree: કબૂલ કરાવવું.

Brink, (બ્રિન્ક્)*n.* The edge, margin or border of a steep place; the bank of a river; verge; border: કોર; ધાર; કિનારો; કાંઠો.

Briny, (બ્રાઇનિ) *a.* Pertaining to the brine or to the sea; salt: મીઠાના પાણીનું; દરિયાનું; ખારૂં.

Brisk, (બ્રિસ્ક્)*a.* Full of liveliness & activity; agile: ચપલ; ચંચલ; ખુશમિજાજી. 2. Full of spirit or life; effervescing: તેજ; જલદ. *vt.* To make lively; to animate: ચપલ–ચંચલ ક૦. *To* **b.** *up*, to cheer; to grow lively: ચાલાક–ચપલ–રંગીલા થવું.*vi.*To come up with life & speed; to take a bold attitude:ચાલાક–ચપલ રહેવું;હોંશીઆરી રાખવી.

Brisket, (બ્રિસ્કેટ્)*n.*The breast of an animal: જનાવરની છાતી; ઉર; વક્ષ.

Briskness,(બ્રિસ્કનેસ્)*n.* Liveliness; vivacity: ચાલાકી; ચપલતા; ખુશમિજાજ; હોંશીઆરી.

Bristle, (બ્રિસલ્) *n.* A short, stiff, coarse hair: ભરડા–ટૂંકા વાલ. (*Bot.*) A species of pubescence on plants in the form of a stiff, roundish hair: ઝાડનો કાંટો. *vt.* & *vi.* To erect the bristles of:વાલ ઉભા–ટટ્ટાર થવા–ક૦.*To* **b.** *up*, to show anger or defiance: ગુસ્સે થવું; વિરૂદ્ધ પડવું; ન ગણકારવું.

British, (બ્રિટિશ્) *a.* Pertaining to great Britain or its inhabitants: ગ્રેટબ્રિટનનું–ના રહેવાસીઓનું; અંગ્રેજી.

Briton,(બ્રિટાન્)*n.*A native of Britain:અંગ્રેજ.

Brittle, (બ્રિટલ્) *a.* Easily broken; fragile; not tough: ખરડ; તકલદી; કાચલું; ભંગુર; કકરૂં.

Brittleness, (બ્રિટલ્નેસ્)*n.*Aptness to break; fragility: ખરડ–તકલદીપણું.

Broach, (બ્રોચ્) *n.* A spit.(*Obs.*) લોઢાની સીક. 2. An awl; a bodkin: આરી; ટાંચણું; સોયો. 3. (*Mech.*) A tool of steel for smoothing or enlarging holes in metal: બારગ આરવાની શારડી. 4. A clasp used to fasten a garment: પોશાક તંગ કરવાનો હુક. 5. A rod of tough, pliant wood, sharpened at both ends: શંકુ; બન્ને છેડે અણીદાર લાકડી. *vt.* To pierce as with a spit: શારવું; ઘોચવું. 2. To tap; to let out: મ્હો છોડવું; કાઢવું. 3. To open for the first time: ખોલવું; ઉઘાડવું. 4. To make public; to give out: પ્રકટ ક૦; બહાર પાડવું; શરૂ કરાવવું.

Broad, (બ્રૉડ્)*a.* Wide: પહોળું; વિશાલ; વિસ્તીર્ણ; બોહોળું; મ્હોટું; પનાદાર. 2. Extended in the sense of diffused: ખુલ્લું; વિસ્તીર્ણ; વિશાલ. 3.Extended; comprehensive:બધાને લાગુ પડે તેવું;ઘણી મતલબ–અર્થવાલું; વ્યાપક; બહુગ્રહ. **b.** *compliment*: વિનયહીન અભિવંદન. **b.** *nonsense*, gross nonsense: હડહતી મૂર્ખાઈ.

Broad-cloth, (બ્રૉડ્કલૉથ્) *n.* A kind of broad woolen cloth: બનાત.

Broaden,(બ્રૉડન્) *vt.* To grow broad: પથરાવું; પહોળું–મોટું થવું. *vt.* To render more comprehensive: પહોળું ક૦;વિશેષ સ્પષ્ટ–ખુલાસા ભરેલું કરવું.

Brocade, (બ્રોકેડ્) *n.* Silk stuff wrought with variegated gold & silver threads & enriched with flowers or other ornamental work: કિનખાબ; કસબી–જરીયાન કપડું.

Brocaded, (બ્રોકેડેડ્) *a.* Woven or worked, as brocade, with gold & silver: કિનખાબનું; જરીનું; કસબી. 2. Dressed in brocade: કસબી પોશાક પેહેરેલું.

Brochure, (બ્રોસ્યૂર્)*n.*A pamphlet: ચોપાનિયું.

Broil, (બ્રાઇલ્) *n.* A tumult; contention: કજીયો;ટંટો;અણબનાવ; કલહ.*vt.* To dress or cook by direct exposure to heat over coals: શેકવું; ભુંજવું. *vi.* To be subjected to the action of heat; to sweat with heat: તપવું; પરસેવો છુટવો; બફાઈ મરવું.

Broken, (બ્રોકન્) *p. a.* Made in fragments: ભાગેલું;ફુટેલું;તુટેલું. 2.Made weak; infirm: દુબલું પડેલું; કમજોર; દેવાળું કાઢેલું. 3. Subdued; humbled; contrite: વશ કરેલું; અતિદીન.

Broken-hearted, (બ્રોકન–હાર્ટેડ્) *a.* Having

the spirits depressed with grief or despair: નિરાશ; દિલગિર; શેાકમાં ગરક થએલું.

Broken-meat, (બ્રોકન મીટ) *n.* કાપીને કકડા કીધેલું માંસ; બેાટી.

Broken-wind, (બ્રોકન્-વિન્ડ) *n.* A disease of the organs of respiration in horses: ઘેાડાને દમનેા ફેફસાંનેા રેાગ; ભગ્નશ્વાસ.

Broker, (બ્રોકર્) *n.* One who transacts business for another; an agent: દલાલ; આડતિયેા; મારફતિયેા. 2. A pimp; a procurer:ભડવેા; કુડણેા.

Brokerage, (બ્રોકરેજ્) *n.* The business of a broker: દલાલનેા ધંધેા; દલાલી; આડત; મારફત. 2. Fee or commission charged by a broker: દલાલી: હકસાઈ; દસ્તુરી.

Bronchial, (બ્રૉન્ગિકઍલ્)*a.* [Gr. *brong-chos*, the windpipe.] Belonging to the bronchiæ, or ramifications of the windpipe in the lungs: કંઠમાંની નલીયેાનું-સંબંધી.

Bronze, (બ્રૉન્ઝ્) *n.* An alloy of copper, tin, & zinc: તાંબુ, કલઈ, અને જસતની બનેલી મિશ્રધાતુ; કાંસુ. 2. A statue or other work of art cast in bronze: કાંસાની મૂર્તિ કે બીજી ચિજ.3.A brown color: ભૂરેારંગ. 4. Boldness; impudence: ઉદ્ધતાઈ; તેાછડાઈ; નિર્લજતા. *vt.* To give the appearance of bronze; to make brown: કાંસાના રંગનું-ભૂરૂ કo. 2. To make hard or unfeeling; to brazen: કઠણ-વજ્રસરખુ કo.

Brooch, (બ્રોચ્)*n.* An ornament, in various forms, with a pin or loop for attaching it to a garment: બેારિયાં-આંકડીવાલું ઘરેણું. 2. A painting all of one color: એક રંગનું ચિત્રકામ.

Brood, (બ્રૂડ) *vi.* To sit over & cover eggs for warming & hatching the young: સેવવું; સેવન બેસવું-કo. 2. Hence, to sit quietly: શાન્ત-ચુપકીથી બેસવું. 3. To have the mind uninterruptedly dwell a long time on one subject: અમુક બાબત મનમાં ઘેાલાયાં કo-નેા વિચાર આવ્યાં કo; વિષે ચિંતાતુર રહેવું; અફસેાસ-અંદેસેા કo. *vt.* To sit over, cover & cherish: સેવવું.*n.* Offspring; progeny: સંતાન; છેાકરાં; સંતતિ; એાલાદ; પ્રજા. 2. That which is bred or produced; product: ફાલ; નિપજ. 3. A hatch: એકવેતરનાં-ફાલનાં બચ્ચાં.

Brook, (બ્રુક) *n.* A small natural stream of water; a rivulet: વહેલીયું; ઝરેા; નાલુ.

Brook, (બ્રૂક) *vt.* To bear; to endure: ખમવું; સહેવું; સાંખવું; સહન કo.

Broom, (બ્રૂમ્) *n.* A besom, or brush with a long handle for sweeping floors: સાવરણી; કરાંઠેા; ઝાડુ; બુતારેા.

Broom-stick,(બ્રૂમ્સ્ટિક) *n.* The handle of a broom: સાવરણી-ઝાડુ-નેા હાથેા-દાંડેા.

Broth,(બ્રૉથ્)*n.*Liquor in which flesh or anything is boiled & macerated: માંસનેા રસ; સેરવેા. *Many cooks spoil a* **b.**: સાત સુયાણીએ વેતર વંઠે.

Brothel, (બ્રૉથેલ્) *n.* A house of lewdness; a bawdy-house: વેશ્યા-કસબણ-રાંડનું ઘર; ખાંજરૂ.

Brother, (બ્રધર્) *n. pl.* **brothers**, or **brethren** (in solemn style). [L. *frater*, a brother].One born of the same parents with another: ભાઈ; બંધવ; બિરાદર. 2. An associate: ભાઈબંધ; બંધુ; મિત્ર;સેાબતી; સહકારી. 3. One that resembles another in manners or traits of character: ભાઈ.

Brother-hood, (બ્રધર્હુડ) *n.* The state of being a brother: બંધુત્વ; ભાઈબંધી; ભ્રાતૃભાવ. 2. An association for any purpose; fraternity: મંડલી: પંગત; પંક્તિ; સમાજ. 3. A class of individuals of the same kind, profession or occupation: એકજાતના ધંધાના માણસ; ભાઈબંધુ.

Brother-in-law, (બ્રધર્-ઈન્-લૉ) *n.* The elder brother of a husband: જેઠ. His younger brother: દિયેર. Wife's brother: સાલેા. A sister's husband: બનેવી.

Brotherly, (બ્રધર્લિ) *a.* Pertaining to brothers; kind; affectionate: ભાઈનું; બંધુ યેાગ્ય; ભાઈના જેવું; માયાલુ; સ્નેહશીલ; મમતાલું.

Brougham, (બ્રૂઍમ્ or બ્રૂમ્) *n.* A two or fourwheeled single or double carriage for general use: બે કે ચાર પૈડાંની ઘેાડા ગાડી; બ્રૂમ.

Brow, (બ્રાઉ) *n.* The prominent ridge over the eye with hairs on it: ભમ્મર; ભૃકુટી; ભવું. 2. The forehead: કપાલ; લલાટ; ભાલ. 3. The general air of the countenance: મ્હેાંના મ્હેારાનેા સામાન્ય દેખાવ; મુખમુદ્રા. 4. The edge of a steep place: કેાર; ધાર; કાંઠેા. *To knit the* **b.***s*, to frown; to scowl: આંખેા કાઢવી; ભવાં ચઢાવવાં; ગુસ્સે થવું. *vt.* To bound; to limit: હદ કરી લેવી; સરહદ બાંધવી.

Brow-beat, (બ્રાઉ-બીટ્) *a.* (*imp.* **brow-beat**; *pp.* **browbeaten**.) To depress with haughty looks or arrogant speech: દબડાવવું; ભવાં ચઢાવીને-ડેાલા કાઢી બેાલવું.

Browless, (બ્રાઉલેસ્) *a.* Without shame: બેશરમુ; નિર્લજ; નફટ.

Brown, (બ્રાઉન્) *a.* Dusky: શામલું; ભુરૂં;બદામી. *vt.* To make brown or dusky: ભુરૂં-તપખિરીયા કo; ભુરેા રંગ લગાડવેા. [ભુરાશ પર-પડતું.

Brownish, (બ્રાઉનિશ્) *a.* Somewhat brown:

Browse, (બ્રાઉઝ્) *vt.* To eat or nibble off: છેાડનેા કુમલેા ભાગ ખાઇ જવેા. *vi.* To feed on the tender branches or shoots or shrubs or trees: કુમલાં પાંદડાં ખાવાં. *n.* The tender twigs of trees or shrubs: જાનવરેાને ચરવા જેવી ઝાડ કે છેાડની કુમલી ડાલી-પાંખડાં.

Bruin, (બ્રુઈન્) *n.* A bear: રીંછ.

Bruise. (બ્રૂઝ્) *vt.* To injure or crush, as by collision of, or against, a solid body: કચરવું; ખુંદવું; કુટવું; વાટવું; ભરડવું. 2.To fight with the fists; to box: મુક્કામુક્કી કo; ઠેાંસાઠેાંસી કo. *n.* An injury to the flesh; a contusion: સેાલ; ચામઠું; ચાઠું; ઢીંમચું; ચાંદુ; ઉઝરડેા.

Brumal, (બ્રૂમૅલ્) *a.* [L. *bruma*, winter.] Belonging to the winter: શિયાલુ; શિયાલાનું-સંબંધી.

Brume, (બ્રૂમ્) *n.* Mist; fog: ધુમસ.

Brunette, (બ્રૂનેટ્) *n.* [Fr.] A woman with a brown or dark complexion: શ્યામ-ઘઉંવરણી સ્રી: કલુડા રંગની સ્રી.

Brunt, (બ્રન્ટ્) *n.* The utmost violence of an onset; the strength of any contention: ઝપાટો; જોર; જોસ; ભાર. 2. A shock; a collision: ધક્કો; આંચકો. 3. A sudden contact or engagement: ઝપાઝપી; તડાકો; ધક્કો.

Brush, (બ્રશ્) *n.* An instrument composed of bristles or other like materials used for clearing dust: કુચડો-ડી; બ્રશ; કલમ; પિંછી. 2. Branches of trees lopped off; brushwood: ઝાડવાં; કાપેલી ડાળીયો. 3. A thicket of shrubs: ખાંટવાં; ધુંગાં. 4. A skirmish; a slight encounter: ન્હાની લડાઈ; ઝપાઝપી.5. The bushy tail of a fox: શિયાલ-કોલાની ગુચ્છાદર પુંછડી. *vt.* To rub, clear, paint, &c., with a brush: કુચડાથી સાફ ક૦-રંગ દેવો. 2. To touch in passing: અડકવું; અછડતું લાગવું. *To* **b.** *up,* to paint, or make clean with a brush; to improve; to renew: બ્રશ દેવો; સાફ ક૦; હાથ ઝારવો. *vi.* To move nimbly in haste: ચપચપ ચાલ્યા જવું; સટ્ટી-સટકી જવું.

Brushwood, (બ્રશ્-વુડ્) *n.* A thicket or coppice of small trees or shrubs: ઝાડી; ઝાડવાં. 2. Small branches of trees cut off: કાપેલી-મોરેલી ઝાડની ડાળીયો; કક્ષા.

Brushy, (બ્રશિ) *a.* Rough; shaggy: બ્રશ જેવું; ખરબચડું; ગુચ્છાદાર.

Brutal, (બ્રૂટલ્) *a.*[See **brute.**] Pertaining to a brute: પશુનું-સંબંધી;as, **b.** *nature*: પશુવૃત્તિ. 2. Like a brute; savage; cruel: પશુના જેવું; જંગલી; નિર્દય; ઘાતકી; નિષ્ઠુર.

Brutality, (બ્રૂટૅલિટિ) *n.* Inhumanity: પશુપણું; નિર્દયતા; ક્રૂરતા; નિર્લજ્જતા; હેવાનીઅત.

Brutalize, (બ્રૂટૅલાઇઝ્)*vt.&vi.* To make brutal, churlish or inhuman:જંગલી-નિર્દય ક૦-થવું-થઈ જવું.

Brute, (બ્રૂટ્) *a.*[L.*brutus*,stupid.] Senseless; unconscious: જડ;અચેતન.2.Not possessing reason; irrational; ferine: અજ્ઞાન;ઢોરસરખું; ભાન વિનાનું. 3.Unintelligent; animal:જડ બુદ્ધિનું;જનાવર જેવું. 4. Characteristic of beasts; bestial: પશુ-જનાવર સરખું; જાનવરી. 5. Rough; uncivilized: અસભ્ય; જંગલી; મૂર્ખ. *n.* A beast: હેવાન; પશુ; જનાવર. 2. A brutal person; an unfeeling man: પશુ જેવું-ઘાતકી અસભ્ય માણસ; દુરાચારી.

Brutish, (બ્રૂટિશ્) *a.* Savage; cruel; unfeeling; insensible; stupid;bestial: પશુનું-ના સમાન; હેવાન જેવું; જડ; મૂર્ખ; અજ્ઞાન; ક્રૂર; ઘાતકી; અસભ્ય.

Bubble, (બબ્બલ્) *n.* A small bladder or vesicle of water or other fluid: પરપોટો. 2. A vain project;a false show;a cheat; a delusive scheme:અસાર-સ્વપ્નવત્ વસ્તુ;માયા;જાલ; છલ;પ્રપંચ; છલયુક્ત યોજના-વેપાર. *vi.* To rise in bubbles: પરપોટા થવા. 2. To run with a gurgling noise: ખલખલ વેહેવું. *vt.* To cheat;to impose on:ઠગવું; છેતરવું; થાપ દેવી-મારવી.

Bubby,(બબ્બિ)*n.*A woman's breast: સ્તન; થાન. 2. Brother; a word applied to small boys: ભાઈ; બાપુ; કીકો. [ગેાળી; બદ.

Bubo, (બ્યુબો) *n.* શરીરપર ઉઠતી-નિકળતી ગાંઠ;

Buccaneer-nier,(બકૅનીર્)*n.* A robber upon the sea; a pirate:વહાણનો લુટારો; ચાંચિયો. *vt.* To act the part of a pirate: ચાંચિયાનો ધંધો ક૦.

Buck, (બક્) *n.* The male of the fellow deer: હરણો; -of the goat:બકરો;બોકડો; -of the sheep: મેંઢો; ઘેટો. 2. A gay, dashing young fellow: ફાંકડો; છેલપુરૂષ; લાલ.

Buck, (બક્) *n.* Lye in which cloth is soaked in the operation of bleaching: કપડું નિખારવાનો ખાર; ખારનું પાણી. 2. A wash of clothes: નિખારેલાં કપડાં. *vt.* To sack in lye: ખારમાં નિખારવાં-બોલવાં. 2. To break up or pulverize:(કાચી ધાતુનો) ભાંગી ભૂક્કો ક૦.

Bucket, (બકેટ્) *n.* A vessel for drawing up water: બોખ; ડોલ; ડોલચી; બાલદી.

Bucketful, (બકેટ્ફુલ્) *n.* The quantity held by a bucket: ડોલપુર-ભર; બાલદીમાં માય તેટલું.

Buckle,(બકલ્)*n.*[L.*buccula*, a little cheek or mouth.] An instrument, or metal used for fastening things together:આંકડો-ડી; કડી; અટકણ; બકલ. 2. A curl, as of hair: (વાલનો)ગુચ્છો. *vt.* To fasten with a buckle: આંકડી ભેરવવી. 2. To set stoutly at work:તૈયારી ક૦;સજ થવું;કમ્મર કસવી. 3. To join in battle: લડાઈ ક૦-માં સામેલ થવું.*vi.*To bend;to bow:વલવું; નમવું. 2. To enter upon some labour; to struggle: હોંશથી મંડવું-કામે લાગવું; તકરાર-લડાઈમાં ઉતરવું. *To* **b.** *to*, to apply with vigour: હોંશથી-ખંતથી મંડવું.

Buckler, (બકલર્) *n.* A kind of shield: એક જાતની ઢાલ.

Bud,(બડ્)*n.*An undeveloped branch or flower: અંકુર; ફણગો; પીલો. *vi.* To put forth buds:અંકુર-ફણગો-પીલો ફુટવો;કલી બેસવી-આવવી.2.To begin to grow:ફુટવું;વધવું. 3.To be in bloom or growing like a young plant:ખીલવું; ભરજોબનમાં આવવું.*vt.*To inoculate,as a plant:(ઝાડને) કલમ ક૦.

Budge,(બજ્)*vt.* To move off; to stir;to wag: ખસવું; હાલવું; હડવું; સરકવું.

Budgero,(બજેરો)*n.*A large Bengal pleasure-boat:એક જાતની બંગાળી સહેલ કરવાની હોડી; બજરો.

Budget, (બજેટ્) *n.* A bag with its contents; hence a store:ભરેલો થેલો;સંચય; સંગ્રહ. 2.An annual financial statement: ઉપજ ખરચના અડસટ્ટાનો હિસાબ.

Buff, (બફ્) *n.* A sort of dressed leather prepared from the skin of the buffalo & other animals:ભેંસ વિગેરેનું સાફ કરેલું ચામડું. 2. A military coat made of buff skin:એ ચામડાનો લશ્કરી ડગલો. 3. A color between light pink & light yellow:બોલ્લો-આછો પીળો રંગ.4.A buffet;a blow: ઠોંસો;મુક્કી.*a.*Of the colour of buff leather:આછા પીલા-બફ રંગનું. 2. Firm; sturdy: દૃઢ;સ્થિર; પીંગુ.

Buffalo,(બફૅલો)*n.*(*pl.* **buffaloes.**)[L.*bos, boris*, an ox.] A species of the genus Bos: પાડો. *Female* **b.**: ભેંસ; ડોબું.

Buffer, (બફર) *n.* A cushion with strong springs to deaden concussion: રેલ ગાડીની આગલ પાછલ બીજી ગાડીનો ધક્કો અટકાવવા રાખેલા ઢેકા;

ડફરા. 2. (*Fig.*) A person or thing placed in front to prevent a shock from coming on another: ધક્કો આંચકો ન લાગે તે માટે આગલ કરેલો પુરૂષ કે ધરેલી ચીજ; હોલીનું નાલીયેર.

Buffet, (બફ઼ેટ્) *n.* A blow with the hand; a cuff: મુક્કો; ઠોંસો; ધોલ; ધપ્પો; લપડાક. 2. A violent force or resistance, as of winds & waves: ઝપાટો; ધક્કો; જોર. 3. A small stool: નાનું સ્ટુલ. *vt.* To slap: મુક્કી–ઠોંસો–ધોલ–લપડાક મારવી. 2. To contend against: સામું થવું; ગોતાં ખાવાં.

Buffoon, (બફ઼ૂન) *n.* A clown; a mimic: વિદુષક; મસ્કરો; રંગલો; ઠોલિયો; લૈઓ. *vt.* To make ridiculous: અણગમું; તિરસ્કાર પાત્ર ક૦.

Buffoonery, (બફ઼ૂનરિ) *n.* Low jests: નીચ મસ્કરી; હસવા લાયક ચાલો; હાસ્ય; ઠઠ્ઠામસ્કરી.

Bug, (બગ્) *n.* An insect having a sucking mouth: માંકણ; માકડ.

Bugbear, (બગબેર્) *n.* Something frightful as a specter; anything causing needless fear: હાઉ; બ્હાઉ; ધોધર. *a.* Causing needless fright: ખાલી બ્હીવડાવતું–ભય આપતું.

Buggy, (બગિ) *a.* Abounding with bugs: માંકણથી ઉભાઇ જતું–ભરેલું. *n.* A light one-horse chaise: બગી; એક ઘોડાની હલકી ગાડી.

Bugle, (બ્યૂગલ્) *n.* A musical wind instrument used in hunting or for military music: રણશીંગું; તુરાઈ; શિકારી–લશ્કરી વાજું. 2. A buffalo: ભેંસ; પાડો. *a.* Jet-black: કાલું સાહી જેવું.

Build, (બિલ્ડ) *vt.* (*imp.* & *pp.* **built.**) To fabricate; to construct: બાંધવું; ઉભું–તૈયાર ક૦; ચણવું. 2. To form, establish or produce by using appropriate means: બાંધવું; મેલવવું; રાખવું. 3. To increase & strengthen: વધારવું; મક્કમ–મજબુત ક૦; સુધારવું. *To* **b.** *castles in the air*: શેખચલ્લીના–હવાઈ વિચાર ક૦; મોતીએ ચોક પૂરવા. *vi.* To practise the business of building: બાંધવાનું–ચણવાનું કામ–નો ધંધો ક૦. 2. To construct, rest, or depend, as on a foundation: ઉપર આધાર રાખવો; મત બાંધવો. *n.* Form of construction; general figure; built: બાંધો; બાંધણી; બનાવટ; ઘાટ; ઢબ; રચના.

Builder, (બિલ્ડર) *n.* One who builds: બાંધનાર; વાહાડીઓ; ગજ્જર; શિલ્પિ. 2. A creator: પેદા કરનાર; નિર્માતા; સરજનહાર; કર્તા.

Building, (બિલ્ડિન્ગ્) *n.* The act of constructing or establishing: બાંધવાનું કામ; વિધાન. 2. The art of constructing edifices: બાંધણી. 3. A thing built as a house, &c.: ઈમારત; અમલો; ઘર; હવેલી; મકાન; ભુવન.

Bulb, (બલ્બ્) *n.* [L. *bulbus.*] A spheroidal body growing from a plant below the ground: ડીડવું; કંદ; કાંદો. 2. A protuberance or expansion of any form: (શીતોષ્ણમાપક યંત્રનો) કંદ; ઉપસેલો ભાગ. **b.** *of a tooth*: અવાલુ. **b.** *of the eye*, eye-ball: આંખનો ડોલો.

Bulbous, (બલ્બસ્) *a.* Having a bulb; bulb-like in shape: ડીડવાં–કંદવાલું; કંદના આકારનું.

Bulbul, (બુલ્બુલ્) *n.* The Persian nightingale: બુલબુલ પક્ષી.

Bulge, (બલ્જ્) *vi.* To swell or jut out: ઉપસવું; ઉપસી આવવું. 2. To bilge, as a ship: ગાબડું પડવું.

Bulk, (બલ્ક) *n.* Dimensions; size; mass: કદ; પ્રમાણ. 2. The gross; the majority; the principal portion: પ્રધાન–અધિક–મુખ્ય ભાગ. 3. The whole cargo of a ship when stowed: વહાણમાં ભરેલો માલ. 4. A projecting part of a shop or building; a stall: ઘર કે દુકાનનો આગલ પડતો ભાગ; મોખરો. *In* **b.**: જથ્થાબંધ. *Sale by* **b.**: ઉધડ–સામટું વેચાણ. *To break* **b.**: માલ ઉતારવા માંડવો.

Bulky, (બલ્કિ) *a.* Of great dimensions or size; large: મોટું; ભારે; સ્થૂલ; કદાવર; જંગી.

Bull, (બુલ્) *n.* The male of any bovine quadruped: આખલો; ગોધો; સાંઢ. 2. Taurus, one of the twelve signs of the zodiac: વરખ; વૃષભ (રાશિ.) *a.* Of large size (used in comp.): મ્હોટું; ભારે.

Bull, (બુલ્) *n.* (L. *bulla*, a stamp]. The seal appended to the edicts & briefs of the pope: પોપના આજ્ઞા પત્ર ઉપર લગાડેલી મહોર છાપ. 2. A letter or edict of the pope containing decree: પોપનું આજ્ઞા પત્ર–ફરમાન. 3. A blunder or contradiction: ભૂલ ભરેલી વાત; ગોથું.

Bull-baiting, (બુલ્બેટિન્ગ્) *n.* The practice of exciting bulls with dogs: કુતરાં ભેાંસાવી ગોધાને ખિજવવો તે.

Bull-dog, (બુલ્ડૉગ્) *n.* A variety of ferocious dog, so named from the size of the head: એક જાતનો બહાદુર મ્હોટા માથાવાલો કુતરો.

Bulled, (બુલ્ડ) *a.* Swollen: સુજેલું; તતડેલું.

Bullet, (બુલ્લેટ્) *n.* [L. *bulla*, a bubble.] A small ball usually of lead for loading guns: બંદુકની ગોલી.

Bulletin, (બુલ્લેટિન્) *n.* [Fr.] A brief statement of facts issued by the authority for the information of the public: અમલદાર તરફથી નિકલતું સમાચાર પત્ર; સત્તાવાર સમાચાર. 2. A public announcement of news recently received: તાજા–નવા સમાચારની જાહેર ખબર.

Bull-fly-bee, (બુલ્ફ્લાઈ-બી) *n.* The godfly; a stinging insect which torments cattle: ડાંસ; બગાઈ.

Bull-head, (બુલ્હેડ) *n.* A kind of fish: એક જાતની માછલી. 2. A stupid fellow; a lubber: મૂર્ખ; મૂઢ; શંખ. 3. A small black water-insect: એક નાનું કાલા રંગનું જલચર જંતુ.

Bullion, (બુલિઑન) *n.* [L. *bulla*, a bubble.] Uncoined gold or silver in mass: સોના રૂપાના લાઢા; લગડી; ચાંદી. 2. Showy metallic ornaments, as of copper, on bridles, or copper lace, &c., in imitation of gold: સોના જેવાં દેખાતાં બીજી ધાતુનાં શોભીતાં ઘરેણાં–જેવાં કે ઘોડાનો સામાન.

Bullock, (બુલ્લૉક) *n.* A young bull: ગોધો; આખલો. 2. An ox or castrated bull: બલદ; બેલ; સાંઢ.

Bull's-eye, (બુલ્ઝ્-આઈ) *n.* A thick piece of glass inserted in a deck, roof, &c.: છાપરામાં કે વહાણના કોઈ ભાગમાં અજવાલું આવવા માટે ઘાલેલો

જાડા કાચનો કડકો. 2. Any circular opening for air or light: હવા અને અજવાળા માટે રાખેલું ગોલ બાકું. 3. A police man's lantern: ચોર ફાનસ.

Bully, (બુલિ) *n*. A quarrelsome person: ધરપચ કરતું માણસ; ધાંધલિયો; લફંગો. *a*. Jovial; merry: આનંદી; ખુશમિજાજી. *vt*. To insult with noise & blustering menaces: ધરપચ–ધાંધલ કરી અપમાન ક૦–ઉતારી પાડવું. *vi*. To be noisy and quarrelsome: ધાંધલ–તોફાન ક૦; લફંગાઈ ક૦.

Bullying, (બુલિઈન્ગ્)*n*. The act or behavior of a bully: ધાંધલ કરી ઉતારી પાડવું તે.

Bulwark, (બુલ્–વર્ક્) *n*. An outwork for defence; a bastion: બુરજ; કોટ; કિલ્લો. 2. Any means of defence: બચાવ કરવાનું સાધન; રક્ષણ; આશ્રય. 3. (*pl*.) The sides of a ship above the upper deck:તુતકની ઉપરના વહાણના ભાગની બાજુઓ.

Bum,(બમ્)*n*.The buttocks: ગાંડ; કુલા;ધગડા. *vi*. To make a humming sound: ગણગણ અવાજ ક૦.

Bump, (બમ્પ્) *n*. A thump; a heavy blow: મુકકો; ધપ્પો; ઠોંસો. 2. A swelling or protuberance: ઢીંમણું;ગાંઠ. *vt*.To strike, with,or against, anything solid; to thump: સાથે અફાલવું; ઠોકવું.

Bumper, (બમ્પર્)*n*.A cup or glass filled to the brim: કટોકટ–છલોછલ ભરેલો પ્યાલો. 2. A crowded house at a theatre: ખિચોખિચ ભરાયલી નાટકશાલા.

Bumpkin, (બમ્પ્–કિન્)*n*.An awkward,heavy rustic; a country lout: ગામડીયો; રેંચો; ગંવાર.

Bun, (બન્) *n*. A small sweet cake: ભાખરો; ચાનકી; પુરી.

Bunch, (બન્શ્) *n*. A hunch; a lump: ખુંધ;ઢેકો. 2. A cluster; a collection: ઝુમખું; લુમ; ભારો; ગુચ્છો. 3. A small isolated mass of ore: કાચી ધાતુનો ઢગ–જથો. *vi*. To swell out: ખુંધ–ઢેકો નિકલવો; ઢીમણું ઉઠવું; સુજી આવવું.*vt*. To form or tie in a bunch: ઝુમખું–લુમ–ભારો બાંધવો; ગુચ્છો ક૦.

Bunchy, (બન્શિ) *a*. Massy: ઝુમખાદાર–વાલું. 2. Resembling a bunch; having tufts: ગુચ્છાદાર. 3. Yielding irregularly: અનિયમિત પેદાશ આપતું

Bundle,(બન્ડલ્)*n*.A number of things bound together; a roll: ગાંસડી; બચકો; બીંડડી; પોટલું–લી: To tie in a bundle: ગાંસડી–પોટલી બાંધવી. *To* **b.** *off*: જલદી વિદાય ક૦–કાઢી મૂકવું; પાણિચું આપવું. *vi*. To prepare for departure: જવાની–વિદાય થવાની તૈયારી ક૦.

Bung, (બન્ગ્) *n*. The stopper of the orifice in the bilge of a cask: પીપનો બુચ; દાટો; દટ્ટો; બંગ. 2.The orifice of a cask: પીપનું મોં–બાકું. *vt*. To close up: દાટો મારવો; બંધ ક૦.

Bungalow,(બન્ગૅલો) *n*. A house of a single floor: ઘર; બંગલો; મકાન.

Bungle, (બન્ગ્ગલ્) *vt*. To work in a clumsy, awkward manner: અડબંગની પેઠે કામ ક૦; ગરબડ સરબડ ક૦; લોચા વાલવા; ઘોંટાલો વાલવો–ક૦. *n*. Inaccuracy; gross blunder: ઢંગ–ધડા–ભલીવાર વગરનું કામ; ઘોંટાલો.

Bungler,(બન્ગ્ગલર્) *n*.An awkward unskilful workman: અનાડી–અણઘડ–અણકિસબી કારીગર.

Bunk,(બન્ગ્ક્)*n*. A wooden box used as a seat at day & a bed at night: બિછાના તથા પથારી તરીકે વપરાતી પેટી.

Bunker,(બન્ગ્કર્)*n*.A large bin or receptacle for various things: કોઠાર; મ્હોટી કોઠી.

Bunt, (બન્ટ્) *n*. The middle part or belly of a sail: શઢનું પેટું–નો વચલો ભાગ. *vt*. To swell out: ફુલવું; ઉપસી આવવું.

Bunting, (બન્ટિન્ગ્) *n*. A thin wooden stuff for flags & signals: ધજા–વાવટા બનાવવાનું ઉનનું રંગબેરંગી પાતલું કપડું; વાવટો.

Buoy, (બોઇ) *n*.[L.*boja*.] A floating mark to point out the position of objects beneath the water: છછરા પાણી, ખડક વગેરે જણાવવા માટે તરતી મૂકેલી વસ્તુ; બોઇયું. *vt*. To keep afloat: તરતું રાખવું. 2. To support; to keep from sinking into despondency: આધાર–ટેકો આપવો; બચાવ ક૦; ધીરજ–ધૈર્ય આપવું. 3. To fix buoys to: નિશાની ક૦. *vt*. To float: તરતું રહેવું.

Buoyancy, (બૉઇઍન્સિ) *n*. The quality of floating on the surface of a fluid; specific lightness: હલકાપણું;લઘુતા;તરણગુણ–ધર્મ;તરણશક્તિ 2. Cheerfulness; vivacity: ઉત્સાહ; ઉલ્લાસ;આનંદ.

Buoyant, (બૉઇઍન્ટ્) *a*. Having the quality of floating in a fluid: તરતું;હલકું; ડુબે નહિ તેવું; તરણશીલ; તરણધર્મક. 2. Bearing up; sustaining another body: ઝીલી શકે તેવું; બીજી વસ્તુને ટકાવી–ઝાલી રાખે એવું. 3. Vivacious; cheerful: ઉત્સાહી; ઉલ્લાસિ; ચપલ; આનંદી.

Bur,(બર્) *n*. Any rough or prickly envelope of the seeds of plants:કાંટાવાલું કોટલું–પડ–છોડું. 2. (*a*) A rough ridge left by a tool in dressing or cutting metal: ધાતુને સાફ કરતાં કે કાપતાં રહી ગએલી ધાર. 3. A broad ring of iron to support a spear:ભાલો ટેકાવવાની નચુકી–કડી. 4. The lobe or lap of the ear: કાનની બુટ.

Burden,(બર્ડન્) *n*.(written also **burthen**.) A load: ભાર; બોજો; હેલ. **b.** *of a favour received:* આભાર; એહસાન. 2. That which is grievous, wearisome or oppressive: વેઠ; બોજો; પીડાહેતુ. **b.** *of proof:* દાવામાં મુદ્દાની સાબેતીનો બોજો. *vt*. To encumber with weight; to load: ભાર–બોજો–ભરવો મૂકવો;લાધવું;ભરવું. 2.To oppress: દુઃખ દેવું; તલે કચરી નાંખવું; પીડવું; સેતમ ગુજારવો.

Burden,(બર્ડન્) *n*. The verse repeated in a song:ગાયનમાં વારેવારે બોલાતી ઢુંપ;ટુંક;ટેક;ધ્રુપદ;અસ્તાઈ.The main topic:વારંવાર આવતો–મુખ્ય વિષય.

Burdensome, (બર્ડન્સમ્) *a*. Grievous to be born; oppressive: ઘણું ભારે; ભારરૂપ; બોજારૂપ; દુઃખદાયક; જુલમી; પીડાકારી; અવગડ ભરેલું.

Bureau,(બુરો) *n*.A desk or writing table with drawers: ટેબલ; ખાનાવાલું મેજ. 2. Office where business is transacted: આફીસ; કચેરી.3.A body of subordinate officers in a department: ખાતાના નીચલા અમલદારો; ખાતું. 4. A chest of drawers: લુગડાં વગેરે રાખવાની પેટી–ખાનું.

Bureaucracy, (બુરોક્રસિ) *n*. A system in which the business of government is carried on in departments each under a chief: એકેક અમલદારના તાબામાં જુદાં જુદાં ખાતાં રાખી રાજ્ય ચલાવવાની પદ્ધતિ.

Burgess, (બર્જેસ્) *n.* An inhabitant of a borough: શહેરનો વતની; શેહેરી. 2. A representative of a borough: પાર્લામેન્ટમાં મોકલેલો કોઈ કસ્બા કે પરગણાનો પ્રતિનિધિ. 3. A magistrate of a borough: કસ્બાનો ફોજદારી અમલદાર; માજીસ્ટ્રેટ; કોટવાલ.

Burglar, (બર્ગ્લર્) *n.* One guilty of housebreaking by night: રાત્રે ખાતર પાડનાર.

Burglary, (બર્ગ્લરિ) *n.* A housebreaking by night in order to commit a felony: રાતની વખત ઘર ફાડવાનો–ખાતર પાડવાનો અપરાધ.

Burgo-master, (બર્ગો–માસ્ટર્) *n.* A burghmaster: કોટવાલ; નગરાધ્યક્ષ. 2. An aquatic bird: એક જાતનું જલચર પક્ષી.

Burgundy, (બર્ગન્ડિ) *n.* A superior kind of wine: એક જાતનો ઉત્તમ દારૂ.

Burial, (બેરિઅલ્) *n.* (*a*) The act of burying; interment: દાટવું તે; ભૂમિદાહ; દફન. 2. A burying place: સ્મશાન; મશાણ; કબરસ્તાન; દફનગાહ.

Burlesque, (બર્લેસ્ક્) *a.* Jocular; ironical: હાસ્યજનક; હાસ્યરસોત્પાદક; મશ્કરી ભરેલું. *n.* Ludicrous representation; satire: મશ્કરી; ટોલ; પરિહાસ. 2. An ironical composition: હાસ્યજનક વર્ણન; હસવું લાવે એવું કોઈ વિષયનું વર્ણન. 3. A ludicrous imitation; a caricature: મશ્કરી ભરેલી નકલ; હાસ્યજનક ચિત્ર. *vt.* To turn into ridicule: હસવું આવે એવી નકલ ક૦; હાસ્યજનક ભાષણ ક૦.

Burly, (બર્લિ) *a.* Full in figure; stout; lusty: મ્હોટું; કદાવર; જબરૂ. 2. Coarse & rough; boisterous: અસભ્ય; ઘરપચિયું; ધાંધલિયું.

Burn, (બર્ન્) *vt.* (*imp.* & *pp.* **burned** or **burnt.**) To consume with fire: બાલવું; બાલીને ભસ્મ–ખાખ ક૦. 2. To injure by fire or heat; to dry up: દઝાડવું; તપવવું; તાપથી સુકવી નાંખવું–કોરૂ ક૦. 3. To submit to the action of heat or fire; to harden: શેકવું; ભુંજવું; પકવવું. 4. To produce sensation akin to that of heat or fire; to excite animal heat in: અગન, લાય બલવી; આગ ઉઠવી–બલવી; દાઝવું; ઝાલ–જવાલા ઉઠવી; ચચણવું; ધમધમાટ ક૦. 5. To canterize: ડામવું; દઝાડવું. *To* **b.** *to-gether:* સાંધવુ; સંધાડવું; ઝાલવું; એકત્ર કરી દેવું. *To* **b.** *one's fingers:* અણધારી મુશીબતમાં આવી પડવું. *To* **b.** *out:* બાલીને ખાખ–ભસ્મ–કોયલો ક૦; જડમૂલ કાઢવું. *To be burnt out of house & home:* બલવાથી–આગ લાગવાથી ઘર વિ૦ મૂકી નાસી ભાગવું. *To* **b.** *up*, to consume entirely: બધું–તમામ–આખુ બલી જવું;–ખાખ થઈ જવી. *vi.* To be on fire; to flame: બલવું; સલગવું; લાગવું. 2. To suffer from, or be injured by, an excess of heat: દાઝી જવું; બલી જવું. 3. To shine; to sparkle: ચલકવું; ઝગઝગવું; તગતગવું. 4. To be in a state of strong passion or desire: બલ્યાં ક૦; બલવું; ધીકવું; તલસવું. 5. To act or rage with destructive violence: ધમધોકાર–ચાલવું; ધાણ કાઢવો. 6. To feel excess of heat: બલત્રા–આગ–અગન લાગવી; આગથી ફરફડવું. 7. To be akin to fire in the effect: દાઝવું; અગન ઉઠવી; બલવું; ચચરવું. *n.* A hurt or injury caused by the action of fire: ચપકો; ડામ; છાગરો. 2. The operation of burning, as in brick-making: પકવવું તે.

Burn, (બર્ન્) *n.* A small stream; a brook: વેહેલિયું; નાલુ; નાની નદી.

Burner, (બર્નર્) *n.* A person who sets fire to anything: બાલનાર; સલગાવનાર; દાહક; દાહકર્ત્તા. 2. An appendage to a lamp to promote combustion: બત્તી સારી બાલવા મૂકેલું સાંધણ; મોઢીયું.

Burning, (બર્નિન્ગ્) *n.* Combustion: ઝાલ; આગ; દાહ; જુસ્સો; ઝણઝણાટ; જવાલા. *a.* Very hot: અતિશય ગરમ; બાલી નાંખે એવું; પ્રચંડ; ધગધગતું. 2. Powerful: અતિશય; જબરૂ.

Burning-glass, (બર્નિન્ગ્-ગ્લૅસ્) *n.* A convex lens for producing an intense heat by converging the sun's rays to a focus: આગિયો કાચ; સૂર્યકાંત.

Burnish, (બર્નિશ્) *vt.* To make smooth & bright; to polish: ઓપવું; ઘસીને ચલકતું ક૦; સિકલ ક૦. 2. To render bright: તેજ મારતું ક૦. *vi.* To grow full & plump: તાજું; રૂષ્ટપુષ્ટ થવું; વલવું (શરીર).

Burnisher, (બર્નિશર્) *n.* One who burnishes: ઓપનાર; સિકલીગર. 2. A tool used in smoothing: ઓપણી.

Burrow, (બરો) *n.* A whole in the ground made by rabbits, &c: બીલ; દર; કોતર; રાફડો. 2. Any heap of weeds or rubbish: કચરાનો ઢગલો. *vt.* To excavate a hole: દર–કોતર–પાડવું. 2. To hide: સંતાઈ–ભરાઈ–છુપાઈ જવું.

Bursar, (બર્સર્) *n.* [L. *bursa*, a purse.] A treasurer or cash-keeper: કિલ્લેદાર; ખજાનચી; તિજોરર; જામદાર. 2. A student to whom a stipend is paid: સ્કોલરશીપ લેનાર–નિમાણુકદાર વિદ્યાર્થી.

Burst, (બર્સ્ટ્) *n.* (*imp.* & *pp.* **burst.**) To fly or break open with force: જોરથી ફાટવું. 2. To issue or escape by sudden removal of obstacles: (usually with, *forth*, *out*, *away*, *into*, *upon*, &c.): છટકી જવું; છુટા થવું; જોરથી વહેવું–નિકલવું; તુટી પડવું; જોરથી ઉપર આવવું. 3. To rush in with violence: જોરથી અંદર ધુસવું–જવું. 4. To open as an abscess: ફાટવું; ફુટવું. *vt.* To break or rend by violence; to open suddenly: જોરથી તોડવું–ફોડવું; એકદમ ઉઘાડવું; ભાંજવું; ફાડવું. *n.* a sudden explosion: કાટકો; ધડાકો; કડાકો.

Burthen, (બર્ધન) *n.* &c. (See **Burden**).

Bury, (બેરિ) *vt.* To conceal by covering: દાટવું; ઓસવું; પુરવું; સંતાડવું; છુપાવવું; ઢાંકવું. 2. To inter with funeral ceremonies: ભૂમિદાહ–સંસ્કાર ક૦; ગાડવું; દાટવું; દફનાવવું. 3. To put away finally; to hide in oblivion: વિસારે પાડવું–મૂકવું; ઓલવવું; ભુલી જવું; અંત લાવવો; શમાવવું. 4. To conceal or withdraw in retirement: એકાંતમાં જઈ રહેવું. *To* **b.** *the hatchet:* લડાઈનાં હથિયાર મૂકી, બધું વિસારે નાખી સલાહ ક૦.

Burying-ground-place, (બેરિંગ્-ગ્રાઉન્ડ-પ્લેસ્) *n.* A grave-yard, a church-yard: સ્મશાનભૂમિ; મશાણ; કબરસ્તાન; દફનઘાહ.

Bush, (બુશ્) *n.* A thicket: ઝાડી. 2. A shrub with branches rising from or near the roof: ઝાડવું; ઝાડવાં.

Bushel, (બુશેલ્) *n.* A dry measure, containing four pecks or eight gallons: ચાર પેક કે આઠ ગેલનનું માપ. 2. A vessel of the capacity of a bushel: બુશલ માય એવા માપનું વાસણ. 3.A large quantity: ઢગલો; જથો; ઢગ.

Bushy, (બુશિ) *a.* Full of branches: ભરાઉ; ગુચ્છાદાર; જાડું. 2. Full of bushes: ઝાડવાંવાળું.

Business, (બિઝનેસ્) *n.* Employment; occupation: ધંધો; ઉદ્યમ; રોજગાર; કામ. 2. A mercantile transaction: વેપાર રોજગાર; વ્યવહાર. 3. Concern; occasion: પ્રયોજન; કારણ; હેતુ. 4. Affair; transaction: કામકાજ; વાત; ખટરાગ; કામ. 5. Duty; province: ફરજ; કામ; ધર્મ. 6. Profession; art: રોજગાર; કસબ; વૃત્તિ.

Buskin, (બસ્કિન્) *n.* A covering for the foot: ઉંચી ખડીના અડધા જોડા. 2. A tragedy: કરૂણારસ નાટક; કરૂણારસાત્મક બનાવ.

Buss, (બસ્) *n.* [L. *basium*, kiss]. A kiss: માન આપવા લીધેલી ચુમી–ખચ્ચી–બોકી. 2.A small vessel, of from 50 to 70 tons: ૫૦ થી ૭૦ ટન બોજો રહે એવું નહાનું વહાણ. *vt.* To kiss: ખચ્ચી–ચુંબન ક૦; ચુમી લેવી.

Bust, (બસ્ટ્) *n.* A piece of statuary representing the upper part of human figure including the head, shoulders & breast: માથાથી છાતી અથવા કંમર સુધીનું માણસનું પુતળું. 2. The chest or thorax: છાતી.

Bustle, (બસલ્) *vi.* To stir quickly: ધામધુમ–ગરબડ–ધાંધલ ક૦. *n.* Great stir: ધાંધલ; ધામધુમ; ગરબડાટ; કોલાહલ.

Busy, (બિઝિ) *a.* Full of business; occupied with employment: ઉદ્યોગી; મહેનતુ; વ્યવસાયી; ઉદ્યમી; કામે લાગેલું; રોકાયલું. 2. Constantly active; restless: ઘણુ ઉદ્યોગી; આરામ વિનાનું. 3. Officious; vexatious: ઘાલમેલીયું; માથુ મારતું; ખટપટીયું. *vt.* To employ; to occupy: કામમાં રોકવું; મંડવું.

Busy-body, (બિઝિ બૉડિ) *n.* A meddling person: ઘાલમેલિયો; ખટપટીઓ; બીજાના કામમાં માથુ મારનાર.

But, (બટ્) *prep.* & *conj.* Except; besides; save: શિવાય; વિના; વળી; ફકત. 2. Save that; were it not that: નહોત તો; શિવાય. 3. Only; solely; માત્ર; ફકત; કેવલ. 4. On the other hand; still; however; never the less; further: પણ; તોપણ; છતાંપણ; પરંતુ; અગર.

Butcher, (બુચેર્) *n.* One whose occupation is to kill animals for food: ખાટકી; કસાઈ. 2. A slaughterer: નિર્દય–ઘાતકી માણસ; મારો. (ખોરાક માટે) *vt.* To kill as animals for food: કાપવું; જબે–હલાલ ક૦. 2. To murder in a barbarous manner: નિર્દયપણે મારી નાંખવું; ખૂન ક૦.

Butchery, (બુચરિ) *n.* The business of a butcher: કસાઈ–ખાટકીનો ધંધો. 2. Murder; great slaughter: ખુનરેજી; કાપાકાપી. 3. A shambles; a slaughter-house: કસાઈવાડો–ખાતું.

But-end, (બટ્–એન્ડ્) *n.* The blunt end of a thing: કોઈ ચીજનો ખુંડો–જાડો છેડો; (of a musket): બંદુકનું કુંદું.

Butler, (બટલર્) *n.* A servant whose principal business is to take charge of the liquors, plate, &c: બુટલેર.

Butt, but, (બટ્) *n.* An end; a limit: છેડો; હદ; સીમા. 2. A mark to be shot at: નિશાન; ચોટ; નેમ. 3. The person at whom ridicule, jest, &c., is directed: જેની મજાક–મસ્કરી–થતી હોય તે; રમકડું. 4. A push or thrust given by the head of an animal: માથુ–ગોથું મારવું તે; ગોથું; ટક્કર. 5. A thrust in fencing: (પટા–ખેલતાં) ચોટ. 6. A large cask: પીપ. 7. The end of a plank: પાટિયાના છેડા. 8. A hinge made of two metal plates: મજાગરો. 9. A short piece of land left unplowed at the end of a field: સીમા; સીમાડો. *vi* & *vt.* To terminate; to be bounded: સીમા–હદ બાંધવી. 2. To strike by thrusting the head forward: માથુ–ગોથું–મારવું; ટક્કર મારવી–લડવી.

Butter, (બટર્) *n.* [L. *butyrum.*] An oily, unctuous substance obtained from cream or milk by churning: માખણ; મસ્કો. 2. Any substance resembling butter: કોઈપણ ચિકણો પદાર્થ. *vt.* To cover or spread with butter: માખણ લગાડવું–ચોપડવું. *Clarified* **b.**: ઘી; ઘૃત.

Butter-fly, (બટર્–ફ્લાઈ) *n.* A kind of winged insect: પતંગિયું; પોપટી.

Butter-milk, (બટર્–મિલ્ક) *n.* The milk that remains after the butter is separated from it: છાસ; તાક; તક્ર.

Buttery, (બટરિ) *a.* Having the qualities, consistence or appearance, of butter: માખણ જેવું; ચિકાસવાળું. *n.* An apartment in a house where butter, milk, &c., are kept: માખણ વિગેરે રાખવાની કોટડી–ઓરડી. 2. A room in some colleges where refreshments are kept for sale to students: કોલેજમાં છોકરા માટે નાસ્તો વેચવાની કોટડી. 3. A cellar in which butts of wine are kept: દારૂનાં પીપ રાખવાનું ભોંયરૂં.

Buttock, (બટૉક્) *n.* The rump or protuberant part of the body behind: કુલું; ધગડું; ઢગરૂં; નિતંબ.

Button, (બટન્) *n.* A knot; a small ball: બહાર પડતી ગાંઠ; લખોટી. 2. A catch of various forms: બટન; બોરિયું; ડોરણું; અટકણ. 3. A bud; a germ of a plant: કળી; ફણગો. 4. A flat & elongated piece of wood turning on a nail to fasten doors, &c: ઉલાળી. *To hold up by the* **b.**: થાકતા સુધી વાતમાં રોકવું. *vt.* To fasten with a button: બોરિયાં ઘાલવાં–ભેરવવાં.

Button-hole, (બટન્–હોલ્) *n.* The hole in which button is caught: બોરિયાં ભેરવવાનું કાણું; નાકું; ગાજ.

Buttress, (બટ્રેસ્) *n.* A prop; a support to the exterior of a wall: પુશ્તો; ટેકો. *vt.* To prop: ટેકો દેવો.

Buxom, (બકસમ્) *a.* Yielding; pliable: આજ્ઞાધીન; નરમ; ગરીબ. 2. Brisk; jolly: ચપલ; ખુશમિજાજી; રંગીલું.

Buy, (બાઈ) *vt.* (*imp.* & *pp.* **bought**). To purchase: વેચાતું લેવું; ખરીદવું; વ્હોરવું. 2. To procure by a consideration, deemed worth the thing bought: થી મેળવવું–પ્રાપ્ત ક૦. 3. To bribe: લાંચ આપવી; ચાંપવું. *To* **b.** *off*, (*a*) to influence to compliance: મનમનાવવું; સમજાવવું.(*b*)To detach by a consideration given:લાંચઆપી તરફેણમાં લેવું. ફોડવું. *To* **b.** *out*: તરફ લેઈ જુદું પાડવું. *To* **b.** *in*, to purchase stock in any fund, &c: શેર ખરીદવા–રાખવા. *To* **b.** *on credit*: ઉધાર લેવું–ખરીદવું. *vi.*To negotiate about a purchase: વેચાણ ઠરાવવું.

Buyer, (બાયર) *n.* ખરીદદાર;વેચાતું લેનાર–રાખનાર.

Buzz, (બઝ્) *vi.* To make a low, continuous humming sound: ગણગણવું; ગુણગુણ ક૦. *vt.* To sound forth: ગણગણાટ કરી જણાવવું. 2. To whisper: ગુપચુપ જાહેર ક૦–ખબર ક૦. *n.*A continuous humming noise: ગણગણાટ;ગુંજાર. 2.A whisper; a report spread cautiously: છુપી વાત.

Buzzard, (બઝર્ડ્) *n.* [L. *buteo*, a falcon.] A bird of prey of the falcon family: એક જાતનું બાજ પક્ષી. 2. A dunce: મૂર્ખ; અનાડી; ઠોઠ; ઉલ્લુ.

By, (બાઈ) *prep.*Next to; not far from:પાસે;નજીક;લગોલગ; બાજુએ. 2. Near to in motion, past: આગલ–પાસે થઇને. 3. Through means of; with aid of: વડે; થી; લીધે; પ્રમાણે. 4. According to; after: પ્રમાણે; મુજબ. 5.At the rate of; in measure or quantity of: ભાવે; દરથી. *By & by*, (*a*) immediately; at once (*obs.*):તરતજ; એકદમ. (*b*) Presently; pretty soon: આસ્તે આસ્તે; ધીમે ધીમે; રહેતે રહેતે; હાલ; વેલાસર. *Day* **b.** *day*: દિનપર દિન; દિવસ જતે. **b.** *degrees*: હલવે હલવે; ધીમે ધીમે. **b.** *no means*:મુદ્દલ–બિલકુલ નહિ;કદિ નહિ. *adv.* Near; present: ની પાસે;હાજર.As,there was no person *by* at the time: તે વખત કોઈ હાજર હતું નહિ. 2. Passing near, over: થઇને જતું. 3. Aside: કોરે; અલગું; વેગલું.

By-Bye,(બાઈ) *n.*A thing not directly aimed at; an object by the way: વચમાં મલેલી વસ્તુ; અલપ્રાઉ–હરકોઇ ચીજ. **by** the **bye**, in passing; apropos to the matter in hand: પ્રસ્તુત અવસરમાં; વલી: બીજું.

By-corner, (બાઈકૉર્નર્) *n.* A private corner: [આડખુણો; ચોરખુણો.

By-design-end, (બાઈ-ડિઝાઈન-ઍન્ડ્) *n.* An incidental purpose; secret purpose:ખાનગી કામ; સ્વાર્થ; છુપી મતલબ.

By-expenses, (બાઈ-ઍકસ્પૅન્સીસ્) *n.* Out of way expenses:ઉપલગ ખર્ચ.

By-gone, (બાઈ-ગૉન્) *a.* Past; gone by: ગત; ગુજરેલું. *n.* Something gone by; a past event: ગઈ ગુજરી વાત.

By-lane, (બાઈલેન્)*n.* A private lane; one out of the usual road:ગલી; શેરી; આડો રસ્તો.

By-law,(બાઈ-લૉ)*n.*A local or subordinate law: પેટા કાયદો;પેટા ધારો;ગામ-કસ્બાનો કાયદો.

By-name,(બાઈ-નેમ્)*n.*A nickname:અડક;આડનામ;ઉપનામ.

By-path-road-way,(બાઈ-પૅથ્-રોડ્-ઉવે)*n.* A private path; an obscure way: આડો રસ્તો; ગલીકુંચી; ચોરવાટ; આડવાટ.

Byssine, (બાઇસ્સિન્) [L. *byssus*, fine flax.] Made of silk: રેશમનું બનાવેલું; રેશમી.

By-stander,(બાઇ-સ્ટૅન્ડર્)*n.*One who stands near; a spectator: પાસે ઉભેલું; તમાસગીર.

By-word, (બાઈ-ઉવર્ડ્) A common saying; a proverb: કેહેણી; કહેવત.

C.

C, (ક્-સ્) The 3rd letter of the English alphabet: અંગ્રેજી મુલાક્ષરમાં ત્રીજો વર્ણ; એનાં સામાન્ય બે ઉચ્ચાર છે "ક્" અને "સ્"; a, u, l, r, s, t ની પૂર્વે અને છેડે એનો ક ઉચ્ચાર થાય છે અને e, i, y ની પૂર્વે સ્ થાય છે. ch ના ચ્, છ્ અને ષ્ એવા ત્રણ ઉચ્ચાર થાય છે. 2. A Roman numeral denoting 100: પ્રાચીન રોમન લોકમાં સોનો આંકડો.

Cab, (કૅબ્)*n.* A covered carriage with two or four wheels:એક જાતની બે કિંવા ચાર પૈડાંની ઘોડાગાડી.

Cabal, (કૅબૅલ્) *n.* A number of persons united in some secret intrigue; a junto: છાની મસલત કરનારી ટોલી. 2. Secret artifice; intrigue: તરકટ; કાવતરૂં; ખટપટ; જાલ. *vi.* To plot; to conspire: ખટપટ–કાવતરૂં ક૦; મસલત ક૦.

Cabbage, (કૅબેજ્) *n.*[L. *caput*, the head.] A culinary vegetable: કોબી; કોબીજ. 2.Cloth purloined by one who cuts out garments: લુગડાં વેતરનારે ચોરેલું કપડું. *vt.* To embezzle, as pieces of cloth in cutting out clothes:વેતરતાં લુગડું ચોરવું.

Cabin, (કૅબિન્) *n.* (Fr.) A small room: કોટડી; ઓરડી; ઓલી. 2. A cottage; hut: ઝુંપડું; છાપરી; ખોરડું. 3. Any covered place; tent; shed:તંબુ; માંડવો; રાવઠી. 4. An apartment in a ship: વહાણમાં ઉતારૂઓ સારૂ ઓરડી; કેબિન. *vi.* To live in a cabin: ઓરડીમાં રહેવું. *vt.*To confine in a cabin: ગોંધવું; પુરવું; ઘાલવું.

Cabinet, (કૅબિનેટ્) *n.* A closet: નાની–એકાંત ઓરડી. 2. A Private room for holding consultations: મસલત કરવાનો એલાહેદો ઓરડો; મસલતખાનું. 3. The collective body of ministers of state: મંત્રીમંડલ–મંડલી; સલાહકાર મંડલ. 4. A box with drawers: કબાટ; ખાનાદાર પેટી. 5. A casket or close room for jewels: દાગીના વિ૦ રાખવાનું ગુપ્તસ્થલ; વકોરો. 6. A hut: ઝુપડું; છાપરૂં.

Cable, (કેબલ્) *n.* [L.*captum*, a rope.] A large strong rope or chain: સાંકલ; લંગરદોર; દોરડું. **C.**'s *length:* દોર જેટલી લંબાઈ; ૭૨૦ ફીટ. *To pay out or to veer out the* **C.**: દોરને ઢીલો મુકી સરકવા દેવો. *To serve the* **C.**: દોરથી બાંધવું. *vt.*To fasten with a **C.**: દોરથી બાંધવું. 2.To cut in imitation of a rope:થાંભલામાં દોરડાના આકારનું કોતર કામ ક૦.

Cabriolet,(કૅબ્રિઓલે)*n.*[L.*caper*, a he-goat.] A kind of pleasure carriage: છત્રીવાલી ઘોડાગાડી.

Cach, (કૅક્)*vi.* [L. *cacao.*]To ease the body by stool: ઝાડે ફરી શરીરને સુખી ક૦; દસ્તથી શરીરને ઠીક ક૦. 2. To go to stool: ઝાડે ફરવા જવું.

Cackle, (કૅકલ્) *vi.* To make a sharp broken sound: હંસ અથવા મરઘીની પેઠે અવાજ ક૦. 2. To laugh with a sharp, broken noise; to gigle: ખડખડ હસવું; ખીખી હસવું. 3. To talk in a silly manner:બકબક–બકવા ક૦;લવારો ક૦.*n.*The broken noise of a goose or hen: હંસશબ્દ–ધ્વનિ; હંસનાદ. 2. Silly prattle: લવારો; ટાયલું; બકબક; લવલવ.

Cackling, (કૅકિલંગ્) See **Cackle** *n.*

Cacophony, (કૅકૉફેનિ) *n.* [Gr. *kakos*, bad, & *phone*, sound.] An uncouth or disagreeable sound of word: કઠોર ઉચ્ચાર; કુશોચ્ચાર. 2. A bad voice: ખરાબ–ખદલાઈ ગએલો ઘાંટો.

Cactus, (કૅક્ટસ્) *n.* A kind of prickly plant: કંટાલ થુવર; થોર.

Cad, (કૅડ) *n.* The conductor of an omnibus: ઓમનીબસ નામની ગાડી ચલાવનાર માણસ. 2.(*a*) A messenger. (*b*)An errand-boy:કાસદ;દુત;જાસુસ; હલકારો; ગલીકુંચીઓએ રઝલતો છોકરો–પોરીઓ.

Cadaver, (કૅડૅવર્) *n.* [L. *cado*, I fall.] A corpse: મડદું; શબ; લાસ.

Cadaverous, (કૅડૅવરસ્) *a.* Pertaining to a dead body: શબ–લાસ–મડદાનું–સંબંધી.2.Having the appearance of a dead body; pale;ghastly: મડદા જેવા ફિકા રંગનું; નિસ્તેજ.

Caddy, (કૅડિ)*n.*A small box for keeping tea: ચાહ રાખવાની નાની પેટી–ડબ્બો.

Cadence, (કેડેન્સ્) *n.* [L. *cado*, I fall.] The sinking or declining, of the sun: (સૂર્યનું) નીચું ઉતરવું–અસ્ત–થવું તે. 2. A fall of the voice in reading: વાંચતાં વાકયને છેડે ઘાંટો નીચો ઉતારવો તે; સ્વરપાત. 3. A regular modulation of sound: સ્વરની નિયમસર ચઢ ઉતર. 4. A just proportion observed by a horse in his motion: ઘોડાની એક સરખી ચાલ; રવાલ. 5. The descent: વંશ;કુલ; ઓલાદ. 6. A uniform time & pace in marching: કુચમાં એકસરખી ચાલ તથા વખત. 7. A pause at the end of an air: રાગને છેડે લેવાતો જરા વિસામો. *vt.* To regulate by musical measure: સુર મેલવવો; તાલમાં લાવવું.

Cadet, (કૅડેટ્)*n.* [Fr.](*a*)The younger of two brothers: બે ભાઈમાંનો નાનો ભાઈ. (*b*)The youngest son: સહુથી નાનો દિકરો–પુત્ર. 2. (*Mil.*) (*a*) A gentleman carrying arms in a regiment as a private man with a view to acquire commisson: લશ્કરમાં અમલદારની જગા લેવા ઉમેદવારી કરનાર ગૃહસ્થ. (*b*)A young man in a military school: યુદ્ધશાલાનો વિદ્યાર્થી.

Cadi, (કૅડિ) *n.* A judge in civil affairs among the Turks; hence a judge of a village: ન્યાયાધીશ; કાજી; કોટવાલ.

Cadjan, (કૅડ્જન્) *n.* ઝાવલી; ઝાપ.

Cag, (કૅગ્) *n.* A small cask or barrel:નાનું પીપ.

Cage, (કેજ્)*n.*[L.*cavea*, a cavity.] An inclosure formed of wire, twigs, etc., for confining birds or beasts: પાંજરૂ; પીંજરૂં. 2. A prison for criminals: બંધીખાનું; કેદખાનું. 3.*vt.* To confine: પાંજરામાં ઘાલવું; પુરવું; કેદ ક૦.

Caitiff,(કેટિફ્) *n.* [L. *capio*, I take.] A mean villain; a despicable knave: હરામખોર; હરામી; ચંડાલ. 2. A captive: કેદી. *a.* Vile: ચંડાલ;નીચ; ઘાતકી; હરામી; દુષ્ટ; પાપી; લુચ્ચો.

Cajole, (કૅજોલ્) *vt.* To deceive by flattery; to coax: ફોસલાવવું; પટાવવું;સમજાવી લેવું;સવાસલાં ક૦.

Cajolement,(કૅજોલ્મેન્ટ્) } *n.* Coaxing lan-
Cajolery, (કૅજોલરિ) } guage; a wheedling: પટામણું; સવાસલું; ખુશામત; મસ્કો.

Cake, (કેક્) *n.* A composition of flour, butter, sugar, etc., baked into a small round mass: પુરી; ચાનકી; ચોપડું; કેક. 2. Anything in form a cake, as of a soap: ગોલો; ગોટો; ગઠ્ઠો; ઢેપ; છાણું. *vt.* & *vi.* To form into a mass: બાંધવું–બંધાવું.

Calabash, (કૅલૅબૅશ્)*n.* The fruit of the calabash-tree: દુધી; તુંબડું. 2. Vessel made from gourd: તુંબડી–ડું.

Calaboose, (કૅલૅબુઝ્) *n.* A prison; a jail: કેદખાનું; તુરંગ; જેલ.

Calamitous, (કૅલૅમિટસ્) *a.* Miserable: દુ:ખભરેલું;વિપત્તિનું;આપ્દતનું.2. Disastrous: દુ:ખદાયક–જનક; દુ:ખદ; અનિષ્ટકારક. 3. Involved in distress; wretched: દુ:ખી; દુ:ખગ્રસ્ત; કમબખ્ત; હાલબેહાલ.

Calamity, (કૅલૅમિટિ)*n.* [L. *cado*,I fall.] Any great misfortune; disaster: સંકટ;આફત;આપત્તિ; વિપત્તિ; આપદા; ગજબ; અનર્થ; પીડા.

Calcareous, (કૅલ્કેરિઅસ્) *a.*[L. *calcarius*,pertaining to lime.]Consisting of, or containing carbonic of lime: ચૂનાનો ગુણ ધરાવતું.

Calcine,(કૅલ્સાઈન્) *vt.*[L. *Calx*, lime.] To reduce to powder by the action of heat: બાલીને રાખ ક૦; ભસ્મ ક૦. 2. To oxidize (as a metal): આકસાઈડનું રૂપ આપવું;ધાતુની ખાખ–ભસ્મ ક૦; મારવું. *vt.* To be converted into powder: ખાખ–ભસ્મ થઈ જવી.

Calculable,(કૅલ્કયૂલેબલ્) *a.* Capable of being calculated: ગણી શકાય–ગણત્રી થાય એવું.

Calculate,(કૅલ્કયૂલેટ્)*vt.* [L. *Calculus*, a pebble.] To compute; to reckon: ગણવું;હિસાબ ક૦. 2.To ascertain by reckoning:ગણિતથી નક્કી ક૦–લેવું. 3. To adjust by computation: યોજવું; રચવું. *vi.* To estimate: સુમાર કાઢવો; ગણવું; ગણતી ક૦; ધારવું; વિચારવું.

Calculation, (કૅલ્કયૂલેશન્) *n.* Computation; reckoning:હિસાબ;ગણતરી; અડસટ્ટો; સુમાર; યોજના; અજમાયશ; આંકડો; ખ્યાલ.

Calculative,(કૅલ્કયૂલેટિવ્) *a.* Tending to calculate:હિસાબ ગણી કામ કરનારો;ગણત્રીબાજ.2. Pertaining to calculation: ગણત્રિનું–ના સંબંધી.

Calculous, (કૅલ્કયૂલસ્) *a.* Like stone; hard: પથ્થરના જેવું; કઠણ.

Calculus, (કૅલ્કયૂલસ્) *n.* *pl.* **calculi.** [L. *Calculus*, a pebble.] Any hard concretion, formed in the bladder, kidneys, etc: પેટમાં પાકતી પથારી; પથરી.

Caldron,(કૉલ્ડ્રન્)*n.* [L. *caleo*, I am warm.]A large kettle or boiler: દેગ; દેગડો; ચરૂ.

Calendar, (કૅલેન્ડર્) *n.* [L. *calendarium*, an account book.] An almanac: પંચાંગ; ટીપણું. 2. An orderly list of persons or things: ફેરીસ્ત; કોષ્ટક; ક્રમવાર નોંધ; યાદ; પત્રક. **C.** *month*, solar months:સૌરમાસ. *vt.* To register or enlist: નોંધી લેવું; પત્રક–યાદમાં દાખલ ક૦.

Calender,(કૅલેન્ડર્)*n.* [L. *caleo*, I am hot.]A machine or hot press, used to press cloths, paper, etc.: કાપડ અથવા કાગલને દાબી–ઘુંટીને સફાઈ–ઝલેહ લાવવાનું ઓજાર;કુન્ડી;ઘુંટો;અસ્તરી. 2. One having the business of calendering: કુન્દીકર; અસ્તરી કરનાર. *vt.* To press between rollers to make smooth & wavy: સફાઈ–ઝલેહ આણવા માટે દાબવું; કુન્દી ક૦; ધુંટો દેવો; અસ્તરી ક૦.

Calf, (કાંફ્) *n. pl.* **calves.** The young of the cow or of the bovine genus: વાછરડો–ડી–ડું; પાડું. 2. A stupid person; a dolt: જડ–મંદ બુદ્ધિનું માણસ; મૂઢ; મૂર્ખ; પથરો. 3. Fleshy part of leg behind; below the knee: ઢીંચણ નીચે પગની પાછલનો માંસવાલો ભાગ; ટેઢું.

Calibre, (કૅલિબર્) *n.* [L. *qua, libra*, of what weight.] The weight of a gun or cannon-ball: તોપના ગોલા અથવા બંદુકનું વજન. 2. The diameter of the bore of a gun or cannon: તોપ–બંદુકના મોંનો ગાલો; ગર્ભસૂત્ર. 3. The diameter of any round body: ગોલ વસ્તુનો વ્યાસ; ગર્ભસૂત્ર. 4. Compass of mind: પહોંચ; મનની શક્તિ; બુદ્ધિ.

Calico, (કૅલિકો) Plain white cloth of cotton: એક જાતનું સુતરાઉ સાદું કાપડ; કલીકો. 2. Printed cotton cloth: છીંટ.

Calid, (કૅલિડ્) *a.* [L. *caleo*, I am hot.] Burning; ardent: ગરમ; ધગધગતું; જલદ.

Caligraphy, (કૅલિગ્રૅફિ) *n.* [Gr. *kalos*, beautiful & *grapho*, I write.] Fair or elegant penmanship: સુંદર અક્ષર–લખાણ; લેખ; સુંદરલિપિ; કલમ સફાઈ.

Calk, (કૉક્) *vt.* [Fr.] To drive oakum into the seams of a ship, to render them water tight: (વહાણના) સાંધામાં કાથાના છુંછા ઘાલી મજબુત કરવાં; વહાણને કઝલાત ક૦. 2. [L. *calx*, heel.] To furnish the shoes, with pointed iron: (ઘોડાની ખરીને, જોડાને) ખીલા–નાલ જડવા. *n.* A pointed iron on a horse shoe: ઘોડાની નાલ ઉપરનો ખીલો. 2. A piece of iron on the sole of boot: જોડાની નાલ.

Call, (કૉલ્) *vt.* [L. *Calo*, I talk.] To invite or command to come: તેડવું; બોલાવવું; સાદ ક૦; હાક મારવી. 2. (*a*) To summon; to convoke: જમાવવું; મેલવવું; ભેગું ક૦; and hence (*b*) to give a name to; to name: નામ આપવું–દેવું; કહેવું. 3. To designate: નીમવું; ઠરાવવું. 4. To utter aloud: પોકારવું; હાંક મારવી; બુમ પાડવી. 5. To appeal to: અરજ ક૦; મદદ માગવી. *To* **c.** *back*: રદ ક૦; પાછુ ફેરવવું–વાલવું. *To* **c.** *for*: માંગવું; મંગાવવું; દાવો ક૦; ઘટિત–જરૂરનું–પાત્ર હોવું. *To* **c.** *forth*: વાપરવું; ખરચવું; કામે લગાડવું. *To* **c.** *in*, (*a*): વસુલ ક૦; સંકેલી લેવું. (*b*) ચલણમાંથી પાછું ખેંચી લેવું; લઈ લેવું. (*c*) ભેગુ ક૦; તેડવું. *To* **c.** *off*: મન ખશેડવું–ઉઠાવી લેવું; –માંથી કાઢી લેવું; કામમાંથી બોલાવી લેવું. *To* **c.** *out*: લડાઈ માગવી; લઢવાને બોલાવવું–આમંત્રણ ક૦. *To* **c.** *up*: મન–નજર આગલ લાવવું–ખડુ ક૦; વાદવિવાદ થવા સારૂ–તકરાર માટે રજુ ક૦; અમલમાં લાવવું. *To* **c.** *a spade a spade*: ખરેખરૂં કહી દેવું. *To* **c.** *in question*: શકમંદ હોવું; વાંધો લેવો–ઉઠાવવો–તકરાર ક૦. *vi.* To cry out; to address by name: બુમ પાડવી; હાંક મારવી; બોલાવવું. 2. (*at*) To make a short visit: આવવું; જવું; મલવા જવું–આવવું. 3. (*on or upon*) (*a*) To make a brief visit to: મલવા જવું–આવવું. (*b*) to solicit payment of: ઉઘરાણી ક૦; માગવું. (*c*) to pray to; to invoke: સ્તુતિ–પ્રાર્થના ક૦. *n.* A vocal address of summons or invitation: હાંક; તેડું; સાદ; આમંત્રણ; ઇજન. 2. A demand; requisition: ઉઘરાણી; માગણી. 3. Divine vocation: ઇશ્વરનું તેડું–હુકમ. 4. A brief visit or stay: મુલાકાત; મેલાપ. 5. Vocation; employment: ધંધો; કામ; ઉદ્યોગ.

Calligraphy, (કૅલિગ્રૅફિ) *n.* Same as **Caligraphy.**

Calling, (કૉલિન્ગ્) *p. n.* A naming; a summons: નામ દેવું–જવાબ મેલવવા માટે દરેક સભાસદનાં નામ બોલી જવાં તે. 2. Occupation; vocation: ઉદ્યમ; ધંધો; રોજગાર; કામધંધો. 3. A class of persons engaged in any profession: ધંધાદારી વર્ગ–સમાજ–સમૂહ. 4. Divine summons: ઈશ્વરી હુકમ–તેડું. 5. A name: નામ.

Callous, (કૅલસ્) *a.* [L. *callus*, hard.] Hardened; indurated: કઠણ; ગંઠાઈ ગએલું; બેહેર મારેલું; મુડદાલ; નિર્જીવ. 2. Unfeeling; insensible: કઠોર; નિર્દય; કઠણ; નફટ; બેફિકર; બેપરવા.

Callow, (કૅલો) *a.* [L. *calvus*, bald.] Destitute of feathers; naked: પિંછા વગરનું; પિંછારહિત; બોડું.

Calm, (કાંમ્) *a.* Serene; quiet: સ્થિર; શાંત; નિશ્ચલ. 2. Not agitated; tranquil: સ્વસ્થ; નિવૃત્ત; અવ્યગ્ર; ઠંડું; નચિંત. *n.* Placidity; stillness; tranquillity: સ્વસ્થ–સ્થિરપણું; શાંતિ; શાંતાવસ્થા; નિશ્ચલતા; શાંતચિત્તતા; ઠંડક. *vt.* To render quiet: શાંત પાડવું; સ્થિર ક૦. 2. To pacify; to compose: સ્વસ્થ ક૦; નિવૃત્ત ક૦; શમાવવું; ઠંડુ પાડવું.

Calmly, (કાંમ્લિ) *adv.* Quietly: ઠંડા મિજાજથી; શાંતપણે; ધીમે રહીને; ઠંડે પેટે.

Calmness, (કાંમ્નેસ્) *n.* Quietness: સ્થિરપણું; સ્થિરતા. 2. Sedateness; self-repose: શાંતિ; સ્વસ્થપણું; નિવૃત્તિ; શાંતબુદ્ધિ; શાંતતા.

Calomel, (કૅલોમેલ્) *n.* [Gr. *kalos*, good & *melas*, black.] A preparation of mercury: પારાની માત્રા; રસ કપુર.

Caloric, (કૅલૉરિક્) *n.* [L. *calor*, heat.] The principle of heat: ઉષ્ણતા; ગરમી; તેજ; ઉષ્ણતા. *a.* Pertaining to heat: ઉષ્ણતા સંબંધી.

Calorific, (કૅલૉરિફિક્) *a.* [L. *calor*, heat, & *facio*, I make.] Causing heat; heating: ઉષ્ણતાજનક–કારક; તાપજનક; દાહકારક.

Calumba, (કૅલમ્બૅ) *n.* A kind of root; used as a tonic; [called also *colombo* and *calombo*]: કલમકાચલી; કોલમ્બો.

Calumniate, (કૅલમ્નિએટ્) *vt.* [L. *calvor*, I devise tricks.] To accuse falsely; to slander: જુઠો આરોપ મુકવો; બોતાનું–બટ્ટો મૂકવો; આલ ચઢાવવું; બદનામ ક૦. *vi.* To utter calumnies: નિંદા–બદબોઈ ક૦.

Calumnious, (કૅલમ્નિઅસ્) *a.* Libellous: detractive: બદબોઇ ભરેલું; એબ લગાડે એવું; નિંદક; આબરૂને હાનિકારક.

Calumny, (કૅલમ્ની) *n.* Slander: તોહોમત; આલ; નિંદા; બદનામી; બદગોઈ; ગીબત.

Calve, (કાંવ્) *vi.* To bring forth a calf: વાછરડુ જણવું. 2. To produce offspring: વિયાવું; જણવું.

Calx, (કૅલ્કસ્) *n.* Eng. *pl.* **calxes.** L. *pl.* **calces.** [L. *calx*, a limestone.] Lime of chalk: કલીચુનો; સફેતો; ખાખ; ભસ્મ.

Calyx, (કૅલિક્સ્) *n.* Eng. *pl.* **calyxes.** L. *pl.*

calyces. The outer covering of a flower: ફુલનું ડીંટુ–ડીચકું.

Cambric, (કેમ્બ્રિક્)*n*.[L.*camaracum.*]A fine, thin & white fabric of flax: એક જાતનું શણનું ઝીણું સફેદ કપડું.

Camel, (કૅમલ્) *n*. [L. *camelus.*] A large quadruped in Asia & America for carrying burdens&for riding:(male)ઉંટ;(female)સાંઢણી.

Camel-backed,(કૅમલ્બૅક્ડ્)*a*.Hump-backed: ખુંધો.

Camelopard, (કૅમલોપાર્ડ્) *n*. [L. *camelus,* & *pardalis,* the female panther.] The giraffe: જીરાફ.

Camera-obscura, (કૅમરૅ-ઑબ્સ્કયૂરૅ) *n*. An instrument in which the images of external objects are thrown on a white surface: સૂરજના કિરણથી છબી–ફોટોગ્રાફ પાડવાનું યંત્ર.

Camlet, (કૅમ્લેટ્) *n*. Sometimes written **Camelot.** A stuff made of silk & wool,or camel's hair, or thread & wool: ઉન તથા રેશમની બનાવેલું કાપડ; કામળી.

Camp, (કૅમ્પ્)*n*.[L.*campus,* a field.] The spot on which tents of an army, etc., are erected: છાવણી; લશ્કરને રહેવાની જગા; પડાવ; મુકામ; ડેરો. 2. A collection of tents,huts, etc.:તંબુઓ–ઝુપડાંનો સમૂહ. 3. The whole body of army encamped: લશ્કર. *vt.* To afford lodging for: ઉતારો આપવો; મુકામ કરાવવો; છાવણી કરાવવી. *vi*.To pitch tents; to encamp: તંબુ ઠોકવા; મુકામ–છાવણી ક૦.

Campaign, (કૅમ્પેન્) *n*. An open field:ચોગાન: ખુલ્લું મેદાન; સપાટી. 2. The time during which an army keeps the field:લશ્કર જેટલી મુદત લડાઈ ઉપર રહે તેટલી મુદત; સ્વારી; સફર. *vi.* To serve in a campaign: લડવું; લડાઇમાં જવું.

Camphor, (કૅમ્ફર્) *n*. A solid concrete fragrant substance: કપુર;કપૂર.*vt*.See **Camphorate.**

Camphorate, (કૅમ્ફરેટ્) *vt.* To impregnate with camphor:કપુરવાળુ ક૦;કપુરનો ખવાસ આપવો; કપુર ભેળવો.*n*.A salt formed of camphoric acid: કપુરનો ક્ષાર.*a*. Impregnated with camphor:કપુરવાળું; કર્પૂરમય.

Can, (કૅન્) *v*. Began; used for *gan, began* in poetry:શરૂ કીધું;પ્રારંભ કીધો.*n*.[L.*canna*,a reed.] A cup or vessel: પ્યાલો; કાંસિયો; કટોરો. *vi. (imp.* **could.**) To be able; to have power:શકવું;શક્તિમાન હોવું; સમર્થ હોવું.*Cannot but:* થયા વગર રહે નહીં; (કર્યા) વગર ચાલેજ નહીં.

Canakin, (કૅનૅકિન્) *n*. [Dim. of can.]A little cup: નાનો પ્યાલો; કુલ્યું.

Canal, (કૅનૅલ્) *n*. [L. *canna,* a reed.] An artificial water course: નેહેર;નીક. 2.A duct in the body: નલ; નળી.

Canary,(કૅનેરિ)*a*.[L.*canis*,a dog.]Of Canary: કૅનેરી બેટનું.2.Of a yellowish color:પીળા રંગનું;પીળચટુ.*n*.Wine made in Canary Isles: કૅનેરી બેટનો દારૂ.2.A quickdance: એક જાતનો ઉતાવળો નાચ.

Cancel, (કૅન્સલ્)*vt*. [L. *cancello*,I strike out.] To obliterate; to blot out: ચેહેરી–છેકી–ભુસી નાંખવું;છેકવું;ભૂસવું–છેકા મારવો;રદ ક૦. 2. To revoke; to annual:રદ ક૦;પાછું ખેંચી લેવું. 3. To suppress & reprint, as a page: પાનું ફરીથી છાપવું.

Cancellation, (કૅન્સલેશન્) *n*. A cancelling: છેકો; ચેહેરી નાંખવું તે. 2. The operation of striking one common factors: છેદ ઉરાડવા તે; છેદ.

Cancer, (કૅન્સર્) *n*. [L. *cancer,* crab, ulcer.] The crab: કર્ક; કરચલો. 2.A sign of the zodiac, resembling a crab: કર્ક રાશિ. 3.A hard tumour resembling a crab: સખત ગાંઠ–ગુમડું; નાસુર.

Cancerous,(કૅન્સરસ્)*a*.Affected with cancer: નાસુરવાળું; સડો લાગેલું.

Candid, (કૅન્ડિડ્) *a*. [L. *candeo,* I am white.] Frank;ingenuous;open:નિષ્કપટી;નિખાલસ;પાકદિલનું;શુદ્ધમતિવાળું. 2. Impartial: નિષ્પક્ષપાતી;અદલ.

Candidate, (કૅન્ડિડેટ્)*n*.[L.*candidus,* white.] One who aspires to some office: ઉમેદવાર; પદાભિલાષી. 2. One who is proposed for an office: ઉમેદવારી કરનાર.

Candidacy, (કૅન્ડિડૅસિ)
Candidateship,(કૅન્ડિડેટ્શિપ્)
Candidature, (કૅન્ડિડેટ્યૂર્) } *n*. The position of a candidate: ઉમેદવારી; ઉમેદવારપણું.

Candidly, (કૅન્ડિડલિ) *adv.* Openly; frankly: ખુલ્લા મનથી; નિષ્કપટતાથી; મોકળા મનથી.

Candidness, (કૅન્ડિડ્નેસ્) *n*.See **candour.**

Candle, (કૅન્ડલ્) *n*. [L. *candeo,* I am white.] A cylindrical body of tallow,wax, &c., formed on a wick,for giving light: મિણબત્તિ મુમ્બતિ. 2. A light; a torch: બત્તી; દીવો; મશાલ.

Candlemas, (કૅન્ડલ્મૅસ્) *n*. A festival on the 2nd of February:ફેબ્રુઆરીની બીજી તારીખે થતો ઉત્સવ.

Candlestick, (કૅન્ડલ્સ્ટિક્) *n*. An instrument to hold a candle: દીવી; સમઈ; સમેદાની.

Candour, (કૅન્ડર્) *n*. [L. See **candid.**] Frankness; sincereness: નિખાલસપણું; સાફદિલી; નિષ્કપટતા; નિષ્પક્ષપાતપણું; અદલપણું.

Candy, (કૅન્ડિ) *vt.* To boil in sugar: ખાંડ પાવી; ખાંડ ભેળીને ઉકાળવું;ચાસ–ચાસણી પાવી. 2. To form into crystals: ગાંગડા બાઝે તેવું ક૦. *n*.A conserve or confection of sugar: મીઠાઈ.

Cane, (કેન્) *n*. [L. *canna,* reed.] Plant of several pieces: નેતરનો છોડવો; નેતર; શેલડી. 2. A reed; a walking stick: નેતર; સોટી; દંડો; લાકડી. 3. A lance or dart: ભાલો; તીર. 4. A measure of length: લંબાઈનું માપ. *Sugar* **c.**: શેલડી. *vt.* To beat with a cane: નેતર–સોટી મારવી. 2. To furnish with cane: નેતર ભરવી.

Cane-mill, (કેન્મિલ્) *n*. A mill for grinding sugar-canes: શેરડી પીલવાની ઘાણી; કોલું; કોલ.

Caninal,(કૅનાઈનલ્)
Canine, (કૅનાઈન્) } *a*. [L. *canis,* a dog.] Pertaining to or having the qualities of a dog: કુતરાનાજેવું; કુતરાનું; **c.** *appetite,* bulimia:અતિશય ભુખ; ભસ્મરોગ. **c.** *madness,* hydrophobia: હડકવા.**c.***teeth:* રાક્ષીઓ.

Canister, (કૅનિસ્ટર્) *n*. [L. *canistrum,* a basket.] A small basket of reeds: નેતર–વાંસની

ટોપલી–છાબડી;કંડીઓ;ડબો;ડબી. 2.A case for tea: ચાહ ભરવાની પેટી–ડબો.

Canker, (કૅન્ગ્કર્) *n.* [L. *cancer*, a crab.] An ulcer in a mouth: ચાંદી. 2.Anything that corrodes: સલો. 3. A disease of trees: સડો; સલો. 4. A kind of wild rose: જંગલી ગુલાબ. 5. A caterpillar: રેશમનો કીડો. *vt.* To corrode; to consume: સલી જાય–ખવાઈ જાય તેવું કo. 2. To infect: બગાડવું;રોગી કo.*vi.*To grow malignant: ખરાબ–ચેપી થવું. 2. To waste away: ખવાઈ જવું; સલી જવું.

Cankery, (કૅન્ગ્કરી) *a.* Rusty; corroded: ખવાઈ ગએલું; કટાએલું; શલેલું. 2. Unkind; surly: દ્વેષી; અદેખું; ચિડિયું.

Cannibal,(કૅનિબૅલ્)*n.*A man-eater:મનુષ્યાહારી માણસ;આદમ જાતનું માંસ ખાનાર માણસ; આદમખોર.

Cannibalism, (કૅનિબૅલિઝ્મ) *n.* The act or practice of eating human flesh; barbarity: મનુષ્યભક્ષણ; આદમખોરી.

Cannon, (કૅનન્) *n.* [L. *canna*, a reed.] A large piece of ordnance; a great gun: તોપ.

Cannonade, (કૅનનેડ્)*n.* An attack with cannon: તોપનો મારો. *vt.* & *vi.*To attack with cannon-shot: તોપનો મારો ચલાવવો.

Cannon-ball, (કૅનન્‌બૉલ્) *n.* A ball of cast iron for cannon: તોપનો ગોળો–ગોલી.

Cannoneer, (કૅનનીર્) *n.* One who manages cannon: ગોલંદાજ; તોપચી.

Canoe, (કૅનૂ) *n.* [Fr.] A boat hollowed out of the trunk of a tree or made of the bark: કોટિયું; હોડકું; હોડી.

Canon, (કૅનૉન્)*n.*[L. *cannon*, a rule.] A law; rule: કાયદો; નિયમ; ધારો; કાનૂન. 2. A rule of doctrine: ખ્રિસ્તિ ધર્મસભાનો ઠરાવ–ધારો. 3. The genuine books of the Holy Scriptures: ખ્રિસ્તિ ધર્મના અસલ ગ્રંથો. 4. A catalogue of saints canonized:ખ્રિસ્તિ સન્તોની નોંધ;સંતાવલિ.5.Akind of musical composition: એક જાતનો રાગ. 6. A dignitary of the church: ખ્રિસ્તિ ધર્મગુરૂ; ખ્રિસ્તિ ધર્મનો એક ધર્માધિકારી.

Canonic-cal, (કૅનૉનિક્-કૅલ્) *a.* According to the rule pertaining to a cannon: ધારા પ્રમાણે. યથાશાસ્ત્ર; કાયદાસર; વિધિયુક્ત.

Canonicals, (કૅનૉનિકલ્ઝ્) *n.pl.* The full dress of the clergy: પાદરી–ધર્મગુરૂનો પોશાક.

Canonist, (કૅનૉનિસ્ટ્) *n.*A professor of canon law: ધર્મના કાયદામાં પ્રવીણ; ધર્મશાસ્ત્રી.

Canonize,(કૅનૉનાઇઝ્)*vt.*To enroll in the canon as a saint: સંતની પંક્તિમાં નામ દાખલ કo.

Canopy, (કૅનોપિ) *n.* [L. *canopinm*, sofa.] A covering over the head or bed: છત્રી;મચ્છરદાની; ચંદની; ચંદરવો; છત.

Cant,(કૅન્ટ્) *vt.*[L. *Cano*, I sing.] To incline or pitch forward:નમાવવું–વાંકું વાલવું.2.To jerk; to throw: આંચકો–ઠોકર મારવી; ફેંકી દેવું.3.To cut off an angle: એક ખુણો કાપવો. *n.* ખુણો; કોર.2.An inclination from a horizontal line: વાંક. 3. A thrust; push: ધક્કો; હડસેલો; ઠોકર.

Cant, (કૅન્ટ્) *vi.* [L. *cano*,I sing.]To speak in a whining voice: લલકારીને–ગાવાની પેઠે બોલવું. 2. To practice hypocrisy: ઢોંગથી બોલવું; સારૂં સારૂં–મીઠું મીઠું બોલીને ઠગવું.3.To sell by auction:હરાજી કo;લિલામથી વેચવું.*n.*An affected mode of speaking: લલકારીને ગાવાની પેઠે બોલવું તે.2. The idioms or peculiarities of speech in any profession: રમશા; સંજ્ઞા; પરિભાષા; વિશેષ ભાષા. 3. Slang; barbarous jargon: નઠારી–હલકી બોલી; કુત્સિતવાણી; હલકું વચન. 4. An empty, solemn speech; religious hypocrisy:દાંભિક ભાષણ;ધાર્મિક દંભ;વાગ્વેદાંત. 5. A secret language peculiar to thieves, rogues, &c: ચોર લોકોની બોલી; સંકેત ભાષા.*a.* Affected; vulgar: ઢોંગી; દાંભિક; હલકું; નીચ.

Canteen,(કૅન્ટીન્)*n.*A vessel used by soldiers for carrying liquors: સિપાઇઓને દારૂ ભરવાનું વાસણ. 2. (*a*) The sulter's shop in a garrison: છાવણીમાં પરચુરણ સામાન, દારૂ વગેરે વેચવાની દુકાન. (*b*) A chest containing vessels for officers: અમલદારના વાસણ રાખવાની પેટી.

Canter, (કૅન્ટર્) *vi.* To move, as a horse, in a moderate gallop:ધીમી ચાલે જવું.*vt.*To ride upon a canter: ચૈાલ ચાલ–છારકત ચાલથી ચાલવું. *n.* A moderate gallop: ધીમી–ચૈાક ચાલ.

Canterbury-tale, (કૅન્ટરબરિ-ટેલ્)*n.* A fabulous story: કલ્પિત વાર્તા; કહાણી; ડફાસ.

Canthus, (કૅન્થસ્) *n.* [Gr.*canthos*,the corner of the eye.] The Corner of the eye: આંખનો ખુણો; નેત્રકોણ. [chant: ગાવું.

Cantilate, (કૅન્ટિલેટ્) *vt.*[L.*cano*, I sing.] To

Canto, (કૅન્ટો) *n.* [L.*cano*, I sing.] A part or division of a poem; a book: કાવ્યનો ભાગ; સર્ગ; પર્વ.2.Soprano;the highest part:ઉંચામાં ઉંચો સૂર.

Canton, (કૅન્ટૉન્) *n.* A small portion of territory:તાલુકો;પ્રગણું;મહાલ; જીલ્લો.2. A small clan: નાની ટોલી–ટુકડી;વર્ગ.3.A small territory having a distinct government: સંસ્થાન. *vt.* To divide into distinct portions or small parts: નાના તાલુકા–પ્રગણાં–ભાગ પાડવા. 2.(*Mil.pron.*કૅન્ટૂન્) To allot separate quarters: જુદા જુદા મુકામ આપવો.

Cantonment, (કૅન્ટૂન્‌મેન્ટ્) *n.* (*a*) A part of a town assigned to a particular body of troops: લશ્કરમાં અમુક ભાગને મુકામ સારૂ નીમી આપેલો કોઇ શહેરનો ભાગ;છાવણી. (*b*) Separate quarters: જુદા જુદા મુકામ; છાવણી; કાંપ.

Canvas. (કૅનવૅસ્) *n.* [L. *cannabis*, hemp.] A coarse cloth made of hemp or flax: કંતાનનું જાડું લુગડું;કંતાન; તાટ.2.A cloth woven in little squares for working tapistery: ભરત ભરવાનું કપડું;કેનવાસ.3.The sails of a vessel: વહાણના સઢ.

Canvass, (કૅનવૅસ્) *vt.* To sift; to scrutinize: બારીકથી તપાસ કo; સંભાલ પૂર્વક તપાસવું. 2.To debate: વાદવિવાદ ચલાવવો; તકરાર કરવી. 3. To go through, as a district for votes: ઠેકાણે ઠેકાણે મત ઉઘરાવવા માટે જવું–ફરવું.*vi.* (*for*) (*a*) To solicit votes: મત માટે માગણી–કાલાવાલા કo.(*b*) to seek; to try to obtain:મેલવવાને યત્ન કo;મહેનત–કોશીસ કo. *n.* Close examination: બારીક તપાસ. 2.

Debate: વિવાદ;તકરાર. 3. Solicitation or effort: (મત) મેલવવાનો પ્રયત્ન-કોશીસ-માગણી.

Cany, (કેનિ) *a*. Full of canes: નેતરથી ભરપુર.2. Made of canes: નેતરથી બનાવેલું.

Cap, (કૅપ્) *n*. A covering for head: ટોપી; શિરસ્ત્રાણ. 2. An ensign of dignity: પદ્વિનું ચિન્હ. 3. The top; the highest: ટોચ; શિખર; કલસ. 4. A reverence made by removing the cap: ટોપી ઉતારીને માન આપવું તે.*vt.*(*imp.* & *pp.***Capped**.) To cover the top or end: માથું-ટોચ ઢાંકવું-આચ્છાદન ક૦. 2. To deprive of a cap: ટોપી ઉપાડી લેવી;ઉઘાડું બોડું ક૦.3.To render complete: પુરું ક૦; પરિપૂર્ણ ક૦. 4. To provide with a cap: ખંદુક ઉપર વાટકી મૂકવી. *To* **C**.*proverbs*, to name alternately in contest:સામા સામી ઉખાણાં કહેવાં-બાંધવાં. *vi*. To uncover the head in civility: માન ખાતર ટોપી ઉતારવી.

Capability, (કેપૅબિલિટિ) } *n*. Power of un-
Capableness,(કેપૅબ્લ્નૅસ) } derstanding;capacity: શક્તિ; યેાગ્યતા; સામર્થ્ય;મનશક્તિ;કાબેલિયત.

Capable, (કેપેબ્લ્) *a*. [L. *capio*, I take.](*a*) Having sufficient ability or power: શક્તિમાન-વાળું. (*b*)Having capacity;adapted:લાયક:યેાગ્ય. 2. Qualified; competent: અક્કલમંદ; બુદ્ધિમાન; બુદ્ધિશાલી; કાબેલ.

Capacious, (કૅપેશસ્) *a*. [L. *capio*, I take.] Spacious; large; broad: વિશાલ; મોટું; કુસાદે. 2. Comprehensive; liberal, (mind): વિશાલ બુદ્ધિવાળું; બહુગ્રહ; ઘણું ગ્રહણ કરી શકે તેવી બુદ્ધિવાળું.

Capacitate, (કૅપૅસિટેટ્) *vt*.To qualify; to enable: લાયક-શક્તિમાન ક૦.

Capacity, (કૅપૅસિટિ) *n*. [L. *capio*, I take.] Power of containing;extent of space or room: સમાવેશ કરવાની જગા; વિસ્તાર. 2.Comprehensiveness of mind: ગ્રહણ-ધારણ શક્તિ; વિશાલ બુદ્ધિ; સમજશક્તિ; પોહોંચ. 3. Ability; efficiency: યેાગ્યતા; સામર્થ; ગજુ; ગુંજાશ. 4. Profession; occupation: ધંધો;હોદ્દો;પદ્વી;નાતો;પેશો.best expressed by, તરીકે; દાખલ.5.Aptitude or qualification:લાયકી;યેાગ્યતા; અધિકાર.6.The solid contents of a body:ઘનફલ.

Capapie, (કૅપૅપી) *adv*. From head to foot; all over:પગથી માથા સુધી; નખશીખ; સર્વાંગે.

Caparison, (કૅપૅરિસૉન) *n*.[L. *car*, *cardis*,the heart.] The covering for the saddle; trappings: ઘોડાના સાજ ઉપર નાખવાનું સુશોભિત કપડું; ઝૂલ. 2. Rich clothing: ઉમદા-ભારે પોશાક. *vt*. To cover, as a horse, with rich cloth: ઝૂલ નાખવી. 2. To adorn with rich dress: ઉમદા પોશાક-ભારે લુગડાં પહેરાવવાં.

Cape, (કેપ્) *n*. [L. *caput*, the head.] A neck of land running into sea: a headland: ભૂશિર; ભૂશલાકા. 2. The neck piece of a cloak: ગરદન ઉપરથી લટકતું પહેરવાનું વસ્ત્ર. 3. A kind of wine: કેપ ઓફ ગુડ હોપનો દારૂ.

Caper, (કેપર્) *vi*. [L. *caper*, a he-goat.] To spring; to leap; to dance: છલંગ-ઠેકડો મારવો; કુદવું; નાચવું. *n*.A skip; a leap:કુદકારો; છલંગ;ઠેકડો; કુદકો.2.A dutch privateer:ડચ લોકનું લુટારૂ વહાણ.

Capias, (કેપિઍસ્) *n*. [L. Thou mayst take.] A writ to arrest a person: કેદ પકડવાનું હુકમનામું; કેસો.

Capillary, (કૅપિલ્લૅરિ) *a*. [L. *capillus*, hair.] Resembling a hair; minute: વાલ જેવું; ઝીણું. પાતલું; અતિસૂક્ષ્મ; બારીક. 2. Pertaining to capillary tube or vessel: ઝીણી રગો સંબંધી; **C**. *attraction*. See **Attraction**. *n*.A fine vessel or canal: ઝીણી નલી.2.(*pl*.)(*Anat*.)The minute vessels: ઝીણી રગો.

Capital, (કૅપિટૅલ્) *a*. [L. *caput*, the head.] Pertaining to head: માથાનું-ને લગતું. 2. Chief; excellent: શ્રેષ્ટ; મ્હોટું; મુખ્ય; અગત્યનું; ખાસું; નામીચું; ઉત્કૃષ્ટ; ઉમદા; ભલું. **C**. *letter*: મોટા અક્ષર. **C**. *stock*: વેપારમાં નાખેલાં નાણાં; ભંડોલ;મુદ્દલ; પુંજી. *n*. The head of a column: થાંભલાની મથોટી; સ્તંભશીર્ષ. 2. Metropolis: મુખ્ય શહેર; રાજધાની. 3.The stock of a bank or a trading company: મુંડી; ભંડોલ; થાપણ. 4. Influence: સત્તા; અધિકાર. 5. A large letter or type: મોટો અક્ષર.

Capitalist, (કૅપિટૅલિસ્ટ્) *n*. A man having large property: પુંજીવાલો; મુંડીવાલો;થાપણવાલો.2. A man who has a stock or capital in trade: વેપારમાં નાણાં રોકનાર; મુંડી કાઢનાર.

Capitally, (કૅપિટૅલિ) *adv*. By a capital punishment: પ્રાણાન્ત શિક્ષાથી; દેહાન્ત દંડથી. 2. Prominently; finely: સારી-અચ્છી રીતે; ઉત્તમ પ્રકારથી.

Capitation, (કૅપિટેશન) *n*. .Numeration by the head: માણસ-માથા દીઠ ગણત્રી; શિરોગણના. 2. A poll-tax:માણસ-માથા દીઠ વેરો;માથા વેરો;કરમવેરો.

Capitol, (કૅપિટૉલ્) *n*.The temple of Jupiter, in Rome: રોમ શહેરનું બ્રુહસ્પતિનું દેવલ. 2. The edifice for holding congress or sessions: રાજસભા-મંડલી ભરવાનું મકાન; ધારા સભાનું મકાન.

Capitulate, (કૅપિટ્યૂલેટ્)*vi*. [L. *capitulum*,a chapter.]To yield or surrender by treaty:કોલ કરારથી વશ થવું;શરત કરીને શરણે થવું.2.To settle or draw up the heads of an agreement;કલમબંધિ ક૦; કલમ-વાર લખવું; ખરડો ક૦. *vt*.To surrender on conditions: કરાર કરીને-શરતોથી તાબે ક૦.

Capon,(કેપૉન) *n*. [L. *capo*.] A gelded cock: ખસી કુકડો-મરઘો. *vt*. To castrate: ખસી ક૦.

Caprice, (કૅપ્રીસ્) *n*. [L. *capra*, a goat.] A freak; a whim: તુરંગ;લહેર; ફાંટો; તોર; ધુન.

Capricious, (કૅપ્રિશસ્)*a*. Whimsical: freakish: તુરંગી; ઠેકાણા વગરનું; લહેરી; તોરી.

Capricorn, (કૅપ્રિકૉર્ન્)*n*.[L.*caper*,a he-goat & *cornu*, a horn.] One of the 12 signs of the zodiac: મકરરાશિ; મકર.*Entrance of the sun into* **C**.: મકરસંક્રાંતિ.

Capsicum, (કૅપ્સિકમ્)*n*. [L. *capsa*, box.] A genus of plants producing fruits: મરચી; લવિંગીયાં મરચાં.

Capsize,(કૅપ્સાઇઝ્)*vt*.To upset or overturn:ઉંધું વાલવું;ઉથલાવી દેવું.*n*.An upset:ઉંધું વાલવું તે;ઉથલો.

Capstan, (કૅપ્સ્ટન) *n*. [L. *capistrum*, halter.] A strong column of timber: લંગર-ભાર ઉપાડવાનું યંત્ર; દવર.

Capsule,(કૅપ્સ્યૂલ્)*n.*[L.*capso*,a chest from *capio*,I take.]A seed-pod:બીજની શીંધ–ફલી;બીજકોષ.2.A small saucer of clay:રસાયન પ્રયોગમાં વપરાતી એક જાતની રકાબી;કુલડી;કુપ્પી.3.A gummy envelope for nauseous doses:ઉલટી–ખકારી આવે એવા ઓસડપર ચઢાવેલું ચીકણું પડ. 4.A small membranous sac: પાતલી ચામડીની કોથલી. 5. A metallic seat over a bottle:ખાટલીના મુચ ઉપર ચોઢવાની ધાતુની મોહોર–ટોપી; મોહરિયું; ઓલી.6.A percussion cap: બંદુકની ટોટી.

Captain, (કૅપટેન્)*n.*[L.*Caput*, the head.](*a*) A chief military officer: પલટણનો નાયક–સરદાર. (*b*) A commander of a ship: વહાણનો નાખુદા; કપ્તાન;નૌકાધ્યક્ષ.(*c*)A foreman;a leader:આગેવાન; નાયક;સરદાર.2.A man skilled in war;a warrior: યોધ્ધો;લઢવાઈઓ.C.*general:*સેનાપતિ.*a.*Possessing superiority in rank, courage, value, &c: શ્રેષ્ટ; કીમતી; ઉપરી; ઉત્કૃષ્ટ.

Captious, (કૅપ્શસ્)*a.* [L. *capio*, I take.] Disposed to find fault; peevish; fretful: ખોડ ખાપણ–ભૂલચુક શોધ્યા કરતું; ખાંખતવાલું; ચીડીયું;

Captivate, (કૅપ્ટિવેટ્) *vt.* [L. *capio*,I take.] To capture; to subdue: પકડવું; હરી લેવું. 2. To charm; to fascinate: મોહ પમાડવું;મોહિત ક૦;મન હરવું;ચિત્ત ચોરી–હરી લેવું;મોહિની લગાડવી. *a.*Taken prisoner: કેદમાં પડેલું; સપડાયેલું.

Captivating, (કૅપ્ટિવેટિન્ગ્) *a.* Fascinating; charming;enchanting:મોહક;મનોહર;મનમોહક.

Captive, (કૅપ્ટિવ્) *a.* Made prisoner; kept in bondage:કેદી;પરવશ;બંધીવાન. 2.Serving to confine; relating to confinement: બન્ધનકારક; કેદખાનાનું. *n.*A prisoner taken in war: લઢાઇમાં પકડાએલો કેદી. 2. One charmed by beauty or affection: પ્રીતિ–મોહપાસમાં સપડાયેલો–પડેલો પુરૂષ. *vt.* To capture: કેદ કરવું.

Captivity,(કૅપ્ટિવિટિ) *n.* The state of being a prisoner: બંધી; કેદ; ગીરફતારી. 2. Slavery;subjection: પરવશપણું; કેદ; બંધન; દાસત્વ.

Captor, (કૅપ્ટર્) *n.* One who takes, as a prisoner or a prize: કેદી પકડનાર; લુંટ લેનાર.

Capture, (કૅપ્ટ્યૂર્) *n.* [L. *capio*, I take.] Seizure; arrest: પકડવું તે;નિગ્રહ;જપ્તિ. 2. Prize; prey taken by force:લૂટથી મલેલી વસ્તુ;શિકાર;લૂંટ. *vt.*To take by force or surprise: બલથી–છાપો મારી લઈ લેવું–પકડવું; કબજ–જપ્ત કરવું.

Car,(કાર્)*n.*[L.*carrus*,a four wheeled wagon.]A small vehicle moved on wheels:ગાડી. 2.A carriage for running on the rails: રેલવેની ગાડી;ડબો. 3. A chariot of war: રથ. 4. The constellation called the Bear: સાત તારાનો ઝુમખો; સપ્તર્ષિ.

Carbine, (કાર્બાઇન્) } *n.* A kind of short gun
Carabine,(કૅરૅબાઇન્) } or firearm: ઘોડેસ્વારને રાખવાની એક જાતની નાની બંદુક.

Carafe, (કૅરૅફ્) *n.* A glass waterbottle: કાચનુ તાંબડી જેવું વાસણ.

Carat, (કૅરૅટ્) *n.*The weight of four grains for weighing precious stones: મોતી–ઝવેરાત તોલવાનો ચાર ગ્રેન બરાબર તોલ. 2. A word used to denote the proportion of pure gold in a mass of metal; a twenty fourth part: (સોનાના કસમાં વપરાતો) ચોવિસમો ભાગ; ચોવિસાંશ કસ.

Caravan,(કૅરૅવૅન્) *n.* A company of travellers &c., marching together for mutual security, through unsafe countries: કાફલો;સાથ;સંઘ; વણજાર;પોઠ.2. A large close carriage: કબજાવાલી મોટી ગાડી. 3. A fleet of large boats: વહાણનો કાફલો–લંગર.

Caravansary, (કૅરૅવૅન્સૅરિ) } *n.*A kind of inn
Caravansera, (કૅરૅવૅન્સૅરે) } in the East:ધર્મશાલા; મુસાફરખાનું; પાંથશાલા; સરાહ.

Caraway,(કૅરૅવે) *n.*[L. *carlum.*]A biennial plant of the parsley family: સુવાનો છોડ; સુવા. 2.A sweetmeat containing caraway seeds: સુવા સાથની–વાલી; મીઠાઈ.

Carbine, (કાર્બાઇન્) *n.* See **Carabine.**

Carbon, (કાર્બોન્) *n.* [L. *carbo*, coal.] Pure charcoal: કારબોન નામનો પદાર્થ;શુદ્ધ કોયલો.

Carbonic, (કાર્બોનિક્) *a.* Of, or pertaining to carbon: કારબન સંબંધી; કોલસાને લગતું.

Carboy,(કાર્બોઈ) *n.*A large bottle inclosed in basket work used for carrying liquors, etc: આસપાસ નેતર ગુથી લીધેલો ખાટલો–શીશો;કેરબો.

Carbuncle, (કાર્બન્ક્લ્) *n.* [L. *carbunculus*, a small coal.] A beautiful gem of a fiery red color:માણેક; લાલ.2.An inflammatory tumour; an anthrax: પાઠું.

Carcanet, (કાર્કૅનેટ્) *n.* A chain or collar of jewels: રત્નમાલા; જડાવનો હાર.

Carcass, (કાર્કૅસ્) *n.* [Written also *carcase.*] A dead body; a corpse:શબ; મડદું;લાસ; લોથ. 2. Body in ridicule: (તિરસ્કારમાં) શરીરનું ખોળીયું; 3. The decaying remains of a thing: કોઈપણ વસ્તુનો કોહોતો ભાગ. 4. Main parts of a thing, unfinished: અધુરૂં; ખોખું.

Card, (કાર્ડ્) *n.* [L. *charta*, paper.] A piece of thick paper, prepared for various uses: ગંજીફાનું પાનું;નામ–આમંત્રણ વિ૦ લખવાનો જાડા કાગલનો કડકો; કાર્ડ. 2. A published note containing a brief explanation, request, etc:ચીઠી;ટિકિટ;ચક્રી. *vi.*To play at cards:ગંજીફો રમવો–ખેલવો;પાનાં રમવાં.

Card,(કાર્ડ્) *n.* [L.*cardus*, thistle.]An instrument for cleaning and smoothing the hair of animals:પંઝેટી; કાંસકો; કાંસકી. *vt.*To comb with a card: પંઝેટીથી પિંજવું–ઓલવું–સાફ ક૦. 2. To mix: મિશ્ર કરવું; જોડાવવું; મેલવવું.

Cardamom,(કાર્ડૅમૉમ્) *n.* [L. *cardamomum.*] Species of plant:એલચીનું ઝાડ; ઈલાયચી;એલચી.

Carder, (કાર્ડર્) *n.* One who cards wool: ઉનપીંજનાર–પંઝેટનાર; પિંજારો. 2. A gamester: પાના ગંજીફો રમનાર.

Cardinal, (કાર્ડિનૅલ્) *a.* [L. *cardo*, a hinge.] Chief;fundamental:મુખ્ય;સર્વોપરી; શ્રેષ્ટ.C.*points:* ચાર મુખ્ય દિશાઓ; એટલે ઉત્તર, દક્ષિણ, પૂર્વ,પશ્ચિમ.2. શિરોબિંદુ; અને અધોબિંદુ. C. *virtues:* ચારસદ્ગુણ. *n.*An ecclesiastical prince in the Roman Catholic church:રોમન કેથોલિક દેવલનો ધર્મગુરૂ.

Care, (કેર્) *n.* [L. *cura*, care.] Charge; oversight: દેખરેખ; હવાલો; સંભાલ; તાબો;માવજત;જતન; નિધા. 2. Anxiety; solicitude: ફીકર; ચિંતા;કાલજી; પરવા; અંદેશો. 3. Object of watchful regard: જંજાલ; ચિન્તા. *vi.* To be anxious or concerned: ફિકર–કાલજી–ચિન્તા રાખવી. 2. To be disposed; to have regard: દરકાર–પરવા રાખવી.

Career, (કેરીઅર્)*n.*[L.*carrees*, a car.] A race-course: ઘોડદોડ; શરત દોડવાની જગા. 2. A race; rapidity of motion: દોડ;ગતિ;વેગ. 3. Procedure; general course of action: કામકાજની સામાન્ય પદ્ધતિ; વર્તણુંક;કારકર્દગી;વર્તનક્રમ. *vi.* To run rapidly: ઉતાવલું દોડવું.

Careful, (કેર્ફુલ્) *a.* Attentive: ધ્યાન–કાલજી–ફિકર–ખંત–ચાનકવાલું. 2. Cautious; watchful: સાવધ; સાવધાન; હોશિયાર; ચાલાક;ખબરદાર. 3. Anxious; solicitous: ચિંતાતુર;ફિકરમંદ; ચિંતાયુક્ત.

Carefulness, (કેર્ફુલનેસ્) *n.* The quality of being careful; caution: કાલજી; સાવચેતી; ચિન્તા; ફિકર; સાવધાની; ખબરદારી.

Careless, (કેર્લેસ્) *a.* Heedless; negligent; unmindful: ગફલતી; ગાફેલ; અસાવધ; વિસરાલુ; બેફામ; બેપરવા; બેદરકાર. 2. Free from care,hence, cheerful: બેફીકરું; નફકરું; નચિંત; નઘરોલ. 3.Done without care; unconsidered: અવિચારી; બેકાલજીથી–કંઈપણ યત્ન કર્યા વગર બનાવેલું.

Carelessness, (કેર્લેસ્નેસ્) *n.* Inattenion; thoughtlessness: બેકાલજી; બેદરકારી; બેપરવાઈ; ગફલત; અસાવધતા; બેફિકરાઈ; ગાફેલપણું; નફકરાપણુ.

Caress, (કેરેસ્) *vt.* [L. *carus*, dear.] To treat with affection; to fondle: પ્રીતિ બતાવવી; રમાડવું; લડાવવું;લાડ લડાવવાં;પંપાલવું.(an animal) પસવારવું.*n* An act of endearment: લાડ; લાલન;લાડકોડ.

Caret, (કેરેટ્) *n.* [L. *caro*, I want.] A mark ^ which shows that something wanting in the line, is mentioned above: મોરપગલું; કાકપત્ર–ગું; હંસપદ.

Care-worn, (કેર્ઉવોર્ન્) *a.* Vexed with care: ચિંતાતુર; ફીકરથી દુખલો થઇ ગએલો; ચિંતાગ્રસ્ત.

Cargo, (કાર્ગો) *n. pl.* **Cargoes.** The freight of a ship; the goods: વહાણમાં ભરેલો માલ.

Caricature, (કેરિકેટ્યૂર્) *n.* [L.*carrus*,a car.] The exaggeration of what is characteristic: ખાસિયતોનું અતિશયોક્તિ ભરેલું વર્ણન–નકલ. 2. A ludicrous likeness or description: સોંગ–હાસ્યજનક ચિત્ર–વર્ણન–પ્રતિમા–નકલ. *vt.* To represent by caricature; to burlesque:હાસ્યજનક વર્ણન આપવું–ચિત્ર કાઢવું.

Caries, (કેરીઝ્) } *n.*[L.*caries*,rottenness.] An ulceration of a bone: હાડકામાં લાગેલો સડો–સલો.
Cariosity, (કેરિઑસિટિ) }

Cariole,(કેરિઓલ્)*n.* [Fr.] A small open carriage of four wheels: ચાર પૈડાની નાની ઉઘાડી ગાડી.

Carminative, (કાર્મિનેટિવ્) [L. *carmen*, a card for wool.]*n.* A medicine which tends to expel wind from the body:વાયુ કાપનારું–વાતચ્છેદક–વાતહર ઔષધ; પવન તોડનારી દવા.

Carmine,(કાર્માઈન્) *n.* A pigment of crimson color used by painters: કીરમજી રંગ.

Carnage,(કાર્નેજ્) *n.* [L. *caro, carnis*, flesh.] The flesh or slain animals: કાપેલા–કપાયેલા પ્રાણીનું માંસ. 2. Massacre; slaughter; havoc: કાપાકાપી; ખુનરેજી; કતલ; ઘાણ.

Carnal, (કાર્નલ્) *a.* Pertaining to flesh;fleshly; sensual:ઇન્દ્રિયજન્ય;દૈહિક; શારીરિક. 2. lustful: કામી; વિષયી; વિષયાસક્ત.

Carnation, (કાર્નેશન્) *n.* Flesh color: માંસનો રંગ. 2. That part of a picture which represents the flesh without drappery:ચિત્રમાં ખુલ્લો–લુગડાં વગરનો ભાગ.

Carnelian, (કાર્નેલિઅન્) *n.*[L.*cornu*, horn.]A flesh colored stone: અકીક; ગોવેદ.

Carnival,(કાર્નિવલ્)*n.* [L. *cara*, flesh & *vale*, farewell.] A festival; time of luxury: ઓચ્છવ; ઉત્સવ; તેહેવારનો–સપરમો દહાડો.

Carnivora,(કાર્નિવોરે)*n. pl.* [L.] (*Nat. Hist.*) An order of animals which subsist on flesh: માંસાહારી પ્રાણીઓ.

Carnivorous,(કાર્નિવોરસ્)*a.*[L.*caro*, flesh,& *voro*, I devour.] Feeding on flesh: માંસાહારી; માંસભક્ષક; માંસ ખાનારૂં.

Carol,(કૅરૉલ્)*n.*[L. *chorus*, a choral dance.]A song of joy & mirth; a lay: આનંદ સ્તોત્ર–ગીત. 2. A song of devotion: કીર્તન; ભજન.

Carousal,(કૅરાઉઝલ્) *n.* A noisy drinking revelling merrymaking: દારૂની મસ્તી ભરેલી મીજખાની; ખાણું; પાનોત્સવ.

Carouse, (કૅરાઉઝ્) *vi.* To drink hard with noisy jollity; to guzzle:આનંદમાં દારૂ બહુ ઠાંસવો; શરાબખાજી ક૦. *vt.*To drink freely: અછી તરેહથી દારૂ પીવો–પાનોત્સવ કરવો. *n.* A drinking match: દારૂની મીજખાની–ખાણું; પાનોત્સવ; શરાબખાજી.

Carp, (કાર્પ્) *vi.* [L. *carpo*, I pick.] (*at*) To find fault with; to cavil: ખોટી ચુક–દોષ કાઢવા; નિંદા–ખગદોઈ કરવી; છિદ્ર કાઢવાં; તકરાર કરવી–લેવી.

Carpenter, (કાર્પેન્ટર્) *n.* [L. *carpentum*, a waggon.]One who works in timber;a builder of houses & ships: સુતાર; સુથાર.

Carpentry, (કાર્પેન્ટ્રિ) *n.* The trade, art or work of a carpenter: સુતારકામ–ધંધો–હુન્નર.

Carpet, (કાર્પેટ્) *n.* [L. *carpo*, I pluck.] A heavy fabric, used as a covering for floors, etc: શેત્રંજી; જાજમ; ગલીચો. 2. A smooth, soft covering resembling a carpet: શેત્રંજી જેવું નરમ સુંવાલું આચ્છાદન–ઢાંકણ; જાજમ. **c.** *knight:*લડાઈના સંકટો વેઠયા પછી આરામ અને ચેન ભોગવતો "નાઈટ". *To be on the* **c.**: to be under consideration: વિચાર ઉપર હોવું; પ્રસ્તુત હોવું.

Carping,(કાર્પિન્ગ્) *p.n.* Censure: cavil: ઠપકો; દોષ;નિંદા.*p.a.* Cavilling: નિંદાખોર; નિંદક.

Carriage,(કૅરેજ)*n.*[L.*carrus*,a car.] Burden; baggage: બોજો; ભાર; હેલ.2. Act of carrying; conveyance: લઈ જવું તે; વહન. 3. That which carries; a vehicle:ગાડી. 4. Behavior; conduct; deportment: ચાલચલગત; વર્તન; આચરણ; વર્તણુંક; ચાલ; રીતભાત.

Carrier, (કૅરિઅર્) *n.* One who or that which carries; a messenger: લઈ જનાર; વાહક; જાસુસ. 2. A porter; teamster: મજુર; વહીતરો; હેલકરી.

Carrion, (કૅરિઑન) *n.* [L. *caro*, flesh.] The dead and putrefying flesh of animal: કોહેલું–બીગડેલું માંસ; મુડદાલ માંસ. *a.* (*a*) Relating to corrupted flesh: કોહેલા માંસ સંબંધી. (*b*) Feeding on carrion: કોહેલું માંસ ખાનારું.

Carrot, (કૅરૉટ્) *n.* A yellowish or reddish esculent root of a tapering form: ગાજર.

Carry, (કૅરિ) *vt.* To transport; to bear: એક ઠેકાણેથી બીજે ઠેકાણે લઈ જવું; વહી જવું. 2. To impel; to urge: હડસેલવું; ઠેલવું; ધકેલવું. 3. To transfer as from one column, page or book: એક જગેથી બીજી જગાએ લાવવું; ચલાવવું; ખેંચવું; ખતવવું; ઉતારવું. 4. To gain; to effect: પાર પાડવું–મૂકવું; પૂર્ણ કરવું; સિદ્ધ કરવું; સાધવું; હાંસલ કરવું. 5. To conquer: જીતવું; તાબે કરવું; મારવું; વશ–સર–જેર કરવું; કબજો લેવો 6. To sustain or hold up: ટેકવી રાખવું; આધારે રાખવું. 7. To imply; to contain: કશામાં હોવું; જેવું હોવું–લાગવું. 8. To behave; to conduct: ચાલવું; વર્તવું. *To* **C.** *coals:* તિરસ્કાર ખમવો; મુંગે મોઢે સહન કરવું. *To* **C.** *coals, to Newcastle,* to lose one's labor: ખાલી મહેનત ક૦; ભરતામાં ભરવું. *To* **C.** *off:* મારી નાંખવું; –થી મરી જવું. *To* **C.** *on:* (*a*) આગલ વધારવું–ચલાવવું; જારી–ચાલુ રાખવું. (*b*) ચલાવવું; કરવું. *To* **C.** *through:* to support: ટક્કર ઝીલવી; નભાવવું; નિભાવી રાખવું; તરવું; તરી જવું. *To* **C.** *out:* (*a*) પાર પાડવું; સિદ્ધ કરવું; (*b*) અમલમાં લાવવું; બજાવવું. *To* **C.** *away:* ભાગી નાંખવું; ભાગી જવું. *vi.* To convey or propel: ઠેલાવું; હડસેલાવું; છુટવું. 2. To hold up the head: માંથુ ઉંચું રાખવું.

Cart, (કાર્ટ્) *n.* [L. *carrus.*] A carriage with two wheels for heavy burden: ગાડું; ભારખરદારી ગાડું; ભારખાનું; ખટારો. *vt.* To carry or convey in a cart: ગાડામાં ઘાલી–નાંખી લઈ જવું. 2. To expose in a cart by way of punishment: શિક્ષા દાખલ ગાડામાં ઘાલવું; ગાડે ઘાલવું.

Cartage, (કાર્ટેજ્) *n.* The act of carrying in a cart: ગાડામાં લઈ જવું તે. 2. The price paid for carting: ગાડાભાડું; ભાડું; હેલ.

Carte-blanche, (કાર્ટ્-બ્લૅન્શ્) *n.* A blank paper signed at the bottom, with a person's name: મતાવાલો કોરો કાગલ; કોરે કાગલે મતુ. 2. Unconditional terms; unlimited authority: બિન સરતી કબુલત; કુલ સત્તા–અખ્તિયાર.

Cartel, (કાર્ટેલ્) *n.* (*a*) An agreement between enemies for the exchange of prisoners: કેદીઓ અદલ બદલ કરવા બાબતનું શત્રુ વચ્ચેનું કરારનામું. (*b*) A challenge to single combat: એકલા દ્વંદ્વયુદ્ધ કરવાનું કહેણ–આમંત્રણ–નિમંત્રણ. *vi.* To defy: હોડ બકવી; 'ચલ આવીજા' એમ કહેવું.

Carter, (કાર્ટર્) *n.* A cart driver; a teamster: ગાડીવાન; ગાડું હાંકનાર; ગાડાવાલો; ગાડીત.

Cartoon, (કાર્ટૂન્) *n.* [L. *charta*, paper.] The large thick paper on which designs are drawn for fresco subjects: ચિત્ર કાઢવાનો જાડો કાગલ. 2. A design colored for working in mosaic, tapestry, etc.: જડાવકામ; ભરત કામ વીગેરે સારા રંગીન ચિત્રનો નમુનો.

Cartouch, (કાર્ટૂશ્) *n.* [L. *charta*, paper.] (*a*) A case of paper holding a charge for a firearm: બંદુકનો ટોટો; કારતુસ. (*b*) The box containing the charge: તોસદાન; સાજ. (*c*) A wooden box filled with balls: તોપના ગોલા રાખવાની પેટી. (*d*) A ticket for leave: લશ્કરના સીપાઈ માટે રજાચિઠ્ઠી.

Cartridge, (કાર્ટ્રિજ્) *n.* [L. *charta*, paper.] (*Mil.*) A charge of gunpowder & ball put up in paper: કારતુસ; બંદુકનો ટોટો. *Blank* **C.**; a cartridge without a ball: ગોલા વગરની કારતુસ.

Cartridge-paper. (કાર્ટ્રિજ્-પેપર્) *n.* Thick stout paper, of which cartridges are made: કારતુસ બનાવવાનો જાડો કાગલ.

Cartwright, (કાર્ટ્રાઇટ્) *n.* An artificer who makes carts: ગાડા બનાવનાર સુથાર; રથકાર.

Carve, (કાર્વ્) *vt.* To cut in a decorative manner: કોતરવું; નકશી કાઢવી. 2. To shape by cutting: કોરીને બનાવવું; ઘાટ કાઢવો. 3. To cut into small pieces: કાપવું; કાપી ન્હાના કકડા ક૦. 4. To distribute: ભાગ પાડવા; વહેંચવું; પિરસવું. *To* **C.** *out,* to plan: યોજવું; આગલથી મનસુબો કરવો; ઉપજાવવું. *vi.* To engrave; to sculpture: કોતરવું; કોતર કામ કરવું. 2. (*for*) To cut up meat: માંસને કાપી મૂકવું.

Carver, (કાર્વર્) *n.* A sculptor; engraver: કોતરનાર; નકશી કાઢનાર. 2. One who cuts meat at the table: માંસ કાપનાર. 3. One who selects, &takes or apportions at will: પોતાની મરજી મુજબ ભાગ પાડી લેનાર; ભાગ પાડનાર: પિરસનાર. 4. A large table knife for carving: જમતીવખતે માંસ કાપવાની મોટીછરી.

Carving, (કાર્વિંગ્) *n.* The act or art of engraving: નકશી કોતરવી તે; કોતરવાનો હુન્નર; ખોદકામ; કોતરકામ; નકશી. 2. The figure carved: કોતરણી; કોતરેલી મૂર્તિ.

Cascade, (કૅસ્કેડ્) *n.* [L. *cado*, I fall.] A waterfall; a small cataract: પાણીનો ધોધવો–ધોધ.

Case, (કેસ્) *n.* [L. *capsa*, a chest.] A covering; sheath: ઘર; ઢાંકણ; ખાનું; ખોલ; મ્યાન; ગલેફ. 2. A box & its contents: પેટી; કબાટ. 3. A frame containing boxes for holding types: બીબાંની પેટીઓ રાખવાનું ઘર–ઘોડી–કેસ. 4. The outer part of a building: મકાનનો આગલો ભાગ; મુખ્ય ભાગ. *vt.* To cover with a case: ઉપર આચ્છાદન–ઢાંકણ–ઘર કરવું. 2. To Put in a box or case: ઘર–પેટીમાં ઘાલવું.

Case, (કેસ્) *n.* [L. *cado*, I fall.] State; condition; event: સ્થિતિ; અવસ્થા; હવાલ; ગત; ગતિ; હાલત. 2. A particular instance: બનાવ; દાખલો. 3. A state of facts involving a question for discussion; a suit in court: મુકરદમો; કામ: કજિયો. 4. A change of termination in nouns: વિભક્તિ. *In* **C.**, in the event or contingencies; if: તેવું થાય તો; તેમ હોય તો; જો. *Put the* **C.**, suppose the event: ધારો કે; સમજો કે; માનો કે.

Casement, (કેસ્મેન્ટ્) *n.* [L. *cata*, a cottage.] A window sash opening on hinges, affixed to the frame into which it is fitted; (*poetically*) window: બારી; ઝરૂખો.

Cash, (કૅશ્) *n.* [L. *capsa*, a chest.] A place

where money is kept; a money box: નાણું મૂકવાની જગા; તીજોરી. 2. Coin or specie; also bank notes, drafts, etc.: નાણું; રોકડ. **C.** *account:* રોકડમેલ. **C.** *credit:* કંઇ અવેજ રાખી બેંકે ધીરેલાં નાણાંની રકમનું ચાલુ ખાતું. *vt.* To exchange for money: વટાવવું.

Cash-book, (કૅશ્-બુક્) *n.* A book in which account of money, received or paid in cash, is kept: રોકડમેલ; રોજમેલ.

Cashew, (કૅશૂ)*n.* A tree of the West Indies bearing fruits: કાજુનું ઝાડ; કાજુ.

Cashew-nut, (કૅશૂનટ્) *n.* A nut contained in the fruit of the cashew-tree: ભિલામો.

Cashier, (કૅશીઅર્)*n.* A cash-keeper; one who has charge of money: કિલીદાર; સરાફ; પોતદાર.

Cashier, (કૅશીઅર્) *vt.* [L. *cassul*, empty.] To dismiss: to discharge: કાઢી મૂકવું; વિદાય કરવું; રજા આપવી; બરતરફ કરવું. 2. To dismiss with ignominy from military service or from an office of trust: લશ્કરી કે બીજી નોકરીમાંથી નામોશી કરી કાઢી મૂકવું–રજા આપવી.

Casing, (કેસિન્ગ્)*p. n.* The act of inclosing in or covering, with a case or substance: ચઢાવવું–લપેટવું–ઢાંકવું તે. 2. A covering; a case: ગલેફ; વેષ્ટન; ઢાંકણ; અસ્તર.

Cask, (કાસ્ક્)*n.* [L. *quassare*, to break.] A close vessel for containing liquors: પીપ. 2. The quantity contained in a cask: પીપભર માપ. *vt.* To put in a cask; પીપમાં ભરવું.

Casket, (કાસ્કેટ્) *n.* [Dim. of *cask*. Fr. *casque*, a case.] A small chest for jewels & small articles; ઘરેણું વિગેરે મૂકવાનો કંડીઓ–દાબડો–ડબો. 2. Anything containing, or intended to contain, something highly esteemed: કંઇ પ્રિય–કિંમતી ચીજ ધારણ કરનાર–રાખનાર પદાર્થ. 3. A small rope fastend to rings upon the yards: શઢ બાંધવાનો–પકડવાનો દોર–રશી. *vt.* To put into or preserve in a casket: દબામાં–કંડીઆમાં–દાબડા–ડીમાં મૂકવું–ભરવું–બંધ કરવું–સાચવી રાખવું.

Cassia, (કૅશિઍ) *n.* [L.](*a*) A genus of leguminous plants: ગરમાલો.(*b*) A species of Laurus: સુવર્ણક. 2. Chinese cinnamon: ચીનાઈ તજ: **C.** *bark:* તજ; દાલચીની. **C.** *buds:* જાવંત્રી.

Cast, (કાસ્ટ્) *vt.* (*imp.* & *pp.* **cast.**) To fling; to hurl: ફેંકવું; નાંખવું. 2. To direct or turn, as the eyes; નજર–આંખ ફેરવવી; જોવું; નિહાલવું. 3. To drop; to deposit: નાંખવું; મૂકવું. 4. (*a*) To throw down, as in wrestling: હરાવવું; ચિત કરવું; નીચે પાડવું; ઉથલાવી પાડવું; ગબડાવી દેવું. (*b*) To condemn; to convict: હલકું પાડવું; અપરાધિ–દોષવાન–ગુન્હેગાર ઠરાવવું. 5. To throw up: ઉભું કરવું; ચણી લેવું. 6. To throw off; to eject: કાઢવું; ઉતારવું; બદલવું; ખોલ બદલવી–ઉતારવી. 7. To bring forth prematurely: અધુરે જણવું; (ગર્ભપાત થવું). 8. To throw out; to exhale: બહાર કાઢવું; શ્વાસ કાઢવો. 9. To cause to fall; to shed: પાડવું; લાવવું; ઢાલવું. 10. To impose; to bestow: સોંપવું; હવાલે કરવું. 11. To dismiss; to discard: બાતલ–રદ કરવું; કાઢી મૂકવું; રજા આપવી; બરતરફ કરવું. 12. To reckon; to compute: ગણવું; નક્કી કરવું; હીસાબ કરવો; ગણતરી કરવી. 13. To contrive; to plan: યોજવું; યોજના ઘડવી. 14. To defeat, in a law-suit; to decide against: દાવો વિરૂદ્ધ ઉતારવો–માં હરાવવું; વિરૂદ્ધ ઠરાવ કરવો. 15. To overbalance; hence to preponderate; to decide: વધારે વજનદાર કરવું; ટેકો આપવો; સબલ કરવું; ઉલટાવી નાંખવું. *To* **C.** *anchor:* (વહાણ) લંગરવું–થોભાવવું. *To* **C.** *a shoe:* નાલ પાડી નાંખવો–ખોવો. *To* **C.** *above:* વાદલથી અંધારૂ ઘોર થવું–છવાઈ જવું. (*b*) To examine; to pry into: નજર–સરત–તપાસ રાખવી; સૂક્ષ્મ રીતે તપાસી જોવું. *To* **C.** *aside*, to throw or push aside: કોરે કરવું; ખસેડવું; રદ–બાતલ કરવું; નકામું–નફાવતું ગણી નાપસંદ કરવું. *To* **C.** *away*, (*a*) to waste: ઉડાવવું; ગુમાવવું; નાંખી દેવું. (*b*) To wreck: ભાંગવું; આથડાવું. (*c*) To let perish: તજી દેવું; નાશ પામવા દેવું; મરવા દેવું. *To* **C.** *by*, to dismiss: કાઢી નાંખવું–મૂકવું; રદ કરવું; ફેંકી દેવું. *To* **C.** *down*, to deject or depress: મનોભંગ કરવું; નિરાશ–નાહિમ્મત–નાસીપાસ કરવું. *To* **C.** *forth*, to emit; to send out: –માંથી નિકલવું–આવવું. *To* **C.** *lots:* ચીઠ્ઠીઓ નાંખવી. *To* **C.** *off*, (*a*) to discard; to drive away: કાઢી મૂકવું; દુર કરવું; બાતલ કરવું. *To* **C.** *one's self* **on** or **upon,** to yield or submit one's self: સામાના ખોલામાં માથું મૂકવું; તાબે થવું. *To* **C.** *the lead:* તલીએ ઓલંબો મૂકી ઉંડાઈ જોવી; તાક કાઢવો. *To* **C.** *up*, (*a*) to calculate: ગણવું; હિસાબ કરવો; ગણત્રી કરવી. (*b*) To vomit: ઓકવું; નાંખવું. (*c*) To throw up: ઉંચુ કરવું; ઉપાડવું. (*d*) To twit with: સામુ–સન્મુખ ફેંકવું–મારવું. *To* **C.** *young*, to miscarry: કસુવાવડ થવી; અધુરે જણવું–જવું. *To* **C.** *eyes on*, to watch: નજર–દેખરેખ–તપાસ રાખવી. *vi.* To throw, as a line in angling: માછલી પકડવા કાંટો પાણીમાં નાખવો–ઝોકાવવો. 2. To turn the head of a vessel around from the wind: પવનની દિશામાંથી વહાણ મરડવું–ફેરવવું; વાલવું. 3. To consider; to plan: વિચારવું; કલ્પના–ધારણા–યોજના કરવી. 4. To calculate, to compute: ગણવું; હિસાબ ગણત્રી કરવી. 5. To receive form or shape in a mold: ઘાટ ઉતારવો;–નો ઘાટ થવો–પડવો–ઘડાવો–બંધાવો. 6. To warp; to become twisted out of shape: વાંકું વલવું; ત્રાંસુ થઈ જવું; અમલાઇ જવાથી ઘાટ વગરનું થઇ જવું. 7. To vomit: ઓકવું; નાંખવું. *n.* The act of casting; a throw: નાંખવું–ફેંકવું તે; પ્રક્ષેપ; ક્ષેપ. 2. The thing thrown: ફેંકેલી ચીજ–વસ્તુ–પદાર્થ. 3. The distance to which a thing is or can be thrown: ફેંકેલી ચીજ જ્યાંસુધી જાય તે અંતર; ટપ્પો. 4. A throw of dice; hence, a chance or venture: પાસો નાંખવો તે; પાસો; ફીરાગત; દૈવયોગ; સાહસ. 5. The act of casting in a mold: બીબામાં પાડવું તે; (ધાતુનું) ભરત; ઘાટ. 6. A mold; a pattern: આકાર; ડોલ; રૂપ; નમુનો; ફરમો. 7. Form; appearance; mien: આકૃતિ; દેખાવ; ડોલ; રૂપ; શિકલ; ચેહેરો; ઢબ; છટા. 8. A tinge; a shade: રંગ; છાંટ; આભાસ. 9. A chance; opportunity: લાભ; તક; સંધિ; યોગ; પ્રસંગ; તાકડો. 10. The assignment of parts in a play to the actors: નાટકમાં પાત્રોને વેષની વેંહેચણી. 11. A look; glance; squint: નજર; કટાક્ષ; આંખ; દૃષ્ટિ. 12. Contrivance; plot: યુક્તિ; ઘાટ; ગોઠવણ;

મનસુબો. *The last* **c.**, the last effort; the last chance: છેલ્લો દાવ–પ્રયત્ન–પ્રયાસ–કોશેશ.

Castaway, (કાસ્ટવે) *n.* (*a*) That which is thrown away: ફેંકી દીધેલી ચીજ; કચરો;ઉતાર. (*b*) an abandoned person: તજેલો–વિસારેલો–પાપમાં ઘેરાએલો પુરૂષ. 2. A reprobate: ઇશ્વરનો વિસારેલો–છાંડેલો પુરૂષ; વહી ગએલું માણસ; ઉતાર.*a.*Rejected; of no value: તજેલું; છાંડેલું; નકામું.

Caste, (કાસ્ટ્) *n.* [L. *castus*,pure.] A distinct hereditary order of people among the Hindoos: જ્ઞાતિ; વર્ણ; વર્ગ. 2. A separate class of society: નાત; જાત; કોમ. *Pride of* **c.**: જાત્યાભિમાન.

Caster, (કાસ્ટર્) *n.*One who casts: નાંખનાર;ફેંકનાર. 2. A phial,cruet used to contain condiments at the table: જમતી વખતે ટેબલ પર મીઠું–મસાલો રાખવાની નાની શીશી. 3.A stand to contain a number of such phials: એવી શીશીઓ રાખવાની શમેદાન.4.One who assigns the parts of a play to the actors: નાટકમાં વેશની વહેંચણી કરનાર.

Castigate, (કાસ્ટિગેટ્)*vt.* [L. *castus* pure, & *ago*, I do.]To chastise;to correct: ફટકા મારવા; ફટકા–ચાબુક મારી સજા કરવી.

Castigation, (કાસ્ટિગેશન) *n.* Punishment; penance: સજા; ચાબકાએ શિક્ષા; શાસન.

Casting-voice,(કાસ્ટિન્ગ્-વોઇસ્) } *n.* The
Castingvote, (કાસ્ટિન્ગ-વોટ્) } vote of a presiding officer in a council, which decides a question: બન્ને પક્ષના મત બરાબર ઉતરે ત્યારે એક પક્ષને મલેલો પ્રમુખનો વધુ મત.

Cast-iron, (કાસ્ટ્-આઇઅર્ન્) *n.* Iron run from the melting furnace into pigs or into moulds of various utensils: ઓતેલું લોઢું; બીડ; ભરતર.

Castle, (કૅસલ્) *n.* [L. *castrum*, a fort.] A fortress; a fortification: કોટ; કિલ્લો; ગઢ. 2. A piece made to represent a castle, in the game of chess: શેતરંજમાં હાથી. **C.** *in the air*; sometimes called **C.** *in Spain*: a visionary project: શેખશલ્લીનો મનસુબો.

Castle-builder,(કૅસલ્-બિલ્ડર્) *n.* One who forms visionary schemes: શેખશલ્લીના મનસૂબા કરનાર.

Castor-bean, (કૅસ્ટર્-બીન્) *n.* The seed of the castor-oil plant: દીવેલી; એરંડી;એરંડાનાં બીજ.

Castor-oil, (કૅસ્ટર્-ઑઇલ્) *n.* Oil obtained from the seeds of a plant native of the tropics: એરંડીઉં; દીવેલ.

Castrate, (કૅસ્ટ્રેટ્) *vt.*[L. *castro*, I geld.] To deprive of testicles; to geld: અણ્ડ કાપવા; ખસી કરવી; નામરદ–હીજડા બનાવવું. 2.To take away, as the obscene parts of a writing: (બીભત્સ ભાગ કાઢી લેઇ) લખાણને સુધારવું. 3. To render imperfect: (ચોપડીમાંથી પાનું કાઢી લેઇ)અપૂર્ણ બનાવવું; પુસ્તક ખાંડું કરવું.

Casual,(કૅઝ્યુઅલ્)*a.*[L. *cado*, I fall.] Coming by chance; accidental: અણધાર્યું; અકસ્માત; અચિન્તું. 2. Coming without regularity; incidental: નૈમિત્તિક; પ્રસંગોપાત.

Casually, (કૅઝ્યુઅલિ) *adv.* Fortuitously; occasionally: આકસ્મિક રીતે; દૈવયોગે; ઓચિંતું.

Casualty, (કૅઝ્યુઅલ્ટિ) *n.*That which comes without design: contingency: ઓચિન્તો બનાવ; દૈવયોગ;હોનારત 2.Any injury of the body from accident: અણધારી શરીરને થયલી ઇજા; હાણ; મોત.

Cat, (કૅટ્) *n.* A domestic animal of the feline tribe that catches mice: બિલાડી; બિલાડો; મિની; માંજર. 2. (*a*) A ship having a narrow stern: એક જાતનું વહાણ. (*b*) A strong tackle: લંગર ખેંચવાની ગરેડી. **C.** & *dog*, quarrelsome: લડવાડીઓ; કજીઆ–ટંટાખોર. **C.** *of nine tails*: વાહાણ ઉપર ખલાસિઓને બાંધી મારવાનો એક જાતનો કોરડો; નવ ચીમકીઓવાલો ચાબક. *To turn a* **C.** *in a pan*: સઘલા પક્ષમાં ભરાઈ જવું; ચાલતી વ્હેલે ચઢી બેસવું.*To* rain **C.***s* & *dogs*, to rain hard: ખૂબ વરસવું; મુશલધાર વરસવું.

Cataclysm, (કૅટક્લિઝમ)*n.*[L.*cataclysmos.*] An extensive overflow of water; a deluge: મહા જલ–પ્રલય; મોટી રેલ.

Catacomb, (કૅટકોમ) *n.* [Gr. *kata*, down & *kumbos*, a cavity.] A cave anciently used for the burial of the dead: મુડદાં દાટવાનો ગુફો.

Catalogue, (કૅટલૉગ્)*n.* [Gr. *kata*, & *logos*, speech.]A list or enumeration: નોંધ; યાદ;પત્રક. *vt.* To make a list of: નોંધવું; પત્રક કરવું; યાદી ક૦.

Cataplasm, (કૅટપ્લૅઝમ) *n.* [L. *cataplasma.*] A poultice: પોટીસ; પ્રલેપ; ઉપચાર.

Cataract, (કૅટરૅક્ટ્) *n.* [Gr. *kata* down & *regnuo*, I break.] A great cascade or waterfall: પાણીનો મોટો ધોધ.2.An opacity of the crystalline lens, or of its capsule: આંખનો મોતીઓ.

Catarrh, (કૅટાર્) *n.* [Gr.*kata* down & *rheo*, I flow.] (*a*) A discharge of fluid from the mucous membrane: રસપૂણી;સલેખમ;રસ.(*b*) The cold itself: સરકમ; સરદી.

Catastrophe,(કૅટૅસ્ટ્રોફી) *n.* [Gr. *kata*, down & *strepho*, I turn.] A final event, usually of a calamitous or disastrous nature:દુઃખદાયક પરિણામ–બનાવ; આપદ; વિપત; આફત.

Catch, (કૅચ્) *vt.* (*imp.*& *pp.* **caught.**) [L. *capeo*,I take.]To lay hold on; to seize: પકડવું; ઝીલવું; ઝીલી લેવું. 2. To take captive; to apprehend: પકડવું; ઝાલવું; કેદ કરવું; હેડમાં પુરવું. 3. To communicate to; to fasten upon:પકડવું;લાગવું; પસરવું.4.To please; to charm: રીઝવવું; મનરંજન કરવું; મન હરી લેવું; મોહિત કરવું.5.(*a*) To take or receive: થવું; નિકલવું.(*b*)To take by sympathy: આવડી જવું. (*c*) To take by contagion: ઉડવું;વલગવું; ચેપ લાગવો. 6. To come upon unexpectedly: કોઇને એકદમ–અણચિન્તુ પકડવું. 7. To overtake: પકડી પાડવું; પકડવું; સાથ–બરાબર થવું. *To* **C.** *at*, to endeavor to seize eagerly: આતુરતા–ઝડપથી પકડવા–યત્ન કરવો.*vi.*To be held or impeded by entanglement: ભરાઈ–ગુંચવાઇ–સપડાઇ જવું;અટવાઇ પડવું. 2. To spread by infecting; to communicate: ચેપ લાગવો; ઉડવું.*To* **C.***up*,to snatch; to take up suddenly: ઝડપ મારવી; ઝડપથી ઉપાડી લેવું.*To* **C.** *a Tartar*: દુશ્મનને પકડવા જતાં અવલા

ફસાઇ જવું-દુશ્મનના હાથમાં સપડાવું. *To* C. *as* C. *may*, to seize indiscriminately: ગમે તે પકડવું; હાથ આવ્યું તે લેવું-પકડવું. *To* C. *at straws*, to take notice of trifles: વેવલાં વીણવાં; ફાંફાં મારવાં; અવાલે ખાચકા ભરવા. *To take or* C. *a likeness*, to imitate: નકલ ઉતારવી-કરવું; અનુકરણ ક૦. *To* C. *the idea of*. to understand: સમજવું; ગ્રહણ કરવું. *n.* The act of seizing: પકડવું-ઝાલવું તે. 2. That by which anything is caught: પકડ; હાથો.

Catching, (કૅચિન્ગ્) *a.* Charming; pleasing: મનોહર; મનોરંજક; ફુટડું; દેખાવડું. 2. Contagious: ઉડતું; ઉડે-વલગે એવું; સ્પર્શાનુગામી; ચેપી.

Catch-penny,(કૅચ્પેનિ)*n.* Something worthless; a worthless book, intended to gain money: નિર્માલ્ય ચીજ; પૈસા કમાવાના ઇરાદાથી લખેલું માલ વગરનું પુસ્તક. *a.* Made to gain money; worthless: પૈસા કમાવા લખેલું; માલ-દમ વગરનું; નમાલું.

Catch-word,(કૅચ્વર્ડ્)*n.* Among theatrical performers, the last word of the preceding speaker; cue: આગલા પાત્રનો છેલ્લો બોલ. 3. A word or phrase caught up and repeated for effect: અસર કરવાને જે બોલ અથવા શબ્દો ફરીથી બોલવામાં આવે છે તે.

Catechise, (કૅટીકાઇઝ્) *vt.* To instruct by asking questions and receiving answers: પ્રશ્નોત્તર કરીને-સવાલ જવાબ પૂછીને શિખવવું. 2. To question or interrogate: પ્રશ્ન પૂછવો; પુછીને કઢાવવું.

Catechism,(કૅટીકિઝ્મ્) *n.* A form of instruction by questions and answers: પ્રશ્નોત્તરથી શિખવવાની રીત. 2. An elementary book containing a summary of principles especially of religious doctrine: પ્રશ્નોત્તરાવલી-માલા; પ્રશ્નોત્તરપોથી; (વિશેષે) ધર્મપોથી.

Catechist,(કૅટીકિસ્ટ્)*n.* One who instructs by question and answer; a catechiser: પ્રશ્નોત્તરથી શિખવનાર-ઉપદેશક.

Catechu,(કૅટીશૂ) *n.* A dry, brown, astringent extract: કાથો; ખેરસાલ.

Categorical, (કૅટીગૉરિકૅલ્) *a.* Pertaining to category: જાત-પંક્તિ સંબંધી-નું-વિશે. 2. Positive; express: સાફ; સ્પષ્ટ; ખુલ્લું; નિશ્ચયાત્મક.

Category, (કૅટીગૉરિ) *n.* [L. *categoria*, an assembly.] Predicament: જાત; પંક્તિ; વર્ગ; ભાગ; દરજ્જો. 2. Condition: સ્થિતિ; હાલત; અવસ્થા; દશા.

Catenate, (કૅટીનેટ્) *vt.* [L. *catona*, chain.] To chain: સાંકળવું; જોડવું; સંબંધ કરવો; સાંધવું.

Catenation, (કૅટીનેશન) *n.* Regular connection: સંબંધ; અન્વય; પરસ્પરાન્વય.

Cater, (કેટર્) *vi.* To provide food (with *for*): ખોરાક પૂરો પાડવો; લાવી આપવો. *n.* [L. *ad.* & *capio*, I seize.] A provider: ખોરાક પૂરો પાડનાર; મોદી.

Caterer, (કેટરર્)*n.* A provider, buyer or purveyor of provisions: ખોરાક પૂરો પાડનાર; મોદી.

Caterpillar,(કેટર્પિલ્લર્)*n.* A kind of insect: એક જાતનો કીડો. 2. A kind of plant: એક જાતનો છોડ.

Catery,(કેટરિ) *n.* The place where provisions are deposited: ખોરાક ભરી રાખવાનો ભંડાર; કોઠાર; મોદીખાનું.

Cat-eyed, (કૅટ્-આઇડ્) *a.* Having eyes like a cat; hence, able to see in the dark: માંજરૂં; બિલાડીના જેવી આંખવાળું; અંધારે જોઇ શકે તેવું.

Cat-gut, (કૅટ્ગટ્) *n.* A kind of cord made from the intestines of animals, especially of sheep: પશુઓની (વિશેષે ઘેટાંની) તાંત; પશુઓનાં આંતરડાંનો બનાવેલો તાર.

Catharist,(કૅથૅરિસ્ટ્) *n.* One who pretends to great purity: વધારે ચોખ્ખાઇ પાલવાનું-સુઘડ રહેવાનું ડોલ ઘાલનારો; બગભગત.

Cathartic,(કૅથાર્ટિક્)*a.* [Gr. *katharot* clean.] Purgative: રેચક; પેટ લાવે એવું. *n.* A purge; a purgative: જુલાબ; રેચ.

Cathedral,(કૅથીડ્રૅલ્) *n.* [Gr. *kata*, & *hedra*, a seat.] The principal church in a diocese: બીશપના ધર્માસનવાળું મુખ્ય દેવલ.

Catheter,(કૅથીટર્)*n.* [Gr. *kata*, down, & *eio*, I send.] A tubular instrument to be introduced into the bladder to draw off the urine: પિશાબ કરાવવાની સલી; મુત્રશલાકા.

Catholic, (કૅથૉલિક્) *a.* [Gr. *katholikos*, universal.] Universal or general: સામાન્ય; સાર્વજનિક; સર્વનું. 2. Liberal: ઉદાર; મોટા મનનું. 3. Pertaining to the Roman Catholics: રોમન કૅથોલીક લોકો સંબંધી. *n.* An adherent of the Roman Catholic Church: રોમન કૅથોલીક ધર્મને માનનાર; એ પંથનો માણસ.

Catholically, (કૅથૉલિકલિ) *adv.* Generally; universally: સામાન્ય રીતે; સાધારણ રીતે.

Catholicon, (કૅથૉલિકૉન) *n.* [Gr. *kata*, throughout & *holos*, whole.] A remedy for all diseases; a universal remedy: બધા દરદો ઉપર સામાન્ય ઓસડ; ત્રિલોક ચિંતામણી.

Cattle, (કૅટ્લ્) *n. pl.* Domestic quadrupeds: ઢોર; હેવાન; ચોપગાં પ્રાણી. A C. *pasture*: ચરો.

Cattle-show,(કૅટ્લ્-શો) *n.* An exhibition of animals: પ્રાણી-ઢોરનું પ્રદર્શન.

Caudle,(કૉડલ્)*n.* [L. *calidus*, warm.] A kind of warm drink for sick persons: કાવો; ઉકાલો. *vt.* To make into caudle: કાવો-ઉકાલો-કાઢો કરવો.

Caul,(કૉલ્)*n.* A net or covering for the head: ટોપી; ટોપ. 2. The omentum: પેટનો પડદો; આંતરડાંનું વેષ્ટન. 3. A part of the membrane enveloping the fetus: ગર્ભવેષ્ટન; ઓર.

Cauliflower,(કૉલિફ્લાઉઅર્)*n.* [L. *caulis*, a cabbage.] A cabbage: ફૂલકોબી; કાલીફ્લાવર.

Causal,(કૉઝૅલ્)*a.* [L. *causalis.*] Relating to a cause; causative: કારણ સંબંધી-દર્શક; પ્રયોજક; ઉત્પાદક; સાધક. *n.* (*Gram.*) A word that expresses cause: જે શબ્દ કારણ બતાવે છે તે; પ્રયોજ્ય.

Causality, (કૉઝૅલિટિ) *n.* The agency of a cause: કારણ; કારણત્વ; સાધકત્વ; હેતુતા. 2. The supposed faculty of tracing effects to their causes: કાર્યનાં કારણ શોધવાની શક્તિ.

Causative,(કૉઝૅટિવ્) *a.* [L. *causa*, a cause.] Expressing a cause or reason: કારણદર્શક-બતાવનારૂં. 2. Causing; effecting; કરતું; ઉત્પન્ન કરતું, ઉત્પાદક; કારક; પ્રયોજક.

Cause,(કૉઝ્)*n.* [L.*causa*, cause.] That which produces or effects a result:કારણ;બીજ; હેતુ;સબબ. 2.That which is the occasion for an action; ખાતર; પ્રયોજન;કાર્ય. 3.A suit or action in court; ground of action;case: મુકરદમો; દાવો.4. The side of a question or controversy:અર્થ;કાર્ય; પક્ષ. *vt.*To produce; to be the occasion of; to make: ઉત્પન્ન-પેદા ક૦;સરજાવવું. *vi.* To make excuse: બહાનું કાઢવું; સટકી જવું.

Causeless. (કૉઝ્લેસ્)*a.*Having no cause:અકારણ;કારણ રહિત.2.Without just cause, reason or motive:નિષ્કારણ;અમથું;વિનાકારણ;બેસબબ;નાહક.

Causeway, (કૉઝ્ઉવે) } *n.* [L. *cax* heel.] A
Causey, (કૉઝી) } way raised above the natural surface of the ground:બાંધેલો રસ્તો;પાણી-કિચલવાળી જગા ઉપરથી જવા આવવા બાંધેલો રસ્તો.

Caustic-cal, (કૉસ્ટિક્-કૅલ્) *n.*[Gr. *kaustikos*, from *kaio*,I burn.] Burning; corrosive: દાહક; બાલે એવું જેથી કંઇ ચીજ ખવાઇ જાય તેવું.2.Severe; satirical; sharp: સખત; માર્મિક; કરડું; તીવ્ર; કટુ. Any substance which burns or destroys the texture; an escharotic: દાહક ઔષધ.

Cauter, (કૉટર્)*n.*A hot, iron for searing:ડામ દેવા તપાવેલું લોઢું.

Cauterization, (કૉટરાઇઝેશન્) *n.*The act of searing some morbid part by the application of caustic: બાલવું-ડામવું-ડામ દેવો તે; દાહન.

Cauterize,(કૉટરાઇઝ્)*vt.*To burn or sear with a cautery or caustic: બાલવું; ડામવું; ડામ દેવો.

Cautery,(કૉટરિ)*n.*A burning or searing with hot iron or by application of caustic:ડામ; ડામવું તે;દાહ. 2.The iron or other agent used in cauterization: ડામ દેવાનું લોઢું કે બીજી ચીજ.

Caution, (કૉશન્) *n.*[L. *caveo*, I take care.] wariness: સાવધાની;દુરંદેશી;સાવચેતી; સાવધપણું;હોશયારી. 2.Security; guarantee: હામી; જામીનગીરી; બાંહ્યધરી. 3.Warning; advice: સાવચેતી; ચેતવણી; તાકીદ;સલાહ. **C.** *money*: જામીનગીરીમાં મૂકેલા પૈસા. *vt.*To warn: ભયની ચેતવણી આપવી; ચેતાવવું; સાવધ કરવું.

Cautious, (કૉશિઅસ્) *a.* Circumspect; wary: watchful: સાવધ; સાવધાન; દુરંદેશ;હોશીયાર; ચોકસ.

Cavalcade, (કૅવૅલ્કેડ્) *n.* [L. *caballus*, an inferior horse.] A procession of persons on horseback: પાયગાની સ્વારી; મ્હોટી સ્વારી.

Cavalier,(કૅવેલીઅર્)*n.*A military man serving on horseback; a knight: શિલેદાર; સ્વાર; હથિયારબંધ ઘોડેસ્વાર. 2. A gay sprightly gallant man; hence, a gallant: ફક્કડ; છેલ; બહાદુર-બાંકો માણસ.3.One of the leaders of the court party in the time of king Charles I.:પહેલા ચાર્લ્સના વખતમાં રાજાનો પક્ષકાર.*a.*Gay;sprightly;generous: ફક્કડ; બાંકો; ઉદાર. 2. Brave;warlike:ઉત્સાહી;શૂરો; લઢવૈયો.3.Haughty;disdainful:ગર્વિષ્ટ;મિજાજી;તોરી.

Cavalierly,(કૅવૅલીઆર્લિ) *adv.* In a disdainful or haughty manner: ગર્વિષ્ટપણે; તોરથી.

Cavalry, (કૅવૅલ્રિ) *n.* That part of a military force which serves on horseback: ઘોડેસ્વારની ફોજ; પાયગા; ઘોડાદલ; અશ્વસેના.

Cave, (કેવ્) *n.* [L. *cavus*, hollow.] A hollow place in the earth; a den: ગુફા; વિવર; કોતર;કોહ. 2. A hollow place; a cavity: પોલો ભાગ;પોલાણ; પોલ; બખોલ.*vi.*To dwell in a cave: ગુફા-કોતરમાં રહેવું. 2. To yield or give way:-કબૂલ થવું-મલી જવું; માન્યા કહેવું; છોડી દેવું.*To* **C.** *in*, (*a*) to fall in and leave a hollow: ઢલી-ફસાઈ પડવું. (*b*) to submit; to yield: તાબે થવું; (તકરાર) મુકી દેવી; હથિયાર છોડી દેવાં.

Cavern,(કૅવર્ન્) *n.*[L. *cavus*, hollow.]A deep hollow place in the earth; a large cave: ગુફા; બખોલ; કોતર.

Cavil,(કૅવિલ્)*vi.* [L. *cavus*, hollow.] To raise captious & frivolous objections: ખોટા-નકામા-નજીવા દોષ-ચુક-વાંધા કાઢવા;બેસબબ હરકત કરવી. *vt.* To find fault with: દોષ-ચૂક કાઢવી. *n.* A false or frivolous objection: ખોટી-નકામી હરકત-વાંધો-દોષ-ચુક; મિથ્યા વિવાદ.

Cavity, (કૅવિટિ) *n.* A hollow place: પોલી જગા; પોલાણ; ખાંચ; ખાડો; બખોલ; બાકું; પોલ; વિવર. 2. Hollowness: પોલાણ; પોલ; પુટ; as, **C.** *of hands:* અંજલિપુટ; ખોબો.

Caw,(કૉ)*vi.*To cry like a crow, rook or raven: કાકા કરવા. *n.* The noise or cry made by the crow, rook or raven: કાકાકા; કૈરવ.

Cayenne-Pepper, (કેએન-પેપ્પર્) *n.* A very pungent pepper: ઘણાં તિખાં મરી.

Cazzon,(કૅઝ્ઝૉન્) *n.* The dried dung of cattle used for fuel: છાણાં; અડાયાં; ઉપલાં.

Cease, (સીઝ્) *vi.* [L. *cedo*, I withdraw.] To stop; to desist: બંધ પડવું;અટકવું; મોકુફ થવું. 2. To be wanting; to fail: ખુટવું; તંગી-ખોટ પડવી; આવી રહેવું. *vt.* To put a stop to; to bring to an end: બંધ પાડવું;અટકાવવું.*n.* Extinction: બંધ પડવું તે; રોકાણ; અટકાવ; સમાપ્તિ.

Ceaseless,(સીઝ્લેસ્) *a.* Incessant; continual: અખંડ; નિરંતર; જાથુ; સદાકાલનું; ચાલુ; હમેશનું.

Ceaselessly,(સીઝ્લેસ્લિ)*adv.* Without intermission or end:નિરંતર;જાથુ;અટકયા વગર; સદાકાલ.

Cedar, (સીડર્) *n.* [L. *cedrus.*] The name of several evergreen trees: ગન્ધતરૂ; દેવદાર.

Cede,(સીડ્) *vt.* [L. *cedo*, I give.] To yield or surrender;to give up:આપવું; છોડી દેવું;શરણ ક૦; સ્વાધીન કરવું; મુકી છુટવું.

Ceil,(સીલ્)*vt.* [L. *cælum*, vault.] To overlay or cover the inner side of the roof of: છાપરાને છત ક૦-જડવી બનાવવી-બાંધવી. 2. To line a surface, as of a wall with plaster or the like: (ભીંતને) પ્લાસ્ટર ક૦; ચેપ દેવો.

Ceiling, (સીલિન્ગ્) *n.* The inside lining of a room over head: છત;છાજ; સીલિંગ. 2.The inner planking: ચાંદવો; ચંદરવો.

Celebrant, (સેલીબ્રૅન્ટ્) *n.* One who performs a public religious right:લોકની તરફથી જાહેર ધર્મ ક્રિયા કરનાર.

Celebrate, (સેલીબ્રેટ્) *vt.*[L. *celeber*,famous.] To extol or honor in a solemn manner:

સ્તુતિ-સ્તવન-કીર્તન-વખાણ ક૦. 2. To honor by solemn rites; to observe duly:વિધિપૂર્વક ક૦-પાલવું;ઉજવવું. 3.To solemnize; to perform with appropriate rites: ઉત્સવ-સમારંભ ક૦. as, *to C. a marriage:* લગ્ન સમારંભ-મહોત્સવ કરવું.

Celebrated, (સેલીબ્રેટેડ્) *a.* Distinguished; renowned:પ્રખ્યાત;વિખ્યાત;નામિચું; પ્રસિદ્ધ; પંકાયલું; નામાંકિત.

Celebration, (સેલીબ્રેશન્)*n.* Commendation; praise: સ્તવન; સ્તુતિ; કીર્તન. 2. Observance with solemn rites: ક્રિયાકર્મથી યથા વિધિ ઉત્સવ દાખલ પાલવું તે.3.Solemn performance in public and with proper ceremonies: ધામધૂમથી-યથાવિધિ ક્રિયાકર્મ કરવું તે; ઉત્સવ; ઓચ્છવ.

Celebrity, (સેલીબ્રિટિ) *n.* Fame; renown: વિખ્યાતિ; કીર્તિ; નામદારી; નામ; ઈજત; આબરૂ. 2. A person of distinction: પ્રખ્યાત માણસ.

Celerity, (સેલરિટિ)*n.*[L. *celer*, swift.] Swiftness; rapidity of motion: ઝડપ; તાકીદ; ઉતાવલ; વેગ; ત્વરા.

Celestial, (સીલેસ્ટિઅૅલ્)*a.*[L.*Cœlum* heaven.] Heavenly: સ્વર્ગનું-સંબંધી; સ્વર્ગિય; દિવ્ય; અમર્ત્ય. 2. Belonging to the aerial regions: ખગોલનું; આકાશનું. *n.* An inhabitant of heaven: વૈકુંઠવાસી;સ્વર્ગવાસી;બેહેસ્તી.2.A native of China: ચિનો; ચિનદેશનો રહીશ. **C.** *city*, heaven: વૈકુંઠ; સ્વર્ગ. **C.** *empire*, China: ચિનદેશ.

Celibacy,(સેલિબૅસિ)*n.*[L.*cœlebs*, unmarried.] The state of being unmarried: કુંવારાપણું.

Celibate, (સેલિબેટ્) *n.* Celibacy: કુંવારાપણું.2. One who is unmarried: કુંવારો પુરૂષ.*a.* Single; unmarried: કુંવારૂં.

Cell,(સેલ્) *n.* [L. *celo*, I hide.] A very small and close apartment: ઘણી ન્હાની અને સાંકડી ઓરડી-કોટડી. 2. A small religious house attached to a monastery: મઠ-ધર્મસ્થાન તાબાની એક નાની ઓરડી. 3. A very small hollow place: ન્હાનો ગુફો.4.A hollow space between the ribs of a vaulted roof:ઘુમટવાલા છાપરાની કીનાર વચ્ચેનો પોલો ભાગ.5.A minute, inclosed sac:ઝીણી-ન્હાની કોથલી-થેલી. *vt.*To place in a cell:ભોયરામાં મૂકવું.

Cellar,(સેલર્)*n.*[L.*cella*,store room.] A room under a house or other building: ભોંયરૂં; ગુપ્તસ્થલ.

Cellarage, (સેલરેજ્) *n.* The store-rooms of a cellar: ભોંયરાના ખંડ; ભોંયરાં. 2. Charge for storage in a cellar: ભોંયરાનું ભાડું.

Cement,(સીમેન્ટ્) *n.* [L. *cœmentum*, rough stone.] Any substance used for making bodies adhere to each other: વસ્તુઓને ચોઢનાર પદાર્થ; કોલ;ગુંદર;સરસ,સમીટ, વિ૦. 2. The powder used in cementation: ઝારવામાં વપરાતો ધાતુનો ભૂકો. 3. Bond of union: બંધ; ગાંઠ; સ્નેહ; દોસ્તી. *vt.* To unite or cause to adhere by means of a cement:કોલ વી૦થી ચોટાડવું-સજ્જડ ક૦. 2. To unite firmly or closely: નિકટ જોડવું-સાંધવું 3. To overlay or coat with cement: કોલથી છોવું; ઘેપ દેવો. *vi.*To become cemented; to cohere: ચોટવું;નક્કર થવું: એકઠા વલગી-બાઝી રહેવું.

Cemetery,(સેમીટરિ) *n.*[Gr.*koimao*, I put to bed.] A place for the burial of the dead; a grave-yard: સ્મશાન;કબરસ્તાન;મશાણ; દખમું.

Cenotaph, (સેનોટૅફ્) *n.*[Gr. *kenos*, empty & *taphos*, a tomb.] An empty tomb or a monument erected in honor of a person who is buried elsewhere:ખાલી કબર;અન્યસ્થલે દાટેલા માણસની માનની ખાતર પ્રસિદ્ધ સ્થલે ઉભી કરેલી કબર-દેવડી;પાલિયો.

Cense, (સેન્સ્) *vt.* To perfume with odors from burning gums & spices: ધુપ દેવો.

Censer, (સેન્સર્) *n.*A vase or a pan in which incense is burned: ધૂપદાની; લોબાનદાની; ધુપયું; અફરગાનિયું.

Censor, (સેન્સર્)*n.* [L. *censeo*, I value.] One of two magistrates of Rome: પ્રાચીન રોમના લોકોનો એક માજીસ્ટ્રેટ. 2. An examiner of books before publication:છાપખાનામાં ચોપડી-લખાણ છપાવા આપતા પહેલાં કાંઈ મના કરેલું તેની અંદર છે કે નહિં તે જોઈ જનાર અધિકારી. 3.One who censures or blames;a censurer:દોષ કાઢનાર;ચૂક-વાંક કાઢનાર. 4. A critic; a reviewer: ગ્રંથ વિવેચન કરનાર; પુસ્તક પરિક્ષક; ટિકાકાર.

Censorius, (સેન્સોરિઅસ્) *a.* Apt to blame or condemn; addicted to censure:દોષ-વાંક-ખોડ-ખોતરણાં કાઢવામાં પ્રવીણ-તૈયાર; નિંદક; છિદ્રાન્વેષી. 2. Implying or expressing censure: નિંદાયુક્ત; દૂષણયુક્ત; દોષબુદ્ધિનું.

Censurable, (સેન્સ્યૂરેબ્લ્)*n.*Blamable; reprehensible: ઠપકા-નિન્દાપાત્ર; નિંદ્ય; દૂષણીય; દોષપાત્ર.

Censure, (સેન્સ્યૂર્) *n.* [L.*censor.*] Blame; reprehension: ઠપકો; દૂષણ;નિંદા;બદનામી.2.Judicial or ecclesiastical sentence: ન્યાયાધિશે-ધર્માધ્યક્ષે કરેલી શિક્ષા-દંડ. *vt.* To find fault with and condemn as wrong; to blame: ઠપકો દેવો; નાપસંદ કરવું; વાંક-દોષ કાઢવો.2. To condemn by a judicial sentence: કાયદાની રૂયે શિક્ષા-સજા-દંડ ક૦;ધિક્કારી કાઢવું-તિરસ્કાર ક૦.

Census, (સેન્સસ્)*n.*[L.]A numbering of the people of: લોક ગણત્રી;વસ્તિગણના; વસ્તિપત્રક.

Cent,(સેન્ટ્)*n.*[L.*centum*,hundred.]A hundred: સૈકો; સેંકડો; સો; શત. 2. A coin of the United States:એક જાતનો યૂનાઇટેડ સ્ટેટસમાં વપરાતો સિક્કો. 3. An old game at cards: પાનાંની રમત.

Centage, (સેન્ટેજ્) *n.* Rate by the cent; percentage: સેંકડા-સૈકા-સોનો ભાવ-દર; ટકા.

Centaur, (સેન્ટાર્)*n.* [L.*centaurus.*] A fabulous being represented as half horse: અડધું માણસના અને અડધું ઘોડાના રૂપવાલું કલ્પિત પ્રાણી;નરાશ્વ. 2. A constellation in the southern heavens: દક્ષિણ ખગોલના એક નક્ષત્રનું નામ; ધનરાશિ.

Centenarian, (સેન્ટેનેરિઅૅન) *n.* [L. *centum*, hundred, and *annus*, year.]A person a hundred years old: શતાયુ પુરૂષ; સો વર્ષનું માણસ.*a.* Of or relating to a hundred years: સેંકડા-સૈકા-સો વર્ષ સંબંધી-નું-વિષે; શતવાર્ષિક.

Centenary,(સેન્ટૅનરિ)*n.*[L.*centum*, hundred.] The aggregate of a hundred single things:

સૈકો; સો; શતક. 2. The celebration of an event which occurred a hundred years before:શતવાર્ષિક. *a.* Relating to a hundred; consisting of a hundred: સોવાળું; સો સંબંધી. 2. Occuring once in every hundred years; centennial: સો વર્ષમાં એકવાર બનતું; પ્રતિશતવાર્ષિક.

Centennial, (સેન્ટેનિઅલ) *a.* [L. *centum*, hundred & *annus*, year.] Relating to the commemoration of an event that happened a hundred years before: સોમા વાર્ષિક દિવસ–વર્ષગાંઠ –વરસીને લગતું–સંબંધી 2. Happening once in a hundred years: સો વર્ષે એકવાર બનતું–થતું–આવતું. 3. Lasting or aged a hundred years: સો વર્ષનું –ની ઉમર–વયનું; શતવાર્ષિક.

center-tre,(સેન્ટર) *n.* [L. *centrum*, centre.] The middle point or place: મધ્યબિંદુ; કેન્દ્ર; નાભિ. 2. The middle or central portion of any thing; midst: મધ્યભાગ; મધ્ય; ઉદર; ગર્ભ. 3. A principal point of concentration: એકીકરણ–એકાગ્રતાનું મધ્યબિંદુ; લક્ષ્ય. 4. A temporary framing on which vaulted work is constructed:ઘુમટ કામને થોડો વખત ટેકો આપવા કરેલું બાંધ કામ.**c.** *of gravity*, that points of a body about which all its parts can be balanced: ગુરૂત્વમધ્યબિંદુ. **c.** *of gyration*: ભ્રમણ સમયે ગતિગ્રાહક મધ્યબિંદુ. **c.** *of inertia*: એક કે વધારે જડ પદાર્થનું ગુરૂત્વ મધ્યબિંદુ.**c.***of motion*:(ગતિ દશામાંનું)અચલ મધ્યબિંદુ. *vi.*To be placed in a center; to be central:મધ્યે હોવું. 2. To be collected to a point; to be concentrated:એક બિંદુમાં ભેગા થવું; એક લક્ષ્ય થવું.*vt.* To place on a central points: મધ્યે વચોવચ–મૂકવું. 2. To collect to a point; to concentrate: એક બિંદુમાં–જગોએ ભેગા–એકઠા–એક લક્ષ–સ્થિર ક૦.

Centifolious,(સેન્ટિફોલિઅસ)*a.* [L. *centum*, hundred & *folium*, a leaf.]Having a hundred leaves: સો પાંદડાંવાળું.

Centigrade, (સેન્ટિગ્રેડ્) *a.* [L. *centum*, and *gradus*, degree.] Graduated into a hundred divisions or equal parts: સો અંશ–ભાગવાળું; શતાંશ; સો ડિગ્રીવાળું. **c.***thermometer*:સો ડિગ્રી (અંશ) ના માપવાળું થરમૉમિટર (શિતોષ્ણ માપક યંત્ર.)

Centiped,(સેન્ટિપેડ્) *n.* [L. *centum*, & *pedis*, foot.] (Zool.)A species of the *Myriapoda*:કાનખજુરો; કાનકચુરો; શતપદી.

Central, (સેન્ટ્રલ) *a.* [L. *centrum*.] Relating to the center; placed in the centre or middle: મધ્ય બિંદુનું–વિષે–સંબંધી; મધ્યે આવેલું; મધ્યનું.

Centralize, (સેન્ટ્રલાઇઝ્) *vt.* To draw to a centre point;to bring under one control: મધ્યબિંદુ ભણી ખેંચવું–લાવવું; એક ઠેકાણે લાવવું; એક કાયદામાં–સત્તામાં મૂકવું–લાવવું.

Centrifugal,(સેન્ટ્રિફ્યૂગલ્)*a* [L. *centrum*, & *fugio*, I fly.]Tending to recede from the center; મધ્ય–કેન્દ્ર ત્યાગી; મધ્યોત્સારી. 2. Expending first at the summit and latter at the base:પહેલ વહેલું મથાળે અને પછી નીચેથી ફેલાતું–ફુલતું. **c.** *force*: મધ્યબિંદુત્યાગી બલ.

Centripetal, (સેન્ટ્રિપેટલ્) *a.* [L. *centrum*, & *peto*, I move toward.] Tending or causing to approach the center:મધ્ય–કેન્દ્ર તરફ જતું–લેઇ જતું; મધ્યાભિસારી; મધ્યાભિગામી.2. Expanding first at the base of the inflorescence& proceeding towards the summit: થડથી ફેલાતું ફેલાતું ટોચે જતું. **c.** *force*, a force whose direction is towards a center: મધ્ય–કેન્દ્રાભિસરણ બલ.

Centurial,(સેન્ટ્યુરિઅલ્)*a.* Of or relating to a century: એક શદી–શતક–સૈકાને લગતું–નું.

Centurion,(સેન્ટ્યુરિઅન્)*n.*[L.*centum*, hundred.] A captain of 100 foot-soldiers: સો સિપાઈની ટુકડીનો કપ્તાન–સરદાર–નાયક; શતપતિ.

Century, (સેન્ટ્યુરિ) *n.* [L. *centum*, hundred.] (*a*) Hundred: સો;શતક. (*b*) An aggregate of hundred things: સો; સો ચીજનો સમુહ. 2. A period of a hundred years:સો વર્ષ;સૈકો;સદી; શેંકડો.

Ceraceous, (સીરેશસ્) *a.* [L. *cera*, wax.] Wax-like; waxy: મીણ જેવું–ને મળતું.

Cerate, (સીરેટ્) *n.* [L. *cera*, wax.] A thick kind of ointment, composed of wax and oil, with other ingredients:મીણ–તેલ વીગેરેનોબનાવેલો મલમ.

Cerberus, (સીર્બરસ્) *n.* [L.] A monster, in the shape of a three-headed dog,guarding the entrance into the infernal regions: નરક–દોજખનો દ્વારપાલ; કુતરાનું રૂપધારી રાક્ષસ.2.Hence, any vigilant custodian:ચાલાક–કરડો પહેરેગીર–રખેવાલ. 3. A genus of the East Indian Serpents;the bokadam: એક જાતનો સર્પ.

Cereal, (સીરીઅલ્) *a.*[L. *Cerealis*, pertaining to Ceres, & hence, to agriculture.] Pertaining to edible seeds or grain: અનાજ સંબંધી.*n.* Any edible grain: ખાવાના દાણા; અનાજ.

Cerebellum, (સેરીબેલ્લમ) *n. pl.* **Cerebellums** or **cerebella**.[L. dim. of *cerĕbrum*, brain.] The large lobe of the hind brain; the little brain: મગજખુર્દ; મસ્તિષ્ક; મગજનો પાછલો ન્હાનો ભાગ.

Cerebral, (સેરીબ્રલ્) *a.* [L. *cerebrum*, brain.] Of or pertaining to the cerebrum: મગજ સંબંધી–નું.One of a class of lingual consonants in the East Indian languages: મૂર્ધની–મૂર્દ્ધન્ય અક્ષર.

Cerebrum,(સેરીબ્રમ)*n.pl.***Cerebra**.(*Anat.*) The seat of the reasoning faculties & the will; brain:ભેજાનો આગલો મ્હોટો ભાગ;મગજ;ભેજું.

Cerecloth, (સીર્ક્લૉથ્) *n.* A cloth smeared with melted wax or with some other gummy matter: મીણકપડ; મીણિયું; ગુંદરાટેલું કપડું.

Ceremonial, (સેરીમોનિઅલ્) *a.* Relating to ceremony;ritual: કર્મ–વિધિ–ક્રિયા સંબંધી–વિષે–નું; કર્માત્મક; ક્રિયાત્મક. 2. Observant of forms; ceremonious:રીતભાતમાં ચોકસ આદરસત્કારી; રીતિ પ્રમાણે ચાલનાર.

Ceremonial. (સેરીમોનિઅલ) *n.* Outward form: ક્રિયા; વિધિ;રીતભાત;રિવાજ;કર્મ.2. The book containing the rules prescribed to be observed on solemn occasions: પદ્ધતિનું પુસ્તક.

Ceremonious, (સેરિમોનિઅસ્)*a.* Consisting of outward forms and rites; ceremonial: See **ceremonial.** *n.* According to prescribed or customary rules & forms;formally respectful; punctilious;આચાર–કર્મ–રીત–રસમ પ્રમાણે ચાલનારું. આચારશીલ; કર્મશીલ; વિવેકી.

Ceremony, (સેરિમનિ) *n.* [L. *Cærimonia,* ceremony.]Outward rite;external form in religion: ધર્મ ક્રિયા; કર્મ; સંસ્કાર; વિધિ. 2. Forms of civility, prescribed by law or authority;આદરસત્કાર; આદરમાન; વિવેક.

Ceriferous, (સિરિફ઼રસ્) *a.* [L. *cera,* wax & *fero,* I bear.] Producing wax: મીણ ઉત્પન્ન કરનારૂં–આપનારૂં.

Certain,(સર્ટન્)*a.*[L.*certus,*certain.] Assured in mind; having no doubt: ખાતરી–વિશ્વાસ–ભરૂસાવાળું; નિસ્સંદેહ; નિરસંશય; સંશયરહિતહીન. 2. Determined;resolved:નિશ્ચયવાળું; આગ્રહવાળો;આગ્રહી.3.Not to be doubted or denied:established as a fact: મુકરર; નિશ્ચિત; ખરૂં; ખચિત; ખસુસ; ચોકસ. 4. Sure to happen; inevitable: ખચિત; નિ:સંદેહ; આવશ્યક; અચૂક; ખસુસ; ભાગ્ય.5.Unfailing; infallible: રામબાણ; આબાદ; ચોકસ.6.Fixed or stated;regular: નિશ્ચિત;નિયમિત;ચોકસ;અમુક.7. Indeterminate;indefinite:કોઈએક;એકાદ. *For* **c.**, assuredly: બેશક;અલબત્ત; ખરેખર;નિ:સંશય; ખચિત.

Certainly, (સર્ટનલિ) *adv.* Without doubt; unquestionably: નક્કી; નિશ્ચે; ખચિત; મુકરર;અવશ્ય; નિ:સંશય; નિશ્ચયપૂર્વક; નિ:સંદેહ; બેશક.

Certainty,Certainness, (સર્ટન્ટિ; સર્ટન્નેસ્) *n.*Exemption from doubt or failure:નિશ્ચય;ખાતરી;ખાતરજમા; નક્કીપણું. 2. A fact or truth unquestionably established: નક્કી;સત્યવાત;નિશ્ચતાર્થ. 3. Clearness; lucidity: સ્પષ્ટતા; ખુલાસો.

Certificate,(સર્ટિફિકેટ્) A written testimony to the truth of any fact: ખાતરીપત્ર; દાખલો; સનદ; સર્ટીફીકેટ. 2. A written declaration legally authenticated: પ્રમાણ પત્ર–લેખ. *Trial by* **c.**:સર્ટિફિકેટ આપનારની જુબાની ઉપર મુખ્ય આધાર રખાતો હોય એવી તપાસ. *vt.*To verify by certificate: પ્રમાણ પત્રથી ખાતરી કરી આપવી.2. To furnish with a certificate: સર્ટીફીકેટ આપવું.

Certificated,(સર્ટિફિકેટેડ્) *a.* & *p.* Having a certificate: સર્ટીફીકેટવાળો; સનદી.

Certify, (સર્ટિફાઇ) *vt.* [L. *certus,* certain & *facio,* I make.] To assure; to make certain: ખાતરી કરી આપવી; નિશ્ચયપૂર્વક કહેવું. 2. To make certain; to verify:નક્કી કo;ખાતરી કo.3.To testify to in writing; લખિત પ્રતિજ્ઞા કo–થી કહેવું.

Certitude,(સર્ટિટ્યૂડ્) *n.* [L. *certus.*] Assurance; certainty: ખાતરી; નિશ્ચય; નિ:સંશયપણું.

Cerulean,(સીરૂલીઅન) *a.* [L. *cæruleus,* dark blue.]Sky-colored;blue;azure:આસમાની;વાદળી.

Ceruse,(સીરૂસ્)*n.* [L. *cerussa.*]White lead: સફેતો; સફેદો.

Cess,(સેસ્)*n.* [L. *census.*] A rate or tax: વેરો; ધારો; કર; દાણ; હક.*vt.*To rate; to tax; to assess: ના ઉપર વેરો–કર ઘાલવો–નાખવો.

Cessant, (સેસૅન્ટ્) *a.* Inactive; dormant: ઉંઘણસી; આલસુ; ધીમું; સુસ્ત.

Cessation,(સેસેશન્)*n.* Stop;rest: અટકવું–બંધ પડવું તે;અટકાવ;મોકુફી;વિરામ;સ્થિરતા; નિવૃત્તિ. *Cessation of arms,* a truce agreed to by the commanders of armies to give time for some purpose: થોડા વખત માટે કીધેલી સલાહ; લહકુબી.

Cession, (સેશન્)*n.* [L. *cedo,* I give way.]A yielding to physical force (*obs.*): હથિયાર મૂકી દેવા તે; પારકાને સ્વાધીન–વશ થવું તે; પ્રદાન; 2. Concession; compliance:સ્વીકાર; કબૂલ–માન્ય કo તે.3. A surrender, as of property or rights: સોંપી–આપી દેવું તે; ત્યાગ.

Cesspool, (સેસ્પૂલ્) *n.* A cavity sunk in the earth, to receive and retain the sediment of water conveyed in drains: ખાલકુવો.

Cetacea, (સીટેશીઅ) *n.pl.* [L. *cetus,* whale.] An order of the marine mammals including whales: વ્હેલ વીo આંચલવાલાં દરીઆઈ પ્રાણીનો વર્ગ.

Cetaceous,(સીટેશસ્) *a.* Of or pertaining to the cetacea: મગર મચ્છનું–સંબંધી.

Chafe, (ચેફ઼્) *vt.* [L. *calidus,* hot & *facio,* I make.]To excite heat in by friction:ઘસીને ઉનું–ગરમ કo. 2. To fret; to irritate: ગુસ્સે કo; ચીઢવવું; ખિજવવું. 3.To fret and wear by rubbing: ચોળીને ઘસી નાંખવું. *vi.* To rub; to wear by rubbing: ઘસાઈ જવું; ચોળાઈ જવું. 2. To be worn by rubbing:ચોળાવું;ઘસાવું;ઘસાઈ જવું.3.To be vexed; to fret: ચીઢાઈ જવું; તપી જવું;કોપવું;ક્રોધ–ગુસ્સો કo. *n.* Heat excited by friction: ઘસાવાથી થયેલી ગરમી.2.Injury or wear caused by friction:ઘસારો; ઘર્ષણ; ઘસાવાથી થતું નુકશાન.3. Vexation; rage:ગુસ્સો; ચીઢ; ક્રોધ; કોપ.

Chaff,(ચૅફ઼્)*n.*The glumes or husks of grains: છોતરાં; છાલાં; ફોતરાં.2.Worthless matter;refuse: કચરો; નાંખી દેવાની ચીજ; એંઠવાડો. 3. Banter; raillery: મશ્કરી; હાંશી; ઠઠ્ઠો; મજાક; ટોલ. *vi.*To use light,idle language,by way of fun or ridicule; to banter:મજાક–મશ્કરી–ટોલ–હાંશી કo.*vt.*To make fun of: મજાક કo; ખનાવવું; મશ્કરી કo.

Chaffer, (ચૅફ઼ર્) *n.* One who chaffs: મશ્કરી–મજાક કરનાર; ઉડાવનાર.

Chaffer,(ચૅફ઼ર્)*n.*Bargaining; merchandise: માલ;વેપારની જણસ.*vi.*To bargain; to negotiate: ભાવ ઠરાવવામાં માથાફોડ–ભાંજગડ કo. 2. To talk much or idly;to chatter: વધારે–નકામી વાતચીત–માથાફોડ કo. *vt.* To buy or sell: ખરીદ કo;વેચવું; વેપાર કo.2.To exchange:ટપાટપી કo:વાદવિવાદ કo.

Chaffery.(ચૅફ઼રિ) *n.* Traffic: વેપાર; ખરીદી.

Chaffy,(ચૅફ઼િ) *n.*A bounding in or resembling chaff: છાલાં–છોડાંવાળું–જેવું. 2. Light or worthless, as chaff: છાંતરાં જેવું નજીવું;નકામું; તૃણવત.

Chaffing,(ચૅફ઼િંગ્)*n.* The act of rubbing or wearing by friction: ઘસવું–ઘસીને ઉનું કરવું તે. **C.** *dish,* a portable grate for coals:શગડી; અંગેઠી.

Chagrin,(શૅગ્રીન)*vt.*To vex;to mortify:ચીડવવું; ખફા કo;ખુદચુક્ત કo;ગુસ્સો ચઢાવવો.2.To be vexed or annoyed: ગુસ્સે–ખફા થવું. *n.* Mortification;

vexation:રીસ; ચીડ; ગુસ્સો; ખેદ; ખફગી.

Chain, (ચેન્) *n.* [L. *catena.*] A series of connected links or rings:સાંકલ; શેર;સાંકલી.2. That which confines,fetters, or secures;a bond:બેડી; બંધ; હેડ.3.A series of things linked together: સંકલના; માલા; શ્રેણી; હાર; એાલ; પરંપરા;અનુક્રમ.4. (*surv.*) An instrument consisting of links, used in measuring land: જમીન માપવાની સાંકલ. 5. The warp threads of a web:જાલનો ઉભો દોરો; તાણો. C. *gang:* સાંકલે નાંગરેલું કેદીનું ટોલું. *vt.* To fasten, bind, or connect with a chain: સાંકલથી બાંધવું-જોડવું. 2.To keep in slavery; to enslave: બેડી જડવી-પહેરાવવી;ગુલામ કo.3.To unite closely and strongly: સજ્જડ અને મજબુત જોડી દેવું.4. To measure with a chain: સાંકલથી માપ લેવું-ભરવું. 5.To protect by drawing a chain across, as a harbour: સાંકલ નાંખી રક્ષણ કરવું.

Chain-bridge, (ચેન્-બ્રિજ્) *n.* A bridge suspended on chains; a suspension bridge: સાંકલોથી લટકાવેલો પૂલ; ઝૂલતો પૂલ; ઝૂલાપૂલ.

Chain-shot,(ચેન્-શૉટ્) *n.* Two balls, or half balls,connected by a chain:જંજીરી ગોલો;જોડ ગોલી.

Chair,(ચેર્) *n.*[L.*cathedra*,chair.] A movable single seat with a back:ખુરશી.2.(*a*)An official seat: હોદ્દાનું આસન; (*b*) hence, the office itself: હોદ્દો. 3.The presiding officer of an assembly; a chairman: પ્રમુખ;સરનશીન. C. *days:* ઘડપણનો-એશ આરામનો વખત.*To put into the* C.:પ્રમુખ નિમવો. *To take the* C.: સભાના પ્રમુખ થવું. *vt.* To place in a chair: ખુરશીમાં બેસાડવું. 2. To carry publicly in a chair in triumph: હર્ષના ઉત્સાહમાં ખુરશીમાં બેસાડી ફેરવવું.

Chair-man, (ચેર્મૅન્)*a.*The presiding officer of a committee or of a public or private meeting: અધ્યક્ષ; પ્રમુખ; સભાપતિ; સરનશીન. 2. One whose business is to carry a chair or sedan: ખુરશી-પાલખી ઉચકનાર.

Chair-man-ship,(ચેર્-મૅન્-શિપ્)*n.*The office of a chairman:અધ્યક્ષ-પ્રમુખનો હોદ્દો;સરનશીનપણું.

Chaise, (ચેઝ્) *n.*A two wheeled carriage: એક જાતનો બે પૈડાંનો રથ; બગી.

Chalcographer-phist, (કૅલ્કૉગ્રૅફર્-કૅલ્કૉગ્રૅફિસ્ટ્) *n.* An engraver on copper and brass: તાંબા અને પીતલના ઉપર કોતરણી કરનાર-કોતરનાર.

Chalice, (ચૅલિસ્)*n.*[L.*calix.*]A cup or bowl, especially, the cup used in the sacrament of the lord's supper: પ્યાલો; પવાલું; ક્રિયાનો પ્યાલો; અરઘિયું.

Chalk, (ચૉક્) *n.* [L. *calx*, limestone.]A soft, earthy, substance consisting of carbonate of lime: ચાક; ખડી.2.Finely prepared chalk, used as a drawing implement:ચિત્રકામમાં સાહિત્ય તરીકે વપરાતો ચાક. *By a long* C., by a long way:લાંબે રસ્તે. *To know* C. *from cheese*, to understand what is going on, or what is for one's interests: જે ચાલતું હોય તે અથવા જે પોતાના લાભનું હોય તે સમજવું-જાણવું; પોતાનો સ્વાર્થ સમજવો.*vt.*To rub or mark with chalk: ચાક ઘસીને નિશાન કo. 2.To manure with chalk,as land: ચાકનું ખાતર નાંખવું. 3. To make white, as with chalk; to make pale; to bleach:ચાકથી ધોલું કo;ફીકકું કo;નિખારવું. *To* C.*out*,to lay out; to outline:to plan:ખરડો-ખોખું-ડોલીયું કાઢવું; બ્હારની આકૃતિ કાઢવી; યોજવું.

Chalky, (ચૉકિ)*a.* Resembling, consisting of, or containing chalk: ચાક-સફેદાના જેવું-વાલું-નું. C. *cliff:* ચાકવાલી ટેકરી.

Challenge, (ચૅલેન્જ્) *n.* [L. *calumnia*, false accusation.] An invitation to contest: હોડ-લડાઈ માગવી તે;આવી જાઓ-સામા થઈ જાઓ એમ કહેવું તે. 2. A claim or demand: હક; દાવો; માંગણી. 3. The opening & crying of hounds at first finding the scent of their game: પહેલ વેહેલા તેમના શિકારનો સોઢ માલમ પડવાથી શિકારી કુતરાઓનું ભસવું તે-ખૂમરાણ.4.An exception to a juror or jurors: પંચમાંનો ફલાણો શખ્સ નહી જોઈએ એવી હરકત લેવાનો કેદીનો કે પક્ષકારનો હક-દાવો. 5. An exception to a person as not legally qualified to vote: કોઈ માણસ કાયદેસર મત આપવાને લાયક નથી એવી હરકત લેવી તે. *Peremptory* C.:કંઈ પણ કારણ બતાવ્યા શિવાય પંચના અમુક માણસોને બાતલ કરો એવી માગણી કરવાની કેટલાક ગુન્હેગારોને મલતી છૂટ-હક.*To accept a* C.: બીડુ ઝડપવું. *vt.*To call to contest of any kind; to defy: લડાઈ માગવી; સામો થઈ જા-આવી જા એમ કહેવું.2.To call or invite to answer for an offence by personal combat:દ્વન્દ્વયુદ્ધ કરવા બોલાવવું. 3.To claim as due; to demand as a right: હક દાખલમાગવું. 4. To censure;to blame: ઠપકો દેવો; દોષ-આલ મૂકવું. 5.To question or demand the countersign from one who attempts to pass the line: લશ્કરી છાવણી આગલ થઈને કોઈ જનારને કોણ છે કરી પુછવું-રોકવો. 6. To take exception to; to question: વાંધો ઉઠાવવો; હરકત લેવી; ખોટું છે એમ કહેવું. 7.To object to or take exception to, as to a juror or a member of a court: ના પસંદ કo; હરકત લેવી; ન જોઇએ એમ કહેવું; સામે પડવું. 8. To object as not qualified to vote: મત આપવા ના લાયક છે એમ વાંધો લેવો-ઉઠાવવો. *vi.* To assert a right; to claim a place: હક બતાવવો-થી માગવું.

Chalybeate,(કૅલિબિયેટ્)*a.*લોઢાનું-ના ભેગવાલું; લોઢાના જેવા સ્વાદનું.

Chamber, (ચેમ્બર્) *n.* [L. *camera*, vault.]A retired room;a bedroom:આરામ લેવાની કોટડી-ઓરડી; સુવાનો ઓરડો; શયનગૃહ-સ્થલ. 2. *pl.* Apartments in a lodging house: ઉતારો-ધર્મશાલાના ખંડ 3.(*a*)A hall; a place where an assembly meets: સભાગૃહ; મંડલી-સભા મલવાની જગ્યા; હાલ. 4.A legislative or judicial body;an assembly: સભા;મંડલ. 5. An inclosed space or cavity:ખાડો; પોલ; બખોલ. 6. A room or rooms where a judge transacts such official business as may be done out of court: જજ્જ-ન્યાયાધિશને પરચુરણ કામ કરવા માટે બેસવાનો ઓરડો; ચેમ્બર. 7 (*a*) That part of the bore of a piece of ordnance which holds the charge:તોપ કે બંદુકની નલીનો દારૂ રહે છે તે ભાગ;કોઠી. (*b*)A cavity in a mine to contain the powder: ખાણમાં દારૂ ભરવાની ખખોલ. (c) A short piece of ordnance or canon:-ન્હાની તોપ. C. *of commerce*: વેપારના લાભ જાળવવા-નું રક્ષણ કરવા શેહેરના વેપારીઓમાંથી ચુંટી કાઢેલું મંડલ. C. *council*, a secret council: ગુપ્તમંડલ-સભા. C. *hangings*, tapestry or hangings for a chamber: ઓરડાના શુદ્ધારે પડદા; પછેવાઈ.C.*pot*,C.*vessel*, a vessel for urine: પેશાબ કરવાની કુંડી-પીપ. *To sit at* C.*s*, to do business in chambers, as a judge: (જડ્જે) ચેમ્બરમાં કામ કo. *vi*. To reside in or occupy a chamber: ઓરડો ભાડે લઈ રહેવું. 2.To be lascivous:વ્યભિચારી થવું;મોજશોખમાં પડવું; ખરાબ વર્તણુક ચલાવવી. *vt*. To shut up as in a chamber: કોટડી-ઓરડીમાં પૂરવું-ગોંધવું.

Chamber-counsel, (ચેમ્બર્-કાઉનસેલ્) *n*. A counsellor who gives his opinion in private: ખાનગી સલાહકારી વકીલ.

Chamber-lain, (ચેમ્બર્લેન્)*n*. [L. *camera*.] An officer having the direction and management of the private chambers of a nobleman or monarch: પાદશાહના મેહેલનો વહિવટ ચલાવનારો કારભારી; રાજ્ય ગૃહાધિકારી. 2. A treasurer or receiver of public money: સરકારી ખજાનચી.

Chamber-lye, (ચેમ્બર્-લાઈ) *n*. Urine:મૂતર; મૂત્ર; પેશાબ.

Chamber-maid, (ચેમ્બર્-મેડ્) *n*. A woman who has the care of chambers: ચાકરડી; દાસી; હજુરીઅણ.

Chamber-practice,(ચેમ્બર્-પ્રૅક્ટિસ્)*n*.The practice of counsellors at law, who give their opinion in private:ખાનગીમાં કાયદાની સલાહ આપવાનો ધંધો-કામ.

Chameleon, (કૅમીલીઑન્) *n*. [L. *chamai*, creeping & *leon*, lion.] A lizardlike reptile: સરડો; કાંકીડો; કાચંડો.

Chamfret,(ચૅમફ્રેટ્)*n*.(*Carp*.)A small gutter of furrow: ખાંચણ; નીક; નેર.

Champ, (ચૅમ્પ્) *vt*. [L. *campus*, field.] To bite with repeated action of the teeth: ચાવવું; ચઘોળ્યા કo.2.To bite into small pieces:કરડીને-ચાવીને ચૂરેચૂરા કo. *vi*. To bite or chew impatiently: ઝડપ-અધિરાઈથી ખરડ ખરડ ચાવી જવું.

Champagne,(શૅમ્પેન્)*n*.Light wine of several kinds: જુદી જુદી જાતનો ફુલદારૂ; શેમ્પેનદારૂ.

Champaign,(શૅમ્પેન્)*n*.A flat,open country: મોટું ખુલ્લું મેદાન: ચોગાન; સપાટ દેશ.*a*.Flat:સપાટ.

Champion, (ચૅમ્પિઅન્) *n*. [L. *campus*, the field.]A defender; a hero:બીજાની તરફથી લઢનાર; બચાવ કરનાર; ઉપરાણું ખેંચનારો; હિમાયતી; શૂરવીર; પહેલવાન.2.One who obtained an acknowledged supremacy: ચેલો; ઉસ્તાદ; એકકો; મલ્લ. *vt*. To challenge, as to a combat: દ્વન્દ્વયુદ્ધ કરવા બોલાવવું. 2. To support or maintain; to protect: બચાવ-રક્ષણ કo; આશરો આપવો; સંભાલવું;મદદ કo.

Chance, (ચાન્સ્)*n*.[L.*cado*, I fall.] Fortune; fate: કિસમત; નસીબ. 2. Un expected occurrence; accident: casualty: આકસ્મિક-અચાનક બનાવ; દૈવકૃત્ય; અકસ્માત. 3. A possibilty; a likelihood; opportunity: બનવાનો જોગ; સંભવ; ઇતિફાક; તાકડો; લાગ; અવસર. *To mind one's* C.*s*: દરેક તક-પ્રસંગનો લાભ લેવો. *vi*. To happen,come, or arrive, without design or expectation: દૈવજોગે-આકસ્મિક બનવું-થવું-હોવું; વિતવું. *vt*. To venture upon: હિમ્મત ધરવી-ભીડવી; સાહસ કo; ઝોકવવું; ચા હોમ કo. *a*. Happening by chance; casual: દૈવયોગી; દૈવપ્રાપ્ત; દૈવાગત; કાકતાલીય.*adv*. By chance; perchance: દૈવયોગે; ભોગજોગે.

Chancel, (ચૅન્સેલ્) *n*. [L. *cancelli*, lattices.] That part of a church, where the altar or communion table is placed: યજ્ઞવેદી-કુંડ-હોમ આપવાની જગ્યાનો દેવલનો ભાગ. C. *aisle*: યજ્ઞવેદી આસપાસનો સભા મંડપ. C.*table*,the communion table: ખ્રિસ્તિ દેવભોજનનો ખાજઠ.

Chancellor, (ચૅન્સેલર્) *n*. [L. *cancelli*, lattices.]A judicial officer of high rank:-ન્યાય અદાલતનો મુખ્ય ન્યાયાધીશ.C. *of a University*:પાઠશાલાની વહિવટ કરનાર મંડલીનો અધ્યક્ષ. *Lord high* C. *of England*: રાજમાં મોટામાં મોટો ન્યાયાધીશ અને રાજ્યકુટુંબથી બીજી પાયરીનો ગૃહસ્થ.

Chancery, (ચૅન્સરિ) *n*. In England formerly the highest court of judicature next to Parliament; but now it is the chancery division of the High Court of Justice exercising jurisdiction only in equity: આગલ ઇગ્લાંડમાં પાર્લામેન્ટથી ઉતરતી સદર અદાલત; પણ હાલ તેને હાઈકોર્ટના પેટામાં દાખલ કરી છે.

Cnandelier, (શૅન્ડીલીર્) *n*. A frame with branches to hold a number of lights: ઝુમર; (દિવાનું) ઝાડ.

Chandler,(ચૅન્ડ્લર્)*n*.[L. *candela*, candle.]A maker or seller of candles: મિણબત્તિ બનાવનાર-વેચનાર. 2.A dealer in other commodities: વેચનાર; વેપારી.

Chanfrin, (શૅનફ્રિન્) *n*. The forepart of a horse's head: ઘોડાના માથાનો આગલો-કપાલનો ભાગ.

Change, (ચેન્જ્) *vt*. [L. *cambo*, I exchange.] To alter; make different: બદલવું; ફેરવવું; ફેરફાર કo.2.To alter by substituting something else for: બદલી નાંખવું; ફેરવી દેવું. 3. To exchange (followed by *with*): અદલબદલ કo; આપી દેવું. 4. To give or receive smaller denominations of money:વટાવવું;પરચુરણ કરવો.*To* C.*hands*,to change owners: ધણી-માલિક બદલવા. *vi*. To be altered: બદલાવું; ફરવું. 2. To pass from one phase to another: રૂપાન્તર થવું; વિકાર થવો; રૂપ બદલાવું. *n*. Any variation or alteration: ફેરફાર; અદલાબદલી; ફરક. 2. A substitution of one thing in the place of another; novelty; variety: અદલાબદલ; ફેરબદલ; વિનિમય. 3. A passing from one phase to another: અવસ્થાન્તર; રૂપાન્તર; વિકૃતિ. 4. Alteration in order of a series; permutation: ક્રમનું બદલાવું-માં ફેરફાર થવો તે. 5. That which makes a variety: ચિત્રવિચિત્રતા; ન્યૂનતા; પ્રકાર. 6. Small money: પરચુરણ; પરચુરણ; ચવચવ; ચવલી પાવલી.7.A place where merchants and others meet to transact business: નાણાવટ; બજાર.

Changeable,(ચેન્જેબ્લ્)*a.*Capable of change: બદલાય એવું;અદૃઢ;ચલિત.2.Appearing different: જુદું–બીજું દેખાતું.

Changeful,(ચૅન્જ્-ફુલ્)*a.*Inconstant; mutable uncertain: ઝટ ફરી જાય તેવા મનનું;ડામાડોલ;ચંચલ; અસ્થિર.

Changeless, (ચેન્જલેસ્) *a.* Not admitting alteration; constant: દૃઢ;સ્થિર; અચલ;સ્થાયી;જાશું.

Changer, (ચેન્જર્) *n.* One who changes the form of anything:કોઈ પણ પદાર્થ–ચીજનું રૂપ બદલનાર–માં ફેરફાર કરનાર. 2. One who deals in or changes money: શરાફ; નાણાવટી.

Channel, (ચૅનેલ્) *n.* [L. *cana*, a pipe.] The hollow bed where a stream of water runs:નેહેર; નાલું; નીક; કાંસ. 2. A strait or narrow sea between two portions of land: ખાડી; સામુદ્રધુની. 3. That through which anything passes: દ્વાર; વાટ; માર્ગ; રસ્તો. 4.A gutter; a groove:મોરી;નહેર; ખાંચ; ખાંચણ. *vt.*To cut channels in;to groove: ખાંચણ પાડવી–કo; કાંસ–નેહેર–નીક ખોદવી. 2. To course through or over: ખાડીમાં–કાંસમાં વહેવું.

Chant, (ચૅન્ટ્) *vt.&vi.* [L. *cano*, I sing.] To warble; to sing: ગાવું; ગાન કo. 2. To celebrate in song: કીર્તિ ગાવી;પ્રશંસા કo. *vi.* To make melody with the voice;to sing: રાગ ખેંચવો–કાઢવો–કાઢી ગાવું.*n.*Song;melody:રાગ;સુર;કંઠ.2.A psalm, &c. arranged for chanting:ગીત;પદ;ગરબી–બો.

Chantor,(ચૅન્ટર્) *n.* A chanter: ગાનારો; ગવૈયો; ગાંધર્વ.

Chantry, (ચૅન્ટ્રિ) *n.* An endowment for the chanting of masses & offering of prayers: મંદિર; કીર્તન કરવાની જગા.

Chaos,(કેઑસ્)*n.*[Gr. *chaos*, fr.*cha*,to yawn.] An empty, immeasurable space: અગાધ ખાલી જગ્યા. 2. The confused unorganized mass of matter:અપંચીકૃતભૂત સ્થિતિ. 3. Confusion; disorder: સંપૂર્ણ અવ્યવસ્થા–ગેરબંદોબસ્ત; ખીચડો; ઘોટાલો; ઘાલમેલ; ગુંચવણ; ગોલો પિંડાલો.

Chaotic,(કેઑટિક્)*a.* Resembling chaos; confused:અવ્યવસ્થિત;ઘોટાલાવાલું;ગોંદલ–ગુચવારા ભરેલું.

Chap, (ચૅપ્) *vt.*To split; to crack:ચીરવું; ફાડવું; તડ–ચીરો પાડવો. To strike; to beat: મારવું; ઠોકવું. *vi.*To crack or open in long slits:ફાટવું;ચીરાવું; તડ પડવી. To strike; to rap: ધોલ–લપડાક મારવી. *n.* A cleft, crack or chink: તડ; ચીર; ફાટ. 2. A blow; a rap: લપડાક; ઠોંસો; ધપ્પો.

Chap, (ચૅપ્) *n.* One of the jaws; (commonly in *pl.*): જડબું; ડાચું.

Chap,(ચૅપ્) *n.* A man or a boy; a youth: માણસ; જણ; છોકરો; બચ્ચો.

Chapel, (ચૅપલ્) *n.* A subordinate place of worship:ન્હાનુ મંદિર;ભક્તિગૃહ;દેવલ. 2. A place of worship not connected with a church: દેવલથી જુદું ભક્તિગૃહ; પ્રાર્થના મંદિર; સેવાસ્થાન. 3. A choir of singers:ગાનારાઓની ટોલી–મંડલી; ગાયક–ગણ. 4. (*a*) A printing office:છાપખાનું.(*b*) An association of workmen in a printing office: છાપખાનામાં કામ કરનારની ટોલી–મંડલી.*vt.*To enshrine: પવિત્ર ગણી સાચવી રાખવું. 2. To cause a ship to turn to its original track: વહાણ પાછુ વાલવું.

Chaperon,(શૅપૅરોન્) *n.* A hood or cap: સાધુનો ટોપ–ટોપી. 2. A device placed on the foreheads of horses:ઘોડાઓના કપાલ ઉપર કરવામાં આવતું નિશાન.3.A matron who attends a lady in public places as a guide and protector: સ્ત્રી જોડે રક્ષક તરીકે જનાર ડોસી. *vt.* To attend in public places as a guide and protector; to matronize:રક્ષક તરીકે પ્રતિષ્ઠિત સ્ત્રી જોડે જવું.

Chaplain,(ચૅપ્લેન્)*n.*An ecclesiastic who has a chapel: પાદરી.2.A clergyman who is officially attached to a ship of war: લશ્કરના વહાણ સાથે જનારો પાદરી.

Chaplet,(ચૅપ્લેટ્) *n.* A garland or wreath to be worn on the head:માથે પહેરાવાની ફુલની વાડી; વેણી; ગજરો;પુષ્પમાલા.2 A string of beads: જપમાલા; તસબીર. 3. A tuft of feathers on peacock's head: મોરનું છોગું–કલગી. 4. A small chapel or shrine: ન્હાનું દેવલ–મંદિર.

Chapter,(ચૅપ્ટર્)*n.* [L. *caput*, head.] A division of a book or treatise: પ્રકરણ;અધ્યાય; ભાગ; બાબ.2. (*a*) An assembly of monks: ધર્મોપદેશકોની મંડલી. (*b*) A community of cannons: ધાર્મિક માણસોનો એક વર્ગ. (*c*) A business meeting of any religious community: કોઈ ધર્મ–પંથનાં કામ કરવાને માટે મલેલી સભા. 3. An organized branch of some society: કોઈ સમાજની શાખા–અંગ.4. A chapter house: મઠ; મંદિર; દેવલ.5. A decretal epistle: ધર્મનિર્ણય લેખ. 6. A location or compartment: ખંડ; ભાગ; પ્રદેશ. *The* **C.** *of accidents*, chance: સંજોગ;અકસ્માત; અણધાર્યો બનાવ;આસમાની સુલતાની.*vt.*To correct or reprove; to censure: સુધારવું;ઠપકો દેવો.2. To divide into chapters: પ્રકરણ–ભાગ–બાબ પાડવા.

Char, (ચાંર્) *n.* Work done by day: છુટક કામ; રોજદારી કામ.*vt.* To perform; to do: કરવું. 2. To hew:પથ્થર ઉપર કોતરી ઘાટ કાઢવો. *vi.* To work by the day: છુટક કામ કરવું; રોજ કામ કરવું.

Char, (ચાંર્)*vt.* To burn or reduce to coal or carbon: બાલીને કોયલો કo. 2. To burn slightly or partially: થોડું બાલવું; અડધું બાલવું.

Character,(કૅરૅક્ટર્)*n.*[Gr.*charassein*, to engrave.]A letter,figure, or sign:અક્ષર;વર્ણ; હરફ; ચિન્હ; અંક; મુદ્રા. 2. The manner of writing or printing; handwriting: લખવાની અથવા છાપવાની રીત–પદ્ધતિ;લિપિ; મરોડ. 3. Distinguishing qualities; nature: વિશેષ ગુણ–ધર્મ; સ્વભાવ; ગુણ લક્ષણ; શીલ; ગુણાગુણ; ગુણ દોષ; સ્વધર્મ; મુદ્રા; ખાસીયત. 4. Strength of mind: દૃઢતા; નિશ્ચય; વિશેષતા; હૃદય; બલ.5. Moral quality:સદ્ગુણ; ચાલચલગત; રહેણી; સદ્વર્તન.6. Quality, position,rank or capacity: યોગ્યતા;પદ્વિ;સ્થિતિ;પંક્તિ;લાયકાત; (best expressed by) તરીકે. 7. Reputation: આબરૂ; પ્રતિષ્ઠા; શાખ; નામ; ગણના;તુલના;વક્કર. 8. A certificate: આબરૂપત્ર; વર્ત્તનપત્ર; ગુણ દોષપત્ર; સર્ટીફિકેટ. 9.One of the persons of a drama or a novel: પાત્ર. *vt.* To engrave; to inscribe: કોતરવું; લખવું. 2. To describe; to characterize: વર્ણન–ખયાન–ગુણવર્ણન કરવું; અંકિત કરવું.

Characteristic-cal, (કૅરૅક્ટરિ-સ્ટિક્-કૅલ્) *a.* Peculiar; distinctive:લાક્ષણિક;અસાધારણ; સ્વભાવ દર્શક–સૂચક; ખાસીયતવાળું.

Characteristic,(કૅરૅક્ટરિસ્ટિક્)*n.*A distinguishing truth, quality, or property;an element of character:લક્ષણ; ખૂબી; ગુણ.

Characterize, (કૅરૅક્ટરાઇઝ્)*vt.*To mark with a peculiar stamp or figure: નિશાન–ચિન્હ ક૦; અંકિત ક૦; ઉપર છાપ–ઘાટ પાડવો. 2. To engrve or imprint:કોતરવું;મુદ્રિત ક૦.3.To describe; to indicate the character of: ગુણ વર્ણવવા. 4. To express the character of: વર્તણુક–ગુણ ખતાવવા–દર્શાવવા; લક્ષણ–ચિન્હ હોવું;–થી અંકિત હોવું; લક્ષણ વર્ણન–ગુણ વર્ણન ક૦.

Charade, (શૅરાંડ)*n.* [Fr.] An enigma based upon a word: શબ્દ સમસ્યા; ઉખાણો; કોયડો.

Charcoal,(ચાંર્કોલ્)*n.*Coal made by charring wood under turf: કોયલો; કોલસો. *Animal* **c.**: હાડકાંને બાલવાથી તૈયાર થયેલો સુંદર કોલસો.

Charge, (ચાંર્જ) *n.* The load or burden which is laid upon a person or thing:ભાર; બોજો; પોઠ. 2. A trust: સોંપેલી વસ્તુ–માણસ; હવાલો. 3. Responsibility; duty; management: કામ; કારભાર; વહિવટ;જોખમ; જવાબદારી; ફરજ. 4. Care; anxiety: ચિન્તા; દરકાર; સંભાલ; પીડા; દુઃખ.5. An order; a mandate: હુકમ; આદેશ; આજ્ઞા. 6. An address containing instruction or exhortation: તાકીદ; સૂચન;સૂચના. 7. An accusation; allegation:તહોમત;આરોપ. 8. Costs; expenses incurred: ખરાજાત;ખરચ;ચઢતર. 9. The price demanded for a thing or service: કિંમત;મૂલ. 10. A sudden onset or attack:હુમલો;ચઢાઈ;હલ્લો. **C.** *sheet:* પોલીસ ચોકીએ આવેલા સઘલા આરોપો વિગેરે દર્શાવનાર તહોમત પત્રક. *To sound the* **c.**, to give the signal for an attack: હુમલો કરવા માટે ઈશારાથી નિશાની ક૦–સૂચના આપવી. *vt.* To lay on or impose, as a load, tax, or burden;to fill: ભાર વિગેરે ભરવું–કર નાંખવો; વેરો લેવો.2.To make subject or liable for: લાગુ પાડવું;માથે નાખવું. 3. (*a*) To impose as a task, duty or trust: કંઈ કામ ફરજ કિંવા ટ્રસ્ટ તરીકે સોંપવું–માથે નાંખવું. (*b*) To command; to urge earnestly: હુકમ–આજ્ઞા–આદેશ ક૦; ફરમાવવું;ખરાબી ખજાવીને કહેવું; સૂચના ક૦. 4. To fix or demand as a price: કિંમત રાખવી–લેવી–માગવી. 5. To debit: ખાતે ઉધારવું; નામે લખવું. 6. To impute; to ascribe: માથે આલ મૂકવું; તકસીરવાન ઠેરવવું; દોષ મૂકવો. 7. To lay the responsibility at the door of: જોખમદાર ગણવું–ઠરાવવું; માથે ભાર મૂકવો–જવાબદાર ગણવું. 8.To load; to fill: ખંદુકમાં ખાર ભરવો. 9. To ornament with or cause to bear: શણગારવું;શોભા આપવી. 10. To attack: હલ્લો–હુમલો–ધસારો–ચઢાઈ ક૦.*vi.* To make an onset: હલ્લો–હુમલો–ધસારો ક૦. 2. To demand a price: કિંમત માગવી–લેવી. 3. To debit on an account: ખાતે–નામે ઉધારવું.

Chargeable,(ચાંર્જેબ્લ્) *a.* Capable of being charged, laid, imposed or imputed:ઉપર મૂકવા–રાખવા જોગ; કર–જકાત વગેરે લેવા યોગ્ય–લાયક. 2. Subject to be charged or accused: તહોમત–આલ મૂકવા લાયક–જોગ; આરોપણીય. 3. Costly: ખરચ કરાવે તેવું; ભારે; મોઘું; ભારે પડે તેવું.

Charger,(ચાંર્જર્) *n.* One who, or that which charges:તોહોમત–આલ મૂકનાર. 2. A large dish: મ્હોટી રકાબી; થાલો. 3. A horse used in battle: લઢાઇનો ઘોડો; રણ ઘોડો; યુદ્ધાશ્વ.

Chariot, (ચૅરિઑટ્) *n.* A war-car or vehicle: યુદ્ધરથ;લઢાઇનો રથ. 2. A fourwheeled pleasure or state carriage, having one seat: રથ;ચાર પૈડાની ગાડી; ચારઠ. *vt.* To convey in a chariot: રથમાં બેસાડી લઈ જવું.

Charioteer, (ચૅરિઑટીર્)*n.* The person who drives or conducts a chariot: ગાડી–રથ હાંકનાર; સારથી.

Charitable, (ચૅરિટેબ્લ્)*a.* Benevolent; kind: પરોપકારી;માયાલુ;દયાલુ. 2. Generous;beneficent: ઉદાર; ઉપકારશીલ; કૃપાલુ. 3. Pertaining to charity: દાન–પુણ્યસંબંધો–વિષે; ધાર્મિક; દાનધર્મી; ધર્મિષ્ટ; લોકોપકારક. 4.Dictated by kindness;favorable; lenient: મહેરબાન; માયાલુ; નરમ; મ્હોટા મનનું; રેહેમનજરવાલું.

Charitably,(ચૅરિટેબ્લિ)*adv.* Kindly;liberally: માયાલુ પણાથી;ઉદારતાથી;નરમાશથી;છુટથી;કૃપાદૃષ્ટિથી.

Charity, (ચૅરિટિ) *n.* [L. *carus*, dear.] Love; good will: પ્રીતિભાવ; પરોપકાર બુદ્ધિ; શુભેચ્છા; દયા; કૃપા. 2. Generosity: ઉદારતા; દીનદયા; સખીપણું. 3. Alms: દાન;પુણ્ય;ખેરાત. 4.Liberality in judging of men and their actions:મનુષ્યો અને તેમનાં કૃત્યો સંબંધી વિચાર બાંધવામાં ઉદાર–બુદ્ધિ;મ્હોટું મન;કૃપાદૃષ્ટિ; રેહેમનજર. 5. Any act of kindness or benevolence:મેહેરબાની;પરોપકાર. 6. A charitable institution: ધર્માદા સ્થાપેલી મંડલી;ધર્મખાતું.

Charlatan, (શાંર્લૅટન્)*n.*A quack;an empiric; a mountebank: ઊંટવૈદ;નીમહકીમ;ધૂતારો;બડાઈ હાંકનાર; ઠગારો;ડંફાસ;મારનારો: ડોળી.

Charlatanry,(શાંર્લૅટનરિ)*n.*Quackery;empiricism; undue pretensions to skill: ઊંટવૈદુ; નીમહકીમું;બડાઈ; શેખી; ડંફાસ: ધૂતારાવેડા; ડોલ.

Charles's wain,(ચાંર્લ્ઝિઝ્-ઉવેન્)*n.*The cluster of seven stars commonly called the *Dipper* in the constellation, the Great Bear: સપ્તર્ષિ;ગાલ્લી.

Charm,(ચાંર્મ્)*n.*[L. *carmen*, song.]A magic spell; an incantation: મંત્ર; મંત્રાક્ષર;જાદુ. 2.Any thing worn for its supposed efficacy on the wearer, in averting ill or securing good fortune: તાવીજ; દોરો;ચિઠ્ઠી;માદલિયું. 3. Fascination; attraction: મોહિણી; મોહક–આકર્ષક–ગુણ. 4. A melody; a song: ગીત; ગાયન. *vt.* To affect by magic: મંત્રના બલથી વશ–તાબે કરવું–બોલાવવું;જાદુ ક૦; મંતરવું. 2.To allay:શમાવવું; શાંત પાડવું.3.To fascinate: મોહિત કરવું;મન હરણ ક૦;મોહમાં નાંખવું. *vi.* To use magic arts or occult power:જાદુ ચલાવવો; મંત્રવિદ્યા વાપરવી. 2. To act as a charm; to please greatly; to be fascinating: જાદુ જેવી અસર થવી;આનંદિત–ખુશી–રંજીત થવું.

Charmer,(ચાંર્મર્) *n.* A magician: મંત્રથી વશ કરનાર;મંત્રવાદી;ધંતર મંતરવાળો; જાદુગર. 2.One who delights and attracts the affections: મનરંજન કરનાર; મનમોહન; મનનું આકર્ષણ કરનાર; મોહક.

Charming,(ચાંર્મિન્ગ્) *a.* Pleasing;attractive; lovely: મોહક; મનોહર; ચિત્તહારક;આકર્ષક;મનોરંજક; મનોહારી; ખુબીદાર; આનંદદાયી.

Chart, (ચાંર્ટ્)*n.*A sheet of paper,paste board, or the like, on which information is exhibited:પટ; નકશો. 2. A hydrographic or marine map: દરિયાઈ નકશો.3.A written deed:a charter: સનદ; લેખ; દસ્તાવેજ; પત્ર. *Heliographic* **c.**: સૂર્યના ડાઘા સહિતનો નકશો. *Topographic* **c.**: પૃથ્વિના કોઈ ન્હાના ભાગ–ખંડનું ચિત્ર–નકશો.*vt.*To lay down in a chart; to map: નકશામાં કાઢવું; આલેખવું.

Charter,(ચાંર્ટર્) *n.* [L. *charta*, a paper.] A deed or conveyance: ખતપત્ર; દસ્તાવેજ; લેખ.2.A writing bestowing privileges: સનદ; તામ્રપત્ર. 3. A special privilege or immunity:ખાસહક;આરી. 4. The hiring or letting a vessel by special contract, or the contract whereby the vessel is hired or let: કરાર કરી વહાણ ભાડે આપવું–રાખવું તે; અથવા વહાણ ભાડે આપવા લેવાનો કરાર. **c.** *land*, land held by charter: સનદ–તામ્રપત્રથી મલેલી જમીન. *vt.* To establish by charter: દસ્તાવેજ–ખતપત્રથી સ્થાપવું; સનદ મેલવવી. 2.To hire or let by charter, as a ship: ખાસ–કરાર કરી વહાણ ભાડે રાખવું–આપવું.

Chartered, (ચાંર્ટર્ડ્)*a.* Enjoying a privilege, liberty or license: સનદી:ખાસ હક્ક ધરાવનાર.

Charter-party, (ચાંર્ટર્-પાર્ટિ) *n.* A mercantile lease of a vessel: વેપાર માટે વહાણ ભાડે–પટે આપવું તે–આપ્યાનો કરાર.

Chary,(ચેરિ) *a.* Careful; cautious; frugal: કસરીઓ; સાવચેત; ચોકસ; ખબરદાર; હોશીયાર; ચાક.

Chase, (ચેઝ્)*vt.*[L.*capio*, I take.]To pursue for the purpose of taking; to hunt:પાછળ લાગવું;શિકાર કરવો.2.To compel to depart; to drive: નસાડવું; નાશભાગ કરાવવી;ઠેર ઠેર ભટકાવવું;હાંકી કાઢવું. 3. To pursue eagerly: પાછળ લાગવું; કેડો લેવો; ખણખોતર કo. *vt.* To engrave: કોતરવું;ચિતરવું. *n.* The act or habit of hunting: પાછળ લાગવું તે; મૃગયા; સતાવણી. 2. That which is pursued or hunted: જેની પાછળ પડવું હોય તે; શિકાર. 3. An open hunting-ground:મૃગયા ભૂમિ;શિકારનું મેદાન. 4. [L. *capsa*, box; case.] An iron frame to confine types: બીબાં ગોઠવવાનું ચોકઠું.5. A wide groove: પોહોલી કોરણ; ખોભણ.

Chasm, (કૅઝ્મ્) *n.*[Gr. *chainein*, to gape.] A cleft; a fissure: ફાટ;ચીરો;કરાડ;ચીરાડો. 2.A void space; a gap or break: ખાલી જગા; તુટ; પોલ;ખો.

Chaste. (ચેસ્ટ્)*a.*[L.*castus*, pure.] Virtuous: સતી; પતિવ્રતા; પાકદામાન. 2.Free from lewdness; innocent; modest: પાક; સમર્યાદ; નિર્દોષ; નિષ્કલંક; પવિત્ર; નિર્મલ;સાફ. 3. Correct; refined; simple: શુધ્ધ; સંસ્કૃત; સાદુ.

Chasten, (ચેસન) *vt.*[L. *castus*, pure, & *ago*, I drive.] To chastise:શિક્ષા કરી સુધારવું;શિક્ષા–સજા કo. 2. To purify from errors or faults:દોષમુક્ત કo; ભૂલ–ચુક રહિત કo; દોષનું નિવારણ કo.

Chastise, (ચૅસ્ટાઈઝ્) *vt.* [L. *castus*, pure.]To inflict pain upon, by means of stripes, or in any other way: શિક્ષા કo; દંડ કo;ફટકા મારવા; શાસન કo. 2. To reduce to order or obedience; to correct, or purify: નિયમ–વ્યવસ્થામાં લાવવું; શુદ્ધ–નિર્દોષ કરવું; સુધારવું.

Chastisement,(ચૅસ્ટાઈઝ્મૅન્ટ્)*n.*Pain inflicted for punishment & correction; discipline; punishment: શિક્ષા; સજા; નશીયત; શાસન; દંડ.

Chastity,(ચૅસ્ટિટિ)*n.*Purity of body; freedom from unlawful sexual intercourse: સાધુપણું; સતીપણું; પાતિવ્રતાપણું; પાકદામાની. 2. Freedom from obscene or corrupt expression: શુધ્ધતા; સમર્યાદપણું; નિર્દોષપણું. 3. Moral purity:નેકી;પાકદીલી. 4. The unmarried life; celibacy: કુંવારાપણું; અવિવાહિત સ્થિતિ.

Chat, (ચૅટ્) *vt.* To gossip: તડાકા મારવા; ગપાટા હાંકવા; વાતચિત–ગોષ્ઠિ કo.*vt.*To talk of:કોઈ–કશાવિષે વાત કરવી. *n.* Light, familiar talk;prate; gossip: તડાકા; ગપાટા; ટાહેલું; વાતચિત; ગોષ્ઠિ. 2. A twig; a little stick: ડાલી; ન્હાની સોટી.

Chateau, (શાંટૂ) *n. pl.***chateaux,** (શાંટૂઝ) A castle: કિલ્લો; મહેલ.

Chattel, (ચૅટ્લ્) *n.* Any item of movable or immovable property except the freehold:સરસામાન;માલમતા; જીવનગાલો;જંગમ મિલકત;અસ્થાવર.

Chatter, (ચૅટર્) *vi.* To utter sounds inarticulate and indistinct: ખકખક કરવું; લવારો કરવો; નકામું બોલવું;કલકલ કo.2.To talk idly;to jabber: લવરી કo; ગપ્પાં હાંકવાં. 3. To make a noise by collision: કકડાવવું;કચકચાવવું.*n.*Idle talk;jabber; prattle: ખકખકાટ; ગપ્પાં; નવરી વાતો; ગપાટા; લવરી; ખકવા; ટાહેલું; ટકટક.

Chatterbox,(ચૅટર્બૉક્સ્) *n.* One who talks incessantly and idly: ખકવાખોર; લવરીખોર; વાતોડીયો; ગપ્પીદાસ.

Chatty,(ચૅટિ) *a.* Given to free conversation; talkative: વાતશૂરૂં; વાતોડું; વાતગરૂં; બોલકણું.

Cheap,(ચીપ્) *a.* Bearing a low price in market; of small cost: સસ્તુ; સોંઘુ; કિફાયત. 2.Being of small value; common: સાધારણ; હલકું; માલ વગરનું. *Dog* **c.**, very cheap: ઘણું સોંઘું–સસ્તું. *n.* A bargain; a purchase: ખરીદેલો સોદો–માલ.

Cheapen, (ચીપન) *vt.* To ask the price of: કિંમત–ભાવ પૂછવો–કરવો–ઠરાવવો. 2.To beat down the price; to depreciate: હલકું–સસ્તું–સોંઘું કo; હલકા ભાવે મૂકી દેવું.

Cheapness, (ચીપ્નેસ્) *n.* Lowness in price: સસ્તાઈ; સોંઘાઈ; હલકોભાવ; સોંઘવારી; કિફાયત.

Cheat, (ચીટ્) *vt.* To swindle: ઠગવું; છેતરવું; ધૂતવું. 2. To beguile: છેતરવું; ભુલાવામાં નાંખવું; ભોળવવું. *n.* A fraud; a trick: છલ; દગો; છેતરપીંડી; ઠગાઈ; ફરેબ. 2. One who cheats; an impostor: ઠગ; ધૂતારો; દગાબાજ–ખોર. 3. A troublesome grass growing as a weed in grainfields: chess: દાણાના ખેતરમાં વચ્ચે ઉગતું નકામુ ઘાસ;ખરસલું;નિંદામણ.

Cheating, (ચીટિન્ગ્) *n.* Fraud; trick: ઠગાઈ; ઠગબાજી; છલ; કપટ; દગો; દગોફટકો; છેતરપંડી.

Check, (ચેક્) *n.* (*chess*) A word of warning denoting that the king is in danger: શેહ; કીસ્ત. 2. Arrest; stop; delay; obstruction: અટકાવ; ખલેલ; રોકાણ; નડતર; અવરોધ. 3. An obstacle; a restraint; a rebuff: વિઘ્ન; આડ; હરકત; દાબ; અંકુશ; અડચણ; મના. 4. (*a*) A mark placed against items in an account: હિસાબ તપાસતાં રકમો ઉપર કરેલું નિશાન; નિશાની; એંધાણ. 5. A written order directing a bank or banker to pay money; a draft: ચિઠ્ઠી; હુંડી; ડ્રાફ્ટ; ચેક. 6. (*a*) A woven or painted design in squares: ચોખુણીયા ખંડ કે ચોકડીનો વણેલો કે છાપેલો નમુનો. (*b*) One of the squares of such a design: તેવા નમુના પૈકીનો એક ચોખુણ ખંડ કે ચોકડી. (*c*) A cloth having such a figure: તેવી આકૃતિઓ વાલું કપડું; ચોતારો; અટાપટાદાર-પટાપટીનું લુગડું. 7. A counter register: સામો હિસાબ; સામું અડધિયું. 8. A small chink or crack: નાનો ચીરો-તરડ-ફાડ-સાંધ. *To take* **c.**, to take offence: અપમાન ગણવું-માનવું; ખોટું લાગવું-લગાડવું. *vt.* (*chess*) To make a move so as to put an adversary's king in check: શેહ દેવી; કીસ્ત આપવી. 2. To hinder; to repress; to curb: રોકવું; અટકાવવું; દબાણ-અંકુશમાં રાખવું. 3. To put a mark against an item: નિશાની-એંધાણી ક૦; રકમ અગાડી નિશાન મૂકવી. 4. To chide, rebuke, or reprove: ઠપકો દેવો; ધમકાવવું. 5. To make chinks in: ફાટ-તરડચીરા પાડવા. *vi.* To make a stop; to pause (with *at*): અટકવું; બંધ પડવું; રોકાવું. 2. To clash or interfere: વચ્ચે આવવું-પડવું. 3. To act as a curb or restraint: અંકુશ કિંવા દાબ હોવો. 4. To crack or gape open: તરડ-ફાટ પડવી. *a.* Checkered: ચટાપટાદાર; ચટાપટ્ટીનું; ચોકડીદાર.

Checker, (ચેકર્) *vt.* To variegate with cross lines: ચોકડી પાડવી; ચિત્રવિચિત્ર કરવું; અટાપટાદાર ક૦. 2. To variegate or diversify with different qualities, colors, scenes or events: ચટાપટાદાર-રંગબેરંગી ક૦. *n.* A piece in the game of draughts or checkers: શેત્રંજનું એક મ્હોરૂં; શેહ-કીસ્ત આપનાર. (*a*) A pattern in checks: ચોકડીનો ખાનાદાર નમુનો. (*b*) A single check: ચોકડી; ખાનું. 3. Checkerwork: પટાદાર-ખાનાવાલું લુગડું; ચોતારો. **c.** *board:* ચોસઠ ખાનાનું શેત્રંજનું પાટિયું.

Checkered, (ચેકર્ડ્) *a.* Variegated with cross lines: રંગ બેરંગી; ચિત્ર વિચિત્ર. 2. Diversified: વિલક્ષણ; અદ્ભુત.

Check-mate, (ચેક્મેટ્) *n.* The movement in the game of chess which stops all further moving, and ends the game: શહેમાત; માત. **C.** *with a pawn:* પ્યાદમાત. 2. A complete defeat or overthrow: તદન હાર-નિષ્ફલતા; પરાજય. *vt.* (*chess*) To put in check: શહેમાત ક૦. 2. To defeat completely; to terminate; to thwart: તદન હરાવવું; નડવું-કામ બરબાદ કરી નાંખવું; ધૂલ મેલવવું.

Cheek, (ચીક્) *n.* The side of the face below the eye: ગાલ. 2. Cool confidence; assurance; impudence: બેઅદબી; હામ; ધૃષ્ટતા; નિલજતા. **C.** *of by jawl*, side by side, very intimate: અતલગતું; નજદીકનું; તનબદન.

Cheep, (ચીપ્) *vi.* To chirp as a small bird: ચકચક-ચીંચીં-ચુંચું ક૦. *n.* A chirp, peep or squeak: ચીંચીં; ચુંચું; ચકચક.

Cheer, (ચીઅર્) *n.* [L. *cerebrum*, brain.] The face; the countenance or its expression: મ્હોડું; ચ્હેરો; શિકલ; મુખાકૃતિ; મુખમુદ્રા; સુરત. 2. Feeling; spirit; state of mind: લાગણી; મનોવૃત્તિ; ઉત્સાહ; ઉલ્લાસ; ધૈર્ય; હોંશ; મનની સ્થિતિ; ભાવ. 3. Gaiety; mirth: આનંદ; હર્ષ; ખુશ મિજાજ; ઉલ્લાસ; ખુશાલી. 4. That which promotes good spirits or cheerfulness; entertainment: ગમત; મોજમજા; મજા; તમાસો; મિજબાની. 5. A shout or hurrah expressing joy, enthusiasm, applause, &c: ખુશાલીના પોકાર; હર્ષનાદ; હર્ષગર્જના; વાહવાહ; જયનાદ-શબ્દ; તાલીઓ. To gladden; to render cheerful: ખુશ-રાજી ક૦; હર્ખાવવું; ઉલ્લાસિત-આનંદિત ક૦. 2. To inspirit; to solace, or comfort: ઉમંગ-આશ-હોંશ-હિંમતવાલું ક૦; ઉત્તેજન આપવું; દિલાસો દેવો. 3. To urge on by, or salute with, cheers: ઉત્તેજનના શબ્દથી માન આપવું; શાબાશ! શાબાશ! કરી ઉશ્કેરવું. *vi.* To become gladsome or joyous: ખુશી-રાજી થવું; હરખાવું. 2. To be in any state or tempor of mind: હોંશ-ઉમંગમાં આવવું; ઉલાસિલ થવું. 3. To utter a shout of applause, triumph, &c.: હર્ષનાદ-પોકાર ક૦; જય શબ્દ ઉચ્ચારવો; તાલીયો પાડવી; હુરરેના પોકાર ક૦.

Cheerful, (ચીઅર્ ફુલ્) *a.* Lively; animated; willing: ખુશ; ખુશમિજાજી; ઉમંગવાલું; આનંદી; હસમુખું. 2. Promoting happiness, happy; contented: સુખવર્ધક; સુખમાં વધારો કરનારૂં; સુખી; સંતોષી; સુખમય; આનંદમય; ઉલ્લાસી.

Cheerfully, (ચીઅર્ ફુલિ) *adv.* In a cheerful manner; with willingness; gladly: રાજીખુશીથી; આનંદપૂર્વક; પ્રસન્નતાથી; સુખ-સંતોષપૂર્વક; ઉમંગ-હર્ષથી.

Cheerfulness, (ચીઅર્ ફુલ્નેસ્) *n.* Good spirits; alacrity: ખુશમિજાજ; આનંદી સ્વભાવ; હર્ષ; ઉમંગ; આનંદ; ઉલ્લાસ; સંતોષ; આનંદવૃત્તિ.

Cheering, (ચીઅરીન્ગ્) *p.a.* Comforting; solacing: સંતોષ આપનારૂં; ઉત્તેજક; સંતોષકારી. 2. Gladdening: આનંદ દાયક-કારક.

Cheerless, (ચીઅર્લેસ્) *a.* Without joy, gladness or comfort; gloomy: આનંદહીન-રહિત; શોકમય-વાલું; ઉદાસ; ખીન્ન; દીલગીર; નાઉમંગી.

Cheery, (ચીઅરિ) *a.* Cheerful; lively: ખુસ; આનંદી; હર્ષ ઉપજાવે એવું. 2. Promoting cheerfulness: આનંદ-હર્ષમાં વધારો કરે એવું; આનંદવર્ધક.

Cheese, (ચીઝ્) *n.* [L. *caseus.*] The curd of milk: પનીર; મઠો. 2. A kind of fruit: એક જાતનું ફલ. 3. A low courtesy: હલકા પ્રકારની વિવેકની રીત. **C.** *cake:* દહીં, ખાંડ તથા માખણની બનાવેલી પૂરી; ચીઝ કેક.

Chemical, (કેમિકૅલ્) *a.* Pertaining to chemistry; produced by the forces of chemistry: રસાયનશાસ્ત્ર સંબંધી-વિષે; રસાયની; રસાયની સંયોગોથી ઉત્પન્ન થતું.

Chemicals, (કેમિકૅલ્સ્) *n. pl.* Substances used for producing chemical effects: રસાયન પ્રયોગમાં

વપરાતી વસ્તુઓ.

Chemist, (કૅમિસ્ટ્) *n.* A person versed in chemistry; a professor of chemistry; an analyst: રસાયનશાસ્ત્રી; રસાયનવિદ્યાજ્ઞ;રસાયનશાસ્ત્રજ્ઞ; રસાયનવેત્તા; રસાયની.

Chemistry, (કૅમિસ્ટ્રિ) *n.* That branch of science which treats of the composition of substances and of the changes which they undergo:રસાયન;રસાયનશાસ્ત્ર–વિદ્યા; પદાર્થવિજ્ઞાન. 2. A treatise on chemistry: રસાયનવિદ્યાનું પુસ્તક.

Cheque,(ચૅક્) *n.* An order for money, drawn on a banker or on the cashier of a bank, payable on sight: નાણાંની ચિઠ્ઠી; હુંડી; ચેક.

Chequer,(ચૅકર્) *vt.* To variegate with cross lines: ચિત્રવિચિત્ર ક૦; ચોકડી પાડવી.

Cherish, (ચૅરિશ્) *vt.* [L. *carus*, dear.] To treat with tenderness and affection; to nurture with care: માયા–હેત–પ્રીત દેખાડવી;સંભાલપૂર્વક ઉછેરવું;લાલનપાલન ક૦; પાલીપોષી ઉછેરવું;પરવરશી ક૦. 2. To hold dear; to foster; to promote: પ્યારૂં માનવું–ગણવું; ઉમંગથી સ્વીકારવું; વૃદ્ધિ કરવી; મનમાં રાખવું;પાલવું; પુષ્ટિ–ટેકો આપવો; ઉમંગથી અંગીકાર કરવો; પાલન કરવું.

Cheroot,(ચીરૂટ્)*n.* A kind of cigar: એક જાતની તમાકુનાં પાંદડાંની બીડી; ચરૂટ.

Cherry,(ચૅરિ)*n.* [L. *cerasus*, cherry tree.] (*a*) The fruit of a species of prunus:આલુ; ચેરીફલ. (*b*)The tree which bears the fruit: ચેરી–આલુનું ઝાડ. *a.* Red; ruddy; blooming: રાતું; લાલ ચટક; સુરખીવાળું. [બક્ષીસ; પાનસોપારી.

Cherry-merry, (ચૅરિ-મૅરિ) *n.* Gift: ચેરીમેરી;

Chersonese,(ચૅર્સોનીઝ્) *n.* [Gr. *chersos*,land, & *nesos*, island.] A peninsula: દ્વિપકલ્પ.

Cherub, (ચૅરબ્) *n. pl.* **cherubim** is also used. (*Script.*) One of an order of angels: દેવદૂત;ફિરસ્તો.2. A beautiful child: ફૂટડું–રૂપાળું છોકરૂં; ખૂબસુરત બચ્ચું.

Chess, (ચૅસ્)*n.*A game played by two persons, on a board containing sixty-four squares, like that used in checkers, with two differently colored sets of pieces, or men, sixteen in each set:શેત્રંજ.(આ રમતમાં દરેક રમનારની પાસે એક રાજા, એક વજીર, બે ઉંટ, બે ઘોડા, બે હાથી અને આઠ પ્યાદાં હોય છે.) 2. (*Bot.*) A kind of grass; cheat: એક જાતનું ઘાસ; નિંદામણ; ચીડો.

Chess-man,(ચૅસ્-મૅન)*n.*(*pl.* **chess-men.**) A piece used in the game of chess:મ્હોરૂં;પ્યાદું.

Chest,(ચૅસ્ટ્) *n.* A box of wood: લાકડાની પેટી–પેટારો.2.A coffin:શબ લઈ જવાની પેટી; કફન.3.The thorax: ઉર; છાતી; 4. A case in which certain goods are transported: જે પેટીમાં કેટલોક માલ દેશાવર ખાતે મોકલવામાં આવે છે તે; બારદાન. 5. The quantity contained in such a chest: પેટી પુરભરીને માલ. *vt.* To hoard:પેટીમાં ભરી મૂકવું;સંગ્રહ–એકઠું કરવું. 2. To place in a coffin: કફનમાં મૂકવું; કફન કરવું.

Chest,(ચૅસ્ટ્)*n.* Strife; contention:કજીયો; લઢાઈ; ઝઘડો; ટંટો; ફિસાદ.

Chest-nut,(ચૅસ્ટ્નટ્)*n.* [L. *castanea*,a chestnut.] The nut of a forest tree: એક જાતનું લાલ ફલ. 2. The tree itself or its timber: એ ફલનું ઝાડ અગર તેનું લાકડું. 3.A bright brown colour: ચલકતો ભુરો રંગ. *a.* Being of a reddish brown color: ભગવા રંગનું; ભુરૂં.

Chevalier,(શવૅલીઅર્)*n.*A horseman; knight; a gallant youngman:ઘોડેસ્વાર;શૂરવીર;શૂરો સીપાઈ; બહાદુર શખ્સ. **C.** *d'industries*, a pickpocket; a sharper: છલ પ્રપંચપર જીવનાર; ખીસા કાતરૂ; ગજવાં કાતરૂં; ઠગ; ધૂતારો.

Cheveril, (શવરિલ્) *n.* Soft leather made of kidskin: બકરીના બચ્ચાનું સુંવાળું ચામડું. 2. An yielding disposition: નમે એવો સ્વભાવ–ગુણ. *a.* Made of cheveril; pliant:હલવનના ચામડાનું બનાવેલું; નરમ; નમે એવું; નમનશીલ.

Chew, (ચૂ) *vt.* & *vi.* To bite and grind with the teeth: ચાવવું. 2. To ruminate mentally;to meditate: મનમાં ઘોલવું–ઘોલ્યા ક૦; મનન ક૦. *To* **c.** *the end*, to chew the food over again: વગોલવું. Hence, to meditate: ચિન્તન ક૦; મનન ક૦. *n.* That which is chewed; a cud: જે ચાવવામાં આવે છે તે; ચાવવાની વસ્તુ–પદાર્થ.

Chicane-ry, (શિકેન–શિકેનિ) *n.* Shift; sophistry; stratagem: પેચ; પ્રપંચ; છલભેદ; છક્કો પંજો; દાવપેચ; કાવતરૂં. *vi.*To use shifts or artifices: પેચ–પ્રપંચ છલભેદ ક૦; છક્કો પંજો રમવો.

Chick-en,(ચિક્–ચિકન્) *n.* The young of fowls: મરઘાની જાતનાં પક્ષીનું બચ્ચું; પિલું. 2. (*a*) A young person: બચ્ચું; બાલક. (*b*) A young woman; a maiden: યુવાન સ્ત્રી; કુંવારી સ્ત્રી.

Chicken-hearted, (ચિકન્–હાર્ટેડ્) *a.* Timid; fearful:બ્હીકણ;બ્હીકણબીલાડી;કાયર;બાયલો;હીચકારો.

Chicken-pox, (ચિકન્–પૉકસ્) *n.* (*Med.*) A mild, contagious, eruptive disease, varicella: અછબડા.

Chide,(ચાઈડ્)*vt.* [*imp.***chid;chod***pp.***chidden;chid.**]To rebuke; to reproach:ધમકાવવું; ઠપકો દેવો; ભઠવું. 2. To be noisy about:ઘોંઘાટ ક૦; અવાજ ક૦; ખલભલવું; ચીઢવવું. *vi.* To find fault;to contend angrily: ઝઘડવું–વાંક દોષ કાઢવો; જીકર ક૦. 2. To make a clamorous noise; to chafe: મ્હોટી બૂમ પાડવી; અવાજ–ઘોંઘાટ ક૦. *n.* A gentle noise or murmur: ખડખડાટ.

Chief, (ચીફ્)*n.* [L. *caput*, the head.] (*a*)The head or leader of any body of men; a commander: આગેવાન;નાયક;ઉપરી;સર્વોપરી;સરદાર.(*b*)A headman, as of a tribe, clan or family: પટેલ; શેઠીઓ; વડિલ; નાયક; અગ્રેસર. (*c*) A person in authority who directs the work of others: પ્રધાન;કારભારી;કર્તાહર્તા. 2. The principal part; the most valuable portion:મુખ્ય ભાગ;ઘણોજ કિંમતી–અગત્યનો ભાગ–અંશ. *In* **c.** at the head: મુખ્ય; સર્વોપરી.*a.*Highest in office or rank;principal: પેહેલું;મુખ્ય;આગેવાન;પ્રધાન;અગ્રેસર.2.Paramount; main;supreme: શ્રેષ્ટ;ઉત્તમ;પરમ;ખાસુ;અગત્યનું;સર્વોપરી.3.Very intimate,near of close:તનબદન;નજદીકનું;અતલગનું.*adv.*Chiefly:મુખ્યત્વેકરીને;ઘણુંકરીને.

Chiefly,(ચીફ્લિ)*adv.*In the first place;principally: સૌથી પહેલું; મુખ્યત્વે કરીને; મુખ્યશઃ. 2. For the most part; mostly: ઘણું કરીને;ઘણું ખરું; ઘણે-ભાગે; વિશેષે કરીને; વિશેષતઃ; બહુકરીને.

Chieftain, (ચીફ્ટેન) *n.* Captain, leader or commander: નાયક; આગેવાન; સરદાર.

Chief-ship,chieftainry-ship,(ચીફ્-શિપ્, ચીફ્ટેનરિ, ચીફ્ટેન-શિપ્) *n.* The rank or office of a chieftain: સરદારી; નાયક પણું.

Child, (ચાઇલ્ડ) *n. pl.* **children.** A son or daughter: છોકરૂં; સંતાન; ફરજંદ. 2.Descendants, however remote;-(used in the plural): ઓલાદ; પ્રજા; સંતતિ. 3. A young person of either sex: બાલક; બચ્ચું; hence one who exhibits the characteristics of a very young person: છોકરવાદ; નાદાન બાલક. *Spoiled* **C.**: ફાટી-ચલી-બગડી-છકી ગયેલું છોકરૂં. *To be with* **C.**, to be pregnant: ભારેવાયા-બેજીવ-સગર્ભા હોવું; દહાડા હોવા. **C.**'*s play*, light work: બાલચેષ્ટા; બાલ-ક્રીડા; છોકરાની રમત; સેહેલી-દમ વગરની વાત. *vi.* To give birth;to produce young: જન્મ આપવો;જણવું.

Child-bearing, (ચાઇલ્ડ્-બેરિન્ગ્) Parturi-
Child-bed, (ચાઇલ્ડ્-બેડ્)tion;travil;
Child-birth, (ચાઇલ્ડ્-બર્થ્) labor: પ્રસવાવસ્થા; પ્રસવ; પ્રસૂતિ. *Pains of a* **C.**: ગર્ભવેદના; ગર્ભકષ્ટ; પ્રસવવેદના.

Child-hood, (ચાઇલ્ડ્-હુડ્) *n.* The state of a child: બચગી; બચપણ; નાનપણ; કુમારાવસ્થા;બાલ્યાવસ્થા;બાલપણ.2. The commencement; the first period:પ્રારંભ; પ્રથમાવસ્થા;શરૂઆત.*Second* **C.**, the stage of being feeble & incapable from old age: ઘડપણને લીધે ઉત્પન્ન થતી અશક્તપણાની દશા.

Childish,(ચાઇલ્ડિશ્)*a.* Puerile; trifling: છોકરવાદ; નાદાન; ચિબાવલું; બાલકબુદ્ધિનું; અણસમજુ.

Childless,(ચાઇલ્ડ્-લેસ) *a.* Destitute of children or offspring: નિઃસંતાન; વાંઝીયું; વાંઝીઅણ.

Child-like,(ચાઇલ્ડ્-લાઇક્)*a.*Becoming a child; meek; submissive: બાલક જેવું;ભોલું;ગરીબ; નમ્ર.

Chill, (ચિલ્લ્) *a.* Moderately cold; cool; raw: લગાર ઠંડું;ઠંડું;શીતલ;ટાઢવાય એવું;શરદ. 2. Affected by cold: ટાઢ ચઢી ગયેલું.3. Formal; distant; lacking enthusiasm: સ્નેહ-પરિચય વગરનું; ઠંડું.4. Discouraging: નાસીપાસ કરતું;ઉત્સાહ-ધૈર્યભંગકરતું; ઠંડુગાર.*n.*A moderate degree of cold:શરદી;ઠંડી; ટાઢ; ધ્રુજારો. 2. Discouragement; a check to enthusiasm:હર્ષભંગ;નાઉમેદી;નાસીપાસી.*vt.* To make chilly; to cause to shiver: ઠંડું-શિતલ કo; ધ્રુજારો આણવો; શરદી કo.2. To depress; to discourage: નાહિંમત-નાસીપાસ કo; મનોભંગ-નાઉમેદ કરવું.

Chilli,(ચિલિ) *n* A kind of red pepper:મરચું.

Chilly, (ચિલિ) *a.* Moderately cold so as to shiver: ધ્રુજારો આણે એવું ઠંડું-શિતલ; શરદ.

Chime, (ચાઇમ્) *n.* [L. *cymbalum*, cymbal.] The harmonious sound: એકનાદ-રાગ-તાલ; સ્વર. 2. A set of bells musically tuned to one another: મધુર નાદ થાય તેમ ગોઠવેલા ઘંટ; એકરાગ ઘંટાવલી.3.Pleasing correspondence of relation or sound: સ્વર; મેલ; તાલ; પ્રાસ. *vi.* To sound in harmonious accord: એક રાગે વાગવું. 2.To be in harmony;to suit;to correspond:માફક-મલતું-બેસતું આવવું;અનુકૂલ હોવું-આવવું.3.To make a rude correspondence of sound: પ્રાસ-તાલ મેલવવા. 4. To join in a conversation; to express assent: હા ભણવી;વાતમાં જોડાવું;સંમતિ આપવી.*vt.*To move, strike or to cause to sound in harmony: એકતાલ-એક રાગથી વગાડવું.2.To utter harmoniously: એકતાલ-રાગબંધ ગાવું-બોલવું. *n.* The edge or brim of a cask or tube: પીપની કોર-કીનારી-કાંઠો.

Chimera, (કિમીરે) *n.* [Gr. *chimaira*, a she-goat.] An imagined monster: કલ્પિત રાક્ષસ. 2. A vain or foolish fancy:ખોટી કલ્પના-વિચાર;મનના ખોટા તરંગ.

Chimerical,(કિમેરિકલ્)*a.*Fanciful;unfounded: ખાલી; બનાવટી; કલ્પિત; અસંભવિત.

Chimney,(ચિમ્ની) *n.* [L. *caminus*, furnace.] The fireplace or hearth:ચૂલો; દેવતા સલગાવવાની જગ્યા.2.The passage through which the smoke is carried up to the open air: ધુમાડિયું; ચીમની. 3. A tube of glass: કાચની નળી; ચીમની.**C.***piece:* તાપણ કરવાની સગડીની આસપાસ મૂકેલી રોનકદાર પથ્થર અથવા લાકડાની મેજ-ટેબલ.

Chimpanzee, (ચિમ્પૅન્ઝી)*n.* A species of the monky tribe: એક જાતનો વાંદરો.

Chin,(ચિન્)*n.*The lower extremity of the face below the mouth:હડપચી; દાઢી.

China, (ચાઇના) *n.* A species of earthenware made in China: ચીનાઇ વાસણ; ચીનીકામ.**C.** *root*, smilax root: ચોપચિની; ચોબચિની; **C.** *ware*, porcelain: ચિનાઈ કામ-વાસણ.

Chin-cough, (ચિન-કૉફ્) *n.* Hooping cough: ઉડતી ઉધરસ; સસણી.

Chine,(ચાઇન્) *n.*[L. *spina*, thorn.]The backbone of an animal: કરોડ. A piece of the back bone of an animal: ભોજનને માટે રાંધવા કાપેલી પશુની કરોડ તથા તેને લગતો ભાગ.3. Edge or rim of cask:પીપની કોરણ-કીનારી-ધાર.4.A chink or cleft: ફાટ; ચિરો; ચિરાડો.

Chinese, (ચાઇનીઝ્) *a.* Pertaining to China: ચીન દેશ સંબંધી.*n.sing. pl.*A native or natives of China:ચીન દેશનો રહેવાશી; ચીનો-ચીના. 2. The language of China: ચીન દેશની ભાષા.

Chink. (ચિન્ક્) *n.* A gap or crack; a small cleft: ચિરો; ફાટ; ચીર.*vi.*To crack;to open:ફાટવું; ચીરાડો પડવો; ફાટ પડવી.*vt.* To form a fissure in: ચીરો-ચીરાડો પાડવો; ફાટ પાડવી. 2. To fill up the chinks of: ફાટો-ચીરો પૂરી નાંખવી; ફાટ બીડવી:સાંધ પુરવી. *To* **C.** *a wall:* ભીંતની ફાટ પુરવી.

Chink,(ચિન્ક્) *n.* A short, sharp sound:ખણખણાટ; ખખડાટ; રણકારો.2.Money:પૈસો; રોકડનાણું; પુંજી. *vt.* To cause to sound:ખણખણ વગાડવું;ખખડાવવું.*vi.*To make a small, sharp sound:ખણખણવું; ખડખડવું; રણકારો થવો.

Chinky,(ચિન્કિ) *a.* Full of fissures; gaping: [ચીરા-ફાટવાળું.

Chintz,(ચિન્ટઝ્)*n.*Cotton cloth, printed with flowers and other devices,in a number of different colors:છીંટ; છાપેલું સુતરાઉ કાપડ.

Chip, (ચિપ્) *vt.* To cut into small pieces or chips; to hew: નાનાં છોડિયાં–કકડા કરવા; ચીપ કાઢવી –ઉતારવી. 2. To break or crack a portion of: થોડો ભાગ ભાંગવો. *To c. in*, to contribute: નાણાં ભરવાં; કાંઇ રકમ આપવી; ભાગ લેવો–આપવો. *vi.* To break off in small pieces: છોડિયાં ઉખડી જવાં; ચીપો નિકલવી. *n.* A piece of wood, stone or other substance separated by a cutting instrument: છોડું; ચીપ. 2. A fragment or piece broken off: કરચ; કકડો. *C. of the old block*: આ કે બાપને મલતું આવતું છોકરૂં.

Chirographer, (કિરૉગ્રૅફર્) *n.* One who exercises or professes the art of writing: લખનારો; લહિયો. 2. One who tells fortunes by examining the hand: હાથની રેખાઓ જોઇને નશીબ વર્તનાર; સામુદ્રિક; હાથ જોનારો.

Chiromancer, (કિરૉમૅન્સર્) *n.* One who attempts to foretell future events by inspecting the hand: સામુદ્રિક; હસ્તરેખા પરીક્ષક.

Chiromancy, (કિરૉમૅન્સિ) *n.* [Gr. *cheir*, the hand, & *manta*, divination.] Divination by hand; palmistry: હસ્તકલક્ષણવિદ્યા; સામુદ્રિકવિદ્યા.

Chirp, (ચર્પ્) *vi.* To make a short, sharp sound: ચકચક–ચીંચીં કરવું. *vt.* To make cheerful; to enliven: રાજી–ખુશ–આનંદી કરવું. *n.* A short sharp note: ચકચક; ચીંચીં.

Chirrup, (ચિરપ્) *vt.* To quicken or animate by chirping: ચીંચીં કરીને ઉશ્કેરવું. *vi.* To chirp: ચીંચીં–ચકચક કરવું. *n.* The act of chirping; a chirp: ચીંચીં; ચકચક.

Chisel, (ચિઝલ્) *n.* [L. *cædo*, I cut.] A tool with a cutting edge on one end of a metal blade used in working in timber, stone, metal, &c.: ફરસી; વિંધણું; ટાંકણું. *vt.* To cut, pare, or engrave with a chisel: ચિરવું; કોરવું; ટાંકવું; કોતરી કાઢવું. 2. To cut close; to cheat: છેતરવું; ઠગવું.

Chit, (ચિટ્) *n.* A shoot; a sprout: ફણગો; પીલો; અંકુર. 2. A child or babe: બચ્ચું; બાલક. *vi.* To shoot out; to sprout: ફણગો ફૂટવો.

Chit-Chat, (ચિટ્-ચૅટ્) *n.* Familiar or trifling talk; prattle: વાતચિત; તડાકા; ગોષ્ટગેાષ્ટ.

Chivalric-rous, (શિવૅલ્રિક્-શિવૅલ્રસ્) *a.* Warlike; bold; gallant: સાહસિક; બહાદુર; સભ્ય; પ્રતાપશાલી; દીલદાર; મોટા મનનો.

Chivalry, (શિવૅલ્રિ) *n.* [L. *caballus*, a horse.] Cavalry: ઘોડેસ્વારનો સમૂહ. 2. The dignity or system of knighthood: 'નાઇટ'ની પદવી–ખેતાબ. 3. The qualifications or character of knights: બહાદુરી; શૌર્ય; સાહસિકકર્મ; સભ્યતા; ઉદારતા. 4. Exploit: પરાક્રમ: કરામત; કૌતુક.

Chlorodyne, (ક્લોરોડાઇન) *n.* A compound of chlorine and iodine: અફીમના ભેગવાળું; ઝાડો બંધ કરનારૂં ઓસડ; ક્લોરોડાઇન.

Chloroform, (ક્લોરોફૉર્મ) *n.* An oily liquid substance: જે સુંઘીઆથી માણસ શુદ્ધિરહિત થાય એવો એક પ્રકારનો તેલ જેવો પદાર્થ; ક્લોરોફાર્મ.

Chock, (ચૉક્) *vt.* To fasten with a wedge: ફાચર મારીને મજબૂત કરવું. 2. To encounter: મુલાકાત; ભેટ લેવી; સામું મલવું. *vi.* To fill up, as a cavity: ખાડો પુરવો–પુરી નાંખવો. *n.* A wedge; a block: ફાચર; અટકણ. *adv.* Entirely; quite: તદન; પુરૂં; સંપૂર્ણ.

Choice, (ચૉઇસ્) *n.* The act of a choosing; election: પસંદ ક૦ તે; ચુંટણી. 2. The power of choosing; option; preference: પસંદગી; મરજી; ખુશી. 3. Care in selecting; discrimination: પસંદ કરવામાં સંભાલ–વિવેક. 4. The thing chosen: પસંદ કરેલી વસ્તુ–ચીજ. 5. The best part of any thing: ઉત્તમાંશ; ઉત્તમ ભાગ; નક્કી માલ. *a.* Select; superior; precious: ઉત્તમ; કિમતી; અમૂલ્ય; મન પસંદ; ચુનંદું; ઉત્કૃષ્ટ; સરસ. 2. Using with care; frugal: સંભાલથી વાપરનારૂં; જોઇને ખર્ચ કરનાર; કસરીયો. 3. Deliberately or carefully chosen: વિવેકથી પસંદ કરેલું; ગણી ગણીને–તોલી તોલીને મૂકેલું.

Choir, (ક્વાઇર્) *n.* [L. *chorus*, song.] A band or organized company of singers: દેવલમાં ગાનાર મંડલ; કીર્તનિયા; ગવૈયા. 2. The part of a church appropriated to singers: દેવલમાં ગાનારને બેસવાની જગ્યા; ગાયનસ્થલ.

Choke, (ચોક્) *vt.* To suffocate; to strangle: ગુંગલાવવું; ગલું દાબવું; શ્વાસ રૂંધવો–બંધ કરવો. 2. To block up: પૂરી નાંખવું; બંધ ક૦; રોકવું. 3. To hinder or check: અટકાવવું; નડવું; હરકત–નડતર કરવી. 4. To effect with a sense of strangulation by passion: હૈયું ભરાઈ આવવું; ગદ્ગદિત થઇ જવું. *vi.* To have the windpipe stopped: શ્વાસ રૂંધાવો; ગુંગલાવું. 2. To be checked: અટકવું; અડચણ પડવી–થવી. 3. To be offended: માઠું લાગવું; ગુસ્સે થવું. *n.* A stoppage or irritation of the windpipe: રૂંધામણ; ગુંગલાટ.

Choke-damp, (ચૉક્-ડૅમ્પ્) *n.* Carbonic acid gas: ઉંડી ખો, ગાર, કોએલાની ખાણ અથવા કુવામાંની ગુંગરાવી નાખે એવી એક જાતની હવા; ઉભાર.

Choler, (કૉલર્) [L. *cholera*, bile.] The bile: પિત્ત. 2. The seat or cause of irascibility: તમોગુણ; પિત્તપ્રકૃતિ–સ્વભાવ. 3. Anger; wrath: ગુસ્સો; ક્રોધ; ચીઢ; કોપ; તામસ.

Cholera, (કૉલરે) *n.* A disease characterized by vomiting and purging: મુલચી; મોરચી; અધોક; કોગલીઉં; કોલેરા.

Choleric, (કૉલરિક્) *a.* Abounding with choler or bile: પિત્તવાલું–ભરેલું. 2. Easily irritated; irascible: ચીઢીયું; તમોગુણી; તામસી; પિત્તપ્રકૃતિનું–વાલું. 3. Angry; indicating anger: ગુસ્સાવાલું; ક્રોધી; ગુસ્સાખોર. 4. Pertaining to cholera: કોલેરા–કોગલીયાનું.

Choose, (ચૂઝ્) *vt.* To make choice of; to select: પસંદ ક૦; ચૂંટી કાઢવું; વીણવું. 2. To wish; desire: ઇચ્છવું; ઇચ્છા–મરજી ક૦. *vi.* To make a selection; to prefer: પસંદ પડવું; ગમવું. 2. To exercise the power of choice: પસંદ કરવાની સત્તા વાપરવીનો ઉપયોગ કરવો.

Chop, (ચૉપ્) *vt.* To cut into pieces (with *up*): કાપવું; કકડા–ખંડ ક૦. 2. To sever or separate; to divide; (with *off* or *down*): કાપી નાંખવું; જુદું–નોખું પાડવું; ઉરાડી દેવું. 3. To seize or devour greedily (with *up*): ડબોડબ–ભચડભચડ ચાવી–ખાઈ

જવું. 4. To barter or truck: અદલાબદલી ક૦; સાટું ક૦; સાટાપાટી ક૦. 5. To crack: ફાડવું; ચીરવું; ફોડવું; સાંધ પાડવી. *vi.* To interrupt (with *up* or *out*): બોલતાં અટકાવવું; વચ્ચે બોલવું; વચ્ચે વિઘ્ન નાંખવું. 2. To purchase by way of truck: સાટામાં ખરીદવું; અદલાબદલી ક૦. 3. (*Naut.*) To vary or shift suddenly: એકદમ ફરવું-બદલાવું. 4. To altercate; to bandy words: સામી ટાપાટીપ-ટપાટપી ક૦; ગુસ્સાથી તકરાર ક૦. 5. To crack: ચિરો-ચિરાડો-ફાટ-સાંધ પડવી-થવી. *n.* The act of chopping; a stroke: કાપવાનું કામ; ઘા; છેદ. 2. A piece chopped off; a slice or small piece of meat: કકડો; કરચ; કટકો; ટુકડો; ચાપ (માંસનો). 3. A crack or cleft: ફાટ; ચીરો; ચિરાડો; સાંધ. 4. (*pl.*) (*a*) The jaws: ડાચાં; જડબાં. (*a*) The fleshy parts about the mouth: ગલોફાં. 5. The land at each side of the mouth of a river: નદીના મુખના બે બાજુના ભાગની જમીન. 6. Quality; brand: જાત. 7. A permit or clearance: રજાચિઠ્ઠી; પરવાનગી; પરવાનો. 8. A change; a vicissitude: રૂપાંતર; અવસ્થાંતર; વિકાર.

Chopping, (ચૉપિંગ્) *n.* Act of cutting by strokes; a cutting: કાપવું-કકડા કરવા તે; કકડો; કરચ; કલમ. *a.* Stout or plump; large: મજબુત; ભારે; જાડું; માતેલું. 2. (*a*) Shifting or changing suddenly: એકાએક-એકદમ ફરતું-બદલાતું. (*b*) Having tumbling waves: ખળભળતું; ઉછળતું; છોળો લેતું.

Chopping-knife, (ચૉપિંગ્-નાઇફ્) *n.* A knife for chopping or mincing meat: સુડો; છરો.

Choral, (કોરલ્) *a.* [L. *chorus*, a dance in a ring.] Of or pertaining to a choir or chorus; singing or sung in chorus: ગાયક મંડલીનું; ગાયકગણ સંબંધી-વિષયક; બધી મંડલીએ મલીને ગાયેલું. *n.* A hymn tune: ભજન; ગીત; કીર્તન; મંડલીમાં સાથે ગાવાનું-ગાયેલું ભજન-ગીત-પદ-કીર્તન.

Chord, (કૉર્ડ) *n.* [L. *chorda*, a gut.] The string of a musical instrument: વાજીંત્રના તાર; તાંત. 2. A combination of tones simultaneously performed: ગત; સ્વરમેલ; એક વખતે સાથે ગવાતા રાગરાગિણી; લહેર. 3. A right line uniting the extremities of the arc of a circle: જ્યા; જીવા; પૂર્ણજ્યા. *vt.* To string; to tune: તાર ચઢાવવા-બાંધવા. *vi.* To accord; to harmonize together: એકબીજા સાથે મલતા આવવું; એકગત-મેલ-સ્વરના હોવું.

Chorist, (કૉરિસ્ટ્) *n.* A singer in a choir; a chorister: ગાયન મંડલીનો ગવૈયો; કીર્તનીઓ; ઝીલનાર.

Chorister, (કૉરિસ્ટર્) *n.* A singer in a chorus: ગાયક ગણનો એક ગાનાર; કીર્તનિયો; ઝીલનાર. 2. One who leads a choir in church music: મુખ્ય કીર્તનીઓ. *Celestial* **c.**: કિન્નર.

Chorus, (કોરસ્) *n.* [L. *chorus*, a dance in a ring.] A band of singers & dancers: ગાયકગણ; ગાનારમંડલ; નટમંડલ. 2. (*a*) Recurring stanza of a song: ટુંક; ટેક; ધ્રુપદ; ધ્રુવ; અસ્તાઇ. (*b*) A company of singers who join with the singers in singing such parts: આવા ધ્રુવ-ટુંક-ને ગવડાવનારની સાથે ગાવા લાગનાર મંડલી.

Chowry, (ચાઉરિ) *n.* A whisk to keep off flies; a fly-flap: ચમરી; ચમ્મર; ચામર.

Christ, (ક્રાઇસ્ટ્) *n.* [L. *christus*, aunointed.] The annointed; the appellation given to Jesus, the Savior: ઈસુ ખ્રિસ્ત.

Christen, (ક્રિસ્ન્) *vt.* To baptize and give a Christian name to: જલ સંસ્કાર કરી ખ્રિસ્ત ધર્મમાં લાવવું અને નામ પાડવું; બાપ્તિઝમ આપવું. 2. To give a name; to denominate: નામ પાડવું-આપવું. 3. To use for the first time: પ્રથમજ વાપરવું; પેહેલ વેહેલું ઉપયોગ-કામમાં લેવું.

Christendom, (ક્રિસ્ન્ડમ્) *n.* [L. *crinten*, a christian.] (*a*) The profession of faith in Christ by baptism: બાપ્ટીઝમ લઈ-ક્રાઇસ્ટમાં આસ્થા-શ્રધ્ધા-રાખવી તે. (*b*) The Christian religion: ખ્રિસ્તી ધર્મ-મત-પંથ. (*c*) The adoption of it: એ ધર્મનો સ્વીકાર. 2. The name received at baptism: જલસંસ્કાર વખતે જે નામ પડ્યું હોય તે નામ. 3. That portion of the word in which Christianity prevails: ખ્રિસ્તિ સ્થાન; ખ્રિસ્તિ દેશ; ખ્રિસ્તિ મુલક. 4. The whole body of Christians: ખ્રિસ્તિ માત્ર; ખ્રિસ્તિ સમસ્ત.

Christian, (ક્રિસ્ટિઅન્) *n.* One who believes, or professes to believe in Jesus Christ: ખ્રિસ્તી. 2. *a.* Pertaining to Christ or his religion: ઈસુ ખ્રિસ્તને લગતું-ના ધર્મનું; ખ્રિસ્તી ધર્મ વિષયક; ખ્રિસ્તી. 2. Professing Christianity: ખ્રિસ્તી ધર્મ માનનાર-પાલનાર. 3. Ecclesiastical: ધર્મ સંબંધી-વિષયક. 4. Civilized; kind; beneficent; gentle: સંસ્કારી; માયાળુ; પરોપકારી. **C.** *era:* ખ્રિસ્તસંવત; ઇસવીસન. **C.** *name:* બાપ્ટીઝમ-જલસંસ્કાર વખતે પાડેલું નામ.

Christianity, (ક્રિસ્ટિઍનિટિ) *n.* The religion of Christ: ખ્રિસ્ત ધર્મ; ખ્રિસ્તિ મત-પંથ. 2. The body of Christian believers: ખ્રિસ્ત મંડલ-માત્ર-સમાજ.

Christianize, (ક્રિસ્ટિઅનાઇઝ્) *vt.* To convert to Christianity; to make Christian: ખ્રિસ્તી ધર્મમાં લાવવું-વટલાવવું; ખ્રિસ્તી ક૦-બનાવવું. 2. To imbue with or adapt to Christian principles: ખ્રિસ્તીધર્મ મતના સંસ્કાર પાડવા-મનમાં ઠસાવવો.

Christmas, (ક્રિસ્મૅસ્) *n.* An annual church-festival (December 25) and in some States a legal holiday, in memory of the birth of Christ: ઈસુખ્રિસ્તના જન્મદિવસ તરીકે મનાતો વાર્ષિકોત્સવ; નાતાલનો મ્હોત્સવ; નાતાલ. **C.** *box* નાતાલના મહોત્સવમાં નજર કરવાની પેટી-ભેટની પેટી; નાતાલમાં ચાકર નફરોને આપેલી ચેરીમેરી; ભેટ; ઈનામ. **C.** *day*, same as **Christmas**: નાતાલ. **C.** *eve*, the evening before Christmas: નાતાલના મહોત્સવની પહેલાની સાંજ; તા૦ ૨૪મી ડીસેંબરની સાંજ.

Chromatic, (ક્રોમૅટિક્) *a.* [Gr. *chroma*, *chromator*, colour.] Relating to colour or colours: રંગ સંબંધી-વિશે-નું; રંગવિષયક. **C.** *printing:* રંગબેરંગી છાપ.

Chromatics, (ક્રોમૅટિક્સ્) *n.sing.* The science of colours: રંગશાસ્ત્ર; રંગવિદ્યા; રંગકલા.

Chronic-cal, (ક્રૉનિક્-કલ્) *a.* [Gr. *chronos*, time.] Relating to time; according to time: કાલ સંબંધી-નું-વિશે; કાલક્રમાનુસાર. 2. Continuing for a long time; lingering: ઘણા દહાડાનું; બહુ કાલનું; જુનું; લાંબા વખતથી ઘર કરી રહેલું.

Chronicle,(ક્રૉનિકલ્)*n*. An historical register or account of facts: કાલક્રમકવૃત્તાન્ત; ઇતિહાસ. 2. A history; a record:આખ્યાન; ઇતિહાસ; ત્વારિખ; નેાંધ.*vt*. To record in a history or chronicle;to register; to record: નેાંધવું;ઇતિહાસ–ત્વારિખમાં લખવું–દાખલ ક૦.

Chronology,(ક્રૉનૉલૉજી)*n*.The science which treats of measuring time by regular divisions or period: કાલમાનવિદ્યા; કાલગણનવિદ્યા.

Chronometer,(ક્રૉનૉમિટર્) *n*. A very exact time piece:ઘણું ચેાકસ–ખરેાખર ચાલતું ઘડિયાલ;કાલસાધન; કાલમાન.

Chrysalis,(ક્રિસૅલિસ્)*n*. [Gr. *chrusos*, gold.] *pl*.**chrysalides**.The pupa state of certain insects: કેાશવાસી; કેાશસ્થ; કેાશીટેા.

Chrysolite,(ક્રિસૅાલાઇટ્)*n*.[Gr. *chrusos*, gold & *lithos*, stone.]A mineral stone of a yellow & green colour: લસણીએા (હીરેા).

Chrystal,(ક્રિસ્ટલ્) *n*. A glass: કાચ; બિલેાર. *a*. Glassy:કાચનું; બિલેાર; કાચમય સ્વચ્છ; નિર્મલ.

Chubby,(ચબી) *a*.Like a chub; plump, short and thick: ટુંકુને જાડું; ગાંઠા જેવું; ઘીંગુ.

Chuck, (ચક્) *vi*. To cluck: મરઘી બચ્ચાંને બેાલાવતી વખતે જેવી રીતે બેાલાવે છે તેવી રીતે બેાલવું;ચકચક ક૦; કુકકુક ક૦. 2. To chuckle: મશ્કરી ક૦; અંદરખાનેથી ખુશી થવું.

Chuck, (ચક્) *vt*. To strike gently; to give a blow to: હલવે ઠુંસેા મારવેા; હલવે રહીને મારવું;મુક્કી મારવી; લાત મારવી. 2. To pitch: to throw with quick motion: ઝડપથી ફેંકવું–નાંખવું. *n*.A clamp for holding objects on a lathe: પકડ; ચાંપ; મુકેા. 2. A short throw or loss: પ્રક્ષેપ; ફેંકવું તે.

Chuckle,(ચકલ્) *vt*. To cluck: મરઘી પેાતાનાં બચ્ચાંને બેાલાવે છે તેમ બેાલાવવું; ખકખક કરી બેાલાવવું. 2. To fondle: લડાવવું; લાડલડાવવાં; ગેલ કરાવવી.*n*. A suppressed laugh; the expression of exultation: મુછમાં–ગાલમાં હસવું તે; હરખ; હર્ષ. *vi*. To laugh in a broken manner to express derision: હર્ષથી કે મશ્કરીમાં ગાલમાં રહી રહીને હસવું–અંદરથી ખુશી થવું; મલકાવું; હરખાવું; ગાલમાં હસવું.

Chuff,(ચફ્)*n*. A clown: મુરખેા; ગમાર; ગામડીએા; ઢેાઠ;જંગલી;અભણ. *a*.Surly; ill-tempered: ચીડવાઇ જાય એવેા; ખરાબ સ્વભાવનેા; મુરખ; ડેાઠ;જંગલી; ગ્રામ્ય.

Chum, (ચમ્) *n*. A chamber fellow; a room mate:એક ઓરડીમાં રહેનાર સેાબતી;ગેાઠીએા;ભાઇબંધ. *vi*. To occupy a chamber with another: બીજા માણસ સાથે એક ઓરડીમાં રહેવું; સેાબતી સાથે રહેવું.

Chunam, (ચુનૅમ્) *n*. Quicklime; plaster, or mortar: કલી ચુનેા; ચુનેા; કેલ.

Church,(ચર્ચ્)*n*.[Gr. *churios*, the Lord.] A building set apart for Christian worship:ખ્રિસ્તી; દેવલ. 2. A jewish or heathen temple:યાહુદી લેાકેાનું દેવલ.3.The collective body of Christians:ખ્રિસ્તી સમાજ.4.The aggreate of religious influence:પાદરીવર્ગ;ધર્મગુરૂ વર્ગ;ધર્મોપદેશ કરનાર વર્ગ. **c**.*owl:* સફેત ઘુવડ. *Established* **c**., aState church: રાજ સ્થાપિત ધર્મ.

Church,(ચર્ચ્) *vt*. To unite with in publicly returning thanks after some single deliverance: દેવલમાં એકઠા થઇ ઇશ્વરની બંદગી–પ્રાર્થના ક૦.

Church-man, (ચર્ચ્મૅન) *n*. *pl*. **churchmen**. A clergyman; પાદરી:ધર્મગુરૂ;ધર્મોપદેશ કરનાર ગુરૂ.2. One, who is attached to or attends church: દેવલમાં જનાર–રહેનાર; ભક્ત.

Church-yard,(ચર્ચ્-યાર્ડ્)*n*. The ground adjacent to the church, where the dead are buried; cemetery: મુડદાં દાટવાની જગા; કબરસ્તાન; મસાણ.

Churl.(ચર્લ્) *n*. A rustic; a clown:રેાંચેા; ગમાર; ગામડીએા. 2. A surly ill-bred man:તેાછડું–બેઅદબ માણસ.3.A niggard; a miser: કંજુસ;મખખીચુસ; સુમ; ચીંગૂસ;ખખિલ;કૃપણ.*a*.Churlish;rough; selfish: ગમાર; ગામડિયું; આડું; આપસ્વાર્થી.

Churlish, (ચર્લિશ્) *a*. Rude; cross-grained; surly: ગમાર; રેાંચા જેવું; આપસ્વાર્થી; આછકલું; બેઅદબ;જંગલી;દુષ્ટ;દુ:શીલ.2.Unyielding; unmanageable: વલે અથવા નમે નહિ તેવું; હઠીલું; જક્કી; આડું; કઠણ; કઠેાર; કેાઇનું કહ્યું ન માને તેવું.

Churn, (ચર્ન્) *n*. A vessel in which milk is beaten in order to separate the butter from other parts: વલેાણા ગેાલી; ઘેાલવા–વલેાવાનું વાસણ. **c**. *rope:*નેતરૂં; નેતરાં. *vt*. To stir or agitate:વલેાવવું; હલાવી નાંખવું; ઘેાલવું. 2. To shake violently: જોરથી હલાવવું.

Churning, (ચર્નિન્ગ્)*n*. The act of one, who churns: વલેાવવું તે; વલેાણું;મન્થન.2. The quantity of butter made at one operation:એક ટંકે થયેલું માખણ.

Churning-staff,(ચર્નિન્ગ્-સ્ટૅફ્) } *n*. The in-
Churn-staff, (ચર્ન્-સ્ટૅફ્) } strument used in churning: વલેાણાનેા વાંસ; રવઇ; રવૈયેા.

Chyle,(કાઇલ્)*n*. [Gr. *chulos*, juice.] A milky fluid consisting of the fatty matter: અન્નરસ; આહારરસ.

Chyme,(કાઇમ્)*n*.[Gr.*chulos*,juice;L.*chymers*, juice.] The pulp formed by the food after it has been for some time in the stomach, mixed with the gastric secretions: હેાજરીમાં પચી લેાંદેા થયલેા ખેારાક; પકવાશયમાં લુંદેા થયેલું અન્ન; આમરસ.

Cicatrix-ice,(સિકેટ્રિક્સ-ટ્રિસ્)*n*.*pl*.**cicatrices** [L. *cicatrise*, cicatrix.]A scar: ચાઠું;ચાંદું; ડામ; ચકામું.

Cicatrize, (સિકેટ્રાઇઝ્)*vt*.[L. *cicatrise*, scar.] To heal and induce the formation of a cicatrice in: રૂઝવવું; ભેાંય આણવી; મટાડવું; અંગુર આણવું. *vi*. To heal or be healed: રૂઝવું; અંગુર આવવું; ભેાંય આવવી; મટી જવું.

Cicerone,(સિસિરેાન)*n*.[L. *cicero*, the Roman orator.] One who shows local curiosities; a guide: ભેામિયેા; માહિતગાર; રસ્તેા ખતાવનાર.

Cider,(સાઇડર્) *n*. [L. *siera*, a kind of strong drink.] A drink made from the juice of apples: સેાબફલનેા રસ–દારૂ–મદ્ય.

Cigar,(સિગાર્)*n*.A small roll of tobacco, used in smoking:તમાકુનાં પાંદડાની વાલેલી બીડી; ચીરૂટ; સિગાર.

Cilicious,(સિલિશસ્)*a*. [L.*cilicium:* a covering.]Made of hair:વાલવાલું;વાલનું;વાલનું બનાવેલું.

Cimeter, (સિમેટર્) *n*. A short sword with a convex edge: ખંજર;. કટાર; ખરછી.

Cinchona,(સિન્કોનૅ)*n*.A genus of trees growing exclusively in Peru:પિરૂમાં ઉગતું એક જાતનું ઝાડ; સિનકોના. 2. The bark produced from a cinchona tree: સીનકોના ઝાડની છાલ-છોડું.

Cinder,(સિન્ડર્) *n*. Small particle of matter remaining after combustion, in which fire is extinct: આખ;રખ્યા;રાખ;ભસ્મ;ભેભટ.2. An ember; a small coal with flame: અંગારી; અંગારો; ચણગારી. 3. A scale thrown off in forging metal: લોઢું ટીપતી વખતે ઉડેછે તે ચણગારીઓ-તણખા.

Cinnabar,(સિન્નૅબાંર્)*n*. [L. *cinnabaris*.]Red sulphuret of mercury: રક્તપારદ. 2. The artificial red sulphuret of mercury; vermillion: હિંગલોક; સીંદુર.

Cinnamon, (સિન્નૅમૅાન) *n*. [L. *cinnamomum*, cinnamon.]The inner bark of a kind of tree growing in Ceylon: તજ;દાલચિની.

Cinque, (સિન્ક) *n*. [L. *quinque*, five.] The number five upon dice or cards:પંચી;પાચ;પંચો.

Cipher, (સાઇફર્) *n*. A character (0) which standing by itself expresses nothing but when placed at the right hand of a whole number, increases its value tenfold: શૂન્ય; મીડું; પૂજ. 2. A person of no worth: ટકાનો-કોડીનો-બદામનો આદમી. 3. A character in general: લીપિ; સંજ્ઞા; ભાષા. 4.An intertexture of letters:ભેલી-ગુંચવી નાખીને લખેલા અક્ષરો. 5. A private alphabet:ગુપ્ત કક્કો; સંતલસી કક્કો; ગુપ્ત લીપિ; સાંકેતિક ભાષા.*vt*.To write in occult characters:ગૂઢલીપિ-કક્કામાં લખવું. 2. To represent: દર્શાવવું; અક્ષરથી બતાવવું.*vi*. To sue figures or to practise Arithmetic: હિસાબ ગણવો-કરવો.

Circle,(સર્કલ્)*n*.[L. *circus*, a circle.] A plane figure bounded by a curved line called its *circumference*, every part of which is equally distant from a point within it, called the *centre:* વર્તુલ; કુંડાલું; ચકરડું.2. Circumference; a ring: પરિધ; ઘેરાવો; ફેરાવો. 3. An instrument of observation: ગોલો; અવલોકન કરવાનું સાધન. 4. A round body; a sphere;an orb: ગોલો;ઘનવર્તુલ. 5. Compass; circuit:ચકર;ઘેરો; ચક્ર; મંડલ;મંડલભૂમિ. 6. A set; a company: મંડલ; ટોલું; સમૂહ; કુંડાલું. 7.A series ending where it begins: ચક્રાકાર; ઘટમાલ.*vi*. To move circularly: ચક્રાકારે-કુંડાલામાં ફરવું; ગોલ ફરવું. [L. *circulo*, I make round.] To move around: આસપાસ ફરવું-ની પ્રદક્ષણા કરવી. 2. To surround;to inclose:ઘેરવું;ઘેરી લેવું; આંતરી લેવું.

Circuit.(સરક્યૂટ્) *n*.[L.*circum*, around & *eo*, I go.] The act of moving: a revolution: ફરવું તે; ફેરો; ફેરી; પરિવર્ત્તન; પરિભ્રમણ. 2. A regular journeying from place to place in the exercise of one's calling:સ્વારી (સરકારી નોકરો વીગેરેની).3. A judicial district: જજની હકુમત.4.That which encircles anything: પડ; વેષ્ટન. *vt*. To move or to make go round: ગોલ ફેરવવું.

Circular,(સર્ક્યૂલર્)*a*. Pertaining to a circle; round: ગોલ; ગોલોકાર; ચક્રાકાર; મંડલાકાર. 2. Repeating itself: પોતાને સ્થલે વિરામતું;ફરી ફરીને આવતું.*n*. A circular letter or paper:સરક્યૂલર; સંબંધના સર્વે જણમાં ફેરવવાનો પત્ર-કાગલ.

Circulate, (સર્ક્યૂલેટ્)*vi*. To move or pass round: ફરવું; ચોગરદમ-ગોલ ફરવું. 2. To pass from hand to hand; to be diffused: ફેલાવું;પથરાવું. *vt*. To cause to pass from place to place or person to person; to spread: ફેરવવું; ફેલાવવું.

Circulation,(સર્ક્યૂલેશન્)*n*.The act of moving in a circle: ચક્રાકાર-ગોલ ફરવું તે; પરિભ્રમણ; પરિવર્તન. 2. Free diffusion; transmission: ફેલાવો;ફેલાવ; વિસ્તાર; પ્રચાર. 3. Currency; circulating coin: ચલણ; ચલણી-બજારમાં ચાલતું નાણું. 4. The extent or the measure of diffusion: પ્રસાર; વિસ્તાર; ફેલાવો; પ્રચાર. 5. The movement of the blood in the blood vascular system:લોહીનીગતિ.

Circulatory,(સર્ક્યૂલેટોરિ) *a*. Circular: સંબંધના સર્વે જણમાં ફેરવવાનું;પ્રસાર કરવાનું;બધે ફેરવવાનું. 2. Circulating; going round: ચોતરફ ફરતું.

Circumambient, (સર્કમ્ઍમ્બિઅન્ટ્) *a*.[L. *circum*, around, & *ambio*, I go round.] Surrounding;encompassing: ઘેરીવલતું-વલેલું; ફરીવલેલું; ચોગરદમ આવી રહેલું.

Circumambulate, (સર્કમ્ઍમ્બ્યૂલેટ્) *vi*. [L. *circum*, around, & *ambulo*, I walk.] To walk round about:પ્રદક્ષિણા-પરિક્રમા ક૦;ચોતરફ ફરવું.

Circumcision, (સર્કમસિશન) *n*. The act of circumcising; સુનત; સુન્તા.

Circumference,(સર્કમ્ફરન્સ્)*n*. [L. *circum*, & *fero*, I bear.] The line that goes round a circular figure:પરિધ;ફરતો ઘેર;ઘેરાવો.2.The space included in a circle; a circle:કુંડાલામાં સમાએલી જગ્યા; મંડલ; ગોલો; ચકરડું;કુંડાલું.3. The external surface of a sphere: ગોલાની બહારની સપાટી.

Circumfluence,(સર્કમ્ફ્લ્યૂઅન્સ્) *n*. [L. *circum*,round & *fluo*, I flow.] A flowing round on all sides; an inclosure of waters: ચોતરફ ફેલાઇ જવું તે; પાણીનું ચોતરફ ફેલાવું તે.

Circumfuse, (સર્કમ્ફ્યૂઝ્) *vt*. [L. *circum*, around & *fundo*, I pour.] To pour round; to spread round:આસપાસફેલાવવું;ચોતરફરેડવું;પાથરવું.

Circumjacent,(સર્કમ્જેસન્ટ્) *a*. [L. *circum*, around & *jaceo*, I lie.] Lying round;bordering on all sides:ફરતું પડેલું; ચોતરફ આવેલું;આજુબાજુનું; ચોતરફ ફરતું.

Circumlocution,(સર્કમ્લોક્યૂશન)*n*. [L. *circum*, & *liquor*, I speak.] Indirect or round about language; a periphrase: ટુંકમાં પતાવવાને બદલે લંબાણથી બોલવું-લખવું તે: વક્રોક્તિ.

Circumnavigate, (સર્કમ્નૅવિગેટ્) *vt*. [L. *circum*, & *navigo*,I navigate.] To sail round; to pass round by water:જલ માર્ગે-વહાણમાં બેસીને પ્રદક્ષિણા ક૦.

Circumscribe, (સર્કમ્સ્ક્રાઇબ્)*vt*.[L. *circum*,

around, and *scribo*, I write.] To write or engrave around: લખવું; આસપાસ કોતરવું. 2. To hem in; to bound; to confine: ઘેરવું; આંતરવું; હદ બાંધવી.

Circumscribed, (સર્કમ્સ્ક્રાઇબ્ડ્) *a.* Bounded; inclosed within a certain limit: પરિમિત; સમર્યાદ; ચોતરફથી બંધ કરેલું; ઘેરી લીધેલું.

Circumspect, (સર્કમ્સ્પેક્ટ્) *a.* [L. *circum*, around, and *specto*, I look.] Prudent; watchful: સાવધ; ડાહ્યો; ડહાપણથી ભરેલો; કાલજી–સંભાલ વાલો; સાવધાન; સાવચેત; ચોકસ; હોંશિયાર; ખબરદાર.

Circumspection, (સર્કમ્સ્પેકશન) *n.* Prudence; caution: ડહાપણ; સાવચેતી; સાવધપણું; સાવધાની; ચોકસાઇ; સાવધાનતા; ખબરદારી.

Circumstance, (સર્કમ્સ્ટૅન્સ્) *n.* [L. *circum*, around, and *sto*, I stand.] An attendant thing or state of things; appendage: આસપાસની–લગતી બીના–હકીકત; આગંતુક ધર્મ; આનુંષંગિક–અનુબંધિ પદાર્થ–વિષય. 2. An event; a fact; a particular incident; વાત; બીના; પ્રકરણ; હકીકત. 3. *pl.* Worldly estate; situation; surroundings: હાલ; હવાલ; અવસ્થા; સ્થિતિ; દશા. *Easiness of* C.*s* or *easy* C.*s*: દ્રવ્યાનુકૂલ્ય; ઉનો સુખનો રોટલો. (*fig.*) *Straightness of* C.*s*: ગરીબાઇ; ગરીબ સ્થિતિ; દ્રવ્ય પ્રતિકૂલતા; દરિદ્રાવસ્થા. *Of easy* C.*s*: ખાતું પીતું; ખાવે પીવે સુખી. *Under such* C.*s*: એમ હોય તો; એમ છે તેથી.

Circumstanced, (સર્કમ્સ્ટૅન્સ્ડ્) *a.* Placed in a particular position; situated: અવસ્થાપન્ન; સ્થિતિમાં મૂકેલું–લાવેલું–પડેલું.

Circumstantial, (સર્કમ્સ્ટૅન્શિઅૅલ્) *a.* Consisting in, or pertaining to, circumstances: આગન્તુક; અનુષંગિક; આસપાસની–લગતી હકીકતનું–સંબંધી. 2. Minute; particular: ઝીણું; બારિક; તપસીલવાર; બધી વિગતવાલું; વિગતવાર. C. *evidence* (*Law*) any evidence not direct: આગન્તુક–અનુષંગીક–આસપાસનો પુરાવો. *n.* Something incidental to the main subject: અનાવશ્યક બીના; મુદ્દાને લગતી પણ મુદ્દાની નહિ તેવી અનાવશ્યક બીના; ગૌણવાર્તા.

Circumvallation, (સર્કમ્વૅલ્લેશન) *n.* [L. *circum*, and *vallum*, a rampart.] (*Mil.*) Fortification round a place: કોટ કરીને ઘેરી લેવું તે; કોટબંધી; મોરચાબંધી; ઘેરો ઘાલનાર લશ્કરની પાછલ કરેલો કોટ–ખાઈ.

Circumvent, (સર્કમ્વેન્ટ્) *vt.* [L. *circum*, around and *venio*, I come.] To deceive; to delude: દગો દેવો; ફરેબ રમવો; છેતરવું; ઠગાઈ–દાવપેચથી ફાવી જવું–વી૦.

Circumvention, (સર્કમ્વેન્શન) *n.* Deception; delusion; imposture: ઠગાઈ; પેચ; યુક્તિ; દગલબાજી; છલ; છેતરપંડી; છલપ્રપંચ; દગો; ફરેબ.

Circumvolve, (સર્કમ્વૉલ્વ્) *vt.* [L. *circum*, around; and *volvo*, I roll.] To roll round; to put into a circular motion: ગોલ ફેરવવું–ગગડાવવું; લપેટવું; ગોલગતિમાં મૂકવું. *vi.* To roll round; to revolve: ગોલ ફરવું; ચોતરફ ફરવું.

Circus, (સર્કસ્) *n.* [L. *circus*, circle.] An open space in which games and shows were exhibited: કુસ્તી–કસરત–પટા વીગેરે ખેલ–તમાશા કરવાની જગ્યા; રંગભૂમિ; તાલીમખાનું; અખાડો. 2. A circular inclosure for the exhibition of feats or horsemanship: ઘોડા ઉપરના ખેલ–તમાશા કરી બતાવવાનું કુંડાલું કે ગોલાકાર જગ્યા; સાઠમારી કરવાની જગા; અગડ 3. The company of performers in a circus: ઘોડા ઉપર ખેલ–તમાશા કરનારા તથા તેમનો બધો સાજ–મંડલ; સરકસ.

Cis, (સિસ્) *n.* On this side: આણી તરફનું; આ બાજુનું.

Cisalpine, (સિસૅલ્પાઈન્) *a.* [L. *cis*, on this side, and *Alpes*, the Alps.] On the hither side of the Alps, opposed to *transalpine*: આલ્પ્સ પર્વતની આ બાજુનું; ઈટાલી તરફનું.

Cistern, (સિસ્ટર્ન્) *n.* [L. *cista*, box.] An artificial reservoir for holding water: હોજ; ટાંકી; કુંડ. 2. A natural reservoir: તલાવ; સરોવર.

Citadel, (સિટૅડલ્) *n.* A fortress: કિલ્લો; કોટ; ગઢ.

Citation, (સાઇટેશન્) *n.* An official notice given to a person to appear: સમન; હાજર થવાનો હુકમ; હુકમ પત્ર. 2. The act of citing a passage from a book: કોઇપણ ગ્રંથકાર અગર ગ્રંથનું લખાણ ઉતારી લેવું તે; ઉતારો. 3. Enumeration; mention: ગણના; ગણતી; કથન; નિર્દેશ. 4. A reference to decided cases: આગલ થઈ ગયલા એકાદ ચુકાદાનો આધાર બતાવવો તે.

Cite, (સાઈટ્) *vt.* [L. *cito*, I cite.] To summon: અધિકાર–હોદ્દાની રૂઇએ બોલાવવું; હાજર થવા ફરમાવવું; સમન ક૦; સમન કરી તેડાવવું. 2. To quote: ટાંકવું; ઉતારો ક૦. 3. To urge; to enjoin: ખેંચતાણ ક૦; ફરજ પાડવી; તાકીદ આપવી: ફરમાવવું. 4. To refer to or specify: આધાર–ટેકો–પ્રમાણ–પુષ્ટિ દાખલ બતાવવું-જણાવવું-કહેવું. 5. To notify as a proceeding in a court: ટાંકવું; જણાવવું; ફેંસલો ટાંકવો.

Citizen, (સિટિઝન્) *n.* One, who enjoys the freedom and privileges of a city: શહેરના હક ભોગાવનાર મનુષ્ય; શહેરના મહાજનનો માણસ. 2. An inhabitant in a city; townsman: શહેરી; નગરવાસી. *a.* Having the qualities of a citizen: શહેરીના જેવા ગુણવાલું; નાગરિક ગુણવાલું; શહેરી. 2. Characteristic of citizens; effeminate; luxurious: મોજ શોખી; વિલાસી; વિહારી; ભોગી.

Citizenship, (સિટિઝન્શિપ્) *n.* The state of being vested with the rights and privileges of a citizen: શહેરીના બધા હક્ક ભોગવવાની છૂટ–હક્ક.

Citron, (સિટ્રૉન્) *n.* The fruit of the citron tree, resembling a lemon: માલુંગું; મીઠું લીંબુ; બિજોરૂં; મોસંબી. 2. The tree: માલંગાનું–મીઠા લીંબુનું ઝાડ

City, (સિટિ) *n.* [L. *civis*, a citizen.] A large town: શહેર; નગર; નગરી; પુરી; પુર. 2. The collective body of citizens: શહેરની બધી વસ્તિ; આખું શહેર; નગર સમસ્ત. *a.* Pertaining to a city: શહેર–નગર સંબંધીનું; શહેરી; નાગરિક.

Civet, (સિવેટ્) *n.* A substance consisting of butter and honey taken from glands in the anal pouch of the civet: જબાદી બિલાડીની કસ્તુરી. 2. The animal producing civet; the civet cat: જબાદી બિલાડી; કસ્તુરી પેદા કરનાર પ્રાણી; ગંધમાજર. *vt.* To scent or perfume with civet: જબાદી બિલાડીની કસ્તુરીની સોડમ સુગંધ આવવી.

Civic, (સિવિક્)*a.*Relating to a city or citizen: શહેરને લગતું; શહેરી સંબંધી; નાગરિક; નગરવિષયક.

Civil,(સિવિલ્)*a.* [L.*civis*, a citizen.] (*a*) Pertaining to a city or to a citizen in his relations to his fellow citizens or to the state; within the city or state: શહેર સંબંધી-વિષયક; શહેરી દાખલનું; જનવ્યવહારનું; લોક વ્યવહાર વિષયક-સંબંધી. 2. Civilized; not barbarous: વ્યવસ્થિત; સુધરેલું; સુશિક્ષિત.3.Performing the duties of a citizen; obedient to government: શેહેરી દાખલની ફરજો બજાવતું;રાજ્યની આજ્ઞા માનનાર.4.Polite;courteous; complaisant; affable: સભ્ય; વિવેકી; આદરશીલ; શુશીલ.5.Not military, ecclesiastical, or official: મુલકી; મુલકી કામનું; ગામ ખાતાનું 6. Relating to rights and remedies sought by action or suit distinct from criminal proceedings: દીવાની. **C.** *architecture:*બીનલશ્કરી શિલ્પકામ; મુલકી ઈમારતમાં કરેલું શિલ્પ કામ. **C.** *death:* સંસાર ત્યાગ કરવાથી સંસારના હક્ક જતા રહે તેવું છૂટા પડવું તે; સંન્યાસ;ત્યાગ. **C.** *law*, the law of a state: ધર્મ કિંવા લશ્કરનો નહિ પણ રાજ્ય કે શેહેરનો કાયદો. **C.** *remedy:* દીવાની હક-દાદ. **C.** *war:* એક દેશના લોકોની અંદર અંદરની લઢાઇ; માંહોમાંહે લઢાઈ.

Civilian, (સિવિલિઅન્) *n.* One who is skilled in civil law: રોમન લોકના કાયદામાં પ્રવીણ; એ કાયદાનો ગુરૂ-પંડિત; બિન લશ્કરી કાયદામાં પ્રવીણ.2.One, whose pursuits are those of civil life:મુલકી-ગામખાતાનું કામકાજ જોનાર અમલદાર.

Civility,(સિવિલિટિ)*n.*A state of civilization: સુધારાની સ્થિતિ; સુધારો;ઉન્નતિ;ચઢતી. 2.Politeness; courtesy; kind attention; good breeding: સભ્યતા; વિવેક; સુજનતા; રીતભાત; ભલમનસાઈ; આદરસત્કાર; અશરાફી.

Civilization, (સિવિલાઇઝેશન્)*n.*Refinement; national culture: સુધારવું તે; સુધારો કરવો તે; સુધારો; રીતભાત તથા કલા કૌશલ્યમાં સુધારો-પ્રવીણતા; ઉત્કર્ષ; ઉન્નતિ.

Civilize, (સિવિલાઇઝ્) *vt.*[L. *civilis*, civil.]To educate; to refine: કેલવણી આપવી;સુધારવું; સુધારો કરવો; રીતભાતે સુધારવું.

Civilized, (સિવિલાઇઝ્ડ્)*a.*Refined;cultivated: સુધરેલું; સુધારેલું; સંસ્કૃત; સુશિક્ષિત.

Civilly, (સિવિલિ)*adv.*In a manner relating to government: રાજ્યને લગતી રીતે. 2. In a manner relating to private rights: દિવાનીમાં-રાહે; દિવાની કાયદા પ્રમાણે. 3. Not naturally but in law: કાયદા પ્રમાણે; કાયદાની દૃષ્ટીએ. 4. Politely:સભ્યતાથી; સભ્ય રીતે; વિવેકથી; રીતભાતથી; ગૃહસ્થપણાથી.

Clack,(કલૅક્)*vi.*To rattle; to click: એકદમ તીણો અવાજ કo; ટકટક થવું; ખણખણવું; સણણણ થવું. 2. To utter words rapidly: લવલવ-બકબક કo; બડબડવું;લવી જવું;ટપટપ બોલી જવું.*n.*A sharp,abrupt sound made by striking an object:સપાટો;સડાકો. 2. Anything that causes a clacking noise: ખણખણ-ધમધમ-ટકટક-ભડભડ અવાજ કરનારી વસ્તુ-ચીજ. 3. Continual talk: બકવા; બકબકાટ; લવલવ; લવારી; લવારો; ટકટક; ટાહેલું.

Claim, (કલેમ) *vt.* [L. *clamo*, I cry out.] To challenge as a right: હક્ક કરીને-થી માગવું; દાવો કરવો;અખતિયાર-હોદ્દા કે હક્કની રૂએ માગવું; લેણું કo; માગવું. 2. To assert;to maintain: કહેવું;જણાવવું; ખાત્રી-નિશ્ચય પૂર્વક કહેવું. *vi.* To have a claim: હકદાર-લેણદાર-દાવેદાર હોવું; દાવો ધરાવવો; હક ધરાવવો-હોવો. *n.*A demand of a right:હકની માગણી. 2. A right to claim or demand: હક્ક ધરાવવાની સત્તા; હક; દાવો; ડાપું; માગણી; ઈલાખો; દરદાવો;અધિકાર;વારસો.3. The thing claimed or demanded: હક ધરાવેલી વસ્તુ-ચીજ.

Claimant-mer, (કલેમૅન્ટ્-મર્) *n.* One, who claims; one who demands as due: હકથી માગનાર; હક ધરાવનાર; દાવેદાર; હકદાર.

Clairvoyance, (કલેર્વૉયૅન્સ) *n.* [L. *clarus*, clear & *video*, I see.]A power, attributed to persons, in a mesmeric state, of discerning objects not perceptible by the senses: અપ્રત્યક્ષવિષય દર્શન; ભેદ સમજવાની શક્તિ.

Clamber,(કલૅમ્બર્)*vi.*To climb with difficulty: મુશ્કેલાઈથી ચઢવું;હાથ પગ ટેકીટેકીને ચઢવું.

Clammy,(કલૅમિ)*a.*Soft and sticky;glutinous: ચિકણું; કાંપ જેવું; ચોંટી જાય એવું.

Clamorous, (કલૅમરસ્) *a.* Noisy;vociferous; turbulent: બુમાટ-ઘોંઘાટ-શોરબકોર કરનાર; રીસાળ-ખોરૂં; ધાંધલિયું.

Clamour, } (કલૅમર્)*n.*[L.*clamo*, I cry out.]
Clamor, } Outcry; uproar: બુમાટ;પોકાર;બુમ; શોરબકોર; બુમરાણ; કોલાહલ; મોટો અવાજ; ઘોંઘાટ. *vt.*To salute or approach with noise:અવાજ-ઘોંઘાટ કરીને પાસે જવું.2.To stun with noise:ઘોંઘાટ-અવાજ કરીને બ્હેરૂં કરી નાંખવું. 3. To utter loudly or repeatedly; to shout:બુમો પાડવી;ઘોંઘાટ-શોરબકોર કo;બુમાટ-પોકાર કo. *To c. bells:* ઉપરાઉપરી મ્હોટે ઘંટ વગાડવો. *vi.* To utter loud sounds; to complain: પોકાર-ઘોંઘાટ-શોર કo; દાદ માગવી.

Clamp,(કલૅમ્પ્) *n.* Something that binds: ચાપડો;પટ્ટી; બંધ;લાફો. 2. (*a*) An instrument with a screw by which works is held in its place: ચાંપ; પકડ. (*b*) A piece of wood placed across another to bind or strengthen: મજબુત કરવાને બીજી વસ્તુને આડો મુકેલો લાકડાનો કકડો. 3.A mass of bricks heaped up to be burned:પકવવાને સારૂ કરેલો ઈંટનો ઢગલો. 4. One of a pair of movable pieces of wood to cover the jaws of a vise: આરીના દાંતા ઉપર ઢાંકણું કરવાના લાકડાના બે કકડામાંનો એક. 5. A heavy footstep; tramp: ભારે-ધમકારાબંધ પગલું. *vt.*To render firm by means of a clamp: ચાપડા-પટાવડે સજ્જડ-મજબુત કo; બંધનમાં લેવું. *vi.* To tread heavily; to clamp: ધમ ધમ-ભારે પગે ચાલવું.

Clan,(કલૅન્) *n.* A tribe; a race; a family: જાત; કોમ; કુટુંબ; કુલ; ગોત્ર; વંશ. 2. A clique; a sect: ટોલી; કાફલો; પક્ષ; એકસંપી મંડલી.

Clandestine, (કલૅન્ડેસ્ટિન્) *a.* [L. *clandestinus.*] Hidden; private; underhand: છાનું; સંતાડેલું;ચોરીનું;ખાનગી;ગુપચુપનું;છુપું;છલનું; ગુપ્ત.

Clang,(કલૅન્ગ્) *vt.*[L.*clango*,I make noise.]To strike together with a ringing metallic sound:

ખણખણાવવું;ધાતુને સામસામા–અથડાવીને અવાજ ક૦; રણકો ક૦. *vi.* To resound: ખણખણવું; ધાતુ સામ સામા અથડાવાથી અવાજ થવો; રણકો થવો. *n.* A sharp ringing sound: ખણખણાટ; ઝણઝણાટ; ખડખડાટ;રણકો. 2. Quality of tone: રાગનો ઠણકો.

Clanger-ker,(કલૅન્ગર-કર) } *n.*A sharp,shrill
Clangour, (કલૅન્ગર) } sound: ખણખણાટ; ઝણઝણાટ; ખડખડાટ; રણકો; રણકાર; ઝણકાર.

Clank, (કલૅન્ક) *n.* The loud, ringing sound made by a collision of metallic bodies: ધાતુ સામસામા અથડાવાથી થતો અવાજ; રણકો;ખણખણાટ; ઝણઝણાટ;ઠણઠણાટ. *vt.*To cause to make a sharp ringing sound: ખણખણ ક૦; ઝણઝણાટ જેવો અવાજ ક૦;ધાતુ સામસામા અથડાવાથી અવાજ–રણકો ક૦. *vi.* To clang: ખણખણવું; ધાતુના સામસામા અથડાવાથી અવાજ થવો.

Clanship, (કલૅન્શિપ્)*n.*(*a*) A state of union as in a family or clan:એકસંપ;એક ગાંઠ; સંપીલાપણું;એકસંપથી એકઠા રહેવું તે. (*b*) An association under a chieftain:એક સરદારના હાથ નીચેની મંડલી.

Clansman,(કલૅન્ઝ્મૅન) *n.* [*pl.* **clansmen**] One belonging to a particular clan: કોઈ એક કુલ–કોમ–ગોત્ર–ટોલીમાંનો માણસ.

Clap,(કલૅપ્)*vt.* To strike; to slap:ધબ લઈને અથડાવવું;અવાજ થાય એવી રીતે અફાલવું–ઠોકવું.2. To thrust, close, or put in a hasty manner: એકદમ–ધબ લેઈને વચે નાંખવું–ફેંકવું; ભટકાવવું. 3. To applaud: સાબાશીની તાલીઓ પાડવી; તાલીઓ પાડી સાબાશી આપવી;તાલીથી પોતાનો સંતોષ–આનંદ દર્શાવવો. *vi.* To come together suddenly with noise: ધબોધબ–ધબ લેઈને અથડાવવું–અફલાવું. 2. To strike the hands together in applause: શાબાસીની તાલીઓ પાડવી. 3. To enter with alacrity & briskness: ધબ લઈને જવું–પેસવું; કોઈ કામ હોંશથી શરૂ ક૦; આનંદથી પ્રવેશ ક૦; ચંચલાઈથી જવું–પેસવું. 4. To knock, as at a door: કમાડ–બારણાં ઠોકવાં.*n.* A loud noise made by sudden collision: ઓચિંતા–એકાએક અફલાવાથી થતો મોટો અવાજ;ધબાકો. 2. A stroke:ઝપાટો; તડાકો; વારો. 3. A burst of sound; a sudden explosion: કડાકો; મોટો અવાજ; તડાકો; ધડાકો; ગરગડાટ; ગર્જના. 4. A striking of hands to express approbation: સાબાશીની તાલીઓ; તાબોટા; હર્ષગર્જના. 5. Noisy talk; chatter: ધાંટા કાઢીને કરેલી વાતચિત.

Clap-trap,(કલૅપ્-ટ્રૅપ્)*a.* Deceptive; sham;unreal:ઠગાઈ–છલ–કપટ ભરેલું;ભેદી;દગાખોર;સાબાશી મેલવવા કરેલું;તકલીદી.*n.*A trick to gain applause;a hunting: સાબાશી મેલવવા સારૂં કરેલી યુક્તિ–યોજના–કાવતરૂં ; માત્ર દેખાડવા–બહારના દેખાવ સારૂ કરેલું કાંઈ.

Clarification, (કલૅરિફિકેશન) *n.* [L. *clarus*, clear & *facio*, I make.] The act of clearing: રશાયણથી ધોવું–સાફ ક૦ તે; શોધન;શુદ્ધિ; શોધ.2. The act of freeing from obscurities: અંધકાર–અસ્પષ્ટતા દૂર ક૦–ટાલવી તે; સ્પષ્ટ કરવું તે.

Clarified,(કલૅરિફાઈડ્)*a.* Made clear:શોધેલું;મેલ કાઢેલું; શુધ–સાફ–સ્વચ્છ કરેલું; શોધન કરેલું; તાવેલું. **C.** *butter:* ઘી.

Clarifier, (કલૅરિફાઈઅર) *n.* That which purifies : શુધ–સાફ–સ્વચ્છ–નિર્મલ કરનાર; શોધક; મેલ કાઢી નાંખનાર;ધોનાર. 2.A vessel in which the process of clarification is conducted: કંઈ પણ વસ્તુ શુધ કરવાનું–શોધવાનું વાસણ.

Clarify, (કલૅરિફાઇ) *vt.* To make clear: શુધ–સાફ–નિર્મલ કરવું; ધોવું; શોધન કરવું; શોધવું. 2. To brighten: ચલકતું–પ્રકાશીત કરવું; સ્વચ્છ ક૦; નિર્મલ ક૦. *vi.* To grow clear: સ્વચ્છ–નિર્મલ–શુધ–સાફ થવું; ધોવાઈ જવું.2. To grow bright: પ્રકાશી નિકલવું;ઝલકી–ચલકી ઉઠવું.

Clash,(કલૅશ્)*vt.*To strike noisily against: સામસામું અફાલવું. *vi.* To dash noisily together: અથડાવવું;અફલાવું;અવાજ–ધબાકો થાય તેમ અથડાવું. 2. To meet in opposition; to interfere: સામસામું–વિપરીત–વિરૂદ્ધ આવવું–હોવું; વચ્ચમાં આવવું; નડવું;અડચણ–હરકત ક૦; ઉલટા પડવું. *n.* (*a*) A loud noise resulting from collision: ખડખડાટ; ઝણઝણાટ; કડાકો;ગડગડાટ. (*b*) A collision: અથડાઅથડી; ઝડાઝડી; સંઘર્ષણ; ઘસારો. 2. Opposition; contradiction's: વિરૂદ્ધતા; પ્રતિકૂલતા; પરસ્પરવિરોધ; નડતર; ડખલ; હરકત.

Clashing,(કલૅશિંગ્)*n.*(*a*)Dashing noisily together: અફલાવું–અથડાવું તે;ઘસાઘસી;વિરૂદ્ધતા; ઉલટાપણું. *a.* Opposite: ઉલટું; આડું; વિરૂદ્ધ; પ્રતિકૂલ; પરસ્પર વિરોધી.

Clasp,(કલૅસ્પ્) *n.* A flattened hook, for holding together the parts of anything: ચાપડો; કડી;બે વસ્તુઓને એકઠી રાખવાનો હુક–ચાપડો વગેરે. 2.A close embrace:બાથ;આલિંગન;કોટી; **C.** *knife*, a large knife: મ્હોટી છરી–ચાકુ. **C.** *lock:* કમાનથી પોતાની મેલે બંધ થાય એવું તાલું. *vt.* To shut together with a clasp: ચાપડા–હૂકવતી એકઠું જોડવું–બંધ ક૦. 2. To embrace; to grasp:કોટી ક૦; આલિંગન દેવું–ક૦; ભેટવું; બાથમાં ભીડવું; બાઝી પડવું; પકડવું. 3. To surround and cling to: ઘેરવું ને બાઝી રહેવું.*To* **C.** *to one's bosom:*છાતી સરસું ચાંપવું.

Class,(કલૅસ્)*n.*[L. *classis*, class.]A group of individuals or object ranked together as possessing common characteristics: પ્રકાર; પ્રત; જાતિ;વર્ગ;વર્ણ;જાત;લોક. 2. A number of students in a school or college of the same standing or pursuing the same studies: એકજ જાતનો અભ્યાસ કરનારા નિશાલીઆઓ;વર્ગ; કલાસ. 3. A set; a species or variety: પ્રકાર;જાત;સમૂહ;જથો; ગણ. *vt.* To arrange in classes:વર્ગ પાડવા; વર્ગમાં ગોઠવવું; વર્ગણી કરવી;પ્રકાર પાડવા; પ્રત કરવી; જાતવાર ગોઠવવું–મૂકવું.2. To place in a class or classes; to divide into classes: જુદાજુદા વર્ગમાં મૂકવું; –વર્ગ પાડવા. *vi.* To be grouped: માં સમાઈ જવું; એકઠું થઈ જવું; –માં પડવું–આવવું; સવર્ગી થવું.

Classic, } (કલૅસિક્-કલ્) *a.* Superior in
Classical, } dignity;of the first class or rank: પહેલા વર્ગનું;ઉત્તમ;સરસ;સરવોત્કૃષ્ટ;શ્રેષ્ટ; પહેલા નંબરનું. 2. Pertaining to the Greeks and Romans especially to Greek and Roman authors: ગ્રીક અને લાટીન ગ્રંથકારોને લગતું–ના સંબંધી; અસલનું; તે લોકે પ્રસિદ્ધ કરેલું. 3. Pure; refined; chaste: શુધ; સુધરેલું; પ્રશસ્ત; સંસ્કારવાલું; સંસ્કૃત.

Classic,(ક્લૅસિક્) *n.* A work of acknowledged excellence and authority, or its author: ઉત્તમ ગ્રંથ;ઉત્તમ પ્રતિનો ગ્રંથ કે ગ્રંથકાર; સર્વોત્કૃષ્ટ ગ્રંથ. 2. One learned in classics: લાટિન અને ગ્રીક ગ્રંથોમાં પ્રવીણ પુરૂષ.

Classify,(ક્લૅસિફાઈ)*vt.*[L.*classis*,class& *facio*, I make.] To make a class or classes; to systematize: વર્ગ પાડવા; જાત-પ્રકાર પ્રમાણે ગોઠવવું; પ્રત કરવી;પ્રતવાર-જાતવાર ગોઠવવું; વર્ગીણી કo.

Clatter,(ક્લૅટર્) *n.*(*a*)A rattling noise made by the collision of hard bodies: ખડખડાટ; ગડગડાટ; ખણખણાટ. (*b*) Any loud, abrupt sound: ખણખણ કરતો અવાજ; ધડાકો; ભડાકો. 2. Commotion; disturbance: ફડફડાટ; ક્ષોભ; વ્યગ્રતા; ઉદ્વેગ. 3. Babble; chatter: બકવા;બકબકાટ;લવરી;લવારો. *vi.* To make a rattling sound: ખડખડવું; ખડખડ અવાજ થવો;ખણખણવું;ખણખણાટ થવો.2.To prate; to make empty and noisy talk: લવારો કરવો; ઉતાવલથી બકી જવું;ગપ્પાં મારવાં; બકબક કરવી. *vt.* To strike and make a rattling noise: ખણખણવું; ખણખણાટ-અવાજ કરવો; ખડખડવું.

Clause,(ક્લૉઝ્) *n.* [L. *claudo*, I shut.] A separate portion of a written paper; an article in any legal document:પ્રકરણ;ફકરો; કલમ; રકમ. 2. A portion of a sentence containing a subject and its predicate: કર્તા અને ક્રિયાપદવાલો વાક્યનો ભાગ; ઉપવાક્ય.

Clavicle, (ક્લૅવિકલ્) *n.* [L. *clavicula*, a little key.](*Anat.*) The collar-bone: હાંસડી-નું હાડકું.

Claw, (ક્લૉ) *n.* A sharp hooked nail as of a bird or beast:નહોર;પંજો;નખ. 2. The whole foot of an animal armed with hooked nails:નહોર-પંજા-નખ સાથેનો જનાવરનો પગ. 3. Anything resembling the claw of an animal: જાનવરના પંજાને મલતી આવતી કોઈપણ ચીજ-વસ્તુ. *vt.*To pull or tear with nails: નખ-નોહોરથી ખેંચવું-ફાડવું; નખવડે ઉઝેડવું-ચીરવું; નહોર-ઉઝેડા પાડવા; નખરિયાં દેવાં; પંજો મારવો. 2. (*a*) To tickle: ખજવાલવું; પંપાલવું;થાબડવું. (*b*) To flatter;to court: ખુશામત કરવી; ગુણ ગાવા; વખાણ કરવાં. 3. To rail at; to scold:નિંદવું;ભુંડું બોલવું; ગાલો દેવી. *To* **c.** *on the back*, to tickle;to express approbation: ખભો-ખરડો થાબડવો; શાબાશ-શાબાશ કહી ખરડો થાબડવો. *To* **c.** (one) *on the gall*:ચીડવવું; ખોતરણાં કાઢવાં; દોષ વાંક કાઢવા;પજવવું. *vi.*To scrape, scratch or dig with a claw: પંજાથી કોરવું-ઉઝેડવું-ઉખેડવું.

Clay,(ક્લે) *n.* A soft earth, which is plastic: મટોડી; માટી. 2. (*a*) Earth in general, as representing the elementary particles of the human body:માટી;ખાખ.(*b*)Hence,human body as formed from such particles:મનુષ્ય શરીર;કલેવર; માટીનું ખોલિયું. *Brick* **c.**: જેની અંદર લોહું સમાયેલું છે અને જે બાલવામાં આવે છે ત્યારે રાતી થઈ જાય છે એવી સાધારણ જાતની માટી-મટોડી.*Porcelain* **c.**:ઘણી ચોખ્ખી-સ્વચ્છ માટી જેનાં ચીનાઈ વાસણો બને છે.*Potter's* **c.**:કુંભાર કામમાં વપરાતી મટોડી.**c.***marl*, સફેત લીસા ચાક જેવી માટી; ખડી. **c.** *cold*: થંડુગાર; નિર્જીવ;અચેતન;નિષ્પ્રાણ. *vt.* To manure with clay: માટીનું ખાતર કo; માટી પુરવી. 2. To purify and whiten with clay: માટીથી ધોવું-સ્વચ્છ-નિર્મલ-ચોખ્ખું કo.

Clayey-ish, (ક્લેઈ-ક્લેઇશ્) *a.* Consisting of clay; abounding in clay; like clay:માટીનું;માટીવાલું; માટી જેવું; માટીનું બનેલું;માટીથી ભરપૂર.

Clay-more,(ક્લે-મોર્)*n.*A large two-handed sword used by the Scottish Highlanders:સ્કૉટના હાઇલૅન્ડરોની બે હાથાવાલી મોટી તરવાર.

Clean,(ક્લીન્) *a.* Free from dirt or filth: કચરા વગરનું; ચોખ્ખું; નિર્મલ;સ્વચ્છ;મેલ વગરનું; શુદ્ધ;નિતરૂં; મલહીન-રહિત. 2.Without defects: પથ્થર કે નિંદણ વગરનું;ખાધખુધ વગરનું;ચોખ્ખું;ખોડખાપણ વગરનું. 3. Adroit;dexterous: ચતુરાઈવાલું;ચતુર; સફાઇદાર; કુશલ; કસબી. 4. Complete:પુરૂં; બરાબર;સંપૂર્ણ;સાફ; પુરેપુરૂં; બધું. 5. Pure: sinless:નિષ્પાપ;નિષ્કલંક; પવિત્ર;પાપરહિત; ચોખ્ખું;નિર્મલ;નિરપરાધ.6. *(Script.)* Free from ceremonial defilement. ક્રિયામાર્ગ પ્રમાણે ચોખ્ખું;શુદ્ધ; પવિત્ર; પાપવિરહિત. 7. Free from thatwhich is corrupting to the morals:healthy: નીતિભ્રષ્ટ કરે તેવાથી મુક્ત-રહિત; તંદુરસ્ત; નિરોગી. 8. Free from errors & vulgarisms:ભૂલચૂક કે દોષો વગરનું;શુદ્ધ;સંસ્કૃત.9.Well-proportioned; shapely: ઘાટબંધ; ડોલદાર: *A* **c.** *bill of health*, ઉડતા રોગથી મુક્ત છે એવું યોગ્ય સત્તાધીશ તરફનું સર્ટિફિકેટ. *To make a* **c.** *breast*, to disclose secrets; to make a full confession: ખોલીને વાત કo; સઘલું કહી દેવું;ફોડી નાંખવું;સઘલું માની દેવું.*adv.* Perfectly;wholly:બીલકુલ;છેક;તદન;પુરેપુરૂં;પૂર્ણ રીતે;બધું એ. 2. Dexterously:ચતુરાઇથી; સફાઈથી; સફાઈબંધ. *vt.* To render clean; to purify: ચોખ્ખું-શુદ્ધ-સાફ-નિર્મલ કરવું;મેલ-કચરો કાઢી નાંખવો;પવિત્ર કo; શોધવું.

Cleaning, (ક્લીનિંગ્) *n.* The act of making clean:સ્વચ્છ કo તે;શોધન; ધોવન.2.The after birth of cows, ewes, &c:ગાય ઘેટાં વિગેરેની ઓર.

Cleanly,(ક્લીન્લિ)*a.*Pure; innocent: ચોખ્ખું;સાફ;સુઘડ; ચોખાલ; સ્વચ્છ રહેનાર; શુદ્ધ; નિર્દોષ; નિષ્પાપ; નિષ્કલંક. 2. Skilful; dexterous: ચતુર; કુશલ; દક્ષ; હોશિયાર.

Cleanliness, (ક્લીન્લિનેસ્) } **Cleanness**, (ક્લીન્નેસ્) } *n.* The state or quality of being clean:સફાઈ; ચોખ્ખાઈ;શુદ્ધિ;સુઘડાઇ;નિર્મલતા; સ્વચ્છતા; પવિત્રતા. 2. (*a*) Purity of life or language: શુદ્ધતા; પવિત્રતા. (*b*) Freedom from licentious courses: સદાચાર; નેકી.

Cleanse,(ક્લેન્ઝ્)*vt.* To render clean;to clean: સાફ કo; માંજવું; ધોવું; દોષ-મલ-મેલ રહિત કo; શુદ્ધ કo; સ્વચ્છ કo; પાપ રહિત કo.

Clear,(ક્લીઅર્)*a.*[L.*clarus*,clear.]Pure;transparent; bright; luminous: સ્વચ્છ; શુદ્ધ;નિર્મલ; ચકચકિત; ચલકતું; પારદર્શક;સાફ; નિતરૂં; કાચ સરખું.2. Plain; evident; lucid: પ્રકટ; પ્રસિદ્ધ; સાફ; ઉઘાડું; ખુલ્લું;સ્પષ્ટ. 3. Keen; discriminating: સારૂં નરસું જાણી શકે તેવું;વિવેચન શક્તિવાલું; તીવ્ર; ચોકસ; તીક્ષ્ણબુદ્ધિવાલું; જલદ; કુશાગ્ર બુદ્ધિવાલું.4.Serene; cheerful: ઉઘાડું; ખુલ્લું; વાદલા વિનાનું; ચોખ્ખું; પ્રસન્ન. 5. Audible; સ્પષ્ટ; સાફ; સાફ સંભલાય તેવું; ખુલ્લું. 6. Entirely pure: ચોખ્ખું; નિર્મલ; ભેલ-ભેગ વગરનું.

7. Free from defect or blemish:ખોડ–ખાંપણ વગરનું.8.Free from guilt or stain;unblemished: પાપમુક્ત; ચોખ્ખું; નિષ્પાપ; નિર્દોષ; નિરપરાધી; શુદ્ધ.9. In full;net:ચોખ્ખું.10.Free from impediment; unobstructed:મોકળું; મુક્ત; નિર્વિઘ્ન; ખુલ્લું; હરકત–અડચણ–નડતર વગરનું.*n.*Full extent;the distance between two extremities: બે છેડા વચ્ચેની જગ્યા; અંતર;આખો ફેલાવો. *adv.* Plainly: સફાઇથી; સ્વચ્છ રીતે; ચોખ્ખાઇથી. 2. Entirely: છેક; તદ્દન; સમુળગું; બીલકુલ. *vt.*To render bright:ચોખ્ખું–સ્વચ્છ–સાફ–નિર્મલ–નિતરું–મોકળું ક૦.2. To render intelligible:સ્પષ્ટ–ખુલ્લું–સમજાય તેવું ક૦–બનાવવું.3.To free from obscurity or ambiguity:સાફ–સ્પષ્ટ ક૦;ઉઘાડું ક૦. 4. To cleanse:શુદ્ધ; ચોખ્ખું–નિર્મલ ક૦; શોધવું; ગાલવું;ભેગ–મલ–કચરો–મેલ કાઢવો; દારૂ શોધવો. 5.To free from impediment:હરકત–અડચણ–નડતર–ડખલ વિગેરેથી મુક્ત–મોકળું ક૦.6.To justify: નિર્દોષ–નિષ્કલંક–દોષમુક્ત–નિરપરાધી ઠરાવવું.7.To leap over without touching:અદ્ધર કુદીજવું.8.To make a net profit; to net:ચોખ્ખો નફો ખાવો;ખર્ચ કાઢતાં નફો કાઢવો. 9. To remove: વચ્ચેથી કાઢવું–ઉપાડવું; લઇ જવું. *To* **C.** *a ship at the custom-house:* ફુરજામાંથી વહાણ હાંકવાની પરવાનગી મેલવવી.*To* **C.** *the land:* વહાણને કીનારાથી એટલું દુર હાંકવું કે ખડકપર અફલાવવાનું જોખમ ન રહે. *To* **C.** *up,* to explain, to dispel:સમજાવવું;સ્પષ્ટ ક૦;ઉઘાડું ક૦; કાઢી નાંખવું; દૂર ક૦. *vi.*To become fair:ઉઘડવું;ઉઘાડ થવો–પડવો. 2. To be free or disengaged:છુટા થવું; મુક્ત–મોકળા થવું; અડચણ–હરકતથી છુટું થવું. 3. To make exchanges and settle balances by method adopted among bankers:નાણાવટી–સરાફોમાં ચાલતી રીતે લેવડદેવડ કરી હિસાબ ક૦. 4. To obtain a clearance: રજા ચિઠ્ઠી મેલવવી; પરવાનો મેલવવો. *To* **C.** *out,* to depart: નાશી–વેગળા જવું.

Clearance,(કલીઅરૅન્સ્)*n.*The act of clearing: સાફ ક૦–ઉપાડવું–લેઇ જવું તે.2.Permission to sail: વહાણ હંકારવાની પરવાનગી.3. Clear or net profit: ચોખો નફો.

Clearly, (કલીઅર્લિ) *adv.* Without confusion; without defect or obscurity: સાફ; ઉઘાડું; સ્પષ્ટ; ખોલ્લું; પ્રત્યક્ષ; સાક્ષાત.

Clearness,(કલીઅર્નેસ્)*n.*Free from whatever obscures, obstructs, defiles,&c.: સ્પષ્ટતા; સફાઇ; ચોખાપણું; નિર્દોષપણું; નિર્મલતા; સ્વચ્છતા; ખોલાસો.

Clear-sighted, (કલીઅર્-સાઇટેડ્)*a.* Discerning: ડાહ્યું;સમજુ;વિચિક્ષણ;શાહણું;લાંબી-પુખ્ત નજરનું.

Cleave, (કલીવ્) *vt.* [*imp.* **cleft, clave** or **clove.***p.p.* **cleft,cleaved** or **cloven.**] To split; to cut: ફાડવું; ચીરવું;ચીરો–ફાટ પાડવી.2. To part or open naturally:કુદરતીરીતે ફાડવું;ચીરો પાડવો. *vi.* [*imp.* **cleaved** or **clave;** *p. p.* **cleaved.**] To adhere closely; to stick; to hold fast:વલગી–ચોંટી–બાઝી રહેવું. 2. To adhere with strong attachment:ઘણા હેતથી જોડાયા રહેવું–હોવું; સ્નેહબદ્ધ હોવું.3. To fit; to be adapted;to assimilate:બંધબેસતુ–અનુકૂલ હોવું. 4. To part; to open; to crack: ફાટ–ચીરો–તૂટ પડવી.

Cleaver, (કલીવર્) *n.* One who cleaves: ચીરા–ફાટ પાડનાર. 2. A butcher's instrument: ખાટકી–કસાઇનો છરો.

Cleft,(કલેફ્ટ્) *n.* A crack; crevice:ચીર;ફાટ;તરડ; ચીરો. *a.* ચિરાયલું; ફાટેલું; ફાટ–ફાડવાલું–પડેલું.

Cleg,(કલેગ્) *n.* [*Zool.*] A horse-fly:ખગાઈ;ઘોડમાખ–માખી;ડાંસ.

Clemency,(કલેમૅન્સિ) *n.* [L. *clemens,* mild.] Mildness of temper;gentleness of disposition; mercy; lenity:રહેમ; રહેમદિલી; નરમાશ; દયા; નરમ સ્વભાવ; રહેમ નજર; કૃપા.

Clement,(કલેમૅન્ટ્)*a.*Mild in temper and disposition; merciful; compassionate:કોમલ;દયાળુ; નરમ; દયાવંત; કૃપાવંત.

Clench,(કલેન્ચ્)*n.* એ અર્થનો શબ્દ;*vt.*મજબૂત પકડી રાખવું; સજડ બેસાડવું.

Clergy,(કલર્જિ) *n.* [L. *clerius,* a priest.] The body of ecclesiastics: ધર્મોપદેશક મંડલ–સમૂહ–ગણ;પાદરી લોક.2.(*a*)Learning:વિદ્યા.(*b*)A learned profession: વિદ્વતા ભરેલો કોઈ ધંધો. 3. The privilege or benefit of clergy: હક; સત્તા.

Clergyman,(કલર્જિમૅન્)*n.*An ordained minister: દીક્ષા પામેલો ખ્રિસ્તિ ધર્મોપદેશક.

Clerical,(કલેરિકૅલ્)*a.*[L. *clericus,* priest.] Relating or pertaining to the clergy; suitable for the clergy: પાદરીનું–સંબંધી–વિષયક. 2. Pertaining to a clerk or copyist: નકલ કરનાર–મેહેતાનું; કારકુનનું–સંબંધી; લેખન વિષયક–સંબંધી. *A* **C.** *error:* નકલ કરતાં કે લખતાં થયેલી ભૂલ.

Clerk,(કલાર્ક્)*n.* [L. *clericus,*clerk.] A clergyman: પાદરી; ખ્રિસ્તિ ધર્મોપદેશક. 2. A scholar; a man of letter: પંડિત; વિદ્વાન. 3. A penmen; a scribe; an accountant: લહીઓ; મુસદ્દી; લખનાર; મહેતો; કારકુન. 4. An assistant in a shop, who sells goods,keeps account,&c.:ગુમાસ્તો. **C.***ship:* કારકુની; મેહેતાગીરી.

Clever,(કલેવર્) *a.* Possessing skill, dexterity, talent, &c.; expert: ચતુર; ચાલાક; હોશિયાર; કાબેલ; કુશલ; ખબરદાર; ખંધો; પકકો; પુરો; ધુરંધર. 2. Showing skill in the doer:હુશિયારી–ચતુરાઈ–ચાલાકીવાલું; ખૂબીદાર. *A* **C.** *speech:*ખૂબીદાર ભાષણ.3. Having fitness or suitableness:લાયક; યોગ્ય;લાયકાત ધરાવનારૂં.4.Well-shaped; handsome: ડોલદાર; ઘાટબંધ; રૂપાલું. 5. Good-natured possessing an agreeable disposition;obliging:મલતાવડા સ્વભાવનું;ભલુ;ઉપકારશીલ; મલતાવડું; અશરાફ.

Clew,(કલ્યૂ)*n.*(*a*)A ball of thread:દોરાનું પીલ્લું; દડી.(*b*) The thread itself: દોરો. 2. That which directs one in anything of a doubtful or intricate nature:જેથી કશાનો પત્તો–થાગ લાગે તે;માગ; પગલું; ગંધ. 3. That which gives a hint in the solution of a mystery:કુંચી; પત્તો. 4. The lower corner of a square sail:ચોરસ સઢનો નીચેનો ખૂણો. *vt.* (*Naut.*) To draw up as by means of rigging:દોરડાંવડે ઉપર ખેંચી લેવું.2.To direct, as by a thread:દોરીવડે લઈ જવું–દોરવું; રસ્તે પાડવું.

Click,(કિલક્)*vi.*To make a small,sharp noise; to tick:ટીકટીક–કટકટ ક૦. *vt.* To seize hastily:ઉતાવલ–ઝડપથી પકડવું.2.To move with the sound of a click:ડચકારાની સાથે ખસેડવું. 3. To cause to make a clicking noise:ટીકટીક કરાવવું. *n.* A small, sharp sound: ટીકટીક; કટકટ. 2. A kind of articulation by the tongue:ડચકારો; ટચકારો. 3. The latch of a door:ઉલાલો; આગલો; સાંકલ.

Client, (કલાઈઍન્ટ્)*n.* [L. *cluo*, I am called.] A citizen who put himself under the protection of a man of distinction: કોઈ પ્રતિષ્ઠિત માણસની ઓથ પકડનાર પુરૂષ. 2. One who submits his cause to the management of a lawyer: વકીલનું ઘરાક; અસીલ; ફુલ.

Cliff,(ક્લિફ્)*n.*[L.*clivus*,a hill.] A high,steep rock;a precipice:ઉભો કરાડો; ટેકરી;ખડક.

Climacteric,(ક્લિમૅકટેરિક્)*a.* Relating to the critical period of human life; critical:જીંદગીમાં અણીના સમય સંબંધી;અણીનું; ખારીક.*n.* A critical period in human life: જીંદગીમાં અણીનો–ખારીક સમય–વખત. *Great* C.: ત્રેસઠમું વર્ષ.

Climate,(કલાઈમેટ્) *n.* [Gr. *klima*, slope.]A region: પ્રદેશ; દેશ; મુલક. 2. The condition of a place in relation to the various phenomena of the atmosphere:હવા;હવા પાણી; આબોહવા;દેશપ્રકૃતિ. *vi.* To reside in a particular region: કોઈ અમુક દેશ–પ્રદેશમાં રહેવું–વસવું.

Climax,(કલાઈમૅક્સ્)*n.*[Gr.*klimax*, a ladder.] A figure in which a sentence rises as it were step by step in importance, force or dignity: એકની પાછલ બીજો ચઢતો અને બીજાની પાછલ ત્રીજો ચઢતો એવું વર્ણન–વાકયની રચના; ઉત્તરોત્તરવૃદ્ધિ; સારાલંકાર.2.The highest point;the greatest degree: સીમા;ટોચ;શિખર;પરિસીમા;હદ;પરાકાષ્ઠા. 3. Upward movement;gradation:ઉત્તરોત્તર વૃદ્ધિ;ચઢતી;ઉત્તરક્રમ; પાયરી; ઉદય. *To cap the* C.: આંકો–હદ આવી રહેવી.

Climb,(કલાઈમ્બ)*vi.*& *vt.* To ascend or mount; to rise laboriously or slowly: હાથ પગવડે (ટેકીટેકીને) ચઢવું; શ્રમથી–મહા મહેનતે–ધીમેધીમે ચઢવું.2. To rise to a higher point:ઉંચે જવું–ચઢવું. *climbing plant*: વેલો; ચઢતો વેલો.

Clime, (કલાઈમ્) *n.* [L. *clima.*] A climate; a tract or region of the earth:દેશ; પ્રદેશ; મુલક.

Clinch,(ક્લિન્શ) *vt.* To hold firmly; to grasp tightly: મજબુત–ચાંપીને–સજ્જડ પકડવું–ઝાલવું. 2. To set closely together:સખત વાલવું; સજ્જડ બેસાડવું; બીડવું; ભીડવું. 3. To bend or turn over the points of:છેડા વાલવા; વાલીને ઠોકી બેસાડવું. 4. To confirm; to establish:મજબુતી આપવી; પાકુદૃઢ–કાયમ ક૦; સાબુત ક૦. *vi.* To hold fast; to grasp something firmly: સજ્જડ ચોંટવું;વલગવું–મજબુત વલગી રહેવું. *n.*A grasp;a clamp;a holdfast: મજબુત પકડવું તે; પકડ; કબજો; મુઠ્ઠી; બાથ. 2. A word used in a double meaning; an ambiguity:જેમાંથી બે અર્થ નિકલે એવો શબ્દ;શ્લેષ;દ્વિઅર્થ.

Cling,(ક્લિન્ગ્)*vi.* *imp.*, *p. p.* **clung**. To adhere closely; to stick:વલગી–બાઝી–ચોંટી રહેવું. 2. To adhere firmly in affection: પ્યાર–મોહોબતથી જોડાઈ રહેવું. *vt.* To make to dry or wither:સુકવી નાખવું; ચીમલાવી–કરમાવી નાખવું. 2. To cause to adhere to: ચોંટાડવું.

Clinic-cal, (ક્લિનિક્-ક્લિનિકૅલ્) *a.* [Gr. *kline*, bed.] Bedridden; pertaining to a bed: માંદગીને લીધે પથારીમાં ગોંધાઈ રહેલું;ખાટલે પડેલું;(માંદા માણસની) પથારી સંબંધી; પથારીવશ; C. *baptism:* માંદા માણસોને તેમની પથારીમાં કરાવેલો જલસંસ્કાર. C. *lecture:* દર્દીઓને બતાવીને તથા તેમની તપાસની સાથે આપેલી રોગની સમજણ–સબક.

Clinic, (ક્લિનિક્) *n.* One confined to the bed by sickness: ખાટલે પડેલો માણસ; પથારીવશ; દરદી. 2. A school in which medicine or surgery is taught by the examination & treatment of patients in the presence of the pupils:વિદ્યાર્થીઓની સમક્ષ દર્દીઓની તપાસ તથા સારવાર કરીને દવાદારૂ કિંવા વાઢકાપ શિખવવામાં આવે છે તેવી શાલા.

Clink, (ક્લિન્ગ્ક્) *vt.* To make a small, sharp sound; to ring: વગાડવું; ખખડાવવું; ખણખણાવવું; ખણખણાટ કરવો. *n.* A short sound: ખણખણાટ; છણછણાટ; ઘમઘમાટ; ખખડાટ.

Clip, (ક્લિપ્) *vt.* (*a*) To embrace: ભેટવું; છાતી સાથે ચાંપવું; આલિંગન દેવું.(*b*) Hence, to encompass:ઘેરી લેવું;આગલ પાછલ વિંટલાઈ જવું–ફરીવલવું. 2. To cut off:કાતરવું;(કાતરથી) કાપવું;છાંટી નાખવું. 3.To curtail; to cut short: ટુંકું ક૦.*vi.*To move swiftly: ઉતાવલ–ઝડપથી જવું–ખરાવું; *n.* An embrace:આલિંગન; કોટી.2. A cutting; a shearing: કાપવું–કાતરવું તે;છાંટ;છાંટણી;છાંટછુંટ;કર્તન.3. A blow or stroke with the hand: મુક્કો;ધપ્પો. 4. A clap or holder for letters, papers, &c.: દબાણ; પંજો; હાથ; ચાંપ.

Clipping,(ક્લિપિન્ગ્) *n.* The act of embracing:ભેટવું તે; આલિંગન;કોટી.2.The act of cutting off, or curtailing:છાંટણી; છાંટછૂટ; કર્તન;કાપકુપ. 3. That which is clipped off: કાપલા કુપલા; કકડા બુકલા; કાટકસર; કતરણ.

Clique,(ક્લીક્) *n.*A narrow circle of persons; a party (generally used in a bad sense): નાની ટોલી; સેતાન ટોલી; ચંડાલ ચોકડી. *vi.* To plot:કાવત્રુ ક૦; ઘાટ ઘડવો–રચવો.

Cloak, (ક્લોક્)*n.*A loose outer garment:ડગલો; ઝભ્ભો. 2. A disguise or pretext:પડદો; ઓઢું;બહાનું; તાલ; નિમિત્ત; મિષ;વેષ; ડોલ. *vt.* To hide or conceal:છુપાવવું;સંતાડવું;ઉપર પડદો નાંખવો;ઢાંકવું.

Clock,(ક્લૉક્) *n.* An instrument for measuring time:વખત માપવાનું યંત્ર; કાલમાપક યંત્ર; ઘડી. 2.A watch,especially one that strikes the hour: ઘડીઆલ.*vt.*To ornament with a figured work: નકશી–ભરત ભરવું.

Clock-work,(ક્લૉક્-ઉવર્ક્) *n.* Machinery and movements of a watch: ઘડીઆલનો બધો સામાન–યંત્ર અને તેનું ચલન–ગતિ; ઘડીઆલનો સાંચો.

Clod,(ક્લૉડ્) *n.*A mass or lump:ઢેફું; ગચ્ચું;ગઠ્ઠો; હુંદો. 2. The ground; the earth:ભોંય; જમીન. 3. That which is earthly and of little relative value:માટીની કાયા;પિંડ; સ્થૂલદેહ.4. A dull,stupid fellow; a dolt:જડબુદ્ધિનો માણસ;રેંચો; મૂર્ખ માણસ. *vi.* To clot:ગંઠાઈ–બંધાઈ જવું; ગઠ્ઠા બંધાવા. *vt.* To pelt with clods: ઢેફાં મારવાં–ફેંકવાં. 2. To throw violently; to hurl:જોરથી ફેંકવું; પછાડવું;પટકી દેવું.

Cloddy,(ક્લૉડિ) *n.* Consisting of clods:ઢેફાં–ગચ્ચાંવાળું; ગઠ્ઠાવાળું.

Clog,(ક્લૉગ્) *vt.* To hamper: ભાર–બોજો નાખવો; અડચણ–હરકતમાં નાખવું.2.To choke up: બંધ કરી નાંખવું;બંધ ક૰;પુરવું. 3.To confuse; to perplex: હરકત–અડચણ ક૰; નડવું; ગુંચવણમાં–અમુંઝણમાં નાંખવું.*vi.* To become loaded or encumbered:ભારે મરવું;નડતર–અડચણ–ખલલ થવી.2. To adhere:ચોંટવું;ચોંટી રહેવું;વલગવું. *n.*A restraint;an impediment: ભાર; બોજો; પાસ;બંધન; બેડી; અડચણ; હરકત; અટકાવ; વિઘ્ન; ફાંસ; જંજાલ;વિટંબણા. 2. A weight tied to an animal to hinder its motion:કાષ્ઠબંટા; ડેહેરો.3.A heavy shoe with a wooden sole:લાકડાના તલીઆવાલો એક જાતનો ભારે જોડો;પાવડી;પાદુકા.

Cloister, (ક્લૉઇસ્ટર્) *n.* [L. *claudo*, I shut.] An inclosure:કોઈ ઘેરી–આંતરી લીધેલી જગ્યો; વાડો. 2. A monastic establishment:મઠ;તકિયો. *vt.* To confine in a monastery; to shut up in retirement from the world:મઠ–તકિયામાં પૂરવું;દુનિયાથી અલગ–એકાંત રાખવું; સંસાર ત્યાગ કરાવવો.

Cloistress,(ક્લૉઇસ્ટ્રેસ્) *n.* A nun: બાવી; સાધુ; મઠવાસિની.

Close,(ક્લોઝ્) *vt.*[L. *claudo*,I shut.] To stop, or fill up to shut:અટકાવવું;બંધ ક૰;વાસવું;મીચવું. 2.To consolidate(with *up*):એકઠું–ભેગું–સાથે ક૰; જોડવું.3. To complete;to end:પુરું ક૰;સમાપ્તિ આણવી;બંધ ક૰;આટોપવું;પાર–અંત–છેડો લાવવો. 4. To enclose; to confine:ઘેરી લેવું;આગલ પાછલ ફરી વલવું;ગોંધવું;પુરવું.*vi.*To come together; to unite: સંધાવું; જોડાવું; મલી જવું; રૂઆઈ જવું; મટવું. 2. To end, terminate, or come to a period: પુરું થવું; પાર–અંત–છેડો આવવો; સમાપ્ત થવું; બંધ થવું.3. To grapple;to engage in hand-to-hand fight:જોડે બાથ ભીડવી;ભીડવું; કુસ્તીમાં ઉતરવું;હાથોહાથની લડાઇમાં ઉતરવું.*To* **c.** *on or upon*, to come to a mutual agreement: એક મત થવું; સંમત થવું; પરસ્પર કબૂલાત–સમજુત–સંતલસ થવી.*To* **c.** *with*, (*a*)to accede to; to consent or agree to:કબૂલ–મંજૂર ક૰–રાખવું; માન્ય ક૰–રાખવું. (*b*) To make an agreement with:સલાહ ક૰;જોડે મલી જવું. *To* **c.** *one's eyes:* to die; to expire:મરી જવું;આંખો મિંચાવી. *To* **c.** *one's lips*,(*a*) to speak softly:ધીમે ધીમે–હલવે હલવે બોલવું.(*b*)To silence; to strike dumb:મ્હોં બંધ ક૰; મુંગું કરી દેવું;મ્હોં શીવી લેવું.*n.* The manner or shutting; the union of parts; junction: બંધ કરવું તે; ભાગ જોડાઈ–સંધાઈ જવા તે; સાંધ;સાંધો. 2. An ending; conclusion: અવસાન; સમાપ્તિ; છેડો;અંત;આખરી. 3.A grapple in wrestling:કુસ્તી લઢવામાં બાથ ભીડવી તે.*n.*An inclosed place: આંતરેલી–ઘેરેલી જગા; વાડો. 2. A narrow passage; સાંકડો રસ્તો–ગલી.

Close,(ક્લોઝ્) *a.* Shut fast; tight:બંધ કરેલું; ચપટ;સજ્જડ;બંધ. 2. Narrow; confined: સાંકડું; બંધેર. 3. Oppressive; without motion or ventilation:સ્તબ્ધ;સ્થિર; ગભરાટ–ઉકલાટ–ઘામ–કઠારો ઉત્પન્ન કરે તેવું; નિર્વાત. 4. Strictly confined; carefully guarded:પુષ્કલ જાપતામાં હોય તેવું; સંભાલ પૂર્વક રાખેલું.5.Secluded;secret;hidden:છાનું;ગુપ્ત;વિરક્ત; છુપું. 6. Disposed to keep secrets; secretive: છાનું રાખે એવું; સંતાડી–ગુપ્ત રાખે તેવું; મ્હોટા–ખહોલા પેટનું. 7. (*a*) Dense; solid; compact (*bodies*): જાડું;ઘટ્ટ; ઘીંગું. (*b*)Viscous; tenacious (*liquids*): ઘાડું;ઘન;ઘટ્ટ.8. Concise; to the point:સંક્ષિપ્ત;ટુંકુ; થોડું લખી વધારે અર્થ સમાવ્યો હોય તેવું. 9.Adjoining near, either in space, time or thougt:પાસેનું; નજદીક; સમીપ; નિકટ;નજીક; સરસું; સરસોસરસ. 10. Short: ટુંકુ; ઓછું. 11. Intimate; familiar; confidential: પરિચિત; ઘરવત જેવું; વિશ્વાસપાત્ર. 12. Nearly equal;almost evenly balanced:ખરોખર; સમ;લગભગ સમાન. 13. Difficult to obtain:દુષ્પ્રાપ્ય;કષ્ટોપાર્જ્ય. 14. Parsimonious; stingy: કૃપણ; કંજુસ; મખ્ખીચૂસ;ખખિલ. 15. Adhering strictly to a standard exact; strict: ખરોખર; નકલેનકલ; આબેહૂબ;અસલ મુજબ;અક્ષરશ. 16. Accurate;precise: ચોકસ;સાવધ; સૂક્ષ્મ. 17. Attentive; undeviating:એકાગ્ર;એકલક્ષી;સ્થિરમનનું. **c.** *time:* જે વખતે શિકાર કરવાની કિંવા અમુક તરેહનાં માછલાં પકડવાની કાયદાથી મના કરવામાં આવી હોય તે વખત.*adv.*Closely; densely; nearly:પાસે; સરસોસરસ; અડીને; ઘટ્ટ. 2. Secretly:છૂપી–છાની રીતે.

Close-fisted,(ક્લોઝ્-ફિસ્ટેડ્) *a.* Covetous;niggardly:મખ્ખીચુસ;કૃપણ;કંજુસ;ખખિલ;સુમ.

Closely, (ક્લોઝ્લિ) *adv.* Densely; nearly: ઘટ્ટ; ખીચોખીચ; ઘીચોઘીચ; પાસે પાસે. 2. Secretly; privately: છૂપી–છાની–ગુપ્ત–ખાનગી રીતે. 3. Immediately after: પાછલ પાછલ; લગોલગ; પુંઠે પુંઠે. 4. Attentively: એક ચિતથી; મન દઈને; લક્ષ્ય લગાડીને.

Closeness, (ક્લોઝ્નેસ્) *n.* Narrowness: સંકડાસ; ઘટ્ટપણું.

Closet, (ક્લૉઝેટ્) *n.* Any room for privacy: એકાંત ઓરડો–જગા. *vt.*2.To shut up in a closet; to conceal: એકાંત ઓરડીમાં પૂરવું; સંતાડવું. 2. To take into a private room for a secret interview: એકાંતમાં વાતચિત કરવા સારૂ ખાનગી ઓરડીમાં લઈ જવું; મસલત ક૰.

Closure, (ક્લોઝ્યૂર્) *n.* [L. *claudo*, I shut.] The act of shutting; a closing: અટકાવવું–બંધ ક૰ તે. 2. That which closes or shuts: બંધ કરનાર; અટકાવનાર; અટકણ.3.An inclosure:વાડ;ભીંત; વાડો. 4. That which ends; a conclusion:અન્ત; છેવટ; આખર; પરિણામ; પાર; છેડો.

Clot, (ક્લૉટ્) *n.* Co-agulation; co-agulum: ગંઠાઈ–બંધાઈ જવું તે; ગઠ્ઠો; ગોટો. *vi.* To concrete or coagulate: ગંઠાઈ–બંધાઈ જવું. 2. To adhere: ખાઝવું; ચોંટી જવું. 3. To become gross:જાડું થવું.

Cloth, (ક્લૉથ્) *n. pl.* **cloths, clothes**. A woven fabric, of fibrous material: લુગડું;કાપડ; વસ્ત્ર. 2. The dress; raiment: કપડું; પોશાક; ચીર; લીબાસ. **c.** *of gold*: જરીનું લુગડું; કસબી લુગડું. 3. The clerical profession: પાદરી લોક.

Clothe, (ક્લોધ્) *vt.*[*imp. & pp.* **clothed & clad.**] To put garments upon; to dress: લુગડાં પહેરાવવાં; પોશાક પહેરાવવો. 2. To provide with clothes: લુગડાં પૂરાં પાડવાં–આપવાં. *vi.* To wear clothes: કપડાં પહેરવાં.

Clothes, (ક્લોધ્ઝ્) *n. pl.* of **cloth**. Dress;

vestments: પોશાક; લીબાસ; વસ્ત્ર; કપડાંલત્તાં. 2. Bed-clothes: ચાદર. **C.** *horse*, a frame to hang clothes on: ઘોડી; કપડાં મુકવાનો ઘોડો.

Clothier, (ક્લોધિઅર્) *n.* One who makes clothes: લુગડાં બનાવનાર.2.One who sells cloth: લુગડાં વેચનાર. 3.One who dresses cloth: લુગડાને સાફ કરી ઘટપોતનું કરનાર.

Clothing, (ક્લોધિન્ગ્) *n.* Clothes; dress; raiment: લુગડાં;પોશાક;લીબાસ.2.The art of making cloth: લુગડાં બનાવવાનો હુનર.

Cloud,(ક્લાઉડ્) *n.*A collection of visible vapor: વાદલું; નભ. 2.A mass of smoke or flying dust: ગોટેગોટ.3.(*a*)A dark spot on a lighter material: ઉજલા પદાર્થ ઉપર કાલો ડાઘો.(*b*) Hence, blemish; defect: એબ; ડાઘ; ખોડ; કલંક; ખામી. 4. That which has a dark or threatening aspect. danger: ભયસૂચક દેખાવ-સ્થિતિ; વાદલ; આવરણ. 5. A great crowd or multitude: ટોલું; સમૂહ; સમુદાય. *To be under a* **C.**: કોઈના વહેમ નીચે હોવું; માથે કલંક-નામોશી હોવી; ગેર મેહરબાની હોવી. In the *clouds*, visionary: હવાઈ; કાલ્પનિક. *vt.* To overspread with a cloud: વાદલાથી ઢાંકી નાંખવું; છવાવી દેવું. 2. To render gloomy or sullen: ઑખું-શોકાતુર-ઉદાસ કo. 3. To tarnish: એબ-કલંક લગાડવું; કલંકિત કo; ડાઘ ઑખ લગાડવી. 4. To voriegate with colors: ભાતભાતના રંગ પાડવા. *vi.* To become obscure with clouds:વાદલાંથી ઘેરાવું; શોકમય થવું.

Cloud-capt, (ક્લાઉડ્-કેપ્ટ્) *a.* Touching the clouds; lofty: વાદલાંને અડકતું; બહુ ઉંચું.

Cloudiness, (ક્લાઉડિનેસ્) *n.*The state of being cloudy: ઑધી; અંધારી;ગમગીની;શોક; દિલગીરી.

Cloudy, (ક્લાઉડિ) *a.* Overcast with clouds: વાદલાંવાલું. 2. Consisting of a cloud or clouds: વાદલાંનું બનેલું.3. Lacking clearness or luster: નિસ્તેજ; ઝલેહ-પાણી વગરનું; ઝાંખું. 4. Not easily understood; obscure; indistinct: ગૂઢ; ગહન; સેહેલાઈથી સમજાય નહિં એવું; અસ્પષ્ટ. 5.Having the appearance of gloom: શોકાતુર; ઉદાસ; ખીજ.

Clout, (ક્લાઉટ્) *n.* A patch: થિંગડું; લુગડા-ચામડાનો કકડો; ચિથડું; પોતું. 2. The center of the butt:નિશાનચોટનું મધ્યબિંદુ.*vt.*To patch;to mend: થિંગડું દેવું-મારવું-ચોડવું. 2. To patch together in a clumsy manner:થાગડથિગડ કo;ગમેતેમ જોડવું.

Clove, (ક્લોવ્) *n.* [L. *clavus*, nail.] A very pungent aromatic spice: લવિંગ:દેવકુસુમ.2.One of the small bulbs: કલી. 3. A cleft: a ravine: ચીરો; ચીરાડો; ફાટ; કરાડ. [ચીરાયલું.

Cloven, (ક્લોવન્) *p.p.* from **cleave**: ફાટેલું;

Cloven-footed, (ક્લોવન્ફુટેડ્) *a.*Having the hoof divided into two parts: બે ખરીવાલું; ચિરાયલી-ફાટેલી ખરીનું.

Clown,(ક્લાઉન્)*n.*[L.*colo*, I till.] A husbandman; a rustic: ખેડુત. 2. A man of coarse manners; a boor: ગામડિયો; શેંચો; બુસો; ગમાર. 3. The fool or buffoon in a play, circu. &c.: વિદુષક; મશ્કરો; રંગલો.

Clownish,(ક્લાઉનિશ્)*a.*Rustic;rough;coarse; ill-bred: ગામડિયા જેવું; અસભ્ય;બીન કેલવાયેલું; શેંચું; જંગલી; રાનવું.

Cloy, (ક્લૉઈ) *vt.* [L. *clavus*, nail.] To fill or stop up: ભરી દેવું;પુરી નાંખવું;બંધ કo.2.To glut; to satiate; to surfeit:અતિશય-અકરાંતીઉં ખવાડવું; દાબી દાબીને ખવાડવું;અતિ તૃપ્ત કo.3.To penetrate or pierce: ભોકવું; ઘોચવું.

Club, (ક્લબ્) *n.* A cudgel; a weapon: ડંગોરો; સોટો; ગદા; કુંદું; ડાંગ. 2. One of the four suits of cards: (ગંજીફામાં) ગુર; કાલી બદામ. 3. An association of persons: મંડલી;ટોલી;સભા;સમાજ; ક્લબ.**C.***law*,government by violence;anarchy: અંધેર રાજ્ય; જુલમી રાજ્ય;અંધાધુંધી. *vi.* To form a club: ટોલી-મંડલી કo; એકઠા થવું.2. To pay an equal proportion of a common charge: ભાગફાલો આપવો. *vt.* To unite for the accomplishment of a common end: સામાન્ય ધારણા પૂરી પાડવાને સારૂ એકઠા-ભેગા મલવું-થવું. 2. To raise by a proportional assessment: ફાલો આપી રકમ એકઠી કo. 3. To beat with a club: ડંગોરા-સોટા-ગદાથી મારવું. 4. (*Mil.*) To throw or allow, to fall into confusion:ગભરાટ-અવ્યવસ્થામાં નાંખવું-પડવા દેવું;વેરણ ખેરણ કo-થવા દેવું;તૂટ પાડવી-પડવા દેવી.

Cluck,(ક્લક્) *vi.*To make the noise of brooding hen:સેવણ બેઠેલી મરઘીની પેઠે અવાજ કાઢવો.*vt.* To call as a hen does her chickens:મરઘી પોતાનાં બચ્ચાંને બોલાવે છે તેમ બોલાવવું. *n.* A click: ટકટક.

Clump, (ક્લમ્પ્) *n.*A shapeless mass of wood or other substance: લાકડાંનો જાડો કકડો; ઢીમરૂં; ઘુમ્મું. 2. A cluster; a group; a thicket: ઝુંડ; ગુચ્છો; ઘટા;સમુદાય;ઝાડી.3.The compressed clay: દાબેલી-ખીચોખીચ ભરેલી માટી. *vi.* To clamp: ધબ્ ધબ-ભારે પગે ચાલવું. *vt.* To cluster; to group: સમુદાય કo; ગુચ્છો કo; ઝુંડ કo.

Clumsy, (ક્લમ્ઝિ) *a.* Stiff or benumed: ટાઢથી ઠરી ગયેલું.2.Wanting dexterity;stiff;awkward: ગ્રામ્ય; ગામડિયું;અચતુર;અણઘડ;અકુશલ; અપટ;અણફાવતું. 3. Illmade; mis-shapen: બેડોલ; કઢંગું; બેઢંગું; બેઢબ.

Cluster, (ક્લસ્ટર્) *n.* A number of thing of the same kind growing together; a bunch: ઝુમખું; લુમ; ગુચ્છ. 2. A group: સંઘ; સમૂહ; ગણ; જમાવ. 3. A crowd: a mob: ટોલું; ઝુંડ. *vt.* To collect into a bunch or close body: ઝુમખા કo-બાંધવું; એકઠું કo. *vi.* To grow in clusters; to unite in a mass: ઝુમખા થવાં; ઢગલો થવો; લુમો થવી-બાઝવી; ગુચ્છ થવું.

Clutch, (ક્લચ્) *vt.*To seize or clasp with the hand: હાથથી પકડવું-ઝાલવું; ગ્રહણ કo. 2.To close tightly: to clinch: સજ્જડ-સખત મુઠી વાલવી. *vi.* To catch; to snatch: પકડવું;ઝાલવું; ત્રાપમારવી. *n.* Seizure; grasp: પકડવું-ઝાલવું તે; પકડ;ચુંગાલ. 2. (*a*)The hands,or claws in the act of grasping firmly: હાથ; પંજો. (*b*) (*fig.*) Power; rapacity, or cruelty: સત્તા; સાથ; સપાટો; ક્રુરતા: નિર્દયતા.3.A device used for coupling, shafting, &c.: પકડ; દાબણ; ચાંપ. 4. Any device for grapping an object: ચાંપ; કડી.

Clutter, (કલટ્ટર્) *n.* Bustle; confusion; noise: ઘોંઘાટ; ધાંધલ; ગરબડાટ; કોલાહલ; કલાહલ. *vi.* To make a bustle: ધામધુમ–ધાંધલ–ગરબડ ક૦.

Clyster, (ક્લિસ્ટર્) *n.* [Gr. *kluso*, I wash out.] A syringe; an injection: ઝાડો-પેટ આવવા સારૂ પીચકારીથી મારેલી દવા; પીચકારી.

Co, (કો) એ એક ઉપસર્ગ છે અને એનો અર્થ 'સાથે'; 'એકઠું મલીને' એવો થાય છે.

Coach, (કોચ્) *n.* [L. *coucha*, muscle.] A large, four-wheeled carriage: ગાડી;રથ. 2. A special teacher, who sists in preparing, for examination:પરીક્ષા માટે તૈયારી કરાવનાર ખાસ શિક્ષક. *vt.* To convey in a coach: ગાડીમાં બેસાડીને લેઈ જવું. 2. To prepare for public examination by private instruction: ખાનગી શિક્ષણ આપીને પરીક્ષાને માટે તૈયાર ક૦. *vi.* To drive or ride in a coach: ગાડીમાં બેસીને ફરવું-જવું.

Coach-box, (કોચ્-બૉક્સ્) *n.* The seat of a coach-man: ગાડી હાંકનારને બેસવાની જગા.

Coach-man, (કોચ્-મૅન્) *n.* The person who drives a coach: ગાડીવાન; ચોધરી; રાવત.

Co-action,(કો-ઍક્શન્)*n.* Force; compulsion: બલાત્કાર; જુલમ; જબરી; જબરદસ્તી.

Co-active,(કો-ઍક્ટિવ્)*a.* Compulsory; restrictive: જોર જુલમનું;બલાત્કારનું;જોરજુલમી. 2.Acting in concurrence: કોઈ સાથ સામેલ રહી કામ કરતુ.

Co-adjument,(કો-ઍડ્જ્યૂમૅન્ટ્)*n.* Mutual aid or assistance: અરસપરસની મદદ–સહાયતા.

Co-adjutant, (કો-ઍડ્જ્યૂટૅન્ટ્) *a.*Mutually assisting: અરસપરસ મદદ કરતું. *a.* An assistant: સહકારી; મદદનીશ; મદદ–સહાય કરનાર.

Co-adjutor, (કો-ઍડ્જ્યૂટર્) *n.* One who aids another; an assistant:મદદગાર–નીશ; સહાયકારી.

Co-agulate,(કો-ઍગ્યૂલેટ્)*vt.* [L. *co*, &*agulo*,I urge.] To cause to change into a curdlike state; to curdle:જમાવવું;ઠરાવી દેવું; આખરવું; બાંધવું.*vi.*To undergo coagulation: બંધાઈ જવું; જામવું;અખરાઈ જવું.*a.*Coagulated: જામેલું;બંધાયલું.

Co-agulum,(કો-ઍગ્યૂલમ્) *n.* [L. *coactum.*]A coagulated mass: ઘટ્ટ થયેલો–જામી ગયેલો પદાર્થ.

Coal,(કોલ્) *n.* [L. *calo*, I am hot.] The substance made from wood by a smothered fire; charcoal: કોલસો; કોયલો.2.A black or brownish black, hard, combustible substance: કાલા અથવા ભૂરા કાલા રંગનો કઠણ બલે તેવો પદાર્થ; કોયલો. A live *coal*, or *coal of fire:* ઇગાર; અંગારો. *To carry* **C.***s*:અપમાન ક૦. *To carry* **C.***s to Newcastle:* ભરતામાં ભરવું. *To haul over the* **C.***s*, to scold: ધમકાવવું; હિસાબ માગવો; **C.** *black:* કાલુભમ્મર; કાલુમેશ: **C.** *heaver:* વહાણમાં કોયલો લાવવા લઈ જવાને માટે કામે લગાડેલો માણસ. *vt.* To burn to coal;to char:બાલીને કોયલો ક૦.2.To delineate with charcoal: કોયલાથી–વડે ચિત્ર પાડવું–કાઢવું; નિશાની–લીટા ક૦. 3. To supply with coal: કોયલા પૂરા પાડવા. *vi.* To take in coal: અંદર કોયલા લેવા–ભરવા.

Coalery, (કોલરિ) *n.* See **colliery.**

Coalesce, (કોઍલેસ્) *vi.* [L. *con* & *alesco*, I grow.] To grow to-gether: સાથે ઉગવું; જોડાવું. 2. To unite in one body or mass: એકઠું થવું; વલગી–બાઝી–મલી જવું. 3. To unite in society: હલીમલી જવું; એકતંત્ર થવું.

Coalescence,(કોઍલેસૅન્સ્) } **Coalition**, (કોઍલિશન્) } *n.* Union into a body or mass: સંયોગ; સમાગમ; જમાવ. 2. A combination of persons, parties, states &c.: પુરૂષો, પક્ષો, રાજ્યો, વિગેરેનું એક થવું તે; સંપ; એકતંત્ર; એકો.

Coarse,(કોર્સ્)*a.* Gross; thick; rough:જાડું;ખડબચડું;બરછટ. 2.Unpolished; rude: સફાઈ વગરનું, અસભ્ય;અણકસબી;હલકું;રાનવું;અશિષ્ટ; જંગલી;ગમાર.

Coarseness, (કોર્સનેસ્) *n.* Thickness; roughness; meanness: જાડા–ઘટ્ટ–ખડબચડા–હલકા–અણકસબીપણું; જાડાઈ; ભરાવ; ગ્રામ્યતા.

Coast,(કોસ્ટ્)*n.*[L. *costa*, rib.] The side of a thing: કોઈ ચીજની બાજુ; પડખું. 2. The exterior limit or border of a country:કોઈ દેશની બહારની હદ–સીમા–સીમાડો.3. The seashore: સમુદ્ર કિનારો–કાંઠો;તીર;તટ. *The* **C.** *is clear*, (*a*) the danger is over: ભય–બ્હીક ગઈ–જતી રહી છે; દુશ્મનોએ કિનારો છોડયો છે;રસ્તો મોકલો છે.(*b*)There is no obstacle: કંઈ અડચણ–હરકત–વિઘ્ન નથી. *vi.* To draw or keep near; to approach: પાસે–નજીક રહેવું–પહોંચવું. 2. To sail near a coast: કિનારે કિનારે હંકારવું. 3. To sail from port to port in the same country: એકજ દેશના એક બંદરથી બીજે બંદર જવું. 4. To slide down a hill: ટેકરી ઉપરથી નીચે સરી–લપસી પડવું. *vt.* To keep by the side of:બાજુએ રાખવું. 2.To sail by or near: પાસે–નજીક હંકારવું.

Coaster, (કોસ્ટર્) *n.* One who sails near the shore: કિનારે કિનારે હંકારનાર. 2. A vessel that is employed in sailing along a coast: કિનારે કિનારે ફરતું વહાણ.

Coat,(કોટ્) *n.* [L. *cota*, tunic.]An outer garment worn by men over the waistcoat: અંગરખું;ડગલો. 2.An external covering: ઢાંકણ; આવરણ;આચ્છાદન;કવચ. 3. A cover; a tegument:પડ; થર. 4. That on which ensigns armorial are portrayed: જેના ઉપર ખાનદાનીની નિશાની દર્શાવનારા ચિત્ર કોતરેલાં હોય છે તે. 5. One of the figured cards on which a king, queen, or knave is represented: રાજા, રાણી અથવા ગુલામના ચિત્રવાલું પાનું. *vt.* To cover with a coat or outer garment: અંગરખુ–ડગલો પહેરાવવો. 2.To cover with a layer of any substance: કોઈ પદાર્થનું પડ–થર ચડાવવું; મઢવું.

Coating,(કોટિન્ગ્)*n.* A covering; protection: પડ; થર:ઢાંકણ;વેષ્ટન. 2. Cloth for coats: અંગરખાં–ડગલાનું લુગડું.

Coax,(કોક્સ્)*vt.* [L. *coquus*, cook and thief.] To cajole: પટાવવું;સમજાવવું; ફોસલાવવું. *To* **C.** *a male:*ભાઈબાપા ક૦; *To* **C.** *a female:* બા બેન ક૦. *n.* A simpleton; a dupe: ભોલો–સહેલાઈથી ઠગાઈ જાય એવો માણસ; ભોલો ભટ્ટ.

Coaxing, (કોક્સિન્ગ્)*n.* Wheedling: પટામણી; ફોસલામણી; ખુશામત.

Cob, (કૉબ્) *a.* The top or head of anything:

ટોચ;શિખર. 2. A rich covetous person: પૈસાદાર–શ્રીમંત–લોભી–લાલચુ માણસ. 3. A lump or piece of anything: કડકો; ગાંગડો; ગઠ્ઠો. 4. A young spider: કરોળીઓ.5.A kind of punishment: એક જાતની સજા–શિક્ષા;ડફણાં;ફટકા. 6.Clay mixed with straw: માટી અને પરાલની ગારૂ. 7. The spike on which the grains of maize grow in rows: મકાઈ હોડો; હોડો.*vt.*To strike by the ears or hair: મારવું. 2. To break into large pieces with hammers: હથોડા વડે કકડા ક૦.

Cobbing, (કૉબિન્ગ્) *a.* Proud; haughty: મગરૂર; અહંકારી; અભિમાની; મિજાજી.

Cobble,(કૉબ્લ્)*n.* A kind of fishing boat:માછલીઓ પકડવાની એક જાતની હોડી–મછવો.2.A large pebble: મોટો ગોલ પથ્થર.*vt.* [L. *copulo*, I join.] To mend or make coarsely;to patch: જેમ તેમ થિંગડાં મારવાં. 2. To make or do clumsily or badly: જેમ તેમ ખંધ બેસતું આણવું–ગોઠવવું.

Cobbler,(કૉબ્લર્)*n.* A mender of shoes: જોડાને થિંગડાં મારનાર; મોચી. 2. A clumsy workman:અણકસબી કારીગર–કામ કરનાર;અણઘડ.

Cobra,(કૉબ્રે) *n.* The hooded snake: નાગ. *The expended hood of a* **C.**: ફેણ; ફણા.

Cob-web,(કૉબ્-વેબ્)*n.* The network spread by a spider:કરોળીઆનું પડ;જાલું; બૈઆં; ખાવાં. 2. Any snare or device intended to entrap:ફસાવવા–લલચાવવાના ઇરાદાથી કરેલી જાલ અથવા યુક્તિ; જાલ. 3. That which is light, thin, and worthless; rubbish: નજીવી વસ્તુ; કચરો; પુંજો.

Cochineal,(કૉચિનીલ્) *n.* [L. *kokkos*, berry.] A dye stuff: કિરમજ. *a.* કિરમજી.

Cochleary,(કૉકલીઍરિ)*a.*[L.*cochleatus*, spiral or screw-formed.] Spiral; turbinated: શંખાકાર; મલસૂત્રાકાર; પેચવાળું.

Cook, (કૉક) *n.* The male of birds: નરપક્ષી; *(of domestic fowls)*:મરઘો;કુકડો. 2. A weathercock: વાયુગતિ સૂચક યંત્ર;પવનની દિશા જાણવાનું યંત્ર; વાયુધ્વજ. 3. A chief man; a leader: સરદાર; નાયક; આગેવાન. 4.The time when cocks crow in the morning:મલસકુ; પ્રભાતકાલ; અરૂણોદય: કુકડાવખત. 5. A spout:પ્રવાહી પદાર્થ બહાર કાઢવાનું યંત્ર–નલી; જલયંત્ર;કાગ;ચકલી. 6. The hammer in the cock of a fire arm: બંદુકનો ઘોડો. 7. The style of a dial:ચંદાના કાંટા. 8.The indicator of a balance: ત્રાજવાનો કાંટો. **C.** *a hoop*, or **C.** *on the hoop*, triumphant; exulting: જય પામેલું; જય, હર્ષ સૂચક. **C.** *and bull story:* ટાલો ઉપજાવે એવી, નજીવી, અથવા વધારીને કરેલી વાત. *At a* **C.**, *at full* **C.**, ready: તૈયાર. *vt.* To set erect; to turn up: ઉભું ક૦; ચઢાવવું. 2. To shape, by turning up the brim: કોરો ઊંચી ક૦. 3. To place upon the head:માથા ઉપર વાંકું મૂકવું–પહેરવું.4.To turn the eyes obliquely and partially close its lid: આંખો કાતરવી;આંખ મિંચાવી;આંખો મચકારવી.5. To set up in small conical piles:ગંજ ક૦; ગંજી ખડકવી. 6. To set or draw back the cock, in order to fire: બંદુક ફોડવાને માટે ઘોડો ખેંચવો–ચઢાવવો. *vi.* To hold up the head; to strut: ઠસ્સામાં ચાલવું; નખરાં ક૦.

Cockade,(કૉકેડ) *n.* A ribbon, or knot of ribbon: લશ્કરી અમલદારોની ટોપી ઉપરનું ફુલ; પીંછું.

Cockatoo, (કૉકેટૂ) *n.* A bird of the parrot kind: કાકાટઉઆ.

Cockatrice, (કૉકેટ્રીસ્) *n.* The basilisk; a fabulous serpent:એક પ્રકારનો વિકાલ કલ્પિત સાપ; અજગર. 2. A representation of this serpent: એ સાપનું ચિત્ર–ચિન્હ.3.Any venomous or deadly thing: ઝેરી–વિષમય વસ્તુ.

Cock-crow, (કૉક્-ક્રો) *n.* The time at which cocks crow every morning: મલસકું; પ્રભાતકાલ; પરોઢિયું; કુકડા વખત; ખામહાદ.

Cocket, (કૉકેટ્) *a.* Brisk; pert: ચંચલ; ચાલાક; હોશિયાર.*n.* A custom house certificate: ફુરજાની ચિઠ્ઠી.2.An office in a custom house:ફુરજાની કચેરી.

Cock-eyed,(કૉક-આઇડ્)*a.* Having a squinting eye:ખાડુ; ત્રાંસું જોનારૂં.

Cock-horse, (કૉક્-હૉર્સ) *n.*A child's rocking horse: ન્હાના બાલકને રમવાનો ઘોડો. *a.* Raised or lifted as on horseback: ઘોડાપર સ્વાર થયેલો. 2. Lofty in feeling; pround or imperious: મગરૂબ; અભિમાની.

Cockle, (કૉકલ્) *n.* A plant:એક જાતનો છોડ–ઝાડ. 2.[Gr. *kongehe*,a muscle.] A kind of bivalve shell fish: એક જાતની બે છીપવાલી માછલી. 3. The cockle-shell:છિપ;શિપ; શુક્તિ. 4. A kind of kiln: એક જાતની ભઠ્ઠી. 5.The dome of a heating furnace: તપાવવાની ભઠ્ઠીનો ઉપલો ભાગ. **C.** *stairs*, winding or spiral stairs: ગોલ ફરતા અથવા કમાનદાર દાદર. *vt.* To contract into wrinkles:કરચલી વાલવી. *vi.* To take the form of wrinkles:કરચલી વલવી–પડવી–થવી.

Cock-pit, (કૉક્-પિટ્) *n.* A pit where game-cocks fight:મરઘા લડાવવાની જગ્યા;ખડો;અખાડો.2. The privy council room at Westminister:વેસ્ટમિન્સ્ટરમાં ખાનગી મંડલીને બેસવાનો ઓરડો.

Cock-roach, (કૉક્-રોચ્) *n.* An insect of the genus Blatta:વંદો;વાંદો;કસારી.

Cock's-comb, (કૉક્સ-કોમ્બ્)*n.* The caruncle or comb of a cock: મરઘાની કલગી; માજર. 2. A fop, or vain, silly fellow: અક્કડખાજ; ફાંકડો માણસ; એશ્કો.

Cocoa, (કોકો) *n.* A palmtree producing the cocoa-nut:નાલીએરી;માહાડ.

Cocoa-nut,(કોકો-નટ્) *n.*Fruits produced on a palm-tree:નાલીએર; શ્રીફલ.

Cocoon,(કોકૂન)*n.* [L. *concha*, muscle-shell.] An oblong case in which the silk-worm lies in its chrysalis state:રેશમના કીડાનો કોશેટો. 2.A case constructed by any insect to contain its larve: કોશેટો; ઘર માલો.

Cod,(કૉડ્)*n.* A pod: શીંગ; ફલી. 2. A bag:કોથલી; થેલી.3. A pillow or cushion:ઉશીકું;તકિયો.*n.*[L. *gadus*, merlungus.] A species of fish:એક જાતની માછલી.

Code,(કોડ્)*n.*[L.*candex*, the stem of a tree.] An orderly collection, system, or digest of laws:કાયદાનો સંગ્રહ–સાર–સંહિતા;કાયદા–ધારા પોથી.

Codicil, (કૉડિસિલ્) *n.* [L. *codicillus.*] A supplement to a will: વશીયતનામામાં પાછળથી કરેલો વધારો–સુધારો–પુરવણી.

Codify, (કૉડિફાઇ) *n.* [L. *codex* & *facio*, I make.] To reduce to a code or digest, as laws:કાયદાનો સંગ્રહ–સંહિતા કરવી.

Coefficacy-ciency, (કોઍફિકૅસિ-કોઍફિશિઍન્સિ) *n.* Joint efficacy; co-operation: સહકારીતા;એકઠા મળી કામ કરવું તે;સમગુણકારિતા; સંયોગિતા.

Co-efficient,(કોઍફિશૅન્ટ્)*n.*Acting in union to the same end: સહાયકારી; સહકારી. *n.* That which unites in action to produce the same effect: સહકારી વસ્તુ. 2.A number or letter,put before a letter or quantity,known or unknown, to show how many times the latter is to be taken:ગુણક આંકડો.

Co-equal, (કો-ઇક્વૅલ્) *a.* [L. *co*, & *æqualis*, equal.] Equal with another person or thing; of the same rank:ખરોખરનું;સમાન મોભાનું;સમાન; સમતોલ; એક પદ્વીનું. *n.* One who is equal to another: ખરોખરીઓ-ઉં; સહધર્મી; સમાનપદ.

Coerce,(કોઅર્સ્) *vt.* [L. *con* & *arceo*, I shut up.]To restrain by force;to repress; to curb: અટકાવવું;બલાત્કારથી–જોર જુલમથી અટકાવવું; કબજામાં રાખવું.2. To compel to any action: બલાત્કાર –જોર જુલમથી–બલજોરીથી કામ કરાવવું.3. To compel or enforce:કરવાની ફરજ પાડવી;જબરીથી કરાવવું.

Coercion,(કોઅર્શન)*n.* The act or process of compelling or restraining; restraint: અટકાવ; પ્રતિબંધ;દાબ;દબાણ; ફરજ. 2. The application to another of either physical or moral force:બલાત્કાર; જબરી;જબરદસ્તી.

Coercive,(કોઅર્સિવ્)*a.*Compelling,or having power to compel; compulsory:જબરીનું; જુલમી; બલાત્કાર ભરેલું.

Co-essential, (કો-ઍસૅન્શૅલ્) *a.* Partaking the same essence:સમભાવવાળું;સમભાવ;સરખો ગુણ ધરાવતું ;એક સરખી ખૂબીવાળું.

Co-eternal, (કો-ઇટર્નૅલ) *a.* Equally eternal: સમભાવી: સમસ્થાયી; સાથેનું; અનાદી કાલનું.

Co-eval,(કો-ઇવૅલ્)*a.*[L.*co* & *ævum*, eternity.] Of the same age; of equal age: સરખી ઉમરનું; એકવયી;સમકાલિક. *n.* One of the same age:એકવયી–સમકાલિક માણસ; સમકાલિન.

Co-exist, (કો-ઍગ્ઝિસ્ટ્) *vi.* To exist at the same time: એકજ કાલે બનવું–હોવું.

Co-existent, (કોઍગ્ઝિસ્ટૅન્ટ્) *a.* Existing at the same time with another: સહવર્તમાન;એકકાલિક; સહવર્તી–જીવી.

Co-extend,(કોઍક્સ્ટૅન્ડ્)*vt.*To extend through the same space; to extend equally: સરખું વધારવું; સરખો વિસ્તાર કરવો.

Co-extensive,(કોઍક્સ્ટૅન્સિવ્)*a.*Equally extensive; having equal extent:સરખી લંબાઇ પોહલાઇનું ;સમવ્યાપક;સમાવધિક;સરખી અવધવાળું.

Coffee,(કૉફ્રી)*n.*The berries of a tree:બુંદ કાફી. 2.A drink made from the roasted berry of the coffee tree, by decoction:બુંદદાણાનો ઉકાળો; કાફી.

Coffee-house, (કૉફ્રીહાઉસ્) *n.* A house for the sale of coffee and other refreshments: કાવાખાનું.

Coffer, (કૉફ્ફર) *n.* [L. *cophinus* basket.] A chest or trunk:પેટી;સંદુક. 2. *(Fig.)* Treasure or funds:ખજાનો;પુંજી;ભંડોલ. 3.A sunken panel in the ceiling of a dome:ઘુમટની છાટમાં ઉંડું બેસાડેલું પાટિયું.*vt.* To place into a coffer: પેટીમાં મૂકવું.

Coffin, (કૉફિન) *n.* The case in which a dead human pody is inclosed for burial: શબપેટિકા; કફન. 2. The casing or crust of a pastry:પુરીની પોપડી–ખપેટી. 3. A paper case in the form of a cone:શંકુ આકારની કાગલની પેટી–કોથલી; પડો. *vt.* To put into, or close in a coffin: શબ પેટિકા–કફનમાં મૂકવું.

Cog,(કૉગ્) *vt.* To cheat:ફોસલાવવું; પટાવવું;યુક્તિથી લઇ લેવું; છેતરવું;ઠગવું. 2.To obtrude or thrust in,by falsehood or deception: કપટ–ઠગાઇથી મંજુર કરાવવું; ખોસવું; દાખલ ક૦. *To* C. *a die*: પાસો જોઇએ તેમ પડવાને માટે માંહે સીસુ ભરવું;રમતમાં છેતરવું. *vi.* To deceive:ઠગવું;છેતરવું;ફોસલાવવું,પટાવવું. *n.*A tooth or projection on a wheel: ચક્રરના ઘેરાવના દાંતા. 2. A trick or deception; a falsehood: કપટ;ઠગાઇ;છલ. 3. A rough pillar of stone or coal left in a mine to support it: ખાણ ધસી ન પડે તે સારૂ માહે પથ્થરનો કે કોયલાનો રાખેલો થાંભલો. *vt.* To fix a cog upon:દાંતો બેસાડવો.

Cogency,(કૉજૅન્સિ) *n.* Power of impelling or compelling conviction; urgency; force: મનને સમજાવવાની યુક્તિ;બલ; સામર્થ્ય; કૌવત;જોર;પ્રબલતા.

Cogent,(કૉજૅન્ટ્) *a.* [L. *co*, & *ago*, I drive.] *a.* Powerful:જોરાવર; બલવાન; સમર્થ. 2. Pressing on the mind; constraining; conclusive: મનને સમજાવે તેવું;અસરકારક;પ્રબલ;મુસ્તકીમ.

Cogitate,(કૉજિટેટ્)*vi.* [L. *co*, & *agito*, I agitate.]To engage in continuous thought;to reflect:મનન કરવું;વિચારવું; મનમાં ઘોલવું;ધ્યાન ધ૦.*vt.* To think over; to plan: વિચાર ક૦; યોજના–યુક્તિ ઘડવી.

Cogitation,(કૉજિટેશન)*n.* Thought; meditation; contemplation:મનન;ધ્યાન;વિચાર;અંદેશો.

Cognate,(કૉગ્નેટ્) *a.* [L. *con* & *natis*, born.] Allied by blood; kindred by birth:સગું;સગોત્ર; સંબંધી. 2. Kindred in origin or formation:સજાતીય; સરખું; સદૃશ. *n.* *(Law)* One connected with another by ties of kindred: સગું–સગોત્ર માણસ; સગોત્રી;સંબંધી.

Cogniac,(કોનઍક) *n.* Brandy of high quality: સરસ ઉંચો બ્રાન્ડી–દારૂ.

Cognition,(કૉગ્નિશન) *n.* [L.*con* & *gnosco*,I know.] Knowledge; perception: જ્ઞાન; અનુભવસિદ્ધ જ્ઞાન; વિજ્ઞાન. 2. That which is known:જે જણાયલું તે; ખબર.

Cognitive,(કૉગ્નિટિવ્) *a.*Knowing or apprehending by the understanding:સમજણ–અક્કલથી જાણતું; મનમાં સમજતું.

Cognizable,(કૉગ્નિઝેબ્લ્) *a.* Capable of being known or apprehended: સમજી–જાણી શકાય તેવું; ઇંદ્રિયગોચર. 2. Fitted to be a subject of judicial investigation: અદાલત સાંભળી શકે તેવું–તપાસ ચલાવી શકે તેવું.

Cognizance, (કૉગ્નિઝન્સ્) *n.* Knowledge; notice: જ્ઞાન; સમજણ;અવલોકન;ચોકસી; તજવીજ. 2. Jurisdiction: સાંભળવાનો અધિકાર–સત્તા.3. (*Law*) An acknowledgment; confession: એકરાર; સ્વીકાર. 4. A badge worn by a dependent: તાબેદાર–નોકરના પહેરવામાં આવતું નિશાન-ચિન્હ; સંજ્ઞા; લક્ષણ; લિંગ. 5. Recollection;recognition:સ્મૃતિ; સાવચેતી; યાદ.

Cognizant,(કૉગ્નિઝન્ટ્)*a.*Having knowledge of: માહિત; જાણીતું; વાકેફગાર.

Cognomen, (કૉગ્નોમેન) *n.* [L.*con* & *nomen*, a name.]A surname:કુલનામ;અટક;ઓખર;ઉપનામ.

Co-habit, (કો-હૅબિટ્) *vi.*[L. *con* & *habito*, I dwell.] To dwell with: એકઠું–ભેગું–એક સ્થલે રહેવું. 2. To dwell or live together as husband and wife:ધણીધણીઆણી પેઠે ભેગાં રહેવું; ભેગાં સુવું; દંપતી ભાવથી રહેવું; સાથે ઘર માંડવું.

Co-heir,(કો-એર્)*n.*[L.*con*,& *hæres*, an heir.] A joint-heir: સાથેનો વારસ; અંશહર;વતનખંધું;ભાગીયો.

Cohere,(કોહીર)*vi.*[L. *con* & *hæreo*, I stick.] To stick together:એકઠું વલગી–ખાઝી–ચોંટી રહેવું; જોડાવું;પરસ્પર સંયુક્ત રહેવું.2. To follow regularly in the natural order:કુદરતી નીયમ પ્રમાણે સંબંધ હોવો–સંગત હોવું; બંધ બેસવું. 3. To suit; to agree:અનુકૂલ આવવું; બંધ બેસવું.

Coherent, (કોહેરન્ટ્) *a.* Sticking together: એકઠું વલગી–ચોંટી–ખાઝી રહેતું; સંયુક્ત; સંસક્ત. 2. Making a logical whole; consistent:સંબદ્ધ;સંગત; અવિરૂદ્ધ;અનુરૂપ;સાન્વય. 3. Being suitable or suited:યોગ્ય;લાયક; બંધબેસતું; અનુકૂલ; મુનાસબ.

Cohesion, (કોહીઝન) *n.* [L. *con* & *hæsun*, stuck.] The act of sticking together; close union:એકઠું વલગી ચોંટી રહેવું તે; સંયોગ; સંયુક્તતા. 2.That form of attraction by which the parts of a body are united: સ્નેહાકર્ષણ. 3. Logical agreement and dependence:સંબંધ; સંગતિ; સંદર્ભ; અવિરોધ.

Cohesive,(કોહીઝિવ્)*a.* Tending to unite in a mass, and to resist separation:ચિકણું; સંયોજક; ચોંટી–વલગી રહે એવું.

Cohort, (કોહૉર્ટ્) *n.* [L. *cohors*.] A body of about five or six hundred sepoys: પાંચસે અથવા છસે સિપાઇઓની ટુકડી. 2. Any band or body of warriors: લડવૈયા સિપાઈની ટુકડી.

Coil,(કૉઇલ્) *vt.* [L. *con* & *lego*, I gather.]To wind cylindrically or in rings:વિંટવું;ગોલ વાલવું;પીલ્લું કરવું;વિટાલવું.*vi.*To form a coil;to wind: વિંટલો થવો;ગુંચલું થવું–વલવું.*n.*The ring or series of rings into which a rope or other like thing is wound: વિંટો; વિંટલો; પિલ્લું; દડી; પીંડું; કલ્લી. 2. (*Fig.*)Entanglement; toil; mesh; perplexity: ગુંચવાડો;ઘોટાલો; જાલ;ઘોલ; પંચાત; વિટંબણા; માથાફોડ; કપાલકૂટ.

Coin, (કૉઇન)*n.* [L. *cuneus*, a wedge.] A corner or external angle:ખુણો. 2. A wedge:ફાચર. 3. A piece of metal on which certain characters are stamped: નાણું; શિક્કો; મુદ્રા. 4. That which serves for payment or recompense: અવેજ; અવેજ વાલવાનું સાધન.*vi.* To mint; to fabricate: સીક્કો પાડવો. 2. To invent; to originate: બનાવટ ક૦;જોડી કાઢવું. 3. To acquire rapidly:સંપાદન ક૦; પ્રાપ્ત ક૦; મેલવવું.

Coinage,(કૉઇનેજ્)*n.*The act of stamping or converting into money: નાણું; સિક્કો પાડવો–છાપવો તે. 2. Coins:સિક્કા;નાણું. 3. The cost or expense of coining money:સિક્કા પાડવાનો ખર્ચ. 4. Formation; invention:યોજના;બનાવટ; રચના.

Coincide,(કોઇનસાઇડ્)*vi.*[L. *con*, *in* & *cado*, I fall.]To fall together; to agree in position: બેસતું આવવું;સરખી જગા રોકવી.2.To correspond; to concur:મનમાં અનુસરવું;એકમત હોવું;મલતા આવવું.3. To be contemporaneous:સાથે બનવું–થવું; એકકાલે થવું–બનવું.

Coincidence, (કોઇન્સિડન્સ્) *n.* The act of falling together; agreement in position: બેસતું આવવું તે; સરખી જગા રોકવી તે; સંનિપાત. 2. (*a*) Agreement;concurrence: સંધિ; એકચિત્તતા; એકમત;સંમતિ; મેલ.(*b*) The concurrence of events at the same time: એકી વખતે બનવું તે; સમભવન; અનુરૂપતા.

Coincident,(કોઇન્સિડન્ટ્)*a.*Agreeing;corresponding; consistent:મલતું; સંગત; અવિરૂદ્ધ; સમકાલી; અનુરૂપ.

Coir,(કૉઇર્) *n.* A material for cordage, consisting of the fibres of the cocoa-nut: કાથો. 2. The cordage made of this material:કાથીનાં દોરડાં.

Coition,(કોઇશન)*n.*[L.*con*&*eo*,I go.] Sexual intercourse; copulation:મૈથુન; સંભોગ; સોબત.

Coke,(કોક્)*n.*Mineral coal charred and deprived of volatile matter: કોલસાને ખાલી કરેલો કોયલો.

Colander,(કૉલૅન્ડર્)*n.*[L. *colum*, a strainer.] A vessel with a bottom perforated with little holes: ચાલણી; ચાલણો; ગલણી.

Cold, (કોલ્ડ્) *a.* [L. *gelu*, cold.] Not warm; frigid:ઠંડું;શીતલ; ટાઢું; ઠંડુગાર. 2. Chilly;shivering: શરદ; શીત; ટાઢને લીધે ધ્રુજતું. 3. Not acrid: તીખું–તમતમું–ઝમઝમાટ ન હોય એવું; શરદ; શીતગુણ; શીતવીર્ય. 4. Unconcerned; reserved; spiritless: નિરૂત્સાહ;હોંશ–ઉમલકા–હેત–મમતા વગરનું; વિરક્ત;નિઃસ્નેહ. 5. Unwelcome;disagreeable:અસંતોષકારક; અણગમતું; અપ્રિય; નાપસંદ. 6. Dull; uninteresting:દમ–કસ–રસ વગરનું; અરસિક; નિરસ. 7.Affecting the sense of smell but feebly; having lost its odor:મંદ ઘ્રાણેન્દ્રિયવાલું.8.Not sensitive; not acute: તીક્ષ્ણ–તીવ્ર નહિ તેવું; અચેતન. 9. Having a bluish effect:આસ્માની;વાદલી;નીલવર્ણી. *C. chisel:* ખાસ મજબુતી તથા કઠણાઇવાલું વિંધણું.*In C. blood*, deliberately:જાણી જોઇને;જાણી બુઝીને;ઠંડે પેટે;નિર્દયપણે.*To give one the C. shoulder*: સામુએ ન જોવું; કોઠું નહીં આપવું.*n.* The absence or privation of warmth:ટાઢ; ઠંડ. 2. Chilliness or chillness:ટાઢ;ધ્રુજારો;શરદી; શીત; હિમ. 3. *(Med.)* A catarrh: સલેખમ; શ્લેષ્મ; સરકમ; સરદી.

Cold-blooded,(કોલ્ડબ્લડેડ્) *a.* Having cold blood: ઠંડા લોહીનું. 2. Without feeling; hard hearted:નિર્દય;કઠોર હૈયા-મનનું;ઘાતકી;ક્રૂર;કરુણારહિત.

Coldly, (કોલ્ડ્લિ) *adv.* Without warmth or feeling; with indifference; વગરમનથી; બેદિલથી; બેમને.

Coldness, (કોલ્ડ્નેસ્) *n.* Want of heat: ઠંડક; ટાઢક; શીતલતા;શરદી;હિમ.2. Unconcern; indifference:બેદરકારી;બેપરવાઈ;બેદિલી; નિસ્પૃહતા.

Colic, (કૉલિક્) *n.* [Gr. *kolon*, the colon.] An acute pain in the abdomen or bowels, growing more severe at intervals: પેટમાં શૂલ; ઉદરશૂલ;ચૂંક; અમલાટ. *a.* Affecting the bowels:આંતરડાં સંબંધી; ચૂંકવાળું-નું.

Collaborator, (કૉલ્લૅબોરેટર્) *n.* [L. *con* & *laboro*, I labor.] An associate in literary labor: વિદ્યા-શાસ્ત્ર સંબંધી ઉદ્યોગમાં સાથી.

Collapse, (કોલ્લૅપ્સ્) *vi.* [L. *con* & *labor*, I fall.] To close by falling or shrinking together; to be crushed in together: દબાઈ જવું; બેસી જવું; ગાંસડી થઇને પડવું;કચરઘાણ વળી જવો. 2. To fail suddenly & completely: એકદમ નિષ્ફલ-વ્યર્થ જવું;બેસી જવું;સૂઈ જવું. *(Fig.)n.* A falling together suddenly: એકદમ સાથે પડવું તે. 2. A sudden & complete failure; a breakdown: નિષ્ફલતા;સંહાર; ક્ષય; લય;અવસાદ.3. A sudden failing of the vital powers:ઘણી નિર્બલતા;અતિશે નબલાઈ-કમકુવતી.

Collar,(કૉલ્લર્) *n.*[L. *collum*, the neck.] Any thing worn round the neck; a necklace: ગલપટો; ગલેબંધ. 2. A ring:ઘેર; ઘેરી. 3. A coloured ring round the neck:કંઠલો; કાંઠલો;કાંટલો.*To slip the* C., to escape: છટકી-સટકી જવું; મુશીબતમાંથી ખચી જવું; નાશી જવું. *vt.* To seize by the collar: ગલેબંધ-ગલચી પકડવી. 2.To put a collar on:ગલપટો-ગલેબંધ પહેરાવવો. *To* C.*beef*, or *other meat:* (માંસને) વાળી દોરડીથી મજબૂત બાંધવું.

Collar-bone,(કૉલ્લરબોન) *n.*The clavicle:હાંસડીનું હાડકું; હાંસડી.

Collate,(કૉલ્લેટ્)*vt.*[L.*con*, & *latus*, carried.] To compare critically: બારીકીથી સરખાવી જોવું; મુકાબલો ક૦.2.To gather & place in order:પાનાં મેલવવાં.3.To bestow or confer:આપવું;બક્ષીસક૦.

Collateral, (કોલ્લૅટરૅલ્) *a.* [L. *con* & *latus*, side.] On the side of; adjacent:બાજુનું; પાસેનું; પડખાનું.2. Acting in an indirect way:આડકતરી રીતે થતું-બનતું.3.Subordinate;not chief or principal:હાથ નીચેનું; પેટાનું. 4. Additional: વધારાનું. C. *security:* પેટા બાંહેધરી. *n.* A kinsman: સગો માણસ; સગોત્ર; સપિંડ.

Collation,(કૉલ્લેશન) *n.*The act of laying together and comparing:સાથે મૂકીને સરખાવવું-મેલવવું તે; મુકાબલો. 2. The act of conferring or bestowing:આપવું તે; બક્ષીસ. 3. A light repast: ફલાહાર;નાસ્તો;હુંગો.

Colleague, (કલ્લીગ્)*n.* [L. *con* & *lego*, I select.] An associate;a partner; a coadjutor;an ally:સાથી;સોબતી;સહકારી; સમાન વ્યાપારી;કાંધે ખંધુ. *vt.* & *vi.* To unite with in the same office:કોઇ પણ કામ બીજાને કરવા લાગવું-માં ભાગી થવું.

Collect,(કલ્લેક્ટ્)*vt.*[L.*con*, & *lego*, I gather.] To gather into one body or place: એકઠું-ભેગું કરવું;મેલવવું;જમાવ ક૦;સંગ્રહ-સંચય ક૦.2.To infer as a consequence: અનુમાન-અટકલ કરવી; તર્ક ક૦; સિદ્ધ ક૦. 3. To demand & obtain payment of: ઉઘરાવવું;વસુલ ક૦.*To* C.*one's self*,to regain self-control:વ્યગ્રતા-ગભરાટથી મુક્ત થવું;શુદ્ધિ-ભાનમાં આવવું;સ્વસ્થ થવું;સ્થિરચિત્ત થવું; સાવધ થવું. *vi.* To be assembled together:એકઠા થવું;જમાવ-સંગ્રહ-સંચય થવો. 2. To infer; to conclude: અનુમાન-અટકલ ક૦.

Collection, (કલ્લેકશન)*n.* The act of collecting or gathering: ભેગું-એકઠું ક૦ તે; સંગ્રહ; સમુદાય. 2. *(a)* An assemblage of persons or objects:સમૂહ;સમુદાય;સંઘ;જમાવ;સંગ્રહ;સંચય. *(b)* A gathering of money for charitable or other purposes: ઉઘરાણું; ટીપ. *(c)* That which is obtained in payment of demands:ઉઘરાણી;ઉઘરાત; મહેસુલ; વસુલ.3. Consequence; conclusion:પરિણામ; અનુમાન; અટકલ; તર્ક.

Collector, (કલ્લેકટર્) *n.* One who collects things which are separate: એકઠું-ભેગું-કરનાર; સંગ્રહ કર્તા;સંચય કરનાર. 2. An officer appointed and commissioned to collect and receive custom, duties, taxes or toll: જકાત વસુલ કરનાર અમલદાર; વસુલાતી અધિકારી;તહેશીલદાર;મામલતદાર; કલેકટર. 3. One authorized to collect debts: દેવું ઉઘરાવવાની સત્તા જેને આપી હોય તે.

Collector-ship-ate, (કલ્લેકટર્શિપ્-કલ્લેકટરેટ્) *n.* The office of a collector of customs or taxes:જકાત ઉઘરાવનાર-કલેકટરનો હોદ્દો.2.The jurisdiction of a collector:કલેકટરની હકુમત-જીલ્લો-તાલુકો.

College, (કૉલ્લેજ્)*n.*[L. *con* & *lego*,I gather.] A body or society of men invested with certain rights: અમુક સત્તા-અધિકારવાળી મંડલી; સભા;શાલા.2.A society of scholars: પંડિતસમાજ; વિદ્વજ્જન સમૂહ. 3. A building or number of buildings used by a college: પાઠશાલા; વિદ્યાલય; મદ્રેસા. 4. *(Fig.)* A community: જમાવ; ટોલું; સમૂહ; વૃંદ.

Collegian, (કૉલ્લેજિઅૅન) *n.* A member of a college;an inhabitant of a college:પંડિતસમાજી; પાઠશાલામાં રહેનાર; વિદ્યાર્થી.

Collet, (કૉલ્લેટ્) *n.*[L. *collum*, neck.]A small collar: ન્હાનો ગલેબંધ-ગલપટો. 2. The part of a ring in which the stone is set: વીંટીનું નંગ બેસારવાનું ખામણું-ખાંચો. 3. A small metal ring: ધાતુની નાની કડી.

Collide, (કૉલ્લાઈડ્)*vi.*[L.*con* & *lædo*, I strike.] To clash:પ્રતિકૂલ પડવું; સામસામી અથડાવું-ધબકાવું.

Collier,(કૉલ્લિઅર) *n.* A digger of coal:કોયલા ખોદનાર. 2. A coal merchant: કોયલાનો વેપારી-વેચનાર. 3. A vessel employed in the coal trade:

કોયલા લાવ લઈને કરવાનું વહાણ.

Colliery, (કૉલિઅરિ) *n.* A coal mine: કોયલાની ખાણ. 2. The coal trade: કોયલાનો વેપાર–ધંધો.

Collision, (કોલિઝન) *n.* A conflict; a clashing: સમાઘાત; પ્રતિઘાત; ટક્કર; અથડાઅથડી. 2. Interference; antagonism: વિરોધ; વિરૂદ્ધતા; હોંસાતોસી.

Collocation, (કૉલ્લોકેશન) *n.* The act of placing: એકઠું મૂકવું–ગોઠવવું તે; સ્થાપન. 2. Arrangement: વ્યવસ્થા; રચના; ગોઠવણ.

Collocution, (કૉલ્લોકયૂશન) *n.* [L. *con* & *loquor*, I speak.] Conference; mutual discourse: બોલચાલ; સંભાષણ; સંવાદ;

Colloquial, (કોલ્લોકિવઍલ્) *a.* Conversasional: સાધારણ વાતચિત–બોલીમાં વપરાતું–નું–સંબંધી. 2. Unstudied; informal: અસંસ્કૃત; ઘરગતુ. **C.** *words:* ઘરગતુ શબ્દો.

Colloquialism, (કોલ્લોકિવઍલિઝ્મ) *n.* A colloquial form of expression: સાધારણ ભાષા-રૂઢિસંપ્રદાય.

Colloquy, (કોલ્લોકવી) *n.* The mutual discourse of two or more; conference; dialogue: બે કે વધારે માણસની અરસપરસ વાતચિત–બોલચાલ; સંભાષણ; સંવાદ; બોલાચાલી.

Collude, (કૉલ્લ્યૂડ) *vi.* [L. *con* & *ludo*, I play.] To conspire in a fraud; to act in concert: કાવતરૂં–કપટ–દગો–છલભેદ કo; કપટ જાલ પાથરવી.

Collusion, (કોલ્યૂઝન) *n.* A secret agreement and co-operation for a fraudulent purpose; deceit; fraud: કોઇને ફસાવવાનો સંપ–એકકો–મનસુબો; ઠગાઈ; છલ; દગો; છલપ્રપંચ.

Collusive-sory, (કૉલ્યૂસિવ્–કૉલ્યૂસૅરિ) *a.* Fraudulently concerted; deceitful; tricky: કપટ–દગાની સંતલસવાળું; ઠગાઇ–છલ ભરેલું; કપટી.

Colly, (કૉલિ) *vt.* To begrime: મેસથી કાલું કo. *n.* The black grime or suit of coal: મેસ; કાજલ. 2. A kind of dog: એક જાતનો કૂતરો.

Collyrium, (કૉલિરિઅમ) *n. pl.* **collyria.** [Gr. *collurion*, liquid eyeslave.] An application made to the eye; eye-water: નેત્રાંજન; અંજન; આંખે લગાડવાનું ઓસડ.

Colocynth, (કૉલોસિન્થ) *n.* [Gr. *koilia*, the belly & *kineo*, I move.] The coloquintida or bitter apple: ઇંદ્રવણ; કડવું દોધી.

Cologne, (કોલૉન) } *n.* A per-
Cologne-water, (કોલૉન-ઉવૉટર) } fumed liquid: એક પ્રકારનું સુગંધી પાણી; કોલનવાટર.

Colon, (કોલન) *n.* [L. *colum*, limb.] A point or character formed thus [:] અપૂર્ણ વિરામ ચિન્હ; દ્વિબિંદુ; કોલન.

Colonel, (કર્નલ) *n.* [L. *calumna*, column.] (*Mil.*) The chief commander of a regiment of troops: પલટણનો મુખ્ય સરદાર; કર્નલ.

Colonelcy, (કર્નલ્સિ) *n.* (*Mil.*) The office, rank, or commission of a colonel: કર્નલ–પલટણના સરદારનો હોદ્દો; કર્નલની મદ્દી.

Colonial, (કૉલોનિઍલ્) *a.* Pertaining to a colony: નવા વસાવેલા દેશ સંબંધી; સંસ્થાનનું.

Colonist, (કૉલોનિસ્ટ્) *n.* A member or inhabitant of a colony: નવા વસાવેલા દેશનો રહેવાસી; અધિવાસી; અધિનિવેશી; સંસ્થાનવાસી.

Colonize, (કૉલોનાઇઝ્) *vt.* To plant or establish a colony in; to people by colonies: વસાવવું; નવું સંસ્થાન કo–વસાવવું. *vi.* To remove and settle in a distant country: રહેઠાણ ફેરવીને દૂર દેશમાં જઇ વસવું.

Colonnade, (કૉલોનેડ્) *n.* [L. *columna*, column.] A series or range of columns placed at regular intervals: સ્તંભવાલી; સરખે અંતરે બાંધેલી થાંભલાની હાર; સ્તંભ પંક્તિ.

Colony, (કૉલોનિ) *n.* [L. *colo*, I till.] A company of people transplanted from their mother country to a remote province: સ્વદેશ છોડી બીજી દૂરની જગાએ જઇને રહેનારાં માણસો. 2. A settlement: નવું વસાવેલું દેશ; સંસ્થાન.

Color, (કલર્) *n.* A property depending on the relations of light to the eye: રંગ; વર્ણ. *Primary* **c.**—red, yellow and blue: આદિરંગ—રાતો; પીળો અને વાદલી. *Subjective* or *accidental* **c.**: ખોટો–બનાવટી રંગ. *Of* **c.**: સફેત નહિં તેવું; રંગીન. *To change* **c.**: વિવર્ણ થઇ જવું; ફિક્કું પડી જવું; મોંનું નુર ઉડી જવું. *Without* **c.**: વિવર્ણ; ફિક્કું. 2. Any hue or tint as distinguished from white or black: ધોલા કે કાલા સિવાયનો કોઈ રંગ. 3. The hue characteristic of good health and spirits; ruddy complexion: લાલી; રતાસ; સુરખી. 4. Paint; pigments: રંગવાના પદાર્થ; રંગ; રંગ-દ્રવ્ય. 5. Semblance; pretence; appearance: ખોટો સબબ; બહાનું; મિષ; નિમિત્ત; ડોલ; પટ. 6. Kind; species: જાત; પ્રકાર. 7. (*Pl.*) A flag or standard: નિશાન; વાવટો; ધજા; ઝુંડો. *vt.* To dye; to paint: રંગવું; રંગ દેવો; રંગ ચઢાવવો. 2. (*a*) To give a false appearance to; to cause to appear attractive: રૂપ આપવું; મીઠું મરચું ભભરાવવું; ઠીકઠાક કરી સારૂં બતાવવું; ઓપવું; ટકા ચઢાવીને બોલવું; અતિશયોક્તિ કo. (*b*) To palliate or excuse: છાવરવું; ઢાંકવું; દોષ છૂપાવવો; બહાનું–નિમિત્ત કાઢવું. 2. To hide: ઢાંકવું; છુપાવવું; સંતાડવું; નજરે ન પડવા દેવું. *vi.* To acquire color; to turn red: લાલ થવું; શરમિંદુ થવું; લજવાવું; ઝંખવાણા પડવું.

Colorable, (કલરેબલ્) *a.* Specious; plausible: સત્યભાસાત્મક; બહારથી ખરૂં–વાસ્તવિક જણાતું; ઉપરથી વાજબી–બરાબર.

Colored, (કલર્ડ્) *a.* Having color; painted: રંગેલું; રંગીન; ચિતરેલું; રંગદાર. 2. Specious; plausible: ઓપેલું; ઓપ ચઢાવેલું; અતિશયોક્તિ ભરેલું. 3. Of some other color than white or black: કાલા અગર ધોલા શિવાયના રંગવાલું. 4. Of some other color than green: લીલા શિવાય બીજા રંગનું.

Colourless, (કલર્લેસ્) *a.* Destitute of colour; transparent: સાફ; નિર્મલ; નિતરૂં; સ્વચ્છ; રંગ–વર્ણહીન–રહિત; રંગ વગરનું.

Colossal, (કોલૉઝલ) *a.* [L. *colosseus.*] Huge; gigantic: રાક્ષસી; અદ્દ્ભુત; જબરૂં; કદાવર; જંગી; ગંજાવર.

Colossus, (કોલૉસસ્) *n.* Lat. *Pl.* **colossi.** Eng. *Pl.* **colossuses.** A gigantic statue: રાક્ષસી અદ્દભુત–ગંજાવર–પુતલું.

Colt, (કોલ્ટ્) *n.* The young of the equine genus of animals, or horse kind: વછેરો; બચ.

2. A young foolish fellow; a person without experience: કમઅક્કલ–નાદાન માણસ. **C.**'s *tooth:* જુવાન ઘોડાઓનો વધારાનો કે ઓછો દાંત. *To cast one's* **C.**'s *tooth:* જુવાનીના મદમાંથી ઉતરવું. *To have a colt's tooth,* to be wanton: જુવાનીના તોરમાં હોવું; છકેલ–છટેલ થવું. *vi.* To frolic like a colt: વછેરાની માફક કુદવું–ફરવું.

Column, (કૉલમ્) *n.*[L. *columna,* a column.] Pillar: સ્તંભ;થાંભલો;ખાંભ. 2.An upright cylindrical body or mass;a shaft: સ્તંભ.**C.***of water:* પાણીનો ધોધ. 3. A body of troops broken into subdivisions: લશ્કરની ટુકડી. 4. (*Print.*) A perpendicular set of lines separated from other matter by a line or blank space: કોઠો; ખાનું; આસન; કાલમ.

Com, (કોમ) એક ઉપસર્ગ છે એનો અર્થ 'સાથે' 'એકઠું' એવો થાય છે.

Coma,(કૉમા)*n.*[Gr.*koma,*lethargy.]A profound state of sleep; lethargy: ઘેન; મિંટ; સુસ્તીની ઉંઘ; ઘોર નિદ્રા. [Gr. *kome,* hair of the head; tail of a comet.] The envelope of a comet: પુંછડિયા તારાની પુંછડી.

Comate, (કૉમેટ્) *a.* [L. *coma,* hair.] Hairy: વાલની પેઠે ગુચ્છાવાલા આકારથી ઘેરાયલું; વાલવાલું. *n.* A companion: સહવાસી; સાથી; સોબતી.

Comatose,(કોમૅટોસ્) *a.* Drowsy; lethargic: ઘેનમાં પડેલું; સુસ્તીવાલું; કુંભકર્ણી ઉંઘવાલું.

Comb, (કોમ્બ્) *n.* The structure of hexagon cells, composed of wax, in which bees store their honey: પુડો. *Honey* **C.**: મધપુડો. *n.* A dry measure of four bushels: ચાર બુશલનું માપ. *n.* An instrument with teeth, for separating, cleansing and adjusting hair, wool, &c.:કાંસકી; નિખ્યો; ફણી. 2. A currycomb: ખરેરો. 3. A toothed instrument used for separating & cleansing wool, &c.: દાંતીયો; દાંતી.4. The crest, caruncle or red fleshy tuft, growing on a cock's head: માંજર; કલગી; છોગું. *vt.*To separate or disentangle: ઉકેલવું; હોલવું; છુટું પાડવું; સાફ કo; પિંજવું.

Combat,(કૉમ્બૅટ્)*vi.&vt.* [L. *com* & *batuo,* I strike.] To fight with; to oppose with force: લઢવું;સામા થવું;ટક્કર લેવી;વિવાદ કo. *n.*Contest by force; battle: લઢાઈ;યુદ્ધ;સંગ્રામ. 2. An engagement of no great magnitude: ઝપ્પાઝપ્પી; મારામારી.*Single* **C.**,a duel:દ્વંદ્વયુદ્ધ;કુસ્તી;બે જણની લઢાઇ.

Combatant,(કૉમ્બૅટન્ટ્)*a.*Contending;disposed to contend:લઢવાઈઉં;લઢતું;લઢવાની આદતવાલું. *n.*A fighter; a champion:લઢનાર;યોધ્ધો;ભટ; વીર.

Combination,(કૉમ્બિનેશન્)*n.*[L.*con* & *bini* two and two.] Confederacy; alliance: એકઠું–ભેગું મલવું તે; સંયોગ;એક ગાંઠ;મેલાપ;સંપ;સંયોજન; સંમેલન;સંધિ; એક્કો; એક્કી. 2. Union by affinity: રસાયનસંયોગ. 3.The alternations or variations of any number or quantities:એકીકરણ.**C.** *lock:* નંબર–આંકડા–હર્ફના મેલથી ઉઘડ બંધ થતું તાલું.

Combine, (કમ્બાઈન્) *vt.* To unite or join; to link closely together: ભેગું–એકઠું કo; જોડવું; મેલવવું;સંયોગકo;મિશ્ર કo;ભેલવવું;સંયુક્ત કo.*vt.*To form a union; to agree; to coalesce: એકસંપ–એકદિલ થવું; મલતા આવવું; એકતંત્ર–તાર થવું. 2. To unite by affinity or natural attraction: મલવું; ભેગુ થવું.

Combustible, (કમ્બસ્ટિબ્લ્)*a.*[L.*combustus* burnt.] inflammable:બલે–સલગે એવું; દાહ્ય; દહનશીલ. 2. Fiery; quick:ગરમ;જલદ;તીખું;આગના ભભૂકા જેવું;તામસી;ચીડિયું.*n.*A substance that will take fire and burn:સલગી ઉઠે એવો–દાહ્ય પદાર્થ.

Combustion, (કમ્બસ્ચ્શન્) *n.* Burning:દહનક્રિયા; બલવું–સલગવું તે; દાહ; દહન. 2. Confusion; tumult: ગડબડાટ; ધાંધલ; અવ્યવસ્થા; ઘોટાલો.

Come, (કમ્) *vi. imp.* **came**. *pp.* **come**. To move hitherward; to draw here:આવવું; પાસે–નજદી આવવું. 2. To arrive: આવી પહોંચવું–પુગવું. 3. To approach or arrive, as the result of a cause: બનવું; ઉપજવું; નિપજવું; થવું; ઉત્પન્ન થવું. 4. To be manifest;to appear:દેખાવું;નજરે પડવું. 5. To get to be:થવું. *To* **C.**, yet to arrive; future: આવતું; ભવિષ્યનું; આવવાનું; હવે પછીનું. *In times to* **C.**: આવતા જમાનામાં. *To* **C.** *about,* (*a*) to come to pass:બનવું;થવું.(*b*)To change: ફરવું; બદલાવું. *To* **C.** *abroad,*(*a*)to move or be away from one's home or country:પરદેશમાં જવું–આવવું. (*b*) To become public: જાહેર થવું;ઉઘાડું–બહાર પડવું. *To* **C.** *across:*દૈવયોગે કે એકાએક મલવું; અચાનક ભેગા થવું; નજરે પડવું.*To* **C.** *again,*to return:પાછુ ફરવું–જવું. *To* **C.** *after,*(*a*)to follow: પાછલ પાછલ–પછવાડે જવું; અનુસરવું. (*b*) To come to obtain: લેવા આવવું.*To* **C.** *and go,*to appear & disappear; to change:આવવું જવું;બદલાવું.*To* **C.** *at,* (*a*) to gain: મેલવવું; પ્રાપ્ત કo. (*b*) To attack:હુમલો–ધસારો કo.*To* **C.***away,* to depart: છોડીને આવવું;છૂટા પડવું;આવતા રહેવું.*To* **C.***between,* (*a*) to intervene: વચ્ચે–આડે આવવું; જુદુ–પૃથક્–ભિન્ન કo. (*b*)To cause estrangement:વિયોગ પાડવો;વિખૂટું પાડવું; તૂટ કરાવવી. *To* **C.** *by,* (*a*) to obtain:મેલવવું;પ્રાપ્ત કo;પામવું;સંપાદન કo. (*b*) To pass near:પાસે થઇને જવું. *To* **C.** *down with,* to pay over; to pay down:આપવું;આપી દેવું.*To* **C.** *in,* (*a*) to comply; to yield: નમતું મૂકવું; કબૂલ કo;તાબે થવું.(*b*)To enter as a town, house,&c.: પેસવું–દાખલ થવું; પ્રવેશ કo. (*c*) To arrive: આવી પહોંચવું. (*d*) To be brought into use: વપરાવા લાગવું;વપરાશ–ઉપયોગમાં આવવું–માં દાખલ થવું. (*e*) To be or become a part of: ભાગ–હોવું થવું. (*f*) To accrue as gaining: નફા તરીકે મલવું; લાભ મલવો–થવો. (*g*) To bring forth; to have young: જણવું. *To* **C.** *in for,* to claim or receive: હક–દાવો ધરાવવો–કરવો;લેવું. *To* **C.***into,* to join with: to comply with:સામેલ–એકમત–એકસંપ થવું; સ્વીકારવું; કબૂલ–માન્ય કo. *To* **C.** *of,*(*a*) to descend or spring from: વંશજ તરીકે ઉતરવું; વંશમાં જન્મવું–ઉત્પન્ન થવું. (*b*) To result or follow from: પરિણામ આવવું–થવું–નિપજવું;બનવું;નિકલવું. *To* **C.** *off,* (*a*) to depart: આવતું રહેવું–ઉતરવું; પસાર થઇ જવું.(*b*)To escape:છૂટા થવું;બચી જવું;સટકી-ઉગરી

જવું. (*c*) To pass off: પસાર થઈ જવું; નિકલી જવું. (*d*) To acquit one's self: બહાદુર–વીર તરીકે વર્તવું; પોતાનું કામ બજાવવું. Hence substantively a **come off** means an escape; an excuse: બચાવ;છૂટકારો;બહાનું;મિષ;નિમિત્ત.(*e*)To pay over: આપવું; ભરી દેવું; આપી દેવું; વાલવું. (*f*) To take place; to happen: થવું; બનવું. *To* **c.** *off by*, to suffer:ખમવું;સહન કo. *To* **c.** *off from*, to leave: છોડવું;તજવું; ત્યાગ કo.*To* **c.** *on*,(*a*) to advance; to thrive:વૃદ્ધિ કo–થવી; ચઢતી કલા થવી; ઉન્નતિ થવી. (*b*) To approach;to supervene: અમલ થવો; ચાલવું;આવવું;પડવું. *To* **c.** *over*, (*a*) to pass from one side or place to another: પક્ષ બદલવો; સામે પાસે જવું. (*b*) To rise and pass over: ઉભરાઈ જવું. *To* **c.** *over to*, to join:મલવું; મલી જવું; જોડાવું. *To* **c.** *out*, (*a*) to appear: નિકલવું; પ્રસિદ્ધ થવું;બહાર પડવું. (*b*) To end; to result: પરિણામ આવવું;નિકાલ–છેડો–અંત આવવો; નિવડવું. (*c*) To pass out:પસાર કરીને જવું; છોડી–તજીને જવું.(*d*) To be introduced into society: જનમંડલમાં સામેલ–દાખલ થવું;જવા આવવા માંડવું. (*e*) To appear: જણાવું;દેખાવું;ઉગવું. *To* **c.** *out with*,to give publicity to; to disclose:પ્રકટ–જાહેર–પ્રસિદ્ધ કo;ઉઘાડું–ખુલ્લું પાડવું. *To* **c.** *round*, (*a*) to recur in regular course:નિયમિત કાલે થવું–બનવું. (*b*) To recover:સાજું થવું;પાછું ઠેકાણે આવવું.(*c*)To change: ફરવું;બદલાવું.(*d*)To relent: નરમ ઢીલનું થવું–હોવું; મન પીગલવું. (*e*) To wheedle: છેતરવું;ઠગવું; ધૂતવું. *To* **c.** *short*, to be deficient: ઓછું–ખૂટતું–ઘટતું હોવું;પુરૂં ન પડવું; કમી–ન્યૂન હોવું; ખૂટવું. *To* **c.** *to*, (*a*) consent or yield: કબૂલ–માન્ય કo; તાબે–આધીન થવું. (*b*) To amount to: જુમલે–એકંદર થવું. (*c*) To recover, as from a swoon: શુદ્ધિ–હોશમાં આવવું; ભાન આવવું. (*d*) To arrive at: પહોંચવું; આવવું.(*e*) To fall to:ઉતરવું; મલવું; વારસો મલવો. *To* **c.** *to a head*, (*a*) to suppurate: પરૂ થવું–ભરાવું;પાકવું. (*b*) To mature; to culminate: પાકવું: પરિપૂર્ણ અવસ્થાએ પહોંચવું; ખરેખર તૈયાર થવું. *To* **c.** *to one's self*, to recover one's senses: ઠેકાણે આવવું;શુદ્ધિ આવવી–માં આવવું; ભાન આવવું. *To* **c.** *to pass*, to happen:બનવું; થવું. *To* **c.** *to time*, to keep an appointment: વખતસર હાજર થવું. *To* **c.** *together*, (*a*) to assemble: ભેગા–એકઠા થવું. (*b*) To live together as husband & wife: ધણી ધણીયાણી તરીકે ભેગા રહેવું–સૂવું. *To* **c.** *true*, to happen as predicted: ખરૂં પડવું;કહ્યા પ્રમાણે બનવું. *To* **c.** *under*, to belong to: કશામાં હોવું–પડવું–સમાવેશ થવો.*To* **c.***up*,(*a*) to ascend: ચઢવું;ઉપર જવું. (*b*) To spring: ફૂટી–ઉગી નિકલવું. (*c*) To come into use, as a fashion:રૂઢિમાં આવવું;વપરાસ–ઉપયોગમાં આવવું. (*d*)To be brought up; to arise: વધવું;નિકલવું. *To* **c.** *up to*, to rise to: સુધી–લગી આવવું–આવી પહોંચવું; જેટલું ચઢવું; સમાન–બરોબરીઆ થવું. *To come up with*, to overtake:પકડી પાડવું.*To* **c.** *upon*, (*a*) to befall: વીતવું;ગુજરવું;આવી પડવું. (*b*) To attack: હુમલો–ચઢાઈ કo. (*c*) To find:હાથ લાગવું; જડવું; મલી આવવું. *vt.* To succeed in: ફતેહમંદ થવું; ફાવી જવું; કામમાં આવવું. *To* **c.** *at*, to succeed in a trick of any sort: ગમે તેવી યુક્તિમાં ફાવી જવું. *n.* A sprout: ફણગો.

Comedian,(કૉમીડિઅૅન્)*n.* An actor or player in comedy: હાસ્યજનક નાટક ભજવનાર. 2. A writer of comedy: હાસ્યજનક નાટક કર્ત્તા.

Come-down, (કમ્-ડાઉન્) *n.* A downfall; an humiliation:નાશ; પડતી: ખરાબી; માનભંગ.

Comedy,(કૉમીડિ)*n.*[Gr.*kumos*,a jovial festivity.]A dramatic composition of a light and amusing character: હાસ્યજનક–હાસ્યરસ પ્રધાન નાટક; પ્રહસન; સુખપરિણામક નાટક.

Comeliness, (કમ્લિનેસ્) *n.* Suitableness; fitness; symmetry: ખૂબી;કાન્તિ;શોભા;ખુબસૂરતી.

Comely, (કમ્લિ) *a.* Handsome: ફુટડું; રૂપાલું. 2. Suitable:યોગ્ય;ઘટિત;લાયક;ઘટતું;બંધબેસતું.

Comet,(કૉમેટ્) *n.* [Gr. *kometus*, long-haired.] One of those members of the solar system which usually move in very eccentric orbits: ધૂમકેતુ; પૂછડીયો તારો.

Comfit,(કમ્ફિટ્)*n.* [L.*con* & *facio*,I make.]A dry sweatmeat; a confection: ખાંડ પાઇને સુકવી રાખેલો મેવો; સુકો મુરબ્બો.

Comfort,(કમ્ફર્ટ્)*vt.*[L.*con* & *fortis*, strong.] To make strong; to fortify : મજબૂત–દૃઢ કo; પુષ્ટિ–ટેકો આપવો. 2. To assist or help: મદદ–સહાય કo; વારે ચઢવું. 3. To encourage; to relieve; to cheer: ધીરજ દેવી; ધૈર્ય આપવું; સમાધાન કo; સંતોષવું;દિલાસો આપવો.*n.*Assistance;relief;support: આધાર; આરામ; સમાધાન; ધીરજ; ધૈર્ય; સબુરી;આશ્રય. 2. (*a*)Solace; consolation in trouble: દિલાસો; ધીરજ; હિંમત. 3. Freedom from pain, want or anxiety: સુખ; કુશલતા; સ્વસ્થતા; સ્વાસ્થ્ય; ખુશાલી; સુખરૂપતા. 4. A wadded bedquilt: રૂ ભરેલી રજાઈ–ગોદડું.

Comfortable, (કમ્ફર્ટેબલ્) *a.*Strong;vigorous:દૃઢ;હિંમતવાન;મજબુત;સ્વસ્થ;આસુદં.2.Serviceable, helpful:મદદગાર;ઉપયોગી;કામનું.3.Affording comfort or consolation; conciliatory: સુખકર; શાંતિકારક; શાંતિદાયક; સુખ–ચેન–આરામ આપે એવું; આસાએશ ભરેલું. 4. (*a*) In a condition of comforts: having comforts: સોઈદાર–વાલું; સગવડવાલું–ભર્યું. (*b*) Contented; cheerful: સ્વસ્થ; કુશલ; સુખી; સુખરૂપ; શાંત. 5. Free from pain or distress: આરામ પામેલું; સ્વસ્થ; સુવાણવાલું; ઠીક.

Comforter,(કમ્ફર્ટર્)*n.*One who administers comfort or solation: સુખ–ચેન–આરામ આપનાર; દિલાસો આપનાર–દેનાર;ધૈર્ય–ધીરજ આપનાર; સમાધાન કરનાર. 2. The Holy spirit: પવિત્રાત્મા. 3.A knit woolen tippet, long and narrow: ઉનનો લાંબો અને સાંકડો ગલેબંધ. 4.A wadded quilt:રૂ વિગેરેનું ભરણ ભરેલી રજાઈ–ગોદડું.*Job's* **c.**,a boil:ગડ;ગુમડું.

Comfortless, (કમ્ફર્ટલેસ્) *a.* Without comfort; cheerless: બેચેન; અસ્વસ્થ; અસુખી;સુખસાધન રહિત; વગર સોઇનું; શાંતિહીન–રહિત.

Comic-cal, (કૉમિક્-કૉમિકૅલ્) *a.* Relating to comedy: હાસ્યરસ નાટક સંબંધી–નું–વિષે. 2. Raising mirth; humorous: હાસ્યજનક; ગમ્મતી; હસાવે

એવું; હાસ્યોત્પાદક; કૌતુક ભરેલું.

Comity,(કૉમિટિ)*n.* [L. *comis*, affable.] Good breeding:સભ્ય વ્યવહાર; સભ્યતા; સુજનતા; વિવેક.

Comma, (કૉમા) *n.* [Gr. *komma*, clause.] A character or point: (,)સ્વલ્પવિરામ; (,)અલ્પવિરામ ચિન્હ; કામા.

Command, (કમાન્ડ્) *vt.* [L. *con* & *mando*, I order.] To order with authority;to direct: ફરમાવવું; હુકમ–આજ્ઞા ક૦;વર્દી આપવી. 2. To have control of; to lead:સત્તા–હકુમત ચલાવવી; નિગ્રહ–નિયમમાં રાખવું;સરદારી ક૦; અમલ ક૦. 3.To dominate by position;to guard; to overlook:સર્વોપર દૃષ્ટિપડવી;ઝઝુમવું.4.To receive as a due;to claim: દાવો ધરાવવો–રાખવો;હક તરીકે માગવું.5.To bestow: આપવું;બક્ષવું. *vi.*To sway; to influence;to govern: અધિકાર–અમલ ચલાવવો. 2.To have a view: જોવું;દેખાવું. *n.* An authoritative order;a mandate: હુકમ; આજ્ઞા; આદેશ;ફરમાન; ફરમાશ. 2. The exercise of authority:સત્તા;અધિકાર;હકુમત;અમલ. 3. Supreme power:સેનાપત્ય;સરદારી;આધિપત્ય;તહેનાત;હવાલો.4.Scope of vision; survey:દૃષ્ટિ મર્યાદા; નજર; આંખ. 5. Control; sway: સત્તા; કબજો;કાબુ; નિગ્રહ.

Commander,(કમાન્ડર્)*n.* A chief; a leader: સરદાર; નાયક; સેનાપતી. 2. An officer who ranks next below a captain: કપ્તાનથી ઉતરતા દરજ્જાનો અમલદાર.

Commandment, (કમાન્ડ્મેન્ટ્) *n.* A mandate;a charge; a precept:આજ્ઞા;હુકમ;નિર્દેશ;આદેશ. 2. One of the laws given by God: પરમેશ્વરે આપેલી દશ આજ્ઞામાંની એક આજ્ઞા; ધર્મનું ફરમાન. 3. The exercise of coercive power; authority: અધિકાર; આધિપત્ય; સરદારી; સત્તા.

Commemorate,(કૉમ્મેમોરેટ્) *vt.* [L. *con* & *memor*,mindful.]To celebrate with honor and solemnity: યાદગારી–સંભારણું રાખવા ખુશાલી–ઓચ્છવ ક૦; સ્મરણોત્સવ ક૦.

Commemoration,(કૉમ્મેમોરેશન)*n.*The act of calling to remembrance by some solemnity: મહોત્સવવડે સ્મરણ–સંભારણું કરવું તે;સ્મરણોત્સવ;યાદગારી; નૈયત.*In* **c.** *of:* સ્મરણાર્થે.

Commemorative-tory,(કૉમ્મેમોરેટિવ્–કૉમ્મેમોરેટોરિ) *a.*Tending to preserve in remembrance: સ્મારક; યાદગારીનું.

Commence, (કમ્મેન્સ્) *vi.* [L. *con* & *initio*, I begin.]To begin;to originate:શરૂ થવું;આરંભ થવો. 2. To take a degree in a university or college: પાઠશાલા અથવા કૉલેજમાં ડીગ્રી–પદવી મેળવવી. 3. To begin to be or to act as:થવાનો આરંભ–શરૂઆત ક૦; –તરીકે વર્તવું. *vt.* To begin; to originate:શરૂ ક૦;આરંભવું;માંડવું;પ્રારંભવું;પહેલક૦.

Commencement, (કમ્મેન્સ્મેન્ટ્) *n.* origin; beginning: પ્રારંભ; શરૂઆત; આરંભ. 2. The day when degrees are conferred by colleges and universities upon students and others:જે દિવસે કૉલેજો અને પાઠશાલાઓમાં વિદ્યાર્થીઓને ડીગ્રી આપવામાં આવે છે તે.

Commend,(કૉમ્મેન્ડ્) *vt.* [L. *con* & *mando*, I order.] To commit or intrust in charge for care or preservation: સંભાળને માટે સોંપવું–ભાળવવું;સ્વાધીન ક૦; ખોળે મૂકવું;સમર્પવું. 2. To present as worthy of confidence or regard:વિશ્વાસપાત્ર–લાયક છે એમ ગણવું; સિફારસ–ભલામણ ક૦. 3. To mention with approbation; to praise:વખાણવું; સ્તુતિ–પ્રશંસા–શ્લાઘા કરવી. 4. To recommend to the remembrance or kind reception of:સંભાળવું;યથાયોગ્ય કહેવા. *n.* Commendation; praise: સ્તુતિ;પ્રશંસા; વખાણ;તારીફ. 2. *pl.* Compliments: યથાયોગ્ય; યથાઘટિત; નમસ્કાર.

Commendable, (કૉમ્મેન્ડેબ્લ્) *n.* Laudable; praiseworthy:સ્તુત્ય;વખાણવા લાયક-યોગ્ય; સ્તવનીય.

Commendation,(કૉમ્મેન્ડેશન)*n.*Praise; declaration of esteem: સ્તુતિ;વખાણ; પ્રશંસા; શ્લાઘા; તારીફ.2. Compliments: વ્હાલ–હેત માનનો સંદેશો; સલામ; રામરામ;યથાયોગ્ય; યથાઘટિત;નમસ્કાર. 3. That which is the ground of approbation or praise: સિફારસ; ભલામણ.

Commensurable,(કૉમ્મેનસ્યૂરેબ્લ્)*a.*[L.*con* & *mensura*, measure.] Having a common measure: એક ગણત્રીનું; સરખાં પરિમાણનું; સમ પરિમાણ; સમાન; સમપ્રમાણક; અનુરૂપ.

Commensurate, (કૉમ્મેન્સ્યૂરેટ્) *a.* Having a common measure: સમાન; તુલ્ય; સમપ્રમાણ. 2. Equal in measure or extent;proportional:સમપરિમાણક.

Comment,(કૉમ્મેન્ટ્)*vt.*[L.*commentor*,I meditate upon.] To explain; to expound: ટીકા–વિવેચન ક૦; બ્યાન ક૦; અર્થ સમજાવવો. *vi.* To make remarks or criticism: ના ગુણ–દોષ બતાવવા; વિવેચન ક૦; ચર્ચા–ટીકા ક૦–લખવી. *n.* (*a*) A remark, observation, or criticism: ચર્ચા; વાર્તિક; વિવેચન; ટીકા. (*b*) Gossip;discourse:વાત;ગપ્પા;ગપાટા;વાર્તા; વાતચિત. 2. Explanation; annotation, exposition: ટીકા; વ્યાખ્યા; ભાષ્ય; ખુલાસો.

Commentary, (કૉમ્મેન્ટરિ) *n.* A series of comments or annotations:વિવેચન;અર્થ; ખુલાસો; ટીકા; ભાષ્ય; વિવરણ; વ્યાખ્યાન. 2. A memory of particular transactions: ઇતિહાસ; હકીકત; બ્યાન; વૃત્તાન્ત.

Commentator,(કૉમ્મેન્ટેટર)*n.*An expositor; an annotator:ટીકાકાર;ભાષ્યકાર;વ્યાખ્યાનકાર–કર્ત્તા.

Commerce,(કૉમ્મર્સ્)*n.*[L. *con* & *merx, mercis*, merchandise.] Extended trade or traffic: બહોળો વેપાર;ક્રયવિક્રય;લેવડદેવડ; સોદાગરી. 2. Social intercourse; familiarity: વ્યવહાર; સંસર્ગ;પરિચય. 3.Sexual intercourse of the sexes:સંભોગ;મૈથુન. *vt.* To carry on trade; to traffic:વેપાર ક૦;લેવડદેવડ–આપ લે ક૦. 2. To hold intercourse with: વ્યવહાર–સંસર્ગ રાખવો.

Commercial, (કૉમ્મર્શિઅલ) *a.* Carrying on trade: વ્યવહારિક;વેપારનું;વેપાર કરનારૂં; સોદાગરી.

Commingle,(કૉમ્મિન્ગ્લ્) *vt.* & *i.* [L. *con* & *mingle.*]To mix in one mass; to blend:એકઠું–મિશ્ર સેળભેળ ક૦–થવું; એકરસ થવું–ક૦.

Comminute,(કૉમ્મિન્યૂટ્)*vt.*[L.*com*& *minuo*, I lesson.] To pulverize; to grind: ઝીણું–ખારીક

ક૦; ભૂકો ક૦; દલવું; ખાંડવું; પિસવું; ચૂર્ણ ક૦; વાટવું.

Commiserate, (કૉમ્મિસરેટ) *vt.* [L. *com* & *miser*, wretched.] To pity; to lament; to be sorry for: દાઝ લાગવી–જીવ ખાલવો; દયા–રહેમ રાખવી –ખાવી; અનુકંપા લાવવી.

Commiseration,(કૉમ્મિસરેશન્)*n.* Compassion; sympathy; pity: બીજાના દુઃખને માટે દિલગીરી; દયા; દાઝ; કરૂણા; અનુકંપા.

Commissariat,(કૉમ્મિસ્સેરિઍટ્)*n.* (*a*) That department of the service which is charged with the supply of provisions for the soldiers: લશ્કરી મોદીખાનું; કામિસ્સિરેટ ખાતું. (*b*) The whole body of officers in that department: મોદીખાનાના અમલદારો.

Commissary, (કૉમ્મિસ્સૅરિ) *n.* [L. *con* & *nitto*, I send.] A commissioner: મુખત્યાર; મુનીમ; પ્રતિનિધિ; ઉપરી–અધિકારી અમલદાર. 2. An officer whose business it is to provide food for the army: જે અમલદારનું કામ લશ્કરને ખોરાક પુરો પાડવાનું છે તે; મોદી; કોઠીવાલો.

Commission, (કૉમ્મિશન્) *n.* The act of doing or performing: ક૦–બનાવવું તે; આચરણ; કૃત્ય. 2. The act of trusting; a charge: સુંપ્રત; ભાલવણી; કામ. 3. The duty entrusted; a trust; a charge: હવાલો; નિયોગ; અખત્યાર. 4. A formal written authority granting certain powers or privileges: અખત્યારનામું; મુખત્યારનામું; સનંદ. 5. A company of persons joined in the performance of some duty: નિમેલાં માણસો; નિયુક્તજન; પંચ; કમિશન. (*Com.*)(*a*) The acting under authority of: આડત; મારફત. (*b*) The thing to be done as agent; કામ; ફરમાશ. (*c*) The brokerage or allowance: દસ્તુરી; હકસાઇ; દલાલી. *vt.* To empower; to authorize: અધિકાર–સત્તા આપવી. 2. To send with authrity; to depute: અધિકાર–સત્તાથી મોકલવું; નિયોજવું.

Commissioner, (કમ્મિશનર્) *n.* A person who has a warrant to perform some office: જેને કોઇ કામ કરવાની સત્તા–અખત્યાર હોય તે. 2. An officer having charge of some department of the public service: કોઇપણ સરકારી ખાતાનો ઉપરી–અધિકારી; કમીશનર.

Commit,(કૉમ્મિટ્)*vt.* [L. *con* & *mitto*, I send.] To put into charge; to entrust; to consign: સોંપવું; ભાલવવું; અર્પણ ક૦; સ્વાધીન–હવાલે ક૦; પદરે–કોટે ઘાલવું. 2. To do; to perpetrate: કરવું. 3. To join for a contest; to match: લઢાઇને માટે મલવું–ભેગા થવું; સામા ઉતરવું. 4. To bind; to endanger; to expose: બાંધવું; જોખમ–ભયમાં નાંખવું; બંધનમાં નાંખવું; ઉઘાડા પાડવું; રેવડી બોલાવવી; ફજેતી લુંટાવવી. 5. To confound: ગભરાવવું; ગભરામણમાં નાંખવું. 6. To imprison: કેદ ક૦; પુરવું; તુરંગમાં મોકલવું. *To* C. *to memory*, to learn by heart: મ્હોડે–પાડે ક૦; ગોખવું. *vi.* To sin: પાપ ક૦; વ્યભિચારી થવું.

Committal, (કૉમ્મિટ્ટલ્) *n.* The act of committing: હવાલે–સ્વાધીન ક૦તે; સોંપવું તે. 2. A pledge: બંધન; કબુલાત; એકરાર; વચન.

Committee,(કૉમ્મિટી)*n.*(*Law.*) A guardian: રક્ષક; વાલી; સંભાલનાર. 2. Persons elected or appointed to whom any business is referred: કોઈ કામનો વહિવટ કરવા નિમેલા શખ્સો–માણસો; પંચ; મંડલી; પંચાએત.

Commodious, (કૉમ્મોડિઅસ્) *a.* [L. *con* & *modus*, a measure.] Convenient; suitable: સોઇ–સગવડવાલું; સોઇદાર; ઉપયોગી; અનુકૂલ; યથાસુખ; જોઇએ તેવું; ઉચિત; યોગ્ય.

Commodity,(કૉમ્મોડિટિ)*n.* Convenience; accommodation; profit; advantage; interest: સગવડ; સોઇ; ફાયદો; લાભ; સ્વાર્થ; લાગ. 2. Goods; merchandise: માલ; જણસ: સોદો.

Commodore,(કૉમ્મૉડોર્)*n.*[L. *con* & *mendo*, I order.] The officer who commands a squadron or detachment of ships: વહાણના કાફલાનો સરદાર–ઉપરી.

Common, (કૉમ્મન્)*a.*[L. *con* & *munis*, ready to be of service.] Belonging or relating equally or similarly to more than one: સામાન્ય; સામાન્યસત્તાક. 2. Public; general: સાધારણ; સાર્વજનિક; સાર્વલૌકિક; સામાન્ય; સર્વવિષયક. 3. Usual; frequent; customary: હમેશનું; નિત્યનું; સાધારણ; પ્રસિદ્ધ; લોકસિદ્ધ; વ્યાવહારિક; સુલભ. 4. Ordinary; plebeian: મધ્યમ; સામાન્ય; સાધારણ; મધ્યમ પંક્તિનું; ગામડિયું; હીનકુલ; હલકું. 5. Profane; polluted: અપવિત્ર. 6. Given to habits of lewdness: છિનાલવું. C. *crier*, the crier of a town or city: ગામ અગર શહેરનો દાંડીઓ–દાંડી પીટનાર; દાંડીગર. C. *divisor* or *measure*: સમભાજક; દ્રઢભાજક. C. *gender*: સામાન્યજાતિ; ઉભયજાતિ. C. *law*. the unwritten law: દેશાચાલ; લોકાચાર–લ; રીતરિવાજ; દેશવ્યવહાર. C. *noun*: સામાન્ય નામ C. *school*: સાર્વજનિક નિશાલ–શાલા; ધર્માદા નિશાલ. C. *sense*: વ્યવહારિક જ્ઞાન; લૌકિક જ્ઞાન: પાકી–પુખ્ત સમજણ–બુદ્ધિ–સમજ. *In* C.: સહીયારૂં; ભાગમાં; બધાનું; મજીઆરૂં. *Out of the* C.: uncommon; extraordinary: અસાધારણ; વિચિત્ર. *To make* C. *cause*, to join or ally one's self: ની સાથે ભલવું–જોડાવું–મલી જવું. *n.* An inclosed tract of ground which belongs to the public or to a number: પાદર; મેદાન; ખુલ્લી જમીન; ખેતર. 2. (*Law.*) The right of taking a profit in the land of another: બીજાની જમીનમાં નફામાંથી ભાગ–લેવાનો હક. 3. The community; the people: લોક; સામાન્ય લોક.

Commonalty, (કૉમ્મનૅલ્ટિ) *n.* The common people: વચલા વર્ગના લોક; સાધારણ લોક; મધ્યમ સ્થિતિના લોક; આમલોક.

Commoner, (કૉમ્મનર્) *n.* One of the common people: વચલા વર્ગનો–મધ્યમ સ્થિતિનો પુરૂષ; સાધારણ માણસ. 2. A member of the House of Commons: આમની સભાનો સભાસદ. 3. A prostitute: વેશ્યા; છિનાલ; પાતર; કુસંપણ; સામાન્યા.

Commonly, (કૉમ્મન્લિ) *adv.* Usually; frequently: ઘણીવાર; વારંવાર; સાધારણ–સામાન્ય રીતે; ઘણું કરીને; બહુધા; બહુ કરીને; અકસર.

Commonplace, (કૉમ્મનપ્લેસ્) *a.* Common not new or extraordinary; trite: સાધારણ; નવું–વિચિત્ર નહિ એવું; પ્રસિદ્ધ; અનવિન. *n.* A trite or customary remark; a platitude: રસહિન ભાષણ; હલકું ભાષણ; સાધારણ–સામાન્ય ટીકા.

Commonplace-book,(કૉમ્મન્પ્લેસ-બુક્) *n.* A book in which things to be remembered are recorded:સ્મરણપોથી; નોંધ.

Commons,(કૉમ્મન્સ્) *n. pl.*The mass of the people; the commonalty: સાધારણ લોક. 2. The house of Commons:આમની સભા.3.Provisions; food; fare:ખોરાક;ભોજન;આહાર. 4. A club or association where all eat at a common table: જે મંડળીમાં સઘલા–બધા લોકો સાથે જમવા બેસે છે તે. 5. Public pasture ground: પાધર: ગોચર; ચરો. *To be on short* **C.**:ખોરાક થોડો મલવો.

Common-wealth, (કૉમ્મન-વેલ્થ્) *n.* An established form of government, or civil polity: પ્રજાસત્તાક રાજ્ય; લોકસત્તાક રાજ્ય.2. The public:રાજ્યના બધા માણસો–લોક–પ્રજા; સર્વજન. 3. The form of government established on the death of Charles I.:પહેલા ચાર્લ્સ રાજાના મોત પછી સ્થપાએલી રાજ્ય પદ્ધતિ.

Commotion, (કૉમ્મોશન) *n.* Disturbed or violent motion; agitation: ખલભલાટ; ગડબડ;પ્રકોપ. 2. A popular tumult; riot:ફિતુર:બંડ;તોફાન;હુંગામો. 3. Disorder of mind; excitement:ઉદ્વેગ; સંતાપ; મનનો ગભરાટ; ક્ષોભ; ક્લેશ; વ્યગ્રતા.

Commune, (કૉમ્મ્યૂન) *vi.* [L. *communico*, I communicate.]To converse familiarly;to take counsel:વાતચિત ક૦;પરસ્પર બોલવું; સ્નેહભાવથી વાતચિત ક૦;મસલત ક૦.2.To partake of the Lord's supper: પ્રભુ ભોજનમાંથી પ્રસાદ લેવો. *To* **C.** *with one's self or one's own heart*, to think; to meditate:વિચારવું;મનન ક૦:ધ્યાનપૂર્વક વિચારવું.

Communicable,(કૉમ્મ્યૂનિકેબ્લ્) *a.* Capable of being given by one to another:એકથી બીજાને આપી શકાય એવું–આપવા લાયક.2. Freespeaking; social: ખબર જણાવે એવું–કહેવાને તત્પર; વાચાલ;બહુબોલું; ખુલ્લા મ્હોનું; ભરભરિયું.

Communicate, (કૉમ્મ્યૂનિકેટ્) *vt.* To share in common; to participate in:સરખે ભાગે–સામાન્ય વહેંચી લેવું;ભાગ લેવો.2.To impart;to bestow: આપવું;બક્ષવું;ફેલાવવું;લઈ જવું. 3. To recount; to make known:પ્રસિદ્ધ–પ્રકાશ ક૦; કહેવું;જણાવવું;જાહેર ક૦.*vi.*To possess or enjoy in common;to have sympathy:સુખ દુઃખમાં ભાગીઆ થવું–ભાગ લેવો;લાગણી–દાઝ–દયા હોવી; અનુકંપા હોવી. 2. To have intercourse:સાથે વ્યવહાર હોવો;સંબંધ–સંસર્ગ રાખવો.

Communication,(કૉમ્મ્યૂનિકેશન) *n.* Intercourse; conference; correspondence:સંસર્ગ;સંબંધ; વ્યવહાર;સંવાદ;બોલાચાલી;સંદેશો;પત્રવ્યવહાર. 2. Association; company: સોબત; સમાગમ; સંસર્ગ; સંગ. 3. A connecting passage; a connection: બે સ્થલને જોડનાર રસ્તો;પૂલ. 4. Intelligence;news: ખરખબર;સમાચાર;ખબરઅંતર;કાગલપત્ર.

Communicative,(કૉમ્મ્યૂનિકેટિવ્)*a.*Inclined to communicate; ready to impart to others: મનની વાત કહે એવું;બહુ બોલું;બોલકણું;મોકલા મનનું.

Communion, (કૉમ્મ્યૂનિઅન)*n.* Community; participation: ભોગવટો; સામાન્ય માલકી. 2. (*a*) Intercourse between two or more persons:સંસર્ગ; વ્યવહાર; સહવાસ; સંબંધ. (*b*) Agreement; fellowship:સમાગમ;સંગ; સત્સંગ; સત્સંગતિ. 3. A body of christians having one common faith: એકજ પંથના ખ્રિસ્તિનો જનસમાજ–મંડલ.4.The celebration of the Lord's supper: પ્રભુ ભોજનોત્સવ; પ્રભુના ભોજનમાંથી પ્રસાદ લેવો તે.

Community, (કૉમ્મ્યૂનિટિ) *n.* Common possession or enjoyment:સામાન્ય કબજો–ભોગવટો.ઉપભોગ;સામાન્ય માલકી;સાધારણ પ્રભુત્વ.2.A society of people having common right, or living under the same laws and regulations:જાતિ;જ્ઞાતિ; જમાત; નાત;કોમ. 3.Society at large; a body politic:બધી પ્રજા;સારી આલમ;રૈયત;પ્રજાસમસ્ત;ખલક;દેશ;જનસમૂહ.4. Common character; likeness: સરખાપણું;સામાન્ય ગુણ–ધર્મ.

Commute, (કૉમ્મ્યૂટ્) *vt.* [L. *con* & *muto*, I change.] To exchange:બદલામાં આપવું–લેવું;અદલબદલ ક૦; સાટાપાટી ક૦. 2. To diminish; to lessen:ઘટાડવું;ઓછું ક૦. *vi.*To effect a commutation:સાટુ–અદલાબદલી ક૦. 2.To pay in gross instead of part by part:છૂટકછૂટકને બદલે એક સામટી રકમ આપવી.

Commutual,(કૉમ્મ્યૂટ્યૂઅલ્)*a.* Mutual; reciprocal: અરસપરસ; આમનેસામન.

Compact, (કૉમ્પૅક્ટ્) *a.* [L. *con* & *pango*, I fasten.] Firm: દૃઢ;ઘટ્ટ;સંગીન.2. Joined or held together:સાથે–એકઠું–જોડેલું રાખેલું;ની સાથે સંબંધ રાખતું–ધરાવતું. 3. Brief; pithy:ટુંકું;સારવાલું; સંક્ષિપ્ત. *vt.* To join firmly; to make close: ધીંગુ–ઘટ–ઘન કરવું;સજ્જડ જોડી દેવું–કરવું.2. To unite or connect firmly:સંબદ્ધ–સંગત કરવી;બંધબેસતું ક૦.

Compact,(કૉમ્પૅક્ટ્) *n.* [L. *con* & *paciscor*, I bargain.] An agreement between parties; contract: કરાર; બોલી; નિયમ; ઠરાવ; સરત.

Companion,(કમ્પૅનિઅન)*n.* [L.*con* & *panis*, bread.]A comrade:સોબતી;સાથી;સંગતી;સહવાસી; મિત્ર. 2. A knight of the lowest rank: હલકામાં હલકી પંક્તિનો નાઈટ ઉમરાવ. *Female* **C.**:સખી; સાહેલી: સહચરી.

Companionable,(કમ્પૅનિઅનેબ્લ્) *a.* Agreeable; sociable: મિલનસાર; મલતાવડો; ગમતી.

Companionship, (કમ્પૅનિઅન્શિપ્) *n.* Fellow-ship; association:સોબત; સમાગમ; સાથીપણું; સાથ; સંગાત; સંસર્ગ; સંગત.

Company, (કમ્પૅનિ) *n.* Fellowship; companionship; society: સંગત;સંગતિ; સહવાસ;સોબત; સમાગમ;સંસર્ગ; સાથ;પંગત;સંગ. 2.A companion or companions:સાથી;સોબતી;મંડલ; ટોલી. 3. An assemblage or association of persons: મંડલી; પંક્તિ;પંગત;ટોલી.4.Guests or visitors: પરોણાઓ; મંડલી; મંડલ; મિજલસ. 5. Society in general; people assembled for social intercourse: મંડલી;સભા;સમાજ;બેઠક;મિજલસ. 6. A corporation; a firm: પેઢી; કમ્પની; સામાન્ય ભંડોલની મંડલી. 7. Partners in a firm:પેઢી–કમ્પનીના ભાગીદાર;કમ્પની. 8. A subdivision of the regiment of a troop: લશ્કરી પલટણ–ટુકડી. 9. The body of actors employed in a theatre or in the production of a play: નાટક મંડલી; નાટક કમ્પની; પાત્રમંડલ. *vt.* To accompany or go with;to be a companion to: સાથે જવું;સંગાત-સોબત કરવી;સોબતી થવું.

Comparable,(કૉમ્પૅરેબ્લ્)*a.* Worthy of comparison: સરખાવવા જેવું-લાયક-યોગ્ય; સમતોલ; મુકાબલો કરવા લાયક;સરખાવી શકાય તેવું; બરોબરિયું.

Comparative, (કૉમ્પૅરૅટિવ્) *a.* Of or pertaining to comparison: મુકાબલો-તુલના-ઉપમાનું-સંબંધી-વિષયક. 2. Expressing a degree greater or less: વધઘટ દેખાડનારું; અધિકતા કે ન્યૂનતાદર્શક. *n.* One who is equal or pretends, to be an equal: બરોબરીઓ; હરીફ; પડછો.

Comparatively,(કૉમ્પૅરૅટિવ્લિ)*adv.* By comparison; relatively: મુકાબલે; સરખાવી જોતાં; સરખાવો કરતાં; પડછે.

Compare, (કૉમ્પૅર્)*vt.*[L.*con* & *par*, equal.] To bring into comparison: સરખાવી જોવું; મુકાબલો ક૦; મેળવી તપાસી જોવું; તુલના ક૦. 2. To represent as similar; to liken: ઉપમા આપવી; મિસાલ આપવી. 3. To inflect according to the degrees of comparison: અધિકતા-શ્રેષ્ટતા પ્રમાણે (વિશેષણ)ને રૂપ આપવાં.*vi.*To admit of comparison; to be like or equal: જેવું-બરોબર હોવું. 2. To vie: સ્પર્ધા-બરોબરી-હરીફાઈ ક૦. *n.* The state of being compared; comparison:સરખાવો;બરોબરી; તુલના; પડછો. 2. Illustration by comparison; simile: દૃષ્ટાંત; ઉપમા અલંકાર; ઉપમા.

Comparison, (કૉમ્પૅરિઝન) *n.* Relative estimate: મુકાબલો; તુલના; સરખામણી; ઉપમા; પડછો. 2. Illustration; similitude:ઉપમા; દૃષ્ટાંત;દાખલો; મિસાલ. 3. The inflection of an adjective or adverb: વિશેષણ કે ક્રિયા વિશેષણને અધિકતા-શ્રેષ્ટતા પ્રમાણે રૂપ આપવાં તે. 4. (*Rhet.*) A figure by which two things are considered with regard to some property or quality, which is common to them both: ઉપમા; ઉત્પ્રેક્ષા. *In* **c.** *of* or *with:* ની સાથે સરખવતાં;-ના પ્રમાણમાં.

Compart,(કૉમ્પાર્ટ્)*vt.*[L.*con* & *pars*, part.] To divide; to separate:ભાગ-ખંડ-વિભાગ પાડવા.

Compartment, (કૉમ્પાર્ટ્મેન્ટ્)*n.* One of the parts into which anything is divided: ભાગ; ખંડ; કોઠો; વિભાગ; ખાનું.

Compass,(કૉમ્પૅસ્)*n.*[L.*con* & *passus*, pace.] Circuit: ઘેર; ચક્કર; ફેરાવો; ફેર. 2. Any inclosing limit; boundary: મર્યાદા; હદ; સીમા. 3. An area; extent: વિસ્તાર; પરિમાણ. 4. Extent;reach:વિષય; ગોચર; પહોંચ; ઠબો; પંથ. 5.Limits of truth; due limits:મર્યાદા;હદ;યોગ્ય મર્યાદા. 6. A magnetic instrument to determine the cardinal points:હોકાયંત્ર: મચ્છયંત્ર; દિશાસૂચક યંત્ર. *Points of the* **c.**: દિશા;દિગ્વિભાગ.(*Pl.*)A pair of compasses:કમ્પાસ;ગોલાકાર પાડવાનું યંત્ર:કર્કટક;કૈવાર; કર્કટ. **C.** *saw,* વાંકમાં કાપે એવા સાંકડા પાનાની આરી. **C.** *window:* ગોલ ઝરૂખા;ગોખવાલી બારી.*To fetch a* **c.**,to make a circuit:ચક્કરમાં ફ૦;પ્રદક્ષિણા ક૦.*vt.*To go about or round:ફરતો આંટો-ચક્કર મા૦;આસપાસ જવું;પ્રદક્ષિણા કરવી.2.To surround; to besiege:ઘેરી લેવું; ચોતરફ ફરી વલવું;આંતરવું;ઘેરો ઘાલવો.3. To curve: વાંકું વાલવું.4.To obtain;to accomplish: મેળવવું; સ્વાધીન કરવું; પ્રાપ્ત-સંપાદન કરવું; સાંધવું; હાથ ક૦. 5. To plot; to imagine:યોજવું; યુક્તિ-યોજના ક૦; વિચાર-મનસુબો-ઈરાદો ક૦.

Compassion,(કૉમ્પૅશન્)*n.*[L. *con* & *patior*, I suffer.] Sympathy; pity; mercy:દયા;દાઝ; અનુકંપા;માયા;કરૂણા. *vt.* To pity:દાઝ જાણવી;દયા આણવી-ખાવી.

Compassionate, (કૉમ્પૅશનેટ્) *a.* Merciful: દયાલુ; દયાશીલ;કરૂણ;દયાવાન. *vi.* To pity:દયા-કરૂણા આણવી-લાવવી;દયા ખાવી;અનુકંપાથી જોવું.

Compatibility,(કૉમ્પૅટિબિલિટિ)*n.*Congruity: સંભાવના; સંભવ;મેલાપ; અવિરૂદ્ધતા; અવિરોધ; વિરોધાભાવ; યોગ્યતા; અનુરૂપતા.

Compatible,(કૉમ્પૅટિબ્લ્) *a.* [L. *compatior*, I sympathize.] Congruous; suitable:સંગત;અવિરૂદ્ધ; લાયક; યોગ્ય; મલતું-બેસતું આવતું.

Compatriot, (કૉમ્પેટ્રિઑટ્) *n.* [L. *con* & *patrius*,one's own country.] One of the same country and having like interests & feelings: સ્વદેશી; એકદેશીય-દેશી.

Compeer,(કૉમ્પીર્)*n.* [L.*con* & *par*, equal.] A companion; an associate; a mate: બરોબરીયો;જોડીયો;સાથી;સોબતી;સંગાતી;મિત્ર; ગોઠીયો. *vt.* To be equal with; to match: બરોબરીયા હોવું-થવું; બરોબરી ક૦; બરોબર ઉતરવું.

Compel,(કૉમ્પેલ્)*vt.*[L. *con* & *pello*, I drive.] To drive or urge with force; to oblige: જબરદસ્તી-જોરજૂલમ-બલાત્કારથી જરૂર પા૦;જરૂર-ફરજ પા૦. 2. To take by force; to seize: જોરજૂલમ-બલાત્કારથી લેવું-પકડવું-હાથ ક૦. 3. To overpower; to subjugate:વશ ક૦;તાબે ક૦;આધીન ક૦.*vi.*To make one yield or submit:તાબે-વશ-સ્વાધીન ક૦.

Compend-ium,(કૉમ્પેન્ડ્-કૉમ્પેન્ડિઅમ્) *n.*[L. *con* & *pendo*,I weigh.] An abridgment; an epitome; a summary:સારસંગ્રહ;સારગ્રંથ;સાર;સંક્ષેપ.

Compendious, (કૉમ્પેન્ડિઅસ્) *a.* Abridged; short;brief; concise: મુખ્તેસર; સંક્ષિપ્ત; ટુંક; સંક્ષેપરૂપ; સામાસિક.

Compensate,(કૉમ્પેન્સેટ્)*vt.*[L.*con* & *pendo*, I weigh.]To recompense:બદલો વાલવો-આપવો; નુકશાન ભરી આપવું;ખોટ-ખાધ-તોટો ભરી આપવો.2. To counterbalance; to make amends for:બરોબર-સમતોલ થવું; સાટું-બદલો-અવેજ વાલવો; ખંગ કાઢવો-વાલી નાંખવો.

Compensation,(કૉમ્પેન્સેશન્) *n.* The act of compensating:બદલો-અવેજ-ખંગ વાલવો તે.2. recompense; amends: બદલો; ખંગ; અવેજ;નુકસાની. ખોટ; ખાધ.

Compete,(કૉમ્પીટ્)*vi.* [L.*con*&*peto*, I seek.] To contend emulously:બરાબરી-હરીફાઈ ક૦;ચડસાચડસી ક૦; સ્પર્ધા ક૦.

Competence-cy, (કૉમ્પીટન્સ્-કૉમ્પીટન્સિ) *n.* Fitness; ability:લાયકી;સામર્થ્ય;શક્તિ;યોગ્યતા;કાબેલિયત.2. Sufficiency: નિર્વાહ; પુરતું ધન;ગુજરાન થઈ શકે એટલી માયાપુંજી.

Competent, (કૉમ્પીટન્ટ્) *a.* Adequate; sufficient; fit; capable; qualified: યોગ્ય; લાયક;પુરતું; સમર્થ; કાબેલ; લાયકાતવાલું; હોંશીયાર.

Competition,(કૉમ્પીટિશન્) *n.* Rivalry;emulation:સ્પર્ધા;ચઢાચઢી;ચડસા ચડસી;હરીફાઈ;સરસાઈ.

Competitive,(કૉમ્પીટિટિવ્)*a.*Rival;emulous: સ્પર્ધાથી થયેલું; સ્પર્ધા સંબંધી; હરીફાઈવાળું.

Competitor, (કૉમ્પીટિટર્) *n.* One who competes; a rival:બરાબરી–સરસાઈ કરનાર;હરીફ.2. An associate; a confederate:સોબતી;સાથી.

Compilation,(કૉમ્પિલેશન્)*n.*The act or process of compiling or gathering together from various sources: ઘણી બાબતનો સંગ્રહ રૂપ ગ્રંથ બનાવવો તે–અથવા બનાવવાની રીત.2. That which is compiled: સંગ્રહ; સંગ્રહગ્રંથ; સંહિતા; સાર.

Compile, (કૉમ્પાઇલ્) *vt.* [L. *con* & *pilo*, I plunder.] To put together; to construct: ભેગું–એકઠું ક૦;સંગ્રહ ક૦.2. To contain or comprise: અંદર હોવું–આવી જવું;–માં સમાવેશ થવો. 3. To put together or compose out of materials from other books:જૂદા જૂદા ગ્રંથ પરથી ગ્રંથ રચવો; સંગ્રહ ગ્રંથ ક૦. 4. To write;‡to compose: લખવું; રચવું; બનાવવું.

Compiler, (કૉમ્પાઈલર્) *n.* One who forms a book or composition from various authors:ગ્રંથકાર; સંગ્રહકર્તા; વ્યાસ.

Complacence-cy,(કૉમ્પ્લેસૅન્સ્-સિ)*n.*Satisfaction; gratification:સંતોષ;ખુશી;ખુશાલી; હર્ષ; પ્રસન્નતા;આનંદ;હરખ. 2. Civility;good nature:સભ્યતા; આદરશીલતા; ભલમનસાઇ; ભલાઇ;સુજનતા; આદરમાન; સત્કાર; સુશીલતા.

Complacent,(કૉમ્પ્લેસૅન્ટ્)*a.*[L.*con* & *placeo*, I please.] Gratified; contended:સંતોષ–આનંદવાળું;પ્રસન્ન;ખુશ;સંતુષ્ટ;સુશીલ;શભ્ય;સંતોષી.

Complain,(કૉમ્પ્લેન્)*vi.* [L. *con* & *plango*, I bewail.]To lament; to murmur;to find fault: શોક–ખેદ–વિલાપ–કઢાપો ક૦; દુઃખ રોવું–ગાવું; દુઃખનાં રોદણાં રોવાં;ખડખડવું;ફરિયાદ ક૦; વાંક–દોષ કાઢવો. 2. To bring an accusation; to make a charge:ફરિયાદી કર્વ–માંડવી;તોહોમત–આરોપ મૂકવો–લાવવો; દાદ માગવી. *vt.* To lament; to bewail: શોક–દિલગીરી ક૦; રોદણાં રોવાં.

Complainant,(કૉમ્પ્લેનૅન્ટ્)*n.*One who makes a complaint:ફરિયાદ કરનાર; ફરિયાદી; વાદી.

Complaint, (કૉમ્પ્લેન્ટ્)*n.*Lamentation; murmuring; fault-finding:શોક;ખેદ;વિલાપ;રૂદન;રોદણાં; નાલેશી; દોષ; ખડખડાટ. 2. A malady; a disease: વ્યાધી;પીડા;રોગ;વિકાર;દુઃખ;દરદ;મરજ. 3. (*Law.*)A form of legal process:ફરિયાદ.

Complaisance, (કૉમ્પ્લેઝૅન્સ્) *n.* [L. *con* & *placeo*, I please.] Courtesy; civility, suavity: ગૃહસ્થપણું;સભ્યતા;સુજનતા;આદરશીલતા;ભલમનસાઈ.

Complaisant, (કૉમ્પ્લેઝૅન્ટ્) *a.* Desirous to please; courteous: આદરમાન ભરેલું; સત્કારી;સભ્ય; ખુશ કરે એવું;સુશીલ.

Complement,(કૉમ્પ્લીમૅન્ટ્)*n.*[L.*con* & *pleo*, I fill.]That which fills up or completes:ખૂટખોટ પૂરી કરનાર;પૂરવણી;ભરતિયું,ઉમેરો.2.Full quantity, number or amount; a complete set: ભરતી;સંપૂર્ણતા.3.(*Math.*)A second quantity added to a new quantity to make it equal to a third sum or quantity: ભરણ; અંતર. 4. Something added for ornamentation; an accessory: અલંકાર;આભૂષણ;શોભા;ઉપસ્કર.**C.***of an arc or angle*, (*Geom*) the difference between that arc or angle & 90°: કોઈ અમૂક ખુણા અને કાટખૂણા વચ્ચેનું અંતર; કોટિ.

Complemental,(કૉમ્પ્લીમેન્ટલ્)*a.* Supplying deficiency; fully competing:ભરતીનું;ખૂટતું; પૂરવણીનું; પૂરક.

Complete,(કૉમ્પ્લીટ્) *a.*[L.*con* & *pleo*, I fill.] Entire; perfect:પૂર્ણ;પૂરૂં; આખું; સંપૂર્ણ;પરિપૂર્ણ; તમામ. 2. Finished; concluded:પુરૂં;સમાપ્ત;ખલાસ. **C.** *army:*ચતુરંગસેના. *vt.* To perfect; to accomplish; to fulfil; to effect:સંપૂર્ણ–પરિપૂર્ણ–સિદ્ધ ક૦; ભરવું;પૂરૂં–સમાપ્ત ક૦;પાર મૂકવું;–નો અંત-છેડો લાવવો.

Completely,(કૉમ્પ્લીટ્લિ)*adv* Fully; entirely: સંપૂર્ણ રીતે; તદન; છેક; બીલકુલ; પુરેપુરૂં;તમામ.

Completion,(કૉમ્પ્લીશન્)*n.* The act or state of being complete:સંપૂર્ણ–પુરેપુરૂં ક૦–હોવું તે; પૂર્તિ;પરિપૂર્તિ;સંપૂર્ણતા. 2. Fulfilment; accomplishment: સંપૂર્ણતા; સિદ્ધતા; સફલતા; સમાપ્તિ; સિદ્ધિ;પાર; અંત; છેડો.

Complex,(કૉમ્પ્લેક્સ્) *a.* [L. *con* & *plecto*, I twist.] Composed of two or more parts;composite:બે અથવા વધારે ભાગ–અંશનું બનેલું; સંયુક્ત-મિશ્ર; અનેક વસ્તુમય; વિષમ.2.Complicated;intricate:ગુંચવણ ભરેલું;કઠણ; અઘરૂં; કસૂતર. *n.* Collection; complication: મિશ્રતા; મિશ્રણ; ગુંચવણ; ગુંચવાડો.

Complexion, (કૉમ્પ્લેકશન્) *n.* Complexity: મિશ્રતા. 2. A combination; a complex:મિશ્રણ.3. (*a*) The bodily constitution:બાંધો; ઘાટ;શરીર રચના.(*b*)Nature; character:પ્રકૃતિ; સ્વભાવ.4. The color or hue of the skin, particularly of the face: અંગવર્ણ; કાંતિ; રંગ; વર્ણ; ચ્હેરો; મુખાકૃતિ. 5. The general aspect or appearance: દેખાવ;ડોલ; ઘાટ; રૂપ; સ્વરૂપ. આકાર.

Complexity,(કૉમ્પ્લેક્સિટિ) *n.* Intricacy; entanglement: ગુંચવણ; ઘોટાલો; ગુચવાડો.

Compliance,(કૉમ્પ્લાઈઍન્સ્) *n.* Concession; submission:માન્ય–કબૂલ ક૦ તે; સ્વીકાર;માન્યતા:સંમતિ; મંજૂરી.2. Disposition to yield to others; complaisance: બીજાનું માન્ય રાખે એવો સ્વભાવ–પ્રકૃતિ; અનુરોધ; અનુવૃત્તિ.

Compliant,(કૉમ્પ્લાઇઍન્ટ્) *a.* Yielding; submissive:નમતું;વિનયી:સભ્ય; સત્કારી; વિવેકી.

Complicacy, (કૉમ્પ્લિકૅસિ)*n.*A state of being complex or intricate:ગુંચવણ;ગડબડ;ઘોટાલો.

Complicated,(કૉમ્પ્લિકેટેડ)ગુચવણ–ગુચવાડા ભરેલું; ગુંચવાયલું; ઘોટાલાવાળું.

Complication, (કૉમ્પ્લિકેશન્) *n.* Entanglement; complexity: ગુચવણ; ગુચવાડો; ઘોટાલો. 2. A disease or diseases co-existent with & modifying a primary disease: એક રોગ ચાલતો હોય ત્યારે તેમાં બીજો રોગ વધે તે.

Complicity, (કૉમ્પ્લિસિટિ) *a.* The state or condition of being an accomplice; a participation in guilt: સામેલ હોવું તે; સામેલીયત; હાથ;

લાગતું વલગતું હોવું તે; સંબંધ.

Compliment,(કૉમ્પ્લિમેન્ટ્) *n.* [L. *con& pleo*, I fill.] A manifestation by word of regard:સલામ; નમસ્કાર; યથાયોગ્ય; શાબાશી;સ્તુતિ;પ્રસંશા; આદરસત્કાર.*vt.*To praise or gratify by expressions of approbation or congratulation:વખાણવું;શાબાશી આપવી.

Complimental-ary,(કૉમ્પ્લિમેન્ટલ્-કૉમ્પ્લિમેન્ટરિ) *a.* Expressive of regard or praise:આદરમાનવાળું;સત્કારવાળું;સ્તુતિવાચક;આદરદર્શક.

Comply,(કૉમ્પ્લાઈ)*vi.*[L.*con & plico*, I fold.] To yield; to assent; to consent: કબૂલ ક૦–થવું; માન્ય ક૦; સ્વીકાર ક૦; પ્રમાણે વર્તવું; હા પોડવી; મલતું–બેસતું આવવું; સંમતિ આપવી.

Component,(કૉમ્પોનેન્ટ્)*a.* Composing; constituting:સાધક; અવયવ–અંશભૂત; અંગભૂત. *n.* A constituent part:અવયવભૂત અંશ;અંગભૂત પદાર્થ–વિષય; અંગ; ભાગ; સાધન.

Comport,(કૉમ્પૉર્ટ્)*vi* [L.*con&porto*,I carry.] To bear or put up:ખમવું; વેઠવું; સહન ક૦.2. To agree; to accord; to suit: મલતું–બેસતું આવવું; અનુકૂલ હોવું; પ્રમાણે હોવું–યોગ્ય–માફક થવું. *n.* Behaviour; conduct:વર્તણુક; ચાલ; ચાલચલગત.

Compose, (કૉમ્પોઝ્) *vt.* [L. *con & pono*, I put.] To put together:સાથે મૂકવું; ગોઠવવું.2. To construct by mental labor; to originate:રચવું; બનાવવું; જોડવું; લખવું.3. To quiet; to tranquilize:સમાધાનક૦;ઠંડુ પાડવું;નરમ પાડવું;શાંત પાડવું-ક૦.

Composed, (કૉમ્પોઝ્ડ્) *a.* Calm; quiet; tranquil: સ્થિર; ગંભિર; શાંત; ઠંડું.

Composedly, (કૉમ્પોઝ્ડ્લિ) *adv.* In a composed manner;calmy:શાંતપણે;ગંભીરાઈથી.

Composer,(કૉમ્પોઝર્)*n.* One who composes; an author: ગ્રંથકર્ત્તા; ગ્રંથકાર. 2. One who quiets ar adjusts a difference:શાંત–ઠંડું પાડનાર; પતાવનાર; સમાધાન કરનાર.

Composite, (કૉમ્પૉઝિટ્) *a.* Made up of distinct parts; compounded:જુદા જુદા ભાગોનું બનેલું–બનાવેલું;મિશ્રિત.**C.***arch:*અણીદાર–વાળી કમાન–મેહેરાબ. **C.** *number:* એકી કરતાં વધારે રકમથી જે સંખ્યા ખરેખર–શેષ સિવાય ભાગી શકાય તે; સંયુક્ત સંખ્યા.*n.* Composition; combination:બનાવટ;રચના; મેલવણી; મિશ્રણ.

Composition, (કૉમ્પોઝિશન) *n.* The act of composing: એકઠું–મિશ્ર કરવું તે; રચવું–બનાવવું તે. (*a*)The combination of the parts of a literary work:નિબંધ–ગ્રંથની રચના.(*b*) The arrangement of types in printing:છાપવા માટે બીબાં ગોઠવવાં તે. 2.Combination; adjustment: સંયોગ;રચના.3. A mass formed by combining two or more substances: મેલવણી; ભેગ; મિશ્ર; મિશ્રણ. 4. Mutual agreement to terms for the settlement of a difference: કજીઓ–ટંટો–તકરાર પતાવવાને કરેલી એક બીજાની કબૂલાત. 5.(*Law.*) The adjustment of a debt:દેવું પતાવવું તે; ૫ડચો; નિકાલ; તોડ: પતાવત. 6.A literary or musical production: નિબંધ;ગ્રંથ; પ્રબંધ; કવન; કાવ્ય;ગાયન;ગાન. 7. Synthesis as opposed to analysis:સમાસ. **C.** *deed:* દેવાદાર અને તેના કેટલાક લેણદારો વચ્ચે નિકાલ–તોડ લાવવાનો કરાર.

Compositor, (કૉમ્પૉઝિટર્) *n.* (*Print.*) One who sets types:બીબાં–ટાઈપ ગોઠવનાર;કમ્પાઝીટર.

Composure,(કૉમ્પોઝ્હર્) *n.* The act of composing or that which is composed:રચવું–બનાવવું તે; મિશ્રણ; સંયોગ;ગ્રંથ;નિબંધ.2.Orderly arrangement; disposition: નિયમસર ગોઠવણી–રચના; વ્યવસ્થા; તોડ. 3. Frame; make:બાંધો;ઘડણ; બનાવટ; રચના. 4. Sedateness; calmness: સ્વસ્થતા;નિવૃત્તિ; શાંતિ; નિરાંત.

Compound.(કૉમ્પાઉન્ડ્) *vt.*[L. *con & pono*, I put.] To combine or unite:એકઠું ક૦;ભેલવવું;મેલવવું;મિશ્ર ક૦. 2. To compose; to constitute:રચવું; બનાવવું; યોજવું; સ્થાપવું. 3. To adjust by agreement:સમજુતી ક૦;માંહોમાંહે સમજુતી પર આવી જવું. *To* **C.** *a felony:* અપરાધ–ગુન્હાની ફરિયાદ કાંઈ લઇ માંડી વાલવી. *vi.* To come to terms of agreement; to agree:સમજુતી પર આવવું; પતવવું; તોડ–૫ડચો ક૦. *a.* Composed of elements: મિશ્ર; સંયુક્ત; મિશ્રિત. **C.** *interest:* વ્યાજનું વ્યાજ; ચક્રવૃદ્ધિ વ્યાજ. **C.** *ratio:* બે અથવા વધારે પ્રમાણ–પરિમાણનો ગુણાકાર. *n.* The result of combination:મિશ્ર;મિશ્રણ; મેલવણી;ભેલ.2. A yard round a building: ઘર–મકાનની આગલ પાછલ–આસપાસનો વંડો–વાડો; ચોક; કમ્પાઉંડ.

Compounder, (કૉમ્પાઉન્ડર્)*n.*One who compounds or mixes different things: જે માણસ જુદી જુદી ચીજો એકઠી–મિશ્ર કરે છે તે; કમ્પાઉન્ડર. 2. One who attempts to bring parties to terms of agreement:બે પક્ષનો ટંટો–કજીઓ પતાવનાર–નો નિવેડો–ફેંસલો લાવનાર. 3. One who compounds a debt or crime: જે માણસ દેવું પતવે છે તે અગર ગુન્હાનું અંદર અંદર સમાધાન કરે છે તે.

Comprehend,(કૉમ્પ્રીહેન્ડ)*vt.* [L. *con & prehendo*, I take.] To comprise; to imply: સમાવેશ–સમાસ ક૦;અંદરભાવ--અર્થ રહેવો;ગર્ભિત હોવું. 2. To understand: ગ્રહણ કરવું; મનમાં–મગજમાં ઠસવું; ખ્યાલ–લક્ષમાં લેવું–આવવું; કલવું; સમજવું; સમજ પડવી. 3. To contain; to embrace; to include:માં આવવું હોવું–સમાવેશ થવો.

Comprehensible,(કૉમ્પ્રીહેન્સિબલ્) *a.* Capable of being understood; intelligible: સમજી શકાય એવું; બુદ્ધિ ગ્રાહ્ય–ગમ્ય; ગમ્ય;જ્ઞાનગમ્ય;ગ્રાહ્ય.

Comprehension,(કૉમ્પ્રીહેન્શન)*n.*Inclusion: સમાવેશ; સમાસ. 2. A summary; an epitome: સારસંગ્રહ;સારગ્રંથ;સંક્ષેપ; સાર.3. Understanding; perception: ગ્રહણ શક્તિ; સમજ; સમજ શક્તિ; બુદ્ધિ; જ્ઞાન;મતિ;અક્કલ. 4. (*Logic.*) The complement of attributes which make up the notion singified by a general term: વ્યાપ્તિ.

Comprehensive, (કૉમ્પ્રીહેન્સિવ્) *a.* Including much; extensive: બહુગ્રાહી; બહોળું; બહુવ્યાપી; વ્યાપક. 2.Having the power to comprehend or understand many things at once:ચીજો–બાબતો એકદમ સમજી–મનમાં ઉતારી શકે એવું; બહુવિષયગ્રાહી.

Compress, (કૉમ્પ્રેસ) *vt.* [L. *con & pressus*, pressed.] To press to-gether; to crowd; to abridge:દાબવું;સંકડાવી નાંખવું;સંકોચવું; ખીચોખીચ ભરવું; ટુંકું ક૦.*n.* A folded piece of small linen cloth: ગાદી; પટ્ટી.

Compressibility, (કૉમ્પ્રેસિબિલિટિ) *n.* The quality of being compressible: સંકોચાઈ જવાનો ગુણ; સંકોચક્ષમતા.

Comprise, (કૉમ્પ્રાઇઝ્) *vt.* [L. *con* & *prehendo*, I take.]To include; to comprehend: સમાવેશ–સમાસ ક૦; અંદર આણવું–ગણવું.

Compromise, (કૉમ્પ્રોમાઇઝ્) *n.* [L. *con, pro* & *mitto*, I send.] An agreement; a settlement by arbitration or mutual consent: સમાધાન;ફડચો;નિકાલ;નિર્ણય; તોડ;સમજુત. *vt.* To bind by mutual agreement; to agree: અરસ પરસ કબૂલાતથી બાંધવું; મળતા આવવું; કબૂલ ક૦. 2. To adjust and settle by mutual concessions:ભાંજગડ–તોડ–સમાધાન કરી પતવવું;અંદર અંદર સમાધાન–સમજુત ક૦.3.To endanger the life, reputation, &c.; to expose to suspicion: કોઈ કૃત્યથી પોતાનું જીવન પ્રતિષ્ઠા વિગેરે જોખમ–ભયમાં નાંખવું.

Comptroller, (કૉમ્પ્ટ્રોલર) *n.* A controller: બીજાનો હિસાબ તપાસનાર અધિકારી;મુસ્તારી; કાર્યાધિકારી; કાર્યદૃષ્ટા.

Compulsion, (કૉમ્પલ્શન)*n.* The act of compelling; constraint: જબરદસ્તી; બળાત્કાર; જુલમ; જબરાઈ; બલ; હઠ.

Compulsive, (કૉમ્પલ્સિવ્) *a.* Driving; forcing; constraining: બળાત્કાર–જોર–જુલમ–જબરદસ્તી–જોરાવરી કરતું; બલપ્રધાન.

Compulsory, (કૉમ્પલ્સરિ) *a.* Having the power of compelling; constraining: બળાત્કાર–જોરજુલમ–જબરાઈથી કરાવવાનું–કરાવવાની સત્તાવાળું. 2. Obliging;necessary:આવશ્યક;જરૂરનું;ફરજીયાત.

Compunction, (કૉમ્પન્ગ્કશન) *n.* [L. *con* & *pungo*, I prick.] Stimulation; irritation: ઉશ્કેરણી;ઉત્તેજન. 2. The sting of conscience; remorse: પશ્ચાતાપ;દુઃખ;અફસોસ; મનસંતાપ; પસ્તાવો; પશેમાની; કચવાટ;ખેદ; દીલગિરી; ખટકો.

Compunctious, (કૉમ્પન્ગ્કશસ્)*a.* Pricking the conscience; attended with compunction: જીવને કચવાવે એવું;દગદગો થાય તેવું; પશેમાની ભરેલું; પશ્ચાત્તાપ જનક–કારક; મનસ્તાપ કારક.

Computation, (કૉમ્પ્યૂટેશન) *n.* Calculation; estimate: ગણત્રી; ગણના; સુમાર; અજમાશ; આશરો; હિસાબ; અડસટ્ટો; આંકડો.

Compute, (કૉમ્પ્યૂટ્) *vi.* [L. *con* & *puto*, I reckon.] To determine by calculation; to reckon:હિસાબ–ગણત્રીથી નક્કી ક૦; ગણિત ક૦; ગણવું; સુમાર–અડસટ્ટો–આશરો કાઢવો.

Comrade, (કૉમ્રેડ) *n.* [L. *camera*, a chamber-fellow.]A mate;a companion;an associate: સોબતી;સાથી;મિત્ર;ગોઠિઓ;ભાઈબંધ;જોડીયો.

Con, (કૉન્) [L.] A Latin prefix signifying *with, together*, &c.: લાટીન ભાષાનો એક ઉપસર્ગ જે તેનો અર્થ, 'સહ' 'સાથે' એવો થાય છે.

Con, (કૉન્) *adv.* [An abrev. of the L. *contra*, against.] Against the affirmative side; in opposition: વિરૂદ્ધ;સામેનું;ઉલટું; નકારનું.

Concatenate,(કૉન્કૅટીનેટ્)*vt.*[L.*con*&*catena*, chain.] To link together; to unite in a successive series:જોડવું;વલગાડવું;સાંકલવું;સંધાડવું.

Concatenation, (કૉન્કૅટીનેશન) *n.* A series of links united; a chain: સાંકલ; જંજીર; સંબંધ.

Concave, (કૉન્કેવ્)*a.*[L.*con*& *cavus*, hollow.] Hollow and curved or rounded:અંતર્ગોલ;ગગનાકાર;ઘુમટદાર. *n.* A hollow; an arched vault:પોકલ; પોલાણ; ઘુમટ; ગોલ; અંડકટાહ. *vt.* To make hollow: પોલું કરવું.

Conceal, (કૉન્સીલ્)*vt.*[L. *con* & *celo*,I hide.] To hide:સંતાડવું;છુપાવવું; ઢાંકવું; લપાવી દેવું; ગુપ્તછાનું રાખવું; ન જણાવવું–કહેવું.

Concealment, (કૉન્સીલ્મેન્ટ્) *n.* The act of concealing or hiding out of sight: નજર–દેખાવમાંથી સંતાડવું–ગુપ્ત રાખવું તે; પ્રચ્છાદન; ઢાંકણ. 2. The state of being hid; privacy: ગુપ્તિ; અપ્રસિદ્ધિ;અપ્રકાશ; છુપાપણું. 3. The place of hiding; a secret place: છુપાવવાની–સંતાડવાની જગ્યા–ઠેકાણું; છૂપી જગ્યા; ઓઠું.

Concede,(કૉન્સીડ્)*vt.*[*con* & *cedo*,I yield.] To suffer to pass; to grant:વગર તકરારે કબૂલ–માન્ય કરવું–રાખવું;અનુમત થવું. 2.To admit to be true; to allow: ખરૂં છે એમ કબૂલ કરવું;હા ભણવી–પાડવી. 3. To grant as a right or privilege: હક–દાવા તરીકે બક્ષવું–આપવું. *vi.* To yield or make concession: કબૂલ થવું;હા પાડવી.

Conceit, (કૉન્સીટ્) *n.* Idea; thought: વિચાર; ખ્યાલ; કલ્પના; ભાવના; મત. 2. Apprehension; mental faculty: સમજણ; અક્કલ; જ્ઞાન: મતિ; બુદ્ધિ. 3. Notion; fancy; freak:તુરંગ; લેહેર; તોર; મોજ; સ્વચ્છંદ. 4. Active imagination;lively fancy:કલ્પનાશક્તિ;તર્કશક્તિ; બુદ્ધિવિલાસ; ચંચલ બુદ્ધિ. 5. An overweening idea of one's self; vanity:મગરૂબી; અહંકાર;ગર્વ;ગુમાન; અભિમાન; દમામ; ડીમાક; મિજાજ; સ્વાભિમાન. *In* c. *with*, an accord with: મળતું; અનુકૂલ; માફક.

Conceited, (કૉન્સીટેડ) *a.* Endowed with fancy or imagination: કલ્પના–વિચારશક્તિવાળું.2. Entertaining a flattering opinion of one's self; vain: સ્વાભિમાની; ગુમાની; પતરાજખોર; ગર્વિષ્ટ; હોંસીઆરીનો ફાંકો ધરાવનાર–રાખનાર; અંહકારી.

Conceivable, (કૉન્સીવેબલ્) *a.* Capable of being imagined or understood: ખ્યાલ કરી શકાય તેવું; સમજી–ધારી શકાય તેવું; મનમાં ઉતરે એવું; કલ્પનીય; બુદ્ધિગમ્ય; મનોગમ્ય.

Conceive, (કૉન્સીવ) *vt.* & *vi*[L. *con* & *capio*, I take.]To receive into the womb and breed: ગર્ભ રહેવો–ધારણ કરવો;દહાડા–દિવસ–હમેલ રહેવા; સગર્ભા થવું;ગાભણા થવું;ફલવું.2. To plan:to devise: મનમાં યોજવું;યોજના કરવી; –નો ખ્યાલ બાંધવો;કલ્પવું; કલ્પના કરવી. 3.To imagine; to comprehend; to know: ધારવું; મનમાં સમજવું; વિચારવું.

Conceiving, (કૉન્સીવિન્ગ્) *n.* Pregnancy: હમેલ; દહાડા; ગર્ભધારણ.

Concenter, } (કૉન્સેન્ટર) *vi.* [L.*con* & *cent-*
Concentre, } *rum*, a centre.]To come to a point or to meet in a common centre:એકત્ર થવું;

એકસ્થલે આવવું–ભેગા થવું;એક–મધ્ય બિંદુમાં આવવું.

Concentrate, (કૉન્સેન્ટ્રેટ્) *vt.* To bring to a common centre; to unite more closely: જોડવું; એકાગ્ર કરવું; સમકેન્દ્ર કરવું; મધ્ય બિંદુમાં લાવવું. 2. To condense: ઘટ્ટ કo; જમાવવું; ઘાડું કo.

Concentration, (કૉન્સેન્ટ્રેશન્) *n.* Condensation; compression into a narrow space: કેન્દ્રમાં લાવવું તે; સંઘટ્ટન; એકીકરણ. C. *of the mind:* એકાગ્રતા; સમાધિ.

Concentric,(કૉન્સેન્ટ્રિક્)*a.*Having a common centre: સમકેંદ્ર; એકજ સાધારણ બીંદુવાળું.

Conception, (કૉન્સેપ્શન્) *n.* The first formation of the embryo of an animal:ગર્ભધારણ; હમેલ; ગર્ભાધાન; દિવસ; દહાડા. 2. The state of being conceived; beginning: પ્રારંભ; શરૂઆત; આરંભ. 3. The formation in the mind of an image; apprehension:મનમાં વિચાર ઉત્પન્ન થવો તે; બોધ; ગ્રહણ; અવધારણ; સમજ. 3.The image, idea or notion formed; a notion; a universal:કલ્પના; ભાવના; વિચાર; સંકલ્પ; ખ્યાલ. 5. Idea; purpose; design: હેતુ; ઈરાદો; મુરાદ; આશય.

Concern, (કૉન્સર્ન્) *vt.* [L. *con* & *cerno*, I separate.] To relate or belong to; to be of importance to: સંબંધ હોવો; લાગવું; વલગવું; ઉપયોગનું હોવું. 2. To engage by feeling or sentiment; to interest: કાલજી ધરાવવી; ફિકર રાખવી. *n.* Business; affair:કામકાજ;પ્રકરણ;ખટપટ;સંબંધ; હાથ; લાગતુ વલગતુ; વિષય. 2. Interest; moment: અગત્યપણું; ઉપયોગ; વજન;વજનદારી;ગૌરવ;માહાત્મ્ય. 3. Regard; solicitude; anxiety: દરકાર; ચિંતા; કાલજી; ઉત્કંઠા; ઉદ્વેગ; ફિકર; પરવા. 4. (*Com.*) A firm and its business: મામલો; કારખાનું; પેઢી અને તેનું કામકાજ.

Concerning, (કૉન્સર્નિન્ગ્) *prep.* Pertaining to; regarding; having relation to: સંબંધી;વિષે; લગતું. *a.* Important: ઉપયોગી; અગત્યનું; કામનું. *n.* Concern: દરકાર; કાલજી; કામ; વિષય.

Concert,(કૉન્સર્ટ્)*vt.*[L.*con* & *certo*,I strive.] To plan together; to settle by agreement: એકરાગ–મત થઈ ઠરાવ–નિશ્ચય–મનસુબો કo; નક્કી કo. 2. To plan; to devise: ગોઠવવું;યોજવું;રચના–યુક્તિ કo. *n.* An agreement in a design or plan; harmony: કોઈ મનસુબામાં એક રાગ–મત–વિચાર; સંપ; એકમત;એકભાવ. 2. Musical accordance or harmony: સુરમેલ; એકરાગતા; મેલ; એકતાન–લ; સંગીત. C. *hall:* સંગીતશાલા.3.A public musical entertainment: જાહેર ગાનતાનનો તગારો; જલસો.

Concertina, (કૉન્સર્ટિના) *n.* A small musical instrument of the accordion species: હાથે વગાડવાનું એક નાનું વાજું; કૉન્સર્ટિના.

Concession, (કૉન્સેશન્) *n.* [L.*con* & *cedo*, I yield.] The act of granting or yielding: નમતું મૂકવું તે; સ્વીકાર; માન્ય કo તે. 2.A grant; a boon: બક્ષીસ;ઈનામ.3.A privilege granted by government to do certain things: અમુક કામ કરવાને સરકારે આપેલો–બક્ષેલો હક.

Conch, (કૉન્ક્) *n.* [L. *concha*, shell.] A marine shell: દરિયાની છીપ; શંખલું; શંખ. 2. A concave surface: અંતર્ગોલ–ઘુમટદાર સપાટી.

Conciliate, (કૉન્સિલિએટ્) *vt.* [L. *concilio*, I bring to-gether.]To win over; to appease: મન–પ્રીતિ મેલવવી–સંપાદન કo; મેલવી લેવું; સલાહ કo; હેત–માયા સંપાદન કo; મનાવવું; અનુકૂલ–પ્રસન્ન કo.

Conciliation,(કૉન્સિલિએશન્) *n.* The act of winning over or bringing to agreement; reconciliation: સુલેહ; સમજુતી; મનાવણી; અનુરંજન.

Conciliatory,(કૉન્સિલિઍટોરિ)*a.* Tending to conciliate;pacific:મેલવી લે તેવું;બધાની જોડે મલતું; સમાધાનનું-કરાવે એવું;ચિત્તાકર્ષ.C.*measures*:સામોપચાર.

Concise,(કૉન્સાઇસ્)*a.*[L.*con* & *cædo*, I cut.] Condensed; brief and comprehensive: ટુંકું અને સમજી શકાય એવું;સંક્ષિપ્ત; મુખ્તેસર; અવિસ્તીર્ણ.

Conclave, (કૉન્ક્લેવ્) *n.* [L. *con* & *clavis*, key.] A private apartment: ખાનગી–ગુપ્ત જગ્યા; ઓરડો. 2. The body of cardinals: ધર્માધ્યક્ષોની સભા; મંત્રગ્રહ. 3. A private meeting; a close assembly: ખાનગી સભા; ગુપ્ત મંડલી.

Conclude, (કૉન્ક્લ્યૂડ્) *vt.* [L. *con* & *claudo*, I shut.] To shut up; to inclose: બંધ કo;અંદર ઘાલવું–પુરવું. 2. To include; to comprehend: સમાવેશ કo;–માંહે મૂકવું–ગણવું. 3. To shut off; to bar: બાધ આવવો; અટકાવ–અવરોધ થવો; અટકવું; હદ આવવી. 4. To infer; to collect by reasoning: અનુમાન કo; કયાસ કo; તર્ક–અનુમાનથી કાઢવું. 5. To bring to an end; to close:બંધ કo; આટોપવું; પુરૂં કo;સમાપ્ત કo. 6. To make a final determination of; to decide: છેલ્લો ઠરાવ કo; નિશ્ચય–નિર્ણય કo; નક્કી કo. 7. To bring about as a result; to effect: પરિણામ લાવવું; નિકાલ લાવવો–કo. *vi.* To close; to end; to terminate: અંત–છેડો આવવો; સમાપ્ત–પુરૂં થવું. 2. To form a final judgment; to decide: છેલ્લો ઠરાવ કo; તોડ કાઢવો; નિકાલ–નિર્ણય કરવો.

Concluding, (કૉન્ક્લ્યૂડિન્ગ્) *a.* Final; last: અંત–છેવટ–આખરનું; છેલ્લું.

Conclusion,(કૉન્ક્લ્યૂઝ્હન્) *n.* Close; termination; end: અંત; છેડો; પાર; છેવટ; આખરી; સમાપ્તિ. 2. Final decision; determination: છેલ્લો ઠરાવ; નિશ્ચય;નિર્ણય;ફલ. 3.Inference: અનુમાન;ઉપસંહાર;પરિણામ.4.(*Logic.*)The inferred proposition of a syllogism: સિદ્ધાંત; નિગમન. 5. An estoppel or bar: બાધ; અટકાવ. *In* C., (*a*) finally: છેવટે;આખરે. (*b*)shortly: ટુંકામાં. *To try* C.s:અજમાયશ–અખતરો કo.

Conclusive, (કૉન્ક્લ્યૂઝિવ્) *a.* Belonging to a close or termination; decisive: અંત–છેડો આણે એવું; છેવટનું;નિર્ણાયક.નિશ્ચયાત્મક; સિદ્ધાંતસ્થાપક; પ્રતિપાદક. C *evidences* (*Law.*): જે પુરાવો કાયદા રૂએ છેવટનો ગણવામાં આવે છે તે. C. *presumption:* વિરૂદ્ધનો પુરાવો ગમે તેવો સબલ હોય તોપણ જે અનુમાન રદ્દ ગણાતું નથી તે.

Concoct, (કૉન્કૉક્ટ્) *vt.* [L. *con* & *coquo*, I cook.] To digest: પચાવવું; પાચન કo; હજમ કo. 2. To mature or perfect: પાકું કo; પુરૂં કo. પકાવવું. 3. To plan: રચવું; ઉભું કo; યોજવું; કલ્પના કo. 4. To invent or prepare by combining new ingredients:નવા પદાર્થો ભેલવીને બનાવવું-શોધી કાઢવું. 5.To purify or refine chemically:શોધવું; શોધન ક૦; શુદ્ધ ક૦.

Concoction,(કૉન્કૉકશન્)*n.*Digestion:પાચન-હજમ થવું તે.2.The act of bringing to perfection or maturity: પૂર્ણતા-પરિપકવતામાં આણવું-લાવવું તે; પરિપકવ ક૦ તે. 3. Planning; contrivance:બનાવટ; રચના; કલ્પના; ઘાટ; મનસુબો; વિચાર.

Concomitance, (કૉન્કૉમિટૅન્સ્) *n.* Accompaniment: સોબત; સાથ; સંગ; સંગતિ; સંયોગ.

Concomitant, (કૉન્કૉમિટૅન્ટ્) *a.* [L. *con* & *comes*, a companion.] Concurrent; attended: જોડે આવનાર-જનાર-બનનાર; સહકારી; અનુષંગી. *n.* An associate; a companion: જોડીઓ; અનુષંગી; સહચારી; સહવર્તી; સંગી; સાથી.

Concord, (કૉન્કૉર્ડ્) *n.* [L.*con* & *cor, cordis*, heart.] Harmony; union: સંપ; એકરાગ; એકમત; એક વિચાર; ઐક્ય; અવિરોધ; મેલાપ. 2. Compact; treaty: પ્રતિજ્ઞા; કોલકરાર; કરારનામું; સંધીપત્ર. 3. (*Gram.*) Agreement of words with one another *(in gender, number, person*, or *case:* અન્વય ; મલતાપણું; અનુષંગ. 4. Consonance; harmony: મેલ; સ્વરૈકતા. *vi.* To agree: મલતા આવવું; એકમત થવું-હોવું.

Concordance, (કૉન્કૉર્ડન્સ્) *n.* Agreement; accordance: મલતાપણું; મેલ; એકતા; ઐક્ય. 2. Concord: અન્વય; મલતાપણું.

Concordant, (કૉન્કૉર્ડન્ટ્) *a.* Agreeing; correspondent; harmonious: મલતું; માફક; યોગ્ય; મેલાપી; અનુરૂપ; અવિરુદ્ધ.

Concourse, (કૉન્કૉર્સ્) *n.*[L. *con* & *curro*, I run.] A moving or running together; confluence:સંગમ;સંયોગ.2.An assembly; a crowd: ટોલું; મેલાવડો; મેલો; જમાવ; જનસમૂહ; સમુદાય; ઠઠ. 3.The place or point of meeting or a meeting: સંધિ; સંધિસ્થાન; સંકેતસ્થાન. 4. Concurrence;cooperation: એકમત; એકસંપ; મેલાપ; સમ્મતિ. 5.An open space where several roads or paths meet: ચોવટું; પંચવટી;પાંચપટી;ઘણા રસ્તા જ્યાં મલે તે સ્થલ.

Concrete,(કૉન્ક્રીટ્)*a.*[L.*con* & *resco*, I grow.] Consistent in a mass;united in a solid form: ઘટ્ટ; ઘાડું; નક્કર. **C.** *number:* પદાર્થસૂચક અંક. *n.*A mass formed by spontaneous union: મિશ્ર પદાર્થ; બાઝેલી ગાંઠ-ઢેફું-ગોલો પિંડો; ગઠ્ઠો. 2. A mass of stone gravel, pebbles, &c: પથ્થરના કડકાનું બાઝેલું ઢેફું-ગાંઠ. *vi.* To unite into a mass or soild body: જમવું; ઘટ્ટ થવું; ગઠ્ઠો-ગોલો થવો. *vt.*To form into a mass: જમાવવું; બાંધવું; ઘટ્ટ-ઘાડું ક૦.

Concretion, (કૉન્ક્રીશન્) *n.* A clot; a lump: બંધાઈ ગયેલો પોચો ગાંગડો-ગાંઠ;ગોલો; ગઠ્ઠો;પિંડો; ઢેપ.

Concubine,(કૉન્કયૂબાઈન્)*n.* [L. *con* & *cubo*,I lie down.] A woman who cohabits with a man without being his wife: રાખેલી સ્ત્રી; રાંડ; ઉપપત્નિ. 2. A woman of inferior condition: નીચ સ્થીતિ-હાલતની સ્ત્રી; દાસી; લુંડી.

Concupiscence,(કૉનકયૂપિસિન્સ્)*n.*[L. *con*& *cupio*, I desire.] Sexual lust: પાપવાસના; વિષયવાસના; કામાભિલાષ.

Concur, (કૉન્કર્)*vi.* [L. *con* & *curro*, I run.] To unite in action; to join: મલવું;એકઠું-સામેલ થવું. 2. To unite in opinion;to agree: એકમત-સંમત થવું; વિચારમાં મલતા આવવું; અનુસરવું. 3 To assent: કબુલ થવું; હા કહેવી; સંમતિ આપવી; માન્ય ક૦; અનુમોદન આપવું.

Concurrence,(કૉન્કરૅન્સ્)*n.*Union: એકગાંઠ;મેલાપ;એકસંપ;ઐક્ય;મેલ.2.Agreement in opinion: મન મલવું-એક થવું તે; એક ચિત્તતા; એકમત; સંમત. 3. Agreement or consent; co-operation: સંમતિ; અનુમતિ.

Concurrent,(કૉન્કરૅન્ટ્)*a.*Acting in conjunction; co-operating: જોડે-સાથે કામ કરનાર; સાથેનું; એક ચિત્ત-દીલનું; સહકારી. 2. Conjoined; associate: જોડે રહેલું; અનુષંગી; સાથેનું.

Concussion,(કૉન્કશન્)*n.*[L. *con* & *quatio*, I shake.] Agitation; shock: ધક્કો;હડસેલો;આંચકો. 2. (*Surg.*) The shock of some organ by a fall: પડવા-અથડાવાથી કોઈ શરીરના અવયવને આંચકો લાગવો તે; ઠપકાવું તે.

Condemn, (કૉન્ડૅમ્) *vt.* [L. *con* & *damno*, I condemn.]To pronounce to be wrong;to disapprove:દોષવાન-ખોટું-દૂષિત ઠરાવવું-કહેવું-દૂષણ દેવું-મૂકવું; નાપસંદ ઠરાવવું.2. To declare the guilt of; to convict of guilt: ગુન્હો-દોષ-અપરાધ જણાવવો-જાહેર ક૦; અપરાધી-દોષી ઠરાવવું; ગુન્હેગાર જાહેર ક૦.3.To pronounce a judicial sentence against; to doom: ગુન્હેગાર ઠરાવી શિક્ષા કરવી; અપરાધી ગણી શિક્ષા ફરમાવવી; શિક્ષા-સજા કરવી.4.To adjudge or pronounce to be unfit for use or service: ઉપયોગ-લાયક-વાપરવા લાયક નથી એમ ઠરાવવું; નકામું-નિરૂપયોગી ઠરાવવું; રદ્દ કરવું.

Condemnation, (કૉન્ડૅમ્નેશન્) *n.* Censure; blame; disapprobation:નિંદા; દૂષણ; દોષ;અપરાધ; ગુન્હો;વાંક. 2. The act of declaring guilt:ગુન્હેગાર ઠરાવવું તે; અપરાધનિર્ણય.3. The act of dooming to punishment:શિક્ષા-સજા કરવી તે; શિક્ષા; સજા;દંડ; દંડઆજ્ઞા.4. The act of dooming to forfeiture:જપ્ત કરવાનો હૂકમ. 5. The state of being condemned: ગુન્હેગાર-અપરાધી ઠરવું તે; શિક્ષા. 6. The ground or reason of condemning: ગુન્હેગાર-દોષવાન-શિક્ષાપાત્ર ઠરાવ્યાનું કારણ.

Condemnatory, (કૉન્ડૅમ્નૅટરિ) *a.* Condemning: શિક્ષા-દંડ પાત્ર ઠરાવે એવું; ખોટું-નિંદ્ય-રદ્દ ઠરાવે એવું; નિંદક;અપવાદક.

Condensation, (કૉન્ડૅન્સેશન્) *n.* The act of making more dense or compact;consolidation વધારે જાડું-ઘટ્ટ કરવું-થવું તે; થોડી જગ્યામાં સમાવવું-સમાઇ રહેવું તે.

Condense, (કૉન્ડૅન્સ્) *vt.* [L. *con* & *densus*, thick.] To make more compact or dense; to consolidate;to abridge:ઘટ્ટ-જાડું-ઘન કરવું;થોડામાં સમાવવું; ટુંકું કરવું; સંક્ષિપ્ત કરવું.2. To reduce into another and denser form: ઠારવવું; બીજા અને જાડા-ઘટ્ટ આકારમાં બદલવું-ફેરવવું-રૂપાન્તર કરવું. *vi.* To become close or more compact; to grow thick: જાડું-ઘટ્ટ-ઘન થવું; થોડામાં સમાવેશ થવો. *a.* Compact; firm; dense:જાડું;ઘટ્ટ;ઘન;મજબૂત;સ્થુલ.

Condescend, (કૉન્ડીસેન્ડ્) *vi.* [L. *con, de & scando*, I climb.] To yield; to submit: મ્હોટાઈ–અભિમાન મૂકી આચરવું–બોલવું–કરવું;આધીન થવું; કૃપા–મહેરબાની કરવી. 2. To consent;હા પાડવી–કહેવી; કબૂલ કરવું–થવું; સંમતિ આપવી.

Condescending,(કૉન્ડિસેન્ડિન્ગ્) *a.*Yielding to inferiors;courteous; affable: નિરભિમાની;વિવેકી;મોટા મનનું;નમ્ર;વિનયી;સવિનય;કૃપાશીલ; મહેરબાન.

Condescension,(કૉન્ડીસેન્શન્)*n.* Voluntary descent from rank or dignity to equality with another;courtesy: complaisance:ભાર–બોજ–માન–મ્હોટાઈ મૂકવી તે; નિરભિમાન; વિવેક; નમ્રતા; કૃપા; મહેરબાની; મહેર.

Condign,(કૉન્ડાઈન્)*a.*[L. *con & dignus*, worthy.] Deserving; worthy; suitable:યોગ્ય;લાયક; ઘટતું; વાજબી; મુનાસબ; ઉચિત.

Condiment, (કૉન્ડિમેન્ટ્) *n.* [L. *con & do*, I preserve.] Something used to give relish to food and to gratify the taste:મશાલો; મરીમશાલો; મરી મરચું.

Condition,(કૉન્ડિશન્)*n.*[L.*con & do*,I give.] State; rank:સ્થિતિ; હાલત; દશા;અવસ્થા; હવાલ:વર્ત્તમાન; પદવી; દરજ્જો; ભાવ. 2. Essential quality; property; attribute:ગુણ; લક્ષણ;અસલત;ખાસિયત. 3. Temperament; disposition:સ્વભાવ; પ્રકૃતિ. 4. An essential qualification;stipulation;article: સંકેત; બોલી; શરત; કરાર. *vi.* To make terms; to stipulate:શરત–બોલી–કરાર ક૦.

Conditional, (કૉન્ડિશનૅલ્) *n.* Not absolute; made or granted on certain terms:શરતી; શરતવાળું; અમુક શરતથી આપેલું–બક્ષેલું;સાંકેતિક; સાપેક્ષ. 2. (*Gram. & Logic.*)Expressing a condition or supposition: શરત–ધારણા બતાવે–જણાવે એવું સંકેતાર્થક; સંકેતાર્થી.

Condole,(કૉન્ડોલ્) *vi.* [L. *con & doleo*, I feel pain.] To express sympathetic sorrow; to grieve in sympathy:પારકા દુઃખે દુઃખી થવું;દિલાસો આપવો. *vt.*To lament or grieve over:શોક કરવો–દિલગીર થવું.

Condolence, (કૉન્ડોલૅન્સ્) *n.* Expression of sympathy with another in sorrow or grief:દિલાસો;પારકાના દુઃખનો ખેદ–શોક; સહદુઃખ–શોક.

Conduce,(કૉન્ડ્યૂસ્)*vi.*[L.*con& duco*,I lead.] To promote or further an end;to contribute: સાધન ભૂત–સહકારી–સાધક–કારણભૂત–હોવું; ઉપયોગી થવું;વધારવું;પુષ્ટિ–મદદ કરવી–આપવી;નિપજાવવું;કારણ-સાધન થઈ પડવું.*vt.*To conduct;to lead;to guide: લઈ જવું; દોરવું; દોરી લઇ જવું; તેડી જવું.

Conducive,(કૉન્ડ્યૂસિવ્)*a.* Leading or tending; helpful; contributive:સહકારી; કારણભૂત;સાધક; ઉપયોગી; ઉપયુક્ત.

Conduct,(કૉન્ડક્ટ્)*n.*[L.*con & duco*, I lead.] Guidance; management: ચલાવવું–દોરવું–વહીવટ કરવો તે; કારભાર; વહિવટ.2.Convey; guard;guide: રાહબાન;વલાવો;રખવાલ;ભોમિયો;માર્ગદર્શક.3.Personal deportment; behaviour:ચાલચલગત; વર્તન;વર્તણુક; ચાલ;આચરણ; આચાર; વહિવટ; વ્યવહાર. *vt.* To lead or guide;to escort; to attend:લઇ જવું;દોરી જવું; ભોમીઆ થઈ લઇ જવું; રસ્તો–માર્ગ બતાવવો. 2. To manage to regulate: ચલાવવું; કારભાર–વહિવટ કરવો; વ્યવસ્થા કરવી–રાખવી. 3. To behave (*with the reflexive*):વર્તવું; ચાલવું; આચરવું.

Conductor, (કૉન્ડક્ટર્)*n.* A leader; a guide; a commander:આગેવાન; દોરી લઈ જનાર;ચલાવનાર; ભોમીઓ; રાહબર; ઉપરી.2.The leader or director of a chorus:ગાયનનો પ્રથમ રાગ ચલાવનાર.3.(*Physics.*) A substance capable of forming a medium for the transmission of heat or electricity:ઉષ્ણતાવાહક.

Conduit,(કૉન્ડિટ્)*n.* [L. *con &duco*, I lead.] Pipe, canal or the like for the conveyance of water or any other liquid:નીક; નેહેર; નલી; નલ; રગ; નસ.2.A narrow passage for private communication:સાંકડો રસ્તો.

Cone, (કોન્) *n.* [L. *cuneus*, wedge.] A solid body having a circle for its base & tapering to a point:શંકુ; પડો.*vt.*To render cone-shaped: શંકુ–પડાના આકારનું બનાવવું–કરવું.

Confection, (કૉન્ફેક્શન્) *n.* [L. *confecio*, I prepare.] A mixture:જુદા જુદા પદાર્થની બનાવટ–મેલવણી. 2. A preparation of fruit, &c., without sugar: ખાંડ પાયેલી કાંઈ પણ વસ્તુ; ખાંડ પાએલો મેવો; મિઠાઈ; મુરબ્બો.

Confectioner,(કૉન્ફેક્શનર્)*n.* One whose occupation is to make or sell confections, candies, &c.:મિઠાઈવાલો; કન્દોઇ; સુખડીઓ; હલવઈ.

Confectionery,(કૉન્ફેક્શનૅરિ)*n.*.Sweetmeats; confections; candies:મિઠાઇ; સુખડી; હલવો. 2. A place where sweetmeats are made and sold: મિઠાઈ બનાવવાની–વેચવાની જગ્યા; કંદોઈની દુકાન.

Confederacy,(કૉન્ફેડૅરૅસિ) *n.*A league or covenant; alliance:એકસંપ; અરસપરસ કરેલી સંતલસ–સંપ; એક્કો. 2.The persons, bodies, states or nations united by a league:એક સંપી પુરૂષો–મંડલીઓ–રાજ્યો અથવા પ્રજાઓ. 3. (*Law.*) A combination of two or more persons to commit an unlawful act:કંઇ અઘટિત કરવાને બે અગર વધારે માણસની સંતલસ–સંપ–એક્કો.

Confederate,(કૉન્ફેડરેટ્)*a.* [L. *con & fœdus*, a league.]Allied by treaty:સંપથી જોડાયેલું;એકસંપી;એકસંપીલું.*n.*An ally:એકસંપીલો–સંપવાલો; મદદગાર;સાથી;સોબતી:મેલાપી.*vt. & vi.*To unite in a league; to ally: એકસંપ–એક્કો કરવો–થવો; સંપ બાંધવો.

Confederation (કૉન્ફેડરેશન્) *n.* See **Confederacy.**

Confer, (કૉન્ફર્)*vt.*[L.*con& fero*, I bear.] To compare: સરખાવવું;મુકાબલો કરવું. 2.To grant a permanent possession: to bestow: જાગુ કબજો આપવો–બક્ષવો; આપવું; બક્ષવું; ઇનાએત કરવું. 3.To contribute: to conduce:જોઇતી મદદ આપવી; સાહયકારી–મદદગાર થવું. *vi.* To have discourse; to consult: સલાહ–મસલત કરવું.

Conference,(કૉન્સફૅરૅન્સ્)*n.* Comparison: સરખામણી;મુકાબલો. 2. Formal consultation: મસલત;સલાહ;સંભાષણ;સંવાદ; મનસુબો 3. A meeting for consultation or discussion: મસલત–મનસુબો–સલાહની બેઠક–સમાજ.

Confess, (કૉન્ફેસ્) *vi.* [L. *con* & *fetior*, I confess.] To acknowledge or admit, as a crime, fault, &c.: વાંક–ગુન્હો–દોષ વિગેરે કબૂલ કરવું; સાચેસાચું કહી દેવું; માનવું. 2. To acknowledge faith in; to profess belief in: અંગીકાર–સ્વીકાર કરવું; શ્રદ્ધા–પ્રેમ બતાવવાં–રાખવાં. 3. (*Eccl.*) To make known as one's sins to a priest: પાદરી પાસે પોતાનાં પાપ નિવેદન–કબૂલ કરવાં–માનવાં.

Confessedly, (કૉન્ફેસેડ્લિ) *adv.* By confession; undeniably: નિસ્સંશય; બેચિત; મુકરર; બેશક. 2. Avowedly: જાણી જોઈને; સમજીને.

Confession, (કૉન્ફેશન્) *n.* The admission of a debt, obligation or crime; avowal; acknowledgment: દેવું–ફરજ–ગુન્હાની કબૂલાત; અંગીકાર; એકરાર; સ્વીકાર. 2. (*Eccl.*) The act of disclosing sins or faults to a priest: પાદરી આગલ પાપનો સ્વીકાર; પાપનિવેદન; દોષ પ્રકટીકરણ. 3. Acknowledgment of belief: પોતાની શ્રદ્ધા–આકીનનું પ્રકાશ કરવું તે.

Confessional, (કૉન્ફેશનૅલ્) *n.* The seat where a priest or confessor sits to hear confessions: પાપસ્વીકાર શ્રવણ કરનાર પાદરીનું આસન.

Confessor, (કૉન્ફેસૅાર) ગુન્હો–પાપ કબૂલ કરનાર; સ્વીકારનાર. 2. દોષ–પાપ શ્રવણ–સાંભલનાર ગુરૂ–પાદરી.

Confidant, (કૉન્ફિડૅન્ટ્) } *n.* A confidential
Confidante, (કૉન્ફિડૅન્ટ્) } or bosom friend: રહસ્યમિત્ર; વિશ્વાસુ ભાઈબંધ; ઈષ્ટ મિત્ર; ખાસ મિત્ર.

Confide, (કૉન્ફાઈડ્) *vi.* [L. *con* & *fido*, I trust.] To put faith; to trust: આકીન–શ્રદ્ધા રાખવી; વિશ્વાસ–ઈતબાર–ભરોંસો કરવો–રાખવો. *vt.* To intrust to: સોંપવું; ભરોંસે આપવું; સંભાલ નીચે મૂકવું–સોંપવું.

Confidence, (કૉન્ફિડેન્સ્) *n.* Trust; reliance; belief: ભરોંસો; વિશ્વાસ; શ્રદ્ધા; આકીન; ઈતબાર. 2. Feeling of security; assurance; self-reliance: ખાતરજમા; ખાતરી; નિર્ભયપણું; પતીજ; ઉમેદ; દમ; હામ; હિમ્મત; છાતી. 3. Private conversation: છાની–છૂપી વાતચિત; ગુહ્યવાર્તા.

Confident, (કૉન્ફિડૅન્ટ્) *a.* Frank; trustful: નિઃશંક; નિર્ભ્રાંત; વિશ્વાસ રાખનાર; બીક–ધાસ્તી–દગદગો ન રાખનાર. 2. Bold; undaunted: બહાદુર; હિંમતવાન; નિર્ભય; નિઃશંક; હામ–છાતીવાલું; બેધડક. 3. Bold to a fault: ધૃષ્ટ; સાહસિક; ઉદ્ધત; હુલ્લડ. 4. Having full confidence or belief; sure: વિશ્વાસુ; ખાત્રીવાલું; શ્રદ્ધાવાન; નિઃસંદેહ; નિઃશંક.

Confidential, (કૉન્ફિડેન્શિઅૅલ્) *a.* Trustworthy: વિશ્વાસુ; ભરોંસાદાર; ભરોંસો રાખવા લાયક; વિશ્વાસપાત્ર. 2. Privately intrusted; secret: છુપી–ગુપ્તરીતે સોંપેલું; છાનું; ગુપ્ત.

Confidently, (કૉન્ફિડૅન્ટ્લિ) *adv.* With confidence; with strong assurance: ખાતરી ભરોંસાથી; ખાતરજમાંથી; નક્કી; નિશંક.

Confine, (કૉન્ફાઈન્) *n.* [L. *con* & *finis*, limit.] Border; limit: સિમાડો; સીમા; મર્યાદા; હદ. 2. Place of restraint; prison: કેદખાનું; બંધીખાનું. *vt.* To shut up; to imprison: પૂરવું; ગોંધવું; બંધીખાનામાં–કેદમાં રાખવું. *To be confined:* સુવાવડમાં હોવું; ખાટલે હોવું. *vi.* To touch the limit: હદ–સીમા–મર્યાદાપર આવવું.

Confinement, (કૉન્ફાઈન્મૅન્ટ્) *n.* Restraint within limits: કેદ; બંદી; બંધ; નિરોધ; અટકાવ; બન્ધન; પ્રતિબંધ. *Place of* **c.**: બંધીખાનું; કારાગૃહ. 2. Restraint from going abroad by child-birth: સુવાવડ; પ્રસૂતિ; પ્રસવકાલ; સુવાવડનો ખાટલો.

Confirm, (કૉન્ફર્મ્) *vt.* [L. *con* & *firmus*, firm.) To make firm; establish: મજબુત–દૃઢ કo; સ્થાપિત કરવું; મજબુતી આપવી. 2. To strengthen in judgment or purpose: વિચાર અગર હેતુમાં દૃઢ થવું–કરવું. 3. To verify; to corroborate: મજબુતી–પુષ્ટિ આપવી દેવી; પક્કુ–નક્કી–નિશ્ચિત કરવું; ખરું છે એમ ઠસાવવું; શાબિત કરવું. 4. To justify: બહાલ મંજૂર કાયમ–મુકરર કરવું; સહી કરવું.

Confirmation, (કૉન્ફર્મેશન્) *n.* The act of confirming or giving strength; establishment: મજબુત દૃઢ કરવું તે; મજબુતી; પુષ્ટિ; સ્થાપના; પુષ્ટીકરણ; દૃઢીકરણ. 2. Corroboration; proof: પુષ્ટિ; જાસ્તી પુરાવો; મજબુતી; સાબેતી; પ્રમાણ. 3. Ratification: મંજુરી; બહાલી.

Confirmatory, (કૉન્ફર્મૅટરિ) *a.* Serving to confirm; corroborative: પુષ્ટિકર્તા; સ્થાપક; સ્થાપનકર્તા; મજબુતી–પુષ્ટિ આપે એવું.

Confiscate, (કૉન્ફિસ્કેટ્) *vt.* [L. *con* & *fiscus*, a money bag.] To appropriate, as a penalty, to the public use: જપ્ત કરવું; કબજ કરવું; દંડ દાખલ સરકારમાં લેવું.

Confiscation, (કૉન્ફિસ્કેશન્) *n.* The act of appropriating, as a penalty to the public use: જપ્તિ; કબજો; દંડ દાખલ સરકારમાં લઈ લેવું તે.

Conflagration, (કૉન્ફ્લૅગ્રેશન્) *n.* [L. *con* & *flagro*, I blaze.] A fire on a great scale or extending to many objects: મ્હોટી આગ; ભારે આગ; આગ; લ્હાય; પ્રલયાગ્નિ.

Conflict, (કૉન્ફ્લિક્ટ્) *n.* [L. *con* & *fligo*, I dash.] A violent collision: ધક્કાધક્કી; અથડાઅથડી; વિરોધ. 2. Contest; strife: લઢાઈ; ઝપ્પાઝપ્પી; સંગ્રામ; યુદ્ધ. *vi.* To strike or dash together; to collide: સામાસામું અથડાવું; અથડાઅથડી થવી. 2. To contend; to engage in strife: લઢાઈ કરવી; લઢવું; યુદ્ધ–સંગ્રામ–વિગ્રહ કરવું. 3. To be in opposition; to be contradictory: પરસ્પર વિરોધી હોવું; ઉલટું–વિરૂદ્ધ હોવું.

Conflicting, (કૉન્ફ્લિક્ટિન્ગ્) } *a.* Opposing;
Conflictive, (કૉન્ફ્લિક્ટિવ્) } contradictory: પરસ્પર વિરોધી; ઉલટું; વિરૂદ્ધ; પ્રતિકૂલ.

Confluence, (કૉન્ફ્લ્યૂઅૅન્સ્) *n.* [L. *con* & *fluo*, I flow.] A flowing to-gether; a place of meeting: સાથે વહેવું તે; સંગમ; મિલાપ. 2. A crowd; union: લોકોનું ટોલું–જમાવ; ભીડ; ઠઠ; મેલાવડો.

Conflux, (કૉન્ફ્લક્સ્) *n.* See **Confluence.**

Conform, (કૉન્ફૉર્મ્) *vt.* [L. *con* & *forma*, form.] To make alike; to bring into harmony or agreement: સરખું–મલતું–જેવું–બેસતું–અનુસર કરવું; પ્રમાણે કરવું. *vi.* To comply with; to yield to: તાબે રહેવું; આજ્ઞા પ્રમાણે વર્તવું; પાલવું; માનવું; અનુસરવું. *a.* Resembling; similar: મલતું આવતું; જેવું; સરખું; મલતું; અનુરૂપ.

Conformable, (કૉન્ફૉર્મેબલ્) *a.* Similar; like;

consistent: અનુરૂપ; સમાન; માફક; અનુકૂલ; મલતું; સરખું. 2. Proper; suitable: ઘટતું; લાયક; યોગ્ય. 3. Submissive; compliant: તાબેદાર; આધીન; વશ. 4. (*Geol.*) Parallel: સમાંતર.

Conformation, (કૉન્ફૉર્મેશન) *n.* The act of conforming; agreement; harmony: પ્રમાણે-મલતું-બેસતું કરવું તે; એકરાગ; મેલ; સરખાપણું; મલતાપણું. 2. Form; arrangement: રચના; આકૃતિ; ઘાટ.

Conformist, (કૉન્ફૉર્મિસ્ટ્) *n.* One who complies with the worship of the church of England or of the established church: ઇંગ્લાંડમાં ખ્રિસ્તિ ધર્મના સ્થાપન કરેલા મત પ્રમાણે ચાલનાર; પ્રવૃત્તધર્માનુવર્તી; ધર્માનુસારી.

Conformity, (કૉન્ફૉર્મિટિ) *n.* Resemblance; agreement; congruity: મલતાપણું; સરખાપણું; અનુરૂપતા. 2. Compliance with the usages of the established church: સ્થાપિત ધર્મ-પંથના નિયમોનું પ્રતિપાલન.

Confound, (કૉન્ફાઉન્ડ્) *vt.* [L. *con* & *fundo*, I pour.] To mingle and blend; to confuse: ગુંચવાડો ક૦; ઘોટાલો ક૦; ગુંચવી નાંખવું; ઉલટ પાલટ-ભેલસેલ ક૦. 2. To mistake for another: ભૂલથી એકને બદલે બીજાને ધારવું-ગણવું; ખોટું ઓળખવું. 3. To perplex; to dismay: ગભરાવવું; અમુઝાવવું; અમુઝણમાં નાંખવું; ભમાવવું. 4. To throw into confusion or disorder: ધૂલધાણી કરવી; અવ્યવસ્થિત કરવું.

Confounded, (કૉન્ફાઉન્ડેડ્) *a.* Confused; perplexed: આકુલ; વ્યાકુલ; વ્યગ્ર; ગાભરૂં; ચકિત; ચકછક; બાવરૂં.

Confraternity, (કૉન્ફ્રૅટર્નિટિ) *n.* [L. *con* & *frater* a brother.] A body or society of men united for some purpose; brotherhood: બન્ધુવર્ગ; મંડલ; ભાઈબંધોની મંડલી.

Confront, (કૉન્ફ્રન્ટ્) *vt.* & *vi.* [L. *con* & *frons*, the forehead.] To face: સન્મુખ-મોહોડે મોહડું-સામસામું-રૂબરૂ ઉભા રાખવું; રજુઆત ક૦. 2. To stand in direct opposition to; to oppose: સામા થવું; સન્મુખ આવવું-ઉતરવું-થવું. 3. To compare: સરખાવવા માટે જોડે સાથે મૂકવું; સરખાવો કરવો; મુકાબલો કરવો; સરખાવવું.

Confrontation, (કૉન્ફ્રન્ટેશન) *n.* The act of confronting; comparison: રજુઆત; મુકાબલો; રજુ મુકાબલો; પ્રત્યક્ષતા.

Confuse, (કૉન્ફ્યૂઝ) *a.* [L. *con* & *fundo*, I pour.] *vt.* To jumble together; to confound: ઓળખી ન શકાય તેવી રીતે ગુંચવવું-ગુંચવી નાંખવું; ગરબડસરબડ-ભેલસેલ કરી નાંખવું. 2. To perplex; to disconcert: ગુંચવવું; ગભરાવવું; ઝંખવાણું પાડવું.

Confused, (કૉન્ફ્યૂઝ્ડ્) *a.* Mixed; confounded: ભેલસેલ; ગુંચવાયલું; ગભરાઈ ગયલું.

Confusion, (કૉન્ફ્યૂઝ્હન) *n.* Indistinct combination; disorder; tumult: ગુંચવણ; ઘોટાલો; ઘોલ; અવ્યવસ્થા; ઘાલમેલ. 2. Perturbation; shame: શરમ; લજ્જા; ગભરાટ; ગભરામણ; ગુંચવણ. 3. Overthrow; defeat; ruin: પરાજય; નાશ.

Confutation, (કૉન્ફ્યૂટેશન) *n.* The act or process of confuting; refutation: તકરારથી હરાવવું તે; ખંડન; રદીઓ.

Confute, (કૉન્ફ્યૂટ્) *vt* [L. *con* & *futo*, I argue.] To refute conclusively; to overcome: તકરાર-દલીલથી રદ ક૦-હરાવવું; મ્હોં બંધ ક૦; ખોટું પાડવું; રદીઓ આપવો; ખંડન ક૦.

Conge, (કૉન્જી) *n.* [L. *con* & *meo*, I go.] (*a*) The act of taking leave; farewell: છેલ્લી સલામ; રામરામ. (*b*) Dismissal: રજા આપવી તે; વિદાયગીરી. 2. A bow or a courtesy: સલામ; રામરામ; પ્રણામ; નમસ્કાર. *vi.* To take leave with the customary civilities: સલામ ક૦; રામરામ કહેવા; નમસ્કાર ક૦.

Congeal, (કૉન્જીલ્) *vt.* [L. *con* & *gelo*, I freeze.] To freeze; to stiffen: જમાવવું; ઘટ્ટ ક૦; થિજવવું; બાંધવું. 2. To chill; to check the flow of, or cause to run cold: શિથિલ ક૦; ઠરવી દેવું. *vi.* To grow hard, stiff, or thick, from cold; to coagulate: ટાઢ-ઠંડને લીધે કઠણ-જાડું-ઘટ્ટ થવું; જામવું; બંધાવું; થિજવું; ઠરી જવું; ઠંડું ગાર થઈ જવું.

Congenial, (કૉન્જીનિઅલ્) *a.* [L. *con* & *genialis*, genial.] Kindred; cognate; sympathetic: સમજાતીય; મલતું; સમધર્મક; સમાનશીલ. 2. Naturally adapted or suited: કુદરતથી માફક આવતું-બેસતું-મલતું; સ્વભાવાનુસાર; અનુકૂલ.

Congenital, (કૉન્જૅનિટલ્) *a.* [L. *con* & *gero*, I bear.] Existing at or dating from birth; natural: જન્મનું; સ્વાભાવિક; જન્મથીજ થયલું-બનેલું.

Congest, (કૉન્જેસ્ટ્) *vt.* [L. *con* & *gero*, I bear.] To bring together; to accumulate: એકઠું ક૦; ઢગલો ક૦; જમાવ ક૦; સંચય-પુંજ ક૦.

Congestion, (કૉન્જેસ્ચન) *n.* The act of gathering into a heap or mass; accumulation: ઢગલો ક૦ તે; એકઠું ક૦ તે; ઢગલો; જમાવ. 2. (*Med.*) An accumulation of blood in any part of the body: શરીરના કોઈપણ ભાગમાં લોહી એકઠું થવું તે; લોહી ધાઈ આવવું તે; લોહીનો જમાવ.

Conglomerate, (કૉન્ગ્લૉમરેટ્) *a.* [L. *con* & *glomero*, I wind into a ball.] Concentrated; collected: જમાવ થઈ ગોલ દડા જેવું થયલું; દડીબંધ; ગઠ્ઠાબંધ.

Conglomeration, (કૉન્ગ્લૉમરેશન) *n.* The act of gathering into a mass; collection; accumulation: જમાવ; સંગ્રહ; સમુદાય; ગોલો; દડો; પુંજ; રાશિ.

Conglutinate, (કૉન્ગ્લ્યૂટિનેટ્) *vt.* [L. *con* & *glutino*, I glue.] To glue together; to unite by some tenacious substance: જોડવું; ચોટાડવું. *vi.* To coalesce: જોડાવું; સંધાવું. *a.* Glued together in one mass: એકઠું; ચોડેલું; જોડેલું.

Conglutination, (કૉન્ગ્લ્યૂટિનેશન) *n.* A gluing together; union: ચોડવું તે; સંયોગ; સંધિ; સાંધો.

Congratulate, (કૉન્ગ્રૅટ્યૂલેટ્) *vt.* [L. *con* & *gratus*, pleasing.] To wish joy to: મુબારકી-મુબારકબાદી આપવી; અભિનંદન આપવું. *To c. one's self*, to rejoice; to feel satisfaction: આનંદિત થવું; આનંદ પામવો; સંતુષ્ટ થવું.

Congratulation, (કૉન્ગ્રૅટ્યૂલેશન) *n.* An expression of sympathetic pleasure: વધામણી; મુબારકબાદી; અભિનંદન; ધન્યવાદ.

Congregate, (કૉન્ગ્રીગેટ્) *vt.* & *vi.* [L. *con* & *grex*, flock.] To assemble; to mass: એકઠું-ભેગું-

ભેલું થવું—ક૦; ગોલો—જમાવ ક૦.

Congregation, (કૉન્ગ્રીગેશન્) *n.* The act of congregating: જમાવ કરવો—એકઠું—ભેગું ક૦ તે. 2. A collection or assemblage of separate things: જૂદી જૂદી-ભિન્ન ચીજો-પદાર્થોનો જમાવ-સમૂહ; સમુદાય. 3. An assembly of persons; a gathering: સમાજ; સભા; મંડળી; જમાત; અંજુમન. 4. The whole body of the Jewish people: સમસ્ત યાહુદી લોક; યાહુદીજન સમસ્ત.

Congress, (કૉન્ગ્રેસ્) *n.* [L. con & *gradior*, I go.] A meeting of individuals; an encounter: લોકોનો મેળાપ-સમાગમ. 2. A collision; a shock: સામસામો ધક્કો; ઠેસ; અથડા અથડી. 3. The meeting of the sexes in sexual commerce: સ્ત્રી પુરૂષ-સંગ-સમાગમ; મૈથુન. 4. A meeting of the representatives of several states to consider & determine matters of common interest: સાર્વજનિક લાભ-ફાયદાઓની ખાખતો ઉપર વિચારી નક્કી કરવા મળેલા જુદા જુદા રાજ્યના પ્રતિનિધિઓ-વકીલોની સભા-મંડળી. 5. A gathering or assembly; a conference: સભા; સમાજ; મંડળી; કોંગ્રેસ.

Congruence-cy, (કૉન્ગ્રૂઅન્સ્(-ન્સિ) *n.* [L. *congruentia.*] Agreement; consistency: એકરાગ; મેલાપ; અનુસંધાન અનુકૂલતા; યોગ.

Congruous-ruent, (કૉન્ગ્રૂઅસ્-અન્ટ્) *a.* Suitable; agreeing; fit; harmonious: મલતું; બેસતું; માફક; યોગ્ય; ઉચિત; સંગત; અનુરૂપ; યથા યોગ્ય; એકરાગી.

Congruity, (કૉન્ગ્રૂઇટિ) *n.* Fitness; harmony; correspondence: એકરાગ; યોગ્યતા; મેલાપ; મેલ; યોગ; ગાંઠ; અનુકૂલતા; લાગ; અનુસંધાન. 2. Coincidence: સરખી જગ્યા રોકવી તે; સરખાપણું.

Conic-al, (કૉનિક્-કૅલ્) *a.* [L. *conus.*] Having the form of, or resembling, a cone: શંકુ આકૃતિ-આકારનું; શંકવાકાર; પડા સરખું; પડા રોકું. 2. Pertaining to a cone: શંકુ પડાનું—સંબંધી.

Conics, (કૉનિક્સ્) *n.* That part of geometry which treats of the cone and the curves which arise from its sections: શંકુચ્છેદ ભૂમિતિ. 2. *pl.* Conic sections: શંકુછેદ.

Conjectural, (કૉન્જેક્ટ્યૂરૅલ્) *a.* Depending on conjecture: અટકલ ભરેલું; કલ્પિત; અનુમાનિક.

Conjecture, (કૉન્જેક્ટ્યૂર્) *n.* [L. *con* & *jacio*, I throw.] Probable inference; surmise; guess: અટકલ; અનુમાન; ઉંઢાંગ; ધારણા; તર્ક; કલ્પના; કયાસ. *vt.* To surmise; to guess:—અટકલ—કયાસ—અનુમાન ક૦; કલ્પના—તર્ક ક૦; અટકલ—ઉંઢાંગ બાંધવું.

Conjoin, (કૉન્જૉઈન્) *vt.* [L. *con* & *jungo*, I join.] To join together; to unite: સાથે જોડવું; સાંધીને એકઠું ક૦; સંયુક્ત ક૦; સાંધવું; સંયોગ ક૦. *vi.* To unite; to join; to league: જોડાવું: સામેલ થવું; એક થવું; મલવું. *a.* Conjoined: જોડાએલું; સંયુક્ત.

Conjoint, (કૉન્જૉઇન્ટ્) *a.* United; connected; associated: જોડેલું; સાંધેલું; સંયુક્ત; ભેગું.

Conjointly, (કૉન્જૉઇન્ટ્લિ) *adv.* In a conjoint manner; unitedly: મલીને; જોડે; ભેગું; એકઠું; સાથેલાગ્યું.

Conjugal, (કૉન્જ્યૂગૅલ્) *a.* [L. *con* & *jugum*, a yoke.] Belonging to marriage: વિવાહનું; વિવાહ—લગ્ન સંબંધી; વિવાહવિષયક.

Conjugate, (કૉન્જ્યૂગેટ્) *vt.* [L. *con* & *jugo*, I join.] To unite in marriage; to join: લગ્ન ક૦; જોડવું; લગ્ન-ગાંઠથી જોડવું; પરણાવવું. 2. To distribute the parts or inflections of a verb: ક્રિયાપદનાં રૂપાખ્યાપન આપવાં—ક૦.

Conjugation, (કૉન્જ્યૂગેશન્) *n.* The act of uniting; union; assemblage: જોડવું—ભેગું કરવું તે; મેલાપ; સંયોગ; સંગ. 2. A couple; a pair: જોડકું; જોડ. 3. (*a*) The act of distributing the several inflections or variations of a verb: ક્રિયાપદનાં રૂપાખ્યાપન. (*b*) A scheme in which all parts of a verb are arranged: ક્રિયાપદનાં રૂપનું કોષ્ટક. (*c*) A class of verbs conjugated in the same manner: (ધાતુના) ગણ.

Conjunct, (કૉન્જંક્ટ્) *a.* United; conjoined: જોડેલું; સાંધેલું; સંયુક્ત; ભેગું.

Conjunction, (કૉન્જન્ક્શન્) *n.* Union; association: સંયોજન; સંયોગ; સંબંધ; સંધિ. 2. (*Gram.*) A connective or connecting word: ઉભ્યાનવયી અવ્યય; વાકયયોગી અવ્યય. *In c. with:* સાથે; લગતું; જોડે.

Conjunctive, (કૉન્જન્ક્ટિવ્) *a.* Closely united: સજ્જડ—જોડાજોડ—મજબુત—જોડાયેલું. 2. Serving to unite; connecting together: જોડતું—જોડવામાં કામ આવતું; જોડનારૂં; સંયોગ કરનારૂં; સંયોગી.

Conjuncture, (કૉન્જન્ક્ટ્યૂર્) *n.* Union; connection; combination: સંયોગ; સંજોગ; યોગ; સંધિ. 2. An occasion or crisis: સંધિ; પ્રસંગ; અવસર; જોગ; જોગવાઈ; તક; લાગ; અણી; તાકડો; એતેફાક.

Conjuration, (કૉન્જ્યૂરેશન્) *n.* The act of binding by an oath; an earnest entreaty; adjuration: સોગંદ ઘાલવા તે; સોગંદ આપીને પૂછવું તે; ખહુ આજીજી; કાલાવાલા; વિનંતિ. 2. Incantation; enchantment: ધંતર મંતર; જાદુ; ઇલમ; ટોણાટુચકા.

Conjure, (કૉન્જ્યૂર્) *vt.* [L. *con* & *juro*, I swear.] (*a*) To call on or summon by a sacred name or in a solemn manner; to adjure: સોગંદ ઘાલીને બોલાવવું—પૂછવું. (*b*) To implore earnestly: ખહુ આજીજી કરીને—કાલાવાલાથી વિનંતિ ક૦.

Conjure, (કન્જર્) *vt.* To affect or excite by magic; to enchant: જાદુ ક૦; મંતરવું; નજરબંધી—ધંતર મંતર—જાદુ—છુમંતર ક૦—કરાવવું; મંત્ર ફુંકાવવો; ઇલમ ચલાવવો.

Conjurer, (કન્જરર્) *n.* (*a*) One who practices magic; one who performs feats of legerdemain: જાદુગર; ઇલમી; મદારી; ગારૂડી; મંત્રવાદી; ધંતર મંતરવાલો; ઇલમબાજ. 2. A man of sagacity: ચાલાક—ચતુર—હોશીયાર માણસ.

Connate, (કૉન્નેટ્) *a.* [L. *con* & *natus*, born.] Born with another; being of the same birth: સાથે જન્મેલું; એકજ જન્મનું; સહજ; સમકાલજ. 2. (*Bot.*) United in origin; united in one body: એકજમાંથી થયેલું; જોડાઈને એક થયેલું. **C.** *leaves:* જોડાઇ એક થયેલાં પાંદડાં.

Connatural, (કૉન્નૅટ્યૂરૅલ્) *a.* [L. *con* & Eng. *natural.*] Inborn; natural; inherent: એકજાતીય; સજાતીય; સમસ્વભાવનું; સમધર્મક; સમભાવ.

Connect, (કૉન્નેક્ટ્) *vt.* [L. *con* & *necto*, I bind.] To knit, link, or fasten together; to combine:

સંબંધ–યોગ–સંયોગ ક૦;સાંધવું;જોડવું; ગાંઠવું; ખાંધવું. *vi.* To become joined, united or coherent:સંધાવું; જોડાવું; ગંઠાવું; બંધાવું; નિકટ સંબંધ ધરાવવો.

Connected,(કૉન્નેક્ટેડ્) *p. p.* Joined; united; coherent:સંધાયેલું; સંયુક્ત; સંબંધી; અતલગ; સગું.

Connection-xion,(કૉન્નેક્શન) *n.* Junction; union; alliance; relationship: સંયોજન; સંયોગ; સંબંધ; લાગતું; સંધિ; નિસબત; સગાઈ; સગપણ. 2. That which connects or joins together; a tie; a bond: અનુસંધાન; સંદર્ભ; ગાંઠ; સંબંધ; સંયોગ; બંધ. 3. A relation; a person connected with another by marriage: સંબંધી; સગું; નાતેદાર. 4. The persons or things connected together: સંયુક્ત પદાર્થ–વસ્તુ–માણસ; બંધુ;બાંધવ; જ્ઞાતિ; જાતિ.

Connivance, (કૉનાઇવૅન્સ્) *n.* Intentional failure to see a fault;voluntary oversight:આંખ આડા કાન; અખાડા; આંખ મીંચામણી.

Connive,(કૉનાઇવ્)*vi.*[L.*con* &*nivo*, I close.] To open and close the eyes rapidly; to wink: જલદીથી આંખો ઉઘાડીને મીચી દેવી–બંધ ક૦;આંખ મીંચામણી ક૦. 2. To fail or forbear, by intention, to see a fault: જોયું ન જોયું ક૦; આંખ આડા કાન–અખાડા ક૦; સાંભળ્યું ન સાંભળ્યું ક૦.

Connoisseur,(કૉનૅાઇસ્યૂર્)*n.*[L.*con* & *nosco*, I learn.] One well versed in any subject; a skillful or knowing person;પ્રવિણ–નિપુણ–ગુણજ્ઞ –રસજ્ઞ પુરૂષ;મર્મજ્ઞ;વાકેફગાર;પરીક્ષક;ગુણગ્રાહી.(*Ironically*): હીરા પારખું; ગાજર પારખું.

Connote,(કૉન્નોટ્)*vt.*[L.*con* & *noto*,I mark.] To imply; to include:ગુણ દેખાડવો; સમાવેશ ક૦.

Connubial, (કૉન્યુબિઍલ્) *a.*[L.*con* & *nubo*, I marry.] Pertaining to marriage; nuptial: વિવાહ–લગ્ન સંબંધી; વિવાહિક,લગ્નનું–સંબંધી;દંપતીનું.

Couquer, (કૉન્કર) *vt.* [L. *con* & *quæro*, I seek.]To gain force; to subdue; to vanquish: બલથી મેળવવું; જીતવું;તાબે ક૦; જય કરીને લેવું–હસ્તગત ક૦; પરાજીત પમાડવું; હરાવવું; સર ક૦; પરાભવ–પરાજય ક૦. 2. To surmount: વશ–આધીન ક૦. 3. To gain or obtain by success:પ્રાપ્ત ક૦; શ્રમથી–વિજયથી મેળવવું. *vi.* To gain the victory; to overcome:જય મેળવવો; જીતવું; ફતેહમંદ–વિજયીથવું.

Conqueror,(કૉન્કરર)*n.* One who conquers: જીતનાર;વિજયી;જેતા;રણજિત; પરાભવ કરનાર.*a mighty* **c.**:દિગ્વિજયી.

Conquest,(કૉન્કવેસ્ટ્) *n.* The act of conquering or acquiring by force; subjugation; victory:જીતવું તે;જીત,જય; ફતેહ; વિજય.2.That which is conquered:જે જીતવામાં આવે છે તે; જીતેલી વસ્તુ–પ્રદેશ; જીતદ્રવ્ય; જીતપ્રદેશ.3.The acquiring of property by other means than inheritance: વારસા સિવાયબીજાં સાધનોથી મિલકત મેળવવી તે;પ્ર.મિ;સંપ્રાપ્તિ.

Consanguineous,(કૉન્સૅન્ગ્વીનિઅસ) *a.* [L. *con* & *sanguis*,blood.] Of the same blood, related by birth: એક લોહીનું; સગાઇ ધરાવતું; સગોત્રજ; સપિંડ.

Consanguinity, (કૉન્સૅન્ગ્વીનિટિ) *n.* The relation of persons by blood;blood relationship: એકલોહી સંબંધ; એક લોહીની સગાઇ; સગપણ; સગોત્રતા; સપિંડતા.

Conscience,(કૉન્શન્સ્) *n.* [L. *con* & *scio*, I know.]Knowledge of one's own thoughts or actions; consciousness:શુદ્ધિ; સાવધગિરી; શ્રમ;જાણપણ; અંતર્જ્ઞાન.2.The moral faculty; the moral sense:સારૂં નરસું સમજવાની શક્તિ; અંતઃકરણ; હૈયું; મન; બુદ્ધિ. 3. Conviction of right or duty:ઇમાનદારી; ઈમાન; મનનો ખરો ભાવ; ન્યાય; દયાનત. 4. Tenderness of feeling; pity:દયા;કરૂણા.*To make* **c.** *of* or *a matter of* **c.**: અંતઃકરણની સૂચના–આજ્ઞા–પ્રમાણે ચાલવું–વર્તવું; ઇમાનથી ચાલવું–વર્તવું;ખમચાવું; ખાંચકો ખાવો.

Conscientious, (કૉન્શિઍન્શસ્) *a.* Influenced by conscience; governed by the supposed rules of right and wrong:નીતિવાન; ઇમાનદાર; દયાનતદાર; પ્રમાણિક. 2. Conformed to the dictates of conscience:અંતઃકરણ મુજબ કરેલું;ઇમાનવાળું; નીતિમય; ન્યાયપરાયણ.

Conscientiousness,(કૉન્શિઅન્શસ્નેસ્)*n.*A sense of justice and strict conformity to the dictates of conscience: સાચી નિષ્ઠા; ઇમાનદારી; દયાનતદારી.

Conscious,(કૉન્શસ્)*a.*Possessing the faculty or power of knowing one's own thoughts or mental operations: ભાન–શુદ્ધિવાળું; સાવધ; સચેત; સાવચેત; હોશિયાર. 2. Cognizant; aware:વાકેફ;વાકેફગાર; જાણ; જાણીતું; માહિતગાર. [કરીને.

Consciously,(કૉન્શસલી) *adv.*જાણી બૂજીને; હાથે

Consciousness, (કૉન્શસ્નેસ્) *n.* The state of being conscious: ચેતના; શુદ્ધિ; ભાન; સાવચેતી: જાણપણ; ચૈતન્ય; હોશ; શ્રમ. *To return to* **c.**: શુદ્ધિ–ભાનમાં આવવું; ભાન ઠેકાણે આવવું.

Conscribe,(કૉન્સ્ક્રાઇબ્) *vt.* [L. *con* & *scribo*, I write.] To write down; enlist: લખવું; નોંધવું; નામ દાખલ ક૦.

Conscription,(કૉન્સ્ક્રિપ્શન)*n.* An enrolling or registering:નોંધવું–નોંધ ક૦ તે: નોંધ.2. A compulsory enrollment of men for military or naval service; a draft: લશ્કરી કે વહાણમાં નોકરી કરવાને માટે જબરદસ્તિથી નામ નોંધવાં તે; ફરજિયાત લશ્કરી નોકરી.

Consecrate,(કૉન્સીક્રેટ્) *vt.* [L. *con* & *sacer*, sacred.] To make or declare to be sacred; to dedicate to the service of God:પવિત્ર ક૦; પવિત્ર કામને માટે નિર્માણ ક૦–જૂદુ કાઢવું; દેવાર્પણ ક૦.2. To set apart to a sacred office:સંસ્કાર–અભિષેક ક૦. 3. To canonize; to enroll among the gods:દેવપદ આપવું; સંત બનાવવો;સંતાવલીમાં દાખલ ક૦.4. To render venerable; to dignify: પૂજ્ય પ્રતિષ્ઠિત ક૦. *a.* Devoted; dedicated; sacred:અર્પણ કરેલું; પવિત્ર કરેલું–બનાવેલું;પ્રતિષ્ઠિત; પ્રતિષ્ઠાપિત.

Consecration, (કૉન્સીક્રેશન) *n.* The act or ceremony of consecration; dedication: પ્રતિષ્ઠા; દેવાર્પણ; પ્રતિષ્ઠાપન; સંસ્કાર; અભિષેક.

Consecution, (કૉન્સૅક્યૂશન) *n.* A sequel; a succession; a series: પરંપરા; માલા; શ્રેણી; હાર; અનુબંધ; ક્રમ.

Consecutive,(કૉન્સીક્યૂટિવ)*a.*[L.*con*&*sequor*,

I follow.] Following in a train; successive: એક પાછલ એક આવતું;અનુક્રમનું;લગોલગ; લાગટ. 2. Following as a consequence or result:પરિણામ તરીકે નિપજતું-થતું; પરિણામી.

Consent,(કૉન્સેન્ટ્)*n.*[L.*con* & *sentio*, I feel.] Accord; concurrence: એક ચિત્તતા; ઐકય; સંમતિ; અનુમતિ; અનુમત. 2. Agreement; harmony: એક રાગ;એકમત;સંગ;મલતાપણું. 3. Acquiescence;approval:સંમતિ;અનુમતિ;મંજુરી:રજા;પરવાનગી. *With free* **C.**:રાજી ખુશીથી.*vi.* To be of the same mind; to concur:એકજ મત-વિચારના હોવું; મલતા આવવું. 2. To give assent; to comply: સંમતિ-કબૂલત આપવી; હા પાડવી-કહેવી.

Consentaneous, (કૉન્સેન્ટેનિઅસ્) *a.* Agreeable;suitable: મલતું; બેસતું; લાયક; યેાગ્ય; અનુકૂલ; માફક; ઉચિત.

Consentient,(કૉન્સૅન્શિઍન્ટ્) *a.*Agreeing in mind; accordant:સંમત;કબૂલ;રાજી;એકચિત;એકમત.

Consequence, (કૉન્સીકવૅન્સ્) *n.* Result: પરિણામ;ફલ;હાંસલ. *Visible* **C.**: દૃષ્ટાર્થ. 2. (*Logic.*) Inference; deduction: અનુમાન; સિદ્ધાંત; નિશ્ચીતાર્થ. 3. Chain of causes and effects; consecution: કાર્ય કારણ સંબંધ; કાર્ય કારણાન્વય. 4. Importance; value; moment: વજન; કિંમત; દરકાર; ગરજ; અગત; ઉપયેાગ. *Of* no **C** :નિરર્થક. *In* **C.**, for this cause: એટલા માટે; એ કારણે. *In* **C.** *of*, by reason of: એ કારણથી; લીધે. *vt.*To draw inferences;to deduce: અનુમાન ક૦; અનુમેય ક૦; સિદ્ધાંત કાઢવેા.

Consequent, (કૉન્સીકવૅન્ટ્) *a.* Following as a result or inference: પરિણામ-અનુમાન દાખલ નિપજતું;પરિણામક;અનુયાયી; અનુસારી; કાર્યકારણ સંબંધી. 2. (*Logic.*) Following by necessary inference:અનુમાન જન્ય. *n.* That which follows or results from a cause: અનુષંગ; ફલ; પરિણામ. ૨. (*Logic.*) A conclusion or inference: સિદ્ધાંત; અનુમાન. 3. (*Math.*) The second term of a ratio: ઉત્તર ફલ.

Consequential,(કૉન્સીકવૅન્શિઍલ્)*a.* Following as a result; consequent: પરિણામક; આનુષંગિક; અનુવર્તી. 2. Pretending to importance; pompous: મિજાજી;ગર્વિષ્ટ;દમામી;ડોલી; ડીમાકી; તેારી.

Consequentially, (કૉન્સીકવૅન્શિઍલિ) *adv* Eventually:આખરે;તેથી કરીને;તેટલા માટે. 2. In a regular series; consecutively:નિયમ પ્રમાણે;અનુક્રમે; ક્રમવાર-પૂર્વક.

Consequently, (કૉન્સીકવૅન્ટ્લિ) *adv.* Consequence:તેથી-તેણે કરીને; તેને લીધે; એટલા માટે.

Conservancy, (કૉન્ઝર્વૅન્સિ) *n.* The act of preserving;preservation: સંભાલ; રક્ષણ; સંરક્ષણ.

Conservation,(કૉન્ઝર્વેશન્) *n.* The keeping of a thing in safe and entire state; preservation: રક્ષા; સંરક્ષણ; પાલન; સંભાલ; બચાવ.

Conservatism, (કૉન્ઝર્વેટિઝ્મ્)*n.*Opposition to change: ચાલતી રૂઢી રહેવા દેવાની ઈચ્છા; ચાલતી રીતિમાં ફેરફાર કરવાની નાખુશી.

Conservative, (કૉન્ઝર્વૅટિવ્) *a.* Having power to preserve in a safe or entire state, or from loss or injury: સલામત-આખું-નુકશાન-ઈજા ન થાય તેમ રાખનારૂં;રક્ષક;સંરક્ષક;પાલક.2.Tending or disposed to maintain existing institutions: ચાલતી રીતીને વલગી રહેનાર; સ્થિતિપાલક.

Conservator, (કૉન્ઝર્વેટર્) *n.* One who preserves from injury or violation: ઈજા-નુકશાનમાંથી સંભાલી રાખનાર; સંરક્ષક: રક્ષક; પાલક.

Conservatory, (કૉન્ઝર્વૅટોરિ)*a* Having the quality of preserving from loss, decay or injury: દુ:ખ-ઈજા-નુકશાન-સડામાંથી બચાવતું;રક્ષક;સંરક્ષક. *n.* A place for preserving from loss, decay or injury:રક્ષણ શાલા; રક્ષણસ્થાન-આગાર; રક્ષણગૃહ.2.(*a*)That which preserves from loss, decay, &c.: નાશ-બિગાડ વિગેરેમાંથી બચાવનાર.(*b*) Especially a green house for preserving tender plants: કુમલા છેાડવાઓને લીલાને લીલા રાખવાનું સ્થલ-મકાન. 3. A public place of instruction: સાર્વજનિક કેલવણી આપવાની જગા.

Conserve,(કૉન્ઝર્વ્)*vt.* [L.*con*&*servo*,I keep.] To serve; to preserve; to protect: જાલવી રાખવું; સડો નહીં લાગવા દેવેા. 2. To prepare with sugar as fruits, &c. for the purpose of preservation: ખાંડ પાવી; મુરબ્બેા કરવેા. *n.* A sweetmeat made of fruit, &c.,prepared with sugar: ખાંડ પાયેલી ફલ વિગેરેની બનાવેલી મિઠાઈ; મુરબ્બેા.

Consider,(કૉન્સિડર્)*vt.* [L.*con*&*sideo*, I sit.] To ponder; to meditate on: વિચારવું; તેાલવું; ચિંતવવું; મનન ક૦. 2. To take into account; to pay due attention to: ધ્યાનમાં-લક્ષમાં લેવું; ધ્યાન આપવું. 3. To think; to estimate: ધારવું; ગણવું; લેખમાં લેવું; જોવું. 4. To observe: અવલેાકવું. *vi.* To think seriously; to reflect; to deliberate: ખૂબ ધ્યાનમાં-લક્ષમાં લેવું; વિચાર ક૦; નું મનન-ચિંતન ક૦. 2. To hesitate: આનાકાની ક૦; ખમચાવું.

Considerable, (કૉન્સિડરેબલ્) *a.* Worthy of consideration: ધ્યાનમાં-લક્ષમાં લેવા-રાખવા લાયક; વિચારણીય;મનનીય. 2. Possessing importance; influential: પ્રતિષ્ઠિત; ઈજતદાર; માન્ય. 3. Of importance or value: ગૈારવવાલું; વજનદાર-વાલું; ઘણું મ્હેાટું.

Considerably,(કૉન્સિડરેબ્લિ) *adv.* Greatly; much: ઠીક; સારૂં; ઘણુંક; ઘણુંએક; અત્યંત.

Considerate. (કૉન્સિડરેટ્) *a.* Deliberate; circumspect; careful: વિચારવંત; વિચારશીલ; ડાવકેા; સાવચેત; કાલજીવાલું; ગંભીર.

Considerately, (કૉન્સિડરેટ્લિ)*adv.* Deliberately; with due regard to others: વિચાર પૂર્વક; વિચારથી; જોઈ તપાસીને;સાવધાનતાથી; બુદ્ધિ પૂર્વક.

Consideration, (કૉન્સિડરેશન્) *n.* Contemplation; deliberation:મનન; ચિંતન; વિચાર; તપાસ; પાકેા વિચાર **C.***of pros & cons:*કાર્યાકાર્ય વિચાર;ફલાફલ વિચાર. 2.Appreciative regard:આદર;માન; વજન;સંભાવના; 3.Thoughtful or sympathetic regard or notice: ચિંતા;દરકાર; દયાની લાગણી-નજર; ખાતર;પરવા. 4.Claim to notice or consequence: ગૈારવ;પ્રતિષ્ઠા; વજન;મહત્વ;ભાર; યેાગ્યતા. 5. Motive; reason: હેતુ;કારણ; નિમિત્ત;સબબ. 6. (*Law.*) The price of a stipulation; compensation: બદલેા; બદલામાં આપેલેા અવેજ-નાણું.

Considering,(કૉન્સિડરિન્ગ્)*p. p.* Taking into account: ઉપર નજર રાખતાં; વિચારમાં લેતાં; જોતાં.

Consign. (કૉન્સાઇન્) *vt.* [L. *con* & *signo*, I mark.] To commit; to intrust: હવાલે-હસ્તગત ક૦; સોંપવું; સંભાલ નીચે મૂકવું. 2. (*Com.*) To give into the hands of an agent for superintendence, sale, &c.: વેચવા સાટવા અને વ્યવસ્થા કરવા આડતિયાને સોંપવું. 3. To assign; to set apart: મુકરર-નક્કી ક૦; જુદું પાડવું-મૂકવું.

Consignee,(કૉન્સાઇની) *n.* A person to whom goods or other things are delivered in trust, for sale or superintendence; a factor: જેને માલ જાલવવા અને વેચવા માટે સોંપ્યો હોય તે; આડતિયો.

Consigner, (કૉન્સાઇનર્) *n.* One who consigns: માલધણી; માલ મોકલનાર; આડત ચઢાવનાર.

Consignment. (કૉન્સાઇન્મેન્ટ્) *n.* The act of depositing w th, as goods for sale: હસ્તગત ક૦-સોંપવું તે; વેચવા-સાટવાને માટે આપવું-મોકલવું તે; હવાલો; આડત. 2. (*Com.*) The goods sent or delivered to a factor for sale: આડતિયાને વેચવાને માટે સોંપેલો અથવા મોકલેલો માલ. 3. The writing by which anything is consigned: માલ સોંપ્યા બાબતનું લખત-કરાર; હવાલાખત.

Consist,(કૉન્સિસ્ટ્)*vi.* [L. *con* & *sisto*, I stand.] To stand firm; to exist: ઉભું રહેવું; નભવું; હોવું; હયાત હોવું. 2. To be composed or made up (followed by *of*): બનેલું હોવું; બનવું. 3. To have as its substance or character (followed by *in*): સમાઈ રહેવું. 4. To be consistent or harmonious; to be in accordance (*with*): (જોડે-સાથે)રહી શકવું-રહેવું; બેસતું આવવું; બનવું.

Consistence-cy,(કૉન્સિસ્ટન્સ્-કૉન્સિસ્ટન્સિ) *n.* Existence; firmness: હયાતી; મજબૂતી; નિભાવ; ટકાવ; સ્થિરતા; દૃઢતા. 2. A degree or firmness or density: (પ્રવાહીની)જાડાશ-ઘટ્ટપણું-રગડપણું. 3. A combination: સંયોગ; મિશ્ર; એકીકરણ; મિશ્રણ. 4. Congruity; correspondence: મેલાપ; સંબંધ; મેલ; તાલ; માફકપણું.

Consistent, (કૉન્સિસ્ટન્ટ્) *a.* Firm; hard; solid: ઘટ્ટ; ઘન; નક્કર. 2. Accordant; congruous; compatible: મલતું; બેસતું; યોગ્ય; માફક.

Consistory, (કૉન્સિસ્ટૉરિ) *n.* Solemn assembly or council: અગત્યની વાતની સલાહ-વિચાર કરવાને મલેલી મંડલી. 2. An assembly of prelates: ધર્માધ્યક્ષોની સભા.

Consolable (કૉન્સોલેબલ્)*a.* Admitting comfort; capable of receiving consolation: સુખ-દિલાસો મલી શકે તેવું; શમનીય.

Consolation, (કૉન્સોલેશન્) *n.* Refreshment of mind or spirits; comfort: દિલાસો; દુઃખશાંતિ; સંતાપહરણ; મનનું સમાધાન.

Consolatory, (કૉન્સોલેટૉરિ) *a.* That which consoles; a speech or writing intended for consolation: દિલાસો આપે એવું; દિલાસો દેનારૂં; દુઃખ-ગમ વિસરાવનારૂં.

Console.(કૉન્સોલ્)*vt.* [L. *con* & *solor*, I comfort.] To comfort; to soothe: દિલાસો આપવો-દેવો; મન વાલવું-મોટું ક૦; મનનું સમાધાન ક૦; ધીરજ દેવી.

Console,(કૉન્સોલ્)*n.* [L. *con* & *solidus*, firm, solid.] A bracket or shoulder piece: માંડણી; ટેકો; લાક્ષો. 2. A console table: ટેકા-લાપ્રાવાલું મેજ.

Consolidate,(કૉન્સૉલિડેટ્ *vt.* [L. *con* & *solidus*, firm, solid.] To harden or make dense and firm: ઘટ્ટ-કઠણ ક૦. 2. To combine: જોડી-એકઠું કરી-મેલવી દેવું-નાખવું. 3 (*Surg.*) To unite by means of applications: કંઇ લગાડીને (શરીરનો ભાગ-હાડકું) સાંધવું-જોડવું. *vi.* To grow firm and hard: મજબૂત-કઠણ-ઘટ્ટ થવું.

Consols, (કૉન્સૉલ્ઝ્) *n. pl.* The leading English funded government security: ઈંગ્લાંડની સરકારની લોન-નોટ.

Consonance-cy,(કૉન્સોનૅન્સ્-ન્સિ) *n.* [L. *con* & *sono*, I sing.] (*Mus.*) Accord or agreement of sounds: સ્વર મેલ; સ્વરૈક્ય; એકરાગ: મેલ. 2. Agreement: harmony: મેલ; અવિરોધ; અનુસાર; અનુરોધ; અનુરૂપતા; એકતાલ. *In* **C.** *with:* પ્રમાણે; અનુસરીને. 3. Freindship: મિત્રાચારી; મૈત્રી; સંબંધ.

Consonant,(કૉન્સોનૅન્ટ્) *n.* A member of the spoken alphabet other than a vowel: વ્યંજનાક્ષર; વ્યંજન. *a.* Congruous; consistent; according: મલતું; બેસતું; અનુસરતું; યોગ્ય; અનુરૂપ. 3. Having like sounds: સમસ્વર; સમનાદવાલું.

Consort,(કૉન્સૉર્ટ્) *n.* [L. *con* & *sors*, lot.] A companion; a partner; especially, a wife or husband: સાથી; ભાગીઓ. ભાગીઅણ; (મુખ્યત્વે કરીને) ધણી અથવા ધણીઆણી; પતિ કિંવા પત્ની. 2. Concurrence; combination: અનુમતિ; સંમતિ; સંપ; એકગાંઠ; સંયોગ. 3. Company; a group: મંડલી; સમુદાય; સમૂહ; મંડલ; ટોળુ. 4. Harmony of sounds; concert: એક રાગ-તાલ; સ્વર મેલ. *Prince* **C.**: રાજ્યકર્ત્રી રાણીનો ધણી. *Queen* **C.**: રાજ્યકર્ત્તા રાજાની સ્ત્રી. *vi.* To unite or keep company; to associate: સોબત-સંગત ક૦; સાથે ભલવું-મલવું. *vt.* To unite or join, as in affection, or company: પ્યાર-હેત બાંધવું; ચહાવું; સોબત-સંગત ક૦; સાથે ભલવું-મલવું. 2. To be or go in company with; to attend: સાથે હોવું-જવું; જોડે જવું; હાજરી-તહેનાતમાં રહેવું.

Conspicuous, (કૉન્સ્પિક્યુઅસ્) *a.* [L. *con* & *specto*, I see] Manifest; plainly visibe: ખુલ્લું; ઉઘાડું; સ્પષ્ટ; જલદીથી જણાય-દેખાય એવું. 2. Eminent; distinguished: પ્રસિદ્ધ; પ્રખ્યાત; નામિચું; મશહૂર.

Conspicuousness, (કૉન્સ્પિક્યુઅસ્નસ્) *n.* Openness or exposure to the view: ખુલ્લાપણું; સફાઈ; સ્પષ્ટતા. 2. Eminence; celebrity: કીર્તિ; પ્રખ્યાતિ; વિખ્યાતિ; પ્રસિદ્ધિ; નામના; નામદારી.

Conspiracy, (કૉન્સ્પિરૅસિ) *n.* A combination for an evil purpose; a plot: કાંઇ ખોટું કામ કરવાનો સંપ-એક્કો; કાવત્રું; તરકટ; મનસુબો.

Conspirator, (કૉન્સ્પિરેટર્)*n.* One who conspires with another for an evil purpose; a plotter: બીજાની જોડે મલી કાવતરૂં-તર્કટ રચનાર-મલતિયો: તર્કટીઓ; કાવત્રાખોર; રાજદ્રોહી; વિશ્વાસઘાતક.

Conspire,(કૉન્સ્પાઇર્) *vi.* [L. *con* & *spiro*, I breathe.] To agree by oath to commit a crime; to plot together: ખોટું-દુષ્ટ કામ કરવાને સોગન

ખાઇને ખંધાવું–મનસુબો–વિચાર–મસલત કo. 2. To concur to an end; to agree: એકઠા મળી–એકમત થઇ કાંઇ કo;એકસંપ થવું. *vt.* To plot; to combine for: કાવતરૂં કo; તર્કટ રચવું.

Constable,(કૉન્સ્ટેબ્લ્) *n.* [L. *comes* count & *stabulum*, stable] An officer of the police: પોલીસ ખાતાનો અમલદાર; પોલીસનો સિપાઈ;કોટવાલ;કાન્સ્ટેબલ. *To overrun or outrun the* **C.**:પોતાની ગુંજાસ–શક્તિ કરતાં વધારે ખરચવું; દેવું કo.

Constancy, (કૉન્સ્ટંન્સિ) *n.* Stability, fixedness: સ્થિરતા; દૃઢતા; સ્થૈર્ય; અચલપણું; નિશ્ચલતા. 2. Fixedness or firmness of mind; fidelity: મનનું દૃઢપણું;આગ્રહ; અવ્યભિચાર; પાતિવ્રત્ય; પત્નિવ્રત્ય.

Constant,(કૉન્સ્ટંન્ટ્)*a.*[L.*con* & *sto*,I stand.] Solid;firm:સ્થિર; સ્થાયી;દૃઢ;સ્થાવર.2. Permanent; steadfast:હમેશ વલગી રહે–ટકે એવું;નિત્યનું;નિરંતરનું; હમેશનું. 3. Remaining unchanged or invariable:બદલાય નહિ એવું;નિત્ય.*n.*An invariable quantity: જેની અંદર ફેરફાર ન થઇ શકે તે; જેમાં ફેરફાર ન થાય એવી રકમ–સંખ્યા.

Constantly,(કૉન્સ્ટંન્ટ્લિ) *adv.* Firmly; continually:દૃઢપણાથી; દૃઢ આગ્રહથી; નિરંતર; હમેશ; નિત્ય; નિશદિન; જાશુ.

Constellation, (કૉન્સ્ટેલ્લેશન્) *n.* [L. *con* & *stella*, a star.] A cluster of fixed stars, designated by the names of animals:નક્ષત્ર; નક્ષત્રગણ. 2. An assemblage of splendours or excellencies: તેજપુંજ; તેજસ્વી વસ્તુ–પુરૂષોનો સમૂહ–સમુદાય.

Consternation,(કૉન્સ્ટર્નેશન્) *n.* [L. *con* & *sterno*,I spread out.]Excessive terror, wonder or surprise; dismay:ખાવરાપણું;બેબાકલાપણું;ગભરાટ; વિસ્મય; ગાત્રભંગ; ત્રાસ; ભીતિ.

Constipate,(કૉન્સ્ટિપેટ્) *vt.* [L. *con* & *stipo*, I crowd together.] To press together or condense: ઘન–ઘટ્ટ કo;દાબીને થોડામાં સમાવવું–આણવું. 2. To stop: (રસ્તામાં કાંઇ પૂરીને–મૂકીને)બંધ કo;રોકવું;(માંથી જતા)અટકાવવું. 3. To render costive: (ઝાડો)કબજ કરવો; કબજ થવું; મલાવરોધ કo.

Constipation, (કૉન્સ્ટિપેશન્) *n.* The act of pressing together; condensation:દબાવવું–ઘટ્ટ કરવું–થવું તે.2. Costiveness:કબજીઅત;બંધકોષ.

Constituency, (કૉન્સ્ટિટ્યૂઍન્સિ) *n.* A body of constituents,or of electors who make choice of a representative: યોજનાર મંડલી; પ્રતિનિધિની ચુંટણી કરનાર–નીમનાર સમસ્ત મંડલ.

Constituent, (કૉન્સ્ટિટ્યૂઍન્ટ) *a.* Elemental; constitution; component: મૂલરૂપ; અંશભૂત. 2. Having the power of electing or appointing: નીમણુક કરવાની–ચુંટણી કરવાની સત્તાવાલું;નીમનાર.*n.* The person or thing which determines or constructs: જે પુરૂષ–ચીજ કશાનો ઠરાવ–નિશ્ચય કરે છે તે. 2. A component; an element:આવશ્યક અંશ;મુલતત્વ;ધાતુ;અંશ; ભાગ;જે અવયવ–ભાગથી કોઇ આખી વસ્તુ થાય છે તે.3.(*a*)One who acts for another: જેને માટે બીજો કામ કરે છે તે. (*b*) One who is represented by another in a legislative assembly:ધારા સભામાં જેને માટે–બદલે પ્રતિનિધિ આવે છે તે.

Constitute,(કૉન્સ્ટિટ્યૂટ્)*vt.*[L. *con* & *statuo*, I place.] To establish; to set; to enact:સ્થાપવું; ઠરાવવું; રચવું; બાંધવું; ઘડવું. 2. To make up; to compose: કરવું; બનાવવું.3.To make and empower; to depute: ઠરાવીને અધિકાર આપવો; ઠરાવવું; નિમવું.

Constitution,(કૉન્સ્ટિટ્યૂશન્) *n.* Enactment; establishment: રચના; ઘટના; નિર્માણ. 2. Natural condition;structure: અવસ્થા; બંધારણ;કુદરતી સ્થીતિ; દશા; રૂપ; વૃત્તિ; ભાવ. 3.The aggregate of all one's inherited physical qualities:બાંધો;કાઠું.4. The aggregate of mental qualities; temperament:પ્રકૃતિ;સ્વભાવ;તબીયત;શરીરાવસ્થા.5.Organic law:રાજ–મંડલીના બંધારણનું ધોરણ;રાજ્યવ્યવસ્થા સ્વરૂપ; રાજ્ય રીતિ; રાજ્ય નિયમ; વ્યવસ્થા; રાજનીતિ. 6. Authoritative ordinance,regulation or enactment: કાયદો; ઠરાવ; નિયમ; કાનુન.

Constitutional,(કૉન્સ્ટિટ્યૂશનૅલ્)*a.* Belonging to the constitution of the body or mind: સ્વાભાવિક; સ્વભાવસિદ્ધ; પ્રકૃતિને અનુસાર;શરીર–મનના બાંધા–બંધારણ વિષેનું–સંબંધી. 2. In accordance with the constitution of a government or a society:કોઈ રાજ્ય–સભાના બંધારણ પ્રમાણે–ને અનુસરતું; રાજ્ય નિયમાનુસાર.3.Regulated by or dependent on a constitution: બંધારણથી થતું–ચલાવતું–ના ઉપર આધાર રાખતું.4.Relating to a constitution:રાજ્ય બંધારણ વિષયક.

Constitutionally, (કૉન્સ્ટિટ્યૂશનૅલ્લિ) *adv.* Naturally:સ્વાભાવિક રીત્યે; કુદરતી. 2.legally:રાજ્ય નિયમાનુસાર.

Constrain,(કૉન્સ્ટ્રેન્)*vt.* [L. *con* & *stringo*, I draw tight.] To confine:બાંધવું;ગોંધવું;પુરવું; કેદ–કબજ કરવું;રોકવું. 2. To compress: દબાવી ઓછું કરવું;દાબવું;સંકોચવું. 3. To restrain: જોરથી દાબી–રોકી રાખવું;કબજામાં રાખવું; નિયમમાં રાખવું; જોરથી અટકાવવું. 4. To compel; to force: જરૂર પાડવી; ફરજ પાડવી; જબરદસ્તી–બલજોરી કરવી.

Constraint,(કૉન્સ્ટ્રેન્ટ્) *n.* The act of being constrained; that which constrains; compulsion; restraint; necessity:બંધન;દબાણ;જોર;બલજોરી;બલાત્કાર;જબરાઈ;જબરદસ્તી; દાબ; સંકોચ;પ્રતિબંધ; અટકાવ; આક્રોસ.

Constrict,(કૉન્સ્ટ્રિક્ટ્)*vt.*[L. *con* & *strtngo*, I bind.] To draw together; to bind; to cramp: દાબવું;બાંધવું;સંકોચન કરવું;સંકોચવું.

Constriction, (કૉન્સ્ટ્રિક્શન્) *n.* The act of binding or being bound: સંકોચન કરવું–થવું તે; સંકોચ; સંકોચન; આકુંચન.

Construct, (કૉન્સ્ટ્રક્ટ્)*vt.* [L. *con* & *struo*, I build up] To build; to form:બાંધવું; કરવું; ચણવું; ઉભું કરવું; ઉઠાવવું.

Construction, (કૉન્સ્ટ્રક્શન્) *n.* The act of constructing; erection: યોજવું–રચવું તે; વિધાન; ઘાટ; બાંધણી; રચના; યોજના. 2.(*Gram.*)Syntactical arrangement: વાક્યરચના; પદયોજના;પ્રયોગ. 3. Explanation; sense; interpretation: અર્થ; માયનો; અભિપ્રાય; આશય.

Constructionalist,(કૉન્સ્ટ્રક્શનૅલિસ્ટ્)*n.* One

who construes a writing or public instrument: લખત અથવા સરકારી કાગલનો અર્થ કરનાર.

Constructive, (કૉન્સ્ટ્રક્ટિવ્) *a.* Having ability to construct or form: બનાવવા અથવા રચવાની શક્તિવાલું. 2. Derived by construction or interpretation: અન્વય ઉપરથી નિકલતું; અનુમાન સિદ્ધ; અર્થસિદ્ધ. **C.** *notice:* ખુલ્લી રીત્યે નહિ આપેલી પણ ગર્ભિત રીત્યે નિકલતી અને કાયદાએ માન્ય કરેલી નોટીસ–સૂચના–ખબર.

Constructure, (કૉન્સ્ટ્રક્ટયૂર્) *n.* A fabric; an edifice: ઈમારત; મકાન; બાંધણી.

Construe, (કૉન્સ્ટ્રૂ) *vt.* To explain the construction of; to interpret; to translate: મતલબ–રચના સમજાવવી; અર્થ સમજાવવો; અન્વય ક૦; ભાષાંતર–તરજુમો ક૦. 2. To put a construction upon; to understand: સમજવું; અર્થ ક૦–કાઢવો–સમજવો; ગણવું.

Consul, (કૉન્સલ્) *n.* [L. *consulo,* I consult.] One of the two chief magistrates of the republic: પ્રજાસત્તાક રાજ્યના મુખ્ય બે માજીસ્ટ્રેટમાંનો એક; કૉન્સલ. 2. An official commissioned to reside in a foreign country as an agent or representative of a government: કોઈ પણ રાજ્યનો પરરાજ્યમાં રહેનાર એલચી–મુખત્યાર–પ્રતિનિધિ.

Consular, (કૉન્સ્યૂલર્) *a.* Pertaining to a consul: એલચીનું; પ્રતિનિધિ સંબંધી; વકીલનું–સંબંધી.

Consulate, (કૉન્સ્યૂલેટ્) *n.* The office of a consul: એલચી–પ્રતિનિધિનો હોદ્દો–પદવી–અધિકાર. 2. The residence or jurisdiction of a consul: એલચી–પ્રતિનિધિનું રહેઠાણ–હકુમત. 3. Term of office of a consul: કૉન્સલની કાર્કિર્દી.

Consulship, (કૉન્સલ્શિપ્) *n.* The office of a consul; consulate: કૉન્સલનો હોદ્દો–પદવી; કૉન્સલગીરી. 2. The term of office of a consul: કૉન્સલની કાર્કિર્દી.

Consult, (કૉન્સલ્ટ્) *vi.* [L. *con* & *sulo,* I consult.] To seek the opinion or advice of; to deliberate: સલાહ લેવી; મસલહત ક૦; અભિપ્રાય–મત લેવો–પૂછવો. *vt.* (*a*) To ask advice of; to seek the opinion of: સલાહ મત–અભિપ્રાય પૂછવો–લેવો. (*b*) To apply to for information; to refer: જોવું; શોધ–તપાસ–તજવીજ ક૦. 2. To have regard to; to consider: વિચારવું; પરાયણ થવું; લક્ષ–દૃષ્ટિ–નજર રાખીને કામ ક૦–વર્તવું. 3. To deliberate upon; to take counsel for: મનસુબો ક૦.

Consultation, (કૉન્સલ્ટેશન્) *n.* The act of consulting: સલાહ; વિચાર; મનસુબો; મસલહત. *Private* **C.:** ગૂઢમંત્રણ; ખાનગી–છુપી મસલત. 2. A meeting of persons to consult together: એકઠો વિચાર કરવાને–સલાહ–કરવાને–પરસ્પર અભિપ્રાય પૂછવાને થયેલો મેલાપ; સંમંત્રણ મંડલી–બેઠક.

Consume, (કૉન્સ્યૂમ્) *vt.* [L. *con* & *sumo,* I take.] To destroy, as by fire or waste; to use up; to waste; to burn up; to eat up: નાશ ક૦; ખાલી નાંખવું; ઉરાડી દેવું; લય–નાશ–ક્ષય ક૦; ખવાઈ જવું; ખાખ–ફના ક૦; ખરબાદ–પાયમાલ ક૦; ઉડાવી દેવું; ખાઈ–ખપાવા–વાપરી–ખરચી નાંખવું. *vi.* To waste away slowly; to become exhausted: ધીમે ધીમે ખવાઈ જવું–નાશ પામવું; ક્ષય–લય થવું.

Consummate, (કૉન્સ્યૂમેટ્) *vt.* [L. *con* & *summa,* sum.] To bring to completion to acheive: પૂર્ણ–સિદ્ધ ક૦; પાર મૂકવું; અંત–છેડો આણવો. *a.* Complete; perfect: પુરું; સંપૂર્ણ; પરિપૂર્ણ.

Consummation, (કૉન્સ્યૂમેશન્) *n.* Perfection; end: પરિપૂર્ણતા; સંપૂર્ણતા અંત; છેડો; આખર.

Consumption, (કૉન્ઝમ્શન્) *n.* [L. *con* & *sumo,* I take.] The act of consuming by use or waste: ખવાઈ–ઘસાઈ–વપરાઈ જવું તે. 2. Diminution; waste; loss: નાશ; ટોટો; ખર્ચ; નુકસાન; ખરાબી; ઉપયોગ; વાપર; ક્ષય. 3. (*Med.*) Pulmonary phthisis: ક્ષયરોગ; ખઈ; ક્ષય.

Consumptive, (કૉન્ઝમ્ટિવ્) *a.* Destructive; wasting: નાશ–ક્ષય–ધુલધાણી કરતું. 2. Affected with consumption: ખઈ–ક્ષય રોગવાલું–રોગી.

Contact, (કૉન્ટૅક્ટ્) *n.* [L. *con* & *tango,* I touch.] A close union or junction of bodies: a touching or meeting: પદાર્થોનો સંસર્ગ; સંયોગ; સ્પર્શ; સંબંધ.

Contagion, (કૉન્ટેજ્યૉન્) *n.* [L. *con* & *tango,* I touch.] (*Med.*) The transmission of a disease from one person to another: ચેપીરોગનું ઉડવું તે; સ્પર્શસંચાર. 2. Pestilential influence: ચેપ; ચેપી હવા; ઝેરી–નાશકારક પવન.

Contagious, (કૉન્ટેજસ્) *a.* (*Med.*) Communicable by contact: સ્પર્શ–ચેપથી થાય એવું; સ્પર્શજન્ય; ચેપી; સ્પર્શસંચારી; ઉડતું. 2. Pestilential: ઝેરી. 3. Communicable from one to another: ઉડતું; ચેપી.

Contain, (કૉન્ટેન્) *vt.* [L. *con* & *teneo,* I hold.] To comprise; to include: હોવું; સમાવવું; મવડાવવું; ધારણ ક૦. 2. To have capacity for; to hold: માવું; સમાવું; સમાવેશ ક૦. 3. To restrain; to confine: હદ–મર્યાદામાં રાખવું; નિગ્રહ–નિયમમાં રાખવું. *vi.* To restrain desire; to live in continence or chastity: મનને વશ–કબજામાં રાખવું; જીવ વશ રાખવો; પાક–અવ્યભિચારી–લંગોટબંધ રહેવું.

Contaminate, (કૉન્ટૅમિનેટ્) *vt.* [L *con* & *tamino,* I violate.] To tarnish; to pollute: એબ–કલંક–ડાઘ લગાડવો; કલંકિત ક૦; મેલું–ગ્લીચ–મલિન ક૦; અપવિત્ર–ભ્રષ્ટ ક૦. *a.* Polluted; corrupt; tainted: દૂષિત; બગડેલું; અપવિત્ર; ભ્રષ્ટ; મલિન; કલંકિત.

Contamination, (કૉન્ટૅમિનેશન્) *n.* Pollution; defilement; taint: ડાઘ; દૂષણ; એબ; કલંક; નાપાકી; વટાલ.

Contemn, (કૉન્ટેમ્) *vt.* [L. *con* & *temno,* I despise.] To despise: અપમાન ક૦; તિરસ્કાર ક૦; તુચ્છકારવું; ધિક્કારવું.

Contemplate, (કૉન્ટેમ્પ્લેટ્) *vt.* [L. *contemplor,* I look around carefully on all sides.] To look at on all sides; to meditate: ધ્યાન–ચિંતન–મનન ક૦; ધ્યાનમાં લેવું–ધરવું; ચોતરફથી–બધી બાજુથી તપાસી જોવું–વિચાર કરીને જોવું. 2. To look forward to; to intend: ધારવું; ધારણા–વિચાર ઈરાદો રાખવો. *vi.* To ponder: ધ્યાન–ચિંતન–મનન ક૦; ધારવું; એકાગ્રચિત્તે તપાસવું.

Contemplation, (કૉન્ટેમ્પ્લેશન્) *n.* Meditation: ચોતરફનો વિચાર; મનન; ચિંતન; વિચાર. 2. Holy meditation: ધ્યાન; નિદિધ્યાસ; અભ્યાસ; સમાધિ. 3. Expectation: વિચાર; ઈરાદો; ધારણા. *To have in* **C.**: વિચાર-ધારણા રાખવી; વિચારમાં હોવું.

Contemplative, (કૉન્ટેમ્પ્લેટિવ્) *a.* Thoughtful: વિચાર-ચિંતનશીલ; ધ્યાનશીલ; વિચારી. 2. Having the power of thought or meditation: વિચાર-ધ્યાનવાળું; વિચારવંત; વિચાર શક્તિવાળું.

Contemporaneous, (કૉન્ટેમ્પોરેનીઅસ્) *n.* [L. *con* & *tempus*, time.] Living or acting at the same time; contemporary: સમકાલભવ; સમકાલિક; સમકાલી.

Contemporary, (કૉન્ટેમ્પોરૅરિ) *a.* Living or acting at the same time; contemporaneous: એકજકાલ-વખતનું; સમકાલભવ. *n.* One who lives at the same time with another: સમકાલભવ પુરૂષ; એક કાલે હોનાર-સહવર્ત્તમાન પુરુષ; સમકાલીન.

Contempt, (કૉન્ટેમ્પ્ટ્) *n.* [L. *con* & *temno*, I despise.] Disdain: ધિક્કાર; તિરસ્કાર; અનાદર; અવજ્ઞા; અવગણના; તુચ્છકાર. 2. Disgrace; shame: અપ્રતિષ્ઠા; અપમાન; નામોશી; અપયશ; માનભંગ; બદનામી.

Contemptible, (કૉન્ટેમ્પ્ટિબ્લ્) *a.* Mean; despicable: ધિક્કારવા જોગ; અવગણનીય. 2. Contemptuous: તિરસ્કાર-મત્શર-અપમાનનું-ભરેલું; ઉદ્ધત. 3. Despised; neglected; abject: હલકું; અધમ; તુચ્છ; નિકૃષ્ટ; નીચ; ક્ષુદ્ર; તિરસ્કારપાત્ર.

Contemptuous, (કૉન્ટેમ્પ્ટ્યૂઅસ્) *a.* Scornful; haughty; disdainful: તિરસ્કાર-ધિક્કાર કરનારૂં; ડિમાકી; નિંદક; અનાદર યુક્ત; તિરસ્કાર બોધક.

Contend, (કૉન્ટેન્ડ્) *vi.* [L. *con* & *tendo*, I stretch.] To contest; to quarrel: લઢવું; ઝઘડવું; ઝઘડો-ટંટો કરવો; કજિયો કરવો. 2. To dispute; to argue: વિવાદ કરવો; તકરાર લેવી-ઉઠાવવી.

Contending, (કૉન્ટેન્ડિન્ગ્) *a.* Disputing; contesting: સામસામેનું; વિરૂદ્ધ; વિરોધી; કલહશીલ.

Content, (કૉન્ટેન્ટ્) *a.* [L. *con* & *teneo*, I hold] Satisfied: સંતુષ્ટ; તૃપ્ત; સંતોષી; રાજી; ખુશી; સુખી. *vt.* To gratify; to please: મનને સમાધાનમાં રાખવું; રાજી-ખુશ-સંતુષ્ટ કરવું; મનની નિરાંત કરવી-વાલવી. *n.* Satisfaction; moderate happiness: સમાધાન; સંતોષ; શાન્તિ; સુખ; તૃપ્તિ.

Contented, (કૉન્ટેન્ટેડ્) *a.* Content; satisfied; quiet: સંતુષ્ટ; સંતોષી; શાંત; ખુશ; રાજી; તૃપ્ત.

Contentedness, (કૉન્ટેન્ટેડ્નેસ્) *n.* State of resting in mind; quiet: સંતોષીપણું; તૃપ્તિ; શાંતિ.

Contention, (કૉન્ટેન્શન્) *n.* Contest; quarrel: ઝગડો; ટંટો; કજીઓ; લઢાઈ; કલહ. 2. Controversy; altercation: તકરાર; વિવાદ; ઝઘડો; હોંસાતોષી. 3. Eagerness; ardour; zeal: ઉત્કંઠા; સ્પર્ધા; જુસ્સો. 4 A point maintained in an argument: તકરાર; મુદ્દો.

Contentious, (કૉન્ટેન્શસ્) *a.* Quarrelsome: કજીઆખોર; લઢાઇખોર; ટંટાખોર, તકરારી. 2. Pertaining to contention or strife: કજીઆ-લઢાઈ-તકરાર સંબંધી.

Contentment, (કૉન્ટેન્ટ્મેન્ટ્) *n.* Acquiescence; satisfaction: સંતોષ; ખુશી; તૃપ્તિ; સમાધાન.

Contents, (કૉન્ટેન્ટ્સ્) *n. pl* That which is contained: માંહે સમાવેલી-ભરેલી-અંદર આવેલી જનસ-વિષય-બાબદ; અંદર આવેલી બીના-લખાણ; મજકૂર; લિખિતાર્થ 2. *Table of* **C.**s: અનુક્રમણિકા; સાંકલિયું.

Conterminous, (કૉન્ટર્મિનસ્) *a.* [L. *con* & *terminus*, border.] Having the same bounds; contiguous: એકહદ-સીમાવાળું; સરહદપર આવેલું; નિકટવર્તી; નિકટનું; નજદીકનું.

Contest, (કૉન્ટેસ્ટ્) *vt.* [L. *con* & *testis*, witness.] To controvert; to dispute: તકરાર ઉઠાવવી-કo; ટંટો કo. 2. To strive earnestly to hold or maintain: ટક્કર ઝીલવી-લેવી. 3. (*Law.*) To dispute or resist, as a claim, by course of law; to litigate: લઢવું; સરકાર દરબાર ચઢવું; વાંધો ઉઠાવવો. *To* **C.** *an election*, (*a*) to strive to be elected: ચુંટાવાને માટે પ્રયાસ કo. (*b*) To dispute the declared results of an election: થયેલી ચુંટણી ભૂલ ભરેલી છે એવી તકરાર ઉઠાવવી-લેવી. *vi.* To contend; to vie; to emulate: લઢવું; હોંસાતોસી કo; ખરેખરી-સ્પર્ધા કo. *n.* Strife in argument; debate: તકરાર-વિવાદ; વાગ્યુદ્ધ. 2. Competition; emulation: સ્પર્દ્ધા; હરીફાઈ; સરસાઈ; તાણાતાણ.

Contestable, (કૉન્ટેસ્ટેબ્લ્) *a.* Debatable; disputable: તકરાર-વિવાદ કરવા યોગ્ય; વિવાદ યોગ્ય.

Context, (કૉન્ટેક્સ્ટ્) *n.* [L. *con* & *texo*, I weave.] The parts of a discourse which precede or follow a sentence quoted: લખાણનો આગલ પાછલનો સંબંધ; પૂર્વાપર અન્વય સંબંધ; સંદર્ભ; અર્થાન્વય. *a.* Knit or woven together; firm; close: ભેગું ગુંથેલું-વણેલું; મજબૂત; સંયુક્ત; પાસે પાસે; નજીક. *vt.* To knit together; to unite closely: ગુંથવું; પાસે પાસે જોડી દેવું.

Contexture, (કૉન્ટેક્સ્ટ્યૂર્) *n.* Composition of parts; texture: સંરચના; બંધારણ; પોત; કુમાસ.

Contiguity, (કૉન્ટિગ્યૂઈટિ) *n.* [L. *con* & *tango*, I touch.] Approximation: સમીપપણું; નિકટપણું; સમીપતા; સંનિધાન; પડોશ; નજદીકી.

Contiguous, (કૉન્ટિગ્યૂઅસ્) *a.* Adjacent; near: સરસું; અડકતું; નજદીકનું; પાસેનું; સમીપનું; પડોસનું.

Continence, (કૉન્ટિનેન્સ્) *n.* [L. *con* & *teneo*, I hold.] (*a*) The restraint which a person imposes upon his desires and passions for sexual enjoyment; chastity: ઇંદ્રિયોને-મનના જુસ્સાને-કામને વશ રાખવો તે; ઈંદ્રિયનિગ્રહ; જીતેંદ્રિયપણું. 2. Uninterrupted course; continuity: નિરંતર-સંતત પણું; સંબંધ; જારીપણું.

Continent, (કૉન્ટિનેન્ટ્) *a.* Serving to restrain or limit: અટકાવ કરવાને-હદ બાંધવાને કામમાં આવે એવું; બાંધવા લાયક. 2. Connected; continuous: નિરંતર; સંતત; જારી; લાગુ. 3. (*a*) Exercising restraint as to the indulgence of desires or passions: નિયમી; જીતેંદ્રિય; વશી. (*b*) Temperate; chaste: કામને વશ રાખનાર; કામજીત; અવ્યભિચારી; પતિવ્રતા; એકપત્નિવ્રત. *A* **C.** *man*: બ્રહ્મચારી; લંગોટબંધ.

Continent, (કૉન્ટિનેન્ટ્) *n.* That which contains anything: જેનો અંદર કંઇ ચીજ-પદાર્થ-બાબતનો સમાસ-સમાવેશ થયેલો છે તે. 2. (*Geog.*) One of the larger bodies of land on the globe; the mainland: મહાદ્વિપ; ખંડ. 3. The main land of Europe, as distinguished from the Islands:

બેટોને મૂકી દેતાં-ન ગણતાં બાકી રહેલો યુરોપખંડ.

Continently, (કૉન્ટિનેન્ટ્લિ) *adv.* Chastely; moderately; temperately:મન સ્થિર રાખીને; સમાન વૃત્તિથી;પતિવ્રતપણાથી;અવ્યભિચારથી; ઇંદ્રિયનિગ્રહ પૂર્વક.

Contingence-cy, (કૉન્ટિન્જેન્સ્-ન્સિ) *n.* [L. *con & tango*, I touch.] The quality or state of being contingent or casual:સંભવ; સંભાવના. 2. A fortuitous event;a chance:જોગ;દૈવયોગ:નૈમિત્તિક બીના. 3. An adjunct or accessory:સાથી; સહાયકારી; મદદગાર.

Contingent, (કૉન્ટિન્જેન્ટ્) *a.*Incidental; casual: દૈવયોગી; દૈવાયત્ત; દૈવવશ. 2. Dependent on that which is undetermined or unknown: જે અનિશ્ચિત-અજાણ્યુ છે તેના ઉપર આધાર-આશ્રય રાખનારૂં: અનિશ્ચિત: આગન્તુક. *n.* An event which is possible or liable, but not certain to occur: અનિશ્ચિત-દૈવયોગી બનાવ.2.A suitable share;proportion:ફાલો; ભાગ: હિસ્સો; વાંટો; અંશ.

Continual, (કૉન્ટિન્યૂઍલ્) *a.* Constant; unceasing; continuous: નિરંતર: નિત્ય; હમેશનું. 2. Very frequent; of frequent recurrence: વારંવારનું; લાગટ: વખતોવખતનું.

Continually,(કૉન્ટિન્યૂઅલ્લિ)*adv.* Unceasingly; continuously; very often: નિરંતર; નિત્ય; હરઘડી; હમેશ;હરવખત;ઘડીઘડી: સર્વદા; હમેશાં; રોજ.

Continuance. (કૉન્ટિન્યૂઍન્સ્)*n.* Constancy; duration: નભવું-ટકવું તે; નભાવ; ટકાવ. 2. Propagation:વિસ્તાર; વૃદ્ધિ.3.A holding together;continuity:સલંગ નિરંતર-સંતતપણું;અવિરામ;ચાલુપણું. 4. (*Law*) The postponement of the proceedings in a cause: મુકરદમાને મુલતવી રાખવો તે; મોકુફી; તહકુબી.

Continuation, (કૉન્ટિન્યૂએશન્) *n.* Prolongation; propagation:વિસ્તાર;વૃદ્ધિ. 2.That which extends, increases or supplements:વધારો;પૂરવણી; ઉત્તર ભાગ-ખંડ; સાંધણ.

Continue,(કૉન્ટિન્યૂ)*vi.* [L. *continuo*, I connect.] To abide; to stay:રહેવું; જારી-કાયમ રહેવું. 2. To endure; to last: ચાલવું; ટકવું; નભવું. 3.To persevere:પુઠે લાગવું; વલગી રહેવું: વલગ્યા-બાઝ્યા-અડયા રહેવું; ચાલવું. *vt.*To persevere; to persist in:ચલાવવું: ટકાવવું; ચાલુ-કાયમ-જારી રાખવું;નભાવી-ટકાવી રાખવું. 2. To carry onward; to extend: આગલ વધારવું: લંબાવવું. 3. To retain; to suffer or cause to remain:રહેવા દેવું: કાયમ રાખવું.4.To suffer to live:જીવન ટકાવી રાખવું; જીવવું.

Continuity, (કૉન્ટિન્યૂઇટિ) *n.* The state of being continuous; close union of parts; cohesion:નિરંતરપણું: જારીપણું: સંયુક્તતા:સંબંધ; સંગતિ: નિરંતરતા: અખંડપણું; સલગતા.

Continuous, (કૉન્ટિન્યૂઅસ્) *a.* Protracted; extended:નિરંતર;સલંગ;લાગટ;અખંડ; અખંડિત. 2. Not deviating or varying from uniformity: એક સરખાપણામાંથી આડું નહિં જતું-નહિ બદલાતું.

Continuously, (કૉન્ટિન્યૂઅસ્લિ) *adv.* In a continuous manner; without interruption:જાથુક: હમેશ; અટકયા શિવાય: નિરંતર.

Contort, (કૉન્ટૉર્ટ્) *vt.* [L. *con & torqueo*, I twist.] To twist together:આમલવું; વલ દેવો;પિલવું;મરડવું;મચડવું; મરડી મચડી બેસાડવું.

Contortion, (કૉન્ટૉર્શન્) *n.* A twisting; a writhing; a twist:વલ; પેચ; આંમલો; વક્રતા;વિકૃતિ.

Contour, (કૉન્ટૂર્) *n.* [L. *con & tornus*, a lathe.] Outline; periphery: પરિધાકૃતિ; રૂપ-રેખા; ફરતી હદ દેખાડનારી રેખા; આકાર; આકૃતિ.

Contra, (કૉન્ટ્રા)*prep.* [L.] Against; in opposition:સામું; સામે; વિરૂદ્ધ; ઉલટું.

Contraband, (કૉન્ટ્રાબૅન્ડ્) *a.* [L. *contra & bannum*, a public edict.] Prohibited; forbidden:મનાઇનું;બંધીનું;જેને વિષે મનાઇ-બંધી હોય તેવું; નિષિદ્ધ. *n.* Prohibited merchandise or traffic: બંધીનો-મનાઇનો માલ-વેપાર.2.A negro slave:સીધી ગુલામ.*vt.*To import, as prohibited goods: મના કરેલા માલ વગેરે કાંઇ દેશમાં લાવવું. 2. To declare prohibited;to forbid:બંધી-મના કરેલી છે એમ જાહેર ક૦: બંધી-મના-નિષેધ ક૦.

Contract, (કૉન્ટ્રાક્ટ્) *vt.* [L. *con & traho*, I draw.] To draw together or nearer; to shorten: સંકોચવું; ટુંકું કરવું; નજીક ખેંચવું: આટોપી લેવું: ઓછું કરવું. 2. To draw together so as to wrinkle; to knit: કરચલી વાલવી; ચઢાવવું. 3. To bring on; to incur; to acquire: પાડવું; કરવું; મેલવવું;પ્રાપ્ત ક૦;થવું;વલગવું.4.To make a bargain or covenant for: સાટું કરવું; એક બીજાની સાથે સંમતિથી ક૦; જોડાવું. 5. To betroth; to affiance: વિવાહ-સગાઈ ક૦: લગ્ન સંબંધ ક૦. 6. To shorten; to abridge: સંક્ષિપ્ત ક૦. *vi.* To be narrowed or shortened; to shrink: સાંકડું-ટુંકું થવું-થઇ જવું; સંકોચાવું. 2. To make an agreement; to agree: ઠરાવ-કરાર-બોલી શરત ક૦: કંટ્રાક્ટ ક૦-રાખવો: માથે રાખવું: ઉધડ રાખવું. *a.* Affianced; betrothed: સગાઇ-વિવાહ કરેલું:વિવાહિત. *n.* (*Law*) An agreement in which a party undertakes to do or not to do a particular thing;a formal bargain: કરાર: ઠરાવ; બોલી; શરત: સાટું; કબાલો;કન્ટ્રાક્ટ. 2. A formal writing which contains the agreement of parties: કરારપત્ર: કરારનામું.

Contractible, (કૉન્ટ્રૅક્ટિબ્લ્) *a.* Capable of contraction: ટુંકા થવા જેવું: સંકોચાઇ જાય એવું; સંકોચનશીલ.

Contractile,(કૉન્ટ્રૅક્ટાઇલ્)*a.* Tending to contract; having the power of shortening: ટુંકું થઇ જાય તેવું: સંકોચ શીલ; ટુંકું-સંક્ષિપ્ત કરે એવું.

Contraction, (કૉન્ટ્રૅક્શન્) *n.* The act of contracting, drawing to-gether or shrinking: સંકોચવું-સંક્ષિપ્ત-ટુંકું ક૦ તે: સંકોચન; સંકોચ. 2. The state of being contracted: સંકોચાવું-સંક્ષિપ્ત-ટુંકું થવું તે:ઉપસંહાર:ટુંકાણ:સંક્ષેપ.3.(*Math.*) The process of shortening any operation:ટુંકમાં કરવાની રીત; સંક્ષેપ.

Contractor,(કૉન્ટ્રૅક્ટર્)*n.*One who covenants to do anything for another: કરાર-બોલી કરનાર: ઇજારદાર; મકતેદાર: કન્ટ્રાકટર.

Contradict, (કૉન્ટ્રૅડિક્ટ્) *vt.* [L. *contra & dico*, I say.]To oppose in words; to gainsay; to deny: ઉલટું-વિરૂદ્ધ બોલવું-કહેવું;ના કહેવી;નિષેધ-

ખંડન–રદ્દ ક૦. 2. To be directly contrary to; to resist:સામું–વિરૂદ્ધ–ઉલટું–પ્રતિકૂલ–વિરોધી હોવું.

Contradiction, (કૉન્ટ્રૅડિકશન) *n.* Contrary declaration; gainsaying: ઉલટું બોલવું તે; પ્રતિવચન; વચનવિરોધ. 2. Repugnancy; contrariety: અસંગતિ; વિરૂદ્ધતા; વિપર્યય.

Contradictory, (કૉન્ટ્રૅડિક્ટૉરિ) *a.* Affirming the contrary; opposing in terms: વિરૂદ્ધ; ઉલટું; વિપરીત. 2. Inconsistent; repugnant: એક બીજાથી ઉલટું; પરસ્પર વિરૂદ્ધ;પૂર્વાપર વિરોધી; અસંગત.

Contradistinction, (કૉન્ટ્રૅડિસ્ટિન્ગ્કશન) *n.* Distinction by contrast: પ્રતિવચન; વિરૂદ્ધગુણજન્યભેદ; વિપરીતતા; વિરૂદ્ધતા.

Contradistinguish, (કૉન્ટ્રૅડિસ્ટિન્ગ્વિશ) *vt.* To distinguish by contrast: ફેર–વિરૂદ્ધપણું દેખાડવું; ઉલટા ગુણ બતાવી વિવેચન ક૦.

Contrariety, (કૉન્ટ્રૅરાઇઇટિ) *n.* Opposition; disagreement: ઉલટા–વિરૂદ્ધપણું; વિરોધ; વિપર્યય; પ્રતિકૂલતા; વિપરીત ભાવ. 2. An inconsistency: ઉલટી–વિરૂદ્ધ–વિપરીત વાતો–વચન–બાબત.

Contrariwise, (કૉન્ટ્રૅરિવાઇઝ્) *adv.* On the other hand; on the contrary: એથી ઉલટું;સામું; વિરૂદ્ધ ભાવથી;ઉંધીરીત્યે; પ્રતિકૂલ રીત્યે. 2. In contrary order; conversely: ઉલટા–વિરૂદ્ધક્રમ–નિયમ પ્રમાણે; ઉલટું; ઉલટ સુલટ.

Contrary, (કૉન્ટ્રૅરિ) *a.* Opposed; repugnant; inconsistent: ઉલટું; વિરૂદ્ધ; સામું; વિપરીત. 2. Perverse; forward: મમતીલું; હઠીલું; જીદ્દી; જક્કી; આડું. 3. (*Logic*) Affirming the opposite: વિરોધી; વિરૂદ્ધ. 4. Opposite; adverse: પ્રતિકૂલ;સામું. *n.* A thing that is of contrary or opposite qualities: ઉલટા–વિરૂદ્ધ ગુણની ચીજ–પદાર્થ–વસ્તુ. 2. A proposition contrary to another: બીજાથી ઉલટો સિદ્ધાંત–પક્ષ. 3. Proposition opposed in qualities only: ફક્ત ગુણમાંજ ઉલટો–વિરૂદ્ધ દર્શાવેલો વિચાર; વિરોધી વાક્ય.

Contrast,(કૉન્ટ્રૅસ્ટ્)*vt.*[L.*con* & *sto*, I stand.] To compare by difference of qualities: ઉલટા ગુણ બતાવી મુકાબલો કરવો; પડછે મૂકવું; બે વસ્તુના ભિન્ન ગુણ બતાવવા;મુકાબલો ક૦; સરખાવવું. *vi.* To stand in contrast or opposition: મુકાબલે ઉલટું દેખાવું;પડછે જુદું પડી આવવું;વિરૂદ્ધ જણાવું. *n.*Comparison by contrariety of qualities: મુકાબલો; સરખામણી. 2. Opposition or dissimilitude of things or qualities: વિરોધ; ભેદ; તફાવત; અંતર.

Contravene, (કૉન્ટ્રૅવીન) *vt.* [L. *contra* & *venio*, I come.] To come in conflict with; to oppose;to defeat:સામે થવું;વિરૂદ્ધ આવવું:હરકત–અડચણ–નડતર ક૦;આડુ આવવું:હરાવવું.2.To violate; to break; to nullify: તોડવું; ઉલ્લંઘન ક૦.

Contravention, (કૉન્ટ્રૅવૅન્શન)*n.* Opposition; obstruction: ભંગ;વિરૂદ્ધતા: અટકાવ;અડચણ; નિષેધ; પ્રતિરોધ; પ્રતિબંધ; ઉલ્લંઘન.

Contribute,(કૉન્ટ્રિબ્યૂટ્) *vt.*[L. *con* & *tribuo*, I grant.] To give or grant in common with others; to furnish or supply in part:ભાગે પડતો હિસ્સો આપવો; ફાલો–વાંટો આપવો. *vi.* To give a part; to furnish a portion: કરવા લાગવું; મદદ થવું; સહાયકારી થવું.

Contribution, (કૉન્ટ્રિબ્યૂશન) *n.* The act of lending aid and assistance: કોઇને વાસ્તે જોઈતી મહેનત ક૦ તે; મદદ આપવી તે. 2. That which is contributed (*a*) as the portion which an individual furnishes to the common stock: સામાન્ય ભંડોલમાં ભરેલો ભાગ–હીસ્સો; અંશ. (*b*) the whole which is formed by the gifts of individuals: સામાન્ય મદદ–બક્ષિસોથી થયેલું ભંડોલ; ઉઘરાણું; ટીપ. 3. (*Mil.*) A tax levied on the people of a conquered town or country: જીતાયેલા મુલક–દેશ ઉપર નાંખેલો કર.

Contributive, (કૉન્ટ્રિબ્યૂટિવ્) *a.* Tending to contribute; contributory: હિસ્સો–ભાગ આપનારૂં; સહાયકારી; સહાય કર્ત્તા; મદદગાર.

Contributor,(કૉન્ટ્રિબ્યૂટર્) *n.* One who contributes; especially one who writes articles for a newspaper or magazine:ભાગ–હિસ્સો–ફાલો આપનાર; (મુખ્યત્વે કરીને) કોઈ ચોપાનિયા કે પત્રમાં લખાણ કરનાર–આપનાર.

Contrite,(કૉન્ટ્રાઇટ્) *a.*[L.*con* & *tero*, I rub.] Humble; penitent: દુઃખ પશ્ચાતાપને લીધે નરમ થઈ ગયલું;પશ્ચાતાપી;અતિદીન; અનુતાપી;શોકાતુર; પશેમાન.

Contrition, (કૉન્ટ્રિશન) *n.* The act of grinding or rubbing to powder; friction: દલીને–ઘસીને ભુકો બનાવવો તે; ઘસવું તે; ઘર્ષણ. 2. Deep sorrow for sin; penitence: કરેલા પાપને માટે ખરો પશ્ચાત્તાપ; પશ્ચાત્તાપ; અનુતાપ; પસ્તાવો; પશેમાની.

Contrivance, (કૉન્ટ્રાઇવૅન્સ્) *n.* The act of inventing, devising or planning: યોજના;રચના. 2. (*a*) The thing contrived or invented: કરામત–હિકમતથી કરેલી વસ્તુ; કલા; ઉઠાવ; યુક્તિ; યંત્ર. (*b*) Disposition of parts or causes by design: કરામત; જુક્તિ. 3. A scheme; plan; artifice:તદબીર; યુક્તિ; બનાવટ; તજવીજ; હિકમત.

Contrive, (કૉન્ટ્રાઇવ્)*vt.* To devise; to invent; to plan: યોજવું: શોધી કાઢવું; રચવું; હિકમત–યોજના–બનાવટ–યુક્તિ ક૦; કરામત–તદબીર ક૦. *vi.* To plan; to scheme; to plot: ફરેબ ક૦; કાવતરૂં ક૦; દગો ક૦.

Control, (કૉન્ટ્રોલ) *n.* A counter register: હિસાબ સુધારવાને–સરખાવાને માટે રાખેલો બીજો ચોપડો; સામુ પત્રક. 2.That which serves to check; restraint: અંકુશ; લગામ; નિયમ; મર્યાદા;દાબ;બંદી. 3. Power or authority to check; suprintendence: અટકાવવા–દાબમાં રાખવાની સત્તા–અધિકાર; હુકમ; આજ્ઞા; કહ્યુ; તેહનાત; અખ્તિયાર; કાબુ;દેખરેખ. *vt.* To prove by counter statements:સરખાવાને માટે રાખેલી ચોપડીઓ–મુદ્દાથી સિદ્ધ–સાબેત કરવું.2.To check; to restrain: અંકુશ–દાબમાં રાખવું; સત્તા–અધિકાર–હુકમ–આજ્ઞામાં રાખવું.

Controller,(કૉન્ટ્રોલર)*n.*An officer appointed to keep a counter register of accounts or to examine them: હિસાબ સરખાવાના ચોપડા રાખવાને અથવા તે તપાસવાને નિમેલો અમલદાર:મુસ્તાફી.

Controversial, (કૉન્ટ્રોવર્શિઅલ) *a.* Relating to disputes:વિવાદ–તકરાર સંબંધી;વિવાદ યુક્ત;ખંડન મંડન વિષયક;ભાંજગડવાલું;રીકજીક ભરેલું.

Controversialist,(કૉન્ટ્રોવાર્શિઍલિસ્ટ્)n.One who carries on a controversy; a disputant: વાદકર્તા;વિવાદી; વાદી; વિવાદ કરનાર.

Controversy, (કૉન્ટ્રોવર્સિ) n. Contention; discussion: તકરાર; વાગ્યુદ્ધ; વાદાનુવાદ; વિવાદ; વાદવિવાદ; ભાંજગડ; રીકઝીક. 2.Quarrel; strife; difference:ઝઘડો;લડાઈ;મતભેદ;હોંસાતોસી.

Controvert,(કૉન્ટ્રોવર્ટ્) vi.[L.*contra* & *verto*, I turn.]To contest;to debate: વાદ વિવાદ–ઝઘડો કરવો;તકરાર કરવી–ચલાવવી; સામા રદીઆ આપવા.

Controvertible,(કૉન્ટ્રોવર્ટિબલ્) a. Capable of being controverted; disputable: વાંધો લેવા–તકરાર ઉઠાવવા જોગ;વાદવિવાદ કરવા લાયક.

Controvertist, (કૉન્ટ્રોવર્ટિસ્ટ્) n. One who controverts; a disputant; a contestant:વિવાદી; વાદ વિવાદી; તકરાર કરનાર; નૈયાયિક.

Contumacious, (કૉન્ટ્યૂમેશસ્)a.Obstinate; stubborn; perverse: હઠીલું;મમતી;જક્કી; જીદી;સામું બોલનાર–થનાર; દુરાગ્રહી;આપ મતીયું.2.(*Law*)Wilfully disobedient to the orders of a court:અદાલતના ધારાઓને જાણી જોઇને તોડનાર-નું અપમાન કરનાર.

Contumacy, (કૉન્ટ્યૂમસિ)n.[L.*con* & *tumeo*, I swell up.] Persistent obstinacy; stubborn perverseness:ઘણી ભારે જક–હઠ–જીદ; દુરાગ્રહ; આપમત; હઠીલાઈ. 2. (*Law*) A wilful contempt of and disobedience to the rules and orders of court: અદાલતના ધારાઓનો જાણી જોઇને કરેલો તિરસ્કાર–અપમાન; અનાદર.

Contumelious, (કૉન્ટ્યૂમીલિઅસ્) a. Insolent; reproachful: તોછડું;બેઅદબ.

Contumely,(કૉન્ટ્યૂમેલિ)n. [L. *con* & *temno*, I despise.]Haughty insolence;disdain: ધિક્કાર, તિરસ્કાર; નિંદા; તરછોડો; અવજ્ઞા; અપમાન.

Contuse, (કૉન્ટ્યૂઝ્) vt. [L. *con* & *tundo*, I beat.] To beat, pound, or bray together:ઝુડવું;કચરવું;ભરડવું;ખાંડવું;ભૂકો ક૦;દળવું. 2. To bruise or injure by beating:ઉઝરડો પાડવો; સોલ–સલ ઉઠાડવા–પાડવા.

Contusion, (કૉન્ટ્યૂઝ્હન્) n. The act of beating and bruising:મારીને ઉઝરડા–સોલ પાડવા તે. 2. The state of being bruised:કચરાવું તે:સોલ;ઉઝરડો.

Conundrum, (કૉનન્ડ્રમ્) n.A sort of riddle: ઉખાણું.

Convalescence-cy, (કૉન્વૅલસૅન્સ્-ન્સિ)n.The recovery of health and strength after disease: મંદવાડમાંથી સુધરતી હાલત: ધીમે ધીમે આવતી તનદુરસ્તી–થતો કરાર; રોગમુક્તતા.

Convalescent, (કૉન્વૅલસૅન્ટ્) a. Recovering health and strength after sickness or debility: તનદુરસ્તીમાં આવતું; હરતું ફરતું થતું; કૌવત પકડતું: તબીયત સુધરતું.

Convene, (કૉન્વીન્) vi. [L. *con* & *venio*, I come.] To come together; to meet: ભેગા–સાથે આવવું; મળવું;એકઠું થવું.2.To meet in the same place; to assemble: એકજ જગ્યાએ મળવું–ભેગા થવું; એકઠા થવું. vt.To call together; to convoke: ભેગા બોલાવવું; મેળવવું;બોલાવવું; ભરવું.2. To summon judicially to meet or appear:કાયદા ફર્યે હાજર થવા બોલાવવું.

Convenience-cy, (કૉન્વીનિઅન્સ્-ન્સિ) n.The state of being convenient; adaptedness; propriety:જોગવાઇ; અનુકૂલતા; યોગ્યતા; પાત્રતા.2.Commodiousness;ease;accommodation:સુતરાઇ;લાગ; સગવડ:સોઇ:વગ:ચેન.3.A convenient or fit time; opportunity:ફુરસદ; અવકાશ; અવસર: વખત: લાગ; તાકડો.

Convenient,(કૉન્વીનિઅન્ટ્) a. Suitable; becoming:ઠીક: લાયક;યોગ્ય;ઉચિત: અનુકૂલ.2.Affording accommodation or advantage; handy:સોઇવાળું; સોઇદાર: લાગ પડતું; વગ પડતું; સગવડ ભર્યું; સુતર. 3. Timely; opportune:તાકડાસર; ટાંકણું: યથાવકાશ:ખંધબેસતું.

Convent,(કૉન્વૅન્ટ્) n. A coming together; a meeting: ભેગું–સાથે મળવું તે; સમાજ. 2.An association of recluses devoted to a religious life: મઠમાં રહેનાર જોગીનું મંડલ. 3. A monastery: a nunnery:મઠ; અખાડો; આશ્રમ.

Convention,(કૉન્વૅન્શન્)n. Union; coalition: મળવું–ભેગા થવું તે:એકત્રતા.2.Usage; conventionality:ચાલ; ધારો; રિવાજ રૂઢિ: આચાર.3.An assembly of delegates or representatives: પ્રતિનિધિઓની મંડલી–સભા.4. An informal compact:કાચો ઠરાવ–બોલી–કરાર; સંકેત.

Conventional, (કૉન્વૅન્શનૅલ્)a. Formed by compact;stipulated:કરાર પ્રમાણે કરેલું;બોલી પ્રમાણે;સાંકેતિક; સંકેતસિદ્ધ. 2.Depending on custom; sanctioned by usage:લોક વ્યવહાર પ્રમાણેનું;રીતસર; રૂઢી–ચાલ–રીત પ્રમાણે થતું.

Conventual,(કૉન્વૅન્ટ્યૂઅલ્) a. Belonging to a convent;monastic:મઠ–અખાડા–આશ્રય સંબંધી; મઠવિષયક; મઠવાસી. n. A monk or nun:મઠવાશી; યોગી; સાધુ; જોગણ; સન્યાસી.

Converge, (કૉન્વર્જ્) vi. [L. *con* & *vergo*, I incline.] To tend to one point:એક બિંદુ–કેંદ્ર તરફ વળવું; એક કેન્દ્રાભિમુખ થવું.

Convergence-cy, (કૉન્વર્જેન્સ્-ન્સિ)n. The condition or quality of converging: એક બિંદુ તરફનું વલણ; એકકેન્દ્રાભિસરણ: એકકેંદ્રાભિમુખતા; સમવાય; સન્નિપાત.

Convergent-ging,(કૉન્વર્જેન્ટ્-કૉન્વર્જિન્ગ્)a. Tending to one point;approaching each other: એકબિંદુ તરફ વળતું; પાસે પાસે આવતું; કેન્દ્રાભિમુખ. *converging* rays(*Opt.*):એકકેન્દ્રાભિસારી કિરણો;સંપાતિ કિરણ.

Conversable, (કૉન્વર્સેબલ્) a. Sociable: free in discourse: વાતચિત યોગ્ય રીતે કરી શકે તેવું: મળતાવડું; ભેસરાઉ: બોલકણું.

Conversance-cy.(કૉન્વરસૅન્સ્-કૉન્વરસૅન્સિ)n. Habit of familiarity; intimacy; familiar acquaintance:પરિચય; સ્નેહ; ઘરોબો; ઘરવટ.

Conversant, (કૉન્વરસૅન્ટ્)a. Familiarly associated; acquainted: પરિચિત: હલામળીને રહેલું; ઘરોબાવાળું; સ્નેહી; પરિચયવાળું. 2. Well informed; versed: (with *with* or *in*) પ્રવીણ; નિપુણ;વાકેફ; વિચક્ષણ; ચતુર; કુશલ. 3. Having concern or relation:સંબંધવાળું–રાખતું; લગતું: વિષયક.

Conversation, (કૉન્વર્સેશન) *n.* Behaviour; deportment:આચરણ;ચાલ;આચાર;વર્તન:વર્ત્તણુક. 2. Familiar intercourse;close acquaintance:હળી-મળીને રહેવું તે;સ્નેહ;પરિચય.3.Familiar discourse; chat:સંભાષણ;વાતચિત;વાત;ગોષ્ઠી.4. Commerce; intercourse; traffic: વેપાર; રોજગાર.

Conversational, (કૉન્વર્સેશનલ) *a.* Pertaining to conversation,or familiar and informal talk: વાતચિત-સમાગમ-સહવાસ સંબંધી.

Conversazione, (કૉન્વર્સેઝિઑને) *n.* (*pl.* **Conversazioni.**) A meeting for conversation:એલમ હુનર અને વિદ્યાને લગતી બાબદો સંબંધી વાતચિત કરવા મળેલી સભા-મેલાવડો.

Converse, (કૉન્વર્સ્) *vi.* [L. *con* & *verto*, I turn.]To keep company or have familiarity; to commune: સોબત-સંબંધ રાખવો-હોવો. 2. To talk familiarly; to chat: વાતચિત-સંભાષણ-વાતો કo.3.To have knowledge of: પરિચય હોવો; જ્ઞાન હોવું; જાણીતા હોવું.

Converse,(કૉન્વર્સ્) *n.* Familiarity; acquaintance:ઘરોબો; સ્નેહ; સહવાસ; પરિચય.2. Familiar discourse or talk; conversation:સંભાષણ; વાતચિત; ગોષ્ઠી. 3. (*Logic*) A proposition which arises from interchanging the terms of another:વ્યુત્ક્રમ; ઉલટું પદ. 4. (*Math.*) A proposition in which, after a conclusion from some thing supposed has been drawn, the order is inverted:ઉલટપક્ષ. *a.* Reversed in order or relation; reciprocal: ક્રમ-અનુક્રમમાં ઉલટું; વ્યુત્ક્રમવાળું; વ્યસ્ત.

Conversion.(કૉન્વર્શન)*n.* The act of changing from one state to another; transmutation: રૂપાંતર;રૂપભેદ;અવસ્થાંતર;વિકાર; વિક્રિયા.2.A change from one party or form of religion to another: એક પક્ષ-ધર્મ-મત મૂકીને બીજો ધરવો તે; ધર્માન્તર;ધર્મભેદ; મતભેદ; મતાંતર; સ્વધર્મત્યાગ. 3. (*Law*) An appropriation of property: પારકી મિલકત પોતાના ઉપયોગમાં આણવી તે.4.(*Logic*) The act of interchanging the terms of a proposition: વ્યુત્ક્રમ કo તે. 5. (*Theol.*) A radical change of moral character; a change of heart: સન્માર્ગ-સ્વીકાર; અંતઃકરણશુદ્ધિ; પાપનિવૃત્તિ; કુમાર્ગત્યાગ.

Convert,(કૉન્વર્ટ્)*vt.*[L.*con* & *verto*,I turn.] To cause to turn; to turn:ખસેડવું; ફેરવવું.2.To alter in form or substance; to transform:રૂપાંતર કo; આકાર બદલવો-ફેરવવો; બદલવું; ફેરવવું; રૂપ પલટવું.3.To change or turn from one religion or party to another:એક ધર્મ-પક્ષમાંથી બીજામાં વટલાવવું;ધર્મફેર-મતભેદ-મતાંતર કરાવવો; મત-પક્ષ ફેરવાવવો. 4. To turn from a bed life to a good one:સુધારવું; સારે રસ્તે-સન્માર્ગે ચઢાવવું;મનને ફેરવવું-સુધારવું.5. To apply to any use by a diversion from the proper use: ખરા ઉપયોગથી જૂદા ઉપયોગમાં આણવું-લેવું. 6 To turn into another language; to translate: ભાષાંતર-તરજુમો કo. 7. To exchange for some specified equivalent: બદલો-સાટું કo; બદલીને-સાટે બીજું લેવું.8.(*Logic*) To change one proposition into another: વ્યુત્ક્રમ કo.*vi.*To be turned or changed;to undergo a change: બદલાવું; ફેરફાર થવો; રૂપાંતર થવું. *n.* A person who is converted from one opinion to another;a person who renounces one religions system: પારકો મત પકડનાર; વટલેલ; પોતાને ધર્મ છોડી બીજા ધર્મમાં જનાર; સ્વધર્મત્યાગી.

Convertible.(કૉન્વર્ટિબલ) *a.* Transmutable ફેરવાય-બદલાય તેવું; ફેરવી શકાય તેવું: ફેરવીને બીજો આકાર બનાવાય એવું. 2. Interchangeable; reciprocal:એક બીજાને બદલે આવી શકે તેવું; અરસપરસ; પર્યાયનું; સમાનાર્થ.

Convex,(કૉન્વેક્સ્)*a.*[L.*con* & *veho*,I bring.] Rising or swelling in a spherical or rounded form:બાહ્યગોલ; બહારથી ગોલ; ગુંબજદાર.*n.*A convex body:બહારથી ગોલ એવો પદાર્થ-ચીજ;બિંબાકૃતિ.

Convexity, (કૉન્વેક્સિટિ)*n.* The exterior surface of a convex body; roundness: બાહ્ય ગોલ આકૃતિ; ગોલાઈ; ગોલ પણું; બિંબાકૃતિ.

Convey,(કૉન્વે) *vt.* [L. *con* & *veho*, I carry.] To cary from one place to another; to bear or transport: એક ઠેકાણેથી બીજે ઠેકાણે લઈ જવું;પહોંચાડવું; વહી જવું. 2. To serve as a medium in carrying; to transmit: પહોંચાડવાનું સાધન થવું-હોવું; વહન કo. 3. To transfer or deliver to another; to make over: બીજાને નામે ચઢાવવું-આપી દેવું; આપવું; હસ્તક કo.4. To impart or communicate:આપવું;કહેવું; જણાવવું.5.To manage with privacy:છુપી રીતે-ગુપ્તતાથી કામ કo-વ્યવસ્થા કo.6. To take away secretly; to steal: છુપી રીતે લઇ લેવું; ચોરી કo. 7. to accompany: સાથે જવું; દોરી જવું. *vi.* To play the thief; to steal: ચોરી કo.

Conveyance,(કૉન્વેઍન્સ્)*n.* The act of conveying,carrying or transferring; carriage:લઇ જવું-પહોંચાડવું તે.2.Means of carrying or transferring any thing from place to place; vehicle:વાહન; ગાડી; રથ. *Human* **c.:** પાલખી; મ્યાનો. 3. (*Law*) (*a*) An instrument in writing by which property is conveyed from one person to another: મિલકત બીજાને નામે ચઢાવવાનો દસ્તાવેજ-ખત-લેખ; વેચાણખત; વેચાણ. (*b*) The act by which the title to property is transferred:વેચાણ.

Conveyancer, (કૉન્વેઍન્સર)*n.* (*Law*) One who employs himself in drawing up and preparing conveyances of property: મિલકત બીજાને નામે ચઢાવવાના લેખ-ખત-દસ્તાવેજ લખનાર; વેચાણ ખત-બક્ષીસ ખત લખનાર-તૈયાર કરનાર.

Convict,(કૉન્વિક્ટ્)*vt.*[L. *con* &*vinco*, I conquer.] To prove or find guilty of an offence or crime: ગુન્હેગાર-અપરાધી ઠરાવવું; તકસીરવાર-ગુન્હેગાર ઠરાવવું. 2.To prove or show to be false: ખોટું છે એમ સાબેત કo;ખંડન કo. 3. To show by proof or evidence; to prove: સાબેતી-પુરાવાથી સિદ્ધ-જાહેર કo;સાબેત કo. *p.a.* Found or proved guilty:અપરાધી-ગુન્હેગાર ઠરેલું. *n.* A person proved guilty of a crime: ગુન્હેગાર-અપરાધી માણસ.

Conviction,(કૉન્વિક્શન) *n.* The act of finding or proving guilty of an offence:ગુન્હેગાર અપરાધી છે એવું જણાવવું-સાબેત કરવું તે; અપરાધસ્થાપન.

2. Confutation: ખંડન; રદીઓ; ખોટું પાડવું તે. 3. Strong persuasion or belief: ખાત્રી; ખાતર જમા; ભરોસો; અંતઃકરણનો નિશ્ચય; મનપતીજ.

Convince, (કૉન્વિન્સ્)*vt.* [L. *con* & *vinco*, I conquer.] To overpower; to subdue or vanquish:તાબે–હાથ કo;જીતવું; વશ–આધીન કo. 2. To overcome by argument; to satisfy by proof: પુરાવાથી ખાતરી કo;ખાતરી–ખાતરજમાં કo; સમજાવવું.

Convincing, (કૉન્વિન્સિન્ગ્)*a.* Fitted to convince; convictive: ખાતરી કરી આપે તેવું; ખાતરી લાયક; સબલ; નિશ્ચયાત્મક; સંશયચ્છેદક.

Convivial, (કૉન્વિવિઍલ) *a.*[L. *con* & *vivo*,I live.] Relating to a feast or entertainment; festive: મોજમઝાનું–વાળું; મિજબાનીનું; ખુશાલીભરેલું; ઔત્સવિક; આનંદી.

Conviviality, (કૉન્વિવિઍલિટિ) *n.* The good humour or mirth indulged in upon festive occasions; festivity: જીઆફત વખતની મોજમઝા–ખુશાલી–ગમત–આનંદ; ઉત્સવ; ખુશી મસ્કરી.

Convocate, (કૉન્વોકેટ્) *vt.* [L. *con* & *voco*, I call.]To call or summon to meet;to convoke: એકઠું–ભેગું કo; બોલાવવું; મેલાવડો–સભા ભરવી.

Convocation,(કૉન્વોકેશન)*n.*The act of calling or assembling by summons: કહેણ–આમંત્રણથી એકઠું–ભેગું કo–બોલાવવું તે.2.An assembly or meeting:સભા;મંડલી; મિજલસ; મેલાવડો. 3. A general assembly of the clergy,by their representatives:પાદરીઓના પ્રતિનિધિઓની સભા–સમાજ–મેલાવડો. 4. An academical assembly: વિદ્યાલયના ઉપરીઓનો સમાજ; વિદ્વત્સમારંભ; કોન્વોકેશન.

Convoke,(કૉન્વોક્)*vt.*[L. *con* & *voco*, I call.] To call together: તેડું–આમંત્રણ કરી બોલાવવું–ભેગા કo; મેલવવું; ભરવું.

Convolution, (કૉન્વોલ્યુશન) *n.* The act of rolling or winding together: વિંટવું–વાળવું તે; વલ. 2. The state of being wound or rolled up; a fold:વિંટાવું તે; વલ; વિંટો; પેચ; આમલો.

Convolve, (કૉન્વૉલ્વ્) *vt.* [*con* & *volvo*, I roll.] To roll or wind together; to twist: વિંટવું; વિંટો કo; વાળવું; વિંટાલવું.

Convoy,(કૉન્વૉઇ)*vt.*[L.*con* & *via*,a way.] To accompany for protection: રખેવાળી કરવા જોડે જવું;સાથે જઈ સુખરૂપ પહોંચાડવું. *n.* The act of attending for defence; attendance; escort: રખેવાળીને માટે સાથે જવું તે;રખેવાલી;તહેનાત; રખવાળું. 2. A vessel, fleet, a train or trains of waggons: રખેવાલી–સહિત જનારાં વહાણ કે ગાડાંનું લંગર. 3. A protecting force accompanying ships: વહાણની રખવાલીને માટે તેની સાથે રાખવામાં આવતી રખેવાલી; રાહખાન. 4. Conveyance; means of transportation:યાન; વાહન; જલયાન; વહાણ. 5. A drag or brake: પકડ; ખેંચ; કડી; આંકડી.

Convulse, (કૉન્વલ્સ્) *vt.* [L. *con* & *vello*, I pluck.] To draw or contract violently; to agitate from within; to disturb; to shake; to rend: એકદમ જોરથી વાંકુંચુંકું તાણવું;આંકડી આવવી; તણાઈ જવું; ખેંચતાણ થવી.

Convulsion,(કૉન્વલ્શન)*n.* (*Med.*) A violent and involuntary contraction of the muscular parts of an animal body: તાણ; આંકડી; ખેંચ; ખેંચતાણ.2.Any violent and irregular motion or agitation; a tumult: કંપારો; તોફાન; ક્ષોભ. *A political* c.: રાજ્યની ઉથલપાથલ; તોફાન; ફિતૂર; બંડ; હુલડ.

Convulsive,(કૉન્વલ્સિવ્) *a.* Producing convulsion; convulsionary: તાણ–આંકડી આણે તેવું; તાણ–આંકડીનું; થરથરાટવાળું.

Coo, (કૂ)*vi.* To make a low cry or sound, as pigeons or doves: કબુતરની પેઠે બોલવું; ઘુ ઘુ કo. 2. To show affection; to act in a loving way: પ્રીતિ બતાવવી–થી વર્તવું.

Cook,(કુક્)*vi.*To make the noise of the cuckoo: કોયલ–કોકિલાના જેવો અવાજ–રાગ કાઢવો; કુકુ કo.

Cook,(કુક્)*vi.* [L. *coquo*, I cook.] To prepare, as food:રાંધવું;પકવવું;રસોઈ કo;પાક કo. 2.To concoct or prepare; hence to temper with; to alter:મનમાં ગોઠવણ કo;રચવું; બનાવવું; બનાવટ કo; હેરફેર કo;ઉલ્ટું કo. *n.* One who cooks: રસોઇઓ; રંધવારો; રાંધણીઓ; બબરચી.

Cookery,(કુકરિ)*n.*The art or practice of preparing food:રાંધવા–પકવવાની કલા; પકવાન બનાવવાની રીત; પાકક્રિયા; પાકસિદ્ધિ.

Cook-room,(કુક-રૂમ્)*n.* A room for cookery; A kitchen: રસોડું; રાંધણી; બાવરચીખાનું.

Cool,(કૂલ્) *a.* Moderately cold: ઠંડું;શીતલ; આર્દ્ર. 2. Not ardent, fond, or hasty; indifferent: ઠંડું;ધીમું; ધીરૂં; શાંત; સ્વસ્થ; નિરૂત્સાહી; મોળું; પ્રીતિરહિત; નિઃસ્પૃહ. 3. Manifesting coldness or dislike; apathetic:ખરા ભાવ–ઉમલકા–પ્રીતિ–હેત–માયા વગરનું; અતડું. 4. Not retaining heat: ગરમાવા વગરનું;થંડું.5.Audacious: બેદરકાર;પ્રમાદી; બેપરવા; બેફિકર; ઉદ્ધત; ધૃષ્ટ; નિર્લજ્જ. *n.* A moderate state of cold:ઠંડક;શીતલતા;ઠંડકનો વખત. *vt.* To make cool or cold: ઠંડું–ટહાડું કo; ઠંડક–ટાઢક વાલવી. 2. To calm; to abate; to moderate: ઠંડુ–ધીમું–નરમ–શાંત પાડવું;શિથિલ કo. *vi.* To become less; hot; to lose heat: ઠંડું–ટાઢું પડવું–થવું.2.To lose the heat of excitement or passion: હોંસ–ઉમલકો–ઉમંગ–ભાવ–ઉલટ–પ્રીતિ–સ્નેહ કમી થવો.

Cooler,(કૂલર્) *n.* That which cools or abates heat or excitement: જેથી ઉમલકો–હોંસ–ઉમંગ–ભાવ ઓછો–કમી થાય છે તે. 2. A vessel in which liquors or other things are cooled:જે વાસણમાં દારૂ વગેરે ચીજો ઠંડી–ટાઢી પાડવામાં આવે છે તે વાસણ.

Coolie,(કૂલી)*n.*A cooly:બેગારી; હમાલી; મજુર; પાટીવાલો; હેલકરી; વૈતરો.

Coolly,(કૂલ્લિ)*adv.* In a cool manner; without heat or excessive cold: તાપ અથવા અતિશય ઠંડ વિનાનું; ઠંડાઈથી.2. Calmly; delibeartely: ધીમે રહીને;હલવે રહીને; શાંતપણાથી;ઠંડે પેટે. 3. With indifference; impudently: બેદરકારપણાથી; બેપરવાઈથી;અનાદરથી;ઊંચા મનથી;ભાવ–હેત–ઉમલકા વગર.

Coolness, (કૂલ્નેસ્)*n.* The state of being cool; a moderate degree of cold:ઠંડક;ટાઢક;શીતલતા.2. A want of passion;calmness;indifference: ધીમાશ; શાંતતા; અનાદર; બેપરવા; બેદરકારી; શિથિલતા.

Coom,(કૂમ)*n.*Refuse matter; soot; coal dust: મલ; મેશ; કાજલ.

Coop,(કૂપ્)*n.*A grated box for confining poultry:મરઘાંનું પીંજરૂં;ખડો.2.A barrel or cask:પીપ.

Cooper,(કૂપર) *n.* One who makes barrels or casks: પીપ ઘડનાર; પાપગર; કોપર.

Cooperage, (કૂપરેજ્) *n.* The price paid for cooper's work:પીપગરને મલતી મજુરી. 2. A place where cooper's work is done: પીપ બનાવવાનું કારખાનું. 3.The work or business of a cooper: પીપ બનાવવાનું કામ-ધંધો.

Co-operate, (કો-ઑપરેટ્) *vi.* [L. *con* &*opus*, work.] To act or operate jointly with another or others:એક દિલ થઇને-એકજ મતલબે સાથે મલી કામ કo; મદદ-સાહ્ય કo; મલીને કામ-ઉદ્યોગ કo.

Co-operation, (કો-ઑપરેશન)*n.* Joint operation: સહકારીપણું; મદદ; સામેલગિરી; સાહાયતા.

Co-operative, (કો-ઑપરેટિવ્) *a.* Operating jointly to the same end: સહકારી; બધા સામેલ થઇને કરનાર.

Co-ordinate,(કો-ઑર્ડિનેટ્)*a.* [L. *con* & *orda*, order.] Equal in rank or order; not subordinate:ખરેખરીનું;સરખું;એકપદ્વિનું;ખરેખરિયું;સમતોલ. To make co-ordinate or equal;to harmonize: બરાબરિયું-સમાનપદ-પદવીવાલું કo; મલતું આવે એમ કo; સલાહ સંપે રહેવું. *n.* A thing of the same rank with another thing: બીજી ચીજના સરખા-સમાન પદની ચીજ; બીજી ચીજની ખરેખરની ચીજ. 2. (*pl.*) (*Math.*) Lines or other elements of reference:સંબંધ-સૂચના દર્શાવનારી-લીટીઓ કે તત્વ.

Coot,(કૂટ્)*n.*A water fowl:જલચર પ્રાણી;જલકુકડી. 2.A stupid fellow;a simpleton:કમઅક્કલમાણસ; મૂર્ખો;ડોઠ; જડબુદ્ધિ; મૂર્ખ-નાદાન-બેવકુફ માણસ.

Copal,(કોપૅલ)*n.*A resinous substance: ચંદરસ; વારનીશ કરવાનો સરશ.

Coparcenary, (કોપાર્સનેરિ) *n.* (*Law*) Partnership in inheritance;joint heirship: વારસામા સરખો ભાગ; સમભાગિપણું; સહીયારો વારસો.

Co-partner, (કોપાર્ટ્નર) *n.* [L. *con* & *pars*, part.] A joint partner; an associate; a partaker: પાંતીદાર;ભાગીદાર;ભાગીઓ;હિસ્સેદાર;સહીયારી.

Co-partnership-nery,(કોપાર્ટ્નરશિપ્-કોપાર્ટનરિ) *n.* The state of being a co-partner; a joint interest or concern in any matter:સહીઆરૂં; પંત્યાલું; કોઇ પણ કામમાં સરખો ભાગ; પાંતી.

Cope, (કોપ્) *vi.* To enter into or maintain a contest; to match; to equal:બાથ ભીડવી; લઢવું; ખરેખરી કરવી;સામા થવું;પૂરૂં પડવું.2.To encounter; to have to do with:મલવું; ભેટવું; મુલાકાત કo;કામ પાડવું. 3. To exchange; to barter: બદલામાં આપવું; સાટું કo.

Cope-stone,(કોપ્-સ્ટોન)*n.*Head or top stone: [ટોચ-શિખરનો પથ્થર.

Copious,(કોપિઅસ)*a.*[L.*copia*, abundance.] Large in quantity or amount; ample; plentiful:પુષ્કલ; બહુ; ઘણું; વિશેષ; વિશાલ; બહોલું.

Copiously, (કોપિઅસ્લિ) *adv.* Plentifully; largely; amply:પુષ્કલ; ઘણું; ખુબ; અતિ; ભરપુર.

Copper, (કૉપર) *n.* [L. *cyprium.*] A metal of a reddish color, ductile, malleable,and tenacious: તાંબું; ત્રાંબુ; તામ્ર. 2. A coin made of copper:ત્રાંબાનાણું;તાંબાનો સિક્કો.3.A boiler made of copper: તાંબાની કઢાઇ-દેગડો-ઉકાલવાનું વાસણ. *Sulphate of* **C.**:મોરથુથુ. *Calx* **C.**:તામ્ર ભસ્મ; તાંબાની ખાખ. *Copper change:* પૈસા; પરચુરણ. *vt.* To cover or sheathe with sheets of copper:તાંબાનાં પતરાં ચઢાવવાં;તાંબે મઢવું;તાંબાની મેણ ચઢાવવી.

Copper-as, (કૉપર્-ઍસ્) *n.* [L. *cuprirosa.*] Sulphate of iron or green vitriol: હીરાકશી.

Copper-plate, (કૉપર્-પ્લેટ્) *n.* A plate of copper on which an engraving has been made: તામ્ર પત્ર; અક્ષર કોતરેલું તાંબાનું પતરૂં. 2. A print or impression taken from a copper-plate:તામ્ર પત્રથી છાપેલો કાગલ; તામ્રપત્રની છાપ.

Copper-smith.(કૉપર્-સ્મિથ્)*n* One whose occupation is to manufacture copper utensils: કંસારો; તામ્રકાર.

Coppice-Copse,(કૉપિસ્-કૉપ્સ)*n:* [*Old Fr. couper*,to cut.]A wood of small growth:ઝાડી; વૃક્ષવાટિકા; જંગલ.

Copula,(કૉપ્યૂલે) *n.* (*Logic*) The word which unites the subject and predicate of a proposition:ઉદ્દેશ તથા વાચ્યને જોડનારો શબ્દ.

Copulate,(કૉપ્યૂલેટ્)*vi.*[L. *copulo*, I couple.] To unite in sexual embrace: સંભોગ-મૈથુન-અંગસંગ કરવો; રતિક્રિયા કo.

Copulation, (કૉપ્યૂલેશન) *n.* Coition; sexual union:સ્ત્રી પુરૂષ સંભોગ;મૈથુન;સંભોગ;સંગ;રતિક્રિયા.

Copulative,(કૉપ્યૂલેટિવ્) *a.*Serving to unite or couple: જોડવામાં-જોડકાં બનાવવામાં કામ આવતું; સંયોગ-સંસર્ગકારી.2.(*Gram.*)Uniting the sense as well as the words:સંયોજક; ઉભ્યાન્વયી.

Copy, (કૉપિ) *n.* [L. *copia*, abundance.] An imitation or transcript of an original work: નકલ; ઉતારો; પ્રત.2.A pattern, model or example:નમુનો;કિત્તો;નિદર્શન.3.Manuscript or printed matter to be set up in type:લખાણ;જે છાપવાનું તે; અસલ; મૂલ; કાપી. 4. Copy-hold: પટ્ટો. *vt.* To imitate; to transcribe; to duplicate: નકલ-ઉતારો કo; ઉતારવું: ઉતારી લેવું; નકલ-પ્રત કo; નમુના પ્રમાણે ઉતારવું. *vi.* To do anything in imitation or something else:કોઇની નકલ કo;અનુકરણ કo.

Copy-book, (કૉપિ-બુક્)*n.* A book in which copies are written or printed for learners to imitate: દોપિરતાન; કિત્તો; દસ્કતશિક્ષક; લેખન વિદ્યા-કલા; અક્ષરપોથી.

Copy-hold,(કૉપિ-હોલ્ડ્)*n.*(*Eng. Law*) (*a*)A tenure of estate by copy of court roll:પટો; સનદ. (*b*)A land held in copy-hold:પટાવાલી જમીન.

Copyist,(કૉપિઇસ્ટ્)*n.*A copier; a transcriber; an imitator: લેખક; લહીઓ; નકલ ઉતારનાર; અનુકરણ કરનાર.

Copy-right, (કૉપિ-રાઇટ્) *n.* The legal right which an author has in his own original productions: ગ્રંથકાર-કર્ત્તાનો પોતાનો ગ્રંથ છપાવવા-પ્રસિદ્ધ કo, વગેરેનો હક્ક; ગ્રંથ સ્વામિત્વના હક્ક; કાપી-રાઇટ્. *vt.* To secure by copy-right:ગ્રંથકર્ત્તાના હકથી

મેલવવું-સંપાદન કo.

Coquet,(કૉકેટ્) *vt.* To attempt to attract the notice, admiration, or love of: કોઈનું મન-પ્રીતિ પોતાના તરફ આકર્ષવા પ્રયત્ન કo.*vi.*To trifle in love: નખરાં કo;ઉપરની પ્રીતિ દેખાડી ઉડાવવું;લટકો કo;હાવ-ભાવ-અદા કo.

Coquetry,(કૉકેટ્રિ) *n.*Attempts to attract admiration, notice or love; trifling in love:હાવ-ભાવ; લટકો; નખરાં; નખરાં બાજી: અદા.

Co-quette,(કોકેટ્)*n.*A vain, trifling female who endeavours to attract admiration from a desire to gratify vanity; a flirt:નાચ્ચણ; દિલફ્રેબ-લટક ચાલની ઓરત; નખરાંબાજ-નખરાંખોર સ્ત્રી; વિલાસિની; વિલાસવતી.

Co-quettish,(કોકેટિશ્) *a.* Practising or exhibiting coquetry: હાવભાવ દેખાડનાર; લટકાખોર; નખરાંબાજ; લેહકાલી.

Coral,(કૉરૅલ્) *n.*[L. *coralbum.*] The solid secretion of zoophytes:પરવાળું; પ્રવાલ.2.A piece of coral, used by children as a plaything:છોકરાંને રમવાનું પરવાલાનું રમકડું.

Cord,(કૉર્ડ્)*n.*[L. *chorda.*] A string or small rope:દોરડું; રસી; રાશ; નાડ. 2. A solid measure, equivalent to 128 cubic feet:૧૨૮ ઘનફુટના જેટલું માપ.3. An enticement;an allurement:ફાંદો; ફંદ; જાલ; પ્રપંચ; બંધ; બંધન.

Cord, (કૉર્ડ્) *vt.* To bind with a cord or rope: દોરડાં-રસીથી-વતે બાંધવું. 2. To pile up:ઢગલો કo; ગોઠવવું; ખડકવું.

Cordage,(કૉર્ડેજ્) *n.* Ropes or cords:બધાં દોરડાં; રસીઓ; વરેડાં; રાશો.

Cordial, (કૉર્ડિઍલ્) *a.* [L. *cor*, the heart.] Hearty;sincere;affectionate: ખરાદિલનું-ભાવનું; અંતરનું; અંતઃકરણનું; મનનું; અંતઃકરણ પૂર્વક. 2. Giving strength or spirits;invigorating:બલ-જોર-જુસ્સો આપનારું; પુષ્ટિકારક; પૈષ્ટિક;દીપક; અગ્નિવર્ધક.*n.*Anything that comforts or exhilarates: હોંશ-ઉમંગ આણે-સુખ કરે એવી ચીજ-વસ્તુ.2.(*Med.*) A medicine which increases strength, and gives life and cheerfulness to a weak person: તેજોવર્ધક-પૈાષ્ટિક-પુષ્ટિકારક ઔષધ; અગ્નિવર્ધક. 3.Aromatized and sweetened spirit: મસાલેદાર-ખુશબોદાર અને ગલ્યો દારૂ.

Cordiality, (કૉર્ડિઍલિટિ) *n.* Relation to the heart:અંતઃકરણ સાથેનો સંબંધ. 2. Sincere affection and kindness; heartiness:ખરો ભાવ-મન-હેત; અંતરનું હેત-ભાવ: દિલોજાની.

Cordially,(કૉર્ડિઍલિ)*adv.*Heartily; sincerely: અંતઃકરણથી; આંખને જોરે; દિલોજાનીથી.

Core, (કોર્) *n.* [L. *cor*, heart.] The heart or inner part of a thing:કોઈ ચીજનોમાંહેનો ગર્ભ-ગર; માવો; ભિતર. 2.The important part of a thing; the essence:તત્વ; સત્વ: મુદ્દો.*vi.* To take out the core or inward part of:વચમાંનો ભાગ-ગર્ભ-ગર લઈ લેવો-બહાર કાઢવો.

Corf, (કૉર્ફ્) *n.* [L. *corbis.*] A large basket: મોટી ટોપલી-ટોપલો. 2. A wooden low wheeled wagon:નાના પૈડાનું ગાડું.

Coriander,(કૉરિઍન્ડર્) *n.* [L. *coriandrum.*] (*Bot.*) A plant:કોથમિર;કોથમી.C. *seed:* ધાણા.

Cork,(કૉર્ક્) *n.* [L. *cortex*, *corticis*, bark.] The outer bark of the cork-tree:બુચના ઝાડની ઉપરની છાલ. 2.A stopper (*for a bottle* or *cask*): બુચ; ડટ્ટો;દાટો.*vt.* To stop with a cork: દાટો દેવો-મારવો; બુચ મારી બંધ કo.

Cork-screw, (કૉર્ક્-સ્ક્રૂ) *n.* A screw to draw corks from bottles: બુચના ડટ્ટા ઉઘાડવાનો ઇસ્ક્રૂ.

Corn, (કૉર્ન) *n.* [L. *granum.*] A single seed of certain plants; a grain: દાણો; કણ. 2. The various cereal grains: અનાજ; ધાન્ય. 3. The plants which produce corn:ઉભું-વાઢેલું અનાજ. 4. A small hard particle; a grain:એક નાનો કઠણ કણ-દાણો.*vt.*To sprinkle with salt; to cure by salting:મીઠું છાંટવું;મીઠામાં આથવું.*To* C.*beef:* ગાયના માંસને મીઠામાં આથવું.2. To form in small grains:દાણો પાડવો; દાણાદાર કo.3. To supply or feed with grains: દાણો ચઢાવવો-મૂકવો-ખવરાવવો; ચંદી ચઢાવવી. 4. To render intoxicated: મસ્ત-પીધેલ-છાકટો બનાવવો-કo.

Corn,(કૉર્ન્) *n.* [*L.cornu*, horn.] A hard,horn-like induration of the skin on the toes or other parts of the feet: આંટણ.

Corn-chandler-dealer,(કૉર્નચૅન્ડ્લર્-કૉર્ન-ડીલર્)*n.*One who deals in corn:ફડીયો;કણીઓ;મોદી.

Cornea,(કૉર્નિઍ) *n. pl.* **Corneas.**[L.*cornu*, a horn.]The strong, transparent membrane which forms the front part of the eye: આંખ ઉપરનો મજબૂત, પારદર્શક પડદો.

Cornelian,(કૉર્નેલિઍન્)*n.*[L.*cornu*,horn.]A variety of chalcedony, of a clear, deep-red, flesh-red, or reddish white color: અકીક.

Corner,(કૉર્નર્) *n.* [L. *cornu*, horn; end.] The point where two converging lines meet; an angle: ખૂણો; કોણ. 2. Remote space; a secret or retired place: ખૂણો ખોચરો;ખુણું ખંટોલું; છૂપી જગ્યા. 3.Direction: દિશા;બાજુ. *vt.* To drive into a corner: ખૂણામાં લઇજવું-હાંકી કાઢવું. 2. To drive into a position of great difficulty: ભારે સંકટમાં નાંખવું; અમુઝણ-ગભરાટ-મુશીબતમાં લાવી મૂકવું; હંફાવવું.

Corner-stone, (કૉર્નર્-સ્ટોન્) *n.* The stone which lies at the corner of two walls; the principal stone: બે દિવાલોના ખુણા આગલનો પથરો; ઈમારતમાં મુખ્ય પાયાનો પથરો. 2. That which is of fundamental importance or indispensable: પ્રધાન વસ્તુ; મૂલાધાર.

Cornet,(કૉર્નેટ્) *n.* [L. *cornu*, horn.] (*Mus.*) A wind instrument blown with the mouth: મ્હોડેથી વગાડવાનું યંત્ર-વાજું; પીપુડી. 2. A little cap of paper twisted at the end: છેડેથી વાલેલી કાગલની ન્હાની ટોપી. 3. (*a*) A company of cavalry:ઘોડેસ્વારનું લશ્કર; પાયગા. (*b*)The flag or standard of such a company: આવી પાયગાનો વાવટો. (*c*) The officer who carries the standard in a cavalary troop: પાયગાનો ઝુંડો-વાવટો ઉપાડનાર અમલદાર.

Cornice, (કૉર્નિસ્) *n.*[L. *corona*, head] Any molded projection which crowns or finishes the part to which it is affixed:છતની પટ્ટી;કંગરો; કંગણી; કારનીસ.

Corny,(કૉર્નિ) *a.* Strong, stiff or hard, like a horn; resembling horn: શીંગડાં જેવું કઠણ-ચીકણું અથવા મજબૂત: શીંગડા જેવું.

Corollary,(કૉરૉલ્લૅરિ) *n.*[L. *corona*,a crown.] Surplus; something added or superfluous: ઉમેરો; ઉપરનો વધારો; ફાલતુ ભાગ. 2. That which follows over and above a proposition demonstrated; an inference: અનુષંગીસિદ્ધાંત; એક વાત ઉપરથી સિદ્ધ થયલી બીજી વાત.

Coronal,(કૉરોનૅલ્) *a.* [L. *coronalis.*] Pertaining to the kingly crown or to coronation: રાજાના તાજ-મુગટને લગતું. 2 Belonging to the crown or top of the head: માથાના તાલકાને લગતું. *n.* A crown; garland: તાજ; મુગટ.

Coronation,(કૉરોનેશન્) *n.* The act or solemnity of crowning a sovereign: રાજ્યાભિષેક; રાજ્યાભિષેકવિધિ; પટ્ટાભિષેક. 2. The pomp or assembly attending a coronation: રાજ્યાભિષેક વખતે મળેલું મંડલ-સભા; રાજ્યાભિષેક વખતનો ઠાઠમાઠ-ભભકો.

Coroner, (કૉરોનર્) *n.* [L. *corona*, a crown.] An officer of the law whose duty is to inquire into the manner of a violent death: અકરમાત મરણ વિષે તજવિજ કરનાર અમલદાર;કોરોનર.

Coronet,(કૉરોનેટ્) *n.* [L. *corona*, a crown.] An inferior crown worn by noblemen: અમીર-ઉમરાવ લોકોને પહેરવાનો હલકો-ઉતરતા દરજ્જાનો મુગટ-તાજ.

Corporal,(કૉર્પોરૅલ્) *a.* [L.*corpus* body.] Belonging or relating to the body; bodily: શારીરિક; દેહસંબંધી; કાયિક દૈહિક; બદનને લગતું.

Corporate,(કૉર્પોરેટ્) *a.* [L.*corpus*, body.] Formed into a body by legal enactment; incorporated: સરકારની સનદથી કે કાયદાથી સમગ્ર થયેલું-સ્થાપેલું. 2. Belonging to a corporation: સનદી સભા-મંડલીને લગતું-સંબંધી-વિષયક.3.United: general:ભેગું; એકઠું.

Corporation,(કૉર્પોરેશન્)*n.*A society having the capacity of transacting business as an individual:કાયદા મુજબ સનદ મેળવી વહિવટ ચલાવનાર મંડલ; સનદી સભા.

Corporeal,(કૉર્પોરીઅલ્)*a.*[L. *corpus*, body.] Having a body; material:શરીર-દેહવાળું;દેહવાન; અંગી; શરીરમય; દેહી; પાંચભૌતિક; ભૌતિક.

Corps,(કૉર્પ્સ્) *n. Sing. & pl.* [L. *corpus*, body.] A body of troops; an organized part of an army:લશ્કરની ટુકડી; પલટણ. 2. Any body or code of laws:કાયદાનો સંગ્રહ; ધર્મસંહિતા.

Corpse, (કૉર્પ્સ) *n.* [L. *corpus*, body.] A human body, whether living or dead (*used contemptuously*): સજીવ કિંવા નિર્જીવ દેહ. 2. The dead body of a human being: મુડદુ; શબ; લાશ; લોથ; પ્રેત.

Corpulence-cy, (કૉર્પ્યુલન્સ-કૉર્પ્યૂલૅન્સિ) *n.* Excessive fatness; obesity:અતિશય જાડાપણું;ડોંગાપણું; દેહસ્થૂલતા.3.Thickness of substance:કોઇ વસ્તુ-પદાર્થની જાડાશ-જાડાઇ-જાડાપણું.

Corpulent,(કૉર્પ્યુલૅન્ટ્) *a.* Having an excessive quantity of flesh: અતિશય જાડાં-ભરેલાં અંગનું; જાડું;અતિસ્થૂલ;ડોંગું.2.Solid;gross:કઠણ;નક્કર.

Corpuscle, (કૉર્પસલ્) *n.* [L. *corpus*, body.] A minute particle or physical atom: રજ; કણ; રજકણ; અણુ.

Correct, (કૉરેક્ટ્) *a.* [L. *con & recto*, I lead straight.] Set right; not faulty; free from error: દુરસ્ત; ઠીક; બરાબર; શુદ્ધ; સહી; વાજબી; ખરેખરૂં; યોગ્ય; શિષ્ટ;દોષરહિત-શૂન્ય;યથાર્થ.*vt.* To make right;to rectify:શુદ્ધ-દુરસ્ત-બરાબર-ખરૂં કo;સુધારવું.2.To chastise; to discipline: શિખામણ-ઠપકો દેઈ સારે રસ્તે પાછું લાવવું;શીખામણ દેવી;નશીઅત કo -આપવી; શિક્ષા કo.3. To obviate or remove:મટાડવું; તોડવું; દોષ ટાલવો; દૂર કo.3. To amend; to set right:સુધારવું; ભૂલો કાઢવી; તપાસવું.

Correction,(કૉરેકશન) *n.* The act of correcting:સુધારો કoતે;શુદ્ધિકરણ;શોધન;વિશુદ્ધિ.2.Punishment; discipline; chastisement: શિખામણ; નશીઅત; શિક્ષા; ઠપકો; સજા; નિગ્રહ; દંડ. 3.That which is substituted in the place of what is wrong: સુધારો; ચૂક-ભૂલ કાઢી નાંખી તેની જગ્યાએ કરેલી શુદ્ધિ. *House of* **C.**, a bridewell: હલકી સજા માટે બંધીખાનું-કેદખાનું.

Corrective,(કૉરેક્ટિવ્)*a.*Having the strength to correct; tending to rectify:સુધારનારૂં; સુધારે તેવું;શાશન કરનારૂં;શોધક. *n.* That which has the power of correcting: સુધારનાર. 2. Limitation; restriction:પ્રતિબંધ; હદ; બંધી; દાબ.

Correctly,(કૉરેક્ટ્લિ) *adv.* In a correct manner; exactly; accurately:સીધી રીતે; બરાબર; ઠીક; યથાયોગ્ય;વાજબીની રાહે; વગર ચૂકે.

Correctness, (કૉરેક્ટ્નૅસ્) *n.* State of being correct; conformity to truth, justice or propriety: વાજબીપણું; રાસ્તપણું; શુદ્ધતા; નિર્દોષતા; દુરસ્તપણું;સાચાઈ. 2.Conformity to settled usages or rules: સ્થાપેલા-મુકરર કરેલા નિયમ પ્રમાણે ચાલવું તે; શુદ્ધપણું. 3.Conformity to copy or original: નકલ-ઉતારાની ખરેખર હોવું તે.

Corrector,(કૉરેક્ટર્)*n.*One who corrects; one who amends faults, &c: સુધારનાર; શિક્ષા કરનાર; શોધક; શુદ્ધ કરનાર.

Correlation,(કૉરીલેશન્)*n.*reciprocal or mutual relation:પરસ્પર સંબંધ; સરખો સંબંધ;અન્યોન્યાપેક્ષક સંબંધ.

Correlative, (કૉરેલેટિવ્) *a.* Having or indicating a reciprocal relation:પરસ્પર સંબંધસૂચક; પરસ્પરાશ્રિત.*n.* One who, or that which, stands in a reciprocal relation to some other person or things:પરસ્પર સંબંધી;ઇતરેતર સંબંધી.2. (*Gram.*) The antecedent of a pronoun: સર્વ નામ સાથે સંબંધ ધરાવતો આગલ ગયેલો શબ્દ; સર્વ નામનો તત્પદ.

Correption,(કૉરેપ્શન) *n.* [L. *con & rapio*, I seize.] Chiding; reproof; reprimand:ઠપકો; શબ્દમાર; ધમકી; ધુરકાયુ.

Correspond,(કૉરસ્પૉન્ડ્)*vi.* [L. *con, re*, and *spondeo*, I promise solemnly.] To be adapted; to suit; to answer: બેસતું–મળતું આવવું; અનુરૂપ–સદૃશ હોવું; ખરોખર ઉતરવું; જોડી થવી. 2. To hold intercourse or to communicate by sending and receiving letters: કાગલપત્રનો વેહેવાર ચલાવવો–રાખવો; પત્રવ્યવહાર રાખવો–ચલાવવો.

Correspondence,(કૉરસ્પૉન્ડન્સ્) *n.* Fitness; relation: પરસ્પરયોગ્યતા; બેસતાં-મળતાંપણું; તાલો; મેલ; ખરોખરી. 2. Intercourse between persons by means of letters: પત્ર–ચીઠ્ઠી–વેહેવાર; પત્રવ્યવહાર; આડત. 3. The letters which pass between correspondents: કાગલપત્રો; ચિઠ્ઠીપત્રી.

Correspondent, (કૉરસ્પૉન્ડન્ટ્) *a.* Suitable: મળતું; બેસતું; લાયક; બરાબર; અનુરૂપ; યુક્ત; તુલ્ય. *n.* One who corresponds; one with whom an intercourse is carried on by letters or messages: આડતીયો; ગુમાસ્તો; ચર્ચાપત્રી.

Corresponding, (કૉરસ્પૉન્ડિન્ગ્) *p.a.* Answering; suiting: મળતું; બેસતું; યોગ્ય; બરાબર; તુલ્ય. 2. Carrying on intercourse by letters: પત્રવ્યવહારી; કાગલ પત્રથી વેહેવાર રાખતું.

Corridor (કૉરિડૉર્) *n.* [L. *curro*, I run.] A gallery or passage way leading to apartments independent of each other: પરસાલ; ચાલ; એક ઓરડામાંથી બીજામાં જવાનો રસ્તો.

Corrigible,(કૉરિજિબલ્)*a.* [L. *corrigo*, I correct.] Capable of being set right, amended or reformed: સુધરવા–સુધારવા યોગ્ય; સુધરી શકે તેવું. 2. Worthy of being chastised; punishable: સજાને લાયક–પાત્ર; દંડનીય; શિક્ષણીય. 3. Having power to correct; corrective: સુધારનારું–રે એવું.

Corroborate,(કૉરોબોરેટ્) *vt.* [L. *on* & *robur*, strength.] To make strong; to strengthen: મજબૂત–જબરું કo; મજબૂતી આપવી. 2. To make more certain; to confirm: પુષ્ટિ–મજબૂતી–ટેકો આપવો; સબલ કo; સપ્રમાણ કo.

Corroboration,(કૉરોબોરેશન્) *n.* The act of corroborating; confirmation: પુષ્ટિકરણ; પુષ્ટિ; મજબૂતી; પ્રમાણ; ટેકો; આધાર. 2. That which corroborates: પુષ્ટી–ટેકો આપનાર–ચીજ.

Corroborative,(કૉરોબોરેટિવ્)*a.* Having the power of giving strength; tending to confirm: પુષ્ટિ આપનાર; ટેકો–આધાર–મજબૂતી આપનાર.

Corrode,(કૉરોડ્)*vt.* [L. *con* & *rodo*, I gnaw.] To eat away by degrees: ધીમે ધીમે ખવાઈ જવું; આસ્તે આસ્તે ઘસાઈ જવું. 2. To consume; to impair: ધીમે ધીમે ઘટવું–ઓછું–કમી થવું–ખરાબ થવું; નાશ થવું; વિલઈ જવું.

Corrosible,(કૉરોઝિબલ્)*a.* Corrodible: ઘસાઈ–[ખવાઈ જાય તેવું.

Corrosion,(કૉરોઝન્)*n.* The action of eating or wearing away by slow degrees: ધીમે ધીમે ખવાઈ જવું તે; ખાત; સડો; સલો; ક્ષય.

Corrosive, (કૉરોઝિવ્) *a.* having the power of consuming or impairing: ખાઈ નાંખનારું; સડો કરે એવું; સડો પેસાડે એવું; નાશક. 2. Having the quality of freting or vexing: દુઃખ દેતું; હેરાન કરતું; તીવ્ર; ચીઢવતું. C. *sublimate*: રસકપુર.

Corrugate, (કૉરુગેટ્) *vt.* [L. *con* & *ruga*, wrinkle.] To form or shape into wrinkles or folds: કરચલી વાલવી–પાડવી; સલ પાડવા. *Corrugated iron*: સલ પાડેલાં લોઢાનાં પતરાં. *a.* Wrinkled; contracted: વાટા પડેલું; કરચોલી પડેલું; સંકોચાયેલું.

Corrupt,(કૉરપ્ટ્)*vt.* [L. *con* & *rumpo*, I break.] To make putrid; to putrefy: કોહોવાડી નાખવું; સડાવવું; ખરાબ કo. 2. To vitiate; to pervert; to defile: બગાડવું; મલિન કo; ધર્મ–નીતિ–આચારભ્રષ્ટ કo; પતિત–નાપાક–ભ્રષ્ટ કo. To draw aside from the path of rectitude and duty, to bribe: લાંચ આપવી; રૂશવત આપી ભ્રષ્ટ કo; લાંચથી વશ–અનુકૂલ કo; વિકાર ઉત્પન્ન કo. 4. To debase or render impure; to falsify: બગાડવું; અશુદ્ધ કo; દોષયુક્ત કo; દૂષિત કo. 5. To vaste; to spoil: ખરાબ કo; નિરૂપયોગી કo; બગાડવું. *vi.* To become putrid or tainted; to rot: કોહોવું; સડવું; બગડી જવું. 2. To become vitiated; to lose purity: ખરાબ થવું; આચાર–નીતિભ્રષ્ટ થવું; –નીતિ–આચરણ બગડવાં. *a.* Spoiled; tainted; vitiated: કોહેલું; સડેલું. 2. Depraved, debased: ભ્રષ્ટ; દુષ્ટ; લાંચીઉ; પતિત; દૂષિત; આચારભ્રષ્ટ; ગુણભ્રષ્ટ; વિકારી. 3. Abounding in error, not correct: અશુદ્ધ; દોષવાળું.

Corruptible, (કૉરપ્ટિબલ્) *a.* Subject to decay and destruction: નાશવાન; નાશવંત; વિનાશી. 2. Capable of being vitiated in qualities or principles: ભ્રષ્ટ થઈ શકે તેવું; આચાર–નીતિ–ગુણભ્રષ્ટ થઈ શકે તેવું.

Corruption,(કૉરપ્શન્) *n.* The act of corrupting; putrefaction; deterioration: સડો; સલો; કોહોવાણ; કોહોવાટ. 2. The product of corruption; putrid matter; pus: કોહેલો પદાર્થ; પાચ; પરૂ. 3. Debasement; depravity; bribery: નીતિ–ધર્મ–આચાર–ગુણભ્રષ્ટતા; મલિનતા; ભ્રષ્ટતા; પાપી પણું; લાંચ; રૂશવત. 4. Departure from what is pure, simple or correct: અશુદ્ધતા; અપભ્રંશ; અપશબ્દ.

Corruptive,(કૉરપ્ટિવ્)*a.* Having the quality of corrupting, tainting or vitiating: આચાર–નીતિ–ધર્મ–ગુણ નષ્ટ કરે તેવું; દૂષક; નાશક.

Corruptly,(કૉરપ્ટ્લિ)*adv.* Without integrity; viciously; wickedly: દુર્બુદ્ધિથી–દુષ્ટપણાથી; કુકર્મથી; આચાર–નીતિભ્રષ્ટતાથી.

Corsair,(કૉર્સેર્)*n.* [L. *curro*, I run.] A pirate: ચાંચીઓ. 2. A piratical vessel: ચોરવહાણ; ચાંચીયું વહાણ.

Corse (કૉર્સ્) *n.* A living human body: જીવતું મનુષ્ય–માણસ. 2. A corpse; the dead body of a human being: મડદું; શબ; લાશ; લોથ.

Corselet, (કૉર્સ્લેટ્) *n.* [L. *corpus*, body.] Armour for the body: શરીરના આગલા ભાગ ઉપર પહેરવાનું બખ્તર–કવચ. 2. The thorax of an insect: જંતુની છાતી–વક્ષસ્થલ.

Corset,(કૉર્સેટ્)*n.*[L. *corpus*, body.] An article of dress inclosing the chest and waist: કબજો; કાંચલી; ચોલી; કમખો.

Cortege,(કૉર્ટેઝ્) *n.* Train of attendants: પરીવાર; સ્વારીમંડલ; સ્વારી; ખટલો.

Cortical, (કૉર્ટિકલ્) *a.* [L. *cortex*, bark.]

Belonging to, or consisting of, bark or rind; external:છાલ-છોલને લગતું-નું;ઉપરનું;બહારનું;બાહ્ય.

Coruscate,(કૉરસ્કેટ્)*vt.*[L. *corusco*, I flash.] To throw off vivid flashes of light:ઝલકવું; ચલકવું; ઝકઝક થવું; ઝગઝગવું.

Cosey-zy,(કૉઝિ)*a.* Snug; comfortable; easy: સુખી; સુખકારક; સુખદ; રૂડું; સારૂં: સુખરૂપ. 2. Chatty; talkative; social: વાતોડીયું; બોલકણું; મલતાવડું; મિલનસાર.

Cosmetic,(કૉસ્મેટિક્) *a.* [Gr. *kosmos*, order.] Improving beauty of the complexion:શરીરની ખુબસુરતી વધારે તેવું; કાંતિવર્ધક; શોભાજનક–પ્રદ; રૂપવર્ધક. *n.* Any external application that helps to beautify and improve the complexion:અંગરાગ;ઉટણું; શરીરની સફાઇ તથા રૂપ વધારે તેવી વસ્તુ.

Cosmic-cosmical, (કૉસ્મિક્-કૉસ્મિકૅલ્) *a.* Pertaining to the universe:જગત-સૃષ્ટિ–બ્રહ્માંડ સંબંધી–વિષયક.2.Harmonius;orderly:વ્યવસ્થિત;યથાક્રમ. 3. Pertaining to the solar system: સૂર્ય મંડલ સંબંધી.4.Rising or setting with the sun: સૂર્ય સાથે ઉગતું–આથમતું.

Cosmogony, (કૉસ્મૉગૉનિ) } *n.*[Gr.*kosmos*,
Cosmography,(કૉસ્મૉગ્રૅફિ) } world.] (*a*) The creation of the world or universe:જગદુત્પત્તિ;વિશ્વોત્પત્તિ.(*b*)A theory or account of such creation:જગદુત્પત્તિનો સિદ્ધાંત કે વૃતાન્ત;ભૂવર્ણન; સૃષ્ટિવર્ણન; જગદુત્પત્તિ વિદ્યા.

Cosmopolitan-lite, (કૉસ્મોપૉલિટૅન-કૉસ્મૉપૉલાઇટ્)*n.* [Gr. *kosmos* & *polites*, a citizen.] A person who has no fixed residence; a citizen of the world: જગદ્દેશી;જગત્વાસી;સર્વદેશવાસી.

Cost,(કૉસ્ટ્) *n.* [L. *costa*, rib.] A rib; a side: પાસલી; પાંસળું; બાજુ; ભાગ.

Cost,(કૉસ્ટ્)*n.*[L.*con* & *sto*, I stand.]Charge; expense: ભાવ; પડતર; મૂલ; કિમ્મત; ખર્ચ;વ્યય. 2. Loss of any kind; pain; suffering:નુકશાન;ટોટો; શ્રમ; દુઃખ; સંકટ. 3. Expenses incurred in litigation:કજીઆ–મુકરદમાનો ખરચ. *vt.*To require to be given, expended or laid out:કિમ્મત–મૂલ–ખર્ચ બેસવું–પડવું. 2. To require to be borne or suffered: ખમવું; સોસવું; પડવું. To **c.** *dear*: ભારે–મોંઘુ પડવું; મુશ્કેલ પડવું.

Costal,(કૉસ્ટૅલ્) *a.* [L. *costa*, rib.] Pertaining to the side of the body or the ribs:શરીરના પાસા–પાંસળીનું–વિશે–લગતું–સંબંધી.

Coster-monger,(કૉસ્ટર્-મૉન્ગર્)*n.* An apple seller; a fruiterer:શેબ ફલ વેચનાર;ફલફલાદિ વેચનાર; મેવાવાલો.

Costive,(કૉસ્ટિવ્)*a.* [L.*con* & *stipo*, I cram.] Constipated:બંધકોષી; કબજીઅતવાલું;કબજ કોઠાનું. 2. Reserved; formal:શરમાલ;સંકોચ વૃત્તિનું;મનમાં પડદો રાખનું. 3. Dry and hard: સુકું અને કઠણ.

Costly, (કૉસ્ટ્લિ) *a.* Of great cost; of high price; expensive:કીમતી; મોંઘું; બહુ મૂલ્યવાન;ઉંચા ભાવનું; ઘણો ખર્ચ થાય એવું.

Costume, (કૉસ્ટ્યૂમ્) *n.* [L. *consuetudo*, custom.]An established manner, mode or style, especially of dress: વેશ; પોશાક; પહેરવેશ; લેબાસ.

Cot-Cote,(કૉટ્-કોટ્) *n.*A small house; a cottage or hut: ન્હાનું ઘર; ઝુંપડું; છાપરી; ખોપડું.

Cot-cott, (કૉટ્-કૉટ્) *n.* A sleeping place of limited size or elevation; a cradle: ખાટલી: દોલકી; પારણું.

Cotemporaneous, (કોટમ્પોરેનીઅસ્)*a.*Living or being at the same time: સમકાલભવ; એકજ સમય–કાલ–વખતનું.

Cotemporary, (કોટમ્પોરૅરિ)*a.* & *n.* Same as **contemporary.**

Coterie, (કોટરી) *n.* [L. *quota*,a share.] A set or circle of person who meet familiarly: મિત્ર મંડલ; વિદ્યાસંવાદ મંડલ; મેલાવડો.

Cottage, (કૉટેજ્)*n.*A small habitation; a cot; a hut: નાનકડું ઘર; ઝુંપડી–ડું; છાપરી.

Cotton, (કૉટન્)*n.* A soft downy substance: રૂ. 2. The cotton plant:કપાસનો છોડવો;વેણ.3.Colth made of cotton:સુતરાઉ કાપડ–લુગડું. **C.***gin:*રૂમાંથી કપાસ લોઢવાનો સંચો–ચરખો. *Uncleaned* **C.**: કપાસ. **C.** *seed*: કપાસિયો. **C.** *wool*: પિંજેલો રૂ. *vi.*To rise with a regular nap: નિયમિત વખતે ઝોકું ખાઇને ઉઠવું. 2. To go on prosperously; to succeed: આબાદી મેલવી આગલ ચાલવું; ફતેહમંદ થવું. 3. To unite; to agree:એકસંપ થવું; મલતા રહેવું; મિત્રાચારી ક૦–રાખવી.

Cotton-cleaver,(કૉટન્-ક્લીવર્) *n.* One who cleaves cotton: પીંજારો.

Cotton-mill, (કૉટન્-મિલ્)*n.*A mill by which cotton is spun:રૂ કાંતવા વગેરેનો સંચો;રેંટીઓ;મીલ.

Cotton-press, (કૉટન્-પ્રેસ્)*n.* A machine for pressing cotton into bales: રૂ ની ગાંસડી દાબવાનો સંચો.

Couch, (કાઉચ્)*vt.* [L. *con* & *loco*, I place.] To lay down in a bed or other resting place: આરામ આપવો–કરાવવો.2.To arrange or dispose: ગોઠવવું. 3.To lay or deposit in a bed or layer: પડ–થર–ક૦. 4. To conceal:છૂપાવી–સંતાડી રાખવું. 5. To express; to phrase:બોલવું;જણાવવું;લખવું. *To* **C.** *malt*:જમીન ઉપર જવ પાથરવા. *To* **C.***under*, to intimate or suggest by:ખબર સૂચના આપવી; જણાવવું.*vi.*To lie down;to repose. બેસવું;આરામ લેવો; લેટવું.2. To lie down for concealment; to hide:છુપાઈ–ભરાઈ–સંતાઈ રહેવું. 3. To bend the body:શરીર વાંકું વાલવું;નમવું.*n.*A bed or seat;any place for repose: આરામ લેવાની કે ઉંઘવાની જગ્યા; પથારી;ખાટલો; કોચ.2.A layer of barley:જવનું પડ.

Cough, (કૉફ્)*n.*A violent effort of the lungs: ઉધરસ;ખાંસી;ઠાંસો;ખોખલો. *Whooping* **C.**:ઉટાંટીઓ; સસણી. *vi.* To expel air from the lungs in a noisy & violent manner:ઉધરસ ખાવી;ખેંખેં–ખુંખું કરવું;ખાંસવું; ઠાંસવું. *vt.*To expel from the lungs by a cough; to expectorate: ગલફો–બલગમ કાઢવો–પાડવો.

Council, (કાઉન્સિલ્)*n.*[L. *con* & *calo*, I call.] An assembly of men summoned for consultation: સલાહ–મસલત કરવા બોલાવેલી મંડલી;મંત્રસભા. 2. Consultation; deliberation: મંત્રસભા–મંડલીની સલાહ–મસલહત. *Executive* **C.**: રાજ–કારભાર

ચલાવનારી મંત્રસભા. *Legislative* C : કાયદા બાંધનારી મંડલી; ધારાસભા. *Privy* C.: રાજાને રાજકારભારમાં સલાહ આપનાર ખાસ મંડલી. C. *chamber*: સભાગૃહ; મંત્રગૃહ; મંત્રશાલા; દિવાનખાનું.

Council-board, (કાઉન્સિલ્-બૉર્ડ્)*n.*The table round which a council holds consultation: જે મેજને ફરતી મંત્ર સભા ભરાય છે તે મેજ. 2. The council: મંત્રમંડલ-સભા.

Councillor,(કાઉન્સિલર્) *n.* A member of a council: સલાહકારી; મંત્રસભાનો સભાસદ; ધારાસભાનો સભાસદ.

Counsel, (કાઉન્સેલ્)*n.*[L.*consulo*, I consult.] Mutual advising; consultation: સલાહ;મસલત. 2.Exercise of deliberate judgment;consideration; prudence: પુખ્ત વિચાર; વિચાર: ડહાપણ. 3. Advice; opinion: સલાહ; ઉપદેશ; અભિપ્રાય; મત. 4. Deliberate purpose; intent; plan: મનસૂબો; યોજના;ધારણા. 5.One who gives advice in legal matters: વકીલ; કાયદાનો સલાહકાર. *To keep* C.: પોતાની વાત મનમાંજ-પેટમાં રાખવી.*In* C., in secret: છૂપું; ગુપ્તમાં. *vt.* To advise, admonish or instruct: સલાહ આપવી; અભિપ્રાય કહેવો-આપવો. 2. To advise or recommed: મત આપવો.

Counsellor,(કાઉન્સેલર્)*n.*One who counsels; an adviser: સલાહ આપનાર; સલાહકારી; મંત્રી; 2. A lawyer; a barrister: કાયદા સંબંધી સલાહ આપનાર;વકીલ.

Count,(કાઉન્ટ્) *vt.* [L. *con & puto*, I think.] To number; to reckon:ગણવું; ગણત્રી ક૦. 2. To ascribe; to esteem:ગણવું;લેખવવું;માનવું;વિચારવું; ધારવું.*To*C.*out*, (*a*)To exclude one from consideration:કોઇને ગણનામાંથી બાતલ ક૦;કોઇપર આધાર ન રાખવો. (*b*) To prevent the accession of a person to office by a fraudulent return of the votes cast: પડેલા મત ખોટી રીત્યે જાહેર કરીને કોઇને અધિકાર ઉપર આવતો અટકાવવો.*vi.*To be counted: ગણાવું;મજરે આવવું;ગણત્રીમાં આવવું.2.To increase or add to the strength or influence of a party: કોઈ પક્ષના લાભમાં પુષ્ટિ આપવી. 3. To reckon; to rely on or upon:ભરોસો રાખવો; કોઇના આધારે ગણત્રી-યોજના ક૦; કોઈ પર આધાર રાખવો.4. To take account or note: દરકાર રાખવી; ગણના ક૦; ગણવું. *n.* (*a*) The act of numbering; reckoning: ગણવું-ગણત્રી કરવી તે; ગણત્રી. (*b*) The number ascertained by counting: સંખ્યા; ગણના. 2. Estimate; value: ગણત્રી; હીસાબ; લેખું. 3. (*Law*) A formal statement of the plaintiff's case in Court:કચેરીમાં વાદીની તકરાર જાહેર ક૦-બતાવવી તે; દાવા કે ફરયાદની પ્રત્યેક રકમ-બાબત.

Count, (કાઉન્ટ્) *n.* [L. *comes*, a companion, from *con &eo*,I go.]A nobleman on the continent of Europe,equal in rank to an English Earl: યુરોપખંડમાં અમીરનો એક ખિતાબ; ઉમરાવ.

Countenance,(કાઉન્ટેનન્સ્)*n.*[L.*con& teneo*, I hold.] Look; aspect:ચ્હેરો; દેખાવ; મ્હોં;મુખ;સુરત;આકાર;ઢબ. *A weeping* C.: રડતી સુરત. 2. The face; the features:મ્હેાનો ઘાટ; શિક્લ;મુખમુદ્રા; શિકલ. 3. Aid; support:મદદ;ઉત્તેજન;સહાય; કૃપાદ્રષ્ટિ; રેહમનજર; નીઘા; આશ્રય; હિમાયત. 4. Show; pretence:દેખાવ; બહાનું; બહારનો દેખાવ. *In* C., free from shame or dismay:બેધડક. *Out of* C., confounded; abashed:નાહિંમત; ઝંખવાણું; ગભરાયેલું; શરમાલ. *To keep the* C.,શાંત ચ્હેરો રાખવો; કોઇપણ તરેહનો વિકાર મ્હોં ઉપર ન આવવા દેવો.*vt.*To favour; to approve:હિંમત-પુષ્ટિ-મંજુરી-મદદ આપવી; ટેકો આપવો; મહેરબાની ક૦. 2. To make a show of; to pretend: ડોલ ઘાલવું; ઢોંગ ક૦-ઘાલવો.

Counter,(કાઉન્ટર્) *n.* A calculator; a reckoner:ગણનાર; હીસાબ આપનાર. 2.A piece of metal, ivory or wood used in reckoning: ગણવાને માટે વપરાતો ધાતુ-હાથી દાંત અથવા લાકડાનો કકડો. 3. Money; coin (*in contempt*): પૈસા; નાણું; સિક્કા.4. A table or board on which money is counted: પૈસા ગણી લેવાની ટેબલ;ચૌરંગ.5.A prison:કેદખાનું; બંધીખાનું.*a.*Contrary;opposite:સામું;ઉલટું;વિરૂદ્ધ. *adv.*Contrary; in opposition:ઉલટી રીતે.2.Contrary to the right course: ખરા-સિદ્ધા રસ્તાથી ઉલટું; ખોટે-આડે રસ્તે; કુમાર્ગે.3.At or against the front or face:આંગણા-મોહોડા સામે-આગલ.

Counteract,(કાઉન્ટરૅક્ટ્)*vt.*[L.*contra & ago*, I do.] To act in opposition to; to defeat or frustrate by contrary influence:સામા થવું;સામાનું જોર તોડવું; અટકાવવું;પ્રતિબંધ ક૦;ખંડન-નિષ્ફલ ક૦.

Counteraction,(કાઉન્ટરૅકશન્) *n.* Action in opposition;hindrance; resistance:પ્રતિકાર; અટકાવ; પ્રત્યુપાય; ઉલટો ઉપાય ચલાવવો તે.

Counter-balance, (કાઉન્ટર્-બૅલૅન્સ્) *vt.* To oppose with an equal weight:સામું સરખું વજન મૂકવું; ખંગ-અવેજ વાલવો; પ્રતિકાર ક૦; સરખું-સમતોલ ઉતરવું. *n.* Equal opposing weight;equivalent:સમતોલ; સરખું વજન; ધડો.

Counter-evidence, (કાઉન્ટર્-એવિડેન્સ્) *n.* Opposite evidence:evidence or testimony opposing other evidence: ઉલટી સાક્ષી-પૂરાવો; પ્રતિકૂલ પ્રમાણ.

Counterfeit, (કાઉન્ટર્ફિટ્) *vt.* [L. *contra & facio*,I do.]To imitate or put on a semblance of; to mimic: નકલ ક૦; ચાલા પાડવા. 2. To imitate with a view of deceiving; to forge: જુઠું ઉભું ક૦; તર્કટ રચવું; બનાવટ ક૦; બનાવટી-ખોટું-કૃત્રિમ-ઉભું ક૦;કપટ ક૦.*vt.*To dissemble; to feign; to pretend: તર્કટ રચવું; બહાનું ક૦; ઢોંગ-ખોટો વેષ ક૦.*a.*Having a resemblance to: કાંઇ-કશાના જેવું. 2.Fabricated in imitation of something else: બનાવટી; નકલી;કૃત્રિમ;ખોટું;છલપ્રપંચ ભરેલું.3.False; hypocritical: ઢોંગી;છેતરવાનું; કપટી; ખોટું.*n.* That which is made in imitation of something;with a view to deceive:કૃત્રિમ-બનાવટની-તરકટની નકલ; બનાવટ; કૂડ; કપટ.2. A likeness; a counterpart: નકલ; સોંગ. 3. An imposter; a cheat: ઠગારો; ધૂતારો; ધૂર્ત; વેશધારી.

Counter-foil, (કાઉન્ટર્-ફૉઇલ્) *n.* That part of a tally struck in the exchequer, which is kept by an officer in that court, the other being delivered to the person who has lent the king money on the account: સામું અડધીઉ-

પાખીઉં; સામાવાલાને ફાડી આપેલી ટીકીટ–ચિઠ્ઠીની પાસે રાખેલી નકલ.

Countermand, (કાઉન્ટર્મૅન્ડ્) *vt*.[L. *contra* & *mando*. I order.] To oppose; to contradict: સામું થવું;વિરૂદ્ધ બોલવું–કેહેવું–આચરવું;આજ્ઞા તોડવી. 2. To revoke; to cancel; to rescind:ઉલટો હુકમ ક૦; આપેલો હુકમ ફેરવવો–પાછો વાલવો–રદ્દ ક૦.3. To prohibit; to forbid:મના ક૦; ના કહેવું; અટકાવવું; હરકત લેવી. *n*. A contrary order:ઉલટો હુકમ;એક રદ્દ કરી બીજો આપેલો હુકમ.

Counter-march,(કાઉન્ટર્માંર્ચ્) *vi*.(*Mil.*)To march back or in a reversed order:પાછું ફરવું; પાછી કૂચ ક૦.

Counter-mark,(કાઉન્ટર્માંર્ક્) *n*. A mark or token on a bale of goods or other things: માલની ગાંસડી અથવા બીજી કોઈ ચીજોપર કરેલી નિશાની. 2. An artificial cavity made in the teeth of horses: ઘોડાના દાંતમાં કરેલો–પાડેલો ખાડો. *vt*. To apply a counter-mark to, as to the teeth of a horse:ઘોડાના દાંતને નિશાન ક૦.

Counter-mine,(કાઉન્ટર્માઈન્) *n*. An under ground gallery excavated to intercept and destroy the mining of an enemy: દુશ્મનોને સુરંગ ખોદતા અટકાવવા તથા તેમની ખોદેલી સુરંગનો નાશ કરવા ખોદેલી સુરંગ. 2. A stratagem or plot by which another stratagem or project is defeated:સામી યુક્તિ–કાવતરૂં; પ્રતિયુક્તિ.

Counter-part,(કાઉન્ટર્પાંર્ટ્)*n*.A part corresponding to another part; a copy;a duplicate: બીજા ભાગના જેવો ભાગ; નકલ; મલતો ભાગ;જોડ;જોડી; સામું અડધીઉં–પાખીઉં.2. One of the two corresponding copies of an instrument: ખત દસ્તાવેજની બે નકલોમાંની એક નકલ; ઉતારો. 3. A person who closely resembles another: બીજાને આબેહુબ મલતો માણસ; પ્રતિરૂપ; પ્રતિમૂર્તિ; પ્રતિમા.

Counter-plea,(કાઉન્ટર્પ્લી) *n*. A replication to a plea or request:સામી તકરાર;રદ્દ જવાબ;રદ્દીઓ.

Counter-plot, (કાઉન્ટર્પ્લૉટ્) *n*. A plot or artifice opposed to another: કાવતરા સામે કરેલું કાવતરૂં.

Counter-poise,(કાઉન્ટર્પૉઈઝ્) *vt*.[L.*contra*, & *penso*, I weigh.] To equal in weight; to counterbalance:સમતોલ થવું; તોલમાં બરોબર હોવું –ઉતરવું. 2. To act against with equal power or effect; to balance: સત્તા અથવા અસરમાં સામું હોવું; બંગ–અવેજ વાલવો. *n*. A weight sufficient to balance another; an equal weight: બીજાના સામું–સરખું વજન;સાટું;અવેજ;ધડો.2.Equal power or force acting in opposition: સામેનું સરખું જોર –બલ–અસર; પ્રતિકાર. 3. Equilibrium; equiponderance:સમતોલપણું; સમતોલન.

Counter-sign, (કાઉન્ટર્સાઇન્)*vt*.To sign on the opposite side of an instrument or writing: ખત–દસ્તાવેજની સામેની બાજુએ સહી ક૦;સાક્ષી–સાખ ક૦;રૂજુવાત ક૦.*n*. (*Mil.*)A military watchword: લશ્કરમાં એક બીજાને ઓલખાવવા માટે છાની ઈશારતનો શબ્દ; સાંકેતિક શબ્દ.

Counter-vail, (કાઉન્ટર્વેલ્) *vt*. [L. *contra*, and *valeo*, I am strong.]*n*.Compensation; requital:સાટું; અવેજ; બંગ; બદલો.

Counter-weight,(કાઉન્ટર્-ઉવેટ્)*n*.A counter -poise: ધડો; સમતોલ કરવાને સામે મુકેલો જોખ.

Countess,(કાઉન્ટૅસ્)*n*.The consort of an earl or count:કાઉન્ટ–અર્લની સ્ત્રી–બૈરી.

Countless,(કાઉન્ટ્લૅસ્)*a*. Incapable of being counted; innumerable:અગણિત;અસંખ્ય;બેસુમાર; અનંત; અસંખ્યાત.

Country,(કન્ટ્રિ) *n*.[L. *con* & *terra*, earth.]A tract of land; a region:દેશ; પ્રાંત; મુલક. *One's own* C.: સ્વદેશ; સ્વભૂમિ; વતન; જન્મભૂમિ. 2. The inhabitants of a region; the populace:કોઇ દેશ –મુલકના રેહેવાશીઓ; જનસમૂહ; પ્રજાવર્ગ. *a*. Rural; rustic:ગામડાનું; ગામડીયું; ગ્રામ્ય. 2. Rude; unpolished; not urbane:અસંસ્કૃત;અણઘડ; અસભ્ય;અણસુધરેલું. 3.Pertaining to one's own country: સ્વદેશને લગતું; સ્વદેશીય.

Country-seat,(કન્ટ્રિ-સીટ્)*n*. A dwelling in the country used as a place of retirement from the city:ગામડા–પરાંમાં રહેવાની એકાંત જગા.

County,(કાઉન્ટિ) *n*. An earldom; the domain of a count or earl: કાઉન્ટ અથવા અર્લના તાબાનો મુલક. 2. A circuit of particular portion of a state or kingdom:પ્રાંત;જીલ્લો;પ્રગણું;તાલુકો;મહાલ.

Coup de grace,(કૂપ ડી ગ્રેસ્) *n*. The stroke of mercy by which an executioner ends the sufferings of one on the rack, &c. by death: રીબતા ઉપર દયા આણીને તેનો અંત લાવવાને મારેલો છેલ્લો ફટકો.Hence a decisive, finishing stroke: [એ ઉપરથી] છેલ્લો ફટકો; આખર લાવનાર ફટકો.

Coup de main,(કૂપ ડી મેન)*n*. A rapid and unexpected attack or enterprise: છાપો; ધાડ; એકાએક રાતઅવારસુ તુટી પડવું તે.

Coup de tat, (કૂપ ડી ટૅટ્)*n*. A sudden, decisive blow:એકાએક લગાવી દીધેલી તાલ.2.A stroke of Policy: રાજ દરબારી કાવાદાવાની સંતલસ.

Couple, (કપલ્) *n*. [L. *copula*.] That which links or connects two things together;a bond or tie:જેથી બે ચીજો જોડાય છે અથવા એક થાય છે તે; બંધ; બંધન. 2. A pair; a brace:જોડી; જોડ; જોડું. 3.A male and female connected by marriage: વરવહુનું જોડું; દંપતી;વધુવર; માટી બૈયેર.*vt*.To link or connect together; to join:જોડવું; એકઠું કરવું; બાંધવું; સાંધવું.2.To marry; to join in wedlock: પરણાવવું; જોડવું; લગ્ન ક૦. *vi*. To come together as male and female; to copulate: મૈથુન ક૦; સંભોગ ક૦.

Couplet, (કપ્લૅટ્) *n*. Two lines of verse that rhyme with each other: બે સરખા અનુપ્રાસવાલી ટુંકો; દુપાઇ; દોહોરા–બેતની બે લીટીઓ.

Coupon, (કૂપૉન) *n*. A certificate of interest warrant: ચઢેલા વ્યાજની ચીઠ્ઠી; વ્યાજુ ચીઠ્ઠી; કુપન.

Courage, (કરેજ્) *n*. [L. *cor*, *cordis*, heart.] Valor; boldness; resolution: હિમત; હામ; છાતી; બહાદુરી;મર્દાનગી;જવાંમર્દી;શૌર્ય;પરાક્રમ; ધૃષ્ટતા;સાહસ; ધૈર્ય.2.Inclination; desire; will:ઈચ્છા;મરજી;વલણ. *Moral* C.:હૃદયબલ; મનોબલ; માનસિક ધૈર્ય. *vt*. To inspire courage in; to encourage: હિંમત–હામ આપવી.

Courageous,(કરેજીઅસ્) *a.* Brave; bold; intrepid:હિંમતવાન; શૂરૂં; બહાદુર; બેધડક;ધૃષ્ટ;સાહસિક; વીર; છાતીચલું.

Courageously, (કરેજીઅસ્લિ) *adv.* In a courageous manner; bravely: boldly:હિંમતથી; બહાદુરાઇથી; છાતી ચલાવીને.

Courier, (કુરીઅર્) *n.* [L. *curro*, I run.] A messenger sent with haste for conveying letters or dispatches:જાસુસ; ખેપીઓ; કાસદ;દૂત;હલકારો. 2. An attendant on travellers:મુસાફરોની ખરદાસ–ચાકરી કરનારો.

Course,(કૉર્સ્) *n.*[L. *curro*, I run.] The act of moving from one point to another; progress;passage:ગમન;ગતિ; ચાલ; માર્ગ; પ્રવાહ; પંથ. 2. The ground or path traversed;track;way: જવાનો રસ્તો;માર્ગ;ઘોડા દોડાવવાની જગા–કુંડાળું;શરતકુંડ;ઘોડદોડ.3.Line of progress or advance:ગતિ; પ્રવૃત્તિ; પ્રવાહ; રસ્તો.4. (*a*) Progress from point to point without change of direction:ટપ્પો.(*b*) A progress without interruption;a heat: ઝપાટો; તડાકો; વારો. 5. Orderly progress;procedure in a certain line of thought or action: પ્રવાહ; પરંપરા; વલણ; ધારા.6.Customary or established sequence of events:(સૃષ્ટિ) ક્રમ;પદ્ધતિ;સંપ્રદાય;વિધિ; પ્રકાર. 7. Method of procedure: conduct; behaviour: વૃત્તિ;પ્રવૃત્તિ;વ્યવહાર;ચરિત્ર;રહેણી;રીતિ;રવેશ; આચારણ; માર્ગ; રસ્તો; રાહ; પદ્ધતિ.8. A succession of acts or practices: અનુક્રમ; ક્રમ; શ્રેણી; પરંપરા; માલા; પદ્ધતિ; પર્યાય.9. Order; turn: વારો;ફેરો;ક્રમ. 10. *pl.* The menses: આભડછેટ; અટકાવ; દસ્તાન; ઋતુ; રજ; ઓપટી. *Of* C., by consequence; in regular or natural order:અલબત્ત;બેશક;ખચિત;અવશ્ય; રીતસર.*In the* C.*of*,at some time or times; during:ચાલતાં;ચાલુ છતાં; દરમ્યાન. *In* C. *of time*: દિવસે દિવસે; કાલક્રમે; જતે દહાડે. A *woman in* C.: દૂર–છેટે બેઠેલી–અભડાયેલી–ઓપટીવાલી સ્ત્રી. *vt.* To hunt or chase after; to pursue:શિકાર કo;પાછલ પડવું–લાગવું.2. To run through or over: દોડવું. 3. To cause to chase after or pursue game: શિકાર પાછલ દોડાવવું. *vi.* To run, as if in a race or in hunting:સરતમાં કે શિકાર પાછલ દોડવું;લાગવું. 2. To move with speed; to race:ઉતાવલે ફરવું–વહેવું–દોડવું.

Courser,(કૉર્સર્)*n.*One who courses or hunts: શિકાર કરનાર; શિકારી. 2.Swift or spirited horse: ઝડપથી ચાલનારો–પવનવેગી–પાણીદાર ઘોડો;રણઅશ્વ.3. A discourser; a disputant:તકરાર–કજીઓ કરનાર.

Court,(કૉર્ટ્)*n.*[L. *cors, cortis*,an enclosure.] (*a*) An inclosed space;a courtyard:વંડો;વાડો; આંગણું;ચોક.(*b*)A space opening from a street & surrounded by houses:ચોગાન; ચોક. 2. The residence of a sovereign; a palace:રાજમહેલ;રાજમંદિર; સરકારવાડો; મહેલ. 3. The person composing the retinue of a sovereign:રાજાના દરખારીઆ માણસ; દરખારી મનુષ્ય; હજુરીઆ: દરખાર. 4. Any formal assembling of the retinue of a sovereign: દરબાર; રાજસભા.5.Courteous deportment;civility:સભ્ય રીતભાત;સભ્યતા;સુજનતા;અદબ; આદાબ. 6. (*Law*) (*a*) The place where justice is administered: અદાલત; કચેરી; ન્યાયસભા; રાજદ્વાર; ધર્મસભા. (*b*) The judge or judges sitting for the trial or hearing of causes:ન્યાયાધીશ;ઇનસાફદાર; જડજ; ધર્માધિકારી. 7. The session of a judicial assembly:ન્યાય સભાની કચેરી–બેઠક.8.Any jurisdiction, civil, military or ecclesiastical: અધિકાર; હકુમત; અખત્યાર. *The* C.*s of the Lord*, the temple at Jerusalem: જેરૂસલમનું દેવલ. C. *breeding*:રાજ્ય દરખારમાં લીધેલી કેલવણી. C. *dress*: રાજ્યદરખારી પોશાક. C. *fool*: મશ્કરો; લૈાઓ; વિદૂષક. C. *in bane* or C. *in bank*: ભરકચેરી. *To pay one's* C.,to seek to gain favour by attentions: મહેરબાની–પ્રીતિ મેલવવા પ્રયાસ કo. *To put out of* C.:અદાલતમાંથી કાઢી નાંખવું;ન સાંભલવું. *vt.*To endeavor to gain the favour of by attention or flattery; to pay court to: મેહેરબાની–કૃપા મેલવવાને પ્રયત્ન કo; ખુશામત કo. 2.To seek the affections of; to woe:પ્રીતિ મેલવવાને પ્રયત્ન કo;પરણવાની મરજીથી–વિચારથી પ્રીતિ મેલવવાને પ્રયત્ન કo; માગું મોકલવું. 3. To attempt to gain by address; to seek: મેલવવાને–સંપાદન કરવાને પ્રયત્ન–કોશીશ–તજવીજ કo.

Courteous,(કૉર્ટીઅસ્) *a.* Civil; obliging; polite:સભ્ય; અતિવીવેકી; લાયકીવાલું; રીતભાતવાલું; ભલું; નમ્ર; આદરસત્કારી; વિનયી.

Courtesan, (કૉર્ટિઝૅન્)*n.* [L. Lat. *cortisanus*, courtier.] A prostitute; a harlot: વેશ્યા; પાતર; કીસબણ; રાંડ; રામજણી; ગુણીકા; વારાંગના.

Courtesy, (કૉર્ટેસિ) *n.* Civility; politeness; urbanity: સભ્યતા; વિવેક; લાયકાત; ભલમણસાઈ. 2. An act of civility or respect:સભ્યતાથી કરેલું કામ; અદબ; સલામ; પ્રણામ. 3. Favor or indulgence: મેહેરબાની; કૃપા; નવાજસ.

Courtier,(કૉર્ટિઅર્)*n.*A member of a princely court:રાજદરબારી–દ્વારી માણસ; દરખારીઓ; હજુરીઓ.2.One who flatters to please: :ખુશામતીયો; હાજી હા કરનાર.

Court-like,(કૉર્ટ્-લાઇક્) *a.*Polite; civil; well-bred:વિવેકી;અદબ જાણનારો;કેલવણી લીધેલ;શિષ્ટ;સભ્ય.

Courtliness,(કૉર્ટ્લિનેસ્)*n.*Elegance of manners; civility: સભ્યતા; સુજનતા; વિવેક; શિષ્ટાચાર.

Courtly, (કૉર્ટ્લિ) *a.* High-bred; dignified and elegant:કેલવણી પામેલો; વિવેકી; સભ્ય; સુજન; શિષ્ટ. 2. Obsequious; flattering:ખુશામતિયું;હાજી હા કરનાર; મરજી ઉઠાવનાર.*adv.*Elegantly;politely; in a flattering manner: સભ્યતાથી; વિવેકથી; સફાઇથી; ખુશામતથી.

Court-martial,(કૉર્ટ્-માંર્શલ)*n.*(*pl.***Courts-martial.**) A court consisting of military or naval officers, for the trial of offences against military or naval laws: લશ્કરી ગુન્હાની તપાસ માટે ભરેલી અદાલત.

Court-ship,(કૉર્ટ્સિપ્)*n.* The act of soliciting favor: મેહેરબાની–કૃપા મેલવવી તે. 2. The act of wooing in love; solicitation of a woman to marriage:પરણવાની ઇચ્છાથી સ્ત્રીની પ્રીતિ મેલવવાની કોશિશ–તજવીજ.3. Courtliness; courtesy:સભ્યતા; સુજનતા. 4. The character of a courtier;court-craft: રાજદ્વારી માણસ અથવા દરબારીઆની વર્ત્તણુક–ચાલચલગત; યુક્તિ; પ્રપંચ: પેટ; ખટપટ.

Court-yard, (કૉર્ટ્યાર્ડ્) *n.* A court or inclosure round a house: ઘરને ફરતો ચોગાન; આંગણું; ચોક; વાડો.

Cousin,(કઝિન્)*n.* The son or daughter of an uncle or aunt:કાકા ફોઇનાં કે મામા માસીનાં છોકરાં: પીતરાઈ.2. A title given by a king to a nobleman:રાજાએ કોઈ અમીર ઉમરાવને આપેલો ખિતાબ.

Cousin-german,(કઝિન્-જર્મન્)*n.*(*pl.***Cousins-german.**)A first cousin; a cousin in the first generation:મામા-ફોઇ-કાકા-માશીનાં ભાઇ બ્હેન.

Cove,(કોવ્) A retired nook; a small inlet; a recess in the sea-shore:નાની ખાડી;દરિયાના કાંઠામાં નાનો ખાજુનો ફાંટો. 2. A recess in the side of a mountain:પર્વતની ખાજુમાં એકાંત બેઠક–ખુણો.3. A boy or man of any age or station: ગમે તે ઉમર અથવા પદવી–નો છોકરો અથવા માણસ.

Covenant, (કૉવેનન્ટ્) *n.* [L. *con* & *venio*, I come.] A contract; stipulation: કરાર;બોલી:પ્રતિજ્ઞા; શરત; સંકેત; કોલ; ઠરાવ. 2. A writing containing the terms of agreement:કરારનામું; કરારપત્ર; કરારનો દસ્તાવેજ; લખત. 3.A solemn agreement made by the Scottish Parliament in 1638: ૧૬૩૮ ની સાલમાં સ્કૉટલાંડની પાર્લામેંટે કરેલો કરારપત્ર–નામું. 4.(*Theol.*) The promises of god as revealed in the scriptures. બાઇબલમાં જણાવેલાં–પ્રગટ કરેલાં ઇશ્વરના વચન. *vi.* To bind one's self by contract; to make a stipulation: બોલી –કરારથી બંધાવું; કરાર–ઠરાવ ક૦. *vt.* To grant or promise by covenant:કરાર-બોલીથી આપવું-બક્ષવું.

Covenantee,(કૉવેનન્ટી)*n.* (*Law*) The person to whom a covenant is made: જેની સાથે કરાર–બોલી કરી હોય તે શખ્સ;જેને કરાર કરી આપ્યો હોય તે.

Covenanter,(કૉવેનન્ટર્)*n.* One who makes a covenant:જે કોલ કરે તે;કોલ–બોલી–ઠરાવ કરનાર.

Cover,(કવર્) *vt.* [L. *con* & *operio*, I cover.] To overspread the surface of:ઉપર ચઢાવવું;મઢવું; લીંપવુ;ગલેફ ચઢાવવો; પુંઠું ક૦. 2. To envelop; to clothe:ઢાંકવું; આવરણ ક૦; બીડવું.3. To invest; to bring upon:કશા ઉપર પાથરવું–બિછાવવું–નાંખવું. 4. To conceal; to cloak:સંતાડવું; છૂપાવવું;દૃષ્ટિએ ન પડવા દેવું. 5.To brood or sit on to incubate: સેવવું. 6. To overwhelm; to spread over: ઢાંકી દેવું;–ઉપર ફરી વલવું. 7. To protect; to defend: રક્ષણ–બચાવ ક૦;રખવાલી ક૦. 8. To remove from remembrance; to put away; to remit:મનમાંથી કાઢી નાંખવું; ભૂંસાઇ જવું; ભૂલી જવું;વિસરાઇ જવું. 9. To extend over; to include; to embrace: પુરૂં થવું; બરાબર થવું; સમાવેશ થવો. 10. To put the usual covering or head-dress on:માથું ઢાંકવું;માથે પાઘડી–ટોપી પહેરવા. 11.To copulate with (a female); to serve: (સ્ત્રી) સાથે સંભોગ ક૦. *To* **C.** *ground* or *distance*:પસાર ક૦; વટાવવું.*To* **C.***into*, to transfer to: મોકલવું–ભરવું. *n.* An envelope; a lid:ઢાંકણ; ગલેફ; ચાદર; પુઠું; પરબીડિયું; લખોટો. 2. A screen; a cloak; a disguise:આડ; પડદો;મિષ; બ્હાનું. 3. Shelter or defence; protection:આશ્રય; રક્ષણ;ઓઠું.4.The woods and underbush which shelter and conceal game:શિકારને ભરાઇ રહેવાની ઝાડી.5.The table furniture for the use of one person at a meal: જમવા બેઠેલા દરેક માણસ સારૂ મેજ–ટેબલપર મુકવામાં આવતો સરસામાન; ભાણું.*To break* **C.**: ભરાઈ રહેવાની જગામાંથી બહાર નિકલવું. *Under* **C.**:ઓઠા–આશ્રયમાં–નીચે.

Covering,(કવરિન્ગ્)*n.*An envelope; a lid:આચ્છાદન; ઢાંકણ; આવરણ;ઢાંકણું;ચાદર; સુજની;પડ;પુંઠું.

Coverlet,(કવર્લેટ્)*n.*[L. from *cover* & *lectus*, a bed.] The uppermost cover of a bed: ચાદર; પલંગપોશ;–(of a horse) ઝુલ.

Covert, (કવર્ટ્)*a.* Hid; secret:ઢાંકેલું;છાનું;છુપું; ગુપ્ત.2. Sheltered; protected:રક્ષિત;આશ્રયમાં આવેલું.3.Under authority or protection:સત્તા તથા રક્ષણમાં હોય એવું.*A feme*-**C.**:પોતાના ધણીના કબજામાં તથા આશ્રયમાં રહેતી મનાતી સ્ત્રી.*n.*A shelter; a defence: આશ્રય; ઓઠું; ઝાડી; ઓઠાની જગ્યા; આશ્રયસ્થાન. 2. Feathers covering the bases of the quills of the tail of birds:પક્ષીઓની પૂંછડીનાં પીછાં.

Covet, (કવેટ્) *vt.* [L. *cupeo*, I desire.] *vt.* & *vi.*To wish for with eagerness; to desire possession of: મેલવવાની ઇચ્છા–લોભ ક૦. 2. To wish for inordinately or unlawfully; to lust after: મેલવવાને તૃષ્ણા–ઇચ્છા–લાલસા રાખવી; લોભ ક૦;અભિલાષા રાખવી.

Covetous, (કવેટસ્) *a.* Very desirous; eager to obtain:અતિશય ઇચ્છા–લોભ રાખનારો; અભિલાષી. 2. Inordinately desirous; avaricious:લોભી; અતિ લાલચુ;ધનાર્થી; ધનપરાયણ.

Covetousness,(કવેટસ્નેસ્)*n.*Strong desire; eagerness:આતુરતા; અતિ ઇચ્છા.2.An inordinate desire of obtaining or possessing something supposed good:લાલચ; અતિ લોભ; તૃષ્ણા; લાલસા; સ્પૃહા; અભિલાષ.3.Excessive desire for monies: અર્થ- ધનલોભ; અર્થતૃષ્ણા; ધનાશા.

Covey,(કવી)*n.*[L. *cubo*.I lie down.] A brood or hatch of birds: પક્ષીઓનાં બચ્ચાં. 2. An old bird with her brood or young:પક્ષી અને તેનાં બચ્ચાંનું ટોલું.3. A small flock of birds: પક્ષિઓનું ટોલું–ઝુંડ;મંડલ; પક્ષિગણ.

Cow, (કાઉ) *n.*(*pl.* **Cows.** Old *pl.* **kine.**)A female of the bovine genus of animals: ગાય: ગૌ; ગાવડી.2. A wedge to check the motion of a machine or car: કોઇ યંત્ર કિંવા ગાડીની ગતિ રોકવાની ફાચર–ખીલો. *vt.* To depress with fear; to sink the spirits or courage: દબાવવું; ધમકાવવું; બીવડાવવું; નાહિંમત ક૦; ધૈર્યભંગ–નાશ ક૦; પગ–ટાંટીઆ કાપવા.

Coward,(કાઉઅર્ડ્)*n.*[L.*cauda*, tail.] A timid or pusillanimous man;a poltroon:ડરકણ;બીકણ; નામર્દ; હિચકારો; બાયલો. 2. A lion borne in the escutcheon with his tale doubled between his legs:પગ વચ્ચે પૂંછડી બેવડી વાલેલો એવો ઢાલ ઉપર

કાઢેલો સિંહ.*a.* Destitute of courage;timid:હિંમત વિનાનું; બીકણ; હલકું; ડરકણ; નામર્દ. *vt.* To make timorous; to frighten: બીવડાવવું;ભય–બ્હીક આપવી; બીકણ બનાવવું; જયભીત થવું–કo.

Cowardice, } *n.*(કાઉઅર્ડિસ્-કાઉઅર્ડ્‌લિનેસ્)
Cowardliness, } Timidity: ડરકણપણું; બીકણપણું; નામર્દી; અપરાક્રમ; હીનશૌર્ય; બાયલાપણું;હિચકારાપણું.

Cowardly, (કાઉઅર્ડ્‌લિ) *a.* Timid; timorous; fearful:નામર્દ;કાયર;બ્હીકણ;બાયલું. 2. Proceeding from fear of danger;mean;base:ભયમાંથી ઉત્પન્ન થતું–નિપજતું; હલકું; નીચ; અધમ.

Cow-dung,(કાઉ ડન્ગ્) *n.* The excrement of cow:છાણ; ગોબર.**C.***cake*:છાણું; અડીયું.

Cow-heard,(કાઉ-હર્ડ્) *n.* One whose occupation is to tend cows:ગોવાલ;રબારી;ગોપ;ગોવાલીઓ.

Cowl, (કાઉલ્) *n.* [L. *cucullus*, cap; hood.] A monk's hood: બાધા–સાધુની ટોપી. 2. A cowl-shaped cap for the top of chimneys: ધુમાડીઆના મથાલા ઉપર મૂકવાની છતરી.

Cow-lick,(કાઉ-લિક્)*n.* A tuft of hair turned up:અવલો ફેરવેલો વાલનો ગુચ્છો.

Cowpen-shed or **house,** (કાઉપેન-શેડ-હાઉસ્) *n.* A place where cows are kept: ગૌશાલા; ગાયો બાંધવાનો વાડો; ગોશાલા; કોઢીયું.

Cow-pox,(કાઉ-પૉક્સ્) *n.* (*Med.*) A pustular eruption of the cow, which, when communicated to the human system, preserves from small-pox: ગોશિતલા; ગાયને આવતા સહીયદ.

Cox-comb,(કૉક્સ્‌કોમ્) *n.* (*a*) A strip of red cloth:લાલ લુગડાની પટી. (*b*) A cap:ટોપી. 2.The top of the head or the head itself:માથાની ટોચ; માથું;શિખા;છોગું; કલગી. 3. A fop; a fool; a vain silly fellow:અક્કડબાજ; છેલ-છબીલો; ફાંકડો; વરણાગીઓ; મૂર્ખ; દંભી; લાલ.

Coy, (કૉઈ) *a.* [L. *quietus*, quiet.] Reserved; bashful; shy:શરમાલ; લજવાતું; લજ્જાશીલ; સલજ્જ; લાજવાલું.2.Soft; gentle:નરમ;અલ્પ.*vt.*To allure; to entice:લલચાવવું; ફસાવવું;ફાંદામાં નાંખવું. 2. To caress with the head: પંપાલવું; થાબડવું. *vi.* To behave with reserve; to be silent: લાજ રાખીને વર્તવું; શાંત–ચૂપ થવું–રહેવું; ઓસકાવું.

Coyish,(કૉઈશ્) *a.* Somewhat coy or reserved: જરા અતડું; શરમાલ.

Cozen,(કૉઝન્) *vt.* To cheat; to defraud; to beguile: છેતરવું; ઠગવું; ફોસલાવવું; ફસાવવું; પટાવવું.

Cozenage,(કૉઝ્નેજ્)*n.* Artifice; trick; fraud: ઠગાઈ; કપટ; દગો; છેતરપંડી; છલ; પ્રપંચ.

Cozy,(કૉઝિ) *a.* Comfortable; easy: સુસ્થિત; સુખદાયક; સગવડ ભરેલું.2.Chatty;talkative; social: મલતાવડું; વાતોડીઉં; બોલકણું; મિલનસાર.

Crab,(ક્રૅબ્)*n.*A kind of animal; કરચલો; કાચબો. 2.The constellation Cancer: કર્કરાશિ.3.(*Mech.*) (*a*) A form of crane for raising or moving heavy weights: ભારે વજન ઉંચકવા અથવા ખસેડવાનો આંકડો. (*b*) A contrivance for launching ship or raising them into a dock: વહાણોને ઝોકાવવાનો અથવા તેમને ગોદીમાં ખેંચી ઉંચકી રાખવાનો સંચો. *To catch a* **C.**: હલેસું મારવું ભૂલી જઇને પાછલ પડવું. *vt.* To cause to be bitter, morose or difficult; to embitter: સદા ઉદાસ–ચીઢિઉં કo. 2. To beat with a crab stick: શેબ ઝાડની સોટીથી મારવું.

Crab,(ક્રૅબ્) *a.*[L. *acerbus*, sour; harsh.]Sour; austere: કડુણ; કઠોર; કરડું; કર્કશ; રીસાલ.

Crabbed,(ક્રૅબેડ્) *a.* Harsh; cross: કઠોર;ચીઢિઉં; રીસાલ. 2. Unpleasant: અણગમો ઉત્પન્ન કરે તેવું; નાખુશ. 3. Difficult; perplexing: અઘરૂં; કઠણ; ગુંચવણ ભરેલું; ગૂઢ.

Crack, (ક્રૅક્) *vt.* To break or burst with or without entire separation of the parts: ભાગવું; ફોડવું;ફાડવું;ચીરવું; –ચીરાડો–ચીરો–પાડવો. 2.(*a*)To rend with grief or pain: દુઃખ કિંવા દીલગીરિથી ચીરાઈ–ભેદાઈ જવું. (*b*) To disorder; to distract; to craze:મગજ ખસી જવું; ગાંડા કo–થવું; ફાટી–ખસી જાય તેવું કo. 3. To cause to sound suddenly and sharply; to snap:ફટકાવવું; વગાડવું; ફટાકો–કડાકો કરવો.4.To utter smartly & sententiously: મશ્કરી કo;હાસ્ય વચન ઉચ્ચારવું. 5. To cry up: to extol:વખાણ કo; સારૂં સારૂં બોલવું.*To* **C.** *a bottle:* શિશો ઉઘાડીને તેમાં હોય તે બધું પી જવું. *To* **C.** *a crib:* ચોરી કo.*To* **C.** *on*:ચડાવવું; ધારણ કરાવવું. *vi.* To burst or open in chinks; to break: ફાટવું; ચીરાવું; તતડવું; તડકવું; તડ–તડલ પડવી. 2. To be ruined or impaired; to fail: ભાગી પડવું; ભાગવું. 3. To utter a loud, sharp sudden sound: કડાક અવાજ થવો; કડાકો–ધડાકો થવો;ગર્જના થવી; ગર્જવું. 4. To brag; to boast;–with *of*: શેખી–ડંફાસ–બડાઇ કo; બડાઈ હાંકવી. *n.* A chink; a fissure; a crevice:ફાટ;ચીરો;તરડ;તડ; સાંધ; દોરો. 2. Rupture; flaw; breach; in a moral sense: તૂટ; અણરાગ; ભંગ; ભેદ. 3. A sharp sudden sound: ભડાકો; ધડાકો; કડકડાટ; કડાકો. 4. The tone of voice when changed at puberty: ઘાંટો ફુટવી તે; ઘાંટો–સાદ બદલાવો તે. 5. Mental flaw:partial insanity;ગાંડાપણું;ઘેલછા;વાયલપણું.6.A crazy or crack-brained person: ગાંડું–ઘેલું–દિવાનું–ચલેલું માણસ; વાયલ. 7. A brief time; an instant: ક્ષણ;ઘડી;પલ;નિમેષ. 8. Free conversation: friendly chat: ગપાટા; વાતો; ગપ્પાં; વાતચિત. *a.* Of superior excellence; ઉંચું; ઉત્તમ; શ્રેષ્ઠ.

Crack-brained, (ક્રૅક-બ્રેન્ડ) *a.* Having an impaired intellect; whimsical; crazy: માથાનું ફરેલ; મગજનું ખસેલું; ચલેલું; ચસકેલું: વાયલ.

Cracker,(ક્રૅકર) *n.* One who, or that which cracks:તરડ–ફાટ ચીરો પાડનાર; જેથી તરડ–ફાટ–ચીરો પડે છે તે. 2. A noisy boaster: પતરાજીખોર; ફીસીયારીખોર; બડાઈ હાંકનાર; ફુલણજી. 3. A small fire-work: ફટાકો; ફટાકડો. 4. A thin dry biscuit: પાતલી કઠણ બીસ્કીટ. *Nut* **C.** સૂડી.

Crackle,(ક્રૅકલ્)*vi.*To make slight cracks;to decrepitate:તડતડ થવું;તડતડવું; તણતણ થવું; ચિરા પડવા.

Cradle,(ક્રેડલ્) *n.* (*a*) A movable bed: ઘોડીયું, પારણું;ઝોલી; ખોયું. (*b*) The place of origin or in which anything is nurtured in the earlier period of existence: પ્રારંભ; શરૂઆત. 2. The condition of infancy or very early life:બાલપણ; બચપણ;બચગી. *vt.* To lay in a cradle; to quiet: પારણામાં સુવાડવું;શાંત પાડવું;છાનું રાખવું;હિંચ તાણવી –ઘાલવી. 2. To nurse in infancy:બાલપણ–બચપણમાં સંભાલવું–ખરદાસ રાખવી. **c.** *clothes:* બોલત્યાં; બલોતિયાં.

Craft,(ક્રૅફ્ટ્)*n.* Art; skill; dexterity: કલા; હુન્નર; કરામત;ચતુરાઈ;યુક્તિ. 2.Manual art; a trade:કસબ; ધંધો; રોજગાર; હસ્તકૌશલ્ય. 3. Those engaged in any trade: ધંધાદારી; વેપારીઓ. 4. Cunning; an artifice; guile:કપટ;પેચ;દાવપેચ;છલ; કાવત્રું; કાવાદાવા;ફરેબ;ફંદ. 5.Vessels of any kind:વહાણ; મછવો; હોડી;બારકસ; ઝાજ.*vi.* To play tricks;to indulge in deceit: કપટ ક૦; દાવપેચ લડાવવા; છલ ક૦.

Craftiness,(ક્રૅફ્ટિનેસ્) *n.*Artifice; stratagem; cunning:બંધાઈ;પકાઈ;કાવાદાવા;છલ;પ્રપંચ;પેચ; યુક્તિ.

Craftsman,(ક્રૅફ્ટ્સમૅન્)*n.*(*pl.***Craftsmen**.) An artificer; a mechanic: કારિગર; શિલ્પી; હુન્નરી.

Crafty,(ક્રૅફ્ટિ)*a.* Relating to skill; dexterous: યુક્તિ–કલા સંબંધી;ચતુર;ચંચલ; ખબરદાર. 2. Cunning;wily: કપટી;પેચવાલું;પેચી;બંદું; ધૂર્ત; શઠ; મતલબી; કાવાબાજ; લટબટ.

Crag,(ક્રૅગ્)*n.* A steep rugged rock: ઉંચી ખરબચડી ભેખડ; ખડક; કરાડ. 2. The neck or throat: ગર્દન; ડોક: ગલું.

Cragged, (ક્રૅગેડ્) *a.* Full of crags or broken rocks; rough; rugged:ખડબચડું;ખડકવાલું;ખાડાખૈયા વાલું.

Cram,(ક્રૅમ્) *vt.* To stuff; to crowd; to fill to superfluity: ઠસાવી–ખીચોખીચ ભરવું; ચાંપી ચાંપીને મવાડવું. 2. To fill with food beyond satiety: તૃપ્તિ–ઈચ્છા કરતાં વધારે ખવરાવવું; ગલચાવવું. 4. To put hastily through an extensive course of memorizing: ગોખણ પટ્ટી ક૦; ખૂબ મોઢે કરાવવું; ભરડાવવું.*vi.*To eat greedily or beyond satiety: અકરાંતિયાપણે ખાવું;ગલચવું.To make preparation for an examination by a hasty review of studies: પોતાનાં પાઠ જલદીથી તપાસી જઈને પરીક્ષાને માટે તૈયારી કરવી.

Cramming-Cram, (ક્રૅમિન્ગ્-ક્રૅમ્)*n.* The act of making preparation for an examination by reading often and often: પરિક્ષા માટે પોપટની માફક તૈયારી ક૦ તે; ગોખણપટ્ટી: ખૂબ ભરડવું તે.

Cramp, (ક્રૅમ્પ્) *n.* A limit; restriction: પ્રતિબંધ;અટકાવ;કબજો;ચાંપ. 2. A piece of iron bent at the ends: છેડેથી વાલેલો લોઢાનો સલીઓ; ચાંપ; ચાપડો. 3. A spasmodic and painful contraction of a muscle or muscles of the body:તાણ; આંકડી. *vt.* To impede; to check: સંકોચવું; દાબવું;ચાંપા રાખવું;કબજા–દબાણમાં રાખવું.2.To fasten or hold with a cramp: ચાપડો–ચાંપ જડવી–બેસાડવી. 3. To afflict with cramp or spasmodic contraction of the muscles: તાણ થાય–હાથ પગ ખેંચાય એવું દુ:ખ–ઈજા ક૦. *a.* Knotty; crooked: કઠણ; ધીંગું; ગુંચવણ ભરેલું.

Crane,(ક્રેન્) *n.* A wading bird: બગલું; સારસ. 2. A machine for raising,lowering and moving heavy weights:ભારે વજન ઉચકવાનો,ઉતારવાનો અને તે ખસેડવાનો સંચો;ચારી. 3.A bent pipe for drawing liquors out of a cask: પીપમાં પ્રવાહી પદાર્થ કાઢવાની વાંકદાર નલી. *vt.* To cause to rise; to rise:ચઢાવવું; ઉપર લેવડાવવું.

Craniology,(ક્રેનિઑલૉજિ) *n.* [Gr.*kara*, head & *logos*, speech.]The science of the structure and uses of the skulls in various animals; phrenology: કપાલશાસ્ત્ર–વિદ્યા; કપાલ–સામુદ્રિક.

Cranium,(ક્રેનિઅમ્)*n.* [*pl.* **crania.**](*Anat.*) The skull of an animal; the brain-pan:ખોપરી; કપાલ, માથું વિગેરે મલીને થયેલી હાડકાંની દાબડી.

Crank,(ક્રૅન્ગ્ક્) *n.* A bent portion of an axis serving as handle for communicating circular motion: ચક્રાકારમાં સંચો હલાવવાને કરેલો પેચ–વાંક–ચાંપ. 2. Any bend, turn or winding (*of a passage*): વાંક; વલણ;ઝોક;ગલીકુંચી. 3. A twist or turn in speech: ઉલટપાલટ વાતચિત; પેચવાલી બોલી; વક્રોક્તિ; દ્વિઅર્થી બોલી. 4. A cheat or impostor: ઠગારો;ઠગ; ધુતારો; ઢોંગી–પાખંડી માણસ; ધૂર્ત. 5. Caprice; whim: તુરંગ;લહેર; જુસ્સો. *a.* Liable to be overset: ઉંધું વલે એવું. 2. Full of spirit: brisk; lively: જુસ્સાવાલું; ચંચલ; ચતુર. 3. Sick; infirm: માંદું; આજારી; રોગવાલું. *vi.* To crankle: વાંકું વલવું; મરડાવું.

Cranny,(ક્રૅનિ)*n.* Fissure; crevice; chink: તરડ; ચીર; ફાટ; ચીરાડો; સાંધ; ફાડ. 2. A secret retired place; a hole:બખોલ; બાકું; કાણું; ખૂણોખોચરો. *a.* Quick; thoughtless: ઉતાવલિયું; ઝડપવાલું; વિચાર વિનાનું–હીન; અવિચારી. *vi.* To make crannies: કાણાં–ફાટો–ચીરા પાડવા. 2. To haunt or enter by crannies: છીદ્ર–ફાટોમાં થઈને પેસવું–આવવું.

Crape, (ક્રેપ્) *n.* [L. *crispus*, curled.]A thin, transparent stuff; made of raw silk: કાચા રેશમનું કાલું પાતલું લુગડું.*vt.*To form into ringlets; to curl: ગુચ્છા બનાવવા–ગુચ્છાદાર ક૦.

Crash,(ક્રૅશ્)*vt.&vi.*To break to pieces violently: જોરથી ભાગીને કકડે કકડા થવા–ક૦; કડડભૂસ કરીને અવાજ–કડાકો થવો–ક૦; કકડાવવું.*n.*Loud, mingled sound of things breaking: કડાકો; ધડાકો; કડડાટ; ખડખડાટ; કકડાટ. 2. Ruin; failure: ભાગી–બેસી જવું તે; પડતી; હાર; નિષ્ફલતા. 3. Coarse linen cloth: જાડું શણનું કપડું.

Crass, (ક્રૅસ્) *a.* [L. *crassus*, thick.] Gross; thick; coarse: જાડું; ઘટ્ટ.

Crate,(ક્રેટ્) *n.*[L.*crates.*]A basket or hamper of wicker-work: કંડીઓ; કરંડીઓ;ટોપલો.

Crater, (ક્રેટર્) *n.* [L. *crater.*] The mouth of a volcano: જવાલા–મુખી પર્વતનું મ્હોં. 2.(*Astron.*) A constellation of the southern hemisphere: દક્ષિણ ગોલાર્ધનું એક નક્ષત્ર.

Craunch. (ક્રાંન્ચ્)*vt.*To crush with the teeth; to chew with violence and noise: દાંતવતી ચાવી નાખવું; ભચડ ભચડ–બચડબચડ ચાવી જવું.

Cravat, (ક્રૅવૅટ્)*n.*A neck-cloth: ગલેબંધ;ગલપટો.

Crave, (ક્રેવ્) *vt.* To beg; to implore: કાલાવાલા–આજીજી કરીને માંગવું; કરગરવું; વિનંતી ક૦. 2. To long for; to require or demand: વલખાં મારવાં; તલપવું–તલપાપડ થવું; વખવખવું.

Craven, (ક્રેવન્) *n.*A coward:નામર્દ; હીચકારો નાહિંમત;બાયલો. *a.*Cowardly: નામર્દ–નાહિંમત;બ્હીકણ.

Craving, (ક્રૅવિન્ગ્) *n.* Earnestness: અતિ ઇચ્છા–ઉત્કંઠા; ભુખ; ભારે તલપ; તૃષ્ણા; અભિલાષ; લાલસા; સ્પૃહા.

Crawl,(ક્રૉલ્) *vt.*To move slowly by drawing the body along the ground; to creep:પેટે–ભાંખડીએ ચાલવું; હાથ પગ ટેકવીને ચાલવું. 2. To advance in a slow, feeble or awkward manner: ધીમેધીમે-લથડતા જવું-ચાલવું.3.To insinuate one's self; ધીમે ધીમે–યુક્તિથી દાખલ થવું; પ્રવેશ ક૦; સત્તા જમાવવી. 4. To have sensation, as of insects creeping about the body: જાણે જીવડાં શરીર ઉપર ફરતાં હોય એમ લાગવું; સલવલાટ થવો. *n.* The act or motion of crawling:પેટે ચાલવું તે;પેટે ચાલવાની ગતિ; ધીમી ગતિ.

Crayon,(ક્રેઑન્) *n.*[L. *creta*, chalk.] A piece of chalk or other soft stone used in drawing: ચિત્ર કાઢવાના કામમાં આવતો ચાક અથવા બીજા નરમ પથ્થરનો કડકો; વર્તિકા; ચિત્રશલાકા.2. A drawing or design made with a crayon:ચિત્રશલાકાથી પાડેલું ચિત્ર.

Craze,(ક્રેઝ્) *vt.*To break into pieces;to crush: કકડે કકડા ક૦; દલીને ઝીણું લોટ જેવું ક૦; ભુકો ક૦; પિસવું;વાટવું.2.To weaken;અશક્ત–નિર્બલ–કમજોર–નાકૌવત–નિર્વિત્ત ક૦; શિથિલ ક૦. 3. To render insane:ગાંડું–દિવાનું–ઘેલું ક૦. *n.* A state of craziness;insanity:ઘેલચ્છા;ઉન્માદ;ચિત્તભ્રમ;વહેમ;ગાંડાઇ.

Craziness, (ક્રેઝિનેસ્) *n.* The state of being broken or weakened:અશક્તપણું;દુર્બલતા;જર્જરતા; જીર્ણતા.2. Imbecility or weakness of intellect; ગાંડાઇ; ઘેલચ્છા; ઉન્માદ; ચિત્તભ્રમ.

Crazy,(ક્રેઝિ) *a.* Decrepit; broken:નિર્બલ-નિર્વિત્ત થઇ ગયેલું;જર્જર; જર્જરીત;જીર્ણ; અશક્ત;નિર્જીવ.2.Disordered in intellect; deranged:ગાંડું;ઘેલું;દિવાનું; ચસ્કેલું; વાયલ; ઉન્મત્ત; ભ્રાન્તચિત્ત; ખસેલું; ચલેલ.

Creak, (ક્રીક્) *vi.* To make a sharp,harsh,grating sound: ચરરરર એવો અવાજ થવો; ચમચમ–કરકર બોલવું.

Cream, (ક્રીમ્) *n.* [L. *cremor*, thick juice or broth.] The oily, unctuous substance, when milk stands unagitated in a cool place:તર;મલઇ. 2. The best part of a thing:ઉત્તમાંશ;સાર; તત્વ; સત્વ; તત્વાર્થ; ગર્ભ. 3. A cosmetic: અંગરાગ; ઉટણું. *vt.* To skim or take off by skimming: તર–મલાઇ કાઢી લેવી.2. To take of the best part of: સારામાં સારો ભાગ લેઇ લેવો; તત્વ–સાર–તત્વમાલ કાઢી લેવો. *vi.* To form or become covered with cream: ઉપર તર–મલઇ બાઝવી–થવી.

Crease, (ક્રીસ્) *n.* A mark made by folding: કોઇ વસ્તુને વાલ્યાથી પડેલી નિશાની; સલ;કાપો. *vt.* To make a mark by folding: સલ પાડવો.

Create, (ક્રીએટ્) *vt.* [L. *creo*, I create.] To bring into being; to cause to exist: સરજાવવું; નિર્માણ–ઉત્પન્ન–પેદા કરવું; સરજવું; સરજન ક૦.2. To be the occasion of; to produce:કારણ હોવું;બનાવવું; ઉત્પન્ન ક૦; ઉપજાવવું.3.To appoint;to make: નિમવું; કરવું.

Creation, (ક્રીએશન્) *n.* The act of creating or causing to exist:ઉત્પત્તિ; સર્જન;ઉત્પાદન;નિર્માણ; સૃષ્ટિ; જનન. 2. Appointment; formation:નિમવું–નિમણુક–ક૦તે;બનાવવું તે.3.That which is created, as the world or some original work of art or of imagination: સૃષ્ટિ; વિશ્વ; જગત; ભૂત-સૃષ્ટિ.

Creative, (ક્રીએટિવ્) Having the power to create,or exerting the act of creation:ઉત્પાદક; ઉત્પન્ન કરવાની શક્તિવાલું; કલ્પક; જનક.

Creator,(ક્રીએટર્) *n.*One who creates or produces: બનાવનાર; ઉપજાવનાર; યોજનાર; ઉત્પાદક; નિર્માતા.2. The Supreme Being:જગત્કર્તા: સરજનહાર; સૃષ્ટા; બ્રહ્મા; વિધાતા; પ્રજા પ્રતિ; ઇશ્વર.

Creature,(ક્રીટ્યૂર્) *n.* Any thing created; an animal; a man:ઉત્પન્ન થયેલી ચીજ–વસ્તુ;પ્રાણી;જીવ. 2.A human being:જન;માણસ;આદમી.3.A servile dependent; a tool: ખુશામતિયો; આશ્રિત; અનુયાયી. 4.A general term among farmers for horses, oxen, &c.:ખેડુત લોકોમાં ઘોડા બલદ વિગેરેને માટે વપરાતું સામાન્ય નામ.

Credence, (ક્રીડેન્સ્) *n.* [L. *credo*, I believe.] Belief; confidence: ભરોંસો; વિશ્વાસ; શ્રદ્ધા; ઇતબાર; પતીજ. 2. That which gives a claim to belief or credit:જેથી ભરોંસો–વિશ્વાસ રાખવામાં આવે તે. *A letter of* **c.**:વિશ્વાસ પત્ર.

Credendum,(ક્રીડેન્ડમ્) *n. pl.* **credenda.** A thing to be believed; article of faith: શ્રદ્ધા વિષય; વિશ્વાસ વિષય.

Credentials,(ક્રીડેન્શિઅૅલ્સ્) *n. pl.* Testimonials or certificates showing that a person is entitled to credit: અખત્યારનામું; મુખત્યારનામું; વિશ્વાસપત્ર;પ્રમાણપત્ર; સનદ.

Credibility, (ક્રિડિબિલિટિ) *n.* The quality or state of being credible; credibleness: વિશ્વાસ; યોગ્યતા; માન્યપણું; પ્રામાણ્ય; ઇતબાર.

Credible,(ક્રિડબલ્) *a.*Worthy of belief; trustworthy: ભરોંસો–વિશ્વાસ રાખવા જેવું; માનવા લાયક; વિશ્વાસનીય; વિશ્વાસ યોગ્ય.

Credit, (ક્રેડિટ્) *n.* Belief; faith; trust: ભરોંસો; વિશ્વાસ; પતિજ.2.Reputation:આબરૂ;પ્રતિષ્ટા; ઇજ્જત; માન. 3. Authority derived from character or reputation:વક્કર; સાખ;આંટ; ભાર;ભાર બોજ; વજન. 4.That which tends to procure or add to reputation; honour: ભૂષણ;યશ;પ્રતિષ્ટા.5.Influence derived from the good opinion:માન;વજન;માનમાન્યતા.6.(*a*)(*Com.*) Trust given or received: ધીરધાર;ઉધાર; વ્યવહાર.(*b*) Mercantile reputation entitling one to be trusted:વટ;આંટ;સાખ;આબરૂ; પત.7.The side of an account on which are entered all receipts:જમાપાસુ; જમા.8. The time given for payment for land or goods: વાયદો; મુદ્દત. *Public* **c.**:સરકારની આંટ. *vt.* To put trust in; to believe:ભરોંસો–વિશ્વાસ–ઇતબાર રાખવો;માનવું. 2. To enter upon the credit side of an account:જમા ક૦.3.To set to the credit of:ખાતે–નામે લખવું તે. On **c.**:ઉધાર.

Creditable,(ક્રેડિટેબલ્) *a.* Worthy of belief: ભરોંસો–વિશ્વાસ રાખવા લાયક–યોગ્ય; ભરોસેદાર. 2.

Reputable; estimable: ઇજતદાર; પ્રતિષ્ઠિત; આબરૂદાર; શાહજોગ.

Creditably, (ક્રેડિટેબ્લિ) *adv.* Reputably; with credit: શાબાશીથી; નામ રાખીને; વખાણવા જોગ રીતે.

Creditor, (ક્રેડિટર) *n.* One who credits, believes or trusts: જે માણસ વિશ્વાસ-ભરોંસો રાખે છે તે. 2. One to whom money is due: માગનાર; લેહેણદાર; ધીરનાર; સાહુકાર.

Credulity, (ક્રેડ્યૂલિટિ) *n.* Easiness of belief; a disposition to believe on slight evidence: ભોલપણ; તરત માની લેવાનો સ્વભાવ; શ્રદ્ધાલુતા; શ્રદ્ધા.

Credulous, (ક્રેડ્યૂલસ્) *a.* Easily convinced or imposed upon; unsuspecting: ભોળું; કાચા મનનું; કાચાકાનનું; તરત માની દે એવું. 2. Capable of being easily believed: સહેલાઇથી માની શકાયએવું.

Creed, (ક્રીડ્) *n.* [L. *credo*, I believe.] A definite summary of what is believed; a summary of Christian belief: ખ્રિસ્તિ મતનાં કાનુન; માર્ગ; મત; પંથ; ધર્મ.

Creek, (ક્રીક્) *vt.* & *vi.* To make a sharp, harsh noise: ચરરર કરીને અવાજ થવો-કરવો. *n.* A small inlet, bay, or cove: ન્હાની ખાડી. 2. A small river or brook: ન્હાની નદી અથવા નાલું-ઝરો; વ્હેલીયું. 3. Any turn or winding: વાંક; વલણ; ખાંચો.

Creel, (ક્રીલ્) *n.* An osier basket: વાંસની ખનાવેલી ટોપલી.

Creep, (ક્રીપ્) *vi.* To crawl: પેટે ચાલવું; ભાંખડીએ ચાલવું. 2. To move slowly, feebly or timorously: બ્હી બ્હીને પગલું ભરવું; ધીમે ધીમે દખાઇ દખાઇને ચાલવું. 3. To move in a stealthily or unobserved manner: છુપી રીતે-છાનામાના જતા રહેવું-આવવું-આવી જવું. 4. To move or behave with servility; to fawn: ખુશામત ક૦; ખુશામતીઆની પેઠે વર્તવું. 5. To grow as a vine: વેલાની પેઠે ચઢવું-પ્રસરવું. 6. To have the sensation, as of insects creeping on the skin of the body: શરીરપર સલવલ થવું. *n.* A distressing sensation: સલવલાટ.

Creeper, (ક્રીપર) *n.* One who creeps: પેટે-ભાંખડીએ ચાલનાર કીડો. 2. A plant which clings by rootlets: વેલ; વેલો. 3. A kind of bird: એક જાતનું પક્ષી. 4. A fixture with iron points: ગલ; બિલાડી.

Creepingly, (ક્રીપિન્ગ્લિ) *adv.* By creeping; slowly: ધીમેથી; આસ્તે; પેટે ચાલીને; કીડીની માફક.

Cremation. (ક્રીમેશન) *n.* [L. *cremo*, I burn.] A burning of the dead: શખ-લાસને ખાલવી તે; દાહ; દહન; પ્રેતદહન.

Creole, (ક્રીઓલ્) *n.* One born in America, of European ancestors: યૂરોપીઅન ઑલાદનો અમેરિકાનો વતની. 2. One born within or near the tropics: ઉષ્ણકટીબંધમાં જન્મેલો માણસ.

Crepane-ce, (ક્રીપેન-પૅન્સ) *n.* [L. *crepo*, I crack.] An injury in a horse's leg: ઘોડાના પગમાં થયેલું દુઃખ-ઇજા; બે પગ અથડાવવાથી પડેલું ચાઠું-જખમ.

Crepitate, (ક્રેપિટેટ્) *vi.* [L. *crepito*, I crackle.] To crackle; to snap: તડતડવું; તણતણવું.

Crescent, (ક્રેસન્ટ્) *a.* [L. *cresco*, I glow.] Increasing or growing: મોટું થતું; વધતું. 2. Shaped like a crescent: અર્ધચંદ્રાકાર. *n.* The increasing moon: બીજનો ચંદ્ર; નવચંદ્રકલા; અર્દ્ધચંદ્ર. 2 (*a*) The figure or likeness of the new moon, borne in the Turkish flag: તુર્ક લોકોના વાવટા ઉપર નવા ચંદ્રનો આકાર હોય છે તે; અર્દ્ધચંદ્રાકૃતિ. (*b*) The standard itself: તુર્ક લોકનો વાવટો. (*c*) The Turkish power: તુર્કી સત્તા-રાજ્ય. *vt.* To ornament with something of crescent form: નવીન-ચંદ્રના આકાર જેવી ચીજથી શણગારવું; ચાંદો મૂકવો.

Cresset, (ક્રેસટ્) *n.* Any great light: દીવો; દીવાદાંડી.

Crest, (ક્રેસ્ટ્) *n.* [L. *cresco*, I grow.] A tuft or other natural ornament, growing on an animal's head: માંજર; કલગી; શિખા. 2. The plume of feathers: માથે ખોસેલું પીછ; તુરો; કલગી. 3. (*a*) The helm or head (as typical of a high spirit): કલગી; તાજ. (*b*) Pride; courage: ગર્વ; અહંકાર; ખહાદુરી. 4. An appendage to the shield placed over it: ઢાલને જોડેલો ભાગ-ઉપાંગ. 5. The rising part of a horse's neck: ઘોડાની ગરદનનો ઉપસેલો ભાગ. 6. The highest part or summit of a hill: ટેકરી-ડુંગરીની ટોચ-શિખર. *vt.* To furnish or adorn with a crest: છોગું-કલગી-તાજ ઘાલવું. 2. To mark with long streaks: જુદા જુદા રંગની લાંબીલાંબી નિશાની ક૦.

Crest-fallen, (ક્રેસ્ટ્-ફૉલન્) *a.* Dispirited, dejected: તોર-દમ ઉતરેલું; નાઉમેદ; નિરાશ. 2. Having the crest hanging to one side (*said of a horse*) એકજ ખાજુએ લટકતા વાલવાલું.

Crevice, (ક્રેવિસ્) *n.* [L. *crepo*, I crack.] A cleft; a fissure; a rent: તરડ; ચીર; ફાટ; ફાડ. *vt.* To crack; to flaw: ચીર-ફાટ-તરડ પાડવી.

Crew, (ક્રૂ) *n.* An assemblage of people associated together; an assemblage: ટોલું; મંડલ; ઝુંડ; સંઘ; જનસમૂહ. 2. The company of seamen who man a ship, vessel or boat: વહાણ કે હોડીના ખલાસી સમસ્ત; ખધા ખલાસીઓ; નાવિકગણ; લશ્કર.

Crib, (ક્રિબ્) *n.* The manger or rack of a stable; a feeding place: ગભાણ; ચારો નાંખવાની જગ્યા. 2. A stall for oxen or other cattle: ખલદ અથવા બીજાં ઢોરને ખાંધવાનો તબેલો; ગોઠો; કોઢ. 3. A small inclosed bedstead for a child: નાનાં છોકરાંને માટે ખધી ખાજુએ ખંધ કરેલો ખાટલો; ઢોલડી; પલંગડી. 4. A box for storing grain, salt, &c.: દાણા, મીઠું વગેરે ભરી મૂકવાની પેટી; કોઠી. 5. A hut; a cottage: ઝુંપડી; ઝુંપડું; ઓપટું. 6. A small theft; anything purloined: નાની ચોરી; ચોરેલી વસ્તુ-પદાર્થ. 7. A translation or key to aid a student: ભણનારની સુગમતાને માટે કરેલી કુંચી કિંવા ભાષાંતર. *vt.* To cage; to confine: પાંજરામાં મૂકવું-ઘાલવું; પુરવું; ગોંધવું. 2. To pilfer or purloin: ચોરવું; તફડાવવું.

Cribble, (ક્રિબલ્) *n.* [L. *cribrum*, sieve.] A coarse sieve or screen: ચારણી; હવાલો. 2. Coarse flour: જાડોલોટ-આટો. *vt.* To cause to pass through a sieve; to sift: ચાલવું.

Crick, (ક્રિક્) *n.* The creaking of a door: ખારણાનો કડકટાટ; ખારણું વાસતાં જે અવાજ થાય છે તે. 2. A spasmodic and acutely painful affection of some part of the body: ચસક; ચસકા.

Cricket, (ક્રિકેટ્)*n.* A kind of insect: એક જાતનું જીવજંતુ; તમરું.

Cricket, (ક્રિકેટ્) *n*. A game played with a bat and a ball:ગેડીદડાની રમત; દડાદાવ;ક્રીકેટ. 2. A low stool:એક નીચું સ્ટુલ-બાજઠ.3. A small false roof:વાછંટીયું.

Crier, (ક્રાઈઅર્) *n*. One who cries; one who makes proclamation: પોકારનાર; બુમ-શબ્દ કરનાર; થાલી-ઢંઢેરો-દાંડી પીટનાર;સાદ પાડનાર; બાંગી.

Crime,(ક્રાઈમ્) *n*.[L. *cerno*, I decide judicially.] Any violation of law: અપરાધ; ગુન્હો; વાંક; પાપકર્મ;દોષ;અન્યાય;પાપ;તકશીર. 2. Any gross offence: પાતક; અધર્મ: કુકર્મ; બદકર્મ; બદકારી. *Capital* **c.**:દેહાંત દંડને યોગ્ય ગુન્હો; મોઓતની સજા લાયક ગુન્હો. *A heinous* **c.**:ઘોર પાપ; મહા પાપ.

Criminal,(ક્રિમિનૅલ્) *a*.Guilty of crime; tainted with crime:ગુન્હેગાર; અપરાધી; તકસીરવાન; કુકર્મિ; અધર્મિ; પાતકી; દોષી. 2. Involving a crime: ખોટું; ગેરવાજબી; અન્યાયી; અનીતિનું. 3. Relating to crime:ફોજદારી. *n*. One who is found guilty by verdict or proof:ગુન્હેગાર;અપરાધી;પાપી.

Criminality, (ક્રિમિનૅલિટિ) *n*. The quality or state of being criminal; guiltiness: દોષ; અપરાધ; ગુન્હેગારી; અન્યાય; અધર્મ.

Criminally, (ક્રિમિનૅલ્લિ) *adv*. In violation of law; wickedly:તકસીરવાર;ગેરવાજબી રીતે; અનીતિથી: અપરાધી; ફોજદારી રાહે.

Criminate, (ક્રિમિનેટ્) *vt*. [L. *crimen*.] To accuse or charge with a crime; to convict of crime: ગુન્હામાં લાવવું; ગુન્હેગાર ઠરાવવું; અપરાધનો આરોપ મૂકવો; દોષારોપ ક૦.

Crimp, (ક્રિમ્પ્)*a*. Friable; brittle: કકરૂં; બરડ; જલદી ભાંગી જાય એવું.2.Inconsistent; contradictory; weak:વિરૂદ્ધ; વિપરીત; ઉલટું; કાચું; નબળું.

Crimp,(ક્રિમ્પ્) *vt*. To crimple or curl: ગુચ્છા-ઝુમખાં વાલવાં. 2. To pinch and hold; to seize: પકડવું; વાલવું; ચીમટામાં લેવું. 3. To entrap into military or naval service: લશ્કરી કે કાફલાની નોકરીમાં ફસાવવું-સપડાવવું.*n*.A coal broaker:કોયલાનો દલાલ-આડતિયો. 2.A game at cards: પત્તાંની એક રમત.3. Cupped hair:ગુચ્છાદાર વાલ.

Crimson,(ક્રિમ્ઝન્)*n*.A deep red color tinged with blue; red:કરમજી રંગ.Of a deep red color: કરમજીઆ; આબાસી; ગુલબાસી. *vt*. To dye with crimson or deep red:કરમજી ક૦; કારમજી રંગવું.*vi*. To become crimson or deep red in color; to blush:શરમાવું; શેરડા પડવા.

Cringe,(ક્રિન્જ્) *vt*. To cause to shrink or wrinkle:સંકોચવું:ગુંચલાં-ગુચ્છા વાલવા.*vi*.To bend with base humility; to bow:ખુશામત ક૦; હાજીહા ક૦; નમવું; સંકોચાવું.*n*. Servile civility; a mean bow:ખુશામત; આર્જવ.

Cringeling,(ક્રિન્જલિન્ગ્)*n*. One who cringes meanly:ખુશામત કરનારો; ખુશામતીઓ.

Cripple,(ક્રિપલ્)*n*. One who creeps, halts or limps:લંગડો; પાંગલો; લુલો; પંગુ. *a*.Lame:લંગડો; લુલો.*vt*. To lame: લંગડું-લુલું-પાંગલું ક૦. 2. To deprive of strength or activity:અશક્ત-બલહીન દુર્બલ ક૦; હાથ પગ ભાગી નાંખવા.

Crisis, (ક્રિસિસ્) *n*. [L.] *pl*. **Crises**. The decisive moment; the turning point:અણી;અણીનો સમય; બારીક સમય. 2. (*Med*.) The change of a disease which indicates recovery or death: દરદી સાઝો થશે કે મરણ પામશે તે જણાઈ આવે એવો તેની સ્થિતિમાં ફેરફાર.

Crispy, (ક્રિસ્પિ) *a*. [L. *crispus*.] Formed in short curls or ringlets: ટુંકા-નાના ગુચ્છા-ગુંચલાં કરેલું-બનાવેલું.2. Brittle:ભાગી જાય એવું;કકરૂં;બરડ.

Criterion,(ક્રિટીરિઅન્)*n*. *pl*. **criteria**.[Gr. *crites*, a judge.] A standard of judging; any approved rule or test: કસોટી; પરીક્ષા;માપ; તીચન.

Critic, (ક્રિટિક્) *n*. [L. *criticus*.] One skilled in judging of the merits of literary works or productions of art: ગ્રંથ વિવેચન કર્તા; પુસ્તક પરિક્ષક; ગુણદોષ-વિવેચક; રસજ્ઞ; ગુણગ્રાહી. 2. A harsh examiner or judge; a caviler: આકરો વિવેચક-પરીક્ષક-ટીકાકાર; છિન્દ્રાન્વેષી.3.The art of criticism: ટીકા; વિવેચન.

Critical, (ક્રિટિકૅલ્) *a*. Qualified to criticize, or pass judgment upon,literary productions: વિવેચન કરવાની યોગ્યતાવાલું; રસિક; પરીક્ષક;પારખુ;સુગુણજ્ઞ. 2.Pertaining to criticism:ગુણદોષ વિવેચન સંબંધી-વિષયક-વાલું. 3. Exact;nicely judicious: ચોકસ; સૂક્ષ્મ; બારીક. 4. Inclined to find fault; fastidious:છિદ્રાન્વેષી:દોષદર્શિ;ખોડખાંપણ કાઢનારૂં. 5. Characterized by thoroughness:સંપૂર્ણ;ખરોખર; ચોકસ. 6. (*a*) Pertaining to or indicating a crisis:અણી-એનના સમયનું;અણીનું.(*b*)Of doubtful issue; dangerous:શકમંદ;ધાસ્તી-દહેશત ભરેલું; ભયસૂચક.

Criticise, (ક્રિટિસાઈઝ્) *vt*. To examine and judge as a critic: ગુણદોષનું વિવેચન ક૦; દોષાદોષ વિવેચન ક૦; ટીકા ક૦. 2. To animadvert; to find fault with:ખોઢખાંપણ-ખોતરણાં-ભૂલચુક કાઢવી;દોષદર્શન ક૦; છિદ્રાન્વેષણ ક૦; સખત ટીકા ક૦.

Criticism, (ક્રિટિસિઝમ્) *n*. The art of judging of the beauties and faults of a literary performance:વિવેચનશાસ્ત્ર-કલા;ગુણદોષ નિરૂપણ; ગુણાગુણ પરીક્ષા. 2. The act of judging on the merit of a performance; an animadversion: ગુણદોષ વિવેચન: ટીકા; નુકતેચીની.

Critique,(ક્રિટિક્) *n*. [Gr. *kritike*, the critical art.] The art of criticism:વિવેચનશાસ્ત્રકલા; ગુણાગુણ પરીક્ષા. 2. A critical examination or estimate of a work of literature or art:વિવેચન; ગુણદોષ નિરૂપણ; ગુણદોષ ચંદ્રિકા;ગુણદોષ પ્રકાશિકા. 3.A critic:વિવેચક; ટીકાકાર; ગુણાગુણજ્ઞ; પરીક્ષક;નુકતેચીન. *vt*. To criticise: વિવેચન-ટીકા કરવી; ગુણદોષ પારખવા-વર્ણવવા.

Croak, (ક્રોક્) *vi*. (*a*) To make a low, hoarse noise in the throat:ભારે ધીમે સાદે બોલવું; આરડવું; ધુ ધુ ક૦. (*b*) To make any low muttering sound: ખડખડવું; ગણગણવું. 2. To grumble; to forebode evil:રોદણાં રોવાં; ખડખડવું; અભદ્ર-અશુભ વાણી બોલવી. *n*. The low, harsh sound uttered by a frog or raven:દેડકા અથવા કાગડાના જેવો ભારે ધીમો સાદ-અવાજ: ગણગણાટ: ખડખડાટ.

Croceous, (ક્રોશસ્) *a*. [L. *crocus*, saffron.]

Consisting of, or like saffron; yellow:કેસર જેવું; કેસરી; પીલું.

Crock, (ક્રૉક) *n.* An earthen pot; a pot or pitcher: મટોડીનું વાસણ; માટલું; ઘડો.

Crock;(ક્રૉક) *n.* Soot: કાજલ; મેશ.

Crockery, (ક્રૉકરિ) *n.* Earthenware; pottery: પકવીને ઓપ દીધેલાં માટીના વાસણ; ચીની કામ.

Crocodile,(ક્રૉકોડાઇલ્) *n.* [L. *crocodilus.*] A large reptile of the genus crocodilus:મગર; સુસર; સોસવાટ. 2.A fallacious dilemma:ભ્રાંતિજનક–ભૂલભરેલો વિકલ્પ.**C.***tears*,false or affected tears; hypocritical sorrow: ખોટાં–ઢોંગી આંસુ; ઉપર ઉપરનો શોક; કૃત્રિમ શોક–દીલગિરી.

Crocus,(ક્રોકસ્) *n.* Saffron: કેસર.

Croft,(ક્રૉફ્ટ્)*n.*[A. S. *croft*,a field.] A small close or inclosed field:નાનું વાડબંધ ખેતર–ચારો–ગોચર; ચરો; વાટિકા.

Crone, (ક્રોન્) *n.* An old ewe:ઘરડી ઘેટી. 2. An old woman:ડોશી; ડોકરી.

Crony, (ક્રોનિ) *n.* An intimate companion; a familiar friend:ગોઠીઓ; રાત દિવસનો સોબતી; પ્રિયમિત્ર; જાનીદોસ્ત.

Crook, (ક્રૂક)*n.* Curve; bend; curvature:વાંક;વલણ. 2. A trick or artifice:કપટ; યુક્તિ; પ્રપંચ.3. Any implement having a bent or crooked end: છેડા આગલથી વાલેલું ઓજાર–હથિયાર; આંકડી. (*a*) The staff used by a shepherd: ગોવાલીયાનો દંડ–ડાંગ; ગેડી. (*b*) A bishop's staff:પાદરીનો દંડ. 4. A person given to fraudulent practices:કાવત્રાં કરનાર; નીચ યુક્તિઓ કરનાર.*By hook or* **C.**, by fair means or foul: ગમે તેમ કરીને; આડી રીત્યે કે સીધી રીત્યે; બલથી કે કલથી.*vt.*To bend; to curve: વાલવું; વાંકું ક૦; મરડવું. 2. To turn from rectitude; to pervert:આડું–ઉંધું–ઉલટું ચલાવવું;ખોટે–આડે–અવલે માર્ગે–રસ્તે ચઢાવવું.

Crooked,(ક્રૂકેડ્) *p.a.*Bent; not straight:વાંકું; વક્ર; વલેલું; સીધું નહિ એવું. 2. Not straight forward:ખોટી–ગેરવાજબી રીતે ચાલનારૂં; કુટિલ.3.False; fraudulent:ખોટું; જુઠું; કપટી.

Crop,(ક્રૉપ્) *n.* The protuberant upper receptacle of food of a bird,situated in the throat: પક્ષીઓના ગલામાંનું ઉપસી આવેલું અન્નાશય; હાડીયો. 2. The top, end, or highest part of a plant: ઝાડની ટોચ–મથાલું–અગ્રભાગ. 3. Fruit; harvest: ફાલ; પાક; પીક; પેદાશ. 4. Grain or other product of the field while standing: તૂલ; ઉભું અનાજ. 5. Any thing cut and gathered:કાપીને ભેગી કરેલી વસ્તુ–ચીજ–પદાર્થ. 6. Tin ore prepared for melting:ગાલવાને માટે તૈયાર કરેલી કાચી કલાઈ.*Neck* & **C.**, altogether; at once:એકદમ; સામટું;સંઘાતે. *vt.* To pluck; to mow:ઉપરથી કાપી નાંખવું–તોડવું; લણવું; વાઢવું; કાપવું; છાંટી નાખવું. 2. To cause to bear a crop:પાક નિપજાવવો;ઉત્પન્ન કરાવવો.3.(*Fig.*) To cut off:કાપી નાંખવું; મારી નાંખવું.*vi.* To yield harvest:નિપજવું; પાક થવો–ઉતરવો. *To* **C.** *out*, (*a*) to appear above the surface:સપાટી ઉપર જણાવું–દેખાવું.(*b*) To come to light:પ્રકાશમાં–જાણવામાં આવવું; દેખાવું; નજરે ચઢવું–પડવું. *To* **C.** *up*, to spring up:ઉદ્દભવવું; નિપજવું; ફુટી નિકલવું.

Cross,(ક્રૉસ્) *n.* [L. *crux*, a cross.] A gibbet consisting of two pieces of timber placed transversely upon each other: બે આડાં લાકડાંનો વધસ્તંભ; ક્રૂસ. 2. The ensign and chosen symbol of Christianity; christian nation:ખ્રિસ્તિમત–ધર્મનું નિશાન;ખ્રિસ્તિમત–ધર્મ.3.Disappointment; vexation:નાઉમેદી; અડચણ; હરકત; સંકટ; ખલેલ; કસોટી; વિઘ્ન. 4. A monument in the form of a cross: 'ક્રોસ'ના આકારનો કીર્તિસ્થંભ. 5. The cross like mark used instead of a signature by those who are unable to write:લખતાં ના આવડતું હોય તેણે પોતાની સહી તરીકે કરેલી નિશાન; સાથીઓ. 6. A line drawn across or through another line: લીંટી ઉપર મારેલી લીંટી; છેકો; ચેરો. *To do a thing on the* **C.**:અપ્રમાણિકપણે વર્તવું; ઠગાઈ ક૦; કપટ ક૦. *To take up the* **C.**:ધીરજથી શ્રમ–દુઃખ–સંકટ ખમવું. *a.* Transverse; oblique:ત્રાંસું;આડું; વાંકું.2. Adverse; contrary:આડું; વિપરીત; ઉલટું; પ્રતિકૂલ. 3. Ill-humoured:ચીઢીયું; તોરી; ગુસ્સાવાલું. 4.Mutually inverse; interchanged: આમનસામન.**C.** *action:*સામો દાવો.**C.***marriage:*સાટેપાટે લગ્ન.**C.***wind*, unfavorable wind:પ્રતિકૂલ પવન.*Prep.* Athwart; across:વાંકું;આડું; આરપાર. *vt.* To put across;to cause to intersect: ત્રાંસું–આડું મૂકવું. 2. To traverse:પેલે પાર જવું; ઓલંગવું; ઉતરવું; પસાર ક૦. 3. To lay or draw something, as a line, across: એક લીંટીપર બીજી આડી લીંટી કાઢવી.4.To obstruct; to hinder:આડે આવવું; વાંધો નાંખવો; નડવું;અડચણ હરકત–ખલલ–ડખલ ક૦. 5. To interfere and cut off;to debar:અટકાવ કરવો; રોકવું. 6.To make the sign of the cross upon:ઉપર ક્રૂસનું–સાથીઆનું ચિન્હ ક૦.7.To cancel by marking crosses on or over; to erase:છેકવું; છેકો–કાપો મારી રદ ક૦. *To* **C.***one's path:* કોઇની ધારણા–મનસુબો–મુરાદ–યુક્તિની આડે–વચ્ચે ડખલ નાંખવી. *vi.* To lie or be thwart:આડું આવવું–હોવું. 2. To make a transit: જવું–આવવું. 3.To be inconsistent: એક બીજાથી ઉલટું–અયુક્ત–વિપરીત હોવું; પ્રતિકૂલ હોવું. 4. To mix breeds: સંકર ક૦.

Cross-bow,(ક્રૉસ્-બો)*n.*(*Archery*) A weapon used in discharging arrows:કામઠું; ગલોલ.

Cross-examine,(ક્રૉસ્-એક્ઝામિન્) *vt.* To examine or question,as a witness who has been called and examined by the opposite party: ઉલટ પાલટ સવાલ ક૦–તપાસ ક૦.

Cross-eyed,(ક્રૉસ્-આઇડ્)*a.*Having the eyes turned toward the nose, so that they look in direction which intersect or cross one another: બાડો; એંચો.

Crossness,(ક્રૉસ્નૅસ્) *n.* Peevishness; fretfulness; ill-humour:ચીઢિયાપણું; હઠીલાઇ; જીદ.

Cross-purpose, (ક્રૉસ્-પર્પસ્) *n.* A counter or opposing purpose:ઉલટો મનસુબો–વિચાર;ઉલટી વાત–બીના.2.To be at *cross-purposes:*અણજાણતાં એક બીજાથી ઉલટું વર્તવું; આંધલે બ્હેરૂં કુટાવું.

Cross-wise,(ક્રૉસ્-વાઇઝ્)*adv.* In the form of a cross: a cross:વધસ્તંભના આકારમાં;આડું; ત્રાંસું.

Crotchet, (ક્રૉચેટ્) *n.* The arrangement of a body of troops:લશ્કરની ગોઠવણ–રચના.2.A bracket:બેલું; [ ] આવી નિશાન. 3.An instrument of a hooked form: આંકડાના આકારનું યંત્ર–હથિયાર; ચીમટો.4.A crooked or perverse fancy;a whim: આપમત; લહેર; તુરંગ; ઝૂમ; ખ્યાલ.

Croton-oil, (ક્રોટૉન-ઑઇલ્) *n.* The oil of euphorbiaceous plants: જમાલ ગોટાનું તેલ. The *seed*: જમાલ ગોટો.

Crouch, (ક્રાઉચ્) *vi.* To bend down; to stoop low:દબી જવું;નીચું નમવું;દબાઇને બેસવું.2.To fawn; to cringe: ખુશામત કરવી; ટેક મુકીને નમવું. *vt.* To sign with the cross; to bless: ક્રોસની નિશાની કરવી; આશીર્વાદ દેવો; સુખી કરવું.

Croup,(ક્રૂપ્) *n.* The place behind the saddle (*especially of a horse*):ઘોડાની જીનની પાછલનો ભાગ; ઘોડાના ધગડા–થાપા.

Croupier,(ક્રૂપિઅર્) *n.* One who presides at a gaming table and collects the stakes: જુગટામાં મુખ્ય આસને બેસીને હોડો ભેગી કરનાર. 2. One who at a public dinner party, sits as assistant chairman: જાહેર જમણવારમાં ઉપપ્રમુખ.

Crow,(ક્રો)*n.*A large bird,usually black,of the genus cornus:કાગડો;કાક. 2. A bar of iron with a beak or claw:પરાચ; કોશ; સંખલ.3. The voice of the cock:કુકડેકુક;કૂક.*To pluck or pull a crow*: નજીવી–હલકી ચીજ–વાત વિષે ઉદ્યમ કo.(*b*)કોઈની સાથેનો વાંધો જણાવીને તેનો નિકાલ કo–નિવેડો લાવવો.*vi.* To make the shrill sound characteristic of a cock:કૂકડીકૂક કo;કૂકડાના જેવું બોલવું; વાસવું. 2.To shout in exultation or defiance; to brag:ફુલાવું;ફુલ મારવી.3.To utter a sound expressive of joy or great pleasure, as an infant: છોકરાની માફક ખડખડ હસવું–ખુશ થવું–મગ્ન થવું.

Crow-bar,(ક્રો-બાર્) *n.*A bar of iron sharpened at one end: પરાઇ; સંખલ.

Crowd,(ક્રાઉડ્)*vt.*To press, urge or drive together:ભચડાય એવું ભરવું; ઠઠોઠઠ–ખીચોખીચ ભરવું; ભીડ કo.2.To encumber by excess of numbers: ઘણી–હદ ઉપરાંત સંખ્યા હોવાથી અડચણ–હરકત કo. 3. To treat uncourteously or unreasonably: અસભ્યતાથી વર્તવું.*To* **C.***out*,to prevent the publication of:પ્રસિદ્ધ ન થવા દેવું.*vi.*To press together in numbers: ચંપાઈ જવું; ભીડ–ગરદી થવી. 2. To urge or press forward: આગલ ખસવું; માંહે ભરાવું; અંદર ઘુસવું. *n.* A number of things collected or closely pressed together: ટોલું; સમુદાય; જથો; સમૂહ. 2. A number of persons pressed together into a close body without order: લોકોની ઠઠ–ભીડ–ઠઠ્ઠા–ગરદી; મેદિની. 3. The lowest of people; the vulgar; the mob:નીચલાવર્ગના લોકો; હલકા લોકો.

Crown,(ક્રાઉન્) *n.* [L. *corona*, crown.] (*a*) A wreath or garland: માલા; હાર. (*b*) A reward: ઇનામ; પરિતોષક. 2. A royal head-drsss or cap of sovereignty : મુગટ; તાજ; રાજમુગટ. *Gem or jewel of a* **C.**: મુગટમણિ. 3.The person entitled to wear a regal crown; a sovereign:શાહેનશાહ; રાજા; બાદશાહ. 4.Sovereign:રાજ્ય;ગાદી;શાહેનશાહત; રાજગાદી. 5. Anything which imparts beauty, splendor, honour, dignity or finish: શોભા; ભૂષણ; નાક. 6. Highest state:acme; perfection: પરાકાષ્ટા; પરાકોટિ; અવધિ. 7. The summit: શિખર; ટોચ; માથુ. 8. (*a*) The topmost part of the head: શીર્ષાગ્ર;બ્રહ્માંડ;શિખા.(*b*)The head or brain: મગજ; માથું. 9. The vertex or top of an arch: આરકાનું શિરો બિંદુ. 10.The dome of a furnace: ભઠ્ઠીનો ઘુમટ. 11. A size of writing paper: એક અમુક કદનો કાગલ.12.A denomination of money: અઢી રૂપૈયાનો શિક્કો. **C.** *lawyer*: સરકારી વકીલ. **C.** *prince*: યુવરાજ; પાટવી કુંવર. To cover, decorate or invest with a crown: મુગટ–તાજ પહેરાવવો; રાજગાદી આપવી; રાજ્યાભિષેક કo; ગાદીએ બેસારવું. 2. To adorn; to dignify: આબરૂ–બદલા દાખલ આપવું;ભૂષિત કo. 3.(*a*)To complete; to perfect: સંપૂર્ણ–પરિપૂર્ણ–સિદ્ધ કo;પરાકાષ્ટાએ પહોંચાડવું;સાર્થક–સફલ કo.(*b*) To form the top-most of: અંત–છેડો–શિખર હોવું; છેલ્લો–ઉપરનો ભાગ થવો. *To* **C.** *a knot*, ઉપરા ઉપરી ગાંઠો વાલવી.

Crucial,(ક્રૂશિઍલ્)*a.*[L.*crux*, a cross.]Transverse; intersecting: છેદીને જવું; ત્રાંસું; આડું. 2. Severe;trying or searching:સખત;કસોટી કાઢે તેવું.

Cruciate, (ક્રૂશિએટ્) *vt.* [L. *crux*, cross.]To torment: દુઃખ–કષ્ટ આપવું–દેવું; રીબાવવું.

Crucible, (ક્રૂસિબલ્) *n.* A vessel used for melting metals, &c.:ધાતુઓ વિગેરે ગાલવાની કુલ્હી; મુસ. 2. A hollow place at the bottom of a furnace to receive the melted metal: ગાલેલી ધાતુ ઝીલવા સારૂ ભઠ્ઠાને તલીએ રાખેલો ખાડો. 3. A test of the most decisive kind; a severe trial: સખત કસોટી; ઘણી કઠણ પરીક્ષા.

Crucifix, (ક્રૂસિફિક્સ્)*n.*[L.*crux*, cross & *figo*, I fix.] A cross, with the figure of Christ crucified upon it: ઇસુખ્રિસ્તને સુલીએ ચઢાવ્યો હતો તે સુલી સાથે તેની મૂર્તિ.2.The religion of Christ: ક્રાઈસ્ટનો ધર્મ; ખ્રિસ્તિધર્મ.

Crucifixion,(ક્રૂસિફિકશન્)*n.*The act of nailing a person to a cross, for the purpose of putting him to death: કોઇ માણસને ક્રોસ ઉપર બાંધી ખીલા ઠોકીને મારી નાંખવો તે.2.Death upon a cross: ક્રોસપર થતું મોત–મર્ણ. 3. Intense suffering or affliction: અતિશય દુઃખ; સંકટ; પીડા; વ્યથા.

Crucify, (ક્રૂસિફાઈ) *vt.*[L.*crux* & *figo*, I fix.] To put to death by nailing the hands and feet to a cross: ક્રુસપર હાથ પગ ખીલા ઠોકીને મારી નાંખવું. 2. To subdue completely; to mortify: સંપૂર્ણ રીતે તાબે–હસ્તગત કo; વશ કo; જીતવું; કબજા–દાબમાં રાખવું. 3. To vex or torment: ઈજા–દુઃખ–સંકટ કo–દેવું–આપવું.

Crude, (ક્રૂડ)*a.*[L.*crudus*, raw.] In its natural state; raw: પકવ્યા–રાંધ્યા વગરનું; કાચું.2.Unripe; immature: અપકવ; કાચું. 3. Unformed; rough: અધુરૂં; બાકી રહેલું. 4. Undigested: પચ્યા વગરનું; નહિં પચેલું; વિદગ્ધ.5.Hasty and ill-considered; immature: અપરિપકવ; કાચું; અપૂર્ણ; ઉતાવલીઉં. 6. Without culture and profundity: કેલવણી અને

ગાંભીર્ય વિનાનું.

Crudely, (ક્રૂડ્લિ) *adv.* In a crude; immature or hasty manner; rudely: પુખ્ત વિચાર વગર; ઉતાવલથી; વગર વિચાર્યે.

Crudeness, (ક્રૂડ્નેસ્)*n.* Unripeness;immaturity:કચ્ચાશ;ખામી; અપૂર્ણતા;અપરિપકવતા; અજીર્ણતા.

Cruel, (ક્રૂઅલ્) *a.* [L. *crudelis* from *crudus*, raw.] Savage; inhuman; merciless: નિર્દય; ઘાતકી; કઠોર મનનું; ઉગ્ર; નિષ્ઠુર; દયાહીન;વજ્ર હૃદયનું;કર્મ ચંડાલ. 2. Causing pain or grief: દુ:ખદાયક; દુ:ખકારક.

Cruelty, (ક્રૂઅલ્ટિ) *n.* Inhumanity; barbarity: નિર્દયતા; ક્રૂરતા; નિષ્ઠુરતા; કઠોરપણું; કઠણાઇ. 2. A cruel and barbarous deed: ક્રૂર–નિર્દય કામ;ક્રૂરકર્મ.

Cruet, (ક્રૂએટ્) *n.* સરકો, રાઈ, નિમક, મરી ઇત્યાદિ જીનસો રાખવાની સીસીઓ; નિમક–રાઇ–સરકાદાની.

Cruetstand, (ક્રૂએટ્-સ્ટૅન્ડ) *n.* A frame for holding cruets: નાની શીશી મૂકવાનું ખાનું; સીસીખાનું; કઠોડું.

Cruise, (ક્રૂઝ્)*vi.*To go back and forth on the ocean; to pass and repass in a vessel: સમુદ્ર પર્યટન કર્યાં કo; સમુદ્રમાં આમ–તેમ ફરતા રહેવું; વહાણમાં જવું અને આવવું. *n.* A voyage made in various direction: સમુદ્ર પર્યટન; દરિયાઈ સફર.

Cruiser, (ક્રૂઝર્) *n.* One who, or a ship that cruises: સમુદ્ર પર્યટન કરનાર વહાણ–અગર માણસ;દુસ્મનનાં વાહાણો પકડવાને ફરતું વાહાણ–માણસ.

Crumb,(ક્રમ્) *n.* A small fragment or piece: કકડો; ટુકડો; કરચ. The soft part of bread: રોટલીનો ગલ–ખપોટી. *To a* **C.**, completely: ખધું; લોહીલાહીને;તુંછીનાંછીને.*To gather up one's* **C.**, to recover strength: બલ–જોર પાછું પ્રાપ્ત કo. *vt.* To break into crumbs: કકડા–ટુકડા કo.

Crumble, (ક્રમ્બલ્) *n.*A very small fragment; a small crumb: ઘણો નાનો કકડો; કગરસ. *vt.* To break into pieces: કરચો–ચુરા કo; નાના નાના કકડા કo. *vi.* To fail into small pieces: કરચો–ચૂરા થવા–થઇને પડવું.

Crump, (ક્રમ્પ્) *a.* Crooked: વાંકું; આડું. 2. Hard: કઠણ; સખત.

Crumple, (ક્રમ્પલ્) *vt.* To draw or press into wrinkles or folds: કરચલી વાલવી;સલ પાડવા; સંકોચવું. *vi.* To contract or shrink; to wrinkle: કરચલી વલવી; સલ પડવા; સંકોચાવું.

Crupper, (ક્રપર્)*n.*The buttocks or rump of a horse: ઘોડાના ધગડા–ઢાહં.2.A strap of leather which is buckled to a saddle: ઢુંટ્રો; દુમચી.

Crural, (ક્રૂરલ્) *a.* [L. *crus, cruris*, leg.] Belonging to the leg:પગનું;પગ સંબંધી. 2.Shaped like a leg: પગના આકારનું–જેવું.

Crusade,(ક્રૂઝેડ) *n.* [L. *crux*, cross.] A military expedition undertaken by christian powers for the recovery of the Holy Land from the Mohammedans: જેરૂસલમ શહેર મુસલમાન લોકો પાસેથી પાછું મેલવવાને ખ્રિસ્ત લોકોએ કરેલી સ્વારી–ચઢાઈ. 2.Any fanatical enterprise:ઝનુનને લીધે કરેલું સાહસ કામ. *vi.* To engage in a crusade: ધર્મ સંબંધી લઢાઇમાં જવું–ભાગ લેવો.

Cruset, (ક્રૂસેટ્) *n.* A goldsmith's crucible or melting pot: સોનું ગાલવાની કુલ્લી.

Crush, (ક્રશ્) *vi.* To press and bruise: કચરવું; ચગદવું; કચરી–પીલી–ચગદી નાંખવું; છુંદવું. 2. To subdue totally; to ruin: બીલકુલ કમજોર કરી નાંખવું;તાબે–વશ કરવું; નાશ કરવું. 3.To overwhelm by pressure: ભાર–દાબથી ચગદી નાંખવું; ધૂલ કo; ભોંય ભેગું કo; જમીન દોસ્ત કo. 4. To reduce to fine particles:વાટીને ખારીક–ઝીણો ભૂકો કo;ચૂર્ણ કo. 5. To oppress or burden grievously: જુલમ ગુજારવો; દુ:ખ દેવું; રીબાવું. *To* **C.** *a cup*, to drink: પીવું; ગટગટાવી જવું. *To* **C.** *out*, (*a*) to force or separate by pressure: દાબી–ચાંપીને કાઢવું. (*b*) To completely destory:તદન–બીલકુલ નાશ કo–પાયમાલ કo; બેસારી–દાબી દેવું. *vi.* To be pressed in a smaller compass: કચરાવું–ચગદાવું. *n.* A violent collision or compression: જોરભેર ધડાકો; કડડડ–ધડડડ ભૂસ પડવું તે. 2. A violent pressure: ઘણો–અતિશય ભાર–દાબ.

Crust, (ક્રસ્ટ્) *n.* [L. *crusta.*] An exterior surface or outer shell; a concretion: પોપડો; પોપડી; કપોટી; પડ. 2. (*a*) The hard surface of bread: રોટલીની કોર–કાંડો. (*b*) A piece of dry bread:રોટલાનો સુકો કકડો.3.The exterior portion of the earth: પૃથ્વીનું ઉપલું થર–પડ. 4.The shell of crab, &c.: કરચલા વિગેરેની છીપો; કોટલું. 5. A concreted deposit on the interior of wine bottles: દારૂના સીસાઓની અંદર ખાઝી રહેલો કચરો; થરો. *vi.* To gather or contract into a hard crust: કઠણપડ બંધાવું; કપોટી બાઝવી; છારી વલવા.

Crusta, (ક્રસ્ટ) *n.* [L. *crusta*, shell; inlaid work.] A shell or crust: છીપ; શીપ.2. A gem engraved: કોતરેલું ભૂષણ.

Crustacea,(ક્રસ્ટેશીઅૅ)*n. pl.*One of the classes of articulated animals: કોટલાંવાલાં પ્રાણી.

Crusty,(ક્રસ્ટિ)*a.*Having the nature of crust; hard: પોપડા જેવું–વાલું; કઠણ. 2. Peevish; surly: ચીડીયું; છણકાખોર; મિજાજી.

Crutch,(ક્રચ્) *n.* A staff with a cross-piece at the head,placed under the arm or shoulder: લંગડાની ઘોડી;કાખલા કડી–ઘોડી;કુબડી.*vt.*To support on clutches; to prop up or sustain: કાખમાં લાકડી ઝાલી ઉભા રાખવું; ટેકો–આધાર આપવો.

Cry, (ક્રાઈ) *vi.* [Fr. *crier.*] To utter a loud voice; to vociferate to pray:બૂમ–ચીસ પાડવી;શોરબકોર–પોકાર કo;હાંક મારવી;વિનંતિ કo. 2.To utter a loud sound expressive of pain, grief or distress:પોક મૂકવી;રડવું;રૂદન કo;શોક કo; હાય હાય કo. 3. To utter sounds that are not speech: આરડવું;અવાજ કo. *To* **C.***out*, (*a*) to scream: તાણીને બૂમ પાડવા;પોકાર કo;ચીસ પાડવી.(*b*) To complain loudly; to lament: મોટેથી પોતાનું દુ:ખ જણાવવું; શોક–દિલગીરી કo.*To* **C.** *out against*,to complain loudly or with a view to censure: બૂમ પાડીને વખોડવું–નિંદવું; દોષ–વાંક કાઢવો. *To* **C.** *to*, to implore:આજીજી–વિનંતી કo; સહાય–મદદ માગવી. *To* **C.** *out mercy*,to beg pardon:માફી માગવી. *vt.* To utter loudly; to sound abroad:બૂમ પાડવી; મોટો

સાદ–ઘાંટો કાઢવો. 2. To make oral and public proclamation of:દાંડી–ઢંઢેરો પીટવો;સાદ પાડવો; જાહેર ખબર આપવી;આશકારા ક૦. 3. To publish the bonds of marriage:લગ્નના ઠરાવની જાહેર ખબર આપવી. *To* **c.** *up*, to extol:ખૂબ વખાણવું;ખહુ તારીફ ક૦;ખડાઈ હાંકવી. *To* **c.** *down*, to depreciate; to condemn: કીમત–વજન–ભારબોજ ઘટાડવો; હલકો પાડવો; વખોડવું; નિંદવું; ધિક્કારવું. *To* **c.** *out*, to proclaim: જાહેર ક૦; પ્રકટ ક૦;બહાર પાડવું; જણાવવું. *n. pl.* **cries**. A loud utterance:ચીસ;પોકાર;ઘોંઘાટ; ખરાડો.2. Outcry; clamor:લોકની બુમ;માગણી; પોકાર. 3. Any expression of grief with tears:વિલાપ;આક્રંદ;રૂદન.4.Loud expression of triumph or wonder: હર્ષનાદ; હર્ષગર્જના. 5. Importunate suplication: નમ્ર વિનંતિ; આજીજી. 6. Public advertisement by outcry proclamation: દાંડી; ઢંઢેરો. *A far* **c.**, long distance: ઘણું છેટું. *Loud* **c.**:ગુમરાણ;કોલાહલ; ઘોંઘાટ; બુમાબુમ; શોરબકોર. **c** *ing*: જબરૂં; હડહડતું.

Crypt, (ક્રિપ્ટ્) *n.* A cell; a cave; a grave or tomb:ભોંયરૂં;ગુફા;કબર;ઘોર. 2.(*a*) The space hidden from view: નજરથી છૂપી–સંતાડેલી જગ્યા. (*b*) A hiding place: છૂપી–સંતાવાની જગ્યા.

Crystal,(ક્રિસ્ટલ્) *n.* [Gr. *crystallos*, ice.] The regular form which a substance tends to assume in solidifying: પાસા; પાસાદાર ઘાટ. 2. A species of glass more perfect in its composition and manufacture than the common glass: બિલોર;સ્ફટિક;કાચમણિ. 3. The glass of a watch-case: ઘડીયાલનો કાચ. *a.* Consisting of crystal; clear; lucid: બિલોર જેવું; સ્વચ્છ; ચોખ્ખું; કંચન.

Crystalline, (ક્રિસ્ટલાઈન્) *a.* Consisting of crystal:બિલોરી;પાસાદાર. 3. Resembling crystal; pure; clean: બિલોર જેવું; સ્વચ્છ; ચોખ્ખું; કંચન.

Crystallize,(ક્રિસ્ટલાઈઝ્) *vt.*To cause to form crystals:પાસા પાડવા; પાસાદાર આકૃતિ આપવી. *vi.* To be converted into crystals: પાસાદાર થવું; પાસા ખંધાવા.

Cub,(કબ્) *n.* [L. *cubo*, I lie down.] A young animal, especially the young of the bear: કોઈ પશુનું બચ્ચું;મુખ્યત્વે કરીને રીંછનું બચ્ચું;પશુશાવક. 2. A young boy or girl:નાનો છોકરો અથવા છોડી.

Cub,(કબ્) *n.*[L. *cubo*, I lie down.] A stall for cattle:ઢોરને ખાવાની ગમાણ. 2.A cupboard: કબાટ. *vt.* & *vi.*To bring forth:જણવું;પેદા–ઉત્પન્ન ક૦.

Cube,(ક્યૂબ્) *n.* A regular solid body with six equal square sides: ઘનાકૃતિ; ઘન. 2. The product of a number multiplied twice into itself: ઘન. *Cube root*: ઘનમૂલ. *vi.* To raise to the third power: ઘન ક૦.

Cubeb,(ક્યૂબેબ્) *n.*The small, spicy berry of a tropical plant: ચીની કબાલા; કબાબચીની.

Cubic-cal,(ક્યૂબિક્-કલ્) *a.* Having the form of a cube: ઘનાકાર; ઘન.

Cubit,(ક્યૂબિટ્) *n.* [L. *cubitum*, elbow.] The forearm:હાથ; હાથનો આગલો ભાગ.2. A measure: (ભરતનો) હાથ.

Cuckold, (કકોલ્ડ્) *n.* [L. *cuculus*, cuckoo.] A man whose wife is false to his bed; the husband of an adulteress:કુલટાપતિ; જારિણીપતિ;છિનાલનો ધણી.2. A kind of fish:એક જાતનું માછલું.

Cuckoo,(કકૂ) *n.* [L. *cuculus*.] A bird of the genus cuculus:કોયલ; કોકિલા. **c.** *clock*: વાગતી વખતે કોયલના શબ્દ જેવા ટકોરા નિકલે એવું ઘડિયાલ.

Cucumber,(ક્યુકમ્બર્) *n.* [L. *cucumis*.](*Bot.*) A well-known plant and its fruit, of the genus Cucumis: કાકડી; ખીરૂં; ખિરો.

Cud, (કડ્) *n.* That portion of food which is brought up into the mouth by ruminating animals from their first stomach,and chewed a second time:વાગોલ. 2. A portion of tobacco held in the mouth and chewed: તમાકુનો કુચો. 3. The inside of the mouth that chews the cud:મ્હો અંદરના જે ભાગ વડે વાગોલવામાં આવે છે તે. *To chew the* **c.**, to ruminate; to meditate: વિચાર–મનન ક૦; મનમાં ઘોલવું; વિચારવું.

Cuddle,(કડ્લ્) *vi.* To retire from sight; to crouch:છૂપાઈ–સંતાઈ–ભરાઈ જવું. *vt.* To embrace closely; to hug; to fondle:દૃઢ આલિંગન દેવું; ખાથમાં લેવું;લાડ લડાવવું. *n.* A close embrace: દૃઢાલિંગન; કોટિ.

Cudgel,(કજલ્) *n.* A short thick stick; a club: ખુધું;સોટો; દંડુકો. *To cross the* **c.**, to forbear or give up the contest:લઢાઈ બંધ ક૦. *To take up the* **c.***s for*, to engage in a contest in behalf of:કોઇની તરફથી લઢાઈમાં ઉતરવું. *vt.* To beat with a cudgel or thick stick: દંડુકા–સોટા–ખુધાથી મારવું–ઝુડવું.*To* **c.** *one's brains*, to exercise one's wits: અક્કલ વાપરવી; ડહાપણ ખરચવું.

Cue,(ક્યૂ) *n.* [L. *canda*, a tail.] The tail; tail-like twist of hair worn at the back of the head:પૂંછડું; અંબોડો. 2. A catch word: નાટકના કોઈ પાત્રના ભાષણના છેલ્લા બોલ (જે ઉપરથી તે પછીના પાત્રને ઈશારો મલે છે તે) ઈસારો. 3. Any hint or intimation; ઈસારો; સાન; અણસારો; સૂચના. 4. Straight rod used in playing billiards: બિલિઅર્ડ રમત રમવાની લાકડી. 5. Humour: સ્વભાવ;મન; વૃત્તિ. *vt.* To form into or like a tail; to twist: પૂંછડી જેવું ક૦–બનાવવું;વાલવું;મચડવું; અંબોડો ગુંથવો.

Cuff, (કફ્) *n.* A blow with the open hand; a stroke; a box:થપ્પડ; ધોલ; લપડાક; તમાચો. *vt.* To strike with the palm or flat of the hand: તમાચો–ધોલ–લપડાક મારવી. 2. To buffet: મુક્કી–ડોંસો મારવો; સાથે લડવું–બાઝવું. *vi.* To fight: to scuffle: લઢવું; મારામારી ક૦.

Cuff,(કફ્) *n.* The fold at the end of a sleeve: બાંહ્યનો નીચલો વાલેલો ભાગ; કફ.

Cuirass,(ક્વિરેસ્) *n.* [L. *corium*, leather.] A piece of defensive armor covering the body from the neck to the girdle: ગલાથી કેડ લગીનું બખ્તર; ઉરસ્ત્રાણ; ચિલખત.

Culinary,(ક્યૂલિનરિ) *a.* [L. *culina*, kitchen.] Relating to the kitchen or to the art of cookery used in kitchens:રસોઈ વિષે–નું–સંબંધી; રસોડાનું–વિષે; રાંધવાનું–સંબંધી; પાકશાલા સંબંધી.

Cull,(કલ્) *vt.* [L. *con* & *lego*, I gather.] To

separate, select, or pick out: નિવડવું; વિણવું; ચૂંટી કાઢવું. *n.* A cully; a dupe: ભોલો; જલદી ઠગાઇ–છેતરાઈ જાય એવો માણસ.

Cully,(કલિ)*n.* A person who is easily tricked or deceived; a mean dupe: ભોલો; જલદી ઠગાઈ જાય એવો માણસ. *vt.* To cheat or impose on: ઠગવું; છેતરવું; ધૂતવું.

Culminate,(કલ્મિનેટ્) *vi.* [L. *culmen*, top or ridge.] To be verticle; to reach the highest point of altitude: ઉંચામાં ઉંચુ આવવું; માથા લગી પોહોંચવું. 2. To reach the highest point as of rank, size, &c: પરાકાષ્ટાએ–ઉંચામાં ઉંચે દરજ્જે પોહોંચવું; મોટા કદના હોવું.

Culminating, (કલ્મિનેટિન્ગ્) *a.* Reached at the highest altitude or rank: સઉથી ઉંચું; ચઢતી સ્થિતિએ પહોંચેલું; ઉન્નત.

Culmination, (કલ્મિનેશન્) *n.* The attainment of the highest point of altitude: ઉંચામાં ઉંચુ પોહોંચવું તે; મધ્યાન્હ. 2. Attainment of the highest pitch of power: છેક ઉપલી પાયરી–પદવીએ પોહોંચવું તે; દરજ્જો; પરાકાષ્ટા.

Culpability,(કલ્પૅબિલિટિ) *n.* The quality or condition of being culpable; culpableness: વાંક; તકસીર; દોષ; કસૂર; ગુન્હો.

Culpable, (કલ્પેબલ્) *a.* [L. *culpa*, fault.] Deserving censure; worthy of blame; faulty: વાંક–કસુરવાલું; ઠપકા યોગ્ય–લાયક; નિંદાપાત્ર; નિંદ્ય; શિક્ષણીય. 2. Guilty: તકસીરવાન: ગુન્હેગાર.

Culprit,(કલ્પ્રિટ્)*n.*[L.*culpa*, fault.]A person accused of a crime: તોહોમતદાર; જવાબદાર. 2. A person convicted of crime; a criminal: કેદી; અપરાધી; ગુન્હેગાર.

Cultivate,(કલ્ટિવેટ્) *vt.* [L. *colo*, I till.] To till; to fertilize: ખેડવું; ખેતી ક૦; પાક ઉત્પન્ન ક૦. 2. To direct special attention to: ખાસ ધ્યાન આપવું; વિષેશ અભ્યાસ ક૦. 3. To impart culture to; to civilize; to refine: શિખવવું; સુધારવું; સુધારવાનો યત્ન ક૦. 4. To raise or produce by tillage: ખેડીને ઉત્પન્ન–પેદા ક૦; પકવવું. 5. To seek the society of: સંસર્ગ–સમાગમ ક૦–માં ઉતરવું.

Cultivation, (કલ્ટિવેશન્) *n.* The art or practice of cultivating; tillage: ખેતી; ખેતીવાડી; કૃષિકર્મ. 2. Fostering care: સુધારો કરવાની મહેનત–યત્ન. 3. Refinement; civilization; culture; કેલવણી; સુધારો; ઉન્નતિ: ઉત્કર્ષ; અભિવૃદ્ધિ. **C.** *of learning*: વિદ્યાભિવૃદ્ધિ; જ્ઞાનોન્નતિ.

Cultivator,(કલ્ટિવેટર્)*n.* One who cultivates or tills: ખેડુત; કણબી; કલમી; કૃષીવલ; કૃષીકાર.

Culture,(કલ્ટ્યૂર્)*n.* [L. *colo*, I till.] The act or practice of cultivating: cultivation: ખેતી. 2. Civilization; refinement: કેલવણી; સુધારો; વૃદ્ધિ; અભિવૃદ્ધિ; ઉન્નતિ; ઉત્કર્ષ. *vt.* To cultivate; to educate: ખેડવું; કેલવવું.

Culver,(કલ્વર્) *n.* A dove: કબુતર. 2. A small piece of ordnance: નાની તોપ.

Cumber, (કમ્બર્) *vi.*[L. *cumulus*, heap.]To obstruct; to be burdensome; to embarrass: ભાર નાખવો–ભરવો; અટકાવવું; નડવું; ગભરાવવું; અડચણ ક૦. *n.* Oppression; trouble; embarrassment: નડ; અડચણ; જુલમ; ગભરામણ; ભાર; કંટક; શલ્યા; વેઠ.

Cumbersome, (કમ્બર્સમ્) *n.* Oppressive; burdensome; vexatious: અડચણ–કંટાલા ભરેલું; અવઘડ; કડાકુટીઉં. 2 Not easily managed: જલદીથી–સહેલાઈથી ચલાવી શકાય નહિ એવું; ભારે.

Cumbrance, (કમ્બ્રૅન્સ્) *n.* Encumbrance; hinderance: ભાર; અડચણ; અટકાવ; પ્રતિબંધ.

Cumbrous, (કમ્બ્રસ્) *a.* Burdensome; clogging: અગવડ ભરેલું; ભારે કંટાલા ભરેલું. 2. Giving trouble: કંટાલો ઉપજાવે એવું; ગુચવણ–અમુઝણ–ગભરામણ કરે તેવું.

Cuminseed, (કમિન્સીડ્) *n.* The seed of a dwarf umbelliferous plant: જીરૂ.

Cumulate, (ક્યૂમ્યૂલેટ્) *vt.* [L. *cumulus*, a heap.] To gather or throw into a heap; to heap together: એકઠું ક૦; ઢગલો–ઢગ ક૦.

Cumulation, (ક્યૂમ્યૂલેશન્) *n.* The act of heaping together; a heap: ઢગલો; ઢગ; સંચય.

Cumulative, (ક્યૂમ્યૂલેટિવ્) *a.* Forming a mass; aggregated: ઢગલો કરતું; એકઠું કરતું. 2. Augmenting: વર્ધમાન.

Cunning, (કનિન્ગ્) *a.* Knowing; skillful; experienced: જાણીતું; ચતુર; અનુભવી; નિપુણ. 2. Artful; crafty; deceitful: ખંધું; પક્કું; ઢોંગું; કારસ્થાની; કપટી; પેચી. 3. Ingenuous; curious: સોધક બુદ્ધિનું; વિચિત્ર. 4. Characterized by attractiveness, ingenuity, &c.: શાણું; કુશલ. *n.* Art; skill; dexterity: હિકમત; ચતુરાઇ; અક્કલ; હુન્નર; નિપુણતા; ચાતુર્ય. 2. Deceit; art: ખંધાઈ; પક્કાઇ; પેચ; છલ; ધૂર્તતા; કાવાદાવા; ઠગવેડા.

Cup, (કપ્) *n.* A small vessel used commonly to drink from; a chalice: પવાલું; પ્યાલો; જામ; વાડકી; કટોરો; કટોરી. 2. The contents of such a vessel; a cupful: પ્યાલાભર. 3. (*pl.*) Excessive drinking; drunkenness: દારૂ પીવાનો અતિશય છંદ; છાકટાપણું. 4. Portion; lot: નશીબ; ભાગ્ય. **C.** *and ball*, a toy of children: છોકરાને રમવાનું રમકડું. **C.** *and can*: ઘરોબાવાલા ભાઈબંધ; જાણી દોસ્ત. To be in one's *cups*, to be drunk: પિધેલ–છાકટા હોવું. *vt.* To supply with cups: દારૂ પૂરો પાડવો. 2. (*Surg.*) To procure a discharge of blood from a sacrificed part of the body by atmospheric pressure: રૂમડી મૂકવી; વેહેતુર મુકવાં.

Cup-board, (કબ્બોર્ડ્) *n.* A small closet in a room: કબાટ; તાંકાબારી; અલમારી. *To cry* **C.**, to cry for food: ખાવાનું માગવું; ભુખ લાગી છે એમ કહેવું. *vt.* To hoard: એકઠું–ભેગું ક૦.

Cupel,(ક્યૂપેલ્)*n.* [L. *cupella*, small cask.] A small vessel used in refining precious metals: કિમતી ધાતુઓ ગાલવાની કુલ્હી; મુસ. *vt.* To refine: ગાલવું; ચોખ્ખું ક૦.

Cupid,(ક્યૂપિડ્)*n.* [L.*cupido*,I desire.](*Myth.*) The good of love: કામદેવ; મદન; અનંગ.

Cupidity,(ક્યૂપિડિટિ) *n.* Covetousness; lust: અતિકામના; લાલસા; લોભ; તૃષ્ણા.

Cupola, (ક્યૂપોલૅ) *n.* [L. *cupa*, a tub.] A spherical or domelike vault on the top of an edifice: ગુંબજ; ઘુમટ; કલશ. 2. The round top of a furnace: ભઠ્ઠીનું ગોલ મથાળું-ટોચ.

Cupping, (કપિંગ્) } *n.* A glass
Cupping-glass, (કપિંગ્-ગ્લાસ) } vessel like a cup, to be applied to the skin, with or without sacrification: વેહેતુર; રૂમડી; તુંમડી.

Cupreous, (ક્યૂપ્રીઅસ્) *a.* [L. *cuprum*, copper.] Consisting of copper or resembling copper: તાંબા જેવું-નું બનાવેલું; તામ્રમય.

Cur, (કર્) *n.* A worthless dog: હલકી જાતનું કુતરૂં. 2. A worthless snarling fellow: નીચ કુતરા જેવો માણસ.

Curable, (ક્યૂરેબલ્) *a.* Capable of being treated or cured: મટાડી શકાય તેવું; ઈલાજ થઈ શકે એવું; સાધ્ય; ચિકિત્સાધીન.

Curate, (ક્યૂરેટ્) *n.* [L. *cura*, care.] One who has the cure of souls; any clergyman: કામચલાઉ કે મદદનિશ ધર્મગુરૂ; પાદરી.

Curative, (ક્યૂરેટિવ્) *a.* Relating to the cure of diseases; tending to cure: રોગ મટાડે-ફેર પાડે એવું; રોગહર; વ્યાધિશામક; શાંતિદ.

Curator, (ક્યૂરેટર્) *n.* [L. *cura*, care.] One who has the care and superintendence of any thing: સાચવનાર-જાલવનાર; રખેવાલ. **C.** *of a depot*: ગ્રંથશાલાધિકારી; કયુરેટર. 2. One appointed to act as a guardian: વાલી; રક્ષક.

Curb, (કર્બ્) *n.* [L *curvus*, bent.] That which curbs, restrains or subdues; a check: દાબ; જોરકદો; કડી; લગામ; અંકુશ. 2. A wall or fence: દિવાલ; વાડ. 3. The frame or wall round the mouth of a well: કુવાની આસપાસની દિવાલ. *vt.* To bend or curve: વાલવું; વાંકું કo. 2. To subject; to subdue; to confine: દાબ-લગામ-અંકુશમાં રાખવું; નિયમ-નિગ્રહસંયમમાં હાથમાં-તાબામાં રાખવું. **C.** *roof*: બે ઢાલી છાપરૂં.

Curd, (કર્ડ્) *n.* The thickened part of milk: જામેલું દુધ; દહીં. 2. The coagulated part of any liquid: કોઈ પ્રવાહી પદાર્થનો જામેલો-બંધાઈ ગયલો ભાગ. *vt.* To curdle; to congeal: જમાવવું; બાંધવું; ઠરાવવું; આખરવું. *vi.* To become coagulated: જામવું; ઠરવું; બંધાવું; બંધાઈ જવું.

Curdle, (કર્ડલ્) *vi.* To change into curd; to coagulate and concrete: જામી-બાઝી-કઠણી-આખરાઈ જવું. 2. To thicken; to congeal: બંધાઈ જવું; જાડું-ઘટ્ટ થવું. *vt.* To change into curd: મેલવવું; આખરવું. 3. To congeal; to thicken: બાંધવું; જમાવવું.

Cure, (ક્યૂર્) *n.* [L. *cura*, care.] Care, heed or attention: ધ્યાન; લક્ષ. 2. Care of souls; the office of a curate: પાદરીનું કામ-હવાલો. 3. Remedial treatment of disease: ઈલાજ; ઉપાય. 4. Successful remedial treatment; healing: આરામ; સુવાણ; ફેર પડવો તે. 5. Remedy; restoratives: દવાદારૂ; ઔષધ; ઓસડ. *vt.* To heal; to restore to health: મટાડવું; સાજુ કo; આરામ કo; ફેર પાડવો. 2. To remedy; to remove: ઈલાજ કo; દૂર કo; ખસેડવું. 3. To preserve: આથવું; આથી મુકવું; રાખી મૂકવા લાયક કo. *vi.* To pay heed; to care: ધ્યાન આપવું; દરકાર-ફિકર રાખવી. 2. To restore health; to effect a cure: સાજા થવું; આરામ થવો; મટવું; ફેર પડવો; સુવાણ થવી. 3. To become relieved or restored: મુક્ત-છૂટા-દૂર થવું.

Curfew, (કર્ફ્યુ) *n.* The ringing of a bell at nightfall to extinguish all fires: બંધે ઠેકાણેથી દીવા દેવતા હોલવી નાંખવાનો રાત પડે થતો ઘંટ. 2. A fire-cover; fire-plate: આગપર ઢાંકવાનું પતરૂં; ચુલાનું ઢાંકણ.

Curiosity, (ક્યૂરિઑસિટિ) *n.* [L. *curiosus.*] Nicety; accuracy: ખરાપણું; ચોકસાઈ; સંભાલ. 2. Inquisitiveness: જીજ્ઞાસા; શોધકબુદ્ધિ; હોંશ; ઉત્કંઠા. 3. That which is curious, or fitted to excite or reward attention: કૌતુક; નવાઈ; કુતુહલ; ચમત્કારી વસ્તુ.

Curious, (ક્યૂરિઅસ્) *a.* [L. *cura*, care.] Careful; exact: ચોકસ; સાવચેત; વિચક્ષણ. 2. Artfully constructed; exhibiting care or nicety: બારિકીવાલું; ઝીણું; યુક્તિથી બનાવેલું. 3. Careful or anxious to learn; habitually inquisitive: જીજ્ઞાસુ; શોધક; બહુશોધી; માર્મિક. 4. Awakening surprise; singular; strange: વિલક્ષણ; અદ્ભુત; ચમત્કારિક; નવાઈ જેવું; તાજુબી ભરેલું.

Curl, (કર્લ્) *vt.* To twist or form into ringlets: ગુચ્છા વાલવા; વાલવું. 2. To twist or make into coils: ગુંછલું વાલવું. 3. To deck as with curls; to ornament: ગુંછલાંથી શણગારવું-સુશોભિત કo; અલંકૃત કo. 4. To raise in undulations; to ripple: કરચલી વાલવી; લહેરે ચઢાવવું. *vi.* To contract into curls: ગુચ્છા વલવા-થવા. 2. To bend in a curved form: વાંકુંચૂકું થવું. *n.* A ringlet: ગુચ્છો; ઝુલફું; ગુચલું. 2. Flexture; sinuosity: વલ; લહેર; તરંગ. 3. A disease of potatoes in which the leaves seem curled: બટાટા-વિoમાં એક જાતનો સલો.

Curly, (કર્લિ) *a.* Having curls; tending to curl: ગુચ્છાવાલું; ઝુલફાંદાર. [કિસમીસ.

Currants, (કરૅન્ટ્સ) *n.* કાલી બારિક સુક્કી દરાખ;

Currency, (કરૅન્સિ) *n.* [L. *curro*, I run.] General acceptance; circulation: પ્રચાર; રૂઢિ; રિવાજ; ચલણ. 2. Current value; general estimation: ચાલતી-સાધારણ કિંમત. 3. That which is in circulation or is given and taken as having value: ચલણ; ચલણી નાણું.

Current, (કરૅન્ટ્) *a.* Running or moving rapidly: જલદીથી દોડતું-ફેલાતું. 2. Passing from person to person or from hand to hand; common: સાધારણ; ચાલુ; પ્રસિદ્ધ; લોક પ્રસિદ્ધ; વ્યાવહારિક. 3. Now passing or present in its progress: ચાલતું; જારી; વર્તમાન; વિદ્યમાન. 4. Authentic; passable: ખરૂં; સત્ય; સપ્રમાણ. *n.* A stream; a flowing: ઓઘ; પ્રવાહ; વહેલો. 2. That which moves in a given direction (*as water*): પ્રવાહ; રેલો; વેગ; ધારા. 3. General course; ordinary procedure: પદ્ધતિ; રીતિ; ક્રમ.

Currently, (કરૅન્ટ્લિ) *adv.* Generally; commonly: સાધારણ રીતે; સર્વ લોકમાં; ઘણું કરીને; મશહુર.

Curricle, (કરિકલ્) *n.* [L. *curro*, I run.] A small or short course: નાનો અથવા ટુંકો રસ્તો-માર્ગ. 2. A chaise with two wheels: બે પૈડાંની ગાડી.

Curriculum, (કરિક્યૂલમ્) *n.* A race-course; a place for running: સરતનો રસ્તો–માર્ગ;દોડવાની જગ્યા. 2. A fixed course of study: અભ્યાસ કરવાનો ઠેરવેલો–મુકરર કરેલો ક્રમ–માલા; અધ્યયન ક્રમ.

Currier, (કરિઅર્) *n.* [L. *coriarius.*] One who curries, dresses and colors leather: ચામડિયો; ચમાર; ખાલપો; ઢબગર.

Curry, (કરિ) *vt.* To dress or prepare for use: (ચામડાં) સાફ કo; કમાવવું. 2. To rub or cleanse the skin of; to scratch: ખરેરો કo. 3. To beat or bruise: મારવું; છુંદવું. *To* **c.** *favour,* to seek or gain favor by flattery: ખુશામતથી વહાલા થવા જવું; પ્રીતિ સંપાદન કરવાની કોશીશ કo; પેટમાં ભરાવું. *n.* A kind of sauce much used in India; containing red pepper and other strong spices: કઢી; કારી. 2. A stew of fowl, fish, &c., cooked with curry: મરઘાં, માંછલી વિગેરે નાંખીને ખનાવેલી કઢી.

Curry-comb, (કરિ-કોમ) *n.* An instrument or comb for currying or rubbing and cleansing horses: ખરેરો; ખરેડો.

Curse, (કર્સ્) *vt.* To utter a wish of evil against: શાપ–શ્રાપ દેવો; ખદદુવા દેવી. 2. To bring great evil upon; to injure: ભારે દુઃખ–સંકટમાં નાંખવું; દુઃખ–સંકટ–આફત લાવવી; હેરાન ગતીમાં નાંખવું; સતાવવું. *vi.* To use profane language; to swear: શ્રાપ–શાપદેવો; સમખાવા. *n.* The invocation of harm or injury; malediction: શાપ; શ્રાપ; ખદદુવા; અનિષ્ટ ચિંતન; ગાલિપ્રદાન. 2. Affliction; torment: આપદા; સંકટ; કંટક; ઉપાધિ. *a.* **c.** *to a family:* કુલાંગર.

Cursed, (કર્સ્ડ્) *a.* Deserving a curse; hateful: શ્રાપિત;તિરસ્કાર્ય; અતિનિંદ્ય; કમખખતઃચંડાલ. 2. Producing trouble or vexation: અતિદુઃખ;ત્રાસદાયક.

Cursory, (કર્સૉરિ) *a.* [L. *cursor,* a runner.] Running about; not stationary: આમતેમ દોડતું; સ્થાયી નહિં તેવું. 2. Slight; superficial; careless: ઉપર ટપેનું;ઉપર ઉપરનું;બેદરકાર; ઉપર ચોટિયું.

Curt, (કર્ટ્) *a.* [L. *curtus.*] Short; crusty: ટુંકું ને ટચ; ટુંકું ને તોછડું.

Curtail, (કર્ટેલ્) *vt.* To shorten; to abridge; to diminish: ટુંકું–સંક્ષિપ્ત કo; ઓછું–ન્યૂન–કમી કo; ઘટાડવું.

Curtain, (કર્ટેન્) *n.* A cloth screen or covering intended to darken or conceal, and admitting of being drawn back or up: પડદો; ચક. *Mosquito* **c.**: મચ્છરદાની. 2. That part of the rampart and parapet which is between the flanks of two bastions: કિલ્લાના બે બુરજ કિંવા દરવાજા વચ્ચેનો કોટ. *Behind the* **c.**, in concealment: ગુપ્ત;છાનું;ઓથામાં. *To draw the* **c.**, (*a*) to hide or disclose an object: પડદો ખેંચવો; પડદો પાડવો; ગુપ્ત–છાનું રાખવું; બહાર પાડવું; પ્રકટ–ખુલ્લું કo; (*b*) to commence or close a performance: પડદો ઉઘાડવો; પડદો પાડવો. *To drop the* **c.**: વાત પૂરી કo; વેશ પૂરો–સમાપ્ત કo; પડદો પાડવો. **C.** *lecture:* સ્ત્રીએ પોતાના પતિને આપેલો ઉપદેશ;ખાવંદને આપેલો સખક–ઠપકો; શય્યાનુશાસન.

Curvated, (કર્વેટેડ્) *a.* [L. *curvus,* bent.] Curved: વાંકું; ત્રાંસું; વળેલું.

Curvature, (કર્વેટ્યૂર્) *n.* [L. *curvo,* I curve.] The continual flexture or bending of a line or surface from a rectilineal direction: વક્રીભવન;વાંક; વલણ; કુટિલતા; વક્રીભાવ; વક્રતા.

Curve, (કર્વ્) *n.* A flexture: વાંક; વલણ. 2. A line of which no three consecutive points lie in the same direction or straight line: વાંકી લીટી;વક્રરેખા;વક્રરેખાકૃતિ. *vt.* To bend; to crook: વાલવું; વાંકુ વાલવું. *a.* વાંકું; વક્ર; વાંકદાર.

Curvet, (કરવેટ્) *n.* (*Man.*) A particular leap of a horse: ઘોડાની અમુક તરેહની છલંગ; ઉડાણ;આડ. 2. A prank; a frolic: ગેલ;ખેલ;મોજ. *vi.* To leap; to bound: કુદકો–ઘેકડો–છલંગ મારવી;આડ થવું(ઘોડાનું). 2. To leap and frisk: કુદીને ગેલ કરવું.

Curvilinear, (કર્વિલિનીઅર્) *a.* [L. *curva* and *linea,* line.] Consisting of curve lines; bounded by curve lines: વાંકી લીટી વાળું; વાંકું; વક્રરેખારૂપ; વક્રરેખાઘટિત–નિર્મિત.

Cushion, (કુશન્) *n.* A soft pillow or pad: ગાદી; તકીયો; ગદેલું. 2. The edge of a billiard-table: બિલિઅર્ડ રમવાના મેજની–ટેબલની ખાજુ–પાસું. *vt.* To seat on a cushion: ગદેલી–ગાદી ઉપર બેસવું; ગાદી તકીએ બેસવું. 2. To furnish with cushions: ગાદી જડવી–મુકવી. 3. To conceal, as under a cushion: (ગાદી–ગદેલા તલે) સંતાડવું–મુકવું.

Custard, (કસ્ટર્ડ્) *n.* [L. *crusta,* crust.] A dish composed of milk and eggs, sweetened and boiled: દૂધ,ઈંડાં અને સાકર ભેલી ખનાવેલું પકવાન;કસ્ટર.

Custard-apple, (કસ્ટર્ડ્-ઍપલ્) *n.* (*Bot.*) A plant: સીતાફલ.

Custodian, (કસ્ટૉડિઅન્) *n.* [L. *custor,* a guard.] One who has care or custody; a keeper or superintendent: રખેવાલ; નિઘેબાન.

Custody, (કસ્ટૉડિ) *n.* [L. *custos,* guard.] A keeping or guarding: રખેવાલી;સંભાલ;નિઘેબાની; રક્ષા;રક્ષણ. 2. Confinement; imprisonment: ખંધન; ખંદી; કેદ; જાપતો. 3. Defence from a foe, security; care: રક્ષણ; ખચાવ; સલામતી.

Custom, (કસ્ટમ્) *n.* [L. *consuetumen,* custom.] Ordinary manner; usage: ચાલ; રિવાજ; રસમ; રાબેતો; અભ્યાસ; રીત; ધારો; વહિવટ; રૂઢિ. 2. Habitual buying of goods; business support: ઘરાકી; ખરીદદારી. 3. (*Law*) Long established practice; usage: દેશરિવાજ;શિરસ્તો; દેશાચાર; સંપ્રદાય; ચાલ; દસ્તુર. *General* **c.***s:* જનસંપ્રદાય; લોક રીતિ. *Particular* **c.***s:* દેશાચાર;દેશરીતિ;ગામ રિવાજ.

Custom, (કસ્ટમ્) *n.* The customary toll, tax or tribute: જકાત; દાણ; મેહેસુલ; દસ્તુરી.

Customary, (કસ્ટમૅરિ) *a.* According to custom; conventional; habitual; રીત–રિવાજ–રૂઢિ આચાર પ્રમાણેનું–સંખંધી; રાબેતા મુજખ; રીતસર. 2. Holding or held by custom: લોકસિદ્ધ; લૌકિક; દસ્તુર મુજખ; સંપ્રદાયાનુસાર; શિરસ્તા મુજખ. *n.* A book containing laws and usages, or customs: કાયદા, ધારા. રિવાજ વિગેરેની ચોપડી.

Customer, (કસ્ટમર્) *n.* One who collects customs or duties: જકાત–મેહેસુલ એકઠું કરનાર–

ઉધરાવનાર. 2. A purchaser; a buyer: ઘરાક; ગ્રાહક; ખરીદદાર. 3. A common or lewd woman: સામાન્યા; વેશ્યા; પાતર; ગુણકા. 4. A person with whom a business-house has dealings: ખાતાદાર.

Custom-house, (કસ્ટમ્હાઉસ્) *n.* The building where customs & duties are paid: જકાતખાતું; માંડવી; ફુરજો.

Cut, (કટ્) *vt.* To divide; to sever: કાપવું; વાઢવું. 2. To hew as wood; to mow and reap: લાકડું વાઢવું–કાપવું; વાઢવું; લણવું. 3. To dock: કાપવું; ઉતારવું; લેવું; કાતરવું. 4. To carve; to hew out: કોતરવું; કોતરી કાઢવું; ખોદવું. 5. To pierce; to wound or hurt the sensibilities of: મર્મ ભેદવા; હૃદય ભેદવું; દિલ દુભાવવું. 6. To intersect; to cross: છેદવું. 7. To castrate or geld: ખસી ક૦. 8. To refuse to recognize; to ignore: ન ઓલખવું. 9. To absent one's self from: ગેરહાજર રહેવું; ન જવું; જાણી બુઝીને દૂર રહેવું. C. *and dried*, prepared beforehand: તૈયાર. *To* C. *a dash*, or *a figure*, to make a display: રૂપ પ્રકાશવું; આબરૂ કાઢવી–પ્રતિષ્ઠા–કીર્તિ–શાબાસી મેલવવી; નિવડવું. *To* C. *down*, (*a*) to fell: પાડવું; કાપી નાંખવું. (*b*) To put down; to humble: તોડી પાડવું; દબાવી દેવું; નીચું જોવડાવવું; માન મુકાવવું; ઝંખવાણું પાડવું. (*c*) To lessen; to curtail: ઓછું ક૦; કમી ક૦; ઘટાડવું. *To* C. *the knot* or *the Gordian knot*, to dispose of a difficulty summarily: ગુંચવણ–મુસીબત–અડચણનો ઝટ લઇને ફડચો–નિકાલ લાવવો; મુશીબત દૂર ક૦. *To* C. *lots*, to draw lots: ચિઠ્ઠીઓ નાંખવી. *To* C. *off*, (*a*) to sever, to separate: કાપી નાંખવું; જૂદું ક૦; કાપવું. (*b*) To put to an end: નાશ ક૦; ઉચ્છેદ ક૦; કાપી–મારી નાંખવું; અંત–છેડો આણવો. (*c*) To interrupt: તોડી પાડવું; સંબંધ–વ્યવહાર–સંસર્ગ બંધ ક૦; બંધ પાડવું. (*d*) To intercept: કાપી નાંખવું; છુટું–વિખુટું પાડવું. *To* C. *out*, (*a*) to remove by carving: કાપી લેવું; વચ્ચેથી કાપીને કાઢવું. (*b*) To fashion: વેતરવું; કોતરાને ડોલ–ઘાટ કાઢવો. (*c*) To scheme; to contrive: યોજવું; યોજના ક૦; યુક્તિ ક૦; ઘાટ ઘડવો. (*d*) To step in & take the place of; to supplant: એકને ખસેડીને તેને ઠેકાણે બેસવું–આવવું. (*e*) To debar: –થી દૂર રાખવું; અટકાવવું; રોકવું; પ્રતિબંધ ક૦. *To* C. *to pieces*, (*a*) to cut into pieces: કાપીને કકડા ક૦; ચૂરે–ચૂરા ક૦. (*b*) To slaughter: કતલ ક૦–ચલાવવી; કાપી નાંખવું. *To* C. *short*, to arrest or check abruptly: ટુંકું ક૦; એકદમ બંધ ક૦; અટકાવવું; રોકવું. *To* C. *teeth*, to put forth teeth: દાંત ફુટવા–આવવા. *To have* C. *one's eye teeth*: ચંચલ થવું; હોશીયાર થવું. *To* C. *one's wisdom teeth*, to come to years of discretion: સમજણના ઘરમાં આવવું; સમજના થવું; પાકી ઉમ્મરે આવવું. *To* C. *under*, to undersell: ઓછી કિમતે વેચવું; ઓછે ભાવે મૂકવું. *To* C. *up*, (*a*) to cut to pieces: કકડા ક૦; કાપવું. (*b*) To damage or destroy: નુકસાન ક૦; નાશ ક૦. *To* C. *across*, to pass over or through in the most direct way: પાધરૂં–સીધું જવું. *To* C. *in*, to divide (*cards*): વહેંચવું. *To* C. *in* or *into*, to interrupt: વચ્ચે પડવું; ખલેલ ક૦; ભંગાણ પાડવું. *a.* Overcome by liquor; tipsy: છાકટું; પીધેલ.

Cut, (કટ્) *n.* A gash; a wound; cleft: કાપ; છેદ; વાઢ; ઘા; ચીરો; ફાટ. 2. (*a*) A stroke or blow with an edged instrument: કાપ; વાઢ; ઘા. (*b*) A stroke with a whip: ફટકો. 3. That which wounds the feelings; a slight: કઠોર વચન; મર્મવચન; મેણું. 4. (*a*) A furrow; a grove: ખોભણ; ખાંચો; ખાંડ. (*b*) A channel made by cutting: ખાઈ; નીક; નેહેર. 5. The surface left by a cut: કાપથી પડેલી–થયેલી સપાટી. 6. A portion severed or cut off; a division: કકડો; ખંડ; ભાગ. 7. An engraved block or plate: બીબું; છાપ; ચિત્ર. 8. (*a*) The act of dividing a pack of cards: વહેંચણી. (*b*) The right to divide: વાંટણી; વારો; કાપ. 9. Shape; style; fashion: કાપ; ડોલ; ઘાટ; વેતરણ; કાતર; તરેહ. *A short* C., a cross route which shortens the way: ટૂંકો–પાધરો રસ્તો. C. & *long tail*, men of all kinds: દરેક જાતના લોક.

Cutaneous, (કયૂટેનીઅસ્) *a.* [L. *cutis*, skin.] Belonging to the skin: ચામડી–ખાલ–ત્વચા સંબંધીનું–ને લગતું.

Cuticle, (કયૂટિકલ્) *n.* [L. *cutis*, skin.] The scarf skin; epidermis: ઉપલી ખાલ–ત્વચા–ચામડી. 2. The thin external covering of the bark of a plant: ઝાડની ઉપલી છાલ. 3. A thin skin formed on the surface of liquor: દારૂ–પ્રવાહી પદાર્થની સપાટી ઉપર થયલું પાતલું પડ.

Cutlass, (કટ્લૅસ્) *n.* [L. *culter*, knife.] A broad, curving sword, with but one cutting edge: એક ધારવાલી પહોલી વાંકી તલવાર.

Cutler, (કટ્લર્) *n.* [L. *culter*, knife.] One who makes or deals in cutlery, or knives and other cutting instrument: કાપવાનાં હથીઆર બનાવનાર અને તેમને વેચનાર.

Cutlery, (કટ્લરિ) *n.* The business of a cutler: હથિયાર બનાવવાનો હુન્નર. 2. Edged, cutting instruments: કાપવાનાં હથિયાર.

Cut-purse, (કટ્-પર્સ્) *n.* A pickpocket; a thief: ખિસા–ગજવાંકાતરૂ; ચોર; ભામટો.

Cutter, (કટર્) *n.* One who cuts or hews: કાપનાર; વાઢનાર. 2. An instrument used for cutting: કાપવાનું–વાઢવાનું હથિયાર; છરો; પાલી. 3. A foretooth; an incisor: આગલો દાંત. 4. A small boat: એક પ્રકારની હોડી–મછવો. 5. A small one-horse sleigh: એક ઘોડાવાલી નાની ગાડી. 6. A ruffian; a destroyer: મારો; ગલાંકાપુ; ખુની.

Cut-throat, (કટ્-થ્રોટ્) *n.* One who cuts throats; an assassin: ફાંસીઓ; ગલુકાપનાર; ગલાંકાપુ.

Cutting, (કટિન્ગ્) *n.* The act or operation of making an incision, of severing, felling &c.: કાપવું તે; છેદન; કર્તન; કાપ; કાપણી. 2. Something cut or cut off; a cut: કાપી નાંખેલી–છેદેલી ચીજ–પદાર્થ; કાપ; કાપલા; છાંટ; છેદ; કલમ. *a.* Adapted to cut: કાપે તેવું. 2. Chilling; sharp: તીણું; તીવ્ર; સખત. 3. Severe; sarcastic; biting: મર્મચ્છિદ; માર્મિક; કડવું; તીવ્ર; તીક્ષ્ણ; હાડોહાડ લાગે તેવું; ઝાટકો વાગે તેવું; વેધક; મર્મી.

Cycle, (સાઇકલ્) *n.* [Gr. *kuklos*, a circle.] An imaginary circle in the heavens: આકાશમાં

કલ્પેલો વર્તુલ; ચક્ર. 2.A periodical space of time marked by the occurrence of something peculiar: કાલચક્ર; જુગ; યુગ.

Cyclone, (સાઇક્લોન્) *n.*[Gr.*kuklos*, a circle.] A rotatory storm or whirlwind of extended circuit: વંટોલીઓ; તોફાન; ચક્રવાત.

Cyclopedia, (સાઇક્લોપીડિઍ) *n.* [Gr. *kuklos*, a circle and *paidea*, education.]The circle or compass of the arts and sciences; circle of human knowledge:સર્વવિદ્યામાલાસંગ્રહ;વિદ્યામાલા.

Cylinder,(સિલિન્ડર્) *n.* [Gr. *kulindros.*] A body of roller-like form: ભુંગલુ; ભુંગલાકૃતિ; ભુંગલાના આકારની કાંઈ વસ્તુ.**C.***of a gun:*બંદુકનીનલી.

Cylindrical, (સિલિન્ડ્રિકૅલ્) *a.* Having the form of a cylinder, or partaking of its properties: ભુંગલા જેવું; નલીના આકારનું-સંબંધી;લંબવર્તુલાકાર.

Cymbal, (સિમ્બૅલ્)*n.* [Gr. *kumbos*, a cavity.] A musical instruments of brass, of a circular form, like a dish: ઝાંઝર; છમછમીઆં.

Cynic-cal, (સિનિક્-સિનિકૅલ્) *a.* [Gr. *kuon*, a dog.] Surly; churlish: ચીઢાઉ;રીસાલ;તોરી;કુટાલ; મર્કટચેષ્ટાવાલું. 2. Pertaining to the dog-star: લુબ્ધકના તારા સંબંધી-નું. *n.* A snarler; a misanthrope:માણસજાતનો ધિક્કાર કરનાર; જનશત્રુ; લોકદ્વેષી.

Cynicism, (સિનિસિઝ્મ્) *n.* The practice of a cynic; a morose contempt of the pleasures and arts of life: કૂતરાજેવો સ્વભાવ; સંસારના વૈભવનો ચીઢથી તિરસ્કાર.

Cynosure, (સાઇનોઝ્યૂર્) *n.* [G. *kuon*, a dog & *oura*,tail.]The constellation of the Lesser Bear: ધ્રુવનો તારો; જ્યોતીરથ. 2. Any thing to which attention is strongly turned: મોહિનિ; લક્ષ ખેંચનારી વસ્તુ; આકર્ષણ.

Cypress, (સાઇપ્રેસ્) *n.*[L. *cupressus*, the cyprus.] A tree of the genus *Cupressus*: સરૂનું ઝાડ; સરૂવર.

Czar, (ઝાર્) *n.* [L. *caesar.*]A king; a chief: a title of the emperor of Russia: રાજા; શાહ; બાદશાહ; રૂશ દેશના રાજાનો ખિતાબ.

Czarina, (ઝારીનૅ) *n.* A title of the empress of Russia: રૂશ દેશની રાણીનો ખિતાબ..

Czaro-witz, (ઝારો-વિટ્સ્) *n.*The title of the eldest son of the czar of Russia: ઝારના પાટવી કુંવરનો-ખિતાબ-ઇલકાબ.

D.

D, (ડ્)The fourth letter of the English alphabet: ઇંગ્રેજી મુલાક્ષરનો ૪ થો અક્ષર. When softly sounded it is represented by ડ or દ્;when aspirated,by ધ્.As a numeral it stands for 500.

Dab,(ડૅબ્) *vt.* To strike gently: ચાપવું; ટીપવું; થાબડવું. 2. To strike gently with the hand;to slap: ધીમે હાથે ટપલી-ધોલ મારવી. *n.* A sudden blow; hit: થપ્પડ; ધોલ; તમાચો; ટપલી.2. A small lump or mass of anything soft or moist:લુંદો; લચકો. 3. A skillful hand: ચાલાક-ચંચલ માણસ; ઉસ્તાદ.

Dabble, (ડૅબ્બલ્)*vt.*To sprinkle; to moisten: ભીંજવવું; પલાલવું; બોલવું. *vi.* To play in water: પાણીમાં મસ્તી ક૦; કાદવ-પાણીમાં કૂદવું-હાથ પગ પછાડવા. 2. To do superficially; to tamper; to meddle: ઉપર ટપકેથી ક૦; અડધું અડધું ક૦; હાથ ઘાલવો; માથું મારવું.

Dabbler,(ડૅબ્બલર્) *n.* One who dibs slightly into anything: ઉપર ટપકેનું કરનારો; ઉપરચોટિઓ.

Dacoit, (ડૅકૉઈટ્) *n.* A gang-robber: ધાડ પાડી ચોરી કરનાર.

Dacoity,(ડૅકૉઇટિ)*n.*The practice of gang robbery: ધાડચોરી.

Dactylology, (ડૅક્ટિલૉલૉજી)*n.*[Gr. *dactuloc*, finger & *logos*, speech.] The art of communicating ideas by certain movements:આંગલાંની ઈશારતથી વાતચિત કરવાની વિદ્યા; કરપલ્લવી.

Dagger, (ડૅગ્ગર્)*n.*A short sword;a poniard: ખંજર; કટાર; કટારી. 2. A mark of reference:કટારના આકારની નિશાન(†); કટારી. *To look or speak* **d.***s*: આંખો કાતરવી; ગુસ્સાથી જોવું-બોલવું. *To be at* **d.***s drawn*: સામા હોવું; એકબીજાને અણરાગ-અણબનાવ-દુશ્મનાવટ હોવી.

Daggle, (ડૅગ્ગલ્) *vt.* To dip; to wet: રગદોલવું; પલાલવું. *vi.* To run or go through water and mud: લપટાઈ-ખરડાઈ જવું.

Daily, (ડેલિ) *adv.* Everyday;day by day:રોજ; હરરોજ;નિત્ય;હમેશ.*a.*Happening each successive day: રોજનું; રોજીંદુ. *n.* A publication which appears regularly every day: રોજીંદુ(પત્ર).

Dainty, (ડેન્ટિ) *a.* [L. *dens*, *dentis*, tooth.] Delicious to the palate; toothsome: ભાવતું; સ્વાદિષ્ટ; રૂચિકર; લેહજતદાર. 2.Nice; delicate:નાજુક; સુંદર.*n.*A delicay;a nicety:મિષ્ટાન્ન;ભાવતું ભોજન.

Dairy, (ડેરિ) *n.* A place of room where milk is kept and converted into butter or cheese: દુગ્ધશાલા;ગોરસશાલા. 2.The business of keeping milk and converting it into butter or cheese: દૂધ રાખવાનું-દૂધનું માખણ, પનીર, મલાઈ વિગેરે બનાવવાનું કામ-ખાતું; દધિમંથનગૃહ.

Dairy-maid, (ડેરિમેડ્) *n.* A female servant whose business is to attend to the dairy:ગોરસશાલા ઉપર રાખેલી સ્ત્રી; ગોપકન્યા; દૂધવાલી.

Dais, (ડેઇસ્) *n.* [L. *discus*, a quat.] The high or principal table to sit to dine: જમવા બેસવાનો ઉંચો અથવા મુખ્ય મેજ. 2. The platform slightly raised above the floor of a hall: આસન; સિંહાસન. 3. A canopy over the seat of a person of dignity: કોઈ સત્તાધારી પુરૂષના સિંહસન ઉપરનું છત્ર.

Dale, (ડેલ) *n.* [L. *dolos*, a rotunda.] A low place between hills; a vale: બે પહાડ વચ્ચેની જગો; ખીણ 2. Spout to carry off water:પાણી કાઢવાની નલી.

Dalliance, (ડૅલ્લિઍન્સ) *n.* Interchange of caresses; wanton play: સ્ત્રી પુરૂષનું રમવું; વિલાસ; કામચેષ્ટા: ઈશકબાજી.

Dally, (ડૅલિ) *vi.* To waste time in voluptuous pleasures; to linger: રસલવું; રમવું; રમત કo; આલસ–એશઆરામમાં વખત કાઢવો; રમતરોલીયાં કo. 2. To interchange caress; to wanton; to sport: વિલાસ–કામચેષ્ટા–ઈશ્કબાજી કo. *vt.* To delay; to amuse: રસલવું; રમવું; રમત કo.

Dam, (ડૅમ્) *n.* [L. *domina*, a mistress.] A female parent, especially of beast: માદા; મા. 2. A human mother: માતા; મા. 3. A crowned man in draughts: શેતરંજનો રાજા. 4. A barrier to prevent the flow of a liquid: પાણી ખાલવાને બાંધેલી પાલ; બાંધ; પુસ્તો. *vt.* To confine by constructing a dam: પાલ બનાવીને અટકાવવું–પ્રવાહ બંધ કરવો; પાણીની ગતિ રોકવી; ખાલવું; ઘેરવું; બાંધ બાંધવો. 2. To shut up; to restrain: બંધ કરવું; અટકાવવું; રોકવું.

Damage, (ડૅમેજ્) *n.* [L. *damnum*, loss.] Injury; harm: નુકશાન; ખરાબી; હાનિ; ખલેલ; ધક્કો; ધોકો. (*Pl.*) (*Law*) Reparation in money for injury; a compensation: નુકશાની; નુકશાનનો બદલો–અવેજ. *Nominal* **d.**s: કંઈ નુકશાન ન થયું હોય તે છતાં હક તોડયા બાબત અપાવેલી નામની નુકશાની. *Examplary* **d.**s: બીજાઓનો દાખલો બેસારવા અપાવેલી નુકશાની; ફરીથી કોઈ એવું ન કરે તે માટે અપાવેલી ભારે નુકશાની. *Vindictive* **d.**s: અપરાધીને શિક્ષા માટેજ ખાસ અપાવેલી નુકશાની. *vt.* To hurt; to injure; to impair: નુકશાન–હાની પહોંચાડવા–કરવી. *vi.* To suffer damage: નુકશાનો–હાની ખમવા.

Damask, (ડૅમૅસ્ક્) *a.* [*Damascus*, a town in Turkey in Asia.] Resembling the products or manufactures of Damascus: ડમાસ્કસ શેહેરની બનાવટનું–ના જેવું–ને મલતું. 2. Having the colour of the Damask-rose: ડમાસ્કસના ગુલાબના જેવા રંગનું. **d.** *silk*, a kind of heavy, rich figured silk: ફુલેવર ઘાટપોત. *n.* A kind of stuff woven with figures and flowers: અસલ ડમાસ્કસ શેહેરની બનાવટનું રેશમી કાપડ. 2. Linen woven in imitation of the Damask silk: દુમાસ; દુમાસનું કપડું. *vt.* To adorn; to variegate: કાપડ ઉપર ફુલબુટ્ટા પાડવા; સુશોભિત કo; તરેહવાર કરવું; ભાત પાડવી.

Dame, (ડેમ્) *n.* [L. *domina*, a mistress.] A mistress; a lady in rank or culture: બાઈ; કેલવણીવાલી સ્ત્રી. 2. The mistress of a family: ઘરખટલો ચલાવનારી સ્ત્રી; ઘર ધણીઆણી. 3. A woman in general; especially an elderly woman: સ્ત્રી; આધેડ સ્ત્રી; મોટી ઉમરની બૈરી; બાઈ. 4. A mother: મા; માતા.

Damn, (ડૅમ્) *vt.* [L. *damnum*, loss.] To condemn; to sentence: શિક્ષા પાત્ર–દંડપાત્રઠેરવવું; દોષિત ગણવું; દોષ ચઢાવવો. 2. To consign to perdition: નરકમાં નાંખવું; લ્યાનત નાખવી; અધોગતિ કo. 3. To condemn, as bad or displeasing: છિટકારી કાઢવું; છેક નાપસંદ કરી ધિક્કારી કાઢવું.

Damnable, (ડૅમ્નેબલ્) *a.* Worthy of or liable to damnation: નરકમાં નાંખવા જેવું; નરકપાત્ર. 2. Odious; pernicious: ધિક્કારવા જોગ–યોગ્ય; અનિષ્ટ.

Damnation, (ડૅમ્નેશન્) *n.* Condemnation to everlasting punishment in future state: દુર્ગતિ નરકવાસ; લ્યાનત.

Damnatory, (ડૅમ્નૅટૉરિ) *a.* Condemning to damnation; condemnatory: ધિક્કારતું; દુષ્ટ ઠરાવતું.

Damp, (ડૅમ્પ્) *a.* Moderately wet; moist: હવાચલું; શરદીવાલું; ભેજવાલું; ભીનું, આર્દ્ર; આલાલીલું. 2. Dejected; depressed: ઉદાસ; દીલગીર; નાઉમેદ; નિરાશ. *n.* Moisture; humidity: ભીનાશ; ભેજ; શરદી. 2. Dejection; discouragement: ઉદાસી; ઉત્સાહભંગ; નાઉમેદી; નિરાશા; દીલગીરી. 3. (*pl.*) Gaseous products: ઉબક; ઉબ. *vt.* To moisten; to make humid; to dampen: હવાચલું–હવાવાલું કo; ભીનું–ભેજવાલું કo; શરદ કo. 2. (*a*) To put out (as fire): ઓલવવું; બુઝાવું; છાંટવું. (*b*) To depress or deject: નિરાશ–નાસિપાસ–આશા ભંગ કo; ઉદાસ કo. (*c*) To make dull: નરમ–ઢીલું–સુસ્ત કo. (*d*) To weaken; to discourage: ઉત્સાહ ભંગ કo; ધીમું–ટહાડું પાડવું.

Damsel, (ડૅમ્ઝેલ્) *n.* A young person either male or female: જુવાન માણસ (પુરૂષ કે સ્ત્રી). 2. A young unmarried woman; a girl; a maiden: કન્યા; કુમારી; છોકરી; જુવાન બૈરી; યુવતી; તરૂણી.

Dance, (ડૅન્સ્) *vi.* To move with measured steps: નાચવું; નૃત્ય કરવું. 2. To caper; to frisk: કૂદવું; નાચવું; નાચ કુદ કo. *vt.* To cause to dance; to dandle: નાચાવવું; નૃત્ય કરાવવું. *To* **d.** attendance: કોઇના પાછલ ઢકેલા ખાયા કo; ઘડીઘડી હાજરી આપવી. *n.* A leaping or stopping with motions of the body adjusted to the measure of a tune: નાચ; નૃત્ય; નાટ્ય. 2. A tune by which dancing is regulated: જે રાગ નાચથી કરવામાં આવે છે તે; ધ્રુપદ.

Dancing-girl, (ડૅન્સિન્ગ્-ગર્લ્) *n.* Danceress; a female dancer: રામજણી; તાયફો; કલાવંતી; નાચકણ.

Dander, (ડૅન્ડર્) *n.* Scurf on the head: ખોડો. 2. Anger: ગુસ્સો; ક્રોધ.

Dandle, (ડૅન્ડલ્) *vt.* To move up and down on the knee; to caress: હાથ–ખોલામાં ઉછાલીને રમાડવું. 2. To toy; to pet: લડાવવું; લાડ કo. 3. To wheedle; to delay by trifles: ફોસલાવવું; રમાડવું.

Dandy, (ડૅન્ડિ) *n.* A fop; a coxcomb: છેલ; ફક્કડ; એશકી; અકડબાજ. 2. A small sail: નાનો શઢ.

Danger, (ડેન્જર્) *n.* [D. *damnum*, loss & *gero*, I bear.] Peril; risk: જોખમ; ભો; ભય; ભીતિ; ધાસ્તી; દહેશત: ધાક; નુકશાન; હાનિનો સંભવ. **d.** *of life*: પ્રાણસંકટ; પ્રાણસંદેહ. 2. Power to harm: કોઇને કાંઈ હરકત–દુઃખ કરવાની સત્તા. 3. Hesitation; coyness: આનાકાની; બીકણપણું. 4. Difficulty; sparingness: અનર્થ; સંકટ; આપત્તિ; વિપત્તિ; કષ્ટ.

Dangerous, (ડેન્જરસ્) *a.* Full of risk; perilous; unsafe: જોખમનું; જોખમ ભરેલું વાલું; હાનીકારક; દહેશત વાલું; દુસ્તર. 2. Causing danger: ભય પમાડતું–લગાડતું; ધાસ્તી ભરેલું; ભયંકર. 3. In a condition of danger; threatened with death: મોતની ધાસ્તીવાલું: પ્રાણ સંદેહનું; પ્રાણાંત: વિષમ. 4. Hard to suit; difficult to please: સંદિગ્ધ.

Dangle (ડૅન્ગલ્)*vi.* To hang loosely: લટકવું; ઝુલવું: લબડવું *vt.* To swing; to cause to dangle: હિંચકા ખવડાવવા; ઝુલાવવું: લબડાવવું. *To* **d.** *about*, to court the favour of: ખુશામત કo: મરજી ઉઠાવવી.

Dank. (ડૅન્ક્) *a.* Moist; humid; wet: ભિનું; શરદ; ભિનું;

હવાયેલું. *n.* A moisture;humidity: ભીનાશ;શરદી. 2. Water, as opposed to dry land: પાણી; જલ.

Dapper,(ડૅપ્પર)*a.*(*a*)Little and active:ઠીંગણું; ન્હાનું; ચબરાક; ચાલાક. (*b*) Spruce or smart:ઠીકઠાકીઉં; ઠીકઠાક; સાફસૂફ રેહેનાર.

Dapple,(ડૅપ્પલ્) *a.* Spotted; variegated: કાબરચીતરું; રંગબેરંગી; અબલખ; પચરંગી.

Dare,(ડેર્)*vi.*[*imp.***durst** or **dared.**]Not to be afraid; to venture:ધૈર્ય-હિમ્મત-છાતી ચાલવી-હોવી; હામ ભીડવી. *vt.* To have courage; to venture to do: કરવાની હિમત ધરવી; હામ-છાતી ચલાવવી; ખાથભીડવી;બહાદુરી ચલાવવી.2. To challenge; to provoke; to defy:ચડસે ચઢાવવું;કંઈ કરવાની ઝનુન ભરાવવી; ઉસ્કેરવું. 3. To terrify; to daunt: બીવડાવવું;ગભરાવવું; ભયભીત કo. *n.* Boldness: બહાદુરી;હિંમત. 2.Defiance;challenge:ચડસ ભરાવવો તે; નાદે ચડાવવું તે; અવજ્ઞા; અવગણના.

Daring,(ડેરિન્ગ્)*a.* Bold:બહાદુર;હિમતવાન;છાતીચલું; સાહસિક; ધૃષ્ટ; નિર્ભય; શૂર. *n.* Boldness; fearlessness;courage:હિંમત;છાતી;હામ;ધૈર્ય; સાહસ.

Dark,(ડાર્ક્) *a.* Destitute of light; wholly or partially black: અંધારાવાળું; પ્રકાશહીન-રહિત;સામલું; કાલું; અંધકારમય. 3. Mysterious; hidden; obscure: ન સમજાય એવું; ગુપ્ત; અસ્પષ્ટ; ગૂઢ; દુર્બોધ. 3. Unrefined; ignorant: અજ્ઞાન; મૂર્ખતાનું; જ્ઞાનરૂપી પ્રકાશ-અજવાલા વગરનું. 4. Vile; atrocious: જંગલી;નિર્દય;ક્રૂર;દુષ્ટ;ખલ;નિંદ્ય; ઘોર. 5. Foreboding evil; gloomy: માઠું; ઉદાસી; ભયાનક; આફત ભરેલું; ભયંકર. 6. Blind; આંધલું. *A* **d.** *horse*: જેની બુદ્ધિ શક્તિ વિગેરે બહારથી જણાતાં ન હોય તે; છૂપુ રત્ન;ઢાંકયું રત્ન. **d.** *house*,**d.** *room*:ગાંડા માણસોને પુરી રાખવાનું મકાન કે ઓરડી; અંધારી ઓરડી. *To keep* **d.**, to reveal nothing: કશુ બહાર ન પાડવું; છાનું-ગુપ્ત રાખવું. *n.* Obscurity; darkness: અંધારું; અંધકાર; તિમિર. 2. State of ignorance: અજ્ઞાન; અજ્ઞાનતા; અજાણ પણું. *vt.* To darken:કાલું-ન ગમે તેવું કo.

Darken, (ડાર્કન્) *vt.* To deprive of light; to obscure; to make dark or black:અંધારૂં કo;અંધકાર કo-લાવવો; કાલું-શ્યામ-કૃષ્ણવર્ણનું કo. 2. To render dim; to deprive of vision: ઝાંખું કo;તેજ કમી કo; આંધલું-અંધ કo.3.To render less clear or intelligible: સમજવામાં અઘરૂં પડે એવું-ન સમજાય એવું-અગમ્ય કરવું; ગૂઢ કo; અસ્પષ્ટ કo. 4. To cast a gloom upon: શોકાતુર કo;ઉદાસ-ઉદાસીન કo. 5. To make foul; to sully: ઝાંખું કo; ઝાંખ લગાડવી; કલંકિત કo; નામોશી ચઢાવવી; ડાઘ-એબ-શરમ લગાડવી. *vi.* To grow dark: કાલું શ્યામ થવું.

Darkness,(ડાર્કનેસ્) *n.*Gloom; blackness: અંધારું; અંધકાર; કાલાશ; કલુંઢાસ; શ્યામતા.2. A state of privacy; secrecy: છાનું રાખવું તે; પડદો; ગુપ્તતા; અપ્રસિદ્ધિ. 3.A state of ignorance;wickedness: અજ્ઞાનપણું; ભૂલ; ભૂલાવો; પાપ; દુષ્ટતા. 4. Want of clearness: અસ્પષ્ટતા; ગૂઢતા. 5. Distress or perplexity: મુશીબત:સંકટ. *Land of* **d.**, the grave: કબર. *Prince of* **d.**,devil; Satan: સેતાન;યમરાજા.

Darling,(ડાર્લિન્ગ્)*a.*Dearly beloved; favorite: વહાલું; પ્રિય; લાડકું;પ્યારૂં.*n.*One dearly beloved; a favorite: વાહાલું; લાડકું;પ્રાણ; પ્યારૂં.

Darn, (ડાર્ન્) *vi.* To mend a rent by imitating the texture of the cloth in which it is: રફુ કરવું; તૂણવું.

Dart,(ડાર્ટ્) *n.* [L. *trudo*, I push.] A javelin; any missile weapon: ફેંકવાનો ભાલો; બરછી;બડછી; 2. An arrow: તીર;બાણ. 3. Any thing that pierces or wounds like a dart: હૃદય ભેદનાર, મર્મચ્છેદનાર; તીર. *vt.* To throw or hurl as a missile weapon: મારવું; ફેંકવું. *vi.* To be left fly or launch:(તીરની પેઠે)એકદમ બાહેર નિકલી-ઉછલી આવવું; ઉડીને આવવું-પડવું. 2. To start suddenly and run: સડપ લઈ નિકલીને દોડવું.

Dash,(ડૅશ્) *vt.* To cause to strike violently: અફલાય એમ જોરથી ફેંકવું;અફાલવું;પછાડવું;ઠોકવું. 2. To shatter; to frustrate: ભુકે ભુકા-ચૂરે ચૂરા-કડકે કડકા કo; તોડી પાડવું; બરબાદ કo. 3. To put to shame; to abash: શરમાવવું; ગભરાવવું; શરમ-લાજ લગાડવી; લજાવવું. 4. To throw partially;to mix with:છાંટવું; છાંટ મારવી; મેલવવું; ભેગ કo; મેલવણી કo. 5. To execute rapidly: ઝપાટાથી તૈયાર કરી દેવું; ઉભું કરી દેવું. 6.To erase by a stroke:છેકવું; ચેરી નાખવું. *vi.*To rush with violence; to come in collision: અથડાવું; પછડાવું; કુટાવું; અફલાવું. *n.* A violent striking of two bodies;crash:અથડાવું તે:ટક્કર;અથડાઅથડી.2.Abashment; check; ruin: અટકાવ;પ્રતિબંધ;અવરોધ;શરમ:ભંગ;ધુલધાણી. 3. An admixture; adulteration: ભેલ; અંશ; ભાગ; છાંટ; આભાસ; ભેગ; મેલવણી. 4. A rapid movement: ધસારો; હુમલો; ઝપાટો; ઝાપટું. 5. A vain show or blustering parade: આડંબર;ડોલ;ભભકો;ફ્રોકટ ધામધુમ;દંભ.6.A mark or line,thus[-]: ગુરૂરેખા-ષા.

Dashing, (ડૅશિન્ગ્) *a.*Rushing with violence; bold; spirited: ધુસનારૂં; ધુસણીઉં; ધુસીજનાર.

Dastard, (ડૅસ્ટર્ડ્)*n.*An arrant coward;a poltroon: બીકણ-બાયલું-નામર્દ માણસ; હીચકારો. *a.* Cowardly: બીકણ;બાયલું;પોતીઆંછોડુ;હીચકારૂં. *vt.* To intimidate; to dispirit: નામર્દ-નાહિમત કo.

Dastardly,(ડૅસ્ટર્ડ્લિ)*adv.* Meanly timid;base; sneaking: નામર્દાઇથી; બીકણપણાથી; બાયલાપણે.

Data,(ડેટ)*n.*[L.*do*,I give.]*pl.*[*sing.***Datum.**] A ground of inference or deduction:મુદ્દો;પાયો; આધાર; આશ્રય.

Date, (ડેટ્) *n.* [L. *do*, I give.] That addition to a writing, inscription, coin, &c., which specifies the time when it was given or executed: તારીખ; દહાડોવાર; મિતિ; તિથિ. 2. Precise period; epoch: અમુક વખત; કાલ; સમય. 3. End; conclusion: છેડો;અંત;છેવટ 4. Duration; continuance: મુદત;આયુષ્ય;કાલમર્યાદા; આવરદા. 5. The fruit of the date palm: ખજુર;(dried)ખારેક. *vt.* To note the time of writing or executing: તારીખ-દહાડો-વાર-મિતિ માંડવી-લખવી-પૂરવી. 2.To note or fix the time of: નક્કી વખત-દહાડો-કાલ કહેવો-મુકરર કo. *vi.* To have begining: આરંભ-પ્રારંભ-મંડાણ હોવું.

Date-tree, (ડેટ્-ટ્રી) *n.* (*Bot.*) The genus of palms which bear dates: ખજુરી.

Dative,(ડેટિવ્)*n.*[L.*do*, I give.](*Gram.*) The

case of a noun which express the remoter object: ચોથી વિભક્તિ; ચતુર્થી; સંપ્રદાન. 2. (*Law*) That which may be given at pleasure:જે મરજી પડે તેમ આપી શકાય તે.*a.*Pertaining to the dative: ચોથી વિભક્તિને લગતું–સંબંધી. 2. (*a*) In one's gift: બક્ષીસ-ઇનામમાં આપી શકાય તેવું; ગમે તેમ વ્યવસ્થા કરી શકાય તેવું. (*b*) Removable; not perpetual: સ્થાયી નહિ તેવું; જંગમ.

Daub, (ડૉબ્) *vt.* [L. *de* & *albus*, white.] To plaster: લપેડવું; ખરડવું; પીલવું. 2. To paint in a coarse manner: લપડવું; જેવું તેવું રંગવું;ડપકા ડપકા પાડી મૂકવા. 3. To disguise; to conceal: ઢાંકવું; છુપાવવું; સંતાડવું; દખાવી-ઢાંકી રાખવું. 4. To deck awkwardly: કઢંગી રીતે શણગારવું; શોભે તેવી રીત્યે અલંકૃત ક૦. *n.* A viscous, sticky application: a smear: ડપકો;લેપ. 2. A picture coarseley executed:જેમાં રંગના ડબકા ડબકા પાડી મૂકેલા હોય એવી છબી; કુચિત્ર; ખરાબ છબી.

Daughter,(ડૉટર્)*n.* (*a*)The female offspring of the human species: છોકરી;પુત્રી;બેટી,દીકરી. A son's wife; a daughter-in-law: છોકરાની વહુ;વધૂ; પુત્રજાયા.

Daughter-in-law, (ડૉટર્-ઇન-લૉ) *n.* The wife of one's son: છોકરાની વહુ; વધૂ.

Daunt, (ડૉન્ટ્) *vt.* [L. *domo*, I tame.] to intimidate: ધાક ખતાવવી; ગભરાવવું; ખીવડાવવું;ભયધાસ્તી આપવી; ડરાવવું; ના હિંમત ક૦; ધૈર્યભંગ ક૦.

Dauntless,(ડૉન્ટ્લેસ્) *a.*Bold;fearless; intrepid: દબાય-બીહે-ડરે નહિ એવું;હિંમતવાન;છાતીવાળું; નિર્ભય; બહાદુર; ધીટ.

Dawdle, (ડૉડ્લ્)*vi.*To trifle; to vaste time in trifling employment: વખત ગુમાવવો; રઝળવું.

Dawn, (ડૉન) *vi.* To grow light: અજવાળું થવા માંડવું;પોહોર ફાટવા માંડવો;ઉજેસ થવો; અરૂણોદય થવો; મલસકું થવું; પ્રભાત થવું. 2.To begin to expand; to begin to appear: ઉગવા-ખીલવા-દેખાવા-નિકલવા માંડવું; ઉદય થવો; ફુટવું. *n.* The break of day: સવારનું પહોર; પ્રભાત; મલસકું; પરોઢિયું;ખામદાદ. 2. First appearance; beginning; rise : ઉદય; શરૂઆત; આરંભ; પ્રારંભ.

Day,(ડે)*n.*The time of light;the time between sunrise & sunset light itself: દહાડો;દિવસ;અજવાલું. *Pay of a* **d.**: રોજ. 2. The period of the earth's revolution on its axes: દહાડો:દિન;દિવસ; દહાડો-રાત; અહોરાત્ર. *Auspicious* **d.**:સુદિન; મંગલ દિવસ;સપરમો દહાડો. *Happy* **d.**: સોનાનો દિવસ;સુદિન;માંગલિક દિવસ. *Now-a-days*:આજકાલ.3.Any specitied time or period;age;time: દહાડો;સમય; વખત;કાલ;જમાનો. 4. Day of battle; victory: યુદ્ધ દિવસ;યુદ્ધ;લઢાઈ;જીત. *To win the* **d.**, to gain the victory: જય મેલવવો; વિજયી થવું; ફતેહમંદ નિવડવું. *Week* **d** : રવિવાર શિવાયનો અઠવાડિયાનો દિવસ.

Day-book,(ડે-બુક) *n.* A journal of accounts: રોજમેલ; રોજનામું; કાચોમેલ.

Day-break-spring,(ડે-બ્રેક-સ્પ્રિન્ગ્) *n.* The time of the first appearance of light in the morning: પ્રભાત; મલશકું; પરોઢિયું; ખામદાદ.

Day-maid,(ડે મેડ્) *n.* A dairy maid: દૂધવાળી.

Day-star,*n.*(ડે-સ્ટાર્)*n.*The morning star;the star which ushers in the day: શુક્રનો તારો; પ્રભાત નક્ષત્ર.

Dazzle,(ડેઝ્ઝલ્) *vt.* To overpower with light: આંજી નાંખવું; ઝંખવી નાંખવું; આંજવું; આંધલું ક૦. 2. To strike with admiration or surprise: to bewilder with display of any kind:આંજવું;આશ્ચર્ય પમાડવું;છક-ચકિત ક૦; છક કરી દેવું; વિસ્મય પમાડવું.

Deacon,(ડીકૉન્) *n.* [L. *diaconus*, a servant.] In the Roman Catholic and Episcopal churches, a person admitted to the lowest order in the ministry subordinate to the bishops and priests: ખ્રિસ્તિ ધર્મનો એક ઉતરતી પદવીનો અધિકારી; ઉતરતા દરજ્જાનો પાદરી; "ડીકન." 2.An overseer of the poor: ગરીબ લોકોની ઉપર દેખરેખ રાખનાર.

Dead, (ડેડ્) *a.* Deprived of life; put to death: મુએલું;મરેલું;મરી ગયેલું;મૃત; સ્વર્ગવાસી.*A* **d.** *body*: મુડદું;શબ;લાસ;પ્રેત.2.Inanimate; lifeless: નિર્જીવ; જડ;અચેતન.3.Resembling death in appearance or quality;deathlike: મરીગયા જેવું;ઘોર; ગાઢ; ભર. 4. Motionless; inactive: નિશ્ચેષ્ટ; જડ; સ્તબ્ધ;સ્થિર; ભારેશલ્ય. 5. Soundless:મુગું;અવાજ ન નિકલે એવું. 6. Unproductive; unprofitable:નફો ન મલે એવું; અપ્રાપ્તિકારક. 7.Lacking spirit; dull; cheerless: નિરસ; નિઃસત્વ;ફિક્કુ;ઝાંખુ;મંદ;ઉદાસીન;તેજી-ભભકવિનાનું. 8.Monotonous or unvaried: એકની એકજ રીત-તરેહનું. 9. Sure as death; unerring; fixed: સચોટ;સમખાણ; આબાદ; પુરેપુરૂં;પાકું. 10. Not brilliant; not rich: ઝાંખું; નિસ્તેજ;ફિક્કુ. **d.** *calm*, no wind at all:સમસમાકાર;સુમસામ.**d.***drunk:* ભાન જતું રહેલું એટલું પીધેલું;પીધેલું સડક; **d.** *hand:* જેનાથી મિલ્કતની વેચવા સાટવા વિગેરેની વ્યવસ્થા ન થઈ શકે તે. **d.** *heat:* જે સરતમાં બધા સરખા ઉતરે છે પણ કોઈ વિજયી થતું નથી તે.**d.***lift*,extreme emergency: ખરેખરી આવશ્યકતા;અણીનો વખત. **d.** *shot*,(*a*) an unerring marksman:સમખાણ નિશાન તાકનાર;આબાદ તિરંદાજ. (*b*) A shot certain to be made: સચોટનિશાન. **d.** *wind*, A wind directly ahead, or opposed to the ship's course: સામો-પ્રાતકૂલ પવન. **d.** *language*, a language which is no longer in common use:નહિ બોલાતી-બોલાતી બંધ થઇ ગયેલી ભાષા.*A* **d.***letter*,A letter which,after lying for a certain fixed time uncalled for at a post-office, is then sent to the general Post-office to be opened: ન ધણીઆતો કાગલ. *adv.*To the last degree; completely; exactly: અતિશય; ખરેખર; અંતસુધી.*n.*The most quiet or deathlike time: ઘણો શાંત-મધ્ય-ભર-વખત. 2. (*Pl.*) Those who are dead: મરી ગયેલાં આણસો.

Deaden,(ડેડન) *vt.*To impair in vigour,force or sensibility; to blunt:અશક્ત ક૦; મંદ-દુર્બલ-ઝાંખું ક૦;શિથિલ ક૦. 2.To retard: વેગ ઓછો-કમી ક૦;ધીમું-નરમ પાડવું.3.To make vapid or spiritless: કસ-દમ વગરનું ક૦.

Deadly,(ડેડલિ) *a.*Fatal; mortal; destructive: પ્રાણ ઘાતક; પ્રાણનાશક;ઘાતક. 2. Implacable; desperately hostile: કટ્ટું; હડહડતું. 3. Subject to death;mortal; વિનાશી; નાશવંત; કાલવશ; કાલાધીન;

મરણાધીન.

Dead-march,(ડેડ્-માર્ચ્)*n*.A piece of solemn music intended to be played as an accompaniment to a funeral procession: મુડદાં દાટવા લઈ જતી વખતે લશ્કરી વાજામાં જે રાગ વગાડવામાં આવેછે તે.

Deaf,(ડેફ્)*a*. Partially or wholly wanting the sense of hearing: બ્હેરૂં. 2. Unwilling to hear or listen; regardless: બેદરકાર; નગણકારનાર;કાને ન ધરે તેવું. 3. Deprived of the power of hearing; deafened:ઉંચા કાનનું;કાનનું ફુટયું;સુનું.4.Obscurely heard: જેવું તેવું સંભલાય એવું; ધીમું.

Deafen,(ડેફ્ન્) *vt*. To make deaf or deprive of the power of hearing: બેહેરૂં કરવું; કાન ફાડવા. 2. To render impervious to sound: અવાજ–ઘોંઘાટ આવે નહિ એવું કo; બ્હેરૂં કo.

Deaf-mute,(ડેફ્-મ્યૂટ્)*n*.A person who is deaf and dumb: બેહેરૂં તથા મુગું માણસ.

Deal, (ડીલ્)*n*.(*a*) A part or portion; a share: ભાગ;વિભાગ. (*b*)An indefinite quantity,degree or extent;this sense is best rendered in Gujerati by: ઘણું,પુષ્કલ,અત્યંત,અતિ,ભારે,વિo; as *a* **d.** *of trouble*: ઘણી મુશીબત; *a.* **d.** *of cold*: ભારે ટાઢ. 2. The distribution of cards: વહેંચણી; વાંટ; વાંટણી. 3. A board or plank: પાટીઉં. *vt*. To divide; to distribute: ભાગ કાઢી આપવો; વહેંચી આપવું. 2. To give in portions; to bestow in succession: વહેંચવું; વહેંચી આપવું; એક પછી એક આપવું.*vi*.To distribute cards: પાનાં વહેંચવાં;વહેંચવું. 2. To intervene or mediate: વચમાં પડવું; ભાંજગડમાં પડવું.3. To traffic; to trade:ધંધો–વ્યાપાર–વેપાર કo–ચલાવવો;આપ લે હોવી–કરવી; કોઈ પણ પ્રકારનો વેહેવાર–લેવડ–દેવડ હોવી.4.To behave well or ill; to act:ચાલવું:વરતવું. 5. To contend: વેહેવાર રાખવો;કામ પાડવું. *To* **d.** *by*, to treat either well or ill: વર્તવું; ચાલવું. *To* **d.** *in:* વેચવું સાટવું; વેપાર કo. *To* **d.** *with*, (*a*) to treat in any manner: વર્ત્તવું; ચાલવું. (*b*) To trade with: કામકાજ પાડવું;વેપાર કo.(*c*)To reprove solemnly:કાન ઉઘાડવા;સારી શિખામણ આપવી;ખરો રસ્તો બતાવવો.

Dealer,(ડીલર્)*n*.A trader; a shopkeeper: ધંધો વેપાર કરનાર;વેપારી.2. One who distributes cards to the players: રમનારાઓને જે માણસ પત્તાં પાનાં વહેંચે છે તે; વાંટનાર.

Dealing,(ડીલિન્ગ્) *n*. Trade: ધંધો; વેપાર; ઉદ્યમ. 2. Transactions of any kind; intercourse: વેહેવાર; લેવડદેવડ; વહિવટ. 3. Conduct; act: વર્તણુંક; ચાલ; વર્તન.

Dean,(ડીન્) *n*. [L. *decem*, ten.] An ecclesiastical dignitary: ઇગ્લાંડમાં અધ્યક્ષથી ઉતરતા દરજ્જાનો એક ધર્માધિકારી.2. An officer in a university or college:યુનીવર્સિટી તથા કોલેજનો એક અધિકારી. 3. Secretary of the faculty:મંત્રી; મુનશી.

Dear, (ડીઅર્)*a*.Costly; expensive:ભારે કિંમતનું; ભારે મુલનું;મોંઘું.2.Marked by scarcity or death: dearness:મોંઘવારી. 3. Much esteemed; beloved; વાહાલું;લાડકું;પ્રિય;પ્યારૂં. 4. Heartfelt; engaging the attention: ઇષ્ટ; ધ્યાન–લક્ષ્ય રોકનાર. *n*. One dearly beloved: પ્રિય; પ્રિયા.

Dearly,(ડીઅર્લિ)*adv*.With affection;earnestly: પ્યારથી;આતુરતાથી;સ્નેહથી.2. At a high price: ઘણી કીમતે; ભારે; અત્યંત.

Dearth, (ડર્થ્)*n*. Scarcity: અછત; તોટો; મોંઘવારી; અભાવ; તંગાશ.2.Want; famine:કાલ;દુકાલ;દુષ્કાલ.

Death, (ડેથ્)*n*. Extinction;decease;exit: મોત; મરણ;મૃત્યુ;દેહત્યાગ;સ્વર્ગવાસ. *Hour of* **d.**:અંતકાલ. 2.Total privation;extinction:નાશ;લોપ.3.Cause of death:મરણકારક રોગ;જેથી મરણ થાય તે. 4. The destroyer of life:કાલ;યમ;જમ. **d.** *bell:* મરણ ઘંટ; મરણ સૂચક ઘંટ. **d.***damp:*મૃત્યુ વખતે શીત ઢલવાં તે. **d.** *rattle*, a gurgling in the throat of a dying person: ઘરેડો;ઘરટલો.**d.***warrant*, (*a*)(*Law*) an order from the proper authority for the execution of a criminal:ગુન્હેગારને ફાંસીએ દેવાને માટે યોગ્ય સત્તાધીશ તરફનો હુકમ. (*b*) That which puts an end to expectation, hope or joy: આશા, ઇચ્છા કે આનંદની સમાપ્તિ કરનાર–લઈ લેનાર. **d.** *wound*, a fatal wound or injury: પ્રાણઘાતક ઘા; કારી જખમ.

Deathless,(ડેથ્લેસ્)*a*.Not subject to death or destruction:મરે નહિં એવું;અમર; નાશ ન પામે–જતું ન રહે એવું.

Debar, (ડીબાંર્) *vt*. To shut out or exclude; to deny or refuse: વચ્ચે આવી નડવું; હરકત–અટકાવ કo; રોકવું; પ્રતિબંધ કo;વારવું; અટકાવવું.

Debark, (ડીબાંર્ક્) *vt*. To land from a ship or boat: વહાણ–મછવામાંથી જમીનપર–કાંઠે કિનારે ઉતારવું. *vi*. To go on shore: કાંઠા કિનારાપર જવું.

Debase, (ડીબેસ્)*vt*.To degrade; to lower; to abase: નાચું–હલકું–હીનું પાડવું કo; પાયરી ઉતારવી; ઓછું–કમી કo; બગાડવું.

Debasement, (ડીબેસ્મેન્ટ્) *n*. The act of debasing; the state of being debased; degradation: અપકર્ષ; અવજ્ઞા; બગાડો; નીચ સ્થિતિ; માનહાનિ; ઘટાડો.

Debate, (ડીબેટ્) *n*. A fight; contention or strife: લડાઈ: કજીઓ. 2. Dispute; controversy: વાદ; સંવાદ; વિવાદ; તકરાર; વાદવિવાદ. 3. Subject of discussion: વિવાદ વિષય–વસ્તુ. *vt*. To engage in combat for; to fight for: લઢવું; મારામારી કo. 2. To discuss; to argue: તકરાર ચલાવવી; વાદ કo–લેવો; તકરાર કo; ટપાટપી કo.

Debauch, (ડીબૉચ્) *vt*. To lead away from purity or excellence; to vitiate; to mar; to pollute; to seduce: બદફેલી શિખવવી; નિમકહરામી કરતાં શિખવવું; ભમાવવું; બગાડવું; ખરાબ કo; કુચાલ–દુર્વ્યસન શિખવવું; ભ્રષ્ટ કo;આડે રસ્તે ચઢાવવું; બગાડવું; દૂષિત કo. *n*. Intemperance; drunkenness: ખાવા પીવામાં બદપહરેજી; છાકટાઈ; દુર્વ્યસન. 2. Lewdness; debauchery: વ્યભિચાર; રંડીબાજી; લંપટપણું; બદફેલી; સોદાઈ; બદકર્મ.

Debauchee, (ડીબૉશી) *n*. One who is given to intemperance; a rake: a libertine:ખાવા પીવામાં વહી ગયેલો; છાકટો; દુર્વ્યસની; છીનાલવો; લંપટ; સોદો; રંડીબાજ; વ્યભિચારી; વિષયી.

Debauchery, (ડીબૉચરિ)*n*. Seduction from duty or allegiance:બદફેલી;બેવફાદારી;નિમકહરામી.

2. Intemperance; sensuality; lewdness: ખાવા પીવાની લત–શોખ; છાકટાઈ; દુર્વ્યસન; બદફેલી; સોદાઈ; બદકર્મ; રંડીબાજી;વ્યભિચાર; લંપટપણું; વિષયાસક્તિ.

Debenture,(ડીબેન્ટ્યૂર્)*n*.[L. *debeo*, I owe.] A writing acknowledging a debt: લેહેણાની ચિઠ્ઠી. 2. A custom-house certificate entitling an exporter of imported goods to a drawback of dudies paid on their importation: દેશમાં માલ આણતી વખતે તે માલ ઉપર લીધેલી જકાત, માલ મોકલનારને પાછીવાલી આપવાને જકાત ખાતા તરફથી મલેલી ચિઠ્ઠી.

Debilitate,(ડીબિલિટેટ્)*vt*. [L. *de* & *habilis*, able.] To impair the strength of; to weaken: શક્તિ ઘટાડવી;નબલું–અશક્ત–કમજોર કo;શક્તિ–બલ–જોર કમી–ઓછું કo.

Debility, (ડેબિલિટિ) *n*. Want of strength; weakness; languor; imbecility: કમકૌવતી નાકૌવતી; નબલાઈ; દુર્બલતા; અશક્તતા; કમજોરી.

Debit, (ડેબિટ્) *n*. [L. *debeo*, I owe.] *vt*. To charge with debt:ખર્ચ પાસે લખવું; ઉધારવું.

Debris,(ડેબ્રી) *n*. Fragments detached from a rock:ખડક–પહાડમાંથી જૂદા પાડી તલેટીમાં ઢગલો કીધેલા પથરા–ગચીયાં; કપચી.2.Rubbish remains:છારું; કચરો; પુંજો.

Debt,(ડેટ્) *n*. [L. *de* & *habeo*, I have.] Due; obligation; liability: કરજ; દેવું; દેણ. *The* **d.** *of nature*:મરણ.2.fault; a crime:પાપ;અપરાધ;ગુન્હો; વાંક; દોષ.3.An action at law to recover a certain specified sum alleged to be due:દાવો.

Debtor, (ડેટર્) *n*. The person who owes another money,goods, or services:કરજદાર;દેવાદાર; દેણદાર; આભારી; હેશાનમંદ.

Debut,(ડેબૂ) *n*. A beginning; a first appearance before the public: શરૂઆત; પ્રારંભ; આરંભ; પેહેલવેહેલું બહાર પડવું તે; પેહેલો દેખાવ.

Decade,(ડેકેડ્)*n*.[Gr. *deka*, ten.] The sum or aggregate of ten (especially of years): દશક; દસકો; દાયકો; દશકડું.

Decagon,(ડેકેગૉન)*n*.[Gr. *deka*,ten and *gonia*, an angle.] (*Geom*.) A plane figure having ten sides and ten angles: દશ ખૂણા તથા દશ બાજુની આકૃતિ; દશકોણાકૃતિ.

Decalogue, (ડેકેલૉગ્) *n*. [Gr. *deka* & *logos*, discourse.] The ten commandments given by God to Moses: મૂસા પેગમ્બરને ઇશ્વરે કરેલી દશ આજ્ઞા; ઇશ્વરઆજ્ઞાદશક: દશ આજ્ઞાવલિ.

Decamp,(ડીકેમ્પ્) *vi*. [L. *de* & *camp*.] (*a*)To break up a camp: છાવણી ઉઠાવવી; કૂચ કરી જવી; મુકામ ઉઠાવવો. (*b*) To depart suddenly;to take one's self off:એકાએક જતા રહેવું; નાસવું; નીકલી પડવું; પોબારા–અગિયારા ગણવા.

Decant-tate,(ડીકેન્ટ્–ડીકેન્ટેટ્)*vt*.[Gr. *kantharos*, a large drinking vessel.] To pour off gently;to pour from one vessel into another: નિતારવું; ઉપર ઉપરથી નીતારી લેવું.

Decanter, (ડીકેન્ટર્) *n*. A vessel used to decant liquors:પાણી–દૂધ–દારૂ વિગેરે પ્રવાહી પદાર્થ ઘાલી ભરી રાખવાનો શીશો.

Decapitate, (ડીકેપિટેટ્) *vt*. [L. *de* & *caput*, the head.]To cut off the head of; to behead: માથું–ડોકું કાપવું; ગર્દન મારવું; શિરચ્છેદ કરવો. 2. To remove summarily from office:એકદમ–અચાનક કામ ઉપરથી દૂર કo; કાઢી મૂકવું.

Decapitation,(ડીકેપિટેશન્)*n*.The act of beheading: માથું–ડોક કાપવું–ગર્દન મારવું તે; શિરચ્છેદ; શીર્ષચ્છેદ; શિરચ્છેદન.

Decay,(ડીકે)*vi*. [L.*de* & *cado*, I fall.] To fail; to decline; to perish:ખવાઇ જવું;કોહોવું; નાશ પામવું; બગડતા જવું; સુકાતાં જવું;લેવાતાં જવું; ચીમલાઇ જવું; ક્ષીણ થતાં જવું; પડતી સ્થિતિમાં આવી જવું. *vt*. To cause to fail: બગાડવું; સુકાવવું; પડતી સ્થિતીમાં લાવવું; ક્ષીણ કo. *n*.Corruption; decline; rottenness:પડતી; ક્ષીણતા; કોહોવાટ; ક્ષય;જીર્ણતા;ક્ષીણાવસ્થા. 2. Destruction; death:મોત; મરણ; નાશ.

Decease, (ડીસીસ્) *n*. [L. *de* & *cedo*, I go.] Departure; death:મરણ; મોત; મૃત્યુ.

Deceased, (ડીસીસ્ડ્)*a*. Dead:ગત થયેલું;મરનાર; મર્હૂમ; સ્વર્ગવાસી; મરણ પામેલું. *n*. One who dies: મરનાર; મરણ પામનાર.

Deceit, (ડીસીટ્) *n*. Stratagem; deception: લુચ્ચાઇ; ઠગ વિદ્યા;ઠગાઇ; દગો; દગલબાજી;પ્રપંચ;છલભેદ; દગો ફટકો; ઠગબાજી.

Deceitful,(ડીસીટ્ફુલ્)*n*.Trickish;fraudulent; cheating:કપટી; દગલબાજ; પ્રપંચી.

Deceive,(ડીસીવ્) *vt*. [L.*de* & *capio*, I take.] To delude;to cheat:છેતરવું;ભૂલમાં નાંખવું;દગો દેવો; ભોલવવું; ફોસલાવવું;છલ–પ્રપંચ કo;આડે રસ્તે દોરવું; ભુલથાપ દેવી. 2.To amuse:નિર્ગમન કo;ગમતમાં નાંખવું; ખુશીમાં કાઢવું. 3.To defraud:કાવતરા–યુક્તિથી પડાવી લેવું; દગો કo; છેતરવું.

Deceiver,(ડીસીવર્)*n*. A cheat;an impostor: દગો કરનાર–રમનાર; ઠગ; ઠગારો; ઢોંગી; ધૂતારો.

December,(ડીસેમ્બર્)*n*.[L.*decem*, ten.]The last month in the year:ઈંગ્રેજી છેલ્લો–બારમો મહિનો; ડિસેંબર.2.(*Fig*.)The end of anything:અંત; છેડો; અવસાન.

Decency, (ડીસન્સિ) *n*. Seemliness; freedom from obscenity:લાયકી; વિનય; સભ્યતા;યોગ્યતા;મર્યાદા; લજ્જા; ઘટીટપણું. 2. That which is decent or becoming:જે ઘટીત–યોગ્ય–લાયક હોય તે.

Decennial,(ડીસેનિઅલ્) *a*. [L. *decem*, ten & *annus*,year.]Consisting of,or happening,every ten years:દશ વર્ષનું; દશ દશ વર્ષે થતું; દશવાર્ષિક.

Decent,(ડીસન્ટ્) *a*. [L. *decus*, glory, honor.] Becoming: decorous: ઘટિત; લાયક; ઘટારત; યોગ્ય; ઉચિત.2. Modest: લજ્જા–મર્યાદશીલ; સમર્યાદ; સભ્ય; સવિનય; શરમાલ; વિનયી.3.Graceful;well-formed: ખૂબીવાલું; લાવણ્યતાવાલું; ફુટડું;દેખાવડું.4. (*a*)Respectable (*persons*): આબરૂદાર; (*things*) નઠારૂં ન દેખાય–કેહેવાય એવું;નામ–આબરૂ ન જાય એવું;નામોશી ન લાગે એવું.(*b*) Sufficient:જોઇએ તેટલું;પુરતું;યોગ્ય.

Decently, (ડાસન્ટ્લિ) *adv*. In a decent becoming or manner:યોગ્ય રીતે;યથા યોગ્ય;ઘટિત રીતે; લાજ–મર્યાદાથી; લજ્જાપૂર્વક; વિવેકથી.

Deception,(ડીસેપ્શન્)*n*.The act of deceiving or misleading:છેતરવું તે: છેતરવાનો પ્રયત્ન; ઠગવિદ્યા

વાપરવી તે.2.The state of being deceived:ભૂલાવો; ભૂલથાપ; મોહ; ભ્રમ. 3. Artifice; fraud;cheat:ઠગવિદ્યા;પ્રપંચ;કપટ;છલ:કપટબાજી;દગો; છેતરપંડી.

Deceptive,(ડીસેપ્ટિવ્) *a.* Tending to deceive or mislead:ભૂલાવામાં નાંખે એવું; ભ્રાન્તિજનક; કપટી; માયાવી.

Decidable,(ડીસાઇડેબ્લ્) *a.*Capable of being determinable:નક્કી કરવા જોગ.

Decide,(ડીસાઇડ્) *vt.* [L. *de* & *cædo*, I cut.] To cut off;to separate:કાપવું;છુટું પાડવું–ક૦;ભાગ કરવા. 2. To settle; to end; to conclude:ચુકવવું; નિવેડો–ફેંસલો–નિકાલ–નિર્ણય તોડ ક૦–કાઢવો;ફડચો ક૦; ઠરાવ–નિશ્ચય ક૦. *vi.* To terminate; to give decision:ઠરાવ–ફેંસલો ચૂકાદો ક૦–આપવો.

Decided, (ડીસાઇડેડ્) *a.* Unequivocal; clear: નિશ્ચિત; સિદ્ધ; અસંશયાત્મક;સ્પષ્ટ;ચોખ્ખું;ખુલ્લું; સાફ; પાકું; વાંધા વગરનું.2. Determined; positive: દૃઢ; દૃઢતાવાળું; નિશ્ચયવાળું;શક–શંકા વિનાનું; નિશ્ચયાત્મક; નિઃશંક.

Decidedly, (ડીસાઇડેડ્લિ) *adv.* In a decided manner; clearly: ભૂલ ન થાય–વાંધો ન લેવાય એવી રીતે; સ્પષ્ટ–સાફ રીતે; દૃઢતા–મજબૂતાઇથી; બેશક; અલબત્ત; ખચિત.

Decimal, (ડેસિમૅલ) *a.* [L. *decem*, ten.] Increasing or decreasing by ten times:જેમાં દશગણું ઓછું વધતું થાય એવું; દશાંશ; દશગુણિત. **d.** *fractions:*દશાંશ અપૂર્ણાંક. **d.***point:*દશાંશ ચિન્હ. *n.* A decimal fraction: દશાંશ અપૂર્ણાંક; દશાંશ. *Circulating or circulatory* **d.**:પુનરાવર્તી દશાંશ.

Decimate,(ડેસિમેટ્) *vt.* [L. *decem*, ten.] To take the tenth part of; to tithe:દશમો ભાગ–દશાંશ લેવો.2. To destroy a considerable part of: મોટા ભાગનો નાશ ક૦; મોટા ભાગને ઉજડ ક૦.

Decipher, (ડીસાઇફર્) *vt.* To translate from a cipher into intelligible terms: સંકેતની ભાષા–લીપીમાં લખેલાનો અર્થ ક૦–કેહેવો–બેસાડવો.2.To explain; to unfold:સમજાવવું; સ્પષ્ટ ક૦.3.To stamp; to mark:અંકિત ક૦; ચિન્હ–નિશાન ક૦.

Decision,(ડીસિઝ્હન્) *n.*The act of separation or cutting off:કાપવું–ભાગ પાડવા તે; કર્ત્તન; કાપણી. 2. Settlement; conclusion: ઠરાવ; નિવેડો; નિકાલ; ફડચો; ફેંસલો; નિર્ણય: છેડો; નિશ્ચય. 3. Unwavering firmness:દૃઢતા; દૃઢ નિશ્ચય; નિશ્ચય; પક્કો ઠરાવ.

Decisive, (ડીસાઇસિવ્) *a.* Final; conclusive: નિર્ણય–પરિણામકારક; નિકાલ–પરિણામ આવે એવું; નિશ્ચયકારક; નિશ્ચાયાત્મક; નિર્ણયક.

Deck,(ડેક્)*vt.* To cover; to overspread: ઢાંકવું; ઉપર પાથરવું.2.To adorn; to embellish: પેહેરાવવું; શણગારવું; સુશોભિત ક૦; મંડિત ક૦; શોભાવવું.3. To furnish with a deck, as a vessel:(વહાણનું)તૂતક જડવું;તૂતકનાં પાટીઆ જડવાં.*n.*The floor-like covering of a ship:તૂતક.2.A heap or store:ઢગલો;ઢગ; સંચય.3.The roof of a passenger car:ઉતારૂઓની ગાડીનું ઉપરનું ઢાંકણ–છત્રી.*To clear the* **d.**,to prepare for action:સઘળી લઢાઇની તૈયારી ક૦.

Declaim, (ડીક્લેમ) *vi.* [L. *de* & *clamo*, I cry out.]To speak rhetorically;to harangue:મ્હોટે સાદે ભાષણ ક૦; પંડિતાઇ ખતાવવી. 2. To rant:મ્હોટે સાદે ખખડવું–લવલવવું–વિચાર કર્યા વગર બોલવું; બરાડવું. *vt.* To utter in public:સભામાં ભાષણ ક૦. 2. To speak in favor of; to advocate:કોઇની તર્ફેણમાં–પક્ષમાં બોલવું; પક્ષ ખેંચવો.

Declamation, (ડીક્લૅમેશન) *n.* The delivery of a speech:ભાષણ આપવું તે.2. A set speech or harangue: સભામાં કરેલું ભાષણ; છટાદાર ભાષણ. 3. Pretentious rhetorical display: શબ્દ પાંડિત્ય;વાક્ચાતુર્ય.

Declamatory, (ડીક્લૅમૅટૉરિ) *a.* Pertaining to declamation:અલંકારિક;સાલંકાર.2.Without solid sense or argument; bombastic;noisy:ડોળી; શબ્દ પાંડિત્યવાળું; પટપટાટીયું.

Declaration, (ડેક્લૅરેશન્) *n.* Proclamation; exposition: પ્રકાશન; પ્રસિદ્ધિ; નિવેદન; પ્રકટીકરણ. 2. Announcement;distinct statement:જણાવેલી–કહેલી વાત–વચન;ઉક્તિ;ભાષણ;સ્પષ્ટવચન.3.The document in which something is declared:જાહેર ખબર; જાહેરનામું. 4. The narration of the plaintiff's case: એકરાર. *A solemn* **d.**: પ્રતિજ્ઞા.

Declare,(ડીક્લેર્) *vt.* [L. *de* & *clarus*, clear.] To make plain; to clear: સાફ–સ્પષ્ટ–ખુલ્લું–દેખીતું ક૦. 2. To make known; to publish:જણાવવું; જાહેર ક૦; પ્રકાશ–પ્રસિદ્ધ ક૦; નિવેદન ક૦; પ્રકટ ક૦;કહી આપવું. 3. To assert; to affirm: છાતી ઠોકીને–ખાત્રીથી કેહેવું;પ્રતિજ્ઞા પૂર્વક–ઉપર કેહેવું.4.To make full statement of: સંપૂર્ણ હેવાલ–હકીકત લખવી; એકરાર ક૦. *To* **d.** *off*, to recede from an agreement: ફરી જવું; પતરી જવું; કરાર નામંજુર ક૦.*vi.* To proclaim one's self: જણાઇ આવવું–પ્રકટ થવું. 2. To state the plaintiff's cause:વાદી–ફરીયાદીનો દાવો–મુકર્દમો–ફરીયાદી વર્ણવવી; એકરાર ક૦.

Declention, (ડીક્લેન્શન) *n.* Descent; slope: ઉતરણ; ઢાલ; ઢોલાવ; ઝોંક;વાંક.2.Deterioration;decay: પડતી–નબલી–માઠી દશા; પડતી. 3. The act of courteously refusing; a refusal: નકાર; સભ્યતાથી ના કહેવું તે.4.(*Gram.*)Inflection of a word:વિભક્તિરૂપ; વિભક્તિપદ્ધતિ.

Declinable, (ડીકલાઇનેબ્લ્) *a.* Capable of being declined: જેને વિભક્તિનાં રૂપો લાગે એવું; વિભક્તિયોગ્ય.

Declination,(ડેક્લિનેશન)*n.*Inclination: નિચું નમવું–નમાવવું તે; ઝોંક; વાંક. 2. Decay; deterioration; decline: પડતી–માઠી–નબલી દશા–હાલત; ક્ષય; ઉતરતી કલા; પડતી. 3.Obliquity: આડાં–વાંકાં–કતરાતાં જવું તે; આડા–વાંકાં ચાલવું તે; વાંક; વક્રતા. 4. Refusal; withdrawal: ના કેહેવું તે.5. Distance from the celestial equator:ક્રાંતિ;ક્રપણ; સ્પષ્ટક્રાંતિ.6.The arc of the horizon:દ્રષ્ટી મર્યાદાનું વર્તુલ.7.The act of inflecting:વિભક્તિ રૂપ લગાડવાં તે.

Decline,(ડીક્લાઇન)*vi.*[L. *de* & *clino*,I bend.] To lean or bend downwards: નમવું.2. To fail; to sink;to decay:નબલું–નરમ પડતું જવું;ક્ષીણ થવું; ડુબવું: આથમવું; ઘટવું; ઓછું થવું; નીચું પડવું; પડતી આવવી; ઉતરતાં–નમતાંજવું.3.To deviate; to stray: ખોટે–આડે રસ્તે જવું–ઉતરવું; આડુ ફાટવું. 4. To refuse; not to comply:ના કેહેવી; કબૂલ ન ક૦.*vt.* To bend downwards; to depress:નમાવવું; વાલવું. 2.

To cause to diminish:ઓછું કરાવવું; ઘટાડવું.3.To reject; to avoid:ના કબૂલ ક૦; અસ્વીકાર ક૦; ના કહેવી. 4. To inflect: વિભક્તિ લગાડવી; વિભક્તિ રૂપાખ્યાપન આપવું. *n.* A falling of; deterioration: ઉતરતી અવસ્થા–કલા; પડતી–નબલી દશા; પડતી;અસ્ત. **d.** *of life:* ઉત્તરવય;ઉત્તરાવસ્થા; વૃદ્ધાવસ્થા.2.(*Med.*) (*a*)The time of the disease being abated:રોગ ઓછો થતો હોય તે વખત.(*b*) Consumption:ઘસારો; ક્ષીણતા; ક્ષયરોગ.

Declivity, (ડીક્લિવિટિ)*n.* [L. *de* & *clivus*, a slope.] Descent of surface; slope: ઉતરણ; ઢાલ; ઢોલાવ. 2. A descending surface; a slope:ઢોલાવવાલી જગા; ઢોલાવ.

Decoction, (ડીકૉકશન) *n.* [L. *de* & *coquo*, I cook.] An extract prepared by boiling something in water:ઉકાલો; કાવો; કાઢો; કવાથ.

Decompose,(ડીકૉમ્પોઝ્) *vt.* [L. *de*, from & *compose.*] To resolve into original elements: મૂલતત્વો–જુદાં પાડવાં; પૃથક્કરણ ક૦.*vi.* To undergo dissolution; to decay; to rot;મૂલતત્વો–જુદાં થવાં –પડવાં;પૃથક્કરણ થવું;ક્ષય થવો;બગડી જવું; સડી જવું.

Decomposition,(ડીકૉમ્પોઝિશન) *n.* Separation into constituent parts; analysis:પૃથક્કરણ. 2. The state of being reduced into original elements: તત્વભિન્નતા; તત્વપૃથકતા.

Decorate,(ડેકોરેટ્) *vt.*[L. *decus*, ornament.] To adorn; to embellish: શણગારવું; શોભિતું–શોભાયમાન ક૦; ભૂષણ આપવું–પહેરાવવું.

Decoration,(ડેકોરેશન) *n.* The act of adorning; ornamentation: પહેરાવવું–દેખીતું–શોભાયમાન ક૦ તે. 2. That which adorns; ornament: શણગાર; ભૂષણ; મંડન; વેષ; અલંકાર;શોભા.3.Any mark or honor:ચાંદ.

Decorous,(ડેકોરસ્)*a.*Becoming; proper: યોગ્ય, યથાયોગ્ય; શોભે એવું; ઘટિત; ઘટારત; લાજમ;મુનાસબ; લાયક; ઉચિત.

Decorum, (ડેકોરમ) *n.* decency; seemliness: યોગ્ય–યથાયોગ્ય વર્ત્તણુક; વિનય; મર્યાદા; સભ્યરીતિ;શિષ્ટાચાર; સલુખ; અદબ.

Decoy, (ડેકૉઇ) *vt.* To deceive; to entrap: ફાંદા પેચમાં નાંખવું;ફસાવવું;પાશ–જાલમાં નાંખવું;લલચાવવું; લોભમાં નાંખવું.

Decrease,(ડીક્રીસ્)*vi.*[L.*de* & *cresco*,I grow.] To become less:ઓછું–કમી–ન્યૂન–ટુંકું થવું; ન્હાનું થવું; ઘટવું; ઉતરવું;ઓસરવું. *vt.*To cause to lessen: ઓછું–કમી–ન્યૂન–ટુંકું–ન્હાનું ક૦; ઘટાડવું.*n.*Decay; diminution:ઓછું થવું તે;ઘટાડો;ન્યૂનતા;ઉતારો;મંદી; ઘટ. 2. The wane of the moon:ક્ષય; કલાક્ષય.

Decree (ડીક્રી)*n.* [L. *de* & *cerno*, I judge.](*a*) An order from one having authority,deciding what is to be done by a subordinate: આજ્ઞા;હુકમ; ફરમાન. (*b*) Edict;law; decision:ઠરાવ;નિયમ; ધારો; વ્યવસ્થા. 2. A judicial order, decision or sentence:ફેંસલો;હુકમ;હુકમનામું. 4. The purpose of God concerning future events:પરમેશ્વરે ભવિષ્ય વિષે નિર્મિત–નિર્માણ કરેલી વાત; ઈશ્વરી સંકલ્પ; નિર્માણ; તકદીર; કીસમત.*vt.*To determine judicially by a decree:હુકમનામું–ઠરાવ ક૦.*vi.*To determine decisively:છેવટનો ફેંસલો–ચુકાદો ક૦–આપવો.

Decrepit,(ડીક્રેપિટ્)*a.* [L.*de*& *crepo*,I crack.] Broken down with age:ઉમરને લીધે અશક્ત થયેલું; ખખલી ગયેલું; શરીરે અટકેલું.

Decrepitude,(ડીક્રેપિટ્યૂડ્)*n.* Infirm old age: ઘડપણથી થયેલું અશક્તપણું–રહિતપણું; જઈફીની નબલાઇ; વૃદ્ધાવસ્થા; જીર્ણાવસ્થા.

Decry, (ડીક્રાઇ) *vt.* To clamor against; to discredit:વખોડી–નિંદી નાંખવું; અપમાન કરી કાઢવું; આક્ષેપ ક૦;અપવાદ–દોષ મુકવો.

Decumbent,(ડીકમ્બેન્ટ્) *a.* [L.*de* & *cubo*, I lie down.]Prostrate;recubent:સુતેલું;પડેલું;લાંબુ.

Decuple,(ડેકયૂપલ્)*a.*[L.*decem*,ten.] Tenfold; multiplied by ten:દશગણું; દશપુટ. *n.*A number ten times repeated: દશગણી રકમ–સંખ્યા. *vt.* To make tenfold: to multiply by ten: દશગણું ક૦.

Dedicate,(ડેડિકેટ્) *vt.* [L. *de* & *dico*, I proclaim.] To denote solemnly; to set apart & consecrate:ચડાવવું;અર્પણ ક૦; ધર્મના–પવિત્ર ઉપયોગને માટે કાઢવું;સમર્પવું.2.To devote or give (*oneself*) wholly or earnestly:તનમન અર્પણ ક૦; મચવું; પડવું; રચ્યા પચ્યા રહેવું; મંડવું. 3. To inscribe or address:નિવેદન–અર્પણ ક૦; ગ્રંથાર્પણ ક૦.

Dedication,(ડેડિકેશન) *n.* Solemn appropriation:અર્પણ; સમર્પણ.2.An address to a patron: અર્પણ; ગ્રંથાર્પણ; અર્પણ પત્રિકા.

Deduce,(ડીડયૂસ્) *vt.* [L.*de* & *duco*, I lead.] To deduct; to subtract: ઓછું–કમી ક૦; ઘટાડવું. 2. To derive or draw; to infer: કાઢવું; અનુમાન–તર્કથી સિદ્ધાંત કાઢવો;સિદ્ધાંત પૂર્વક અનુમાનથી શોધી કાઢવું; નિર્ણયપર આવવું.

Deduct,(ડીડકટ્) *vt.*[L.*de* & *duco*, I lead.] To lead out or from:બહાર દોરી લઇ જવું;દોરવું.2.To take away;to subtract: અંદરથી લઈ લેવું;બાદ ક૦; કાપવું. 3. To reduce;to diminish:ઓછું–કમી ક૦; ઘટાડવું.

Deduction, (ડીડકશન) *n.* Act or process of deducing or inferring:અનુમાન–તર્ક ક૦ તે;સિદ્ધાન્ત કાઢવો તે.2.The act of taking away;subtraction: બાદ ક૦ તે; કાપવું તે.3.An inference; conclusion: અનુમાન; સિદ્ધાંત; તર્ક. 4. The part taken away; abatement:કપાત; બાદ; છૂટ.

Deductive,(ડીડક્ટિવ્) *a.*Of, or pertaining to deduction;deducible: અનુમાનથી કાઢી શકાય એવું; અનુમાન સાધ્ય; અનુમેય; અનુમાનિક.

Deed, (ડીડ્) *n.* An act; an action: કરણી; કામ; કૃત્ય; કર્મ; ક્રિયા.2. Achievement; exploit:કૌતુક;પરાક્રમ; પુરૂષાર્થ.3. Fact; reality: સત્યવાત; યથાર્થતા; તત્વ; અર્થ.4.(*Law*)A written instrument: લેખ; ખત;દસ્તાવેજ.**d.** *of acquittance*: ફારગતી; રાજીનામું. *In* **d.**, in fact, in truth: બેશક; ખરીવાત; ખરેખર; વાસ્તવિક.

Deem, (ડીમ્) *vt.* To account; to esteem; to think: ધારવું; સમજવું; લેખવવું; માનવું; ગણવું.

Deep, (ડીપ્)*a.* Extending far below the surface: ઉંડું; અગાધ.2 Extending far back from the front:ઉંડું; લાંબુ. 3.Low in situation:નીચું; ઉંડું. 4. Hard to penetrate or comprehend;

intricate;mysterious: કઠણ;અઘરૂં; ગહન; અગમ્ય; ગૂઢ; પાકું; ભેદવાળું. 5. Penetrating; sagacious; cunning:ઉંડું; મહાકુશલ;મહાનિપુણ;કારસ્થાની; પક્કું; ઉંડું; પહોંચેલું. 6. Profound;intense:પૂરૂં; ભર;ઘોર; ભરપૂર;ઘાડું; ઘણું; ગાઢ; દીર્ઘ;લાંબું. *knee* **d.**:ઘુંટણપુર. 7. Muddy; boggy; sandy: કાદવવાળું; રેતાલ. 8. Strongly colored; dark; intense:ઘેરા રંગનું;ઘેરૂં; ઘાડું; ખુલ્લું નહિ એવું.9. Grave:ગંભીર;ગાંભીર્યવાળું. *n.* That which is deep; sea:ઉંડાણ; દરીઓ;સમુદ્ર; દરિયાવ.2. That which is incomprehensible: સમજી શકાય નહિં તે; ધકડાય નહિં તે; ગહનતા; ગાંભીર્ય. 3. The midst; depth:મધ્ય; ઉંડાણ.*adv.* Far down; profoundly: ઘણું ઉંડું; બહુ; પુષ્કલ; અત્યંત.

Deepen,(ડીપન્)*vt.* To make deep or increase the depth of: ઉંડું ક૦; ખોદવું. 2. To make darker or more intense: વધારે ઘેરૂં–ઘાડું–ઘાડા રંગનું ક૦; વધારો ક૦. 3. To make more affecting: જરપૂર–તીવ્ર ક૦;વધારે અસર કરે એવું ક૦.4.To make more grave or low in tone:વધારે ગંભીર–ઘેરૂં–બેઠી બાંધણીનું ક૦;બેઠા સ્વરનું ક૦.*vi.* To become deeper:વધારે ઉંડું થતાં જવું; વધારે ઘેરા રંગનું થવું; ગંભીર થતા જવું; વધારે ઘોર થવું.

Deep-laid,(ડીપ્લેડ્)*a.*Laid deep;formed with cunning and sagacity:પક્કાઇથી રચેલું; સજ્જડ; ચતુરાઇ–હોંશીયારીથી બનાવેલું; ચાલાકી ભરેલું.

Deeply, (ડીપ્લિ) *adv.* Far below the surface: ઘણે ઉંડે સુધી;ઘણું ઉંડું.2.Profoundly; thoroughly:બીલકુલ; પૂરેપૂરૂં; પાકું.**d.** *versed*:પારંગત; પૂરેપૂરો ચતુર–હોંશીયાર. 3.With great sorrow: ઘણી દીલગીરીથી; ઘણી અસર લાગે એવી રીતે. 4. To a great degree:ઘણું જ; પુષ્કલ; બહુ; અતિ. 5. Gravely: ગંભીરપણે;ગંભીરાઇથી.6. With profound skill:ઘણી–સંપૂર્ણ–પૂરેપૂરી ચતુરાઇથી; પક્કાઇ–ખબરદારીથી.

Deepness-depth,(ડીપ્નેસ-ડેપ્થ્)*n.* The state of being deep;profound or mysterious depth; profoundity: ઉંડાઇ; ઉંડાણ; ગૂઢતા; પક્કાઇ; ગાંભીર્ય; ગાઢતા; અગાધતા; ગૌરવતા; પ્રૌઢતા; ગંભીરતા.2.Craft; insidiousness: કપટીપણું; દગલબાજી; ઠગાઇ.

Deer, (ડીર્) *n.* A ruminant quadruped: મૃગ; હરણ; સાબર; સાબરી.

Deface, (ડીફેસ્) *vt.*[L. *de* & *facio*, I do.] To disfigure: બદસુરત ક૦; બેડોલ ક૦; ખરાબ ક૦;વિરૂપ ક૦; સ્વરૂપ ભંગ ક૦. 2. To injure or spoil by effacing; to obliterate: છેકીને નુકશાન ક૦; તારાજ કરી નાંખવું;વંચાય નહિં એવું કરી મૂકવું;ચેરી-છેકી નાંખવું.

Defalcate, (ડીફાલ્કેટ્)*vt.*[L. *de* & *falx*, *falcis*, a sickle.] To cut off; to take away a part of: ભાગ ક૦; ઘટ લાવવી; ઘટાડવું; ઓછું–કમી–ન્યૂન ક૦. *vi.* To embezzle money held in trust: ભરોસે મૂકેલા પૈશા–નાણાં ખાઇ જવાં–પચાવી પાડવાં–હોઇયાં કરી જવાં; ઉચાપત ક૦.

Defalcation, (ડીફાલ્કેશન્) *n.* A cutting off; deficit; diminution: ઘટારો; છૂટ; કાપ. 2. That which is cut off or abated: જેમાંથી કાપકુપ કરવામાં આવે છે તે; જેમાંથી ઓછું–ઘટાડો થાય છે તે. 3. An embezzlement: પચાવી પડવું તે; ખાઇ જવું તે; ઓહીઆં કરી જવું તે; ઉચાપત.

Defamation, (ડેફેમેશન્) *n.*Slander;calumny: આબરૂ–ઈજ્જત લેવી તે; અપવાદ;નિંદા; આક્ષેપ;લાયબલ.

Defamatory, (ડીફૅમૅટારિ) *a.*Calumnious: આબરૂને નુકશાન પહોંચે એવું; આબરૂ જાય એવું; અકીર્તિકર; અપવાદનું; નિંદક.

Defame, (ડીફેમ્) *vt.*[L.*de* & *fama*, a report.] To disgrace;to calumniate:આબરૂ–પ્રતિષ્ટા–ઈજ્જત–હુરમત લેવી; આબરૂને નુકશાન–ખલેલ–હરકત પહોંચાડવી;નિંદા ક૦ નિંદવું:અપવાદ મૂકવો. 2. To charge; to accuse: તોહોમત–આરોપ મૂકવો. *n.* Dishonor; disgrace: ગેરઆબરૂ; અપમાન; અપ્રતિષ્ટા; નામોશી.

Default,(ડીફૉલ્ટ્)*n.*[L.*de* & *fallo*, I deceive.] Failure; omission;neglect: ભૂલ;ચૂક;ગફલત;કસુર; અપરાધ; દોષ. 2. Fault; offence; ill-deed: ગુન્હો; ખરાબ–નઠારૂં કામ;અપકૃત્ય.3. Want; lack; failure: નહોવું તે; અભાવ;અસંભવ.4. A neglect of some step necessary to secure the benefit of law: કસુર; ગફલત. *In* **d.** *of*: અભાવે; નહોય ત્યારે; એમ ન થાય–બને તો.

Default, (ડીફૉલ્ટ્) *vt.* To fail to perform: કરવાને–બનાવવાને ભૂલ–ચૂક–ગફલત–કસૂર ક૦; ન આપવું–ભરવું.2.To omit; to leave out of account: મૂકી દેવું; છોડી દેવું; પડતું મૂકવું. *vi.* To offend:અપરાધ–ગુન્હો–તકસીર ક૦; ભૂલ–ચૂક–કસૂર ક૦. 2. To fail in fulfilling: કબૂલાત ન પાલવી; કહેલું વચન ન પાલવું.3. To fail to appear in court: અદાલતમાં હાજર ન થવું.

Defaulter, (ડીફૉલ્ટર્) *n.* (*a*) One who makes default: કસૂર–ચૂક–ભૂલ–ગફલત કરનાર. (*b*) One who fails to appear in court when called: અદાલતે ઠરાવેલે દહાડે હાજર નહિં રહેનાર. 2. One who fails to account for public money intrusted to his care: સોંપેલાં નાણાં–પૈસાનો હિસાબ નહિં બતાવનાર; હિસાબચોર; ઉચાપત કરનાર.

Defeat, (ડીફીટ્) *vt.*To undo; to disfigure:નાશ ક૦; બગાડવું; ખરાબ ક૦; પાયમાલ ક૦. 2. (*a*) To render null & void: રદ–વ્યર્થ–બાતલ ક૦.(*b*) To frustrate: ધૂલ મેલવવું; ભંગ ક૦; ધૂલધાણી કરી દેવું. 3. To vanquish; to overthrow: હરાવવું; જીતવું; પરાજય ક૦. 4. To resist with success: અમલ ન ચાલવા દેવો;મ્હાત ક૦;ફાવવા ન દેવું.*n.* Destruction: નાશ;પાયમાલી; સત્યાનાશ. 2. An overthrow; rout: હાર; પરાજય; પરાભવ. 3. Frustration by rendering null and void:-થી।રદ–અમસ્તું–વ્યર્થ જવું તે;ભંગ થવું તે; મ્હાત; નાશ; ભંગ; વિઘાત.

Defecate, (ડેફીકેટ્) *vt.* [L. *de* & *fæx*, *fæcis*, dregs.] To clarify; to purify: સાફ–નિર્મલ ક૦; ચોખ્ખું–શુદ્ધ ક૦.

Defect, (ડીફેક્ટ્)*n.*[L.*de* & *facto*,I do.]Want or absence of something necessary for perfection; deficiency: ખામી અપૂર્ણતા; કસર; બાકી; અભાવ.2.Failing;fault; imperfection; blemish: ખામી; દોષ; ભૂલ; ચૂક; ખોડ; ખાપણ; એબ; છિદ્ર; બાધ.

Defection, (ડીફેક્શન્) *n.* A falling away; apostacy; backsliding: પરિત્યાગ; ત્યાગ; ધર્મ–મત છોડવો તે; ધર્મ ત્યાગ; મતભ્રંશ.

Defective, (ડીફેક્ટિવ્)*a.* Deficient; imperfect; faulty: અપૂર્ણ; કસર–ખોડ–ખામીવાળું; અધુરૂં; અંગહીન; દોષયુક્ત; એબદાર. 2. Lacking some of the forms of conjugation:ક્રિયાપદનાં રૂપાખ્યાપન વિનાનું.

Defedation, (ડીફ્ડેશન્) *n.* [L. *de* & *fœdus*, foul.] Pollution: બીગાડ; નાપાકી; વટાલ; ભ્રષ્ટતા.

Defence, (ડીફેન્સ્) *n.*The act of defending or the state of being defended; protection: બચાવ–રક્ષણ ક૦ તે; બચાવ;રક્ષણ;રક્ષા. 2.That which defends or protects; a guard; a protection: રક્ષક; પાલક; રક્ષણ–બચાવ કરવાનું સાધન; નિવારણ; આશરો; છત્ર; આશ્રય; શરણ. 3. Protecting plea; vindication; justification: બચાવ; રદીઓ; બારી. 4. The defendant's plea or answer: પ્રતિવાદીનો જવાબ; રદીઓ: ઉત્તર.

Defenceless, (ડીફેન્સ્લેસ્) *a.* Unprotected; unable to oppose; unsheltered: બચાવ–રક્ષણ વિનાનું–રહિત;આશ્રય વિનાનું;અશરણ;અરક્ષિત; અનાથ.

Defend, (ડીફેન્ડ્)*vt.*[L.*de* & *fendo*, I strike.] To ward off; to repel: પાછું વાલવું–ફેરવવું; અટકાવવું. 2. To prohibit; to forbid: મના કરવી; અટકાવ કરવો. 3. To protect; to uphold: બચાવ–રક્ષણ ક૦;પ્રતિપાદન ક૦;તરફથી બોલવું; પક્ષ ખેંચવો–લેવો; તરફદારી ક૦.4. To oppose or resist as a claim; to contest: સામી તકરાર લેવી; સામો જવાબ આપવો; બચાવ ક૦.

Defendant, (ડીફેન્ડૅન્ટ્) *n.* One who defends; a defender: રક્ષક; રક્ષણકર્તા; સંરક્ષક; ત્રાતા; પાલક. 2. The party that opposes a complaint: પ્રતિવાદી; પ્રતિપક્ષી; જવાબદાર. *a.* Proper for defence: બચાવ કરવાને માટે લાયક–યોગ્ય.2.Making defence: બચાવ રક્ષણ કરતું.

Defender, (ડીફેન્ડર્) *n.* One who defends; a champion: પેહેલવાન; બચાવ કરનાર; રક્ષક; પાલક; રક્ષણ કર્તા; સંરક્ષક; ત્રાતા.

Defensible, (ડીફેન્સિબ્લ્)*a.*Capable of being defended:રક્ષણીય;રક્ષણ–બચાવ થઈ શકે એવું; રક્ષ્ય.

Defensive, (ડીફેન્સિવ્) *a.* Proper for defence: બચાવ કરવાને લાયક–યોગ્ય; બચાવ–રક્ષણમાં કામ આવે–લાગે એવું;ક્ષણોપયોગી; રક્ષક. **d.***weapons:* રક્ષણોપયોગી–રક્ષક શસ્ત્રો.

Defer, (ડીફર્) *vt.*[L. *dis* & *ferro*, I bear.]To delay; to protract: મુલતવી રાખવું;ઢીલ ક૦; લંબાવવું; મોકુફ રાખવું.2. To lay before; to refer:આગલ મૂકવું–લઈ જવું; રજુ ક૦; આગલ ધરવું. 3. To render or offer: અર્પણ ક૦;નિવેદન ક૦;કરવું. *vi.*To put off; to delay: વાર લગાડવી; ઢીલ–વિલંબ ક૦; રાહ જોવી. 2. To submit to the opinion of another:બીજાના વિચાર–મતને તાબે–આધીન થવું–મલતા આવવું; મુરવત–મોઢું–માન રાખવું.

Deference, (ડેફરેન્સ્) *n.* Regard; respect; complaisance: માન;અદબ;મર્યાદા;ખાતરદારી; મુરવત.

Deferential, (ડેફરેન્શિઅૅલ્) *a.* Expressing deference; accustomed to defer:માન–અદબ–મર્યાદા રાખનારૂં; મર્યાદશીલ; અદબવાલું.

Defiance, (ડીફાઈઅૅન્સ્) *n.* [L. *dis* & *fides*, faith.]A challenge;a provocation:સામા આવવા–થઈ જવા–લઢવા બોલાવવું તે; લઢાઈની માગણી;ધમકી. 2. Willingness to fight; disposition to resist: લઢવાની–અટકાવવાની–અટકાવ કરવાની ખુશી–મરજી. 3. A casting aside; renunciation; rejection: બેદરકારી; તુચ્છકાર; અવગણના; અવજ્ઞા. *To bid* **d.**, *to set at* **d.**, to defy: તુચ્છકારવું; ન ગણકારવું.

Defiant, (ડીફાઈઅૅન્ટ્) *a.* Bold; insolent: લઢવાને તત્પર;કેડ બાંધીને ઉભેલું;બેદરકાર;ઉદ્ધત;ધૃષ્ટ;બેપરવા.

Deficiency, (ડેફિશન્સિ) *n.*Want; failure; inadequacy: કોતાઇ; ખોટ; ખુટકો: ઘટ; કસર; ન્યૂનતા; અપૂર્ણતા; હીનતા; અભાવ; દોષ; છિદ્ર.

Deficient, (ડેફિશન્ટ્) *a.* [L. *de* & *facio*, I make.] Not sufficient; inadequate; defective; incomplete; lacking: ઉણું; અધૂરૂં; અપૂર્ણ; ઓછું; કમી; ન્યૂન; ખૂટતું; ઘટતું; હીન; રહિત; કસરવાલું; થોડું.

Deficit,(ડેફિસિટ્) *n.*Deficiency; lack:ખોટ;કસર; ઘટાડો; ખૂટ; ઘટ; તોટો; કોતાઈ.

Defile, (ડીફાઈલ્) *n.* A long narrow pass: લાંબો–સાંકડો રસ્તો; નેલ; ગલી; નાલ. 2. (*Fort*) The act of raising the exterior works of a fortress to protect the interior: કિલ્લાના અંદરના ભાગનું રક્ષણ કરવાને આગલો ભાગ ઉંચો ક૦ તે.*vt.* To make foul; to make filthy; to pollute: મેલું–ગંદુ ક૦; કચરાલું–મેલવાલું ક૦; બગાડવું;મલકટ ક૦; મલિન–ગલીચ ક૦. 2. To soil or sully; to tarnish; to taint: બટ્ટો–લાંછન–એબ–ડાઘ લગાડવો;•કલંકિત ક૦; દૂષણ દેવું. 3. To injure in purity of character; to corrupt: અપવિત્ર–મલિન–ભ્રષ્ટ ક૦; નાપાક ક૦; નાપાક અપવિત્ર–ભ્રષ્ટ થવું; ખરાબ ક૦;પતિત ક૦;પતિત થવું.4.To corrupt the chastity of; to debauch: પતિવ્રત ભંગ ક૦; દોષ લગાડવો; દૂષિત ક૦; ખરાબ ક૦; બગાડવું; આબરૂ–લાજ લુંટવી. 5. To make ceremonially unclean: બોલવું; વટાલવું; અભડાવવું.

Defile, (ડીફાઈલ્) *vi.* To march off file by file: હારબંધ કૂચ ક૦–ચાલવું.

Defilement, (ડીફાઈલ્મેન્ટ) *n.* Foulness; dirtiness; pollution; uncleanness: બિગાડ; મલિનતા; અપવિત્રતા; ભ્રષ્ટતા; દૂષણ; કલંક;એબ;લાંછન; પતિવ્રતભંગ; વટાલ; વિટાલ;ભ્રષ્ટાચાર.2.The act of raising the exposed side of a fortress,in order to shelter the interior works: કિલ્લાના અંદરના ભાગનું રક્ષણ કરવાને તેનો આગલો ભાગ ઉંચો ક૦–વધારવો તે.

Definable,(ડીફાઇનેબ્લ્) *a.* Determinable; ascertainable; terminable: બયાન–વર્ણન કરી શકાય એવું; વ્યાખ્યા કહી શકાય એવું; વ્યાખ્યેય; નક્કી કરી શકાય એવું; હદ–સીમા મર્યાદા બાંધી શકાય એવું.

Define,(ડીફાઈન્)*vt.*[L.*de* & *finis*,a boundary.] To bring to a termination; to end: અંત છેડો આણવો;પુરૂં ક૦:સમાપ્ત ક૦.2.To mark the limits of:હદ સીમા–મર્યાદા બાંધવી; સિમાડો નક્કી ક૦–ઠેરવવો. 3. To determine with precision; to ascertain clearly: ચોકસ રીતે કહી–બતાવી આપવું; બરાબર નક્કી ક૦;નિર્ણય–નિશ્ચય ક૦;નિરૂપણ ક૦.4. To fix the meaning of; to explain; to expound or interpret:અર્થ કહેવો; વ્યાખ્યા કહેવી–આપવી; બયાન–વર્ણન ક૦; ચોકસાઈથી કહેવું; સમજાવવું.

Definite,(ડેફિનિટ્) *a.* Having certain limits; limited; fixed: હદ–સીમાવાલું;સાવધિક;સમર્યાદ; અમુક. 2. Determinate; certain; precise; exact; clear:ચોકસ;નિર્ણીત;નિશ્ચિત; નક્કી;સ્પષ્ટ;સાફ; મુકરર. 3. Serving to restrict; limiting; determining: નક્કી–નિશ્ચયપણે બતાવે તવું;નિશ્ચયાત્મક; વિશેષાર્થદર્શી.

Definition,(ડેફિનિશન) *n.* The act of defining or determining: ખરાખર અર્થ ગુણ-લક્ષણ કહેવાં તે. 2. (*a*)An explanation of the meaning of a word or term:વ્યાખ્યા; પરિચ્છેદ;લક્ષણ. (*b*) A description of a thing with its properties: કોઈ ચીજના અર્થ-ગુણ-લક્ષણ વિગેરેનું વર્ણન-નિરૂપણ. 3. (*Log.*) An exact enunciation of the constituents which make up the logical essence: લક્ષણ; નિર્વચન.

Definitive,(ડેફિનિટિવ્) *a.*Positive; final; conclusive; express: મર્યાદા બાંધી આપનારૂં; છેલું; અંતનું;આખરનું;ચોકસ; સ્પષ્ટ; નિશ્ચિત;નક્કી. 2. Determinating: વિશેષાર્થ દર્શી; નિશ્ચયાત્મક. *n.* (*Gram.*) A word used to define or limit the extent or signification of a common noun: વિશેષાર્થ દર્શક-દર્શી શબ્દ; નિર્ણયાત્મક શબ્દ.

Definitively, (ડેફિનિટિવ્લિ)*adv.* Finally;conclusively; positively: નક્કી; ખચિત; નિઃસંશય; નિશ્ચે; જરૂર.

Deflagration,(ડેફ્લેગ્રેશન)*n.*(*Chem.*) A sudden and sparkling combustion: જોશ ભરેલું એકાએક ઉડેલું ખલતું; એકદમ તણખા નિકલે એવી રીતે સલગવું-ખલવું તે.

Deflect,(ડીફ્લેક્ટ્) *vi.* [L.*de* & *flecto*,I bend.] To turn aside; to deviate from a right line: આડે માર્ગે જવું;ખસી જવું; દુર્માર્ગે ચઢવું; ચલવું. *vt.* To cause to turn aside: આડે માર્ગે કાઢવું; ખસેડવું; ચલાવવું; વેગલું કo.

Defloration, (ડીફ્લૉરેશન) *n.* The act of deflouring: કૌમાર ભંગ કo તે; કૌમાર્યનાશ.

Deflour,(ડીફ્લૅાર્) *vt.*[L. *de* & *flos*, flower.] To deprive of flower: ફુલ-ફુલો ઉતારી લેવાં-લઈ લેવાં-તોડી લેવાં. 2. To take away the prime beauty and grace of:ખૂબસુરતીનો નાશ-ભંગ કo; શોભા હરી લેવી; તત્વ માલ લઈ-કાઢી લેવો; નાક લઈ લેવું. 3. To deprive (a woman) of virginity;to ravish: કૌમારભંગ-નાશ કo; ક્ષતયોનિ કo.

Defoliation,(ડીફૉલિએશન)*n.*[L.*de*& *folium*, leaf.] The fall of the leaf or shedding of leaves:પાંદડાં પડવાં-ખરી પડવાં તે; પત્રમોક્ષ. 2. The time or season of shedding leaves in autumn: પાનખર ઋતુ.

Deform,(ડીફૉર્મ્)*vt.* [L. *de* & *forma*, shape.] To mar or alter in form;to disfigure: આકાર-આકૃતિ-રૂપ-ઘાટ-ડોલ ખગાડવો; કઢંગું-ખદસૂરત-બેડોલ-ખદશિકલ કo-ખનાવવું;આકાર ભંગ-રૂપભંગ કo. 2. To render displeasing; to dishonour: ગમે નહિં એવું કરવું;ખગાડવું; આબરૂ લેવી; ગેર આબરૂ કo; ખટ્ટો-એબ-લાંછન લગાડવું; ભ્રષ્ટ-કલંકિત કo. *a.* Deformed: કદરૂપું; કુખડું; ખદશીકલ; બેડોલ; ખદસુરત; વિરૂપ; કુરૂપ.

Deformed,(ડીફૉર્મ્ડ્)*a.*Ugly; marred in form: કદરૂપું; વાંકું ચૂંકું;કુરૂપ; ખદશીકલ; ખદસુરત; બેડોલ.

Deformity,(ડીફૉર્મિટિ) *n.* Distortion; defect; ugliness: કદરૂપાપણું;ખોડ; દોષ; ખદસુરતી; ખદશીકલ પણું; એખ. 2. Irregularity; absurdity; gross deviation: અનિયમિત પણું; વેધ; અવિધાન; વિપરીતતા; આડાપણું.

Defoul,(ડીફાઉલ્)*vt.*To pollute, to corrupt: ખગાડવું; ખરાખ-અપવિત્ર કo; ભ્રષ્ટ-મેલું-ગંદુ કo.

Defraud,(ડીફ્રૉડ્)*vt.*[L. *de* & *fraus, graudis*, fraud.]To cheat; to deceive; to overreach: ઠગવું;દગો કરવો-રમવો; છેતરવું; દગાથી લેઈ લેવું; પચાવી પડવું;ખાઈ જવું;ધૂતવું;છલ-કપટથી લઈ લેવું;ફરેખ રમવો.

Defray,(ડીફ્રે)*vt.*To pay or discharge;to serve in payment of:આપવું;ઉઠાવવું;અદા કo;ઝીલવું;માથે લેવું;ફેડવું; ચુકવવું; ચુકવી આપવું. 2. To satisfy;to content:સંતોષ પમાડવું;સમાવવું; શાંત-નરમ પાડવું.

Defunct,(ડીફન્ક્ટ્)*a.* [L. *de* & *fungo*, I do.] Dead;deceased: મરેલું;મુવેલું;મરી ગયેલું;ગત થયેલું; મહૂમ; સ્વર્ગવાસી. *n.* A dead person: મરી ગયેલો-મુએલો માણસ; સ્વર્ગવાસી.

Defy,(ડીફાઈ)*vt.* [L. *dis* & *fides*, faith.] To renounce; to reject;to refuse:ના કહેવી; નાકબૂલ રાખવું;ત્યાગ કo;અંગીકાર ન કo. 2. To set at defiance; to treat with contempt:ન ગણકારવું; અવજ્ઞા કo;અનાદર-અવગણના કo;ન લેખવું; પત ન કo; ભાર-હિસાખ ન ગણવો-માનવો; તુચ્છકારી કાઢવું.3. To challenge;to call out to combat: સામે બોલાવવું; યુદ્ધ કરવું; યુદ્ધને માટે બોલાવવું; લઢવાનું આમંત્રણ કo.

Degeneracy, (ડીજેનરૅસિ) *n.* The act of degenerating; a growing worse:નખલું પડવું-ક્ષીણ થતા જવું તે;કુલાચારભ્રંશ; ભ્રષ્ટતા;ખદનતી. 2. Decay; loss of goodness; meanness: નખલી ઉતરતી દશા; ક્ષીણતા;બુદ્ધિ-ખલક્ષીણતા; નીચાવસ્થા; કમઅસીલાઈ.

Degenerate,(ડીજેનરેટ્) *vi.* [L. *de* & *genus*, race.] To grow worse;to be degraded; to deteriorate: ખગડતા-નખલા પડતા જવું; ઉતરતી દશાને પામતા જવું; ક્ષીણતાને પામતા જવું; કમઅસીલ-ખદજાત-હલકી નસલનું થવું;ઉતરવું;ચલવું; મુલગુણ છોડવો. *a.* Degraded;mean; base:ખગડેલું;નીચ; કુલાચારભ્રષ્ટ; કમજાત; પતિત; અધમ; ભ્રષ્ટ.

Degeneration,(ડીજેનરેશન) *n.*Same as **degeneracy**. 2.The thing degenerated: ખગડેલી-નખલી પડી ગયેલી-ક્ષીણતાને પહોંચેલી ચીજ;અપકૃષ્ટ પદાર્થ-વસ્તુ; પતિત-અધર્મ-ભ્રષ્ટ પદાર્થ.

Deglutition, (ડીગ્લ્યુટિશન) *n.* The act of swallowing:ગલવું તે;ગલે ઉતારવું તે;ગલી જવું તે; નિગરણ. 2. The power of swallowing: ગલવાની-ગલી જવાની-ગલે ઉતારવાની શક્તિ; નિગરણ શક્તિ.

Degradation,(ડીગ્રેડેશન) *n.* Deposition; diminution; a lowering: હલકી પાયરી-દરજ્જે ઉતારી નાંખવું તે;ઉતારવું તે;હલકી પાયરી;પદભ્રંશ; અધિકારભ્રંશ. 2. Baseness; degeneracy; disgrace: કિંમત-માન-વજનનો ઘટાડો;માનભંગ; અવમાનના; માનનાશ;અધમતા;નીચાવસ્થા; પદભ્રષ્ટતા; અપકર્ષ; ફસવાઈ; બેહોરમતી.3. Diminution of strength or value: કીમત-જોરનો ઘટાડો.

Degrade,(ડીગ્રેડ્)*vt.*[L. *de* & *gradus*, a step.] To lower in rank; to deprive of office or dignity:ઉતારવું; નીચે દરજ્જે ઉતારવું; પદવી ઉતારવી; પદભ્રષ્ટ કo; અધિકાર-પદવી લઈ લેવી; બે આબરૂ કo. 2. To lessen the value of; to debase; to disgrace: કિંમત ઘટાડવી; નીચું-હલકું પાડવું-કo; માનવજન-ગૌરવ-પ્રતિષ્ઠા-શોભા-ભારબોજ ઘટાડવો-ઓછો કo;માનભંગ કo.*vi.*To degenerate:નીચું-હલકું થવું.

Degraded,(ડીગ્રેડેડ્)*a*. Sunken; low; base: નીચું;હલકું; પામર; પતિત; સ્થાન–પદ–માનભ્રષ્ટ. 2. Having steps: પગથીઆં વાળું; પાયરીવાળું.

Degree,(ડીગ્રી)*n*. [L. *de* & *gradus*, a step.] A step; a staircase:પગલું; પગથિયું. 2. Grade; gradation:પ્રમાણ;દરજ્જો;પદ;સ્થાન;પાયરી. 3. Position; rank; station: દરજ્જો; પદવી; મોભો; મરતબો. 4. Quality; extent: અંશ;વિસ્તાર; સીમા; મર્યાદા; અવધિ;પહોંચ. 5.A certain distance or remove in the line of descent: પેઢી; કુલ; વંશ. 6. *(Geom.)* A 360th part of circumference of a circle: ગોલ વર્તુલના પરીઘનો ૩૬૦મો ભાગ. **d.** *of latitude*, અક્ષાંસ. **d.** *of longitude*: રેખાંશ.7. *(Alg.)* State as indicated by sum of exponents:ઘાત પ્રમાણ. 8. A division or space marked on an instrument:કોઈ યંત્ર ઉપર કાઢેલા–પાડેલા ભાગ–માત્રા–અંશ. 9. Grade or rank to which scholars are admitted by a college or university: વિદ્યાલય તરફથી અપાતિ પદવી; ડીગ્રી. By **d.**s, step by step; by little and little:આસ્તે આસ્તે;ધીમે ધીમે; થોડે થોડે; ક્રમે કરીને. *To a* **d.**, exceedingly: ઘણુંજ; બેહદ; બેસુમાર;અતિશય.*The highest* **d.**: પરાકાષ્ઠા; પરાકોટિ.

Deification,(ડીઈફિકેશન્) *n*. The act of exalting to the rank of deities; apotheosis: દેવની પદવીએ ચડાવવું તે; દેવ તરીકે માનવું તે; દેવત્વપ્રાપ્તિ; દેવત્વ; દેવકરણ.

Deiform,(ડીઈફૉર્મ્)*a*.[L. *deus*, god & *forma*, shape.] Like a god; of a godlike form: દેવના જેવું;દેવના આકારનું; દેવાકાર; દેવરૂપ.

Deify,(ડીઈફાઈ) *vt*. [L. *deus*, god & *facio*, I make.] To make a god of; to apotheosize:દેવ તરીકે માનવું; દેવ ગણવો; દેવની હાર–પંક્તિમાં મૂકવું–ગણવું; દેવગણના ક૦. 2. To praise or revere as a deity: દૈવત ગણવું–કરીને માનવું; ઈશ્વરરૂપે–દેવરૂપ ગણવું; પરમેશ્વર તરીકે માનવું–ગણવું.

Deign,(ડેન્)*vi*. [L. *dignus*, worthy.] To think worthy; to vouchsafe: યોગ્ય જાણવું; બક્ષવું; –ની કૃપા–મેહેરબાની ક૦. *vt*. To esteem worthy; to condescend to:લાયક ગણવું;સ્વીકારવું;માનવું. 2. To vouchsafe; to allow: બક્ષવું; કૃપા મહેરબાની ક૦; દેવું; અનુગ્રહ ક૦; પ્રસન્ન થવું; મહેરબાન થવું.

Deism,(ડીઈઝમ્)*n*.[L.*deus*,God.]The doctrine or creed of a deist: ઈશ્વરવાદ; કેવલેશ્વરમત; એક પરમેશ્વરજ છે અને ધર્મ જેવું કાંઈ નથી એવો મત–વિચાર.

Deist,(ડીઈસ્ટ્) *n*.[L. *deus*, God.] One who believes in the existence of a God, but denies revealed religion:ઈશ્વર છે પણ તેનો આપેલો કોઈ ધર્મ નથી એવો મત ધરાવનાર–એમ માનનાર:કેવલ ઇશ્વરવાદી.

Deity,(ડીઇટિ) *n*. [L. *deus*, God.] Divinity; godhead: દેવપણું; દેવત્વ; ઈશ્વરત્વ. 2. A god or godess: દેવ; દેવી; દેવતા. *The* **d.** God; the Supreme being: ઈશ્વર; પરમેશ્વર; ભગવાન; પ્રભુ.

Deject, (ડીજેક્ટ્) *vt*. [L.*de* & *jacio*, I throw.] To cast down; to direct downward: નાંખી–ફેંકી દેવું. 2.To dispirit; to dishearten: ઉદાસદિલગીર–ખિન્ન ક૦; હિંમત છોડવવી; ઉત્સાહ ભંગ–મનોભંગ ક૦. *a*. Lowspirited: ઉદાસ; દીલગીર; ખિન્ન.

Dejected, (ડીજેક્ટેડ્) *a*. Sad; afflicted; heavy: ઉદાસ; દિલગીર; ગમગીન; ખિન્ન.

Dejection, (ડીજેક્શન્) *n*.Casting down: નીચે–જમીનપર ફેંકી–નાંખી દેવું તે. 2. Melancholy; disheartenment: ગમગીની;ઉદાસી;ઉદ્વેગ;મ્લાનિ;ગ્લાનિ; ખેદ; દિલગીરી; ખિન્નતા. 3. Weakness; a low condition: નબળાઇ.

Delay, (ડીલે) *vt*. [L. *dis* & *fero*, I carry.] To put off; to prolong: વાર–ઢીલ ક૦; વિલંબ ક૦. 2. To retard; to retard the motion of: ખાલવું; રોકવું; ખોટી ક૦; વાર લગાડવી–થવી; થોભાવવું. 3. To allay: શાંત–નરમ ક૦; થંડું પાડવું; ડાબવું. *vt*. To move slowly; to linger: રસલવું; વિલંબ–ઢીલ ક૦; વાર લગાડવી. *n*. Putting off; procrastination: ઢીલ;વિલંબ;કાલક્ષેપ;વાર. 2.Stop; detention: રોકાણ; ખોલંબો; ખાલો; અટકાવ; નડતર; ખોટી; અંતરાય.

Dele, (ડીલી) *vt*. [L. *deleto*, I destroy or blot out.] *(Print)* To erase; to remove: છેકી નાંખવું; ભુસી નાંખવું; કાઢી નાંખવું.

Delectable,(ડીલેક્ટેબ્લ્) *a*. Highly pleasing; delightful: આનંદકારક; રમણીય; ખુશકારક; રૂચિકર; મનોહર; દિલપસંદ; મઝાહદાર.

Delectation, (ડીલેક્ટેશન્) *n*. [L. *delecto*, I delight.] Great pleasure; delight: મઝે; અતિશય આનંદ; હરખ; ખુશી; હર્ષ.

Delegate, (ડેલીગેટ્) *vt*. [L. *de* & *lego*, I bend.] To commission: to depute; to authorize: વકીલ–મુખ્તાર–પ્રતિનિધી કરવો–બનાવવો; સત્તા–અધિકાર સોંપવો; નેમવું. 2.To assign; to commit: સોંપવું; આપવું. *n* A deputy; a represenative: વકીલ;મુખ્ત્યાર;પ્રતિનિધિ. 2. A person elected by the people of a territory: કોઈ પરગણાના લોકોએ પસંદ કરેલો–ચુંટી કાઢેલો માણસ; પ્રતિનિધિ; ડેલીગેટ.

Delegation, (ડેલીગેશન્) *n*. The act of delegating; the appointment of a delegate: વકીલ–મુખ્તાર પ્રતિનિધિની નિમણુક; નિયોજન. 2.Persons sent to represent others: વતી કામ કરવાને મોકલેલા વકીલો–પ્રતિનિધિઓ; પ્રતિનિધિઓ.

Deleterious, (ડેલીટીરિઅસ્) *a*. [L. *deleo*, I destroy.]Hurtful;poisonous:નુકશાન કરે એવું;ઝેર ચડે એવું; ઝેરી; પ્રાણાંતક;નુકશાનકારક; વિનાશક;ઘાતક.

Delf, (ડેલ્ફ્) *n*. A mine; a pit dug: ખાણ; ખાડો. 2. Eerthenware, covered with white glazing: કોઠીનાં વાસણ; કોઠીકામ.

Deliberate, (ડેલીબરેટ્) *vt*. [L. *de* & *libro*, I weigh.]To consider maturely;to reflect upon; to ponder:પુખ્ત–પાકો વિચાર–તોલ ક૦;વિચારી જોવું; મનન–ચિંતન ક૦; ખ્યાલ ક૦. *vi*. To reflect; to consider: વિચારી જોવું; મનમાં તોલી જોવું;મનન કરી જોવું; મનમાં ઘોલવું. *a*. Circumspect; slow in determining *(Pers.)*: ધીરૂં; ઠાવકું; વિચારશીલ;વિચારવંત. 2.Formed with deliberation; carefully considered: પુખ્ત વિચારયુક્ત–થી કરેલું–આચરેલું; એકદમ-તરતજ નહિં આચરેલું એવું; પાકું; પકવ. 3. Not hasty or sudden; slow: ધીમું; કેટલોક વખત ગયા પછી થયેલું.

Deliberately (ડલિબરેટ્લિ)*adv*. Circumspectly; slowly: જાણી જોઈ–બુઝીને; અક્કલ હોશીયારીથી;

ધીરા રહીને; વિચારપૂર્વક; વિચાર કરીને; હાથે કરીને.

Deliberation, (ડલિબરેશન) *n.* Careful consideration; mature reflection: પુખ્ત-ઠરેલ-સંભાલપૂર્વક વિચાર; મનન; મનસુબો; ગોર. 2. Consultation: સલાહ; મસલહત; મનસુબો.

Deliberative, (ડલિબરેટિવ્) *a.* Proceeding by deliberation: વિચાર–મનસુબા–મસલહતથી થયેલું; વિચારશીલ: વિચારી.

Delicacy, (ડલિકૅસિ) *n.* [L. *de* & *lacio*, I entice.] Agreeableness to the senses; delightfulness: મધુરતા; માધૂર્ય; મનોહરતા; રમણીયતા; રૂચિરતા. 2. (*a*) Softness; elegance; tenderness; nicety of form: કોમલતા; લાવણ્યતા; લાલિત્ય: લાવણ્ય; નરમાશ. (*b*) Weakness: દુર્બળતા; ઝીણા-પાતલાપણું; પતળાઈ. 3. (*a*) Nice propriety of manners or conduct; refinement; fastidiousness: ચિપાસીઆપણું; તાજીમતવાજો; આદર; વિનય; શિષ્ટાચાર. (*b*) Effeminacy: મૃદુતા; સૌકુમાર્ય; સુકુમારતા; નાજુકાઈ; કાવલાપણું. 4. Addiction to pleasure; luxury; indulgence: સુખોપભોગ; વિષયભોગ; વિષયસેવા; આસક્તિ. 5. Nice and refined perception and discrimination; critical niceness: બારીકી; બારીક સમજ; વિવેક અને શાણપણ; ઝીણો વિચાર-વિવેક. 6. That which is alluring; delicate or refined; a luxury or pleasure; a dainty: મિષ્ટાન્ન; સ્વાદિષ્ટ અન્ન–રસોઇ–જમણ; મિષ્ટ પદાર્થ. 7. Pleasure; gratification; delight: આનંદ; સંતોષ; સુખ.

Delicate, (ડલિકેટ્) *a.* Addicted to pleasure; luxurious: વિલાસી; વિષયોપભોગી; એશઆરામી. 2. Pleasing to a cultivated taste; nice; fine; elegant: શોભીતું; સોહામણું; મધુર; સુંદર; લલિત; ખુશનુમા. 3. Light or softly tinted: આછું રંગેલું. 4. Fine or slender: પાતલું; ઝીણું; બારીક; નાજુક; સુતર. 5. Slight; light and yielding: નરમ; સુંવાલું; બારીક કુમાશનું. 6. Soft and fair: સુંવાલું તથા ગોરૂં; કોમલ; કુમલું. 7. Refined; gentle; considerate: નમ્ર; સુધરેલું; વિવેકવાલું–ભરેલું–નું; સભ્ય; શિષ્ટ. 8. Tender; frail; effeminate: નાજુક; કાવલું; સુવાલું; સુકુમાર. 9. Nice; critical; requiring careful handling: જોઈ–તપાસીને વાપરવાનું–કરવાનું; બારીક. 10. Dainty; fastidious: ચિપાસીયું; ચિકણું; સ્વાદિયું; નાજુક. 11. Of nice perception; sensitive; exquisite: પાકી–સારી–બારીક સમજવાલું. 12. Affected by slight causes: થોડી થોડી બાબતથી હેરફેર થઇ જાય એવું; વાલીયું; as **d.** *balance*: વાલીયાં તાજવાં. 13. Lovely; graceful: ઘાટદાર; ડોલદાર; ખૂબસુરત; સ્વરૂપવાન. *n.* Something pleasant or delicate: ખુશકારક–સુંદર–નાજુક ચીજ. 2. A delicate or luxurious person: નાજુક–એશ આરામી–મોજશોખી મનુષ્ય.

Delicately, (ડલિકેટલિ) *adv.* Luxuriously; nicely; softly: એશ આરામથી; મોજશોખથી; સુંદર-સુવાલી રીતે; ધીમે રહીને; વિચાર કરીને; સમજણપૂર્વક.

Delicious, (ડીલિશિઅસ્) *a.* Delightful; charming: ખુશકારક; આનંદકારક; રમણીય; મનોહર; ચિત્તાકર્ષક; રૂચિર; રૂચિકર; રસભર્યું; મધુર. **d.** *landscape:* રમણીય સૃષ્ટિશોભા. 2. Sweet or grateful to the taste or smell: મીઠું; મધુર; સ્વાદિષ્ટ; રૂચિકર; ખુશબોદાર; સ્વાદદાર; મજેદાર. 3. Seeking enjoyment; luxurious: મોજશોખી; એશ આરામી; ગમત–મઝા ખોલતું–શોધતું.

Delight, (ડીલાઈટ્) *n.* [L: *de* & *lacio*, I allure.] Extreme satisfaction; joy; lively pleasure: ખુશાલી; ઉલ્લાસ; પરમસંતોષ; તૃપ્તિ; પ્રીતિ; મઝા; હરખ; હર્ષ; આનંદ. 2. Licentious pleasure; lust: વિષયાનંદ; કામાભિલાષ. *vt.* To give delight to; to please highly: ખુશ ક૦; સંતોષ પમાડવું; આનંદ પમાડવો; રીઝવવું; સંતુષ્ટ-આનંદિત ક૦. *vi.* To be greatly pleased or rejoiced: અત્યંત-અતિશય મગ્ન-ખુશ રેહેવું; રીઝવું; સંતોષ–હર્ષ–આનંદ પામવો.

Delighted, (ડીલાઇટેડ્) *a.* Full of delight; glad; pleased: ખુશ; અનંદી; સંતોષી; હર્ષિત; મગ્ન.

Delightful, (ડીલાઈટ્ ફુલ્) *a.* Highly pleasing; charming: આનંદ જનક; સુખદ; રૂચિર; રૂચિકર; રમણીય; મનોહર; રમ્ય: હર્ષજનક; મનોરંજક.

Delineate, (ડીલિનીએટ્) *vt.* [L. *de* & *linea*, line.] To draw; to picture; to portray: ચિતરવું; ડોલિયું કાઢવું–ક૦; આંકણી ક૦; રેખા કાઢવી; આલેખવું; ચિત્ર આલેખવું; ચિત્ર પાડવું. 2. To represent with vividness; to describe: વર્ણવવું; બયાન–વર્ણન ક૦–આપવું; નિરૂપણ ક૦. 3. Portrayed: ચિતરેલું; ચિત્ર–છબી કાઢેલું.

Delineation, (ડીલિનીએશન) *n.* The act of representing or portraying: ડોલિયું–ચિત્ર–છબી કાઢવી તે; આંકણી; આલેખન; ચિત્ર; ચિતાર; નકશો. 2. Sketch; description: વર્ણન; બયાન; નિરૂપણ.

Delinquency, (ડીલિન્કવૅન્સિ) *n.* A fault; a misdeed; a crime; failure or omission of duty: કસૂર; તકસીર; ખોટું કામ; અપરાધ; ગુન્હો; દુષ્કર્મ; પાપ.

Delinquent, (ડીલિન્કવૅન્ટ્) *n.* [L. *de* & *linquo*, I leave.] One who commits a fault or crime; a culprit: દોષવાન; તકસીરવાર; પાપી; અપરાધી; ગુન્હેગાર. *a.* Failing in duty: કસૂરવાલો; અપરાધી.

Deliquate, (ડીલિકવેટ્) *vi.* [L. *de* & *liquo*, I make liquid.] To melt or be dissolved: પીગલવું; રસ જેવું થવું; પાણી જેવું થવું. *vt.* To cause to melt: પીગળાવવું; પાણી જેવું ક૦. 2. To consume; to bring to ruin: ખાઈ જવું; નાશ ક૦.

Deliquesce, (ડીલિકવૅસ) *vi.* પસરવું; ઓગળવું.

Deliquescence, (ડીલિકવૅસ્સૅન્સ) *n.* The act or state of being liquefying; tendency to melt: પસરવું–ઓગલવું તે; પસરાત.

Deliquescent, (ડીલિકવૅસ્સૅન્ટ્) *a.* Liquefying in the air: પસરે–ઓગલે એવું. 2. Branching: ફાંટા-વિભાગ પડતું.

Delirious, (ડીલિરિઅસ્) *a.* [L. *de* & *lira*, a furrow.] Light-headed; insane; demented: ખકવા-લવારાપર ચઢેલું; બકબક કરતું; પવનની અસરવાલું; સનેપાતવાલું–થયલું.

Delirium, (ડીલિરિઅમ્) *n.* Mental aberration; a roving of the mind: (તાવ) નો લવારો–બકવા; જ્વરમોહ; સનેપાત; વા; પવન. 2. Strong excitement: જબરી ઉશ્કેરણી–આવેશ–જોશ; ઘેલછા.

Deliver, (ડીલિવર્) *vt.* [L. *de* & *libero*, I free.] To set at liberty; to free; to save: છોડવવું; સ્વતંત્ર ક૦; બચાવવું; છુટકારો ક૦; મોકલુ ક૦; તારવું;

કાઢવું;ઉદ્ધાર કo. 2. To make over; to surrender; to resign (with *up* or *over*, *to* or *into*): આપવું; આપી દેવું;સ્વાધીન કo; હવાલે-સપુરદ કo; સોંપી દેવું. 3. To utter; to communicate; to impart: આપવું;કહેવું;જણાવવું;નિવેદન કo. 4.To discharge: મારવું; ફોડવું; છોડવું; કરવું.5.To relieve of a child in child-birth; to bring forth: છુટક-છુટકારો કરાવવો; જણાવવું; પ્રસવ કરાવવો. 6. To discover; to show: જણાવવું; જાહેર કo.

Deliverance, (ડીલિવરૅન્સ્) *n.* The act of delivering or freeing from restraint, captivity & the like; rescue: બચાવ; છુટકારો; તારણ;મોક્ષ; મુક્તિ. 2. Act of bringing forth children: પ્રસવક્રિયા;પ્રસવ;પ્રસૂતિ;ગર્ભમોચન.3.Act of speaking; utterance: ઉચ્ચારણ; ઉચ્ચાર;ઉદ્‌ગાર. 4. The state of being delivered: ઉદ્ધાર;વિમોચન.5. Anything delivered or communicated; an opinion expressed:સમર્પણ; નિવેદન.

Delivery,(ડીલિવરિ) *n.* Rescue; release; liberation:છુટકારો; છૂટકો; મુક્તિ; ઉદ્ધાર; બચાવ. 2. Surrender; distribution: શરણ; વહેંચણી; ઉત્સર્ગ. 3. Manner of speaking; બોલવાની છટા; ઉચ્ચારણ; વાક્‌શૈલી. 4. The act of giving birth; parturition:પ્રસવ;પ્રસૂતિ;જણવું-જન્મ આપવો તે.5. The state of being communicated: નિવેદન; વિજ્ઞપ્તિ.

Dell, (ડૅલ્) *n.* A small valley; a ravine: ન્હાની ખીણ;ખો;ગાર.2. A young woman:જુવાન સ્ત્રી.

Delta,(ડૅલ્ટા) *n.* The Greek letter Δ: યુનાની ભાષાનો ત્રીકોણાકાર અક્ષર.2. The space between two mouths of a river:કોઈ નદીનાં બે મુખ-મ્હોઢાંની વચલી જગ્યા-ભાગ.

Delude,(ડલ્યૂડ્) *vt.*[L.*de* & *ludo*, I play.] To beguile; to dupe; to impose upon:ભોલવવું; છેતરવું; ભૂલાવા-ભ્રાંતિ--મોહમાં નાંખવું; દગો દેવો; ભ્રમ-વિભ્રમમાં નાંખવું. 2. To disappoint:નાઉમેદ-નિરાશ કo; નાશી પાશ કo.

Deluge, (ડૅલ્યૂજ્) *n.*[L.*de* & *lavo*,I wash.]An inundation; a flood: રેલ; પૂર; જલપ્રલય. 2. Any thing which overwhelms:આપત્તિ; આફત;દૈવકોપ. This sense can be expressed by such words as:દરિઓ; ડુંગર; ઝાડ; ઝાઝ; સાગર; &c.*vt.*To inundate; to drown:જલમય કo; ડુબાવવું; બુરાડવું; ગરક કo.2.To overwhelm,as with a deluge;to cover; to overspread; to submerge: પથરાવવું; પાથરવું; ડુબાડવું; ગર્કાવી દેવું; ફરી વલવું; ઉતરી પડવું.

Delusion,(ડીલ્યૂઝન્) *n.*Deception;a misleading of the mind:છેતરવું-ભૂલાવા-ભ્રાંતિમાં નાખવું તે; પ્રલોભન; કપટ; આભાસ; માયા; ઇંદ્રજાલ;ફરેબ.2. The state of being misled: છેતરાવું-ભોલાવું-ભૂલાવા-ભ્રાંતિમાં પડવું તે; ભ્રમ; મોહ; ભ્રાંતિ.2. False belief; error in belief:માયા;ભૂલ;ભ્રમ.

Delusive-sory, (ડીલ્યૂસિવ્-ડીલ્યૂસૉરિ) *a.* Deceptive;beguiling:ફરેબબાજ;છેતરે-ભૂલથાપ દે એવું; કપટી; મોહક; મોહ-ભ્રાંતિજનક-કારક;માયિક; માયામય; અસાર.

Delve,(ડૅલ્વ્) *vt.*To dig; to open with a spade: ખોદવું; ખણવું. 2.To trace out; to penetrate:મુલ ખોલી કાઢવું; ઉંડા ઉતરવું; દરિયાફ્ત કo. *n.* A pit; a ditch;a cave: ખાડો; ખાઇ; કોતર; ગુફા.

Demagogue, (ડૅમૅગૉગ્) *n.* [Gr. *demos*, the people,&*ago*,I lead.]An artful political orator: લોકોનો સરદાર-દોરવનાર;લોકને ઉશ્કેરનાર;રીતુરી લોકોનો આગેવાન; ખંડખોર.

Demand,(ડીમૅન્ડ્) *vt.*[L.*de* & *mando*,I order.] To ask or call for as due by right:હક્ક-સત્તાથી માગવું-પૂછવું; દાવો-હક્ક કo; અધિકારપૂર્વક માગવું; સત્તાની રૂઇએ માગણી કo. 2.To ask; to question:પૂછવું;સવાલ-પ્રશ્ન પૂછવો.3.To require as necessary or useful; to call for: માંગવું; ખપ-જરૂર હોવી. 4. To call into court;to summon:અદાલતમાં બોલાવવું-તેડવું;"સમન" કરીને બોલાવવું. *vt.*To ask;to inquire: પૂછવું; ખબર પૂછવી-કાઢવી. *n.* Requisition; exaction; માગવું તે; માગણી;દાવો; ઉઘરાણી.2.Question; query:સવાલ; પ્રશ્ન. 3. Request; a diligent search; manifested want:ખપ;જરૂર; તંગી;માગણી; ખોટ.4.Thing claimed;claim:દાવો કરેલી ચીજ;દાવો; માગણી. 5. (*a*) The asking for what is due: જે લેહેણું હોય તે માગવું તે; માગણી. (*b*) A thing or amount claimed to be due:લેહેણું; માગણું; લેહેણી ચીજ-રકમ. *On* **d.**: માગે ત્યારે.

Demandable,(ડીમૅન્ડેબલ્) *a.* Capable of being demanded, claimed or asked for: માગવા-દાવો કરવા યોગ્ય-લાયક.

Demandant,(ડીમૅન્ડૅન્ટ્)*n.*One who demands; any plaintiff:વાદી; હક્ક કરનાર; માગનાર; અર્થી.

Demarcation,(ડીમાર્કેશન્)*n.*[L.*de* & *marka*, a limit.] Division; separation; the act of ascertaining a limit: સીમા-હદ્દ-મર્યાદા નક્કી કo તે; હદ્દ; ભાગ; સીમ; પાર-છેડો.2. A limit or bound ascertained:નક્કી કરેલી મર્યાદા-સીમા.

Demean,(ડીમીન્)*vt.*[L.*de* & *mineo*, I threaten.] To manage; to conduct; to treat: ચાલવું; વર્તવું; આચરવું. 2. To debase: હલકું-નીચું પાડવું-કo. *n.* Behaviour;conduct: વર્તણુક;વર્તન;આચરણ.

Demeanour, (ડીમીનર્) *n.* Behaviour; mien: વર્તન;વર્તણુક;આચરણ;આલચલગત;દેખાવ;ડોલ; શીકલ.

Demency, (ડીમૅન્સિ) *n.* [L.*de* & *mens*, the mind.] Dementia;insanity: ગાંડપણ;ઘેલાપણું;દીવાનાપણું; ઘેલચ્છા.

Dement,(ડીમૅન્ટ્) *vt.* To deprive of reason;to make mad: ગાંડું-ઘેલું-દીવાનું કo;વિચાર શક્તિ વિનાનું કo-બનાવવું.

Dementate,(ડીમૅન્ટેટ્)*a.*Deprived of reason: ગાંડું; ઘેલું; દીવાનું; ઉન્મત્ત; ભ્રાંતચિત.*vt.*To deprive of reason:ગાંડું-ઘેલું-દીવાનું કo.

Demented,(ડીમૅન્ટેડ્) *a.*Deprived of reason; mad:ગાંડું; ઘેલું; દીવાનું.

Demerit,(ડીમૅરિટ્) *n.* [Fr. *de* & L. *mereo*, I deserve.]That which one deserves or merits: જે કોઇને લાયક હોય-આવે તે.2.Fault; crime; vice: દોષ; પાપ; અપરાધ; વાંક. 3. The state of one who deserves ill:અપજશ; નાલાયકી:

Demesmerize,(ડીમૅસ્મેરાઇઝ્) *vt.* To relieve from mesmeric influence:વશીકરણમાંથી મુક્ત કo-

છોડવવું; સચેત ક૦; ચેતનામાં લાવવું.

Demi, (ડેમિ) [L. *dis* & *medius* middle.] A prefix signifying half:અર્ધ–અડધું એવું બતાવનારો ઉપસર્ગ.

Demi-god,(ડેમિગૉડ્) *n.* Half a god:અર્ધદેવ;ઉપદેવ; દેવકલ્પ; ગંધર્વ.

Demise,(ડીમાઇઝ્) *n.* [L. *de* & *mitto*, I send.] Transference;making over:હક બીજાને આપવો તે; આપી દેવું તે.2.Death of any distinguished individual:કોઇ પ્રખ્યાત–નામાંકિત માણસનું મોત–મરણ–દેહત્યાગ; મૃત્યુ; સ્વર્ગવાસ. 3. (*Law*) The transfer of an estate:મિલકત–જાગીરનો બીજાને હક આપવો તે; વારસો. *vt.* To grant or bestow by will; to bequeath:વસિયતનામા–વારસાનામાથી આપવું–બક્ષવું.2. To give: આપવું; દેવું. 3. To lease: પટે આપવું.

Democracy, (ડેમૉક્રસિ) *n.* [L. *demos*, the people, and *kratos*,strength.]Government by the people; a republic: પ્રજાસત્તાક રાજ્ય; પ્રજાતંત્ર. 2. The people collectively:લોકસમસ્ત; જનસમૂહ 3. The principle & policy of the democratic party:પ્રજાસત્તાક રાજ્યની હિમાયત–પક્ષ.

Democrat,(ડેમૉક્રૅટ્)*n.*One who is a promoter of the government by people: પ્રજાસત્તાક રાજ્ય થાય એવી ઉશ્કેરણી કરનાર–ઇચ્છનાર; પ્રજાતંત્રવાદી; પ્રજાપક્ષાવલંબી; પ્રજાસત્તાક રાજ્ય પક્ષી.2. A member of the democratic party:પ્રજાથી નિમાયેલા માણસોમાંનો એક; પ્રજાસત્તાવર્ધક પક્ષનું માણસ.

Democratic-al,(ડેમૉક્રૅટિક્-ડેમૉક્રૅટિકૅલ્) *a.* Appertaining to or favoring democracy:પ્રજાસત્તાક રાજ્ય સંબંધી–ને લગતું–પ્રવર્તક; પ્રજાસત્તાક રાજ્યની હિમાયત કરનાર; સાર્વલૌકિક; પ્રજાતંત્રીય.

Demolish, (ડીમૉલિશ્) *vt.* [L.*de* & *moles*, a mass.]To raze;to pull to pieces;to ruin:ભાંગી–તોડી નાંખવું; તોડી પાડવું: જમાનદોસ્ત–સપાટ ક૦.

Demolition, (ડીમૉલિશન્) *n.* Ruin; destruction; utter overthrow:પાયમાલી;નાશ;ખરાબો;ભંગ; વિનાશ; ઉચ્છેદ.

Demon, (ડેમૉન્) *n.* [L. *dæmon*, a spirit.] A departed soul:મરી ગયેલો–ગત થયેલો આત્મા.2.An evil spirit; a devil:ભૂત; પિશાચ.3.A spirit holding a middle place between man and deiteis: દાનવ; અસુર; રાક્ષસ.

Demoniac-nial, (ડેમૉનિઍક્-ડેમૉનિઍલ્) *a.* Pertaining to or resembling demons or evil spirits; devilish:પિશાચી; ડાકણુ; અસુર સંબંધી–ના જેવું; ભયાનક. 2. Influenced by demons: ભૂત ભરાયેલું હોય–આવેલું હોય તેવું; અસુરકૃત.

Demoniac, (ડેમૉનિઍક્) *n.* A human being possessed by a demon or evil spirit:ભૂત આવેલું માણસ; પિશાચગ્રહિત; ભૂતાવિષ્ટ.

Demonstrable,(ડેમૉન્સ્ટ્રેબલ્)*a.* Easily found out or made evident; admitting of decisive proof:સિદ્ધ–સાબેત ક૦;યોગ્ય–જોગ–લાયક;પ્રતિપાદનીય.

Demonstrate,(ડેમૉન્સ્ટ્રેટ્)*vt.* [L. *de* & *monstro*, I show.] To point out; to indicate; to exhibit:બતાવવું; દેખાડવું; દર્શાવવું. 2. To show or make evident by reasoning; to prove by deduction: સાબેત–સિદ્ધ ક૦; ખાત્રી કરી આપવી;પ્રતિપાદન ક૦.

Demonstration, (ડેમૉન્સ્ટ્રેશન) *n.* An exhibition; indication; indubitable evidence:સાધન; નિર્ણય; પ્રમાણ; સિદ્ધાંત; પ્રતિપાદન:સાબેતી; દલીલ; as, *occular* **d.**: પ્રત્યક્ષ; પ્રમાણ; ચાક્ષુષજ્ઞાન. 2. A manifestation; a show:દેખાવ;ચિન્હ;દર્શન.3. The exhibition of the parts of: ભાગ–અવયવો–દેખાડવા–બતાવવા તે. 4. The act of proving by the syllogistic process: અવયવ સિદ્ધાન્ત; પ્રતિપાદન. 5. (*Mil.*) A decisive exhibition of force:લડાઈની તૈયારી: લડાઇનો દેખાવ. *Direct or positive* **d.**:પ્રતિપાદ્યસિદ્ધાન્ત. *Indirect* or *negative* **d.**:નિષેધાર્થક પ્રતિપાદન (સિદ્ધાન્ત.)

Demonstrative, (ડેમૉન્સ્ટ્રેટિવ્) *a.* Making evident;exhibiting clearly:સ્પષ્ટ–ખુલ્લી રીતે બતાવી આપે એવું; દર્શક; પ્રતિપાદક. 2. Frank;open:ભોળું; નિષ્કપટી;ભડભડીયું.3.Consisting of eulogy:સ્તુતિ–પ્રશંસા–તારીફવાળું. **d.** *pronoun* (*Gram.*): દર્શક સર્વનામ.

Demoralization, (ડીમૉરૅલાઇઝેશન) *n.* The act of subverting or corrupting morals:ભ્રષ્ટતા; આચારભ્રષ્ટતા; નીતિગુણખંડણ; અપકર્ષ.

Demoralize, (ડીમૉરૅલાઇઝ્) *vt.* To corrupt the morals of:બગાડવું;નીતિભ્રષ્ટ ક૦;અનિતિમાં આણવું; ધર્મ–આચાર ભ્રષ્ટ ક૦; આચારદૂષિત ક૦; અનીતિવાન કરવું.

Demotic,(ડીમૉટિક્) *a.* Popular;common:લોકપ્રિય; સાધારણ.

Demulcent, (ડીમલ્સેન્ટ્)*a.* [L. *de* & *mulceo*, I soften.] Softening;lenient: નરમ–પોચું કરનારૂં; શામક; શાંતિદ; સ્નિગ્ધ; ચિકણું.

Demur,(ડીમર્) *vi.* [L. *de* & *mora*, a delay.] To linger; to stay;to abide:પડી રહેવું;રહેઠાણ કરી રહેવું; વસવું; વાસો ક૦. 2. To delay; to pause;to hesitate: ખમચાવું; અચકવું; ઢીલ ક૦; વાર લગાડવી; આંચકો ખાવો; વિલંબ ક૦;આનાકાની ક૦;ઢચુપચુ થવું. 3. (*Law*)To raise an objection:હરકત લેવી;વાંધો–તકરાર ઉઠાવવી.*vt.*To have doubt of:શક–વહેમ હોવો; ઢચુપચુ હોવું;આનાકાની ક૦. 2. To cause delay to; to put off: ઢીલ કરાવવી; વાર લગાડાવવી; વિલંબ કરાવવો. *n.* Stop; pause; hesitation:અટકાવ; આંચકો;આનાકાની;આશંકા; સંદેહ;વિતર્ક; વિકલ્પ.

Demure,(ડીમ્યુર્) *a.* Of modest look; grave: ઠાવકું; ડાહ્યું; ગંભીર; નમ્ર: રાંકડું; ગરીબ; ધીર;શાંત.2. Making a show of gravity: ફક્ત બહારથી દેખીતું નમ્ર–ગંભીર–ગરીબડું–ડાહ્યું; બગભક્ત; બગધ્યાની;ગરીબડું; ગૌમુખું. *vt.* To look demurely:નમ્ર–ગંભીર–ગરીબડા દેખાવવું હોવું.

Demurrage,(ડીમરેજ્) *n.*(*a*) The detention of a vessel by the freighter beyond the time allowed in her charter-party for loading, unloading or sailing: કરાર–ખતમાં ઠરાવ્યા કરતાં માલ ચઢાવવા ઉતારવામાં માલ ધણી તરફથી વહાણને વધારે વખત થયેલું રોકાણ. (*b*) The payment made for such delay: આવી રોકાણને માટે માલધણીએ વહાણવાળાને આપેલી નુકશાની; ખુંટો.

Demurer,(ડીમરર્) *n.* One who demurs: વાંધો લેનાર; અટકાવ કરનાર.2.A stop by a party to an action:કજિયો આગલ ચાલતો અટકાવવાનો સબબ-વાંધો.

Demy, (ડીમાઈ) *n.* A size of paper about 22 by 18: ૨૨ તસુ લાંબો અને ૧૮ તસુ પહોલો એવી તકતીનો કાગલ; ડીમાઈ કાગલ.

Den, (ડેન્) *n.* A cave or hollow place in the earth:ગુફા; કોતર; ખખોલ. 2. A haunt; a retreat: રહેવાનું ઠેકાણું; રહેઠાણ; ઘર.3. Any snug or close retreat where one goes to be alone:એકાંત વાસ; એકાંત આશ્રય.*vi.*To dwell as in a den:ગુફા-કોતરમાં રહેવું.

Dendrology, (ડેન્ડ્રૉલૉજિ) *n.* [Gr. *dendron*,a tree&*logos*,discourse.] A discourse or treatise on trees:વૃક્ષવર્ણન-વિદ્યા.

Denial,(ડીનાઇઍલ્) *n.* The act of refusing or disowning; negation: ના કહેવી-ખરું નથી એમ કહેવું તે; નકાર; ના. 2.A contradiction:વિરૂદ્ધ બોલવું તે;વિરૂદ્ધોક્તિ; પ્રતિષેધ;નિષેધ. 3.A refusal to grant: withholding: બક્ષવાની-આપવાની ના-નકાર. 4. A disavowing; a disavowal:ઇનકાર; અસ્વીકાર.

Denizen, (ડેનિઝન) *n.* An adopted or naturalized citizen:શહેરી તરીકે ગણેલો પરદેશી;નગરવાસી: પૌરજન.2.A stranger admitted to residence in a foreign country: આવીને રેહેવાની જેને પરવાનગી મલી હોય એવો પરદેશી; આવીને વસેલો પરદેશી; આગંતુક.3. A dweller; an inhabitant:રહેનાર;રહેવાસી; નિવાસી. *vt.* To make a denizen: રહેનાર-રહેવાસી બનાવવો. 2. To provide with denizens: રહેનારા-રેહેવાસી લાવવા-પૂરા પાડવા; વસાવવું; વસ્તી કo.

Denominate,(ડીનૉમિનેટ્)*vt.*[L.*de* & *nomen*, a name.] To entitle; to name; to designate: નામ-સંજ્ઞા આપવી-પાડવી;કહેવું.*a.*Having a name: નામ-સંજ્ઞાવાલું.

Denomination,(ડીનૉમિનેશન) *n.* The act of naming or designating: નામકરણ; નામ પાડવું તે. 2. An epithet; a name:નામ; સંજ્ઞા;અભિધાન.3.A class; a sect:ભાગ; વર્ગ; શાખા; ટોલી; પક્ષ; પંથ.

Denominator, (ડીનૉમિનેટર્) *n.* Origin or source of a name:નામ-સંજ્ઞાનું મુલ.2.That number placed below the line: લીટીની નીચે લખેલો આંકડો; છેદ; છેદક.

Denotable, (ડીનોટેબલ્)*a.* Capable of being marked: અભિધેય; લક્ષણિય;સૂચનીય; દર્શનીય.

Denotation,(ડીનોટેશન) *n.* The act of denoting:બતાવવું તે; નિશાની; ચિન્હ; નિર્દેશ; સૂચન;અભિધાન; ઉપલક્ષણ.

Denote, (ડીનોટ્) *vt.* [L. *de* & *nota*, mark.] To indicate; to point out:બતાવવું;ચિન્હ-લક્ષણ-નિશાનથી દેખાડવું; સૂચન-જ્ઞાપન કo; જણાવવું. 2. To be the sign of; to mean:નિશાની હોવી;અર્થ હોવો.

Denounce,(ડીનાઉન્સ્) *vt.* [L. *de* & *nuncio*,I announce.]To give notice of; to announce;to declare (an evil):(માઠી-ખરાબ)ખબર-સૂચના આપવી; અમંગલ-અનિષ્ટ જણાવવું;-જાહેર કo. 2. To threaten by some outward sign: ઉપરથી ધાક-બીક-ભય બતાવવું; દહેશત-ધમકી આપવી. 3. To stigmatize;to accurse:ઉપર તહોમત-દોષ-આરોપ-બદનામી મૂકવી; કલંક-આલ મૂકવું.

Denouncement, (ડીનાઉન્સ્મેન્ટ્)*n.* Notification of threat or calamity; denunciation: ધમકી-બીક બતાવવી તે; અનિષ્ટખ્યાપન; આપત્તિ વિષે સુચવવું તે; તહોમત; આરોપ.

Dense, (ડેન્સ્) *a.* [L. *densus*, thick.] Close; thick; compact; crowded: જાડું; ઘટ્ટ; ગાઢ; ગહન; ઘન; ઘાડું; નક્કર; સંગીન; ગિચ્ચ; ભરાએલું (જંગલ).

Density-seness, (ડેન્સિટિ-ડેન્સ્નેસ્) *n.* The quality of being dense,or thick;compactness: જાડાપણું; જાડાઇ-શ;ઘટ્ટપણું; ઘનતા;ઘટ્ટતા.2.The proportion of mass or quantity of matter: દલ; ઘનત્વ; સંગીની.

Dent,(ડેન્ટ્) *n.* [L. *dens*, *dentis*, a tooth.] A stroke;a blow:ફટકો; ઘા;પ્રહાર.2.The mark made by a blow;indentation:ઘાથી થયેલી નિશાની;ખાંચ; પ્રહારચિન્હ; ખાંચ. 3. A tooth as of a wheel:દાંતો. *vt.* To indent: ખાંચ-ખૂણો પાડવો.

Dental, (ડેન્ટલ્) *a.* Pertaining to the teeth: દાંતને લગતું-સંબંધી.2.Formed by the aid of the teeth: દંતસ્થાની; દંતી; દંત્ય.

Dentifrice,(ડેન્ટિફ્રિસ)*n.* [L. *dens* & *frico*, I rub.] A powder to be used in cleaning the teeth:દાંત ઘસવાનું-સાફ કરવાની ભૂકી;મંજન; દંતમંજન; દંતચૂર્ણ.

Dentist,(ડેન્ટિસ્ટ્) *n.* [L. *dentis*, a tooth.] A dental surgeon:દાંતનો ડાકટર; દંતવૈદ્ય.

Dentistry,(ડેન્ટિસ્ટ્રિ)*n.*The art or profession of a dentist:દાંત મૂકવા-પાડવા વિગેરેનો હુન્નર;દંતવિદ્યા.

Denudation,(ડીન્યુડેશન)*n.*The act of stripping off covering: છેક ઉઘાડું-ખુલ્લું કo તે; ઉપલું પડ કાઢી-ઉખેડી નાંખવું.2.The laying bare of rocks by the action of running water: વેહેતા પાણીના જોશથી ખડકો ધોવાઇને સાફ થવી તે.

Denude,(ડીન્યૂડ્) *vt.* [L. *de* & *nudo*, I make bare.] To make bare or naked;to strip:ખુલ્લું-ઉઘાડું-નાગુ-સાફ-નગ્ન-નવરસ્રુ-આચ્છાદન રહિત કo.

Denunciate,(ડીનન્સિએટ્) *vt.* [L.*de*&*nuncio*, I tell a message.] To denounce: સૂચના-ખબર આપવી; ધમકી આપવી.

Denunciation,(ડીનન્સિએશન) *n.* The act of declaring or threatening: સૂચના-ધમકી આપવી તે; અનિષ્ટખ્યાપન.2. Threat of evil; arraignment: ધમકી; તહોમત; આલ; આરોપ.

Deny, (ડીનાઈ) *vt.* [L. *de* & *nego*, I say no.] To contradict:ના કેહેવી; ખરું નથી એમ કહેવું.2.To refuse; to reject: ના કેહેવી-પાડવી; ન લેવું; સ્વીકાર ન કo. 3. To withhold; to refuse to grant: ના કેહેવી; આપવાની ના કેહેવી; નકાર વાસવો;ન આપવું.4. To disown; to abjure: નાકબૂલ કo; ઇનકાર કo;ઉલટી ખાવી; નાકબૂલ જવું; નામક્કર જવું.*vi.*To refuse; not to comply:ના કેહેવી; કબૂલ ન કo.

Deobstruct,(ડીઑબ્સ્ટ્રક્ટ્)*vt.* To remove obstructions:અડચણ કાઢી નાંખવી-દૂર કo;નિર્વિઘ્ન કo.

Deodorize, (ડીઓડરાઇઝ્) *vt.* [L.*de* & *odor*,

smell.]To deprive of odor: ગંધ–વાસ વિનાનું ક૦; વાસ ઉડાવી દેવી; દુર્ગંધ–ખડબો કાઢી નાખવી.

Deoxidize, (ડીઑક્સીડાઇઝ્) *vt.* To deoxidate; કોઇ પદાર્થમાંથી પ્રાણવાયુ "ઑક્સીજન" છૂટો ક૦–કાઢી લેવો.

Depart, (ડીપાર્ટ્) *vi.* [L. *de* & *pars*, a part.] To go forth or away: જવું; જતા રહેવું; સિધારવું; વિદાએ–રવાના થવું; ઉપડી જવું; છોડીને જવું; રસ્તો કાપવો. 2.To pass away; to vanish; to perish:જતું રહેવું; નાશ પામવું.3. To decease; to die:ગત થવું; મરી જવું; ગુજરી જવું; સ્વર્ગવાશી થવું;મરણ પામવું.4. To part: પાસેથી–હાથમાંથી જવા દેવું; છોડવું;મૂકવું.5. To forsake; to abandon:તજી–છોડી દેવું; પડતું મૂકવું; દૂર–આઘા ખસવું.*vt.* To sever; to part: ભાગ પાડવા; કાપવું. 2. To divide in order to share: હિસ્સા ક૦.3.To leave; to quit:છોડી–તજી દેવું; છોડી દેવું–ને જવું; જતું રહેવું.

Department, (ડીપાર્ટ્‌મેન્ટ્)*n.* The act of departing; departure:જતું રહેવું તે; રવાનગી;વિદાએગરી.2. Appointed sphere or province: વિષય; બાબત; ઉપવિષય;પ્રકરણ;અંગ. 3.A part, portion or subdivision;ભાગ;પેટું.4.Subdivision of business or duty:ખાતું.5. Territorial division;province: પરગણું; મહાલ; પ્રાંત; દેશ.

Departmental,(ડીપાર્ટ્‌મેન્ટલ) *a.* Pertaining to a department or division:ખાતાનું–સંબંધી;ખાતાને લગતું; પ્રકરણ સંબંધી.

Departure,(ડીપાર્ટ્યૂર્)*n.* The act of departing or going away:મૂકીને જવું તે;ગમન;કુચ;રવાનગી; વિદાએગીરી. 2. Death; decease; passing away: પરલોક ગમન; દેહ–ત્યાગ; મરણ; મોત. 3. Deviation or abandonment: પ્રમાણે ન ચાલવું તે;તજી–છોડી દેવું તે. 4. Separation;division: છુટકારો; છુટું–જૂદું પડવું તે.

Depend,(ડીપેન્ડ્)*vi.*[L.*de* & *pandeo*,I hang.] To hang: લટકવું; ઝુલવું; અવલંબન ક૦. 2. To be or remain undetermined:અનિશ્ચિત–નિશ્ચય વિનાના રહેવું–થવું. 3. To rely for support: આધાર–ટેકા–આશરાને માટે ભરોંસો રાખવો. 4. To rely; to trust; to confide: ભરોંસો–વિશ્વાસ રાખવો; કોઇના ભરોંસે–આધારે રહેવું. 5. To act as a dependent: આશ્રિત–તાબેદાર તરીકે વર્તવું–કામ ક૦.

Dependence,(ડીપેન્ડેન્સ્)*n.* The act of hanging down:નિચે લટકવું–ઝુલવું તે; ઝુલન; લટકણ; અવલંબન. 2. Subjection to the action of a cause or law:વળગણ;સંબંધ;આધીનતા;આશ્રય.**d.***of cause and effect*:કાર્યકારણ સંબંધ.3.Mutual connection and support; systematic inter-relation: અરસપરસ સંબંધ અને ટેકો; ખંધારણ; તાંતો; સંબંધ; અનુબંધ; તંતુ.4.Subjection to the direction or disposal of another:તાબેદારી; પરાધીનતા;પરવશતા;પરતંત્રપણું;અસ્વાતંત્ર્ય. 5.Reliance; trust:ભરોંસો;વિશ્વાસ; આકીન.6.That on which one depends:આધાર; આધાર–આશ્રયનું ઠેકાણું.

Dependency,(ડીપેન્ડેન્સિ) *n.* Subordination; reliance; trust:તાબેદારી;ભરોંસો; વિશ્વાસ;સંબંધ. 2. A thing hanging down: સંબંધ; લટકતી ચીજ; લટકણ; લટકણીયું. 3. That which is attached to something else:જે બીજાને આધારે છે એવી વસ્તુ;અનુયાયી; અંગ. 4. A colony:તાબાનો મુલક; ઉપરાજ્ય; સંસ્થાન.

Dependent-ant, (ડીપેન્ડન્ટ્) *a.* Hanging down:લટકતું;ઝુલતું.2.Not self-sustaining; subordinate:પોતાની મેલે રહી શકે નહિ એવું;આશારે–આધારે રહેલું; પરાધીન; તાબેદાર. *n.* One who depends; a retainer: તાબેદાર; આશ્રિત; અનુયાયી. 2. Corollary; consequence: અનુમાન; અનુષંગી સિદ્ધાંત; પરિણામ.

Depeople, (ડીપીપલ્) *vi.* To depopulate: ઉજ્જડ–વસ્તી વગરનું ક૦.

Depict,(ડીપિક્ટ્)*vt.* [L.*de* & *pingo*, I paint.] To point; to portray: ચિતરવું; ચિત્ર–છબી પાડવી. 2. To represent in words; to describe: વર્ણન–ખયાન ક૦.

Depilate,(ડીપાઇલેટ્)*vt.*[L.*de* & *pilus*, hair.] To strip of hair: વાલ ખેંચી–ટુંપી નાંખવા.

Depilous,(ડીપાઇલસ્)*a.*[L. *de* & *pilus*, hair.] Without hair; hairless: વાલ વિનાનું–વગરનું–સિવાયનું; બોડું; બોડકું.

Deplorable,(ડીપ્લૉરેબ્લ્)*a.* Lamentable; pitiable; causing grief: દીલગીરી–દયા ઉપજે એવું;અફસોસ કરવા જોગ; શોચનીય.

Deplore, (ડીપ્લૉર) *vt.* To bewail; to lament: દીલગીરી–દુઃખ લાગવું; વિલાપ–ખેદ–શોક ક૦. 2. To weep: રડવું; રોવું.

Deploy, (ડીપ્લૉઇ) *vt.* [L. *de* & *plico*, I fold.] To open; to extend: હારબંધ ઉભા ક૦; (ફંડવ્યૂહમાં) ઉભા રહેવું.*vi.*(*a*)To form in line of battle: સફસમારી–હારબંધ ઉભા રહેવું.(*b*)To take intervals: અંતર–વખતનું છેટું લેવું.

Deplume,(ડીપ્લ્યુમ) *vt.* [L. *de* & *pluma*, feather.] To strip or pluck off the feathers of: પીછાં તોડી લેવાં. 2. To lay bare; to expose: ઉઘાડું–ખુલ્લું મૂકવું–ક૦.

Depone, (ડીપોન) *vt.* [L. *de* & *pono*, I put.] To wager: સરત–હોડ મારવી–બકવી. 2. To assert under oath; to depose: સોગન ખાઇને–લઇને પ્રતિજ્ઞા ઉપર કહેવું, સાહેદી–સાક્ષી આપવી.*vi.*To depose: સોગન ખાઇને સાહેદી પુરવી. 2. To give an assertion: ખાત્રી કરી આપવી.

Deponent, (ડીપોનન્ટ્) *a.* Having a passive meaning: અર્થ મુલભેદ અને રૂપ સહ્યભેદનું હોય એવું. *n.* One who deposes or gives a deposition under oath: શાહેદ; સાક્ષી; જુબાની આપનાર. 2. A deponent verb: સહ્યભેદ–રૂપ ક્રિયાપદ.

Depopulate,(ડીપૉપ્યુલેટ્)*vt.*[L.*de* & *populus*, people.] To dispeople: વસ્તી છેક ઓછી કરી નાંખવી;ઉજ્જડ–નિર્જન ક૦.*vi.*To become dispeopled: ઉજ્જડ–વેરાન થવું.

Depopulation,(ડીપૉપ્યૂલેશન)*n.* Destruction or expulsion of inhabitants: વસ્તીની ખરાબીપાયમાલી; લોકોને કાઢી મૂકવા તે.

Deport,(ડીપૉર્ટ્) *vt.* [L. *de* & *porto*, I carry.] To carry away; to exile: સમુદ્ર–દેશ પાર મોકલવું;

દેશ નિકાલ ક૦; દેશાંતર કાઢવું. 2. To conduct; to behave: ચાલવું; વર્તવું; આચરવું. *n.* Behavior; demeanor: ચાલચલગત; વર્તણુક; આચરણ.

Deportation, (ડીપૉર્ટેશન) *n.* Banishment; transportation:દેશ–સમુદ્ર પારની શિક્ષા;દેશનિકાલ.

Deportment,(ડીપૉર્ટ્‌મેન્ટ્‌) *n.* Behavior; demeanor; conduct:ચાલ ચલગત; વર્તણુક; આચરણ.

Deposal, (ડીપોઝૅલ્‌) *n.* The act of deposing or divesting of office:પદભ્રષ્ટ ક૦ તે.

Depose, (ડીપોઝ્‌) *vt.* [L. *de* & *pono*, I put.] To lay down; to lay aside: નીચે મૂકવું; બાજુપર મૂકવું. 2. To let fall; to deposit: પડવા દેવું; ભેગું થવા દેવું.3.To dethrone;to divest of office:ઉતારી–કાઢી મૂકવું; ગાદી–પદવી ઉપરથી ઉઠાડી મૂકવું; રાજપદભ્રષ્ટ ક૦;સ્થાનભ્રષ્ટ–અધિકાર ભ્રષ્ટ ક૦.4.To aver upon oath:સોગનપર કહેવું–બોલવું;સોગન ઉપર જુબાની આપવી. *vi.* To bear witness:પ્રતિજ્ઞાપર કહેવું;સાહેદી–સાક્ષી આપવી.

Deposit, (ડીપૉઝિટ્‌)*vt.*[L. *de* & *pono*, I put.] To lay down; to place; to put:મૂકવું.2. To put up to store:અનામત રાખવું–મૂકવું;થાપણ મૂકવું; ભરી–રાખી મૂકવું; મૂકી છાંડવું. 3. To intrust; to place in a bank:સોંપવું;'બેંક'માં મૂકવું. 4. To lay aside; to rid one's self of: કોરે મૂકવું–મૂકી છાંડવું;–ને પોતાની જાતે તજવું. *n.* That which is deposited or laid; matter deposited:ઘસડાઇ આવેલી ચીજ; ઠરી રહેલો પદાર્થ; ઠરો; રગડો. 2. That which is placed for safe keeping: અનામત મૂકેલું–સોંપેલું હોય તે; થાપણ; નિક્ષેપ.

Depositary,(ડીપૉઝિટૅરિ) *n.* A person with whom anything is left in trust; a trustee:જેને ત્યાં–જેની પાસે કંઇ અનામત મૂકયું છે તે;અનામત રાખનાર. 2.(*Law*) One to whom goods are bailed: જેને જામીનપર માલ આપવામાં આવે છે તે; જિમ્મેદાર.

Deposition, (ડીપૉઝિશન્‌) *n.* The act of deposing;precipitation:ઘસડાઇ આવતું તે;આવી ઠરવું તે; નીચે બેસવું તે. 2.The act of bringing before; presentation:આગલ મૂકવું–ખતાવવું તે; પ્રદર્શન;રજુઆત. 3. (*Law*) Written affirmation: લખાણથી પ્રતિજ્ઞા ઉપર કહેવું–બોલવું તે;લખી આપેલી સાક્ષી–જુબાની–એકરાર.4. Displacement;removal:કાઢી મૂકવું તે; ગાદીપરથી ઉઠાડી મૂકવું તે; રાજ–પદભ્રષ્ટતા. 5.Sediment;incrustation:કચરો;ઠરો;રગડો.6. Testimony taken down in writing:લખી લીધેલો પૂરાવો–સાક્ષી.

Depository, (ડીપૉઝિટૉરિ) *n.* A place where any thing is deposited for sale or keeping: ભંડાર; વખાર; કોઠી.

Depot, (ડીપો) *n.* A ware-house; storehouse: ભંડાર; વખાર; કોઠાર; કોઠી. 2. A military station where stores and provisions are kept:જે લશ્કરી મૂકામે–સ્થલે ભંડાર તથા ખોરાક ભરી મૂકવામાં આવે છે તે; ડેપો. 3. A railway station: આગ ગાડીને ઉભા રહેવાની જગ્યા; સ્ટેશન.

Depravation, (ડૅપ્રૅવેશન) *n.* Censure; ill-natured criticism:કોઇનું ખોટું બોલવું તે; નિંદા. 2. The act of degrading or defaming: ખગાડવું–ભ્રષ્ટ ક૦ તે. 3. Degeneracy; depravity: પાપબુદ્ધિ; દુષ્ટબુદ્ધિ;કુબુદ્ધિ; કુમતિ; ભ્રષ્ટતા.

Deprave,(ડીપ્રેવ્‌) *vt.* [L. *depravus*,crooked.] To speak ill of; to depreciate:કોઇને વિષે ખોટું–ભુડું બોલવું; નિંદવું;વખોડવું. 2. To impair;to corrupt:ખગાડવું; ખરાબ ક૦; દુષ્ટ–ભ્રષ્ટ ક૦.

Depraved,(ડીપ્રેવ્‌ડ્‌) *a.* Impaired; corrupted: ખગડેલું;ખરાબ;દુષ્ટ;પાપી;ભ્રષ્ટ;આચારભ્રષ્ટ;પતિત;હરામી; કુકર્મી;પાતકી; પાપિષ્ટ;અધર્મી;શઠ;કર્મચંડાલ;ખદજાત.

Depravity,(ડીપ્રૅવિટિ)*n.* Want of virtue; extreme wickedness: દુષ્ટતા; મલીનતા; ભ્રષ્ટતા; દુર્બુદ્ધિ; નાસ્તિકતા; કુબુદ્ધિ; કુમતિ; દુષ્કર્મ; કુકર્મ; પાપાચાર.

Deprecate,(ડૅપ્રિકેટ્‌)*vt.* [L. *de* & *precare*, to pray.]To pray against; to regret deeply; to disapprove of strongly:નિવારણ થાય–અમલમાં ન આવે એવું માગવું; અત્યંત–અતિશય દિલગીર થવું; નાપસંદ ક૦; અફસોસ ક૦.

Deprecation, (ડૅપ્રીકેશન્‌) *n.* A praying against evil:ખોટું કામ નિવારણ થવાને માટે કરેલી પ્રાર્થના. 2. Entreaty for pardon: માફીને માટે કરેલી વિનંતી–અરજ. 3.An imprication or curse: શ્રાપ; ખદદુવા.

Depreciate, (ડીપ્રીશિએટ્‌) *vt.* [L. *de* & *pretium*, price.] To lessen in price; to lower the worth of:કિંમત ઘટાડવી–ઓછી ક૦; હલકું પાડવું; નિંદવું;વખોડવું; હલકું બોલવું; હીણું ક૦.*vi.* To fall in value;to become of less worth:કિંમત ઘટવી;ભાવ ઘટવો; હલકું પડવું.

Depreciation, (ડીપ્રીશિએશન) *n.* The act of lessening the price or value:કિંમત ઘટાડવી તે;હલકું પાડવું તે. 2.The falling of value;reduction of worth:કિંમતમાં ઘટાડો; ઘસારો. 3. The state of being depreciated:કિંમત ઓછી થવી–ઘટવી તે;હલકું પડવું તે; ઘસારો.

Depredate, (ડૅપ્રીડેટ્‌) *vt.* [L. *de* & *præda*, plunder.]To despoil; to lay waste:લુંટી લેવું;ઉજ્જડ–તારાજ ક૦.2.To destroy by eating; to devour:ખવાઇ જવું; ભક્ષ ક૦; ભખી ખાવું.*vi.* To take plunder:લુંટ લેવી.

Depredation, (ડૅપ્રીડેશન) *n.* The act of depredating or the state of being depredated: લુંટ;લુંટફાટ.2.The act of despoiling or making inroads:ખગાડ; ખરાબી; નુકસાની.

Depredator,(ડૅપ્રીડેટર્‌)*n.*A spoiler;a waster; a robber:લુંટારો; પીંઢારો.

Depress,(ડીપ્રેસ્‌)*vt.*[L.*de* & *premo*,I press.] To let fall; to lower: નીચું ક૦–રાખવું–પાડવું–ઉતારવું; નમાવવું. 2. To humble;to abase (pride): ભાંગવું; તોડવું; પાડવું; ઉતારવું. 3. To cast a gloom upon; to sadden:ઉદાસ–દીલગીર ક૦; ખીન્ન ક૦; ઉત્સાહભંગ–હર્ષભંગ ક૦. 4. To lessen the activity of;to embarrass:ચાલાકી–ચતુરાઇ–ચંચલાઇ ઘટાડવી; નબળું–સુસ્ત ક૦–પાડવું; મંદ ક૦–પાડવું;તેજી કમી ક૦; ગભરાવવું.5. To lessen the price of;to cheapen: કિંમત ઘટાડવી; સોંઘુ–સસ્તું ક૦.

Depression,(ડીપ્રેશન)*n.* The act of causing to fall:પાડવું–નમાવવું તે; નીચું ક૦ તે.2.The state of being depressed;a sinking:પડવું–નમવું–નીચું

થવું તે;ઢળાવું તે;ઢળાણ;નમન;પતન; પાત.3.A cavity or hollow:ખાડો; પોલાણ; પોકલ. 4.Humiliation; abasement (*pride*): નરમ પડવું-ઘટવું તે;ઘટાડો. 5. Dejection; despondency:ઉદાસી; ઉદ્વેગ; ખીન્નતા;ઉત્સાહભંગ.6.Inactive dullness:મંદી;સુસ્તી;દીલગીરી.

Deprivation, (ડપ્રિવેશન) *n.* The act of depriving or dispossessing:વિનાનું ક૦ તે;છીનવી લેવું-લઇ લેવું તે. 2. Loss; want; privation:હાનિ;નુકશાન; નાશ; તોટો; તંગી.3.The taking away from the clergy his benefice: પાદરી પાસેથી ઉપાધ્યાય-પુરોહિતની વૃત્તિ લઇ લેવી તે.

Deprive,(ડીપ્રાઇવ્) *vt.*[L. *de* & *privus*,one's own.] To take away; to remove: લેઇ લેવું; અંત લાવવો;લેવું; લઇ લેવું. 2. To dispossess; to rob: -વિનાનું રહિત ક૦; પાસેથી લેઇ-છીનવી લેવું; લૂંટીલેવું; ઝુટાવી લેવું.3.To divest of office; to depose:કાઢી મૂકવું; પદભ્રષ્ટ ક૦.*Deprived* of wealth:નિર્ધન. *Deprived* of authority:અધિકારભ્રષ્ટ.

Depth, (ડેપ્થ્) *n.* Deepness: ઉંડાઈ; ઉંડાણ. 2. Completeness; profundity:સંપૂર્ણતા; ઘેરતા; ઘાઢપણું;ગહનતા;ગૌરવ;ગંભીરતા; ગંભીરાઇ. 3. The deep: દરિયો; સમુદ્ર. 4. The middle part:મધ્યભાગ;મધ્ય; ભર. 5.The comprehension or content:ગ્રહણ શક્તિ; સમજ; સમજવાની શક્તિ; બુદ્ધિ.

Depthless,(ડેપ્થ્લેસ્)*a.* Having no depth:ઉંડાઇ-ઉંડાણ વિનાનું; છાલકું. 2. Unfathomable: અથાગ; અગાધ; અમાપ.

Depurate,(ડેપ્યૂરેટ્)*v.*[L.*de* & *purus*, pure.] To free from impurities; to purify: કચરો કાઢી નાંખવો; સાફ-સ્વચ્છ-નિર્મલ-શુદ્ધ ક૦; મલ-રહિત ક૦. *a.* Freed from impurities: સ્વચ્છ; નિર્મલ.

Deputation, (ડેપ્યૂટેશન) *n.* The act of deputing or of appointing a representative: મુખત્યાર-પ્રતિનિધિ બનાવવું-નિમવું તે;નિયોજન; પ્રેરણ; પ્રેષણ. 2. The person or persons deputed by another person to act on their behalf:પ્રતિનિધિ; મુખ્તાર; વકિલ; આડતિઓ.3. Office of a delegate or deputy: પ્રતિનિધિ-મુખ્ત્યારપણું.

Depute,(ડેપ્યૂટ્) *vt.*[L.*deputo*, I send an ambassador.]To appoint as an agent; to delegate: વતિનું કામ કરવાને નિમવું; વકીલ-પ્રતિનિધિ ક૦-બનાવવો;મુખ્તાર ક૦.2.To appoint;to choose: નિમવું: નિમણુક ક૦.

Deputy,(ડેપ્યૂટિ) *n.* A representative; a delegate; a vicar: મુખ્તાર; પ્રતિનિધિ; વકિલ; મુનીમ; નાયબ; ગુમાસ્તો; ડેપ્યુટી; ડીપોટી.

Derange,(ડીરેન્જ્)*vt.*[L.*dis* & *rang*,row.] To throw into embarrassment or confusion: ગરબડ સરબડ ક૦; બગાડવું; અવ્યવસ્થિત ઘાલમેલ ક૦; ઘોટાલો ક૦; શિથિલવિથિલ કરી નાંખવું. 2.To disturb in the action or function: કામ બગાડવું-ને ખલેલ પહોંચાડવું. 3. To render insane: ગાંડું-ઘેલું-દિવાનું-ચલેલ ક૦-થવું;-નો બુદ્ધિભ્રંશ થવો.4. To remove from place or office:જગ્યા-પદવી પરથી ખસેડવું-આઘું કાઢવું; કાઢી મુકવું.

Deranged, (ડીરેન્જ્ડ) *a.* Disordered; crafty; insane: અવ્યવસ્થિત; ચસકેલું; બુદ્ધિભ્રષ્ટ; ભ્રાન્તચિત્ત; ઉન્મત; ગાંડું; ઘેલું; ચલેલું; દિવાનું.

Derangement, (ડીરેન્જમેન્ટ્) *n.* Confusion; disorder:બગાડ; વિકાર; ગેરબંદોબસ્ત;ગભરાટ; ઘાલમેલ; ઘોટાલો; ગફલત;ગરબડ; ખલલ; અવ્યવસ્થા. 2. Insanity: ચલેલ-ગાંડા-દિવાનાપણું; બુદ્ધિભ્રંશ; ઘેલચ્છા· ગાંડાઈ; મતિભ્રમ.

Dereliction,(ડીરીલિકશન્) *n.* An utter forsaking; abandonment: ત્યાગ; વર્જન; ત્યાગ-કર્મ.2. The state of being left or abandoned:તજી-છોડી દેવાવું તે; ત્યાગ થવો તે.

Deride,(ડીરાઈડ્) *vt.* [L.*de* & *rideo*, I laugh.] To laugh at with contempt; to mock;to scoff at: ધિક્કારથી હસવું; હાંસી ક૦; હસી કાઢવું-નાખવું;મશ્કરી- હસી ક૦.

Derision, (ડરિઝ્હન્) *n.* Mockery;a contemptuous treatment: ઠઠ્ઠા; મજાક; મશ્કરી; ઉપહાસ; ધિક્કાર; તિરસ્કાર.

Derisive, (ડરિઝિવ્) *a.* Expressing derision: મશ્કરી-ઠઠ્ઠા ભરેલું; હસી કઢાતું; ઉપહાસ સૂચક;મશ્કરીખોર; ઠઠ્ઠાબાજ.

Derivable,(ડીરાઈવેબ્લ્) *a.* Capable of being known by inference: અનુમાન-તર્કથી જણાય એવું.

Derivation,(ડરિવેશન્) *n.* The act of procuring an effect from a cause: કંઈ કારણ-મૂલ પરથી પરિણામ મેલવવું-કાઢવું તે;મૂલ વ્યુત્પત્તિ;(of a word): શબ્દોત્પત્તિ.

Derivative,(ડરિવેટિવ્)*a.*Derived; secondary: બીજા ઉપરથી નિકલેલું-બનેલું; સાધિત.*n.*That which is derived from another: જે બીજા ઉપરથી નિકલેલું-બનેલું હોય તે. 2.A word formed from another word by a prefix or suffix:ઉપસર્ગ અથવા પ્રત્યય લગાડવાથી બીજા ઉપરથી નિકલેલો શબ્દ; સાધિતશબ્દ.

Derive,(ડીરાઈવ્)*vt.* [L.*de* & *rivus*, a stream.] To turn the course of; to transmit: કશાનો માર્ગ-પ્રવાહ ફેરવવો; બીજા તરફ મોકલવું-રવાના કરવું; ઉત્તરોત્તર આપવું;નિવેદન ક૦.2.To receive;to draw; to deduce: મેલવવું; કાઢવું; મલવું; હાંસલ ક૦; ઉપજાવવું. 3.To trace the origin:મૂલ ઉત્પત્તિ-વ્યુત્પત્તિ કાઢવી-બતાવવી.

Derm,(ડર્મ્) *n.* The skin: ત્વચા; ચામડી.

Dernier,(ડર્નિઅર્)*a.*Last;final:છેવટનું;અંતનું; છેલ્લેનું; છેલ્લું; નિદાન.

Derogate,(ડેરોગેટ્) *vt.*[L. *de* & *rogo*, I ask.] To restrict; to limit the action of: હદમર્યાદા ક૦-બાંધવી; ધોરણ બાંધવું.2. To detract from; to depreciate: ઘટાડવું; હલકું ક૦; કિંમત ઘટાડવી-ઓછી-કમી ક૦; માનહાનિ-તેજોહાનિ ક૦. *vi.* To take away; to detract: લેઇલેવું; ઓછું-કમી ક૦. 2. To act beneath one's rank, place or birth:પોતાની સ્થિતિ, પદવી કે કુલને-નછાજે એવું કામ ક૦.

Derogation,(ડરોગેશન્)*n.* Detraction; depreciation: હલકું પાડવું તે; કિંમત હલકી પાડવી તે; તેજહાનિ; માનહાનિ: અપમાન.

Derogative-tory,(ડરોગેટિવ્-ડરોગેટોરિ) *a.*Depreciating; injurious: ઘટાડે એવું; હલકું પાડે-નરસુ લગાડે એવું; કિંમતમાં હલકું પડેલું; દુઃખદાયક;

હાનિકારક; અકીર્તિકર; અયશસ્કર. [ફીર; દર્વેસ.

Dervise, (ડર્વિસ્) *n.* A Persian monk: ફ-

Descant,(ડીસ્કૅન્ટ્)*n.*[L.*dis* & *cantus*,singing.] A variation of an air: રાગ–સુરમાં ફેરફાર. 2. A comment; a discourse: ટીકા; ભાષ્ય; વિવેચન, ભાષણ. *vi.* To sing a variation: સુર–રાગ–તાન ફેરવીને ગાવું. 2. To comment: ટીકા વર્ણવવું; ભાષ્ય–વિવરણ ક૦.

Descend,(ડીસેન્ડ્)*vt.*[L.*de*& *scando*,I climb.] To go or come down; to fall: ઉતરવું; પડવું;નીચે જવું–આવવું. 2. To come suddenly and with violence:તુટી પડવું;ઉતરી આવવું–પડવું.3.To lower or abase one's self: પોતાની જાતને હલકી–નીચી પાડવી. 4.To proceed by generation: વંશ–કુલ–ઓલાદમાં હોવું; વંશજ હોવું; અવતરવું; ઉતરવું.5. To proceed by transmission: હાથમાં જવું–આવવું; પહોંચવું; મલવું.

Descendant,(ડીસેન્ડૅન્ટ્)*n.*One who descends: વંશનું માણસ; વંશી;વંશજ; સંતતિ;સંતાન;ઓલાદ.

Descended, (ડીસેન્ડેડ) *pp.* અવતરેલું; ઉતરેલું; ઉતરતું આવેલું.

Descendent,(ડીસેન્ડેન્ટ્)*a.* Descending; falling:નિચે પડતું, ઉતરતું.

Descent,(ડીસેન્ટ્)*n.*The act of descending or coming down:ઉતરવું તે;ઉતાર; અધોગતિ.2.Sudden attack: હલ્લો; હુમલો; ધસારો; ચઢાઈ. 3. Progress downward; as, in station, virtue, importance, &c.: ઉતરતિ સ્થિતિ–આચરણ–અગત્યતા વિગેરેમાં આવતાં–પડતાં જવું તે; અધોગતિ; પતન;નીચતા. 4. Extraction; lineage; birth:વંશ; કુલ;ઓલાદ;પેઢેડી;ઉત્પત્તિ. 5. Transmission by inheritance: વારસાથી હાથમાં આવવું–મલવું તે;વારસો.6.Inclination downward; declivity;ઉતરણ; ઢલાવ. 7. Descendants; issue:વંશજો; છોકરાં–છૈયાં; સંતતિ; સંતાન;ફરજંદ. 8. Lowest place;bottom:નીચામાં નીચી જગ્યા;તલીઉં. 9. A generation: જમાનો; સદી.

Describe, (ડીસ્ક્રાઈબ્) *vt.* [L. *de* & *scribo*, I write.]To trace out; to delineate:દોરવું; કાઢવું; આંકવું; રેખવું; પાડવું. 2.To enroll;to enumerate: નોંધવું; ગણત્રી ક૦. 3. To give an account of; to sketch in writing:વર્ણવવું;વર્ણન–બયાન આપવું–ક૦.

Description,(ડીસ્ક્રિપ્શન્) *n.* The act of describing:દોરવું–કાઢવું–પાડવું તે. 2. An account:વર્ણન;બયાન; વિવેચન. 3. The class; sort:જાત; તરેહ; પ્રકાર; ભાત.

Descriptive,(ડીસ્ક્રિપ્ટિવ્) *a.* Tending to describe; containing description:દર્શાવે એવું; વર્ણવનારૂં; વર્ણનરૂપ; બયાન સાથનું.

Descry,(ડીસ્ક્રાઈ)*vt.*To espy; to recognize:જોવું; દેખવું; ઓલખવું.2.To discover; to disclose:શોધી કાઢવું; ખુલ્લું–ઉઘાડું ક૦. *n.* The thing descried: જોયેલી–શોધી કાઢેલી ચીજ.

Desecate,(ડેસીકેટ્)*vt.*[L.*de* & *seco*,I cut.]To cut, as with a sythe; to mow:કાપણી ક૦;લણવું.

Desecrate,(ડેસીક્રેટ્)*vt.*[L.*de*& *sacer*,sacred.] To profane: વટલાવવું;પતિત ક૦; ભ્રષ્ટ–દૂષિત–પ્રતિષ્ઠાભંગ ક૦.

Desecration,(ડેસિક્રેશન્)*n.*The act of divesting of a sacred character or office: વટાલ;અપવિત્રી; પ્રતિષ્ઠાભંગ; દૂષણ; સંસ્કાર દૂષણ.

Desert,(ડીઝર્ટ્)*vt.* [L. *de* & *sero*, I join.] To part from; to abandon; to forsake: મૂકી–તજી–છોડી દેવું; ત્યાગ ક૦; વહેતું–ખડતું મૂકવું.2. To leave without permission; to abscond from: રજા સિવાય છોડી–મૂકી–તજી દેવું; નાશી જવું;પલાયન કરી જવું. *vi.* To quit a service without permission: રજા સિવાય નોકરી છોડી–મૂકી દેવી; રજા સિવાય નોકરીમાંથી જતા રહેવું. *a.*Forsaken; waste; desolate; wild; barren:નિર્જન;શૂન્ય;ઉજ્જડ; પેદાશ વિનાનું;પાક ન આપતું; વેરાન;સુનું;જંગલી.*n.*A deserted or forsaken tract of land; a wilderness:વેરાન પ્રદેશ–મૂલક;વગડો; જંગલ. 2. [L. *desserrir*,to merit.] Right to reward; merit:બદલો વાલવાનો–ઇનામ આપવાનો હક; ગુણ; લાયકી; પુણ્ય; યોગ્યતા; પાત્રતા; ગુણદોષ.

Deserter, (ડીઝર્ટર્) *n.* One who forsakes his duty, his post, his party or his friend: ફરજ, સોંપેલું કામ,પક્ષ અથવા દોસ્તી મૂકી–છોડી દેનારૂં;નિમકહરામ;બેવફા;લશ્કરમાંથી વગર રજાએ પલાયન કરી જનાર.

Desertion,(ડીઝર્શન્) *n.* The abandonment of a service, a party, or a post:નોકરી, ફરજ, પક્ષ,કે સોંપેલા કામનો ત્યાગ; બેવફાઈ; પરિત્યાગ.2. The state of being forsaken: ત્યકતાવસ્થા; નિરાધારપણું. 3. Abandonment by god: પરમેશ્વરથી તજી–છોડી દેવાયેલું હોવું તે; ઇશ્વર કૃપાની નિરાશા.

Deserve, (ડીઝર્વ્)*vt.*[L.*de* & *servio*, I serve.] To be worthy of;to merit:લાયક–પાત્ર–યોગ્ય હોવું; ઘટવું. 2. To serve; to treat: ચાકરી કરવી; ખરદાસ લેવી; વર્તવું. *vi.* To be worthy of recompense: બદલા ને યોગ્ય–લાયક થવું; ઘટારત થવું.

Deservedly,(ડીઝર્વ્ડ્લિ) *adv.*Justly: વાજબી–ખરી રીતે;યથા યોગ્ય;યથાયુક્ત;યથાન્યાય;ઘટારત પ્રમાણે; ઉચિતપણે.

Deserving, (ડેઝર્વિન્ગ્) *a.* Meritorius: લાયક; યોગ્ય; પાત્ર; ઉચિત.

Desiderate, (ડેસિડરેટ્)*vt.*[L.*desidero*,I long for.] To lack; to want; to desire: ખોટ–જરૂર પડવી;ખુટકો–ખામી હોવી; માગવું;ચહાવું; ઇચ્છવું.

Desideratum, (ડેસિડરેટમ) *n.*That of which the lack is felt; a thing desired: જેની ખોટ–જરૂર–ગરજ પડે એવી વસ્તુ; ખુટ; ખામી; કસર.

Design,(ડીઝાઈન્)*vt.*[L.*de* & *signum*,a mark.] To delineate; to trace out; to draw: ચિત્ર–આકાર–નકશો કાઢવો; આલેખવું. 2.To show; to point out: બતાવવું; દર્શાવવું; જણાવવું. 3. To form an idea of; to project: વિચાર ક૦;યોજના–તજવીજ ક૦; રચવું; બનાવવું. 4.To intend or purpose: વિચાર–ઈરાદો રાખવો–ક૦; બેત–મનસુબો–ક૦; મનમાં ધારવું; અભિપ્રાય ધરાવવો.*vi.*To start in accordance with settled plan: ધારેલી યુક્તિ–ઇરાદા–બેત–મનસુબા પ્રમાણે વર્તવું. 2. To intend; to have a purpose: ઇરાદો ક૦; ધારણા રાખવી. *n.*A delineation;a plan: નકશો; આલેખન. 2. Device; purpose; scheme; plot: ઘાટ; યુક્તિ; તદબીર; બેત;મનસુબો;ધારણા;ઉદ્દેશ; મતલબ; હેતુ; તજવીજ; યોજના; અભિપ્રાય; ઇરાદો.

Designate,(ડિઝિગ્નેટ્)*vt.*To indicate;to show; to name: ખતાવવું; દેખાડવું; સુચવવું. 2. To point out by distinguishing from others: ફલાણું તે આ એમ ખતાવી આપવું; ઓલખાવવું;બીજાઓથી ઓલખાય એવી રીતે ખતાવવું. 3. To appoint: નીમવું; નીમણુંક કરવી.

Designate-ted, (ડિઝિગ્નેટ્-ડિઝિગ્નેટેડ્)*a.* Indicated; appointed: ઓલખાવેલું; દેખડાવેલું; ખતાવી આપેલું; નિમેલું.

Designation,(ડિઝિગ્નેશન) *n.* Indication; denomination: નિર્દેશ;લક્ષણ; ખતાવવું-સૂચવવું-દેખાડવું તે. 2. Allotment; direction: નિમણુંક;યોજના. 3. Distinctive title; appelation: ઓલખાય એવો ખિતાબ;નામ;સંજ્ઞા. 4. Signification; import; intention: અર્થ; માયનો; ભાવાર્થ.

Designedly,(ડીઝાઈનડ્લિ)*adv.* Purposely;intentionally: જાણી જોઈને-ખુઝીને;હાથે કરીને;ખામુખા.

Designer, (ડીઝાઇનર્) *n.* One who designs;a contriver: ખતાવી આપનાર; યોજનાર; રચનાર; સૂચવનાર. 2.A plotter; a schemer: કાવતાંખોર;તરકેટીઉં માણસ; મતલબી; કાવાખાજ; ધૂર્ત.

Designing, (ડીઝાઈનિન્ગ્) *a.*Artful;scheming; intriguing: દગલબાજ; દગાખોર-કરતું; કાવત્રાંખોર.

Desirable,(ડીઝાઇરેબ્લ્) *a.*Worthy of desire; pleasing:ઇચ્છવા-ચહાવા લાયક-યોગ્ય;ઇષ્ટ;દિલપસંદ.

Desire, (ડીઝાઇર્)*vt.*[L. *desidero*, I wish for.] To feel the want of; to wish: લેવા-મેલવવા ચહાવું;માગવું; ઇચ્છવું; ખાહેશ કo. 2. To entreat; to request: અરજ કo;કહેવું;વિનવવું;પ્રાર્થના કo; વિનંતી કo; ફરમાવવું; આજ્ઞા કo. 3.To require; to claim: માંગવું; હક કo. 4. To miss: ખોટ પડવી. *n.* The indulged inclination:ઇચ્છા;અભિલાષ;ચાહના;તલપ; આરજુ;ખાએશ. 2. A request; a petition:વિનંતી; અરજ. 3. Object of longing: ઇષ્ટવસ્તુ-પદાર્થ. 4. Excessive longing;lust: અતિશય લોભ;તૃષા;ભૂખ; ઉત્કંઠા;તૃષા;આકાંક્ષા;દુરાશા;લાલસા. *Carnal* **d.**:કામ. *Void* or *free from* **d.**: નિરપેક્ષ; નિસ્પૃહ; નિષ્કામ.

Desirous,(ડીઝાઈરસ્) *a.* Solicitous; covetous; eager: ઇચ્છા રાખનાર; ચાહનાર; લોભી; ઇચ્છાતુર;ઉત્કંઠિત; ઇચ્છુક; અભિલાષી.

Desist,(ડિઝિસ્ટ્)*vi.*[L.*de* & *sisto*, I stand.]To stand aside;to forbear: કોરે ઉભા રહેવું;ખસી જવું; દૂર-વેગલા રહેવું; આગલ વધતાં ખંધ પડવું-અટકવું; છોડી દેવું; હાથ ઉઠાવવો; થોભવું.

Desk,(ડેસ્ક્) *n.* A table with top sloping forward: ઢલતી મથાલી-ટોચવાલું ટેખલ-મેજ;ઢલતું મેજ. 2. The pulpit: પાદરીને માટે ખનાવેલી ઉંચી જગા-આસન; ઉપદેશકનું આસન.

Desolate, (ડેસોલેટ્)*vt.*[L.*de* & *solus*,alone.] To leave alone;to make desert:એકલું રહેવા દેવું; ઉજ્જડ-વેરાન કo. 2. To lay waste; to ruin: નાશ કo;ધૂલધાણી-પાયમાલ કo.*a.*Deserted;uninhabited:ઉજ્જડ;ઉજ્જડ પડેલું;વસ્તી વિનાનું-રહિત;વેરાન;નડતર;સુનું;નિર્જન;શૂન્ય.2.Neglected;destroyed; laid waste: જીર્ણ; તજી દેવાયેલું;પાયમાલ;નાશ થયેલું;ખેદાનમેદાન; ખરાખખસ્ત; તારાજ. 3. Forsaken; lonely: એકલું; નિરાધાર; નિરાશ્રય; અનાથ.

Desolation, (ડેસોલેશન્) *n.* The act of desolating; destruction: નિર્જનતા; નાશ; વેરાની. 2. Destitution; gloominess; ruin: પાયમાલી; ખરાબી; તારાજી. 3. A desolate place: ઉજ્જડ જગા-મૂલક; વેરાન; જંગલ.

Despair,(ડીસ્પેર્)*vi.* [L. *de* & *spero*,I hope.] To be without hope; to give up all hope: સઘલી આશા મૂકવી-છોડી દેવી; આશા વિનાના થવું; મન ભાગી જવું; નિરાશ-નાઉમેદ થવું. *n.* Loss of hope; complete dispondency: નાઉમેદી; નાશીપાશપણું; વિષાદ; નિરાશા.

Despatch,(ડીસ્પૅચ્)*vt.*[L.*de* & *spatior*,I go.] Same as dispatch.

Desperado,(ડેસ્પરેડો) *n.*A desperate fellow;a reckless, furious man;a wild ruffian: સાહસિક; સાહસી; મરણીઓ; ઝનુની.

Desperate, (ડેસ્પરેટ્)*a.*Hopeless; despairing: નિરાશ;નાઉમેદ;આશાહીન.2.Beyond hope;irretrievable: નિરૂપાય;ના ઇલાજ; લાચાર; કઠીન; ઉપાયહીન. 3. Proceeding from despair:reckless;furious:સાહસિક; જીવપર આવેલું; મરણીયું. 4.Outrageous;excessive: બેહદ; બેસુમાર; અપરિમિત; અતિશય.

Desperately, (ડેસ્પરેટલી) *adv.* જીવપર આવીને; ચાહોમ.

Desperation, (ડેસ્પરેશન્) *n.* A giving up of hope: નાઉમેદી; આશાભંગ. 2. The state of despair; abandonment of hope: નિરાશપણું; આશાનો ત્યાગ; મરણીઆપણું.

Despicable, (ડેસ્પિકેબ્લ્)*a.* Mean;worthless: નીચ; હલકું; દમડીનું; કોડીનું; ટકાનું; તુચ્છ; અધમ.

Despise,(ડીસ્પાઇઝ્)*vt.*[L.*de* & *specio*,I look.] To scorn; to disdain: હલકું-તુચ્છ-નીચ-અધમ ગણવું; ધિક્કારવું; અવગણના-અનાદર-તિરસ્કાર કo.

Despite,(ડીસ્પાઇટ્)*n.*Malignity;vexation:ડંશ; કીનો; ખાર; ખુનસ; અંટસ; અદાવત; હાડવેર; દ્વેષ. *vt.* To vex; to annoy: ચીઢાવવું; સતાવવું; ગુસ્સે કo. *prep.* In spite of: એમ છતાં; છતાં.

Despiteful,(ડીસ્પાઇટ્ફુલ્)*a.*Malicious;malignant: દ્વેષી;ખારીલું;ડંશીલું;ખુની;દ્રોહી;કપટી;કીનાખોર.

Despoil, (ડીસ્પૉઇલ્) *vt.* [L. *de* & *spolium*, spoil.] To strip; to rob: લઇ-લુંટી-હરી લેવું. *n.* Despoliation: લુટી-હરીલેવું તે; અપહરણ.

Despond, (ડીસ્પૉન્ડ) *vi.*[L. *de* & *spondeo*, I promise.]To despair:હિંમત-આશા છોડવી-મૂકવી; ના હિંમત-નિરાશ થવું; મનભાગી જવું. *n.* Despondency: ના હિંમતપણું; નિરાશા;નાઉમેદી.

Despondency, (ડીસ્પૉન્ડન્સિ) *n.* Abandonment of hope; discouragement: નાહિંમત;નિરાશા; ઉદાશી; નાઉમેદી; ઉદ્વેગ.

Despondent,(ડીસ્પૉન્ડન્ટ્)*a.*Given to despondence: નાહિંમત; નિરાશ; નિરુત્સાહ;નાઉમેદ;નાશીપાસ; મ્લાન; ઉદાસ; ગમગીન; દિલ તુટેલું.

Despot, (ડેસ્પૉટ્)*n.* [Gr. *despotes.*] An absolute sovereign: કુલ અખ્તિયાર ભોગવનાર રાજા; સ્વતંત્ર રાજા; ચક્રવર્તી; અધીશ્વર;શહેનશાહ. 2. A tyrant: જુલમી-ડંગોરીઓ-નિરંકુશ રાજા-હાકેમ-સરદાર;પ્રજાપીડક.

Despotic-cal, (ડેસ્પૉટિક્-કલ્) *a.* Absolute in

power; tyrannical; arbitrary: કુલ અખ્તિયારી; જુલમી; નિરંકુશ; ડંગોરીઉં; જુલમગાર; જાલમી.

Despotism, (ડેસ્પૉટિઝમ) *n.* Absolute control: કુલ અખ્તિયાર; અપ્રતિબંધસત્તા; સ્વતંત્રતા. 2. An arbitray government: જ્યાં રાજા પોતાની મરજીમાં આવે તેમ ચાલી શકે છે એવું રાજ્ય; સ્વેચ્છાચારી–જુલમી રાજ્ય.

Dessert,(ડીઝર્ટ્)*n.* [Fr.*de* & *servio*, I serve.] A service of fruits or sweetments,at the close of an entertainment: જમણ પછી પીરસેલાં ફલ–મિઠાઇ વિગેરે; ફલાહાર; મુખવાસ; મુખશુદ્ધિ; મોઢું સમારવાનો મેવો–મિઠાઇ.

Destination, (ડેસ્ટિનેશન) *n.* The act of appointing: નક્કી કરવું;ઠેરવવું–નિર્માણ ક૦ તે; નિયોજન; પૂર્વયોજના. 2. Predetermined end, object or use;ultimate design; fate: આગલથી ધારી મુકેલી વાત–હેતુ–ઉપયોગ; પ્રયોજન; ઉદ્દેશ;અર્થ. 3. Place or point aimed at:ધારેલી જગા–હેતુ; નિર્મિત જગા; નિર્દિષ્ટ સ્થાન.

Destine, (ડેસ્ટિન) *vt.* [L. *de* & *sto*, I stand.] To ordain; to allot; 'to doom: નક્કી ક૦; ઠેરવવું; નિર્માણ થવું; ભવિષ્ય બાંધવું.

Destined, (ડેસ્ટિન્ડ) *a.* Ordained; alloted:નક્કી કરેલું;ઠેરવેલું;નિર્મેલું; નિર્મિત;નસીબે ચોંહોંટેલું;સરજેલું.

Destiny, (ડેસ્ટિનિ) *n.* Fate; doom: નિર્માણ;બ્રહ્મલેખ; કર્મફલ; નસીબ; તકદીર; સરજત. 2. Fixed order of things; fate; necessity: નશીબમાં લખેલી વાત; ભવિષ્ય; ભાવી; દૈવ; દૈવગતિ; પ્રારબ્ધ; નસીબ.

Destitute, (ડેસ્ટિટ્યૂટ્) *a.* In want; devoid; deficient: વિનાનું; રહિત: હીન. 2. Needy; poor: તંગીવાળું; ગરીબ; લાચાર;નિરાધાર;અશરણ;દીન;નિર્ધન; અનાથ; નિરાશ્રય. *vt.* To leave deserted; forsake: તજવું; છોડી–મૂકી દેવું; તજીદેવું. 2. To cause to be in want; to deprive: તંગી પાડવી; વિનાનું ક૦. 3. To disappoint: નાશીપાશ–ના ઉમેદ ક૦.

Destitution, (ડેસ્ટિટ્યૂશન) *n.* Deprivation; lack; poverty; utter want: હીનતા; અભાવ;તંગી; વિરહ; વિયોગ; દારિદ્રતા; અનાથાવસ્થા.

Destroy, (ડીસ્ટ્રૉય્) *vt.* [*de* & *struo*, I build.] To pull down; to demolish: પાડી–ભાંગી–તોડી નાખવું; ભોંયભેગું ક૦; સંહાર ક૦; જમિનદોસ્ત ક૦. 2. To ruin; to annihilate: ફના ક૦; પાયમાલ–તારાજ કરવું;નાશ કરવો; સત્યાનાશ વાલવું; કચ્ચરઘાણ વાલવો; ધૂલધાણી ક૦; –નાબુદ ક૦.3. To kill; to devastate: મારી નાંખવું; નાશ કરવો: સંહાર ક૦.

Destructible,(ડીસ્ટ્રક્ટિબલ)*a.* Capable of being destroyed: નાશ પામે એવું; નાશવંત; નાશ કરી શકાય એવું; ભંગુર.

Destruction, (ડીસ્ટ્રકશન)*n.* Demolition;ruin; devastation: સંહાર; નાશ; પાયમાલી; સત્યાનાશ; વિનાશ; લય; વિલય.

Destructive,(ડીસ્ટ્રક્ટિવ્)*a.* Ruinous; pernicious; fatal: પાયમાલ–તારાજ–નાશ–નુકશાન કરે એવું; જીવ લે એવું; સંહારક: ભંજક: નાશકારક; નાશક.

Desultory,(ડેસલ્ટૉરિ)*a.*[L.*de*, *salio*,I leap.] Disconnected;immethodical; aimless:ધોરણ–ધડપુછડાં વગરનું; જેમ તેમ કીધેલું; અવ્યવસ્થિત; બેતાલ.

Detach,(ડીટૅચ્)*vt.* To part; to disengage:છૂટું–જૂદું પાડવું. 2.To separate from a special object or use:અમૂક–મુકરર બાબત–ઉપયોગમાંથી છૂટું–જૂદું પાડવું–ક૦.

Detached,(ડીટૅચ્ડ્)*a.* Separate; unconnected: છૂટું છૂટું; જૂદું જૂદું; પૃથક્; ભિન્ન; અલગ.

Detachment, (ડીટૅચ્મેન્ટ્) *n* The act of separating:જૂદું–છૂટું પાડવું તે. 2.The state of being separated;છૂટું–જૂદું થવું તે; વિભાગ; વિયોગ.3. A body of troops:ફોજની ટુકડી; ટોલી.

Detail, (ડીટેલ્)*vt.* To relate in particulars; to enumerate:વિગતવાર–સવિસ્તર–તપસીલવાર–રકમવાર–બાબતવાર કહેવું–જણાવવું.2.To appoint for a particular service, as an officer or a troop:લશ્કર–સરદારને કોઇ અમુક કામ ઉપર મોકલવો–નિમવો. *n.* A minute portion; a particular:વિગત;તપસીલ;બાબત.2.A narrative which relates minute points: વિગતવાર વર્ણન; સવિસ્તર–તપસિલવાર બયાન. *In* **d.**: સવિસ્તર; વિગતવાર; તપસીલવાર.

Detain,(ડીટેન)*vt.* [L. *de* & *teneo*, I hold.]To keep back or from; to withhold:ન આપવું; અટકાવી રાખવું;પાછું રાખવું.2.To restrain from proceeding; to stay or stop:આગલ જતાં–વધતાં રોકવું–ખાલવું; અટકાવવું; ઉભા રાખવું; ખોટી ક૦. 3. To hold in custody: કેદખાનામાં રાખવું;કબજા–જમિમાં રાખવું; તાબા–હવાલામાં રાખવું.

Detect, (ડીટેક્ટ્) *vt.* [L. *de* & *tago*, I cover.] To find out;to bring to light;to discover:શોધી–પકડી કાઢવું; ભાલ–શોધ કાઢવી. 2. To inform against; to accuse: તોહોમત–દોષ–આરોપ મૂકવા.

Detection,(ડીટેકશન)*n.* The act of detecting; discovery:શોધ; તપાસ; ભાલ; ખોલ; પત્તો.

Detective,(ડીટેક્ટિવ્)*a.* Fitted for or skilled in detecting: શોધી–પકડી કાઢવાને લાયક–માં ચતુર–હોંશિયાર. *n.*A policeman whose business is to detect rogues secretly:છૂપી પોલીસ;ડીટેકટીવ;છૂપો જાસુસ–દૂત.

Detention,(ડીટેન્શન) *n.*The act of detaining or holding back: ન આપવું–અટકાવી રાખવું તે. 2. Confinement: restraint: delay:નજર કેદ; બંધન; અટકાવ; ઢીલ; નિગ્રહ.

Deter,(ડીટર્) *vt.*[L. *de* & *terreo*,I frighten.] To prevent or stop by fear:બીક–ધાસ્તી આપીને પાછું હઠે એમ ક૦;બીક આપીને અટકાવવું; રોકવું;ખાલવું; પાછા હઠાવવું; નાહિમ્મત ક૦.

Deterge,(ડીટર્જ્) *vt.*[L. *de* & *tergeo*, I rub.] To cleanse,to purge away as foul matter:લૂછી સાફ ક૦; મેલ કાઢી નાંખવો.

Detergent,(ડીટર્જેન્ટ્)*a.*Cleansing; purging: મેલ કાઢે–સાફ કરે એવું. *n.* A medicine that has the power of cleansing:મેલ કાઢે–સાફ કરે એવી દવા; જુલાબ.

Deteriorate, (ડીટીરિઑરેટ્) *vt.* [L. *deterior*, worse.] To make worse; to impair: કથલાવવું: બગાડવું; ખરાબ–ઉતરતું ક૦.*vi.*To grow worse: to degenerate: બગડવું; ખરાબ–નીચું–હલકું થવું: ઉતરવું; કથલવું.

Deterioration,(ડીટીરિઓરેશન) *n*. The state of growing worse:ક્ષય;વિકાર;વિકૃત્તિ;અપકર્ષ;બગાડો.

Determinate,(ડીટર્‌મિનેટ્)*a*. Fixed; established; definite: અમુક; મૂકરર કરેલું;ઠરાવેલું; નિર્માણ કરેલું. 2.Conclusive; positive:શક ન રહે એવું;સાફ; ખુલ્લું; નિશ્ચયાત્મક; પ્રત્યક્ષ. 3. Determined or resolved upon:ધારેલું;નિશ્ચય કરેલું.4.Of determined purpose; resolute:દૃઢ; નિશ્ચયવાળું; દૃઢ સંકલ્પ; નિશ્ચિત ધારણાનું. *vt*. To bring to an end:છેડો-અંત આણવો.

Determination, (ડીટર્‌મિનેશન) *n*. The act of determining: નક્કી-નિર્ણય ક૦-થવું તે; નિધારણ. 2. Bringing to an end;termination;limit:અંત-છેડો આણવો-લાવવો તે; અંત; છેડો.3. Impulsion: વેગ; આવેશ. 4. A judicial decision:ફેંસલો;ફડચો; નિકાલ; નિર્ણય; ચુકાદો. 5. Purpose:વિચાર;નિશ્ચય. 6. Decision of mind; resoluteness:નિર્ધારણા; મનનો નિશ્ચય-નિર્ણય; વલણ.

Determine,(ડીટર્‌મિન)*vt*.[L. *de* & *terminus*, an end.] To fix the boundaries of: હદ-સીમા બાંધવી-ઠેરવવી-નક્કી ક૦. 2. To bring to an end; to finish:છેડો-અંત આણવો; પૂરૂં-સમાપ્ત ક૦.3. To regulate; to settle: તોડ-ફડચો ક૦; નિકાલ-નિવેડો ક૦.4. To impulse and direct;to fix the course of:વલણ કરાવવું; વાલવું; લઇ જવું; નક્કી ક૦; ઠરાવવું; નીમવું; નિર્માણ ક૦.5. To settle judicially: ન્યાય રીતે ચૂકવવું; ફેંસલો-ઠરાવ ક૦. 6.To resolve on;to have a fixed intention of:વિચાર-ઇરાદો ક૦;ઠરાવ-નિર્ણય-સંકલ્પ ક૦; નિશ્ચય ક૦. *vi*. To come to an end; to terminate:છેડો-અંત આવવો; પુરૂં થવું.2. To conclude; to resolve: ઠરાવવું; નિવેડો આણવો; ચુકાદો ક૦.

Determined, (ડીટર્મિન્ડ્)*a*. Resolved on;definitely ascertained: દૃઢનિશ્ચય-સંકલ્પનું; નિશંક; નિશ્ચિત.

Detest, (ડીટેસ્ટ્) *vt*. [L. *de* & *testor*, I call to witness.] To loathe; to abhor: ધિક્કારવું; તિરસ્કાર કરવો.

Detestable,((ડીટેસ્ટેબલ્)*a*. Abominable,very odious:ધિક્કારવા જોગ-યોગ્ય;ધિક્કાર-ગુસ્સો આવે એવું; નિંદ્ય; ગલીચ.

Detestation, (ડીટેસ્ટેશન) *n*. Abhorrence; loathing:ધિક્કાર કરવો તે; ધિક્કાર; નિંદા.

Dethrone, (ડીથ્રોન) *vt*. [L. *de* & *thronus*, throne.] To depose: ગાદી-તખ્ત-રાજ્યાસન ઉપરથી કાઢી-ઉઠાડી મૂકવું; રાજ્યભ્રષ્ટ કરવું; બેતખ્ત ક૦.

Dethronement, (ડીથ્રોનમેન્ટ્) *n*. Removal from a throne:રાજ્યભ્રષ્ટતા; રાજ્યભ્રંશ.

Detonate,(ડેટોનેટ્)*vt*.[L.*de* & *tono*, I thunder.] To cause to explode:ફોડાવવું; ફોડવું; છોડવું. *vi*. To exp'ode with a sudden report:ભડકો થઇ ફૂટવું; ભડભડ બળવું; એકદમ સળગી ઉઠવું;ભડકો થવો.

Detort,(ડેટૉર્ટ્) *vt*. [L.*de* & *torqueo*, I twist.] To pervert; to wrest: ફેરવવું; ઉલટાવવું; વલ દેવો; આમલવું; વાલવું.

Detour.(ડીટૂર) *n*.[L. *dis* & *tour*.] A turning: ચક્કર; ફેરો; ચકરાવો; ફેરાવો; કાવો.

Detract,(ડીટ્રૅક્ટ્) *vt*.[L.*de* & *traho*, I draw.] To take away; to withdraw:લેઇ લેવું; ઓછું ક૦; ઘટાડવું; હરવું. 2.To defame:માન-આબરૂ ઓછી ક૦; હલકું પાડવું; વખોડવું.

Detraction,(ડીટ્રૅક્શન) *n*. The act of taking away or withdrawing: હલકું પાડવું-ઓછું ક૦ તે; ઘટાડો. 2. A lessening of worth; calumny:માનપકર્ષણ; જુઠો આરોપ; બદગોઇ; નિન્દા; બદનામી.

Detriment,(ડેટ્રિમેન્ટ્)*n*.[L.*de* & *tero* I rub.] Mischief;harm;damage:નુકશાન;હાનિ;ખલલ;તોટો; ધોક્કો. 2. A charge:ખરાજાત; ચઢતર.

Detrimental,(ડેટ્રિમેન્ટૅલ્)*a*. Injurious; hurtful:નુકશાન પહોંચાડે એવું;નુકશાન-હાનિકારક;અપકારી.

Detrition,(ડીટ્રિશન)*n*. [L. *de* & *tero*, I rub.] A wearing off or away:ઘસારો; ઘસાઇ જવું તે.

Detritus,(ડીટ્રાઇટસ્)*n*.A mass of substances worn off from solid bodies: નક્કર પદાર્થ ઘસવાથી પડેલો કચરો.

Deuce,(ડ્યૂસ્) *n*. [L. *dusis*, armor.] An evil spirit; the devil: ભૂત; પિશાચ; શએતાન. 2. Two; a card with two spots:દુરી;એક પાસાપર પાડેલાં બે રેજાં; દુઓ.

Devastate, (ડેવૅસ્ટેટ્) *vt*. [L. *de* & *vasto*, I waste.] To lay waste; to desolate: ખરાબ ક૦; વેરાન કરી મૂકવું; ધુલધાણી-તારાજ-પાયમાલ ક૦; ખરાબી કરવી.

Devastation.(ડેવૅસ્ટેશન)*n*.The act or state of devastating:ખરાબી;પાયમાલી;વેરાની;નાશ; ધુલધાણી.

Develop,(ડેવલપ્) *vt*.[L. *de* & *volvo*, I roll.] To disclose or make known;to unravel:ઉઘાડું પાડવું; પ્રસિદ્ધ ક૦; સ્પષ્ટ ક૦; ખીલવવું.2. To change the form of:આકાર બદલવો.*vi*.To go through a process of outgrowth: ખીલવું; ખુલવું; ફુટવું; ઉઘડવું. 2. To become visible gradually: ધીમે ધીમે દેખાતું થવું.

Development, (ડેવલપ્‌મેન્ટ્) *n*. The act of disclosing or the state of being disclosed, that which is unknown:જે અજાણ્યું હોય તે જાણીતું-ખુલ્લું-સ્પષ્ટ ક૦ તે;સ્પષ્ટતા; પ્રકાશ; વિકાસ; વિસ્તાર.

Devex,(ડીવેક્સ્)*a*.[L.*de*&*veho*,I carry.] Bending down;sloping: નીચું નમતું; વાંકું વલતું; ઢલતું.

Deviate,(ડીવિએટ્) *vi*. [L.*de* & *via*, way.]To err; to wander; to go out of one's path: માર્ગ મૂકીને આડા જવું;આડું ફાટવું;ભૂલ ક૦; ભૂલવું; ભમવું. *vt*. To cause to deviate: માર્ગ મૂકીને આડા કાઢવું; ભૂલાવવું; ભમાવવું.

Deviation,(ડીવિએશન) *n*. The act of deviating; a wandering from one's course; departure from duty: રસ્તો મૂકી આડું જવું તે; વિમાર્ગગમન. 2. An act of sin; an error: પાપનું કામ; અપરાધ; ભૂલ; ચૂક; તકસીર; ગુન્હો.

Device, (ડીવાઇસ્) *n*. [L. *divido*, I separate.] A contrivance; a stratagem: યુક્તિ; તદબીર;કલા; ઉપાય; જુક્તિ:હિકમત. 2. An emblematic figure of mark: નિશાની-ચિન્હનું ચીત્ર; નિશાની. 3. An invention: contrivance: બનાવટ; કરામત; કલ્પના.

Devil, (ડેવિલ્) *n*. Satan: શેતાન;પિશાચ. 2. An

evil spirit; a demon: દૈત્ય;અસુર;ભૂત;દાનવ;રાક્ષસ. 3. An expletive indicating surprise: અચંબો જણાવે એવો વાકયાલંકાર.4.A machine for cutting rags, cotton, &c.: ચિંથરાં-સુતર વિગેરે કાપવાનો સંચો;કાતર. 5 A very wicked person:ઘણો ક્રુર-નઠારો માણસ;ચંડાલ;નરાધમ.**d**'*s dealer*:ભૂવો.*To play the* **d.** *with*, to ruin:નાશ કo;ખરાબ કo.

Devilish, (ડેવિલિશ્) *a.* Pertaining to devil; diabolical: શેતાનીઅત ભરેલું; મહાપાપનું; અતિદુષ્ટ.

Devious,(ડીવિઅસ્)*a.*[L.*de* & *via*, way.] Out of a straight line; winding: આડું; વાંકુંચૂકું; આડું અવળું. 2.Erring:ઉંધું;ગેરરસ્તે ચાલતું; અવળું; આડે રસ્તે ચાલનારું.

Devisable,(ડીવાઇઝેબ્લ્) *a.* Capable of being devised or contrived: કલ્પના કરવાજોગ; કલ્પનીય. 2. Capable of being given by will: વારસામાં આપવા સરખું.

Devise,(ડીવાઈઝ્)*vt.*[L. *divido*, I divide.] To invent; to contrive: શોધી-વિચારી કાઢવું; યોજવું; યુક્તિ-તદબીર કાઢવી. 2. To plan for: યુક્તિ કરવી. 3. To give by will:વસિયતનામું કરીને આપવું. 4. To imagine; to guess: ધારવું; અટકલ બાંધવી. *n.* The act of giving real estate by will: વસિયતનામાથી સ્થાવર મિલ્કત આપવી તે. 2. A will of real estate: સ્થાવર મિલ્કતનું વસિયતનામું. 3. Property devised:વસિયતનામાથી આપેલી સ્થાવર મિલ્કત.

Devisee, (ડીવાઇઝી) *n.* [*Law*] One to whom real estate is given by will: જેને વસયિતનામાથી સ્થાવર મિલ્કત મળી હોય તે.

Devoid,(ડીવૉઈડ) *a.* Void; empty; vacant: વિનાનું;ખાલી;પોકલ;ફોકટ. 2. Destitute; not in possession:વિનાનું;રહિત;હીન; શૂન્ય; નિરાલું; વેગળું. *vt.* To remove: ખસેડવું; આઘું-દૂર કo.

Devolve,(ડીવૉલ્વ્)*vt.*[L. *de* & *volvo*, I roll.] To roll onward or downward:ઉતરવું; સરકવું; વહેવું. 2. To hand over; to deliver over:આપવું; હાથમાં આપવું-આપી જવું; માથે નાખવું; સોંપવું. *vi.* To be handed over or down:મલવું; હાથમાં આવવું; માથે આવી પડવું; ઉતરવું.

Devote, (ડીવોટ્) *vt.* [L. *de* & *voveo*, I vow.] (*a*) To dedicate: અર્પણ કo;સમર્પવું;વાપરવું: વપરાસને માટે કાઢવું. (*b*) To doom to evil: દુઃખના મ્હોમાં-પંજામાં મૂકવું; (દુઃખ)-ને વશ-સ્વાધીન કo. 2. To give up wholly; to addict: મચવું; મચ્યા રહેવું; રચ્યા પ્રચ્યા રહેવું; ગરક-લીન થઈ જવું;પરાયણ-મશગુલ થવું.

Devoted, (ડીવોટેડ) *a.* Addicted: સોંપી દીધેલું; તત્પર; પરાયણ; આસક્ત; તલ્લીન; ફિદા.

Devotee,(ડીવોટી) *n.* One who is wholly devoted: વેરાગી;ભક્ત; યોગી; જોગી; સંત; પુજારી. 2. A bigot: દુરાગ્રહી-સ્વમતાગ્રેહી જન; ધર્માંધ.

Devotion,(ડીવોશન્) *n.* The act of devoting: અર્પણ-સમર્પણ કo તે; અર્પણ. 2. The state of being devoted; addiction:એક નિષ્ઠા; અર્પિતપણું. 3. Act of devoutness; manifestation of strong attachment: અનુરાગ; આસક્તિ; ભક્તિ; સેવા; ભજન. ઇબાદત. 4. Disposal: સત્તા; કર્તવ્ય; કર્તવ્યતા. 5. An object of devotion: જેની પૂજા-ભક્તિ કરાય છે તે; મૂર્તિ.

Devour,(ડીવાઉર્)*vt.*[L.*de*&*voro*,I eat whole.] To eat greedily: ઘણી ઉત્કંઠા-ભૂખ-ઈચ્છાથી ખાઈ જવું-ગલી જવું. 2. To consume; to use up; to waste:ખાઈ જવું;ગલી જવું;ખપાવી દેવું-નાંખવું. 3.To enjoy with rapidity:ઉડાવી દેવું;આતુરતાથી ભોગવવું.

Devout, (ડીવાઉટ્)*a.* Pious; reverent: ભાવિક; ભક્ત; પરેજગાર; દીનદાર. 2. Expressing devotion or piety: ઇશ્વરનિષ્ટ હોય એવું; ભાવિકપણાનું; ભક્તિમાન.3. Hearty; sincere:ભાવયુક્ત-ભરેલું;ખરા મન-અંતઃકરણનું; આતુર.

Dew, (ડ્યૂ) *n.* Moisture deposited on the ground from the atmosphere:ઓસ;ઓષ; ઝાકલ; દવ; ઠાર.

Dew-lap, (ડ્યુ-લૅપ્) *n.* The flesh that hangs from the throats of oxen or cows: બલદ-ગાયને ગલા નીચે જે માંસ લટકતું હોય છે તે; ગબગબ.2. The flesh upon the human throat: મનુષ્યના ગલા ઉપરનું માંસ.

Dewy,(ડ્યૂઇ) *a.* Dewlike: ઝાકલ-તુષારના જેવું. 2. Pertaining to dew:ઝાકલ-ઓષ ને લગતું-સંબંધી. 3. Covered with dew: દવથી ભિંજાયલું-હવાયલું. 4. Resembling dew drops: ઝાકલનાં ટપકાંને મલતું-ના જેવું.

Dexter, (ડેક્સ્ટર્) *n.* Right: જમણું.

Dexterity, (ડેક્સ્ટેરિટિ) *n.* [L. *dexter*, right hand.] Physical activity and skill:હસ્તકૌશલ્ય; હથોટી; ચાલાકી; ઝડફ; હોશિયારી; ખબરદારી; કુશલતા.

Dexterous-trous,(ડેક્સ્ટરસ્-ડેક્સ્ટ્રસ્)*a.*Skilful and active with the hands; ready: હાથની ચાલાકી-ચતુરાઈનું; ઝડપનું;ચંચલ.2.Expert: ખબરદાર; ચંચલ. 3. Skilful; artful: ચતુરાઈ-ચંચલાઈથી કરેલું; લુચ્ચાઈથી કરેલું.

Diabetes,(ડાઇઍબીટીઝ્)*n.*A disease attended with excessive discharge of urine: મીઠી પીશાબનો રોગ; મીઠો પેશાબ;સાકરિઓ પરમિયો;મુત્રાતિસાર.

Diabolic, (ડાઈઍબૉલિક્)
Diabolical,(ડાઇઍબૉલિકૅલ્) } *a.*[Gr.*diabolos*, the devil.] Devilish; infernal; impious: શેતાનના જેવું; મ્હોટા અધર્મનું; અતિદુષ્ટ; મહા-ઘોરપાપનું.

Diadem,(ડાઇઍડેમ) *n.* [Gr. *dia*, throughout, & *deo*, I bind.] A crown: મુગટ; રાજાનો શીરબંધ; તાજ. 2. Royalty; sovereignty: રાજત્વ; રાજસત્તા; બાદશાહી.

Diagnosis,(ડાઈઍગ્નૉસિસ્)*n.*[Gr.*dia*, through & *gignosko*, I know.] The determination of a disease by means of distinctive marks: રોગનાં લક્ષણ ઓલખવાં;દરદની પિછાન-પારખ;રોગપરીક્ષા; ચિકિત્સા; રોગનિદાન.

Diagonal,(ડાઈઍગૉનૅલ્) *a.* [Gr. *dia*, through & *gonia*, an angle.] Crossing at an angle with one of the sides: કર્ણરેખાકૃતિનું; કર્ણાકૃતિનું. *n.* A line joining two opposite angles: બે સામસામેના ખૂણાને જોડનાર લીટી:કર્ણરેખા; કર્ણલીટી: કર્ણ.

Diagram,(ડાઈઍગ્રૅમ્) *n.* [Gr.*dia* & *grapho*, I describe.] A figure made to illustrate a statement:સિદ્ધાંત સિદ્ધ કરી ખતાવવાને કાઢેલી આકૃતિ; આકાર; નકશેા.

Dial,(ડાઇઍલ્)*n.*[L.*dies*, day.] An instrument for measuring time by the sun's shadow: શંકુયંત્ર; ચંદો. 2. A mariner's compass: હોકાયંત્ર.

Dialect, (ડાઇઍલેક્ટ્) *n.* [Gr. *dia* & *lego*, I speak.] Language; tongue: ભાષા; જબાન. 2.A branch of a language: બોલી; દેશભાષા; ઉપભાષા.

Dialectical,(ડાઇઍલેક્ટિકલ્) *a.* Pertaining to dialect: ભાષાનું–વિષેનું–સંબંધીનું. 2. Logical; argumental: તર્કશાસ્ત્ર વિષેનું–સંબંધી.

Dialectics,(ડાઇઍલેક્ટિકસ્) *n.* The branch of logic which treats the mode of reasoning: ન્યાય; ન્યાયશાસ્ત્ર; તર્કવિદ્યા.

Dialogue,(ડાઇઍલૉગ્) *n.* [Gr. *dia* & *lego*, I speak.] A conversation between two or more persons: બે અથવા વધારે માણસો વચ્ચે વાતચીત–સવાલ જબાબ–સંવાદ; પ્રશ્નોત્તર. 2. A written conversation in which two or more persons are represented as conversing on some topic: વાતચિતના આકારમાં–સંવાદરૂપ લખાણ.

Diameter,(ડાઇઍમેટર્)*n.* [Gr. *dia* & *metron*, measure.] A straight line which bisects the chords drawn in a curve parallel to a tangent at its vertex: વ્યાસ; વ્યાસરેષા. 2.Width; thickness: જાડાઈ; વ્યાસ.

Diametric-cal,(ડાઇઍમેટ્રિક્–કલ્) *a.* Relating to a diameter: વ્યાસનું; વ્યાસરૂપી. 2. Directly adverse: તદ્દન વિરૂદ્ધ–ઉલટું; વિપરીત.

Diametrically,(ડાઇઍમેટ્રિકલિ)*adv.*Directly: છેક; તદન; ખરેખરૂં; શુદ્ધ; સિધુ; પાધરૂં; આબાદ.

Diamond, (ડાઇઍમૉન્ડ) *n.* [Gr.*a*, and *damao*, I subdue.] A gem: હીરો. 2. A rhombus; a lozenge:સમબાજુ વિષમકોણ; ચતુરસ્ત્ર–ચોખુણાકૃતિ.3. One of a suit of cards:રમવાનાં પાનાંમાંનો એકરંગ; ડાએમંડ;ચોકડી. **d.** *bit*: હીરાકણી. *a.*Resembling a diamond; made of diamonds:હીરાનું–ના જેવું–ના આકારનું બનાવેલું.

Diaper,(ડાઇઍપર્)*n.* Figured linen & cloth: શણનું ચિત્ર–ચિત્રામણવાલું લુગડું.2.A towel or napkin:ટુવાલ; હાથ મ્હોં લુછવાનો રૂમાલ.3.An infant's breechcloth: બાલકની ચોરણી–સુરવાલ.*vt.* To variegate with figures:તરેહ–બુટ્ટા–ચિત્ર કાઢવા.2. To put a diaper on:બચ્ચાને ચોરણી-સુરવાલ પહેરાવવી.

Diaphanous,(ડાઇઍફનસ્)*a.*[Gr.*dia*,through &*phaino*,I show.] Pellucid;transparent;clear: પારદર્શક; સ્વચ્છ; નિર્મલ.

Diaphoretic, (ડાઇઍફોરેટિક્) *a.* Having the power to increase perspiration:પરસેવો વધારવાની શક્તિ વાલું; પરસેવો વધારનારૂં; સ્વેદોત્પાદક. *n.* A medicine which promotes perspiration: સ્વેદોત્પાદક–પરસેવો લાવનારી દવા.

Diaphragm;(ડાઇઍફ્રૅમ્)*n.*[Gr.*dia*&*phrasso*, I fence.] A thin partition:પાતલો આંતરો–પડદો. 2. The midriff: છાતીમાંહેલા અવયવોને પેટ માંહેલા અવયવોથી છુટા પાડનારો–રાખનારો પડદો.3.A partition in any compartment:યંત્રની અંદરનો પડદો.

Diarrhœa,(ડાઇઍરીઍ) *n.* [Gr. *dia* & *rheo*,I flow.] Purging or looseness of the bowels; a flux: અતિસાર; સંગ્રહણી; હઘામણ; ઝાડો;પેટ છુટી જવાનો રોગ.

Diary,(ડાઇઍરિ)*n.*[L. *dies*, a day.]A journal; a daily record;a register of daily occurrences: રોજની યાદી લખવાની ચોપડી; લેખ પોથી; નિત્ય નોંધ; સ્મરણપોથી; રોજનામું.*a.* Lasting for one day:એક દિવસ ચાલે એવું.

Diatribe,(ડાઇઍટ્રાઇબ્)*n.*[L.*diatriba*,a learned discussion.](*a*) A continued discourse:ટાહયલું; કુથલી–લો;પિંજણ.(*b*)A strain of reproach: આક્ષેપ; અપવાદ; ઠપકો; નિંદા.

Dice, (ડાઇસ્) *n.* *Pl* of die. (*a*) Small cubes used in gaming:રમવાના પાસા. (*b*) A game:એક જાતની(પાસાથી રમવાની) રમત; જુગાર. *vi.* To play with dice:પાસાથી રમવું.

Dictate,(ડીક્ટેટ્)*vt.*[L. *dico*, I say.] To utter so that another may write down: લખાવવું; ઉતરાવવું; કહી–બોલી–વાંચીને લખાવવું. 2. to impose; to command:હુકમ આપવો–કરવો;સુચવવું;આજ્ઞા ક૦; ફરમાવવું. *vi.* To impose conditions: શરત કરાવી લેવી;બોલી ક૦.*n.*A command; a direction:આજ્ઞા; હુકમ; ફરમાન; સૂચના.

Dictation, (ડીક્ટેશન્) *n.* The act or practice of prescribing:લખાવવું–ઉતરાવવું તે; હુકમ; આજ્ઞા; ફરમાન.

Dictator,(ડીક્ટેટર્) *n.* One who dictates: લખાવનાર; ઉપરી; હુકમ આપનાર. 2. One invested with absolute authority: જેને કુલ અખ્તિયાર આપ્યો હોય એવો અધિકારી; મુખત્યાર.

Dictatorial,(ડીક્ટેટોરિઍલ્) *a.* Absolute; unlimited: કુલ; અપ્રતિબંધ; અપ્રતિબંધક. 2. Imperious; overbearing:અખ્તિઆરી હોય એવું; તોરી; દીમાગનું ભરેલું.

Diction, (ડિક્શન્)*n.* [L. *dico*, I say.] Choice of words; mode of expression; language: શબ્દોની પસંદગી; શબ્દ પારવાની રીત; ઇબારત; શૈલી;ભાષાસરણી; ધાટી; વાક્યરચના; ભાષાની ઢબ–લઢણ–રૂઢિ.

Dictionarian,(ડિક્શનૅરિઍન્)*a.*One who constructs a dictionary:શબ્દ સંગ્રહ–ફરહંગ બનાવનાર; કોષકાર.

Dictionary,(ડિક્શનૅરિ)*n.* A lexicon; a vocabulary;a wordbook:શબ્દકોષ;શબ્દસંગ્રહ;ફરહંગ;કોષ. 2. A work containing information of knowledge:દરેક જાતનું જ્ઞાન મલે એવું પુસ્તક–ગ્રંથ.

Dictum,(ડિક્ટમ્) *n.pl* **Dicta**.[L.*dico*,Isay.] An authoritative assertion; an apothegm: નિયમ; વિધિ; આદેશ;સત્તાથી કહેલું–સત્તાભરેલું વચન.

Did,(ડિડ્) *Imp.* of do:કર્યું.

Didactic-cal,(ડિડૅક્ટિક્-ડિડૅક્ટિકલ્) *a.* [Gr. *didasco*, I teach.] Intended to instruct;perceptive; instructive:બોધ-ઉપદેશ કરવાને યોજેલું;બોધ–ઉપદેશરૂપ; ઉપદેશાત્મક; બોધક; સૂચક. *n.* A treatise on teaching or education: ભણાવવા–શિખવવા–કેલવણી વિષે ગ્રંથ–નિબંધ.

Dido,(ડિડો)*n.* (*a*) A trick:કાવતરૂં. (*b*)An antic:

મશ્કરો; ઠઠ્ઠાબાજ માણસ. (*c*) A caper: છલંગ;ઠેકડો; કુદકો; કુદકારો.

Die, (ડાઇ) *vi.* To cease to live; to perish; to expire:મરવું; મરી જવું; પ્રાણ છોડવો;ગુજરી જવું; ગત થવું; સ્વર્ગવાસી–કૈલાસી–વૈકુંઠવાસી થવું.2. To suffer death; to lose life:જીવ ખોવો; પ્રાણ સમર્પણ ક૦. 3. To become lost or extinct;to cease: દબાઈ રહેવું; ઢંકાઈ રહેવું; બંધ પડવું; સમવું;સમાઈ રહેવું. 4.To faint;to languish;to sink:ઝાંખા–નબળા પડી જવું; ઝુરી મરવું. 5. To become indifferent to:બેદરકાર થવું; ન લાગવું; અસર ન થવી.6.To become imperceptible;to vanish:અદૃશ્ય થવું; જતા રહેવું;નાશ પામવું; ધોવાઈ જવું; ઘસાઇ જવું.7. To become spiritless or vapid:ફિક્કું પડવું; નિસ્સત્વ થઈ જવું. *To* **d.** *in the last ditch*, to fight till death:મરણ પર્યંત લઢવું;કેસરિયાં કરવાં.*To* **d.***out*,to cease gradually: ધીમે ધીમે ઘસાઇ જવું; બંધ પડવું.

Die, (ડાઈ) *n.* A small cube used in gaming: પાસો;અક્ષ.2.Any small cubical body: પાસા જેવો કોઇ નાનો ઘન પદાર્થ–ચીજ.3. Hazard; chance: સાહસ; કિસમત;નશીબ.4.A stamp for coining:સીક્કા પાડવાની મુદ્રા; છાપો; ઠરસો. *The* **d.** is *cast*: હવે તો જે બનવાનું હોય તે બનો.

Diet,(ડાઈઍટ્)*n.* [L.*dæta*, manner of living.] Habitual food; victuals: ખાનપાન:ખાણું; ભોજન; ખોરાક.2. Choice food:પહરેજી; કરી; પથ; પથ્ય. 3.A deliberate convention; a council:મંત્રસભા;સભા; કાઉન્સીલ. *vt.* To feed; to nourish:જમાડવું;ખવાડવું;પોષણ–પુરૂં કરવું.*vi.*To eat; to food:ખાવું:જમવું.

Dietetic-cal, (ડાઈઍટેટિક્-કૅલ્) *a.* Pertaining to diet:પથ્ય–પરહેજી સંબંધી; પત્ય–આહાર સંબંધી.

Differ,(ડિફ્ફર્) *vi.* [L. *dis* & *ferro*, I carry.] To disagree;to be discordant or unlike: જૂદા પડવું;જેવાં–સરખાં ન હોવું;પૃથક–ભિન્ન હોવું;તફાવત–ફેર હોવો; ફેર પડવો.2.To be of unlike opinion:વિચાર અભિપ્રાય જૂદો હોવો; જૂદા વિચાર–મતના હોવું.3. To be at variance: ખટપટ થવી; વાંધો પડવો; મન ઉંચાં હોવાં–થવાં.

Difference,(ડિફ્ફરે–સ)*n.* Distinction:જૂદાપણું; ફેર; તફાવત;ભિન્નતા; ફેરફાર; ફરક. *Slight* **d.**: હેરફેર. 2. Disagreement in opinion; dissention;quarrel:મતભેદ; મતાંતર; વિરોધ; વાંધો; ભાંજગડ;તકરાર. 3. Mark of characteristic quality, distinction: વિલક્ષણતા; વિશેષતા. 4. Differentia:વિશેષ.5. The remainder left after deducting the one from the other:બાકી; શેષ; અંતર.

Different, (ડિફ્ફરે–ટ્) *a.* Distinct; separate: જુદું; જુદું જુદું; અવર; નિરાળું; ન્યારૂં.2. Dissimilar;unlike:જૂદું;વિજાતિય;વિલક્ષણ;ભિન્ન;પૃથક;વિવિધ.

Differentia, ((ડિફ્ફરેન્શિઍ) *n.* (*Logic*) *pl.* **differentiæ**. Specific difference: વિશેષ.

Difficult,(ડિફ્ફિકલ્ટ્)*a.*[L.*dis* & *facilis*,easy.] Not easy; arduous: ભારે; કઠણ; અઘરૂં; મેહેનતનું; વિકટ; અસુગમ; મુશ્કેલ. 2. Austere; stubborn: કડક; કરડું; આકરૂં.

Difficulty,(ડિફ્ફિકલ્ટિ)*n.* Hardness; arduousness: કઠણાઇ; વિકટપણું; મુશ્કેલી. 2. Something difficult; an obstacle; an impediment:મુસીબત; કડાકૂટ; મુશ્કેલી;અટકાવ; હરકત; સંકટ;દુઃખ; નડતર. 3. An objection; a controversy:તકરાર;હરકત; વાંધો; અડચણ.4.Embarrassment of affairs:ભીડ;તંગી; ગુંચવણ; અમુઝણ. *With great* **d.**મહામુશીબતે; મહાન પ્રયાસે. *Without* **d.**:અનાયાસે;વગર મહેનતે.

Diffidence,(ડિફ્ફિડે–સ્) *n.* Distrust; want of confidence:ભરોંસો–ખાત્રી ન રાખવી તે; અણવિશ્વાસ; અણપતિત; અવિશ્વાસ; શંકા; વસવસો; વેહેમ.2.Lack of self reliance; bashfulness: આત્મશંકા–શંકિતપણું;શરમાલપણું; સંકોચ; નાહિમ્મતપણું.

Diffident,(ડિફ્ફિડે–ટ્) *a.* Distrustful: ભરોંસો–વિશ્વાસ ન કરે એવું; બે ઇતબારી; શંકાશીલ; વહેમી. 2. Not self-reliant, timid;bashful:પોતાની જાત માટે શંકિત રહેનાર; નાહિંમત; આત્મશંકિ; શરમાલ.

Diffuse,(ડિફ્ફ્યૂઝ્)*vt.*[L.*dis* & *fundo*,I pour.] To cause to flow; to scatter: ફેલાવવું; પ્રસારવું; પસરાવવું; વિસ્તારવું. *a.* Poured out; copious; full; widely spread; prolix: રેડેલું; બહોળું પાથરેલું; પ્રસારેલું; લાંબુ; ફેલાયલું; વિસ્તીર્ણ.

Diffusible,(ડિફ્ફ્યુઝિબલ્)*a.* Liable to be diffused; diffusive:પથરાય–વિસ્તાર કરાય એવું; ફેલાવો કરાય–ફેલાય એવું.

Diffusion, (ડિફ્ફ્યૂઝહન) *n.* Dissemination; extension; circulation:પ્રસાર; પસારો; ફેલાવો; વિસ્તાર; પ્રચારણ.

Diffusive,(ડિફ્ફ્યૂઝિવ્)*a.* Extending; dispersing; copious;diffuse: વ્યાપક; પ્રસરે–ફેલાય એવું.

Dig,(ડિગ્)*vt.imp.p.p.* **dug**. To turn up and throw up as the earth;to open; to loosen: ખોદવું; ખણવું.2. To excavate:પોલું ક૦;ખોદીને ખાડો ક૦; ખોદવું.3. To thrust; to poke:આંગળીઓ ઘોંચવી; ગોદા મારવા. *n.* A thrust; a poke:ધક્કો; હડસેલો; ગોદો.

Digest,(ડાઇજૅસ્ટ્)*vt.*[L.*dis*& *gero*,I bear.] To arrange methodically; to prepare: ગોઠવવું; વ્યવસ્થા–ગોઠવણ ક૦. 2. To separate into neutrive elements; to turn into chyme: જેરવવું; પચાવવું; પાચન–હજમ ક૦. 3. To bear with patience; to brook:ધીરજથી ખમવું;સહન ક૦; સાંખવું. 4. To get an understanding of; to comprehend: સમજવું; ગ્રહણ ક૦;ધારણ ક૦. 5. To soften by heat and moisture:તાપ અને ભીનાશથી નરમ–સુંવાળું ક૦. 6. To draw:ખેંચવું;કાઢવું. 7.To ripen; to mature: પાકું–પરીપક્વ ક૦;પકવવું. *vi.* To undergo digestion: પચવું; પાચન–હજમ થવું; જરવું. 2. To suppurate:પાચ–પરૂ ભરાવું;પાકવું. 3. To be prepared by heat: તાપથી તૈયાર–પાકું થવું. *n.* A body of laws: કાયદાનો ગ્રંથ;કાયદા સંગ્રહ;કલમબંધી.

Digestible,(ડાઇજૅસ્ટિબલ્)*a.*Capable of being digested: પચે–હજમ–પાચન થાય એવું; પચનીય.

Digestion,(ડાઈજૅસ્ટ્શન)*n.*The act of digesting; classification: વ્યવસ્થા; વર્ગણી. 2. Conversion of food into chyme: પાચન; પાચનક્રિયા; જરપત; હજમીઅત. 3. Production of pus: પરૂ થવું–તૈયાર થવું તે. *Slowness of* **d.**: મંદાગ્નિ; અગ્નિ મંદતા.

Digestive, (ડાઇજેસ્ટિવ્)*a.* Causing to digest: producing digestion: પાચન કરતું;પચાવે એવું; પચાવનારૂં;પાચક;અગ્નિવર્ધક. *n.* (*a*) A tonic: કૌવતનું ઓસડ;દીપન;પાચન;પૌષ્ટિક.(*b*) A substance which promotes suppuration:પરૂ ભરાવનાર–પાકપર ચઢાવનાર પદાર્થ. 2. That which aids digestion: પાચનને મદદગાર.

Digit,(ડિજિટ્)*n.* [L. *digitus.*] A finger: આંગળી. 2. The measure of a finger's breadth; three fourths of an inch: પોણા તસુનું માપ; આંગલ;પોણો તસુ. 3. One of the ten figures or symbols: મીંડાથી માંડીને ૯ સુધીનો કોઇપણ આંકડો; મૂલ આંકડો. 4. (*Astron.*) The twelfth part of the diameter of the sun or moon: અર્કાંશ; ચંદ્રાંશ;સૂર્ય અથવા ચંદ્રના વ્યાસનો બારમો ભાગ; કલા; રેખા. *vt.* To point at or out with the finger: આંગલીથી બતાવવું–દેખાડવું; આંગલી કરવી.

Dignified,(ડિગ્નિફાઇડ)*a.* Suited to inspire respect;stately: પ્રૌઢ;ગૌરવવાલું;શ્રીમંત;મ્હોટા ડોલવાલું; પ્રતાપી; મરતબાવાલું.

Dignify,(ડિગ્નિફાઇ) *vt.* To make illustrious;to exalt in rank; to honor: મોહોટું–પ્રતિષ્ઠિત કo; મોટે દરજ્જે ચડાવવું; મહત્વ–મરતબો–શોભા આપવી. પ્રૌઢ કo.

Dignitary,(ડિગ્નિટરિ) *n.* One who possesses exalted rank: કુલીન પુરૂષ; ઉંચી પદવીનો ધરાવનાર; મ્હોટો ધર્મગુરૂ–પાદરી.

Dignity,(ડિગ્નિટિ) *n.* True worth; excellence: મ્હોટાઇ;પ્રભુતા;શોભા;માન;પ્રતિષ્ઠા;ગૌરવ. 2. Exaltation; high office: મ્હોટી પદવી; દરજ્જો; મરતબો; ઉન્નતિ; ઉત્કર્ષ. 3. Stateliness: દબદબો; દમામ; ઓજસ્વિતા. 4.One holding high rank;a dignitary: ઉંચી પદવી ધરાવનાર; ધર્મગુરૂ. 5. Axiom; maxim: પ્રત્યક્ષ પ્રમાણ;સ્વીકૃતપક્ષ.6. Elevation; grandeur: પ્રતાપ;પ્રૌઢતા; તેજ. *To stand upon one's* **d.**: પોતાના દરજ્જા જેવા માન પ્રતિષ્ઠાનો મ્હોટો ફાંકો રાખવો.

Digress,(ડાઇગ્રેસ્)*vi.*[L.*dis*&*gradior.*I walk.] To deviate; to wander: આડે રસ્તે જવું–ઉતરવું; ભટકવું; જુદા વિષય ઉપર ઊતરી પડવું. 2. To turn aside from the right path: સિધા રસ્તામાંથી જતા રહેવું;આડા જવું–ફાટવું;ઊતરી પડવું; ઉલ્લંઘન કo.

Digression,(ડાઇગ્રેશન) *n.* A part of a discourse deviating from the main design:આડકથા;ફાંટો;શાખા;અવાંતર કથા. 2. A turning aside from the right path; transgression: સિધા માર્ગમાંથી આડા જવું તે;વાતચિતમાં આડું ફાટવું તે; ત્યાગ; ભ્રંશ; ઊત્ક્રમ.

Dike,(ડાઇક્)*vi.* To dig:ખોદવું. *n.* A ditch: મોરી; નીક; ન્હેર; પાણીનો માર્ગ. 2. A mould thrown up to prevent low lands from being inundated by the sea or a river: બાંધ; ધારણ; પુસ્તો; સેતુ; સેતુબંધ.

Dilapidate,(ડિલૅપિડેટ્)*vt.* [L. *dis* & *lapis.* a stone.] To bring into a condition of decay: ભાંગી–તોડી નાંખવું;ખરાબ સ્થિતિમાં આણવું–લાવવું; ખંડેર સ્થિતિમાં મૂકવું. 2. To diminish by waste; to squander: વાપરી વાપરીને ઓછું કo; ઉડાવવું; ગુમાવવું. *vi.* To become decayed:ભાંગી પડવું; ઉજજડ–તારાજ થવું.

Dilapidated,(ડિલૅપિડેટેડ્) *a.* Decayed; destroyed: ભાંગી–તૂટી પડેલું;નાશ પામેલું; ખંડેર.

Dilapidation,(ડિલૅપિડેશન) *n.* (*a*) The act of dilapidating: તોડી–ભાંગી પાડવું તે. (*b*) The state of being dilapidated: પાયમાલી; પડતી દશા; ખરાબી; ખંડેર.

Dilatation,(ડાઇલેટેશન) *n.* Expansion; augmentation of bulk:ફેલાવો;પ્રસાર; કદનો–માં વધારો; વિસ્તાર; ફેલાવણી; વિકાશ.

Dilate,(ડાઇલેટ્)*vt.* [L. *dis* & *latus*, wide.] To expand; to swell:ફૂલાવવું; ઉપસાવવું; પ્રસરાવવું. 2. To enlarge upon; to relate at large:વિસ્તાર કરીને બોલવું;વિસ્તારીને વર્ણવવું; વિસ્તારપૂર્વક કહેવું. *vi.* To grow wide; to expand: પહોલું થવું; પ્રસરવું; ફેલાવું;ઉછલવું; ઉપસવું. 2. To speak largely and copiously:વિસ્તાર કરીને બોલવું–વર્ણન કo.

Dilation,(ડાઇલેશન)*n.*[L.*dilatio.*] Delay: ઢીલ; વાર લગાડવી તે;વાર. 2. Expansion; dilatation: ફેલાવો; પ્રસાર; વિસ્તાર; વિકાસ.

Dilatoriness,(ડીલૅટૉરિનેસ્)*n.*Lateness;slowness; tardiness: મંદપણું; ધીમાપણું; સુસ્તી; વિલંબ; મંદતા.

Dilatory,(ડીલૅટરિ)*a.*[L.*dis* & *latus*,carried.] Delaying;lingering: ઢીલ કરતું; વાર–વિલંબ કરતું. 2. Tardy; slow: ઢીલું; ધીમું; ટાઢું; મંદ; સુસ્ત; વાર લગાડતું.

Dilemma,(ડીલેમ્મે)*n.*[L. *dis*, twice &*lemma*, an assumption.](*Logic*) An argument which is equally conclusive: બેઉ તરફથી ખરેખર રીતે બાંધી લે એવી તકરાર; ઉભય સંભવ; વિકલ્પ. 2. A difficult choice or position: સઘલી તરફથી અડચણ થઇ પડે એવી મુશ્કેલી; દુગ્ધા.

Dilettante,(ડિલેટૅન્ટ્)*n.pl.***Dilettanti** An admirer of the fine arts; an amateur: સારા–રસિક હુન્નરોને વખાણનાર–પસંદ કરનાર; વિદ્યા તથા કલાનો શોખી.*a.* Amateur: વિદ્યા તથા કલાના શોખવાલું.

Diligence, (ડિલિજેન્સ્) *n.* [L. *dis* & *lego*, I choose.] Careful attention: મહેનત;ચંચલાઇ; ઉલટ;કાલજીઉદ્યોગ; પરિશ્રમ; સંભાલ; ચોકસાઇ. *To do one's* **d.**, *give* **d.**, *use* **d.**, to exert one's self: પોતાની મેલે–જાતે યત્ન–પ્રયત્ન–મેહેનત કo; ઉદ્યોગ–પરિશ્રમ કo.

Diligent,(ડિલિજેન્ટ્)*a.* Careful; painstaking; not careless:ધ્યાન–લક્ષ આપનારૂં;ચોકસ; કાલજીમંદ–વાલું. 2. Industrious; assiduous:મહેનતુ;ઉદ્યમી; તત્પર; ઉદ્યોગી; પરિશ્રમી; આસક્ત.

Dilli-dally,(ડિલ્લિ-ડૅલિ)*vi.* To loiter or trifle: રસલવું; રમવું; નકામો વખત ગુમાવવો.

Dill-seed, (ડિલ્લ-સીડ) *n.* સુવા.

Diluent,(ડાઇલ્યૂઅન્ટ્) *a.* Making more thinner, liquid or weaker: વધારે પાતલું–નરમ–પ્રવાહી કરતું; કમજોર–નબલું કરતું.

Dilute,(ડાઇલ્યૂટ્)*vt.* [L.*dis* & *luo* I wash.]To make more thin or liquid:વધારે પાતલું–પ્રવાહી–નરમ–પોચું કo; પાણી જેવું કo. 2. To attenuate;

to weaken: ખારીક-પાતલું-ઝીણું કo; નબલું-કમજોર કo; નરમ કo.

Dilute-ted,(ડાઇલ્યૂટ્-ડાઇલ્યૂટેડ્)*a*. Thin; reduced in strength: પાતલું; નરમ; કમજોર;નિર્બલ; બલહિન; ફિકું; જલદ નહિં એવું.

Dilution,(ડાઇલ્યૂશન્) *n*. The act of diluting, or the state or being diluted: પાતલું-વધારે નરમ કo-નું પાણી કo તે; પાણી ભેલવું તે; કમજોર-નિર્બલ કo તે; જલસંસર્ગ; જલમિશ્રણ.

Diluvian,(ડાઇલ્યૂવિઍન્)*a*.Pertaining to a deluge or to the time of the deluge: રેલને-રેલ આવી હોય તે વખતને લગતું.

Diluvium,(ડાઇલ્યૂવિઅમ્)*n*. [L. *de* & *lavo*, I wash.] A deposit of superficial sand, pebbles, &c., caused by the action of the sea: દરિયાના પાણીના જોસથી ઘસડાઇ આવેલી રેતી-પથ્થરના કકડા વિગેરે.

Dim,(ડિમ્) *a*.Not bright;obscure; mysterious: ચલકતું નહિં એવું;ઝાંખું; સ્પષ્ટ;અપ્રકાશ;નિસ્તેજ; ભેદી; ભરમવાલું;ધુંધું. 3. Dull of apprehension: સમજે નહિં એવું;મંદ;જડ;મંદબુદ્ધિ.*vt*.To darken; to dull: પ્રકાશ-તેજ લઇ લેવો-જતું રહે એમ કo; ઝાંખું કo; સુસ્ત કo. 2. To darken the senses or understanding of: અક્કલ તથા સમજ શક્તિ ઝાંખી-મંદ કo; મતિમંદ કo.

Dimension. (ડિમૅન્શન્) *n*. [L.*dis* & *metior*, I measure.] Measure in a single line as length, breadth, height or thickness: એકજ લીટીમાં-નું માપ,જેવું કે લંબાઇ,પહોલાઇ;ઉંચાઇ,જાડાઇ; વિસ્તાર. 2. Reach; scope; importance: વિસ્તાર; ફેલાવવો;અગત્ય; જરૂરીઆત; ઉપયોગ. 3. *pl*. Extent; size:કદ; વિસ્તાર; ક્ષેત્રફલ. 4. *pl*. A literal factor: ઘાતપ્રમાણ. *Space of one* **d.**: ફક્ત લંબાઇ હોય એવો વિસ્તાર.*Space of two* **d.***s*: લંબાઇ તથા પહોલાઇ વાલો વિસ્તાર. *Space of three* **d.***s*:ઘન.

Diminish, (ડિમિનિશ્) *vt*. [L. *dis* & *minus*, less.] To lessen; to abate:ઘટાડવું; ઓછું કo;નાનું-કમી કo. 2. To degrade; to abase:સત્તામાન ખંડિત કo; નબલું પાડવું; માનભંગ કo; નમાવવું; ઉતારી પાડવું. 3.To take away; to subtract:કાપવું;બાદ-ઓછું કo.*vi*.To become or appear less or smaller:ઓછું-ન્હાનું દેખાવું.

Diminution,(ડિમિન્યૂશન્)*n*.The act of making less or the state of being diminished:ઘટવું તે; ઘટાડો; ઘટ; ફોતાઇ. 2. Degradation; abasement:પાયરી ઉતારવી તે;માન-શોભા ખંડન.3. (*Law*) Omission or defect in a record:ખત-લેખમાં ભૂલ-ખોટ-કાંઇ લખ્યા વિના રહી જવું તે.

Diminutive, (ડિમિન્યૂટિવ્) *a*. Of small size; minute; little:નાના કદનું; ઝીણું; બારિક; નાનું; ક્ષુદ્ર; અલ્પ.*n*. Something of very small size or value: નાના કદની-નાની-થોડી કિમતની ચીજ.2. (*Gram.*) A derivative from a noun denoting a small or young object of the same kind: અલ્પાર્થ સાધિત નામ.

Dimity, (ડિમિટિ) *n*. [Gr. *dis*, twice & *mitos*, a thread of the warp.]A kind of stout,white figured cotton cloth:એક જાતનું મજબૂત તથા ધોલું સુતરાઉ તરેહવાલું કાપડ; ડુમેટી; દોરીઓ.

Dimly,(ડિમ્લિ) *adv*. Not brightly or clearly; with imperfect sight:અસ્વચ્છ--સાફ નહિ એવી રીતે; ઝાંખું ઝાંખું; ઝાંખું; અસ્પષ્ટ રીતથે.

Dimness,(ડિમ્નૅસ્)*n*.Lack of lustre or clearnesss:ઝાંખાપણું; અસ્વચ્છતા; અસ્પષ્ટતા; સુસ્તપણું;કમતેજી. 2. Dullness of intellectual perception: મંદબુદ્ધિ; સમજશક્તિ.

Dimple,(ડિમ્પલ્) *n*. A slight natural depression on the cheek or chain: ગાલ અગર હડપચી ઉપરનો રહેજ ખાડો; ખંજન; કપોલભંગ. 2. A slight indentation on any surface:કોઇપણ સપાટી ઉપરનો નાનો ખાડો;કૂપિકા.*vt*.& *vi*. To form dimples: ખાડો-ખંજન-કુપિકા પાડવી-પડવી.

Din,(ડિન્)*n*.A loud,stunning voice;a clamour: શોરબકોર; ધડાકો;તડાકો;ફડાકો;શોર.*vt*.To stun with noise;to harass with clamour:અવાજથી કાન ફાડી નાખવા-બહેરા કo; શોર બકોર કરીને ગભરાવવું.

Dine,(ડાઇન્) *vi*. [L. *dis* & *jejunus*, fasting.] To partake of the principal meal of the day; to take dinner: ખાણું ખાવું; ભોજન કo; જમવું. *vt*. To give a dinner to;to feed:જમાડવું;ભોજન આપવું-કરાવવું; ખવરાવવું. *To* **d.** *with Duke Humphrey*, to go without dinner:ભૂખ્યા રહેવું.

Ding-dong,(ડિન્ગ્ડૉન્ગ્)*n*.The sound of bells: ઘંટનો અવાજ; ડંડીગ ડંડીગ; ઘંટનાદ.

Dingy,(ડિન્જિ) *n*.Sullied; of a dark or dusky colour:કાલા-ધૂલના રંગનું; ઝાંખું; મેલું.

Dinner,(ડિનર્) *n*. The principal meal of the day:ભોજન; જમણ; ખાણું. 2.An entertainment; a feast:જમણ; ઉજાણી; મીજબાની; જાફત.

Dint,(ડિન્ટ્) *n*. A blow; a stroke:ઘા; ઝપાટો; સપાટો. 2. The mark left by a blow: ગોબો; ખાડો; ખાંચ; ચપકો; ચોબો; સલ.3. Force; power: બલ;પ્રભાવ; સામર્થ્ય;જોર.*vt*.To make a mark or cavity on, by blow:ઘાથી નિશાની કo-ખાડો-ગોબો પાડવો.

Diocese,(ડાઇઓસીસ્) *n*. [Gr. *dia* & *oikos*, a house.] The circuit or extent of a bishop's jurisdiction:પાદરીની હકુમતની સરહદ;બિશપનું પંથક.

Diorama,(ડાઇઓરામૅ) *n*. [Gr. *dia* & *horao*, I see.]A mode of scenic representation:ચિત્ર જેવું હોય તેના કરતાં વધારે ભભકાદાર અને સરસ દેખાય એવી યુક્તિ-યંત્ર. 2.A building used for such an exhibition: આવા ખેલને માટે ઉપયોગમાં આણેલું મકાન-ઘર.

Dip,(ડિપ્)*vt* [*imp*. & *pp*.**dipped**, or **dipt**.] To insert into a fluid and withdraw again;to plunge: બોલવું;ડબોવવું; ઝબોલવું;બચકોરવું. 2. To immerse for baptism:જલસંસ્કાર-બેપ્ટિઝમને માટે બોલવું-ઝબોલવું. 3. To wet; to moisten:ભીનું કo; ભીનવવું. 4. To plunge or engage thoroughly in any affair:કોઇ કામમાં પુરેપુરા ઉતરવું;સારી રીતથે સામેલ હોવું.5.To engage as a pledge;to mortgage:ઘરાણે-ગીરો મુકવું.*vi*.To immerse one's-self; to sink below the horizon: બુડકી મારવી; ડુબવું; આથમવું; અસ્ત પામવું. *n*. The action of dipping or plunging: બુડકી; ડુબકી; નિમજ્જન; ડબકીયું. 2. Direction below an horizontal line; slope:ઢોલાવ; ગોથુ; ગોથ.3.Gravy;sauce:ચટાકો. 4. A dipped candle:બોળેલી દિવેટ-બત્તિ.

Dipthong,(ડિપ્થૉન્ગ્)*n.*[Gr. *dis* & *pthongos*, sound.] Two vowels sounded together in one syllable: સંધિસ્વર; દ્વિસ્વર. *vt.* To pronounce as a dipthong:સંધિસ્વર; દ્વિસ્વરના જેવો ઉચ્ચાર ક૦.

Diploma,(ડિપ્લોમ)*n.pl.*[Gr.*diploos*, twofold.] A writing conferring some power, privilege, honor, &c:પદવી-અધિકાર દાયક પત્ર; સનદ; પરવાનો; ફરમાન; વિશેષાધિકાર.

Diplomacy, (ડિપ્લોમૅસિ) *n.* The science or art of conducting negotiations between nations:પ્રજા વચ્ચે તહનામું કરાવવું તે; એલચીપણું;વકીલાત; દૂતત્વ; રાજ મામલત; સામ; નીતિ. 2. Skill in securing advantages; tact:કાર્યસિદ્ધિ કરવામાં-કામ કાઢી લેવામાં કુશલતા-ચાલાકી-ખબરદારી; નિપૂણતા; ચાતુર્ય. 3. The body of ministers: પ્રધાનો-દૂતો-એલચીઓની મંડલી;રાજદૂતોની મંડલી; રાજદૂત સમૂહ.

Diplomatic-cal, (ડિપ્લોમૅટિક-ડિપ્લોમૅટિકૅલ્)*a.* Furnished with a diploma; privileged:સનંદી; વિશેષાધિકાર પામેલું; હકનું મલેલું.2. Consisting of envoys of state:દેશ-રાજના રાજદૂતો-એલચીઓનું.3. Dexterous; artful: ખબરદાર; કુશલતાવાલું; નિપૂણ; ચતુર;યુક્તિવાલું.4.Pertaining to diplomatics: દૂતત્વ સંબંધી; રાજદૂત વિષયક.

Diplomatist, (ડિપ્લોમૅટિસ્ટ્) *n.* A person skilled in diplomacy; a diplomat: વકીલાત-એલચીના કામમાં કુશલતા ધરાવનારો; કુશલ દૂત; રાજનીતિ કુશલ.

Dire,(ડાઇર્) *a.* [L. *dirus.*] Dismal; horrible; terrible:ભયાનક;ભયંકર;ઘોર;ઉગ્ર;દારૂણ.2.Ill boding; portendous: અરિષ્ટસૂચક; અભદ્રસૂચક; અપશુકનિયું; અમાંગલિક.

Direct, (ડિરેક્ટ્) *a.* [L. *dis* & *rego*, I rule.] Straight; not crooked:સીધું; પાધરૂં; સરલ; સુલટું. 2. Sincere; outspoken:ચોખ્ખા અંતઃકરણનું; ખરા દીલ-ભાવનું. 3. Unambiguous:સાફ;સ્પષ્ટ; પ્રત્યક્ષ; સાક્ષાત. 4. In a line of descent: પેઢીનું;ઓલાદનું. 5.(*Astron.*)In the direction from west to east; not retrograde:પશ્ચિમથી પૂર્વ દીશાનું;રાશીઓના અનુક્રમ પ્રમાણેનું; સવલું. *vt.* To aim; to point: તાકવું; નિશાન માંડવું. 2.To regulate; to govern:ચલાવવું; બંદોબસ્ત રાખવો-ક૦; કારભાર ક૦-ચલાવવો. 3. To put upon the right track; to guide:ખરા-સિધા રસ્તા ઉપર મૂકવું; રસ્તો બતાવવો; દોરવું; રસ્તે પાડવું. 4. To instruct as a superior; to order: હુકમ ક૦; આજ્ઞા ક૦; ફરમાવવું. 5. To superscribe: સરનામું ક૦.*vi.*To point out a course; to act as a guide:રસ્તો-માર્ગ બતાવવો;દોરવું.

Direction, (ડિરેક્શન) *n.* Management; administration: કારભાર; અમલ; વહિવટ; વ્યવસ્થા. 2. Order; command: હુકમ; આજ્ઞા; શાસન;આદેશ. 3. Superscription; address: સરનામું. 4. Line or point of tendency:દિશા;લક્ષ.5.Board of directors:કારભાર ચલાવનારાઓ; નિયંતા; નાયકો.

Directly,(ડિરેક્ટલિ)*adv.* In a direct manner; in a straight line or course:બારોબાર; પાધરૂં. 2. Without ambiguity:ખોલ્લે ખોલ્લું;દેખીતું. 3. Instantly; without delay: તરતજ; તરત; ઢીલ વિના;-લાગલોજ; અવિલંબ; તાબડતોબ. 4. Immediately after; as soon as; when:પાધરૂં;પાંશરૂં;તરતજ પછી; જેવો; જ્યારે.

Director, (ડિરેક્ટર્)*n.* A manager or superintendent:ચલાવનાર;ઉપરી;કારભાર કરનાર;અધ્યક્ષ;સુકાનદાર;અધિકારી.2. A body of managers: કારભાર ચલાવનારાઓ-વહીવટ કરનારાઓની ટોલી-મંડલી.

Directorate,(ડિરેક્ટોરેટ્)*n.* A body of directors;the office of directors:કારભાર ચલાવનારાઓ; વહીવટ કરનારાઓની મંડલી.

Directory,(ડિરેક્ટૉરિ)*n.*A collection of directions or ordinances: આજ્ઞાસંગ્રહ ગ્રંથ; માર્ગોપદેશક ગ્રંથ;પદ્ધતિ ગ્રંથ.2.A book containing the names and residences of the inhabitants of a place: કોઇ જગા-શહેરના રહેવાશીઓનાં નામ અથવા નિશાન;રેહેઠાણ વિગેરેની યાદીનું પુસ્તક;ડાયરેક્ટરી. 3. A body of directors:કારભાર ચલાવનારાઓ; વહીવટદારો.

Direful,(ડાઇર્ફુલ્)*a.* Dreadful; terrible: ભયંકર; નાશકારક; ભયવાલું-ભરેલું;ભયાનક; ઘોર; દારૂણ.

Dirge, (ડર્જ્) *n.* [L. *dirge.*]A piece of music of mournful character; a funeral song:શોકગીત; મરશીયો; પરજીઓ; કરૂણાજનક ગીત; રોજીઓ.

Dirk, (ડર્ક્) *n.* A kind of dagger or poniard: એક જાતની કટારી-ખંજર.*vt.*To stab with a dagger; to poniard: કટારી-ખંજર ભોકવું-મારવું. *a.* Dark: કાલું; ઝાંખું.

Dirt, (ડર્ટ્) *n.* Any foul or filthy substance: મેલ; કચરો; ગિરદ. 2. Meanness: હલકાપણું; અધમતા; હલકાઈ. *vt.* To make foul; to dirty; to pollute: ગંદુ-કચરાવાલું ક૦; બગાડવું.

Dirtiness,(ડર્ટિનેસ્) *n.* Filthiness; baseness; sordidness: મલિનપણું; મલિનતા; ગલીચી; હલકાઈ; અધમપણું.

Dirty, (ડર્ટિ) *a.* Foul; filthy; not pure: મેલું; ગંદુ-કચરાવાલું; મલિન; અસ્વચ્છ. 2. Sordid: નીચ; અધમ; હલકું; ખલ. *vt.* To foul; to make filthy: ગંદુ-મેલું-મલિન ક૦. 2. To tarnish; to sully: દૂષણ દેવું; કલંકિત-દૂષિત ક૦.

Disability, (ડિસ્ઍબિલિટિ) *n.* Incapacity; અશકત-નિર્બલપણું; શકિતહીનતા; અશકિત;અસામર્થ્ય. 2. Legal incapacity: અયોગ્યતા; નાલાયકપણું; અપાત્રપણું; નાલાયકી.

Disable, (ડિસેબલ્) *vt.* To render unable; to make useless: નિર્બલ-શકિતહીન-અશકત ક૦; અસમર્થ ક૦; નકામું-ગેરઉપયોગી ક૦. 2. (*Law*) To deprive of legal right; to render legally incapable: ખરા-યોગ્ય હક વિનાનું ક૦; નાલાયક-અયોગ્ય ક૦; અપાત્ર ક૦. 3. To undervalue: હોય તે કરતાં ઓછું માનવું; અભાવ ક૦.*a.*Lacking; unable: વિનાનું; રહિત; અશકત; નિર્બલ.

Disabuse,(ડિસ્ઍબ્યૂઝ્) *vt.* To undeceive; to set right: ભૂલ-ભ્રાન્તિ કાઢી નાંખવી-ટાલવી-દૂર ક૦; ભૂલભાંજવી; કાન ઉઘાડવા; આંખપરનો પડદો ખસેડવો.

Disadvantage,(ડિસ્ઍડ્વૅન્ટેજ્) *n.* Unfavorable quality: દબાતું પાસું; પ્રતિકૂલતા. 2. Loss; detriment: ગેરફાયદો; ખામી; ટોટો; નુકશાન; હાનિ; ખોટ. *vt.* To injure the interest of: નુકશાન–ગેરફાયદો ક૦.

Disadvantageous, (ડિસ્ઍડ્વૅન્ટેજસ્) *a.* Unfavorable: નુકશાનકારક; પ્રતિકૂલ; કઢંગું;ગેરફાયદો કરનારું; અહિતકર; હાનિકારક.

Disaffected,(ડિસ્ઍફ્ફેક્ટેડ્)*a.*Disliked; indisposed towards:જેનો ભાવ–પ્રીતિ ઉડી ગયેલી છે એવું; નારાજ; બેદિલ; અસંતુષ્ટ; નાખુશ; વાંકું; પ્રતિકૂલ.

Disaffection, (ડિસ્ઍફ્ફેક્શન) *n.* Want of affection; unfriendliness: નારાજપણું; ઇતરાજી; અપ્રીતિ; અનાસ્થા; અસંતોષ; બેદિલી. **d.** *to a king*: રાજદ્રોહ. 2. Disorder; bad constitution: ગેરબંદોબસ્ત; (રાજ્યનું) ખરાબ બંધારણ.

Disagree, (ડિસ્ઍગ્રી) *vi.* To differ; to be at variance: જૂદા પડવું; મલતા ન આવવું; તફાવત પડવો; ભિન્ન–નિરાલું હોવું;અંતર–ભેદ–ફેર–તફાવત હોવો. 2. To differ in opinion: વિચાર–અભિપ્રાય–મતમાં જૂદા પડવું–મલતા ન આવવું; મતભેદ થવો–પડવો. 3. To be unsuited: નહીં સદવું; સદવું–માફક ન આવવું.

Disagreeable,(ડિસ્ઍગ્રીએબલ્)*a.*Not agreeable; unsuitable: માફક–ગમતું ન આવે એવું; અણગમતું; પ્રતિકૂલ; ના પસંદ; 2. Unpleasant; displeasing: ના પસંદ; અપ્રિય; ના ખુશ કરતું.

Disagreement,(ડિસ્ઍગ્રીમેન્ટ્)*n.* Dissimilitude; diversity: જુદાપણું; ભિન્નતા; અંતર; ફેર; ભેદ; તફાવત. 2. Difference of opinion:વિચાર–મતભેદ; ભિન્નભાવ;વિચાર–મતમાં જૂદાપણું.3. A falling out; difference: ઉંચું મન; અણબનાવ; ચકમક; ખગાડ; ફાટફૂટ; ખટપટ; વિરોધ.

Disallow, (ડિસ્ઍલાઉ) *vt.* To refuse to sanction; to disown and reject: નામંજુર ક૦;નાકબૂલ ક૦; નિષેધ ક૦.

Disallowance,(ડિસ્ઍલાઉઍન્સ્) *n.* Refusal to admit or permit; rejection; disapprobation: નાપસંદગી; નામંજુરી; નિષેધ; નિવારણ.

Disappear, (ડિસ્ઍપ્પીઅર્)*vi.*To vanish from the sight; to be no longer seen: અલોપ–ગુમ થઈ જવું; દેખાતા બંધ થવું; અદ્રુશ્ય થવું; ગેબ–નાબુદ થવું. 2. To cease to be or exist: જતાં રહેવું; હયાતીમાં ન હોવું; બંધ પડવું; શમી જવું; નાશ પામવું.

Disappearance, (ડિસ્ઍપ્પીઅરૅન્સ્) *n.* Removal from sight; vanishing: લોપ; અદ્રુશ્યતા; અદર્શન; અંતર્ધ્યાન; નાબુદી.

Disappoint,(ડિસ્ઍપૉઇન્ટ્) *vt.* To defeat of expectation or hope: આશાભંગ–નિરાશ–નાઉમેદ ક૦. 2. To frustrate; to foil: નિષ્ફલ ક૦; નામુરાદ ક૦; ફાવવા ન દેવું; વિફલ ક૦.

Disappointed, (ડિસ્ઍપૉઇન્ટેડ્) *a.* Defeated of expectation or hope: નિરાશ;આશાભંગ; નાશીપાસ; નાઉમેદ; નામુરાદ.

Disappointment, (ડિસ્ઍપૉઇન્ટ્મેન્ટ્) *n.* Frustration: નિરાશા; આશાભંગ; નાસીપાસી; નામુરાદી; નાઉમેદી; ઉત્સાહભંગ; મનોભંગ.

Disapprobation, (ડિસ્ઍપ્રોબેશન) *n.* The act of disapproving: નાપસંદગી;ઇનકાર; અસ્વીકાર; નિંદા; અપ્રીતિ.

Disapproval, (ડિસ્ઍપ્રુવૅલ્)*n.* Disapprobation; dislike: નાખુશી;નાપસંદગી;ઇનકાર; અસ્વીકાર.

Disapprove, (ડિસ્ઍપ્રુવ્) *vt.* To condemn by an act of the judgment: ના પસંદ–ના કબૂલ ક૦; ખોટું–અયોગ્ય છે એમ લાગવું. 2. To decline to sanction: નામંજુર ક૦; રદ ક૦; કબૂલ–માન્ય ન ક૦–રાખવું.

Disarm, (ડિસ્આર્મ્) *vt.* To deprive of arms; to render defenceless: હથિયાર વિનાનું–શસ્ત્રહીન ક૦; રક્ષણ–બચાવ વિનાનું ક૦; હથિયાર લેઈ લેવાં.

Disarrange,(ડિસ્ઍરેન્જ્)*vt.* To unsettle the order of;to throw out of order:અવ્યવસ્થિત ક૦: ઉથલપાથલ–જથરપથર ક૦; અસ્ત વ્યસ્ત ક૦.

Disarrangement,(ડિસ્ઍરેન્જ્મેન્ટ્) *n.* Confusion;disorder:અવ્યવસ્થા;ઉથલપાથલ;ગેરબંદોબસ્ત.

Disarray, (ડિસ્ઍરે) *vt.* To throw into disorder: ઉથલપાથલ ક૦; અવ્યવસ્થિત ક૦.2. To take off the dress of; to unrobe: પોશાક–કપડાં ઉતારી લેવાં; પોશાક વિનાનું ક૦.

Disaster, (ડિઝૅસ્ટર્) *n.* [*dis* & Gr. *aster*, a star.] An unpropitious aspect of a planet or star: ગ્રહ તારાનો અશુભ–અમંગલ–પ્રતિકૂલ દેખાવ: પનોતી; સંક્રાંતિ. 2. Misfortune; calamity:આપદા; વિપત્તિ; દુ:ખ; આફત; અનર્થ; સંકટ; પીડા; મુસિબત. *vt.* To blast by the influence of a baleful star: મંગલ–રાહુની દશા બેસારવી. 2. To bring harm upon; to injure: દુ:ખ દેવું; અનર્થ–ઉપદ્રવ–ઉપાધિ ક૦; મુસિબત પાડવી.

Disastrous,(ડિઝૅસ્ટ્રસ્) *a.* Unpropitious; ill-boding: અશુભ; અમંગલ; અમાંગલિક; અભદ્ર; પ્રતિકૂલ. 2. Unfortunate; calamitous: આફત–દુ:ખ ભરેલું–નું; સંકટ ભરેલું.

Disavow, (ડિસ્ઍવાઉ) *vt.* To disclaim; to disown: ના કબૂલ ક૦; ના પાડવી. 2. To deny; to disapprove: કબૂલ ન રાખવું; ના મંજુર રાખવું.

Disavowal, (ડિસ્ઍવાઉઍલ્) *n.* Disowning; rejection: નાકબૂલાત: ઇનકાર; નકાર; ના મંજૂરી.

Disband,(ડિસ્બૅન્ડ્)*vt.* To disperse;to dismiss from military service: વિખેરી નાંખવું; લશ્કરી નોકરી ચાકરીમાંથી રજા આપવી. 2. To set free; to divorce: છૂટા–સ્વતંત્ર ક૦; છેડો છૂટકો ક૦. *vi.* To become separated or scattered up: પડી ભાંગવું; વિખરાઈ જવું.

Disbar, (ડિસ્બાર્) *vi.* (*Law*) To expel from the bar:(બારિસ્ટર–વકીલ)–ની સનદ લેઈ–છીનવી લેવી.

Disbelief,(ડિસ્બીલીફ્) *n.* Distrust; incredulity:અવિશ્વાસ; અમાન્યતા; બેઈતબારી.

Disbelieve,(ડિસ્બીલીવ્) *vt.*Not to believe: ન માનવું; અસત્ય માનવું; વિશ્વાસ ન રાખવો.

Disbeliever, (ડિસ્બીલીવર્) *n.* One who disbelieves or refuses belief:ખોટું માનનાર; આકીન ન રાખનાર; નાસ્તિક; બેઇમાન: અવિશ્વાસી; કાફર.

Disburden, (ડિસ્બર્ડન્) *vt.* To unload; to unburden: ભાર–બોજા વિનાનું ક૦; હલકું ક૦; બોજો ઉતારવો.2.To become relieved of; to discharge:

છૂટવું; મૂકત થવું; કાઢી નાંખવું; ઉતારવું. *vt.* To ease the mind: મનને શાંત-ચેનવાળું કo; મનને આનંદિત કo.

Disburse, (ડિસ્બર્સ્) *vt.* To pay out; to expend: ખરચવું; ખર્ચ-વ્યય કo.

Disbursement, (ડિસ્બર્સમેન્ટ્) *n.* The act of disbursing or paying out: ખરચવું-ખરચ કo તે. 2. That which is disbursed or paid out: ખરાજાત; ખરચ; વ્યય.

Disc, (ડિસ્ક્) *n.* A flat circular plate or surface: તખતો; ચંદો. 2. The face (of a celestial body): બિંબ. 3. A quoit: ચક્ર; ચક્કર.

Discard, (ડિસ્કાર્ડ્) *vt.* To throw out of hand: હાથમાંથી નાંખી દેવું-ફેંકી દેવું. 2. To discharge; to turn away: કાઢી મૂકવું; દૂર કo; રદ્દ કo. 3. To put or thrust away; to reject: કાઢી નાંખવું; કોરે મૂકવું; ન ગણકારવું.

Discern, (ડિસર્ન્) *vi.* [*dis* & *cerno*. I separate.] To distinguish: ઓળખવું; પારખવું; ઓળખી-પારખી કાઢવું. 2. To perceive and recognize: જોઈને-દેખીને ઓળખવું-પારખવું. 3. To perceive with the mind: સમજવું; સમજી લેવું; ગ્રહણ કo. 4. To separate from other things: બીજી ચીજોમાંથી જાુદું-જુદું પાડવું. *vi.* To make distinction: ભેદ સમજવો-દેખવો-ગણવો-પારખવો.

Discernible, (ડિસર્નિબલ્) *a.* Discoverable; distinguishable: શોધી કઢાય એવું; દૃશ્ય; દૃષ્ટિગોચર; પ્રત્યક્ષ.

Discerning, (ડિસર્નિન્ગ્) *a.* Skilful; of keen perception: ચતુર; બારીક-તિક્ષ્ણ નજરનું; સૂક્ષ્મદર્શી; દીર્ઘદૃષ્ટિવાળું; હોશિયાર.

Discernment, (ડિસર્નમેન્ટ્) *n.* The act of discerning: ઓળખી-પારખી કાઢવું તે. 2. The power to discern; sagacity: ઓળખી-પારખી કાઢવાની શક્તિ; તીવ્રબુદ્ધિ; બારિક સમજ; દીર્ઘ દૃષ્ટિ.

Discharge, (ડિસ્ચાર્જ્) *vt.* [*dis* & *charge*.] To empty of a load or cargo; to unload: માલ ખાલી કo; માલ-ભાર-સામાન ઉતારવો. 2. (*a*) To let go the charge of; to let fly: મારવું; મૂકવું; છોડવું. (*b*) To fire off; to shoot off: ફોડવું; છોડવું. 3. To relieve of something; to absolve; to acquit: વાળવું; અદા કo; ફેડવું; આપી દેવું; મુક્ત કo; છોડવવું. 4. To send away from office: to dismiss: કાઢી મૂકવું; બરતરફ કo; રજા આપવી. 5. To set at liberty: છોડી મૂકવું; તહોમતમાંથી મુક્ત કo; નિર્દોષ ઠરાવવું. 6. To take out: ઉતારવું; કાઢી લેવું; ખાલી કo; લઈ લેવું. 7. To set aside; to annul: રદ કo; કાઢી નાંખવું; ખોટું ઠરાવવું; ના મંજુર કo. 8. To perform or execute: કરવું; બજાવવું. 9. To send away a creditor satisfied by payment: પતવવું; મન મનાવવું. 10. To give forth; to emit or send out: વહેવું; નિકળવું; કાઢવું; છોડવું. 11. To utter; to give expression to; to let fly: ઉદ્ગાર-ઉચ્ચાર કાઢવો; ઉચ્ચારણ કo; બકવું. *n.* The act of discharging; unloading: માલ-ભાર-સામાન-ઉતારવો તે. 2 Firing off; explosion; letting off; છોડવું-ફોડવું તે; બાર; ધડાકો; ભડાકો. 3. An act of relieving of something: acquittance: ફારગતી; વિમોચન; છૂટકારો; નિકાલ. 4. Fulfilment: પતવણી. 5. Dismissal from an office; dismission: બરતરફી; રજા. 6. Liberation: છૂટકારો; મોક્ષ.

Discide. (ડિસસાઇડ) *vt.* [L. *dis* & *cædo*, I cut.] To divide; to cut in pieces: ભાગ પાડવા; કકડા કo.

Disciple. (ડિસ્સાઈપલ્) *n.* [L. *disco*, I learn.] A scholar; pupil: શિષ્ય; નિશાળીઓ; વિદ્યાર્થી; શાગિર્દ. 2. A follower; an adherent: ચેલો; મત માનનાર; મતાનુસારી. *vt.* To teach; to train: શિખવવું; કેળવણી આપવી. 2. To punish; to discipline: સજા-શિક્ષા કo: નશીયત આપવી.

Disciplinarian, (ડિસિપ્લિનેરિઅન્) *a.* Pertaining to discipline: કાયદા-બંદોબસ્તનું-ને લગતું-સંબંધી. *n.* One who excels in instructing and training: શિખવવામાં તથા કેળવણી આપવામાં કુશલ હુશિયાર માણસ; શિખવનાર; સુધારનાર; તરબીઅત આપનાર.

Discipline. (ડિસિપ્લિન) *n.* Education; training: કેળવણી; શિક્ષણ; શિખવણી; તાલીમ; તરબીઅત. 2. Drill: કવાયત. 3. Control; habit of obedience: બંદોબસ્ત; નિયમ-કાયદામાં રહેવું-પ્રમાણે ચાલવું તે; નિયમ; નીતિ; વ્યવસ્થા; બંદોબસ્ત; બંદોબસ્તી; કાયદો. 4. Severe training; correction of faults: સખ્તિ; સખ્ત કેળવણી. 5. Chastisement: નશિયત; દંડ; સજા; શિક્ષા. 6. A system of essential rules & duties: અવશ્યક નિયમો તથા કર્તવ્યોની શ્રેણી-માલા. *vt.* To educate; to train: કેળવણી આપવી; શિખવવું; સુધારવું; કેળવવું. 2. To bring under control: બંદોબસ્ત નીતિ-નિયમમાં લાવવું-માં રહેતાં શિખવવું. 3. To chastise: શિક્ષા કo; નશીયત આપવી.

Disclaim, (ડિસ્કલેમ્) *vt.* To disavow: હક-દાવો-સંબંધ નથી એમ કહેવું; સાફ ચોખ્ખી ના કહેવી. 2. To renounce; to reject: કબૂલ ન કo-રાખવું; માનવાની ના કહેવી. 3. To disavow another's claim: બીજાનો હક ના કબૂલ કo-રાખવો; ઈનકાર જવું. *vi.* To disavow share: ભાગ ના કબૂલ કo-રાખવો.

Disclose. (ડિસ્કલોઝ્) *vt.* To unclose; to open: ઉઘાડવું; ફોડવું. 2 To uncover; to lay open: બહાર કાઢવું; ઉઘાડવું; ઉઘાડું મૂકવું; કાઢવું. 3. To bring to light; to lay open to the view: પ્રકાશમાં લાવવું; દેખાડી આપવું. 4. To reveal; to expose: છુપું હોય તે ખુલ્લું કo; કહી દેવું; જાહેર કo; પ્રકટ કરી દેવું; ફોડી દેવું.

Disclosure. (ડિસ્કલોઝ્યુર્) *n.* That which is disclosed or revealed: ફોડી-કહી દીધેલી-પ્રગટ કીધેલી વાત.

Discoid, (ડિસ્કૉઈડ) *n.* [Gr. *diskos*. a round plate & *eidos*. form.] Anything having the form of a disk: ચકતાના-ચંદા આકારની ચીજ-પદાર્થ. *a.* Having the form of a disk: ચકતાના આકારનું; ચક્રાકૃતિ-આકાર-વાળું.

Discolour. (ડિસ્કલર્) *vt.* To alter the natural hue of; to stain; to tinge: કુદરતી રંગ-વર્ણ-રૂપ બદલી નાંખવું-ફેરવવું; વિવર્ણ કo; મેલું કરી નાંખવું. 2. To alter the true appearance of: ખરું સ્વરૂપ બદલી નાંખવું; હોય તેથી જુદી તરેહનું દેખાય એમ કo; જુદું રૂપ આપવું.

Discolouration,(ડિસ્કલરેશન્)*n.* Alteration of hue or appearance: રૂપ-વર્ણવિકાર; વર્ણવિકૃતિ; રંગબદલી. 2. A stain: ડાઘો;ડપકો; ડાઘ; લાંચ્છન.

Discomfit,(ડિસ્કૉમ્ફિટ્)*vt.*[L. *dis, con & figo*, I fix.] To defeat; to rout: હરાવવું; નસાડવું; શીકસ્ત આપવી. 2. To balk; to disconcert: નિષ્ફલ કo; નાઉમેદ કo.

Discomfit, (ડિસ્કૉમ્ફિટ્) } *n.* Rout;de-
Discomfiture,(ડિસ્કૉમ્ફિટ્યૂર) } feat;frustration: પરાજય; હાર; આશાભંગ; પરાભવ; નાઉમેદી; નિરાશા; શિકસ્ત.

Discomfort,(ડિસ્કૉમ્ફર્ટ્)*n.*Uneasiness; grief: બેચેની;હેરાનગતિ;ર્જા; દુઃખ; દિલગીરી;પીડા; કલેશ. *vt.* To make uneasy; to deject:બેચેન કo; હેરાન કo; દુઃખ દેવું;ઉદાસ-નાઉમેદ કo; સતાવવું; ખિન્ન કo.

Discomfortable.(ડિસ્કૉમ્ફર્ટેબલ)*a.* Causing discomfort; making sad:બેચેન કરતું; દિલગીર કરતું;દુઃખદેતું; દુઃખદ; શોકકારક; પીડાકારક; કલેશાવહ. 2. Disagreeable; unpleasant: અણગમતું; નાપસંદ.

Dscompose,(ડિસ્કૉમ્પોઝ્) *vt.* to disturb: to disorder:અવ્યવસ્થા કo;ઘોંટાલો-ઘાલમેલ કo. 2. To throw into disorder; to agitate:સંતાપવું;અકલાવવું;ગભરાવવું; અસ્વસ્થ-રંજીદા કo. 3. To put out of place; to discharge: જથર પથર-અવલું સવલું કરી નાંખવું.

Discomposure.(ડિસ્કૉમ્પોઝ્યૂર) *n.* Disorder; agitation:અકલામણ;સંતાપ; ઉદ્વેગ.2.Discordance: ઘોંટાલો; ઘાલમેલ; અવ્યવસ્થા

Disconcert,(ડિસ્કૉન્સર્ટ્) *vt.* To throw into disorder; to frustrate: નિષ્ફલ કo; ધૂલધાણી કo; ધૂલ મેલવવું;પાયમાલ કo. 2. To discompose; to abash:ગભરાવવું; -નું મન-ચિત્ત અસ્વસ્થ-ડામાડોલ કo; ગુચવાડામાં નાખવું.*n.*Want of concert: બેરાગ.

Disconnect,(ડિસ્કૉનેક્ટ્) *vt.* To separate: કાપવું;ભાગ પાડવા;જૂદું-છૂટું પાડવું.

Disconsolate.(ડિસ્કૉન્સોલેટ્)*a.*[L.*dis, con & solor*, I comfort.] Melancholy; filled with grief:દુઃખમાં ગરક થયેલું-ડુબેલું;દુઃખી;ઉદાસી; ખિન્ન; દિલગીર *vt.* To throw into dejection: ઉદાસ-દીલગીર-દુઃખી કo.

Discontent, (ડિસ્કૉન્ટેન્ટ્) } *n.*Dis-
Discontentment,(ડિસ્કૉન્ટેન્ટમેન્ટ્) } satisfaction: બેદિલી; નારાજી; અપ્રીતિ; નાખુશી.

Discontented,(ડિસ્કૉન્ટેન્ટેડ)*a.* Uneasy; dissatisfied: બેચેન; અસંતોષી; નારાજી; બેદિલ; બેસબર

Discontinuance, (ડિસ્કૅન્ટિન્યૂઍન્સ) *n.* intermission; cessation; તહકૂબી; તૂટ; વિરામ; ભંગ.

Discontinue, (ડિસ્કૉન્ટિન્યૂ) *vt* To stop: બંધ પાડવું-કરાવવું; કાઢી નાંખવું; અટકાવવું; વિરામવું; મોકૂફ રાખવું.*vi.* To be broken off:તૂટ થવી-પડવી. 2.To be separated;to part:ભાગ થવા; જૂદું થવું-પડવું.

Discord,(ડિસ્કૉર્ડ્)*n.*[L.*dis & cor*, the heart.] Strife; disagreement: વિરોધ; ઉંચું મન; કુસંપ; ભેદ;મતભેદ;અણબનાવ. 2. Dissonance: કઠોરતા; બેસુરપણું.*vi* To jar; not to suit: વિરોધ-કુસંપ-ઉંચું મન થવું;પ્રતિકૂલ થવું-હોવું; અણબનાવ થવો.

Discordance-cy, (ડિસ્કૉર્ડન્સ-ડિસ્કૉર્ડન્સિ) *n.* Disagreement; consistency:વિરૂદ્ધતા;વિરોધ; અણબનાવ; બેદિલી.

Discordant, (ડિસ્કૉર્ડન્ટ્) *a.*Disagreeing; opposing: ઉલટું; પ્રતિકૂલ; વિરૂદ્ધ. 2. Dissonant; harsh: બેસુર; બદસૂર; કઠોર; કર્કશ.

Discount,(ડિસ્કાઉન્ટ્) *n.* An allowance made upon an account, debt, or demand (price asked): વટાવ; છૂટ; વલતર; કપાત. 2. Payment in advance of interest upon money loaned: આગલથી વ્યાજ ભરી દેવું તે. 3. The rate of discount:વટાવનો દર.*vt.* To deduct from an account or debt: છૂટ મૂકવી; વલતર આપવું. 2. To loan money upon deducting the allowance for interest: વ્યાજ કાપી લઈ નાણાં ધીરવાં-આપવાં. 3. To take no notice of: દરકાર ન કરવી; ગણનામાં ન લેવું; ન લેખવવું.*vi.* To lend money abating the discount: વટાવ કાપી નાંખીને હુંડીનાં નાણાં આપવાં-હુંડી સીકારવી.

Discountenance,(ડિસ્કાઉન્ટેનૅન્સ)*vt.* To put to shame; to abash: શરમાવવું; શરમિંદુ કo. 2.To discourage; to give one's influence against: નાહિંમત કo; ટેકો-સહાય ન આપવી; દાબવું. *n.* Unfriendly regard; cold treatment: ગેરમહેરબાની; અવકૃપા.

Discourage,(ડિસ્કરેજ્) *vt.* To dishearten; to deject:નાહિંમત કo; મન ભાગી નાંખવું. 2. To deter one from; to discountenance; મન ફેરવી નાંખવું; હરકત કo;દબાવવું.*n.* Lack of courage; cowardliness: નાહિંમતપણું; નામર્દાઈ; બીકણપણું.

Discouragement, (ડિસ્કરેજ્મેન્ટ્) *n.* Depression of confidence; dejection: નાહિંમત; મનોભંગ; ઉત્સાહભંગ. 2. That which discourages; determent: નાહિંમત કરનારી ચીજ;અડચણ; અટકાવ.

Discourse, (ડિસ્કૉર્સ્) *n.* [L. *dis & curro*, I run.] Reasoning;range of reasoning faculty: તર્ક;વિચાર. 2. Talk; conversation: વાતચિત; સંભાષણ; સંવાદ.3.A formal treatise; dissertation: નિબંધ; પ્રબંધ; ગ્રંથ. 4. Dealing; transaction: વ્યવહાર: કામકાજ. *vi.*To exercise reason: અક્કલ-સમજશક્તિ વાપરવી.2. To expose one's views;to speak; to converse: પોતાના વિચાર જણાવવા, વિસ્તારીને બોલવું-લખવું;બયાન કo. 3. To treat in writing: લખીને જણાવવું-સમજાવવું.*vt.*To expose: જણાવવું; જાહેર કo: સમજાવવું. 2.To utter or give forth: બોલવું: કહેવું. 3. To talk to: વાતચિત કo: બોલવું.

Discourteous.(ડિસ્કૅર્ટિઅસ્)*a.*Uncivil;rude; impolite (*Person.*): અસભ્ય; બેઅદબ; નાલાયક. (*Things*): અસભ્યતાનું-બેઅદબી ભરેલું.

Discourtesy. (ડિસ્કૅાર્ટસિ) *n.* Ill manners; incivility: અસભ્યતા; બેઅદબી;અવિનય;અશિષ્ટાચાર.

Discover,(ડિસ્કવર્) *vt.* To disclose;to make visible: જણાવવું; કહેવું; બતાવવું;ખુલ્લું કo;ઉઘાડવું. 2. To find out; to detect: ખોલી-શોધી કાઢવું; ઠેકાણું-પત્તો મેલવવો 3. To manifest without design; to show: જણાવવું; દર્શાવવું. 4. To examine: શોધવું: તપાસવું. *vi.* To show one's self;

to appear: દેખાવું; જણાવું; જડવું.
Discovery,(ડિસ્કવરિ) *n.* Exposure to view; showing: ખતાવવું તે; પ્રકાશન. 2. Revelation; disclosure: પ્રસિદ્ધ ક૦ તે; દર્શન. 3. Finding out or bringing for the first time to the sight: પ્રથમવારની શોધ; શોધ; પત્તો; થાગ. 4. A thing discovered: શોધી-પકડી કાઢેલી ચીજ-વસ્તુ; શોધ.
Discredit,(ડિસ્ક્રેડિટ્) *n.* Ill-repute; reproach: અપકીર્તિ; નામોશી; ખદનામી; ઠપકો. 2. The act of disbelieving or the state of being disbelieved: અવિશ્વાસ; અશ્રદ્ધા. *vt.* Not to accept as true; to disbelieve: ખોટું ધારવું; ન માનવું. 2. To bring reproach upon; to disgrace: નામોશી લગાડવી; ખદનામી આપવી;કલંકિત-દૂષિત ક૦.
Discreditable,(ડિસ્ક્રેડિટેબલ્)*a.* Disgraceful; disreputable: નામોશી ભરેલું; અપજશીયું; અયશસ્કર; અકીર્તિકર.
Discreet,(ડિસ્ક્રીટ્)*a.* [L. *dis* & *cerno*, I separate.] Prudent; cautious: ઠરેલ; ચતુર; વિચારવંત -ડાહ્યું; ચોકસ; સમજદાર; દાના.
Discreetly, (ડિસ્ક્રીટ્લિ) *adv.*Prudently; circumspectly: ડહાપણથી; ચતુરાઈથી; તદબીરથી.
Discrepance-cy, (ડિસ્ક્રીપૅન્સ-ડિસ્ક્રીપૅન્સિ) *n.* Disagreement; inconsistency: વિરોધ;ઉલટાપણું; ફેર; અંતર; તફાવત; ફરક; વિપરીતતા.
Discretion,(ડિસ્ક્રેશન)*n.* Disjunction; separation: જુદાઈ; છૂટા-જુદા પડવું તે. 2. Sagacity; circumspection; caution: ચતુરાઈ; પાકી સમજ; સમજદારી; હોશિયારી; ડહાપણ. 3. Unrestrained exercise of choice or will: વિચાર-મરજીમાં આવે તેમ કરવાની છૂટ; આપઅખ્તિયાર; સ્વતંત્રતા. 3. Discrimination: વિવેક; સદસદ્‌વિચાર; વિચાર. *At discretion*: મરજી મુજબ; ઇચ્છાનુસાર.
Discretional-nary, (ડિસ્ક્રીશનલ્-ડિસ્ક્રીશનરિ) *a.* Unrestrained except by discretion or judgment: વિચારપર રાખેલું; વિચારાધીન; વિવેકાધીન; વાજબીલાગે-નજરમાં આવે તેમ વાપરવાનું.
Discriminate, (ડિસ્ક્રિમિનેટ્) *vt.* [L. *dis* & *cerno*.I separate.]To separate;to distinguish: છૂટું પાડવું; જુદું પાડવું; ઓલખી કાઢવું; પરીક્ષા ક૦; પારખવું.*a.* Distinguished: ઓલખાયેલું;પરખાયેલું.
Discriminating, (ડિસ્ક્રિમિનેટિન્ગ્)*a.*Distinguishing;having the difference marked:ભેદજાણનારું;ફરક-તફાવત પિછાનનારું;ઓલખવાની શક્તિ ધરાવતું.
Discrimination, (ડિસ્ક્રિમિનેશન)*n.*The act of distinguishing: ઓલખવું-પારખવું તે; ખરેખર પરિક્ષા. 2. The state of being distinguished: ઓલખાવું-પરખાવું તે. 3.Acute discernment: પારખવાની તીવ્ર શક્તિ; વિવેક; વિચાર.
Discriminative, (ડિસ્ક્રિમિનેટિવ્) *a.* Characteristic; distinctive: જુદું પડી આવે-ઓલખાઈ આવે એવું;લાક્ષણિક.2.Making differences:ફેર-ભેદ ગણનાર-રાખનાર; પરીક્ષક.
Disculpate, (ડિસ્કલ્પેટ્) *vt.*[L. *dis* & *culpa*, fault.]To free from blame or fault; to excuse: ઠપકા-ગુનાથી મુક્ત ક૦; માફ ક૦.
Discuss, (ડિસ્કસ) *vt.* [L. *dis* & *quatio*, I shake.] To disperse; to break up:વિખેરવું; છૂટું પાડવું; જુદું ક૦. 2. To shake off; to put away: વેગળું મૂકવું; દૂર ક૦; કાઢી નાંખવું. 3. To examine; to debate:વિષે વિચાર-તકરાર ક૦; ચર્ચાવવું; તપાસવું.
Discussion, (ડિસ્કશન) *n.* Examination by argument; debate; disputation:ચર્ચા;વાદવિવાદ; તકરાર; પરીક્ષા.
Disdain,(ડિસ્ડેન)*vt.*[L.*dis* & *dignus*,worthy.] To think unworthy or unbecoming:અયોગ્ય-અણઘટતું ગણવું-ધારવું. 2.To look with scorn upon; to condemn: હલકું-તુચ્છ ગણવું; ધિક્કારવું; તિરસ્કાર કરવો;તુચ્છકારી કાઢવું. *vi.* To be filled with scorn: તિરસ્કાર થવો; તુચ્છ-હલકું ગણવું. *n.* A feeling of contempt;scorn:ધિક્કાર;તિરસ્કાર;તુચ્છકાર;અવગણના.
Disdainful,(ડિસ્ડેન્-ફુલ્)*a.*Scornful;contemptuous: તિરસ્કાર ભરેલું; ઉદ્ધત; મગરૂર.
Disdainfully, (ડિસ્ડેન્-ફુલિ) *adv.* Contemptuously; with scorn: તિરસ્કાર ભરેલી રીતે; મગરૂબાઇથી.
Disease, (ડિઝીઝ્) *n.* Uneasiness; distress: બેચેની; દુઃખ;સંકટ. 2.Malady;sickness;disorder: રોગ; વ્યાધિ; વિકાર;મંદવાડ; પીડા. *vt.* To afflict; to disquiet: દુઃખ દેવું; બેચેન ક૦; સંકટમાં લાવવું. 2. To afflict, with a malady or sickness: માંદું પાડવું; આજારી-માંદું ક૦.
Diseased, (ડિઝીઝ્ડ)*a.*Afflicted with disease: આજારી; રોગી; રોગિષ્ટ; બિમાર.
Disembark, (ડિસ્‌એમ્બાર્ક) *vt.* To put on shore; to land: (વહાણ ઉપરથી)નીચે-કિનારાપર-જમીનપર ઉતારવું.
Disembarrass, (ડિસ્‌એમ્બૅરસ્) *vt.* To free from perplexity;to extricate:ગભરાટમાંથી કાઢવું; મુક્ત ક૦-કાઢવું.
Disembodied,(ડિસ્‌એમ્બૉડિડ્)*pp.a.*Divested of the body; freed from the flesh: શરીર-દેહ કાયા વિનાનું; વિદેહી; દેહહીન. 2. Discharged from military organization:લશ્કરી કામમાંથી છૂટું કરેલું.
Disembody,(ડિસ્‌એમ્બૉડિ) *vt.* To divest of the body;to free from the flesh: શરીર-દેહ-કાયા વિનાનું ક૦. 2. To discharge from military organization: લશ્કરી કામમાંથી છૂટું ક૦.
Disembroil, (ડિસ્‌એમ્બ્રૉઇલ્) *vt.*To free from perplexity; to extricate from confusion: ગભરાટમાંથી મુક્ત ક૦; ગુંચવણમાંથી બહાર કાઢવું.
Disembowel, (ડિસ્‌એમ્બૉવેલ્) *vt.* To take out the bowels of: આંતરડાં કાઢી લેવાં-ખેંચી કાઢવાં. 2. To take or draw from the bowels: આંતરડાંમાંથી કાઢવું-બહાર કાઢવું-ખેંચી કાઢવું.
Disenchant,(ડિસ્‌એન્ચૅન્ટ્)*vt.*To deliver from the power of spells or charms:મંતર અથવા મોહીનીમાંથી મુકત ક૦; મારેલો મંત્ર પાછો ઉતારવો; વાલવું.
Disencumber, (ડિસ્‌એન્કમ્બર) *vt.* To free from encumbrance; to disburden: પીડા-હરકતમાંથી મૂકત ક૦; હલકું ક૦; ભારમુકત ક૦.
Disengage, (ડિસ્‌એન્ગેજ્)*vt.*To disentangle; to detach: છૂટકો ક૦; ઉકેલવું; મોકલું-ફારેગ ક૦;ખંધારણ-ગુચવાડામાંથી છોડવવું.

Disengaged,(ડિસ્એન્ગેજ્ડ)*a*.Being at leisure; released: નવરું;છૂટું;ફારેગ;નકામું;પરવારતું.

Disentangle,(ડિસ્એન્ટેન્ગલ્) *vt*. To reduce to orderly arrangement: ગુંચ કાઢવી; ઉકેલવું. 2.To extricate from perplexity;to disembroil: ગભરાટમાંથી મુક્ત ક૦-છોડવવું; કાઢવું; છૂટું ક૦; નિકાલ-ઉકેલ લાવવો.

Disenthral, (ડિસ્એન્થ્રૉલ્)*vt*.To release from slavery; to give freedom to: ગુલામગીરીમાંથી મુક્ત ક૦; સ્વતંત્ર ક૦.

Disentrance, (ડિસ્એન્ટ્રૅન્સ્) *vt*. To arouse from a trance: સમાધીમાંથી જાગૃત ક૦; સચેત ક૦; ચેતનાશુદ્ધિમાં લાવવું.

Disesteem,(ડિસ્એસ્ટીમ્) *n*.Want of esteem; disfavor: બેઆબરૂ; ઇતરાજી; અવજ્ઞા; અપમાન; અનાદાર. *vt*. To regard with disfavor; to slight: નાપસંદ ક૦; અપમાન ક૦; બેઆબરૂ ક૦; હલકું ગણવું.

Disfavor, (ડિસ્ફેવર્)*n* Disesteem;disregard: નાપસંદગી; અરૂચી; અસંતોષ. 2. The state of not being in favor: ગેરમેહેરબાની; ઇતરાજી. 3. An unkindness:અકૃપા;ગેરમેહેરબાની. *vt*.To withdraw favor from; to regard with disesteem: ઇતરાજીથી જોવું; ગેરમેહેરબાની ક૦; અપ્રસન્નતા બતાવવી.

Disfiguration,(ડિસ્ફિગ્યૂરેશન્)*n*.Defacement; deformation; disfigurement:બદસુરતી; બદશીકલ; રૂપનાશ.

Disfigure,(ડિસ્ફિગ્યૂર્) *vt*. To deface; to deform: ઘાટ બગાડવો;બદશીકલ ક૦;બગાડવું;બેડોલ ક૦.

Disfigurement,(ડિસ્ફિગ્યૂર્મૅન્ટ્) *n*. The act of disfiguring or the state of being disfigured; deformity: વિરૂપતા; બદસુરતી; બદશીકલ. 2. A defacement; a blot: ડાઘ; કલંક; દૂષણ.

Disfranchise, (ડિસ્ફ્રૅન્ચાઇઝ્) *vt*. To deprive of a franchise or chartered right: સરકાર-રાજ તરફથી મલેલો હક લઈ લેવો; સનદ ખૂંચાવી લેવી.

Disgorge,(ડિસ્ગૉર્જ્) *vt*. To vomit:ઓકવું;ઓકી કાઢવું; પાછું કાઢવું-નાંખવું.2. To give up; to surrender:આપી દેવું;છોડી દેવું;સ્વાધીન ક૦;પાછું આપવું.

Disgrace, (ડિસ્ગ્રેસ્) *n*. The condition of being out of favor; disesteem: અપ્રતિષ્ઠા; અપયશ; ઇતરાજી; અપમાન. 2. Ignominy; infamy; shame: માનભંગ; ફજેતી; શરમ; અપકીર્તિ; બદનામી; નામોશી. 3.Cause of shame;great discredit:નામોશી;કલંક; અપકીર્તિનું ઘર-સ્થાન-વિષય; દૂષણ. 4. Act of unkindness; disfavor: ગેરમેહેરબાનીનું કામ; ગેરમેહેરબાની. *vt*. To deprive of favor; to dismiss with dishonor:આબરૂ લેવી;ગેરઆબરૂથી-કરીને કાઢી મૂકવું. 2. To bring reproach or shame upon; to dishonor: બેઆબરૂ-બેહુરમત ક૦;ફજેતી ક૦;પાણી ઉતારવું. 3. To upbraid; to revile:દોષ કાઢવો;ઠપકો દેવો; ભૂંડું બોલવું; કલંક-આલ ચઢાવવું.

Disgraceful, (ડિસ્ગ્રેસ્ફુલ્) *a*. Shameful; infamous; dishonorable: શરમ ભરેલું;નામોશી ભરેલું; અપમાન ભરેલું; અપમાનકારક; નિંદ્ય.

Disguise, (ડિસ્ગાઇઝ્) *vt*. To change the appearance of; to conceal by an unusual dress: વેષ-સોંગ લેવો; દેખાવ બદલવો-બદલી નાંખવો. 2.To intoxicate:(દારૂ પાઇને)મસ્ત-છાકટો ક૦.*n*.A dress put on for purpose of concealment or of deception:સોંગ; વેષ;વેષાંતર. 2.A false appearance; a counterfeit appearance:ખોટો દેખાવ-લેબાસ;કપટ વેષ-રૂપ; છલ. 3. Intoxication:મસ્ત-છાકટાપણું.

Disgust,(ડિસ્ગસ્ટ્)*n*.[L.*dis* & *gustus*, taste.] Distaste; dislike: સુગ; બદસ્વાદ; કંટાલો; તિરસ્કાર; કંપારી. *vt*. To offend the taste of; to provoke disgust or dislike in: સુગ લગાડવી; કંટાલો આપવો-ઉપજાવવો.

Disgustful, (ડિસ્ગસ્ટ્ફુલ્) } **Disgusting**,(ડિસ્ગસ્ટિન્ગ્) } *a*. Provoking disgust; offensive to the taste:કંટાલા ભરેલું; અઘોરી; અમંગલ; બિભત્સ.

Dish,(ડિશ્) *n*.A broad open vessel, used for serving up food at the table: થાલી; રકાબી; ટાટ; પાત્ર; ભોજન પાત્ર. 2. The food served in a dish; any particular kind of food:વાની; પકવાન;ભોજનપ્રકાર.3.A hollow place in a field:ખેતરમાં પોલી જગ્યા; પોકલ; પોલાણ. *vt*. To put in a dish:પિરસવું;રકાબીમાં ખાણું મૂકવું.2.To frustrate; to disappoint: નાઉમેદ-નિષ્ફલ ક૦; ફાવવા ન દેવું. *To d. out*, to serve out of a dish: થાલીમાંથી પિરસવું.

Dishearten, (ડિસ્હાર્ટન્) *vt*. To discourage; to deject:નાહિંમત ક૦; મન ભંગ ક૦; બેદિલ ક૦; હિમ્મત હરાવવી.

Dishevel, (ડિશેવલ્) *vt*. To hang in a loose manner; to put in disorder:છૂટું લટકાવવું;વિખેરી નાંખવું; છૂટું ક૦; લબડતું રાખવું. *vi*. To be spread in disorder:વિખેરાઇ જવું; છૂટું થવું.

Dishevelled,(ડિશેવેલ્ડ્) *a*. Loose:છૂટું;વિખરાએલું; લબડતું; લટકતું; જીથરંપિથરું.

Dishonest,(ડિસ્ઑનેસ્ટ્) *a*.Wanting in honesty; faithless: અપ્રમાણિક; દગાખોર; બેઇમાન. 2. Knavish; fraudulent:લબાડ;હરામી;શઠ;ધૂર્ત;લુચ્ચું; ઠગ. 3. Disgraceful;shameful;unchaste:નામોશી લગાડે એવું;શરમ ભરેલું;અપવિત્ર; જાુઠું.*vt*.To bring shame upon; to disgrace: શરમ લગાડવી; શરમાવવું; બેઆબરૂ ક૦.

Dishonestly, (ડિસ્ઑનેસ્ટલિ) *adv*. In a dishonest manner:અપ્રમાણિકપણાથી;ગેરવાજબી રીતે.

Dishonesty,(ડિસ્ઑનેસ્ટિ)*n*.Want of honesty;faithlessness: અપ્રમાણિકપણું; દગાખોરી; નિમકહરામી; બેઇમાની; દગલબાજી.2. Fraud; treachery: દગો;લુચ્ચાઇ;ઠગાઇ; અનીતિ; કુટિલતા; માયા. 3. Disgrace; unchastity; lewdness: બેઆબરૂ; નામોશી; અપકીર્તિ; વ્યભિચાર

Dishonor,(ડિસ્ઑનર્) *n*. Disgrace: અપમાન; બેઆબરૂ;માનભંગ;અપયશ;કલંક; બટ્ટો; અપકીર્તિ; શરમ. 2.The nonpayment or non acceptance of commercial paper:હુંડી ન સ્વીકારવી તે; અસ્વીકાર. *vt*. To disgrace:અપમાન-બેઆબરૂ કરવી; એબ-ડાઘ -બટ્ટો લગાડવો; -હલકું પાડવું.2. To refuse to accept or pay:ન સ્વીકારવું.

Dishonorable,(ડિસ્ઑનરેબલ્)*n*. Disgraceful; shameful; base:અપમાન ભરેલું; શરમ ભરેલું; શરમ લાગે એવું; નીચ; હલકું; અપમાનકારક. 2.

Wanting in honor:આબરૂ વગરનું;પાજી;અધમ–નીચ વૃત્તિવાળું.

Disincarcerate,(ડિસ્ઇન્કાર્સરેટ્)*vt.* To liberate from prison; to set free from confinement:કેદખાના–બંદીખાનામાંથી છોડાવવું.

Disinclination.(ડિસ્ઇન્કિલનેશન)*n.* Dislike; aversion:કમન;અપ્રીતિ;અરૂચી;નામરજી.

Disinclined,(ડિસ્ઇન્કલાઇન્ડ્) *a.* કમનનું;અણમનીઉં; નામરજી ભરેલું; બેખાએશ.

Disinfect, (ડિસ્ઇન્ફેક્ટ્) *vt.* To cleanse from infection; to purify from contagious matter: (લાગેલો) ચેપ કાઢવો–સાફ કo;સ્વચ્છ–શુદ્ધ કo.

Disinfectant.(ડિસ્ઇન્ફેક્ટૅન્ટ) *n.* That which disinfects:ચેપ–દુર્ગંધી દૂર કરનાર–ઓસડ–ઉપાય; દુર્ગંધનાશક ઔષધ.

Disingenuous.(ડિસ્ઇન્જેન્યૂઅસ્) *a.* Mean: unworthy: પાપબુદ્ધિનું; હલકું; અધર્મ; મેલા મનનું; મેલું; પડદાવાળું; પાપી પેટવાળું; કપટી.

Disingenuousness, (ડિસ્ઇન્જેન્યૂઅસનેસ્) Unfairness;want of candor;low craft:પાપબુદ્ધિ; કપટભાવ; મેલાપણું; વક્રભાવ.

Disinherit, (ડિસ્ઇન્હેરિટ્)*vt.*To cut off from hereditary right;to deprive of an inheritance: બેવારસ કo; મિરાસ–વારસામાંથી બાતલ કo.

Disintegrate, (ડિસ્ઇન્ટીગ્રેટ્) *vt.* [L. *dis* & *integer*, whole.]To reduce to fragments or to powder:ભાગો છૂટા પાડવા:કડકા કo;ભૂકો કo;ચૂર્ણ કo.

Disintegration.(ડિસ્ઇન્ટીગ્રેશન) *n.* Reduction to parts:ભૂકો કડકા થઇ જવા તે;વિયોગ:વિશ્લેશ.

Disinter.(ડિસ્ઇન્ટર્) *vt.* To dig up: ઘોરમાંથી બહાર કાઢવું; ખોદી કાઢવું. 2. To bring out: બહાર અજવાલામાં લાવવું–કાઢવું;પ્રસિદ્ધિમાં લાવવું.

Disinterested.(ડિસ્ઇન્ટરેસ્ટેડ્)*a.* Free from considerations of private advantage:સ્વાર્થવિનાનું: નિલાભી; સ્વાર્થરહિત;બેગરજ:અસ્વાર્થિક.

Disinterestedness. (ડિસ્ઇન્ટરેસ્ટેડનેસ્) *n.* The quality of being disinterested: બેગરજી;બેપરવા; નિર્લોભબુદ્ધિ:નિસ્પૃહતા: અસ્વાર્થ.

Disjoin, (ડિસ્જૉઇન) *vt.* [L. *dis* & *jungo*, I join.] To part; to disunite:છુટું–જુદું પાડવું;સંબંધ તોડવો.

Disjoint, (ડિસ્જૉઇન્ટ્) *vt.* & *vi.* To separate the joints of; to dislocate:સાંધા છૂટા–જૂદા પાડવા. લચકાવવું;લચકાઇ–કરમોડાઈ જવું;ઉતરી જવું- પડવું.2.To separate at junctures:સાંધામાંથી જૂદું–છૂટું પાડવું. 3.To make incoherent:અસંબંધ કo.*n.* Difficult situation; dilemma:મુશીબત; સંકટ.

Disjunction,(ડિસ્જન્કશન) *n.* Disunion; વિયોગ; જુદાઇ. 2. A disjunctive proposition: વિરૂદ્ધાર્થ વાક્યયોગી.

Disjunctive, (ડિસ્જન્કટિવ્) *a.* Separating; disjoining: છુટું–જૂદું પાડનાર; વિયોગકારી. *n.* (*Gram.*) A disjunctive conjunction: વિરૂદ્ધાર્થ-ભિન્નાર્થ વાક્યયોગી.

Disk.(ડિસ્ક) *n.*[L. *discus*, a quoit.] A flat or circular plate:ચક્ર; ચંદ્રો.2.A discus; a quoit: ચક્ર; ચક્કર;બિંબ; મંડલ.3. The face of a celestial body:બિંબ.4.The radiant part of a sun-flower: સૂર્યમુખી ફુલનો વચલો વંદો.

Dislike,(ડિસ્લાઇક્) *n.* Displeasure; disapprobation:અપ્રીતિ; અરૂચિ; નાખુશી;નારાજી.2. Discord; dissension:વિરોધ; અણબનાવ; કુસંપ.*vt.* To have an aversion to; to disapprove of: ન ચાહવું;નાપસંદ કo. 2. To displeased: નાખુશ–નારાજી કo:નું મન ખાટું કo.

Dislocate. (ડિસ્લોકેટ્)*vt.*[L. *dis* & *locus*, a place.] To displace; to disjoint: જગ્યાએથી ખસેડવું;સાંધામાંથી છુટું–જૂદું પાડવું;લચકાવવું.*a.* Dislocated: છુટું–જૂદું પડેલું;ઉતરી ગયેલું:ખસી ગયેલું.

Dislocated.(ડિસ્લોકેટેડ્)*a.*Displaced;disjointed:સાંધામાંથી છુટું પડેલું:ખસી ગયેલું;લચકાયલું.

Dislocation.(ડિસ્લોકેશન) *n.* The act of displacing or the state of being displaced:ઉતરી–ખસી જવું તે;મોચ;લચક; કરમોડ. 2. The act of removing a bone from its socket:હાડકાને તેના ખામણા–ખાનામાંથી ખસેડી નાંખવું તે.

Dislodge. (ડિસ્લૉજ્) *vt.* To remove from a place of quiet or repose:જ્યાં હોય ત્યાંથી ખસેડવું; દૂર કo; કાઢવું. 2. To drive out from a place of hiding or defence: સંતાઇ રહ્યું હોય તેવી જગ્યામાંથી કાઢી મૂકવું–નસાડવું.

Disloyal, (ડિસ્લૉયૅલ્) *a.*(*a*)Faithless; treacherous: નિમકહરામ; બેઇમાન; બેવફા. (*b*) Faithless to a sovereign:રાજ્યદ્રોહી:રાજા સાથે બેવફાઇ કરનાર.

Disloyalty. (ડિસ્લૉયૅલ્ટિ) *n.* Lack of fidelity; violation of allegiance: બેવફાઇ; નિમકહરામી;રાજદ્રોહ; બેઇમાની.

Dismal.(ડિસ્મૅલ્)*a.*[L *diesmalus*,an evil day.] Gloomy to the eye or ear; cheerless:ઝાંખું;ભયાનક: બીહામણું; ઉગ્ર; દારૂણ; ઘોર.

Dismantle.(ડિસ્મૅન્ટલ્)*vt* Todeprive of dress; to strip:કપડાં–પોશાક ઉતારી લેવો.2. To unrig; to break down: (વહાણનાં) દોરડાં–(ઘરનાં) રાચરચીલાં–(કિલ્લા–શેહેરનો) સરંજામ–નાં રક્ષણનાં સાધન કાઢી લેવાં–તોડી પાડવાં. 2. To render useless; to disable: નિરૂપયોગી–નકામું–અશક્ત કo.

Dismask.(ડિસ્મૅસ્ક્)*vt.*To strip a mask from; to uncover:બુરખો કાઢી–લઇ લેવો; ખુલ્લું–ઉઘાડું કo.

Dismast.(ડિસ્મૅસ્ટ) *vt.* To deprive of a mast or masts:(વહાણના)ડોલ–કુવા ભાંગી તોડી નાંખવા.

Dismay.(ડિસ્મે) *vt.* To terrify: દહેશત–બીક ઘાલવી–દેવી; હિંમત છોડાવી દેવી; ગભરાટમાં નાંખવું:હેબતાવવું; હબકાવી નાંખવું. 2. To render lifeless; to disquiet: શાંત–નરમ કo:દમ વગરનું કo. *n.* Overwhelming terror; consternation: ગભરાટ; હબક; દહેશત; ધાક;બીક;ભય 2 Ruin:નાશ;પાયમાલી;ખરાબી.

Dismember.(ડિસ્મેમ્બર્) *vt.*To separate the members of; to mutilate: અવયવો છુટાં–જુદાં પાડવાં; છુટું–જુદું કo; તોડી પાડવું.

Dismiss. (ડિસ્મિસ્) *vt.* [L. *dis* & *mitto*, I send.] To send away;to give leave to go:મોકલી દેવો: વિસર્જન–વિદાય–રવાના બરખાસ્ત કo; રજા–છુટી આપવી 2. To remove from office, service or employment: કાઢી મૂકવું; રજા આપવી; બરતરફ

કo; રૂકસદ આપવી.

Dismissal, (ડિસ્મિસૅલ્) *n.* Dismission; discharge:રજા; છુટી; બરતરફી; રૂકસદ; વિદાઇ.

Dismount, (ડિસ્માઉન્ટ્) *vt.* & *vi.* To bring down from an elevation:ઉંચી જગ્યાપરથીઉતારવું-ઉતારી પાડવું-ઉતરવું.2.To remove from a horse; to unhorse: ઘોડા ઉપરથી ઉતારવું-ઉતરવું. 3. To throw or remove from their carriages:ગાડી-ગાડીઓપરથી ઉતારી પાડવું-ઉતરવું.

Disobedience.(ડિસ્‌ઓબીડિઅન્સ્) *n.* Violation of command or prohibition:આજ્ઞાનો ભંગ; અવગણના; અનાદર; નાતાબેદારી; નાફરમાની.

Disobedient,(ડિસ્‌ઓબીડિઅન્ટ્) *a.* Neglecting or refusing to obey; refractory:આડું ચાલનારૂં; હુકમ તોડનારૂં; નાફરમાન.2.Not yielding: નહિ ગાંઠનારૂં; હઠીલું.

Disobey, (ડિસ્‌ઓબે) *vt.* & *vi.* To neglect or refuse to obey:આજ્ઞા તોડવી; પત ન કo; ન માનવું.

Disoblige. (ડિસ્‌ઓબ્લાઇજ્) *vt.* To displease: નાખુશ કo;મન દુઃખવવું;દુભવવું.2.To release from obligation: બંધન-ફરજમાંથી મુક્ત કo-છોડવું-સ્વતંત્ર કo.

Disobliging. (ડિસ્‌ઓબ્લાઇજિન્ગ્) *a.* Offensive; displeasing:અનુપકારી; નિરૂપકારી;ઉપકાર શત્રુ.

Disorder. (ડિસ્‌ઑર્ડર્) *n.* Irregularity; confusion:અવ્યવસ્થા; ગેર બંદોબસ્ત; ઘોટાલો. 2. Neglect of order or system: irregularity: અનિયમિતપણું. 2. Tumult; disturbance; ખખેડો;હુલ્લડ; તોફાન. 3. Disease; sickness: દરદ; રોગ; માંદગી; મંદવાડ. *vt.* To throw into confusion; to confuse: ગુચવણ-ગભરાટમાં નાંખવું; ગરબડ કરી નાખવી. 2.To produce sickness or indisposition in:તબીઅત બગાડવી;માંદું પાડવું.

Disordered, (ડિસ્‌ઑર્ડર્ડ્) *a.* Confused; deranged: ચુંથી નાંખેલું. અવ્યવસ્થિત;ખસેલું; ચલેલું; અસ્વસ્થ; આજારી; આકુલ

Disorderly, (ડિસ્‌ઑર્ડર્લિ) *a.* Not in order: marked by disorder: અવ્યવસ્થિત; બંદોબસ્ત વગરનું; બેતરબીઅત. 2. Not acting in an orderly way:વિકારવાલું;કસરવાલું;બગડેલું.3.Tumultuous; unruly: તોફાની; હુલ્લડી; ફિતુરી. 4. Unchaste; of bad repute:અનાચારી; અનીતિનું; વંઠી ગયેલું. *adv.* Irregularly; confusedly; ગેરબંદોબસ્તથી; અવ્યવસ્થિત રીતે.

Disorganization. (ડિસ્‌ઑર્ગૅનાઇઝેશન્) *n.* The state of being disorganized: બંધારણનાશ: અવ્યવસ્થા; ઉથલપાથલ; ઘોંતાલો.

Disorganize.(ડિસ્‌ઑર્ગૅનાઇઝ્) *vt.* To throw into utter disorder: to disarrange and break up:બંદોબસ્ત તોડવો; ઉથલ પાથલ કo; ઘોંતાલો કo.

Disown.(ડિસ્‌ઓન) *vt.* to disavow: કબૂલ ન રાખવું; ઇનકાર કo.

Disparage. (ડિસ્પરેજ્)*vt.*[L.*dis. par.* equal & *ago*, I impel.] To dishonor by an unequal marriage: અયોગ્ય વિવાહ સંબંધ કo.2.To undervalue; to debase:હલકું-નઠારૂં-ઉતરતું ગણવું; વખોડવું; હીણપરતી લગાડવી.

Disparagement,(ડિસ્પૅરેજ્‌મૅન્ટ્)*n.*Marriage with a person of inferior rank or condition: અયોગ્ય વિવાહ સંબંધ: કજોડું. 2. Diminution of value; disgrace:નામોશી; બેઆબરૂ;શરમ;હીણપરતી.

Disparity,(ડિસ્પૅરિટિ)*n.*[L.*dis* & *par*,equal.] Inequality; dissimilitude: ફરક; ફેર; તફાવત; ભેદ.

Dispassionate. (ડિસ્પૅશનેટ્) *a.* [L. *dis* & *patior*, I suffer.] Calm;composed; judicial: ઠંડું; ઠંડા મિજાજનું; શાંત.2. Impartial: નિષ્પક્ષપાત; ઉદાસીન.

Dispatch.(ડિસ્પૅચ્)*vt.*[L.*de* & *patior*, I go.] To send off:મોકલવું;રવાનાકo.2.To put to death; to kill:મારી નાંખવું. 3. To dispose of; to perform:કાઢવું; કરી નાંખવું; નિકાલ કo. 4. To rid; to free:છુટું-મુક્ત કo;સ્વતંત્ર કo.5.To send of hastily: મોકલી દેવું; વિદાય કo.*n.* The sending off:મોકલવું;દોડાવવું તે.2.Prompt execution; haste:ઝપાટો; ઝડપ; ઉતાવલ. 3. Official message or letter: પેગામ; સંદેશો; સરકારી લીખાટો. 5. A message sent by telegram:તાર.

Dispel.(ડિસ્પેલ્)*vt.* [L. *di* & *pello*, I drive.] To drive away; to banish:ઉડાવી દેવું;દૂર કo;કાઢી મુકવું; ટાલવું; મટાડવું; રદ્દ કo.

Dispensary.(ડિસ્પેન્સરિ)*n.* A place in which medicines are dispensed to the poor:ધર્મનું-ધર્માદા દવાખાનું. 2. A place in which medicines are prepared:દવાખાનું; ઔષધશાલા.

Dispensation. (ડિસ્પેન્સેશન) *n.* The act of dispensing;distribution:વહેંચણી; વાંટની;વિભાગ. 2.A system of divine laws: ખુદાતાલા તરફથી ઉતરતું સુખ-દુઃખ;ઇશ્વરીવ્યવસ્થાવિધિનિયોગ. 3.A licence to do what is forbidden:છુટ: પરવાનગી;પરવાનો.

Dispense, (ડિસ્પેન્સ્) *vt.* [L. *dis* & *pendo*, I weigh.] To distribute: વહેંચવું; વહેંચી આપવું; વાંટવું; વાંટણી કo. 2. To execute; to carry out: અમલમાં આણવું;બજાવવું;કરવું.3. To compensate; to atone for: બદલો-અવેજ અપાવવો; નુકશાન ભરી અપાવવું. 4. To exempt; to excuse:છુટ-માફી આપવી.*To* **d.** *with*, to give up; to forego: કામ-વપરાશમાં લાવ્યા વગર રહેવું; કશા વગર ચલાવવું.

Dispenser.(ડિસ્પેન્સર)*n.*One who dispenses: આપનાર: વહેંચનાર; વાંટનાર;બક્ષનાર 2.દવા આપનાર.

Dispeople, (ડિસ્પીપલ્) *vt.* To deprive of inhabitants; to depopulate:ઉજ્જડ-નિર્જન કo.

Disperse, (ડિસ્પર્સ્) *vt.* [L. *dis* & *spargo*, I scatter.] To scatter here and there: to diffuse: વિખરવું; છુટું પાડવું;ફેલાવવું;ફેલાવો-પ્રસાર કo. *vi.* To separate; to vanish: જુદું પડવું; વેરાઈ-વિખરાઈ જવું; જતા રહેવું.

Dispersion. (ડિસ્પર્શન) *n.* The act of scattering:વેરવું-વિખેરવું તે. 2. The state of being scattered: વિખરાઈ-વેરાઈ-ફેલાઈ જવું તે; વિક્ષેપ. 3. The separation of light into its different coloured rays: પ્રકાશ-અજવાલાના તેના જુદા જુદા રંગનાં કીરણોમાં વિખરાઈ-છુટા પડવું તે વિકિરણ.

Dispirit (ડિસ્પિરિટ્) *vt.* To deprive of cheerful spirits; to discourage: નાહિંમત કo: મન

ભાંગવું; નિરુત્સાહ કo.

Displace,(ડિસ્પ્લેસ્) *vt.* To remove; to take away:ખસેડવું; લઈ લેવું-જવું; સ્થલાંતર કo. 2. To discharge; to depose: કાઢી મુકવું; બરતરફ કo. 3. To dislodge; to banish: હાંકી કાઢવું.

Displant, (ડિસ્પ્લૅન્ટ્) *vt.* To unsettle and take away; to displace:ઉખેડી નાંખવું; જે જગ્યાએ હોય ત્યાંથી કાઢી નાંખવું. 2. To strip of what is planted or settled: ઉજ્જડ કo.

Display,(ડિસ્પ્લે) *vt.* [L. *dis* & *plico*, I fold.] To unfold; to expand: ખોલવું; ફેલાવવું; પાથરવું; વિસ્તારવું.2.To show;to make manifest:બતાવવું; દેખાડવું;દર્શાવવું;ખુલ્લુ -સ્પષ્ટ કo. 3. To parade; to make an exhibition of: અભિમાનથી બતાવવું; મ્હોટાઈ-ભભકો બતાવવો; આડંબર કo. 4. To discover; to descry: શોધી કાઢવું.*vi.*To make a display; to talk without restraint: ડોલ કo; બડાઈ હાંકવી. *n.* Exhibition;manifestation:પ્રદર્શન; પ્રકાશન;દેખાવ. 2. Ostentatious show; parade: ભભકો; ઠાઠ; શોભા; દબદબો; આડંબર; દમામ.

Displease, (ડિસ્પ્લીઝ્) *vt.* To offend; to vex: નારાજ-નાખુશ કo; ચીડવવું; ખફા કo; ગુસ્સો ચઢાવવો. 2. To fail to satisfy; to miss of: ગુમાવવું; પાર મુકવું; ખોવું. *vi.*To give displeasure or offence: કંટાળો ઉપજાવવો; માઠું લગાડવું.

Displeasure,(ડિસ્પ્લેઝ્હ્યુર) *n.* Dislike; dissatisfaction; disfavor: નાપસંદગી; અપ્રસન્નતા; ગુસ્સો; અવકૃપા; નાખુશી. 2. The state of disgrace: અપમાન-અપજશ પામવું તે; ગેરમહેરબાની;ઇતરાજી.

Disponge,(ડિસ્પૉન્જ્)*vt.* To sprinkle as with water from a sponge: વાદલીમાંથી પાણી છાંટવું -નો છંટકાવ કo.

Disport,(ડિસ્પૉર્ટ્) *n.* Play; sport: રમત; ગમત; મઝે. *vt.* To divert or amuse:રમવું; ગમત કo; ખેલવું. 2 To remove from a port;to carry away: બંદરમાંથી ખસેડવું;લઈ જવું; ઘસડી લઈ જવું

Disposal, (ડિસ્પોઝલ્) *n.* Arrangement; a putting in order:રચના;ગોઠવણ;યોજના. 2. Regulation; management: વ્યવસ્થા; બંદોબસ્ત. 3. Bestowal; alienation or parting with: અર્પણ; વહેંચણ; દાન; બક્ષિસ. 4. Power to dispose of: અખ્તિયાર; અધિકાર; હાથ; સત્તા.

Dispose,(ડિસ્પોઝ્)*vt.*[L. *dis* & *pono*, I put.] To arrange: to set in order:ગોઠવવું; માંડવું; વ્યવસ્થા-રચના કo. 2. To regulate; to determine: ગોઠવણ કo;ગોઠવવું; નક્કી કo: સત્તા ચલાવવી. 3. To deal out; to employ: વહેંચી આપવું;વાપરવું.4. To adapt; to incline the mind of:ઈચ્છા કરાવવી; મન લગાડવું. To *dispose* of.(*a*) to assign for a use: ઉપયોગને માટે નક્કી કo; નિર્માણ કo. (*b*) To alienate; to bestow: આપવું; આપી દેવું; વેચી-કાઢી નાંખવું. *vt.* To bargain; to make terms: વેચાણનો બંદોબસ્ત-પહુણ-શરતો કo.

Disposition, (ડિસ્પેઝિશન) *n.* Application; disposal:વહીવટ; વ્યવસ્થા; ગોઠવણ. 2. Arrangement; distribution; order: રચના; ગોઠવણ;ક્રમ. 3. Propensity; propension:મન;ઈચ્છા;રુચિ;વલણ. 4. Tendency; nature; quality: ગુણ; ધર્મ;સ્વભાવ; મિજાજ; આદત. 5. Nature or prevailing spirit; temper of mind:પ્રકૃતિ; તબીયત; મરજી. 6. Mood; humor: વૃત્તિ; ભાવ; છંદ.

Dispossess, (ડિસ્પઝ્ઝેસ્) *vt.* To put out of possession;to disseize:લઈ લેવું-મુકવું;છીનવી લેવું.

Dispossession, (ડિસ્પઝ્ઝેશન) *n.* The act of putting out of possession; the state of being put out of possession: લઈ લેવું તે; કબજ કo-કબજો મુકાવવો-છોડાવવો તે. 2.(*Law*) The putting out of possession wrongfully; ouster: ગેરકાયદે કબજો લેઈ લેવો તે.

Dispraise,(ડિસ્પ્રેઝ્) *vt.* To withdraw praise from; to blame: વખોડવું;નિંદા કo; ઠપકો દેવો. *n.* Blame; censure: અપ્રશંસા; નિંદા; ઠપકો.

Disproof,(ડિસ્પ્રુફ્)*n.*Confutation; refutation: રદીઓ; ખંડન; વિરૂદ્ધતા; નિરાકરણ.

Disproportion,(ડિસ્પ્રોપૉર્શન) *n.* Want of proportion or symmetry:વિષમ પ્રમાણ; તફાવત; ન્યૂનાધિકતા.2. Unsuitableness; disparity: અયોગ્યતા; વિજોડપણું.

Disproportional-nate, (ડિસ્પ્રોપૉર્શનલ્-ડિસ્પ્રોપૉર્શનેટ્) *a.* Unequal; inadequate: અસમાન; અયોગ્ય; વિષમ.

Disprove,(ડિસ્પ્રુવ્) *vt.* To prove to be false; to confute:ખોટું-જુઠું-બનાવટનું છે એમ સાબિત કo. 2. To refute:રદ-બાતલ કo;નામંજુર-ના કબૂલ કo-રાખવું;ખ્યાલ ન રાખવું.

Disputable,(ડિસ્પ્યૂટેબલ્) *a.* Capable of being disputed; controvertible: તકરાર-વાંધો લેવા જવું-લેવાય એવું; વાદયોગ્ય. 2. Contentious: હુજ્જતી; તકરારી; ટંટાખોર.

Disputant,(ડિસ્પ્યૂટન્ટ્)*n.*One who disputes; a controvertist:તકરાર લેનાર; વાદકર્તા.

Disputation, (ડિસ્પ્યૂટેશન) *n.* The act of disputing; controversy in words:વાદવિવાદ; તકરાર;ભાંજગડ.2.Exercise in which parties reason: અભ્યાસવાદ: સંવાદ.

Disputatious, (ડિસ્પ્યૂટેશસ્) *a.* Inclined to dispute; apt to cavil:વાંધાખોર;તકરારી; ભાંજગડ્યું; ટંટાખોર.

Dispute,(ડિસ્પ્યૂટ્)*vt.* & *vi.* [L. *dis* & *puto*, I reckon.] To discuss: to debate: તકરાર-વાદ લેવો -કરવો;વાંધો ઉઠાવવો-લેવો.2.To strive or contend: સામે થવું;કજીઓ કo. *n.* Discussion; debate; altercation:ભાંજગડ;તકરાર;વિવાદ;વાદ;હુજ્જત.2.Contest; struggle:કજીઓ; ઝઘડો; લઢાઈ; વાંધો.

Disqualification,(ડિસ્કવૉલિફિકેશન) *n.* Disability; incapacity: ના લાયકપણું: અયોગ્યતા. 2. Want of qualification: ગુણ-શક્તિ-લાયકાતની ગેરહાજરી; ના લાયક હોવું તે.

Disqualify,(ડિસ્કવૉલિફાઇ) *vt.* To render unfit; to incapacitate: નાલાયક-અયોગ્ય કo. 2. To deprive of capacity: to disable: લાયકી-યોગ્યતા વિનાના કo; અશક્ત કo.

Disquiet, (ડિસ્કવાઈઅટ્) *vt.* To make uneasy or restless;to disturb:બેચેન કo;ક્ષોભ-ઉદ્વેગ-ઉચાટમાં

નાંખવું; વ્યગ્ર–અસ્વસ્થ ક૦. *n.* Uneasiness; restlessness; anxiety:બેચેની;ચિન્તા;ઉચાટ; ક્ષોભ; આકુલતા. *a.* Deprived of quiet:બેચેન; અસ્વસ્થ; ઉચાટવાળું; આકુલ.

Disquietude,(ડિસ્કવાઈઍટ્યૂડ)*n.*Uneasiness; agitation; anxiety:બેચેની;ઉચાટ;ઉદ્વેગ;આકુલતા.

Disquisition,(ડિસ્કિવઝિશન)*n.*[L.*dis*& *quaero*,I seek.] Elaborate essay; dissertation: પ્રબંધ; નિબંધ; નિરૂપણ; વિવેચન.

Disregard,(ડિસ્રીગાર્ડ)*vt.*To pay no heed to; to omit to take notice of:ન ગણકારવું; ન લેખવવું; અનાદર–અવગણના ક૦. *n.* Neglect; want of attention; slight:બેપરવાઈ; બેદરકારી; અવગણના; અનાદર; અપમાન.

Disrelish,(ડિસ્રૅલિશ) *n.* Distaste; dislike: અભાવ;અપ્રીતિ; અરૂચિ. 2. Bad taste; nauseousness: બદસ્વાદ; કસ્વાદ; બેમઝાહ. *vt.* Not to relish; to regard as unpalatable: –ન ભાવવું; અપ્રીતિ હોવી; –ન ગમવું.2.To deprive of relish:સ્વાદવિનાનું ક૦; અસ્વાદિષ્ટ ક૦; બેસ્વાદ ક૦.

Disreputable,(ડિસ્રૅપ્યૂટેબલ) *a.* Not in esteem; dishonourable: આબરૂ વિનાનું; બે આબરૂ; હલકું; અપ્રતિષ્ઠિત; નીચ.

Disrepute,(ડિસ્રૅપ્યૂટ્)*n.*Loss of reputation; disesteem: માનભંગ; અપકીર્તિ; નામોશી; બદગોઈ; અપજશ.

Disrespect,(ડિસ્રીસ્પેકટ્)*n.*Disesteem; irreverence:બે અદબી; અપમાન;અનાદર;તિરસ્કાર. *vt.* To show disrespect to:અપમાન–અનાદર ક૦; બેઆબરૂ ક૦;બે અદબી–નાલાયકી ક૦.

Disrespectful,(ડિસ્રીસ્પેકટ્ ફુલ્)*a.* Wanting in respect; uncivil: અમર્યાદ; અસભ્ય; બેઅદબ.

Disrobe,(ડિસ્રોબ્)*vt.*To divest of garments; to undress;to strip of covering:લુગડાં ઉતારી લેવાં.

Disrupt, (ડિસ્રપ્ટ્) *a.* [L. *dis* & *rumpo*, I break.] Torn asunder; severed by breaking: ચીરાયેલું; ભાગીને છુટું પડેલું. *vt.* To separate; to rend:ભાગવું; જુદું કરવું; ફાડ પાડવી.

Disruption,(ડિસરપ્શન) *n.*Breach; rent: ટુટ; બિગાડ; ખલેલ; ચીરો; અણબનાવ.

Disruptive,(ડિસ્રપ્ટિવ્) *a.* Causing disruption; bursting: બિગાડ કરતું; ફાટતું; ભાંગતું.

Dissatisfaction, (ડિસ્સૅટિસ્ફૅકશન) *n.* The state of being dissatisfied: નાખુશી; અસંતોષ; અપ્રસન્નતા.

Dissatisfactory, (ડિસ્સૅટિસ્ફૅકટૉરિ) *a.* displeasing: નાખુશ; અસંતોષકારી.

Dissatisfy,(ડિસ્સૅટિસ્ફાઇ)*vt.* To displease: અસંતુષ્ટ–નાખુશ–અપ્રસન્ન ક૦.

Dissect, (ડિસ્સેકટ્)*vt.* [L.*dis* & *seco*, I cut.] To cut into pieces;to anatomize:કકડા કરવા:અવયવ છેદન ક૦;ચીરવું.2.To analyse:ફાડી તોડીને જોવું; અન્વયો જુદા પાડવા.

Dissection, (ડિસ્સેકશન) *n.* Anatomy: શરીરછેદન. 2. An analysis:વિવેચન; પૃથક્કરણ.

Dissemblance, (ડિસ્સેમ્બ્લૅન્સ્) *n.* dissimilitude:તફાવત; ફેરફાર.2. Dissimulation: ઢોંગ; દંભ; કપટ; બહાનું.

Dissemble,(ડિસ્સેમ્બલ્)*vt.* [L.*dis* & *similis*, like.] To disguise: ઢોંગ ક૦; ખોટો વેષ ધારણ ક૦. 2.To feign:બહાનું–નિમિત્ત કાઢવું; ડમષ બતાવવું.*vi.* To assume a false appearance:ઢોંગ–કપટ ક૦;ખોટો–જુઠ્ઠો દેખાવ ધારણ ક૦; પેચ રમવો.

Disseminate, (ડિસ્સેમિનેટ્) *vt.* [L. *dis* & *semen*, seed.]To spread abroad;to diffuse:પાથરવું; પ્રસારો ક૦; વિખેરી નાંખવું; વેરવું.

Dissemination, (ડિસ્સેમિનેશન) *n.* Dispersion; diffusion;scattering:પ્રસારણ;ફેલાવો;વિસ્તાર.

Dissention, (ડિસ્સેન્શન) *n.* Strife; discord; quarrel:ઝઘડો; વિરોધ; કુટફાટ; કલહ;કુસંપ;ફુટ.

Dissentious, (ડિસ્સેન્શસ્) *a.* Quarrelsome; contentious:કજીઆ–ટંટા–લઢાઈખોર; કલેશ કરાવનાર; ઝઘડો કરે એવો.

Dissent,(ડિસ્સેન્ટ્)*vi.*[L.*dis* & *sentio* I feel.] To differ in opinion; to disagree: મત–અભિપ્રાયમાં જુદા પડવું, મતભેદ પડવો. 2.To differ from the doctrines or rites of a church: કોઈ સ્થાપિત મત કે ક્રિયાથી જુદા પડવું. 3.To differ; to be of a contrary nature:જુદા પડવું; મલતા ન આવવું;વિરૂદ્ધ સ્વભાવ–પ્રકૃતિના હોવું. *n.* Difference of opinion; disagreement: મતભેદ; વિરોધ;મતાંતર. 2. Contrariety of nature: વિરૂદ્ધ સ્વભાવ–કુદરત–પ્રકૃતિ.

Dissenter,(ડિસ્સેન્ટર્) *n.* One who differs in opinion or declares his disagreement:મત–અભિપ્રાયમાં જુદો પડનાર; મતભેદ પાડનાર. 2. A nonconformist: રાજ્યસ્થાપિત દેવલના મતથી જુદો પડનાર; ભિન્નપંથી.

Dissentient,(ડિસ્સેન્શિઍન્ટ્)*a.*Disagreeing; dissenting:જુદો મત ધરાવતું;ના કબૂલ.*n.*One who disagrees:જુદો મત ધરાવનાર.

Dissertation, (ડિસ્સર્ટેશન) *n.* [L. *dissero*, I argue.] A disquisition; an essay; a discussion: નિબંધ; દલીલબાજ લખાણ; પ્રબંધ; રીસાલો.

Disservice,(ડિસ્સર્વિસ્)*n.* Injury; harm; mischief: હાનિ; નુકશાન; માઠું; અહિત.

Dissever, (ડિસ્સેવર્) *vt.* To part in two; to separate:બે ભાગ ક૦–પાડવા; જૂદું–છુટું ક૦.

Dissimilar,(ડિસ્સિમિલર્)*a.*Unlike;not similar: મલતું નહિ આવતું; અસમાન; ભિન્ન; જૂદું; પૃથક્.

Dissimilarity, (ડિસ્સિમિલૅરિટિ) *n.* Unlikeness; dissimilitude:ભિન્નતા; ભેદ; જુદાપણું;તફાવત; અંતર; અસમાનતા.

Dissimilitude,(ડિસ્સિમિલિટ્યૂડ્) *n.* Unlikeness;dissimilarity: જુદાપણું; ભેદ; તફાવત; ભિન્નતા. 2. A dissimile: વિરોધાલંકાર

Dissimulation,(ડિસ્સિમ્યૂલેશન) *n.* A feigning;false pretension;hypocrisy:છલભેદ;કપટ;ઢોંગ.

Dissipate,(ડિસ્સિપેટ્) *vt.* [L. *dis* & *supo*, I throw.] To scatter; to disperse: વિખેરી નાંખવું; વેરી નાંખવું. 2. To consume; to squander:ખવાઇ જવું; ઉડાવી દેવું; ગુમાવવું; ખરબાદ ક૦.

Dissipated,(ડિસ્સિપેટેડ્)*a.* Extravagant; luxurious:ઉડાઉ; દુરાચારી; વ્યસની; બદફેલ;વિષયલંપટ; વહીવંઠા ગયેલું.

Dissipation,(ડિસિપેશન) *n.* Waste; dispersion: ઉડાવી નાંખવું–વેરી દેવું તે; ઉડી જવું–વેરાઈ જવું તે. 2. Dissoluteness:ઉડાઉપણું; કુછંદ; આઠોલત;ખદફેલી; દુરાચરણ.

Dissociate,(ડિસ્સોશિએટ્) *vt.*[L.*dio* & *socius*, a companion.] To separate; to disunite:જુદા પાડવું; અલગ કo; છુટા પાડવું–થવું.

Dissolute,(ડિસ્સોલ્યૂટ્) *a.*Relaxed; enfeebled: ઢીલું; નરમ; નબળું. 2. Wanton;lewd;debauched: દુર્વ્યસની; લંપટ; વ્યભિચારી; ખદફેલ; વિષયી; સોદું.

Dissolution,(ડિસ્સોલ્યૂશન) *n.*The act of dissolving; separation:પીગલાવું તે;ભંગ; ભંજન;જુદા પાડવું તે. 2.Melting; liquifaction: દ્રવીકરણ;દ્રાવણ; પ્રવાહી થવું તે.3.The dispersion of an assembly; the breaking up of a partnership: છુટા પડવું–થવું તે; વિસર્જન; તૂટ; ફાટ. 4.Decomposition:ભાગ; વિભાગ; વિચ્છેદ. 5. Death:મોત; મૃત્યુ; મરણ.6.Destruction; ruin:નાશ; લય;પાયમાલી; ખેદાનમેદાન.7. Corruption of morals:લંપટપણું;વ્યભિચાર;દુરાચરણ; સોદાઈ; ખદફેલી.

Dissolve,(ડિસૉલ્વ્) *vt.*[L.*dis*&*solvo*,I loose.] (*a*) To separate into component parts; to break up:જુદું–છુટું પાડવું; અવયવ–અંગ છુટા કo. (*b*) To terminate;to destroy:અંત–છેડો લાવવો; વિસર્જન–ખરખાસ્ત કo.2.To disconnect;to loosen; to undo:છુટું–જુદું–વિખૂટું પાડવું; તોડી પાડવું.3.To melt; to soften: પીગાલવું; ઓગાલવું. 4. To deprive of force; to enfeeble: ખલ–શકિતહીન વિનાનું કo; નબલું–અશકત કo. 5.To slove; to clear up: (સંશય)દૂર કo–છેદવો;કાઢી નાંખવું; ભાંગવું. 6.(*Law*) To annul; to rescind:રદ્દ–મોકુફ કo; નામંજુર કરી કાઢી નાંખવું.*vi.*To be decomposed or broken up; to waste away:ભાગી જવું;ભાગ પડવા;પૃથક્કરણ થવું. 2. To become fluid; to be melted: પ્રવાહી થવું; પીગલવું;ઓગલવું.3.To fade away;to disappear: જતાં રહેવું;–ન દેખાવું;નિર્બલ–દમ વગરનું થવું; અશકત થઇ જવું.

Dissolvent, (ડિસૉલ્વેન્ટ્) *a.* Having power to melt or dissolve: ઓગાલી–પીગાલી શકે એવું; દ્રાવક. *n.* A menstruum; a solvent:પીગાલી–ઓગાલી શકે એવી ચીજ.

Dissonance, (ડિસ્સોનૅન્સ્) *n.* A mingling of discordant sounds; discord: બેસુર અવાજ–રાગ ભેગા–મિશ્ર થવા તે; કઠોરતા.2.Incongruity; inconsistency: વિરૂદ્ધતા; વિરોધ; પ્રતિકૂલતા; અણબનાવ; બેબનાવ.

Dissonant, (ડિસ્સોનૅન્ટ્) *a.* [L. *dis* & *sono*, I sound.] Discordant; harsh:બેસુર:બેરાગ; કઠોર. 2. Disagreeing; discrepant:ઉલટું;વિરૂદ્ધ; વિરોધી; પ્રતિકૂલ.

Dissuade, (ડિસ્સ્યૂએડ્) *vt.* [L.*dis* & *suadio*, I advice.]To advise against:ન કરવાની શીખામણ–સલાહ આo; મનાઇ કo. 2. To divert by persuasion;to bias:મન ફેરવવું;વિચાર પડતો મુકાવવો;વારવું.

Dissyllable, (ડિસિલ્લેબલ) *n.* A word consisting of two syllables only: ફકત બે સ્વર–પદવાલો શબ્દ; દ્વિ સ્વર.

Distaff,(ડિસ્ટૅફ્) *n.* The staff:રેંટીઆની ત્રાક; ચરખાની હાંડી.2.A woman;the female sex:સ્ત્રી જાત; સ્ત્રી;બાયડી; બૈરી; અબલા; ઓરત જાત.

Distain,(ડિસ્ટેન) *vt.* [L.*dis* & *tingo*, I dye.]- To stain; to discolor:ડબકો પાડવો;ડાઘ પાડવો;ખરડવું; કલંકિત–દૂષિત કo.

Distance,(ડિસ્ટૅન્સ્) *n.* An interval or space between two objects:બે પદાર્થ વચ્ચેનું છેટું–અંતર; ટપ્પો. 2. Remoteness of place;a remote place: કોઈ જગ્યાનું છેટું; કોઈ દૂર–છેટેની જગ્યા. 3. A space between bodies of troops:લશ્કરની બે ટુકડીઓ વચ્ચેની જગા–છેટું–અંતર. 4. Interval of time:વખતનો આંતરો–અંતર. 5.Respect;ceremoniousness: અંતર; વિનય; અદબ; મર્યાદા.6. Discrepancy;contrariety:વિરોધ;વિરૂદ્ધતા; પ્રતિકૂલતા;તફાવત.7. Alienation of heart;coldness; reserve:બેદિલ;અતડાપણું;મનઉતારો.*To keep one's* **d.**,to stand aloof: દૂર રહેવું;અદબથી વર્ત્તવું; સાથે ન ભલવું.*vt.*To place at a distance: છેટે મૂકવું; આઘું મૂકવું. 2. To remove from view: નજર–આંખ આગલથી ખસેડવું–આઘું મૂકવું. 3.To leave behind in a race: ખબુ ચઢતા નિવડવું.

Distant, (ડિસ્ટૅન્ટ્) *a.*[L. *dis* & *sto*, I stand.] Separated;at a distance:જુદું; લાંબું; દૂર; વેગલું. 2. Not near; remote:આઘું;વેગલું; દૂરનું.3.Cold; not cordial:અતડું; મલતાવડું નહિ એવું. 4. Faint: ઝાંખું; નિસ્તેજ.5. Discrepant; repugnant:વિરોધી; ઉલટું; વિરૂદ્ધ; પ્રતિકૂલ.

Distaste,(ડિસ્ટેસ્ટ્) *n.* Disrelish; dislike: અભાવ; અરૂચિ; બેસ્વાદ. 2. discomfort; uneasiness: બેચેની; અસમાધાન; અસુખદુ:ખ. 3. Displeasure; anger:નાખુશી; નારાજી; ઇતરાજી; ગુસ્સો.

Distasteful, (ડિસ્ટેસ્ટ્ફુલ) *a.* Unpleasant to the taste; loathesome:બેસ્વાદ;અરૂચિકર;અસ્વાદિષ્ટ; કંટાલો ઉપજાવે એવું. 2. Offensive;displeasing to the feelings:ન ગમે–ન પસંદ પડે એવું; નાપસંદ;અપ્રિય; અણગમતું.3. Manifesting distaste or dislike; repulsive:ત્રાસજનક; નિંદ્ય; બીભત્સ.

Distemper,(ડિસ્ટૅમ્પર) *n.* Disproportionate mixture of parts: ભાગની પ્રમાણ વિનાની મિશ્રતા. 2. Severity of climate:સખ્ત હવા.3. Malady;indisposition:રોગ; વ્યાધિ; વિકાર.4.Morbid temper of mind; ill humor: પ્રકૃતિવિકાર; બેચેની. 5. Tumult:લઢાઇ; ટંટો; ઝઘડો; ખખેડો. *vt.* To disorder; to disease:વિકાર થવો; બિમારી થવી;આજાર થવો. 2. To disturb; to ruffle: અસ્વસ્થ–વ્યગ્ર–વ્યાકુલ કo; ગભરાટમાં નાંખવું. 3. To intoxicate: છાકટો–પિધેલ બનાવવું–કo.

Distend, (ડિસ્ટેન્ડ્) *vt.* [L. *dis* & *tendo*, I stretch.]To lengthen out;to stretch:લંબાવવું; ફેલાવવું; વિસ્તારવું. 2.To dilate; to expand:ઉપસાવવું; ફુલાવવું; ફુગાવવું;તસતસાવવું.*vi.*To become expanded; to swell:ઉપસવું; તસતસવું–થવું;ફુલવું; તણાવું.

Distention, (ડિસ્ટૅન્શન) *n.* The act of distending;the state of being distended:ઉપસાવો; વિસ્તાર; તસતસાટ; ફુલાવો. 2. Breadth: પહોલાઇ;

કુલાવેલી–ઉપસાવેલી ચીજ-પદાર્થથી રોકાયલી જગ્યા.

Distich,(ડિસ્ટિક્)*n*.[Gr.*dis* & *stichos*,a row.] A couplet of two lines:બે લીટીની કડીનો છંદ–વૃત્ત; શ્લોક;દોહરો;બેત.*a*.Having two rows:બે લીટીવાળું.

Distill,(ડિસ્ટિલ્) *vi*. [L. *de* & *stillo*, I drop.] To drop; to fall in drops: ટપકવું; ઝરવું. 2. To flow gently: ધીમે ધીમે–ઝરણરૂપે વહેવું. *vt*. To let fall in drops: ટપકાં રૂપે પડવા દેવું; ટપકાં પાડવાં. 2. To rectify; to purify: ખેંચવું; સત્વ–અર્ક–દારૂ રૂપે કાઢવું;યંત્રમાં ખેંચવું;ગાલવું.3.To dissolve or melt: ઓગાલવું; પિંગાલવું.

Distillation,(ડિસ્ટિલેશન્) *n*. The act of falling or pouring in drops: ટપકાંથી–ટપકાંરૂપે પાડવું–રેડવું તે; ઝરણ.2. That which falls in drops: જે ટપકાં રૂપે પડે છે તે.3.The operation of extracting spirit: સત્વ ખેંચવાની ક્રિયા; અર્ક કાઢવાની રીત. 4.The substance extracted by distilling:અર્ક; તેજાબ;સત્વ.

Distillery, (ડિસ્ટિલરિ) *n*. The building and works where distilling is carried on: અર્ક વિગેરે કાઢવાની જગ્યા–ભઠ્ઠી; કઢ; દારૂ ગાલવાની ભઠ્ઠી.

Distinct, (ડિસ્ટિન્ગ્કટ્) *a*. [L. *dis* & *tinctus*, marked off.] Having the difference marked: તફાવત–ફેર હોય એવું.2.Spotted; variegated:ડાઘાવાલું; રંગબેરંગી;કાબરચીતરું.3. Separate in place; not conjunct: જુદું જુદું; નિરાલું; અલાયદું; નોખું. 4. Different: જુદું; એકનું એક નહિ એવું; પૃથક્. 5. Not confused; clear:ગોટાલા–ગુંચવણ વિનાનું;સ્પષ્ટ; ખુલ્લું.

Distinction, (ડિસ્ટિન્ગ્કશન્) *n*. Separation into parts; division:ભાગ; પરિચ્છેદ; વિભાગ.2. A note or mark of difference: ફેર–તફાવતની નિશાની–ચિન્હ.3.Discrimination:ખરોખર પરીક્ષા શક્તિ; સારાસાર વિવેક.4. Distinguishing quality:ફેરફાર; ફરક; ફેર; તફાવત. 5. Eminence; superiority: પ્રખ્યાતિ; કીર્તિ; નામ: શ્રેષ્ટપણું.

Distinctive,(ડિસ્ટિન્ગ્કટિવ્) *a*. Peculiar;characteristic: ભેદસૂચક–દર્શક; ખાસ ગુણ દેખાડનારું.2. Having the power to distinguish; discriminating:પારખનાર; ઓલખનાર; ભેદ સમજનાર.

Distinctly,(ડિસ્ટિન્ગ્કટ્લિ)*adv*.Clearly;plainly:સાફ–સ્પષ્ટ–ખુલ્લી રીતે. 2. With meaning:અર્થ –ભેદ સમજાય એવી રીતે.

Distinguish, (ડિસ્ટિન્ગ્વિશ્) *vt*. [L. *dis* & *stinguo*, I quench.] To separate by visible marks:ઓલખાવવું; જુદું–નોખુ પાડવું. 2. To separate logically: ભાગ–વિભાગ પાડવા; પ્રકાર પાડવા. 3. To discern by quality: ઓલખવું; પારખવું. 4. To make to differ: જુદું પડે–ઓલખાય એમ ક૦. 5.To make eminent or known:પ્રખ્યાત–પ્રસિદ્ધ–નામીચું–નામાંકિત ક૦; જાણીતું ક૦.*vi*. To perceive the difference:તફાવત–ફેર શોધી કાઢવો–ખતાવવો.2. To regard distinction:ફેર–તફાવત ગણવો.

Distinguished,(ડિસ્ટિન્ગ્વિશ્ડ્) *a*.Eminent; known; illustrious:પ્રખ્યાત; વિખ્યાત; નામીચું;નામાંકિત;પ્રસિદ્ધ. 2. Marked; special:વિલક્ષણ; ખાસ.

Distinguishing, (ડિસ્ટિન્ગ્વિશિન્ગ્) *a*. Peculiar; characteristic: ખાસ; સવિશિષ્ટ; વિલક્ષણ; ભેદદર્શક.

Distort,(ડિસ્ટૉર્ટ્)*vt*.[L.*dis*&*torqueo*, I twist.] To twist out of natural or regular shape: કુદરતી આકૃતિ–આકાર બદલી નાંખવો;આકાર–આકૃતિ બગાડવી; વાંકું ચૂકું ક૦; મરડવું. 2. To force or put out of the true posture: અવલું–ઉંધું–વાંકું કરી નાંખવું; બગાડી નાંખવું; વિકાર ઉત્પન્ન ક૦;વિરૂપ ક૦. 3. To wrest from the true meaning;to pervert: ખોટો અર્થ ઉઠાડવો–ક૦;અર્થનો અનર્થ ક૦.*a*. Distorted; deformed:બગાડેલું; વાંકુચૂકું કરેલું; બેડોલ.

Distortion,(ડિસ્ટૉર્શન્) *n*. A twisting out of regular shape:આકૃતિવિકાર; વલ; પેચ. 2. Crookedness; perversion: વાંકાપણું; ફરી જવું તે; વક્રતા. 3. A wresting from the true meaning: અર્થનો અનર્થ; ખોટો અર્થ.

Distract,(ડિસ્ટ્રૅક્ટ્)*vt*.[L.*dis*& *traho*,I draw.] To draw apart or away; to divide: છુટું ક૦; જુદું પાડવું. 2. To confuse;to perplex:ગુંચવાડો–ઘોટાલો ક૦; ગભરાટમાં નાંખવું. 3. To confound; to harass: ગભરાવવું; અકલાવવું; આકુલવ્યાકુલ ક૦. 4. To render insane; to craze:ગાંડું–ઘેલું ક૦–બનાવવું. *a*. Separated: જુદું પાડેલું.2. Insane; mad: ગાંડું; ઘેલું; દિવાનું.

Distracted,(ડિસ્ટ્રૅક્ટેડ્)*a*. Confused; insane; mad:ગભરાયેલું; બેકરાર; ચલેલું; ગાંડું; ઘેલું; દિવાનું.

Distraction, (ડિસ્ટ્રૅક્શન્) *n*. A drawing apart; separation: જુદું પાડવું તે; અપકર્ષણ. 2. A diversity of direction: દિશા–બાજુ ફેરવવી તે. 3. Embarrassment; perplexity:ગુંચવણ;ગભરાટ;અકલામણ. 4. Tumult; disorder:તોફાન; બખેડો;અવ્યવસ્થા; અંધાધુંધી. 5. Agitation from violent emotions: ટલવલાટ; ગભરાટ. 6. Derangement; madness:ગાંડાઈ;ગાંડપણ;દિવાનપણું;ઘેલાપણું;ઘેલચ્છા.

Distrain, (ડિસ્ટ્રેન) *vt*. [L. *dis* & *stringo*, I draw tight.]To rend;to tear:ભાગવું;ફાડી નાંખવું; કકડા ક૦.2.To seize for debt:કરજના બદલામાં(માલ જપ્ત કરી) પકડવું; જપ્ત–કબજ કરવું. 3. To hold in restraint; to bind:કબજા–દાબમાં રાખવું;બાંધવું.*vi*. To make seizure of goods: માલ જપ્ત કરવો.

Distress,(ડિસ્ટ્રેસ્) *n*. Extreme pain of body; anguish of body or mind:દુઃખ; પીડા;સંતાપ; બેકરારી. 2. Misfortune; affliction;adversity:દુઃખ; સંકટ; આફત.3.A state of danger or necessity: આપત્તિ; વિપત્તિ; આપદા; આફત.4. (*a*) The act of distraining:માગણા–લેહેણાને પેટે કબજ–જપ્ત ક૦ તે. (*b*) The thing taken by distress: જપ્ત કરી લીધેલી ચીજ–વસ્તુ. *vt*. To pain; to afflict: દુઃખ–કષ્ટ આપવું–માં નાંખવું;દુઃખી ક૦.2.To compel by pain or suffering: દુઃખ–કષ્ટ આપીને–માં નાંખીને (કોઈ કામ કરવાની)ફરજ–જરૂર પાડવી.3. (*Law*) To seize for debt:માગણા–લેહેણા પેટે જપ્ત–કબજ ક૦.

Distressed,(ડિસ્ટ્રેસ્ડ્) *a*. Afflicted, harassed: બેકરાર; હેરાન; તંગ; દુઃખી.

Distressful,(ડિસ્ટ્રેસ્ફુલ્) *a*. Afflicting;bringing distress:દુઃખદાયક; દુઃખદાયી; શોકાવહ; દુઃખદ; સંતાપકારી. 2. Proceeding from pain:દુઃખ–

કષ્ટમાંથી ઉત્પન્ન થવું-પેદા થવું-નિપજવું; દુ:ખમય.

Distressing,(ડિસ્ટ્રેસિન્ગ્)*a.* Painful;distressful:દુ:ખદાયી; પીડાકારી; સતાવતું; ક્લેશપ્રદ.

Distribute,(ડિસ્ટ્રિબ્યૂટ્) *vt.* [L.*dis* & *tribuo*, I give.] To deal out; to allot:ભાગ કરી આપવું, વહેંચવું. 2. To dispense; to administer:આપવું; ચુકવવું. 3.To divide as in classes; to classify: વિભાગ ક૦; વર્ગ પાડવા.

Distribution, (ડિસ્ટ્રિબ્યૂશન) *n.* Apportionment:વહેંચવું-ભાગ ક૦ તે; વેાંટણી. 2. The act of giving in charity: દાન આપવું તે; પૂન્યમાં આપવું તે.3. Classification:વ્યવસ્થા; વર્ગીકરણ; વિભાગ.

Distributively,(ડિસ્ટ્રબ્યૂટિવ્લ)*adv.* By distribution; singly; not collectively: અકેક અકેક; જૂદું જૂદું; છૂટું છૂટું.

District, (ડિસ્ટ્રિક્ટ્) *n.* [L. *dis* & *stringo*, I draw tight.] A defined portion of a state or city:જીલ્લેા; પ્રાંત; તાલુકેા.2. A region; a country: મુલક; પ્રદેશ;દેશ. *vt.*To divide into districts:પ્રાંત ક૦; તાલુકા પાડવા; પ્રગણા ક૦. *a.* Harsh; severe: કઠેાર; કઠણ; સખ્ત.

Distriction,(ડિસ્ટ્રિકશન) *n.* Sudden display; flash; glitter:ઝબકારેા; ચલકાટ.

Distrust,(ડિસ્ટ્રસ્ટ્)*vt.* To doubt; to mistrust: અણપતીજ આવવી-હેાવી; વિશ્વાસ-ભરેાંસેા ન રાખવેા; ન માનવું; શંકા રાખવી. *n.*Want of confidence or faith:અણવિશ્વાસ; અણભરેાંસેા; શંકા. 2. Suspicion of evil designs:માઠી નિષ્ટાનેા શક-વહેમ-શંકા;ગુમાન; ખદગુમાન.

Distrustful,(ડિસ્ટ્રસ્ટ્ફુલ્)*a.* Apt to distrust: વિશ્વાસ-ભરેાંસેા ન રાખે એવું; અવિશ્વાસી; વહેમી; શંકાશીલ.

Disturb,(ડિસ્ટર્બ્)*vt.*[L.*dis* & *turba*,tumult.] To throw into confusion; to derange:ગભરાટ-ગડબડાટમાં નાંખવું; તલે ઉપર ક૦;હલાવવું; અવ્યવસ્થિત-આકલું ક૦.2.To interrupt;to interfere with: ખલેલ-હરકત-ધેાકેા પહેાંચાડવેા. 3. To disquiet; to make uneasy: બેચેન-હેરાન ક૦; વ્યગ્ર ક૦. 4. To turn from a regular course: નિયમિત માર્ગમાંથી આડું જવું-ખસવું.

Disturbance, (ડિસ્ટર્બન્સ્) *n.* Derangement; disorder: હરકત; ખલલ; વિક્ષેપ; વિઘ્ન; આડ.2. Perplexity; uneasiness: બેચેની; ગભરામણ; અકલાટ; વ્યગ્રતા; બેકરારી. 3. Tumult; violent disorder: હુલ્લડ; તેાફાન; ફિતુર; ધાંધલ; હંગામેા; દંગેા. 4. The interruption of a right:હકમાં ખલેલ-હરકત થવી તે.

Disunion, (ડિસ્યૂનિઅન) *n.* Separation; disjunction: જુદાઈ; જુદાપણું. 2. Contention; alienation: કજીએા; બિગાડ; ફૂટ; અણબનાવ; મતભેદ.

Disunite, (ડિસ્યૂનાઈટ્) *vt.* To divide; to part; to sever: છૂટું-જુદું ક૦-પાડવું; ભાગ પાડવેા. 2. To break the concord of: સંબંધ-મેલ તેાડવેા; અણબનાવ-કુસંપ કરાવવેા. *vi.* To part; to become separate: છૂટું-જુદું પડવું.

Disunity, (ડિસ્યૂનિટિ)*n.* A state of separation; a want of union of feeling: જુદાઈ; તુટ; કુસંપ; અણબનાવ; બેબનાવ.

Disuse, (ડિસ્યૂસ્) *n.* [L. *dis* & *usus*, use.] Cessation of use, practice or exercise: નહિ વાપરવું તે; અનભ્યાસ; અવ્યવહાર; લેાપ; આચારલેાપ.*vt.* To cease to use: ઉપયેાગમાંથી કાઢી નાંખવું-બંધ ક૦; નહિં વાપરવું.

Ditch, (ડિચ્) *n.* A trench for draining wet land:નીક;નેહેર. 2.Any long, narrow receptacle of water: ખાઈ; ખંદક; ચર. *vt.* To dig a ditch: ખાઈ ખેાદવી. 2.To surround with a ditch:આગલ પાછલ-ચેાતરફ ખાઈ ખેાદવી. 3. To throw into a ditch: ખાઈમાં નાંખવું.

Ditto,(ડિટ્ટેા) *n.*[L.*dictum*,said.]The aforesaid thing; the same thing: ઉપર કહેલી વાત; એજન; મજકુર; સદરહુ. *adv.* As before or aforesaid; in the same manner; also: પહેલાં પ્રમાણે; ઉપર કહ્યા પ્રમાણે; તેજ રીતે.

Diuretic, (ડાઇયૂરીટિક્) *a.* [Gr. *dia* & *ouron*, urine.] Tending to increase the secretion & discharge of urine: મૂત્રવર્ધક; મૂત્રેાત્પાદક. *n.* A medicine with diuretic properties: મૂત્રરેચ; મૂત્રવર્ધક ઐાષધ.

Diurnal, (ડાઈઅર્નૅલ્) *a.* [L. *dies*, a day.] Relating to the daytime:દહાડા-દિવસનું-સંબંધી. 2. Daily; recurring every day:દરરેાજનું;દરરેાજનું બનતું; નિત્યનું; રેાજીંદું. 3. Opening during the day & closing at night:રાત્રે મિંચાઈ જતું અને દિવસે ઉઘડતું-ખીલતું. A day-book; a journal: રેાજમેલ; ચેાપાનિયું.2. A small volume containing the daily service: નિત્ય નિયમની ભક્તિની પેાથી.

Divaricate, (ડાઇવૅરિકેટ્)*vt.* & *vi.* [L. *dis* & *varus*, bent.] To part into two branches; to open: બે ભાગ-ફાંટા ક૦; ઉઘાડવું; પહેાલું ક૦. 2. To diverge widely:પહેાલું ફેલાવું-પથરાવું.

Dive,(ડાઈવ્)*vi.imp.* & *p.p.***dived** or **dove.** To descend or plunge into water: ડુબકી મારવી-ખાવી.2. To study thoroughly: સંપૂર્ણ જાણવું; સંપૂર્ણ જ્ઞાન મેલવવું; ઉંડાણમાં પેસવું-ઉતરવું. 3. To plunge into any business: કેાઈ કામમાં ગરક થઈ જવું;-લીન-પરાયણ થવું.*vt.* To explore by diving: ઉંડા ઉતરવું; ઉંડી શેાધ-તપાસ ક૦. *n.* A plunge into water: બુડકી; ડુબકી.

Diver,(ડાઈવર્) *n.* One who dives: ડુબકી મારનાર;તારેા.2. One who goes deeply into a study or business:કેાઈ કામ તથા અભ્યાસમાં ઉંડેા ઉતરનાર પેસનાર. 3. A bird remarkable for its habit of diving: જલકુકડી.

Diverge, (ડાઇવર્જ્) *vi.* [L.*dis* & *vergo*, I incline.] To proceed from a common point in different directions:મધ્ય બિંદુમાંથી નિકલીને આડા-જુદી જુદી દિશામાં કતરાતાં જવું. 2. To vary from the truth: સત્યમાંથી આડું જવું.

Divergence-cy,(ડાઇવર્જન્સ્-ડાઇવર્જન્સિ) *n.* A receding from each other in radiating lines: અકેકથી છુટા પડવું-ખસતા જવું-દૂર થવું તે. 2. Disagreement; difference:ફેર;તફાવત; અંતર; ભેદ.

Divergent,(ડાઇવર્જન્ટ્)*a.* Departing or receding;from each other: આડું ફાટનારૂં; આડકતરૂ

જનારૂ. 2. Disagreeing; differing:વિરોધી; જુદુ પડતું; તફાવતવાળું; વિભિન્ન; વિરૂદ્ધ.

Divers, (ડાઇવર્ઝ) *a.*[L. *dis* & *verto*, I turn.] Various; diverse:જુદું જુદું; વિવિધ; નાનાવિધ. 2. Several; sundry: કેટલાંએક; અનેક; જુદા જુદા.

Diverse,(ડાઇવર્સ) *a.* Different; unlike: તરેહ તરેહનું; જુદું જુદું; નાના પ્રકારનું. 2. Capable of various forms: તરેહવાર; ભાતભાતનું. *adv.* In different directions: જુદી જુદી દિશામાં. *vi.* To turn aside: ખસેડવું; ફેરવવું.

Diversify,(ડાઇવર્સિફાઇ) *vt.* [L. *diversus*, and *facio*, I make.] To make various in form or qualities; to variegate: જુદી જુદી જાત-તરેહ-પ્રકારનું કરવું; રંગ બે રંગી કo; ચિત્ર વિચિત્ર કo.

Diversion,(ડાઇવર્શન)*n.*The act of turning aside from any course:ફેરફાર;પરિવર્તન.2. Sport; play; pastime:વિનોદ;વિહાર; ક્રીડા;વિલાસ;રમત;ખેલ.

Diversity,(ડાઇવર્સિટિ) *n.* Dissimilitude; unlikeness:ફરક; તફાવત. 2. Variety:ભેદ; ભિન્નતા. 3. Distinctness of being:જુદા હોવું તે;4. Variegation:વિચિત્રપણું; રંગ બે રંગી; નાના પ્રકાર.

Divert,(ડાઇવર્ટ)*vt.*[L.*dis* & *verto*,I turn.]To turn aside:આડું ચલાવવું-ફેરવવું-લઇ જવું; વાલવું. 2. To amuse; to entertain: ગમત આપવી; મનરંજન કo; રિઝાવવું;આનંદ પામવું.*vi.*To turn aside; to digress: આડું ચાલવું; વલવું; ફરવું.

Diverting,(ડાઇવર્ટિન્ગ)*a.*Amusing;entertaining: ખુશકારક;ખુશ કરતું; મનોરંજક.

Divest,(ડાઇવેસ્ટ)*vt.*[L.*dis* & *vestio*,I clothe.] To strip (*as of clothes, arms, &c.*): ઉતારી લેવું; ઉતરાવવું;ઉઘાડું-નવસ્ત્રુ કo. 2. To deprive: છીનવી લેવું; લઇ લેવું;વિનાનું-હીન-રહિત કo.

Divide,(ડિવાઇડ)*vt.* [L. *divido*, I divide.] To separate; to sunder: ભાગવિભાગ-વાંટા કo; જુદું કo. 2. To cause to be separated: જુદું કo-પાડવું;અલગ-નિરાલું કo.3. To distribute; to mete out:વહેંચી આપવું; વાંટણી કરી આપવી. 4. To disunite in opinion or interest:મતફેર-ભેદ પડાવવો; પક્ષ પાડવા; ફાટફુટ કરાવવી. 5. To separate into parts(*according to votes*): (મત પ્રમાણે) બે ભાગ પાડવા;મત લેવાં-ગણવાં. 6. To graduate: સરખા અંતરના આંકા-ભાગ પાડવા. 7. To subject to arithmetical division: ભાગવું; ભાગ લેવો. *vi.* To be separated; to part:ભાગ થવા-પડવા; જુદું થવું-પડવું. 2. To break friendship: ભાઇબંધી-દોસ્તી તુટવી;છુટાં-જુદાં પડવું;ફુટ-તુટ પડવી. 3. To vote by separating a legislative house into two parts: મત આપવાં. 4. To have a share; to partake:ભાગ લેવો; હિસ્સો રાખવો.

Dividend, (ડિવિડન્ડ) *n.* A sum divided; a division: ફાલો;વાંટો;લાભ;હિસ્સો;ભાગ. 2.A quantity which is to be divided: ભાજ્યાંક; ભાજ્ય.

Divination, (ડિવીનેશન) *n.* A foretelling future events: ભવિષ્યમાં બનવાના બનાવ કહેવા તે; ભવિષ્ય સૂચના; રમલ; ફાલ; નજુમ. 2. Omen; prediction: શુકન; ભવિષ્ય; અગમચેતી.

Divine, (ડિવાઇન) *a.* [L. *divus*, a God.] Belonging to God: ઇશ્વરી; ઇશ્વરનું; ખુદાઇ 2.Proceeding from God:ઇશ્વર તરફનું-નું આપેલું.3.Religious;pious;holy:ધાર્મિક;પવિત્ર; દૈવી. 4.Godlike; heavenly: દિવ્ય;સર્વોત્કૃષ્ટ. 5. Presageful;foreboding:અગમચેતી કરનારૂં. 6. Relating to theology: ઇશ્વરજ્ઞાન-શાસ્ત્રનું-સંબંધી. *n.* A priest; a clergyman:પાદરી (ખ્રીસ્તી)ધર્માધિકારી. 2. A theologian: ઇશ્વરજ્ઞાની;બ્રહ્મજ્ઞાની. *vt.* To predict: અગમચેતી કo; ભવિષ્ય કહેવું; -જાણવું. 2. To deify: દેવ ગણવો; દેવ કરીને માનવું. *vi.* To guess;to conjecture: અટકલ ધારણા બાંધવી-કo; સમજી જવું; અનુમાન કo. **d.** *knowledge*, એલમે ઇલાહી.**d.** *favour*, ભગવત્કૃપા; ખુદાની મેહેર.**d.** *power*, ભગવત્સત્તા; ખુદાની શક્તિ. **d.** *will*, ભગવદિચ્છા; ખુદાની મરજી. **d.** *presence*, હજુરત.

Divinity,(ડિવિનિટિ)*n.* The nature or essence of God; deity; godhead:ઇશ્વરપણું; દેવત્વ; ઇશ્વરત્વ; ખુદાઇ.2. The deity; God: પરમેશ્વર; ઇશ્વર. 3. A false God:ખોટો દેવ. 4. A God: દેવ. 5. Supernatural power or virtue: દૈવિસત્તા-બલ. 6. Supreme dignity; loftiness:શ્રેષ્ટતા; મ્હોટાઇ; પ્રભુતા.

Divisibility,(ડિવિઝિબિલિટિ) *n.* The quality of being divisible: વહેંચાઇ જવાનો ગુણ; જુદા પડી જવાનો ગુણ-શક્તિ; વિભાજ્યત્વ.

Divisible, (ડિવિઝિબલ) *a.* Capable of being divided or separated: ભાગ પાડવા લાયક; જુદું પડે એવું.

Division,(ડિવિઝ્હન) *n.* The act of dividing: ભાગ પાડવા-જુદુ પાડવું તે. 2. The state of being divided; separation: વહેંચણ; વિભાગ; વાંટણી. 3. That which divides; a partition: પડદો; પડ; આંતરો. 4. (*a*) The portion separated by the dividing of a mass:વાંટો;હિસ્સો;ભાગ.(*b*) A separate segment or section:તડ; વર્ગ; જાત; પ્રકાર. 5. Discord; variance:વિરોધ; કજીઓ; કુસંપ. 6. Contrast: ઉલટા ગુણનો મુકાબલો; સરખામણી. 7. The reverse of multiplication: ભાગાકાર. 8. Two of more brigades under the command of a general: કોઇ સરદારના હાથ નીચેની બે અથવા વધારે ટુકડીઓ. 9. The distribution of a discourse into parts: પ્રકરણ; ખંડ; ખાખ.

Divisor, (ડિવાઇઝર) *n.* (*Arith.*) The number by which the dividend is divided: ભાજક.

Divorce,(ડાઇવૉર્સ)*n.* [L.*dis* & *verto*,I turn.] A legal dissolution of the bonds of metrimony:ફારગતી;તલ્લાક;છુટા છેડા. 2. Separation;disunion of things closely united:જુદાઇ;વિયોગ. 3. The decree or writing by which a marriage is dissolved: છુટા છેડાનું હુકમનામું; ફારગતી; તલાકનામું.*vt.* To separate by divorce:છુટા છેડા કo. 2. To separate from close connection: નિકટ સંબંધમાંથી છુટું-જુદુ પાડવું. 3. To take away; to put away: લઇ લેવું; આઘુ-દુર મૂકવું.

Divulge, (ડાઇવલ્જ) *vt.* [L. *dis* & *vulgus*, the multitude.] To make public; to reveal; to disclose: પ્રકટ-પ્રસિદ્ધ કo; જાહેર કo; કહી દેવું; ફોડી દેવું. 2. To indicate publicly:જાહેરાંત બતાવવું. 3.

To impart; to communicate: જણાવવું; કહેવું. *vi.* To become publicly known: ઉઘાડું પડવું; પ્રસિદ્ધ પ્રકટ થવું; જાહેર થવું; ફુટી જવું.

Dizziness, (ડિઝિનેસ્) *n.* Giddiness; vertigo: તમ્મર; ફેર; ચક્કર; ચકરી.

Dizzy, (ડિઝિ) *n.* Giddy; confused: ફેર–ચક્કર આવતું; ભમેલું. 2. Causing dizziness: ફેર–તમ્મર–ચક્કર લાવે એવું; ભ્રમકારક. 3. Unreflecting; heedless: ભાન વિનાનું; પ્રમત્ત; ધ્યાનરહિત; વિચાર રહિત. *vt.* To make giddy; to confuse: ભમ્મર ચક્કર–તમ્મર આવે એમ ક૦.

Do, (ડુ) *vt. imp.* **did** & *pp.* **done.** To cause; to make: બનાવવું; કરવું. 2. To bring about; to effect: કરવું; બનાવવું; ઉત્પન્ન ક૦. 3. To perform as an action; to execute: કૃત્ય ક૦; બજાવવું. 4. To finish; to accomplish: કાર્યસિદ્ધિ ક૦; સમાપ્તિ ક૦; પુરૂં ક૦; પૂર્ણ ક૦; સાધવું. 5. To make ready for use; as food by cooking: તૈયાર ક૦. 6. To put or bring into a form, state or condition: કોઈ રૂપ, સ્થિતિ કે દશામાં મુકવું–લાવવું. 7. To cheat; to gull: છેતરવું; ધૂતવું; ઠગવું. 8. To see or inspect; to explore: જોવું; વિચારવું; ધ્યાનમાં–લક્ષમાં લેવું; તપાસવું. *To* **d.** *away,* to remove; to destroy: કાઢી નાંખવું; નાશ ક૦. *To* **d.** *into,* to interpret: સમજાવવું; ભાષાંતર ક૦. *To* **d.** *on,* to put on: પહેરવું; ધારણ ક૦. *To* **d.** *aff,* to take off: ઉતારી લેવું; કાઢી નાખવું. *To* **d.** *one's business,* to ruin one: કાટલું–કાંટો કાઢવો; ખરાબ ક૦. *To* **d.** *to death,* to put to death: મારી નાંખવું; જીવ લેવો. *To* **d.** *up,* (*a*) to put up; to raise: બાંધવું; ઉભું ક૦. (*b*) To pack together: ભેગું બાંધવું; ગાંસડી ક૦; બીડવું. (*c*) To accomplish thoroughly: બરોબર–પુરેપુરૂં ક૦; સિદ્ધ ક૦. *To* **d.** *with,* to dispose of: વ્યવસ્થા–ગોઠવણ ક૦; –ઉપયોગમાં લેવું. *To have to* **d.** *with,* to have concern or intercourse with: કામ હોવું; સંબંધ–નિસબત હોવી; લાગતું વલગતું હોવું. *Done up,* (*a*) exhausted; wearied: થાકી ગયેલું; થાકીને લોથ થયેલું. (*b*) Ruined: નાશ પામેલું. *vi.* To act or behave in any manner: ચાલવું; વર્તવું. 2. To fare: તબીઅત–મિજાજ–પ્રકૃતિ હોવી. 3. To succeed; to answer the purpose of: ચાલવું; ગરજ સારવી; કામ લાગવું. *To* **d.** *for,* (*a*) to answer for; to serve as: ચાલવું; કામે લાગવું; ગરજ સારવી. (*b*) To ruin; to disappoint: નાશ–પાયમાલ ક૦; તદન નિષ્ફલ ક૦; નાહિંમત ક૦. *n.* A deed; act: કામકાજ. 2. Ado; stir: ખટપટ; માથાફોડ; ધાંધલ; શ્રમ; મહેનત. 3. A cheat: ઠગાઈ; કપટ; પ્રપંચ.

Doab, (દોઍબ્) *a.* A tract of land included between two rivers: બે પાણી વચ્ચેનો મૂલક; દુઆબ. *The* **d.:** દુઆબ; અંતર્વેદી.

Doat, (ડોટ્) *vi.* See **Dote.**

Docile, (ડોસાઇલ્) *a.* [L. *docio,* I teach.] Teachable; ready to learn; tractable; easily managed: શીખવી શકાય એવું; શીખવાને તત્પર; સહેલાઈથી દાબમાં–કબજામાં રાખી શકાય એવું; નમ્ર; આધીન; ગરીબ; સાલસ; અસીલ.

Docility, (ડોસિલિટિ) *n.* Teachableness; readiness to learn: શીખવાને તત્પર હોવું તે; ગરીબાઈ; સાલશાઇ; અસીલાઈ.

Dock, (ડૉક) *vt.* To curtail; to clip: કાપવું; ખાંડું–ખાંડુ ક૦. 2. To cut off a part from; to shorten: કમી ક૦; ટુંકું ક૦; ઘટાડવું. 3. To destroy; to defeat: નાશ ક૦; હરાવવું. *n.* [Ger. *docke,* a short and thick column.] The stump of a tail: પુંછડીનું ઠુંઠું. *n.* [L. *doga,* sort of vessel.] An artificial enclosure in connection with a harbour or river: ગોદી. 2. The place where a criminal stands in court: ગુન્હેગારને અદાલતમાં ઉભા રહેવાની જગા; પાંજરૂ. *Dry* **d.:** જેમાંથી પાણી ઉલેચી નખાય અગર દૂર રાખી શકાય એવી ગોદી. *Wet* **d.:** વહાણ આવજા કરી શકે એટલું પાણી જેમાં રાખેલું હોય એવી ગોદી.

Dockage, (ડૉકેજ્) *n.* A charge for the use of a dock: ગોદીનું ભાડું.

Docket, (ડૉકેટ્) *n.* A summary or digest: ટાંચણ; સૂચિપત્ર. 2. A bill tied to goods; a label: માલ પર ચોહોડેલી ચીઠ્ઠી; માલ સાથે બાંધેલી ચીઠ્ઠી. 3. (*Law*) A list of causes ready for trial: અદાલતમાં નિકલવાના મુકરદમાની નોંધ. 4. On the *docket,* in hand: વિચારમાં; હાથમાં. *vt.* To abstract and enter in a book: ટાંચણ–સૂચિપત્ર ક૦. 2. To mark the contents of on the back: પાછલને પાસે વિષયોની અનુક્રમણિકા લખવી. 3. To mark with a ticket: ઉપર ચીઠ્ઠી ચોહોડવી.

Dock-yard, (ડૉક્યાર્ડ્) *n.* A yard or magazine near a harbour for containing all kinds of naval stores and timber: વહાણના સામાનની વખાર; ગોદી.

Doctor, (ડૉકટર્) *n.* [L. *doceo,* I teach.] A teacher; a learned man: પંડિત; વિદ્વાન; ભટ્ટ; શાસ્ત્રી; આચાર્ય. 2. One who has received the highest degree in a faculty: એકાદ વિદ્યામાં સૌથી મ્હોટી પદ્ધી મેલવી હોય એવો પુરૂષ. 3. A physician: દાકતર; વૈદ; હકીમ. *vt.* To treat as a physician: દાકતર–વૈદનું કામ ક૦–ની માફક ઔષધ ક૦. 2. To adulterate; to falsify: ભેગ ક૦; જુઠું–ખોટું ઉમેરણ ક૦. *vi.* To practice physic: વૈદું ક૦.

Doctrine, (ડૉક્ટ્રિન્) *n.* Teaching; instruction: શિખવવું તે; ઉપદેશ; શિક્ષા. 2. That which is taught; a tenet; a dogma: જે શિખવામાં આવે છે તે; મત; વાદ. *Traditional* **d.:** સંપ્રદાય. **d.** *of evolution:* પરિણામવાદ; અનીશ્વરવાદ.

Document, (ડૉક્યૂમેન્ટ્) *n.* [*doceo,* I teach.] Precept; instruction: આજ્ઞા; હુકમ; સૂચના. 2. Anything furnishing proof or evidence: લેખ; દસ્તાવેજ; લખેલો આધાર–દાખલો. *vt.* To teach; to instruct: શિખવવું; સુચના આપવી. 2. To furnish with documents: લેખ–દસ્તાવેજ રજુ ક૦.

Documental-ry, (ડૉક્યૂમેન્ટલ્–રિ) *a.* Pertaining to written evidence: લેખી; દસ્તાવેજી.

Dodecagon, (ડોડેકૅગોન) *n.* [Gr. *dodeka,* twelve & *gonia,* angle.] A regular figure bounded by twelve equal sides and containing twelve equal angles: બાર સરખી બાજુ અને બાર સરખા ખૂણાવાલી આકૃતિ; દ્વાદશ કોણ.

Dodge, (ડૉજ્) *vi.* To start suddenly aside: એકા એક ખસી જવું; દાવપેચ રમવો. 2. To play fast & loose; to quibble:છલભેદ ક૦;તરકટ રમવું; ઘાલમેલ ક૦. *vt.* To escape by starting aside:એકદમ ખસીને નાશી જવું; ચૂકાવવું. 2. To evade by craft: ઉડાવવું; માથેથી કાઢી નાંખવું. *n.* A clever contrivance; an artifice:પેચ; દાવપેચ;છલભેદ; યુક્તિ;તાલમેલ; હાથતાલી.

Doe,(ડો) *n.* A she-deer; the female of the fellow-deer:મૃગલી; હરણી; સાબરી; મૃગી.

Doff, (ડૉફ્) *vt.* To put off:ઉતારવું; કાઢવું. 2. To rid one's self of; to put away: દૂર ક૦; કાઢી નાંખવું.*vi.* To take off the hat:ટોપી ઉતારવી.

Dog,(ડૉગ્) *n.* A quadruped:કુતરો–રી–રૂં;શ્વાન.2. A mean worthless fellow; a wretch:દુષ્ટ; અધમ માણસ; કુતરો. 3.One of the two constellations in the southern hemisphere: લુબ્ધકનો તારો. 4. An iron for holding wood in fire-place; a firedog:ચીપીઓ; સાણસો.6.A piece in a machinery acting as a catch or clutch: કુતરો. A **d.** *in the manger:* ઘાસની ગંજીનો કૂતરો. **d.** *cheap*, very cheap:ઘણું સોંઘું–સસ્તું; પાણીના ભાવનું; કુતરાં ન સુંઘે એવું; ગધેડે ગવાતું.**d.**'*s meat*, refuse;offal: સડેલું–કોહેલું માંસ. *To give* or *throw to the* **d.**, to throw away, as useless: નજીવું–નકામું હોવાથી ફેંકી –નાંખી દેવું.*To go to the dogs*,to be ruined: નાશ–પાયમાલ થવું; જહાનમમાં પડવું. *vt.* To follow close; to hunt: પછવાડે પછવાડે જવું; પાછલ મંડવું; કેડો લેવો.

Dog-cart, (ડૉગ્કાર્ટ્) *n.* A two wheeled or a four wheeled carriage; one horse vehicle for sportsman: શિકારીઓને સારૂ બે અથવા ચાર પૈડાંની એક ઘોડે જોડવાની ગાડી; હલકી ગાડી.

Dog-eared,(ડૉગ્ઇઅર્ડ્) *a.* Having the corners turned down and soiled: જેના ખૂણા વલીને મેલા થઇ ગયેલા છે એવું.

Dog-fox,(ડૉગ્ફૉક્સ્) *n.* A male fox:નર લોંકડી.

Dogged, (ડૉગ્ડ્) *a.* Surly; obstinate: ખલિયેલ; ચીઢીઉં; હઠીલું; જક્કી.

Doggerel,(ડૉગરલ્) *a.* Low in style and irregular in measure:જેવી તેવી ગોઠવેલી–હલકી; વિષમ;અધમ. *n.* Low styled and irregular verse: જેવી તેવી ગોઠવેલી અને હલકી–કવિતાપદ;અધમકાવ્ય.

Doggish, (ડૉગિશ્)*a.* Like a dog; churlish: કૂતરા જેવું; ઘુરકતું; ભસતું; હઠીલું; કઠોર.

Dogma,(ડૉગ્મે) *n.* [Gr. *dokeo*, I think.] A tenet; a doctrine: વિષય;મત;વાદ;મૂલ;વાક્ય. 2. An established tenet; a settled principle: સ્થાપિત–સિદ્ધ મત–વાત.

Dogmatic-cal,(ડૉગ્મૅટિક્-કૅલ્) *a.* Pertaining to an established doctrine: સ્થાપિત–સિદ્ધ મત–વિષયનું–સંબંધી. 2. Positive; magisterial: પોતાનો કક્કો–મત ખરો કરાવે એવું; સ્વમતાગ્રહી; સ્વમતાભિમાની;મતવાદી;હઠવાદી. 3. Authoritative; overbearing:નિઃશંકપણાથી કહેલું;નિર્વિવાદિત; નિશ્ચયાત્મક.

Dogmatism, (ડૉગ્મૅટિઝ્મ) *n.* Arrogance or positiveness in opinion: પોતાનો કક્કો–મત ખરો ઠરાવવાનો ફાંકો; સ્વમતાભિમાન; સ્વમતાગ્રહ; સ્વમતાવલંબન.

Dogmatist,(ડૉગ્મૅટિસ્ટ્)*n.*A positive asserter; a bold or arrogant advancer of principles: સ્વમતાભિમાની; સ્વમતવાદી; સ્વમતાગ્રહી.

Dogmatize, (ડૉગ્મૅટાઇઝ્) *vi.* To teach with bold and undue confidence; to advance with arrogance:બહુજ ખાતરજમાંથી મત–અભિપ્રાય કહેવો.

Dog-sleep, (ડૉગ્સ્લીપ્) *n.* Pretended sleep: ઉંઘવાના ઢોંગ;જાગૃત–સાવધ ઉંઘ;કુતરાની ઉંઘ; શ્વાનનિદ્રા.

Dog-star, (ડૉગ-સ્ટાર્) Sirius: લુબ્ધકનો તારો.

Dog-tooth, (ડૉગ્ટૂથ્) *n.* A sharp pointed human tooth: રાક્ષી; કુતરીઓ દાંત; ખીલો.

Doily,(ડૉઇલિ) *n.* A species of woolen stuff: એક જાતનું ઉનનું લુગડું–કાપડ. 2.A small napkin: હાથ અથવા મોઢું લુછવાનો–લોવાનો નાનો રૂમાલ;ટુવાલ.

Dole,(ડોલ્) *n.* Distribution; apportionment: ભાગ પાડીને વહેંચવું તે;વહેંચણી. 2. A part; share or portion:ફાલો;ભાગ;હિસ્સો. 3.Alms; charitable gratuity:ખૈરાત; દાન; ખેરાત. 4. A landmark: boundary: હદ; સીમા; મર્યાદા.*n.* [L. *doleo*, I grieve.] Grief; sorrow: દુઃખ;દિલગીરી;ખેદ;શોક.*n.* Evil design: કુધારણા; બદદાનત.

Doleful,(ડોલ્ફુલ્)*a.* Full of grief; expressing sorrow; melancholy: શોકાતુર;દિલગીરી ભરેલું; ખેદકારક; શોકાવહ.

Dolent-some. (ડોલેન્ટ્-ડોલ્સમ્) *a.* Sorrowful; dismal:દલિગીર;શોકાતુર;ખેદકારક;શાકાકુલ.

Doll,(ડૉલ્)*n.* A puppet or baby for a child: છોકરાંને રમાવાની પૂતલી–પુતલું–રમકડું; ઢીંગલી.

Dollar,(ડૉલર્) *n.* A silver coin: (આશરે સવા બે રૂપિયાની કિંમતનો યુરોપ તથા અમેરિકાના કેટલાક દેશમાં ચાલતો) રૂપાનો સિક્કો. 2. The value of a dollar: એક ડૉલરની કિંમત.

Dolour,(ડોલર્)*n.* [L.*doleo*,I feel pain.]Pain; grief; distress: દુઃખ; સંકટ; શોક; ખેદ.

Dolorous,(ડૉલરસ્) *a.*Sorrowful;dismal: શોકકારક; ખેદકારક. 2. Occasioning pain or grief: શોક–ખેદ દુઃખ થાય–આવી પડે તેવું.

Dolphin,(ડૉલ્ફિન્) *n.*[L. *delphinus.*] A kind of fish:એક જાતનું માછલું;શિશુમાર.

Dolt,(ડોલ્ટ્)*n.*A blockhead;a dunce; a dullard: ઠોઠ–જાડી–મંદ બુદ્ધિનો માણસ; પથરો; ગધેડો. *vi.* To waste time foolishly:મૂર્ખાઇથી વખત ગુમાવવો–નકામો ગાલવો; મૂર્ખાઇથી વર્તવું.

Domain, (ડૂમેન્) *n.* [L. *dominus*, a lord.] Dominion; empire; authority: રાજ્ય; સત્તા; હકુમત.2. The territory over which authority is exerted: પ્રદેશ; દેશ; સત્તા–હકુમતનો મુલક.

Dome, (ડોમ્) *n.* [L. *domus*, a house.] A building; a house: ઇમારત; ઘર. 2. A cupola: ઘુમટ; કલસ; ઘુંમજ.

Domestic, (ડૂમૅસ્ટિક્) *a.* Belonging to the house or home or to one's family: ઘર કુટુંબનું સંબંધી–ને લગતું;ઘરસંસારી;ખાનગી.2.Not foreign: દેશ–સ્વદેશનું; માંહોમાંહેનું; પારકા પ્રદેશનું નહિ એવું; અંતરનું. 3. Remaining much at home:ઘેર–ઘણો

વખત-જાથુ રહેતું-રહેનાર.4.Tame;not wild:વસ્તીમાં રહેનારું; પાલેલુ; પલાયલું. 5. Made in one's own house or country: ઘરગતુ; પોતાના દેશમાં બનેલું; ગામઠી; દેશી. *n.* A house servant:ચાકર;કિંકર;સેવક. 2. (*pl.*)Cotton goods: દેશી સુતરાઉ માલ (કાપડ).

Domesticate, (ડૂમેસ્ટિકેટ્) *vt.* To make domestic; to accustom to home:ઘરમાં-ઘરકામમાં રહેવાની ટેવ પાડવી. 2. To make familiar: મિલનસાર-પરિચિત કo; ભલ ભાંગવી. 3. To tame:હેલવવું; પાલવું; વશ-આધીન કo.

Domicile, (ડૉમિસાઇલ્) *n.*An abode or mension; a place of permanent residence: રહેઠાણ; ઘર;નિવાસ. *vt.*To domiciliate;to cause to dwell: વસાવવું; રાખવું.

Dominant,(ડૉમિનૅન્ટ્) *a.*Ruling; governing; predominant:જબર;પ્રબલ;પ્રધાન;શ્રેષ્ઠ;સત્તા ચલાવતું-ભોગવતું; જબરદસ્ત.

Dominate,(ડૉમિનેટ્)*vt.*[L. *dominus*, a lord.] To rule; to govern: હકુમત કo-ચલાવવી; રાજ્ય કo;સત્તા ચલાવવી. *vi.* To predominate:જબરદસ્ત-પ્રાબલ્યવાન થવું.

Domination,(ડૉમિનેશન્) *n.* Dominion; authority: રાજ્ય;અધિકાર;સત્તા; હકૂમત. 2. A ruling party; a party in power:રાજ્ય કરનારી ટોલી-પક્ષ; સત્તાવાલી ટોલી-પક્ષ.

Domineer,(ડૉમિનીર્) *vi.* To rule with insolence; to play the master or mistress: કડક-કરડો અમલ ચલાવવો; તોર-દમામથી કામ લેવું; જુલમ ગુજારવો.

Dominical, (ડૉમિનિકલ્) *a.* Marking the Lord's day or Sunday: રવિ-આદીતવારનું-ને લગતું. **d.** *letters*: ઇંગ્રેજી પંચાંગમાં રવિવારનો દિવસ દેખાડતા અક્ષર.

Dominion, (ડૂમિનિઅન્) *n.* Sovereignty; supremacy; empire:અધિકાર;ઐશ્વર્ય;અમલ; હકુમત; રાજ્ય. 2. Superior prominence:પ્રબલતા; પ્રાબલ્ય; જોર; પ્રાધાન્ય. 3. That which is governed; territory:રાજ્ય;તાબાનો મુલક; દેશ. 4.A supposed high order of angels:ઉંચી પંક્તિના ફિરસ્તાઓ.

Don, (ડૉન્) *vt.* To put on; to dress in: પહેરવું; ઘાલવું.*n.* The head of a college:પાઠશાલાનો ઉપરી.

Donate, (ડોનેટ્) *vt.*[L.*dono*, I give.]To give; to grant: આપવું; બક્ષવું; બક્ષીસ તરીકે આપવું.

Donation, (ડોનેશન્) *n.* The act of giving or bestowing: આપવું-બક્ષવું તે. 2.A gift; a grant: બક્ષિસ; નજરાણું; ભેટ; ઇનામ.

Done, (ડન્) *p. p.* Performed; executed or finished: કરેલું; કીધેલું; પુરું કરેલું.

Donee, (ડોની) *n.* The person to whom the gift or donation is made: જે શખ્સ-માણસને બક્ષિસ મલી હોય તે; બક્ષિસ લેનાર. 2. One to whom lands were given:જે માણસને જમીન-જાગીર આપી હોય તે.

Donkey, (ડૉન્કી) *n.* An ass or mule: ગધેડું; ગર્ધવ; ખર. 2. A stupid or obstinate fellow: મુર્ખ-જડબુદ્ધિવાલો માણસ-આદમી; ગધેડો.

Donor,(ડોનર્) *n.* One who gives or bestows; a benefactor:આપનાર;ભેટ કરનાર; દાતા; બક્ષિસ કરનાર; દાનકર્તા.

Doodle, (ડૂડલ્) *n.* A trifler; a simple fellow: ભોલો માણસ; ભોલાનાથ. [ડોલી

Dooly,(ડૂલિ) *n.* A palanquin; a litter: પાલખી;

Doom,(ડૂમ્) *vt.* To judge; to fix irrevocably: ઇનસાફ-ચૂકાદો-ફેંસલો કo. 2. To condemn; to sentence: શિક્ષા-સજા-દંડ ફરમાવવો-કo. 3. To mulet or fine:દંડ કo.4. To assess a tax upon: કર-વેરો નાંખવો. 5. To destine:નિર્માણ કo; નિર્મવું. *n.* Discrimination; discernment:સમજશક્તિ; બારીક સમજ;નિર્ણય. 2. Penal decree; condemnation:દંડ;શિક્ષાનો હુકમ; દંડાજ્ઞા; શિક્ષા. 3. Penalty; unhappy fate or destiny:દુર્દૈવગતિ; બુરી સરજત; ખરાબ એકબાલ. 4.Ruin;death:મોત;પાયમાલી;નાશ.

Dooms-day,(ડૂમ્ઝ્ડે)*n.*A day of sentence: સજા-દંડનો દિવસ. 2. The day of the final judgment:છેલ્લો ન્યાય ચૂકવવાનો દિવસ; કયામત.

Dooms-day-book, (ડૂમ્ઝ્ડેબુક્) *n.* A book compiled by order of William the Conqueror, containing a survey of all the lands in England, their ownership, value, &c.: પહેલા વિલિયમ રાજાના હુકમથી તૈયાર કરવામાં આવેલું ઇગ્લાંડની સઘલી જમીનની આપણી, તેમની માલકી તથા કિંમત વિગેરેનું દફતર-પુસ્તક.

Door,(ડૉર્)*n.* An entrance;way:બારણું; દરવાજો; દ્વાર.2. A frame of boards: બારણું; કમાડ; દરવાજો. 3. Avenue; passage: પ્રવેશમાર્ગ; રસ્તો. *Out of* **d.**s or *without* **d.**s, abroad:બહાર; ખુલ્લી હવામાં. *To lie at one's* **d.**, to be chargeable: જોખમ વલગવું; આવવું-પડવું; શિર હોવું.

Door-case,(ડૉર્કેસ્) *n.* The frame which incloses a door: બારણાનું ચોકઠું.

Door-keeper,(ડૉર્કીપર્)*n.*A porter; as janitor: દરવાન; દ્વારપાલ; પ્રતિહાર.

Door-post, (ડૉર્પોસ્ટ્) *n.* The post or side piece of a doorway: બારસાખ; દ્વારશાખા.

Door-way, (ડૉર્વે) *n.* The passage of a door: બારણાનો ગાલો; દરવાજો.

Dormancy, (ડૉર્મૅન્સિ) *n.* Abeyance; quiescence: આરામ; ઉંઘ; વિશ્રાંતિ.

Dormant,(ડૉર્મૅન્ટ્) *a.* [L. *dormio*, I sleep.] Sleeping: સુતેલું; ઉંઘતું; નિદ્રાવશ. 2. Not in action or exercise; not disclosed: સુસ્ત; ઉંઘતું;ગુપ્ત; દબાઇ રહેલું; અપ્રકટ. *Table* **d.**, a stationary table:લખવાનો સરસામાન રાખવાનું મેજ.*n.* A large beam in the roof of a house upon which the portions of the other timbers rest: મોભ; ભારવટિઓ.

Dormitory,(ડૉર્મિટોરિ)*n.*A bed-room;a lodging house:સુવાની જગા-ઓરડો; શયનગૃહ.2. A burial place:દાટવાની જગ્યા; કબરસ્તાન.

Dormouse,(ડૉર્માઉસ્)*n.* [L.*dormis*& *mouse.*] A wild mouse: રાની-જંગલી ઉંદર; ચેંણ.

Dorsal, (ડૉર્સૅલ) *a.* [L. *dorsum*, the back.] Pertaining to the back:વાંસા-પીઠનું-સંબંધી;પૃષ્ટ ભાગનું; પાછલનું.

Dose,(ડોસ્) *n.* [L. *do*, I give.]The quantity of medicine given or prescribed to be taken at one time:એક વખતમાં પીવાની દવા;ભાગ;ખોરાક. 2. A sufficient quantity:જોઇએ તેટલો–પુરતો જથો –ભાગ. *vt.* To form into suitable doses:ભાગ કરવા. 2. To give medicine to:દવા આપવી. 3. To give anything nauseous to:કંટાલો ઉપજાવે એવું–અણગમતું કાંઈ પાવું–આપવું.

Dost,(ડસ્ટ્) The second person of *do:* 'ડુ' નો બીજો પુરૂષ એક વચન.

Dot,(ડૉટ્) *n.* A small point or spot; a speck: નાનું ટપકું–બિંદુ–ડાઘ; શૂન્ય; પૂજ; મિંડું.2. Dowry; a marriage portion: પહેરામણી. *vi.* To mark with dots or specks:ટપકું–બિન્દુ–મિંડું મૂકવું–કાઢવું.

Dotage, (ડોટેજ્) *n.* Imbecility of mind or understanding in old age; senility: જઈફીથી થયેલી મનની નાકુઅતી; સાઠી બુદ્ધિ; બુદ્ધિભ્રંશ; બુદ્ધિલોપ. 2. Excessive fondness: અતિ પ્રેમ; ગાંડાઇ; ઘેલાઇ; ઘેલચ્છા.

Dotard, (ડોટર્ડ્) *n.* A man whose intellect is impaired by age:ઘડપણને લીધે ખસેલી બુદ્ધિનું માણસ; સાઠી બુદ્ધિનું; ક્ષીણબુદ્ધિ.

Dote-Doat,(ડોટ્)*n.*[L.*do*, I give.] A marriage portion; dowry: પલ્લુ; પહેરામણી. 2. *pl.* Natural gifts: કુદરતી બક્ષીસો. *vi.* To be weak-minded; to drivel:મગજ–બુદ્ધિ નબલી–ક્ષીણ–ઝાંખી થવી–ખસવી; સાઠી બુદ્ધિ થવી.2. To love to excess; અત્યંત–બેહદ ચાહવું–પ્યાર રાખવો; અતિશય મોહ લાગવો;કશાને જોઇને ઘેલાંઘેલાં–ગાંડાંગાંડાં થવું;ઘેલું લાગવું.

Dottingly,(ડોટિન્ગ્લિ)*adv.*Foolishly;unduly fondly:મૂર્ખાઇથી;કમ અકલથી; ઘેલા–ગાંડાપણાથી.

Double, (ડબલ) *a.* [L. *duo*, two & *plico*, I fold.]Twofold;multiplied by two:બેવડું;ખમણું; દ્વિગુણ; દુપટ. 2. In pairs;coupled:જોડ;જુગલ;જોલ. 3. Divided in two; deceitful: બે મોઢાનું; મનનું મેલું; મકરબાજ; કપટી. **d.** *play:* એકજ વખતે બે રમનારાનો દાવ થઇ રહે તેવી રમત. *adv.* Twice; twofold:ખમણું;બેગણું;બેવડું.*vt.*To multiply by two; to duplicate:ખમણું–બેવડું–બેગણું ક૦.2. To fold one part upon another part of: બેવડું ક૦–વાલવું; વાલવું.3. To be the double of; to be worth twice as much as:ખમણું–બેગણું હોવું; ખમણી કીમતનું હોવું.4. To pass around or by:આગલ પાછલ ફેરી વલવું; પ્રદક્ષિણા ક૦.5.To unite as ranks: હારો એક ક૦–જોડી દેવી. *vi.* To increase or grow to twice as much:બેવડું–ખમણું થવું.2. To turn and go back over the same ground:પાછા ફરીને તેજ જગાપર આવવું.*n.*Twice as much:ખમણું હોવું તે. 2.That which is doubled over; a plait:ઘડી; પાટલી; પડ; કલ્લી. 3. A trick; a shift: દગો; યુક્તિ; તદબીર; પેચ;કલા; દાવ.4.A turn or circuit: આંટો; ચક્કર.5. A substitute:બદલી; અવેજી. 6. A counterpart: જોડું–જોડી; સામું અડધિયું.

Double-barrelled, (ડબલ્-બૅરલ્ડ્) *a.* Having two barrels:બે નલી વાલું.

Double-dealing, (ડબલ-ડીલિન્ગ્) *n.* Duplicity; deceit:પ્રપંચ; તર્કટ;કપટ;દગો;લુચ્ચાઇ; મકર.

Double-faced,(ડબલ્-ફેસ્ડ્) *a.* Showing two faces; deceitful:બે મ્હોડાનું; દગાખોર; મકરબાજ.

Double-hearted,(ડબલ-હાર્ટેડ્)*a.* Deceitful; treacherous:દગાખોર; પ્રપંચી; કપટી.

Double-minded,(ડબલ-માઇન્ડેડ્)*a.* Having an unsettled or wavering mind:ચલીત–અચોકસ –ભમતા મનનું–વાલું; ડામાડોલ; ઢચુપચુ.

Doublet,(ડબ્લેટ્) *n.*A pair; a couple:જોડું;જોડ. 2.A word unintentionally set up the second time: ઈરાદા વિના બીજીવાર છપાઇ ગયેલો શબ્દ. 3. A waistcoat or a vest:બદન; બંડી; વાસકુટ.

Double-tongued, (ડબલ્-ટન્ગ્ડ્) *a.* Making different declarations on the same subject:બે મોઢાનું; દગાખોર; કપટી.

Doubling, (ડબ્લિન્ગ્) *n.* The act of making double:બેવડું;બેગણું–ખમણું ક૦ તે; પ્રદક્ષિણા. 2. A turning & winding; trick; artifice: પેચ; યુક્તિ; દાવ; કલ.

Doubt,(ડાઉટ્) *vi.* [L. *dubitus*, doubtful.] To hesitate; to be undetermined:આનાકાની ક૦; મનમાં આંચકો ખાવો; સંશય–શંકા લાવવી. 2. To fear; to suspect:બ્હીવું; શંકા–ધાસ્તી રાખવી.*vt.* To withhold assent to; to withhold confidence from: ના કબુલ ક૦;અણવિશ્વાસ રાખવો; ભરોંસો ન રાખવો.2. To apprehend; to suspect: શંકા–દહેશત–સંશય લાવવો; અંદેશો ધરવો; અવિશ્વાસ ક૦.3.To stand in fear of:બીક–ભયમાં હોવું.*n.*Uncertainty of mind; hesitation:સંશય;શંકા;અંદેશો;સંદેહ;શક;આનાકાની. 2. Uncertainty of condition:અનિર્ણય;ચિત્તવિભ્રમ. 3. Suspicion; fear; dread:વહેમ; દહેશત;અંદેશો; અવિશ્વાસ; ભય. *No* **d.**, undoubtedly:બેશક; નિ:સંશય; અલબત.

Doubtful,(ડાઉટ્ ફુલ્)*a.*Undetermined;wavering:અનિશ્ચિત;ડામાડોલ;ઢચુપચુ;શંકાશીલ. 2. Admitting of doubt; questionable:સંશયાત્મક;શંકનીય; શક ભરેલું; શકમંદ. 3. Dubious; ambiguous:સમજાય નહિં એવું; અસ્પષ્ટ; ગુચવણ ભરેલું.

Doubtless, (ડાઉટ્લેસ્) *adv.* Without doubt or question:બેશક; નક્કી; નિશ્ચયપૂર્વક.

Dough, (ડો) *n.* Paste of bread: બાંધેલો લોટ– આટો; કણેક.

Doughty,(ડાઉટિ) *a.* Patient;strong; able:બહાદુર; પરાક્રમી; પ્રતાપી; જવાંમર્દ.

Doughy,(ડોઇ)*a.*Like dough; soft; pale:કણેક જેવું; નરમ; પોચું; પીલચટું.

Dove, (ડવ્) *n.* A tame pigeon: પાલેલું ખબૂતર– કબૂતર.2.A word of endearment: પ્યાર–હેતનો શબ્દ.*Soiled* **d.**, a prostitute:વેશ્યા;છિનાલ;કીસબણ.

Dove-cot,(ડવ્કૉટ્)*n.*Any apartment or house for doves: કબૂતરખાનું.

Dove-like,(ડવ્લાઇક્)*a.*Like a pigeon; meek: કબૂતર જેવું; ગરીબ; નરમ.

Dove-tail,(ડવ્ટેલ્) *n.* The manner of fastening boards or timbers together: સાલ. *vt.* To fit or connect strongly or skilfully: સાલ બેસાડવી.

Dowager, (ડાઉએજર) *n.* A widow having a

jointure: જે વિધવાને પોતાના સ્વામીના મર્ણ પછી મિલકત–ધન મલ્યું હોય તે. 2. A title applied to the widows of personages of rank: મ્હોટા કુલ અથવા ઉંચ પદવીની વિધવા.

Dower, (ડાઉઅર્) **Dowery,** (ડાઉઅરિ) *n.* [L. *doto*, I endow.] Endowment; gift: બક્ષિસ; ઇનામ. 2 (*a*) That which a woman brings to a husband in marriage: રીત; પલ્લુ; પહેરામણી; સ્ત્રીધન. (*b*) The estate which a woman enjoys after the death of her husband: વિધવાદાય; વિધવાંશ.

Down, (ડાઉન્) *n.* Fine, soft, hairy outgrowth: રૂવાં; પર; પીછું; નિમાલા; રૂવાંટા. 2. That which is made of down as a bed or pillow: સુખસેજ; સુખશય્યા. *vt.* To cover or stuff with down: પીછાં દાબીને ભરવાં. *n.* A hillock of sand: રેતીનો ઢગલો–ઢગ. 2. A tract of bare, sandy, barren land: ખરાબાની જમીન; ખરાબો; મેદાન. *Prep.* From a higher to a lower state; upon or within: માં; અંદર; નીચે. 2. Towards the mouth of a river: નદીના મૂખ–ખારા તરફ. *adv.* Tending from a higher to a lower place: નીચે; તલે; હેઠલ; હેઠે. 2. From a higher to a lower condition: ઉંચેથી નીચે; હેઠલ. 3. From a remoter or higher antiquity: અસલ–જુના વખતથી; પૂર્વજથી–તરફથી; પરાપૂર્વથી. **d.** *with*, put down: નાંખી–ફેંકી દેવું; તોડી પાડવું; કચડી નાખવું. *Up and* **d.**, with rising and falling motion: ઉપર નીચે. *To be* **d.** *on*, to dislike & treat harshly: તિરસ્કારથી સખ્ત રીત્યે વર્તવું. *vt.* To subdue; to conquer: નીચે ઉતારવું; દાબી દેવું; તાબે–વશ–આધીન ક૦; જીતવું. *vi.* To go down; to descend: નીચે જવું; ઉતરવું. *a.* Downcast; dejected: ઉતરી ગયેલું; ઉદાસ; દિલગીર; ખિન્ન. 2. Positive; absolute: ચોખ્ખી; માથામાં વાગે એવું; સાફ.

Downcast, (ડાઉન્-કૅસ્ટ્) *a.* Cast downward; dejected: ઉતરી ગયેલું; ઉદાસ; ગમગીન; દીનમુખ; ખીન્ન.

Downfall, (ડાઉન્-ફૉલ્) *n.* Destruction; ruin: નાશ; પાયમાલી; ખરાબી; ખુઆરી; પડતી; સત્યાનાશ; ક્ષય.

Down-right, (ડાઉન્-રાઇટ્) *adv.* Straight down: સિધું–પાધરૂં નીચે. 2. In plain terms; absolutely: સાફ; ખુલ્લે ખુલ્લું; ખરેખર; હરડતું. 3. Without delay; immediately: ઢીલ–વાર કીધા સિવાય; તરતજ; એકદમ. *a.* Plain; blunt: દેખીતું; સરલ; સરિયામ; રોકડે રોકડું; પાધરૂં.

Down-trodden, (ડાઉન્-ટ્રૉડન્) *a.* Trodden down; trampled down: ચગદી નાંખેલું; પગ તલે ચગદાઇ ગયેલું; ખુંદી નાંખેલું.

Downward-s, (ડાઉન્-વર્ડ્-ડાઉન્-વર્ડ્ઝ્) *adv.* In descending direction: નીચે; તલે; હેઠલ; હેઠે. 2. From a higher to a lower condition: ઉંચી સ્થિતિમાંથી નીચી સ્થિતિ–હાલતમાં; કંગાલ સ્થિતિમાં. 3. From a remote time: જુના–અસલ વખતથી; પરાપૂર્વથી. *a.* Declivous: ઢોળાવ પડતું; ઉતરાણવાલું. 2. Depressed; dejected: ઉદાસ; દીલગીર; ખિન્ન.

Downy, (ડાઉનિ) *a.* Covered with down: રૂવાંથી ઢંકાયલું. 2. Soft; calm; quiet: નરમ; સુવાલું; કોમલ; સુકુમાર.

Doxology, (ડૉકસૉલૉજિ) *n.* [Gr. *doxa*, glory & *logos*, speech.] In Christian worship, a hymn expressing praise and honor to God: ખ્રિસ્તિ લોકોની પ્રાર્થનામાં ઇશ્વર ભજન.

Doze, (ડોઝ્) *vi.* To slumber; to sleep lightly: જુકવું; ઝોકાં ખાવાં. *vt.* To pass or spend in drowsiness: ઉંઘ–સુસ્તીમાં કાઢી નાંખવું–ગાલવું. 2. To make dull; to stupefy: આલસુ–સુસ્ત ક૦; જડ–બેશુદ્ધ ક૦–બનાવવું *n.* A light sleep; a drowse: જરાક સરખી ઉંઘ; ઝોકું; લેહેર; અલ્પનિદ્રા.

Dozen, (ડઝન્) *n.* [L. *duo*, two & *decem*, ten.] A set of twelve: બારનો સમૂહ; ડજન. *a.* Twelve: બાર. A *baker's* **d.**, *a devil's* **d.**, thirteen: તેર.

Dozing-zy, (ડોઝિન્ગ્-ડોઝિ) *a.* Drowsy; sleepy: ઝોકાં ખાતું–ખાઉ; જુકતું; સુસ્ત; ભારે; ઉંઘણસી.

Drab, (ડ્રૅબ્) *n.* A gray colour: ભૂરો–કાબરચીતરો રંગ. *a.* Of a dull gray: ભૂરાશ પડતા રંગનું; વગર ધોયેલા કપડાના રંગનું.

Draff, (ડ્રૅફ્) *n.* Refuse; dregs: કચરો; ઘુછો; કીટો; કીટું; મેલ; છોડાં.

Draffy-ish, (ડ્રૅફિ-ડ્રૅફિશ્) *a.* Worthless; draffy; waste: વ્યર્થ; હલકું; કચરા–કીટાવાલું; મલિન; અસાર.

Draft, (ડ્રૅફ્ટ્) *n.* The act of drawing: ઘસડવું–ખેંચવું તે. 2. A selection of men from a military land: લશ્કરી ટુંકડીમાંથી માણસોની ચુંટણી–પસંદગી. 3. A bill of exchange: હુંડી; ડ્રાફ્ટ. 4. An allowance made from the gross weight of goods: માલના એકંદર–કુલ વજનમાંથી કરેલો ઘટાડો–કાપ–છૂટ. 5. A delineation: નમુનો; ડોલીયું; આલેખન; ચિત્ર; નકશો. 6. Depth of water necessary to float a ship: વહાણને તરવાને માટે જોઇએ તેટલું પાણીનું ઉંડાણ. 7. A current of air: હવાનો પ્રવાહ; પવનની લહેર–સપાટો–ઝપાટો. 8. The first rough sketch of a written composition: ખરડો; મુસદ્દો. *vt.* To draw the outline of: ચિત્ર–ડોલીયું આકૃતિ કાઢવી; આલેખવું. 2. To compose and write: મુસદ્દો–ખરડો ક૦. 3. To detach; to select: ચુંટવું; ચુંટણી કરવી; પસંદ ક૦. 4. To transfer by draft: હુંડીથી મોકલી દેવું.

Drafts-horse, (ડ્રૅફ્ટસ્-હૉર્સ્) *n.* A horse employed in drawing heavy loads or plowing: ભારબરદારી ઘોડો.

Draftsman, (ડ્રૅફ્ટસ્મૅન્) *n.* One who is skilled in drawing designs: નમુના–આકૃતિઓ, ચિત્ર, વિ૦ કાઢવામાં પ્રવીણ પુરૂષ.

Drag, (ડ્રૅગ્) *vt.* [L. *traho*, I draw.] To pull; to trail: તાણવું; ઘસડવું; ખેંચવું. 2. To harrow; to break as land: ખોદવું. 3. To pass in pain or with difficulty: મહા મુશીબતે દહાડા કાઢવા; જેમ તેમ–દુઃખે પાપે દિવસ કાઢવા–નિર્ગમન ક૦. *vi.* To be drawn along: ખેંચાવું; ઘસડાવું. 2. To move slowly onward: ધીમે ધીમે આગલ વધવું. 3. To fish with a drag: માછલાં પકડવાને જાલ નાખવી. *n.* A net, to be drawn along the bottom under water, for the purpose of bringing sunken bodies to the surface: પાણીને તલીએ ખોવાયેલી–ડુબેલી જણસો ઉપર લાવવાની બીલાડી; આકર્ષણી. 2. A kind of sledge for conveying heavy bodies: ભારે પદાર્થો લઇ જવાને એક જાતની ગાડી.3.A carriage or coach: ગાડી. (*a*) A skid for retarding the motion of a carriage wheel: ઉગટ.(*b*) A clog; an obstacle to progress:અંતરાય; વિઘ્ન; હરકત.

Drag-hook,(ડ્રૅગ-હુક્) *n.* A hook to catch fishes: માંછલી પકડવાનો ગલ.

Drag-man, (ડ્રૅગ-મૅન) *n.* A fisherman: માછી.

Dragoman,(ડ્રૅગોમૅન)*n. pl.* **Dragomans**. An interpreter:દુભાષિઓ; સમજાવનાર.

Dragon,(ડ્રૅગોન)*n.* [Gr. *drakon.*] A fabulous winged serpent or lizard: પાંખોવાલો કલ્પિત સાપ-સરડાની જાતનું જનાવર. 2. A fierce, violent person especially a woman: એક ક્રુર-ગુસ્સાવાલું માણસ (સ્ત્રી). 3. A constellation of the northern hemisphere figured as a dragon: કલ્પિત સાપ-સરડાના આકારનું ઉત્તર ગોલાર્ધનું નક્ષત્ર. **d.** *fly*: લીલી માંખ; ગાંધીલ માંખ. **d**'*s blood*: હિરાદખણ.

Dragoon,(ડ્રૅગૂન) *n.* [L. *draco*, dragon.] A cavalry man:ઘોડેસ્વાર; બરકંદાજ.

Drain,(ડ્રેન) *vt.* To cause to flow gradually out or off:ધીમે ધીમે બહાર વહેવરાવવું-કઢાવવું; વહેવરાવવું. 2. (*a*) To make gradually dry or empty:ધીમે ધીમે ખાલી થાય-પાણી નિકલી જાય એમ કo.(*b*) To exhaust, to empty of wealth, resources,&c.:ખાલીખમ-નિર્ધન કo;વિનાનું-રહિત કo. 3. To filter:ગાલવું;ગલવું.*vi.*To flow off gradually: ધીમે ધીમે વહેવું-વહી જવું.2.To be emptied પાણી નિકલી જવું;ખાલી થવું;ખેંચાઇ જવું.*n.*A channel; a sewer: નાલું;જલમાર્ગ;ખાલ;મોરી; નીક; ગટર 2. (*pl.*) The grain from the mash-tub: ગાલવાના કુંડામાંનો અનાજનો કચરો-છોડાં-છાલાં;ગલામણ.

Drainage,(ડ્રેનેજ્) *n.* (*a*) A gradual flowing of any liquid: કોઈ પ્રવાહી પદાર્થ ધીમે ધીમે વહી-નીકલી જવો તે. (*b*) That which flows out: વહી જતું પાણી-પ્રવાહી પદાર્થ. 2.The system of drains by which water is removed from towns and their works: શહેર-દેશમાંથી પાણીને જવાના રસ્તા; ગટર.

Drainer,(ડ્રેનર્) *n.* One who drains: ગાલનાર માણસ. 2. An utensil on which articles are placed to drain: ગલણી; ગયણી.

Drake,(ડ્રેક્) *n.* The male of the duck kind: બતકનો નર;બતકો. 2.A drake fly:નરમાંખી. 3. A small piece of artillery: નાની તોપ.

Dram,(ડ્રામ્) *n.* [L. *drachma.*] A weight of the eighth part of an ounce, or sixty grains: એક આંઉસનો આઠમો ભાગ અથવા ૬૦ ગ્રેન (ઓસડ તોલવાનું વજન.) 2. The sixteenth part of an ounce: એક આંઉસનો સોલમો ભાગ. (સાધારણ તોલમાં.) 3. A minute quantity: થોડુંક;રજેજ; જરીક. 4. As much spirituous liquor as is drunk at once: દારૂનો ગોટ. (*b*) A potion or potation: ઘુંટડો. *vi.* To indulge in the use of ardent spirit: જલદ દારૂ પીવો.

Drama,(ડ્રૅમા)*n.*[Gr.*drao*, I act or do.]A real series of events that are invested with a dramatic unity and interest: નાટક.

Dramatic-cal,(ડ્રૅમૅટિક્-ડ્રૅમૅટિકલ્) *a.* Pertaining to the drama: નાટકનું-સંબંધી-ના જેવું; નાટકીય; નાટકી; નાટક વિષયક.

Dramatist, (ડ્રૅમૅટિસ્ટ્) *n.* The author of dramatic composition;a writer of plays: નાટક બનાવનાર-લખનાર; નાટક કવિ; નાટકકાર.

Dramatize,(ડ્રૅમૅટાઇઝ્)*vt.* To compose in the from of the drama: નાટકના રૂપમાં રચવું-રૂપી કo.

Drape,(ડ્રેપ્) *vi.* To make cloth: લુગડું બનાવવું. 2. To banter; to jeer:ની મશ્કરી-મજાક-ઠઠ્ઠો કo. *vt.* To cover or adorn with drappery: વસ્ત્રાભૂષણ પહેરાવવાં-થી શણગારવું.

Draper,(ડ્રેપર્) *n.* A dealer in cloths: કપ્પડનો વેપારી-વેચનાર; કાપડીઓ.

Drapery, (ડ્રેપરિ) *n.* The occupation of a draper: કાપડીઆનો ધંધો; કાપડ બનાવવા તથા વેચવાનું કામ. 2. Cloth: કાપડ; કપ્પડ. 3. Hangings of any kind: પડદા; ઝાલર.

Drastic,(ડરૅસ્ટિક્) *a.*[Gr. *drao*, I act.] Acting with strength or violence; powerful: સખત; કડક; જલદ. *n.* (Med.) A medicine that purges quickly: આકરો જુલાબ-રેચ.

Draught, (ડ્રાફ્ટ્) *n.* The act of drawing or pulling: ખેંચવું-તાણવું તે. (*a*) The act of drawing a bow-string: ધનુષ્યની પણછ ખેંચવી-તાણવી તે. (*b*) The act of drinking: પીવું તે; પાન.(*c*)A detachment: લશ્કરની ટુકડી.(*d*) Representation: આલેખન;ચિત્ર; નકશો. (*e*) A sudden attack:હલ્લો; હુમલો; ત્રાપ. 2. That which is drawn: ખેંચાયેલી વસ્તુ. (*a*) That which is taken by sweeping with a net: જાલ ખેંચવાથી તેમાં જે પકડાય તે. (*b*) A quantity drawn in at once by drinking; a potion: ઘુંટ;ઘુંટડો; ગોટ. (*c*)A sketch; a delineation: ચિત્ર; મુસદ્દો; ખરડો; નકશો; આલેખન. (*d*) A bill of exchange; draft: હુંડી; "ડ્રાફ્ટ." (*e*) A current of air: પવન-વાયુનો ઝપાટો; લ્હેર. 3.That which draws: ખેંચનાર. (*a*) A drain; a sewer: મોરી;નીક;ગટર;ખાલ;કુવો;જાજરૂ. *a.* Used for drawing: ખેંચવાના કામમાં આવતું-વપરાતું; ભારખરદારી. 2. Drawn directly from the barrel: પીપમાંથી પાધરૂં ખેંચેલું. *vt.* To draw out; to call forth: બહાર ખેંચવું; બોલાવવું. 2. To diminish or exhaust by drawing:ખેંચીને ઓછું કo-વાપરી દેવું.3. To make a sketch or plan: ડોલિયું-ચિત્ર કાઢવું.

Draught-board,(ડ્રાફ્ટ્બૉર્ડ) *n.* A board on which drafts are played: દામ રમવાનું પાટીયું; પટ; ચોપટ.

Draught-horse, (ડ્રાફ્ટ્-હૉર્સ)*a.* A horse to carry a cart: ગાડુ ખેંચનારો ઘોડો;ભારખરદારી ઘોડો.

Draughts,(ડ્રાફ્ટ્સ્)*n.*Checkers:સોટકાંની રમત; સોટકાંબાજી.

Draughtsman, (ડ્રાફ્ટ્સ્મૅન) *n.* One who draws writings or designs: ખરડો-મુસદ્દો કરનાર; ચિત્ર કાઢનાર; નકશા ચીતરનાર. 2. One who drinks drams; a tippler: દારૂડીઓ; મદ્યપી. 3. One who draws pleadings: મુદ્દા ઘડનાર-તૈયાર કરનાર; ખરડો

કરનાર.4.A piece used in the game of draughts: શેત્રંજનું મ્હોરૂં; સોટકું.

Draw, (ડ્રૉ) *vt. Imp.* **drew** *p. p.* **drawn.** To pull along; to drag: ખેંચવું; તાણવું. 2. To attract; to entice: આકર્ષવું; લલચાવવું; લોભાવવું. 3. To bring forth; to extract: બહાર લાવવું; ખેંચવું; કાઢવું. (*a*) To pull from a sheath: મીઆનમાંથી ખેંચી કાઢવું. (*b*) To deduce; to derive: અનુમાન ક૦; લેવું; પકડી લેવું; કાઢવું. (*c*) To take from a place of deposit: થાપણ મૂકેલી હોય ત્યાંથી ઉપાડવું; લેવું. (*d*) To gain: જીતવું; મેલવવું. (*e*) To select by drawing lots: ચિઠ્ઠીઓ નાંખી ચૂંટી કાઢવું. 4. (*a*) To drain by emptying: ગટર વાટે ખાલી ક૦. (*b*) To take the bowels of: આતરડાં કાઢવાં-ખેંચી કાઢવાં. 5 To inhale; to inspire: શ્વાસ લેવો; ખાવું (હવા). 6. To protract; to extend: ટીપીને લંબાવવું; લાંબુ ક૦; ખેંચવું. 7. To form by marking: કાઢવું; દોરવું; ચીતરવું. 8. To represent by a picture, to delineate: ચિત્ર પાડવું;આલેખવું. 9. To write a draft of: ખરડો-મુસદ્દો ક૦. *Drawn game* or *battle*, one in which neither party gains: જે રમત અથવા લઢાઇમાં કોઇ પક્ષની ફતેહ-જીત ન થઈ હોય તે-જેમાં બન્ને પક્ષ સરખી હાર-જીતમાં હોય તે.*To* **d.** *a cover*,to clear a cover of the game: ઉપર ઢાંકેલો પડદો ઉઘેડવો-દૂર ક૦-કાઢી નાંખવો; રમત શરૂ ક૦. *To* **d.** *a line*,to fix a limit or boundary: સરહદ્ નક્કી ક૦-ઠેરવવી; સીમા-મર્યાદા બાંધવી. *To* **d.** *back*, to receive back: પાછું મેલવવું. *To* **d.** *breath*, to breathe: શ્વાસ-દમ લેવો. *To* **d.** *cuts* or *lots*: ચિઠ્ઠીઓ નાંખવી-કાઢવી. *To* **d.** *in*, (*a*) to bring or pull in; to collect: અંદર-ખેંચવું-લાવવું; એકઠું ક૦. (*b*) to entice:આકર્ષવું; લોભાવવું; લલચાવવું. *To* **d.** *off*, to withdraw: કાઢવું; ખેંચવું.*To* **d.***on*,to cause: ઉત્પન્ન ક૦; નિપજાવવું;ઉત્પન્ન થવું.*To* **d.**(*one*)*out*,to elicit cunningly the thoughts & feelings of another:વાતે વલગાડી-વાતમાં ને વાતમાં પારકાનું પેટ જોવું; કોઇના પેટની વાત જાણી લેવી. *To* **d.** *out*,(*a*)to protract;to spread out: લંબાવવું; ફેલાવવું. (*b*) To beat out; to extend: ટીપી ટીપીને લાંબુ ક૦;ખેંચવું. (*c*) To call to action;to muster: ભેગું-એકઠું ક૦;વ્યૂહમાં ઉભુ રાખવું. (*d*) To make out; to sketch out: તૈયાર ક૦; લખી કાઢવું. (*e*) To extricate: છોડવવું; છૂટું ક૦; બહાર કાઢવું. *To* **d.** *over*, to cause to come over: પોતાના પક્ષમાં ખેંચી લેવું. *To* **d.** *the long bow*; to exaggerate: અતિશયોક્તિ ક૦; મીઠું મરચું ભભરાવીને વાત ક૦. *To* **d.** *up*, (*a*) to compose in due form: ગોઠવવું; રચવું; મુસદ્દો-ખરડો ક૦. (*b*) To arrange in array: હારબંધ-વ્યૂહ રચનામાં ગોઠવવું-ઉભુ રાખવું. *vi.* To pull; to exert strength in drawing: ખેંચવું; ખેંચવામાં જોર-બલ વાપરવું.2. To unsheathe: મેણમાંથી (તરવાર) બહાર કાઢવી.3. To sketch; to form the figures or pictures: ચિત્ર કાઢવું; છબી-આકૃતિ કાઢવી; આલેખવું. 4. To become contracted; to shrink: સંકોચાઇ જવું; નાનું નાનું થતા જવું. 5. To make a draft for payment of money: નાણાં માટે ચિઠ્ઠી-હુંડી લખવી. *To* **d.** *back*, to retreat: પાછું-પાછલ હઠવું-જવું; ખસી જવું. *To* **d.** *up*, to form in array: હારબંધ વ્યૂહ રચનામાં ગોઠવાવું-ઉભા રહેવું. *n.* The act of drawing: ખેંચવું-તાણવું તે. 2. A lot or chance drawn: સોરટી; ચિઠ્ઠી.

Draw-back,(ડ્રૉ-બૅક્) *n.* A loss of advantage; a discouragement: ગેરફાયદો; ખામી; ખોડ; અંતરાય; હાનિ. 2. Money paid back; amount of duties paid back: છૂટ; જગાતનાં પાછાં મલેલાં નાણાં.

Draw-bridge,(ડ્રૉ-બ્રિજ્)*n.*A bridge of which either the whole or a part is made to be raised up or let down: ઉંચક મુક કરવાનો પુલ.

Drawee,(ડ્રૉઈ) *n.* The person to whom a bill of exchange is addressed: જે ધણીના ઉપર હુંડી લખી હોય તે ધણી; હુંડી સીકારનાર.

Drawer,(ડ્રૉઅર્)*n.*(*a*)One who draws liquor for guests: પરોણાને માટે જે માણસ દારૂ લાવે છે-પૂરો પાડે છે તે. (*b*) One who draws a bill of exchange:હુંડી લખનાર. 2. (*a*) A sliding box: વકોરો; વખોરો; ખાનું. (*b*) *pl.* A close undergarment worn on the lower limbs:સુરવાલ; ચોઇણો; પાયજામો; ઇજાર; લેંઘો.

Drawing,(ડ્રૉઇન્ગ્) *n.* The act of pulling or attracting:ખેંચવું-આકર્ષણ ક૦ તે;આકર્ષણ. 2. Delineation; picture:નકશો; ચિત્ર; આલેખન; છબી. 3. The distribution of prizes in a lottery: સોર્ટીમાં ઇનામ કાઢવું તે; ચિઠ્ઠીઓ નાખવી તે.

Drawing-master, (ડ્રૉઇન્ગ્-માસ્ટર્)*n.* One who teaches the art of drawing: ચિતરતાં શિખવનાર; ચિત્રવિદ્યાપક.

Drawing-room,(ડ્રૉઇન્ગ્-રૂમ્)*n.* A room appropriated for the reception of company: દિવાનખાનું; દર્શન ગૃહ.2. The company assembled in such a room:સભા; મિજલસ; મંડલી.

Drawl, (ડ્રૉલ્) *vt.* & *vi.* To utter in a solw, lengthening tone: ધીમેથી લંબાવીને-ઉંઘણસીની પેઠે બોલવું; રાગડો કાઢીને બોલવું. *n.* A lengthened slow utterance: રાગડો; દીર્ઘોચ્ચારણ; દ્રાવડીપ્રાણાયામ.

Dray,(ડ્રે) *n.* A low cart to draw loads: ભાર ખેંચવાનું નીચું ગાડું. 2. A rude sort of cart without wheels: પૈડાં વિનાનું કદરૂપું ગાડું. 3. A squirrel's nest: ખીસકોલીનો માલો. *A* **d.** *horse*: ભારખરદારી ઘોડો.

Dread,(ડ્રેડ્) *n.* Terror: ભય;બ્હીક; ધાસ્તી; દહેશત. 2. Awe: ભય; હાક; ધાક; ધાસ્તી. *vt.* To fear in a great degree: ઘણુંજ બીવું-ભય પામવો; દેહેશત-ધાસ્તી ખાવી.

Dreadful,(ડ્રેડ્ફુલ્) *a.* Full of dread or terror:ભય-ધાસ્તી ભરેલું.2. Fearful;terrible: વિકાલ; ભયંકર;ઘોર;દારૂણ;બિહામણું; ક્રૂર. 3. Inspiring awe: ધાક-ભય આપનારૂં; ધમકી બતાવતું.

Dream,(ડ્રીમ્)*n. imp.*& *p. p.* **Dreamed** or **Dreamt.** Thoughts of a person in sleep; a sleeping vision: સ્વપ્નું; શમણું; ખોઆબ. 2.An idle fancy or suspicion; ખ્યાલ; વેહેમ; આભાસ;

તરંગ. *vi.* To experience sleeping visions: સ્વપ્નું આવવું; શમણું આવવું; ઓઆબ જોવો. 2. To form a conception; to imagine: શેખશલ્લીના વિચાર કરવા;મનમાં મોતીના ચોક પુરવા; વિચારવું; ધારવું. *vt.* To imagine, to think of, to believe in a dream: સ્વપ્નામાં દેખવું–જોવું–નો વિચાર ક૦; સ્વપ્નું છે એમ માનવું.

Dreamy,(ડ્રીમિ)*a.*Full of dreams;dream-like: સ્વપ્નાંથી ભરેલું–ભરપુર; સ્વપ્ના જેવું; અસાર.

Dreary,(ડ્રીઅરિ)*a.*Dismal;gloomy:દિલગીરી ઉપજાવે એવું;ઉદાસીનું;ઉદાસ;સુનકાર; ઉડજ; બિયાબાન.

Dredge,(ડ્રૅજ્)*n.*(*a*)A drag-net for taking up oysters from the bottom of water: પાણીના તળીએથી કાલુ નામની માછલી–મોતીની છીપો કાઢવાની જાળ.(*b*) A machine for taking up mud &c.: કચરો વિગેરે કાઢી લેવાનું યંત્ર. *vt.* To catch or gather with a dredge: જાળથી પકડવું–એકઠું ક૦. 2. To sprinkle flour on: લોટ છાંટવો–ભભરાવવો.

Dregs,(ડ્રૅગ્ઝ્)*n.* Lees; refuse; sediment: કચરો;મેલ;થર;મલ. 2. The vilest & most worthless part of anything: કચરો; અસાર; અધમ. **d.***s of society*: નીચ–હલકા માણસો; પીડા; પાપ.

Drench, (ડ્રૅન્શ્) *vt.* To dose by force: જોર જુલમથી પાવું. 2. To soak; to immerse:પલાળવું; ભિંજવવું; બોળવું; ગર્રકાવ–તરબોળ ક૦. *n.* A drink; a draught: ઘૂંટડો. 2. A potion that causes purging: જુલાબ; રેચ.

Dress, (ડ્રૅસ્) *vt.* To arrange as soldiers in a straight line and at proper distance: ગોઠવવું; સફ સમારી ઉભું ક૦. 2. To nurse with curative appliances: ને મલમ પટ્ટા ક૦; ધોઈ સાફ કરી ઓસડ ચોપડવું. 3. To adjust; to arrange: ગોઠવવું; વ્યવસ્થામાં મુકવું.(*a*)To fit or prepare for use:તૈયાર ક૦; રાંધવું;કમાવવું;કેલવવું; સુધારવું. (*b*)To cloathe; to deck: લુગડાં પહેરાવવાં; સાજ આપવા; શણગારવું. (*c*) To train for use: પલોટવું; કામ-ઉપયોગમાં આવે તે માટે કેળવવું-સુધારવું. *vi.* To arrange one's self in a straight line of soldiers: સિપાઈઓની હારમાં ગોઠવાઇ જવું-ઉભા રહેવું. 2. To cloathe one's self: લુગડાં પહેરવાં. *n.* Cloathes; apparel: garments: લુગડાં; કપડાં; વસ્ત્ર; પોશાક. **d.** *of honour*: ખિલત; પોશાક. 2. A lady's gown; બઇરાનો પોશાક.

Dresser, (ડ્રૅસર્) *n.* One who dresses: પોશાક પહેરાવનાર-સજાવનાર માણસ-નોકર; પોશાક તૈયાર કરનાર. 2. (*a*) A table or bench on which meat and other things are prepared for use: જે ઉપર ગોસ્ત-માંસ વગેરે મુકી સમારવામાં આવે તે પાટ-ટેબલ. (*b*) A cupboard to receive dishes and cooking utensils: તાસકો-રકાબીઓ અને રાંધવાનાં વાસણો મુકવાનું કબાટ. 3. An assistant in a hospital for dressing: દવાખાનામાં મલમ પટ્ટા કરનાર મદદગાર.

Dressing, (ડ્રૅસિન્ગ્) *n.* Dress; raiment: લુગડાં; વસ્ત્ર; કપડાં; પોશાક. 2. An application to a sore or wound: ઘાને મારવાની મલમ પટ્ટી; આગરી. 3. Manure spread over land: ખાતર; ખાતર પુંજો. 4. Stuffing: માંસમાં નાખવાનો મસાલો. 5. Gum, starch, &c. to prepare linen or silken fabrics: શણ અથવા રેશમનાં કપડાં બનાવવામાં વપરતો હાર-કાંજી. **d.** *table*, a table at which a person may dress: લુગડાં પહેરવાનું ટેબલ.

Dressing-gown, (ડ્રૅસિન્ગ્-ગાઉન્) *n.* A light gown, such as is used by a person while dressing; a study gown: ઘરમાં પહેરવાનો હલકો ઝભ્ભો.

Dribble, (ડ્રિબ્બલ્) *vt.* To fall in drops: ઝરવું; ટપકવું. 2. To slaver: મોંમાંથી લાલ ટપકવી-ગલવી.

Dribblet, (ડ્રિબ્લેટ્) *n.* A small piece or part; a small sum: નાનો કકડો અથવા ભાગ; નાની સંખ્યા-રકમ. In *dribblets*: કકડે કકડે.

Drift, (ડ્રિફ્ટ્) *n.* A driving; a violent movement: ઝડપ; ચાલ. 2. The force which impels or drives; an overpowering influence or impulse: વેગ; પ્રવાહ; દાબ; દબાણ. 3. Course or direction: ગતિ; માર્ગ; રસ્તો; દિશા. 4. (*a*) Object aimed at; intention: હેતુ; ધોરણ; નેમ; ચોટ;વલણ; મુરાદ.(*b*) Import or meaning of a sentence or discourse; aim: તાત્પર્ય; આશય; ભાવાર્થ; મતલબ; અભિપ્રાય; ઉદ્દેશ; મકસદ. 5.(*a*)A mass of matter driven by wind or water: પવન કે પાણીથી ઘસડાઈ આવેલા પદાર્થનો ઢગ–ઢગલો. (*b*) A drove or flock: ટોળું;ઝુંડ; જૂથ.6.A ford in a river: નદીનો પાર.*vi.*To float or be driven: ખેંચાઈ–ઘસડાઈ–તણાઈ જવું. 2. To accumulate in heaps by the force of wind:પવનના જોસ–ઝપાટાથી ઢગલે ઢગલા થવા.

Drill, (ડ્રિલ્) *vt.* To bore a hole: કાણું–વેહ પાડવો; વિંધવું.2.To sow in drills:ચાસમાં વાવવું–ઓરવું. 3. To train in the military art: કવાયત શિખવવી. 4. To entice; to allure from step to step: લલચાવવું; ધીમે ધીમે ફસાવવું. *vi.* To sow in drills: ચાસમાં વાવવું. 2. To flow gently: ધીમે ધીમે વહેવું. 3. To muster for exercise: કવાયત માટે એકઠું–ભેગું ક૦. *n.* A boring tool: કાણું પાડવાનું ઓજાર; વિંધણું;શારડી. 2.(*a*) An implement for making holes for sowing seed: ખેતરમાં અનાજ ઓરવાનું હથિયાર; ફડકો. (*b*) A light furrow or channel made to put seed into: ચાસ. 3. A small stream; a rill: નાનો ઝરો; વહેલીઉં. 4. The exercise of training soldiers in military art: કવાયત; લશ્કરની તાલીમ; શસ્ત્રાભ્યાસ.

Drill-sergent,(ડ્રિલ–સાર્જન્ટ્)*n.*A non-commissioned officer whose office it is to train soldiers to military evolutions: સિપાઈઓને કવાયત વિગેરે શિખવનાર બીન સનદી અમલદાર.

Drink, (ડ્રિન્ક્)*vt. imp.* **drank**,**drunk**.*pp.* **drunk**,**drunken**.To swallow as liquids: પીવું; ગટગટાવી જવું. 2. To absorb;to imbibe:પી–જવું; શોષવું; ચુસી લેવું.3.To hear;to see:સાંભળવું; જોવું. 4. To inhale; to smoke, as tobacco:મોઢામાં ધુમાડો લેવો; પીવું. *To* **d.** *down*, to subdue: તાબે ક૦; કબજામાં રાખવું. *To* **d.** *off* or *up*, to drink the whole at a draught: એકે ઘુંટડે ખધું પી જવું; ગટગટાવી જવું. *To* **d.** *in*, to receive & appropriate:ચુસી લેવું–પી જવું.*To* **d.** *the health* or *to the health of*, to signify good will to by drinking; to pledge: કોઇની સલામતી લેવી.*vi.*To swallow anything liquid: પીવું; પાન ક૦. 2. To take liquors to excess; to tipple: છાકટા થવું; ઠાંસીને પીવું; ખુબ દારૂ પીવો. *n.* Any fluid to be taken into the stomach: પીવાનો પદાર્થ; પેય; પાન; મદ્ય; સુરા.

Drinking, (ડ્રિન્કિન્ગ્) *n.* Drunkenness: intemperance: છાકટા પણું; અતિશય દારૂ પીવાની ટેવ; મદ્યપાન; સુરાપાન; મધુપાન.

Drip, (ડ્રિપ્) *vi.* To fall in drops: ટપકવું. 2. To let fall drops of liquid: ટપકાં પાડવાં. *n.* A falling in drops; dripping: ટપકું; ટીપું. 2. The edge of a roof; eaves: છાપરાની કોર; નેવાં.

Drive, (ડ્રાઇવ્) *vt. imp.* **drove, drave**, *pp.* **driven**. To push forward; to compel to move on: હાંકવું; હાંકી કાઢવું; ઠોકવું; બેસાડવું; અંદર ઘાલવું–પેસાડવું. 2. To convey in a vehicle: ગાડીમાં લઈ જવું. 3. To urge on and direct the motions of: હાંકવું; ચલાવવું; ધકેલવું. 4. To force; to constrain: જબ્બર–ફરજ પાડવી. *vi.* To move furiously: જોર–ઝપાટાથી ખસવું. 2. To be forced along; to be impelled: ઘસડાઈ–હડસેલાઈ જવું; તણાવું; તણાતા જવું. 3. To go by carriage: ગાડીમાં બેસીને જવું. 4. To aim to a point; to make efforts: (*with at*) ધારણા–મતલબ હોવી; પ્રયાસ ક૦. *n.* An excursion in a carriage: ગાડીમાં બેસીને કરેલી સેહેલ. 2. A road prepared for driving: હાંકવાને માટે તૈયાર કરેલો રસ્તો; સડક. 3. Violent or rapid motion: ઝડપ; ત્વરા; તાકીદ; ઉતાવલ.

Drivel, (ડ્રિવલ્) *vi.* To slaver: લાલ–લખ ગલવી. 2. To be weak or foolish: નિર્બલ થવું; અક્કલ ઘટવી; સાઠી બુદ્ધિ થવી. *n.* Slaver; saliva flowing from the mouth: લખ; લાલ; થૂંક. 2. A fool; an idiot: મૂર્ખમાણસ; અક્કલ વિનાનો આદમી; બેવકૂફ માણસ. 3. Foolish talk; nonsense: બેવકૂફી ભરેલી વાત; અર્થ વિનાની વાત. 4. A servant; a drudge: ચાકર; નોકર; મજૂર; વૈતરો.

Driver, (ડ્રાઇવર્) *n.* One who drives: હાંકનાર. 2. A coachman; a charioteer: ગાડી–રથ હાંકનાર; ગાડિત: સારથી. 3. An overseer of a gang of slaves at their work on a plantation: ગુલામની ટોલીનો તેમના વાવેતરના કામપર દેખરેખ રાખનાર. 4. The driving wheel of a locomotive: આગગાડીનો સાચો ચલાવનારૂં પૈડું.

Drizzle, (ડ્રિઝલ્) *vi.* To rain gently in very small drops: ઝરમર ઝરમર વરસવું; ઝીણો વરસાદ પડવો. *n.* Fine rain or mist: ઝરમર ઝરમર પડતો વરસાદ; ખારીક ઝાકલ.

Droll, (ડ્રોલ્) *a.* Fitted to provoke laughter; ludicrous; amusing: હાંસી કરાવે એવું; વિનોદી; ગમતી; ટોલો; ટીખલો. *n.* A jester; a buffoon: મશ્કરો; ભાંડ; રંગીલો. *vi.* To jest: મશ્કરી–મજાક ક૦. *vt.* To cheat; to cajole: ઠગવું; ફોસલાવું; સમજાવી લેવું.

Drollery, (ડ્રોલરિ) *n.* Sportive tricks; buffoonery: મજાક; ટોલ; ટોકર; મશ્કરી; ઠઠ્ઠા. 2. (*a*) A puppet show: પૂતલાંની રમત–નાચ. (*b*) A lively or comic picture: હસવું આવે એવું–ખુશકારક છબી–ચિત્ર; હાસ્યોત્પાદક ચિત્ર.

Dromedary, (ડ્રોમીડરિ) *n.* [Gr. *dramo*, I run.] A species of camel; the Arabian camel: એક જાતનું ઊંટ; અરબ્બી ઊંટ; સાંઢણી; સાણસી.

Drone, (ડ્રોન્) *n.* The male of the honey-bee: મધમાંખીનો નર. 3. A lazy, idle fellow; a sluggard: આલસુ–સુસ્ત માણસ; હરામ ખોર; બેઠા ખાઉ; આલસુ પાડો. *vi.* To live in idleness; to do nothing: સુસ્ત પડી રહેવું; કાંઈ કામ ન ક૦. 2. To give a low, dull sound: ગણગણાટ ક૦.

Droop, (ડ્રૂપ્) *vi.* To sink or hang down: નમી–લબડી જવું; વાંકુ વલવું; લબડવું; લટકવું. 2. To grow languid or weak; to languish: નરમ–નબલું પડવું; કરમાઈ–ઝુમાઈ જવું; દબાઇ જવું. 3. To decline: પડતી થવી; અસ્ત થવું–પામવું.

Drop, (ડ્રૉપ્) *n.* The smallest easily measured portion of a fluid; a minim: ટીપું; ટપકું; બુંદ. 2. That which resembles or hangs like a liquid drop: લોલક; લટકણીયું. 3. (*a*) A trap door: ચોરબારણું; ચોરદરવાજો. (*b*) A curtain which drops or falls in front of the stage of a theater: નાટક શાલાની રંગભૂમિનો આગલો પડદો. (*c*) A drop-press: એક જાતનો હથોડો; ઘાણ. (*d*) The gallows: ફાંસી. 5. (*pl.*) Any medicine the dose of which is measured by drops: જે દવા ટીપાંથી આપીને પીવાની હોય તે; ટીપાં. *vt.* To pour or let fall in drops: ટપકાં પાડવાં. 2. To let fall: નાંખવું. 3. To dismiss; to discontinue: મૂકી દેવું; બંધ પાડવું; પડતું મૂકવું. 4. To bestow by a suggestion: સૂચના ક૦; આપવું. 5. To lower as the muzzle of a gun: બંદુકનો ઘોડો નીચે પાડવો. 6. To send by dropping into the post-office box: પોસ્ટ આફિસની પેટીમાં નાખીને મોકલવું; નાખવું. 7. To variegate; to bedrop: રંગબેરંગી ક૦; ટપકાં પાડવાં. *vi.* To fall in small drops: ટપકવું. 2. To let drops fall: ટપકાં પડવા દેવાં. 3. To descend suddenly or abruptly: ખરી–તૂટી પડવું. 4. To die or die suddenly: મરી જવું; એકદમ મરી જવું. 5. To come to an end; to cease: અંત–છેડો આવવો; અટકી પડવું; બંધ પડવું. 6. To come unexpectedly: ઓચિંતા–અણધાર્યા આવવું; એકાએક આવી ઉભા રહેવું. 7. To be depressed; to lower: દબાવું. *To* **d.** *astern*, to move back: ડબુસા તરફ જવું; પાછું ખસવું–જવું. *To* **d.** *down*, to sail towards the sea: દરિયા તરફ વહાણ હંકારવું. *To* **d.** *off*, (*a*) to fall asleep gently: ધીમે ધીમે ઉંઘી જવું. (*b*) To die: મરી–ગુજરી જવું.

Dropsical, (ડ્રૉપ્સિકલ્) *a.* Diseased with dropsy: જલંદરના રોગવાલો; ઉંદરરોગી. 2. Resembling or pertaining to the dropsy: જલંદરના રોગના જેવું–સંબંધી.

Dropsy, (ડ્રૉપ્સિ) *n.* [Gr. *hydor*, water and *ops*, face.] An unnatural collection of serious fluid in any cavity of the body: ઉદરરોગ; જલંદર; પેટમાં પાણી ભરાવાનો રોગ.

Dross, (ડ્રૉસ્) *n.* The scum or extraneous matter of metals: ધાતુનો મેલ–કચરો. 2. Rust; crust of metals: કાટ. 3. Waste matter; refuse;

કચરો; કિટું; ગલામણ.

Drossy, (ડ્રૉસિ) *a.* Impure; worthless: મેલ ભરેલું; કચરાવાળું; મલિન; નકામું.

Drought, (ડ્રાઉટ્) *n.* Want of rain or of water: પાણીની ટિપની-ખુટ. 2. Thirst; want of drink: તરસ. 3. Scarcity; lack: દુકાલ; તંગી.

Drove, (ડ્રોવ્) *n.* A collection of cattle driven: ઢોરનું ટોળું. 2. A crowd of people in motion: ચાલતા લોકોનું ટોળું; સંઘ. 3. A road for driving cattle: ઢોર હાંકવાનો-હાંકી લઈ જવાનો રસ્તો.

Drover, (ડ્રોવર્) *n.* One who drives cattle or sheep to market: બજારમાં વેચવાને માટે ઢોર હાંકી જનાર; હેડવાલો. 2. A boat driven by the tide: મોજાથી ઘસડાઈ જતી હોડી.

Drovy, (ડ્રોવિ) *a.* Turbid; muddy; filthy: કચરાવાળું; મેલું; બગડેલું; ગંદુ; મલિન; અસ્વચ્છ.

Drown, (ડ્રાઉન્) *vt.* To immerse; to delude: ડુબાવી-બુડાડી દેવું; બોલવું. To be drowned in reflection: વિચારમાં ગરક થઈ જવું. 2. To deprive of life by immersion in water: ડુબાવી મારી નાંખવું. 3. To overpower, to overcome: ડુબાવી દેવું; બહાર પડવા ન દેવું; તણાઇ જવું. *To* **d.** *up*, to swallow up: ગલી જવું. *vi.* To be suffocated in water; to perish in water: ડુબી મરવું; બુડી મરવું.

Drowsy, (ડ્રાઉઝિ) *a.* Heavy with sleepiness; dozy: ઉંઘણસી; ઝુકતું; ઉંઘરેટું. 2. Disposing to sleep: ઉંઘ આવી જાય એવું. 3. Dull; stupid: સુસ્ત; આલસુ; મંદ; એદી.

Drubbing, (ડ્રુબિન્ગ્) *n.* Beating with sticks: સોટાબાજી; કુંદામાર; ડફણાં; કુંદીપાક.

Drudge, (ડ્રુજ્) *vi.* To work hard; to labour in mean offices: સખત મેહેનત-મજૂરી ક૦; ગધાવૈતર ક૦; વેઠ ક૦. *n.* One who works hard; an unwilling labourer: મજૂર; વૈતરો; વેઠીઓ.

Drudgery, (ડ્રુજરિ) *n.* Hard labor: toilsome work; ignoble toil: ઢોરમાર મેહેનત; વેઠ; વૈતરૂં; નિત્યશ્રમ.

Drug, (ડ્રગ્) *n.* Any substance used in medicine: ઔષધિ; ઔષધ; કરીઆણું; વસાણું; દવાઈ. 2. An article of slow sale or in no demand in the market: ખપ ન હોવાથી પડી રહેલો માલ; પડત માલ. 3. A drudge: મજૂર; વૈતરો; વેઠીઓ. *vt.* To prescribe medicines: દવા આપવી; બેહદ દવા ફરમાવવી-પાવી.

Druggist, (ડ્રગીસ્ટ્) *n.* One who deals in drugs: ઓસડ-કરીઆણાં વેચનાર ગાંધી.

Druid, (ડ્રૂઈડ્) *n.* [Gr. *drus*, an oak.] Celtic priest: અસલ કેલ્ટ લોકનો પાદરી-ધર્માચાર્ય-ગુરૂ.

Drum, (ડ્રમ્) *n.* An instrument of music: પડઘમ; ઢોલ; તાંસુ; ડંકો. 2. One who plays upon, as drum: પડઘમ-ઢોલ વગાડનાર. 3. (*a*) Anything resembling a drum in form: આકારમાં પડઘમ-ઢોલના જેવી-ને મલતી આવતી ચીજ. (*b*) The tympanum of the ear: કાનનો પડદો. *vi.* To beat a drum with sticks: પડઘમ-ઢોલ વગાડવું. 2. To beat with the fingers: ટકોરા મારવા. 3. To throb: ફરકવું; ધબકવું. *vt.* To execute on a drum, as a tune: ઢોલ-પડઘમના અવાજ પ્રમાણે રાગ કાઢવો. *To* **d.** *out*: ઢોલ-પડઘમ વગાડીને કાઢી મૂકવું; ગધેડે બેસાડી-બેઆબરૂ ક૦; કાઢી મૂકવું. *To* **d.** *up*, to assemble by beat of drum; to collect: ભેગું-એકઠું ક૦; પડઘમ વગાડી બો૦.

Drummer, (ડ્રમર્) *n.* One whose office is to beat drum: પડઘમ વગાડનાર; ઢોલચી; ઢોલી. 2. One who solicits custom: ઘરાક લાવવાને માટે ફરનાર માણસ. 3. A kind of fish which makes a noise when caught: પકડાય છે ત્યારે અવાજ કરનારી એક જાતની માછલી.

Drunk, (ડ્રન્ક્) *a.* Overcome by drinking; intoxicated: પીધેલ; છાકટું; મસ્ત. 2. Saturated with moisture or liquor: લદબદ થઈ ગયેલું; તરબોલ; ગરકાવ; ચકચુર.

Drunkard, (ડ્રન્કાર્ડ્) *n.* One who habitually drinks to excess: દારૂડીઓ; નીશાબાજ; છાકટો.

Drunkenness, (ડ્રન્કન્નેસ્) *n.* Intoxication; inebriety: દારૂની કેફ; અમલ; નીશો; છાકટા પણું. 2. Inflammation; frenzy: ગાંડા પણું; જુસ્સો; ઝનૂન; ગુસ્સો.

Dry, (ડ્રાઈ) *a.* Not wet or moist; not rainy: સુકું; નીરસ; કોરડું; ઉઘાડતું; ખુશ્ક. (*a*) Not giving milk: દુધ ઉડી ગયું હોય એવી; અદુઝણી; ઉચેલી. (*b*) Thirsty; needing drink: તરસ્યું; પ્યાસું. (*c*) Not shedding tears: આંસુ વગરનું; નિરશ્રુ. 2. Destitute of that which amuses; barren; plain: અસાર; નિઃસાર; નિઃસત્વ; નીરસ; તુચ્છ. 3. Shrewd; sharp: લુચ્ચું; ચંચલ; ચપલ; તીક્ષ્ણ. **d.** *blow*, a blow which inflicts no wound & causes no effusion of blood: બ્હેરો-મુગો-આંધલો માર. **d.** *light*, (*a*) pure, unobstructed light: ખુલ્લું-સાફ અજવાળું. (*b*) A clear impartial view: શુદ્ધ નિષ્પક્ષપાત ભાવદૃષ્ટિ. *vt.* To free from moisture: સુકવવું; કોરૂં ક૦-પાડવું; લૂછી નાંખવું; નીચોવવું. *To* **d.** *up*, (*a*) to parch with thirst: તરશે મારવું; સુકવી નાંખવું; શોષે મારવું. (*b*) To make to cease: બંધ પાડવું; અંત આણવો; ખાલી થઈ જવું; સુકાઈ જવું. *vi.* To grow dry: સુકાવું; સુકાઈ જવું. 2. To evaporate wholly: ઉડી જવું. 3. To lose vitality: ચિમલાઈ જવું; ચેતના રહિત થઈ જવું; જડ થઈ જવું.

Dry-foot, (ડ્રાઈફૂટ્) *n.* A dog that pursues game by the scent of the foot: વાસથી શિકારની પાછલ પડનાર કૂતરો.

Dry-goods, (ડ્રાઈગૂડઝ્) *n.* Cloths: કપડાં; કપ્પડ વિગેરે માલ.

Dry-shod, (ડ્રાઈ-શૉડ) *a.* Without wetting the feet: કોરે પગે; પગ ભિન્જયા વગર.

Dual, (ડ્યૂઍલ) *a.* [L. *duo*, two.] Expressing or consisting of, the number two: બે સંખ્યા બતાવનારૂં-વાલું; દ્વિવાચક; દ્વિસંખ્ય.

Dualism, (ડ્યૂઍલિઝમ્) *n.* (*a*) The dividing into two; a system which is founded on a double principle: દ્વૈતવાદ; ભેદબુદ્ધિ; ભેદવાદ; દ્વૈતમત. (*b*) A system which accepts two original principles, the good & the evil: પુણ્ય અને પાપ બે અનાદી વસ્તુ છે એવો મત. 2. The doctrine that all mankind are divided into two classes, the elect and the reprobate: મનુષ્ય જાતના દૈવી અને આસુરી એવા બે વિભાગ છે એવો મત.

Duality, (ડ્યૂઍલિટિ) *n.* The quality or condition of being two or twofold: દ્વૈતભાવ; દ્વૈત.

Dub, (ડબ્) *vt.* To confer knighthood upon: નાઈટનો ખેતાબ આપવો. 2. To invest with any dignity; to entitle: હોદ્દો-દરજ્જો-પદવી-મરતબો આપવો. 3. To ornament; to adorn: શણગારવું; સુશોભિત ક૦. 4. To rub smooth; to dab: લીસું-સાફ ક૦; પાલીશ ક૦; પૂરી નાંખવું. *n.* A blow: મુક્કો; ઘા; સપાટો. 2. A small pool of water: ખાબોચીયું.

Dubber, (ડબર્) *n.* A globular vessel to hold ghee: કુલ્લી; કુપ્પી; ડબ્બો.

Dubious, (ડ્યૂબિઅસ્) *a.* [L. *dubius.*] Wavering; undetermined; doubtful: ડામાડોલ; ઢચુપચુ; શક-વહેમવાળું-ભરેલું. 2. Occasioning doubt; not clear or plain: સમજાય નહિં એવું; શક ઉપજે એવું. 3. Of uncertain event or issue: શકમંદ.

Ducat, (ડયુકેટ્) *n.* [L. *dux*, leader.] A coin either of gold or silver: રૂપા અથવા સોનાનો-સિક્કો.

Duchess, (ડચેસ્) *n.* The consort or widow of a duke: ડયુકની સ્ત્રી; ડયુકની વિધવા.

Duchy, (ડચિ) *n.* The territory or dominions of a duke: ડયુક અથવા અમીરના તાબાનો મુલક-પ્રગણું.

Duck, (ડક્) *n.* A species of coarse cloth: એક જાતનું જાડું કપડું. 2. A water-fowl: બતક. 3. An inclination of the head: (બતક પાણીમાં હાલે ચાલે છે તેની પેઠે) માથું હલાવવું તે. 4. A pet; a darling: વહાલી-પ્યારી-પ્રિય વસ્તુ. 5. The light clothes worn by sailors: ખલાસીઓને પહેરવાનાં ઝીણાં કપડાં. *To play at* **d**.*s and drakes*, to squander away money: પૈસો ઉડાવી દેવો-ફોગટ ખરચી નાંખવો; દોલત ખરબાદ ક૦. *vt.* To dip or plunge in water and suddenly withdraw: પાણીમાં ડુબાવીને એકદમ ડબોલી કાઢવું. 2. To plunge the head of in water, immediately withdrawing it: માથું એકદમ ડબોલી કાઢવું; ડબકુ ખાવું-મારવું. 3. To bow; to stoop; to nod: ડોકું નાચું નમાવવું; વાલવું; માથું ધુણાવવું-હલાવવું.

Duckling, (ડકિલન્ગ્) *n.* A young, little duck: બતકનું બચ્ચું; નાનું બતક.

Duct, (ડક્ટ્) *n.* [*L.duco*, I lead] A tube or canal: નલ; નલી; નસ; શિરા; રગ. 2. A guidance; direction: દોરવણી; રાહનુમાઈ.

Ductile, (ડક્ટાઈલ્) *a.* Easily drawn out; flexible; pliable: લવચીક; વાલ્યું વલે એવું; કહ્યાની અસર થાય એવું; નરમ. 2. Capable of being drawn out into wires: લાંબા તાર તાણી શકાય એવું.

Ductility, (ડક્ટિલિટિ) *n.* Tractableness; flexibilty; pliableness: વલકણાપણું; તાર ખેંચાય ટીપાય એવો ગુણ; લવચીકપણું.

Duds, (ડડ્ઝ્) *n. pl.* Old clothes; tattered garments: જૂનાં લુગડાં-કપડાં; ફાટેલાં લુગડાં; ચિથરાં. 2. Effects in general: માલમતા; પુંજી.

Due, (ડ્યૂ) *a.* [L. *dubeo*, I owe.] Owed; payable: માગતું; લહેણું; પાકેલું. 2. Proper; fit; suitable: લાયક; યોગ્ય; વાજબી. 3. Appointed; sufficient; exact: નક્કી કીધેલું; ઠરેવેલું; ખરેખર નિમેલું. 4. Required to arrive at a given time: અમુક વખતે આવનારું; આવવાનો વખત થયલું. 5. Owing; ascribable: ને લીધે થનારું-બનનારું. *adv.* Directly; exactly: પાધરૂંજ; સિધું; શુદ્ધ. *n.* That which is owed; debt: દેવું; લહેણું; ઋણ. 2. A fee; toll: કર; દાણ; વેરો. 3. Right; just claim: હક; વાજબી દાવો; અધિકાર.

Duel, (ડયૂઍલ્) *n.* [L. *duo*, two.] A combat between two persons: બે પુરૂષો વચ્ચેની લડાઈ; દ્વંદ્વયુદ્ધ.

Duelist, (ડયૂઍલિસ્ટ્) *n.* One who fights in a single combat: દ્વંદ્વયુદ્ધ કરનાર માણસ.

Duet, (ડયૂએટ્) *n.* A composition of two performers: બે જણ સાથે ગાઈ અને વગાડી શકે એવું ગાયન; દ્વંદ્વગાયન.

Dug, (ડગ્) *n.* A teat, pap, or nipple (of a best): સ્તન; પયોધર; આંચલ; દીટડી. *vt. imp. & p.p.* of **dig**: "ડિગ" નો ભૂતકાલ અને ભૂતકૃદંત. (ખોદ્યું-ખોદેલું.)

Duke, (ડ્યુક) *n.* [L. *dux*, a leader.] A leader; a chief; a prince: સરદાર; નાયક; રાજકુમાર. 2. One of the highest orders of nobility next below the prince of Wales: "પ્રિન્સ ઑફ વેલ્સ" થી બીજા દરજ્જાનો અમીર. *To dine with Duke Humphry*, to go without dinner: ભૂખે મરવું.

Dulcet, (ડલ્સેટ્) *n.* [L. *dulcis*, sweet.] Sweet to the taste; luscious: સ્વાદે મીઠું-ગલ્યું; સ્વાદિષ્ટ; મધુર. 2. Sweet to the ear; melodious: કાનને પસંદ પડતું; મધુર; રૂચિકર.

Dulcify, (ડલ્સિફાઈ) *vt.* [L. *dulcis*, sweet and *facio*, I make.] To sweeten; to free from acrimony: મિઠું-ગલ્યું-સ્વાદિષ્ટ ક૦. 2. To please: ખુશી-રાજી ક૦; સંતોષવું.

Dulcimer, (ડલ્સિમર્) *n.* [L.*dulcis* & Gr. *melos*, melody.] A stringed instrument: એક જાતનું તારથી વગાડવાનું વાજીંત્ર. 2. A certain kind of bonnet: એક જાતની સ્ત્રીઓની ટોપી.

Dull, (ડલ્) *a.* Stupid; blockish: મૂર્ખ; જડ; મૂઢ; ગાફેલ; જડબુદ્ધિ. 2. Awkward; insensible; unfeeling: બ્હેરૂં; જડ; બ્હેર મારી ગયેલું; મંદ. 3. Lacking sharpness; blunt: ધાર વિનાનું; બુઠું. 4. Not vivid; obscure; dim: મંદ; નિસ્તેજ; ઝાંખું. 5. Heavy; cloggy: ભારે; વજનદાર; જડ. 6. Uninteresting; cheerless; sad: મઝા-ગમત વગરનું; અરસિક; ઉદાસ; રસહીન; દિલગીર. *vt.* To make dull or stupid; to stupify: મૂર્ખ-મંદબુદ્ધિનું ક૦; બ્હેરૂં ક૦. 2. To deprive of sharpness of edge; to make blunt: બુઠું ક૦. 3. To render dim or obscure: ઝાંખું ક૦. 4. To depress; to disappoint; to render sad: ઉદાસ-દિલગીર-નાઉમેદ ક૦. *vi.* To become dull or blunt; to become stupid: બુઠું થવું; મંદબુદ્ધિનું-જડ થવું.

Dullard, (ડલૅર્ડ્) *a.* Doltish; stupid: જડ; મંદબુદ્ધિનું; બેવકૂફ. *n.* A stupid person; a block-head; a dunce: બેવકૂફ-મૂર્ખ માણસ; બુબખ.

Dullness, (ડલ્નેસ્) Stupidity; heaviness; bluntness; dimness: મૂર્ખાઈ; બેવકૂફાઇ; જડપણું; જડતા; ઉદાસી; બુઠાપણું; ઝાંખ; મંદી; થંડી.

Dully,(ડલ્લિ) *adv.* In a due manner; properly; regularly:વાજબી–ઘટતી રીતે; જેમ જોઇએ તેમ; ખરાખર; વખતસર.

Dumb, (ડમ્) *a.* Destitute of the power of speech:મૂગું;વાચાવિનાનું;અવાચક. 2. Not willing to speak; silent: બોલવાને ન ઇચ્છતું;ચૂપ.3.Lacking brightness; dim: ઝાંખું; ચલકાટ વિનાનું. *To strike* **d.**, to render silent by disappointment; to confound:ફેફરી–જીભડી બંધ કરી દેવી; ગભરાવી દેવું;મોઢે તાલુ વાસી દેવું; –નું મ્હોં સીવી લેવું.

Dumb-bells,(ડમ્બેલ્સ્) *n.* A weight, for exercise, consisting of two spheres of iron or other heavy material, connected by a short bar for a handle: મગદલ.

Dumfound,(ડમ્ફાઉન્ડ) *vt.* To silence; to confound: ચૂપ કરી નાંખવું; સ્તબ્ધ ક૦; ફેફરી–જીભડી મ્હો બંધ કરી દેવું.

Dumpy,(ડમ્પિ) *a.* Short and thick: ટુંકું અને જાડું;ખટકું. 2. Sullen and discontented: ઉદાસી અને અસંતોષી.

Dun,(ડન્) *a.* Of a dull brown color: તપખીરીયાબદામી રંગનું; કલુંદુ.

Dun,(ડન્) *vt.* To ask or beset, as a debtor for payment:ચાંપીને ઉઘરાણી ક૦; તગાદો ક૦. *n.* One who duns: ઉઘરાણી–તગાદો કરનાર માણસ. 2. An urgent request or demand for payment: તગાદો; કરડી–ચાંપતી ઉઘરાણી. 3. An eminence or mound: ટેકરો; ટેકરી.

Dunce,(ડન્સ્) *n.* A dullard: બેવકૂફ; મૂર્ખ; મૂઢ.

Dung, (ડન્ગ્) *n.* The excrement of an animal: લાદ; લીંડી; અઘાર; છાણ. *vt.* To manure with dung:છાણ વિગેરેનું ખાતર નાંખવું–પુરવું.*vi.* To void excrement:લાદ ક૦;હગવું;છાણ ક૦; લીંડી મૂકવી.

Dungeon,(ડન્જૅન) *n.* Strongest tower of a castle: કીલ્લાનો મજબૂતમાં મજબૂત મિનારો. 2. A dark subterranean place of confinement: ભોંયમાં ખનાવેલું ઘોરઅંધાર કેદખાનું: અંધારી કોટડી; કારાગૃહ.

Dung-hill.(ડન્ગ્હિલ્) *n.* A heap of dung:ઉકરડો. 2. Any mean condition; a vile abode: ખંદકખાનું; અધમસ્થાન.

Duo-decimal,(ડ્યૂઓડેસિમૅલ્) *a.* [L. *duo*, two & *decem*, ten.] Proceeding in computation by twelves: દ્વાદશ ગુણનું; બારસફાતું: બારબાર ગણું થતું જતું.

Duo-decimo, (ડ્યૂઓ-ડેસિમો) *a.* Of twelve leaves to a sheet :એક તાવનાં બાર પાનાં પાડેલું: બારબાર પાનાનું.*n. pl.* **Duodecimos**. A book in which its sheet is folded into twelve leaves: બારબાર પાનાં પાડયાં હોય તેવા કદની ચોપડી.

Dupe.(ડ્યૂપ) *n.* One who is misled: ભોલો: સહેલાઇથી ઠગાઇ જાય એવો માણસ. *vt.* To deceive; to trick: ઠગવું; છેતરવું; ફસાવવું.

Duplicate.(ડ્યુપ્લિકેટ્) *a.* [L. *duo*, two and *plico*, I fold.] Double; twofold:બેવડું;બેગણું;બમણું. **d.** *proportion* or *ratio:* વર્ગમૂલનું પ્રમાણ–પરિમાણ. *n.* A copy; a transcript: નકલ; બીજી પ્રત; બીજો ઉતારો. 2. An original instrument repeated:નકલ; કાપી;સામું અડધિયું–પાંખીયું; ડુપ્લીકેટ. *vt.* To double; to make a copy of: બેવડું ક૦; નકલ–ઉતારો ક૦.

Duplicity,(ડ્યૂપ્લિસિટિ) *n.* Doubleness: બેવડાબમણાપણું. 2. Doubleness of heart or speech: કપટભાવ; છલ; પ્રેલ; મક્કર.

Durable,(ડ્યૂરેબલ્) *a.* [L. *durus*, hard.] Lasting; not changeable: કાયમ; ટકાઉ; સ્થાયી; સ્થિર; અચલ; અવિનાશી.

Durance,(ડ્યૂરૅન્સ્) *n.* [L. *durans*.] Continuance; duration:આવરદા; ટકાવ;મુદત.2.Imprisonment: કેદ; કેદખાનું;પરહેજ.

Duration,(ડ્યૂરેશન) *n.* Durability; power of continuance: ટકાવ; નિભાવ. 2. Continuance in time: આવરદા; મુદત: કાલ; કાલમર્યાદા. *Of long* **d.**: દીર્ઘસ્થાયી; *of short* **d.**: ક્ષણભંગુર; ક્ષણિક.

Duress,(ડ્યૂરૅસ્) *n.* [L. *durus*, hard.] Hardship; constraint; imprisonment: બલાત્કાર; દુઃખ; સંકટ; જુલમ; કેદ; પરહેજ. 2. The state of compulsion: ફરજ–જરૂર પડવી તે. *vi.* To confine or imprison: કેદ–પરહેજ ક૦.

During, (ડ્યુરિન્ગ્) *adv.* In the time of; as long as the action or existence of: સુધીમાં; દરમીઆનમાં; સુધી; લગણ; તલક.

Dusk, (ડસ્ક્) *a.* Darkish; moderately dark or black: ઝાંખું; કાલાશ પડતું; કલુંદું. *n.* Imperfect obscurity; twilight: ઝઝકલું; ભલભાંખરૂં; ઝલઝલું. 2. A color partially black or dark:આછો કાલો રંગ. *vt.* To make dusky: ઝાંખું ક૦.*vi.* To begin to lose light; to grow dark: અંધારૂં થવા માંડવું; અંધારૂં થવું.

Dusky, (ડસ્કિ) *a.* Partially dark; not luminous: આંધલુંધુંધલું; ઝાંખું; નિસ્તેજ. 2. Partially black; not bright: કલુંદારંગનું; કાલું; સીહા. 3. Gloomy; sad: દિલગીર: ઉદાસ. 4. Intellectually clouded: કમ–ઓછી બુદ્ધિનું: મંદબુદ્ધિનું.

Dust, (ડસ્ટ્) *n.* Powder; fine sand: ભૂકો;બારીક રેતી: રજ: ધૂલ: માટી. 2. The grave: કબર; ઘોર. 3. A low condition: હલકી–નીચી સ્થિતિ–હાલત. 4. Money: cash: પૈસો; રોકડ નાણું. 5. The earthly remains of human body once alive: ખોલિયું. *Down with the* **d.**, pay down the money: પૈસા ભરી દો. *To raise or kick up* **d.**: તોફાન ટીખલધિંગાણું મચાવવું–ઉભું ક૦. *To throw* **d.** *in one's eyes*, to mislead: છેતરવું: ઠગવું; આંખોમાં ધૂલ નાંખવી. *vt.* To free from dust: ધૂલ સાફ ક૦; ધૂલ ખંખેરવી. 2. To sprinkle with dust: ધૂલ છાંટવી –નાંખવી. 3. To reduce to a fine powder: બારીક ચુરણ જેવું ક૦: ઝીણો ભૂકો ક૦.

Dusty, (ડસ્ટિ) *a.* Filled or covered with dust: ધૂલ ભરેલું; ધૂલે ઢંકાઇ ગયેલું:ધુલવાલું.2.Like dust; of a color of dust:ધૂલના જેવું; ધુલના રંગનું.

Duteous-tiful,(ડ્યૂટીઅસ્-ડ્યૂટિફુલ્) *a.* Performing that which is due: આજ્ઞાંકિત;મર્યાદશીલ; સ્વધર્મ પ્રમાણે ચાલનારૂં.2.Subservient;obsequious: તાબેદાર:ખુશામતિયું;હાજીહા કરનારૂં; આજ્ઞાધારક–પાલક.

Dutiable,(ડ્યુટિએબલ્)*a.* Subject to payment of a duty:જકાતી; જકાત લાગુ પડે એવું.

Dutiful, (ડ્યૂટિફુલ્) *a.* Obedient; respectful: આજ્ઞાંકિત; આધાન; વફાદાર.

Duty,(ડ્યૂટિ) *n.* That which is due from one person to another; that which is owing: ફરજ; ધર્મ.2.Service rendered;respectful obedience: કામ; ધંધો;તાબેદારી;ખિદમત.3.Respect; reverence: માન;ભક્તિ;આદર; અદબ; દરકાર. 4. Tax; customs; excise:વેરો; કર; જકાત; દાણ; મહેસુલ.

Dwarf,(ડ્વાર્ફ્)*n.*A diminutive man:ઠીંગણો-ન્હાનો માણસ; વામનજી. *vt.* To lessen; to make small; to stunt:ઓછું-કમી ક૦;ન્હાનું-ટુંકુ ક૦; ઠીંગણુ ક૦.

Dwarfish,(ડ્વાર્ફિશ્)*a.*Like a dwarf;low;very small:વામનજી જેવું;ઠીંગણું; વેંહેંતિયું.

Dwell,(ડ્વેલ્)*vi.* To inhabit for a time; to be domiciled: વસવું; રહેવું; મુકામ રાખવો; નિવાસ ક૦. *To dwell on* or *upon*,to continue on:લંબાવવું; લંબાણ કરવું; વિસ્તારવું; વર્ણન-વિવેચન ક૦.

Dwelling,(ડ્વેલિન્ગ્)*n.* Habitation; abode:મકાન;રહેઠાણ; ઘર; વાસો; ગૃહ.

Dwindle,(ડ્વિન્ડલ્)*vi.*To diminish; to become less;to shrink:ન્હાનું થવું;ઘટવું;ઓછું થવું; ક્ષીણ થવું; ચીમલાઈ જવું.

Dye,(ડાઈ)*vt.*To stain;to color:રંગવું; રંગ દેવો. *n.* Color: રંગ; વર્ણ. 2. A lot:ભવિષ્ય:નશીબ.

Dyeing,(ડાઇઈન્ગ્)*n.*The art of dyeing:રંગવાની કલા.*p.pr.*Coloring; tinging: રંગતાં; રંગીને.

Dyer,(ડાઈઅર્)*n.* One whose occupation is to dye cloth:રંગરેજ; રંગારો.

Dying,(ડાઈઈન્ગ્) *n.* Mortal; perishable: નાશવંત;વિનાશી;મરતું. 2. Pertaining to death:મોત-મૃત્યુનું-સંબંધી; અંતકાલનું.

Dynamics,(ડીનૅમિક્સ્) *n. Sing.* The science of moving forces:ગતિશાસ્ત્ર;સારકશક્તિ-શાસ્ત્ર.

Dynasty,(ડિનૅસ્ટિ)*n.*[Gr. *dynestes*, a chief.]A race of kings of the same line:એકજ વંશ-કુલના રાજાઓ; રાજવંશ પંક્તિ; રાજવંશાવલી.

Dysenteric-cal, (ડિસેન્ટૅરિક્-ડિસેન્ટૅરિકૅલ્) *a.* Pertaining to or proceeding from dysentery: મરડા-સંગ્રહનીનું-સંબંધી-થી થયેલું. 2. Afflicted with dysentery: સંગ્રહણી-મરડાના રોગ વાળું.

Dysentery,(ડિસેન્ટરિ)*n.* [Gr. *dys*, bad & *enteron*, intestines.] A disease, attended with griping, constant desire to evacuate the bowels, and discharges of mucus and blood: મરડો; સંગ્રહણી; અતિસાર.

Dyspepsia-sy,(ડિસ્પેપ્સિઍ-ડિસ્પેપ્સિ) *n.* [Gr. *dys*, bad & *pepto*, I digest.] A state of stomach in which its functions are disturbed, without the presence of other diseases: અજીર્ણ; અપચો; બદહજમી.

Dyspeptic, (ડિસ્પેપ્ટિક્)*a.* Afflicted with or pertaining to dyspepsia: જેને અજીર્ણ થયેલું છે એવું; અજીર્ણવિકારી; અજીર્ણ રોગી;બદહજમીવાળું.

Dyspnœa,(ડિસ્નીઍ) *n.* [Gr. *dys* & *pneo*, I breathe.]Difficulty of breathing: દમ ચઢી-હાંફી આવવો તે; શ્વાસાવરોધ.

Dysury,(ડિસ્યૂરિ)*n.* [Gr. *dys* & *ouron*,urine.] Difficulty in discharging the urine: પેશાબ થોડો-ઓછો થવો તે; મૂત્રકચ્છ; મૂત્રાવરોધ.

E

E,(ઈ,અ,એ.) The second vowel and the fifth letter of the English alphabet: ઇંગ્રેજી મુલાક્ષરનો બીજો સ્વર અને પાંચમો અક્ષર; ગુજરાતીમાં એનો અર્થ ઈ અથવા એ થાય છે.

Each,(ઈચ્) *a.* Everyone of the two or more individuals: પ્રત્યેક:દરેક;હરેક;પ્રતિ:**e.***other*:એકમેક; પરસ્પર; અન્યોઅન્ય.

Eager,(ઈગર્)*a.* [L. *acer*,sharp.]Sour:ખાટું.2. Earnest; vehement:આતુર:ઉત્કંઠિત. 3. Brittle; inflexible: કડક; ખરડ; તકલદી. 4. Keen; Severe: પ્રબલ: તીવ્ર; કડક; કરડું; ગાઢ.

Eagerly,(ઈગર્લિ)*adv.* Ardently;earnestly:આતુરતાથી;ઉત્કંઠાથી;ઈંનતેજારીથી.

Eagerness,(ઈગર્નેસ્) *n.*Ardour;zeal:આતુરતા; ઉત્સાહ; હોંશ;ઉત્કંઠા. 2. Sourness: ખટાશ.

Eagle,(ઈગલ્)*n.*[L.*aquila*, eagle.]A rapacious bird of the falcon family:ગરૂડપક્ષી: પક્ષીરાજ. 2. A golden coin:એક જાતનો સોનાનો સિક્કો.

Eagle-eyed,(ઇગલ્આઇડ્) *a.*Having an acute or piercing sight:તીક્ષ્ણ-બારીક-ઝીણી નજરવાળું.

Ear,(ઇઅર્)*n.*[L.*auris.*]The organ of hearing: કાન;કર્ણ. 2. The sense of hearing; the perception of sound:સાંભલવાની શ્રવણ શક્તિ;કાન:3.Attention; willingness to listen:કાન;લક્ષ;ધ્યાન.4.The spike or head of a plant of Indian corn or other grain containing the kernel: કણસું;ઉબી; ડુંડું. 5.A peg; a handle:હાથો. *About the ears*, in close proximity to: પાસે; નજીક. To set by the *ears:*લડાવી મારવું;કજીઓ ટંટો કરાવવો.*To give* **e.**, to pay attention:કાને ધરવું; લક્ષમાં લેવું;સાંભલવું.*To poison one's ears*,to speak ill of others: કાન ભંભેરવા-ફુંકવા-ભરવા. *Up to the ears*,deeply absorbed:ગરક થઈ ગયેલો;તરબોલ;નખશીખ.*To turn a deaf* **e.***to*,not to listen:ન સાંભલવું;ન ગણકારવું; કાને હાથ દેવા. **e.** *finger*, the little finger: ટચલી આંગલી. *To have one's* **e.**, to be listened to with favour:કોઇનું ચલણ હોવું. *vi.* To put forth the ear in growing;to form ears,as corn:કણસું ફુટવું;કણસાં આવવાં.*vt.*To hear: સાંભલવું.

Ear-ache,(ઈઅર્એક્)*n.*Pain in the ear:કર્ણશૂલ; કાનનો દુખાવો.

Ear-drop,(ઈઅર્ ડ્રૉપ્)*n.* An earring or pendant for the ear:કાનની કડી:કુંડલ;વાલી;ચોકડું.

Earl,(અર્લ્)*n.* A nobleman of England ranking below a marquis, and above a viscount: ઇંગ્લાંડ મધ્યે એક અમીરી પદવી;અર્લ. 2. A kind of fish:એક જાતની માછલી.

Earless,(ઈઅરલેસ્) *a.* Without ears; deaf or

unwilling to hear:કાનવગરનું;સાંભલવાનેનારાજી;બ્હેરૂં

Earliness,(અર્લિનેસ્) *a.* The state of being early or forward; promptness: ઝડપ; તાકીદ; શીતાબી; ત્વરા.

Ear-lock,(ઇઅરલૉક્)*n.* A lock or curl of hair near the ear; a lovelock: ગુચ્છો; ગુલફું.

Early,(અર્લિ)*a.*In good season; prior in time; coming among first acts:સવેલું;વ્હેલું;પ્રથમ; પૂર્વ. **e.***days:*નાહાનપણ;બાલ્યાવસ્થા.*adv.*Soon;betimes. વહેલું; જલદી.

Earn,(અર્ન્)*vt.*To merit or deserve by labour: કંઇ કરીને યેાગ્ય અથવા લાયક થવું; સંપાદાન કo. 2. To acquire by labour; to deserve & receive as compensation: કમાવવું; રલવું; મેલવવું; પ્રાપ્ત કo;પેદા–ઉપાર્જન કo. *vi.*To long for; to feel anxiety: આતુરતાથી ઇચ્છવું; ઇંતેજાર થવું. 2. To curdle: જામવું; અખરાવું.

Earnest,(અર્નેસ્ટ્) *n.*Seriousness;reality:ખરાપણું;સત્યભાવ. 2. A token of what is to come: ચિન્હ; નિશાની; ઇસારો. 3. Something given by the buyer to the seller, by way of token, to bind the bargain: બાનું; બેચાનું; આગંપર આપેલા પૈસા. *To be in* **e.**, (*a*) to be determined: ખસ-ભાવથી. (*b*) Not to be in jest: મજાક–મશ્કરીમાં ન કહેવું; ખરૂં કહેવું. *a.* Eager to obtain:ઉત્સાહી; ઉત્કંઠિત; આતુર; ઉત્સુક.2. Intent; fixed: એકાગ્રચિત્ત; તત્પર; ઉભે પગે;એકતાન. 3.Serious; important: ખરા મનનું.

Earnestly,(અર્નેસ્ટ્લિ)*adv.* Warmly;eagerly: આતુરતાથી; ખરામનથી; એકાગ્રતાથી; દિલોજાનથી.

Earnestness, (અર્નેસ્ટ્નેસ્) *n.* Eagerness; fixed attention: ઉત્કંઠા; આતુરતા.

Earnings,(અર્નિન્ગ્સ્)*n.*Wages;reward:કમાઇ; પેદાશ; આવક; રોજી; રલતર.

Ear-pick, (ઇઅર્-પિક્)*n.* An instrument to clean the ear: કાન ખોતરણી.

Ear-ring,(ઇઅરરિન્ગ્) *n.* Ear-drop: કાનની કડી; કુંડલ; કર્ણફુલ; વાલી; લોલિયું; એરીંગ.

Ear-shot,(ઇઅર-શૉટ્)*n.*Reach of the ear:સંભલાઇ શકે એટલું છેટું–ટપ્પો; કર્ણપથ.

Ear-stud,(ઇઅર-સ્ટડ્) *n.* Eardrop: લવીંગિયું; કાપ; વાલી.

Earth,(અર્થ્) *n.* The globe which we inhabit: પૃથ્વી; ભૂતલ; ધરતી;વસુધા. 2.The dry land: જમીન; ભૂમી; ભોંય; ધરતી. 3. Soil;the ground:માટી; મટોડી. 4. A region; a country:દેશ; પ્રદેશ.5. A hole in the ground where an animal hides himself: દર; કોતર; ગુફા.6.The people on the globe: દુનિયા; જગત; સૃષ્ટિ.**e.***hunger:*રાજ્ય વધારવાનો લોભ. *Face of the* **e.**:ભૂતલ;ભૂપૃષ્ટ. *vt.*To bury: ભૂમિદાહ કo; દાટવું; દફન કo.*vi.* To retire under ground: જમીનમાં ભરાઇ–સંતાઇ જવું.

Earthen.(અર્થન્)*a.*Made of earth:માટી–કાદવનું.

Earthly,(અર્થ્લિ) *a.* Pertaining to earth; carnal: પૃથ્વીપરનું; ઐહિક; સાંસારિક. 2. Possible; conceivable: શક્ય; બની શકે એવું. 3. Made of earth; earthy: મટોડીનું; માટીનું.

Earth-quake, (અર્થ્-ક્વેક્) *n.* A shaking of the earth: ધરતીકંપ; ભૂમિ–ભૂકંપ.

Earth-knowledge-lore, (અર્થ્નૉલજ્-લોર) *n.* Geology: ભૂસ્તરવિદ્યા.

Earth-worm, (અર્થ્વર્મ્) *n.* The common worm found in the soil without legs: ભૂંજનું; અલસીયું. 2. A sordid person; a niggard: કંજુસ; અધમ; નીચજન.

Ear-trumpet,(ઇઅર-ટ્રમ્પટ્)*n.*An instrument to aid in hearing: એહેરાને સાંભલવાને કાન આગલ મુકવાનું ભુંગળું.

Ear-wax, (ઇઅર્વૅક્સ્) *n.*The cerumen: કાનનો મેલ.

Ear-witness,(ઇઅર્વિટ્નેસ્)*n.*One who hears a thing:કાને સાંભલેલી વાત કહેનાર સાક્ષી.

Ease, (ઇઝ્) *n.* Rest; quiet: વિસામો; વિશ્રાન્તિ; દમ; કલ; આરામ; ચેન. 2. Tranquility; peace: શાંતતા; નિરાંત; સુખ. 3. Facility: સ્હેલાઇ; અનાયાસ; *At* **e.**, free from pain: સ્વસ્થ; સુખમાં; નિરાંતે; સુખપૂર્વક. *vt.* To free from anything that pains; to give rest: આરામ આપવો; ચેન પાડવું; નિરાંત વાલવી. 2. To render less painful; to mitigate: શાંત કo; ઘટાડવું; નરમ પાડવું. 3. To release from pressure; to move gently: આસ્તેથી ખસેડવું; ભાર ઓછો કo.

Easement, (ઇઝ્મેન્ટ્) *n.* That which gives relief; convenience: શાંતી; સુખ. 2. A kind of privilege: કોઇપણ પ્રકારનો ઉપભોગ–હક.

Easily, (ઇઝિલિ) *adv.* Without difficulty;with ease: સહેલાઇથી; સહેજ. 2.Without pain:અનાયાસે; સુખપૂર્વક; વગર મ્હેનતે;આસાનીથી. 3. Readily; without reluctance: ખુશીથી; આનાકાની વગર. 4. Smoothly; without discord: ધીમે; હલવે.

East, (ઇસ્ટ્)*n.* [Gr. *eos*, the dawn.] The point in the heavens where the sun rises: પૂર્વ; ઉગમણી દિશા. 2. The eastern part of the earth: પૂર્વ દેશ; પૂર્વ તરફના દેશ. *a.* Toward the rising sun: પૂર્વ તરફનું; પૂર્વનું.

Easter, (ઇસ્ટર્) *n.* Good Friday: ગુડ ફ્રાઇડેનો તેહેવાર.

Easterly, (ઇસ્ટર્લિ) *a.* Coming from the eastward: પૂર્વ તરફથી આવતું. 2.Situated toward the east:પૂર્વનું–તરફનું.*adv.*On the east:પૂર્વ–ઉગમણીતરફ.

Eastern, (ઇસ્ટર્ન્) *a.* Situated in the east; oriental: પૂર્વતરફનું; પૂર્વાત્ય. 2. Going toward the east:પૂર્વ તરફ જતું.

Eastward, (ઇસ્ટવર્ડ્)*adv.* Toward the east: પૂર્વતરફ; ઉગમણે; પૂર્વે.

Easy, (ઇઝિ) *a.* Free from pain, or disgust; quiet; tranquil: સુખી; સ્વસ્થ;સુખરૂપ; શાંત; ખુશાલ; નચીંત.2. Affording rest: આરામ આપનાર;શાન્તિકારક; સુખકારક. 3. Not difficult; facile: સહેલું; સુલભ; સરલ; આસાન. 4. Furnishing comfort: સગવડ ભરેલું; દીલાસો દેનાર. 5. Yielding;ready: રાંકડું; ભોળું; મનનું નરમ. 6. Not straitened as to money matters: પૈસાની ટાંચ ના હોય એવું; તંગી વગરનું; ભીડ વગરનું.

Eat, (ઈટ્) *vt.imp.* **ate.** *pp.* **eaten.** [L. *edo*, I eat.] To chew & swallow as food: ખાવું; જમવું; ભક્ષ ક૦. 2. To corrode as metal, by rust: ખાઈ જવું–નાંખવું; ખવાઈ જવું; કોતરી ખાવું. *To* **e.** *one's words:* થુંકીને ચાટવું; બોલીને ફરી જવું; ફેરવી તોલવું. *To* **e.** *out*, to consume completely: ખાઈ–ખવાઈ જવું; કોરી ખાવું.

Eatable, (ઈટેબલ્) *a.* Capable of being eaten; esculent; proper for food: ખાવા જોગનું; ભક્ષ્ય; ભોજ્ય; ભક્ષણીય. *n.* That which is used as food: ખાવાની વસ્તુ; ખાણું; જમણ; ભોજન.

Eaves, (ઈવ્ઝ્) *n. pl.* The edges or lower borders of the roof of a building, which overhang the walls, and cast off the water that falls on the roof: છજું; છજ્યું; નેવ. 2. Eyelid or eyelashes: આંખનું પોપચું અગર પાંપણ.

Eavesdrop, (ઈવ્ઝ્ડ્રૉપ્) *vi.* To listen secretly what is said in private: બીજાની ગુપ્ત વાત છાનામાના સાંભળવી. *n.* The water falling from the eaves: નેવનાં પાણી.

Ebb, (ઍબ્) *a.* The reflux of the tide: ઓટ. 2. Time of passing away; decline: પડતી; ઉતરતો પાયો; હાનિ; નાશ. *vi.* To flow back: ઓટ થવી; ભરતી ઉતરી જવી. 2. To decline; to decay: ઉતરતી દશા હાલત હોવી–થવી.

Ebb-tide, (ઍબ્–ટાઈડ્) *n.* The reflux of tide water; the retiring tide: ઓટ.

Ebony, (ઍબનિ) *n.* [L. *ebenus.*] A species of hard, heavy, durable wood which admits of a fine polish or gloss: અબનુસનું લાકડું.

Ebriety, (ઈબ્રાઇટિ) *n.* [L. *ebrietas*, intoxicated.] Intoxication by spirituous liquors; inebriety: મદ; ઉન્માદ; છાકટાપણું; મસ્તી.

Ebriosity, (ઇબ્રિઑસિટિ) *n.* [L. *ebriosus*, given to drinking.] Partial intoxication: નીશાખોરી; દારૂબાજી.

Ebrious, (ઇબ્રિઅસ્) *a.* Partially intoxicated: દારૂડીઓ; પીધેલ; છાકટો; નિશાખોર.

Ebullition, (ઈબ્યૂલિશન્) *n.* The operation of boiling: ઊકળવું તે; જોશ. 2. Effervescence: ઉભરો. 3. An exhilaration or outward display of feeling: જોશ; જુસ્સો; વ્યાકુલતા.

Eccentric, (ઍક્–સૅન્–ટ્રિક્) *a.* [L. *ex* & *centrum*, centre.] Departing from the centre: મધ્યબિંદુમાંથી આઘું જતું; મધ્યબિંદુત્યાગી. 2. Not having the same centre: અસમકેંદ્ર; જેનું મધ્યબિંદુ એક નહિ એવું. 3. Irregular; odd: વિલક્ષણ; તરેહવાર; વિષમ.

Eccentricity, (ઍક્–સૅન્ટ્રિસિટિ) *n.* The distance between the centre of an ellipse and its focus: વિષમકેંદ્રતા. 2. Deviation from the customary line of conduct; oddity: વિલક્ષણતા; એઢંગાપણું.

Ecclesiastic, (ઍક્કલીઝિએસ્ટિક્) *n.* [Gr. *ekklesia*, the church.] A clergyman; a priest: પાદરી; ધર્મોપદેશક. *a.* Pertaining to the church: ખ્રીસ્તી ધર્મ સંબંધી.

Ecclesiastical, (ઍક્કલીઝિએસ્ટિકલ્) *a.* Relating to the Government of the church; not secular: ધર્મ પ્રકરણ સંબંધી; દીન–ધરમને લગતું.

Echo, (ઍકો) *n.* [L. *echo.*] A sound reflected to the ear: પડઘો; પ્રતિશબ્દ; પ્રતિધ્વનિ. 2. A nymph regarded as repeating sounds: પ્રતિશબ્દ પાડનારી દેવી. 3. Response; answer: પ્રત્યુત્તર; ઉત્તર; જવાબ. *vi.* & *vt.* To repeat in sound: પડઘો પડવો. 2. To repeat with assent; to respond: પ્રતિશબ્દ–ધ્વનિ થવો; ગાજી ઉઠવું; પ્રત્યુત્તર આપવો.

Eclat, (એકલાં) *n.* [Gr. *clao*, I break.] Brilliancy of success; splendour; show: ભભકો; શોભા; આડંબર; બહાર; રંગ; રોનક. 2. Demonstration of admiration; applause: શાબાશી; સ્તુતિ; પ્રસંશા; વખાણ; વાહવા.

Eclectic, (ઍકલૅક્ટિક્) *a.* Selecting: ચુંટી કાઢનારૂં; વિવેચન કરનારૂં; વિવેચક.

Eclipse, (ઈક્લિપ્સ્) *n.* [L. *eclipsis*, failing.] An interception of the light of the sun, moon or other luminous body by the intervention of some other body: ગ્રહણ. 2. Obscuration: પ્રભા–કાંતિક્ષયગ્રાસ. *vt.* To cause the obscuration of; to hide: ઓથો ક૦; ગ્રહણ લાગવું. 2. To extinguish the beauty, lustre or honor: આંજવું; ઝાંખું પાડવું; નિસ્તેજ ક૦. *vi.* To suffer an eclipse: અંજાવું: ઝાંખું પડવું.

Ecliptic, (ઈક્લિપ્ટિક્) *n.* A great circle of the celestial sphere: રવિમાર્ગ; અયનવૃત્ત; ભવૃત. 2. A great circle on the terrestial globe: ક્રાંતિવૃત.

Economical, (ઇકૉનૉમિકલ્) *a.* [L. *œconomicus.*] Domestic; pertaining to household: ઘરકુટુંબ સંબંધી; કુટુંબ કબીલાને લગતું. 2 Managing with frugality: કસરીઉં; કસર કરનારૂં; મિતવ્યયી. 4. Relating to the science of economics: અર્થશાસ્ત્ર–સંબંધી–વિષયક.

Economist, (ઈકૉનૉમિસ્ટ્) *n.* One who expends money: કરકસરીઓ. 2. One who is conversant with political economy: અર્થશાસ્ત્રજ્ઞ; અર્થશાસ્ત્રી.

Economize, (ઈકૉનૉમાઇઝ્) *vt.* To use with prudence; to expend with frugality: હાથ રાખીકરકસરથી વાપરવું–ખર્ચવું. *vi.* To manage pecuniary concerns with frugality: કરકસર ક૦.

Economy, (ઈકૉનૉમિ) *n.* [L. *œconomise*, or *oikos*, a house and *nomos* a law.] The management of domestic affairs: ઘર ખરચની વ્યવસ્થા; ઘરનો ખંટાખરત. 2. The pecuniary management of any undertaking; corporation, state or like: વેતરણ; કારભાર; વહીવટ. *Political* **e.**: અર્થશાસ્ત્ર; રાજનીતિ શાસ્ત્ર. 3. Thrifty and frugal house keeping; prudence and disposition to save: વિવેકવ્યય; કરકસર; કોસર; નીતિનો ખર્ચ.

Ecstasy, (ઍક્સ્ટસિ) *n.* [Gr. *ek* aside and *statis*, a standing.] A trance: તન્મયાવસ્થા; એકાગ્રચિત્ત; સમાધી. 2. Rapture; enthusiastic delight: બેહદ ખુશાલી; અત્યાનંદ; પરમાનંદ.

Edacious, (ઈડિશસ્) *a.* [L. *edase* from *edo*, I eat.] Greedy; voracious: ઘણું ખાનારૂં; અકરાંતીઉં; ખાઘરૂં.

Eddy, (એડિ) *n.* A current of air or water running in a direction contrary to the main current:પાણીનો પાછો મારતો ઓઘ.2.A whirlwind: વમલ; ભમર;વંટોલીઓ. *vi.* To move as an eddy: વાવંટોલીઓ થવો; ગોલ ચક્કર ફરવું; વમલમાં પડવું.

Edge, (એજ્) *n.* [L. *acies*, Gr. *ake* a point.] The thin cutting side of the blade of instrument:ધાર.2. Sharpness; severity:તીવ્રતા;તીક્ષ્ણતા; તેજ; પાણી. 3. Margin; brink: કોર; કિનારો; કાંઠો; પાલ; પાર.4.The commencement; beginning: પ્રારંભ; શરૂઆત; આરંભ. *To be* e., to be eager or impatient: ઉત્સુક–ઉત્કંઠિત–આતુર થવું. *To set the teeth on* e.:દાંત ખટાઇ–અંબાઈ જવાથી ખાટા થઇ જવું. *vt.* To sharpen:ધાર ચઢાવવી–કાઢવી.2.To furnish with a border:સંજાપ–મગજી–કીનારી–કોર મુકવી.3. To provoke to action; to incite: ઉશ્કેરવું; પ્રેરવું; ગોદા મારી આગલ ક૦. 4. To move by little and little: ધીરે ધીરે ખસેડવું–આગલ વધારવું.

Edged,(એજ્ડ્)*a.*Having an edge;sharp:તીક્ષ્ણ; ધારવાલું; ધારદાર.

Edgeless,(એજ્લેસ્)*a.* Not sharp; blunt:બુઠું.

Edge-wise,(એજ્વાઇઝ્)*adv.* In the direction of edge:ધાર તરફથી; કોરેથી; મેરેથી.

Edging, (એજીન્ગ્) *n.* That which forms an edge or border:કોર; ઝાલર;સંજાખ–પ; મગજી.

Edible, (એડિબલ્) *a.* [L. *edo*, I eat.] Fit to be eaten as food; esculent; ખાવા જોગ–લાયક; ભક્ષણીય.

Edict,(એડિક્ટ્) *n.* [L. *e*, out & *dico*, I say.] A public command, or ordinance by sovereign power:હુકમ; રાજાનો હુકમ–આજ્ઞા; આજ્ઞાપત્ર.

Edification, (એડિફિકેશન) *n.* [L. *aedes*, a house and *facio*, I make.] The act of edifying; instruction in useful knowledge:જ્ઞાનવૃદ્ધિ; શિક્ષા; તાલીમ.

Edifice,(એડિફિસ્) *n.* A building; a fabric: ઇમારત; હવેલી; મંદીર; મહેલ; અમલો.

Edify,(એડિફાઈ) *vi.* To build; to construct:બાંધવું.2.To instruct and improve in knowledge generally: નીતિજ્ઞાન આપવું; શિક્ષા–તાલીમ આપવી; ઉપદેશ ક૦. 3. To teach or persuade: સમજાવવું; શિખવવું.

Edifying,(એડિફાઈન્ગ્) *a.* Instruction: જ્ઞાનવર્ધક; ઉપદેશક.

Edit, (એડિટ્) *vt.* [L. *e*, and *do*, I give.] To conduct; to manage: ગ્રંથ–ચોપાનિયું વગેરે છપાવવાના અથવા પ્રગટ કરવાના કામ ઉપર ચોકશાઈ રાખવી; સુધારી છપાવવું; બહાર પાડવું; પ્રકટ ક૦.

Edition,(એડિશન) *n.* The publication of any literary work:ગ્રંથ છપાવી પ્રકટ ક૦ તે; પ્રકાશન; શોધન. 2. The whole number of the copies of a work published at once:આવૃત્તિ; પ્રત.

Editor, (એડિટર) *n.* One who edits and corrects a book;વર્તમાન પત્રનો અધિપતિ; એડિટર; ગ્રંથપ્રકાશક; લેખક.

Editorial,(એડિટોરિઅલ્) *a.*Pertaining to the editor; written by the editor: અધિપતિ વિષેનું; અધિપતિએ લખેલું. *n.* An editorial article:અધિપતિની કલમથી લખાયલો વિષય.

Educate,(એડ્યુકેટ્) *vt.*[L. *e*, out and *duco*, I lead.] To bring up as a child; instruct; to breed: કેલવવું; કેલવણી આપવી; શિક્ષણ આપવું; મનશક્તિ ખીલવવી; શિખવવું; પાલવું.

Educator,(એડ્યૂકેટર) *n.* One who educates: શિક્ષક; શિખવનાર; પ્રબોધક.

Education,(એડ્યૂકેશન) *n.*The act of educating; the result of educating; skill;discipline: વિદ્યા; સાક્ષરતા; કેલવણી; શિક્ષા; તાલીમ;શિક્ષણ;વિનય; સંસ્કાર; ઉપદેશ.

Educational,(એડ્યૂકેશનૅલ્) *a.* Pertaining to or derived from education: કેલવણી–વિદ્યા સંબંધી; શિક્ષણ વિષયક. e. *department*: કેલવણીખાતું; વિદ્યાશાલાખાતું.

Educe,(ઇડ્યૂસ્)*vt.*[L.*e*, out and *duco*,I lead.] To bring or draw out; to extract:કાઢી લેવું;ખેંચી કાઢવું; બાહર કાઢવું–આણવું.

Eel,(ઇલ્) *n.* A snake-like fish: બામમાછલી.

Effable, (એફ્-ફેબલ્) *a.* [L. *ex*, out and *fari*, to speak.] Utterable: બોલાય તેવું; બોલવા જેવું; કથનીય; વાચ્ય.

Efface,(એફ્-ફેસ્)*vt.*[L. *ex*, and *facies*,face.] To rub out; to render illegible:ચેરી નાંખવું; ભુસવું; છેકવું; છેકી નાંખવું. 2. To remove from the mind;to wear away:મનમાંથી કાઢી નાંખવું;વિસ્મરણ ક૦; ભૂલી જવું. *vi.* To make erasures: છેકો મા૦.

Effacement,(એફ્-ફેસ્મેન્ટ્)*n.*The act of effacing:છેકી નાંખવું તે; લોપ.

Effect,(એફ્-ફેક્ટ્)*n.*[L.*ex*,and *facio*, I make.] Execution; operation: અમલ; ચલણ. 2. Manifestation;expression; sign:સિદ્ધિ; પ્રકાશન.3.Consequence; result; outcome:અસર; કાર્ય; ફલ; પરિણામ. 4. *Cause* & e.: કાર્યકારણ. 5. Impression produced:અસર; છાપ; પ્રભાવ. 6. Force; importance; account:જોસ; પ્રયોજન; અર્થ. 7. Purpose; general intent: અભિપ્રાય; મતલબ. 8. The purport: આશય; હેતુ; મુરાદ. 9. (*pl.*) Goods; movables:પુંજી; માલમત્તા; અસબાબ. 10. Reality; fact: વાસ્તવતા; યથાર્થતા. *In* e., in fact:વસ્તુતઃ; ખરેખર; ખરૂંજોતાં; વાજબી રીતયે. *Of no* e., *or none* e., *to no* e. *or without* e., vain; fruitless:નકામું; નિષ્ફલ; વ્યર્થ; ફોકટ. *To give* e. *to*, to practise: બનાવવું;અમલમાં મૂકવું.*To take* e.,to become operative:ગુણ લાગવો; અસર થવી; ફલવું;અમલમાં આવવું. *To destroy the* e. *of*: નિષ્ફલ–વ્યર્થ ક૦; ધૂલ મેલવવું.*vt.* To produce as a cause or agent;to cause to be:ઉત્પન્ન ક૦; ઉદ્ભવવું. 2. To bring to pass; to achieve: સાધવું; સંપાદન ક૦; પાર પાડવું; સર–સિદ્ધ ક૦.

Effective,(એફ્-ફેક્ટિવ્) *a.* [L. *effectivus.*]Efficient; serviceable:અસરકારક; ગુણકારી;કાર્યસાધક; રામબાણ;ફલોત્પાદક;ઉપયોગી; કામનું; કારગર.

Effectual,(એફ્-ફેક્ટ્યૂઅલ્) *a.* Adequate; operative efficient:અસરકારક; ઉપયોગી; ફલોત્પાદક; સફલ; સાર્થક; કાર્યસાધક; પ્રબલ; સમર્થ.

Effectuate, (એફ્-ફેકટ્યૂએટ્) *vt.* To bring to pass; to achieve:પારપાડવું; સાધવું.

Effeminacy-tion,(એફ્-ફેમિનેસિ-એફ્-ફેમિનેશન)*n.*Unmanly delicacy;womanish weakness: બાયલાપણું; નામર્દાઈ.

Effeminate, (એફ્-ફેમિનેટ્) [*ex* & *femina*, a woman.] *a.* Tender; womanish: બાયલુ; નામર્દ; હીજડો. 2. Womanly or womanlike: સ્ત્રી સરખું; કોમલ; નાજુક; નરમ;સ્ત્રીધર્મી; જનાની.*vt.*To unman; to weaken: નામર્દ-બાયલા ક૦. *vi.* To grow womanish: નામર્દ-બાયલા થવું.

Effervesce,(એફ્-ફરવેસ્)*vi.*[L. *ex*,out of,and *ferveo*, I boil.] To be in a state of natural ebullition:ઉભરાવું; ખદખદવું; ઉભરો આવવો. 2. To exhibit feelings that can not be repressed or concealed:ઉકલવું; ઉભરાઈ જવું; ન માવું.

Effervescence,(એફ્-ફરવેસેન્સ્)*n.*A kind of natural ebullition:ઉભરો; જોસ; જુસ્સો.

Effervescent,(એફ્-ફરવેસેન્ટ્)*a.* Gently boiling by means of the disengagement of gas: ઉકલતું; ઉભરાતું; ખદખદતું.

Effete, (એફ્-ફિટ્) *a.* [L. *ex*, out of & *fœtul*, off-spring.]No longer productive; barren: વાંઝીઉં; નિષ્ફલ. 2. Worn out with age or excessive indulgence:જીર્ણ; શક્તિહીન; દુર્બલ; ક્ષીણ.

Efficacious,(એફ્-ફિકેશસ)*a.* [L. *ex* & *facio*, I make.] Productive of effects: powerful: ગુણકારી; અસરકારક; રામબાણ; જબરૂં; સફલ; પ્રબલ.

Efficacy, (એફ્-ફિકેસિ) *n.* Power to produce effects: સત્તા; અસર; બલ; પ્રભાવ; સામર્થ્ય; સફલતા; ગુણ; તેજ; જીવ.

Efficience-y, (એફ્-ફિશિએન્સ્-સિ) *n.* Effectual agency; efficient power:ધારેલી મતલબ પાર પાડવાની શક્તિ; કાર્યસિદ્ધિ; ક્ષમતા.

Efficient,(એફ્ફિશિએન્ટ્) *n.* A prime mover: કાર્યસાધક.*a.* Actively operative; active:ફલદાયક; ગુણકારી-કારક; નિપુણ.

Effigy, (એફ્ફિજી) *n.* [L. *ex* & *fingo*, I form.] An imitative figure; portrait: બાહુલું; પુતલું; મૂર્તિ.2.The print upon a coin to represent the head of the prince by whom it was issued:શિક્કા ઉપર પાડેલું ડોકું-મુખવટો.

Efflate,(એફ્ફલેટ્)*vt.* [L. *ex*, out & *flo*,I blow.] To puff up; to fill with air: ફુલવવું; ફુગવવું.

Efflorescence, (એફ્ફલોરેસેન્સ) *n.* The time of flowering:ફુલ ખિલવાની મોસમ; પુષ્પોત્પત્તિકાલ. 2. A redness of the skin;eruption:ચામડીનો રતાશ; શિયલ; શિલવા. 3. The formation of the whitish loose powder on the surface of bodies: ફુગ.

Efflorescent, (એફ્-ફ્લોરેસેન્ટ્) *a.* Liable to effloresce on exposure: ફુટી આવતું.2. Covered with an efflorescence: ફુગથી ભરેલું.

Effluent, (એફ્-ફ્લ્યુએન્ટ્) *a.* [L. *ex* and *fluo*, I flow.] Flowing out:વહેતું.*n.* A stream that flows out of another stream or lake: (નદી) -માંથી નિકલતો ફાંટો; શાખા.

Effluvium, (એફ્-ફ્લ્યુવિઅમ) *n.* Exhalation perceived by the sense of smell; subtile emanation:બાફ; ઓબાર; વાસ; દુર્ગંધ; બદબો.

Efflux,(એફ્ફલક્સ)*n.* Effusion; flow: પ્રવાહ. 2. Emanation; effluence:ઓઘ; નિર્ગમ.*vi.* To flow to run: વહેવું.

Effort,(એફ્-ફોર્ટ્)*n.*[L.*ex* and *fortis*, strong.] An exertion of strength or power whether mental or physical; strenuous endeavor: પ્રયત્ન; મહેનત; કોશીશ; પ્રયાસ; ઉદ્યમ.

Effray, (એફ્રે) *vt.* [L. *ex* and *frigus*, cold.] To frighten: બીવડાવવું.

Effrontery, (એફ્રન્ટરિ)*n.*[L. *ex* & *frontis*, the forehead.]Impudence; shamelessness:નિર્લજપણું; શોખાઈ; બેઅદબી; બેહયાઇ; નઠોરપણું.

Effulgence-y, (એફ્ફલજન્સ્-ન્સિ) *n.* [L. *ex* & *fulgeo*,I shine.]Extreme brilliancy; splendor:અતિશય પ્રકાશ;તેજ;ચલકાટ;કાંતિ;શોભા;ધમક.

Effulgent, (એફ્ફલજેન્ટ્) *a.* Shining; bright; splendid: પ્રકાશિત; તેજસ્વી; ચલકતું; ઝલેદાર.

Effuse-effund,(એફ્ફ્યુઝ્-એફ્ફન્ડ્) *vt.* [L.*ex*, out and *fundo*, I pour.] To issue; to spill:ઢોલવું; રેડવું.

Effusion,(એફ્ફ્યૂઝ્હન)*n.* The act of pouring out: બહાર રેડવું તે; સ્રાવ; ઉત્સર્ગ. 2. That which is poured out: જે બહાર રેડાય છે તે; રેડ. 3. The secretion of fluids from the vessel:શિરામાંથી રસ-લોહીનો પ્રવાહ.

Eft,(એફ્ટ) *adv.* Soon; again: જલદી; તરતજ.

Egg,(એગ્) *n.*[L. *avum*.] The roundish body formed in the female of animal species: અંડ; ઈંડું; એદુ.2. An ovum; a germcell:પેસી; કોષ. 3. Anything resembling an egg in form: આકારમાં ઇંડાને મલતી આવતી ચીજ. *vt.* To urge on; to instigate: ઉશ્કેરવું.

Egg-plant,(એગ્પ્લેન્ટ્)*n.* A plant bearing an egg-shaped fruit:વેંગણનો છોડવો; વેંગણી; વંત્તાક.

Eggler, (એગ્લર) *n.* One who collects or deals in eggs:ઈંડાનો વેપારી; ઈંડાવાલો.

Egotism,(ઈગોટિઝ્મ) *n.*Self-praise; self-commendation:હું પદ; આપવડાઈ;સ્વપ્રસંશા; અહંકાર.

Egotist,(ઈગોટિસ્ટ્) *n.* One who speaks much of himself: બડાઈખોર-હાંકનાર; આત્મશ્લાઘી;આત્માભિમાની; અહંકારી.

Egotistic,(ઈગોટિસ્ટિક)*a.*Addicted to or manifesting egotism:પોતાને મોઢે પોતાની તારીફ કરે એવું; ગર્વિષ્ટ.

Egregious,(એગ્રીજસ)*a.*[L.*e*,out and *gregis*, herd.] Remarkable; extraordinary: મ્હોટું; વિલક્ષણ; અલૌકિક; ભારે; જબરૂ.

Egregiously,(એગ્રીજસ્લિ) *adv.* Greatly; enormously; shamefully: ઘણુંજ; અત્યંત; અતીવ;બેહદ; ભારે.

Egress, (એગ્રેસ્) *n.* [L. *ex* & *gradior*, I go.] Departure; the power to leave: બહાર નિકલવું તે; નિર્ગમન; બહિર્ગમન. 2. The passing off from the sun's disk of an inferior planet, into a transit:સૂર્યના આગમાંથી જવું આવવું તે;નિષ્ક્રમણ. *vi*. To depart; to leave: બહાર જવું.

Eh, (એહ્) *Interj*. An expression of surprise: એ! અરે! રે! હું!

Eigh,(એહ્) *Interj*. An expression of sudden delight: અહા!

Eight,(એઈટ્) Seven and one: આઠ; ૮.

Eighteen, (એઈટીન) *a*. The sum of ten and eight; a symbol representing eighteen units: અઢાર; ૧૮.

Eightfold, (એઈટ્ફોલ્ડ) *a*. Eight times the number or quantity: આઠગણું; અષ્ટગુણ;આઠપટ.

Eighth,(એઈટ્થ્)*a*.The quotient of a unit divided by eight: આઠમું.

Eighty,(એઈટિ)*a*. Eeight times ten;fourscore: એંસી; ૮૦.

Either,(ઇધર્) *a. & pron*. One of two: બેમાંનું એક; કોઈ બી; ગમે તે. 2. Each of two; the one and the other;two: બન્ને; દરેક.*Con*. The correlation to *or*: અથવા; કિંવા; કાંતો.

Ejaculate,(ઇજૅક્યુલેટ્) *vt*.[L. *e*, out & *jacio*, I throw.] To shoot; to dart:ફેંકવું.2. To utter by a brief impulse: બોલવું; ઉદ્‌ગાર કાઢવો;ટુંકી પ્રાર્થના કરવી.

Ejaculation,(ઇજૅક્યૂલેશન)*n*.The act of darting out with a sudden force: એકાએક બહાર નિકળી પડવું તે.2.Uttering of a short, sudden exclamation:ઉદ્‌ગાર; ઉચ્ચારણ.

Eject,(ઇજેક્ટ્)*vt*.[L.*e*, out and *jacio*,I throw.] To throw out; to discharge:બહાર ફેંકવું;કાઢી નાંખવું. 2. To drive away; to dismiss:કાઢી મેલવું; બરતરફ ક૦;હાંકી કાઢવું.3.To dispossess of ownership: કાઢી મૂકવું; કબજો લઈ લેવો;વતન-ઘર-બારમાંથી કાઢવું.

Ejectment, (ઇજેક્ટ્મેન્ટ્) *n*. A casting out; ejection:બહિષ્કાર; બહાર કાઢી મૂકવું તે. 2. A species of action for the recovery of possession of real property:ભાડુતને ખાલી કરાવવા ધરવાલાએ માંડેલી ફરીઆદી; ઇજેક્ટમેન્ટની ફરીઆદી.

Eke, (ઇક) *vt*. [L. *augeo*, I increase.] To increase;to enlarge: વધારવું;વૃદ્ધિ ક૦.2. To add or supply what is deficient:પુરૂં પાડવું; ઉમેરવું.*adv*. In addition: ઉમેરામાં; અને; વલી; બીજું. *n*. An addition: ઉમેરો; વધારો; વૃદ્ધિ.

Elaborate,(ઇલૅબોરેટ્)*vt*.[L.*e*, out and *labor*, labour.] To produce with labour:મહેનત-કષ્ટથી ઉત્પન્ન-તૈયાર ક૦.2.To improve by successive operations of nature:ઘણા શ્રમથી પૂર્ણ ક૦;મહા મહેનતે સુધારવું.*a*. Finished with great care: studied:શ્રમ-મહેનતથી કીધેલું:બહુશ્રમ સિદ્ધ; શ્રમસાધિત.

Elapse, (ઇલૅપ્સ્) *vi*. [L. *e*, out and *labor*, I fall.] To slide; to slip: ગુજરવું; વહી જવું; વીતવું; પુરૂં થવું; જવું.

Elastic,(ઇલૅસ્ટિક્)*a*.[Gr.*elaso*,I drive.]Springing back;rebounding:પોતાની અસલ સ્થિતિમાં પાછું આવે એવું; સ્થિતિસ્થાપક; લવચીક.

Elasticity, (ઇલૅસ્ટિસિટિ) *n*. The quality of being elastic; springiness: સ્થિતિસ્થાપકતા-પણું; કમાનની ખાસિયત; લવચીકપણું.

Elate,(ઇલેટ્) *a*. [L. *ex* & *latus*, carried.]Lifted up; raised;elevated:ફુલેલું;ઉપસેલું.2. Flushed with confidence; exultant:હરખથી છકી-ચલી ગયેલું; ફુલણજી; અભિમાની; હર્ષપ્રફુલ્લિત.*vt*.To raise; to exalt: ચઢાવવું; ફુલાવવું. 2. To make proud: મગરૂર ક૦.

Elation, (ઇલેશન) *n*. An inflation of mind; pride resulting from success:ફુલાસ; અભિમાન; મગરૂરી.

Elbow, (એલ્બો) *n*. The outer angle made by the arm:કોણી:કોપરીયું.2.A sudden turn or bend: વાંક. *At the* **e**.: પાસે; નજદીક; સમીપમાં. *Out at* **e**., shabby;in needy circumstances: ભિખારી;ગરીબ; હલકું;અધમ. *vt*. To push with the elbow: કોણીથી ધકેલવું; કોણીઓ મારીને રસ્તો ક૦.

Elbow-room,(એલ્બો-રૂમ *n*.Room to extend the elbows on each side:પૂરતી જગ્યા;છૂટ;મોકલાશ.

Elder,(એલ્ડર્)*a*.Having lived a longer time; senior:મ્હોટું; વડું; જ્યેષ્ટ.*n*. Superior in age; senior: વડીલ; પૂજ્ય. 2. An ancestor; a predecessor: પૂર્વજન; વડિલો; બાપદાદા.

Elderly,(એલ્ડર્લિ)*a*.Somewhat old; bordering on old age: ઉત્તર વયનું;ઘરડું થવા આવેલું; વયસ્થ.

Eldest, (એલ્ડેસ્ટ્) *n*. Most advanced in age: સર્વ કરતાં વડું-મ્હોટું; જ્યેષ્ટ.

Elect,(ઇલેક્ટ્)*vt*.[L.*e*, out and *lego*,I choose.] To pick out;to prefer;to choose:પસંદ ક૦;ચુંટી-વીણી કાઢવું. 2. To select; to take for an office or employment: મતથી ચુંટી કાઢવું. *a*. Chosen; taken by preference from among two:પસંદ કરેલું; ચુંટી કાઢેલું; નિમેલું.2.Chosen as the object of mercy: દયા ખાતર પસંદ કરેલું. *n*. One chosen or set apart:પસંદ કરેલો આદમી. 2. One who is chosen for salvation:મુક્તિ માટે નિર્માણ થયેલો.

Election,(ઇલેક્શન)*n*. Choice; selection: પસંદગી; ચુંટણી.2.The act of choosing a person to fill an office or employment: નિયોજન; નિમણુંક. 3. Free will; liberty to choose or act:પસંદ કરવાનો અધિકાર-સત્તા-છુટ. 4. Discernment:સમજવાની શક્તિ; વિવેક શક્તિ.5. Divine choice:પસંદગી. 6. Those who are elected:પસંદ કરેલો માણસ.

Elector, (ઇલેક્ટર) *n*. One who elects or has the right of choice:પસંદ કરનાર; ચૂંટનાર.2.A person legally entitled to vote: મત આપવાને માટે અધિકાર વાલો.

Electric-cal,(ઇલેક્ટ્રિક્-કૅલ) *a*. [Gr. *electrum*, amber.] Pertaining to electricity:વીજલીનું. 2. Occasioned by electricity: વીજલીથી થયેલું. 3. Containing electricity:જેની અંદર વિજલી હોય તેવું.4.Capable of occasioning electrical phenomina: વિદ્યુતોત્પાદક. 5.Thrilling; magnetic:સ્તબ્ધ કરી દે તેવું; આકર્ષક. **e**. *clock*: (*a*) વીજલીથી ચાલતું ઘડિયાલ. (*b*) એક જાતનું ખગોલ વિદ્યાના કામમાં આવતું ઘડિયાલ.

Electrician,(ઇલેક્ટ્રિશિઅન)*n*. A person who

studies electricity:વિજળીના પ્રયોગ જાણનાર.

Electricity, (ઇ ક્ટ્રિસિટિ) *n.* A power in nature often termed the electric fluid:વીજ;વિજળી; વિદ્યુત. 2. The science which unfolds the phenomina and laws of the electric fluid: વિજળીની વિદ્યા; વિદ્યુદ્વિદ્યા.

Electrify, (ઇલેક્ટ્રિફાઈ) *vt.* To charge with electricity:વીજળીથી ભરવું. 2. To give an electric shock to:વીજળીની અસર લગાડવી. 3. To surprise;to excite suddenly:એકાએક દંગ–ચકિત કo; ઉત્સુક કo.

Electrum,(ઈલેક્ટ્રમ્)*n.* Amber:કેરબો;તરૃણમણી. 2. An alloy of gold and silver: સોનારૂપાની મિશ્ર ધાતુ.

Eleemosynary,(એલિમૉસિનૅરિ) *a.* [Gr. *eleemosyne, eleos*, pity.] Relating to charity or alms giving: ધર્માદા ખાતેનું.2. Given in charity or alms; founded by charity: ધર્મ ખાતે આપેલું; ધર્માદા. 3. Supported by charity:ધર્માદાપર જીવતું; ભીખપર પેટ ભરનાર. *n.*One who subsists on charity; a dependant:ભીક્ષાથી ગુજરાન ચલાવનાર.

Elegance,(એલીગૅન્સ્) *n.* [L. *eligo*,I choose.] Grace given by art; refinement: લાલિત્ય; સફાઈ; કાંતિ; શોભા; ખુબી; ખુબસૂરતી; રોનક.

Elegant, (એલિગૅન્ટ્) *a.* Pleasing;nice; graceful:સુશોભિત; રૂપવાન; સુંદર; શોભિતું; ભવ્ય; શોભાયમાન;ખુશનુમા.2.Exercising a nice choice;sensible to beauty:રસિક; લાવણ્યતાવાળું.

Elegy, (એલીજી) *n.* [L. *elegia*, Gr. *elegos*, a lament.] A mournful or plaintive poem; a funeral song: શોકસૂચક કવિતા; શોકગીત; પરજીઓ; રાજીઆ–મરશીઓ.

Element,(એલિમેન્ટ્)*n.* [L. *elementum.*] One of the simplest or essential parts of which anything consists: મૂલતત્વ; તત્વ; બીજ. 2. One of the ultimate,undecomposable constituents of any kind of matter:તત્વ; ધાતુ.3. One of the ultimate parts which are variously combined in any thing;અવયવ; ભાગ; અંશ.4. One of the essential ingredients of any mixture: કોઈ પણ મિશ્રનું મુખ્ય તત્વ.5.One of the necessary values upon which a system of calculations depends: મૂલ; બીજ–ભૂતજ્ઞાન. 6. (*pl.*) Rudiments:મૂલતત્વ; મૂલપીઠિકા. 7. That which ancient philosophy supposed to be simple and undecomposable: પંચ મહાભૂત. 8. Hence the state or sphere natural to any thing: વિષય; ધામ;સ્થાન;સ્વસ્થાન;મંડલ; પ્રકરણ; ક્ષેત્ર. 9. (*pl.*) The bread and wine used in the eucharist: (ખ્રીસ્તી) પ્રભુ ભોજનમાં જે રોટલી અને દ્રાક્ષરસ વપરાય છે તે.

Elemental,(એલીમેન્ટલ્) *a.*Pertaining to the elements, first principles and primary ingredients:મૂલતત્વ–સંબંધી–તું;મૂલતત્વવિષયક; મૂલતત્વ પ્રતિપાદક. 2. Rudimentary; elementary: ભૌતિક; પંચભૂતાત્મક.

Elementary, (એલીમેન્ટરિ) *a.* Having only one constituent part; primarily constituent; simple:સાદું;એક ભાગવાળું. 2. Rudimental; initial: મૂલતત્વનું; મૂલ પીઠિકાનું.

Elephant,(એલિફૅન્ટ્) *n.* [L. *elephantus.*] A quadruped of the tribe of pachyderms: ગજ; હાથી; માતંગ; હસ્તી. 2. Ivory; the tusk of the elephant: હાથી દાંત.

Elephantine, (એલીફૅન્ટાઇન્) *a.* Pertaining to the elephant; huge: હાથીના જેવું;ઘણું મ્હોટું; ગંજાવર; કદાવર.

Elevate,(એલીવેટ્)*vt.* [L.*e*,out and *levo*, I lift up.] To exalt; to lift up: ઉંચકવું;ઉંચું કo. 2.To promote; to raise to a higher station: મ્હોટી પદવીએ–ઉંચે દરજ્જે ચઢાવવું. 3. To raise or animate; to cheer: આનંદિત–ઉલ્લાસિત કo; ઉત્તેજન–હિંમત–હામ–આપવી. 4. To ennoble; to dignify: સારી–ઉંચી સ્થિતિમાં આણવું;ઉન્નતિ–ઉત્કર્ષ–ઉદય કo. 5. To raise to a higher pitch or to a greater pitch or to a greater degree of loudness: સૂર ચઢાવવું;ખેંચવું;ઉંચે લેઈ જવું. 6.To lighten;to diminish:ઓછું–હલકું કo;ઘટાડવું. *a.* Raised up;exalted: ઉંચે ચઢાવેલું; ઉન્નત; ઉત્કૃષ્ટ.

Elevation, (એલીવેશન્) *n.* Act of raising from a lower state to a higher: ઉત્કર્ષ; ઉન્નતિ; ઉદય.2. Height; exaltation:ઉંચાઇ; ગૌરવ; પ્રૌઢતા; શ્રેષ્ઠતા. 3. An elevated place or station; a hill: ટેકરી; ઉંચાણ.

Eleven,(ઇલેવન્) *a.* Ten and one added: અગિયાર. 2. The eleven men selected to play on one side in a match: ક્રિકેટની રમતમાં એક ખાજુનાં અગિયાર માણસો.

Elf,(એલ્ફ્)*n.* [*pl.* **Elves.**] [L. *elf*, spright.] An imaginary being, supposed to exert a mysterious power over man: પિશાચ; ભૂત; પ્રેત. 2. A diminutive person; a dwarf: વામનજી; વેંતીઉં માણસ.

Elicit,(ઇલિસિટ્)*vt.* [L. *e*, out and *laceo*, I entice.] To draw out; to bring out against the will: કોઇની મરજી ઉપરાંત કબૂલ કરાવવું–બોલાવવું–કઢાવવું; સત્ય–ખોલી–શોધી કાઢવું; ખોલવું; કાઢવું.

Eligible,(એલિજીબલ્)*a.* Proper to be chosen; legally qualified: ચુંટાવા લાયક. 2. Worthy to be chosen;preferable: પસંદ કરવા લાયક; ગ્રહણીય.

Eliminate,(ઇલિમિનેટ્)*vt.*[L.*e*,out and *limen*, threshold.] To expel; to set at liberty: કાઢી મૂકવું;છુટું મૂકવું. 2.To cause to disappear from an equation: સમીકરણમાંથી કોઈ પદ ઉરાડી નાંખવું. 3. To leave out of consideration: વિચારમાંથી પડતું મૂકવું; ગણતરી–લેખામાં ન લેવું; ન ગણવું.

Elite,(ઇલાઇટ્) *n.* પસંદ કરેલા–ચુનંદા માણસો.

Elixir,(ઇલિક્સિર) *n.* A tincture with more than one base: મિશ્રિત રસાયણ. 2. A liquor for transmuting metals into gold: જેથી બીજી ધાતુનું સોનું થાય એવો રસ. 3. The refined spirit, or quintessence: કસ;સત્વ; અર્ક. 4. Any cordial or substance which invigorates: પુષ્ટિકારક ઓસડ; તેજોવર્ધન.

Elk,(એલ્ક્) *n.* [L. *alces.*] A quadruped of the

stag kind with very large, spreading, branched or palmate horns: સાબર.

Ell,(એલ્)*n.* [L. *ulna.*] A measure of different lengths in different countries: કાપડ ભરવાનું એક માપ.

Ellipse, (ઇલિપ્સ્) *n.* [L. *ellipsis.*] An oval or oblong figure: દીર્ઘવર્તુલ; અંડાકૃતિ.

Ellipsis, (ઇલિપ્સિસ્) *n.* [*pl.* **Ellipses.**] Omission; a figure of syntax by which one or more words are omitted: મુકી દીધેલા-જાવત શબ્દો; અધ્યાહાર; પદન્યૂનતા.

Elliptical, (ઇલિપ્ટિકૅલ્) *a.* Pertaining to an ellipse; oblong:અંડાકૃતિનું-સંબંધી. 2.Defective; having a part omitted:જેમાં કંઈ અધ્યાહાર છે એવું.

Elocution, (એલોક્યૂશન્) *n.* [L. *e*, out and *loquor*, I speak.] Expression of thought by speech: બોલીને વિચાર દર્શાવવાની શક્તિ; વાણી; બોલી. Manner of speaking in public: જાહેરમાં બોલવાની ઢબ-છટા; વાક્શક્તિ; વકતૃત્વ; ઝબેકરાશી; શબ્દચાતુર્ય.

Elocutionist,(એલોક્યૂશનિસ્ટ્) *n.*One who is versed in elocution; a teacher of elocution:છટાદાર બોલનાર-ભાષણ કરનાર.

Elongate, (ઈલૉન્ગેટ્) *vt.* [L. *longus*, long.] To lengthen; to extend: લંબાવવું; લાંબુ ક૦. 2. To remove further off:આઘે ખસેડવું. *vi.* To depart, recede:છૂટા પડવું;પાછા પડવું-હઠવું. *a.* Elongated:લંબાવેલું; વધારેલું; વિસ્તૃત.

Elongation, (ઈલૉન્ગેશન્) *n.* Protraction; extension: લંબાણ.2.Recession; departure; remoteness: દૂર-છેટું હોવું તે; અંતર.

Elope,(ઇલોપ્) *vt.* To run away privately: નિકળી જવું; યાર સાથે જતું રહેવું; નાશી જવું.

Eloquence, (એલોક્વેન્સ્) *n.* [L. *eloquens.*] Fluency:સુભાષિત-સુભાખિતપણું;જબેકરાસી;વકતૃત્વ; વાક્ચાતુર્ય; વક્તાપણું; શબ્દપાંડિત્ય. 2. That which is eloquently uttered: સુભાષણ.

Eloquent,(એલોક્વૅન્ટ્) *a.* Having the power of expressing strong emotions in an elevated manner:વક્તા; સુભાષણ કરનાર; સુભાષિત;સુભાખિત.

Else,(એલ્સ્) *a.* & *pron.* [L. *alius.*]Other;one or something beside:બીજું; અન્ય.*adv.* Beside; except that mentioned:બીજું; ઉપરાંત.2. Otherwise; in the other case:નહિતો; અન્યથા.

Elsewhere, (એલ્સ્‌હ્વેર્) *adv.* In any other place:કોઇ બીજી જગાએ. 2. In some other place: અન્યત્ર; બીજે કહીં; અન્યસ્થલે.

Elucidate, (ઇલ્યૂસિડેટ્) *vt.* [L. *lucidus*, full of light.] To make clear or manifest; to illustrate:ઉઘાડું-ખુલ્લું-સમજ પડે એવું ક૦;સ્પષ્ટ ક૦.

Elucidation, (ઇલ્યૂસિડેશન્)*n.* Explanation; exposition: સ્પષ્ટીકરણ; ખુલાસો; ખયાન; ઉદાહરણ; દાખલો.

Elucidator, (ઇલ્યૂસિડેટર્) *n.* One who explains; an expositor: ખુલાસો કરનાર; વિવરણકાર; વ્યાખ્યાનકાર.

Elude,(ઇલ્યૂડ્)*vt.* [L.*e*, out and *ludo* I play.] To avoid by artifice;to evade;to baffle: ચુકવવું; ટાલવું; નિષ્ફલ ક૦; ઉડાવવું;દૃષ્ટિ-નજર ચૂકવવી.

Elusion,(ઇલ્યૂઝ્હન્) *n.* An escape by artifice; a cheat; a mockery:ઠગાઈ; નજરચુક;છલભેદ; પ્રપંચ.

Elusive-sory,(ઇલ્યૂસિવ્-ઇલ્યૂસૅારિ) *a.* Evasive; fraudulent; deceitful: નજર ચોરવે-ચૂકાવે એવું; ઠગાઈ ભરેલું.

Elysian,(ઇલિઝ્હિઍન્)*a.*[L.*elysium.*] Pertaining to an abode of the blessed after death:સ્વર્ગનું-સંબંધી; સ્વર્ગીય.2.Exceedingly delightful: અત્યાનંદકારક.

Elysium, (ઇલિઝ્હિઅમ્) *n.* A dwelling place assigned to happy souls after death: સ્વર્ગ; વૈકુંઠ. 2. Any delightful place:સુખ-આનંદસ્થાન.

Emaciate,(ઇમેશિએટ્) *vi.* [L. *e*, out and *macero*, I make soft.] To waste away in flesh: ઝરવું; કૃશ-ક્ષીણ થવું;નખાઇ-ગલાઇ-સુકાઇ-તવાઈ જવું: *vt.*To waste the flesh and reduce to leanness. નખાઈ-તવાઇ-સુકાઇ જવું.

Emaciation, (ઇમેશિએશન્)*n.* An excessively lean condition: નખલાઈ; દુબલાઈ; કૃશતા; ક્ષીણતા.

Emanate, (એમૅનેટ્) *vi.* [L. *e*, and *mano*, I flow.] To issue forth from a source: નિકલવું; ઉત્પન્ન થવું; નિસરવું. 2.To proceed from;to take origin; to arise: ઉત્પત્તિ હોવી; વહેવું; ઉદ્ભવવું.

Emanation,(એમૅનેશન્) *n.* Act of flowing as from a fountain: નિકલવું તે; નિઃસરણ. 2. That which issues from any source; effluvium; efflux: નિકલતી-બહાર પડતી વસ્તુ; ઝરણ.

Emancipate,(ઇમૅન્સિપેટ્)*vi.*[L.*e*, *manus*,the hand, & *capio*, I take.]To liberate; ગુલામગીરી-બંધનમાંથી છોડવવું; છૂટું-મોકલું-સ્વતંત્ર ક૦. 2. To free from any thing which exerts undue or evil influence: મુક્ત ક૦; દુઃખદાયક સ્થિતિમાંથી છોડવવું. 3. To deliver from migratory existence: મુક્તિ-મોક્ષ આપવો; અક્ષય પદ-અવિચલ પદે સ્થાપવું. *a.* Set at liberty: સ્વતંત્ર કરેલું; મુક્ત.

Emancipation,(ઇમૅન્સિપેશન્)*n.* Act of setting free from slavery; liberation: બંધમોચન; ઉદ્ધાર; છૂટકો; છુટકારો; સ્વતંત્રતા; મોક્ષ; મુક્તિ.

Emancipator, (ઇમૅન્સિપેટર્) *n.* One who liberates from bondage: મુક્ત-છૂટકો કરનાર; મોક્ષક.

Emasculate,(ઇમૅસ્કયૂલેટ્)*vt.*[L.*e*,&*masculus*, male.] To deprive of virile power; to geld: ખાસી ક૦; નપુંસક ક૦.2.To deprive of masculine strength: to render effeminate: નામર્દ-બાયલું ક૦; નબલું-નિર્વીત્ત-કમજોર ક૦. *a.* Deprived of vigour; unmanned: નામર્દ; નપુંસક; જનાની.

Emasculation, (ઇમૅસ્કયૂલેશન્) *n.* Act of depriving virility; castration: ખાસી; વૃષણચ્છેદ. 2. Unmanly weakness; effeminacy: નામર્દાઈ; બાયલાપણું; કમજોરી.

Embalm,(એમ્બાંમ્) *vt.* To anoint with balm; to keep from putrefaction: સડો ન લાગવા દેવાને માટે મશાલો-સુગંધ-દ્રવ્ય ભરવા; મસાલો ભરવો. 2.To fill with odor; to perfume: સુગંધી પદાર્થ ભરવો. 3. To perpetuate in grateful remembrance;

to cherish tenderly the memory of: મમતાથી યાદ રાખી મૂકવું; યાદગિરી રાખવી.

Embargo, (એમ્બાર્ગો) *n.* A detention of vessels in port: બંદરમાં વહાણ આવવા જવાની મનાબંધી. *vt.* To hinder from sailing out of port: બંદરમાંથી બહાર જતાં અટકાવવું.

Embark,(એમ્બાર્ક્)*vt.*To go on board a ship, boat or vessel: વહાણપર ચઢવું. 2. To engage or invest in any affair: નાખવું; સામેલ ક૦;પ્રવૃત્ત ક૦; ઝોકાવવું; હાથ ઘાલવો; માથે લેવું; પડવું.

Embarrass, (એમ્બૅરસ્)*vt.*[L.*barra*,a bar of metal or wood.] To perplex; to disconcert; to confound: ગુંચવવું;ગુંચવી નાંખવું;ગભરાવવું;સપડાવવું. 2. To incumber with debt: નાણાંની ભીડતંગીમાં હોવું; હાથ ભીડમાં આવવો.3. To impede;to obstruct: બાધ આવવો; અડચણ-હરકત-ડખખલ ક૦.

Embarrassment, (એમ્બૅરસ્મેન્ટ્) *n.*Perplexity; hindrance;difficulty: ગુંચવણ;ગભરાટ;ગુંચવાડો; અડચણ; બાધ. 2. Perplexity from temporary inability to discharge debts: નાણાંની ભીડ-તંગી.

Embassador, (એમ્બૅસેડાર્) *n.* A representative of a sovereign power at the court of another: એલચી; વકીલ.

Embassy, (એમ્બૅસિ) *n.* [L. *ambascia.*] The public function of an embassador: દૂતકર્મ; એલચીગિરી; વકીલાત. 2. The persons sent as embassadors: એલચી; વકીલ મંડલ.

Embattle,(એમ્બૅટલ્)*vt.* To arrange in order of battle; to prepare for battle: વ્યુહ રચવું;વ્યુહ રચના ક૦-માં ગોઠવવું. 2. To furnish with battlements: હથિયાર પૂરાં પાડવાં.

Embellish, (એમ્બૅલિશ્)*vt.*[L.*bellus*,pretty.] To make beautiful or elegant by ornaments: શણગારવું; સુશોભિત ક૦.

Embellishment, (એમ્બૅલિશ્મેન્ટ્) *n.* That which adds beauty; ornament: ઘરેણું; ભૂષણ; અલંકાર; મંડન; શણગાર; શોભા.

Embers, (એમ્બર્ઝ્) *n.* The smouldering remains of fire; cinders: ચીણગારી; રાખમાંના ઝીણા અંગારા.

Embezzle, (એમ્બૅઝલ્)*vt.* To apply to one's private uses by a breach of trust: ખાઇ જવું; હોઇયાં કરી જવું; ઉચાપત કરી જવું; પચાવી પડવું. 2. To mis-appropriate; to dissipate in extravagance: ઉડાઉપણાથી ઉડાવી દેવું; ગુમાવી દેવું.

Embezzlement, (એમ્બૅઝલ્મેન્ટ્) *n.* The act of fraudulently appropriating to one's care and management: ખાઇ જવું-પચાવી પડવું તે; ઉચાપત; હરામખોરી.

Embitter, (એમ્બિટર્) *vt.* To make bitter;to render distressing: કડવું-દુઃખી ક૦; કલેશ કરાવવો. 2. To render more violent or malignant: ઘણુંજ ખારીલું ક૦; વધારે કરડું-કઠોર ક૦.

Emblazon, (એમ્બ્લૅઝોન) *vt.* To adorn in glaring colours; to set off with ornament: રંગદાર-ઝલેદાર ક૦; શણગારવું. 2. To adorn with figures of heraldry, or ensigns armorial: કુલીનતાના ચિન્હોનાં ચિત્રથી શણગારવું.

Emblem, (એમ્બ્લેમ્) *n.* [Gr. *em*, and *ballo*,I cast.] Inlay; mosaic work: જડાવ;શોભા;શણગાર. 2. A symbol; a typical designation: સંકેત નિશાની; ચિન્હ. *vt.* To represent or suggest by similarity of qualities: નિશાની-ચિન્હ ક૦.

Emblematical, (એમ્બ્લમૅટિકલ્) *a.*Pertaining to an emblem; symbolic: નિશાની-ચિન્હનું; લાક્ષણિક. 2. Repersenting similarity of qualities: લાક્ષણિક; બોધક; સૂચક; સાંકેતિક.

Embodiment,(એમ્બોડીમેન્ટ્) *n.* Collection: સંગ્રહ; સમૂહ; જમાવ.

Embody, (એમ્બૉડિ) *vt.* To form into a body; to make corporeal: દેહી-શરીરી ક૦; દેહધારી કરવું; દેહ-શરીર આપવું. 2. To form or collect into a body; to concentrate: સંગ્રહ ક૦; એક ઠેકાણે આણવું; એકઠું કરવું.

Embolden, (એમ્બોલ્ડન)*vt.* To give boldness or courage to;to encourage: હિમ્મત-ધીરજ આપવી; છાતીવાળું ક૦; દિલાસો દેવો.

Emborder, (એમ્બૉર્ડર્) *vt.* To adorn with a border; to imborder; તોઈ-ફીત મૂકીને શણગારવું; સંજાબ-કોર-કિનારી મૂકવી.

Emboss,(એમ્બૉસ્)*vt.* To ornament in relief: ઉપસી નિકલે એવી આકૃતિ પાડવી; નકસીદાર ક૦. 2.To fashion raised work upon;to form prominent figures on: ઉપર ભાત પાંકવી; શોભા ક૦. 3. to inclose; to cover: સંતાડી રાખવું; ગુપ્ત રાખવું; ઢાંકવું.

Embossment, (એમ્બૉસ્મેન્ટ્) *n.* The act of forming raised figures or the state of being so formed: ઉપસી આવેલો આકાર;નકસી.2.A bosslike prominence; jut;protuberance:બહાર દેખાવું તે; બહાર ઉપસેલો ભાગ; ભાત.

Embowel, (એમ્બાઉવેલ્) *vt.* To remove the bowels of; to free from viscera: જાનવરનાં આંતરડાં કાઢવાં.2. To imbed; to bury:દાટવું;સંતાડવું.

Embrace, (એમ્બ્રેસ્) *vt.* To inclose in the arms;to hug:છાતી સરસું ચાંપવું; કોટી ક૦;આલિંગન દેવું-ક૦; ભેટવું. 2. To cling to; to cherish; to love: વલગી રહેવું; ચહાવું; પ્રીતિ રાખવી. 3. To accept with cordiality; to well-come: ગ્રહણ ક૦; અંગિકાર ક૦; સ્વીકારવું; કબૂલ-માન્ય ક૦. 4. To encircle; to encompass:ઘેરવું;ઘેરી લેવું; વિંટાઇ વલવું. 5.To comprehend; to take in:સમાવેશ થવો;માંહે આવવું-આવી જવું.*vi.*To join in an embrace:કોટી ક૦;બાથમાં લેવું.*n.* Pressure to the bosom; hug: બાથ; કોટી; આલિંગન.

Embrasure, (એમ્બ્રૅઝ્યૂર્) *n.* An embrace: બાથ; આલિંગન; કોટી. 2. An opening in a wall through which cannons are pointed and discharged: બાકોરું; જંગી; તોપની બારી.

Embrocate, (એમ્બ્રોકેટ્)*vt.*[Gr.*em* & *bracho*, I wet.] To moisten and rub, as a diseased part:ચોલવું; માલીસ ક૦; રગડવું.

Embroider, (એમ્બ્રૉઇડર્) *vt.* To cover with ornamental needle-work or figures; to adorn with raised figures of needle-work:ભરત ભરવું; વેલ–બુટ્ટા કાઢવા; ચિકન ભરવાં.

Embroidery,(એમ્બ્રૉઇડરિ)*n*.Work in silver, silk or thread by the needle on cloth; variegated needle work:ભરત; વેલ; બુટ્ટા; ચિકન.

Embroil,(એમ્બ્રૉઇલ્) *vi*. To entangle; to disturb: ગુંચવણ–ગભરાટ–ખટપટ–પંચાતીમાં નાંખવું;લડાઈમાં ગુંચવવું.

Embryo-n, (એમ્બ્રિઑ-ન્) *n*. [Gr. *em*, in & *bryo*, I swell.] The first rudiments of an organized being in the womb: તરતનો રહેલો–કાચો ગર્ભ.*In embryo*:ધારેલું પણ પાર ન પડેલું;અપરિપકવ.

Emendation, (ઇમેન્ડેશન્) *n*. The act of altering for the better; correction:ભુલનો સુધારો; ભુલ સુધારવી તે. 2. Removal of errors from a document:સુધારો; શુદ્ધિ; શોધન.

Emerald,(એમૅરલ્ડ્) *n*.[L.*emaragdus*.]A precious stone of a rich green colour:પાનું;લીલમ; લીલો મણી; મરકત.*a*.Of a green rich colour:લીલા રંગનું; પાનાના જેવું.

Emerge,(ઈમર્જ્)*vi*.[L.*e*,out & *mergo*, I dip.] To rise out of a fluid; to issue and appear: નિકલવું; બહાર આવવું; પાછું દેખાવું; ઉપર આવવું.

Emergence-y.(ઈમર્જન્સ-ન્સિ)*n*.Act of rising out of a fluid; coming forth; sudden appearance: બહાર આવવું;–માંથી નીકલવું તે; ઉદય. 2. A sudden occasion:ઓચિંતો–અકસ્માત પ્રસંગ–બનાવ; અવસર; પ્રયોજન; પ્રસંગ. 3. Pressing necessity; exigency: જરૂર; અગત્ય; સંકટ.

Emergent, (ઈમર્જેન્ટ્) *a*. Issuing; comming to light:બહાર આવતું; નીકલતું. 2. Suddenly appearing; arising unexpectedly; urgent: જરૂરતું; અગત્યનું; આકસ્મિક; આવશ્યક.

Emery,(ઇમેરિ)*n*.Corundum intimately blended with oxide of iron:ધાતુને ઘોવાનો એક ઘણી કઠણ ધાતુનો ભુકો. ❍. *cloth* or *paper*: કોઇ પણ ધાતુ અથવા ચીજને સાફ કરવાને એક કઠણ ધાતુનો ભુકો લગાડેલો કાગલ અથવા લુગડું.

Emetic, (ઇમેટિક્) *a*. Inducing to vomit: ઉલટી પેદા કરે એવું; વમનકારક. *n*. A medicine which causes vomiting:ઉલટી–વમનનું ઓસડ.

Emeute, (એમ્યૂટ્) *n*. [L. *e*, out and *motus*, moving.]A seditious comotion; an outbreak: હુલ્લડ; બખેડો; ફિસાદ; હંગામો.

Emiction,(ઇમિકશન્)*n*.[L. *e*, out and *mingo*, I make water.] The discharging of urine:પીશાબ કરવો–થવો તે. 2. What is voided by the urinary passages; urine: પીશાબ; મૂત્ર.

Emigrant,(એમિગ્રૅન્ટ્)*a*.[L. *e*, from & *migro*, I remove.] Pertaining to an emigrant:સ્વદેશ ત્યાગ કરીને ગયેલું. 2.Removing from one country to other: વિદેશાગમન. *n*. One who removes his habitation:દેશાંતર ગયેલું માણસ;પરદેશવાસી.

Emigrate,(એમિગ્રેટ્)*vi*.To remove from one country to another for the purpose of residence:પરદેશ રહેવા જવું; દેશાંતર જવું. *a*. Roving; wandering:ભટકતો; રખડતો.

Emigration,(એમિગ્રેશન્) *n*. Removal of inhabitants from one country to another for residence: પરદેશવાસ; દેશાંતર; દેશત્યાગ.2. A body of emigrants: દેશત્યાગ કરનાર લોકો.

Eminence, (એમિનેન્સ્)*n*. That which is exalted; a height; an elevation:ઉંચાણ; ઉંચી જગા. 2. An elevated situation among men; exaltation; high rank: મ્હોટાઇ; આબરૂ;ઉત્કર્ષ; ખ્યાતિ; ઉન્નતિ; ગૌરવ; પ્રતિષ્ટા; દરજ્જો; જાહોજલાલી.

Eminent,(એમિનેન્ટ્) *a*. High; lofty; projecting:ઉંચું; બુલંદ. 2. Exalted in rank; high in office; distinguished;remarkable:પ્રખ્યાત;પ્રસિદ્ધ; ઉત્કૃષ્ટ; ઉત્તમ; શ્રેષ્ટ; પ્રધાન.

Emissary,(એમિસરૅરિ)*n*.[L.*e*, out & *mitto*, I send.] A person sent on a mission; દૂત;કાસદ; જાસૂસ.*a*. Exploring;spying:જાસુસનું કામ કરતું; ખોલ કરતું.

Emission, (ઇમિશન્) *n*. The act of sending or throwing out;issue:બહાર નીકલવું–કાઢવું–આપવું તે; ઉત્સર્ગ; ઉદ્ગાર; વિમોચન. 2. That which is sent out: ધાતુ–શરીરમાંથી બહાર પડેલી વસ્તુ; વીર્ય.

Emit, (ઇમિટ્)*vt*. [L.*e*, out and *mitto*,I send.] To send forth; to eject; to discharge:મોકલવું; કાઢવું; બહાર નીકલવું.2. To issue forth; to print and send into circulation: છાપીને ફેલાવો ક૦.

Emmet,(એમ્મેટ્) *n*. An ant or pismire:કીડી; મંકોડો.

Emolliate, (ઇમૉલ્લિએટ્) *vt*. [L. *e*, & *mollis*, soft.]To soften, to effeminate:નરમ–સુંવાલું ક૦; નામરદ ક૦.

Emollient,(ઇમૉલ્લિઅન્ટ્) *n*. An external application to allay irritation and alleviate inflammatory soreness,swelling and pain:સોજો–અકરસાત નરમ–હલકો પાડવા સારૂ લગાડવાનું ઓસડ; વિલેપન; સ્નેહન. *a*. Softening; making supple: નરમ પાડનારૂં; ઓછું કરનારૂં; શાંતિદ; સુખાવહ.

Emolument,(ઇમૉલ્યૂમેન્ટ્)*n*.[L. *e*, & *molior*, I exert myself.] The profit arising from office or employment; advantage: પગાર; પેદાશ; આવક; પ્રાપ્તિ.2.Profit;advantage;નફો;ફાયદો;લાભ.

Emotion, (ઇમોશન્) *n*. [L. *e*, and *moveo*, I move.] A moving of the mind or soul; any excitement of sensibility; feeling:મનોવિકાર;મનોભાવ; વિકાર; આકુલતા; ભાવ.*vt*.To move; to excite the sensibilities:મનોવિકાર ક૦;હ્રદયપિંગલાવવું.

Empale,(એમ્પેલ્) *vt*.[L.*em* and *palus*, pale.] To surround with a line of stakes:લાકડાના સલીઆથી પૂરવું;બંધ ક૦.2.To inclose;to surround: ગોંધવું; રોકવું. 3. To put to death by fixing on a stake: સૂલીએ ચઢાવવું; સૂલી દેવી.

Empannel,(એમ્પૅનેલ્) *n*. A list of jurors; a panel:જુરરોની યાદી.*vt*.To write down the names of jurors:જુરરોનાં નામ લખવાં.

Emperor, (એમ્પરર્) *n*. [L. *em*, and *paro*, I prepare.]The sovereign or supreme monarch of an Empire;બાદશાહ; શાહેનશાહ; રાજાધિરાજ.

Emphasis,(એમ્ફૅસસ્) *n*. [L. *emphasis*.] A

particular stress of utterance or force of voice given to the words or parts of a discourse intended to be specially impressive:અસર કરવા સારૂ શબ્દો અથવા વાકય ઉપર મેલાતો જોર–ભાર: ગુરૂઉચ્ચારણ.2.A peculiar impressiveness of expression or weight of thought:બોલવામાં માનસિક જુસ્સો.

Emphasize,(એમ્ફેસાઇઝ્) *vt.* To utter with a particular stress; to lay stress upon: શબ્દ–વાક્યપર જોર–ભાર મૂકીને ઉચ્ચાર ક૦–બોલવું.

Emphatical, (એમ્ફેટિકલ્) *a.* Uttered with emphasis;forcible;impressive:જોર–ભારવાળું; જોર–ભાર મૂકીને બોલેલું. 2. Striking the sense; attracting the attention:ધ્યાન ખેંચે એવું;અસરકારક.

Empire, (એમ્પાઇર્) *n.* [L. *imperium*, command.] Supreme power; sway; dominion:બાદશાહી; શહેનશાહી. 2. The dominion of an emperor; the territory of an emperor: બાદશાહત; શહેનશાહત; મોટું ચક્રવર્તિ રાજ્ય. 3. Supreme control; rule; sway: સત્તા; અખત્યાર; હકુમત.

Empiric, (એમ્પિરિક્)*n.* [L. *em*, in and *peira*, trial.] Depending upon the observation of phenomina:અવલોકન–અજમાયશથી થયેલું. 2. Depending upon experience:અનુભવવું;અનુભવસિદ્ધ.

Empiricism, (એમ્પિરિસિઝમ)*n.* The method of an empiric; pursuit of knowledge by experiment: શાસ્ત્રના અભ્યાસ વગર અનુભવથીજ કામ ચલાવવાની રીત–ટેવ.2.Ignorant and unscientific practice; quackery: ઉંટવૈદું; નીમહકીમ.

Employ, (એમ્પ્લૉય) *vt.* [L. *in* and *plico*, I fold.] To inclose;to infold: કામમાં લેવું; વાપરવું: 2. To use as an instrument for accomplishing some purpose: હથિયાર–સાધન ક૦–બનાવવું. 3.To use as an agent or servant;to intrust:ચાકરીમાં રાખવું–લગાડવું.*n.* Employment; fixed business, service: કામ; ધંધો; ઉદ્યોગ; વ્યવહાર.

Employe,(એમ્પ્લૉઇ)*n.* One who is employed: નોકરીમાં રાખેલું માણસ; નોકર; ચાકર; સેવક.

Employment, (એમ્પ્લૉયમેન્ટ્)*n.* The act of employing or using; the state of being employed: કામમાં લેવું તે. 2. That which engages or occupies; service; agency: કામ; ઉદ્યોગ; ધંધો; રોજગાર; ચાકરી.

Emporium, (એમ્પોરિઅમ્)*n.*[L.*em* & *poros*, way.] A place of extensive commerce; mart: વેપારનું મથક; મુખ્ય બંદર.

Empower, (એમ્પાઉઅર્) *vt.* To give legal power to; to authorize: મુખતિયાર ક૦; અધિકાર–અખ્તિયાર આપવો.

Empress,(એમ્પ્રેસ્) *n.* A consort of an emperor; રાજાની ધણિયાણી; રાણી. 2. A female who governs an empire: મહારાણી; માલીકા; બેગમ.

Emption,(એમ્પ્શન) *n.* [L. *emo*, I buy.] The act of buying: ખરીદવું તે; ખરીદી; વિક્રય.

Empty, (એમ્પ્ટિ) *a.*Containing nothing:not filled: ખાલી; ઠાલું. 2. Destitute of effects, sincerity or sense: વ્યર્થ; પોકલ; ખાલી; અમથું. 3. Unable to satisfy; hollow: મિથ્યા;ખોટું;માયારૂપ. 4. Desolate; waste; deserted: ઉજડ;શૂન્ય;ખાલી. 5. Unfruitful: ફોગટ;ફલવિનાનું. 6. Destitute of sense or knowledge: જ્ઞાન શૂન્ય–હિન;મૂર્ખ. 7.Destitute of reality; unsubstantial: માલ–તત્વ વગરનું; ખોટું. *vt.* To exhaust; to make void: ખાલી ક૦. *vi.*To pour or flow out;to discharge itself: ખાલી થવું.

Empyreal, (એમ્પાઇરીઅલ્) *a.* [Gr. *empyros*, in fire.] Formed of pure fire or light: અગ્નિતેજનું બનેલું;અગ્નિમય;તેજોમય; દિવ્ય–સત્યલોક સંબંધી.

Empyrean,(એમ્પાઇરીઅન) *a.*Empyreal:અગ્નિમય; તેજોમય; અતિસ્વચ્છ. *n.* The highest heaven where the pure element of fire was supposed by the ancients to subsist: સત્ય લોક; દિવ્ય લોક.

Emulate, (એમ્યૂલેટ્) *vt.* [L. *æmulus*,striving with.] To vie with;to rival: બરોબરી–સરસાસરસી ક૦. *a.* Striving to excel; emulous: ચઢિયાતું થવાનો યત્ન કરતો.

Emulation, (એમ્યુલેશન) *n.* The act of attempting to excel in actions & rivalry; ambition to excel: ચરસા ચરસી; સ્પર્ધા; હરીફાઇ; સરસાઇ. 2. Competition; contest; strife: લઢાઇ; કજીઓ; ટંટો.

Emulsion, (ઇમલ્શન)*n.*A soft,liquid remedy, of a color and consistence resembling milk: દૂધ જેવી દવા.

Enable,(એનેબલ્)*vt.*To give strength;to make firm, strong:સમર્થ–શક્તિવાન–દ્રઢ ક૦. 2. To render competent for; to give legal power: અખત્યાર આપવો.

Enact,(એનૅક્ટ્) *vt.* To decree; to make into a law: ઠરાવ ક૦; ધારો–કાયદો બાંધવો. 2. To act; to perform; to effect:રચવું.

Enactment,(એનૅક્ટ્મેન્ટ્) *n.* The passing of a bill into a law; the act of voting and giving validity to a law: પસાર સ્થાપન; સ્થાપના. 2. A decree; a law:કાયદો; ધારો.

Enamel,(એનૅમલ) *n.* A substance of the nature of glass: કાચના જેવી એક વસ્તુ; મીનો.*vt.* To lay enamel upon; to paint in an enamel:મીનો ચઢાવવો; મીનાકારી ક૦.

Enameller,(એનૅમલર્) *n.*One who enamels: મીનો ચઢાવનાર; મીનાગર.

Enamelling,(એનૅમલિન્ગ્) *n.*The art of enamelling: મીનાકામ; મીનાકારી.

Enamour, (એનૅમર્) *vt.* [L. *en* and *amo*, I love.] To inflame with love; to captivate: પ્યાર ક૦; મોહી પડવું; આશક થવું.

Encamp, (એન્કૅમ્પ્) *vi.* To form and occupy a camp; to halt on a march: ડેરા–તંબુ મારવા; મુકામ–પડાવ નાંખવો; છાવણી ક૦.

Encampment, (એન્કૅમ્પ્મેન્ટ્) *n.*A camp; regular order of tents for the accommodation of an army: છાવણી; મુકામ; પડાવ.

Encase, (એન્કેસ્) *vt.* To inclose: પેટીમાં નાંખ; બંધ ક૦.

Enchain, (એન્ચેન) *vt.* The chain; to fasten with chain: સાંકલથી બાંધવું. 2. To hold fast; to confine: મજબૂત પકડી-ખેંચી રાખવું. 3. To link together; to connect: ગાંઠવું; જોડવું.

Enchant, (એન્ચૅન્ટ્) *vt.* [L. *in* and *canto*, I sing.] To charm by sorcery; to fascinate: મંતરવું; મંતર મારવો; જાદુ-વશીકરણ કo. 2. To delight in a high degree; to charm:મોહ પમાડવું; મોહિત કo; મોહિની નાંખવી.

Enchanter, (એન્ચૅન્ટર્) *n.* One who enchants; a sorcerer; magician: જાદુગર; ઈલમી; ભુવો.

Enchantment, (એન્ચૅન્ટ્મૅન્ટ્) *n.* The use of magic arts, spells, or charms; incantation: જાદુ; ધંતરમંતર; મેલી વિદ્યા; ઈલમ. 2. મોહિની.

Enchantress, (એન્ચૅન્ટ્રેસ્) *n.* A woman who enchants; a sorceress: જાદુગરણી; અતિશય રૂપવાન સ્ત્રી; મોહિની.

Enchase, (એન્ચેસ્) *vt.* To incase or close in a border; to encircle: વીંટી લેવું; જડવું.

Encient, (એન્શિયેન્ટ્) *a.* હમેલ-બે જીવવાળી; ગર્ભવતી.

Encircle, (એન્સર્કલ્) *vt.* To form a circle about; to embrace: વીંટી લેવું; ઘેરવું. 2. To pass around as in a circle: પ્રદક્ષિણાકo; આસપાસ ફરવું.

Enclose, (એન્ક્લોઝ્) *vt.* [L. *in* & *claudo*, I shut.] To inclose; to include: વાડ બાંધવી-કo; ઘેરવું. 2. To put within a case: ખીડવું; અંદર મુકવું. 3. To separate from common grounds by a fence: વાડથી જુદું પાડવું.

Enclosure, (એન્કલોઝ્યૂર્) *n.* That which is inclosed; a thing contained: ખીડેલું હોય તે (કાગજ-હુંડી વગેરે.) 2. A barrier or fence: વાડ; ભીંત.

Encomium, (એન્કોમિઅમ્) Formal praise; panegyric: વખાણ; તારીફ; સ્તુતિ; પ્રશંસા.

Encompass, (એન્કમ્પૅસ્) *vt.* To describe a circle about; to environ: ઘેરી લેવું; ઘેરો ઘાલવો.

Encore, (અન્ગ્કોર્) *adv.* Once more; again: ફરીથી; પાછું; ફરીથી એકવાર; બીજીવાર.

Encounter, (એન્કાઉન્ટર્) *n.* [L. *in* & *contra*, against.] A meeting face to face; opposition; an interview: ભેટ; મેલાપ; મુલાકાત; સમાગમ. 2. A meeting with hostile purpose; a battle: યુદ્ધાર્થભેટ; અથડાઅથડી; લડાઈ. *vi.* To meet face to face; to oppose; to struggle with: મલવું; ભેટવું; સામસામા થવું; લઢવું.

Encourage, (એન્કરેજ્) *vt.* [L. *en* & *cor*, the heart.] To give courage to; to animate; to incite: હિંમત-ધૈર્ય-આશા આપવી; ઉત્તેજન-ટેકો આપવો.

Encouragement, (એન્કરેજ્મૅન્ટ્) *n.* The act of giving courage or confidence of success; incentive: હિંમત-આશા-ધૈર્ય આપવું તે; સહાય; આશ્રય; અનુગ્રહ. 2. That which serves to incite, support, promote or advance: ટેકો; ઉત્તેજન; દિલાસો.

Encroach, (એન્ક્રોચ્) *n.* [L. *incroco*, I hang by a hook.] Encroachment: પગપેસારો. *vi.* To intrude; to trespass: પગપેસારો કo; બીજાના હકમાંથી ધીમેધીમે કાંઈ લઈ લેવું.

Encroachment, (એન્ક્રોચ્મૅન્ટ્) *n.* Unlawful intrusion: પગપેસારો. 2. That which is taken by encroaching on another: બીજાના હકમાંથી ધીમે ધીમે લેઈ લેવામાં આવેલું તે.

Encumber, (એન્કમ્બર્) *vt.* [L. *cumbrus*, a mound.] To weigh down; to obstruct or embarrass: બોજા-ભારથી હરકત-અડચણ કo; ડખખલ કo. 2. To load with debts or mortgages: ડૂબાવી દેવું; માથે કરજના ટોપલા ચઢાવવા.

Encumberment, (એન્કમ્બર્મૅન્ટ્) }
Encumbrance, (એન્કમ્બ્રેન્સ્) } *n.* A burden; a clog: impediment: બોજો; ભાર; વિઘ્ન; પીડા; પ્રતિબંધ; ડખખલ; અડચણ.

Encyclopedia, (એન્સાઈક્લોપીડિઍ) *n.* The circle of sciences; cyclopedia; a general survey of human knowledge: સર્વ વિદ્યા સંગ્રહ-કોશ; વિદ્યાચક્ર-માલા; વિદ્યાવલી. **e.** *of learning*: વિદ્યાસાગર; જ્ઞાનોદધિ.

End, (એન્ડ્) *n.* [L. *anti*, over against.] Termination; close: અંત; છેડો; ટોચ; શેઢો; શિખર; પરાકાષ્ઠા. 2. The conclusion; issue; consequence: સમાપ્તિ; છેવટ; આખર; છેડો; અંત. 3. Death; destruction: નાશ; ખરાબી; લય. 4. Designed result; purpose in view; aim: હેતુ; મુરાદ; ઉદ્દેશ; મતલબ; ધારણા. 4. That which is left; a remnant; a fragment: રહેલો કકડો; ટુકડો; શેષ. *To make both* **e.**s *meet*: પોતાની શક્તિ-ગુંજાશ પ્રમાણે રહેવું; આવકના પ્રમાણમાંજ ખર્ચ રાખવું. *To put an* **e.** *to*, to destroy: મારી નાંખવું; અંત-છેડો લાવવો. *In the* **e.**, finally: આખરે; છેવટે. *vt.* To bring to an end; to finish: સમાપ્ત-પુરૂં કo; આટોપવું. 2. To destroy; to put to death: નાશ કo; મારી નાંખવું. *vi.* To come to the ultimate point; to cease: સમાપ્ત-પુરૂં થવું.

Endanger, (એન્ડેન્જર્) *vt.* To put to hazard; to expose to loss or injury: ભય-જોખમમાં નાંખવું. 2. To incur the hazard of: જોખમ માથે લેવું.

Endear, (એન્ડીઅર્) *vt.* To make dear; to make more beloved: વહાલું-પ્યારૂં કo; વહાલ લગાડવું. 2. To raise the price or cost of: કિંમત વo; મોંઘું કo.

Endearment, (એન્ડીઅર્મૅન્ટ્) *n.* The act of endearing; the state of being endeared: પ્યાર; હેત; વ્હાલ; લાડ.

Endeavour, (અન્ડેવર્) *n.* An exertion; an effort: પ્રયત્ન; યત્ન; ઉદ્યોગ; કોશીશ; મહેનત. *vt.* To attempt to gain: to strive to achieve: યત્ન-ઉદ્યોગ-કોશિશ કo.

Endemical, (એન્ડેમિકલ્) *a.* Peculiar to a people or nation: એક દેશના લોકનુંજ; ખાસ.

Ending, (એન્ડિન્ગ્) *n.* Termination; result; conclusion: અંત; પરિણામ; સીમા; આખર; છેડો.

Endorse, (એન્ડોર્સ્) *vt.* To put upon the back of; to load with: ભાર મૂકવો. 2. To write on the back: હુંડી વગેરેના પાછલ સહી કરને સ્વીકારવું.

Endow, (એન્ડાઉ) *vt.* [L. *do*, I give.] To settle an income upon; to furnish with a dower: નાણાની નિમણુંક અથવા વર્ષાશન કરી આપવું; સ્ત્રીને-છોકરીને મિલ્કત આપવી; પલ્લું આપવું. 2. To enrich or furnish with any gift or faculty:

સંપન્ન-યુક્ત કરવું; આપવું.

Endowment, (ઍન્ડાઉમેન્ટ્) *n.* The act of settling a fund or permanent provision for the support of any one: આપેલી મિલકત;વર્ષાશન; વૃત્તિ; નિમણુક. 2. That which is bestowed on a person or institution: ધર્માદાન. 3. Gift of nature; talents: ઇશ્વરી બક્ષીસ; ગુણ; શક્તિ.

Endue, (ઍન્ડ્યૂ) *vt.* To put on to; to invest; to clothe: લુગડાં પહેરવાં-પુરાં પાડવાં; આપવું. 2.To supply with; to endow: આપવું; દેવું; યુક્ત ક૰.

Endurable, (ઍન્ડ્યૂરેબલ્) *a.* Capable of being endured or borne: સહન થાય તેવું;ખમી શકાય તેવું; સહ્ય.

Endurance, (ઍન્ડ્યૂરન્સ્) *n*,State of lasting or duration; continuance: નિભાવ; ટકાવ; સ્થૈર્ય; સ્થિતિ. 2. Sufferance; patience:સહનશીલતા;શક્તિ; સબૂરી; ધીરજ; ક્ષમા; શાન્તિ.

Endure, (ઍન્ડ્યૂર્)*vt.*[L. *in* & *durus*, hard.] To remain firm under; to undergo: સોસવું; વેઠવું; ભોગવવું; ખમવું; સહન ક૰; સાંખવું. 2. To bear with patience; to bear up under: રેહેવું; ટકવું; નભવું. *vi.* To remain firm and abiding; to abide; to last:રહેવું;ટકવું. 2. To remain firm under trial;to suffer without resistance:ખમવું; સહન ક૰; વેઠવું.

Endwise, (ઍન્ડ્વાઇઝ્) *adv.* On the end; erectly; in an upright position: ટટાર; ઉભું; સીધું. 2. With the end forward: અણી-છેડો આગલ હોય તેમ.

Enemy, (ઍનીમિ)*n.* [L. *in*, not and *amicus*, a friend.] An foe; an adversary: શત્રુ; દુશ્મન; વેરી;રિપુ.The *enemy*,(*a*) the evil one;the devil: સેતાન. (*b*) The opposing force: સામું લશ્કર.

Energetical,(ઍનર્જેટિકૅલ્)*a.*Exerting force; operative: શક્તિવાન; જબરૂં; દમવાલું; તેજદાર. 2. Powerful;efficacious:ઉમંગી;હોંશી;ઉત્સાહી;ઉદ્યોગી.

Energy, (ઍનર્જી) *n.* [L. *energia*] Internal power; capacity of acting: તાકાદ;બલ;શક્તિ;જીવ; દમ;તેજ:જોર.2.Vigorous or effectual operation: ઉદ્યમ;ઉદ્યોગ;મહેનત; શ્રમ. 3. Strength of expression: life: spirit: બોલવામાં જુસ્સો; જીવ;દમ;ધમક.

Enervate. (ઍનર્વેટ્) *vt.* [L. *e*, out of and *nervous*, a nerve.] To deprive of nerve to render feeble: નિર્બલ-દુર્બલ-શક્તિહીન-કમજોર ક૰. *a.* Weakened;weak; without strength: કમજોર; નિર્બલ; દુર્બલ.

Enfeeble, (ઍન્ફીબલ્)*vt.* To render feeble; to weaken: નબલું-કમકૌવત-નિર્બલ-કમજોર ક૰.

Enforce, (ઍન્ફૉર્સ્) *vt.* To put force upon:to force; to compel: જોરજુલમથી બલાત્કારે-જબરદસ્તીથી કરાવવું; જરૂર-ફરજ પાડવી. 2. To make or gain by force:જોરજુલમ-જબરદસ્તીથી ક૰;પરાણે-બલથી ક૰.3.To put in act by violence: to drive: જોરથી ચલાવવું. 4.To urge with energy:ટેકો-પુષ્ટી -જોર આપવું.5. To put in force; to give effect to: બજાવવું; ચાલુ ક૰; અમલમાં લાવવું: ચલાવવું.

Enfranchise, (ઍન્ફ્રૅન્ચાઇઝ્) *vt.* To set free: છૂટું-મોકલું ક૰; મુક્ત ક૰; છોડવવું. 2. To make free of a city or state; to naturalize: પરદેશીને કોઈ નગર અથવા મૂલકના હક આપીને તેને ત્યાંના રેહેવાશી સમાન ક૰.3.To receive as denizens:રહેવાશી-તરીકે માન્ય ક૰.

Engage, (ઍન્ગેજ્) *vt.* To put under pledge; to render liable; to bind: વચનથી બાંધી લેવું; કરાર-બોલી-શરત કરાવવી. 2. To gain for service: કામે લગાડવું;ચાકરીમાં લેવું;રાખવું. 3.To gain over; to win and attach; to draw:મનાવી લેવું;મનરંજન ક૰; આકર્ષણ ક૰. 4. To employ the attention and efforts of; to occupy:કામમાં રોકવું;વલગાડવું; કામે લગાડવું.5.To encounter;to bring to conflict: હલ્લો ક૰; લઢાઈ ક૰. *vi.* To become bound; to warrant: વચનથી બંધાવું; જવાબદાર થવું. 2. To embark; to take a part; to enlist:કામમાં રોકાવું -ગુંથાવું-હાથ ઘાલવો. 3. To enter into conflict: હુમલો ક૰; લઢવા માંડવું; લઢાઈમાં રોકાવું.

Engagement, (ઍન્ગેજમેન્ટ્) *n.* The act of engaging or pledging: કરાર;શરત;વાયદો; કબૂલાત બોલી. 2. The state of being pledged: બંધન; સંકેત; ઠરાવ. 3. Obligation;employment: પ્રવૃત્તિ; કામ; ધંધો;ઉદ્યોગ. 4.A general action or battle: યુદ્ધ; સંગ્રામ; લઢાઈ.

Engaging, (ઍન્ગેજીન્ગ્) *a.* Tending to draw the attention; attractive: મનોહર; હૃદયગ્રાહી;મોહક; દિલપસંદ; દિલરૂબા.

Engender, (ઍન્જેન્ડર્) *vt.* [L. *en* & *genero*, I beget.] To produce by the union of the sexes; to procreate: જન્મ આપવો; પેદા ક૰. 2.To cause to exist; to cause to bring forth: ઉત્પન્ન ક૰; બનાવવું. *vi.* To assume form; to come into existence: પેદા થવું. 2. To come together; to meet: મલવું; સાથે આવવું.

Engine, (ઍન્જીન્)*n.*[L. *ingenium*,invention.] A compound machine by which any physical power is applied to produce a given physical effect: યંત્ર; સંચો.2.Any instrument by which any effect is produced: હથિયાર; શસ્ત્ર. 3. Any thing used to effect a purpose;means; agent: ઉપકરણ; સાધન; ઉપાય.

Engineer, (ઍન્જીનીઅર્)*n.* A person skilled in the principles and practice of engineering, either civil or military:યંત્રવિદ્યા જાણનાર;યંત્રશાસ્ત્રી. 2. One who manages an engine; an engine driver: સંચો-યંત્ર ચલાવનાર. *vt.* To use contrivance and effort for; to guide:યુક્તિ વાપરવી-થી ચલાવવું.

Engineering,(ઍન્જીનીઅરિન્ગ્)*n.*The science and the art of utilizing the forces and materials of nature:યંત્રવિદ્યા; સંચો ચલાવવાનો હુનર; ઇજનેરી કામ.

Enginery,(ઍન્જીનરિ)*n.*The act of managing engines or artillery: સંચો-તોપખાનું ચલાવવું તે. 2. Engines in general; instruments of war: લઢાઇનાં હથિયાર; હથિયાર.

Engle. (ઍન્ગલ્) *n.* A favourite, a paramour;

an ingle: પ્યારો; વ્હાલો; જીવજાન; આશક. *vt.* To cajole or coax, as a favourite: ફોસલાવી લેવું; ખુશામત ક૦.

English, (ઇન્ગ્લિશ્) *a.* Belonging to England or to its inhabitants: ઇંગ્રેજી; અંગ્રેજી. *n.* The people of England: અંગ્રેજ; અંગ્રેજ લોક. 2. The language of England or of the English nation: અંગ્રેજી ભાષા.

Engraft, (એન્ગ્રાફ્ટ્) *vt.* ઝાડની કલમ ક૦.

Engrave, (એન્ગ્રેવ્) *vt.* To cut in; to make by incision: કાપ-ચીરો પાડવો; ખોદવું. 2. To carve letters, figures or devices upon: અક્ષર-ચિત્ર વગેરે કોતરવું; નકશી કાઢવી; કોતરવું. 3. To impress deeply; to infix: ઠસાવવું.

Engraver, (એન્ગ્રેવર્) *n.* One who engraves; a sculptor; a carver: કોતરનાર; નકશી પાડનાર; નકશી કામ કરનાર.

Engraving, (એન્ગ્રેવિન્ગ્) *n.* The art of cutting stones, metals, &c., and representing figures thereon: નકસી પાડવાનો હુન્નર; મુદ્રા; કોતરણી. 2. An engraved plate: કોતરેલું પત્રુ-પાતું. 3. An impression from an engraved plate; a print: નકશી કામ.

Engross, (એન્ગ્રોસ્) *vt.* To make thick or large; to increase in bulk: જાડું-મોટું બનાવવું; કદમાં વધારવું. 2. To copy in a large and fair hand: મ્હોટા સારા અક્ષરે લખવું. 3. To seize in the gross; to make the whole of; to absorb: એકદમ-જથ્થાબંધ લેવું; એકહાથ ક૦.

Engrossing, (એન્ગ્રોસિન્ગ્) *n.* Act of writing in fair characters: મ્હોટા ને સારા અક્ષરે લખવું તે. *a.* Absorbing: ગરક-લીન કરે તેવું.

Engulf, (એન્ગલ્ફ્) *vt.* To absorb or swallow up as in a gulf: બુડાડી દેવું; ગરક ક૦; દાટી દેવું.

Enhance, (એન્હૅન્સ્) *vt.* [L. *in*, & *altus*, high.] To raise or lift up; to exalt: ઉંચું ક૦; ચઢાવવું; વધારવું. 2. To add to; to augment: ભારે-મ્હોટું ક૦; જ્યાદા ક૦. *vi.* To be raised up; to swell; to grow large: વધવું; ચઢવું.

Enhancement, (એન્હૅન્સ્મેન્ટ્) *n.* The act of increasing or the state of being increased; aggravation: વધારો; વૃદ્ધિ.

Enigma, (ઇનિગ્મૅ) *n.* [pl. **Enigmas.**] [L. *ænigma.*] A puzzle; a riddle: ઉખાણું; કહોયડો; સમસ્યા. 2. An action or mode of action which cannot be satisfactorily explained: ગુઢ-ગહન કામ.

Enigmatical, (ઇનિગ્મેટિકૅલ્) *a.* Obscure; puzzling: નહીં સમજ પડે એવું; ગુચવાડો ભરેલું; કહોયડા-ઉખાણા જેવું; ગૂઢાર્થક; માર્મિક.

Enjoin, (એન્જૉઇન્) *vt.* To direct with authority; to order: તાકીદથી કહેવું; ફરમાવવું; આજ્ઞા-હુકમ ક૦. 2. To prohibit or restrain by a judicial order or decree: કામ બંધ કરવાની તાકીદ આપવી; કાયદાથી મના ક૦. *vi.* To join or unite: ભેગા થવું.

Enjoinment, (એન્જૉઇન્મેન્ટ્) *n.* The act of enjoining; command: ફરમાન; તાકીદ; સખ્ત મનાઈ.

Enjoy, (એન્જૉઇ) *vt.* To take pleasure; to feel with pleasure: મોજ ક૦-મારવી; સુખ પામવું-ભોગવવું. 2. To have, possess, and use with satisfaction: ભોગવવું; ઉપભોગ-ભોગવટો ક૦. 3. To have sexual intercourse with: સંભોગ-સંગ-ભોગ ક૦.

Enjoyment, (એન્જૉઇમેન્ટ્) *n.* The condition of enjoying; possession and use: કબજો ભોગવટો; ઉપભોગ; વહિવટ. 2. That which gives pleasure; delight: સુખ; આનંદ; હર્ષ; ગમત; મોજ; સંતોષ; વિષયભોગ; વિષય-વિલાસ.

Enkindle, (એન્કિન્ડલ્) *vt.* To set on fire; to kindle: સળગાવવું; ચેતવવું; દીવાસળી મુકવી. 2. To excite: જાગૃત-પ્રદિપ્ત-ઉત્તેજીત ક૦; ઉસકેરવું.

Enlarge, (એન્લાર્જ) *vt.* To increase in quantity or dimensions; to expand: મ્હોટું ક૦; વધારવું; ફેલાવવું. 2. To dilate as with joy or affection: પ્રફુલ્લિત ક૦; ખિલવવું; ખીલવું-પ્રફુલ્લિત થવું. 3. To amplify: ફેલાવવું; વિસ્તાર ક૦; મ્હોટું ક૦. 4. To set at large; to give freedom to: છૂટ આપવી; રજા આપવી. *vi.* To grow large; to dilate: મ્હોટું થવું. 2. To be diffuse in writing or speaking; to expatiate: લંબાણથી-વિસ્તારીને બોલવું.

Enlargement, (એન્લાર્જમેન્ટ્) *n.* Augmentation; expansion: વૃદ્ધિ; વિસ્તાર; વધારો. 2. Extension of the powers of mind; ennoblement: બુદ્ધિની વૃદ્ધિ થવી તે. 3. Diffusiveness of speech or writing; expatiation: વાગ્વિસ્તાર; ગ્રંથવિસ્તાર.

Enlighten, (એન્લાઇટન્) *vt.* To supply with light; to illuminate: પ્રકાશ-અજવાલું પાડવું; પ્રકાશિત ક૦; દીપાવવું. 2. To make clear to the intellect or conscience; to inform; to instruct: માહિત-પ્રબોધિત ક૦; ઉપદેશ ક૦; જ્ઞાન આપવું.

Enlightenment, (એન્લાઇટન્મેન્ટ્) *n.* Act of enlightening, or the state of being enlightened: પ્રકાશ; ડહાપણ; જ્ઞાનસંપતિ; સુજ્ઞતા; હોશિયારી; ચંચલાઇ.

Enlist, (એન્લિસ્ટ્) *vt.* To enter on a list; to enroll: નોંધવું. 2. To engage in public service: સરકારી ચાકરીમાં દાખલ ક૦. 3. To unite firmly to a cause: સામેલ ક૦; પોતાની તરફેણનું ક૦; પોતાના પક્ષમાં દાખલ ક૦-લેવું. *vi.* To engage in public service by enrolling one's name: નામ નોંધાવીને સરકારી ચાકરીમાં રહેવું. 2. To enter heartily into a cause: ખરા મનથી કોઇપણ કામમાં સામેલ થવું; પ્રવૃત્ત થવું.

Enlistment, (એન્લિસ્ટ્મેન્ટ્) *n.* The act of enlisting or the state of being enlisted: નોંધ; કલમબંદી. 2. The writing by which a soldier is bound: સીપાઇને લશ્કરમાં રાખવાનો કરાર-લખત.

Enliven, (એન્લાઇવન્) *vt.* To give life, action or motion to; to excite: જીવતું-સજીવન ક૦; જીવદાન-પ્રાણદાન આપવું. 2. To give spirit or vivacity to; to animate: ઉત્સાહ-તેજ-જીવ-દમ આણવો; હર્ષ ઉત્પન્ન ક૦; જુસ્સો આપવો.

Enmity, (એન્મિટિ) *n.* [L. *inimicitas.*] Hostile or unfriendly disposition; animosity: અદાવત; વેર; શત્રુભાવ; દુશ્મનાઇ; દ્વેષ. 2. A state of opposition; hostility: વિરોધ; વિપક્ષતા; વિરૂદ્ધતા.

Ennoble, (એન્નોબલ્) *vt.* To make noble; to dignify: મ્હોટું-શ્રેષ્ટ ક૦; ઉત્કર્ષ-ઉન્નતિએ લઈ જવું; પ્રતિષ્ઠાએ પહોંચાડવું. 2. To raise to nobility; to give titular rank to: અમીર ક૦; ઉમરાવની પદવી આપવી.

Enormity, (ઇનૉર્મિટિ) *n.* The state of exceeding a measure or rule; excessiveness: ઘણાપણું; અમર્યાદપણું; અતિશયતા. 2. An exceeding offence; an atrocity: મહા પાપ; મહાપાતક; અજીમ ગુનાહ.

Enormous, (ઇનૉર્મસ્) *a.* [L. *e*, out & *norma*, rule.] Out of due proportion; inordinate: બેહદ; અપરિમિત. 2. Great beyond the common measure: ઘણું મ્હોટું; જબરૂં; વિશાલ. 3. Exceedingly wicked; atrocious: મહાપાતકી; અતિદુષ્ટ.

Enormously, (ઇનૉર્મસ્લિ) *adv.* Beyond measure: excessively: અતિશય; બેહદ; અમર્યાદ.

Enough, (ઇનફ્) *a.* Giving content; answering the purpose: જોઈએ તેટલું; પૂરતું; જોગ. *adv.* To the satisfaction: ખસ. 2. Fully; quite: પુરૂં; ખસ; બીલકુલ; તદન. 3. In a tolerable degree: ઘણું જ.

Enquire, (એનક્વાઇર્) *vt.* To ask about: પૂછવું. 2. To call or name: બોલાવવું. *vi.* To ask a question; to seek for truth: સવાલ-પ્રશ્ન પૂછવો; પ્રશ્ન ક૦. 2. To make examination: તપાસ-પુછપરછ-ચોકસી ક૦.

Enquiry, (એનક્વાઇરિ) *n.* પુછપરછ; તપાસ; ચોકસી; શોધ.

Enrage, (અન્રેજ્) *vt.* To fill with rage: ચીડવવું; ગુસ્સે ક૦; ખીજવવું.

Enrapture, (એનરૅપ્ટ્યૂર્) *vt.* To transport with pleasure; to enravish: અત્યંત ખુશ ક૦; અત્યાનંદ પમાડવું.

Enravish, (એન્રૅવિશ્) *vt.* To enrapture; to charm: મગ્ન-ખુશ ક૦; આનંદિત ક૦.

Enrich, (એનરિચ્) *vt.* To render opulent: ધનવાન-દ્રવ્યવાન-તાલેવંત ક૦. 2. To make rich with manure; to fertilize: ખાતર પુરવું; ફલદ્રુપ-રસાલ ક૦. 3. To instruct; to store: જ્ઞાન આપવું-સંપાદાન કરાવવું. 4. To adorn: શણગારવું; સુશોભિત-મનોરંજક ક૦.

Enrobe, (એન્રોબ્) *vt.* To invest with a robe; to attire: સુંદર પોશાક પહેરવો.

Enroll, (એન્રોલ્) *vt.* To record; to leave in writing: નોંધવું; નોંધ લેવી. 2. To envelop; to involve: વિંટાલવું; પરબીડિયામાં ઘાલવું.

Enrolment, (એન્રોલ્મેન્ટ્) *n.* The act of enrolling: નોંધ; કલમબંધી; કલમજારી. 2. That in which any thing is enrolled; a register: નોંધપોથી; ચોપડો.

Enroot, (એન્રૂટ્) *vt.* To fix by the root; to fix fast: મજબૂત બેસાડવું; રોપવું; ઉંડાં મુલ ઘાલવાં.

En-route, (અન્રૂટ્) *adv.* Along the way or road: રસ્તે જતાં; વાટમાં.

Ensconce, (એન્સ્કૉન્સ્) *vt.* To protect; to hide securely: બચાવ ક૦; આશરો આપવો.

Enshrine, (એન્શ્રાઇન્) *vt.* To inclose in a shrine or chest; to cherish: પેટીમાં મુકવું: જતનથી સાચવવું; સાચવી સંભાળીને રાખી મૂકવું.

Ensign, (એન્સાઇન્) *n.* [L. *in* & *signum*, mark.] A flag; a standard; the colors: વાવટો; નિશાન; ઝુંડો. 2. A signal to give notice: નિશાન; સંકેત. 3. Sign; badge of office or rank; symbol: ચિન્હ; લક્ષણ; નિશાની. 4. A commissioned officer who carries the flag: નિશાન ઉંચકનાર સનંદી અમલદાર; નીશાનચી; પતાકધારી. *vt.* To designate by an ensign: વાવટાથી ઓલખાવવું. 2. To distinguish by a mark or ornament: નિશાની-લક્ષણથી ઓલખવું.

Enslave, (એન્સ્લેવ્) *vt.* To reduce to slavery; to deprive of liberty: ઘુંડો-દાસ-ગુલામ ક૦.

Ensnare, (એન્સ્નેર્) *vt.* To entrap: સપડાવવું; જાલફાંસામાં પકડવું. 2. To entangle; to inveigle: ફસાવવું; પેચ-દાવમાં લાવવું.

Ensue, (એન્સ્યૂ) *vt.* [L. *in* and *siquor*, I follow.] To follow; to pursue: પાછલ પડવું-જવું. *vi.* To follow or come after; to result from: ઉદ્ભવવું; પરિણામ થવું-હોવું; ફલ નિકલવું-પ્રાપ્ત થવું.

Ensuing, (એન્સ્યૂઇંગ્) *a.* પાછલ આવતું; આવતું; હવે પછીનું.

Ensure, (એન્સ્યૂર્) *vt.* To make sure or secure: ખચિત-નક્કી-દૃઢ ક૦. 2. To secure against a possible loss: વીમો ઉતારવો-ક૦.

Entail, (એન્ટેલ્) *n.* [L. *talea*, a cutting.] (*a*) An estate or fee entailed: વંશપરંપરાથી આવેલી મિલ્કત. (*b*) The rule by which the descent is fixed: મિલ્કત વંશપરંપરા આપવાનો નિયમ. *vt.* To settle inalienably on a person and his descendants: વંશપરંપરા આપવું. 2. To cut or carve for ornament: શોભાને માટે કોતરકામ કાઢવું.

Entangle, (એન્ટૅન્ગલ્) *vt.* To twist or interweave in such a manner as not to be separated: ગુંચવવું; વલ આપવો. 2. To involve in complications: ગુંચવણ-ગભરાટમાં નાંખવું; ગોટાલો ક૦. 3. To perplex; to puzzle: ગભરાવવું; ગુંચવવું.

Entanglement, (એન્ટૅન્ગલ્મેન્ટ્) State of being entangled; intricacy; perplexity: ગુંચવણ; ફાંસો; જાલ; ફાંદો; ગભરાટ; પેચ.

Enter, (એન્ટર્) *vt.* & *vi.* [L. *inter*, within.] To penetrate; to pierce: અંદર જવું-આવવું; પ્રવેશ ક૦; પેસવું. 2. To join; to enlist in: રાખવું; દાખલ ક૦-થવું; ભલવું. 3. To engage in; to become involve in: શામિલ થવું; ગુંતાવું; રોકાવું. 4. To put in; to insert: માંહે મૂકવું-દાખલ ક૦; ખોસવું; ઘાલવું. 5. To inscribe; to record: નોંધ ક૦; લખવું; નોંધવું. 6. (*a*) To go into or upon lands and take actual possession of: કોઈ પણ જમીનપર જઇને તેનો કબજો લેવો. 7. To fill or inscribe upon the records of the land office the required particulars: નામે-ખાતે ચડાવવું. 8. To consider attentively: ધ્યાનપૂર્વક વિચારવું; મનન-ચિંતન ક૦.

Enteric, (એન્ટેરિક્) *a.* Belonging to the intestines: આંતરડાની સાથે સંબંધ રાખનારૂં.

Enterprize, (એન્ટર્પ્રાઇઝ્) *n.* [L. *in* & *prehendo*, I take.] A hazardous undertaking; an adventure: સાહસ કામ; જોખમ ભરેલું કામ; સાહસ; જોખમ.

2. Eagerness to engage in labour which requires boldness, energy, &c.: સાહસ કામ કરવાની–જોખમ ખેડવાની ઇચ્છા. *vt.* To undertake; to venture upon: સાહસ કામ કરવાનું માથે લેવું; હિંમત ધરવી.

Enterprising, (ઍન્ટપ્રાઇઝિન્ગ્) *a.* Bold to undertake; resolute; prompt; સાહસિક; બીડું ઝડપવાને તૈયાર; હિંમતવાન; ઉત્પાતી; ઉદ્યોગી.

Entertain, (ઍન્ટર્ટેન્) *vt.* [L. *teneo*, I hold.] To be at the charges of; to maintain: રાખવું; પોષવું; નિભાવવું. 2. To give hospitable reception and maintenance to: પરોણાચાકરી કo; આગતાસ્વાગતા–મેહમાનદારી કo. 3. To engage agreeably the attention of: મનરંજન કo; ખુશ કo. 4. To receieve and take into consideration: વિચાર કo; ધ્યાનમાં લેવું. 5. To harbour; to cherish: મનમાં રાખવું; ધરવું.

Entertaining, (ઍન્ટર્ટેનિન્ગ્) *a.* Affording entertainment; pleasing: ગમતી; રમૂજી; મનોરંજક.

Entertainment, (ઍન્ટર્ટેન્મેન્ટ્) *n.* The act of receiving as host or of pleasing: આગતા સ્વાગતા: આદરસત્કાર; મેહમાનદારી. 2. (*a*) A feast; a hospitable repast: ઉજાણી; જ્યાફત; મેજબાની. (*b*) That which amuses or diverts: ગમત; મઝા; તમાસો.

Enthrall, (ઍન્થ્રૉલ્) *vt.* To enslave; to inthrall: દાસ–બુડો કo; ગુલામીમાં રાખવું.

Enthrone, (ઍન્થ્રોન્) *vt.* To place on a throne; રાજ્યાસન પર બેસાડવું; રાજપદે સ્થાપવું; તખ્તનશીન કo: રાજ્યાભિષેક કo.

Enthusiasm, (ઍન્થ્યૂઝિઍઝ્મ્) *n.* [Gr. *en* & *theos*, God.] Rapture; ecstasy: અત્યાનંદ. 2. An ardent zeal or interest: ઉન્માદ; આવેશ; જુસ્સો; ઝનુન.

Enthusiast, (ઍન્થ્યૂઝિઍસ્ટ્) *n.* (*a*) A religious madman; a fanatic: ઝનુની માણસ; ઝનુની. (*b*) An ardent and imaginative person; a zealot: બેહદ આતુર માણસ; ગાંડો; ઉત્સાહી.

Enthusiastic-cal, (ઍન્થ્યૂઝિઍસ્ટિક્–ઍન્થ્યૂઝિઍસ્ટિકલ્) *a.* Zealous in the pursuit of an object: આવેશી; અત્યાતુર: જુસ્સાવાળું; ઉત્સુક; વ્યગ્ર; ઝનુની.

Entice, (ઍન્ટાઇસ્) *vt.* [L. *titio*, a firebrand.] To draw on; to allure; to incite: લલચાવવું; લોભ–મોહ પમાડવો; ભમાવવું; ફુસલાવવું.

Enticement, (ઍન્ટાઇસ્મેન્ટ્) *n.* Act of alluring or tempting to evil: લલચાવવું તે; ફોસલાવણી; છેતરપીંડી; ઉશ્કેરણી. 2. Alluring object: મોહિની; લોભ; લાલચ.

Entire, (ઍન્ટાઇર્) *a.* [L. *in*, not and *tago*, I touch.] Complete in all parts; full & perfect; undivided: પુરૂ; પૂર્ણ; સંપૂર્ણ; અખંડ; આખું; સલંગ; સમસ્ત; બધું; તમામ; તદન; કુલ. 2. Pure: શુદ્ધ; સરલ; નિર્મલ; નરદમ.

Entirely, (ઍન્ટાઇર્લિ) *adv.* Wholly; fully: તદન; તમામ; છેક; બીલકુલ: નિઃશેષ; સર્વથા. 2. Truly; sincerely: અંતઃકરણથી; સત્ય રીતે.

Entitle, (ઍન્ટાઇટલ્) *vt.* [L. *in* & *titulus*, title.] To give title to; to denominate: ખિતાબ આપવો; નામ–અભિધાન–સંજ્ઞા આપવી. 2. To give a claim to: હક–અધિકાર આપવો; હકદાર કરવું. 3. To attribute; to ascribe: આરોપવું; ઠેરવવું.

Entity, (ઍન્ટિટિ) *n.* [L. *ens*, *entis*, thing.] A real being; essence; existence: અસ્તિત્વ; હયાતી; હસ્તી: વજુદ. વસ્તુ; અર્થ.

Entomb, (ઍન્ટૂમ્) *vt.* To deposit in a tomb; to bury: ઘોરમાં મુકવું; દાટવું; ગાડવું.

Entomology, (ઍન્ટૉમૉલૉજી) *n.* [Gr. *entema*, insects.] The science of insects: જીવડાંની વિદ્યા; જીવજંતુઓનું વર્ણનશાસ્ત્ર.

Entrails, (ઍન્ટ્રેલ્સ્) *n.* [L. *intra*, within.] Bowels; the guts: આંતરડાં. 2. The internal parts: અંદરનો ભાગ; અંતભાગ.

Entrance, (ઍન્ટ્રૅન્સ્) *n.* L. *intro*, I go in.] The act of entering or going in: પ્રવેશ; અંદર જવું–આવવું તે. 2. Permission or power to enter: દાખલ થવાની રજા–પરવાનગી. 3. The door; gate; passage: રસ્તો; માર્ગ; વાટ; દરવાજો. 4. The commencement; initiation: શરૂઆત; પ્રારંભ; મંડાણ. *vt.* To put into a trance; to make insensible to present objects: મૂર્છામાં નાંખવું; બેભાન કo; બેશુદ્ધિમાં નાંખવું. 2. To put into an ecstasy; to enrapture: અતિશય આનંદ પમાડવો.

Entrap, (ઍન્ટ્રૅપ્) *vt.* To insnare; to entangle: ફાંસામાં પકડવું–નાંખવું; સપડાવવું; પેચમાં લેવું.

Entreat, (ઍન્ટ્રિટ્) *vt.* To deal with; to use or manage: ચાલવું; વર્તવું. 2. To beseech; to importune: વિનંતિ–અરજ કo; કરગરવું. 3. To pursuade by entreaty: વિનંતિ કરીને સમજાવવું. 4. To entertain; to receive: આગતાસ્વાગતા કo.

Entreaty, (ઍન્ટ્રીટિ) *n.* Urgent prayer; pressing solicitation: પ્રાર્થના; વિનંતિ; આજીજી; કાલાવાલા; અરજ; કાકલુદી.

Entree, (ઍન્ટ્રી) *n.* A coming in; permission or right to enter: આવવા જવાનો હક–રજા–પરવાનગી. 2. A course of dishes, the first that is placed upon the table: ભોજન પ્રકાર; વાની.

Entrust, (ઍન્ટ્રસ્ટ્) *vt.* To deliver in trust; to confide to the care of: સોંપવું; સ્વાધીન આપવું–કo.

Entry, (ઍન્ટ્રિ) *n.* (*a*) Entrance; ingress: દરવાજો; દ્વાર; માર્ગ. (*b*) bginning: પ્રારંભ; શરૂઆત. 2. The act of making a record: નોંધ; ખારનીશી. 3. That by which entrance is made; a vestibule: પરસાલ; ચાલ. 4. (*a*) The actual taking possession of lands: પ્રવેશ; કબજો. (*b*) One of the acts essential to complete the offence of burglary and house breaking: ઘરપ્રવેશ.

Entwine, (ઍન્ટવાઇન્) *vt.* To twist together; to entangle: વિંટાળવું; લપેટવું; વળ દેવો; ગૂંથવું. *vi.* To become twisted: લપટાવું; વિંટલાવું.

Entwist, (ઍન્ટ્વિસ્ટ્) *vt.* To twist or wreathe around: વિંટવું; લપેટવું; વિંટાલવું.

Enucleate, (ઇન્યૂક્લિએટ્) *vt.* [L. *e*, out and *nucleus*, kernel] To uncover; to explain: સાફ કo; છોલવું; સમજાવવું; ખોલાસો કo; જાહેર કo. 2. To bring to light; to clear: સ્પષ્ટ–ઉઘાડું કo

Enumerate, (ઇન્યૂમેરેટ્) *vt.* [L. *e*, out and *numerus*; number.] To number; to reckon; ગણવું; ગણત્રી ક૦; ગણીને કહેવું; સુમાર કાઢવો.

Enumeration, (ઇન્યૂમેરેશન) *n.* The act of recounting: ગણત્રી; ગણના; સુમાર. 2. A detailed account: વિગતવાર હિસાબ

Enunciate, (ઇનન્સિએટ્) *vt.* [L. *e*. & *nuncio*, I tell.] To proclaim; to declare: બોલવું; જાહેર ક૦; પ્રકટ–પ્રસિદ્ધ ક૦; જણાવવું; કહેવું; વ્યાખ્યા કહેવી.

Enunciation, (ઇનન્સિએશન) *n.* Mode of utterance: ઉચ્ચાર; ઉચ્ચારણ. 2. Statement; announcement: પ્રસિદ્ધિ; પ્રસિદ્ધિકરણ.

Envelop, (એન્વેલૉપ) *vt.*[L. *volupe*, agreeably] To surround; to invest completely: વિંટાળી લેવું; લપેટવું; ઘેરવું. 2. To wrap up; to overlay: આવરણ ક૦; લપેટવું; પરબીડામાં મુકવું.

Envelope, (એન્વેલોપ્) *n.* A wrapper; a cover: પરબીડિયું: ઢાંકણ; આચ્છાદન. 2. The nebulous covering of the head or nucleus of a comet: ધૂમકેતુ–પુંછડીઆ તારાનું માથું.

Envenom, (એન્વેનૉમ્) *vt.* To poison: ઝેર ઘાલવું; ઝેર આપવું–પાવું–દેવું. 2. To taint with bitterness or malice: વેરભાવ–અદાવત રાખવી; દુશ્મનાઈ–અંટસ રાખવી. 3. To enrage: ગુસ્સે ક૦.

Enviable, (એન્વિઍબલ) *a.* Fitted to excite envy; અદેખાઈ ઉત્પન્ન કરે એવું; ઘણું ઈચ્છવા લાયક; સ્પૃહણીય; ઇર્ષ્યાપાત્ર.

Envious, (એન્વિઅસ્) *a.* [L. *invidia*, envy.] Feeling envy: ઝેરીલું; અદેખું; મત્સરી; હસદખોર.

Environ, (એન્વાઇરૉન) *vt.* [L. *viton*, circle.] To surround; to encircle: ઘેરવું; ચારે ગમ હોવું–આવવું. 2. To involve; to envelop: લપેટવું; વિંટાળવું.

Environs, (એન્વિરૉન્સ્) *n.* The parts or places which surround another place: કોઈ દેશ–શહેર વગેરેની આસપાસની જગ્યા; પરાં.

Envoy, (એન્વૉઈ) *n.* [L. *via*, way.] 1. A person sent by a prince to negotiate a treaty or transact other business: રાજદરબાર તરફથી મોકલેલો વકીલ; એલચી; રાજદૂત. 2. An explanatory postscript to a poem or essay: પુનર્લેખ; તાજેકલમ.

Envy, (એન્વિ) *vt.* [L. *in* and *video*, I see.] 1. To regard with discontent and malevolent longing: અદેખાઈ–ઈર્ષ્યા ક૦; ખળવું. 2. To be filled with emulation at the sight of: કોઇનું કંઈ સારૂં જોઈને તેવું મેલવવાની ઘણી હોંસ–ઈચ્છા રાખવી; સરસાઈ–હરીફાઈ ક૦. 3. To desire strongly; to covet: તૃષ્ણા રાખવી; લાલચ રાખવી. 4. To hate: ધિક્કારવું–તિરસ્કાર ક૦. *vi.* To be filled with envious feelings: અદેખાઈ રાખવી. 2. To rail: ખદખોઈ–નિંદા ક૦. *n.* Pain or uneasiness by the sight of another's superiority; malicious grudging: ઝેર; ઈર્ષ્યા; અદેખાઈ; હસદ. 2. Emulation: ચરસાચરસી; સરસાઈ; હરીફાઈ; હોસાતોસી. 3. Odium, invidiousness: ફિટકાર; તિરસ્કાર; નામોશી. 5. Ill will; malice: ખાર; દ્વેશ.

Enwrap, (એન્રૅપ) *vt.* To involve; to infold: વિંટાળવું; વિંટવું. 2. To perplex: ગભરાવવું; ગુંચવાવવું; ગુંચવણમાં નાંખવું.

Epaulet, (ઍપૉલેટ્) *n.* A shoulder piece: લશ્કરી અમલદારના પોશાકની ખાંધ ઉપર સુશોભિત નિશાન.

Ephemeral, (એફીમેરલ્) *a.* Diurnal; continuing one day only: એક દિવસ રહેનારૂં–જીવનારૂં. 2. Short lived: ક્ષણભંગુર; ક્ષણિક.

Epic, (ઍપિક્) *a.* [L. *epos*, a word] designating an heroic poem: વીરચરિત્ર સંબંધી–નું.*n.* An epic or heroic poem: વીરરસ કાવ્ય; પવાડો; વીરચરિત્ર.

Epicure, (ઍપિક્યૂર) *n.* [L. *Epicurus*, the famous Greek philosopher.] One who is devoted to dainty or sensual enjoyments; a voluptuary: સારૂંસારૂં ખાવાપીવાનો શોખીન; સવાદિયું માણસ; ભોગી: વિલાસી; વિહારી.

Epidemic, (ઍપિડેમિક્) *n.* A disease which arise from a widespread cause: મરકી; ઉડતો રોગ; ઉડતા રોગનો હુમલો.

Epidemic-al, (ઍપિડેમિક્-ઍપિડેમિકૅલ્) *a.* Common to or affecting many people: ઘણાને લાગુ પડતું; સાધારણ; બહુમારક. 2. Generally prevailing: સર્વનું; આમ.

Epidermis, (ઍપિડાર્મિસ્) *n.* [Gr. *epi*, upon and *derma*, the skin.] Cutical; scarfskin: ઉપરની ચામડી–ત્વચા. 2.The external layer of the bark of a plank: બહારનું પડ: છાલ.

Epigastrium, (ઍપિગૅસ્ટ્રિઅમ્) *n.* The upper part of the abdomen: પેટનો ઉપલો ભાગ.

Epigram, (ઍપિગ્રૅમ) *n.*[Gr. *epi* upon & *grapho*, I write.] A short poem treating only one thing and ending with some lively, ingenious, and natural thought: એકજ વિષય ઉપર જોડેલી મનોરંજક કવિતા; ગજલ; કવિતાનો ટપ્પો.

Epigrammatic, (ઍપિગ્રૅમૅટિક્) *a.* Concise; poignant: ટુંકું; અવિસ્તર્ણ; લાગુ પડતું; આબાદ

Epigraph-y, (ઍપિગ્રૅફ્-ઍપગ્રૅફિ) *n.* The science of inscriptions: ઈમારત ઉપર લખેલો કે કોતરેલો લેખ; મુદ્રાલેખ. 2. A motto: કહેવત.

Epilepsy, (ઍપિલેપ્સિ) *n.* [Gr. *epi* & *lambano*, I seize.] The falling sickness: ફેફરૂં; વાઇ; અપસ્માર.

Epileptic, (ઍપિલેપ્ટિક્) *a.* Pertaining to the falling sickness: ફેફરાનું–વિશે; ફેફરાવાલું. *n.* One affected with epilepsy: અપસ્માર–વાઈનો દરદી.

Epilogue, (ઍપિલૉગ્) *n.* [Gr. *epi* & *lego*, I speak. A speech or short poem addressed to the spectators by one of the actors, after the conclusion of the play: અંત્યમંગલ; નાટકને છેડેની કવિતા કે ભાષણ. 2. A conclusion: ઉપસંહાર.

Episcopacy, (ઇપિસ્કોપસિ) *n.* [Gr. *epi* and *scopio*, I look.] Watch; careful inspection:

તપાસ; ચોકસી. 2. Government of the church by bishops or prelates: ધર્માધિકાર; ધર્મગુરૂનો અધિકાર.

Episcopal, (ઇપિસ્કોપૅલ) *a.* Governed by bishops: ધર્મગુરૂઓની સત્તા તલેનું-હાથ નીચેનું. 2. Belonging to bishops: પાદરીઓને લગતું.

Episcopate, (ઇપિસ્કોપેટ્) *n.* A bishopric: પાદરીનો હોદ્દો-પદવી. 2. The collective body of bishops: પાદરીઓનો વર્ગ; અધ્યક્ષમંડલ.

Episode, (ઍપિસોડ્) *n.* [Gr. *epi* & *eisodos*, a coming in.] An incidental narrative: કોઇ વાતની વચ્ચે આવેલી બીજી વાત; ઉપકથા; ઉપાખ્યાન; આડકથા.

Epistle, (ઇપિસલ્) *n.* [Gr. *epi* and *stello*, I send.] A letter; a letter missive: કાગલ; પત્ર.

Epistolary, (ઇપિસ્ટોલૅરિ) *a.* Pertaining to letters: કાગલને લગતું-સંબંધી; પત્ર વિષયક. 2. Contained in letters: કાગલમાં લખેલું; કાગલ પત્રથી ચાલતું.

Epitaph, (ઍપિટૅફ્) *n.* [Gr. *epi* & *taphos*, a tomb.] An inscription on a monument, in honour of the dead: સ્મરણ લેખ; મૃત્યુ લેખ; કબર ઉપર કોતરેલો લેખ.

Epithet, (ઍપિથૅટ્) *n.* [Gr. *epi*, and *tithemi*, I place.] An adjective expressing some quality: ગુણવાચક શબ્દ; વિશેષણ. 2. Term; expression: ઉપાધિ; સંબોધન; સંજ્ઞા; શબ્દ; બોલ; નામ.

Epitome, (ઍપિટોમિ) *n.* [Gr. *epi* and *temno*, I cut.] A brief summary; an abridgment: સંક્ષેપ; સારસંગ્રહ; સાર.

Epitomise, (ઍપિટોમાઇઝ્) *vt.* To abstract in summary: સંક્ષેપમાં લખવું. 2. To curtail: ઓછું-કમી કરવું; ઘટાડવું; ટુંકું કરવું.

Epoch, (ઇપૉક્)*n.* [Gr. *epi* and *echo*, I hold.] A fixed point of time, from which succeeding years are numbered, era: જે દહાડાથી સાલવર્ષ ગણાય છે તે દહાડો; શક; સંવત; સન. 2. A memorable period: નામાંકિત કાળ-સમય; યાદગાર વખત.

Equability, (ઇક્વૅબિલિટિ) *n.* Continued equality; evenness or uniformity: સમાનતા; સરખાપણું.

Equable, (ઇક્વૅબલ્) *a.* [L. *æquus*, equal.] Equal and uniform: સમાન; સમ; સરખું; સમતોલ. 2. Not variable or changing: એકરૂપ; સમતોલ; બદલાય નહિ એવું.

Equal, (ઇક્વૅલ્) *a.* [L. *æquus*, equal.] responding; alike: બરાબર, સમાન, તુલ્ય; સરખું. 2. Adequate; fit: જોઇએ તેવું-તેટલું; પૂરતું; લાયક. 3. Not variable; uniform: એકરૂપ-સરખું; સમાન.

Equality, (ઇક્વૉલિટિ) *n.* The condition of being equal: બરાબરી; સમાનતા; સરખાપણું. 2. Sameness in state or continued course; uniformity: સમભાવ; સમાનવૃત્તિ.

Equalization, (ઇક્વૉલાઇઝેશન) *n.* The act of equalizing, or state of being equalized: સરખાપણું; બરાબરી; તુલ્યતા; સમાનતા.

Equalize, (ઇક્વૉલાઇઝ્) *vt.* To make equal: સરખું-બરોબર-સમાન-સમતોલ કo. 2. To pronounce equal; to compare as equal: સરખામણી કo. 3. To be equal to: સરખું હોવું; થવું.

Equally, (ઇક્વૅલિ) *adv.* In an equal manner or degree; alike; evenly: સરખી રીતે; સરખે ભાગે.

Equanimity, (ઇક્વૅનિમિટિ) *n.* [L. *animus*, the mind.] Evenness of mind: સમભાવ; સમાનવૃત્તિ; સ્વસ્થતા; શાંતિ; શાંતપણું; ધીરજ.

Equanimous,(ઇક્વૅનિમસ્) *a.* Of a steady temper: એક સરખાં-ધીરજ ભરેલાં મનવાળું; સમાનપ્રકૃતિક.

Equangular, (ઇક્વૅન્ગ્યૂલૅર્) *a.* [L. *æquus*, equal and *angulus*, an angle.] Having equal angles: સરખા ખુણાવાળું.

Equation, (ઇક્વેશન) *n.* Equality; equilibrium: સમાનતા; સાદૃશતા; સરખાપણું. 2. An expression of the condition of equality between two algebraical quantities: સમીકરણ; સામ્ય.

Equator, (ઇક્વેટર્) *n.* A great circle on the earth's surface, everywhere equally distant from the two poles: વિષુવવૃત્ત; પૃથ્વીના મધ્ય ભાગની રેખા-લીટી. 2. A great circle of the celestial sphere: નાડી મંડલ-વૃત્ત.

Equatorial, (ઇક્વૅટોરિઍલ્) *a.* Pertaining to the equator: વિષુવવૃત્તનું-સંબંધી.

Equerry, (ઇક્વૅરિ) *n.* [L. *equus*, horse.] A large stable for horses: ઘોડાઓને બાંધવાનો મોટો તબેલો; ડેહલું. 2. An officer of nobles or princes, charged with the care and management of their horses: અશ્વપાલ; ઘોડાઓનો રખેવાળ.

Equestrian, (ઇક્વૅસ્ટ્રિઍન) *a.* Of or pertaining to horse or horsemen: ઘોડાનું-ને લગતું; અશ્વસંબંધિ. 2. Mounted: ઘોડેસ્વાર; અશ્વારૂઢ. *n.* A rider; a horseman: ઘોડેસ્વાર.

Equiangular, (ઇકિવઍન્ગ્યૂલર્) *a.* Having equal angles: સમકોણ; સરખા ખુણાવાળું.

Equibalance, (ઇકિવબૅલેન્સ) *n.* [L. *æquus*, equal & *balance*.] Equal weight; equiponderence: સરખો ભાર; સમતોલ. *vt.* To equiponderate: સરખો ભાર કo; સમતોલ કo.

Equidistant, (ઇકિવડિસ્ટૅન્ટ્) *a.* *æquus*, equal and *distans*, distant.] Being at an equal distance from the same point or thing: સમાંતર; સરખા અંતરનું.

Equilateral, (ઇકિવલૅટરૅલ્) *a.* [L. *æquus*, equal and *latus*, side.] Having all the sides equal: સરખી બાજુનું; સમબાજુ-ભુજ.

Equilibration, (ઇકિવલાઇબ્રેશન) *n.* The act of keeping the balance even; equipoise: સમતોલપણું; ધડો.

Equilibrity, (ઇકિવલિબ્રિટિ) } *n.* Equality
Equilibrium,(ઇકિવલિબ્રિઅમ્) } of weight or force: સમતોલપણું. 2. A just poise in respect to an object, so that it remains firm: તોલ; ધડો. 3. Equal balancing of the mind: મનનું

સમતોલપણું-શાંતિ.

Equinal-ne, (ઇકવાઈનૅલ્-ઇકવાઈન્) *a.* [L. *equus*, horse.] Pertaining to, or resembling, a horse: ઘોડા સંબંધી-ને મળતું.

Equinoctial, (ઇક્વિનૉક્શિઍલ્) *a.* [L. *æquinoctium.*] Designating an equal length of day and night: રાત અને દિવસની સરખી લંબાઈ જણાવનારૂં. 2. Pertaining to the regions of the equator: વિષુવરેખા તરફ-પાસેનું. **E.** *points*: અયન. **E.** *line*, the celestial equator: વ્યોમકક્ષા; વિષુવમંડલ.

Equinox, (ઇક્વિનૉક્સ્) *n.* [L. *æquus*, equal and *nox*, night.] The precise time when the sun enters one of the equinoctial points: વિષુવકાલ; મેષ-તોલારાશીમાં સૂર્યનો આવવાનો વખત. *Autumnal* **e.** જલવિષુવ; વિષુપદ; તુલાવિષુવ. *Vernal* **e.**: મેષવિષુવ; સુલતાની નૌરોજ.

Equip, (ઇક્વિપ્) *vt.* To furnish for service; to fit out: સજ્જ-સિદ્ધ ક૦; તૈયાર ક૦. 2. To dress up; to array: હથીઆરબંધ ક૦; હથીઆર સજવાં.

Equipage, (ઇક્વિપેજ્) *n.* Furniture; equipment: લશ્કરનો સામાન; યુદ્ધસામગ્રી. 2. Habiliments: લુગડાં; પોશાક. 3. Attendance; ratinue: સ્વારી; રસાલો.

Equipoise, (ઇક્વિપૉઇઝ્) *n.* [L. *æquus*, equal and *pondus*, weight.] Equality of weight or force; equilibrium: સમતોલ-ભાર. 2. Counterpoise: ધડો.

Equitable, (ઍક્વિટૅબલ્) *a.* Possessing equity; impartial: પ્રમાણિક; ન્યાયનિષ્ટ; નીતિમાન; અપક્ષપાતી; ઇનસાફી. 2. Tried in a court of equity: અદલ; રાસ્ત; વાજબી.

Equitably, (ઍક્વિટૅબ્લિ) *adv.* Justly; impartially: વાજબી રીતે; યથા ન્યાય; ન્યાય પૂર્વક; ઇનસાફથી.

Equity, (ઍક્વિટિ) *n.* [L. *æquus*, even or equal.] Justice, impartiality: ન્યાય; ઇનસાફ; નીતિ; અપક્ષપાત. 2. An equitable claim: વાજબી હક-દાવો.

Equivalence-y, (ઇક્વિવૅલેન્સ-ઇક્વિવૅલેન્સિ) *n.* Equality of value or force: કિંમતની ખરોખરી; અવેજ. 2. Equal power or force: સમજોર-બલ-સામર્થ્ય.

Equivalent, (ઇક્વિવૅલેન્ટ્) *a.* [*æquus*, equal & *valeo*, I am strong.] Equal in value, worth, force, &c: મૂલ્ય-વજન-શક્તિ-અર્થમાં સમાન-સરખું. 2. Equal in dimensions: કદમાં બરાબર.

Equivocal, (ઇક્વિવોકૅલ્) *a.* [L. *æquus*, equal and *vocis*, word.] Ambiguous; uncertain: બે અર્થ-મતલબ ધરાવતું; દ્વિઅર્થી; અસ્પષ્ટાર્થક. 2. Dubious, doubtful: સંશય ભરેલું; શકમંદ; સંશયાત્મક.

Equivocation, (ઇક્વિવોકેશન) *n.* Ambiguity of speech: દ્વિઅર્થી-શક ભરેલું ભાષણ; વક્રોક્તિ.

Era, (ઇરૅ) *n.* A fixed point of time from which a series of years is reckoned: સંવત; શક; સને; સાલ; જમાનો.

Eradiate, (ઇરૅડિએટ્) *vi.* [L. *e*, out & *radius* ray.] To beam: કિરણ ફેંકવાં.

Eradicate, (ઇરૅડિકેટ્) *vt.* [L. *e*, out & *radix*, root.] To pull up by the roots; to extirpate: જડમૂલથી ઉખેડી નાંખવું; નાશ ક૦; નિર્મૂલ ક૦.

Eradication, (ઇરૅડિકેશન) *n.* Extirpation; excision: જડમૂલથી કાઢી નાંખવું તે; નિપાત; ઉચ્છેદ. 2. The state of being plucked up by the roots: પાયમાલી; નાશ; ખરાબી.

Erase, (ઇરેસ્) *vt.* [L. *e*, out and *rasum*, to scratch.] To rub out; to efface: છેકા મારવા; છેકી નાંખવું; લુછી નાંખવું; લુછવું; ભૂસી નાંખવું.

Erasement, (ઇરેસ્મેન્ટ્) *n.* The act of erasing; destruction: છેકો; છેકાછેકી; નાશ; લોપ; ખરાબી.

Ere, (એર્) *adv.* & *prep.* Before; sooner then; અગાઉ; પૂર્વે; આગમચ.

Erect, (ઇરેક્ટ્) *a.* [L. *e*, & *rago*, I make straight.] Upright; not bent: સીધું; ઉભું; ટટાર. 2. Directed upward; raised: ઉંચું; ઉંચું કરેલું. 3. Bold, unshaken: ટટાર; દ્રઢ; હિંમતવાન; નિર્ભય; છાતીવાલું. *vt.* To set upright, to raise: ઉભું-સિધ્ધુ-ટટાર ક૦; રોપવું; દાટવું. 2. To set up; to build: બાંધવું; ઉભું ક૦. 3. To set on high; to exalt: ચઢાવવું; ઉંચી પદવી આપવી. 4. To cheer: ઉલટમંદ ક૦. ઉત્તેજન આપવું.

Erection, (ઇરેક્શન) *n.* The act of erecting or establishing: પ્રતિષ્ટાપન; સંસ્થાપન; સ્થાપના; નિર્માણ: 2. A building; any thing erected: બાંધણી; ઇમારત; અમલો.

Erelong, (એર્લૉન્ગ્) *adv.* Soon; before long: થોડીવારમાં; જલદી.

Ergo, (અરગો) *adv.* Therefore; consequently: તેથી; તેટલા માટે; તેને લીધે.

Ermine, (અર્માઇન)*n.* An animal allied to the weasel: નોલીઆની જાતનું એક જનાવર. 2. The fur of the ermine: તે જનાવરનાં રૂવાં.

Erosion,(ઇરોઝ્હન) *n.* Corrosion; canker: સડો; નાસુર; ચાંદી.

Err, (અર્) *vi.* [L. *erro*, I wander.] To wander; to ramble: રસ્તો ભૂલવો; ચૂકવું; ભમવું; આડે રસ્તે જવું. 2. To mistake in judgment; to blunder: ભૂલ-ચુક ક૦; ભુલવું. 3. To fail morally: સત્યનો માર્ગ ત્યાગ ક૦; કુમાર્ગી થવું.

Errand, (ઍરૅન્ડ્) *n.* A mandate; a message: સંદેશો; પેગામ; કેહેણ. 2. આજ્ઞા; આદેશ; હોકમ. 3. કામ; કાર્ય.

Errant, (ઍરૅન્ટ્) *a.* Wandering; rambling: ભટકતું; ભમતું. 2. Wild: લફંગું; પકડું; પુરૂં. 3. Itinerant: મુસાફરી કરતું; પ્રગણામાં ફરતું.

Er atum, (ઍરેટમ) *n.* [*pl.* **errata.**] [L. *erro*, I wander from the truth.] An error or mistake in writing or printing: શુદ્ધિ પત્ર.

Erroneous, (ઇરોનીઅસ્) *n.* Irregular: અનિયમિત. 2. False, mistaken: ભૂલભરેલું; ખોટું; અશુદ્ધ.

Error, (ઍરર્)*n.* [L. *erro*, I wander from the truth.] Mistake; irregularity; inaccuracy: ચૂક; દોષ; ગફલતી; ભૂલ. 2. Falsity; misapprehension from truth: ભ્રમ; ભ્રાંતિ; ભ્રમણ. 3. A moral offence; fault: વાંક; ગુન્હો; કસુર; અપરાધ. *A writ of error*: કોરટના ઠરાવોમાં થયલી ભૂલો સુધારવાનો હુકમ. **E.** *excepted*: ભુલ ચૂક લેવી દેવી.

Eruca, (ઍર્યૂકે) *n.* A worm; a caterpillar: કામળીઓ. 2. A genus of plants: એક જાતનું ઝાડ.

Eructate, (ઇરક્ટેટ્) *vt.* To belch: ઓડકાર ખાવો.

Eructation, (ઇરક્ટેશન્) *n.* [L. *e*, and *ructo*, I belch forth.] The act of belching wind from the stomach: અટકાર; ઓડકાર; ઓરકાડ.

Erudite, (ઍર્યૂડાઇટ્) [L. *ex*, and *rudis*, rough.] *a.* Well-instructed; learned: પઢેલું; શિખેલું; પંડિત; વિદ્વાન.

Erudition, (ઍર્યૂડિશન્) *n.* The state of being learned: પાંડિત્ય; વિદ્યા; જ્ઞાન; ઇલમ.

Erupt, (ઇરપ્ટ્) *vi.* [L. *e*, out and *rumpo*, I break.] To burst forth: બહાર નિકલવું; ફાટવું.

Eruption, (ઇરપ્શન્) *n.* The act of bursting forth: ફાટવું તે; ધડાકો; ઉદ્ગાર; નિઃસરણ. 2. The breaking out of a cutaneous disease: શરીરપર ફોલ્લા ગુમડાં નિકલવાં તે.

Erysipelas, (ઍારસિપેલૅસ્) *n.* [Gr. *erythros*, red and *pella*, a skin.] Inflammatory swelling: તાવ સાથે સોજો આવે છે તે રોગ; રતવા.

Escape, (ઍસ્કેપ્) *vt.* To flee from and avoid; to shun: ટાલવું; બચી જવું. 2. To avoid the notice of; to evade: દૃષ્ટિ—નજર ચુકાવવી; અખાડા ક૦. *vi.* To hasten away: નાશી જવું; છટકી—સટકી જવું; પલાયન કરી જવું. 2. To get clear from danger: પાર પડવું; બચી જવું; કોરા રહેવું. *n.* Deliverance: નાહસભાગ; પલાયન; બચાવ; છુટકો; છુટકારો. 2. An oversight: a mistake: ભૂલથાપ; ભૂલ.

Escharotic, (ઍસ્કૅરૉટિક્) *a.* Producing a scar; caustic: માંસદાહક; દાહકારી; ખાલે—ખાલી નાખે તેવું. *n.* A caustic: ખાલી નાંખે તેવો દવા; દાહક ઓસડ.

Escheat, (ઍસ્ચીટ્) *n.* [L. *ex*, and *cado*, I fall.] (*a*) The reverting of real property to the state: જે મિલ્કત વારસ ન હોવાના કારણથી ખાલસા થાય છે તે. (*b*) A writ to recover escheats: ખાલસા કરેલો માલ પાછો મેલવવાનો હુકમ. 2. The land which fall to the state by escheats: બીન વારસી મિલ્કત; ખાલસા થયલી મિલ્કત.

Eschew, (ઍસ્ચૂ) *vt.* To shun, to avoid: દુર રહેવું; ટાલવું; તજવું. 2. To escape from: નાશી જવું; બચવું.

Escort, (ઍસ્કૉર્ટ્) *n.* [L. *ex* and *corrigo*, I set right.] A guard of honour: રસ્તામાં રક્ષણ—આબરૂને માટે રાખેલાં માણસ; વલાવો. *A light* **e.**: છડીસ્વારી. 2. Safeguard on a journey: રક્ષણ; સંભાલ. *vt.* To attend and guard: વલાવું ક૦—લેવું; મુકવા—પહોંચાડવા જવું.

Escritoire, (ઍસ્ક્રિટવૉર્) *n.* [L. *ex* and *scribo*, I write.] A writing desk: લખવાની ચીજો રાખવાની પેટી; કલમદાની.

Esculent, (ઍસ્કયૂલેન્ટ્) *n.* [L. *esca*, food.] Anything that is eatable: ખાવાજોગ પદાર્થ; *a.* Eatable; edible: ખાવાજોગ—લાયક; ભક્ષ્ય; ભોજ્ય.

Escutcheon, (ઍસ્કચૉન્) *n.* [L. *scutam*, a shield.] The shield; the shield on which a coat of arms is represented: જે ઢાલપર કુલીનપણાની નિશાની હોય તે; કુલચિન્હપત્ર. 2. (*Naut.*) That part of a vessel on which her name is written: વહાણના જે ભાગપર તે વહાણનું નામ લખેલું હોય તે.

Esophagus, (ઇસૉફૅગસ્) *n.* The gullet: અન્ન જવાની નલી—માર્ગ; અન્નમાર્ગ.

Esoteric, (ઍસોટેરિક્) *a.* [Gr. *esoterikos*, inner, *es* into.] Private; acroatic: ખાનગી; ગુપ્ત; ગૂઢ.

Especial, (ઍસ્પેશૅલ્) [L. *species*, a particular kind.] Principal; chief; particular: ખાસ; મુખ્ય; વિશેષ; પ્રધાન; ઉત્તમ.

Especially, (ઍસ્પેશૅલિ) *adv.* Principally; chiefly: વિશેશે—મુખ્યત્વે—ઘણું કરીને; ખાસ; ખસુસન.

Espionage, (ઍસ્પિઅૉનેજ્) *n.* The employment of spies: જાસુસી; ભેદુ—રેકુનું કામ.

Esplanade, (ઍસ્પ્લૅનેડ્) *n.* [L. *ex*, out & *planus*, flat.] A clear space between the citadel and the first houses of the town: કિલ્લાની આગલનું મેદાન. 2. A grass-plot: ઘાસ ઉગેલું મેદાન. 3. Any clear space used for public walks and drives: માણસ તથા ઘોડાગાડીને જવા આવવાનું મેદાન; ફરવા હરવાની જગા.

Espousal, (ઍસ્પાઉઝૅલ્) *n.* [L. *spondeo*, I promise.] The act of betrothing: લગ્નની માગણી; વિવાહ; વેવિશાલ; સગાઇ. 2. Adoption: તરફેણ; સ્વીકાર; અંગીકાર.

Espouse, (ઍસ્પાઉઝ્) *vt.* To give as spouse; to affiance: વિવાહ—વેવિશાલ—સગાઇ ક૦. 2. To accept in marriage; to wed: પરણવું; લગ્ન—પાણી ગ્રહણ ક૦. 3. To adopt: to embrace: તરફેણ ખેંચવી; પક્ષ ક૦; આદરવુ; અંગીકાર ક૦; તરફેણમાં જવું.

Espy, (ઍસ્પાઇ) *vt.* To catch sight of: નજરે પડવું; એકાએક દેખાવું. 2. To inspect narrowly: નિરખવું; નિહાલવું; તપાસીને જોવું. *vi.* To observe: જોવું; નિહાલવું. *n.* A spy; a scout: જાસુસ; ભેદુ.

Esquire, (ઍસ્કવાઇર્) *n.* [L. *scutum*, a shield.] A title of office or courtesy: મહેરબાન; શેઠજી; શેઠ સાહેબ.

Essay, (ઍસ્સે) *n.* [L. *exigo*, I examine.] A trial; attempt: યત્ન; પ્રયત્ન; ઉદ્યોગ; અજમાયેશ; પ્રયાસ; કોશિશ. 2. (*Lit.*) A composition treating of any particular subject: પ્રબંધ; લેખ; નિબંધ; રેસાલો. 3. A trial to prove the qualities of a metal: ધાતુની કસોટી—પરીક્ષા—પારખ. *vt.* To try; to attempt; to make experiment: યત્ન—પ્રયત્ન—કોશિશ ક૦; અજમાવવું; અજમાવી જોવું. 2. To try the value and purity of metals: પરીક્ષા—કસોટી ક૦.

Essayist, (ઍસ્સેઇસ્ટ્) *n.* A writer of an essay: નિબંધ રચનાર—લખનાર; નિબંધકાર.

Essence, (ઍસ્સેન્સ્) *n.* [L. *esse*, to be.] substance; pith: સાર; સારાંશ; ગર્ભ; તાત્પર્ય; સત્વ; કસ.

2. Distinctive character: પ્રકૃતિ; પ્રકૃતિ સ્વભાવ; વિશેષગુણ; વિલક્ષણતા; ખાસિયત. 3. Constituent substance: તત્વમાલ;કાલજું;ગર્ભ;માવો. 4. Perfume; odor; scent: સુગંધ; પરિમલ; પીમલ; ખુશબો; સુવાસ; અત્તર; અર્ક; તેજાબ. *vt.* To perfume; to scent: સુગંધીકાર ક૦.

Essential, (એસ્સેન્શૅલ્) *a.* Belonging to the essence: મૂલ પ્રકૃતિનું; વાસ્તવિક; સ્વાભાવિક. 2. Important in the highest degree: આવશ્યક; મુખ્ય; જરૂરી; અગત્યનું. 3. Pure; unmixed: શુદ્ધ; ચોખ્ખું. *n.* Existence; being: હસ્તી; હયાતી; હોવાપણું; અસ્તિત્વ. 2. That which is essential; the first principle: આવશ્યક વિષય; તત્વ; મૂલતત્વ; મૂલ.

Essentially, (એસ્સેન્શૅલિ) *adv.* In an essential manner: અવશ્યે કરીને; જરૂર; ખાસ કરીને; ખસુસન.

Establish, (એસ્ટૅબ્લિશ્) *vt.* [L. *sto,* I stand.] To settle; to confirm: સ્થાપવું; મંડાણ ક૦; ઉભું ક૦. 2. To enact; to ordain: નિમવું; સ્થાપન ક૦; બાંધવું. 3. To secure; to uphold: સ્થિર–સલામત રાખવું. 4. To settle or fix: ભાગુક પડી રહેવું; હમેશાનું નક્કી કરી મુકવું. 5 (*a*) To set up in business: ધંધે–રોજગારે વલગવું; કામે લાગવું. (*b*) To make secure against assault: શત્રુની સામે સંભાળીને બેસવું.

Establishment, (એસ્ટૅબ્લિશમેન્ટ્) *n.* Settlement; confirmation: સ્થાપના; પ્રતિપાદન. 2. The state of being established; fixed state: સાધન; સિદ્ધિ; ઉત્પત્તિ. 3. That which is established: મંડલી; મંડલ; ખાતું; કારખાનું. (*a*) A form of government, civil or ecclesiastical: બંધારણ; ધોરણ; રચના. (*b*) A permanent military force: કાયમનું લશ્કર. (*c*) A commercial organization: વેપારની પેઢી–દુકાન. (*d*) Residence including grounds, furniture, &c. રહેઠાણ; ખટલો. (*e*) Servants, &c: નોકરચાકર; રસાલો.

Estate, (એસ્ટેટ્) *n.* [L. *sto,* I stand.] Condition; state: સ્થિતિ; દશા; અવસ્થા; હાલત. 2. A possession; property in land: જાગીર; જમીન; ભોંયભાઠાં; વજીફો; વતન; મીલકત. 3. The state; the business of Government: રાજ્ય; રાજ્યનું કામકાજ; વહિવટ. *Hereditary* e.: વતન; મીરાસ. *Personal* e.: જંગમ મિલ્કત. *Real* e.: સ્થાવર મિલ્કત.

Esteem, (એસ્ટીમ્) *vt.* [L. *æstimo,* I value.] To value; to reckon: ગણવું; લેખવું; કિંમત ક૦. 2. To regard with reverence: પૂજ્ય ગણવું; માન આપવું; પ્રેમ–પ્રીતિ–ચાહના રાખવી. *n.* Valuation; estimate: ગણના; ગણત્રી; મત. 2. High value; great regard: મમતા; ચાહના; પ્યાર; માન.

Estimable, (એસ્ટિમૅબલ્) *a.* Capable of being valued: ગણવા–લખવા લાયક. 2. Valuable; worth a great price: કિંમતી; ભારે કિંમતનું. 3. Worthy of esteem: માન્ય; માનપત્ર; માનજોગ; યોગ્ય; ભલું.

Estimate, (એસ્ટિમેટ્) *vt.* To fix the worth of; to compute or rate: સુમાર–અડસટ્ટો–આસરો કાઢવો; અજમાયશ કાઢવી; તોલવું; આંકવું; ગણના–ગણત્રી ક૦. *n.* A value determined by judgment; a calculation without measuring or weighing: સુમાર;અડસટો;આસરો; આંકણી;ગણત્રી; અટકલ;તુલના.

Estimation, (એસ્ટિમેશન્) *n.* The act of estimating; valuation: ગણત્રી; અડસટો; સુમાર; અંદાજ. 2. An opinion or judgment of the worth or extent: મત; વિચાર; કિમ્મત. 3. Esteem; regard; honour: લેખું; હિસાબ; માન; પ્રીતિ. 4. Supposition; conjecture: અજમાશ; અટકલ; કલ્પના.

Estop, (એસ્ટૉપ્) *vt.* To impede or bar; to stop the progress of: અટકાવવું; બંધ ક૦; રોકવું.

Estrange, (એસ્ટ્રેન્જ) *vt.* To make strange; to withold; to keep at a distance: દૂર–અલગ–નોખું–કરવું. 2. To alienate: બીજાને આપવું; પારકું ક૦. 3. To make a stranger of: ઉચામન ક૦; સંબંધ તોડવો;–પ્રીતિ તોડવી.

Estrangement, (એસ્ટ્રેન્જમેન્ટ્) *n.* Alienation; removal: મન ઉતારો; અણુરાગ; સ્નેહભેદ; વિયોગ.

Estuary, (એસ્ટ્યૂઍરિ) *n.* [L. *æstus,* fire; heat.] An arm of the sea; a frith: અખાત; ખાડી; નાલું.

Etcætera, (એટ્સીટરૅ) And the rest; ઈત્યાદિ; વિગેરે.

Eternal, (ઇટર્નૅલ્) *a.* [L. *ævum,* lifetime.] Always existing: શરૂઆત કે છેડા વગરનું; અનાદ્યનં; નિત્યસિધ્ય; સનાતન. 2. Everlasting; immortal: સાર્વકાલિક; અમર; અનંત; નિત્ય; અવિનાશી. 3. Perpetual; ceaseless: અખંડ; અવિચ્છિન્ન; નિરંતર; હમેશાનું. *The* e. *city,* Rome: રોમ શહેર. *The* e.: ઇશ્વર; પરમેશ્વર.

Eternally, (ઇટર્નૅલિ) *adv.* Unchangeably; perpetually: સદા; હમેશા; નિરંતર.

Eternity, (ઇટર્નિટિ) *n.* Everlastingness: અનંતપણું; નિત્યતા; હમેશગી. 2. The state or condition which begins at death: મરણ પછીનો અનંતકાલ; અનંતસ્થિતિ.

Ether, (ઇથર્) *n.* [L. *aether.*] A light volatile fluid: વાફરૂપે ઉડી જતો એક જાતનો તેજાબ; 'ઈથર.' 2. A supposed matter above the air: સૂક્ષ્મવાયુ; આકાશ.

Ethereal, (ઇથીરીઍલ્) *a.* Pertaining to other regions; celestial: આકાશી; આસમાની; દિવ્ય; આકાશમય. 2. Tenuous; spirit-like: પાતલું; બારીક; સૂક્ષ્મ. 3. Relating to ether: ઈથર સંબંધી.

Ethic-cal, (ઍથિક–ઍથિકૅલ્) *a.* [L. *ethicus.*] Relating to manner or morals; containing precepts of morality: નીતિનું; નીતિ સંબંધી.

Ethics, (ઍથિક્સ્) *n. Pl.* The body of rules of duty drawn from this science: નીતિશાસ્ત્ર; નીતિવિદ્યા; દંડનીતિ.

Ethnology, (એથ્નૉલૉજી) *n.* [L. *ethnos,* a nation and *logos,* a discourse.] The science which treats of the different races and families of men: માણસ જાતના અસલ કુટુંબનું વર્ણન કરનારૂં શાસ્ત્ર; નરવંશ વિદ્યા; મનુષ્યજાતી વિવેચન વિદ્યા.

Etiquette, (એટિકેટ્) *n.* Conventional decorum: સભ્યાચાર પદ્ધતિ; સભ્યતાની રીતિ; વિનયરીતિ; વિધિ; શિષ્ટાચાર; સભ્યતા; અદબ; અદબઅદાબો.

Etymology, (એટિમૉલૉજી) *n.* [Gr. *etymos*, true and *logos*, account.] That branch of the philosophical science which treats of the history of words and grammatical terms: શબ્દ વ્યુત્પતિ વિદ્યા; પદભંજન વિદ્યા. 2. That part of grammar which relates to the changes in the forms of words in a language: શબ્દ વિન્યાસ; શબ્દવિચાર.

Etymon, (એટિમૉન) *n.* [Gr. *tumon*.] Primitive word; root: મૂલ શબ્દ; ધાતુ.

Eucharist, (યૂકેરિસ્ટ્) *n.* [Gr. *eu* well and *charis*, favour.] Thanks giving: પાડ માનવો–શુકર ગુજારવી તે. 2. The sacrament of the lord's supper: ખ્રિસ્તિ ધર્મનો એક સંસ્કાર; પ્રભુભોજન.

Eulogize, (યૂલૉજાઇઝ્) *vt.* To extol in speech or writing: to praise: સ્તુતિ–વખાણ–પ્રશંસા–તારીફ ક૦.

Eulogy, (યૂલૉજી) *n.* [Gr. *eu* and *lego*, I speak.] Praise; a speech in commendation: પ્રશંસા; સ્તુતિ; તારીફ; વખાણ; શ્લાઘા.

Eunuch, (યૂનક્) *n.* [Gr. *eune*, a bed and *echo*, I have charge of.] A male of the human species castrated: નપુંસક; હીજડો; ખોજો; ષંઢલ.

Euphony, (યુફોનિ) *n.* [Gr. *phone*, sound.] An agreeable sound: સુસ્વર; મધુર વચન–શબ્દ; મધુરોચ્ચાર.

European, (યુરોપીઍન) *n.* A native of Europe: યુરોપખંડનો રહેવાસી; ટોપીવાળો. *a.* Pertaining to Europe or its inhabitants: યુરોપખંડનું–સંબંધી; વિલાયતી.

Evacuant, (ઇવૅક્યૂઍન્ટ્) *n.* A purgative or cathartic: ઝાડો ઉતરે એવું ઓસડ; જુલાબ. *a.* Purgative; cathartic: ઝાડો ઉતરે–દસ્ત થાય–એવું.

Evacuate, (ઇવૅક્યૂએટ) *vt.* [L. *e*, out and *vaco*, I empty.] To make empty: ખાલી ક૦. 2. To deprive: બહાર કાઢવું; હગવું; પેટ ખાલી ક૦. 3. To eject; to discharge: જુલાબ આપીને પેટ સાફ–ખાલી કરાવવું. 4. To quit; to desert: ત્યાગ ક૦; છોડી–નિકલી જવું.

Evacuation, (ઇવૅક્યૂએશન) *n.* The act of emptying: પરિત્યાગ; વિસર્જન; ઉત્સર્ગ; ત્યાગ. 2. That which is discharged: ઝાડો, ઓકારી વગેરે મારફતે શરીરમાંથી બહાર નિકલેલી ચીજ.

Evade, (ઇવેડ્) *vt.* [L. *e*, out and *vado*, I walk hastily.] To escape; to elude: ટાલવું; ભૂલથાપ દેવી; ઉડાવવું; ચુકવવું. *vi.* To escape: નાશી જવું; છટકી જવું. 2. To attempt to escape: નાશી જવાને પ્રયત્ન ક૦.

Evanescent, (ઇવૅનેસ્સેન્ટ્) *a.* [L. *e*, and *vanesco*, I empty.] Vanishing; fleeting: ક્ષણિક; ક્ષણભંગુર; ફાની. 2. Imperceptible: સૂક્ષ્મ; ઝીણું; બારિક.

Evangelist, (ઇવૅન્જેલિસ્ટ્) *n*, [Gr. *eu* well and *angello*, I bring news.] A writer of the history or doctrines, precepts, actions, life and death of Jesus Christ: બૈબલનો સુવાર્તા નામનો ભાગ લખનાર. 2. A preacher of the gospel: બૈબલમાં લખેલી વાર્તાનો ઉપદેશક; વાએજ કરનાર.

Evaporate, (ઇવૅપરેટ્) *n.* [L. *e*, out & *vapor*, steam.] To dissipate in vapor or fumes: બાફ–વરાલ ક૦. 2. To give vent to: ઉદ્દગાર કાઢવા. *vi.* To pass off in vapor, as a fluid: વરાલ અથવા બાફ રૂપે ઉડી જવું. 2. To be wasted; to pass off: વ્યર્થ જવું; ઉડી જવું–લોપ થવો.

Evaporation, (ઇવૅપરેશન) *n.* The act of passing off in vapor: બાફ–વરાલ થવી–ક૦ તે; બાષ્પીભવન. 2. The transformation of a fluid into vapor: કોઈ પણ પ્રવાહિનું વરાલમાં રૂપાન્તર; બાષ્પીકરણ. 3. Vapour: બાફ; વરાલ; બાષ્પ.

Evasion, (ઇવેઝન)*n.* [L. *e*, out and *vado*, I go.] The act of eluding the pressure of an argument or charge: બહાનું; ચૂકવણી; ઉડાવણી; અખાડા; તાલમેલ.

Evasive, (ઇવેસિવ્) *a.* Elusive; avoiding: ઉડાવનારૂં; અખાડા કરનારૂં; ચુકવનારૂં; તાલમેલિયું.

Eve, (ઈવ્) Evening: સાંજ; સંધ્યાકાલ.

Even, (ઇવન) *a.* Level or smooth in surface; horizontal: સપાટ; સરખું; સાફ. 2. Equable; calm: શાંત; થંડું; સ્થિર. 3. On a level; parallel: બરાબર; સમાન્તર; સમાન. 4. Adjusted; ચૂકતું; માંડી વાલેલું; ચુકવેલું. 5. Not odd: બેકી; સમ. 6. Without any flaw or blemish; pure: શુદ્ધ; નિષ્કલંક. *vt.* To level; to perfect: સરખું–સપાટ–બરાબર ક૦. 2. To balance: બરોબર રાખવું. *vi.* To be equal: બરોબર હોવું. *adv.* Exactly: બરાબર રીતે. 2. At the very time: તેજ વખતે; તેમજ. 3. So much as: એ; પણ; બી; તોબી; છતાં પણ.

Evening, (ઇવનિન્ગ્) *n.* The close of the day: સાંજ; સંધ્યાકાલ; સાયંકાલ. 3. The declining period: જીંદગીની આખર વખત; વૃદ્ધાવસ્થા; જૈફી.

Evenness, (ઇવ-નેસ્) *n.* Uniformity: level: સપાટી; સરખાપણું; સમાધાની.

Even-handed, (ઇવન્‌હેન્ડેડ્) *a.* Fair or impartial: વાજબી; નિષ્પક્ષપાત; રાસ્ત.

Even-minded, (ઈવ-માઈન્ડેડ્) *n.* Of one mind: એકજ મનનું; સમાનવૃત્તિવાલું; સમભાવવાલું.

Event, (ઇવેન્ટ્) *n.* [L. *e*, out & *venio*, I come.] An incident, good or bad: બનાવ; બિના; હકીકત; વાત; વૃત્તાન્ત. 2. The issue; end; conclusion: પરિણામ; છેવટ; ફલ. *In the* **e.** *of*, if: જો; એમ હોય–થાય તો. *At all* **e.***s*, કાંઈબી–ગમે તેમ કરીને; ગમે તે થાય તોપણ.

Eventide, (ઇવન્‌ટાઈડ્)*n.* Evening: સાંજ; સંધ્યાકાલ.

Eventual, (ઇવેન્ટ્યૂઍલ્) *a.* Consequential: ઉત્પન્ન થતું; અનુસારી. 2. Final: છેવટનું; છેલ્લું; આખરનું; અંત્યનું.

Ever, (ઍવર્) *adv.* [L. *ævum*.] At any time: કદાપિ; કદી; કોઇ પણ વેલા–વખત. 2. At all times: સર્વદા; હમેશાં; રોજ; અહર્નિશ; નિત્ય; સદા. 3. Continually: જાતું; વારંવાર. **E.** *and anon*, now and then: જ્યારે ત્યારે; વારેઘડીએ; વારંવાર. *For* **e.**, eternally: સર્વકાલ સુધી; અનંતકાલ સુધી; હમેશનું. **E.** *so*, to whatever extent: ગમે તેટલું.

Everlasting, (એવર્લૅસ્ટિન્ગ્) *a.* Immortal; eternal: અમર; નિત્ય; સનાતન; હમેશનું; અવિનાશી. 2. Perpetual: સર્વકાલિક; જાથુનું; નિરંતર; કાયમ.

Evermore, (એવર્મોર્) *adv.* Always; forever; હમેશ; સદા. 2. At all times: સર્વ વખતે.

Every, (એવરિ) *a.* All the parts which compose a whole; હરેક; દરેક; પ્રત્યેક; એકેએક.

Every-day, (એવરિ ડે) *a.* Usual: રોજનું; દરરોજનું.

Every-where, (એવરિહ્વેર્) *adv.* In every place: બધે; સઘલે; સર્વત્ર.

Evict, (ઈવિક્ટ્) [L. *e*, out and *vinco*, I conquer.] (*Law*) To expel from; to compel to leave: કાયદા રૂએ કબજો છોડાવવો–મૂકાવવો. 2. To evince; to prove: સાબેત કo; દેખાડવું.

Evidence, (એવિડેન્સ્) *n.* [L. *e*, out and *video*, I see.] Any mode of proof; the ground of belief or judgment: પ્રમાણ; પુરાવો; સાબેતી; શહાદત; ગવાહી. 2. One who bears witness: સાક્ષી; સાહેદ: સાહેદી; ગવાહ. 3. (*Law*) Means of proof: સાબેતીનાં સાધન. *State's* **e.**, *Queen's* **e.**, *Crown's* **e.**, *King's* **e.**: પોતાના ગોઠિયાઓને છોડી સરકાર તરફથી સાક્ષી આપનાર અપરાધી. *vt.* To render clear; to prove: સિદ્ધ–સાબીત કo; સ્પષ્ટ દેખાડવું.

Evident, (એવિડેન્ટ્) *a.* Clear to the vision; plain: સ્પષ્ટ; ખુલ્લું; પ્રસિદ્ધ; જાહેર; ઉઘાડું; સાફ.

Evidently, (એવિડેન્ટ્લિ) *adv.* Clearly; plainly: ખુલ્લી રીતે; જાહેરાત; સરિઆમ.

Evil, (ઈવિલ્) *a.* Not good; mischievous: ખરાબ; નઠારૂં; અધમ. 2. Wicked; wrong: પાપી; દુષ્ટ; બુરૂં. 3. Sorrowful; distressing: અમાંગલિક; દુઃખકારક; અનર્થનું: સંકટ–દુઃખ–આફતનું. *The evil one*, the devil; સેતાન; ભૂત. *n.* wickedness; depravity: પાપ; દુષ્ટતા; દોષ; દુરાચાર; અધર્મ; કુકર્મ; બદી. 2. Injury; mischief: સંકટ; દુઃખ; આફત. 3. A disease: રોગ. *King's* **e.**: કંઠમાલા. *adv.* Unhappily; unkindly; ખરાબ રીતે; દુઃખમાંથી.

Evil-minded, (ઇવિલ્માઈન્ડેડ્) *a.* Malicious; wicked: મનનું કપટી; હૈયામેલું; દુષ્ટાત્મા; પાપમતિ.

Evil-speaking, (ઇવિલ્સ્પીકિન્ગ્) *n.* Slander; defamation: ચાડી; ચુગલી; નિંદા; બદગોઇ.

Evil-spirit, (ઇવિલ્સ્પિરિટ્) *n.* The devil: સેતાન; ભૂત.

Evince, (ઇવિન્સ્) *vt.* [L. *e*, out and *vinco*, I overcome.] To conquer; to subdue: તાબે કo; જીતવું. 2. To manifest; to evidence: સ્પષ્ટ ખતાવવું; સિદ્ધ–સાબિત કo.

Eviscerate, (ઇવિસ્સરેટ્) *vt.* [L. *e*, out and *viscera*, bowels.] To take out the entrails of; to gut: આંતરડાં બહાર કાઢવાં.

Evoke, (ઇવોક્) *vt.* [L. *e*, & *voco*, I call.] To call out; to summon forth: કઢાવવું; બોલાવવું.

Evolution, (ઇવોલ્યૂશન) *n.* [L. *e*, & *volvo*, I roll.] The act of unfolding; development: ખુલ્લું–પ્રગટ કરવું અથવા થવું તે; પ્રકટીકરણ; વિસ્તાર. 2. A series of things unrolled: ક્રમ; શ્રેણી; અઢી; પરંપરા. 3. The extraction of roots: ધાત મૂલકર્મ; ધાતમૂલ. *Theory of* **e.**: પરિણામવાદ.

Evolve, (ઈવૉલ્વ્) *vt.* [L. *e*, & *volvo*, I roll.] To unfold; to open: ઉકેલી–ખોલી કાઢવું; ઉઘાડું કo. 2. To throw out; to emit: બહાર કાઢવું; કાઢી નાંખવું. *vi.* To become disclosed or open: ખુલવું; ઉઘડવું; નિકલવું; બહાર પડવું–આવવું; નિસરવું.

Ewe, (યૂ) *n.* A female sheep: મેંઢી; ઘેટી.

Exacerbate, (ઍક્સૅસર્બેટ્) *vt.* [L. *ex*, out and *acerbus*, bitter.] To irritate; to imbitter: ખિજવવું; ગુસ્સે ચઢાવવું. 2. દરદનું જોર વધારવું.

Exacerbation, (ઍક્સૅસર્બેશન) *n.* The act of rendering more bitter: કરડું કo તે; ગુસ્સે કo. તે; પ્રવૃત્તિ; પ્રકોપ. 2. A periodical increase of disease or violence in a disease: પ્રકોપ; દરદનો જોરા–ભર.

Exact, (ઍગ્ઝૅક્ટ્) *vt.* [L. *ex*, out & *ago*, I drive.] To demand; to extort: અધિકારથી લેવું; માગવું. 2. To wrest with force: જોરજુલમથી લઇ લેવું; બલાત્કારે કઢાવવું; હરવું. *vi.* To practise extortion: બલાત્કાર વાપરવો. *a.* Precisely agreeing with a fact, truth or standard: ખરૂં; વાજબી; યથાર્થ; ખરોખર; દુરસ્ત. 2. Accurate; punctual: વખતસર કરતું–આપતું–જતું આવતું; ચોકસ; નિયમસરનું.

Exaction, (ઍગ્ઝૅક્શન) *n.* A levying by force; બલાત્કાર; જોરજુલમ; પીડા. 2. Tribute: જોરજુલમથી લીધેલા પૈસા–ખંડણી; કર; વેરો.

Exactly, (ઍગ્ઝૅક્ટલિ) *adv.* Accurately, nicely: ખરાખર તેવુંજ; આબાદ; આબેહુબ; નિયમસર; તેમજ.

Exaggerate, (ઍગ્ઝૅજરેટ્) *vt.* [L. *ex*, *ad* & *gero*, I bear.] To heap or pile up: ઢગલો કo. 2. To enlarge beyond bounds: મરી મસાલો ઉમેરીને બોલવું; મીઠું મરચું ભભરાવીને વાત કo; અતિશયોક્તિ–સહરાગાત કo; રજનું ગજ કo. 3. To heighten in colouring or design: ઘણો રંગ લગાડવો; ભભક વધારવી.

Exaggeration, (ઍગ્ઝૅજરેશન) *n.* The act of heaping or piling up: ઢગલો કo તે; સંચય. 2. Hyperbole: અતિશયોક્તિ; અત્યુક્તિ; સહરાગાત.

Exalt, (ઍગ્ઝૉલ્ટ્) *vt.* [L. *ex*. & *altus*, high.] To elevate; to lift up: ઉંચું કo. 2. To dignify; to promote: ઉંચે પદે ચઢાવવું; મ્હોટી પદવી આપવી. 3. To extol; to glorify: પ્રશંસા–વખાણ–તારીફ–સ્તુતિ કo.

Ealtation, (ઍગ્ઝૉલ્ટેશન) *n.* Elevation: વૃદ્ધિ; માનવૃદ્ધિ; પ્રતિષ્ઠાવૃદ્ધિ; સરફરાજી; ઉત્કર્ષ; તારીફ; વખાણ.

Examination, (ઍગ્ઝૅમિનેશન) *n.* [L. *examen*, the tongue of a balance.] A careful search or inquiry: સંભાળ; તપાસ; ચોકસી; શોધ; તલાસ; વિચાર. 2. A process ascribed for qualifications: પરીક્ષા; પારખ; કસોટી. *Cross* **e.**: ઉલટ પાલટ તપાસ.

Examine, (ઍગ્ઝૅમિન) *vt.* To test by a balance: કસવું; પારખવું; તોલી જોવું; તપાસવું; જોવું; તપાસ–શેાધ–તલાસ–ચોકસી ક૦. 2. To question as a witness; to try as an offender: શાક્ષી લેવી; સવાલ જવાબ ક૦; પુછપાછ ક૦;પરીક્ષા લેવી.

Examiner, (ઍગ્ઝૅમિનર્) *n.* One who examines, tries or inspects: તપાસનાર; પારખનાર; પારખ. 2. An officer, designated to conduct any kind of examination: પરીક્ષક; પરીક્ષા લેનાર.

Example, (ઍગ્ઝૅમ્પલ્) *n.* [L. *ex* out of and *emo*, I take.] A sample; a specimen: કિસ્સો; નમુનો; માસલો. 2. A Pattern or copy: નકલ; તરેહ. 3. A warning; a caution: ચેતવણી; તાકીદ. 4. A precedent; an instance: દાખલો; ઉદાહરણ; દ્રષ્ટાંત. *For* **e.**: જેમકે; દાખલા તરીકે. *To make an* **e.**: ધાક–ત્રાસ બેસાડવો. *To set an* **e.**: દાખલો આપવો; બતાવવું; કરી બતાવવું; પહેલ કાઢવી.

Exasperate, (ઍગ્ઝૅસ્પરેટ્) *vt.* [L. *ex* and *asper*, rough.] To provoke; to enrage: ગુસ્સે ક૦; ચિડવવું; ક્રોધાયમાન ક૦. 2. To aggravate; to imbitter: વધારવું; વૃદ્ધિ ક૦; ચઢાવવું.

Excavate, (અક્સ્કવેટ્) *vt.* [L. *ex*, out and *cavus*, hollow. To hollow out: પોલું ક૦; પોકળ બનાવવું; ખોદવું; કોરવું.

Excavation, (ઍક્સકૅવેશન) *n.* The act of making hollow: ખોદવું તે; કોતરકામ. 2. A hollow or cavity: પોકલ; પોલાણ; ખાડો.

Exceed, (ઍક્સીડ્) *vt.* [L. *ex* & *cedo*, I go.] To pass or go beyond:અધિક–વધારે ચઢતું હોવું. 2.To surpass, to excel: પછાડી–પાછલ–પાડવું–નાંખવું;ચઢિયાતા–સરસ થવું.*vi.*To go too far;to pass the proper bounds: હદ બહાર જવું; મર્યાદા ઓલંગવી. 2. To be more or large: વધારે હોવું.

Exceeding, (ઍક્સીડિન્ગ્) *adv.* Unusually; surpassingly: અતિશય; પુષ્કલ; ઘણુંજ; બેહદ; બેસુમાર.

Excel, (ઍક્સેલ્) *vt.* & *vi.* [Gr. *kello*, I impel.] To exceed; to surpass: પાછલ પાડવું; પછાડી નાંખવું; શ્રેષ્ટ–ઉત્તમ–ચઢીયાતા થવું.

Excellence, (ઍક્સેલ્લેન્સ) } *n.* Exalted merit; superiority:
Excellency,(ઍક્સેલ્લન્સિ) } ઉત્તમતા; શ્રેષ્ટતા; ઉત્કૃષ્ટપણું; ઉત્કર્ષ. 2. An excellent or valuable quality: ઉત્તમ ગુણ; સુલક્ષણ; ખુબી; ઉત્કૃષ્ટ ગુણ; ભૂષણ. 3. A title of honour: માનનો ખિતાબ; મહારાજ.

Excellent, (ઍક્સેલ્લેન્ટ્) *a.* Admirable; superior:ઘણું સારૂં; ઉત્કૃષ્ટ; ખાસું; બેશ; ઉત્તમ; શ્રેષ્ટ; તાક્રો.

Except, (ઍક્સેપ્ટ્) *vt.* [L. *ex* out of, and *capio*, I take.] To exclude: બાદ ક૦; બાતલ ક૦; ન ગણવું. *Prep.* Leaving out;excepting: શિવાય; વગર; વિના. *Conj.* Unless; if not: જો; નહિ તો.

Exception, (ઍક્સેપશન) *n.* Exclusion: બાતલ–બાદ ક૦–ન ગણવું તે; વર્જન. 2. That which is excepted: અપવાદ. 3. An objection: હરકત; વાંધો; બાધ.

Exceptional, (ઍક્સેપ્શનૅલ્) *a.* Exceptive: અપવાદનું; નિયમ બહારનું; બાતલ કરવા જેવું.

Excerpt, (ઍક્સર્પ્ટ્) *n.* [L. *ex.* out of and *carpere*, to pick.] *vt.* To select; to extract: ચુંટી કાઢવું; ગાલી કાઢવું.*n.*An extract; a passage selected from an author: ફકરો; ઉતારો.

Excess, (ઍક્સેસ્) *n.* [L. *ex* & *cedo*, I go.] Superfluity; superabundance: અતિશયપણું; અધિકતા; પરાકાષ્ટા; બેહદ–બેસુમારપણું. 2. Intemperance; dissipation: અત્યાચાર; અમિતાહાર; બદફેલી; માઠી લત. 3. That which exceeds what is usual or proper: વધારો.

Excessive, (ઍક્સેસિવ્) *a.* Beyond the ordinary degree, measure or limit: અતિશય; બેસુમાર; બેહદ; ભારી. 2. Transgressing the laws of morality, prudence or justice: નિતિ, ઇનસાફ વિગેરેનું ઉલંઘન કરનારૂં; અમર્યાદ.

Exchange, (ઍક્સચેન્જ્) *vt.* [L. *ex* & *cambire*, to barter.]To give or take in return for something else: સાટાપાટી ક૦; બદલો ક૦; સાટું ક૦; 2. To lay aside, and take in place of: એક ચીજ કોરે–આઘે મૂકીને તેને બદલે બીજી લેવી; અદલાબદલી ક૦. *vi.* To pass in exchange: સાટું–અદલબદલ ક૦. *n.* The act of giving and receiving reciprocally: અદલાબદલી; સાટું; ફેરબદલી. 2. The thing given in return for something received: બદલો; વટાવ. 3. A place where merchants and brokers meet: વેપારી–નાણાવટી–દલાલ વિગેરેને એકઠા થવાની જગા; નાણાવટ; ચોક. *Bill of* **e.**: હુંડી. **E.** *on bills*: હુંડીયામણ.

Exchequer, (ઍક્સચેકર્) *n.* One of the superior courts of law: જમાબંધીની કચેરી. 2. The treasury: જામદારખાનું; રાજકોષ; સરકારી તીજોરી; ભંડાર.

Excise, (ઍક્સાઇઝ્) *n.* [L. *ex* & *cædo*, I go.] An inland duty or impost: જકાત; દાણ; મહેસુલ; સાયર. *vt.* To lay or impose an excise upon: જકાત લેવી–નાખવી.

Excision, (ઍક્સિઝ્હન) *n.* Extirpation; destruction: નાશ; છેદન; કાપી નાંખવું તે. 2. (*Eccl.*) Excommunication:-ન્યાતબહાર કાઢી મૂકવું–મેલવું તે.

Excitable, (ઍક્સાઇટેબલ્) *a.* [L. *ex* & *cio*, I move.] Easily stirred up or stimulated: ઉશ્કેરાય એવું;જરા જરામાં ઉશ્કેરાઈ જાય એવું.

Excitation, (ઍક્સાઇટેશન) *n.* The act of rousing or awakening: ઉશ્કેરણી; પ્રબોધન; ઉત્તેજન; જોશ; આવેશ; ક્ષોભ.

Excite, (ઍક્સાઇટ્) *vt.* [L. *ex* & *cito*, I call.] To inflame, to agitate; to kindle: ઉશ્કેરવું; જાગૃત ક૦; ઉઠાડવું; વિહ્વલ ક૦; ઉદ્દીપન ક૦. 2. To increase the vital activity of the body: ખીજવવું; ચીડવવું; ક્રોધાયમાન ક૦.

Excitement, (ઍક્સાઇટ્મેન્ટ્) *n.* The act of exciting; agitation: ઉશ્કેરણી; ઉત્તેજન; ક્ષોભ; આવેશ; ગડબડ; તોફાન.

Exclaim, (ઍક્સક્લેમ) *vi.* [L. *ex* & *clamo*, I cry out.] To utter with vehemence; to vociferate: બૂમ પાડવી; ખરાડવું; ઘાંટા પાડવા.

Exclamation, (ઍકસકલૅમેશન) *n.* Vehement; vociferation; clamour: બૂમ; બુમારો; પોકાર. 2. An uttered expression of surprise or joy: ઉદ્ગાર. 3. An interjection: કેવલ પ્રયોગી અવ્યય. 4. A mark or sign by which emphatic utterance is marked: ઉદ્ગાર–આશ્ચર્ય ચિન્હ (!).

Exclude, (ઍકસ્કલ્યૂડ્) *vt.* [L. *ex* & *claudo*, I shut.] To shut out; to except: અંદર આવવા–દાખલ થવા ન દેવું; દૂર ક૦. 2. To thrust out; to preclude: બહાર કાઢવું; કાઢી નાંખવું.

Exclusion, (ઍકસ્કલ્યૂઝ્હન) *n.* Ejection; preclusion: બહાર કાઢવું તે; બહિષ્કરણ; નિષેધ; બાધ; નિવારણ.

Exclusive, (ઍકસ્કલ્યૂસિવ્) *a.* Having the power of preventing entrance: અંદર આવવા ના દેનાર; પ્રતિબંધક; નિષેધક; બાધક. 2. Not taking into the account: શિવાય; વિના; વગર; બાદ.

Excommunicate, (ઍકસ્કૉમ્મ્યૂનિકેટ્) *vt.* [L. *ex* & *communicare*] To expel from communion; to eject: કાઢી મૂકવું; ન્યાત બહાર મૂકવું.

Excommunication. (ઍકસ્કૉમમ્યૂનિકેશન) *n.* The act of excommunicating or ejecting: ખ્રિસ્તી ધર્મ મંડલમાંથી બહાર કાઢવું તે; બહિષ્કાર. 2. ન્યાત બહાર મૂકવું તે.

Excoriate, (ઍકસ્કૉરિએટ્) *vt.* [L *ex* & *corium*, skin.] To abrade; to gall: છાલ–ચામડી ઉતારવી–કાઢવી; છોલવું.

Excrement-tion, (ઍકસ્ક્રીમેન્ટ–ઍકસ્ક્રીશન) *n.* [*ex* and *cerno*, I sift.] ગુ; મલ; વિષ્ટા; નરક; છાણ.

Excrescence, (ઍકસ્ક્રેસેન્સ્) *n.* [L. *ex* & *cresco*, I grow.] An incumbrance: રસોળી; વરસોળી; શરીર ઉપર થઈ આવેલી ગાંઠ.

Excrete, (ઍકસ્ક્રીટ્) *vt.* [L. *ex* & *cerno*, I sift.] To separate and throw off; to eject: ફેંકવું; હગવું; બહાર કાઢવું; નાખવું.

Excruciating, (ઍકસ્ક્રૂશિએટિંગ્) *a.* [L. *ex* & *crucio*, I crucify.] tormenting: અતિ વેદના ભરેલું; કષ્ટકારક.

Exculpate, (ઍકસ્કલ્પેટ્) *vt.* [L. *ex* & *culpa*, a fault.] To relieve of blame; to excuse: નિર્દોષ છે એમ કહેવું; નિર્દોષ–બેગુનાહ ઠરાવવું.

Exculpation, (ઍકસ્કલ્પેશન) *n.* The act of vindicating from a charge of fault; excuse: દોષ મુક્તિ–મોચન.

Excursion, (ઍકસ્કરશન) *n.* [L. *ex* & *curro*, I run.] A running forth; an expedition; a sally: મુસાફરી; સફર; પર્યટન. 2. A trip for pleasure or health: સેલધા; સહેલ.

Excursive, (ઍકસ્કરસિવ્) *a.* Wandering; rambling: ભમતું; ભટકતું.

Excuse, (ઍક્સ્ક્યૂઝ્) *vt.* [L. *ex* & *causa*, cause.] To acquit of guilt; to absolve: નિર્દોષ–નિરપરાધી ઠરાવવું. 2. To pardon; to forgive: ક્ષમા ક૦; માફી આપવી; દર ગુજર ક૦. 3. To ask pardon or indulgence for: કોઈને સારૂ માફી ચાહવી. *n.* Acquittal; release; apology: માફી; ક્ષમા. 2. A plea offered in extenuation of a fault: બાહાનું; મિષ; નિમિત્ત; સબબ; કારણ.

Execrable, (ઍકસીક્રેબલ્) *a.* [L. *ex* and *sacer*, sacred.] Detestable; abominable: શાપયોગ્ય; અતિદુષ્ટ; લ્યાનતી; ફિટકારી.

Execrate, (ઍકસીક્રેટ્) *vt.* To detest utterly; to abhor; to abominate: શાપ દેવો; બદદુવા દેવી; ફિટકાર–લ્યાનત નાખવી; ધિક્કારવું.

Execration, (ઍકસીક્રેશન) *n.* The act of cursing; imprecation of evil: શ્રાપ; શાપ; બદદુવા; ધિક્કાર; તિરસ્કાર; ફિટકાર.

Execute, (ઍકસીક્યૂટ્) *vt.* [L. *ex* and *sequor*, I follow.] To carry into complete effect; to finish: પૂરૂં–પૂર્ણ ક૦; સર–સિદ્ધ ક૦; સાધવું; બજાવવું. 2. To complete as a legal instrument: રીતસર પાકુ કરી આપવું; શિરસ્તા મુજબ ખત–લેખ નક્કી કરી આપવો. 3. To give effect to: અસર ક૦; કાર્ય ક૦. 4. To carry into effect: અમલમાં લાવવું–બજાવવું. 5. To inflict capital punishment on: મારી નાંખવું; ફાંસી દેવું. *vi.* To perform an office or duty: કામ ક૦; બજાવવું. 2. To play on a musical instrument: વાજું વગાડવું.

Execution, (ઍકસીક્યૂશન) *n.* Performance; achievement: અમલ; સાધન; બજાવણી; કરણ; સંપાદન; આચરણ. 2. A putting to death as a legal penalty: દેહદંડ; ફાંસી; દેહાંત શિક્ષા; વધ. 3. Effect; effective work: કાર્ય; કામ.

Executioner, (ઍકસીક્યૂશનર્) *n.* One who executes: ફાંસી દેનાર; મસ્તક છેદનાર; ગરદન મારનાર; જલ્લાદ.

Executive, (ઍકસીક્યૂટિવ્) *a.* Fitted for execution or carrying into effect: અમલમાં લાવવાનું–લાવનારૂં. *n.* An officer who superintends the execution of the laws: બજાવનારો–અમલમાં લાવનારો ઉપરી અમલદાર.

Executor, (ઍકસીક્યૂટર્) *n.* A doer: કરનારો. 2. An executioner: ફાંસી દેનાર; મારો. 3. The person appointed by a testator to execute his will: મરનારે પોતાનું વશિયતનામું અમલમાં લાવવા સારૂ નિમેલો પુરૂષ.

Exegesis, (ઍકસીજીસિસ્) *n.* [Gr. *ex* & *ago*, I lead.] Exposition; explanation: સમજણ; ખુલાસો; વ્યાખ્યા; ટીકા. 2. The process of finding the roots of an equation: સમીકરણનું મુલ કાઢવાની રીત.

Exemplar, (ઍગ્ઝૅમ્પ્લૅર્) *n.* [L. *ex* and *emo*, I take.] A model; the idea or image formed in the mind of an artist: નમુનો; દાખલો; કિત્તો.

Exemplary, (ઍગ્ઝૅમ્પ્લૅરિ) *a.* Serving as a pattern; commendable: અનુકરણીય; અનુસરવા લાયક; ઉત્તમ; દાખલો લેવા જોગ. 2. Monitory: દહેશત–ધાક બેસાડે એવું.

Exemplify, (ઍગ્ઝૅમ્પ્લિફાઇ) *vt.* [L. *ex* & *facio*, I make.] To show by example: નમુના–દ્રષ્ટાંતથી બતાવવું; ઉદાહરણ–દાખલો–આપી જણાવવું; સ્પષ્ટ ક૦. 2. To copy; to transcribe: પ્રત–નકલ ક૦.

Exempt, (એગ્ઝેમ્પ્ટ્)*vt.* [L.*ex* and *emo*,1 love or buy.] To free from obligation; to release: છુટું–બાતલ ક૦; છોડવું; મુક્ત–મોકળું કરવું; માફ ક૦. *a.* Released; liberated: છૂટું; મોકળું; મુક્ત.

Exemption, (એગ્ઝેમ્પ્શન) *n.* માફી; છુટકો.

Exequies, (એક્સીક્વિઝ્) *n. pl.* [L. *ex* and *sequor*, I follow.] Funeral rites: મરણ ક્રિયા; ઉત્તરક્રિયા; ઉત્તરકાર્ય; ક્રિયા;કામ.

Exercise, (એક્સર્સાઇઝ્) *vt.* [L. *ex* & *arceo*, I drive.] To school or train; to exert: કામમાં લેવું; ચલાવવું; વાપરવું. 2. To improve by practice; to discipline:તાલીમ આપવી; પદ્ધતિ શીખવવી; કસરત–કવાયત શીખવવી. 3. To vex; to afflict: હેરાન ક૦; દુ:ખ દેવું. *vi.* To exercise one's self; to take practice: અભ્યાસ–ટેવ પાડવી; કસરત ક૦. *n.* Exertion; employment; application: ઉપયોગ; વપરાશ; આચરણ; ઉદ્યમ; કાર્ય. 2. Exertion for the sake of training or improvement: અભ્યાસ; ટેવ; મ્હાવરો. 3. Hygienic activity: કસરત; પરિશ્રમ; મહેનત. 4. A lesson; a task: પાઠ; અભ્યાસપાઠ; સબક.

Exert, (એગ્ઝર્ટ્) *vt.* [L. *ex* & cero, I join.] To thurst forth; to push out: ધક્કો મારીને–જોસથી બહાર કાઢવું. 2. To put forth as strength force or ability: વાપરવું; ખરચવું; કામમાં લેવું; જેહેમત ખેંચવી. 3. To do or perform: કામ ક૦; બજાવવું. *To e. one's self*, to make an attempt: યત્ન–પ્રયત્ન–ક૦; શ્રમ ખેંચવો; જોર મારવું.

Exertion, (એગ્ઝર્શન) *n.* An effort; struggle: મહેનત;શ્રમ; યત્ન; કોશિશ; જેહેમત.

Exhalation, (એક્સહેલેશન) *n.* [L. *ex* & *halo*, I breathe.] Evaporation: વરાળ રૂપે બહાર કાઢવું તે; ઉદ્ગાર; નિશ્વાસ. 2. Fume or steam; effluvium: વરાળ; બાફ; ઓખાર. 3. A meteor: ખરતો તારો.

Exhale, (એગ્ઝહેલ્) *vt.* To breathe out; to evaporate: નિકલવું;આવવું;વાસ કાઢવો.2.To cause to be emitted in vapour: બાફ અથવા વરાલ રૂપે બાહેર કાઢવું–નિકલવું.*vi.* To pass off or vanish: જતું રહેવું; નાશ થવું–પામવું.

Exhaust, (એગ્ઝહૉસ્ટ્) *vt.* [L. *ex* & *haurio*, I draw up.] To draw out or drain off completely: બધું સોષી–ખેંચી લેવું; કાઢવું. 2. To empty by drawing out the contents: ખાલી ક૦; ખલાસ ક૦; ખપાવી નાખવું; ખૂટાડવું; ઉડાડી દેવું. 3. To wear out: નિર્બલ–બલહીન ક૦; થકવી નાખવું; થકવીને લોથ ક૦.

Exhaustion, (એગ્ઝહૉસ્ટચન) *n.* The act of exhausting of the state or being exhausted: ખટકો; સમાપ્તિ; આખેરી; શ્રમ; થાક.

Exhibit, (એગ્ઝાહાબિટ્) *vt.* [L. *ex* & *habeo* I hold.] To show; to display: બતાવવું; દર્શાવવું; દેખાડવું. 2. To present in a public or official manner: અધિકારી આગલ રજુ ક૦; ખડું ક૦. 3. To administer as a remedy: ઉપાય–દવા તરીકે આપવું–વાપરવું. *n.*A voucher or document produced: રજુ કરેલો દસ્તાવેજ–કાગલ.

Exhibition, (એક્સિહબિશન)*n.*Manifestation; display: દેખાડવું–બતલાવવું તે; પ્રદર્શન. 2. A display of works of arts;any public show:પ્રદર્શન; ખેલ; તમાસો; પ્રયોગ. 3. Allowance for the maintenance of scholars;salary:વિદ્યાર્થીને મલતું લવાજમ; શિષ્યવૃત્તિ.

Exhibitioner,(એક્સિહબિશનર્)*n.*(*Eng.Universities.*) One who has a pension or allowance granted for support: લવાજમ લઈને ભણનારો વિદ્યાર્થી.

Exhilarate, (ઍગ્ઝ્હિલૅરેટ્) *vt.* [L. *ex* & *hilaris*,cheerful.]To make cheerful or merry; to gladden: ખુશ–હર્ષિત ક૦; આનંદ–હર્ષ પમાડવો. *vi.* To become cheerful or glad: ખુશ થવું; આનંદ પામવો.

Exhilaration, (ઍગ્ઝ્હિલૅરેશન) *n.* The act of making glad or cheerful: ખુશી–આનંદી ક૦ તે. 2. The state of being cheerful:આનંદ; ખુશી; ઉલ્લાસ; હર્ષ.

Exhort, (ઍગ્ઝ્હૉર્ટ્),*vt.* & *vi.*[L.*ex* & *hortor*, to incite.] To incite by words; to stimulate: સારૂં કામ કરવાને સલાહ આપવી; બોધ–ઉપદેશ ક૦; પ્રેરવું; ઉત્તેજન આપવું. 2. To advise, to warn: ચેતવણી આપવી; શિખામણ–સૂચના આપવી.

Exhortation, (ઍગ્ઝ્હૉર્ટેશન) *n.* Incitement to that which is good: બોધ; ઉપદેશ; નસીહત. 2. Advice; counsel: સલાહ; શિખામણ; સૂચના; ચેતવણી; ઉત્તેજન.

Exhume, (એક્સહ્યૂમ) *vt.* L. *ex* & *humus*, earth.] To dig out of the ground; to unbury: દાટેલું ખોદી કાઢવું; બહાર કાઢવું.

Exigence-y, (એક્સિજન્સ્–એક્સિજન્સિ) *n.* [L. *ex* & *ago*, I drive.] Need; urgency; emergency: જરૂરિયાત; તંગી; ગરજ; અણી; સંકટ; અવસર; સમય; વિપત્તિ.

Exile, (એક્સાઇલ્) *n.* [L. *ex* & *solum*, soil.] Expulsion; banishment: દેશનિકાલ; દેશવટો. 2. The person banished or exiled: તરીપાર–દેશનિકાલ કાઢેલું માણસ; બેવતની માણસ. *vt.* To banish or expel from one's own country; to transport: દેશનિકાલ–તરીપાર ક૦; દેશવટો દેવો.

Exist, (ઍગ્ઝિસ્ટ્) *vt.* [L. *ex* & *sisto*,I stand.] To be; to have a real being: હોવું; થવું; રહેવું. 2.To manifest itself; to continue to be: ટકવું; નભવું; જારી–ચાલુ રહેવું; ચાલવું. 3. To live; to have life or animation: જીવવું; હૈયાતી ભોગવવી.

Existence, (એગ્ઝિસ્ટન્સ્) *n.* Continuance in being: હસ્તી; હૈયાતી; જીંદગી; અસ્તિત્વ; વિદ્યમાનતા; ટકાવ. 2. A being; a creature: પ્રાણી; જીવ.

Existent, (એગ્ઝિસ્ટન્ટ્) *a.* Existing; taking place: જીવતું; હયાત; મોજુદ; વિદ્યમાન; વર્તમાન.*Self e.*: સ્વયંભૂ; આત્મભૂ.

Exit, (એક્સિટ્) *n.* [L. *ex* & *eo*, I go.] The departure of a player from the stage when he has performed his part: નાટક તખ્તા પરથા ભાગ બજાવનારનું જતું રહેવું તે–રવાનગી. 2. Any departure; death; disease: મોત; મૃત્યુ.3.A way

of departure: જતા રહેવાનો માર્ગ–રસ્તો.
Ex-officio, (એકસઑફ્ફિસિઓ) By virtue of office: હોદ્દાની રૂએ; અધિકારપરત્વે.
Exogenous, (એકસૉજેનસ્) *a.* [Gr. *exo* & *gennao*, I produce.] Growing by successive additions to the outside of the wood: બહાર દળમાં વધતું; બહારથી વધારો થતો હોય એવું.
Exonerate, (એગ્ઝૉનરેટ્) *vt.* [L. *ex* & *omus*, a burden.] To unload; to disburden: નિર્દોષ કo–ઠેરવવું; મુક્ત–મોકલું કo. 2. To relieve of, as a charge, obligation, or load of blame: ફરજમાંથી મુક્ત–મોકલું કo; જવાબદારીમાંથી છુટું કo.
Exorable, (એકસૉરૅબલ્) *a.* Capable of being moved by entreaty: આજીજીથી સમજાવી શકાય એવું; કાલાવાલા–કાકલુદીથી સમજી જાય એવું.
Exorbitance-y, (એગ્ઝૉરબિટૅન્સ્-ન્સિ) *n.* Enormity; extravagance: અતિશયતા; અમર્યાદતા; ખહુપણું.
Exorbitant, (એગ્ઝૉર્બિટૅન્ટ્) *a.* [L. *ex* & *orbis*, a circle.] Excessive; enormous: અમર્યાદ; બેસુમાર; અતિશય; ઘણુંજ; બેહદ; ભારે; મ્હોટું. 2. Anomalous: નિયમ વિરૂદ્ધ; રીતથી ઉલટું; વિલક્ષણ.
Exorcise, (એકસૉર્સાઇઝ્) *vi.* [Gr. *ex* & *horkizo*, I bind by an oath.] To deliver from the influence of an evil spirit: ભૂત કાઢવું–ઉતારવું; દિલમાં આવેલું ઉતારવું–હાંકી કાઢવું.
Exordium, (એગ્ઝૉરડિઅમ) *n.* [L. *ex* & *ordior*, I weave.] The introductory part of a discourse; the preface: ઉપોદ્ઘાત; પ્રસ્તાવના; દિબાચો.
Exoteric-cal, (એકસોટરિક્-કલ્) *a.* [Gr. *exo*, without.] External; public: ખુલ્લું; પ્રગટ; સાધારણ; પ્રસિદ્ધ.
Exotic, (એગ્ઝૉટિક) *a.* [Gr. *exo*, outward.] Foreign; extraneous: પરમુલકનું; વિદેશી; પરદેશી.
Expand, (એકસ્પૅન્ડ્) *vt.* [L, *ex* & *pando*, I spread.] To open; to spread; to diffuse: ખિલાવવું; ફુલાવવું; પ્રફુલ્લિત કo; વિસ્તારવું; ફેલાવવું; મ્હોટું કo; લંબાવવું; વધારવું. *vi.* To become enlarged or spread apart: ખીલવું; ફુલવું; પ્રસરવું; વધવું; ઉઘડવું.
Expanse, (એકસ્પૅન્સ્) *n.* A wide extent of space or body; the firmament: મ્હોટો વિસ્તાર; ફેલાવો; સપાટી; તલ.
Expansion, (એકસ્પૅન્શન) *n.* Distention; enlargement: ફેલાવો; પ્રસાર; વિસ્તાર; વૃદ્ધિ; વિકાસ; વિસ્તાર. 2. Space; room: મેદાન; સપાટી; જગ્યા; અવકાશ.
Expansive, (એકસ્પૅન્સિવ્) *a.* wide; extending: ફેલાય એવું; પ્રસારક; વ્યાપક.
Exparte, (એકસ્પાર્ટી) *a.* Upon or from one side only: એક તરફી–પક્ષી. **E.** *hearing or evidence*: એક પક્ષની ગેરહાજરીમાં બીજા પક્ષનો લેવાયેલો પૂરાવો.
Expatiate, (એકસ્પેશિએટ્) *vi* [L. *ex* & *spatium*, space.] To move at large; ફરતા ફરવું; ભટકયા કo. 2. To enlarge in discourse or writing; to descant: વિસ્તારીને બોલવું–લખવું–બયાન કo.
Expatriate, (એકસ્પેટ્રિએટ્) *vt.* [L. *ex* & *pater*, father.] To banish: દેશનિકાલ–હદપાર કo; દેશવટો દેવો.
Expect, (એકસ્પેક્ટ્) *vt.* & *vi.* [L. *ex.* & *spacio*, I look at.] To wait for; to await: રાહ–વાટ જોવી. 2. To look for with some confidence; to anticipate: વકી રાખવી; ઉમેદ રાખવી; ધારવું.
Expectant, (એકસ્પેક્ટૅન્ટ્) *a.* Waiting; looking for: વાટ જોતું; વકી–અપેક્ષા રાખતું. *n.* One who waits in expectation: વાટ જોનાર; ઉમેદવાર; વકી રાખનાર.
Expectation, (એકસ્પેક્ટેશન) *n.* The act or state of expecting an event as about to happen; anticipation: વકી; અપેક્ષા; રાહ; ઉમેદ; આશા; ધારણા; સંભવ. **E.** *of life*, the average duration of the life of individuals: મનુષ્યની જીંદગીનો સરાસરી કાલ; આવરદા.
Expectorate, (એકસ્પેક્ટોરેટ્) *vt.* [L. *ex.* & *pectrois*, the breast.] To discharge phlegm: ખલગમ–ગલફો કાઢવો; કફ કાઢવો; થુંકવું.
Expectorant, (એકસ્પેક્ટૉરૅન્ટ્) } *a.* Tending
Expectorative, (એકસ્પેક્ટૉરેટિવ્) } to facilitate expectoration: કફ–ખલગમ કાઢે–તોડે એવું; કફનાશક; કફહારક.
Expedience-y, (એકસ્પીડિઅન્સ્-ન્સિ) *n.* Advisability; desirableness; advantage: પ્રસંગ; યોગ્યતા; ઉચિતતા. 2. Haste; despatch: ઉતાવલ; ત્વરા; તાકીદ. 3. Adventure: સાહસ; પરાક્રમ.
Expedient, (એકસ્પીડિએન્ટ્) *a.* [L. *ex* & *pedis*, the foot.] Desirable; advisable; profitable: ફાયદાકારક; યોગ્ય; ઉપયોગી; ઉચિત. 2. Quick; expeditious: ઉતાવલું; જલદી જનારૂં. *n.* That which serves to promote or advance: ઉપાય; ગતી; સાધન; ઈલાજ; યોગ; ગુણ. 2. Shift: યુક્તિ; તદબીર; તોડ.
Expedite, (એકસ્પીડાઈટ્) *vt.* [L. *ex* & *pedis* foot.] To hasten; to quicken: ઉતાવલું–જલદ–શીઘ્ર–ત્વરિત કo. 2. To despatch; to send forth: જલદીથી–તાકીદથી મોકલવું.
Expedition, (એકસ્પીડિશન) *n.* લશકરની દોડ–કુચ; ચઢાઈ; હુમલો. 2. Haste; speed; quickness: ઉતાવલ; ત્વરા. 3. An enterprise by a number of person: કેટલાક માણસોએ કોઈ મ્હોટા કામસર સાથે મલીને કરેલી મુસાફરી–સફર.
Expeditious, (એકસ્પીડિશસ્) *a.* Quick; having celerity: ઝટપટ; ઝડપનું; ઉતાવલું; ચંચલ; ચપલ.
Expel, (એકસ્પેલ્) *vt.* [L. *ex* & *pello*, I drive.] To drive out; to eject: કાઢી મૂકવું; હાંકી કાઢવું. 2. To banish: દેશનિકાલ કo; બહાર કાઢવું.
Expend, (એકસ્પેન્ડ્) *vt.* [L. *ex* & *pendo*, I weigh.] To lay out; to consume by use: ખરચવું; વાપરવું; ખપાવવું; ખલાસ કo. *vi.* To be

laid out or consumed: ખરચાવું; ખલાસ થવું; ખપવું.

Expenditure, (ઍક્સ્પૅન્ડિટ્યૂર) *n.* }
Expense, (ઍક્સ્પૅન્સ્) *n.* } Expense: ખર્ચ; વ્યય.

Expensive, (ઍક્સ્પૅન્સિવ્) *a.* Costly; dear; liberal: મોંઘું; ભારે કિંમતનું; કિંમતી. 2. Extravagant; lavish: ખરચાળ; ખરચાઉ; ઘોતાલ.

Experience, (ઍક્સ્પીરિઍન્સ્) *n.* [L. *experior*, I try.] Experimental knowledge; actual trial: અનુભવ; અનુભવ પ્રાપ્ત જ્ઞાન; અભ્યાસ. 2. Observation: અવલોકન; નિરીક્ષા. *vt.* To try personally; to prove by use or trial: અનુભવ મેળવવો–લેવો; અનુભવવું. 2. To exercise; to train by practice: મહાવરા–અભ્યાસથી શીખવવું.

Experienced, (ઍક્સ્પીરિઍન્સ્ડ્) *a.* Taught by practice: અનુભવી; ઘડાએલું; કસાએલું; વાકેફ.

Experiment, (ઍક્સ્પૅરિમૅન્ટ્) *n.* Practical test; proof: પ્રયોગ; અજમાયશ; તપાસ; અખતરો; પરીક્ષા. 2. Experience: અભ્યાસ; અનુભવ. *vi.* To make an experiment; to test by trial: પરીક્ષા–અજમાયશ કo.

Expert, (ઍક્સ્પર્ટ્) *a.* Well-instructed; skilful: ચતુર; હોંશિયાર; કિસબી. *n.* A skilful person: વાકેફગાર–હોશિયાર–ચાલાક માણસ.

Expiable, (ઍક્સ્પિઍબલ્) *a.* Capable of being expiated, or atoned for: પ્રાયશ્ચિત્ત; કરવા જોગ.

Expiate, (ઍક્સપિએટ્) *vt.* [L. *ex* & *pio*, I appease.] To atone for: પ્રાયશ્ચિત્ત કo; તોજેસ–પરતાવો કo.

Expiation, (ઍક્સ્પિએશન) *n.* Atonement; satisfaction: પ્રાયશ્ચિત્ત; પરતાવો; તોજેસ.

Expiration, (ઍક્સ્પાઇરેશન) *n.* (*a*) A breathing out: શ્વાસ કાઢવો તે; નિશ્વાસ. (*b*) Death; extinction: મૃત્યુ; મોત; મરણ.

Expire, (ઍક્સ્પાઇર્) *vt.* [L. *ex* & *spiro*, I breathe.] To breathe out; to emit from the lungs: (શ્વાસ) કાઢવો–છોડવો. 2. To emit in minute particles; to exhale; વરાળરૂપે બહાર કાઢવું. 3. To bring forth; to bring to light: બહાર-પ્રકાશમાં લાવવું; સમજાવવું. 4. To terminate: અંત–છેડો લાવવો. *vi.* To breathe out the life of; to die: મરણ પામવું; મરવું; જીવ–પ્રાણ જવો. 2. To cease; to terminate: મુદ્દત પૂરી થવી; ખતમ–ખલાસ થવું.

Expiring, (ઍક્સ્પાઇરિન્ગ્) *a.* Dying; ending; terminating: મરતું; છેડો–અંત આવતું. 2. Pertaining to the time of dying: મોત સંબંધી–વખતનું.

Explain, (ઍક્સ્પ્લેન) *vt.* [L. *ex* & *planus*, level.] To make manifest or intelligible; to expound: અર્થ કo; સમજાવવું; ટીકા–ખુલાસો કo. *vi.* To give explanations: સમજૂતી આપવી.

Explanation, (ઍક્સ્પ્લૅનેશન) *n.* The act of explaining or expounding: સમજૂતી; ટીકા; અર્થ; ખુલાસો. 2. Understanding: બુદ્ધિ; સમજશક્તિ.

Explanatory, (ઍક્સ્પ્લૅનૅટરિ) *a.* Serving to explain; containing explanation: અર્થ બતાવે એવું; સમજાવનારૂં; ખુલાસાવાર.

Expletive, (ઍક્સ્પ્લીટિવ્) *a.* [L. *ex* & *pleo*, I fill.] Filling up; superfluous: વધારાનું; પાદપૂર્ણાર્થ. *n.* A word or syllable not necessary to the sense but inserted to fill a vacancy: છંદ બેસાડવા–વાક્ય શોભાવવા સારૂ ઉમેરેલો શબ્દ; પાદપૂર્ણાર્થ શબ્દ.

Explicit, (ઍક્સ્પ્લિસિટ્) *a.* Distinctly stated; સમજ પડે તેવી રીતે દર્શાવેલું; સ્પષ્ટ. 2. Unreserved; plain: સાફ; સ્પષ્ટ; ખુલ્લું.

Explode, (ઍક્સ્પ્લોડ્) *vi.* [L. *ex* & *plaudo*, I clap the hand.] To drive out with violence and noise: અવાજ કરીને ફૂટવું;–નો બાર થવો. 2. *vt.* To cause to explode; to touch off: ઉડાવી દેવું. 3. To drive from the stage; to hiss out; to hoot out; વખોડી કાઢવું; રંગભૂમિમાંથી વખોડી કાo; ધુતકારી કાઢવું.

Exploit, (ઍક્સ્પ્લૉઇટ્) *n.* [L. *explico*, I unfold.] A deed of renown; a feat; પરાક્રમ; શૂરકર્મ; કૌતુક. *vi.* To achieve: મેળવવું; સંપાદન કo.

Exploration, (ઍક્સ્પ્લોરેશન) *n.* The act of exploring or penetrating: શોધ; ખોળ; તપાસ; તલ્લાસ.

Explore, (ઍક્સ્પ્લોર્) *vt.* [L. *ex* & *ploro*, I cry.] To search through; to examine thoroughly: શોધવું; તપાસ–તલ્લાસ કo; ખોળવું.

Explosion, (ઍક્સ્પ્લોઝહ્ન) *n.* [L. *explosio.*] A sudden inflaming with force: ભડાકો; ધડાકો; બાર. 2. A violent manifestation of passionate; feeling: તામસી–ક્રોધાયમાન લાગણીનો આવેશ.

Explosive, (ઍક્સ્પ્લોસિવ્) *a.* Causing explosion: બાર કરવાનું; ભડાકો કરે એવું.

Exponent, (ઍક્સ્પોનન્ટ્) *n.* [L. *ex* & *pono*, I put.] A number; letter or any quantity written on the right hand of and above another quantity: ઘાતપ્રકાશક; સંખ્યા. 2. One that stands as an index or representative: પ્રદર્શક; પ્રતિનિધિ; સમજાવી આપનાર.

Export, (ઍક્સ્પોર્ટ્) *vt.* [L. *ex* & *porto*, I carry.] To carry away; to remove: લઈ જવું; ખસેડવું. 2. To send out: બીજે દેશ માલ મોકલવો; નિકાશ કરવું; ચઢાવવું. *n.* That which is exported; commodity: જે મોકલવામાં આવે તે; નિકાશ; માલ.

Exportation, (ઍક્સ્પોર્ટેશન) *n.* The act of exporting: દેશાવર મોકલવું–ચઢાવવું તે; નિકાશ.

Expose, (ઍક્સ્પોઝ્) *vt.* [L. *ex* & *pono*, I put.] To set forth; to lay out: બહાર મૂકવું; ઉઘાડું કo. 2. To promulgate; to explain: પ્રસિદ્ધ કo; સમજાવવું. 3. To lay bare; to lay open to danger: ભય આવી પડે તેમ મૂકવું. 4. To deprive of concealment: ભેદ છાનો ન રાખવો; ફોડી દેવું. *To* **e.** *one's self to insult.* પોતાની ફજેતી થાય તેમ કo.

Exposition, (એક્સ્પોઝિશન) *n.* A laying open a public exhibition or show: ઉઘાડું-ખુલ્લું-જાહેર-પ્રસિદ્ધ ક૦ તે; પ્રદર્શન. 2. Explanation; interpretation: ટીકા; ભાષ્ય; બયાન.

Expostulate, (એક્સ્પૉસ્ટ્યૂલેટ્) *vt.* [L. *ex* & *postulo*, I demand.] To discuss; to examine: તકરાર ક૦; પરીક્ષા લેવી-ક૦. *vi.* To reason earnestly with a person; to remonstrate: કોઇથી થયેલી ભૂલ વિષે તેને સમજાવવું; શિખામણ દેવી; નસીહત દેવી; ઠપકો આપવો.

Expostulation, (એક્સ્પૉસ્ટ્યુલેશન) *n.* Remonstrance; earnest and kindly protest: ચેતવણી; શિખામણ; બોધ; ઉપદેશ; નસીહત.

Exposure, (એક્સ્પોઝહ્યૂર્) *n.* The act of exposing; depriving of care or concealment: ફજેતી. 2. Openness to danger: ઉઘાડું મૂકવું તે. 3. Position in regard to climate: પવન, તડકો અંદર આવે એવી જગા.

Expound, (એક્સ્પાઉન્ડ્) *vt.* [L. *ex* & *pono*, I put.] To lay open; to expose to view: ઉઘાડું-ખુલ્લું મૂકવું. 2. To explain; to interpret: અર્થ સમજાવવો; અર્થ ક૦; ટીકા ક૦.

Express, (એક્સ્પ્રેસ્) *vt.* [L. *ex* & *premo*, I press.] To press or squeeze out; to extort: પીલવું; પીલીને કાઢવું; નીચાવવું. 2. To resemble; to represent: જણાવવું; મળતું આવવું; બતાવવું. 3. To indicate; to designate: દર્શાવવું; નિશાની હોવી. 4. To utter; to tell: કહેવું; બોલવું; 5. To denote; to designate: દેખાડવું; બતાવવું. *a.* Exactly representing; exactly resembling: બરોબર મળતું આવતું; આબેહુબ; શુદ્ધ; ચોકસ. 2. Directly stated; plain: સાફ; સ્પષ્ટ; ખુલ્લું. 3. Sent on particular errand: મુદ્દામ કામને સારૂ મોકલેલું; ખાસ. *n.* An expression; a plain declaration: શબ્દ; વાક્ય; વાત. 2. A courier: મુદ્દામ મોકલેલું માણસ; એપાએ:. 3. That which is sent by an express messenger or message; એપીઆ સાથે જે કાંઇ મોકલવામાં આવે છે તે; ખાસસંદેશા.

Expression, (એક્સ્પ્રેશન) *n.* The act of expressing: પીલવું-પીલીને કાઢવું તે. 2. Declaration; utterance: બોલવું-કહેવું તે; ઉચ્ચારવું તે. 3. Vivid representation of meaning: અર્થનું આબેહુબ-પ્રતિરૂપવ્યાન-વર્ણન. 4. Look, as indicative of thought or feeling: રૂપ; લક્ષણ; દેખાવ. 5. A mode of speech; a phrase: શબ્દ; વાક્ય; લઢણ.

Expressive, (એક્સ્પ્રેસિવ્) *a.* Serving to utter; indicative: દર્શક; સૂચક; બોધક. 2. Full of expression; significant: વાચક; સૂચક; અર્થક.

Expulsion, (એક્સ્પલ્શન) *n.* [L. *ex* & *pello*, I drive.] A driving away by violence: કાઢી મૂકવું-નાંખવું તે; નિવારણ.

Expunge, (એક્સ્પન્જ્) *vt.* [L. *ex* & *pungo*, I prick.] To rub out; to obliterate: છેકી નાંખવું; છેકો મારવો; ભૂસી નાંખવું. 2. To strike out; to annihilate: નાશ ક૦; રદ્દ ક૦; કાઢી નાંખવું.

Expurgate, (એક્સ્પર્ગેટ્) *vt.* [L. *ex* & *purgo*, I purify.] To cleanse; to purge: કચરો કાઢી નાંખવો; ચોખ્ખું ક૦; જુલાબ આપવો.

Exquisite, (એક્સ્કિવઝિટ્) *a.* [L. *ex* & *quæro*, I seek.] delightfully excellent: ઉત્તમ; અત્યુત્કૃષ્ટ; શ્રેષ્ઠ. 2. Extreme; keen: ઘણુંજ બારીક; તીક્ષ્ણ; તીવ્ર; જલદ. 3. Nice; fastidious: ખુશ થાય નહિ એવું; મિજાજી.

Extant, (એક્સ્ટન્ટ્) *a.* [L. *ex* & *sto*, I stand.] Standing out or above any surface; protruded: બહાર નિકળી આવેલું. 2. In being; now subsisting: ચાલુ; મોજુદ; હયાત; કાયમ.

Extempore, (એક્સ્ટેમ્પોરી) *adv.* [L. *ex* & *tempus*, time.] Without preparation; suddenly: આગલથી વિચાર કર્યા વગર; તેજ વખતે; ઝટ દઇને.

Extemporize, (એક્સ્ટેમ્પોરાઇઝ્) *vt.* To prepare in great haste: તુરતાતુરત તૈયાર કરવું. *vi.* To speak extempore; to discourse without premeditation: આગલથી વિચાર કર્યા વગર ભાષણ ક૦.

Extend, (એક્સ્ટેન્ડ્) *vt.* [L. *ex* & *tendo*, I stretch.] To prolong; to protract: તાણવું; લાંબું ક૦; પસારવું; ફેલાવવું; વિસ્તારવું; વધારવું. *vi.* To stretch; to reach: લાંબું થવું; વધવું; પસરવું; પોહચવું; જવું; ચાલવું.

Extension, (એક્સ્ટેન્શન) *n.* Increase; augmentation: વિસ્તાર; ફેલાવો; લંબાઇ. 2. That property of a body by which it occupies a portion of space: પરિમેયતા. 3. A written engagement on the part of a creditor allowing a debtor further time to pay his debt: લહેણદારે દેવાદારને તેનું દેવું આપવાના મુદત વધાર્યાનો લખી આપેલો કરાર.

Extensive, (એક્સ્ટેન્સિવ્) *a.* Expanded; large; broad: વિશાલ; મ્હોટું; બોહોળું.

Extent, (એક્સ્ટેન્ટ્) *n.* Superficies; compass; bulk; size: હદ; સીમા; મર્યાદા; વિસ્તાર; કદ.

Extenuate, (એક્સ્ટેન્યૂએટ્) *vt.* [L. *ex* & *tenuis*, thin.] To draw out; to make thin: પાતળું-નબળું ક૦. 2. To lessen; to diminish: હલકું-કમી-ઓછું ક૦. *vi.* To become thinner or more slender: વધારે પાતળું-નબળું થવું.

Exterior, (એક્સ્ટીરિઅર્) *n.* [L. *exter*, outward from *ex*, out.] The outward surface of a thing: શરીરનો ઘાટ; બહારનું અંગ; બહારનો આકાર; દેખાતું કામ. *a.* External; outward: બહારનું; ઉપરનું. 2. On the outside; extrinsic: પારકું; બાજુનું; જુદું; નોખું.

Exterminate, (એક્સ્ટર્મિનેટ્) *vt.* [L. *ex* & *terminus*, a limit.] To destroy utterly; to extirpate: નાશ ક૦; જડમૂલથી ઉખેડી નાંખવું. 2. To put an end to the power of; to root out: કોઇની સત્તા છોડાવી દેવી; જડમૂલ કાઢવું. 3. To take away; to eliminate: લઇ લેવું; છેકી નાંખવું.

Extermination, (એક્સ્ટર્મિનેશન) *n.* Eradication; extirpation; excision: સમૂલો નાશ; નિકંદન; ઉચ્છેદ. 2. A taking away; elimination: છેદ.

External, (એક્સ્ટર્નલ્) *a.* [L. *exter*, outward.] Perceptible by the senses; outward: બહારનું; ઉપરનું; ઉપરચોટિયું. Accidental; irrelevent; superficial: લાગુ પડે નહિ એવું; અપ્રાસંગિક.

Extinct, (એક્સ્ટિન્ક્ટ્) *a.* Put out; quenched: હોલવાઈ ગયેલું. 2. Ended; terminated: નાશ પામેલું; નષ્ટ; નાબુદ.

Extinction, (એક્સ્ટિન્ક્શન) *n.* The act of extinguishing; the act of putting out: હોલવવું-બુઝવવું તે. 2. Destruction; suppression: નાશ; લય; પાયમાલી;નાબુદી.

Extinguish, (એક્સ્ટિન્ગ્વિશ્) *vt.* [L. *ex* & *stinguo*, I quench.] To smother; to quench: હોલવવું; બુઝવવું. 2. To put an end to; to destroy: નાશ ક૦; છેડો લાવવો; રદ ક૦.

Extirpate, (એક્સ્ટરપેટ્) *vt.* [L. *ex* & *stirps*, a root.] To root out; to destroy totally: જડમૂલથી-મૂલ સુદ્ધાં ઉખેડી નાંખવું; નાબુદ કરવું. 2. To destroy wholly;to get rid of:સમૂલો નાશ ક૦.

Extirpation, (એક્સ્ટરપેશન) *n.* Eradication; total destruction:સમૂલો નાશ-લય; ઉચ્છેદ;નાબુદી.

Extol, (એક્સ્ટૉલ્) *vt.* [L. *ex* & *tollo*, I lift.] To lift up; to elevate: ઉંચે સ્થલે-પદવીએ બેસાડવું; ચઢાવવું. 2. To elevate by praise; to eulogize: સ્તુતિ-પ્રશંસા-તારીફ ક૦; વખાણવું.

Extort, (એક્સ્ટૉર્ટ્) *vt.* [L. *ex* & *torqueo*, I twist.] To wrench away from; to exact: બલજોરી ક૦; જોર જુલમથી કઢાવવું-મનાવવું. 2. To take unlawfully: ગેર કાયદે લેવું-કઢાવવું.

Extortion, (એક્સ્ટૉર્શન) *n.* The act of extorting; illegal exaction: લઈ લેવું-કઢાવવું તે; ગેરરીતની માગણી. 2. That which is exacted by force: જોર જુલમથી કઢાવેલું-મનાવેલું તે.

Extortionate, (એક્સ્ટૉર્શનેટ્) *a.* Oppressive; hard: જુલમી; જુલમગાર.

Extra, (એક્સ્ટ્રે) *a.* extraordinary: વધારે; વધારાનું; બીજું. *n.* Something in addition to the regular charge or compensation: પૂરવણી; વધારો.

Extract,(એક્સ્ટ્રેક્ટ્) *vt.* [L. *ex* & *traho*, I draw.] To draw out; to withdraw: કાઢવું; ખેંચી કાઢવું; કાઢી લેવું. 2. To withdraw by distillation or other chemical process: અર્ક-તેજાબ કાઢવો; ગાલવું; 3. To choose as a passage from a book: ઉતારી લેવું; ઈન્તેખાબ-ઉતારા ક૦. *n.* A citation; a quotation: ઉતારો; ઉતારી લીધેલો ફકરો. 2. Anything drawn from a substance by distillation or chemical process; essence: અર્ક; તેજાબ.

Extraction, (એક્સ્ટ્રેક્શન) *n.* The act of extracting or drawing out: કાઢવું તે (દાંત,હાડકું). 2. Lineage; descent: કુલ: વંશ; ઓલાદ.

Extradition, (એક્સ્ટ્રેડિશન) *n.* [*ex* & *trado*, I deliver.] The delivery by one nation to another, of fugitives from justice, in pursuance of a treaty: નાસી આવેલા તોહોમતદારને તેનાજ રાજ્યને પાછો હવાલે કરવો તે.

Extramundane, (એક્સ્ટ્રેમન્ડેન)*a.* [L. *extra* & *mundus*, world.] Beyond the limit of the material world: પરલૌકિક.

Extraneous, (એક્સ્ટ્રેનીઅસ્) *a.* [L. *extra.*] Not essential; foreign: બીજી-જુદી જાતનું;વિજાતીય; અવશ્ય નહી એવું.

Extra-ordinary, (એક્સ્ટ્રૉર્ડિનરિ) *a.* [L. *extra* & *ordo*, I order.] Out of the common order or method; not usual: અસાધારણ. 2. Remarkable; wonderful: અલૌકિક; વિલક્ષણ; ચમત્કારી. 3. Specially sent or issued for a special purpose; વિશેષ; ખાસ મોકલેલું-બહાર પડેલું. *n.* That which is uncommon; a peculiarity: જે વિલક્ષ-અજાયબ-અલૌકિક છે તે.

Extravagance, (એક્સ્ટ્રેવૅગૅન્સ) *n.* The act of wandering beyond proper limits: અતિશયપણું: બેઅંદાજી. 2. The state of being wild or prodigal; irregularity; excess: ઉડાઉપણું; લખલુટપણું. E. of language: અતિશયોક્તિ.

Extravagant, (એક્સ્ટ્રેવૅગૅન્ટ્)*a.* [L. *extra* & *vago*, I wander.] Wandering beyond limits; irregular: અનાચારી; ગેરવાજબી; અનિયમિત. 2. Wild; uncontrolled: જંગલી; દાબમાં રહે નહિ તેવું; અમર્યાદ. 3. Prodigal; wasteful: ઉડાઉ; ધોતાલ; લખલુટ.

Extreme, (એક્સ્ટ્રીમ્) *a.* [L. *exter*,outward.] Utmost; furthest: અણીપર-છેડે આવેલું; છેડાનું. 2. The worst or best; greatest; highest: સારામાં સારૂં: ખરાબમાં ખરાબ; મોટામાં મોટું; ઉંચામાં ઉંચુ. 3. Last; final: છેલ્લું; આખરનું; નિદાનનું. *n.* Extremity: અંત; છેડો. 2. Great necessity; furthest degree: અતિશયપણું; બેહદપણું. 3. (*Math.*) The first and last terms of a proportion: આદિ અને અંત્ય.

Extremity, (એક્સ્ટ્રેમિટિ) *a.* The utmost limit; the furthest point or portion: અણી; હદ; અગ્ર; છેડો. 2. The utmost point; highest degree: પરમ મર્યાદા; પરમાવધિ. 3. Greatest need or peril: અતિશય અડચણ-દુઃખ; તંગી; લાચારી; મોહતાજી.

Extricable, (એક્સ્ટ્રિકેબલ્) *a.* Capable of being extricated: છૂટી શકે એવું; કઢાય એવું.

Extricate, (એક્સ્ટ્રિકેટ્) *vt.* [L. *ex* & *tricæ*, trifles.] To disentangle: છોડવવું;છૂટું ક૦; મોકલું ક૦. 2. To send out: મોકલાવી દેવું.

Extrication, (એક્સ્ટ્રિકેશન) *n.* Disentanglement: છુટકો; ખલાસી; ઉદ્ધાર; આઝાદગી.

Extrinsic-al, (એક્સ્ટ્રિન્સિક્-એક્સ્ટ્રિન્સિકલ્) *a.* [L. *exter* and *sequor*, I follow.] External; outward: પારકું; બાહારનું;જુદું; નોખું.

Extrude, (એક્સ્ટ્રુડ્)*vt.* [L. *ex* & *trudo*, I push.] To thrust out; to expel: બાહાર ધકેલવું. હડસેલવું .2. To drive off; to drive away: હાંકી કાઢવું; કાઢી મૂકવું.

Exuberance, (એક્સ્યુબરન્સ) *n.* Richness; luxuriance: પુષ્કલ-ભરપૂરપણું; રેલછેલ;વૃષ્ટિ;વરસાદ.

Exuberant, (એક્સ્યૂબરૅન્ટ્) *a.* [L. *ex* &

uber, rich.] Planteous; rich; superfluous: પુષ્કલ; ઘણુંજ; બેહદ; બેસુમાર.

Exudation, (ઍકસ્યૂડેશન) *n.* Sweating: ઝરણ; પસીનો; પરસેવો.

Exude, (ઍકસ્યૂડ્) *vi.* [L. *ex.* & *sudo*, I sweat.] To flow from a body through the pores: પરસેવો છૂટવો.

Exult, (ઍગ્ઝલ્ટ્) *vi.* [L. *ex* & *salio*, I leap.] To leap for joy; to triumph: મગન થવું; આનંદ પામવો; અત્યાનંદ થવો.

Exultation, (ઍકસલ્ટેશન) *n.* Rapturous delight; triumph: અત્યાનંદ; પરમાનંદ; અતિશય હર્ષ; ખુશીખુશાલી.

Exuviæ, (ઍગ્ઝ્યૂવિઈ) *n. pl.* [L. *exuo*, I draw.] Cast skins or coverings of animals: જનાવરોએ ઉતારી નાંખેલાં કવચ–ચામડી–પીંછાં વગેરે. **e.** *of a snake.* સાપની કાંચલી.

Eye, (આઇ) *n.* The organ of sight or vision: આંખ; નેત્ર; નયન. 2. The power of seeing: જોવાની–નજરની શક્તિ: દૃષ્ટિ. 3. Sight; view; opinion: નજર; મત; વિચાર. 4. Scope of vision; face; front; presence: આંખ; મ્હોડું. 5. Watch; attention; regard: નજર; દેખરેખ; દૃષ્ટિ; તપાસ. 6. Look; aspect: દેખાવ. 7. *(a)* A small hole: નાનું કાણું; છિદ્ર; વહે. *(b)* A catch for hook: ઓરીઆં ભેરવવાનું નાકું; ખરવડું. *To have an* **e.** *to*: ખરેખર ધ્યાન આપવું. *To keep an* **e.** *on*: નજર તપાસ–રાખવી. *To see with half an* **e.**: ઉપર ચાટિયું જોવું. *To catch one's* **e.**: લક્ષ–નજર ખેંચવી. *To set the eyes on*: જોવું. *vt.* To look on; to view: જોવું; નજર નાંખવી. *vi.* To appear: દેખાવું.

Eyeball, (આઇબૉલ્) *n.* The ball, globe or apple of the eye: આંખનો ડોળો; નેત્રપિંડ.

Eye-brow, (આઇબ્રાઉ) *n.* The hairy arch over the eye: ભ્રમર; ભવું; ભ્રકુટિ.

Eye glass, (આઇગ્લૅસ્) *n.* Spectacles: ચશમાંમો.

Eye-lash, (આઇલૅશ) *n.* The line of hairs that edges the eyelid: પાંપણ.

Eye-let-hole, (આઇલેટ્‌-હોલ્) *n.* નાકું; વેહ.

Eye-lid, (આઇલિડ્) *n.* The cover of the eye: પોપચું.

Eye salve, (આઇસાવ્) *n.* Ointment for the eye: આંખે ચાપડવાનો મલમ–ઓસડ; નેત્રાંજન;

Eye-sight, (આઇસાઇટ્) *n.* View; observation: નજર; દ્રષ્ટિ; નિઘા. 2. The power of seeing: જોવાની શક્તિ–દૃષ્ટિ; આંખનું નૂર–તેજ.

Eye-sore, (આઇસોર્) *n.* Something offensive to the eye: નેત્ર કંટક; જોવા ન ગમે એવું કાંઇ.

Eye-tooth, (આઇટૂથ્) *n.* The pointed tooth in the upper jaw next to the grinders: રાક્ષી.

Eye-witness, (આઇવિટ્‌નૅસ્) *n.* One who sees a thing done: નજરે જોનાર; પ્રત્યક્ષ દર્શી.

F.

F, (ઍફ્) The sixth letter of the English alphabet: ઇંગ્રેજી મુલાક્ષરનો છઠ્ઠો અક્ષર. F, as a Latin numeral represents 40.

Fable, (ફેબલ્) *n.* [L. *fari*, to speak.] A feigned story or tale; an apologue: વાર્તા; કથા; કિસ્સો; કહાણી. 2. Common talk: દંતકથા; જનકથા; લોકકથા. 4 Fiction; untruth: કાલ્પત–જોડી કાઢેલી વાત; જુઠાણું; ગપ. *vi.* To compose fables; to write fiction: કથા–કહાણી લખવી–રચવી–જોડવી. 2. જુઠું બોલવું–લખવું.

Fabric, (ફેબ્રિક) *n.* [L. *facio*, I make.] Texture; workmanship; make: કારિગીરિ; બનાવટ; પોત; કુમાસ. 2. *(a)* structure; building: બાંધણી; ઇમારત. *(b)* Cloth manufactured: કાપડ.

Fabricate, (ફૅબ્રિકેટ્) *vt.* To frame; to build: બાંધવું; ઉભું ક૦. 2. To produce; to manufacture: બનાવવું; વણવું. 3. To invent and form; to devise falsely: જોડી કાઢવું; ખોટું ઉભું ક૦; બનાવટ ક૦.

Fabrication, (ફૅબ્રિકેશન) *n.* [L. *fabricatio.*] Construction; manufacture: બનાવટ; બાંધણી. 2. That which is fabricated; falsehood: તરકટ; બનાવટ; કુભાંડ; જુઠાણું.

Fabricator, (ફૅબ્રિકેટર્) *n.* One who fabricates, constructs or makes: પાખંડી; તરકટબાજ; બનાવનાર.

Fabulist, (ફૅબ્યૂલિસ્ટ્) *n.* One who invents or writes fables: કલ્પિત વાત રચનાર; કથા જોડનાર.

Fabulous, (ફૅબ્યૂલસ્) *a.* Fictitious; not real: કલ્પિત; જોડેલું; ખોટું. 2. Passing belief; exceedingly great: માનવામાં ન આવે તેવું; બેસુમાર; ભારે; અતિશય.

Facade, (ફૅસાંડ્ or ફૅસેડ્) *n.* [L. *facies, face.*] The front of a building: ઇમારતનો આગલો ભાગ; મોખરો; મુખભાગ.

Face, (ફેસ્) *n.* [L. *facies*, face.] The front part or surface: ઉપલો મોખરાનો ભાગ; સપાટી; મોખરો. 2. The front; the surface which comes first to view: મોઢું; મુખ. 3. Outside appearance; look: ડોલ; ચહેરો; આકૃતિ; શિકલ; મોઢું; વદન; મુખડું; સુરત; સ્વરૂપ. To make *faces* at: ચાલા પાડવા. *To fly in the* **f.** *of*, સામા થવું; ટક્કર ઝીલવી. *Face to face*: મ્હોડા મ્હોડ; સામે મોંઢે; રૂબરૂ; સમક્ષ. *To set the* **f.** *against*: સામા થવું. *vt.* To resist; to confront; to encounter: સામા થવું; અટકાવવું; ખાલવું. 2. To stand opposite to: સામા પડવું–આવવું; સન્મુખ હોવું. 3. To turn front toward: કોઈ–કશાની સામે–તરફ ફરવું. *vi.* To carry a false appearance: ઢોંગ ક૦.

Face-guard, (ફેસગાંર્ડ્) *n.* A kind of mast to defend the face and eyes: બુરખો.

Face-painter, (ફેસપેન્ટર્) *n.* A painter of portraits: છબી ચીતરનાર; આકૃતિ કાઢનાર.

Eacet, (ફેસેટ્) *n.* A little face; a small plane surface: પાસો. 2. One of the numerous small eyes of insects: જંતુની ઝીણી આંખ. *vt.* To cut faces upon: પાસા પાડવા.

Facetious, (ફેશીશસ્) *a.* [L. *faceo*, I make.]

Merry; sportive; રસિક; ઠઠ્ઠાખાજ; વિનોદી; ખટક બોલો; હસમુખું; મશ્કરી ભરેલું.

Facial, (ફેશિઅૅલ) *a.* [L. *facies*, face.] Pertaining to the face: મ્હોઢાનું-સંબંધી.

Facile, (ફેસિલ) *a.* [L. *faceo*, I make.] Easy to be performed; not difficult: સહેલું; સુતરૂં; સુગમ. 2. Easily conquered; readily mastered: ઝટ તાબે-શરણ-વશ-થાય એવું; સહેલાઈથી મેલવાય એવું; પોચું; ભોલું. 3. Mild; courteous: મિલનસાર; મલતાવડું; સભ્ય. 4. Ready; quick; expert: ચાલાક; હોંશીઆર; ચંચલ.

Facilitate, (ફસિલિટેટ્) *vt.* [L. *facilis*, easy.] To make easy: સહેલું-સુગમ ક૦.

Facility, (ફસિલિટિ) *n.* [L. *facilis*, easy.] Ease: સહેલાઇ; સરલતા; આસાની. 2. Dexterity: ચંચલાઈ; હથોટી. 3. Pliancy: નરમાસ; વિનય; નમ્રતા; મલતાવડાપણું. 4. Advantage; valuable aid: ટેકો; આધાર; ફાયદો; લાભ.

Facing, (ફેસીંગ્) *n.* Covering in front for ornament: સણગાર દાખલ આગલા ભાગપર કરેલું ઢાંકણ.

Fac-simile, (ફૅકિસમિલી) *n.* [L. *faceo*, I make & *similis*, like.] An exact copy or likeness: આબેહુબ નકલ.

Fact, (ફૅક્ટ્) *n.* [L. *faceo*, I make.] An effect produced; an event; a circumstance: ખરી બાબદ; હકીકત; બીના; બનાવ; બનેલી-થયેલી વાત. 2. Reality; truth: ખરેખરૂં વાસ્તવિક હોય તે; સત્યતા.

Faction, (ફૅકશન) *n.* [L. *factio*, a doing.] A party: તડ; પક્ષ; ટોલી; બાજુ. 2. Tumult; dissention: કજીયો; ફુટ; જઘડો; ટંટો; બીઆબારૂં.

Factious, (ફૅકશીઅસ્) *a.* Turbulent: ફિતુરખોર; ખંડખોર; ફીતુરી; ફેસાદખોર.

Factitious, (ફૅકિટશસ્) *a.* [L. *faceo*, I make.] Artificial; unnatural: બનાવટી; કૃત્રિમ.

Factor, (ફૅક્ટર્) *n.* [L. *factor*, a doer.] An agent; commission merchant: આડતીયો; કારભારી; ગુમાસ્તો. 2. One of the elements or quantities which when multiplied together, from a product: અંકપદ; અવયવ.

Factory, (ફૅક્ટરી) *n.* A house where factors reside; godown: વખાર; કોઠી; લાતી. 2. The body of factors: આડતીયાનું મંડલ. 3. A manufactory: કારખાનું.

Faculty, (ફૅકલ્ટિ) *n.* [L. *faceo*, I make.] (*a*) Ability: શક્તિ; સામર્થ્ય; બલ; તાકાત. (*b*) Intellectual endowment: બુદ્ધિબલ; ચાતુરી; વકુફ; હોશ. 2. Power; attribute of office: સત્તા; અધિકાર; હોદ્દો; હક; છૂટ. 3. A body of men to whom any specific right or privilege is granted: ખાસ હક ધારણ કરનાર મંડલ; તેવી મંડલી-ધંધાના માણસો; as, *medical* **f.**: વૈદમંડલ. 4. The president, professors & tutors in a college; શાલાના પ્રમુખ, પંડિતો કે શિક્ષકો.

Fade, (ફેડ્) *a.* [L. *fatuus*, foolish.] Weak; commonplace: ફીકું; નબલું; કસ વગરનું; દમ વગરનું; હલકું. *vi.* To lose colour or brightness: રંગ જતો રહેવો; ચલકાટ ઓછો થવો; ઝાંખું થવું; આથમવું. 2. To lose strength; to decay; to wither: કરમાઈ જવું; નબલું પડી જવું; સુકઈ જવું; -નો નાશ-ક્ષય થવો. 3. *vt.* To cause to wither; to deprive of freshness: કરમાવા દેવું; નિસ્તેજ ક૦.

Fæces, (ફીસીઝ્) *n.* [L. *fæx*, dregs.] Excrement: મલ; વિષ્ટા; ગુ; બહાર પડતો કચરો.

Faffle. (ફેફલ્) *vi.* To stammer: બોલતાં અચકાવું; તોતડું બોલવું.

Fag, (ફેગ્) *vt.* To compel to drudge: વેઠ કરવાની ફરજ પાડવી; હલકી નોકરી કરાવવી. 2. To tire by labour: મહેનતથી થકવી નાંખવું. *vi.* To become weary; to tire: થાકી જવું; કંટાલવું. 2. To work hard; to drudge: સખત મહેનત ક૦; વૈતરૂં ક૦. *n.* A labourious drudge: વૈતરો; મજુર.

Fag-end, (ફૅગ્‌એન્ડ્) *n.* An end of poorer quality as, the end of a web of cloth: લુગડાના થાનનો છેડો-ઉપલો ભાગ. 2. The refuse of any thing: કચરો; કોઈ વસ્તુનો નકામો-રદ ભાગ.

Fagging, (ફગીંગ્) *n.* Laborious drudgery: વૈતરૂં; વેઠ.

Fagot, (ફૅગૉટ્) *n.* [L. *facis*, torch.] A bundle of stick; a fascine: લાકડાની ભારી; ડાખલાં; ચીટીયાં. 2. An old shrivelled woman: ઘરડી સ્ત્રી; ડોશી. *vt.* To bind in a bundle; to make a fagot of: ઝુરી-ભારો બાંધવો.

Fail, (ફેલ) *vi.* [L. *fallo*, I deceive.] To become deficient; to be wanting; to be lacking: ખુટી જવું; ઓછું થવું; ઘટી પડવું-જવું; સુકાઈ જવું; નાશ થવો; મરી જવું. 2. To become weak (a patient): અશક્ત-નબલું થતું જવું; લેવાઈ જવું. 3. To miss; not to fulfill expectation: ભુલવું; ગફલત ક૦; સંતોષ ન આપવો. 4. To be baffled, or frustrated: ફોકટ જવું; પાણીમાં જવું; નિષ્ફલ-વ્યર્થ જવું. 5. To become bankrupt; to be entirely exhausted (money): ખુટવું; નાદાર-દેવાદાર થવું. *vt.* To desert; to disappoint: છોડી દેવું; ત્યાગ ક૦; નિરાશ ક૦. 2. To miss of attaining; to lose: ચુકવું; ખોવું; નિષ્ફલ જવું.

Failing, (ફેલિંગ્) *n.* Deficiency; imperfection: ખતા; કસુર; ચૂક; ખોડ; ખામી.

Failure, (ફેલ્યૂર્) *n.* Failing; deficiency. ટોટો; ખુટ; અછત. 2. Omission: તોડવું-નહી પાલવું તે; ભંગ. 3. Want of success; the state of having failed: હાર; નિષ્ફલતા. 4. Decay; deterioration: નાશ; ક્ષય. 5. Bankruptcy: દેવાલું; નાદારી.

Fain, (ફેન) *a.* Glad; well-pleased; fond: ખુશ; રાજી; આનંદી. 2. Satisfied; contented: સંતુષ્ટ; ધરાએલું. *adv.* Gladly; with joy: ખુશીથી; મઝેથી.

Faint, (ફેન્ટ્) *a.* [L. *fingere*, to feign.] Weak; languid: નરમ; કમજોર; નાકૌવત. 2. Lacking distinctness; not bright or forcible: ઝાંખું; ફીકું; અસ્પષ્ટ. 3. Cowardly; dejected; પોચું; બીકણ; બાયલું. 4. Performed in a weak manner;

slight: અપૂર્ણ; થોડું; હલકું; જુજ. *vi.* To grow feeble; to swoon: નખલું–અશક્ત થઈ જવું; ઝોખાઈ જવું. 2. To sink into dejection: હિંમત છોડી દેવી–નિરાશ થવું.3. To vanish: જતું રહેવું; અંતર્ધાન થઈ જવું.

Faint-hearted, (ફ્રેન્ટ્હાર્ટેડ) *a.* Wanting in courage; cowardly; dejected: ખાયલો; બીકણ.

Fainting, (ફ્રેન્ટિંગ્) *n.* loss of consciousness: બેભાનપણું; મૂર્છા; બેહોશી.

Faintness, (ફ્રેન્ટનેસ્) *n.* The state of being faint: મૂર્છાગત થવું તે; બેભાનપણું. 2. Want of vigour: નખલાઈ; કમજોરી; નાકૈાતી.3. Feebleness: નિસ્તેજપણું; ઝાંખ. 4. Timidness; dejection: બીકણપણું; ખાયલાપણું; નામર્દાઈ.

Fair, (ફ્રેર) *a.* Clear; spotless: ડાઘા વગરનું; ચોખ્ખું; શુદ્ધ. 2. Beautiful: સુંદર; રૂપાળું; રલીઆમણું. 3. Free from a dark line; clear: ગોરૂ; ઉજ્જ્લું; સ્વચ્છ. 4.Cloudless: વાદળા વગરનું; ખુલ્લું; નિર્મલ. 5. Favorable: પૂરતું; અનુકૂલ. 6. Free from obstacles; open: હરકત વગરનું; ખુલ્લું; સીધું. 7. Honest; open; frank: પ્રમાણિક; નેક; ખુલ્લાદિલનું; અદલ.8. Pleasing favourable; inspiring hope: આનંદિ; હિતાવહ; આશા દેતું. 9. Legible; distinct (handwritings): સારૂ; ચોખ્ખા. **F.** *one*, રૂપવંતિ; સુંદરી; રંભા. **F.** *play*, અદલ;ઇનસાફ.*The* **f.** *sex*, સ્ત્રી જાતિ; ઓરત જાત. **F.** and square, પ્રમાણિકપણે; રાસ્તીથી. *ad.* (*a*) Clearly; openly: ચોખી રીતે. (*b*) Civilly; honestly: સભ્યતાથી; પ્રમાણિકપણે. *n.* A fair woman; sweetheart: સુંદર સ્ત્રી; સુંદરી; પ્રમદા. 2. Good fortune; good birth: ઉદય; સંપત્તિ. 3. મેળો; જાત્રા; તમાશો. *The* **f.**: સુંદરી; સ્ત્રી જાત. *To be in a* **fair** *way to; To stand* **fair** *to*: આશા હોવી; સંભવવું.

Fairly, (ફ્રેર્લિ) *ad.* Honestly; frankly:પ્રમાણિકપણે; વાજબી રીતે. 2. Softly; quietly: શાંતપણે; આસ્તે. 3. Favorably; auspiciously: યોગ્ય રીતે; જોઈએ તેમ.

Fairness, (ફ્રેર્નેસ) *n.* Honesty; agreeableness; distinctness: પ્રમાણિકપણું; અનુકૂલતા; સ્વચ્છતા.

Fairy, (ફ્રેરી) *n.* An imaginary supernatural being: a fay: પરી; અપ્સરા. 2.(*a*) Enchantress: જાદુ કરનારી; મોહિણી. (*b*) A prophesying female: ભવિષ્ય કહેનારી સ્ત્રી. *a.* Of or pertaining to fairies: પરીનું–સંબંધી.

Faith, (ફ્રેથ્) *n.* [L. *fido*, I trust.] Belief; reliance on testimony: વિશ્વાસ; ભરૂસો; આકીન; શ્રદ્ધા. 2. A system of religious belief of any kind: ધર્મ; પંથ; મત. 3. Fidelity to one's promises; loyalty: પ્રમાણીકપણું; વફાદારી.4.Promise given; word pledged: વચન; કોલ. *In good* **f.**, with perfect sincerity: પ્રમાણીકપણે; ચોખ્ખા દિલથી; ઇમાનથી.

Faithful, (ફ્રેથફુલ) *a.* Trusty; honest: વિશ્વાસુ; પ્રમાણિક. 2. Loyal: વફાદાર; નિમકહલાલ; ઇમાનદાર.

Faithfulness, (ફ્રેથ્ફુલ્નેસ્) *n.* Truth; loyalty: ઇમાનદારી; વફાદારી; વચન.

Faithless, (ફ્રેથ્લેસ્) *a.* Not believing: અવિશ્વાસી; નાસ્તિક. 2. Not observant of promises; disloyal: બેઇમાન; દગાખોર; બેવચની; બેવફા.

Fake, (ફ્રેક) *n.* A single turn or coil: ગુંચલાની એક આંટી. *vt.* To cheat; to swindle:ઠગવું; ધુતવું; ફરેબ કઈ હરી લેવું. 2. To make; to construct: બનાવવું; રચવું; કરવું. 3.To manipulate fraudulently: હાથ ચાલાકીથી–કોઇ ચીજ હોય તેથી ઉત્તમ–જુદી ખતાo.

Falchion, (ફ્રાલ્શૉન) *n.* [L. *falx*, a sickle.]A broad sword with a slightly curved pivet: ટુંકી ને વાંકી તલવાર; તેગા.

Falcon, (ફ્રાકન) *n.* [L. *falx*, a sickle.] A hawk: બાજ; સકરો.

Falconer, (ફ્રાકનર્) *n.* One who follows the sport of fowling with hawks:બાજપક્ષીથી શિકાર કરનાર; શિકારી.

Fall, (ફ્રાલ્) *vi. imp.* **fell**, *pp.* **fallen**. To descend; to drop: ખરવું; પડવું; ટૂટી પડવું. 2. To attain a level; to empty: સંગમ થવો; ખાલી થo; મલવું. 3. To die by violence: કપાઈ મરવું; માર્યા જવું. 4. To lose strength; to subside: બંધ પડવું; નરમ પડવું. 5.To decline in power, glory, &c.: ઉતરી જવું; પડતી થવી; પડી ભાગવું. 6. To be degraded; to sin: પતિત–ભ્રષ્ટ થવું.7. To assume a look of shame or disappointment: નિરાશ થવું; મોઢું ઉતરી જવું. 8. To happen; to come to pass; to terminate: બનવું; વિતવું; થવું. 9. To pass by chance, lot or inheritance: મલવું; નશીબને લીધે આવી મલવું;વારસા તરીકે ઉતરવું. *To* **f.** *away*, (*a*) to loose flesh: ઝરવું; દુબળું થવું; લેવાઇ–સુકઈ જવું. (*b*) To desert allegiance: દગાખોર થવું; સામા ઉઠવું–થવું; બંડ મચાવવું. (*c*) To perish:નાબુદ–નાશ થવું.*To***f.***back*,to give way: પાછા હઠવું; હારી ખાવું. (*b*) Not to fulfil: ચુકવું; તોડવું; ભંગ કo; ન પાલવું. *To* **f.** *down*; to prostrate one's self in worship: લાંબા થઈ પગે લાગવું; સાષ્ટાંગ કo; નમવું. *To* **f.** *foul*, to assault: હુમલો કo. *To* **f.** *in*, to sink inwards: બેસી જવું; ધસી પડવું. *To* **f.** *in with*, (*a*) to meet with accidentally: અચાનક મલવું–ભેગા થવું. (*b*) To concur with, to agree with: મલતા થવું–આવવું; કબૂલ કo; માન્ય કo; તાબે થવું. *To* **f.** *off*, (*a*) to separate: જુદા પડવું; ત્યજી દેવું: (*b*) To perish: નાશ થવો; ઘસાઇ જવું; નાબુદ થવું. (*c*) To depreciate; to change for the worse: ઘટવું; કિંમત ઓછી થવી. *To* **f.** *out*, (*a*) to quarrel: કજીયો કo. *To* **f.** *short*, to be deficient: ખુટી પડવું; ઘટ પડવી. *To***f.** *through*, to fail: નિષ્ફલ–વ્યર્થ જવું; પડી ભાગવું; સૂઇ જવું. *To* **f.** *under*: બીજાના તાબામાં આવવું. *To* **f.** *upon*. to attack: હુમલો કo. (*b*) To attempt: કોશિશ–તજવીજ–પ્રયાસ કo. *vt.* To let fall: પડવા દેવું. 2. To sink; to depress: દબાવી દેવું; નીચું પાડવું. 3. To cut down: કાપી નાંખવું. *n.* Descent: ઉતરવું તે; પતન; પાત. 2. The act of dropping: પડવું તે. 3. Death; destruction: મોત; નાશ; પાયમાલી; ખ-

ગખી. 4. Downfall: પદભ્રષ્ટતા; માનભંગ; પડતી; ખરાબી; નાશ. 5. Decrease of price: બેસી જવું તે; ઘટ; ઉતર. 6. Declivity: ઢોળાવ; ઢાલ; ઉતરણ. 7. Cataract: ધોધવો; ધોધ. 8. Autumn: પાનખરઋતુ. 9. The first apostacy: આદમનું પાપમાં પડવું તે. 10. A falling: પતન; ઝાપટું; વૃષ્ટિ.

Fallacious, (ફૅલ્લેશસ્) *a.* Fitted to deceive: શક ઉત્પન કરે એવું; ભ્રાન્તિજનક. 2. False: પાયા વિનાનું; ખોટું.

Fallacy, (ફૅલ્લસિ) *n.* [L. *fallo*, I deceive.] Deceitful-ness; mistake: ભૂલ; ખોટ; ખોટાઈ.

Fallibility, (ફૅલિબિલિટિ) *n.* Liableness to deceive: ભુલમાં પડી શકવું તે;ભ્રાન્તિ.

Falling-sickness, (ફૉલીંગ્સીકનૅસ્) *n.* The epilepsy: ફેફરૂં; વાઈ.

Fallow, (ફૅલો) *a.* Uncultivated: ખેડયા વિનાનું; પડતર;2.ઝાંખા રાતા–પીળા રંગનું. *n.* Ploughing of land: ખેડાણ. *vi.* To fade; to become yellow: ઝાંખાપીલા રંગનું થવું.

False, (ફાલ્સ્) *a.* [L. *fallo*, I deceive.] Dishonest: ખોટું; જુઠું; પાયા વગરનું. 2. Not trustworthy: અપ્રમાણિક; બેઈમાન. 3. Not original or real: બનાવટી; ખોટું; કૃત્રિમ.

False-heart or **hearted**, (ફૉલ્સ્-હાર્ટ્-ટૅડ્) *a.* Treacherous; perfidious: દગાખોર; બેવચની; બેવફા.

False-hood, (ફૉલ્સહુડ્) *n.* [L. *fallo*, I deceive.] An untrue assertion: અસત્ય; ખોટાપણું; જુઠાણું. 2. False appearance; imposture: ખોટો દેખાવ; ખોટો ડોલ; આડંબર; ઢોંગ; ઠગાઈ.

Falsely, (ફૉલ્સ્લ) *ad.* Deceitfully: ગેરવાજબી રીતે; ઠગાથી.

Falsette-tto, (ફોલ્સેટ્-ટો) *n.* [L. *fallo*, I deceive. A false or artificial voice: ખોટો–કૃત્રિમ અવાજ.

Falsify, (ફૉલ્સિફાઈ) *vt.* To make false; to forge: ખોટું–કૃત્રિમ ક૦. 2. To prove to be false: ખોટું પાડવું; ખોટું છે એમ સિદ્ધ કરી આપવું. 3. To violate (one's word): તોડવું; ભંગ કરવો. 4. To avoid, to defeat: તજવું; દુર ક૦; હરાવવું.

Falsity, (ફૉલ્સિટિ) *n.* The quality of being false: ખોટાપણું; જુઠાણું; અસત્યતા; લબાડી.

Falsification, (ફૉલ્સિફિકેશન્) *n.* A counterfeiting: ખોટું કરવું–પાડવું તે; બનાવટ. 2. Confutation; disproof: સાબીત નહી થવું તે. 3. The showing of an item of charge in an account to be wrong: હિસાબની રકમ ખોટી છે એમ બતાવી આપવું તે.

Falter, (ફૉલ્ટર્) *vi.* [L. *fallo*, I deceive.] To hesitate to fail: તોતડું બોલવું; લડથડવું; ખંચાવું. 2. To tremble; to totter: ડોલવું; ધ્રુજવું.

Famble, (ફૅમ્બલ્) *vi.* To stammer: બોલતાં અચકાવું; ખંચાવું. *n.* A hand: હાથ.

Fame, (ફેમ) *n.* [L. *fame*, fame.] Public report or rumour: અફવા; ચર્ચા; હોહા. 2. Renown: કીર્તિ; પ્રસિદ્ધિ; નામના; નામદારી.

Familiar, (ફૅમિલિઅર્) *a.* [L. *familia*, family.] Domestic: ઘરનું; ખાનગી. 2. Well versed in: નિપુણ; વાકેફ; જાણકાર. 3. well known: જાણીતું; ઘણા પરિચયવાળું; પરિચિત; ઘરોબાવાળું.

Familiarity, (ફૅમિલિઍરિટિ) *n.* Intimacy: ઘરોબો; પરિચય. 2. Freedom from ceremony: હળીમળીને વહેવાર રાખવો તે. 3. Unconstrained intercourse: માહિતી; વાકેફગારી; નિપુણતા; હુશિયારી; હથોટી.

Familiarise, (ફૅમિલિઍરાઈઝ્) *vt.* To accustom; to make wellknown by practice: માહિતી મેળવવી; જાણીતા થવું. 2. To make easy by customary use: મહાવરો; અભ્યાસ પાડવો.

Familiarly, (ફૅમિલિઅર્લિ) *ad.* Unceremoniously: હળીમળીને; મિત્ર ભાવથી; ઘરનું ઘર સમજીને.

Family, (ફૅમિલિ) *n.* [L. *familia*, family.] A household; કુટુંબ; પરિવાર; કબીલો; ઘરબાર. 2. A tribe or race; lineage: વંશ; કુલ; ઓલાદ; વંશાવલી. 3. Honorable descent: ઉંચુ કુલ; ખાનદાની; કુલીનતા.

Famine, (ફૅમિન્) *n.* [L. *fames*, hunger.] Scarcity of food: દુકાલ; અભાવ; અછત; મોંઘવારી.

Famish, (ફૅમિશ્) *vt.* To starve; to destroy with hunger: ભુખે મારવું;વાખા પાડવા. 2. To exhaust the strength of by hunger: ભુખ તરસથી અશક્ત કરી નાંખવું. *vi.* To die of hunger: ભુખે મરવું; ફાકા પડવો.

Famous, (ફેમસ્) *a.* [L. *fama*, a fame.] Renowned; celebrated: પ્રખ્યાત; નામાંકિત; નામદાર; મશહુર.

Fan, (ફૅન્)*n.* An instrument for producing air: પંખો; વીંઝણો; વીનો. 2. An instrument for winnowing grain: સુપડું. *vt.* To move as with a fan:વા નાંખવો. 2. To winnow: ઝાટકવું; ઉપણવું.

Fanatical, (ફૅનૅટિકૅલ્) *a.* [L. *fanum*, temple.] Excessively enthusiastic: ધર્માન્ધ; ઝનુની.

Fanciful, (ફૅન્સિફુલ્) *a.* Full of fancy; whimsical: લહેરી; મનમોજી; તુરંગી. 2. Ideal; visionary: કલ્પિત; માનસિક; વેહેમી.

Fancy,(ફૅન્સિ) *n.* [Gr. *phanio*, I show.] The faculty by which the mind forms images of things at pleasure: કલ્પના; તર્કશક્તિ. 2. Conception: કલ્પના; ધારણા. 3. Caprice; whim: તુરંગ; ખ્યાલ; ફાંટો. 4. Liking; inclination: મરજી; મન; ખ્યાલ; ચાહના. *vi.* To imagine: કલ્પના ક૦; માનવું. 2. To like; to be pleased with: ગમવું; પસંદ પડવું. *a.* Adoptd to please fancy or taste: સુંદર; ખુબસુરત; દેખાવડું.

Fang, (ફૅન્ગ્) *vt.* To seize: પકડવું. *n.* A long pointed tooth: મોટો અણીવાળો દાંત; શુલદાંત. 2. A claw: પંજો. 3. Any thing by which hold is taken: પકડ; સાંડસો.

Fangled. (ફૅન્ગલ્ડ્) *a.* Showy; decorated: ભપકાદાર; દેખાવડું.

Fantastical, (ફૅન્ટૅસ્ટિકૅલ્) *a.* Imaginary: તુરંગી; કલ્પિત. 2. Caprious: લહેરી; ફાંટાવાળું.

Fantasy, (ફૅન્ટૅસિ) *n.* કલ્પના. *vt.* To fancy: કલ્પના ક૦.

Fantom, (ફૅન્ટૉમ) *n.* Gr. *phaino*, I show. *See Phantom.*

Far, (ફાર્) *a.* Distant; remote: દુર; આઘેનું. *ad.* To a great extent or distance: લાંબે; દુર; આઘે. 2. In a great part: ઘણું ખરૂં; ઘણું; ઘણે દરજ્જે; ઘણું વધારે. 3. To a certain point: અમુક હદ સુધી. *By far*, very much: ઘણું જ. **F.** *off*, ઘણે દુર. *so* **f.**: એટલે સુધી. **F.** *other*: ઘણું જુદું; ઉલટું.

Farce, (ફાર્સ્) *n.* [L. *farcio*, I stuff.] Ridiculous or empty show: હસવા લાયક; પોકલ નાટક; ફાર્સ.

Fare, (ફેર્) *vi.* To go; to travel: જવું; મુસાફરી ક૦. 2. To be in any state good or bad: કોઇપણ હાલતમાં હોવું–થવું. 3. To be entertained: જમવું; ખાવું; ભોજન ક૦. 4. To happen well or ill: વિતવું; બનવું; ગુજરવું. *n.* The price of passage: ભાડું; દુર; નોલ. 2. Food: અન્ન; જમણ; ખોરાક. 3. The person or persons conveyed in a vehicle: વાહન; ગાડી વગેરેમાં આવજા કરતાં માણસો.

Farewell, (ફેર્‌વેલ) *Interj.* Good bye; adieu: સલામ! આવજો! જઈશું! સાહેબજી; રામરામ. *n.* A wish of happiness: આશીર્વાદ. 2. Act of departing; leave: છેલ્લી સલામ; નમસ્કાર.

Far-fetched, (ફાર્‌ફેચ્ટ્) *a.* Not naturally deduced; strained: તાણી ખેંચીને–તાણી તોડીને કાઢેલું; ઉઠાડેલું. 2. Brought from far: ઘણે દુરથી આણેલું.

Far-sighted. Farseeing, (ફાર્‌સાઇટેડ્- ફાર્‌સીઇંગ્) *a.* Seeing to great distance: પહોંચેલો; દુરદર્શી; દીર્ઘદ્રષ્ટિવાળું; દુરંદેશી; લાંબી નજરવાળું; પાકું.

Farina, (ફૅરીનૅ) *n.* [L. *far*, a sort of grain.] The flour of any species of corn: કોઇ પણ અનાજનો લોટ. 2. The pollen: ફુલમાંનો ઝીણો ભુકો; પરાગ.

Farinaceous, (ફૅરિનેશિઅસ્) *a.* લોટ–આટાનું બનાવેલું.

Farm, (ફાર્મ્) *n.* A tract of land based on rent and cultivated by one man: ગણોતે ખેડવા આપેલી–સાંથેલી જમીન. 2. A landed estate: ખેતર. 3. A lease: ઈજારો; પટો. *vt.* To cultivate land: ખેડવું; જમીન ખેડવી. 2. To lease or let: ઈજારે આપવું; ઈજારો આપવો.

Farmer, (ફાર્મર્) *n.* (*a*) A husbandman: ગણોતિયો; ખેડુત. (*b*) One who collects (taxes or customs) at a certain rate: ઇજારેદાર. (*c*) The lord of the field: જમીનદાર; દેશાઇ. (*d*) Tenant: ભાડે રાખનાર.

Farming, (ફાર્મિન્ગ્) *n.* The business of cultivating land: ખેતી; કૃષિ; ખેડવાનું કામ; કૃષિકર્મ.

Farrago, (ફૅરેગો) *n.* [L. *far*, a sort of grain.] A medley: સેલભેલ; પંચરસ; ખીચડો.

Farrier, (ફૅરિઅર્) *n.* [L. *ferrum*, iron.] A shoer of horses: ઘોડાને નાલ જડનારો; નાલબંધ. 2. One who professes to cure the diseases of horses; veterinary surgeon: ઘોડાનો વૈદ; અશ્વવૈદ્ય.

Fart, (ફાર્ટ્) *n.* Breaking of the wind: અધોવાયુ; વાછૂટ. *vi.* To break wind: પાદવું; વાછૂટ થવી.

Farther, (ફારધર્) *a.* More remote: વધારે દુર–છેટેનું. 2. Longer: લાંબું. *ad.* Beyond: વધારે. 2. Moreover: વલી. *vi.* To promote; to help forward: વધારવું; આગલ મદદ ક૦.

Farthing, (ફાર્થિંગ્) *n.* The fourth of a penny: બે પાઇનો સિક્કો. 2. Very small price or value: કોડી; દમડી; દોકડો.

Fascicle, (ફૅસિકલ્) *n.* [L. *fascis*, a bundle.] A small bundle or collection: ઝુડી; જુડી. 2. A close cluster: ફુલનો ઝુમખો; જથો; ગોટો.

Fascinate, (ફૅસિનેટ્) *vt.* [L. *fascino*, I bewitch.] To bewitch; to enchant: મંતર મારવો; જાદુ ક૦; ભોલવી નાંખવું. 2. To charm; to captivate: મોહ પમાડવું; વશ ક૦; મોહિની લગાડવી.

Fascination, (ફૅસિનેશન્) *n.* Witchcraft: વશીકરણ; જાદુ; કામણ; મોહન. 2. Charm: નજરબંધી.

Fashion, (ફૅશન્) *n.* [L. *facio*, I make.] The form of anything; workmanship: ઘાટ; આકાર; ડોલ. 2. The prevailing mode: રીત; પ્રકાર; તરાહ. 3. Custom; manner: ધારો; સિરસ્તો; રિવાજ. *vt.* To form; to mold: ઘડવું; બનાવવું; કરવું. 2. To fit: to accommodate: બંધ બેસતું–લાયક–યોગ્ય ક૦.

Fashionable, (ફૅશનૅબલ્) *a.* Made after the prevailing mode: ચાલુ ઘાટ–તરેહનું; ઘાટદાર; ડોલદાર. 2. Current (opinions, practices): ચાલુ; પ્રચલિત; પ્રચારમાં હોય તેવું. 3. Observant of the fashion: ચાલુ–ઢબ રીત પ્રમાણે પોશાક પહેરનાર–ચાલનાર–વર્તનાર. 4. Genteel, well-bred: સભ્ય; વિનયી; વિવેકી.

Fast, (ફૅસ્ટ્) *a.* Firmly fixed; closely adhering; immovable: ખુંટી બેઠેલું; ચપટ; સજડ; મજબુત. 2. Firm; strong; impregnable: અજીત; અચલ; દ્દ. 3. Firm in adherence; faithful: વચની; વિશ્વાસુ; વફાદાર; નિમકહલાલ. 4. Sound, deep, as sleep: ભર; પાકી; ઘાડી. 5. Extravagant; dissipated: દુરાચરણી; ખોટી લતમાં પડી ગયેલું. 6. Permanent; durable; lasting: જાડું; ઉડી ન જાય તેવું; કાયમ. 7. Rapid; swift: જલદ; તેજ; પાણીદાર. **F.** & *loose*, inconstant: કહેવું કંઇ અને ક૦ કંઈ; ઘડીમાં આમ ને ઘડીમાં તેમ ઢલતું. *vi.* To abstain from food; to go hungry: ઉપવાસ ક૦; લાંઘવું; લાંઘણ ખેંચવી. *n.* Abstinence from food: ઉપવાસ; લાંઘણ; રોજો. 2. The time of fasting: ઉપવાસનો વખત. 3. That which fastens: પકડ; ચાંપ. *ad.* Fixedly; firmly: મજબુતાઈથી; સજડ. 2. Quickly; swiftly: ઝડપથી. **F.** *by* or **f.** *beside*: close to or near to: પાસે; નજીક.

Fast-day, (ફૅસ્ટ્-ડે) *n.* A day on which fasting is observed: ઉપવાસનો દિવસ; રોજો.

Fasten, (ફૅસ્ટન્) *vt.* To make fast: બાંધવું. 2. To hold together: જડવું; બેસાડવું; જકડવું. To Lock: દેવું; બંધ ક૦; આગલો દેવો. *vi.* To clinch: to fix one's self: બાઝી–વલગી રહેવું.

Fastidious, (ફૅસ્ટિડિઅસ્) *a.* [L. *fastus*, contempt.] Disdainful; squeamish: મિજાજી; કશાથી રાજી–ખુશી થાયજ નહીં એવું.

Fast-ness, (ફૅસ્ટનેસ્) *n.* A fortress; કિલ્લો. 2. Firmness; security: મજબુતાઈ; પાયદારી.

Fat, (ફૅટ્) *a.* Fleshy; plump: જાડું; પુષ્ટ; લઠ્ઠ; માતેલું; ઢોંગું; ફરેબ; ચરબીદાર. 2. Coarse; dull; stupid: જાડું;ઠોઠ; મૂર્ખ. 3. Producing a large income (place); fertile: ફલદ્રુપ; ઘણી પેદાસ-આમદાની વાલું. 4. Rich; fortunate: પૈસાદાર; ભાગ્યશાલી. *n.* Tallow: ચરબી. 2. The best production: ઉત્તમ પાક. *vt.* To make fat: જાડું કo; પુષ્ટ કo. *vi.* To grow fat, plump & fleshy: જાડા થવું; પુષ્ટ થવું.

Fatal, (ફેટલ્) *a.* [L. *fatum*, a prediction.] Necessary; inevitable: અનિવાર્ય; દુર થઈ શકે નહી તેવું; દૈવાધીન; દૈવવશ. 2. Mortal; calamitous: નાશકારક; પ્રાણઘાતક; આફત ભરેલું.

Fatalism, (ફેટલિઝમ્) *n.* The doctrine that all things are subject to fate: પ્રારબ્ધવાદ; દૈવવાદ.

Fatality, (ફેટલિટિ) *n.* Pre-destination; decree of faith: દૈવાધીનતા; નસીબ; તકદીર; કજા.

Fate, (ફેટ્) *n.* [L. *fari*, to speak.] Inevitable necessity; destiny: નસીબ;પ્રારબ્ધ;કીસમત; તકદીર. 2. Death; destruction: મરણ; નાશ; કજા. 3. A course of human life determined by a goddess: વિધાતાના લેખ.

Fates, (ફેટસ્)*n. pl.* A goddess who determines the course of human life: વિધાતા; છઠી દેવી.

Father, (ફાંધર્) *a.* [L. *pater*.] The male parent generator: બાપ; પિતા. 2. A first ancestor: મૂલ;પુરૂષ; પૂર્વજ. *Pl.*Ancestors: બાપદાદા; ઘરડાવરડા. 3. An author or founder: કર્તા; સ્થાપનાર; પિતા. 4. The supreme being: ઇશ્વર; પિતા. 5. A priest: પાદરી. 6. Protector; supporter: મુરબ્બી; પાલનહાર; પાલક. 7. *vt.* To adopt: દત્તક કરી લેવું.2. To beget; to generate: પેદા કo. 3. To furnish with a father: પાલણ કo.

Father-hood,(ફાંધર-હુડ્) *n.*Paternity: બાપ પણું; પિતૃત્વ.

Father-in-law, (ફાંધર્-ઇન્લૉ) *n.* The father of one's husband or wife: સસરો.

Father-land, (ફાંધર્-લૅન્ડ) *n.* The native land of one's fathers: બાપીકું વતન; વિલાયત.

Father-less, (ફાંધર-લેસ્) *a.* Destitute of a living father: અનાથ; નબાપું.

Fatherly, (ફાંધર્લિ) *a.* Paternal; careful: બાપ જેવું; પિતાતુલ્ય; બાપસમાન. *ad.* In the manner of a father: બાપના જેવી રીતે.

Fathom, (ફૅધમ્) *n.* A measure of six feet: વામ. 2. Depth of place: ઉંડાણ. *vt.* To measure by throwing the arms about:ભરવું;માપવું. 2. To comprehend; to master: સમજવું; ઉંડા ઉતરવું.

Fathom-less, (ફૅધમ્લેસ્) *a.* Incapable of being fathomed; not to be comprehended: અગાઢ; અથાગ; અથંગ.

Fatigue, (ફૅટીગ્) *n.* [L. *fatigo*, I am weary.] Weariness; થાક; શ્રમ. 2. Lassitude: સુસ્તી; કંટાલો. *vt.* To harass with toil; to tire: દમ લેવો; સતાવવું; થકવી નાંખવું.

Fatling, (ફૅટલિંગ્)*n.* A lamb or other animal fattened for slaughter, a fat animal: હલવાન; કાપવા સારૂં જાડું-પુષ્ટ કરેલું મેઢું.

Fatten, (ફૅટન) *vt.* To make fat: ઢોંગું-માતેલું-ચરબદાર કo. 2. To make fertile or fruitful: ફલદ્રુપ કo. *vi.* To grow fat: આંગ લેવું;જાડું-ફરબે થવું.

Fatty, (ફૅટિ) *a.* Greasy; containing fat: ચરબીદાર; ચિકણું.

Fatuity, (ફૅટ્યૂઇટિ)*n.*[L. *fatuitus*,foolishness; feebleness of intellect: જડબુદ્ધિ; મૂર્ખાઇ.

Fatuous, (ફૅટ્યૂઅસ્) *a.* [L. *fatuus*, foolish.] Sily; stupid; imbecile: જડ; મૂઢ; મૂર્ખ; નબલા મગજનું.

Fault, (ફૉલ્ટ્)*n.* [L. *fallo*, I deceive.] Defect; want: ખોડ; ખાંપણ; ખામી; કસર. 2. Blemish; failing: ભૂલ; ચૂક. 3. A slight offence: વાંક; નકસીર; દોષ. *To find* **f.**, *with*: દોષ-ઠપકો દેવો-ગુકવો.

Faultless, (ફૉલ્ટ્લેસ્) *a.* Free from faults: નિર્દોષ; નિરપરાધી; બેતકસીર.

Fauna, (ફૉને) *n.* [L. *faunus*, a god of the fields.] The animals of any given area or epoch: કોઈ દેશના પ્રાણીમાત્ર.

Favour, (ફેવર્) *n.* [L. *faveo*, I favour.] Kindness; friendly disposition:કૃપા;મેહેરબાની. 2. Support; befriending: આશ્રય; ટેકો; મદદ. 3. A kind act: ઉપકાર; આભાર. 4. Lenity; mildness: કૃપા; દયા. 5. Gift; present at wedding: લગ્નની ભેટ; બક્ષિસ; નજર. 6. Partiality: પક્ષપાત; તરફદારી. *vt.* To support; to befriend: કૃપા-મહેરબાની રાખવી. 2. To facilitate: સહેલું-સુગમ કo.

Favorable, (ફેવરૅબલ્) *a.* friendly; propitious: દયાલુ; કૃપાલુ; મેહેરબાન. 2. Advantagious: લાભ-ફાયદાકારક; અનુકૂલ. 3. Beautiful: સુંદર.

Favoured, (ફેવર્ડ) *a. pp.* માનીતું; આભારી. *Well* **f.**: દેખાવડું; ખુબસુરત;કદાવર.*Ill* **f.**: બદશિકલ.

Favourite, (ફેવરિટ્) *n.* A person or thing regarded with beauty or favour: ઘણું વહાલું; માનીતું. *a.* Beloved: પ્રિય; ઇષ્ટ; પસંદ.

Favoritism, (ફેવરિટિઝમ) *n.* Partiality: તરફદારી; પક્ષપાત.

Fawn, (ફૉન) *n.* [L. *fetus*.] A young deer: હરણનું બચ્ચું. *a.*Of the color of a fawn: હરણના બચ્ચાના રંગનું. *vi.* To flatter meanly: સાથે ગેલ કo; ખુશામત કo; હાજીહા કo. *n.* Mean flattery; sycophancy: ખુશામત; હાજીહા.

Fawn-eyed, (ફૉન-આઇડ્) *a.* Like the eye of a fawn: મૃગલોચની.

Fawning, (ફૉનિન્ગ્) *a.* Flattering: ખુશામતીઓ; ખુશામત-હાજીહા કરનાર. *n.* Flattery: ખુશામત; હાજીહા.

Fealty, (ફીઍલ્ટિ) *n.* [L. *fidelis*, faithful.] Fidelity to one's lord; loyalty: વફાદારી; નિમકહલાલી; રાજભક્તિ; પ્રજાધર્મ.

Fear, (ફીર્) *n.* Apprehension; anxiety; alarm; dread: બ્હીક; ભય; ધાસ્તી; ચીંતા; ડર; ધાક; ફિકર; કાલજી; દેહશત; અંદેશો. 2. Source or occasion of terror: રોબ; દમામ; ભપકો; હાક. *vt.* To be afraid of: બ્હીવું; ડરવું; ધાક–ડર લાગવો. 2. To suspect; to doubt: વ્હેમ લાવવો–હોવો; શકમંદ હોવું–થવું. *vi.* To be in apprehension of evil; to be afraid: બ્હીવું; ડર લાગવો.

Fearful, (ફીર્ફુલ્) *a.* Afraid; frightened: બ્હીધેલું; ભયભિત. 2. Easily frightened; timid: બ્હીકણ; ડરકણ; પોચું; છાતી–હિંમત વિનાનું; બાયલું. 3. Terrible; dreadful: ભયંકર; બિયામણું; વિક્રાલ; ભયાનક; દેહશતનાક.

Fearless, (ફીર્લેસ્) *a.* Free from fear; bold: બહાદુર; છાતીવાલો; નિર્ભય.

Feasibility, (ફીઝિબિલિટિ) *n.* practicability: સંભવ; સંભાવતપણું; શકયતા; સાધ્યતા.

Feasible, (ફીઝબલ્) *a.* [L. *faceo.*] Practicable: શકય; સંભવિત; કરવા–બનવા જોગું. 2. Fit to be used or tilled (as land): ખેડવા–વાપરવા લાયક.

Feast, (ફીસ્ટ્) *n.* [L. *festus*, joyful.] A festival; a holiday: ઓચ્છવ; સપરમો દહાડો; રૂડું ટાણું; તહેવાર. 2. A grand or sumptuous entertainment: મિજબાની; જ્યાફત; ઉજાણી; ઉત્સવ. *vi.* & *vt.* To eat sumptuously: મિજબાની–ઉજાણી–જાફત આપવી. 2. To be highly gratified or delighted: અતી–ઘણું ખુશ થવું; સંતોષ પામવો.

Feat, (ફીટ્) *n.* [L. *facio*, I do.] An act; a deed; an exploit: પરાક્રમ; કામ. 2. A striking act of strength, skill, or cunning; a trick: કસરત; હાથ ચાલાકીનું કામ; યુકિત; દાવ; પેચ.

Feather, (ફ્રેધર્) *n.* [L. *pennas*, feather.] One of the peculiar dermal appendages, of several kinds: પીછું; પાંખ. 2. Kind; nature; species: જાત; વર્ગ. 3. The fringe of long hair on the legs of some dogs: કુતરાના પગ ઉપરના વાલના ગુચ્છા. To be in high *feather*: આનંદિ–ખુશ હોવું. To cut a *feather*: પ્રખ્યાત–વિખ્યાત નામીચું થવું. To show the white *feather*: બાયલાપણું–નાહિમ્મત બતાવવી. *vt.* To furnish with a feather or feathers: પીછાંવાલું ક૦; પીછાં ઘાલલવાં–ભરવાં. 2. To adorn as with feathers; to fringe: પીછાંથી–ઘાલીને–ની ઝાલર કરીને શણગારવું–સુશોભિત ક૦. 3. To enrich; to exalt; to benefit: પૈસાદાર ક૦; ઉંચી પદવીએ ચઢાવવું; ફાયદો ક૦. To *feather* one's nest: પોતાનું ઘર ભરવું. *vi.* To become feathered: પીછાંવાલું થવું–હોવું. 2. To curdle when poured in another liquid: બીજા પ્રવાહી સાથે ભેલાયાથી અખરાઈ જવું. 3. To have the appearance of a feather: પીછાંના આકારનું.

Feathered, (ફ્રેધર્ડ્)*a.* Covered with feathers or wings: પીછાં–પાંખોવાલું; પીછાંદાર. 2. Ornament; fringed: પીછાં ઘાલીને સુશોભિત કરેલું–શણગારેલું.

Feathery, (ફ્રેધરિ) *a.* Pertaining to or resembling feathers: પીછાંના જેવું ને લગતું.

Feature, (ફીટ્યૂર)*n.* [L. *facio*, I make.] The make, form, or outward appearance, of a person: ચહેરો; સુરત; ડોલ 2. A lineament: ઘાટ; ઘટન; આકાર; મુખ ચિન્હ. *Pl.* 3. The face; the countenance: રૂપરેખા; રૂપ; મુખવટો. 4. The east or structure of anything: દેખાવ.

Febrifuge, (ફ્રિબ્રિફ્યૂજ્) *n.* [L. *febris*, fever & *fugeo*, I flee.] A medicine serving to mitigate or remove fever: તાવનું ઓસડ. *a.* Antifebrile: જ્વરનાશક; તાવમારક.

Febrile, (ફિબ્રાઈલ્) *a.* [L. *febris*, fever.] Pertaining to fever: તાવ સંબંધી; તાવ દર્શાવતું; જ્વરસૂચક.

February, (ફ્રેબ્રયૂઍરિ) *n.* [L. *februa*, *Pl.* the Roman festival of purification.] The second month in the year: ખ્રિસ્તી સાલનો બીજો મહિનો; ફ્રેબ્રુઆરિ.

Feces, (ફીસીઝ્) *n. Pl.* Dregs; sediment; excrement: મેલ; મલ; છાણ; કચરો; નરક; ગુ; વિષ્ટા.

Fecula, (ફ્રેક્યૂલૅ) *n. Pl.* **Feculæ**, [L. *faicis*, sediment.] The nutrious part of wheat, starch or farina: કાંજી.

Feculence, (ફ્રેક્યૂલેન્સ્) *n.* The state of being feculent; muddiness: ગંદાપણું; નાપાકપણું. 2. Sediment; lees: કચરો; મેલ; રગડો.

Feculent, (ફ્રેક્યૂલેન્ટ્) *a.* Muddy; thick; turbid: ગંદુ; મેલું; કાદવવાલું; કચરાવાલું; રગડાવાલું.

Fecundate, (ફ્રીકનડેટ્) *vt.* [L. *fecundus.*] To make fruitful or prolific: ગર્ભવંત ક૦. 2. To render fruitful or prolific; to impregnate: ફલવંત–રૂપ ક૦.

Fecundity, (ફ્રીકન્ડિટિ) *n.* [L. *fecunditas.*] Fruitfulness: ફલદ્રુપતા. 2. The power of germinating (*as in seeds*): બીઆંમાં ફણગા ફુટવા તે. 3. Fertility; richness of invention: સારી કલ્પના શક્તિ.

Federal, (ફ્રેડરૅલ્) *a.* [L. *foedus*, league.] (*a*) Pertaining to a league or treaty: કોલકરાર સંબંધી–નું. (*b*) Constituted by a compact between parties: અરસ પરસની કબુલાતથી સ્થાપેલું. 2. (*a*) Composed of states, which retain only a subordinate sovereignty: બીજા દરજાના રાજ્યોનું બનેલું.

Federation, (ફ્રેડરેશન્) *n.* A league; a confederacy: સંપ; એક સંપી–રાજ્ય.

Fee, (ફ્રી) *n.* [L. *feus*, cattle.] Property: જાગીર; માલમતા. 2. Charge; pay; requisite: દસ્તુરી; લવાજમ; હકસાઈ; ફી. *Land in* **f.** *simple*: વંશપરંપરા ઉતરતી જમીન; જાગીર; વતન.

Feeble, (ફ્રીબલ્) *a.* [L. *debilis*, weak.] Weak; infirm; debilitated: નબલું; કમજોર; દુર્બલ; અશક્ત. 2. Faint: ઝાંખું; ઝીણું; મોલું; નરમ; ધીમું.

Feeble-minded, (ફ્રીબલ્-માઈન્ડેડ્) *a.* Irresolute; imbecile: જડબુદ્ધિનું; કમઅક્કલ નબલા ભેજાનું.

Feed, (ફીડ્) *vt.* To give food to: ખવડાવવું; ખાવાનું આપવું; ચરાવવું. 2. To satisfy; to gratify or minister to, as any sense, talent, taste, or desire: સંતોષ પમાડવું; તૃપ્ત ક૦; પૂરૂં પાડવું; પુરવું. 3. To nourish: પુષ્ટિ–ટેકો–આધાર આપવો. *vi.* To take food; to eat: ખાવું; જમવું. 2. To subsist by eating (with *on* or *upon*): ખાઇને જીવવું; નિર્વાહ ક૦. *n.* That which is eaten: ખોરાક;ચંદી. 2. A grazing or pasture ground: ચરવાની જગ્યા. *Feed* bag, a nose bag containing food for a horse or a mule: તોબરો. *Feed* door, ધમણનું મ્હો–બારણું.

Feeder, (ફીડર્) *n.* One who feeds: ખવાડનાર; અન્ન પૂરૂં પાડનાર; ખાનાર; ગુજરાન કરનાર. 2. One who furnishes incentives; an encourager: ઉશ્કેરનાર; ઉત્તેજન આપનાર. 4. A tribunary: બીજી નદીમાં મળનારી નદી; શાખા. 6. A branch railroad, રેલવેની સડકની શાખા. 7. A device for supplying steam boilers with water as needed: વરાળ યંત્રમાં જોઇતું પાણી પુરૂં પાડવાનો સંચો.

Feel, (ફીલ્) *vt.* To perceive by the touch: સ્પર્શ ક૦; અડકવું; હાથ ફેરવી જોવો. 2. To perceive by the mind; to experience: લાગવું; જણાવું–અનુભવ થવો; સહેવું. 3. To be conscious of; to have an inward persuation of: જાણવું; પિછાનવું; ભાસવું. 4. To perceive; to observe: લાગવું; જોવું; તપાસી જોવું. *vi.* To have the sensibilities moved or affected: લાગણી થવી; જણાવું; દુઃખ લાગવું–થવું. 2. To be conscious of an inward impression: અનુભવ થવો.

Feeler, (ફીલર્) *n.* One who or that which feels: જેને લાગણી થાયછે તે. 2. An antenna; a palp: ઝીણાં જીવ જંતુની મૂછ. 3. Something tentative: પારકું મન જોવા સારૂં કહેલી વાત; પારખું.

Feeling, (ફીલિન્ગ્) *a.* Easily affected or moved: જેને જલદી અસર–લાગણી થાય તેવું; કરૂણાળુ; દયાળુ. 2. Expressive of great sensibility: ઘણી લાગણી દર્શાવનાર; કરૂણાત્મક; દિલસોજ. *n.* The sense of touch: લાગણી; સ્પર્શેન્દ્રિય; સ્પર્શ. 2. Consciousness: જ્ઞાન; સમજ; ભાણ; સુધ. 3. The capacity of the soul for emotional states: કરૂણા; દયા; અનુકંપા; લાગણી; દિલસોજી.

Feelingly, (ફીલિન્ગ્લિ) *adv.* Pathetically; sympathetically: અસરકારક રીતે; દયા આવે એવી રીતે; દિલસોજી–લાગણીથી.

Feet, (ફીટ્) *n. pl.* See **Foot**: પગનું બહુવચન; પગો.

Feign, (ફ્રેન) *vt.* [L. *figura*, figure.] To imagine; to invent: કલ્પના ક૦; કલ્પવું; બનાવટ ક૦. 2. To pretend: ડોળ ઘાલવું; ઢોંગ ક૦. 3. To conceal: છુપાવવું; બ્હાનું કાઢવું.

Feigned, (ફ્રેન્ડ્) *a.* Pretended; insincere; false: બનાવટનું; કલ્પિત; ખોટું; કૃત્રિમ; ઢોંગી.

Feint, (ફ્રેન્ટ્) *a.* Feigned; counterfeit: કલ્પિત; ખોટું; કૃત્રિમ. *n.* A pretence; a stratagem; તરકટ; કપટ; બ્હાનું; ડોલ; ઢોંગ; છલ. 3. A mock blow or attack on one part when another part is intended to be struck: થાપ; ધાપ.

Felicitate, (ફીલિસિટેટ્) [L. *felix-icis*, happy.] *vt.* To delight: ઘણું સુખી ક૦; ખુશ ક૦; આનંદ પમાડવું. 2. To congratulate: ખુશી બતાવવી; મુબારકબાદી આપવી.

Felicitation, (ફીલિસિટેશન્) *n.* A wishing of joy or happiness; congratulation: મુબારકબાદી; અભિનંદન.

Felicitious, (ફીલિસિટસ્) *a.* Happy; prosperous; delightful: ખુશકારક; ઘણુંજ સુખી–યોગ્ય; આબાદ.

Felicity, (ફીલિસિટિ) *n.* Blessedness; blissfulness: આનંદ; સૈાભાગ્ય; કલ્યાણ; પરમાનંદ. 2. Prosperity; blessing: આબાદી; સુખ; પરમસુખ.

Feline, (ફીલાઇન્) *a.* [L. *felis*, a cat.] Catlike: બીલાડી, વાઘ, સીહ, વગેરેના જેવું–ને લગતું. 2. Sly; stealthy; treacherous: કપટી; દગલબાજ; છાનું; લુચ્ચું; ખંધું; પેચવાળું.

Fell, (ફેલ્) *Imp.* of **Fall**: પડયું. *a.* Cruel; barbarous; savage: જંગલી; ક્રુર; નિર્દય; ખુની; ઘાતકી. 2. Eager; earnest: આતુર; ઈંતેજાર; હોંસી. *vt.* To cause to fall; to knock down: પાડવું; પાડી–કાપી નાંખવું; જમીનદોસ્ત ક૦.

Fell-monger, (ફેલ્-મૉન્ગર્) *n.* A dealer in the hides of beasts: ચામડાંનો વેપારી; ચમાર; ચામડીઓ.

Fellow, (ફેલો) *n.* A companion; a comrade; an associate: સોબતી; મિત્ર; સાથી; ગોઠીઓ; ભાઇબંધ. 2. An ignoble or mean man: હલકો–નીચ માણસ. 3. An equal in power, rank, character, etc: બરોબરીઓ; જોડીઓ; ગોઠીઓ. 4. One of a pair or of two things; a mate: જોડમાંનું એક; જોડ; જોરો. 5. A person; individual: માણસ; જન. 6. A scholar who is appointed to a foundation called a fellowship: લવાજમ મેળવતો અભ્યાસી; ફેલો. 7. A member of a literary or scientific society: વિદ્યામંડલાનો સભાસદ. *Poor* f.: બાપડો; બિચારો.

Fellow-creature, (ફેલોક્રીટયૂર્) *n.* One of the same race or kind: ભાઈબંધ–બંધુ.

Fellow-feeling, (ફેલોફીલીન્ગ્) *n.* Sympathy; a like feeling: બીજાના દુઃખની દાઝ; અનુકંપા; લાગણી; દિલસોજી; દયા.

Fellow-ship, (ફેલોશિપ્) *n.* The state or relation of being a fellow or associate: સોબત; સંગત; દોસ્તી. 2. Frequent and familiar intercourse: પરિચય; ઘરોબો; સંસર્ગ. 3. Partnership; companionship: પંત્યાલું; ભાગીદાર; ભાગ. 4. Those associated with one, as in a family, or a society; a company: સોબત; ટોલી; મંડલી. 5. A foundation for the maintenance, on certain conditions, of a scholar: અધ્યયનવૃત્તિ; ફેલોની જગા; ફેલોશીપ.

Fellow-student, (ફેલોસ્ટુડન્ટ્) *n.* One who learns with another; one who learns under the same teacher: સાથે શીખનાર; સહાધ્યાયી.

Felon, (ફ્રેલૉન્) *n.* A person who has committed a falony: મહા પાતકી; મહાપરાધી. 2. A kind of whitlow: નખછર; નવેલો.

Felonious, (ફ્લોનિઅસ્) *a.* Malignant; malicious; traitorous; perfidious: મહા પાપી; દુષ્ટ; દ્વેષ-ઈર્ષા ભરેલું; દુરાચારી; ખારીલું; ઘાતકી.

Felony, (ફ્લૉનિ) *n. pl.* **Felonies.** An act on the part of a vessal which cost him his fee by forfeiture: જે ગુન્હાને લીધે ગણોતિયાને પોતાના શેઠની મિલ્કત શેઠને પાછી સ્વાધીન કરી દેવી પડેછે તે. 2. A heinous crime: મહાપરાધ; મોટો ગુન્હો; ઘોર પાપ; મહાપાતક.

Felt, (ફેલ્ટ્)*Imp. & pp. a.* from **Feel:** લાગેલું; અડેલું; અડકેલું. *n.* [L. *pilus,* hair.] A cloth or stuff made of matted fibres of wool: ઉનનું કપડું; ખન્તુસ; નમદો. 2. A hat made of felt: ઉનના કપડાની ખનાવેલી ઉભી ટોપી. 3. A skin or hide; a pelt: ચામડું-ડી.

Female, (ફીમેલ્) *n.* [L. *femina,* woman.] An individual of the sex which conceives and brings forth young: નારી; ઓરત;માદા; સ્ત્રી. *a.* Not male: સ્ત્રીજાત સંબંધી; સ્ત્રીજાતીય; સ્ત્રીધર્મી; જનની. 2. Feminine; soft: કોમલ; મૃદુ; કુમાર; નરમ; નબલું; નાજુક. **F.** *rhymes:* એવડો અનુપ્રાસ. **F.** *screw:* જેમાં સ્ક્રુ ફેરવીને ઘાલવામાં આવેછે તે;માદા.

Feminine, (ફેમિનિન્) *a.* [L. *femina,*woman.] Womanish; womanly: ઓરત જાતનું-સંબંધી; સ્ત્રીધર્મક. 2. Having the qualities of a woman: બાયલું; કોમલ; મૃદુ; સુકુમાર; નાજુક; નરમ. 3. Having a form belonging more especially to words which are appellations of females: નારી જાતનું; સ્ત્રીલિંગનું.

Fence, (ફેન્સ્) *n.* A defence; a protection; shield: બચાવ; રક્ષણ; ઢાલ. 2. An inclosure about a field or other place: વાડ; કઠેરો; ટટ્ટી. 3. A protection on the bolt: કલના ઉપરની ચાંપ. 4. The art and practice of fencing and sword play: પટા ખેલવાની ચતુરી;પટાબાજી. 5. A receiver of stolen goods or a place where they are received: ચોરીનો માલ લેનાર; ચોરીનો માલ રાખવાની જગા. *To be on the* **f**: તટસ્થ રહેવું; શું બનેછે તે ઉભા ઉભા જોયાં ક૦. *vt.* To protect; to guard: બચાવ-રક્ષણ ક૦; સંભાલવું. 2. To inclose with a fence or other protection: વાડ બાંધવી; તટ્ટી ભરવી. *vi.* To practise the art of attack and defence with the sword: તરવારથી પટા ખેલવા.

Fencer, (ફેન્સર્) *n.* One who fences; પટા ખેલનાર; પટા ખેલવાનું શીખવનાર; પટાબાજ.

Fencing, (ફેન્સિન્ગ્) *n.* The art or practice of attack and defence with the sword: પટા ખેલવા તે; પટાબાજી; દંડયુદ્ધ.

Fend, (ફેન્ડ્)*n.* A fiend: ભૂત; અસુર; સેતાન; જીવનો વેરી. *vt.* To keep off; to ward off: રોકવું; ખાલવું; અટકાવવું. *vi.* To resist; to parry: અટકાવ ક૦; સામે થવું; બચાવ ક૦; હાંકી કાઢવું.

Fennel, (ફેન્નેલ્) *n.* [L. *fuenum,* hay.] A parennial plant: વરિયાલી.

Fenny, (ફેનિ) *a.* Abounding in fens; swampy; boggy: ભીની ઘાસવાલી જગાનું; કલાણવાલું.

Fenugreek. (ફેન્યૂગ્રીક્) *n.* [L. *fænum.*] A plant cultivated for its strong-smelling seeds: મેથી.

Feoff, (ફેફ્) *vt.* To invest with a fee or feud; to enfeoff: વંશ પરંપરા સુધી બક્ષીસ આપવી. *n.* A fief: જાગીર; વતન.

Ferie, (ફેરી) *n.* [*feriae,* holidays.] A holiday: તહેવાર; સપરમો દિવસ.

Ferine, (ફીરાઈન્) *a.* [L. *ferus,* wild.] Wild; untamed: જંગલી; ન પલાય એવું; ક્રુર.

Ferment, (ફર્મેન્ટ્) *n.* [L. *fervo,* I boil.] That which causes fermentation: જેથી ફીણ-ઉભરો આવે તે. 2. Tumult: હુલ્લડ; ગભરાટ; જુસ્સો; ક્ષોભ. 3. *vt. & vi.* To cause fermentation in; to set in motion: ઉભરો થાય-ફીણ આવે તેમ ક૦; ઉભરાવવું; ઉભરો આવવો; ખમીર ચઢવું-ચઢાવવું; ક્ષોભ; ગભરાટમાં નાંખવું.

Fermentation, (ફર્મેન્ટેશન્) *n.* The process of undergoing an effervescent change: ખમીર; ઉભાણ; ઉભરો; જોશ. 2. A state of agitation or excitement: ગભરાટ; ઉત્તાપ; હુલ્લડ.

Fermentative, (ફર્મેન્ટેટિવ્) *a.* Causing fermentation; fermenting: જોસ આણતું; ઉભરો લાવતું.

Fern, (ફર્ન્) *adv.* Long ago: ઘણા વખતપર; ઘણો કાલ થયો તે પહેલાં. *a.* Ancient; old: અસલી; જુનું.

Ferocious, (ફીરોશસ્) *a.* [L. *ferrox,-ocis,* fierce.] Fierce; wild; rapacious: ઘાતકી; ક્રૂર; જંગલી; ફાડી ખાનારું; વિક્રાલ; નિર્દય.

Ferociousness-Ferocity, (ફીરોશસ્નેસ્-ફીરૉસિટિ) *n.* Savageness; cruelty: ઘાતકીપણું; ક્રૂરતા; જંગલીપણું; વિકાલપણું.

Ferreous, (ફેરીઅસ્) *a.* [L. *ferrum,* iron.] Partaking of, made of, pertaining to, iron; like iron: લોખંડી; લોઢાનું-ના જેવું-નું બનાવેલું.

Ferret, (ફેરેટ્) [L. *fur,* thief.] *vt.* To search out by patient and sagacions efforts: ધીરજ અને ચાલાકીથી શોધી-ખોલી કાઢવું.

Ferry, (ફેરિ) *vt. & vi.* To carry or transport in a boat: હોડીમાં બેસાડી પાર ઉતારવું-લઈ જવું; નદી પાર ઉતારવું. *n. pl.* **Ferries.** A place where persons or things are carried across a river &c., in a ferry boat; તર; ઓવારો. 2. A ferry boat;a wherry: નાવ; હોડી.

Ferryboat, (ફેરિબોટ્) *n.* A vessel for conveying passengers, merchandise, etc: મછવો; તર; હોડી.

Ferryman, (ફેરિમૅન્) *n. pl.* **Ferrymen.** One who maintains or attends a ferry: હોડીવાલો.

Fertile, (ફર્ટાઇલ્) *a.* [L. *fero,* I bear.] Fruitful; productive: ફલદ્રુપ; આબાદ; ફલવંત; યોજક; શોધક; ચતુર.

Fertileness-fertility,(ફર્ટાઇલ્નેસ્-ફર્ટિલિટિ) *n.* fruitfulness; productiveness: ફલવંતતા; સફલતા; ફલદ્રુપતા.

Fertilize, (ફર્ટિલાઇઝ્) *vt* To make fertile; to make fruitful or productive: ફલદ્રુપ-ફલવંત-

આબાદ કo. 2. To fecundate: ગર્ભવંત કo.

Fervency, (ફર્વેન્સિ) *n.* Ardor; warmth of feeling or devotion; eagerness: ઉત્સાહ; આસ્થા; ભાવ; જુસ્સો; હોંસ.

Fervent, (ફર્વેન્ટ્) } *a.* [L. *fervo*, I boil.]
Fervid, (ફર્વિડ્) } Hot; glowing; boiling; burning: ઉકળતું; ગરમ; બળતું; તપી ગયેલું. 2. Warm in feeling; earnest: તીખું; જુસ્સામાં આવેલું; જલદ. 3. હોંસીલું; ઉત્સુક; આતુર; દિલસોજ.

Fervidness, Fervor, (ફર્વિડ્નેસ્-ફર્વર્) *n.* [L. *fervor.*] Hot; excessive warmth: ઉષ્ણતા; ગરમી. 2. Glowing ardor; passion; earnestness: જુસ્સો; આતુરતા; ભાવ; ઝનુન; જોશ; દિલસોજી.

Festal-Festive, (ફેસ્ટલ્-ફેસ્ટિવ્) *a.* [L. *festum*, feast.] Joyous; gay; mirthful: મંગલ; શુભ; ખુશીનું; ખુશાલીભર્યું.

Fester, (ફેસ્ટર્) *vi.* To become inflamed and suppurate: પાકપર ચઢવું; પાકવું; પરૂ પેદા થવું. 2. To grow virulent or malignant; to rankle: પેટમાં બળ્યા કo; ખાર રાખવો; મનમાં આંટી-ગાંઠ વાલવો.

Festival, (ફેસ્ટિવલ્) *a.* [L. *festivus*, festive; gay.] Festive; mirthful: સપરમા દહાડાનું; ખુશાલીનું; શુભ; આનંદનું; માંગલિક. *n.* A time of feasting or celebration: આનંદનો દિવસ; સપરમો દહાડો; ઉત્સવ; પર્વ; પરભ.

Festivity, (ફેસ્ટિવિટિ) *a. pl.* **Festivities.** Joyfulness; gaiety: આનંદ; હર્ષ; ખુશાલી; ખુશી. 2. A festival; a festive celebration: તેહેવાર; ઓચ્છવ; પર્વ; પરભ.

Festoon, (ફેસ્ટૂન્) *n.* [L. *festum*, festival. A garland or wreath: તોરણ; માલા; હાર. *vt.* To form in festoons or to adorn with festoons: તોરણ કo-બનાવવું; તોરણ બાંધી શણગારવું.

Fetch, (ફેચ્) *vt.* To go and bring; to get: લઇ આવવું; લાવવું; મેલવવું. 2. To obtain as price or equivalent; to sell for: ઉપજવું; આવવું; કીમત ઉપજવી. 3. To revive: શુદ્ધિમાં આણવું-લાવવું. 4. To reach; to arrive at: પહોંચવું; હંકારીને જવું. *To* **f.** *a compass*, to make a circuit: પ્રદક્ષિણા કo; ચક્કર-ફેરાવો ફરવો; ગોલ ફેરાવો ફરી આવવું. *n.* A trick; an artifice: દાવ; પેચ; કપટ. 2. The apparition of a living person: જીવતા માણસનું પ્રેત-પડછાયો; ઓલો.

Fete, (ફેટ્) *n.* A feat: પરાક્રમ; કસરત; હાથ ચાલાકીનું કામ. *n.* A festival: મીજબાની; ઉજાણી.

Fetid, (ફીટિડ્) *a.* [L. *fœtere*, to stink.] Stinking: દુર્ગંધવાલું; ગંધવાલું; ગંધાતુ; વાસ મારતું.

Fetor, (ફીટર્) *n.* [L. *fetor.*] A strong offensive smell; fetidness: ગંધ; દુર્ગંધ; બદબો; વાસ.

Fetter, (ફેટ્ટર્) *n.* A bond; a shackle: બેડી; સાંકલ; જંજીર. 2. A restraint: અંકુશ; દાબ; નિગ્રહ; કાબુ. *vt.* To put fetters upon; to bind: બેડી ઘાલવી-ઠોકવી. 3. To restrain from motion; to confine: મના કo; અટકાવવું; રોકવું.

Fetus, (ફીટસ્) *n. Pl.* **Fetuses**, [L. *fetus*, *fœtus*, a bringing forth; offspring.] The young or embryo of an animal in the womb or in the egg: ગર્ભ માંહેલું બચ્ચું; ગર્ભ; હમેલ.

Feud, (ફ્યૂડ્) *n.* A combination of kindred to avenge injuries or effronts, done or offered to any of their blood on the offender and all his race: પોતાના સગાને તથા પોતાની નાતના કોઇને કરેલી ઇજાનું વેર વાલવા માટે કરેલો એકસંપ. 2. A contention or quarrel: કજીઓ; તડ; લડાઈ; મારામારી. *n.* A fief: જાગીર; વતન.

Feudal, (ફ્યૂડલ્) *a.* Of, or pertaining to feuds: જાગીર-વતનને લગતું-સંબંધી-નું; જાગીર-વતનવાલું.

Feudiary, } (ફ્યૂડિઍરિ, ફ્યૂડેટરિ) *a.* & *n. pl.*
Feudatory, } **Feudatories.** The tenant of a feud or fief: જમીનદાર; ખેડુત; સાથે રાખનાર.

Fever, (ફીવર્) *n.* [L. *febris.*] A diseased state of the system, marked by increased heat: તાવ; જ્વર; બુખાર. *Bilious* **f.**: પીત્તજ્વર. 2 A condition of great excitement: જુસ્સો; ઉશ્કેરાટ; ગભરાટ.

Feverish, (ફીવરિશ્) *a.* Having fever: તાવ ભરેલું; તાવની કસરવાલું. 2. Indicating, or pertaining to, fever: તાવ દર્શાવનારૂં-સંબંધી. 3. Hot; sultry: ઉષ્ણ; ઉનું; ગરમ. 4. Excited; restless: બેચેનીવાલું; ઉશ્કેરાયલું.

Few, (ફ્યૂ) *a.* Not many; small, limited, or confined in number: જુજ; અલ્પ; થોડુંજ. *In few*, briefly: થોડા શબ્દમાં; ટુંકામાં.

Fiat, (ફાઇઍટ્) *n.* [L. *facio*, I make.] An authoritative command; ફરમાન; હુકમ; આજ્ઞા.

Fib, (ફિબ્) *n.* A falsehood; a lie: જુઠું; જુઠાણું; ગપાટો; ગપ. *vi.* To speak falsely: જુઠું બોલવું.

Fibre, (ફાઇબર્) *n.* [L. *fibra.*] One of the delicate, thread-like portions of which the tissues of plants and animals are in part constituted: રેસો; સાકો. 2. Any fine, slender thread-like substance: દોરો; તંતુ; તાર.

Fibrous, (ફાઇબ્રસ્) *a.* Containing or consisting of fibres: રેસાદાર-વાલું; તંતુમય.

Fickle, (ફિકલ્) *a.* Inconstant; capricious: લાસરીયું; ડામાડોલ; ધચુપચુ; અસ્થિર.

Fickleness, (ફિકલ્નેસ્) *n.* Instability; inconstancy: અસ્થિરપણું; ચંચલપણું; અસ્થિરતા; ધચુપચુ-ડામાડોલપણું.

Fiction, (ફિકશન્) *n.* [L. *fingo*, I form.] The act of feigning, inventing or imagining: જોડી કાઢવું તે; કલ્પના; રચના. 2. That which is feigned, or imagined; hence, a story told in order to deceive; a fabrication: જોડી કાઢેલી-કલ્પિત-વાત; કિસ્સો.

Fictitious, (ફિકિટશસ્) *a.* Imaginary; not real; counterfeit; false: બનાવટી; કલ્પિત; ખોટું; કપટ ભરેલું; કૃત્રિમ; અસત્ય.

Fiddle, (ફિડલ્) *n.* A stringed instrument of

music played with a bow;a violin; a kit: સારંગી. **F.** *bow*, fiddle-stick: સારંગીનો વગાડવાનો ગજ. *Scotch* **f.** the itch: ખસ; ખુજલી. *vi.* To play on a fiddle: સારંગી વગાડવી.

Fiddle-faddle, (ફિડલ્-ફેડલ્) *n.* A trifle; a trifling talk; a nonsense:નકામી-વગર અર્થની-નિર્માલ્ય વાત:ટાયલું.*vi.*To talk nonsense: ટાયલું કo.

Fiddler, (ફિડલર્) *n.* One who plays on a fiddle or violin: સારંગી વગાડનાર; સારંગ્યો.

Fiddle-stick, (ફિડલ્-સ્ટિક્) *n.* The bow, strung with horse-hair used in playing the fiddle; a fiddle bow: સારંગીનો ગજ; શારિકા.

Fiddle-string, (ફિડલ્-સ્ટ્રિંગ્) *n.* One of the catgut strings of a fiddle: સારંગીનો તાર.

Fidelity, (ફિડેલિટિ) *n.* [L. *fido*, I trust.] Faithfulness; adherence to right: સાચાઇ;સાચવટ; ઈમાનદારી; પ્રમાણિકપણું; સત્યતા. (*a*) Loyalty: વફાદારી; પ્રજાધર્મ; પ્રભુનિષ્ઠા. (*b*) Adherence to the marriage contact: પતિવ્રતાપણું; પાકદામાની.

Fidget, (ફિજેટ્) *vt.* To move uneasily one way and the other; to move irregularly: ચેન નહિ પડવું; ચલવલવું; ઊંચાનીચાં-તલપાપડ થવું.

Fidgety, (ફિજેટિ) *a.* Restless; uneasy: ચલવલતું; એચેન; તલપાપડ: અકલવકલ કરતું.

Fiducial, (ફિડ્યૂશલ્) }
Fiduciary,(ફિડ્યૂશિઍરિ) } *a.* [L. *fides*, faith.] Confident: undoubting; faithful: ચોકસ; નિભ્રાન્ત: પુરા ભરોસાવાળું. 2. Holding, held, or founded, in trust: ટ્રસ્ટમાં આપેલું; સુપ્રત કરેલું. *n.* One who holds a thing in trust for another; a trustee: સુપ્રતદાર; ટ્રસ્ટી.

Fie, (ફાઈ) *Interj.* An exclamation denoting contempt or dislike: છીટ; છટ; શુશુ. *Fie ! Fie !* શિવશિવ ! તોબાતોબા.

Fief, (ફાઈફ્) *n.* (*Law*) An estate held of a superior on condition of military service; a fend: જાગીર; વતન.

Field, (ફીલ્ડ્) *n.* Cultivated ground; open country: ખેત: ખેતર: ખેડવા લાયક જમીન; ખુલ્લી જગ્યા-જમીન; મેદાન. 2. A place where a battle is fought: જંગ-લડાઈનું મેદાન; રણક્ષેત્ર-ભૂમી. (*b*) A battle: યુદ્ધ; લઢાઇ. 3. An open space: ચોગાન; ક્ષેત્ર; દેશ. 4. That part of the grounds reserved for the players: રમનારાઓને માટે છુટી રાખેલી જમીન; રમતપ્રદેશ. *To keep the* **f.** (*a*) To continue a campaign: લઢાઈ જારી રાખવી. (*b*) To maintain one's ground against all comers: પાછું હઠવું નહિ. *To take the field*, to enter upon a campaign: લઢાઈમાં ઉતરવું. *vi.* To take the field: લઢાઇ એ ચઢવું લડાઈ કo.

Field-book, (ફીલ્ડ્-બૂક્) *n.* A book, used in surveying fields: જમીનની માપણીની નોંધ પોથી.

Field-marshal, (ફિલ્ડ્માર્શલ્) *n.* (*Mil.*) The highest military rank conferred in the army:લશ્કરની ઉંચામાં ઉંચી પદવી.

Field-piece, (ફિલ્ડ્ પીસ) *n.* A piece of field artillery: નાની તોપ.

Field-sports, (ફીલ્ડ્-સ્પોર્ટ્સ્) *n. pl.* Diversions of the field, as shooting & hunting: મૃગયા; શિકારબાજી; તીરંદાજી.

Field-works, (ફિલ્ડ્-ઉવર્ક્સ)*n. pl.* Any temporary fortification thrown up by an army in a field: લશ્કરે રણભૂમિમાં થોડા વખતને માટે ઉઠાવેલો કિલ્લો; કિલ્લેબંદી.

Fiend, (ફીન્ડ્) *n.* An internal being: ભૂત; અસુર; શેતાન; જીવનો વેરી; કટ્ટો દુશમન.

Fiendish, (ફીન્ડિશ્) *a.* Malignant; devilish: પિશાચ જેવું; દુષ્ટ; વેરી; દ્વેષી; ખારીલું; કપ્ટી.

Fierce, (ફીર્સ્)*a.* [L. *ferus*, wild.] Furious; violent: તોફાની; આવેશી; ઝનુની. 2. Vehement in anger or cruelty; ferocious: જંગલી; ખુની; ભયંકર; વિકાલ; ક્રૂર; ઘાતકી. 3. Excessively earnest; eager or ardent: આતુર; ઉત્સુક; જુસ્સાદાર.

Fiery, (ફાઇઅરિ) *a.*Consisting or containing, or resembling fire: આતશ-દેવતાવાળું-જેવું;અગ્નિમય. 2. Vehement;impetuous: આંકરું; કરડું; જલદ. 3. Passionate; irritable: સહેજમાં ગુસ્સે થાય એવું; ક્રોધી; તામસી. 4. Unrestrained; fierce: તીખું; ગરમ; તિક્ષ્ણ;તીવ્ર;કડક.5. Burning hot: ઉનું કરેલું; તપાવેલું; લાલચોલ; ચલકતું.

Fife, (ફાઇફ્) *n.* [L. *pipo*, I peep.] A small shrill pipe: મોરલી; ખનસી. *vi.* ખનસી-મોરલી વગાડવી.

Fifteen, (ફીફ્ટીન્) *a.* Five and ten: પંદર; ૧૫. *n.* The sum of five and ten: ૧૫ ની રકમ.

Fifty, (ફિફ્ટિ) *a.* Five times ten: પચાસ; ૫૦. *n. pl.* **Fifties**, The sum of five tens: પચાસની રકમ.

Fig, (ફિગ્) *n.* [L. *ficus*, fig tree.] A small fruit tree: અંજીરનું ઝાડ; અંજીરી. 2. The fruit of a fig tree: અંજીર. 3. The value of a fig, practically nothing; a fico: દમડી; કોડી; બદામ. *Indian* **f.** *tree*: વડ.

Fight, (ફાઇટ્) *vi.* & *vt.* To contend for victory; to contend in arms: લઢાઇ મચાવવી; યુદ્ધ કo; લઢવું; મારામારી-હોસા તોસી કo. 2. To struggle against; to make resistance: અટકાવવું; અટકાવ કo: સામા થવું. *To* **f.** *it out*, અંતછેવટ સુધી લઢવું. *n.* A battle; a contest in arms: લઢાઈ;યુદ્ધ;સંગ્રામ. 2. A struggle or contest of any kind: કોઈ પણ જાતનો કજીઓ-ઝગડો; હરીફાઇ; હોસાતોસી; મારામારી.

Fighting, (ફાઇટિંગ્) *a.* Fit for battle: લઢાયક; લઢાઇમાં કામ લાગે એવું; જંગી. 2. Occupied in war; having the scene of a battle: લઢાઈમાં રોકાયેલું-કામે લાગેલું.

Figment, (ફિગ્મેન્ટ્) *n.* [*L. fingo*, I form.] An invention; a fiction: કલ્પિત વાત; બનાવટ; રચના; કિસ્સો.

Figurative, (ફિગ્યૂરેટિવ) *a.* Typical; representative: લાક્ષણિક; ઉદ્બોધક; ઉપલાક્ષત.2. Flowery; florid: અલંકારી; અલંકારિક; અલંકારયુક્ત.

Figure, (ફિગ્યૂર્) *vt.* [L. *figura*, a figure.](*a*)

To represent by a figure: આકૃતિ-છબી-ચિત્ર કાઢવું; પ્રતિમા આલેખવી; વિચારવું; ધારવું. (*b*) To shape: આકાર કાઢવો; વર્ણવવું. 2. To embellish with designs; to adorn with figures: વેલ-બુદ્દિ કાઢવી; નકસી કામ કાઢવું; ચિત્ર વિચિત્ર ક૦. 3. To compute: ગણવું; ગણત્રી-ગણના ક૦. 4. To represent by a metaphor; to signify: અલંકાર આપવો; અલંકારથી કહેવું-જણાવવું. *To* **f.** *out*, to solve; to find the result of: નિકાલ-તોડ-ફોડ કાઢવો; ગણીને ખોલી કાઢવું. *To* **f.** *up*, to add; to reckon: સરવાળો ક૦; ગણત્રી-ગણના ક૦. *vi.* To be distinguished or conspicuous: પ્રખ્યાત થવું; નામ કાઢવું; પ્રતિષ્ઠા-આબરૂ-કીર્તિ મેળવવી. 2. To contrive; to scheme: યુક્તિ ક૦; યોજના ક૦. *n.* Shape; outline; appearance: આકાર; આકૃતિ; રૂપ; ડોલ; ઘાટ. 2. A representation of the human body; statue: મૂર્તિ; છબી; ચિત્ર; પ્યાવલું; પુતળું. 3. A design wrought out in fabric: બુદ્દિ; વેલબુદ્દિ; નકશી; ચિત્રકામ. 4. The appearance or impression made by the conduct or career of a person: છાપ; શોભા; રંગ; દેખાવ. 5. Magnificence; splendour; show: ભભકો; દબદબો. 6. A numeral; a digit: વર્ણ; આંકડો; આંક. 7. Value; price: કિંમત; મૂલ્ય. 8. (*Rht.*) Pictorial language; a trope: અલંકાર; રૂપક; લક્ષણા; ઉપલક્ષણા. 9. (*Astrol.*) The diagram of the aspects of astrological houses: કુંડલી; ગ્રહોના સ્થાનોની કુંડલી.

Figured, (ફિગ્યુર્ડ્) *a.* Adorned with figure: નકસી-બુટ્ટાદાર. 2. Not literal; figurative: અલંકારી; અલંકારિક.

Filament, (ફિલૅમેન્ટ્)*n.* A thread or thread-like object; a fiber: રગ; નસ; દોરો; તંતુ; રેશો; તાર.

Filch, (ફિલ્શ) *vt.* To steal; to pilfer: લૂંટી-ચોરી લેવું; છાનું માનું લઈ જવું; ઉઠાવી જવું.

File, (ફાઇલ્) *n.* [L. *filusse*, a thread.] An orderly succession; a line; a row: પંક્તિ; શ્રેણી; ઓલ; હાર; માલા. (*a*) (*Mil.*) A row of soldiers: સિપાઈઓની હાર. (*b*) An orderly collection of papers: બરાબર ગોઠવેલા કાગલો-દસ્તાવેજનો સંગ્રહ; દફતર. (*c*) Roll; list: નોંધ; ચોપડી; પત્રક. *vt.* To arrange; to place on file: ગોઠવવું; ફાઈલમાં નાંખવું; દફતરે રાખવું-મુકવું. *vi.* To march in a line: હારબંધ ચાલવું. *n.* A steel instrument for smoothing metals: કાનસ; રેતડી. 2. Anything employed to smooth: કંઇ ઘસવા-સુવાલું કરવામાં વપરાતું હથીઆર. *vt.* To polish: કાનસ વતી ઘસી લીસું ક૦.

Filial, (ફિલિઍલ્) *a.* [L. *filius*, a son and *filia*, a daughter.] Pertaining to a son or daughter: દીકરા-દીકરીનું; પુત્ર યોગ્ય-તુલ્ય; પુત્રીય.

Filiate, (ફિલિએટ્) *vt.* To adopt as son or daughter: દત્તક કરવું; કરી લેવું; લેવું.

Fili-form, (ફિલિફૉર્મ્) *n.* [L. *filum*, thread and *forma*, shape.] Having the form of a thread: તંત્વાકાર; સૂત્રાકાર.

Filing, (ફાઈલિંગ્) *n.* A fragment or particle rubbed off by the act of filing: ધાતુને ઘસતાં પડેલો ભૂકો-ચુરો.

Fill, (ફિલ) *n.* A full supply: ભરપુર; સંતોષપુર; ભરતી; પુરતાપણું. *vi.* To become full; to have an abundant supply: ભરાઈ જવું; ભરાવું. 2. To give to drink: પીવા આપવું. *To* **f.** *up*, to grow or become quite full: ભરાઈ જવું; ઠસાઇ-પુરાઈ જવું; ભરપુર થવું. *vt.* To make full; to occupy the whole capacity of: ભરવું. 2. To satisfy: સંતોષ પમાડવો; ધરાય તેમ ખવાડવું; તૃપ્ત ક૦. 3. To supply with an incumbent: પુરવું; ભરવું; પુરી નાંખવું. *To* **fill** *in*, to insert: ગોઠવવું; ભરવું; દાખલ ક૦. *To* **f.** *up*: છલ્લોછલ્લ ભરવું; કાંઠા સુધી ભરવું.

Fillet, (ફિલેટ્) *n.* [L. *filum*, a thread.] A thin strip or ribbon: પટી; કોર; કિનારી; રીબીન. 2. The loins of a horse: ઘોડાનો થાપો.

Fillip, (ફિલિપ્)*n.* A stroke with the finger-nail suddenly let go from the thumb: ટકોરો; ટચાકરી. 2. A sudden start or excitement: ઉશ્કેરણી; પ્રલોભન. *vt.* To snap with the fingure: આંગલી વતી ટકોરો મારવો. 2. To snap: તડાક અવાજ કરવો.

Film, (ફિલ્મ) *n.* A thin skin; a pellicle: પોપડી; છારી. **F.** *of the eye*: પડલ. 2. A slender thread: દોરો; તાંતણો; તાર.

Filter, (ફિલ્ટર્) *n.* [L. *feltrum*, properly felt.] A strainer: ગયણું; ગલણી; ગણણી. *vt.* To purify: ગાલવું; નિતારવું. *vi.* To percolate: ગલવું; નિતરવું.

Filth, (ફિલ્થ્) *n.* Dirt: મેલ; કચરો; ગલીચી; મલ. 2. Pollution: ભ્રષ્ટતા; અપવિત્રતા; મલિનતા; નાપાકી.

Filthy, (ફિલ્થિ) *a.* Nasty; foul; impure: મેલું; મલિન; અસ્વચ્છ; ભ્રષ્ટ; અપવિત્ર; અશુદ્ધ; નાપાક; ગલીચ.

Filthiness, (ફિલ્થિનેસ્)*n.* The state of being filthy: ગંદાપણું; ગંદવાડ; નાપાકી; ગલીચી.

Filtrate, (ફિલ્ટ્રેટ્) *vt.* To percolate: ગાલવું; નિતારવું. *n.* The liquid which has been filtrated: ગલાયેલો પ્રવાહી.

Fin, (ફિન્) *n.* An organ of a fish: માછલાની પાંખ-બાજુ; સુંઈ.

Final, (ફાઈનૅલ્) *a.* Last; terminating; ulimate: છેવટનું; છેલ્લું; આખરનું; અંત્ય; નક્કી.

Finality, (ફાઈનૅલિટિ) *n.* Final state; settlement: આખેરી; પૂર્ણાહુતિ; પૂર્ણતા; સમાપ્તિ.

Finally, (ફાઈનૅલિ) *adv.* Ultimately;. lastly: આખરે; અંતે; છેવટે. 2. Completely; beyond recovery: તમામ; છેક; નિઃશેષ.

Finance, (ફિનૅન્સ્)*n.* [L. *fino*, I pay a fine.] Revenue; public money: મેહેસુલ; વસુલ; જમા; આમદાની; પેદાશ; ઉપજ; આવક.

Financial,(ફિનૅન્શલ્)*a.* Pertaining to public revenue or finance: વસુલ પ્રકરણનું; મેહેસુલી.

Financier, (ફિનૅન્શીર્)*n.* A treasurer: મેહેસુલ વસુલ કરનાર; કોશાધ્યક્ષ.

Find, (ફાઇન્ડ્)*vt.* To meet with; to gain the first sight: મલવું; હાથ લાગવું; દૃષ્ટિએ-નજરે પડવું; મલવું;

જડવું; જોવું. 2. To discover; to experience: જાણવું; જણાવું; માલમ પડવું. 3. To gain as the object of desire: મેળવવું; પ્રાપ્ત ક૰. *To* **f.** *out*, to detect; to understand: શોધી કાઢવું; ઉઘાડું ક૰; સિદ્ધ ક૰; સમજવું; ઉકેલવું. *To* **f.** *fault with*, to blame: ઠપકો આપવો–દેવો; દોષ મૂકવો. *To* **f.** *one's self*, to fare; to be: હોવું; તબિયત હોવી. *vi.* To determine an issue of fact: ઠરાવ–નિર્ણય–નિવેડો ક૰; ઠરાવવું નક્કી ક૰.

Finding, (ફાઈન્ડિંગ્) *n.* Discovery: શોધ. 2. Verdict: ફેંસલો; ઠરાવ; નિવેડો; નિર્ણય.

Fine, (ફાઈન્) *a.* [L. *finis*, an end.] (*a*) Finished; refined: સભ્ય; શિષ્ટ; વિશુદ્ધ; વિમલ; નિર્મલ. (*b*) Excellent; superior; elegant: ઉત્તમ; વિશિષ્ટ; સુંદર; એશ; ખાસુ; ખૂબીદાર; ઉમદા; તોફો. 2. Showy; loaded with ornament: દેખામણું; શોભાયમાન. 3. Delicate; nice; subtle: નાજુક; કોમલ; બારીક; સૂક્ષ્મ. 4. Light: હલકું. *vt.* To purify; to refine: ગાળીને સાફ ક૰. 2. To adorn: શણગારવું; સુશોભિત ક૰; શોભાવવું. 3. To make less coarse: ઝીણું–બારિક ક૰. *n.* [L. *finis*, end.] End; termination: આખર; પરિણામ; છેડો; અંત; પાર. 2. Mulct: દંડ. *In* **f.**, in conclusion: આખરે; છેવટે; અંતે. *vt.* To punish by fine: દંડ ક૰.

Fine-fingered, (ફાઈન-ફિંગર્ડ્) *a.* Nice in workmanship: સુંદર કારીગીરીનું; નકશીદાર.

Fineless, (ફાઈનલેસ્) *a.* Endless: અનંત; અપાર.

Fine-looking, (ફાઈનલુકિંગ્) *a.* Beautiful: ખુબસૂરત; સુંદર; શોભાયમાન.

Fineness, (ફાઇનનેસ્) *n.* The quality or condition of being fine: બારિકાઈ; નાજુકાઈ; સૂક્ષ્મતા. 2. Clearness; purity: ચોખ્ખાઈ; સ્વચ્છતા; ઉમદાપણું.

Finery, (ફાઈનરિ) *n.* Fineness; beauty: સુંદરતા; શોભા; રોબ; ભભકો. 2. Ornament; decoration; showy clothes: અલંકાર; ભૂષણ; ઘરેણું; શોભા.

Finger, (ફિંગર્) *n.* One of the five terminating members of the hand; a digit: આંગળી; આંગળું. 2. A kind of measure: આંગલ. *To have a* **f.** *in*, to be concerned in: સામેલ હોવું; ભાગ હોવો. *To have at one's* **f.**'s *end*, to be thoroughly familiar with: બરોબર માહીતગાર હોવું. *vt. Little* **f.**: ટચલી આંગળી; *Middle* **f.**: મધ્યમા. *Fore* **f.**: તર્જની. To touch with the fingers; to handle: આંગળીવતી અડકવું; આંગળી અડકાડવી. 2. To perform: વગાડવું. 3. To toy with: રમત ક૰. 4. To execute: કરવું; બજાવવું.

Finger-post, (ફિંગરપોસ્ટ્) *n.* A guide post bearing an index of the finger: રાહદારીઓને રસ્તો બતાવવા સારૂ આંગળીની નીશાનીવાળો થાંભલો–પાટિયું.

Finger-stall, (ફિંગરસ્ટૉલ્) *n.* A cover of leather worn by workmen as a protection for the finger: કારીગરો–મજુરો આંગળીના રક્ષણ માટે ચામડાની ખોળી વાપરે છે તે; ચામડાની અંગુઠી.

Fingle-fangle, (ફિંગલ-ફૅન્ગલ્) *n.* Trifle: નજીવી ચીજ.

Finic, (ફિનિક્) *n.* Fop: ટાપટીપીઓ; વરણાગિયો; લાલ; ફાંકડો; છેલ.

Finical, (ફિનિકલ્) *a.* Overnice; fastidious: અકડબાજ; ટાપટીપીયું; ફાંકડું.

Finis, (ફિનિસ્) *n.* An end; conclusion: છેડો; અંત; આખરી; સમાપ્તિ; સિદ્ધિ; પૂર્ણાહુતિ.

Finish, (ફિનિશ્) *vt.* [L. *finis*, an end.] To make an end of; to terminate: અંત–આખર–પાર લાવવો; છેડો લાવવો; પાર મુકવું. 2. To complete; to accomplish: પૂરૂં ક૰; સંપૂર્ણતાએ પહોંચાડવું; સિદ્ધ ક૰; બજાવવું. *n.* The last coat of plaster on a wall: હાથ; છેલ્લો હાથ. 2. Completion: સમાપ્તિ; અંત; આખરી; છેડો.

Finite, (ફાઈનાઈટ્) *a.* Having a limit; bounded: મર્યાદાવાળું; અંતવાન; સમર્યાદ.

Fir, (ફર્) *n.* (*Bot.*) A genus of coniferous trees: દેવદાર.

Fire, (ફાઈર્) *n.* Combustion; the igneous element: દેવતા; અગ્નિ; વસ્તેવ; અતશ. 2. Conflagration: લાહ; આગ. 3. Splendor; brilliancy; luster: ચલકાટ; તેજ; પ્રકાશ. 4. Ardour; heat; passion: જુસ્સો; આવેશ; તલપ; ગરમી; દાહ; ઉત્કંઠા. 5. The discharge of fire-arms: તોપનો–ગોળીનો માર–મારો. **F.** *balloon*, (*a*) ગબારો. (*b*) A balloon sent up at night with fireworks: દારૂખાનું ભરીને ઉરાડેલું બલુન. **F.** *blast*, a disease of plants: શલો; દવ. **F.** *bug*, an incendiary: આગ લગાડનાર; સલગાવી મુકનાર. **F.** *water*, ardent spirits: જલદદારૂ–પાન. *On* **f.** (*a*) burning: સલગતું; લાગતું. (*b*) Ardent; passionate; eager: આવેશી; ઉત્સાહી; તેજી; જુસ્સાવાળું. *To set on* **f.**, to inflame; to kindle: સલગાવવું; ચેતાવવું; લગાડવું. *To take* **f.**, to begin to burn; to fly into a passion: સલગવું; ચેતવું; ગુસ્સે થઈ જવું; તપી જવું. *vt.* To set on fire: સલગાવવું; ચેતાવવું. 2. To inflame: જોસમાં લાવવું; ઉશ્કેરવું; તપાવવું. 3. To animate: સજીવન ક૰; ઉત્સાહીત ક૰; ઉત્તેજીત ક૰; દીપાવવું. 4. To discharge: ફોડવું; છોડવું. 5. To cauterize: ડાહામવું; ડાહામ દેવો. 6. To bake; to burn in a kiln; પકવવું; શેકવું; ભુંજવું. *vi.* To take fire: બલી ઉઠવું; સલગવું; ચેતવું. 2. To inflame with passion: જુસ્સો–આવેશ આવવો. 3. To discharge fire arms: બાર ક૰ છોડવા. *To* **f.** *up*, to grow angry: ગુસ્સે થવું; તપી જવું; ચઢી જવું.

Fire-arm, (ફાઈર્‌આર્મ્) *n.* A weapon which acts by the force of gunpowder: તોપ–બંદુક જેવાં દારૂથી ફોડવામાં આવતાં હથિયાર; અગ્નેયઅસ્ત્ર.

Fire-brand, (ફાઇરબ્રેન્ડ્) *n.* A piece of wood kindled or on fire: બલતુ લાકડું; અગ્નિકાષ્ટ. 2. An incendiary: સલગાવનાર; ચેતાવનાર. 3. લઢાવી મારનાર; કજિયા દલાલ; આગ લાકડાં લગાડનાર.

Fire-cock, (ફાઈર્‌કૉક્) *n.* A cock to let out water for extinguishing fire: આગ ઓલવવાને માટે પાણી છાંટવાનો નલ.

Fire-eater, (ફાઈર્‌ઈટર્) *n.* A fighting character; a hotspur: અગ્નિખાઉ; લઢવાડીઓ; ઝઘડાખોર; મારામારી કરનાર.

Fire-engine, (ફાઈર્‌એન્જીન્) *n.* An hydraulic pump for throwing water to extinguish fires:

આગ ઓલવવાનું યંત્ર; બંબો.
Fire-fly; (ફાઇર્ફ્લાઈ) *n.* A winged, luminous insect: આગીયો કીડો; આગીયો.
Fire-kiln, (ફાઇર્ કિલ્ન) *n.* An oven or place for heating anything: ભઠ્ઠી.
Fire-lock, (ફાઇર્લૉક્) *n.* A gun-lock: ચકમકની ચાંપ સાથની બંદુક; કાકડાની બંદુક.
Fire-man, (ફાઇર્મૅન) *n.* A mender of a fire company: આગ ઓલવનાર માણસ. 2. A man who tends the fires: વરાલયંત્રમાં આગ ચેતાવનાર માણસ.
Fire-new, (ફાઇર્ન્યૂ) *a.* Bright; quite new: નવું કોરૂં; કોરૂ કડકડતું.
Fire-office, (ફાઇર્ઑફિસ) *n.* An office for making insurance against fire: વીમો ઉતારનાર પેઢી.
Fire-pan, (ફાઇર્પૅન) *n.* A pan for holding fire: સઘડી.
Fire-place, (ફાઇર્ પ્લેસ) *n.* A hearth: ચૂલો.
Fire-proof, (ફાઇર્પ્રૂફ્) *a.* Incumbustible: સલગી ઉઠે નહિ તેવું; અગ્નિ રક્ષક; અદાહ્ય.
Fire-ship, (ફાઇર્શિપ્) *n.* A vessel filled with combustibles to set fire to an enemy's ships: દુશ્મનોની અરમારને આગ લગાડનારૂં વહાણ.
Fire-side, (ફાઇર્સાઈડ્) *n.* A place near the hearth; દેવતા પાસેની જગા; અગ્નિસ્થાન. 2. Domestic life; home: ઘરસંસાર; ગૃહસુખ; ઘરખટલો.
Fire-stone, (ફાઇર્સ્ટોન) *n.* A kind of sandstone: ચકમક.
Fire-tower, (ફાઇર્ટાઉઅર્) *n.* Light-house: દીવાદાંડી.
Fire-wood, (ફાઇર્વૂડ્) *n.* Wood for fuel: બાલવાનાં લાકડાં; બલતણ; ઇંધણ.
Fire-works, (ફાઇર્ઉવર્ક્સ્) *n.* Pyrotechnical exhibitions: આતસબાજી; દારૂખાનું; દારૂકામ.
Fire-worshiper, (ફાઇર્ઉવાર્શિપર્) *n.* One who workships fire: અગ્નિપૂજક; આતશ પરસ્ત.
Firing, (ફાઇરિંગ્) *n.* The act of discharging fire arms: ગોલીમાર; તોપનો મારો. 2. The application of fire: ડહામ. 3. Fuel: બલતણ; ઇંધણ.
Firm, (ફર્મ્) *a.* [L. *Firmus*, strong.] Compact;hard;solid:મજબૂત; કઠણ;ઘટ્ટ;સખ્ત;સંગીન;નક્કર. 2. Constant; steady: સ્થિર; ધ્રુવ; દ્રઢ; અચલ; ધીટ; ધીર; ધૈર્યવાન. *n.* A name or style under which a company transects business; a commercial house: પેઢી; દુકાન; મંડલી; પંતિયાલું.
Firmament, (ફર્મૅમેન્ટ્) *n.*The sky;heavens: આકાશ; આસમાન; ગગન; નભોમંડલ; અંતરીક્ષ.
Firmly, (ફર્મ્લિ) *adv.* Closely; steadfastly: મજબુતાઇથી; હીંમતથી; દ્રુઢતાથી; દ્રુઢનિશ્ચયપૂર્વક.
Firmness, (ફર્મ્નેસ) Constancy; fixedness: સ્થિરતા; નિશ્ચયપણું; દ્રુઢતા; ધૈર્ય; ધીરજ; છાતી; હિંમત; હામ; દમ; મજબુતી; જોર.
First, (ફર્સ્ટ) *a.* Foremost:પહેલું; સર્વથી આગલું; પ્રથમ; આદ્ય; અવલ. 2. Chief; highest; excellent: મુખ્ય; ઉંચું; શ્રેષ્ટ પ્રમુખ; પ્રધાન. F. *fruits*, the earliest fruits gathered:પેહેલો ફાલ;નવાલ;નવધાન્ય. *adv.* Before anything else in time, space, rank, &c.: આગલ;પહેલાં;પ્રથમ; પૂર્વે; અગ્રે. *At* f.,*at the* f.,at the beginning or origin:પૂર્વે; અવલ;પ્રથમ.
First-born, (ફર્સ્ટબૉર્ન્) *a.* First brought forth; eldest: મોટું; વડું; જ્યેષ્ટ; પૂર્વજ; અગ્રજ. 2. ઘણું સરસ; તોફો; ઉમદા.
First-class, (ફર્સ્ટ્કલૅસ)*a.*Being of the highest rank or the best quality: ઉંચી પદવીનું; સરસ જાતનું; શ્રેષ્ઠ; ઉત્કૃષ્ટ; ઉત્તમ; તોફો.
First-day, (ફર્સ્ટ્ડે) *n.* Sunday: અઠવાડિયાનો પહેલો દિવસ; રવિવાર.
First-hand, (ફર્સ્ટ્હૅન્ડ્) *a.* Obtained directly from the original source; direct: બાહરોબાહર મલેલું; તાજું; નવું.
Firstling, (ફર્સ્ટ્લિંગ્) *n.* The first produce or offspring: પેહેલા વેત–વેતરનું પ્રાણી.
First-rate-sort, (ફર્સ્ટ્રેટ્-સૉર્ટ્) *a.* Of the highest excellence: સરસ;ઉત્તમ; શ્રેષ્ઠ; ઉત્કૃષ્ટ; તોફો.
Firth, (ફર્થ્) *n.* An arm of the sea: ખાડી; નાલું.
Fiscal, (ફિસ્કૅલ્) *a.* [L. *fiscus*, a money basket.] Pertaining to the public treasury or revenue: સરકારી મહેસુલ સંબંધી; નાણાં–ધન–સંબંધી.
Fish, (ફિશ્)*n.*An animal that lives in water: માછલું–લી; મીન. *pl.* The twelfth sign of the zodiac: pisces: મીનરાશિ. F. *story*, અસંભવિત–ન માની શકાય એવી વાતો; ગપ. *vi.* To attempt to catch fish: માંછલાં પકડવાનો યત્ન–કોશીશ ક૦. 2. To try indirectly to draw forth: યુક્તિથી કરાવવું–લેવું; કઢાવવાની કોશીશ ક૦.*vt.* To catch: પકડવું; ઉપર લેઇ લેવું; તાણી કાઢવું. 2. To search by raking: ખોલવું; શોધવું.
Fishbone, (ફિશ્બોન) *n.* માછલીનો કાંટો.
Fisher-Fisherman, (ફિશર્-ફિશર્મૅન) *n.* One whose occupation is to catch fish: માંછી; માંછલાં પકડનાર; માછીમાર.
Fishery, (ફિશરિ)*n.* The business of catching fish: માછીનો ધંધો. 2. A place for catching fish: માંછલાં પકડવાની જગો.
Fishfag, (ફિશ્ફૅગ્) *n.* A woman who sells fish: માછણ; માંછલાં વેચનારી; કોલણ.
Fish-hook, (ફિશ્હૂક્)*n.*A hook for catching fish: માંછલાં પકડવાની આંકડી; ગલ.
Fish-wife-woman, (ફિશ્ઉવાઇફ્-ઉવૂમૅન) *n.* A woman that cries fish for sale: માછણ; માછલાં વેચવા ફરનારી સ્ત્રી.
Fishy (ફિશિ) *a.* Fish-like: માછલાં જેવું. 2. Abounding in or filled with fish:મચ્છીથી ભરેલું–વાળું: વિસ્રરૂં. 3. Extravagant; improbable: અતિશયોક્તિ ભરેલું; અસંભવિત; સહરાવેલું.
Fisk, (ફિસ્ક) *vi.* To run about; to bestir one's self: આસપાસ દોડવું; ઉલટમાં આવી જવું.
Fissure, (ફિશ્યૂર્) *n.* [L. *findo*, I cleave.] A cleft: તડ; ફાટ; ચીરો; તરલ. *vt.* To cleave; to divide: ચીરવું; ફાડવું; જુદું ક૦.

Fist, (ફિસ્ટ્) *n.* The hand closed tightly: મૂઠી; મુષ્ટિ; મુઠ. *Blow with the* **f.**: મુષ્ટિ પ્રહાર; ઠોંસો; મુક્કો. 2. *The index & mark* ☞: હાથની નિશાની; હાથ. *vt.* To strike with fist: મુક્કી-ઠોંસો મારવો.

Fisticuffs, (ફિસ્ટિકફ્સ્) *n.* [*Fist cuff.*] Boxing: મુક્કા મુકી; ધપ્પા ધપ્પી; ઠોંસા ઠોંસી; મુક્કાબાજી.

Fistula, (ફિસ્ટ્યૂલૅ) *n.* [Gr. *phusao,* I blow.] (*pl.* **fistulae.**) A reed: સિસોડી. Hence, a windpipe of music: નલી; સીસોડી; વાંસલી. 2. Deep narrow, chronic abscess: ભગંદર.

Fistulous, (ફિસ્ટ્યૂલસ્) *a.* Having the form of a fistula: નલી જેવું; ભગંદર-નાસુરવાલું. 2. Hollow: પોલું; પોકલ.

Fit, (ફિટ્) *a.* [L. *facio,* I make.] Worthy; suitable: લાયક; યોગ્ય; ઉચિત; યથાયોગ્ય; ઘટારત; લાજમ; બંધબેસતું. 2. Prepared; ready: તૈયાર. *vt.* To make fit: બેસતું-યોગ્ય-લાયક ક૦. 2. To adjust: જોઈએ તેવા આકારમાં લાવવું; જોડવું; ખરોબર ગોઠવવું. *To* **f.** *out,* to furnish, to equip: જોઈતી વસ્તુ આપવી-પુરી પાડવી; સજ્જ ક૦. *To* **f.** *up,* to prepare: તૈયાર ક૦; શણગારવું. *vi.* To be proper: ઘટવું; છાજવું; લાયક હોવું. 2. To suit; to be adapted: બેસતું આવવું; આવી રહેવું; ખરોખર બેસવું. *n.* Adjustment: ખરોબર બંધ બેસવું-બેસતું આવવું તે. *n.* [L. *figo,* I pierce.] A stroke or blow: ઝપાટો; સપાટો; ઘા. 2. A sudden and sharp attack of disease: રોગનો એકાએક ઉપાડ; હુમલો. (*b*) Epilepsy: ફેફરું; આંકડી; વાઇ. 3. A transient passion; a paroxysm: મૂર્છા; ભ્રમ; ધુન. 4. A passing humour; vicissitude: તુરંગ; લહેર. 5. A darting point; a sudden emotion: જુસ્સો; ઉભરો. *By* **fits** *and starts*: રહી રહીને; આંતરે આંતરે.

Fitful, (ફિટ્ફુલ્) *a.* Impulsive and unstable: અસ્થિર; ચપલ; ચંચલ. 2. Spasmodic: અનિયમિત; મનમોજી; લ્હેરી.

Fitness, (ફિટ્નેસ્) *n.* Suitableness; convenience: યોગ્યતા; લાયકી; પાત્રતા; યોગ; ઉપયોગ.

Fitting, (ફિટિંગ્) *a.* suitable; proper: ઘટારત; યોગ્ય; લાયક. *n. pl.* Fixtures or apparatus: ભીંત વગેરેમાં જડેલો-બેસાડેલો સામાન-સાજ.

Five, (ફાઈવ્) *n.* The sum of four and one: પાંચ. *a.* Four and one added: પાંચ.

Five-fold, (ફાઇવ્ફોલ્ડ્) *a. & adv.* Quintuple; five-double: પાંચગણું; પાંચપટ.

Fix, (ફિક્સ્) *vt.* [L. *figo,* I fix.] To establish; to secure: સ્થાપવું; ઠરાવવું; નિમવું; મુકરર ક૦; દૃઢ ક૦. 2. To hold steadily: સ્થિર ક૦; દૃઢ બેસાડવું. 3. To pierce; to transfix: ઘોચવું; ઘાલવું. 4. To arrange; to prepare: ગોઠવવું; ઠીકઠાક-દુરસ્ત ક૦; સમારવું. *n.* Predicament; dilemma: મુઝવણ; ગભરાટ; ગુચવણ; ગુચવાડો. *vi.* To settle permanently: સ્થિર થવું; ઠરવું; બેસવું. 2. To congeal: ઠરવું; બંધાવું. *To* **f.** *on,* to settle on: ઠરાવ-નિર્ણય-ફેંસલો ક૦.

Fixed, (ફિક્સ્ડ્) *a.* Settled; firm: સ્થાપિત; દૃઢ; સ્થિર; સ્થાવર; કાયમ. Stable; nonvolatile: સ્થાવર; અચલ.

Fixity, (ફિક્સિટિ) *n.* Fixedness: અચલતા; સ્થિરપણું; સ્થિરતા; કાયમી.

Fixture, (ફિક્સ્ટ્યૂર્) *n.* That which is fixed: જડેલો સામાન; સ્થાવર દ્રવ્ય-માલ.

Fizz, (ફિઝ્) *n.* A hissing sound: ગણગણ; છણછણાટ; ફણફણાટ; ગણગણાટ.

Fizz, Fizzle, (ફિઝ્-ફિઝલ્) *vi.* To make a hissing sound: છમકારો થવો; છમ દઇને બોલવું; ગણગણાટ થવો. 2. (*a*) To make a ridiculous failure: હાંસી થાય એવી રીતે નિષ્ફલ જવું. *To* **f.** *out,* to burn with a hissing sound & then go out: તડતડ થઇને ઓલાઈ જવું. (*b*) To prove a failure: નિષ્ફલ જવું; ગડબડ સડબડ ક૦; લોચો વાલવો.

Flabbiness, (ફ્લૅબિનેસ્) *n.* Softness: પોચાપણું; ઢીલાપણું.

Flabby, (ફ્લૅબિ) *a.* Soft; wanting firmness: પોચું; નરમ.

Flaccid, (ફ્લૅક્સિડ્) *a.* [L. *flaccus,* flabby.] Soft; flabby: અતિ નરમ; પોચું.

Flacker, (ફ્લૅકર્) *vi.* To flutter as a bird: ફફડાવવું; ફફડવું.

Flag, (ફ્લૅગ્) *n.* That which hangs down loosely: લટકનાર; લબડનાર. 2. A standard; a banner; an ensign: વાવટો; નિશાન; ધજા. 3. (*a*) A group of feathers on the lower parts of the legs of hawks: બાજ પક્ષીના પગના નીચલા ભાગ ઉપરનાં પીંછાંઓનો ગુચ્છો. (b) The bushy tail of a dog: કુતરાની ગુચ્છાદાર પૂછડી. *Black* **f.**: હારેલાઓ ઉપર કંઇ પણ દયા નહિ ખતાવવામાં આવે એવું દેખાડનારો કાલો વાવટો. **F.** *of truce*: કાંઈ મસલત કરવા ધોલો વાવટો. *Red* **f.**: તુચ્છકાર-અવગણના ભયદર્શક લાલ વાવટો. *To hang out the white* **flag**: હવે માફ કરો-જવાદો એમ કહેવું; મિત્રાચારી દર્શાવવી; સલાહ કરવી છે એમ દર્શાવવું. *To strike or lower the* **f.**: શરણ થવાની નીશાની દાખલ વાવટો નીચે ઉતારવો. *n.* A flat stone used for paving: ફરસબંધીનો પથ્થર; લાદી. *vt.* To enervate: શક્તિહીન-કમતાકાત ક૦; શિથિલ ક૦. 2. To signal to with a flag: વાવટો બતાવી નિશાની ક૦. 4. To convey as a message by means of a flag signal: વાવટાની નિશાનીઓથી સંદેશો પહોંચાડવો. 5. To lay with flags or flat stones: ફરસબંદી ક૦; લાદી જડવી. *vi.* To droop; to grow spiritless: નાહિંમત થવું; લથડવું; શિથિલ થવું; ઉત્સાહ-હિંમત ભાગી જવી.

Flagellate, (ફ્લૅજેલ્લેટ્) *vt.* [L. *flagellum,* whip.] To scourge; to whip: ચાબખા-સાટકા-ફટકા મારવા.

Flagon, (ફ્લૅગૉન) *n.* A vessel with a narrow mouth used for holding & conveying liquors: સિરોઈ; કુંજો; કેરબો; જામ.

Flagrance-cy, (ફ્લેગ્રૅન્સ-ન્સિ) *n.* Atrocity; enormity; excess: મહા-પાપી પણું; ઘોરતા; અતિદુષ્ટતા.

Flagrant. (ફ્લેગ્રૅન્ટ્) *a.* [L. *flagro,* I flame.] Glowing; ardent; burning: હડહડતું; તીક્ષ્ણ; તીવ્ર; ચણચણતું; જલદ. 2. Notorious; enormous;

atrocious: સઉને જાણીતું; ઘોર; અતિદુષ્ટ; અતિનિંદ્ય; દારૂણ; પાપી; કરપીણ.

Flag-staff, (ફ્લૅગ્-સ્ટૅફ્) *n.* A pole on which a flag is hung: ધજાનો થાંભલો; વાવટા કાઠી.

Flag-stone, (ફ્લૅગ્સ્ટોન) *n.* A flag stone for pavement: ફરસ બંધી પથર; લાદી. 2. Any sandstone which splits up into flags: ચોરસાં પડે એવો રેતાલ પથર.

Flail, (ફ્લેલ) *n.* An instrument for threshing or beating grain from the ear by the hand: ઝુડું; મુસલું; ઝુડીયું.

Flake, (ફ્લેક) *vt.* To form into *flakes*: પોપડી બાઝવી. *vi.* To break in layers: છોલ ઉતરવી. *n.* A film; flock; lamina; layer: પડ; થર; પોપડી; ટુકડો; ખંડ; કરચ. 2. A flash: તણખો; ચિણગારી.

Flam, (ફ્લૅમ) *n.*Deception; lie: ઢોંગ; બહાનું; મિષ; કપટ. *vt.* To cheat; to bamboozle: છેતરવું; ભુલાવામાં નાખવું; ઠગવું; છેતરપંડી ક૦.

Flambeau, (ફ્લૅમ્બો) *n.* [L. *flamma* flame.] Torch: મશાલ; કાકડો.

Flame, (ફ્લેમ) *n.* [L. *flamma.*] A blaze; a fire: ઝાલ; જ્વાલા; આગ; ભડકો.
2. Passion; fervency; glowing imagination: આવેશ; જોસ; ગુસ્સો; ઝનુન. *vi.* To burn; to blaze; બળવું; ભડકો થવો.2.To be kindled with zeal; to shine like burning vapour: ગુસ્સે થવું; ઉશ્કેરાવું. *vt.* To kindle;to inflame:સલગાવવું;ઉશ્કેરવું; ઉત્તેજીત ક૦.

Flaming, (ફ્લેમિંગ્) a. Burning; blazing; brilliant: ભડકાવાલું; જુસ્સાવાલું;ઉશ્કેરાયલું;ચલકતું.

Flamingo, (ફ્લૅમિંગો) *n.* A tropical bird, રાજહંસ.

Flank, (ફ્લૅન્ક) *vt.* To stand at the side of; to border upon:એક બાજુએ રહેવું–બાજુમાં ઉભા રહેવું; પડખે હોવું. 2. To attack the flank of: બાજુપર હુમલો ક૦. *vi.*To border; to touch: અડકવું; પાસે આવવું. *n.* The fleshy part of an animal's side between the riband & the hip: કેડ; પડખો. 2. The side or division of an army: લશ્કરની બાજુ–ટુકડી. 3. (*Arch.*) The side of a building: ઈમારતનો એક ભાગ.

Flannel, (ફ્લૅનેલ) *n.* A soft, nappy, woolen cloth, of loose texture: ઉનનું એક જાતનું સુંવાળું કપડું; ફલાનલ.

Flap, (ફ્લૅપ્) *vt.* [L. *flaccus*, flabby.] to beat with a flap; to strike: ફફડાવવું; ફટકો મારવો. 2. To move as something broad and flap-like: ઝાટકવું; ઉરાડવું. *To* **f.** *in the mouth*, taunt: ટોણાં–મ્હેણાં દેવાં; ઓઠાં મારવાં; ઠપકો દેવો. *vi.* To fall and hang like a flap: ઝાલર–ઝુલની પેઠે લટકવું. 2. To move as wings: પાંખો ફફડવી. *n.* anything broad, hanging, loose and easily moved; ઘેર; લોલક; ઝુલ; ચમરી; ચામર. 2. A flapping: ફડફડાટ; ઝણકાર.

Flare, (ફ્લેર્)*vi.*To burn with a waving flame: ભડભડ બળવું. 2. To spread outward:બહાર ફેલાવું; ખુલવું; ઉઘડવું. 3. To glitter: ભભક મારવી; ચલકવું.

Flash, (ફ્લૅશ્) *vi.* To break forth; to show a momentary brilliancy: એકાએક ચલકાટ મારવો; ઝલકવું; ઝબુકવું. 2. To burst or break forth with a flood of flame and light: એકદમ–જોરથી સલગવું; ભડકું થવું. *To* **f.** *in the pan*, to fail of success: નિષ્ફલ જવું. *vt.*To cover as by a flash: મનમાં એકાએક ઉતરી જવું; એકદમ સમજ પડી જવી. 2. To throw up as water,in darting and gleaming jets: પાણી ઉછાલવું. *n.* (*a*) A sudden burst: એકાએક ચલકાટ; ઝબુકો; ચમકારો; ઝબકારો; ભડકું. 2. An instant; a very brief period: ક્ષણ; પલ; ઘડી. 4. A pool: ખાબોચીયું; વહેલો; નાલુ.

Flashy, (ફ્લૅશિ) *a.* Insipid: સ્વાદ વગરનું; અસાર; બેસ્વાદ. 2. Showy; gay:ભપકાદાર; ભપકાવાલું; ખુશાલ. 3. Dazzling for a moment: થોડી વાર ચલકતું.

Flask, (ફ્લૅસ્ક) *n.* A kind of bottle: સીસો; બાટલી. (of leather:)કુપ્પી; કુપ્પો.

Flat, (ફ્લૅટ્) *a.* Plain; level: સપાટ; સમાન; સરખું. 2. (*a*) Prostrate: ચપાટ; ચતો પાટ; ઉંધું કે ચતું પડેલું–સુતેલું. (*b*) Fallen; ruined: જમીનદોસ્ત. 3. Insipid;stale; tasteless: ઉતરી ગયેલું; સ્વાદ વગરનું; બે સ્વાદ; અસાર; નિર્જીવ; ઝાંખું; ફીકું. 4. Depressed; dull: મંદ; ઉતરતું;પડતું (બજાર). 5. positive;absolute: સાફ; ખુલ્લું; ચોખ્ખું; માથામાં વાગે તેવું. 6. Not acute; not sharp: ખોખરૂં; જાડું; ભારી; બેસી ગયલું (અવાજ). 7. Vocal: બોલેલું; ઉચ્ચારણ કીધેલું. *adv.* Directly; plainly: સાફ; ઘસીને. *n.* A level surface; a low tract: સપાટી; મેદાન. 2. A shoal; a shallow: ભાઠું. 3. A floor or story in a building: માલ; માલો;મેડો.

Flatten, (ફ્લૅટન) *vt.* To level; to make flat: સપાટ–સરખું–ચપટું ક૦. 2. To bring to the ground: જમીન દોસ્ત ક૦; મેદાન ક૦. 3. To make insipid: સ્વાદ વગરનું ક૦; નસત્વ ક૦; નિરસ–દમ વગરનું ક૦; મંદ–ઓછું ધીમું ક૦. 4. To lower the pitch of: સૂર નીચો ઉતારવો. *vi.* To become flat: સપાટ–ચપટું–ફીકું થવું; ઉતરી જવું.

Flatter, (ફ્લૅટર્) *vt.* To gratify: ખુશી ક૦; સંતોષવું; સંતુષ્ટ ક૦. 2. To soothe by praise: ખુશામત ક૦; હાજી હા ક૦. 3. To please with false hopes: ખોટી આશા આપી ખુશી ક૦. *To* **f.** *one's self*: મનમાં ફુલાવું.

Flatterer, (ફ્લૅટરર્) *n.*A wheedler: ખુશામતખોર; હાજીહા કરનાર; ખુશામતઓ.

Flattery, (ફ્લૅટરિ) *n.* Adulation;false praise: ચાપલુસી; ખુશામત; હાજીહા; મુખસ્તુતિ.

Flatulence-cy, (ફ્લૅટ્યૂલેન્સ્-ન્સિ)*n.*The state of being flatulent: આમવાયુ; વાયડાપણું; બદહજમીથી પેટમાં થતો પવન; વાતરોગ.

Flatus, (ફ્લેટસ્)*n.* [L. *flo*,I blow.]A breadth; a puff of wind:શ્વાસ;પવનનો ઝપાટો.2. flatulence: વાતરોગ; વાત; વા; આમવાયુ.

Flavour, (ફ્લેવર્) *n.* [L. *flagro*, I smell.] Smell; fragrance: સોડમ; સુગંધ; વાસ. 2. Taste, relish: સ્વાદ; રસ; મજા; લેહેજત. *vt.* To give flavour to: ખુશબોદાર કo; પટ આo.

Flavorous, (ફ્લેવરસ્) *a.* Pleasant to the taste; sipid: સુગંધીદાર; સ્વાદીષ્ટ; મજેદાર; રૂચિકર; રસિક.

Flaw, (ફ્લૉ) *n.* A breach fissure: તડ; ફાટ; ચીર; દોરો. 2. A sudden burst of wind: પવનનો ઝપાટો સુસવાટો. 3. Tumult; quarrel; શોર; ઘોંઘાટ; ઝઘડો; લઢાઇ; કજીયો. 4. Defect; fault: ખોડ; દોષ; એબ; ખામી; ખાંપણ. *vt.* To break; to crack: તડ પાડવી; ચીરો પાડવો; વચમાં ખલેલ કo.

Flawy, (ફ્લૉઇ) *a.* Broken; defective; faulty: ફાટફુટવાલું; ખામીવાલું; સદોષ.

Flax, (ફ્લૅક્સ્) *n.* A plant of genus Linum: શણનો છોડ; શણ.

Flaxen, (ફ્લૅક્સન્) *a.* Made of flax: શણનું. 2. Resembling flax: શણના જેવું.

Flay, (ફ્લે) *vt.* To strip off the skin of an animal: ચામડી ઉતારવી–કાઢવી; ખોલ ઉતારવી.

Flea, (ફ્લી) *n.* An insect of the genus pulex: ચાંચડ. *A* **f.** *in the ear*, an irritating repulse; ચીડવે–ગુસ્સે કરે–જેથી દુઃખ થાય એવો જવાબ.

Flea-bite, (ફ્લી-બાઇટ્) *n.* The bite of a flea or the red spot caused by the bite: ચાંચડનો ડંખ; ચાંચડ કરડવાથી લીલાલ છાંટ. 2. થોડુંક–નજીવું નુકસાન–ઘસારો.

Fleck, (ફ્લૅક્) *n.* A spot; a speckle: ટપકું. *vi.* To spot; to variegate: ડાઘો પાડવો; ટપકું પાડવું.

Fled, (ફ્લૅડ્) *pre. & p. p.* of **flee**. Run away: નાસી ગયો.

Fledged, (ફ્લૅજ્ડ્) *a.* [L. *flugge.*] Feathered: પીછાં–પાંખ ઉગેલું–ફુટેલું; ઉડી શકે એવું; પંખયુક્ત; પરદાર.

Fledgeling, (ફ્લૅજ્લિંગ્) *n.* A young bird just fledged: પાંખો આવેલું નાનું પક્ષી; તરતનું પાંખ આવેલું બચ્ચું.

Flee, (ફ્લી) To run rapidly from: નાસવું; નાસી જવું; પલાયન કરી જવું. *To* **flee** *the question*: વાત ઉડાવી દેવી; અખાડા કરવા.

Fleece, (ફ્લીસ્) *n.* (*a*) The coat of wool that covers a sheep: ઘેટાનું ઉન. 2. Any soft wooly covering: કોઇ નરમ ઉન જેવું આચ્છાદન–વેષ્ટન–પડ. *vt.* To deprive of natural covering of wool: ઉન ઉતારી–કાતરી લેવું. 2. To rob; to steel from: લુંટી લેવું; પડાવી–નિચોવી લેવું. To spread over as with wool: ઉપર ઉન પાથરવું; ઉનથી ઢાંકવું.

Fleecy, (ફ્લિસિ) *a.* Covered with, made of, or resembling fleece: ઉનથી ભરાયેલું; ઉન જેવું; નરમ.

Fleet, (ફ્લીટ્) *n.* A squardron of ships; વહાણનો કાફલો; લઢાઇના વહાણનો કાફલો; અરમાર. *a.* Swift in motion: ઝડપથી ચાલનારૂં; વેગી; વાયુવેગી. 2. Light; not penetrating deep: હલકું; છાછરૂં; ઉંડું નહિ તેવું; છાલકું. *vt.* To pass over rapidly: જલદીથી જતું રહેવું–પસાર થવું. 2. To hasten over; to cause to pass in mirth and joy: આનંદમાં ગુમાવવો–ગાલવો. 3. To take the cream from: ઉપરથી મલઇ કાઢી લેવી–ઉતારી લેવી.

Fleeting, (ફ્લીટિન્ગ્) *p. a.* Not durable; transient; પલવારનું; ક્ષણિક; ફાની; ક્ષણભંગુર.

Fleetly, (ફ્લીટ્લિ) *adv.* In a fleet manner; rapidly: ઝડપથી; જલદીથી; સત્વર; વેગથી; તાબડતોબ.

Fleetness, (ફ્લીટ્નેસ્) *n.* Swiftness, velocity; speed: વેગ; પવનદોડ; ત્વરા; ઝડપ; ઉતાવલ.

Flesh, (ફ્લૅશ્) *n.* Muscles: સ્નાયુ; માંસ રજ્જુ. 2. Animal food; meat: માંસ; ગોસ્ત. 3. The human body; the corporeal person: પિંડ; શરીર; દેહ; કાયા. 4. The human race; mankind: મનુષ્ય જાત; મનુષ્ય માત્ર. 5. Human nature: મનુષ્ય સ્વભાવ પ્રકૃતિ. (*a*) Tenderness of feeling; gentleness: દયા; રહેમ; લાગણી. (*b*) Desire for sensual gratification: વિષયબુદ્ધિ; વિષયસકિત; ભ્રમ; વાસના. 6. Kindred; stock: સગાં; સ્નેહી; સંબંધી; સગું–વહાલું. 7. The soft, pulpy substance of fruit: ગર; માવો. *An arm of* **f.**, human strength or aid: મનુષ્ય બલ અથવા મદદ. *vt.* To use upon flesh, as a weapon for the first time: પહેલું વહેલું હથિયારને કોઇના શરીરમાં ભોંકવું. 2. To glut; to satiate: સંતોષ પમાડવું; તૃપ્ત કo. 3. To remove flesh from hides: ચામડાં ઉપરથી માંસ કાઢી નાંખવું.

Flesh-brush, (ફ્લૅશ્-બ્રશ્) *n.* A brush for exciting action in the skin by friction: ખીસો; ચામડી ઘસવાનો કુચડો.

Fleshy, (ફ્લૅશિ) *a.* Full of flesh; plump: માતેલું; માંસાલ; જાડું; ફરબે. 2. Human: માણસ જાતનું; ઐહિક. 3. Composed of firm pulp: માવેદાર; માવા–ગરવાલું.

Flexibility, (ફ્લૅકિસબિલિટિ) *n.* Flexibleness; pliancy: નરમાશ; મૃદુતા કોમલતા; પોચાશ.

Flexible-Flexile, (ફ્લૅકસિબલ–ફ્લૅકસાઇલ) *a.* [L. *Flecto*, I bend.] Capable of being bent; pliable: વલે એવું; મરડાઇ જાય એવું; મૃદુ; નમનશીલ. 2. Tractable; manageable: કેલવી–શિખવી શકાય એવું; ગરીબ; નરમ સ્વભાવનું; કોમલ; પોચું. 3. Capable of being adapted or accommodated; plastic: વાલ્યું વલે એવું; કહ્યાસાર; રાંક.

Flexion, (ફ્લૅકશૉન) | **Flexure**, (ફ્લૅક્શ્યોર્) | *n.* [L. *flexis.*] The act of flexing or bending: વાલવું–વાંકુંકo તે; વક્રતા; નમન. 2. A part bent; a fold: રાંટ; મરડ; વાંક. 3. Inflection: રૂપ; વિભક્તિ.

Flicker, (ફ્લિકર્) *vt.* To flutter: પાંખ ફફડાવવી. 2. To waver unsteadily: ફડફડ–ભગભગ થવું; હાલવું; ધ્રુજવું. *n.* The sudden and brief increase of brightness: ઝબુકો; વિજલીની પેઠે પ્રકાશ થવો તે; ફડફડાટ.

Flight, (ફ્લાઇટ્) *n.* Hasty departure: નાસભાગ; દોડાદોડ; નાસાનાસ; પલાયન. 2. The act of flying; mode of flying: ઉડવું–ઉડી જવું તે; ઉડવાની રીત. 3. (*a*) A flock of birds flying in company: પક્ષીઓનું ઉડતું ટોલું–ઝુંડ. 4. A reach steps or stairs, from one landing to another: પગથિયું; સીઢી; નિસરણી; દાદર. *To put to* f., *to turn to* f., to compel to run away or escape: નસાડવું.

Flighty, (ફ્લાઇટિ) *a.* Swift; transient: ઝડપવાળું; જલદ; ચંચલ; ચપલ; થોડો વખત ચાલે એવું. 2. Volatile; giddy: લ્હેરી;તુરંગી; વાચલ; મનમોજી.

Flimsy, (ફ્લિમ્ઝિ) *a.* Feeble; vain: કમજોર; રેઢીયાલ; નજીવું; નિર્બલ; તકલદી; અસાર; ખોટું; મિથ્યા; નિર્માલ્ય. *n.* Thin paper: પાતલો; પારદર્શક કાગલ. 2. A banknote: નોટ.

Flinch,(ફ્લિન્શ્)*vi.*To shrink;to wince:હઠી જવું; ધાસ્તીથી પાછું હઠવું; હારી ખાવું.

Fling, (ફ્લિન્ગ્) *vt.* [L. fligo, I strike.] To hurl; to dart: ફેંકવું; નાંખવું. 2. To shed forth; to scatter: ફેલાવવું; પ્રસરાવું. 3. To throw down: પછાડવું; નીચે નાંખી-ફેંકી દેવું; પટકી નાંખવું. *To* f. *away*, to reject: છોડી મૂકી દેવું; ત્યજવું; વર્જવું. *To* f. *down*, to throw to the ground; to ruin: જમીનદોસ્ત ક૦; નાશ ક૦. *To* f. *in*, not to charge in an account: છોડી દેવું; છૂટ મુકવી; હિસાબમાં નહિ ગણવું-લેવું; બાદ ક૦. *To* f. *open*, to open suddenly or with violence: એકદમ-જોરથી ઉઘાડવું; ભડક દઇને ઉઘાડવું. *vi.* To wince,to flounce: આમ તેમ ઉછલવું; પગ પછાડવા-અફાલવા; લાત ફેંકવી. 2. To utter harsh language; to sneer: કઠણ શબ્દો બોલવા; હસી કાઢવું. 3. To rush: એકદમ ધસવું-જવું. *n.* A throw: a flounce; a kick: ટોલ્લો; ઉછાલ; લાત; પ્રક્ષેપ. 2. A sneer; a sarcasm: ટાણો; મ્હેણું; ઠપકો.

Flint, (ફ્લિન્ટ્)*n.*(*Min.*) A variety of quartz: ચકમક; અગ્નિપ્રસ્તર.

Fint-hearted, (ફ્લિન્ટ્-હાર્ટેડ્) *a.* Hardhearted: કઠણ હૈયાનો; નિર્દય; ઘાતકી.

Flinty, (ફ્લિન્ટિ) *a.* Consisting of, or resembling flint: ચકમકવાલો; ચકમકનું; વજ્ર; કઠણ.

Flippancy, (ફ્લિપન્સિ) *n.* Volubility of speech: બોલકણાપણું; મોહોડાની ચપલતા; લાંબી-છુટી જીભ.

Flippant, (ફ્લિપન્ટ્) *a.* Talkative: બહુબોલું; બોલકણું; વાચાલ; છુટી જીભનું. 2. Empty; inconsiderate; pert; petulant: ખાલી; નિઃસાર; ચપલ; અવિચારી; અવિવેકી; તોછડું; ઝાંઝી; ઝનુની. *n.* A flippant person: બહુબોલો-મ્હોડાનો ચપલ-છુટી જીભનો માણસ.

Flirt, (ફ્લર્ટ્) *vt.* To throw with a jerk or quick effort: એકદમ-જુસ્સાથી ફેંકવું; છાંટવું.2. To toss or throw about: આમ તેમ ફેરવવું-હલાવવું. 3. To abuse; to treat with contempt: તિરસ્કાર-ધિક્કારથી વર્તવું. *vi.* To play at courtship; to coquet: નખરાં-ચસકા-ચાલા ક૦; અદા ક૦; વિલાસ-વિભ્રમ ખતાવવો; નેનરા મારવા; લટકો ક૦. 2. To throw bantering or sarcastic words: મ્હેણાં મારવાં. *n.* A sudden jerk; a darting motion: હડસેલો; ધક્કો. 2. A coquette; a pert girl: નખરાંખોર જુવાન સ્ત્રી-છોકરી; વિલાસિની; લીલાવતી; ચપલા; નાચણ; નખરાબાજ.

Flirtation (ફ્લર્ટેશન) *n.* Playing at courtship; coquetry: નખરાંબાજી; હાવભાવ; નેનરા; અદા; નખરાં.

Flit (ફ્લિટ્) *vi.* To fly away with rapid motion; to dart along; to fleet: ઝડપથી ઉડી જવું; સડસડાટ નિકલી જવું; દોડવું. 2. To flutter; to rove on the wing: પાંખો ફફડવી; આમતેમ ઉડયા કરવું. 3. To remove; to migrate: ખસવું; જગ્યા બદલવી-ખાલી ક૦. *a.* Nimble; quick; swift: ચપલ; ચંચલ; ઉતાવલું; ઝડપી.

Flix, (ફ્લિક્સ્) *n.* Down; fur: રૂવાં; રૂવાટાં. 2. A certain disease; dysentery: આતસાર; મરડો; સંગ્રહણી.

Float, (ફ્લોટ્) *n.* Anything which floats on the surface of a fluid; a raft: તરતી ચીજ;તરાપો; તરી. 2. An inflated bag or pillow used by persons learning to swim: તરવા શીખનારના કામમાં આવતી વા ભરેલી થેલી; તુંબડું. 3. A broad wooden instrument,with which masons smooth the plastering on walls: થાપડી; થાપી. 4. A file: કાનસ; રેતરડી. *vi.* To swim: તરવું. 2. To move quietly or gently on the water or in air: પાણી ઉપર અથવા હવામાં શાંત રીતે અથવા ધીમે ધીમે ખસવું-જવું-હાલવું. *vt.* To cause to float: તરાવવું; તેરવવું. 2. To inundate; to overflow: રેલ આણવી; બુરાડી દેવું. 3. To pass over and level the surface of, with a float: થાપડી-થાપી વતે ઘુંટવું.4.To support and sustain the credit of: આબરૂ રાખવી; વટ સાચવવો.

Floating, (ફ્લોટિન્ગ્) *p. a.* Free or loose: છુટાં; હાલે એવાં. 2.Buoyed upon or on a fluid: તરતું.3. ફરતું; એકના હાથમાંથી બીજાના હાથમાં જતું (નાણું).

Flock, (ફ્લૉક્) *n.* A company or collection of living creatures: જીવતાં પ્રાણીઓનું ટોળું-ઝુંડ; ગોઆરૂં. 2. A lock of hair:ઉન અથવા વાલનો ગુચ્છો. *vi. & vt.* To gather in companies or crowds: ટોલાબંધ એકઠા-જમા થવું; જમાવ ક૦;ટોલું થવું-ક૦.

Flog, (ફ્લૉગ્) *vt.* [L. *fligo*,I beat.] To whip; to lash: ચાબુકે મારવું; ફટકા મારવા; ચમકાવવું.

Flogging, (ફ્લૉગિન્ગ્) *n.*Beating or striking with a whip: ચાબુકમાર; ફટકા; ઝપેટા.

Flood, (ફ્લડ્) *n.* A deluge; an inundation: રેલ; પૂર; જલ પ્રલય. 2. The flowing in of the tide: ભરતી; વીલ; જુવાલ. 3.A great quantity: પુષ્કલ પણું; મોટો જથ્થો; રેલછેલ; વરસાદ; વૃષ્ટિ; ઢગ; ગંજ; છોલ. 4. A great body or stream of any fluid substance: પ્રવાહ; રેલો.5. Menstrual discharge; menses: ઓપટી;અટકાવ;ઋતુપ્રાપ્તિ; દસ્તાન. *vt.* To overflow; to inundate: રેલ આણવી; જલમય ક૦; ગરક ક૦; પલાલી નાંખવું.

Flood-gate,(ફ્લડ્-ગેટ્)*n.*A gate to be opened for letting water flow through, or to be shut to prevent it: પાણી આવતું જતું અટકાવવાનો દરવાજો.

Floor, (ફ્લોર્) *n.*The bottom or lower part of any room: ભોંય; તલીયું; ભૂતલ.**F.** *of stone*:ફરસ; ફરસબંધી. 2. A story: માલ; મજલો.3.Any platform: કોઇ પાટીઆની–પાટીઆં જડેલી જમીન; ચાચરો. *vt.* To cover or furnish with a floor: પાટીઆંથી ઢાંકવું; પાટીઆં જડવાં; ફરસબંધી ક૦. 2. (*a*) To strike down: નિચે પાડવું–નાંખવું; પાડી નાંખવું; જમીન દોસ્ત ક૦. (*b*) To put to silence by some decisive argument: નિરૂત્તર કરી દેવું; મ્હો બંધ કરી દેવું. 2. To finish with: પુરૂં–સમાપ્ત ક૦.

Floor-cloth, (ફ્લોર-કલૉથ્) *n.* Printed cloth for covering floors: જમીનપર પાથરવાનું રંગીન કપડું; ગાલીચો.

Flooring, (ફ્લોરિન્ગ્)*n.* The bottom of room or building pavement: ભોંય; ભોંય.

Flora, (ફ્લોરે) *n.* [L. *flos*, flower.] The goddess of flowers: ફૂલની દેવી. 2. A description of the complete system of vegitable species: ભાજીપાલા તથા ફલફલાદિનું સંપૂર્ણ વર્ણન.

Floral, (ફ્લોરૅલ્) *a.* [L. *floralis*, belonging to flora.] Pertaining to flowers: ફૂલ–પુષ્પ સંબંધી. 2. (*Bot.*) Containing the flower: ફૂલનું –વાળું.

Florescence, (ફ્લોરેસૅન્સ્) *n.* [L. *florescere*, to begin to blossom.] A bursting into flower; a blossoming: ખિલવું તે; ફુલો ખિલવાની મોસમ; ફુલનો બહાર.

Florid, (ફ્લૉરિડ્) *a.* [L. *flos*, *floris*, flower.] Abounding in flowers: ફૂલથી ભરપૂર; ફૂલવાળું. 2. Bright in color; of a lively red color: સુરખીદાર; લાલચટક; તેજ–ચલકાટ મારતું; ભભકદાર. 3. Embellished with flowers of rhetoric: અતિશય અલંકારી; અલંકારિક; અલંકૃત; રંગીન.

Floridity-Floridness,(ફ્લૉરિડિટિ-ફ્લૉરિડ્નૅસ્) *n.* Freshness or brightness of colour; floridness: સુરખી; લાલી.

Florist, (ફ્લૉરિસ્ટ્) *n.* [L. *flos*, flower.] One skilled in the cultivation or care of flowers: ફૂલ ઉગાડવા–રાખવા વગેરેમાં હુશિયાર માણસ;માલી.

Floss, (ફ્લૉસ્) *n.* [L.*flos*, flower.] A downy or silken substance: રૂવાંદાર રેશમી પદાર્થ. 2. Untwisted filaments of silk: સલ્લું–વલ દીધા વગરનું રેશમ. 3. A small stream of water: પાણીનો નાનો વહેલો–ઝરો.

Flotilla, (ફ્લોટિલ્લૅ)*n.* A little fleet, or a fleet of small vessels: નાના વહાણનો કાફલો–આરમાર.

Flounce, (ફ્લાઉન્સ્) *vi.* To flounder: તરફડવું; તરફડિયાં મારવાં. *vt.* To deck with a flounce: ઝાલર–સંજાખ મૂકીને સુશોભિત ક૦. *n.* A sudden, jerking motion of the body: આચકો; પછાડ. 2. An ornamental appendage to the skirt of a lady's dress: સંજાખ; કોર; કિનારી; ઝાલર.

Flounder, (ફ્લાઉન્ડર્) *vi.* To fling the limbs and body: હાથ પગ પછાડવા; તરફડિયાં મારવાં; તરફડવું.

Flour, (ફ્લાઉર્) *n.* The finely ground meal of wheat or any other substance: આટો; લોટ. *Fine wheaten* **f.**: સોજી; મેદો. *Coarse wheaten* **f.**: રવો. *vi.* To grind; to convert into flour: દલવું; આટો–લોટ ક૦. 2. To sprinkle with flour: લોટ–આટો ભભરાવવો.

Flourish, (ફ્લરિશ્) *vi.* [L. *floreo*, I bloom.] To grow luxuriantly; to thrive: ઘણું વધવું; ફેલાવું; ફાલવું. 2. To be prosperous: આબાદ થવું; સુખી થવું; માન વધવું; ચઢતી થવી; ઉત્કર્ષ–આબાદાની થવી. 3. To use florid language: અલંકારિક–રંગીન ભાષા વાપરવી–લખવી. 4. To boast; to brag: બડાઇ–પતરાજી–બેડશી–શેખી ક૦; અહંકાર ક૦. *vt.* To develop; to expand: વધારવું; વિસ્તારવું; ફેલાવવું. 2. To ornament; to embellish: શણગારવું; સુશોભિત ક૦. 3. To adorn with rhetoric figures: અલંકારિક ક૦; અલંકાર વાપરવા. 4. To brandish: આમતેમ–ચકરાવે ફેરવવું; ચમકાવવું.

Flourishing, (ફ્લરિશિન્ગ્) *a.* Prosperous; ornamented: આબાદીવાળું; સમૃદ્ધ; ખાતુંપીતું; ખાબાદ; સુખી.

Flout, (ફ્લાઉટ્) *vt.* To mock or insult; to treat with contempt: અપમાન ક૦; તુચ્છકાર ક૦; તરછોડવું; ધિક્કારવું. *n.* A mock; an insult: તિરસ્કાર; ધિક્કાર; અપમાન.

Flow, (ફ્લો) *vi.* [L. *fluo*, I flow.] To move along as a fluid: વહેવું; પ્રસરવું; સરવું; પ્રવાહ–રેલો ચાલવો. 2. To become liquid; to melt: પ્રવાહિ થવું; પીગલી જવું; ઓગલવું. 3. To proceed; to issue forth: ઉત્પન્ન થવું; થવું; મલવું; ઉદ્ભવવું; નિપજવું. 4. To abound; to be copious: ઘણું–પુષ્કલ હોવું; રેલછેલ થવી. 5. To hang loose and waving: ઝુલવું; લટકવું; લબડવું; લટકી પડવું. 6. To rise, as the tide: ભરતી આવવી–ચઢવી. 7. To discharge blood in excess from the uterus: ગર્ભસ્થાનમાંથી ઘણું લોહી વહી જવું; અટકાવ આવવો; ઋતુપ્રાપ્તિ થવી. *To* **f.** *off*, to run down: ઓસરી જવું; ઉતરી જવું. To **f.** *over*: ઉભરાઈ જવું; રેલછેલ થવું. *vt.* To overflow; to inundate; to flood: ઉપર પાણી ફરી વલવું; જલમય થવું; રેલ આવવી. *n.* A stream of water or other fluid; current: પાણીનો ઝરો; પ્રવાહ; રેલો. 2. Abundance; copiousness: પુષ્કલપણું; છત; રેલછેલ; ઓઘ; છોલ. 3. The tidal setting in: ભરતી; પૂર; જુઆલ; વીલ.

Flower, (ફ્લાઉઅર્) *n.* [L. *flos*, *floris*, a flower.] A bloom or blossom: ફુલ; પુષ્પ; મોહોર. 2. The fairest, freshest, and choicest part of anything: કોઇ પણ ચીજનો સૌથી સારો–શ્રેષ્ટ અને તાજો ભાગ; નાક; તોરો. *The* **f.** *of life*: જોબન; જુવાનીનો બહાર. 3. A figure of speech: અલંકાર. 4. (*Pl.*) Menstrual discharges: ઋતુ; અટકાવ; ઓપટી; દસ્તાન. **F.** *bud*, an unopened flower: નહિ ખિલેલું ફૂલ; કલી. *vi.* To blossom; to bloom: મોહોર–ફૂલ આવવાં; ફુલવું; વિકસવું; ખિલવું. 2. To come in the finest or fairest condition: સારી–શ્રેષ્ટ સ્થિતિમાં હોવું; જુવાનીમાં આવવું; જુવાની ખીલવી. 3. To froth; to ferment: ફીણ આવવું; ખમીર ચઢવું. *vt.* To embellish with flowers: બુટ્ટા કાઢવા; ફુલબુટ્ટા પાડવા.

Flower-garden, (ફ્લાઉર્ગાર્ડન્)*n.* A garden in which there are plants bearing flowers: ફુલબાગ; ફૂલવાડી; ગુલેસ્તાન; ગુલશન.

Flower-pot, (ફ્લાઉઅર-પૉટ્) *n.* An earthen pot to grow flower plants: કુંડું; ગુલદાન.

Flowery, (ફ્લાઉઅરિ) *a.* Full of flowers; abounding in flowers: ફૂલથી ભરપૂર; પુષ્પમય; સપુષ્પ. 2. Highly embellished with figurative language: અલંકારી; અલંકારયુક્ત; અલંકૃત; રંગીન. *The* **f.** *kingdom*, China: ચીન.

Flowing, (ફ્લોઇંગ) *a.* વેહેતું; ચાલતું. 2. ઝુલતું. 3. ભરેલું. 4. સરલ; સડસડાટ (ભાષણ).

Fluctuant, (ફ્લક્ટયૂઅૅન્ટ્) *a.* Moving like a wave; wavering: મોજાંની પેઠે હાલતું; આમતેમ હાલતું-પડતું; અસ્થિર; ડામાડોલ; ઢચુપચુ.

Fluctuate, (ફ્લક્ટયૂએટ) *vt.* [L. *fluo*, I flow.] To roll hither and thither: મોજાંની પેઠે હાલવું; અફલાવું; ઝોલલા ખાવા; ચઢ ઉતર થયાં કo. 2. To be wavering or unsteady: ધોરણ-ધડો ન હોવો; સંકલ્પવિકલ્પ કo; ખદલાયા કo; ઢચુપચુ થયાં કo; ડામાડોલ હોવું.

Fluctuation, (ફ્લક્ટયૂએશન) *n.* unsteadiness; a sudden rise or fall: સંદેહ; સંકલ્પવિકલ્પ; ડામાડોળી; ઢચુપચુપણું; અનિશ્ચય; ચઢઉતર; વધઘટ.

Flue, (ફ્લ્યૂ) *n.* [L. *fluo*, I flow.] A passage for smoke in a chimney: ધુમાડિયું. *n.* Light or soft down; fur or hair: હલકાં અથવા નરમ રૂવાં; રૂવાટાં; વાલ.

Fluency, (ફ્લ્યૂઅૅન્સિ) *n.* [L. *fluentia*.] Readiness of utterance; જીભનું ચપલપણું; શબ્દચાતુરી; વાક્ચાપલ્ય; સુભાખિતપણું; જખાંદરાજી.

Fluent, (ફ્લ્યૂઅૅન્ટ્) *a.* [L. *fluens*.] Flowing; gliding; easily moving: વહેતું; પ્રવાહી; સરલ; જલદી-સહેલાઇથી ખસે-ચાલે એવું. 2. Ready in the use of words; voluble: બોલકણું; તેજ ઝબાનવાલું; જખાંદરાજ; વાચાલ; સફાઇબંધ-છટાબંધ બોલનાર.

Fluently, (ફ્લ્યૂઅૅન્ટ્લિ) *adv.* In a fluent manner: વગર અટકવે; ઝપાટાબંધ; છટાબંધ; સુભાખિતપણે.

Fluid, (ફ્લ્યૂઇડ્) *a.* [L. *fluo*, I flow.] Capable of flowing; liquid or gaseous: વહેતું; પ્રવાહી. *n.* A body whose particles move easily amongst themselves: પ્રવાહી; પ્રવાહી પદાર્થ; રસ.

Fluidity, (ફ્લ્યુઇડિટિ) *n.* A liquid state: દ્રવતા; પ્રવાહીપણું; વેહી શકે એવો ગુણ.

Fluke, (ફ્લ્યૂક્) *n.* The part of anchor which fastens in the ground; a flock: લંગરનો આંકડો-દાંતો.

Fluminous, (ફ્લ્યૂમિનસ્) *a.* Pertaining to rivers; abounding in rivers: નદી-નાલાં સંબંધી; નદીઓ વાલું-થી ભરપૂર.

Flummery, (ફ્લમ્મરિ) *n.* A light kind of food: એક જાતનું હલકું પકવાન. 2. Empty compliment; mere flattery: ખુશામત; ચાપલુસી.

Flurry, (ફ્લરિ) *n.* A sudden and brief blast or gust: એકદમ આવેલો અને થોડો વખત સુધી રહે એવો પવનનો ઝપાટો-લેહેર. 2. Bustle; confusion: ધામધુમ; ધિંગાણું; ધાંધલ; ગરબડ. *vt.* To put in agitation; to excite: ધાંધલ-ગરબડમાં નાંખવું; ઉશ્કેરવું; વ્યાકુલ-વ્યગ્ર કo.

Flush, (ફ્લશ્) *vi.* To rush: એકદમ ચઢવું-ચઢી જવું; એકદમ દેખાઇ આવવું; સ્ફુરવું; પથરાવું. 2. To turn red; to blush: લાલ થવું; લાલી-સુરખી આવવી. 3. To shine suddenly; to glow: એકદમ ચલકવું-પ્રકાશિત થવું; ઝલકવું. 4. To start up suddenly; to take wing: એકાએક નિકલવું-જવાની તૈયારી કo; ઉડવા માંડવું. *vt.* To redden suddenly; to put to blush: લાલ કo; શરમાવવું; લાલી-સુરખી આણવી. 2. To make red or glowing: લાલ અથવા પ્રકાશિત-ચલકતું-ઝલકતું કo. 3. To excite the spirits of; to elate: ઉશ્કેરવું; ઉત્તેજીત કo; ફુલાવવું; ચઢાવવું. 4. To wash or cleanse with water: પાણીથી ધોવું-સાફ કo. *n.* A sudden flowing; a rush: એકદમ વહેવું તે-ધસી આવવું તે; ધસારો; વેગ; પ્રવાહ; ઓઘ. 2. A rush of blood to the face; a blush; a bloom: લાલી; સુરખી. 3. A thrill of excitement: જુસ્સો; આવેશ; જોમ.

Flute, (ફ્લ્યૂટ્) *n.* [L. *flo*, I blow.] A musical wind instrument: વાંસલી; પાવો; મોરલી. 2. A channel in a column or pillar: થાંભલામાં ઉપરથી તે હેઠલસુધી કોતરેલી ગોલ ખાંચ; સ્તંભરેષા. 3. A channel or grove made in plaited cloth: ચીણ. *vi.* To play on flute: વાંસલી-પાવો-મોરલી વગાડવી.

Fluted, (ફ્લ્યૂટેડ્) *p. a.* Thin; fine; flute-like: તીણો; મોરલી-પાવા-વાંસલીના જેવો. 2. Formed with flutes: સ્તંભ રેષાવાલો; ખાંચ પાડેલું.

Flutter, (ફ્લટર્) *vi.* To hover: ફફડાવવું; હાલવું; ફડફડ થવું. 2. To be in uncertainty: ગભરામણમાં હોવું; ઢચુપચુ હોવું; ડામાડોલ-અનિશ્ચિત હોવું. 4. To move about with empty bustle or show: ખાલી-નકામી ધાંધલ કo; ફોકટ દોડધામ કo. *n.* The act of fluttering vibration: ફડફડ કo-ફફડાવવું તે; ફડફડાટ-સ્ફુરણ. 2. Confusion; disorder; tumult: ગભરાટ; અવ્યવસ્થા; ગડબડ; ધાંધલ.

Flux, (ફ્લક્સ્) *n.* [L. *fluo*, I flow.] The act of flowing: quick succession; change: પ્રવાહ; સ્રાવ; ફેરફાર; અનુક્રમ. 2. The matter which flows: પ્રવાહી પદાર્થ; રસ. 3. (*a*) The discharge of a fluid from the bowels or other part: ઝાડા પેટનું છુટવું તે; લોહી પડવું તે. *Flux & reflux*: ભરતીઓટ. *a.* Floiwng; variable: વહેતું; બદલાય એવું.

Fluxion, (ફ્લક્શન) *n.* [L. *fluxis*.] The act of flowing: વહેવું તે; સ્રાવ; પ્રવાહ. 2. The matter that flows: પ્રવાહી પદાર્થ; રસ. 3. An increment: વધારો; વૃદ્ધિ. 5. An excessive flow of blood: રક્તસ્રાવ; રક્તઓઘ; લોહીનો રેલો.

Fly, (ફ્લાઇ) *vi. imp.* **flew**, *p. p.* **flown.** To move in the air: ઉડવું. 2. To pass or be driven rapidly through the air by any impulse: તણાવું; ઉડવું; ઉંચું જવું; ઘસડાવું. 3. To hasten away; to circulate rapidly: ઉતાવલે જવું; વહી જવું; વીતી જવું; જતું રહેવું; ઉડવું; પ્રસરવું; ફેલાવું (અફવા). 4. To attempt to escape; to flee: નાસી જવું; જતું રહેવું; સટકી જવું. 5. To move with violence; to do an act suddenly: જોરથી આવવું-જવું; એકદમ-ઓચિંતુ થઇ જવું. *To* **f.** *about*, to change frequently in a short time: ખદલાચા ક૦; ફેરફાર થવો. *To* **f.** *around*, to move about in haste: આસપાસ ફાંફલા ફાંફલા ફ-રવું-હાલવું. *To* **f.** *at*, to spring forward; to rush on: તૂટી પડવું; ધસારો-હલ્લો ક૦. *To* **f.** *in the face of*, to insult; to set at defiance: અ-પમાન ક૦; માઠું લગાડવું; સામું થવું;બેઅદબી ક૦.*To* **f.***off*,to depart suddenly:જતું રહેવું. *To* **f.** *on*,to attack: હુમલો-ચઢાઇ ક૦. *To* **f.** *open*, to open suddenly, or with violence: ઓચિંતું જોરથી ઉઘ-ડવું. *To* **f.** *out*, (*a*) to rush out: ધસવું; ધસારો ક૦. (*b*) to burst into a passion: ગાળો ભાંડવા મંડવું; કોઈ ઉપર ઉતરી પડવું. *To let* **f.**, to dis-charge: ફેંકવું; મારવું; છોડવું. *vt.* To shun; to avoid: દૂર રાખવું; તજવું; ટાલવું; ચૂકવું. 2. To cause to fly: ઉરાડવું; ચગાવવું. *n.* A winged insect: માંખી; મક્ષિકા; માંખ. 2. A hook used for fishing: માછલીઓ પકડવાનો અંકોડો. 3. A parasite: ખુશામત કરી પેટ ભરનાર; ટુકડા ખાઉ. 4. The piece hinged to the needle; a latch: આંકડી; કડી; ચાંપ; હાખણ. **F.** *net*: મચ્છરદાની. **F.** *paper*: માંખો મારી નાંખવાનો ઝેરી કાગલ. **F.** *sheet*, a handbill: જાહેર ખબર; હેંડબીલ. *On the* **f.**, still in the air: ઉડતો; અદ્ધર.

Fly-blow, (ફ્લાઈ-બ્લો) *n.* The egg of a fly: માંખીનું ઈંડું.

Fly-blown, (ફ્લાઈબ્લોન) *a.* Decayed: સડેલું; કીડા પડેલું.

Fly-boat, (ફ્લાઈબોટ્) *n.* A long, narrow boat: લાંબી સાંકડી હોડી; મછવો.

Fly-flap, (ફ્લાઈ-ફ્લૅપ્) *n.* An implement for flying flies: ચમરી; ચમર.

Fly-leaf, (ફ્લાઈ-લીફ્) *a.* blank leaf at the beginning or end of a book: ચોપડીની શરૂઆ-તમાં અથવા આખેરીમાં મૂકેલું કોરૂં પાનું.

Fly-Wheel, (ફ્લાઈ-વ્હીલ્) *n.* A wheel in machinary that equalizes its movements: સાંચાની ગતિ સમતોલ રાખનારૂં ચક્કર.

Foal, (ફોલ્) *n.* A colt or filly: વછેરો-રી. I*n* **f.**, *with* **f.**, pregnant: ગાભણી. *vi.* To bring forth young: વિયાવું; જણવું.

Foam, (ફોમ્) *n.* Froth; spume: ફીણ; કફ. *vi.* To froth: ફીણ થવું-ચઢવું-વલવું-આવવું; ઉભરાવું.

Foamy, (ફોમિ) *a.* Covered with foam; frothy: ફીણવાલું; ફીણફીણ; કફદાર.

Fob, (ફૉબ્) *n.* A little pocket for a watch: ઘડીઆલનું ગજવું. 2. A slight blow: ધીમેથી મા-રેલો મુક્કો-ટપલી. *vt.* To beat: મારવું. 2. To cheat; to trick: ઠગવું; છેતરવું; ધુતવું. *To* **f.** *off*, to shift off by an artifice: યુક્તિથી ખસેડી મૂકવું; ઉડાવવું.

Focus, (ફોકસ્) *n.* Lat. *pl.* **Foci.** [L. *focus*, hearth.] A point in which the rays of light meet after being reflected: પ્રતિબિંબ પડયા પછી પ્રકાશના કિરણ એકઠાં મલે તે બિંદુ; કેંદ્ર. 2. A central point: મધ્યસ્થલ; મધ્યસ્થાન; મધ્ય; કેંદ્ર; નાભી. *vt.* To bring to a focus: મધ્ય-કેંદ્રમાં લાવવું.

Fodder, (ફૉડર્) *n.* That which is fed out to cattle, horses and sheep: ચારો; ઘાસ. *vi.* To feed with cut grass; to nourish with hay, straw &c : ચારો-ઘાસ નિરવું-નાંખવું-ખ૦.

Foe, (ફો) *n.* One who entertains personal en-mity, grudge or hatred against another: દુ-શ્મન; અરિ; રિપુ; શત્રુ; વેરી.

Fœnugreek, (ફીન્યૂ-ગ્રીક્)*n.* A kind of seed: મેથી.

Fœtal, (ફીટૅલ્) *a.*Fetal; pertaining to a fetus: ગર્ભસંબંધી; હમેલને લગતું.

Fœtus, (ફીટસ્) *n.* Fetus: ગર્ભ; હમેલ; ગાભ.

Fog, (ફૉગ્) Watery vapor: ધુમસ. 2. A state of mental confusion: વિભ્રમ; ચિત્તભ્રમ; ગભરાટ.

Foggy, (ફૉગિ) *a.* Clondy; mistly: વાદલાંવાલું; ધુમસ ભરેલું; ઘેરાયલું. 2. Dull; obscure: મૂર્ખ; મંદ; ઠોઠ.

Foible, (ફૉઇબલ્) *n.* A failing; a weak point; a frailty: કસુર; ખામી; એબ; ખોડ; દોષ. 2. The half of a sword blade: તરવારનું અડધું પાનું.

Foil, (ફૉઇલ્) *vt.* To beat down with the feet; to trample: પગથી ચગદવું-ચાંપવું; પગતલે ચગદી નાંખવું; કચદી નાંખવું. 2. To frustrate; to baffle: થકવવું; હરાવવું; નિષ્ફલ-ક૦; ચાલવા-ફાવવા-વલવા ન દેવું. 3. To blunt; to spoil: ચૂકાવવું; ઉડાવવું. *n.* Defeat; frustration: હાર; પરાભવ; ભંગ. 2. A blunt sword: બુઠ્ઠી તલવાર. 3. A track or trail of an animal: પ્રાણીનું પગલું. *To run a* **f.**, to lead astray: ખોટે રસ્તે ચઢાવવું; અવલે રસ્તે દો-રવું; ભૂલાવામાં નાંખવું.

Foil, (ફૉઇલ) *n.* [L. *folium*] A leaf or thin plate of metal: ધાતુનું પતરૂં; વરખ. 2. A thin leaf of metal, placed under precious stones: ડાંક; ડાંખ. 3. A thin coat of tin, laid on the back of a looking-glass: આરસીના કાચને લગાડ-વાની કલઈ.

Foist, (ફૉઈસ્ટ્) *vt.* To insert wrongly; to in-terpolate: વગર સત્તાએ ઉમેરવું-દાખલ ક૦; ઘુસાડ-વું; ઘુસાવી દેવું; ચોરીથી-છાનામાના ઘાલવું.

Fold, (ફોલ્ડ્) *n.* A part laid over another part: a doubling: ઘડી; કહ્રી; પાટલી; થર; પડ. 2. Times or repititions: પટ; ગણું. 3. Embrace: ભેટ; બાથ; આલિંગન; કોટી. 4. A sheep-pen: બક-રાંનો વાડો. 5. A boundary; a limit: હદ; સીમા; મર્યાદા; સિમાડો. 6. Flock of sheep: ઘેટાનું ગુથ-ટોલું-ઝુંડ. **f.** *yard*, an inclosure for sheep or cattle: ઘેટાં અથવા બીજા ઢોરનો વાડો. *vt.* To lay one part over another part of: ઘડી-કહ્રી-પાટલી ક૦. 2. To double or lay together, as arms or hands: (હાથવતે) અદબ વાલવી. 3. To inclose within folds or plaitings; to embrace: ચઢા-વવું; કરચોલી વલવી; વાલવું; બીડવું; આલિંગન દેવું; ભેટવું; બાથ ભીડવી. 4. To inclose in a fold, as sheep: ઘેટાંને વાડામાં પૂરવાં-ઘાલવાં. 5. To wrap up; to conceal: ઢાંકવું; છુપાવવું; છાવરવું.

Folder, (ફોલ્ડર) *n.* A knife-like instrument used for folding paper: કાગલ વાલવાનું હથિયાર–ચિપ–પટ્ટી.

Folding, (ફોલ્ડિન્ગ્) *n.* A fold; a doubling: ઘડી; કહ્ી; પાટલી.

Foliage, (ફોલિએજ્) *n.* Leaves collectively: પાનાં; પાલો; પાંદડાં; પલ્લવ. 2. The representation of leaves; flowers, and branches: ચિતરેલાં–પાડેલાં પાંદડાં–ફૂલ–વેલ–ડાલીઓ.

Foliate, (ફોલિએટ્) *vt.*[L. *folium*, a leaf.] To beat into a leaf or thin plate: ટીપીને પતરૂં કo; વરખ પાડવો. 2. To spread over with a thin coat of tin: કલઈ કo; પારો ચઢાવવો. *a.* Leafy: પાંદડાં વાલું.

Folio, (ફોલિઓ) *n.* Pl. **Folios.** [L. *folium*, leaf.] A sheet of paper once-folded: બેવડો વાલેલો કાગલ. 2. (*a*) A book made of sheets of paper each folded once:અક્કેક કાગલનાં બે પાનાં કરીને કરેલી ચોપડી. 3. A page in an account book: રોજમેલ, ખાતાવાહ વગેરે ચોપડાનું પાનું. 4. A leaf of a book or a manuscript: કોઈ છાપેલા કે લખેલા પુસ્તકનું પાનું.

Folk, *n.* (ફોક) *n.* People in general: લોક; માણસ;આલમ;જન;દુનિયા.*Old***f.**:ઘરડાઓ.2. The persons or one's own family: કુટુંબનાં માણસો.

Folk-lore, (ફોક્-લોર્)*n.* Rural tales or legends: દંતકથા; લૌકીક વાર્તા; લોકગાથા.

Follow, (ફૉલો) *vt.* (*a*) To go or come after; to pursue: પાછલ ચાલવું–જવું–પડવું. (*b*) To attend; to accompany:પાછલ ચાલવું; હજુર–ખીજમતમાં રહેવું.2. To go in pursuit of; to chase: પુંઠે લાગવું; કેડો લેવો; દુંબાલો પકડવો. 3. To obey; to yield to: તાબે રહેવું; સ્વીકારવું; અનુસરવું; નમવું; માન્ય કo. 4. To copy after; to take as an example: અનુકરણ કo; નકલ કo. 5. To succeed in order of: પછી પછાડી આવવું–થવું.6. To result from: કારણમાંથી કાંઈ થવું; સાબેત થવું; નિપજવું; પરિણામ નિકલવું. *To* **f.** *suit*, to follow an example set: કોઈ કરે તે પ્રમાણે કo–ચાલવું. *To* **f.** *up*: આગ્રહ પૂર્વક–ખંતથી મંડયા રહેવું. *vi.*To go or come after: પાછલ જવું–ચાલવું–આવવું.

Follower, (ફૉલોઅર્) *n.* An attendant; a disciple: પાછલ ચાલનાર; અનુયાયી; ચેલો; શિષ્ય; સાથી; ભક્ત; અનુસારી; સોબતી; સંગાથી; આશ્રિત; પરિજન; સેવક.

Following, (ફૉલોઇન્ગ્) *n.* Collection of followers or dependents: નોકરચાકરો; માણસો;સેવકો. 2. Vocation; profession: ધંધો; રોજગાર. *a.* Succeeding: આવતું; બીજું; પછીનું; નીચેનું.

Folly, (ફૉલિ) *n.* Want of good sense; બેવકૂફી; મૂર્ખાઇ; નાદાની; મૂઢતા. 2. A foolish act; foolery: મૂર્ખાઇ–બેવકૂફી ભરેલું કામ; ભૂલ; ચૂક; ખતા.

Foment,(ફોમેન્ટ્)*vt.*[L. *foveo*,I keep warm.] To bathe with warm waters; to apply warm waters to: શેકવું; ઝારવું. 2. To encourage; to instigate; to abet: ઉશ્કેરવું; જગાવવું; સલગાવવું; ચેતવવું; સલા કo.

Fomentation, (ફોમેન્ટેશન) *n.* The act of fomenting: શેક; ઝારવું તે. 2. Instigation; encouragement: ઉશ્કેરણી; ઉત્તેજન; મદદ; સલી; સાંસણી.

Fond, (ફૅાન્ડ્) *a.* Foolish; silly: મૂર્ખ; બેવકૂફ; મૂઢ; નાદાન. 2. Foolishly tender and loving: હદબહાર માયાલુ–હેતાલુ; સ્નેહાલુ; પ્રેમાલ; મમતાલુ. 3. Much delighted with: ખહુ પ્રસન્ન થયલું; મેહેરબાન.4. Trifling: નજીવું; નકામું.*vt.* To caress; to fondle: લાડ લડાવવાં; વહાલથી રમાડવું. *vi.* To be fond of; to be in love with: શોખ હોવો; ઘણું ગમવું; ખાએશ રાખવી.

Fondle, (ફૅાન્ડલ્) *vt.*To treat with tenderness; to caress: લાડ કરવાં–લડાવવાં.

Fondling, (ફૅાન્ડ્લિન્ગ્) *n.* A careless: લાડ; લાડકોડ; લાલનપાલન; આલંગન. A foolish creature; a simpleton: બેવકૂફ–મૂર્ખ માણસ. 2. A person or thing fondled or caressed: લાડકું–પ્યારૂં માણસ–ચીજ–પદાર્થ.

Fondly, (ફૅાન્ડ્લિ) *adv.* Affectionately; tenderly: ઘણી મમતા–હેત–પ્યારથી; લાડથી.

Fondness, (ફૅાન્ડ્નેસ્) *n.* Doting affection; tender liking: મમતા; ઈચ્છા; ચાહ; પ્યાર; પ્રીતિ; સ્નેહ.

Food, (ફૂડ્) *n.* Nutriment; provisions: અન્ન; આહાર; ભોજન; ખાણું; ખોરાક. 2. Anything that sustains: જે કોઈ ચીજ–પદાર્થવડે પોષણ થઈ શકે તે; પોષકદ્રવ્ય. *Savory* **f.**: મિષ્ટાન્ન.

Fool, (ફૂલ્) *n.*One who is destitute of reason; an idiot: મૂર્ખ; બેવકૂફ; ગાંડો.2. A simpleton; a dolt: ભોલો; ઓલિયો; બુધવાર; ઠ. 3. A professional jester or buffoon: મશ્કરો; રંગલો;વિદૂષક. *To make a* **f.** *of*, to cause to appear ridiculous: બેવકૂફ કo; બનાવવું. *To play the* **f.**,(*a*) to act the buffoon: મશ્કરી–ટોલ કo; વિદૂષક–રંગલાનું કામ કo. (*b*) To behave like one void of understanding: ઘેલાં–ગાંડાં કાઢવાં; મૂર્ખની પેઠે વર્તવું–ચાલવું. *vt.* to infatuate: ભોલવવું; મોહિત કo. 2. To make a fool of: બેવકૂફ કo; બનાવવું. 3. To cheat: ઠગવું; છેતરવું; લૂંટવું. *To* **f.** *away*: નકામુ કાઢવું–ગાલવું; ઉડાવવું; નકામુ વાપરવું.

Foolery, (ફૂલરિ) *n.* The behaviour of a fool; absurdity: મૂર્ખાઇ; બેવકૂફી.

Fool-hardy, (ફૂલહાર્ડિ) *a.* Daring without judgment; foolishly bold: વગર વિચારે જોખમ ખેડનાર; ગાંડું; સાહસિક; અક્કલ વગર હોમાવી દેનાર.

Foolish, (ફૂલિશ્) *a.* Silly; unwise: મૂર્ખ; બેવકૂફ; ગાંડું; દિવાનું; ઘેલું.

Foolishly, (ફૂલિશ્લિ) *adv.* Unwisely; indiscreetly: મૂર્ખાઈથી; બેવકૂફાઈથી.

Foolishness, (ફૂલિશ્નેસ્) *n.* Folly: બેવકૂફાઈ; ઘેલાપણું; મૂર્ખાઇ; અવિવેક.

Foolscap, (ફુલ્ઝ્કૅપ્) *n.* A paper about 13½ by 16½ inches: આશરે ૧૩॥ ઇંચ લાંબો અને ૧૩॥ ઇંચ પહોલો કાગલ; ફુલસકેપ; તાવ.

Foot, (ફુટ્) *n. pl.* **Feet**, [L. *pes, pedis.*]

The extremity below the ankle: પગ; પાદ; ચરણ. 2. The lower part; bottom; foundation: નિચલો ભાગ; તળીયું; પગ; પાયો; તળેટી. 3. Rank; footing: દરજ્જો; હોદ્દા. 4. A measure consisting of twelve inches: બાર ઇંચનું-તસુનું માપ-પ્રમાણ; ફુટ. 5. The foot-soldiers; infantry: પાયદલ; પેદલ. 6. A combination of syllables constituting a metrical element of a verse: ચરણ; પાદ; ટૂંક; પદ. *To be on* **f.**, to be in motion or action: ચાલુ-ગતિ-ક્રિયામાં હોવું. *To set on* **f.**, to originate; to begin: ઉભું કo; શરૂ-ચાલતું-જારી કo. *To keep the* **f.**, to preserve decorum: મર્યાદા પકડવી-રાખવી-અદબઅદાબો જાળવવો. *To put one's* **f.** *down*, to take a resolute stand; to be determined: દ્રઢતા પકડવી; નિશ્ચય-નિર્ણય કo. *To put the best* **f.** *foremost*, to make a good appearance; to do one's best: સારો દેખાવ કo; પોતાથી બને તેટલું કo. *To set one on his* **f.**, to assist to start: ટેકે ચલાવી-નભાવી આપવું; ધંધે-કામે વળગાડી આપવું. **F.** *artillerry*: (*a*) પગે ચાલનાર તોપખાનાના સિપાઈઓ. (*b*) ભારે તોપખાનું. **F.** *iron*, (*a*) the step of a carriage: ગાડીનું પગથીયું; પાવડું. **F.** *post*, (*a*) a letter carrier on foot: હલકારો. *vt.* To strike with the foot; to kick: પાટું-લાત મારવી. 2. To set on foot; to originate: ઉભું કo; ઉઠાવવું; પ્રારંભ-મંડાણ-શરૂ કo. 3. To sum up: સરવાળો-એકઠું કo. *To* **f.** *a bill*, to pay it: આંકડો ચુકવવો.

Foot-ball, (ફુટ્-બૉલ) *n.* An inflated ball: પવનથી ફુલાવેલો દડો. 2. The sport of kicking the football: દડાને ઠોકર મારી રમવાની રમત.

Foot-boy, (ફુટ્-બૉઇ) *n.* A menial: ખવાસ; ખીજમતદાર; પોરિઓ.

Foot-hot (ફુટ્-હૉટ્) *adv.* Immediately: તરતજ; તાબડતોબ.

Footing, (ફુટિન્ગ્) *n.* Place for the foot to rest on: પગ મૂકવાની જગ્યા; ટેકો; આધાર. 2. Firm position; standing: નિર્ભય-નક્કી સ્થિતિ. 3. State; relative condition: હાલત; સ્થિતિ; દશા; અવસ્થા. 4. Tread; step: પગલું.

Foot-man, (ફુટ્-મૅન) *n. pl.* **Footmen**. A soldier who marches and fights on foot: પાયદલમાંનો કોઇ એક માણસ. 2. A man in waiting; a runner: સિપાઈ; પટાવાળો; કિંકર; સેવક; બેપીયો.

Foot-mark, (ફુટ્-માર્ક્) } A track: પગલું;
Foot-print, (ફુટ્-પ્રિન્ટ્) } પાદચિન્હ; પાદપંક્તિ; પગની નિશાની.

Foot-note, (ફુટ્-નોટ્) *n.* A note of reference at the foot of a page: પાના નીચે લખેલી ટીકા; ટીપ; નોંધ.

Foot-pad, (ફુટ્-પૅડ્) *n.* A highway man or robber on foot: રાહમારૂ; લુંટનાર; વાટપાડું.

Foot-path, (ફુટ્-પૅથ્) *n.* A road to go on foot: પગવાટ; પગથી; પગરવ; પગ રસ્તો.

Foot-soldier, (ફુટ્-સોલ્જર્) *n.* (*Mil.*) A soldier that serves on foot: પાયદલ-લશ્કરી સિપાઈ.

Foot-step, (ફુટ્-સ્ટેપ્) *n.* (*a*) The mark of the foot; a track: પગની નિશાની; પગલું; પાદન્યાસ; પાદપંક્તિ.

Foot-stool, (ફુટ્-સ્ટૂલ્) *n.* A stool for the feet: પગ મૂકવાનું બાજઠ; પાદપીઠ; પાદાસન.

Fop, (ફૉપ્) *n.* A coxcomb: અક્કડબાજ; ફાંકડો; વરણાગીઓ; લાલ; છેલ.

Foppery, (ફૉપરિ) *n.* Coxcombry; showy folly: અક્કડબાજી; વરણાગી; ફાંકડાઈ. 2. Folly; impertinence: મૂર્ખાઈ; બેવકૂફી; ઉદ્ધતાઈ; બેઅદબી.

Foppish, (ફૉપિશ્) *a.* Dressing in extreme of fashion; affected in manners: ફાંકડું; નખરાંબાજ-ખોર; ફક્કડ.

For, (ફૉર્) *prep.* Because; on account of: કારણથી; માટે; વાસ્તે; અર્થે. 2. In behalf of; in favor of: સારૂ; કાજે; માટે; પક્ષમાં; તરફેણ-લાભમાં; ખાતર. 3. Towards; intending to go to: તરફ; જવાને. 4. Instead of; in place of: બદલે; સાટે; ઠેકાણે; અવેજમાં. 5. In the character of: તરીકે; જેવું; ગણીને; જાણીને. 6. Notwithstanding; inspite of: છતાં; ગમે તેમ; પણ; તથાપિ. 7. During: લગી; સૂધી; લગણ; પર્યંત. 8. As regards; with reference to: માટે; વિશે; સંબંધી. **F.** *all that*, notwithstanding; in spite of: તેમ છતાં પણ; છતાં; તોપણ; ગમે તેટલું પણ. **F.** *all the world*, wholly; exactly: ખરોખર; આબેહુબ; તદન; બિલકુલ; છેક. **F.** *as much as*, seeing that; since: કારણ કે; તેથી; તેટલા માટે. **F.** *ever*, eternally: હમેશાં; નિરંતર; સદા. **F.** *that*, because; since: કારણ કે; તેટલા માટે. *Conj.* Because; for that: કારણ કે; તે કારણથી. 2. Since; because: તેથી; તેથી કરીને; માટે; તેટલા માટે. **F.** *why* (*a*) wherefore: શા માટે; કેમ; શા વાસ્તે; શા કારણથી. (*b*) Because: કારણકે.

Forage, (ફૉરેજ્) *n.* Food of any kind for horses and cattle: ઘોડા અને ઢોરને સારૂ ચારો; ઘાસદાણો; ચારો. *vi.* & *vt.* To wander in search of food: ઘાસદાણાની શોધમાં ભટકવું.

Foray, (ફૉરે) *n.* A sudden incursion into a country; a raid: પડોશના દેશ ઉપર એકાએક કરેલો હુમલો-હલ્લો; ચઢાઈ.

Forbear, (ફૉર્બેર્) *vi.* To pause; to delay: બંધ રાખવુ-કo; ઉભા રહેવું; ધીરજ ધરવી; અટકવું; થોભવું; ઢીલ કo. 2. To decline; to give no heed: ન ગણકારવું; ના કહેવી-પાડવી. 3. To control one's self when provoked: ધીરજ-ખામોશ પકડવી; પી જવું. *vt.* To avoid: દૂર રહેવું; નહિ કo; છોડી-તજી દેવું. 2. To bear with: ક્ષમા કo; દરગુજર-માફ કo.

Forbearance, (ફૉર્બેરૅન્સ્) *n.* Exercise of patience; lenity: સહનશીલતા; ખામોશી; ક્ષમા; સબુરી; દરગુજર; માફી.

Forbearing, (ફૉર્બેરિન્ગ્) *p.a.* Patient: સહન કરે-ખામોસી રાખે એવું; સહનશીલ; મુગે મોઢે ખમતું.

Forbid, (ફૉર્બિડ્) *vt.* To prohibit; મના કo; બંધી કo; વારવું. 2. To command not to enter: દાખલ થવા-પેસવાની મના કo. 3. To hinder; to obstruct: અડચણ કo; અટકાવવું; હરકત કo; નડવું.

vi. To prevent; to hinder: અટકાવ–હરકત ક૦.

Forbidden, (ફૉર્બિડન) *a*. Prohibited; hindered: મના કરેલું; ના પાડેલું; નિષિદ્ધ; વર્જિત; મના.

Forbidding, (ફૉર્બિડિન્ગ્) *p. a*. Repulsive; disagreeable: નાપસંદ; ત્રાસદાયક; ગમે નહિ એવું; અણગમતું.

Force, (ફોર્સ્) *n*. [L. *fortis*, strong.] (*a*) strength of body or mind: બલ; જોર; પરાક્રમ; સામર્થ્ય;શક્તિ;કૌવત;તાકાદ;ગૌરવ.2.Coercion;violence:જબરી; જોરાવરી; બલજોરી; જુલમ;બલાત્કાર;જબરદસ્તી. 3. (*a*) War-like array; સૈન્ય; લશ્કર; ફોજ. 4. (*Law*) Validity; efficacy: જીવ; ફલ; દમ; અસર. *In* **f.**, of unimpaired efficacy; valid: અમલમાં; ચાલતું; જાગતું; જીવતું; વર્તમાન; ચાલુ. *Vital* **f.**, that force or power which is inherent in organization: ચેતન; ચેતના શક્તિ; જીવન. *vt*. To compel; to coerce: જબરીથી કરાવવું; જુલમ ગુજારવો; ફરજ પાડવી; બલાત્કાર ક૦. 2. To ravish; to violate: બલાત્કારે સંભોગ ક૦; બલાત્કાર ગુજારવો. 3. To capture by assault; to storm: હુમલો- હલ્લો કરીને લેવું. 4. To cause to be executed; to enforce: અમલમાં લાવવું.

Forced, (ફોર્સ્ડ્) *a*. Done with force: તાણી તોડીને કરેલું; યત્નપૂર્વક; કૃત્રિમ; ક્લિષ્ટ; અસરલ.

Forceps, (ફૉર્સેપ્સ્) *n*. A pair of pincers or tongs: વૈદનો ચિમટો; ચીપીઓ; સાણસી.

Forcible, (ફોર્સિબલ્) *a*. Powerful; impressive: સત્તા–જોરવાલું; અસરકારક; જીવવાલું; ભારે; પ્રબલ; જબરૂં. 2. Violent; impetuous: જુલમ કરનારૂં; જોરથી આવતું–જતું; ઉગ્ર. 3. Obtained by compulsion: જોરજુલમ–જબરીથી મેલવેલું; બલજોરીનું.

Forcibly, (ફોર્સિબ્લિ) *adv*. Strongly: powerfully; by violence: જોર જુલમ–જબરદસ્તીથી; બલાત્કારે.

Ford, (ફોર્ડ્) *vt*. To pass through by wading; to wade through: પગે ચાલીને (નદી) પાર ક૦ -ઉતરવું; ઓલંગવું. *n*. A place in a river where it may be passed by man or beast on foot: ચાલીને જવાય એવો નદીનો ભાગ; પાર; ઉતાર. 2. A stream; a current: વહેળો; ઝરો; પ્રવાહ.

Fordable, (ફોર્ડેબલ) *a*. Capable of being wadded or passed through on foot: પગે પાર જઈ શકાય–ચાલીને જવાય એવું; થોડા પાણીવાલું.

Fore, (ફોર્) *a*. Coming first; forward: આગલું; મોખરે આવેલું; પહેલું; પ્રથમ; અવ્વલ. **F**. *wind*, favourable wind: અનુકૂલ પવન. **F**. *end*, beginning: પ્રારંભ; શરૂઆત; મંડાણ. *adv*. In advance; at the front: આગલ; પહેલાં.

Fore-arm, (ફોર્–આર્મ્) *vt*. To arm or prepare for attack before the time of need: પેહેલાં–આગલથી તૈયાર થવું; આગમજથી તૈયારી ક૦. *n*. That part of the arm between the elbow and the wrist: કોણી અને કાંડા વચ્ચેનો ભાગ; હાથ.

Forebode, (ફોર્–બોડ્) *vt*. To foretell; to prognosticate: ભાવિષ્ય કહેવું; અગમચેતી ક૦.

Forecast, (ફોર્–કૅસ્ટ્) *vt*. To project: આગલથી ગોઠવણ કરી મૂકવી; યુક્તિ–તજવીજ ક૦; યોજના ક૦. 2. To foresee; to provide against: અગાઉ–આગલથી વિચાર ક૦; દુરદેશી રાખવી; લાંબી નજર પહોંચાડવી. *n*. Previous contrivance or determination: અગાઉ–આગલથી કરેલી ગોઠવણ–તદબીર–યુક્તિ–નિશ્ચય; દુરંદેશી.

Fore-cited, (ફોર્–સાઇટેડ્) *a*. Cited or quoted before or above: મજકુર; સદરહુ; પૂર્વોક્ત; ઉપર કહેલું–જણાવેલું.

Fore-close, (ફોર્–ક્લોઝ્) *vt*.To stop; to prevent; to exclude: બંધ ક૦; અટકાવવું; રદ ક૦. *To foreclose a mortgager* (*Law*): ગીરો મૂકનારને તેનો માલ છોડાવવાનો હક રદ ક૦.

Forefather, (ફોર્–ફાધર્) *n*. An ancestor: વડીલ; પૂર્વજ; *Pl*.: બાપદાદા; ઘરડાઓ.

Forefend, (ફોર્ફેન્ડ્) *vt*.To prohibit: અટકાવવું; રોકવું. 2. To defend: બચાવવું; રક્ષણ ક૦.

Fore-finger, (ફોર્ફિન્ગર્) *n*. The finger next to the thumb: અંગુઠાની પાસેની આંગળી; તર્જની; પ્રદેશિની.

Fore-foot, (ફોર્ફુટ્) *n*. One of the anterior feet of a quadruped or multiped: ચોપગાં જનાવરનો આગલો પગ: અગ્રપાદ.

Forego, (ફોર્ગો) *vt*. To quit; to leave: તજી–છોડી–જવા દેવું. 2. To resign; to renounce: હાથ ઉઠાવવો; દાવ છોડવો. 3. To go before; to precede: આગલ–અગાડી જવું–આવવું.

Foregoing, (ફોર્ગોઈન્ગ્) *a*. or *p.p*. Described above or before: આગલ ગુજરેલું–થઇ ગયેલું–વર્ણવેલું; પૂર્વોક્ત; મજકુર.

Fore-head, (ફોર્હેડ્) *n*. The brow: લલાટ; કપાલ. *Sectarial mark on the* **f.**: તિલક; ટિલું; ટિલો; ચાંલ્લો. 2. The front part of any thing: અગ્રભાગ; મોખરો.

Foreign, (ફૉરિન્) *a*. [L. *foris*, abroad.]Outside; alien: વિદેશિય; વિદેશી; પરદેશી; બહારનું; પરાયું; પારકું. 2. Not appropriate: નિરાલું; ભિન્ન; અપ્રાસંગીક; જુદૃ; નોખું; ઉલટું; વિરૂદ્ધ;લાગુ ન પડતું; અસંબંધી. **f.** *Bill*,a bill drawn in one country and payable in the other: એક દેશમાં લખેલી અને બીજા દેશમાં શીકારીનાણાં પગાર કરવાની હુંડી.

Foreigner, (ફૉરિનર્) *n*. A person belonging to a foreign country; an alien: પરદેશી; પરમુલકી માણસ; વિદેશી; અન્યદેશીય; પારકા–પરાયા દેશનો રહેવાસી.

Fore-knowledge, (ફોર્નૉલેજ્) *n*. Knowledge of a thing before it happens; prescience: ભવિષ્યજ્ઞાન; પૂર્વજ્ઞાન: ભવિષ્ય દર્શન; ભાવીજ્ઞાન; અગમચેતી.

Fore-lock, (ફોર્લૉક્) *n*.The lock of hair that grows from the forepart of the head: માથાના આગલા ભાગ પરના બાલ–ગુચ્છા. *To take time or occasion by the* **f.**. to make prompt use of anything: આવેલી તક જવા ન દેવી; તાકડો–તક સાધી લેવી.

Fore-man, (ફોર્મૅન) *n*. *pl*. **Fore-men**, (*a*) The chief man of a jury who acts as their speaker: પંચની સભા–જુરીનો વડો; સરપંચ. (*b*) The chief of a set of hands employed in a shop: મુખ્ય કારભારી; મુકાદમ; મુનીમ.

Fore-mast, (ફોર્‌મૅસ્ટ્) *n.* The forward mast of a vessel: વહાણનો આગલો ડોલ.

Fore-most, (ફોર્‌મોસ્ટ્) *a.* First in place; chief in rank and dignity: પહેલું; ઉત્તમ; આગેવાન; શ્રેષ્ઠ; પ્રધાન; ઉત્કૃષ્ટ; અગ્રેસર.

Fore-named, (ફોર્‌નેમ્ડ્)*a.* Named or nominated before: મજકુર; સદરહુ; પૂર્વોક્ત.

Forenoon, (ફોર્‌નૂન) *n.* The first or former part of the day: બપોરની પહેલાનો વખત; આગલો પોહોર.

Forensic, (ફોરેન્સિક) *a.* [L. *forum*, a market place.] belonging to the court of judicature or public discussion: ઈનસાફ દરબારને લગતું; અદાલતમાં થતું; ન્યાય સભા સંબંધી.

Forepart, (ફોર્‌પાર્ટ્) *n.* The part first in time or place; beginning: આગલો ભાગ; મ્હોડું; શરૂઆત; અગ્રભાગ; મોખરો.

Fore-runner, (ફોર્‌રનર્) *n.* (*a*) Harbinger: અગ્રગામી; અગ્રેસર; આગલ મોકલેલો દુત–એલચી. (*b*) A prognostic: આગલથી થતું ચિન્હ–નિશાની; પૂર્વ લક્ષણ. 2. A predecessor; an ancestor: બાપદાદા; પૂર્વજ; વડીલ.

Foresee, (ફોરસી) *vt.* to foreknow: બન્યા પહેલ–આગલથી જાણવું; ભાવિ–ભવિષ્ય જાણવું. *vi.* To exercise foresight: દૂરંદેશી વાપરવી.

Foreshadow, (ફોર્‌શૅડો) *vt.* To typify beforehand; to prefigure: આગલથી ચિન્હ–નિશાની દેખાડવી.

Fore-sight, (ફૉર્‌સાઈટ્) *n.* Forethought; foreknowledge: અગમચેતી; ભવિષ્યદર્શન; દૂરંદેશી.

Fore-sighted, (ફોર્‌સાઇટેડ્) *a.* Prudent in guarding against evil: દુરઅંદેશ; અગમ બુદ્ધિવાલું.

Foreskin, (ફોર્‌સ્કિન) *n.* The prepuce: ઇંદ્રીના ફુલપરની ચામડી. *To cut the* **f.**: સુનત કo.

Forest, (ફૉરેસ્ટ્) *n.* [L. *foras*, out of doors; abroad.] An extensive wood: જંગલ; અરણ્ય; વન; વગડો; રાન; *a.* Pertaining to the forest; rustic: જંગલનું–વન સંબંધી; જંગલી; રાની; આરણ્યક.

Forestall, (ફોર્‌સ્ટૉલ) *vi.* To anticipate: આગલથી–સમજવું; પામી જવું. 2. To pre-occupy: પહેલેથી–અગાઉથી કબજો લેવો–જગ્યા રોકવી. 3. To obstruct or stop up, as a way: રસ્તો બંધ કo; બંધ કo. *To* **f.** *the market*: ઉંચી–ભારે કિંમતે વેચવાના ઇરાદાથી માલ ભરી રાખવો.

Forester, (ફૉરેસ્ટર્)*n.* An officer appointed to watch a forest and preserve the game: જંગલ અને તેમાંના શિકારની ચોકસી રાખનાર અમલદાર. 2. An inhabitant of forest: જંગલ–અરણ્યનો રહેવાસી; જંગલી માણસ. 3. A forest-tree: જંગલી–જંગલનું ઝાડ.

Foretell, (ફોર્‌ટેલ) *vt.* & *vi.* To predict; to prophesy: ભવિષ્ય–આગલથી કહેવું; અગમચેતી કo.

Foreteller, (ફોર્‌ટેલર્) *n.* One who predicts or prophesies: ભવિષ્ય વેત્તા; દૈવજ્ઞ; જોશી.

Forethought, (ફોર્‌થૉટ્) *n.* Premeditation: અગાઉથી કીધેલો વિચાર; પૂર્વવિચાર; દીર્ઘદૃષ્ટિ; દુરંદેશી; અગમચેતી.

Fore-tooth, (ફોર્ ટૂથ્) *n.* **Foreteeth**, One of the teeth in the forepart of the mouth; an incisor: આગલો દાંત; રાજદંત.

For-ever, (ફૉર્‌એવર્) *adv.* To eternity; eternally: નિરંતર; હમેશાં; સદા; સર્વદા; સદાકાલ.

Fore-warn, (ફોર્‌વૉર્ન્) *vt.* To warn beforehand: અગાઉથી ખબર આપવી; ચેતવવું.

Forfeit, (ફૉર્‌ફિટ્) [L. *Foris*, out of doors & *facio*, I do.] *vt.* To alienate the right to possess by some neglect or crime: ભૂલ અથવા અપરાધ કરીને કબજાનો હક ખોવો–ગુમાવવો; ખોવું; ખોઈ બેસવું.

Forfeiture, (ફૉર્‌ફિટ્યૂર્) *n.* The act of forfeiting: દંડ આપવો–અપરાધ કરીને કાંઇ ખોવું–ગુમાવવું તે. 2. An estate forfeited; a fine: જપ્ત કીધેલી મિલકત; દંડ; ગુન્હેગારી.

Forge, (ફૉર્જ્) *n.* A furnace where iron is heated and wrought: લુહારની ભઠ્ઠી. 2. A works shop: લુહારખાનું; કારખાનું. *vi.* To commit forgery: ખોટી સહી કo; ખોટો દસ્તાવેજ બનાવવો. *vt.* To form by heating and hammering: તપાવી અને ઠોકીને ઘડવું. 2. To invent; to frame: બનાવવું; ઉભું કo; ઉપજાવવું. 3. To make falsely; to counterfeit: ખોટું બનાવવું–પાડવું–કo; બનાવટ કo.

Forgery, (ફૉર્‌જરિ) *n.* The act of producing falsely: ખોટો દસ્તાવેજ બનાવવા–ખોટી સહી કરવાનો અપરાધ. 2. That which is fabricated or falsely devised: બનાવટી લેખ; ખોટો દસ્તાવેજ; ખોટી સહી.

Forget, (ફૉર્‌ગેટ્) *vt. imp.* **Forgot**; *p. p.* **forgotten**, **forgot**. To lose the remembrance of: વિસરી–ભૂલી જવું; યાદ ન રહેવું; ગાફેલ થવું. 2. To slight; to neglect: તુચ્છકારવું; હલકું ગણવું. *To* **f.** *one's self*, to lose one's dignity or temper: શુદ્ધ–બુદ્ધ જતી રહેવી; ભાન જતું રહેવું.

Forgetful, (ફૉર્‌ગેટ્ ફુલ્) *a.* easily losing remembrance: ભૂલી- વિસરી જાય એવું; ભૂલકણું; ભૂલણીયું; વિસરભો. 2. Heedless; careless: બેદરકાર-બેપરવા; ગાફીલ.

Forgetfulness, (ફૉર્‌ગેટ્ ફુલ્‌નેસ્) *n.* The quality of being forgetful: ભુલી જવાય એવો ગુણ–વલણ; વીસરભાવ; ભ[illegible]વો; ગફલત.

Forgive, (ફૉર્ગિવ્) *vt.* To make over; to resign: આપી દેવું; સોંપી દેવું; કોઈને હવાલે–સ્વાધીન કરી દેવું. 2. To remit: માફ કo; મૂકી દેવું. 3. To pardon: માફ કo; મારી બક્ષવી–આપવી; ક્ષમા–દરગુજર કo.

Forgiveness, (ફૉર્ગિવ્‌નેસ્) *n.* The act of forgiving; remission: માફી; ક્ષમા; દરગુજર; રહેમ; રહેમદિલી.

Forgiving, (ફૉર્ગિવિન્ગ્) *a.* Merciful; compassionate: માફ–ક્ષમા કરે એવું; દયાલુ; ક્ષમાશીલ; ક્ષમાવાન; રહેમદિલ.

Fork, (ફૉર્ક્) *n.* [L. *Furca*] An instrument: કાંટો; દાંતવાલું હથિયાર; પંજેટી. 2. A prong; a branch of a stream, a road &c.; a barbed point: ફાંટો; માર્ગ; અણી; ટેંચ. 3. The angle of opening between two branches or limbs: બે શાખા–ફાંટા કે અવયવ વચ્ચેનો ખૂણો; સાંધો; સંગમ. *vi.* To shoot into blades: પાનાં–ફલ ફૂટવાં–ઉગવાં. 2. To divide into two branches: બે ફાંટા–રસ્તા થવા.

Forked, (ફૉર્‌ક્‌ટ્) *a.* Bifurcated: શાખાદાર.

Forky, (ફૉર્કિ) *a.* Opening in two or more parts; furcated: બે અથવા વધારે ફાંટાવાળું; શાખાદાર.

Forlorn, (ફૉર્‌લૉર્ન્) *a.* Deserted; lost: છોડી દીધેલું; ત્યાગ કરેલું; તજીદીધેલું; ખોવાયેલું; નિધણિયું. 2. Helpless; destitute: નિરાધાર; નિરાશ્રિત; કંગાલ; અનાથ; દીન.

Form, (ફૉર્મ્) *n.* [L. *forma*, shape.] Shape; frame: આકાર; આકૃતિ; ઘાટ; ડોલ; રૂપ. 2. Constitution: બાંધો; બંધારણ; ધોરણ. 3. Fixed way of proceeding: નિયમ; પ્રકાર; રીતિ; વિધિ; પદ્ધતિ; ઢબ. 4. Empty appearance; formality: ખાલી–ખોટો દેખાવ; બહારની–ઉપર ઉપરની રચના. 5. Elegance; beauty: સૌંદર્ય; ખુબસૂરતી; શોભા. 6. Pattern; model: નમુનો; દાખલો. 7. A long seat; a bench: પાટલી; બાંક. 8. The particular shape or structure of a word or part of speech: રૂપ. In *due* **f.**: યથાવિધિ; રીતસર. *vt.* To frame; to construct; to make: બનાવવું; રચવું; ઘડવું; બાંધવું; ગોઠવવું; આકાર–ડોલ–ઘાટ કાઢવો. 2. To arrange; to adjust: વ્યવસ્થા–ગોઠવણી–બંદોબસ્ત ક૦; ગોઠવવું. 3. To mold by influence; to train: કેલવવું; સુધારવું. 4. To act as constituent of; to answer for: ચાલવું; હોવું; થવું; અંગભૂત–અવયવભૂત બનાવવું. 5. To derive by grammatical rules: વ્યાકરણના નિયમ પ્રમાણે મુલ–વ્યુત્પતિ ક૦. *vi.* to take a form: આકારમાં ગોઠવાવું; બનવું; થવું.

Formal, (ફૉર્મૅલ્) *a.* Essential: જરૂરી; સ્વાભાવિક. 2. Express; according to regular method: નિયમસર; રીત પ્રમાણેનું; યથાવિધિ; કાયદેસર; નિયમિત. 3. External: ઉપરનું; બહારનું; ઉપર ઉપરનું. 6. Dependent on form; conventional: રીત–રૂઢી–ચાલ પ્રમાણે થતું; પ્રચારિત.

Formality, (ફૉર્મૅલિટિ) *n.* The condition or quality of being formal or regular: નિયમિતપણું; કાયદેસરપણું; યથાર્થતા. 2. Ceremony; conventionality: ક્રિયા; વિધિ; પ્રચાર; ઉપચાર; રીતિ; સંસ્કાર. 4. Essence: તત્વ; સત્વ; સાર.

Formally, (ફૉર્મૅલિ) *adv.* Expressly; regularly: કાયદામુજબ; નિયમસર; યથાવિધિ; રીતસર.

Formation, (ફૉર્મેશન) *n.* The act of giving form or shape to; forming: ઉત્પત્તિ; ઉદ્‌ભવ; પેદાસ. 2. Structure; construction: રચના; બનાવટ; ઘટના.

Former, (ફૉર્મર્) *a.* (*a*) prior: આગલું; પહેલું. (*b*) Ancient: પ્રાચીન; પુરાતનકાલનું; પુરાતન; કદીમ. 2. First mentioned: પહેલું વર્ણવેલું; પૂર્વોક્ત.

Formerly, (ફૉર્મર્લિ) *adv.* In past time; of old: પહેલાં; પૂર્વે; આગલ.

Formication, (ફૉર્મિકેશન) *n.* [L. *formica*, ant.] A sensation of the body resembling that of creeping of ants on the skin: ચામડી પર સલવલ થવા જેવું લાગવું તે; સલવલાટ.

Formidable, (ફૉર્મિડેબલ્) *a.* [L. *formido*, I fear.] dreadful; alarming: ભયંકર; બિહામણું; ભય ઉપજાવે એવું; બીવડાવે એવું; ભયજનક; વિકાલ; ઘોર.

Formless, (ફૉર્મલેસ્) *a.* Shapeless: બેડોલ; બદશીકલ; બદસુરત; નિરાકાર.

Formula, (ફૉર્મ્યૂલે) *n.* Lat. *pl.* **Formulæ**, [L. *forma*, form.] An established rule: કાયદો; નિયમ; પદ્ધતિ; રીતિ. 2. A rule or principle expressed in algebraic language: કોઈપણ હિસાબ કરવાની સંજ્ઞામાં ગોઠવી મૂકેલી ટુંકી રીત.

Fornicate, (ફૉર્નિકેટ્) *vi.* [L. *fornix*, arch.] To commit lewdness; to have unlawful sexual intercourse: વ્યભિચાર–છિનાલું–રંડીબાજી ક૦.

Fornication, (ફૉર્નિકેશન) *n.* The incontinence or lewdness of an unmarried person: કુંવારા સ્ત્રી પુરૂષનું છિનાલું; કન્યાગમન. 2. (*a*) Adultery: રંડીબાજી; બદકર્મ; વ્યભિચાર; છિનાલું; જારકર્મ. (*b*) Incest: બહુ નજીકની સગાઈવાલાં સાથે સંભોગ; ગોત્રગમન.

Forsake, (ફૉર્સેક્) *vt.* To desert; to abandon; to leave; ત્યાગ ક૦; તજવું; છોડી દેવું. 2. To renounce; to reject: નાપસંદ ક૦; નામંજૂર ક૦.

Forsooth, (ફૉર્સૂથ્) *adv.* In truth; in fact; certainly; very well: ખરેખર; મુકરર; નક્કી; બેશક.

Forswear, (ફૉર્સ્વેર્) *vt.* To renounce upon oath: સમ–સોગન ખાઈ છોડી દેવું–ત્યાગ ક૦. (*b*) To renounce earnestly: ખરા મનથી–આગ્રહપૂર્વક ના કહેવું–ત્યજવું. 2. To deny upon oath: સમ ખાઈને નકારવું–ના પાડવી–કહેવી. *To* **f.** *one's self*, to swear falsely: જુઠા સોગન ખાવા. *vi.* To swear falsely: જુઠા સોગન ખાવા.

Fort, (ફોર્ટ્) *n.* [L. *fortis*, strong.] A fortress; a fortification: કિલ્લો; ગઢ; કોટ.

Forte, (ફોર્ટ્) *n.* The strong point; that in which one excels: જે વાત–બાબતમાં કોઈ પૂરો માહિતગાર હોય તે; ખૂબી. 2. The stronger part of the blade of a sword: તરવારનું મજબુત અડધું પાનું; હાથા તરફનું અડધિયું. *adv.* [L. *fortis*, strong.] Loudly; strongly; powerfully: મોટે સાદે; તાણીને: જેટલું જોર હોય તેટલાંથી.

Forth, (ફોર્થ્) *adv.* Forward: આગલ. 2. Out: બહાર. 3. Away; abroad: દૂર; આઘે; કોઈ જગ્યાની હદ બહાર. *Prep.* Forth from: માંથી. *n.* A way: રસ્તો; માર્ગ.

Forth-coming, (ફોર્થકમિન્ગ્) *a.* Ready to appear; making appearance: હાજર; તૈયાર; મોજુદ.

Forthwith, (ફોર્થવિથ્) *adv.* Immediately: તાબડતોબ; જલદી; તરતજ.

Forthy, (ફોર્થિ) *adv.* Therefore: તે માટે; તેટલા માટે–વાસ્તે–સારૂ.

Fortieth, (ફોર્ટિએથ્) *a.* Following the thirty-ninth: ચાલીસમું; ચાલીસ.

Fortification, (ફોર્ટિફિકેશન) *n.* The act or

the art of fortifying: કિલ્લા–કોટ બાંધવા તે–બાંધવાની વિદ્યા; તટબંધી; કિલ્લેબંદી. 2. A castle; a fort: કિલ્લો; કોટ; ગઢ; દુર્ગ.

Fortify, (ફોર્ટિફાઇ) *vt.* [L. *fortis* & *facio*, I make.] To strengthen; to confirm: જોરાવર–મજબૂત ક૦; દૃઢ–સ્થિર–અચલ ક૦. 2. To strengthen and secure by forts: કોટ બાંધવો; કોટ–કિલ્લાથી મજબૂત ક૦. *vi.* To raise strong places: કિલ્લા–કોટ કામ ઉઠાવવું–કરવું; કિલ્લેબંદી ક૦.

Fortitude, (ફોર્ટિટ્યૂડ્) *n.* Power to resist attack; strength: હુમલો અટકાવવાની–સામા ટકી રહેવાની શક્તિ–બલ–જોર; સાહસ; શૌર્ય. 2. Passive courage; resolute endurance: દૃઢતા; સહનશક્તિ; ધૈર્ય; હામ; છાતી.

Fortnight, (ફોર્ટ્નાઈટ્) *n.* The space of fourteen days; two weeks: પખવાડીયું; પક્ષ; પંદરવાડિયું.

Fortess, (ફોર્ટેસ્) *n.* [L. *fortis*, strong.] A fort; a castle; a stronghold: કિલ્લો; ગઢ; કોટ.

Fortuitous, (ફોર્ટ્યૂઇટસ્) *a.* Happening by chance; coming unexpectedly: દૈવયોગે બનેલું; આકસ્મિક; અણધાર્યું; અણચિંત્યુ; ઈત્તિફાકી.

Fortuitousness-Fortuity, (ફૉર્ટ્યૂઇટસ્‌નેસ્-ફૉર્ટ્યૂઇટિ) *n.* [L. *fortis*, chance.] accident; chance; casualty: અકસ્માત; દૈવયોગ.

Fortunate, (ફોર્ટ્યૂનેટ્) *a.* auspicious; શુભ; આબાદ; મંગલ; માંગલિક. 2. Lucky: નશીબદાર; ભાગ્યશાલી; ભાગ્યવાન; તાલેવંત.

Fortunately, (ફોર્ટ્યૂનેટ્લિ) *adv.* Luckily; happily: સારે ચોઘડીએ; સારે ભાગ્યે–નશીબે; દૈવયોગે; સુભાગ્યે.

Fortune, (ફોર્ટ્યૂન) *n.* Chance; luck: દૈવ; ભાગ્ય; નસીબ; પ્રારબ્ધ. 2. Happy event: success: ફતેહ; બરકત: શુભ; કલ્યાણ; સૌભાગ્ય. (*b*) Means of living: ગુજરાન; રોજગાર; રોજી. 4. Estate; wealth: મિલ્કત; પૈસો; ધન; સંપત્તિ; લક્ષ્મી; દોલત.

Fortune-book, (ફોર્ટ્યૂન–બુક્) *n.* A book to be consulted to discover future events: સુકનાવલી.

Fortune-hunter, (ફોર્ટ્યૂન–હન્ટર્) A man who seeks to marry a rich woman: તાલેવંત સ્ત્રીને પરણીને શ્રીમંત થવાની ઇચ્છા રાખનાર; પૈસાસે પરણનાર.

Fortune-teller, (ફોર્ટ્યૂન–ટેલર્) *n.* One who tells or reveals the future events of one's life: ભવિષ્ય કહેનાર; દૈવજ્ઞ; જોશી.

Forty, (ફોર્ટિ) *a.* Four times ten: ચાલીસ; ૪૦.

Forum, (ફોરમ્) *n.* [L. *foras*, out of doors.] A market place in Rome: રોમનું બજાર–ચૌટું. 2. A tribunal; a court: ન્યાયસભા; અદાલત.

Forward, Forwards, (ફૉર્‌ઉવર્ડ્–ફૉર્‌ઉવડઝ્) *adv.* Onward; in front: આગલ; અગાડી.

Forward, (ફૉર્‌ઉવર્ડ્) *a.* Near or at the fore part: આગલનું; અગાડીનું; આગલું. 2. Ready; prompt: તૈયાર; તત્પર. 3. Ardent; earnest; bold: આતુર: હોંસીલું; હિમ્મતવાન; બહાદુર. 4. Advanced beyond the usual degree: વહેલું આવેલું–થયેલું; અકાલિક. *vt.* To promote: to accelerate; to hasten: ટેકો આપવો; પ્રવર્તાવવું; જલદી વધે–ઉગે તેમ ક૦; પ્રેરવું. 2. To send forward; to transmit: મોકલવું; પહોંચાડવું.

Fossil, (ફૉસિલ્) *a.* [L. *fedio*, I dig.] Dug out of the earth: જમીનમાંથી ખોદી કાઢેલો; ખનીજ. 2. Changed into stone: પથ્થરના રૂપમાં બદલાઇ ગયેલું. *n.* A substance dug out of the earth: જમીનમાંથી ખોદી કાઢેલો પદાર્થ. 2. The remains of an animal or plant found in stratified rock: પડવાલા ખડકમાંથી મલેલાં પ્રાણી કે છોડવાનાં ભાગો.

Foster, (ફૉસ્ટર્) *vt.* [L. *fedan*, to feed.] To feed; to support: ખવડાવવું; પાલનપોષણ ક૦; ઉછેરવું; પાલવું. 2. To forward; to encourage: વધારવું; ઉશ્કેરવું; ઉત્તેજન આપવું. *vi.* To be nourished or trained up: ઉછેરાવું; પલાવું.

Foster-brother, (ફૉસ્ટર-બ્રધર્) *n.* A male nursed at the same breast or fed by the same nurse: દુધભાઈ.

Foster-child, (ફૉસ્ટર્–ચાઇલ્ડ્) *n.* A child nursed by a woman not the mother, or bred by a man not the father: પારકી સ્ત્રીએ ધવડાવી ઉધારેલું અથવા પારકા ધણીને હાથે ઉધરેલું છોકરૂં.

Fosterer, (ફૉસ્ટરર્) *n.* One who feeds and nourishes in the place of parents; a nurse: બાલકને સંભાલનારી સ્ત્રી; આયા; ધાવ.

Foster-father, (ફૉસ્ટર્–ફાધર્) One who takes the place of a father in feeding and educating a child: પાલક પિતા; ધર્મ પિતા; ધાતા.

Foster-mother, (ફૉસ્ટર્–મધર્) *n.* One who takes the place of a mother in the care of a child; a nurse: પાલકમા; આયા; ધાવ; ધાત્રી.

Foster-sister, (ફૉસ્ટર્–સિસ્ટર્) *n.* One not a sister, but brought up as such by the same parent or parents: દુધબેન.

Foul, (ફાઉલ્) *a.* Not clean: મેલું; અપવિત્ર; અશુદ્ધ; ગંદુ; અસ્વચ્છ; એઠું; અજીઠું; નજીસ. 2. Obscene or profane: બિભત્સ; ઉઘાડું; ભાંડ; નાપાક. 3. Cloudy or rainy; stormy: વાદલ થયું હોય એવું; વરસાદ આવે એવું; ઘેરાયલું; તોફાની. 4. Hateful: ધિક્કારવા લાયક; તુચ્છ; દુષ્ટ. 5. Not favourable; contrary: સામું; ઉલટું; પ્રતિકૂલ. 6. Dishonest; cheating: ગેરવાજબી; અપ્રમાણિક; છેતરે એવું. *To fall* **f.**, to quarrel: કજીયો–ટંટો–લઢાઈ ક૦. *To run or fall* **f.** *of*, to come into collision with; to run against: સામે અથડાવું–સામસામા અફલાવું. *vt.* To defile; to dirty: મેલું–ગંદુ–મલિન–કચરાલું ક૦. 2. To entangle: ગુંચવણમાં નાંખવું; અડફટમાંઆણવું; ગુચવાવું; અથડાવું.

Foul-mouthed, (ફાઉલ્–માઉથ્ડ્) *a.* Abusive: ગાલાગાલી કરતું; ભાંડણિયું.

Foul-play, (ફાઉલ્-પ્લે) *n.* Pollution; dishonesty: ખરાબ–ગંદુ થવું તે; નાપાકી; મલીનતા; અપ્રમાણિકપણું; પાપ: દગો.

Found, (ફાઉન્ડ્) *vt.* [L. *fundo*, I pour.] To lay the basis of; to establish: પાયો નાંખવો; બંધાવવું; વસાવવું; સ્થાપવું. 2. To begin to raise to originate: ઉભું કo; સ્થાપવું; માંડવું; કાઢવું; મંડાણ કo. *vt.* To rest or rely: આધાર-આશરો રાખવો. *vt.* To form by melting a metal: ધાતુ ગાળીને બનાવવું; બીબું પાડવું; ઓતવું.

Foundation, (ફૉઉન્ડેશન) *n.* The act of founding or establishing: સ્થાપવું-ઉભું કo તે; નિર્માણ; સંસ્થાપના; સ્થાપન. 2. Ground work; basis: પાયો; મૂલ; આશ્રય; આધાર. 3. Endowment: કોઈ સ્થાપેલા સમાજનો નભાવ કo સારૂ આપેલો પૈસો; ધર્માદાન.

Founder, (ફૉઉન્ડર્) *n.* One who establishes, erects or endows: સ્થાપનાર; પ્રવર્તક; કર્તા; મુલપુરૂષ. *n.* One who casts metals into various forms: ધાતુના જુદાજુદા રૂપ-આકાર બનાવનાર; ઓતનાર. *vi.* [*fundus.*] To be filled with water and sink, as a ship: વહાણમાં પાણી ભરાઇને તે ડુબી જવું; તલીએ બેસવું. 2. To fall; to stumble and go lame: પડવું; ઠોકર ખાઇને લંગડા થવું. *vt.* To cause internal soreness in the feet: પગમાં સોજો ઉત્પન્ન કo; સુઝાડવું. *n.* Lameness in the foot of a horse: ઘોડાનું લંગડાપણું.

Foundling, (ફૉઉન્ડ્લિન્ગ્) *n.* A deserted or exposed infant: રખડતું પડેલું-નાવારેસ છોકરૂં; માબાપે ત્યાગ કરેલું બચ્ચું.

Fount, (ફૉઉન્ટ્) *n.* } [L. *fons, fontis,* a fountain.] A spring, or natural source of water: ઝરો. 2. An artificially produced jet or stream of water: ફુવારો; કરંજો; કારંજો. 3. Origin; first cause: મૂલ; મૂલકારણ; જડ; અસલ.
Fountain, (ફૉઉન્ટેન્) *n.* }

Fountain-head, (ફૉઉન્ટેનહેડ્) *n.* Primary source; origin: મુખ્યસ્થાન; મૂલ.

Four, (ફોર્) *a.* Twice two: ચાર; ૪.

Four-fold, (ફોર્ફોલ્ડ્) *a.* Quadruple: ચારગણું; ચોગણું. *vt.* To quadruple: ચારગણું કo.

Four-footed, (ફોર્ફુટેડ્) *a.* Quadruped: ચોપગું; ચાર પગવાળું.

Four-score, (ફોર્સ્કોર્) *a.* Eighty: એંસી; ૮૦; ચારકુડી.

Fourteen, (ફોરટીન્) *a.* Four & ten more: ચઉદ; ૧૪.

Fourth, (ફોર્થ્) *a.* [L. *feower,* four.] Next following the third & preceding the fifth: ચોથું. *n.* One of four equal parts into which one whole is divided: ચોથો ભાગ-હિસ્સો.

Fowl, (ફૉઉલ્) *n.* A bird: પક્ષી. 2. A cock or hen: મરઘો; મરઘી.

Fowler, (ફૉઉલર્) *n.* A sportsman who pursues wild fowls: પક્ષી પકડનાર; પારધી; વાઘરી.

Fowling-piece, (ફૉઉલિંગ-પીસ્) *n.* A light gun for shooting fowls or birds: પક્ષીનો શીકાર કરવાની બંદુક.

Fox, (ફૉક્સ્) *n.* An animal of the genus *vulpes*: શિયાલ; કોહોલું; લોંકડી. 2. A sly cunning fellow: ખંદો-લુચો આદમી; પક્કું માણસ. **F.** *sleep,* pretended sleep: જુઠી ઊંઘ; ઉંઘનું ડોલ; ઉંઘવાના ઢોંગ. *vt.* To intoxicate; to stupefy: કેફ-અમલ-નિશો ચઢાવવો; મસ્ત-છાકટું-ગાંડું કo. 2. To cover the feet of: પગ ઢાંકવા. 3. To make sour: ખાટું કo.

Foxery, (ફૉક્સરિ) *n.* Behaviour like that of a fox: શિયાલના જેવી વર્તણુક; ધૂર્તવેડા; ઠગબાજી; છેતરપંડી.

Foxy, (ફૉકિસ) *a.* Fox-like; wily: લુચ્ચું; ઠગારૂં; ખંધું. 2. Having the color of a fox: શિયાલના જેવા રંગવાલું-નું. 3. Sour; unpleasant in taste: ખાટું; ખરાબ સ્વાદનું; બેસ્વાદ.

Foy, (ફૉય્) *n.* Faith; allegiance: આકીન; રાજનિષ્ઠા; વફાદારી; પ્રજાધર્મ. *n.* A feast given by one who is about to leave a place: જતી-વહા યતી વખતે આપેલી મિજબાની જાફત-ઉજાણી.

Fracas, (ફ્રૅકાં) *n.* An uproar; a noisy quarrel; disturbance: તોફાન; હુલ્લડ.

Fracid, (ફ્રૅસિડ્) *a.* [L. *fracidus,* mellow.] Rotten from being too ripe; over-ripe: ઘણું પાકેલું; પાકી-સડી ગયેલું; ફદફદી ગયેલું.

Fraction, (ફ્રૅકશન્) *n.* [L. *frango,* I break.] The act of breaking: ભાંગવું-તોડવું તે. 2. A partition; a fragment: વિભાગ; અંશ; વહેંચણી; કકડો; ભાગ. 3. An expression for a definite portion of a unit or magnitude: અપૂર્ણાંક; છેદ. *Common or vulgar* **f.**: વ્યવહારી અપૂર્ણાંક. *Decimal* **f.**: દશાંશ અપૂર્ણાંક. *Improper* **f.**: વિષમ અપૂર્ણાંક. *Proper* **f.**: સમ-અપૂર્ણાંક. *Denominator of a* **f.**: છેદ; છેદક. *Numerator of a* **f.**: અંશ.

Fractional, (ફ્રૅકશનલ્) *a.* Pertaining to fractions: અપૂર્ણાંકનું; ભંગિક.

Fracture, (ફ્રૅકટ્યૂર્) *n.* [L. *fractum,* broken.] Rupture; breach: ફાટ; ચિરો; તરડ. 2. The breaking of a bone: હાડકું ભાગી જવું તે; અસ્થિભંગ. *vt.* To break; to crack: તુટી જવું; ભાંગવું; ચૂરા થવા.

Fragile, (ફ્રૅજાઇલ્) *a.* [L. *fragilis,* frail.] Easily broken, brittle: જલદી ભાગી જાય એવું; નાજુક; બરડ; કાચલું; કકરૂં.

Fragment, (ફ્રૅગ્મેન્ટ્) *n.* [L. *fractum,* broken.] A small detached portion: કકડો; ટુકડો; કટકો.

Fragmentary, (ફ્રૅગ્મેન્ટરિ) *a.* Composed of broken pieces; broken up: અપૂર્ણ; કટકાનું બનેલું; કકડાવાલું.

Fragrance, (ફ્રૅગ્રેન્સ્) *n.* [L. *fragro,* I smell.] Sweetness of smell; perfume: સુગંધ; સુવાસ; પિમલ; ખુશબો; લપટ; મઘમઘાટ.

Fragrant, (ફ્રૅગ્રેન્ટ્) *a.* Sweet of smell; odorous: ખુશબોદાર; સુવાસિત; સુવાસિક; સુગંધિ; પમરતું.

Frail, (ફ્રૅલ્) *a.* Fragile; weak: જલદી ભાગી જાય એવું; નાશ પામે એવું; નાશવંત; નબલું; ક્ષણભંગુર; અશક્ત; દુર્બલ; અનિત્ય. 2. Tender: પોચા-નરમ હૈયાનું; નાજુક. 3. Of infirm virtue; weak in resolution: અનિશ્ચિત; અસ્થિર; જરામાં લોભાય-લલચાય એવું.

Frailness, (ફ્રૅલનેસ્) **Frailty,** (ફ્રૅલ્ટિ) *n.* Infirmity: અશક્તપણું; નિર્બલતા; અશક્તિ; અશક્તતા; દુર્બલતા. 2. A fault; a foible: ભુલ; દોષ; ચૂક; ખામી; એબ.

Frame, (ફ્રેમ) *vt.* To construct any structure: સાધ બેસાડવી; ચોકઠું જોડવું. 2. To originate; to plan: બનાવવું; રચવું; ઉત્પન્ન કo; ઘડવું; બાંધવું. 3. To adjust; to regulate: લાયક-યોગ્ય-પાત્ર કo; અનુસાર-અનુકૂલ કo; બંધ બેસાડવું. 4. To provide with a frame: ચોકઠું બેસાડવું-જડવું. *vi.* To contrive: યુક્તિ કo; રચવું-બનાવવું. 2. To proceed; to go: આગલ વધવું; જવું. *n.* A fabric; a structure: અમલો; ખોખું; આકાર; આકૃતિ. 2. Any structure for inclosing or supporting things: ચોકઠું; ઘર; ફરેમ. 3. A stand: ઘોડી; ઘોડો. 4. A sort of loom: એક જાતની સાલ-લુગડાં વણવાનો સંચો. 5. The bodily structure; physical constitution: શારીરિક રચના-બાંધણી; કાઠી; બાંધો; શરીર; દેહ. 7. Constitution;system:બંધારણ; ધોરણ; પદ્ધતિ; રીતિ; રચના. 8. Humor; mood: વૃત્તિ; વલણ; ઇચ્છા; ભાવ; મનોવૃત્તિ; સ્વભાવ; મિજાજ.

Frame-work, (ફ્રેમ્‌વર્ક્) *n.* A frame: ચોકઠું; ઘર; ખોખું.

Franchise, (ફ્રૅન્ચાઇઝ્) *n.* Freedom; liberty: છૂટ; છુટાપણું. 2. A particular privilege: ખાસ હક; સ્વહક; અધિકાર. *vt.* To make free; to enfranchise: છૂટ આપવી; હક્ક બક્ષવો.

Frank, (ફ્રૅન્ક્) *a.* Not reserved; candid: open: નિષ્કપટી; સાફ-ચોખ્ખા દિલનું; નિખાલસ; ભોળું; નિર્મલ મનનું. 2. Liberal; generous: ઉદાર; મોટા મનનું. *vt.* To send by free of expense: મફત મોકલવું. 2. To exempt from charge for postage: ટપાલ ખર્ચ માફ કo. *n.* A letter free of postage: ટપાલ ખર્ચ માફ કર્યું હોય એવો કાગલ.

Frankincense, (ફ્રૅન્ગ્‌કિન્સેન્સ્) *n.* A dry resinous substance: લોબાન.

Frankly, (ફ્રૅન્ક્‌લિ) *adv.* Openly; freely: ભોલાઈમાં-થી; ખોલ્લા-સાફ દીલથી; શુધ્ધ દીલથી.

Frankness, (ફ્રૅન્ક્‌નેસ્) *n.* Candor; Openness; fairness: ભોલાપણું; સાલસપણું; વાજબીપણું; સાફદિલી.

Frantic, (ફ્રૅન્ટિક્) *a.* Mad; raving: ગાંડું; દિવાનું; હાંફલું ફાંફલું; બ્હાવરું: ગભરાયેલું; બેબાકલું. 2. Noisy; wild: irregular: ગડબડ-ઘોંઘાટ-ભરેલું.

Fraternal, (ફ્રટર્નલ્) *a.* [L. *frater*, brother.] Brotherly: ભાઇનું-સંબંધી; ભાઇના જેવું-સરખું; ભ્રાત્રીય.

Fraternity, (ફ્રટર્નિટિ) *n.* The state of being fraternal or brotherly: ભાઇપણું; ભ્રાતૃભાવ. 2. A company; a brotherhood; a society: મંડલ; સમાજ; મંડલી; સમૂહ; ટોલો.

Fraternize, (ફ્રૅટર્નાઇઝ્) *vt.* To have brotherly feelings: ભાઇચારાથી એકઠા રહેવું-મલવું-થવું; ભાઇની માફક ભેગા રહેવું-વસવું-મલવું.

Fratricide, (ફ્રૅટ્રિસાઇડ્) *n.* [L. *Frater* & *cædo*, I kill.] The crime of murdering a brother: ભાઇનું ખૂન કરવાનો ગુન્હો; ભ્રાતૃવધ-હત્યા-ઘાત. 2. One who murders or kills a brother: ભાઇનું ખૂન કરનાર-ને મારી નાંખનાર; ભ્રાતૃઘાતક-ઘાતી.

Fraud, (ફ્રૉડ્) *n.* Deceit; trick: કપટ; દગો; પ્રપંચ; કાવતરું; ઠગાઈ.

Fraudulence, (ફ્રૉડ્યૂલેન્સ્) *n.* Deceitfulness; trickishness: કપટ; ઠગબાજી; પ્રપંચ; ઠગાઇ; દગલબાજી.

Fraudulent, (ફ્રૉડ્યૂલેન્ટ્) *a.* Using fraud; trickish: દગા-કાવતરા ખોર; દગલબાજ; પ્રપંચી;કપટ ભરેલું; દગલબાજીનું; પ્રપંચ-છલભેદ કરી મેલવેલું.

Fraught, (ફ્રૉટ્) *a.* Freighted; laden; loaded: માલ ભરેલું; લાદેલું. 2. Filled; stored: ભરેલું;ભરપૂર.

Fray, (ફ્રે) *n.*Broil;contest; combat: ટંટો;કજીઓ; લઢાઇ; બખેડો. *vt.* To frighten; to terrify: બીવડાવવું; ડર-ભય દેખાડવો-બતાવવો. *vt.* To bear the expenses of; to defray: ખર્ચ આપવો; અદા કo. *vt.* To rub: ઘસવું; લુસવું.

Freak, (ફ્રીક્) *n.* A whim: તુરંગ; લેહેર; ખ્યાલ; તોર; ફાંટો. *vt.* To variegate; to checker: ચિત્ર-વિચિત્ર-ખાનાદાર-રંગબેરંગી કo.

Freakish, (ફ્રીકિશ્) *a.* Whimsical; capricious: તુરંગી;લેહેરી;મનમોજી;સ્વચ્છંદી; તોરી;ફાંટાવાલું.

Freckle, (ફ્રૅકલ્) *n.* A spot of a yellowish color, in the skin: તલ; મસો.

Freckly (ફ્રૅક્‌લિ) *a.* Full of freckles; sprinkled with spots: તલ-મસા-ડાઘવાલું.

Free, (ફ્રી) *a.* Not dependant; at liberty: સ્વતંત્ર; છુટું; સ્વેચ્છાચારી. 2. Not confined or imprisoned: કેદમાંથી છોડેલું;-છુટું; મુક્ત; મોકલું. 3. Guiltless; innocent: નિર્દોષ; નિરપરાધી. 4.Frank; unreserved: નિષ્કપટ; મનનું મોકલું; નિખાલસ;ખુલ્લા મનનું. 5. Lavish; licentious: મુલાઝા વગરનું; અતિશય છૂટ લેનાર; બેઅદબ; બેલગામ; અમર્યાદ. 6. Liberal; open-handed: ઉદાર; હાથનું છુટું; સખી. 7. Not united or combined with any thing else: મુક્ત; રહિત; હીન; વિનાનું;છુટું; વેગલું;નિરાલું. 8. Gratuitous; spontaneous: ફોગટિયું; મફત; ફોગટ. *Free* Church: ૧૮૪૪ માં સ્કૉટલાંડના ધર્મપંથથી જુદો પડેલો પંથ-ટોલો. *Free* port(*Com.*):(*a*) જકાત લીધા શિવાય જે બંદરમાં બધી પ્રજાઓના વહાણમાંથી માલ ભરવામાં અને ઉતારવામાં આવેછે તે. (*b*) જે બંદરમાં બધી પ્રજાઓના વહાણોમાંથી સઘલી જાતનો માલ બરોબર-સરખા જકાતના દરે મલેછે તે. *Free* wind, a fair wind: અનુકૂલ-માફક આવે એવો પવન. *To make* **f.** *with*, to take liberties with: છૂટ લેવી; ખુલ્લા દિલથી વર્તવું. *vt.* To make free; to set at liberty; to release: સ્વતંત્ર-છુટું મોકલું કo; છુટકારો કo; મુક્ત કo.

Free-agency, (ફ્રી-એજન્સિ) *n.* The state or the power of choosing or acting freely: સ્વાધીનતા; સ્વતંત્રપણું; સ્વેચ્છા; આપખત્યારી; મુખત્યારી.

Free-booter, (ફ્રી-બૂટર્) *n.* A robber; a plunderer: લુંટારો; બારવટીઓ.

Freedom, (ફ્રીડમ્) *n.* Liberty; independence: છુટાપણું; સ્વતંત્રતા; છૂટ. 2. Particular privileges; franchise: અમુક હક; ખાસ હક. 3. Improper familiarity; license: અવિનય; અતિશયછૂટ; અમર્યાદા; બેઅદબી. 4. Ease; facility: સુગમતા; સરલતા; સેહેલાઈ.

Free-hold, (ફ્રી-હોલ્ડ્) n. જમીનદારી; વતન; જાગીર.

Free-holder, (ફ્રી-હોલ્ડર્) n. One who owns an estate in free-simple, fee-tail, or for life: જમીનદાર; જાગીરદાર; વતનદાર; ઇનામદાર.

Freely, (ફ્રીલિ) *adv.* Without obstruction; gratuitously: સ્વતંત્રતાથી; ખુલ્લાં મનથી; ખુશાલ; મફત; બેહોલે હાથે; છૂટથી.

Free-man, (ફ્રી-મૅન્) n. pl. **Free-men.** One not a slave or vassal: ગુલામગીરીમાં ન હોય એવો માણસ; સ્વતંત્ર હક ભોગવનાર માણસ.

Free-mason, (ફ્રીમેસન) A member of an association for mutual assistance: અરસપરસ મદદ કરનારા ખંધુઓની સભાનો સભાસદ.

Free-minded, (ફ્રી-માઈન્ડેડ્) *a.* Not perplexed; નચિંત; બેફિકર.

Free-school, (ફ્રી-સ્કૂલ) n. A school where there is taught free of fees: મફત શિખવાની નિશાલ; ધર્માદા નિશાલ.

Free-thinker, (ફ્રી-થિન્કર્) n. One who discards revelation; an unbeliever: ધર્મનાં પુસ્તકો ઈશ્વરે આપ્યાં છે એવું નહિ કબુલ રાખનાર.

Freewill, (ફ્રી-વિલ્) n. A will free from improper coercion or restraint: આપઅખત્યારી; મુખત્યારી; સ્વતંત્ર ઈચ્છા; આપખુશી; રાજીખુશી.

Freeze, (ફ્રીઝ્) *vi. & vt.* [*imp.* **Froze,** *p. p.* **Frozen**] To become congealed by cold: ઠરી–બંધાઇ જવું; થિજવું; થિજાવવું; ઠારવું. 2. To become chilled with cold: ટાઢથી થરથર ધ્રુજવું; કોકડું થઇ જવું.

Freezing-point, (ફ્રીઝિન્ગ્-પૉઇન્ટ્) n. That degree of a thermometer at which a fluid begins to freeze: શિતોષ્ણમાપક યંત્ર–પારાની સીસીના જે બિંદુએ પ્રવાહિ પદાર્થ ઠરી જાયછે તે.

Freight, (ફ્રેટ્) n. Cargo: વહાણમાં ભરેલો માલ; બારદાન. 2. That which is paid for the transportation of merchandise: વહાણમાં માલ લઈ જવાનું ભાડું; નૂર; નોલ. *vt.* To load with goods: માલ ભરવો–ચઢાવવો–લાદવો: ભરવું; ભાર નાંખવો.

French, (ફ્રેન્ચ્) *a.* [L. *franci.*] Pertaining to France or its inhabitants: ફ્રાન્સ અથવા ત્યાંના રહેવાશીઓને લગતું. *n.* The language spoken by the people of France: ફ્રાન્સની ભાષા; ફ્રેન્ચભાષા.

Frenzy, (ફ્રેન્ઝિ) n. Madness; rage: દિવાનાપણું; અવેરાબાવરાપણું; આવેશ; જુસ્સો; ગુસ્સો; ઝનુન.

Frequency, (ફ્રીકવેન્સિ) n. Occurrence oft repeated: વારં વાર ફરી ફરીને બનતો બનાવ. 2. A crowd; a throng: મંડલી; ઠઠ; ભીડ; જમાવ.

Frequent, (ફ્રીકવેન્ટ્) *a.* Often repeated or occurring: વારં વાર ફરી ફરીને થતું–બનતું. *vi.* To resort to often or habitually; to visit often: વાર વાર જવું–આવવું–મુલાકાત કo–લેવી.

Frequentation, (ફ્રીકવેન્ટેશન) n. The habit of frequenting or visiting often: વારંવાર આવજા; પગદંડો.

Frequently, (ફ્રીકવેન્ટલિ) *adv.* Many times; often; commonly: ઘણી વખતે; વાર વાર; વારેઘડીએ; ઘણું કરીને.

Fresh, (ફ્રેશ) *a.* New recently made or obtained: નવું; તાજું; તરતનું આવેલું–બનાવેલું; કોરું. 2. Not stale; in good condition: વાસી નહિ તેવું; તાજું; લીલું. 3. Uncultivated: unpractised: નવું; શિખાઉ; બીન અનુભવી; નાવાકેફ. 4. Not salt: ખારું ન હોય એવું; મીઠું. 5. Bright; florid: સુરખીદાર; લાલીદાર; તેજ–ચલકાટ મારતું; જલેહદાર.

Freshen, (ફ્રેશન્) *vt.* To make fresh: તાજું–મીઠું કo; ખારાશ કાઢી નાંખવી. 2. To refresh; to revive: તાજું કo; સજીવન કo. *To* **f.** *the way,* to increase the speed of a vessel: વહાણની ગતીવેગ વધારવો.

Fresh-man, (ફ્રેશ્મૅન્) n. pl. **Fresh-men.** A novice: શિખાઉ; નવો સવો; બીન માહિતગાર.

Freshness, (ફ્રેશ્નેસ્) n. Newness; briskness: તાજાપણું; મીઠાસ; નવાપણું; સંપૂર્ણતા; હોશિયારી; ચાલાકી; નવિનતા; નૂર; પાણી; તાજગી.

Fresh-water, (ફ્રેશ્વૉટર્) *a.* Pertaining to water not salt: મીઠા પાણી સંબંધી–નું–વિષે. 2. Unskilled; raw: નાવાકેફ; અપ્રવીણ; કાચું; બીનમાહિતગાર.

Fret, (ફ્રેટ્) *vt. & vi.* (*a*) To wear away by friction: ઘસવું; જીર્ણ–જર્જરીત કo; ઘસી નાંખવું; ઘસાવું; ઘસાઈ જવું. (*b*) To eat away; to corrode: કરડી ખાવું; ખાઇ–ખવાઇ જવું. 2. To impair; to wear away: બગાડવું; ઘટાડવું; કમી થવું–કo. 3. To variegate; to diversify: ચિત્રવિચિત્ર કo. 4. To tease; to vex: ખીજવવું; ચીડવવું; સતાવવું; પજવવું; ખીજાવું; ચીડાવું. *n.* The rippling on the surface of water: પાણીની સપાટી ઉપર મોજાંની લેહેર. 2. Agitation of the mind: ગભરાટ; ઉદ્વેગ; ક્ષોભ; ગડબડ; રીસ.

Fretful, (ફ્રેટ્ફુલ્) *a.* Ill-humored; peevish; angry: ચીડીયું; મિજાજી; રીસ ચઢે તેવું; દાઢાબલીઉં; તામસી.

Fretting, (ફ્રેટિંગ્) n. તલમલ; ચટપટ.

Friability, (ફ્રાઇઍબિલિટિ) n. The quality of being friable; friableness: જલદીથી ભાંગી ભૂકો થાય એવો ગુણ; બરડતા; કકરાપણું.

Friable, (ફ્રાઇઍબલ્) *a.* [L. *frio,* I rub.] Easily reduced to powder; easily crumbled: સેહેલથી ભૂકો થાય એવું; બરડ; કકરું.

Friar, (ફ્રાઇઅર્) n. A member of any religious order: ધર્મચારી પંથનો સાધુ; ફકીર; યોગી; મુનિ.

Friction, (ફ્રિકશન) n. [L. *frio,* I rub.] The act of rubbing the surface of body against that of another: ઘસારો; મર્દન; ઘર્ષણ; સંઘર્ષ; ઘાસણી.

Friday, (ફ્રાઇડે) n. The sixth day of the week: શુક્રવાર.

Friend, (ફ્રેન્ડ્) n. A well-wisher; an intimate associate: મિત્ર; ભાઈબંધ; સ્નેહી; દોસ્ત; ખેરખાહ; હિતેચ્છુ. 2. A favorer; a promoter: ટેકો–આધાર–ઉત્તજન આપનાર; ઉત્તેજક; મુરબ્બી. *A female* **f.** મિત્રીણ; સહી.

Friendless, (ફ્રેન્ડ્લેસ્) *a.* Destitute of friends; forlorn: બેયાર; નિરાધાર; આશ્રય વિનાનું;

એકલું; અનાથ; બિચારૂં.

Friendliness, (ફ્રેન્ડ્લિનેસ્) *n.* A disposition to favor or befriend: સ્નેહભાવ; દોસ્તદારી; મિત્રતા.

Friendly, (ફ્રેન્ડ્લિ) *a.* Kind; disposed to friendship: મલતાવડું; માયાળુ; મિલનસાર; મિત્રાચારીનું; સ્નેહભાવ ભરેલું. 2. Favorable; propitious: કલ્યાણકર; લાભકારી; અનુકૂલ; ફાયદાકારક. *adv.* In the manner of friends; amicably: સલાહસંપજથી; ભાઈબંધીની રીતે; ઘરમેલે; સ્નેહ ભાવથી–ભરેલી રીતે.

Friendship, (ફ્રેન્ડ્શિપ્) *n.* An attachment to a person, proceeding from intimate acquaintance: દોસ્તદારી; સ્નેહ; મિત્રાચારી; ભાઈબંધી; પ્રીતિ; દોસ્તી; ઘરોબો; ઘરવટ.

Frigate, (ફ્રિગેટ્) *n.* A ship of war: લઢાઈનું વહાણ; યુદ્ધનૌકા. 2. Any small vessel on the water: પાણીપર તરતું કોઈ પણ જાતનું ન્હાનું વહાણ.

Fright, (ફ્રાઈટ્) *n.* Terror; alarm: ફાલ; ધાસ્તી; ધ્રાસકો; દહેશત; બીક; હબક; ભય; ડર. *vt.* To terrify: ધાસકો–ફાલ પાડવી; બીવરાવવું; ડરાવવું.

Frighten, (ફ્રાઈટન્) *vt.* To fright; to affright: ભડકાવવું; ડરાવવું; બીવરાવવું; ધાસકો–ફાલ પાડવી; હબક ખવડાવવી. To be *frightened* out of one's wits: હોશકોશ ઉડી જવા; ગાત્ર શિથિલ થઈ જવા.

Frightful, (ફ્રાઈટ્ ફુલ્) *a.* Full of fright or terror, alarmed: ભયવાળું; બીન્હેલું; ભય પામેલું; ભયભીત. 2. Full of that which causes fright: ભયાનક; બિઆમણું; ઉગ્ર; દારૂણ.

Frigid, (ફ્રિજિડ્) *a.*[L. *frigeo*, I grow cold.] Cold: ઠંડું; ટાઢું; શીતલ. 2. Unfeeling: પ્યારપ્રીતિ–લાગણી વગરનું; નિરૂત્સાહ; નિઃસ્નેહ; નિરસ; અરસિક; કરડું; આકરૂં. *Frigid zone*: શીતકટિબંધ.

Frigidity, (ફ્રિજિડિટિ) *n.* Coldness: ઠંડક; ટાઢ; શિતલતા. 2. Coldness of affection: પ્રીતિપ્યાર સ્નેહ ન હોવો તે; વિરાગ; સ્નેહાભાવ.

Frill, (ફ્રિલ્) *n.* A ruffle: ઝાલર; કોર; લુગડાંની કોરે મુકેલી ચીણવાળી ચીપ. *vt.* To decorate with frills: ચીણથી શણગારવું; કોરે કરચલીવાળી ચીપ જોડવી.

Fringe, (ફ્રિન્જ્) *n.* [L. *fimbria*, fiber; thread.] An ornamental appendage to the border of garments or furniture: ઝુલ; ઝાલર; મગજી; ફ્રિંત; કોર; સંજાબ; કીનારી. *vt.* To adorn or border with fringe or a loose edging: ઝુલ–ઝાલર લગાડવી; મગજી–સંજાબ મૂકવો.

Frippery, (ફ્રિપરિ) *n.* Old clothes: જુનાં ઉતરી ગયેલાં લુગડાં–પોશાક; જરીપુરાનાં. 2. A place where old clothes are sold: જે ઠેકાણે–જગ્યાએ જુનાં લુગડાં વેચાય તે. 3. Affected elegance: ખોટો દેખાવ–રૂપ. *a.* Trifling contemptible: નજીવું; નકામું; ધિક્કારવા લાયક.

Frisk, (ફ્રિસ્ક્) *vi.* To skip, dance, ખુશીમાં કુદવું; ઠેકડા મારવા; નાચવું. *a.* Lively: આનંદી; મોજી; ખુશાલ. *n.* A frolic; a fit of wanton gaiety: મઝા; રમત; ખેલ; આનંદ; કુદકા.

Friskly, (ફ્રિસ્ક્લિ) *adv.* Briskly: આનંદથી; ખુશાલીમાં.

Frisky, (ફ્રિસ્કિ) *a.* Gay; lively: ખુશમીજાજી; આનંદી.

Frith, (ફ્રિથ્) *n.* A narrow arm of the sea; an estuary: ખાડી; અખાત.

Fritter, (ફ્રિટર્) [L. *frigo*, I fry.] *vt.* To cut a meat into small pieces for frying: માંસને તલવાને માટે તેના નાના કકડા–ટુકડા ક૦. *To f. away*, to diminish; to pare off: ઉડાવી–ગુમાવી નાંખવું.

Frivolity, (ફ્રિવૉલિટિ) *n.* [L. *frio*, I crumble.] Triplingness; insignificance: હલકાઈ; છિછ્છ્લાઈ; છાલકાઈ.

Frivolous, (ફ્રિવૉલસ્) *a.* Of little worth or importance; slight: હલકું; છિછ્લું; નજીવું; નકામું. 2. Silly: બેવકૂફ; કમઅક્કલ; મૂર્ખાઈ ભરેલું.

Frizz, (ફ્રિઝ્) *vt.* To curl or form into small curls: ગુંચલું–કરચલી વાલવી; નાની નાની ગાંઠો ક૦–પાડવી.

Frizzle, (ફ્રિઝલ્) *vt.* To curl or crisp; to frizz: નાનાં ગુંચલાં વાલવાં.

Fro, (ફ્રો) *adv.* From; away; back or backward: ત્યાંથી અહીં; પાછું. *To & f*: આમતેમ; અહીંતહીં; એણીગમથી પેલીગમ.

Frock, (ફ્રૉક્) *n.* [L. *floccus*, a flock of wool.] An upper coat; an outer garment: ઝભ્ભો; અંગરખું; ગવન; કપડાંથી ઉપર પહેરવાનો ઢીલો ડગલો.

Frog, (ફ્રૉગ્) *n.* An amphibious animal: દેડકો; મેડક.

Frolic, (ફ્રૉલિક્) *a.* Full of pranks; gay; marry: ખુશમિજાજી; આનંદી; ખુશી. *n.* A flight of levity, or gaiety and mirth: મઝા; રમત; ગમત; ખેલ. *vi.* To sport: રમતગમત ક૦; મોજ મારવી; નાચવું કુદવું.

Frolicsome, (ફ્રૉલિક્સમ્) *a.* Sportive: ખુશમિજાજી; નાચતું; કુદતું; રમુજી; વિલાસી; મોજી; લહેરી.

From, (ફ્રૉમ્) *prep.* Out of the neighbourhood of; by reason of; by aid of: પાસેથી; માંથી; થી; થકી.

Front, (ફ્રન્ટ્) *n.* [L. *frons*.](*a*)The forehead or brow: લલાટ; કપાલ. 2. Boldness or impudence: શેખાઈ; બેતમાં; બેપરવાઈ. 3. The fore or foremost part; the van: મુખભાગ; મ્હોડું; મોખરો. 4. The beginning: પ્રારંભ; શરૂઆત.

Frontage, (ફ્રન્ટેજ્) *n.* The front part of an edifice or lot: ઇમારતનો આગલો ભાગ–મ્હોડું; મોખરો; દર્શન.

Frontier, (ફ્રૉન્ટીર્) *n.* [L. *frons*, front.] The border or confine of a country: સરહદ; સીમા; સિમાડો; હદ. *a.* Bordering; conterminous: સરહદપર આવેલું.

Frontispiece, (ફ્રૉન્ટિસ્પીસ્) *n.* [L. *frons*,& *specio*, I look.] (*a*) The principal face or front of a building: ઘરનો આગલો ભાગ–નાક; મોખરો; દર્શન. (*b*) An ornamental figure or engraving fronting the first page of a book, or at the beginning: ચોપડીની શરૂઆતમાં–પહેલે

પાને મુકેલું ચિત્ર.

Frost, (ફ્રૉસ્ટ્) *n.* The act of freezing: ઠરી-ખંધાઇ જવું તે.2.Severe cold or freezing weather: સખત ટાઢ; ઠરી જાય એવી હવા. 3. Frozen dew: ખંધાઈ ગયેલો દવ-ઝાકલ; હિમ.

Frost-bitten, (ફ્રૉસ્ટ્બિટ્ન) *p. a.* Nipped or withered by frost: ઠાર-દવથી કરમાઇ ગયેલું.

Frosty, (ફ્રૉસ્ટિ) *a.* Having power to congeal water: પાણીનું બરફ કરી નાંખે એવું. 2. Containing frost: ઝાકલવાલું; હિમવાન. 3. Without warmth of affection: વહાલ-હેત વિનાનું; ચંડું. 4. White; gray-haired: સફેદ; ભુરાવાલવાલું.

Froth, (ફ્રૉથ્) *n.* Spume; foam: ફીણ; ફેદર. 2. An empty, senseless show of wit: હુશિયારીનું ડોલ; પ્રિસિયારી. *vt.& vi.* To cause to foam: ફીણ ચઢાવવું-ચઢવું-આવવું.

Frothy, (ફ્રૉથિ) *a.* Spumous; foamy: ફીણવાલું; કફદાર. 2. Not solid; soft: પોકલ; નરમ. 3. Vain; light: નકામું; મિથ્યા; ફોકટ; વ્યર્થ.

Frouzy, (ફ્રાઉઝ) *a.* Fetid;musty;dim;cloudy; ઉબાયલું; ગધાતું; ખોરૂં.

Froward, (ફ્રોઉવર્ડ્)*a.* Perverse; disobedient; peevish: હઠીલું; મમતી; જીદ્દી; જક્કી.

Frowardness, (ફ્રોઉવર્ડનેસ્) *n.* Reluctance to yield; disobedience: હઠ; મમત; જીદ્.

Frown, (ફ્રાઉન્) *vi.* To scowl; to put on a stern; grim or surly look: ડોલા કાઢવા; ઘુરકવું; ભવાં ચઢાવવાં. 2. To manifest displeasure: નાખુશી-અપ્રસન્નતા બતાવવી. *vt.* To rebuke with a look: ડોલા ચઢાવીને ઠપકો દેવો. *n.* A wrinkling of the brow in displeasure: નાખુશી-નારાજીમાં ભવાં ચઢાવવાં તે.

Frowningly, (ફ્રાઉનિન્ગ્લિ) *adv.* Sternly; with a look of displeasure: ડોલા કાઢીને;ગુસ્સાથી.

Fructiferous, (ફ્રક્ટિફ્રેરસ્) *a.* [L. *fructus,* fruit & *fero,* I bear.] Bearing or producing fruit: ફલ આપતું; ફલવાન.

Fructify, (ફ્રક્ટિફાઈ) *vt.* [L. *fructus,* fruit and *facio,* I make.] To make fruitful; to render productive: ફલવાન-ફલદ્રુપ-સફલ-ક૦. *vi.* To bear fruit: ફલ આવવાં.

Frugal, (ફ્રયૂગૅલ્) *a.* [L. *fragi.* useful.] Sparing; economical; saving: કરકસરીયું; કરકસર કરનારૂં.

Frugality, (ફ્રયૂગૅલિટિ) *n.* Prudent economy: કરકસર; કસર; બચાવ.

Fruit, (ફ્રૂટ્) *n.* [L. *fruor,* I enjoy.] That part of plants which contains the seed: ફલફલાદિ; ફલ; મેવો.2. Evil consequence or effect: ખરાબ પરિણામ; ફલ; નતીજો. 3.Offspring; young: બચ્ચું; સંતાન. *vi.* To produce fruit: ફલ ઉત્પન્ન ક૦.

Fruitage, (ફ્રૂટેજ્) *n.* Various fruits; fruitery: જુદી જુદી જાતનો મેવો; મેવાની જાત; ફલફલાદિ.

Fruiterer, (ફ્રૂટરર્) *n.* One who deals in fruits; a seller of fruits: ફલ વેચનાર; મેવાવાલો.

Fruitful, (ફ્રૂટ ફુલ્) *n.* Full of fruits; prolific: રસાલ; ફલદાયક; ઉત્પાદક; જનક; ફલદ્રુપ; ફલવંત.

Fruitfulness, (ફ્રૂટ્ ફુલ્નેસ્) *n.* Productiveness; fertility: ફલદ્રુપપણું; સફલતા; સાફલ્ય.

Fruition, (ફ્રયૂઈશન્) *n.* [L. *fruor,* I enjoy.] Use or procession of anything; ઉપભોગ; ઓરિયો; ભોગવટો; અનુભવ; લ્હાવો.

Fruitless, (ફ્રૂટ્લૅસ્) *a.* Barren: વાંઝિયું; છોકરાં વિનાનું. 2. Vain; idle; useless; unprofitable: નિષ્ફલ; ફોગટ; નકામું; નિરર્થક; અફલ; વ્યર્થ.

Frustrate, (ફ્રસ્ટ્રેટ્)*vt.* [L. *frustra,* in vain.] To disappoint; to defeat; to baffle: નિરાશ-નાઉમેદ ક૦; હરાવવું; નિષ્ફલ ક૦. 2. To nullify; to render of no effect: ભાંગી પાડવું;રદ ક૦;નિષ્ફલ-વ્યર્થ-નિરર્થક ક૦.

Frustration, (ફ્રસ્ટ્રેશન્) *n.* Disappointment; defeat: આશાભંગ; નાઉમેદી; નિષ્ફલતા.

Fry, (ફ્રાઈ) *vt. & vi.* [L. *frigere.*]To cook and prepare for eating in a frying-pan: તલવું; તલાવું.2.To be agitated; to be greatly moved: ગભરાવું: ગુંચવણમાં પડવું; મુઝાવું. *n.* A swarm or crowd: ટોલું; સમૂહ; જથો.2. A dish of anything fried: તલેલી વાની.

Frying-pan, (ફ્રાઈન્ગપૅન્) *n.* A pan with a large handle used for frying:પેણો; તાવડો; કઢડાઈ.

Fuddle, (ફડલ્)*vt.* To make foolish by drink; to cause to become intoxicated: છાકટું-મસ્ત ક૦. *vi.* To drink to excess: અતિશય-ખૂબ ઠાંસીને પીવું.

Fuddled, (ફડલ્ડ્) *a.* Intoxicated; disordered by drink: પીધેલ; છાકટું.

Fudge, (ફડજ) *n.* બનાવટ; બેવકુફી ભરેલી વાત-બીના.

Fuel, (ફ્યૂઍલ) *n.*[L. *focus,* hearth.]Anything which serves as ailment to fire: બલતણ; ઇંધણ; લાકડાં. 2. Anything that serves to increase flame: જેથી જોરસો ભડકો વધે તે. *To add* **f.** *to the flame*: આગમાં તેલ હોમવું.

Fugacious, (ફ્યૂગેશસ્) *a.* [L. *fugeo,* I flee.] Fleeing away; volatile: ક્ષણિક; જતું રહેતું;ઉડીજતું.

Fugitive, (ફ્યુજિટિવ્) *a.* Uncertain: ભંગુર; ક્ષણિક; અસ્થિર; અનિશ્ચિત; ફાની. 2. Escaping from duty, service or danger: નોકરી અથવા કોઈ મોટા કામમાંથી અખાડા કરી-સટકી જતું; ભમતું; પલાયન કરતું; રખડતું. *n.* A deserter: સટકી-નાસી જનાર; અખાડા કરનાર; કામચોર. **F.** *from justice*: એક રાજ્યમાં ગુન્હો કર્યાથી તેની સજા ન થાય માટે બીજા રાજ્યમાં નાસી જનાર.

Fulcrum, (ફલ્ક્રમ્) *n.* [L. *fulcio,* I prop up.] A prop or support: ટેકો; આધાર; આશ્રય. 2.(*Mech.*)That by which a lever is sustained: ઉચ્ચાલનની નીચે મૂકેલો ટેકો.

Fulfil, (ફુલ્ફિલ્) *vt.* To fill up: to complete: ભરવું; પુરૂં ક૦; પૂર્ણ ક૦. 2. To accomplish or carry into effect: બજાવવું; પાલવું; બર લાવવું; મતલબ પાર પાડવી.

Fulfilment, (ફુલ્ફિલ્મૅન્ટ્) *n.* Execution; performance: પાલવું તે; સંપૂર્ણતા; સિદ્ધિ; બજાવણી.

Fulgency, (ફલ્જન્સિ) *n.* [L. *fulgeo*, I shine.] Brightness; splendor: ચલકાટ; પ્રકાશ; તેજ; પ્રભા.

Fulgent, (ફલ્જન્ટ્) *a.* Shining: પ્રકાશિત; ચલકતું; તેજસ્વી.

Full, (ફુલ્) *a.* Not empty or vacant: ભરેલું; ટકોટક; છલોછલ. 2. Copious; ample: પરિપૂર્ણ; પુરૂં; ભરપૂર; પુશ્કલ; ઘણું. 3. Complete; entire: સંપૂર્ણ; પુરૂં; પુખ્ત. *n.* Complete measure; utmost extent: પૂર્ણ માપ; જેટલું માય તે; પુર; પૂર્ણતા. **f.** *brother & sister*: સગા ભાઈબ્હેન. **f.** *sea*, high see: ભરદરિયો. **f.** *swing*, free course: પૂર; છુટ; સ્વેચ્છા. *adv.* Quite; completely; exactly: entirely: બરાબર; પુરતી રીતે. *vt.* To mill: વણવામાં કપડું ઘટ્ટ–જાડું કo.

Full-blown, (ફુલબ્લોન) *a.* Fully expanded: પુરેપુરૂં ખીલેલું; પ્રફુલ્લ; પુરેપુરૂં ઉપસેલું–ફુલેલું.

Full-dress, (ફુલ-ડ્રેસ) *n.* A complete dress or costume: સોલે શણગાર; ભર પોશાક.

Fuller, (ફુલર્) *n.* One whose occupation is to full cloth: લુગડાંને સાફ અને ઘટ કરનાર: કુંદી કરનાર.

Full-length, (ફુલ્લેન્ગ્થ્) *a.* Whole; entire: આખું; નખશીખ; આખું પાડેલું (ચિત્ર).

Fullness, (ફુલનેસ્) *n.* Completeness; sufficiency; affluence: તૃપ્તિ; ભરેલાપણું: સંપૂર્ણતા; સિદ્ધિ.

Fully, (ફુલિ) *a.* Completely; entirely: બરાબર; પૂર્ણ–સંપુર્ણ રીતે; સર્વથા; ખુલાસાથી; બયાનવાર: તપસીલવાર.

Fulminate, (ફલ્મિનેટ્) *vi. & vt.* [L. *fulmen*, thunderbolt.] To explode: એકદમ મ્હોટા અવાજથી ફુટવું; મ્હોટો અવાજ–ભડાકો–ધડાકો કo. 2. To censure: ઠપકો–ધમકી દેવી.

Fulsome, (ફલસમ્) *a.* Full; having fullness: ભરેલું; ભરપુર. 2. Offending or disgusting; nauseous: કંટાલો ઉપજાવે એવું; નાપસંદ; ચાપલુસી ભરેલું.

Fumble, (ફમ્બલ) *vi.* To feel or grope about: ફાંફાં મારવાં. 2. To play childishly; to turn over and over: રમવું; વારે ઘડીએ નકામું આમતેમ ફરવું. *vt.* To manage awkwardly; to crowd or tumble together: અણઘડ રીતે કંઇ કo–ચલાવવું.

Fume, (ફ્યૂમ્) *n.* [L. *fumus*, smoke.] Smoke; reek; vapour: ધુમાડો; ધુંઈ; વરાલ; બાફ. 2. Idle conceit: વ્યર્થ–મિથ્યા કલ્પના; ખોટો ગર્વ. 3. Rage: ક્રોધ; જોસ; આવેશ; જુસ્સો. 4. The incense of praise; inordinate flattery: બેહદ ખુશામત: ચાપલુસી. *vi.* To smoke; to yield vapor: ધુમાડો નિકલવો; ઉડી જવું; ધુમાડાના આકારમાં જતું રહેવું. 3. To be in a rage: ગુસ્સે થવું; ક્રોધાયમાન થવું. *vt.* To smoke: ધુમાડો કહાડવો. 2. To perfume: ખુશબોદાર કo; ધૂપ દેવો: સુગંધીદાર કo.

Fumigate, (ફ્યુમિગેટ્) *vi.* To apply smoke to: ધુમાડો કo; ધુંઈ આપવી; ધુંણી દેવી.

Fumigation, (ફ્યુમિગેશન) *n.* Vapor; scent raised by fire: ધુમાડો; ધુણી: ધુંઈ.

Fun, (ફન) *n.* Sport; merriment: તમાસો; ખેલ; મઝા; મસ્કરી: ઠઠ્ઠો: ટોલ; વિનોદ: ગમત.

Funambulist, (ફ્યૂનૅમ્બ્યુલિસ્ટ્) *n.* A rope walker or dancer: દોરડાં ઉપર ચાલનાર–નાચનાર.

Function, (ફન્ક્શન) *n.* [L. *functus*, performed.] Performance: બજાવણી; કર્તવ્ય; આચરણ. 2. The appointed action of any special organ: કામ: કર્મ; કાર્ય; અધિકાર; ફરજ. 3. The activity appropriate to any business or profession: શકિત; ગુણ; ધર્મ; સ્વભાવ.

Functionary, (ફન્ક્શનૅરિ) *n.* One charged with the performance of a function: અધિકારી; અમલદાર.

Fund, (ફન્ડ્) *n.* [L. *fundus*, bottom.] A stock or capital: પુંજી; થાપણ; ભંડાર; ભંડોલ; દ્રવ્ય. Sinking *fund*: સરકારને તેના કરજ–દેવામાંથી મુકત–છુટા કરવા માટે જુદી મૂકેલી પૈસા–નાણાની રકમ. *vt.* To place in a fund: ભરવું. 2. To put into the form of bonds or stocks bearing regular interest: નિયમિત વ્યાજ મલે તેવા ભંડોલમાં ભરવું; નાખવું.

Fundament, (ફન્ડૅમેન્ટ્) *n.* [L. *fundus*, bottom.] Foundation: પાયો; બેસણી. 2. The seat; the buttocks: ગાંડ; ગુદા.

Fundamental, (ફન્ડૅમેન્ટૅલ્) *a.* Important; original; elementary: અગત્યનું; મુખ્ય; મૂલપાયાનું.

Funds, (ફન્ડ્ઝ્) *n.* (*pl.*) Public securities: સરકારી લોન.

Funeral, (ફ્યૂનરૅલ) *n.* The ceremony of burying a dead human body: મુડદાને દાટવાની ક્રિયા. 2. The procession of persons attending the burial of the dead: મુડદાની સાથે જનારા માણસો. *a.* Pertaining to burial: મુડદાને દાટવાની ક્રિયાનું–સંબંધી.

Fungous, (ફન્ગસ્) *a.* [L. *fungus*, mushroom.] Soft; spongy: નરમ; વાદલી જેવું; પોચું.

Fungus, (ફન્ગસ્) *n.* L. *pl.* **Fungi** [L. *fungus*, mushroom.] A kind of plants which form mold, mildew, &c.: કુતરાની ટોપી.

Funicle, (ફ્યુનિકલ્) *n.* [L. *funis*, cord.] A fiber: બારીક દોરો; શાકો. 2. The little stalk: ન્હાની ડાંખલી.

Funk, (ફન્ક) *n.* A stink; a stench: ખરાબ વાસ; દુર્ગંધ: બદબો. *vi.* To emit an offensive air: દુર્ગંધ નિકલવા દેવી. 2. To be in great fear and shrink back: ભયમાં–બિહકમાં હોવું; ગભરાવું.

Funnel, (ફનેલ્) *n.* [L. *in* & *fundo*, I pour.] A vessel for conveying fluids into close vessels; a tunnel: ગરણી; ગલણી. 2. The shaft or hollow channel of a chimney: ધુમાડિયું.

Funny, (ફનિ) *a.* Droll; comical: મસ્કરૂં; રમુજી.

Fur, (ફર્) *n.* The short, soft hair of certain animals: રૂઆં. 2. The skin with the fur: રૂઆંવાલું ચામડું. 3. A coat of morbid matter collected on the tongue: જીભપર બાઝેલો થર; ઓલ. *a.* Pertaining to or made of fur: રૂઆનું–સંબંધી–નું બનાવેલું. *vt.* To cover with fur: રૂવાંટાંથી ઢાંકવું. 2. To cover with morbid matter, as the tongue: જીભ ઉપર ઓલ થવી–વલવી.

Furbish, (ફર્બિશ્) *vt.* To polish; to burnish: ઓપવું; ઉજાળી સાફ કરવું. 2. To prepare for use: કામમાં આવે તેટલા માટે તૈયાર કરવું.

Furious, (ફ્યૂરિઅસ્) *a.* [L. *fura*, rage.] Raging; violent: જુસ્સામાં આવેલું; ક્રોધાયમાન; ગાંડું. 2. Moving with violence: જોસભેર જતું-વહેતું.

Furiously, (ફ્યૂરિઅસ્લિ) *adv.* Violently; vehemently: બાવરાપણે; જુસ્સામાં; ગુસ્સાથી; ક્રોધથી.

Furl, (ફર્લ્) *vt.* To wrap; to roll: વીંટાળવું; લપેટી લેવું.

Furlong, (ફર્લૉન્ગ્) *n.* A measure of length; the eighth part of a mile: એક માઇલનો આઠમો ભાગ.

Furlough, (ફર્લો) *n.* Leave of absence: છુટી; રજા. *vi.* To grant leave of absence: છુટી-રજા આપવી.

Furnace, (ફર્નેસ્) *n.* [L. *fornax*, an oven.] An inclosed place where a hot fire is maintained for melting ores, metals, &c: ભઠ્ઠી.

Furnish, (ફર્નિશ્) *vt.* To supply with anything necessary; to provide: પુરૂં પાડવું; જોઈતી વસ્તુ આપવી; આપવું. 2. To fit up: સામાન મુકી તૈયારી કરવી; શણગારવું.

Furniture, (ફર્નિચ્યુર્) *n.* Chattels; movables; effects: સામાન; સરંજામ; સાહિત્ય; રાચરચીલું; અસબાબ.

Furor, (ફ્યુરૉર્) *n.* [L. *fureo*, I rage.] Fury; rage: જુસ્સો; ગુસ્સો; ક્રોધ; આવેશ.

Furrow, (ફરો) *n.* A trench in the earth made by a plow: હલ ફેરવવાથી જમીનમાં પડેલો ખાડો; ચાસ; ઓભણ; ખાંચ. 2. A wrinkle on the face: ચેહેરાપર પડેલી કરચલી. *vt.* To cut a furrow in; to make furrows in; to plow: ખેડવું. 3. To mark with wrinkles: ખાડા-કરચલી પાડવી.

Furry, (ફરિ) *a.* Consisting of fir: રૂઆંનું બનાવેલું-વાળું.

Further, (ફર્ધર્) *a.* More remote; at a great distance: ઘણે આઘે; પેલું; ઓલ્યું; પેલી ગમનું. 2. Additional: વધારા-ઉમેરાનું. *adv.* To a great distance; in addition; moreover: વધારે; ઉમેરામાં; વળી. *vt.* To promote; to advance; to help or assist: આગલ ચલાવવું; વૃદ્ધિ થાય તેમ કરવું; સહાય કરવી.

Furtherance, (ફર્ધરૅન્સ્) *n.* The act of helping forward; advancement: સહાય; મદદ; વધારો.

Furthermore, (ફર્ધર્મોર્) *adv.* or *conj.* Moreover; besides: વળી; બીજું; તે ઉપરાંત.

Furthermost, (ફર્ધર્મોસ્ટ્) *a.* Most remote; furthest: સૌથી આઘે-દૂરનું.

Furtive, (ફર્ટિવ્) *a.* [L. *furtum*, theft.] Stolen; obtained by stealth: ચોરેલું; ચોરીથી મળેલું.

Fury, (ફ્યૂરિ) *n.* [L. *fureo*, I rage.] Extreme excitement: સપાટો; ઝપાટો; જોર. 2. Violent anger; rage: ગુસ્સો; જુસ્સો; આવેશ; ઝાંઝ; ઝનુન. 3. A stormy, turbulent, violent woman: કજીયાખોર સ્ત્રી; કરકશા.

Fuse, (ફ્યૂઝ્) *vt.* [L. *fundo*, I pour.] To dissolve; to melt: ગાળવું; ઓગાળવું; તાવવું. *vi.* To be melted; to melt: ગાળવું; ઓગળવું; તવાવું.

Fusibility, (ફ્યૂઝિબિલિટિ) *n.* The quality of being fusible: ઓગળે-તવાય તેવો ગુણ-ખાસિયત.

Fusileer, (ફ્યૂસિલીર્) *n.* ગોળી મારનાર; બરકનદાજ.

Fusion, (ફ્યૂઝન્) *n.* પિગલાવવું-ગાલવું તે. 2. ગાલેલો પ્રવાહી; રસ.

Fuss, (ફસ્) *n.* A tumult; a bustle: ગડબડાટ; ખાલી ધામધુમ; ધાંધલ.

Fussy, (ફસિ) *a.* Disposed to make an unnecessary ado about trifles: ધાંધલખોર; ધાંધળીઓ.

Fust, (ફસ્ટ્) *n.* [L. *fustis*, stick.] The shaft of a column: થાંભલો. *n.* A strong, musty smell: ગંધ; ઉબક; ખોરો વાસ. *vi.* To become mouldy; to smell ill: ખોરાસ-ખરાબ ગંધ મારવી.

Fustian, (ફસ્ટિઍન્) *n.* A kind of coarse twilled cotton stuff: જાડું સુતરાઉ કાપડ. 2. An inflated style of writing; bombast: મોટા-ભારી બોલોમાં લખવાની ઢબ-રીત.

Fustiness, (ફસ્ટિનેસ્) *n.* An ill smell from mouldiness: ખોરાસ; ફુગ; ગંધ.

Fusty, (ફસ્ટિ) *a.* Mouldy; musty; ill smelling: ખોરૂં; કસરાણું; વસણાએલું; ગંધાતું.

Futile, (ફ્યૂટાઈલ્) *a.* [L. *futilis*, that easily pours out.] Talkative; loquacious: લવારો-બકારો કરનારૂં; બોલકણું. 2 Useless; trifling: નકામું; હલકું; નજીવું.

Futility, (ફ્યૂટિલિટિ) *n.* talkativeness; loquacity: લવારો; બોલકણાપણું. 2. Triflingness; uselessness: નિરૂપયોગ; નકામાપણું.

Future, (ફ્યૂટ્યુર્) *a.* [L. *esse*, to be.] Liable to be or come after: ભવિષ્યનું. **F.** tense: ભવિષ્યકાલ. *n.* Time to come: આવતો-ભવિષ્યનો વખત.

Futurity, (ફ્યૂટ્યૂરિટિ) *n.* State of being yet to come, or to come hereafter: ભવિષ્યની સ્થિતિ. 2. Future time; time to come: ભવિષ્યકાલ. 3. Event to come: a future event: હવે પછી જે બનવાનું તે; ભવિષ્યમાં બનવાનો બનાવ; ભાવી.

Fuzz, (ફઝ્) *vt.* To make drunk: પીધેલ-છાકટા બનાવવું-કરવું. *vi.* To fly off in minuter particles: ઝીણી-ઝીણી-બારીક કરચો થઈને જવું-ઉડી જવું.

Fy-Fie, (ફાઈ-ફાઈ) *int.* A word which expresses blame, dislike or contempt: છટ; છીટ!

G.

G, (ગ્) The seventh letter and the fifth consonant, of the English Alphabet: ઇંગ્રેજી મુળાક્ષરનો સાતમો અને વ્યંજનનો પાંચમો અક્ષર; એના બે ઉચ્ચાર થાય છે, 'ગ્' અને 'જ'.

Gab, (ગૅબ્) *n.* (*a*) The mouth: મ્હોડું; મુખ. (*b*) Idle prate; chatter: બકવા; લવારો; બકબક. *vi.* To talk idly: લવારો કરવો; બકવા કરવો. 2. To lie: જુઠું કહેવું-બોલવું.

Gabble, (ગૅબલ્) *vi.* To talk fast or without meaning; to prate: બકવું; લવારો કરવો; બકબક કરવી.

n. A rapid meaningless talk: બકબક; લવલવ; લવારો; બકવા.

Gable, (ગેબ્લ્) *n*. [L. *gabalus*, a kind of gallows.] The vertical triangular portion of the end of a building from the level of the cornice or eaves to the ridge of the roof: છાપરાં આગલનો કરાનો ત્રિકોણાકાર ભાગ.

Gad, (ગૅડ્) *n*. The point of a spear: ભાલાની અણી. 2. A sharp pointed rod; a goad: જાનવરને હાંકવાનો પરોણો; અંકુશ. 3. A rod or stick: દંડ; સોટી; ગજ; લાકડી. *Upon the* **g**., upon the spur of the moment: તરતજ; તત્કાલ; તે ક્ષણે. *vi*. To walk about; to rove or go about, without purpose: ભટકવું; ભમવું; રખડવું: રઝલવું.

Gad-fly, (ગૅડ્ફ્લાઇ) *n*. *Pl*. **Gadflies**. An insect which stings cattle: બગાઇ; ડાંસ.

Gaffer, (ગૅફ્ફર્) *n*. An old fellow: ઘરડો બોખો માણસ. 2. A foreman of a gang or labourers: મુકાદમ.

Gag, (ગૅગ્) *n*. Something thrust into the mouth or throat to hinder speaking: મોઢું બંધ કરવાનો ડુચો; ડાટો; ડટ્ટો. 2. A mouthful that makes one retch; a choking bit: ઓકારી લાવે એવો બૂક-કોળીઓ. *vt*. To stop the mouth of, by thrusting something in: ડુચો મારી મ્હોં બંધ કo; બોલતાં અટકાવવું. *vi*. To heave with nausea: ઓકારી ખાવી; ઉબકો-બકારી આવવી. 2. To introduce interpolations: અસલ લખાણમાં કંઈ નવું ઉમેરવું-દાખલ કo.

Gage, (ગેજ્) *n*. [L. *vas*, *vadis*, bail.] A pledge or pawn; security: જામીનગીરીમાં-સાનમાં મૂકેલી ચીજ. 2. A glove, cap, or the like, cast on the ground, as challenge to combat: કોઇને સામે બોલાવવા બીડા તરીકે ઝડપવા ફેંકેલો કોઈ પણ પદાર્થ; બીડું; હોડ. *vt*. To pawn or pledge: સાનમાં મૂકવું; હોડમાં મૂકવું. *n*. A measure or standard: પરિમાણમાપક યંત્ર; પારમાણ. *vt*. To measure: માપવું.

Gaggle, (ગૅગલ્) *vi*. To make a noise like a goose; to cackle: હંસનાદ કo. *n*. A flock of wild geese: જંગલી-રાની હંસનું ટોલું-જુથ-વૃંદ.

Gaiety, (ગેઇટિ) *n*. *pl*. **Gaieties**. Merriment; mirth: ખુશાલી; હરખ; હર્ષ; આનંદ. 2. Finery; show: શોભનશાભનની ચીજ; ભભકો.

Gaily, (ગેલિ) *adv*. Merrily; showily: ખુશી ખુશાલીથી; આનંદ-હર્ષથી.

Gain, (ગેન) *a*. Convenient; suitable; near: સગવડ ભરેલું; લાયક: પાસેનું. *n*. Advantage; benefit: લાભ· નફો; પેદાશ; કમાઈ; ફાયદો; સંપાદન; પ્રાપ્તિ. *vt*. To obtain or acquire by effort or labour: રળવું; કમાવું; પ્રાપ્ત કo; સંપાદન કo; મેળવવું. 2. To come off winner or victor in; to be successful in: જય મેળવવો; જીતવું; ફતેહ મેળવવી. 3. To reach; to arrive at: પહોંચવું; આવી પુગવું. *To gain ground*, to make progress; to prevail: જય મેળવવો; આગલ વધવું; વૃદ્ધિ થવી; જોર પકડવું. *To* **g**. *over*, to draw to one's party or interest; to win over: મેળવી લેવું; પોતાની તરફ કo-ખેંચી લેવું. *vi*. To acquire profit; to grow rich: લાભ થવો; કમાવું; તવંગર થવું; સુખી થવું. *To gain on* or *upon*, (*a*) to encroach on: દબાવી-પચાવી પડવું; પગપેસારો કo. (*b*) To obtain influence with: કોઈ પર લાગવગ થવો-ચાલવો. (*c*) To win ground upon; to move faster than: પાછલ મૂકવું; આગલ વધતા જવું.

Gainer, (ગેનર્) *n*. One who gains: કમાઉ; કમાનાર: રળનાર.

Gainful, (ગેનફુલ્) *a*. Profitable; lucrative: લાભકારક; ફાયદેમંદ; કિફાયતી; નફાકારક.

Gainsay, (ગે-સે) *vt*. [*Imp*. & *p.p*. **Gainsaid**.] To contradict; to deny: રદ કo; બીજાના બોલેલાંને ખોટું પાડવું; ખંડન કo; નાકબૂલ રાખવું.

Gairish. (ગેરિશ) *a*. Showy; ostentations: દેખાવડું: શોભિતું; રોનકદાર; ભભકાદાર; દબદબાવાલું.

Gait, (ગેટ્) *n*. A walk; a march; a way: ચાલવું-ફરવું તે; ભ્રમણ; કુચ. 2. Manner of walking or stepping: ચાલવાની રીત-તરાહ-ઢબ; લક્ષણ: ચાલ.

Gala, (ગેલૅ) *n*. Pomp, show or festivity: ઉત્સવ; મેળો; પર્વ; આનંદ; ખુશાલી. *A gala day*, ખુશાલીનો દિવસ: સપરમો દહાડો; તહેવાર.

Galactic, (ગૅલૅક્ટિક્) *a*. [Gr. *galaktos*, milk.] Of, or pertaining to milk; got from milk: દૂધનું; દૂધનું બનેલું: દૂધમય. 2. Of, or pertaining to the galaxy or Milky way: આકાશ ગંગા સંબંધી-નું.

Galactometer, (ગૅલૅક્ટૉમીટર) *n*. A lactometer: દૂધ પરિક્ષક યંત્ર; દૂધ તપાસવાની શીશી.

Galaxy, (ગૅલૅક્સિ) *n*. [Gr. *galaktos*, milk.] The milky way; that long, white, luminous track, which seems to encompass the heavens like a girdle: આકાશગંગા; સુરનદી; દૂધગંગા. 2. A splendid assemblage of persons or things: શોભિતા પદાર્થો અથવા મહાન પુરૂષોનો સમુદાય.

Gale, (ગેલ્) *n*. A strong current of air: પવનનો ઝપાટો-સપાટો; વાવાઝોડું. 2. A moderate current of air; a breeze: લહેર; મંદ પવન. 3. A state of excitement, passion, or hilarity: આવેશ: વેગ; જુસ્સો: જોસ: ઉભરો *vi*. To sail, or sail fast: હંકારવું; ઝપાટાબંધ હંકારવું.

Galipot, (ગૅલિપૉટ્) *n*. A white resinous juice found flowing from fir or pinetrees: દેવદાર કે સનોબર જાતના ઝાડમાંથી ઝરતો રસ--ગુંદ-ગુંદર.

Gall, (ગૉલ્) *n*. The bitter; alkaline, viscid fluid found in the gall bladder: પિત્ત. 2. The gall bladder: પિત્તની કોથલી; પિત્તાશય. 3. Bitterness; rancor: ખાર; અદાવત 4. Impudence; brazen assurance: ગોખાઈ: બેઅદબી; નિર્લજપણું. *Gall bladder*, પિત્તો; પિત્તાશય: પિત્તની કોથલી

Gall, (ગૉલ્) *vt*. [L. *galla*] To fret and wear away by friction; to chafe: ઘસાઈ-છોલાઈ જવું: ઘસાવું. 2. To fret; to vex: ચિડવવું; ખીજવવું; પજવવું; હાંસી-મશ્કરી કo 3. To injure; to annoy: સતાવવું; દુઃખ દેવું; ઉપદ્રવ-ઇજા કo; પીડવું.

Gallant, (ગૅલન્ટ્) *a.* Showy; splendid: દમામવાળું; ફાંકડું; ફક્કડ; ભભકાદાર; સુંદર. 2. Noble in bearing or spirit; heroic; magnanimous: ધૈર્યવાન; બહાદુર; શુરો; છાતીવાળો; પ્રતાપશાલી; રંજીત. 3. Polite and attentive to ladies; courteous to women: સ્ત્રીઓની સેવામાં તત્પર; સ્ત્રી સત્કારી; સ્ત્રીપ્રેમી; સ્ત્રી સન્માની. *n.* A man of mettle or spirit; a gay, fashionable man: ફાંકડો; છેલ; લાલ; હિંમતવાળો માણસ–આદમી. 2. One fond of paying attention to ladies: સ્ત્રી સન્માની પુરૂષ; અબલાસંગી; સ્ત્રીઓની સેવામાં તત્પર.

Gallantry, (ગૅલન્ટ્રિ) *n.* Splendor of appearance: ભપકો; ડોલ; દમામ; શોભા. 2. Bravery; intrepidity: બહાદુરી; જવાંમર્દી; મર્દાઈ; છાતી; હામ. 3. Civility or polite attention to ladies: સ્ત્રી સત્કાર; કામચેષ્ટા; શૃંગારવિલાસ.

Gallery, (ગૅલરિ) *n.* A long and narrow corridor, or place for walking: લાંબી અને સાંકડી છુટી પરસાલ; ઝરૂખો; અગાસી; ચ્યાલરો. 2. (*a*) A room for the exhibition of works of art: ચિત્રાલય. (*b*) An important collection of paintings &c: ચિત્રમાલા; ચિત્રાવલિ. 3. A long and narrow platform attached to one or more sides of a public hall: વધુ સભાજનોના બેઠક કરવા સારૂ દિવાનખાનાના ભીંત ઢાંકેલો માચરો; ગેલરી.

Galley, (ગૅલિ) *n.* A low, flat built vessel: નીચો ચપટો બાંધેલો હોડો. 2. (*a*) A frame which receives the types from the composing stick: ગોઠવેલાં બીબાં મુકવાનો તકતો–ચોકઠું; ગેલી. (*b*) A proof-sheet taken from type while on a galley: એ તકતા ઉપરથી છાપી કાઢેલો કાગલ.

Galliard, (ગૅલ્યાર્ડ્) *a.* Gay; frisk; active: ચાલાક; ચપલ; આનંદી.

Gallipot, (ગૅલિપૉટ્) *n.* A small glazed earthen pot or vessel used by druggists for containing medicines: દવા–વસાણાં મુકવાનો કોડીનો ચળુ; કુલડી.

Gallon, (ગૅલન) *n.* A measure of capacity for liquids and containing four quarts: પ્રવાહી પદાર્થોનું ભરત કરવાનું માપ; ગ્યાલન.

Gallop, (ગૅલપ્) *vi.* To move or run with leaps or bounds: કુદકા અથવા ઠેકડા મારીને દોડવું; ચાર પગે દોડવું; છલંગો–ફલંગો મારી દોડવું; ઘણુંજ ઝડપ–ઉતાવળથી દોડવું. *n.* A mode of running with bounds or rapidly: ચાર પગની દોડ; ઠેકડો; છલંગ; ભરંદોડ; ફલંગ.

Galloway, (ગૅલોવે) *n.* A horse or species of horses, of a small size: નાનો ઘોડો; વછેરો; ખટુ; ટટ્ટુ.

Gallows, (ગૅલોઝ્) *n. pl.* also **Gallows-es.** An instrument of punishments on which criminals are executed by hanging: સુળી; ફાંસીનું લાકડું; વધસ્તંભ.

Galvanic, (ગૅલ્વૅનિક્) *a.* Pertaining to galvanism: રસાયન સંજોગથી ઉત્પન્ન થતી વીજળીને લગતું. *G. battery*: વિજળીના પેટી.

Galvanism, (ગૅલ્વૅનિઝ્મ્) *n.* Electricity: એક પ્રકારની વિજળી. 2. That branch of physical science which treats of galvanic electricity: વિદ્યુતશાસ્ત્ર; વિજળીવિદ્યા.

Galvanize, (ગૅલ્વૅનાઈઝ્) *vt.* To affect with galvanism: કશા ઉપર વિજળીની અસર લગાડવી. 2. To plate by means of galvanism: ઢોલ ચઢાવવો–દેવો; રસવું. 3. To restore to consciousness by galvanic action: વિજળીથી ભાન શુદ્ધિમાં આણવું; હોશિયારીમાં લાવવું.

Gamble, (ગૅમ્બલ્) *vi.* To play or game for money or other stake: જુગટું રમવું; જુગાર–જુવો રમવો; જુવાખાજી ક૦. *vt.* To lose or squander by gaming: જુગાર–જુગટામાં રમીને ખોવું–ઉડાવવું.

Gambler, (ગૅમ્બ્લર્) *n.* One who gambles: જુગારી; જુગાર રમનાર; જુવાખાજ.

Gambling, (ગૅમ્બ્લિન્ગ્) *n.* Playing for money or other stake: જુગટું; જુગાર; જુવાખાજી.

Gamboge, (ગૅમ્બોજ્) *n.* A concrete vegetable juice or gumresin: રેવનચીનો શીરો.

Gambol, (ગૅમ્બૉલ્) *vi.* To dance and skip about: ગેલમાં–આનંદમાં કુદવું; નાચવું; કુદાકુદ ક૦; ઠેકડો–છલંગ–કુદકો મારવો. *n.* A hop; a skip; a leap: કુદકો; ઠેકડો; છલંગ; નાચ.

Gambrel, (ગૅમ્બ્રિલ્) *n.* The hind leg of a horse: ઘોડાનો પાછલો પગ. 2. A stick crooked like a horse's leg: મરડાયલો–વાંકી લાકડી.

Game, (ગેમ્) *n.* Sport of any kind; frolic: રમત; ક્રીડા; ગમત; ખેલ; મજાક; ઠઠ્ઠો. 2. A mental or physical contest for amusement or recreation: દાવ; રમત; બાજી. 3. That which is gained, as the stake in a game: હાથ; દાવ. 4. Animals pursued and taken by sportsmen: શિકાર; પારધ; મૃગયા. 5. Plan; project: યુક્તિ; તદબીર. *To die game*: મરતા લગી ટક્કર ઝીલવી. *vt.* To play at any sport: રમત રમવી. 2. To play for a stake or prize: શરત મારવી–લેવી; હોડ બકવી; જુગાર રમવો; જુગટું ખેલવું.

Game-cock, (ગેમ્કૉક્) *n.* A cock bred or used to fight: લડાયક મરઘો.

Gamekeeper, (ગેમ્કીપર્) *n.* One who has the care of the beasts of chase: શિકારનાં પ્રાણીઓ સંભાલનાર.

Gamesome, (ગેમ્સમ) *a.* Gay; sportive; playful: રમતિયાલ; મોજી; રંગીલું; આનંદી; ગમતી.

Gamester, (ગેમ્સ્ટર્) *n.* A merry, frolicsome person: રમતિયાલ–મોજી–રંગીલો માણસ. 2. One accustomed to play for money or other stake: પક્કો–અથંગ જુગારી. 3. A prostitute: છિનાલ; વેશ્યા; પાતર.

Gammon, (ગૅમ્મન્) *n.* The buttocks or thigh of a hog, pickled and dried: ભુંડના કુલા આગલનું આથેલું માંસ. 2. A certain game with dice: પાસાથી રમવાની એક જાતની રમત.

Gamut, (ગૅમટ્) *n.* [Gr. *gamma.*] The scale: (ગાયનનો) સારીગમ.

Gander, (ગૅન્ડર્) *n.* The male of the goose:

નરહંસ; કલહંસ; રાજહંસ; ચક્રવાક.

Gang, (ગૅન્ગ્) *vi.* To go; to walk: જવું; ફરવું. *n.* A number going in company; a group: ટોળું; ધાડું; ઝુંડ; સંઘ; ગણ.

Gangrene, (ગૅન્ગ્રીન્) *n.* [Gr. *graino*, I gnaw.] The first stage of mortification of living flesh: સલો; કોહવાટ. *vt.* To mortify: કહોવડાવવું; સલો લગાડવો. *vi.* To become mortified or puttrescent: કહોવું; સલવું; સડવું.

Gangrenous, (ગૅન્ગ્રીનસ્) *a.* Mortified: સડાવાળું; સડો લાગેલું; સલેલું; કોહી ગયેલું.

Gangway, (ગૅન્ગ્વે) *n.* A passage or way, into or out of any inclosed space: ઘેરી લીધેલી જગ્યામાંથી જવા આવવાનો રસ્તો. 2. A part of the vessel on the spardeck, on each side of the rooms: વહાણની તુતક ઉપર ચાલવાનો રસ્તો. *To bring to the* **g.**: ખલાસીની તપાસ કરીને તેને ફટકા મારીને શિક્ષા કરવી.

Gantlet, (ગૅન્ટ્લેટ્) *n.* A military punishment: લશ્કરી કાયદા પ્રમાણેની શિક્ષા. 2. A glove: હાથનું મોજું.

Gaol, (જેલ્) *n.* A place of confinement; a jail: કાલાગૃહ; કેદખાનું; તુરંગ; બંધીખાનું.

Gaoler, (જેલર્) *n.* The keeper of a jail: બંધીખાનાનો અધીકારી; દરોગો; જેલર.

Gap, (ગૅપ્) *n.* An opening in anything made by breaking or parting: ખાડું; બાકોરૂં; ભોગારૂં; છીંડું. 2. An opening which implies a breach or defect: ખામી; ખોડ; કસુર. 3. A vacant space or time: અવકાશ; અંતર; ભંગ. *To stand in the* **g.**: જોખમ વ્હોરી લેવું; જોખમમાં પડવું. *To stop a* **g.**, to repair a defect: ખોડખામી સુધારવી; પુરી લેવું; ઠીકઠાક ક૦.

Gape, (ગેપ્) *vi.* (*a*) To open the mouth wide: મ્હોં ફાડવું–પહોળું ક૦. (*b*) To yawn: અવાચી–બગાસું ખાવું. (*c*) To gaze or stare in surprize: આશ્ચર્ય–અચંબાથી ડોળા ફાડવા–ડાચું વકાસવું. 3. To open or part widely: પહોળું થવું; ફાટવું. 4. To long, wait eagerly, or cry aloud for something: મ્હોં–વકાસીને બેસવું; ટાંપવું; વલખાં મારવાં. *n.* A yawn: બગાસું; અવાચી.

Gap-toothed, (ગૅપ્–ટૂથ્ડ્) *a.* Having interstices between the teeth: છુટા દાંતવાળો; વલ્લા દાંતનું.

Garb, (ગાર્બ્) *n.* (*a*) Clothing in general: વસ્ત્ર; લુગડાં; ભર પોશાક; લેબાસ; પહેરવેશ; વેશ. 2. Looks; fashion or manner, as of speech: દેખાવ; બોલવાની રીત–ઢબ; ડોલ. *vt.* To cloth; to deck: લુગડાં–પોશાક પહેરાવવો; શણગારવું.

Garbage, (ગાર્બેજ્) *n.* Offal, as the bowels of an animal: પશુ પ્રાણીનાં આંતરડાં; એંઠવાડો; મલ; કચરો; પુંજો.

Garble, (ગાર્બલ્) *vt.* [Ar. *gharbil*, a sieve.] To sift: ચાલવું; વિણવું; ચુંટવું. 2. To pick out such parts of, as may serve the purpose; to mutilate: કોઈ વાતના પોતાની મતલબના ભાગ લઈને બાકીના પડતા મૂકવા; ગાબડાં મારવાં. *n.* Refuse rubbish: કચરો; પુંજો; એઠવાડો. 2. *pl.* Impurities separated from spices: મસાલામાંથી જુદો કાઢેલો કચરો–ધૂલ–ચલામણ–ઝડકામણ–વીણામણ.

Garden, (ગાર્ડન્) *n.* [A. G. *geard*, a yard.] A piece of ground appropriated to the cultivation of herbs, fruits, flowers, or vegetables: બાગ; વાડી; બગીચો. 2. A rich, well cultivated spot or tract of country: દેશનો ફલદ્રુપ–ફલવંત પ્રદેશ; બાગાયતી જમીન. *Flower* **g.** પુષ્પવાટિકા; ગુલેસ્તાન. **G.** *glass*, (*a*) A bell glass for covering plants: છોડવાને ઢાંકવાને માટે ઘંટના આકારનો કાચ. (*b*) A globe of dark-colored glass: કાલા રંગના કાચનો ગોલો; **g.** *house*, (*a*) A summer house: ફરતા બાગ સાથનો બંગલો. (*b*) A privy: વાડો; સંડાસ; **g.** *plot*, A plot appropriated to a garden: જમીનનો તકતો; કયારો. **g.** *pot*, a watering pot: (ઝાડને) પાણી પાવાનું વાસણ; ઝારી. **g.** *stuff*, vegetables raised in a garden: વાડી–બાગમાં ઉત્પન્ન થયેલી શાક ભાજી. **g.** *truck*: બજારમાં વેચવાને માટે ઉગાડેલો ભાજીપાલો–શાકભાજી. *vi.* To lay out or cultivate a garden: બાગ ક૦.

Gardener, (ગાર્ડનર્) *n.* One who makes and tends a garden; a horticulturist: બાગબાન; માલી.

Gardening, (ગાર્ડનિન્ગ્) *n.* The art or occupation of laying out and cultivating gardens: બાગબાની.

Gargle, (ગાર્ગલ્) *vt.* To wash or rinse, as the mouth or throat: કોગલો ક૦; ખખલાવીને ધોવું–સાફ ક૦. 2 To warble; to sing as if gargling: લેહેકાવીને ગાવું–બોલવું. *n.* A liquid, as water or some medicated preparation used to cleanse the mouth and throat: કોગલા; કોગલો કરવાનું ઓસડ–દવા.

Garland, (ગાર્લૅન્ડ્) *n.* A wreath made of branches, flowers, or feathers: તોરણ; માલા; હાર; પુષ્પમાલા. 2. The top; the thing most prized: મથાલું; ટોચ; શિખર; મેલવવા–વખાણવા લાયક પદાર્થ. *vt.* To deck with garland: હાર પહેરાવવો.

Garlic, (ગાર્લિક્) *n.* (*Bot.*) A plant: લસણ.

Garment, (ગાર્મેન્ટ્) *n.* An article of clothing: વસ્ત્ર; કપડાં; લુગડાં.

Garner, (ગાર્નર્) *n.* [L. *granum*, grain.] A granary: કોઠાર; કોઠી. *vt.* To gather for preservation; to store, as in a granary: ભરી મૂકવું; કોઠારમાં ભરવું.

Garnish, (ગાર્નિશ્) *vt.* To set off; to adorn: શણગારવું; સુશોભિત–શોભિતું ક૦; સજવું. 2. To furnish; to supply: પુરૂં પાડવું. *n.* Decoration; ornament: શણગાર; શોભા; મંડન; ભૂષણ; અલંકાર; સાજ; ઠાઠ. 2. Something set round, or upon a dish as an embellishment: પકવાનની થાલીની આસપાસ–ઉપર શોભા માટે મૂકેલી ચીજ. 3. Fetters: સાંકલ; બેડી. 4. A fee: દસ્તુરી.

Garniture, (ગાર્નિટ્યૂર્) *n.* Embellishment; furniture; dress: શણગાર; પોશાક; શોભા; સાજ; ઠાઠ.

Garet, (ગૅરેટ્) A turret; a watch tower: ન્હાનો મિનારો. 2. An attic: કાતરીયું.

Garrison, (ગૅરિસન્) *n.* (*Mil.*) (*a*) A body of troops stationed in a fort or fortified town: કિલ્લા-ગામના રક્ષણ સારૂ રાખેલી ફોજ. (*b*) A fortified place,in which troops are quartered for its security: લશ્કર રાખવાનો કિલ્લો; થાણું. *vt.* (*a*) To place troops in,as a fortification, for its defence:કિલ્લામાં રક્ષણને માટે ફોજ મૂકવી-રાખવી; થાણું મુકવું-બેસાડવું.(*b*)To defend by fortresses manned with troops: કિલ્લાઓમાં લશ્કર રાખીને રક્ષણ ક૦.

Garrulity, (ગૅર્યૂલિટિ) *n.* [L. *garrulitas.*] Talkativeness; loquacity: બહુબોલાપણું;વાચાલપણું; પટપટારો.

Garrulous, (ગૅર્યૂલસ્)*a.*[L.*garrire*, to talk.] Talkative; loquacious: બહુ બોલું; વાચાલ; બકબકીયું; પટપટિયું. 2. Having aloud, harsh note; noisy: મોટા-કઠોર ઘાંટાવાળું.

Garter, (ગાર્ટર્) *n.* A band used to prevent a stocking from slipping down on the leg: મોજાંબંધ; બાંધણ; ગાર્ટર. 2. The distinguishing badge of the highest order of knighthood: નાઇટના સર્વથી ઉંચા ખિતાબનો ચાંદ.

Gas, (ગૅસ્) *n.* An aeriform fluid: વાયુ; વાત; હવા; ગ્યાસ. **G.***engine*: ગ્યાસ બળવાથી અથવા ઉત્પન્ન થવાથી ચાલતું યંત્ર. **G.** *fitter*: ગ્યાસના નલ બેસાડનાર-જોડનાર-સાંધનાર. *Gas meter*: વાયુમાપક યંત્ર. *Gas trap*, a drain trap: મોરી-ગટરનું ઢાંકણું. *Gas works*: શહેરમાં રોશની કરવાની ગ્યાસ બનાવવાનું કારખાનું.

Gas conade, (ગૅસ્-કૉનેડ્) *n.* A boast or boasting: ફુલાસ; બડાઈ; શેખી; ડફાંસ. *vi.* To boast; to brag; to bluster: બડાઇ-ફુલાસ-શેખી મારવી; ડફાંસ હાકવી.

Gaseous, (ગેઝીઅસ્) *a.* In the form, or of the nature, of gas: વાયુરૂપી; વાતરૂપ.2. Lacking solidity; tenuous:બારીક; સુક્ષ્મ; ઝીણું.

Gash, (ગૅશ) *vt.* To make a long, deep incision: ઉંડો ઘા ક૦. *n.* A deep and long cut: ઉંડો જખમ-ઘા.

Gas-light, (ગૅસલાઇટ્) *n.* The light yielded by the combustion of illuminating gas: ગ્યાસનો રોશનો-દીવો; વાયુપ્રકાશ.

Gasometer, (ગૅઝૉમેટર્) *n.* An apparatus for holding and measuring gas: ગ્યાસ-વાયુ ભરી રાખવાનું કે માપવાનું યંત્ર; વાયુમાપક યંત્ર.

Gaso-scope, (ગૅસૉ-સ્કોપ્) *n.* An apparatus for detecting the presence of any dangerous gas: કોઈ ભયકર વાયુ-ગ્યાસ છે કે નહિ તે જોવાનું યંત્ર.

Gasp, (ગૅસ્પ) *vi.* To labor for breath; to pant violently:મ્હોં ફાડીને મહા મેહેનતે શ્વાસ લેવાની કોશેશ ક૦;શ્વાસ લેવો;આતરાયહાંફવું.2.To pant with eagerness;to show vehement desire:અતિ ઇચ્છા-લાલસા બતલાવવી. *vt.* To emit or utter with gasps:હાંફતા હાંફતાં બોલવું. *n.*A labored respiration; a painful catching of the breath: હાંફ; નિશ્વાસ; દમ. *At the last gasp*, at the point of death: અન્તકાલે; મરતી વખતે.

Gastric, (ગૅસ્ટ્રિક્) *a.* [Gr. *gastros*, stomach.] Of, or pertaining to the stomach: પેટ-હોજરી સંબંધી-નું; જઠર સંબંધી. **G.** *juice*:જઠરરસ;જઠરાગ્નિ.

Gastriloquist, (ગૅસ્ટ્રિલૉક્વિસ્ટ્) *n.* [Gr. *gastros*, stomach and L. *loquor*, to speak.] One who appears to speak from his stomach; a ventriloquist: પેટમાંથી બોલનાર-અવાજ કાઢનાર.

Gastronomer, (ગૅસ્ટ્રૉનૉમર્) *n.*[Gr. *gastros*, & *nomen*, a name.] One fond of good living; an epicure: સારૂં સારૂં ખાવા પીવાનો શોખી માણસ.

Gate, (ગેટ્) *n.* A large door or passage:મ્હોટું બારણું-દ્વાર અથવા રસ્તો; દરવાજો; માર્ગ. 2. An opening for passage inclosing wall or fence: દરવાજો; ઝાંપો. 3. A door or valve for stopping the passage of water through a pipe, &c.: બંબાનું પાણી બંધ કરવાની યુક્તિ.4.Power;might: શક્તિ; બલ; જોર. *Gate money*: દરવાજામાં પેસવાના પૈસા; દસ્તુરી. *Gate keeper*, one in charge of a gate: દરવાન; દ્વારપાલ. *To stand in the gate*, or *gates*: મોખરાની જગા રોકવી.*vt.*To supply with a gate: દરવાજો-બારણું મુકવું.

Gateway, (ગેટ્વે) *n.* A passage through a fence or wall; a gate: દરવાજો; દ્વાર.

Gather, (ગૅધર્) *vt.* (*a*) To collect; to muster: એકઠું-ભેગું-જમા-સંગ્રહ ક૦. (*b*) To assemble; to congregate: એકઠા-ભેગા મળવું. 2. To harvest; to pick off; to pluck: ખળીમાં વાઢીને લાવવું; વિણવું; ભેગું ક૦. 3. To contract; to compress: સંકડાવવું; સંકોચવું; કરચલી વાળવી; ચીણ પાડવી. 4. To infer; to conclude: અનુમાન-તર્ક કાઢવો; ધારવું; માનવું; વિચાર ક૦. *To be gathered to one's people*,or *to one's fathers*,to die:મરી જવું;ગુજરી જવું.*To gather breath*,to get breath;to rest:આરામલેવો;વિસામો-દમ લેવો-ખાવો.*To g. way*, to move with increasing speed:વધતી ઝડપે ચાલવું. *vi.* To come together: એકઠાં-ભેગાં થવું; મળવું. 2. To increase: મ્હોટું થવું; વધવું. 3. To come to a head as a sore and generate pus: પરૂ ભરાવું; પાકવું; તૈયાર થવું. 4. To collect or bring things together: એકઠું-ભેગું ક૦; ઢગલો ક૦.

Gathering, (ગૅધરિન્ગ્) *n.* The act of collecting or bringing together: એકીકરણ; સંચય; સંગ્રહ. 2. (*a*) A crowd; an assembly: મેળું; ભીડ; ટોળી; મંડળી; જમાવ; સમૂહ; સંઘ. (*b*) A charitable contribution; a collection: ટીપ; ઉઘરાણું. (*c*) A tumor or boil: ફોલ્લો; ગુમડું; ગડ. *a.* Assembling; collecting: એકઠું-ભેગું કરતું-કરનારૂં.

Gaudy, (ગૉડિ) *a.* Ostentatiously fine; showy: ભભકાદાર; રંગીલું; દેખાવડું; શોભિત; ચિત્રવિચિત્ર. 2. Gay; merry: આનંદી; ખુશાલ.

Gauge, (ગેજ્) *vt.* To measure or determine with a gauge: માપવું; પીપમાં કેટલું છે અથવા કેટલું માય તે કાઢવું; ગજુ જોવું-તપાસવું. વિસ્તાર આપવો. 4. To estimate; to judge of:

ગણની ક૦; ગણવું; તોલ-વિચાર બાંધવો; લેખવવું. *n.* A measure; a standard: માપ; ધોરણ; અડસટ્ટો; વિસ્તાર; ગણના. 2. The depth to which a vessel sinks in the water: જે ઉંડાઈ સુધી વહાણ પાણીમાં ડુબે તે. 3. The distance between the railway: લોઢાની સડકની બે રેલ વચ્ચેનું અંતર; ગાલો. *Rain* **g**.: કોઈ અમુક જગ્યાએ કેટલો વરસાદ પડયો તે માપવાનું યંત્ર; વૃષ્ટામાપક યંત્ર. *Salt* **g**. or *brine* **g**.:પાણીમાં કેટલી ખારાશ છે તે દર્શાવનારૂં યંત્ર. *Tide* **g**.:ભરતી કેટલે ચઢી છે તે માપવાનું યંત્ર.

Gauntlet, (ગૉન્ટ્લેટ્) *n.* A glove of such material that it defends the hand from wounds: હાથને ઘાથી રક્ષણ કરનાર મોજું; દસ્તાના. 2. A long glove covering the wrist: પહોંચા સુધી આવે એવડું હાથનું મોજું. 3. A rope on which clothes are hung for drying: લુગડાં સુકવવાનું દોરડું; ઓરણ. *To take np the* **g**., to accept a challenge: લઢવાનું બીડું ઝડપવું. *To throw down the* **g**., To offer or send a challenge: બીડું ફેંકવું; યુદ્ધને માટે આમંત્રણ ક૦.

Gaur, (ગૉર) *vi.* To gaze; to stare: તાકીને-એકી નજરે જોવું; ટગર ટગર જોવું.

Gauze, (ગૉઝ) *n.* A very thin, transparent stuff: જાળીદાર કાપડ; ગાજ. *a.* Thin; light: પાતળું; હલકું; ઝીણું; બારીક.

Gave, (ગેવ્) *imp.* of **Give**: આપ્યું.

Gawk, (ગૉક્) *n.* A cuckoo: કોયલ; કોકિલા. 2. A simpleton; a booby: બેવકુફ-મૂર્ખો માણસ. *vi.* To act like a gawky: બેવકૂફ-મૂર્ખ માણસની પેઠે વર્તવું.

Gay, (ગે) *a.* Lively; merry: આનંદી; લહેરી; મોજી; રમુજી; ગમતી. 2. Splendid; fine: ભભકાદાર; સુંદર; ડોળદાર. 3. Dissipated; lewd: છીનાલવું; વ્યભિચારી.

Gayety-Gaiety, (ગેઈટિ) *n.* Merriment; mirth; merry delight: આનંદવૃત્તિ; આનંદીપણું; આનંદ; હર્ષ; ખુશાલી. 2. Finery; show: દેખાવ; ડોળ; ભભકો; દમામ.

Gayly, (ગેલિ) *adv.* Merrily; gleefully: ખુશી ખુશાલીથી; આનંદથી. 2. Splendidly; showily: ભભકાદાર-ડોળદાર રીતે-પણે; ભપકાબંધ.

Gaze, (ગેઝ્) *vi.* To fix the eyes in a steady and earnest look: એકી નજરે-એક ટસે જોવું; ટીકવું; ટકટક જોવું. *vt.* To view with attention: ધ્યાન-મન દઈને જોવું.*n.* A fixed look: નિરીક્ષણ; દર્શન; એકનો એક નજર; એકટસ.

Gazeful, (ગેઝ્ફુલ્) *a.* Gazing: ટગર ટગર જોઈ રહેનારૂં.

Gazette, (ગૅઝેટ્) *n.*A newspaper: વર્તમાનપત્ર; અખબાર; સમાચાર. *vt.* To announce or publish in a gazette: વર્તમાન પત્રમાં છપાવવું; જાહેર ક૦.

Gazetteer, (ગૅઝેટીર્) *n.*A writer of news: વર્તમાન પત્ર લખનાર; અખબાર નવીસ. 2. A newspaper, a gazette: વર્તમાનપત્ર. 3. A geographical dictionary: શહેર, ગામ વિગેરેનું કક્કાવાર પત્રક; દેશ વિગેરે વર્ણનના ગ્રંથ.

Gear, (ગીર્) *n.* garments; ornaments: લુગડાં; ઘરેણાં; શણગાર; અલંકાર; વસ્ત્ર. 2. Goods; property: સરસામાન; સરંજામ; રાચરચીલું. 3. The harness of horse or cattle: ઘોડાનો સાજ; પશુને જોડવાનો બધો સામાન. 4. Warlike accoutrements: લઢાઈની સામગ્રી-સરંજામ. 5. Manner; behaviour: રીત; રૂઢી; રિવાજ; ચાલ. 6. Affairs; concern: કામકાજ; ધંધો; રોજગાર; કામ. 7. A toothed wheel: દાંતાવાળું પૈડું. 8. Anything worthless; rubbish: નકામી વસ્તુ; કચરો-નજીવી વાત. *vt.* To dress; to harness: લુગડાં પહેરાવવાં; સાજ ચઢાવવો. 2. To provide with gearnig; દાંતાવાળું ક૦. *vi.* To be or come into gear: સંબંધમાં આવવું.

Geese, (ગીસ્) *n. pl.* of **goose**: હંસો. (બહુવચન).

Gelatinous, (જેલૅટિનસ્)*a.* Resembling jelly; viscous: જેલીના જેવું; ચીકણું.

Geld, (ગેલ્ડ્) *n.* Money; tribute; compensation: પૈસો; ખંડણી; કર; બદલો. *vt.* To castrate; to emasculate: અંડ કાપવા; ખાસી ક૦; નામર્દ બનાવવું. 2. To deprive of anything essential: કોઈપણ અગત્ય-ઉપયોગની ચીજ વિનાનું ક૦.

Gelding, (ગેલ્ડિન્ગ્)*n.* The act of emasculating: નામરદ ક૦ તે; ખાસી. 2.A castrated horse: ખસી-ખાસી ઘોડો.

Gem, (જેમ્) *n.* [L. *gemma*, a precious stone.] A bud: કળી. 2. A precious stone of any kind; a jewel: મણી; જવાહીર;રત્ન. *Artificial* **g**.: ખોટો હીરો.

Geminal, (જેમિનૅલ્) *n.* [L. *geminus*, twin.] A pair: જોડકું; જોડા; જોડું.

Gemini, (જેમિનાઈ) *n. pl.* (*Astron.*) A constellation of zodiac: મિથુન રાશી.

Gender, (જેન્ડર્) *n.* [L. *genus*, kind; race.] Kind; sort: જાત; ભાત.2.Sex, male or female: પુરૂષ-સ્ત્રી જાત. 3. (*Gram.*) A classification of nouns: જાત; લિંગ. *vt.* To beget; to engender: જન્મ આપવો; પેદા ક૦.*vi.* To copulate; to breed: સંભોગ-અંગસંગ ક૦; ગર્ભ રહેવો.

Genealogical, (જીનીઍલૉજિકૅલ્) *a.* Of or pertaining to genealogy: વંશ ચરિત્રનું; વંશાવલી સંબંધી. **G.** *tree*, a family lineage: વંશાવલી; પેઢીનામું.

Genealogy, (જીનીઍલૉજિ) *n.* [Gr. *genea*, birth & *logos*, discourse.] Enumeration of ancestors & their children in succession: વંશચરિત્ર; વંશાવલી વર્ણન. 2. Pedigree; lineage: વંશાવલી; પેઢીનામું; વંશપરંપરા.

Genera, (જેનરે) *n. pl.* of **genus**. જાતિ; વર્ગ.

General, (જેનરૅલ્)*a.* [L. *generalis.*] Pertaining to a whole class or order: સામાન્ય; સર્વસાધારણ; બધા વિષેનું. 2. Including all particulars: જેના અંદર સઘળા બીનાનો સમાવેશ થયેલો હોય એવું; સામાન્ય. 3. Lax in signification; vague; indefinite: મોઘમ; અસ્પષ્ટ; ખિનચોકસ. 4. Common to many of the greatest number; usual: સાધારણ; ઘણાખરાનું; સાર્વજનિક.**G.** *dealer*:સાધારણ વાપરના સઘલા ચીજના વેપારી;કુટકલ વેપારી.**G.** *lien*:

સામાન્ય હિસાબની બાકી રકમ વસલ ન થઇ હોય ત્યાં સુધી કોઈ પણ માલ અટકાવવાનો હક. **G.** *term*: સામાન્ય સંજ્ઞા—નામ. **G.** *warrant*: શક પડતા આસામીઓને પકડવાનું નામ ઠામ વગરનું મોઘમ વારંટ. *n.* The whole; the total: સામાન્ય વાત; સકલ; સઘળું. 2. The commander of an army: સરદાર; સેનાપતિ. 3. The roll of the drum which calls the troops together: લશ્કર ભેગું કરવાને વગાડેલું ઢોલ—પડઘમ. 4. (*Eccl.*) The chief of an order or monks: બાવાઓ—સાધુઓમાં શ્રેષ્ઠ—નો ઉપરી. 5. The public: the people: લોકો; આમ. *In g.*, in the main; for the most part: ઘણું કરીને; સામાન્ય રીતે: બહુ કરીને.

Generalissimo. (જેનરૅલિસિમો) *n.* The chief commander of an army: મુખ્ય સેનાધિપતિ; વડો સરદાર.

Generality. (જેનરૅલિટિ) *n.* The state of being general: સામાન્યપણું; સામાન્યતા; જાતિત્વ. 2. That which is general: મોઘમ—સામાન્ય વાત. 3. The main body; the greatest part: ઘણો ખરો ભાગ; મોટો ભાગ.

Generalize. (જેનરૅલાઇઝ્) *vt.* To bring under a genus of genera: કોઈ એક વર્ગ—જાતિમાં નાખવું—મૂકવું. 2. To use with a more extensive application: બહોળા અર્થમાં વાપરવું; ઘણાને લાગુ પાડવું. *vi.* To form into a genus: સામાન્ય રૂપ થવું; સામાન્ય નિયમમાં આવવું—હોવું.

Generally. (જેનરૅલિ) *adv.* Commonly; most frequently: ઘણીવાર; વારંવાર; સાધારણ રીતે. 2. In the main; upon the whole: ઘણું કરીને; ઘણેખરે ભાગે; સામાન્ય રીતે; બહુ કરીને. 3. Collectively; without omissions: એકઠાં; સમસ્ત; એકંદર.

Generate. (જેનરેટ્) *vt.* [L. *genero*, I beget.] To procreate: ઉત્પન્ન ક૦; જન્મ આપવો; પેદા ક૦; નિપજાવવું.

Generation. (જેનરેશન) *n.* Procreation, as of animals: ઉત્પાદન; જનન; પ્રસવ; જન્મ. 2. Production; formation: ઉત્પત્તિ; પેદાશ; સંભવ; ઉદ્ભવ. 3. Progeny; offspring: ઓલાદ; સંતાન; સંતતિ; વિસ્તાર. 4. An age: જમાનો; સદી; કાલ. 5. Race; kind; family: જાત; કુટુંબ; જ્ઞાતી.

Generative. (જેનરેટિવ્) *a.* Having the power of generating, propagating or producing: વૃદ્ધિ કરે એવું; ઉત્પાદક; જનક.

Generator. (જેનરેટર્) One who, or that which begets: ઉત્પન્ન કરનાર—રું; ઉત્પાદક; જનક. 2. An apparatus in which vapor or gas is formed from a liquid or solid: પ્રવાહી અથવા નક્કર પદાર્થોમાંથી વરાલ બનાવવાનું યંત્ર.

Generic. (જીનેરિક્) *a.* [L. *genus*, race.] Pertaining to a genus or kind: કોઈ જાતને લગતું—નું; જાતિગત. 2. Pertaining or appropriate to large classes: સામાન્ય; સાધારણ.

Generosity. (જેનરૉસિટિ) *n.* Noble birth: કુલવંતપણું; કુલીનતા; અસીલાઈ. 2. Noble mindedness: ઉદારપણું; અમીર સ્વભાવ; મોટું મન; ઉદારતા; સખાવત.

Generous. (જેનરસ્) *n.* [L. *generosus*, of noble birth.] Of honorable birth or origin; high born: ઉંચા કુટુંબનો; કુલીન; ખાનદાની. 2. Noble; honorable: ઉમદા; નામીચું; નેક; નામચીન. 3. Open-handed; munificent: સખી; ઘેતાલ; ઉદાર; દાતાર. 4. Abundant; overflowing: પુષ્કલ; ભરપૂર.

Generously. (જેનરસ્લિ) *adv.* Nobly; honorably: ઉદારતાથી; મોકલા હાથે.

Genesis. (જેનિસિસ્) *n.* [L. *genus*, birth; race.] Production; formation: ઉત્પત્તિ; પેદાશ. 2. The first book of the Old Testament: જુના ખ્રિસ્તિ શાસ્ત્રનું પહેલું પુસ્તક.

Genial. (જીનિઍલ) *a.* [L. *genialis*.] Generative: પુષ્ટિકારક; ઉત્પાદક; જનક. 2. Jovial; inspiring joy or happiness: આનંદી; મોજી; રમણિય; મનોહર; ભાવતું; પસંદ પડતું. 3. Native; natural: કુદરતી; સ્વાભાવિક; અનુકૂલ.

Genii. (જીનિઆઈ) *n.* *Pl.* of **genius**: ભૂત; પલીત; જીન.

Genitals. (જેનિટૅલ્સ) *n.* [L. *gigno*, I beget.] *Pl.* The sexual organs; the private parts: ઉત્પત્તિ કરવાના અવયવ; શરીરના છુપા ભાગ.

Genitive. (જેનિટિવ્) *a.* [L. *gigno*, I beget.] Of or pertaining to that case which expresses source or possession: છઠ્ઠી વિભક્તિનું—વિષે. *n.* The genitive case: છઠ્ઠી વિભક્તિ; ષષ્ઠી.

Geniture. (જેનિટ્યૂર્) *n.* Generation; procreation; birth: જન્મ; ઉત્પત્તિ.

Genius. (જીનિઅસ્) *n.* *Pl.* **Geniuses.** [L. *gigno*, I beget.] A spirit good or bad: દુત; ભૂત, પિશાચ, જીન; દેવતા. 2. The peculiar structure of mind: સ્વભાવ; વલણ; વૃત્તિ; પ્રકૃતિ; મિજાજ. 3. Uncommon intellectual power; mental superiority: બુદ્ધિ; બુદ્ધિબલ; બુદ્ધિસામર્થ્ય. 4. A man of superior intellectual faculties: બુદ્ધિશાલી પુરૂષ; બુદ્ધિસાગર; કલાવંત; કાબેલ.

Gent. (જેન્ટ્) *a.* [L. *genitus*, born.] Gentle; noble: ખાનદાની; કુલીન. 2. Neat; pretty: સુંદર; ખુબસૂરત; દેખાવડું; ફુટડું; શોભિતું.

Genteel. (જેન્ટીલ) *a.* Polite; well-bred: સુજન; સભ્ય; વિવેકી; અદબઅદાબવાલું. 2. Elegant in appearance, dress, or manner: સુઘડ; દેખાવડું.

Gentian. (જેન્સિઍન) *n.* [L. *gentiana*.] Any one of a genus of herbaceous plants: જીનસીંગ મુલ.

Gentile. (જેન્ટાઇલ) *n.* [L. *gentilis*, belonging to the same class or people.] A worshiper of false gods; a heathen: મૂર્તિપૂજક; બુતપરસ્ત.

Gentility. (જેન્ટિલિટિ) *n.* Good extraction; dignity of birth: કુલીનતા; અસીલાઇ; ખાનદાન. 2. Good breeding: ભલમનસાઈ; વિવેક; સભ્યતા; વિનય.

Gentle. (જેન્ટલ) *a.* [L. *gens*, *gentis*, tribe.] Well born: કુલીન; ખાનદાની; કુલવંત. 2. Refined in manners; meek; amiable: સભ્ય; વિવેકી; નમ્ર; અસીલ; અશરાફ. 3. Tame; peaceable: ગરીબ; રાંક; સાલસ; ભલું. 4. Soothing; pacific: શાંતિકારક;

પીયુ'; કોમલ. *The* **g.** *folks*: કુલીન લોક;ગૃહસ્થ લોક.

Gentleman, (જેન્ટલ્મૅન)*n.*A man well-born; one of good family: ગૃહસ્થ; સજ્જન; સુજન. 2. A well-bred man: સભ્ય–વિવેકી પુરૂષ. 3. One who bears arms but has no title: ખિતાબ વિનાનો લશ્કરી માણસ.4.The servant of a man of rank: અમીર–ઉમરાવનો ચાકર; અમીરનો મુનશી. 5.A man irrespective of condition: માણસ; લોક; જન. **G.** *usher*; મળવા આવેલા લોકોની ઓળખાણ કરાવનાર.

Gentlemanlike-gentlemanly, (જેન્ટલ્મૅનલાઇક-જેન્ટલ્મૅનલિ) *a.* Well-behaved; courteous: polite: સભ્ય; વિવેકી; લાયકી–ભલમનસાઈવાળુ';

Gentleness, (જેન્ટલ્નેસ્)*n.* Gentility; mildness: કુલીનતા; ભલાઈ; ભલમનસાઈ;રાંકપણુ';સાલસાઈ; નરમાસ.

Gentlewoman. (જેન્ટલવુમૅન) *n. pl.* **Gentle-women**. A woman of good family or of good breeding: કુલીન–સારા ઘરની આબરૂદાર સ્ત્રી; કુલાંગના. 2. A woman who attends a lady of high rank:ઉમરાવની સ્ત્રીની સહીઅર.

Gently. (જેન્ટ્લિ) *adv.* In a gentle manner: નરમાશથી; ધીમે રહીને; સાલસાઈથી; ભલમનસાઈથી; રાંકપણે.

Gentoo, (જેન્ટૂ) *n. pl.* **Gentoos**. a Native of Hindustan; a Hindoo: હીંદુસ્થાનનો રહેવાશી; હીંદુ.

Gentry. (જેન્ટ્રિ) *n.* Birth; condition: જન્મ; સ્થિતિ.2.People of education and good breeding: કુલિન જન: અશરાફ માણસ. 3. Courtesy; civility: સભ્યતા; વિવેક; ભલમનસાઈ; સાલસાઈ.

Genu, (જેન્યૂ) *n, pl.* **Genua**. (*a*) The knee: ઘુટણ. (*b*) The kneelike band: ઘુંટણના જેવો વલેલો ભાગ.

Genuflection, (જેન્યૂફ્લેકશન) *n. pl.* [L. *genu*, knee& *flecto*, I bend.]The act of bending the knee, particularly in worship: ઘુટણ મરડીને બેસવું તે.

Genuine, (જેન્યૂઇન) *a.* [L. *gigno*, I beget.] Real; pure: ખરૂં; અસલ; ચોખ્ખુ'; સાફ; નિખાલસ; શુદ્ધ; અમિશ્રિત.

Genus. (જીનસ્)*n. Pl.* **Genera**.[Gr. *genos.*] A class of object divided into several subordinate species: જાતિ; વર્ગ; ગણ; પ્રકાર.

Geogony, (જીઑગૉનિ) *n.* [Gr. *ge* & *gone*, offspring.] The branch which treats of the formation of the earth: ભુસ્તર વિદ્યા.

Geographer, (જીઑગ્રેફર) *n.* One versed in geography: ભૂગોલ વિદ્યા જાણનાર; ભૂગોલશાસ્ત્રી.

Geographical, (જીઑગ્રૅફિકલ) *a.* Of or pertaining to geography: ભૂગોલ વિદ્યા સંબંધી–વિષયક.

Geography, (જીઑગ્રૅફિ)*n.*[Gr.*ge*, the earth & *grapho*, I describe.] The science which treats of the world and inhabitants: ભૂગોલ વિદ્યા. 2. A treatise on this science: ભૂ વર્ણન; ભૂગોલ વર્ણન. *Physical* **g.**: ભૂરચના શાસ્ત્ર–વિદ્યા. *Political* **g.**: રાજકીય ભૂગોલ વિદ્યા.

Geologist, (જીઑલૉજિસ્ટ્) *n.* One versed in the science of geology: ભુસ્તરશાસ્ત્રી; ક્ષિતિરચનાવેત્તા.

Geology, (જીઑલૉજિ) *n. pl.* **Geologies**. The science which treats of the structure and mineral constitution of the globe: ભુસ્તરવિદ્યા; ભૂરચના શાસ્ત્ર. 2. A treatise on the science: ભુસ્તરવર્ણન.

Geometrical. (જીઑમેટ્રિકલ) *a.* Pertaining to, or according to the rules or principles of geometry: ભૂમિતિ સંબંધી. **G.** *pace*: પાંચ ફુટનું માપ. **G.** *progression*, ભૂમિતિશ્રેઢિ.

Geometrician, (જીઆમટ્રિશિઅન) *n.* One skilled in geometry:ભૂમિતિ જાણનાર;ભૂમિતિશાસ્ત્રી; રેખાગણક.

Geometry, ((જીઑમેટ્રિ) *n.* [Gr. *ge*,the earth & *metron*, measure.] The science which treats of the properties and relations of magnitudes: ભૂમિતિ: રેખાગણિત. 2. A treatise on this science: ભૂમિતિવર્ણન.

Georgic, (જૉર્જિક)*n.*[Gr.*ge* & *ergo*, to work.] A rural poem: ખેડૂત લોકોની કવિતા.*a.* Relating to agriculture: ખેતીવાડી સંબંધી.

Germ (જર્મ) *n.* [L. *germinis*, sprout; bud.] The earliest form under which an organism appears: ફણગો; અંકુર; પીલો. 2. That, from which any thing springs; origin: બીજ; મૂલ.

German, (જર્મન) *a.* [L. *germanus*, full.] Nearly related; closely akin: અડતું–પાસેનું સગું; નજદીકની સગાઈવાળુ'. *n.* A native or one of the people of Germany: જર્મનીનો રહેવાસી–વતની. 2. The german language: જર્મન ભાષા.3. A round dance: ગોળનાચ. *cousins* **g.**:મામાફોઇનાં અથવા મસિયાઈ કે પિત્રાઇ ભાઇ બેહેન. *a* Of or pertaining to Germany: જર્મની સંબંધી–ને લગતું. **G.** *silver*: જર્મનસીલ્વર; ખોટી ચાંદી.

Germane, (જર્મેન) *a.* Near; akin: પાસેની સગાઈવાળુ'. 2. Closely allied; appropriate or fitting: ઘટતુ'; બેસતું; લાયક; યોગ્ય; અનુકૂલ; બંધબેસતું.

Germinal, (જર્મિનલ) *a.* Pertaining or belonging to a germ: ફણગા–અંકુર સંબંધી: બીજભૂત. *n.* The seventh month of the French republican calendar: ફ્રાન્સના પ્રજા સત્તાક રાજ્યના પંચાંગનો સાતમો મહિનો.

Germinate. (જર્મિનેટ્)*vi.* To sprout; to bud: ફણગો–અંકુર ફુટવો.

Gerund, (જેરન્ડ્) *n.* [L. *gero*, I bear.] A kind of verbal noun: ધાતુસાધિત–કૃદંત નામ.

Gestation, (જેસ્ટેશન) *n.* [L. *gero*, I bear.] Pregnancy; ગર્ભ–હમેલ રહેવા તે; ગર્ભધારણ;(—of beasts): ગાભણપણું.

Gesticulate, (જેસ્ટિકયુલેટ્) *vi.* [L. *gero*, I bear.] To make gestures or motions, as in speaking: બોલતી વખતે ચાળા ક૦; ચેષ્ટા–હાવભાવ ક૦.

Gesticulation, (જેસ્ટિકયુલેશન)*n.*A gesture:.

ચાલા; અંગચેષ્ટા; ચાલાચસકા; હાવભાવ.

Gesture, (જેસ્ટ્યૂર્) *n.* [L. *gero,* I bear.] A motion of the body or limbs expressive of sentiments or passion: ચાલા; અંગચેષ્ટા;હાવભાવ; ચાલાચસકા. *vt.* To illustrate with gesture: ચાલા-અંગચેષ્ટા કરી જણાવવું. *vi.* To make gestures: હાવભાવ-ચાલા કo.

Get, (ગેટ્) *vt.* [*Imp. & p. p.* **Got.**] To procure; to obtain: મેળવવું; સંપાદન-પ્રાપ્ત કo; કમાવું; રળવું. 2. To come into or to be in possession of; to have: કબજામાં આવવું; મળવું; પાસે હોવું. 3. To beget; to generate: જન્મ આપવો. 4. To learn; to commit to memory: શીખવું; મોઢે-પાઠ કo. 5. To induce; to persuade: લલચાવવું; સમજાવવું. 6. To betake; to remove (*In a reflexive use*): જતા રહેવું; નાસી જવું; ખસી જવું. *To* **g.** *by heart,* to commit to memory: મોઢે-પાઠ કo. *To* **g.** *the better of, To* **g.** *the best of,* to surpass; to subdue: ચઢીઆતા થવું; વશ કo. *To* **g.** *up,* to prepare: તૈયાર કo; બનાવવું; રચવું. *vi.* To gain; to profit: મેળવવું; મળવું; વધવું. 2. To arrive at; to come to be; to become: જઇ પહોંચવું; થવું; હોવું. *To* **g.** *away,* to leave; to escape: તજી દેવું; જતા રહેવું; નાસી જવું. *To* **g.** *down,* to descend: ઉતરવું. *To* **g.** *along,* (*a*) to make progress: આગલ-ચાલવું-જવું-વધવું. (*b*) To succeed; to fare: ઠીક હોવું; ફતેહ પામવું. *To* **g.** *out,* to escape: નિકલી-છટકી-સટકી બચી જવું. *To* **g.** *through,* (*a*) to traverse: ઓલંગવું. (*b*) to finish: પુરૂં-સમાપ્ત કo. *To* **g.** *off,* (*a*) to alight or dismount: નિચે ઉતરવું: ઉતરવું. (*b*) *To* escape: બચી જવું; છટકી-સટકી જવું; ઉગરી જવું. *To* **g.** *ahead,* to prosper; to advance: આગલ વધવું; આબાદ થવું; ફતેહ પામવું. *To* **g.** *beyond,* to pass or go further than; to exceed: આગલ જવું-વધવું. *To* **g.** *clear,* to be released from: મુક્ત-છુટા થવું; મોકલા થવું. *To* **g.** *forward,* to proceed; to advance: આગલ વધવું-જવું. *To* **g.** *loose or free,* to be released from confinement: કેદખાનામાંથી મુક્ત-છુટા થવું; છુટવું. *To* **g.** *on,* to proceed; to prosper: આગલ વધવું; આબાદ થવું. *To* **g.** *over* (*a*) to pass over or overcome: વશ-તાબે કo; જીતવું. (*b*) To recover from, as a calamity: (દુઃખમાંથી) મુક્ત થવું-સાજા થવું. *To* **g.** *up,* (*a*) to rise: ઉઠવું; જાગવું. (*b*) To ascend; to climb: ચઢવું. *To* **g.** *the upper hand,* to gain superiority: ચઢીયાતા હોવું. *To* **g.** *hold of,* to seize; to acquire: પકડવું; મેળવવું; પ્રાપ્ત કo. *To* **g.** *rid of,* to remove: દૂર કo; પીડા પટાવવી; કાસલ કાઢવી. *To* **g.** *the day,* to win: જીતવું; ફતેહ પામવું. *To* **g.** *wind,* to become known: જાહેર-પ્રગટ-પ્રસિદ્ધ થવું;-જાણવામાં આવવું. *To* **g.** *with child,* to be pregnant: હમેલ રહેવા.

Gew-gaw, (ગ્યુગૉ) *n.* A showy trifle: હલકી કિંમતનું ભભકાદાર-રમકડું; નજીવી ચીજ. *a.* Showy; unreal: દેખાવડું; ખોટું.

Ghastly, (ગૅસ્ટ્લિ) *a.* Deathlike; pale: ફિકું; ધોળુંફક. 2. Horrible; dreadful: ભયંકર; વિકટ; ભયાનક; વિકાલ; બિહામણું.

Ghat-ghaut, (ઘાંટ્) *n.* A pass through a mountain: પર્વતમાં કોતરી કાઢેલો રસ્તો; ઘાટ. 2. A range of mountains: પર્વતોની હાર; ઘાટ.

Ghost, (ગોસ્ટ્) *n.* The spirit; the soul of man: માણસનો આત્મા. 2. The soul or spirit of a deceased person; spectre: પિશાચ; ભૂત; ખવિસ; જીન. *Holy ghost:* પવિત્રાત્મા. *To give up* or *yield up the ghost,* to die; to expire: મરી જવું; પ્રાણ-દેહ મુકવો-છોડવો.

Giant, (જાઇઍન્ટ્) *n.* [L. *gigas.*] A man of extraordinary bulk and stature: દૈત્ય; દાનવ; અસુર; રાક્ષસ. 2. A person of extraordinary strength or powers: બળવાન માણસ: રાક્ષસ જેવો જબરો માણસ. *a.* Like a giant: રાક્ષસ જેવું;કદાવર.

Giantlike, (જાઇઍન્ટ્લાઇક્) *a.* Of unusual size; gigantic; huge: કદાવર; ગંજાવર.

Gib, (જિબ્) *n.* A male cat; a tomcat: બિલાડો.

Gibberish, (ગિબરિશ્) *n.* Unintelligible language; jargon: પટપટારો; લવારો; બકબક; લવલવ. *a.* Unmeaning: સમજ ન પડે એવું; અસ્પષ્ટ.

Gibbet, (જિબ્બેટ્) *n.* [L. *gibbus,* hunched.] A kind of gallows: વધસ્તંભ; ફાંસીનું લાકડું. *vt.* To hand and expose on a gibbet: ફાંસી દેવી. 2. To expose to infamy: બદનામ-બેઆબરૂ કo.

Gibbous, (ગિબસ્) *a.* Protuberant; convex: બહાર નીકળતું; બાહ્ય ગોળ; બિંબાકાર. 2. Hunched; humpbacked: ખુંધવાળું.

Gibe, (જાઇબ્) *vi. & vt.* To deride; to scoff at; to mock: મશ્કરી-હાંસી કo; ઠેકડી કo; બનાવવું. *n.* A scoff; a taunt; a sneer: મશ્કરી; મેહેણું; હાંસી; મજાક; ટોલ.

Giddiness, (ગિડિનેસ્) *n.* The quality or state of being giddy: ફેર; ચક્કર; તંમર.

Giddy, (ગિડિ) *a.* Dizzy: ફેર-ચક્કરવાળું; ચક્કર આવેલું; ફેર-ચક્કર-તમ્મર આવે-ચઢે તેવું. 3. Fickle; thoughtless: નાદાન; અવિવેકી; અવિચારી; ગાફેલ.

Gif, (ગિફ્) *conj.* If: જો.

Gift, (ગિફ્ટ્) *n.* A present: ભેટ; બક્ષીસ; નજરાણું. 2. The right or power of bestowing: આપવાનો હક; દાન; દાનાધિકાર. 3. A bribe: લાંચ. 4. A pre-eminent and special talent or aptitude; faculty: બુદ્ધિ-હોશિયારી; શક્તિ; ગુણ; કલા; કરામત.

Gifted, (ગિફ્ટેડ્) *a.* Talented; clever: ગુણવાન; ગુણીજન; ગુણવંત; કલાવંત; હુશિયાર.

Gig, (ગિગ્) *n.* A fiddle: સારંગી. *n.* A playful or wanton girl; a giglot: રમતિયાલ-રખડેલ છોકરી-છોડી. *n.* A top or whirligig: ભમરડો. *n.* A light carriage, with one pair of wheels, drawn by one horse: એક ઘોડાની બે પૈડાંની હલકી ગાડી; બગી.

Gigantic, (જાઇગૅન્ટિક્) *a.* [L. *gigas,* giant.

Of extraordinary size; like a giant: રાક્ષસી; રાક્ષસ જેવું; કદાવર; અતિ મોટું; ગંજાવર. 2. Immense; tremendous; extraordinary: અસાધારણ; અતિશય; ઘણું જ;ભયાનક;મોટું; જબરૂં;જબરદસ્ત.

Giggle, (ગિગલ્) *vi.* To laugh in a light, affected or silly manner: હિહિ હાહા હસવું; ખડખડ હસવું. ખીખી ખાખા ક૦. *n.* A kind of laugh, with short catches of the voice or breath: હિહિ હાહા હસવું તે; ખીખી ખાખા.

Gild, (ગિલ્ડ્) *vt.* To cover with a golden color: સોનાનો ઢોલ ચઢાવવો; સોનાથી રસવું. 2. To adorn; to brighten: શણગારવું; ચકચકિત-ખુશનુમા-શોભિતું ક૦. 3. To give a fair but deceptive outward appearance to: ઉપરથી સારૂં દેખાય તેમ ક૦; ભભકો દેખાડવો.

Gilder, (ગિલ્ડર્) *n.* One who gilds: રસણીઓ; રસનાર.

Gill, (જિલ્) *n.* An organ for aquatic respiration: ચુંઈ. *n.* A leech: જલો.

Gilt, (ગિલ્ટ્) *p. p.* & *a.* Gilded; covered with gold: રસેલું; ઢોલ ચઢાવેલું. *n.* Gilding: રસાણ; રસણ; ઢોલ. 2 Money: પૈસો; દોલત.

Gimlet, (ગિમ્લેટ્) *n.* A small tool for boring holes: સારડી; ટોપણ; વેધન. **G**.*eye*:ખાડી-ત્રાંસીઆંખ.

Gin, (જિન્) *n.* A strong alcoholic liquor, distilled from rye and barley: જીનદારૂ. *n.* Contrivance; artifice: યુક્તિ; પ્રપંચ; દાવપેચ; જાલ; પાશ; ફાંસો. 2. A machine for raising or moving heavy weights: મોટા ભાર ચઢાવવાનું-ઉતારવાનું યંત્ર. 3. A cotton gin: ચરખો; રૂ લોઢવાનો સાંચો; જીન. *vt.* To catch in a trap: ફાંસા-ફંદામાં નાંખવું; છટકાંમાં પકડવું; ફસાવવું. 2. To clear of seeds by a machine: લોઢવું.

Ginger, (જિન્જર્) *n.* [L. *Zingiber.*] A plant of the genus *Gingiber*: આદુ; સુંઠ.

Gingerly, (જિન્જર્લિ) *adv.* Cautiously; timidly: સંભાળીને; ચોકસાઇથી; સંભાલપૂર્વક;ધીમેધીમે.

Gipsy. (જિપ્સિ) *n.* One of the vagabond race: ઠામઠામ રખડતા લોકમાંનું એક; રખડાઉ.

Giraffe. (જિરૅફ્) *n.* The camelopard: જીરાફ.

Gird, (ગર્ડ્) *vt. Imp.* & *p. p.* **girt**, or **girded**. To encircle or bind with any flexible band: વિંટવું; ફરતું બાંધવું. 2. To make fast by binding with a cord, bandage, &c: બંધ-દોરી-પટાથી-કશીને-જકડીને બાંધવું. 3. To surround; to encircle: વીંટી ઘેરી લેવું; આસપાસ ફરી વલવું; ફરી-વંટાઈ વલવું; ઘેરવું. 4. To swathe; to invest: વિંટાલવું; પહેરાવવું. 5. To prepare; to make ready: તૈયારી ક૦; સજ થવું.

Girder. (ગર્ડર્) *n.* One who girds; a satirist: ઉપહાર કાવ્ય રચનાર; શાલમાં લપેટીને મેહણાં મારનાર. *n.* A main beam: ધરણ; તુલઈ; ભાલ.

Girdle, (ગર્ડલ્) *n.* A griddle: રોટલી શેકવાની છાબર; તવો; તાવડી; લોઢોડી. *n.* A belt: કમ્મરપટો; કંદોરો; કમ્મરબંધ; પટ્ટો. 2. The zodiac: રાશીચક્ર; મંડલ. 3. A thin bed of stone: પથરાનું પાતલું પડ-થર. **g.** *wheel*, spinning wheel: ચરખો; રેંટીઓ. *vt.* To bind with a belt; to gird: કમરપટો બાંધવો; પટે વતી બાંધવું. 2. To environ; to shut in: ઘેરો નાંખવો; લપેટવું; ઘેરી લેવું. 3. To make a cut or groove: કાપો-ખોભણ પાડવી.

Girl, (ગર્લ્) *n.* A young person of either sex; a child: છોકરૂં; બચ્ચું. 2. A female child:છોકરી; કુમારીકા; કન્યા. 3. A maid servant: ચાકરડી.

Girlish, (ગર્લિશ) *a.* Like a girl; innocent: છોકરીની માફક-જેવું; નિર્દોષ; નિરપરાધી.

Girt, (ગર્ટ્) *vt.* To gird; to encircle: બાંધવું; લપેટવું. *a.* Bound by a cable: દોરડાથી બાંધેલું.

Girth, (ગર્થ્) *n.* A strap or band by which a saddle is fastened upon the back of a horse: પટો; ઘોડાનો તંગ. 2. the circumference of anything: ઘેર; ઘેરાવો; ફેર; ફેરાવો. *vt.* To gird with a girth: ઘોડાનો તંગ બાંધવો.

Gist, (જિસ્ટ્) *n.* [L. *jacio*, I throw.] The main point of a question; the pith of a matter: મુદ્દાની વાત; મુદ્દો; હાર્દ;ભાવ;મુખ્ય મતલબ.

Give, (ગિવ્) *vt. Imp.* **gave**. *p. p.* **given**. To confer: સમર્પવું; દાન ક૦; અર્પણ ક૦; દેવું; આપવું. 2. To produce; to emit: ઉત્પન્ન-પેદાક૦; ઉપજાવવું. 3. To communicate or announce; to render or utter: કહેવું; જણાવવું; પ્રદર્શિત ક૦. 4. To permit; to allow; to license: રજા-છૂટ-પરવાનગી આપવી. 5. To exhibit as a result; to show: દેખાડવું. 6. To allow or admit by supposition: ધારવું; ગણવું; લેખવવું. *To* **g.** *away*, to transfer: છોડી દેવું; આપી દેવું; બીજાને નામે ચઢાવવું. *To* **g.** *birth to*, (*a*) to bear or bring forth, as a child: જન્મ આપવો. (*b*) To originate: નવું રચવું; બનાવવું; પેદા ક૦. *To* **g.** *chase*, to pursue: પાછલ મંડવું-લાગવું-પડવું. *To* **g.** *ear to*, to listen: કાન ધરવો; સાંભલવું. *To* **g.** *forth*, to give out; to publish: પ્રકટ-જાહેર-પ્રસિદ્ધ ક૦; કહેવું; જણાવવું. *To* **g.** *ground*, to recede; to yield advantage: હાથ ઉઠાવવો; પાછું હઠવું. *To* **g.** *the hand*, to pledge friendship or faith: ભાઇબંધી ક૦-બાંધવી; વચન-કોલથી બંધાવું. *To* **g.** *the hand of*, to bestow in marriage:પરણાવવું;લગ્ન કરી આપવું. *To* **g.** *in*, to abate; to deduct: ઓછું-કમી ક૦; ઘટાડવું. *To* **g.** *the lie to*, to tell that he lies: તે જુઠો છે-જુઠું બોલે છે એમ કહેવું. *To* **g.** *out*, (*a*) to utter publicly; to declare: જાહેર ક૦; જણાવવું; પ્રસિદ્ધ ક૦. (*b*) To send out; to emit: બહાર કાઢવું-નિકલવું-આવવું. *To* **g.** *the sack*, to cheat: છેતરવું; ધૂતવું. *To* **g.** & *take*, (*a*) to average gains and losses: નફો ટોટો સરખો ક૦; સરભર ક૦. (*b*) To exchange freely, as blows, sarcasms, &c.: બરોબર ઉતરવું. *To* **g.** *up*, (*a*) to abandon; to surrender: છોડી-મુકી દેવું; હાથ ઉઠાવવો; તાબે ક૦. (*b*) To make public; to reveal: જણાવવું; જાહેર ક૦; કહેવું. *To* **g.** *one's self up*, to abandon hope; to despair: આશા મુકવી. *To* **g.** *way*, (*a*) to withdraw; to give place: હરીફાઇમાંથી નિકલી જવું; વશ-આધીન થવું. (*c*) To depreciate, or decline in value: ઉતરી જવું; ઘટી જવું; ભાવ બેસી જવો. *vi.* To give a gift or gifts: બક્ષીસ આપવું. 2. To yield to force or pressure; to relax: બેસી જવું; દબાઇ જવું. 3. To become soft or moist: નરમ–પોચું અથવા ભીનું થવું. 4. To move; to recede: ખસવું; પાછું જવું; હઠવું. *To* **g.** *back*, to recede; to retreat: પાછું ફરવું–હઠવું–જવું. *To* **g.** *in*, to yield; to cease opposition: લડાઇમાંથી નિકળી જવું; તાબે–વશ–આધીન થવું. *To* **g.** *out*, to expend all one's strength; to fail: પોતાનું જોર કાઢી નાખવું–વાપરવું; ખૂટી પડવું; આવી રહેવું; થાકી જવું. *To* **g.** *over*, to discontinue; to desist: અટકવું; બંધ પડવું; મૂકી દેવું. *To* **g.** *up*, to cease from effort; to despair: છોડી–મૂકી દેવું; નાઉમેદ થવું.

Giver, (ગિવર્) *n.* One who gives; a bestower; grantor: આપનાર; બક્ષનાર; દાતા.

Gizzard, (ગિઝર્ડ્) *n.* [L. *gigeria.*] The second, or true muscular stomach of birds, in which the food is crushed and ground: પક્ષીની હોજરી–કોઠો. *To fret the* **g.**, to harass; to worry: કંટાલો આપવો; હેરાન ક૦; ધકવવું; પજવવું.

Glacial, (ગ્લેશિઅલ્) *a.* [L. *glacies*, ice.] Frozen; icy: ઠરી ગયલું. 2. Resembling ice: બરફના જેવું; હિમરૂપ.

Glacier, (ગ્લેશિઅર્) *n.* [L. *glacies*, ice.] An immense field or stream of ice: ખીણોમાં થયેલા બરફનો ઢગલો; હિમક્ષેત્ર; બરફનો પટ.

Glacious, (ગ્લેશસ્) *a.* Resembling ice; icy: બરફ સંબંધીનું–ના જેવું; હિમમય; હિમરૂપ.

Glad, (ગ્લૅડ્) *a.* Pleased; happy; cheerful: પ્રસન્ન; રાજી; ખુશી; સુખી; આનંદી. 2. Producing gladness: આનંદમય; ખુશકારક; ખુશી ઉપજાવે એવું; ખુશનુમા; રળીયામણું. *vt.* & *vi.* To make glad; to gladden: રાજી–ખુશી થવું–હોવું–ક૦; આનંદ–હર્ષ પમાડવો–પામવો.

Gladden, (ગ્લૅડન્) *vt.* To cheer; to please: ખુશી–પ્રસન્ન–રાજી ક૦. *vi.* To become glad; to rejoice: રાજી–ખુશી થવું; આનંદ પામવો.

Glade, (ગ્લેડ્) *n.* An open passage through a wood: વન–ઝાડોમાં રસ્તો; વનમાર્ગ. 2. An opening in the ice of rivers or lakes: નદી અથવા સરોવરના બરફપરથી જવાનો માર્ગ.

Gladiate, (ગ્લેડિએટ્) *a.* [L. *gladius*, sword.] Sword-shaped: તરવારના આકારનું.

Gladiator, (ગ્લેડિએટર) *n.* A sword player: તરવારથી રમનાર; તલવારિયો.

Gladly, (ગ્લૅડ્લિ) *adv.* Preferably: પસંદ પડે તેમ; આનંદથી; ખુશીથી; આનંદ પૂર્વક.

Gladness, (ગ્લૅડ્નેસ્) *n.* Pleasure; cheerfulness: ખુશી; આનંદ; હર્ષ; સંતોષ; ખુશાલી.

Gladsome, (ગ્લૅડ્સમ) *a.* Pleased; cheerful: રાજી; ખુશી; આનંદી; હર્ષજનક; ખુશાલીભર્યું; ખુશકારક.

Glair, (ગ્લેર્) *n.* [L. *clarus*, clear.] The white of egg: ઇંડાની સફેદી. 2. Any viscous substance: કોઇ પણ ચીકણો ઘોળો પદાર્થ. *vt.* To smear with the white of an egg: ઇંડાની સફેદીથી ખરડવું.

Glance, (ગ્લૅન્સ્) *n.* A sudden flash of light: ઝબુકો; ઝબકારો; ચલકારો. 2. A quick cast of the eyes; a glimpse: આંખનો પલકારો; આંખની ઈશારત. *vi.* To shoot or emit a flash of light; to shine: ચલકવું; ઝબુકો–ઝબકારો થવો; પ્રકાશવું. 2. To look with a sudden, rapid cast of the eye: ઉતાવળી નજર–દૃષ્ટિથી જોવું; આંખ પલકાવવી; કટાક્ષથી જોવું; કટાક્ષ મારવી.

Gland-Glandule, (ગ્લૅન્ડ્-ગ્લૅન્ડ્યૂલ્) *n.* [L. *glans*, a corn.] Any small gland or secreting vessel: ન્હાની ગાંઠ; માંસગ્રંથિ; પિંડ.

Glandular, (ગ્લૅન્ડ્યૂલર્) *a.* Consisting of glands; pertaining to glands: ગ્રંથિમય; ગાંઠવાળું–ભરેલું; ગાંઠદાર.

Glare, (ગ્લૅર્) *vi.* To shine with a bright, dazzling light: ઝગઝગવું. 2. To look fierce: કરડી નજરે જોવું; ઘુરકવું. 3. To be ostentatiously splendid or gay: ડાલ–ભભકો ક૦. *n.* A bright dazzling light: ઝલઝલાટ; ઝલઝલું; અજવાળું–તેજ. 2. A fierce, piercing look or stare: ગુસ્સા ભરેલો દેખાવ; ક્રોધ દૃષ્ટિ.

Glaring, (ગ્લૅરિન્ગ્) *a.* Clear: ખુલ્લું; સ્પષ્ટ; દેખીતું; પ્રત્યક્ષ; ચોખ્ખું; હડહડતું; ઉઘાડું.

Glass, (ગ્લૅસ્) *n.* A hard, brittle, translucent, and commonly transparent substance: કાચ. 2. (*a*) A looking glass; a mirror: દર્પણ; તકતો; આરસી–સો; ચાટલું. (*b*) An hour-glass: કલાક જાણવાની શીશી; ઘડી. (*c*) A drinking vessel; a tumbler: કાચનો પ્યાલો–પવાલું; ગલાસ. (*d*) An optical glass; a lens: જોવાનો કાચ. (*e*) A weather glass; a barometer: હવામાપન યંત્ર. (*f*) *pl.* Spectacles: ચશ્માં; ઉપનેત્ર.

Glassiness, (ગ્લૅસિનેસ્) *n.* The quality of being glassy: કાચ જેવું સુંવાલાપણું.

Glassy, (ગ્લૅસિ) *a.* Made of glass; vitreous: કાચનું બનાવેલું; કાચનું; બિલોરી. 2. Resembling glass in its properties: ગુણમાં કાચને મલતું; સ્વચ્છ; નિર્મલ. 3. Dull: મંદ; ઝાંખું.

Glaze, (ગ્લેઝ્) *vt.* To furnish with glass: કાચ બેસાડવો–નાંખવો–જડવો. 2. To render smooth, glasslike, or glossy: ઘુંટવું; કાચ જેવું લીસું ક૦; ઓપ દેવો; ઘુંટો ક૦; લખોટવું; ઝલેહ–સફાઇ આપવી. 3. To apply thinly a transparent colour to: રોગાન લગાડવું. *n.* Anything used as a coating or color in glazing: ઓપ; રોગાન; ઘુંટો. 2. A glazing oven: કાચ પકવવાની ભઠ્ઠી.

Glazier, (ગ્લેઝ્હર્) *n.* One whose business is to set glass: કાચ બેસાડનાર–જડનાર.

Gleam, (ગ્લીમ્) *n.* A beam; a ray; a glimpse: કિરણ. 2. Brightness; splendor: ચલકાટ; પ્રકાશ; પ્રભા; તેજ. *vi.* To shoot, or dart, as rays of light: પ્રકાશનાં–તેજનાં કિરણો નિકળવાં. 2. To shine; to glitter: ચલકવું; પ્રકાશવું.

Gleamy, (ગ્લીમિ) *a.* Darting beams of light; flashing: ચલકતું; પ્રકાશ–તેજનાં કિરણ પ્રસારતું.

Glean, (ગ્લીન્) *vt.* To gather after a reaper;

to collect in scattered parcels: દાણા વીણવા; વિણવું; ચુનવું. 2. To gather from(*a field*)what is left: જે બાકી રહ્યું હોય તે ખેતરમાંથી એકઠું કo. 3. To collect with patient and minute labour; to obtain: અતિશય મહેનતથી-ખંતથી એકઠું કo; મેળવવું; મહા મહેનતે ભેગું કo. *vi.* To gather ears of grain: અનાજના કણસલાં એકઠાં કo. 2. To gather anything by degrees: ધીમે ધીમે કાંઇક એકઠું કo.

Gleaning, (ગ્લીનિન્ગ્) *n.* The act of gathering after reapers: દાણા વીણી લેવા તે. 2. That which is collected by gleaning: વીણી વીણીને જે એકઠું કરવામાં આવેછે તે.

Glee, (ગ્લી) *n.* Music;minstrelsy: ગાયન;રંગરાગ. 2. Joy; gayety; merriment: આનંદ; મોજમજા; ખાવા પીવાની મજા; હર્ષ; હરખ.

Gleet, (ગ્લીટ્) *n.* A transparent mucous discharge from the urethra: એક જાતનો પરમીઓ. *vt.* To flow in a thin, limpid humour: પાતલા, સાફ રસનું વહેવું-જવું; ઝરવું; ધીમે ધીમે વહેવું.

Glen, (ગ્લેન્)*n.*A secluded and narrow valley; a dale: ખીણ; ખો.

Glib, (ગ્લિબ્) *a.* Smooth; slippery: લીસું; લપસી પડાય એવું. 2. Fluent; voluble: બોલકણું; વાચાલ; તેજ ઝબાનવાળું.

Glide, (ગ્લાઇડ્) *vi.* To move gently and smoothly: લપસી જવું; સરી જવું; વહી જવું.

Glim, (ગ્લિમ્) *n.* Brightness; splendor: ચલકાટ; તેજ; ભભકો. 2. A light or candle: દીવો; બત્તી; દીવટ.

Glimmer, (ગ્લિમર્) *vi.* To shine faintly: ઝાંખું તેજ આપવું; ઝાંખું બળવું. *n.* A faint, unsteady light or gleam: ઝાંખું તેજ-કિરણ; મંદ પ્રકાશ. 2. Mica: અબરખ.

Glimmering, (ગ્લિમરિન્ગ્) *n.* Faint unsteady light: ઝાંખું-મંદ તેજ.2.A faint view or idea: અપૂર્ણ વિચાર; આભાસ; ઝાંખી સમજ.

Glimpse, (ગ્લિમ્પ્સ્) *n.* A sudden flash; a transient luster: ક્ષણિક તેજ-પ્રકાશ-કિરણ; મંદ પ્રકાશ; ઝાંખી રોશની. 2. A short, hurried view, a quick sight: ઉપર ઉપરની નજર-દેખાવ;આભાસ; છાયા. 3. A faint idea: ઝાંખો વિચાર. *vi.* To appear by glimpses: ઝાંખું-જેવું તેવું દેખાવું. *vt.* To catch a glimpse of: નજર નાંખવી.

Glisten, (ગ્લિસન્) *vi.* To sparkle; to shine: ચલકવું; ચકચકવું; ઝલકવું; પ્રકાશવું.

Glister, (ગ્લિસ્ટર્) *vi.* To be bright; to sparkle; to shine; to glitter: ઝગઝગવું; પ્રકાશવું; ઝલકવું. *n.* Glitter; luster: પ્રકાશ; તેજ; ચલકાટ; ઝમકાટ.

Glitter, (ગ્લિટર્) *vi.* To sparkle with light; to gleam: ઝગઝગવું; ચલકવું; ચલકાટ મારવો. 2. To be showy, specious or striking: ભભકાદાર હોવું; આંજી નાંખે તેવું હોવું. *n.* A bright, sparkling light; brilliancy: ચલકાટ; તેજ; ઝગઝગાટ; પ્રકાશ; ભભક.

Gloam, (ગ્લોમ્) *vi.* To begin to grow dark: અંધારૂં થવા માંડવું. 2. To be sullen or morose: ઉદાસ હોવું. *n.* The twilight: ઝલઝલું; ઝઝકલું.

Globe, (ગ્લોબ્) *n.* [L. *globus*, ball.] A ball; a sphere: ગોળો; દડો; પિંડો. 2. The earth: પૃથ્વીનો ગોળો; પૃથ્વી; ભૂગોલ; ભૂમંડલ.

Globese-Globular, (ગ્લોબીસ્-ગ્લોબ્યૂલર્)*a.* Globeshaped; spherical: ગોલાકાર; ગોલ; ગોલકૃતિનું.

Globule, (ગ્લોબ્યૂલ્) *n.* A little globe: નાનો ગોળો; ગોલી.2. A minute spherical or rounded structure: (લોહીમાંના) નાના ચપટા ગોલાકાર કણ.3. A little pill: બારિક દાણો; રવો.

Gloom, (ગ્લૂમ્) *n.* Partial or total darkness; obscurity: અંધારૂં; અંધકાર; આંધી. 2. A shady, gloomy or dark place or grove: અંધારી જગ્યા અથવા ઝાડની ઘટા. 3. Melancholy: ઉદાસી; શોક; દીલગીર દેખાવ; ખિન્નતા. *vt.* To render gloomy or dark: કાલું-અંધારૂં કo. 2. To make sad or sullen: ઉદાસીન-શોકાતુર કo.

Gloomy, (ગ્લૂમિ) *a.* Dusky; dim; clouded; અંધારૂં; અંધકારેવાળું; ઝાંખું. 2. Melancholy; dejected: ઉદાસ; શોકાતુર; ખિન્ન.

Glorification, (ગ્લોરિફિકેશન્) *n.* The act of grorifying or of giving glory to: ગુણવર્ણન; પ્રશંસા; વખાણ; તારીફ. 2. The state of being glorified: બુલંદ દરજ્જો.

Glorify, (ગ્લોરિફાઇ) *vt.*[*Imp.*& *p. p.* **glorified.**] [L. *gloria*,glory & *ficare*, to make.] To confer honor and distinction upon: સ્તુતિ-પ્રશંસા કo; મ્હોટાઇ-ગૌરવ આપવું; માનપ્રતિષ્ટા આપવી; વખાણ કo; માન આપવું; ગુણ ગાવા.

Glorious, (ગ્લોરિઅસ્) *a.* [L. *gloria*, glory.] Praiseworthy; illustrious: વખાણવા યોગ્ય; વિખ્યાત; ઉમદા; કીર્તિમાન; પ્રખ્યાત; પ્રતાપી; પ્રતાપશાલી; શ્રેષ્ટ; ઉત્કૃષ્ટ.2.Haughty;boastful: મગરૂર-ખ.

Glory, (ગ્લોરિ) *n.* [L. *gloria.*] High reputation; renown: પ્રતિષ્ટા; યશ; કીર્તિ; પ્રખ્યાતિ; પ્રતાપ; નામ; નામના; ગૌરવ; માન; આબરૂ; શોભા; મોટાઈ. 2. That which gives general renown ;splendour: ખૂબી; મહિમા; વડાઇ;મ્હોટાઇ.3.Pride; arrogance: મગરૂબી; અહંકાર; અભિમાન; ગર્વ; બડાઇ; ફુલાશ; પતરાજ. *vi.* To exult with joy; to rejoice: હરખાવું;આનંદ પામવો;રાજી-ખુશી થવું.2. To boast; to be proud: ફૂલાઇ-બડાઇ-પતરાજી-શેખી કo.

Gloss, (ગ્લોસ્) *n.* Brightness or luster of a body: ઓપ; ઓપણી; ઝલેહ; સફાઈ. 2. Superficial quality or show: ઉપર ઉપરનો ગુણ અથવા દેખાવ; ભભકો; ટાપટીપ. *vt.* To give a superficial luster or gloss to: ઓપવું; ઓપણી કo. *vt.* To illustrate;to explain;to annotate:સમજાવવું;સમજુતી આપવી; અર્થ કo. 2. To render specious and plausible: ઝલેહ આપવી; ઓપવું; ટાપટીપ કo; સારૂં દેખાડવું.

Glossary, (ગ્લોસરિ) *n. Pl.* **Glossaries**, A collection of words and passages of a work or author: શબ્દનો કોષ; શબ્દકોષ; શબ્દસંગ્રહ; નિઘંટ.

Glossiness, (ગ્લૉસિનેસ્) *n.* The luster or brightness of a smooth surface: સફાઈ; ઝલેહ; મોહોરો; ઓપ.

Glossy, (ગ્લૉસિ) *a.* Smooth and shining; highly polished: ઓપેલું; ચલકતું; સફાઈદાર; ઉજળું; ઝલેહદાર. 2. Specious; plausible: ઉપર ઉપરથી સારૂં દેખાય એવું; ટાપટીપવાળું; ભભકદાર.

Glottis, (ગ્લૉટિસ્) *n.* [Gr. *glottis*, mouth of the windpipe.] The opening from the pharynx into the larynx or into the trachea: દમ લેવાની નળીનો ઉપલો છેડો.

Glove, (ગ્લવ્) *n.* A cover for the hand, or for the hand and wrist, with a seperate sheath for finger: હાથનું મોજું; દસ્તાનો. 2. A boxing glove: મુક્કા મુક્કી કરવાનું મોજું. *To be hand and* **G.***s with*: નિકટ સંબંધ હોવો; ઘરવટ—ઘરોબો હોવો; જીવે જાનની દોસ્તી હોવી. *To handle with gloves*: મમતા વગર વર્તવું; ઉંચે દીલે વર્તવું. *To take up the* **g.**, to accept a challenge: લઢવા તૈયાર થવું; બીડું લેવું. *To throw down the* **g.**, to challenge to combat: લઢવા બોલાવવું; લઢાઇનું બીડું ફેંકવું. *vt.* To cover with a glove: મોજું પહેરાવવું.

Glow, (ગ્લો) *vi.* To shine with an intense or white heat: તપવું; ધગધગવું. 2. To exhibit a strong, bright color: ખીલવું; લાલચોલ થવું. 3. To feel hot; to burn: બળવું; સળગવું; તપવું; શેકાઇ જવું. 4. To feel the heat of passion: બળવું; જુસ્સો—આવેશ આવવો; ઉભરાકો—ઉભરો આવવો. *vt.* To make hot; to flush: તપાવવું; લાલ ક૦. *n.* White or red heat; incandescence: ઘણી ગરમી; તાપ; દાહ; તેજ; દીપ્તિ. 2. Brightness of color; redness: લાલાસ; લાલી; રક્તતા. 3. Intense excitement or earnestness: અતિ ઉગ્ર જુસ્સો; આતુરતા. 4. Heat of body: શરીરની ગરમી.

Glowing, (ગ્લોઇન્ગ્) *a.* Shining with an intense or white heat: ચકચકિત; ધગધગતું; લાલચોલ. 2. Having intense excitement: જોસવાળું; જોસ્સાદાર.

Glow-worm, (ગ્લો-ઉવર્મ્) *n.*(*Zool.*) Coleopterous insect: આગિઆ.

Glue, (ગ્લ્યુ) *n.* [L. *gluo*, I draw together.] A hard, brittle, brownish gelatine: સરેસ. *vt.* To join with glue or a viscous substance: સરેશથી જોડવું—ચાડવું; ચોંટાડવું; વળગાડવું.

Gluey, (ગ્લ્યુઇ) *a.* Viscous; glutinous: ચિકણું; ચાટે તેવું.

Glum, (ગ્લમ્) *n.* Sullenness: ઉદાશી; ચીડ; ચિડિયાપણું. *a.* Moody; silent; sullen: મિજાજ—ગુસ્સામા રહેલું; ચાઢિયું; બલાઅલ.

Glume, (ગ્લ્યૂમ્) *n.* [L. *gluma*, husk.] The bracteal covering of the flowers or seeds of grain and grasses: છાલાં; ફોતરાં.

Glut, (ગ્લટ્) *vt.* To swallow greedily; to gorge: અકદમ ગળી જવું. 2. To fill to satiety; to satiate: ધરાવા નાંખવું; કંઠ સુધી ભરવું; ઠાંસીને ખવડાવવું; ટકોટક ભરવું. *vi.* To eat gluttonously or to satiety: ધરાઈને—ગલાસુધી ખાવું; દાબી—ગલચીને ખાવું; ગલચવું. *n.* That which is swallowed: એકદમ ગળેલું કાંઈ. 2. A full supply; over abundance: રેલ છેલ; દાટી. 3. Something that fills up an opening; a clog: જેથી કાંઈ કાણું—દર પુરાય તે; અડચલો; અટકાવ.

Gluten, (ગલ્યૂટેન) *n.* [L. *glue*,] The viscid, tenacious substance which gives cohesiveness to dough: ઘઉંનું દુધ; ચીક.

Glutinate, (ગ્લ્યુટિનેટ) *vt.* [L. *gluten*, glue.] To unite with glue: સરેસથી ચોંટાડવું—વળગાડવું.

Glutinous, (ગ્લ્યુટિનસ્) *a.* Viscous; viscid; adhesive: ચીકણું; ચીકટ; હાથે વળગે એવું.

Glutton, (ગ્લટન્) *n.* [L. *glutio*, I swallow.] One who eats voraciously: અકરાંતીઉ; પુષ્કલ ખાનાર; એધી—દી.

Gluttonous, (ગ્લટનસ્) *a.* Eating to excess; voracious: બહુ ખાનારૂં; અત્યાહારી; બહુભક્ષી; અકરાંતીઉં; એધાં.

Gluttony, (ગ્લટનિ) *n.* Excess in eating; voracity: અકરાંતીઆપણું; એધીપણું; અતિભોજન.

Glycerine, (ગ્લિસરાઇન્) *n.* [L. *glukeros*, sweet.] An oily, viscous liquid of a sweetish taste: મધ જેવો મીઠો પ્રવાહી પદાર્થ; ગ્લીસરાઇન.

Gnash, (નૅશ્) *vt.* & *vi.* To strike together, as in anger or pain: દુઃખ અથવા ચીડથી દાંત પીસવા—કકડાવવા; દાંત કચકચાવવા.

Gnat, (નૅટ્) A blood-sucking dipterous fly: મચ્છર; ડાંસ. **G.** *strainer*: નજીવી બાબતોને માટે ઘણી કાળજી ધરાવનાર.

Gnaw, (નૉ) *vt.* To nibble at: જરાજરા કરડી કરડીને ખાવું; કોતરી ખાવું. 2. To bite in agony or rage: દુઃખ—ગુસ્સામા દાંત પીસવા. 3. To corrode; to fret away: ધીમેધીમે ખાઇ—ખવાઈ જવું.

Go, (ગો) *vi.* To pass from one place to another: જવું; ગમન ક૦. 2. To move upon the feet; to walk: ચાલવું. 3. To be taken, accepted, or regarded; to pass; to circulate: ખપવું; ગણાવું; મનાવું; લેખાવું. 4. To proceed or happen in a given manner; to apply: બનવું; ઉતરવું; થવું; ચાલવું; લાગુ પડવું. 5. To tend towards a result; to tend: પરિણામ થવું. 6. To apply one's self; to undertake: કબૂલ ક૦; માથે લેવું. 7. To pass in mind or by an act of memory: મનન—વિચાર ક૦; ચિંતવવું; વિચારી જોવું. 8. To be lost or ruined; to decline; to die: પાયમાલ—ખરાબખસ્ત થઇ જવું; બાર વાગી જવા; મરી જવું; ગુજરી જવું; પડતી થવી. 9. To reach; to extend; to lead: (સુધી) પહોચવું—જવું. 10. To have recourse to; to resort: આસરો લેવો; ઉપયોગ ક૦; જવું; આવવું. *To go about*, to undertake: માથે લેવું; તૈયારી ક૦; જોડાવું; રોકાવું. *To go abroad*, (*a*) to go to a foreign country: પરદેશ—બહાર ગામ જવું. (*b*) To be published; to be current: જાહેર થવું; પ્રસિદ્ધ—પ્રકટ થવું; ઉઘાડું પડવું. *To go back on*, (*a*) to retrace (*one's path of footsteps*): પાછાં પગલાં ભરવાં—જવું. (*b*) To abandon;

to betray: તજી દેવું; ફસાવવું. *To go down*, (*a*) to descend: ઉતરવું; નીચે જવું. (*b*) To go below the horizon: અસ્ત પામવું. (*c*) To sink; to founder: ડુબી જવુ. (*d*) To be swallowed: ગલાવું; ગલાઈ જવું. *To go for*, to represent; to pass for: તરીકે ચાલવું-ગણાવું-મનાવું; કશામાં-દાખલ ખપવું. To favour; to advocate: પક્ષ-બાજુ લેવા; *To go for nothing*, to count for nothing: નકામું જવું; વ્યર્થ-નિષ્ફલ જવું; નિર્ર્થક જવું. *To go forth*, (*a*) to depart from a place: કોઈ જગ્યાએથી જવું. (*b*) To emanate: ઉત્પન્ન થવું; નિકલવું. *To go hard with*, to trouble; to give pain: હેરાનગતી ભોગવવી; મુશીબત પડવા; વિટંબણા વેઠવી. *To go in and out*, to do the business of life; to live: જીંદગીનુ કામ ક૦; જીવવું. *To go in for*, (*a*) to favor: પક્ષ લેવો. (*b*) To seek to acquire: મેલવવાનો યત્ન ક૦. *To go off*, (*a*) to go away; to depart: જતું રહેવું; નાશી જવું; પલાયન ક૦; વરાઇ જવું. (*b*) To cease: બંધ પડવું; મટી જવું; અટકવું. (*c*) To explode or to be discharged: ઉડવું; ફુટવું; છૂટવું. (*d*) To die: મરી જવું; ગુજરી જવુ. (*e*) To be sold: વેચાવું; ખપા જવું. *To go on*, (*a*) to proceed: આગલ વધવું-જવું; મંડયા રહેવું. (*b*) To fit: બેસતું આવવું; બંધ બેસવું. *To go on all fours*, to correspond exactly: બરાબર બેસતું;-મલતું આવવું; આબેહુબ મલતું આવવું. *To go out*, (*a*) to issue from a place: કોઇ જગ્યામાથી નાકલવું.(*b*) To go abroad: પરદેશ જવું. (*c*) To become spread abroad: પ્રસરવુ; ફૂલાવું; પ્રકટ-જાહેર થવું. (*d*) To die; to expire; to come to an end: અંત આવવો; પુરૂં થવુ. *To go over*, (*a*) to traverse; to cross: ઓલંગવું; પક્ષ બદલવો; સામા પક્ષમાં જવુ; સામેપાર જવું. (*b*) To read or study: જોઈ-વાંચી જવુ; વાંચવું; અભ્યાસ ક૦; તપાસવું. (*c*) To surpass: શ્રેષ્ઠ-ચઢીઆતું હોવું. *To go through*, (*a*) to accomplish: પૂર્ણ-પુરૂં ક૦; પાર પાડવું. (*b*) To suffer: ખમવું; સહન ક૦. (*c*) To spend completely; to exhaust: ખરચી-વાપરી નાંખવું; ઉડાવી દેવું. *To go to naught*, to prove abortive or unavailing: વ્યર્થ-ફોગટ થવુ-નિવડવું; નિષ્ફલ જવું. *To go under*, (*a*) to set: આથમવું. (*b*) To be known or recognized by: ઓલખાવુ; કહેવાવું. (*c*) To be defeated: હાર ખાવી; હારવુ; પરાજય પામવું. *To go with*, (*a*) to accompany: સંગાથ-સાથ ક૦; સાથે જવું. (*b*) To agree with: મલતા આવવું; અનુમત થવુ. *To go without*, to be destitute of: વિનાના હોવું; વગર ચલાવવું-નભાવવું. *To let go*, to allow to depart; to release: જવા દેવું; સ્વતંત્ર-છુટું ક૦. *vt.* To undertake; to bear a part in: માથે લેવું; ભાગ લેવો. 2. To bet or wager: સરત મારવી; હોડ બકવી. *To go halves*, to share with one another equally: બીજાના સાથે સરખો ભાગ પાડવો-લેવો-અડધાઅડધ વાટી લવું. *To go one's way*, to depart: જવું; જતા રહેવુ. *n.* Act; operation: કામ; કર્મ; વ્યાપાર. 2. An incident: બનાવ; બીના; હકીકત. 3. To the fashion or mode: રીત; રીવાજ. 4. Noisy merriment; ખુશાલી; હર્ષ; આનંદ. 5. Energy; vitality; perseverence: શક્તિ; બલ; પાણી; તેજ; દમ; જીવ; ખંત. *Great go*, *Little go*: કોઇ દરજ્જો મેલવવાને માટે પહેલી અને પાછલથી થતી પરીક્ષાઓ. *No go*, a failure: નિષ્ફલતા; હાર.

Goad, (ગોડ્) *n.* A pointed instrument used to urge on a beast: આર; પરોણો; પરોણી; અંકુશ. *vt.* To prick; to drive with a goad: પરોણી ઘોચવી-ઘાલવી.

Goal, (ગોલ્) *n.* The place at which a race or a journey is to end: મુકામ; મર્યાદા; અવધિ; અંત. 2. The final purpose or aim: આખર-અંતની ધારણા; ઉદ્દેશ્ય; લક્ષ્ય; આશય.

Goat, (ગાટ્) *n.* [L. *haedus*, a young goat.] A hollow horned ruminant of the genus *capra*: બકરો; અજ; બાકડો.

Goat-herd, (ગોટ-હર્ડ્) One who tends goats: ભરવાડ; રબારી; બકરાંચારૂ.

Go-between, (ગો-બિટવીન્) *n.* An intermediate agent; a broker; a procurer: દલાલ; મધ્યસ્થ; કુટણો-ણી.

Goblet (ગૉબ્લેટ્) *n.* A kind of cup or drinking vessel: પ્યાલો; પવાલું; જામ.

Goblin, (ગૉબ્લિન્) *n.* [Gr. *kobalos*, an impudent rogue.] An evil or mischievous spirit; a frightful phantom: પિશાચ; ભૂત; પ્રેત; વૈતાલ; રાક્ષસ.

God, (ગૉડ્) *n.* A divinity; a deity; an idol: દેવ; દેવી; દેવતા. *Inferior* **g.**: ઉપદેવ; ઉપદેવતા. 2. The supreme being: ઇશ્વર; પરમેશ્વર; પ્રભુ; ખુદા; યજદાન. **G.**'*s house*, (*a*) an alms house: ધર્મશાલા. (*b*) A church: દેવલ.

God-child, (ગૉડ્-ચાઇલ્ડ્) *n.* A god-son or god-daughter: ધર્મ પુત્ર-પુત્રી; ધર્મ કન્યા-સુતા.

Goddess, (ગૉડેસ્) *n.* A female god: દેવી: 2. A woman of superior charms or excellence: શ્રેષ્ઠ લાવણ્યતાવાલી અથવા ઉત્તમ સ્ત્રી; રૂપ-ગુણસુંદરી.

God-father, (ગૉડ્-ફાધર્) *n.* One who becomes sponsor for a child at baptism: ધર્મ બાપ-વાલી; ધર્મપિતા. *vt.* To act as a god-father to: ના ધર્મપિતા તરીકે વર્તવુ.

God-head, (ગૉડ-હેડ્) *n.* Godship; godhood: ઈશ્વરપણું; દેવત્વ; ખુદાઇ. 2. God; the supreme being: દેવ; પરમેશ્વર; પરમાત્મા; ખુદા.

Godless, (ગૉડલેસ્) *a.* Acknowledging no god; impious; wicked: નાસ્તિક; પાપી; અધર્મી.

God-like, (ગૉડ્-લાઇક્) *a.* Divine: ઈશ્વરી; દેવરૂપ; ખુદાઇ. Pre-eminently good: ઉત્તમ; સરસ; શ્રેષ્ઠ.

Godliness, (ગૉડ્લિનેસ્) *n.* The state or quality of being godly; piety: ઈશ્વરભક્તિ; ઈશ્વરનિષ્ઠા; ધર્મીપણું.

Godly, (ગૉડ્લિ) *a.* Pious; righteous: પવિત્ર; સદાચારી; ધાર્મિક; ખુદાપરસ્ત.

God-send, (ગૉડ્-સેન્ડ્) *n.* an unexpected acquisition or piece of good fortune: ઈશ્વરની અણધારી કૃપા; ઓચિંત્યો લાભ; ઇશ્વર પ્રસાદ; તડાકો.

God-speed, (ગૉડસ્પીડ્) *n.* Success; prosperous journeying : ફતેહમંદી; નિર્વિઘ્ન પ્રવાસ;ખુશાલ મુસાફરી.

Goggles, (ગૉગલ્ઝ્) *n. pl.* (*a*) A kind of spectacles: એક જાતનાં ચસમાં.(*b*)Any screen or cover for the eyes of horses: ઘેાડાની અંધારી.

Gold, (ગેાલ્ડ્) *n.* A metallic element: સેાનું; સુવર્ણ; કનક; કંચન. 2. Money ; riches ; wealth : પૈસેા; દેાલત; ધન; પુંજી. 3. A yellow color: પીલેા રંગ. **G.** *coast*: પશ્ચિમ આફ્રિકાના કિનારાનેા ભાગ. *Goldenman*, (*a*) A buyer of gold or jewelry: જુના સેાનાના જવાહીરનેા ખરીદનાર. (*b*) A goldsmith's; apprentic: શિખાઉ નવેા સેાની.**G.** *field*, (*a*) a region in which gold is found: જે દેશમાં સેાનાની ખાણેા હેાય તે. (*b*) One who empties privies : વાડેા-સંડાસ સાફ કરનાર;ઢેડીઓ. **G.** *leaf*: સેાનાનેા વરખ. **G.** *nugget*, a lump of gold: સેાનાનેા ગઠ્ઠેા.

Gold-beater, (ગેાલ્ડબીટર્)*n.*One who makes extreme thin leaves of gold : સેાનાના વરખ બનાવનાર.

Golden, (ગૉલ્ડન્)*a.* Made of gold;consisting of gold : સેાનાનું બનાવેલું; સુવર્ણમય. 2. Having the color of gold: સેાનેરી; પીલું. 3. Very precious; highly valuable: અતી-ઘણું કીમતી-ભારે; સેાનાના મુલનું. **G.** *grease*, a bribe; a fine: લાંચ; દસ્તુરી. **G.** *mean*, moderation:મધ્યમપણું; વચલેા વાંધેા.

Goldsmith, (ગેાલ્ડ્સ્મિથ્) *n.* An artisan who manufactures vessels and ornaments, etc., of gold : સેાની; સેાનાર.

Goman, (ગેાર્મન્) *n.* A husband; a master of a family : ધણી; વર.

Gondola, (ગૉન્ડેાલૅ) [Gr. *kontos*, a pole.] A long narrow boat: એક લાંબી તથા સાંકડી હેાડી.2. A flat bottomed boat for freight: માલ લઇ જવા લાવવાની ચપટા તલીઆ વાલી હેાડી.

Gone, (ગૉન્) *p. p.* of go: જતું રહેલું; ખેાયેલું; નાશ પામેલું.

Gonorrhœa, (ગૉનૉરિઆૅ) *n.* [Gr. *gone*, that which begets semen.] A contagious inflammatory disease of the genito urinary tract : પરમિઓ; પ્રમેહ; મધુમેહ.

Good, (ગુડ્) *a.* [*Compar.* **Better**. *Superl.* **Best.**] Adapted to answer the end; excellent: સારૂં; બેશ; મઝેનું; રૂડું; ઉપયેાગી; લાયક; ખાસુ. 2. Virtuous: સારૂં; ભલું; નેક; ધાર્મિક.3.Kind;polite :માયાલુ;પરેાપકારી;ઉપકારી; દયાલુ.4.Serviceable;suitable:ઉપયેાગી;સારૂં; લાયક. 5.Clever;skilful:હુશિયાર;ચતુર;ચાલાક;સરસ;કારીગર. 6.Adequate;sufficient:જોઇએ તેવું; વજનદાર;સારૂં; કસદાર; જીવદાર. 7. Real; actual; serious : ખરૂં; ખરા દીલનું; અંતરનું; વાસ્તવિક. 8. Not small or of no account; considerable : સારૂં; મેાટું; ઘણું. 9. Fair; honorable : રૂડું; સારૂં; શુભ; શુદ્ધ; ઈષ્ટ; માંગલિક.*For good* or *for good and all*, fully ; truly; finally : પૂરેપૂરૂં; સંપુર્ણ; ખરેખર; હમેશનું; સામટું. **G.** *for nothing*, useless ; worthless: નકામું; નિર્માલ્ય; નિરૂપયેાગી. **G.** *nature*, habitual kindness ; amiability: ભલમનસાઇ; ભલાઈ. **G.** *speed*, good luck : સારૂં નશીબ; શુભાગ્ય; સુદૈવ. **G.** turn, a favour : માયા; મહેરબાની; કૃપા. **G.** *will*, (*a*) benevolence; well-wishing : પરેાપકાર; મેહેરબાની. (*b*) (*Law*) The custom of any trade or business : ધંધાની ઘરાકી. *To hold* **g.**, to remain in force or effect : જોર-અસર ક૦; મંજુર રહેવૂં. *To make* **g.**, to fulfil ; to maintain: પાલવું; બજાવવું; સાબેત ક૦; મજરે આપવું; ભરી આપવું. *n.* That which possesses desirable qualities, promotes success, welfare or happiness : સારૂં; ભલું;રૂડું; નેકી. 2 Advantage; benefit: ફાયદેા; લાભ; ફલ; હિત; ગુણ; ઉપકાર. 3. *pl.* Wares ; commodities : સામાન; જંગમ મિલકત; માલમતા; જણસ. *Goods train*, a fright train: ભારખાનાની ગાડી. *adv.* Well : ઠીક. *As* **g.** *as*, in effect ; virtually ; the same as : તેવું જ; તેજ; તેમજ. *vt.* To make good ; to turn to good : સારૂં ક૦. 2 To manure ; to improve : ખાતર નાંખવું; સુધારવું.

Good-breeding, (ગુડ્-બ્રીડિન્ગ્) *n.* A polite education : સારી કેલવણી; સુજનતા; ભલમનસાઈ; સભ્યતા.

Goodby, Goodbye, (ગુડ્બાઈ) *n.* or *interj.* Farewell : જતી વખતની સલામ; સાહેબજી.

Good-Friday, (ગુડ્-ફ્રાઈડે) *n.* The Friday of Holy Week : ગુડ ફ્રાઈડેનેા તેહેવાર.

Good-humor, (ગુડ્હ્યૂમર્) *n.* A cheerful spirit; a good temper : ખુશમિજાજ; ખુશખુશિ.

Goodly, (ગુડ્લિ) *adv.* Excellently: શ્રેષ્ટ; ઉત્તમ રીતે. *a.* Pleasant ; agreeable: ખુશ કરે એવું; ખુશકારક; મઝાનું; મલતાવડું. 2. Comely ; graceful : ખૂબસૂરત; ફુટડું; રૂપાલું. 3. Large; considerable : મ્હેાટું; ઘણું.

Goodman, (ગુડ્-મૅન્) *n.* A familiar appellation of civility ; equivalent to " My friend" " Good Sir, " " Mister ",: (માન આપવાનેા શબ્દ) ભાઈ; ભલા માણસ. 2. A husband ; the master of a house or family : ભરથાર; ઘરખટલેા ચલાવનાર પુરૂષ; ધણી; માલેક.

Goodness, (ગુડ્નેસ્) *n.* Excellence; virtue; kindness; benevolence: ખૂબી; નેકી;ભલાઇ; મેહેરબાની; પરેાપકાર.

Goose, (ગૂસ્) *n. Pl.* **Geese**, [L. *anser*, Gr. *chen*, a goose.] Any large web-footed bird: હંસ; હંસણી. 2. A silly creature; a simpleton:બેવકૂફ-મૂર્ખ માણસ.*A wild goose chase*: ન બની શકે તે કરવાનેા યત્ન. **G.** *cap*, a silly person: મૂર્ખ-બેવકૂફ માણસ.

Gordian, (ગૉર્ડિઍન્) *a.* Intricate; complicated: inextricable: ગુચવણ ભરેલું.

Gore, (ગેાર્) *vt.* To pierce or wound, as with a horn; to penetrate with a pointed instrument: શીંગડું કે અણીદાર હથીઆર મારવું-ભેાંકવું. *vt.* To cut in a triangular shape: ત્રીકેાણાકારમાં કાપવું.

Gorge, (ગૉર્જ) *n.* [L. *gurges*, whirlpool.] *vt.* To swallow: ગલી જવું. 2. To glut; satiate: ચાંપી ચાંપીને ખાવું.

Gorgeous, (ગૉર્જીઅસ્) *a.* Showy; fine; magnificent: ભભકાદાર; શોભાયમાન; ઠબઠબા ભરેલું.

Gorilla, (ગૉરિલ્લૅ) *n.* A large arboreal anthropoid ape of West Africa: પશ્ચિમ આફ્રિકાનો મોટો જબરો વાંદરો.

Gormand, (ગૉર્મૅન્ડ્) *n.* A greedy or ravenous eater; a luxurious feeder: પુષ્કલ ખાનાર; ખાધરો; એધી-દી.

Gormandize, (ગૉર્મૅન્ડાઈઝ્) *vt.* & *vi.* To eat greedily: અતિહાર ક૦; ચાંપીને ખાવું.

Gory, (ગૉર) *a.* Covered with clotted blood: લોહી લોહીઆણ; લોહીથી ખરડાયેલું. 2. Bloody; murderous: ખુની; ઘાતકી.

Gosling, (ગૉઝ્લિન્ગ્) *n.* A young goose: હંસનું બચ્ચું.

Gospel, (ગૉસ્પેલ્) *n.* Glad tidings; the good news concerning Christ: સુવાર્તા; સારા સમાચાર; શુભવર્તમાન. (ઇસુખ્રિસ્ત વિષે) *a.* Evangelical: ખ્રિસ્તીશાસ્ત્રના સુવારતા નામના ભાગ સંબંધી.

Gossip, (ગૉસ્સિપ્) *n.* A sponsor; a godfather or a godmother: ધર્મપિતા અથવા મા. 2. A friend or comrade; a companion: ભાઈબંધ; દોસ્ત; ગોઠીઓ; સાથી. 3. One who runs from house to house, tattling and telling news; an idle tattler: ઘેરેઘેર ફરીને નકામી વાતો કરનાર કે ખબર કહેનાર; ગપ્પીદાસ. 4 The tattle of a gossip: નકામી વાતો-ગપ્પો; ગપાટો. *vi.* To run about and tattle; to tell idle tales: ગપાટા મારવા; ગપસપ હાંકવી.

Gossiping, (ગૉસ્સિપિન્ગ્) *n.* Idle talk; gossip: ગપસપ; ગપ્પ; ગપાટો.

Got, (ગૉટ્) *Imp.* & *p.p.* of **Get**: મેળવ્યું; મેળવેલું

Gothic, (ગૉથિક્) *a.* [L. *gotoicus.*] (*a*) Pertaining the Goths: ગૉથ લોકો સંબંધી. (*b*) Rude; barbarous: જંગલી. *n.* The language of the Goths: ગૉથ લોકની ભાષા.

Gourd: (ગુર્ડ) *n.* [L. *cucurbila*, gourd.] A pumpkin: દુધી. 2. A vessel made from the shell of a gourd: તુમડું; તુમડી. *n.* A false die: ખોટો પાસો.

Gourmand, (ગુર્મૉન્ડ્) *n.* A greedy or revenous eater, a glutton: ખાઉધર; અતિશય ખાનારો; એધી.

Gout, (ગાઉટ્) *n.* [L. *gutta*, drop.] A drop: ટપકું; ટીપું. 2. A constitutional disease occurring by paroxysms: નજલો.

Gout, (ગૂ) [L. *gustus*, taste.] Taste; a relish: સ્વાદ.

Gouty, (ગાઉટિ) *a.* Diseased with gout: નજલાના રોગવાળું. 2. Boggy: ઘાસવાળું; કલાણ હોય એવું.

Govern, (ગવર્ન્) *vi.* [L. *guberno*, I govern.] To regulate by authority: રાજ્ય અધિકાર ચલાવવો; હુકમ ચલાવવો. 2. To direct; to manage: કબજામાં રાખવું; મરજી પ્રમાણે ચલાવવું. 3. To require to be in a particular ease: (વ્યાકરણમાં) અમુક વિભક્તિમાં લાવવું. *vi.* To exercise authority; to have the control; to administer the laws: રાજ ક૦-ચલાવવું; અખત્યાર-સત્તા ચલાવવી; હકુમત ચલાવવી.

Governable, (ગવર્નૅબલ્) *a.* controllable; manageable: રાજસત્તા ચલાવવા લાયક; મરજી પ્રમાણે ચલાવી શકાય તથા દાબમાં રાખી શકાય એવું.

Governess, (ગવર્નૅસ્) *n.* A female governor, especially one entrusted with the care and instruction of children: બાલશિક્ષક સ્ત્રી; સ્ત્રી શિક્ષક.

Government, (ગવર્ન્મૅન્ટ્) *n.* The administration: રાજ્ય-અધિકાર-અખત્યાર ચલાવવો તે; બંદોબસ્ત; વ્યવસ્થા; અમલ. 2 The mode of governing; the system of polity in a state: રાજ્યનીતિ-રીતી-પદ્ધતિ. 3. The right or power of governing; authority: રાજ્ય કરવાની સત્તા-હક; અધિકાર; હકુમત. 4. The person or persons authorized to administer the laws: સરકાર; રાજ્ય ચલાવનાર પુરૂષો-શખ્સો. 5. A state: રાજ્ય; સંસ્થાન.

Governor, (ગવર્નર્) *n.* [L. *gubernator*, a ruler; governor.] One who governs; a chief ruler or magistrate: હાકેમ; રાજચલાવનાર; સરસુબો. 2. A tutor; a guardian: શિક્ષક; વિદ્યાગુરૂ; અધ્યાપક.

Governor-general, (ગવર્નર્-જનરૅલ્) *n.* A governor who has lieutenant or deputy governors under him: ગવરનર જનરલ; વાઈસરૉય; વડો ગવરનર-હાકેમ.

Governorship, (ગવર્નર્શિપ્) *n.* The office of a governor: હાકેમનો હોદ્દો.

Gown, (ગાઉન્) *n.* (*a*) A loose, flowing upper garment: ઝભ્ભો; જામો. (*b*) An official robe: હોદ્દો દર્શાવનાર ઝભ્ભો: ભરપોશાગ. 2. Any sort of dress or garb: કોઈ પણ જાતનો પોશાક.

Gownsman, (ગાઉન્ઝ્મૅન્) *n.* **Pl-men.** One whose professional habit is a gown: જે ધંધાના લોક લાંબા ઝભ્મા પહેરે છે તે ધંધાનો માણસ.

Grab, (ગ્રૅબ) *vt.* & *vi.* To seize; to snatch; to clutch: પકડવું; ધરવું; ઝુટવું; પચાવી પડવું.

Grace, (ગ્રેસ) *n.* [L. *gratia*, favour.] Favor: મહેરબાની; કૃપા. 2. The mercy of God: માણસો ઉપરની-ઈશ્વરની રહેમ નજર-કૃપાદૃષ્ટિ. 3. Fortune; luck: નશીબ; ભાગ્ય. 4. Inherent excellence: શ્રેષ્ઠતા; ભૂષણ; ગુણ; ખૂબી. 5. Beauty, loveliness: ખૂબસૂરતી; રૂપાલાપણું. 6. The title of a duke or an archbishop: ડયૂક કે મુખ્ય ધર્માધ્યક્ષનો ખિતાબ-ઉપનામ. 7. A blessing asked, or thanks rendered, before or after a meal: જમતાં પહેલાં કે પછી ઇશ્વરના પાડની બંદગી; પાપીઓને વિચાર કરવા આપેલી મુદત. *day of* **g.**: હુંડી પાકયા પછી (રૂઢી પ્રમાણે આપવાની) મુદત-છૂટના દિવસ. Good *graces.* favour; friendship: મેહેરબાની; રહેમ નજર; દોસ્તી *With a good* **g.**: રહેમ કૃપાથી; ખુશીથી. *With* *a bad* **g.**, ungraciously: બીન રેહેમથી; કમને. *vt.* To adorn, to decorate: શોભાવવું; દીપાવવું; શણગારવું; સુશોભિત ક૦. 2. To dignify or raise with an act of favour; to honor: માન–આબરૂ–શોભા આપવી.

Graceful, (ગ્રેસ્ફુલ્) *a.* Elegant; agreeable in appearance: શોભીતું; ખૂબસૂરત;લાવણ્યતાવાળું; રોણકદાર; ખુશનુમા.

Graceless, (ગ્રેસ્લેસ્) *a.* (*a*) Departed from or deprived of divine grace; wanting in excellence: ઇશ્વરે વિસારેલું; ખૂબી–લાવણ્યતા વગરનું. (*b*) Depraved; corrupt: પાપી; દુષ્ટ.

Gracious, (ગ્રેશસ્) *a.* Abounding in grace or mercy; merciful: દયાળુ; કૃપાળુ; રેહેમનજર–કૃપાદૃષ્ટિવાળું; મેહેરબાન; દયાવંત. 2. Abounding in beauty; graceful: ખૂબસૂરત; મનોહર.

Graciously, (ગ્રેશસ્લિ) *adv.* In a gracious manner; courteously: રહેમ–કૃપાથી. 2. Fortunately; luckily: સારે નશીબે–ભાગ્યે.

Gradation, (ગ્રૅડેશન્) *n.* [L. *gradior*. I go.] (*a*) The act of progressing by regular steps or orderly arrangement: ક્રમ પ્રમાણે ચાલવું તે. (*b*) The state of being graded or arranged in ranks: ક્રમ; ચઢ ઉતર રચના. 2. Any degree or relative position in an order or series: પાયરી; પદ: દરજ્જો; તબક્કો.

Grade. (ગ્રેડ્) *n.* [L. *gradus*, step.] A step or degree in any series, rank, quality, or order: પાયરી; પદવી: દરજ્જો: પગલું; તબક્કો. *vt.* To arrange in order of steps, or degrees: અનુક્રમ–પદ–પાયરી પ્રમાણે ગોઠવવું.

Gradient. (ગ્રાડઅન્ટ્) *a.* Moving by steps; walking: ચાલતું. 2. Rising or descending by regular degrees of inclination: ઢોલાવદાર. *n.* The rate of regular ascent or descent in a road: ઢોલાવ; ચઢણ: ચઢાવ.

Gradual, (ગ્રૅડ્યૂઍલ્) *a.* Regularly progessive; slow: આસ્તે આસ્તે–રફ્તે રફ્તે; ધીમું; મંદ.

Gradually, (ગ્રૅડ્યૂઍલ્લિ) *adv.* In a gradual manner: આસ્તે આસ્તે: રફ્તે રફ્તે; ધીમે ધીમે; રેહતે રેહતે.

Graduate. (ગ્રૅડ્યૂએટ્) *vt.* [L. *gradus*, a step.] To mark with degrees: સરખા અંતરના આંકાકાપા પાડવા.2. To admit or elevate to a certain grade or degree: કોઇ અમુક દરજ્જે–પાયરીએ ચઢાવવું. 3. To prepare gradually: ધીમે ધીમે–આસ્તે આસ્તે તૈયાર કરવું–બનાવવું. *vi.* To pass by degrees; to change gradually: ધીમે ધીમે જવું–બદલાવું. To take a degree in a college or university: વિદ્યાલયમાં પદ–પાયરી મેલવવી. *n.* One who has received an academical or professional degree: કોઇ વિદ્યા કે કલામાં પદવી મેલવનાર: પદધારી.

Graft. (ગ્રૅફ્ટ્) *n.* [L. *graphium*,a pencil.] A small shoot or scion of a tree: ઝાડની કલમ. *vt* To insert a graft in a branch or stem of another tree: કલમ ક૦. 2. To join one thing to another, as if by grafting: બીજાને સાથે સાધવું–ગાંઠવું–જોડવું–સંયુક્ત ક૦.

Grain, (ગ્રેન્) *n.* [L. *granum*, grain.] A single small hard seed; a kernel: દાણો; કણ. 2. The fruit of certain grasses, which furnish the chief food of men: દાણા; ધાન્ય; અનાજ. 3. Any small, hard particle: દાણો; રજ; કણ. 4. The unit of the English system of weights:એક પ્રકારનું સૈાથી નાના તોલનું માપ–તોલ–રતી; ચોખો; ગ્રેન. 5. composite particles of any substance; texture: કોઈ પદાર્થનાં બંધાએલાં રજકણ; બંધારણ; પોત; કુમાસ. 6. The fiber which forms the substance of wood or of any fibrous material: તંતુ; દોરા; રેશા; રેખા. 7. *Pl.* The remains of grain; any residium: અનાજનો કચરો–બાકી રહેલો ભાગ; મેલ; કચરો; કીટું. 8. Temper; natural disposition; inclination: જાતિ સ્વભાવ; પ્રકૃતિ; વલણ. Against the *grain*, unwillingly; unpleasantly; reluctantly: અણચાલે; મુશ્કેલીથી; નાખુશીથી; પરાણે *In grain*, fixed; innate: સજ્જડ; પાકું. *To dye in grain*, to dye firmly; also to dye in the raw material: પાકો રંગ ચઢાવવો–કાચા વણ્યા વગરના માલને રંગવો. *vt.* To take the hair off (*skins*) ચામડા પરના વાલ ઉપાડી–લઈ લેવા.

Grain-dealer, (ગ્રેનડીલ) *n.* A corn-dealer or seller: મોદી; કણીઓ; ખડિયો.

Grain-parcher, (ગ્રૅન્પાંર્ચર્) *n.* One who parches grain: ભાડભૂંજો; ભાભડભૂંજો.

Gram, (ગ્રૅમ્) *n.* The east Indian name of the chickpea and its seeds: ચણા. *Green pods of* **g.** *parched*: પોપટા. *n.* [Gr. *grapho*, I write.] The unit of weight in the metric system: એક પ્રકારનું માપ.

Gramineous, (ગ્રૅમિનીઅસ્) *a.* [L. *gramen*, grass.] Like or pertaining to grass: ઘાસને લગતું–ના જેવું.

Graminivorous, (ગ્રૅમિનિવોરસ્) *a.* [L. *gramen*,grass & *woro*,I eat eagerly.] Feeding or subsisting on grass and the like food: ઘાસ ખાનાર; ઘાસ ખાઈને જીવનાર; તૃણભક્ષી; તૃણાહારી.

Grammar, (ગ્રૅમર્) *n.* [Gr. *gramma*, a letter.] The science which treats of the principles of language: ભાષાશાસ્ત્ર; શબ્દશાસ્ત્ર; વ્યાકરણ. 2. A treatise on principles of language: વ્યાકરણ; વ્યાકરણ ગ્રંથ.

Grammarian. (ગ્રૅમ્મેરિઅન્) *n.* One versed in grammar; a philologist: વૈયાકરણી; ભાષાશાસ્ત્રી. 2. One who teaches grammar: વ્યાકરણ શિખવનાર: વ્યાકરણ ગુરૂ.

Grammatical, (ગ્રૅમ્મૅટિકૅલ્) *a.* Of or pertaining to grammar: વ્યાકરણ સંબંધી–વિષે–નું. 2. According to the rules of grammar: વ્યાકરણના નિયમ પ્રમાણે: શબ્દશાસ્ત્રાનુસારી.

Grammatically. (ગ્રૅમ્મૅટિકૅલ્લિ) *adv.* According to the grammar:વ્યાકરણાનુસાર.

Granary. (ગ્રૅનેરિ) *n.* [L *granum*, grain] A

store-house or repository for grain: અનાજનો કોઠાર; કોઠો; કોઠી; ધાન્યાગાર.

Grand, (ગ્રૅન્ડ્) *a.* [L. *grandis*, great.] Extensive; great; chief; principal: મુખ્ય; પ્રૌઢ; વિશાલ; મહાન; મોટું. 2. Great in size, and fine or imposing in appearance or impression: કદાવર; ભભકા-દબદબાવાળું; ખાસુ; ઉમદા; ભવ્ય. **G.** *duke*, a duke inferior in rank to a king: રાજાથી ઉતરતી પાયરીનો અમીર.

Grand-child, (ગ્રૅન્ડ્-ચાઇલ્ડ્) *n.* A son's or daughter's child; a child; or the second degree or descent: છોકરા-છોકરીનું છોકરૂં. (*by a son*): પૌત્ર; પૌત્રી. (*by a daughter.*): દૌહિત્ર-ત્રી.

Grandee, (ગ્રૅન્ડિ) A man of elevated rank or station; a nobleman: ઉંચી પદ્વિનું માણસ; ઉમરાવ; અમીર; ખાન.

Grandeur, (ગ્રૅન્ડ્યૂર્) *n.* Vastness: greatness; magnificence; splendor, મહાનતા; વિશાલપણું; ઠાઠમાઠ; પ્રૌઢતા; વૈભવ; દબદબો; મોટાઈ; ડોલ; ઉત્કર્ષ; શ્રેષ્ઠતા; પ્રતાપ; પ્રભાવ.

Grand-father, (ગ્રૅન્ડ્-ફાધર્)*n.*A father's or mother's father: દાદો; પિતામહ; ખપાવો; મમાવો.

Grandiloquence, (ગ્રૅન્ડિલોક્વેન્સ) *n.* The use of lofty words or phrase; bombast: મોટા મોટા બોલવાળું ભાષણ; પ્રૌઢ ભાષણ.

Grand-jury, (ગ્રૅન્ડ્-જ્યુરી) *n.* (*Law.*) A jury whose duty it is, in private session, to examine into accusations, against persons charged with crime: અપરાધ વિષે પુછપરછ કરવા નિમાયલી જુરી-પંચ.

Grand-mother, (ગ્રૅન્ડ્-મધર્) *n.* The mother of one's father or mother: દાદી; વડીએઈ; ખપાઈ; મમાઈ.

Grand-sire, (ગ્રૅન્ડ્-સાઇર્) *n.* A grand-father: દાદો; વડવો; વડીલ.

Grandson, (ગ્રૅન્ડ્સન) A son's or daughter's son: છોકરાનો-છોકરીનો છોકરો; પૌત્ર; દૌહિત્ર; *Great* **g.**: પ્રપૌત્ર.

Granite, (ગ્રૅનિટ્) *n.* [L. *granum*, grain.] (*Geol.*] A crystalline, unstratified rock: એક જાતનો પથ્થર; અકડીઓ પથ્થર.

Granivorous, (ગ્રેનિવોરસ્) *a.* [L. *granum*, grain & *voro*, I devour.] Eating grain: અન્ન-બીઆં ખાઈ જીવનાર; અન્નભક્ષક: અન્નાહારી; એન્નભોજી

Grant, (ગ્રૅન્ટ્) *vt.* [L. *credo*, I believe.] To give over; to convey: આપી દેવું; બીજાને નામે ચઢાવવું; આપવું; કબજો આપવો. 2. To allow; to yield; to concede: કબૂલ-માન્ય કo; સ્વીકારવું; હા પાડવું. *n.* Concession; permission: રજા; પરવાનગી; છૂટ. 2. The yielding or admission of something in dispute: તકરાર છોડી-મુકી દેવી તે; મંજૂરી; ખાહાલી. 3. The thing granted; a gift; a boon: દાન;બક્ષીસ; ઈનામ. *Deed of* **g.**: ઈનામપત્ર; સનદ; શાસનપત્ર.

Grantee, (ગ્રૅન્ટી) *n.* The person by whom a grant is made: ઈનામ લેનાર-પામનાર.

Grantor, (ગ્રૅન્ટૉર્) *n.*The person by whom a grant or conveyance is made: ઈનામ-બક્ષીસ આપનાર; દાતા.

Granular, (ગ્રૅન્યૂલર્) *a.* Consisting of, or resembling, grains: દાણા દાણાવાળું-જેવું; દાણાદાર; રવાદાર; બીજાકાર; બીજમય; કણમય.

Granulate, (ગ્રૅન્યૂલેટ્) *vt.* To form into grains or small masses: દાણાદાર કo. 2. To make rough on the surface: ખડબચડી સપાટી કo. *vi.* To be formed into grains:દાણાદાર થવું.

Granule, (ગ્રૅન્યૂલ) *n.* [L. *granum*, grain.] A little grain; a pellet: દાણો;કણરસ; રજ; અણું; રવો.

Granulous, (ગ્રૅન્યૂલસ્) *a.* Full of grains; granular: દાણાવાળું; કણમય.

Grape, (ગ્રેપ્) *n.* A well-known edible berry: દરાખ; દ્રાક્ષ. **2.** The plant which bears this fruit: દ્રાક્ષનું ઝાડ.3.Grapeshot: ગરબછાંટનો ગોળો.

Grapeshot, (ગ્રૅપ્શૉટ્) *n.* A cluster, usually of small iron balls: ગરબછાંટનો ગોળો.

Grape-vine, (ગ્રેપ્વાઇન) *n.* A vine or climbing shrub: દ્રાક્ષનો વેલો.

Graphic, (ગ્રૅફિક) *a.* [Gr. *grapho*, I write.] Of or pertaining to the arts of painting and drawing: રંગવાના અને ચિત્ર કાઢવાના હુનરનું-વિષે-સંબંધી. 2. Of or pertaining to the arts of writing: લખવાના-હુનરનું-સંબંધી-વિષે. 3. Written or engraved: લખેલું; કોતરેલું. 4. Clearly and vividly described: આબાદ-ખોલ્લું બયાન કરેલું; સુનિરૂપિત;સ્વરૂપ દર્શક;સચિત્ર; રસભર;આબેહુબ.

Grapple, (ગ્રૅપલ) *vt. & vi.* To seize; to lay fast hold of: જોરથી પકડવું-ઝાલવું-બાઝવું; સજ્જડ બાથ ભીડવી; દૃઢતાથી સામા થવું. 2. To fix: જોડી દેવું; જોડવું. *n.* (*a*) A seizing or seizure: પકડવું તે; પકડ; ચુંગાલ. (*b*) The wrestler's hold: કુસ્તી લડનારની બાથ. An instrument for seizing and holding fast to an object:ચાંપ;દાબણ;પકડ.

Grasp, (ગ્રૅસ્પ) *vt.* To catch; to take possession of: જોરથી પકડી રાખવું;પકડવું;કબજે લેવો; પકડી લેવું; ઝડપી લેવું. 2. To become thoroughly acquainted with; to comprehend: સમજવું; માહિતગારી મેળવવી; ગ્રહણ કo. *To* **g.** *at*, 'to try to seize: પકડવાનો યત્ન કo; પકડવા જવું. *n.* A gripe or seizure of the hand: હાથથી પકડવું-ઝાલવું તે; પકડ; ચુંગાલ. **2.** The power of seizing and holding: સમજવાની શક્તિ; ગ્રહણ શકિત; પહોંચ; ગમ; ગજુ. 3. Forcible possession; hold: બલજોરથી કરેલો કબજો. **4.** The handle of a sword or an oar: તરવાર અથવા હલેસાનો હાથો; મુઠ.

Grasping, (ગ્રૅસ્પિન્ગ્) *a.* Seizing; catching: છિનવી લે એવું; પકડનારૂં. **2.** Avaricious; greedy of gain: લોભી; મેળવવાને માટે અતિ આતુર.

Grass, (ગ્રૅસ) *n.* Herbage; pasture: ઘાસ; ખડ; ગ્રાસ; તૃણ; કડબ. 2. Spring; the season of fresh grass: વસંત ઋતુ. **g.** *land*, land kept in grass and not tilled: બીડ. *To put to* **g.**, to put out to graze for a season, as cattle: ઢોરને ચરવા

છોડવાં.

Grass-hopper, (ગ્રૅસહૉપર્) *n.* Any jumping orthopterous insect; ઘાસમાં રહેનારૂં કુદતું જીવજંતુ; તીડ; ટોલ.

Grassplot, (ગ્રૅસ્પ્લૉટ્) *n.* A plot or space covered with grass; a lawn: ઘાસથી ઢંકાયલી જમીન; તૃણભૂમિ; ઘાસની કયારી.

Grasswidow, (ગ્રૅસ્વિડો) *n.* (*a*) An unmarried woman who is a mother: વગર પરણે છોકરૂં થયું હોય તેવી સ્ત્રી. (*b*) A woman living apart from her husband: પોતાના ધણીથી જુદા રહેનારી સ્ત્રી.

Grassy, (ગ્રૅસિ) *a.* Covered with grass: ઘાસથી ઢંકાયેલું; ઘાસવાળું; તૃણાચ્છાદિત. 2. Resembling grass; green: ઘાસના જેવું; તૃણમય; ઘાસમય;લીલું.

Grate, (ગ્રેટ્) *a.* [L. *gradus*, agreeable.] serving to gratify; agreeable: અનુસરતું; માફક આવે એવું. *n.* [L. *crates*, hurdle.] A structure or frame containing parallel or crossed bars, in interstices: ગજ–સળીઆની જાળી. 2. A frame or bed, or kind of basket, of iron bars, for holding fuel while burning: ભઠ્ઠીમાં આડા સળીઆની શગડી. *vt.* To rub roughly or harshly; to produce (*a harsh sound*) by rubbing: ખરર ખરર ઘસવું; કઠોર અવાજ થાય એવું ઘસવું. 2. To reduce to small particles by rubbing with anything rough: આખવવું; ખમણવું. 3. To fret; to irritate; to offend: ગુસ્સે ક૦; ચીડવવું; સતાવવું; દુભવવું; માઠું લગાડવું. *vi.* To make a harsh sound by friction: ઘસાઈ જવાથી કઠોર અવાજ થવો. 2. To offend by oppression or importunity: ખોટું–માઠું લાગવું; ગુસ્સે થવું; દુઃખ થવું.

Grated, (ગ્રેટેડ્) *a.* Furnished with a grate or grating: જાળી–સળીઆ વાળું; જાળીદાર. 2. ખમણેલું.

Grateful, (ગ્રેટ્ફુલ્)*a.*[L. *gratus*, agreeable.] Having a due sense of benefits received: નિમકહલાલ; વફાદાર; કૃતજ્ઞી; ઉપકારજ્ઞ; આભારી. 2. Affording pleasure; delicious: ખુશનુમા; રમણીય; મઝેનું; ખુશકારક; સ્વાદિષ્ટ; આનંદકારક.

Gratefulness, (ગ્રેટ્ફુલ્નેસ્) *n.* A due sense of benefits received: કૃતજ્ઞતા; ઉપકાર;નિમકહલાલી.

Grater, (ગ્રેટર્) *n.* An instrument with a rough, indented surface: ખમણી.

Gratification, (ગ્રૅટિફિકેશન્) *n.* [L. *gratus*, & *facio*, I make.] Satisfaction; enjoyment; delight: પ્રીતિ; તૃપ્તિ; સંતોષ; આનંદ; ખુશી; સુખ; હર્ષ. 2. A reward; a recompense; a gratuity: ઇનામ; બદલો; સુખડી. *Illegal* **g.**: રૂશ્વત; લાંચ.

Gratify, (ગ્રૅટિફાઇ) *vt.* To please; to satisfy: ખુશ ક૦; સંતોષવું; સંતુષ્ટ ક૦; આનંદ પમાડવો. 2. To requite; to recompense: બદલો–ઉપકાર–વાળવો.

Grating, (ગ્રેટિન્ગ્) *n.* A partition, covering or frame of parallel or cross bars: સળીઆના–ગજીઆની જાળી. 2. A harsh sound: ખરરર ખરરર–ઘસર ઘસર અવાજ; કઠોર અવાજ. *a.* Making a harsh sound: કઠોર; ખુંચે એવું; કર્કશ; કર્ણકઠોર.

Gratingly, (ગ્રેટિન્ગ્લિ)*adv.*Harshly; irritatively: કંટાળો–ગુસ્સો ઉપજાવે એવી રીતે.

Gratis, (ગ્રેટિસ્) *adv.* [L. *gratia*, favour.] For nothing; freely; gratuitously: ફોગટ;મફત; અમસ્તું; વગર દામે.

Gratitude, (ગ્રેટિટ્યૂડ્) *n.* Thankfulness: આભાર; વફાદારી; કૃતજ્ઞતા; નિમકહલાલી; એહસાન.

Gratuitous, (ગ્રૅટ્યૂઈટસ્)*a.*[L. *gratus*, pleasing.]Given without an equivalent or recompense: મફત આપેલું; મેહેરબાનીદાખલનું; મફતનું. 2. Without reason, cause or proof: અમસ્તું; નિષ્કારણ; ફોકટ.

Gratuity, (ગ્રૅટ્યૂઈટિ)*n.*A free gift; a present: ભેટ; બક્ષીસ; ઈનામ; દાન. 2. Something voluntarily given in return for a favour or service: કોઈ ઉપકાર બદલ અથવા નોકરીના બદલામાં આપેલું ઈનામ–બક્ષીસ.

Gratulation, (ગ્રૅટ્યૂલેશન્) *n.* Congratulation: મુબારકબાદી; વધામણી.

Gravamen, (ગ્રૅવૅમેન્) *n.* [L. *gravis*, heavy.] (*Law*) The grievance complained of; the substantial cause of an action: ફરિયાદનું મુખ્ય–ખરૂં કારણ.

Grave, (ગ્રેવ્) *a.* [L. *gravis*, heavy.] Of great weight; heavy: ભારે; વજનદાર; મોટું. 2. Of importance; serious: ગંભીર; અગત્યનું; વજનદાર; ભારે ખમ; રૂઆબદાર. 3. **G.** *accent*: અનુદાત્ત. *vt.* To dig: ખોદવું; ખણવું. 2. To carve, cut, or engrave: કોતરવું; કોરવું. 3. To entomb; to bury: દાટવું; દફનાવવું. *n.* (*a*) A tomb; a sepulchre: કબર; ઘોર. (*b*) Death; destruction: મોત; નાશ; અંત; આખર.

Gravel, (ગ્રૅવલ્) *n.* Small stones, or fragments of stone: કંકર; કાંકરી; મરડીઆ; કાંકરા. 2. A deposit of small calculous concretions in the kidneys and the urinary or gall bladder: પથરી; પથરીનો રોગ–મરજ.

Gravely, (ગ્રેવલિ) *adv.* In a grave manner: ગંભીરતાથી; સાદાઇથી.

Graveness, (ગ્રેવ્નેસ્) *n.* The quality of being grave: ગંભીરતા; ગંભીર થવાનો ગુણ; ગાંભીર્ય; ભાર; ગંભીરાઈ.

Grave-stone,(ગ્રેવસ્ટોન્) *n.*A tombstone: મૃત્યુસ્તંભ; કબરની પાસે કે ઉપર ઉભો કરેલો સ્મરણ લખવાળો પથ્થર.

Graveyard, (ગ્રૅવયાર્ડ્) *n.* A cemetery: કબરસ્તાન.

Gravitate, (ગ્રૅવિટેટ્) *vi.* To tend in any direction or toward an object: ગુરૂત્વાકર્ષણથી ખેંચાવું; ખેંચાવું.

Gravitation, (ગ્રૅવિટેશન્)*n.* That species of attraction or force by which all bodies or particles of matter in the universe tend toward each other: ગુરૂત્વાકર્ષણ; ખેંચાણ.

Gravity, (ગ્રૅવિટિ) *n.* [L. *gravis*, heavy.] Heaviness; ગુરૂત્વ; ભાર; ભારેપણું; બોજદારપણું.

2. Sobriety of character or demeanor: ગંભીરતા; ભારેખમપણું; ગાંભીર્ય. 3. Importance: અગત્યતા; મહત્વ; ગૌરવ; મહિમા. 4. The tendency of a body toward the centre of the earth: ગુરૂત્વાકર્ષણ; આકર્ષણશક્તિ. 5. Lowness of tone: સ્વરનું નચાપણું; મંદતા. *Centre of* **g**.: ગુરૂત્વમધ્યબિંદુ. *Specific* **g**.: વિશષ્ઠગુરૂત્વ; વિશેષગુરૂત્વ.

Gray, (ગ્રે) *a.* White mixed with black: કાબરચીતરૂં; રાખોડી રંગનું; ભુરૂં. 2. Grayhaired; hoary: સફેદ–પાકી ગયેલા બાલવાળું; પળિયાંવાળું. 3.Old; mature:પુખ્ત;વૃદ્ધ;પરિપક્વ.*n.*A gray color: ભુરો રંગ; રાખોડી રંગ. 2. An animal or thing of gray color: ભુરા રંગનું કોઇ પશુ–પદાર્થ.

Gray-beard, (ગ્રે-બીર્ડ્) *n.* An old man: ઘરડો–વૃદ્ધ માણસ.

Graze, (ગ્રેઝ્) *vt.* & *vi.* To feed or supply with grass: ચરાવવું. 2. To feed on; to eat grass from: ચરવું; ઘાસ–તૃણ ખાવું.

Grazier, (ગ્રેઝ્યર્) *n.* One who pastures cattle, and rears them for market: ગોવાલીઓ; ભરવાડ.

Grazing, (ગ્રેઝિન્ગ્) *n.* The act of one who grazes: ચરાવવું–ચારવું તે. 2. A pasture; growing grass; ઘાસ; ચારો; ગોચર; ચરો.

Grease, (ગ્રીસ્)*n.* Animal fat: ચરબી; ચિકણાઇ. 2. An inflammation of a horse's heels: ઘોડાની એડીઓએ આવતો સોજો; ભેંડી. *vt.* To lubricate: ચરબી લગાડવી–ચોપડવી; ચરબી–તેલ પુરવું; ઉંજવું. 2. To bribe: લાંચ–રૂશવત આપવી. 3. To cheat or cozen: ઠગવું; ધૂતવું; છેતરવું.

Greasy, (ગ્રીઝિ) *a.* Composed of grease: unctuous: ચિકણું; ચરબીદાર. 2. Smeared with grease: ચરબીથી ખરડાયેલું. 3. Smooth: લીસું; સુંવાળું. 4. Fat of body; bulky: શરીરે જાડું હોય એવું; કદાવર. 5. Affected with grease: પગે સોજો થયેલો હોય એવું.

Great, (ગ્રેટ્) *a.* Of much size; enormous; immense: મોટા કદનું; મોટું; વિશાલ; ગંજાવર; કદાવર. 2. Large in number; numerous: અસંખ્ય; બેશુમાર; પુષ્કલ; ઘણું. 3. Lengthened in duration; prolonged in time; લાંબું; મોટું; ઘણો વખત લાગે એવું. 4. Superior; admirable: શ્રેષ્ઠ; મોટું; મહાન; વખાણવા લાયક; ઉત્કૃષ્ટ; શ્રીમંત; તેજસ્વી; પ્રતાપી; મુખ્ય; આગેવાન; પ્રધાન. 5. Weighty; important: વજનદાર; બોજદાર. 6. Pregnant: મહિનાવાળી; ગર્ભવંતી; હમેલદાર. **G.** *go,* ઑક્સફર્ડ અથવા ઇંગ્લાંડની પાઠશાલામાં દરજ્જો મેલવવાની છેલી પરીક્ષા. **G.** *powers* (*of Europe in modern deplomacy*), ગ્રેટબ્રીટન, ફ્રાન્સ, જર્મની, રશિઆ અને ઇટાલી. **G.** *sea,* the mediterranean sea: ભૂમધ્ય સમુદ્ર.

Greatly, (ગ્રેટ્લિ) *adv.* In a great degree; much: પુષ્કલ; ઘણું; બેહદ; અતિશય; અત્યન્ત. 2. Nobly; illustriously: ઉમદા પણે; બહાદુરી–પ્રખ્યાતિથી; પ્રતાપથી.

Greatness, (ગ્રેટ્નેસ્) *n.* The state; condition or quality of being great: વિસ્તાર; મોટાઈ; મહત્વ; મહિમા; પ્રભાવ; શોભા. **G.** *of mind:* ઉદારતા. **G.** *of rank:* કુલીનતા. 2. Pride: haughtiness: મગરૂબી, ખડાઈ; અભિમાન; અહંકાર.

Grecian, (ગ્રીશન્) *n.* A native of Greece; a Greek: યુનાની. 2. One versed in Greek language or history: ગ્રીક ભાષા અથવા ઇતિહાસમાં પ્રવીણ માણસ.

Greed, (ગ્રીડ્) *n.* An eager desire or longing; greediness: લોભ; લાલચ; લાલસા; ઘણી ઉત્કંઠા–ભૂખ–ઇચ્છા.

Greediness, (ગ્રીડિનેસ્) *n.* Vehement and selfish desire: અતિલોભ; આતુરતા; અતિલાલસા.

Greedy, (ગ્રીડિ) *n.* Ravenous;voracious; very hungry: અતિ ખાનારૂં–ભૂખ્યું; અતિભોજી; બહુભક્ષક. 2. Avaricious: અતિલોભી; ઇનતેજાર.

Greek, (ગ્રીક્) *a.* [L. *graecus,*] Of, or pertaining to Greece or the Greeks: ગ્રીસદેશ અથવા ગ્રીક લોકો સંબંધી–નું; યુનાની. *n.* (*a*) A native of Greece, a Grecian: યુનાની. (*b*) The language of Greece: યુનાની ભાષા. 2. A knave; a cheat: લુચ્ચો; ઠગ; ચોર. 3. Something unintelligible: સમજી શકાય નહીં એવી ચીજ.

Greek-fire, (ગ્રીક્-ફાઇર્) *n.* A combustible composition which burns under water: પાણીમાં પણ સલગી ઉઠે એવી તરેહની એક મેળવણી.

Green, (ગ્રીન્) *a.* Verdent; emerald: લીલું; લીલા રંગનું. 2.Having a sickly color;wan:પીળું; ફીક્કું: નિસ્તેજ. 3. Full of life and vigor; new; recent: જોબનવાળું; ખીલી રહેલું; તાજું; નવું. 4. Not ripe; immature: કાચું; લીલું; અપરિપક્વ. 5. Not roasted; half raw: અધકચરૂં; અડધું કાચું. 6. Immature in age or experience; young; raw: કાચું; ઉમ્મરે કે સમજણમાં કાચું; બિન અનુભવી; નાદાન, નાવાકેફ. **G.** *vitriol,* sulphate of iron: હિરાકશી. **G.** *ware:* વગર પકવેલાં માટીનાં વાસણ. *n.* (*a*) The color of growing plants: લીલો રંગ. 2. A grassy plain or plot: ઘાસથી ઢંકાયેલી–ઘાસવાળી જમીનનો કકડો; લિલોત્રી; લિલાણ. 4. *Pl.* Leaves and stems of young plants: શાકભાજી; ભાજી; ભાજીપાલો.

Green-crops, (ગ્રીન-ક્રૉપ્સ્)*n.* Crops used for food while in an unripe state: લીલાં શાકભાજી વિગેરેનો ફાલ–પાક.

Green-grocer, (ગ્રીન-ગ્રોસર્) *n.* A retailer of vegetables, or fruits in their fresh or green state: કાછીઓ; પરતાગીઓ.

Green-horn, (ગ્રીન-હૉર્ન્) *n.* A raw, inexperienced person: કાચી બુદ્ધિનો માણસ; જુવાનીઓ; કાચો; નાદાન; બિન અનુભવી.

Greenish, (ગ્રીનિશ્) *a.* Somewhat green; having a tinge of green: જરા લીલાશપર; લીલાશ પડતા રંગનું.

Green-room, (ગ્રીન-રૂમ્) *n.* The retiring room of actors and actresses in a theatre: નાટકશાલામાં પડદાની અંદરની ખેલાડીઓની ઓરડી.

Greet, (ગ્રીટ્) *vt.* To salute; to hail; to welcome:મુબારકબાદી આપવી; સલામ ક૦–કહેવડાવવી.

2. To meet with something that makes the heart glad: જેથી અંતકરણ ખુશ થાય–આનંદમાં રહે તેવી ચીજ સાથે મલવું–ભેગા થવું. 3. To accost; to address: પ્રથમ બોલવું; વાતચિત શરૂ ક૦; નમસ્કાર રામરામ–સલામ ક૦–કહેવું.

Greeting, (ગ્રીટિન્ગ્) *n.* Expression of kindness or joy; salutation at meeting: રામરામ; જેગોપાલ; સલામ; દંડવત; નમસ્કાર; સાહેબજી.

Gregarious, (ગ્રીગેરિઅસ) *a.* [L. *grex, gregis*, herd.] Habitually living or moving in flocks or herds: સાથમાં રહેવાની ટેવવાલું; સંગચર.

Grenadier, (ગ્રેનૅડીર્) *n.* One of a company attached to each regiment: પેદલ લશ્કરનો ઉંચી ટોપીવાલો સિપાઈ.

Grew, (ગ્રુ) *Imp.* of **grow**: ઉગ્યું.

Grey-hound, (ગ્રેહાઉન્ડ્) *n.* A slender, graceful breed of dogs, remarkable for keen sight and swiftness: શીકારી કૂતરો.

Grief, (ગ્રીફ્) *n.* [L. *gravis*, heavy.] Sorrow; sadness: શોક; ખેદ; દુઃખ; ઉદાસી; સંતાપ; ખલાપો; ગમ; અફસોસ. 2. Cause of sorrow or pain; grievance: દુઃખ–દીલગીરીનું કારણ; દુઃખ; પીડા; વેદના; સંકટ. 3. Malady: રોગ; વ્યાધી; આજાર. *To come to* **g.**, to meet with calamity, accident, ruin, defeat, &c.: દુઃખ આવી પડવું; આફતમાં પડવું; નાશ થવો.

Grievance, (ગ્રીવૅન્સ્) *n.* A cause of uneasiness and complaint; injury: દુઃખ ફરિયાદ; હરકત; પીડા. 2. Grief; affliction: દીલગીરી; શોક; ખેદ; દુઃખ; સંકટ.

Grieve, (ગ્રીવ્) *vt.* To afflict; to hurt: દુઃખ દીધા ક૦; નુકશાન ક૦. 2. To sorrow over: શોક–ખેદ ક૦; ખલાપો ક૦–થવો; જીવ બાલવો; દુઃખ લાગવું.

Grievous, (ગ્રીવસ્) *a.* Painful; afflictive: દુઃખકારક; દુઃખદાયક; ત્રાસદાયક; પીડાજનક. 2. Heinous; flagitious: મહા; ભારે; મહાભારત; ઘોર; દારૂણ; ઉગ્ર.

Grim, (ગ્રિમ્) *a.* Frightful; horrible: ભયંકર; બિહામણું; દારૂણ; ઘોર; વિકરાલ; ભયાનક.

Grimace, (ગ્રિમેસ્) *n.* A smirk; a made-up face: ચાલા; વાંકું ચુંકું કરેલું મોં; ચાલાચેષ્ટા. *vi.* To make grimaces; to make faces: ચાલા ક૦–પાડવા; વાંકું ચુંકું મોં ક૦; ચાલા ચેષ્ટા ક૦.

Grin, (ગ્રિન્) *n.* A snare; a gin: જાલ; પાશ. *vi.* To show the teeth; to snarl: દાંત કાઢવા–દેખાડવા. 2. To set the tooth together and open the lips: ખિચ પાડવી. *vt.* To express by grinning: દાંત પિસીને ચિરડાવું. *n.* The act of closing the teeth and showing them: દાંતિયાં; ખિચ.

Grind, (ગ્રાઈન્ડ્) *vt.* [*Imp.* **Ground.** *p. p.* **Ground.**] [L. *frendo*, I gnash.] To crush into small fragments: ચાવવું; વાટવું; પિસવું; દલવું; ભરડવું. 2. To smooth, sharp or pointed: લીસું, ધારદાર–અણીદાર ક૦; ઘસવું; ઘસીને ધારદાર–અણીદાર ક૦; ઘસીને ધાર ચઢાવવી–કાઢવી. 3. To harass: હેરાન ક૦; નડવું; પીડવું; દુઃખ દેવું.

Grinder, (ગ્રાઈન્ડર્) *n.* One who or that which grinds: દલનારૂં; વાટનાર. 2. One of the double teeth: દાઢ.

Grind-stone, (ગ્રાઈન્ડ્સ્ટોન્) *n.* A flat, circular stone for grinding or sharpening tools: ધાર કાઢવાનો પથ્થર; સરાણ; સરેણ. *To hold, put,* or *bind one's nose to the* **g.** to oppress one: કોઈને દુઃખ દેવું; જુલમ ગુજારવો.

Grip, (ગ્રિપ) *n.* A holding fast; strength in grasping: મજબૂત પકડવું–ઝાલવું તે; પકડવાનું જોર. 2. That by which anything is grasped, a handle: પંજો; ચુંગાલ; પકડ. *vt.* To grasp; to gripe: પકડવું; ઝાલવું; ખાઝવું.

Gripe, (ગ્રાઈપ્) *n.* A vulture; the griffin: ગીધ પક્ષી. *vt.* To catch with the hand; to clutch: જોરથી મુઠીમાં પકડવું–પકડી લેવું; મુઠી ભીડવી. *vi.* To clutch or hold a thing: કોઈ ચીજ પકડવી–ઝાલવી. 2. To suffer griping pains: અમલાવું; પેટમાં આંકડી–ચૂંક થવી–આવવી. *n.* Grasp; seizure: પકડ; ચુંગાલ; પંજો. 2. A handle; a grip: મૂઠ; હાથો 3. A brake to stop a wheel: પૈડાની ગતી અટકાવવાનું અટકણ; ઉગટ. 4. Affliction: પીડા; દુઃખ. 5. Pinching and spasmodic pain in the intestines: આંકડી; ચૂંક; ચૂકો; અમલાટ.

Grisly, (ગ્રિઝ્લિ) *a.* Frightful; horrible; dreadful: બિહામણું; ભયંકર; ભયાનક; વિકરાલ.

Grist, (ગ્રિસ્ટ્) *n.* Ground corn; that which is ground at one time: દલણું; ઓરણું. 2. Supply; provision: ખોરાકી; ખાધખોરાકી. *To bring* **g.** *to the mill*, to bring profitable business into one's hands: કોઈને ફાયદાકારક કામ આપવું; લાભક૦.

Grit, (ગ્રિટ્) *n.* Sand or gravel; rough, hard particles: રેતી; કાંકરી. 2. The coarse part of meal: થુલું. 3. Firmness of mind; fortitude: દૃઢતા; હિંમત; ધૈર્ય. *vi.* To grate; to grind: દલવું. દલાવું.

Grith, (ગ્રિથ્) *n.* Peace; security; agreement: સલાહ; શાંતિ; સહીસલામતી.

Gritty, (ગ્રિટિ) *a.* Full of hard particles: કાંકરીવાલું; રેતાલ. 2. Spirited; resolute: હિંમત; ધૈર્યવાન; દૃઢ; નિશ્ચિત.

Grizzle, (ગ્રિઝ્લ્) *n.* Gray; a gray color; a mixture of white and black: ભૂરો રંગ.

Groan, (ગ્રોન્) *vi.* To moan: દુઃખથી બૂમપાડવી–પીડાવું; અરેઅરે ક૦. 2. To strive after earnestly: જીવ ઘાલીને–ખરા મનથી કોશેશ ક૦. *vt.* To affect by groans: દુઃખ દેવું; પીડવું. *n.* A low, moaning sound: ઉંડો દુઃખનો અવાજ; નિસાસો; હાયહાય; અરેઅરે.

Groaning, (ગ્રોનિન્ગ્) *n.* Deep sorrow: અફસોસ; ખેદ દીલગીરી.

Groat, (ગ્રોટ્) *n.* A silver coin, equal to four pence: ચાર પેન્સનો સિક્કો. 2. Any small sum of money: પૈસાની નાની જુજ રકમ.

Grocer, (ગ્રોસર્) *n.* A trader who deals in tea, sugar, spices, coffee, fruits, and various other commodities: ગાંધી.

Grocery, (ગ્રોસરિ) *n. pl.* **Groceries**. The

commodities sold by grocers: કરીઆણાં. 2. A retail grocer's shop: કરિઆણાની-ગાંધીની દુકાન.

Grog, (ગ્રૉગ્) *n.* A mixture of spirit and water not sweetened: પાણી મેલવેલો ફિક્કો દારૂ.

Grog-shop, (ગ્રૉગ્-શૉપ્) *n.* A shop or room where strong liquors are sold and drunk: કલાલખાનું; પીઠું; દારૂની દુકાન.

Groin, (ગ્રૉઈન્) *n.* The line between the lower part of the abdomen and the thigh; the inguen: જાંગનો સાંધો-થાપો. 2. A frame of woodwork: લાકડાનું ચોકઠું.

Groom, (ગ્રૂમ્) *n.* (*a*) A waiter; a servant: હજુરીઓ; ચાકર. (*b*) A man or boy who has charge of horses, or the stable: ઘોડાવાલો; રાવત; અશ્વપાલ. 2. One of the several officers of the English royal household: ઇંગ્રેજી બાદશાહી કુટુંબનો એક અમલદાર. 3. A man recently married; bridegroom: નવો પરણેલો પુરૂષ; વરરાજા. *vt.* To tend or care for, or to carry or clean, as a horse: ઘોડાની ચાકરી ક૦; માલીસ ક૦; ખરેરો ક૦.

Groove, (ગ્રૂવ્) *n.* A furrow formed by cutting: ખોભણ; ખાંચે; ચાસ. 2. The habitual course of life, work or affairs: ચાલતી આવેલી રીત; ચાલુ ઢબ. *vt.* To cut a groove or channel in; to furrow: ખોભણ-ફારણ પાડવી; ચીરો-ખાડો પાડવો.

Grope, (ગ્રોપ) *vi.* To feel with or use the hands; to handle: હાથ લગાડીને જોવું-જાણવું; હાથથી જોવું-તપાસવું; પરીક્ષા ક૦. 2. To search or attempt to find something in the dark: અંધારામાં ફાંફાં મારવાં-મારીને શોધવું; ફેંફોસવું; હાથ લાંબા કરી રસ્તો શોધવો.

Gross, (ગ્રોસ્) *a.* [L.*craseus*, thick.] Great; bulky: મોટું; કદવાળું; કદાવર; જાડું. 2. Coarse; rough: ખડબચડું; નાજુકી કે બારીકી વિનાનું. 3. Dull; not easily aroused or excited: મોળું; ટાઢાડું; મંદ; જડ; મૂઢ. 4. Vulgar; low: નીચ; હલકું; અશુદ્ધ; નિર્લજ; અમર્યાદ; અસભ્ય. 5. Thick; dense: જાડું; ઘટ્ટ. 6. Great; palpable: મોટું; ભારે; હડહડતું; ખુલ્લું; દેખીતું. 7. Whole; entire; total: કુલ; એકંદર; જુમલે; સામટું. **G.** *weight*: બારદાન ઓછું કર્યા વગરનું માલનું કુલ એકંદર વજન; કાચું તોલ. *n.* The chief part, bulk or mass: મુખ્ય ભાગ. 2. The number of twelve dozen: બાર ડઝન; ૧૪૪. *A great* **g.**, one hundread and forty-four dozen: ૧૪૪ ડઝન. *By the* **g.**, by the quantity; at wholesale: સામટું; જથ્થાબંધ; એક રકમે.

Gross-headed, (ગ્રોસ્-હેડેડ્) *a.* Thick-skulled; stupid: મૂર્ખ; ધાડી-જડ બુદ્ધીનો માણસ; ઢોંડો; જડ; મૂઢ.

Grossly, (ગ્રોસ્લિ) *adv.* Greatly; coarsely: અમર્યાદ રીતે; બેવકુફાઈથી; અત્યંત.

Grossness, (ગ્રોસ્નેસ્) *n.* Thickness; coarseness; shamefulness: બેવકુફાઈ; હલકાઈ; બેઅદબી; અવિનય; અમર્યાદા.

Grotesque, (ગ્રોટેસ્ક્) *a.* Extravagant; fantastic: વિચિત્ર; તરેહવાર; વિલક્ષણ; વિરૂપ.

Grotto, (ગ્રૉટ્ટો) *n. Pl.* **Grottoes**. [L. *crypta*, vault; cavern.] A natural covered opening in the earth; a cave: ભોંયરૂં; ગુફા; ગુહા.

Ground, (ગ્રાઉન્ડ્) *n.* The surface of the earth: ભોંય; પૃથ્વી; જમીન. 2. (*a*) Region; territory; country: દેશ; મુલક; રાજ્ય; પ્રદેશ. (*b*) The field or place of action: ભૂમિ; ક્ષેત્ર; ચોગાન; સ્થલ. 3. Land; estate; possession: જમીન; જાગીર; વતન; મિલ્કત. 4. (*a*) The basis on which anything rests; foundation: પાયો; આધાર; મૂલ. (*b*) A premise, reason or datum; ultimate or first principle: નિમિત્ત; હેતુ; કારણ; ધોરણ; સબબ; પ્રયોજન. 5. Dregs; lees: તલે બેઠેલો કચરો. 6. The pit of a theater: નાટકશાલામાં છેલ્લો વર્ગ; પિટ. **G.** *form*, (*Gram.*): શબ્દનું મુલ રૂપ. **G.** *mail*: કબરસ્તાન-મશાણમાં મુડદાં દાટવાનું આપેલું દામ. **G.** *plot*, (*a*) the ground upon which any structure is erected: ઘરથાર; જમિનનો કટકો. (*b*) The basis or foundation: પાયો. *To bite the* **g.**, *To come to the* **g.**, to fall to the ground, to come to nothing; to fail: નિષ્ફલ-નકામું-વ્યર્થ જવું; ન ફાવવું; રદ્દ જવું; કાંઈ ન વલવું. *To gain* **g.**, (*a*) to proceed: આગલ વધવું. (*b*) To have some success: લાભ-ફાયદો મેલવવો. (*c*) To become more prosperous or influential: આબાદ થવું; મોભો-વસીલો વધવો. *To get*, or *to gather* **g.**, to gain ground: ફાયદો-લાભ-નફો મેલવવો. *To give* **g.**: to recede; to yield advantage: પાછા હઠવું; ફાયદો-લાભ મૂકી દેવો-જતો મુકવો. *To lose* **g.**, to retire; to retreat; to lose advantage: પાછું હઠવું-વલવું; લાભ-તક ખોવી; આબરૂ-શાખ ગુમાવવાં; પડતી આવવી. *To stand one's* **g.**, to stand firm: દૃઢ ઉભા રહેવું; ટકી રહેવું.

Ground-floor, (ગ્રાઉન્ડ્ફ્લોર્) *n.* The floor of a house most nearly on a level with the ground: ભોંયતલિયું.

Groundless, (ગ્રાઉન્ડ્લેસ્) *a.* Wanting cause or reason for support; not authorized; false: પાયા વગરનું; નિર્મૂલ; મિથ્યા; નિરાધાર; ખોટું.

Ground-work, (ગ્રાઉન્ડ્વર્ક) *n.* The basis; first principle: પ્રારંભ; પાયો; મંડાણ; મૂલતત્વ.

Group, (ગ્રુપ્) *n.* A cluster; crowd or throng: સમુદાય; ટોલું; સંઘ; જમાવ; ઝુમખો. *vt.* To form a group of; to form an assemblage of: જમાવ-એકઠા ક૦; સમુદાય ક૦.

Grove, (ગ્રોવ્) *n.* A wood of small extent: ઝાડની ઘટા; કુંજ; ઉપવન. *Mango* **g**: અમરાઈ.

Grovel, (ગ્રોવેલ્) *vi.* To lie flat an one's belly; to crowl: જમીન ઉપર ઊંધા પડીને પેટે ઘસડાવું; પેટે ચાલવું. 2. To be low, abject or mean: નીચું-હલકું-કંગાલ થવું-હોવું.

Grovelling, (ગ્રૉવલિન્ગ્) *a.* Lying prone; low; debased: નીચું; હલકું; અધમ; પાજી; તુચ્છ.

Grow, (ગ્રો) *vi.* [*Imp.* **Grew**. *p. p.* **Grown**] To increase in size by a natural and organic process: વધતા જવું; વધવું; મોટું થવું; વિકસવું; ફેલાવું. 3. To be produced by vegetation; to thrive: ઉગવું; પાકવું; ઉત્પન્ન થવું; નિપજવું; થવું. *To* **g.** *out of*, to issue from. to result from: નિકલવું; ઉદ્દ્ભવવું; પરિણામ થવું; નિપજવું. *To* **g.** *up*, to arrive at full stature or maturity: મોટા થવું, ઉમ્મરે પહોંચવું. *vt.* To cultivate; to produce: પકવવું; નિપજાવવું; પાકવું; નિપજવું; ઉત્પન્ન કo.

Growl, (ગ્રાઉલ્) *vi.* To utter a deep; guttural sound: ઘુરકવું; ઘુરવું. *vt.* To express by growling: ઘૂરકીને બતાવવું. *n.* A grumbling sound: ઘુરકવાનો અવાજ; ઘુરકીયું.

Grown, (ગ્રોન્) *p. p.* of **Grow**: ઉગેલું; સમૃદ્ધ; પ્રવૃદ્ધ; પ્રૌઢ.

Growth, (ગ્રોથ્) *n.* Augumentation; increase: વૃદ્ધિ; વર્ધન; વિસ્તાર; ફેલાવો; વધારો. 2. (*a*) Product: ઉપજ; નિપજ; ફલ; ઉત્પત્તિ; ઉત્પન્ન. (*b*) Consequence; result; effect: પરિણામ; ફલ; અસર.

Growt-head, (ગ્રોટ્-હેડ્) *n.* A lazy person; a blockhead: આલસુ–સુસ્ત માણસ, મૂર્ખ; મૂઢ.

Grub, (ગ્રબ્) *vt.* To dig; to root out by digging: ખોદવું; ખોદી કાઢવું. 2. To supply with food: ખોરાક પૂરો પાડવો. *n.* A short, thick man; a dwarf: ઠીંગણો માણસ; વામનજી. 2. Victuals; food: ખોરાક; ખાવા પીવાનું; ખોરાકી.

Grubby, (ગ્રબ્બિ) *a.* Dirty; unclean: મેલું; ગંદું; અસ્વચ્છ.

Grudge, (ગ્રજ્) *vt.* To envy (one) the possession of; to covet: ઇર્ષ્યા–અદેખાઈ કo; કોઇની પાસે કાંઇ હોય તે મેલવવાની ઇચ્છા કo. *vi.* To be covetous or envious: અદેખા હોવું; નાખુશ હોવું; જીવ કચવાવો; આનાકાની થવી. 2. To feel grief: દુઃખ લાગવું–થવું; શોક–વિલાપ કo. *n.* Cherished malice, enmity or dislike; ill-will: અદેખાઈ. દ્વેષ; ઇર્ષા; ખાર; વેરભાવ.

Grudgingly, (ગ્રજિન્ગ્લિ) *adv.* In a grudging manner: અસંતોષથી; નાખુશીથી; જીવ કચવાવીને; આનાકાનીથી.

Gruel, (ગ્રૂઅલ્) *n.* Thin porridge: કાંજી; રાબડી; પેજ.

Gruff, (ગ્રફ્) *a.* Severe; harsh: સખ્ત; કરડું; કટામણું; કઠોર.

Grumble, (ગ્રમ્બલ્) *vi.* To murmur or mutter with discontent: બડબડવું; રોદણાં રોવાં; દુઃખ રોવું. 2. To growl: ઘુરકવું.

Grumbler, (ગ્રમ્બલર્) *n.* One who grumbles: ગરબડનાર; અસંતોષી–બેદિલ માણસ.

Grumbling, (ગ્રમ્બલિન્ગ્) *n.* Murmuring with discontent; muttering: બડબડ; અસંતોષ; બેદિલી.

Grunt, (ગ્રન્ટ્) *vi.* To make deep, short noise as a hog: ખરાડવું; ડરકવું. *n.* A deep, guttural sound, as of a hog: ડુક્કરના જેવો અવાજ.

Guarantee, (ગૅરૅન્ટી) *n.* A warranty; a security: જામીનગીરી; બાંહેધરી; હામી. 2. A guarantor: જુમ્મો લેનાર; જમાન; જામીન; હામીદાર. *vt.* To give a guarantee concerning; to warrant: જામીન થવું; બાંહેધરી આપવી.

Guaranteed, (ગૅરૅન્ટીડ્) *a.* Warranted: જામીન થયેલું; ખાતરીવાલું–નું.

Guard, (ગાંર્ડ્) *vt.* To protect from danger; to accompany for protection: સંભાલવું; બચાવવું; રક્ષણ કo; વલાવું કરવા–વલાવા જવું. 2. To keep watch over: પહેરો ભરવો; રખેવાલી–રખેવાલું કo. 3. To face with lists, lace, etc: કોર ચોડવી. 4. To fasten by binding: બાંધીને મજબૂત કo. *vi.* To be cautious; to be in a state of safety: સાવધ હોવું–રહેવું; સાવધાની રાખવી; સંભાલવું. *n.* One who or, that which guards from injury, danger or attack; defence; protection: રખેવાલ; રક્ષક; બચાવ; સંરક્ષણ; રખેવાલી. 2. A watch: પહેરેગીર; ચોકીદાર. 3. One who has charge of a railway train; a conductor: આગગાડીનો 'ગાર્ડ'. 4. (*a*) That part of a sword hilt which protects the hand: તલવારનો ખોબલો. (*b*) ornamental lace protecting the edge of a garment: લુગડાંપર મુકેલી કોર. 5. An expression to secure against censure: બારા (બોલવામાં). 7. Watch; heel; care; attention: તપાસ; ચોકસાઈ; સંભાલ; દરકાર; હોંશીયારી; ખબરદારી. *Life* **g.**: શાહજાદા અથવા કોઈ મોટા અમલદારની સાથેજ રહેનાર ચૂંટી કાઢેલાં માણસો. *Off one's* **g.**, in a careless state; inattentive: અસાવધ; બેપરવા; પ્રમત્ત; ગાફેલ. *On one's* **g.**, alert; vigilant: ચંચલ; ખબરદાર; સાવધ; સાવધાન; જાગૃત.

Guarded, (ગાંર્ડેડ્) *a.* Cautious; wary; circumspect: સાવધ; ચોકસ; હોંશીયાર; ખબરદાર.

Guardian, (ગાંર્ડિઅન્) *n.* One who guards, preserves, or secures; a warden: રક્ષક; રખેવાલ; સંભાલનાર. **g.** *deity:* લોકપાલ; દિગ્પાલ. 2. One who has or is entitled to, the custody of the person, or property of an infant: વાલી.

Guardianship, (ગાંર્ડિઅનશિપ્) *n.* The office, duty, or care, of a guardian: રખેવાલી; વાલીપણું; રક્ષા; રક્ષણ.

Guava, (ગ્વાંવૅ) *n.* A tropical tree, or its fruit, of the genus *psidium*: જમરૂખ; જામફલ.

Gubernatorial, (ગ્યૂબર્નેટોરિઅલ્) *a.* [L. *guberno*. I govern.] Pertaining to a governor or to government: હાકેમ સંબંધી; રાજ્ય સંબંધી.

Guerilla, (ગેરિલ્લૅ) *n.* One who carries on or assists to carry on, irregular warfare: નિયમ–ડેકાણા વગરનું યુદ્ધ કરનાર; ભરાઈ સંતાઇને લઢનાર. 2. An irregular mode of carrying on war: નિયમ–વ્યવસ્થા વગરનું યુદ્ધ.

Guess, (ગેસ્) *vi.* To judge of at random; to conjecture: અટકલ બાંધવા–અટકલથી કહેવું; આરા–સુમારથી કહેવું; અનુમાન કo; ધારવું; માનવું. 2. To solve by a correct conjecture; to conjecture rightly: છોડવું; ઉકેલવું; ખરૂં ધારવું; બરોબર અટકલવું. *n.* A conjecture; a surmise: અનુમાન; આશરો; અડસટ્ટો; અટકલ; સુમાર; કલ્પના.

Guest, (ગેસ્ટ્) *n.* [L. *hostis*, enemy; stranger.]

A visitor: મિજમાન; મેમાન; પરોણો. 2. A lodger or boarder at the hotel, lodging house, or boarding house: વીશી અથવા મુસાફરખાના–ઉતારામાં રહેનાર; ઉતારૂ. *vt.* To receive or entertain hospitably; મેહેમાનદારી–પરોણાગત ક૦. *vt.* To be, or act the part of a guest: મેમાન–પરોણા હોવું; કોઇને ત્યાં રહેવું; ઉતારો લેવો.

Guidance, (ગાઇડૅન્સ્) *n.* The superintendence or result of a guide; direction: ઉપરીપણું; દેખરેખ; નીધેખાની.

Guide, (ગાઇડ્) *vt.* To lead or direct in a way; to pilot: દોરી જવું; ભોમિયા થવું; રસ્તો દેખાડવો. 2. To regulate: વહિવટ–કારભાર ક૦–ચલાવવો; વ્યવસ્થા ક૦; બંદોબસ્ત રાખવો. *n.* A person who leads or directs another in his way or coarse: રસ્તો–માર્ગ દેખાડનાર; વલાવો; રાહબાન; ભોમિયો. One who or that which directs another in his coarse of life; a director: ઉપદેશક; માર્ગોપદેશક. 3. A non-commissioned officer: બિનસનદી અમલદાર.

Guide-post, (ગાઇડ-પોસ્ટ્) *n.* A post at the fork of a road, with guide-board on it, to direct travellers: રસ્તો બતાવવાને ઉભો કરેલો થાંભલો; માર્ગદર્શકસ્તંભ; રસ્તાના નામનું પાટિયું.

Guild, (ગિલ્ડ્) *n.* A business fraternity or corporation: કોઈપણ ધંધાનું મહાજન; ધંધાદારીઓની મંડળી. 2. A guildhall: મહાજનવાડી. 3. A religious association or society: ધર્મ સંબંધી મંડળી; ધાર્મિક સમાજ.

Guile, (ગાઇલ્) *n.* Deceit: કપટ; પેચ; કાવાદાવા; છલ; પ્રપંચ. *vi.* To deceive or delude: છેતરવું; કપટ–છલ ક૦; ઠગવું.

Guileful, (ગાઇલ્ફુલ્) *a.* Characterized by cunning, deceit or treachery; guilty: દગાખોર; ઠગારૂં; કપટી; છલ–કાવાદાવા વાળું.

Guileless, (ગાઇલ્લેસ્) *a.* Free from guile; artless: ભોળું; નિષ્કપટ; સરલ; નિષ્પ્રપંચ.

Guillotine, (ગીલ્લોટીન્) *n.* A machine for beheading a person: ગરદન મારવાનો એક જાતનો સંચો–યંત્ર. 2. Any machine or instrument for cutting: કાપવાનું યંત્ર–હથિયાર. *vt.* To behead with the guillotine: ગરદન મારવું; ઠાર ક૦.

Guilt, (ગિલ્ટ્) *n.* Crime: અપરાધ; દોષ; તકસીર; ગુનો; વાંક; પાપ; તકસીર; ગુનેહગારી.

Guiltiness, (ગિલ્ટિનૅસ્) *n.* The quality or state of being guilty: ગુનેગારી; તકસીરવારી; સદોષતા.

Guiltless, (ગિલ્ટ્લૅસ્) *a.* Free from guilt; innocent: બે ગુનાહ; નિષ્કલંક; નિષ્પાપ; નિરપરાધી; પાપ–દોષહીન–રહિત; નિર્દોષ. 2. Without experience or trial; unacquainted: અનુભવ અથવા અજમાશ વિનાનું; બિનઅનુભવી; કાચું.

Guilty, (ગિલ્ટિ) *a.* Criminal; wicked: ગુનેગાર; અપરાધી; દોષી; તકસીરવાન; પાપી. 2. Conscious; cognizant: વાકેફગાર; માહિતગાર.

Guinea, (ગિની) *n.* A district on the west coast of Africa: આફ્રિકાના પશ્ચિમ કિનારાના એક દેશનું નામ. 2. A gold coin of England current for twenty-one shillings sterling, or about five dollars: આશરે પોણા સોલ રૂપિયાની કિમતનો વિલાયતી સિક્કો. 3. G. *worm:* વાળો.

Guise, (ગાઇઝ્) *n.* Custom; fashion; practice: રૂઢિ; રેવાજ; રીત; ચાલ; વહીવટ. 2. Garb; shape: વેશ; પહેરવેશ; પોશાક; આકાર; ડોલ; દેખાવ.

Guitar, (ગિટાર્) *n.* A stringed instrument of music; resembling the lute or the violin: સતાર; વીણા; સરોદો. *Turkish* g.: તંબૂરો.

Gulf, (ગલ્ફ્) *n.* [L. *gula.*] An abyss; a deep chasm: ઉંડો ખાડો; ખો. 2. The gullet: ગલું. 3. A portion of an ocean or sea extending into the land: અખાત; ખાડી.

Gull, (ગલ્) *vt.* To cheat; to deceive: ભોલવવું; ઠગવું; ધૂતવું; છલવું; થાપ આપવી. *n.* A cheating; a trick; a fraud: છલ; કપટ. 2. One easily cheated; a dupe: ભોળું માણસ; ભોલો ભટ્ટ.

Gull, (ગલ્) *n.* A web-footed sea fowl: પગનાં આંગલાં ચામડીથી જોડાયલાં હોય એવું દરીઆઈ પક્ષી.

Gullet, (ગલ્લેટ્) *n.* [L. *gula.*] The tube by which food and drink are carried from the pharynx to the stomach; the esophagus: અન્ન પેટમાં ઉતરવાની નલી; અન્નમાર્ગ.

Gully, (ગલિ) *n.* A channel or hollow worn in the earth by a current of water: નીક; નહેર; મોરી. *vt.* To wear into a gully: નીક ક૦.

Gulp, (ગલ્પ્) *vt.* To swallow eagerly, or in large draughts: ગટગટાવી જવું; ઓહીઆં કરી જવું; ઢીચવું. *To* g. *up.* to throw up from the stomach; to disgorge: ઓકી નાંખવું; પાછું કાઢવું; ઓકવું. *n.* The act of taking a large mouthful: મોટો બુક્કો–કોલીયો મારવો તે. 2. A disgorging: ઓકારી; વમન; ઉલટી.

Gum, (ગમ્) *n.* A vegetable secretion of many trees or plants: ગુંદર. 2. A rubber overshoe: બુટ ઉપર પહેરવાનો રબરનો જોડો. 3. Sockets of the teeth: દાંતના પારા; અવાલુ. *vt.* To smear with gum; to stiffen or unite by gum: ગુંદર લગાડવો; ગુંદરથી બીડવું–ચેાંટાડવું. *vi.* To become gummy: ગુંદરવાલું–ચિકણું થવું.

Gumboil, (ગમ્બૉઇલ્) *n.* A small suppurating inflamed spot on the gum: પારાનો સોજો.

Gumminess, (ગમિનૅસ્) *n.* The state or quality of being gummy; viscousness: ચિકણાપણું; ચિકાસ.

Gummy, (ગમિ) *a.* Consisting of gum; viscous; adhesive: ગુંદર જેવું; ચિકણું; ચેાંટી જાય એવું.

Gump, (ગમ્પ્) *n.* A dolt; a dunce: બેવકૂફ; મૂર્ખ; ઢોંડો; ઉલ્લુ; પથરો; મૂઢ.

Gumption, (ગમ્પશન્) *n.* Capacity; shrewdness; common sense: ગ્રહણ–ધારણ શક્તિ; સમજ; અક્કલ.

Gun, (ગન્) *n.* [L. *canna*, reed; tube.] A weapon which throws or propels a missile to a distance: બંદુક; તોપ. 2. *Pl.* Violent blasts of wind: પવનના ઝપાટા–સપાટા. G. *fire,* the time at which the morning or the evening gun is fired: સવારની–સાંજની તોપ પડવાનો વખત–સમો. **G.** *metal*, a bronze: કાંસું.

Gun-boat, (ગન-બોટ્) *n.* A vessel of light draught, carrying one or more guns: એક અથવા વધારે તોપવાળી નાની મનવાર.

Gun-fire, (ગનફાઇર્) *n.* Discharge of a gun: તોપનો અવાજ.

Gunner, (ગનર્) *n.* A cannoneer: તોપ છોડનાર–ચલાવનાર; તોપચી. 2. A warrant-officer in the navy having charge of the ordnance on a vessel: વહાણ ઉપરના તોપખાનાનો ઉપરી.

Gunnery, (ગનરિ) *n.* That branch of military science, which comprehends the theory of projectiles, and the manner of constructing and using ordnance: તોપ ફોડવા–બંદુક ટાકવાની કળા; ગોલંદાજી.

Gunning, (ગનિન્ગ્) *n.* That act or practice of hunting or shooting game with a gun: બંદુકથી શિકાર કરવો તે.

Gunny, Guney-cloth, (ગનિ, ગનિક્લૉથ્) *n.* A strong, coarse kind of sacking: જાડું કોથલા કરવાનું લુગડું; ગુણપાટ.

Gunpowder, (ગન-પાઉડર્) *n.* A black, granular, explosive substance: બંદુકનો દારૂ; દારૂગોળો.

Gun-shot, (ગન-શૉટ્) *n.* Act of firing a gun; a shot: તોપનો બાર. 2. The distance to which a shot can be thrown from a gun: ગોળા–ગોળીનો ટપ્પો.

Gun-smith, (ગન-સ્મિથ્) *n.* One whose occupation is to make or repair small fire arms; an armorer: બંદુક બનાવનાર.

Gun-stone, (ગન-સ્ટોન્) *n.* A cannon ball: તોપનો ગોળો.

Gurgle, (ગર્ગલ્) *vi.* [L. *gurgulio*, gullet.] To run or flow in a broken, irregular, noisy current: ગલગલ વહેવું. *n.* The act of gurgling; a broken, bubbling voice: ગલગલ વહેવું–અવાજ થવો તે.

Gush, (ગશ્) *vi.* To issue with violence and rapidity; to flow copiously: ખલખલ કરીને બહાર નિકલવું–વહેવું; વેગથી વહેવું; દડદડ નિકલવું. 2. To display enthusiasm in a silly, demonstrative manner: એકદમ–અચાનક ઉછાલાથી મનનો ઉભરો કાઢવો. *vt.* To emit in a copious manner: જથાબંધ બહાર કાઢવું. *n.* A rapid out-pouring of anything: ઉભરો; ધોધ; પ્રવાહ; પ્રવૃત્તિ. 2. Effusive display of sentiment: મનનો ઉભરો; ઉદ્‌ગાર.

Gust, (ગસ્ટ્) *n.* A violent blast of wind: પવનનો ઝપાટો–સપાટો. 2. A sudden, violent burst of passion: મનનો ઉભરો; ઉદ્‌ગાર. *n.* [L. *gustus.*] The sense or pleasure of tasting; relish: સ્વાદ; રૂચિ. 2. Enjoyment: મઝા; મોજ; આનંદ. 3. Intellectual taste; fancy: શોખ; રૂચિ; અભિરૂચિ; ભાવના; રસ.

Gusto, (ગસ્ટો) *n.* Relish; taste; fancy: રૂચિ; લહેજત; સ્વાદ; અભિરૂચિ; ભાવના; રસ.

Gusty, (ગસ્ટિ) *a.* Windy; stormy; tempestuous: પવન–તોફાનવાલું; તોફાની; જોસ ભરેલા પવનનું.

Gut, (ગટ્) *n.* A narrow passage of water: નેહેર; નીક. 2. An intestine; a bowel: આંતરડું. *vt.* To take out the bowels from: આંતરડાં લઇ લેવાં–ખેંચી કાઢવાં. 2. To destroy or remove the interior or contents of: અંદરની વસ્તુઓ–ભાગનો નાશ કર–કાઢી નાંખવો.

Gutter, (ગટર્) *n.* [L. *gutta.*] An eaves channel; an eaves trough: છાપરાનો નાલ. 2. A small channel at the road side or elsewhere, to lead off surface water: નીક; ગટર. 3. Any narrow channel or groove: કોરણ; ખોભણ. **G.** *snipe*, a street Arab: રખડાઉ; ભટકેલ; ભટકણ. *vt.* To cut or form into small longitudinal hollows; to channel: ગટર–નીક બનાવવી.

Guttler, (ગટ્‌લર્) *n.* A greedy eater; a glutton: ખાઉધર; અકરાંતીયો; અત્યાહારી; એધી.

Guttural, (ગટરૅલ્) *a.* [L. *guttur*, throat.] Of, or, pertaining to the throat; formed in the throat: કંઠસ્થાની અવાજ; કંઠ–ગલામાંથી કાઢેલો અવાજ.

Guzzle, (ગઝલ્) *vi.* & *vt.* To drink much or frequently: (દારૂ) ગટગટ પી જવું; ઠાંસવું; ઢીચવું.

Gymnasium, (જિમ્નેઝિઅમ્) *n. pl.* [Gr. *gymnos*, naked.] A place or building where athletic exercises are performed: કસરતશાલા; તાલીમખાનું; અખાડો.

Gymnast, (જિમનૅસ્ટ્) *n.* One who teaches or practises gymnastic exercises: કસરત શીખવનાર; તાલીમ આપનાર; ઉસ્તાદ.

Gymnastic, (જિમ્નૅસ્ટિક્) *a.* Pertaining to athletic exercises; athletic: તાલીમ–કસરત સંબંધી નું–વિષે.

Gymnastics, (જિમ્નૅસ્ટિક્સ્) *n. pl.* Athletic or disciplinary exercises: કસરત; કસરત વિદ્યા; વ્યાયામ; મલ્લક્રીડા; મલ્લકુસ્તિ.

Gynarchy, (જિનાર્કિ) *n.* [Gr. *gyne*, a female & *arke*, government.] Government by a woman: સ્ત્રીરાજ્ય; ત્રિયારાજ.

Gyneocracy-Gynocracy, (જિનીઑક્રસિ-જિનૉક્રસિ) *n.* [Gr. *gyne*, a woman & *kratos*, power.] Female power; gyneocracy: સ્ત્રીસત્તા.

Gypsy, (જિપ્સિ) *n. pl.* One of a vagabond race: એક જાતના રખડાઉ લોક. 2. The language used by the gypsies: રખડાઉ લોકોની ભાષા. 3. A dark-complexioned person: કાલા ચહેરાનો આદમી. 4. A cunning or crafty person: લુચ્ચો; ઠગ માણસ.

Gyral, (જાઇરૅલ્) *a.* Moving in a circular path or way; whirling: ગોલ–ચક્કરમાં ફરતું.

Gyration, (જાઇરેશન્) *n.* A circular or spiral motion; rotation: ચકાવો; ચક્રગતિ; ફેરો; ફેરી; ભ્રમ.

H.

H, (ઍચ્) The eighth letter, ઇંગ્રેજી મુળાક્ષરનો આઠમો અક્ષર; એનો ઉચ્ચાર હ્ અથવા અ થાય છે.

Ha, Hah, (હં, હા) *interjec.* An exclamation denoting surprise, joy or grief: આશ્ચર્ય–આનંદ–કે શેાક બતાવનાર ઉદ્ગાર; હાહા ! વાહવાહ ! અહો !

Haberdasher, (હૅબર્‌ડૅશર્) *n.* A seller of small wares: ફીત, દોરી, ટાંચણી, સોય દોરા વીગેરે વેચનાર; સોય–કાંસકીવાલો.

Haberdashery, (હૅબર્‌ડૅશરી) *n.* The goods and wares sold by a haberdasher: સોય–કાંસકીવાલાનો વેચવાનો સામાન; ફીત, દોરી, ટાંકણીઓ, સોય, દોરા વીગેરે જણસો.

Habiliment, (હૅબિલિમૅન્ટ્) *n.* [L. *habitus*, dress.] A garment; clothing: વસ્ત્ર; લુગડાં; પોશાક; કપડાં.

Habit, (હૅબિટ્) *n.* [L. *habeo*, I have.] Physical temperament: પ્રકૃતિ; ગુણ; ખાસિયત; વૃત્તિ; અવસ્થા; દશા; તબિયત; મિજાજ. 2. (*a*) Fixed custom; usage; practice: ટેવ; મહાવરો; આદત; ખો; અભ્યાસ; રાબેતો; વહિવટ. (*b*) The involuntary tendency or aptitude to perform certain actions: લત; છંદ; વ્યસન; તલપ; હવસ. 3. (*a*) Outward appearance; attire; dress. પોશાક; પહેરવેશ; વેષ; ભેખ: લિબાસ. (*b*) A garment: લુગડું; કપડું; વસ્ત્ર.

Habitable, (હૅબિટૅબલ) *a.* [L. *habito*, I dwell.] Capable of being inhabited or dwelt in: રહેવા–વસવા લાયક; વાસ યોગ્ય.

Habitant, (હૅબિટૅન્ટ્) *n.* An inhabitant; a dweller: રહેવાસી; વસનાર; રહેનાર.

Habitation, (હૅબિટેશન) *n.* A place of abode: રહેઠાણ; વાસ; ઘર; મુકામ.

Habitual, (હૅબિટ્યૂઍલ) *a.* Formed or acquired by habit or use: મ્હાવરા–આદત–ટેવવાળું. 2. According to habit; customary; constant: આભ્યાસિક; સ્વાભાવિક; નિત્યનું; રાબેતાનું.

Habitually, (હૅબિટ્યૂઍલિ) *adv.* Customarily: નિત્ય; હમેશ; નિયમસર; યથારીતે; ટેવ–ધારા પ્રમાણે; રાબેતાસર.

Habituate, (હૅબિટ્યૂએટ્) *vt.* To accustom; to familiarize: ટેવ–અભ્યાસ–માવરો–સહવાસ પાડવો. 2. To settle as an inhabitant in a place: અમુક જગ્યા–રહેઠાણમાં રહેવું–વાસ કo.

Habituated, (હૅબિટ્યૂએટેડ્) *a.* Accustomed: ટેવ–અભ્યાસવાળું; ટેવ પડેલું; સહવાસ પડી ગયેલું; સહવાસી; અભ્યાસી.

Habitude, (હૅબિટ્યૂડ્) *n.* Familiarity; frequent intercourse: સહવાસ; અભ્યાસ; પરિચય; ઘરોબો. 2. Habit of body or action: ટેવ; મ્હાવરો; આદત; રાબેતો; વહિવટ; ધારો; રિવાજ.

Hack, (હૅક્) *vt.* To notch; to cut irregularly: આડું–અવળું–વાંકુ ચૂકું કાપી મૂકવું; કાપા–ઘા પાડી મુકવા. 2. To speak with hesitation: અચકઇને–આંચકા ખાઇને બોલવું; ખંચાઇને બોલવું. 3. To let out for hire: ભાડે આપવું. *n.* A notch; a cut: કાપો; ઘા; કાપ; ચીરો. 2. A catch in speaking: તોતડાટ; જીભ અટકવી તે. 3. A horse let out for common hire: ભાડુતી ઘોડો. 4. A hackney coach: ભાડુતી ગાડી. 5. An overworked man; a drudge: મજુર; વૈતરો; ભાડુતી કામ કરનાર. *a.* Hired; hackneyed: ભાડે આણેલું; ભાડુતી.

Hacking, (હૅકિંગ્) *a.* Speaking hesitatingly: તોતડું બોલતું; ખંચાઇને બોલતું.

Hackle, Heckle, (હૅકલ્) *n.* A hatchel: સણ સાફ કરવાનું દાંતાવાલું ઓજાર; પંઝેટી. *vt.* To comb as flax or hemp: પંઝેટવું. 2. To tear asunder: તોડી નાંખવું; કકડા કo.

Hackney, (હૅક્નિ) *n.* A horse suitable for riding; a pony: સ્વારી કરવાનો ઘોડો; ટટ્ટુ; ખટ્ટુ. 2. A hack; a horse kept for hire: ભાડુતી ઘોડો. 3. A hireling; a prostitute: વૈતરો; મજુર; કસબણ; સામાન્યા. *a.* (*a*) Let out for hire: ભાડાનું; ભાડુતી; બધાના વપરાસમાં–બધા કામમાં આવતું; સાધારણ થઇ ગયેલું; ઘણી રીતે વપરાયલું. *vt.* To devote to common use; to make trite or commonplace: ઘસી નાંખવું; ચાવી નાંખવું; સાધારણ–જુનું કરી નાંખવું. 2. To carry in a hackney-coach: ભાડુતી ગાડીમાં લેઇ જવું.

Had, (હૅડ્) *Imp. & Past P.* of **have**.

Hades, (હેડીઝ્) *n.* The nether world: પાતાલ; અધોલોક–ભુવન.

Hag, (હૅગ્) *n.* An ugly old woman: ઘરડી–ખદશિકલ બિહામણી સ્ત્રી; ડાકણી; વંતરી. 2. A witch: ડાકણ; ડાકણ. *vt.* To harass; to tire: હેરાન કo; કંટાલો આપવો.

Haggard, (હૅગ્યાર્ડ) *a.* Wild: જંગલી; જક્કી. 2. Lean; rugged in features: દુબળું; લેવાઇ ગયેલું; આંખમાં ખાડા પડી ગયેલું. 2. A hag: ડાકણ; વંતરી; ખદશિકલ–ઘરડી–બિહામણી સ્ત્રી.

Haggish, (હૅગિશ્) *a.* Ugly; horrid: બિહામણું ભયંકર; કદરૂપું.

Haggle, (હૅગલ્) *vt.* To cut into small pieces: આડું–અવળું–કાપી નાંખવું; ઉપર કાપ–ઘા પાડી મુકવા. 2. To tease; to worry: સતાવવું; પજવવું; હેરાન કo. *vi.* To be difficult in bargaining; to higgle: ભાવ તાલમાં કચકચાટ–તકરાર–રકઝક–ખેંચાખેંચ કo.

Hail, (હેલ) *vt.&vi.* To pour down as a hail: કરાંની માફક રેડવું; બરફ પડવો; કરા પડવા–વરસવા. *n.* Frozen rain: કરા; મેઘગર્ભ. *a.* Healthy; sound: તનદુરસ્ત; આરોગ્ય; નિરોગી.

Hail, (હેલ્) *interj.* An exclamation usually of respectful salutation: શેઠ સાહેબ; આવો સાહેબ; સાહેબ સલામ; નમસ્કાર.

Hail, (હેલ્) *vt.* To salute: સલામ–નમસ્કાર કo–કહેવા; માન આવકાર આપવો. 2. To name; to call: હાંક મારવી; બોલાવવું; સાદ દેવો.

Hail-stone, (હેલસ્ટોન્) *n.* A frozen rain-drop: કરાનો કકડો–ગાંગડો–ગોલો.

Hair, (હેર્) *n.* The collection of filaments

growing from the skin of an animal: ખાલ; નિમાળા; વાલ; કેશ; રૂઆં; રૂંઆટી; રેામ. 2. Filament of a plant: કેસર; તંતુ. 3. A hair-cloth: નિમાળાનું બનાવેલું લુગડું. 3. Any very small distance or degree; hair-breadth: દોરાપુર છેટું-અંતર; રેખામાત્ર અંતર; ખાલ જેટલો તફાવત. *With the* **h.**:અનુકૂલ. Against the **h.**: પ્રતીકૂલ; વિરૂધ; ઉલટું. *To split* **h.s**, to make distinctions of useless nicety: નકામા વાંધા કાઢવા; બહુ ડાહ્યા થવું. *Not worth a* **h.**, of no value: કોડી-બદામ-દમડીની કીંમતનું પણ નહીં; નજીવું.

Hair's breadth, (હેર્સ્બ્રેથ્) *a.* Very narrow: ઘણું સાંકડું; ખાલ જેવું બારિક; દોરાપુર છેટેનું. *n.* A very small distance: છેક થોડું-દોરા-રેખાપુર છેટું; ખાલ જેટલો તફાવત.

Hairy, (હેરિ) *a.* Made of hair; covered with hair; resembling hair:વાલનું;નિમાળાનું; નિમાળાનું બનેલું; નિમાળાવાળું; નિમાળા જેવું.

Halcyon, (હૅલસિઑન) *n.* [L. *Halcyon*, or Gr. *hols*, the sea, *kyo*, I conceive.] The king-fisher: એક જાતનું જલચર પક્ષી. *a.* Calm; quiet: શાંત; સુખી; શાંતિનું; સમાધાન; નિરાંતનું.

Hale, (હેલ્) *a.* Sound; healthy: સારૂં; નિરોગી; તનદુરસ્ત; આરોગ્ય.

Half, (હાંફ્) *n.* [*Pl.* **halves**.] One of two equal parts: અડધો અર્ધ ભાગ; અડધીઉં; અડધું; અર્ધાંશ. *In* **h.**, in two: બે ભાગ; અર્ધોઅર્ધ. *Better* **h.**: અર્ધાંગના; સ્ત્રી; વહુ; બાયડી. *To cry halves*, to claim an equal share: સરખો ભાગ માગવો. *To go halves*,to have an equal share: સરખો ભાગ મેળવવો-લેવો.*a.*Consisting of a moiety,or half: અરધું;અર્ધ. 2. Partial; imperfect: અધુરૂં; અપૂર્ણ; અર્ધ;અડધું. *adv.* In part;in an equal part: એક સરખે ભાગે; નિમે ભાગે.

Half-blood, (હાંફ્બ્લડ્) *n.* Relation between persons born of the same father or of the same mother, but not of both: સાવકાપણું; ઓરમાઇ-સાવકુ સગપણ.

Half-brother, (હાંફ્બ્રધર્) *n.* A brother by one parent, but not by both: ઓરમાન-સાવકો ભાઈ; ઓરમાઈ ભાઈ.

Half-caste, (હાંફ્કેસ્ટ્) *n.* One born of a Hindoo parent on the one side, and of a European on the other: મા અને બાપમાંથી એક હિંદુ અને એક યુરોપીઅન એ રીતે જેનો જન્મ છે એવું છોકરૂં-માણસ.

Half-moon, (હાંફ્મૂન્) *n.* The moon at the quarters, when half of its disk appears illuminated: અર્ધચંદ્ર. 2.Anything in the shape of a half-moon: અર્ધચંદ્રાકાર વસ્તુ.

Half-witted, (હાંફ્વિટેડ્) *a.* Silly; foolish: દોઢડાહ્યું; કમઅક્કલ; નાદાન; બેવકુફ;મૂર્ખ.

Hall, (હૉલ) *n.* (*a*) A covered room devoted to public business: જાહેર કામને સારૂ મુકરર કરેલો મોટો ખંડ; દિવાનખાનું. (*b*) A large room at the entrance of a house:આગલો ઓરડો;પરશાલ; ખંડ. (*c*) A room of audience and justice: કચેરી; દરબાર;ન્યાયસભા; કોટવાલખાનું; સરકારવાડો.

Halleluiah, Hollelujah, (હૅલીલ્યૂયા) *n.* & *interj.* Praise ye Jehovah; praise ye the Lord: ઇશ્વર સ્તુતિનો શબ્દ.

Halloo, (હૅલ્લૂ) *vi.* To cry out to by name: બોલાવવું; હાંક મારવી. *vt.* To encourage with shouts: બુમો પાડી હીંમત આપવી-ઉત્તેજન આપવું: બુમો પાડી ઉશ્કેરવું; હુલાવવું. 2. To chase with shouts: બુમો પાડતાં પાછલ દોડવું. *n.* A shout; a call: બુમ; પોકાર. *Interj.* Ho there! ho! હે! એ! અલ્યા! હં! જો! આમ જો!

Hallow, (હૅલો) *vt.* To make holy; to consecrate: પવિત્ર ક૦; પાક બનાવવું; ઇજવું.

Hallucination, (હૅલ્લ્યૂસિનેશન) *n.* [L. *hallucinatio.*] Error; mistake: ભૂલ; તકસીર; ચૂક. 2. An error or illusion of sensible perception: મન ચલી જવું તે; ધખારો; ચિત્તભ્રમ. 3. The perception of object. which have no reality: ઝાંઝવા; ઇંદ્રજાલ.

Halo, (હેલો) *n. pl.* **halos**. [L. *halos*, halo.] A circle of light: ચિત્રમાં પ્રભામંડલ; તેજોમંડલ; પરિવેષ; કિરણમાલા; સૂર્ય અથવા ચંદ્રની આસપાસ ચલકતું ચક્કર; જલકૂંડું.

Halster, (હાંસર્) *n.* hawser: પાગડ; વહાણ અથવા હોડીને ખસેડવા-ખેંચવાનું મોટું દોરડું.

Halt, (હૉલ્ટ્) *vi.* To stop in walking or marching: ઉભા રહેવું; પડાવ નાંખવો; અટકવું; થોભવું; મુકામ ક૦. 2. To be lame; to limp: લંગડા થવું; લંગડાઈને અટકી જવું; લંગડાતાં-ખોડાતાં ચાલવું; લંગડાવું; ખોડાવું. 3. To hesitate: કંઈ વાત વિશે નિશ્ચય કરવામાં આંચકો ખાવો; અટકી પડવું; વિચારઘોલ-શંકામાં રહેવું-પડવું. *vt.* To cause to cease marching: મુકામ કરાવવો; થંભાવવું; અટકાવવું. *a.* Lame: લંગડું; ખોડું. *n.* A stop in marching; a stopping: મુકામ; પડાવ; વિશ્રામ. 2. Lameness: લંગડાપણું; ખોડાપણું.

Halter, (હૉલ્ટર્) *n.* One who halts or limps: લંગડાતો-ખોડાતો ચાલનાર; લંગડો. *n.* (*a*) A rope for leading a horse: બાગદોર; ઘોડો દોરી લઈ જવાનું દોરડું. (*b*) A rope for hanging malefactors: ફાંસીનું દોરડું.

Halve, (હાંવ્) *vt.* To divide into two equal parts: બે સરખા ભાગ ક૦; અર્ધોઅર્ધ ક૦. 2. To join, as timbers, by letting into each other: જોડી દેવુ; સાલ બેસાડવું.

Ham, (હૅમ્) *n.* The hind part of the knee: ઘુંટણનો પાછલો ભાગ. 2. (*a*) The thigh of any animal: જાંગ; જંઘા. (*b*) The thigh of a hog salted & dried in smoke: મીઠું દઈને સુકવેલી ડુક્કરની જાંગ.

Hamlet, (હૅમ્લેટ્) *n.* A small village; a little cluster of houses: નાનું ગામ-ગાંમડું; ખેડું; ગોઠડું.

Hammer, (હૅમર્) *n.* An instrument for driving nails, beating metals &c: હથોડો; હથોડી. 2. (*a*) The part of a clock, striking upon the bell to indicate the hour: ઘડિયાલની હથોડી; મોગરી; મોગર. *vt.* To beat with a hammer: મઠેરવું; હથોડાવતી ટીપવું; આકાર પાડવો; ઘાટ ઘડવો. 2. To work in the mind: મનમાં યુક્તી રચવી; મનમાં ઘાટ ઉતારવો–બેસાડવો–ઘડવો.

Hamper, (હૅમ્પર્) *n.* A large basket for conveying things to market, &c: બજારમાં ચીજો ભરી લેઈ જવાની મોટી ટોપલી; ટોપલો; પાંટી; ઝાપ. *n.* A fetter: બેડી; સાંકલ; કડી. *vt.* To put in a hamper: ટોપલીમાં મુકવું. 2. To insnare; to embarrass: હાથ પગ બાંધી લેવા; સપાટામાં લેવું; ગૂચવવું; ગભરાવવું.

Hand, (હૅન્ડ્) *n.* The outer extremity of the human arm, consisting of the palm and fingers: હાથ; હસ્તક; કર; દસ્ત. 2. A limb of certain animals: કેટલાંક પ્રાણીઓનો એક અવયવ; હાથ; પગ. (*b*) A pointer of a dial: કાંટો. 3. Four inches; a palm: ચાર ઇંચનું માપ; હથેલી; મુઠ. 4. Side; part: બાજુ; ભાગ; દિશા; પક્ષ. 5. Ability; skill: બુદ્ધિ; ચતુરાઇ; હુંશિયારી; કુશલતા. 6. Deed; act; manner of performance: કામ; કૃત્ય; ક્રિયા; વ્યાપાર. 7. An agent; servant; a labourer: મુનીમ; મજુર; ચાકર; આદમી; નોકર. 8. Style of hand-writing: મરોડ; વલણ; હરફ; અક્ષર; દસ્કત. 9. Possession; ownership; control: હાથ; હવાલો; તાબો; કબજો; અખ્તિઆર. 10. That, which may be held in a hand at once: મૂઠો. (*a*) The quota of cards received from the dealer: એક જણનાં ભાગે આવેલાં પાનાં. **Hand** is used to denote: (*a*) Might; power: બલ; સામર્થ્ય. (*b*) Fraternal feeling: હાથ; લાગણી. (*c*) Marriage; contract: લગ્ન; વિવાહ. *At all hands or on all hands*, by all parties: બધી તરફથી. *At* **h.**(*a*) near in line or place: નઝદીક; પાસે; નજીક. *At first* **h.**: માલધણી પાસેથી લીધેલું; નવું નકોર; તાજું. *At second* **h.**: જુનું; વપરાયેલું; ઉતરેલું. *Clean* **h.***s*, freedom from guilt: પાપ રહિતપણું; નિર્દોષપણું. *From* **h.** *to* **h.**, from one person to another: હાથોહાથ. **H.** *in* **h.**, (*a*) in union: સંપસંપીને; હલીમલીને. (*b*) Just; fair; equitable: વાજબી; ન્યાયસર; યોગ્ય; લાયક; ઘટતું. **H.** *to* **h.**, in close union: લગોલગ; પાસેપાસે આવી જઈને. **H.** *to mouth*: શેર લાવવું ને શેર ખાવું એ રીતે. *Heavy* **H.**, severity: જુલમ; સખ્તાઇ; આકારાપણું; કરડાપણું. *On* **h.**, (*a*) Paid down: અપાઈ ગયેલું; મલેલું. (*b*) In preparation: તૈયારીમાં; બનતું; થતું; ચાલતું. (*c*) In consideration: વિચારમાં; કામમાં; હાથમાં. *Light* **h.**, gentleless: નમ્રતા. *Off* **h**., *or out of* **h.**, without delay: ઢીલ વગર; તુરતજ; સત્વર. *On* **h.**, in present possession: પોતામાં; સિલકમાં; પાસે. *Slack* **h.**, sloth; carelessness: સુસ્તી; આલસ; બેકાલજી. *Strict* **h.**, rigorous government: સખ્ત અમલ; તરવારની ધાર. *To bear a* **h.**, to give help: મદદ આપવી; વારે ધાવું. *To be* **h.** *and glove*, to be intimate and familiar: ગાઢા પરિચયમાં હોવું; જીવેજાનની દોસ્તી હોવી *To bring up by* **h.**, to feed without suckling an infant: બાલકને ધવડાવવા વગર ઉપરના દૂધથી ઉછેરવું. *To change* **h.***s*, to change sides: પક્ષ બદલવો. *To get* **h.**, to gain influence: કોઇપર જોર–અમલ થવો; પર કાબુ મેલવવો. *To have a* **h.** *in*, to have a part or concern in doing: કોઈ કામમાં કંઈ ભાગ હોવો; લાગતું વલગતું હોવું; હાથ હોવો; સામેલ હોવું. *To have or get the upper* **h.**, to get the better of another person: ફાવવું; ફાવી જવું. *To lay* **h.***s on*, to seize; to assault: પકડવું; ઝાલવું; પકડી લેવું; લઈ લેવું. *To lend a* **h.**, to give assistance: મદદ–સહાય ક૦; ટેકો–પુષ્ટિ–મદદ આપવી. *To make one's* **h.**, to gain advantage or profit: લાભ–નફો–ફાયદો મેલવવો. *To put the last or finishing* **h.** *to*, to complete; to perfect: પરિપૂર્ણ ક૦; સંપૂર્ણ ક૦; ઓપ દેવો; છેવટનો હાથ દેવો–મારવો. To strike *hands*, to make a contract: કરાર ક૦; શરતબોલી ક૦. *To take in* **h.**, to attempt or undertake: પ્રારંભ–મંડાણ ક૦; પ્રયાસ–પ્રયત્ન ક૦. *To wash the* **h.** *of*, to disclaim or renounce interest in: હાથ ધોઈને બેસવું; પાણી મુકવું; નામ મુકવું. *Under the* **h.** *of*: સહી સાથેનું. **H.** *money*, earnest money: બાનું; બાનામાં–આગલથી આપેલા પૈસા. *vt.* To give, pass or transmit with the hand: આપવું. 2. To conduct: લઈ જવું. 3. To manage: ચલાવવું; વ્યવસ્થા ક૦. 4. To seize; to lay hands on: પકડવું; ઝાલવું. *To* **h.** *down*, (*a*) To transmit in succession: વારસામાં આપવું; પરંપરામાં ચલાવવું. (*b*) To forward: મોકલવું. *To* **h.** *over*, to deliver up: સ્વાધીન–હવાલે ક૦.

Hand-bill, (હૅન્ડ્-બિલ) *n.* A loose printed sheet to be circulated for some public announcement: જાહેરખબરનો કાગલ; હૅન્ડબિલ; પ્રસિદ્ધિપત્ર.

Hand-book, (હૅન્ડ્-બુક્) *n.* A manual: નાનો ગ્રંથ; લઘુ પુસ્તક.

Hand-cuff, (હૅન્ડ્-કફ્) *n.* A manacle: હાથકડી; બેડી. *vt.* To manacle: હાથકડી ઘાલવી; બેડી પહેરાવવી.

Handful, (હૅન્ડ્ફુલ્) *n.* As much as the hand will contain: હાથમાં માય તેટલું; મુઠીભર–પુર. 2. A small quantity or number: થોડુંક કાંઈ; મુઠ્ઠિભર; સાડાત્રણ.

Handicraft, (હૅન્ડિક્રૅફ્ટ્) *n.* Manual operation; handcraft: હાથનું કામ; શિલ્પ; હાથકામ; હુન્નર; કલા. 2. One skilled in some mechanical art: કારીગર; શિલ્પકામ; કર્મકાર.

Handily, (હૅન્ડિલિ) *adv.* In a handy manner: કાબેલીઅતથી; ચતુરાઇથી; સહેલાઈથી.

Handiness, (હૅન્ડિનેસ્) *n.* Quality or state of being handy: હાથચાલાકી; ઝડપ; હથોટી; કાબેલીઅત.

Handkerchief, (હૅન્ડ્-કર્ચિફ્) *n.* A piece of silk or linen cloth carried about the person to wipe the face or hands: રૂમાલ; અંગુચ્છો. 2. A neckcloth: ગલપટો.

Handle, (હૅન્ડલ્) *vt.* To touch; to feel with the hand: હાથ અડકાડવો; હાથ લગાડવો; હાથમાં

લેવું-પકડવું; અડકવું. 2. To manage skilfully; to wield: સહાવું; ચતુરાઈથી વાપરવું; કામમાં લેવું. 3. To deal with; to practise: વાપરવું; ઉપયોગ ક૦; અજમાશ કરી જોવી. 4. To manage: હાથમાં લેવું; હાર પાડવું; રસ્તે પાડી દેવું. 5. To discuss; to treat: વાદવિવાદ ક૦; વાત ચરચાવવી; જોવું; વિચારવું: હાથમાં લેવું; છેડવું. *n.* That part of an instrument, which is held in the hand when used: હાથો; દાંડો; મુઠ; દસ્તો; પકડ. 2. A tool: હથીઆર; ઓજાર. *To give a* **h.**, to furnish an occasion: પ્રસંગ આપવો; લાગ આવે તેમ ક૦.

Handloom, (હૅન્ડ્લુમ્) *n.* A loom used by hands: (કપડું વણવાની) સાલ.

Hand-maid, (હૅન્ડ્-મેડ્) *n.* A maid that waits at hand: ખિજમત કરનારી ચાકરડી; દાસી; પરિચારિકા.

Handmill, (હૅન્ડ્મિલ્) *n.* A mill moved by hands: (હાથે-ઘેર દલવાની) ઘંટી; ચક્કી; પેષણી.

Hand-saw, (હૅન્ડ્-સૉ) *n.* A saw to be used with the hand: આરી; આરીઉં;આડીઉં;હાથ કરવત.

Handsel, (હૅન્ડ્સેલ્) *n.* A first instalment: બહોણી; વકરો; પહેલું મૂહુરત. *vt.*To give a handsel to; to use for the first time: પ્રથમારંભ ક૦; બહોણી કરાવવી; મૂહુર્ત ક૦.

Handsome, (હૅન્ડ્સમ્) *a.* Skilful; ready: ચતુર; તૈયાર; સગવડ ભર્યું; સુતરૂં. 2. Agreeable to the eye; comely: ફુટડું; દેખાવડું;મનગમતું;રૂપાલું; ખુબસુરત; ભવ્ય; સુશોભિત; સુંદર. 3. Marked with propriety and ease; becoming: લાવણ્યતાવાલું; લાયક; યોગ્ય. 4. Liberal; ample: સારૂં;ઘણું; મ્હોટું; પુરતું.

Hand-writing, (હૅન્ડ્રાઇટિંગ) *n.* The form of writing peculiar to each hand; chirography: હરફ; અક્ષર; લેખ. 2. That which is written by hand; manuscript: હાથે લખેલું લખાણ.

Handy, (હૅન્ડિ) *a.* Ready; skilful: ચતુર; ક્રિયાકુશલ; નિપુણ; તૈયાર; હાથ ચાલાકીવાલું; ચાલાક. 2. (*a*) Ready to the hand: નજદીક; પાસે. (*b*) Suited to the use of the hand; convenient: લાયક; સુતરૂં; સગવડ ભરેલું; સુગમ.

Hang, (હૅન્ગ્) *vt.* To suspend: લટકાવવું; ટાંગવું; ચઢાવવું; બાંધવું. 2.To put to death by suspending: ફાંસી દેવી; ફાંસીએ ચઢાવવું;લટકાવવું. *vi.* To be suspended; to float: લટકવું; ટિંગાવું; ટંગાવું; લબડવું; ઝુલવું. *To* **h.** *around*, to loiter idly about: રસલવું; ભટકવું. *To* **h.** *back*,to hesitate: આનાકાની ક૦; ખમચાવું; અચકાવું. *To* **h.** *by the eyelids*, to be left incomplete: અધુરૂં રહેવું. *To* **h.** *on*, to hold fast: મજબૂત પકડવું; ચોંટી જવું; ન છોડવું; ચોંટી રહેવું.*To* **h.** *to*, to cling: વલગવું; બાઝવું. *To* **h.** *together*, to remain united: એક સંપ રહેવું. *n.* A sharp or steep declivity: ઉંચો ઢોલાવ; ઢલાણ.

Hanger, (હૅન્ગર્) *n.* One who hangs or causes to be suspended: લટકાવનાર; ટાંગનાર; ફાંસી દેનાર. 2. That by which a thing is suspended: ખીંટી; આંકડો.

Hangeron, (હૅન્ગરઑન્) *n.* A dependent: આશ્રિત; અવલંબી; બીજાને આશરે રહેનાર; ટુકરખોર.

Hanging, (હૅન્ગિન્ગ્) *n.*Death by suspension: ફાંસી; ફાંસીથી નિપજતું મોત. 2. That which is hung: દીવાલપર ચોંટાડવાના કાગલ વિગેરે; ઝાલર; પડદા; પીછવાઈ.

Hang-man, (હૅન્ગ્મૅન્) *n.* [*Pl.*] One, who hangs another: ફાંસી દેનાર; ચંડાલ; જલ્લાદ.

Hanker, (હૅન્કર્) *vi.* To desire vehemently: મેલવવાની જીજ્ઞાસા થવી; આરજુમંદ થવું; જીવ બળાપ ખવો; તલસવું; તરસવું. 2. To form a group; to cluster: ટોલું થવું; ઘટા થઈ રહેવી.

Hankering, (હૅન્કરિંગ્) *n.* Ardent desire: અતિ ઉત્કંઠા; આતુરતાથી ઇચ્છા રાખવી તે.

Hap, (હૅપ) *n.* Chance; accident; fortune; fate: નસીબ; દૈવ; ઘટના; અકસ્માત. *vi.* To happen; to befall: બનવું; ઓચિંતુ કંઈ પણ થવું; નશીબથી આવી બનવું.

Hap-hazard, (હૅપ્-હૅઝર્ડ્) *n.*Chance;accident: કાલયોગ, યોગ; નશીબ; અકસ્માત. *at* **h.** જેમ આવે તેમ; મનમાં આવ્યું તેમ; જેમતેમ.

Hapless, (હૅપ્લેસ્) *a.* Unfortunate; unlucky: અભાગીઉં; દુર્ભાગી; અકર્મી; કમનશીબ; ભાગ્યહિન; દુઃખી.

Haply, (હૅપ્લિ) *adv.* By hap or chance; perhaps: કદાચ; કદાચિત; કર્મસંજોગે; ભોગજોગે; કદાપિ; દૈવયોગે.

Happen, (હૅપન્) *vi.* To come by chance; to fall out: અચાનક-એકાએક-ઓચિંતો બનાવ બનવો; વીતવું; ગુજરવું. 2. To take place: બનવું; થવું.*To* **h.** *on*, to meet with; to fall or light upon: હાથ લાગવું.

Happily, (હૅપિલિ) *adv.* By good fortune; luckily: નશીબ સંજોગે; સુભાગ્યે; સારા નશીબે. 2. In a happy manner: આનંદમાં; સુખમાં; મઝામાં; સુખે.

Happiness, (હૅપિનેસ્) *n.* Bliss; felicity:આનંદ; ખુશાલી; સુખ; કલ્યાણ; કુશલ; ક્ષેમ;હર્ષ.2.Good luck; prosperity: સુભાગ્ય; સારૂં નસીબ.

Happy, (હૅપિ) *a.* Fortunate; prosperous: સુખી; નશીબદાર; ભાએગશાલી;ભાગ્યવાન; સમૃદ્ધ;કુશલ; ક્ષેમ; સુખદાયક; કલ્યાણકારી; મંગલ; માંગલિક. 2. contented; joyous: સુખી; આનંદી; નિવૃત્ત; તૃપ્ત; સંતોષી; ખુશી.

Harangue, (હૅરૅન્ગ્) *n.* (*a*) A loud address to a multitude: ઘણા જણ આગલ કીધેલું અલંકારયુક્ત ભાષણ; જાહેર ભાષણ. (*b*) Ranting; a noisy speech:ગરબડીયું ભાષણ.*vi.* To make an address or speech to a large assembly: ઘણાં જણ-મોટી મંડલી ભરાઈ હોય ત્યાં ભાષણ ક૦.

Harass, (હૅરૅસ્) *vt.* To weary; to fatigue to excess: કુસ કાઢી નાંખવી; દમ લેવો; લોથપોથ કરી નાંખવું. 2. To tease; to perplex: સંતાપવું;પીડવું; સતાવવું; દુઃખ દેવું; દમવું; ગભરાવવું. 3. To annoy: અકલાવવું; ખુઆર-ખુઆર ક૦; તોબા પોકરાવવી.

Harassing, (હૅરૅસિંગ્) *a.* Annoying: સંતાપે એવું; સતાવનારૂં; દુઃખદાયક.

Harbour, (હાંર્બર્) *n.* A lodging; a shelter: શરણ; આશ્રય; આશ્રય–આશરો લેવાનું ઠેકાણું; આશ્રય સ્થલ. 2. A refuge for ships; a haven or port: બંદર; વહાણને લંગર કરવાની જગ્યા; બારૂં. *vt.* To protect; to shelter: ઘરમાં રાખવું; શરણ–આશ્રય આપવો; આશરો–ઉતારો આપવો. 2. To protect: રક્ષણ ક૦; બચાવવું. 3. To foster; to entertain: મનમાં રાખવું; ધારણ ક૦.

Hard, (હાંર્ડ્) *a.* Firm; solid; not soft: કઠણ; સખત. 2. Difficult to penetrate with the understanding: સમજાય નહી તેવું; અઘરૂં; કઠણ; મુશ્કેલ; અસ્પષ્ટ. 3. Laborious; fatiguing: કઠણ; કંટલો આપે તેવું; સંતાપે તેવું. 4. Difficult to resist or control: ટક્કર ન ઝીલી શકાય તેવું; કાબુમાં રાખવાને મુશ્કેલો પડે તેવું. 5. Difficult to bear; severe; rigorous: કરડું; જુલમગાર; સખ્ત; જુલમી; ગેરવાજબી. 6. Not easy to influence; unfeeling: કઠણ; સખત; નિર્દય; દયાહીન; કઠોર. 7. Harsh; stiff; forced: કઠોર; અણગમતું. 8. Rough; acid: તીખું; ખાટું. 9. (*Pron.*) Not aspirated: અઘોષ. *A* **h**. *letter*, a letter not soft: અઘોષ અક્ષર. *adv.* With pressure; with urgency; diligently: એક ચિત્તે; કાલજીથી; આતુરતાથી; ઉલટ–ઉમંગથી; ઉદ્યોગથી; ખંતથી. 2. with difficulty: મુશ્કેલીથી; ઘણી મહેનતે: મહા મહેનતે; મુસીબતે, **H.** *by*, near by: પાસે; નજીક; છેક પાસે; મ્હોં આગલ; સમીપ.

Harden, (હાંર્ડન્) *vt.* To make hard; to indurate: કઠણ–સખ્ત ક૦; ટકાઉ બનાવવું; મજબૂત ક૦. 2. To inure; to confirm in obstinacy or impudence: કસવું; કઠણ–રીઢું–ઘડાએલું ક૦; મજબૂત ક૦; મન કઠણ ક૦; ડોઠ નિર્લજ ક૦. *vi.* To become hard: કઠણ–સખ્ત થવું. 2. To become confirmed either in a good or bad sense: કસાવું; કઠણ થવું; મન કઠણ થવું.

Hardened, (હાંર્ડન્ડ્) *p. a.* Made hard; confirmed in vice: કઠણ–સખ્ત–મજબૂત કરેલું: કઠણ મનનું–નઠોર–ઢીઠ થઇ ગયેલું.

Hard fisted, (હાંર્ડ્ફિસ્ટેડ્) *a.* Having hard or strong hands: જેની મુઠી–પંજામાં–હાથમાં જોર છે તેવું; બલકટ પંજાવાલું. 2. Close-fisted; niggardly: કંજુસ: કૃપણ; સૂમ; બખીલ.

Hard-hearted, (હાંર્ડ-હાંર્ટેડ્) *a.* Unsympathetic; pitiless: દયા વગરનું; નિર્દય; કઠણ–સખ્ત હૈયાવાલું; કઠણ મનનું; દયાહીન.

Hardihood, (હાંર્ડિહુડ્) *n.* Boldness: intrepidity: છાતી; હિંમત; ધૃષ્ટતા; સાહસ; સહન શક્તિ. 2. Impudence: નફ્ટપણું; બેહાઇ; નિર્લજપણું. 3. Hardship; fatigue: દુઃખ; થાક; કંટાલો.

Hardiness, (હાંર્ડિનેસ્) *n.* Capability of endurance: સહન શક્તી: ખમી શકવાની શકતી. 2. Hardihood: છાતી; હીંમત; ધૃષ્ટતા.

Hardly, (હાંર્ડ્લિ) *adv.* In a hard manner; with difficulty: મહા મહેનતે; મહા કષ્ટે; બહુ પ્રયાસે; મુસીબતે. 2. Unwillingly: નાખુશીથી: નારાજીથી; ખુશી વગર. 3. Scarcely; not wholly: ભાગ્યે; કદાચિત; વિરલું: જવલ્લે; કવચિત. 4. Severely; harshly: સખ્તીથી; કઠોરતા–જુલમ નિર્દયપણાથી.

Hards, (હાંર્ડ્સ્) *n. pl.* Tow: શણને પીંજ્યાથી નીકલેલો જાડો ભાગ.

Hardship, (હાંર્ડ્શિપ્) *n.* That which is hard to bear, as toil, injury, injustice &c: દુઃખ; કલેશ; પીડા; કષ્ટ; સંકટ; શ્રમ; ખેદ; જુલમ; સખ્તી.

Hardware, (હાંર્ડ્વેર્) *n.* Ware made of metal, as cutlery, kitchen utensils &c: ધાતુનો સામાન; ધાતુનાં ઓજાર; ધાતુનાં વાસણ; લુહારકામ; લોઢાકામ.

Hardy, (હાંર્ડિ) *a.* Bold; resolute: નિર્ભય; બહાદુર; હિંમતવાન; છાતીવાલું; શૂરવીર; ધીર. 2. Confident; shameless: નિર્લજ; નઠોર; નષ્ટ; બેશરમ; લાજ વગરનું. 3. Strong; firm: મજબૂત; દૃઢ. 4. Capable of endurance: સહનશક્તીવાલું; ઘડાએલું; કસાએલું; સહનશીલ. 5. Able to withstand the cold of winter: શીઆલાની ટાઢ ખમી શકે તેવું.

Hare, (હેર્) *n.* (*Zool.*) A rodent of the genus *lepus*: સસલું; શશ; શશક. **H.** *and hounds*: એક જાતની રમત; દોડ પકડની રમત.

Hare-brained, (હેર્બ્રેન્ડ્) *a.* Wild; giddy: જંગલી; ઉડતા–ભમતા મગજનું; ખસેલું; બ્હાવરૂં; ચલેલ.

Harem, (હેરેમ્) *n.* The portion of the house allotted to females in Mahomedan families: જનાનખાનું; સ્ત્રી ગૃહ. 2. A seraglio: જનાનો.

Hark, (હાંર્ક્) *vi.* To listen; to hearken: કાન ધરવો; સાંભલવું; ધ્યાન આપવું.

Harlot, (હાંર્લૉટ્) *n.* A common man: સાધારણ માણસ; દેહકાણી. 2. A prostitute: વેશ્યા; છીનાલ; ગુણીકા; પાતર; સામાન્યા; કિસબણ. *a.* Wanton; lewd; low: હલકું; નીચ; અધમ; છીનાલવું; વિષયી.

Harlotry, (હાંર્લૉટ્રિ) *n.* Buffoonery; ribaldry: મશ્કરી; મજાક. 2. The trade of prostitution: વેશ્યાનો ધંધો; છીનાલ–કીસબાતણનો ધંધો; છિનાલી.

Harm, (હાંર્મ્) *n* Injury; hurt: ઈજા; દુઃખ; નુકશાન; હાણ; હાનિ; બગાડ; હરકત; નાશ; પીડા; ઉપદ્રવ; ખરાબી. *vt.* To hurt; to injure: ઈજા ક૦; દુઃખ દેવું; બગાડવું; હાની–હાણ–નુકશાન–હરકત પોંચાડવી.

Harmful, (હાંર્મ્ફુલ) *a.* Full of harm; injurious: બગાડ–નુકશાન કરે એવું; હાનિકારક; હિંસક; ઉપદ્રવી.

Harmless, (હાંર્મ્લેસ) *a.* Free from harm: નિરૂપદ્રવ; અહિંસક; અવિકારી. 2. Inoffensive; innocent: નિર્દોષ; નિરપરાધિ; ગરીબ; સાલસ; રાંક; રાંકડું; બાપડું.

Harmonic, Harmonical, (હાંર્મૉનિક્-કૅલ) *a.* Musical; concordant: મલતા સુરનું; એક તાલ; સુસ્વરનું; સમાન સુરનું; મધુર; મીઠું; ખુશકારક.

Harmonious, (હાંર્મૉનિઅસ્) *a.* Adapted to each other; symmetrical: અવયવ–પ્રમાણ–આકાર–સાંગ શુદ્ધ; યોગ્ય રચનાનું. 2. Living in peace and friendship: સંપીલું; અવિરોધી; અનુકૂલ; અરૂપ; એક દીલનું. 3. Agreeably consonant; symphonious: ખુશ લાગે એવા મલતા સ્વરનું; મીઠું; મધુર: સુસ્વર.

Harmonium, (હાંર્મૉનિઅમ્) *n.* A musical instrument: એક જાતનું હાથે વગાડવાનું વાજું; હાર-

મોનિઅમ.

Harmonize, (હાંર્મોનાઇઝ્) *vi.* To agree in sense; to agree in action: મલતું હોવું–આવવું; વિરોધ–વિરૂદ્ધતા ન હોવી. 2. To be in peace: સંપીલું હોવું; સંપમાં રહેવું; સલાહથી રહેવું. 3. To agree in musical effect: સૂર મલવો; સ્વર ઐકયતા હોવી; રાગમાં મલતા આવવું. *vt.* To adjust in fit proportions; to cause to agree: મલતું આપે તેમ ક૦; વિરોધ–વિરૂદ્ધતા કાઢી નાંખવી; યોગ્ય પ્રમાણમાં ગોઠવવું–રચવું. 2. To accompany with harmony: રાગ મેલવવા–બેસાડવા; સૂર મેલવવા.

Harmony, (હાંર્મોનિ) *n.* [L. *Harmonia*, proportion.] The just adaptation of parts to each other, in any system: અવયવાનુરાગ: અવયવનું યોગ્ય પ્રમાણ–રચના; રચના; અવયવ યોગ્યતા. 2. Concord in facts, opinions, &c.; peace and friendship: મેલ; મેલાપ; બનાવ; સંપ: એકમત; સલાહ; એકયતા; ઐકય. 3. (*a*) A succession of chords according to the rules of progression and modulation: રાગ; સૂરમેલાપ; એકતાર. (*b*) The science, which treats of their construction and progression: સ્વરશાસ્ત્ર; સૂરશાસ્ત્ર–વિદ્યા.

Harness: (હાંર્નેસ્) *n.* Coat of mail: કવચ; બખ્તર. 2. The equipments of a draughthorse; tackle: જીન; ઘોડાનો સાજ; હાર્નિસ; અશ્વ સામગ્રી; અશ્વસજ્જા. *vt.* To dress in armor: બખ્તર પહેરાવવું; કવચ–બખ્તર ધારણ કરાવવું. 2. To equip for defence: રક્ષણ–બચાવને માટે સાધન તૈયાર ક૦–પુરૂં પાડવું; સજ્જ ક૦. 3. To make ready for draught: (ઘોડાને) સાજ ઘાલવો; હાર્નિસ નાંખવું.

Harp, (હાંર્પ્) *n.* A stringed instrument of music: તારનું વાજીંત્ર; વીણા; સારંગી. *Jews* **h.**: મોરચંગ. *vi.* To play on the harp. સારંગી–વીણા વગાડવી; તારનું વાજીંત્ર વગાડવું. 2. To dwell tediously in speaking or writing (with *on* or *upon*): લંબાણથી–કંટાલો આવે તેમ બોલવું; ટહાએલું ક૦. *vt.* To play upon, as a harp: સારંગી વગાડવી; વાજીંત્ર વગાડવું.

Harper, (હાંર્પર્) *n.* A player on the harp: હાર્પ વગાડનાર; ગવઈઓ; સારંગીવાલો. 2. An Irish coin bearing the emblem of a harp: હાર્પની છાપવાલો આયરલાંડમાં ચાલતો સિક્કો.

Harpoon, (હાંર્પૂન્) *n.* A harping-iron: મોટાં માછલાં મારવાનો ભાલો. *vt.* To strike or kill with a harpoon: ભાલાવતી મારવું–મારી નાંખવું.

Harpy, (હાંર્પિ) *n.* A fabulous winged monster: સ્ત્રીનું મો અને ગીધનું શરીર એવો પાંખોવાલો કલ્પિત રાક્ષસ.2. A plunderer: લૂટારો; પિંડારો.

Harrier, (હૅરિઅર્) *n.* A kind of hound for hunting hares, having an acute sense of smelling: તીવ્ર સુંઘવાની શક્તિવાલો સસલાનો શિકાર કરવાનો કુતરો.

Harrow, (હૅરો) *n.* [L. *hirpex*, harrow.] An instrument of agriculture: જમીન ખેડવાનું એક હથિયાર; કલપ; કલપી; દાંતવાલો. *vt.* To break with a harrow: કલપવું: કલપ ફેરવવો; કલપ વડે ભાગવું. 2. To tear; to torment: ફાડી નાંખવું; પીડવું; હેરાન ક૦; સતાવું. *Interj.* An exclamation of sudden distress: એકાએક–દુ:ખને લીધે પાડેલી બૂમ.

Harsh, (હાંર્શ્) *a.* (*a*) Rough to the touch: ખુંચે એવું; કઠણ; ખડબચડું. (*b*) Rough to the taste: ગલામાં ખુંચે એવું; લૂખું; રૂક્ષ. (*c*) Rough to the ear: કાન ફાડી નાંખે તેવું; કઠોર; કર્કશ. 2. Austere; severe: કરડું; કરડા–કડવા બોલું; કર્કશ; સખત; કઠોર.

Harshness, (હાંર્શ્નેસ્) *n.* The quality or state of being harsh: કરડાપણું; સખ્તી; કઠોરતા.

Hart, (હાંર્ટ્) *n.* A stag: સાબરનો નર; સાબર; મૃગ; હરણ.

Hartshorn, (હાંર્ટ્સ્હૉર્ન્) *n.* The horn of the hart: સાબરનું શીંગડું; સાબરસીંગું.

Harvest, (હાંર્વેસ્ટ્) *n.* The season of gathering crop of any kind: કાપણીનો વખત; મોસમ: ફસલ. *Autumnal* **h.**: ખરીફ. *Summer* **h.**: હરી. *Vernal* **h.**:રવી.2. That which is reaped; the ripe corn and grain: ખેતીનો માલ; તૂલ; પાક. 3. The product of any labor; gain: ફલ; લાભ. *vt.* To reap or gather, as corn: લણવું: કાપણી ક૦; અનાજ કાપીને ભેગું ક૦; પાક લેવો.

Hash, (હૅશ્) *vt.* To chop into small pieces; to mince and mix: કચુંબર–ઝીણીઝીણી કકડી ક૦; ખીમો. *n.* Meat and vegetables, chopped into small pieces and mixed: તરકારી સાથે રાંધેલી માંસની કચુંબર; ખીમો. 2. A new mixture of old matter: જુના પદાર્થમાંથી કરેલી નવી મેલવણી.

Hasp, (હૅસ્પ્) *n.* A clasp; a metallic hook for fastening a door: કડી: સાંકલ; આંકડી; ચાપડો; ચપડાસ. 2. A spindle to wind yarn, thread or silk on: સુતર કે રેશમ વિંટવાની તરાક; ત્રાક. *vt.* To shut or fasten with a hasp: આંકડીવતી બંધ ક૦; ચાપડો લગાડી સજડ ક૦.

Haste, (હેસ્ટ) *n.* Speed; expedition: ઉતાવલ; ઝડપ; તાકીદ; ત્વરા; વેગ: દોડધામ. *vi.* & *vt.* To hasten; to hurry: ઉતાવલથી થાય તેમ ક૦: ઉતાવલા થવું; જલદી ક૦.

Hasten, (હેસન્) *vt.* To hurry:ઉતાવલું થાય એમ ક૦: ઉતાવલથી ક૦; જલદી આગલ ચલાવવું–વધારવું. *vi.* To be rapid in motion; to go quickly: ઉતાવલ ક૦; ઉતાવલા થવું: ઉતાવલા ચાલવું–જવું;ધાવું.

Hasty, (હેસ્ટિ) *a.* Done in haste: ઉતાવલીયું; શીઘ્ર; ઉતાવલથી બનાવેલું. 2. Hurrying; rash, easily excited: ઉતાવલાયું; સાહસિક; અવિચારી; સહેલાઈથી–જરા વારમાં ઉશ્કેરાય એવું. 3. Proceeding from, or indicating, a quick temper: ઉતાવલા–તામસી સ્વભાવથી–ને લીધે થયલું બનેલું.

Hat, (હૅટ્) *n.* A covering for the head: ઉભી ટોપી. **H.** *block:* જેના ઉપર ટોપીઓ બનાવવામાં આવેછે તે લાકડાનો કકડો; માથું. *To pass around the* **h.**: ટોપી ફેરવવી: થાલી ફેરવવી; ટોપી ફેરવીને ભીખ માગવી.

Hat band, (હૅટ્-બૅન્ડ્) *n.* A band round the crown of a hat: ટોપી ઉપર લપેટવાનો પટો.

Hat-box, (હૅટ્-બૉક્સ્) *n.* A box for a hat: ટોપી મુકવાનો કંડીઓ-ડાબડો.

Hatch, (હૅચ્) *vt.* To produce young from (*eggs*): સેવવું; સેવન બેસવું. 2. To contrive or plot: ઘાટ રચવો; યુક્તિ--રચના ઘડવી. *vi.* To come forth from the egg: સેવાવું; ઇંડામાંથી બહાર નીકળવું. *n.* The act of hatching: સેવવું તે; સેવન. 2. Development; discovery: ખીલવું તે; શોધ. 3. A brood: સાથે જન્મેલાં-બહાર નીકળેલાં બચ્ચાં; વેતર.

Hatch, (હૅચ્) *n.* A door with an opening over it: જે બારણા ઉપર કાણું હોય તે.

Hatchel, (હૅચલ્) *n.* A kind of large comb: શણ પિંજવાનો સંચો; એક જાતનો મોટો કાંસકો.

Hatchet, (હૅચેટ્) *n.* A small axe: કુહાડી; નાની ફરસી-પરશુ. *To bury the* **h.**, to make peace: આગલું પાછલું વીસરી જઈ સલાહ ક૦. *To take up the* **h.**, to declare war: લડાઈ શરૂ ક૦.

Hate, (હેટ્) *vt.* To dislike intenselv; to detest: બહુજ ધિક્કારવું; કોઈ ને માટે ઘણોધિક્કાર હોવો. 2. To be very unwilling: નારાજ-નાખુશી હોવું; નાપસંદ હોવું. To love less: ઓછું ચહાવું; ઓછો પ્યાર રાખવો. *n.* Intense dislike; hatred: ધિક્કાર; દ્વેષ; વેર; ચીઢ: ઝાંજ; અંટસ.

Hateful, (હેટ્ ફુલ્) *a.* Malevolent; malignant: કીના ખોર; અંટસવાળું; દ્વેષભાવનું; ધિક્કાર ભરેલું. 2. Odious: દાઝ છૂટે એવું; દ્વેષપાત્ર; ધિક્કારપાત્ર-યોગ્ય; અણગમતું.

Hatred, (હેટ્રેડ્) *n.* Strong aversion; hate: દ્વેષભાવ; ધિક્કાર; દ્વેષ; વેર; ચીઢ; ઝાંજ; અંટસ; કીનો. *Innate or instinctive* **h.**: જાતિવેર. *Deadly* **h.**: હાડવેર.

Hatter, (હૅટર્) *n.* One who makes or sells hats: ટોપીઓ બનાવનાર-શીવનાર વેચનાર; ટોપીવાલો.

Haughtiness, (હૉટિનૅસ્) *n.* Arrogance: ધિક્કાર; તીરસ્કાર; ગર્વ; મદ; અહંકાર; અભિમાન; મગરૂરી.

Haughty, (હૉટિ) *a.* [L. *altus*, high.] Arrogant; overbearing: અહંકારી; અભિમાની: મગરૂર; ઉદ્ધત; મગરૂરીવાળું.

Haul, (હૉલ્) *vt.* To pull with force; to drag: જોરથી ખેંચવું; ઘસડવું: ખેંચી-ઘસડી લેઈ જવું: ખેંચી-ઘસડી લાવવું-લેવું. 2. To transport, by drawing: ખેંચીને એક જગ્યાએથી બીજી જગ્યાએ લેઈ જવું. *To* **h.** *the wind*: જે બાજુથી પવન વાતો હોય તે બાજુની તરફ વહાણનું મોં ફેરવવું. *vi.* To change the direction of a ship by hauling the wind: જે તરફથી પવન વાતો હોય તે તરફ વહાણનું મોં ફેરવવું. 2. To pull apart: ખેંચવું. *n.* A violent pull: જોરથી ખેંચવું તે; ખેંચ; આકર્ષણ.

Haunch, (હૉન્શ્) *n.* The hip; the hind part: કેડ; કમ્મર. 2. The leg and loin taken together: લટાંગરી.

Haunt, (હૉન્ટ્) *vt.* To frequent; to intrude upon: આવજા ક૦; ઘડી ઘડી આવવું. 2. To inhabit; to visit as a ghost: વસવું; ઘર કરી રહેવું; ભૂત ભરાવું; ભરાઇને હેરાન ક૦-સતાવવું. *n.* A place; to which one frequently resorts: વારેવારે આવજા કરવાની જગા; રહેઠાણ; બેઠક.

Haunted, (હૉન્ટેડ્) *a.* Frequented by a ghost: ભુતાંવાળું; ભુતાલવું; પિશાચસેવિત.

Have, (હૅવ) *vt.* To own: કબજામાં લેવું; હાથમાં હોવું. 2. To possess: ધરાવવું; માલિક થવું 3. To take or accept: લેવું; રાખવું; સ્વીકારવું. 4. To get: મેલવવું. 5. To desire; to require: ઈચ્છા હોવી; ખપ હોવો. 6. To bear: જણવું. 7. To hold regard or esteem: વખાણવું; માનધરાવવું; માનથી જોવું. 8. To cause to go; to take: લઈ જવું; ખસેડવું; કાઢી મુકવું. 9. To be under necessity: કંઈ કરવાની જરૂર હોવી; કંઈ કરવું પડવું. 10. To understand: સમજવું; ધ્યાનમાં ઉતરવું; લક્ષ્યમાં આવવું. *To* **h.** (*a man*) *out*, to engage (*one*) in a duel: દ્વંદ્વ યુદ્ધમાં કોઈને ઉતારવું. *To* **h.** *it out*, to speak freely: ખુલ્લા દિલથી બોલવું. *To* **h.** *it on*, to wear: પહેરવું; ધારણ ક૦.

Haven, (હેવન્) *n.* A harbor; a port: બંદર; વહાણને લંગર કરવાનું ઠેકાણું. 2. A shelter: આશ્રયની જગો; આરામ લેવાની જગ્યા; આશ્રય. *vt.* To shelter, as in a haven: બંદરમાં લંગર ક૦; લાંગરવું.

Having, (હૅવિંગ્) *n.* Possession; goods; eatate: માલમત્તા; પુંજી; જીવ. *p. a.* Holding; bearing: વાળું; ધરાવનારૂં; રાખનારૂં.

Havoc, (હૅવૉક્) *n.* Wide destruction; waste: અનર્થ; ઉત્પાત; ઉપદ્રવ; પાયમાલી; ઘાણ; ખરાબી; નખોદ. *vt.* To lay waste; to destroy: પાયમાલ કરી નાંખવું; નખોદ વાલવું; ઘાણ વાલવો.

Haw, (હૉ) *n.* A hedge: વાડ.

Haw, (હૉ) *vi.* To speak with hesitation: અચકાતાં અચકાતાં બોલવું; અચકી અચકીને-તોતડું તોતડું બોલવું; બોલતાં બોલતાં અચકી જવું.

Hawk, (હૉક્) *n.* One of numerous genera of rapacious birds: બાજ; સિચાણો; શકરો. *vi.* To catch birds by means of hawks trained for the purpose: પાલેલાં બાજવડે બીજા પક્ષીઓ પકડવાં; બાજ પાસે શીકાર કરાવવો. 2. To soar and strike like a hawk: ઉડતાં ઉડતાં હુમલો-હલ્લો ક૦; તુટી પડવું.

Hawk, (હૉક્) *vi.* To clear the throat with an audible sound: ખંખારવું. *vt.* To raise by hawking, as phlegm: ખંખારીને ગલફો-બલખો કાઢવો. *n.* An effort to force up phlegm from the throat, with noise: કફનો બલખો કહાડવાનો પ્રયત્ન કોશીશ; ખંખાર. *vt.* To offer for sale by outcry in the street: ઘેરઘેર-શેરીએ શેરીએ ફરીને વેચવું; ફેરી ફરવી.

Hawker, (હૉકર્) *n.* A pedler: ફેરીઓ; ઘેરઘેર ફરીને વેચનારો. A falconer: બાજગીર; બાજ પાસે શીકાર કરાવનાર.

Hawk-eyed, (હૉક્-આઈડ્) *a.* Sharpsighted: ઝીણી-તીક્ષ્ણ નજરવાળું; સૂક્ષ્મ-બારિક નજરવાળું.

Hawser, (હૉઝર્) *n.* [L. *altus*, high.] A large robe: લંગરનું દોરડું.

Hawthorn, (હૉથૉર્ન્) *n.* A thorny shrub or tree: કાંટાવાળું ઝાડ; વાડ બનાવવાના કામમાં આવતું એક ઝાડ.

Hay, (હે) *n.* Grass cut and dried for fodder: સુકું ઘાસ; ઘાસ. **H.** *fever*, nasal catarrh accompanied with fever: તાવ અને સલેખમ.

Hay-cock, (હેકૉક) *n.* A heap of hay in the field: ખેતરમાં સુકા ઘાસનો ઢગલો; ઘાસની ગંજી.

Haying, (હેઇંગ્) *n.* The time for storing up hay: ઘાસ ભરી રાખવાનો વખત.

Haystack, (હેસ્ટૅક્) *n.* A conical pile of hay in the open air: ઘાસની ગંજી.

Hazard, (હૅઝર્ડ) *n.* A game of chance played with dice; પાસાની એક રમત. 2. The uncertain result of throwing a die; hence, chance; accident: વીમા સરખું-વિમાનું કામ; જોખમ; અણધાર્યો બનાવ; દૈવયોગ; દૈવગતિ. 3. Risk; danger: નુકશાનનો સંભવ; જોખમ; ધોકો; ભય. 4. Anything that is risked: જોખમમાં નાંખેલી વસ્તુ; જોખમ. *To run the* **h.**, to take the risk: જોખમમાં પડવું; જોખમ ખેડવું. *vi. & vt.* To venture; to risk: સંકટ-જોખમમાં નાંખવું; જોખમ વહોરવું-ખેડવું; જોખમમાં પડવું.

Hazardous, (હૅઝર્ડસ) *a.* Dangerous; risky: જોખમ ભરેલું; ભયભિત; જોખમવાળું; જોખમ લાગે એવું.

Hazel, (હેઝલ) *n.* A shrub or small tree bearing a nut: એક જાતનું ઝાડ. *a.* Of a light brown colour: ભુરા રંગનું; ભુરૂં.

Hazy, (હેઝિ) *a.* Thick with haze: ધુમસવાળું; ધુંઅરીયું; ધુંઅરવાળું. 2. Obscure; not clear: ગુંચવણ ભરેલું; સાફ નહીં તેવું; અસ્પષ્ટ; ઝાંખું.

He, (હી) *pron.* A pronoun of the masculine gender: તે; પેલો; એ; એાલ્યો.

Head, (હેડ્) *n.* The anterior or superior part of an animal: માથું; મસ્તક; શિર; ડોકું. 2. The uppermost, foremost or most important part of an intimate object: માથું; શિખર; ટોચ. 3. The chief; the leader: શિરોમણી; સરદાર; મુખી; જમાદાર; ઉપરી; પ્રધાન; વડો; આગેવાન. 4. The front: મુખ્ય-સૌથી મ્હોટી જગો; મોખરો. 5. Each one among many: જણ; માણસ; માથું. 6. The brain; the understanding: મગજ; ભેજુ; અક્કલ; બુદ્ધિ; સમજણ; મતિ. 7. The source, fountain, spring or beginning: મૂલ; મૂલમથક. 8. A headland; a promontory: ભૂશિર; ભૂશલાકા. 9. A separate part or topic of a discourse; a subdivision; પ્રકરણ; ખાખ. 10. (*a*) Culminating point or crisis: પુરબલ-જોર; છેવટ; ટોચ; અવધિ; સીમા; શિખર; પરાકાષ્ટા. *A buck of the first* **h.**: પાંચ વર્ષનો સાબર. *From* **h.** *to foot*, through out; completely: સર્વાંગે; નખશીખ; સરતાપા. **H.** *& ears*, deeply; completely: તદન; છેક; તમામ; બિલકુલ; સંપૂર્ણ રીત્યે; નખશિખ. **H.** *or tail*: આ બાજુ કે પેલી બાજુ; આમ કે તેમ. *Neither* **h.** *nor tail*: ધડ પુછડાં વગરનું; ગોલમોલ. *Out of one's own* **h.**: પોતાના વિચાર-મરજી મુજબ-અનુસાર; સ્વેચ્છાનુસાર. *Over the* **h.** *of*, beyond the comprehension of: શકિત-ગુંજાસ ઉપરાંત. *To be out of one's* **h.**: ચસકેલું હોવું; ભેજુ ખસવું. *To give the* **h.**, *or to give* **h.**, to let go control; to give license: દોરી ઢીલી મુકવી; છૂટ મુકવી. *To lay* **h.**s *together*, to consult; to conspire: સલાહ લેવી; મસલત કo; એકઠા મલી વિચાર કo. *To lose one's* **h.**, to lose presence of mind: સમયસૂચકતા જતી રહેવી; દિગ્મૂઢ બની જવું; ગભરાઈ જવું. *To make* **h.**, *or to make* **h.** *against*, to resist with success: માથું ઉંચકવું-ઉઠાવવું; સામા થવું. *a.* Principal; chief, first: પ્રથમ; મુખ્ય; પ્રધાન; શ્રેષ્ટ. *vt.* To lead; to direct: આગેવાન-સરદાર-નાયક-નેતા હોવું-થવું. 2. To behead: માથું કાપી નાંખવું; ગરદન મારવું. 3. To cut off; to lop off: ઉપરથી ટોચો-માથાં કાપી નાંખવાં; છાંટી નાંખવું.

Head-ache, (હેડ્-એક્) *n.* Pain in the head: માથાનું દરદ; માથું દુ:ખવું તે; શીર વેદના.

Head-dress, (હેડ્-ડ્રેસ્) *n.* A covering for the head: પાઘડી; ટોપી. 2. A manner of dressing the hair: વાલ ઓલવાની રીત.

Heading, (હેડિંગ્) *n.* Title; મથાલું; સદર.

Head-land, (હેડ્-લૅન્ડ્) *n.* A cape: ભુશીર; ભુશલાકા. 2. A ridge of unplowed land at the ends of furrows: સેડો; સહેડો.

Head-long, (હેડ્લૉન્ગ્) *adv.* With the head foremost: ઉંધે મસ્તકે-માથે; અધોમુખ. 2. Rashly: વગર વિચારે; સાહસથી ઝંપલાવીને; આગલ પાછલ જોયા વગર; ચાહોમ. 3. Hastily: ઉતાવલથી; ઝડપથી; ત્વરાથી. *a.* Rash: સાહસિક; અવિચારી. 2. Steep: ઉભું; ઢોલાવવાલું; ઉંચું.

Head-master, (હેડ્-માસ્ટર્) *n.* Chief Teacher: વડો મહેતાજી; નાયક ગુરૂ; ઉપરી; હેડમાસ્તર.

Head-piece, (હેડ્-પીસ્) *n.* Head: માથું. 2. A cap of defence: રક્ષણ-બચાવને સારૂ ટોપી; શિરસ્ત્રાણ. 3. Mental faculty: સમજણ; બુદ્ધિ; મતિ; સમજશક્તિ. 4. An engraved ornament at the head of a chapter: પ્રકરણને મથાલે મુકેલું ચિત્ર.

Head-quarters, (હેડ્ક્વૉર્ટર્ઝ્) *n. Pl.* Place of residence of any chief officer; the centre of authority: મુખ્ય અધિકારીની રહેઠાણની જગ્યા-સ્થાનક; અમલદારનું મુકામ.

Headsman, (હેડ્ઝ્મૅન) *n.* An executioner, who cuts off heads: ચંડાલ; ગરદન મારનાર.

Headstrong, (હેડ્સ્ટ્રૉન્ગ્) *a.* Not easily restrained; obstinate: દાબમાં રખાય નહિ તેવું; જીદી; હઠીલું; માથાનું ફરેલ.

Heady, (હેડિ) *a.* Wilful; rash: ધુની; અવિચારી; ઉદ્ધત; દુર દેશી નહીં રાખનાર. 2. Intoxicating; strong: કેફી; જલદ; આકરૂં. 3. Violent: ગુસ્સાખંધ; ગુસ્સાવાલું.

Heal, (હીલ્) *vt.* To make hale; to restore to health: સારૂં-સાજું કo; રોગ મટાડી દેવો; તંદુરસ્ત બનાવવું; ભેાંય લાવવી; રૂઝવવું. 2. To reconcile as, a breach or difference: સાંધવું; જોડવું; સલાહ કo. *vi.* To grow sound: તનદુરસ્ત થવું; સારૂં-સાજું થવું; રોગ મટી જવો; રૂઝવું; રૂઝાવું. રૂઝ આવવી.

Healing, (હીલિંગ્) *a.* Tending to cure; soothing: ચેહેન વલી જાય એવું; આરામ કરે એવું.

રોગહર; શાંતિકર; શાંતિદ.

Health, (હેલ્થ્) *n.* The state of being sound in body, mind or soul: તંદુરસ્તી; આરોગ્યતા; સુખાકારી; શરીરસંપત્તિ. 2. Feeling of body as respects health: તબિયત; પ્રકૃતિ. **H.** *lift*: કસરત કરવાનો એક સંચો **H.** *officer*: તનદુરસ્તી જાલવવા માટે નિમેલો અધિકારી. *To drink a* **h.**: સલામતી લેવી.

Healthful, (હેલ્થ્ ફુલ્) *a.* Full of health; healthy: સુખી; નિરોગી; આરોગ્ય; તંદુરસ્ત. 2. Wholesome: ગુણકારી; ફાયદેમંદ; સુખકર; આરોગ્યવર્ધક.

Healthy, (હેલ્થિ) *a.* Free from disease: નિરોગી; આરોગ્ય; તંદુરસ્ત; રોગ વિનાનું; કુશલ; રૂષ્ટ પુષ્ટ. 2. Wholesome; salutary: ગુણકારી; ફાયદેમંદ; આરોગ્યવર્ધક.

Heap, (હીપ્) *n.* A crowd; a throng: ટોળું; સમૂહ; ઠઠ. 2. A pile or mass: ઢગ; ઢગલો; ગંજ; પુંજ. *vt.* To lay up; to accumulate: એકઠું ક૦; સંચય–સંગ્રહ ક૦; ભેગું ક૦. 2. To lay in a heap; to pile: ઢગ–ઢગલો–ઢગલી–ગંજ ક૦; ઢગલો વાલવો; ખડકવું; સીંચવું.

Heapy, (હીપિ) *a.* lying in heaps: ઢગલામાં પડેલું; ઢગલાબંધ; ઢગબંધ.

Hear, (હીર્) *vt.* [*imp.* & *pp.* **Heard**.] To perceive by the ear: સાંભલવું; શ્રવણ ક૦; કાને પડવું. 2. Listen to; to heed: સાંભલવું; કાને ધરવું; માનવું; લક્ષ–ધ્યાન આપવું. 3. To listen to and answer favorably: સાંભલવું; કાને ધરવું; મન પર લેવું; હા પાડવી. *To* **h.** *a bird sing:* ખાનગી બાતમી મેલવવી. *vi.* To perceive by the ear; to listen: સાંભલવું; કાને પડવું. 2. To be told: સાંભલવું; જાણવું; ખબર પડવી. *To* **h.** *well*, To be praised: વખાણ થવાં; વખણાવું.

Hearer, (હીઃર્) *n.* One who hears; an auditor: સાંભલનાર; શ્રોતા; શ્રોતાજણ.

Hearing, (હીરિંગ્) *n.* The faculty by which sound is perceived: સાંભલવાની શક્તિ, સાંભલવાની ઈંદ્રિ; કાન; કર્ણ; શ્રવણ. 2. Opportunity to be heard: કહેવાની રજા; કહેવા સાંભલવાનો વખત–તક. 3. A sitting of a court: સુનાવણી; રજુઆત. 4. Extent within which sound may be heard; earshot: સંભલાય એટલું અંતર; કાને પડે એટલું છેટું; શ્રવણ પથ.

Hearken, (હાંર્કન્) *vi.* To listen; to give heed: સાંભલવું; કાન ધરવા; કાન દઈ સાંભલવું; મનદઈ–લક્ષ દેઈ–ધ્યાનપૂર્વક સાંભલવું.

Hearsay, (હીર્સે) *n.* Report; rumor: ગપાટો. બૂમ; વાત; કોઈને મોંઢે સાંભલેલી વાત. **H.** *evidence*: કંઇ પણ બીના બીજાને મોઢેથી સાંભલેલી હોય તે કહી ખતાવવી તે; સાંભલેલો પુરાવો.

Hearse, (હર્સ) *n.* A grave or tomb: કબર; ઘોર. 2. A carriage for conveying the dead to the grave: મુડદાની–ઝનાજાની ગાડી; શબવાહિની. *vt.* To inclose in a hearse; to entomb; મુડદાંને ગાડીમાં ઘાલવું; કબર ક૦.

Heart, (હાંર્ટ્) *n.* A hollow muscular organ which, by contracting rhythmically, keeps up the circulation of the blood: રક્તાશય; હૃદય; હૃદયકમલ. 2. The seat of the affections or sensibilities: હૈયું; ચિત્ત; કાલજું; છાતી; મન; અંતઃકરણ; હૃદય; સ્નેહ; પ્યાર; ભાવ; પેટ. 3. (*a*) The part nearest the middle or centre; the centre of activity: માંહેનો–અંદરનો–વચલો–મધ્ય ભાગ; વક્ષ. (*b*) Bore; inner part: ગર; ગર્ભ; માવો; કાલજું. 4. Courage; spirit: હિંમત; ધીરજ; છાતી; ધૈર્ય. 5. One of a series of playing cards, distinguished by the figure or figures of heart: લાલ ખદામ; કેક. 6. Secret meaning; real intention: ખરો વિચાર; છુપો અર્થ; મનની વાત; મન; ગુહ્યાર્થ. *After one's own* **h.**, પોતાની વૃત્તિ–ઈચ્છાનુસાર. *At* **h.**: મનમાં; ખરેખરૂં. *By* **h.**, in the most thorough manner: પૂર્ણ રીતે; બરોબર રીતે; મોઢે આવડે એવી રીતે; મોઢે. **H.** & *soul*: ખરા અંતઃકરણથી; ખરાજીગરથી; ઉત્સાહ પૂર્વક. *To break the* **h.** *of*, (*a*) to bring to despair: નાઉમેદ–નાસિપાસ–આશાભંગ ક૦. (*b*) To finish very nearly: લગભગ પૂર્ણ ક૦; સંપૂર્ણતાએ પહોંચાડવું. *To have at* **h.**, to desire earnestly: આતુર હોવું; ઉત્કંઠા–ઈચ્છા ક૦. *To have the* **h.** *in the mouth*, to be much frightened: હોશકોશ ઉડી જવા; કંઠે પ્રાણ આવવા. *To lose* **h.**, to become discouraged: ના ઉમેદ–ના હિમત–નાસિપાસ થવું. *To set the* **h.** *at rest*, to put one's self at ease: નિશ્ચિત–નિરાંતે બેસવું; નચિંત થવું; ફિકર–ચિંતા દૂર ક૦. *To set the* **h.** *upon*: કશાપર જીવ–મન ચોંટવું; આસક્તિ રાખવી. *To take* **h.** *of grace*, to take courage: હિમ્મત પકડવી–ધરવી. *To take to* **h.**, to grieve over: ગમ ધરવો; હૈયે ધરવું. *To one's* **h.** *content:* પેટપુર; ધરાઈને; યથેચ્છ; યથેષ્ટ.

Heart-ache, (હાંર્ટ્-એક્) *n.* Sorrow; anguish of mind: મનની વેદના; દીલગીરી; ખલાપો; સંતાપ; શોક; ઉદાશી; ચિંતાજ્વર.

Heart-burn, (હાંર્ટ્-બર્ન્) *n.* An uneasy, burning sensation in the stomach: દાહ; છાતી પર દાહ બલવી તે; આમ્લપિત્ત.

Heart-burning, (હાંર્ટ્-બર્નિંગ્) *n.* Same as heart-burn: દાહ. 2. Discontent; secret enmity: અસંતોષ; છાનું વેર–દાઝ–ઝેર; અંત વૈર; છાની દુશ્મની–શત્રુવટ.

Heart-felt, (હાંર્ટ્-ફેલ્ટ્) *a.* Hearty; sincere: ઘણું જ લાગેલું; ખરા અંતઃકરણ–દિલનું; ખરેખરૂં.

Hearth, (હાંર્થ્) *n.* The floor of a fireplace: તાપણીની જગા; શગડી; ભઠ્ઠી. 2. The house itself; fireside: ઘરબાર. **H.** *money*, **H.** *penny:* ચૂલા દીઠ વેરો; ચૂલાવેરો.

Heartily, (હાંર્ટિલિ) *adv.* With all the heart; with sincerity: ખરા મન–જીગર–દિલથી; નિષ્કપટથી; મનમાં મેલ રાખ્યા વગર; ખરેખર. 2. With zeal; Willingly: ખરા ભાવ–મન–છાતીના જોરથી; ઉલટભેર; આતુરતાથી; ઉમંગથી; ઉત્સાહ પૂર્વક. *To eat* **h.**, to eat freely and with relish: પેટ ભરીને–ધરાઇને–સારી પેઠે ખાવું–જમવું.

Heartiness, (હાંર્ટિનેસ્) *n.* The quality of being hearty: ખરૂં દિલ; આસ્થા; ખરો ભાવ; ઉત્સાહ;

યકીન.

Heartless, (હાંર્ટ્લેસ) *a.* Spiritless: હિમત-ધૈર્ય-ઉત્સાહ-દમ-હોંસ વિનાનું; નિર્વીર્ય; નિસ્તેજ;ના હિમત; નિરાશ. 2. Destitute of feeling; cruel: નિર્દય; કઠણ મન-હૈયાનું; ક્રુર; ઘાતકી.

Heart-piercing, Heart-rending, (હાંર્ટ્ પીઅર્સિન્ગ્, હાંર્ટ્-રેન્ડિન્ગ્) *a.* Cutting a heart, causing intense grief: હૃદયભેદક; કાલજું વીંધી નાખે એવું; મર્મભેદક-છેદક; હૃદય વેધક.

Heart-sick, (હાંર્ટ્સિક્) *a.* Sick at heart: ખિન્ન; કંટાળી ગયેલું; ઉદ્વેગી.

Hearty, (હાંર્ટિ) *a.* Zealous; energetic: છાતી તોડ; ચાલાક; ઉત્સુક; ઉત્સાહી; ઉલ્લાસી; આતુર; ઉત્સાહવાળું. 2. Sound; firm: મજબૂત; કૌવતદાર; વીર્યવાન; તનદુરસ્ત. 3. Rich; abundant: ખૂબ; પેટપૂર; ખરું; પુષ્કલ.

Heat, (હીટ્) *n.* A force in nature which is recognized in various effects but especially in the phenomena of fusion and evaporation; caloric: અગ્નિ. 2. The sensation caused by the influence of heat when excessive: દાહ; ગરમી; ઉષ્ણતા. 3. High temperature: તાપ; ગરમી; ગરમાવો; ઉન્હાલો. 4. A single complete operation of heating, as in a furnace: તાપ; આંચ. 5. Rage; vehemence: કડાકડી; તડાતડી; ધડાધડી; આવેશ; તીવ્રતા; ઉગ્રતા. 6. Agitation of mind; exasperation: ઝુસ્સો; મંદ; ક્રોધ; આવેશ; જોશ. *vt.* To make hot: ગરમ-ઉનું કo; તપાવવું; તાપ દેવો; આંચ દેવી. 2. To rouse to action; to inflame: ગુસ્સો-ઝુસ્સો ચઢાવવો; ઉશ્કેરવું. *vi.* To grow warm or hot by the action of fire: ઉનું થવું-તપવું.

Heathen, (હીધન્) *n.* A pagan; an idolator: મૂર્તિપૂજક; બુતપરસ્ત; અસત્યધર્મી; અસદ્ધર્મી. 2. An irreligious person: નાસ્તિક; કાફર. *a.* Pagan: અસદ્ધર્મનું; મૂર્તિપૂજાનું. 2. Barbarous; heathenish: જંગલી; મુર્ખાઇ ભરેલું. 3. Irreligious: અધર્મી; નાસ્તિક.

Heathenish, (હીધનિશ્) *a.* Of or pertaining to the heathen: મૂર્તિપૂજક લોકનું; મુર્તિપૂજક લોકના જેવું. 2. Rude; cruel: જંગલી; દુષ્ટ; નિર્દય; મુર્ખાઇ ભરેલું. 3. Irreligious: ધર્મ વિરૂદ્ધ.

Heathenism, (હીધનિઝમ્) *n.* Idolatry; paganism: મૂર્તિપૂજા; અસદ્ધર્મ; મૂર્તિ ઉપાસના; બુતપરસ્તી. 2. Rudeness: જંગલીપણું; મૂર્ખાઇ.

Heating, (હીટિંગ્) *a.* That which heats; stimulating: ગરમ કરતું; ઉનું કરતું; તપાવતું; ઉશ્કેરતું. ઉત્તેજક.

Heave, (હીવ્) *vt.* [*imp.* **Heaved** *or* **Hove**; *p. p.* **Heaved** *or* **Hove** formerly **Hoven.**] To lift; to raise: ઉંચકવું; ઉપાડવું. 2. To throw; to cast: ફેંકી દેવું; નાંખવું; નાંખી દેવું. 3. To force from the breast: છાતીમાંથી પરાણે કાઢવું; પરાણે બોલવું. 4. To cause to swell or rise: ઉપાડવું; ઉપસાવવું; ફુલાવવું. *To* **h.** *in:* ટૂંકું કo. *To* **h.** *up anchor:* લંગર-બીલાડાને ઉપાડવી-ઊંચી કo. *vi.* To be raised; to rise upward: ઉછલવું; ઉપડવું; ઉંચકાવું; ઉંચું થવું. 2. (*a*) To rise & fall with alternate motions, as waves in heavy sea &c.: વારાફરતી; ઉંચું નીચું થવું; ઉછલવું. (*b*) To labor; to struggle: તરફડીઆં મારવાં; ફાંફાં મારવાં; અમુઝાવું. 3. To vomit: નાંખવું; ઓકવું. *To* **h.** *at,* to make an effort at: પ્રયત્ન-કોશિશ કo. *To* **h.** *in sight,* to come in sight: નજરે પડવું; દેખાવું. *To* **h.** *up,* to vomit: નાંખવું; ઓકવું; ઉલટી થવી. *n.* A rising; a swell: ઉછાળો; કુદકો; નિસાશો; નિશ્વાસ; અમુઝણ; હાંક.

Heaven, (હેવન્) *n.* The sky; the firmament: આકાશ; આભ; ગગન; આસમાન; ખગોલ. *Voice from* **h.**, આકાશવાણી; દેવવાણી. 2. The dwelling place of the Deity; સ્વર્ગ; પરલોક; દેવલોક. 3. God: પરમેશ્વર; પ્રભુ; ભગવાન; ઈશ્વર; ખુદા. 4. Any place of comfort; bliss: સુખ ધામ; સુખ; સુખની કોઇપણ જગ્યા.

Heavenly, (હેવનલિ) *a.* Celestial; not earthly: આકાશીય; આકાશનું; ગગનસ્થ; સ્વર્ગીય; દેવલોકવાસી; દિવ્ય; પરલૌકિક. 2. Pure; Supremely blessed: પવિત્ર; દિવ્ય; સર્વોત્તમ; સંપૂર્ણ; સર્વોત્કૃષ્ટ; પરમ; ઉત્તમ.

Heavenly-minded, (હેવનલિમાઇન્ડેડ્) *a.* Godly; pious: ધર્મી; ભક્તિવાળું; પારમાર્થિક; પરમાર્થી.

Heaves, (હીવ્ઝ્) *n.* A disease of horses: ઘોડાને થતો હાંફણનો રોગ.

Heavily, (હેવિલિ) *adv.* In a heavy manner; with great weight: ભાર; ઘણું જ; પુષ્કલ. 2. Slowly and laboriously; sorrowfully: દુઃખે; દુઃખથી; ઉદાસીથી; મહા મેહેનતે; જેમ તેમ કરીને.

Heaviness, (હેવિનેસ્) *n.* The state of being heavy; sadness: ભાર; બોજો; ઉદાસી; દલગીરી.

Heavy, (હેવિ) *a.* (*a*) Ponderous: ભારે; વજનદાર; મહા મહેનતે ઉચકાય તેવું. (*b*) Large in extent, quantity of effects: ભારે; અડાબીડ; ખિચું; જબરૂં; મુશલધાર; ખૂબ; પુષ્કલ. 2. Oppressive; burdensome: ભારે; ખમાય નહિ એવું; સખત; દુઃસહ; જુલમી. 3. Encumbered; burdened: ભારે; બોજાવાળું; નિરૂત્સાહ; બેદિલ; ઉદાસ; દીલગીર; નાઉમેદ; દુઃખ-ચિંતાના બોજા તલે દબાયલું. 4. Slow; dull: ભારે; સુસ્ત; નિસ્તેજ; જડ; મંદ. 5. Dark with clouds; gloomy: ઘંઘટ; ઘનઘોર; દારૂણ. 6. Not easily digested: પચ નહિ તેવું; ભારે; બાદીકારક. **H.** *artillery:* ઘણી વજનદાર-ભારે તોપો. **H.** *metal:* મોટા ગોળાવાળી મોટી તોપો; તોપોના મોટા ગોલા. *adv.* Heavily: ભારે; ઘણું જ.

Hebdomadal, (હેબ્ડૉમેડેલ્) *a.* [L. *Hebdomadalis,* Gr. *hebdomat,* seven days.] Weekly: સાત સાત દહાડાનું; સાપ્તાહિક; દરહફતાનું; હફતે હફતે થનારૂં.

Hebetude. (હેબિટ્યૂડ્) *n.* [L. *hebetude.*] Dullness; stupidity: સુસ્તી; મંદપણું; જડપણું; આલસ.

Hebrew, (હીબ્રૂ) *n.* [L. *Hebraeul.*] An Israelite; a jew: યાહુદી. 2. The language of the Hebrews: યાહુદી ભાષા. *a.* Of, or pertaining to the Hebrews: યાહુદી લોકનું-થી થયેલું; યાહુદી લોક સંબંધી-વિષયક.

Hecatomb, (હેકેટૂમ્) *n.* [Gr. *hekaton,* a hundred and *bous,* an ox.] A sacrifice of a hundred oxen or cattle at the same time: શતપશુયાગ; શતક્રતુ; શતખલિદાન; એકી વખતે આપેલો એકસો પશુનો ભોગ.

Hectic, (હેક્ટિક્) *a.* [Gr. *hexis,* a habit of body or mind.) Habitual; constitutional: પ્રકૃતિને લગતું-વિષેનું; તબિયત સંબંધી. *n.* Hectic fever: ક્ષય-ખઈના રોગથી આવતો તાવ; ક્ષયજ્વર; જીર્ણજ્વર.

Hector, (હેક્ટર્) *n.* A bully: one who vexes or provokes: ધાંધલિયો; તિસમારખાં; સતાવનાર; છેડનાર; ચીડવનાર. *vt.* To threaten; to bully: દમ દેવો; ચીડવવું; સતાવવું. *vi.* To play the bully: ધરપચ કo; ધાંધલ મચાવવી.

Hedge, (હેજ્) *n.* A thicket of bushes: વાડ. *Hedge marriage,* a secret marriage: છુપું લગ્ન. **H.** *writer:* અપ્રસિદ્ધ લેખક. *To hang in the* **h.**, to be at a stand still: સ્થીર રહેવું; આગલ ન વધવું. *vt.* To inclose or separate with a hedge: વાડ કo; વાડથી જુદું પાડવું. 2. To hinder from progress or success: આગલ જતાં અટકાવવું-રોકવું; ખાલવું; અવરોધ કo; બંધ કo. 3. To guard, to protect: રક્ષણ કo; સંભાલ લેવી. *vi.* To shelter one's self from danger, to slink: સંતાઇ રહેવું; ભયમાંથી બચવાનો યત્ન કo. 2. To use reservation and qualifications in one's speech: બોલવામાં ખારી રાખવી.

Hedge-row, (હેજ્-રો) *n.* A row of shrubs or trees planted for inclosure or separation of fields: બે ખેતરની વચ્ચે વાવેલા છોડ; વાડ; આડ.

Heed, (હીડ્) *vt.* To mind; to attend to: ધ્યાન આપવું; ગણકારવું; માનવું; લેખવવું; પત કo; ગણવું; સંભાલવું. *vi.* To consider: ધ્યાન આપવું-દેવું; વિચારવું. *n.* Attention: સંભાલ; કાલજી; દરકાર; ભાન; ફિકર; નજર; સાવચેતી; ધ્યાન; લક્ષ.

Heedful, (હીડ્ફુલ્) *a.* Attentive; vigilant: ખબરદાર; સાવધ; સાવધાન; સાવચેત; હોશિયાર; ચોકસ.

Heedless, (હીડ્લેસ્) *a.* Inattentive; careless: બેદરકાર; ગાફીલ; પ્રમાદી; ગફલતી; બેફામ; અસાવધ; બેભાન.

Heel, (હીલ્) *vi.* To lean or tip to one side, as a ship: નમવું; ઝોંક ખાવો. *n.* The hinder part of the foot: એડી. 2. The hinder part of any covering for the foot, as of a shoe, sock, etc.: જોડા, મોજાં વિગેરેની એડી. *To be at the* **heels** *of,* to pursue closely: લગોલગ પછવાડે જવું; અનુસરવું; પાછલ પાછલ જવું. *To be down at the* **h.**: ગરીબ સ્થિતિમાં હોવું. *To go* **h.**s *over head,* to move in an inconsiderate, or rash manner: અવિચારીપણે ચાલવું-વર્તવું; નાદાની કo. *To have the* **h.**s *of,* to outrun: આગલ નીકલી જવું. *To show the* **h.**s, to flee; to run from: નાશી-સટકી જવું; પોબારા ગણવા; પલાયન કરી જવું. *To take to the* **h.**s, to flee; to betake to flight: નાશી જવું; પલાયન કરી જવું. *To tread upon one's* **h.** s, to follow closely: અનુસરવું; કોઈને પગલે ચાલવું. *vt.* To add a heel to: એડી જડવી-બેસાડવી.

Heifer, (હેફર્) *n.* A young cow: વાછરડી; વાછડી.

Heigh-ho, (હાઈહો) *Interj.* An exclamation of surprise, joy, dejection, uneasiness, weariness, etc: ઓય, ઓય ! અહા.

Height, (હાઈટ્) *n.* Altitude; stature: ઉંચાઈ; ઉંચાપણું. 2. An eminence; a hill or mountain: ટેકરી; ડુંગર; ઉંચાણ. 3. Prominence: પ્રસિદ્ધતા; પ્રખ્યાતી. 4. Grade; degree: દરજ્જો; પદવી. 5. Utmost degree in extent: ભર-પૂર જોસ; બહાર; પરાકાષ્ઠા; સિમા; શિખર.

Heighten, (હાઈટ્ન્) *vt.* To make high; to raise higher; to elevate: ઉંચું કo. 2. To advance; to increase; to augment: વધારવું; વૃદ્ધિ કo.

Heinous, (હેનસ્) *a.* Hateful; atrocious: ધિક્કારવા જોગ; ઘોર; ઉગ્ર; અતિદુષ્ટ; દારૂણ; અતિ પાપી; પાપિષ્ટ.

Heir, (એર્) *n.* [L. *heres.*] One who inherits any property after the death of its owner: વારસ; વારસદાર. **H.** *apparent to the throne:* યુવરાજ; પાટવીકુંવર; ટિલાટ. *Heir at law:* પોતાના વડીલના મોત પછી વારસનામું થયા વિના પણ સઘલી દોલતપર કાયદેસર હક ધરાવનાર. **H.** *presumptive:* જો કોઈ વધારે પાસેના સગાનો જન્મ થાય તો જેનો હક ડૂબે એવો વારસ; સંપ્રતિબંધ દાયાદ.

Heiress, (એરેસ્) *n.* A female heir: સ્ત્રી વારસ.

Heirless, (એર્લેસ્) *a.* Destitute of an heir: નાવારસી; બીન વારસી.

Heir-loom, (એર્લૂમ્) *n.* Any piece of personal property that has been in a family for several generations: પેઢી દર પેઢી વારસામાં ઉતરતી કાંઇ અંગત વસ્તુ.

Held, (હેલ્ડ્) *Imp. & p.p.* of **Hold**.: પકડેલું; પકડયું; ધરેલું.

Hell, (હેલ્) *n.* The regions below: પાતાલ; અધોલોક; ભુવન. 2. (*a*) The place or state of punishment of the wicked after death; the abode of evil spirits: નરક; જાહનમ; દોજખ; દુર્ગતિ; અધોગતિ. (*b*) Mental torment; anguish: પીડા; વેદના; દુઃખ; સંતાપ. 3. (*a*) A dungeon or prison: કેદખાનું; કાલાગ્રહ. (*b*) A gambling house: જુગારખાનું.

Hellish, (હેલિશ્) *a.* Infernal; malignant; wicked; diabolical: નરક સંબંધિ; મહાદુષ્ટ; અતિદુષ્ટ; પાપી.

Helm, (હેલ્મ્) *n.* The apparatus by which a ship is steered: સુકાન. 2. The place of direction or administration: સર્વોપરી અધિકાર-પદવી. 3. A guide; a direction: દોરી લઈ જનાર; કામકારભાર ચલાવનાર; નિયંતા.

Helmet, (હેલ્મેટ્) *n.* A defensive covering for the head: ટોપ; ટોપી; પાઘડી.

Helmsman, (હેલ્મ્ઝ્મૅન્) *n. pl.* **Helmsmen.** The man at the helm; a steersman: સુકાની.

Help, (હેલ્પ્) *vt.* To aid; to assist: મદદ આપવી; કુમક-સહાય કo; મદદગારી થવું. 2. To furnish with relief, as in pain or disease: મદદ–સહાય ક૦; દુઃખ ઓછું ક૦; ધીરજ આપવી. 3. To change for the better; to remedy: ઉપાય–ઈલાજ ક૦. 4. To prevent; to hinder: અટકાવવું; હાથ દેવો; ખોલવું. 5. To forbear; to avoid: વગર ચાલવું–રહેવું. *To help on*, to forward; to promote by aid: મદદ કરીને આગલ વધારવું. *To help out*, to aid, as in delivering from a difficulty: મુશ્કેલીમાંથી મુક્ત કરવાને માટે મદદ ક૦. *To help to*, to supply with; to furnish with: પૂરું પાડવું; આપવું. *To help up*, to help (*one*) to get up: ટેકો દેઈ ઉભું ક૦. *vi.* To lend aid or assistance; to assist: મદદ આપવી; સહાય ક૦. *n.* Aid; assistance: મદદ; સહાયતા. 2. Remedy; relief; સહાય; કુમક; ન્હાર; ઉપાય; ઇલાજ. 3. A helper: મદદગાર.

Helper, (હેલ્પર) *n.* One who, or that which, helps, aids, assists or relieves: સહાય–મદદ કરનાર.

Helpful, (હેલ્પફુલ્) *a.* Giving aid; assistant; useful: સહાયકારી; મદદગાર; ઉપયોગી.

Helpless, (હેલ્પલેસ્) *a.* Feeble; weak: પરાધીન; અશક્ત; નબલો; પરતંત્ર; બિચારું; લાચાર; ગરવશ; અનાથ. 2. Beyond help; irremedible: જેનો ઈલાજ ન થાય એવું; નાઈલાજ; નિરૂપાય; બેઈલાજ.

Helplessness, (હેલ્પલેસનેસ્) *n.* State of being destitute of help or strength: પરાધીનતા; લાચારી; પરતંત્રતા; નિરૂપાયપણું.

Help-mate-meet, (હેલ્પ્મેટ્–હેલ્પ્મીટ્) *n.* A helper; a companion; a wife: મદદ કરનાર; સોબતી; સ્ત્રી; બાયડી.

Helter-shelter, (હેલ્ટર્–શેલ્ટર્) *adv.* In hurry and confusion; irregularly: હાંફલાફાંફલાપણાથી; અનિયમિત રીતે; આમતેમ; નાસતાં ભાગતાં.

Hem, (હેમ્) The edge or border of a garment or cloth: લુગડાની કીનારી–કોરણ; કોર; કીનારો; છેડો; પાલવ. 2. Border; edge; margin: કોરણ; કીનારો; કાંઠો. *vt.* To form a hem or border to: કોરણ–ગુલ ક૦. 2. To border or edge: ઘેરી લેવું; ફરી વલવું; વિંટાલવું. *To hem about, around or on*, to inclose and confine; to surround: કેદ ક૦; ઘેરી લેવું. *n.* An utterance or sound of voice: ખુંખારો; ખંખારો.

Hemisphere, (હેમિસ્ફીર્) *n.* [Gr. *Hemi*, half & *sphere*.] A half sphere: અર્ધગોલ; ગોલાર્ધ. 2. Half of the terrestrial globe: અર્ધ પૃથ્વી.

Hemispherical, (હેમિસ્ફેરિકલ્) *a.* Containing, or pertaining to, a hemisphere: અર્ધ ગોલાકાર; અર્ધગોલ.

Hemistich, (હેમિસ્ટિક્) *n.* [Gr. *hemi* & *stichos*, a row or line.] Half a poetic verse or line, not completed: કવિતાની અરધી લીટી; ન્યૂન ચરણ; અર્ધશ્લોક.

Hemorrhage, (હીમૉરેજ્) *n.* [Gr. *haima*, blood & *rhegnymi*, I burst through.] Any discharge of blood from the blood vessels: લોહી નિકલવું–વહેવું તે; રક્તસ્રાવ.

Hemorrhoids, (હીમૉરૉઈડસ્) *n.* [Gr. *haima*, & *rheo*, I flow.] Piles: હરસ; હરસનો રોગ.

Hemp, (હેમ્પ્) *n.* [L. *cannabis*.] (*a*) A plant: સણનો છોડ. (*b*) Cannabis sativa: ભાંગ. *H. tops*: ગાંજો; બુટી. 2. The fibre of the skin or rind of plant: રસણ.

Hempen, (હેમ્પ્ન્) *a.* Made of hemp: સણનું બનાવેલું. 2. Like hemp: સણના જેવું.

Hen, (હેન્) *n.* [L. *cano*, I sing.] The female of the domestic fowl: મરઘી; કુકડી. 2. female of any kind of bird: પક્ષિની માદા; પંખિણી.

Henbane, (હેનબેન્) *n.* A plant; ખુરાસાની ભાંગ; ગાંજો.

Hence, (હેન્સ્) *adv.* From this place; away: અહિંથી; આ જગાએથી; અહિંઆંથી. 2. From this time; in the future: આ વખતથી; ભવિષ્યમાં; હવે પછી. 3. From this reason, as an inference or deduction: આ કારણથી; ઉપરથી; એને લીધે. *Hence, is used in the sense of* 'go away, depart': ચલ; નિકલ; બહાર જા; કાલું કર.

Hence-forth-forward, (હેન્સ્ફોર્થ–હેન્સ્ફૉર્-ઉવર્ડ્) *adv.* From this time forward: આજથી; હવે પછી.

Henchman, (હેન્ચ્મેન્) *n. pl.* **men**. An attendant; a servant; a follower: ખીજમતદાર; ચાકર; અનુચર.

Hen-coop, (હેનકૂપ્) *n.* A coop or cage for hens: મરઘાં રાખવાનું પાંજરું.

Hen-hearted, (હેન–હાર્ટેડ્) *a.* Cowardly; timid; chicken-hearted: બીકણ; બાયલો; નામર્દ.

Hen-pecked, (હેન–પેક્ટ્) *a.* One subjected to petty or annoying attempts to rule by his wife: સ્ત્રીનો મારેલો–તાબેદાર; સ્ત્રીવશ; સ્ત્રીવશવર્તી.

Hen-roost, (હેન–રૂસ્ટ્) *n.* A place where hens roost: મરઘાં વગેરે પાલેલાં પક્ષીનો ખડો.

Hepatic-cal, (હીપૅટિક્–હીપૅટિકલ્) *a.* [Gr. *hepar*, the liver.] Of or pertaining to the liver: કલેજાને લગતું; કલેજી જેવું–ના રંગનું.

Hepta-chord, (હેપ્ટ–કૉર્ડ્) *n.* (*a*) A system of seven sounds: સપ્તસ્વર; સારીગમ. (*b*) A lyre with seven chords: સતાર; સાત સુરનું વાજીંત્ર.

Heptagon, (હેપ્ટેગૉન્) *n.* [Gr. *hepta*, seven *gonia*, an angle.] A plane figure consisting of seven sides and having seven angles: સાત ખુણાની આકૃતિ; સપ્તકોણ.

Heptarchy, (હેપ્ટાર્કિ) *n.* A government by seven persons; also, a country under seven rulers: સપ્તસત્તાક દેશ; સાત જણનું રાજ્ય; સપ્તસત્તાક રાજ્ય.

Her, (હર્) *Pron. & a.* The form of the objective and the possessive case of the person al pronoun: તેણીને; તેને.

Herald, (હેરલ્ડ્) *n.* A proclaimer: જાહેર કરનાર; ઢંઢેરો પીટનાર. 2. A forerunner; harbinger: આગલથી ખબર આપનાર; રાજદૂત. 3. Any messenger: સંદેશો લઈ જનાર. *vt.* To proclaim; to foretell; to usher in: આગલથી ખબર આપવી–કહેવી; ઢંઢેરો પીટવો.

Heraldry, (હૅરલ્ડ્રિ) *n.* The art or office of a hearld: ઈંગ્લાંડના 'હેરલ્ડ' આધકારીનો હોદ્દો–હુનર; ઇંગ્લાંડના અમીરોની વંશાવલી રાખવી તથા તેઓનાં આયુધ ચિન્હોના અર્થ સમજવાની વિદ્યા.

Herb, (અર્બ્) *n.* [L. *herba.*] A plant whose stem does not become woody and permanent, but dies, at least down to the ground: વનસ્પતિ; ઓષધિ. 2. Grass; herbage: ઘાસ; ભાજીપાલો.

Herbaceous, (અર્બેશસ્) *a.* Of or pertaining to the herbs: ઓસડ–ઝાડવાંનું; ઓષધિ વિષયક; ભાજીપાલા સંબંધી.

Herbage, (અર્બેજ્) *n.* Herbs; grass; pasture: ચાર; ચારો; ભાજીપાલો; ઝાડપાલો; ઘાસ; ઝાડવાં. 2. The liberty or right of pasture in the forest or in the grounds of another man: જંગલ અથવા બીજા માણસની જમીનમાં ચરવાનો હક–છૂટ.

Herbalist, (અર્બૅલિસ્ટ્) *n.* One skilled in the knowledge of plants: ઔષધિ–વનસ્પતિવેત્તા–સંગ્રહ કરનાર.

Herbarium, (હર્બૅરિઅમ્) *n.* A collection of dried specimens of plants: વનસ્પતિસંગ્રહ. 2. A book or case for preserving dried plants: સુકી વનસ્પતિ જાલવી રાખવાની ચોપડી અથવા પેટી.

Herculean, (હર્ક્યૂલીઑન) *a.* [L. *hercules*, Hercules.] Very great, difficult, or dangerous: મહા કઠણ; ભારે મહેનતનું; બહુ અઘરૂં–ભારી. 2. Having extraordinary strength or size: અદ્ભુત–અસાધારણ જોર–બલ અથવા કદવાળું–નું; અડાબીડ; જબરૂં.

Herd, (હર્ડ્) *n.* A number of beasts assembled together: પશુઓનું ટોળું; વૃંદ; જુથ; ધણ; ઝુંડ. 2. A crowd of low people; a rabble: હલકા–નીચ લોકનું ટોળું–ઝુંડ. *n.* A herdsman: ભરવાડ; ગોવાલીઓ; ગોવાલ; ગોપાલ. *vt.* To unite or associate in a herd: ટોળાબંધ રહેવું; એકઠા થવું; મળી જવું.

Herdsman, (હર્ડ્ઝ્મૅન) *n. pl.* **men**. The owner or keeper of a herd or of herds: ભરવાડ; ગોવાલીઓ; ગોવાલ; ગોપાલ; ગોરક્ષક.

Heer, (હીર્) *adv.* In this place; અહિંઆં; આ જગોએ–માં; અહિં; અત્રે. 2. In the present life; or state: આ લોકમાં; આ દેહે; અહિંઆં; પૃથ્વીપર. 3. To or into this place; hither: આ જગ્યાએ–માં. 4. In this point of time; now: હમણાં; આ વખતે.

Hereabouts, (હીરઍબાઉટ્સ્) *adv.* About this place; in this vicinity: આટલામાં; અહીં આસપાસ. 2. Concerning this: આને લગતું–સંબંધી.

Hereafter, (હીર્ ઍફ્ટર) *adv.* In time to come; in some future time or state: હવે પછી; પરલોકમાં; મુઆપછી. *n.* A future existence or state: મુઆ પછીની ગતિ; પરલોક.

Hereat, (હીર્ ઍટ્) *adv.* At, or by reason of this: એને લીધે.

Hereby, (હીર્–બાઇ) *adv.* By means of this: આ ઉપરથી; આને લીધે. 2. Close by; very near: પાસે; નજીક; લગોલગ.

Hereditament, (હેરૅડિટૅમેન્ટ્) *n.* Any species of property that may be inherited: વારસામાં મલે એવી મિલ્કત; વારસો.

Hereditary, (હરૅડિટૅરિ) *a.* [L. *heres*, heir.] Descended, or capable of descending, from an ancestor to an heir-at-law: વારસામાં મલેલું; વડિલો પાર્જીત; વડિલ પરંપરાગત. **H.** *estate*: વતન; ગિરાસ. 2. Transmitted, or capable of being transmitted: વારસને મલે એવું; પેઢી ઉતાર.

Here-of, (હીર્ ઑફ્) *adv.* Of this; concerning this; hence: આમાંથી; આનું; આને લગતું.

Here-on, (હીર્–ઑન) *adv.* On or upon this; hereupon: એ ઉપરથી.

Heresy, (હૅરસિ) *n. pl.* **Heresies**. [Gr. *haireo*, to take.] An opinion held in opposition to the established doctrine: પાખંડમત; કુમાર્ગ; નાસ્તિકતા. 2. An offence against Christianity: ખ્રિસ્તી ધર્મની વિરૂદ્ધ થવાનો ગુન્હો.

Heretic, (હૅરટિક્) *n.* [Gr. *hairetos.*] One who holds to a heresy: પાખંડ મત માનનારૂં.

Heretical, (હૅરટિકૅલ્) *a.* Containing heresy; of the nature of heresy: પાખંડ મત સંબંધીવાળું; ધર્મવિરૂદ્ધ.

Here-to-fore, (હીરટ્ફોર્) *adv.* Hitherto; before; in time past: હજીસુધી; આજદીન સુધી; પહેલાં.

Hereunto, (હીર્અન્ટૂ) *adv.* Upto this; upto this time; hereto: આજ સુધી; આ વખત સુધી.

Herewith, (હીર્ઉવિથ્) *adv.* With this: આ સાથે.

Heritable, (હેરિટૅબ્લ્) *a.* Capable of being inherited: વારસામાં મલે એવું; વારસને મલવા લાયક; વારસામાં મલવા જોગ.

Heritage, (હૅરિટેજ્) *n.* Inheritance: વારસો.

Hermaphrodite, (હર્મૅફ્રાડાઈટ્) *n.* [L. *hermaphroditus.*] An individual which has the attributes of both male and female, or which unites in itself the two sexes: ઉભયલીંગ–જાતીનું પ્રાણી; ખુન્સા; હિજડો; નપુંશક.

Hermetic-cal, (હર્મેટિક્–હર્મેટિકૅલ્) *a.* Made perfectly close or air-tight by fusion, so that no gas or spirit can enter or escape: મજબૂત; સજ્જડ; પવન પેસી ન શકે એવું સજ્જડ; સુદૃઢ.

Hermit, (હર્મિટ્) *n.* [L. *eremos*, solitary.] A recluse; an anchoret: સન્યાસી; એકાંતવાસી; વનવાસી; અરણ્યવાસી; તપસ્વી; મુની; બાવો.

Hermitage, (હર્મિટેજ્) *n.* The habitation of a hermit: આશ્રમ; પર્ણકુટી; ઝુંપડી; મઠ.

Hernia, (હર્નિઍ) *n. pl.* **Hernias**. A protrusion, of a lupe of intestines which has escaped from its natural cavity and projects through some natural or accidental opening in the walls of the latter: આંતરડું ગોળીમાં ઉતરવાનો રોગ; અંતર્ગલ; સારંગાંઠ.

Hero, (હીરો) *n. pl.* **Heroes**, [L. *heros.*] A demigod, as Hercules: દેવના અંશવાલો પુરૂષ.

2. A prominent or central personage in any remarkable action or event: પહેલવાન; વીરપુરૂષ; શુર; રણધીર. 3. The principal personage in a poem, story, and the like: નાયક.

Heroic-cal, (હીરોઇક્-હીરોઇકલ્) *a.* Of, or pertaing to, or like a hero: વીર પુરૂષોનું-ના જેવું; વીર્યવાન્. 2. Bold; daring; brave; illustrious; બહાદુર; પ્રખ્યાત; પરાક્રમી; વીર્યશાળી. *Heroic poetry*, epic poetry: હાસ્યરસ કવિતા; વીરરસ કથા.

Heroically, (હીરોઇકલિ) *adv.* Bravely; boldly: પરાક્રમથી; બહાદુરીથી.

Heroine, (હેરોઇન્) *n.* [L. *Heroina.*] A woman of an heroic spirit: પરાક્રમી સ્ત્રી; વીરા. 2. The principal female person who figures in a remarkable action, or as the subject of a poem or story: નાયકા.

Heroism, (હેરોઇઝ્મ) *n.* The qualities characteristic of a hero: પેહેલવાનગીરી; શુરવીરપણું; જવાંમર્દી; બહાદુરી; વિક્રમ.

Heron, (હેરન્) *n.* Any wading bird: બગલું; કંક.

Herpes, (હર્પીઝ્) *n.* [Gr. *erpesu*, to creep.] An eruption of the skin: ખસ; ખુજલી; ખરજવું.

Herring, (હેરિન્ગ્) *n.* One of various species of fishes: એક જાતની માછલી.

Herself, (હરસેલ્ફ્) *pron.* An emphasized form of the third person feminine pronoun: તેણી પોતે; તે પોતે. *By* **h.**, alone; unaccompanied: તે એકલી.

Hesitate, (હેઝિટેટ્) *vi.* [*haereo*, I hang.] To stop or pause respecting decision or action: આંચકો ખાવો; ખમચાવું; અચકાવું; આનાકાની ક૦; ઢચુપચુ હોવું. 2. To stammer; to falter in speaking: બોલતાં અટકવું; અચકાઇને બોલવું; તોતડાવું.

Hesitation, (હેઝિટેશન્) *n.* Suspension of opinion or action; doubt; vacillation: આંચકો; ઢચુપચુપણું; આનાકાની; સંશય; શંકા; સંદેહ; સંકલ્પ-વિકલ્પ. 2. A faltering in speech; stammering: બોલતાં અટકવું તે; અચકાઇને બોલવું તે; તોતડાપણું.

Heterodox, (હેટરોડૉક્સ્) *a.* [Gr. *heteros*, another and *doxa*, a notion.] Not orthodox; heretical: પાખંડી; શાસ્ત્રવિરૂદ્ધ; કુમાર્ગી; કુમાર્ગગામી. *n.* Persons holding heterodox opinions: પાખંડી; પાખંડ મત માનનાર.

Heterodoxy, (હેટરોડૉક્સિ) *n.* Heresy: પાખંડ મત-પંથ-ધર્મ; વામમાર્ગ; વિધર્મ; કુમાર્ગ; કુપંથ.

Heterogeneous, (હેટરોજીનીઅસ્) *a.* [Gr. *heteros*, & *genos*, race.] Suffering in kind; having unlike qualities: વિજાતીય; જુદી જાતનું; વિગુણ.

Hew, (હ્યુ) *vt.* To cut with an axe: કાપવું; વાઢવું. 2. To form a shape with a sharp instrument: હથિયારથી ઘાટ કાઢવો. 3. To cut in pieces; to hack: કકડે કકડા ક૦. *n.* Hue; color: રંગ; વર્ણ. 2. Shape; form: આકાર; આકૃતિ; ઘાટ.

Hewer, (હ્યૂઅર્) *n.* One who hews: કાપનાર; વહેરનાર.

Hexagon, (હેક્સૅગૉન્) *n.* [Gr. *hex*, six & *gonia*, an angle.] A plane figure of six sides and six angles: ૭ ખૂણાવાળી આકૃતિ; ષટ્કોણાકૃતિ. *Regular* **h.**: ૭ સમખૂણાવાળી આકૃતિ.

Hexahedron, (હેક્સહેડ્રૉન્) *n.* [Gr. *hex*, six & *hedra*, seat.] A solid body of six sides or face: ૭ બાજુની નક્કર વસ્તુ

Hexameter, (હેક્સૅમેટર્) *n.* [Gr. *hex* & *metron*, A measure.] A verse of six feet: જેમાં ૭ ચરણ હોય છે એવો છંદ.

Hexangular, (હેક્સૅન્ગ્યુલર્) *a.* Having six angles or corners: ૭ ખૂણાવાળું.

Hey, (હે) *a.* High: ઉંચું. *interj.* An exclamation of joy, surprise, or encouragement: ખુશાલી-અચંબા અથવા ઉશ્કેરણીનો પોકાર; શાબાશ. 2. A cry to set dogs on: કુતરાઓને ઉશ્કેરવાનો શબ્દ.

Hiatus, (હાઇએટસ્) *n. pl.* **Hiatuses** [L. *hio*, I open.] An opening; an aperture; a gap; a chasm, કાણું; બાકું; ચીરો; ભોક; ખાડો. 2. The concurrence of two vowels in two successive words or syllables: સાથે સાથેના બે શબ્દમાંના દરેકમાં બે સ્વર હોય તે.

Hibernal, (હાઇબરનૅલ્) *a.* Wintry; winterish: શીઆલાને લગતું; શિશિરૠતુ સંબંધી; હૈમંતિક.

Hibernate, (હાઇબર્નેટ્) *vi.* [L. *hibernus*, wintry.] To winter; to pass the season of winter in close quarters: શિયાળો ગુજારવો-ગાળવો; શિયાળાની ટાઢને લીધે ભરાઇ રહેવું.

Hiccough, Hickup, (હિકપ્) *n.* A modified respiratory movements: અડગરી; વાધણી; હેડકી. *vi.* To have a hiccough or hiccoughs: વાધણી-અડગરી ખાવી-આવવી.

Hickory, (હિકારિ) *n.* (*Bot.*) An American tree: અખરોટનું ઝાડ.

Hidden, (હિડન્) *p. p.* & *a.* form **Hide.** Concealed; secret: સંતાડેલું; છાનું; ગુપ્ત; મનમાંનું; ભીતરનું.

Hide, (હાઇડ્) *vt.* [*Imp.* **Hid**; *p. p.* **Hidden.**] To conceal: સંતાડવું; છુપાવવું; છાનું-ગુપ્ત રાખવું; જાહેર થવા ન દેવું. 2. To remove from danger; to shelter: ભયથી દૂર ક૦; આશ્રય આપવો. *To* **h.** *one's self*, to put one's self in a condition to be safe: ભરાવું; સંતાવું. *To* **h.** *the face*, to withdraw favor: રહેમ નજર ન રાખવી; નાખુશ હોવું. *To* **h.** *the face from*, to overlook; to pardon: માફ ક૦; માફી બક્ષવી; દરગુજર ક૦. *vi.* To lie concealed: સંતાઇ-ભરાઇ જવું. *n.* The skin of an animal: કોઇ પશુની ચામડી; ચામડું; ખાલ. 2. The human skin: મનુષ્યની ચામડી. **H.** & *seek*: સંતાકુકડી; દાહીનો ઘોડો; નાહસો ધોસો.

Hide-bound, (હાઇડ્-બાઉન્ડ્) *a.* Untractable; bigotted: મમતી; જક્કી; દુરાગ્રહી; મતવાદી; ધર્માંધ. 2. Niggardly; penurious: કંજુસ; કૃપણ.

Hideous, (હિડીઅસ્) *a.* [L. *hispidus*, rough.] Frightful; dreadful to behold: વિકરાલ; કદરૂપું; જોવા ન ગમે-બીક લાગે એવું; ભયાનક. 2. Hateful; shocking: ધિક્કારવા લાયક.

Hie, (હાઈ) *vi.* [A. S. *higian*, to hasten.] To hasten; to go in haste: ઉતાવલ કo; દોડવું; દોડતા જવું–આવવું. *n.* Haste; diligence: ઉતાવલ; મહેનત; ઉદ્યોગ; ખંત.

Hierarchy, (હાઈઅરાર્કિ) *n.* [L. *Hieros*, sacred & *arche*, rule.] Dominion or authority in sacred things: ધર્મ સંબંધી; મુખ્ય અધિકાર. 2. A body of ecclesiastical rulers: ધર્માધિકારી; આચાર્ય સમુહ. 3. A form of government of church: ધર્માધિકારી સત્તાક રાજ્ય.

Hieroglyphic, (હાઈઅરૉગ્લિફિક) *n.* A character in picture writing: ચિત્રો પાડી લખવાની રીતિ; ચિત્ર પદ્ધતિ–લિપિ. 2. Any unintelligible or illegible character or mark: ન સમજાય એવી લિપિ–નિશાની; ગૂઢાક્ષર. *a.* Emblematic: ચિત્રલિપિ સંબંધી; સાંકેતિક; સંકેતાત્મક. 2. Not decipherable: ન સમજાય એવું.

Hierography, (હાઈઅરૉગ્રફિ) *n.* [Gr. *hieros*, sacred & *grapho*, I write.] Sacred writing: ધર્મ કે પવિત્ર વસ્તુ સંબંધી લખાણ.

High, (હાઇ) *a.* Lofty; tall: ઉંચું; ઉન્નત. 2. Distinguished; remarkable; superior: પ્રખ્યાત; નામાંકિત; વડું; શ્રેષ્ટ; મોટું; પ્રૌઢ; પદવીવાલું; ઓહેદાર. (*a*) Of noble birth; illustrious: અમીરી; કુલિન; કુલવંત; ખાનદાની. (*b*) Mighty; powerful; violent: જબરું; સમર્થ; જોરાવર; જબરદસ્ત; ખલવાન. (*c*) Very abstract; difficult to comprehend; grand: સમજી ન શકાય એવું; અઘરું; ભારી. (*d*) Costly; dear in price: મોંઘું; કિંમતી. (*e*) Arrogant; boastful; proud: અભિમાની; મગરૂરી; દમામી. 3. Possessing a characteristic quality in a supreme or superior degree: પુષ્કલ; ખૂબ; ભર; અત્યંત; બેહદ. 4. Strong scented: ઘણા સોડમવાલું; સુગંધી. 5. Acute or sharp: તીક્ષ્ણ; તીવ્ર; ઉંચો; ઉદાત્ત. **H.** *and dry*: પાણીની બહાર. **H.** *and mighty*: મગરૂબ; અભિમાની. **H.** *latitude*: ભૂમધ્યરેખાની દૂરની રેખાંશ. *High treason*: ખુદ રાજા અથવા રાણી સામા કીધેલો ગુન્હો; રાજ્ય વિરૂદ્ધ અપરાધ; રાજદ્રોહ. *To be on a* **h.** *horse*, to be on one's dignity; to bear one's self loftily: તોડ–દમામમાં રહેવું. *With a high hand* (*a*) In force; triumphantly: વિજયથી. (*b*) In an overbearing manner: જુલમથી; બલાત્કારથી. *adv.* In a high place; to a great degree; powerfully: ઉંચે; જબરાઈથી. *High and low*, everywhere: દરેક ઠેકાણે. *n.* An elevated place: ઉંચી જગ્યા. 2. People of high station: ઉંચા દરજ્જાના માણસો; અમીર ઉમરાવ. *In* **h.** & *low*, completely; in every respect: પૂર્ણ રીતે; દરેક બાબતે. *On* **h.**, aloft; above: ઉંચે.

High-born, (હાઈબૉર્ન) *a.* Of noble birth: ઉંચા કુલનો; ખાનદાની; કુલીન; જાતવાન.

High-flown, (હાઈ-ફ્લોન) *a.* Elevated; proud: ઉંચું; મોટું; મગરૂર. 2. Turgid; extravagant: અમર્યાદ.

High-handed, (હાઇ-હૅન્ડેડ્) *a.* Oppressive; arbitrary; violent: જુલમગાર; જુલમી; જેમ ગમે તેમ કરનારૂં.

High-land, (હાઈલૅન્ડ્) *n.* Elevated or mountainous land: પહાડી મુલક–દેશ.

Highly, (હાઇલિ) *adv.* In a high manner; very much: બહુ; અતિ; બેહદ.

High-minded, (હાઈ-માઈન્ડેડ્) *a.* Proud; arrogant: અભિમાની; મગરૂબ; અહંકારી. 2. Magnanimous: ઉદાર મનનું; ઉંચા વિચારનું; મહાત્મા.

Highness, (હાઈનેસ્) *n.* Elevation; loftiness: ઉંચાઈ; ઉંચાપણું. 2. A title of honor: રાજા; કુમાર અથવા ઉંચા દરજ્જાના માણસોને અપાતો ઈલકાબ.

High-priest, (હાઈપ્રીસ્ટ્) *n.* A chief priest: મુખ્ય ધર્માધિકારી; વડો દસ્તુર.

High-sounding, (હાઈ-સાઉન્ડિન્ગ્) *a.* Pompous; noisy: મોટા મોટા બોલોવાલું; શબ્દગૌરવવાલું; દબદબાનું.

High-sprited, (હાઈ-સ્પિરિટેડ્) *a.* Haughty; courageous; impetuous: છાતીવાલું; જુસ્સાદાર.

High-water, (હાઈવૉટર) *n.* The utmost flow or greatest elevation of the tide; વધતામાં વધતી ભરતી.

High-way, (હાઈ-વે) *n.* A main road or thorough fare: શરીઆમ–ધોરી રસ્તો.

High-way-man, (હાઈ-વે-મૅન) *n.* One who robs on the public road: રસ્તે લુંટનાર; વાટપાડ; ધાડપાડુ.

High-wrought, (હાઈ-રૉટ્) *a.* Wrought with fine art or skill: સારું બનાવેલું; યત્નપૂર્વક કરેલું. 2. Worked up to a high degree: ઘણું સુંદર–ખૂબીદાર બનાવેલું.

Hilarity, (હિલૅરિટિ) *n.* [L. *hilaritas*.] Merriment; jollity: ગમત; ખુશાલી; રંગ; રમુજ; મઝા; આનંદ; ઉલ્લાસ.

Hill, (હિલ્) *n.* [L. *collis*.] An eminence less than a mountain: ટેકરી; નાનો પહાડ; ડુંગરી.

Hillock, (હિલૉક) *n.* A small hill: નાનો ડુંગર; ટેકરી; ડુંગરી.

Hilly, (હિલિ) *n.* Abounding with hills: પહાડી; ટેકરી–ડુંગરવાલું; પર્વતમય. 2. Lofty: ઉંચું.

Hilt, (હિલ્ટ્) *n.* A handle (of a sword, dagger etc.) હાથો; પકડ; મુઠ.

Him, (હિમ્) *pron.* The objective case of **he**: તેને; એને.

Himself, (હિમ્-સેલ્ફ્) *pron.* An emphasized form of the third person masculine pronoun: તે પંડે–પોતે–જાતે; ખુદ; જાતે. 2. One's true or real character: ભાન; ઠેકાણું; શુદ્ધિ. 3. એકલો.

Hind, (હાઈન્ડ્) *n.* The female of the red deer: સાબરી; મૃગલી. *a.* In the rear: પાછલું; પાછલનું.

Hinder, (હાઈન્ડર) *a.* Of or belonging to that part or end which is in the rear or which follows: પાછલું–લનું. *vt.* To check; to obstruct: રોકવું; અટકાવવું; ખાલવું; અડચણ–હરકત કo; વિઘ્ન નાંખવું; વાંધો નાખવો–કo. *vi.* To be a hindrance: અટકાવ–પ્રતિબંધ થવો.

Hinderance-Hindrance, (હિન્ડરૅન્સ-હિન્ડ્રૅન્સ) *n.* The act of hindering: અટકાવ; અવ-

રેાધ; હરકત; અડચણ; વિઘ્ન; નડતર; વાંધેા; બાધ.

Hindmost-hindermost, (હાઈન્ડ્મેારસ્ટ્-હાઈન્ડર્-મેારસ્ટ્) *a.* Furthest in or toward the rear; last: સહુથી પાછલું.

Hinge, (હિન્જ્) *n.* The hook with its eye, or the joint, on which a door, gate, etc., turns or swings: ચણિયારૂ; મિજાગરૂં. 2. That on which anything turns or depends: આધાર; મૂલ; પાયેા. *To be off the* **h.**, to be in a state of disorder or irregularity: ગેરબંદેાબસ્ત-અવ્યવસ્થામાં હેાવું.

Hint, (હિન્ટ્) *vt.* ચેતાવવું; સુચના ક૦; ઇસારેા ક૦; સંકેતથી જણાવવું. *n.* Intimation; insinuation: ઈશારેા; સૂચના; ઇસારત; અણસારેા.

Hip, (હિપ્) *n.* The haunch: the huckle: કેડ; કમ્મર; કટિ. *To catch upon the* **h.** *or to have on the* **h.**, to have or get the advantage of: કેાઇ પર સરસાઇ-લાભ-ફાયદેા મેલવવેા. *To smite* **h.** *and thigh*, to defeat utterly: તદન હરાવવું; છેક પરાજય પમાડવું.

Hippopotamus, (હિપેાપૅાટૅમસ્) *n.* [Gr. *hippos*, a horse and *potamus*, a river.] A large, amphibious, herbivorous mammal: હાથીના જેવું મેાટું જાનવર; જલઘેાટક.

Hipshot, (હિપ્શૅાટ્) *a.* Having the hip dislocated: વાંકી-લચેલી કેડ-કમ્મરવાલું.

Hire, (હાઇર્) *vt.* Rent: ભાડે ક૦--રાખવું; ગણેાતેપટે રાખવું. 2. To engage; to employ: નેાકરીએ રાખવું; પગારે-રેાજે રાખવું. 3. To let; to lease: ભાડે આપવું. *n.* Wages; rent; pay: ભાડું; મૂલ; મજૂરી; મુસારેા; મેનતાણું; પગાર.

Hireling, (હાઈર્લિન્ગ્) *n.* One who is hired, or who serves for wages; a mercenary: મજુર; પૈસા લઈ કાંઈ પણ કરનારેા.

His, (હિઝ્) *pron.* Belonging or pertaining to him: એનું; તેનું; પેલાનું. 2. The possessive of *he*: તેનું.

Hiss, (હિસ્) *vi.* To make with a mouth a prolonged sound like that of the letter '**s**': ફૂ-ફૂફાડેા-સુસવાટેા ક૦. *vt.* To condemn or express contempt for by hissing: ફિટકારવું; છિટછિટ ક૦; ફિટકાર ક૦; ના પસંદ ક૦. 2. To utter with a hissing sound: ફુંફારેા-સુસવાટેા મારવેા. *n.* A token of disapprobation or contempt: ફિટકાર; છિટકાર. 2. The noise made by a serpant: ફુંફારેા; સુસવાટેા.

Historian, (હિસ્ટેારિઍન) *n.* A writer of history: ઈતિહાસ-તવારીખ લખનાર; ઈતિહાસકર્તા; ઈતિહાસકાર. 2. One versed or well-informed in history: ઈતિહાસમાં પ્રવીણ.

Historical, (હિસ્ટૅારિકૅલ્) *a.* Of, or pertaining to history: ઐતિહાસિક; ઈતિહાસરૂપ; ઇતિહાસવર્ણક.

History, (હિસ્ટૅારિ) *n.* (Gr. *aistoria*, history.] A narrative; a description: તવારીખ; ઈતિહાસ; વર્ણન. 2. A true story: બ્યાન; હકીકત; વૃતાન્ત. *Natural* **H.**: સૃષ્ટિજન્ય પદાર્થોનું વર્ણન.

Histrionic, (હિસ્ટ્રિઍાનિક્) *a.* Befitting a theater; theatrical: નાટકને લાયકનું; નાટક સંબંધી.

Hit, (હિટ્) *vt.* [*Imp. & p. p.* **Hit.**] To reach with a stroke or blow: ફટકાવવું. 2. To attain to; to suit: મલવું-માફક-અનુકૂલ આવવું. 3. To guess: ધારવું; અટકલ બાંધવી; કલ્પના ક૦. *vi.* To strike; to clash: અફલાવું; લાગવું. 2. To succeed: ફાવવું; પાર પડવું. *To hit on or upon*, to light upon; to come to by chance: સૂઝવું; જડવું; મલવું; મલી આવવું. *n.* A striking against; a stroke that touches anything: ટચકેા; ટકેા; ફટકેા. 2. A stroke of success in an enterprise: લાગ; ચિટ; જોગ; તડાકેા. 3. A peculiarly apt expression or turn of thought: આબાદ-લાગુ પડતેા બેાલ; ટેાણું; વાકપ્રહાર.

Hitch, (હિચ્) *n.* An entanglement: ફાંસેા. 2. A stop or sudden halt; a stoppage: એકદમ અટકવું તે; આંચકેા; અંતરાય; હરકત; વાંધેા. 3. A sudden movement or pull; a pull up: આંચકેા; ધક્કેા.

Hither, (હિધર્) *adv.* [L. *citra*, on this side.] To this place: અહિં; આ જગ્યાએ. *Hither and thither*, to and fro, અહિં તહિં; આમ તેમ. *a.* Being on the side next or toward the person speaking; nearer: આ તરફનું; પાસેનું.

Hitherto, (હિધરટુ) *adv.* To this place; to the prescribed limit: આટલે સુધી. 2 Up to this time; as yet: આજ લગી; આ વખતલગી; હમણાંસુધી.

Hitherward, (હિધર્વર્ડ્) *adv.* Toward this place; hither: આણીગમ-તરફ.

Hitter, (હિટર્) *n.* One who hits or strikes: નિશાન તાકનાર; નિશાનચી.

Hive, (હાઈવ્) *n.* Structure for the reception of honey bees: હાથે બનાવેલેા મધપુડેા 2. The bees of one hive: એક મધપુડાની માંખેા; મધમાંખીઓનું ઝુંડ.

Hoar-y, (હેાર્-હેારિ) *a.* [AS. *har.*] White or grayish white: ધેાલું; આછા ભૂરા રંગનું. 2. Gray or white with age: અવસ્થા-ઉમરને લીધે ધેાલું ફગ થયેલું; પાકેલું. 3. Musty; mouldy; stale: ફુગવાલું; ઉબ ચઢેલું; વાસી.

Hoard, (હેાર્ડ્) *n.* A hidden supply; a treasure: સંગ્રહ; સંચય; દલ્લેા. *vt.* To collect and lay up: સંગ્રહ-સંચય ક૦.

Hoarse, (હેાર્સ્) *a.* Making a rough; harsh cry or sound: ખેાખરૂં; બેઠેલા ઘાંટાનું; કઠેાર. 2. Harsh; grating; discordant: બેઠેલું; ભારે.

Hoax, (હેાક્સ્) *n.* A deceptive trick or story; a practical joke: ઠગાઈ; મશ્કરી; છલ; કપટ; રમુજ. *vt.* To impose upon sportively: ઠઠ્ઠામશ્કરી ક૦; બનાવવું; ભકાવવું; રમુજમાં છેતરવું.

Hobby, Hobbyhorse, (હૅાબિ, હૅાબિહૅાર્સ્) *n.* A stick often with the head or figure of a horse, on which boys place themselves astride to ride: છેાકરાંની ઘેાડેા કરવાની લાકડી. 2. A subject or plan upon which one is constantly setting off: કેાઈના મનમાં ઘેાલ્યા કરતી કાંઈ વાત-બાબત-યુક્તિ-વિચાર જે તે વારંવાર જણાવ્યા કરે તે.

Hobgoblin, (હૉબ્ગૉબ્લિન) *n.* A frightful goblin; an imp: પિશાચ; ભૂત; ખાઉ; ખાખરાભૂત.

Hocus-pocus, (હોકસ-પોકસ) *n.* A term used by jugglers in pretending incantations: છુમંતર; ધંતરમંતર. 2. A juggler or trickster: બાજીગર; જાદુગર. 3. A juggler's trick; a cheat: નજરબંધી; ઈંદ્રજાલ; હાથચાલાકી.

Hodge-podge, Hotch-potch, (હૉજ્પૉજ્-હૉચ્પૉચ્) *n.* Medley: ખીચડી-ડો; પંચભેલ;ઇસ્તુ.

Hoe, (હો) *n.* A tool chiefly for digging up weeds: કોદાળી; પાવડો. *vt.* To cut, dig, scrape, turn, arrange, or clean, with a hoe: પાવડાથી; ખોદવું; કાપવું; ફેરવવું; ગોઠવવું; અથવા સાફ કo. *To hoe one's row*, to do one's share of a job: પોતાને ભાગનું કામ બજાવવું.

Hog, (હૉગ્) *n.* A quadruped: સુઅર; સુકર; ભુંડ; ડુક્કર. 2. A mean, filthy or gluttonous fellow: હલકો-નીચ-ગંદો-ખાઉધર માણસ. 3. A young sheep: નાનું ઘેટું; હલવાન. 4. A broom: એક જાતની સાવરણી. *vt.* To scrub with a hog: એક જાતની સાવરણીથી વાલવું-સાફ કo.

Hoggish, (હૉગિશ્) *a.* Swinish; gluttonous; filthy; selfish: એદી; અકરાંતિયું; ગંદું; એકલપેટું.

Hogshead, (હૉગ્ઝ્હેડ્) *n.* An English measure of capacity, containing 63 wine gallons: ૬૩ 'ગ્યાલન'દારૂનું માપ. 2. A large cask, or barrel, of infinite contents: ઘણું મોટું પીપ.

Hoist, (હૉઇસ્ટ્) *vt.* To raise; to lift; to elevate: ઉંચું ચઢાવવું-કo;ઉઠાડવું. **H.** *bridge*: એકદમ ઉઠાવી લેવાય એવો પુલ.

Hold, (હોલ્ડ્) *vt.* [*imp.* & *p. p.* **held.**] To keep in grasp: ઝાલવું; રહાવું; ગ્રહણ કo; પકડવું. 2. To retain in one's keeping; to keep; to defend; રાખવું; હાથમાં રાખવું; રક્ષણ કo. 3. To have; to possess; to occupy: પાસે-કબજામાં હોવું; પર-ઉપર-એ હોવું. *To* **h.** *office*: પદવીપર હોવું. 4. To confine; to restrain: કાબુમાં-દાબમાં રાખવું; કબજામાં રાખવું. 5. To carry on; to continue: ચલાવવું; જારી રાખવું. 6. To conduct or preside at:મેલવવું;ભરવું;બોલાવવું;ચલાવવું.7.To receive & retain; to contain as in a vessel: માવું;સમાવું;માંહે રહેવું-હોવું.8.To accept as an opinion; to sustain: રાખી-વલગી રહેવું; ઉપર હોવું; ચુસ્ત રહેવું. 9. To consider; to judge: ગણવું; લેખવવું; સમજવું; જાણવું. ધારવું. 10. To bear, carry, or manage. ધરાવવું; ચલાવવું. *To* **h.** *in hand*, to have in one's power: પોતાની શક્તિમાં હોવું. *To* **h.** *in play*, to keep under control: દબાણ-કાબુ-અંકુશ-કબજામાં રાખવું. *To* **h.** *off*, to keep at a distance: દૂર-આઘે રાખવું. *To* **h.** *one's day*, to keep one's appointment: વાયદો રાખવો; વાયદા પ્રમાણે કo. *To* **h.** *one's own*, not to fall off or to lose ground: પાછું ન હઠવું. *To* **h.** *one's peace*, to keep silence: શાંતિ રાખવી; ગુપચુપ રહેવું. *To hold out*, (*a*) to extend; to offer: આપવું. (*b*) To continue to suffer; to endure: સહન કo; વેઠવું; સહેવું. *To hold up*, (*a*) to raise; to lift: ઉંચું કo; ઉંચકવું. (*b*) To support; to sustain: ટેકો-આધાર આપવો. (*c*) To exhibit; to display: બતાવવું; દર્શાવવું; જણાવવું. *vi.* Not to move; to halt; to stop: થોભવું; ઉભા રહેવું; અટકવું. 2. Not to part or become separated; to remain unbroken: જુદા ન થવું-પડવું; ટકી રહેવું; નીભવું. 3. To continue to last; to abide: રહેવું; કાયમ-જારી રહેવું; ચાલવું. 4. To remain attached; to cleave: વલગી રહેવું. 5. To restrain one's self; to refrain: અટકવું. **H.** *on*, wait; stop: રાહ જુઓ; સબુર; ઉભા રહો; ધીરજ રાખો. *To* **h.** *together*, to remain in union: જોડાવું; સંધાઈ જવું. *To* **h.** *off*, to keep at a distance: દૂર-વેગળા-આઘા રાખવું. *To* **h.** *on*, to continue: ચાલવું; ટકવું. *To* **h.** *out*, to last, to endure: ટકવું; નભવું; ખમવું; સહેવું. *To* **h.** *up*, (*a*) to support one's self: હિંમત-ધીરજ રાખવી; ગભરાવું નહિ. (*b*) Not to lose ground: પાછા ન હઠવું. *n.* Seizure; grasp; possession: કબજો; પકડ; પંજો; ગ્રહણ. 2. The authority or ground to take or keep; claim: અખતિયાર; દાવો; હક. 3. Binding power and influence: કાબુ; અંકુશ; અધિકાર. 4. Some thing that may be grasped; means of support: આધાર; આશરો; આશ્રય. 5. A prison; a confinement; a custody: ટુરંગ; બંધીખાનું; કેદખાનું. 6. A fort; a castle: કીલ્લો;ગઢ.

Holding, (હોલ્ડિન્ગ્) *n* A tenure; a farm or other estate held of another: ભાડે રાખેલી જમીન-ખેતર. 2. That which holds, binds or influences: સત્તા; હક; કાબુ; બંધન; અખ્તિયાર.

Hole, (હોલ્) *n.* A hollow place or cavity; a perforation; a fissure: કાણું; બાકું; વેહ; છિદ્ર; બાકોરું. 2. An excavation in the ground made by an animal: દર; બો; બખોલ; રાફ; રાફડો. 3. A mean habitation: અંધારી-સાંકડી કોટડી; કોટડું; ખોલી. **H.** *and corner*, clandestine; underhand: છાનું; છુપું; ગુપ્ત.

Holiday, (હૉલિડે) *n.* A consecrated day: પર્વ; તહેવાર; સપરમો દિવસ; ઉત્સવ. 2. A day of exemption from labor: કોઈ પણ જાતની મહેનતમાંથી મુક્ત રહેવાનો દિવસ; રજા; છુટી. *a.* Of or pertaining to a festival; joyous; gay: તહેવાર-સપરમા દિવસનું-સંબંધી; આનંદી. 2. Occurring rarely: ભાગ્યેજ-કવચિતજ થતું-બનતું.

Hollow, (હૉલો) *a.* Not solid: પોલું; પોકલ. 2. Depressed; concave: દબાયલું. 3. Deep; muffled: બેઠેલો; ખોખરો. 4. False; deceitful: ફોગટ; મ્હોનું; ખોટું; મેલું; પાપિષ્ટ. *n.* A hole; an excavation: પોલાણ; ખાડો; ગુફા. 2. A concavity; a channel: ખાડો; નીક; નહેર. *adv.* Wholly; completely; utterly: પૂર્ણ; પૂર્ણરીતે; સંપૂર્ણ; સંપૂર્ણ રીતે.

Hollowness, (હૉલોનેસ્) *n.* State of being hollow: પોલાણ. 2. Insincerity: મેલાપણું; ઠગાઈ.

Holocaust, (હૉલૉકૉસ્ટ્) *n.* [Gr. *holos*, whose & *kaustos*, burnt.] A burnt offering: હોમ; હવન; બલીદાન. 2. Sacrifice or loss of many lives: ઘણા જીવની કતલ-નુકસાન-ભોગ.

Holy, (હોલિ) *a.* Hallowed; sacred: પવિત્ર; પાક; પાપ રહિત–શૂન્ય. 2. Pure in heart; godly; pious: પવિત્ર; ચોખ્ખા મન–અંતઃકરણનું. **H.** *land*, palastine: પૅલેસ્ટાઈન. **H.** *one*, the Supreme Being: ઈશ્વર; પરમેશ્વર. **H.** *war*, a crusade: પાલેસ્ટાઈન લેવા યુરોપના લોકોએ કરેલી ચઢાઈ.

Homage, (હૉમેજ્) *n.* [L. *homo*, a man.] Profession of fealty to a sovereign: રાજા તરફની વફાદારીનો એકરાર. 2. Respect or reverential regard; deference: નમસ્કાર; પ્રણામ; અભિવંદન; નમન; માન. 3. Reverential worship; devout affection: ભક્તિ; પૂજા; સેવા; ભજન.

Home, (હોમ) *n.* One's own dwelling place: ઘર; રહેવાનું ઠેકાણું; નિજધામ. 2. One's native land: સ્વદેશ; વતન. 3. The abiding place of the domestic affections: ઘર; કુટુંબ કબીલો. 4. Habitation; seat: ઠેકાણું; સ્થાન; ઘર; રહેઠાણ. 5. an asylum: આશ્રય; સ્થાન. 6. The grave: ઘોર; કબર; મશાણ. *At* **h**, (*a*) at one's own house, or lodgings: ઘેર; ઘરમાં. (*b*) In one's own town or country: પોતાને સ્વદેશ–વતન. *To be at* **h**. *on any subject*, to be conversant or familiar with it: સારી પેઠે વાકેફ હોવું. *To feel at* **h**., to be at one's ease: નચિંત હોવું–રહેવું. *To make one's self at* **h**.: ઘેર જેટલી સ્વતંત્રતા–સગવડ–ફરાગાતથી રહેવું. *a.* Domestic; not foreign: ઘરનું; સ્વદેશનું; દેશી; ગામઠી. 2. Close; personal; pointed: સખ્ત; કારી; સજ્જડ. *adv.* To one's home or country: ઘેર; પોતાને દેશ. 2. Close; closely: મુદ્દાસર; કારી; સજ્જડ. 3. To the full length: ખધો; આખો. *To drive a nail* **h**.: આખો ખીલો ખોસવો–ઘાલવો.

Home-bred, (હોમ્બ્રેડ્) *a.* Domestic; not foreign: ગામઠી; સ્વદેશી; દેશી: 2. Rude; uncultivated: સાદું; જંગલી; અણસુધરેલું; અસભ્ય.

Homeless, (હોમ્લેસ્) *a.* Destitute of a home: ઘરબાર વિનાનું–રહિત.

Homeliness, (હોમ્લિનેસ્) *n.* Care of home: ઘર સ્વદેશની સંભાલ–દરકાર. 2. Familiarity; intimacy: માહીતી; પ્રવીણતા; ઘરોબો. 3. Plainness; want of elegance or beauty: સાદાઈ; જાડાઈ.

Homely, (હોમ્લિ) *a.* Familiar; intimate: ઘરોબાવાલું; અટલગનું. 2. Plain; rude in appearance; unpolished: સાદું; જાડું; જેવું તેવું.

Home-made, (હોમ્મેડ્) *a.* Made at home: સ્વદેશી; દેશી; ગામઠી; ઘરધુતી.

Homeopathy, (હોમીઑપૅથિ) *n.* [Gr. *homoios*, like and *pathos*, affection.] The art of curing, founded on resemblances: જે પ્રકારનો રોગ તેજ પ્રકારનું ઓસડ છેક નાના અંશમાં આપી સાજું કરવાની રીત.

Home-sick, (હોમ્સિક્) *a.* Pining for home: ઘેર જઈ છોકરાંને મલવા માટે જીવ તલપાપડ થાય તેવું; ઘર–બચ્ચાં છોકરાં વગર ચેન ન પડે એવું.

Home-spun, (હોમ્સ્પન્) *a.* Spun or wrought at home; coarse; plain: દેશમાં બનાવેલું; તલખદુ; ગામઠી; જેવું તેવું; જાડું પાતલું. *n.* Cloth made at home: ગામઠી–દેશી કાપડ.

Home-ward, (હોમ્વર્ડ્) *a.* Being in the direction of home: ઘર–દેશ તરફનું. *adv.* Toward home: ઘર તરફ; સ્વદેશ તરફ. **H.** *bound*; going home: ઘેર–સ્વદેશ જતું.

Homicidal, (હૉમિસાઈડલ્) *a.* Murderous: ઘાતકી; ખુની.

Homicide, (હૉમિસાઇડ્) *n.* [L. *homo*, man & *cœdo*, I cut] The killing of one human being by another: ખુન; મનુષ્યવધ; નરહિંસા; નરવધ. 2. One who kills another; a manslayer: ખુન કરનાર; હત્યારો; નરહિંસક.

Homily, (હૉમિલિ) *n.* [Gr. *homos*, the same & *ile*, a company.] A serious discourse: નીતિ નિબંધ–ભાષણ; ધર્મવાક્ય.

Homogeneous, (હોમોજીનીઅસ્) *a.* [Gr. *homos*, and *genos*, kind.] Of the same kind or nature: સમજાતીય; સમધર્મક; એક જાતીય; સ્વજાતીય; સવર્ણ. 2. (*Alg.*) Possessing the same number of factors of a given kind: એકજ જાતનાં પદવાલું; સમાનપદી.

Homologous, (હોમૉલૉગસ્) *a.* [Gr. *homos*, & *logos*, ratio.] Corresponding in relative position and proportion: સરખા પ્રમાણ તથા સરખી સ્થિતિનું; સમપ્રમાણ; સમધર્મક; સમાન ગુણ–અંશવાલું. 2. (*Biol.*) Being of the same typical structure: એક સરખી રચનાનું.

Honest, (ઑનેસ્ટ્) *a.* [L. *honos*, *honor*, honour.] Honorable; becoming: આબરૂદાર; લાયક; યોગ્ય. 2. Upright; sincere: નેક; ખરું; સત્ય; ઈમાની; ઈમાનદાર; સરલ; પ્રમાણિક; સત્યવાદી; ન્યાયી. 3. Open; frank: નિષ્કપટ; નિષ્પ્રપંચ; સાફ; પાપ રાખ્યા વગરનું; ખરેખરું. 4. Chaste; faithful; virtuous: પવિત્ર; સદ્‌ગુણી; પતિવ્રત; સદાચરણી; વફાદાર.

Honestly, (ઑનેસ્ટલિ) *adv.* Honorably; decently: આબરૂદારીથી–માં; યોગ્ય રીતે. 2. In an honest manner: પ્રમાણિકપણે; ઈમાનદારીથી; શુદ્ધ દિલથી.

Honesty, (ઑનેસ્ટિ) *n.* Honor; dignity; decency: આબરૂ; માન; પ્રતિષ્ઠા. 2. Probity; integrity; sincerity; truthfulness: પ્રમાણિકપણું; નિષ્કપટ; નેકી; ઈમાન; ઈમાનદારી; સાફ દિલ; સત્યતા; સદ્‌વૃત્તિ. 3. Chastity; modesty: પતિવ્રત; નેકી; પવિત્રાઈ; સતીપણું; શુદ્ધતા.

Honey, (હની) *n.* A sweet; viscid fluid: મધ. 2. That which is sweet or pleasant like honey: મધના જેવો મીઠો કે મનગમતો પદાર્થ. *vi.* To be gentle, agreeable or coaxing: નમ્ર, મલતાવડું અથવા પટામણા થવું. *vt.* To make agreeable: મલતાવડું –મનગમતું ક૦.

Honey-bag, (હની-બૅગ્) *n.* The receptacle for honey in a honey bee: મધમાંખના શરીરમાં મધ રાખવાની કોથલી.

Honey-comb, (હનીકોમ્) *n.* A mast of hexagonal waxen cells formed by bees, and used by them to hold their honey and their eggs: મધપુડો; મધુકોશ.

Honeyed, (હનિડ્) *a.* covered with honey:

મધથી ઢંકાયેલું; મધનું ભરેલું. 2. Sweet:મધુરૂં;મીઠું. **h.** *words & killing deeds:* હરિગુણ ગાતી અને હૈયામાં કાતિ.

Honey-moon, (હનીમૂન) *n.* The first month after marriage: લગ્ન થયા પછીનો પહેલો મહિનો.

Honor, (ઑનર્) *n.*[L. *honor, honos.*]Respect; reverence; veneration: આબરૂ; ઇજ્જત; માન; પ્રતિષ્ટા. 2. Integrity; uprightness; chastity: ઇનામદારી; પ્રમાણિકપણું; નેકી; સતીપણું; પતિવ્રત. Distinguished position; high rank: ઉંચી પદવી; મ્હોટો હોદ્દો; દરજ્જો; મોભો. Fame; reputation; credit: આબરૂ; ખ્યાતિ; યશ; કીર્તિ: નામ; માન; પ્રતિષ્ટા. An ornament: અલંકાર; ઘરેણું; આભૂષણ; શણગાર. 6. A title applied to the holders of certain honorable civil offices, or to persons of rank: ખિતાબ.*pl.* The ace, king, queen, and jack of trumps: હુકમનો એક્કા, રાજા, રાણીઅને ગુલામ. *Debt of* **h.**, a debt contracted by a verbal promise: વચનના બંધનથી કરેલું દેવું.*Honors of war,* distinctions granted to a vanquished enemy: જીતાયેલા શત્રુને આપવામાં આવતાં માન અકરામ. *To do the honors,* to bestow honor: આદરસત્કાર ક૦; આગતા સ્વાગતા ક૦; સત્કાર ક૦. *To do one* **h.**, to confer distinction upon one: કોઇને ઇલકાબ આપવો. *Word of* **h.**, an engagement confirmed by a pledge of honor: વચન બંધન. *vt.* (*a*) To regard or treat with honor, esteem, or respect; to revere: માન આપવું; માન-અદબ-મર્યાદા રાખવી. (*b*) To worship; to adore: આરાધવું; આરાધના-ઉપાસના ક૦. 2. To dignify; to ennoble: હોદ્દે ચઢાવવું; આબરૂ-મોટાઇ આપવી. 3. To accept and pay when due: શિકારવું.

Honorable, (ઑનરૅબલ્)*a.*Worthy of honor: નામીચું; પ્રખ્યાત; પ્રતાપી; વિખ્યાત; આબરૂદાર-વાળું; પ્રતિષ્ટિત. 2. High-minded: મોટા મનનું; ઉદાર. 3. Irreproachable; fair: પ્રમાણિક; શુદ્ધ; નિર્મલ; નિષ્કલંક; નેક.

Honorably, (ઑનરૅબ્લિ) *adv.* In an honorable manner; in a manner showing, or consistent with honor: આબરૂભેર; આબરૂદારીથી; સન્માન પૂર્વક; પ્રતિષ્ટાપૂર્વક. 2. Decently; becomingly: પ્રમાણિકપણે; નેકીથી.

Honorarium, (ઑનરેરિઅમ્) *n.* A fee offered to professional men for their services: પ્રવિણ માણસોને તેમની મહેનતનો અવેજ; દરમાયો. 2. An honorary payment: નામનો અવેજ.

Honorary, (ઑનરૅરિ) *a.* Done as a sign or evidence of honor: માન-આબરૂની નિશાની તથા પૂરાવા તરીકે કરેલું. 2.Conferring honour: આબરૂ-માનનું; માનસૂચક-પ્રદ; યશસ્કર; કીર્તિકર.3. Holding a title or place without rendering service or receiving reward: નામિ; દામ-દરમાયા સારૂ નહિ પણ માત્ર પ્રતિષ્ટાને માટે કામ કરનારૂં.

Hood, (હુડ્) *n.* State; condition: સ્થિતિ; હાલત; દશા; અવસ્થા. 2. A covering or garment for the head: ટોપ; ટોપી; ફેંટો.(*a*) The top or head of a carriage: ગાડીની છત્રી; ધમણ. *vt.* To cover with a hood: ટોપી પેહેરાવવી; ધમણ ચઢાવવુ. 2.To cover; to hide: ઢાંકવું; છુપાવવું; સંતાડવું; ઢાંકી દેવું.

Hood-wink, (હુડ્-વિન્ક્) *vt.* To blind by covering the eyes: આંખે પાટા-અંધારી બાંધવી. 2. Impose upon: છેતરવું; ઠગવું; થાપ-હાથતાલી આપવી.

Hoof, (હુફ્) *n.* The horny substance or case that covers or terminates the feet of certain animals: ખરી. 2. A hoofed animal; a beast: ઢોર; ખરીયું. *To shew the cloven* **h.**:પોત પ્રકાસવું; ગુણ પર જવું; જાત દેખાડવી.

Hook, (હુક્) *n.* A piece of metal, or other hard material, formed or bent into a curve or at an angle: આંકડી-ડો; હુક; ગલ. 2. That part of a hinge which is fixed to a post,and on which a door or gate hangs and turns: મજાગરાનો નર. 3. A sickle; an instrument for cutting or lopping: દાતરડું. 4.A snare;a trap: જાલ; પાશ. *By* **h.** *or by crook,* by one way or other; by any means: ગમે તેમ કરીને; જેમ તેમ; કોઈપણ રીતે-પ્રકારે. *Off the hooks,* disturbed;disordered: ચુંથી નાખેલું; અવ્યવસ્થિત;ગેરબંદોબસ્તનું. *On one's own* **h.**, by one's self: પોતાની મેલે-જાતે. *vt.* To catch or fasten with a hook or hooks: આંકડી ભેરવવી-જડવી; ગલ નાંખીને પકડવું. (*b*) To entrap; to catch: જાલ-ફાંદા-ફાંસામાં લેવું; સપડાવવું. 2.To seize or pierce with the points of the horns; to gore: શિંગડું મારવું. 3. To steal: ચોરી ક૦. *To* **h.** on, to fasten or attach by a hook: હુક-આંકડી ભેરવવી. *vi.* To bend or curve as a hook: હુક-આંકડીની પેઠે વલવું.

Hooked, (હુક્ટ્) *a.* Having the form of a hook; curvated: વાલેલું; વાંકુ. 2. Provided with a hook or hooks: હુક-આંકડાવાલું; આંકડીદાર.

Hook-nosed, (હુક્-નોઝ્ડ્) *a.* Having a hooked or aquiline nose: શુકનાસિકા; પોપટીયા-વાંકા નાકવાલું.

Hoop, (હુપ્) *n.* A ring; a circular band: વીંટી; ચક્કર; કડી; હાંસડી; પટો. *vt.* To bind or fasten with hoops:પટા-પાટાથી બાંધવું-મજબૂત-સજ્જડ ક૦. 2. To clasp; to encircle; to surround: ઘેરીલેવું; વિંટાલવું. *n.* A shout; બૂમ; ચીસ; રાડ.

Hooping-cough, (હુપિન્ગ્-કૉફ્)*n.* A cough in which the patient hoops or whoops with a deep inspiration of breath: સસણી.

Hoot, (હુટ્) *vi.* To cry out or shout in contempt: હડધુત ક૦; ધિક્કારી કાઢવું. 2. To make the peculiar cry of an owl: ઘુવડની માફક ભુકવું. *n.* A derisive shout or cry: ધુત્કાર; ફિટકાર; ધિક્કાર. 2. The cry of an owl: ઘુવડનું ભુકવું-બૂમ.

Hop, (હૉપ્) *vi.* To spring or jump on one foot: કુદાકુદ ક૦; એક પગે કુદવું. 2. To walk lame; to limp: ખોડાતા-લંગડાતા ચાલવું. *n.* A leap; a jump; a spring: ફલંગ; છલંગ; કુદકો.

Hope, (હોપ્) *n.* An expectation of something which is thought to be desirable; આશા; મુરાદ; ઉમેદ; ઇચ્છા; વાંચ્છા; મનોરથ. *vi.* To entertain or indulge hope: આશા–ઉમેદ રાખવી. 2. To place confidence: ભરોસો–વિશ્વાસ–શ્રદ્ધા–આ-કીન રાખવું.

Hopeful, (હોપ્ ફુલ્) *a.* Full of hope; inclined to hope; expectant: આશાવાન; ઉમેદવાર–રાખનાર; આશાબદ્ધ. 2. Affording promises of good or of success: ફતેહમંદ થવાની ઉમેદ આપતું; આશાજનક; આશાકારી.

Hopefully, (હોપ્ ફુલ્લિ) *adv.* With hope: આશાભેર–ભર; ઉમેદથી.

Hopeless, (હોપ્લેસ્) *a.* Destitute of hope; despairing: નિરાશ; નાઉમેદ; નાશીપાસ. 2. Giving no ground of hope; desperate: ઉપાયહીન; નિરૂપાય; લાચાર. 3. Unhoped for; despaired of: જેની આશા છોડેલી હોય એવું; આશા ન હોય એવું.

Hopelessness, (હોપ્લેસ્નેસ્) *n.* State of being destitute of hope or of despairing: નિરૂપાયપણું; નિરાશા; નાઉમેદી.

Horizon, (હોરાઈઝૉન્) *n.* [Gr. *horos*, a limit.] The apparent junction of the earth and sky: દૃષ્ટિ મર્યાદા. 2. A plane parallel to the sensible horizon of a place: ક્ષિતિજ; દિગંત; આકાશકક્ષા; દિગ્ચક્ર.

Horizontal, (હૉરાઈઝૉન્ટલ્) *a.* Pertaining to or near the horizon: દૃષ્ટિમર્યાદા સંબંધી–નું–ને લગતું–ની પાસેનું. 3. Parallel to the horizon; on a level: દૃષ્ટિમર્યાદાની સમાંતરે હોય તેવું; ઉભું ન હોય તેવું; આડું; સમ; સપાટી પરનું. **H.** *plane*: સમભૂભાગ; સમભૂમિ.

Horn, (હૉર્ન્) *n.* A hard, projecting, and usually pointed organ, growing upon the heads of certain animals: શિંગડું; શૃંગ. 2. The antler of a deer: સાબરશીંગું. 3. Any natural projection resembling a horn: શિંગડું; શિંગડા જેવો કોઈ અવયવ. 4. (*a*) A wind instrument of music: રણસિંગું; તુરાઇ; રણસિંગડું. (*b*) A drinking cup or beaker: પ્યાલો; શિંગડાનું પાત્ર; શિંગપાત્ર. 5. (*Script.*) A symbol of strength, power, glory, exaltation or pride: જોર, બળ, સત્તા, કીર્તિ, મગરૂબી વિગેરેનાં ચિન્હ–લક્ષણ–નિશાની.

Horn-book, (હૉર્ન્-બુક્) *n.* The first book for children: પહેલી ચોપડી; પહેલી પોથી; લઘુગ્રંથ; નાની ચોપડી.

Horned, (હૉર્ન્ડ્) *a.* Furnished with a horn or horns: શિંગડાવાળું; શિંગાળું.

Hornet, (હૉર્નેટ્) *n.* A large, strong wasp: ભમરો.

Horny, (હૉર્નિ) *a.* Having horn or hornlike projections: શિંગડાંવાળું; શિંગડા જેવું–નું. 2. Composed or made of horn: શિંગડાનું બનાવેલું; શિંગડાનું. 3. Hard; callous: કઠણ, સખત; લાગણી વગરનું.

Horoscope, (હોરોસ્કોપ્) *n.* [Gr. *horo* & *scopeo*, I observe.] (*a*) The representation made of the aspect of heavens at the moment of a person's birth: જન્મકુંડલી; જન્માક્ષર; ગ્રહકુંડલી; જન્મપત્રિકા; ટીપણું. (*b*) The diagram or scheme of twelve houses or signs of zodiac: રાશિચક્ર; રાશિમંડલ.

Horrible, (હોર્રિબલ્) *a.* Dreadful; terrible; hideous: ભયાનક; કમકમાટ ભરેલું; ઘોર; ભયંકર; ઉગ્ર; વિક્રાલ; ભયજનક.

Horrid, (હૉર્રિડ્) *a.* Rough; rugged; bristling; ખડબચડું; ઉંચું–નીચું. 2. Dreadful; hideous; shocking: ભયંકર; વિક્રાલ; ઘોર; ત્રાસદાયક; ભયાનક, ઉગ્ર, દારુણ.

Horrify, (હૉર્રિફાઈ) *vt.* To impress with horror: ત્રાસ બેસાડવો; ભય ઉપજાવવો; બીવરાવવું.

Horror, (હૉર્રર્) *n.* [L. *Horreo*, I shiver.] A shaking, shivering, or shuddering: થરથરાટ; થરથરી; ધ્રુજારી; કંપારી. 2. A painful emotion of fear, dread, and abhorrence: બ્હીક; ત્રાસ; ભય; મહાભય.

Horse, (હૉર્સ્) *n.* A hoofed quadruped: ઘોડો; હય; અશ્વ. 2. Mounted soldiery; cavalry: ઘોડાનું લશ્કર; ઘોડેસ્વાર; સ્વાર. 4. A frame with legs: ઘોડી. *Iron* **h.**, a locomotive: આગગાડી. *To look a gift* **h.** *in the mouth*: ધર્મની ગાયના દાંત જોવા. *To take* **h.**, to set out on horseback: ઘોડે બેસી જવું. *vt.* To mount on a horse; ઘોડા પર બેસવું–ચઢવું.

Horse-back, (હૉર્સ્બૅક્) *n.* The back of a horse: ઘોડા ઉપર સ્વારી કરવાનું આસન–ઢપ; ઘોડાની પીઠ. *On horseback*, On the back of a horse; ઘોડાપર; ઘોડેસ્વાર.

Horse-breaker, (હૉર્સ્બ્રેકર્) *n.* Horse trainer: ઘોડા શીખવનાર; હયશિક્ષક; ચાબુકસ્વાર.

Horse-jockey, (હૉર્સ્-જૉકી) *n.* A professional rider and trainer of race horses: સરતઘોડા શીખવવાનો ધંધો કરનાર માણસ. 2. A dealer in horses: ઘોડાનો સોદાગર–વેપારી.

Horse-laugh, (હૉર્સ્-લાફ્) *n.* A loud, boisterous laugh: મોટે સાદે–ખડખડ હસવું તે.

Horse-leech, (હૉર્સ્લીચ્) *n.* A farrier; a veterinary surgeon: ઘોડાનો ડાક્ટર; અશ્વવૈદ્ય.

Horseman, (હૉર્સ્મૅન્) *n.* A rider on horseback; a cavalryman: સવાર; સ્વાર.

Horseman-ship, (હૉર્સ્મૅનશિપ્) *n.* The act or art of riding, and of training and managing horses; a manege: સવારી; અશ્વવિદ્યા.

Horse-power, (હૉર્સ્પાઉઅર્) *n.* The power which a horse exerts: ઘોડાનું જોર. 2. A unit of power, used in stating the power required to drive machinery: યંત્રની શક્તિનું પ્રમાણ દર્શાવવામાં વપરાતો એકાંક; અશ્વબલ.

Horse-shoe, (હૉર્સ્શૂ) *n.* A shoe for horse: નાલ. 2. Any-thing shaped like a horse shoe: નાલના આકારની કોઈ ચીજ.

Horse-whip, (હૉર્સ્વ્હિપ્) *n.* A whip for horses: ચાબુક; સાટકો. *vt.* To flog or chastise with a horse-whip: ચાબુક મારવી–થી સજા ક૦; ફટકાવી કાઢવું.

Horticulture, (હૉર્ટિકલ્ટયૂર્) *n.* [L. *hortus*,

garden & *cultura*, culture.] The art of cultivating gardens or orchards: બાગ બનાવવાનો હુન્નર–કલા; બાગકામ; બાગાયત; બાગાયતી

Hose, (હોઝ્) *n. Sing.* & *pl.* Close-fitting trousers: તંગ; ટુંકી ઈજાર. 2. A flexible pipe: બંબાની નલી–સુંઢ.

Hosier, (હોઝિઅર્) *n.* One who deals in hose or stocking: મોજાંવાલો–વેચનાર.

Hosiery, (હોઝિઅરિ) *n.* The business of a hosier: મોજાં વેચવાનો ધંધો 2. Stockings: મોજાં.

Hospitable, (હૉસ્પિટેબલ્) *a.* Kind to strangers and guests: પરોણાની ખરદાશ લેનારું; આવકાર ભરેલું; આદરસત્કારી; પરોણા ચાકરી કરનારું; આગતાસ્વાગતાવાલું.

Hospitably, (હૉસ્પિટેબ્લિ) *adv.* In a hospitable manner: પરોણાચાકરીથી; મેહેમાનદારીથી; સત્કાર પૂર્વક; આગતાસ્વાગતા પૂર્વક.

Hospital, (હૉસ્પિટલ્) *n.* [L. *hospes*, guest.] A place for shelter or entertainment; an inn: ધર્મશાલા; મુસાફરખાનું. 2. A building in which the sick, injured, or infirm, are received and treated: ઇસ્પીતાલ; બીમારખાનું; રોગિશાલા; ઔષધશાલા; શફાખાનું.

Hospitality, (હૉસ્પિટેલિટિ) *n.* Reception and entertainment of strangers or guests: આગતાસ્વાગતા; પરોણાચાકરી; આદરસત્કાર; મેહેમાનદારી.

Host, (હોસ્ટ્) *n.* [L. *hotes*, enemy.] An army: ફોજ; લશ્કર; દલ; સેના. 2. Any great number or multitude; a throng: ટોલું; ઝુંડ; ગણ. *n.* [L. *hostis*, stranger.] An entertainer: યજમાન; પરોણાચાકરી–મેહેમાનદારી કરનાર; મુસાફરખાનાવાલો; વીશીવાલો.

Hostage, (હૉસ્ટેજ્) *n.* [L. *hospes*, guest.] A person given as a pledge or security for the performance of the conditions of a treaty: સલાહના કોલ પાલવાની ખાત્રી માટે સાનમાં આપેલું માણસ.

Hostess. (હોસ્ટેસ્) *n.* A female host: પરોણાચાકરી મેહેમાનદારી કરનારી; સ્ત્રી યજમાન. 2. A female inn keeper: ધર્મશાલા–મુસાફરખાનું રાખનારી; વીશીવાલી.

Hostile, (હૉસ્ટાઇલ્) *a.* [L. *hostis*, enemy.] Inimical; unfriendly: વેરી; દ્વેષી; દુશ્મનીભર્યું–વાલું; વિરૂદ્ધ; વિરોધી.

Hostility, (હૉસ્ટિલિટિ) *n. pl.* **Hostilities**, Unfriendliness; animosity: શત્રુભાવ–વટ; વેર; વેરભાવ; વિરોધ; દુશ્મન; અદાવત. 2. A hostile deed; attacks of an enemy: ચઢાઈ; હુમલો; લઢાઈ.

Hostler, (ઑસ્લર્) *n.* An inn keeper: ધર્મશાલા–મુસાફરખાનું રાખનારો; વીશીવાલો. 2. A person who has the care of horses at an inn or stable: ઘોડાની તપાસ રાખનાર માણસ; રાવત.

Hot, (હૉટ્) *a.* Very warm: ગરમ; ઉનું; ધીકતું; ધગધગતું; ખલખલતું. 2. Easily excited; passionate: આકલા સ્વભાવનું; ગરમ સ્વભાવનું; આકલું; તીખું; ઝાઉસ. 3. Lustful: વ્યભિચારી; છિનાલવું. 4. Acid; biting; pungent: તીખટ; તીખું; ગરમ; તમતમતું. *In* **h.** *water*, in trouble; in difficulties: મહેનત–મુશ્કેલી–સંકટમાં; આફતમાં.

Hot-brained, (હૉટ્-બ્રેન્ડ્) *a.* Ardent in temper; violent: મિજાજી; ગેરમિજાજનું; આકલા સ્વભાવનું; તામસી; ઝાઉસ.

Hotel, (હોટલ્) *n.* A house for entertaining travellers: મુસાફરખાનું; વીશી; ઉતારો.

Hot-headed, (હૉટ્-હેડેડ્) *a.* Fiery; violent; rash: આવેશી; જુસ્સાવાલું; ઉતાવલું.

Hotly, (હૉટ્લિ) *adv.* Ardently; vehemently: જુસ્સાથી; ઉતાવલ–અધીરાઈથી.

Hot-pressed, (હૉટ્-પ્રેસ્ટ્) *a.* Pressed while heat is applied: ગરમી લગાડીને દાબેલું.

Hot-spur, (હૉટ્-સ્પર્) *n.* A rash, hot-headed man: અવિચારી–ઉતાવલો માણસ; સાહસિક.

Houdah, (હાઉડે) *n.* A seat or pavilion fastened on the back of an elephant: અંબાડી; હોદ્દો.

Hound, (હાઉન્ડ્) *n.* A variety of the domestic dog: શિકારી કુતરો. 2. A despicable person: નીચ–હલકો–અધમ માણસ. 3. *To follow* **h.**, to hunt with hounds: કૂતરાઓની મદદથી શિકાર ક૦. *vt.* To set on the chase; to incite to pursue: છોડી મુકવું; દોડાવવું. 2. To hunt or chase with hound: કુતરાઓથી–ને લઇને શિકાર ક૦.

Hour, (આઉર્) *n.* [L. *hora*.] The twenty fourth part of a day; sixty minutes: કલાક. *At all* **h.**s: વેલા કવેલા; સદા; સર્વદા. 2. Time of the day: વેલા; કાલ; વખત. 3. Fixed or appointed time; a particular time or occasion: ઠેરવેલો–મુકરર કરેલો વખત. *To keep good* **h.**s, to be regular in going to bed early: નિયમિત રીતે વહેલા સૂઈ જવું.

Hour-glass, (આઉર્-ગ્લૅસ્) *n.* An instrument for measuring time: વખત માપવાની કલાકની શીશી.

Hour-hand, (આઉર્-હૅન્ડ્) *n.* The hand or index which shows the hour on a time-piece: ન્હાનો કાંટો; કલાકનો કાંટો.

Hourly, (આઉર્લિ) *a.* Occurring hour by hour; frequent: કલાક કલાકનું; વારંવારનું; હરઘડીનું; હમેશ–નિત્યનું. *adv.* Every hour; frequently: દર ઘડીએ; વારે વારે; કલાકે કલાકે; હમેશા; નિત્ય.

House, (હાઉસ્) *n.* A dwelling place; a mansion: ઘર; ગૃહ; મકાન. 2. Household affairs; domestic concerns: ઘરસંસાર; ઘરનાં કામકાજ. 3. A household: ઘરનાં માણસો; કુટુંબ; કબીલો; ઘર; ઘર ખટલો; પરિવાર. 4. A tribe: પૂર્વજ; વંશ; ઓલાદ; કુલ. 5. A body: સભા; મિજલસ. *The* **h.** *of commons*: આમલોકની સભા; દિવાને આમ. *The* **h.** *of Lords*: દિવાને ખાસ. 6. A firm or commercial establishment: પેઢી. 7. A public house; an inn; a hotel; મુસાફરખાનું; ધર્મશાલા; ઉતારો. 8. A twelfth part of the heavens: ભુવન; ઘર;

સ્થાન. 9. A square on a chess-board: ઘર;સ્થાન; ખાનું. 10. An audience; an assembly of hearers: સભા; સાંભલનારા; શ્રોતાજન. *To keep an open house*, to entertain friends at all times: સઘલી વખતે ભાઇબંધો–દોસ્તોની પરોણાચાકરી ક૦–ખરદાસ લેવી. *vt.* To take or put into a house: ઘરમાં રાખવું; આશ્રય–આશરો આપવો. 2. To deposit and cover in a grave: કબરમાં મુકવું. *vi.* To dwell; to lodge: રહેવું.

House-breaker, (હાઉસ્‌-બ્રેકર્‌) *n.* One who is guilty of the crime of housebreaking: ઘર ફાડુ–ફોડુ; ખાતર પાડનારો.

House-breaking, (હાઉસ્‌-બ્રેકિન્ગ્‌) *n.* The act of breaking open and entering, with a feloneous purpose, the dwelling house of another: ઘર ફાડવું–ખાતર પાડવું તે.

House-hold, (હાઉસ્‌-હોલ્ડ્‌) *n.* Those who dwell under the same roof and compose a family: ઘર; કુટુંબ; કબીલો; પરિવાર; પરિજન. 2. A line of ancestry: પૂર્વજો; વંશ: ઓલાદ; કુલ. *a.* Belonging to the house and family; domestic: ઘર કામનું; કુટુંબ સંબંધી; ગામઠી.

House-holder, (હાઉસ્‌-હોલ્ડર્‌) *n.* The master or head of a family: ઘરધણી; કબીલદાર.

House-keeper, (હાઉસ્‌ કીપર્‌) *n.* A householder: ઘરધણી; કુટુંબી; ઘરબારી; ઘર ચલાવનાર. 2. A house dog: ઘરનો પાલેલો કુતરો.

Houseless, (હાઉસ્‌લેસ્‌) *a.* Shelterless; homeless: ઘર–આશ્રય વિનાનું–રહિત; નિરાશ્રિત; નિરાધાર.

House-maid, (હાઉસ્‌મેડ્‌) *n.* A female servant employed to do housework, *esp.* to take care of the rooms: ઘરમાં કામ કરનાર બૈરી; ચાકરડી; દાસી.

House-warming, (હાઉસ્‌વૉર્મિન્ગ્‌) *n.* A feast for merry-making made by or for a family or business firm for taking possession of a new house or premises: મુહુરત; વાસ્તુ.

House-wife, (હાઉસ્‌-વાઈફ્‌) *n.* The mistress of a family: ઘર ધણીઆણી; શેઠાણી; ઘર ચલાવનારૂં બૈરૂં. 2. A little case or bag for materials used in sewing and for other articles of female work: શીવવાનાં પદાર્થો તથા સ્ત્રી કામની બીજી ચીજો મુકવાની પેટી–કોથલી કંડિઓ.

House-wifery, (હાઉસ્‌-વાઈફ્રિ)*n.* The business of the mistress of a family: ઘર ખટલો–ધંધો; ઘરનું કામકાજ.

House-wright, (હાઉસ્‌-રાઈટ્‌) *n.* A builder of houses: સિલ્પસાસ્ત્રી; ઘર બાંધનારો.

Housing, (હાઉઝિન્ગ) *n.* That which shelters or covers: જેમાં આશ્રય મલે તે; ઘર: આશ્રય. 3. A chine of a statue: પુતલુ મુકવાનો દીવાલમાંનો ગોખલો.

Hove, (હોવ્‌) *vi* & *t.* To rise; to swell; to heave: ફુલવું; ચઢવું; ઉપસવું; આફરો–સોજો થવો–ચઢવો. *Imp.* & *p. p.* of **Heave**: ઉંચકયું; ઉપાડયું.

Hovel, (હૉવેલ્‌) *n.* An open shed for sheltering cattle: જાનવરને રાખવાનું ઝુંપડું–છાપરી–રૂં. 2. A poor cottage; a hut: ઝુંપડી–ડું; છાપરી–રૂં.

Hover, (હૉવર્‌) *n.* A cover; a shelter: ઢાંકણ; આશ્રય; રક્ષણ. *vi.* To hang about; to move to and fro near a place, ફેરો ફર્યાં–માર્યાં ક૦; ભમ્યા ક૦; આસપાસ ભમવું.

How, (હાઉ) *adv.* In what manner or way: કેમ કરીને; કેમ; શી રીતે; કેવી રીતે. 2. In what proportion; કેવડું; કેટલું. 3. In what state, condition or plight: કઈ સ્થીતિ તથા હાલતમાં; કેવું. 4. For what reason: શા વાસ્તે; શાથી; શા કારણથી; કેમ.

However, (હાઉએવર્‌) *adv.* In whatever manner, way or degree: ગમે તેમ; તોપણ. 2. At all events; at least; in any case: કાંઈ પણ કરીને; ઓછામાં ઓછું. *conj.* Nevertheless; yet; still; though: તો પણ; જોકે; એમ છતાં.

Howl, (હાઉલ્‌) *vi.* To utter a loud, protracted, mournful cry or sound: ભુકવું; ભસવું; ઘુંઘવાટો ક૦. 2. To lament; to wail: વિલાપ ક૦; રડવું; પોક મુકવી. *n.* The protracted, mournful cry of a dog or a wolf: પોકાર; ખરાડ; ભોંભોં; ભસવું–ભુંકવું તે; ઘુંઘવાટો. 2 A prolonged cry of distress or anguish; a wail: રૂદન; શોક; વિલાપ.

Howling, (હાઉલિન્ગ્‌) *a.* Filled with howling beasts; dreary: વાઘ; વિ૦ના શબ્દથી ગાજી રહેલું; ઘુંઘુ–ભોંભોં કરતું.

Howsoever, (હાઉસોએવર્‌) *adv.* & *conj.* To whatever degree or extent; however: ગમે તેવું–તેટલું; એમ છતાં. 2. Although; though; however: જો કે! તોપણ; ગમે તેમ થાય તો પણ.

Hoy, (હૉઈ) *n.* A small coasting vessel: કીનારે ચાલનારૂં નાનું વહાણ. *Interj.* Ho! Halloo! Stop! અરે! સબુર! ઓહો!

Hubble-bubble, (હબ્લ્‌-બબ્લ્‌) *n.* A tobacco pipe, so arranged that the smoke passes through water, making a bubbling noise, whence its name: હોકો; હુકો.

Hubbub, (હબ્બબ્‌) *n.* A tumult; uproar: ઘોંઘાટ; હોહાકાર; કોલાહલ; કલકલાટ; શોરબકોર.

Huddle, (હડલ) *vi.* To crowd together confusedly; to crowd: ભીડ થવી; જેમ તેમ એકઠું થઇ જવું; *vt.* To crowd together: to mingle confusedly: જેમ તેમ એકઠું ક૦; ખિચડો ક૦; ઘોટાલો–ઘાલમેલ ક૦; ગુંચવી નાખવું; ગરબડ ગોટો ક૦. *n.* A crowd; tumult; confusion: ટોલું; સમુદાય; ખિચડો; ગડબડાટ; ગડબડગોટો; ઘોટાલો; ઘાલમેલ, ગફલત.

Hue, (હયૂ) *n.* Tint; dye: રંગ; વર્ણ; છાયા. *n.* A shouting or vociferation: બુમ; પોકાર; હાકોટો; હોકારો; બુમાટો.

Huff, (હફ્‌) *vt.* & *i.* To swell: to puff up: ઉપસાવવું; ફુલાવવું. 2. To chide: to bully: ધમકાવવું; ખિજવું; ચિઢવવું; દમ મારવો–ક૦. *n.* A swell of sudden anger or arrogance: રીસ; ગુસ્સો: ક્રોધ; કોપ: રોષ; ચીઢ. 2. A boaster: પતરાજીખોર માણસ.

Huffy, (હફિ) *a.* Puffed up: ફુલેલું. 2. Easily offended: જરામાં અપમાન લે એવું; ઝાંઝી; ઉદ્ધત.

Hug, (હગ્) *vi.* To crouch: પગવાલીને બેસવું; દ-બાવું. 2. To crowd together; to cuddle: ભેગું-એકઠું થવું; છુપાઈ-સંતાઈ-ભરાઈ જવું *vt.* To clasp to the bosom; to embrace: છાતીએ દાબવું; કોટી ક૦. 2. To hold fast: to cherish: મજબૂત પકડવું; માયા-હેત દેખાડવું; 'વ્હાલું-પ્યારું ગણવું; વલગી રહેવું. *n.* A close embrace or clasping with the arms: કોટી.

Huge. (હયૂજ્) *n.* Enormous; immense: excessive; મોટું; ગંજાવર;ઘણું;આડાબીડ;જબરૂં;વિશાલ.

Hull, (હલ્) *n.* The outer skin of a kernel; the husk: છોડું: છોલ: છોતરૂં: ફોતરૂં; કોશ. 2. The frame or body of a vessel, exclusive of her masts, yards, sails, and rigging: ડોલ,સઢ, દોરડાં વગરનો વહાણનો ભાગ; વહાણનું ખોખું.

Hum, (હમ્) *vt.* To drone; to murmur; to buzz: ગણગણવું; ગણગણ અવાજ ક૦. 2. To make a nasal sound: ગુંગનો અવાજ-કાઢવો; ગુંગું બોલવું. 3. To make an inarticulate sound; to hem: ખડખડવું. *vt.* To sing with shut mouth; to mumble: ધીમેથી-મનમાં ગાવું. 2. To flatter by approving; to humbug: છાપરે ચઢાવવું; બનાવવું. *n.* A drone; a buzz:ગણગણાટ;ગણગણ;કલકલ. 2. An imposition or hoax: છેતરપંડી; ઠગાઇ. *Interj.* Ahem; hem: હમ! હે!

Human, (હયૂમૅન્) *a* [L. *homo*, man.] Belonging to man or having the qualities of a man: માણસ જાતનું-ને લગતું; માનુષી; મનુષ્યધર્મક; માનવીય. *n.* A human being: મનુષ્ય; માણસ; માનવી.

Humane. (હયૂમેન્) *a.* Pertaining to man: માણસ જાતને લગતું; મનુષ્યધર્મક. 2. Kind; benevolent: માયાલુ; કૃપાલુ; દયાલુ; દયાવાન;કરૂણાત્મક; પરોપકારી.

Humanity, (હયૂમૅનિટિ) *n.* The human race: માણસજાત;મનુષ્યમાત્ર. 3.The quality of being humane; kindness: દયા; રહેમ; કરૂણા; કૃપા. 4. Mental cultivation; liberal education: ઉંચી કેલવણી: ઉત્તમ શિક્ષણ.

Humanize, (હયૂમૅનાઈઝ્) *vt.* & *i.* To soften; to refine; or civilize: નરમ સ્વભાવનું-નમ્ર ક૦; સુધારવું; શિષ્ટાચાર-સભ્યતા શીખવવી.

Human-kind, (હયૂમૅન-કાઈન્ડ્) *n.* Mankind: માણસ-મનુષ્ય જાત.

Humanly, (હયૂમૅનલિ) *adv.* After the manner of men: માણસની પેઠે; માણસ માફક.2.Kindly; humanely: માયાલુપણે; દયાલુપણે.

Humble, (હમ્બલ) *a.* [L. *humus*, the earth.] Near the ground; not high or lofty: હેઠલું; નીચલું; નીચેનું; હલકું. 2. Lowly; modest: નમાનું; નમ્ર; રાંક; વિનયી: નિરાભિમાની; નિરંહકાર. 3. Poor: ગરીબ; દરિદ્ર; દીન; નિર્ધન. *To eat* **h.** *pie*, to endure mortification: ફજેતી-નામોશી સાંખી જવી. *vt.* To bring low; to lower; to abase: નીચું-હલકું પાડવું; તોડવું; આબરૂ-માન ઘટાડવું; માન-તેજ ભંગ ક૦; નરમ પાડવું: ગર્વ ઉતારવો; ચેંચી મુકાવવી-છોડાવવી; અભિમાન તોડવો; ઝાંખું પાડવું.

Humbly, (હમ્બ્લિ) *adv.* With humility; lowly: નમ્રતાથી; રાંકપણે.

Humbug, (હમ્બગ્) *n.* An imposition under fair pretences; a hoax: ભૂલથાપ; અષ્ટંપષ્ટં; બનાવટ; છેતરપંડી; ઠગબાજી; કપટ; છલ. *vt.* To deceive; impose on: ઉંધુંચતું સમજાવી છેતરવું; બકાવવું; બનાવવું.

Humdrum, (હમ્ડ્રમ્) *a.* Monotonous; dull: એકજ રીતનું; સુસ્ત; વિરસ; જડ; મંદ. *n.* A dull fellow; a bore: ઢોર જેવું મૂર્ખ માણસ; મૂઢ; સુસ્ત.

Humid, (હયૂમિડ્) *a.* [L. *humere*,*umere*, to be moist.] Damp; moist: હવા-સરદી-ભીનાસવાલું; ભીનું; સરદ.

Humidity, (હયૂમિડિટિ) *n.* Moisture; dampness: સરદી; ભીનાસ.

Humiliate, (હયૂમિલિએટ્) *vt.* To humble; to mortify: નાક કાપવું; હલકું પાડવું; ફજેતી ક૦; નીચું જોવડાવવું; માનભંગ ક૦.

Humiliation, (હયૂમિલિએશન્) *n.* A basement of pride; mortification: ફજેતી; માનભંગ; ગર્વભંગ; ઝાંખ.

Humility, (હયૂમિલિટિ) *n.* Freedom from pride and arrogance; humbleness: નમાનાપણું; દીનતા; વિનય; નમ્રતા.

Humming, (હમિન્ગ્) *a.* Buzzing; murmuring: ગણગણ કરતું; ગણગણતું; બણબણતું. *n.* A low, murmuring sound; a hum: ગણગણાટ.

Humour-Humor, (હયૂમર્) *n.* [L. *humor*, *umor*, moisture.] Moisture: ભીનાસ; સરદી. 2. A vitiated or morbid animal fluid: રસ. 3. Disposition; temper: સ્વભાવ; મિજાજ; પ્રકૃતિ;વૃત્તિ; ભાવ; તબિયત; *Pl.* Caprices; freaks; whims: કલ્પના; તુરંગ; છંદ; લહેર; ફાંસો. 5. A playful fancy: મશ્કરી; ઠઠ્ઠાબાજી.

Humorist, (હયૂમરિસ્ટ્) *n.* A whimsical fellow: ફાંટાવાલો માણસ; છંદી; તુરંગી; લહેરી; મનમોજી; મનસ્વી. 2. One who displays humor in speaking or writing; a droll: ટોલીયું; રમુજી માણસ; નકલી; વિનોદી; ઠઠ્ઠાબાજ;ખટકબોલું.

Humorous, (હયૂમરસ્) *a.* [L. *umorosus*, moist.] Moist; humid; watery: ભીનું; ભીનાસ-ભેજવાલું. 2. Capricious; whimsical: સ્વછંદી; તુરંગી; લહેરી; મનમોજી; ફાંટાવાલું.3. jocular; playful: રમુજી; રમુજ ભરેલું; મજાકી; ટોલી; વિનોદી. ઠઠ્ઠેબાજ; રસિક.

Hump, **Hunch**, (હમ્પ્ ,હન્શ્) *n.* A protuberance: ખુંધ; કુબડ.

Hump-backed, **Hunch-backed**.(હમ્પ્-બૅકટ્ , હન્શ્-બૅકટ) *a.* Having a humped back: ખુંધુ; ખુંધવાલું; કુબડું.

Hundred, (હન્ડ્રેડ્) *n.* The number of ten times ten: સો; શત. 2. A division of a county in England: ઈંગ્લાંડના કોઇ પરગણાનો ભાગ.

Hundredth, (હન્ડ્રેડ્થ્) *a.* Coming after ninety-ninth: સોમું.

Hung, (હન્ગ્) *Imp.* & *p. p.* of hang: લટકયું; ઝુલ્યું; લટકેલું; ઝુલતું.

Hunger, (હન્ગર્) *n.* A desire for food: ભુખ; ક્ષુધા; અન્નેચ્છા. 2. Any strong desire: લોભ; ખાહેશ; ઇચ્છા; ઉત્કંઠા: આકાંક્ષા.

Hungry. (હન્ગ્રિ) *a.* Feeling hunger: ભુખ્યું; ભૂખ્યું; લોભી; ખાહેશમંદ.

Hunt. (હન્ટ્) *vt.* & *vi.* To chase: શિકાર ક૦; પુઠે લાગવું. To seek: શોધવું; ઢુંડવું; ખોલવું. *n.* Chase; pursuit; search: શિકાર; પૂઠ; કેડો; શોધ; ખોલ.

Hunter, (હન્ટર્) *n.* A huntsman: શિકાર કરનાર: શિકારી: પારધી. 2. A hunting dog: શિકારી કુતરો.

Huntsman. (હન્ટસ્મૅન) *n. pl.* Huntsmen: A hunter: શિકાર કરનાર; શિકારી; પારધી.

Hurdle, (હર્ડલ્) *n.* A barrier to leap over in a race: ટટ્ટી; વાડ.

Hurl. (હર્લ્) *vt.* To throw with violence: જોરથી ફેંકવું; ગગડાવી નાખવું. *n.* Tumult; riot: હુલ્લડ; તોફાન: ફેસાદ: ગડબડ: ધમચકડી.

Hurly-burly, (હર્લિ-બર્લિ) *n.* Tumult; confusion: તોફાન; ગડબડ; ધમચકડી; ધાંધલ: ઘોંટાલો.

Hurrah. (હુરાં) *Interj.* ખુશાલીનો પોકાર; વાહ વાહ; શાબાસ.

Hurricane, (હરિકેન્) *n.* A violent storm: જબરદસ્ત તોફાન; જબરૂં વાવાઝોડું.

Hurried, (હરિડ્) *a.* Urged on: ઉતાવળું; ઉતાવળીઉં: ઉતાવલમાં કીધેલું.

Hurriedly. (હરિડ્લિ) *adv.* Hastily: ઉતાવલે: દોડાદોડમાં; ઝટપટ: તાબડતોબ.

Hurry, (હરિ) *vt.* & *vi.* To hasten: ઉતાવળ-દોડાદોડ કરાવવી-કરવી; જલદી કરવું; ઝડપ કરવી. *To* **h.** *up*, ઉતાવલ ક૦; ઝટપટ ક૦. *n.* Bustle; confusion: ઉતાવલ; દોડાદોડ: દોડધામ: ગડબડ; ઘોંટાલો.

Hurt. (હર્ટ્) *vt.* To injure; to harm: નુકસાન-ખરાબી ક૦: હરકત-ઈજા પહોંચાડવી: ઉપદ્રવ ક૦. 2. To annoy: દિલ દુ:ખવવું; માઠું લગાડવું: નાખુશ-નારાજ ક૦. *n.* Injury; damage: નુકશાન; ખરાબી; હરકત: ઈજા: હાની: બગાડ.

Hurtful. (હર્ટફુલ્) *a.* Injurious: નુકસાનકારક; દુ:ખ કરે તેવું; બગાડનારૂં. 2. Unwholesome: વાયડું; અવગુણી.

Husband. (હઝ્બૅન્ડ્) *n.* The male head of a household: શેઠ: ઘરનો માલેક: ઘરધણી. 2. A cultivator; a husbandman: ખેડુત: ખેતર ખેડનાર. 3. A married man: વર: સ્વામી; પતિ; ખાવીંદ: ધણી. 4. The male of a pair of animals: નરપ્રાણી. *vt.* To direct and manage with frugality: તપાસીને કરકસરથી ચલાવવું-વાપરવું.

Husbandman. (હઝ્બન્ડ્મૅન્) *n.* The master of a family: કુટુંબનો પાલક: ઘરધણી. 2. A farmer; a cultivator or tiller of the ground: ખેડુત: કૃષિકાર.

Husbandry, (હઝ્બૅન્ડ્રિ) *n.* Care of domestic affairs: economy; thrift: ઘરનાં કામકાજની સંભાલ: ઘરની વ્યવસ્થા; કરકસર. 2. Farming: ખેતીવાડી; ખેતી.

Hush. (હશ્) *vt.* & *vi.* To silence: to make quiet: ચુપ-મૂગુ-છાનું રાખવું-થવું-રહેવું. 2. To appease: to soothe: સમાવવું; મટાડવું; શાંત ક૦; ટાલવું. *To* **h.** *up*, to keep secret: દાબી-દબાવી દેવું: છુપું રાખવું.

Hush-money, (હશ્મની) *n.* Money paid to secure silence, or to prevent the disclosure of faces: મ્હોડું દાબવા આપેલું નાણું; લાંચ; રૂશવત.

Husk, (હસ્ક્) *n.* Rind: છોડું; છાલાં; ફોતરાં; છોતરાં. 2. *vt.* To strip off the external covering or envelope of: છોડાં-છોલાં કાઢવાં; ઉપરની છાલ કાઢી નાંખવી: ફોલવું.

Husky, (હસ્કિ) *a.* Consisting of husks; resembling husks: છાલાંવાળું-જેવું. *a.* Rough in tone; harsh: કઠોર; બેઠેલું; ભારે; બોખરૂં.

Hussy. (હઝ્ઝિ) *n.* A housewife or housekeeper: ઘરધણીઆણી; ઘર ચલાવનારી.

Hut, (હટ્) *n.* A small house, hovel, or cabin; a mean lodge or dwelling: ઝુંપડું; ઝુંપડી; છાપરી.

Hyades. **Hyads**, (હાઈઍડીઝ્-હાઇઍડ્ઝ્) *n. pl.* [L. *hyades.*] A cluster of five stars in the face of the constellation Taurus: વૃષભ રાશીના માથા આગલના પાંચ તારાનું ઝુમખું.

Hyaline, (હાઈઍલિન્) *a.* [Gr. *hyalos*, glass.] Glass; resembling glass: કાચવાળું-નું-જેવું; બીલોરી.

Hybrid. (હાઇબ્રિડ્) *n.* [Gr. *hybris*, an outrage.] An animal or plant produced from the mixture of two species: જુદા જુદા વર્ગનાં પ્રાણી કિંવા છોડ વચ્ચેના સંબંધથી ઉત્પન્ન થયેલું પ્રાણી કે છોડ: સંકર-ખચ્ચર-જાતિનું પ્રાણી-છોડ. *a.* Produced from the mixture of two species: વર્ણસંકર; મિશ્રજ: સંકર-જાતિનું.

Hydrant. (હાઈડ્રન્ટ્) *n.* [Gr. *Hydor*, water.] A water plug: આગ ઓલવવાના બંબાની નલી; પાણી ચઢાવવાનું યંત્ર.

Hydraulic. (હાઈડ્રૉલિક્) *a.* [Gr. *hydor*, water & *aule*, a pipe.] Of, or pertaining to fluids in motion: conveying, or acting by water: વહેતા પાણી અથવા બીજા પ્રવાહી પદાર્થનું-સંબંધી: પાણીના જોશથી ચાલતું.

Hydraulics. (હાઈડ્રૉલિક્સ્) *n.* That branch of science which treats of fluids in motion: વહમાન ઉદકશાસ્ત્ર; વેહેતા પ્રવાહી વિષે સમજ-વિદ્યા.

Hydrogen. (હાઈડ્રોજન્) *n.* A gaseous element, colorless, tasteless, and odorless: ઉદક…નકવાયુ: અંબુતત્વ.

Hydrometry, (હાઇડ્રૉમિટ્રિ) *n.* The art of determining the specific gravity of liquids: પાણીનું વિશેષ ગુરૂત્વ જાણવાની કલા. 2. The art of measuring the velocity of running water: ચાલતા-દોડતા પાણીનો જોસ-જોર-વેગ માપવાની કલા.

Hydropathy, (હાઇડ્રૉપથિ) *n.* [Gr. *hydor*, water & *pathos*, affection.] The water cure: પાણીથી રોગ મટાડવાની રીતિ: જલવૈદું; જલોપચાર.

Hydrophobia. (હાઈડ્રોફોબિઍ) *a.* [Gr. *hydor*, water & *phobos*, fear.] The disease caused by a bite from, a rabid creature: હડ-

કવા; હડખા પ્રાણીના કરડવાથી થતો રોગ.

Hydrostatics, (હાઇડ્રોસ્ટૅટિક્સ્) *n.* That branch of science which treats of the pressure and equilibrium of non-elastic fluids, as water, mercury etc: ઉદકસ્થિતિશાસ્ત્ર; ઉદકસ્થિતિનિબંધ.

Hydrous, (હાઇડ્રસ્) *a.* [Gr. *hydor*, water.] Containing water; watery: જલમય; પાણી જેવું.

Hyemal, (હાઇઇમૅલ) *a.* [L. *hiems*, winter.] Belonging to winter; done in winter: શિયાળા સંબંધી–માં કરેલું; હેમંતઋતુનું.

Hyena. (હાઇઈને) *n. pl.* **Hyenas**. [L. *hyæna.*] Any carnivorous mammal: તરક્ષ;તરસ.

Hygeian,(હાઇજીઍન) *a.* Of, or pertaining to health,or its preservation: તનદરોસ્તી સંબંધી.

Hygiene, (હાઇજીઇન) *n.* A system of principles or rules designed for the promotion of health: તનદરોસ્તી જાળવવાના નિયમો–કાનૂનોનો સંગ્રહ; આરોગ્યતા સંરક્ષણશાસ્ત્ર.

Hygrometer, (હાઇગ્રૉમેટર્) *n.* [Gr. *hygros*, moist & *metron*, measure.] An instrument for measuring the degree of moisture of the atmosphere: હવાની ભિનાશ માપવાનો યંત્ર.

Hymn, (હિમ્) *n.* [L. *hymnus.*] An ode or song of praise or adoration; a sacred lyric: ભજન; કીર્તન. *vt. & vi.* To praise in song; to sing: ગાવું; કીર્તન–ભજન કo.

Hyperbola. (હાઇપર્બોલે) *n.* A curve formed by a section of a cone: શંકુચ્છેદ ભૂમિતિ; શંકુચ્છેદ.

Hyperbole, (હાઇપર્ બોલી) *n.* [Gr. *hyper*, over and *ballow*, I throw.] A statement exaggerated fancifully: અતિશયોક્તિ; અત્યુક્તિ; સહરાગાત.

Hypercritic-cal,(હાઇપર્ક્રિટિક્-હાઇપર્ક્રિટિકૅલ) *a.* Overcritical; captious: ચીપી ચીપીને ખોડ કાઢનાર; છિદ્રાન્વેષી; નજીવી ખામીઓ પકડી રાખનાર. 2. Excessively nice or exact: અતિશય બારીક રીતે તપાસ કરનાર.

Hyphen, (હાઇફ્ન) *n.* [Gr. *hypo*, under & *hen*, one.] A mark or short dash, thus [-]: આ [-] રીતનું નિશાન.

Hypocondria. (હાઇપોકૉન્ડ્રિઍ) *n.* Hypochondriasis; melancholy:ગમ: હલગીરી; ઉદાશી; વિષાદ; ઉદ્વેગ.

Hypochondriac, (હાઇપોકૉન્ડ્રિઍક્) *a.*Of,or pertaining to hypochondria: ઉદાશીનું. 2. Affected, or characterized by hypochondriasis: ઉદાસ; ખેદયુકત; ગમગીન. *n.* A person affected with hypochondriasis: ઉદાશી–ગમગીનીના રોગ વાળું માણસ; ઉદ્વિગ્ન પુરૂષ.

Hypocondriacal, (હાઇપોકૉન્ડ્રિઍકૅલ) *a.* Hypochondriac:સદા ઉદાસ; ખેદયુકત;ખીન્ન; ઉદાસી.

Hypocrisy, (હિપૉક્રિસિ) *a.* [Gr. *hypo*, under & *krino*,I separate.] A feigning to be what one is not, or to feel what one does not feel: ઢોંગ; દંભ; બગરૂપીપણું; ભગતપણું; ઠગાઇ.

Hypocrite, (હિપોક્રિટ્) *n.* A false pretender to virtue or piety: ઢોંગ કરનાર; બગરૂપી; ઢોંગી; વેષધારી; દંભી: બગભગત; ઠગ; સફેદ ઠગ.

Hypocritical, (હિપોક્રિટિકૅલ) *a.* Of,or, pertaining to a hypocrite,or to hypocrisy:ઢોંગનું; છેતરવાનું; ઢોંગી; દંભી; દાંભિક; કપટી.

Hypogastrium, (હાઇપૉજૅસ્ટ્રિઅમ) *n.* [Gr. *hypo* & *gaster*, the belly.] The lower part of the abdomen: પેઢુંડું; પેટનો નીચલો ભાગ.

Hypotenuse, (હાઇપૉટીન્યુસ્) *n.* [Gr. *hypo* under & *teino*, I stretch out.] The side of a right-angled triangle that is opposite to the right angle: કાટ ખૂણાની સામેની બાજુ.

Hypothicate. (હાઇપૉથિકેટ્) *vt.* [L. *hypotheca*, pledge.] To mortgage: સ્વાધીન કર્યાવગર ગીરો મુકવું.

Hypothesis, (હાઇપૉથિસિસ્) *n. pl.* **Hypotheses**. [Gr. *hypo* & *tithemi*, I place.] A supposition, something not proved but assumed: પૂર્વ સિદ્ધાંત; માની લીધેલી વાત; અનુમાન; સંભાવના.

Hypothetical,(હાઇપૉથેટિકૅલ)*a.* Characterized by, or of the nature of, an hypothesis: વગર સાબેતીએ કબૂલ રાખેલું; માની લીધેલું; અનુમાનિક ;કાલ્પનિક.

Hysteria, (હિસ્ટિરિઍ) *n.* A nervous affection, occurring in women: ચિત્તભ્રમ; અપસ્માર; વાતોન્માદ; મૂર્છા.

Hysterical, (હિસ્ટેરિકૅલ) *a.* [Gr. *hustera* the womb.] Of, or pertaining to hysteria; fitful: ચિત્તભ્રમ થયેલું;ચિત્તભ્રમથી થયેલું: મૂઢ; મુગ્ધ.

Hysterics, (હિસ્ટેરિક્સ્) *n.* Hysteria:ચિત્તભ્રમ; વાયુગોળો.

I.

I, (આઇ) The ninth letter of the English alphabet: ઇંગ્રેજી મુળાક્ષરનો નવમો અક્ષર. ગુજરાતીમાં ઇ અને આઇથી તેનો ઉચ્ચાર થાયછે. 2. As a numeral it stands for '1': સંખ્યામાં તે 'એક'ને માટે વપરાય છે.

I, (આઇ) *Pron.* [L. *ego.*] The nominative case of the pronoun of the first person: હું.

Iambic, (આઇઍમ્બિક્) *a.* [L. *iambus.*] Consisting of a short syllable followed by a long one: લઘુ પછવાડે ગુરૂ સ્વરવાળું. 2. Pertaining to or composed of iambics: લઘુગુરૂ સંબંધી. *n.* A foot consisting of two syllables, the first short and second long: પહેલો લઘુ અને બીજો ગુરૂ એવા બે અક્ષરનું ચરણ. 2. A verse composed of short and long syllables alternately: લઘુ અને ગુરૂ અક્ષરો એકેકને અંતરે આવે એવી ટુંક.

Iambus, (આઇઍમ્બસ્) *n.* A foot consisting of a short syllable followed by a long one; an iambic: બે અક્ષરના ચરણમાં પહેલો તાલ

વગર એટલે લઘુ અને બીજો તાલ સાથે એટલે ગુરૂ બોલાતો હોય તે.

Ice, (આઇસ્) *n.* Water in a solid form: બરફ; આઇસ. 2. Ice-cream: દૂધમાં ખાંડ વિગેરે નાંખીને તેને બરફના જોરથી ઠારીને કરેલી મલાઇ; આઇસક્રીમ. *To break the ice*, to open the way: શરૂઆત ક૦; પહેલ કાઢવી.

Iceberg, (આઇસબર્ગ્) *n.* A hill or mountain of ice: બરફનો ડુંગર. 2. A lofty body of floating ice: બરફનો દરિયામાં તરતો ઢગલો–પહાડ.

Ice-bound, (આઇસ્-બાઉન્ડ્) *a.* Totally surrounded with ice: ચા તરફ બરફથી ઘેરાઇ ગયેલું.

Ice-cream, (આઇસ્ક્રીમ્) See **ice** No 2.

Ice-field, (આઇસ્-ફીલ્ડ્) *n.* A sheet of ice of a very great extent: બરફનું મેદાન–ચોગાન.

Ice-house, (આઇસ્-હાઉસ્) *n.* A repository for preserving ice during warm weather: ઉનાળામાં બરફ સાચવી રાખવાનો ઓરડો; બરફની વખાર.

Ichorous, (આઇકોરસ્) *a.* Thin; watery; sanious: પાણી જેવું; પાતલું; લોહીવાલું.

Ichthyology, (ઇકથિઑલૉજી) *n.* [Gr. *ichthus*, a fish & *logos*, discourse.] The science of the classification, &c., of fishes: મત્સ્યવર્ણન; માછલાંના વર્ગ–જાતિ વગેરેનું શાસ્ત્ર.

Ichthyophagous, (ઇક્થિઑફૅગસ્) *a.* [Gr. *ichthus*, fish & *phago*, I eat.] Eating or subsisting on fish: માછલાં ખાઇ જીવનારૂં–નિર્વાહ કરનારૂં; મત્સભક્ષક.

Icicle, (આઇસિકલ્) *n.* A pendent conical mass of ice: ઘરના નેવ કે ઝાડની ડાંખલી પરથી લટકતી પડાના આકારની બરફની કડકી; હિમકણ.

Iconoclast, (આઇકૉનૉકલેસ્ટ્) *n.* [Gr. *eikun*, image & *klan* to break.] A destroyer of images: મૂર્તિભંજક–ભાંજનારો; મૂર્તિનું–મૂર્તિ પૂજાનું ખંડન કરનાર. 2. One who destroys shams of any kind; a radical: કોઇપણ જાતના ઢોંગ ઉઘાડા પાડનાર.

Icy, (આઇસિ) *a.* Cold; frosty: હિમમય; બરફવાલું; શીત; શિતલ. 2. Chilling; indifferent: સ્નેહ–પ્યાર વગરનું; ઘણું ઠંડું; બેદરકારી; નિરૂત્સાહ.

Idea, (આઇડીઍ) *n.* Mental image: કોઇ પણ પદાર્થનો મનમાં પડેલો છાપ. 2. A general notion or conception: ખ્યાલ; ભાન; વિચાર; કલ્પના; તર્ક. 3. A belief; a doctrine: મત; ભાવ; માનતા. 4. Intention; design: હેતુ; આશય; ઇરાદો.

Ideal, (આઇડીઍલ્) *n.* A model of excellence, beauty &c.: શ્રેષ્ટતાનો નમુનો; કોઇ ચીજ કેવી ઉત્તમ જોઇએ તેનો ખ્યાલ. *a.* Intellectual; mental: મનમાં કલ્પેલું; મનોગત; માનસિક. 2. Fit for a model; faultless, &c.: નમુનાને યોગ્ય; બિનખોડ; નિષ્કલંક; શુદ્ધ; યથાર્થ. 3. Visionary: કલ્પિત; કાલ્પનિક; માનસિક.

Idealism, (આઇડીઍલિઝ્મ્) *n.* The system or theory that denies the existence of material bodies: અવિદ્યા: અવિદ્યાવાદ; અવિદ્યામત: માયા; માયાવાદ.

Idealist, (આઇડીઍલિસ્ટ્) *n.* One who holds the doctrine of idealism: માયાવાદી; અવિદ્યાવાદી.

Idealize, (આઇડીઍલાઇઝ્) *vt.* To make ideal or to give an ideal value to: કલ્પના ક૦; કલ્પિત ગુણ–ધર્મ મૂકવા–સ્થાપવા.

Identical, (આઇડેન્ટિકૅલ્) *a.* [L. *idem*, the same.] The same; the self same; not different: તેજ; એકરૂપ; અભિન્ન; સમ; સમાન; સરખું; તેનું તે. 2. Uttering the same truth; tautological: એકજ વાત જણાવનારૂં; પુનરૂક્તિવાલું.

Identification, (આઇડેન્ટીફિકેશન્) *n.* The act of proving the same: ઓળખાવવું; ઓળખી કાઢવું તે; સમીકરણ.

Identify, (આઇડેન્ટિફાઇ) *vt.* [L. *idem* & *facio*, I make.] To make to be the same: એક સરખું–સમાન–એકરૂપ ક૦. 2. To ascertain or prove to be the same: તે એજ છે એમ સાબીત ક૦–જણાવવું; ઓલખાવવું.

Identity, (આઇડેન્ટિટિ) *n.* The state of being the same; sameness: એકપણું; ઐક્ય; અભેદતા; ઐક્યભાવ; અભેદ; અનન્યતા; એક રૂપતા; સરૂપતા; સમાનતા; એકસાનપણું. 2. An identical equation: સમીકરણ.

Ideology, (આઇડીઑલૉજી) *n.* The science of ideas: તર્કશાસ્ત્ર.

Idiocrasy, (ઇડિઑક્રૅસિ) *n.* Peculiarity of constitution: ખાસગુણ; જાતિ સ્વભાવ; પ્રકૃતિવિશેષ.

Idiocy, (ઇડિઑસિ) *n.* Absence of sense or intellect: મૂઢપણું; કમ અકલ; જડબુદ્ધિ; મૂર્ખાઇ; બેઅકલીપણું.

Idiom, (ઇડિઑમ્) *n.* [Gr. *idios*, one's own.] A peculiar mode of expression: ભાષાની રૂઢી; ભાષા સંપ્રદાય; ભાષાની ખાસ ઢબ; ઇસ્તલાહ.

Idiomatic-al, (ઇડિઑમૅટિક્-કૅલ્) *a.* Peculiar to a language: ભાષાની રૂઢીને લગતું–અનુસરતું; રૂઢી પ્રમાણેનું; ઇસ્તલાહી.

Idiosyncracy, (ઇડિઑસિન્ક્રૅસિ) *n.* [Gr. *idios*, *syn* and *krasis*, temperament.] Characteristic belonging to an individual; idiocrasy: ખાસ ગુણ; જાતિ સ્વભાવ; પ્રકૃતિવિશેષ.

Idiot, (ઇડિઑટ્) *n.* [Gr. *idios*, peculiar.] An unlearned or ignorant person: અભણ; અજ્ઞ. 2. A natural fool: મૂર્ખ; જડ–મૂઢ માણસ; બેઅકલ; નિર્બુદ્ધિ; બેવકૂફ. 4. A simpleton: ભોળીઓ; ભોલો; મૂર્ખ.

Idiotcy, (ઇડિઑટિસ્) *n.* State of being an idiot: મૂઢતા; મૂર્ખતા; ગાવદીપણું.

Idiotic-al, (ઇડિઑટિક્-કૅલ્) *a.* Plain; simple: સાદું; ભોળું. 2. Foolish: મૂર્ખ; જડ; મૂઢ.

Idle, (આઇડ્લ્) *a.* Useless; trifling: નકામું; ફાયદા વગરનું; નજીવું; હલકું; વ્યર્થ; પોકલ; ખાલી; ફોકટ; નિરર્થક. 2. Unemployed: નવરાસનું; ફુરસદનું; નવરૂં; નિરૂદ્યોગી; નિરૂદ્યમી; સુસ્ત; આલસુ. 3. Light-headed; foolish: કમ અકલ–સમજનું; મૂર્ખ. *vt.* To waste; to consume: નકામું ગાલવું–ગુજારવું; ગુમાવવું.

Idleness, (આઇડ્લ્નેસ્) *n.* Uselessness; laziness: નિરૂદ્યોગ; આલસ; સુસ્તી; આલસાઇ.

Idler, (આઇડલર) *n.* A lazy person; a sluggard: આલસુ માણસ; કામચોર.

Idol, (આઈડૉલ્)*n.* [Gr. *edio*, I see] An image; form: મૂર્તિ; પૂતળું. 2. An image of a divinity: દેવમૂર્તિ; દેવ પ્રતિમા; દેવતા.3. A person or thing greatly loved or adored: હૈયાનો હાર; ઘણી માનીતી–વ્હાલી વસ્તુ કિંવા માણસ. 4. A phantom; a fatuity: જે ખરૂં જોતાં નથી એવી વસ્તુનો મનને થયેલો ભાસ; ઝંખના; આભાસ.

Idolater, (આઈડૉલેટર્) *n.* A worshipper of idols: મૂર્તિપૂજક; બુતપરસ્ત. 2. An adorer: ભક્ત; ભગત.

Idolatrous, (આઈડૉલેટ્રસ્) *a.* Consisting in the worship of idols: મૂર્તિપૂજાનું–સંબંધી–વિષે.

Idolatry, (આઈડૉલેટ્રિ) *n.* The worship of idols, images or what is not God: મૂર્તિપૂજા–સેવા; પ્રતિમા પૂજા–સેવા–ઉપાસના; બુતપરસ્તી. 2. Excessive attachment to anything: અતિ પ્રીતિ–ભક્ત; ઝનુન.

Idolize, (આઈડૉલાઈઝ્) *vt.* To make an idol of: દેવ જેવું માનવું; કોઈ–કશાની પૂજા ક૦. 2. To love to adoration: અતિશય પ્રીત–માયા–હેત રાખવું. *vi.* To form idols for worship: પૂજા કરવા મૂર્તિ બનાવવી.

Idyl, (આઈડિલ્) *n.* [Gr. *edios*, an image.] A short poem: ટૂંકીકવિતા.

I.E. (આઈ, ઈ) i.e. [L. *id est*, that is.] That is: એટલે; એટલે કે.

If, (ઈફ્) *conj.* In case that; granting that: જો; અગર. 2. Whether: અથવા; કે; અથવા નહિં.

Igneous, (ઈગ્નીઅસ્) *a.* Pertaining to fire; resembling fire: અગ્નિનું; અગ્નિમય–વાળું; અગ્નિતુલ્ય; આતશી. 2. Resulting from the action of fire: અગ્નિમાંથી નિકલેલું–ઉત્પન્ન થતું.

Ignis-fatuus, (ઇગ્નિસ્-ફૅટ્યૂઅસ્) *n.* [L. *ignis*, fire & *fatuus*, foolish.] A meteor light that appears in the night over marshy grounds; *will-o'-the-wisp*; *jack-a-lantern*, &c: ભીના જમીન ઉપર રાતે થતા ભડકા; ભૂતનાભડકા.

Ignite, (ઇગ્નાઈટ્) *vt.* [L. *ignis*, fire.] To kindle or set on fire: ચેતવવું; બાળવા–સળગાવવા મૂકવું; સળગાવવું; લગાવવું. *vi.* To take fire: સળગવું.

Ignition, (ઇગ્નિશન્) *n.* The act of setting on fire: બાળવું તે; સળગાવવું તે. 2. The state of being ignited: બળવું–સળગવું તે; દીપન; જ્વલન.

Ignoble, (ઇગ્નોબલ્) *a.* [L. *in* & *nobilis*, noble.] Not noble; not illustrious; common: અકુલીન; નીચા કુળનું; હીનજાતિનું; કમજાત. 2. Base: નીચ; હલકું; અધમ; પાજી; પામર; નજીવું; નકામું.

Ignominious, (ઇગ્નોમિનિઅસ્)*a.* Infamous; shameful; contemptible: અપજશનું; શરમભરેલું; અપકીર્તિકર; અપજશપાત્ર; ધિક્કારપાત્ર.

Ignominy, (ઇગ્નોમિની) *n.* [L. *in* & *nomen*, name.] Shame; reproach: શરમ; અપમાન; અપ્રતિષ્ઠા; અપકીર્તિ; કલંક; તિરસ્કાર; ગેરઆબરૂ; ફજેતી.

Ignoramus, (ઇગ્નોરેમસ્) *a.* [L. *ignorare*, to be ignorant of.] *pl.* **Ignoramuses.** An ignorant person: મૂર્ખ માણસ; અજ્ઞ; અભણ; અજ્ઞાન.

Ignorance, (ઇગ્નોરૅન્સ્) *n.* The want of knowledge in general: અજ્ઞાનતા; મૂર્ખાઈ; અજ્ઞાનપણું; નાદાની; ગેરમાહિતી; મૂઢતા.

Ignorant, (ઇગ્નોરૅન્ટ્) *a.* Untaught; uninstructed: અજ્ઞાન; અણસમજુ; અભણ; નિરક્ષર; અજ્ઞાની; મૂર્ખ. 2. Unacquainted; unaware: અજાણ્યું; અજાણ; ગેરમાહિત; બીનવાકેફ.

Ignore, (ઇગ્નોર્) *vt.* [L. *in* & *gnarus*, knowing.] To be ignorant of; અજાણ્યા હોવું. 2. To throw out as false or ungrounded: ખોટું–પુરાવા વગરનું કહીને કાઢી નાંખવું–રદ ક૦. 3. To shut the eyes, to pay no regard to: સામા ન જોવું; ન ગણવું; ધ્યાનમાં ન લેવું; સ્વીકાર ન ક૦; ના મુકરર ક૦.

Iliad, (ઇલિઍડ્) *n.* [Gr. *ilidos*, relating to Ilium.] An epic poem composed by Homer: હોમર નામના પુરાતન ગ્રીક કવિએ રચેલું વીરચરિત્ર કાવ્ય.

Ilk, (ઇલ્ક્) *a.* The same; also; each; every: સદરહુ; મજકુર; દરેક; વળી.

Ill, (ઇલ્) *a.* Bad; evil; ખરાબ; નઠારૂં; બુરૂં; અશુભ. 2. Wicked; wrong: ખોટું; દુષ્ટ; પાપી; અણઘટતું; ભુંડું. 3. Sick; unwell: માંદું; આજારી; બિમાર; દરદી; કાયલી. 4. Rude; unpolished: અસભ્ય; તોછડું; ખોટું; જંગલી; અનાડી. 5. Cross; peevish: ચાડિયું; તામસી. I. *at ease*, uneasy: બેચેન; અસ્વસ્થ. I *breeding*, rudeness: બેઅદબી; અસભ્યતા. I *fame*, bad repute: અપયશ; અપકીર્તિ; ગેરઆબરૂ. *n.* Misfortune; calamity: સંકટ; આફત; દુ:ખ. 2. Wickedness; depravity: દુષ્ટતા; પાપ. *adv.* Not easily; with pain or difficulty: મુશ્કેલાઈથી; મહા મહેનતે.

Ill-advised, (ઇલ્-ઍડવાઈઝ્ડ્) *a.* Unthought: ડહાપણ વગરનું; વગર વિચારે કરેલું; અવિચારી; નાદાનીનું.

Ill-behaved, (ઇલ્-બીહેવ્ડ્) *a.* Of bad conduct: દુરાચારી; અસભ્ય; પાપી; અશિષ્ટ; બેઅદબ.

Ill-blood, (ઇલ્-બ્લડ્) *n.* Resentment; enmity: દુશ્મની; દ્વેષભાવ; વેર.

Ill-bred, (ઇલ્-બ્રેડ્) *a.* Badly brought up; uncivil: અસભ્ય; જંગલી; બેઅદબ; દુરાચારી.

Ill-disposed, (ઇલ્-ડિસ્પોઝ્ડ્) *a.* Malicious: ખારીલું; દ્વેષી.

Illegal, (ઇલ્લીગલ્) *a.* Unlawful; illicit: ગેરવાજબી; ગેરકાયદે; ન્યાયવિરૂદ્ધ.

Illegalize, (ઇલ્લીગલાઈઝ્) *vt.* [L. *in* & *legalis*, legal.] To render unlawful: ગેરકાયદેનું ઠરાવવું–ક૦.

Illegally, (ઇલ્લીગલિ) *adv.* Unlawfully: ગેરકાયદે; ગેરવાજબીપણે.

Illegibility, (ઇલ્લેજીબિલિટિ) *n.* The quality of being illegible: ઉકલી ન શકે તેવા લખાણનો ગુણ; દુર્વાચ્યતા.

Illegible, (ઇલ્લેજીબલ્) *a.* Incapable of being read; not easily read: ઉકલી ન શકે તેવું; દુર્વાચ્ય.

Illegibly, (ઇલ્લેજીબ્લિ) *adv.* In a manner not to be read: વંચાય નહિ એવી રીતે.

Illegitimacy, (ઇલ્લીજીટિમૅસ) *n.* The state of bastardy: અનૌરસતા; બેઉનિયાદી; જારજાવસ્થા; હરામજાદાપણું. 2. The state of not being genuine: અસલનું–મૂલનું–સ્વાભાવિક નહિ હોવું તે; નકલીપણું.

Illegitimate, (ઇલ્લીજીટિમેટ્) *a.* Unlawful; improper: ગેરકાયદેસર; ગેરવાજબી; કાયદાવિરુદ્ધ; અશાસ્ત્ર. 2. Spurious: રાંડના પેટનું, વ્યભિચારીપણું; અનૌરસ; જારજ; હરામજાદું. 3. Illogical: ન્યાય–તર્કશાસ્ત્રના નિયમથી ઉલટું. 4. Not authorized by good usage: સંપ્રદાય–રૂઢી વિરુદ્ધ; શિરસ્તાથી ઉલટું.

Illegitimately, (ઇલ્લીજીટિમેટ્લિ) *adv.* Unlawfully: ગેરકાયદે; ગેરવાજબીપણે.

Ill-fated, (ઇલ્-ફેટેડ્) *a.* Unfortunate: ભાગ્યહીન; કમનસીબ; દુર્ભાગી; મંદભાગી; કમબખત.

Ill-favoured, (ઇલ્-ફેવર્ડ્) *a.* Ugly; unbeautiful: કદરૂપું; બડાલ; કુરૂપ; બદદિકલ; વિરૂપ.

Illiberal, (ઇલિબરલ્) *a.* [L. *in* & *liberalis*, liberal.] Not free, generous or noble; mean: ઉમદા સ્વભાવનું નહિ તે; કૃપણ; મખીચુસ; બખીલ; હલકું.

Illiberality, (ઇલિબરૅલિટિ) *n.* Narrowness of mind; meanness; parsimony: કૃપણતા; કંજુસાઇ; બખીલાઇ; સાંકડું મન.

Illicit, (ઇલિસિટ્) *a.* [L. *in* & *licere*, to be permitted.] Unlawful; prohibited: કાયદા વિરુદ્ધ; અઘટિત; ગેરવાજબી; ગેરકાયદેસર.

Illimitable, (ઇલિમિટેબલ્) *a.* Incapable of being limited or bounded: અપાર; હદ વગરનું; બેહદ; અનહદ; અનંત; અમર્યાદ.

Illiteracy, (ઇલિટરસિ) *n.* [L. *in* & *litera*, a letter.] Want of learning or reading; ignorance: અજ્ઞાનપણું–તા; નિરક્ષરતા; અજાણપણું.

Illiterate, (ઇલિટરેટ્) *a.* Ignorant of letters or books: અજ્ઞાન; અજાણ; અનક્ષર; વિદ્યા–જ્ઞાનહીન; અવિદ્વાન.

Ill-judged, (ઇલ્-જજ્ડ્) *a.* Done without any thought or wisdom: અવિચાર–વગર ડહાપણે કરેલું; નાદાનીભરેલું.

Ill-luck-fortune, (ઇલ્-લક-ફૉર્ચ્યૂન) *n.* Misfortune: અવદશા; દુર્ભાગ્ય; દૈવ; કમનસીબ; બદબખતી.

Ill-nature, (ઇલ્-નેટ્યુર) *n.* Bad or wicked disposition: દુષ્ટ સ્વભાવ; દુષ્પ્રકૃતિ; દુષ્ટવૃત્તિ; ખરાબ મિજાજ.

Ill-natured, (ઇલ્-નેટ્યૂર્ડ્) *a.* Cross; surly; peevish: ચીડિયું; ખરાબ–દુષ્ટ સ્વભાવનું; બદમિજાજ. 2. Mischievous: તોફાની; મસ્તીખોર.

Illness, (ઇલ્નેસ) *n.* Badness; unfavorableness: પ્રતિકૂળતા; વિરુદ્ધતા. 2. Disease; malady; sickness: બિમારી; રોગ; આજાર; દરદ; મંદવાડ; પીડા; દુઃખ. 3. Wickedness; iniquity: અપ્રમાણિકપણું; દુષ્ટતા.

Illogical, (ઇલ્લૉજીકલ્) *a.* Contrary to the rules of logic: ન્યાય વિરુદ્ધ; તર્કશાસ્ત્રના નિયમ વિરુદ્ધ; અતાર્કિક; અન્યાયયુક્ત. 2. Ignorant of the rules of logic: ન્યાયશાસ્ત્રના નિયમથી અજાણ્યું.

Ill-omened, (ઇલ્ઓમેન્ડ્) *a.* Unfortunate: અપશુકનિયું; અમાંગલિક; અશુભ.

Ill-starred, (ઇલસ્ટાર્ડ્) *a.* Fated to be unfortunate: ભાગ્યહીન; કમનસીબ; કમબખત.

Ill-temper, (ઇલ્-ટેમ્પર્) *n.* Bad temper: ખરાબ સ્વભાવ; દુષ્ટતા; ખરાબ મિજાજ.

Ill-timed, (ઇલ્-ટાઇમ્ડ્) *a.* Done or said at an unsuitable time: કવખત–વેળાનું; અકાલિક; અકાલ.

Ill-turn, (ઇલ્ટર્ન્) *n.* Loss: અકલ્યાણ; નુકસાન; અપકાર; હાન.

Illude, (ઇલ્લ્યૂડ) *vt.* [L. *in* & *ludo*, I play.] To deceive; to mock: ભૂલવવું; ફસાવવું; ઠગવું; થાપ આપવી; ઉડાવવું.

Illuminate, (ઇલ્લ્યૂમિનેટ્) *vt.* [L. *in* & *lumen*, light.] To enlighten; to throw light upon: પ્રકાશ–અજવાળું પાડવું; રોશન ક૦; ખબર–માહિતી આપવી; જ્ઞાન આપવું. 2. To light up as a building: રોશની–દીવા ક૦. 3. To adorn as a book: (પુસ્તક વગેરેને સોનેરી અક્ષર–ચિત્ર વિગેરેથી) સણગારવું.

Illumination, (ઇલ્લ્યૂમિનેશન) *n.* Festive decoration of houses: રોશની; દીપોત્સવ; દીવાળી; પ્રકાશ. 2. Adornment of books: પુસ્તકનો શણગાર–રોનક. 3. Brightness; splendour: પ્રકાશ; ભભકો; તેજ; દીપ્તિ.

Illumine, (ઇલ્લ્યૂમિન) *vt.* To adorn: રોશની ક૦; શણગારવું.

Illusion, (ઇલ્લ્યૂઝ્હન) *n.* A false show; mockery: hallucination: પ્રપંચ; મોહ; ઇંદ્રજાલ; થાપ.

Illusive-Illusory, (ઇલ્લ્યૂસિવ્-ઇલ્લ્યૂસૉરિ) *a.* Deceitful; false: માયારૂપ; ખોટું; ઠગાઇભરેલું; કપટી, માયિક.

Illustrate, (ઇલ્લસ્ટ્રેટ્) *vt.* [L. *in* & *lustro*, I light up.] To make clear or bright: પ્રકાશિત–ચળકતું ક૦. 2. To set in a clear light; to exhibit distinctly: સ્પષ્ટ–ઉઘાડું–ખુલ્લું ક૦; વ્યાખ્યાન ક૦. 3. To explain; to exemplify: દાખલા–ઉદાહરણ આપી કહેવું; સમજાવવું; સમજ પાડવી. 4. To adorn: સણગારવું; શોભાવવું. 5. To make illustrious; to glorify: નામાંકિત–પ્રસિદ્ધ–કીર્તિમાન ક૦; પ્રતિષ્ઠિત ક૦.

Illustration, (ઇલ્લસ્ટ્રેશન) *n.* Explanation; elucidation: સમજ; સમજુતી; પ્રકાશન. 2. The state of being illustrated or glorified: નામાંકિતપણું; પ્રતિષ્ઠતા. 3. An example; an illustrative engraving: દાખલો; દૃષ્ટાંત; ઉદાહરણ; આકૃતિ; ચિત્ર.

Illustrative, (ઇલ્લસ્ટ્રેટિવ્) *a.* Exemplifying; explaining: પ્રકાશક; દાખલા આપી સ્પષ્ટ કરનારું.

Illustrious, (ઇલ્લસ્ટ્રિઅસ) *a.* Luminous; splendid: પ્રકાશિત; ચળકતું; ભભકાદાર. 2. Eminent; conspicuous: પ્રતાપી; નામીચું; ઉમદા; નામાંકિત; પ્રસિદ્ધ; કીર્તિમાન; તેજવંત; તેજસ્વી; પ્રતિષ્ઠિત.

Ill-will, (ઇલ્-વિલ્) *n.* Enmity; malevolence:

દુશ્મની; દ્વેષભાવ; વેરભાવ; અદાવત.

Image, (ઇમજ્) *n.* [L. *imitor*, I imitate.] a likeness; a picture: પ્રતિમા;પુતળું; છબી;ચિતાર; તસવીર. 2. An idol: મૂર્તિ. 3. Show; appearance: ડોળ; રૂપ; સ્વરૂપ; ઘાટ ;પ્રતિબિંબ. 4. A picture drawn by the fancy; a conception; an idea: વિચાર; ભાવ; ભાવના; કલ્પના; આભાસ. *vt.* To represent or form an image of: રૂપ–સ્વરૂપ રચવું–બાંધવું. 2. To form a likeness of by the fancy: કલ્પના–ખ્યાલ કo.

Imagery, (ઇમેજરિ) *n.* Images in general: મૂર્તિઓ; પૂતળાં. 2. Unreal show; appearance: ખોટું રૂપ–દેખાવ; ડોળ; ભભકો. 3. False ideas; imaginary phantasms: ભાસ; ખોટા વિચાર; બુદ્દા; આભાસ.

Imaginable, (ઇમૅજીનૅબ્લ્) *a.* Capable of being imagined: કલ્પી–ધારી શકાય એવું; કલ્પનીય.

Imaginary, (ઇમૅજીનૅરિ) *a.* Existing only in fancy; not real: ખોટું; ખ્યાલી; કલ્પિત; અવાસ્તવિક; માનસિક; અસત્ય.

Imagination, (ઇમૅજીનેસન) *n.* The image-making power: કલ્પનાશક્તિ; તર્કશક્તિ; કલ્પના. 2. A fancy: વિચાર; ખ્યાલ; મનના બુટ્ટા.

Imaginative, (ઇમૅજીનેટિવ્) *a.* Proceeding from imagination: કલ્પિત. 2. Given to imagining: જેને ઘણી કલ્પના કરવાનું મન–વલણ હોય તેવું; કલ્પનાશીલ.

Imagine, (ઇમૅજીન) *vt.* [L. *imago.*] To conceive; to produce by the imagination:યોજના–કલ્પના કo. 2. To scheme; to devise: યુક્તિ કo. 3. To think: ધારવું; વિચારવું; ગણવું; ચિંતવવું; માનવું.

Imbecile, (ઇમ્બીસીલ્)*a.* [L. *in* & *baccilum*, a small staff.] Weak; feeble; decrepit:અશક્ત; મંદ બુદ્ધિનું; નબળું; કમ અક્કલ; બેઅક્કલી.

Imbecility, (ઇમ્બીસિલિટિ) *n.* Feebleness of body or of mind: નબળાઈ; અશક્તપણું; મંદબુદ્ધિ; કમઅક્કલ; બુધવારના વાખા.

Imbed, (ઇમ્બેડ્) *vt.* To sink or lay, as in a bed: દાટવું; વગાડવું.

Imbedded, (ઇમ્બેડેડ્) *a.*Burried:દાટેલું;ગાડેલું.

Imbibe, (ઇમ્બાઇબ્) *vt.* [L. *in* & *bibo*, I drink.] To drink in; to absorb: પીવું; ચુસી લેવું; શોષવું. 2. To admit into the mind and retain: મનમાં લેવું–ઉતારવું; ગ્રહણ કo; સમજવું; ધ્યાનમાં ઉતારવું.

Imbitter, (ઇમ્બિટ્ટર્) *vt.* To make bitter;to render unhappy: કડવું કo; દુઃખી કo–થવું. 2. To render more violent; to exasperate: વધારવું; ઉશ્કેરવું; ચઢાવવું.

Imbosom, (ઇમ્બુઝમ્) *vt.* To hold in the bosom; to admit to the affection: છાતીએ દાબવું; વહાલ રાખવો. 2. To inclose in the midst of: વચ્ચોવચ લાવવું.

Imbrue, (ઇમ્બ્રૂ) *vt.* To moisten; to soak: પલાળવું; ભીંજવવું.

Imbue, (ઇમ્બ્યૂ) *vt.* [L. *in* & *bibo*, I drink.] To dye:રંગવું.2.To cause to become impressed: કશાવાળું–કશાથી ભરપૂર કરવું;કાંઈ ગુણ આપવો–ભેળવો.

Imitable, (ઇમિટૅબ્લ્) *a.* Capable or worthy of being copied: નકલ કરવા લાયક; અનુકરણીય.

Imitate, (ઇમિટેટ્) *vt.* [L. *imitor.*] To follow as a pattern or example: અનુસરવું; કોઈની ચાલ–લઢણ પકડવી; અનુકરણ કo. 2. Counterfeit: આબેહુબ ઉતારો–નકલ કo.

Imitation, (ઇમિટેશન) *n.* The act of imitating: દેખાદેખી; નકલ; અનુસરણ; અનુકરણ.2. Likeness; resemblance: નકલ; ઉતારો;પ્રતિરૂપ.

Imitative, (ઇમિટેટિવ્) *a.* Inclined to imitate: અનુસરે–લઢણ પકડે–દેખાદેખી કરે એવું; અનુકરણશીલ. 2. Formed after a model or pattern: નમુના પ્રમાણે કીધેલું; નકલી.

Immaculate, (ઇમ્મૅક્યૂલેટ્) *a.* [L. *in* & *macula*, spot.] Spotless: કલંક–ડાઘ વગરનું; નિષ્કલંક; શુદ્ધ; પવિત્ર. 2. Pure: સ્વચ્છ; નિર્મલ; વિમલ; નર્યું; નરું.

Immaterial, (ઇમ્મૅટીરિઅૅલ્) *a.* Not consisting of matter; incorporeal: શરીર–બાંધા વગરનું; નિરાકાર; અમૂર્ત; અશરીર. 2. Unimportant: હલકું; નજીવું; નકામું; સાધારણ; નિરર્થક.

Immaterialism, (ઇમ્મૅટારિઅૅલિઝમ) *n.* The doctrine that immaterial substances exist or are possible: આત્મવાદ; દેહભિન્નાત્મવાદ;નિરાકારવાદ.

Immature, (ઇમ્મૅટ્યૂર્) *a.* Unripe; not perfect: કાચું; કુમળું; અપક્વ. 2. Too early; hasty; premature: ઘણું જ વહેલું; અધૂરું; અપૂર્ણ; અકાલિક; કવખતનું.

Immaturity, (ઇમ્મૅટ્યૂરીટિ) *n.* Unripeness; incompleteness: કાચાપણું; અપૂર્ણતા; અધુરી હાલત.

Immeasurable,(ઇમ્મઝ્હ્યૂરૅબલ્)*a.* Incapable of being measured;illimitable:અમાપ;બેહદ; અપરિમિત; અનંત.

Immediate, (ઇમ્મીડીએટ્) *a.* [L. *in* & *medius*, The middle.] Proximate; close: પાસેનું; નિકટનું; નજીકનું. 2. Present; instant; તરતનું; હાલનું.

Immediately, (ઇમ્મીડિએટ્લિ) *adv.* Proximately; directly: ઘણું જ પાસે; પાધરું; પ્રત્યક્ષ; સાક્ષાત્. 2. Without delay; instantly: તરત; તાબડતોબ; ઢીલ–વાર કર્યા વિના; તત્કાલ; અવિલંબે.

Immemorial, (ઇમ્મેમોરિઅૅલ) *a.* Beyond memory; out of mind: ઘણા આગલા વખતનું; ઘણું જ જુનું–પુરાતન. *From times* i.: પુરાતન–જમાનાથી; પ્રાચીન–અનાદિ કાલથી.

Immense, (ઇમ્મેન્સ્) *a.* [L, *in* & *metior*, I measure.] Unlimited; vast; huge: અપાર; બેહદ; ઘણું મ્હોટું; પુષ્કલ; અનંત; અત્યંત; ગંજાવર; જબરદસ્ત.

Immensely, (ઇમ્મેન્સ્લિ) *adv.* Infinitely; vastly: બેહદ; અતિશય; અત્યંત.

Immensity, (ઇમ્મેન્સિટિ) *n.* Infinity: બેહદ વિસ્તાર; અનંતતા મ્હોટાઇ; મહતા.

Immerge, (ઇમ્મર્જ) *vt.* [L. & *mergo*, I plunge.] To plunge into or within anything: to immerse: બોળવું; ભીનું કo; ઝબોળવું; ગરક–લીન કo.

Immerse. (ઇમ્મર્સ્) *vt.* [L. *in* & *mergo*, I plunge.] To dip: to sink: બોળવું;ડબોળવું; દાટવું.

Immersion. (ઇમ્મર્શન) *n.* A sinking within a fluid:બોળવું–ડબોળવું તે; સ્નાન; અભિષેક. 2. Absorption: નિમગ્નતા: લીનતા; તલ્લીનતા.

Immethodical. (ઇમ્મથૉડિકૅલ્) *a.* Without order; confused:બંદોબસ્ત વિનાનું; અવ્યવસ્થિત.

Immigrant. (ઇમ્મિગ્રૅન્ટ્) *n.* [L. *in* & *migro*, I remove.] One who removes into a country for the purpose of permanent residence: જાથુ રેહેવા સારૂ પરદેશ ગયલું માણસ: દેશાંતરવાસી.

Immigrate. (ઇમ્મિગ્રેટ્) *vt.* To remove into a country for the purpose of permanent residence: જાથુ રેહેવા સારૂ પરદેશ જવું; દેશાંતરમાં જઈને વસવું.

Immigration. (ઇમ્મિગ્રેશન) *n.* Removing into a country for the purpose of permanent residence:પરદેશ જઇ રહેવું તે; દેશત્યાગ; દેશાંતરવાસ; પરદેશગમન.

Imminent. (ઇમ્મિનન્ટ્) *a.* Near at hand: impending: નજીક: ઝઝુમતું; ઝઝુમી રહેલું; માથે આવેલું. 2. Full of threats of danger; perilous: ભય–જોખમ ભરેલું.

Immiscible. (ઇમ્મિસિબલ્) *a.* Not capable of being mixed: એકઠું કરાય–ભેલાભેલ થાય નહિ એવું; અમેલનીય.

Immobility. (ઇમ્મોબિલિટિ) *n.* [L. *in* & *moveo*, I move.] Fixedness in place or state: સ્થિરપણું: અચલતા: સ્થિરતા; નિશ્ચલતા.

Immoderate. (ઇમ્મૉડરેટ્) *a.* Excessive; extravagant: અતિશય; બેહદ; ઘણુંજ; અમર્યાદ; અત્યંત: બેસુમાર.

Immoderately. (ઇમ્મૉડરેટ્લિ) *adv.* Excessively; unreasonably: અતિશય; બેહદ; અત્યંત.

Immodest. (ઇમ્મૉડેસ્ટ્) *a.* [L. *in* & *modestus*, modest.] Arrogant; impudent: અમર્યાદ; બેઅદબ; નિર્લજ. 2. Unchaste; obscene: લાજ વિનાનું: વ્યભિચારી; બીભત્સ.

Immodestly. (ઇમ્મૉડેસ્ટ્લિ) *adv.* Indecently; obscenely:બેઅદબીથી:અદબ–લાજ વગર–છોડીને.

Immodesty. (ઇમ્મૉડેસ્ટિ) *n.* Want of modesty: unchastity: નિર્લજપણું; બેઅદબી.

Immolate. (ઇમ્મોલેટ્) *vt.* [L. *in* & *mola* meal.] To sacrifice; to kill: બલિદાન આપવું–કo; નાશ કo.

Immolation. (ઇમ્મોલેશન) *n.* The act of immolating: યજ્ઞ–નાશ કરવો તે. 2. Sacrifice: ભોગ; બલિદાન.

Immoral. (ઇમ્મૉરૅલ્) *a.* Wicked; vicious: દુરાચરણી; પાપી; દુરાચારી; અનાચારી; અનીતિવાન; વ્યભિચારી.

Immorality. (ઇમ્મોરૅલિટિ) *n.* An immoral act: અનીતિ; અધર્મ; અનાચાર; અન્યાય; દુષ્કર્મ; દુષ્ટતા; વ્યભિચાર; પાપ.

Immorally. (ઇમ્મૉરૅલ્લિ) *adv.* Wickedly; viciously: પાપી રીતે; અનીતિથી; અનાચારથી વ્યભિચારપણે.

Immortal. (ઇમ્મોર્ટૅલ્) *a.* Undying; lasting for ever: અવિનાશી; અજર; અમર. 2. Never to cease: અક્ષય; નિત્ય: જારી; ચાલુ;હમેશાનું;સનાતન.

Immortality. (ઇમ્મોર્ટૅલિટિ) *n.* Exemption from death; unending existence: અમર હોવું તે: અમરપણું; અમરત્વ; અમૃત્યુ. *Writ of* I.: અમરપટો; અમરપત્ર. 2. Exemption from oblivion; perpetuity: હમેશની યાદગારી; સનાતનતા.

Immortalize. (ઇમ્મોર્ટૅલાઇઝ્) *vt.* To cause to live or exist for ever: મરે નહિ એવું કo; હમેશ રેહે એવું–અમર કo. 2. To exempt from oblivion; to perpetuate: નામ અમર કo; યાદગાર કo.

Immovable. (ઇમ્મૂવૅબલ્) *a.* Firmly fixed; fast: અચલ; નિશ્ચલ; સ્થિર. 2. Unaltered; unchangeable: બદલાય–ફેરવાય નહિ એવું. 3. Cruel; unfeeling: નિર્દય; કઠણ હૈયાનું

Immunity. (ઇમ્મ્યૂનિટિ) *n.* [L. *in* & *munus*, duty.] Freedom from an obligation; a particular privilege: માફી; છૂટ; મુક્તિ; અલગા–મોકલા–છુટા રહેવાનો હક.

Immutability. (ઇમ્મ્યૂટબિલિટિ) *n.* Unchangeableness; invariableness: નિર્વિકારી–અવિકારીપણું: અવિકાર; નિત્યતા;અવ્યય; ચાલુ–જારીપણું;

Immutable. (ઇમ્મ્યૂટૅબલ્) *a.* Unchangeable; unalterable: અવિકારી; સ્થિર; ફેરવાય–બદલાય નહિ તેવું; નિત્ય;ચાલુ; જારી.

Imp. (ઇમ્પ્) *n.* [L. *in* & *putare*, to lop.] A shoot; a bud: ન્હાની કુમલી ડાલી–કલી; ડાલી. 2. Progeny; child: છોકરૂં; બચ્ચું; સંતાન. 3. A little demon: સેતાન; ભૂત. *vt.* To graft: કલમ લગાડવી.

Impacable. (ઇમ્પૅકબલ્) *a.* [L. *in* & *paco*, I quiet.] Unquieted: ઠરે–શાંત ન થાય એવું.

Impact. (ઇમ્પૅક્ટ્) *vt.* [L. *in* & *pango*, I drive.] To drive close: જોડવું; સાંધવું. *n.* Collission; force comunicated: ધક્કો; આંચકો.

Impair. (ઇમ્પેર્) *vt.* & *vi.* [L. *in* & *pejor*, worse.] To weaken; to enfeeble: ઘટાડવું–કમી થવું–કo; ઓછું કo; ખરાબ કo; બગાડવું; કમજોર કo.

Impair. (ઇમ્પેર્) *a.* [L. *in* & *par*, equal.] Not fit; unsuitable: નાલાયક; અયોગ્ય.

Impale. (ઇમ્પેલ્) *vt.* [L. *in* & *palus*, a stake.] To put to death by fixing on a stake: સૂલીએ ચઢાવવું; સૂલી દેવી. 2. To inclose as with stakes: પૂરવું; બંધ કo: ગોંધી લેવું.

Impalpable. (ઇમ્પૅલ્પૅબલ્) *a.* Not to be felt; not coarse or gross: લાગે–જણાય–માલૂમ પડે નહિ એવું: અસ્પર્શ્ય.2. Not readily apprehended in mind: મનને તરતજ અસર કરે નહિ એવું; દેખાય નહિ એવું.

Impannel. (ઇમ્પૅનેલ્) *vt.* To write, as the names of a jury, in a list: (જુરી–પંચના માણસોનાં નામ) લખવાં; ટીપ કo.

Impart. (ઇમ્પાર્ટ્) *vt.* [L. *in* & *partio*, I share.] To bestow a share or portion of: ભાગ

આપવેા; બક્ષીસ ક૦; આપવું: દાન ક૦. 2. To make known: to show by words or tokens; જણાવવું; કહેવું: વિદિત ક૦.

Impartial. (ઇમ્પાર્શિઅલ) *a.* Unprejudiced; just: અપક્ષપાત: નિષ્પક્ષપાતી; વાજબી; રાસ્ત; અદલ.

Impartiality. (ઇમ્પાર્શિઆલિટિ) *n.* Disinterestedness; equitableness: અદલપણું; અપક્ષપાતપણું.

Impartially. (ઇમ્પાર્શિઅલલિ) *adv.* Without bias: equitably: અપક્ષપાતપણે; વાજબી રીતે; અદલ ઈન્સાફથી.

Impassable. (ઇમ્પૅસબલ) *a.* Incapable of being passed; not admitting passage: અગમ્ય; ગહન: દુસ્તર: અવાય જવાય-ઓલંગાય નહિ તેવું: વિકટ.

Impassible-Impassive. (ઇમ્પૅસિબલ્-ઇમ્પસિવ્) *a.* [L. *in* & *patior*, I suffer.] Inaccessible to harm or pain: without sensation: જડ: સુખ દુઃખ લાગે નહિ એવું; અચેતન; લાગણી વગરનું.

Impassion. (ઇમ્પૅશન) *vt.* To express with strong feeling: જુસ્સામાં આવવું; જોસ ભરાવેા-ચઢવેા.

Impassionate. (ઇમ્પંશનેટ્) *a.* strongly passionate: આવેશ-જોસ ભરેલું: જોસ્સાવાલું: આવેશી. 2. Without feeling: અસર લાગે નહિ એવું.

Impassioned. (ઇમ્પૅશન્ડ્) *a.* Animated: excited: જુસ્સામાં આવેલું: આવેશી: અનુરાગવાલું.

Impatience. (ઇમ્પેશન્સ્) *n.* [L. *in* & *patior*, I suffer.] Want of patience: અધૈર્ય: અધીરાઈ: ઉતાવલ: અધીરતા. 2. Vehement passion; excitement: જુસ્સેા: આવેશ.

Impatient. (ઇમ્પેશન્ટ્) *a.* Restless: hasty: અધીરૂં; ઉતાવલું. 2. Unendurable: intolerable· સાંખી ન શકે-સાંખવાને અશક્ત એવું: ધૈર્યહીન.

Impatiently. (ઇમ્પેશન્ટ્લિ) *adv.* In an impatient manner: ઉતાવલે: અધીરાઇથી.

Impeach. (ઇમ્પીચ્) *vt.* [L. *in* & *pes-pedis*, the foot.] To hinder: to impede: અટકાવવું: અડચણ-નડતર ક૦. 2. To charge with crime: to accuse: તેાહેામત-દેાષ-આરેાપ મૂકવેા; દેાષારેાપ ક૦: દેાષ દેવેા. 3. To call in question: ન કબૂલ રાખવું: વાંધેા ઉઠાવવેા; તકરાર લેવી.

Impeachable. (ઇમ્પીચેબલ્) *a.* Accusable: આરેાપ મૂકવા લાયક.

Impeachment. (ઇમ્પીચ્મેન્ટ્) *n.* (*a*) A calling to account: arraignment: વાજબી-ખારૂં નહિ હેાય એમ કહેવું-એવી તકરાર લેવી તે. (*b*) Prevention; hinderance: અટકાવ: આડું આવવું તે: (*c*) Censure; accusation: તેાહેામત; દેાષારેાપ: આરેાપ.

Impeccable. (ઇમ્પેકબલ્) *a.* [L. *in* & *pecco*, I sin.] Not liable to sin: exempt from sin: જેનાથી પાપ થાય નહિં-કરે નહિં તેવું: નિર્દોષ.

Impede. (ઇમ્પીડ્) *vt.* [L. *in* & *pes-pedis*, a foot.] To hinder; to obstruct: અટકાવવું; વિઘ્ન ક૦: આડે આવવું.

Impediment. (ઇમ્પેડિમેન્ટ્) *n.* Hinderance; obstacle: અટકાવ; અડચણ; હરકત; નડતર; બાધ; વાંધેા: પ્રતિબંધ.

Impel. (ઇમ્પેલ્) *vt.* [L. *in* & *pello*, I drive.] To drive or urge forward; to press on: આગલ ચલાવવું; ઉશ્કેરવું; પ્રેરવું; ઉત્તેજન આપવું.

Impend. (ઇમ્પેન્ડ્) *vi.* [L. *in* & *pendo*, I hang.] To hang over: માથે આવી લાગવું; આવી પહોંચવું: પડવાની તૈયારીમાં હેાવું; ઝઝૂમવું.

Impending. (ઇમ્પેન્ડિન્ગ્) *n.* Hanging over; impendent: આવી પડતું; માથે આવેલું: ઝઝૂમી રહેલું.

Impenetrability. (ઇમ્પેનીટ્રેબિલિટિ) *n.* That property of matter by which it excludes all other matter from the space it occupies: અભેદ્યતા. 2. Obtuseness: stupidity: જડબુદ્ધિ: મૂર્ખાઈ: ડેાઠપણું; નફકરાપણું; બેદરકારી.

Impenetrable. (ઇમ્પેનીટ્રેબલ્) *a.* Incapable of being pierced: જેમાં પ્રવેશ ના થઈ શકે એવું; અભેદ્ય: ગહન; દુર્ગમ. 2. Not to be moved by arguments or motives: કઠણ; લાગણી વગરનું; અસર ન થાય એવું.

Impenitence. (ઇમ્પેનિટન્સ્) *n.* Obduracy of heart: want of repentance: કઠણ હૈયું; અપશ્ચાત્તાપ: અખેદ: નફતાઈ.

Impenitent. (ઇમ્પેનિટન્ટ્) *a.* Obdurate; of a hard heart: કઠણ છાતીનું; પશ્ચાત્તાપ ન કરતું; ખેદહીન; નફત.

Imperative. (ઇમ્પેરેટિવ્) *a.* [L. *impero*, I command.] Commanding; authoritative: હુકમ-આજ્ઞા કરનાર: આજ્ઞાસૂચક. 2. Obligatory; binding: જરૂર કરવાનું: જરૂરી: ફરજિયાત.

Imperatively. (ઇમ્પેરેટિવ્લિ) *adv.* Authoritatively: સત્તાથી: અધિકારથી.

Imperceptible. (ઇમ્પરસેપ્ટિબલ) *a.* Impalpable: માલૂમ પડે નહિં એવું: અગેાચર: [illegible] બે માલૂમ; અસ્પષ્ટ. 2. Very small; fine: ઘણું-હાનું; સૂક્ષ્મ: બારિક.

Imperfect. (ઇમ્પર્ફેક્ટ્) *a.* Incomplete: અપૂર્ણ; અધુરૂં: અસિદ્ધ: કાચું. 3. Morally defective: સદેાષ: દેાષિત. 4. Marked by defects: ખેાડ-દેાષવાલું. I. *tense* (*Gram.*) વર્તમાન ભૂતકાલ.

Imperfection. (ઇમ્પર્ફેક્શન) *n.* Incompleteness; difficiency: અપૂર્ણતા; કસર; ખેાડ; દેાષ; ખામી: કચાશ: એબ; કલંક; ખેાટ.

Imperfectly. (ઇમ્પર્ફેક્ટલિ) *adv.* Not fully; Not entirely: ખામી ભરેલી રીતે; અધુરૂં.

Imperial. (ઇમ્પીરિઅલ્) *a.* [L. *impero*, I command.] Pertaining to an empire or to an emperor: બાદશાહ સંબંધી; શહેનશાહી; બાદશાહી; સર્વોપરી. 2. Of superior size or excellence: શ્રેષ્ઠ; સરસ: મેાટું. *n.* A kind of dome: એક જાતનેા ઘુમટ. 2 a tuft of hair under man's lower lip: પુરૂષના નિચલા હેાઠની તળેના વાલનેા ગુચ્છેા. 3. An outside seat: બહારની બેઠક. 4. A case for luggage: મસાફરીના સામાનની પેટી.

Imperil. (ઇમ્પરિલ્) *vt.* To bring into peril; to endanger: જોખમ-ભયમાં નાંખવું; જોખમાય તેમ ક૦.

Imperious. (ઇમ્પીરિઅસ) *a.* Commanding;

haughty: તુમાખી; અહંકારી; કડક; કરડું. 2. Commanding with rightful authority: હુકમ–અધિકાર ચલાવવું; આજ્ઞાપક.

Imperishable, (ઇમ્પેરિશૅબલ્) *a.* Not subject to decay; indestructible: નાશ ન પામે એવું; અવિનાશી; અક્ષય; અજર; નિર્જર; અમર.

Impermeable, (ઇમ્પર્મીઍબલ્) *a.* Impervious; impenetrable: જેમાં કોઇ પેશી–પ્રવેશ કરી ન શકે એવું; અભેદ્ય; અભેદનીય.

Impersonal, (ઇમ્પર્સૉનલ્) *a.* Not representing a person: કર્તા વિનાનું; અકર્તૃકવાચ્ય.

Impersonate, (ઇમ્પર્સૉનેટ્) *vt.* To personify: રૂપ–વેશ ધારણ ક૦–લેવો.

Impersonation, (ઇમ્પર્સૉનેશન) *n.* Personification: અવતાર; રૂપ.

Impertinence, (ઇમ્પાર્ટિનન્સ્) *n.* Irrelevance: અસંબંધ; અપ્રસ્તુતતા; અસંગતતા. 2. Rudeness; incivility: બેઅદબી; અસભ્યતા; ઉદ્ધતાઈ; અવિવેક.

Impertinent, (ઇમ્પાર્ટિનન્ટ્) *a.* [L. *in*, *per* & *teneo*, I hold.] Not to the point; irrelevant. લાગુ પડે નહિં એવું; અપ્રા[illegible]ગિક; અસંબદ્ધ; અસંગત. 2. Rude: અસભ્ય; અ[illegible] બેઅદબ.

Impervious, (ઇમ્પ[illegible]) [illegible] *in* [illegible] & *via*, way.[Not admitting [illegible] passage [illegible] entrance through: જેમાં પ્રવેશ થાય નહિં તેવું; અભેદ્ય; ગહન; અગમ્ય.

Impetuosity, (ઇમ્પેટ્યૂઑસિટિ) *n.* [L. *in* & *poto*, I assail.] Fury; violence: જુસ્સો; ઝપાટો; જોર; તડાકો. 2. Furiousness of temper: મિજાજનું આકલાપણું; તાપ; જુસ્સો; આવેશ; ઉતાવલ; સાહસ.

Impetuous, (ઇમ્પેટ્યૂઅસ્) *a.* Furious; forcible; fierce: જોર–વેગવાલું; જબરૂં; ઉગ્ર; પ્રબલ. 2. Hasty; passionate: આકલું; ઉતાવલું; ઉગ્ર; કડક; તીવ્ર; સાહસિક.

Impetus, (ઇમ્પેટસ્) *n.* [L. *in* & *petero*, I fall upon.] Force of motion; momentum: વેગ; આવેશ; શક્તિ; ગતિ; ઝપાટો; તડાકો; ધક્કો; ધકેલો.

Impiety-Impiousness, (ઇમ્પાઇટિ–ઇમ્પિઅસનેસ્) *n.* [L. *in* & *pious.*] Ungodliness: wickedness: અધર્મીપણું; પાપ; અભક્તિ.

Impinge, (ઇમ્પિન્જ્) *vt.* [L. *in* & *pango*, I strike.] To fall against; to strike; to hit: અથડાવવું; જોરથી લાગવું; અફલાવું.

Impious, (ઇમ્પિઅસ્) *a.* Irreligious; ungodly: પાપી; અધર્મી; દુષ્ટ; નાસ્તિક; નાપાક.

Implacability, (ઇમ્પ્લેકૅબિલિટિ) *n.* [L. *in* & *placo*, I appease.] Inexorableness; irreconcilable enmity: કટ્ટો દ્વેષ–દુશ્મનાઈ; દીર્ઘદ્વેષ; અશામ્યતા.

Implacable, (ઇમ્પ્લેકૅબલ) *a.* Inexorable; stubborn in enmity: કદી સમજે–શાંત થાય નહિં એવું; અશામ્ય. 2. Inextinguishable: કટ્ટુ; હાડ.

Implant, (ઇમ્પ્લૅન્ટ્) *vt.* To set, plant or infix for the purpose of growth: સ્થાપવું; રોપવું.

Implantation, (ઇમ્પ્લૅન્ટેશન) *n.* The act of implanting, setting or infixing: સ્થાપના; રોપણી.

Implement, (ઇમ્પ્લીમેન્ટ્) *n.* An instrument or utensil as supplying the requisite to the end: ઓજાર; સાધન; સાહિત્ય; હથિયાર; ઉપકરણ; યંત્ર.

Impletion, (ઇમ્પ્લીશન) *n.* [L. *in* & *pleo*, I fill.] The act of feeling: ભરવું તે; ભરણી; ભરતિયું. 2. That which fills up; filling: ભરતર; પુરણી.

Implicate, (ઇમ્પ્લીકેટ્) *vt.* [L. *in* & *plico*, I fold.] To infold; to connect in many relations: ગુંચવવું; ગુંચવણમાં નાંખવું. 2. To show or prove to be connected or concerned: સામેલ છે એવું સિદ્ધ ક૦–બતાવવું; ખરડવું.

Implicit, (ઇમ્પ્લિસિટ્) *a.* Infolded; complicated: ગુંચવણ ભરેલું; ગુંચવણીયું. 2. Tacitly comprised; implied: આડકતરી રીતે જણાવેલું; ગર્ભિત; અનુમાન સિદ્ધ; અર્થસિદ્ધ. 3. Trusting fully the word or authority of another; complete પૂરેપૂરૂં; સંપૂર્ણ; નિર્વિવાદ; નિઃસંશય; સાફ; નિખાલસ:

Implied, (ઇમ્પ્લાઇડ્) *a.* Known by implication: ગર્ભિત; અટકલથી જણાએલું; અનુમાનસિદ્ધ; ઉપલક્ષિત.

Implore, (ઇમ્પ્લોર્) *vt.* [L. *in* & *ploro*, I [illegible]] To pray earnestly; to entreat; to beg: કાલાવાલા ક૦; વિનંતિ ક૦; આજીજીથી માંગવું; આરાધવું.

Imply [illegible]ઇ) *vi.* To include virtually: સ[illegible] [illegible]વો; મતલબ થવી.

Impol[illegible] *n.* Inexpedience; defect of wis[illegible], અવિચાર; અયુક્તિ; અનીતિ.

Impolite, ([illegible]ટ્) *a.* Unpolite: uncivil: બેઅદબ; અસભ્ય; નાવિનયી; અશિષ્ટ; અનાર્ય.

Impolitely, (ઇમ્પોલાઇટ્લિ) *adv.* In an impolite manner; uncivilly: અવિનયતાથી; અસભ્ય રીતે; અમર્યાદાથી; બેઅદબીપણે.

Impolitic, (ઇમ્પૉલિટિક્) *a.* Unwise; imprudent; indiscreet: અવિચારી; અવિવેકી; નાદાની ભરેલું.

Imponderable,-Imponderous, (ઇમ્પૉન્ડરૅબલ–ઇમ્પૉન્ડરસ્) *a.* [L. *in* & *pondus*, weight.] Without sensible weight; incapable of being weighed: જોખાય નહિં એવું; હલકું.

Imporosity, (ઇમ્પોરૉસિટિ) *n.* Want of porosity: ઘનતા; અતી ઘનતા; નક્કરપણું.

Import, (ઇમ્પોર્ટ્) *vt.* [L. *in* & *porto* I carry.] To bring in from abroad: દેશાવર ખાતેથી આણવું; આયાત ક૦. To imply; to signify અર્થ દેખાડવો–દર્શાવવો; સૂચવવું; જણાવવું. *n.* That which is imported or brought in from abroad: દેશાવરથી આવેલો માલ; આયાત. 2. Purport; meaning; intention: અર્થ; અભિપ્રાય; ભાવાર્થ; ભાવ; આશય; હેતુ; મતલબ. 3. Importance; weight: વજન; મહત્વ; અગત્ય; ગૌરવ; પ્રભાવ.

Importance, (ઇમ્પોર્ટન્સ્) *n.* Consequence; weight; moment; significance: મહત્વ; વજન; બોજ; અગત્ય; માન; ગૌરવ; પ્રભાવ; મહિમા; પ્રતિષ્ઠા; મરતબો. 2. Import; meaning: સારાંશ; મતલબ; અર્થ; અભિપ્રાય; આશય.

Important, (ઇમ્પૉર્ટન્ટ્) *a.* Significant; weighty: ભારે; ભારબોજવાલું; વજનદાર; અગત્યનું; ઉપ-

ચેાખી; મેાટું; પ્રધાન. 2. Forcible; driving: જબરૂં; અસરકારક.

Importation, (ઈમ્પેાર્ટેશન્) *n.* The act of importing from another country: બહાર દેશથી લાવવું તે; આયાત; પરદેશથી આણેલેા માલ.

Importunate, (ઈમ્પેાટર્યૂનેટ્)*a.* Urgent;teasing:અગત્યનું;ઘણા કાલાવાલા કરતું;બેાંહેાસાબેાંહેાસીનું. 2.Causing trouble; hard to be born:જોર કરતું; સહન કરી શકાય નહિં તેવું.

Importunately, (ઈમ્પેાટર્યૂનેટ્લિ) *adv.* With pressing solicitation: ઘણું આગ્રહ કરતું; આગ્રહપૂર્વક; વારેવારે: બેાંહેાસાબેાંહેાસીથી.

Importune, (ઈમ્પેાટર્યૂન્)*vt.* [L. *in* & *porto*, I bear.] To request with urgency; to tease: વારેઘડીએ કાલાવાલા ક૦; કંટાલેા આપવેા.

Importunity, (ઈમ્પેાટર્યૂનિટિ) *n.* Pressing solicitation; urgent request: અત્યાગ્રહ; કાલાવાલા; આજીજી; નિત્ય પ્રાર્થના; જીકર; જીદ; માથાકૂટ; બેાંહેાસાબેાંહેાસી.

Impose, (ઇમ્પેાઝ્) *vt.* [L. *in* & *pono*, I put.] To levy; to inflict: બેસાડવું; ઘાલવું; ફરમાવવું;નાખવું. 2. To pass of; to palm: ઠગવું; છેતરવું. *To* **i.** *on*, to put a trick or deceit on: ઠગવું; છેતરવું; ધૂતવું; ફસાવવું.

Imposing, (ઈમ્પેાઝિન્ગ્) *a.* Enjoining:ફરમાવેલું; હુકમ કરેલું. 2. Impressive; commanding: અસરકારક: ભભકાદાર; ડેાલદાર; ઠાઠમાઠ–દમામવાળું.

Imposition, (ઈમ્પેાઝિશન્) *n.* The act of imposing or laying on: મૂકવું–બેસાડવું તે; સ્થાપન; સ્થાપના; આરેાપ. 2. Burden; levy; tax: કર; જકાત; વેરેા. 3. An extra exercise enjoined on a student as a punishment: વિદ્યાર્થિને સજા દાખલ કંઈ લખી લાવવાનેા અથવા મ્હેાડે કરવા આપેલેા પાઠ. 4. Deception; fraud; cheating: ઠગાઈ;દગેા; છલ; પ્રપંચ.

Impossibility, (ઈમ્પેાસિબિલિટિ) *n.* Impracticability: અશકયતા; અસંભવ; અસંભાવના. 2. That which cannot be done or endured: અસંભાવિત વાર્તા; અશકય વિષય.

Impossible, (ઈમ્પૅાસિબલ્) *a.* Not possible; absurd or impracticable: અસાધ્ય; અશકય; અસંભવિત; વ્યસંભાવનીય; નહિ બની શકે એવું.

Impost, (ઈમ્પેાસ્ટ્) *n.* A tax, tribute or duty: જકાત; દાણ; કર.

Impostor, (ઇમ્પૅાસ્ટર્) *n.* A deceiver under a false character; a pretender:ઠગારેા;ધૂતારેા;ઠગ.

Imposture, (ઈમ્પૅાસ્ટ્યૂર્) *n.* Fraud or imposition: ઠગાઇ; દગલબાજી; ઢેાંગ; પાખંડ; છલ.

Impotence-cy, (ઈમ્પેાટેન્સ્-ન્સિ) *n.* Weakness; inability: નબલાઇ; કમજોરી; અશક્તિ; નિર્બલતા. 2. Inability to beget children; barrenness: નામર્દાઈ; નામર્દી; બાયલાપણું.

Impotent, (ઈમ્પેાટેન્ટ્) *a.* Destitute of force; weak; feeble: કમજોર; નબલું; ખીનતાકાત; અશક્ત. 2. (*Law*) Unable to copulate; sterile:નપુંસક; નામર્દ; બાયલું.

Impound, (ઈમ્પાઉન્ડ્) *vt.* [L. *in* & *pound*, an enclosure.] To confine; to restrain within limits: વાડામાં રાખવું; દાબ–હદમાં રાખવું.

Impoverish, (ઈમ્પૅાવરિશ્)*vt.*[L. *in*& *puaper*, poor.] To make poor; to reduce to poverty: ગરીબ–દરિદ્રી–ભિખારી–નિર્ધન ક૦. 2. To make sterile: સત્વ–કસ કાઢી લેવેા; નિસત્વ ક૦.

Impoverishment, (ઈમ્પૅાવરિશ્મેન્ટ્)*n.* Reduction to poverty; exhaustion:દરિદ્રતા;નિર્ધનતા; સત્વનાશ; સત્વહાનિ; લાચારી.

Impracticability, (ઈમ્પ્રૅકિટકૅબિલિટિ) *a.* Infeasibility: અશકયતા; અસાધ્યતા. 2. Untractableness; stubbornness: હઠીલાઇ; શિરજોરી.

Impracticable, (ઇમ્પ્રૅકિટકૅબલ્)*a.* Not practicable; impossible: અશકય; અસાધ્ય; દુ:સાધ્ય; અઘટનીય. 2. Untractable; stubborn: સમજે નહિં એવું; હઠીલું; મમતીલું; જીદ્દી.

Imprecate, (ઈમ્પ્રીકેટ્) *vt.* [L. *in* & *precore*, I pray.]To call by prayer; to invoke,as evil: આજીજીથી–વિનંતી કરીને બેાલાવવું. 2. To invoke evil on: શ્રાપ દેવેા; બદ દુવા માગવી; અહિત–અનિષ્ટ ઈચ્છવું.

Imprecation, (ઇમ્પ્રીકેશન્) *n.* A prayer that a curse or calamity might fall on any one: શ્રાપ; બદદુવા; હાય.

Impregnable, (ઈમ્પ્રેગ્નૅબલ્) *a.* [L. *in* & *prehendo*, I take.] Not to be taken by assault: હુમલાથી હાથ કરી શકાય નહિ એવું. 2. Invincible: જીતાય નહિ એવું; અજીત; અજેય.

Impregnate, (ઈમ્પ્રેગ્નેટ્) *vt.* [L. *in*, *prœ* & *gigno*, I beget.] To make pregnant: ગર્ભવંતુ–દહાડાવાલું ક૦; ગર્ભાધાન ક૦; ગાભિણી ક૦. 2. To fertilize: ફલ આપે એવું–ફલવંત–ફલદ્રુપ ક૦; ઉત્પન્ન ક૦.

Impregnation, (ઈમ્પ્રેગ્નેશન્) *n.* Fecundation: ગર્ભ ધારણ–સ્થાપન; ગર્ભોત્પાદન. 2. The state of being impregnated: ગર્ભાધાન.

Impress, (ઈમ્પ્રેસ્) *vt.* [L. *in* & *premo*, I press.] To press or stamp in or upon, to imprint: છાપ–નિશાની પાડવી–મારવી; છાપવું; અંકિત ક૦. 2. To fix deeply; to inculcate: ઠસાવવું; ઉતારવું. 3. To take by force for public service: વેઠે પકડવું. *n.* A mark made by pressure; indentation; imprint: છાપ; મુદ્રા; છાપેા; આકાર. 2. Mark of distinction; seal; stamp: છાપ; નિશાની; ચિન્હ. 3. Device; motto: મુદ્રાલેખ. 4. Compulsion to serve: કામ કરવાની ફરજ પાડવી તે; વેઠ.

Impression, (ઇમ્પ્રેશન્) *n.* The act of impressing or stamping: છાપ મારવી–છાપવું તે. 2. (*a*) Mark; stamp; indentation: છિદ્ર; મુદ્રા;છાપ; નિશાની; છેદ; ખાંચેા; ખેાભન. 3. Appearance; phenomenon: દેખાવ; ચમત્કાર. 4. Influence or effect on the senses or the intellect; interest; concern: છાપ; અસર; સંસ્કાર; બુદ્ધિ; મતિ; સ્વાર્થ; લાભ; હિત; ચિંતા; દરકાર: કાલજી. 5. An indistinct notion: ખ્યાલ; ભાસ; ભાન. 5. Impressiveness; emphasis of delivery: છટા. 7. Whole edition printed at a given time: આવૃત્તિ. 8. A print on paper from a wood-block: છાપ; મુદ્રા.

Impressive, (ઈમ્પ્રેસિવ્) *a.* Adapted to touch the sensibilities or the conscience: મનમાં ઠસી જાય એવું; અસરકારક; હૃદયભેદક.

Imprint, (ઈમ્પ્રિન્ટ્) *n.* [L. *in* & *print.*] Whatever is printed on the title page: પેહેલા સફા-પાનાપરનું લખાણ. *vt.* To impress; to stamp: છાપ મારવી-પાડવી; છાપવું. 3. To stamp or mark by means of types: છાપવું. 3. To fix on the mind: મનમાં ઠસાવવું-ઉતારવું.

Imprison, (ઈમ્પ્રિઝન્) *vt.* [L. *in* & *prison.*] To put into a prison; to arrest and detain in custody: કેદ ક૦; કેદખાને-બંધીખાને નાંખવું; ગોંધવું; પૂરી મૂકવું.

Imprisonment, (ઈમ્પ્રિઝ્ન્-મેન્ટ્) *n.* Confinement in a prison: કેદ; કેદ-બંધીખાનું.

Improbability, (ઈમ્પ્રૉબૅબિલિટિ) *n.* Unlikelihood: અસંભવ; ન બને તેવો જોગ; અસંભાવના.

Improbable, (ઈમ્પ્રૉબૅબલ્) *a.* Not probable; unlikely to be true: અસંભવિત; અસંભાવ્ય; નહિ બને તેવું; નહિ મનાય એવું.

Impromptu, (ઇમ્પ્રૉમ્પ્ટ્યુ) *adv.* [L. *in* & *promptus*, ready.] Off hand; without previous study: અગાઉથી વિચાર કર્યા વગર-વગરનું; પૂર્વ વિચાર રહિત; એકદમ; એકાએક.

Improper, (ઇમ્પ્રૉપર્) *a.* Unfit; unbecoming: અયોગ્ય; અનુચિત; અઘટિત; નાલાયક; અણઘટતું; ન છાજતું; અજુકતું; ગેરવાજબી. 2. General; common: સાધારણ. 3. Inaccurate; erroneous: ખોટું; ભૂલ ભરેલું. I. *fraction*: વિષમઅપૂર્ણાંક.

Improperly, (ઈમ્પ્રૉપર્‌લિ) *adv.* Unsuitably; inaccurately: ગેરવાજબી રીતે; ખોટી રીતે.

Impropriety, (ઈમ્પ્રોપ્રાઇટિ) *n.* The quality of being improper; unfitness: અયોગ્યતા; નાલાયકી; ગેરવાજબીપણું. 2. An unsuitable act: અયોગ્ય-ગેરવાજબી કામ; અન્યાય; અયોગ્યતા; ગેરશિરસ્તો. (*of conduct.*) અનીતિ; અવિનય; અમર્યાદા.

Improve, (ઈમ્પ્રૂવ્) *vt.* [L. *in* & *probo*, I try.] To make better: સુધારવું. 2. To employ to good purpose: સારો ઉપયોગ ક૦; સારા કામમાં લેવું; સાર્થક-સફલ ક૦. *vi.* To grow better; to make improvement: સુધરવું; સારૂં થવું. 2. To increase to rise: વધવું; ચઢવું.

Improvement, (ઈમ્પ્રૂવ્‌મેન્ટ્) *n.* Advancement; growth; progress: સુધારો; વધારો; વૃદ્ધિ; ઉન્નતિ; ઉત્કર્ષ; ઉદય; ચઢતી.

Improvidence, (ઇમ્પ્રૉવિડન્સ્) *n.* Want of neglect of foresight: ટુંકી નજર; અવિચાર; ગફલત; અદીર્ઘદૃષ્ટિ.

Improvident, (ઈમ્પ્રૉવિડન્ટ્) *a.* Wanting forecast; thoughtless: લાંબી પહોંચ-નજર ન હોય એવું; અજ્ઞાની; ગાફેલ; ટુંકી નજરવાળું; વિચારમૂઢ; વિચારશૂન્ય.

Imprudence, (ઈમ્પ્રૂડન્સ્) *n.* Want of caution heedlessness; rashness: અવિચાર; ગફલત; ગાફેલી; ઢુલકાઈ.

Imprudent, (ઇમ્પ્રૂડન્ટ્) *a.* [L. *in*, & *prudens*, prudent.] Indiscreet; rash; heedless: નિર્લજ; બેઅદબ; અવિચારી; ગાફેલ; અવિવેકી; ઢુલડ.

Impudence, (ઇમ્પ્યૂડન્સ્) *n.* [L. *in* & *pudeo*, I am ashamed.] Shamelessness; want of modesty: નિર્લજપણું; બેહયાઈ; નફ્ફટાઈ; બેઅદબી; બેશરમ.

Impudent, (ઈમ્પ્યુડન્ટ્) *a.* Wanting modesty; shameless: ઉદ્ધત; બેશરમું; બેઅદબ; નિર્લજ; બેહયા; નફ્ફટ.

Impudently, (ઈમ્પ્યૂડન્ટ્‌લિ) *adv.* Shamelessly: બેહયાઈથી; નફ્ફટપણે.

Impugn, (ઈમ્પ્યૂન્) *vt.* [L. *in* & *pugno*, I fight.] To contradict; to gainsay: ઉલટું બોલવું; ના કહેવી; નિષેધ ક૦; દૂષણ દેવું; દૂષિત ક૦; દોષવાંક કાઢવો.

Impulse, (ઈમ્પલ્સ્) *n.* [L. *in* & *pello*, I drive.] Impulsion: ધક્કો; હડસેલો; આંચકો. 2. The effect of an impelling force: વેગ; આવેશ. 3. Hasty inclination; sudden motive: જુસ્સો; આવેશ; પ્રેરણા; ઉશ્કેરણી.

Impulsive, (ઈમ્પલ્સિવ્) *a.* Moving impellent: હડસેલનારૂં; ચલાવનારૂં; પ્રેરક; પ્રવર્તક. 2. Actuated by impulse: જુસ્સા-આવેશમાં આવી જાય એવું; ઉશ્કેરાય તેવું.

Impunity, (ઈમ્પ્યૂનિટિ) *n.* [L. *in* & *pœna*, punishment.] Exemption from punishment or penalty: દંડ-સજાની માફી; છૂટ. 2. Exemption from injury; loss; security: નુકસાનથી છૂટા રહેવું તે; અનપકાર; સલામતી.

Impure, (ઈમ્પ્યૂર્) *a.* [L. *in* & *purus*, pure.] Not pure; foul: મેલું; ગંદું; મલિન; ખરાબ. 2. Unholy; defiled by sin or guilt: અપવિત્ર; અશુદ્ધ; પાપી; નાપાક. 3. Lewd; unchaste: વ્યભિચારી; છીનાલવું; નઠારૂં. 4. Obscene: બીભત્સ. *vt.* To render foul; to polute: અશુદ્ધ-અપવિત્ર ક૦; અભડાવવું.

Impurity, (ઈમ્પ્યૂરિટિ) *n.* Pollution; defilement; lewdness: અશુદ્ધતા; મલિનપણું; વ્યભિચાર; અપવિત્રાઈ; નાપાકી. 2. Foul matter, action, language; a foreign ingredient: અશુદ્ધ-મલિન ચીજ-કામ-ભાષા; મેલ; કચરો.

Imputable, (ઈમ્પ્યૂટૅબલ્) *a.* Chargeable; attributable: દોષ-આરોપ મૂકવા જોગ; આરોપણીય. 2. Accusable: ગુન્હેગાર ઠરાવવા લાયક.

Imputation, (ઈમ્પ્યૂટેશન્) *n.* Attribution; anything charged: દોષ લગાડવો તે; આરોપવું તે; આરોપ. 2. Censure; reproach: દોષ; ઠપકો; દૂષણ; અપવાદ; કલંક. 3. Hint; intimation; opinion: સૂચના; ચેતવણી; ઈશારો.

Impute, (ઈમ્પ્યૂટ્) *vt.* [L. *in* & *puto*, I reckon] To attribute; to set to the account of: લાગુ પાડવું; લગાડવું; નામે લખવું; માથે-ગલે નાંખવું. 2. To reckon; to regard: ગણવું; માનવું; લેખવવું.

In, (ઈન્) *prep.* Within; inside of: અંદર; મધ્યે; માંહે. *To be* I. *for it*, to be in favour of a thing: કશાની તરફ હોવું; તરફદારી ક૦. *In that*, because: કારણ કે. I. *the name of*, on behalf of: કોઈની તરફથી; કોઈને બદલે-વાસ્તે. *adv.* Not out; within: બહાર નહિ; અંદર; માંહે; માં. *To be* 1., to be at home: ઘરમાં-ઘેર હોવું. *n.* A person who is in office: જે માણસ નોકરીએ વળગેલો છે તે;ચાકરીવાળો. 2. A corner or nook: ખૂણો.

Inability, (ઈનઍબિલિટિ) *n.* Lack of ability; the quality of being unable: અશક્તિ; અસામર્થ્ય; ન આવડવું તે; દુર્બલતા.

Inaccessibility, (ઈનઍક્સેસિબિલિટિ) *n.* The quality or state of being inaccessible or not to be reached: અગમ્યતા; ગહનતા; દુષ્પ્રાપ્યતા.

Inaccessible, (ઈનઍક્સેસિબલ) *a.* Not to be reached; unobtainable: જવાય અવાય નહિ એવું; અગમ્ય; મળે નહિ એવું; અલભ્ય; ગહન; મુશ્કેલ.

Inaccuracy, (ઈનઍક્યુરૅસિ) *n.* Mistake; fault; defect; error: ભૂલ; ચૂક; ખોડ; ખામી.

Inaccurate, (ઇન્ઍક્યુરેટ્) *a.* Not exact or correct; erroneous: ભૂલ-ચૂકવાળું; અશુદ્ધ; ખોટું; ગલત; અયથાર્થ; સદોષ.

Inaction, (ઈનઍક્શન) *n.* Forbearance of labour; idleness; rest: નિરૂદ્યોગ; આલસ; સુસ્તી; નિરૂદ્યમ.

Inactive, (ઇનઍક્ટિવ્) *a.* Not active; inert: જડ; અચેતન; આલસુ. 2. Not busy, idle: કામ કરવાનું ન હોય એવું; સુસ્ત; નિરૂદ્યમી; ઢીલું; નવરૂં.

Inactivity, (ઈનઍક્ટિવિટિ) *n.* Inertness: જડતા; અચૈતન્ય. 2. Idleness; sluggishness: આલસ; નિરૂદ્યમીપણું; સુસ્તી; અવ્યવસાય.

Inadequacy, (ઈનઍડીક્વેસિ) *n.* Defectiveness; inequality: અપૂર્ણ- અયોગ્યતા; અસમર્થતા; અસામર્થ્ય. 2. Unj[illegible] improper defect: ગેરવાજબી-અયોગ્ય ખો[illegible]

Inadequate, (ઈન[illegible]) Unequal; incomplete; defective: અપુર[illegible]ર્ણ; અયોગ્ય; નાલાયક; અસમર્થ; અનુચિત; અન[illegible]રૂપ.

Inadmissible, (ઈનઍડ્મિસિબલ) *a.* Not proper to be admitted, allowed or received: દાખલ ન કરાય-કબૂલ ન રખાય એવું; અગ્રાહ્ય; અસ્વીકાર્ય; અમાન્ય.

Inadvertence-cy, (ઈનઍડવર્ટન્સ-ન્સિ) *n.* Inattention; negligence: ગફલત; ચૂક; બેદરકારી.

Inadvertent, (ઈનઍડ્વર્ટન્ટ્) *a.* Heedless; careless: ધ્યાન ન આપતું; ગાફેલ; બેફામ; અસાવધ; બેદરકાર.

Inalienable, (ઈનએલિઅનૅબલ) *a.* [L. *in* & *alienable*.] Incapable of being put off; unalienable: બીજાને અપાય-વેચાય નહિં એવું; વંશોપભોગ્ય; વતની.

Inanimate, (ઈનઍનિમેટ્) *a.* [L. *in* & *animate*.] Destitute of life; inert; dead: જડ; અચેતન: નિર્જીવ; વિચેતન: પ્રાણહીન.

Inanition, (ઇનઍનિશન) *n.* Emptiness; exhaustion; want of food: ખાલીપણું; શૂન્યતા; લાંઘણ; ભૂખમરો.

Inanity, (ઈનઍનિટિ) *n.* Vacuity; emptiness: ઠાલાપણું; ખાલીપણું; પોકલતા; શૂન્યતા. 2. Senselessness; frivolity: બેસમજ; હલકાપણું; હલકાઈ.

Inapplicability, (ઈનઍપ્લિકૅબિલિટિ) *n.* Unfitness: અનુચિતપણું; અણરાગ; અયોગ્યતા; અનાનુકૂલતા.

Inapplicable, (ઈનઍપ્લિકૅબલ) *a.* Incapable of being applied; not suited to the purpose: લાગુ-માફક ન પડે તેવું; અનુચિત; અયોગ્ય.

Inappropriate, (ઈનઍપ્રોપ્રિએટ્) *a.* Unbecoming; unsuitable: લાગુ પડે નહિ એવું; અયોગ્ય; અઘટિત; અનુચિત.

Inapt, (ઈનઍપ્ટ્) *a.* Unsuitable; unfit: લાગુ ન પડતું; અયોગ્ય.

Inaptitude, (ઈનઍપ્ટિટ્યૂડ) *n.* Unfitness; unsuitableness: નાલાયકી; અયોગ્યતા; અપાત્રતા.

Inarticulate, (ઈનઆર્ટિક્યૂલેટ્) *a.* Not articulate; not distinct of syllables: સ્પષ્ટ-સમજાય નહિ એવું; અસ્પષ્ટ; અવ્યક્ત. 2. Not jointed: સાંધા વિનાનું.

Inasmuch, (ઇનઍઝમચ્) *adv.* Seeing that; since: એમ છે વાસ્તે; તેથી; કારણ કે.

Inattention, (ઈનઍટૅન્શન) *n.* Heedlessness; neglect: ગફલત; અસાવધપણું; બેદરકારી; પ્રમાદ.

Inattentive, (ઈનઍટૅન્ટિવ્) *a.* Heedless; careless; regardless: ધ્યાન-ચિત્ત ન લગાડતું; ગાફેલ; બેપરવા; બેદરકાર; પ્રમાદી.

Inaudible, (ઈનઑડિબલ) *a.* [L. *in* & *audio*, I hear.] Incapable of being heard: સંભળાય નહિ એવું. 2. Noiseless; silent: અવાજ વિનાનું-નહિ કરતું; નિઃશબ્દ; મુંગું; ચૂપ.

Inaugural, (ઇનઑગ્યૂરૅલ્) *a.* Pertaining to or pronounced at inauguration: સ્થાપના-અભિષેકનું-સંબંધી; અભિષેકની વખતે કરેલું.

Inaugurate, (ઈનઑગ્યૂરેટ્) *vt.* [L. *in*, *avis*, a bird & *garrio*, I cry.] To invest with an office in a formal manner: ક્રિયા-વિધિપૂર્વક અધિકાર આપવો; અભિષેક ક૦. 2. To set in motion or progress: શરૂ-ચાલુ ક૦. 3. To begin with good omens: સારા શુકનથી શરૂ-ચાલુ ક૦.

Inauguration, (ઇનઑગ્યૂરેશન) *n.* Investiture of office by appropriate ceremonies: ક્રિયા-વિધિપૂર્વક કરેલી સ્થાપના; અભિષેક; સંસ્કાર. 2. The formal beginning of any movement: શરૂઆત; પ્રારંભ; આરંભ; ઉપક્રમ.

Inauspicious, (ઈનઑસ્પિશસ) *a.* Ill-omened; unlucky; evil; unfavourable: અશુભ; અમંગલ; અપશુકનિયું; અભદ્ર.

Inborn, (ઈનબૉર્ન) *a.* Born in or with; implanted by nature; inherent: કુદરતથી રોપાયેલું; સ્થપાયેલું: સહજ; સ્વાભાવિક; કુદરતી.

Inbred, (ઈનબ્રેડ્) *a.* Natural: સ્વાભાવિક; કુદરતી; સહજ.

Incalculable, (ઈનકૅલ્ક્યૂલૅબલ) *a.* Beyond calculation: અગણિત; અનંત; બેસુમાર.

Incandescence, (ઈનકૅન્ડેસેન્સ્) *n.* [L. *in* & *candeo*, I glow.] A white heat caused by intense heat: અતિગરમી; શ્વેતોષ્ણતા.

Incandescent, (ઈનકૅન્ડેસૅન્ટ્) *a.* White or glowing with heat: અતિગરમ; શ્વેતોષ્ણ.

Incantation, (ઇન્કૅન્ટેશન્) *n.* [L. *in* & *canto*, I sing.] Enchantment: જાદુ; ધંતરમંતર; મેહીવિદ્યા; મોહિની; મંત્ર; જારણમારણ.

Incapability, (ઇન્કેપૅબિલિટિ) *n.* Incapacity; want of power: નાલાયકપણું; અશક્તિ; અસામર્થ્ય; અયોગ્યતા; બુદ્ધિહીનતા.

Incapable, (ઇન્કેપૅબલ્) *a.* Not large or wide enough to contain or hold: જેમાં–માય–રહે નહિં એવું. 2. Wanting physical strength: શારીરિક બલ વિનાનું; અશક્ત; દુર્બલ. 3. Mentally insufficient: બુદ્ધિહીન; અસમર્થ; નાલાયક.

Incapacitate, (ઇન્કૅપૅસિટેટ્) *vt.* To render or make incapable: અયોગ્ય–નાલાયક; અસામર્થ્ય ક૦. 2. To weaken; to render unfit: અશક્ત–નબલું ક૦; અયોગ્ય ક૦.

Incapacity, (ઇન્કૅપૅસિટિ) *n.* Want of capacity; defect of intellectual power: અશક્તિ; અસામર્થ્ય; બુદ્ધિહીનતા. 2. Inability; disqualification: અયોગ્યતા; નાલાયકી; અપાત્રતા.

Incarcerate, (ઇન્કાંર્સરેટ્) [*vt.* L. *in* & *carcer*, a prison.] To imprison: કેદ ક૦; તુરંગમાં નાંખવું.

Incarceration, (ઇન્કાંર્સરેશન્) *n.* Imprisonment: કેદખાને નાંખવું તે; કેદ. 2. Strangulation: શ્વાસ રૂંધીને–ગુંગલાવીને મારી નાંખવું તે.

Incarnate, (ઇન્કાંર્નેટ્) *vt.* [L. *in* & *caro*, *carnis*, flesh.] To clothe with flesh: અવતાર લેવો; મૂર્તિમાન ક૦. *vi.* To form flesh: ભેાંય આવવી; રૂઝાવું. *a.* Invested with flesh: દેહધારી; અવતારી; દેહી; શરીરી; મૂર્તિમાન. 2. Flesh coloured; rosy; red: માંસના રંગ જેવું; ગુલાબી; લાલ.

Incarnation, (ઇન્કાંર્નેશન્) *a.* The act of clothing with flesh; the act of taking human body: અવતાર; શરીરધારણ; દેહ-ધારણ. *Aniversary of an* **I.**: જયંતી. 2. Granulation: ઘા રૂઝવો તે; રૂઝ. 3. A personification; a striking examplification: રૂપ–દેહ–શરીર ધારણ. 4. A rosy or red colour like a flesh: લાલ–ગુલાબી રંગ.

Incase, (ઇન્કેસ્) *vt.* [L. *in* & *case*.] To inclose in a case; to inclose: ઢાંકવું; ઢાંકણ–ડબા–વેષ્ટનમાં ઘાલવું.

Incautious, (ઇન્કૉશસ્) *a.* Not cautious; not circumspect; heedless; careless: અસાવધ; બેફિકર; ગાફેલ; બેદરકાર.

Incendiarism, (ઇન્સેન્ડિઍરિઝમ્) *n.* The act or practice of maliciously setting fire to houses: દ્વેષથી પારકાનું ઘર બાલી નાંખવું તે; ગૃહદાહ.

Incendiary, (ઇન્સેન્ડિઍરિ) *a.* Pertaining to the malicious burning of a dwelling: દ્વેષથી પારકાનું ઘર બાલી મૂકવા સંબંધી. 2. Inflammatory; seditious: રાજ્યદ્રોહી; ઉશ્કેરનારૂં. *n.* A person who sets fire to a building: આગ લગાડનાર; ગૃહદાહક. 2. An agitator: ચાસ્વણી કરનાર; ઉશ્કેરનાર.

Incense, (ઇન્સેન્સ્) *vt.* To set on fire; to kindle: સલગાવવું; ધૂપ દેવો–કરવો. 2. To provoke; to incite; to kindle: કોપાયમાન–ક્રોધાયમાન ક૦; ઉશ્કેરવું; ગુસ્સે ક૦. *n.* Perfume exhaled by fire: ધૂપ; ધૂપગંધ. 2. A mixture of fragrant gums of spices: મસાલાની સુગંધીદાર મેલવણી.

Incentive, (ઇન્સેન્ટિવ્) *a.* Inciting, encouraging: ઉશ્કેરનાર; ઉત્તેજક. *n.* Motive; spur: ઉત્તેજન; ઉશ્કેરણી; પ્રેરણા; કારણ.

Inception, (ઇન્સેપ્શન્) *n.* [L. *in* & *capio*, I take.] Beginning; commencement: શરૂઆત; પેહેલ; આરંભ; મંડાણ; પ્રારંભ.

Incertitude, (ઇન્સર્ટિટ્યુડ્) *n.* [L. *in* & *certus* certain.] Uncertainly; doubt: અનિશ્ચય; શંકા; અનિર્ણય; સંદેહ; શક.

Incessant, (ઇન્સેસૅન્ટ્) *a.* [L. *in* & *cesso*, I cease.] Unceasing; continual: બંધ ન પડે એવું; જારીનું જારી; અવિરત; અવિચ્છિન્ન; નિરંતર; એક સરખું; ચાલુ.

Incest, (ઇન્સેસ્ટ્) *n.* [L. *in* & *castus*, chaste.] The crime of cohabitation between person related within the degrees wherein marriage is prohibited: નિકટ સગાં સાથે સંભોગ; ગોત્રગમન.

Inch, (ઇન્શ્) *a.* A measure of length; the twelfth part of a foot: એક ફૂટનો બારમો ભાગ; તસુ; ઇંચ. 2. A critical moment: અણીનો વખત, એનનો સમય; એન. *By inches*, gradually: ધીમે ધીમે; રફ્તે રફ્તે; થોડે થોડે. *vt.* To drive by inches: ધીમે ધીમે ખસેડવું. 2. To give sparingly: થોડું થોડું–કરકસરથી આપવું.

Incidence, (ઇન્સિડૅન્સ્) *n.* [L. *in* & *cado*, I fall.] An event: પ્રસંગ; બનાવ; બિના. 2. The direction in which a ray falls on any surface: કિરણ પડવાની દીશા. *Angle of* **I.**: પતનકોણ. *Line of* **I.**: પતનરેખા.

Incident, (ઇન્સિડૅન્ટ્) *a.* Striking or falling upon: પડતું; થતું; પડે એવું. 2. Casual; fortuitous: આવી પડેલું; આગંતુક; પ્રસંગોપાત્ત. 3. Liable to happen or occur: બનવા લાયક; પતનશીલ. 4. Dependent on: આધાર રાખતું; પરતંત્ર. *n.* An event: બનાવ; બિના; પ્રસંગ; ઘટના; તાકડો. 2. An episode: ઉપાખ્યાન; આડકથા; દાસ્તાન.

Incidental, (ઇન્સિડૅન્ટલ્) *a.* Casual; accidental: કોઈ વેલા બનતું; અનિયમિત; ઓચિંતું બનેલું; અકસ્માતિક. 2. Not necessary to the chief purpose; occasional: અપ્રધાન; ગૌણ; પ્રાસંગિક.

Incidentally, (ઇન્સિડૅન્ટલિ) *adv.* Without intention; casually: અકસ્માત રીતે; પ્રસંગાનુસાર. 2. Occasionally: મુખ્ય હેતુ સિવાય; પ્રસંગોપાત.

Incinerate, (ઇન્સિનરેટ્) *vt.* To burn to ashes: બાલીને ખાખ–રાખ–ભસ્મ ક૦.

Incipient, (ઇન્સિપિઍન્ટ્) Beginning: શરૂઆતનું; આરંભનું; પેહેલું; પ્રથમ.

Incipiently, (ઇન્સિપિઍન્ટ્લિ) In an incipient manner: અગાઉથી; પ્રથમથી; શરૂઆતથી આરંભમાં.

Incision, (ઇન્સિઝ્હન્) *n.* [L. *in* & *cado*, I cut.] The act of cutting: કાપવું તે; છેદન. 2. To cut; a gash: કાપ; કાપો; ચીરો; ચીરાડો; છેદ; ઘા; જખમ.

Incisive, (ઈન્સાઇસિવ્) *a.* Sharp; active; biting: કાપે એવું; છેદક; ચાલતું; તેજ.

Incitation, (ઈન્સાઇટેશન) *n.* The act of inciting: ઉશ્કેરવું તે; શિખવણી; ઉઠાવણી; ઉશ્કેરણી; ઉત્તેજન.

Incite, (ઈન્સાઈટ્) *vt.* [L. *in* & *cito*, I rouse.] To move to action; to stir up; to rouse: ઉશ્કેરવું; ચઢાવવું; શિખવવું; ઉત્તેજન આપવું.

Incitement, (ઇન્સાઈટ્‌મેન્ટ્) *n.* The act of inciting: ઉશ્કેરવું તે; ઉશ્કેરણી; ઉત્તેજન; શિખવણી; ઉઠાવણી.

Incivil, (ઈન્સિવિલ્) *a.* Rude; unpolite: અસભ્ય; મર્યાદા વિનાનું; અવિવેકી; બેઅદબ.

Inclemency, (ઈન્ક્લેમેન્સિ) *n.* Harshness, severity: સખ્તાઈ; નિર્દયપણું; કઠોરપણું; નિર્દયતા; કરડાઆકરાપણું. 2. Boisterousness; storminess; severe cold: તોફાની; સખ્તાઈ; સખ્ત-કડકડતી ટાઢ.

Inclement, (ઈન્ક્લેમેન્ટ્) *a.* [L. *in* & *clemens*, mild.] Unmerciful; severe: નિર્દય; કઠોર; સખ્ત; કઠણ; આકરૂં; કરડું. 2. Stormy; rainy: અતિશય; સખત; કડકડતી; તોફાની.

Inclinable, (ઈન્ક્લાઇનેબલ્) *a.* Leaning; tending: વળે એવું; નમનશીલ.

Inclination, (ઈનક્લિનેશન) *n.* The act of inclining; a leaning: વલણ; પ્રવૃત્તિ; પ્રવાહ; ઝોક. 2. (*Geom.*) બે લીટીઓ જો લંબાવવામાં આવે તો તે મળવાથી થયેલો ખૂણો; ઝોક. 3. Bent; desire: મનનુ વલણ; રૂખ; રૂખતી; રૂચિ; ઇચ્છા; ભાવના; મતિ.

Incline, (ઈન્ક્લાઈન) *vi.* [L. *in* & *clino*, I bend.] To lean; to tend: વળવું; મરડાવું. 2. To be disposed; to lean: વલણ થવું; મન વળવું-થવું; ચહાવું; ઈચ્છવું; વાંચ્છવું. *vt.* To give a leaning to: વાળવું; મરડવું. 2. To turn; to dispose: મન કo; ઇચ્છા કo; ઇચ્છવું. 3. To bend; to cause to stoop or bow: વાંકુ વાળવું; નમાવવું. *n.* An inclined plane; a grade: ઢોળાવ; ઢાલ; ઉતરણ.

Inclose, (ઈન્ક્લોઝ્) *vt.* [L. *in* & *claudo*, I shut.] To surround: વાડ-બાંધવી-કરવી-ઘેરવું. 2. To put within a case, envelope &c.: પેટીપરબીડીઆ વગેરેમાં ઘાલવું; બીડવું.

Inclosure, (ઈન્ક્લોઝ્હયૂર્) *n.* The separation of land from common ground by a fence: વાડની અંદરની જગા; વાડો. 2. A thing or space contained or fenced up: જે બંધ કરેલું-બીડેલું છે તે; સાથે બીડેલું કાંઈ. 3. A barrier; a fence: ભીંત; વાડ; આડ.

Include, (ઈન્ક્લ્યૂડ્) *vt.* [L. *in* & *claudo*, I shut.] To hold; to contain: માંહે હોવું; સમાવેશ કo; સમાવવું; સાથે લેવું.

Inclusion, (ઈન્ક્લ્યૂઝ્હન) *n.* The act of including: સમાસ; સમાવેશ; અંતર્ભાવ.

Inclusive, (ઈન્ક્લ્યૂસિવ્) *a.* Including: માંહે ગણેલું-લીધેલું-આવેલું. 2. Being comprehended in: અંદર લીધેલું; સહિત; સુધાં.

Incog-incognito, (ઈન્કૉગ્-ઈન્કૉગ્નિટો) *adv.* In concealment; in disguise: છુપા વેશથી; ઓળખાય નહિ એવી રીતે; ગુપ્તરૂપે.

Incognito, (ઈનકૉગ્નિટો) *n.* One in disguise: ગુપ્ત-વેષવાલો માણસ; વેષધારી. 2. The state of being in disguise: છુપો વેષ.

Incognizable, (ઈન્કૉગ્નિઝૅબલ્) *a.* Incapable of being recognized: ઓલખાય-જણાય નહિ એવું.

Incoherence-cy, (ઈનકોહીરૅન્સ્-ઈનકોહીરૅન્સિ) *n.* Want of cohesion or adherence: અસંયોગ; જુદાપણું. 2. Incongruousness; inconsistence: વિરોધ; અસંબંધ; અનન્વય; ઉલટાપણું.

Incoherent, (ઈનકોહીરૅન્ટ્) *a.* [L. *in*, *con* & *haereo*, I stick.] Loose; unconnected: અલગું; છુટું; ઢીલું. 2. Inconsistent: વિરૂદ્ધ; સંબંધ વિનાનું-ન રાખનારૂં; અસંગત; વિરૂદ્ધ; ઉલટું.

Incoherently, (ઇનકોહીરૅન્ટ્‌લિ) *adv.* Inconsistently: ગમે તેમ; સંબંધ વગર.

Incombustible, (ઈનકૉમ્બસ્ટિબલ્) *a.* Incapable of being burned or consumed by fire: બળે-સળગે નહિં એવું; અદાહ્ય; અદહનીય.

Income, (ઈનકમ્) *n.* Entrance; ingress: દરવાજો; પ્રવેશમાર્ગ. 2. The gain which proceeds from labour: આવક; પેદાસ; કમાઈ; ઉપજ; ઉત્પન્ન; પ્રાપ્તિ; આયપત્ત; આમદાની.

Incommensurable, (ઈન્કૉમેન્સ્યૂરૅબલ્) *a.* Having no common measure or standard of comparision: સામાન્ય ભાજક રહિત; અસમ પરિમાણ; અસમાન; ભિન્નપરિમાણક. *n.* One of two or more quantities which have no common measure: બે અથવા વધારેમાંનો સામાન્ય ભાજક રહિત એક સંખ્યા.

Incommodious, (ઈન્કૉમ્મોડિઅસ્) *a.* Unsuitable; giving trouble; annoying: અડચણ ભરેલું; સોઈ વિનાનું; અયોગ્ય; અગવડવાળું; પીડાકારી; કલેશકર.

Incommunicative, (ઈન્કૉમ્મ્યૂનિકેટિવ્) *a.* Not free or apt to impart to others in conversation: બીજાની જોડે ઝાઝી વાત ન કરે એવું; અબોલું; શરમાલ. 2. Not disposed to hold friendship or intercourse with: ભેસરાઉ-મલતાવડું નહીં એવું.

Incomparable, (ઇન્કૉમ્પૅરૅબલ્) *a.* Matchless: જેના સરખું બીજું કોઈ નથી તેવું; અનુપમ; અતુલ્ય; અપ્રતિમ; સર્વોત્તમ; અતુલ.

Incompatibility, (ઈન્કૉમ્પૅટિબિલિટિ) *n.* Inconsistency; irreconcilableness: વિરૂદ્ધતા; અસંગતી; વિરોધ; અસંભાવના; વિપરીતતા; અસંભવ.

Incompatibility, (ઇન્કૉમ્પૅટિબિલિટિ) *n.* Inconsistent: વિરૂદ્ધ; અયુક્ત; અસંગત; વિપરીત; અસંભવિત; ઉલટું. 2. Not capable of being united: મિશ્ર કરવા લાયક નહિં તેવું. I. *terms* (*Logic.*): વિરૂદ્ધ-અયુક્ત પદ.

Incompetence-cy, (ઈન્કૉમ્પીટન્સ્-ઈનકૉમ્પીટન્સિ) *n.* Insufficiency; inadequacy: અશક્તિ; અયોગ્યતા; નાલાયકી. 2. Want of legal fitness to be heard or admitted as a witness: સાક્ષી તરીકે હાજર થવાની નાલાયકી અયોગ્યતા.

Incompetent, (ઈન્કૉમ્પીટૅન્ટ્) *a.* Incapable; unfit: અપૂરૂં; અપૂર્ણ; અશક્ત; અસમર્થ; અયોગ્ય;

નાલાયક. 2. Wanting legal qualifications: કાયદા પ્રમાણે અયોગ્ય–નાલાયક. 3. Not permissible: શક્તિ–ગુંજાસ–ગજા ઉપરાંતનું.

Incomplete, (ઈન્કૉમ્પ્લીટ્) *a.* Imperfect; defective: અધુરૂં; અસંપૂર્ણ; અપૂર્ણ; અસમાપ્ત.

Incompleteness, (ઈન્કૉમ્પ્લીટ્નેસ્) *n.* Imperfectness; defectiveness: અસમાપ્તપણું: કસર; ખામી; ખોડ; અપૂર્ણતા.

Incomprehensible, (ઈન્કૉમ્પ્રીહેન્સિબલ) *a.* Beyond the reach of human intellect: inconceivable: ન સમજાય એવું: અકલ; ગૂઢ; જ્ઞાનાતીત; અચિંત્ય; ગહન.

Incompressible, (ઈન્કૉમ્પ્રેસિબલ્) *a.* [L. *in, con* & *premo,* I press.] Not compressible; resisting compression: દબાય નહિં એવું: અસંકોચનીય.

Inconceivable, (ઈન્કૉન્સીવૅબલ્) *a.* Incomprehensible: અટકલાય નહિ એવું; અતકર્ય; ગૂઢ. ગહન; અચિંત્ય; અચિંતનીય; અકલ્પનીય.

Inconclusive, (ઈન્કૉન્કલ્યૂસિવ્) *a.* Leading to no conclusion: not settling a point in debate: અપ્રમાણ; અનિશ્ચયકારી; અનિશ્ચયાત્મક; અધુરૂં.

Incongruent-Incongruous, (ઈન્કૉન્ગ્રૂઍન્ટ્-ઈન્કૉન્ગ્રૂઅસ્) *a.* Unsuitable; inconsistent: અયોગ્ય; વિરૂદ્ધ; અયુક્ત; અસંગત; અસંભવિત: અસંબદ્ધ: ઉલટું.

Incongruity, (ઇન્કૉન્ગ્રૂઇટિ) *n.* Impropriety: અયોગ્યતા; વિરૂદ્ધતા; કિલષ્ટપણું: અસંગતિ; વિરોધ. 2. Want of symmetry: બેડોલપણું: અંગહીનતા.

Inconsiderable, (ઈન્કૉન્સિડરેબલ્) *a.* Unimportant; small; trivial: ધ્યાનમાં ન લેવા જોગ; નજીવું: અલ્પ: લઘુ: થોડું.

Inconsiderate, (ઈન્કૉન્સિડરેટ્) *a.* Hasty; thoughtless; heedless: અવિચારી: અવિવેકી: નાદાન; અસાવધાન. 2. Rash: વિચાર-વિવેક રાખ્યા વિના કીધેલું; અવિચારપૂર્વક: ઉતાવળું.

Inconsiderately, (ઈન્કૉન્સિડરેટ્લિ) *adv.* Carelessly; rashly: બેદરકારીથી; વગર વિચારે; નાદાનાથી.

Inconsistence-cy, (ઈન્કૉન્સિસ્ટેન્સ્-ન્સિ) *n.* Discordance; disagreement: પરસ્પર વિરોધ: વિરૂદ્ધતા; વિપરીતતા: [illegible]. 2. Absurdity in argument: પોતાની તકરાર વિરૂદ્ધ પોતેજ આપેલું કારણ; અસંદર્ભ: અસમન્વય; વિરોધોક્તિ. 3. Unsteadiness; changeableness: અસ્થિરતા: અદૃઢતા.

Inconsistent, (ઈન્કૉન્સિસ્ટેન્ટ્) *a.* Discordant; irreconcilable: એકેક સાથે વિરોધવાલાં: એક બીજાથી ઉલટું: વિપરીત: વિરોધી: અસંગત: અસંભવિત; વિજાતીય: વિલક્ષણ: અસંબદ્ધ. 2. Fickle: changeable: ચંચલ–અસ્થિર મનનું: સંકલ્પ વિકલ્પ કરનારૂં: અદૃઢ: ઢચુપચુ: ડામાડોલ.

Inconsolable, (ઈન્કૉન્સોલૅબલ) *a.* Not to be consoled: ધૈર્ય-દિલાસા ન લે-રાખે એવું: શોકાન્વિત: શોકાકુલ.

Inconspicuous, (ઈન્કૉન્સ્પિક્યૂઅસ્) *a.* Hardly discernible: અસ્પષ્ટ: પરખાય નહિં તેવું.

Inconstancy, (ઈન્કૉન્સ્ટન્સિ) *n.* [L. *in, con* & *sto,* I stand.] Mutability; fickleness: ઢચુપચુ–ડામાડોલપણું; અસ્થિરતા: ચાંચલ્ય.

Inconstant, (ઈન્કૉન્સ્ટન્ટ્) *a.* Steady; fickle; changeable; variable; wavering: અસ્થિર; અદૃઢ; ચંચલ; અસ્થાયી; ડામાડોલ; ઢચુપચુ.

Incontestable, (ઇન્કૉન્ટેસ્ટેબલ્) *a.* Not to be disputed: નિર્વિવાદ; બેતકરાર; અખંડનીય; નિ:સંદેહ.

Incontinence-cy, (ઇન્કૉન્ટિનેન્સ્-ઈન્કૉન્ટિનેન્સિ) *n.* Lewdness: ઇંદ્રિયાધિનતા; વ્યભિચાર; છીનાલું: લંપટતા.

Incontinent, (ઈન્કૉન્ટિનેન્ટ્) *a.* Unchaste; lewd: ઇંદ્રિયવશ; જારકર્મી; વ્યભિચારી; લંપટ; ખદપરેજ. 2. Unable to restrain evacuations: ઝાડો-પેશાબ વગેરે અટકાવવાને અશક્ત.

Incontrovertible, (ઇન્કૉન્ટ્રોવર્ટિબલ્) *a.* Indisputable: તકરાર વિનાનું; નિર્વિવાદ; નિ:સંદેહ; બેતકરાર.

Inconvenience, (ઈન્કૉનવીનિઍન્સ્) *n.* Unfitness; unsuitableness; અડચણ; અગવડ; સંકડાસ. 2. Disadvantage: નડ; કલેશ; અસુખ; પીડા. *vt.* To bring to inconvenience: અડચણ–અગવડમાં નાંખવું; હરકત ક૦.

Inconvenient, (ઈન્કૉન્વીનિઍન્ટ્) *a.* Unfit; inexpedient: અસુગમ: અસૂતર; અયોગ્ય; અગવડભરેલું. 2. Incommodious; inadvantageous: કષ્ટકારક: અનનુકૂલ; અનુપયોગી; વગ–સોઈ વિનાનું.

Inconversant, (ઈન્કૉન્વરઝન્ટ્) *a.* ગેરમાહિત; અજાણ્યું; નાવાકેફ.

Inconvertible, (ઈન્કૉન્વાર્ટિબલ્) *a.* [L. *in, con,* & *verto,* I turn.] Not capable of being changed into something else: ફેરવાય–બદલાય નહિં એવું: (નાણું) ન મલે એવું; નહિ વતાવાય એવું.

Incorporate, (ઈન્કૉર્પોરેટ્) *vt.* [L. *in* & *corpus,* body.] To combine into one mass: મેલવવું–જોડી નાંખવું; એકાકાર ક૦. 2. To embody: શરીરમાં મૂકવું; સાકાર ક૦. 3. To amalgamate: મેલવવું; સંયુક્ત ક૦. 4. To form into a legal body: નિયમ-કાયદાસર મંડલી ક૦–સ્થાપવી. *vi.* To be mixed or blended: to grow into: જોડાવું: જોડાઈ–ભલી જવું. *a.* Not consisting of matter: વિદેહી; અશરીરી. 2. Associated; mixed: જોડાએલું: સંયુક્ત: મિશ્ર.

Incorporation, (ઈન્કૉર્પોરેશન) *n.* The act of incorporating: ભેલી–જોડી દેવું તે; સંયોગ. 2. Mixture; combination: મિશ્રતા; મિશ્રણ; મેલવણી. 3. Association; intimate union: સંયોગ; મેલાપ.

Incorrect, (ઇન્કૉરેક્ટ્) *a.* Inaccurately; faulty: ચુકવાલું; નાદુરસ્ત; અશુદ્ધ; દોષિત; ખોટું; અસત્ય; જુઠું; અયથાર્થ. 2. Not in accordance with morality: અનીતિનું; ગેરવાજબી; ગેરવાસ્તવિક.

Incorrectly, (ઇન્કૉરેક્ટ્લિ) *adv.* Inaccurately; not exactly: ભૂલચુક કરીને; અશુદ્ધ રાખીને; મિથ્યા; અન્યથા; ખોટી રીતે.

Incorrectness, (ઈન્કૉરેક્ટ્નેસ્) *n.* Inaccuracy: ચુક: ખામી; દોષ; અશુદ્ધતા; અશુદ્ધિ.

Incorrigible, (ઈન્કૉરિજીબલ) *a.* [L. *in* &

corrigo, I correct.] Bad beyond correction; irreclaimable: કદી ન સુધરે તેવું; વંઠેલ; હાથથી ગયેલું.

Incorrupt, (ઇન્કૉરપ્ટ્) *a*. Unimpared; not marred or spoiled: ખરાબ થયેલું–બગડેલું નહિ તેવું; અદુષિત. 2. Pure; sound; untainted: સ્વચ્છ; અદોષિત; પ્રમાણિક; પવિત્ર; શુદ્ધ; અભ્રષ્ટ.

Incorruptible, (ઈન્કૉરપ્ટિબલ્) *a*. Incapable of corruption or decay: અક્ષય; અવિનાશી; અવિકાર; અનશ્વર; અવિકારી. 2. Inflexibly just and upright: લાંચ–રૂશવત ન લે તેવું; ચોખ્ખું.

Increase, (ઈન્ક્રીસ્) *vi*. [L. *in* & *cresco*, I grow.] To grow; to augment: ઉગવું; ચઢવું; વધવું; વધારો થવો; વૃદ્ધિ થવી; વિસ્તાર પામવો. 2. To be fertile or fruitful: ફલદ્રુપ થવું; પેદાશવાળું થવું; વધારે થવું. *vt*. To extend; to aggravate: ફેલાવવું; ભારે–મ્હોટું કo; વૃદ્ધિ કo; પ્રસારવું; વિસ્તારવું. *n*. Augmentation; growth: ખઢતી; ચઢતી; વધારો; વૃદ્ધિ. 2. Product; profit: પેદાશ; નફો; લાભ. 3. Progency; issue: સંતતિ; સંતાન; છોકરાંછૈયાં; પ્રજા. (*Astron.*) The period of increasing light; the waxing: ચંદ્રની કલા–ચઢતી થાય છે તે સમય; શુદિ.

Incredible, (ઈન્ક્રેડિબલ્) *a*. Impossible to be believed; not to be credited: માનવા જોગ નહિ તેવું; બે ઇતબારી; અવિશ્વાસનીય.

Incredulity, (ઇન્ક્રેડ્યુલિટિ) *n*. Skepticism; disbelief: અણભરોસો; અપતીજ; અવિશ્વાસ; અભક્તિ.

Incredulous, (ઈન્ક્રેડ્યુલસ્) *a*. Not credulous; મુશ્કેલીથી કોઈ વાતને ખરી માને એવું; તરત ન માને એવું; શંકાશીલ; અશ્રદ્ધાવાન.

Increment, (ઈન્ક્રીમેન્ટ્) *n*. Increase; augmentation: વધ; વૃદ્ધિ; વધારો; ઉમેરો. 2. Produce: પેદાશ; ઉપજ.

Incriminate, (ઈન્ક્રિમિનેટ્) *vt*. [L. *in* & *crimen*, a crime.] To accuse; to criminate: દોષ–તોહોમત મૂકવું; ગુન્હેગાર–દોષવાન ઠરાવવું.

Incrust, (ઇન્ક્રસ્ટ્) } *vt*. To cover with a
Incrustate, (ઈન્ક્રસ્ટેટ્) } crust: થર–પડ ચઢાવવું; પુટ–કવચ ચઢાવવું–દેવું.

Incrustation, (ઈન્ક્રસ્ટેશન્) *n*. A crust or coat of anything: થર; પોપડો; પડ.

Incubate, (ઈન્ક્યૂબેટ્) *vi*. [L. *in* & *cupo*, I lie down.] To sit, as on eggs: સેવણ બેસવું; (ઇંડાને) સેવવું.

Incubation, (ઇન્ક્યૂબેશન્) *n*. The hatching of young from eggs: ઇંડાપર સેવણ કરવું તે; સેવણ. 2. The maturation of poison: રોગના ઝેરની શરીરમાં થયેલી વધ.

Incubus, (ઈન્ક્યૂબસ્) *n*. A demon or fiend: સેતાન; ભૂત; પિશાચ. 2. The nightmare: ઓથાર; નઠારૂં સ્વપ્નું; કુસ્વપ્ન.

Inculcate, (ઇન્કલકેટ્) *vt*. [L. *in* & *calco*, I tread upon.] To impress by frequent admonitions: મનમાં ઠસાવવું–ઉતારવું; બોધ કર્યા કo; વારંવાર ઉપદેશ કo; વારેવારે કહિને શિખવવું.

Inculcation, (ઈન્કલ્કેશન્) *n*. The action of impressing by repeated admonitions: વારંવારનો ઉપદેશ–શિખામણ.

Inculpate, (ઇન્કલ્પેટ્) *vt*. [L. *in* & *culpa*, a fault.] To blame; to censure: ઠપકો દેવો; દોષ મૂકવો; બદનામ કo. 2. To accuse of crime: ગુન્હેગાર ઠરાવવો.

Inculpatory, (ઇન્કલ્પેટોરિ) *a*. Imputing blame: દોષ મૂકનારૂં; તોહમત ભરેલું; બદનામ કરતું.

Incumbent, (ઈન્કમ્બેન્ટ્) *a*. Lying or resting upon: ઉપર પડેલું–રહેલું. 2. Resting as duty or obligation: માથે ચોંટેલું–પડેલું; ફરજ દાખલ રહેલું; ફરજીયાત; આવશ્યક. 3. Leaning or resting: આધાર–ટેકો લેતું; અઢેલતું; ટેકતું. *n*. The person who is in present possession of an office: તુરત વેલા ઓહો–અધિકાર ધરાવતો હોય તે શખસ; કામદાર; અધિકારી.

Incumber, (ઈન્કમ્બર્) *vt*. To burden with a load; to embarrass: ભારથી અડચણ કo; ગભરાવવું; ગુંચવણમાં નાંખવું.

Incumbrance, (ઈન્કમ્બ્રન્સ્) *n*. બોજો; હરકત; અડચણ; નડતલ; બેડી. 2. (*Law*) મિલકત ઉપરનો બોજો–દાવો–માગતું–લેણું.

Iucur, (ઈન્કર્) *vt*. [L. *in* & *curro*, I run.] To expose oneself to; to encounter: વ્હોરી–તાણી–ખેંચી લેવું; માથે લેવું. 2. To render liable or subject to: પાત્ર–યોગ્ય–લાયક કo–થવું.

Incurable, (ઇન્ક્યૂરેબલ્) *a*. Beyond the power of skill or medicine: દવા થઈ શકે નહિ તેવું; અશામનીય; દુસ્તર; અસાધ્ય. 2. Remediless: ઉપાય–ઈલાજ વિનાનું; નિરૂપાય; બેઈલાજ.

Incursion, (ઈન્કર્શન્) *n*. A running into; a predatory or harassing inroad: પારકા મૂલકપર સ્વારી કરવી તે; સ્વારી. 2. Attack; occurrence: હુમલો; હલ્લો; ચઢાઈ.

Incurve, (ઈન્કર્વ્) *vt*. To bend; to make crooked: મરડવું; વાંકુ કo–વાલવું.

Indebted, (ઈન્ડેટ્ડ્) *a*. [L. *in* & *debeo*, I owe.] Placed in debt: દેણદાર; દેવાદાર; કરજદાર. 2. Obliged: (કોઈની) મહેરબાનીથી મલ્યું–પ્રાપ્ત થયું હોય એવું; ઓશિયાળું; આભારી; અહેસાનમંદ.

Indebtedness, (ઈન્ડેટ્ડ્નેસ્) *n*. The state of being indebted: કરજદારી; આભારીપણું; ઓશિયાળાપણું; એહસાનમંદી.

Indecency, (ઇન્ડીસન્સિ) *n*. Lack of modesty or good manners; obscenity: અસભ્યતા; નિર્લજ્જતા; અવિનય; અમર્યાદા; બેઅદબી; બેમલાજો. 2. An indecent word, act or like: ખીભત્સ વચન–ચિત્ર; દુર્ભાષણ; અશિષ્ટાચાર; અનીતિ; કુનીતિ; કુરીતિ.

Indecent, (ઈન્ડીસન્ટ્) *a*. Unbecoming; unfit to be seen or heard: નાગું; ઉઘાડું; ખીભત્સ; ભુંડું; નિર્લજ; લજ્જાકારક; બેશરમું; અશિષ્ટ; અસભ્ય; બેઅદબ; ભાંડ.

Indecision, (ઈન્ડીસિઝ્હન્) *n*. Wavering of mind; irresolution: સંદેહ; શક; અનિર્ણય; વિકલ્પ; અનિશ્ચય; સંશય; ડામાડોળી; ઢચુપચુપણું.

Indecisive, (ઈન્ડીસાઈસિવ્) *a*. Not bringing to a final, close or ultimate issue: નિકાલ; નિ-

ર્ણય થાય નહિં તેવું; અનિશ્ચયાત્મક; અનિર્ણાયક. 2. Vacillating; hesitating: ઢચુપચુ;અસ્થિર;ડામાડોલ.

Indeclinable, (ઇન્ડીકલાઇનૅબલ્) *a.* [L. *in*, *de* & *clino*, I bend.] Not varied by terminations: જેને જાતી, વચન અને વિભક્તિ ન લાગે તેવું; અવિકારી.

Indecorous, (ઈન્ડીકોરસ્) *a.* Violating good manners; unbecoming: શોભે નહિં તેવું; અનુચિત; અઘટિત; અયોગ્ય; અન્યાયી; અમર્યાદ; અવિનયી; બેઅદબ.

Indecorum, (ઈન્ડીકોરમ્) *n.* Impropriety of behaviour; indecorousness: અવિનય; અસભ્યતા; અમર્યાદા; અશિષ્ટાચાર; અસભ્યાચાર; બેઅદબી.

Indeed, (ઈન્ડીડ્) *adv.* In reality; in truth; in fact: ખરેખર; સત્ય; ખચિત: અવશ્ય; સહી; બેશક.

Indefatigable, (ઈન્ડીફૅટિગૅબલ્) *a.* Not yielding to fatigue: ન થાકી જાય એવું; પરિશ્રમી; મહેનતુ; ધુંધી.

Indefeasible, (ઈન્ડીફીઝિબલ્) *a.* Not to be defeated: રદ ન કરી શકાય તેવું; અખંડનીય.

Indefensible, (ઇન્ડીફેન્સિબલ્) *a.* Not capable of being defended or maintained: બચાવ ન કરી શકાય તેવું; અરક્ષનીય; અપ્રતિપાદનીય; બેબચાવ.

Indefinable, (ઈન્ડેફાઈનૅબલ્) *n.* Incapable of being defined: જેની વાખ્યા ન થઈ શકે તેવું; અનિર્વચનીય; અનિર્વાચ્ય; અલક્ષણીય.

Indefinite, (ઈન્ડેફિનિટ્) *a.* Not precise or certain: અનિયમિત; અનિશ્ચિત; મોઘમ. 2. Having no certain limits: બેહદ; બેશુમાર; અથાગ; અમર્યાદ.

Indefinitely, (ઇન્ડેફિનિટ્લિ) *adv.* Not precisely; ઘણુંજ; બેહદ; અતિશય. 2. મોઘમમાં.

Indeliberate, (ઈન્ડીલિબરેટ્) *a.* Sudden; unpremeditated: પાકો વિચાર કર્યા વગર કીધેલું.

Indelible, (ઈન્ડેલિબલ્) *a* [L. *in* & *deleo*, I delete.] Not to be blotted out: લુછાય-ભુંસાય નહિ એવું; શાશ્વત. 2. Not to be annulled: રદ્દ-મોકુફ-ના થઇ શકે એવું.

Indelicacy, (ઈન્ડેલિકૅસિ) *n.* Rudeness: નઠોરતા; નિર્લજ્જતા; બેમુલાઝો; બેઅદબી; અસંકોચ; અસભ્યતા.

Indelicate, (ઇન્ડેલિકેટ્) *a.* Indecent; rude: નષ્ટ; અસભ્ય; બેઅદબ; નિર્લજ; ઉઘાડું; નાગું; ભાંડ.

Indemnification, (ઈન્ડેમ્નિફિકેશન્) *n.* Reimbursement of loss, damage or penalty: નુકશાની-તોટો ન થવા દેવો તે; નુકશાન ભરી આપવું તે.

Indemnify, (ઈન્ડેમ્નિફાઇ) *vt.* To secure against loss or damage: નુકશાનની જામીનગીરી આપવી. 2. To make good; to reimburse: ભરી આપવું; નુકશાન ભરી આપવું.

Indemnity, (ઈન્ડેમ્નિટિ) *n.* Security; insurance; amnesty: સજા ન થવાની હામી: જામનગીરી; બાંહેધરી; નુકશાન ન થવાની હામી. *Paper of i*, નુકશાનચિઠ્ઠિ; અભયપત્ર.

Indent, (ઈન્ડેન્ટ્) *vt.* [L *in*, *dentis*, a tooth.] To notch; to jag: ખાંડુ કરવું; ખાણ પાડવી. 2. indenture: લખીને માલ મંગાવવો. *n.* A cut or notch: ખાંચ; ખાંચ. 2. A stamp; an impression: સિક્કો; છાપ. 3. An official requisition for supplies: મંગાવેલા માલની ટીપ-ચાઠી; ભરતીયું.

Indentation, (ઈન્ડેન્ટેશન્) *n.* A cut; a notch: ખાંચ: કોરણ; ખાંચ; ખાડો.

Indenture, (ઈન્ડેન્ટ્યૂર્) *n.* A mutual agreement in writing between two or more parties: કરારનામું; લખત; ખત. *vt.* To bind by indentures: લખત-કરારથી બાંધી લેવું.

Independence. (ઇન્ડીપેન્ડેન્સ્) *n.* Absence of dependence: સ્વતંત્રતા; આપ અખત્યારી; સ્વાધીનતા; અપરાધીનતા. 2. Sufficient means for comfortable livelihood: ઘરનું સુખીપણું; બીજાપર આધાર રાખ્યા વગર ગુજરાન કરવાની શક્તિ.

Independent, (ઇન્ડીપેન્ડેન્ટ્) *a.* Not relying on others; free: સ્વતંત્ર; સ્વાધીન; સ્વવશ; આપઅખ્તિયાર; મુખત્યાર. 2. Affording a comfortable livelihood: સ્વતંત્ર રીતે ગુજરાન ચલાવતું; ખાધેપીધે સુખી. 3. Self directing; not obsequious: સ્વેચ્છાચારી; મરજીમુજબ ચાલતું; મનમોજી. 4. Free; easy; bold: સ્વતંત્ર; બહાદુર; ઉઘાડું; ખુલ્લું; ચેનવાળું. 5. Separate from; exclusive: જુદું; છુટું; નિરાળું; વિનાનું; એલાહેદું; બેનિસ્બત; બેતાલુક. Not dependent upon another quantity: બીજી કોઈ સંખ્યા ઉપર આધાર નહિ રાખતું.

Independently, (ઇન્ડીપેન્ડેન્ટ્લિ) *adv.* Without control: સ્વતંત્રપણે; આપઅખત્યારથી; મરજીમુજબ. 2. સિવાયે; વગર; બેતાલુક.

Indescribable, (ઈન્ડીસ્ક્રાઈબૅબલ્) *a.* [L. *in*, *de* and *scribo*, I write.] Incapable of being described: વર્ણન-બયાન ન કરી શકાય તેવું; અવાચ્ય; અનિર્વચનીય; અકથનીય.

Indestructible, (ઈન્ડીસ્ટ્રક્ટિબલ્) *a.* Not destructible: નાશ ન થાય તેવું; અક્ષય; અવિનાશી; અજર; અક્ષયી.

Indeterminable, (ઈન્ડીટર્મિનૅબલ્) *a.* Impossible to be determined: નક્કી થઈ શકે નહીં એવું; અનિશ્ચય. 2. Interminable: અંત વિનાનું.

Indeterminate, (ઈન્ડીટર્મિનેટ્) *a.* Not definite; uncertain; not precise: મોઘમ; ચોક્કસ-નક્કી ન થયેલું; અનિશ્ચિત.

Indetermination, (ઇન્ડીટર્મિનેશન્) *n.* An unsettled or wavering state, as of the mind: અનિશ્ચય; આનાકાની; ઢચુપચુપણું.

Index, (ઈન્ડેક્સ્) *n.* [L. *in* & *dico*, I say.] That which shows or indicates: દેખાડનાર; દર્શક; સૂચક; પ્રદર્શક. 2. That which guides, points out or informs: હાથ; કાંટો. 3. A table of references in a book: અનુક્રમણિકા; સાંકળિયું; સૂચિપત્ર. 4. The forefinger, or pointing finger: તર્જની આંગલી. 5. The exponent: ઘાતપ્રકાશક.

India, (ઇન્ડિયૅ) *n.* A country in Southern Asia: હિંદુસ્થાન; ભારતવર્ષ; ભરતખંડ; ભારત; આર્યાવર્ત.

Indian, (ઈન્ડિઅૅન્) *a.* Pertaining to either of the indies, East or West: હિંદુસ્તાનને લગતું; ભારતીય; ભારતદેશીય. 2. Made of maize: મકઈનું બનાવેલું. *n.* A native of the Indies: હિંદુસ્તાનનો રેહેવાશી; આર્ય; હિંદુ; આર્યજન. 2. One of the inhabitants of America: અમેરિકાનો રેહેવાશી. I.

berry, બોર. **I.** *cucumber*: કાકડી.

India-corn, (ઇન્ડિઍ-કૉર્ન્) *n.* Maize: મકાઈ; મકઇદાડો: ભુટ્ટો.

Indian-fig-tree, (ઇન્ડિઍન-ફિગ-ટ્રી)*n.*The banian: વડનું ઝાડ; વડ.

Indicant, (ઇન્ડિકૅન્ટ્) *a.* Serving to point out: સૂચક; દેખાડનારૂં;દર્શક.*n.*That which points: જે સૂચવે-બતાવે તે; સૂચક; દર્શક.

Indicate, (ઇન્ડિકેટ્) *vt.* [L.*in* & *dico*, I say.] To point out; to discover; to show: બતાવવું; જણાવવું; દેખાડવું; દર્શાવવું; સૂચવવું.

Indication, (ઇન્ડિકેશન) *n.* The act of pointing out: સૂચન; પ્રદર્શન; બોધન; નિર્દેશ. 2. Mark; token; sign: લક્ષણ; ચિન્હ; ઇશારત; નિશાની. 3. Discovery made;information:શોધ;ખબર;માહિતી.

Indicative, (ઇન્ડિકેટિવ્) *a.* Pointing out; bringing to notice: દેખાડનારૂં; સૂચક; દર્શક;બોધક. **I.** *mood*: નિશ્ચયાર્થ.

Indicator, (ઇન્ડિકેટર્) *n.* That which shows or points out: બતાવનાર; દેખાડનાર. 2. An instrument which records working pressure: જે યંત્રથી જોશ-દબાણનું માપ જણાય છે તે.

Indict, (ઇન્ડાઇટ્) *vt.* [L. *in* & *dico*, I say.] To proclaim: જાહેર ક૦. 2. To charge with a crime by the presentment of a grand jury: વડી જ્યુરીના ઠરાવપરથી તોહોમત મૂકવું-દોષારોપ ક૦.

Indictable, (ઇન્ડાઇટેબલ) *a.* Capable of being or liable to be indicted: દોષ-તોહોમત મૂ૦ લાયક.

Indictment, (ઇન્ડાઇટ્મેન્ટ્) *n.* The act of indicting: તોહોમત મૂકવું તે; તોહોમત. 2. A written accusation preferred to a court by a grand jury: વડી જ્યુરીએ લખેલો દોષારોપ પત્ર; તોહોમતનામું.

Indifference, (ઇન્ડિફરેન્સ)*n.* Insignificance: બીનજરૂરી; બીનઅગત્ય; નજીવાપણું.2.Passableness; mediocrity: સામાન્યતા; મધ્યમપણું;કામચલાઉપણું. 3. Impartiality: સરખીનજર; સમભાવ; અપક્ષપાત; સમાનદૃષ્ટિ; સમદૃષ્ટિ. 4. Unconcernedness: બેપરવાઇ; બેદરકારી; આલસ; અનાદર; નિસ્પૃહતા; ઉદાસીનતા; વૈરાગ્ય.

Indifferent, (ઇન્ડિફરેન્ટ્) *a.* Not making a difference: બીન અગત્યનું; સમાન; સરખું; નજીવું; તફાવત વગરનું. 2. Of a middle state or quality; passable: સામાન્ય; મધ્યમ; કામચલાઉ. 3. Unconcerned;heedless:બેફીકરૂં;બેપરવા;બેદરકાર;બેતમા;નિરુત્સાહ; નિઃસ્પૃહ. 4. Impartial;disinterested: સરખી નજરનું; અપક્ષપાતી.

Indifferently, (ઇન્ડિફરેન્ટ્લિ) *adv.* Tolerably;passably:બેતમાથી;બેદરકારીથી;જેમ તેમ;જેવું તેવું.

Indigence, (ઇન્ડિજેન્સ્) *n.* Penury; poverty: ગરીબાઇ; દલદર; કંગાલીયેત; નિર્ધનતા; મુફલેસી.

Indigenous, (ઇન્ડિજેનસ્) *a.* [L. *in* & *gigno*, I beget.] Born or originating in, as in a place or country: ગામઠી; દેશી; મુલકી; દેશીય; સ્વદેશમાં પેદા થયેલું.

Indigent, (ઇન્ડિજેન્ટ્) *a.* [L. *in* & *egeo*, I need.] Needy; poor: ગરીબ; કંગાલ; દરિદ્રી; દીન; અધમ; મુફલેસ.

Indigestible, (ઇન્ડિજેસ્ટિબલ્) *a.* Not digestible: ન પચે એવું; જડ; અજીર્ણકારક; ભારી. 2. Not to be borne patiently: સાંખી ન શકાય-ન સેહેવાય એવું.

Indigestion, (ઇન્ડિજેસ્શન) *n.* Want of due digestion: dyspepsia; અજીર્ણ; બદહજમી; અંપચો; બાદી.

Indigitate, (ઇન્ડિજીટેટ્) *vt.* To point to: આંગલીથી દેખાડવું; આંગલી ક૦.

Indignant, (ઇન્ડિગ્નેન્ટ્) *a.* [L. *in* & *dignus*; worthy.] Affected with indignation; feeling wrath: ગુસ્સે થયેલું; ક્રોધાયમાન; રીસે ભરાયલું; ખફા.

Indignation, (ઇન્ડિગ્નેશન) *n.* Anger mingled with contempt or disgust: ક્રોધ; રોશ; કોપ; ખફગી; ગુસ્સો. 2. Punishment: સજા;નશીયત.

Indignity, (ઇન્ડિગ્નિટિ) *n.* Incivility or insult, accompanied with injury: અપમાન; તિરસ્કાર; ફજેતી; અવજ્ઞા; અનાદર.

Indigo, (ઇન્ડિગો) *n.* A blue colouring matter: ગલી; ગુલી.

Indirect, (ઇન્ડિરેક્ટ્) *a.* Not direct; not straight or rectilinear: ફેરાવાલું; ફેરાવો પડે એવું; કાવાવાલું. 2. By remote means: અવલું; વાકું. 3. Unfair; dishonest: અપ્રમાણિક; આડું; ગેરરીતિનું. 4. Not reaching to the end aimed at by the most plain and direct method: પરોક્ષ; મોઘમ; આડકતરૂં.

Indirectly, (ઇન્ડિરેક્ટલિ) *adv.* Obliquely; unfairly; આડેરસ્તે; ગેરરસ્તે; મોઘમમાં; અસેમસે; આડકતરી રીતે.

Indiscernible, (ઇન્ડિસ્સર્નિબલ) *a.* [L. *in di*, & *cerno*, I separate.] Not discoverable: દેખાય નહિ એવું; અદૃશ્ય; અસ્પષ્ટ.

Indiscreet, (ઇન્ડિસ્ક્રીટ્) *a.* Imprudent; inconsiderate: કમઅક્કલ; મૂર્ખ; અવિચારી; અવિવેકી; નાદાન.

Indiscreetly, (ઇન્ડિસ્ક્રીટ્લિ) *adv.* Without prudence; inconsiderately: ગફલતથી; અવિચારે; વગર વિચારે; નાદાનીથી.

Indiscretion, (ઇન્ડિસ્ક્રેશન) *n.* Want of discretion; imprudence: અવિચાર; પ્રમાદ; અવિવેક; નાદાની.

Indiscriminate, (ઇન્ડિસ્ક્રિમિનેટ્) *a.* Undistinguishing; confused: અવિચારી; અવ્યવસ્થિત; જોયા જાયા વગર કીધેલું.

Indiscrimination, (ઇન્ડિસ્ક્રિમિનેશન) *n.* Want of discrimination or distinction: અવિવેક; અવિચાર; સારાસાર ન સમજવો તે.

Indispensable, (ઇન્ડિસ્પેન્સેબલ) *a.* Impossible to be remitted, omitted or spared: જે વગર ચાલે નહિ એવું; અગત્યનું; આવશ્યક; જરૂરી.

Indispensably, (ઇન્ડિસ્પેન્સેબ્લિ) *adv.* Necessarily: ન ચાલે તેમ; જરૂર કરીને; અવશ્યે; જરૂર; ખસુસ.

Indispose, (ઇન્ડિસ્પોઝ્) *vt.* To render unfit or unsuited: નાલાયક કરવું. 2. To make somewhat ill: અસ્વસ્થ ક૦; તબીયત નરમ ક૦. 3. To disincline: મન ફેરવવું; મન ઉઠી જવું; ઉલટાવવું. 4. To make unfavourable: પસંદ ન પડે એવું કરવું–બનાવવું; માફક ન આવે એવું કરવું.

Indisposed, (ઇન્ડિસ્પોઝ્ડ્) *a.* Sick; ill: આજારી; માંદું; બિમાર. 2. Unwilling: નાખુશ;નારાજી.

Indisposition, (ઇન્ડિસ્પોઝિશન) *a.* The condition of wanting affinity: સગ્ગ પણું–મળતાપણું ન હોવું તે. 2. Tendency to disease: વિકાર; બિમારી; માંદગી; કસર. 3. Aversion; unwillingness: અપ્રીતિ; કંટાળો; નાખુશી; અરૂચિ.

Indisputable, (ઇન્ડિસ્પ્યૂટેબલ્) *a.* Incontrovertible; incontestable: બિનતકરારી;નિર્વિવાદ; વાંધા વગરનું.

Indistinct, (ઇન્ડિસ્ટિન્ગ્ટ્) *a.* Obscure; imperfect; faint: અસ્પષ્ટ; બરાબર સમજાય નહિ તેવું; અવ્યક્ત; ઝાંખું.

Indistinctly, (ઇન્ડિસ્ટિન્ગ્ટ્લિ) *adv.* Not definitely; not with precise limits: ઝાંખું; ગોલગોલ; મોઘમમાં; અસ્પષ્ટ–બરાબર સમજાય નહિ એવી રીતે.

Indite, (ઇન્ડાઇટ્) *vt.* [L. *in* & *dico*, I proclaim.] To dicate what is to be uttered or written: જે કહેવાનું હોય તે લખાવવું; બોલીને લખાવવું. 2. To compose; to write: બનાવવું; રચવું; રચના ક૦; બાંધવું; કરવું. 3. To invite or ask: નોતરૂં દેવું.

Individual, (ઇન્ડિવિડ્યૂઅલ્) *a.* [L. *in* & *divido*, I divide.] Single; one: એક. 2. Pertaining to only one: એકનેજ લગતું. *n.* A human being; a person: માણસ; શખ્સ; આદમી; જણ; વ્યક્તિ; આસામી.

Individualism, (ઇન્ડિવિડ્યૂઍલિઝ્મ) *n.* Individuality: એકલાપણું; એકત્વ; પ્રત્યેકતા. 2. Self-interest; selfishness: પોતાની જાતનો ફાયદો; એકલપેટાપણું.

Individuality, (ઇન્ડિવિડ્યૂઍલિટિ) *n.* The state of oneness: એકત્વ; પૃથકતા; વ્યક્તિતા. 2. A distinctive character: વ્યક્તિ.

Individually, (ઇન્ડિવિડ્યૂઍલ્લિ) *adv.* To the exclusion of others; separately; by itself: એક એક; પ્રત્યેક; આસામી દીઠ–વાર; પૃથક્ પૃથક્.

Indivisibility, (ઇન્ડિવિઝિબિલિટિ) *n.* Inseparableness: ભાગ કરો–પાડી ન શકાય તેવી હાલત; અવિભાજ્યતા.

Indivisible, (ઇનડિવિઝિબલ્) *a.* Not divisible into parts: જેના ભાગ થાય નહિં એવું; અવિભાજ્યત્વ; નિરવયવ.

Indocile, (ઇન્ડોસાઇલ્) *a.* Dull in intellect; unteachable: શિખે નહિં એવું; આશક્ષણીય; બેરડું.

Indolence, (ઇન્ડોલેન્સ્) *n.* Exemption from distress or toil: મેહેનત–દુઃખમાંથી મુક્તતા. 2. Habitual idleness; indisposition: આલસાઈ; સુસ્તી; નિરૂદ્યમ; અનુત્સાહ; મંદતા.

Indolent, (ઇન્ડોલેન્ટ્) *a.* [L. *in* & *deleo*, I feel pain.] Exempt from trouble: દુઃખ–સંકટથી મુક્ત. 2. Lazy; inactive: આલસુ; સુસ્ત; એદી; નિરૂદ્યમી; જડ; નિરૂત્સાહી.

Indolently, (ઇન્ડોલેન્ટ્લિ) *adv.* Lazily; without activity:સુસ્તીથી;આલસ્યથી; આલસ કરીને.

Indomitable, (ઇન્ડૉમિટેબલ્) *a.* [L. *in* & *domo*, I tame.] Untamable; invincible: વશ ન થાય તેવું; અજીત.

Indorse-Endorse, (ઇન્ડૉર્સ-ઍન્ડૉર્સ) *vt.* [L. *in* & *dorsum*, the back.] To put on the back of: પીઠ ઉપર મૂકવું. 2. To write up on the back: હુંડી વગેરેની પાછલ સહી કરીને સીકારવું. 3. To guarantee the fulfilment of: જામીનગીરી આપવી.

Indorsee, (ઇન્ડૉર્સી) *n.* The person to whom a note or bill is indorsed: જેના ઉપર હુંડી લખી હોય તે માણસ.

Indorsement, (ઇન્ડૉર્સમેન્ટ્) *n.* The act of writing on the back of: પાછલ–પીઠ ઉપર લખવું તે; શેરો; સહી. 2.Sanction or support given: કબૂલાત; સ્વીકાર.

Indubitable, (ઇન્ડ્યુબિટેબલ્) *a.* [L. *in* & *dubito*, I doubt.] A thing not admitting of doubt: ખચિત; નક્કી; નિઃસંશય; બેશક.

Indubitably, (ઇન્ડ્યુબિટેબ્લિ) *adv.* Undoubtedly; unquestionably: ખરેખર; બેશક; નિર્ભ્રાંત.

Induce, (ઇન્ડ્યુસ્) *vt.* [L. *in* & *duco*, I lead.] To lead in; to introduce: દોરી લઈ જવું; દાખલ કરવું. 2. To prevail on; to incite: લલચાવવું; ઉશ્કેરવું; સમજાવવું. 3. To effect; to cause: ઉત્પન્ન કરવું; કરવું; થવું. 4. To cause elastic by proximity: પાસે–સંબંધમાં આવવાથી સ્થિતિસ્થાપક થાય એવું ક૦.

Inducement, (ઇન્ડ્યૂસ્મેન્ટ્) *n.* A motive that leads to action: લાલચ; ઉત્તેજન; ઉશ્કેરણી. 2. A leading to: સબબ; કારણ; હેતુ; મતલબ.

Inducible, (ઇન્ડ્યુસિબલ્) *a.* Capable of being induced: લલચાવા જેવું; લલચાય એવું; લાલચુ.

Induct, (ઇન્ડક્ટ્)*vt.*To bring in;to introduce: દાખલ કરવું. 2. To introduce, as to a benefice or office: વિધિપૂર્વક સ્થાપવું; અધિકાર–પદ્દી ઉપર બેસાડવું.

Inductile, (ઇન્ડક્ટાઇલ્) *a.* Not ductile; incapable of being drawn into threads: કઠણ; તાર ન ખેંચાય તેવું.

Induction, (ઇન્ડક્શન) *n.* Entrance; commencement: શરૂઆત; ઉપક્રમ; પ્રારંભ. 2. An impress of molecular force: પરમાણું જન્ય બલનો વેગ. 3. A conclusion drawn from a process of induction: અનુમાન; સિદ્ધાંત.

Inductive, (ઇન્ડક્ટિવ્) *a.* Persuasive; tempting: સમજાવતું; લલચાવતું. 2. Leading to inferences: અનુમાનિક; અનુમાનજન્ય.

Indue, (ઇન્ડ્યૂ) *vt.* To put on; to draw on: પહેરવું; ધારણ ક૦. 2. To invest; to endow: આપવું; દેવું; બખશવું.

Indulge, (ઇન્ડલ્જ્)*vt.* [L. *in* & *dulcis*,sweet.]

(*a*) To give way to; not to oppose or restrain: અટકાવવું નહિ; છુટ-ઢીલી દોરી મુકવી; મના ન કરવી; રોકવું નહિ. (*b*) To give free course to; to give oneself up to: કશામાં મચ્યાં રહેવું; કશામાં લીન-ગરક થવું; પરાયણ-ગ્રસ્ત થવુ. 2. To grant as by favor: મહેરબાની દાખલ આપવું; અનુગ્રહ ક૰. 3. To humor; to gratify in general: લાડ લડાવવાં; ખુશ ક૰. *vi.* To gratify one's desires: ઈચ્છા-કામના તૃપ્ત ક૰; ઇચ્છા મુજબ વર્તવું.

Indulgence, (ઇન્ડલ્જેન્સ્) *a.* Forbearance of restraint or control: છૂટ; ઢીલી દોરી; કોડ; લાડ. 2. Favour granted; gratification: મહેરબાની; કૃપા; અનુગ્રહ.

Indulgent, (ઈન્ડલ્જેન્ટ્) Mild; favorable: લાડ લડાવનાર; કોડ પૂરા પાડનાર; મેહેરબાન; માયાળુ; દયાળુ; ક્ષમાશીલ; કોમલ.

Indulgently, (ઈન્ડલ્જેન્ટ્લિ) *adv.* Mildly; favorably: કૃપાદૃષ્ટિથી; ક્ષમાપૂર્વક; મેહેરબાનીની રાહે.

Indurate, (ઈન્ડયૂરેટ્) *vi.* [L. *in* & *durus*, hard.] To become hard: ઘટ-કઠણ થવું. *vt.* To make hard: કઠણ ક૰. 2. To make unfeeling: મન કઠણ કરવું; નિર્દય ક૰. *a.* Hardened; not soft: કઠણ; પોચું નહિ તેવું. 2. Unfeeling: કઠોર; નિર્દય; ક્રુર.

Induration, (ઈન્ડયૂરેશન્) *n.* The state of being hard: કઠણપણું; સખ્તાઈ. 2. Obduracy; stiffness: કઠોરતા; નિર્દયતા; સંગદિલી.

Indus, (ઇન્ડસ્) *n.* The river Sindhu: સિંધુ નદી; અટક.

Industrious, (ઈન્ડસ્ટ્રિઅસ્) *a.* [L. *in* & *struo*, I heap up.] Diligent in business or study; assiduous: ઉદ્યોગી; મહેનતુ; પરિશ્રમી.

Industry, (ઇન્ડસ્ટ્રિ) *n.* Steady attention to business; assiduity: ઉદ્યોગ; મહેનત; પરિશ્રમ; ઉદ્યમ; અભ્યાસ; પ્રયાસ; યત્ન; ખંત; કોશિશ.

Inebriate, (ઇનઈબ્રિએટ્) *vt.* [L. *in* & *ebrio*, I make drunk.] To make drunk; to intoxicate: નિશો ચઢાવવો; છાકટું ક૰. 2. To stupefy; to to exhilarate: બેશુદ્ધ-બેભાન ક૰. *vi.* To become intoxicated: છાકટા બની જવું. (*a*) Drunk; intoxicated: પીધેલ; કેફી; ઉન્મત્ત; છાકટું. *n.* One who is drunk: છાકટું માણસ; દારૂબાજ.

Inebriation-Inebriety, (ઈન્ઇબ્રિએશન-ઈન્ઇબ્રાઇટિ) *n.* Drunkenness: કેફ; ઉન્માદ; છાકટાપણું; મદ; મસ્તી.

Ineffable, (ઇનએફેબલ્) *a.* [L. *in* & *effor*, I speak.] Unspeakable; unutterable: કહેવાય-વર્ણવાય નહિ એવું; અવર્ણનીય; અનિર્વચનીય; અકથનીય; બેબયાન.

Ineffective-Ineffectual, Inefficacious, (ઈનએફેક્ટિવ્-ઇનએફેક્ટયૂઅલ, ઈનએફિકેશસ્) *a.* Inefficient; useless; weak: નિરૂપયોગી; વ્યર્થ; નિષ્ફલ; નિરર્થક; વિફલ; નિર્બલ; અસમર્થ; અકારત; ખરબાદ.

Inefficacy-Inefficiency, (ઇનએફિકેસિ-ઇનએફિશન્સિ) *n.* Failure of effect: નિરૂપયોગ; અશક્તિ; શક્તિહીનતા; વ્યર્થતા; ગુણરહિતપણું; નિષ્ફલતા.

Inefficient, (ઈનએફિશન્ટ્) *a.* Not producing the effect; inefficacious: વ્યર્થ; નિરૂપયોગી; અયોગ્ય; અકાર્યસાધક; નબળું; નકામું; નિરર્થક.

Inelegant, (ઈનએલીગૅન્ટ્) *a.* Deficient in beauty, polish, ornament, &c.: અશોભિત; બેડોલ; શોભારહિત; બેઢબ; કઢંગું.

Ineligible, (ઈનએલિજીબલ્) *a.* Not worthy to be chosen; not expedient: પસંદ નહિં પડે એવું; અયોગ્ય; નાલાયક.

Inept, (ઈનેપ્ટ્) *a.* [L. *in* & *aptus*, apt.] Unfit; Unsuitable: અયોગ્ય; નાલાયક. 2. Foolish; silly: મૂર્ખ; બેવકૂફ.

Inequality, (ઇનઈક્વૉલિટિ) *n.* Lack of uniformity: ભિન્નતા; વિષમતા; ફરક; તફાવત. 2. Unevenness; want of levelness: ઉંચાનિચાપણું; ખરબચડાપણું. 3. Inadequacy; incompetency: અસમતા; અપૂર્ણતા; અયોગ્યતા.

Inequitable, (ઇનએક્વિટેબલ્) *a.* Not equitable; unjust: અન્યાયી; ગેરવાજબી; અયથાર્થ.

Inert, (ઈનર્ટ્) *a.* [L. *in* & *ars*, art.] Destitute of motion: ગતિરહિત; જડ; શિથિલ; અચેતન. 2. Very slow to act; dull; sluggish: સુસ્ત; જડ; મંદ. 3. Powerless for an effect: અસર નહિ કરે એવું; નકામું.

Inertia, (ઈનાર્શિઅ) *n.* That property of matter by which it tends when at rest to remain so and when in motion to continue in motion: જડતા; જાડ્ય; જડત્વ. 2. Inertness; indisposition to move: અચેષ્ટા; અચેતનતા; મંદ-થંડાપણું; આલસ.

Inertly, (ઈનર્ટ્લિ) *adv.* Without activity; sluggishly: આલસથી; સુસ્તીથી.

Inertness, (ઈનર્ટનેસ્) *n.* Want of activity: આલસ; સુસ્તી; મંદતા; જડતા; અચેતનતા.

Inesculent, (ઈનએસ્કયૂલેન્ટ્) *a.* Unfit to be eaten: ન ખવાય એવું; અખાદ્ય; અભક્ષણીય; અભક્ષ્ય.

Inestimable, (ઈનએસ્ટિમેબલ) *a.* In capable of being estimated; above all price: ગણાય નહિ એટલું; અસંખ્ય; અમૂલ્ય; બેકિમતી; અમોલ.

Inevitable, (ઇનએવિટેબલ્) *a.* [L. *in*, *e*, & *vito*, 1 avoid.] Not evitable; unavoidable: ટલાય-દૂર કરાય નહિં તેવું; આવશ્યક; અનિવાર્ય; અટલ; લાઈલાજ.

Inexcusable, (ઇનએક્સક્યૂઝેબલ્) *a.* Not admitting excuse or justification: માફ ન કરવા લાયક; અક્ષમ્ય.

Inexhaustible, (ઈનએગ્ઝહૉસ્ટિબલ્) *a.* [L. *in*, *ex*, & *haurio*, 1 draw.] Unfailing: ખૂટે નહિં તેવું; બેસુમાર; બેહદ; અપાર; અનંત; અક્ષય.

Inexistent, (ઇનએગ્ઝિસ્ટેન્ટ્) *a.* Not having being: હયાતિમાં ન હોય તેવું; અસત્; અવિદ્યમાન.

Inexorable, (ઈનએક્સોરેબલ્) *a.* [L. *in* & *exoro*, 1 entreat.] Unyielding; unchargeable: કઠણ; વજ્રહૈયાનું; નિર્દય; કઠોર; સંગદિલ.

Inexpedience-cy, (ઇનએક્સિપીડિઅન્સ-ન્સિ) *n.* Want of fitness; impropriety: અયોગ્યતા; અનુચિતતા; નાલાયકી; નાઘટારત.

Inexpedient, (ઈનઍક્સ્પીડિઍન્ટ્) *n.* Unfit; improper: અયોગ્ય; અનુચિત; નાલાયક; અણઘટતું.

Inexperience, (ઇનઍક્સ્પીરિઍન્સ્) *n.* [L. *in* & *experior*, I try.] Absence of experience or experimental knowledge: અનાડીપણું; બિનવાકેફગારી; ગેરમાહિતી; બિનઅનુભવ; કચાશ; અપ્રવીણતા.

Inexperienced, (ઇનઍક્સ્પીરિઍન્સ્ટ્) *a.* Not having experience; unskilled: અજાણ; અનનુભવી;ગેરમાહિતગાર; કાચું; બિનવાકેફ; નાદાન.

Inexpiable, (ઈનઍક્સ્પિઍબલ્) *a.* Admitting of no atonement or satisfaction: જેનું પ્રાયશ્ચિત નથી એવું. 2. Implacable: ગુંચવણ ભરેલું.

Inexplicable, (ઈનઍક્સ્પ્લિકેબલ્)*a.* Not explainable: સમજાવાય નહિં એવું; ગૂઢ; ગહન.

Inexpressible, (ઈનઍક્સ્પ્રેસિબલ્) *n.* Ineffable;unspeakable: જેનું બયાન ન કરાય એવું; અકથનીય; અકથ્ય; અનિર્વચનીય; અનિવેદનીય.

Inexpressive, (ઈનઍક્સ્પ્રેસિવ્) *a.* Not tending to express; inexpressible: અદર્શક; અનિર્વાચ્ય; અકથનીય.

Inextricabale, (ઈનઍક્સ્ટ્રિકેબલ્) *a.* Not capable of being united or disentangled: ગુંચવણમાંથી કઢાય નહિ એવું;અમોચનીય;દુસ્તર;પેચદાર.

Ineye, (ઈનઆઈ) *vt.* To inoculate as a tree or plant by the insertion of a bud: કલમ કરવી; એક ઝાડની કલી બીજા ઝાડપર ઉગાવવી.

Infallibility, (ઈન્ફૅલિબિલિટિ) *n.* The quality of being exempt from error; inerrability: અચૂકપણું; સંદેહ ન હોવો તે; અભ્રાંતિ;બેખતાઈ.

Infallible, (ઈન્ફૅલિબલ્) *a.* Unerring; inerrable: ભૂલ વગરનું; અવ્યર્થ; નિશ્ચિત; નિર્ભ્રાંત. 2. Sure; certain: નક્કી;ખચિત.

Infallibly, (ઈન્ફૅલિબ્લિ) *adv.* Certainly; unfailably: ખચીતજ; નક્કી; અચૂક.

Infamous, (ઇન્ફેમસ્) *a.* [L. *in* & *fama*, fame.] Of ill report, base: બદનામીવાલું; ફજેત થયેલું; બેઆબરૂનું; અપકીર્તિ ભરેલું; બદનામ; અપકીર્તિકારક; બેહોરમતી; નામોશ.

Infamy, (ઈન્ફેમિ) *n.* Loss of reputation; public disgrace: અપકીર્તિ; અપજસ; અપ્રતિષ્ઠા; બદનામી; બેઈજત; બેઆબરૂ; ફજેતી; રૂસવઈ; નામોશી.

Infancy, (ઈન્ફૅન્સિ) *n.* The first part of life: બાલ્યાવસ્થા; બાલપણ; બચપણ; બચગી. 2. The first age of anything: આરંભ; શરૂઆત.

Infant, (ઇન્ફૅન્ટ્) *n.* [L. *in* & *fari*, to speak.] A child; a young babe: બાલક; છોકરૂં; બચ્ચું. 2. A person not of full age: પુખ્ત ઉમરની અંદરનું માણસ. 3. Any son of the king except the eldest: રાજાનો કોઈ પણ નાનો છોકરો.

Infanticide, (ઈન્ફૅન્ટિસાઇડ્) *n.* [L. *in*, *fari*, and *cædo*, I kill.] Murder of a newly born child: બાલહત્યા. 2. A slayer of infants: બાલકોને મારનાર; બાલહત્યારો.

Infantile, (ઈન્ફૅન્ટાઇલ્) *a.* Pertaining to the first period of life: બાલદશાનું;બચગીનું;બચપણનું.

Infantine, (ઈન્ફૅન્ટાઇન્) *a.* Pertaining to infants or young children: બાલક સરખું;બાલકનું.

Infantry, (ઈન્ફૅન્ટ્રિ) *n.* [L. *in* & *fante*, a foot soldier.] A body of children:છોકરાં;બચ્ચાં. 2. A body of soldiers serving on foot; foot-soldiers: પાયદલ; પગે ચાલનારૂં લશ્કર; પેદલ

Infatuate, (ઈન્ફૅટ્યૂએટ્) *vt.* [L. *in* & *futuus*, foolish.] To make foolish; to affect with folly: બુદ્ધિહીન ક૦; દીવાનું-કમઅક્કલ ક૦; ભોલવવું. 2. To incline to: મોહિત થવું; મોહ પામવો.

Infatuation, (ઈન્ફૅટ્યુએશન્) *n.* The act of affecting with folly: ઘેલા-ગાંડાપણું; મૂર્ખાઈ 2. The state of being infatuated; folly: મોહ; બુદ્ધિહીનતા; જડતા.

Infeasible, (ઈન્ફીસિબલ્) *a.* Not capable of being done;impracticable: અશક્ય; ન થાય તેવું.

Infect, (ઈન્ફેક્ટ્) *vt.* [L. *in* & *facio*, I make.] To taint with disease: ચેપ-સલો લગાડવો; રોગી ક૦. 2. To corrupt: બગાડવું; ખરાબ ક૦.

Infection, (ઈન્ફેકશન્) *n.* That which infects or causes the disease: ચેપ; સલો. 2. A prevailing disease: ફેલાતો-ઉડતો-પથરાતો રોગ.

Infectious, (ઇન્ફેકશસ્) *n.* Pestilential: ઉડતું; ઉડે એવું; ચેપી; સેહેલાઇથી બીજાને લાગે એવું; જલદીથી ફેલાય-પ્રસરે એવું.

Infecundity, (ઇન્ફીકન્ડિટિ) *n.* Unfruitfulness; barrenness: વાંઝીઆપણું; અફલતા.

Infelicitous, (ઈન્ફીલિસિટસ્) *a.* Unhappy; unfortunate: દુઃખી; કમનશીબ; અશુભ.

Infelicity, (ઈન્ફીલિસિટિ) *n.* Unhappiness; misery: કમનશીબ; દુઃખી; કમ નશીબ-દુઃખી હાલત.

Infer, (ઇન્ફર્) *vt.* [L. *in* & *fero*, I bring.] To bring on; to induce: લલચાવવું. 2. To prove; to draw as a fact: અનુમાન-તર્ક કરવો; અટકલ બાંધવી; સિદ્ધ ક૦. 3. To offer; to produce: આપવું; ઉત્પન્ન ક૦.

Inference, (ઈન્ફરેન્સ્) *n.* The act of inferring: અનુમાન; તર્ક. 2. That which is inferred; a conclusion: છેવટનો કયાસ; નિર્ણય.

Inferential, (ઈન્ફરેન્શૅલ્) *a.* Deduced or deducible by inference: અટકલે નક્કી કરેલું.

Inferior, (ઈન્ફીરિઅર્) *a.* [L. *Infra*, beneath.] Lower in place, rank, excellence, or value: ઉતરતા દરજ્જાનું; હાથ નીચેનું; નીચું; અદના. *n.* A person lower in state or rank than another: બીજા કરતાં નીચી પદવીવાલો માણસ.

Inferiority, (ઈન્ફીરિઑરિટિ) *n.* A lower state or condition: ઉતરતો દરજ્જો; નીચ-હલકાપણું; ગૌણતા-ત્વ.

Infernal, (ઈન્ફર્નૅલ્) *a.* Pertaining to lower regions: પાતાલનું; પાતાલ સંબંધી. 2. Hellish; diabolical: નર્કવાસી; દોજખનું; દોજખી.

Infest, (ઈન્ફેસ્ટ્) *vt.* [L. *in* & *fendo*, I offended.] To disturb; to harass: ઇજા-તરદી આપવી; દુઃખ દેવું. *a.* Hurtful; harassing: તરદી આપતું; દુઃખ દેતું.

Infidel, (ઈન્ફિડલ્) *a.* [L. *in* & *fides*, faith.] Unbelieving: શાસ્ત્રનિંદક; નાસ્તિક; કાફર; બેદીન;

બેઈમાન. *n.* A heathen: મૂર્તિપૂજક; અસદ્ધર્મી. 2. One who disbelieves in Christ: ખ્રીસ્તિ શાસ્ત્ર ઉપર જેનો વિશ્વાસ નથી તે.

Infidelity, (ઈન્ફિડેલિટિ) *n.* Want of faith or belief: બેઈમાની; અવિશ્વાસ; અનાસ્થા; બેદીની. 2. Adultery: જાર કર્મ; છીનાલું; વ્યભિચાર.

Infiltrate, (ઈન્ફિલ્ટ્રેટ્) *vt.* To enter by penetrating the pores or interstices of a substance: ઝમવું; ગાલવું; ગલવું.

Infiltration, (ઈન્ફિલ્ટ્રેશન) *n.* The process of filtering: ગાલવું-ગલવું તે. 2. The substance which has entered the pores or cavities of a body: છિદ્ર-કાણાંમાં થઈને પેઠેલો પદાર્થ; ગલાયલી-ગલી પડેલી વસ્તુ.

Infinite, (ઈન્ફિનિટ્) *a.* Unlimited in time or space: અનંત; બેશુમાર; બેહદ; અપાર. 2. Perfect: સંપૂર્ણ; પૂર્ણ. 3. Very great; extensive: ઘણુંજ મ્હોટું; વિશાલ.

Infinitesimal, (ઇન્ફિનિટેસિમૅલ્) *a.* Infinitely small: ઘણુંજ થોડું-ન્હાનું; અતિસૂક્ષ્મ.

Infinitive, (ઈન્ફિનિટિવ્) *a.* Unlimited; not bounded or restricted: બેહદ; અપાર. **I.** *mood:* સામાન્ય રૂપ.

Infinitude, (ઈન્ફિનિટ્યૂડ્) *n.* Infiniteness: અપારપણું; બેહદપણું. 2. Immensity; greatness: ઘણાપણું; મોટાપણું. 3. Boundless number: ગણાય નહિ એટલી મ્હોટી રકમ.

Infinity, (ઈન્ફિનિટિ) *n.* Boundlessness: અપાર-બેહદપણું; અનંતતા.

Infirm, (ઈન્ફર્મ્) *a.* Weak; feeble: અશક્ત; દુર્બલ; કમજોર; નાતવાન. 2. Weak of mind; irresolute: મનનું અદૃઢ; ઢચુપચુ; ડામાડોલ. 3. Not solid or stable: ડગમગતું; અસ્થિર.

Infirmary, (ઈન્ફર્મૅરિ) *n.* A hospital or place where the infirm or sick are lodged and nursed: રોગી-દરદીને રાખવાની જગા; રોગીશાલા; બિમારખાનું.

Infirmity, (ઇન્ફર્મિટિ) *n.* The state of being infirm; a disease: અશક્ત થવું તે; રોગ. 2. Weakness; foible; defect: અશક્તિ; કમજોરી; નાતવાની; દોષ; ખોડ; ખાંમી.

Inflame, (ઈન્ફ્લેમ્) *vt.* [L. *in* & *flamma*, flame.] To set on fire; to kindle: સલગાવવું; ચેતવવું. 2. To raise to an unnatural heat: તપાવવું; ગરમ કo. 3. To excite or increase (*passion*, &c.): જાગૃત કરવું; જોર-જોશમાં આણવું; ઉસકેરવું. 4. To provoke: to irritate: ખીજવવું; ચીડવવું. 5. To exaggerate: વધારવું; વધારીને વર્ણવવું-કેહેવું.

Inflammability, (ઇન્ફ્લૅમૅબિલિટિ) *n.* Susceptibility of readily taking fire: સલગે એવો ગુણ; દહનશીલતા.

Inflammable, (ઈન્ફ્લૅમૅબ્લ્) *a.* Capable of being set on fire; easily enkindled: જલદી સલગી ઉઠે એવું; જવાલાગ્રાહી.

Inflammation, (ઈન્ફ્લૅમેશન) *n.* Heat of a part of the body: સોજો; વરમ. 2. Heat; passion; turbulence: ગુસ્સો; આવેશ.

Inflammatory, (ઇન્ફ્લૅમૅટૉરિ) *a.* Tending to cite heat or inflammation: દાહક; ઝાલ ઉઠાડે એવું; સલગાવનારૂં; ગરમી-આગ-જોસવાલું. 2. Tending to excite anger; seditious: ગુસ્સો વધારે એવું; ફીતુર-બંડ ઉઠાવે એવું.

Inflate, (ઈન્ફ્લેટ્) *vt.* [L. *in* & *flo*, I flow.] To blow into: પવનથી ફુલાવવું. 2. To swell; to puff up: ફુલાઈ જવું; છકી જવું; છાપરે-તાડપર ચઢાવવું.

Inflation, (ઈન્ફ્લેશન) *n.* The act of inflating: ફુલાવવું તે; ફુલાવો; તસતસાટ. 2. Conceit: ગર્વ; ફુલાઈ જવું તે; પતરાજ. 3. Undue increase: ગેરવાજબી વધારો; તેજી.

Inflect, (ઇન્ફ્લેક્ટ્) *vt.* [L. *in* & *flecto*, I bend.] To bend; line: વાલવું; વાંકું કo. 2. To vary a noun in its terminations: વિભક્તિ લગાડવી; રૂપાખ્યાન કo.

Inflection, (ઈન્ફ્લેક્શન) *n.* A bend; a fold: વલ. 2. A modulation of the voice: સ્વર ઉંચો નીચો કરવો તે; સ્વરભેદ. 3. The variation of nouns &c., and verbs by conjugation: રૂપ; વિભક્તિ.

Inflexibility, (ઈન્ફ્લેક્સિબિલિટિ) *n.* Unyielding stiffness: ન મરડાય એવો ગુણ. 2. Obstinacy of will or temper: હઠ; આગ્રહ; બોહોંસ.

Inflexible, (ઈન્ફ્લેક્સિબ્લ્) *a.* Incapable of being bent; firm: મરડાય-વલાય નહિં એવું; કઠણ; સખ્ત. 2. Firm in purpose; not to be changed: દૃઢ; આગ્રહી; હઠીલું; બોહોંસીલું. 3. Unalterable: બદલાય નહિં એવું.

Inflict, (ઇન્ફ્લીક્ટ્) *vt.* [L. *in* & *fligo*, I strike.] To apply; to impose: કરવી; આપવી; ભોગવાવવી (સજા); નાખવો; દેવો; કરવો (દંડ).

Infliction, (ઈન્ફ્લિક્શન) *n.* The act of inflicting or imposing: દેવું તે; ભોગવાવવું તે; કરવું તે. 2. Punishment: શિક્ષા; કંટાલો; દુઃખ.

Inflorescence, (ઇન્ફ્લોરૅસેન્સ) *n.* A flowering; the unfolding of blossoms: ફુલ ખીલવાં-આવવાં તે. 2. The general arrangement of flowers: ફુલની રચના-ગોઠવણ.

Influence, (ઈન્ફ્લ્યૂઍન્સ) *n.* [L. *in* & *fluo*, I flow.] A flowing in or upon; influx: અંદર વેહેવું તે; અંતઃપ્રવાહ. 2. Ability to move or effect: શક્તિ; બલ; અસર. 3. Power or authority arising from character, station, wealth and the like: સત્તા; વક્કર; વગ; વજન; ભારબોજ; ચલણ; મોભો. *vt.* To move; to persuade; to direct: અસર કરવી; સમજાવવું; મન વાલવું; વગ લગાડવો.

Influential, (ઈન્ફ્લ્યૂઍન્શૅલ્) *a.* Exerting influence or power by invisible operation: વજનદાર; ભારબોજવાલું; વગવાલું; મોભા-મરતબાવાલું.

Influentially, (ઈન્ફ્લ્યૂઍન્શૅલિ) *adv.* In an influential manner: વગવશીલાથી.

Influenza, (ઈન્ફ્લ્યૂઍન્ઝ઼) *n.* A violent form of catarrh, which occurs with great suddenness: સલેખમ; એકાએક જોરમાં થતો સરકમ.

Influx, (ઈન્ફ્લક્સ્) *n.* The act of flowing in: અંદર વેહેવું તે; અંતઃપ્રવાહ; ભરતી.

Inform, (ઇન્ફૉર્મ્) *vt.* [L. *in* & *forma*, shape.]

To give form or shape to: આકાર આપવો. 2. To animate; to give life: સજીવન–સચેતન ક૦; 3. To make known; to advise: ખબર આપવી; જણાવવું; કહેવું. 4. To communicate a knowledge of facts to or by way of accusation: અપરાધની ખબર કરવી આપવી.

Informal, (ઈન્‌ફૉર્‌મલ્‌) *a.* Not in the regular form; without ceremony: વિધિ–નિયમ–રીતિ વિરૂદ્ધ.

Informality, (ઈન્‌ફૉર્‌મૅલિટિ) *n.* Want of regular or customary form: વિધિ–નિયમ–રીતિ વિરોધ; ગેરશિરસ્તાપણું.

Informally, (ઈન્‌ફૉર્‌મૅલિ) *adv.* Without the usual forms: અનિયમિતપણે; ગેરશિરસ્તે.

Informant, (ઈન્‌ફૉર્‌મૅન્ટ્‌) *n.* One who informs: ખબર આપનાર; જણાવનાર. 2. One who offers an accusation: જે કોઈ તોહોમત ખતલાવે છે –મુકેછે તે; તોહોમત મુકનાર.

Information, (ઈન્‌ફૉર્મેશન્‌) *n.* The act of informing: ખબર; વર્તમાન; બાતમી. 2. Intelligence; notion: માહિતી; જ્ઞાન. 3. A proceeding in the nature of a prosecution for some offence against the government: અપરાધની ખબર; દાવારોપ.

Informer, (ઈન્‌ફૉર્મર્‌) *n.* One who informs or gives intelligence: ખબર આપનાર–કહેનાર. 2. One who communicates to a magistrate a knowledge of the violations of law: સત્તાવાળાને ગુન્હાની ખબર આપનાર; ચાડીઓ; બાતમીદાર.

Infraction, (ઈન્‌ફ્રૅક્શન્‌) *n.* [L. *in* & *frango*, I break.] Breach; violation: તોડવું–ભાગવું તે; ઉલ્લંઘન; ભંગ.

Infrequent, (ઇન્‌ફ્રીક્વેન્ટ્‌) *a.* Rare; uncommon: કોઈજ વખતે જોવામાં આવતું; નવાઈ જેવું; અસાધારણ.

Infringe, (ઇન્‌ફ્રિન્જ્‌) *vt.* [L. *in* & *frango*, I break.] To break, as contracts: ભાંગવું; કરારવચન તોડવું. 2. To violate; to transgress: તોડવું; ઉલ્લંઘન કરવું; ઓલંગવું.

Infringement, (ઈન્‌ફ્રિન્જમેન્ટ્‌) *n.* Breach; violation; non-fulfilment: તોડવું તે; ઉલ્લંઘન; ભંગ.

Infuriate, (ઇન્‌ફ્યૂરિએટ્‌) *a.* [L. *in* & *furo*, I rave.] Enraged; mad: ક્રોધાંધ; ગુસ્સે થયલું; આવેશી; ઝનુની. *vt.* To render furious or mad: ચીઢવવું; ક્રોધ ચઢાવવો; ઝનુની ક૦.

Infuse, (ઈન્‌ફ્યૂઝ્‌) *vt.* [L. *in* & *fundo*, I pour.] To pour in: રેડવું; ઓતવું. 2. To inspire with; to introduce: મનમાં ઉતારવું–ઠસાવવું–ભરવું. 3. To inspirit or animate: હિમ્મત આપવી; ઉશ્કેરવું. 4. To steep in liquor without boiling, for the purpose of extracting medicinal qualities: પલાળવું; ભિજવી રાખવું; બોળી મૂકવું. 5. To make an infusion: પલાળી રાખી કસ ખેંચવો.

Infusion, (ઇન્‌ફ્યૂઝ્હન્‌) *n.* The act of infusing or pouring in: રેડવું તે; મનમાં ઠસાવવું–ઉતારવું તે. 2. Suggestion: સૂચના; દરખાસ્ત. 3. (*a*) The process of steeping an insoluble substance in water in order to extract its virtues: કોઈ પીગળે નહિ એવા પદાર્થનો કસ–ગુણ કાઢી લેવાને તેને પાણીમાં બોળવાની રીત. (*b*) The liquid obtained by this process: કસ; પાણી.

Infusoria, (ઈન્‌ફ્યૂસૅરિઍ) *n.* Animals found in water and other liquids: પાણીમાં રેહેનાર બહુ બારિક જીવડાં.

Ingathering, (ઈન્‌ગૅધરિન્ગ્‌) *n.* Harvest: કાપણીની મોસમ; કાપણી.

Ingenerate, (ઈન્‌જૅનરેટ્‌) *a.* Inborn; inmate; inbred: કુદરતિ; સ્વભાવિક.

Ingenious, (ઈન્‌જીનિઅસ્‌) *a.* [L. *in* & *gigno*, I beget.] Skilful or prompt to invent: શોધક બુદ્ધિવાળું; શોધક; હુનર–અક્કલમંદ; ચતુર; કલ્પક; યોજક. 2. Of curious design or structure: કરામત–યુક્તિ ભરેલું; કરામત–યુક્તિનું. 3. Witty; well-formed: રસિક; ખૂબીદાર.

Ingeniously, (ઇન્‌જિનિઅસ્‌લિ) *adv.* With ingenuity; with skill: યુક્તિ–ચતુરાઈથી; ખૂબીથી.

Ingenuity, (ઈન્‌જેન્યૂઈટિ) *n.* Ingeniousness; skill: શોધકબુદ્ધિ; ચતુરાઈ. 2. Curiousness in design: કરામત. 3. Openness of heart: ભોલપણ.

Ingenuous, (ઇન્‌જેન્યૂઅસ્‌) *a.* Freeborn; of honourable extraction: કુલીન; ખાનદાની; ઉંચા કુલનું. 2. Noble; generous: ઉદાર; મ્હોટા મનનું. 3. Open; frank: નિશ્કપટ; ખુલ્લા મનનું; ભોલું; નિખાલસ.

Ingenuously, (ઈન્‌જેન્યૂઅસ્‌લિ) *adv.* Openly; fairly; candidly: નિષ્કપટથી; ખુલ્લે મને.

Ingenuousness, (ઈન્‌જેન્યૂઅસ્‌નેસ્‌) *n.* Openness of heart; frankness: નિખાલસપણું; ભોલાપણું; ભોલાઈ; નિષ્કપટપણું.

Inglorious, (ઈન્‌ગ્લોરિઅસ્‌) *a.* Not glorious; not accompanied with fame or celebrity: અપકીર્તિનું; અપજસનું; અયશસ્વી. 2. Shameful; disgraceful: શરમભરેલું; નામોશી ભરેલું; લાજવા જેવું.

Ingot, (ઈન્‌ગૉટ્‌) *n.* That in which metal is cast; a mold: ધાતુના આકાર બનાવવાનું ઓલિયું. 2. A mass or wedge of gold, silver or any other metal: સોનું રૂપું, ઈત્યાદી ધાતુની લગડી–ઈંટ–ગઠ્ઠો.

Ingraft, (ઈન્‌ગ્રૅફ્ટ્‌) *vi.* To insert, as a scion of one tree into another for prolongation: ઝાડની ડાળી કાપી મેળવી દેવી; કલમ ક૦. 2. To set or fix deeply and firmly: દૃઢ કરવું–બેસાડવું.

Ingrain, (ઈન્‌ગ્રેન્‌) *vt.* To dye before manufacture: વણ્યા પેહેલાં માલને રંગવો. *a.* Dyed in the grain: વણ્યા વિનાના માલને રંગેલું.

Ingratiate, (ઈન્‌ગ્રેશિએટ્‌) *vt.* [L. *in* & *gratia*, favor.] To bring into favor; to insinuate: કૃપા–મેહેરબાની સંપાદન કરવી; વહાલા થવું; પેટમાં ભરાવું.

Ingratitude, (ઈન્‌ગ્રૅટિટ્યૂડ્‌) *n.* Insensibility to favors; unthankfulness: કૃતઘ્નતા; નિમકહરામી; બેવફાઈ.

Ingredient, (ઈન્‌ગ્રીડિઍન્ટ્‌) *n.* [L. *in* & *gradior*, I enter.] That which enters into a compound; an element: અંશ; ભાગ; અવયવભૂત વસ્તુ.

Ingress, (ઇન્ગ્રેસ્) *n.* [L. *in* & *gradior*, I enter.] Entrance: અંદર જવું તે; પ્રવેશ. 2. Power or liberty of entrance or access: દાખલ થવાની છૂટ. I. *and egress:* આવજા; આવન જાવન; આમદરફત.

Ingulf, (ઇન્ગલ્ફ્) *vt.* To swallow up in a vast, deep, gulf or whirlpool: ગરક કરવું; બુડાડી દેવું.

Inhabit, (ઇન્હૅબિટ્) *vt.* & *vi.* [L. *in* & *habeo*, I have.] To live or dwell in: રહેવું; વસવું; વાસ ક૦.

Inhabitable, (ઇન્હૅબિટૅબલ્) *a.* Capable of being inhabited; habitable: રહેવા-વસવા જોગ; રહેવાય એવું.

Inhabitant, (ઇન્હૅબિટૅન્ટ્) *n.* One, who dwells or resides permanently in a place: રેહેનાર; વસનાર; રહેવાસી; રહીસ.

Inhabitation, (ઇન્હૅબિટેશન) *n.* The act of inhabiting: રહેવું-વસવું તે; વાસ. 2. Abode; place of dwelling: રહેવાની જગા; મુકામ; ઘર; રેહઠાણ.

Inhale, (ઇન્હેલ્) *vt.* [L. *in* & *halo*, I breathe.] To draw into the lungs; to inspire: શ્વાસ-દમ લેવો.

Inhaler, (ઇન્હેલર્) *n.* An apparatus for inhaling any vapour: કોઈપણ જાતની હવા-બાફ દમમાં લેવાનું યંત્ર.

Inharmonious, (ઇન્હારમોનિઅસ્) *a.* Not harmonious; unmusical: બેતાલ; બેસુર. 2. મિલાપ-સંબંધ વગરનું; અસંબંધ.

Inherent, (ઇન્હીરેન્ટ્) *a.* Existing in something: ચોંટી-વળગી રહે એવું. 2. Naturally pertaining to; innate: મૂલનું; સ્વાભાવિક; કુદરતી; અસલનું.

Inherit. (ઇન્હેરિટ્) *vt.* & *vi.* [L. *haeres*, an heir.] To take by descent from an ancestor: વારસ થવું; વારસો પામવો-મલવો; વારસામાં મલવું. 2. To receive or take by birth: જન્મથી આવવું-મલવું; ઘરડા વરડાથી પ્રાપ્ત થવું-મલવું; બાપદાદા થકી ચાલ્યું-ઉતરતું આવવું. 3. To possess; to own: કબજામાં આવવું-હોવું.

Inheritance, (ઇન્હેરિટૅન્સ્) *n.* An estate derived from an ancestor to an heir in course of law: વારસો; વતન. 2. Possession; ownership: માલેકી; કબજો.

Inheritor, (ઇન્હેરિટર્) *n.* One who inherits; an heir: વારસાનો અધિકારી; વારસ.

Inheritrix, (ઇન્હેરિટ્રિક્સ્) *n.* An heiress: સ્ત્રી વારસ.

Inhibit, (ઇન્હિબિટ્) *vt.* [L. *in* & *habio*, I hold.] To check; to hinder: અટકાવવું; અટકાવ કરવો; મના કરવી.

Inhibition, (ઇન્હિબિશન) *n.* The act of inhabiting; restraint: અટકાવવું તે; અટકાવ. 2. Prohibition; embargo: મના; નિષેધ; બાધ.

Inhospitality, (ઇન્હૉસ્પિટૅલિટિ) *n.* The quality of being inhospitable; inhospitableness: પરોણાની ખરદાસ ચાકરી ન કરવી તે; પ્રતિકૂલતા; અનુકૂલતા.

Inhuman, (ઇન્હ્યૂમન્) *a.* [L. *in*, & *humanus*, humane.] Cruel; savage; unfeeling: ઘાતકી; જંગલી; દયા વિનાનું; નિર્દય.

Inhumanity, (ઇન્હ્યૂમૅનિટિ) *n.* Cruelty; barbarousness: ઘાતકીપણું; જુલમ; ક્રૂરતા; નિર્દયતા.

Inhumanly, (ઇન્હ્યૂમૅન્લિ) *adv.* Cruelly; barbarously: ઘાતકીપણે; નિર્દયતાથી.

Inhume, (ઇન્હ્યૂમ) *vt.* To bury; to inter: જમીનમાં પુરવું; દાટવું; ગાડવું.

Inimical, (ઇનિમિકૅલ્) *a* [L. *in* & *amicus*, a friend.] Having the temper of an enemy; unfriendly: વેરી; દ્વેષી. 2. Adverse; repugnant: ઉલટું; પ્રતિકૂલ; અનનુસરતું; વિરૂદ્ધ

Inimitable, (ઇનિમિટૅબલ્) *a.* Surpassingly excellent or superior: જેની નકલ થાય નહિ એવું; અનુપમ; અપ્રતિમ; સરસ; તાક્રો.

Iniquitous, (ઇનિક્વિટસ્) *a.* [L. *in* & *æquitas*, equity.] Unjust; wicked: અન્યાયનું; અધર્મનું; હરામનું; દુષ્ટ; બદ; બુરૂં.

Iniquity, (ઇનિક્વિટિ) *n.* Want of ractitude; wickedness: અન્યાય; અધર્મ; અપ્રમાણિકપણું; દુષ્ટતા; બુરાઈ; ખદી; બેઇનસાફી. 2. A sin or crime: અપરાધ; પાપ; દોષ.

Initial, (ઇનિશૅલ્) *a.* [L. *in* & *eo*, I go.] Incipient; commencing: પ્રથમ; પેહેલું; આરંભનું. 2. Placed at the beginning, standing at the head: શરૂઆતમાં-પહેલું આવેલું. *n.* The first letter of the word: કોઈ શબ્દનો પેહેલો અક્ષર. *vt.* To sign by an initial: નામના પેહેલા અક્ષર લખીને સહી ક૦.

Initiate, (ઇનિશિએટ્) *vt.* To make a beginning with; to begin: આરંભ ક૦. 2. To instruct in the rudiments or principles; to teach: મૂલતત્વ-મૂલ પીઠિકા શિખવવી; શિખવવું. 3. To introduce into a society; to admit: શામેલ ક૦; પંથમાં દાખલ ક૦; કોઈ મંડલીમાં દાખલ ક૦.

Initiated, (ઇનિશિએટેડ્) *a.* Introduced: દીક્ષિત; રીતિ પ્રમાણે દાખલ થયેલું; શામેલ; દાખલ.

Initiation, (ઇનિશિએશન) *n.* The act or process of initiating: શિખવવું-જણાવવું તે. 2. Mode of entrance into an organized body: કોઇને દીક્ષા-ઉપદેશ આપી પંથ-મંડલીમાં દાખલ કરવું તે; પેહેલ.

Initiative, (ઇનિશિએટિવ્) *n.* An introductory step or movement: આરંભ; શરૂઆત; પેહેલ. *a.* Inceptive; initiatory: પ્રથમનું; પેહેલું.

Inject, (ઇન્જેક્ટ્) *vt.* [L. *in* & *jacio*, I throw.] To throw in; to dart in: અંદર નાંખવું-ઘાલવું; પિચકારી મારવી; પિચકારીથી ચામડીમાં દાખલ ક૦.

Injection, (ઇન્જેક્શન) *n.* The act of throwing in: અંદર નાંખવું-ઘાલવું તે. 2. A medicine to be injected: પિચકારી મારીને શરીરમાં નાંખવાનું ઓસડ.

Injudicious, (ઇનજ્યુડિશસ્) *a.* [L. *in* & *judico*, I judge.] Void of judgment; unwise: અવિચારી; અવિવેકી; બેસમજ; અણસમજુ. Not according to sound judgment: અવિચારનું; ને

સમજથી કરેલું; અનુચિત; અણઘટતું; ગેરવાજબી.

Injunction, (ઈન્જન્ક્શન) *n.* [L: *in* & *jungo*, I join.] An order; a command; a precept: આજ્ઞા; તાકીદ; હુકમ; ફરમાન. 2. A writ granted by a court of equity: તાકીદપત્ર; હુકમનામું.

Injure, (ઈન્જૂર્) *vt.* [L. *in* & *jus, juris*, law.] (*a*) To do harm to; to hurt: બગાડવું; ખરાબ કરવું; અપકાર ક૦; દુઃખ દેવું. (*b*) To hurt or wound, as the person: ઘા પાડવો; ઘાયલ કરવું. (*c*) To slander or impair, as reputation: આબરૂને બટ્ટો –જોખમ લગાડવું; ખોટું–માઠું લગાડવું.

Injurious, (ઈન્જયૂરિઅસ્) *a.* Not just; wrongful: ગેરકાયદેતું; ગેરવાજબી. 2. Hurtful; harmful; baneful: દુઃખકારક; નુકશાન કરનારૂં; અહિતકારક; હાનિકારક. 3. Detractory; hurting reputation: બટ્ટો લગાડનારૂં.

Injuriously, (ઇન્જ્યૂરિઅસ્‌લિ) *adv.* Wrongfully; hurtfully: ગેરકાયદે; ગેરકાયદેસર.

Injury, (ઈન્જયૂરિ) *n.* Mischief; detriment; damage: અન્યાય; અપકાર; નુકશાની; ઉપદ્રવ; હાનિ; ઈજા; ખરાબી; નાશ; નુકશાન; ધક્કો; ધોકો.

Injustice, (ઈન્જસ્ટિસ્) *n.* [L. *in* & *jus*, right.] Iniquity; wrong: અન્યાય; ગેરઈનસાફ; અનીતિ; ખોટારૂં.

Ink, (ઈન્ક્) *n.* A colored fluid, usually black: શાઇ; રૂશનાઈ. 2. A pigment: રંગ. *Sympathetic ink*: અદૃશ્ય શાઇ.

Inkhorn stand-bottle, (ઇન્ક્‌હૉર્ન્-સ્ટૅન્ડ્-બૉટ્‌લ્) *n.* An inkstand: ખડિયો. 2. A portable case for ink, pens, &c.: સાહી, પેન વિગેરે મૂકવાની હલકી પેટી.

Inkling, (ઈન્ક્‌લિન્ગ્) *n.* Inclination; desire: વલણ; ઈચ્છા. 2. Hint; an intimation: સંસારો; સૂચના; ઈશારત; આભાસ; ભાસ; વાસ; ગંધ. *To have an* **i**: વાસ–ગંધ આવવી; સંસારો જણાવો; ખબર પડવી.

Inky, (ઈન્કિ) *a.* Consisting of ink; resembling ink; black: શાઇથી ભરેલું; શાઈ સરખું; કાલું.

Inlaid, (ઈન્લેડ્) *p. a.* જડેલું; જડિત; જડાવદાર.

Inland, (ઈન્લૅન્ડ્) *a.* Interior; remote from the sea; અંદરના ભાગનું; ભૂમધ્ય; દરીઆથી દૂરનું; મધ્યદેશસ્થ. 2. Carried on within a country; domestic: દેશી; દેશનું; મુલ્કી. *n.* The interior part of a country: દેશની અંદરનો ભાગ.

Inlay, (ઈન્લે) *n.* Matter or pieces of wood, ivory &c.: હાથીદાંત–લાકડાના કડકા વિગેરે; લાકડા પર હાથી દાંત જડેલું કામ: જડાવ કામ. *vt.* To lay within; to diversify with mosaic insertions: જડવું; બેસાડવું: જડિત–જડાવદાર ક૦.

Inlet, (ઈન્લેટ્ [illegible]) ingress; entrance: અંદર જવાનો રસ્તો–વાટ–માર્ગ; દ્વાર. 2. A bay or recess: ખાડી.

Inmate, (ઈન્મેટ્) *n.* A fellow-lodger: (એક ઘર) માં રહેનાર; સાથે રહેનાર; સહવાસી.

Inmost, (ઇન્મોસ્ટ્) *a.* Deepest within; furthest from the surface: ઘણું જ અંદર હોય એવું; છેક અંદર ખાનેનું.

Inn, (ઈન્) *n.* Residence; abode: રેહેઠાણ; આશરાની જગા. 2. A tavern; a public house; a hotel: વિસી; સરાઈ; ઉતારો; ધર્મશાલા; મુસાફરખાનું. 3. A building in which students at law have their lodgings: જે ઠેકાણે કાયદાનો અભ્યાસ કરનારા વિદ્યાર્થિઓ રહે છે તે. *vi.* To lodge: રેહેવું. *vt.* To shelter: આશરો–ટેકો આપવો. 2. To afford lodging and entertainment to: રેહેઠાણ આપવું અને આગતાસ્વાગતા ક૦.

Innate, (ઈન્નેટ્) *a.* [L. *in* & *natus*, born.] Inborn; native; natural: જન્મનું; અંતર્જાત; કુદરતી; સ્વાભાવિક; જાતી; અસલી. 2 Derived from the constitution of the intellect: બુદ્ધિથી–અક્કલથી થયેલું.

Inner, (ઈનર્) *a.* Interior; internal: અંદરની બાજુનું; અંદરનું; ગર્ભસ્થ; અંદર ખાનેનું. 2. Obscure: જલદીથી શોધી કઢાય નહિ એવું. 3. Pertaining to the spirit: આત્મા સંબંધી.

Innermost, (ઈનર્મોસ્ટ્) *a.* Furthest inward: સૌથી અંદરના ભાગનું; છેક માંહેલું.

Inning, (ઈનિન્ગ્) *n.* The ingathering of grain: કાપણીની મોસમ; કાપણી. 2. The time or turn for taking the bat: દડાની રમતમાં પાટીચાથી ખેલવાની–દાવ લેવાની વારી. 3. *pl.* Lands recovered from the sea: દરિયાનું ભાઠું.

Innkeeper, (ઈન્કીપર્) *n.* An inholder: વીસીવાલો.

Innoncence-cy, (ઈન્નોસેન્સ-ન્સિ) *n.* Innocuousness; harmlessness: નિરપરાધીપણું; નિર્દોષપણું; પાકદિલી. 2. Ingenuousness; artlessness: સરલતા; નિષ્કપટ: ગરીબી; સાલસાઈ; ભોલાપણું; સાફદિલી.

Innocent, (ઈન્નોસેન્ટ્) *a.* [L. *in* & *noceo*, I hurt.] Innoxious; harmless: નિરૂપદ્રવી; દુઃખ કરે નહિ એવું; નિર્વિકારી; નિરપકારી. 2. Guiltless; pure; upright: નિરપરાધી; નિર્દોષ; નિષ્કલંક; નિર્મલ; પાક; દોષરહિત–શૂન્ય. 3. Simple; artless; foolish: ગરીબ; બાપડુ; નિષ્કપટ; નિખાલસ; સાફદિલ.

Innocuous, (ઇનૉક્યૂઅસ્) *a.* Harmless; safe; innocent: જેથી દુઃખ ન થાય તેવું; અવગુણ–વિકાર ન કરે એવું; નિરપકારી; અવિકારી; નિર્વિકારી.

Innovate, (ઇનોવેટ્) *vt.* [L. *in* & *novo*, I make new.] To change or alter by introducing something new: નવી રીત–ચાલ દાખલ કરીને ફેરવી નાંખવું; નવી રીત ચાલુ ક૦. 2. To bring in as new; to introduce as novelty: રૂઢિમાં ફેરફાર કરવો: નવાઈ તરીકે દાખલ ક૦.

Innovation, (ઇનોવેશન્) *n.* The act of innovating: ફેરફાર; નવું જુનું; ઉંધુંચતું. 2. A change affected by innovating: નવી રીત; નવી ચાલ; નવો માર્ગ; નવાઈ.

Innuendo, (ઇન્યૂએન્ડો) *n.* [L. *in* & *nuo*, I nod.] An oblique hint: ઇશારત: ઇશારો; વ્યંગોક્તિ; વક્રોક્તિ; અસેમસે કહેલું કંઈ.

Innumerable, (ઈન્યૂમરેબલ્) *a.* Countless: ગણાય નહિ તેટલું; અગણિત; અસંખ્ય; બેસુમાર; અનંત.

Innutritious, (ઈન્યૂટ્રિશસ્) *a.* Not supplying nourishment; innutritive: પુષ્ટિ આપે નહિ એવું; અપોષક; અપૌષ્ટિક; અપુષ્ટિકર.

Inoculate,(ઈનૉક્યૂલેટ્)*vt.&vi.*[L.*in*&*oculus*, an eye.] To bud; to insert: એક ઝાડની કલી બીજા ઝાડ ઉપર ઉગાવવી; કલમ કરવી. 2. To communicate a disease by inserting infectious matter: શરીરમાં રેાગનેા ચેપ દાખલ કo.

Inoculation, (ઈનૉક્યૂલેશન્) *n.* The act or art of inoculating: એક ઝાડની કલી બીજા ઝાડપર ઉગાવવી તે; કલમ. 2. The act of communicating a disease by inserting infectious matter: ચેપ લગાડવેા તે; ચેપ.

Inodourous, (ઈનઓડરસ્) *a.* Having no smell; scentless: વાસ-ગંધ રહિત-વિનાનું; નિર્ગંધ; ગંધહીન.

Inoffensive, (ઈનૉફ્ફેન્સિવ્) *a.* Giving no offence or uneasiness: ગરીબ; બાપડું; રાંક; અદ્વેષી; અહિંસક; સાલસ; નુકશાન ન કરતું; અવિકારી; નિરૂપદ્રવી; નિરપકારી.

Inofficial, (ઈનૉફિશૅલ્) *a.* Not proceeding from the proper office: વગર અધિકારે આપેલું-કરેલું; અનધિકારિક.

Inofficious, (ઈનૉફિશસ્) *a.* Unfit for office or active duty: ફરજ બજાવવાને નાલાયક; નેાકરીને માટે નાલાયક. 2. Not attentive: ધ્યાન ન આપતું; બેદરકાર 3. Unkind: નિર્દય: માયાળુ નહિ એવું.

Inoperative, (ઈનઓપરેટિવ્) *a.* Producing no effect: અસર કરે નહિ એવું; નિરૂપયેાગી; નિષ્ફલ, અગુણકારી.

Inopportune, (ઈનૉપૉર્ટયૂન્) *a.* Inconvenient: unseasonable in time: અકાલિક; કવેલા-કમેાસમનું; અસ્થાન; અયેાગ્ય.

Inordinate, (ઇનૉર્ડિનેટ્) *a.* Disorderly; excessive: અપરિમિત: બેસુમાર; અત્યંત; અમર્યાદ: બેહદ

Inorganic.(ઇનૉર્ગૅનિક્)*a.* Not subjected to organization; unorganized: જડ; નિર્જીવ; ચૈતન્ય રહિત; જીવસાધન રહિત-શૂન્ય; જીવ-બાંધા વગરનું.

Inquest. (ઈન્કવેસ્ટ્) *n.* Inquiry; search: તપાસ; શેાધ; ચેાકસી: તજવીજ. 2. A jury, particularly a Coroner's jury: એકાએક મરણ થયું હેાય તેનું કારણ શેાધી કાઢવા જે પંચ બેસે છે તે; જુરી.

Inquire. (ઈન્કવાઈર્) *vi.* [L. *in* & *quaero*, I seek.] To seek for truth by putting queries: પુછવું-પ્રશ્ન-સવાલ કરવેા. 2. To make examination or investigation: તજવીજ-તપાસ-તલાસ કo; ખબર પૂછવી-કહાડવી. *vt.* To ask about; to seek by asking: માગવું.

Inquirer, (ઈન્કવાઇરર્) *n.* An investigator: પરીક્ષક; નિરૂપક; પુછનાર; શેાધક; ખબર કાઢનાર.

Inquiry, (ઇન્કવાઈરિ) *n.* The act of inquiring; interrogation: તપાસ-તજવીજ-પુછપરછ કરવી તે. 2. Research; investigation: તજવીજ; ચેાકસી; પુછપરછ; તપાસ; તલાસ; શેાધ. 3. A question; a query: સવાલ; પશ્ન.

Inquisition, (ઈનક્વિઝિશન્) *n.* Inquiry; examination: તપાસ; તલાસ; પરીક્ષા; ચેાકસી.

Inquisitive, (ઈનક્વિઝિટિવ્) *a.* Addicted to inquiry; given to research: જાણવાને આતુર; પુછપરછ-પુછપાછ કરનારૂં; શેાધક; ચેાકસીદાર; ચેાકસી કરે એવું; જીજ્ઞાસુ.

Inquisitiveness, (ઈનક્વિઝિટિવ્નેસ્) *n.* The disposition to obtain information by questions: તજવીજ; શેાધ; અતિઆતુરતા; શેાધકબુદ્ધિ; જીજ્ઞાસા.

Inroad, (ઈનરેાડ્) *n.* Attack; encroachment: હલ્લેા; ચઢાઈ; સ્વારી; ધાડ; હુમલેા.

Insalubrious, (ઈન્સૅલ્યૂબ્રિઅસ) *a.* Unfavorable to health; unwholesome: રેાગ-દરદ ઉત્પન્ન કરે એવું; રેાગકારક; રેાગજનક; અહિતકારી.

Insalutary, (ઈન્સૅલ્યૂટરિ) *a.* Not favorable to health; unwholesome: રેાગકારક; વ્યાધીકર. 2. Not tending to safety; productive of evil: સહીસલામત રાખે નહિં એવું; દુઃખ ઉત્પન્ન કરનારૂં.

Insane, (ઈન્સેન્) *a.* Mad; delirious; distracted: ગાંડું; ઘેલું; દિવાનું; ઉન્મત્ત; ઉન્માદી. 2. Making mad; causing madness: ગાંડું કરતુ-બનાવતું.

Insanity, (ઈન્સૅનિટિ) *n.* Unsoundness of mind; madness: ઘેલછા; ગાંડાઈ; દિવાનાપણું; ઘેલાઇ; ઉન્માદ; ઉન્મત્તવાયુ; ઉન્મત્તતા; બુદ્ધિભ્રંશ; ચિત્તભ્રમ.

Insatiable, (ઈન્સેશિઍબલ્) *a.* Very greedy: સંતેાષ પામે નહિ એવું; અસંતેાષી; અતિલેાભી; અતૃપ્ત; વખવખીયું.

Insatiableness-Insatiety, (ઇન્સેશિઍબલ્નૅસ્-ઈન્સેશાઈટિ) *n.* Greediness of appetite that can not be satisfied; insatiability: ખાવરાપણું; એધીપણું: ખાઉધરપણું; અંતલેાભ; વખવખ.

Insatiate, (ઈન્સેશિએટ્) *a.* Not to be satisfied; insatiable: તૃપ્ત ન થાય તેવું; અસંતેાષી; અતિલેાભી

Inscribe, (ઈન્સ્ક્રાઈબ્) *vt.* [L. *in* & *scribo*, I write] To write or engrave; to imprint: લખવું; કેાતરવું; છાપવું; વર્ણાંકિત-શબ્દાંકિત કરવું. 2. To imprint deeply; to impress: ઠસાવવું; મનમાં ઉતારવું.

Inscription, (ઈન્સ્ક્રિપ્શન્) *n.* Anything engraved: કેાતરેલેા લેખ; પાષાણ લેખ; શિલાલેખ.

Inscrutable, (ઇન્સ્ક્રુટૅબલ્) *a.* [L. *in* & *scrutor*, I search into.] Unsearchable; obscure; incomprehensible: સમજ ન પડે તેવું; અકલ; અતર્ક્ય; ગહન; અગાધ; ગૂઢ.

Insect, (ઈન્સેક્ટ્) *n.* An articulate animal: જીવડું; જીવજંતુ; કીડેા; કૃમિ; કીટ. 2. Any thing small or contemptible: ધિક્કારવા લાયક-નાની ચીજ. *a.* Like an insect; small; mean: જીવડા જેવું; નાનું; હલકું; નીચ; અધમ.

Insectivorous, (ઈન્સેક્ટિવેારસ્) *a.* Subsisting on insects: જીવડાં ખાઇને જીવતું; કીટભક્ષક.

Insecure, (ઈન્સીક્યૂર્) *a.* Not secure or safe: સંશય ભરેલું; સંશયાત્મક; નુકશાની લાગે તેવું; જેાખમ ભરેલું; સલામત નહીં એવું.

Insecurity, (ઈન્સીક્યૂરિટિ) *n.* Danger; hazard: જેાખમ; ધેાકેા; ભય. 2. Want of confidence in safety: સલામતી વિષે શક-ધાસ્તી; ભયશંકા; ભયસંશય.

Insensate, (ઈન્સેન્સેટ્) *a.* Destitute of sense; stupid; foolish: બેવકુફ; બેસમજ; મૂઢ; બુદ્ધિશૂન્ય.

Insensibility, (ઈન્સેન્સિબિલિટિ) *n.* Unconsciousness; torpor: બેભાનપણું; બેશુદ્ધિ; સુનપણું;

બેહોશપણું; મૂછો; અચેતના. 2. Dullness: બેવકુફી; જડતા; સુસ્તી.

Insensible, (ઇન્સેન્સિબલ્) *a.* Destitute of the power of feeling or perceiving: બેભાન; બેશુદ્ધ; અસાવધ; અચેતન; બેહોશ. 2. Unconcerned; indifferent: નિર્દય; દયાહીન; બેદરકાર; બેપરવા. 3. Imperceptible; slow; gradual: અગોચર; જણાય-સમજાય નહીં તેવું. 4. Meaningless; not sensible or reasonable: અર્થ રહિત; સમજણ વગરનું.

Insensibly, (ઇન્સેન્સિબ્લિ) Imperceptibly; gradually: ન જણાય તેમ; ધીમેધીમે; રસ્તે રસ્તે; અદૃશ્યપણે; બેમાલુમરાત્યે.

Insentient, (ઇન્સેન્શેન્ટ્) *a.* Not sentient; not having perception: બુદ્ધિ-સમજ વગરનું.

Inseparable, (ઇન્સેપરેબલ્) *a.* Incapable of being separated or disjoined: જુદું પડાય નહિ એવું; અભેદ; નિત્યસંબંધી.

Insert, (ઇન્સર્ટ્) *vt.* [L. *in* & *sero*, I join.] To put or thrust in; to set in: અંદર ખોસવું-ઘાલવું-મૂકવું-દાખલ કરવું; સમાવેશ-પ્રવેશ ક૦.

Insertion, (ઇન્સર્શન) *n.* The act of inserting: દાખલ કરવું તે; પ્રવેશ; સમાવેશ. 2. That which is set in, as lace: લગાડેલું-ચોંટાડેલું જે કાંઈ તે; ફીત; કોર.

Inside, (ઇન્સાઇડ્) *a.* Contained; interior: અંદરનું; માહેનું. *n.* The part within; content: અંદરનો ભાગ; અંતરંગ; ગર્ભ. 2. (*pl.*) The entrails; bowels: આંતરડાં.

Insidious, (ઇન્સિડિઅસ્) *a.* [L. *in* & *sedeo*, I sit.] Lying in wait; deceitful; sly: દગાખોર; કપટી; દગાબાજરેલું; દગલબાજ; ફસાવનાર; છેતરનાર.

Insidiousness, (ઇન્સિડિઅસનેસ્) *n.* Treachery: કપટીપણું; દગલબાજી; કપટ; પ્રપંચ; કાવાદાવા.

Insight, (ઇન્સાઇટ્) *n.* Thorough knowledge or skill: પૂર્ણજ્ઞાન; પૂરેપૂરી જાણ-ખબર; ખરીમાહિતી. 2. Power of acute observation: બરોબર અવલોકન કરવાની શક્તિ.

Insignia, (ઇન્સિગ્નિઅ) *n.* [L. *in* & *signum*, mark.] Distinguishing marks of honour: માનની નિશાની; અધિકારનું ચિન્હ-લક્ષણ. 2. Marks; signs: ચિન્હ; લક્ષણ. 1. *of royalty:* રાજચિન્હ.

Insignificance-cy, (ઇન્સિગ્નિફિકેન્સ્-ન્સિ) *n.* Want of significance or meaning: અર્થહીનતા; અર્થાભાવ; અર્થશૂન્યતા. 2. Want of force or effect; unimportance: અગૌરવ; નજીવાપણું. 3. Meanness: હલકાઈ; નીચપણું; અધમતા; તુચ્છતા.

Insignificant, (ઇન્સિગ્નિફિકેન્ટ્) *a.* Not significant; destitute of meaning: અર્થ વગરનું; અર્થહીન. 2. Unimportant; trivial; petty: નજીવું; નકામું; નિરર્થક. 3. Mean; contemptible: અધમ; નીચ; હલકું; તુચ્છ; ક્ષુદ્ર; ક્ષુલ્લક.

Insincere, (ઇન્સિન્સીર) *a.* Not sincere; dissembling: કપટી; ઢોંગી; કૃત્રિમી; દગલબાજ. 2. Deceitful; hypocritical; false: છલ ભરેલું; ખોટું; કુટિલ. 3. Not to be trusted or relied upon: ભરાંસો રાખવા લાયક નહિં એવું; બેવફા.

Insincerely, (ઇન્સિન્સીર્લિ) *adv.* Without sincerity; hypocritically: દગાથી; કપટથી.

Insincerity, (ઇન્સિન્સરિટિ) *n.* Hypocrisy; deceitfulness: દગો; કપટ; કૃત્રિમતા; જુઠાણું; ઢોંગ; દંભ; બેવફાઇ.

Insinuate, (ઇન્સિન્યૂએટ્) *vt.* [L. *in* & *sinus*, the bosom.] To introduce gently; to wind in: ધીરે રહીને-ધીરે ધીરે-યુક્તિથી પેસાડવું-અંદર ખોસવું-ઘાલવું. 2. To infuse gently; to instill: ધીરેધીરે મનમાં ઘાલવું-ઠસાવવું. 3. To hint; to suggest: સૂચના આપવી; ઇશારો-અણસારો કરવો; ભરમમાં-સંકેતમાં કહેવું. 4. To push or work one's self into favor: મરજી-મહેરબાની સંપાદન ક૦-મેલવવી; પેટમાં ભરાવું. *vi.* To wind or flow in: ધીરે ધીરે યુક્તિથી પેસવું-ભરાવું. 2. To ingratiate one's self: પેટમાં પેસવું; પ્રીતિ સંપાદન ક૦.

Insinuating, (ઇન્સિન્યૂએટિન્ગ્) *a.* Insensibly winning favor and confidence: યુક્તિથી કૃપા મેલવનાર; પેટમાં ભરાનારૂં; મેલવી લેનારૂં; મનોહારી.

Insinuation, (ઇન્સિન્યૂએશન) *n.* The act or power of stealing on the affections: પેટમાં પેસી જવાનો વશ કરવાનો ગુણ; વશીકરણ. 2. A hint; a suggestion by distant allusion: ઇશારો; અણસારો; ઉશ્કેરણી.

Insipid, (ઇન્સિપિડ્) *a.* [L. *in* & *sapio*, I taste.] Destitute of taste; vapid: સ્વાદ રહિત; ફીકું; મોળું; લુખું; બેસવાદ; બેમઝાહ. 2. Wanting spirit; dull; heavy: અસર કરે નહિ એવું; વિરસ; અરસિક; નિરસ; અસાર; નિઃસત્વ.

Insist, (ઇન્સિસ્ટ્) *vt.* [L. *in* & *sisto*, I stand.] To stand or rest on; to find support: આધાર-ટેકો લેવો. 2. To dwell on; to urge; to refuse to give way: આગ્રહ-હઠ-જીદ્દ કરવી; બાહાસ ક૦; અડવું.

Insnare, (ઇન્સ્નેર્) *vt.* To catch in snare; to entrap: ફસાવવું; ફાંસા-ફાંદામાં નાખવું.

Insobriety, (ઇન્સોબ્રાઇટિ) *n.* Intemperance; drunkenness: છાકટા-પાયલપણું; કેફ.

Insociable, (ઇન્સોશિઅબલ્) *a.* Incapable of being joined or connected: જોડાય-સંધાય નહિં એવું. 2. Not given to conversation; taciturn: મલતાવડું નહિ એવું; અતડું; કુજરૂ; સુમડું; છેક થોડું બોલું.

Insolence, (ઇન્સોલેન્સ્) *n.* Pride or haughtiness; impudence: મગરૂબી; અહંકાર; ગર્વ; અભિમાન. 2. Insolent treatment; insult: અપમાન; બેઅદબી; ગેરઆબરૂ; અવિવેક.

Insolent, (ઇન્સોલેન્ટ્) *n.* Deviating from that which is customary; unusual: રીત-રીવસ્તાથી ઉલટું; અસાધારણ. 2. Proud and haughty, with contempt of others: મગરૂર; ગર્વિષ્ઠ; ઉન્મત્ત; ઉદ્ધત; મસ્ત; બેઅદબ; સરકશ; શોખ; ગુસ્તાખ.

Insolubility, (ઇન્સોલ્યૂબિલિટિ) *n.* The quality of not being soluble, or dissolvable: ઓગલે-પીગલે નહિ એવો ગુણ; અદ્રાવ્યતા. 2. The quality of being inexplicable: સમજાવી શકાય નહિ એવો ગુણ; અઘરાપણું.

Insoluble, (ઇન્સોલ્યૂબલ્) *a.* Incapable of being dissolved: ઓગલે-પીગલે નહિં એવું; જડ; કઠણ.

2. Not to be solved or explained; insolvable: સમજાવાય નહિ એવું; અઘરૂં; બીકટ.

Insolvency, (ઈન્સૉલ્વૅન્સિ) *n.* The condition of one who is unable to pay his debts: નાદારી; દેવાળું.

Insolvent, (ઈન્સૉલ્વૅન્ટ્) *a.* (*a*) Unable to pay one's debts as they fall due: નાદાર; દેવાળીઓ; દેવાળું કાઢનાર. (*b*) Respecting persons, who are unable to pay their debts: નાદાર-દેવાળીઆનું-વિષેનું-સંબંધી. *n.* [*Law*] One who is unable to pay his debts: દેવાળીઓ; દેવાળું કાઢનાર; નાદાર.

In-so-much, (ઇન-સો-મચ) *adv.* So; to such a degree; so suchwise: એટલે સુધી કે; અહિં સુધી તો.

Insooth, (ઈન્સૂથ) *adv.* In truth; truly; indeed: ખરી-સાચી રીતે; ખરેખર; સાચેસાચ.

Inspect, (ઈન્સ્પેક્ટ્) *vt.* [L. *in* & *specio*, I look.] To look upon; to view for the purpose of examination: જોવું; તપાસવું; શોધન કરવું; પરીક્ષા ક૦.

Inspection, (ઈન્સ્પેક્શન) *n.* Watch; official view: તપાસ; ચોકસી; પરીક્ષા; દેખરેખ; નીઘેબાની.

Inspector, (ઈન્સ્પેક્ટર્) *n.* One who inspects, views or oversees; superintendent: તપાસનાર; પરીક્ષા લેનાર; દેખરેખ-ચોકસી રાખનાર.

Inspersion, (ઈન્સ્પર્શન) *n.* The act of sprinkling on; છંટકાવ; છાંટવું તે.

Inspirable, (ઈન્સ્પાઈરૅબલ્) *a.* Inhalable; admitting inspiration: દમ-શ્વાસમાં લઈ શકાય એવું.

Inspiration, (ઈન્સ્પાઇરેશન) *n.* [L. *in* & *spiro*, I breathe.] The act of inspiring; inhalation: શ્વાસ; દમ; પ્રાણ; પ્રાણ-શ્વાસગ્રહણ. 2. The act or power of exercising an elevating or stimulating influence: કોઈનો ઉત્કર્ષ-બેહેતરી કરવા સારૂ ચલાવેલી સત્તા-કાબુ. 3. A miraculous influence to receive and communicate divine truth: ઈશ્વર પ્રેરણા-સૂચના-પ્રબોધ; ઈશ્વરપ્રેરિત જ્ઞાન.

Inspire, (ઇન્સ્પાઈર્) *vi.* To draw in breath; to inhale: શ્વાસ-દમ લેવો. 2. To breathe; to blow gently: શ્વાસ કાઢવો-લેવો; ધીમેધીમે ફુંકવું. *vt.* To breathe into: ફુંકવું. 2. To infuse by breathing: ધીમેધીમે મનમાં ઉતારવું-ઠસાવવું. 3. To instill; to communicate to the spirit: પ્રેરણા કરવી. 4. To fill with what animates, enlives or exalts: ધૈર્ય-ઉત્સાહ આપવો; આશા-જોશ-હોંશ-હિમ્મત-ઉત્તેજન આપવું; પ્રેરવું. 5. To inhale: શ્વાસ લેવો.

Inspired, (ઈન્સ્પાઇર્ડ્) *a.* Breathed in; inhaled: શ્વાસ-દમમાં લીધેલું. 2. Given by divine inspiration; holy: ઈશ્વર પ્રબોધિત-પ્રેરિત; પવિત્ર. 3. Animated: ઉત્તેજીત; ઉશકેરેલું; ઉશકેરાયલું.

Inspissate, (ઈન્સ્પિસેટ્) *vt.* [L. *in* & *spissus*, thick.] To thicken, as fluids: જાડું ઘટ્ટ કરવું; બંધાઈ જાય તેમ કરવું.

Instability, (ઈન્સ્ટૅબિલિટિ) *n.* Inconstancy; fickleness: mutability: અસ્થિરતા; ચલિતપણું; ચંચલતા; ચાંચલ્ય; અનિત્યતા; નાપાએદારી.

Instable, (ઈન્સ્ટૅબલ્) *a.* *in* & *sto*, I stand.] Mutable; inconstant; unstable: વિચાર બદલ્યા કરે તેવું; અસ્થિર; ચંચલ; અનિત્ય; ઢચુપચુ; ડામાડોલ.

Install, (ઇન્સ્ટૉલ્) *vt.* To set in a seat; to give a place to: જગાએ બેસાડવું; જગા આપવી. 2. To set or instate in an office, rank or order: પદવીપર સંસ્કાર-ક્રિયા કરીને બેસાડવું; અભિષેક ક૦; પ્રતિષ્ઠાપન ક૦.

Installation, (ઈન્સ્ટૉલેશન) *n.* The act of giving possession of an office, rank or order: રાજ્યાભિષેક; પટાભિષેક.

Instalment, (ઈન્સ્ટૉલ્મેન્ટ્) *n.* The act of giving possession of an office: વિધિ-સંસ્કારપૂર્વક સ્થાપના. 2. The seat in which one is placed: હોદ્દો; આસન. 3. A part of a sum of money paid or to be paid at a particular period: હફ્તો; ખાંધું.

Instance, (ઈન્સ્ટૅન્સ્) *n.* [L. *in* & *sto*, I stand.] Urgency; solicitation; application: કાલાવાલા; આગ્રહ; વિનતી; પ્રાર્થના; આજીજી. 2. Impelling motive: ઉશ્કેરનારો હેતુ; મૂલ મતલબ. 3. occurrence; occasion: પ્રસંગ; સમય; અવસર; કાલ; વેલા. 4. A case occurring; example: દાખલો; દૃષ્ટાંત; ઉદાહરણ. *For i.*, by way of example: દાખલા તરીકે. *vt.* To mention as an example: દાખલો-ઉદાહરણ આપવું. *vi.* To find or seek illustration: ઉદાહરણ શોધી કાઢવું.

Instant, (ઈન્સ્ટૅન્ટ્) *n.* A point in duration; a moment: ક્ષણ; પલ; પલક; નિમિષ; ઘડી. 2. A particular time: કાલ; વખત; વેલા. 3. A day of the present or current month: ચાલતા માસની તારીખ-દિવસ. *a.* Pressing; urgent; earnest: આગ્રહી; આજીજી ભર્યું-વાળું. 2. Not differd; immediate: તરતજ-લાગલું થનારૂં; શીઘ્ર; તાત્કાલિક. 3. Making no delay; quick: ઉતાવલું; જલદી નું; તાકીદનું. 4. Present; current: ચાલતું; વર્તમાન.

Instantaneous, (ઇન્સ્ટૅન્ટેનીઅસ્) *a.* Done in an instant: કંઈવાર લાગ્યા વગરનું; લાગલુંજ થાય એવું; ક્ષણસ્થાયી; તાત્કાલિક; તત્ક્ષણિક.

Instantaneously, (ઈન્સ્ટૅન્ટેનીઅસ્લિ) *adv.* In an instant; in a moment: એક ક્ષણ-પલમાં; જોતજોતામાં; ઝટપટ; ક્ષણ-નિમિષમાત્રમાં; તાબડતોબ; તુરતને તુરતજ.

Instantly, (ઇન્સ્ટૅન્ટ્લિ) *adv.* In an instant manner; immediately: તરતજ; તેજ ઘડીએ; લાગલુંજ; તાબડતોબ; હમણાજ. 2. Earnestly; pressingly: આગ્રહથી; આગ્રહ પૂર્વક; બોહોંસ કરીને.

Instate, (ઈન્સ્ટેટ્) *vt.* To set or place; to install: અધિકારપર બેસાડવું-સ્થાપવું; પદસ્થ ક૦. 2. To invest: પેહેરાવવું; આપવું.

Instead, (ઈન્સ્ટેડ્) *adv.* In the place or room: બદલે; વતી; જગાએ; ઠેકાણે. 2. Equivalent to; equal to: ખરોબર; સમાન; તુલ્ય.

Instep, (ઈન્સ્ટેપ્) *n.* The projection on the upper side of the human foot, near its junction with the leg: પગની પાટલી.

Instigate, (ઇન્સ્ટિગેટ્) *vt.* [L. *in* & *stigo*, I incite] To goad or urge forward; to set on; to provoke: ઉશ્કેરણી-શિખવણી-ક૦; ઉશ્કેરવું; શલી ક૦;પ્રેરવું; ચઢાવવું; ચઢાવી આપવું.

Instigation, (ઇન્સ્ટિગેશન) *n.* Incitement or impulse to evil: શિખવણી;ઉશ્કેરણી; શલી; ઉત્તેજન.

Instigator, (ઇન્સ્ટિગેટર્) *n.* One who incites another to an evil act: ઉશ્કેરી આપનાર; શલી; કરનાર; પ્રવર્તક; ઉત્તેજક; પ્રેરક; ચઢાવનાર; સલગાવનાર.

Instil, (ઇન્સ્ટિલ્) *vt.* [L. *in* & *stillo*, I drop.] To drop in; to pour in by drops: ટીપું ટીપું કરીને રેડવું-ઘાલવું. 2. To infuse slowly or by degrees: ધીરે ધીરે મનમાં ઘાલવું-ઠસાવવું.

Instinct, (ઇન્સ્ટિન્ગ્-ક્ટ્) *n.* [L. *instinctus*, inwardly moved.] Inward impulse: અંગજ્ઞાન; સહજજ્ઞાન; સ્વાભાવિકબુદ્ધિ; પ્રેરણાબુદ્ધિ; પશુબુદ્ધિ.

Instinctive, (ઇન્સ્ટિન્ક્ટિવ્) *a.* Determined by natural propensity; original to the mind: પ્રેરણાબુદ્ધિનું; સ્વાભાવિક; સ્વભાવપ્રેરિત.

Institute, (ઇન્સ્ટિટ્યૂટ્) *vt.* [L. *in* & *statuo*, I set.] To set up; to establish; to ordain: બાંધવું; ઠરાવવું; ઘડવું; ઉભું કરવું; નિમવું. 2. To originate & establish; to found: સ્થાપન કરવું; સ્થાપવું. 3. To begin; to commence: માંડવું;શરૂ-ચાલુ-પ્રવૃત્ત ક૦. 4. To educate; to instruct: તત્વ-મૂલતત્વ શિખવવાં-થી વાકેફ ક૦. *n.* The act of instituting; institution: સ્થાપના; સ્થાપન; વિધાન. 2. An established law, habit or custom: ધારો; નિયમ; નીમ; વિધાન; રીત; વિધિ; રિવાજ. 3. An elementary and necessary principle; a comprehensive summary of legal principles and decisions: ધારો; શાસ્ત્ર; સંહિતા; સૂત્ર. *Religious* I.s: ધર્મશાસ્ત્ર. I.s *of Manu*: મનુસંહિતા; માનવશાસ્ત્ર. 4. An institution; a college: શાલા; સમાજ; સભા; ખાતું.

Institution, (ઇન્સ્ટિટ્યૂશન) *n.* (*a*) Establishment; foundation: સ્થાપના; સ્થાપન; સંસ્થાપના. (*b*) Instruction; education: કેલવણી; શિક્ષણ. 2. (*a*) An established custom or order; enactment; ordinance:વિધિ; રીતિ; માર્ગ; ધારો; કાયદો; નિયમ; કાનુન. (*b*) An organized society; an establishment; a foundation: શાલા; સભા; મંદિર; સમાજ; આલય; ખાતું.

Instruct, (ઇન્સ્ટ્રક્ટ્) *vt.* [L. *in* & *struo*, I build.] To put in order; to prepare: નિયમમાં મૂકવું; બનાવવું; તૈયાર ક૦. 2. (*a*) To enlighten; to teach: શિખવવું; કેલવણી-તાલીમ આપવી;સમજાવવું; કહેવું. (*b*) To direct; to command: આજ્ઞા કરવી; હુકમ આપવો.

Instruction, (ઇન્સ્ટ્રક્શન) *n.* The act of teaching; information: કેલવણી; શિક્ષા; શિક્ષણ; તાલીમ;શિખામણ; બોધ; ઉપદેશ. 2. Order; command:આજ્ઞા; હુકમ;આદેશ; શાસન. I. s: પાઠ; ધડો.

Instructive, (ઇન્સ્ટ્રક્ટિવ્) *a.* Serving to instruct or inform:શિખામણનું-ભર્યું; બોધકારક; બોધક; ઉપદેશક.

Instructor, (ઇન્સ્ટ્રક્ટર) *n.* A teacher: શિક્ષક; ગુરૂ; ઉપદેશક; ઉપાધ્યાય; ઉપદેશ કર્તા.

Instructress, (ઇન્સ્ટ્રક્ટ્રેસ્) *n.* A preceptress; a tutoress: સ્ત્રીશિક્ષક.

Instrument, (ઈન્સ્ટ્રુમેન્ટ્)*n.* [L. *in* & *struo*, I build.] A tool; an implement: સાધન; કરણ; ઉપકરણ; યંત્ર; હથિયાર; ઓજાર; શસ્ત્ર. 2. A musical instrument: વાજીંત્ર; વાદ્ય; વાજું. *A wind* I.: વાંસલી; પાવો; મોરલી. 3. A deed, contract or writing: લેખ; ખત; દસ્તાવેજ; લખત; પત્ર; પટ્ટો. 4. A means; an agent: કાર્યકર્તા; કાર્યસાધક; સાધન.

Instrumental, (ઈન્સ્ટ્રુમેન્ટલ્) *a.* Conductive; helpful: કાર્યસાધક; કારણભૂત; સાધનભૂત; સહકારી; સાધક; કારક. 2. Pertaining to or prepared for musical instruments: વાજીંત્રથી કીધેલું; વાદ્યસિદ્ધ.

Instrumentality, (ઈન્સ્ટ્રુમેન્ટલિટિ) *n.* That which is instrumental; agency: સાધકપણું; કારણરૂપતા; મારફત; હસ્તક; દ્વાર.

Insubordinate, (ઈન્સબૉર્ડિનેટ્)*a.* Not submissive; not submitting to authority: ઉપરીને તાબે રહે નહિ એવું; બેહુકમી; સીરજોર; માથાનો ફરેલ; નાફરમાન; બેઅદબ.

Insubordination, (ઈન્સબૉર્ડિનેશન) *n.* Disorder; disobedience to lawful authorities: નાફરમાની; સીરજોરી; બેઅદબી; આવનય; આજ્ઞાભંગ.

Insufferable, (ઈન્સફ્ફરેબલ્) *a.* Insupportable; unendurable; intolerable: સહન થાય નહિ -સંખાય-ખમાય નહિ એવું; અસહ્ય;અસહનીય;દુઃસહ.

Insufficiency, (ઈન્સફિશિઅન્સિ) *n.* Deficiency; inadequateness; કસર; અધૂરાપણું; ન્યૂનતા;ખામી. 2. Inability; incapacity:અયોગ્યતા;નાલાયકી; નાકાબેલિયત.

Insufficient, (ઈન્સફિશિઅન્ટ્) *a.* Not sufficient; inadequate: કસરવાલું; અધુરૂં;અલ્પ; ઓછું; અપૂર્ણ; ન્યૂન. 2. Wanting in skill or strength; unfit: નાલાયક; અયોગ્ય; અનુચિત; નાકાબેલ.

Insular, (ઈન્સ્યુલર્) *a.* [L.*insula*, an island.] Belonging to an isle; surrounded by water: દ્વિપરૂપ; બેટ સંબંધી; પાણીથી વિંટલાયેલું-ઘેરાએલું.

Insulate, (ઇન્સ્યૂલેટ્) *vt.* To place in a detached situation; to isolate: અલગું-વેગલું મૂકવું; કોઇ સાથે સંબંધ રહે નહિ એવી રીતે મૂકવું;જુદું-છુટું પાડવું.

Insulated, (ઈન્સ્યૂલેટેડ્) *a.* Standing by itself: પોતાની મેલે-એકલુ ઉભું રહે એવું; તુટક; નિરાલું;અલગ; છૂટું છવાયું. 2. Separated: જુદું પાડેલું.

Insulation, (ઈન્સ્યુલેશન) *n.* The act of separating a body from others by non-conductors: વિજલીની અસર ન થવા દે એવી ચીજ વચ્ચે મુકીને જુદું પાડવું તે.

Insult, (ઈન્સલ્ટ્) *n.* [L. *in* & *salio*, I leap.] Gross abuse; act or speech of contempt:અપમાન;ગેરઆબરૂ;નાલેસી;બેઅદબી;અવજ્ઞા; માનભંગ;તિરસ્કાર.*vt.*To commit an indignity upon;to abuse: માનભંગ-અવજ્ઞા-તિરસ્કાર-અપમાન કરવું; ગેરઆબરૂ ક૦; બેઅદબી કરવી.

Insulting, (ઇન્સલ્ટિન્ગ્) *a.* Containinig or conveying gross abuse:અપમાન ભરેલું-કારક;ગેર-

આબરૂ થાય એવું; નિંદક; બેઅદબી ભરેલું.

Insultingly, (ઈન્સલ્ટિન્ગ્લિ) *adv.* With insolent contempt: અપમાન ભરેલી રીતે;બેઅદબીથી; તિરસ્કારથી.

Insuperable, (ઈન્સ્યુપરૅબલ્) *a.*[L. *in* & *supero*, I pass over.] Not superable; insurmountable: મુશ્કેલ; અજીત; દુસ્તર; અનિવાર્ય.

Insupportable, (ઈન્સપ્પોર્ટૅબલ્) *a.* Incapable of being borne; insufferable: ઉચકાય નહિ એવું; સેહેવાય–ખમાય નહિ એવું; અસહ્ય; અસહનીય; દુ:સહ.

Insurance, (ઈન્સ્યૂરૅન્સ્) *n.* The act of insuring against loss or damage: વીમો. 2. Permium paid for insuring property or life: વીમો ઉતરાવવા સારૂ આપવું પડતું દામ.

Insure, (ઈન્સ્યૂર્) *vt.* To make sure or secure: ખચીત–નક્કી ક૰. 2. To secure against possible loss: વીમો ઉતારવો.

Insurer, (ઈન્સ્યૂરર્) *n.* One who insures; an underwriter: વીમો ઉતારનાર; વીમાવાલો.

Insurgent, (ઈન્સરજૅન્ટ્) [L. *in* & *surgo*, I rise.] Rebel: બલવાખોર–બંડખોર–ફીતુરી માણસ; ફીતુરિયો; બંડી.

Insurrection, (ઈન્સરૅકશન) *n.* A rebellion; a revolt: બંડ; બલવો; હંગો; ફીતુર; ફિતનો;હુલ્લડ; ફસાદ; રાજદ્રોહ.

Insusceptibility, (ઈન્સસ્સેપ્ટિબિલિટિ) *n.* Want of susceptibility or capacity to feel or perceive:અજાણપણું;ગ્રહણાશકયતા;લાગણી ન થાય તે.

Insusceptible, (ઇન્સસ્સેપ્ટબલ્)*a.*Not capable of being moved:અસર થાય નહિ એવું; થાય–લાગે નહિ એવું; અગ્રાહક; અવિકારી.

Integer, (ઇન્ટીજર્) *n.*[L. *inter*, untouched.] A complete entity: પૂર્ણ સંખ્યા; પૂર્ણાંક.

Integral, (ઇન્ટીગ્રૅલ્) *a.* Complete; whole: આખું; અખંડ; પૂર્ણ; સમગ્ર; અભિન્ન; સાંગ.2. Pertaining to a whole number: આખી સંખ્યાને લગતું.

Integrity, (ઇન્ટેગ્રિટિ) *n.* Wholeness; entireness: આખાપણું; અખંડપણું;પૂર્ણતા; અખંડતા. 2. Moral soundness; honesty;rectitude:પ્રમાણિકપણું; સાચવટ; નેકી; સત્ય; રાસ્તી; દયાનતદારી.

Integument, (ઇન્ટેગ્યૂમેન્ટ્) *n.* [L. *in* &*tego*, I cover.] That which naturally invests or covers another thing: ઢાંકણ;આવરણ; પડ; પડદો; પોપડો; વેષ્ટન; કોષ; આચ્છાદન; ચામડી.

Intellect, (ઇન્ટેલ્લેક્ટ્) *n.* [L. *inter* & *lego*, I choose.] The faculty of the human soul; the power to judge and comprehend: મન; બુદ્ધિ; અક્કલ; મતિ; વિચારશક્તિ; જ્ઞાનેંદ્રિય; હોશ.

Intellectual, (ઇન્ટેલ્લેક્ટ્યૂઍલ) *a.* Belonging to the mind; mental: બુદ્ધિનું; બુદ્ધિવિષયક; મનનું; માનસિક. 2. Having the power of understanding: બુદ્ધિવાન; અક્કલવાન; જ્ઞાનશક્તિસંપન્ન; અક્કલમંદ.

Intelligence, (ઇન્ટેલિજેન્સ્)*n.* Understanding; readiness of comprehension; skill: બુદ્ધિચાતુર્ય; ચતુરાઈ; બુદ્ધિ; મતિ; સમજ; હુશિયારી; હોશ; વકુફ. 2. Notice; news; information: ખબર; સમાચાર; બાતમી; વર્તમાન. 3. Acquaintance;intercourse: ઘરોબો; પરિચય; ઓલખાણ.

Intelligent, (ઇન્ટેલિજેન્ટ્) *a.* Endowed with the faculty of understanding or reason:સમજશક્તિવાલું; દાના. 2. Well-informed; knowing; sensible: શાણું; ચતુર; કુશલ; નિપુણ; સમજદાર; બુદ્ધિમાન; મતિમાન; ખબરદાર; સુજ્ઞ; સુજાણ; સમજુ; જાણીતું;હોશિયાર.

Intelligible, (ઈન્ટેલિજીબલ્) *a.* Capable of being understood: સમજાય તેવું; સ્પષ્ટ; સુગમ; ખોલ્લુ.

Intemperance, (ઇન્ટમ્પરૅન્સ્) Excess in any kind of action or indulgence: અતિશયતા; અમર્યાદા; અસંયમ; અનિગ્રહ; અત્યાહાર; અમિતાહાર; એધાપણું; બદપરેજી; બેહદપણું. 2. Habitual or excessive indulgence in liquors: અતિપાન; ખુબ દારૂ ઢાંસવો તે.

Intemperate, (ઇન્ટંમ્પરેટ્) *a.* Not moderate; passionate: હદની બહાર ગયલું–જતું; અતિભોગી. 2. Excessive; ungovernable: ઘણું જ;દાબમાં રાખ્યા શકાય નહિ એવું; બસુમાર; બેહદ; અમર્યાદ. 3. Addicted to an excessive use of spirituous liquors: છાકટો; ખાઉધર; અતિભોજી; અત્યાહારી; એધા; બદપરેજ.

Intend, (ઈન્ટેન્ડ્) *vt.* [L. *in* & *tendo*, I stretch.] To mean; to design; to purpose: ધારવું; ઈરાદા–મનસુબો–બેત કરવા–હોવો; યોજવું.

Intense, (ઈન્ટેન્સ્) *a.* Ardent; fervent (said of heat): ઘણું જ; અતિશય. (*b*) Keen; biting (said of cold):સખ્ત; કડકડતું; ગાઢ. (*c*) Vehement; earnest (said of excitement of feeling): તીક્ષ્ણ; તીવ્ર પ્રચંડ; જોરસોદાર. (*d*) Severe; violent (said of pain):ભારે;જબર;અતિશય;પ્રબલ; પુર; સખ્ત.

Intensely, (ઈન્ટેન્સિલ) *adv.* To an extreme degree: ઘણું; અતિશય. 2. Attentively;earnestly: ઘણા ધ્યાનથી; આતુરતાથી.

Intensify, (ઇન્ટેન્સિફાઈ) *vt.* To act with increasing power or energy: વધારે કરવુ; વધારવું; ઘણું જબરૂ કરવું.

Intensity, (ઈન્ટેન્સિટિ) *n.* Intenseness; extreme degree: અતિશયપણું; જબરાપણું;અત્યંતતા; પરાકાષ્ટા.

Intent, (ઈન્ટેન્ટ્) *a.* Fixed closely; anxiously diligent: એકાગ્ર ચિત; એકનિષ્ટ; લીન; ગરક;આસક્ત; પરાયણ; મશગુલ. *n.* Design; purpose; intention; aim: આશય; હેતુ; મુરાદ; મનસુબો; ઈરાદો; મતલબ; મકસદ. *To all intents and purposes*, in all senses; really: બધી રીતે; સર્વથા; ખરેખર; ખરૂં જોતાં.

Intention, (ઈન્ટેન્શન્) *n.* Closeness of application; earnestness: એકાગ્રતા; એકચિત્ત.2.The fixed direction of the mind: મનસુબો; ઈરાદો; આશય; ઉદ્દેશ; હેતુ; ધારણા; ઇચ્છા; ભાવ. 3. End; aim; design: કાર્ય; પ્રયોજન; અર્થ; મતલબ; મકસદ.

Intentional, (ઈન્ટેન્શનૅલ્) *a.* Intended; designed: જાણી જોઈને કરેલું; જાણી બુઝીને—હાથે કરીને કરેલું.

Intentionally, (ઇન્ટેન્શનૅલિ) *adv.* With intention; of purpose: જાણી જોઈને; સમજીને; જાણી બુજીને; હાથે કરીને; ખાસુખા.

Inter, (ઇન્ટર્) *vt.* [L. *in* & *terra*, the earth.] To bury; to inhume: દાટવું; ગાડવું; ભૂમીસંસ્કાર કo; દફનાવવું.

Intercalar-y, (ઇન્ટર્‌કૅલર્-ઇન્ટર્‌કૅલરિ) *a.* Inserted or introduced in the midst of others: વચમાં ઘાલેલું—આણેલું; અધિક.

Intercalate, (ઇન્ટર્‌કૅલેટ્) *vt.* [L. *inter* & *calo*, I call.] (*a*) To insert; to insert, as a day or other portion of time in calander: પંચાગમાં માસ—દિવસ લેવો—આણવો; અધિકમાસ—મલમાસ લેવો—ગણવો.

Intercede, (ઇન્ટર્‌સીડ્) *vt.* [L. *inter* & *cedo*, I go.] To occur or pass between; to intervene: વચ્ચે થવું—પડવું. 2. (*a*) To interpose; to mediate: વચ્ચે પડી સમાધાન કરવું; સમજાવવું; મધ્યસ્થ થવું. (*b*) To plead in favor of one: બીજાને સારૂ બે સારા બોલ બોલવા.

Intercedent(ઇન્ટર્સીડિન્ટ્) *a.* Mediating; pleading for: વચમાં પડી સમાધાન કરવું.

Intercept, (ઇન્ટર્‌સેપ્ટ્) *vt.* [L. *inter* & *capio*, I take.] To stop on its passage; to seize on by the way: રસ્તામાં—વાટમાં અટકાવી લેવું; અધવચ બંધ પાડવું—અટકાવવું. 2. To obstruct the progress of; to stop: આગલ વધતાં—જતાં અટકાવવું; ખાલવું; રોકવું. 3. To interrupt communication with; to cut off: જવા—આવવા દેવાનો વેહેવાર—સંબંધ બંધ કરવો—તોડવો.

Intercession, (ઇન્ટર્‌સેશન) *n.* The act of interceding; mediation: મધ્યસ્થપણું. 2. Prayer or solicitation in favor of: વચ્ચે પડી પતાવવું—બે સારા બોલ કહેવા તે.

Intercessor, (ઇન્ટર્‌સેસર) *n.* One who pleads in behalf of another; mediator: વચમાં પડી પતાવનાર—સમજાવનાર; મધ્યસ્થ. 2. A bishop: પાદરી; ધર્મગુરૂ.

Interchange, (ઇન્ટર્‌ચેન્જ્) *vt.* To exchange; to reciprocate: અદલબદલ કરવું; અરસપરસ આપ લે કo. *n* The act of mutually changing; exchange: અદલાબદલી; આપ લે; લેણ દેણ; દાન પ્રતિદાન. 2. Barter; commerce: વેહેવાર; રોજગાર; આપ લે.

Intercommunication, (ઇન્ટર્‌કૉમ્યુનિકેશન) *n.* Reciprocal communication or intercourse: અરસપરસનો વેહેવાર; સંવ્યવહાર.

Inter-costal, (ઇન્ટર્-કૉસ્ટલ્) *a.* [L. *inter* & *costa*, a rib.] Placed or lying between the ribs: પાંસલી વચ્ચેનું.

Intercourse, (ઇન્ટર્‌કોર્સ) *n.* [L. *inter* & *curro*, I run.] (*a*) Communication; commerce: આવવા જવા વગેરેનો વહેવાર; આવન જાવન; આપ લે; બોલ ચાલ; વહિવટ; સંસર્ગ. (*b*) Association; communion: મિલાવડો; વહેવાર; ઘરોઓ; ઘરવટ; પરિચય; સંગ; સમાગમ. *Sexual* **i.**: મૈથુન; રતિક્રિયા; સ્ત્રીભોગવિલાસ.

Interdict, (ઇન્ટર્ડિક્ટ્) *vt.* [L. *inter* & *dico*, I say.] To forbid; to prohibit: મના કરવી; વારવું; નિષેધ કરવો. 2. To cut off from communion with a church: ખ્રિસ્તી મંડલીના સંસર્ગમાંથી બાતલ કo. *n.* Prohibition: મના; મનાઈ; નિષેધ; નિવારણ; બાધા; દુવાઈ; આણ.

Interdiction, (ઇન્ટર્ડિક્શન) *n.* Prohibition; curse: મનાઈ કરવી તે; શ્રાપ; શાપ; નિષેધ—પ્રતિષેધ; બદદુવા.

Interdictory, (ઇન્ટર્ડિક્ટરિ) *a.* Having the design or power to prohibit: મનાઈવાલું; નિષેધવું; નિષેધક; નિવારક—રૂપ.

Interest, (ઇન્ટરેસ્ટ્) *vt.* [L. *inter* & *esse*; to be.] To engage the attention of, to awaken interest in: મન—ચિત્ત—લક્ષ્ય ખેંચવું—વેધવું; ખુશ કo; મન રંજન કo; મન આકર્ષવું; ધ્યાન ખેંચવું. 2. To be concerned with or engaged in; to affect; to excite: સ્વાર્થ—લાભ હોવો; લાગતું વલગતું હોવું; સંબંધ ધરાવવો; સામેલ હોવું. 3. To cause or permit to share: ભાગ—પાંતી—અંશ આપવો—લેવો—દેવો; ભાગીદાર કo. *n.* Concern; sympathy; regard: કાલજી; આસ્થા; અનુકંપા; દરકાર; ભાવ; દિલસોજી; લેવાદેવા. 2. Share; portion; part: હિસ્સો; ભાગ; પાંતી; અંશ. 3. Advantage; good; profit: હિત; અર્થ; ગુણ; લાભ; ફાયદો; કલ્યાણ. 4. Premium paid for the use of money: વ્યાજ. 5. Regard to private profit: સ્વાર્થ; પોતીકો મતલબ; સ્વાર્થદૃષ્ટિ. 6. Connection with great persons: વશિલો; વગ; વગવશિલો; વજન; ચલણ. *Compound* **i.**: ચક્રવૃદ્ધિ વ્યાજ. *Simple* **i.**: સાદું—સુદવ્યાજ.

Interested, (ઇન્ટરેસ્ટેડ્) *a* Having an interest; having the attention engaged; liable to be affected: લાભ—નુકશાનમાં ભાગીદાર; આસ્થિક; ભાગીદાર; સંબંધી; આસક્ત; સ્વાર્થી; મતલબી.

Interesting, (ઇન્ટરેસ્ટિન્ગ્) *a.* Engaging the attention or curiosity: મનોરંજક; ખુશકારક; દિલપસંદ; વિનોદી; મનોહર; સરસ; ચિત્તાકર્ષક.

Interfere, (ઇન્ટર્ફીર્) *vt.* [L. *inter* & *fero*, I strike.] To come in collision: નડવું; સામાસામી આવી જવું; આડું આવવું; ખલેલ કo. 2. To intermeddle; to interpose: વચ્ચે પડવું; હાથ—માથું ઘાલવું.

Interference, (ઇન્ટર્ફીરેન્સ્) *n.* Intermeddling; interposition: હાથ ઘાલવો તે; મધ્યસ્થપણું; વચમાં પડી પતાવવું તે. 2. Collision; clashing: એક બીજાને નડવું તે; સમાઘાત; અથડાઅથડી. 3. Mutual influence: એક બીજાની અરસપરસ સત્તા—અસર.

Interim, (ઇન્ટેરિમ) *n.* [L. *interim*.] The mean time: વચમાંનો કાલ: અરસો; મધ્યકાલ; દરમિયાન.

Interior, (ઇન્ટીરિઅર્) *a.* [L. *inturnus*.] Internal; inner: અંદરનું; માંહેલું; માંહેલું. 2. Inland: જમીન—ભૂમિમાં—અંદર—થીઘેરાયેલું. **I.** *Planets*: પૃથ્વીની કક્ષાઅંદર આવેલા ગ્રહ. *n.* The internal part of a thing; inside: અંદરની બાજુ; અંતર્ભાગ; ઉદર; ગર્ભ. 2. The inland part of a country, state or kingdom: દેશની અંદરનો ભાગ; મધ્યદેશ.

Interjacent, (ઈન્ટર્જેસેન્ટ્) *a.* [L. *inter* & *jaceo*, I lie.] Lying or being between; intervening: વચ્ચે આવેલું; મધ્યસ્થિત; મધ્યવર્તી.

Interject, (ઈન્ટર્જેક્ટ્) *vt.* [L. *inter* & *jacio*, I throw.] To throw in between; to insert: વચ્ચે નાંખવું-મૂકવું.

Interjection, (ઈન્ટર્જેક્શન્) *n.* The act of throwing between: વચ્ચે નાંખવું-મૂકવું તે; મધ્યક્ષેપ. 2. A word in speaking or writing, thrown in between words to express some emotion or passion: કેવલપ્રયોગી અવ્યય; ઉદ્ગાર.

Interlace, (ઈન્ટર્લેસ્) *vt.* To intermix: ભેળવું; ભેળી દેવું; ભેળસેળ ક૦; મિશ્રિત ક૦.

Interleaf, (ઈન્ટર્લીફ્) *n.* A leaf inserted between two leaves; a blank leaf inserted: ચોપડીમાંનાં બબે પાનાંની વચમા ઘાલેલું કોરૂં પાનું.

Interline, (ઈન્ટર્લાઈન્) *vt.* To write in alternate lines: એકકી ઓલ-લીટી મુકી દઈને લખવું. 2. To write between lines: બે લીટીઓની વચ્ચે લખવું.

Interlocution, (ઈન્ટર્લોક્યૂશન્) *n.* [L. *inter* & *loquor*, I speak.] Dialogue; conference: સંવાદ; સંભાષણ; સંકથા. 2. An intermediate argument or discussion: છેલ્લા નિકાલ-ચૂકાદાની અગાઉની તકરાર-દલીલ.

Interlope, (ઈન્ટર્લોપ્) *vi.* To traffic without a proper license; to forestall; to prevent right: હક ન છતાં બીજાના કામમાં માથું મારવું-ઘાલવું; અન્યાયથી પેસવું; ઘુસવું; વગર હક-પરવાને કંઈ કરવું.

Interloper, (ઈન્ટર્લોપર્) *n.* (*a*) One who runs into business to which he has no right: વગર હકે બીજાના કામમાં માથું મારનાર; ઘુસણીઓ; ઘાલલૈયો. (*b*) One who carries on his trade, without a proper license: પરવાના વગર વેપાર કરનાર.

Interlude, (ઇન્ટર્લ્યૂડ્) *n.* [L. *inter* & *ludus*, play.] An entertainment exhibited on the stage between the play and afterpiece, to amuse the spectators: નાટકની વચ્ચે તમાશગીરોને ખુશ કરવાને કરેલો તમાશો-ખેલ-ગમત-રમુજ; મધ્યરંગ.

Interlunar-y, (ઈન્ટર્લ્યૂનર્-ઈન્ટર્લ્યૂનરિ) *a.* [L. *inter* & *luna*, the moon.] Belonging to the time when the moon, at or near its conjunction with the sun is visible: અમાવાસ્યા-અમાસનું-સંબંધી; અમાવાસ્યાકાલિક.

Intermarriage, (ઈન્ટર્મૅરિજ્) *n.* Marriage between two families, where each takes one and gives another: માંહોમાંહે લગ્ન; પરસ્પર વિવાહ; સાટેપાટે લગ્ન.

Intermarry, (ઈન્ટર્મૅરિ) *vi.* To become connected by a marriage between two of their members: માંહોમાંહે-સાટેપાટે લગ્ન કરવાં.

Intermeddle, (ઇન્ટર્મેડલ્) *vi.* [L. *inter* & *medius*, middle.] To interfere improperly; To mix or meddle with: બીજાના કામમાં માથું ઘાલવું; વગરસત્તાએ વચ્ચે પડવું; ઘુસવું.

Intermediate-Intermedial, (ઈન્ટર્મીડિએટ્-ઈન્ટર્મીડિઅૅલ્) *a.* Lying between; intervenient: વચ્ચે પડેલું; મધ્યનું; વચ્ચેનું; વચલું; મધ્યસ્થિત; મધ્યવર્તી.

Intermediation, (ઈન્ટર્મીડિએશન્) *n.* Intervention; common means: મધ્યસ્થપણું; વચમાં પડવું-આવવું તે.

Interment, (ઈન્ટર્મેન્ટ્) *n.* The act of depositing a dead body in the earth; burial: ભૂમિદાહ; ભૂમિસંસ્કાર; દાટવું તે; દફન.

Interminable, (ઈન્ટર્મિનેબલ્) *n.* [L. *in* & *terminus*, a boundary.] Boundless; endless: અનંત; બેહદ; અપાર; છેડા વગરનું; નિરવધિ.

Intermingle, (ઈન્ટર્મિન્ગ્લ્) *vt.* To mingle or mix together: ભેળું કરવું; એકઠું કરવું; સેલભેલ કરવું. *vi.* To be mixed or incorporated: મળી જવું; ભેલભાલ થઈ જવું.

Intermission, (ઈન્ટર્મિશન્) *n.* [L. *inter* & *mitto*, I send.] The act or the state of intermitting; disuse; discontinuance: બંધ પડવું તે; બંધી; ખોલંબો; ગાલો. 2. Cessation for a time; a temporary pause: અટકાવ; વિરામ; ખાડો; નિવૃત્તિ; તહકુબી. *Without* **i.**: હમેશાં; જારી; ચાલુ.

Intermit, (ઇન્ટર્મિટ્) *vt.* To interrupt; to suspend: વચ્ચે અટકાવવું-બંધ પાડવું; થંભાવવું; ખાલવું; તહકુબ કરવું; ખાડો પાડવો. *vi.* To cease for a time: વચ્ચે અટકવું-બંધ પડવું.

Intermittent, (ઇન્ટર્મિટેન્ટ્) *a.* Ceasing at intervals: રહી રહીને-આંતરે આંતરે આવતું; તૂટક; **I.** *fever*; આંતરિયો તાવ.

Intermix, (ઈન્ટર્મિક્સ્) *vt* To mix together; to intermingle: ભેળી દેવું; મેલવવું; સેલભેલ-મિશ્રિત કરવું; એકઠું કરવું. *vi.* To be mixed together: મેલવક-ભેળું થઈ જવું.

Intermixture, (ઈન્ટર્મિક્સ્ટ્યૂર્) *n.* A mass of ingredients mixed [illegible]લવેલા ભાગનો જથો; મિશ્રણ; સંમિશ્રણ. 2. A [illegible]ixture: મેલવણી; ભેલ; મેગ; ભેલસેલ.

I[illegible]mural, (ઈન્ટર્મ્યૂરૅલ્) *n.* [L. *inter* & [illegible]l.] Lying between walls: ભીંત-[illegible]

Intern[illegible] [illegible]) *a.* [L. *i[illegible]urnus.*] [illegible]ward; i[illegible]or: [illegible]નું: માહેનું; અંતર્ગત. Not for[illegible] wi[illegible] country: દેશનું; [illegible] હેલું. [illegible]; real: વાસ્તવિક; ખરૂં. 4. [illegible] tain[illegible]: અંતઃકરણનું; માનસિક; ધાર્મિક.

Inte[illegible]lly, [illegible]) *adv.* Inwardly: અંદરથી; મહેલી; [illegible]રખાનેથી. 2. Mentally; spiritually: મનમાં; અંતઃકરણથી; પેટથી.

International, (ઈન્ટર્નૅશનૅલ્) *a.* Pertaining to the relations of two or more nations: જુદા જુદા દેશના પરસ્પર વ્યવહારનું-સંબંધી; દેશદેશનું.

Interpolate (ઈન્ટર્પોલેટ્) *vi.* [L. *inter* & *polio*, I polish.] To renew; to begin again: ફરીથી-નવું બનાવવું; શરૂ ક૦. 2. To insert as a spurious word or a passage in a manuscript or a book: મૂલ-અસલ ગ્રંથ-લેખમાં નવો શબ્દ-વાકય ઉમેરવું-વધારવું-ઘાલવું. 3. To alter or corrupt by the insertion of foreign matter: બીજા પદાર્થ ભેળીને બગાડવું-ફેરફાર કરવો.

Interpolation, (ઈન્ટર્પોલેશન) *n.* The act of foisting a word or passage into a book: અસલ લખાણ-ગ્રંથમાં નવા શબ્દ ઉમેરવા તે; ઘાલઘુસડ. 2. A spurious word or passage: ઉમેરેલો શબ્દ-વાકય; ક્ષેપક.

Interpose, (ઇન્ટર્પોઝ્) *vt.* [L. *inter* & *pono*, I place.] To place between: વચ્ચે-મધ્યે મૂકવું. 2. To thurst in; to intrude: વગર કામે માથું મારવું; ઘુસવું; ઘાલઘેસડ ક૰; વચ્ચે પડવું.*vi.* To mediate: વચમાં-આડું આવવું.2.To put in by way of interruption: વચ્ચે પડીને કહેવું-બોલવું; વચ્ચે બોલી ઉઠવું.

Interposition, (ઈન્ટર્પોઝિશન) *n.* Intervention: મધ્યસ્થગિરી; મધ્યસ્થતા. 2. Intervenient agent: વચલો આડતિયો. 3. Agency between parties: બે ટોળીઓ-પંથની વચ્ચે આડતકારભાર.

Interpret, (ઇન્ટર્પ્રેટ્) *vt.*[L.*interpretor.*] To explain the meaning of; to decipher; to define: અર્થ કરવો-સમજાવવો; ભાષાંતર-તરજુમો ક૰; વ્યાખ્યાન ક૰. 2. To unfold the meaning of: ખુલાસો ક૰; બતાવવું; સમજાવવું.

Interpretation, (ઈન્ટર્પ્રેટેશન) *n.* Version; translation; construction: ભાષાંતર; તરજુમો; વ્યાખ્યાન; નિરૂપણ. 2. Meaning; sense: ખુલાસો; અર્થ; સમજણ.

Interpreter, (ઈન્ટર્પ્રેટર્) *n.* An expositor; a translator: ભાષાંતર-તરજુમો કરનાર; વિવરણકાર; ટીકાકાર; સમજાવનાર; દુભાષિયો; મધ્યસ્થ.

Interregnum, (ઈન્ટર્રેગ્નમ્) *n.* [L. *inter* & *regnum*, rule.] The time in which a throne is vacant between the death or abdication of a king and the accession of his successor: એક રાજા મરી ગયા પછી બીજો આવે ત્યાં સુધીનો જે દરમિયાન વખત તે; નિર્નાયકી.

Interrogate, (ઇન્ટર્રોગેટ્) *vt.* [L. *inter* & *rogo*, I ask.] To examine by asking questions: સવાલ પુછીને તપાસવું-પરીક્ષા ક૰-લેવી; પ્રશ્ન ક૰; પૂછપરછ ક૰. *vi.* To inquire; to ask: પ્રશ્ન-સવાલ કરવો; પુછવું.

Interrogation, (ઈન્ટર્રોગેશન) *n.* Examination by questions: સવાલ પુછીને તપાસવું-પરીક્ષા લેવી તે; પૂછપાછ-ગાછ; પૂછપરછ. 2. A question put; an inquiry: તપાસ: સવાલ; પ્રશ્ન. 3. A note (?) that marks a question: પ્રશ્નચિન્હ; સવાલની નિશાની.

Interrogative, (ઇન્ટર્રોગેટિવ્) *a.* Denoting a question: પ્રશ્નરૂપ; પ્રશ્નાર્થક; પ્રશ્નાત્મક; પ્રશ્નસુચક. *n.* A word used in asking questions: પ્રશ્નાર્થ શબ્દ-સર્વનામ.

Interrogatory, (ઈન્ટર્રોગેટરિ) *n.* A question or inquiry: પ્રશ્ન; સવાલ. *a.* Containing a question; expressing a question: પ્રશ્ન-સવાલનું; પ્રશ્નરૂપ.

Interrupt, (ઇન્ટર્રપ્ટ) *vt.*[L. *inter* & *rumpo*, I break.] To stop or hinder by breaking in upon progress: અટકાવવું; બંધ પાડવું; રોકવું. 2. To break continuity; to separate: તોડવું; કકડા કરવા; ભંગ પડવો; ખંડિત ક૰.

Interruption, (ઈન્ટરપ્શન) *n.* Stop; hinderance: અટકાવ; બંધ; ભંગ; અડચણ; હરકત; પ્રતિબંધ; વિઘ્ન; વિરામ; નડ; નડતર.

Intersect, (ઇન્ટર્સેક્ટ્) *vt.* [L. *inter* & *seco*, I cut.] To cut into or between; to divide into parts: વચમાંથી કાપવું-ભાગવું; ભાગ કરવા. *vi.* To cut or cross mutually: પરસ્પર છેદવું-કાપવું; એક બીજાને કાપીને છેદી જવું; કાપવું; છેદવું.

Intersection, (ઈન્ટર્સેકશન) *n.* The act of intersecting: કાપવું-છેદવું તે; છેદન; ભેદન. 2. The point or line in which two lines cut each other: છેદનબિંદુ.

Interspace, (ઈન્ટર્સ્પેસ્) *n.* A space between two things: અંતર; ગાલો; બે વસ્તુની વચમાંની જગ્યા.

Intersperse, (ઈન્ટર્સ્પર્સ્)*vt.*[L. *inter* &*spargo*, I scatter.] To scatter or set here and there: વચ્ચે વચ્ચે નાંખવું-ફેંકવું; અહીં તહીં વેરવું.

Interstice, (ઈન્ટર્સ્ટિસ્) *n.* [L. *inter* & *sisto*, I stand.] A hole; interval: ફાટ; સાંધ; છિદ્ર; ચીરો; ચીર; તડ. 2. An interval of time between two acts: બે કામની વચ્ચેનો વખત; આંતરો; અરસો.

Interval, (ઈન્ટર્વૅલ્) *n.* [L. *inter* & *vallus*, a stake.] A space between things: વસ્તુઓ વચ્ચેની જગ્યા; અંતર; ગાલો; છેટું. 2. Space of time between any two points: વચમાંનો વખત; અવકાશ; મધ્યકાલ; વિરામ; વિસામો; ફુરસત; અરસો; દરમ્યાન. 3. Remission: રોગના હુમલાની વચ્ચેનો વખત. 4. A tract of low or plain ground between hills: કોઈ બે ટેકરીઓની વચ્ચેની જગા; ખીણ; ખો. *At i.s* વચ્ચે વચ્ચે; રહી રહીને.

Intervene, (ઈન્ટર્વીન્) *vi.* [L.*inter* & *venio*, I come.] To come or be between persons or things: વચ્ચે આવવું; આડે આવવું; વચ્ચે પડવું.2. To occur or fall between points of time or events: કોઈ બે બનાવ-વખત વચ્ચે બનવું-થવું.

Intervention, (ઈન્ટર્વેન્શન)*n.* Interposition: વચ્ચે આવવું-હોવું-પડવું તે; મધ્યસ્થિતિ. 2. Any interference; mediation: મધ્યસ્થપણું; માધ્યસ્થ.

Interview, (ઇન્ટર્વ્યૂ) *n.* A meeting; a conference of thoughts: મુલાકાત; ભેટ; મેલાપ; વાતચીત; સમાગમ; પરસ્પર દર્શન.

Interweave, (ઈન્ટર્વીવ્) *vt.* To weave together; to unite in texture: એકઠું વણવું-ગાંઠવું-ગુંથવું. 2. Intermingle; to connect closely: જોડી દેવું; સાંધી દેવું; ભેળી દેવું; સેલભેલ ક૰.

Intestable, (ઈન્ટેસ્ટેબલ્) *a.* Not capable of making a will: વસિયતનામું-મૃત્યુપત્ર કરવાને નાલાયક-અયોગ્ય; મૃત્યુપત્ર કરવાનો અધિકાર ન હોય તેવું.

Intestate, (ઈન્ટેસ્ટેટ્) *a.* [L. *in* & *testo*, I make a will.] Dying without having made a will: વારસાનામું-મૃત્યુપત્ર કર્યા વના મરી ગયેલું; બે-

વસિયત. 2. Not disposed of by will: વારસનામાથી વ્યવસ્થા ન કરી હોય તેવું. I. *property*: નિવારસી માલ.

Intestinal, (ઇન્ટેસ્ટાઇનલ્) *a.* Pertaining to the intestines of an animal body: આંતરડાંનું–સંબંધી.

Intestine, (ઇન્ટેસ્ટાઇન) [L. *intus*, within.] *n. pl.* The canal or tube that extends with convolutions from the right orifice of the stomach to the anus: આંતરડાં.

Inthral, (ઇન્થ્રૉલ્) *vt.* To enslave; to shackle: દાસ–ગુલાંડો–ગુલામ કરવો; ગુલામીમાં રાખવું.

Inthralment, (ઇન્થ્રૉલ્મેન્ટ્) *n.* Servitude; bondage; slavery: ગુલામી–દાસપણું; ગુલામગીરી.

Intimacy, (ઇન્ટિમૅસિ) *n.* Close familiarity or friendship: જીવેજાન દોસ્તી–મિત્રાચારી; ઘરોબો; ઘરવટ; ઘાડો સંબંધ; પરિચય.

Intimate, (ઇન્ટિમેટ્) *a.* [L. *intimus*, the inmost.] Inward; internal: અંદરનું; માંહેનું. 2. Near; close: છેક પાસેનું; નજીકનું. 3. Familiar: જીવેજાન; દીલોજાન; ઘરોબાવાળું; સુપરિચિત; પ્રિયતમ; પ્રાણપ્રિય. *vt.* To give a slight notice of: ખબર–સૂચના–માહિતી આપવી; જણાવવું. *n.* A familiar friend or associate: જીવજાન–પ્રાણપ્રિય ભાઇબંધ–મિત્ર.

Intimately, (ઇન્ટિમેટ્લિ) *adv.* closely; familiarly: ઘરોબા–ઘરવટની રીતે.

Intimation, (ઇન્ટિમેશન) *n.* A hint; a direct suggestion or notice: ખબર; સૂચના; સૂચન; ચેતવણી; ઇશારો; બાતમી.

Intimidate, (ઇન્ટિમિડેટ્) *vt.* [L. *in* & *timidus*, fearful.] To make fearful; to dishearten: દહેશત લગાડવી; ધમકી આપવી; ભયભીત કo; દબડાવવું; ધમકાવવું; ડરાવવું; ધુરકાવવું; ખખડાવવું; બિહીવડાવવું.

Intimidation, (ઇન્ટિમિડેશન) *n.* The act of Making timid or fearful: ધમકી; ભયપ્રદર્શન; ધાક; ધમકાવણી; દાબ; ડરામણી.

Into, (ઇન્ટૂ) *Prep.* Expressing insertion, inclusion &c.: અંદર; માં; માંહે; મધ્યે.

Intolerable, (ઇન્ટૉલરૅબલ્) *a.* Not to be borne or endured; insufferable; insupportable: સહન ન થાય–સાંખી ન શકાય એવું; અસહ્ય; અસહનીય; દુઃસહ. 2. Enormous: પુષ્કલ; અત્યંત; બેહદ.

Intolerably, (ઇન્ટૉલરૅબ્લિ) *adv.* In an unendurable manner: ખમી ન શકાય–સાંખી ન રેહેવાય એવી રીતે; સોસાય નહિ તેમ.

Intolerance, (ઇન્ટૉલરૅન્સ્) *n.* Illiberality; bigotry: બીજા માણસોને તેઓના મત ધરાવવા કે ધર્મ પાલવા દેવાની ગેરમરજી–અપ્રસન્નતા.

Intolerant, (ઇન્ટૉલરૅન્ટ્) *a.* Not enduring difference in relation to religion: બીજા માણસોને તેઓના મત ધરાવવા–અથવા ધર્મ પાલવા દેવાને નારાજી. 2. Not enduring: સાંખે–સહન કરે નહિ એવું; સહન કરવાને અશક્ત; અસહનશીલ.

Intomb, (ઇન્ટૂમ્) *vt.* To deposit in a tomb; to bury; to entomb: કબરમાં મૂકવું; દાટવું; દફનાવવું; ગાડવું.

Intonation, (ઇન્ટોનેશન) *n.* A thundering; a thunder: ગડગડાટ; મેઘગર્જના. 2. The act of modulating the voice: સ્વર ભેદ; ગંભીર સ્વર.

Intoxicate, (ઇન્ટૉકિસકેટ્) *vt.* [L. *in* & *toxicum*, Gr. *toxicon*, poison.] To make drunk; to inebriate: છાકટું–પીધેલ કરવું; કેફ–મદ–મસ્તી ચઢાવવી–આણવી. *a.* Inebriated: છાકટું; પીધેલ. 2. Over-excited: મસ્ત; ઉન્મત્ત; મદોન્મત્ત; મગનમસ્ત.

Intoxicating, (ઇન્ટૉકિસકેટિન્ગ્) *a.* Having qualities that produce inebriation: કેફી; નીશાદાર; માદક; ઉન્માદક; અમલી.

Intoxication, (ઇન્ટૉકિસકેશન) *n.* drunkenness: કેફ; અમલ; નીશો; છાકટા–પીધેલપણું. 2. A high excitement of mind: મસ્તી; ઉન્માદ.

Intractability, (ઇન્ટ્રૅકટૅબિલિટિ) *n.* Intractableness: હઠ; જીદ; અડીએલપણું; હઠીલાઇ.

Intractable, (ઇન્ટ્રૅકટૅબલ્) *a.* Violent; stubborn; obstinate: હઠીલું; જીદ્દી; અડીએલ; સમજે નહિ એવું; સરકશ; નાફરમાન. 2. Indocile: શિખે નહિ એવું; અશિક્ષ્ય; અવિનેય.

Intractableness, (ઇન્ટ્રૅકટૅબલનેસ) *n.* Obstinacy; perverseness: હઠીલાઇ; અડીએલપણું. 2. Indocility: શિખવાય નહિ એવું; અશિક્ષતા.

Intransient, (ઇન્ટ્રૅન્સિઅન્ટ્) *a.* Not passing suddenly away: જલદીથી ન જતું રેહે એવું; અભંગુર; ચિરસ્થાયી; અક્ષણિક; કાયમનું.

Intransitive, (ઇન્ટ્રૅન્સિટિવ્) *a.* Not passing over or indicating passing over: અકર્મક.

Intrench, (ઇન્ટ્રેન્શ્) *vt.* To fortify with a ditch and parapet: આસપાસ ખાઇ ખોદવી; મોરચો બાંધવો. 2. To furrow: ચાસવું; કરચલી પાડવી. *To* **i.** *on*: બીજાના હકમાં પગપેસારો કરવો; હલ્લો કરવો.

Intrenchment, (ઇન્ટ્રેન્શ્મેન્ટ્) *n.* A trench or ditch dug out for a defence against an enemy: દુશ્મનને અટકાવવાને–દુશ્મનથી બચાવ કરવાને ખોદેલી ખાઇ; ખંડક; મોરચો. 2. Any defence or protection: કોઇપણ જાતનો બચાવ–રક્ષણ. 3. An encroachment on the rights of another: બીજાના હક ઉપર પગ પસારો.

Intrepid, (ઇન્ટ્રેપિડ્) *a.* [L *in* & *trepidus*, trembling.] Brave; undaunted: નિર્ભય; હિમતવાન; છાતીનું આખું; બહાદુર; નિર્ધાસ્ત; બેધડક; છાતીવાળું.

Intrepidity, (ઇન્ટ્રેપિડિટિ) *n.* Fearless bravery; courage: બેધડકપણું; છાતી; હિમ્મત; હામ; શૌર્ય; વિક્રમ; દલેરી.

Intrepidly, (ઇન્ટ્રેપિડ્લિ) *adv.* Fearlessly; daringly; resolutely: છાતીથી; હિમ્મતથી.

Intricacy, (ઇન્ટ્રિકૅસિ) *n.* Perplexity; involution: ગુંચ; ગુંચવણ; ગહનતા; ગુઢતા; અસરલતા; પેચ.

Intricate, (ઇન્ટ્રિકેટ્) *vt.* [L. *in* & *tricæ*, trifles.] To perplex: ગુચવણમાં પાડવું; ગુંચવવું. *a.* Perplexed; complicated: ગુંચવણ ભરેલું–વાળું; અસરલ; પેચદાર; ગૂઢ; વક્ર.

Intrigue, (ઇન્ટ્રીગ્) *n.* A complicated plot: કારસ્તાન; કાવતરું; દાવપેચ; કાવાદાવા; ષ્ડ્યો. *vi.* To form a plot or scheme: કપટ પ્રબંધ રચવો; કારસ્તાન–કાવતરું રચવું–કo. 2. To carry on a commerce of forbidden love: વ્યભિચાર કર્મ કo; કામચરિત્ર કo. *vt.* To perplex or render intricate: ગભરાવવું; ગુંચવણમાં નાંખવું.

Intrinsic-cal, (ઇન્ટ્રિન્સિક્-કલ્) *a.* [L. *intro*, & *secus*, side.] Inward; true; real; સ્વભાવિક; માંહેનું; અંતરસ્થ; સત્ય; યથાર્થ; વાસ્તવિક; ખરેખરૂં. 2. To intimate; closely familiar: જીવજાન; દીલોજાન; પ્રાણપ્રિય.

Introduce, (ઇન્ટ્રોડયૂસ્) *vt.* [L. *intro* & *duco*, I lead.] To lead or bring in: પ્રવેશ કરાવવો; અંદર લાવવું-લઇ જવું-ઘાલવું. 2. To bring to be acquainted: ઓળખાણ-પિછાન-મુલાકાત કરાવવી; કોઇની સમક્ષ રજુ કo. 3. To bring into notice or practice: વેહેવાર-રૂઢિમાં આણવું; ચલાવવું; ચાલુ-દાખલ કરવું. 4. To begin: આરંભ કરવો; ચાલુ-શરૂ કo.

Introduction, (ઇન્ટ્રોડકશન્) *n.* The act of introducing or bringing to notice: પ્રવેશ સ્થાપના; પ્રવૃત્તિ; પ્રસિદ્ધિ; પ્રચાર. 2. The act of making persons known to each other: ઓળખાણ-પિછાન કરાવી આપવી તે; મુલાકાત; ભલામણ. 3. Preliminary matter: પ્રસ્તાવના; ઉપક્રમ; ઉપોદ્ઘાત; દીબાચો. 4. A treatise: આખ્યાન-ચર્ચા પ્રબંધ-નિબંધ.

Introductive, (ઇન્ટ્રોડકટિવ્) } *a.* Previous; preliminary; prefatory: દાખલ-ચાલુ કરે એવું; પ્રસ્તાવનારૂપ-નું-સંબંધી; પ્રાથમિક.
Introductory, (ઇન્ટ્રોડકટરિ) }

Introspection, (ઇન્ટ્રોસ્પેકશન્) *n.* [L. *intro* & *specio*, I see.] A view of the inside or interior: અંદરની બાજુનો દેખાવ; અંતર્દૃષ્ટિ.

Intrude, (ઇન્ટ્રૂડ્) *vi.* [L. *in* & *trudo*, I thrust.] To thrust one's self in; to enter unwelcome into company: વગર બોલાવે-તેડે અંદર જવું-આવવું; ઘુસવું; માથું મારવું. 2. To encroach: રજા-હક વગર કોઇ જગ્યાએ જવું. *vt.* To enter without right or welcome: વગર તેડે અંદર જવું; માથું મારવું; વગર અધિકારે પ્રવેશ કo. 2. To force or cast in: જોર જુલમથી અંદર જવું.

Intruder, (ઇન્ટ્રૂડર્) *n.* One who enters where he has no right: ઘુસણીઓ; ઘુસનાર; માથું મારનાર.

Intrusion, (ઇન્ટ્રૂઝન્) *n.* The act of intruding without right or welcome: હક-રજા વિના પ્રવેશ કરવો તે; ઘુસાડવું તે.

Intrusive, (ઇન્ટ્રૂસિવ્) *a.* Entering without right or welcome: વગર બોલાવે જાય-આવે એવું; ઘુસણીયું; માથામારૂં; આગંતુક.

Intrust, (ઇન્ટ્રસ્ટ્) *vt.* To deliver in trust; to confide to the care of: સોંપવું; સ્વાધીન-હસ્તગત કo; હવાલે કo; સપુરદ કo.

Intuition, (ઇન્ટયૂઇશન્) *n.* [L. *in* & *tueor*, to look.] A looking after; a regard to; an aim: દરકાર રાખવી તે; ધારણા. 2. Immediate knowledge: અંતર્જ્ઞાન; તાત્કાલિક જ્ઞાન; સહજ જ્ઞાન. 3. A first truth: મૂલ સત્ય.

Intuitive, (ઇન્ટયૂઇટિવ્) *a.* Seeing clearly: બારિકીથી જોતું; જોતામાંજ સમજી જાય એવું. 2. Knowing by intuition: અંતર્જ્ઞાની; સહજજ્ઞાની. 3. Obtained by simple inspection: જરા નજર કરવાથી મેલવેલું-મલેલું.

Intuitively, (ઇન્ટયૂઇટિવ્લિ) *adv.* Without reasoning: સહજ; કોઇના કહ્યા વગર; તરતજ.

Intumescence, (ઇન્ટ્યૂમેસેન્સ્) *n.* The action of swelling: સુજવું તે. 2. A swell; a tumid state: સોજો.

Inundate, (ઇનન્ડેટ્) *vt.* [L. *in* & *unda*, a wave.] To overflow; to deluge; to flood: રેલપૂરથી બુડાડવું; જલમય-જલવ્યાપ્ત કરવું; સઘળે પાણી કરી નાંખવું. 2. To fill with an overflowing abundance: રેલછેલ કરવું; ભરપૂર કરવું.

Inundation, (ઇનન્ડેશન્) *n.* An overflow of water or other fluid, a flood: જલપ્રલય; રેલ; પૂર. 2. An overflaming or superfluous abundance: રેલ છેલ; પુષ્કલતા; પૂર; ભરપૂરપણું.

Inure, (ઇન્યૂર્) *vt.* [L. *usus*, use.] To habituate, to harden; to accustom: મહાવરો-ટેવ-આદત પાડવી. *vi.* To pass in use; to be applied: કામમાં આવવું-લાગવું.

Inutility, (ઇન્યૂટિલિટિ) *n.* Uselessness; unprofitableness: નિરૂપયોગ; અનુપયોગ; વ્યર્થતા; નકામાપણું.

Invade, (ઇન્વેડ્) *vt.* [L. *in* & *vado*, I go.] To attack; to enter with hostile intentions: હુમલો કo; સ્વારી-ચઢાઇ કo; ઉપર ધાડ લાવવી; ચઢવું. 2. To infringe; to encroach upon: પગ પેસારો કરવો.

Invader, (ઇન્વેડર્) *n.* An assailant; an intruder: સ્વારી-ચઢાઇ કરનાર.

Invain, (ઇન્વેન્) *adv.* Uselessly: ફોકટ; નકામા; મિથ્યા; વ્યર્થ; નિષ્ફલ.

Invalid, (ઇન્વૅલિડ્) *a.* [L. *in* & *valio*, I am strong.] Having no force; weak: નબળું; નિર્જીવ; નકામું; ખોટું; વ્યર્થ; પોકલ. 2. Void; null: રદ; બાતલ; નિરૂપયોગી; અપ્રમાણ. *n.* A person who is weak and infirm: રોગી-દર્દી માણસ; આજારી; બિમાર. 2. A soldier warn out in service: ઘણા વર્ષ નોકરી કરવાથી અશકત થઇ ગયેલો સિપાઇ.

Invalidate, (ઇન્વૅલિડેટ્) *vt.* To render of no force or effect; to overthrow: રદ-નબળું-વ્યર્થ કરવું; ખંડન-ભંગ કરવું; બાતલ કo.

Invalidity, (ઇન્વૅલિડિટિ) *n.* Want of legal force or efficacy: નબળાપણું; નિર્બલતા; વ્યર્થતા; નકામાપણું; બાતલપણું. 2. Want of health: તંદુરસ્તી સારા નહિ હોવી તે.

Invaluable, (ઇન્વૅલ્યૂઍબલ્) *a.* Precious above estimation; inestimable: અમૂલ્ય; અમૂલિક; ઘણુંજ કિંમતી; અણમોલ.

Invariable, (ઇન્વેરિઍબલ્) *a.* Unalterable; unchangeable: બદલાય નહિ એવું; એક સરખું; સ્થિર; અચલ; નિર્વિકલ્પ; નિત્ય; નિર્વિકારી. *n.* An invariable quantity: એક સરખી-બદલાય નહિ એવી રકમ.

Invariably, (ઇન્વેરિઍબ્લિ) *adv.* Without

alteration or change; uniformly: એક સરખી રીતે;નિત્યના નિયમ પ્રમાણે; નિત્ય; સદા; હમેશ.

Invariableness, (ઈન્વેરિએબલ્નેસ્) *n.* Immutability; unchangeableness: એકસરખાપણું; સ્થિરતા.

Invasion, (ઈન્વેઝ્હન) *n.* Encroachment: પગ પેસારો. 2. The incursion or plunder; a raid: દ્વેષભાવથી–લૂંટને માટે કરેલી સ્વારી–હુમલો. 2. The approach of any foe or anything pernicious: ચઢાઇ; સ્વારી; હુમલો; હલ્લો.

Invective, (ઈન્વેકટિવ્) *n.* An expression which rails against a person: બદગોઈ; નિંદા; આક્ષેપ; અપવાદ. *a.* Allusive; railing: બદગોઇ–નિંદાભરેલું; નિંદક; અપવાદક; નિંદાત્મક.

Inveigh, (ઈન્વે) *vi.* [L. *in* & *veho*, I carry.] To exclaim or rail against; to express reproach: નિંદા–બદગોઈ કરવી–ભૂંડું બોલવું.

Inveigle, (ઈન્વીગલ્) *vt.* To seduce; to wheedle: ફોસલાવવું; ધુતવું; ભૂલથાપ દેવી; છેતરવું; ભોળવવું.

Invent, (ઈન્વેન્ટ્) *vi.* [L. *in* & *venio*, I come.] To hit on; to meet; to find: શોધી કાઢવું. 2. To discover by study or inquiry; to devise: કંઈ નવું શોધી કાઢવું; યુક્તિ–હિકમત રચવી; યોજવું. 3. To frame; to fabricate: કંઈ ખોટું બનાવવું; બનાવટ કo; કલ્પવું; ઉભું કo.

Invention, (ઈન્વેન્શન) *n.* A discovery; a devise: શોધ; યુક્તિ; કરામત; યોજના; કલ્પના; રચના; નિર્માણ. 2. Thought; idea: વિચાર; કલ્પના. 3. A fiction; a falsehood: બનાવટ; તરકટ; જુઠાણું. 4. Imaginative faculty: કલ્પના શક્તિ; કલ્પના.

Inventive, (ઈન્વેન્ટિવ્) *n.* Able to invent; ready at expedients: શોધક; કલ્પક; નવું શોધી કાઢે એવું; કલ્પનાબાજ; યુક્તિવાન; કરામતી; યોજક.

Inventory, (ઈન્વેન્ટોરિ) *n.* A catalogue of goods and chattles: સામાન–સરંજામની યાદી–ટીપ–નોંધ. *vt.* To make a list: યાદી કરવી.

Inverse, (ઈન્વર્સ્) *a.* Inverted; reciprocal: ઉંધું–ઉલટું; અવળું; વિપરીત; પ્રતિલોમ. 2. Inverted: મુલ ઉપર અને ટોચ નીચે એવું; કુદરતી હોય તેનાથી ઉલટું.

Inversely, (ઈન્વર્સ્લિ) *adv.* In an inverted order or manner: ઉલટાવીને; વ્યુત્ક્રમ રીતે;વિપર્યયથી.

Inversion, (ઈન્વર્શન) *n.* The act of inverting: ઉલટાપણું; ફેરફાર; પ્રતિકૂલતા; પ્રતિલોમતા.

Invert, (ઈન્વર્ટ્) *vt.* [L. *in* & *verto*, I turn.] To turn over: ઉલટાવવું; ઉંધું વાલવું; ઉલટપાલટ કરવું; અનુક્રમ ફેરવવો. 2. To change the position of: જગ્યા–સ્થિતિ બદલવી; ફેરફાર કરવો. 3. To divert; to embezzle: ફેરવવું; ખાઈ જવું;પડાવી લેવું.

Inverted, (ઈન્વર્ટેડ્) *a.* Changed in order; reversed:ઉલટે ક્રમે આવેલું–લખેલું; ઉંધું વાલેલું; ઉલટસુલટ; વ્યસ્ત; પ્રતિલોમ; વિપરીત. I. Commas: અવતરણચિન્હ (" ")

Invest, (ઈન્વેસ્ટ્) *vt.* [L.*in*& *vesto*, I clothe.] To put garments on; to dress: પહેરાવવું; સજાવવું. 2. To endow; to give: બક્ષીસ કરવું; આપવું. 3. To place in possession of rank or dignity to adorn: પદવી–અધિકાર આપવો; સણગારવું; સુશોભિત કo. 4. To inclose; to surround; to block up: ઘેરી લેવું; ઘેરો ઘાલવો; ચારે બાજુથી રોકી લેવું. 5. To place so that it will be safe and yield a profit: સલામત રહે અને ફાયદો મલે એવી રીતે મૂકવું (નાણું); રોકવું; નાંખવું; મૂકવું.

Investigate, (ઈન્વેસ્ટિગેટ્)*vt.* [L. *in*&*vestigo*, I search or track.] To follow up; to pursue; to search into: પછવાડે લાગવું; શોધવું; તલાસ–તજવીજ કo; તપાસ કરવી; ચોકસી કરવી.

Investigation, (ઈન્વેસ્ટિગેશન) *n.* Research; study; inquiry: તપાસ; શોધ; તજવીજ; તપાસણી; તહ્લાસ; ચોકસી.

Investigator, (ઇન્વેસ્ટિગેટર્) *n.* One who searches diligently into a subject:તપાસ–ચોકસી રાખનાર; નિરૂપક; પરિક્ષક; ચોકસીદાર; શોધખોલ કરનાર.

Investiture, (ઈન્વેસ્ટિટયૂર્) *n.* The action of giving possession: દાવો–હક આપવો તે. 2. The right of giving possession of any office or benefice: કોઇને પદવી–જગ્યા અધિકાર આપવાનો હક–સત્તા. 3. Investment: પદસ્થાપન; અભિષેક; પ્રતિષ્ઠાપન.

Investment, (ઇન્વેસ્ટ્મેન્ટ્) *n.* The action of vesting: આપવું તે (અધિકાર–સત્તા.) 2. A vestment; a robe: ઝભ્ભો; ડગલો. 3. The act of surrounding or blocking up: ઘેરી લેવું–ઘેરો ઘાલવો–જવાનો માર્ગ બંધ કરવો તે; ઘેરો. 4. The laying of money: નાણાં–પૈસા રોકવા–નાંખવા તે.

Inveterate, (ઈન્વેટરેટ્) *a.* [L. *in* & *vetus*, *veteris*, old.] Old; long established: જુનું; ઘણા દહાડાનું; અસલી; પુરાનું.2.Deeprooted;obstinate: કટ્ટું; હડહડતું. 3. Having habits fixed by long continuance; habitual: ટેવ–મહાવરો–આદત પડેલી હોય તેવું; બંધારણી; વ્યસની.

Invidious, (ઇન્વિડિઅસ્) *a.* [L. *in* & *video*, I see.]Envious; malignant: અદેખું; ખારીલું; હસદખોર. 2. Enviable; desirable: અદેખાઈ કરવા લાયક; ઘણું ઈચ્છવા લાયક. 3. Likely to provoke envy; hateful: ઈર્ષા–અદેખાઈ ઉત્પન્ન કરે એવું; દ્વેષજનક.

Invigorate, (ઇન્વિગૉરેટ્) *vt.* [L. *in* & *vigeo*, I am strong.] To strengthen; to animate: જોર–બલ–તેજ–શક્તિ–કૌવત આપવું; વધારવું;પુષ્ટિ કo; પુષ્ટિ આપવી.

Invigorating, (ઇન્વિગૉરેટિન્ગ્) *a.*Strengthening; animating: પુષ્ટિકારક; બલવર્ધક; પૌષ્ટિક; તેજસ્કર; વીર્યપ્રદ.

Invincible, (ઇન્વિન્સિબલ્) *a.*[L. *in* &*vinco*, I conquer.] Unconquerable;insuperable:જીતાય નહિ એવું; અજીત; ઓલંગાય નહિ એવું.

Inviolable, (ઈન્વાઇઓલૅબલ) *a.* Not violable; not to be broken: તોડાય–ભંગાય નહિ એવું; અનુલ્લંઘનીય; અભંગ. 2. Not susceptible of hurt or wound: ઇજા ન થાય–ઘા ન લાગે એવું; અબાધ્ય.

Inviolate, (ઈન્વાઈઓલેટ્) *a.* Unhurt; unpolluted; unbroken: ઈજા ન પામેલું; નહિ બગડેલું;

અભંગ; અખંડીત; અખંડ; અદૂષિત; અબાધિત.

Invisibility, (ઈન્વિઝિબિલિટિ) *n.* [L. *in* & *video*, I see.] Imperceptibleness to the sight: અદૃશ્યતા; દૃષ્ટયગોચરતા; પરોક્ષતા; અપ્રત્યક્ષતા; ગેબીપણું.

Invisible, (ઈન્વિઝિબલ્) *a.* Incapable of being seen; imperceptible to the sight: દેખાય નહિ તેવું; અગોચર; અદૃશ્ય; પરોક્ષ; ગેબી.

Invitation, (ઈન્-વાઈટેશન્) *n.* The act of inviting; solicitation: આમંત્રણ; અરજ; વિનંતી; તેડું; નોતરૂં; નિમંત્રણ; ઈજન.

Invite, (ઇન્-વાઈટ્) *vt.* [L. *in* & *voco*, I call.] To summon; to ask to an entertainment or visit: બોલાવવું; તેડું કરવું; નોતરૂં કરવું-દેવું; આમંત્રણ ક૦. 2. To allure; to tempt to come: લલચાવવું; આવવાને લલચાવવું; આકર્ષણ કરવું; ખેંચવું; લાવવું.

Inviting, (ઈન્-વાઈટિન્ગ્) *p. a.* Alluring; tempting: લલચાવે એવું; મોહક; આકર્ષક; દિલકશ; દિલરૂબા.

Invocation, (ઈન્-વોકેશન્) *n.* The act of addressing in prayer: આવાહન; વિનંતી; સ્મરણ; નામ; દુઆ; આરાધના. 2. The act of calling for the assistance of some divinity: દેવની આજીજીથી મદદ માગવી તે; પ્રાર્થના.

Invoice, (ઈન્-વૉઈસ્) *n.* A written account of merchandise shipped or sent with price: મોકલેલા માલની કિંમત સાથે યાદી; ભરતિયું; સતમી. *vt.* To make a written account of, as goods: માલની યાદી કરવી; ભરતિયું ક૦.

Invoke, (ઇન્-વોક્) *vt.* [L. *in* & *voco*, I call.] To call for or ask: વિનંતિ-આજીજી-કાલાવાલાથી માગવું; દુવા માગવી-ગુજારવી-ક૦. 2. To address in prayer: નામનું સ્મરણ કરવું; નામ લેવું; પ્રાર્થના કરવી; આરાધવું.

Involuntarily, (ઇન્-વૉલ-ન્ટરિલિ) *adv.* Not by choice; not spontaneously: મરજી ન છતાં; અજાણે; અનિચ્છાપૂર્વક; ખુશી વગર.

Involuntary, (ઈન્-વૉલ-ન્ટરિ) *a.* Independent of will or choice: મરજી-પસંદગીથી સ્વતંત્ર; અસ્વેચ્છાજાત; અનિચ્છાધીન; મરજી વિનાનું; મરજી વિરુધ્ધ-થી ઉલટું.

Involution, (ઈન્-વોલ્યૂશન્) *n.* The action of involving or infolding: લપેટવું-વિંટાલવું તે. 2. Complication: ગુંચવણ; ગુંચવાડો. 3. That in which anything is wrapped; envelope: પરબીડીયું. 4. The insertion of a clause between the subject and the verb: કર્તા અને ક્રિયાપદની વચ્ચે અંગવાક્ય-ઉપવાક્યનું ઉમેરણ. 5. The process of raising a quantity to any power assigned: ઘાતકર્મ; ઘાત.

Involve, (ઈન્-વૉલ્વ્) *vt.* [L. *in* & *volvo*, I roll.] To roll up; to wind around: વિંટાલવું; લપેટવું. 2. To envelop in anything which exists on all sides: ઢાંકી દેવું; ગુમ કરી દેવું; ઢંકાઈ જવું; ગુમ થઈ જવું. 3. To entangle: ગુંચવણમા નાંખવું; ગુંચવવું. 4. To connect by way of natural consequence; to imply: ધ્વનિ નિકલવો; અનુમાનથી દેખાડવું-જણાવવું; અર્થ નિકલવો. 5. To overwhelm; to embarrass: નાંખવું; બુડાડવું; ગરક કરી નાંખવું; ડુબાવવું. 6. To comprise; to contain: અંદર-માંહે હોવું; સમાવેશ કરવો. 7. To catch; to conjoin: પકડવું; સાથે જોડવું; જોડી દેવું. 8. To blend: મિશ્ર કરવું; સેલભેલ ક૦; સામેલ ક૦. 9. To raise to any assigned power: ઘાતકર્મ કરવું.

Invulnerable, (ઈન્-વલનરેબલ્) *a.* Incapable of being wounded or receiving injury: જેને કાંઈ ઘા લાગે નહિ-દુઃખ થાય નહિ એવું; વજ્રદેહી.

Inward, (ઇન્-વર્ડ્) *a.* Placed or being within; interior: અંદરનું; માંહેનું; માંહે મૂકેલું. 2. Domestic; familiar: ઘર સંબંધી-નું; સંસારી; ઘરોબાવાલું. 3. Seated in the mind or soul: પેટમાંનું; મનમાંનું. *n.* That which is within: જે અંદર હોય તે. *pl.* Inner organs of the body; the viscera: માંહેલા અવયવો. *adv.* Toward the inside: અંદર. 2. Into the mind: મનમાં; પેટમાં.

Inwardly, (ઈન્-વર્ડ્લિ) *adv.* Internally: અંદર; અંદરખાનેથી; માંહે; અંદરની બાજુએ. 2. In the heart; privately: મન-અંતઃકરણમાં; છૂપી-છાની રીતે. 3. Intimately: મીત્રાઈ-ઘરોબાથી.

Inwrap, (ઈન્-રૅપ્) *vt.* To involve; to infold: લપેટવું; વિંટાલવું. 2. To perplex: ગુંચવવું; ગુંચવણમાં નાંખવું; ગભરાવવું.

Inwrought, (ઈન્-રૉટ્) *a.* Worked in other things; adorned with figures: જડિત; જડાવદાર; આકૃતિઓ કાઢીને શોભાવેલું; ભરેલું; ભરતવાલું; ભરિત.

Iota, (આઈઓટૅ) *n.* [Gr. the smallest letter in the alphabet corresponding to E., i.] A little; a very small quantity or degree: લવ; અણુ; પરમાણુ; લવલેશ; તલમાત્ર; રતીભાર.

I O. U., (આઇ-ઓ-યૂ) *n.* [*I.e., I owe you.*] A paper having on it these letters with a sum named and duly signed: લેણી રકમનો આંકડો, સહી તથા આ ત્રણ અક્ષરોવાલો દસ્તાવેજ. (એનો અર્થ એવો થાયછે કે 'તમે મારી પાસે માગો,' મારે તમારૂં દેવું છે.)

Irascible, (આઈરૅસિબલ્) *a.* Susceptible of anger; easily provoked; irritable: જરાવારમાં તપી જાય-ગુસ્સો ચઢાવે-ચઢી જાય-મિજાજ ખસી જાય એવું; તામસી; ચીઢાઉ; ક્રોધી; તમોગુણી; ઝાઉસ.

Irate, (આઈરેટ્) *a.* [L. *iratus*, angry.] Angry; incensed; enraged: ગુસ્સાવાલું; ક્રોધાયમાન; ક્રોધી; ક્રોધ ચઢાવે એવું; ખફા.

Ire, (આઈર્) *n.* [L. *ira*, wrath.] Anger; wrath: ક્રોધ; રીસ; ગુસ્સો; તામસ; ચીઢ; કોપ; રોષ; ખફગી.

Iris, (આઈરિસ્) *n. pl.* **Irises**, [L. *iris* Gr. *ipidos*, the rainbow.] A circle round the pupil of the eye: આંખની કીકીની આસપાસનું કુંડલ-કુંડાલું; તારામંડલ.

Irish, (આઈરિશ્) *a.* Pertaining to or produced in Ireland: આયર્લાંડને લગતું-સંબંધી-નું-માં પેદા-ઉત્પન્ન થતું-પાકતું. *n. pl.* The inhabitants of Ireland: આયર્લાંડના રહેવાસીઓ-લોકો. 2. The language of the Irish: આઈરીશ લોકોની ભાષા-બોલી-ઝબાન.

Irksome, (અર્ક્સમ્) *a.* Tedious; tiresome: કંટાલા ભરેલું; ત્રાસદાયક; બેચેન કરતું. 2. Weary;

vexed; uneasy: આરામ-સુખ-ચેન વગરનું; બેચેન; દુઃખદ; હેરાન; પરેશાન; બેકરાર.

Irksomeness, (અર્કસમ્નેસ) *n.* Tediousness; wearisomeness: ચીડ; કંટાળો; ત્રાસ; બેચેની; બેકરારી.

Iron, (આઇઅર્ન્) *n.* One of the hard metallic elements: લોઢું; લોખંડ. *Sulphate of* **i**.:હીરાકસી. 2. An instrument or utensil made of iron: લોઢાનું બનાવેલું હથિયાર-ઓજાર-યંત્ર-વાસણ; લોખંડી સામાન. *Smoothing* **i**.: ઈસ્ત્રી. 3. (*pl.*) Fetters; chains; handcuffs: સાંકલ; બેડી; જંજીર; બંધન. 4. Strength; power: શક્તિ; બલ; જોર. *Cast iron*: પોલાદ. *Magnetic iron*: લોહચુંબક. *Wrought iron*: ખરૂં લોઢું. *a.* Made of iron: લોઢાનું બનાવેલું-કરેલું; લાેઢાનું. 2. Resembling iron in colour: લોઢાના જેવા રંગનું; રંગમાં લોઢાને મલતું આવતું. 3. (*a*) Hard; harsh; severe: કઠણ; સખ્ત. (*b*) Firm; enduring;robust: જબરૂં; જોરાવર; વજ્ર; ટકાઉ. (*c*) Inflexible: વલે નહિ એવું; દૃઢ. (*d*) Not to be broken; holding fast: મજબૂત પકડી રાખે એવું; અખંડિત. (*e*) Stupid: મૂર્ખ; બબરૂક. *vt.* To smooth with an instrument of iron: ઈસ્ત્રી કરવી. 2. To fetter; to hand-cuff:બેડી ઘાલવી-ઠોકવી. 3. To furnish or arm with iron: લોઢાનાં હથીઆર પૂરાં પાડવાં.

Iron-founder, (આઇઅર્ન્-ફાઉન્ડર) *n.* One who makes iron castings: લોઢા કામ કરનાર.

Iron-foundry, (આઈઅર્ન્-ફાઉન્ડ્રિ) *n.* The place where iron castings are made: લોઢાનું કારખાનું.

Iron-hearted, (આઈઅર્ન્-હાર્ટેડ્) *a.* Of a hard heart; merciless: વજ્ર-કઠણ હૈયાનું-મનનું; નિર્દય; દયા વિનાનું; કઠણ-સખ્ત છાતીનું.

Ironical, (આઇરૉનાકૅલ્) *a.* Pertaining to irony: અન્યોક્તિને લગતું; હોય તેથી ઉલટું; બોલવા સંબંધી; ટકોરનું. 2. Expressing one thing and meaning the other: મનમાં કંઈ અને બોલવું કંઈ એવું; મનમાં હોય તેથી ઉલટું; ઉપરોધી; વિપરીત લક્ષણનું; ઉપરોધાત્મક; ટકોર ભર્યું; ટકોરવાળું.

Ironically, (આઇરૉનિકૅલિ) *adv.* By way of irony: અન્યોક્તિથી; મનમાં હોય તેથી ઉલટી રીતે; ટકોર-મશ્કરીમાં.

Iron-monger, (આઈઅર્ન્-મન્ગર) *n.* A dealer in ironwares or hardwares: લોઢાનો સામાન વેચનાર.

Iron-smith, (આઈઅર્ન્-સ્મિથ્) *n.* A worker in iron: લોઢાનું કામ કરનાર; લુહાર.

Iron-works, (આઈઅર્ન્-વર્ક્સ) *n.* A furnace where iron is melted: લોઢું ગાલવાની ભઠ્ઠી 2. An iron foundry: લોઢાનું કારખાનું.

Irony, (આઈરનિ) *n.* [L. *ironia*, Gr. *eiro*, I talk.] A kind of ridicule which exposes the errors or faults of other by seeming to adopt them: ટકોર; મનમાં હોય તેથી ઉલટું બોલવું તે; મરોડની બોલી; વ્યાજોક્તિ; અન્યોક્તિ; ઉપરોધ; વ્યાજસ્તુતિ; વ્યાજનિંદા.

Irradiate, (ઈર્રેડિએટ્) *vt.* [L. *in* & *radio*, I shine.] To illuminate; to brighten: પ્રકાશિત કરવું; ચલકાટ-તેજ આપે એવું કરવું; રોશની આપવી-કo.2. To enlighten intellectually: બુદ્ધિથી પ્રકાશિત કરવું; સમજાવવું; શિખવવું.

Irrational, (ઇર્રૅશનૅલ્) *a.* Void of reason or understanding: જ્ઞાનબુદ્ધિહીન-વિનાનું; ઢોર સરખું; અજ્ઞાન; વિવેક રહિત-હીન; અચેતન; કમઅક્કલ. 2. Contrary to reason; absurd: જ્ઞાન-બુદ્ધિ વિરૂદ્ધ-ઉલટું; મૂર્ખાઈ ભરેલું; ઘેલું; ન્યાય-યુક્તિ વિરૂદ્ધ. *An* **i**. *quantity (a surd)* કરણી; કરણીપદ.

Irrationality, (ઇર્રૅશનૅલિટિ) *n.* Want of reason or powers of understanding. જ્ઞાન-બુદ્ધિહીનતા; અજ્ઞાનતા; મૂર્ખાઇ અજ્ઞાન-કમઅક્કલપણું.

Irrationally, (ઇર્રૅશનૅલિ) *adv.* Without reason; absurdly: મૂર્ખાઇથી; બેઅક્કલીપણે.

Irreclaimable, (ઇર્રીક્લેમૅબલ્) *a.* Incapable of being reclaimed: ઠેકાણે ન આવે તેવું; ન સુધરે તેવું; સુધરવું અશક્ય; વંઠેલ; વહિ ગએલું.

Irreconcilable, (ઈર્રૅકૉન્સાઇલૅબલ્) *a.* Not reconcilable; implacable: શાંતપડે નહિ એવું; અશામ્ય. 2. Incapable of being made to agree or harmonize; incompatible: મલી જાય નહિ એવું; વેરભાવ રાખ્યા કરે એવું; દોસ્તી-મિલાપ ન કરે તેવું.

Irrecoverable, (ઈર્રીકવરૅબલ્) *a.* Not capable of being restored, remedied or regained: પાછું મેલવાય નહિ એવું; પાછુ હાથ ન લાગે એવું; ઉપાય વિનાનું; નિરૂપાય.

Irrecoverably, (ઈર્રીકવરૅબ્લિ) *adv.* Beyond recovery: નિરૂપાયથી; પાછું હાથ ન આવે તેમ.

Irrefragable-Irrefutable, (ઈર્રીફ્રૅગૅબલ્-ઇર્રીફ્યૂટૅબલ્) *a.* Not to be refuted or overthrown: તોડાય-ખંડન કરાય નહિ એવું; અખંડનીય; અનિવાર્ય.

Irregular, (ઈર્રૅગ્યૂલર) *a.* [L. *in* & *rego*, I rule.] Not according to common form or rules: સાધારણ નિયમ આકાર વિનાનું; બેડોલ; વાંકું ચુકું; ઉંચુંનીચું.2. Deviating from usage: નિયમ-ચાલ-રીત વિરૂદ્ધ; અનિયમિત; ધારાથી ઉલટું; ગેરકાયદેસર; બેરિવાજ; અસ્વભાવિક. 3. Vicious; deviating from the rules of moral rectitude: આડેમાર્ગે ચાલતું; દુરાચારી; દુર્ગુણી. 4. Not symmetrical: આકાર-સાંગ શુદ્ધ નહિ એવું; ન્હાનું મોટું; અસમાન.

Irregularity, (ઈર્રૅગ્યૂલૅરિટિ) *n.* The state of being irregular: રીતિ-નિયમ-વિધિ વિરોધ-ભંગ; અન્યાય; અવ્યવસ્થા; અસમતા; અનિયમ; ગેરશિરસ્તો; બેકાયદો. 2. Swerving from moral rectitude; an act of vice: નઠારી-આડી ચાલ; અનાચાર; દુરાચાર.

Irregularly, (ઈર્રૅગ્યૂલર્લિ) *adv.* Without rule, method or order: અવ્યવસ્થિત રીતથી; નિયમથી વિરૂદ્ધ રીતે; ગેરશિરસ્તે; બે કાયદે.

Irrelevancy, (ઇર્રૅલીવૅન્સિ) *n.* The quality of not being applicable or of not serving to aid and support: અપ્રસંગ; લાગુ ન પડે એવું હોવું તે; અસંબંધ; અસંગતતા.

Irrelevant, (ઈર્રેલીવૅન્ટ્) *a.* Not applicable or pertinent: લાગુ પડે નહિ એવું; સંબંધ–પ્રસંગ વગરનું; આપ્રાસંગિક.

Irreligion, (ઈર્રીલિજૅન) *n.* Want of religion or contempt of it; impiety: અધર્મ; અભક્તિ; અનાચાર; ભ્રષ્ટાચાર; બેદીની; નાપાકી.

Irreligious, (ઈર્રીલિજસ્) *a.* Destitute of religion; ungodly: અધર્મી; દુષ્ટ; અનાચારી; ભ્રષ્ટાચારી; દુરાચારી.2. Profane; impious; wicked: ધર્મવિરૂદ્ધ; પાપી; નાપાક.

Irremediable, (ઈર્રીમીડિઍબલ્) *a.* Not to be remedied, cured or corrected: જેનો ઉપાય ન થઈ શકે એવું; નિરૂપાય; બેઇલાજ; સારૂં ન થાય એવું.

Irremovable, (ઇર્રીમૂવૅબલ્) *a.* Not removable; immovable: ખસેડાય નહિ એવું;અચલ; સ્થિર.

Irreparable, (ઈર્રૅપૅરૅબલ્) *a.* Not capable of being recovered or regained; not reparable: પાછું મલે નહિ એવું; સુધરે–સમરે નહિ એવું.

Irreprehensible, (ઇર્રીપ્રીહૅન્સિબલ)*a.* Not to be blamed or censured:ઠપકો ન દેવાય એવું;નિર્દોષ;દોષ વિનાનું.

Irrepressible, (ઈર્રીપ્રૅસિબલ) *a.* Not capable of being repressed: દબાય નહિ એવું.

Irreproachable, (ઇર્રીપ્રોચૅબલ)
Irreprovable, (ઈર્રીપ્રૂવૅબલ) } *a.* Free from blame; upright; innocent: ઠપકો દેવાય નહિ એવું; નિરપરાધી; નિષ્કલંક; નિર્દોષ; પ્રમાણિક.

Irresistible, (ઈર્રીઝિસ્ટિબલ્) *a.* Superior to opposition: અટકાવી શકાય નહિ એવું; અટલ; અનિવાર્ય; દુર્નિવાર; સામા ટકાય નહિ એવું.

Irresolute, (ઈર્રૅઝોલ્યૂટ્) *a.* Not decided; wavering; given to doubt: અદૃઢ; ઢચુપચુ; અસ્થિર મનનું; સંશયી.

Irrespective, (ઈર્રીસ્પૅક્ટિવ્) *a.* Not having regard to: દરકાર–ધ્યાન ન રાખનાર; બેદરકાર; બેધ્યાન; સબંધ વગરનું. 2. Not showing proper respect or civility: ખરેખર માન ન આપે એવું; અપમાન કરનારૂં; અસભ્ય.

Irresponsible, (ઈર્રીસ્પૉન્શિબલ) *a.* Not responsible; not to be relied upon or trusted: જવાબદાર–જોખમદાર નહિ હોય એવું; ભરોસો રાખવા લાયક નહિ એવું.

Irretrievable, (ઈર્રીટ્રીવૅબલ) *a.* Not to be restored, regained or remedied: ફરીથી મેલવાય નહિ એવું; ઉપાય વિનાનું; નિરૂપાય.

Irreverence, (ઈર્રૅવરન્સ્) *n.* Absence or defect of reverence: અપમાન; અનાદર; અવજ્ઞા; તિરસ્કાર.

Irreverent, (ઈર્રૅવરન્ટ્) *a.* Not reverent; wanting respect to superiors: અપમાન–અનાદર–અવજ્ઞાકારી; અનાદર–અસત્કાર કરનાર; બેઅદબ.

Irreversible-Irrevocable, (ઇર્રીવર્સિબલ-ઈર્રૅવોકૅબલ્) *a.* Incapable of being, repealed or annulled: રદ ન કરાય–ન ફેરવાય એવું; અપરિવર્તનીય.

Irrigate, (ઈરિગેટ્) *a.* [L. *in* & *rigo*, I water.] To water; to wet; to moisten: ભિંજવવું; પલાલવું; ભીનું કo. 2. To water, as land, by causing a stream to flow upon and over it: નેહેરવતી ખેતર–જમીનને પાણી પાવું.

Irrigation, (ઇર્રિગેશન્) *n.* The operation of causing water to flow over lands: નીક–નેહેરવતી ખેતર–જમીનને પાણી પાવું તે; નેહેર.

Irritability, (ઈર્રિટૅબિલિટિ) *n.* Vexation; fretfulness: ગુસ્સો; રીસ; તામસ; ચીડ.

Irritable, (ઈર્રિટૅબલ્) *a.* Capable of being irritated: ચિડાય–ખીજવાય એવું; ચિડાઉ. 2. Easily inflamed or exasperated: જલદીથી જોતાં જોતાંમાં ચિડાઇ જાય–ખિજવાય એવું;શીઘ્ર કોપી.

Irritate, (ઈર્રિટેટ્) *vt.* [L. *irrio*, I snarl.] To inflame; to fret: આગ–લાય–ઝાલ–અગન ઉઠાવવી. 2. To increase the action of: જોસ વધારવો. 3. To provoke; to tease: ચિડવવું; ખિજવવું; છેડવું. 4. To produce irritation in: લાય–આગ–સોજો ઉઠાડવો–લાવવો.

Irritation, (ઈર્રિટેશન્) *n.* Provocation; exasperation; anger: ચિડ; ખીજ; ગુસ્સો; ખીજવાટ; સંતાપ. The process of stimulating muscular fibre: લાય; ઝાલ; આગ; સોજો.

Irruption, (ઈર્રપ્શન્) *n.* [L. *in* & *rumpo*, I break.] A breaking or bursting in: એકાએક ફાટીને પડવું–અંદર આવવું તે. 2. A sudden invasion or incursion: એકાએક–એકદમ કરેલી ચઢાઈ; હલ્લો; છાપો.

Irruptive, (ઈર્રપ્ટિવ્)*a.* Rushing in or upon: એકદમ–ફાટીને–અંદર આવતું–ઘુસતું.

Is, (ઈઝ્) *vi.* [L. *esse*, to be.] The third person singular of the substantive verb, in the indicative mood, present tense: છે; હોયછે.

Island, (આઈલૅન્ડ્) *n.* A tract of land surrounded by water: ટાપુ; બેટ; દ્વિપ.

Islander, (આઈલૅન્ડર્) *n.* An inhabitant of an isle: ટાપુ–બેટ–દ્વીપનો રેહેવાસી–માં રેહેનાર; દ્વીપનિવાસી.

Isle, (આઇલ્) *n.* [L. *insula.*] An island: બેટ; ટાપુ; દ્વીપ. 2. A passage in a church: દેવલના ખંડમાં આવજા–કરવાની ચાલ–ચાલી. 3. A spot: ડાઘ; ચાઠું.

Islet, (આઈલિટ્) *n.* A little isle: ન્હાનો ટાપુ; ઉપદ્વીપ.

Isolate, (આઇસોલેટ્) *vt.* [L.*insula*, island.] To place in a detached situation; to insulate: જુદું જુદું–આઘું આઘું મૂકવું; કોઇ સાથે સંબંધ નહિ રહે એવું મૂકવું; છુટું પાડવું.2.To obtain in a pure state:સ્વચ્છ–ચોખ્ખું–નિર્મલ કાઢવું–ખેંચવું.

Isolation, (આઇસોલેશન્) *n.* Insulation: અલગું–વેગલું–છેટે–જુદું હોવું તે; અલગા–વેગલાપણું;છુટું પાડવું તે; છુટાપણું.

Isosceles, (આઈસૉસલીઝ્) *a.* [Gr. *isos*, equal and *skelos*, a leg.] Having two legs or sides only that are equal: સમદ્વિબાજુ; બે સરખા પગ–બાજુવાલું.

Isothermal, (આઇસોથર્મૅલ) *a.* [Gr. *isos* equal & *therme*, heat.] Having equal mean temperature: સમ-ઉષ્ણતાવાળું. I. *line*: સમ-ઉષ્ણતાવાળી જગ્યામાં થઈને જતી લીટી.

Israelite, (ઈસ્રલાઈટ્) *n.* [Gr. *israel*, a soldier of God.] A descendant of Israel or Jacob; a jew: યાહુદી.

Issue, (ઈસ્યૂ) *n.* [L. *ex* & *ire*, to go.] The act of passing or going out; egress: બહાર નિકલવું-આવવું તે; નિર્ગમન; નિકાલ. 2. The act of sending out; delivery: બહાર મોકલવું-કાઢીને આપવું-વહેંચવું તે. 3. (*a*) The whole quantity sent out at one time: એકજ વખતે બહાર પાડેલો-કાઢેલો આખો-બધો જથો. (*b*) Ultimate result or end: પરિણામ; નિકાલ; છેવટ; ફલ; છેડો. (*c*) Progeny; offspring; છૈયાંછોકરાં; સંતતિ; સંતાન; ઓલાદ; બચ્ચાં. 4. Any point made in debate: તકરારમાં ઉઠેલી-ઉત્પન્ન થયેલી બાબત-મુદ્દો. *At* I., disputed; disagreeing: તકરારી; ચરચાતું. *vi.* To pass or flow out: બહાર નિકલવું-આવવું-વેહેવું; ફુટવું; જવું. 2. To derive or descend; to spring: ઉત્પન્ન થવું; જન્મવું; પેદા થવું; નિપજવું; નિકલવું. 3. To come to a point on which the parties rest the decision of the cause: જે મુદ્દા ઉપર બે ટોલીઓ નિવેડાનો આધાર રાખે છે તે મુદ્દાપર પહોંચવું-આવવું. 4. To end; to terminate: છેડો-અંત-નિવેડો આણવો; બંધ કરવું. *vt.* To send out: બાહાર મોકલવું; ચાલુ કરવું; ચલાવવું; અમલમાં આણવું. 2. To deliver for use: ઉપયોગ-કામ-ખપને માટે આપવું. 3. To deliver by authority: સત્તાથી જાહેર-પ્રગટ-પ્રસિદ્ધ કરવું.

Isthmus, (ઈસ્ટ્મસ્) *n.* [Gr. *isthmos.*] A neck or narrow slip of land by which two continents are connected: સંયોગીભૂમિ.

It, (ઈટ્) *prep.* An impersonal or neuter pronoun: તે; એ.

Italian, (ઈટૅલિઍન) *a.* [L. *itallus.*] Of, or pertaining to Italy: ઇટાલી દેશનું-ને લગતું. *n.* A native or inhabitant of Italy; ઈટાલી દેશનો રેહેવાશી. 2. The language used in Italy: ઈટાલીમાં બોલાતી-વપરાતી-ચાલુ ભાષા.

Italic, (ઈટૅલિક્) *a.* Relating to Italy: ઈટાલીનું-સંબંધી. *n. pl.* **Italics**. An Italic letter or character: ઈટાલીક-તિરકસ-વાંકા અક્ષર. જેવા કે, *This line is printed in Italics.*

Italicize, (ઈટૅલિસાઇઝ્) *vt.* To write or print in Italic characters: ઇટાલીક-તિરકસ-વાંકા અક્ષરે લખવું-છાપવું.

Itch, (ઈચ્) *n.* An eruption of small, isolated vesicles: ખસ; ખરજ; ખુજલી. 2. The sensation: ખજવાલ; ચેલ; ક્રીઠ. 3. A constant irritating desire: વખવખ. *vi.* To feel a particular uneasiness in the skin: ખજવાલ-ચેલ-ચુંટ આવવી; ક્રીઠ લાગવી; ધવડવું. 2. To have a constant teasing desire: વખવખ કરવું.

Itchy, (ઈચિ) *a.* Infected with the itch: ખસ-ખુજલીવાલું.

Item, (આઇટમ્) *n.* An article: કલમ; રકમ; બાબત. 2. A hint; an innuendo: સૂચના; ઇશારો; વક્રોક્તિ. *vt.* To make a note: નોંધ કo. *adv.* Also: બીજું; વલી.

Iterate, (ઇટરેટ્) *vi.* [L. *itero*, again.] To utter or do a second time; to repeat: ફરીથી-બીજીવાર બોલવું-કહેવું-કરવું; પુનરૂક્તિ કo. *a.* Repeated: ફરીથી-બીજીવાર કહેલું-કરેલું-બોલેલું.

Itinerant, (આઈટિનરૅન્ટ્) *a.* [L. *iter*, *itineris*, a walk.] Wandering; not settled: ભટકનાર; ગામોગામ ફરનાર; સ્થાઇ નહિ તેવું. *n.* One who travels from place to place: ગામોગામ મુસાફરી કરનાર.

Itinerate, (આઇટિનરેટ્) *vi.* [L. *eo*, I go.] To travel from place to place for the purpose of preaching or lecturing; to wander without any settled habitation: બોધ-ઉપદેશ કરવાને ગામોગામ ફરવું; ભટકતા-ફરતા ફરવું.

Itinerary, (આઇટિનરેરિ) *a.* Travelling; passing from place to place: ફરતું; ભટકતું; દેશાટન કરતું. *n.* An account of travels: દેશાટનનું વૃત્તાંત-પુસ્તક પ્રવાસ વર્ણન; મુસાફરીનું બયાન.

Itself, (ઇટ્સેલ્ફ્) *pron.* The neuter reciprocal pronoun or substitute applied to things: પોતાની મેલે (નપુસક લીંગે) ખુદ; જાતે.

Ivory, (આઈવૉરિ) *n.* The tusks of the elephant: હાથીના દંતુસલ; હાથીદાંત. 2. (*pl.*) Teeth: દાંત. *a.* Made of ivory: હાથીદાંતનું-નું બનાવેલું.

J.

J, (જે) The tenth letter of the English alphabet represented in Gujarati by જ.

Jabber, (જૅબર) *vi.* & *vt.* To talk rapidly; to chatter: બકવું; બડબડવું; લવારો કo. *n.* Rapid talk; gibberish: બકબક; બડબડાટ; લવારો.

Jabberer, (જૅબરર્) *n.* One who jabbers: લવારો-બકબક કરનાર.

Jack, (જૅક્) *n.* A silly fellow; a boor: હલકો માણસ; ગામડિઓ. 3. A popular coloquial name for a sailor: ખલાસી; વહાણવટી. 4. An instrument to pull off boots: લાંબા બૂટ ઉતારવા-કાઢવાનું ઓજાર. 5. (*a*) Half a pint: અડધો પીન્ટ(ઈંગ્રેજી માપ). (*b*) Quarter of a pint: પા પીન્ટ. 6. A knave of a suite for playing cards: ગુલામ; ગોલ્લો. *Blue* j., sulphate of copper: મોરથુથુ. *Jack-at-all trades*, a person who can turn his hand to any kind of business: દરેક કામમાં માથુ મારનાર; સબ બંદરકા વેપારી. J. *in office*, an insolent fellow in authority: ઉદ્ધત-અહંકારી અમલદાર. *Jack-on-both-sides*, one who is or tries to be neutral: દૂધમાંને દહીંમાં બન્ને બાજુએ રહેનારો. *Jack out of doors*, a houseless person: નિરાશ્રયી; ઘર બાર વિનાનો માણસ. *Jack out of office*, one who has been in office and is turned out: નોકરીપરથી કાઢી મુકેલો અમલદાર. *Jack with a lantern*, a will o'-the wisp: રાત્રે થતા ભુતના ભડ-

કા. *Yellow* j., the yellow fever: પિત્તજ્વર; *also*, the quarantine flag: વહાણમાં ચેપી રેાગ છે એવું બતાવનાર વાવટેા.

Jackal, (જૅકૉલ્) *n.* Carnivorous animal having a very pointed muzzle, & short tail: શિયાલ; કોહોલું. 2. One who does mean work for another's advantage: પારકાના લાભને અર્થે નીચ કામ કરનાર.

Jack-a-lent, (જૅક્-લૅન્ટ્) *n.* A simple fellow: સાદેા-ભેાલેા માણસ; ભેાલેા ભટ્ટ.

Jackass, (જૅકૅસ્) *n.* The male ass; a donkey: ગધેડેા. 2. A conceited dolt: અહંકારી મૂર્ખ-બેવકુફ માણસ.

Jack-boots (જૅક્-બૂટસ્) *n.* Boots reaching above the knee & serving to protect the leg: ઘુંટણ સુધીના આખા બુટ.

Jack-daw, (જૅક્ડૅા) *n.* A bird allied to crows: જંગલી કાગડેા; દ્રેાણ.

Jacket, (જૅકેટ્) *n.* A short coat: બંડી; બદન; કુડતુ; કેડિયું. 2. An outer covering for any thing: ઉપરનું ઢાંકણ; પડદેા. *To dust one's* j., to give one a beating: મારવું; પીટવું; કેાકવું.

Jack-knife, (જૅક્-નાઈફ્) *n.* A large, strong pocket clasp knife: ગજવામાં રાખવાની છરી; ચપ્પુ.

Jack-pudding, (જૅક્-પુડિંગ) *a.* A merry-andrew; a buffoon: રંગલેા; વિદુષક; મસ્કેરેા.

Jaconet, (જૅકેાનેટ્) *n.* A thin cotton fabric: જગનાથી.

Jaculate, (જૅકયુલેટ્) *vt.* [L. *jacio*, I throw.] To throw out; to emit: બહાર કાઢવું; નાંખવું; ઉફગાર કાઢવેા.

Jade, (જેડ્) *n.* [L. *ilia*, flanks.] A stone of a dark-green color: એક જાતનેા લીલેા પથ્થર. 2. A poor, tired horse: ઘેાડું. 3. A mean woman; a wench: રાંડ; કુભારજા; છીનાલ. 4. A young woman, so called in irony: જુવાન સ્ત્રી(મસ્કેરીમાં). *vt.* To treat like a jade; to spurn: ધિકારી-તરછેાડી કાઢવું; તુચ્છકારવું. 2. To exhaust by overdriving or long continued labour of any kind; to harass: થકવવું; લેાથ બનાવવું; પજવવું. *vi.* To become weary; to sink: થાકી જવું; ઢીલું થવું; નરમ પડવું.

Jag, Jagg, (જૅગ્) *n.* A notch; a denticulation: ખાંચ; ખાડેા; કાકર. 2. A cleft or division: કાંગરેા; ફાડ; ચીરેા. *vt.* To cut into notches or teeth, as a saw: કાકરવું.

Jaggery, Jagghery, (જૅગરિ) *n.* Raw palm sugar made in the East Indies: ગેાલ.

Jaggy, (જૅગિ) Set with teeth; denticulated: દાંતાવાલું; દાંતાદાર.

Jaguar, (જૅગ્વૉર્) *n.* An American tiger: અમેરિકાનેા ચિત્તા-વાઘ.

Jail, (જેલ્) *n.* A prison: કેદખાનું; બંધીખાનું; તુરંગ; કારાગૃહ. J. *liberties or* J. *limits*: કેદખાનાની જે હદમાં કરજદાર કેદીને છુટેા મુકવામાં આવેછે તે.

Jail-bird, (જેલ્બર્ડ્) *n.* A prisoner: કેદી; બંધીવાન.

Jailer, (જેલર્) *n.* The keeper of a jail: તુરંગાધિકારી; દરેાગેા; જેલર.

Jakes, (જેકસ્) *n.* [L. *jacio*, I throw.] A house of necessity; a privy: જાજરૂ; સંડાસ; વાડેા; પાયખાનું.

Jam, (જૅમ્) *n.* A mass of people or objects crowded together: માણસની ઠઠ; કંઈ વસ્તુનેા સમૂહ; ઢગલેા; ભીડ; ધકાધકી; દબાણ; ડેલેા. 2. [Gr. *zomos*, broth.] A conserve of fruit boiled in mass with suger & water: મુરબ્બેા. 3. A kind of frock for children: બચ્ચાંનું ઝભલું. *vt.* To press; to crowd; to squeeze: ચાંપવું; ભચડવું; દાબવું; નિચેાવવું; ચગદવું; પીલવું; છુંદવું.

Jangle, (જૅન્ગલ્) *vi.* To sound harshly: ખેાખરૂં બેાલવું-વાગવું. 2. To talk idly; to chatter: કલકલવું; બડબડવું; કચકચ-બકબક ક૦. 3. To altercate; to wrangle: બેાલાબેાલી તકરાર-ટંટેા-કજીએા ક૦-થવેા. *n.* Idle talk; chatter: બકબક; કચકચ; લવારેા. 2. Discordant sound: ખેાખરેા-કઠેાર અવાજ.

Janitor, (જૅનિટૉર્) *n.* [L. *janua*, door.] A doorkeeper; a porter: દેવડીવાલેા; દરવાન; દ્વારપાલ; પેાલીએા; પેાહેારેગીર.

Janty, (જૅન્ટિ) See **Jaunty**,

January, (જૅન્યૂઍરિ) *n.* [L. *janus*, old Latin deity to whom the month of January was sacred.] The first month of the year: ઇંગ્રેજી વર્ષનેા પેહેલેા મહિનેા.

Japan, (જૅપૅન્) *n.* Work varnished & figured in the Japanese manner: જાપાની રીત પ્રમાણે રેાગાન મારેલું કામ-સામાન. 2. Also, the varnish used in japanning: રેાગાન. *a.* Of or pertaining to Japan or to the lacquered work of that country: જાપાન દેશનું-ના રેાગાનકામ સંબંધી. *vt.* To lacquer: રેાગાન મારવું-દેવું-ચઢાવવું.

Japanese, (જૅપૅનીસ્) *a.* Of or pertaining to Japan or its inhabitants: જાપાની; જાપાન લેાકનું-સંબંધી. *n.* A native or inhabitant of Japan: જાપાનનેા રહેવાસી-દેશી. 2. The language of the people of Japan: જાપાની ભાષા.

Jar, (જાંર્) *n.* A turn: ફેરેા; આંટેા. *On the* j., on the turn; ajar; as, a door: ફરતું; ઉઘાડું. 2. A deep broad-mouthed vessel of earthenware: બરણી. *vi.* To sound harshly or discordantly: ખેાખરેા-કઠેાર અવાજ થવેા. 2. To clash; to quarrel; to dispute: લડવું; કજીએા-તકરાર ક૦. *vt.* To shake; to shock: ધ્રુજાવવું; કમ્પાવવું; હલાવવું; ડગાવવું. *n.* A shake; a harsh sound: ખડખડાટ; બેસૂર-કઠેાર-અવાજ. 2. Collision; debate: ટપાટપી; તકરાર; અણબનાવ; વિરેાધ. 3. A regular vibration, as of a pendulum: (લેાલકનું) હાલવું તે; ઝેાલા.

Jargon, (જાંરગૉન્) *n.* Confused language; gibberish: ન સમજાય એવી બેાલી-ભાષા; ખેાટીખરી-જેવી તેવી એબારત. *vi.* To talk unintelligibly or in a harsh & noisy manner: ગડબડ ક૦; સમજાય નહિ એમ બેાલવું; ગેાટા વાલવા.

Jasmine, Jessamine, (જૅસ્મિન-જૅસૅમિન્)

A shrubby plant bearing flowers of a fragrant odor: જુઈ; જાઇ; જાસવેણ; ચંબેલી.

Jaundice, (જૉન્ડિસ્)*n.* [L. *galbus*, yellow.] A morbid condition characterized by yellowness of the eyes, skin & urine: કમળો. *vt.* To affect with jaundice: કમળો થવો. 2. To prejudice: તરફદારી ક૦.

Jaundiced, (જૉનડિસ્ટ્) *a.* Affected with jaundice: કમળાવાળું 2. Prejudiced; envious: એક તરફી; પક્ષપાતી; અદેખાઈ ભરેલું.

Jaunt, (જૉન્ટ્) *vt.* To ramble here & there; to stroll: સહેલ કરવા-ફરવા જવું; સહેલ ક૦. *Jaunting car*: સામ સામી પીઠે બેસી ફરવાની હલકી ગાડી. *vt.* To jolt; to jounce; આંચકો-હીલો ખાવો.

Jaunty, (જૉન્ટિ) *a.* Airy; showy: રંગીલું; ચપલ: ભભકાદાર.

Javelin, (જૅવ્લિન્) *n.* A sort of light spear, to be thrown or cast by the hand:બરછી;ભાલો.

Jaw, (જૉ) *n.* The bone with the teeth & fleshy covering: ડાચું; જડબું. 2. (*a*) A notch or opening. ગાલો; ચીરો; ખાંચું; મ્હોડું. **J.** *breaker*: જેનો ઉચ્ચાર કરતાં ઘણી મુશ્કેલી પડે એવો શબ્દ; મ્હોટો બોલ. **J.** *tooth*, a molar or grinder: દાઢ. *vi.* To scold, to clamor:ધમકાવવું; ઘોંઘાટ-શોર ક૦.

Jay, (જે) *n.* A kind of bird allied to crows, but smaller, more graceful in form & having a crest: એક જાતનું પક્ષી; ચાસ;નિલકંઠ;સભજક.

Jealous, (જૅલસ્) *a.* [L. *zelus*, amulation.] Zealous; solicitous; vigilant:આતુર; કાલજી-ફીકરવાળું; ચાલાક. 2. Apprehensive; anxious: suspiciously watchful: અદેખું; બલતું; મત્સરી. 3. Exacting exclusive devotion; intolerant of rivalry: હું જ એકલો ખરો એમ મનાવનાર; અભિમાની. 4. Disposed to suspect rivalry in matters of interest or affection; distrustful: વેહેમી; બદગુમાન; પ્રેમસંશયી; પરપુરૂષાશંકી.

Jealousy, (જૅલસિ) *n.* The quality of being jealous: અદેખાઈ; મત્સર; ઇર્ષા; વેહેમ; શંકાશીલતા; પ્રેમસંશય; અભિમાન.

Jean, (જીન્) *n.* A twilled cotton cloth: જીન; સુતરાઉ લુગડું.

Jeer, (જીર્) *n.* A gear; a tackle: વહાણનાં દોરડાં ઈ૦ સરસામાન. 2. A railing remark; a mockery; a fun; મશ્કરી; મજાક; મેણું; ઉપહાસ. *vi.* To sneer; to scoff; to mock: મજાક ક૦; હસવું; બનાવવું; મેણું મારવું.

Jehovah, (જીહોવૅ) *n.* A scripture name of the Supreme Being: ઇશ્વર; પરમેશ્વર; ખુદા.

Jejune, (જીજ્યૂન્) *a.* [L. *jejunus*, fasting.] Lacking matter; empty:ખાલી; ઠાલું; સત્વહીન-શૂન્ય; નિ:સાર; નિ:સત્વ.2. Void of interest; meagre; dry: નિર્જીવ; નીરસ; રસ-દમ-મઝા વિનાનું.

Jelly, (જૅલિ) *n.* [L. *gelo*, I congeal.] A stiffened solution of gelatine: ચિકણો પદાર્થ. 2. The juice of fruits boiled with sugar: ફલમેવાનો પાક; મુરબ્બો; જેલી. *vi.* To become jelly: ચિકણું થવું. **J.** *bag*: મુરબ્બો ભરવાની બરણી. **J.** *mold*: આકાર કાઢવાનું બીબું.

Jenny, (જૅની) *n.* A machine for spinning a number of threads together: રેંટીઓ; સુતર કાંતવાનો સંચો.

Jeopardize, (જૅપર્ડાઇઝ્) *vt.* To hazard; to risk: જોખમ-નુકસાનમાં નાંખવું.

Jeopardy, (જૅપર્ડિ) *n.* Danger; risk; peril: જોખમ; ધોકો; નુકસાન: જીવ-જાનનું જોખમ.

Jerk, (જર્ક્) *n.* A short, sudden pull, thrust, push, shake or jolt: ધોકો; આંચકો; ઠોસો;હડસેલો; ધસારો. *vt.* To beat: to strike: મારવું; ધક્કો-આંચકો-હડસેલો મારવો. 2. To throw with a quick start or motion: ઝડપથી નાંખવું ફેંકવું.

Jerkin, (જર્કિન્)*n.* A jacket or short coat: a close waistcoat: ઝભલું; કેડિયું; બંડી.

Jest, (જૅસ્ટ્) *n.* A joke:મજાક; મશ્કરી; ઠઠ્ઠો;વિનોદ. 2. A laughing stock: ઉપહાસપાત્ર; ડોલિયો; મશ્કરો. **J.** *book*: મશ્કરી ભરેલી વાતોની ચોપડી.

Jester, (જૅસ્ટર્) *n.* A buffoon: a merry andrew; a court fool: મશ્કરો; ભાંડ; રંગલો; વિદૂષક; ટોલીઓ; ખટકબોલો.

Jesting, (જૅસ્ટિંગ્) *n.* Joking: ટોલ; મશ્કરી. *a.* Sportive: મશ્કરીખોર; ગમતી.

Jesuit, (જૅસ્યૂઇટ્)*n.* One of the religious order: રોમનકેથોલીક ધર્મ જેમ તેમ કરીને ફેલાવનાર એક પંથનું માણસ. 2. A crafty person; an intriguer: કાવત્રાંખોર માણસ; કપટી-કાવાખાજ માણસ.

Jesuitical, (જૅસ્યૂઇટિકલ્) *a.* Of or pertaining to a jesuit: ઠગને લગતું-નું. 2 Cunning; crafty: દગાખોર; લુચ્ચો; ઠગ.

Jet, (જૅટ્) *n.* A shooting forth; a spounting; a spurt: ફૂવારો; કરંજો. 2. Drift; scope: ઇરાદો; ચોટ; નિશાન. *vi.* To strut; to obtrude: ઠસ્સામાં ચાલવું; નખરાં કરવાં. 2. To jerk; to jolt: ધક્કો મારવો; હડસેલો મારવો. 3. To shoot forward; to jut out: બહાર નિકલવું; અણી થવી.

Jet, (જૅટ્) *n.* A variety of lignite of a very compact texture: એક કાલો ખનીજ પદાર્થ; એક જાતનો કાલો પથ્થર.

Jetty, (જૅટિ) Black: કાલું.

Jet-black, (જૅટ્બ્લૅક્) *a.* Deep black: કાલું ભમ્મર; કાલું બલક; કાલું મેશ.

Jew, (જ્યૂ) *n.* [L. *judæus*.] A hebrew; an israelite: યાહુદી. *Jew's frankincense*: લોબાન; ધૂપ. *Jew's pitch*, bitumen: શીલાજીત્ય.

Jewess, (જ્યૂઍસ્) *n.* A Hebrew woman: યાહુદણ.

Jewel, (જ્યૂઍલ્) *n.* An ornament of dress of precious metals: જડાવ; ઘરેણું. 2. A precious stone: a jem: રત્ન; મણી; ઝવેર. 3. A precious thing: વ્હાલી વસ્તુ; રત્ન.

Jeweller, (જ્યૂઍલર્) *n.* One who makes or deals in jewels: ઝવેરી.

Jewellery, (જ્યૂઍલરિ) *n.* The art or trade of a jeweller: ઝવેરીનો ધંધો. 2. Jewels collectively: જવાહિર; ઝવેરાત; દરદાગીના.

Jewish, (જ્યૂઈશ્) *a.* Of or pertaining to the

Jews: યાહુદીનું–સંબંધી.

Jib, (જીબ્) *n.* A triangular sail set upon a stay or pet yard; વહાણના નાલ આગલનો ત્રિકોણાકાર સઢ. 2. The projecting arm of a crane, from which the load is suspended: ભાર ઉંચકવાના આંકડાનો આગલો ભાગ. J. *crane*: ભાર ઉંચકવાનો આંકડો.

Jilt, (જીલ્ટ્) *n.* A woman who capriciously deceives her lover; a coquette; a flirt: આશકના ઉપર પ્રીતિ બતાવ્યા પછી તેને છોડી દે એવી સ્ત્રી; હલકી સ્ત્રી; ચપલા. *vt.* To deceive in love: સ્નેહ બાંધ્યા પછી આશકને છોડી દેવો; પ્યાર તોડવો.

Jingle, (જીન્ગલ્) *n.* A rattling, clinking, tinkling sound: ઝણકાર; રણકો; ખણખણાટ. 2. A correspondence of sound in rhyms; પ્રાસ; અનુપ્રાસ. *vi.* To sound with a fine sharp, clinking sound: છમછમ–ધમધમ–ઝણઝણ રણકો થવો; ખણખણ થવું. 2. To sound with a jingling effect: પ્રાસ મલવો. *vt.* To tinckle: છમછમ કo.

Jingling, (જીન્ગલિંગ્) *n.* A clink: ઘંટનો રણકો; ખણખણાટ.

Jo, (જો) *n.* A sweet-heart; a darling: દિલદાર; પ્યારી.

Job, (જૉબ્) *n.* A sudden thrust or stab: ધક્કો; આંચકો. 2. A piece of chance work: કામ; પરચુરણ કામ. 3. A public transaction done for private profit: સ્વાર્થને સારૂ કરેલું કંઈ જાહેર કામ. 4. A situation or opportunity of work: કામની તક; કામ; કૃત્ય. *By the* j.: ઉધડ; સામટું. *vt.* To strike or stab: ઘોચવું; મારવું. 2. To thrust in: માંહે પેસાડવું; ખોસવું. 2. To buy or sell as a broker: દલાલની રીતે ખરીદ કરવું–વેચવું. To hire: ભાડે લેવું–કo. *vi.* To do chance work for hire; to do petty work: પરચુરણ કામ લેવું–કo. 2. To seek private gain under pretence of public service: સાર્વજનિક–જાહેર કામમાં સ્વાર્થ સાધવો. 3. To carry on the business in stocks: શેરનો ધંધો કo.

Job, (જૉબ્) *n.* The hero of the book: પુસ્તકનો નાયક. *Job's Comforter*, (*a*) a false friend: ઢોંગી મિત્ર; લુચ્ચો ભાઇબંધ. (*b*) A boil: ગુમડું; ફુલ્લો. *Job's news*: ખરાબ સમાચાર.

Jobber, (જૉબર્) *n.* One who works by the job: ઉધડ કામ કરનાર. 2. One who turns public business to private advantage: સ્વાર્થ સાધનાર.

Jockey, (જૉકી) *n.* A professional rider in races: શરતનો ઘોડો હાંકનાર; ચાબુકસ્વાર. 2. A horse trader: ઘોડાનો વેપારી. 3. A cheat: લુચ્ચો; ઢોંગુ માણસ; ઠગ. *vt.* To jostle by riding: ધક્કો મારવો. 2. To cheat; to trick: છેતરવું; ઠગવું.

Jocose, Jocular, (જોકોસ્, જોક્યુલર્) *a.* [L. *jocus*, a joke.] Given to jokes; sportive: મજાક–મશ્કરીખોર; ટોલી; ઠઠ્ઠાબાજ. 2. Containing a joke: મજાક–મશ્કરીનું–વાળું ભરેલું; વિનોદાત્મક; વિનોદી.

Jocund, (જૉકન્ડ્) *a.* Merry; gay; sportive: ખુશમિજાજી; રંગીલું; રમુજી; ગમતી.

Jog, (જૉગ્) *vt.* To push or shake with the elbow or hand: જરાક હડસેલો મારવો; ચેતવણી આપવા સારૂ ધીમેથી ધક્કો–ઠોંસો મારવો. 2. To signify; to remind: ચેતવણી આપવી; યાદ દેવડાવવું; સૂચના આપવી. 3. To drive at a jog: રવાલ ચાલે ચલાવવું. *vi.* To move slowly: ધીમેધીમે ચાલવું; મંદ ચાલ–ગજગતિથી ચાલવું. *n.* A slight shake: થોડો–સહજ ધક્કો–ઠોંસો. 2. A rub; a slight stop; obstruction: અટકાવ; હરકત; નડતર; ડખલ.

Jog-trot, (જૉગ્-ટ્રૉટ્) *n.* A slow, regular jolting gait: ધીમી ને એકસરખી ચાલ; ગજગતિ; મંદગતિ.

Join, (જૉઈન્) *vt.* & *vi.* [L. *jungo*, I join.] To connect; to unite; to combine: જોડવું; મેળવી દેવું; એકઠું કરવું; ઉમેરવું; લાગુ કરવું. 2. To associate one's self to: સાથે થવું; મલી જવું; શામેલ કo. 3. To unite: એકસંપ–એકત્ર–એકઠા–ભેગા થવું–મલવું.

Joiner, (જૉઈનર્) *n.* One who or that which joins: સાંધનાર; યોજક; સંયોજક. 2. Carpenter: સુથાર.

Joinery, (જૉઈનરિ) *n.* The art or trade of a joiner: સુથાર કામ; સુથારી કામ.

Joint, (જૉઈન્ટ્) *n.* A junction: સાંધો; સાંધ; સંધિ. J. *hinge*: ચણીઆરૂં. *Out of Joint*, disordered: ઢંગઢાલ વિનાનું; અવ્યવસ્થિત; બેતાલ; ઉતરી–ખસી ગયેલું. *a.* Combined; united; connected: બન્નેનું–ની તરફથી; બન્ને એકઠાં મલીને કીધેલું; બધાનું; સંયુક્ત. 2. Not solitary in interest or action: ભાગીદાર; સામેલ; એકત્ર; સહ. J. *stock*, stock held in company: કંપનીનો માલ. J. *tenant*: મજીઆરો ભોગવટો ધરાવનાર–કબજેદાર.

Jointer, (જૉઈન્ટર્) *n.* One who or that which joints: સુથાર. 2. A plane for smoothing: રંદો.

Jointly, (જૉઈન્ટલિ) *adv.* In a joint manner; together: સાથે મલીને; એકઠા થઈને, શામેલગીરીથી.

Jointure, (જૉઈન્ટ્યૂર્) *n.* [L. *jungo*, I join.] A joining: સાંધો. 2. An estate settled on wife which she is to enjoy after her husband's decease: પલ્લુ; વિધવાધન; સ્ત્રીધન. *vi.* To settle a jointure upon: પલ્લુ ઠરાવવું.

Joist, (જૉઈસ્ટ્) *n.* A piece of timber laid horizontally: મોભ; ભાલ; ભારવટિયો; બરોદ. *vt.* To fit joists: મોભ ઘાલવો.

Joke, (જોક્) *n.* [L. *jocus.*] A jest; a witticism: મશ્કરી; મજાક; ઠઠ્ઠો. *In* J., in jest: મજાકમાં; હસતાં હસતાં. *vt.* To make merry with; to banter: કોઈને હસવું–બનાવવું. *vi.* To jest; to mock: મજાક કરવી; મશ્કરી કરવી.

Jole, (જોલ્) *n.* The cheek; the jaw: ગાલ; જડબું; ડાચું.

Jollity, (જૉલિટિ) *n.* Gaiety; merriment; festivity: ખુશમિજાજ; ખુશી; મઝા; ગમ્મત; રંગાલાપણું.

Jolly, (જૉલિ) *a.* Jovial; merry; joyous; mirthful: ખુશમિજાજ; ઉલ્લાસી; વિલાસી; રંગીલું; વિનોદી; [illegible] 2. Expressing mirth: આનંદદર્શક–સૂચક–ભરેલું. 3. Handsome; lively; plump: [illegible] રૂપાલો; ખુબસુરત; સુંદર; શરીરે ભરાઉ; દેખાવડો.

Jollyboat, (જૉલિબોટ્) *n.* A small boat:

ન્હાની હોડી; મછવો.

Jolt, (જોલ્ટ્) *vi.* To shake with short, abrupt risings and fallings: હીલો–હલ્લો ખાવો; આંચકા ખાવા. *vt.* To cause to shake: આંચકો આવવો–લાગવો–મારવો. *n.* A sudden shock or jerk: હીલો; આંચકો; ધક્કો; હીચકો.

Jostle, (જૉસલ્) *vt.* & *vi.* To push; to hustle; to elbow: હડસેલવું; હડસેલો–આંચકો ધક્કો મારવો. *n.* A conflict by collision: ધક્કાધક્કી; આંચકા આંચકી.

Jot, (જૉટ્) *n.* An iota; a point: લવલેશમાત્ર; તલમાત્ર; લેશ; બિંદુ; અણુ; જરાપણ કંઇ. *vt.* To set down: લખી લેવું; ટીપવું; ટીપ્પણ કરી લેવું; ટાંચણ કરી લેવું; ટપકાવી લેવું.

Journal, (જરનલ્) *a.* Daily; diurnal: રોજીંદું. *n.* [L. *Diurnalis*, diurnal.] A diary: રોજનીશી; નિત્ય નોંધ. 2. (*a*) A book of accounts in which daily transactions are entered: રોજમેલ; રોજનામું; પાકી વહી. (*b*) The record of daily proceedings kept by the clerk: રોજના હિસાબનું દફતર. (*c*) A weekly newspaper: અઠવાડિક પત્ર; વર્તમાનપત્ર; અખબાર; ચોપાનીઉં.

Journalism, (જર્નલિઝમ્) *n.* The keeping of diary: રોજનો મેલ રાખવો તે. 2. The business of managing, editing, or writing for newspapers: વર્તમાનપત્ર લખવાનો–ચલાવવાનો ધંધો.

Journalist, (જર્નલિસ્ટ્) *n.* One who keeps a diary: રોજમેલ રાખનાર. 2. The conductor of the public journal: વર્તમાનપત્ર લખનાર–ચલાવનાર.

Journalize, (જર્નલાઇઝ્) *vt.* To enter diary: રોજમેલ રાખવો. *vi.* To conduct a public journal: વર્તમાનપત્ર ચલાવવું.

Journey, (જર્નિ) *n.* The travel or work of a day: મુસાફરી; દેશાટન; પ્રવાસ; સફર; યાત્રા. 2. Travel from one place to another: મંજલ; ખેપ. *vi.* To travel from place to place: મુસાફરી કરવી; દેશાટન–પ્રવાસ કરવો.

Journeyman, (જર્નિમૅન) *n.* A workman: મજૂર; કારીગર; રોજે કામ કરનાર; રોજીંનદાર.

Jove, (જોવ્) *n.* The planet Jupiter: બ્રહસ્પતી; ગુરૂ; જુપીટર. 2. The metal tin: કલાઇ.

Jovial, (જોવિઅલ્) *a.* [L. *jovis*, Jupiter.] Sunny; serene: નિર્મલ; શાન્ત; સ્વચ્છ. 2. Gay; jolly; merry: આનંદી; ખુશી; વિનોદી; રંગીલું; લ્હેરી; ઉલ્લાસી.

Joy, (જૉઈ) *n.* Gladness; delight; pleasure: આનંદ; હર્ષ; સંતોષ; ઉલ્લાસ; ખુશી. 2. That which causes joy: આનંદ–હર્ષનું કારણ; આનંદાસ્પદ. 3. Gaiety; mirth; merriment: વિનોદ; હાસ્ય; મજાક. 4. Happiness: સુખ; પરમાનંદ. *vi.* To rejoice; to delight: ખુશી થવું; આનંદ–હર્ષ પામવો–કરવો. *vt.* To give joy to: આનંદ પમાડવું.

Joyful, (જૉઇફુલ્) *a.* Full of joy; very glad: ખુશ; ખુશી; હરખાએલું; આનંદમય; આનંદપ્રદ–કારક–દાયક; હર્ષપ્રદ–કારક.

Joyless, (જૉઇલેસ્) *a.* Not having joy; not causing joy: આનંદ રહિત; નાખુશ; ઉદાસ; દિલગીર; નિરાનંદ; આનંદ વિનાનું; નિરુત્સાહ; અસુખપ્રદ; અસુખદ.

Joyous, (જૉઇઅસ્) *a.* Glad; gay; merry; joyful: આનંદી; હરખાએલું; ખુશી; આનંદકારક; હર્ષપ્રદ.

Jubilant, (જ્યૂબિલૅન્ટ્) *a.* [L. *jubilo*, shout for joy.] Triumphant: જયજય–ફતેહ ફતેહ પોકારનાર; ફતેહમંદ; ખુશાલ.

Jubilee, (જ્યૂબિલી) *n.* A season of great joy and festivity: આનંદ–ખુશીનો દિવસ; ઉત્સવ; ઓચ્છવ; સપરમો દિવસ; તેહેવાર; મહોત્સવ; જશન.

Judaism, (જ્યૂડેઇઝમ્) *n.* The religious doctrines and rites of the Jews: યાહુદી લોકોનો ધર્મ–મત.

Judge, (જજ્) *n.* [L. *jus*, law & *dico*, I declare.] A public officer invested with authority: ન્યાયાધીશ; જડજ; ઇનસાફ કરનાર. 2. An expert; a critic: કદર–બુજ–ખુબી જાણનાર; કદરદાન; પરીક્ષક; ગુણજ્ઞ; રસજ્ઞ; પારખું; પારખ. 3. An umpire: મધ્યસ્થ; લવાદ; ત્રાહીત. 4. The title of the seventh book of the old Testament; the book of judges: બાઇબલના સાતમા પુસ્તકનું નામ. *vi.* To decide as a judge; to give judgment: ઇનસાફ કરવો; ફેંસલો કરવો; ચૂકાદો આપવો. 2. To determine; to distinguish: (ખરા ખોટાનો) વિચાર–તોલ કરવો; પરીક્ષા કરવી. *vt.* To hear and determine by authority: તોલ કરવો; ન્યાય કરવો; ઇનસાફ કરવો; ચુકાદો–ફેંસલો કરવો. 2. To examine and pass sentence on; to try; to doom: ન્યાયથી શિક્ષા ઠરાવવી. 3. To reason; to think: જાણવું; ગણવું; ધારવું.

Judgment, (જજમેન્ટ્) *n.* The act of judging: કદર–બુજ જાણવી તે; વિચાર–દરિયાફત કરવો તે; વિવેચન. 2. The faculty of judging; good sense: વિવેક; તર્ક; જ્ઞાન; મતિ; બુદ્ધિ; સમજ; હોંશ. *According to one's* j.: યથાબુદ્ધિ; યથામતિ. 3. Opinion: વિચાર; મત; અભિપ્રાય. 4. The determination; decision or sentence of a court, or of a judge: નિકાલ; ફેંસલો; ચૂકાદો; હુકમ; નિવેડો. 5. The determination of the mind: નિશ્ચય; નિર્ણય; ઠરાવ; બાંધેલો વિચાર. 6. The final award; the last sentence: ઇશ્વર આગલ છેલ્લો ન્યાય; ઇનસાફ; કયામત. J. *day*: ન્યાય આપવાનો–કયામતનો દિવસ. J. *hall*: કચેરી; કોરટ; અદાલત; ન્યાયમંદિર; ધર્મસભા. J. *seat*: ન્યાયાસન; ધર્માસન.

Judicatory, (જ્યૂડિકેટોરિ) *n.* A court of justice; a tribunal: અદાલત; ન્યાયસભા; ધર્મસભા. 2. Administration of justice: ન્યાયાધારી; ન્યાયાધિકાર. 2. A court of justice: ન્યાય કરવાનો અધિકાર–સત્તા.

Judicial, (જ્યૂડિશૅલ્) *a.* Pertaining to courts of justice or to a judge: ન્યાયસભા–અદાલતનું; ન્યાયાધારાનું; વ્યવહારિક; વ્યવહાર વિષયક. 2. Fitted or apt for judging: ન્યાય કરવા જેવું–લાયક. 3. Belonging to the judiciary: અદાલતને લગતું. 4. Judicious: ડાહ્યું; સમજુ.

Judiciary, (જ્યૂડિશિઅરિ) *n.* The judges taken collectively: ન્યાયાધીશમંડલ. *a.* Judicial: ઈનસાફની બાબત સંબંધી.

Judicious, (જ્યૂડિશસ્) *a.* According to sound judgment: ડહાપણ–વિવેક–વિચારથી કરેલું; ઉચિત, ઘટિત; યેાગ્ય: વાજબી. 2. Wise; prudent; sagacious: ડાહ્યું; વિવેકી; વિચારવંત; સમજુ; અક્કલમંદ; દાના.

Jug, (જગ્) *n.* A vessel usually of earthenware: કુંજો; લેાટેવેા; ચંબુ; સિરેાઈ. 2. A pitcher; an ewer: ઘડેા; ગાગર; તાંબડી; કલસીએા. 3. A prison; a jail; a lock up: તુરંગ; કેદખાનું; કારાગૃહ.

Juggle, (જગલ્) *vi.* [L. *jocus*, a jest.] To play tricks by sleight of hand; to conjure: નજરબંધી–હાથ ચાલાકીનેા ખેલ કરવેા; ગારૂડી–બાજીગરી–દૃષ્ટિબંધન ક૦. 2. To practise artifice: ઠગેા–કાવતરૂં કરવું; લપનછપન ક૦. *n.* A trick by sleight of hand: હાથ ચાલાકી; નજરબંધી; ગારૂડી. 2. An imposture: ઠગેા; કાવતરૂ; ઠગાઈ.

Juggler, (જગ્લર્) *n.* A conjurer: ગારૂડી; બાજીગર; મદારી; વાદી; જાદુગર. 2. A cheat: ઠગ; ઠગાખેાર માણસ.

Jugglery, (જગ્લરિ) *n.* The art of a juggler; sleight of hand: હાથ ચાલાકી; નજરબંધી; જાદુ; દૃષ્ટિબંધન; મંતરમંતર. 2. Trickery: કાવતરૂં; ઠગેા.

Jugular, (જ્યૂગ્યૂલૅર્) *a.* [L. *jungo*, I join.] (*a*) Of or pertaining to the throat or neck: ગરદન–ડેાક–ગલાનું; ગરદન સંબંધી.

Juice, (જ્યૂસ્) *n.* [L. *jus*, juice.] The characteristic fluid of any vegetable or animal substance: રસ; દ્રવ; સાર; પાણી.

Juicy, (જ્યૂસિ) *a.* A abounding with juice:રસ–પાણીવાલું; રસદાર; રસભર્યું; રસાલ.

Juijub-Jujube, (જ્યૂજ્યૂબ્) *n.* The tree:બેારડી; the fruit: બેાર.

July, (જ્યૂલાઈ) *n.* The seventh month of the year: અંગ્રેજી વર્ષનેા સાતમેા મહીનેા; આષાડ–શ્રાવણ; જ્યુલાઈ.

Jumble, (જમ્બલ્) *vt.* To mix in a confused mass: ગડબડસડબડ–ઘાલમેલ કરી મુકવાે; ગડબડ ગેાટેા–લેાચેા વાલવેા. *vi.* To mix confusedly: ગડબડ કરવી; ગેાટેા વાલવેા. *n.* A confused mixture: ગડબડગેાટેા; સેલભેલ; ઘેાલ; ઘાલમેલ. 2. A small, thin, sugared cake: મીઠી પુરી; વેડમી.

Jump, (જમ્પ્) *vi.* To spring; to bound; to leap: કુદવું; કુદી જવું; છલંગ મારવી. 2. Bounce; to jolt: ધસી આવવું. 3. To agree; to tally: મલતા આવવું; સરખા થવું. *vt.* To pass by a spring or leap: કુદવું; કુદી જવું. 2. To cause to jump: કુદાવવું. 3. To risk; to hazard: જોખમમાં નાખવું; ઝેાકાવવું. 4. To upset: ઉંધું વાલવું. 5. To bore with jumper: સાઈટીથી વહે સારવેા. *To j. one's bail*: જામીનગીરી આપીને છૂટા થયા પછી સટકી જવું. *n.* A leap; a bound; spring: કુદકેા; ઠેકડેા. 2. An effort; an attempt: યત્ન; પ્રયત્ન; પ્રયાસ; ફાેશેશ. 3. The place traversed by a leap: કુદકેા; છલંગ; ફલંગ.

Junction, (જન્ક્શન્) *n.* [L. *jungo*, I join.] The act of joining; union; combination; coalition: જોડ; યેાગ; સંધિ; સમાગમ; સંયેાગ. 2. The place or point of union: સંગમ; સંધિસ્થાન; સાંધેા; સાંધ.

Juncture, (જન્ક્ટયૂર્) *n.* [L. *jungo*, I join.] A joining; a union; an alliance: સંધિ; સંપ; એકત્રતા. 2. A joint: સાંધેા. 3. A point of time: સંધિ; જોગ; તક; ટાંકણું; અવસર; સમય;અણી;પ્રસંગ.

June, (જ્યૂન્) *n.* [L. *junius*, June.] The sixth month of the year: અંગ્રેજી વર્ષનેા છઠેા મહિનેા; જ્યેષ્ટ–અસાડ.

Jungle, (જન્ગલ્) *n.* A dence growth of brush-wood, grasses, reeds, vines, etc: રાન; જંગલ; વન; વગડેા; વેરાન.

Junior, (જ્યૂનિઅર્) *a.* [L. *juvenis*, young.] Younger: બીજા કરતાં ન્હાનું; કનિષ્ટ;ઉતરતા દરજ્જાનું; *n.* A younger person: બીજા કરતાં ન્હાનું માણસ.

Junk, (જન્ક્) *n.* A fragment of any solid substance; a thick piece: નક્કર ટુકડેા.

Junk, (જન્ક્) *n.* [L. *juncus*, a rush.] Pieces of old cordage used for making gaskets, mats and oakum: કાથાના દેારડાના કટકા. 2. Old iron or other metal bought and sold by junk dealers: જુનાં દેારડાં વેચનારે વેચેલું જુનું લેાઢું અથવા બીજી ધાતુ.

Junk, (જન્ક્) *n.* A large vessel without keel or prominent stem: ચીનાઈ ત્રણ ડેાલવાલું વહાણ.

Junto, (જન્ટેા) A faction; a cabal:ફીતુરી મંડલી; ચંડાલ ચેાકડી.

Jupitor, (જ્યૂપિટર્) *n.* The supreme deity of gods and men; Jove: યુનાની અને રેામન લેાકેાનેા મુખ્ય દેવ. 2. One of the planets being the brightest except venus: બૃહસ્પતી; ગુરૂ.

Juridical, (જ્યૂરિડિકૅલ્) *a.* [L. *jus-juris*, law & *dico*, I declare.] Pertaining to a judge; legal: ઈનસાફદારનું–સંબંધી;વ્યવહારિક; ન્યાયસભાનું. 2. Used in courts of law: અદાલતમાંનું.

Jurisdiction, (જ્યૂરિસ્ડિક્શન્) *n.* Legal authority or power: કાયદાથી મલેલેા અધિકાર–સતા; હકુમત. 2. The authority of a sovereign power to govern: અધિકાર–સત્તા ચલાવવાનેા હક; અમલદારી; અમલ. 3. Sphere of authority:હકુમત; તાબેા

Jurisprudence, (જ્યૂરિસ્પ્રુડેન્સ્) *n.* The science of judicial law: ધર્મશાસ્ત્ર; સ્મૃતિશાસ્ત્ર;કાકાયદાએાનેા એલમ; વ્યવહાર શાસ્ત્ર.

Jurist, (જ્યૂરિસ્ટ્) *n.* One who professes the science of law: ધર્મશાસ્ત્ર જાણનાર; ધર્મશાસ્ત્રી; ધર્મશાસ્ત્રજ્ઞ; વ્યવહારવેત્તા.

Juror, (જ્યૂરર્) *n.* (*Law.*) A member of a jury: જુરર; પંચ.

Jury, (જ્યૂરિ) *n.* [L. *juro*, I swear.] A body of men usually twelve sworn to declare the truth on the evidence before them: પંચ;જુરી.

Jury-man, (જ્યૂરિમૅન્) *n.* Jurror: પંચમાંનેા એક; જુરર.

Just, (જસ્ટ્) [L. *justus-jus*, law.] Honest;

true; upright: ખરૂં; વાજબી; ખરાબર; વાસ્તવિક; અદલ; ન્યાયી. 2. Exact; normal; regular: નીતિમાન; પ્રમાણિક; નેક;યથાનીતિ; ન્યાયસિદ્ધ; યથાન્યાય. 3. Equitable; fair; impartial: ઘટતું; યેાગ્ય; વાજબી; નિષ્પક્ષપાતી; નિષ્પક્ષપાતનું. 4. Righteous: ન્યાયી; ખરૂં; રાસ્ત. *adv.* Precisely; exactly: ખરાબર; તેવું ને તેવુંજ; કેવલ. 2. Closely; nearly; almost: પાસેજ; લગેાલગ; નજીક. 3. Barely; merely; scarcely; only: ફક્ત; માત્ર; કેવલ. 4. Narrowly: તાં; લગભગ, જેમકે *I* j. *escaped drowning:* હું બુડતાં બુડતાં બચી ગયેા.

Justice, (જસ્ટિસ્) *n.* [L. *justus–jus,* law.] The quality of being just; equity: વાજબીપણું; ખરાપણું; ન્યાય; નીતિ; ધર્મ; ન્યાયનિષ્ઠા. 2. Honesty; impartiality: પ્રમાણિકપણું; અપક્ષપાત. 3. Equity; justness: ન્યાય; ઈન્સાફ; ધર્મ; દાદ; સાચવટ; રાસ્તી. 4. A person duly commissioned to administer justice: ન્યાયાધીશ; ઇન્સાફદાર. 5. Retribution: બદલેા; યેાગ્ય–લાયક શિક્ષા. 6. Application of equity: ઈનસાફ; દાદ. **J.** *of the peace:* સુલેહનેા અમલદાર.

Justifiable, (જસ્ટિફાએબલ્) *a.* Capable of being justified; defensible: વાજબી છે એમ બતાવી અપાય એવું; યેાગ્ય; વાજબી; ન્યાયાનુસાર.

Justification, (જસ્ટિફિકેશન્) *n.* The act of justifying or the state of being justified; defence; absolution: ખરૂં–વાજબી કરી આપવું તે; પ્રતિપાદન; દેાષમેાચન; દેાષશુદ્ધિ; દેાશમુક્તિ. 2. The showing in court of a sufficient lawful reason why a party charged or accused did that for which he is called to answer: અમુક કૃત્ય શામાટે કર્યું તેનું વાજબી કારણ બતાવવું તે.

Justify, (જસ્ટિફાઈ) *vt.* [L. *justus,* just and *facio,* I make.] To prove or show to be just; to vindicate: ખરૂં–વાજબી છે એમ બતાવવું; પ્રતિપાદન ક૦. 2. To absolve; to clear: ક્ષમા કરીને–માફી આપીને ન્યાયી ઠેરવવું; નિર્દોષ–નિર્બાધ–નિષ્કલંક ઠરાવવું. 3. To treat as if just: ન્યાયી છે એમ બતાવવું. 4. To prove; to confirm: સાબીત કરવું; જાણવું 5. To judge rightly: વાજબી માનવું. *vi.* To form an even surface or true line with something else; to fit exactly: બરેાબર બંધ બેસવું.

Justly, (જસ્ટલિ) *adv.* વાજબી રીતે; ઈનસાફની રાહે.

Justness, (જસ્ટ્નેસ્) *n.* The quality of being just; exactness; equity: ખરાપણું; સાચાઈ; યથાર્થતા; યેાગ્યતા; લાયકી.

Jut, (જટ્) *vi.* To shoot out or forward: બહાર પડવું–નીકલવું. 2. To butt: ટક્કર મારવી–લેવી. *n.* A projection: આગલ પડતેા ભાગ. 2. A shove; push: હડસેલેા; ધક્કેા.

Jute, (જ્યૂટ્) *n.* Bengal hemp: શણ.

Juvenescence, (જ્યૂવેનેસેન્સ્) *n.* A growing young: યૌવન; જુવાની.

Juvenile, (જ્યૂવેનાંઈલ્) *a.* Young: યુવાન; ન્હાનું; તરૂણ; જુવાની–તારૂણ્યનું. **J.** *pastime or sport:* બાલક્રીડા; બાલલીલા; બાલચરિત્ર.

Juxtaposition, (જક્સટૅપેાઝિશન્) *n.* [L *juxta,* near & *position.*] Contiguity: પાસેપાસે–નજીક મુકવું તે; સમીપતા; સન્નિધાન; નિકટતા.

K.

K, (કે) The eleventh letter of the English Alphabet: અંગ્રેજી મૂલાક્ષરનેા અગીઆરમેા અક્ષર.

Kaffer, (કૅફર્) *n.* An unbeliever: મુસલમાની ધર્મ નહિ માનનાર; કાફર. 2. An inhabitant of Africa: આફ્રિકાનેા રહેવાસી; કાફર.

Kalender, (કૅલેન્ડર્) *n.* પંચાંગ; ટીપણું.

Kangaroo, (કૅન્ગૅરૂ) *n.* Any one of numerous species of jumping marsupials of the family *Macopodidæ*; કાંગરૂ; એક જાતનું ચેાપગું પ્રાણી.

Kaw, (કૉ) *vi.* To cry as a crow: કાકા કરવું. *n.* Cry of the crow: કાઉકાઉ; કાકાકા; કાકરવ.

Keck, (કેક્) *vi.* To heave or to retch as in effort to vomit: એાક આવવા જેવું થવું; ગલું તણાવું; ઉલાલા આવવા. *n.* An effort to vomit: ખકારી; એાકારી.

Keel, (કીલ્) *vt.* To cool; to skim or stir: ઠંડુ–ટાઢું કરવું.

Keel, (કીલ્) *n.* A longitudinal timber scarfed together, extending from stem to stern along the bottom of a vessel: વહાણનું તલીઉં. 2. The whole ship: વહાણ. *On even* **K.**: સીધું; સરખું; સપાટ. *vi.* To traverse with a keel; to navigate: ચલાવવું; હંકારવું. 2. To shore the bottom; to turn up keel: તલીયું ઉખડી–નીકલી–જવું.

Keen, (કીન્) *a.* Sharp: ધારવાલું; ધારદાર. 2. Acute of mind; sharp: તીવ્ર; ચંચલ; તીક્ષ્ણ; કુસાગ્ર; હુશિયાર. 3. Bitter; piercing; cutting; સખત; હૃદયભેદક; મર્મભેદક; હાડેાહાડ લાગે એવું. 4. piercing; acrimonious: સખ્ત; કકડતી. 5. Eager; vehement; fierce: ઉગ્ર; જેાસવાલું; ઉત્કટ; આતુર; ઈન્તેજાર. *vt.* To sharpen: પાણીદાર કરવું; ધાર ચઢાવવી.

Keenly, (કીન્લિ) *adv.* In a keen manner: કકડીને; આતુરતાથી.

Keep, (કીપ્) *vt.* To hold; to detain: રાખવું; ટકાવી–નભાવી શકવું. 2. To maintain unchanged: તેમનું તેમ–જેવું ને તેવું રાખવું–રાખી મુકવું. 3. To have in custody; to take charge of: હાથમાં–કબજામાં રાખવું. 4. To preserve from danger; to guard: રક્ષણ કરવું; જાલવવું; જતન ક૦; સંભાલવું; સાચવવું. 5. To preserve from discovery: મનમાં–પેટમાં–છાનું–ગુપ્ત રાખવું. 6. To record transactions; accounts, or events in: હિસાબ રાખવેા; નામું રાખવું. 7. To conduct; to manage: માંડવું; રાખવું; ચલાવવું. 8. To supply with necessaries of life; to entertain: ખવડાવવું; પીવડાવવું; પાલવું. *To* **K.** *back,* (*a*) to reserve; to withhold: છાનું–ગુપ્ત રાખવું. (*b*) To restrain: અટકાવવું; દૂર રાખવું. *To* **K.** *down,* to hold in subjection: તાબામાં–દાબમાં રાખવું; દાબ રાખવેા. *To* **k.** *good (bad) hours*, to be customarily early(*late*): હમેશ બરાબર વખતે સુંઈ જવું અને ઉઠવું (નહિ);નિયમસર–(અનિયમિત) રહેવું. *To* **k.** *one's hand in*, to keep in practice: ટેવ–આદત–મહાવરેા રાખવેા. *To* **k.** *open house*, to be hospitable; આગતાસ્વાગતા કરવામાં તત્પર રહેવું. *To* **k.** *a stiff upper lip*, to keep up one's courage: હિમ્મત–ધૈર્ય રાખવું. *To* **k.** *term*, to reside during a term: અભ્યાસને માટે પાઠશાલામાં ઠરાવેલી મુદત ભરવી. *To* **k.** *under*, to hold in subjection: તાબા–દાબ કાબુ–હુકમમાં રાખવું; જુલમ ગુજારવેા. *To* **k.** *up*, to maintain: ટકાવવું–નભાવવું; જાલવી–ટકાવી–નભાવી રાખવું; કાયમ–ચાલુ–જારી રાખવું. *vi.* To abide; to stay: રહેવું; વસવું. 2. To last; to endure: ટકવું; ચાલવું; નભવું; ખરાબ ન થવું. *To* **k.** *from*, to abstain from: દુર રહેવું; અલગા–વેગલા–આઘા રહેવું. *To* **k.** *in with*, to keep on good terms with: કેાઈની સાથે મલતી રાશ હેાવી; કેાઈની સાથે સારૂં હેાવું. *To* **k.** *on*, to go forward: મંડયા રહેવું; ચલાવ્યા જવું; કર્યા કરવું. *To* **k.** *to*, to adhere strictly to: વલગ્યા–વલગી રહેવું.

Keeper, (કીપર્) *n.* One who or that which keeps: રાખનાર. 2. One who retains in custody: કબજે–જાપતેા રાખનાર; રખવાલ; રક્ષક; ઉપરી; પાલક; સંરક્ષક; નિઘેબાન.3. A ring, strap, clamp, or any device for holding an object in place: ચાંપ; કડી; પટ્ટેા. **k.** *of the great seal*: રાજાની મહેાર રાખનાર; રાજયમુદ્રાધિકારી. **k.** *of the king's consceience*: લેાર્ડચેન્સેલર.

Keeping, (કીપિંગ્) *n.* A holding; charge; care; custody: કબજે; હાથ; હવાલેા; સંભાલ; રક્ષણ; તાબેા; ચેાકી; રખવાલું. 2. Support; feed: ખાનપાન; બરદાસ્ત. 3. Conformity; harmony: મેલ; ઘટાવ; બનાવ; અવિરેાધ; સંગતિ. *In* **k.** *with*: મલતું; બંધબેસતું; જુગતું. **k.** *room*: ખાનગી ઓરડેા.

Keepsake, (કીપ્સેક્) *n.* Any thing kept or given to be kept for the sake of the giver: સંભારણું; યાદગીરી; યાદદાસ્ત.

Keg, (કેગ્)*n.* A small cask or barrel:નાનું પીપ.

Ken, (કેન્) *n.* A house: ઘર. *esp.*, one which is a resort for thieves: ચેારેાનું રેહેઠાણ. *vt.* To know; to understand: જાણવું; ખબર હેાવી. 2. To recognise: ઓલખવું. *n.* View; cognizance: જાણ; ખબર. 2. Reach of sight: નજર;નિઘા. *vi.* To look around: આસપાસ નજર ક૦.

Kennel, (કેનલ્) *n.* [L. *canis*, a dog.] A house for a dog or dogs: કુતરાની બેાડ; કુતરા રાખવાનેા ખડેા–ઓરડી. 2. A pack of hounds:શિકારી કૂતરાનું જૂથ–ટેાલું.

Kerchief, (કર્ચિફ્) *n.* A square of fine linen worn by a woman as a covering for the head: બાયડીઓને માથે ઓઢવાનું ચેાખંડું લુગડું; માથાબાનું; રૂમાલ.

Kernel, (કર્નલ્) *n.* The essential part of a seed: બીમાંનેા ગર; મગજ. 2.A single seed: દાણેા; બી. 3. A nucleus:મુખ્ય–રસવાલેા ભાગ; માવેા; ગર. 4. The gist; the core: હાર્દ; મુદ્દેા; આશય.

Kettle, (કેટલ્) *n.* A metallic vessel with a wide mouth used for heating and boiling water or other liquids: કિટલી.

Kettle-drum, (કેટલ્ડ્રમ્)*n.* A drum: નગારૂ; ડંકેા; ઢેાલ. 2. An informal social party: સંસારી મેલાવડેા–મિજલસ.

Key, (કી) *n* An instrument by means of which the bolt of a lock is shot or drawn: કુંચી; કિલ્લી; ચાવી. 2. That which serves to unlock, open, or solve something difficult; a solution: ખુલાસેા; કુંચી; સમજુત; વ્યાખ્યા; ટીકા.

Key-hole, (કીહેાલ્) *n.* A hole or aperture in a door or lock for receiving a key: કુંચી ઘાલવાનું બાકું; તાલાં–કલનું મેાહેાડું–ઘર.2. A mortise for a key: સાલનેા વેહ–દર.

Key-note, (કીનેાટ્) *n.*The tonic or first tone of the scale in which a piece or passage is written: તાલનું ઘર. 2. The fundamental fact or idea: મુખ્ય વિષય–વાર્તા–મતલબ.

Kick, (કિક્) *vt.* & *vi.* To strike with the foot: પાટુ–લાત મારવી. *To* **k.** *the beam*, to be found deficient in weight: વજન–તેાલમાં કમી–ઓછું થવું–નિકલવું. *To* **k.** *the bucket*, to lose one's life; to die: મરી જવું; દેહ છેાડવેા. *n.* A blow with foot or feet: પાટુ; લાત. 2. The projection on the tang of the blade of a pocket knife: ચપ્પુનું પાનાપરની ઠેસ.

Kick-shaw, (કિક્શેા) *n.* Something fantastical; a toy: કેાઇ વિચિત્ર–તરેહવાર–વિલક્ષણ વસ્તુ.

Kid, (કિડ્) *n.* A young goat: બકરીનું બચ્ચું; લવારીયું; બેાકડીયું; બકુલિયું; હલવાન. 2. A young child or infant:નાનું બચ્ચું–બાલક. 3. A kind of leather: બકરાનું ચામડું. 4. Gloves made of kid: બકરાના ચામડાંના મેાજાં. *vi.* To bring forth a young goat: બકરીએ વિઆવું.

Kid-nap, (કિડ્નૅપ્) *vt.* To take by force or fear against one's will: મનુષ્યહરણ ક૦; પકડી જવું; કેાઈને ઉચકી–ઉપાડી જવું.

Kid-napping, (કિડ્નૅપિંગ્) *a.* Stealing of man: મનુષ્ય હરણ.

Kidney,(કિડ્ની) *pl.*A glandular organ which execretes urea and other waste products from the animal body: મૂત્રપિણ્ડ; બુક્કેા; ગુર્દો. 2. Habit; disposition: ટેવ; સ્વભાવ; પ્રકૃતિ; આદત; ખાસિયત.

Kidney-bean, (કિડ્ની-બીન્) *n.* A sort of bean: અડદ.

Kill, (કિલ્) *vt.* To deprive of life by any means: મારી નાંખવું; જીવ–પ્રાણ લેવેા; હત્યા ક૦; ઠાર ક૦; કતલ ક૦. 2. To destroy; to ruin: નાશ કરવેા; ખરાબ કરવું. 3. To quell; to still: ઠંડું–શાંત પાડવું; સમાવવું; બંધ પાડવું. 4. To destroy the effect of: અસર કાઢી નાંખવી; મારવું. *To* **k.** *time*, waste time: વખત નકામેા ગાલવેા.

Kiln, (કિલ્ન્) *n.* A large stove or oven: ભઠ્ઠી.

2. A furnace for burning bricks: ઇંટ પકવવાની ભઠ્ઠી.

Kiln-dry, (કિલ્-ડ્રાઇ) *vt.* To dry in a kiln: ભઠ્ઠીમાં કોરું કરવું; સુકવવું.

Kilo-gram, (કિલોગ્રૅમ્) *n.* A measure of weight: આસરે એક પાકા શેર જેટલું તોલ.

Kimbo, (કિમ્બો) *a.* Crooked; arched: વલેલું; વાંકું; વક્ર; કમાનદાર.

Kin, (કિન્) *n.* Relationship: સગાઈ; સગપણ;સગું; સંબંધ; ગોત્ર. 2. Relatives: સગાં; સગાંવહાલાં.

Kind, (કાઈન્ડ્) *a.* Congenial; sympathetic: દયાલુ; કૃપાલુ; પરોપકારી; કૃપાવંત; મેહેરબાન.

Kind, (કાઇન્ડ્) *n.* Race; genus: વર્ગ; જાતિ. 2. Nature; style; sort: જાત; ભેદ; જાતિ; રૂપ; પ્રકાર; તરાહ.

Kindle, (કિન્ડલ્) *vt.* [L. *Candeo*, I burn.] To set on fire: સલગાવી દેવું; ચેતાવવું. 2. To inflame; to rouse: તપાવવું; ઉશ્કેરવું; ક્રોધ ચઢાવવો. *vi.* To take fire: સલગવું; ચેતવું; બલવું; લાગવું. 2. To begin to be excited: તપવું; તપી જવું; તપવા માંડવું; ચઢવું.

Kindliness, (કાઈન્ડ્લિનેસ્) *n.* Natural inclination: માયાલુ સ્વભાવ. 2. Benevolence; gentleness: પરોપકાર; દયા; સ્નેહભાવ; પ્રીતિભાવ; મેહેરબાની; ભલાઈ.

Kindly, (કાઇન્ડ્લિ) *a.* Humane; gracious; kind: માયાલુ; કૃપાલુ;દયાલુ;પરોપકારી. 2. Favourable; mild; gentle: માફકસર; ધીમું; શાંત; અનુકૂલ; લાભકારક. *adv.* In a kind manner: કૃપા કરીને; મેહેરબાનીની રાહે.

Kindness, (કાઈન્ડ્નેસ્) *n.* Beneficence: માયા; મહેરબાની; કૃપા; પરોપકાર; મહેર; ભલાઈ. 2. A kind act: ઉપકાર; કૃપા; મહેરબાની; અહેસાન.

Kindred, (કિન્ડ્રેડ્) *n.* Relationship by birth or marriage; affinity; kin: સગાઈ; સગપણ. 2. Relations: સગાંવહાલાં; સગાંસોદરાં. *a.* Related: મલતું; એક જાતનું; સજાતિય.

Kine, (કાઇન્) *n.* (*pl. of* cow.) Cows: ગાયો.

King, (કિંગ્) *n.* A chief ruler; a sovereign: રાજા; નૃપતિ; રાણો;નરેંદ્ર; ભૂપાલ; ભૂપતિ. **K.** *of kings*: રાજાધિરાજ; શાહનશાહ. 2. One who or that which holds a supreme position or rank: પ્રમુખ; પ્રધાન; સરદાર.3. A playing card having the picture of the king: રાજાનું પત્તું; રાજા; પાદશાહ. 4. The chief piece in the game of chess: શેત્રંજમાં રાજા–બાદશાહ. *The* **K.**'*s English*, pure English: શુદ્ધ–ઈંગ્રેજી ભાષા.

King-craft, (કિંગ્ક્રૅફ્ટ્) *n.*The craft of kings: royal policy: રાજનીતિ; રાજચાતુર્ય.

Kingdom, (કિન્ગ્ડમ્) *n.* Royal authority; sovereign power: રાજસત્તા; રાજપદ; રાજ્યાધિકાર; બાદશાહી અખ્તિયાર. 2. The territory or country subject to a king or queen: રાજ્ય; મુલક; સલતનત. 3. A principal division; a department: મહાકોટી; મોટો વર્ગ; મ્હોટો ભાગ. *Animal* **K.**: પ્રાણીમાત્ર; જીવકોટિ.

Kingly, (કિંગ્લિ) *a.* Regal; royal; imperial: રાજાનું; રાજસત્તાક. 2. Becoming a king: અમીરી, દરબારી; બાદશાહી.

King's-bench, (કિંગ્સ્-બૅન્ચ્) *n.* The highest court of common law in England: સૌથી મોટી અદાલત; સર્વોપરી કચેરી.

King-ship, (કિંગ-શિપ્) *n.* Royalty: રાજ્યપદ; રાજાધિકાર; બાદશાહી.

King's-evil, (કિંગ્સ્-ઇવલ્) *n.* The scrofula: કંઠમાલા.

King'sfolk, (કિંગ્સ્ફોક્) *n.* Relatives; kindred; kin: સગાં; સગાંવહાલાં; બંધુજન; બંધુવર્ગ.

Kins-man, (કિન્સ્મૅન) *n.*One related by blood: સગો; સંબંધી; બંધુજન; સ્વજન; કુટુંબી; સપિંડ; સગોત્ર.

Kip, (કિપ્) *n.* The hide of young beasts: નાનાં ઢોરનાં ચામડાં.

Kip-skin, (કિપ્સ્કિન્) *n.* Leather prepared from the skin of young or small cattle: નાનાં ઢોરનાં પકવેલાં ચાંમડાં.

Kirk-man, (કર્ક્મૅન) *n.* A priest: પાદરી.

Kiss, (કિસ્) *vt.* To salute with the lips: બચ્ચી–બુક્કી–ચુંમી ક૦; ચુંબન ક૦; ચુંચી લેવી. 2. To touch gently: વહાલથી અડકવું. *n.* A salutation with the lips: બચ્ચી; ચુંબન; ચુંમી; બોકી; બોસો.

Kit, (કિટ્) *n.* A whole outfit: ખટલો; સરસામાન.

Kitchen, (કિચન્) *n.* [L. *culina*, kitchen.] A cook room: રસોડું; રાંધણી; પાકશાલા; બાવરચીખાનું.

Kitchen-garden, (કિચન-ગાર્ડન) *n.* A field or garden of vegetable: શાકભાજીનું ખેતર.

Kitchener, (કિચનર) *n.* A cook: રસોઇઓ; પાચક; બાવરચી.

Kite, (કાઈટ્) *n.* Any rapacious bird of the hawk kind: શમલી; સમડી; ચીલ. 2. A light frame of wood or other material covered with paper or cloth for flying in the air at the end of a string: પતંગ;કનકવો; કનકુડો. 3. An accommodation check or bill: હુંડી; ચેક. *vi.* To raise money by kites: હુંડી–ચેક લખી નાણાં મેલવવાં.

Kith, (કિથ્) *n.* Kindred: ઓલખીતું;સગું;સંબંધી;

Kitten, (કિટન્) *n.* Young ones of cat: બિલાડીનું બચ્ચું.

Knack, (નૅક્) *n.* A toy; a playing thing: રમકડું; ખેલ; જુગત. 2. Skill; dexterity: ચાતુર્ય; હથોટી; કરામત; કસબ. 3. A trick; a devise: જુક્તિ; કલ; કલા; હિકમત.

Knacker, (નૅકર) *n.* A harness maker: ઘોડાનો સામાન બનાવનાર.

Knacky, (નૅકિ) *a.* Cunning; crafty: લુચ્ચું; કપટી; પેચી; કરામતી.

Knagy, (નૅગિ) *a.* Knotty; rough: ગાંઠાવાલું; ખડબચડું.

Knap, (નૅપ્) *n.* A sharp blow or slap: થપ્પડ; તમાચો; ધોલ; લપડાક. *vt.* To bite: બચકું ભરવું. 2. To rap; to snap: થપડ મારવી.

Knappish, (નૅપ્પિશ્) *a.* Snappish; peevish:

ચાડીઓ; રીસાલ.

Knave, (નેવ્) *n.* A boy: ચાકર. 2. Any male servant; a menial: ગુલામ; ચાકર. 3. A rogue; a villain: ઠગ; ઠગબાજ; દગાબાજ; ધૂતારો. *A pack or crew of knaves:* ચંડાલચોકડી; ધૂર્તમંડલ. 4. A playing card marked with the figure of a servant; a jack: ગુલામ (પાનાંમાં); ગોલ્લો.

Knavery, (નેવરિ) *n.* Fraud; trickery: ઠગાઈ; લુચ્ચાઈ; હરામખોરી; લબાડી; ધૂર્તતા; ઠગબાજી; દગલબાજી; ઠગવિદ્યા.

Knavish, (નેવિશ્) *a.* Fraudulent; dishonest; villainous: લુચ્ચો; ઠગ; હરામખોર; દગાબાજ; દગલબાજ; ધૂર્ત; હરામી. 2. Mischievous; roggish: ચેષ્ટાબાજ; ચેષ્ટાખોર; મસ્તીખોર.

Knead, (નીડ્) *vt.* To work and press into a mass with the hands: ગુંદવું; મસલવું; કેલવવું; મેલવવું.

Knee, (ની) *n.* [L. *genu*, a joint.] The joint in the middle part of a leg: ઘૂંટણ; ઢીંચણ; જાનુ.

Kneel, (નીલ્) *vi.* To bend the knee: ઘૂંટણીએ પડવું; ઘૂંટણ મડીએ–ઘૂંટણ ઉપર બેસવું.

Knee-pan, (નીપૅન્) *n.* The patella; the knee-cap: ઢીંચણની કાચલી; જાનુફલક.

Knell, (નેલ્) *n.* A death signal: મરણ અથવા શબ લઈ જતી વખતે વગાડેલો ઘંટ; પ્રેતઘંટ. *vi.* To sound as a knell: મરણને વખતે ઘંટ વગડવો *vt.* To summon as by knell: ઘંટ વગાડીને બોલાવવા.

Knick knack, (નિક્–નૅક્) *n.* A trifle or toy: રમકડું; હલકુ–તકલદી રમકડું; ખેલ; જુગત.

Knife, (નાઇફ્) *n.* An instrument consisting of a thin blade usually of steel and having a sharp edge for cutting: છરી; પાલી: ચાકુ; ચપ્પુ; ચપ્પુ. 2. A sword or dagger: કટાર; તલવાર. *vt.* To prune with the knife: ખૂટવું; ડાલવું. 2. To cut with a knife: ચપ્પુવતી કાપવું–મારવું.

Knight, (નાઇટ્) *n.* A young servant or follower: નોકર; ચાકર. 2. One on whom knighthood, a dignity next below that of baronet, is conferred to be addressed as Sir: જેને સરનો ખિતાબ મળ્યો હોય તે પુરૂષ; સરદાર બહાદુર; નાઈટ. (*b*) A champion; a partisan; a lover: વીરપુરૂષ; શૂરવીર. 3. A piece used in the game of chess usually bearing a horse's head: (શેત્રંજનો) ઘોડો. **K.** *of the post:* જુઠો સાક્ષી પુરનાર. *vt.* To dub or create a knight: સરનો ખિતાબ–પદવી આપવી.

Knight-errant, (નાઇટ્‌ઍરંન્ટ્) *n.* A wandering knight: પોતાનું શૂરાતન બતાવવાનો સમય ખોલવાને ભમતો શૂરવીર.

Knighthood, (નાઇટ્‌હુડ્) *n.* The character, dignity or condition of a knight: chivalry: નાઈટ નામના સરદારોની પદવી–ઓદ્ધો–સ્થિતિ. 2. The whole body of knights: નાઇટમંડલ.

Knit, (નિટ્) *vt.* To form into a knot or into knots: બાંધવું; ગાંઠ વાલવી–બાંધવી–પાડવી. 2. To form as a textile fabric by the interlacing of yarn or thread: ગુંથવું; ઙુનવું. 3. To join: સાંધવું; જોડવું; ભેગું કo; એકઠું–એકત્ર કo. *vi.* To form a fabric by interlacing yarn or thread: ગુંથવું. 2. To be united closely: જોડાવું; સંધાવું.

Knob, (નૉબ્) *n.* A hard protuberance: ગાંઠ; ગાંડો; ઢેંકો; ઢીચું. 2. A knoblike ornament or handle: દસ્તો; ડીચકું; હાથો.

Knobby, (નૉબિ) *a.* Full of knobs: ગાંઠાવાલું. 2. Irregular: અનિયમિત. 3. Hilly: ટેકરા–ટેકરીવાલું.

Knock, (નૉક્) *vi.* To drive or be driven against something; to clash: અથડાવું; અફલાવું; પછડાવું. 2. To strike with something hard or heavy: ઠોકવું. *To* **k.** *about*, to wander about: રખડવું; રઝલવું; ભટકવું. *To* **k.** *up*, to fail of strength: થાકી જવું; તુટી પડવું. *To* **k.** *off*, to desist: અટકવું; વિરામવું; બંધ પડવું. *To* **k.** *under*, to yield: શરણ થવું; નમવું; વશ–આધીન–તાબે થવું. *vt.* To strike with something hard or heavy: ઠોકવું; અથડાવવું; પછાડવું. *To* **k.** *down*, (*a*) to strike down; to fell: ઠોકી–મારી પાડવું; પાડી નાંખવું; જમીનદોસ્ત કo. (*b*) To assign to a bidder in an auction: હરાજી–લીલામમાં સર્વેથી મોટી માંગણી કરનારને આપવું. *To* **k.** *on the head or in the head*, to defeat; to frustrate; to quash: કાટલું કાઢવું; અંત આણવો; ભાંગી પાડવું. *To* **k.** *off*, (*a*) to force off by a blow or by beating: ભાંગી નાખવું; જુદું પાડવું (*b*) To assign to a bidder at auction: હરાજીમાં છેલ્લી માંગણી કરનારને આપવું. (*c*) To leave off: છોડી દેવું. *To* **k** *up*, (*a*) to arouse by knocking: ઠોકીને જગાડવું (*b*) To tire out: થકવી નાંખવું; લોથ પોથ કરી નાંખવું. *n.* A blow: ઘા; ઠોક; ફટકો. 2. A rap: ઠોકવું તે; તાડન; ટકોરો ઠોકો; આચકો.

Knot, (નૉટ્) *n.* A fastening together of the parts or ends of one or more threads: ગાંઠ; ગુંચ. 2. A bond of union; a tie: ગાંઠ; સંબંધ–ગ્રંથી. 3. An intricacy; a perplexity; a problem: કોયડો; ગુંચવાએલું કોકડું; ગુંચવણ ભરી વાત. 4. A collection; a group; a band: ચોકડી; મંડલ; ટોલું; ટુકડી; ઝુમખો; ગુચ્છો. 5. The gist of a matter: મુદ્દો; મતલબ. 6. A nautical mile: દરિયાઈ માઇલ. *vt.* To tie in or with; ગાંઠ વાલવી. 2. To unite closely: સજ્જડ જોડવું; બાંધવું. 3. To puzzle: ગુંચવવું. *vi.* To form knots: ગુંચવાવું.

Knotty, (નૉટિ) *a.* Full of knots: ગાંઠવાલું; ગ્રંથિમય. 2. Hard: કઠણ; મજબુત. 3. Difficult: મુશ્કેલ; ગુંચવણ ભરેલું; અઘરૂં.

Know, (નો) *vt.* To understand: જાણવું; ખબર–માહતી હોવી; સમજવું; જ્ઞાન હોવું. 2. To be convinced of the truth of: ખાત્રી હોવી. 3. To be acquainted with; to be familiar with: ઓલખાણ હોવી; પરિચય હોવો; જાણીતા–માહિતગાર હોવું; અનુભવ થવો; સમજવું. 4. To recognize: ઓલખવું; ઓલખી–પારખી કાઢવું. *vi.* To have knowledge of: જાણવું; ખબર–જાણ હોવી. 2. To be assured: ખાત્રી થવી.

Knowing, (નોઈંગ્) *a.* Skilful: ચતુર; સમજુ; હોશિયાર; ખબરદાર; વાકેફ; પ્રવીણ; સમજદાર; વિચક્ષણ. 2. Artful; cunning: લુચ્ચો; પક્કો; ઠાવકો; તાલમેલિયો.

Knowingly, (નોઇંગ્લિ) *adv.* With knowledge: જાણીજોઈને; જાણીબુજીને; હાથે કરીને.

Knowledge, (નોલેજ્) *n.* The act or state of knowing; cognition: જ્ઞાન; સમજણ; જાણ; વાકેફગારી; માહિતી; ખબર. 2. Instruction; learning: જ્ઞાન; વિદ્યા; વિદ્વતા; પ્રવીણતા; નિપુણતા. *Divine or spiritual* **K.**: બ્રહ્મવિદ્યા; તત્વજ્ઞાન; પરમાર્થવિદ્યા. 3. Practical skill: માહિતી; અનુભવ; ખબર; જ્ઞાન; ખબરદારી; ચતુરાઇ.

Knuckle, (નકલ્) *n.* The joint of a finger: હાથનાં આંગળાંનો સાંધો; વેઢો; ટાંચું; ટોચકું. *vi.* To yield; to submit: નમવું; શરણ-તાબે-વશ-આધીન થવું. *vt.* To pommel: ટાંચાં-ટકોરા મારવા.

L.

L. The twelfth letter of the English alphabet: અંગરેજી મુળાક્ષરનો બારમો અક્ષર. 2. As numeral it stands for 50: સંખ્યા દાખલ એ ૫૦ ને માટે વપરાય છે.

Label, (લેબલ્) *n.* [L. *lebellum*,] A tassel: ફુમતું; ફુમતી. 2. A slip of silk, paper &c., affixed to anything to indicate something: નિશાની સારૂ મારેલી ચિઠ્ઠી; ચકતી; ટિકિટ. 3. A writing annexed by way of addition: વધારો; અનુસંધાન; સાંધણ; પૂરવણી. *vt.* To affix a label: ચિઠ્ઠી ચોડવી-મારવી.

Labial, (લેબિઅલ્)*n.* [L. *labium*, lip.] Sound formed or uttered chiefly with the lips: ઓષ્ટસ્થાની અક્ષર-વર્ણ; ઓષ્ઠ્ય. *a.* Pertaining to the lips: ઓષ્ટસ્થાની; ઓષ્ઠ્ય.

Labiodental, (લેબિઓડૅન્ટલ્) *a.* Formed or pronounced by the co-operation of the lips & teeth: હોઠ ને દાંતથી ઉચ્ચાર થાય તેવું; દંતોષ્ઠ્ય.

Laboratory, (લૅબરેટરિ) *n.* The work room of a chemist or a physician: પ્રયોગશાળા. 2. A place where something is prepared: કારખાનું; ઉદ્યોગશાળા.

Laborious, (લૅબોરિઅસ્) *a.* [L. *laboriosus*.] Requiring labor; toilsome, tiresome: મહા મહેનતવાળું; શ્રમવાળું; કંટાળા ભરેલું; મુશ્કિલ ભરેલું; કઠિણ; મુશ્કેલ; સખ્ત. 2. Diligent; industrious: મહેનતુ; ઉદ્યોગી; કામગરૂ

Laboriously, (લબોરિઅસ્લિ) *adv.* Diligently; industriously: મહેનત-શ્રમ લેઇને; શ્રમ-પ્રયત્ન પૂર્વક; દુઃખ પામીને; કષ્ટ ખેંચીને.

Labour, (લેબર્) *n.* [L. *labor*.] Exertion; work: મહેનત; શ્રમ; આયાસ; પરિશ્રમ. 2. That which requires hard work: મજુરીનું કામ. 3. Travail: જણતી-વિયાતી વખતની પીડા; પ્રસવ-પ્રસૂતિ વેદના. 4. Servile toil: મજુરી; વૈતરૂં. 5. Any pang or distress: કષ્ટ; વેદના; દુઃખ. *vi.* To work; to toil: કામ-મેહેનત કરવી; માથાફોડ-મહેનત-પ્રયાસ ક૦; પરિશ્રમ લેવો. 2. To be in travail: પ્રસવ વેદનામાં હોવું; વેણો આવવી; કષ્ટાવું.

Laboured, (લેબર્ડ) *a.* Elaborately wrought; not easy: મેહનતથી કરેલું-ખેડેલું. શ્રમસિદ્ધ. 2.તાણીતુસીને-મરડી મચોડીને કીધેલું.

Labourer, (લેબરર્) *n.* One who works: મજુરી-વૈતરૂં કરનાર: મજુર; વેતરો; હેલકરી.

Laboursome, **Laborious**, (લેબર્સમ્ લૅબોરિઅસ્) *a.* Requiring great labour, pains or diligence: મહેનતવાળું; ઉદ્યોગથી કરેલું; અઘરૂં; ભારી.

Labyrinth, (લૅબિરિન્થ્) *n.* [L. *labyrinthus*.] A place full of intricate passage ways: આડા અવલા રસ્તા રાખેલા એવી જગો; ગલી-કુંચીવાલો રસ્તો; ભુલભુલામણી. 2. Bewildering difficulty: ગુંચવણ ભરેલી વાત-કામ.

Labyrinthian, (લૅબિરિન્થિઅન્) *a.* Perplexed: મુશ્કેલ; અઘરૂં; આડાઅવલા રસ્તાવાલું; ગુંચવણવાલું.

Lac, (લૅક્) *n.* One hundred thousand ; a great number: લાખ; લક્ષ. 2. A resinous substance: રાલ જેવો પદાર્થ; લાખ.

Lace, (લેસ્) *n.* [L. *laqueus*, noosesnare.] A string: ગુંથેલી દોરી; વણેલી પટી. 2. A net: જાલી. 3. Fine threads of linen, silk, cotton, &c.: રીત; કોર; કલાબતુ; જંજીરો; તોઈ; કનારી. *vt.* To fasten with a lace: કોર-રીત મૂકવી. 2. To adorn with narrow strips: પટી-તોઈ આપી શોભાયમાન ક૦.

Laced, (લેસ્ડ્) *a.* Fastened with a lace; decorated with narrow strips: વણેલું; રીત-કસબી કોર ચોઢેલું; કલાબતવાલું.

Lacerable, (લૅસરેબલ્) *a.* [L. *lacerabilis.*] That can be laeerated or torn: ચીરી-ફાડી શકાય તેવું

Lacerate, (લૅસરેટ્) *vt.* To tear; to rend; to afflict; to torture: ફાડવું; ચીરવું; ઉઝડવું; વિદારવું; હેરાન ક૦; જખમી-ચાક ક૦.

Laceration, (લૅસરેશન્) *n.* The act of lacerating: ફાડવું-ચીરવું તે; વિદારણ. 2 A breach or wound made by rending: ચીરાડો; ચીરો; ગાપચું; ચીર; કાપ; ફાટ.

Lachrymal, (લૅક્રિમેલ્) *a.* [L. *lacrimatear*.] Pertaining to tears: આંસુને લગતું; અશ્રુસંબંધી. 2. Secreting tears: અશ્રુજનક; આંસુ ઉત્પન્ન-પેદા કરનારૂં.

Lacing, (લેસિંગ્) *n.* The act of securing, fastening or tightening, with a lace: ગુંથેલી દોરી પરોવીને બાંધવી તે. 2. A lace: દોરી.

Lack, (લૅક્) *n.* Blame; fault: ઠપકો; દોષ; ગુનો. 2. Deficience; want: ખોટ; જરૂર; અભાવ; ગરજ; ન્યૂનતા; ઘટ; ખુટ; ખુટકો. *vt.* To blame: ઠપકો દેવો; ખોડ કાઢવી. 2. To be without or destitnte of: કમી-ન્યૂન હોવું; પાસે ન હોવું; તંગાસ-અભાવ હોવો. *vi.* To be wanting: ખુટવું; ઘટવું; કમી-ન્યૂન હોવું. 2. To be in want: તંગીમાં-અડચણમાં હોવું

Lack-a-day, (લૅકૅડે) *interj.* Alack a day; alas: હાય હાય !; અફસોસ !; તોબા તોબા !; ગજબ ગજબ !. *n.* The first day of August: આગષ્ટ મહિનાનો પહેલો દહાડો.

Lackbrain, (લૅકબ્રેઈન્) *n.* One who is deficient in understanding; a witless person: થોડી સમજવાળો માણસ; કમ અકલવાળો માણસ; ઠોઠ.

Laconic-cal, (લૅકૉનિક-કૅલ્) *a.* [Gr. *laconia*, Sparta.] Brief; pithy: ટુંકામાં કહી નાખનાર-જવાબ દેઈ દેનાર; સંક્ષિપ્ત; ટુંકું; મિતભાષી. 2. Stern; severe; cruel: સખત; ઘાતકી; નિર્દય; ક્રૂર.

Laconically, (લૅકૉનિકલિ) *adv.* In a laconic manner: સંક્ષિપ્ત પણે; ટુંકામાં.

Lacquer, (લૅકર્) *n.* Tough, solid varnish: એક જાતનો રોગાન. *vt.* To cover with laquer: રોગાન લગાડવો.

Lactage, (લૅક્ટેજ્) *n.* [L. *lac-lactis*, milk.] Milk and that which is made from it: ગોરસ; માંખણ, દહીં, દૂધ, છાશ વિગેરે; ગવ્ય.

Lactant, (લૅકટૅન્ટ્) *a.* [L. *lacto*, I suck.] Sucking; giving suck: ધવડાવતું; ચુસાવતું.

Lactation, (લૅકટેશન્) *n.* A giving suck: સ્તનપાન કરાવવું તે; ધવડાવવું તે.

Lacteal, (લૅકટીઍલ્) *a.* [L. *lacteus*, milky.] Milky; pertaining to milk: દૂધવાળું-સંબંધી; દૂધિયું. *n.* A chyliferous vessel: અન્નરસવાહિની.

Lacteous, (લૅકટીઅસ્) *a.* Milky; conveying chyle: દૂધવાળું-સંબંધી; દૂધનું; દૂધ સરખું; દૂધાર; અન્નરસવાહક; અન્નરસચાલક.

Lactescent, (લૅકટૅસન્ટ્) *a.* Having a milky look; becoming milky: દૂધ જેવા દેખાવનું; દૂધ આપતું; દુગ્ધોત્પાદક.

Lactic, (લૅક્ટિક્) *a.* [L. *lactis*, milk.] Of or pertaining to milk: દૂધનું-સંબંધી.

Lactiferous, (લૅક્ટિફરસ્) *a.* [L. *lactis*, milk.] Containing milk or milky fluid: દૂધ-અગર દૂધ જેવા પદાર્થવાળું; દુગ્ધવાહક-પ્રવાહક.

Lacuna, (લૅકયૂનૅ) *n. pl.* **lacunæ**. [L. *lacunæ*, a ditch.] A small opening; a small blank space: નાનું બાકું; નાનો ખાડો; નાની ઉઘાડી જગા.

Lad, (લૅડ્) *n.* A boy; a youth: છોકરો; જુવાનીઓ; બાલક; કુમાર; પોરીઓ. 2. A companion; a comrade; a mate: સાથી; ગોઠિયો; સોબતી.

Ladder, (લૅડર્) *n.* A frame of wood, metal or rope for ascent or descent: નિસરણી; સીડી; દાદર. 2. Means by which one attains to eminence: ઉંચી પદવીએ ચઢવાનો રસ્તો-સાધન. A l. *handle*: નીસરણીની બંને બાજુએ કરેલો લોઢાનો કટેરો.

Lading, (લેડિંગ્) *n.* The act of loading: ભાર ભરવાનું કામ. 2. Burden; cargo: ભરેલો માલ; ભાર. *Bill of* l. સતમી; માલની પહોંચ.

Ladkin, (લૅડ્કિન્) *n.* A little lad: નાનો છોકરો.

Ladle, (લેડલ્) *n.* A cuplike spoon used in dipping: ડોઈ; પલો; ડોઈઓ; પલી; ચમચો; કડછી.

Ladleful, (લેડલફુલ્) *n.* A quantity sufficient to fill a ladle: કડછીમાં માય તેટલું; કડછીપુર.

Ladrone, (લૅડ્રોન્) *n.* A robber; a pirate: લુંટારો; ચાંચીઓ.

Lady, (લેડિ) *n.* A mistress; the female head of a household: શેઠાણી; બાઇ; ઘર-કુટુંબની વડી સ્ત્રી. 2. A well-bred woman: સારી સ્થિતિમાં ઉછરેલી સ્ત્રી; કુલવાન-સભ્ય સ્ત્રી. 3. A wife: પરણેલી સ્ત્રી; ગૃહિણી; ભાર્યા. L. *in waiting*: રાણીની દાસી-નોકર.

Ladyday, (લેડિડે) *n.* The day of the annunciation of the Virgin Mary, March 25th: તા. ૨૫ મી માર્ચનો દિવસ.

Ladylike, (લેડિલાઇક્) *a.* Wellbred; like a lady in appearance: કુલીન સ્ત્રીના જેવું; શિષ્ટ;સભ્ય. 2. Tender; delicate: નાજુક; કોમલ; સુકુમાર.

Lady-love, (લેડિ-લવ્) *n.* A sweetheart or mistress: આશુક; પ્રિયા; પ્રિયતમા; કાંતા; દિલદાર.

Ladyship, (લેડિશિપ્) *n.* The rank or position of a lady: કુલીન સ્ત્રીનો મરતબો-ખેતાબ.

Lag, (લૅગ્) *a.* Slow; tardy: ધીમે ધીમે પાછલ આવતું; ધીમું; મંદ; સુસ્ત. 2. Last; long: છેલું; લાંબુ; આખર. 3. Last made: છેલું બનાવેલું; હલકું; અધમ. *vi.* To walk or move slowly; to stay behind: પાછલ રહેવું-પડવું; પાછલ પાડવું; ધીમું કo.

Laggard, (લૅગાર્ડ્) *a.* Slow; sluggish: ધીમો; મંદ; વિલંબી. *n.* One who lags; a loiterer: રઝલનાર; રખડનાર; રસલનાર; વિલંબ કરનાર.

Lagoon, (લૅગૂન્) *n.* A shallow pond or lake: છાછરૂ-છીલકું તલાવ. 2. A lake in a coral island: પરવાલા બેટોની અંદરનું સરોવર.

Laid, (લેડ્) *Imp. & p.p.* of **lay**: રાખેલું; મુકેલું

Lain, (લેન્) *p. p.* of **lie**: ઉંઘેલું; સુતેલું; પડેલું.

Lair, (લૅર્) *n.* A place in which to lie or rest; the bed of a wild beast: બખોલ; બોડ; ગુફા; દર. 2. A burying place: દાટવાની જગા. 3. A pasture: વાઢેલું ઘાસ; ચારો; ચાર.

Laird, (લૅર્ડ્) *n.* A lord: ઉમરાવ; વતનદાર.

Laity, (લેઇટિ) *n.* The people as distinguished from the clergy: સંસારીલોક; ગૃહસ્થવર્ગ; ગૃહસ્થ મંડળી; બેહેદીન.

Lake, (લેક) *n.* [L. *lacus.*] A large body of water contained in a depression of earth's surface: સરોવર; તલાવ; જલાશય; જલાધાર.

Lakelet, (લેકલેટ્) *n.* A little lake: નાનું સરોવર.

Laky, (લેકિ) *a.* Pertaining to a lake: સરોવર સંબંધી. 2. Transparent: પારદર્શક.

Lamb, (લૅમ્) *n.* The young of the sheep: મેંઢા-ઘેટાનું બચ્ચું; હલવાન. 2. Any person who is innocent: ગરીબ-રાંક-અસીલ માણસ. 3. A simple person: સાદો માણસ. L. *of God*: ઇસુખ્રિસ્ત.

Lambkin, (લૅમ્કિન્) *n.* A small lamb: નાનું હલવાન; ઘેટાનું બચ્ચું.

Lamb-like, (લૅમ્લાઇક્) *a.* Like a lamb; gentle; meek: ઘેટા જેવું; રાંક; ગરીબ; અસીલ; ગરીબડું.

Lame, (લેમ્) *a.* Crippled: લુલું; લંગડું; પાંગલું; પંગુ. 2. Inefficient; imperfect: લુલું; અપૂર્ણ; તુટક; નબળું; ખાત્રી ન કરે તેવું. *vt.* To make lame: લુલું કo.

Lamella, (લૅમેલૅ) *n. Pl.* **Lamellæ**. [L.

lamella, dim.] A thin plate or scale of anything: ખડ્ડુજ ખારીક ભીંગડાં.

Lameness, (લેમનેસ્) *n.* Condition or quality of being lame: અધુરાપણું; ખોડ; લંગડાપણું; લુલાપણું; અપૂર્ણતા.

Lament, (લૅમેન્ટ્) *vi.* [L. *lamentari.*] To express or feel sorrow; to weep; to mourn: દુઃખ–શોક–અફસોસ ક૦; દીલગીર થવું; રોવું; વિલાપ ક૦. *vt.* To mourn for; to bewail: રોવું–દુઃખ ધરવું–લાગવું; શોક–ખેદ–વિલાપ ક૦; હાયહાય ક૦. *n.* Lamentation; a moaning; a weeping: રડારડ; શોક; દલગીરી; વિલાપ; આક્રંદ. 2. An elegy or mournful ballad: વિલાપ; રૂદન.

Lamentable, (લૅમેન્ટેબલ્) *a.* Mourning; sorrowful: દિલગીર; શોકયુક્ત; શોકાતુર; ખિન્ન; ખેદજનક. 2. Fitted to awaken lament: શોકનું; દુઃખ ભરેલું; દલગીરી જણાઈ આવે એવું; શોચનીય.

Lamentation, (લૅમેન્ટેશન્) *n.* [L. *lamentatio.*] The act of bewailing; wailing; moaning: રડારડ; શોક; વિલાપ; આક્રંદ; રૂદન; ખેદ.

Lamina, (લૅમિનૅ) *n. pl.* **Laminæ**. [L. *lamella.*] Thin plate, of scale; a layer lying over another: પડ; થર; વરખ; પતરી; ભીંગડું.

Laminar-Laminable, (લૅમિનર,લૅમિનેબલ્) *a.* Capable of being split into thin plates: પતરી થઈ શકે એવું; પતરીવાળું; પાતલા પડવાળું.

Laminated, (લૅમિનેટેડ્) *a.* Consisting of thin plates: પતરી–ભીંગડાંવાળું.

Lammas, (લૅમ્મૅસ) *n.* The first day of August: આગષ્ટ માસનો પહેલો દિવસ.

Lamp, (લૅમ્પ) *n.* [L. *lampas.*] A light-producing vessel: કોડીયું; દીવી; દીવો; દીપ; બત્તી; ચેરાગ. *Cluster of* l.s: ઝુંબર; ઝાડ; ઝુંમર.

Lampblack, (લૅમ્પબ્લૅક્) *n.* The fine impalpable soot: કાજલ; મેશ.

Lamplight, (લૅમ્પલાઇટ્) *n.* Light from a lamp: દીવાનું અજવાળું; પ્રકાશ; રોશની.

Lamplighter, (લૅમ્પલાઇટર્) *n.* One who lights street lamps; that which lights a lamp: દીવો સલગાવનાર; દીવો સલગાવવાની ખરી–કાકડો.

Lampoon, (લૅમ્પૂન્) *n.* Malicious and abusive censure written only to reproach and distress: કોઈની નિંદા–નાલેશી–ખદગોઈનું લખાણ; નિન્દાલેખ.

Lampstand, (લૅમ્પસ્ટૅન્ડ્) *n.* A stand for a lamp: દીવી; ચાડું; સમેદાની; સમઇ.

Lance, (લૅન્સ્) *n.* [L. *lancea.*] A spear carried by horsemen: ખરછી; ભાલો. 2. A soldier armed with a lance: ભાલાવાલો; ભાલેદાર સિપાઈ. *vt.* To pierce with a lance: ખરછી–ભાલો મારવો. 2. To open with a lancet: નસ્તર મારવું–મૂકવું.

Lancer, (લૅન્સર્) *n.* One who lances; one who carries a lance: ભાલો મારનાર; ભાલો લઈ ચાલનાર. 2. A lancet: નસ્તર.

Lancet, (લૅન્સેટ્) *n.* A surgical instrument of various forms used in venesection: નસ્તર.

Lancinate, (લૅન્સિનેટ્) *vt.* [L.*lacino*, I tear.] To tear; to lacerate; to pierce: ફાડી નાંખવું; ભોંકવું; વિદારવું; ચિરવું.

Land, (લૅન્ડ્) *n.* The solid part of the surface of the earth: જમીન; ધરતી; ભોંય. 2. A nation or people: લોક; પ્રજા. 3. Real estate: જાગીર. L. *ho*: જમીન દેખાયછે એવું કહેતી વખતની ખલાસીની બુમ. L. o' *cakes*, Scotland: સ્કૉટલેંડ. L. *of nod*, sleep: ઉંઘ. *To make* l., to sight land: જમીન દેખાવી. *To set the* l.: વહાણથી જમીન કઈ બાજુએ છે તે હોકાયંત્રથી જોવું. *vt.* To disembark: વહાણપરથી કિનારે ઉતારવું.2. To catch and bring to shore: પકડીને કિનારે લાવવું. *vi.*, To go on shore from a ship; to disembark: ઉતરવું.

Land-breeze, (લૅન્ડ્બ્રીઝ્)*n.* A wind blowing from land to sea: કિનારા તરફથી વહાતો પવન.

Landed, (લૅન્ડેડ્) *a.* Having one estate in land: ભોંયભાડાંવાલું; જમીનદાર; જમીન–ખેતર હોય તેવું. 2. Consisting in real estate or land: જમીનનું;સ્થાવર.L. *property:* ગરાસ; સ્થાવરમિલકત.

Landforce, (લૅન્ડફૉર્સ્) *n.* An army that fights on the land: જમીન ઉપર લઢનાર લશ્કર.

Land-holder, (લૅન્ડ્હોલ્ડર્)*n.* A holder, or proprietor of land: વતનદાર; જમીનદાર;ગરાસિયો.

Landing, **Landing-place**,(લૅન્ડિંગ્-લૅન્ડિંગ્પ્લેસ્) *a.* Used for sitting, bringing or going on shore: કીનારે લાવવા લઈ જવાનું. *n.* A bringing on shore: કિનારે લાવવું તે 2. A place for landing: બંદર; ઘાટ; માલ તથા ઉતારૂઓને ઉતરવાની જગા. (of a stair case) રમણું.

Landlady, (લૅન્ડ્લેડિ) *n.* A woman having real estate: જમીન–ઘરની માલીક–ધણિયાની; જમીનદારેણ; જમીન–જાગીરવાલી. 2. The mistress of an inn or lodging house: ઉતારા–વીશીની માલીક–ધણિયાની.

Landlock, (લૅન્ડ્લૉક્)*vt.* To inclose or nearly inclose: સઘલી બાજુએ જમીનથી આંતરી લેવું.

Landloper, (લૅન્ડ્લૉપર્) *n.* A vagabond; a vagrant: ભટકનાર; રખડનાર.

Landlord, (લૅન્ડ્લૉર્ડ્) *n.* The owner of land or houses: જમીનદાર; જાગીરદાર; ગરાશીઓ; ઘરવાલો; ઘરધણી. 2. The master of an inn or of a lodging house: ઉતારા–વીશીનો માલીક–ધણી.

Landmark, (લૅન્ડ્માર્ક્) *n.* A mark to designate the boundary of land: જમીન–ખેતરની હદની નીશાની; ક્ષેત્રમર્યાદાચિન્હ. 2. Any conspicuous object on land that serves as a guide: વહાણના ખલાસીઓ સારૂ નિશાની માટે જમીન ઉપરનો કોઈ ઉંચો પદાર્થ.

Land-office, (લૅન્ડ્ઑફિસ્)*n.* A government office, in which the entries upon public land are registered: જમાબંધી ખાતાની કચેરી.

Landowner, (લૅન્ડ્ઓનર્) *n.* An owner of land: જમીનદાર; ગરાશીઓ.

Landscape, (લૅન્ડ્સ્કેપ્)*n.* A portion of land or territory which the eye can comprehend in a single view, including all the objects it contains: નજરે પડતી જમીન તથા તે ઉપર આવેલા પદાર્થ; દૃગભૂમિ; નજરગાહ. 2. A picture representing a scene by land or sea: દૃગ્ભૂમિ ચિત્ર; જમીન કે દરિયાનો દેખાવ-ચિત્ર. 3. The pictorial aspect of a country: કોઈ પ્રદેશ-જગ્યાનો ચિત્રાકાર દેખાવ.

Landslip, (લૅન્ડ્સ્લિપ્) *n.* The slipping down of a mass of land from a mountain: પહાડની ભેખડ પડવી તે; ટેકરી ધસી પડવી તે. 2. The land which slips down: ભેખડ.

Landsman, (લૅન્ડસ્મૅન્) *n.* One who lives on the land: જમીન ઉપર રહેનારો. 2. A sailor on his first voyage: નવો સફરી ખલાસી.

Landwaiter, (લૅન્ડ્વેટર્) *n.* An officer who is appointed to take care of the goods coming to a port: બંદરમાં આવતા માલની તપાસ રાખનાર અમલદાર.

Landward, (લૅન્ડ્વર્ડ્) *adv.* & *a.* Toward the land: જમીન તરફ.

Landwind, (લૅન્ડ્વીન્ડ્) *n.* Wind blowing on the shore: કાંઠા-કિનારાનો પવન.

Lane, (લેન્) *n.* A passage way between fences or hedges or buildings: ગલી; શેરી; નલોકડી.

Language, (લૅંગ્વેજ્) *n.* [L. *lingua*, the tongue.] Any means of conveying ideas; human speech: વાણી; વાચા; વચન; ભાષણ; બોલ. 2. The expression of ideas by writing or any other instrumentality: બોલી; ભાષા; ઝબાન. 3. The forms of speech peculiar to a particular nation: ભાષા; રૂઢી; બોલવાની ઢબ; ઇબારત.

Languid, (લૅંગ્વિડ્) *a.* [L. *lingua.*] Drooping; weak; weary; dull: લુલું; લબડી ગયેલું; સુસ્ત; નબળું; મંદ; જડ. 2. Slow in progress: ધીમું; ઢીલું; મંદ; સુસ્ત; થંડુ.

Languish, (લૅંગ્વિશ્) *vi.* To pine away: લેવાઈ જવું; નરમ થવું; નબલા થઇ જવું; મંદ-સુસ્ત થવું; ટાઢાં-ઢીલાં પડી જવું. 2. To assume an expression of weariness or tender grief: થાકી જવું; કંટાલેલું દેખાવું. *vt.* To cause to droop or pine: નરમ-નબળું કo.

Languishing, (લૅંગ્વિશિંગ્) *a.* Pining; loosing health: અશક્ત-નબળું થઈ જતું. 2. Amorously pensive: ઇશક-કામથી ઉદાસ; ઝુરતું.

Languor, (લૅંગ્વર્) *n.* [L. *languor.*] Feebleness: થાક; કમજોરી; નબળાઈ. 2. Listless indolence; dreaminess: શિથિલતા; ગ્લાનિ; મ્લાનિ; આલસ; જડતા; સુસ્તી; ઝુરાપો.

Lank, **lanky**, (લૅંક, લૅંકિ) *a.* Slander and thin; lean; not plump: ભરેલું નહીં; પાતલું દુબળું; સુક્કું. 2. Languid: drooping: મંદ; સુસ્ત; શિથિલ; ઢીલું.

Lantern, (લૅન્ટર્ન્) *n.* [Gr. *lampo*, I shine.] Something inclosing a light and protecting it from wind & rain: ફાનસ; કંદિલ. 2. An open structure of light material set upon a roof to give light and air to the interior: અજવાલીયું. *Dark* **l.**: ચોરફાનસ.

Lanyard, (લૅનિઆંર્ડ્) *n.* [L. *lana*, wool.] A short piece of rope or line for fastening something in ships: વ્હાનાં દોરડાં.

Lap, (લૅપ્) *a.* The loose part of a coat; a skirt; an apron: પોશાકનો નીચલો લટકતો ભાગ; ઘેર; ચાલ. 2. An edge; a border: કોર; છેડો; અંચલો. 3. The part of the clothing that lies on the knees when one sits: ખોલો. *vt.* To rest in a lap: ખોલામાં મુકવું. 2. To fold: વાલવું; ઘડી-કહ્રી કo; વીંટાલવું; લપેટવું. *vi.* To be turned or folded; to lie partly upon something: ભેગાં પડી રહેવું. 2. To take up drink or food with tongue: ચાટવું; બચ બચ પી-ખાઈ જવું. 3. To make a sound like that produced by taking up drink with the tongue: ચપક ચપક ચાટવું.

Lapdog, (લૅપ્ડૉગ્) *n.* A small dog fondled in the lap: ખોલામા રમાડવાનો વહાલો લાડકો કુતરો.

Lapful, (લૅપ્ફુલ) *n.* As much as the lap can contain: ખોલાપૂર; ખોલો ભરાય એટલું.

Lapidary, (લૅપિડરિ) *n.* [L. *lapidarius*, pertaining to stones.] A dealer in precious stone: ઝવેરી; મણીકાર; મણીયાર; ઝવેરપારખું. *a.* Of or pertaining to the art of cutting stones: હીરાપર પેહેલ-કોતરણ કરવાના હુનર સંબંધી. 2. Pertaining to monumental inscription: લેખ સંબંધી. **L.** *style*, terse, sententious style: ટુંકી અને સ્પષ્ટ ભાષા.

Lappet, (લૅપટ્) *n.* A small decorative fold or flap: ચાલ; ઝુલ; ઘેર; દામન.

Lapse, (લૅપ્સ્) *n.* [L. *lapsus.*] A gliding, slipping or gradual falling; unobserved progress: પડતાં જવું તે; ગતિ ક્રમ. **L.** *of time*: કાલગતિ-ક્રમ. 2. A slip; an error: દોષ; ભૂલ; ચૂક 3. A fall or apostasy: પતન; ધર્મ-મત-પક્ષત્યાગ *vi.* To pass slowly and smoothly: વહી જવું વિતવું; ગુજરવું; જતું રેહેવું. 2. To fail in duty: ફરજ કામમાં ભૂલથાપ ખાવી; ચલવું. 3. (*a*) To fall or pass from one propietor to another: માલકી ડુબી જવી; બીજાનું થવું; બીજા પાસે-ના હાથમાં જવું. (*b*) To become void: રદ થવું; હક જવો-ડુબવો. *vt.* To let slip; to allow to pass: જવા દેવું; સોંપી દેવું; માલકી છોડી દેવી. 2. To surprise in a fault or error: ગુન્હો-ભૂલ પકડવી; દોષ-ખામી પકડી કાઢવી.

Lapstone, (લૅપ્સ્ટોન) *n.* A stone for the lap on which shoe-mokers beat leather: છીપર; મોચીનો ચામડાં ઠોકવાનો પથ્થર.

Lapsus linguæ, (લૅપ્સસ્લિન્ગ્વી) *n.* Slip of the tongue: જીભદોષ; વાકદોષ; જીવ્હાદોષ; મુખદોષ; બોલવામાં થઇ ગયલી ચૂક.

Lapsus manus, (લૅપ્સસ્મેનસ્) *n.* Slip of the hand: હસ્ત દોષ; હાથની ભૂલ.

Lap-wing, (લૅપ્વિંગ્) *n.* A small European bird of the Plover family: એક જાતનું પક્ષી; ટીટોડી; ટીટી.

Larboard, (લાંર્બોર્ડ્) *n.* The left hand side

of a ship: વ્હાણની ડાબી બાજુ; ડામણ.

Larceny, (લાંર્સેનિ) *n.* [L. *latro*, robber.] Personal theft: ચોરી; ઉઠાવગીરપણું; ઉઠાવગીરી.

Lard, (લાંર્ડ્) *n.* [L. *lardum.*] Bacon; the flesh of swine: ડુક્કરનું માંસ. 2. The fat of swine: ડુક્કરની ચરબી. *vt.* To stuff with bacon: ચરબી ભરવી. 2. To fatten; to enrich: જાડું-ચરબીદાર કરવું. *vi.* To grow fat: જાડા થવું.

Large, (લાંર્જ્) *a.* [L. *largus.*] Big; great; extensive: મોટું; વિશાલ; વિસ્તીર્ણ; બહોળું; કુશાદે; કદાવર; ગંજાવર; જબરૂં. 2. Abundant; ample: ઘણું; બહુ; પુષ્કલ. 3. Diffuse; full: ભરપૂર; પથરાયલું. 4. Having more than usual power; comprehensive: જબરદસ્ત; વધારે સત્તાવાળું; વિશાલ; બહુજ. 5. Free unembarrassed: છુટો. *At l.*, (*a*) without restrain: સ્વતંત્ર; મોકળું; છુટું. (*b*) Diffusely; fully: વિસ્તારથી; મોકલાં; મોકલે; સવિસ્તર. *adv.* Freely: સ્વતંત્ર રીતે.

Large-hearted, (લાંર્જ્‌હાંર્ટેડ્) *a.* Noble; liberal: ઉદાર; મોટા મનનું; મહાત્મા; ઘોતાલ; દુલ્લું.

Largely, (લાંર્જ્‌લિ) *adv.* In a large manner: ઉદારપણે; મોકલે હાથે; સારી પેઠે; વિસ્તારીને.

Largeness, (લાંર્જ્‌નેસ્) *n.* The quality or state of being large: મહત્વતા; મોટાપણું; ઉદારપણું, પુષ્કલપણું; વિસ્તાર.

Largess, (લાંર્જેસ્) *n.* Liberality; generosity: ઉદારતા. 2. A gift; present: બક્ષીસ; દાન; ભેટ; ઇનામ.

Lark, (લાંર્ક્) *n.* Any one of numerous species of singing birds: ચંડોલ; લાવરી. 2. A frolic; jolly time; આનંદી વખત. *vi.* To sport; to frolic: ગમત કરવી; રમવું.

Larva, (લાંર્વે) *n. pl.* **larvæ**. [L. *larva* ghost.] Any young insect from the time that hatches from the egg until it becomes a pupa: ઈંડાંમાંથી તરતનો ફુટેલો કીડો.

Larynx, (લૅરિંક્સ્) *n.* The expanded upper end of the wind-pipe: નરડી; ઘાંટી; કંઠસ્થાન; કંઠનાલ.

Lascivious, (લૅસિવિઅસ્) *a.* Lewd; lustful: લંપટ; કામી; ઈશ્કબાજ; વ્યસની; વિષયી.

Lash, (લૅશ્) *n.* The braided cord of a whip with which the blow is given: ચાબકનો કોરડો-દોરી. 2. A lash in which an animal is caught: ફાંદો. 3. A stroke with a whip: ફટકો; સપાટો; સાટકો; કોરડો. *vt.* To strike with a lash; to whip: ચાબુક મારવી; સપાટો મારવો. 3. To scold: ધમકાવવું. *vi.* To ply the whip; to strike: સોટી ચમકાવવી; ચાબુક લગાવવી-મારવી.

Lass, (લૅસ્) *n.* A young woman; a girl; a sweetheart; પોરી; નાની છોકરી; તરૂણી; કન્યા; બાલા.

Lassitude, (લૅસિટ્યૂડ્) *n.* Languor; weariness: શરીર ઢગલો થઈ જવું તે; સુસ્તી; મંદપણું; ગ્લાનિ; થાક; આલસ.

Lasso, (લૅસો) *n. pl.* **Lassos**. A rope of leather with a running noose, used for catching horses: ફાંદાનું દોરડું; ફાંદો; ફાંસો; પાસ; ગાલો.

Last, (લૅસ્ટ્) *a.* Final; hindmost: છેલ્લું; છેવટનું. 2. Next before the present: ગયું; પાછલું; ગુદસ્ત. 3. Supreme; utmost: મોટું; ઘણુંજ. 4. Lowest in rank or degree: પદવીમાં સૌથી નાનું; છેલું; અધમ; અપકૃષ્ટ; *At l.*, at the end of a certain period: અંતે; આખરે; છેવટે. *To the l.*, to the end: છેવટ-છેલ્લેસુધી. *adv.* The last time; ગઈ ખેપે-વખતે-વેલા. 2. In conclusion; finally: છેલાં; આખરે; છેવટ. *vi.* To continue in time; to endure; રહેવું; નભવું; ટકવું; પહોચવું; ચાલવું. *vt.* To shape with a last; to fit to the last: કાલબુટ ઉપર ઘાટ કાડવો; કાલબુટ ઘાલવું. *n.* A wooden block shaped like the human foot on which boots are formed; કાલબુટ. 2. A load; a heavy burden: ભાર; બોજો.

Lasting, (લૅસ્ટિંગ્) *a.* Existing a long time; enduring: ટકાઉ; ટકે-ચાલે એવું; જાથુનું.

Lastly, (લૅસ્ટ્‌લિ) *adv.* In conclusion: છેલ્લી વારે. 2. Finally: આખરે; અંતે; છેવટે; છેલ્લે; નિદાન.

Latch, (લૅચ્) *n.* A lace; a snare: બાંધવાના દોરી. 2. The catch which holds a door or gate when closed: આગલી; અડગલી; ઉલાલો; ભૂંગલ. *vt.* To catch or fasten by means of a latch: આગલી-અડગલી દેવી.

Latchet, (લૅચેટ્) *n.* The string that fastens a shoe: જોડે બાંધવાની-જોડાની દોરી.

Late, (લેટ્) *a.* Not early; slow; tardy: મોડું. 2. Far advanced toward the end: છેક ઉતરતુ-નમતું. 3. Lately deceased; out of office: મરનાર; મર્હૂમ; માજી. 4. Not long past; recent: તુરતનું; હમણાંનું; હાલનું. 5. Doing until an advanced hour of the night: મોડી રાતસુધી બેસતું-કરતું. *adv.* After delay: મોડું મોડું. 2. Lately: હમણાંજ. 3. Far in the night: મોડી રાતસુધી.

Lately, (લેટ્‌લિ) *adv.* Not long ago; recently: થોડા દહાડા ઉપર-થયાં; તુરતનું થયલું હોય તેમ.

Latency, (લેટન્સિ) *n.* The state or quality of being latent: ગુપ્તતા; અદ્રશ્યતા; છુપાપણું.

Latent, (લેટન્ટ્) *a.* [L. *latens.*] Hidden; concealed; secret: ગુપ્ત; છાનું; અદ્રશ્ય; છુપું; અંદર-ઢાંકયું રહેલું.

Later, (લેટર્) *a.* Afterwards: પાછલનું; પછીનું; ઉત્તર; અપર.

Lateral, (લૅટરૅલ્) *a.* [L. *lateralis.*] Pertaining to the sides: બાજુ ઉપરનું; બાજુનું; પાસાં પડતું.

Laterally, (લૅટરૅલિ) *adv.* By the side; sidewise: બાજુ ઉપરથી-માંથી.

Lath, (લાથ્) *n. pl.* A thin, narrow strip of wood: ચાપ; પકવાસાં. *vt.* To cover or line with laths: પકવાસાં-ચાપ જડવી.

Lathe, (લેથ્) *n.* A granary; barn: કોઠાર. 2. A machine for shaping articles of wood and metal: સંઘાડો; ચરખ; સરાણ; ખરાદ.

Lather, (લૅધર્) *n.* A foam or froth made by soap moistened with water: સાબુનું ફીણ. 2. A foam from profuse sweating: ઘોડાના શરીર ઉપર ચડતું ફીણ. *vt.* To spread over with lather: ફીણ ચોપડવું–લગાડવું. *vi.* To form lather: ફીણ લાવવું.

Latin. (લૅટિન્) *a.* Roman: અસલના રોમન લોક સંબંધી. 2. Pertaining to the language used by the Romans or Latins: લાટિન ભાષાનું. *n.* A native of Latium: લાશ્યમનો રહેવાસી. 2. Language of the ancient Romans: લાટિન ભાષા.

Latitude, (લૅટિટ્યુડ્) *n.* [L. *latitudo*, breadth.] Breadth; width: પોહોલાઈ; પોહોળાણ. 2. Room; space: independence: જગા; છુટ; સ્વતંત્રતા; મોકલાસ; વિસ્તાર. 3. Breadth of signification: લાંબો ભાવાર્થ; ઉંડી મતલબ. 4. (*Geog.*) Distance north or south of the equator: આક્ષાંસ. 5. (*Astron.*) The angular distance of a heavenly body from the ecliptic: ક્રાંતિવ્રતથી એટલે સૂરજના માર્ગની લીટીથી હરકોઇ તારાનું છેટું–અંતર.

Latitudinal, (લૅટિટ્યુડિનલ) *a.* Pertaining to latitude; in the direction of latitude: અક્ષાંસ–અક્ષ તરફ.

Latitudinarian, (લૅટિટ્યુડિનેરિયન્) *n.* One who indulges freedom in thinking: મન મુખત્યાર; છુટા વિચારનો; સ્વેચ્છાચારી. 2. One who departs in opinion from the strict principles of orthodoxy: શાસ્ત્રમર્યાદા બહાર રહેનાર; ધર્મ જેવી બાબદમાં મરજી મુજબ ચાલનાર.

Latrine, (લૅટ્રાઈન્) *n.* [L. *latrina.*] A privy or water-closet: મોરી; સંડાસ; પાયખાનું.

Latter, (લૅટર્) *a.* Later; more recent: પાછલું; પાછલનું. 2. Of two things, the one mentioned second: કહેલામાંનું બીજું; પછવાડે બોલેલું; બીજું. 3. Recent; modern: અર્વાચીન; હમણાંનું. 4. Last; final: છેલ્લું; આખરનું.

Lattice, (લૅટિસ્) *n.* [F. *lattis.*] Any network: જાળી; જાળીકામ; આડા ઉભા કડેરાની રચનાકામ. *vt.* To make a lattice of: જાળી–કડેરો બનાવવો–બેસાડવો.

Laud, (લૉડ્) *n.* [L. *laut, loudis.*] Praise; honor; exaltation: વખાણ; સ્તુતિ; ગુણકીર્તન; પ્રશંસા; તારીફ. *vt.* To praise in words or with words and singing; to extol: વખાણ–સ્તુતિ–પ્રશંસા કo; ગુણ ગાવા.

Laudable, (લૉડેબ્લ્) *n.* Worthy of being lauded; praiseworthy: વખાણવા જોગ–લાયક; સ્તુત્ય; તારીફલાયક. 2. Healthy: તંદુરસ્ત.

Laudanum, (લૉડેનમ્) *n.* Tincture of opium: અફીણનો અર્ક.

Laudation, (લૉડેશન્) *n* [L. *laudatis.*] The act of lauding; praise: પ્રશંસા; સ્તુતિ; વખાણ; શ્લાઘા; તારીફ.

Laudatory, (લૉડૅટૉરિ) *a.* Pertaining to praise: વખાણનું સ્તુત્ય; પ્રશંસક; તારીફનું.

Laugh, (લૉફ્) *vi.* To show mirth: હસવું. 2. To appear gay: હસી–ખીલી રહેવું; ખુશી–આનંદી દેખાવું. *To* **l.** *at*, to make fun of: હસી કાઢવું; મશ્કરી–મજાક કo. *To* **l.** *in the sleeve*, to laugh secretly: છાનુંમાનું–મનમાં હસવું. *vt.* To affect by means of laughter: હસીને ખુશી કરવું. 2. To express by laughter: હસીને દર્શાવવું. *To* **l.** *out*: તાણીને હસવું. *To* **l.** *out of the other corner of the mouth*, to weep; to cry: રોવું; દીલગીર થવું. *To* **l.** *away*, to drive away by laughter: હસી કાઢવું. *To* **l.** *to scorn*, to deride; to despise: મજાક–હાંસી કરવી. *n.* The sound heard in laughing: હસવાથી જે અવાજ થાય તે; હાહા; હીહી; ખીખી.

Laughable. (લૅફેબલ્) *a.* Fitted to excite laughter: હસામણું; હાસ્યજનક; હાસ્યોત્પાદક; હસવાજોગ.

Laughing stock. (લાફિંગ સ્ટૉક્) *n.* An object of ridicule; a butt of sport: હસાવનારી વસ્તુ; હસાવનાર; રમકડું; હાસ્યાસ્પદ.

Laughter, (લૉફટર્) *n.* A movement of the muscles of the face, particularly of the lips: હાસ્ય; હસવું; હાંસી

Launch, (લૉન્શ્) *vt.* [L. *lancer.*] To throw; to hurl: નાખવું; ફેંકવું. 2. To strike with; to pierce: ભોકવું; ઘાલવું. 3. To cause to move; to set afloat: ધકેલવું–પાણીમાં ઝોકાવવું–તરતું મુકવું. 4. To send out; to set going: મોકલવું; વેહેતું મુકવું.

Launder, (લૉન્ડર્) *vt.* To wash: ધોવું. 2. To lave; to wet: નવરાવવું; ધોવું; સાફ કo.

Laundress, (લૉન્ડ્રેસ્) *n.* A washer woman: ધોબણ; લુગડા ધોનારી.

Laundry, (લૉન્ડ્રી) *n.* A laundering; a washing: ધોવું તે. 2. A place or room where laundering is done: લુગડાં ધોવાની ઓરડી–જગા.

Laureate, (લૉરીએટ્) *n.* [L. *laureatus.*] One crowned with laurel: લારલ ધારણ કરેલો માણસ. *a.* Crowned or decked with laurel: લારલ ઓપેલું. *Poet* **l.**: રાજકવિ.

Laural, (લૉરલ) *n.* [L. *laurus*] An evergreen shrub: હમેશાં લીલો રહેનારો છોડવો; તજ–કપૂર વીગેરેની જાતનો છોડવો. 2. A crown of laurel; honour: distinction: માન; આબરૂ.

Lava, (લાવા) *n.* [L. *lavo*, I wash.] The melted rock ejected by a volcano from its top: જ્વાલામુખીરસ.

Lave, (લેવ્) *vi.* To bathe; to wash oneself: નાવું. *vt.* To wash; to bathe: ધોવું; નવડાવવું. 2 To pour out: રેડવું.

Lavish, (લૅવિશ્) *a.* Expending; profuse; prodigal: બહુજ–અતિશે–વગર વિચારે ખરચ કરનારૂં; ખર્ચાલ. 2. Superabundant; excessive: ઘણુંજ; બહુ; અમિત; અપરિમિત. 3. Wasteful: છુટે હાથે વાપરનારૂં; ઉડાઉ. *vt.* To expend or bestow with profusion; to squander: ઉડાવવું; ખૂબ ખર્ચવું.

Lavishly, (લૅવિશલિ) *adv.* In a lavish manner: ઉડાઉપણે; મોકલે–છુટે હાથે.

Law, (લૉ) *n.* [L. *lex.*] In general, a rule of being or of conduct; a controlling regulation: ધોરણ; નીમ; નિયમ. 2. In morals, the will of God: ઈશ્વર–ખુદાઈ ફરમાન–હુકમ. 3. Any edict, decree, or order: ઠરાવ; હુકમ; કાયદો; કાનુન; ધારો. 4. A *code of* **l.s**: ધર્મસંહિતા; ધર્મ–સ્મૃતિ શાસ્ત્ર. *Courts of* **l.**: અદાલત; ન્યાયસભા; ધર્મસભા.

Civil **l**.: દિવાની કાયદો. *Common* **l**.: પરાપૂર્વથી ચાલી આવેલી દેશરીતિ–ધારો; સીરસ્તો; સ્મૃતિ. *Criminal* **l**.: ફોજદારી કાયદો.

Lawful, (લૉફુલ) *a.* Allowed by law; legitimate; competent: ઘટતું; યોગ્ય; રવા; વાજબી; હકતું; હલાલ. **L.** *wife:* ધર્મપત્ની. **L.** *means:* ધર્મોપાય. 2. Rightful: ખરેખરૂં; વાસ્તવિક; ન્યાયનું; નીતિનું; યથાન્યાય.

Lawfully, (લૉફુલિ) *adv.* Rightfully: કાયદેસર; ધારાપ્રમાણે; વાજબીપણે; યોગ્ય રીતે.

Lawgiver, (લૉગિવર્) *n.* One who makes or enacts a law; legislator: કાયદા રચનાર–બાંધનાર; ધારાશાસ્ત્રી; સ્મૃતિકાર.

Lawless, (લૉલેસ્) *a.* Contrary to law; illegal: કાયદાથી ઉલટું–વિરૂદ્ધ; ન્યાય વિરૂદ્ધ. 2. Not subject to the law of morality or of society: નીતિ મૂકી ચાલનાર; અધર્મી; અન્યાયી. 3. Not subject to the laws of nature: બેકેદ; નીતિભ્રષ્ટ; નિમર્યાદ; મનસ્વી; દુરાચારી.

Lawn, (લૉન્) *n.* An open space between wood: મેદાન. 2. A very fine linen fabric: એક જાતનું શણનું લુગડું; લોન.

Lawsuit, (લૉસ્યૂટ્) *n.* An action at law; a suit in equity: દાવો; ફરીઆદી; મુકદ્દમો; કજિયો; કામ; વાદ; ખટલો.

Lawyer, (લૉયર્) *n.* One versed in the law: કાયદા જાણનાર; વ્યવહાર શાસ્ત્રવેત્તા; ધર્મશાસ્ત્રી. 2. A practitioner of laws: વકીલ; મુખ્તી.

Lax, (લૅક્સ્) *a.* [L. *laxus.*] Loose; slack: ઢીલું પડી ગએલું; શિથિલ; મંદ; સુસ્ત. 2. Not strict; not exact; loose; weak: જેમ તેમ બોલે એવું; ઘડા–ઢંગ વિનાનું; કર્મભ્રષ્ટ; દુરાચારી. 3. Having a looseness of the bowels: પેટ–ઝાડા છુટી ગએલું.

Laxative, (લૅક્સૅટિવ્) *a.* [L. *laxativus.*] Having a tendency to loosen: રેચક; હલકો જુલાબ લાગે એવું. *n.* રેચ; હલકો જુલાબ.

Laxity, (લૅક્સિટિ) *n.* [L. *laxitas.*] The state or quality of being lax: બેઢંગાપણું; અનાચાર.

Lay, (લે) *a.* [L. *laicus.*] Pertaining to the laity as distinct from clergy: સંસારી; બેહેદીનને લગતું. 2. Not educated; ignorant: અજ્ઞાની; અજ્ઞાન; અભણ. **L.** *days:* માલ ભરવા ઉતારવાને માટે કરારમાં આપેલા દિવસો. *n.* The laity; the common people: સંસારી લોક; બેહેદીન. 2. A meadow: ઘાસવાળી જમીન; બીડ. 3. Faith; creed: ધર્મ; મત; પંથ; ધંધો. 4. A law: કાયદો; કાનુન; નિયમ. 5. A song; a ballad: ગાણું; ગીત; કવિત; કવિતા. *vt.* To put down; to deposit: મુકવું; રાખવું; ગોઠવવું; ચણવું. 2. To prepare; to make ready: રચવું; બનાવવું; તૈયાર કo. 3. To spread on a surface: લગાવવું; દેવું. 4. To calm; to allay; to suppress: ટાઢું પાડવું; નરમ પાડવું. 5. To shake: હોડ–શરત બકવી–મારવી. 6. To impose: મુકવું; બેસાડવું; નાંખવું. *To* **l.** *asleep,* to put to sleep: ઉંઘાડવું; સુવાડવું; પોઢાડવું. *To* **l.** *bare,* to make bare: ઉઘાડું મુકવું; ઉઘાડું કo. *To* **l.** *before,* to present: જાહેર–રજુ કo; બતાવવું; આગલ મૂકવું. *To* **l.** *by,* to save: બચાવવું; સંગ્રહ–સંચય કo; ઉંચું મુકવું. *To* **l.** *hands on,* to seize: ઝાલવું; પકડવું. *To* **l.** *violent hands on one's self,* to injure one's self: આપઘાત કo. *To* **l.** *heads together,* to consult: મસલત કo; સલાહ લેવી. *To* **l.** *hold of,* to catch: પકડવું; ઝાલવું. *To* **l.** *in,* to provide: પુરૂં પાડવું; સંગ્રહ કરી રાખવો. *To* **l.** *out,* (*a*) to expend: ખરચવું. (*b*) To display; to discover: જણાવવું; પ્રકટ–જાહિર કo. (*c*) To arrange: ગોઠવવું; વ્યવસ્થા કo. (*d*) To prepare for burial: દાટવાને માટે તૈયાર કo. *To* **l.** *to heart,* to feel deeply: અંતઃકરણમાં લાગવું. *To* **l.** *up,* to store: ભરી રાખવું; સંગ્રહ–સંચય કo. *To* **l.** *waste,* to destroy: પાયમાલ–ઉજડ–વેરાન–તારાજ કરવું.

Layer, (લેઅર્) *n.* One who lays: મુકનાર. 2. A bed: પડ; થર.

Layman, (લેમૅન્) *n.* One of the laity: સંસારી લોકમાંનું એક; ગૃહસ્થ; બેહેદીન; દુનિયાદાર.

Laystall, (લેસ્ટૉલ્) *n.* A place where rubbish, dung &c., are laid: ઉકરડો. 2. A place where milch cows are kept: જ્યાં દુઝણી ગાયો રાખવામાં આવે છે તે જગા; કોઢ; ગમાણ.

Lazarhouse, (લૅઝારહાઉસ્) } *n.* ચેપીરોગવાલાઓ
Lazaretto, (લૅઝારેટો) } માટેની ઈસ્પિતાલ.

Lazily, (લેઝિલિ) *adv.* In a lazy manner: સુસ્તી–આલસાઈથી; ધીમેધીમે; મંદ મંદ.

Laziness, (લેઝિનૅસ્) *n.* The state or quality of being lazy: સુસ્તી; આલસ; આલસાઈ.

Lazy, (લેઝિ) *a.* [L. *lassus.*] Adverse to labor; idle: સુસ્ત; આખા હાડકાનું; આલસુ. 2. Inactive; slow; sluggish: ચલાક નહિ તે; ધીમુ; મંદ.

Lea, Lay, ley, (લી) *n.* A meadow: ચરો; ઘાસ ઉગતું હોય એવી જગા; ગૌચરણ.

Lead, (લૅડ્) *n.* One of the elements, having a bright, bluish colour: સીસું. *Red lead,* સીંદુર. *White lead,* સફેતો. *Deep-sea lead:* સો ફીટ ઉંડું પાણી માપવાનો તાગ. *Hand lead:* છાછરૂં પાણી માપવાનો તાગ. *Lead colour:* ઘાડો ભૂરો રંગ. *vt.* To cover or fill with lead; સીસું લગાડવું.

Lead, (લીડ્) *vt.* To guide or conduct with the hand: દોરવું; દોરી લેઈ જવું; હાથ પકડીને લઈ જવું. 2. To have direction or charge of; આગેવાન હાવું. 3. To go in advance; to precede: કોઈની આગલ જવું. 4. To induce: to entice: લલચાવવું. 5. To begin a game: રમત–નાચ શરૂ કo. *To* **l.** *astray,* to guide in a wrong way: આડો–ખોટો રસ્તો બતાવવો; આડે–ખોટે રસ્તે ચઢાવવું; કુમાર્ગે દોરવું. *vi.* To guide: દોરવું. 2. To reach to a certain place: અમુક જગાએ જવું. *To* **l.** *off* or *out,* to go first; to begin: પહેલાં ચાલવા માંડવું; શરૂ કo. *n.* Guidance; direction: સરદારી; આગેવાની. 2. Advanced position: પહેલી–મોખરેની જગા. 3. Right of playing first in a game: રમત પહેલી શરૂ કરવાનો હક; પહેલો દાવ.

Leaden, (લૅડન્) *a.* Made of lead: સીસાનું. 2. Like lead in color: સીસાના રંગ જેવું. 3.

Heavy: ભારે.

Leader, (લીડર્) *n.* A guider; a conductor: અગ્રેસર; આગેવાન; સરદાર; મુખ્ય પુરૂષ.

Leading, (લીડિંગ્) *a.* Guiding; directing: મુખ્ય; આગેવાન; પ્રધાન. **L.** *question*: સૂચક સવાલ, *n.* Hint; example: મદદ; દાખલો; ઉદાહરણ; સૂચના; આગેવાની.

Leadpencil, (લેડ્પેન્સિલ્) *n.* A pencil made of lead: સીસાપેન.

Leaf, (લીફ્) *n. pl.* **leaves**. One of the parts of a plant: પાંદડું; પાતરૂં; પત્ર; પાન. 2. A special organ of vegetation in the form of a lateral outgrowth from the stem: પાંખડી; પાંદડી. 3. A part of a book: પાનું; પત્ર. 4. Thin plates: વરખ; પતરૂં. *To turn over a new* **l.**, To make a radical change for the better: સુધરી જવું. *vi.* To shoot out leaves: પાતરાં આવવાં–ફુટવાં–નીકળવાં.

Leafless, (લીફ્લેસ્) *a.* Having no leaves or foliage: બોડું; પાંદડાં વગરનું; નિષ્પત્ર. [પાંદડી.

Leaflet, (લીફ્લેટ્)*n.* A small leaf: નાનું પાતરૂં;

Leafy, (લીફિ) *a.* Full of leaves: પાંદડાંથી ભરપૂર. 2. Consisting of leaves: પાંદડાંવાળું.

League, (લીગ્) *n.* [L. *ligo*, I bind.] A measure of length or distance: દોઢેક ગાઉ–કોશનું માપ. 2. A stone erected near a public road to mark the distance: અંતરની નિશાનીને માટે ઉભો દાટેલો પથ્થર. 3. An alliance of two or more nations or persons: સંપ; એકો; એકય; મેલાપ. *vi.* To unite in a league: એકો–સંપ ક૦. *vt.* To join in a league; to combine: જોડાવું; ભેગા મલવું; સંપ ક૦.

Leak, (લીક્) *n.* A crack; a crevice: તડ; ફાટ; ચિર; છેદ; વેહ; કાણું; ગાબડું. *vi.* To let water or other fluid in or out through a hole: ગલવું; ગલી જવું; ચુવું.

Leakage, (લીકેજ્) *n.* Leaking; ઝરી ગયેલું પાણી; ઝરણ. 2. An allowance of a certain rate percent for the leaking of casks: ઝરવાથી થતા નુકશાન બદલ વલતર.

Leaky, (લીકિ) *a.* Permitting water or other fluid to leak in or out; ફાટ–ગાબડું પડેલું; ગલતું; ટપકતું; ટિપાતું. 2. Apt to disclose secrets: છાની વાત ઉઘાડી કરે તેવું.

Lean, (લીન્) *vi.* To incline, deviate from a vertical position: વાંકા વલવું: નમવું; ઝોંક ખાવો. 2. To incline in opinion or desire: મન–વલણ–રૂખ હોવી. 3. To rely or rest for support: અઢેલવું; અઢિંગવું. *a.* Wanting flesh; thin: પાતલું; નબલું; સુકું; નાજુક; નબલું.

Leap, (લીપ્) *vi.* To spring clear of the ground; to jump: કુદવું; છલંગ મારવી; ભુસકો મારવો. 2. To spring or move suddenly; to bound: કુદી પડવું. *vt.* To pass over by a leap: કુદાવી જવું; ઓલંગવું. *n.* The act of leaping; a jump spring: છલંગ; કુદકો; ઠેકડો; ભુસકો.

Leap-year. (લીપ્યઅર્) *n.* A year containing 366 days: ૩૬૬ દિવસનું વરસ; અધિક દિવસનું વરસ; કબીસાનું સાલ.

Learn, (લર્ન્)*vt.* To gain knowledge; to fix in the mind: ભણવું; શિખવું; અભ્યાસ ક૦. 2. To teach; to communicate: શિખવવું. *vi.* To acquire knowledge; to receive instruction: શિખવું; જ્ઞાન મેલવવું. *To* **l.** *by heart*: મોઢે–પાઠ ક૦; ગોખવું. *To* **l.** *by rote*: સમજ્યા વગર બોલી બોલીને ગોખે ક૦; ભરડી જવું.

Learned, (લર્નડ્) *a.* Pertaining to learning; well informed; વિદ્યા સંબંધી; વિદ્વાન; વિદ્યાવાન. 2. Well versed: જાણનાર; કુશલ; પ્રવીણ; કાબેલ; શિખેલો; ભણેલો.

Learner, (લર્નર્) *n.* One who learns; a scholar: ભણનાર; નિશાલીઓ; શિખનાર.

Learning, (લર્નિંગ્) *n.* The acquisition of knowledge or skill: વિદ્વતા; જ્ઞાન; પાંડિત્ય. 2. Literature; science: વિદ્યા; શાસ્ત્ર; એલમ.

Lease, (લીસ્) *vt.* To grant to another by lease the possession of; to let: ભાડે–ગણોતે–પટે આપવું; સાંથવું. 2. To hold under a lease; to take a lease of: ભાડે લેવું; ભાડે રાખવું. *n.* A demise or letting of lands: મુદત બાંધી ગણોતે આપવું તે. 2. The contract for such letting: ભાડા ચિઠ્ઠી; કોલ; ગણવટ. 3. Any tenure by grant or permission: ગણોત; પટો; ઈજારો.

Leasehold, (લીસ્હોલ્ડ્) *a.* Held by lease: બાંધી મુદતે ભાડે રાખેલું; પટે લીધેલું. *n.* Tenure of lease: ગણોતનો ભોગવટો; પટો.

Least, (લીસ્ટ્) *a.* Shortest; lowest; most unimportant: નહાનામાં નાનું; ઘણુંજ નાનું. *At* or *at the* **l.**, at the least estimate: તો; આટલું–એટલું તો ખરૂં; ઓછામાં ઓછું. *In or in the*, **l.**, in the least degree: જરાપણ; લગાર પણ. *adv.* In the smallest degree: થોડામાં થોડું; સૌથી થોડું.

Leather, (લેધર્) *n.* Dressed; hides: પકાવેલાં ચામડાં; ચામડું; ખાલ. 2. The skin: ચામડી. *a.* Made of leather: ચામડાનું.

Leather-dresser. (લેધરડ્રેસર્) *n.* One who sells and buys leather: ચમાર; ખાલપો; ચામડિયો.

Leathern, (લેધર્ન્) *a.* Made of leather; consisting of leather: ચામડાનું; ખાલનું.

Leathery. (લેધરિ) *a.* Resembling leather in appearance; tough: ચામડા સરખું–જેવું.

Leave, (લીવ્) *vi.* To send out leaves; પાંદડાં ફુટવાં. 2. To depart; to set out: જવું; ઉપડવું. 3. To cease; to desist; to leave off: આઘા રહેવું; દૂર રહેવું; છોડી દેવું. *vt.* To go away from; to depart from: જતા રહેવું; ઉપડી જવું. 2. To let or remain unremoved or undone: રહેવા દેવું. 3. To cease from; to abstain from: આઘા–દૂર રહેવું. 4. To desist; to abandon: ત્યાગ કરવું; છોડી દેવું. 5. To put; to place; to deposit: મુકવું; થાપણ મુકવી–રાખવું. 6. To bequeath: પાછલ મુકી જવું. *To* **l.** *off*, to desist from: આઘા–દૂર રહેવું. *To* **l.** *out*, to omit: કાઢી નાંખવું; પડતું મુકવું. *n.* Liberty; allowance: રજા; છુટ; આજ્ઞા; પરવાનગી.

Leaven, (લીવન્) *n*.[L. *lenamen*, alleviation.] Any substance that produces fermentation:ખમીર;ખીરૂ. *vt*. To cause to ferment:ખમીર ચઢાવીને ઉપસાવવું-ફુલાવવું-હલકું ક૦. 2. To imbue; to vitiate: બગાડવું;ખરાબ ક૦.

Leaves, (લીવ્ઝ્) *n. pl.* of **leaf**: પાંદડાં; પાતરાં.

Leavings, (લીવીંગ્સ્) *n*. Things left; relics: બાકી રહેલી નિશાની. 2. Refuse:કચરો;છાંડયું;અજીઠું.

Lecher, (લેચર્) *n*. [L.*lecher*.] A man given to lewdness: છિનાલવો; રંડીબાજ; સ્ત્રીલંપટ. *vi*. To practise lewdness: છિનાલું ક૦.

Lecherous, (લેચરસ્) *a*. Like a lecher; lustful: રંડીબાજ; કામી.

Lechery, (લેચરિ) *n*. Lewdness: રંડીબાજી; વ્યભિચાર; બદફેલી; ઈશ્કબાજી.

Lecture, (લેકટયૂર્) *n*. [L. *lectum*, read.] The act of reading: પાઠ; વાંચન. 2. A discourse on any subject:ભાષણ;વ્યાખ્યાન;ઉપદેશ;સબક. 3.Formal; reproach: ઠોક; ઠપકો. *vi*. To read or deliver a lecture: ભાષણ આપવું-કરવું. 2. To reprove formally and with authority: ઠપકો દેવો; શિખામણ આપવી; કાન ઉઘાડવા.

Lecturer, (લેકટયૂરર્) *n*. One who lectures: પાઠ કહેનાર-આપનાર; પાઠક; ભાષણ કર્ત્તા.

Led,(લેડ્) *imp*. & *p.p.*of **lead**:લઈ ગયેલું-ગયું.

Ledge, (લેજ્) *n*. A shelf: છાજલી; પાટલી; અવરાઈ; અભરાઈ. 2. A layer or stratum: થર; પડ.

Ledger,(લેજર્)*n*.A book in which a summary of account is preserved:ખાતાવહી; ખતવણી.

Lee, (લી) *n*. [L. *levo*,I raise.] That which settles at the bottom; sediment: કચરો;થરો;રગડો.

Leech, (લીચ્)*n*.Any one of numerous genera and species of annulose worms: જલો. *vt*. To bleed by the use of leeches:જલો લગાડવી-મુકવી.

Leer, (લીર્) *vt*. To entice with a leer: કટાક્ષ મારી લલચાવવું; આંખ મારવી. [A leash: દોરી.

Lees, (લીઝ્) *n. pl.* Dregs: કચરો; રગડો; ઠરો. 2.

Lee-ward, (લીવૉર્ડ્) *a*.Pertaining to the side towards which the wind blows: પવનની સામેની દિશા તરફનું. *adv*. પવનની સામેની દિશા તરફ.

Left, (લેફ્ટ્) *imp*. & *p. p.* of **leave**: મુકયું; છોડયું. *a*. Opposed to right: ડાબું; વામ; ડાબી ગમનું. *n*. That part of surrounding space towards which the left side of one's body is turned: ડાબી બાજુ. 2. Those members of a legislative assembly who are in the opposition: ધારાસભામાં સરકારની સામાવાલા.

Left-handed, (લેફ્ટહેંન્ડેડ્) *a*. Having the left hand or arm stronger and more dexterous than the right: ઘણી ચપલતાથી ડાબે હાથે કામ કરતું; ડાબોડીઅલ: ડાબોડી; ડબેરૂં.

Leg, (લેગ્) *n*. A limb: પગ; ટાંટિયો; ટાંગ; ટંગડી; નલો. 2. That which resembles a leg in form or use: પગ; પાયો; પાયલો. *To stand on one's own legs*, to support one's self: પોતાને જોરે ઝઝુમવું; પોતાના જોર-બલ ઉપર આધાર રાખવો.

Legacy, (લેગૅસિ) *n*. [L. *lego*, I appoint by last will.] A gift of property by will: વારસનામાથી-વસીયતનામાથી મલેલો માલ-મિલકત; વારસો.

Legal, (લીગૅલ્) *a*. [L. *lex*, *legis*, law.] Created by law: કાયદાનું. 2. According to the law: કાયદેસરનું; કાયદા મુજબનું.

Legality, (લીગૅલિટિ) *n*. The state of being legal:કાયદા પ્રમાણે હોવું તે;કાયદેસરપણું;વ્યવહારપણું.

Legalize, (લીગૅલાઈઝ્) *vt*. To make legal: કાયદેસર કરવું; કાયદા મુજબ ગણાય તેમ ક૦.

Legally, (લીગૅલિ) *adv*. In a legal manner: કાયદા મુજબ-પ્રમાણે; કાયદેસર.

Legate, (લેગેટ્) *n*. [L. *lego*, I send with a commission or charge.] An ambassador or envoy: વકીલ; એલચી; દૂત. 2. An ecclesiastic: પાદરી. 3. An official assistant: મદદનીશ.

Legatee, (લેગૅટિ)*n*. One to whom a legacy is bequeathed:વારસ;જેને નામનું વારસનામું કરેલું હોયતે.

Legation, (લીગેશન્) *n*. The sending forth or commissioning one person to act for another: વકીલાત;એલચીગીરી. 2. Legate or envoy: એલચી; વકીલ. 3. The official residence of a diplomatic Minister at a foreign Court: પરરાજ્યમાં મોકલેલા એલચી-વકીલનું રહેઠાણ.

Legend, (લેજન્ડ્) *n*. A story respecting saints: સંતોની કથા. 2. Any wonderful story coming down from the past; a fable: અદ્દભુત દંતકથા; કિસ્સો;ગાથા;લોકકથા;પુરાણ;આખ્યાન; કહાણી.

Legendary, (લેજન્ડરિ)*n*.A book of legends: કથાની ચોપડી. 2. One who relates legends: કથા કહેનાર; કથાભટ; કથિક. *a*. Pertaining to or consisting of legends: કથા-પુરાણ સંબંધી; કથારૂપ.

Legerdemain, (લેજર્ડીમેન્) *n*. Sleight of hand; a trick or sleight of hand: હાથચાલાકી; ઈંદ્રજાલ; હાથ ચાલાકીનો ખેલ; નજરબંધી.

Legibility, (લેજિબિલિટિ) *n*. The quality of being legible; legibleness: વંચાય-ઉકેલાય તેવું હોય તે; સ્ફુટતા: સ્પષ્ટતા.

Legible, (લેજિબલ્) *a*. [L. *legere*, to read.] Capable of being read; plain: સમજાય તેવું; વંચાય-ઉકલે તેવું; સાફ લખેલું; સ્પષ્ટ; સ્ફુટ.

Legibly, (લેજિબ્લિ) *adv*. In a legible manner: ઉકલે તેમ; સ્પષ્ટ; સાફ; ખોલ્લું.

Legion, (લીજન્) *n*. [L. *lego*, I gather.] A body of foot soldiers and cavalry: ૪૦૦૦ થી ૬૦૦૦ માણસનું લશ્કર. 2. A military force; an army: લશ્કર; સેના; ફોજ. 3. A great number; a multitude: ટોલું; ઝુંડ.

Legislate, (લેજિસ્લેટ્) *vi*. [L. *lex*, law & *latus*, carried.] To make or enact a law or laws: કાયદા બનાવવા-રચવા: ધારા બાંધવા.

Legislation, (લેજિસ્લેશન્) *n*. The act of legislating; preparation and enactment of laws: કાયદા કરવા તે; રાજ્યનિયમ-રચના: કાયદેબંદી.

Legislative, (લેજિસ્લેટિવ્) *a*. Having the power to make laws: કાયદા બાંધનારૂં-કરનારૂં.

Legislator, (લેજિસ્લેટર્) *n*. A lawgiver; one who makes laws for a state or community;

કાયદા કરનાર–બનાવનાર; રાજ્યનિયંમકાર; ધારાશાસ્ત્રી.

Legislature, (લેજિસ્લેટ્યૂર્) *n.* The body of persons in a state or kingdom invested with power to make and repeal laws: રાજ્યનિયમકાર સભા; ધારાસભા; કાયદા કરનારી મંડલી.

Legitimacy, (લેજિટિમેસિ) *n.* The state or quality of being legitimate: ખરાપણું; હકદારી; ઔરસપણું; સુજન્મ.

Legitimate, (લેજિટિમેટ્) *a.* [L. *legitimus*, legitimate.] Accordant with law: ખરું; વાજબી. 2. Lawfully begotten; born in wedlock: પરણીઅતનું; ઔરસ. 3. Authorised; real; genuine: ખરેખર; વાસ્તવિક; શુદ્ધ; હકદાર. 4. Following by natural sequence: સ્વભાવિક; કુદરતી.

Legume, (લેગ્યૂમ) *n.* A pod: શીંગ; ફલી. 2. *Pl.* The fruit of leguminous plants; pulse: શીંગમાં થનારૂં અન્ન; શીંગ; કઠોલ; દાલ પડી શકે એવું અનાજ; દ્વિદલ ધાન્ય.

Leisure, (લીઝ્યૂર્) *n.* [L. *licere*, to be permitted.] Freedom from occupation or business; vacant time: નવરાશ; ફુરસદ; અવકાશ; પરવાર. 2. Time at one's command; convenience: નવરાશનો વખત; સુખ; સગવડ.

Leisurely, (લીઝ્યૂર્લિ) *a.* Taking abundant time; not hurried: ધીમું; થંડું. 2. Deliberate: ઠરીને–ધીમે રહીને–ફુરસદે કીધેલું; સ્વસ્થ ચિત્તનું. *adv.* In a leisurely manner: ધીમે ધીમે; આસ્તે; નિરાંતે.

Lemon, (લેમન) *n.* An oval or roundish fruit: લીંબુ; નિંબુ. 2. The tree which bears lemons: લીંબુડી; લીંબોઈ. **L.** *grass*: લીલી ચાહ.

Lemonade, (લેમોનેડ્) *n.* A beverage consisting of lemon juice mixed with water and sweetened: લીંબુનું શરબત.

Lend, (લેન્ડ્) *vt. imp.* & *p. p.* **Lent.** To grant the temporary use of; ધીરવું; હાથ ઉછીનું આપવું; ઉછીનું આપવું; વ્યાજે આપવું. 2. To let for hire on compensatian: ભાડે આપવું. *To* **l.** *a hand*, to give assistance: મદદ આપવી. *To* **l.** *an ear*: સાંભલવું; ધ્યાન આપવું.

Lender, (લેન્ડર્) *n.* One who lends: નાણાં ધીરનાર; શાહુકાર; નાણું વ્યાજે ફેરવનાર–આપનાર

Length, (લેંગ્થ્) *n.* Extent of anything from end to end: લંબાઇ; લંબાણ. 2. Extent; duration: વિસ્તાર; દરમિયાન; વખત; કાલ; આયુર્દા. 3. Distance: છેટું. *At* **l.** (*a*) At or in the full extent: પુરેપુરૂં; આખું; વિસ્તારવાલું; સવિસ્તર; વિગતવાર. (*b*) At the end or conclusion: છેવટે; આખરે; અન્તે.

Lengthen, (લેંગ્થન) *vt.* To make longer: લાંબુ–લંબાણ કરવું; લંબાઇ વધારવી; લંબાવવું; વધારવું. *vi.* To become longer: વધવું.

Lengthwise, lengthways, (લેંગ્થવાઈઝ્–લેંગ્થ્વેઝ) *adv.* In the direction of the length: લાંબું; લાંબુ ને લાંબું; લંબાઇમાં.

Lengthy, (લેંગ્થિ) *a.* Having length; rather long or too long; not brief: લાંબું; બહુ લાંબું; લાંબું લચ.

Lenient, Lenitive, (લીનિઅન્ટ્–લેનિટિવ્) *a.* Relaxing: softening: કોમલ; નરમ. 2. Mild; merciful: દયાલુ; ભલું; કૃપાલુ; રેહેમદિલ.

Lenity, Leniency, (લેનિટિ–લીનિઅન્સિ) *n.* [L. *lenis*, soft.] The state or quality of being lenient; mildness of temper: નરમાશ; કુમલાશ; કોમલતા; દયા; કૃપા; રેહેમ; માયા.

Lens, (લેન્સ્) *n.* [L. *lens*, *lentis* a lentil.] A piece of glass: જેની બન્ને સપાટી ચોકસ પ્રમાણમાં ઘસેલી હોય એવા દૂરબીન વગેરે યંત્રોમાં વપરાતા કાચ. *Convex* **l.**: બહિર્ગોલ કાચ. *Concave* **l.**: અંતર્ગોલ કાચ. *A crystal* **l.**: સૂર્યકાંત.

Lent, (લેન્ટ્) *imp.* and *p. p.* of **lend**: ઉધાર આપેલું; ધીરેલું. *n.* A fast of forty days: ૪૦ દહાડાનો અપવાસ. [મસુરના દાલ.

Lentil, (લેન્ટિલ્)*n.* A leguminous plant: મસુર;

Leo, (લીઓ) *n.* [L. *leonis*, lion.] The lion, the 5th sign of the zodiac: સિંહ; સિંહરાશિ.

Leonine, (લીઓનાઇન) *a.* Pertaining to the lion: સિંહનું; સિંહના જેવું; સિંહશીલ; સિંહધર્મી.

Leopard, (લેપાર્ડ્) *n.* A large savage, carnivorous mammal: કુતરીઓ વાઘ; ચિત્તો; ખડિયો.

Leper, (લેપર્) *n.* A person effected with leprosy: કોઢીઓ; કોઢીઅણ: રગતપીતીઓ.

Leporine, (લેપોરાઇન)*a.* [L. *leporis*, hare.] Pertaining to a hare: સસલાનું–સંબંધી.

Leprosy, (લેપ્રોસિ) *n.* A cutaneous disease: કોઢ; કુષ્ટ.

Leprous, (લપ્રસ્) *a.* [L. *lepra*, leprosy.] Infected with leprosy: કોઢ થયેલું; કોઢિયું.

Lesion, (લીઝ્રાન) *n.* [L. *lædo*, I hurt.] A hurt; loss: ઈજા; નુકસાન; હાનિ; ખલેલ; અપકાર; પીડા.

Less, (લેસ્) *conj.* Unless: સિવાય. *a.* Smaller; not so much; inferior: નાહાનું; થોડું; ઉતરતું; કમ; ઓછું. *adv.* In a smaller or lower degree: ઓછું; નહાનું. *vt.* To make less; to lessen: ઓછું કરવું; ઘટાડવું.

Lessee, (લેસી) *n.* A person to whom lease is given or who takes an estate by lease: મુદતની શરતથી ભાડે–પટે–ગણોતે રાખનાર; પટેદાર

Lessen, (લેસન) *vt.* To make less; to reduce; to lower: ઓછું–કમી–ન્યૂન કરવું; ઘટાડવું; નાહાનું કરવું; ટુંકું કરવું; ટાંચવું. *vi.* To decrease; to be diminished: નરમ–હલકું–નબલું–લુલું પડવું.

Lesson, (લેસન) *n.* [L. *lego*, I read.] Anything recited or read to a teacher by a learner: પાઠ; ધડો; સબક. 2. That which is learned or taught by an express effort: શિક્ષણ; ભણતર; તાલીમ; કેલવણી; ઉપદેશ; બોધ. 3. A severe lecture; reproof: ઠપકો; સખત બોલ; નસિયત; શિખામણ. *vt.* To teach; શિખવવું; ભણાવવું *To take a lesson from*: અક્કલ–શિખામણ લેવી. *To get a severe lesson*: ઠોકર ખતા ખાવી.

Lessor, (લેસૉર્)*n.* One who leases; the person who lets to farm: ઘરનો માલીક; ભાડે આપનાર.

Lest, (લેસ્ટ્) *conj.* For that: રખે ને; કદાચિત; નહિ તો. *a.* Last; least: છેવટ; થોડું.

Let, (લેટ્) *vt.* To permit: દેવું; રજા-પરવાનગી આપવી. 2. To hinder; to oppose. હરકત કરવી; સામા થવું. 3. To leave, to relinquish; to abandon: છોડી દેવું; તજી દેવું. 4. To allow to be used; to rent; to hire out: ભાડે આપવું. *To* **1.** *alone*, to leave: ન છેડવું-બોલાવવું-નામ દેવું; જવા દેવું; ન સતાવવું. *To* **1.** *down*. (*a*) to lower: નીચું પાડવું; ઉતારવું; *To* **1.** *loose*, to permit to wander at large: છુટું-રખડતું-અથડાતું મુકવું. *To* **1.** *off*, to discharge; to release: મુકવું; છોડવું; મારવું; ફોડવું. *To* **1.** *out*, to allow to go forth: છોડવું; છૂટું કo; જવા દેવું. (*b.*) To lease: ભાડે આપવું. (*c.*) To divulge: ઉઘાડું-બહાર પાડવું. *vi.* To forbear: ખમવું; સહન કo. 2. To be let: ભાડે આપવું. *n.* Hindrance; obstacle; delay: હેલો; હરકત; અટકાવ; વિઘ્ન; નડતર; ખલલ.

Lethal, (લીથૅલ્) [L. *letum*, death.] *a.* Deadly; mortal: જીવની હાની કરે તેવું; પ્રાણનાશક-હારક-ઘાતક.

Lethargic-al, (લેથાંર્જીક્-કૅલ્) *a.* Pertaining to, affected with or resembling lethargy; dull: અઘોરી; ભારે ઉંઘણસી; સુસ્ત; બેભાન; ગાફેલ.

Lethargy, (લેથાંર્જિ) *n.* Morbid drowsiness: અઘોરીપણું; અતિનિદ્રા; ઘોર-ભરઉંઘ; અતિશય સુસ્તી-આળસ. 2. A state of indifference: ગાફેલપણું.

Letter, (લેટર્) *n.* A first element of written language: અક્ષર; વર્ણ; હરફ. *Compound* **1.**: જોડા અક્ષર. 2. A written or printed communication; an epistle: લેખ; પ્રત્રિકા; પત્ર; કાગલ; (ચઠ્ઠી; રૂક્કો. *Letters patent*: સનદ. 3. *pl.* Learning: વિદ્યા; પંડિતાઈ; વિદ્વતા; પાંડિત્ય; ઈલમ. *Dead* **1.** unclaimed letter: નધણીઆતો કાગલ. **L.** *box*: ટપાલના કાગલ નાંખવાની પેટી; કાગલ રાખવા-મુકવાની પેટી. **L.** *carrier*: ખેપીઓ; ટપાલવાલો. **L.***s of administration*: વસિયતનામું કર્યા વગર મરનાર માણસની માલમતાનો વાહિવટ કરવાનું અખત્યારનામું. *vt.* To impress with letters; to mark with letters: ઉપર અક્ષર પાડવા-છાપવા.

Lettered, (લેટર્ડ) *a.* Literate; educated: ભણેલું: વિદ્વાન; પંડિત: સાક્ષર. 2. Pertaining to learning or literature: વિદ્યા સબંધી.

Letting. (લેટિંગ્) *n.* Act of letting: ભાડે આ- [પવું તે.

Levanter, (લીવૅન્ટર્) *n.* One who levants or decamps: નાહાસી જનાર. 2. A strong easterly wind peculiar to Mediterranean: ભૂમધ્ય સમુદ્રમાં વાતો તોફાની પૂર્વ તરફનો પવન.

Levee, (લેવી) *n.* [L. *levo*, I raise.] The act of rising: ઉઠવું તે. 2 A morning assembly or reception of visitors: રાજા. અમીર વગેરે દરજ્જાવાલા અમલદારોની મુલાકાત સારૂ મલેલી મંડલી; દરબાર; કચેરી.

Level, (લેવેલ્) *n.* [L. *libella*, level.] A line or surface to which at every point, a vertical or plumb line is perpendicular: સરખી જમીન; સમભૂમિ; સમદેશ. 2. Horizontal line or plain: સપાટી. 3. A certain position, rank, standard or degree: ધોરણ; મટો; સ્થિતિ. 4. An instrument by which to find out a horizontal line: સાધની; ઓલંબો. 5. State of equality: બરોબરી; સમાનતા. 6, Rule; plan: બેત; નિયમ; નેમ. *Carpenter's* **1.**: કાટખુણો. *Mason's* **1.**: સાધની; ઓલંબો. *a.* Even; flat: સપાટ; સરખું; સમાન. 2. Horizontal: આડું. 3. Of the same height: સરખું ઉંચુ; બરોબર એક હારમાં આવી રહેલું. 4. Direct; clear: સ્વચ્છ; ખુલ્લું. 5. Well balanced; just; steady: સરખું; સમતોલ; સમાન. *vt.* To make level: સરખું-બરાબર કo. 2. To bring to a lower level; to overthrow: નીચે ફેંકી દેવું; જમીનદોસ્ત કo.

Levelling, (લેવલિંગ) *n.* The act of making level: સપાટ-સરખુ કરવાનું કામ; સમીકરણ.

Lever, (લેવર્) *a.* [L. *levis*, light in weight.] More agreeable; more pleasing: વધારે ગમતું-ફાવતું; ઘણું ખુશકારક. *adv.* Rather: જરા વધારે. *n.* (*Mech.*) ઉચ્ચાલન. 2. A bar: ટેકો.

Leverage, (લેવરેજ્) *n.* The action of a lever: ઉચ્ચાલનથી થતું કામ.

Leviable, (લેવિઍબલ્) *a.* Fit to be levied; capable of being assessed and collected: વસુલ કરાય તેવુ; ઉઘરાવવા યોગ્ય; કર નાખવા જોગ.

Levity, (લેવિટિ) *n.* [L. *levis*, light.] Quality of weighing less: લઘુતા; હલકાઈ; હલકાપણું; છાલકાપણું. 2. Lack of gravity and correctness in deportment; trifling gayety: ઉદ્ધતાઈ; ગૌરવહીનતા; ઉછાંછલાપણું; અવિચાર. 3. Lack of steadiness; fickleness: અસ્થિરતા; ચપલાઇ.

Levy, (લેવિ) *n.* The act of levigating or collecting by authority: ઉઘરાણી; ઉઘરાવવું તે. 2. That which is levied: ઉભું કરેલું લશ્કર-ફોજ. 3. The taking of property on executions to satisfy judgments: વસુલાત; ઉઘરાત. *vt.* To raise: ઉભું કo; મેલવવું. 2 To collect: એકઠું-જમા કરવું. 3. To exact by authority: વસુલ કo; ઉઘરાવવું. *vi.* To seize property: મિલકત જપ્ત કરવી.

Lewd, (લ્યૂડ્) *a.* Dessolute; lustful; vicious: કાછડી છુટો; લંપટ; કામાસક્ત; સ્ત્રી વ્યસની; વ્યભિચારી; કામી; બદફેલ; દુષ્ટ; દુરાચાર; દુરાત્મા.

Lewdness, (લ્યૂડ્નેસ્) *n.* Lustfulness; licentiousness: વ્યભિચાર; ઇશ્કબાજી; બદકર્મ; બદફેલી.

Lexicographer, (લેકિસકૉગ્રૅફર્) *n.* The author or compiler of a dictionary: શબ્દકોશ બનાવનાર-રચનાર; કોષકાર; કોશકર્તા.

Lexicography, (લેકિસકૉગ્રૅફિ) *n.* The principles which are applied in making dictionaries: કોશ રચના; શબ્દકોશકરણ.

Lexicon, (લેકિસકૉન) *n.* A dictionary: કોશ; શબ્દ સંગ્રહ; નિઘંટ; શબ્દાર્થ કોશ.

Liable, (લાઇઍબલ્) *n.* [L. *ligo*, I bind.] Bound or obliged in law or equity; responsible: જવાબદાર; જુમેદાર; પાત્ર. 2 Exposed to a certain contingency: વશ; આધીન; યોગ્ય; શીલ; જોગ; જોગું. L. *to err*, likely to commit a mistake: ભૂલ કરે તેવું; ભૂલને પાત્ર.

Liability, (લાઇઍબિલિટિ) *n.* The state of being liable: જવાબદારી; જુમ્મેદારી. 2. That which one is under obligation to pay: કરજ; દેવું.

Liar, (લાઇઅર્) *n.* A person who knowingly

utters falsehood: જુઠો; લબાડ; અસત્યવાદી.

Libation, (લાઇબેશન) *n.* [L. *libo*, I pour out] The act of pouring a liquor usually wine either on the ground or on a victim in sacrifice in honour of some deity: સિંચણ; તર્પણ; તર્પણ દ્રવ્ય; તર્પણોદક.

Libel, (લાઇબેલ્) *n.* [L. *libellus*, a little book.] Any defamatory writing: આબરૂને નુકસાન પોહચે એવું લખાણ; નિંદાલેખ; અપવાદક લેખ; નિંદાપત્ર; બદનક્ષી. 2. The crime of issuing a malicious defamatory publication: કોઇની આબરૂ લેવાનો ગુન્હો; ગીબત-નિંદાખોરી. *vt.* To defame or expose to public hatred: ગેરઆબરૂ ક૦; બદનકશી ક૦; આબરૂને નુકસાન પહોંચાડવું. 2. To proceed against by filing a libel: આબરૂની ફરિયાદ માંડવી. *vi.* To spread defamation: ગેરઆબરૂ થવી.

Libelous, (લાઇબેલસ્) *a.* Defamatory; આબરૂ લેવાનું; પ્રતિષ્ઠાહારી; નિંદાભર્યું-વાળું.

Liberal, (લિબરૅલ) *a.* [L. *liber* free.] Free by birth; noble; free: કુલીન; વંશજ; સુજાત; અસીલ. 2. Bestowing in a large and noble way; generous; bounteous: ઉદારતાથી આપનાર; ઉદાર; ઘેાતાલ; દાતા; ખર્ચાલ. 3. Bountiful; ample; profuse; ઘણું; બહુ; બોહોળું; વિપુલ; પુષ્કલ. 4. Not strict; free: અક્ષરસઃ નહિ તેવું; છુટું; બોલે બોલ નાહ તેવું. L. *education*: ઉંચી પંક્તિ-પ્રકારની કેળવણી. *n.* A reformer: સુધારો કરનાર.

Liberality, (લિબિરૅલિટિ) *n.* Liberal disposition; generosity: ઉદારતા; ઔદાર્ય; વ્યયબુધ્ધિ; સખીપણું; સખાવત. 2. A gift; a gratuity: દાન; બક્ષેસ.

Liberally, (લિબરૅલિ) *adv.* In a liberal manner: ઉદારતાથી; ઉદાર મને; મોકલે-છુટે હાથે.

Liberate, (લિબરૅટ્) *vt.* [L. *liber*, free.] To free; to disengage: કેદમાંથી છોડવું; છુટું-સ્વતંત્ર ક૦.

Liberation, (લિબરૅશન) *n.* The act of liberating or the state of being liberated: છુટકારો; મોક્ષ; મુક્તિ; ઉધાર.

Liberator, (લિબરૅટર્) *n.* One who liberates; a deliverer: કેદમાંથી છોડવનાર; છુટકારો કરનાર; તારનાર.

Libertine, (લિબર્ટાઇન) *n.* [L. *liber*, free.] A freed man: મનમુખ્તીઆર; નિરંકુશ. 2. One free from restraint; a rake: નિરંકુશ; રંડીબાજ; સોદો; લુચ્ચો; ઇશ્કબાજ. *a.* Uncontrolled: નિરંકુશ; બેલગામ; બેફેદ.

Liberty, (લિબર્ટિ) *n.* The state of a free person; freedom: છૂટ; સ્વતંત્રતા; સ્વાધીનતા; મુખત્યારી. 2. Freedom from imprisonment: કેદખાનામાંથી છુટકારો. 3. Leave; permission granted: રજા; છુટી; આજ્ઞા; પરવાનગી. 4 Privilege; exemption: માફી; હક; છૂટ; અભાવ. 5. A privilege in violation of the laws of etiquette or property: બેઅદબી; અમર્યાદા; નાલાયાકી. *At* l. unconfined; સ્વતંત્ર; છુટો.

Libra, (લિબ્રા) *n. pl.* **librae.** [L. the balance.] The 7th sign in zodiac: તોલા; તોલારાશી; તુલારાશી.

Librarian, (લાઇબ્રેરિઅન) *n.* One who has care or charge of a library: કેતાબખાના-પુસ્તકશાલાનો અધિપતિ; લાઇબ્રેરિઅન.

Library, (લાઇબ્રેરિ) *n.* L. [*liber*, book.] A considerable collection of books kept for use: પુસ્તકશાલા; કેતાબખાનું; લાયબ્રેરિ; પુસ્તકાલય. 2. A building appropriated for holding such a collection of books: કેતાબખાનું; લાઇબ્રેરી.

Libratory, (લાઇબ્રેટરિ) *a.* Balancing; moving like a balance: ત્રાજવાની પેઠે ફરનારૂં.

License, (લાઇસેન્સ્) *n.* [L. *liceo*, I am permitted.] Authority or liberty given to do or forbear any act: રજા; છૂટ; પરવાનગી; હુકમ; આજ્ઞા. 2. The document granting such permission: સનંદ; પરવાનો; અનુજ્ઞાપત્ર. 2. Excess of liberty; disregard of law: અણઘટતી છૂટ; નિરંકુશતા; બેકેદી; બેમુહલાજો.

Licentiate, (લાઇસેન્શિએટ્) *n.* [L. *licentire*, to allow to do anything.] One who has a license to exercise a profession: સનદી; સનદવાલો ધંધાદારો. 2 One who acts or takes without restraint liberty: નિરંકુશ; નિર્મયાદ; બેકેદ.

Licentious, (લાઇસેન્શસ્) *a.* [L. *licentiosus*.] Excessive; abusive of freedom: અમર્યાદ; બેબંધ; બેકેદ; ઉદ્ધત; નિરંકુશ; મનસ્વી; સ્વચ્છંદી; બેમુહલાજભર્યું. 2. Unrestrained by law or morality; lawless; immoral: વહી ગએલું; વંઠેલું; સોદુ; લુચ્ચું; લંપટ; વ્યભીચારી; દુરાચારી; બદફેલ.

Licentiousness, (લાઇસેન્શસનેસ્) *n.* Abusiveness of freedom; lewdness; immorality; નિરંકુશતા; અનાચાર; વ્યભિચાર; દુરાચાર; બદફેલી.

Lick, (લિક્) *vt.* [L. *lingere.*] To draw or pass the tongue over; to lap: ચાટવું. *To* l. *the dust*: યુદ્ધમાં પડવું; માર્યા જવું; ધુળ ચાટવી. *To* l. *up*, to take all of by licking: ખાઇ-ચપાટી જવું. *vt.* To strike with repeated blows for punishment: ઝાપટવું; તમાચા મારવા.

Licorice, (લિકૉરિસ્) *n.* A kind of plant the root of which abounds with a sweet juice જેઠીમધનું ઝાડ-મુલીઉં. 2. The inspissated juice of licorice root: જેઠીમધનો શીરો; જેઠીમધ.

Lid, (લિડ્) *n.* That which covers the opening of a vessel or box: ઢાંકણું; આવરણ; આચ્છાદન; પડલ. 2. An eye-lid: આંખનું પોપચું.

Lie, (લાઇ) *n.* A falsehood uttered or acted for the purpose of deception: જુઠું; જુઠાણું; અસત્ય; લબાડી. 2. A fable: જોડી કહાડેલી વાત. *vi.* To utter falsehood: જુઠું બોલવું-કહેવું. 2. To rest on a bed: સુવું; પડવું; લેટવું. 3. To be situated; to occupy a certain place: હોવું; આવેલા હોવું. 4. To abide; to remain for a longer or shorter time: પડી રહેવું; આવી પડવું; આવી રહેવું. 5. To be or exist; માહે હોવું; હોવું. 6. To lodge or sleep: મુકામ-પડાવ કરવો; રહેવું; સુઈ રહેવું. *To* l. *at the door of*, to be imputable to: માથે આવી પડવું-આવવું. *To* l. *at the heart*, to be an object of affection: પ્યારૂં-વહાલું હોવું. *To* l. *at the mercy of*, to be in the power of: કોઇની સત્તામાં હોવું; કોઇના હાથમાં હોવું. *To* l. *in*, to be in child-bed; to bring forth young: સુવાવડમાં –સુવાવડાં હોવું; જણવું. *To* l. *on or upon*, to depend on: આધાર રાખવો. *To* l. *in wait*, to wait in concealment: લાગ ફાવતા સુધી સંતાઈ રહેવું; તાકીને બેસી રહેવું. *To* l. *on hand*, to remain unsold: નહીં વેચાવું; પડી રહેવું; પાસે હોવું; શીલક હોવી. *To* l. *over* (*a*) To be postponed: મુલતવી રહેવું. (*b*) To remain unpaid: મુદત ભરાઈ જવી; ભરાયા–અપાયા વગર–ખાકી રહેવું.

Liege, (લીજ્) *a.* [L. *liege*, unlimited.] Sovereign; independent: સત્તાધારી; સત્તાવાન; સ્વતંત્ર. 2. Serving an independent sovereign or master: તાબેદાર; હુકમી; સ્વામિભક્ત. *n.* A free and independent person: સ્વતંત્ર માણસ; સ્વામી; ઈશ્વર; ધણી; શેઠ; સરકાર; રાજા; ખાવંદ; ખુદાવંદ.

Lien, (લીઍન) *n.* [L. *lego*, I bind.] A legal claim: ખરો હક; કાયદેસર દાવો.

Lieu, (લ્યુ) *n.* Place; room; બદલો; અવેજ; જગા; સ્થાન; ઠેકાણું. *In* l *of*:–બદલે; જગાએ.

Lieutenancy,(લેફ્ટેનન્સિ)*n.* The office, rank or commission of a lieutenant: પ્રતિનિધિપણું.

Lieutenant, (લિફ્ટેનન્ટ્) *n.* An officer who supplies the place of a superior in his absence: પ્રતિનિધિ; કામચલાઉ અમલદાર. 2. A commissioned officer in the army next below a captain: કપ્તાનથી ઉતરતી પદ્વીનો લશ્કરી અમલદાર.

Life, (લાઈફ) *n.* (*a*) The state of being: જીવ; પ્રાણ; જીંદગી; હયાતી; જીવન. (*b*) The time during which this state continues: જન્મ; જન્મારો; અવતાર; ભવ; જીંદગાની; જીવતર; આવરદા. 2. Vital force or principle; ચેતના; જીવનશક્તિ; જીવ; પ્રાણ; દમ; આજ. 3. Human affairs: સ્થિતિરીતિ; વ્યવહાર; રહેણી; આચરણ; ચાલ; વર્તણુક; અવસ્થા; દશા. 4 Lives, considered collectively; ચરિત; ચરિત્ર; જીવનવૃત્તાન્ત. 5 Animation; spirit; ઉત્સાહ; તેજ; સત્વ; રસ; માલ; દૈવતા; જુસ્સો. 6 A person;a living being: માણસ; જીવ; પ્રાણી; જણ; આદમી. *Life drop*, a drop of vital blood: લોહીનું ટીપું. *To lose one's life*, to die: મરી જવું. *Vicissitudes of* l. કાલચક્ર; ભાવચક્ર;સંસારચક્ર;દશી વીશી. *The present.* l. ઇહલોક; સંસાર; ભવ. *The sea of* l.: ભવસમુદ્ર; ભવસાગર.

Life-boat, (લાઈફ્-બોટ્)*n.* A strong buoyant boat especially designed for saving the lives of shipwrecked people: ડુબતાં માણસને કાઢવાની હોડી.

Life-guard, (લાઈફ્ગાર્ડ) *n.* A man kept to guard the person of a king: રાજાના રક્ષણ સારૂ રાખેલો સિપાઈ; શરીરરક્ષક.

Life-interest, (લાઈફ્-ઇન્ટરેસ્ટ્) *n.* An estate or interest which lasts during one's life: હયાતી સુધીનો હક.

Lifeless, (લાઈફ્લેસ) *a.* Destitute of life or deprived of life; જીવ વગરનું; પ્રાણરહિત; મરી ગએલું; બેજાન. 2. Inanimate: નિર્જીવ; અચેતન; જડ. 3. Torpid: ઠંડું; નરમ; નિઃસત્વ; નિર્જીવ; નિસ્તેજ.

Life-like, (લાઈફ્–લાઈક્) *a.* Like a living being; resembling life: જીવતા માણસ જેવું; આબેહુબ જાણે જીવતું.

Life-time,(લાઈફ્–ટાઇમ્) *n.*The time thatlife continues: આયુષ્ય;આવરદા; જીંદગી; જન્મારો;ઉમર.

Lift, (લિફ્ટ્) *vt.* To raise: ઉચકવું; ઉપાડવું. 2. To bear; to support: મદદ કરવી. 3. To improve; to exalt: ઉંચું ચડાવવું; ઉન્નતી કo. 4. To collect: ભેગું કરવું. 5. To steal: ચોરવું. To l. *up the hand against*, to rebel against: બંડ ઉઠાવવું. *To* l. *up the voice*, to cry aloud: બુમ પાડવી. *vi.* To rise: ઉંચું થવું; ઉઠવું.

Ligament, (લિગૅમેન્ટ્) *n.* [L. *ligo*, I bind.] Anything that ties or unites one thing to another: બંધ; બંધન; સાંધો; સંધિ.

Ligation, (લિગેશન) *n.* [L. *ligo*, I bind.] The act of binding: બાંધવું તે. 2. That which binds; bond: બંધારણ.

Ligature, (લિગેટ્યુર્) *n.* The act of binding: બાંધવું તે. 2. Anything that binds: બંધ; પટ્ટી; પાટો. 3. A thread or string for tying the blood vessels: નસ-રક્તવાહિની બાંધવાની દોરી-દોરો-તાર. 4. The state of being bound: બંધન; બંધ.

Light, (લાઈટ્) *n.* [L. *luceo*, I shine.] That agent, force, or action in nature by the operation of which upon the organs of sight, objects are rendered visible: અજવાળું; તેજ; ઉજાસ; પ્રકાશ; ઉજવું; રોશની. 2. That which furnishes light: દીપક; દીપ; દીવો; ચિરાગ. 3. The dawn of the day: અરૂણોદય; પ્રભાત; સહવારનું પોહર; બામદાદ. 4. The brightness of the eye: પ્રકાશ; તેજ. 5. The medium through which light is admitted: અજવાળું આવવાની જગા; અજવાળિયું. 6. Open view; publicity: પ્રસિદ્ધિ; પ્રખ્યાતિ; પ્રકાશ. 7. Knowledge; enlightenment: સમજ; ખુલાસો; જ્ઞાન; પ્રકાશ. 8. Point of view: દેખાય-સમજાય એવી જોવાની–સમજવાની–રીત; દૃષ્ટિ; લક્ષ્ય: દૃષ્ટિ સૂત્ર. 9. A model or example: સૂચન; દર્શન;દાખલો. 10. A firework made by fitting a case with a substance which burns brilliantly દેવતા;અર્ચા. *To bring to* l.:ખુલ્લું–ઉઘાડું પાડવું;પ્રસિદ્ધ કo. *To see the* l., to come into notice: બહાર આવવું: પ્રસિદ્ધ થવું; અવતરવું. *Considered in this* l.: આ રીતે જોતા-વિચારતાં. *vt.* To set fire to: દીવા–રોશની કરવી; સળગાવવું. *vi.* To take fire: બળવું. 2. To receive light; to brighten: અજવાળું થઈ રહેવું. *a.* Having light: અજવાળાવાળું. 2. White: ધોળું; સફેદ: ધોળાસ પડતું. *a.* Having little weight: હલકું. 2. Not burdensome: થોડું; સેહવાય એવું. 3. Not severe or difficult: સુગમ; સુતરૂં; સહેલું. 4. Easy to be digested: હલકું; પચે એવું. 5. Not heavily armed: છડું; થોડા હથિયારવાળું. 6. Active: nimble: ચપલ; ચાલાક; ચંચલ. 7. Slight; not important: નજીવું; તુચ્છ; ક્ષુદ્ર; નાનું: હલકું. 8. Moderate: કોમલ; મધુરૂં; મંદ. 9. Dizzy; giddy: ઢંગ ધડા વગરનું; ખસેલું; ચસકેલું. 10. Unchaste: સોદું; છટેલ; છકેલું; વંઠેલ. *To make* l. *of*, to disregard:નજીવું ગણવું;ન ગણકારવું. *adv.* Lightly; cheaply: હલકી રીતે. *vi.* To dismount: નીચે ઉતરવું. 2. To happen: બનવું;થવું.

Lighten, (લાઇટન્) *vi.* To flash: પ્રકાશવું ; અજવાળું થવું. *vt.* To light; to illuminate: અજવાળું કરવું. 2. To illuminate with knowledge: જ્ઞાન આપવું; વાકેફ-માહિતગાર ક૦. 3. To reduce in weight: ભાર ઓછો કરવો; હલકું ક૦. 4. To alleviate: નરમ પાડવું; ઓછું કરવું.

Lighter, (લાઇટર્) *n.* One who lights: દીવા કરનાર. 2. A large boat used in unloading: વહાણમાંથી માલ ઉતારવાની મોટી હોડી.

Lighterman, (લાઇટર્મૅન્) *n.* A person who manages a lighter: મછવાવાળો.

Lightfingured, (લાઇટ્ફિંગર્ડ્) *a.* Thieving; pilfering: હાથે ચમટીવાળું; ચોરું.

Light-footed, (લાઇટ્ ફુટેડ્) *a.* Nimble in running; active: પવન વેગી; ચાલાક; તેજ.

Light-headed, (લાઇટ્હેડેડ્) *a.* Disordered in the head; dizzy: વાએલ; ચલેલ; ચસ્કેલ. 2. Fickle; unsteady: ઢચુપચુ; ડામાડોલ; અસ્થિર.

Light-hearted, (લાઇટ્ હાર્ટેડ્) *a.* Free from grief;gay:આનંદી;ખુશમિજાજી:ઉલ્લાસી; કાલજીવગરનું.

Light-horse, (લાઇટ્હૉર્સ્) *a.* Not heavily armed:હલકા શસ્ત્રવાળું.*n.*Cavalry:ઘોડેસ્વારની ફોજ.

Light-house, (લાઇટ્હાઉસ્) *n.* A tower with a powerful light at the top erected as a guide to mariners: દીવાદાંડી.

Light-infantry, (લાઇટ્ઇનફૅન્ટ્રિ) *n.* An infantry having small weapons: હલકાં હથિયારવાળું પાયદલ; લશ્કર.

Lightly, (લાઇટ્લી) *adv.* With little weight: હલકે પગે હાથે; હલવે; ધીમે. 2. Swiftly: nimbly: ઝડપથી; ત્વરાથી; ઉતાવળથી; ચાલાકીથી. 3. Easily, readily: સહેલાઇથી; સહેજ. 4. Without reason or for reasons of little weight: અમસ્તું; નિરર્થક; નકામું; ફોકટ; નિરકારણ. 5. Cheerfully:ખુશીથી; આનંદથી; હર્ષપૂર્વક.

Light-minded,(લાઇટ્માઇન્ડેડ્) *a.*Unsteady: ઢચુપચુ; ડામાડોલ; અસ્થીર: ઢંગ વનાનું.

Lightning, (લાઇટ્નિંગ્) *n.* A discharge of atmospheric electricity: વિજલી; વિદ્યુત.

Lightning-rod, (લાઇટ્નિંગ્રૉડ્) *n.*A lightning conductor: વિજલીથી ઇમારતને નુકસાન ન થવા દે એવો મથાલેથી જમીન સુધી પોહોંચતો સલીઓ.

Lightsome, (લાઇટ્સમ્) *a.* Having light: પ્રકાશિત, અજવાલાવાલું. 2. Gay; cheering: આનંદી; ઉલ્લાસી; પ્રફુલ્લિત; ખુશમિજાજી.

Ligneous,(લિગનીઅસ્) *a.* [L. *lignum*, wood.] Made or consisting of wood: લાકડાનું; લાકડાનું બનાવેલું.

Like, (લાઇક્) *a.* Resembling; similar: જેવું; સરખું; સમાન. *adv.* In a manner like that of: પેઠે; માફક; જેવું; પ્રમાણે; મુજબ; જેમ. *vt.* To approve:પસંદ કરવું. *vi.* To choose: ગમવું; રૂચવું.

Likelihood, (લાઇકલીહુડ્) *n.* Appearance; show: દેખાવ; ડોલ. 2. Likeness; resemblance: સરખાપણું;મલતાપણું.3.Probability:સંભવ;શક્યતા.

Likely, (લાઇકલી) *adv.* In all probability: ઘણું કરી; સોવસા. *a.* Probable: credible: માનવા જેવું; સંભવિત. 2. Similar: જેવું; સમાન; સરખું.

Liken, (લાઇકન્) *vt.* To allege or think to be like: સરખું-જેવું ગણવું; અનુરૂપ ગણવુ. 2. To make or cause to be like: મુકાબલો કરવો; સરખાવવું; ખરોખરી ક૦.

Likeness, (લાઇકનેસ્) *n.* Resemblance: similarity: સમાનતા; મલતાપણું; સરખાપણુ. 2. Appearance: રૂપ: સ્વરૂપ; આકાર. 3. That which closely resembles; a portrait:છબી;ચિત્ર: પ્રતિમા; તસ્વીર. 4. A comparison: ઉપમા; મુકાબલો.

Likewise, (લાઇક્વાઇઝ્) *adv.* In like manner; also: તેમજ; તેવી રીતે; પણ; બી; એ.

Liking, (લાઇકિંગ્) *n.* Suiting; the state of being pleasing: ઇચ્છા; મરજી; રૂચિ; શોખ; ચાહ; પસંદગી. 2. Appearance; look; figure: દેખાવ.

Liliputian, (લિલિપ્યુશૅન) *a.* Of very small size: ઠીંગણું; વેંહેંતિયું.

Lily, (લિલિ) *n.* A plant: કમલફુલનો છોડ.

Limb, (લિમ્) *n.* large branch: ઝાડની ડાલી. 2. An arm or leg of human being: મનુષ્ય જાતનો હાથ-પગ; અવયવ. 3. A thing regarded as a part of something else: અંગ; ભાગ; અવયવ.

Limbo, (લિમ્બો) *n.* [L. *limbus*, a border] A prison: કેદખાનું. 2 A border or margin: કોર; કાંઠો; કિનારો.

Lime, (લાઇમ્) *n.* A thong by which a dog is lead; a leash: કુતરાને બાંધવાની વાધરી-દોરી. 2. The linden tree: લીંમનું ઝાડ; લીમડો. 3. A fruit allied to the lemon: સંતરો; લીંબુ; લીંબોલી. 4. Oxide of calcium: ચુનો.

Lime-burner, (લાઇમ્બર્નર્) *n.* One who burns lime, stone, shells &c. to make lime: ચુનારો: ચુનો પકવનાર.

Limekiln, (લાઇમ્કિલ્) *n.* A furnace in which lime-stone or shells are burned and reduced to lime: ચુનો પકવવાની ભઠ્ઠી.

Lime-stone, (લાઇમ્સ્ટોન્) *n.* A rock consisting of calcium carbonate: ચુનાનો ખડક; ચુનખડી.

Limit, (લિમિટ્) *n.* [L. *limes*, *limitis*, limit]. That which terminates: હદ: સીમા; મર્યાદા; અવધ: અવધિ: મુદ્દત. 2. A restriction; check: દાબ; બંધ: બંધન. *vt.* To apply a limit to: હદ બાંધવી.

Limitation, (લિમિટેશન્) *n.* The act of limiting: હદ બાંધવી તે. 2. Restriction: બંધન; અટકાવ; હદ. 3. A certain period after which the claimant shall not enforce claim by suit: ફરિયાદી માંડવા આપેલી મુદત.

Limited, (લિમિટેડ્) *a.* Restricted, confined within limits:ટુંક:થોડું;નિયમિત;સમર્યાદ;સંકડાયલું.

Limitless, (લિમિટ્લેસ્) *a.* Having no limits: બેહદ; અનંત; અપાર: બેસુમાર.

Limp, (લિમ્પ્) *vt.* To halt; to walk lamely:ખોડાવું;લંગડાવું;લંગડાતું ચાલવું.*n.*A halt:લેહેંક:લ્હેંકો.

Limpid, (લિમ્પિડ્) *a.*Clear: સ્વચ્છ;નિતરૂં; નિર્મલ.

Limpingly, (લિમ્પિંગ્લિ) *adv.* In a limping manner: લંગડતાં લંગડતાં.

Limy, (લાઇમિ) *a.* Consisting of lime: ચૂનાવા-

લું. 2. Resembling lime: ચૂના જેવું.

Line, (લાઈન) *n.* Flax; linen: શણ. *vt.* To cover the inner surface of: અસ્તર કરવું. 2. To fill: ભરવું. *n.* (*a*) A linen thread or string; શણની દોરી. (*b*) A rope; a hawser: દોરડું; વરેડું. 2. Any long mark: લીંટી; લીંસોટો. 3. A route; a road: માર્ગ; રસ્તો. 4 Direction:બાજુ; દિશા. 5. A row of letters:લીંટી; ઓલ; સતર. 6. Note: ચિઠ્ઠી. 7. A verse:પાદ; ટુક; પાયો; ચરણ. 8. Course of conduct or policy: ધોરણ; પદ્ધતિ; રીત. 9. The outline; boundary: હદ; સીમા; મર્યાદા. 10. Family or race: ઓલાદ; વંશ; પેઢી; વંશાવલી. 11. (*a*) Measuring line or chord: માપવાની દોરી. (*b*) Alloted place of abode: રહેઠાણ; ઠેકાણું. 12 Rail road: આગની ગાડીની સડક. 13 Wire connecting one telegraphic station with another: તાર. 14 One-twelfth of an inch: ઈંચનો બારમો ભાગ; દોરો. *Right* 1., straight line: સીધી લીટી. *vt.* To Mark with a line or lines: લીંટીઓ દોરવી. 2. To portray: આલેખવું; ચિતરવું. 3. To form into a line: સફ સમારવી; વ્યુહરચના ક૦.

Lineage, (લિનીએજ્)*n.* [L.*linea*, line.] Progeny; race: વંશ; કુલ; વંશાવલી; વંશજો.

Lineal, (લિનીઍલ્) *a.* [L. *linea*, line.] Hereditary; derived from ancestors: વંશ પરંપરા ચાલતું આવેલું; પરંપરાગત બાપદાદાથી ઉતરેલું. 2.Pertaining to a line;linear: લીટીનું;રેખારૂપ-મય.

Lineament, (લિનીઍમેન્ટ્)*n.* [L. *linea*, line.] Feature; form; mark: મ્હોનો સિક્કો; શીકલ; ઘાટ; મુખાકૃતિ; ચેહેરો; રૂપલક્ષણ.

Linear, (લિનીઅર્)*a.* [L.*linea*, line.] Pertaining to a line; consisting of lines: લીટી સંબંધી; લીંટીનું: પંક્તિમય: રેખારૂપ-મય. 2. Like a line; narrow. લીંટી જેવું; સાંકડું.

Lineation, (લિનીએશન) *n.* [L. *lineatus*, the drawing of a line.] Delineation; a line: ચિત્ર; આલેખન.

Linen, (લિનેન) Made of linen: શણનું. 2. Resembling linen cloth; white:શણને મલતું; સફેદ. *n.* Thread made of flax: શણનું લુગડું.

Linendraper, (લિનેનડ્રેપર્) *n.* One who trades in linen: શણના કાપડનો વેપારી.

Lines; (લાઈન્સ્) *n.* A camp: છાવણી.

Linger, (લિંગર્) *vi & vt.* To delay: to loiter: ઢીલ કરવી;ઉભા રહેવું;વાર લગાડવી:વિલંબ ક૦; ઘોલાયાં ક૦. 2. To spend or pass in a lingering manner: ગુંચવાયા કરવું; કોહોયાં-સડયાં ક૦;ઝીખવું; ઝુરવું.

Lingering, (લિંગરિંગ્) *a.* Delaying: ઢીલ કરતું; વિલંબી. 2. Remaining long; protracted: લાંબું; લાંબી પથારીનું; રીખતું.

Linget, (લિન્જેટ્) (L. *lingua*, tongue.] An ingot: ધાતુની લગડી.

Linguafranca, (લિંગ્વૅફ્રૅન્કા) *n.* A mixed language: ભેલશેલ બોલી; ખીચડો; સાધારણ ભાષા.

Lingual, (લિંગ્વૅલ્) *a.* [L. *lingua*, tongue.] Pertaining to a tongue:જીભનું: મૂર્ધન્ય:મૂર્ધસ્થાની.

Linguist, (લિંગ્વિસ્ટ્) *a.* [L. *lingua*, tongue.] A person skilled in languages: અનેક ભાષા જાણનાર; ભાષા પ્રવીણ; ભાષા શાસ્ત્રી.

Liniment, (લિનિમેન્ટ્) *n.* [L. *lino*, I besmear.] A liquid preparation applied to the skin: ચોપડવાનું ઓસડ; તેલ.

Lining, (લાઇનિંગ્) *n.* That which covers the inner surface of any thing: અસ્તર; પડ.

Link, (લિંક્) *n.* A torch made of tow and pitch: શણ અને તારની બનેલી મશાલ. 2. A single ring or division of a chain: કડી; સાંકલી. 3. A tie; a bond: સંયોગ; સંબંધ; ગાંઠ; વલગણ. 4. A bond of affinity: આકર્ષણ; સંબંધ. *vt.* To connect; to join: જોડવું; વલગાડવું. *vi.* To be connected: જોડાવું; વલગવું.

Lin-seed, (લિનસીડ્) *n.*The seeds of flax from which lin-seed oil is obtained: અલસી.

Lint, (લિન્ટ્) *n.* [L. *linteum*, linen.] Flax: અલસીનો છોડ. 2. Scraped linen: શણનું-ધાનું કપડું.

Lion, (લાઈઅન) *n.* A furious animal: સિંહ; કેસરી; મૃગરાજ; મૃગપતિ. 2. A sign and constellation: સિંહરાશી. 3. An object of interest and curiosity: જબરો માણસ. Lioness: સિંહણ.

Lion-like, (લાઇઅનલાઈક્) *a.* Like a lion:હીંમતવાલો; જબરો.

Lip, (લિપ્)*n.* [L. *labium*, lip.] One of the two fleshy folds which surround the orifice of the mouth: હોઠ; ઓષ્ટ. **L.** *loyalty:* મુખ ભક્તિ. 2. An edge of an opening: કાનો; કોર. *vt.* To touch with lips: બચ્ચી ક૦; ચુમા લેવી. 2. To utter; to speak: બોલવું.

Lip-devotion,(લિપ્‌ડીવોશન)*n.*Devotion with out the performance of acts:માત્ર મોઢાની ભક્તિ.

Liquefaction, (લિકવીફૅકશન) *n.* The act of making or becoming liquid: પીગલાવાની અથવા પીંગલવાની રીત; દ્રવીકરણ.

Liquefiable, (લિકવીફાઇઍબલ્) *a.* Capable of being changed from a solid to a liquid state: પીંગલી શકે તેવું; દ્રાવ્ય; દ્રાવ્યણીય.

Liquefy, (લિકવીફાઈ) *vt.* To dissolve: રસ કરવો; પીંગાલવું. *vi.* To become liquid: પીંગલવું; ગલવું; ઓગલવું; રસ થવો.

Liquid, (લિકિવડ્) *a.* [L. *liquere*, to be fluid.] Not solid; fluid: રેલો ચાલે તેવું; રસરૂપ; પ્રવાહી. 2. Fluid and transparent; પ્રવાહી અને પારદર્શક; સ્વચ્છ.*n.*Any liquid substance:પ્રવાહી પદાર્થ;રસ.

Liquidate, (લિકિવડેટ્) *vt.* [*liquidas*, liquid.] To make the amount: આપી દેવું; અદા ક૦. 2 To ascertain the amount: હીસાબ નક્કી કરવો. 3. To discharge: ફડચો કરવો; ફેડવું; ચુકાવવું; આપી દેવું: પતાવી દેવું. 4. To make liquid: પીંગાલવું.

Liquidation, (લિકિવડેશન) *n.* The state of being liquidated: ફડચો; નિકાલ; ફેંસલો; પતાવટ.

Liquidator, (લિકવડેટર્) *n.* One who liquidates: ફડચો કરનાર.

Liquor, (લિકર્) *n.* [L. *liqueo*, I melt.] Any liquid substance: પ્રવાહીપદાર્થ; રસ; પાણી. 2. Spirituous fluid: અરક;દારૂ; મદિરા;સુરા;મદ્ય;શરાબ.

Liquorice, (લિકરિસ્) *n.* A kind of tree: જેઠી-મધનું ઝાડ-મુલીઉ; જેઠીમધ.

Lisp, (લિસ્પ્) *vi.* To pronounce the sibilant letter 'r' imperfectly: તોતડું-બોબડું બોલવું. 2. To mispronounce: અશુદ્ધ બોલવું. 3. To speak hesitatingly with a low voice: બીતાં બીતાં બોલવું; ખંચાઇ-અચકાઇને બોલવું.

List, (લિસ્ટ્) [L. *licium,* thread.] *vi.* To listen to: ધ્યાન દઈ સાંભળવું; ધ્યાન દેવું; મનપર લેવું. 2. To desire; to choose: ઇચ્છા કo. *n.* Inclination; desire: ઇચ્છા; મરજી; વલણ; મન. 3. A roll or catalogue: ટીપ; યાદી; નોંધ. *vt.* To enroll: યાદી કo; નોંધવું. *vi.* To engage in public service; to enlist: નોકરીમાં દાખલ થવું.

Listen, (લિસન્) *vi.* To attend : સાંભળવું; કાન દેવા; લક્ષ આપવું. 2. To give heed; to obey: માનવું; મનપર લેવું.

Listless, (લિસ્ટ્લેસ્) *a.* Indifferent; heedless; spiritless: હોંશ વિનાનું; બેદિલ; મન વગરનું; ઉદાસ; ઉદાસીન; નિસ્પૃહ; સુસ્ત; જડ; મંદ; બેખબર.

Literal, (લિટરૅલ) *a.* [L. *litera,* a letter.] Real; not figurative or metaphorical: અક્ષરે અક્ષરનું; શબ્દે શબ્દનું; બોલેબોલનું. 2. Following the letter or exact word; not free: મૂલ અર્થ પ્રમાણેનું; મૂલ શબ્દાનુસારી.

Literally, (લિટરૅલિ) *adv.* According to the primary and natural import of words: અસલ અર્થ પ્રમાણે; મુલશબ્દાનુસાર; મૂલાર્થાનુસાર. 2. Word by word: શબ્દે શબ્દ લઈને; બોલેબોલ.

Literary, (લિટરૅરિ) *a.* [L. *litera,* letter.] Pertaining to letters: અક્ષરવિદ્યાનું; અક્ષરસંબંધી. 2. Versed in literature: સાહિત્યમાં પ્રવીણ.

Literate, (લિટરેટ્) *a.* Learned; lettered: ભણેલું; વિદ્વાન; સાક્ષર; વિદ્યાસંપન્ન; પંડિત. *n.* One having education: વિદ્વાન માણસ; પંડિત; સાક્ષર.

Literati, (લિટરેટાઇ) *n.pl.* Learned or literary men: પંડિતમંડલ; પંડિતવર્ગ; સાક્ષરસમાજ; ઓલમા.

Literature, (લિટરેટ્યૂર્) *n.* [L. *litera,* letter.] Learning: શાસ્ત્ર; વિદ્યા; ભણતર; ઇલમ. 2. Literary productions: સાહિત્ય; ગ્રંથો; પુસ્તકો. 3. Writings distinguished for beauty or style: સંસ્કૃત-સુંદર ભાષામાં લખાયલા ગ્રંથ.

Litharge, (લિથાર્જ) *n.* [Gr. *lithos,* stone & *argurot,* silver.] Lead monoxide: મુડદારશિંગ.

Lithographic-al, (લિથૉગ્રૅફિક્-કેલ્) *a.* Pertaining to lithography: શિલાછાપની વિદ્યાનું. 2. Printed from stone: શિલાછાપથી છાપેલુ .

Lithography, (લિથૉગ્રૅફિ) [Gr. *lithos,* a stone and *grapho,* I write.] *n.* The art or process of putting writing with greasy material on stone and of producing printed impressions therefrom: શિલા છાપ કલા; શિલાછાપ.

Lithotomy, (લિથૉટૉમિ) *n.* [Gr. *lithos,* & *temno,* I cut.] The operation of cutting for stone in the bladder: પેઢુમાંથી પથરી કાઢવાની ક્રિયા.

Litigant, (લિટિગૅન્ટ્) *n.* A person engaged in a lawsuit: કજીયો-મુકરદમો લઢનાર. 2. Disposed to litigate: ટંટાખોર; કજીયાખોર.

Litigate, (લિટિગેટ્) *vt.* To contest in law: લઢવું; મુકરદમો ચલાવવો; સરકાર-દરબાર ચઢવું.

Litigation, (લિટિગેશન) *n.* [L. *lis, litis,* dispute.] A suit at law: દાવો; મુકરદમો; કજિયો.

Litigious, (લિટિજસ્) *a.* [L. *litigium,* dispute.] Quarrelsome; contentious: કજીઆ-ટંટાખોર; વિવાદશીલ. 2. Disputable; doubtful: શકવાળુ; શકમંદ. 3. Pertaining to legal disputes: કજીઆ સંબંધી.

Litter, (લિટર્) *n.* [L. *lectus,* couch.] Vehicular bed: ડોલી; પાલખી. 2. Straw scattered on a floor as bedding for animals to rest on: જનાવરો સારૂ ઘાસની પથારી-બિછાનું; તૃણ શય્યા. 3. Scattered rubbish: કચરો; અટારો. 4. Disorder: પથારો; પસારો. 5. The young brought forth at one time: એકી વખતનું વેતર-જણતર-બચ્ચાં.

Little, (લિટલ્) *a.* Small in size: નાહાનું; થોડું; અલ્પ. 2. Brief: ટુંકું. 3. Not much: જરા; લગીર; રહેજ. 4. Small in dignity: હલકા દરજ્જાનું; હલકું; ક્ષુદ્ર. 5. Not strong; weak: નબળું; કમજોર. *n.* A small quantity: કંઇક; થોડુંએક; અલ્પમાત્ર. *adv.* Slightly: જરાએક; જરાક; કિંચિત; થોડુંક.

Liturgy, (લિટર્જિ) *n.* [Gr. *leitos,* public & *ergon,* work.] A formulary, for public prayer or devotion: સઘળાંઓએ સાથે મલી ભજન-બંદગી કરવાની જે ઠરવેલી રીત તે; ભક્તિ માર્ગ.

Live, (લિવ્) *vi.* To be alive; to have life: જીવવું; જીવતા હોવું. 2. To pass one's time: રહેવું; દહાડા કાઢવા; દિવસ નિર્ગમન કo. 3. To dwell; to reside: રહેવું; વસવું. 4. To exist; to remain: હયાત હોવું; રહેવું; ટકવું; કાયમ રહેવું; ચાલવું; નભવું. 5. To be maintained in life: ગુજરાન ચલાવવું; પોષણ કo; ગુજારો કo. *To* **l.** *with,* (*a*) એકઠા રહેવું. (*b*) To have intercourse with: ધણીધણીઆણી થઇને રહેવું; મૈથુન કo. *vt.* To pass; to maintain: ગુજારવું; કહાડવું; પસાર કo; નિર્ગમન કo. *a.* Having life; alive: સજીવ; પ્રાણધારી; જીવતું. 2. Burning: બળતું; ધગતું; સળગતું. **L.** *stock,* horses, cattle & other domestic animals: ઘોડા, ગાય, બળદ વિગેરે પ્રાણીઓ-ઢોર.

Livelihood, (લાઇવ્લિહૂડ્) *n.* Support of life; maintenance: આજીવિકા; પોષણ; ગુજારો; ગુજરાન; નિર્વાહ; જીવન. *To take away the* **l.** *of:* પેટ ઉપર પગ દેવો; ભાણામાં ધૂળ નાખવી.

Liveliness, (લાઇવ્લિનસ્) *n.* Sprightliness: હોંશીઆરી; ચપલતા; આનંદવૃત્તિ; ખુશાલી.

Livelong, (લાઇવ્લૉન્ગ્) *a.* Whole; entire: આખું. 2. Lasting; durable: જતાં-પૂરાં થતાં વાર લાગે એવું; લાંબું; નીંઠે નહિ એવું.

Lively, (લાઇવ્લિ) *a.* Brisk; active: હુંશિયાર; ખબરદાર; ચાલાક; હસમુખું; આનંદી; ખુશમિજાજી.

Liver, (લિવર્) *n.* One who lives: જીવનાર. 2. A dweller: રહેનાર; વસનાર; વાસી. 3. A very large glandular and vascular organ: કલેજું. *Fast* **l.**, ઉડાઉ; શોખીન; છેલ; લાલ. *Free* **l.**, *good* **l.**: ખાધાપીધાનો શોખીન.

Livery, (લિવરિ) *n.* [L. *libero*, I set free.] (*a*) The uniform clothing issued by feudal superiors to their retainers: ઉમરાવોના નોકરોનો પોશાક; લિબાસ. (*b*) The keeping of horses to be hired: ભાડે ફેરવવાના ઘોડા રાખવા તે. L. *stable* ભાડે ફેરવવાની ગાડી ઘોડાનો તબેલો.

Liveryman, (લિવરિમૅન્) *n.* One who wears a livery; અમુક પોશાક પહેરનાર નોકર. 2. A freeman of the city, in London: લંડન શહેરની હકદાર પ્રજા. 3. One who keeps a livery stable: ભાડે આપવાના ગાડી ઘોડા રાખનાર.

Livestock, (લાઈવ્સ્ટૉક્) *n.* Stock of living being: પાળેલાં પશુઓ; પશુધન; જીવતી પુંજી.

Livid, (લિવિડ્) *a.* [L. *livere*, to be black and blue.] Black and blue; of a lead colour: કાળું ને આશમાની; સીસાના રંગ જેવું.

Living, (લિવિંગ્) *a.* Having life: જીવતું; પ્રાણધારી; જીવંત; સજીવ; પ્રાણમય; જીવમય. *A* 1. *being*: પ્રાણી; જંતુ; જાનવર. 2. Active; lively: ચાલાક; હુશિયાર; ખબરદાર. 3. Running; flowing: દોડતું; વહેતું. 4. Ignited; burning: બળતું; સળગેલું; ધગધગતું. 5. Immortal; standing: અવિનાશી; અમર; કાયમ. *n.* Life; existenance: હયાતી; જીવન; પ્રાણધારણ. 2. Means of subsistence: ઉપજીવિકા; વૃત્તિ; આજીવિકા; ગુજરાન; જીવનગાળો. 3. The benefice of a clergyman: પાદરીની વૃત્તિ-ગુજરાન; ધર્મદાય.

Lizard, (લિઝર્ડ્) *n.* [L. *lacerta.*] A specie of reptiles: ગરોળી; ધિલોડી.

Lo, (લો) *interj.* Look; see; behold: જો; જુઓ; જો વારૂ.

Load, (લોડ્) *n.* A burden: ભાર; બોજો; ભારો. 2. That which oppresses or grieves: ભાર; બોજો; પીડા; સંકટ; દુઃખ; કષ્ટ. 3. The charge of a firearm: બંદુકનો બાર. *vt.* To lay a burden on: લાદવું; ભાર ભરવો. 2. To drug: ભેગ કરવો.

Loading, (લોડિંગ્) *n.* The act of putting a load on: ભાર મૂકવો તે. 2. Cargo: ભાર.

Loadstone, (લોડ્સ્ટોન્) *n.* A piece of magnetic iron ore: લોહચુંબકના ગુણવાળું કાચું લોઢું.

Loaf, (લોફ્) *n. pl.* **loaves**. Any thick lump, mess or cake: રોટલી; પાંઉ. *vi.* To spend time in idleness: વખત કાઢવો-ગાળવો; રખડ-રઝડ ક૦.

Loafer, (લોફર્) *n.* One who loafs: રખડતો; ભામતો.

Loan, (લોન્) *n.* [L. *linguere*, to leave] A lending; permission to use· ધીર; ઉછીનુ આપવું તે. 2. That which one lends: ધીરેલું; ઉછીનું આપેલું; કર્જ; ઋણ. *vt.* To lend: ધીરવું; ઉછીનું આપવું.

Loath, (લોથ્) *a.* Hateful; odious: ધિક્કારવાજોગ; અણગમતું. 2. Unwilling: નારાજ; નાખુશ; વિમુખ.

Loathe, (લોધ્) *vt.* To feel extreme disgust at: અભાવ-અરૂચી હોવી; કંટાળવું; ત્રાસ પામવો.

Loathing, (લોધિંગ્) *n.* Extreme disgust; a feeling of aversion: અરૂચિ; અભાવ; અણગમો; ત્રાસ; કંટાળો.

Loathsome, (લોધ્સમ્) *a.* Disgusting: અણગમતું; કંટાળાભરેલું; ઝેર જેવું.

Lobby, (લૉબિ) *n.* [L. *laubia*, a covered portico fit for walking] A passage of communication: ઓરડામાં જવાની ખુલ્લી જગા; ચાલ. *vi.* To solicit members of a legislative body to influence their votes: મત માગવા-લેવા ક૦.

Lobe, (લોબ્) *n.* A rounded division of a leaf: પાતરાંનો ગોળ ભાગ. 2. A round projecting part of an organ: કોઈપણ અવયવનો ગોળ બહાર પડતો ભાગ. L. *of the ear*: કાનની બુટ-લાળી.

Local, (લોકૅલ્) *a.* [L. *locus*, place.] Pertaining to a particular place: કોઇ અમુક જગ્યાનું; સ્થાનિક. L. *affection*: શરીરના કોઇ એકજ ભાગનો રોગ. *n.* A train for the accommodation of a certain district: અમુક જગ્યામાં આવજા કરતી આગની ગાડી. 2. An item of news relating to the place where the paper is published: સ્થાનિક ખબર.

Locality, (લોકૅલિટિ) *n.* The state of belonging to a definite place: કોઈ અમુક જગ્યામાં રહેવું તે; નિયમિત-વાસ; દેશસંબંધ; સ્થાન સંબંધ. 2. Position; situation: જગો; સ્થાન; સ્થલ. 3. Limitation to a country: જીલ્લો; લત્તો.

Locate, (લોકેટ્) *vt.* [L. *locus*, place.] To place: મુકવું; રાખવું; બેસાડવું. 2. To define the limits of: જગો નકી ઠેરવવી. *vi.* To settle: વસવું; રહેવું.

Location, (લોકેશન્) *n.* The act or process of locating: મુકવું-રાખવું તે. 2. Situation; place: ઠેકાણું; જગા. 3. A tract of land designated in place: સ્થાનક.

Loch, (લૉચ્) *n.* A lake: સરોવર.

Lock, (લૉક્) *n.* A tuft of hair: ગુચ્છો. 2. Any thing that fastens: કળ; તાળું. 3. That part of a firearm by which the charge is expioded: ચાંપ. *vt.* To fasten with a lock: તાળું દેવું. 2. To prevent ingress to: રસ્તો બંધ ક૦. 3. To fasten in or out: જડી દેવું. 4. To link together: જોડીદેવું.

Locket, (લૉકેટ) *n.* A small lock: નાનુ તાળું; ખીલી પસીઆરૂ. 2. A little case for holding a miniature or lock of hair: લાકીટ; દાબડી જેવું નાનું ઘરેણું.

Lockjaw, (લૉકજૉ) *n.* A contraction of the jaw: ડાચું ભીડાઈ જાય તે રોગ; દાંતખીલી.

Locksmith, (લૉક્સ્મિથ્) *n.* An artificer whose occupation is to make locks: તાળાં કુંચીવાળો-બનાવનાર.

Locomotion, (લોકોમોશન્) *n.* [L. *locus*, place & *motio*, motion.] The act of moving from place to place: હીલચાલ; ચલન; આવજા; ગમન. 2. The power of moving from place to place: ચલનશકિત.

Locomotive (લોકોમોટિવ્) *a.* Moving from place to place: જંગમ. 2. Used in producing motion: ચર. *n.* A locomotive engine: આગગાડી ચલાવનારૂં યંત્ર; વરાળયંત્ર.

Locust, (લોકસ્ટ્) *n.* [L. *locus*, grasshopper.] A long winged insect: તીડ.

Locution, (લોકયુશન્) *n.* [L. *loquor*, I speak.] Speech; discourse: ભાષણ; વાણી.

Lodge, (લૉજ્) *n.* [L. *lobia*, porch.] A hut; rude cabin: છાપરી; છાપરૂં; ઝુંપડું. *vi.* To rest; to abide: રહેવું; હોવું. 2. To fall or lie down: પડવું. 3 To come to rest: મુકામ-પડાવ ક૦; ઉતા-

રો લેવો. *vt.* To give shelter : આશરો-ઉતારો આપવો; રાખવું; સંતાડવું. 2. To deposit for keeping: રાખવું; મુકવું; મુકી છોડવું.

Lodger, (લૉજર્) *n.* One who occupies a hired room in another's house: બીજાને ત્યાં અથવા વીશીમાં રહેનાર; ભાડુત; ઉતારૂ.

Lodging (લૉજિંગ્) *n.* The act of one who or that which lodges: વાસ; ઉતારો; પડાવ. 2. A place of rest: ઉતરવાની જગો; ઉતારો; મુકામ.

Loft, (લૉફ્ટ્) *n.* (*a.*) A room or space under a tree: ઝાડની નીચેની જગા. (*b.*) A gallery; ગેલેરી; ઝરૂખો; અટારી. (*c.*) A story: મેડો; મજલો.(*d.*) An upper story : કાતરીઉં; માલીઉં. *a.* Lofty or proud: ઉંચું; ઉન્નત; પ્રૌઢ; મ્હોટું.

Loftiness, (લૉફ્ટિનેસ) *n.* The state of being lofty: ઉંચાઈ; મોહોટાઈ;ઉન્નતિ;મહત્વ; ગર્વ; અભિમાન.

Lofty, (લૉફ્ટિ) *a.*Lifted high up; towering: ઉંચું; પ્રૌઢ; ઉન્નત; ઉચ્ચ; બુલંદ. 2. Exalted;noble: પ્રૌઢ; ગૌરવવાળું; દરજ્જાવાળું; મોભાદાર.

Log, (લૉગ્) *n.* A bulky piece of wood : લાકડાનો કકડો; ઢીમચું; ઢીમસું. L. *book* વહાણ રોજ કેટલી મજલ ચાલ્યું તે નોંધવાની ચોપડી. *vt.* To enter in a ship's logbook: વહાણની નોંધ પોથીમાં લખવું.

Loggerhead, (લૉગર્હેડ્) *n.* A blockhead ; a dunce: ઠોઠ; જડભરત; મૂઢ; મૂર્ખ; હેમક. *To be at loggerheads*, to quarrel : મારામારી કરવી; અણબનાવ હોવો.

Logic, (લૉજિક્) *n.* [L. *logica*, Gr. *logos*, reason.] The science or art of exact reasoning: ન્યાય શાસ્ત્ર; તર્કશાસ્ત્ર; તર્ક; ન્યાય.

Logical, (લૉજિકૅલ) *a.* Pertaining to logic; ન્યાયશાસ્ત્રનું; તર્કવિદ્યા વિષયક; તાર્કિક. 2. According to the rules of logic: ન્યાયશાસ્ત્ર પ્રમાણેનું; ન્યાયશાસ્ત્ર-તર્કશાસ્ત્ર સમ્મત; ન્યાયશાસ્ત્ર સિદ્ધ.

Logically,(લૉજિકૅલિ) *adv.* In a logical manner: ન્યાયશાસ્ત્રના નિયમ પ્રમાણે; તર્કશાસ્ત્રાનુસાર.

Logician, (લૉજિશિઍન) *n.* A person skilled in logic: નૈયાયિક; તર્કશાસ્ત્રી; તાર્કિક; તર્કબાજ.

Logwood, (લૉગવુડ્) *n.* The heartwood of a tree, પતંગનું લાકડું-ઝાડ.

Loin, (લૉઈન) *n.* [L.*lumbus*, loin.] The part of a human being or quadruped, between the hip bone and the ribs: કમર; કટિ; કટિદેશ.

Loiter (લૉઇટર્) *vi.* To delay; to linger: વારઢીલ લગાડવી; વિલંબ ક૦. 2. To wander as an idle vagrant: રઝળવું; ભટકવું; રખડવું.

Loll (લૉલ્) *vi.* To recline; to lean: સુખે બેસવું-પડવું; નચીંત થઈને પડી રહેવું. 2. To let the tongue hang from the mouth:જીભ બહાર કાઢવી.

Lone (લોન) *a.* Being by one's self: એકલું; એકજ. 2. Single; unmarried: કુંવારૂં; છડું. 3. Being by itself; એકાકી; એકલું; એકલવાયું; નિરાધાર; અનાથ.4. Solitary; એકાંતવાસી; નિર્જન; વિજન.

Lonely (લોનલિ) *a.* Solitary; એકાંત; નિર્જન. 2. Forsaken; એકલું પડી ગએલું; નિરાધાર; અનાથ; એકલવાયું; એકલું. 3.Lonesome: છડું; ઉદાસી; ઘોર.

Loneliness (લોનિલિનેસ્) *n.* Solitude; seclusion: એકાંતપણું; નિર્જનતા.

Lonesome (લોનસમ્) *a.*Solitary: એકાંત; ઉજડ નિર્જન; ઘોર. 2. Conscious of, and somewhat derpessed by solitude: ઉદાસ; દારૂણ.

Long, (લૉન્ગ્) *a.* [L. *longus.*] Extended; protracted: લાંબુ; દીર્ઘ; વિસ્તીર્ણ. 2. Extended in time or drawn out: ઘણો વાર-વખત લગાડે તેવું; કંટાલા ભરેલું; લાંબો વખત ચાલે તેવું. 3. Slow in passing: ધીમું; ઠંડુ. 4. Distant in time; આઘું; દૂર. 5. Prolonged; દીર્ઘ; ગુરૂ. *In the* **l.** *run*; પરિણામે; અંતે; આખરે; છેવટે. *To have a* **l.** *head*, to have a farseeing mind: લાંબી પોહોંચ-નજર હોવી. *adv.* To a great extent in space: લાંબે સુધી. 2. At a point of duration for distant either prior or posterior; ઘણા દહાડા ઉપર; ઘણે દહાડે. *prep.* By means of; by the help of: થી; વડે. *vi.* To wish for something આતુરતાથી ઈચ્છવું; ટાંપી રહેવું; મારે તલપાપડ થવું; ટમટમી રહેવું. 2. To belong: તાબે-નું હોવું.

Longeval, (લૉન્જીવૅલ) *a.* Longlived: ઘણા દહાડા જીવનાર; ચિરંજીવી; ઉમરદરાઝ.

Longevity, (લૉન્જેવિટિ) *n.* [L. *longevitus.*] Length of life: ઘણો વખત જીવવું તે; દીર્ઘાયુષ્ય; ઉંમરદરાઝી.

Longheaded, (લૉંગહેડેડ્) *a.* Having usual foresight: બુદ્ધિમાન; વિચારવંત.

Longing (લૉન્ગિંગ્) *n.* An eager desire: an earnest wish: આતુર ઇચ્છા; આશા; અત્યાકાંક્ષા; ઉત્કંઠા; લાલસા; સ્પૃહા; આતુરતા.

Longitude, (લૉન્જિટયુડ્) *n.* Length: રેખાંશ; લંબાઈ. 2. (In Geography) રેખાંશ.

Long-suffering (લૉન્ગ્સફરિંગ્) *a.* Patient; not easily provoked: ખામોશ; ધીરજવાન; સહનશીલ; ખમનારૂં.

Longwinded(લૉન્ગ્વિન્ડેડ્)*a.*Long breathed; tediously long in speaking: કંટાલો આવે તેટલું લાંબુ કરી મુકેલું; તાણીતુસીને વધારેલું.

Long-wise, (લૉન્ગ્વાઇઝ) *adv.* Lengthwise: લંબાઇમાં.

Look, (લુક્) *vi.* To direct the eyes toward an object: જોવું; નિહાલવું; નજર કરવી. 2. To consider; to examine: લક્ષમાં-ધ્યાનમાં લેવું; જોવું; તપાસવું. 3. To seem or appear: દેખાવું; જણાવું; માલુમ પડવું. 4. In the imperative; see; bohold; take care: જો; સંભાલ; ધ્યાન રાખ. *To* **l.** *about*, ચારે તરફ નજર-દૃષ્ટિ રાખવી; ચોપાસ જોયા ક૦. *To* **l.** *about one*, to be on the watch: સાવધ રહેવું; હોશીયાર-જાગૃત-ચાલાક-ખબરદાર રહેવું. *To* **l.** *after*, (*a*) to attend to:-સંભાલ-દેખરેખ રાખવી; જતન ક૦; સંભાલવું. (*b*) To expect; આશા રાખવી. (*c*) To seek;to search: શોધવું; ખોલવું; તપાસ ક૦. *To* **l.** *down upon*, to treat with indifference: દરકાર ન રાખવી ધિક્કારવું; તિરસ્કાર ક૦. *To* **l.** *into*, to inspect closely: તપાસા તપાસીને-મન ઘાલીને જોવું. *To* **l.** *out*, to be on the watch: ચોકી ક૦; તપાસ-ચોકી રાખવી. *To* **l.** *through*, to see through: સમજ પડવી; સમજી-પકડી લેવું. *To* **l.** *up*, to search for: શોધવુ. *To* **l.** *up to*, to respect:

માન આપવું; માનની નજરે જોવું. *n.* The act of looking;a glance: નજર; દષ્ટિ; નિગાહ. 2. Expression of eyes & face: ચ્હેરો; સુરત; સ્વરૂપ; મુખવદન. 3. Appearance: ઘાટ; આકૃતિ; આકાર; દેખાવ.

Looking-glass, (લૂકિંગ્ગ્લાસ્) *n.* A mirror made of glass: આરસી; દર્પણ; ચાટલું.

Look-out, (લૂક્-આઉટ્) *n.* A careful looking; નજર; સંભાલ; ચોકસી; દેખરેખ. 2. Duty; responsibility: ફરજ; જવાબદારી.

Loom, (લૂમ્) *n.* A machine for interweaving yarn or threads into a fabric: સાલ; લુગડાં વણવાને સંચો. *vi* To appear enlarged: વધારેલું દેખાવું; હોય તેથી મોટું દેખાવું.

Loop, (લૂપ્) *n.* A fold of a thread: ગાળો; ફાંસો; જાલ. 2 A loop-hole: બારી; છિદ્ર; બાકોરું.

Loophole, (લૂપ્હોલ્) *n.* A small opening in the walls of a fortification: બારૂં; બારી. 2 A. hole that gives a passage: નાહાસી-છટકી જવાની વાટ; બારી; ગાબડું. [પોપટ; તુરી.

Loory, (લુરિ) *n.* A kind of parrot: એક જાતનો

Loose, (લૂસ્) *a.* Unbound; united: છોડેલું; ખોલેલું. 2. Not tight or close: ઢીલું; તંગ નહિ એવું. 3. Not dense: ઝીઝરવાલ; જંજરૂં. 4. Not costive: નરમ; કબજ નહિ એવું. 5. Dissolute: લફંગું; લંપટ; સોદું; લુચ્ચું; ખદફેલ; છકેલું; બેલગામ. 6. Containing or consisting of obscene or unchaste language: અનીતિનું; અનીતિમય; બીભત્સ. *vt.* To untie or unbind: છોડવું; ખોલવું. 2. To release: છોડી મુકવું. 3. To relax; to loosen: નરમ-ઢીલું કરવું. 4. To solve: ખોલાસો ક૰; સમજાવવું.

Loosen, (લૂસન્) *vt.* To make loose; નરમ-ઢીલું કરવું. 2. To free from restraint: મોકલું કરવું.

Looseness, (લૂસ્નેસ્) *n.* The state or condition of being loose: ઢીલાપણું; વ્યભિચાર; રંડીબાજી; લંપટાઈ. 2. ઝાડા છુટી જવા તે.

Lop, (લૉપ્) *vt.* કાપી કાઢવું; છાંટી નાખવું. *vi.* To hang downward: નીચે નમવું. [છોડાં; તાછો.

Lopping, (લૉપિંગ્) *n.* A cutting off: ભુકો;

Loquacious, (લોકવેશસ્) *a.* [L. *loquor*, I speak.] Talkative; garrulous: બહુ બોલો; વાતોડીઓ; પટપટારો કરનારૂં. 2. Speaking: બોલકણું.

Loquacity, (લોકવૅસિટિ) *n.* Talkativeness: વાચાલપણું; લવરી; બકબકાટ; ટાહેલું; લવારો.

Lord, (લૉર્ડ્) *n.* A hump backed person: ખુંધો માણસ. 2. A ruler;a master: ધણી; સ્વામી; માલીક. 3. A titled nobleman: અમીર; ઉમરાવ. 4. A husband: ધણી; વર; ખાવંદ; પતિ. 5. The male owner of a feudal land: જમીનનો માલીક; ગિરાસીયો. 6. The supreme being: ઈશ્વર; પ્રભુ; ખુદા. 7.The saviour:તારનાર; ઉદ્ધાર કરનાર. Ls.*spiritual*: પારલામેંટમાં બેસનારા પાદરીઓ. *Lords Temporal*: ઇંગ્લાંડના અમીરો. *vt.* To invest with the dignity: સત્તા આપવી. 2. To rule or preside over as a lord: ઉમરાવની પેઠે સાહેબી ક૰. *vt.* To domineer: અમલ કરવો.

Lordliness, (લૉર્ડ્લિનેસ્) *n.* The state or quality of being lordly: અભીમાન; મગરૂરી; ગર્વ.

Lordling, (લૉર્ડ્લિંગ) *n.* A little or insignificant lord: નાનો અમીર.

Lordly, (લૉર્ડ્લિ) *a.* Suitable for a lord: ઉમદા; અમીરને લાયકનું-શોભે-છાજે તેવું. 2. Proud: મગરૂર; ગર્વિષ્ટ.

Lordship, (લૉર્ડ્શિપ્) *a.* The state of being lord: અમીરી; અમીરપણું. 2. power; authority: સત્તા; સાહેબી; હકુમત. 3. Domain: અમીરનો મુલક.

Lore, (લૉર્) *n.* Learning: વિદ્યા; હુંનર. 2. Advise; counsel: શિખામણ.

Lorn, (લૉર્ન) *a.* Lost; undone: ભુલું-અખડ ઈ પડેલું. 2 Forsaken; abandoned: નિરાધાર; એકલવાયું; તજેલું.

Lose, (લુઝ્) *vt. imp & pp.* **Lost**. To part with unintentionally: ખોવું; ગુમાવવું. 2. To cease to have: પાસે ન હોવું; ન ધરાવવું. 3. To waste; to squander: ખોઇ-કાઢી-ગાલી-ગુમાવી નાંખવું. 4. To wander from; to go astray from: ભુલા પડવું; ચુકવું. 5 To ruin; to destroy: નાશ કરવું. 6. To be deprived of the view of: દેખાતાં બંધ થવું; નજર તલેથી જતા રહેવું. 7. To fail to obtain or enjoy: ન મલવું; હારવું; શિકસ્ત ખાવી. *To* **l.** *ground*, to fall behind: પછાત પડવું. *To* **l.** *heart*; નાહિંમત થવું. *To* **l.** *one's head*, ગભરાવું; કંઇ સુઝ ન પડવું. *To* **l.** *one's self*: અકલાવું; બેભાન થઇ જવું. *To* **l.** *sight of*: વિસરવું; ચુકી જવું. *vt.* To suffer loss: તોટો-નુકસાન આવવું.

Loss, (લૉસ્) *n.* Failure; destruction: નાશ; હાનિ; ખરાબી; નુકસાની; ધોકો. 2. The state of losing: ખરખાદી; ખાનાખરાબી. 3. That which is lost: ખોટ; ટોટો; અલાભ. 4. Failure to gain or win: નિષ્ફલતા; પરાભાવ; હાર; પરાજય.

Lost, (લૉસ્ટ્) *a.* Missing: ખોવાયલું; ગુમ થયલું; ગેરવલે પડેલું. 2. Parted with: જુદું પડેલું; ગત; વીત. 3. Not gained or won: નિષ્ફલ થયેલું. 4. Thrown away: તજી દીધેલું; ગુમાવેલું; ખોયેલું; ગયેલું. 5. Perplexed: ગભરાયેલું. 6. Ruined or destroyed: નાશ પામેલું; ભ્રષ્ટ; પતિત. 7. Occupied with the influence of something: ગરક થઇ-રોકાઈ ગયેલું; પરાયણ; ગ્રસ્ત.

Lot, (લૉટ્) *n.* Accidence; chance: દૈવદશા; ભાગ્ય; નશીબ; કીસમત. 2. Anything used in determining a question by chance: નસીબ જોવાને કાઢેલી ચિઠ્ઠી-નાખેલા પાસા. 3. A separate portion: ટુકડી; ભાગ; વાંટો. *To cast in one's lot with*, to share the fortunes of: કોઈની બાજુ પક્ષમાં જવું. To *cast lots*, to use a die: પાસા નાખવા. *To draw lots*, to determine an event: ચિઠ્ઠી કાઢવી.

Lotion, (લોશન્)*n.*[L. *lotum*, wash.]A liquid for bathing the skin: ઓસડ-દવાનું પાણી; પાણી.

Lotus, (લોટસ્)*n.* A name of several kinds of water lilies: કમલ; પદ્મ; પંકજ. *White* **l.**: પોયણું,

Lottery, (લૉટરિ) *n.* A scheme, for the distribution of prizes by lot chance: સોરતી. 2. Allotment; thing alloted: ભાગ; અંશ.

Loud, (લાઉડ્) *a.* Noisy: મોટું; ઉંચા-બુલંદ અવા-

જવું. 2. Clamorous: ઘાંટા પાડનાર; બુમો પાડનાર; ખરાડનાર. 3. Urgent; emphatic: જરૂરનું; અગત્યનું. 4. Likely to attract attention: ધ્યાન ખેંચે એવું. *adv.* Loudly: મોટેથી; બુમ પાડીને.

Loudly, (લાઉડ્લિ) *adv.* In a loud manner: મોટેથી;બુમ પાડીને;તાણીને;ઘાંટો કાઢીને;બુલંદ અવાજે.

Loudness, (લાઉડ્નેસ્) *n.* The quality of being loud: મોટો ઘાંટો; બુમ; શોર; બુલંદ અવાજ.

Lounge, (લાઉન્જ્) *vi.* To spend time lazily: નવરા–રઝળતા ફરવું; રખડવું; રઝળવું. 2. To loll: આડા પડીને બેસવું; લાંબા થઇને પડવું; લેટવું. *n.* A place of lounging: ગપ્પાં મારવાની જગા; નવરાં નકામાંઓની જગા. 2. A piece of furniture resembling a sofa: એક જાતની બેસવાની કોચ.

Louse, (લાઉસ્) *n. pl.* **Lice.** A small insect: જુ; ચામજુ. *vt.* To clean from lice: જુઓ કાઢવી.

Lousy, (લાઉઝિ) *a.* Infested with lice: જુવાળું; જુવો પડેલું. 2. Mean; contemptible: હલકું; પામર; અધમ; નીચ; પાજી.

Loveable, (લવેબલ્) *a.* Worthy of love: ચાહવા લાયક; પ્રીતિપાત્ર.

Love, (લવ્) *n.* [L. *libet*, it pleases.] Affection; tenderness: વહાલ; માયા; હેત; પ્યાર; મમતા; પ્રેમ; પ્રીતિ; સ્નેહ; ભાવ; પ્રેમભાવ. 2. Devoted attachment to one of the opposite sect: પ્રેમ; મોહોબત; ઇશ્ક. 3. Courtship: પ્રેમ બાંધવાની ઇચ્છા. 4. Affection; kind feeling: દયા; કૃપા; મહેર; મહેરબાની. 5. Due gratitude and reverence to God: ભક્તિ. 6. The object of affection: વ્હાલી; વ્હાલો;પ્રિયતમ;પ્રિયા;પ્રાણપ્રિયા. 7.Cupid: કામ; મદન. *Love knot*, a knot or bow of ribbon: પ્રીતિની ગાંઠ; પ્રેમગાંઠ; પ્રેમબંધ. **L.** *lass*, a sweetheart: પ્યારી; પ્રિયા. **L.** *god*, cupid: કામદેવ. *To make love to*, to express affection for: પ્યાર દેખાડવો. *vt.* To regard with affection or good will: ચાહવું; પ્રીતિ રાખવી. 2. To regard with passionate and devoted affection: મોહબત બાંધવી; ઇશ્ક કo. *vi.* To be in love: પ્યારમાં પડવું.

Love-letter, (લવ્લેટર્) *n.* A letter of courtship: પ્રેમ પત્રિકા; આશુક માશુકની મોહોબતના કાગલો; પ્રેમ પત્ર; મદન લેખ.

Lovely, (લવ્લિ) *a.* Beautiful; charming: ખુબસુરત; સુંદર; મનોહર; રમણીય; પ્યારૂં; ખુશનુમા.

Lover, (લવર્) *n.* One who loves; one who is in love: આશક, પ્રેમાસકત પુરૂષ. 2. A friend: દોસતદાર; સારૂં ઇચ્છનાર; શુભેચ્છુ; ખેરખાહ.

Lovesick, (લવ્સિક્) *a.* Languishing with love or amorous desire: પ્રેમપીડિત; કામાતુર.

Loving, (લવિંગ્) *a.* Affectionate: પ્રેમ રાખતું; વ્હાલું; પ્યારૂં; હેતવંતું.

Lovingly, (લવિંગ્લિ) *adv.* With love; affectionately: પ્યારથી; પ્રેમથી.

Low, (લો) *vi.* To make the calling sound of cows and other bovine animals: આરડવું; ગાય ઢોરની પેઠે ખરાડવું. *a.* Not high or elevated: નીચું. 2. Not rising to the usual height: ઠિંગણું; બેઠા ઘાટ–બાંધણીનું. 3.Moderate; cheap: હલકું; સોંઘું; સસતું. 4 Not loud: ધીમું; હલવું. 5 Depressed in the scale of sounds: બેઠું; નીચા અવાજનું; મંદ; ગંભીર. 6. Depressed; dejected: નરમ પડી ગયેલું; ઉદાસ; ખિન્ન; નાઉમેદ; નિરાશ. 7. Depressed in condition; humble in rank: અધમ; નીચું; હલકું. 8 Humble; submissve: સાદું; નમનતાઈવાલું. 9 Moderate; not intense: મીળનસર; વાજબી; મધ્યમ. *adv.* Near the ground; not high: નીચે; તલિયે. 2. Humbly: ધીમે; નમ્રતાથી; ધીમેધીમે; હલવે હલવે.

Low-bred, (લોબ્રેડ્) *a.* Rude; impolite: અધમ; નીચ; હીનજાતીનું; અકુલીન; હલકું; બેખદામનું.

Low-born, (લોબોર્ન્) *a.* Born in a low condition or rank: કમજાત; હીનજાત; અધમ; નીચ.

Lower, (લોઅર્) *vt.* To let down: ઉતારવું; નીચું લાવવું. 2. To reduce the height of: ટુંકું કરવું. 3. To depress as to direction: ઓછું કo. ઘટાડવું; હલકું કo. 4 To bring down; to humble: ઉતારી પાડવું; તોડવું; ભાગવું; માનભંગ કરવું; માનખંડન કo. *vi.* To fall; to sink: નીચું પડવું; પડવું; ઉતરવું; ઓછું–કમી–ન્યુન થવું.

Lowermost, (લોઅર્મોસ્ટ્) *a.* Lowest: સૌથી નીચલું–હેઠલું.

Lowland, (લોલૅન્ડ્) *n.* A low or level country: નીચાણમાં આવેલો દેશ.

Lowliness, (લોલિનેસ્) *n.* Humility: નમાનાપણું; નમ્રતા; વિનય. 2. Low condition: ગરીબાઇ; દીનતા.

Lowly, (લોલિ) *a.* Not high; low: ઉતરતું; હલકું; નીચી પંક્તીનું. 2. Low in rank: ગરીબ; હલકું. 3. Humble: નમ્ર; ગરીબ; નમાનું; સુશીલ.

Low-spirited, (લોસ્પિરિટેડ્) *a.* Dejected; depressed: ખિન્ન; ઉદાસ; નિરૂમંગ; નિરાશ.

Loyal, (લૉયલ્) *a.* [L. *legis*, law.] Faithful to law: રાજભક્ત; વફાદાર. 2. True to whom one owes fidelity: એક પત્નીવ્રત; પતિવ્રતા; સાચું; ખરૂં; શુદ્ધ; નેક; પાકદામન; નિમકહલાલ.

Loyally, (લૉયલિ) *adv.* In a loyal manner faithfully: વફાદારીથી; સતીપણાથી.

Loyalist, (લૉયલિસ્ટ્) *n.* A person who adheres to his sovereign: વફાદાર રૈયત; રાજભક્ત.

Loyalty, (લૉયલ્ટિ) *n.* Fidelity to a superior: રાજભક્તિ; ભક્તિ; રાજનિષ્ઠા; વફાદારી; નિમકહલાલી.

Lozenge, (લૉઝેન્જ્) *n.* A diamond shaped figure: વક્રચતુષ્કોણ. 2 Any thing in the form of a lozenge: હીરા–ચકતીના આકારની કોઇપણ વસ્તુ

Lubricate, (લ્યુબ્રિકેટ્) *vt.* [L. *lubrico*, I lubricate.] To make smooth or slippery: સુંવાળું–લીસું કરવું. 2. To apply lubricant to: તેલ લગાડવું; ચિકણું કo.

Lubricious, (લ્યુબ્રિશસ્) *a.* Smooth: સુંવાળું; લીસું; ચિકણું; સરકણું.

Lubricity, (લ્યુબ્રિસિટિ) *n.* [L. *lubricitas.*] Smoothness: સફાઈ; લીસાપણું. 2. Slipperiness; instability: સરકી–લપસી–ફરી જવાનો ગુણ; અસ્થિરતા.

Lucid, (લ્યુસિડ્) *a.* [L. *lucis*, light.] Shining; bright: ચકચકિત; ચલકતું; પ્રકાશિત; તેજસ્વી. 2. Clear; transparent: ચોખ્ખું; સ્વચ્છ; નિર્મલ; વિમલ; શુદ્ધ. 3 Easily understood: સ્પષ્ટ; ખુલ્લું; પરગટ. 4 Marked by the regular operations of reason:

શુદ્ધિનુ ; હોંશીઆરીનુ ; ભાન ઠેકાણે હોવાનું; સાવધાનીનું.

Lucidness, (લ્યૂસિડ્નૅસ્) *n.* The quality of being lucid: સ્વચ્છતા; ચલકાટ; સ્પષ્ટતા; શેાભા; પ્રભા; ભાન; હોંશીઆરી.

Lucifer, (લ્યૂસિફર્) *n.* [L. *lux*, light & *fero*, I bear.] The planet Venus: શુક્રનેા તારેા. 2. Satan: સેતાન. 3. A match: દીવાસલી.

Luck. (લક્) *n.* Fortune: દૈવ; ભાગ્ય; નસીબ; કિસમત. *Good* **l.**: સૈાભાગ્ય; પુણ્યેાદય; રેાશન સેતારેા. *Bad or ill* **l.**: મંદભાગ્ય; દુર્ભાગ્ય; દુર્દૈવ; કમબખ્તી.

Luckily, (લકિલિ) *adv.* In a lucky manner; fortunately: નશીબના જોરથી; દૈવબલે કરીને; દૈવયેાગે; સુભાગ્યે; સારે નશીબે.

Luckless, (લક્લૅસ્) *a.* Unfortunate: અકર્મી; કમનશીબ; દુર્ભાગી; ભાગ્યહીન; અભાગિયું; કમબખ્ત.

Lucky, (લકિ) *a.* Fortunate: ભાગ્યશાલી; ભાગ્યવંત;નશીબદાર-વાન;બખ્તાવર. 2. Favourable;auspicious:શુભ;શુભકારી;માંગલિક;કલ્યાણકારી;મુબારક.

Lucrative, (લ્યૂક્રેટિવ્) *a.* [L. *lucrum*, gain.] Gainful; profitable: નફેા મલે એવું; લાભકારક; લાભકારી; હિતાવહ; ફલાવહ; ફાયદેમંદ; બરકતવાલું.

Lucre, (લ્યૂકર્) *n.* [L. *lucrum.*] Profit; riches: પ્રાપ્તિ; લાભ; નફેા; બરકત.

Lucubrate, (લ્યૂકયૂબ્રેટ્) *vi.* [L. *lux*, light.] To study by night: રાતે અભ્યાસ ક૦. *vt.* To compose by night study:રાત્રે તૈયાર ક૦–બનાવવું-રચવું.

Lucubration, (લ્યૂકયૂબ્રેશન્) *n.* Nocturnal study; રાતનેા અભ્યાસ–મહેનત. 2. That which is composed by night: એકાંતે કીધેલું; રાતે રચેલેા–તૈયાર કરેલેા ગ્રંથ–પુસ્તક.

Ludicrous, (લ્યૂડિક્રસ્) *a.* [L. *ludus*, play.] Adapted to excite laughter: હસવા જેવું; હાસ્યજનક–કારક.

Luggage, (લગેજ) *n.* That which is lugged: સામાન; સરંજામ; મુસાફરીની સામગ્રી.

Lugubrious, (લ્યૂગ્યૂબ્રિઅસ્) *a.* [L. *lugere*, to mourn.] Doleful; woeful; pitiable: દુખ–દીલગીરીનું; ઉદાસ; શેાકાત્મક; દુખાત્મક.

Luke-warm, (લ્યૂક્વૉર્મ્) *a.* Moderately warm; tepid: કેાકરવર્ણું; કેાકીલું; કુકું; સુમરાયું; સુમરેલું; સ્હેજ ઉનું. 2. Not ardent; indifferent: નિરૂત્સાહી; થંડું; બેપરવા; ઢીલું; પેાચું.

Lull, (લલ્) *vt.* To calm; to quiet; ટાઢું પાડવું; શાંત કરવું; દુખ-ફીકર ભૂલાવી દેવી;પેાઢાડવું;છાનું રાખવું. *vi.* To subside: પડવું; પડી જવું; શમી જવું; નરમ પડવું. **(પવન)** *n.* A lullaby: ગીત; ગીતડાં; હાલરડાં. 2. A temporary cessation of storm: પવનનું શમવું તે; શાંતિ; અક્ષેાભ.

Lullaby, (લલૅબાઇ) *n.* A song to quiet babies: હાલરડું; હાલરૂં; ગીત; ગીતડું. 2. Good night; good by: સલામ.

Lumbago, (લંબેગેા) *n.* [L. *lumbus*, loin.] A rheumatic pain in the loins and the back: કમર રહી જવી તે; કમરમાં વા–પવન ભરાવેા તે; કટિવેદના; કટિવાયુ.

Lumbar, (લંબાંર્) *a.* [L. *lumbus*, loin.] Pertaining to the loins: કેડ કમર સંબંધી.

Lumber, (લંબર્) *n.* Things cumbrous or bulky and useless: નકામી પડી રહેલી ભારે ચીજ; નડતર; નકામી અડચણ; ડખખલ; અટારેા. *vt.* To heap together in disorder: અટારેા ભરી મુકવેા.

Lumber-room, (લંબર્ રૂમ્) *n.* A room in which lumber is kept: સામન ભરવાની જગા.

Luminary, (લ્યૂમિનૅરિ) *n.* [L. *lumen*, light.] Any body that gives light: તેજસ્વી પદાર્થ; સૂર્ય; સૂર્યચંદ્ર. 2. One who illustrates any subject: પ્રખ્યાત–તેજસ્વી પુરૂષ; મેાટેા માણસ.

Luminous, (લ્યૂમિનસ્) *a.* [L. *lumen*, light.] Shining: તેજસ્વી; પ્રકાશમાન;ચલકતું. 2. Enlightened; intelligent: હુશીઆરીવાલું; ચકેાર; ખબરદાર, 3. Clear: સ્વચ્છ; સાફ.

Lump, (લમ્પ્) *n.* A small mass of matter of irregular shape: ગઠ્ઠેા; ગાંગડેા; લેાંદેા; લેાચેા; લચકેા. *vt.* To throw into a mass; to unite into a body: એકંદર ક૦; એક થેાક-જુમલેા ક૦.

Lumpy, (લમ્પિ) *a.* Full of lumps, or small compact masses: ગઠ્ઠાગઠ્ઠા–ગાંગડા ગાંગડાવાલું.

Lunacy, (લ્યૂનૅસિ) *n.* Insanity or madness; ગાંડપણ: દિવાનાપેણું; ઉન્માદ; ઘેલચ્છા; ઘેલાપણું.

Lunar, (લ્યૂનૅર્) *a.* [L. *luna*, the moon.] Pertaining to the moon; ચંદ્રનું; ચાંદના જેવું; ગેાલ. 2. Influenced by the moon: ચંદ્રથી થએલું. L. *day*: તિથિ; મિતી. L. *eclipse*: ચંદ્રગ્રહણ.

Lunatic, (લ્યૂનૅટિક્) *a.* [L. *luna*, the moon.] Insane; mad: ગાંડું; દિવાનુ ; ઘેલું. *n.* An insane person: ગાંડેા માણસ; દિવાનેા; ઘેલેા.

Lunation, (લ્યૂનેશન્) *n.* The time from one new moon to the next: એક ચાંદરાતથી બીજી ચાંદરાત સૂધીનેા કાલ–વખત; ચંદ્ર પરિવર્તન કાલ.

Lunch, (લંશ્) *n.* A luncheon: નાસ્તેા અને રાતના ખાણાની વચેનું ભેાજન; ઉપહાર. *vi.* To take luncheon; કાચું કેારૂં મેાંમાં નાંખવું.

Luncheon, (લંશન્) *n.* A lump of food: કાચું કેારૂં; ચવેણું; સુકું પાકું.

Lung, (લંગ્) *n.* An organ for aerial respiration: ફેફસું.

Lurch, (લર્ચ્) *n.* A sudden inclination of the mind: મનનેા ઓચિંતેા વેગ; ફંટેા; વિચાર. *vt. To leave in the lurch:* અફલાવા–કુટાવા દેવું. *vi.* To roll suddenly to one side: એક બાજુએ ડેાલવું; ઝેાંકેા ખાવેા.

Lure, (લ્યૂર્) *n.* Any enticement; a decoy: લેાભ; લાલચ; ફુસલાવણી; લાલસા; આકર્ષણ. *vt.* To draw to the lure; to entice: લલચાવવું; લેાભાવવું; ફુસલાવવું.

Lurid, (લ્યૂરિડ્) *a.* [L. *luridus.*] Pale-yellow: છેક ફિકકું; ફિક્કા પીલા રંગનું; ભુરાસપર; ભુરૂ.

Lurk, (લર્ક્) *vi.* To lie hid; to lie in wait: છુપાઇ–ભરાઈ રહેવું. 2. To keep out of sight: સતાતાં–ભરાતાં ફરવું.

Lurking-place, (લર્કિન્ગ્પ્લેસ્) *n.* A place of concealment: સંતાઇ–ભરાઇ રહેવાની જગા; ગુપ્તસ્થાન

Luscious, (લશસ્) *a.* Sweet; delicious: અતિશય મીઠાસવાલું; લલિત; મધુર; શીરીન. 2. Cloying; fulsome: કંટાળો લાગે—આવે એવું.

Lust, (લસ્ટ્) *n.* Pleasure: સુખ; ગમત. 2. Inclination; desire: ઇચ્છા; વૃત્તિ; રૂખ; લોભ; હોંશ; અભિલાષા. 3. Licentious craving; sexual appetite: દુર્વાસના; કામાગ્નિ; હવસ; મસ્તી.

Lustful, (લસ્ટ્ ફૂલ્) *a.* Full of lust: excited by lust: કામી; સ્ત્રીલંપટ; સ્ત્રી વ્યસની; મસ્ત; કામાંધ.

Lustily, (લસ્ટિલિ) *adv.* In a lusty or vigorous manner: જીવ તોડીને; જીવ દઇને—ધાલીને.

Lustral, (લસ્ટ્રૅલ્) *a.* [L. *lustrum.*] Pertaining to purification: સફાઇનું; શુદ્ધિનું; શુદ્ધિકારક.

Lustration, (લસ્ટ્રેશન્) *n.* [L. *lustratis.*] The act of purifying: શુદ્ધિ—શુચિકરણ; શુદ્ધિ; શોધ; પાવન; પવિત્ર કરણ.

Lustre, (લસ્ટર્) *n.* [L. *lustere*, to purify.] Brilliancy; splendor: તેજ; કાંતિ; ચલકાટ; શોભા; પાણી; નૂર; ઝલેહ. 2. Renown; glory: કીર્તિ; ખ્યાતિ; પ્રખ્યાતિ; પ્રતિષ્ઠા; શોભા; નામ; આબરૂ.

Lustrous, (લસ્ટ્રસ્) *a.* Bright; shining; તેજસ્વી; ઝલકી રહેલું; પાણીદાર; ઝલેહદાર; ચલકતું.

Lustrum, (લસ્ટ્રમ્) *n.* [L. *lustra.*] A lustration or purification: સ્વચ્છતા; શુદ્ધિ. 2. A period of five years: પાંચ વરસની મુદત; વર્ષપંચક.

Lusty, (લસ્ટિ) *a.* Stout; strong; vigorous: મજબૂત; પુષ્ટ; જોરાવર; લઠ્ઠ; હટ્ટું કટ્ટું; 2. Beautiful; handsome: સુંદર; સરસ; કાન્તિવાન. 3. Of large size; big: દેવ—દૈત્ય જેવું.

Lute, (લ્યૂટ્) *n.* [L. *lutum*, mud, clay.] A stringed instrument: વીણા; તંબુરો; સારંગી; બીન.

Luxate, (લક્સેટ્) *a.* [L. *luxo*, I dislocate.] Luxated: ઉતરી—લચકી ગયેલું. *v.t.* To dislocate; to remove from its proper place: સાંધો ઉતારવો; લચકાવવું; ઉતારી નાખવું.

Luxuriance-cy, (લકસ્યૂરિઍન્સ્-ન્સિ) *n.* Excessive abundance produced by rank growth: પુષ્કલ થવું—ઉગવું—ખીલી રહેવું તે; ભર; બહાર; પૂર જોર; ઘેંઘટ; અતિવૃદ્ધિ; સમૃદ્ધિ.

Luxuriant, (લકસ્યૂરિઍન્ટ્) *a.* [L. *luxus*, excess.] Rank; excessive; very abundant: ફેલાયલું; પુષ્કલ ઉગેલું; ભરભાર; ઘેંઘટ; અતિસમૃદ્ધ; અત્યંત.

Luxuriate, (લકસ્યૂરિએટ્) *vi.* To grow to superfluous abundance: ફેલાવું; પૂર જોરમાં ખિલવું—ઉગવું; અતિવૃદ્ધિ થવી; ભરભાર—ઘેંઘટ થઇ રહેવું; ખીલી રહેવું. 2. To feed or live luxuriously: ઘણા શોખથી ખાવું રહેવું; માતેલું થવું.

Luxurious, (લકસ્યૂરિઅસ્) *a.* Pertaining to luxury: ભોગી; વિલાસી; વિહારી; ચેની; મોજ શોખી; મોજશોખ-એશઆરામમાં ડુબેલો.

Luxuriously, (લકસ્યુરિઅસ્લિ) *adv.* In a luxurious manner: મોજશોખથી; એશઆરામથી; સુખભોગ પૂર્વક; વિલાસભોગ પૂર્વક.

Luxury, (લકસ્યૂરિ) *n.* [L. *luxus.*] A free indulgence in costly food, dress, furniture &c.: મોજ—શોખ; એશઆરામ. 2. An expensive rarity: મોજશોખની વસ્તુઓ; વિષય સુખસાધન; સુખ સાધન; સુખ સાહિત્ય. 3. Lust: વિષયસુખ; ઇશ્કબાજી. 4. Luxuriance; exuberance: પુષ્કલ જોશમાં ખીલી નીકલવું તે; ભર; ઘેંઘટ.

Lyceum, (લાઇસીઅમ્) *n.* A company of learned persons: પંડિતોનું મંડળ; પંડિત સમાજ. 2. A place where the learned persons meet: પંડિતોને મળવાની જગા.

Lying, (લાઇંગ્) *n.* A falsehood: જુઠું બોલવું તે; અસત્ય ભાષણ; જુઠાણું. *a.* જુઠ્ઠું; જુઠું બોલવાની ટેવવાળું.

Lymph, (લિમ્ફ્) *n.* [L. *lymphe.*] A spring of water: પાણીનો ઝરો. 2. પ્રાણીઓના શરીરમાંનો એક પ્રવાહી—રસ; રસી.

Lyre, (લાઇર્) *n.* A stringed instrument of music: સારંગી; તંબુરો; એકતારો; વીણા.

Lyric, (લિરિક્) *a.* [Gr. *lura*, a harp.] Pertaining to a lyre or harp: સારંગી—તંબુરા સંબંધી. *n.* A lyric poem: કવિના મનોવિકાર દેખાડનાર કવિતા; વિચિત્ર રસિક કવિતા.

M.

M, (ઍમ્) The thirteenth letter of the English alphabet: ઇંગ્રેજી મૂલાક્ષરનો તેરમો અક્ષર. 2. As a numeral it stands for one thousand: સંખ્યામાં તે ૧૦૦૦ના આંક તરીકે વપરાય છે.

Ma, (મા) *n.* A child's word for mother: મા; માતા.

Macadamise, (મૅકૅડૅમાઇઝ્) *vt.* To cover a road with small broken stones: કાંકરા નાંખી રસ્તાને પાકો કરવો; ખડી પુરવી.

Macaroni, (મૅકૅરોનિ) *n.* [Gr. *macaria*, happiness] Long slender tubes made of a paste chiefly of wheat flour and used as an article of food: સેવ; સેવૈ.

Mace, (મેસ્) *n.* A heavy staff or club: લાકડી; ગદા; સોટો; દંડુકો. 2. A staff carried before a magistrate: ચોબ; છડી; દંડ; નકીબ. 3. A kind of spice: જાયપત્રી; જાવંત્રી.

Mace-bearer, (મેસ્બેરર્) *n.* An officer who carries a mace: ચોબદાર; છડીદાર; નકીબદાર.

Macerate, (મૅસરેટ્) *vt.* [L. *macer*, I make soft.] To make lean: પાતલું કરવું; ઘસી નાંખવું. 2. To soften by steeping in a liquid: પલાલવું; બોલી રાખવું; નરમ કo; બોલવું; ભિંજવી રાખવું.

Machiavelian, (મૅકિઍવૅલિઅન્) *a.* Crafty: રાજ્યકાજમાં ખટપટીઉં. *n.* One who adopts the principles of Machiavel: ખટપટીઓ; દગાખોર; કપટી; કાવાબાજ.

Machinate, (મૅકિનેટ્) *vt.* [L. *machinari*, to devise.] To plan; to contrive artfully: કપટ કરવું; ખટપટ કરવી; યોજના કo; ઘાટ ઘડવો; પ્રપંચ રચવો.

Machination, (મૅકિનેશન્) *n.* The act of machinating: યોજના; રચના; ચિંતન. 2. A device; an artful design or plot: ઘાટ; કુભાડ; ખરાબ યુક્તિ; તરકટ; કાવતરૂં; કુકલ્પના; કપટપ્રબંધ; પાખંડ.

Machine, (મૅશીન્) *n.* [L. *machina*, machine.] યંત્ર; સાંચો; સંચો. 2. A combination of persons acting together for a common purpose: સા-

ધારણ કામને માટે એકઠા થએલા માણસોનો સમૂહ–જથો; રાજકીય મંડલી; ટોલી. M. *work*: સાંચા કામ.

Machinery, (મૅશીનરિ) *n.* Machines in general or collectively: યંત્રો; સાંચા. 2. The working parts of a machine: સાંચાકામ; યંત્રસાહિત્ય.

Machinist, (મૅશીનિસ્ટ્) *n.* A constructor of machines and engines: સાંચા બનાવનાર; યંત્રકાર. 2. A person employed to shift scenery in a theater: નાટકશાળામાં પડદા ગોઠવનાર માણસ.

Macrocosm, (મૅક્રોક્રૉઝમ્) *n.* [L. *Macro*+Gr. *cosmos*, life.] The great world: ત્રિભુવન; જગત.

Macula, (મૅક્યૂલૅ) *n.* *Pl.* **maculæ**. [L. *macula*, spot.] A spot; blot: કલંક; લાંછન; ડાઘ.

Maculate, (મૅક્યૂલેટ્) *vt.* [L. *maculæ*, I spot.] To stain; to defile; to blotch: લાંછન લગાડવું; ખરો–કલંક લગાડવું; કલંકિત ક૦.

Mad, (મૅડ્) *a.* Crazy; insane: ઘેલું; ગાંડું; દિવાનું; ચળી ગએલું. 2. Excited beyond self control: મસ્ત; અંધ; ઝનુની; બાવરૂં; આવેશી; ખીજવાયલું. 3. Prompted by rashness: છકેલું; છટેલ.

Madam, (મૅડમ્) *n.* A gentle woman: બાઈ; શેઠાણી; બીબી; બેગમ; મડમ.

Madcap, (મૅડ્કૅપ્) *n.* A person of wild behaviour: દિવાનું; ઉદ્ધત માણસ; અવિચારી;ગાંડો; બાવરો; ઝનુની.

Madden, (મૅડ્ન) *vi.&vt.* To become mad: to act as if mad: ગાંડું થવું; ઘેલું થવું-ક૦; ગાંડા બનાવી દેવું.

Madder, (મૅડર્) *n.* The plant of the genus [*Rubia*: મજીઠ.

Mad-dog (મૅડ્ડૉગ્) *n.* A dog attacked with hydrophobia: હડકવાવાલું કુતરૂં; હડકાયેલું કુતરૂં

Made, (મેડ્) *Pret. & p. p.* of **Make**: કીધું.

Mad-house, (મૅડ્હાઉસ્) *n.* A house where insane persons are confined: દિવાના–ગાંડા લોકને રાખવાનું મકાન; ગાંડાની ઈસ્પીતાલ.

Madness, (મૅડ્નેસ્) *n.* Insanity: દિવાનાપણું; ગાંડાઇ; ઘેલછા; ઘેલાપણું; ગાંડપણ.

Magazine, (મૅગૅઝીન) *n.* A store-house: વખાર; ભંડાર; કોઠી; કોઠાર. 2. The room in which powder is kept: દારૂગોળો રાખવાની ઓરડી; દારૂખાનું; તોપખાનું; શસ્ત્રાગાર. 3. A periodical pamphlet: ચોપાનીઉં.

Maggot, (મૅગૉટ્) *n.* The footless larva of [any fly: કીડો; ચેળ.

Magi, (મેજાઈ) *n. pl.* [L. *magus*, origin] A cast of priests, and philosophers, among the ancient Persians: પ્રાચીન ઈરાન દેશના ફિલસુફો.

Magic, (મૅજીક્) *n.* The pretended arts: મંત્ર; જાદુ; ઈલમ; ધંતરમંતર; માયા; કામણ; મોહ; ચેટક.

Magical, (મૅજીકૅલ) *a.* Pertaining to magic: જાદુઇ; જાદુસંબંધી; ચમત્કારિક; જાદુથી કીધેલું; જાદુઈલમનું; તિલસ્માતી. M. *wand*, a wand used by a magician: જાદુઈ લાકડી.

Magician, (મૅજીશૅન) *n.* One skilled in magic; a necromancer: ઇંલમબાજ; જાદુખોર; જાદુગર; ઈલમી.

Magisterial, (મૅજીસ્ટીરિઍલ) *a.* [L. *magister*, a master.] Authoritative: અખત્યાર-હકુમતવાલું. 2. Arrogant; proud: મગરૂર; અહંકારી; અભિમાની.

Magistracy, (મૅજીસ્ટ્રૅસી) *n.* The office or dignity of a magistrate: માજીસ્ટ્રેટનો હોદો; ફોજદારી. 2. The collective body of magistrates: માજીસ્ત્રેટ મંડળ.

Magistrate (મૅજીસ્ટ્રેટ્) *n.* [L. *Magister*, a master]. A person clothed with power as a public civil officer: માજીસ્ત્રેટ; ફોજદાર.

Magnanimity,(મૅગ્નૅનિમિટિ) *n.* Greatness of mind: ઉદારતા;મનનું મ્હોટાપણું; મ્હોટું મન;ઉદારમતિ.

Magnanimous, (મૅગ્નૅનિમસ્) *a.* [L. *magnus* great, & *animus*, mind] Great of mind: મ્હોટા મનનું; મહાશય; મહાત્મા; ઉદાર; સખી.

Magnate, (મૅગ્નેટ્) *n.* [L. *magnus*, great.] A person of rank: ઉમરાવ; મોભાદાર-ઉંચી પદવીનું માણસ.

Magnet, (મૅગ્નેટ્) *n.* The loadstone: લોહચુંબ- [ક; લોહકાંત.

Magnetic-al, (મૅગ્નૅટિક્-કૅલ્) *a.* Pertaining to the magnet: લોહચુંબક સંબંધી. 2. Capable of becoming a magnet: લોહચુંબક થવાનો ગુણ ધરાવતું. 3. Attractive:ખેંચે તેવું;આકર્શક;આકર્શણશીલ.

Magnetism, (મૅગ્નેટિઝમ્) *n.* The property of being magnetic: લોહચુબકનો ગુણ; લોહચુંબનધર્મ. 2. The science which treats of magnetic phenomina: લોહચુંબકશાસ્ત્ર. 3. Power of attraction: ખેંચવાની શક્તિ; આકર્શણ શક્તિ; આકર્શણ.

Magnetize, (મૅગ્નેટાઇઝ્) *vt.* To communicate magnetic properties to: લોહચુંબકનો ગુણ આપવો. 2. To influence: આકર્શવું; અસર ક૦.

Magnific, (મૅગ્નિફિક્) *a.* [L. *magnus*, great and *facio*, I make.] Grand; splendid: મ્હોટું; શોભાયમાન; તેજસ્વી; ભભકાદાર; ઠાઠમાઠવાલું.

Magnificence, (મૅગ્નિફિસેન્સ્) *n.* The state or quality of being magnificent: ભપકો; ઠાઠ; શોભા; જાહોજલાલી; પ્રતાપ; રોનક દમામ.

Magnificent, (મૅગ્નિફિશેન્ટ્) *a.* Doing grand things; admirable in action: શોભિતું; શોભાયમાન; તેજસ્વી; દેદિપ્યમાન. 2. Pompous; splendid: ભપકાદાર; દમામદાર; ઠાઠવાલું; ભવ્ય; વિશાલ.

Magnificently, (મૅગ્નિફિસેન્ટ્લિ) *adv.* In a magnificent manner: ઠાઠથી; શોભાથી; ભપકાથી.

Magnifier, (મૅગ્નિફાયર) *n.* One who magnifies: હોય તેથી મોટું કરી દેખાડનાર.

Magnify, (મૅગ્નિફાઈ) *vt.* [L. *magnus*, great & *facio*, I make.] To make great; to enlarge: મ્હોટું કરી બતાવવું. 2. To increase the importance of: મ્હોટાઈ વધારવી; મહાન તરીકે વર્ણવવું-કહેવું. 3. To praise highly: વેખાણવું; સ્તુતિ કરવી. 4. To exaggerate: મરચું મીઠું ભભરાવીને કહેવું; અતિશયોક્તિ-સહરાગત ક૦. *To* **m.** *one self*, to boast: વડાઈ કરવી; ફુલ મારવી; ડંફાસ હાંકવા.

Magniloquent, (મૅગ્નિલોકવેન્ટ્) *a.* [L *magnus*, great and *loquor*, I speak.] Speaking loftily or pompously:ડોલ-ભભકાથી બોલનારૂં.

Magnitude, (મૅગ્નિટ્યૂડ્) *n.* [L. *magnus*, great.] Size; bulk: પ્રમાણ; વિસ્તાર; કદ. 2. Greatness; grandeur: મોટાપણું; મોટાઈ; મહત્વ.

ગુરૂત્વ; અગત્ય; બુલંદી.

Maiden, (મેડ્ન્) *n.* An unmarried woman: કુમારી; કન્યા; કુમારિકા; અનુઢા. 2. A female servant: ચાકરડી; દાસી; કામ કરનારી. *a.* Pertaining to a maiden, or a virgin: કુમારિકાનું-સંબંધી. 2. Fresh; innocent; pure; unused: પવિત્ર; નિર્દોષ; ચોખ્ખું; તાજું; કોરૂં.

Maidenhood, (મેડ્ન્હુડ્) *n.* Virginity: જોબન; કૌમાર્ય; તારૂણ્ય; ચોખાપણું; કુમારિકાપણું.

Maidenlike, (મેડ્ન્લાઇક્) *a.* Modest; coy: કુમારિકા જેવું; શરમાલ; વિનયવાન; કન્યાયોગ્ય.

Maidenly, (મેડ્ન્લિ) *a.* Suiting a maid; gentle; modest: કન્યાયોગ્ય; કન્યાતુલ્ય; કન્યા સરખું; શરમાલ; લજ્જાલુ; કોમલ. *adv.* In a maidenlike manner: શરમાલપણે; લાજ સાથે.

Maid-servant, (મેડ્સર્વૅન્ટ્) *n.* A female servant: ચાકરડી; દાસી.

Mail, (મેલ) *n.* A small piece of money: સિક્કો. 2. Rent; tribute: ખંડણી; કર.

Mail, (મેલ્) *n.* [L. *macula*, a hole.] Armour; any defensive covering: બખ્તર; કવચ. *vt.* To arm with mail: બખ્તર પહેરવું. 2. To pinion: બાંધી લેવું; બેડી નાંખવી. *n.* A bag; a wallet: કોથળી; થેલી. 2. A bag for conveying letters by post: ટપાલ; ટપાલનાં કાગળો લાવ લઈજા કરવાની થેલી.

Mail, (મેલ્) *vt.* To post: કાગળો નાંખવા.

Mailcoach, (મેલ્કોચ્) *n.* A coach in which letters are carried: ટપાલની ગાડી; ડાગ ગાડી.

Maim, (મેમ્) *n.* The privation of the use of a limb or member of the body: ખોડ; એબ; ખાંપણ; ઈજા; અંગછેદ; લુલાપણું; લંગડાં–ખોડાપણું.

Maimed, (મેમ્ડ્) *a.* Impaired; disabled; injured: લુલું; લંગડું; ખોડું; વ્યંગ; હીનંગ.

Main, (મેન્) *n.* [L. *manus*, the hand.] Strength; force; might: બલ; જોર; શક્તિ; પ્રભાવ; સામર્થ્ય. 2. The chief or the principle part: મુખ્ય ભાગ; પ્રધાન ભાગ; મુખ્ય અંશ. 3. The great sea: સમુદ્ર; મહાસાગર. *(b)* The continent: ખંડ; દ્વીપકલ્પ. *For the* **m.**, *in the* **m.**: ઘણું કરીને; ઘણે ભાગે. *With might &* **m.**, with violent effort: મહા મહેનતે; સર્વ બલથી. *a.* Strong: મજબુત. 2. Vast; huge: વિશાલ; મ્હોટું; મહા; જબરૂં. 3. Entire; absolute: તદન; સાફ; સમૂલગું; હડહડતું. 4 Principal; chief: મુખ્ય; મોટું; પ્રધાન; પરમ; શ્રેષ્ટ; અગત્યનું; જરૂરનું. *adv.* Extremely: ઘણું જ.

Mainland, (મેન્લૅન્ડ્) *n.* The continent; the principle land: ખંડ; ભૂખંડ.

Mainly, (મેન્લિ) *adv.* Chiefly; principally: મુખ્યત્વે કરીને; ઘણું કરીને.

Maintain, (મેન્ટેન્) *vt.* [L. *manus*, a hand and *teneo*, I hold.] To support; to sustain: પાલવું; પોષવું; પરવરી કo.; ગુજરાન ચલાવવું; ચાલુ રાખવું; જારી રાખવું; નભાવવું; ટકાવવું. 2. To keep possession of; to hold and defend: કબજે રાખી રહેવું; છોડી-તજી ન દેવું; ન હઠવું. 3. To defend by argument; to assert: ખાત્રીથી કહેવું; સિદ્ધ કરી આપવું; તકરાર કo.-લેવી.

Maintenance, (મેન્ટિનૅન્સ્) *n.* Support; vindication; defence: રક્ષણ; સંભાલ; પ્રતિપાદન; સ્થાપન; તકરાર; બચાવ. 2. Means of sustenance: ગુજરાન; આજીવિકા; પાલણપોષણ; ભરણપોષણ; પ્રતિપાલન; નિર્વાહ; વૃત્તિ.

Maize, (મેઝ્) *n.* Indian corn: મકાઈ; મકાઇદોડો: ભુટો.

Majestic (મૅજેસ્ટિક્) *a.* Noble; grand; magnificent: ભપકાદાર; પ્રતાપી; પ્રૌઢ; મોટું; ડોલદાર; દમામવાલું; બુલંદ.

Majesty, (મૅજેસ્ટિ) *n.* [L. *majus*, great.] Grandeur; exalted dignity; stateliness: પ્રતાપ; મહોટાપણું; મહિમા; પ્રભાવ; ડોલ; દમામ; દબદબો. 2. The title of an emperor, king or queen: મહારાજ; રાજાધીરાજ.

Major, (મેજર્) *n.* [L. *major*, greater.] A field officer: લશ્કરમાં કેપ્ટનથી ચઢતો અમલદાર. 2. A person of full age: પુખ્ત ઉમ્મરનો માણસ. 3. That premise which contains the major term: પૂર્વપક્ષ પ્રતિજ્ઞા. *a.* Greater in number, quantity or extent: મ્હોટું; વધારે સંખ્યાવાલું 2 Of greater dignity; more important: મ્હોટું: મુખ્ય; પ્રધાન; શ્રેષ્ટ. 3. Of full legal age: પુખ્ત ઉમ્મરે આવેલું.

Majordomo, (મેજૉર્ડોમો) *n.* [L. *major*, greater & *domus*, a house.] A steward: ઘરનો કારભારી; વહિવટ કરનાર.

Majority, (મેજૉરિટિ) *n.* [L. *magnus*, great.] The quality or condition of being greater; superiority: વધારેપણું; આધિક્ય; અધિકતા. *(b)* The condition of being of full age: વય; યોગ્યલાયક ઉમર; સમજદારી. 2. The greater number; more than half: મ્હોટી સંખ્યા; અધિક પક્ષ: અધિક સંખ્યા; અડધા ઉપરાંત–મ્હોટો ભાગ. M. *of votes*: બહુ મત 3. Ancestors; ancestry: બાપદાદા; વડવાઓ. *To go over to, or to join* **m.**, to die: મરી જવું; ગુજરી જવું.

Make, (મેક્) *n.* Structure; construction; shape; form: બનાવટ; આકાર; આકૃતિ; બાંધો: ઘાટ: ડોલ; રૂપ.

Make, (મેક્) *vt. imp. & pp.* **made**. 1. *(a)* To form of materials; to construct; to fabricate: બનાવવું; કરવું; ઘડવું; રચવૂં; જોડવું; ઉત્પન્ન કo; નિર્માણ કo. *(b)* To produce as something artificial, unnatural or false: બનાવટ કo: ઉભુ કo; જોડી કાઢવું; બનાવવું. *(c)* To bring about; to perform; to execute: કરવું; ઉભું કo; ઉપજાવવું; બનાવવું. *(d)* To gain; to make acquisition of: મેલવવું; પેદા કo; રલવું; કમાવૂં; પ્રાપ્ત કo; સંપાદન કo. 2. To esteem; to suppose; to represent: ગણવૂં; માનવૂં; લેખવું; કહેવું: ચિતરવું. 3. To compel; to force; to cause: જબરાઈ-જબરદસ્તીથી કરાવવું; બલજોરી કરવી–ચલાવવી; ફરજ પાડવી. *To* **m.** *away*, *(a)* to kill; to destroy: મારી નાખવૂં; નાશ કo. *(b)* To alienate; to transfer: વેચી મારવું; બીજાને હવાલે કરી દેવું. *To* **m.** *believe*, to pretend; to feign: ઢોંગ કo. *To* **m.** *bold*, to venture: આગલ પડવૂં; હિંમત–છાતી ચલાવવી. *To* **m.** *the cards*, to shuffle the pack: પાનાં ચિપવાં. *To* **m.** *choice* *of*, to choose: પસંદ કo. *To* **m.** *little of*, to accomplish easily: સહેલાઇથી-ઉભે ઉભે કરી લેવું. *To* **m.** *much of*, to value highly: વધારે સારૂં જાણવું; બહુ અગત્યનું સમજવું. *To* **m.** *of*, (*a*) to understand or think concerning: સમજવું; વિચાર કo. (*b*) To esteem; to account: ગણવું; ધારવું; લેખવું; દરકાર રાખવી. *To* **m.** *out*, (*a*) to find out; to decipher: અર્થ કo; સમજવું: ઉકેલવું; ઉકેલાવવું. (*b*) To prove; to establish: સાબેત કo; સિદ્ધ કo. *To* **m.** *over*, to transfer the title of; to convey: સેાંપવું; હવાલે-સ્વાધીન કo. *To* **m.** *up*, (*a*) to collect into a sum or mass: એકંદર-એકઠું-ભેગું-જુમલે કo; બાંધવું; જમાવવું; તૈયાર કo. (*b*) To reconcile; to compose: સમાધાન કo; પતાવવું; સલાહ કo. (*c*) To complete: પુરૂં કo; ખેાટ પુરવી. (*d*) To compose: -નું બનવું; -માં હેાવું. (*e*) To shape, prepare or fabricate: કરવું; બનાવવું; તૈયાર કo; વાલવું. (*f*) To compensate; to make good: ભરી આપવું; વાલી આપવું. (*g*) To repair: સમારવું; સુધારવું; મરામત કo. *To* **m.** *up one's mind*, to resolve: નિશ્ચય-ઠરાવ કo; મન કરવું. *To* **m.** *water*, to urinate: પેશાબ કo; મુતરવું. *To* **m.** *way*, or *to* **m.** *one's way*, (*a*) to advance: આગલ વધવું; વધારેા કo. *vi.* To proceed; to move: તરફ જવું; ચાલવું; વધવું; જવું. 2. To contribute; to have effect: ઉપયેાગી થવું; કામ-ખપ-ઉપયેાગમાં આવવું. 3. To increase: વધવું; વધારેા થવેા. *To* **m.** *at*, to attack: ધસવું; ધસારેા કo. *To* **m.** *away with*, (*a*) to carry off: લઈ જતી જવું. (*b*) To transfer: સેાંપવું; હવાલે-સ્વાધીન કo. (*c*) To spend: ઉડાવવું; ગુમાવવું. (*d*) To kill: મારી નાંખવું. *To* **m.** *off*, to go away suddenly: એકદમ જતા રહેવું; નાશી જવું. *To* **m.** *up*, to become friendly: સમાધાન થવું; મલી જવું; સલાહ થવી. *To* **m.** *up for*, to compensate for: ભરી આપવું; ખેાટ પુરી આપવી. *To* **m.** *up to*, to approach: જવું; પહેાંચવું. *To* **m.** *with*, to concur: એકસંપ થવું; એક અભિપ્રાયના થવું.

Makebelieve, (મેક્બીલીવ્) *n.* A feigning to believe; a fiction: બ્હાનું; મસ; મિષ; ઢેાંગ. *a.* Feigned; insincere: કૃત્રિમ; ઢેાંગ ભરેલું.

Maker, (મેકર્) *n.* One who makes, forms or moulds; a manufacturer: કરનાર; બનાવનાર; કર્તા. 2. The person who makes a promisary note: હુંડી લખનાર. 3 One who writes verses: કવિ. 4. Creator; God: ખુદા; સરજનહાર; સરજનાર; કિર્તાર.

Maladministration, (મૅલ્ઍડ્મિનિસ્ટ્રેશન્) *n.* Bad management: અવ્યવસ્થા; અંધેર; ગેરબંદેાબસ્ત; બદઅમલ.

Malady, (મૅલૅડિ) *n.* Any disease of the human body: વિકાર; વ્યાધિ; મરજ; રેાગ; આજાર. 2. A moral or mental defect: એબ; દેાષ; ખેાડ; ખામી.

Malaria, (મૅલૅરિઍ) *n.* Miasma; *esp.*, air infected with some noxious substance capable of engendering disease: રેાગ પેદા કરનાર હવા-બાફ.

Malcontent, (મૅલ્કૉન્ટૅન્ટ્) *a.* Discontent; uneasy; નાખુસ; અસંતેાષી; રીસાયલું; નારાજ. *n.* A discontented subject: રાજ્યથી નાખુશ થયેલી પ્રજા.

Male, (મેલ્) *n.* [L. from *mas*, a male.] An animal of the male sex: નર; પુરૂષ; નરજાતીનું પ્રાણી. *a.* Pertaining to the sex that begets young; not female: નરજાતીનું; નરજાતી ધરાવતું; મર્દાની; નર જાતીને લાયક.

Malediction, (મૅલિડિકશન્) *n.* [L. *malus*, ill and *dico*, I say.] Cursing; curse; શ્રાપ: શાપ; બદદુવા.

Malefactor, (મૅલિફૅક્ટર્) *n.* [L. *male*, ill *facio*, I do.] An evil-doer; crimial; culprit: અપરાધી; ગુન્હેગાર; કુકર્મી; અકર્મી; બદકાર.

Malevolence. (મૅલિવેાલૅન્સ્) *n.* L. *malus*, bad & *volo*, I wish.] Ill will; inclination to injure others: દ્વેષભાવ; દુષ્ટભાવ; દ્વેષબુદ્ધિ; કુડભાવ; કપટભાવ; કુબુદ્ધિ; બદખ્વાહી.

Malevolent, (મૅલિવેાલૅન્ટ્) *a.* [L. *malus*, bad and *volo*, I wish.] Wishing evil; envious; mischievous: કીનાખેાર; બીજાનું બુરૂં તાકનાર; અહિતેચ્છુ; ભુંડું ઇચ્છનાર; દુરાત્મા: દ્વેષી; બદખાહ; બદઅંદેશ.

Malformation, (મૅલફૉર્મેશન્) *n.* Illformation: બગડેલું અંગ; અપંગ; ખેાડ.

Malice (મૅલિસ્) *n.* [L. *malitia*, from *malus* bad.] Malevolence; illwill; spite: અદાવત; કીનેા: વેર; દ્વેષ; ઇર્ષા; અદેખાઈ; વેરભાવ; ખાર; દુષ્ટબુદ્ધિ; હસદ; મેલ.

Malicious, (મૅલિશસ્) *a.* [L. *malus*, ill.] Indulging or exercising malice; harboring illwill: કપટી; અદાવતી; ખુનસી; ડંશી; ઝેરીલું; દ્રેાહી; અદેખુ; કીનાખેાર; દ્વેષી; ખારીલું.

Malign, (મૅલાઇન્) *n. a.* [L. *malus*, bad.] Spiteful; malicious: દ્રેષી; અદાવતીઉ; કીનાખેાર; ખારીલું; ઝેરીલું; અદેખું. *vt.* To injure; to wrong: ખેાટું કo; નુકશાન કo. 2. To defame; to slander: નિંદા કરવી: અપમાન કરવું; આબરૂ લેવી; ભૂડું બેાલવું.

Malignancy, (મૅલિગ્નૅન્સિ) *n.* Malice; bitter enmity: વેરભાવ; અદેખાઈ; અદાવત; ઝેરીલા-ખારીલાપણું.

Malignant, (મૅલિગ્નૅન્ટ્) *a.* Disposed to do harm; malicious; દ્વેષી; ખારીલું; કીનાખેાર. 2 Pernicious: ઘાતકી; ક્રૂર; નિર્દય. 3. Tending to produce death: ઝેરી; જીવ નાશક: જીવ લે એવું; પ્રાણઘાતક-હારી.

Malignity, (મૅલિગ્નિટિ) *n.* Malice; spite; malignancy: ખાર; વેર; દ્વેષ; ઝેરીલાપણું; અદેખાપણું; અદાવત.

Malleability, (મૅલિઍબિલિટિ) *a.* Quality of being malleable: ટીપવાથી વધે એવેા ગુણ; ટીપવાની ખાસિયત.

Malleable, (મૅલિએબલ્) *a.* Capable of being extended or shaped by bitting a hammer: ટીપાય તેવું; ઠેાકવાથી લાંબુ થાય તેવું.

Malpractice, (મૅલ્પ્રૅક્ટિસ્) *n.* Bad character નઠારી ચાલ; ખરાબ રીત; દુરાચાર; કુચરિત; બદચાલ.

Malt, (મૉલ્ટ્) *n.* Barley or other grain steeped in water till it germinates: ફણગા ફૂટે ત્યાં સુધી પાણીમાં પલાળી મુકેલા જવ કે બીજું કંઈ અનાજ; ભીંજવી ફણગાવેલા જવ. *a.* Containing malt: ખીરૂ-ખમીર થયલા અનાજવાલુ. *vt.* To make into malt: જવનું ખીરૂ બનાવવું. *vi.* To become malt: ખીરૂ-ખમીર થવું.

Maltreat, (મૅલ્ટ્રીટ્) *vt.* To abuse; to treat roughly: ગેરરાતે વાપરવું; ખદસલુકી- મારપીટ-મારફાડ ક૦; અયોગ્ય રીતે વર્તવું-ચાલવુ; હેરાન ક૦; દુઃખ દેવું.

Maltreatment, (મૅલ્ટ્રીટ્મૅન્ટ્) *n.* Abuse; ill-treatment: પીડા; દુખ; અપકાર; મારફાડ.

Malversation, (મેલ્વર્સેશન્) *n.* Evil conduct; misbehaviour: ખરાબચાલ; દુષ્ટવર્તણુક-આચરણ.

Mam, Mamma, (મૅમ્,મૅમાં) *n.* Mother: મા; બા; આઇ; માતા. 2. A breast; udder: ધાઇ; આચલ; છાતી; થાન.

Mammal, Mammalia, (મૅમૅલ, મૅમેલિઍ) *n.* [L. *mammelis*, belonging to the breast.] The highest class of Vertibreta: આંચલવાલા પ્રાણી; પોતાના બચ્ચાને ધવાડનાર પ્રાણી.

Mammiferous, (મૅમ્મિફરસ્) *a.* [L. *mamma*, breast.] Having breast: ધવરાવીને ઉછેરનારાં; આચલવાલા.

Mammillary (મૅમ્મિલૅરિ) *a.* Pertaining to the breast or nipple: સ્તનનું; આંચલનું.

Mammon, (મૅમ્મન્) *n.* Riches; treasure; wealth: પૈસા; ખજાનો; દોલત; ભંડાર; લક્ષ્મી; દ્રવ્ય. 2. The god of riches: કુબેર; ધનેશ્વર; લક્ષ્મી.

Man, (મૅન્) *n.* A human being: માણસ; મનુષ્ય; જણ; આસામી. 2. An adult male person: પુખ્ત ઉમરનો માણસ; મોટીડો; ભાયડો; મરદ. 3. The human race; mankind: મનુષ્ય જાતિ; લોક; માણસ જાત; આદમી; માનવ; માણસ. 4. An adult male servant; a subject: ચાકર; નોકર; રૈયત. 5. (At chess or draughts): સોટકું; મહોરું. M. *of war* લડાઇનું વહાણ; મનવાર. *vt.* To furnish with men: માણસો પુરાં પાડવાં; ભરવાં. 2. To furnish with strength; to fortify: મજબુત કરવું. 3. To tame as a hawk: પાલવું; કેલવવું; શિખવીને તૈયાર ક૦. 4. To furnish with a servant: ચાકર પુરો પાડવો.

Manacle, (મૅનૅકલ્) *n.* [L. *manus*, a hand.] A hand cuff; a shackle for the hand: હાથની બેડી; કડી; હાથકડી. *vt.* To shackle, to confine: બેડી ઘાલવી; હાથકડી ચઢાવવી.

Manage, (મૅનજ્) *vt.* [L. *manus*, a hand.] 1 To conduct; to administer: ચલાવવું; વહિવટ-કારભાર ચલાવવો-ક૦; વ્યવસ્થા ક૦ 2. To bring around to one's plans: કહ્યામાં રાખવું; હાથ-દાબ-કાબુમાં રાખવું 3. To train as horse: શિખવવું; કેલવવું. 4. To treat with care: સંભાલ લેવી. 5. To bring about: કરવું; પાર પાડવું; સિદ્ધ ક૦.

Manageable, (મૅનેજેબલ્) *a.* Governable: ચલાવા-વહિવટ કરી શકાય તેવું; તાબે થાય એવું; હુકમમાં રહે એવું; વશ્ય; વશ થાય તેવુ.

Management, (મૅનેજ્મૅન્ટ્) *n.* Conduct; administration: વહિવટ; કારભાર; ખંદોબસ્ત; વ્યવસ્થા. 2. Negotiation: ભાંજગડ; સોદો; કામકાજ; લેવડદેવડ. 3. Skilful treatment: યુક્તિ; હિકમત; તદબીર.

Manager, (મૅનેજર્) *n.* One who manages: વહિવટ કરનાર; કારભારી; મુનીમ; અધિકારી.

Mandamus, (મૅનડમસ્) *n.* A writ issued by a superior Court: હુકમનામું.

Mandarin, (મૅન્ડૅરિન્) *n.* A Chinese public officer or a nobleman: ચિનનો અમલદાર.

Mandate, (મૅનડેટ્) *n.* [L. *manus*, the hand & *do*, I give.] An official command; order; આજ્ઞા; હુકમ; આદેશ; ફરમાન.

Mandatory, (મૅન્ડેટરિ) *a.* Preceptive; directory: આજ્ઞાનું; હુકમી; આજ્ઞાસૂચક; આજ્ઞાબોધક.

Mane, (મેન્) *n.* [Gr. *mannos*, necklace.] The long and heavy hair growing on the upper side of the neck: યાલ; કેશવાલી.

Manful, (મૅન્ફુલ્) *a.* Brave; courageous; હિમ્મતવાન; બહાદુર; છાતીવાલો; શૂરવીર; મર્દાન; દલેર.

Manfully, (મૅન્ફુલિ) *adv.* Boldly; nobly: બહાદુરીથી; ધૈર્યપૂર્વક.

Mange (મેન્જ્) *n.* The itch which eats into the skin of animals: ઢોરને થતી ખુજલી.

Manger, (મેન્જર્) *n.* [L. *manducre*, to chew.] A trough or open box in which fodder is placed for horses to eat: ગમાણ; ઢોરને ઘાસ-ચારો નાંખવાની જગ્યા-પેટી-પેટારો.

Mangle, (મેન્ગલ્) *n.* [L. *mancus*, maimed.] A machine for smoothing cloth; કુંદી કરવાનું હથીઆર. *vt.* To mutilate: ફાડી-તોડી નાખવું; ચીરવું; આડુંઅવળું કાપવું. 2. To smooth કુંદી કરવી.

Mango, (મન્ગો) *n.* The fruit of the mango tree: કેરી; આંબાનું ફલ; આમ્રફલ. M. *grove*: આંબાવાડીયું; આંબાવાડી; અમરાઇ.

Manhood, (મૅન્હુડ) *n.* State beyond puberty: માણસપણું; માણસાઇ; પુરૂષભાવ; જુવાની. 2 Bravery; courage: પુરૂષાતન; હિમ્મત; મર્દાનગી.

Mania, (મેનિઍ) *n.* [L.] Insanity; madness: ઘેલાપણું; દિવાનાપણું; ઘેલછા; ઘેલાઇ. 2. Excessive or unreasonable desire: ઘેલછા; વા; પવન; વ્યસન; ચડસ; ચટક.

Maniac-cal, (મૅનિઍક્-કૅલ્) *a.* Mad: ગાંડો; દિવાનો.

Manifest, (મૅનિફેસ્ટ્) *n.* [L. *manus*, hand & *fendo*, I strike.] A list or invoice of a ship's cargo: માલનું ભરતીઉં; નોંધ; ચાઠી; ટીપ; સતમો. *a.* Open; clear; apparent: સાફ; ખુલ્લું; પ્રકટ; પ્રસિદ્ધ; પ્રત્યક્ષ; સ્પષ્ટ; ઉઘાડું; જાહેર. *vt.* To show plainly: દેખાડવું; દર્શાવવું; પ્રકટ-પ્રસિદ્ધ-જાહેર-ઉઘાડું ક૦.

Manifestation, (મૅનિફેસ્ટેશન્) *n.* Exhibition; display: ઉઘાડું કરવું તે; સ્પષ્ટીકરણ; પ્રકાશ; પ્રસિદ્ધિ.

Manifestly, (મૅનિફેસ્ટ્લિ) *adv.* Clearly; evidently: ખુલ્લી રીતે; પ્રત્યક્ષ રીતે; દેખીતું; જાહેર.

Manifesto, (મૅનિફેસ્ટો) *n.* A public declaration usually of a prince or a sovereign: જાહેરનામું; ઢંઢેરો; પ્રસિદ્ધિપત્ર.

Manifold, (મૅનિફોલ્ડ્) *a.* Various; multiplied; numerous: ઘણા પ્રકારનું; ઘણીજાતનું; નાનાવિધ; ઘણું; પુષ્કલ. 2. Exhibited at divers times or in various ways: બહુરૂપ; અનેકરૂપ.

Manikin, (મૅનિકિન્) *n.* A dwarf; a pigmy: વામનજી; ઠીંગણું માણસ; ન્હાનું માણસ 2. A model of the human body: માણસના શરીરનો નમુનો-આકાર.

Manipular, (મૅનિપ્યુલૅર્) *a.* Pertaining to hand: હાથનું-સંબંધી.

Manipulate, (મૅનિપ્યૂલેટ્) *vt.* [L. *manus*, a

hand.] To treat or operate upon with the hands: હાથવતી કરવું; હાથ વતી બનાવવું.

Manipulation, (મૅનિપ્યૂલેશન) *n.* Work by hand; manual operation: હસ્તક્રિયા; હાથની કલા; હાથ ચાલાકી.

Mankind, (મૅનકાઇન્ડ્) *n.* The human race; man taken collectively: માણસ જાત; આદમ જાત; મનુષ્ય જાતિ; આલમ; ઇનસાન. 2. Humanity: દયા.

Manliness, (મૅન્લિનેસ્) *n.* The quality or state of being manly: હિંમત; પુરૂષાતન; મર્દાઈ; મર્દામી; મર્દાનગી.

Manly, (મૅન્લિ) *a.* Bold; daring; resolute: બહાદુર; હિંમતવાન; મજબુત; દૃઢ; મર્દ; મર્દાનો; શુરં.

Manna (મૅન્ના) *n.* A sweetish exudation from several trees: વંશલોચન; વાસકપુર. 2. Divinely supplied food: ઇશ્વરદત્ત અન્ન; અમૃત.

Manner, (મૅનર્) *n.* [L. *manus*, a hand.] Method; style: રીત; પ્રકાર; તરેહ; ક્રમ; પદ્ધતિ. 2. (*a*) Habit: ચાલ; શિરસ્તા; રીત; ટેવ. (*b*) *pl.* Carriage; behaviour; ચાલ; વર્તણુક; રીતિ; રીતભાત; આચાર; રહેણી; આચરણ; સંપ્રદાય; ધારો. Ms. *of a country*: દેશાચાર; દેશાચાલ; દેશરીત. (*c*) The style of writing: શૈલી; ઇબારત.

Mannerly, (મૅનર્લિ) *a.* Civil; respectful: સભ્ય; આદરશીલ; અદબજારેલુ; સમર્યાદ; શિષ્ટ. *adv.* With good manners: સભ્યતાથી; અદબસર.

Manœuvre, (મૅન્યૂવર્) *vt.* [L. *manus*, the hand and *opera*, work.] Dexterous movement; a military or naval evolution: કવાયત; વ્યૂહ; જંગબાજી. 2. Strategem: યુક્તિ; પેચ; દાવ; હિકમત. *vt.* To change the positions of: ફેરફાર કo; વ્યૂહ રચના બદલવી. *vi.* To manage with art; to scheme: યુક્તિ કo; તાલમેલ કo.

Manor, (મૅનોર્) *n.* [L. *maneo*, I stay.] A land belonging to a lord or a nobleman: સરદાર-દેશાઇ-અમીરની જમીન; વતન; જાગીર.

Manorial, (મૅનોરિઅલ્) *a.* Pertaining to manor: જાગીર સંબંધી; વતનનું.

Mansion, (મૅન્શન) *n.* [L. *maneo*, I stay.] A dwelling place: રહેવાનું ઘર; હવેલી.

Manslaughter, (મૅન્સ્લૉટર્) *n.* Destruction of men: મનુષ્યવધ; માણસના કતલ; ખુન.

Mantle, (મૅન્ટલ્) *n.* [*mantelum*, a napkin.] A cloak: ઝભ્ભો; સાલો. *vt.* To cloak; to disguise: સંતાડવું; છુપાવવું; ઢાકવું.

Manual, (મૅન્યૂઅલ્) *n.* [L. *manus*, the hand.] A small book; a handbook: લઘુગ્રંથ; સારસંગ્રંથ; ન્હાની ચોપડી *a.* Done or made by the hand: હાથનું; હાથનું કાઢેલું.

Manufactory, (મૅન્યૂફૅક્ટરિ) *n.* [L. *manus*, hand and *facio*, I do] Manufacture: બનાવટ; કારીગીરી. 2. A factory: કારખાનું; શિલ્પશાલા. *a.* Pertaining to manufacturing: કારખાનાનું-સંબંધી

Manufacture, (મૅન્યૂફૅક્ટ્યૂર્) *n.* [L *manus*, the hand and *facio*, I do.] The operation of making wares or any products by hand: કારીગીરી; હુન્નર; બનતર. 2. Anything made from raw materials: બનાવટ; દાગીનો; વસ્તુ; પદાર્થ. *vt.* To make wares by hand: હુન્નરથી બનાવવું; કીસબથી બનાવવું. 2: To work raw materials into suitable forms for use: સામાન બનાવવો; તૈયાર-સિદ્ધ કo.

Manufacturer, (મૅન્યૂફૅક્ટયરર્) *n.* One who manufactures: કારખાનું ચલાવનાર; કારીગર; શિલ્પકાર; શિલ્પી.

Manure, (મૅન્યૂર્) *n.* Any matter which makes land productive: ખાતર. *vt.* To cultivate by manual labour; to till: ખેડવું; ખેતી કo. 2. To apply manure to; ખાતર નાખવું; ફલદ્રુપ કરવું; રસાલ કરવું; ખાતર પુરવું.

Manuscript, (મૅન્યુસ્ક્રિપ્ટ્) *n.* [L. *manus*, hand and *scribo*, I write.] Something written with the hand: હસ્તલેખ; હાથનું લખેલું પુસ્તક; દસ્તખત. *a.* Written by the hand: હાથે લખેલુ; હસ્તલિખિત.

Many, (મૅની) *a.* Numerous; not few: પુષ્કલ; બહુ; ઘણાં. M. *a*, a large number: અનેક; પુષ્કલ.

Map, (મૅપ્) *n.* [L. *mappa*, a nap kin.] A representation of the surface of the earth: નકશો. *vt.* To sketch; to plan: નકશો પાડવો-કાઢવો.

Mar, (માંર્) *vt.* To damage; to impair: ખરાબ કરવું; બગાડવું કદરૂપું-બેડોલ કo. 2. To ruin; to spoil: ખરાબો કo; નાશ-નુકસાન કરવું.

Marauder, (મૅરૉડર્) *n.* A robber; a plunderer; a thief: લુટારો; ચોર; પિંઢારો; ધાડપાડુ.

Marble, (માંર્બલ્) *n.* A massive, compact limestone: સંગેમરમર; આરસપહાણ. 2. (*a*) The stone by which children play: લખોટો-ટી. (*b*) *pl.* A child's game played with marble: લખોટીઓની રમત; લખોટા દાવ. *vt.* To stain or vein like marble; to variegate in color: ચિત્રવિચિત્ર કo; આરસ પહાણ જેવું રંગવું. *a.* Made of marble: આરસપહાણનું-નું બનેલુ; સંગેમરમરી.

Marble-hearted, (માંર્બલહાર્ટેડ્) *a.* Hard-hearted; cruel: ઘાતકી; કઠણ છાતીનો; નિર્દય; બેરહેમ; સંગદિલ.

March, (માંર્ચ્) *n.* [L. *margo*, edge; border.] A movement of soldiers; બરાબર પગ મુકીને ચાલવું તે; કવાયતી ચાલ; કુચ. 2. Stately or deliberate walk; steady onward movement: ભપકાદાર ચાલ; ડોલતી ચાલ; ગજ ગતિ. 3. Distance passed over: મજલ; મુકામ. 4. The third month of the year: માર્ચ માસ. *vt.* To cause to move with regular steps: કુચ કરાવવી; કવાયતથી ચલાવવું. *vi.* To move with regular steps: બરાબર પગ મુકીને ચાલવું; કુચ કo. 2. To advance steadily: ભપકા ભેર-ડોલથી ચાલવું.

Marchioness, (માંર્શિઓનેસ્) *n.* The wife or widow of a Marquis: મારકવીસની ઓરત.

Mare, (મૅર્) *n.* The female of the horse: ઘોડી:

Margin, (માંર્જિન્) *n.* [L. *margo*, edge.] A border; edge; verge; brink; કોર; કિનારો; કાંઠો; પાલ. 2 The part of a page at the edge left uncovered in writing: હાંસીઓ; કાગળની કોરી

રાખેલી કોર. 3. The difference between the cost and the selling price of an article: નફો; ચઢતર; ગાળો. *vt.* To furnish with a margin: હાંસીઓ રાખવો. 2. To enter in the margin of a page: હાંસીઆમાં લખવું; કોરે લખવું.

Marginal,(માંર્જીનૅલ) *a.* Of or pertaining to margin:હાસીઆ ઉપરનું-સંબંધી;હાંસીઆપર લખેલું.

Marine,(મરીન)*a.*[L. *mare,* the sea.] Pertaining to the sea; naval: સમુદ્ર સંબંધી-વિષયક; દર્યાઆઈ. 2. Formed by the action of the sea: સમુદ્રથી થએલું. *n.* A sea soldier: અરમાર ઊપરનો સિપાઇ. 2. The body of the troops trained to do duty in the navy: નૌકાસૈન્ય; લડાઇના વહાણનો કાફલો; અરમારી લશ્કર.

Mariner,(મૅરિનર્)*n.* A sailor; seaman: ખલાસી; ખારવો; સફરી; નાવિક.

Marital,(મૅરિટૅલ્)*a.* [L. *maritus,* a husband.] Pertaining to a husband: ભરથાર-પતિ-સંબંધી.

Maritime, (મૅરિટાઇમ્) *a.* Bordering on or situated near the ocean: દરીઆના કાંઠાપર આવેલું. ,2. Pertaining to the sea:દરીઆઇ; સમુદ્રીય.

Mark (માંર્ક્)*n.* A coin:એક સિક્કો. 2. A visible sign; stamp; a token: નિશાન; ચિન્હ; છાપ; અંક; લક્ષણ લાંછન; લાખુ. 3. (*a*) A trade-mark: નિશાન; છાપ; છાપો. (*b*) A character made as a substitute for a signature: ખાંગડી; સહીને બદલે કરેલી નિશાન. 4. A scratch, scar or stain: ઘસરકો; ઘસારો; છેકો; ડાઘો. 5. A thing aimed at: નિશાન; ચોટ; લક્ષ્યબિંદુ; અનુસંધાન. 6. Attention, regard or respect: લક્ષ; દરકાર; સંભાલ; માન. 7. Limit; standard: ધોરણ; મર્યાદા; અવધિ. 8. Badge or sign of honour of rank: માનપ્રતિષ્ઠા સૂચક-દર્શક ચિન્હ. 9. Pre-eminence; high position: શ્રેષ્ટતા; દરજ્જો; મોભો. 10. A number or other character used in registering: હોકડા. *To make one's* **m.** (*a*) to sign by making a mark:નિશાની-ચિન્હ કo.(*b*) To gain distinction: આબરૂ મેલવવી; નામ કાઢવું; પ્રખ્યાત થવું. *vt.* To put a mark upon:નિશાની કરવી; ચિન્હ કo. 2. To designate; to indicate: બતાવવું; સૂચવવું; દર્શાવવું; અંકિત કo. 3. To leave a scar upon: છાપ મારવી; નિશાની કo. 4. To notice or observe: લક્ષમાં રાખવું; ધ્યાનમાં રાખવું. *vi.* To observe critically; to note: બારિકાઇથી જોવું; લક્ષમાં લેવું.

Market, (માંર્કૅટ્) *n.* [*L. mercatus.*] Place where provisions are sold: ચૌટું;બજાર;હાટ. 2 Exchange,purchase and sale: ખરીદી; વેચાણ; વેચસાત. 3. Value;price:ભાવ;કિમ્મત. 5 A town, or country where the demand exists: મુખ્ય નગર; વેપારનું મથક. *vi* To deal in a market; to buy or sell: સોદો કરવો; ખરીદ કરવું.

Marketable, (માંર્કૅટેબલ્)*a.* Fit to be offered for sale: વેચવા લાયકનું; વેચાવા જોગું. 2. Current in market: બજારમાં મલતુ -વેચાતું. 3 Saleable: ખપી-વેચાઇ જાય તેવું.

Marketing, (માંર્કૅટીંગ્)*n.* The act of selling: સોદોકરવોતે. 2 Articleles in a market:સોદો;માલ.

Market-price-rate, (માંર્કૅટ્પ્રાઇસ્-રેટ) *n.* The price by which goods are sold:પીઠભાવ; બજાર ભાવ; નિરખ. [a market; બજાર;પેઠી.

Markethouse, (માંર્કૅટ્હાઉસ્)*n.* A house for

Marksman (માંર્કસ્મૅન્)*n.* One skilful in shooting:નીશાન તાકવામાં હોશીઆર; પાકો નિશાનો; નિશાનબાજ.

Marmalade, (માંર્મલેડ્) *n.* A preserve of the pulp of fruits boiled with sugar:મુરબ્બો.

Marquis. (માંર્ક્વિસ્) *n.* A noble man in England of a rank next below duke:ઇંગ્લાંડના અમીરોની એક પદવી.

Marriage, (મૅરિજ) *n.* Matrimony; wedlock; લગ્ન; વિવાહ; શાદી;લગન. 2 A feast made on the occasion of a marriage:લગ્નના ઉજાણી. M. *string:*મંગળસૂત્ર.M. *settlement:*પલ્લું.

Marriageable.(મૅરિજેબલ્)*a.* Fit for or capa ble of marrige:લગ્નલાયક;પરણવાલાયક; વિવાહયોગ્ય

Marrow, (મૅરો) *n.* The tissue which fills the cavities of most bones:હાડકાં માહેના નરમ માવો. મેદગુર; મજ્જા. 2. The essence; the best part:તત્વ;સાર;કસ;સત્વ;ગર; માવો; ગર્ભ. *vt.* To fill with fat; to glut:ચરબીથી ભરવું;ફરએ કo.

Marrowy,(મૅરોઇ)*a.* Full of marrow: ગર-માવાવાલું ;મેદ-મજ્જા-ચરબી ભરેલું.

Marry, (મૅરિ) *vt.* [L. *maritus,* husband.] To unite in wedlock: પરણાવવું; લગ્ન કરાવવાં; વિવાહ કo. *vi.* To enter into the conjugal state:લગ્ન કરવુ ;પરણવું. [ખરેખાત; સાચે; ખરેખર.

Marry, (મૅરિ) *Interj.* Indeed; in truth:

Mars, (માંર્સ્) *n.* The God of war: રણદેવતા; યુદ્ધદેવ. 2. One of the planets: મંગળ ગ્રહ.

Marsh, (માંર્શ્)*n.* A tract of soft wet land; a swamp; ઘાસવાલા ભીના જમીન;ખાબોચિયુ;દલદલ.

Marshal, (માંર્શલ્) *n.* An officer of high rank: મુખ્ય અધિકારી; સેનાપતિ; યોજક; વ્યવસ્થાપક. *vt.* To dispose in order: ગોઠવવુ ;વ્યૂહરચના કo; યોજના કo;વ્યવસ્થા કo.2.To guide;to direct:દોરવું.

Mart, (માંટ) *n.* A market: બજાર; ચૌટું. 2 A bargain:કરાર:સાટું. *vt.* To buy or sell in: વેચવું; ખરીદવું. *vi.* To traffic: વેચસાટ કo.

Martial, (માંર્શલ્) *a.* Pertaining to war; military:લડાઈનું;યુદ્ધનું; રણસંબંધી. 2. warlike; brave:બહાદુર;શુરો; રણવીર M.*law:* લશ્કરી કાયદો.

Martyr, (માંર્ટર્) *n.* [*Gr.martyr,* a witness] One who by his death bears witness to the truth:પોતાના મત-પક્ષ-ધર્મને સારૂ જીવ આપનાર.

Martyrdom, (માંર્ટરડમ્) *n.* The death of a martyr:ધર્મ-મતને સારૂ પ્રાણ આપવો તે; સ્વધર્માર્થે પ્રાણાર્પણ. 2. Affliction;torture:દુઃખ;વેદના.

Marvel, (માંર્વૅલ) *n.* [L. *miror,* I wonder.] Prodigy; a miracle:; ચમતકાર.કૌતુક અદ્ભુત વાત; નવાઈ; કસમત. 2. Wonder: આશ્ચર્ય; અચરતા. *vi.* To wonder;to astonish: અચરત-આશ્ચર્ય પામવું; ચકિતથવું.*vi.* To cause to wonder:અચરતપમાડવું.

Marvellous, (માંર્વૅલસ્) *a.* Wonderful: અજાએબજેવું ;અદ્ભુત;આશ્ચર્યકારક;નવાઇનું;ચમતકારિક.

Masculine, (મૅસ્ક્યુલિન) *a.* [L. *masculus*, a male.] Of the male sex; not female: નર જાતિનું. 2. Strong; robust:પુરૂષધર્મક;પુરૂષના જેવું-ના ગુણવાળું; જોરાવર. 3. Having the inflections of words pertaining to male beings:પુંલ્લિંગ.

Mash, (મૅશ) *n.* A mass of mixed ingredients reduced to a soft pulpy state by beating: છુંદો ;લોદો. 2. A mess; trouble:ફાંદો; ફાંસો; દુખ; પીડા. *vt.* To crush:છુંદવું;કચરવું.

Mask, (મૅસ્ક્) *n.* A cover or partial cove; for the face used for disguise: મુખવટો; બુરખો. 2 A pretext or subterfuge:બહાનું;નિમિત્ત; મસ; ઢોંગ. 3. A sort of dance where all wear masks: મુખવટા પહેરીને નાચ કરનારી મિજલસ. *vt.* To cover;to hide: છુપાવવું; ઢાંકવું સંતાડવું. 2. To keep in check: દાબમાં રાખવું.

Mason, (મેસન) *n.* One whose occupation is to build stone or brick, also one who prepares stones for building purposes: કડીઓ; ઘોડફોડો; સલાટ. 2. A member of fraternity of Freemasons: ફ્રીમેસન મંડલમાનો એક.

Masonic, (મસૉનિક્) *a.* Of or pertaining to Freemasons:ફ્રીમેસનનું-સંબંધી.

Masonry, (મેસન્રિ) *n.* The art or occupation of a mason: કડીઆનો ધંધો; સલાટનો ધંધો. 2. The work or performance of a mason:ચણતર; કડીઆ કામ; બાંધકામ;મકાન.

Masquerade, (મૅસ્કરેડ્) *n.* A dramatic performance by actors in masks: મુખવટા પહેરીને કરેલા ખેલ;તમાશા;મોજ મઝાહ; ઢોંગસોંગ. *vt.* To assemble in masks; to take part in masquerade:નાટકમાં ભાગ લેવો. 2. To frolic in disguise: છુપા વેશમાં નાચ કરવો; ઢોંગ સોંગ કo.

Mass (મૅસ) *n.* [L.*mitto*, I send.] The communion-service in the Roman Catholic church:રોમનકેથોલીક ધર્મના એક પ્રકારની ભક્તિ. 2. A quantity of matter cohering together so as to make one body:ગોળો;લોચો;લોંદો;લચકો. 3.A large quantity;a sum: ઢગલો;પુંજ;સમુદાય; સમૂહ ;જથ્થો; વિસ્તાર. *The* **m.**es, the populace: જનવર્ગ; લોકસમુદાય. *vt.* To assemble; to bring together into masses: ભેગું-એકઠું કo.

Massacre (મૅસૅકર્)*n.* The killing of a considerable number of men:કતલ;કાપાકાપી;ખુનરેજી.

Massive-Massy, (મૅસિવ્-મૅસિ) *a.* Weighty; heavy: ભારે; વજનદાર; મ્હોટું; ભારેવાળું; જબ્બર.

Mast,(મૅસ્ટ્) *n.* A long round piece of timber set upright in a boat or vessel to sustain the sail, yards, rigging, &c: વહાણનો કુવો; ડોલકાઠી. *vt.* To furnish with a mast or masts; to put the masts of in position: ડોલ પુરાપાડવા; ડોલને બરાબર ગોઠવવું.

Master, (મૅસ્ટર્) *n.* [L. *magister.*] A vessel having masts: ડોલવાળું વહાણ. 2. A male person having another living being so far subject to his will that he can control his action: ધણી; શેઠ; અધિકારી; સ્વામી; પતિ; ખાવંદ; માલિક. 3. A title given by courtesy, now commonly pronounced *mister*: શેઠ; શેઠજી; સાહેબ; મિસ્તર. 4. The commander of a merchant vessel: નાખુદા; ટંડેલ; કપતાન. 5. A teacher: ગુરૂ; શિક્ષક; અધ્યાપક; મહેતાજી; શિખવનાર; ઉસ્તાદ. 6. An eminently skilful person: ઉસ્તાદ; ચતુર-કુશલ-પ્રવીણ-માહીતગાર માણસ. *vt.* To become the master of; to overpower; to conquer: જીતવું; તાબે-વશ કo. 2. To gain the command of: હોશીઆર-નિપુણ-માહિતગાર-પાવરધા થવું; ઉપરી પણું મેલવવું. 3. To own; to possess: માલેક હોવું. *vi.* To be skilful: ચઢીઆતા થવું.

Masterhand, (મૅસ્ટર્‌હૅન્ડ) *n.* Clever; one skilled in every thing: અતિકુશલ;કારાગર;કાસબી.

Masterkey, (મૅસ્ટર્‌કી) *n.* The key that opens many locks:ઘણાં તાળાં ઉઘડેતેવાકુંચી-ચાવી.

Masterly, (મૅસ્ટર્‌લિ) *a.* ઉસ્તાદી ભરેલું-વાળું; ઘણી ચતુરાઈનું-ભરેલું; કૌશલ્ય ભરેલું; સર્વોત્કૃષ્ટ; કુશલ. *adv.* With the skill of a master;ઉસ્તાદાગરીથી.

Master-piece, (મૅસ્ટર્‌પીસ) *n.* Any thing made with extraordinary skill: કારીગરી; મોટા કસબ-કુશલતાનું કામ; ઉસ્તાદી.

Mastery, Mastership, (મૅસ્ટરિ-મૅસ્ટર્‌શિપ્) *n.* The position of a master; supermacy; ધણીપણું; ઉપરીપણું; શ્રેષ્ઠતા; સત્તા; સાહેબી. 2. Superiority in war; triumph; victory: જય; ફતેહ; જીત. 3. Eminent skill: નિપુણતા ચતુરાઇ કૌશલ્ય; ઉસ્તાદી.

Masticate, (મૅસ્ટિકેટ્) *vt.* [L. *mastico*, I chew.] To chew: ચાવવું; વાગોલવું.

Mastiff, (મૅસ્ટિફ્) *n.* A breed of large dogs noted for strength and courage : એક જાતનો જબરો કુતરો.

Mat, (મૅટ્) *n.* A fabric of sedge, rushes, flags, husks, straw and other materials: ચટાઇ; સાદડી. 2. Anything growing thickly or closely interwoven as a mat of hair: ગુંચ; જટા. *vt.* To cover with mats: સાદડી જડવી; સાદડી પાથરવી.

Match, (મૅચ્) *n.* [L. *myxa*, a lamp nozzle.] Anything used for catching and retaining fire made of some substance: દીવાસળી. 2. A person or a thing equal to another; a mate; બરોબરીઆ; બરોબરી કરનાર; સમોવડીઆ; જોડીઆ. હમનબરદ. 3. (*a*) A contest to try strength or skill: બાજી; દાવ; હરિફાઇ. (*b*) A matrimonial union: લગ્ન; વિવાહ; શાદી. 4. An agreement; a compact: બોલી; ઠરાવ; કબુલાત. 5. A candidate for matrimony: વર અથવા કન્યા. 6. (of a gun) જામગરી; રંજક; તોડો. *vt.* To be a match for; to compete with; to equal: બરોબરી કરવી; મુકાબલે આવવું; પુરા પડવું; સરસાઇ-હરિફાઇ કo; સાથે સરખું ઉતરવું. 2.To make equal: 2. પ્રમાણમાં રાખવું-લવું-કરવું; અનુકૂલ કo. બંધબેસતું કo. 3. To marry: પરણાવવું; લગ્ન કo. *vi.* To be united in marriage: પરણવું; લગ્ન કo. 2. To tally; to suit: બરાબર હોવું; સરખું હોવું;

અનુકૂલ-માફક આવવું; ખંધબેસતુ આવવું-થવું-હોવું.

Matchless, (મૅચ્લેસ) *a.* Having no equal: unequalled: અનુપમ; સર્વોત્કૃષ્ટ; અતુલ્ય; અપ્રતિમ; જેનો જોડો ન હોય તેવું.

Matchmaker, (મૅચ્મેકર્) *n.* One who makes matches for burning:દીવાસળી બનાવનાર. 2. One who tries to bring about marriages: કોજ-કારજ કરનાર; લગ્ન-વેવીશાલ કરાવનાર; મધ્યસ્થ.

Mate, (મેટ્) *n.* A companion; freind: સાથી; સોબતી. 2. A match; an equal: જોડીઓ; બરોબરીઓ; સમોવડીઓ; 3. An officer in a merchant vessel: વહાણનો એક અમલદાર; માલમ. 4. A husband or wife: વર કે વહુ; ધણી કે ધણીઆણી. *vt.* To confuse; to confound ગુંચવાવવું; ગભરાવવું. 2. To checkmate: માત કo. 3. To match; to marry: પરણાવવું; લગ્ન કo.

Material, (મૅટીરિઅલ્) *n.* [L. *materia*, matter.] The substance or matter of which anything is made: ચીજ; વસ્તુ; સાહિત્ય; જણસ; દ્રવ્ય: પદાર્થ; સાધન. *a.* Consisting of matter; physical: પંચભુતનું બનેલું; પંચભુતાત્મક; ઘન; સ્થુલ; જડ; ઈંદ્રીઓ માલમ પડે તેવું; તનકાર. 2. Important; useful: ઉપયોગી; અગત્યનું; ભારે; મોટું; આવશ્યક; મુખ્ય; જરૂરી. 3. Pertaining to physical nature of men: દૈહિક; શારીરિક; પ્રકૃતિમય M. *cause*:ઉપાદાન; ઉપાદાન કારણ;સમવાયી કારણ.

Materialism, (મૅટીરિઅલિઝમ્) *n.* The doctrine of materialists; દેહાત્મવાદ; અનાત્મમત.

Materialist, (મૅટીરિઅલિસ્ટ) *n.* One who denies the exitence of spiritual substances or agents: દેહાત્મવાદી; ચાર્વાકવિચારી;અનાત્મવાદી.

Materially, (મૅટીરિઅલિ) *adv.* Essentially: અગત્ય કરીને;ખાસ.2.Substantially:ખરીરીતે;ખરેખર.

Maternal,(મૅટરનૅલ્)*a.* Motherly:માનું;મા તરફનું.

Maternity, (મૅટર્નિટિ) *n.* The state of being a mother: મા પણું; માતૃત્વ.

Mathematical, (મૅથૅમૅટિકૅલ) *a.* According to mathematics:ગણિતશાસ્ત્રના નિયમ પ્રમાણે હોય તેવું: ગણિત નિયમાનુસારી.

Mathematician, (મૅથૅમૅટિશિઅૅન) *n.* One versed in mathematics: ગણિતશાસ્ત્રમાં પ્રવીણ; ગણિતશાસ્ત્રી; હિસાબી.

Mathematics, (મૅથૅમૅટિક્સ્) *n.* [L. *manthano*, I learn.] The science which treats of magnitude and number:ગણિતશાસ્ત્ર;ગણિત;હિસાબ.

Matin, (મૅટિન્) *n.* [L. *maturus*, early.] Morning: પ્રાતઃકાલ; પરોઢીઉં; સવાર: બામદાદ. 2. Morning prayers:પ્રભાતિયું; બામદાદની બંદગી.

Matrice, **Matrix**, (મેટ્રિસ્-ક્સ્) *n. pl.* **matrices**. A womb: ગર્ભાશય; ગર્ભસ્થાન. 2. A mould;a type:બીબું; બીબાં ઓતવાની તખ્તી.

Matricide,(મૅટ્રિસાઈડ્)*n.* [L. *mater* mother and *cædo*, I kill or slay.] The murder of a mother by her son or daugter:માતૃઘાત; માતૃહત્યા-વધ; માનું ખૂન. 2. One who kills his mother:માની હત્યા કરનાર:માતૃઘાતક;માતૃઘાતી.

Matriculate (મૅટ્રિક્યૂલેટ્) *n.* [L *matricula*, a public roll or register.] The boy who is entered in the university: પાઠશાલામાં દાખલ થએલો વિદ્યાર્થી. *vt.* To enter in a register;to enroll:પાઠશાલામાં દાખલ કરવું-થવું.

Matriculation, (મૅટ્રિક્યુલેશન) *n.* The state of being matriculated: નામે નોંધાવી પાઠશાલામાં દાખલ થવું તે:મેટ્રિકયુલેશન:વિદ્યાલય પ્રવેશ.

Matrimonial, (મૅટ્રિમોનિઅૅલ)*a.* Connubial; nuptial: લગ્નસંબંધી; વિવાહસંબંધી; વૈવાહિક; શાદી-પરણવાને લગતું.

Matrimony,(મૅટ્રિમોનિ)*n.*[L. *mater*,mother.] Wedlock;marriage:વેસવાલ; વેવિશાલ; શાદી; લગ્ન; વિવાહ.

Matron, (મેટ્રૉન) *n.* [L. *mater*, mother.] A wife or a widow especially one who has borne children; an elderly woman:પુખ્ત ઉમરે આવેલી સ્ત્રી; મોટી બાઈ; માજી; ડોસી. 2. A housekeeper:ઘરમાં કારભાર કરતી હોય તે મોટી ઓરત.

Matter, (મૅટર્) *n.* [L. *mater*,] (*a*) That of which anything is composed;material:પદાર્થ; દ્રવ્ય; વસ્તુ; ચીજ. (*b*) The essence; the pith: સાર; તત્વ; અર્થ; મૂલતત્વ. 2. Subject of action; theme:વિષય; વાત; પ્રકરણ; બાબત. 3. Concern; affair;business:કામ;કાર્ય;વ્યાપાર. 4. Importance; significance:અગત્યતા;પ્રયોજન;જરૂર. 5. Difficulty; trouble: મુશ્કેલી; મહેનત; અડચણ; અંદેશો; ચિંતા. 6. Amount; portion: ભાગ; રકમ. 7. pus: પરૂ; રસી: રગડો. 8. A subject of complaint:મુકર્દમો. 9. Anything to be set in type; copy: જેમાંથી છાપવાનું તે નકલ; અસલ-મૂલ પ્રત. *vi.* To be of importance; to signify: વિસાત-જીવ-દમ હોવો; ફીકર-ચિંતા હોવી; અંદેશો હોવો.

Mattery, (મૅટરી)*a.* Purulent:રસી-પરૂવાળું.

Matting, (મૅટિન્ગ્) *n.* The act of tangling together so as to make a mat: સાદડો કરવી તે. 2. Mats;matwork: ચટાઈ; સાદડી. 3. Materials for mat: સાદડી બનાવવાના પદાર્થ-ચીજ.

Mattock, (મૅટૉક્) *n.* An implement for digging and grubbing: કોદાળી; ચાંચવો; તીકમ.

Mattress, (મૅટ્રેસ્) *n.* A bed stuffed with hair:તલાઈ; ગોદડું; રજાઈ.

Maturate, (મૅટ્યૂરેટ્) *vt.* [L.*maturus*, ripe.] To ripen: પકાવવું; પકવવું;પરૂ કo. *vi.* To ripen: પાકવું; મદત થવી; પાકું થવું; પરૂ થવું-ભરાવું.

Maturation, (મૅટ્યૂરેશન) *n.* [L.*maturatio*, a hastening.] The process of bringing or coming to maturity: પરિપકવપણું; પુખ્તપણું; પાક. 2 The formation of pus: પરૂ બાઝવું-થવું તે.

Mature, (મૅટ્યૂર્)*a.* [L.*maturus*, ripe.] Ripe; fullgrown: પુખ્ત; પારપકવ; પાકું. 2. Completely worked out;perfected: પૂર્ણ; સંપૂર્ણ; તુરૂ થયેલું સિદ્ધ. 3. Pertaining to a condition of full development: પુખ્ત ઉમ્મરે આવેલું; પુખ્ત; વૃદ્ધ. *vt.* To bring to maturity; to ripen: પકવવું; પાકું કરવું; સાધવું; સિદ્ધ કo; પરિપકવ કo. *vi.* To become ripe; to advance towards maturity: પાકું થવું; પૂર્ણ થવું.

Maturity, (મૅટ્યુરિટિ)*n*. Ripeness; full development: પરિપકવતા; પૂર્ણતા; સિદ્ધિ; સંપૂર્ણતા; પૂખ્તપણું. 2. A becoming due: મુદત પાકવાનો દિવસ.
Maul, (મૉલ્) *n*. A heavy wooden hammer or beetle:મોગરી; લાકડાની હથોડી. *vt*. To beat and bruise with a heavy stick: કુટવું; છુંદવું. 2. To injure greatly: બહુ નુકસાન કરવું.
Maund (મૉન્ડ્) *n*. An Indian weight or measure: ૨૫ રતલથી તે ૮૨ રતલ સુધીનું જુદા જુદા ઠેકાણાંનું તોલ; મણ.
Mausoleum, (મૉસોલીઅમ)*n*. [L. *Mausolus*,a king of Caria to whom his widow erected a stately monument.] A magnificent tomb: મોટી-શોભિતી કબર. [ચિઢ-કંટાળો આવે તેવું.
Mawkish, (મૉકિશ્) *a*. Nauseous; disgusting:
Maxillary, (મૅક્સિલ્લૅરિ) *n*. [L. *maxilla*, a jaw bone.] The upper jaw only:જડબુ. *a*. Pertaining to jaw: જડબાનું-સંબંધી.
Maxim (મૅક્સિમ) *n*. [L. *maximus*, greatest.] Axiom;saying;proverb:નીતિ વચન-વાકય; સૂત્ર; કહેવત; કહેણી.
Maximum, (મૅક્સિમમ) *n*. [L. *maximus*, the greatest.] The highest number or quantity:વધતામાં વધતી સંખ્યા કે જથ્થો.
May, (મે) *imp*. **might**. *vi*. An auxiliary verb qualifying the meaning of another verb: શક્તિ, સામર્થ, સ્વતંત્રતા, જોખમ, જવાબદારી, વિનય-ઈચ્છા-મરજી ઈત્યાદિ દર્શક એક સહાયકારક ક્રિયાપદ છે.*n* The fifth month of the year: અંગ્રેજી વરસનો પાંચમો માસ; મે. 2. The early part or spring time of life: જુવાની; જોબન. [સનો પહેલો દિવસ.
Mayday, (મેડે) *n*. The first day of May:મે મા-
Mayor, (મેઅર) *n*. [L. *magnus*, great.] The chief magistrate of a city: કોટવાલ; હાકેમ.
Mayoress, (મેઅરેસ્) *n*. The wife of a Mayor: મેયોર કોટવાલની સ્ત્રી.
Maze, (મેઝ્) *n*. A wild fancy:વિચિત્ર કલ્પના-વિચાર; મનનો ફાંટો; બુટ્ટો. 2. Perplexity:ગુંચવણ; ગરબડગોટો. 3. A labyrinth; intricacy:ગલીકુંચીવાલો રસ્તો;ભૂલભુલામણી. *vt*. To bewilder;to perplex greatly:ગુચવવું; ગુચવણમાં નાખવુ ; આડે રસ્તે ચઢાવવું. *vt*. To be bewildered:ગુચવાવું;ગુચવણમાં પડવું.
Mazy, (મેઝિ) *a*. Intricate; winding:ગલીકુંચીવાલું; ગુચવણભરેલું;ગહન;કુટિલ. [as an object:મને.
Me, (મી) *pro*. The person speaking regarded
Mead, (મીડ્) *n*. } A field on which grass grows:ઘાસવાલી જમીન;ખીડક્ષેત્ર.
Meadow,(મેડો)*n*.
Meagre, (મીગર) *a*. [L.*macer*,lean.] Lean;thin: સુકાઈ લેવાઇ ગયલું; પાતલું; રસ વિનાનું;રસહીન;સુક્કું. 2. Little:થોડું; જુજ;અલ્પ.
Meal, (મીલ્) *n*. A part;a fragment:ભાગ; કડકો; અંશ. 2.A repast;the act or time of eating a meal:ખાણું; ભોજન; જમણ; ખાવાનો વખત. 3. *(a)* Grain:અનાજ. *(b)* Flour:લોટ; આટો.
Mealy,(મીલિ)*a*.Soft;dry; friable:નરમ;સુક્કું;આટા જેવું. 2. Overspread with something that resembles meal:આટા જેવો ભુકો ભભરાવેલું.
Mealy-mouthed,(મીલિમાઉથ્ડ્) *a*.Using soft words:plausible:મીઠું પીરસનારું-બોલનારું.
Mean,(મીન્) *vt*. [L. *mens*, the mind.] To intend; to purpose:મનમાં હોવું; અભિપ્રાય-મતલબ હોવી; ઇરાદો રાખવો; ધારવું. 2. To signify;to indicate:અર્થ બતલાવવો-સૂચવવો;માએનો મતલબ હોવી-ધરાવવી. *a*. Vulgar;humble:હલકું; નીચા કુલનું; નીચું; અધમ; કમજાત;નીચ;પાજી. 2. Of little value; contemptible:હલકી કિમતનું; હલકું; તુચ્છ; નજીવું. 3. Stingy; penurious: કંજુસ; મખ્ખીચુસ. *a*. [L.*medius*,middle.] Middle:મધ્યમ; મધ્ય; મધ્ય પ્રકૃતિ-પરિણામનું. 2. Average:સરાસરી; સરેરાસ: *n*. Medium; measure; moderation:મધ્ય પરિમાણ; વચલો પક્ષ;વચગાલો. 2. A quantity having an intermediate value between several others:મધ્યમપદ. 3. Necessary condition or coagent; instrument:સાધન;ઉપાય; ઈલાજ. 4. *pl*.Resources; income:શક્તિ;ગુંજાસ;આવક;આયપત.5.Meanwhile; meantime:વચગાલો;મધ્યેનો વખત; દરમિયાન. 6. A mediator a go-between:વચમાં પડનાર;દલાલ. *By all* **m**.s,certainly:ખસુસ;ખચિત;જરૂર.*By any* **m**.s, in any way:ગમે તે રીતે કાંઈ પણ કરીને. *By no* **m**.s,not at all; certainly not:નહિ; નહિજ; કદિ નહિ; હરગેજ નહિ.
Meander,(મીઍન્ડર) *n*. A winding & crooked course:વાંક; ફેર; વાંકી ચુંકી-સર્પાકાર ગતિ; વલણ; ગલીકુંચી;ફેરાવો. *vt*. To wind,turn,or twist: ફેરવવું;વાંકુચુકું કરવું. *vi*. To be intricate:સર્પાકારે વહેવું-ચાલવું;વાંકુચુકું ચાલવું.
Meaning, (મીનિંગ્) *n*. Intent; object; aim: ધારણા;મતલબ;અભિપ્રાય;ઉદ્દેશ;હાર્દ;ભાવ;તાત્પર્ય;આશય.2.Sense;import:અર્થ;માએની; મતલબ. *Literal* **m**.:શબ્દાર્થ. *Involved or implied* **m**.:ગર્ભાર્થ; ગર્ભિતાર્થ. *Hidden* **m**.: મર્મ; ગુહ્યાર્થ.
Meanly, (મીનલિ) *adv*. Unworthily; basely; poorly:તોછડાઈથી;હલકાઈથી;અધમતાથી.
Meanness, (મીન્નેસ્) *n*. Baseness:પાજીપણું;હલકાઈ;અધમતા;હીનતા;હલકાપણું.
Meantime-Meanwhile, (મીન્ટાઈમ્-મીન્વાઈલ્)*adv*.In the time:એટલામાં;દરમ્યાન;તેટલાં;તેવામાં.
Measles(મીઝલ્સ)*n*. A disease:ગોવરૂં;ગોબરૂં;ઓરી.
Measurable,(મેઝ્યૂરેબલ્) *a*. Capable of being measured:માપી શકાએ એવું; પરિમય; માપનીય. 2. Moderate;temperate:મધ્યમ.
Measure, (મેઝ્યૂર્)*n*. [L. *metior*, I measure.] A standard of dimentions:પરિમાણ; પ્રમાણ; માપ;વિસ્તાર. 2. Extent of ability:ગજુ;શક્તિ;સામર્થ્ય. 3. Limit:હદ;સીમા;મર્યાદ;સુમાર.4. A number which is contained in a given number without a remainder:ભાજક. 5. A means: ઉપાય;ઉપચાર;સાધન; ઈલાજ; યુક્તિ; લાગ;તજવીજ. *To take* **m**.*s*, to provide means:સાધન-ઉપાય લેવા; બંદોબસ્ત કરવો. *vt*. To value;to appraise:માપ લેવું; કિમત કરવી. 2. To adjust by rule or standard:જોઈને કેટલું છે તે કહેવું; અટકળ બાંધવી; માપ લેવું. 3. To allot by measure:માપીને આપવું; ભાગ-વાંટો આપવો.

Measured, (મેઝ્યુર્ડ) *a.* Uniform; graduated; limited: સરખું; એક સરખું; સમાન; નિયમસર; હદસર.

Measureless, (મેઝ્યુર્લેસ) *a.* Boundless: બેસુમાર; અમર્યાદ; બેહદ.

Measurement, (મેઝ્યુરમેન્ટ્) *n.* The act of measuring: માપ; માપણી; પરિમાણ.

Meat, (મીટ્) *n.* Food in general: ખોરાક; અન્ન. 2. The flesh of animals used as food: માંસ; ગોસ્ત. *To sit at* **M.**, to sit at the table to take dinner: ખાવા બેસવું.

Mechanic, (મેકેનિક્) *n.* The art of the application of the laws of motion or force to construction: શિલ્પશાસ્ત્ર; કારીગીરી. 2. An artificer; an artisan; શિલ્પકાર; શિલ્પી; કારીગર.

Mechanic-cal, (મેકેનિક્-કલ્) *a.* [Gr. *mechane*, a machine.] Pertaining to mechanics or the laws of motion: યંત્ર સંબંધી; યાંત્રિક; શિલ્પી. 2. Done without design or reflection: વિચારશક્તિ-ભેજું કસીઆ વગર બનેલું. 3. Belonging to artisans: કારીગરનું; સાધારણ. *The* **M.** *powers*: યાંત્રિક શક્તિઓ.

Mechanically, (મેકેનિકલી) *adv.* In a mechanical manner: યંત્રશાસ્ત્ર પ્રમાણે; શરીર બલે; સહેજ; પોતાની મેલે.

Mechanician-Mechanist, (મેકેનિશૅન- મેકેનિસ્ટ્) *n.* One skilled in the theory of machines: યંત્રશાસ્ત્રમાં પ્રવીણ માણસ.

Mechanics, (મેકેનિક્સ્) *n.* That science or branch of applied mathematics, which treats of the action of forces on bodies: યંત્રશાસ્ત્ર; યંત્રવિદ્યા.

Mechanism, (મેકેનિઝમ્) *n.* The arrangements or the relation of the parts of a machine: યંત્રની ગોઠવણી-રચના 2. Mechanical operation: યંત્રક્રિયા; કલ; કલા; યુક્તિ; રચના.

Medal, (મેડલ્) *n.* [L. *metallum*, metal.] A piece of metal stamped in honour of some person or event: ચાંદ; કીર્તિમુદ્રા; મુદ્રા. *vt.* To honour or reward with a medal: ચાંદ આપવો.

Medallist, (મેડલિસ્ટ્) *n.* A collector of medals: ચાંદ લેનાર.

Meddle, (મેડ્લ્) *vi.* [L. *misceo*, I mix.] To mix; to mingle: ભેગું થવું; ભલવું; મલવું. 2. To engage oneself: વચ્ચે આવવું-પડવું. 3. To interpose in the concerns of others: કામ વગર વચ્ચે પડવું-હાથ ઘાલવો; વચ્ચે પડવું; હાથ-માથું મારવું-ઘાલવું.

Meddlesome, Meddling, (મેડ્લસમ, મેડ્લિંગ્) *a.* Given to meddling: માથું મારનાર; કામ વગર વચ્ચે માથું ઘાલનાર; ઘુસણીઓ.

Medial, (મીડિઅલ્) *a.* Mean; of or pertaining to a mean: વચલું; મધ્યમનું.

Mediate, (મીડિએટ્) *a.* [L. *mediatus*, to be in the middle.] Middle; interposed: મધ્યમ; વચલું; વચ્ચે આવેલું. *vi.* To be in the middle; to intervene: વચમાં પડવું; વચ્ચે પડીને વાંધો પતાવવો.

Mediation, (મીડિએશન્) *n.* Interposition; intervention: વચ્ચે પડવું તે; મધ્યસ્થગિરી.

Mediator, (મીડિએટર્) *n.* One who mediates: વચ્ચે પડનાર; મધ્યસ્થ; મધ્યવર્તી.

Medical, (મેડિકલ્) *a.* [L. *medeo*, I heal.] Of or pertaining to the science of medicine: વૈદક; વૈદ-વૈદાંનું-સંબંધી; તબીબી. 2. Medicinal: ઔષધવાલું.

Medicament, (મેડિકેમેન્ટ્) *n.* Medicine: દવા; ઔષધ; ઓસડ; ઓસડ વેસડ.

Medicate, (મેડિકેટ્) *vt.* To treat with medicine: ઓસડ આપવું-કo; દવાદારૂ કo.

Medicinal, (મેડિસિનલ્) *a.* Having curative properties: ઓસડના ગુણવાલું; રોગહારી; ગુણકારી.

Medicine, (મેડિસિન્) *n.* [L. *medicus*, curing or healing.] The science which relates to the prevention, cure or alleviation of disease: વૈદકશાસ્ત્ર; વૈદું; હકીમું. 2. A remedy; physic: દવા; ઓસડ; ઔષધ.

Medieval, (મીડીઇવલ્) *a.* [L. *medius*, middle & *ævum*, an age.] Pertaining to the middle ages: મધ્યમ કાલનું-સંબંધી; મધ્યમકાલિક; વચલા જમાનાનું.

Mediocre, (મીડિઓકર્) *n.* [L. *medius*, middle.] A middle state or degree; a moderate rate: સાધારણ સ્થિતિ; સાધારણ; મધ્યમ.

Mediocrity, (મીડિઑક્રિટિ) *n.* [L. *medius*, middle.] A middle state or degree; a moderate rate: મધ્યમ દશા-સ્થિતિ; સામાન્યતા; મધ્યમતા. 2. Moderation; temperance: મિતતા; મધ્યમપણું.

Meditate, (મેડિટેટ્) *vi.* To think seriously: ગંભીરાઇથી વિચાર કo; ગોર કo; ધ્યાન ધરવું; વિચારવું; ચિંતન-મનન કo. *vt.* To contemplate; to study: ધ્યાનમાં લેવું-ઉતારવું. 2. To purpose; to design: કલ્પના કરવી; યોજના કરવી; યોજવું.

Meditated, (મેડિટેટેડ) *a.* Intended; designed; purposed: ધારેલું; યોજેલું; કલ્પેલું; ચિંતિત.

Meditation, (મેડિટેશન) *n.* Musing; reflection: ધ્યાન; ચિન્તન; કલ્પના; યોજના. *Absorbed in* **m.**: ધ્યાનસ્થ; સમાધિસ્થ. *Religious* **m.**: યોગ; સમાધિ; સમાધિયોગ. 2. Thought: વિચાર.

Meditative, (મેડિટેટિવ્) *a.* Disposed to meditate: ચિન્તન-મનન-કરતું; ધ્યાની; ધ્યાનશીલ.

Mediterranean, (મેડિટરેનીઅન) *a.* [L. *medius* middle and *terra*, land.] Inclosed or nearly inclosed with land: જમીનથી ઘેરાએલું; ભૂમધ્ય. 2. Inland; remote from the ocean: દરીઆથી દૂરનું; મધ્યદેશનું; માંહેલું.

Medium, (મીડિઅમ) *n.* [L. *medius*, middle.] Intervening body: આવવા જવાની જગા; મધ્યેની જગા. (*a*) Middle place or degree; mean: વચલો રસ્તો; મધ્યમ માર્ગ. (*b*) Mean: મધ્યમ પદ. 2. Necessary means: સાધન; માર્ગ; દ્વાર; ઉપાય; મારફત. 3. An average; સરાસરી; મધ્યમ. *a.* Intermediate; medial: મધ્યમ; સાધારણ; વચલું.

Medley, (મેડલિ) *n.* A mixture; hodgepodge; શેલભેલ; મેલવણી: પંચભેલ; ખીચડો.

Meed, (મીડ) *n.* Recompense: બદલો; ઈનામ; ફલ; પ્રતિફલ. 2. Merit; worth: લાયકી; ગુણ.

Meek, (મીક્) *a.* Submissive; gentle: ગરીબ; સાલસ; [ભલું; નમ્ર.

Meekness, (મીકનેસ) *n.* The quality or state of being meek: ભલમનસાઈ; ગરીબી; સાલસાઇ.

Meet,(મીટ્)(*imp.& p.p.* **met**)*vt.* To join or to come in contact with: સામા મલવું-આવવું; ભેટવું. 2. To come in collision with; to confront in conflict: સામા સામા થઈ જવું-આવી જવું; લઢવું. 3. To perceive; to experience: ખબર પડવી; જણાવું; માલમ પડવું. 4. To come up to:પુરૂ પડવું; કામ લાગવું. *To* **m.** *half the way*, to yield or concede half of the difference to effect a compromise: સમાધાન કરવાને માટે અર્ધું જતું કo;નાખતી કo. *vi.* To come face to face; to join: ભેટવું; સામું મલવું-થવું-પામવું; ભેગા થવું.2.To have an encounter: સામસામા આવી જવું; લઢવા સારૂ એકઠા થવું. 3. To come together by mutual concessions; to unite:સંપ કરવો; એકત્ર થવું; એકસંપ થવું. *To* **m.** *with*, (*a*) to find; to come to: જોવું; મલવું; દૃષ્ટિએ પડવું. (*b*) To join; to unite in a company: મલવું;સામેલ થવું. (*c*) To suffer unexpectedly: થવું; આવી પડવું; પામવું. (*d*) To obviate: દૂર કo; મટાડવું. *a.* Fit; proper:લાયક; યોગ્ય;ઉચિત; ઘટતું.

Meeting (મીટિંગ્)*n.* A coming together; an assembling: મુલાકાત; સમાગમ; ભેટ. 2. A junction: સંગમ; સંયોગ. 3. A congregation; a collection of people: સભા;મંડલી; બેઠક; મિજલસ.

Meetly,(મીટ્લિ)*adv.* Fitly; suitably: ઘટતી-યોગ્ય રીતે;ઠીક;યથાયોગ્ય. [યોગ્યતા; લાયકી; ઘટારત.

Meetness,(મીટનેસ્)*n.* Fitness; suitableness:

Melancholy,(મેલૅન્કૉલિ)*n.* [Gr.*melon*, black and *chole*, bile.] Deep dejection; gloominess: દિલગિરી; ખેદ; શોકાતુરપણું; નાસિપાસી. 2. Serious thoughtfulness: ઊંડો વિચાર; લાંબો વિચાર. *a.* Dejected; gloomy: ઉદાસ; દિલગીર; શોકાતુર; શોકકારક; ખેદકારક. [ઈ;બાથંબાથ.

Melee,(મેલે)*n.* An affray:ઝપાઝપી;હાથોહાથની લડા-

Melliferous, (મેલિફરસ્) *a.* [*mel*,honey and *ferro*, I bear.] Producing honey:મધ-ગળપણ પેદા કરતું;મધુપ્રદ;મધુજનક.

Mellifluous, (મેલિફ્લૂઅસ્) [L.*mel*,honey & *fluo*, I flow.] *a.* Sweet:મધુર;મીઠું; શીરીન.

Mellow, (મેલો) *a.* Soft or teder by reason of ripeness: ખરોબર પાકેલું;પચપચું; નરમ; પોચું. 2(*a*) Soft;rich;delicate:નમ્ર;ઉમદા;નાજુક. 3.Well matured: મધુર; મૃદુ; મીઠું; ગલ્યું; કોમલ. *vt.* To make mellow:પકવવું; પાકું-નરમ કo. *vi.* To become mellow:પાકવું;પાકીને; નરમ થવું.

Mellowness,(મેલોનેસ્)*n.* Quality or state of being mellow:નરમાશ;પકવતા;પરિપકવદશા;કોમલતા.

Melodious, (મેલોડિઅસ્) *a.* Musical; containing melody:મધુર;મીઠું;રસીલું;સુસ્વર; શીરીન.

Melody, (મેલોડિ)*n.* [Gr. *melos*, a tune *ode* a song.] A sweet succession of sounds: મધુર સ્વરનો ક્રમ; સુસ્વર; રાગ.

Melon, (મેલૉન્) *n.* [Gr. *melon*, an apple.] A juicy fruit of certain cucurbitaceous plants: કાલિંગડું;ખડબુચ; તડબુચ. *Must* **m.**:ટેટી; ખડબુચું; *Water* **m**: કાલિંગડી; તડબુચી.

Melt, (મેલ્ટ્)*vt.* To liquefy; to soften by heat; to fuse: ગાલવું; ઓગાલવું; પીગાલવું; રસ-પાણી કરવું. 2. To soften by warming or kindly influence;to realx:દિલ-મન પીગલાવવું;નરમ-પોચું કo. *vi.* To be changed from a solid to a liquid state by heat: પાણી થઇ જવું; પીગલવું; ઓગલવું. 2. To be softened;to become tender: પંગલી જવું;મન પગલવું;દયા આવવી.

Melting, (મેલ્ટિંગ્) *a.* Causing to melt;મનને અસર કરે-પીંગલાવે તેવું;દ્રાવક;હૃદયવેધક.

Member, (મેમ્બર્) *n.* A part of the animal body;an organ;a limb:શરીરનો ભાગ;અવયવ;ગાત્ર; અંગ. 2. A part of a whole, as a clause; a part of a verse:ભાગ;ખંડ;અંગ;પ્રકરણ;ટુંક.3. One of a community, assembly, &c.:ટોલી-મંડલી માંનો એક માણસ;સભાસદ;આસામી;મજલસી.

Membership, (મેમ્બર્શિપ્) *n.* The state of being a member:સભાસદપણું.

Memberane, (મેમ્બ્રેન્)*n.* [L. *membrum*, the skin.] A thin skin which is inside: માહેલી પાતલી ચામડી;ઝિલ્લી.

Membranous, (મેમ્બ્રેનસ્) *a.* Resembling membrane: અંદરની પાતલી ચામડીજેવું-નું-વાલું.

Memento, (મીમેન્ટો) *n.* A hint;suggestion; a token:સ્મરણ; સંભારણું; યાદગીરી.

Memoir,(મેમ્વૉર્)*n.*A history:વૃતાન્ત;ઈતિહાસ; ચરિત્ર; જન્મચરિત્ર. 2. An essay:નિબંધ; રેસાલો.

Memorable,(મેમોરેબલ્)*a.*[L. *memor*,mindful.] Worthy to be remembered; remarkable: યાદગાર;યાદરાખવાલાયક;સ્મરણયોગ્ય;પ્રખ્યાત;સુપ્રસિદ્ધ.

Memorandum,(મેમોરૅન્ડમ્)*n.* A note to help the memory:સ્મરણ પુસ્તક; ટીપ; નોંધ;યાદી;ટાંચણ.

Memorial,(મીમોરિઍલ્)*n.* [L.*memor*, mindful.] A monument: યાદગીરી; સંભારણું; સ્મારક વિષય;સ્મરણસ્થંભ. 2.A memorandum; a record: યાદી; ટીપ; નોંધ. 3. A petition: અરજી; અરજપત્ર. *a.* Commemorative:સ્મારક; સ્મરણાર્થક; યાદગારીનું.

Memorialist, (મીમોરિઍલિસ્ટ્)*n.* One who writes or signs memorial:અરજદાર;અરજ કરનાર. 2. Biographer:જન્મચરિત્ર-વૃતાંત લખનાર.

Memorialize,(મેમોરિઍલાઇઝ્)*vt.* To address or petition by a memorial:અરજ આપવી-કo.

Memorize,(મેમોરાઇઝ્)*vt.* [L. *memor*, mindful.] To record;યાદકo;નોંધવું;ટીપ કo.2.To commit to memory:મોઢે કo; યાદ રાખવું.

Memory, (મેમોરિ)*n.*[L. *memor*, mindful.] The faculty of the mind by which it retains the knowledge of previous thought: સ્મરણ-શક્તિ;યાદદાસ્ત. 2. Remembrance of the past ideas:ગએલા વખતની યાદગીરી;સ્મરણ;ધ્યાન;યાદ. To commit to **m.**: મ્હોડે-પાઠે કo.[માણસો;આદમીઓ.

Men, (મેન્) *n.* (*Pl. of* **man.**) Persons:

Menace (મેનેસ્) *n.* [L. *minacia*, I threat.] A threat or threatening;ધાક;દહેશત;બીક;ભય;ધમકી;ધાસ્તી. *vt.* To threaten:ધાક-ભય-દહેશત-ધમકી આપવી;ધમકાવવું;દબડાવવું.

Menagerie,(મેનૅજરિ)*n.*A place where animals are kept and trained: પશુને રાખીને કેલવવાની

જગ્યા. 2. A collection of animals:પશુનો સંગ્રહ; શીકારખાનું; પશુ સંગ્રહસ્થાન.

Mend, (મેન્ડ્)*vt.* To repair; to restore:સમારવું; દુરસ્ત કરવું;ઠીક ક૦.2. To correct: સુધારવું;રસ્તે લાવવું.3. To help;to advance:મદદ ક૦;ટેકો આપવો. *vi.* To grow better: સુધરવું; વધારે સારૂં થવું.

Mendacious, (મેન્ડેશસ્) *a.* [L. *mendax*, lying.] Given to deception or falsehood; lying:અસત્યવાદી;જુઠો;ખોટું-જુઠું બોલનાર. 2 False;counterfeit: લબાડ;ઢોંગી;લુચ્ચો.

Mendacity, (મન્ડૅસિટિ)*n.* A falsehood; a lying: લબાડીપણું; લબાડી; ખોટાઈ;ખોટારૂં; ઠગાઈ.

Mendicancy, Mendicity,(મૅન્ડિકૅન્સિ, મૅન્ડિસિટિ)*n.*Begging:કંગાલી;ભીખ;ભિખારીપણું.

Mendicant, (મૅન્ડિકૅન્ટ્)*n.* [L. *mendico*, I beg.] A beggar;a begging friar: ભિખારી;ભીખ માગતો સાધુ. A *religious* **m**.:સાધુ;અતીત;અભ્યાગત; જોગી;વેરાગી;ગોસાઇ;બાવો;ફકીર. *a.*Begging; living on alms: ભીખ માગતું.

Menial, (મીનિઅૅલ) *n.*[L. *maneo*, I dwell.] A domestic servant or retainer:ઘરનો ચાકર;નફર;દાસ. *a.* Serving; performing servile office: ચાકરનું-સંબંધી.2.Low;mean: હલકું; નીચું;અધમ.

Menses,(મેન્સીઝ્)*n.(pl.)*[L.*mensis*, month.] અટકાવ;ઋતુપ્રાપ્તિ;દસ્તાન; ઓપટી;આભડછેટ;રજ.

Menstrual, (મેન્સ્ટ્રુઅલ)*a.* Monthly;recurring once a month: દરમહિનાનું; માસિક; પ્રતિમાસનું. 2. Of or pertaining to menses: દસ્તાનને લગતું.

Menstruate(મૅન્સ્ટ્રુએટ્) *vi.* To discharge the menses: દસ્તાન-ઓપટી આવવી;.અડકાવું;અલગુ બેસવું; અટકાવ આવવો.

Menstruum,(મેન્સ્ટ્રુઅમ્)*n.* See **menses**. 2. A Solvent: પીગલાવે-પાણી કરી નાંખે એવો પદાર્થ-વસ્તુ-સાધન.

Mensurable,(મૅન્સ્યૂરેબલ્) *a.* [L. *mensuro*, I measure.] Measurable: મપાય તેવું;ગણવા જોગ; માપ્ય;માપનીય.

Mensuration, (મેન્સ્યૂરેશન્) *n.* The act, process or art of measuring: માપવું તે; માપણી; માપકરણ.

Mental, (મેન્ટલ્) *a.* [L. *mens*, *mentis*, the mind.] Intellectual; pertaining to the mind: માનસિક;મનનું;મનશક્તિનું;મનોમય.

Mentally, (મેન્ટલિ) *adv.* In the mind; intellectually:મનમાંથી;બુદ્ધિથી.

Mention,(મેન્શન્)*n.*[L.*mentio*,I remember.] A speaking or notice of anything usually in a brief manner:ટુંકામાં બોલવું તે;ઈશારો;કથન; ચર્ચા; ઉદ્દેશ;નિવેદન. *vt.*To make mention of; to name; કહેવું; બોલવું;નામલેવું; ઈશારો ક૦.

Mentor, (મેન્ટૉર) *n.* A wise and faithful advisor: સલાહકારી;મંત્રી; ઉપદેશક; શિખામણ દેનાર.

Mephitical, (મેફિટિકલ્)*a.* Tending to destroy life; poisonous; noxious: રોગ કર્તા; ઝેરી; પ્રાણહારી. 2.Offensive to the smell: વાસ મારતું; ખરાબ ગંધવાલું.

Mephitis,(મેફિટિસ્) *n.* [L. *mephitis*, an ill smell.] Noxious air: દુર્ગંધ; ઝેરી હવા.

Mercantile, (મર્કૅન્ટાઈલ્) *a.* [L. *mercor*, I buy]Of or pertaining to merchants:વેપારનું-સંબંધી; વ્યાપારસંબંધી-વિષયક; સાહુકારી.

Mercenary,(મર્સનેરિ) *n.* [L. *merces*, hire.] One who is hired;a hireling:પગારદાર. *a.* Hired; venal; acting for reward; પૈસા લઈ કામ કરનાર; ભાડુતી; ભાડે રાખેલું. 2. Sordid; selfish: લાલચુ; લોભી; પૈસાની લાલચથી ફોડેલું;લાંચખોર.

Mercer, (મર્સર્)*n.*[L.*merx*,*mercis*,merchandise.] A dealer in silk and woolen cloth: રેશમી અને ઉનના કાપડનો વેચનાર-વેપારી.

Merchandise, (મર્ચૅન્ડાઇઝ્) *n.* Wares; goods; commodities: વેપારની ચીજ; માલ; સોદો. *vt.* To trade: વેપાર કરવો-ચલાવવો.

Merchant, (મર્ચૅન્ટ્) *n.* [L. *mercor*, I buy.] A trader: વેપારી; સોદાગર; સાહુકાર; વાણીઓ. 2. A trading vessel: વેપારી વહાણ. 3. A shop keeper: દુકાનદાર.

Merchantman, (મર્ચૅન્ટ્મૅન્) *n.* A merchant: વેપારી; સોદાગર. 2. A trading vessel: વેપારનું વહાણ-બારકસ.

Merciful, (મર્સિફુલ્) *a.* Full of mercy: કૃપાલુ; દયાલુ; દયાવંત; રેહેમવાલું. 2. Unwilling to give pain:કરૂણાવાલું; નરમ હૈયાનું; રેહેમદિલ.

Merciless, (મર્સિલેસ્) *a.* Cruel; savage; pitiless: ઘાતકી; જંગલી; દયાહીન; નિર્દય;ક્રુર; બેરેહેમ.

Mercurial, (મર્ક્યૂરિઅૅલ્) *a.* Swift; active; volatile: ચંચલ. 2. Of or pertaining to or containing mercury: પારાનું-સંબધી-વાલું.

Mercury, (મર્ક્યુરિ) *n.* [L. *Mercurius*, the son of Jupitor & Maia.] A Latin God of commerce and gain: બુધ; સૌમ્ય. 2. A metallic element: પારો; પારદ; રસધાતુ; રસ. 3. One of the planets of the solar system: સૂર્યમંડલમાંનો એક ગ્રહ;બુધ.4.A news boy;a messenger:ખબર લઈ જનાર લાવનાર માણસ; કાસદ. 5. Sprightly or mercurial quality: ચંચલપણું; ચંચલાઈ.

Mercy, (મર્સિ) *n.* [L. *merces*, hire pay.] Forbearance to inflict harm under circumstances of provocation: ક્ષમા; રહેમી; રેહેમનજર; દયા;કૃપા;અનુકંપા;કરૂણા. *Fountain of* **m**.:દયાસિંધુ; દયાસાગર;કરૂણાસાગર; કૃપાસાગર. *To be at the* **m.** *of*:કોઇને સ્વાધીન-વશ હોવું; કોઈના હાથમાં આવી પડવું.

Mere, (મીર્) *a.* [L. *merus*, pure.] Unmixed; pure; entire; absolute: નર્યું;નર્યું;ફક્ત;છેક;કેવલ;માત્ર. 2. Only this: ફક્ત આજ;આટલુંજ.[રીતે;કેવલ;ફક્ત.

Merely, (મીર્લિ) *adv.* Purely; absolutely:સ્પષ્ટ

Meretricious, (મેરીટ્રિશસ્) *a.* Of or pertaining to the prostitutes: છીનાલ-કીસબણ-રાંડ સંબંધી-નું.

Merge. (મર્જ્) *vt.* [L. *mergo*, I merge.] To sink; to absorb: ડુબાવવું; ગરક કરવું; ગલાઈ જાય તેવું કરવું; મેલવી-પેસાડી દેવું; ગરક થવું; ડુબી જવું.

Meridian, (મેરિડિઅૅન) *n.* [L. *meridies*, midday.] Mid-day; noon: મધ્યાન્હ; બપોર. 2. The highest point; culmination: પૂર્ણકલા; ખ-

હાર; ભર; શિખર; ટોચ; પરાકાષ્ટા. 3. A great circle of the sphere passing through the poles of the heavens and the zenith of a given place: મધ્યાન્હરેષા; યામ્યોત્તરવૃત. *a.* Pertaining to mid-day or noon: મધ્યાન્હને લગતું; ખપોરનું.

Merino, (મરીનો) *n.* [L. *major*, greater.] A breed of sheep originally from Spain noted for fineness of its wool: સ્પેનમાં ઉન માટે વખણાતાં ઘેટાંની જાત. 2. A fine fabric of merino wool: એ ઘેટાંના ઉનનું કાપડ; મરીનો.

Merit, (મેરિટ્) *n.* [L. *merio*, I deserve.] The quality or state of deserving well or ill; desert: ગુણ; યોગ્યતા; લાયકી; પાત્રતા. 2. (*a.*) Worth; excellence: ખુબી; ગુણ; શ્રેષ્ટતા. 3. Reward deserved: ફલ; બદલો; ઈનામ. *vt.* To deserve; to earn by service or performance: યોગ્ય-લાયક-પાત્ર થવું. 2. To reward: ઈનામ આપવું;બક્ષીસ આપવું. *vi.* To aquire desert:લાયક હોવું.

Merited,(મેરિટેડ્)*a.* Deserved:યોગ્ય;લાયક થયેલું.

Meritorious, (મેરિટોરિઅસ્) *a.* [L. *merio* I deserve.] Possessing merit; valuable: ગુણી; ગુણવાન; યોગ્ય; લાયક; પુણ્યનું; ગુણસંપન્ન; પુણ્યવાન.

Mermaid, (મરમેડ્) *n.* Sea nymph, or woman fish: ઉપલો અડધો સ્ત્રીનો અને નીચલો માછલીનો આકાર એવું એક કલ્પિત દરિયાઈ પ્રાણી; જલમાણસ; જલસ્ત્રી.

Merrily, (મેરિલિ) *adv.* In a merry manner; with mirth; jovially: મોજ મજાથી; આનંદથી; ખુશાલી-હર્ષથી; હરખાઈને.

Merriment, (મેરિમેન્ટ્) *n.* Mirth; frolic: આનંદ; હરખ; મઝા; ખુશાલી; ઠઠ્ઠામશ્કરી; રંગ; ખેલ.

Merry, (મેરિ) *a.* Jovial; sportive: ગમતી; હસમુખુ;આનંદી;સુખી;ખુશમિજાજી;મનમોજી. *To make* **m.**, to be jovial: મોજમઝા-ખ્યાલી ખુશાલી ક૦.

Merry-andrew, (મેરિઍન્ડ્રુ) *n.* A buffoon: વિદુષક; મશ્કરો; રંગલો;ભાંડ;તરકડીઓ; નકલી; ડોલીઓ.

Mesh, (મેશ્) *n.* Net work; net: જાલ; જાલનું કાણું; જાલીકામ. *vi.* To catch in a mesh:જાલમાં પકડવું; સપડાવવું. *vi.* To engage with each other: એક બીજામાં ભરાવું; ગુંચવાવું.

Mesmerism, (મેસ્મેરિઝમ્) *n.* Animal magnetism: ભુરકી નાંખવાની કલા; જાગૃત રહે પણ શરીરનું ભાન રહે નહિ એવી રીતની ઉંઘમાં નાંખવાની કલા; પ્રાણ વિનીમય; સત્વવિનીમય.

Mess, (મેસ્) *n.* [L. *mitto*, I send.] A quantity of food set on a table at one time: ભાણું; પત્રાલું. 2. A number of persons who eat together and for whom food is prepared in common: વીશીમા જમનારા. 3. A disagreeable mixture or confusion of things: ભેલસેલ; ગડબડગોટો; ખીચડો. *v. i.* To take meals with a mess: વીશીમાં-સાથે જમવું.

Message, (મેસેજ્) *n.* [L. *mitto* I send] Any notice, word, communication, written or verbal, sent from one person to another: સંદેશો; કહેણ; પેગામ.

Messenger, (મેસેન્જર્) *n.* One who bears messages; a courier: દૂત; જાસુસ; હલકારો; એલચીઓ; કાસદ. 2. One who or that which foreshows or foretells:ભવિષ્યસૂચક; અગમચેતી કરનાર.

Mess-mate, (મેસ્મેટ્) *n.* An associate in a mess: જમવામાં સોબતી; સાથે બેસીને જમનાર.

Messuage, (મેસ્વેજ્) *n.* [L. *menio*, I dwell.] A dwelling house with the adjacent building and lands: ઘર અને તેને લગતી જગ્યા-જમીન; મકાન; ઘરવાડી.

Metal, (મેટલ્) *n.* [L. *metallum*, metal.] An elementary substance: ધાતુ. 2. The substance of which anything is made; material: દ્રવ્ય; કણ; તત્વ; મૂલતત્વ. 3. Courage; spirit; mettle: હિમ્મત; જુસ્સો; પાણી; દમ. 4. The broken stone used in macadamizing roads:રસ્તા ઉપર પુરવાના પથ્થરના કકડા; ખડી. *vi.* To cover with metal; to metal a road: ખડી પુરવી.

Metallic,(મેટલિક્) *a.* Pertaining to a metal; resembling metal:ધાતુનું-સંબંધી; ધાતુસરખું જેવું.

Metalliferous. (મેટલિફરસ્) *a.* [L. *metallum*, metal.] Producing metals: ધાતુ પેદા કરતું; ધાતુજનક; ધાતૂત્પાદક.

Metallist, (મેટલિસ્ટ્) *n.* A worker in metals: ધાતુની પરીક્ષા કરનાર;ધાતુ પરીક્ષક;ધાતુનું કામ કરનાર.

Metallurgic, (મેટલર્જિક્) *a.* Of or pertaining to metallurgy: ધાતુ શોધન વિદ્યા સંબંધી.

Metallurgy, (મેટલર્જિ) *n.* The art of working metals: ધાતુને સાફ કરી ઘડવાનો હુનર; ધાતુ શોધન વિદ્યા; ધાતુશોધન; ધાતુપૃથક્કરણ.

Metamorphose, (મેટમોર્ફોસ્) *v. t.* To change into a different form; to transform: રૂપ-સ્વરૂપ બદલવું;રૂપાંતર કરવું; રૂપભેદ ક૦.

Metamorphosis, (મેટમોર્ફૉસિસ્) *n.* [Gr. *meta*, beyond and *morphe*, form.] Change of form; transformation: રૂપાંતર; રૂપભેદ; દેહાંતર; આકારવિકાર; વિકાર; પરિણામ; શરીરવિકાર.

Metaphor, (મેટફૉર્) *n.* [Gr. *meta*, over & *phero*, I carry] A compressed simile: (અલંકારમાં) એક વસ્તુનું બીજી વસ્તુને નામે બયાન કરવું તે; ઉત્પ્રેક્ષાઅલંકાર; રૂપક; ઉપમા; રૂપકાઅલંકાર; લક્ષણા; મીસાલ.

Metaphorical, (મેટફોરિકલ્) *a.* Figurative; લાક્ષણિક; રૂપક.

Metaphisical, (મેટફિઝિકલ્) *a.* Of or pertaining to metaphysics: આત્મવિદ્યાનું-સંબંધી-લગતું-પ્રમાણે; આત્મવિદ્યાનુસાર. 2. Preternatural or supernatural: અદ્ભુત; અસાધારણ.

Metaphysician, (મેટફિઝિશન) *n.* One who is versed in metaphysics: મનુષ્યશાસ્ત્રમાં કુશલ માણસ; આત્મતત્વવિદ્યાજ્ઞ; અર્થતત્વવેત્તા

Metaphysics, (મેટફિઝિક્સ) *n.* [Gr. *meta*, after and *phusis*, nature.] Mental philosophy; psychology: મનનું-માનસિક શાસ્ત્ર-વિદ્યા.

Meteor, (મીટીઅર્) *n.* [Gr. *meta*, beyond and *eora*, anything suspended.] A transient luminous body seen in the atmosphere: ખરતો તારો; ઉલ્કા. 2. Anything that transiently dazzles or strikes with wonder: સ્ર.શાનમાં કે બીજી ભેજવાળી જગ્યાએ રાતે થતો ભડકો;ભુતના ભડકા.

Meteoric, (મીટીઑરિક્) *a.* Atmospheric: વાતાવરણનું-સંબંધી; ખરતા તારામાંથી પડતું. 2. Flashing; brilliant; transient: ચકચકિત; ક્ષણિક.

Meteorolite, (મીટીઅરૉલાઈટ્) *n.* A mass of stone or iron which has fallen to the earth from space: ખરતા તારા સાથે પડતો પથ્થર.

Meteorological, (મીટીઅરૉલૉજીકલ્) *a.* Of or pertaining to atmosphere: વાયુચક્ર સંબંધી; વાતાવરણ વિષયક.

Meteorology, (મીટીઅરૉલૉજિ) *n.* The science which treats of the atmosphere and its phenomena: વાયુચક્રશાસ્ત્ર; અંતરિક્ષ-વાયુ-નભોવિદ્યા.

Meter, (મીટર્) *n.* [L. *metrum*, measure.] An instrument or apparatus that measures: માપવાનું યંત્ર; માપક; માપ.

Methinks, (મીથિંક્સ્) *v.* I think; it seems to me: મને લાગે છે-જણાય છે કે; હું ધારું છું કે.

Method, (મેથૉડ્) *n.* [Gr. *meta* after and *hodos*, way.] Way; manner; mode: રીત-પ્રકાર; તરેહ. 2. Orderly arrangement; elucidation: નિયમ; વ્યવસ્થા; બંદોબસ્ત, ક્રમ; અનુક્રમ; પરંપરા.

Methodical, (મેથૉડિકલ્) *a.* Arranged with regard to method: વ્યવસ્થિત; રીતસર-રીત પ્રમાણે કીધેલું-ગોઠવેલું; બંદોબસ્તવાળું.

Methodically, (મેથૉડિકલિ) *adv.* Regularly: નિયમ પ્રમાણે; રીતસર.

Methodist, (મેથૉડિસ્ટ્) *n.* One who observes method: નિયમ-રીત પ્રમાણે ચાલનાર; નિયમનિષ્ટશીલ; નિયમી. 2. One who holds the doctrines and follows the strict rules of life taught by John Wesley: જોન વેસ્લીએ શીખવેલું મત માનનાર અને તેના ચોકસ કાયદા પ્રમાણે ચાલનાર.

Methodize, (મેથૉડાઇઝ્) *vt.* To dispose in due order: નિયમ બાંધવો; સુધારવું; નિયમમાં લાવવું; વ્યવસ્થિત ક૦.

Metonymy, (મેટૉનિમિ) *n.* [Gr. *meta*, beyond and *onoma*, name.] A trope in which one word is put for another that suggests it: એક શબ્દને બદલે બીજો શબ્દ મુકવાથી થએલો અલંકાર; અજહલ્લક્ષણા.

Metre, (મીટર્) *n.* [Gr. *metron*, measure.] Rhythm; arrangement of words into verses, stanzas, &c. છંદરચના; વૃત્ત. 2. Poem: કવિતા.

Metrical, (મેટ્રિકલ્) *a.* Of or pertaining to metre: વૃત્ત-છંદને લગતું-નું; પદ્યાત્મક; છંદોબદ્ધ; પદ્યરૂપ; તાલબદ્ધ. 2. Of or pertaining to measurement: માપનું-સંબંધી.

Metropolis, (મેટ્રૉપૉલિસ્) [Gr. *meter*, mother and *polis*, a city.] The chief city of a state, kingdom &c; a capital: રાજ્યધાની; મુખ્ય શહેર.

Metropolitan, (મેટ્રૉપૉલિટન્) *n.* An archbishop: મુખ્ય ધર્માધ્યક્ષ; મુખ્ય ધર્માધિકારી; મોટો પાદરી; પાદરીઓનો સરદાર. *a.* Of or pertaining to the capital of a country: રાજ્યધાનીનું; રાજ્યધાનીને લગતું-સંબંધી. 2. Of or pertaining to the bishop: પાદરીને લગતું-નું-સંબંધી.

Mettle, (મેટલ્) *n.* Spirit; courage; પાણી; દમ; જીવ; હિંમત; આબ. *To try the* **m.** *of*: કોઇનું પાણી જોવું-અજમાવવું.

Mettled, Mettlesome, (મેટલ્ડ, મેટલ્સમ્) *a.* High spirited; ardent; fiery: પાણીદાર; જીવદાર; દમવાળું; જલદ; તીવ્ર.

Mew, (મ્યૂ) *n.* A sea-gull: જલકુકડી.

Mew, (મ્યૂ) *n.* [L. *muta*, change.] A cage for hawks; a coop for fowls; any inclosure: પાંજરું; વંડો; ખડો: મરઘાં ગોંધવાની જગ્યા. 2. Royal stables in London for horses: લંડનમાં પાદશાહી ઘોડાના તબેલા. 3. The common cry of cat: બીલાડીનું બોલવું; મ્યાઉં મ્યાઉં; મીઆઉં મીઆઉં. *vi.* To cry as a cat: મ્યાઉં મ્યાઉં ક૦. 2. To cast feathers; to change: પીછાં કાઢી નાંખવાં; બદલવું; ઉતારવું.

Mewl, (મ્યૂલ્) *vi.* To cry as a young child; to squall: દુઃખથી નાના બાળકની પેઠે રડવું; ઉંઆઉંઆ કરવું; ટલવલવું.

Miasma, (માઈઍઝ્મૅ) *n.* [Gr. *miaino*, I stain.] Noxious effluvia; malaria; કોહી ગએલી ચીજમાંથી નીકળતી ઝેરી હવા-વરાલ.

Mica, (માઈકૅ) *n.* [L. *mico*, I shine.] Cat-silver; glimmer: અબરખ; અભ્રક.

Microscope, (માઈક્રોસ્કોપ્) *n.* [Gr. *micros*, little and *skopeo*; I look at.] An optical instrument for viewing small objects too minute to be seen by the naked eye: ઝીણી વસ્તુને મોટી કરી દેખાડનારું યંત્ર; સૂક્ષ્મદર્શક યંત્ર.

Microscopical, (માઈક્રોસ્કૉપિકલ્) *a.* Of or pertaining to the microscope; made with a microscope: સૂક્ષ્મદર્શક યંત્રની મદદથી કરેલું; સૂક્ષ્મદર્શક યંત્ર સંબંધી. 2. Able to see extremely minute objects: અતિસૂક્ષ્મ પદાર્થ જોઇ શકે તેવું; બારિક નજરનું. 3. Very small: અતિશય બારિક; અતિસૂક્ષ્મ; ઘણું ઝીણું.

Mid, (મિડ્) *a.* [L. *medius*, middle.] Denoting the middle part: વચલો ભાગ બતાવતું. 2. Occupying the middle place: વચલું; મધ્યેનું; વચ્ચેનું.

Mid-day, (મિડ્ડે) *n.* The middle part of the day; noon: બપોર; મધ્યાન્હ. *a.* Pertaining to noon: બપોરનું-ને લગતું.

Middle, (મિડલ્) *a.* Occupying the middle place; mid: વચ્ચેનું; વચલું; મધ્યમ; મધ્યવર્તી; મધ્યસ્થ. *n.* Central part: મધ્ય; મધ્યદેશ ભાગ; ગર્ભ.

Middle-aged, (મિડલ્એજ્ડ્) *a.* Being about the middle age of a man: મધ્ય વયનું; આધેડ.

Middle-most (મિડલ્મોસ્ટ્) *a.* Being in the middle; mid-most: વચોવચનું; મધ્યોમધ્યનું; મધ્યસ્થ.

Middle-term, (મિડલ્ટર્મ્) *n.* That term of a syllogism with which the two extremes are separately compared: મધ્યપદ.

Middling, (મિડલિંગ્) *a.* Medium; ordinary; moderate: મધ્યમ; સાધારણ; વચલા વાંધાનું.

Mid-land, (મિડલૅન્ડ) *n.* The interior or central region of a country: સમુદ્રના કિનારાથી દૂરનો દેશ; માહેલો દેશ. *a.* Being in the interior country: વચલા પ્રદેશમાંનું; માહેલું.

Mid-night, (મિડ્નાઈટ્) *n.* The middle of the

night:મધરાત;મધરાત્રી;અડધીરાત. *a.* Being in the middle of the night: મધ્યરાતનું.
Midriff,(મિડ્રિફ્)*n.*The mid belly; diaphragm: પેટ અને છાતીની વચ્ચેનો પાતલો પડદો.
Midst, (મિડસ્ટ્)*n.* The central part; middle: મધ્ય; દરમિયાન. 2. Press; burden:ભાર;દાબ. *prep.* Amidst:મધ્યે. *adv.* In the middle:વચ્ચમાં;મધ્યે.
Mid-summer, (મિડ્સમર્)*n.* The middle of the summer: ભર ઉનાલો; દક્ષિણાયન.
Mid-way, (મિડવે)*n.* The middle of the way or distance: અડધો રસ્તો;અર્ધ માર્ગ. *adv.* In the middle of the way; half way;અર્ધે રસ્તે; અધવચ.
Mid-wife, (મિડ્વાઇફ્) *n.* A woman who assists other women in childbirth: દાઇ;સુયાણી.
Mid-wifery, (મિડ્વાઇફ્રિ) *n.* The art or practice of assisting woman in childbirth:ગર્ભમોચનવિદ્યા;પ્રસવકરણ;સુવાવડ કઢવે; સુવાવડીની માવજત.
Mid-winter, (મિડ્વિન્ટર્)*n.* The middle of winter: ભર શીયાલો. 2. Solstice: ઉત્તરાયણ.
Mien, (મીન) *n.* [L. *meno*, I guide.]Aspect; air; look; manner:ચહેરો;દેખાવ; શિકલ;આકાર;રૂપ.
Might, (માઇટ્) *n.* Strength; force; power; ability: જોર; શક્તિ; બલ; સામર્થ્ય; કૌવત; પરાક્રમ.
Mightiness,(માઇટિનેસ્) Greatness; high dignity; power: શક્તિ; પરાક્રમ; પરાભવ;પ્રતાપ.
Mighty, (માઇટિ) *a.* Possessing might; having great power or authority: બહાદુર; બલવાન; પ્રતાપી; પ્રતાપશાલી; જોરાવર; પરાક્રમી. 2. Extraordinary; wonderful: વિચિત્ર;અજબએબજેવું; ચમત્કારી. 3. Denoting an extraordinary degree in respect of size,character, etc:મ્હોટું; જબરૂં;ભારે;જબરદસ્ત;પ્રચંડ.*adv.* In a great degree; very:અત્યંત;અતિશય;ઘણુંજ.
Migrate, (માઇગ્રેટ્)*vi.* To change one's place of residence: રહેઠાણ બદલવું; ખાલીક૦.
Migration,(માઇગ્રેશન) *n.* The act of migrating: બીજે દેશ જઈ રહેવું તે;દેશાંતર-વિદેશગમન.
Migratory, (માઇગ્રેટરિ) *a.* Removing from one region to another: બીજે દેશ જઈ રહેનાર. 2. Wandering;roving:ભટકતું;રવડયા કરતું.
Milch, (મિલ્શ્)*a.*Giving milk:દૂધ દેતી; દુઝણી; દુઝની; દુધેલ. 2.Tender;pitiful: દયાલુ;નરમ;નાજુક.
Mild, (માઇલ્ડ્) *a.* Gentle; pleasant; kind: કોમલ;નરમ;મંદ; સુખકારક; શાંત; નમ્ર; દયાલુ.
Mildew, (મિલ્ડ્યૂ)*vi.* To taint with mildew: ઉબ-ફુગ ચઢવી. *n.* A growth of minute powdery or webby fungi:ફુગ;ઉબ;છારો.
Mildness, (માઇલ્ડ્નેસ્)*n.* Gentleness; tenderness;mercy:નરમાશ; કોમલતા; દયા; ભલમનસાઇ; શાંતપણું.
Mile, (માઇલ્) *n.* A measure equal to 1760 yards: અર્ધકોશ-ગાઉ;મૈલ;માઇલ.
Mileage, (માઇલેજ્)*n.* An allowance for travelling expenses at a certain rate per mile: મુસાફરીના ખર્ચ બદલ મલતું માઇલ દીઠ લવાજમ.
Milepost-stone, (માઇલપોસ્ટ્ સ્ટોન)*n.* A post or a stone serving to indicate the distance of a mile: મૈલની નીશાનીનો પથ્થર.
Militant,(મિલિટંન્ટ્) *a.* Fighting; combating: લઢનાર;લઢાઇ કરતું; વિરોધી;વિરુદ્ધ; ઉલટું.
Military (મિલિટરિ) *n.* [L.*miles–militaris*, a soldier] Troops; army:લશ્કર;સૈન્ય; ફોજ; સેના. *a.* Of or pertaining to soldiers, to arms or to war: સિપાઈનું; સિપાઈને લગતું; લશ્કરી.
Militate, (મિલિટેટ્) *vt.* To fight; to contend: સામા થવું; વિરુદ્ધ હોવું.
Militia, (મિલિશિઍ) *n.* [L. *miles*, a soldier.] The body of soldiers enrolled for discipline, but not engaged in actual service except in emergencies: જરૂર વખતે લઢવાની શરતે રાખેલી ફોજ.
Milk, (મિલ્ક્) *n.* [L. *melgo*, I milk.] A white fluid secreted by female mammals for the nourishment of their young: દૂધ; શીર; ક્ષીર; દુગ્ધ. 2. The white juice of certain plants: ઝાડમાંનો દૂધ સરખો રસ; દૂધ. **M.** *teeth*: દૂધોઆ દાંત. *Curdled* **m.**: દહિ. *vt.* To draw or press milk from:દૂધ દોવું;દોહન ક૦;દૂધ કાઢવું; ધવાડવું. 2. To plunder:કઢાવવું;ઓકાવવું; નીચોવી લેવું.
Milker, (મિલ્કર્) *n.* One who milks: દૂધ કહાડનાર; દોહોનાર. 2. A cow or other animal that gives milk: દુધ આપતું જાનવર.
Milkmaid, (મિલ્કમેડ્) *n.* A woman who milks: દૂધવાલી: મહીઆરી; દૂધ દોહોનારી.
Milkman, (મિલ્કમૅન) *n.* A man who sells milk: દૂધવાલો–વેચનાર; રબારી; ગવલી; ગોવાલ.
Milksop, (મિલ્ક્સૉપ્) *n.* A piece of bread sopped in milk: દુધમાં પલાલેલી રોટલી. 2. An effeminate person: બાયલો; કન્યારાશી.
Milky, (મિલ્કિ) *a.* Consisting of milk: દૂધનું; દુધનું કરેલું. 2. Like milk; whitish: ધોલું; સફેત. 3. Yielding milk: દુધ દેતું-આપતું; દુઝણું. 4. Mild; spiritless: શાંત; ઠંડું.
Milkyway, (મિલ્કિવે) *n.* Galaxy: આકાશગંગા; સ્વર્ગંગા; સુરનદી; આકાશ નદી.
Mill, (મિલ્) *n.* A machine for grinding: ઘંટી; ચક્કી. 2. A machine for expressing juice: કોલ; ઘાણી. 3. A machine for manufacturing: કાપડ વણવાનો સંચો; ગીરની. *vt.* To grind: દલવું.
Millennium, (મિલ્લેનિઅમ્) *n.* A thousand years: હજાર વર્ષ; સહસ્ર વર્ષ.
Miller, (મિલર્) *n.* One who keeps a flour mill: દલવાનો સંચો રાખનાર–ધંધો કરનાર. 2. A milling machine: દલવાનો સંચો-યંત્ર.
Milliner, (મિલિનર્) *n.* A man who dealt in dresses for women: સ્ત્રીઓનો પોશાક બનાવનાર માણસ; દરજી. 2. A woman who makes,trims or deals in hats, bonnets, headdresses, &c.: સ્ત્રીની ટોપી વગેરે પોશાક બનાવનાર સ્ત્રી; દરજણ.
Millinery, (મિલિનરિ) *n.* The articles sold by milliners: સ્ત્રીઓની ટોપી, પટી વગેરે પોશાક. 2. The business of a milliner: દરજણનો ધંધો.
Million, (મિલ્યૅાન) *n.* [L. *mille* a thousand.] The number of 10 hundred thou-

sand: દશ લાખ. *Ten* **m.**: કરોડ; ક્રોડ. 2. A very great number: મોટી સંખ્યા; ઘણાં; બેસુમાર.

Millionaire, (મિલ્યૅાનર્)*n.* One whose wealth is counted by millions:દશ લાખનો ધણી; લખપતિ.

Millstone, (મિલ્સ્ટોન્) *n.* One of two circular stones used for grinding grain: ઘંટીનું પડ–પડિયું; પાટ.

Mimic, (મિમિક્) *n.* [L. *mimos*, an imitator.] Buffoon; a copyist: ઠોળિઓ;ઠઠ્ઠાબાજ; નકલ કરનાર; ચાળા પાડનાર. *vt.* To imitate: નકલ કo; ચાળા પાડવા. 2. To mock; to counterfeit: મશ્કરી કરવી; ઠાંઠીઆં કરવાં.

Mimicry, (મિમિક્રિ) *n.*The act or practice of one who mimics: ચાળા;નકલ;અનુકરણ;ઠઠ્ઠા;મશ્કરી

Minaret, (મિનૅરેટ્)*n.* A slender, lofty tower: મિનારો; શિખર; કંગુરો.

Minatory, (મિનૅટોરિ)*a.* Threatening; menacing:ધમકીનું–વાળું; દહેશત આપતું; ભયસૂચક.

Mince, (મિન્સ્) *vt.* To cut into very small pieces; to chop fine: ઝીણા ઝીણા કકડા કરવા; ચૂરો કરવો; ખીમો કo. 2. To extenuate: બરોબર નહિ બોલવું; અડધું પડધું બોલવું;છુપાવવું.**M.***meat*:ખીમો.

Mind, (માઈન્ડ્) *n.* [L. *mens, mentis* mind.] The understanding: મન; ચિત્ત; બુદ્ધિ. 2. Opinion; judgment: વિચાર; મન; હેતુ; મત; અભિપ્રાય. 3.Choice; inclination: મન; ખુશી; ભાવ; ઈચ્છા; મરજી. 4. Memory; remembrance: યાદ; યાદદાસ્ત; સ્મરણ. *To put in* **m.**: યાદ દેવડાવવું. *To have a* **m.**: ઈચ્છા હોવી. *To loose one's* **m.**: ચિત્તભ્રમ થવું; ગાફેલ ઘેલું બનવું. *To make up one's* **m.**, to determine: નિશ્ચય કરવો. *vt.* To fix the mind or thoughts on: ધ્યાન આપવું; ચિત્ત ઘાલવું–આપવું–દેવું. 2. To attend to: માનવું ; સાંભળવું. 3. To have in mind; to purpose: ઈરાદો રાખવો.

Mindful, (માઈન્ડફુલ્) *a.* Attentive; heedful: સાવચેત; સાવધ; હોશીઆર; ખબરદાર.

Mine, (માઈન્) *n.* A pit or excavation in earth from which ore is taken:ખાણ. 2. A rich source of wealth or other goods: ભંડાર; ગાર;ઝાડ;ટંકશાલ. *a.* Belonging to me:મારું;પોતાનું

Miner, (માઈનર્)*n.* A digger for metals:ખોદનાર; ખાણ ખોદનાર;સુરંગ મુકનાર–પાડનાર.

Mineral, (મિનરૅલ્)*n.* An inorganic substance occurring in nature:ખાણમાંથી નિકલતી વસ્તુ;ખનીજ પદાર્થ; ધાતુ. *a.* Of or pertaining to minerals:ખાણમાંનું–સંબંધી; ખનીજ. 2. Impregnated with minerals: ધાતુના ગુણનું; ધાતુ ધર્મક; ધાતુગુણક.

Mineralist-logist, (મિનરૅલિસ્ટ્-મિનરૅલૉજીસ્ટ્) *n.* One versed in mineralogy:ધાતુ પરીક્ષક; ધાતુ વિદ્યા જાણનાર; ધાતુવાદી.

Mineralogy, (મિનરૅલૉજી) *n.* The science which treats of minerals: ધાતુવિદ્યા.

Mingle,(મિંગલ્)*vt. vi.*To mix:મેલવવું;એકઠું–ભેગું થવું–કo; કાલવવું. 2. To associate or unite in society:સંબંધ કરવો;વ્યવહાર કરવો–રાખવો;મલી જવું.

Miniature, (મિનિઍટયૂર્)*a.* [L. *miniatura*, a painting.] Being on small scale: નાના પાયા ઉપરનું; નાના માપનું; ન્હાનું. [ગણું; ન્હાનું.

Minikin, (મિનિકિન્) *a.* Small;diminutive: ટીં-

Minim, (મિનિમ્) *n.* The smallest liquid measure; a single drop:ટીપું.

Minimum, (મિનિમમ્) *n.* The least quantity: છેક ઓછામાં ઓછી સંખ્યા–માપ–જથ્થો.

Minister, (મિંનસ્ટર્) *n.* [L. *minor* less.] A servant:ચાકર;સેવક; દાસ. 2. One intrusted with the management of affairs of state:પ્રધાન;વજીર; મંત્રી; કારભારી; દિવાન. 3. An ambassador:રાજાનો વકીલ; એલચી; રાજદૂત. 4. An agent: આડતીઓ; મુનીમ; વકિલ; ગુમાસ્તો. 5. A clergyman:ઉપાધ્યો; પાદરી; ઉપદેશક. *vt.* To furnish;to supply; to afford:આપવું; પુરૂ પાડવું; ખર્ચ–નિર્વાહ ચલાવવો.

Ministerial,(મિનિસ્ટીરિઅૅલ્)*a.*Of or pertaining to a minister:અમલદાર કારભારીનું;વજીર-પ્રધાનસંબંધી.

Ministration, (મિનિસ્ટ્રેશન) *n.* Service; ministry:સેવા; ચાકરી; કારભાર.

Ministry, (મિનિસ્ટ્રી) *n.* The office, of a minister:પ્રધાનપણું; દિવાનગીરી; પ્રધાનવટું; વજીરાત. 2. Duties of a clergy: ઉપાધ્યપણું; પાદરીપણું. 3. The body of ministers of state: પ્રધાનમંડલ. 4. Administration;rule: અમલ; કારકીર્દી; કારભાર.

Minor, (માઈનૉર્) *n.* [L. *minuo*, I lessen.] a person under age: કાચી ઉંમરનું માણસ; બાલક; સગીર. 2. Minor premise which contains the minor term: ઉત્તરપક્ષ. *a.* Inferior; less: ન્હાનું; લઘુ; નજીવું.

Minority, (મીનૉરિટિ) *n.* The being underage: બાલપણ; બાલ્યાવસ્થા; સગીર ઉમર; ન્હાનપણ.

Minster, (મિન્સ્ટર્) *n.* [L.*monasterium*, minster.] A church of a monastery: દેવલ; મંદિર.

Minstrel, (મિન્સ્ટ્રેલ્) *n.* [L. *ministerium*, service.] A poet;a bard: વગાડનાર અને ગાનાર; કવિ; ભાટ; ચારણ. *Celestial* **m.**: ગાંધર્વ.

Minstrelsy, (મિન્સ્ટ્રૅલ્સિ) *n.* The art or occupation of a minstrel: ગાવા વગાડવાની કલા. 2. Musical instruments:વાદિત્ર; વાજાં. 3. A collective body of minstrels:ગવૈયા.

Mint, (મિન્ટ્) *n.* A place where money is coined by public authority: ટંકશાલ. 2. Any place regarded as a source of supply: ખાણ; ગાર; ઝાડ; ટંકશાલ. *vt.* To coin: સિક્કા પાડવા. 2. To invent; to fabricate:ખોટું બનાવવું;બનાવટ કo.

Mint, (મિન્ટ્) *n.* The name of several aromatic plants: ફુદનો.

Minus, (માઈનસ્) *a.* Less: negative: ઓછું; વગરનું; વિનાનું. *n.* Sign of substraction: બાદબાકીનું ચિન્હ.

Minute, (મિનિટ્) *n.* [L.*minutus*,small.] The sixtieth part of an hour:અઢી પલ; મિનિટ. 2. A nautical mile:દરિયાઈ માઈલ. 3. A moment:લહેજો; નિમિષ;નિમેષ;પલ;ક્ષણ. 4. A note to preserve the memory of anything:ટાંચણ; ટિપ્પણ; સ્મરણ લેખ; શેરો. *a.*(મિન્યૂટ્) Small;little; slight:ઘણું ઝીણું; ન્હાનું; બારિક. 2. Critical;particular: ચોકસ; સાવધાન. *vt.* To set down a short sketch or note of: નોંધમાં લખી લેખી લેવું; નોંધ કરવી.

Minute-book, (મિનિટ્બુક્) *n.* A book containing notes:શેરો લખવાની ચોપડી; નોંધપોથી.

Minute-hand, (મિનિટ્હૅન્ડ્)*n.* The long hand of a watch or clock: ઘડીઆલનો મ્હોટો કાંટો; મિનિટકાંટો.

Minutely, (મિન્યૂટ્લિ) *adv.* Exactly;nicely; critically: બારિકાઈથી; ચીપીચીપીને; તપસીલવાર. 2. At intervals of a minute:મિનિટ મિનિટને અંતરે; મિનિટ મિનિટે. [being minute:બારિકાઈ;સૂક્ષ્મતા.

Minuteness, (મિન્યૂટ્નૅસ્) *n.* The quality of

Minutiæ, (મિન્યૂશિઈ) *n.* (*pl.*) A minute particular: બારિક–ઝીણી બીના–બાબદ–વાત.

Miracle, (મિરૅકલ્) *n.* [L. *mirari*, to wonder.] A wonder or wonderful thing:કૌતુક;આશ્ચર્ય;અચંબો;અદ્ભુત કામ;કરામત;નવાઈ;ચમત્કાર;મોજેજો.

Miraculous, (મિરૅક્યૂલસ્) *a.* Of the nature of a miracle:અદ્ભુત; ચમત્કારી; નવાઈ–અજાયબીનું; મોજેજા જેવું.

Mirage, (મિરાંઝ્)*n.* An optical illusion arising from an unequal refraction: ઝાંઝવાં;મૃગજલ; મૃગતૃષ્ણા;જલાભાસ. [કીચડ.

Mire, (માઇર્)*n.* Deep mud;spongy earth:કાદવ;

Mirror, (મિરર્)*n.* [L. *mirari*, to wonder.]A looking glass:આરસી;આયનો;દર્પણ. 2. A pattern: નમુનો; પ્રતિમા. [મોજશોખ; ખુશાલી; હરખ.

Mirth, (મર્થ્) *n.* Merriment:રમુજ; રંગરાગ;આનંદ;

Mirthful,(મર્થ્ફુલ્)*a.*Merry:રમુજી;હસમુખુ;આનંદી.

Miry, (માઇરિ) *a* Muddy:કીચડ–કાદવવાળું.

Mis-adventure, (મિસ્ઍડવેન્ટ્યૂર્) *n.* Misfortune: કમનશીબ; આપદા; આફત; અડચણ; પીડા; બલા.

Misanthrope-pist, (મિસૅનથ્રોપ્.-મિસૅનથ્રોપિસ્ટ્) *n.* A hater of mankind: જન શત્રુ; જગવેરી; માણસ જાતનો ધિક્કાર કરનાર; ઈનસાન દુશ્મન.

Misanthropy, (મિસૅનથ્રોપિ) *n* Hatred of mankind:માણસજાતનોધિક્કાર;જગતવેર;ઈનસાનદુશ્મની.

Misapply, (મિસ્ઍપ્લાઈ) *vt.* To use wrongly: જેને જે લાગુ પડતું ન હોય તેને તે લગાડવું; અયોગ્ય કામમાં–ખોટે રસ્તે ખરચવું વાપરવું.

Misapprehend, (મિસ્ઍપ્રીહેન્ડ્)*vt* To misunderstand: ખોટું સમજવું; સમજવામાં ફેર હોવો; સમજફેર થવો.

Misbehave, (મિસ્બીહેવ્) *vt. or vi.* To behave ill: ખરાબ રીતે-આડે રસ્તે ચાલવું; અયોગ્ય-નાલાયક કામ કo.

Misbehaviour, (મિસ્બીહેવિયર્) *n.* Illconduct:ખોટું કામ;નઠારી-ખરાબ ચાલ;બદચાલ. [વિશ્વાસ.

Misbelief, (મિસ્બીલીફ્) *n.* False belief: ગેર-

Mis-calculate, (મિસ્કૅલક્યૂલેટ્) *vt.* To judge wrongly: ખોટી ગણત્રી કરવી; ગણવામાં ભૂલ-ચૂક કરવી.

Miscall, (મિસ્કૉલ) *vt.* To call by a wrong name: ખોટે-નઠારે નામે બોલાવવું.

Mis-carriage, (મિસ્કૅરિજ્) *n* Failure: નિષ્ફલતા; વિફલતા:અશુભ ફલ. 2 Ill behaviour:ગેરવર્તણુંક; દુરાચાર;ખરાબ ચાલ 3. Premature birth: અધુરે જવું તે; (પશુ) તરવઈ જવું તે;ગર્ભપાત;કસુવાવડ.

Miscarry, (મિસ્કૅરિ) *vi.* To fail: પાર નહિ પડવું; નિષ્ફલ થવું–જવું. 2. Not to reach its destination:ગેરવલ્લે જવું–પડવું;ખોવાવું. 3.To bring forth young before the proper time: અધુરે જવું; કસુવાવડ થવી; (પશુ) તરવઈ જવું.

Miscellaneous, (મિસ્સેલ્લેનીઅસ્) *a.* [L. *misceo*, I mix.] Mixed; mingled: અનેક જાતપ્રકારનું; વિવિધ; પરચુરણ; કિરકોલ; ફુટકલ.

Mis-cellany, (મિસ્સેલ્લૅનિ) *n.* A mass of various things: જાત જાતની વસ્તુઓનો સંગ્રહ. 2. A collection of various compositions: જેમાં ઘણા-વિવિધ વિષય હોય એવું પુસ્તક; સર્વ સંગ્રહ પોથી.

Mis-chance, (મિસ્ચૅન્સ) *n.* Ill-luck; calamity: દુર્ભાગ્ય; કમનશીબ; અશુભ બનાવ; આફત; વિપત્તિ; આપત્તિ; આપદા.

Mischief, (મિસ્ચિફ્) *n.* [L. *caput*, the head.] Harm; damage: ઉપદ્રવ; નુકસાન; ખરાબી હાનિ; અહિત; અનર્થ; દુઃખ; પીડા; આફત.

Mischievous, (મિસ્ચીવસ્) *a.* Harmful; hurtful: તોફાની; મસ્તીખોર; ઉછાછળું; નુકસાનકારક.

Misconceive, (મિસ્કૉન્સીવ્) *vt.* To misjudge: ખોટુ-આડુ-ઉલટું સમજવું; ગેરસમજુતી થવી.

Misconception, (મિસ્કૉન્સૅપ્શન) *n.* Wrong understanding: ખોટી સમજ; ભૂલ ભરેલો વિચાર; ગેરસમજુતી. [દુરાચરણ; બદચાલ; કુચાલ; દુરાચાર.

Misconduct,(મિસ્કૉનડક્ટ્)*n.* Bad behaviour:

Misconstruction, (મિસ્કૉન્સ્ટ્રક્શન) *n.* Wrong interpretation: ઉલટો-ખોટો અર્થ;સમજફેર.

Misconstrue, (મિસ્કૉન્સ્ટ્રૂ) *vt.* To interpret wrongly: ઉલટો-ખોટો અર્થ કરવો; ખોટું સમજવું.

Miscreant, (મિસ્ક્રીઍન્ટ્) *n.* [L. *credo*, I believe.] A valliain: લુચ્ચો; બદમાશ.

Misdate, (મિસ્ડેટ્) *n.* A wrong date: ખોટી તારીખ.*vt* To date erroneously:ખોટી તારીખ ભરવી.

Misdeed, (મિસ્ડીડ્) *n.* A wicked action: કુકર્મ; બદકારી; બદફેલી.

Misdemeanour, (મિસ્ડીમીનર્) *n.* Ill behaviour; fault: દુરાચરણ; કુચાલ; ચૂક; તકસીર; ગુન્હો; કસુર; ખોટું કામ; અનીતિ.

Misdirect, (મિસ્ડિરૅક્ટ્) *vt.* To give a wrong direction to: ખોટો રસ્તો બતાવવો; અથડાવવું. 2. To misdirect a letter: ખોટું સરનામું લખવું.

Misdirection, (મિસ્ડિરૅક્શન) *n.* An error of a judge in charging the jury on a matter of law: કાયદા કે હકીકત સંબંધી જડજે જુરીને આપેલી ખોટી ભૂલ ભરેલી સમજ. [કુકર્મ; પાપ; અપરાધ.

Misdoing, (મિસ્ડૂઈન્ગ્) *n.* A fault or crime:

Misemploy, (મિસ્ઍમ્પ્લૉઈ) *vt.* To employ amiss: ખોટી રીતે વાપરવું; નઠારે રસ્તે વાપરવું.

Miser, (માઈઝર) *n.* [L. *miser*, miserable.] A wretched person: ગરીબ માણસ; દુઃખી માણસ. 2. A despicable man: બદકાર; બદમાશ. 3. A wretch: કૃપણ-કંજુસ-બખીલ માણસ; મખ્ખીચૂસ.

Miserable, (મિઝરેબલ્) *a.* Verry unhappy: અતી દુઃખી; દીન. 2. Causing unhappiness or misery: દુઃખ કરે એવું; નિરાનંદ; ત્રાસદાયક.

Miserly, (માઇઝરલિ) *a.* Very covetous; niggardly: કૃપણ; કંજુસ; ખખીલ.

Misery, (મિઝરિ) *n.* [L. *miser*, wretched.] Distress; woe: અતિદુઃખ; સંતાપ; હાલહવાલી; સંકટ; આપ્દત; આપદા; દુર્દશા; અનર્થ; મુશ્કલસી.

Misfortune,(મિસ્ફૉર્ટયૂન્)*n.*Ill luck;calamity: કમનશીબ; કમભખતી;આપદા; સંકટ; આફત; મુસીબત.

Misgiving, (મિસ્ગિવિન્ગ્) *n.* Doubt; distrust: શક; શંકા; અંદેશો; સંશય; દગદગો.

Misgovern, (મિસ્ગવર્ન્) *vt.* To govern ill: અંધેર રાજ્ય ચલાવવું; ખરાબ રીતે અમલ ચલાવવો; ખદઅમલ ચલાવવો; અવ્યવસ્થા રાખવી.

Misgovernment, (મિસ્ગવર્ન્મેન્ટ્) *n.* Bad government: અંધેર કારભાર; ગેરબંદોબસ્ત; રાજ્યની અવ્યવસ્થા; ગેરવહિવટ; અંધેર.

Mis-guide, (મિસ્ગાઇડ્) *vt.* To lead astray: આડે રસ્તે લઇ જવું; ભમાવવું; ઉંધું સમજાવવું.

Mishap, (મિસ્હૅપ્) *n.* Ill luck; misfortune: આપદા; આફત; મુસીબત; કમબખતી.

Misinform, (મિસ્ઇન્ફૉર્મ્) *vt.* To inform wrongly: ખોટી ખબર આપવી; ખોટું કહેવું.

Misinterpret, (મિસ્ઇન્ટર્પ્રેટ્) *vt.* To understand or explain in a wrong sense: ખોટો અર્થ કરવો–સમજાવવો.

Misjudge, (મિસ્જજ્) *vt. & vi.* To misconstrue: વિચાર બાંધવામાં ભૂલ કરવી; ગેર સમજુતી થવી.

Mislead, (મિસ્લીડ્) *vt.* To lead astray: ભૂલ ખવડાવવી;ભમાવવું;આડેરસ્તેલઇજવું;ભૂલાવોખવડાવવો.

Mismanagement, (મિસ્મૅનેજ્મેન્ટ્) *n.* Bad management: અવ્યવસ્થા; ગેરબંદોબસ્ત; અંધેર કારભાર; ગેરવહિવટ.

Misname, (મિસ્નેમ્) *vt.* To call by the wrong name: ખોટું નામ આપવું; ખોટે નામે બોલાવવું.

Misnomer, (મિસ્નોમર્) *n.* [L. *nomen*, a name.] A wrong name: ખોટું નામ.

Misogamist, (મિસૉગૅમિસ્ટ્) *n.*[Gr. *miseo*, I hate & *gamos*, marriage.] A hater of marriage: લગ્ન-વિવાહને ધિક્કારનાર-નાપસંદ કરનાર.

Misplace, (મિસ્પ્લેસ્) *vt.* To put in a wrong place: ખોટી જગાએ–આડુંઅવળું મુકવું; ગેરવલ્લે પાડવું; ગુમાવવું.

Misprint,(મિસ્પ્રિન્ટ્) *n.* A mistake in printing: છાપવામાં ભૂલ–ચૂક; અશુદ્ધ છાપ. *vt.* To print wrong: છાપવામાં ભૂલ-ચૂક કo.

Mispronounce, (મિસ્પ્રોનાઉન્સ્) *vt.* To pronounce incorrectly: ખોટો–અશુદ્ધ ઉચ્ચાર કરવો.

Misquote, (મિસ્ક્વોટ્) *vt.* To quote incorrectly: ઉતારો કરવામાં ભૂલ–ચૂક કરવી; ખોટું ઉતારવું.

Mis-representation, (મિસ્રેપ્રિઝેન્ટેશન્)*n.* Incorrect account: જુઠીવાત; ખોટી હકિકત.

Misrule, (મિસ્રૂલ્) *n.* Disorder; confusion: અંધેર;અવ્યવસ્થા;ગેરબંદોબસ્ત;અંધાધુધી;ખદઅમલ.*vt.* To misgovern:ખરાબરીતે રાજ્ય કo; અંધેર ચલાવવું.

Miss, (મિસ્) *n.* A title of address of an unmarried female: કુંવારી બૈરી અથવા છોકરીના નામની પહેલાં માનાર્થે બોલવાનો શબ્દ; બાઈ; કુંવારી છોકરી.

Miss,(મિસ્)*vt. vi.* To fail of hitting, reaching, etc: ચુકવું; ચુકી જવું; ભુલું પડવું; ભુલવું;નહિ જડવું; નહિ મલવું; ખોવું; નિષ્ફલ થવું.2. To feel the want of: ખોટ-ગરજ માલમ પડવી; ખટકવું. *n.* The act of missing:ચુકવું–ચુકી જવું તે. 2. Loss; want: તોટો; ખોટ; ખુટકો. 3. Mistake: ભૂલ;ચૂક. [કટંગુ કo.

Misshape, (મિસ્શેપ્) *vt.* To deform: બેડોલ–

Missile, (મિસિલ્) *n.* [L. *mitto*, I send] A weapon thrown:છુટું મારવાનું હથીઆર; તીર; શસ્ત્ર.

Missing, (મિસિંગ્) *a.* Lost; wanting: ખોવાઈ ગએલું; ખુટતું; જતું રહેલું.

Mission, (મિશન્) *n.* [L. *mitto*, I send.] An errand: સંદેશ; પેગામ. 2. Person sent; an embassy: મોકલેલાં માણસ; ધર્મનો ફેલાવો કરવાને મોકલેલાં માણસની ટોલી.

Missionary, (મિશનેરિ) *n.* [L. *mitto*, I send.] One who is sent on a mission: ધર્મનો ફેલાવો કરવા સારૂ મોકલેલો માણસ; પાદરી.

Misspell, (મિસ્સ્પેલ્) *vt.* To spell incorrectly: ખોટી જોડણી કo.

Misspend,(મિસ્સ્પેન્ડ્)*vt.*To squander:કમાર્ગે–નઠારે રસ્તે ખરચવું–વાપરવું; ઉડાવી દેવું; ગુમાવવું.

Misstatement, (મિસ્સ્ટેટ્મેન્ટ્) *n.* An incorrect statement: ખોટી હકિકત–જુબાની.

Mist, (મિસ્ટ્) *n.* Fog: ધુમર; ધુમસ; ઝાકલ.

Mistake, (મિસ્ટેક્) *n.* An error: ભૂલ; ચૂક; દોષ. *vt.* To err: ખોટું સમજવું; ખોટો–ઉલટો અર્થ કરવો; ભુલવું; ચુકવું. [ખોટું; ભૂલ ભરેલું.

Mistaken, (મિસ્ટેકન્) *a.* Erroneous; wrong:

Mister, (મિસ્ટર્) *n.*[L. *magister*, a master.] A title of address to a man: શેઠ; સાહેબ; મિસ્તર.

Mistiness, (મિસ્ટીનેસ્) *n.* State of being misty: ઝાંખ; અંધકાર; ધુમસીઆપણું.

Mistranslate,(મિસ્ટ્રૅન્સ્લેટ્)*vt.* To translate erroneously:અશુદ્ધ ભાષાંતર કo; ખોટો તરજુમો કo.

Mistress, (મિસ્ટ્રેસ્) *n.* A woman having power or authority: ઘર ધણીઆણી; શેઠાણી; કુટુંબની વડી સ્ત્રી. 2. A woman wellskilled in anything: કુશલ–નિપુણ સ્ત્રી; સ્ત્રી શિક્ષક. 3. A concubine: રાખ; રાખેલી સ્ત્રી.

Mistrust, (મિસ્ટ્રસ્ટ્) *n.* Want of confidence: અણવિશ્વાસ; અણભરોસો. *vt.* To suspect:અણવિશ્વાસ–શંકા–વહેમ ઉપજવો.

Misty, (મિસ્ટિ) *a.* Accompanied with mist: ધુમસવાલું. 2. Obscure; dim: ઝાંખું.

Misunderstand, (મિસ્અન્ડરસ્ટૅન્ડ્) *vt.* To mistake: ખોટું–આડું સમજવું; ખોટો–ઉંધો અર્થ કરવો; ગૈર સમજુતી હોવી; સમજફેર થવો.

Misunderstanding, (મિસ્અન્ડરસ્ટૅન્ડિંગ્) *n.* Mistake; error: ખોટી સમજ; ગેરસમજુતી; સમજફેર; ભૂલ. 2. Disagreement; quarrel:અણબનાવ; કુસંપ; લઢાઈ.

Misuse, (મિસ્યૂસ્) *n.* Wrong use: ખોટો ઉપયોગ;ગેરઉપયોગ.*vt.* To use improperly: ગેરઉપયોગ કo.2. To treat ill:કોઈની સાથે ખરાબ ચાલ ચલાવવી.

Mite, (માઇટ્) *n.* Anything very small; a minute object: કરચ; કણસ; કણ; લેશ; રતી.

Mitigate, (મિટિગેટ્)*vt.* [L.*mitis*, mild & *ago* I do.] To diminish: ઓછું–કમી કરવું; ઘટાડવું

2. To assuage: નરમ–શાંત–થંડું પાડવું; શાંતિ ક૦.

Mitigation, (મિટિગેશન્) *n.* Alleviation; abatement; relief: શાંતિ: સુવાણ; આરામ.

Mix, (મિક્સ્) *vt.* & *vi.* To mingle; to blend: ભેળવું; મેળવવું; ભેલ–સેલ ક૦; કાલવવું; એકઠું થવું. 2. To associate:ભળવું; સોબત–દોસ્તી ક૦; મળીજવું.

Mixture, (મિક્સ્ટયૂર્) *n.* [L. *mixtura*, mixture.] Compound: મેળવણી; મિશ્રણ; ભેલ. 2. A kind of liquid medicine: પીવાની દવા.

Mnemonics, (નેમૉનિકસ્) *n.* (*pl.*) The art of memory: સ્મરણ શાસ્ત્ર–વિદ્યા.

Moan, (મોન્) *n.* A low groan: દુઃખનો–અફસોસ ભરેલો અવાજ; હાય; વિલાપ. *vt.* & *vi.* To lament: વિલાપ–રૂદન ક૦; દુઃખી થવું.

Moat, (મોટ્) *n.* A deep trench around the rempart: કિલ્લાની આસપાસ ખોદેલી ખાઈ–ખાડી. *vt.* To surround with a moat:કિલ્લાને ફરતી ખાઈખોદવી.

Mob, (મૉબ્) *n.* [L. *mobilis.*] The lower classes: હલકા લોકો; નીચ–અધમ માણસો. 2. A throng; a rabble: તોફાની–હુલ્લડ કરનાર લોકોની ઠઠ–જમાવ– ટોળું– ધાડું. *vt.* To crowd about: ટોળેટોળાં થઈને હુલ્લડ ક૦.

Mobility, (મોબિલિટિ) *n.* [L. *moveo*, I move.] The quality or state of being mobile: ચાલવાની શક્તિ; ચંચલતા; ચપલતા.

Mock, (મૉક્) *n.* A sneer; a jeer: મશ્કરી; મજાક; ઠઠ્ઠા. 2. Imitation; mimicry:નકલ;ચેષ્ટા;ચાળા *vt.* To imitate; to mimic: ચાળા પાડવા; નકલ કરવી. 2. To deride: ઠઠ્ઠા–મશ્કરી–મજાક કરવી; હસવું; ખનાવવું. 3. To deceive: છેતરવું; ટવલાવવું.

Mockery, (મૉકરિ) *n.* Derision; ridicule: મજાક;મશ્કરી;ઠઠ્ઠા;ચેષ્ટા:ચાળા. 2. A falseshow:ઢોંગ.

Mode, (મોડ્) *n.* [L. *modus*, a measure.] Method; form: રીત; રીતિ; માર્ગ; રસ્તો; ચાલ; વહિવટ. 2. Fashion: રિવાજ; રૂઢિ; રાહ; રસમ.

Model, (મૉડલ્) *n.* A specimen: નમુનો; દાખલો. 2. A mould: બીબું; ઓઠું; સાંચો. *vt.* To form after a pattern: ઘડવું; બનાવવું; નમુના પ્રમાણે ક૦; પાડવું.

Moderate, (મૉડરેટ્) *a.* [L. *modus*, a measure.] Temperate: નિયમિત; મધ્યમ રીતે ચાલનારૂં; માફકસર–રીતસર રહેનારૂં; મિતાહારી. 2.Of middle extent: મધ્યમ સાધારણ; મધ્યમ વિચારનું.

Moderately, (મૉડરેટ્લિ) *adv.* In a moderate manner: નિયમ–રીતસર; મધ્યમ રીતે; માફકસર.

Moderation, (મૉડરેશન્) *n.* Freedom from excess: મધ્યમ; નરમાસ; વિવેકપણું; નિયમિતપણું.

Modern, (મૉડર્ન્) [L. *modus*, measure.] *a.* Late; of recent period: હાલનું; હમણાનું; અર્વાચીન; નવું; નવીન; રોજનું; ચાલુ; વર્તમાન.

Modernize, (મૉડર્નાઈઝ્)*vt.* To render modern: હાલના રીવાજને અનુસરતું ક૦; ચાલું રીતને લાગુ પાડવું

Modest, (મૉડેસ્ટ્) *a.* [L. *modus*, measure.] Not forward: નમ્ર; નમાનું;શરમાલ;વિનયી. 2. Not excessive or extreme; moderate: માફકસરનું; રીતસરનું; સાધારણ.

Modesty, (મૉડેસ્ટિ) *n.* Humility: મર્યાદા; લજ્જા, શરમ; નમ્રતા. 2. Chastity; purity: સતીપણું; પાકદામાની.

Modicum, (મૉડિકમ)*n.* [L. *modicum*, moderate.] A little: માફકસરનું–થોડુંક કંઇ.

Modification, (મૉડિફિકેશન્) *n.* [L. *modificatio*, measuring.] A change: ફેર; ફેરફાર.

Modify, (મૉડિફાઈ) *vt.* [L. *modus*, a measure and *facio*, I make.] To change somewhat: ફેરફાર ક૦; ફેરવવું; બદલવું. 2. To lower: ઓછું–હલકું ક૦; નરમ ક૦.

Modulate, (મૉડયૂલેટ્) *vt.* [L. *modulus*, a measure.] To change the key: સુર ચઢાવવો–ઉતારવો; સુર બદલવો.

Modulation, (મૉડયૂલેશન્) *n.* Sound; melody: સુસ્વર.

Mohammedan, (મોહૅમૅડન) *a.* Of or pertaining to Mohamed: મુસલમાની; મહમદી.

Moiety, (મૉઇયટિ) *n.* One of two equal parts; a half: નિમે હિસ્સા; અર્ધોભાગ.

Moist, (મૉઇસ્ટ્) *v. a.* [L. *musteus*, fresh.] Damp; humid: હવાએલું; ભીનું; સરદીવાળું.

Moisten, (મૉઇસન્) *vt.* To make damp: ભીંજવવું; પલાળીને નરમ કરવું; પોચું કરવું.

Moisture, Moistness, (મૉઇસ્ટયૂર્-મૉઇસ્ટ્નેસ્) *n.* A moderate degree of wetness: સરદી; બિનાસ.

Molar, (મોલર્) *n.* [L. *molaris*, *mola*, mill.] A grinding tooth: દાઢ.

Molasses, (મોલૅસિસ્) *n.* [L. *mel*, *melis*, honey.] Treacle: કાકવી; ગોલ.

Mole, (મોલ્) *n.* A stain; a mark: ડાઘો; લાંછન; તલ; લાખું. 2. A small animal: છછુંદર; ચેણ.

Molecular, (મોલેક્યૂલૅર્) *a.* Consisting of molecules: રજકણોનું.

Molecule, (મૉલેક્યૂલ્) *n.* [L. *moles*, a mass.] One of the very small particles of which all matter is supposed to consist: રજ; કણ; અણુ; પરમાણુ.

Mole-hill, (મોલ્ હિલ્) *n.* A little hillock of earth: છછુંદરે કાઢેલો માટીનો ઢગલો. *To make a mountain of a* **m.**: રજનું ગજ ક૦.

Molest, (મોલેસ્ટ્) *vt.* [L.*molestus*, troublesome.]To disturb:હેરાન ક૦; તસ્દી આપવી;પજવવું.

Molestation, (મોલેસ્ટેશન્) *n.* Disturbance; annoyance: ઉપદ્રવ: ઈજા; તસ્દી; દુઃખ; નડતર; પીડા.

Mollify, (મૉલિફાઇ) *vt.* [L. *mollis*, soft & *facio*, I make.] To soften: નરમ પાડવું; ઓછું ક૦; શમાવવું; શાંત ક૦.

Mollusk, (મૉલસ્ક) *n.* [L. *mollusca*, a kind of soft nut with a thin shell.] One of the *Mollusca*: કોમલ શરીરવાળું–માંસ રૂપી પ્રાણી.

Molten, (મોલ્ટન્)*a.* Melted:ગાલેલું; પીગલાવેલ. 2.Made by melting:ગાલેલી ધાતુનું બનાવેલુ.

Moment, (મોમેન્ટ્) *n.* [L. *moveo*, I move,] A minute portion of time: પલ; ક્ષણ; પલક. *Auspicious* **m.**: શુભમુહૂર્ત. 2. Impulsive power: જોર: બલ; વેગ. 3. Importance; consequence: અગત્ય; મહત્વ; ગૌરવ; પ્રભાવ.

Momentarily, (મોમેન્ટરિલિ) *adv.* Every moment: પલકે પલકે; ઘડીએ ઘડીએ; વારંવાર.

Momentary, (મોમેન્ટરિ) *a.* Lasting for a moment: ક્ષણભંગુર; થોડીવાર ટકે એવું; ક્ષણિક.

Momentous, (મોમેન્ટસ્) *a.* Very important; weighty: ભારે; મ્હોટું; વજનદાર; અગત્યનું; જરૂરનું.

Momentum, (મોમેન્ટમ્) *n.* Impetus:ચાલવાનું જોર;વેગ; ગતિવેગ. 2. Essential element:મુખ્યતત્વ.

Monarch, (મૉનાર્ક્) *n.* [Gr. *monos*, alone & *arche*, rule.] A sovereign: રાજા; બાદશાહ; પાદશાહ; શહેનશાહ.

Monarchical, (મૉનાર્કિકલ્) *a.* Of a monarch or monarchy: શહેનશાહ-શહેનશાહતનું ; રાજાનું.

Monarchy, (મૉનાર્કિ) *n.* Empire; kingdom: રાજ્ય; શેહેનશાહત; બાદશાહત.

Monastery, (મૉનૅસ્ટરિ) *n.* [Gr. *monos*, alone.] Convent: આશ્રમ; મઠ.

Monastical, (મૉનૅસ્ટિકલ્) *a.* Of or pertaining to monasteries: મઠ સંબંધી-નું; મઠવાળું; મઠવાસ સંબંધી; મઠવાસી; એકાંતવાસી.

Monday, (મન્ડે) *n.* The second day of the week: સોમવાર; ચંદ્રવાર.

Monetary, (મૉનિટરિ) *a.* Pecuniary: પૈસાવિ-[ષે-નું; નાણાંસંબંધી.

Money, (મની) *n.* [L. *moneta.*] A coin: પૈસો; નાણું; સિક્કો. 2. Wealth; property: દોલત; ધન; પૈસો ટકો. *Hard* **m.**, *ready* **m.** રોકડનાણું; અવેજ; નગદાનગદી. **M.** *makes the mare go:* દામ કરે કામ અને બીબી કરે સલામ;વસુ વિના નર પશુ. *To make* **m.**: કમાવું; પૈસો પેદા કરવો; રળવું.

Moneychanger, (મનીચેન્જર્) *n.* One who sells & buys bills of exchange: સરાફ; નાણાવટી.

Moneyed, (મનીડ્) *a.* Wealthy; rich: પૈસાદાર; તાલેવંત; ધનવંત.

Money-lender, (મનીલેન્ડર્) One who gives money on credit: નાણાં ધીરનારો; સાહુકાર.

Money-less, (મનીલેસ્) *a.* Penniless: ગરીબ; પૈસાવિનાનું; નિર્ધન.

Monger, (મૉન્ગર્) *n.* [L. *mongo*, a dealer in slaves.] A trader; a dealer: વેચનાર; વેપારી.

Monition, (મોનિશન્) *n.* [L. *moneo*, I warn.] A warning; a caution: સૂચના; તાકીદ; શિખામણ.

Monitive,(મૉનિટિવ્) *a.* Admonitory: બોધકારક.

Monitor, (મૉનિટર્) *n.* One who admonishes: ચેતવણી-શિખામણ આપનાર; ઉપદેશ કરનાર; શિક્ષક; ઉપદેશક. 2. A pupil selected to instruct a division or class: નિશાળમાં છોકરાઓને સાચવવા અને શિખવવા સારૂ નિમેલો નિશાળીઓ; વડો નિશાળીઓ; મૉનિટર.

Monk, (મંક્)*n.*[Gr.*monos*, alone.]A man who retires from the world and devotes himself to religion: મઠવાસી; સન્યાસી; જોગી; વેરાગી; સાધુ.

Monkey, (મંકી) *n.* An ape: વાંદરું; મર્કટ; માંકડું; વાનર. 2. A name for a mischievous child: મસ્તી ખોર છોકરો; વાંદરો.

Monody, (મૉનોડિ) *n.* [Gr. *monos* & *ode*, a song.] A species of poem of a mournful character: એક જણને ગાવાનું શોકનું ગીત-રૂદન.

Monogamist, (મૉનૅગૅમિસ્ટ્) *n.* One who practises monogamy: એકજ સ્ત્રી સાથે પરણનાર; બે સ્ત્રી સાથે લગ્ન ન થાય એવું મત રાખનાર.

Monogamy, (મૉનૉગૅમિ) *n.* [Gr. *monos* & *gamos*, marriage.] Marriage with but one person: એકજ બાયડી સાથે પરણવું તે.

Monogram, (મૉનોગ્રૅમ) *n.* A character or cipher composed of two or more letters interwoven:બે અથવા વધારે અક્ષરો જોડીદઈ લખેલું નામ.

Monograph, (મૉનોગ્રૅફ્) *n.* [Gr. *monos* & *grapho*, I write.] A written account of a thing: એકજ બાબતનું લખાણ.

Monologue, (મૉનોલૉગ્) *n.* [Gr. *monos*, and *logos*, speech.] Soliloquy: પોતા-મન સાથની વાતચિત-ભાષણ.

Monomania, (મૉનોમેનિઍ) *n.* [Gr. *monos*, & *mania* madness.] Madness: એકજ બાબતનું દિવાનાપણું; ગાંડાપણું.

Monomaniac,(મૉનોમેનિઍક્)*n.* One affected by monomania ગાંડો;દિવાનો.

Monopolist, (મૉનૉપૉલિસ્ટ્)*n.* One who monopolizes: ઇજારદાર; એક જાતનો બધો માલ પોતાને હાથ કરી લેનાર.

Monopolize, (મૉનૉપૉલાઈઝ્) *vt.* To acquire a monopoly of: કોઈ જાતનો બધો માલ એક જણે હાથ કરી લેવો; એક હાથ ક૦.

Monopoly, (મૉનૉપૉલિ) *n.* [Gr. *monos*, & *poleo*, I sell.] Sole power of selling anything: કોઈ જાતનો માલ વેચવાનો એક માણસેજ-કંપનીએજ મેલવેલો હક; ઇજારો. 2. Exclusive possession: એક જણનો કબજો.

Monosyllabic, (મૉનોસિલૅબિક્)*a.* Composed of monosyllables: એકાક્ષરી; એક અક્ષરનું.

Monosyllable, (મૉનોસિલૅબલ્) *n.* [Gr. *monos*, *syn*, & *lambano*, to comprise.] A word of one syllable: એકાક્ષરી-એકવડીયો શબ્દ; એકાક્ષર.

Monotheism, (મૉનોથીઇઝમ્) *n.* [Gr. *mono*, & *theos*, God.] The doctrine of the existence of one God only: ખુદા એકજ છે એવું મત; એકેશ્વર મત; એકેશ્વરવાદ.

Monotheist,(મૉનોથીઈસ્ટ્) *n.* One who believes in one god: એક ખુદાને માનનારો.

Monotone, (મૉનોટોન્) *n.* [Gr. *monos*, & *tone*.] A single unvaried tone or sound: એક સરખો અવાજ-સ્વર.

Monotonous, (મૉનૉટૉનસ્) *a.* Uttered in one unvarying tone; wearisome: એક સરખા સુરનું; એક રંગી; એકરૂપી; તેનું તેજ;કંટાળા ભરેલું.

Monotony, (મૉનૉટૉનિ) *n.* Irksome sameness:મન કંટાળી જાય એવું એકસરખાપણું;સમાનરૂપતા.

Monsieur, (મૉસ્યુ or મસ્યુ) *n.* Sir: સાહેબ; શેઠ; ભાઈ સાહેબ.

Monsoon, (મૉન્સૂન્) *n.* A wind blowing part of the year from one direction alternating with a wind from the opposite one: ચોમાસું; વરસાદની રૂતુ.

Monster, (મૉન્સ્ટર્) *n.* [L. *moneo*, I warn.]

A prodigy; an enormity: દૈત; રાક્ષસ. 2. An animal or plant departing greatly from the usual type: વિચિત્ર રીતનું જાનવર કે ઝાડ.

Monstrous, (મૉન્સ્ટ્રસ્) *a.* Strange; marvelous: અજાએબ જેવું; અદ્‌ભુત; વિલક્ષણ; વિચિત્ર. 2. Having the qualities of a monster; abnormal: રાક્ષસી; દૈતરૂપી. 3. Hateful: ભયંકર;ધિક્કારવા લાયક; અતિશય મ્હોટું; દારૂણ; ઘોર. *adv.* Very; very much: અતિશય;ઘણું.

Month, (મંથ્) *n.* One of the twelve portions into which the year is divided: મહિનો; માસ. *Lunar* **m.**: ચાંદમાસ. *Half of the lunar* **m.**: પક્ષ. *Intercalary* **m.**: અધિક માસ; મલમાસ; પુરૂષોત્તમ માસ. *Solar* **m.**: સૌર માસ.

Monthly, (મંથ્લિ) *n.* A publication which appears regularly once a month:મહિને મહિને નિકલતું ચોપાનીઉં; માસિક. *a.* Performed in a month:મહિનાનું; માસિક. *adv.* Once a month: મહિને મહિને; દર મહિને.

Monument, (મૉન્યૂમેન્ટ્)*n.* [L. *moneo*, I remind.] A memorial: યાદગારી; જેથી યાદગારી રહે તેવી વસ્તુ (સ્તંભ, મિનારા વગેરે).

Monumental, (મૉન્યૂમેન્ટલ્) *a.* Of a monument: સ્મારક; યાદગારીનું.

Mood, (મૂડ્)*n.* Manner; mode: રીત; પ્રકાર; ચાલ; ઢબ; રૂઢિ;રીવાજ. 2. (In grammar.) અર્થ;વાકય. 3. Humor:પ્રકૃતિ; મિજાજ; ખાસિયત. [ઉદાસી;દલગીર.

Moody, (મૂડિ) *a.* Angry; sad:ગુસ્સાવાળું; ખફા;

Moon, (મૂન્)*n.* [L. *mensis*, month.] The celestial orb which revolves round the earth: ચંદ્ર; ચંદ્રમા; ચાંદો; ચાંદ; માહતાબ. 2. A secondary planet:ઉપગ્રહ. *Full* **m.**: પૂર્ણિમા:પુનેમ. **M.***light*: ચાંદની; ચાંદરણી; ચાંદરણું. *It is all* **m.** *shine*: ઢમઢોલ માંહે પોલ; તેમાંનું કાંઈ નહિ. **M.***struck*:ઘેલું;ગાંડું.

Moor, (મૂર્)*n.* Blackamoor;negro:સીદી; હબસી.

Moor, (મૂર્) *vi.* To cast anchor:નાંગરવું; લાંગરવું; લંગર નાંખવું. [હાણ નાંગરવાની જગ્યા.

Moorage, (મૂરેજ્)*n.* A place for mooring: વ-

Moot, (મૂટ્)*vt.* To discuss: ચર્ચા કરવી; તકરાર ચલાવવી; દરખાસ્ત કરવી; વાત કહાડવી. *a.* Debatable: ખુલાસો થયો નહિં હોય એવું; તકરારી.

Mop, (મૉપ્) *n.* An implement for washing floors:કુચડો; કુંચો. *vt.* To rub with a mop: કુચડાથી સાફ ક૦. [શોકાતુર.

Mopish,(મોપિશ્)*a.* Dull; spiritless:ખીન્ન;ઉદાસ;

Moral, (મૉરૅલ્) *n.* [L. *mor*, *moris*, manner.] *pl.* Conduct;behavior: ચાલચલગત;વર્ત્તણુંક; આચરણ. 2. A maxim or the doctrine meant to be inculcated by a fiction:સાર; શિખામણ; નસિહત; ભાવાર્થ;ખુલાસો;તાતપર્ય. *a.* Relating to actions or conduct,as right or wrong:રીતિનીતિનું;આચરણનું. 2. Virtuous; just:સદાચારી; નેક; નીતિમાન. **M.** *philosophy*:વ્યવહાર શાસ્ત્ર; નીતિ શાસ્ત્ર.

Moralist, (મૉરૅલિસ્ટ્) *n.* Teacher of moral duties:નીતિનો ઉપદેશ કરનાર;નીતિશિક્ષક; નીતિથી ચાલનાર; સદાચારી.

Morality, (મૉરૅલિટિ) *n.* The quality of an action which renders it good:નીતિ;સદાચાર; સદાચરણ; નીતિમાર્ગ; નેકી.

Moralize, (મૉરૅલાઇઝ્) *vt.* To apply to a moral purpose: નીતિને માર્ગે લાવવું;નીતિ શીખવવી; નીતિમાન-સદાચરણી ક૦. *vi.* To make moral reflections:સાર કાઢવો.

Morally, (મૉરૅલિ)*adv.* According to the rules of morality:નીતિના નિયમ-કાનુન પ્રમાણે;સદાચરણથી; પ્રમાણિકપણે.

Morals, (મૉરૅલ્સ)*n.* (*pl.*) The rules of moral duties:નીતિ; નીતિશાસ્ત્ર-વિદ્યા. 2. Virtues:આચરણ; વર્ત્તણુંક;ચાલચલણ. [જમીન.

Morass, (મૉરૅસ)*n.* A marsh: પોચી અને ભીની

Morbid, (મૉર્બિડ્) *a.* [L. *morbus*, a disease.] Not sound; sickly:રોગી; રોગવાળું.

Mordacity, (મૉર્ડૅસિટિ)*n.* The quality of being mordacious:કરડાપણું; આકરાપણું; સખ્તાઈ.

More,(મોઅર્)*adv.*Greater;superior;increased: વધારે;જ્યાદે;જાસ્તી;અધિક;ઘણું;બહુ. 2. Additional; other:બીજું; વધુ; તે ઉપરાંત; વલી. **M.** & **m.**: વધતું વધતું. *To* *no* **m.**, નાશ પામવું; મરી જવું.

Moreover, (મોઅર્ઓવર્)*adv.* Further; also: બીજું; ઉપરાંત; હિંગરે, વલી.

Morgue, (મૉર્ગ્) *n.* A dead house:મલી આવેલાં મુડદાં તેમનાં સગાં વહાલાં ઓલખી શકે તે માટે તેમને ખુલ્લાં રાખવાની જગ્યા.

Moribund, (મૉરિબન્ડ્)*a.* [L. *moriri*, to die.] Dying; about to die:મરવા પડેલું; મરણતોલ.

Morn, **morning** (મૉર્ન,મૉર્નિંગ્) *n.* The first part of the day: સવારનું પોહોર; મલસકું; ખામદાદ. **M.***sickness*:મહિનાવાલી સ્ત્રીઓને સવારમાં થતી ઉલટી.

Morning-star, (મૉર્નિંગ્સ્ટાર્) *n.* (Astron.) મલસકે દેખાતો શુક્રનો તારો;સવારનો તારો.

Morose, (મૉરોસ્)*a.* [L. *mos*, *moris*, way of life.] Sullen; gloomy:ઉદાસ;ખલીએલ.

Morphea, (મૉર્ફિઍ)*n.* [Gr. *morpheus*, God of dreams.] The narcotic principle of opium :અફીણનું સત્વ-કસ.

Morrow, (મૉરો) *n.* Morning:સવાર;આવતી કાલ.

Morsel, (મૉર્સેલ્)*n.* [L. *morsus*, a biting.] A bit of food: ગ્રાસ; નવાલો. 2. A little piece: ટુકડો; કડકો.

Mortal, (મૉર્ટલ્) *n* [L. *mors*, *mortis*, death.] Man: માણસ; ઇનસાન. *a.* Subject to death:ખાકી; ફાની; નાશવંત. 2. Destructive to life; deadly: નાશકારક;જીવલેન;કારી;કડું. **M.***enemy*:કટ્ટો દુશ્મન-વેરી.

Mortality, (મૉર્ટલિટિ) *n.* Death: મોત; મરણ; મૃત્યુ; મરત્યુક.

Mortally, (મૉર્ટલિ) *adv.* In a mortal manner:મરણ થાય એવી રીતે; મરણતોલ. 2. In an extreme degree:અતિશય;બેહદ.

Mortar, (મૉર્ટર્) *n.* A strong vessel, in which substances are pounded:ખાંડણી;ખાયણી; ખલ.*Pestle* and **m.**: ખાયણી પરાર;ખલબત્તો;ઈમામદસ્તો. 2. A cement of lime, sand & water: છો, રેતી અને ચુનાનો ગારો; કોલ; કેલ.

Mortgage, (મૉર્ગેજ્) *n.* A pledge; pawn:

ગીરવી–ઘરણે મુકવું–મુકાવું તે; ગીરો. *vt.* To pledge: ગીરવી–ઘરેણે–ગીરો મુકવું.

Mortgage-deed, (મૉર્ગેજ્‌ડીડ્) *n.* A deed given by way of mortgage: ગીરવી ખત.

Mortgagee, (મૉર્ગેજી) *n.* A person to whom mortgage is made: ગીરવી રાખનાર–લેનાર.

Mortgager, (મૉર્ગેજર) *n.* One who gives a mortgage: ઘરેણે–ગીરવી મુકનાર–આપનાર.

Mortification, (મૉર્ટિફિકેશન) *n.* [L. *mors*, death & *facio*, I make.] (*a*) Gangrene: જીવતા પ્રાણીના માંસમાં સલો; કોહોવાટ. (*b*) Subjection of passion and appetites by penance: ઈંદ્રીયદમન;વિષયવાસના જીતવી તે; મન મારવું તે. 2. Humiliation: અપમાન; ફજેતી; માનભંગ.

Mortify, (મૉર્ટિફાઈ) *vt.* & *vi.*[L. *mors*, death & *facio*, I make.] To produce gangrene in: કોહી જવું;સડાવી નાંખવું;સલો લગાડવો–લાગવો. 2. To deaden by religious discipline: મન મારવું; ઈંદ્રિયદમન ક૦. 3. To humble; to depress: માનભંગ કરવું; પાણી ઉતારવું; ગરદાદ તોડવો–તૂટવો.

Mortifying, (મૉર્ટિફાઈંગ) *a.* Humiliating: ઉતારી પાડતું; પાણી ઉતાર કરતું; માનભંગ કરતું.

Mortise, (મૉર્ટિસ) *n.* A cavity cut into a piece of timber: સાલનો વેહ; જેમાં સાલ બેસે તે વેહ. *vt.* To join by a tenon and mortise: સાલ બેસાડવું.

Mortuary, (મૉર્ટ્યૂઅરિ) *a.* Of or pertaining to the dead: મુડદાં સંબંધી–નું. *n.* A burial place; a dead house: મુડદાં રાખવા–દાટવાની જગ્યા.

Mortuary-returns, (મૉર્ટ્યૂઅરિ-રીટર્ન્સ) *n.* A catalogue of deaths: મરણ પત્રક; મર્ત્યુકની ટીપ.

Mosaic, (મોઝેઈક) *n.* A surface decoration: જુદા જુદા રંગના પથ્થર, કાચ, ઈત્યાદિનું કશાની સપાટી ઉપર કરેલું જડાવ કામ. *a.* Variegated; tesselated: જડાવકામ સંબંધી; જડિત; પચરંગી.

Moslem,(મૉઝ્‌લેમ્)*n.* A Mussulman:મુસલમાન.

Mosque, (મૉસ્ક્) *n.* A Mohammedan church: મસીદ; દરઘા; રોજો.

Mosquito, (મૉસ્કિટો) *n.* [L. *musca*, a fly.] Gnats: મચ્છર; ડાંસ. **M.** *curtains*: મચ્છરદાની.

Moss, (મૉસ્) *n.* A bog: લીલ; શેવાલ.

Mossy, (મૉસિ) *a.* Over-grown with moss: લીલવાલું; લીલ ચઢેલું; લીલના જેવું.

Most, (મોસ્ટ્) *a.* Nearly all: સઉથી ઘણું–વધારે; ઘણામાં ઘણું. [ખરૂં.

Mostly, (મોસ્ટ્‌લિ)*adv.* Chiefly;ઘણું કરીને; ઘણું

Mote, (મોટ્) *n.* A small particle: અણું; કણ; રજ; કચરસ.

Moth,(મૉથ્)*n.* Butterfly:પતંગીઉં. 2. Any insect that feeds upon grain &c: ઉધાઈ; કસારૂં.

Moth-eaten, (મૉથ્-ઈટન)*a.* Eaten by moths: ઉધાઈએ ખાધેલું; ઉધાઈ લાગેલું.

Mother, (મધર્) *n.* [L. *mater*, mother.] A female parent: મા; માતા; માદર. 2. Origin; મૂલ. *a.* Native; natural: સ્વાભાવિક; જન્મનું; કુદરતી.

Mother-hood, (મધર્-હુડ્) *n.* The state of being a mother: માતૃત્વ; માતાપણું.

Mother-in-law, (મધર્ઈનલૉ)*n.* The mother of one's husband or wife: સાસુ.

Motherless, (મધર્‌લેસ્) *n.* Having lost a mother; નમાયું; મા વગરનું.

Motherly, (મધર્‌લિ) *a.* Tender; maternal: માનું–સરખું; માદરી. *adv.* In the manner of a mother: મા પ્રમાણે–જેવું. [મોતીની સીપ–છીપ.

Mother of pearl, (મધરઑવ્‌પર્લ)*n.* Nacre:

Motion, (મોશન) *n.* [L. *moveo*, I move.] Movement: ગમન;હાલચાલ;ચાલ;ચલન; ગતિ. 2. A proposal made:સૂચના; દરખાસ્ત; એલતેમાસ. 3. A stool: ઝાડો; દસ્ત. [સ્થિર; ગતિહીન.

Motionless, (મોશનલેસ)*a.* Without motion:

Motive, (મોટિવ્) *n.* [L. *motum*, moved.] Cause; reason: મતલબ; હેતુ; કારણ; સબબ. *a.* Causing motion: ચલાવનારૂં; ગતિ આપનારૂં.

Motley, (મૉટ્‌લિ) *a.* Of different colors: પચરંગી; ચિત્રવિચિત્ર; તરેહવાર રંગનું. 2. Of different parts: પંચમેલ; ભેલસેલ; નાનાવિધ.

Motor, (મોટૉર) *n.* One who imparts motion: ચલાવનાર; ચલનશક્તિ.

Motto, (મૉટો) *n.* A sentence; વાકય; વચન; મથાલે લખેલું વાકય; મુદ્રાલેખ; કેહેણી; કેહેવત.

Mould, (મોલ્ડ્) *n.* Concretion from damp: ફુગ;ઉબ.2. Earth; soil:માટી;મરોડી.3.The matrix in which anything is cast: ઓઢું; સાંચો; બીબું. 4. Cast; figure; form: ઘાટ; તરેહ; રૂપ; આકાર. આકૃતિ. *vt.* To fashion; to make; to form: ઘડવું; કાઢવું; ઉતારવું; પાડવું; બનાવવું.

Mound, (માઉન્ડ્) *n.* [L. *manus*, the hand.] A raised bank:બાંધ; પુસ્તો.2. A hill:ટેકરી;ડુંગરી.

Mount, (માઉન્ટ્) *n.* [L. *mons*, *montis*, a mountain.] A high hill: ડુંગર; પર્વત; ટેકરી. *vt.* & *vi.* To go up; to ascend: ઉપર ચઢવું; ઉડવું; ઉંચે જવું; ચઢવું; સ્વાર થવું–ક૦;ચઢાવવું. 2. To prepare: ચઢાવવું;જડવું;તૈયાર ક૦. *To* **m.** *guard*, to guard: પેહેરો ફરવો.

Mountain (માઉન્ટેન) *n.* [L. *mons*, a mountain.] A very high hill:પર્વત; ડુંગર; પહાડ; ગિરી.

Mountaineer, (માઉન્ટેનીર્) *n.* One who lives among mountains:પહાડી માણસ;પર્વતવાસી; પાહાડમાં રહેનાર; પહાડી; જંગલી.

Mountainous, (માઉન્ટેનસ્) *a.* Full of mountains:પાહાડી; પાહાડવાલું. 2. Huge; large: ઘણું મોટું; વિશાલ; જંબાવર; કદાવર.

Mounted, (માઉન્ટેડ) *a.* Seated on horseback: ચઢેલો; બેઠેલો; સ્વાર થયેલો. 2. Fixed in setting: જડેલું; બેસાડેલું. [ગાર; જડાવ.

Mounting,(માઉન્ટિંગ્) *n.* Embellishment:શણ-

Mourn, (મૉર્ન્) *vi.* To lament; to grieve:શોક કરવો–પાલવો; દલગીર થવું; રડવું; વિલાપ કરવો; હાયહાય ક૦; ગમ અફસોસ ક૦.

Mourner, (મોર્નર્) *n.* One who mourns:શોક કરનાર; રડનાર. 2. One who attends a funeral: શોકનાં લુગડાં પહેરી ડાઘુમાં–પાયદસ્તે જનાર.

Mournful, (મૉર્નફુલ્) *a.* Mourning; grieving: દિલગીર; ગમગીન; ખેદયુક્ત.

Mourning, (મોર્નિંગ્)*n*: Sorrow; lamentation: શોક;દલગીરી;દુ:ખ;વિલાપ;માહેતમ;ગમ.*a*. Grieving; sorrowing:શોક કરતું; શોકનું; દલગીરી કરતું–દેખાડતું.

Mouse, (માઉસ્) *n*. The common house mouse:ઉંદર. [ઉંદરવાઇ;ઉંદરની પેટી-છટકું.

Mouse-trap, (માઉસ્ટ્રૅપ્) *n*. A trap for mice:

Mouth, (માઉથ્) *n*. [L. *mando*, I chew.] The opening through which an animal receives food: મ્હોં; મ્હોડું; મુખ. 2. Orifice; aperture: નાકું;મ્હોડું;દર;ગુફા. *Down in the* **m.**,depressed: નાસિપાસ; નાઉમેદ; નિરાશ. *To spot the* **m.**, to put to shame: બોલતું બંધ કo; શરમાવી નાંખવું.

Mouthful, (માઉથ્ફુલ્) *n*. As much as fills the mouth:કોળીઓ; ઘુંક. (*liquid.*) ગોટ.

Mouthpiece, (માઉથ્પીસ્) *n*. The part of a musical instrument to which the mouth is applied: પીપી–વાજાની ફુંકણી. 2. A spokesman: આગલ પડી બીજાના વતી બોલનાર માણસ; આગેવાન.

Movable, (મૂવૅબલ્) *a*. Susceptible of motion: જંગમ; ખસેડી શકાય તેવું; અસ્થીર; બદલાઇ જતું. **M.** & *immovable*: જંગમ અને સ્થાવર.

Movables,(મૂવૅબલ્ઝ્)*n*. (*Pl.*) Wares;property: જંગમ માલ–મિલ્કત; માલ; માલમતા.

Move, (મૂવ્)*n*. [L. *moveo*, I move.] The act of moving one of the pieces from one position to another: ચલણ; દાવ; ચાલ. *To make a* **m.**, to take some action: પગલું ભરવું; ચાલવું; કરવું. *vt*. To cause to change place: ખસેડવું. 2. To excite: ઉશ્કેરવું; જાગૃત કo; ચઢાવવું. 3. To touch pathetically:દયા ઉત્પન્ન કo;–મન પિંગલાવવું; અસર કo. 4. To propose:દરખાસ્ત કરવી;વાતકાઢવી; આગલ મુકવું. 5. To persuade: મન મનાવવું; લલચાવવું; સમજાવવું. *vi*. To change posture:હાલવું; ખસવું; કુચ કરવી. 2. To change residence: ઘર ખાલી કo.

Movement, (મૂવ્મેન્ટ્) *n*. Change of place or posture: હાલચાલ; ગતિ; સ્થલાંતર.

Mover, (મૂવર્) *n*. One that moves: હલાવનાર; ચલાવનાર;ખસેડનાર;ઉશ્કેરનાર. 2.A proposer:દરખાસ્ત કરનાર; વિચાર–વાત કાઢનાર.

Moving, (મૂવિંગ્)*a*. Changing place:ફરતું;જતું. 2. Touching;pathetic: અસરકારક; ચિત્તવેધક.

Mow, (મો) [L.*metere*,to reap.] *vt*. & *vi*. To cut grass:ઘાસ કાપવું; કાપણી કo; ઢાલવું. 2. To cut down indiscriminately: કાપી–મારી નાંખવું; કતલ કરવું. [નાર;કતલ કરનાર.

Mower, (મોઅર્) *n*.One who mows:કાપણી કર-

Much, (મચ્) *n*. A great quantity: બહુ; પુશકલ; ઘણું. *To make* **m.** *of*, to treat as of special value or worth: છાપરે ચઢાવવું;ઘણું વખાણવું;થોડાનું ઘણું કરી દેખાડવું *a*. Great in quantity: બહુ; ઘણું ; પુષ્કલ; અતિશય; અત્યંત.

Mucilage, (મ્યૂસિલેજ્) *n*. [L. *mucilo*, a musty juice.] A gummy substance produced in certain plants: ચિકાસ; ચીક. 2. Gum: ગુંદર.

Mucilaginous, (મ્યૂસિલૅજિનસ્)*a*.ચિકણું;ચિકટ.

Muck, (મક્) *a*. Dung: છાણ; ખાતર; કચરો. 2. Money–in contempt: પૈસો; નાણું.

Mucous, (મ્યૂકસ્) *a*. Secreting a slimy substance: કફ પેદા કરનાર. 2. Slimy: ચિકણું.

Mucus, (મ્યૂકસ્) *n*. A viscid fluid: જલસ;આમ. **M.** *of throat*: કફ; ગલફો; બલગમ; બલખો. **M.** of the nose: લીંટ; નીટ.

Mud, (મડ્) *n*. Earth and water mixed: કાદવ; કચરો; કીચડ. *vt*. To bury in mud: કાદવ છાંટવો:; કાદવમાં દાટી દેવું.

Muddle, (મડલ્) *vt*. To make muddy: ડોહોલી નાખવું; મેલું–ગંદુ કo. 2. To misuse: ગેર ઉપયોગ કo; ઘોટલો વાલવો.

Muddy, (મડિ) *a*. Abounding in mud:કાદવવાલું; મેલું. 2. Dull;stupid: કમઅક્કલ; બેવકુફ; મૂર્ખ.

Muff, (મફ્) *n*. A soft cover to shield the hands from cold: સ્ત્રીના હાથનું રૂવાંનું મોજું. 2. A stupid fellow: બેવકુફ; મૂર્ખો.

Muffle, (મફલ્) A glove; a muff: હાથનું મોજું. *vt*. To conceal: સંતાડવું; છુપાવવું; વિંટાલવું.

Mug, (મગ્)*n*. Drinking cup:પ્યાલું; પવાલું; જામ.

Muggy-Muggish, (મગિ–મગિશ્) *a*. Moist; damp:ભીનું;હવાએલું. 2. Warm and close:બંધ; બંધિયાર; ઘેરાયલી હવાવાલું.

Mullato, (મ્યૂલૅટો)*n*. The offspring of black and white parents: જેની મા સીધણ અને બાપ ગોરો અથવા મા ગોરી અને બાપ સીધી હોય તેવું છોકરૂં.

Mulberry, (મલ્બેરિ)*n*. [L. *morum*,mulberry,] The tree: સેંતુરી; સેંતુરનું ઝાડ. 2. The fruit: સેંતુર. 3. A dark purple colour: ઘેરો જાબુડો રંગ.

Mulct, (મલ્કટ્) *n*. [L.*mulcto*, I fine.] A fine or penalty: દંડ; ગુન્હેગારી. *vt*. To fine: દંડ કo; સજા કo. 2. To deprive of: ઝૂટાવી–પડાવી લેવું.

Mule, (મ્યૂલ્) *n*.[L. *mulus*, mule.] A hybrid animal:ખચ્ચર. 2. A very stubborn person: હઠીલો–જીદ્દી માણસ. 3. A machine used for spinning cotton: રૂ કાંતવાનો સાંચો.

Muleteer, (મ્યૂલૅટીર્) *n*. One who drives mules:ખચ્ચરવાલો–હાંકનાર.

Multifarious-form, (મલ્ટિફેરિઅસ્–ફૉર્મ્) *a*. [L. *multus*, many & *fero*, I bear.] Of various kinds:અનેકપ્રકારનું;જાતજાતનું;ભાતભાતનું;ચિત્રવિચિત્ર.

Multiped, (મલ્ટિપેડ્) *a*. [L. *multus*, many & *pes,pedis*, a foot.] Having many feet:ઘણા પગવાલું; બહુપગી.

Multiple, (મલ્ટિપલ્) *n*. [L. *multui*, many & *plico*, I fold.] A quantity containing another quantity an exact number of times:ભાજ્ય: ગુણાકાર. *The least cammon* **m.**; લઘુતમ. *a*. Manifold: વધારે સંખ્યાનું; બહુ પ્રકારનું.

Multiplicand, (મલ્ટિપ્લિકૅન્ડ્) *n*. The number which is to be multiplied by another number: ગુણ્ય: ગુણ્યાંક.

Multiplication, (મલ્ટિપ્લિકેશન્) *n*. The act of multiplying:વધારવું તે;વૃદ્ધિ;વર્ધન;વધારો. 2. The operation of multiplying: ગુણાકાર; ઘાત. **M.** *table*: આંક; આંકનો પાડો. *Compound* **m.**: વિવિધ ગુણાકાર.

Multiplicity, (મલ્ટિપ્લિસિટિ) *n.* A multitude: પુષ્કલતા;બહુપણું.

Multiplier, (મલ્ટિપ્લાઈઅર્) *n.* One who multiplies or increases: વૃદ્ધિ કરનાર; વધારનાર. 2. The number by which another number is multiplied: ગુણક; ગુણકાંક; પૂરક.

Multiply, (મલ્ટિપ્લાઇ) *vt.* To increase in number: વધારવું; વધારો-ઉમેરો ક૦. 2. To find the product of: ગુણવું; ગુણાકાર ક૦. *vi.* To become greater in number: વધવું; ઘણું થવું. 2. To spread: ફેલાઈ જવું; પથરાઈ જવું.

Multitude, (મલ્ટિટ્યૂડ) *n.* [L. *multus*, many.] A crowd: ભીડ; મેલાવડો; ટોળું; જમાવ.

Multitudinous, (મલ્ટિટ્યૂડિનસ્) *a.* Manifold: બહુ; પુષ્કલ: ઘણી જાતનું. [મુગું.

Mum, (મમ્) *n.* Silence: ચુપકી. *a.* Silent: ચૂપ;

Mumble, (મમ્બલ) *vi.* To mutter: અસ્પષ્ટ બોલવું; હોઠ બીડીને બોલવું; બબડવું. 2. To chew with closed lips: હોઠ બીડીને ખાવું-ચાવવું.

Mummer, (મમર્) *n.* A masker; a bufoon: બનાવટી મ્હોડું પહેરીને ખેલ કરનાર; સોંગી.

Mummify, (મમિફાઈ) *vt.* To embalm & dry: મુડદામાં સુગંધીદાર મશાલો ભરવો.

Mummy, (મમિ) *n.* A dead body embalmed and dried: ખુશબોદાર પદાર્થ ભરીને રાખેલું મડદું; મોમિયાઇ. *To beat to a* **m.**: ખૂબ મારવું; કુટી નાખવું.

Mumps, (મમ્પ્સ્) *n.* Sullenness: ચીડીઆપણું; ઉદાસી; ક્રોધ. 2. Epidemic parotitis: કાન આગલની ગાંઠનો સોજો.

Mundane, (મન્ડેન્) *a.* [L. *mundus*, the world.] Worldly; earthly: આલોકનું; દુનીઆનું; સંસારી.

Mungoose, (મન્ગૂઝ્) *n.* A species of ichneumon: મગુસ; નોળીઓ.

Municipal, (મ્યુનિસિપલ) *a.* [L. *munia*, official duties & *capio*, I take.] Of or pertaining to a city: શહેર કસબાનું-સંબંધી; શહેર સુધરાઇનું.

Municipality, (મ્યુનિસિપૅલિટિ) *n.* Local government: શહેર સુધરાઈ ખાતું; મ્યુનિસિપાલેટી.

Munificence, (મ્યૂનિફિસન્સ્) *n.* [L. *munus* gift & *facio*, I make.] Liberality; generosity: ઉદારતા; ઘોતાલપણું; સખાવત.

Munificent, (મ્યૂનિફિસન્ટ્) *a.* Lavish; generous; liberal: ઉદાર; સખી; ઘોતાલ; દાતા.

Muniment, (મ્યુનિમેન્ટ્) *n.* [L. *munio*, I fortify.] A fortification: કિલ્લો; કોટ; ગઢ.

Munition, (મ્યૂનિશન્) *n.* [L. *munio*, I fortify.] Fortification: ગઢ; કિલ્લો; કોટ. 2. Ammunition; stores and provisions of war: દારૂગોળો વિ૦ લઢાઈનો સામાન; યુદ્ધસાહિત્ય.

Murder, (મર્ડર્) *n.* [L. *mors*, *mortis*, death.] The offence of killing a man: ખૂન; હત્યા; કતલ. *vt.* To kill with premeditated malice: ખૂન ક૦; મનુષ્ય હત્યા ક૦; મારી નાંખવું. 2. To destroy: નાશ ક૦; છેડો આણવો.

Murderer, (મર્ડરર્) *n.* One guilty of murder: ખુની; હત્યારો; ખૂન કરનાર.

Murderous, (મર્ડરસ્) *a.* Cruel; bloody: ઘાતકી; ખૂની; પ્રાણઘાતક; હિંસક; ખૂનખાર.

Murky, (મર્કિ) *a.* Dark; gloomy: અંધારૂં; અંધારાથી ઢંકાયેલું; કાલું.

Murmur, (મર્મર્) *n.* A low confused and indistinct sound like that of running water: ખલખલાટ; ધુધવાટો. 2. A complaint in a low muttering voice: કકલાટ; બડબડાટ; *vi.* To grumble: કકલવું; બબડવું; કકલાટ ક૦.

Muscle, (મસલ્) *n.* [L. *mus*, a mouse.] An organ of motion in animal bodies: માંસના તંતુ; સ્નાયુ. 2. Muscular strength: બાહુબલ; શક્તિ; તાકત.

Muscular, (મસ્કયૂલર્) *a.* Of or pertaining to a muscle: માંસના તંતુ-સ્નાયુનું-સંબંધી. 2. Strong; powerful: જોરાવર; મજબુત; જબરૂં; લઠ્ઠ.

Muse, (મ્યૂઝ્) *n.* One of the nine Goddesses of poetry, etc: વાગ્દેવી; કાવ્યદેવી; વિદ્યાદેવી સરસ્વતી.

Muse, (મ્યૂઝ્) [L. *mussare*, to mutter.] *vi.* To meditate: વિચારવું; ધ્યાન ધરવું; ગોર ક૦.

Museum, (મ્યૂઝીયમ્) *n.* A repository of curiosities: સંગ્રહસ્થાન; ચમત્કારિક ચીજોનો જમાવ.

Mushroom, (મશ્રૂમ્) *n.* A Fungus: કુતરાની ટોપી; કુતરાનો કાન-જીભ; ગાજરગોટો.

Music, (મ્યૂઝિક્) *n.* [L. *musica*.] The science and the art of tones or musical sounds: ગાયનવિદ્યા; સંગીતશાસ્ત્ર; સંગીત. 2. Melody: સુસ્વર; રાગ; સરોદ.

Musical, (મ્યૂઝિકલ્) *a.* Of or pertaining to music: ગાયન વિદ્યાનું-સંબંધી. 2. Melodious; harmonious: સુસ્વર; મીઠું; મધુર; શીરીન. **M.** *instrument*: વાજું; વાદ્ય; વાજીંત્ર; સાજ.

Musician, (મ્યૂઝિશન્) *n.* A skilled singer: ગવૈયો; ગાનાર; વાજું વગાડનાર.

Musk, (મસ્ક) *n.* A substance obtained from a male muskdeer: કસ્તુરી; મુશ્ક. **M.** *melon*: ખડબુચું.

Muskdeer, (મસ્કડીઅર્) *n.* Deer having musk: કસ્તુરીઓ મૃગ; કસ્તુરીવાલું હરણ.

Musket, (મસ્કેટ્) *n.* [L. *musca*, a fly.] A firearm: બંદુક; પિસ્તોલ.

Musketeer, (મસ્કેટીઅર્) *n.* A soldier armed with a musket: બંદુકવાલો; બરકંદાજ; બંદુકચી.

Musketry, (મસ્કેટ્રિ) *n.* Musket collectively: બંદુકો; બંદુકનો મારો.

Muslin, (મઝલિન) *n.* A thin cotton cloth: મસલીન, મલમલીન. *a.* Of muslin: મલમલીનનું.

Must, (મસ્ટ્) *vi.* To be obliged: જોઈએ; પડવું; જરૂર પડવી. [lip: મૂછ.

Mustache, (મસ્ટૅશ) *n.* Hair upon the upper

Mustard, (મસ્ટર્ડ્) *n.* A powder or paste made from the seeds of black mustard: રાઈનો ભૂકો; રાઈ.

Muster, (મસ્ટર્) *n.* [L. *monstro*, I show.] The sum total of an army: હાજરી; લશ્કરની હાજરી લેવી તે. 2. A gathering: જમાવ; ટોળું. *To pass* **m.**: પસાર થવું; પસંદ પડવું. *vt.* To collect and display: એકઠું કરવું; લશ્કરની હાજરી લેવી. *To* **m.** *up*, to gather up: મેલવવું; એકઠું-ભેગું ક૦. *vi.* To meet in one place: એકઠું થવું; એક ઠેકાણે મલવું.

Muster-roll, (મસ્ટર્-રોલ્) *n.* Muster file: હાજરીપત્રક.

Musty, (મસ્ટિ) *a.* Moldy: ફુગાઇ-ઉતરી ગયલું; [ઉભાયલું; વાસી.

Mutability, (મ્યૂટૅબિલિટિ) *n.* Changeableness: અસ્થિરતા; ચંચલપણું; નાપાએદારી.

Mutable, (મ્યૂટૅબલ્) *a.* [L. *muto*, I change.] Capable of alteration: બદલાઇ-ફરી જાય એવું; નાપાએદાર; અસ્થિર.

Mutation, (મ્યૂટેશન) *n.* A change: ફેરફાર.

Mute, (મ્યૂટ્) *n.* [L. *mutus*, mute.] One who does not speak: મુગું માણસ. 2. A silent letter: જેનો ઉચ્ચાર ન થતો હોય એવો અક્ષર. *a.* Not speaking; silent: ચૂપ; મૂઢ; મુંગું; ખામોશ. 3. Dumb: મુંગું; ગુંગું. 4. Unpronounced: ઉચ્ચાર થતોનથી એવું.

Mutilate, (મ્યૂટિલેટ્) [L. *mutilus*, maimed.] *vt.* To maim: to cripple: હાથ પગ કાપી નાંખવા; પાંગલું લુલું ક૦.

Mutilation, (મ્યૂટિલેશન) *n.* Deprivation of an essential part: ખાંડું કરવું તે; જરૂરનો ભાગ કાઢી લઈ બગાડવું તે.

Mutineer, (મ્યૂટિનીઅર્) *n.* One guilty of mutiny: બલવો-બંડ ઉઠાવનાર; બલવાખોર; દંગો કરનાર; ફેસાદખોર.

Mutinous, (મ્યૂટિનસ્) *a.* Seditious; insubordinate: બલવા-બંડખોર; ફિતુરી; ફિસાદી.

Mutiny, (મ્યૂટિનિ) *n.* [L. *motus*, moved.] An insurrection against constituted authority: ફોજમાં ઉઠેલો ફિસાદ; નાફરમાની. 2. Tumult; strife: બંડ; કજીઓ; ફિતુર; દંગો; હુલ્લડ. *vt.* To rise against rightful authority: બંડ ક૦; બલવો ઉઠાવવો.

Mutter, (મટર્) *n.* Repressed or obscure utterance: લવલવ; બડબડ; ઘુસઘુસ. *vi.* To grumble; growl: બબડવું; ખખડવું; ગગડવું; ગડગડવું.

Muttering, (મટરિંગ્) *n.* Uttering with a low voice: લવલવ; બડબડ; લવરી; બડબડાટ.

Mutton, (મટન) *n.* [L. *mutilus*, mutilated.] The flesh of a sheep: ઘેટાંનું માંસ-ગોસ્ત-ગોસ.

Mutual, (મ્યુટ્યૂઍલ્) *a.* [L. *muto*, I change.] Reciprocal: અરસપરસનું; એકમેક-બીજાનું; માંહોમાંહેનું.

Mutually, (મ્યુટ્યૂઍલિ) *adv.* In a mutual manner: અરસપરસ; માંહોમાંહે; આપસઆપસમાં; પરસ્પર.

Muzzle (મઝલ્) *n.* The snout: જનાવરનું મ્હોડું; ડાચું. 2. The mouth: તોપ-બંદુક વગેરેનું મ્હોડું. 3. A fastening for the mouth: બલદ વાગેરેને મ્હોડે બાંધવાની જાલી-મોહોડી; મુસકો; મોહબંદ. *vt.* To fasten the mouth: જાલીથી મોહબંધ ક૦; મોહબંદ ઘાલવો.

My, (માઇ) *Pron.* Of or belonging to me: મારૂં.

Myriad, (મિરિઍડ) *n.* The number of ten thousand: દશ હજાર; અયુત. 2. An immense number; મોટી સંખ્યા.

Myrmidon, (મરમિડૉન) *n.* [Gr. *myrmex*, an ant.] One of the fierce tribes: જબરી-જુલમગાર જાત. 2. A bailiff; a constable: જબરા-જુલમગાર સિપાઈ

Myrobalan, (માઈરૉબૅલૅન) *n.* [L. *myrobalanum*, the fruit of palm tree.] A fruit resembling a prune: સુકાં આમલાં. *Beliric* **m.**: બહેડાં. *Yellow* **m.**: હરડાં.

Myrrh, (મર) *n.* A gum resin: બોલ; હીરાબોલ.

Myself, (માઇસેલ્ફ્) *Pro.* I or me in person: હું જાતે; મારી મેલે; હું ખુદ-પોતે.

Mysterious, (મિસ્ટીરિઅસ્) *a.* Obscure; secret; ન સમજાય એવું; ભેદ ભરેલું; છુપું.

Mystery, (મિસ્ટરિ) *n.* [L. *mysterium.*] A profound secret: છાની વાત; ભેદ; ભરમ.

Mystical, (મિસ્ટિકૅલ) *a.* Mysterious; obscure: ગુપ્ત; ગુઢ; ગહન; ભેદભરેલું; છુપું.

Mystify, (મિસ્ટિફાઇ) *vt.* To puzzle: ભમાવવું; [ભૂલવણીમાં નાંખવું.

Myth, (મિથ) *n.* A legend: જોડી કાઢેલી વાત; કલ્પિત વાત. 2. A person or thing existing only in imagination: કલ્પિત માણસ કે ચીજ.

Mythic, (મિથિક્) *a.* [G. *muthos*, a fable.] Fabulous; imaginary; કલ્પિત; ખોટું; જોડી કાઢેલું.

Mythological, (મિથૉલૉજીકૅલ) *a.* Mythical; fabulous: દંતકથાનું-સંબંધી; જોડી કાઢેલું; કલ્પિત.

Mythologist, (મિથૉલૉજીસ્ટ્) *n.* One versed in myths: દંતકથા કહેનાર-કરનાર.

Mythology, (મિથૉલૉજી) *n.* The treatise of myths: દેવાખ્યાન; દેવતાઓની કથા; દંતકથા.

N.

N, (ન) The fourteenth letter of the English alphabet: ઇંગ્રેજી મુલાક્ષરનો ચૌદમો અક્ષર.

Nabob, (નેબૉબ) *n.* A viceroy in India: નબાબ; નવાબ. 2. Any man of great wealth: પૈસાદાર માણસ.

Nadir, (નેડર્) *n.* That point of heavens directly opposite the zenith: અધોબિંદુ: સ્વસ્તિક. 2. The lowest point: નીચામાં નીચું બિંદુ; છેક હલકી દશા-સ્થિતિ-અવસ્થા.

Nag, (નૅગ્) *n.* A ponny: ઘોડું; ટટ્ટુ. *vt.* & *vi.* To annoy: હેરાન કરવું; દુઃખ દેવું; સતાવવું.

Nail, (નેલ્) *n* [Gr. *onux*, a claw.] The horny scale at the end of the fingers, and toes of man and many apes: પંજો; નખ. 2. A slender pointed piece of metal usually with a head: ચૂંક; મેખ: ખીલો. *On the* **n.**, immediately: તરતજ; તોબડતોબ; ત્યાંને ત્યાં. *To hit the* **n.** *on the head*, to do or say a thing the right way: આબાદ-ખરેખરૂં કહેવું. *vt.* To fasten with a nail or nails: ખીલા મારી બંધ કરવું-જડવું; ખીલા મારવા.

Naive, (નાંઈવ) *n.* [L. *nativus*, natural.] Artless; frank: નિખાલસ; સરલ; ભોલું.

Naked, (નેકેડ્) *a.* [L. *nudus*,] Bare; nude: નાગું; નગ્ન; ઉઘાડું; નિર્વસ્ત્ર. 2. Unarmed; defenceless: હથિયાર વગરનુ. 3. Plain: મીઠું મરચું ઉમેર્યા વિનાનું; સ્પષ્ટ; ખુલ્લું; ફકત; કેવલ; શુદ્ધ. **N.** *eye*, the eye unaided by glasses: ખુલ્લી આંખ; નરી આંખ.

Name, (નેમ્) *n.* [L. *nomen*, a name.] The title by which any person or thing is known or designated: નામ; અભિધાન. 2. Fame; reputation:નામ;આબરૂ; કીર્તિ; માન; નામના. *In* **n.**, not in reality: નામનું; મ્હોડાનું; કહેવાનું. *In the* **n.** *of*, (*a*) in behalf of: નામે; તરફથી; બદલે. *Pen* **n.**, a name assumed by an author: ગ્રંથકારે ધારણ કરેલું નામ;તખલ્લુસ. *Proper* **n.**:વિશેષ નામ. *To call* **n.**s, to call by reproachful appellation: ખોટું લાગે એવે નામે બોલાવવું. *Family* **n.**, surname: અટક; ઓખડ. *To get a bad* **n.**: બદનામ થવું; કાળી ટીલી લાગવી. *vt.* To call: નામ પાડવું; નામ રાખવું–આપવું. 2.To nominate;to appoint:નિમવું;ઠેરવવું; નક્કી ક૦.

Nameless, (નેમ્લેસ્) *a.* Without a name: નનામું; બેનામું; અનામક. 2. Indescribable; inexpressible: વર્ણવી–શકાય નહિ એવું; અવર્ણનીય.

Namely,(નેમ્લિ)*adv.* That is to say:એટલે;યાને.

Namesake, (નેમ્સેક્) *n.* One that has the same name as another:નામરાશી;સ્વનામી;હમનામી.

Nap, (નૅપ્) *vi.* [Gr. *hnipian*, to bend one's self.] To have a short sleep: જરા ઉંઘ લેવી; ઝોકું આવવું; જરીક આંખ લાગવી. 2. To be in a careless, secure state: નચિંત હોવું–થવું. *n.* A short sleep; a doze: થોડી ઉંઘ; ઝોકું; ઉંઘનો ચુટકો.

Nape, (નેપ્) *n.* The back part of the neck: ગરદન; ગળાનો પાછલો ભાગ; બોચી; ગલચી; ચિમોટી.

Naphtha, (નૅફ્થ) *n.* [L. *naphtha.*](*Chem.*) Rock-oil: નખતેલ.

Napkin, (નૅપ્કિન્) *n.* A little towel: નાનો ટુવાલ; હાથ મોઢું લુછવાનો કટકો.

Nappy, (નૅપિ) *a.* Sleepy: ઉંઘણસી. 2.Downy; shaggy: રૂવાંટાં–રૂવાંવાળું.

Narcotic, (નાર્કૉટિક્) *a.* [Gr. *narke*, torpor.] Operating as a narcotic: દુઃખ નરમ પાડી ઉંઘ લાવે એવું; નિદ્રાજનક: કેફી; ઘેન લાવનારું.

Narrate, (નૅરેટ્) *vt.* [*narro*, I narrate.] To tell, rehearse or recite: વર્ણન–નિરૂપણ ક૦; બયાન આપવું કરવું; કહેવું; કથવું; વર્ણવવું.

Narration, (નૅરેશન્) *n.* Rehearsal; recital: વર્ણન;કથન; બયાન; નિરૂપણ. 2. That which is narrated; story; history: કથા; વાર્તા; વાત; કિસ્સો.

Narrative, (નૅરેટિવ્) *a.* Of or pertaining to narration: આખ્યાનનું–સંબંધી–વિષે; કથા સંબંધી. *n.* A story: વૃતાંત; બયાન; કથા; વાત; વાર્તા; કહાણી; હકીકત; વર્ણન; ઈતિહાસ. [કથા કરનાર; કથક.

Narrator,(નૅરેટર્)*n.* One who narrates:વાર્તા–

Narrow, (નૅરો) *a.* Not wide or broad: સાંકડું; ન્હાનું; અવિસ્તીર્ણ. 2. Limited as to means: તંગી-ભીડમાં હોય તેવું; તંગીવાળું. *vt.* To contract: સાંકડું ક૦; સંકોચવું; ઘટાડવું; ટુંકું ક૦. *vt.* To become less broad: સાંકડું થવું; સંકોચાવું.

Narrow-minded.(નૅરોમાઈન્ડેડ્) *a.*Illiberal: સાંકડા મનનું; હલકું; સાંકડા વિચારનું; તંગદિલ;ખખીલ.

Nasal, (નેઝૅલ્) *a.* [L. *nasus*, the nose.] Of or pertaining to the nose: નાકનું; નાકને લગતું; નાસિકા સંબંધી. 2. Having a quality imparted by means of the nose: અનુનાસિક. **N.** *dot or character*: મિંડું; પુંજ; અનુસ્વાર. *n.* An elementary sound which is uttered through the nose: અનુનાસિક વર્ણ; નાકમાંથી બોલાતો અક્ષર.

Nascent, (નૅસન્ટ્) *a.* Beginning to exist or to grow: ઉગવા–વધવા માંડતું; ઉઘડતું; ખિલતું; ઉત્પન્ન થતું; નિકળતું; પેદા થતું.

Nasty, (નૅસ્ટિ)*a.* Offensively filthy; nauseous: ખરાબ; ગંદું; ગલીચ; મેલું; નજીસ. 2.Indecent; indelicate; gross: બીભત્સ; ભુંડું; ઉઘાડું; નાગું; ભાંડ.

Natal, (નેટૅલ્) *a.* [L. *natus*, born.] Of or pertaining to one's birth;native:જન્મનું-સંબંધી.

Nation, (નેશન્) *n* [L.*natus*,born.] A race; જાત; કોમ; જાતિ; ફિરકો. 2. The body of inhabitants of a country: પ્રજા; લોક; જનલોક.

National, (નૅશનૅલ્) *a.* Public;general: પ્રજાલોક સંબંધી ને લગતું; સાધારણ; સામાન્ય;આમલોકનું: પ્રજાકીય; જાહેર. **N.** *anthem*, a popular song or hymn:લોક સમસ્તને માનીતું ગાયન.

Nationality, (નૅશનૅલિટિ) *n.* National character:દેશી ધર્મ; લોકપણું. 2 Nation:પ્રજા;લોક

Native, (નેટિવ્)*a.* [L. *natus*, born.]Arising by birth: જન્મનું; મૂલનું. 2. Born or grown in the region in which one lives:મુલકી;દેશી;ગામઠી. 3. Natural: કુદરતી; સ્વભાવિક. 4. (*a*) Found in nature uncombined with other elements: ચોખ્ખું; નરું. (*b*) Not artificial: હાથથી ન બનાવેલું હોય તેવું; કુદરતી. *n.* A denizen by birth: દેશી; સ્વદેશી; વતની.

Nativity, (નૅટિવિટિ) *n.* birth: જન્મ; ઉત્પત્તિ 2. Time or place of birth: જન્મકાલ; જન્મભૂમિ વતન; દેશ. 3. A horoscope: જન્મોતરી; ટપકો.

Natron, (નેટ્રૉન્) *n.* (*Min.*) Native sodium carbonate: સાજીખાર. [એવું; શોભણશાભણનું; સુઘડ

Natty, (નૅટિ) *a.* Neat;tidy: જેવું ખપું ઠીકઠાક હોય

Natural, (નૅટ્યૂરૅલ્) *a.* [L. *natus*, born.] Essential;characteristic: સ્વાભાવિક; કુદરતી; જાતિ; અસલી. 2. Normal;regular:સરલ;સુતરું;રીતસરનું; નિયમિત. 3. Not supernatural:સામાન્ય;સ્વભાવિક; સાધારણ. 4. True to nature: આબેહુબ;નકલે નકલ. 5. Illegitimate;bastard:અનૌરસ; હરામજાદું;રાંડના પેટનું. **N.** *philosophy*: પદાર્થ વિજ્ઞાન. **N.** *theology*: સૃષ્ટિજન્ય ઇશ્વરજ્ઞાન.[nature:સ્વભાવિકપણું;કુદરતીપણું.

Naturalism, (નૅટ્યૂરૅલિઝ્મ્) *n.* A state of

Naturalist, (નૅટ્યૂરૅલિસ્ટ્) *n.* One versed in natural science: કુદરતી તવારીખ–ઈતિહાસ જાણનાર; સિદ્ધ પદાર્થ વિજ્ઞાની; પદાર્થ શાસ્ત્રજ્ઞ.

Naturalize, (નૅટ્યૂરૅલાઈઝ્) *vi.* To make easy and familiar by custom or habit: સહવાસ કરાવવો: આસરમ–ટેવ–અભ્યાસ–મ્હાવરો પાડવો. 2. To confer the rights and privileges of a native subject or citizen on: કોઈ પરદેશીને સ્વદેશીના જેવા અધિકાર અથવા હકો આપવા; દેશી તરીકે ગણવું; દેશી મંડલમાં દાખલ ક૦. *vi.* To become as if native: સ્વદેશી–વતની થવું.

Naturally, (નૅટ્યૂરૅલિ)*adv.* In a natural manner or way; spontaneously: કુદરતી; સ્વાભાવિક રીતે; એની મેલે; પોતીકી મેલે; અસલથીજ.

Nature, (નૅટ્યૂર્) *n.* [L. *natus*, born.] The universe:સૃષ્ટિ; જગત;બ્રહ્માંડ; જીહાન. 2. Conformity to that which is natural: સ્વાભાવિકપણું; કુદરત. 3. Native character: સ્વભાવ; તબિયત; ખાસિયત; ખસલત. 4. Kind;sort:જાત; પ્રકાર; તરેહ. *To ease* **n.**: હગવું; ઝાડે ફરવું; જંગલ જવું. *In a state of* **n.**, (*a*) nude:નગ્ન; નાગું. (*b*) Untamed: uncivilized: અભણ; જંગલી. *To pay the debt of* **n.**, to die: મરી જવું; મરણ પામવું.

Naught, (નૉટ્) *n.* Nothing: કંઈજ નહિ તે. 2. A cipher: મીડું; પુંજ; શૂન્ય. *For* **n.**: ફોકટ;મફત; અમથું. *To set at naught*, to disregard: ન માનવું-ગણવું; ધિક્કારવું. *adv.* Not at all:જરાકે નહિ; મુદ્દલ નહિ. *a.* Worthless; useless: નકામું; ખરાબ; કોડીનું; નઠારૂં.

Naughtiness, (નૉટિનૅસ્) *n.* Perverseness; badness: ભુંડાઈ:નઠારાપણું ઉછાંછળાપણું.

Naughty, (નૉટિ) *a.* Worthless;bad: નકામું; ખરાબ;નઠારૂં;બદ;પાપી. 2. Mischievous;perverse: તોફાની; ઉછાંછળું; ચેડું; ગોજું; ચવીતરૂં.

Nausea, (નૉશીઍ) *n.* (*a*) Sea sickness:વહાણમાં આવતા ફેર-ચક્કર;-વમન. (*b*) Qualm; loathing: ઓકારી; કંટાલો; ઉલટી.

Nauseate. (નૉશીએટ્) *vi.* To feel nausea:કંટાલો લાગવો;દરિયામાં ચક્કર-ફેર આવવા;ખકારી-ઓકારીથવી.

Nauseous, (નૉશસ્) *a.* Sickening;disgusting: કંટાલો એાક આવે એવું;સૂગ ચદે એવું.

Nautical, (નૉટિકૅલ્) *n* [Gr. *naus*, a ship.] Of or pertaining to seamen: વહાણને-વહાણ ચલાવવાને લગતું-સંબંધી;નૌકાશાસ્ત્રનું; દરિયાઈ; સામુદ્રિક.

Naval, (નૅવૅલ્) *a.* [L. *navis*, ship.]Consisting of ships: વહાણ સંબંધી; દરિયાઈ;અરમારી.

Navel, (નૅવ્લ્) *n.* The umbilicus: નાભિ; ડુંટી. 2. The middle: કોઈ પણ ચીજ પદાર્થનું મધ્યબિંદુ-મધ્ય ભાગ.

Navel-string, (નૅવ્લસ્ટ્રિંગ્) *n.* The umbilical chord:નાલ;નાયડો;નાડિયો;ગર્ભનાડી.

Navigable, (નૅવિગૅબલ્) *a.* Capable of being navigated: વહાણ ચાલી જઈ શકે એવું.

Navigate, (નૅવિગેટ્) *vi.*[L.*navis*, ship & *ago*, I move.] To journey by water:સફર કરવી; વહાણની મુસાફરી ક૦; દરિયો ખેડવો; વહાણે જવું. 2. To steer, direct, or manage in sailing:વહાણહંકારવું.

Navigation, (નૅવિગેશન્) *n.* The act of navigating: સફર કરવી તે; નૌકાગમન. 2. The art of conducting ships: નૌકાશાસ્ત્ર;નાવિકવિદ્યા. *Aerial* **n.**: હવાઈ મુસાફરી.

Navigator, (નૅવિગેટર્) *n.* One who is skilful in the art of navigation: નૌકાશાસ્ત્ર જાણનાર; નાવિક; વહાણવટી; ટંડેલ; સફરી.

Navy, (નેવિ) *n. pl.* **Navies.** [L.*navis* a ship.] A fleet of ships: વહાણનો કાફલો; નૌકાસમૂહ; અરમાર. 2. The officers and men attached to the war vessels of a nation: અરમારના અમલદાર તથા માણસો.

Nay, (ને) *adv.* No:નહિ; ના. 2.Not only so,but: ફક્ત એટલુંજ નહિ પણ. *n. pl.* **Nays.** Denial; refusal:ના ભણવી પાડવી તે;નકાર;ના;નકારનો મત.

Neap, (નીપ્) *a.* Low: ઓછું; થોડું; અલ્પ. *Neap tide*:ઓછી ભરતી;સાતેમ આઠેમની ઓછી ભરતી.

Near, (નીર્) *adv.* Nigh:પાસે; સમીપ; નજીક;ઢુકડે. સોડે. 2. Nearly;almost: ઘણું કરીને; લગભગ. *To come* **n.**.*to*, to want but little of: લગભગ થવું-જવું; જોઈએ તેટલું-તેવું હોવું. *a.* Not remote;at hand: પાસેનું; નજીકનું. 2. Closely connected or related: પાસેના-નિકટ સંબંધનું; અતલગનું. 3. Intimate;dear:વહાલો;અંતઃકરણનો;દિલોજાન. *Prep.* Adjacent to; close by: પાસે; નજીક. *vt. & vi.* To come nearer:પાસે-નજીક-કને આવવું.

Nearly, (નીર્લિ) *adv.* Almost:નજીક;સોવસા;લગભગ.

Near-sighted, (નીર્સાઈટેડ્) *a.* shortsighted: ટુંકીનજર-આંખવાલું; દૂરનું ખરેખર નહિ દેખાય એવું.

Neat, (નીટ્) *a.* Clean;tidy: સ્વચ્છ; ચોખ્ખું; સાફ; સોજ્જું. 2. Tasteful; trim;chaste: સાફ;શોભે એવું; શુદ્ધ; સરલ: સલીસ; ચોખ્ખું; નરૂં. 3. Nice;finished: કુશલ: ચાલાક; હોશિયાર; ચતુર.

Neatly, (નીટ્લિ) *adv.* tidily: tastefully:સુઘિયાની રીતે; સફાઇથી.

Neatness, (નિટ્નૅસ્) *n.* The state or quality of being neat: સફાઈ; સ્વચ્છતા; સુઘડતા.

Neb, (નૅબ્) *a.* The nose: નાક; અણી; મ્હોં; પંક્ષીની ચાંચ.

Nebula, (નૅબ્યુલૅ) *n.pl.* **Nebulæ.** [Gr.*nephele.* cloud.] A misty or cloudlike object in the heavens: વાદલ સરખા દેખાતા તારાઓના ઝુમખા.

Nebulous, (નૅબ્યૂલસ્) *a.* Cloudy;hazy:વાદલાંથી ભરાયેલું. ધુમસી.2. Nebular;cloudlike:વાદલાવાલું; ગદલું; વાદલના જેવું.

Necessaries, (નૅસૅસ્સૅરિઝ્) *n. pl.* A thing that is necessary: જરૂર-અગત્યની ચીજો. 2. A privy;a water closet: સંડાસ, જાજરૂ; વાડો.

Necessarily, (નૅસૅસ્સૅરિલિ) *adv.* unavoidably: જરૂર; જરૂર કરીને; મુખ્ય કરીને; ખાસ.

Necessary, (નૅસૅસ્સૅરિ) *a.* [L.*necesse*,unavoidable] Inevitable: આવશ્યક; જરૂરનું; જે વિના ચાલે નહિ એવું.

Necessitate, (નીસૅસ્સિટેટ્) *vt.* To make necessary:આવશ્યક-અનિવાર્ય-જરૂરનું ક૦. 2.To compel:જરૂર ફરજ પાડવી.

Necessitous, (નીસૅસ્સિટસ્) *a.* Very needy: ગરીબ; અતિશય કંગાલ:હાજતમંદ;ઓસિઆલું:લાચાર.

Necessity, (નીસૅસ્સિટિ) *n.pl.* **Necessities.** Inevitableness:જરૂર;અગત;અગત્યતા.2. indigence; want:ગરીબાઈ;કંગાલીયત;મુફલસી;મોતાજી:હાજત;તંગી. 3.Compulsion;fate:બલ;ફરજ;જબરી. *Of necessity*, by compulsion: ફરજ-જરૂરીથી અવશ્ય; ફરજયાત.

Neck, (નૅક્) *n* The part of an animal which connects the head and the trunk: ગરદન; ડોકી; બોચી; ગલચી. 2. The long slender part of a vessel: ગલું:કાંઠો. **N.** *and crop*, completely: પૂર્ણ-સંપૂર્ણ રીતે **N.** *and* **n.**, very close: ઘણાંજ નજીક-પાસે; બરોબર; સરખા. *the* **n.** *of*, immediately after;following closely:તરતજ પછી; પુંઠે. *Stiff* **n.**, inflexible obstinacy;tumacy: હઠ; જીદ; બોહેસ; મમત. *To break the* **n.** *of*, to destroy the main force of: અટકાવવું; અટકાવ કo; નબલું પાડવું *To harden the* **n.**, to grow obstinate: હઠીલું-જીદ્દી-મમતી થવું.

Necklace, (નેક્લેસ્)*n.*A string of beads, etc., worn around the neck as an ornament: માલા; હાર; કંઠી; નેકલેસ.

Necromancer, (નેક્રોમૅન્સર્) *n.* a sorcerer: જાદુગર; ધંતર મંતરવાલો.

Necromancy, (નેક્રોમૅન્સિ)*n.* [Gr.*nekros*,dead & *manteia*, divination.]Conjuration;enchantment:ભૂતવિદ્યા; ધંતરમંતર; જાદુ.

Nectar, (નેક્ટાર્)*n.* [Gr.*nektar*.] The drink of the Gods: અમૃત; સુધા.

Need, (નીડ્) *n.* Necessity: ગરજ;જરૂરીઆત;અગત્ય. 2. Poverty;indigence: કંગાલીયત;ગરીબી; મુશ્કલસી; તંગી. *vt.* To be in want of: તંગીમાં હોવું; ગરજ-જરૂર હોવી-પડવી. *vi.* To be wanted; to be necesary:કામમાં આવવું.

Needful, (નીડ્ફુલ્) *a.* needy:ગરજાઉ; ગરજવંત; કંગાલ. 2. Requisite:જરૂરનું; અગત્યનું; આવશ્યક.

Needle, (નીડલ્) *n.* [L. *neo*, I spin.] A small instrument of steel, sharply pointed at one end, with an eye to receive a thread: સોય.

Needless, (નીડ્લેસ્) *a.*unnecessary:નકામું;ખપ-જરૂર વિનાનું; વ્યર્થ; અમસ્તું; વગર કારણનું.

Needle-work, (નીડલ્વર્ક્)*n.* Embroidery:શિવણકામ; ભરત; ચીકન.

Needs, (નીડ્ઝ્) *adv.* Necessarily (Often with *must* and equivalent to, *of need.*): જરૂર; ખાસ; ખસુસન.

Needy, (નીડિ) *a.* Very poor: કંગાલ; મુફલેસ; ઓશિયાલું;ગરજાઉ.

Nefarious, (નીફૅરિઅસ્)*a.* [L. *ne*, not & *fas*, divine law.] Wicked: ધિક્કારવા-તિરસ્કાર કરવા લાયક; મહા પાતકી; અતિદુષ્ટ; પાપી; લુચ્ચું; ખદફેલી.

Negation, (નીગેશન્) *n.* Refusal:ના કહેવું તે; નિષેધ; નકાર. 2. (*Logic.*) ગેરહાજરી; અભાવ.

Negative, (નૅગેટિવ્)*a.* [L.*nego*, I deny.]Denying: નકારનું; નિષેધનું; ના પાડતું.2. Not positive; indirect: અભાવ સૂચક-દર્શક. 3. Nonmetallic: ધાતુનું-ધાતુના ગુણ જેવું ન હોય એવું. *A* **n.** *quantity (Alg.)*: જે પરિમાણની આગલ ઓછાનું ચિન્હ (—)હોય તે.**N**.*sign*, the sign of minus:ઓછાનું-બાદબાકીનું ચિન્હ. *n.* A word used in denial: નકાર સૂચક શબ્દ; નંનો. The refusal or withholding of assent;veto:ના કહેવી-ના કબૂલ કo તે; નિષેધ;મનાઇ.To reject by vote:બાહાલ રાખવાને ના પાડવી; અટકાવવું; નામંજુર કo.

Neglect, (નૅગ્લેક્ટ્) *vt.* [L. *nec*, not & *lego*, I gather.] to disregard:ભૂલી જવું; બેદરકારી બતાવવી; વિસારી મુકવું;દરકાર ન કo; અનાદર-અપમાન કo; નહિ ગણકારવું. *n.* Omission of proper attention: અવગણના; તિરસ્કાર; અનાદર; અપમાન. 2. Habitual carelessness; negligence: અસાવધપણું; ગફલત: આલસ; બેદરકારી; બેખબરી; વિસરભાવ.

Neglectful,(નૅગ્લેક્ટ્ફુલ્)*a.* Heedless; careless: ભુલકણું; વિસરાલુ; વિસરભો; ગાફેલ; બેપરવા; બેફીકર; બેદરકાર; બેતમા.

Negligence,(નૅગ્લિજન્સ્)*n.* Omission of duty: ભૂલી જવાની ટેવ; વિસરભાવ: ગફલત; બેદરકારી; ખામી; કસુર.

Negligent, (નૅગ્લિજન્ટ) *a.* careless; heedless: ગાફેલ; ભુલકણું; બેદરકાર; કસુર કરતું.

Negotiable, (નીગોશિએબલ) *a.* Transferrable to another person:બીજા માણસને અપાય એવું;બીજાના નામ ઉપર કરી-ચઢાવી અપાય એવું.

Negotiate, (નીગોશિએટ્) *vi.* [L. *nec*, not & *otium*, leisure.] To transact business: કામકાજ કo; વહેવાર ચલાવવો;કારભાર-વહિવટ કo; સોદો-સાટું કo; ગોઠવણ કo. 2. To treat with: કોલકરાર કo; ભાંજગડ-વાતચિત કo; દરમીયાનગીરી કo. *vt.* To sell: કબાલો કo;વેચવું સાટવું.

Negotiation, (નીગોશિએશન) *n.* The act or process of negotiating:ભાંજગડ કo તે; કોલકરાર. 2. Mercantile business; trading:વેપારનું કામકાજ;સોદો; કબાલો; સાટું.

Negotiator, (નીગોશિએટર્)*n.* One who negotiates:સાટું-સોદો-ભાંજગડ કરનાર દલાલ; મારફતીયો; વકીલ; કારભારી.

Negress, (નીગ્રેસ્) *n.* A female negro: સીધણ; હબસણ.

Negro, (નીગ્રો) *n.* [L. *niger*.] A black man: સીધી;હબસી.

Neigh, (ને) *vi.* To utter the cry of the horse: ખોંખારવું;હણહણવું. *n.*The cry of a horse:ખંખાર.

Neighing, (નેઈન્ગ્) *n.* Crying of a horse; a whinny:ખોંખારો;હણહણાટ;ખંખાર.

Neighbour, (નેબર્) *n.* A person who lives near another:પડોશી; પડોસણ.

Neighbourhood, (નેબર્હુડ્) *n.* A place near; vicinity: અડોસપડોસ; પાડપડોસ; પડોશની-પાસેની-નજીકની જગ્યા;પડોસ. 2. The inhabitants who live in the vicinity of each other:આડોસી-પાડોસી;ભરભાડુત.

Neighbouring,(નેબરિન્ગ્)*a.* adjacent:પાસેનું; નજીકનું: પાડોસનું; પડખેનું.

Neighbourly, (નેબર્લિ)*a.* Kind; civil;social: પડોશીને લાયક-ઘટતું; મિલનસાર; મલતાવડું.

Neither, (નાઇધર્) *a.*Not either: બેમાંનું એક નહિ; એક પણ નહિ.

Nem con. (નેમકૉન) *adv.* કોઈ ના નહિ પાડે અથવા વાંધો નહિ ઉઠાવે તેમ-તેવી રીતે.

Nemesis, (નૅમેસિસ્) *n.* વેર લેનાર દેવી. 2. ઇશ્વરી કોપ; ખુદાનો ગજબ.

Neophyte, (નીઓફાઈટ્)*n.* [Gr. *neos*, new & *phyton*,plant.]A new convert:નવો થયેલો ખ્રિસ્તિ; વટલેલ. 2. A novice;a tyro:શિખાઉ; નવો વિદ્યાર્થી.

Nephew, (નૅવ્યૂ) *n.* [L. *nepos*, a grandson.] The son of a brother or sister:ભત્રીજો; ભાણેજ; ભાણજો.

Nepotism, (નીપૉટિઝમ)*n.* [L.*nepos*, nephew.] Undue attachment to relations:સગાં સંબંધીપર અતિશય હેત મમતા-પ્યાર-પક્ષપાતપણું-તરફદારી.

Neptune.(નૅપ્ટ્યૂન) *n.* The god of the waters: વરૂણદેવ. 2. The remotest known planet of our system:યુરેનસ ગ્રહની પછી આવતો ગ્રહ; નેપચ્યુન.

Nerve, (નર્વ્) *n.* [*nervus*, a sinew.] An organ of motion or sensation: નસ;જ્ઞાનતંતુ; મજ્જાતંતુ. 2.Vigour; force; power:શક્તિ; બલ;જોર;કૌવત. 3. Steadiness and firmness of mind; coolness: દ્દઢતા; હિંમત; ધૈર્ય; છાતી. 4. Audacity; assurance: નફ્ફટાઈ; શેખાઈ.

Nerveless, (નર્વ્લેસ્) *a* Destitute of nerves: જ્ઞાનતંતુ વિનાનું -રહિત. 2.Weak;powerless:નબળું; અશક્ત;બલ-જોર વગરનું; કમકૌવત; કમજોર.

Nervine, (નર્વાઈન)*a.* Quieting nervous excitement:મજ્જાતંતુનો રોગ મટાડે-શક્તિ આપે તેવું; શાંતિકર; શાંતિક.

Nervous, (નર્વસ્)*a.* Strong; vigorous:બલવાન; જબરું; જોર-ધૈર્ય-હિંમતવાળું. 2. Of or pertaining to the nerves:જ્ઞાનતંતુ સંબંધી-નું-વિષે. 3. Easily agitated or annoyed: જરા જરામાં ગભરાય-ઉશ્કેરાય તેવું. 4. Sensitive; timid: પોચા મનવાળું; બીકણ; બાયલું.

Nest, (નેસ્ટ્) *n.* [L. *nidus*, a resting place.] The receptacle of a bird, fowl or small animal: માળો; દર. 2. A snug, comfortable, or cozy residence or situation: આશ્રમ; રહેઠાણ; ઘર. *vi.* To blind and occupy a nest:માળો બાંધીને તેમાં રહેવું.

Nestling, (નેસ્લિન્ગ્) *n.* A young bird which has not abandoned the nest: તુરતનું ઇંડામાંથી નિકલેલું બચ્ચું. 2. A nest:માળો; ઘર; દર.

Net, (નેટ્)*n.* A fabric of twine, thread, or the like, wrought or woven into meshes:જાલ; જાલી. 2. A snare:ફાંદો; ફાંસો; પાશ; બંધન. A *mosquito net*: મચ્છરદાની. *vt.* To make into a net:જાલી-જાલ ગુંથવી.2 To capture by stratagem or wile:જાલમાં લેવું; યુક્તિથી પકડવું; ફાંદામાં નાખવું. સપડાવવું;ફસાવવું. *a.* Without spot;pure;shining: ડાઘાડુઘી વિનાનું; ચોખ્ખું; સ્વચ્છ; ચલકતું. 2. Pure; unadulterated: ભેગ-ભેલ વિનાનું;શુધ;નરું; નિર્દય. 3. Free from charges, deductions, etc:સઘલું ખર્ચ બાદ કરેલું હોય એવું ચોખ્ખું; નક્કી. N. *income*: વધારો; ખરચ જતાં વધેલી કમાઇ; નક્કી આવક. *vt.* To produce or gain as clear profit: સઘલું ખર્ચ બાદ કરતાં લાભ મલવો.

Nether, (નેધર્) *a.* Situated down or below; lower; under: નીચલું; નીચેનું; તલેનું.

Nethermost, (નેધર્મોસ્ટ્)*a.* Lowest: તનવો હેઠલ-નીચેનું-છેક તલેનું.

Nettle, (નેટલ્) *n.* A plant of the genus Urtica: કવચ; ખંજવાલ આણે એવો છોડ-રોપો. *vt.* To fret or sting; to irritate or vex: ખિજવવું; ચીડવવું; સતાવવું.

Net-work, (નેટ્-વર્ક્) *n.* A fabric of threads, cords, or wires: જાલી કામ; જાલી.

Neuralgia, (ન્યુરૅલજિઆ) *n.* A disease, the chief symptom of which is a very acute pain: જ્ઞાનતંતુમાં થતી શુલ; નસનું દરદ; ચંચલ વાયુ.

Neuter,(ન્યૂટર્)*a.*[L.*ne*, not & *uter*, whether of two.] Impartial; neutral: મધ્યસ્થ; અલગ; અપક્ષપાત; તિરાહિત.2. (*a*) Expressing or designating that which is of neither sex:નાન્યતરજાતિનું; નપુંશક લિંગનું. (*b*) Intransitive: અકર્મક.

Neutral, (ન્યૂટ્રલ્)*a.* Not engaged on either side: નિષ્પક્ષપાતી; અલગ; તિરાહિત. *n.* One who is neutral: નિષ્પક્ષપાતી-મધ્યસ્થ પુરૂષ; અલગ-તિરાહિત ધણી.

Neutrality, (ન્યૂટ્રૅલિટી) *n.* મધ્યસ્થપણું; નિષ્પક્ષપાતી; પુરોહિતપણું.

Neutralize, (ન્યૂટ્રલાઇઝ્) *vt.* To render neutral: અલગ ક૦-થવું. 2. To destroy the peculiar properties of; to counteract: કોઈ વસ્તુની ખાસિયત ગુણ નિકલી જાય-જતી રહે તેમ ક૦; અસર-કાર્ય ન થાય તેમ ક૦.

Never, (નેવર્) *adv.* Not ever: કોઈ વખત નહિ; કદી નહિ;હરગેજ નહિ. 2. Not in the least:સમુલગું-ખીલકુલ નહિ.

Never-the-less, (નેવર્-ધી-લેસ્) *adv.* or *conj.* notwithstanding;yet:પરંતુ; એમ છતાં;તોપણ.

New, (ન્યૂ) *a.* [L. *novus*.] Recent;fresh: તાજું; હમણાંનું;તરતનું;નવું.2.Newly beginning: નવું આવતું;હાલ શરૂ થતું;બેસતું. 3. Unworn:તાજું;નવું;કોરું કકડતું; વાપર્યા વગરનું.4. Not previously known or famous:નવું સવું;અજાણ્યું. 5. Not habituated; unaccustomed: મહાવરો ન હોય એવું; ટેવ વગરનું અનભ્યસ્ત. N. *land*, land cleared and cultivated for the first time:પહેલવહેલી ખેડેલી તથા સાફ કરેલી જમીન. N. *moon*: ચાંદરાત. N. *world*: પશ્ચિમગોલાર્ધ; અમેરિકા. *Adv.* Newly; recently:હમણાંજ; હાલ; તુરત.

New-fangled, (ન્યૂ-ફૅન્ગલ્ડ્) *a.* New made: નવું બનાવેલું; નવાઇનું; નવું યોજેલું.

Newly, (ન્યૂલિ) *adv.* Lately; recently: હાલ; તુરત; થોડા વખતપર. 2. Anew;afresh:નવેસર;ફરીથી.

Newness, (ન્યૂનેસ્) *n.* The quality or state of being new:નવો ફેરફાર; નવાઈ; નવાપણું.

News, (ન્યૂઝ્) *n.* Fresh tidings:તાજી ખબર; નવા સમાચાર. 2. A courier; a bearer of news: ખેપીઓ; કાસદ; સમાચાર-વર્તમાન પત્ર.

Newsmonger, (ન્યૂઝ્મન્ગર્)*n.* One who is active in hearing and telling news:ખબર અંતર મેલવનાર-રાખનાર; બાતમીદાર.

Newspaper, (ન્યૂઝ્પેપર) *n.* A sort of paper printed and distributed at stated intervals, for conveying intelligence of passing events: સમાચાર-વર્તમાનપત્ર; અખબાર.

Newsvender, (ન્યૂઝ્વેન્ડર્)*n.*A seller of newspaper:વર્તમાનપત્ર વેચનાર.

New-year's-day, (ન્યૂ-યીર્સ્-ડે) *n.* The first day of a calender year:વર્ષનો પહેલો દિવસ;બેસતું વર્ષ; નવરોજ.

Next, (નેક્સ્ટ્) *a.* Superl. of **Nigh**. Nearest: પાસેનું; લગોલગનું; જોડેનું. 2. Nearest in time: બીજું;પછીનું;આવતું. 3. N. *friend* (*Law.*):વાલી; -ના હક જાલવનાર. *adv.* In the time, place, or order nearest or immediately succeeding: પછીથી; તે પછી.

Nib, (નિબ્) *n.* A point;a prong: ટાંક;નોક;અણી. 2. The point of a pen: કલમની ટાંક; ટાંચ; કત.

Nibble, (નિબ્લ) *vt.&vi.* To bite by little at a time: થોડું થોડું કરડી ખાવું; કોતરી ખાવું; કોરી કોરીને ખાવું.

Nice, (નાઇસ) *a* [L. *ne*, not & *scio*, I know.] Unimportant; trivial: નકામું; નજીવું; ક્ષુદ્ર. 2. Pleasing;delightful;good: ખુશ કરે એવું; ભલું; આનંદમય; રળીયામણું; દિલપસંદ; લહેજતદાર;સ્વાદિષ્ટ.

Nicety, (નાઇસિટિ) *n.* The quality or state of being nice:સુંદર-સારા હોવું તે; સુંદરતા; ખુબી. 2. Delicacy or exactness of perception: ખંતખોરપણું; ઝીણી-બારીક નજર-લાગણી. 3. A minute distinction:ઝીણો-બારીક ભેદ-ફરક.

Niche, (નિક) *n.* A cavity, hollow or recess: ભીંતમાં બનાવેલો તાખ-ગોખ-ગોખલો.

Nick, (નિક) *n.* A notch cut in something:નીક; ખાંચ;ખોભણ. 2. [L.*nico*, I beckon] The exact point or critical moment:એન વખત; અડી વેલા; અણીનો-બારીક સમો.

Nick-nacks, (નિક-નૅકસ) *n. pl.* Small wares; baubles: હલકો-તકલીદી સામન; રમકડાં.

Nick-name, (નિક-નેમ) *n.* A name given in sportive familiarity: મશ્કરીમાં પાડેલું નામ.

Nictate, (નિકટેટ્) *vi.* [L. *nico*,I beckon.] To wink:આંખની ઈશારત ક૦; આંખ મચકાવવી.

Niece, (નીસ)*n.*[L.*neptis*, a grand daughter.] A daughter of one's brother or sister: ભત્રીજી; ભાણજી.

Niggard, (નિગર્ડ)*a.*Miserly;stingy:કંજુસ;કૃપણ; કરકસરીયું; મખીચુસ.

Niggardly, (નગર્ડ્લિ) *a.* Stingy:કંજુસ; કૃપણ; ખખીલ; કલદરી. *adv.* In a niggard manner:કંજુસાઇથી; ખખીલાઇથી.

Nigh, (નાઈ) *a.* Near:પાસેનું; નજીકનું. 2. Closely allied;intimate: નિકટનું; ઘાડા સંબંધવાલું; ઘરોબાવાલું. *adv.* Near:પાસે; નજીક. 2. Almost;nearly: લગભગ;છેક;ઘણું કરીને. *Prep.* Near to: પાસે; નજીક.

Night, (નાઇટ્) *n.* [L. *nox*, night.] The time from sunset to sunrise: રાત; રાત્રી. 2. (*a.*) Darkness; obscurity: અંધારૂં; અંધકાર. **N.** *blindness:* રતાંધલાપણું. **N.** *crow:*ઘુઅડ.

Night-dress, (નાઈટ્ડ્રેસ) *n.* A night-gown: પહેરી સુવાનાં કપડાં-લુગડાં.

Night-fall, (નાઈટ્ફોલ) *n.* The close of the day: સમીસાંજ;સંધ્યાકાલ; દીવા વખત.

Nightingale, (નાઇટિંનગેલ્)*n.* A small, plain, singing bird:બુલબુલ.

Nightly, (નાઈટ્લિ)*a.* Of or pertaining to the night or to every night: રાતની વખતનું; રાતનું; રોજ રાત્રે થતું. *adv.* At night; every night: રાત્રે; રાતની વખતે; રોજ રાતે.

Night-man, (નાઇટ્મૅન) *n.* One whose business is to empty privies by night:ભંગીઓ;ઢેડો; હલાલખોર; મેહેતર.

Night-mare, (નાઇટ્મેર્) *n.* A fiend or incubus formerly supposed to cause trouble in sleep:ખરાબ સ્વપ્નું. 2. Any overwhelming, oppressive or stupefying influence: ગભરાટમાં નાંખે એવી કોઈ પ્રકારની અસર-સત્તા.

Night-soil, (નાઇટ્સૉઇલ્) *n.* The contents of privies:નરક; સંડાસમાંનું; મલમુત્ર.

Night-watch, (નાઈટ્વૉચ) *n.* A period in the night, as distinguished by the change of watch:રાતનો પોહોરો-ચોકી. 2. A watch or guard:રાતની ચોકી કરનાર-પોહોરેગીર.

Nihilism, (નાઈહિલિઝમ)*n.*[L.*nihil*, nothing]. Nothingness:નહિપણું; શૂન્યતા; નાશ.

Nihilist, (નાઈહિલિસ્ટ્) *n.* One who advocates the doctrine of nihilism: રાજપાત ધર્મ ને માલ મિલ્કત નાશ કરવાનો વિચાર-મત ધરાવનાર; શૂન્યવાદી.

Nimble, (નિમ્બ્લ) *a.*Light and quick in motion; lively:ચપલ; ચંચલ; ચાલાક; હોંશિયાર.

Nimbus, (નિમ્બસ્) *n. pl.* **Nimbi**. [*Fine arts.*] A halo: કિરણમાલા; તેજમંડલ; પ્રભામંડલ.

Nine, (નાઇન) *a.* One less than ten:નવ; ૯.

Nine-fold(નાઈન્ફોલ્ડ્)*a.* Nine times repeated:

Nine-teen,(નાઇન્ટીન)*a.*Nine&ten:ઓગણીસ;૧૯.

Ninety, (નાઇન્ટિ) *a.* Nine times ten: નેવું; ૯૦.

Ninth, (નાઇન્થ્) *a.* Coming after eight:નવમું.

Nip, (નિપ્) *vt.* To clip:છાંટી નાંખવું;છેડેથી કાપી નાંખવું; ઓડું ક૦. 2. To destroy: ઉગતું અટકાવવું; નાશ કરવો. *To nip in the bud:* ફુટતાંજ-શરૂ થતાંજ-ઉગતાંજ-મૂલમાંથીજ નાશ કરવું.

Nippers, (નિપર્સ) *n. pl.* Small pinchers:નાન ચિપિયા-ચિમટા.

Nipple, (નિપ્લ) *n.* A teat; a pap:સ્તન-ધાઇનું ટોચકું; ઓટણી; ડીંચી; ડીટી. 2. પ્રવાહી પદાર્થ ચુસવાની સીસીની ઓટણી; ઓટણી.

Nitre, (નાઇટર્) *n.* Saltpetre:સુરોખાર.

Nitrous, (નાઇટ્રસ્) *a.* Of the quality of nitre: સુરાખારનો ગુણ ધરાવતું-વાલું.

No, (નો) *a.* None:કોઈ નહિ; એકે નહિ;સમુલગું નહિ. *adv.* Nay; not: ના; ઉંહું; નહિ. *n. pl.* A denial: નકાર; ના; નનો. 2. A negative vote: નકારનો મત.

Nobility, (નોબિલિટિ) *n.* The quality or state of being noble: મહાત્માપણું;મ્હોટાઇ;પ્રૌઢતા;મહિમા; પ્રતાપ; ખુન્નેરગી; અમીરાઈ; ખાનદાની; ખુનીયાદી;અસીલાઈ. 2. The aristocratic class: અમીર ઉમરાવ; મોટા લોક.

Noble, (નોબલ્) *a.* [L. *nobilis*,noble.] Magnanimous:મ્હોટું; ઉદાર; સખી; ખુજરગ; ઉત્તમ; પ્રતાપી; તેજસ્વી. 2. Grand; splendid:ભપકાદાર;શોભાયમાન; ઉમદા. 3. Highborn: ખાનદાની; કુલિન; ખુનિયાદ; અશરાફ;અસીલ. *n.* A nobleman; a peer: ઉમરાવ; અમીર.

Nobleman, (નોબલ્મૅન) *n.* A noble; a peer: મોટા દરજ્જાવાલો પુરૂષ; ઉમરાવ; અમીર.

Nobleness, (નોબલ્નેસ્)*n.*Greatness;dignity: કુલિનતા; મોટાઈ; પ્રતાપ; મહિમા.

Nobly, (નોબ્લિ) *adv.* In a noble manner: મ્હોટા-ઉદાર મને; સખીપણે. 2. Splendidly: ઠાઠમાઠથી; ભપકાથી; ભવ્યતાથી.

No-body, (નોબૉડ) *n.* No person: એકકું નહિ;

કોઇ નહિ. 2. A person of no influence or importance: કમ-વિસાત વગરનો માણસ.

Noctambulist, (નૉક્ટૅમ્બ્યુલિસ્ટ્) *n.* A somnambulist: ઉંઘમાં ચાલનારો માણસ; નિશાચાર.

Nocturnal, (નૉક્ટર્નૅલ્) *a.* [L.*nox*, night.] Of, pertaining to, done or occurring in, the night: રાત્રે થયેલું-કીધેલું-બનેલું; રાતનું.

Nocuous, (નૉક્યૂઅસ્)*a.* [L. *noceo*, I hurt.] Hurtful; noxious: ઇજા કરનારૂં; દુ:ખદાયક.

Nod, (નૉડ્) *vi. & vt.* To make a motion of assent: ડોકી હલાવવી-ધુણાવવી; હા પાડવી. 2. To be drowsy or dull; ઝુકવું; ડોલા-ઝોકા ખાવા. *n.* A drooping or bending forward of the upper part or top of anything: ડોલું; ઝોકું. 2. A quick downward or forward motion of the head: પ્રણામ; સલામ; સંકેત; ઇશારો; સાન.

Nodated-Nodose, (નોડેટેડ્-નોડોઝ્) *a.* Knotted: ગાંઠવાળું; ગંઠાલ.

Node, (નોડ્) *n.* [L. *nodus.*] A knot; a swelling: ઢેકો; ગાંઠ; ગઠ્ઠો. 2. (*a*) The point where the orbit of a planet or comet, intersects the ecliptic: જે બિંદુમાં કક્ષા ક્રાંતિવૃતને છેદે છે તે બિંદુ. *Ascending* **n.**: રાહુ. *Descending* **n.**: કેતુ.

Nodular, (નૉડ્યૂલૅર્) *a.* Of, pertaining to, or in the form of a nodule or knot:ઢેકા-ગાંઠાનું-વિષે-સંબંધી-ના જેવા આકારનું.

Nodule, (નૉડ્યૂલ્) *n.* [L. *nodus*, knot.] A little knot or lump: નાની ગાંઠ; ગાંગડો.

Noise, (નૉઇઝ્) *n.* [L. *nausea*, seasickness.] Sound of any kind: અવાજ; શબ્દ; સાદ. 2. Clamor; din: શોર; શોરબકોર; ઘોંઘાટ; બૂમ; બાંગ; કલ્લો. 2. Rumor;report: ચરચા; વાત; ગામગપાટા; લોકવાર્તા; ગુમાટો.

Noiseless, (નૉઇઝ્લૅસ્) *a.* Without noise; silent: અવાજ વગરનું-ન થતું; છાનું.

Noisily, (નૉઇઝિલિ) *adv.* In a noisy manner: મોટો અવાજ-ઘોંઘાટ કરીને-થી.

Noisome, (નૉઇસમ્) *a.* Noxious to health; hurtful: તબિયત બગાડે એવું; અપકારી. 2. Disgusting; fetid: કંટાલો ભરેલું; ગંધાતું.

Noisy, (નૉઇઝિ) *a.* Making a loud noise: ઘોંઘાટ વાળું-કરનારૂં; બૂમ બરાડા પાડતું; ધાંધલિયું; ગડબડિયું; તોફાની.

Nomad, (નોમૅડ્) *n.* [Gr. *nemo* I feed, pasture.] One of a tribe that has no fixed location: પશુઓને લઈ ચારા અને શિકારની શોધમાં રખડતા ફરતા માણસોનો એક ટોલો.

Nomadic, (નોમૅડિક્) *a.* Wandering; pastoral: રખડી રઝળી જનાવરો ઉછેરી તથા ચરાવીને પોતાનો નિર્વાહ કરનાર; પશુ ચારણજીવી.

Nomenclature, (નોમૅન્ક્લેટયૂર) *n.* [L. *nomen, & culo* , I call.] A name: નામ.

Nominal, (નૉમિનૅલ) *a.* [L. *nomen*, name.] Of or pertaining to a name or names:નામનું-વિષે; નામવિષયક. 2. Not real: કેવલ નામનું; નામનું ; ખોટું : માત્ર દેખાડવાનું.

Nominally, (નૉમિનૅલિ)*adv* In name only; not in reality: નામનું જ; નામને ખાતર; અમથું.

Nominate, (નૉમિનેટ્) *vt.* [L. *nomen*, name.] To appoint: નિમવું; ઠરાવવું; મુકરર કરવું.

Nomination, (નૉમિનેશન્) *n.* The act or power of nominating: નિમવું તે; નિમણુક; નિમવાની સત્તા-અધિકાર.

Nominative, (નૉમિનેટિવ્) *a.*Giving a name; naming; designating: નામ આપતું. *n.* That case of form of a noun which stands as the subject of a finite verb: નામની પહેલી વિભક્તિ; પ્રથમા; કર્તા.

Nominee, (નૉમિની) *n.* A person named or designated, by another to any office duty, or position: ઠરાવેલો-નિમેલો માણસ; નિયુક્ત.

Non, (નૉન) *a.* No; not: અ; ન; અન; ના; ગેર.

Non-acceptance, (નૉન-ઍકસેપ્ટૅન્સ્) *n.* A neglect or refusal to accept: ન લેવું તે; અસ્વીકાર.

Non-chalance, (નૉન્શૅલાંન્સ્)*a.* Indifference; carelessness: બેદરકારી; બેફિકરાઈ; બેદિલી.

Non-commissioned, (નૉન્કૉમ્મિશન્ડ્) *a.* Not having a commission: સનદ વગરનું; બીનસનંદી; પરવાના વિનાનું. **N**.*officer*: લેફ્ટેનંટની પદવીથી નીચી પદવીનો અમલદાર.

Non-compos, (નૉન્કૉમ્પૉસ્) *a.*Not of sound mind: મગજ ઠેકાણે ન હોય એવું; ગાંડું; ઘેલું; દિવાનું.

Non-conductor, (નૉન-કૉન્ડકટર્) *n.* An insulator: વિજળી-ગરમી જેમાં થઇને બીજામાં પ્રવેશ ન કરી શકે તેવી વસ્તુ; અવાહક વસ્તુ-પદાર્થ.

None, (નન) *a.* No one; not anything: એક પણ-કોઈ-લગારે પણ નહિ; કંઈ નહિ; કોઈ નહિ.

Non-entity, (નૉનએન્ટિટિ) *n.* Non-existence: નહિપણું;નાસ્તિત્વ;અભાવ;ન હોવું-થવું તે;નીસ્તી;નાબુદી. 2. A thing not existing: અવિદ્યમાન વસ્તુ; ન હોય તેવી વસ્તુ;શૂન્ય; અવસ્તુ. 3. A person or thing of little or no account: કમ-વિસાત વગરનો માણસ.

Non-plus, (નૉન-પ્લસ્) *n.* [L. *non*, not & *plus*, more.] Insuperable difficulty;puzzle:ગુંચવાડો; ગભરાટ; ઘોલ; ગુંચવણ; મુશ્કેલી. *vt.* To confuse; to puzzle; to confound: ગુંચવાડા-ગભરાટમાં નાંખવું.

Non-sense, (નૉન-સૅન્સ) *n.* That which is no sense or has no sense:મૂર્ખાઈ ભરેલી-અર્થ વિનાની વાત;નિરર્થક-અનર્થક ભાષણ. 2. Trifles; things of no importance:નકામી-અગત્ય વિનાની ચીજો-પદાર્થો.

Non-sensical, (નૉન-સૅન્સિકૅલ્) *a.* Absurd; foolish:નિરર્થક; અયોગ્ય; નકામું; ખાલી; બેહુદું.

Non-suit, (નૉનસ્યૂટ્) *n.* A neglect or failure by the plaintiff to follow up his suit:દાવો નહિ ચલાવવો તે; મુકદમો-દાવો પાછો કાહાડી-ખેંચી લેવો તે. *vt.* To determine, adjudge, or record as having dropped his suit upon his withdrawal or failure to follow it up:વાદીની ગફલતને લીધે યા તેની ગેરહાજરીથી તેનો દાવો નહિ ચાલવાનો ઠરાવ કરવો.

Noodle, (નૂડલ્) *n.* A blockhead: બેવકુફ-મૂર્ખ

માણસ; ઢોંડો.

Nook, (નૂક્) *n.* A corner:ખૂણો; એકાંત જગ્યા.

Noon-Noonday, (નૂન્-નૂન્ડે)*n.*[L. *nona*, the ninth hour.] The midday:મધ્યાહ્નકાલ; બપોર.

Noose, (નૂસ્) *n.* [L. *nodus.*] A running knot, or loop: સરગાંઠ; સટકિયું; સરકીઓ ગાંઠ. *vt.* To insnare: ફાંસામાં લાવવું-પકડવું; ફસાવવું; સપડાવવું.

Nor, (નૉર્) *conj.* A negative connective or particle:ન; ના; પણ નથી-નહિ.

Normal, (નૉર્મૅલ્) *a.*[L.*norma*,rule.]Regular; natural:નિયમિત; ધારા પ્રમાણેનું; અસલી;કુદરતી.

North, (નૉર્થ્) *n.* The direction opposite the south:ઉત્તર; ઉત્તર દિશા. *a.* Lying toward the north: ઉત્તર દિશાનું-માં આવેલું-તરફનું. *North pole*: ઉત્તરધ્રુવ. *adv.* Northward:ઉત્તર તરફ; ઉત્તરે.

North-east, (નૉર્થ-ઈસ્ટ્) *n.* The point between the north and east:ઇશાન દિશા-ખૂણો-કોણ. *a.* Of or pertaining to the north-east: ઇશાનકોણ-દિશાનું. *adv.* Toward the north-east: ઈશાન કોણ તરફ; ઈશાને; ઈશાન ખૂણે.

North-easternly,(નૉર્થઈસ્ટર્નલિ) *a.* Pertaining to the northeast:ઈશાન દિશા-કોણનું-તરફનું.

Northerly-ern, (નૉર્ધર્લિ-નૉર્ધર્ન્) *a.* Of or pertaining to the north; toward the north: ઉત્તર દિશા તરફનું-સંબંધી-થી આવતું.

Northing, (નૉર્થિન્ગ્) *n.* The distance of any heavenly body from the equator northward: ઉત્તરાયણ; ઉતરાણ.

North-star, (નૉર્થ્સ્ટાર્) *n.* The north polar star: ધ્રુવનો તારો.

Northward, (નૉર્થ્વર્ડ્) *adv.* Toward the north: ઉત્તર તરફ; ઉત્તરે.

Northwest, (નૉર્થવેસ્ટ્)*n.* The point in the horizon between the north and west:વાયવ્યકોણ-દિશા *adv.* Toward the northwest:વાયવ્યકોણ તરફ.

North-wind, (નૉર્થ-વિન્ડ)*n.* Wind blowing from the north:ઉત્તરમાંથી વાતો પવન; ઉત્તરવાયુ; ભુખર.

Nose, (નોઝ્) *n.* [L. *nasus.*] The olfactory organ: નાસિકા;નાક. 2. Scent:વાસ:સોડમ. 3.Snout; a spout: કોઈ પદાર્થનો અણીવાળો છેડો; નાલચું. *Nose of wax*, (*fig.*) a person who is pliant and easily influenced: સહજમાં સમજાવી લઈ શકાય એવો માણસ;ભોળો માણસ. *To lead by the* **n.**, to lead blindly:આંખ મીંચાવીને-આંખે પાટો બાંધીને દોરવું; જેમ મરજીમાં આવે તેમ ચલાવવું. *To thrust one's* **n.** *into*, to meddle officiously in: વચ્ચે માથું ઘાલવું; ઘુસવું; વચ્ચે પડવું. *Under the* **n.** *of*, under the supervision of: દેખરેખ નીચે. *Bridge of the* **n.**: નાકની દાંડી. *vt.* To smell; to scent: સુંઘવું; સોડવું; સોડમ-સુગંધ લેવી.

Nose-bag, (નોઝ્-બૅગ્) *n.* A bag into which food for a horse, ox, or the like, may be fastened:તોબરો.

Nose-gay, (નોઝ્-ગૅ)*n.* A bouquet: ફુલનો તોરો.

Noseless, (નોઝ્લેસ્) *a.* Destitute of a nose: નાક વિનાનું; ચીબું.

Nose-ring, (નોઝ્-રિન્ગ્) *n.* A ring to be worn on the nose:નથ; નથણી; નાકની વાળી.

Nosology, (નૉસૉલૉજિ)*n.*[Gr. *nosos*, a disease & *logos*, discourse] A systematic arrangement of diseases:રોગવર્ગીકરણ;દરદોની ગોઠવણ-રચનાની વિદ્યા; રોગ વર્ગીકરણવિદ્યા.

Nostril, (નૉસ્ટ્રિલ્) *n.* One of the external openings of the nose: નસકોરું; નસકોરી.

Nostrum, (નૉસ્ટ્રમ્) *n.* A quack medicine: ઉંટવૈદનું ઓસડ; લેભાગુ હકીમની દવા; ઉંટવૈદું.

Not, (નૉટ્) *adv.* A word used to express negation, prohibition, denial or refusal: નથી; નહિં; ન; મા; ના.

Notabilia, (નૉટેબિલિઍ)*n.pl.*[L.*notabilis*,notable.] Things worthy of notice: ધ્યાનમાં રાખવા લાયક-પ્રસિદ્ધ-મશહુર ચીજો-બાબતો.

Notable, (નોટૅબલ્) *a.* [L. *nota*, mark; note.] Capable of being noted; plain;evident:ધ્યાનમાં રાખવા લાયક; સ્પષ્ટ; ખુલ્લું. 2. Remarkable; memorable:યાદગાર;પ્રખ્યાત;પ્રસિદ્ધ;નામાંકિત;મશહુર.

Notary (નોટૅરી)*n.* કરારનામા, કબાલા, ખત વગેરેપર સાખ સિક્કો કરનાર અમલદાર; પટીલ. Also called notary public.

Notation, (નોટેશન્)*n.* The system of figures, letters and signs used in arithmetic and algebra:પરિણામસંખ્યા; અંક; આંકડો.

Notch. (નૉચ્)*n.* A hollow cut in anything: ચીરો; ખાંચ; ખોભણ. *vt.* To indent:ચીરા-ખોચ-ખોભણ પાડવી.

Note. (નોટ્)*n.* A visible sign; a character: નિશાન; નિશાની; ચિન્હ; લક્ષણ. 2. Annotation;comment:ટીકા; ભાષ્ય: ખુલાસો. 3. A memorandum; a minute:યાદી; નોંધ; ટિપ્પણ; ટાંચણ. A short informal letter: રુક્કો; ચિઠ્ઠી; કાગલ. 4. A paper acknowledging a debt and promising payment: વ્યાજુ ચિઠ્ઠી; કર્જખત; ચિઠ્ઠી. 5. A musical sound; a tune:સૂર;સ્વર. 6. Observation;notice: ધ્યાન; લક્ષ; દરકાર. 7. Information:ખબર; બાતમી; જાણ. 8. Reputation: આબરૂ; માન; મરતબો. *vt.* To remark; to heed; to attend to: ધ્યાન-લક્ષ આપવું; ધ્યાનમાં લેવું-રાખવું. 2. To make a memorandum of: નોંધ-યાદી ક૦; ટીકા-વાખ્યા-ખુલાસો લખવો. *To* **n.** *a bill* or *draft*:હુંડીની પાછલ નામંજુર છે એમ લખવું.

Note-book, (નોટ્-બુક્) *n.* A book in which notes or memoranda are written: સ્મરણ પોથી-ચોપડી; નોંધપોથી.

Noted, (નોટેડ્) *a.* eminent; celebrated:નામીચું; પ્રસિદ્ધ-મશહૂર.

Nothing,(નથિન્ગ્)*n.* Not anything:કશું નહિ;કાંઇ નહિ 2. A trifle:નકામી-નજીવી ચીજ-પદાર્થ;નાચીજ.3. A cipher; naught:મીંડું;શૂન્ય. **N.** *but*, only;no more than: ફક્ત; માત્ર. *To make* **n.** *of*, (*a*) to consider as trifling or unimportant:નકામું અથવા અગત્યનું ન હોય એમ ગણવું; તુચ્છ ગણવું-માનવું. (*b*) Not to understand: સમજવું નહિ; ધડ પુછડું ન જણાવું. *For* **n.**: મફત; ફોગટ. *Good for*

n., useless: નકામું; નાખીદેવાનું. *adv.* In no degree; not at all: જરાકે સમુલગું નહિ.

Notice, (નોટિસ્) *n.* [L. *notum*, known.] Observation by the senses or intellect: દૃષ્ટિ; નજર; તપાસ; ધ્યાન; લક્ષ; નિધા. 2. Intelligence: ખાતમી; ખબર. 3. An announcement: જાહેર ખબર; પ્રસિદ્ધિપત્ર; દાંડી; ઢંઢેરો; જાહેરનામું; ચેતવણી; ખબર. *To take* **n.** *of*, to perceive: જોવું; ધ્યાનમાં-લક્ષમાં લેવું; જાણવું. *vt.* To observe; to see: જોવું; લક્ષમાં લેવું; ધ્યાન-લક્ષ આપવું-દેવું. 2. To remark upon; to make comments on: ટીકા ક૦; કોઈ ખાખતપર લખવું-બોલવું-વાત ચલાવવી-કાઢવી. 3. To treat with attention and civility: માન-પ્રતિષ્ઠા આપવી; સરભરા ક૦.

Noticeable, (નોટિસૅબલ્) *a.* Worthy of notice; conspicuous: ધ્યાન આપવા લાયક-યોગ્ય.

Notification, (નોટિફિકેશન) *n.* Notice given in words or writing or by signs: થાળી પીટવી તે; ઢંઢેરો; દાંડી. 2. An advertisement: જાહેરનામું-ખબર; સૂચના પત્ર; સૂચના; ખબર.

Notify, (નોટિફાઇ) *vt.* To make known: જાહેર ક૦; જણાવવું; પ્રસિદ્ધ ક૦; ખબર-ખાતમી આપવી.

Notion, (નોશન) *n.* [L. *nosco*, I know.] An idea; a conception: ધારણા; કલ્પના; તર્ક; ભાસ. 2. A sentiment; an opinion: અભિપ્રાય; ભાવ; મત; ગુમાન; વિચાર. 3. Sense; mind: અકલ; સમજશકિત.

Notoriety, (નોટોરાઇટિ) *n.* The state of being generally or publicly known: પ્રસિદ્ધિ; વિખ્યાતિ; કુકીર્તિ; અપકીર્તિ.

Notorious, (નોટોરિઅસ્) *a.* Universally believed to be true; evident: પ્રખ્યાત; પ્રસિદ્ધ; જાહેર; મશહૂર.

Not-with-standing, (નૉટ્-ઉવિથ્-સ્ટૅન્ડિંગ્) *Prep.* In spite of: અડચણ-હરકત-વિના; છતાં. *adv.* or *conj.* Nevertheless; however; although: તેમ છતાં પણ; પરંતુ. **N.** *that*, although: જોકે એમ છતાં પણ.

Nought, (નૉટ્) *n.* Naught: કંઈ નહિં તે. *To setat* **n.**: તુચ્છ માનવું-ગણવું-લેખવું; ધિક્કારવું; અવગણના ક૦.

Noun, (નાઉન) *n.* [L. *nomen*, name.] A word used as the designation of a creature or thing: નામ. *Passive* **n.**: કર્મવાચક નામ. *Verbal* **n.**: ક્રિયાવાચક નામ.

Nourish, (નરિશ્) *vt* [L. *nutrio*, I nourish.] To support; to maintain: આધાર આપવો; પાલવું; પોષવું; પાલણ પોષણ કરવું; રાખવું; ગુજરાન ચલાવવું. 2. To encourage; to foster: ઉત્તેજન આપવું; પુષ્ટિ-ટેકો આપવો; વધારવું. 3. To educate: કેલવણી આપવી. *vi.* To promote growth: પાલણ પોષણ ક૦.

Nourisher, (નરિશર્) *n.* One who or that which nourishes: પાલનાર; પોષણ કરનાર; પાલનકર્તા.

Nourishing, (નરિશિન્ગ્) *a.* Promoting growth; nutritious: પુષ્ટિકારક; પૌષ્ટિક; તાકત આપનારું.

Nourishment, (નરિશ્મૅન્ટ્) *n.* The act of nourishing: પાલન; પાલન પોષણ. 2. Nutriment; food: આહાર; ખોરાકી; ખાવા પીવાનું.

Novel, (નૉવેલ્) *a.* [L. *novus*, new.] Not ancient; new; unusual: નવું નવાઇનું; અદ્ભુત. *n.* A fictitious tale or narrative: કલ્પિત કથા-વાત; કાહણી; કિસ્સો; દાસ્તાન.

Novelist, (નૉવેલિસ્ટ્) *n.* A writer of novels: કલ્પિત વાત-કિસ્સા-કાહણી-કથા બનાવનાર-લખનાર; નવલ કથાકાર.

Novelty, (નૉવલટિ) *n.* *pl.* **Novelties.** Something novel; a new or strange thing: નવી અનયબ જેવી વસ્તુ-વાત; કૌતુક; નવાઇ.

November, (નોવેમ્બર) *n.* [L. *novem*, nine.] The eleventh month of the year: અંગ્રેજી વર્ષનો અગીઆરમો માસ-મહિનો.

Novice, (નૉવિસ્) *n.* [L. *novus*, new.] A beginner; a tyro: શિખાઉ; નવો નિશાળીઓ.

Now, (નાઉ) *adv.* [Gr. *nun*, now.] At the present time: હમણાં; આ વખતે 2. Very lately; not long ago: થોડું થયું; થોડા વખત પર; હાલ. *Now and again*, occasionally: વારંવાર; ઘડીએ ઘડીએ. **N.** & *then*: કોઈ કોઈ વેલા-વખત; રહી રહીને; કદી કદી; વખત બેવખત.

Now-a-days, (નાઉ-ઍ-ડેઝ્) *adv.* At the present time: હાલના વખતમાં; આજકાલ; આ જમાનામાં.

Nowise, (નાઉવાઇઝ્) *adv.* In no way: ગમે તેમ હોય તોએ નહિં; કોઈપણ રીતે નહિ; કેમે કરતાં પણ નહિ; હરગેજ નહિ.

Noxious, (નૉકશઅસ્) *a.* Hurtful; injurious: નુકશાન-ઇજા કારક; દુઃખદાયક; દુઃખ દેનારું; અપકારક.

Nozzle, (નૉઝલ્) *n.(a)* The nose; the snout: નાક; જાનવરનું લાંબું મ્હોડું. *(b)* The projecting vent of anything: નાલચું; નલો.

Nucleus, (ન્યૂકલીઅસ) *n.* *pl.* A kernel: ગર્ભ; માવો; મધ્ય ભાગ. 2. The body or the head of a comet: ધુમકેતુ-પુછડિયા તારાનું માથું.

Nude, (ન્યૂડ્) *a.* [L. *nudus*.] Bare; naked: નગ્ન; નાગું; ઉઘાડું.

Nudity, (ન્યૂડિટિ) *n.* Nakedness: નગ્નતા; નગ્ન-નાગાપણું. 2. Naked part: ખુલ્લો-નગ્ન ભાગ.

Nugatory, (ન્યૂગૅટરિ) *a.* [L. *nugæ*, jests.] Trifling: નકામું; હલકું; નજીવું; બિનઅસરકારક; પોકલ; નિરર્થક.

Nugget, (ન્યૂગૅટ્) *n.* A mass of a precious metal: કિમતી ધાતુનો ગોળો; લગડી.

Nuisance, (ન્યૂસૅન્સ્) *n.* [L. *nocio*, I hurt.] That which is offensive or noxious: ઉપદ્રવકારક વસ્તુ; ગંદકી; પીડા.

Null, (નલ્) *a.* [L. *ne*, not & *ullus*, any.] Of no efficacy; void: રદ; બાતલ; નકામું; નિરર્થક.

Nullify, (નલિફાઇ) *vt.* [L. *nullus*, none & *facio*, I make,] To make void; to render invalid: ભંગ-રદ કરવું; ખંડન કરવું; નકામું કરવું; રદ-બાતલ ક૦.

Nullity, (નલિટિ) *n* Nothingness: નાસ્તિત્વ; [નહિપણું.

Numb, (નમ)*a.* Benumbed; insensible: બેહે-

રમારી ગયેલું; જડ; સુનું; બેહેરૂં; લાગણી વગરનું.

Number, (નમ્બર્) *n.* [L. *numerus.*] A unit or an aggregate of units: આંકડો; અંક; આંક; સંખ્યા. 2. A multitude; many: ઘણાં; મ્હોટી સંખ્યા; મેાટેા ભાગ. 3. Numerousness; multitude: જથેા; સમૂહ; સમુદાય. 4. Poetry; verse: કવિતા; પદબંધ 5. (In grammar): વચન. *vt.* To count; to reckon: ગણવું; ગણત્રી ક૦. 2. To give or apply a number or numbers to: આંકડો લખવેા-માંડવેા. 3. To amount to; to contain: માહે હેાવું; સમાવું; ગણાવું; સામેલ થવું-ક૦.

Numberless, (નમ્બર્લેસ્) *a.* Innumerable; countless: અસંખ્ય; બેસુમાર; અગણિત; અસંખ્યાત.

Numbness, (નમ્નેસ્) *n.* The condition of being numb: સુનકાર; જડતા; મંદપણું; અચૈતન્યતા; બેહેર મારી જવું તે; બેહેર.

Numeral, (ન્યૂમરૅલ્) *n.* A figure expressing a number: આંક; સંખ્યા; અંક. 2. A word expressing a number: સંખ્યાવાચક શબ્દ; આંકડો. *a.* Of or pertaining to a number: સંખ્યા-આંક-અંકનું; સંખ્યાવાચક.

Numerator, (ન્યૂમરેટર્) *n.* One who numbers: ગણનાર; ગણકે; આંકડા-સંખ્યા ગણનાર. 2. The term in a fraction which indicates the number of fractional units that are taken: અપુર્ણાંકમાં ઉપરનેા આંકડો; અંશ.

Numerical, (ન્યૂમૅરિકૅલ્) *a.* Belonging to number; denoting number: સંખ્યામાંનું; સંખ્યાસૂચક; સંખ્યાવાચક-વિષયક. **N.** *equation*: સંખ્યાત્મક સમીકરણ.

Numerous, (ન્યૂમરસ્) *a.* Being many: બહુ; પુષ્કલ; ઘણુ; અત્યંત.

Numismatics, (ન્યૂમિસ્મૅટિક્સ્) *n.* The science of coins and medals: શિક્કાશાસ્ત્ર-વિદ્યા; મુંદ્રાવિદ્યા.

Nun, (નન્) *n.* [L. *nonna*, nun.] A woman devoted to a religious life: મઠમાં રહેનારી કુંવારી સ્ત્રી-આરત; મઠવાસિની; જોગણ.

Nuncio, (નન્શિઑ) *n. pl.* **Nuncios**. [L. *nuntius*, messenger.] A messenger: જાસુસ; દુત, કાસદ; ખેપિયેા. 2. The permanent official representative of the Pope at a foreign court or seat of government: પેાપ તરફનેા પરરાજ્યમાં રાખેલેા એલચી.

Nunnery, (નનરિ) *n.* [L. *nonna*, a nun.] A convent for nuns: જોગણનું ઘર; મઠ.

Nuptial, (નપ્શિઅૅલ્) *a.* [L. *nubo* I marry.] Of or pertaining to marriage: શાદી-વિવાહ-લગ્નનું-સંબંધી. *n. pl.* Marriage: શાદી; વિવાહ; લગ્ન.

Nurse, (નર્સ) *n.* [L. *nutrio*, I nourish.] A woman who has the care of young children: બાલકેાને સંભાલનારી સ્ત્રી-બાયડી; આયા. *Especially*, one who suckles an infant not her own: ધાવ; ધાત્રી; ધવાડનારી આયા. (*b*) One who has the care of the sick or infirm: આજારીની સભાલ લેનારી-માવજત કરનારી. *Wet* **n.**: ધાવ. *Dry* **n.**: આયા; બચ્ચાંની સભાલ લેનારી. *vt.* To suckle: ધવાડવું. (*b*) To take care of or tend, as a sick person: રેાગી-બિમાર માણસની ચાકરી-સેવા-માવજત કૃ૦.

Nursery, (નર્સરિ) *n. pl.* (*a*) The place in a house appropriated to the care of children: છેાકરાંઓની સંભાલ રાખવાનેા એારડો; બાલગૃહ; પાલન સ્થાન; દાયાખાનું. (*b*) A plantation of young trees: ઝાડના કુમલા રેાપાની જગા.

Nursling, (નર્સલિન્ગ્) *n.* An infant; a fondling: ધાવતું-ધાવણું છેાકરૂં; લવારૂં; વાછરૂં.

Nurture, (નટ્યૂર્) *n.* [L. *nutrio*, I nourish.] Education; training: પાલન પેાષણ; તરબિયત; કેલવણી. 2. Food; diet: આહાર; ખેારાક; અન્ન. *vt.* To feed; to nourish: પાલણ પેાષણ ક૦; ખવરાવવું. 2. To educate: કેલવણી આપવી; શિખવવું.

Nut, (નટ્) *n.* The fruit of certain trees consisting of a hard shell inclosing a kernel: કેાટલાંથી ઢંકાયેલું ગરભવાલું ફલ; કેાટલાંવાલું માવાદાર ફલ. 2. A female screw: સ્ક્રૂ-પેચની ચાકી.

Nut-cracker, (નટ્-ક્રૅકર્) *n.* An instrument for cracking nut: સુડી; સુડો.

Nut-gall, (નટ્-ગૉલ્) *n.* A more or less round gall resembling a nut: માયું; માજુફલ માયફલ.

Nut-meg, (નટ્-મેગ્) *n.* (*Bot.*) The kernel of the nutmeg tree: જાયફલ.

Nutriment, (ન્યૂટ્રિમેન્ટ્) *n.* [L. *nutrio*, I nourish.] Food; ailment: ખેારાક; આહાર; ખાવા પીવાનું. 2. That which promotes development or growth: પુષ્ટિકારક વસ્તુ.

Nutrition, (ન્યૂટ્રિશન્) *n.* A process by which the living organism is maintained: પુષ્ટિ; પુરણી. 2. That which nourishes; nutriment: ખાવા પીવાનું; ખેારાક; આહાર.

Nutritious-tive. (ન્યૂટ્રિશસ્ ટિવ્) *a.* Nourishing: પુષ્ટિકારક; પૌષ્ટિક; કૌવત આપનાર.

Nut-shell, (નટ્-શેલ્) *n.* The shell in which the kernel of a nut is inclosed: કેાટલુ; કેાચલું; કાચલું.

Nuxvomica, (નક્સવૉમિકે) [L. *nux*, nut *vomere*, to vomit.] (*Bot.*) ઝેરી કચુરેા; ઝેર કુચલેા.

Nymph, (નિમ્ફ્) *n.* [L. *nympha*, a nymph, bride.] A goddess of the mountains, forests, meadows or waters: પર્વત અથવા પાણીની દેવી; વનદેવી; જલદેવી; પરી; અપસરા. 2. A lovely girl; a maiden; a damsel: સુંદર સ્ત્રી; કુમારીકા; સુંદરી.

O.

O, (એા) The fifteenth letter of the English alphabet: અંગ્રેજી મુલાક્ષરનેા પંદરમેા અક્ષર. *Interj.* An exclamation: અરે! એા! અરે અરે!

Oaf, (એાફ્) *n* A simpleton; an idiot: મૂર્ખ; ઠેાઠ; ઢઢેા; ઢેાંડો. [અક્કલ; જડ; મૂર્ખ.

Oafish, (એાફિશ્) *a.* Like an oaf; simple: કમ

Oak, (એાક્) *n.* Any tree or shrub of the genus *Quercus*: ઓકનું ઝાડ; ખલ્લુત. 2. The strong wood or timber of the oak: ઓક ઝાડનું લાકડું; ઈમારતી લાકડું. *Indian oak*, the teak tree: સાગનું ઝાડ.

Oaken, (ઓકન્) *a.* Made or consisting of the wood of oaks: ઓકનું-ઓકના લાકડાનું બનાવેલું.

Oakum, (ઓકમ્) *n.* The material obtained by untwisting and picking into loose fiber old hemp ropes: જુનાં દોરડાંનો છુંછો-કુંચો.

Oaky, (ઓકિ) *a.* Resembling oak; strong: ઓકના જેવું; મજબૂત; સખત.

Oar, (ઓર્) *n.* An impliment for impelling a boat: હલ્લેસું. 2. A rower: હલ્લેસું મારનાર. *To boat the* **O.**s: હલ્લેસાં મારવાં બંધ કરીને તેમને મૂકવાં. *To lie on the oars*, to be idle; to rest: આલસુ-સુસ્ત થવું; આરામ લેવો; થાક-વિસામો ખાવો; નવરા બેસવું. *vt.* & *vi.* To row:હલ્લેસાં મારવાં.

Oarsman, (ઓર્ઝ્મૅન) *n.* A rower: હલ્લેસાં મારનાર; ખલાસી.

Oasis, (ઓએસિસ્) *n. pl.* **Oases**. A fertile or green spot in a desert: રણમાં કે ઉજ્જડ મેદાનમાં ફલદ્રુપ જગ્યા; રમ્યસ્થાન; ખુશધાહ.

Oat, (ઓટ્) *n.* A well known cereal grain: એક જાતનું જવની જાતનું અનાજ. *To sow one's wild* **O.**s: જુવાનીની મોઝમઝામાં ઝોકાવવું;બદફેલીમાં પડવું.

Oath, (ઓથ્) *n.* A solemn affirmation or declaration: સમ; સોગંદ; વચન; કસમ; પ્રતિજ્ઞા.

Oatmeal, (ઓટ્મીલ્) *n.* Meal made of oats: 'ઓટસ' નામના અનાજનો આટો-લોટ.

Obduracy, (ઑબ્ડયૂરૅસિ) *n.* Obstinacy: કઠોરપણું; હઠીલાઈ; મમત; બોહોંસ; સંગદિલી.

Obdurate, (ઑબ્ડયૂરેટ્) *a.* [L. *ob* & *durus*, hard.] Unyielding:હઠીલું; મમતી; જીદ્દી. 2.Hard; rough;harsh: કઠણ; કઠોર; ઘોર.

Obedience, (ઓબિડિઅન્સ્) *n.* Subjection to rightful restraint or control: તાબેદારી; હુકુમ બરદારી:ફરમાન બરદારી.2. Dutifulness:આજ્ઞાંકિતપણું; તાબેદારી; નમનતાઈ.

Obedient, (ઓબીડિઅન્ટ્) *a.* Willing to obey: તાબેદાર; કહ્યાગરું; કહ્યાસરનું; ફરમાબરદાર.

Obediently, (ઓબિડિઅન્ટલિ) *adv.* In an obedient manner: નમનતાઈથી; નમનતાઈ ભરેલી રીતે.

Obeisance, (ઓબેસૅન્સ્) *n.* Obedience:તાબેદારી. 2. Homage;a courtesy: પ્રણામ; નમસ્કાર; નમન; સલામ; વંદન.

Obelisk, (ઑબીલિસ્ક્) *n.*[Gr. *obelos*, a pointed pillar.] An upright,four-sided pillar:ચારપાસાંવાલો ઉભો સ્તંભ; મિનારો. 2.A mark of reference (†): (આવું †) ચિન્હ;કટાર.

Obesity, (ઓબેસિટિ) *n.* The state of being obese: જાડાપણું; માતેલાપણું; દોંગાપણું; ફરબેપણું.

Obey, (ઓબે) *vt.* [L. *ob* & *audio*, I hear.]To comply with the orders of: આજ્ઞા-હુકમ ઉઠાવવો-માનવો; હુકમમાં રહેવું; કહ્યું માનવું; સાંભલવું; મરજી ઉઠાવવી; તાબેદારી ક૦; તાબે-આધીન રહેવું. 2. To yield to the impulse,power,or operation of: ખદવું; પત કરવું: ગાંઠવું; માનવું; પ્રમાણે ચાલવું.

Obituary, (ઓબિટયૂઅૅરિ)*a.* Of, or pertaining to the death of a person: કોઈ પણ મનુષ્યના મોતમરણ સંબંધી-નું-વિષે. *n. pl.* An account of a deceased person: માણસના મરણની ખબર તથા તેને વિષે કેટલીક હકીકત; મૃતવર્ણન; મૃત ચરિત્ર. 2. A list of the dead: મર્ણ-મોતની નોંધ; મરત્યુકની ટીપ.

Object, (ઑબ્જેક્ટ્)*vt.* [L.*ob* & *jacio*,I throw.] To oppose: સામું મૂકવું;વિરૂદ્ધ આણવું-લાવવું;સામું-વિરૂદ્ધ થવું. 2. To offer in opposition:સામું કહેવું; તહોમત-આલ મૂકવું; આક્ષેપ ક૦; અપવાદ મૂકવો. *vi.* To make opposition in words or argument: સામો વાંધો-તકરાર-અડચણ ઉઠાવવી; ના કબૂલ ક૦: અસ્વીકાર ક૦. *n.* Something visible or tangible: વસ્તુ: ચીજ; પદાર્થ. 2.End;aim;motive: હેતુ; મનોરથ; મતલબ; મકસદ; મુરાદ; ઈરાદો. 3. A word, phrase or clause toward which an action is directed: કર્મ.

Objection, (ઑબ્જેક્શન્)*n.*Adverse argument obstacle:વાંધો; તકરાર; હરકત; અપવાદ; વિરોધ.

Objectionable, (ઑબ્જેક્શનૅબલ્) *a.* Liable to objection: વાંધો-અડચણ-હરકત ઉઠાવવા જેવું; વાંધાભરેલું.

Objective, (ઑબ્જેક્ટિવ્) *a.* Pertaining to an object:પદાર્થ વિષય વસ્તુ સંબંધી-નું-વિષે. 2. Pertaining to the case which follows a transitive verb or a preposition:કર્મ સંબધી; કર્મ વિષયક. *n.* The objective case: બીજી વિભક્તિ; કર્મ. 2. An object glass: સૂક્ષ્મદર્શક યંત્રોમાં જોવાના પદાર્થભણી મૂકવાનો કાચ.

Objuration, (ઑબ્જયૂરેશન્) *n.* [L.*objuro*, I bind by oath.] A binding by oath;સોગનસમ-પ્રતિજ્ઞાથી બંધાવું તે.

Objurgation, (ઑબ્જયૂર્ગેશન્)*n.* [L. *objurgo*, I chide.] Reproof: ઠપકો; ધમકી; બોલી.

Obligation, (ઑબ્લિગેશન્) *n.* The binding power of a promise, contract, oath, or vow, or of law: બંધન; ભાર; ફરજ; ધર્મ; બંધ. 2. The state of being obligated or bound:સપાડું;એહસાન; આભાર; પાડ.

Obligatory, (ઑબ્લિગેટૉરિ)*a.* Binding in law or conscience:બંધક; ફરજીયાત; જરૂરી; જરૂરનું.

Oblige, (ઓબ્લાઇજ્)*vt.* [L. *ob* & *ligo*, I bind.] To compel: જરૂર-ફરજ પાડવી. 2. To do a favor to: એહસાન-આભાર કરવો; સપાડું-પાડ ચઢાવવો; કૃપા-મહેરબાની ક૦; ઉપકાર ક૦.

Obliging, (ઓબ્લાઈજિન્ગ્) *a.* Civil; courteous; kind: ઉપકારશીલ; આભાર કરે તેવું; ઉપકારી; પરોપકારી; કૃપાલુ; મેહેરબાન.

Oblique, (ઑબ્લિક્) *a.* [L. *obliquus*, oblique.] Slanting; inclined: ત્રાંસુ; વાંકું; તિરકસ; વક્ર; તિરછું; કતરાતુ. 2. Disingenuous; underhand; perverse: મેલા મનનું; કપટી; મનમાં પાપ રાખનારૂં. **O.** *case*, any case except the nominative: કારક; કારકવિભક્તિ.

Obliquity, (ઑબ્લિક્વિટિ)*n.pl.* **Obliquities**. Deviation from a right line; divergence:વક્રત્વ; વક્રતા; વાંક; ત્રાંસા-વાંકાપણું.2. Deviating from ordinary rules; irregularity:નિયમભંગ; અણઘટતું કામ-રીત-ચાલ; આડાઈ; અસદાચાર; અસદાચરણ.

Obliterate, (ઑબ્લિટરેટ્) *vt.* [L.*ob* & *littera*, a letter.] To erase or blot out: ભુસી-છેકીને કાઢી નાંખવું; ચહેરી નાંખવું; ઉરાડી-ઘસી નાંખવું.

Oblivion, (ઑબ્લિવિઑન) *n.* Forgetfulness: ભુલાવો; વિસારો; વિસરી જવું તે; બેફામી.

oblivious, (ઑબ્લિવિઅસ્)*a.* Causing forgetfulness: ભુલાવે-વિસરાવે એવું. 2. Forgetful:ભૂલકણું; વિસરાલું; વિસરાલ; વિસરભોલું.

Oblong, (ઑબ્લૉન્ગ્)*a.* [L. *ob* & *longus*,long.] Having greater length than breadth: લંબુચું; પોહોલાઈ કરતાં લંબાઈ વધારે હોય એવું. *n.* A rectangular figure longer than it is broad: લંબુચો આકાર-ઘાટ.

Obloquy, (ઑબ્લોક્વી) *n.* [L. *ob* & *loquor*, I speak.] blame; reprehension: અપવાદ; નિંદા; ખ ઙ્ગોઇ. 2. Cause of reproach;disgrace:ગેરઆબરૂ; નામોશી.

Obnoxious, (ઑબ્નૉકશસ્)*a.*[L.*ob*, & *noxius*. hurtful.] Liable to punishment;blameworthy: ઠપકા લાયક; દોષ-લગાડવા જેવું; દોષપાત્ર;શિક્ષાયોગ્ય. 2. Offensive;odious; hateful:અલખામણું;અપ્રિય; ધિક્કારવા લાયક; ભુંડું; નાપસંદ.

Obscene, (ઑબ્સીન) *a.* [L.*obscenus.*]Impure: બીભત્સ; ભુંડું; નિર્લજ. 2. Foul; filthy:ગંદુ; મેલું; મલીન.

Obsceneness-obscenity, (ઑબ્સીન્નેસ-ઑબ્સિનિટિ)*n.* Moral impurity; lewdness:નિર્લજપણું; ગાલગલોચ; ખદફેલી.

Obscure, (ઑબ્સ્કયૂર્) *a.* [L. *obscurus*, dark.] Destitute of light; dusky; dim:અંધારાવાલું;નિસ્તેજ; અસ્પષ્ટ; ઝાંખું. 2. Hidden; retired:ખૂણે પડેલું; છુપું; નહિ જણાયલું; અપ્રસિદ્ધ. 3. Not clear or legible:નહિ સમજાય-ઉકલે તેવું; અસ્પષ્ટ. *vt.* To make dim; to keep in the dark:સંતાડવું; છુપાવવું; સમજાય-વંચાય નહિ એવું કરવું; પ્રકાશ-તેજ કમી ક૦; અપ્રસિદ્ધ-ઝાંખું કરવું; અસ્પષ્ટ કરવું.

Obscurity, (ઑબ્સ્કયૂરિટિ) *n.* Darkness; privacy; unintelligibleness: અંધારું; અંધકાર; એકાંતપણું; અચોકસાઇ; અસ્પષ્ટતા; અપ્રસિદ્ધિ.

Obsecrate, (ઑબ્સીક્રેટ્) *vt.* [L. *ob* & *sacer*, sacred.] To implore:કાલાવાલા-આજીજી-વિનંતી કરવી.

Obsecration, (ઑબ્સીક્રેશન) *n.* The act of imploring:વિનંતિ; આજીજી; કાલાવાલા.

Obsequies, (ઑબ્સીક્વીઝ્)*n.pl.*of**Obsequy**, [L. *exequiæ*, *pl.*, funeral rites.]The last duty or service to a person rendered after his death: પ્રેત સંસ્કાર; મરણ ક્રિયા; ઉત્તર ક્રિયા.

Obsequious, (ઑબ્સીક્વિઅસ્) *a.* Compliant; cringing: હાજીહા કરનાર; ખુશામતિયું.

Observable, (ઑબ્ઝર્વેબલ) *a.* Noticeable; remarkable:ધ્યાનપુગાડવા જોગ; જોવા લાયક.

Observance, (ઑબ્ઝર્વેન્સ) *n.* The act of observing; performance: અવલોકન; દૃષ્ટિ; નજર; પાલન; સેવન; આચરણ. 2. (*a.*) A rite;a custom: આચાર; વ્યવહાર; રીતિ; નિયમ; વિધિ; રેવાજ; રસમ.

Observant, (ઑબ્ઝર્વેન્ટ્) *a.* Watchful: અવલોકન કરનાર નજરબાજ; તપાસનારૂં; જોનારૂં. 2. Regardful; obedient: કહ્યું કરનાર; વશ; આધીન; કહ્યાગરૂં.

Observation, (ઑબ્ઝર્વેશન) *n.* The act or the faculty of observing or taking notice: અવલોકનશક્તિ; નજર. 2. View; judgment: વિચાર; અનુમાન; લક્ષ; ધ્યાન; ધોરણ. 3. A remark: ટીકા; ખોલાસો; વચન. 4. Observance: પાલન; સેવન; આચરણ.

Observatory, (ઑબ્ઝર્વેટૉરિ) *n.* A place or building for making observations on the heavenly bodies:આકાશી ગોલાઓનું અવલોકન કરવાનું મકાન; અવલોકન સ્થાન; તારાંગણ.

Observe,(ઑબ્ઝર્વ્)*vt.* & *vi.* [L. *ob* & *servo*, I keep.] To heed; to obey:પાલવું; માનવું; અનુસરવું. 2. To see; to perceive:નિહાલીને જોવું; અવલોકન ક૦; ચિત્ત દઇને તપાસવું; તપાસવું. 3. To utter as a remark:બોલવું; કહેવું; ટીકા ક૦.

Observer, (ઑબ્ઝર્વર્) *n.* One engaged in,or trained to habits of, close and exact observation:અવલોકન કરવામાં કુશલ માણસ;પ્રેક્ષક;નિરૂપક. 2. One who conforms to anything in practice: પ્રમાણે ચાલનાર; માનનાર; પાલનાર.

Observing, (ઑબ્ઝર્વિન્ગ્) *a.* Habitually attentive:નજરબાજ; બારીકીથી તપાસીને જોનાર.

Obsolete, (ઑબ્સોલીટ્) *a.* No longer in use: ઉપયોગમાંથી નિકલી ગયેલું; ગેરચાલુ.

Obstacle, (ઑબ્સ્ટૅક્લ) *n.*[L.*ob* & *sto*,I stand.] A hindrance; an obstruction:અડચણ; હરકત; નડતર; બાધ; અટકાવ; ખ્યાલ; વાંધો.

Obstetric-al, (ઑબ્સ્ટેટ્રિક-ઑબ્સ્ટેટ્રિકૅલ)*a.* Of or pertaining to midwifery: દાઈ-સોઇયાણીના ધંધા સંબંધી; સુવાવડ વિષે-નું-સંબંધી.

Obstetrics, (ઑબ્સ્ટેટ્રિક્સ) *n.* The science of midwifery: ગર્ભમોચન વિદ્યા-શાસ્ત્ર;પ્રસવકર્મ; સુવાવડનું કામ-વિદ્યા.

Obstinacy, (ઑબ્સ્ટિનૅસિ) *n.* Unyielding disposition;stubbornness; જીદ્દ; હઠ; જક; મમત; હઠીલાઈ. 2. The state of being difficult to remedy, relieve or subdue:મટવા-સારૂં થવાની મુશ્કેલી;દુઃસાધ્યપણું; દુર્નિવાર્યપણું.

Obstinate, (ઑબ્સ્ટિનેટ્) *a.* [L. *ob* & *sto*, I stand.] Persistent; stubborn: મમતી; હઠીલું; જીદ્દી; જક્કી; અડિઅલ. 2. Not yielding; not easily subdued or removed: દુઃસાધ્ય; દુરૂપચાર; ઝટ; મટે-સારૂં થાય નહિ એવું.

Obstruct, (ઑબ્સ્ટ્રક્ટ્) *vt.* [L. *ob* & *struo*, I pile up.] To block up:બંધ કરવું; રોકવું; રૂંધવું; વચ્ચે અડચણ-ખલલ નાંખવી; આડે આવવું; હરકત-ડખલ ક૦; અટકાવવું.

Obstruction, (ઑબ્સ્ટ્રકશન) *n.* An obstacle; a hindrance:હરકત; અડચણ;નડ;નડતર;અટકાવ;બાધ.

Obstructive, (ઑબ્સ્ટ્રક્ટિવ્)*a.* Hindering:પ્રતિબંધક; બાધક; અડચણકારક.

Obtain, (ઑબ્ટેન) *vt.* [L. *ob* & *teneo*,I hold.]

To hold; to keep:પકડવું;રાખવું;પાસે હોવું. 2. To procure; to acquire: મેલવવું; સંપાદન કરવું; પ્રાપ્ત કરવું. *vi.* To become prevalent or general:ચાલવું;હોવું; ચાલુ-જાએજ થવું-હોવું. 2. To succeed: ફાવવું; જીતવું; ફતેહ મેલવવી.

Obtainable, (ઑબ્ટેનેબ્લ) *a.* Capable of being obtained:મલવાજોગ; મલે તેવું; પ્રાપ્ય.

Obtend,(ઑબ્ટેન્ડ્)*vt.* [L.*ob*& *tendo*,I stretch.] To oppose:સામે થવું; વિરૂદ્ધ થવું.

Obtrude, (ઑબ્ટ્રૂડ્) *vt.* & *vi.*[L.*ob* & *trudo*, I thrust.] To thrust impertinently:વગર બોલાવે જવું; માથું મારવું; ઘુસવું; ઘુસી આવવું.

Obtrusive, (ઑબ્ટ્રૂસિવ્)*a.* Forward; pushing: માથાં મારનારૂં; ઘુસે તેવું; વગર તેડે આગલ પડે તેવું; ઘુસણીયું.

Obtuse, (ઑબ્ટયૂસ્)*a.*[L.*ob* & *tundo*, I strike.] Not pointed; blunt:બુઠ્ઠું; અણી વગરનું; પહોલું. **O.** *angle*: પહોલો ખૂણો; વિષમકોણ. 2. Dull; stupid: મંદ; જડ; ઠોઠ; સુસ્ત; ધીમો.

Obverse, (ઑબ્વર્સ્) [L. *ob* & *verto*, I turn.] *n.* The face of a coin which has the principal image or inscription upon it: સિક્કાની જે બાજુએ મુખ્ય છાપ હોય તે બાજુ; માથાવાલી બાજુ.

Obviate, (ઑબ્વિએટ્) *vt.* [L. *ob* & *via*, way.] To prevent by interception: ટાલવું; અટકાવવું; નિવારવું; વારવું; ચુકવવું.

Obvious, (ઑબ્વિઅસ્)*a.*[L. *ob* & *via*, way.] Plain; evident: સાફ; ખુલ્લું; સ્પષ્ટ; ઉઘાડું; દેખીતું.

Obviously, (ઑબ્વિઅસ્લિ) *adv.* Plainly; apparently: ખુલ્લી રીતે; સ્પષ્ટ રીતે; સરિયામ.

Occasion (ઑક્કેઝ્હન્) *n.* [L. *ob* & *cado*, I fall.] Occurrence; incident: બનાવ; ખીના. 2. A favourable opportunity:પ્રસંગ; તાકડો; લાગ; દાવ; ટક; ટાંકણું. 3. Incidental cause: હેતુ;કારણ;સબબ; બાએસ; મતલબ. 4. Need; necessity: જરૂર; ગરજ; કામ; દરકાર. *vt.* To cause; to produce: કરવું; ઉત્પન્ન ક૦; કરાવવું; થવું.

Occasional, (ઑક્કેઝ્હનૅલ્)*a.* Incidental: કોઈ કોઈ વારનું-થતું; અનિત્ય; કદીમનું. 2. Produced by accident: અચાનક બનવાથી-બનતું-થતું; ઓચિંતું.

Occasionally, (ઑક્કેઝ્હનૅલિ) *adv.* Not regularly:કેટલીકવાર;કદાચિત;કદીમદી;કદાપિ; કવચિત્

Occident,(ઑક્સિડેન્ટ્)*n* [L.*ob* & *cado*,I fall.] The west: પશ્ચિમ ભાગ; આથમણી દિશા.

Occidental,(ઑક્સિડેન્ટૅલ્) *a.* Western: આથમણું; પશ્ચિમનું-તરફનું; પાશ્ચાત્ય.

Occiput, (ઑક્સિપટ્)*n.*[L. & *ob* & *caput*, the head.] The back or posterior part of the head or skull: માથાનો પાછલો ભાગ.

Occult, (ઑક્કલ્ટ્) *a.* [L. *ob* & *colo*, I till.] Hidden; secret: અપ્રસિદ્ધ; છાનું;છુપું;ગુપ્ત:બેમાલુમ. **O.** *sciences*: ગહનવિદ્યા; છુપી-ભેદભરમની વિદ્યા.

Occupancy, (ઑક્કયુપૅન્સિ) *n.* Possession; occupation: ભોગવટો; વહિવટ; કબજો.

Occupant, (ઑક્કયૂપૅન્ટ્)*n.* One who takes possession: કબજો રાખનાર; ભોક્તા; ભોગી; અધિકારી.

Occuaption, (ઑક્કયૂપેશન્) *n.* Use; tenure: ભોગવટો; ભોગ; અધિકાર; વહિવટ. 2. Employment; vocation: ધંધો;રોજગાર;ઉદ્યમ;ઉદ્યોગ;કામ; પેશો; વૃત્તિ.

Occupier, (ઑક્કયૂપાઇઅર્) *n.* One who occupies: કબજો રાખનાર; રેહેનાર; વસનાર.

Occupy, (ઑક્કયુપાઈ) *vt.* [L. *ob* & *capio*, I take.]To possess:કબજો કરવો-લેવો; હાથ કરવું; કબજા-ભોગવટામાં રાખવું; ઉપભોગ ક૦; ભોગવવું. 2. To take up the room or space of: રોકવું; પુરવું. 3. To employ:કામે વલગાડવું; ચાકરી રાખવું. 4. To busy one's self with: કામે વલગવું: કામમાં લાગેલા હોવું; રોકાવું; મશગુલ રહેવું.5. To use; to expend: ખરચવું; વાપરવું; ઉપયોગ ક૦.

Occur, (ઑકર્)*vt.* [L. *ob* & *curro*, I run.] To take place: થવું; બનવું; નીપજવું. To meet or come to the mind; to suggest itself: સુઝી આવવું; સુઝવું; મનમાં આવવું.

Occurrence, (ઑકરૅન્સ) *n.* A coming or happening: સુઝી આવવું તે; વિચાર. 2. Any incident or event: બનાવ;વાત;ખીના;હોનાર;સાંટક;ઇત્તેફાક.

Ocean, (ઓશૅન્) *n.* The sea; દરિયો; સમુદ્ર; રતનાગર; સાગર.

Oceanic, (ઓશીઍનિક્) *a.* Of, or pertaining to the ocean:સમુદ્રનું-વિષે;સમુદ્રમાં નિપજતું;સમુદ્રીય.

Ochere, (ઓકર્) *n.* [Gr. *ochros*, pale yellow.] An impure earthy ore of iron or ferriginous clay: એક જાતની રાતી પીલી માટી; ગેરૂ.

Octagon, (ઑકટેગૉન્) *n.* [Gr. *okto*, eight & *gonia*, an angle.] A plane figure of eight sides and eight angles:અષ્ટકોણ. 2. Any structure or place with eight sides or angles: આઠ બાજુઓ અથવા ખૂણાવાલી જગ્યા-ઈમારત; અષ્ટકોણાકૃતિ. *Regular* **O.**: સમબાજુ અષ્ટકોણ.

Octagonal, (ઑકટૅગૉનૅલ્)*a.* Having eight sides and eight angles: અષ્ટકોણના આકારનું.

Octahedron, (ઑકટેહીડ્રૉન્)*n.* [Gr. *okto*, eight & *hedra*, a side.] A solid bounded by eight faces or sides: આઠ બાજુવાલી ઘનઆકૃતિ.

Octangular, (ઑકટેન્ગ્યૂલૅર) *a.* [L. *octo*, eight & *angulus*, angle.] Having eight angles; eight angled: અષ્ટકોણનું; અષ્ટકોણ આકારનું.

Octavo, (ઑકટેવો) *n. pl* **Octavos**. A book composed of sheets each of which is folded into eight leaves: એક તાવનાં આઠ પાનાં કરીને બાંધેલી ચોપડી; અષ્ટપત્રી.

Octennial, (ઑક્ટેનિઍલ)*a.* [L.*octo*, eight & *annus*, year.] Happening every eighth year: આઠ આઠ વરસે થતું-આવતું.

October, (ઑકટોબર)*n.*[L. *octo*, eight.]The tenth month of the year: અંગરેજી વર્ષનો દશમો માસ; આસો-કારતક.

Octogenarian, (ઑકટોજેનેરિઍન) *n.* A person eighty years, or more of age: એંશી અથવા વધારે વર્ષનો માણસ.

Octroi, (ઑકટ્વાં)*n.* A tax levied at the gate of a city: આયાત માલ ઉપર લેવાતો વેરો-જકાત.

Ocular, (ઑક્યૂલર્) *a.* [L. *oculus*, the eye.] Depending on, or perceived by the eye; આંખે-

નજરે જોયેલું; નજરો નજરનું. 2. Of, or pertaining to the eye: આંખ સંબંધી-નું વિષે.

Oculist, (ઑક્યૂલિસ્ટ્) *n.* [L. *oculus*, the eye] One skilled in treating diseases of the eye: આંખનો વૈદ; નેત્ર વૈદ.

Odd, (ઑડ્)*a.* Without a mate; single: વિજોડું: છુટું; નોખું; એકલું; જોડ વગરનું. 2. Not divisible by two without a remainder: બેથી ન ભગાય તેવું; વિષમ; એકી. 3. Extra: વધારાનું; ઉપરનું; ઉપલક. 4. Remaining over; unconnected: ફુટકલ; પરચુરણ; ફીરકુલ. 5. Unusual; unique; strange: કઢંગું; તરેહવાર; અદ્ભુત; વિચિત્ર; ઓર; અસાધારણ; અપૂર્વ.

Oddity, (ઑડિટિ)*n.* Queerness; peculiarity: તરેહવારપણું; કઢંગાપણું; વિચિત્રતા; નવાઇ. 2. That which is odd: કઢંગી વાત-વસ્તુ; કૌતુક.

Oddness, (ઑડ્નેસ્) *n.* The state of being odd, or not even: એકીપણું. 2. Singularity; strangeness; uncouthness:કઢંગાપણું;તરેહવારપણું: વિચિત્રતા; નવાઇ.

Odds, (ઑડ્ઝ્)*n. Sing. & pl.* Advantage; superiority: ફેર; અંતર; તફાવત; શ્રેષ્ઠતા; લાભ; ચઢિયાતાપણું. 2. Quarrel; dispute: તકરાર; કજીઓ: ટંટો. *At odds*, in dispute: સામસામી; ઉલટા; વિરૂદ્ધ; *It is odds*, it is probable: તે સંભવિત છે. *Odds and ends*, remnants; refuse: બાકી રહેલો ભાગ; કકડા ગુકલા.

Ode, (ઓડ્)*n.* [L. *ode*, song.] A Lyric poem: ગાયન; ગીત; કવિત.

Odious, (ઓડિઅસ્) *a.* [L. *odium*, hatred.] Hateful: ધિક્કાર-ફીટકાર કરવાજોગ; કંટાલો ઉપજાવે એવું; અલખામણું; ભુંડું; નઠારૂં; નાપસંદ.

Odium, (ઓડિઅમ) *n.* [L. *odio*, I hate.]Hatred;dislike:તિરસ્કાર; ફીટકાર; અપ્રીતિ: અલખામણાપણું; નાપસંદગી.

Odoriferous, (ઓડોરિફરસ્) *a.*[L. *odor*, odor & *ferro*, I bear.]Perfumed;fragrant:સુગંધવાળું; સુગંધદાર; ખુશબોદાર.

Odorous, (ઓડૉરસ્) See **Odoriferous.**

Odour.Odor, (ઓડર્)*n.* [L. *odor*, a smell.] Any smell, whether fragrant or offensive: વાસ; ગંધ; સોડમ; સુગંધ; ખુશબો; દુર્ગંધ; બદબો: બો. *To be in bad odor*,to be out of favor:મેહેરબાની ન હોવી; ઈતરાજી-ખફગીમાં હોવું.

Of, (ઑવ્) *Prep. In a general sense*, from; out from;proceeding from:નો-ના-ની-નું;-માનું;માંથી; થી ઉત્પન્ન થયેલું. 2.Denoting relation of subject to attribute: વાલું: વાન; માન; મંત. 3. About; concerning:વિષે;સંબંધી;બાબત **Of** *late*,recently: હમણાંજ; હાલ;આજકાલ. **Of** *old*, formerly:પહેલાં: અસલના વખતમાં. **Of** *one's self*, by one's self: પોતાની મેલે;આપસે:આપોઆપ.

Off, (ઑફ્) *adv.* Denoting distance or separation:આઘે; વેગલે; દૂર. 2. Denoting the action of removing or separating, best rendered by: નાખવું; ઉતારવું. As, *to cut* **O.**: કાપી નાખવું. *To be* **O**, (*a*) to depart:જતા રહેવું; નાશી જવું. *To be well* **O.**, to be in good condition:સારી સ્થીતિમાં હોવું; સુખી હોવું; ખાવે પીવે સુખી હોવું. *To be ill* **O.**, to be in poor condition:ગરીબાઈ-તંગીમાં હોવું. *Interj.* Away; begone:જા! ચાલ! નિકલ;પત. *Prep.* Not on; away from:ખસેલું; ઉપર નહિ રહેલું; બહાર. *To be* **O.** *one's food*, to have no appetite:ભૂખ નહિ હોવી; ખાવાની રૂચિ નહિ હોવી. *a.* On the farther side;most distant:પેલી બાજુ તરફનું; પેલું. **O.***side*:હાંકતી વખતે જમણી બાજુ. *n.* (*Cricket.*) The side of the field that is on the right of the wicket keeper:દાંડા આગલ ઉભા રહેનારની જમણી બાજુ.

Off and on, (ઑફ્ઍન્ડ્ઑન) *adv.* Now and then:વારંવાર: વારેઘડીએ; વખતો વખત.

Offal, (ઑફલ) *n.* The rejected parts of a butchered animal: રદ થયલું-મુરદાર ગોશ્ત-માંસ; છીછડાં. 2. Refuse;rubbish: કચરો; એંઠવાડ; પુંજો; રહ્યું સહ્યું.

Offence,(ઑફ્ફેન્સ્)*n.*[L. *ob* & *fendo*, I dash.] A crime or a sin:અપરાધ; ગુન્હો; અન્યાય; દોષ; પાપ; તકસીર; વાંક; ભૂલ. *To take* **O.**, to become angry or hostile:ગુસ્સે થવું; ખોટું લગાડવું; મનમાં ઓછું આવવું.

Offend, (ઑફ્ફેન્ડ) *vt.* To displease: નાખુશ ક૦; ગુસ્સે ક૦; માઠું લગાડવું. 2. To pain; to annoy: દુઃખ-કંટાલો-ત્રાસ ઉપજાવવો; દુઃખવવું.3.To violate: તોડવું; પ્રમાણે ન ચાલવું-વર્તવું. *vi.* To commit a crime:to stumble; to sin:અપરાધ-વાંક-ગુન્હો-તકસીર ક૦. 2 To cause dislike; to displease: ખોટું-માઠું લગાડવું; અપમાન ક૦.

Offender, (ઑફ્ફેન્ડર્) *n.* One who offends: a wrongdoer:અપરાધી; ગુનેગાર; તકસીરવાર.

Offensive, (ઑફ્ફેન્સિવ્) *a.* Displeasing; annoying:ગુસ્સો ઉપજાવે તેવું; માઠું-ખોટું લાગે તેવું; અપમાનકારક. 2. Disagreeable:બદ; ખોટું; ન ગમે તેવું; અપ્રિય; કંટાલો ઉપજાવે તેવું. 3. Making the first attack:પહેલો હુમલો-ચઢાઇ કરનાર; છેડતી શોધનાર. Hence, used in attacking:હુમલો કરવાનું; મારવાનું.

Offer, (ઑફર્) *vt.* [L.*ob* & *fero*, I bear] To sacrifice:અર્પણ ક૦: હોમવું;બલિદાન આપવું;ચઢાવવું. 2. To present for acceptance:મ્હોં આગલ ધરવું; આપવા માંડવું; રજુ-હાજર ક૦; બતલાવવું;કરવાનું બતલાવવું-કહેવું; સૂચવવું; દરખાસ્ત ક૦. *n.* The act of offering; a first advance:કહેણ; માગણી;પ્રાર્થના; દરખાસ્ત; સૂચના.

Offering, (ઑફરિંગ્)*n.* A proffering:કહેણ;માગણી. 2. A sacrifice:અર્પણ; આહૂતિ;બલિદાન;હોમ.

Offhand, (ઑફ્હૅન્ડ) *a.* Instant; extemporaneous:તુરતા તુરતનું; જેવું તેવું; વગર તૈયારીનું; અભ્યાસ શિવાયનું.

Office, (ઑફ્ફિસ્)*n.* [L. *ob* & *facio* I do.] Customary duty:કામ; ફરજ;સેવા; ધર્મ; ક્રિયા; કાર્ય; કર્મ. 2. A position of trust or authority: અધિકાર; હોદ્દો; પદ્ગી; સત્તા; હકુમત; અમલ. 3. A place of public business:કચેરી; આફીસ; દિવાનખાનું; દુકાન; પેઢી; ખાતું.

Office-bearer, (ઑફિસ્બેરર્)*n.* An officer:

અધિકારી; કારભારી; કારોબારી; અમલદાર; ઓધ્ધેદાર.

Officer, (ઑફ્‌િસર) *n.* One who holds an office: અધિકારી; હોદ્દેદાર; અમલદાર. 2. A commissioned officer: સનંદી અમલદાર. *vt.* To appoint officers over: અધિકારીઓ–અમલદાર ઠરાવવા–નિમવા.

Official, (ઑફ્‌િશૅલ) *a.* Of, or pertaining to an office: અધિકાર સંબંધી. 2. Made by virtue of authority: અધિકાર સત્તા રૂયે કરેલું; સરકારી. *n.* A subordinate executive officer or attendant: કામદાર; અધિકારી; અમલદાર.

Officially, (ઑફ્‌િશૅલિ) *adv.* By virtue of the proper authority: હોદ્દા–અધિકારની રૂયે.

Officiate, (ઑફ્‌િશિએટ્‌) *vi.* To act as an officer: બીજાને બદલે કામ બજાવવું–કરવું–ચલાવવું; બદલીનું કામ ક૦.

Officious, (ઑફ્‌િશસ) *a.* Pertaining to duty: કામ–ફરજ સંબંધી–નું 2. Kind; obliging: માયાળુ; ઉપકારી; વગર માગે કામ કરી આપે તેવું. 3. Meddlesome: પારકાના કામમાં માથું ઘાલનાર; ઘુસણીયું; દોડડાહ્યું.

Offscouring, (ઑફ્‌સ્કાઉરિન્ગ્‌) *n.* Refuse; rejected matter: એંઠવાડ; નકામી ચીજ; કચરો.

Offset, (ઑફ્‌સેટ્‌) *n.* A short prostrate shoot: ફણગો; પીલો; ફંટો; અંકુર. 2. A set-off: સામું લેહેણું–દાવો; દાવાને બદલે મજરે લીધેલું તે. *vt.* To set off; to balance: મજરે આપવું; માગતામાં વાળવું.

Off-shoot, (ઑફ્‌શૂટ્‌) *n.* That which shoots off or separates from a main stem, channel, family, race, etc.: આડી ફંટાયલી શાખા; ફંટો.

Off-spring, (ઑફ્‌ સ્પ્રિન્ગ્‌) *n.* A child or children: સંતાન; છોકરું; બચ્ચું.

Oft-Often, (ઑફ્‌ટ–ઑફ્‌ન) *adv.* Frequently; many times: ઘણી–બહુવાર; વાર વાર; વારે ઘડીએ.

Oftentimes, (ઑફ્‌ન્ટાઇમ્ઝ્‌) *adv.* Frequently; often: વારંવાર; ફરી ફરીને; વારેઘડીએ; વારેવારે.

Ogle, (ઓગ્લ્‌) *vt.* [L. *oculus,* the eye.] To look at with side glances: આંખ મારવી; આડું–બાડું જોવું.

Oh, (ઓ) *Interj.* An exclamation expressing surprise, pain, sorrow, anxiety, or a wish: રે! હો! અરેઅરે! અરે! હાય! હાય!

Oil, (ઑઇલ) *n.* [L. *oleum.*] An unctuous combustible substance, not miscible with water: તેલ. *To burn the midnight* O., to study or work late at night: મોડી રાત સુધી અભ્યાસ કરવો–કામ ક૦. *To pour* O. *on burning fire*: બળતામાં ઘી હોમવું. O. *mill*: ઘાણી. *Castor* O.: એરંડીયુ. *vt.* To smear or rub over with oil: તેલ ચોપડવું–લગાડવું.

Oil-cloth, (ઑઇલ-ક્લૉથ્‌) *n.* Cloth treated with oil or paint: રોગાન ચડાવેલું લુગડું; મીણીયું.

Oil-color, (ઑઇલ-કલર્‌) *n.* A paint made by grinding a coloring substance in oil: રંગની ભુકીને તેલમાં મેલવીને કરેલો રંગ.

Oiliness, (ઑઇલિનેસ્‌) *n.* The quality of being oily: ચિકણાપણું; ચિકાશ; ચિકણાઈ.

Oilman, (ઑઇલ્મૅન) *n. pl.* **Oilmen.** One who deals in oils: ઘાંચી; તેલી; તેલ વેચનાર.

Oil-painting, (ઑઇલ-પેન્ટિન્ગ્‌) *n.* The art of painting in oil colors: તેલમાં રંગ વાટીને તેથી રંગવાની કળા. 2. Any painting of which the pigments are ground in oil: તેલમાં રંગ વાટીને તે વડે પાડેલું ચિત્ર.

Oily, (ઑઇલિ) *a.* Consisting of oil; unctuous: તેલમય–વાળું; તેલિયું. 2. Resembling oil: તેલના જેવું. 3. Smoothly subservient: ખુશામતિયું; હાજી હા કરનારૂં.

Ointment, (ઑઇન્ટ્‌મેન્ટ્‌) *n.* An unguent; મલમ; લેપ.

Old, (ઓલ્ડ્‌) *a.* Not young; advanced in years: ઘરડું; વૃદ્ધ; બુઢ્ઢું; બુજર્ગ; અવસ્થાએ પહોંચેલું; જઈફ. 2. Not new or fresh: જુનું; વાસી. 3. Not modern; પ્રાચીન; આગલનું; પુરાણું; અસલી. 4. Long practised; experienced; cunning: જુનો; પક્કો; અનુભવી; પાંવરધો. 5. Worn out: ઉતરેલું; ઘસાઈ ગયેલું; ખખ; ખખલી ગયલું. O. *school*: જૂનો મત; જૂનો વિચાર. O. *world*, the eastern Hemisphere: પૂર્વગોલાર્ધ.

Olden, (ઓલ્ડ્‌ન્‌) *a.* Old; ancient: જૂનું; પ્રાચીન; પુરાતન; અસલ; અગાઉનું.

Old-fashioned, (ઓલ્ડ્‌ ફૅશન્ડ્‌) *a.* Adhering to old customs or ideas: જૂના ચાલ-વિચારને અનુસરતું; જૂની ઢબનું–જુના વિચારનું.

Oldness, (ઓલ્ડ્‌નેસ્‌) *n.* Old age: ઘરડપણ; જઈફી; બુઢાપો.

Oleaginous, (ઓલીઍજિનસ્‌) *a.* [L. *olea,* olive.] Oily; unctuous: સુંવાળું; ચિકણું; તેલવાળું; લસલસતું.

Olfactory, (ઑલ્‌ફૅક્ટરિ) *a.* [L. *olere,* to have a smell & *facio,* I make.] Of, or connected with, the sense of smell: સુંઘવાનું; સુંઘવાની ઈંદ્રીવાળું–નું–સંબંધી.

Olibanum, (ઑલિબૅનમ્‌) *n.* A kind of gum: લોબાન.

Oligarchy, (ઑલિગાર્કિ) *n.* [Gr. *oligos,* few & *arche,* rule.] A form of government in which the supreme power is placed in the hands of a few persons: થોડાં માણસના હાથમાં રાજ્યનો અધિકાર આપવાની રીત–રેવાજ.

Olive, (ઑલિવ્‌) *n.* [L. *oliva.*] A tree: જીતવૃક્ષ; જીતફળ;; જૈતુનનું ઝાડ. 2. A peculiar dark, brownish, yellow or tawny green: બદામી રંગ; કપિલ રંગ. *a.* Of a peculiar dark brownish, yellow, or tawny green: બદામી રંગનું.

Omen, (ઓમેન) *n.* A foretoken; a foreboding: શુકન; અગમચેતી. *Of good* O.: શુભ; મંગળ; માંગલિક. *vt.* To predict; to augur: ભવિષ્ય કહેવું; અગમચેતી ક૦.

Ominous, (ઓમિનસ) *a.* Inauspicious: માઠું; અપશુકનનું; અશુભ; અમાંગલિક. 2. Significant: સૂચક; દર્શક; કારક.

Omission, (ઓમિશન) *n.* Neglect or failure to do something: ભૂલચૂક; ખતા; ગફલત; કસૂર. 2. That which is omitted, or is left undone: મુકી દીધેલી વાત–બાબદ; ભુલાયલું–વિસરાયલું તે.

Omit, (ઓમિટ્‌) *vt.* To let go; to leave out: છોડી મુકી દેવું; રહેવા દેવું. 2. To neglect: કસૂર–ભૂલથી

ન કરવું; ચૂકવું; વિસરવું.

Omnibus, (ઑમ્નિબસ્) *n.* [L. *omnis*, all.] A long four-wheeled carriage; having seats for many men: ઘણાં માણસો બેસી શકે એવી ચાર પૈડાંની લાંબી ગાડી; જનરથ.

Omnipotence, (ઑમ્નિપોટેન્સ્)*n.* Almighty power: સર્વ શકિતમાન ઈશ્વર; પરમેશ્વર; ખુદા. 2.Unlimited power: અપારશક્તિ; અપરંપાર બલ-સત્તા.

Omnipotent, (ઑમ્નિપોટેન્ટ્)*a.*All-powerful: સર્વશક્તિમાન; અપારશકિત-બેહદ સત્તા ધરાવનારું.

Omnipresence, (ઑમ્નિપ્રેઝેન્સ્)*n.* Universal presence: સર્વવ્યાપીપણું; હરજગે હાજરી.

Omnipresent, (ઑમ્નિપ્રેસેન્ટ્)*a.* Present in all places at the same time: સર્વ વ્યાપક;સર્વગત; હરજગે હાજર.

Omniscient, (ઑમ્નિશિઍન્ટ્)*a.* [L. *omni* & *scio*, I know.] Knowing all things: સઘળું જાણનારૂં; સર્વજ્ઞ; સર્વદર્શી.

Omnivorous, (ઑમ્નિવૉરસ્)*a.* [L. *omnis*, all & *voro*, I eat greedily.] All-devouring:બધું ખાનારૂં; સર્વખાદ; સર્વભક્ષક ભોજી.

On, (ઑન) *prep.* At, or in contact with, the surface or upper part of a thing: ઉપર; પર. 2. At or near; adjacent to: તરફ; પાસે. 3. At or in the time of; during: એ; માં; ની વખતે. 4. Toward; for: તરફ; ને વાસ્તે; ની ઉપર. 5. At the peril of: સટ્ટે-જોખમે. **On** *the alert*: જાગતું; ખબરદાર; હુશિયાર. **On** *fire*: બળતું; લાગતું; લી ગયેલું; ક્રોધાયમાન. **On** *a sudden*: અકાએક; એકદમ; અણચિંત્યું; ઓચિંતું; અચાનક. *adv.* Forward: આગલ; પેહેલું. 2. In continuance; without ceasing: ચાલુ; નિરંતર; ચાલતું. 3. Adhering; not off: લાગુ; પાસે. 4. Attached to the body: પહેરેલું.

Once, (ઉવન્સ્)*adv.* For one time: એકવાર-ફેરો-વખત. 2. At some one period of time: ઘણા વખત-દિવસ ઉપર; પૂર્વે; આગલ; એક દિવસ-વખત. *At once*, immediately: એકદમ; તાબડતોબ; તરતજ; લાગલું; જલદી; તાકીદે.

One, (ઉવન્)*a.* Single; એક. 2. A certain: કોઈ એક. 3. Closely bound together; united: એકરૂપ; એકસંપી; એક ગાંઠવાલું. 4. The same; a common: એકજ; એકજ જાતનું; એકનું એક; તેનું તે. 5. Single; unmarried: કુંવારો; અકલો;છડો. *Such a* **O.**: ફલાણો. **O.**'*s self*: પોતે; જાતે; પંડે; ખુદ. **O.**'*s own*: પોતાનું; જાતનું નિજ. *n.* A single unit: એક; એકડો. 2. A single person or thing: એક માણસ-ચીજ.*Little* **O.**s: છૈયાં છોકરાં;બાલબચ્ચાં.

Oneness,(ઉવન્નેસ્)*n.* Singleness in number; individuality: એકત્વ; એકપણું; એકભાવ.

Onerous, (ઓનરસ્)*a.* [L. *onus*, a load; burden.] Burdensome; oppressive: જુલમવાલું; જોખમભર્યું.

Onesided, (ઉવન્સાઇડેડ્) *a.* Partial; unjust; unfair: એક તરફી; એક પક્ષી; પક્ષપાત.

Onion, (અન્યન) *n.* A liliaceous plant of the genus *Allium*:ડુંગલી; પ્યાજ; કાંદો.

Only, (ઓનલિ)*a.* One alone; single: એકજ. 2. Alone in its class;by itself:એકલું; એકનું એક; કેવલ. 3. Preeminent;chief:મુખ્ય; સર્વોપરી. *adv.* Simply:માત્ર;જ;કેવલ;ફક્ત. 2. Solely;wholly:તદન; છેક. 3. Particularly:ખાસ-મુખ્યત્વે કરીને. *conj.* Save or except:સિવાય; વિના.

Onset, (ઑન્સેટ્) *n.* An attack:ધસારો; હલ્લો; ચઢાઈ. 2. A beginning:શરૂઆત; આરંભ.

Onslaught, (ઑનસ્લૉટ્) *n.* An attack:હલ્લો; હુમલો; ચઢાઇ. 2. A bloody battle:ખૂનખાર લડાઇ.

Onus, (ઓનસ્)*n.* A burden;an obligation:ભાર; બોજો; જુમ્મો; જોખમ. 2. The burden of proof: સાબીત કરવાનો જુમ્મો; પુરાવાનો જુમ્મો-બોજો.

Onward, (ઑન્-ઉવર્ડ્) *a.* Forward:આગલ; આગલ ચાલેલું-ચાલતું *adv.* Forward;progressively: આગલ.

Onwards, (ઑન્-ઉવર્ડ્ઝ્) *adv.* Onward:આગલ.

Ooze, (ઉઝ્) [L. *udus*,wet.] *vi.* To flow gently: ધીમે ધીમે વહેવું; ઝરવું; ટપકવું. 2. To leak or escape slowly: ગલવું; ચુવું; નિતરવું.

Opacity, (ઓપૅસિટિ)*n.*Want of transparency: અપારદર્શકપણું. 2. Obscurity;want of clearness: ઝાંખ; ઝાંખાપણું.

Opal, (ઓપૅલ્)*n.*[L. *opalus*.](*Min.*)A mineral: શિવધાતુ; લસણિયો.

Opaque, (ઓપેક્) *a.* Not transparent: અપારદર્શક. 2. Obscure; not clear: નિસ્તેજ; તેજ વગરનું તેજહીન; ઝાંખું.

Ope, (ઓપ્) *a.* Open: ઉઘાડું; ખુલ્લું.

Open, (ઓપન્)*a.* Not shut up;not closed:ખુલ્લું; ઉઘાડું; મોકલું. 2. Not private:જેમાં સર્વને આવવાની છૂટ હોય એવું; આવજા કરી શકાય એવું; ગમ્ય. 3. Extended; expanded: ઉઘાડું; ખુલ્લું; ખિલેલું. 4. (*a*) Frank; generous: ખુલ્લા દિલનું; નિષ્કપટી; ભોલું; નિખાલસ; ઉદાર; સખી. (*b*) Not concealed or secret:ઉઘાડું; ખુલ્લું; પ્રસિદ્ધ; પ્રગટ; સ્પષ્ટ; સાફ; ચોખ્ખું. 6. Not settled or adjusted:ચાલતું; માંડી નહિ વાલેલું; ચાલુ; ઉભું. **O.** *air*: ખુલ્લી-તાજી હવા. *Wide* **O.**:ઉઘાડું ફટાક.*n.* Open space:ખુલ્લી જગ્યા. *In open*, in full view;openly:ખુલ્લી રીતે; ઉઘાડે છોગે; છચોક. *vt.* To unclose;to unbar: ઉઘાડવું; ઉઘાડું-ખુલ્લું કરવું; ખોલવું; ફોડવું. 2. To spread: લંબાવવું; વિસ્તારવું; મોકલું કરવું. 3. To disclose; to explain: ખુલ્લું કરી બતાવવું; સમજાવવું; મનની-પેટની વાત કહેવી. 4. To begin: શરૂ કરવું; આરંભવું; માંડવું. *To* **O** *one's mouth*,to speak:બોલવું;ઉચ્ચારવું. *vi.*To unclose; to be unclosed; to be parted: ઉઘાડવું; ખુલવું; ઉઘાડું થવું; સ્પષ્ટ થવું.2.To expand; to spread out; to be disclosed: દેખાવું; ફેલાવું; ફાટવું;ખિલવું.3. To begin;to commence: શરૂ થવું; આરંભ-શરૂઆત થવી.

Open-handed, (ઓપન-હૅન્ડેડ્)*a.* Generous;liberal:દાતાર; ઘેતાલ; હાથનું છૂટું; સખી.

Open-hearted, (ઓપન-હાર્ટેડ્) *a.* Candid; frank: નિખાલસ; નિષ્કપટી; ભોલું; મોકલા મનનું.

Opening, (ઓપનિન્ગ્) *n.* A beginning:શરૂઆત; આરંભ; મંડાણ. 2. A breach; a hole: મોઢું; નાકું; બાકું;બાકોરું. 3. An opportunity:તક;તાકડો;પ્રસંગ.

Openly, (ઓપન્લિ) *adv.* Publicly: છચોક; જાહેર રીતે; સૌના દેખતાં; ધોળે દહાડે. 2. Plainly; evidently: ખુલ્લા-સાફ દિલથી; ખુલ્લી-સ્પષ્ટ રીતે; ઉઘાડી રીતે.

Opera, (ઑપરૅ) *n.* [L. *opura*, work.] A drama of which music forms an essential part: સંગીત નાટક; ગાયનરૂપી નાટક. 2. A house where operas are exhibited: સંગીતગૃહ; નાટકશાલા; તમાશાખાનું.

Operate, (ઑપરેટ્) *vi.* [L. *opus*, work.] To act: કાંઇ કરવું; ચાલવું; વર્તવું. 2. To produce an appropriate physical effect: ખાસ અસર ઉત્પન્ન કરવી; ધારેલો ગુણ-અસર જણાવી; લાગુ પડવું. 3. To perform some manual act upon a human body in a methodical manner: વાઢ કાપ કરવી; કાપવું; ચીરવું. 4. To deal in stocks or any commodity with a view to speculative profits: સટ્ટો ક૦; શેરનો વેપાર કરવો.

Operation, (ઑપરેશન્) *n.* The act of operating; agency: કામ; ક્રિયા; ઉદ્યોગ; પ્રયત્ન; કારણ; સાધન. 2. Effect produced; influence: ચલણ; અસર; ગુણ. 3. Any methodical action of the hand, or of the hand with instruments, on the human body: વાઢ-કાપ; શસ્ત્રક્રિયા; શસ્ત્રોપચાર.

Operative, (ઑપરેટિવ્) *a.* Active in the production of effects: અસરકારક; અસર કરેએવું; ગુણકારી.

Operator, (ઑપરેટર્) *n.* One who operates: શસ્ત્રવૈદ; વાઢકાપ કરનારો. 2. A speculator: સટો કરનાર; સટોરીઓ.

Ophthalmia, (ઑફ્થૅલ્મિઅૅ) *n.* [Gr. *ophthalmos*, the eye.] An inflammation of the membranes or coats of the eye or the eyeball: આંખના પડદાનો સોજો-વરમ.

Ophthalmic, (ઑફ્થૅલ્મિક્) *a.* Of, or pertaining to the eye; ocular: આંખ-નેત્રનું-વિષે-સંબંધી

Opiate, (ઓપિએટ્) *n.* Any medicine that contains opium: અફીણવાળું ઔષધ. 2. That which quiets uneasiness: ઉંઘ-ચેન લાવે એવું ઔષધ; બેચેની શાંત કરનારૂં ઔષધ; નિદ્રાજનક ઔષધ.

Opine, (ઓપાઇન્) *vt.* [L. *opior* to suppose.] To judge; to think: માનવું; લાગવું; ધારવું; વિચારવું.

Opinion, (ઑપિન્યૅન્) *n.* Settled judgment: મત; પક્ષ; અભિપ્રાય; વિચાર; તર્ક; મતિ; બુદ્ધિ; તોલ; કયાસ. 2. Reputation; fame: માન; આબરૂ; ઇજ્જત; કીર્તિ. *To be of* O., to think; to judge: લાગવું; ધારવું; વિચારવું. *Public* O: લોકમત; જનમત; પ્રજામત. *Regard to public* O.: લોકલાજ; જનલજ્જા.

Opinionated, **Opinionative**, (ઑપિનિઑનેટેડ્-ઑપિનિઑનેટિવ્) *a.* Obstinate: જીદ્દી; આપમતિયું; પોતાના મતને વળગી રહેનાર.

Opium, (ઓપિઅમ્) *n.* The inspissated juice of white poppy: અફીમ; અફીણ.

Opponent, (ઑપ્પોનેન્ટ્) *a.* [L. *ob* & *pono*, I place.] Adverse; antagonistic: ઉલટું; વિરોધી; વિરૂદ્ધ; *n.* An adversary; a foe: વેરી; દુશ્મન; હરીફ; સામાવાળીયો.

Opportune, (ઑપૉર્ટ્યૂન્) *a.* [L. *ob* & *portus*, port.] Timely: વખતસર; ટાંકણાસરનું સવેલાનું.

Opportunely, (ઑપૉર્ટ્યૂન્લિ) *adv.* At seasonable time: ટાંકણાસર; વખતસર.

Opportunity, (ઑપ્પૉર્ટ્યૂનિટિ) *n.* Suitable occasion; chance: તાકડો; લાગ; અવસર; પ્રસંગ; ટાંકણું; તક; સંધિ; યોગ; સોઈ.

Oppose, (ઑપ્પોઝ્) *vt.* & *vi.* [L. *ob* & *pono*, I place.] To set against; વિરૂદ્ધ કરવું-મૂકવું; સામે થવું-પડવું; વારવું; નિવારવું; સામા થઈ અટકાવવું; ચાલવા ન દેવું; હરકત લેવી; વાંધો ઉઠાવવો.

Opposer, (ઑપ્પોઝર્) *n.* An opponent; an antagonist: સામે થનાર; વિરોધી; વિરોધક.

Opposite, (ઑપ્પોઝિટ્) *a.* Placed over against; facing: સામું; સન્મુખ; અભિમુખ. 2. Other: બીજું; ઉલટું; ઈતર. 3. Inconsistent; contrary: વિરૂદ્ધ; વિરોધી; ઉલટું.

Opposition, (ઑપ્પોઝિશન્) *n.* Resistance: નડ; નડતર; હરકત; અટકાવ. 2. Repugnance; antipathy: વિરોધ; જન્મવેર; વેર; હરીફાઈ. 3. The aggregate of persons or things opposing: સામેવાળા; સામો પક્ષ.

Oppositionist, (ઑપ્પોઝિશનિસ્ટ્) *n.* One who belongs to the opposite party: વાળો; હરીફ; સામા.

Oppress, (ઑપ્પ્રેસ્) *vt.* [L. *ob* & *premo*, I press.] To treat with cruelty: પીડવું; અતિશય-બહુ દુઃખ દેવું; જૂલમ ગુજારવો; હલાક-હેરાન ક૦; તોબા તોબા પોકારાવવી.

Oppression, (ઑપ્પ્રેશન્) *n* The act of oppressing or state of being oppressed: જબરદસ્તી; જોરજુલમ; દુઃખ; પીડા; હલાકી; સખ્તી. 2. Injustice; cruelty: અન્યાય; અધર્મ; ગેરઇનસાફ.

Oppressive, (ઑપ્પ્રેસિવ્) *a.* Unjustly severe: જુલમી; જબરદસ્ત; પીડાકારી; જુલમભરેલું; જુલમગાર; સખ્ત.

Oppressor, (ઑપ્પ્રેસર્) *n.* One who harasses others: દુઃખ દેનાર; જુલમકરનાર; જુલમગાર; સિતમગાર.

Opprobrious, (ઑપ્પ્રોબ્રિઅસ્) *a.* [L. *ob* & *probrum*, reproach.] Reproachful; scurrilous: નિંદક; બદનામી ભરેલું; ભિબતખોરૂં. 2. Despised: ફિટકારવાલાયક; તિરસ્કારને પાત્ર; તુચ્છ; ધિક્કારભરેલું.

Opprobrium, (ઑપ્પ્રોબ્રિઅમ્) *n.* Disgrace; infamy: ફિટકાર; ધિક્કાર; નિંદા; તિરસ્કાર.

Optical, (ઑપ્ટિકલ્) *a.* Of or pertaining to sight: દૃષ્ટિ-આંખ-નજરનું-સંબંધી-વિષે.

Optician, (ઑપ્ટિશન્) *n.* One who deals in optical glasses and instruments: ચશ્મા તથા જોવાનાં યંત્રો વગેરેનો ધંધો કરનાર; દર્શનયંત્ર બનાવનાર-વેચનાર.

Optics, (ઑપ્ટિક્સ્) *n.* That branch of science which treats of the nature and properties of light: દર્શનશાસ્ત્ર; દૃક્‌વિદ્યા.

Optimism, (ઑપ્ટિમિઝ્મ્) *n.* The opinion or doctrine that the ordering of things in the universe is such as to produce the highest good: જે જે છે કે બને છે તે બધું સારા વારતે છે એવું મત-વિચાર.

Optimist, (ઑપ્ટિમિસ્ટ્) *n.* One who holds the opinion that all events are ordered for the best: જે જે બને છે તે સારા વાસ્તે છે એવું મત

ધરાવનાર. 2. One who takes hopeful views:સારો અર્થ લેનાર; સઘળી બાબતો-બનાવોના સારા-આશાજનક ભાગ ઉપર નજર-વિચાર કરનાર.

Option, (ઑપ્શન) *n.* [L. *optimus*, best.] The right of choice of election:પસંદ કરવાનો હક-છૂટ-અધિકાર. 2. Choice:પસંદગી; ચાહના; મરજી; ઈચ્છા; રાજીખુશી.

Optional, (ઑપ્શનૅલ્)*a.* Not compulsory:ખુશીપર રાખેલું; ઈચ્છાપર આધાર રાખતું; આપખુશીનું.

Opulence, (ઑપ્યૂલન્સ્)*n.* [L. *ops*, power; wealth.] Wealth; riches:દોલત; ધન; લક્ષ્મી; આબાદી.

Opulent, (ઑપ્યૂલન્ટ્) *a.* Wealthy; rich:તાલેવંત; ધનવાન; પૈસાદાર; માતબર; દોલતમંદ.

Or, (ઑર્) *conj.* A particle that marks an alternative:કે; યા; અથવા; કિંવા; નહિતર; નહિતો.

Oracle, (ઑરૅકલ્) *n.* [L. *oro*, I speak.] The answer of a god or some person reputed to be a god:પુછેલા સવાલનો દેવે અથવા દેવ પુરૂષે આપેલો ઉત્તર. 2. The deity who was supposed to give the answer: પુછેલા સવાલનો જવાબ આપનાર દેવરૂપ પુરૂષ. 3. Any person reputed uncommonly wise: દીર્ઘદર્શી-જ્ઞાનવ પુરૂષ; ડાહ્યો-લાંબી પોહોંચનો માણસ.

Oracular, (ઓરૅક્યૂલૅર્) *a.* Resembling an oracle in some way:દ્વીઅર્થી; મોઘમ; ભરમવાળું; ગંભીરતાવાળું; દેવવાણીનું.

Oral, (ઓરૅલ્)*a.* [L. *oris*, the mouth.] Spoken; verbal:મુખ જુબાનીનું; મોઢાનું; અલિખિત. 2. Of or pertaining to the mouth:મ્હોં સંબંધી-નું-વિષે.

Orally, (ઓરૅલિ) *adv.* In an oral manner:મુખ જુબાનીથી; મોઢે; મોઢેથી.

Orange, (ઑરૅન્જ્) *n.* [L. *aurum*, gold.] The fruit of a tree:નારંગી. 2. The orange tree: નારંગીનું ઝાડ. 3. The color of an orange:નારંગીઓ રંગ. *a.* Of the color of an orange: નારંગી-યા; નારંગીના રંગનું.

Orangery, (ઑરૅન્જેરિ)*n.* A place for raising oranges: નારંગીનો કયારો-બાગ.

Orang-outang, (ઑરૅન્ગ્-ઉટૅન્ગ)*n.* An arboreal anthropoid ape: પુછડાં વગરનો વાંદરો; ઉરાંગ ઉટાંગ વાંદરૂં.

Oration, (ઓરેશન) *n.* [L. *oro*, I speak.] An elaborate discourse delivered in public:ઘણી મેહેનત લેઈ કરેલું ભાષણ; છટાદાર ભાષણ.

Orator, (ઑરૅટર્)*n.* One who is eloquent:છટાદાર ભાષણ કર્તા; સુભાખિત વક્તા; સુવક્તા.

Oratorial-ical, (ઑરૅટૉરિઍલ્-કૅલ્)*a.* Rhetorical: છટાદાર; સુભાખિત.

Oratory, (ઓરૅટોરિ) *n.* Eloquence:સુભાખિતપણું; છટાદારી.

Orb, (ઓર્બ્) *n.* [L. *orbit*, circle.] A spherical body; a globe:ગોલો; મંડલ; વર્તુલ. 2. A wheel: ગોલ ફરતો પદાર્થ; પૈડું. 3. The eye: આંખનો ડોલો.

Orbed-Orbicular, (ઓર્બ્ડ-ઓર્બિક્યૂલ્) *a.* Spherical; circular: ગોલાકાર; ગોલ; વર્તુલાકાર.

Orbit, (ઓર્બિટ્) *n.* [L. *orbis*, a circle.] The path described by a heavenly body in its periodical revolution around another body ગ્રહનો રસ્તો-ફેરો; ગ્રહમાર્ગ. 2. Ball: ગોલો. 3. The cavity of the skull in which the eye and its appendages are situated:આંખનો ખાડો.

Orchard, (ઓર્ચર્ડ્) *n.* A garden: બાગ; બગીચો; વાડી; ફુલવાડી; ફુલબાગ; વાટિકા.

Orchestra, (ઓર્કેસ્ટ્ર) *n.* [Gr. *orchesmia*, to dance.] The space in a theatre between the stage and the audience: નાટકના તખ્તા અને તમાસગીરોની બેઠકની વચ્ચેની જગ્યા. 2. The space appropriated to a band: નગારખાનું; નોબતખાનું; વાજાંવાલાઓ સારૂ રાખેલી જગ્યા. 3. A band of musicians:વાજકમંડલ; ગવૈયા. 4. The instruments employed by a band:વાજીંત્રો.

Ordain, (ઓર્ડેન્) *vt.* [L. *ordo*, order.] To regulate: નિયમ-ધારા પ્રમાણે ગોઠવવું; સ્થાપવું; નિમવું. 2. To decree:હુકમ-કાયદો ક૦; ઠરાવવું; નિર્માણ ક૦. 3. To appoint: નિમવું; ઠરાવવું; અધિકારપર નિમવું; નિમણુંક ક૦.

Ordeal, (ઓર્ડીઍલ્)*n.* An ancient form of test to determine guilt or innocence: અપરાધી શોધી કાઢવાની એક અસલી રીત. 2. Any severe trial or test:ખરી પરીક્ષા; કસોટી.

Order, (ઓર્ડર્) *n.* [L. *ordo*, order.] Method; system:વ્યવસ્થા; ક્રમ; અનુક્રમ; રચના; બંદોબસ્ત. 2. Usage: રીત; રિવાજ; નિયમ; રસમ. 3. Freedom from disturbance:શાંત; સુલેહ; બંદોબસ્ત. 4. A rule or regulation made by competent authority:કાયદો; ધારો; કાનુન; નિયમ. 5. A command; a mandate: આજ્ઞા; હુકમ; ફરમાશ; ફરમાન. 6. A commission:વરદી; આડત. 7. A rank; a row; a grade:દરજ્જો; પાયરી; પંક્તિ; વર્ગ. 8. The rank of a priest:ધર્માધિકારીપણું; ધર્મગુરૂનું પદ-હોદ્દો; પાદરીપણું. *In* O. *to*, for the purpose of: ને વાસ્તે-કાજે-સારૂ. *Out of* O.: ગેરબંદોબસ્તી; બેતાલું; સથરપથર; જથરવથર; બગડેલું. *vt.* To put in order: રીતસર ગોઠવવું; બંદોબસ્ત ક૦. 2. To command: હુકમ ક૦; ફરમાવવું. 3. To give an order for:વરદી આપવી. 4. To admit to holy order: ધર્મગુરૂનું પદ-પદવી આપવી.

Orderly, (ઓડર્લિ)*a.* Regular: ઠીકઠાક; ગોઠવેલું; રચના-બંદોબસ્તવાલું. 2. Observant of order, authority, or rule: નિયમ-રીતસર ચાલનાર. *adv.* Regularly:નિયમ પ્રમાણે; નિયામત રીતે; રીતસર. *n.* A non-commissioned officer, who attends a superior officer:મોટા અમલદારના હુકમો અમલમાં લાવવા માટે સાથે રહેલા બીન સનંદી અમલદાર. 2. A street sweeper:કચરાપતિ; ભંગીઓ.

Ordinal, (ઓર્ડિનૅલ્) *a.* [L. *ordo*, order.] Indicating order or succession:સંખ્યાવાચક.

Ordinance, (ઓર્ડિનૅન્સ્) *n.* Orderly arrangement:ધારા પ્રમાણેની ગોઠવણ-રચના; વ્યવસ્થા; નિયમ; ક્રમ. 2. An edict or decree: ધારો; કાનુન; દસ્તુર; ફરમાન; હુકમ.

Ordinarily, (ઓર્ડિનૅરિલિ)*adv.* As a rule; commonly; usually:સાધારણ રીતે; ઘણું કરીને.

Ordinary, (ઓર્ડિનૅરિ) *a.* Settled; regular:વહિ-

વટ-ચાલ-દસ્તુર પ્રમાણે-મુજબનું. 2. Of common rank, quality or ability:ચાલી જાય તેવું; માધ્કસરનું; સાધારણ; મધ્યમ; સામાન્ય.

Ordination, (ઑર્ડિનેશન) *n.* The conferring of holy orders:પાદરીની પદવી આપવી તે; ધર્મપદનિયોજન. 2. Arrangement; order; ગોઠવણ; નિયમ; વ્યવસ્થા.

Ordnance, (ઑર્ડ્નન્સ) *n.* Cannon or great guns:તોપખાનું; તોપો; મોટાં અગ્નિશસ્ત્ર.

Ordure, (ઑડ્યૂર્) *n.* Dung;fæces:અઘાર; લીંડી; વિષ્ટા; નરક; છાણ. 2. Defect: કસુર; ખોડ; ખાંપણ; ખામી; એબ.

Ore, (ઓર્) *n.* A native form of a metal: અશુદ્ધ ધાતુ; કાચી ધાતુ.

Organ, (ઑર્ગન) *n.* [Gr. *organon*, work.] An instrument or medium by which some important action is performed: સાધન; સાહિત્ય; હથિયાર; ઓજાર. 2. A natural part or structure in an animal or a plant:ઇંદ્રિ; અવયવ; અંગ. 3. (*Mus.*) A wind instrument: વાજું;વાદ્ય.

Organic-al, (ઑર્ગૅનિક-ઑર્ગૅનિકૅલ) *a.* Of or pertaining to an organ: ઇંદ્રિય સંબંધી-નું-વિષેલગતું; ઇંદ્રિયવાન; બાંધાવાળું.

Organism, (ઑર્ગૅનિઝ્મ) *n.* Organic structure:અવયવ; રચના; ઘટના; બાંધો. 2. An organized being:જીવજંતુ; જંતુ.

Organist, (ઑર્ગૅનિસ્ટ્) *n.* One who plays on the organ:વાજું વગાડનારો; વાજીંત્રી.

Organization, (ઑર્ગૅનાઇઝેશન) *n.* An organized existence:રચના;યોજના;બંદોબસ્ત;વ્યવસ્થા.

Organize, (ઑર્ગૅનાઇઝ્) *vt.* To furnish with organs:ઇંદ્રિયવાન કરવું; જીવન સાધન આપવું. 2. To systematize:યોજના કo; રચવું; વ્યવસ્થા-બેત-બંદોબસ્ત કo.

Orgies, (ઑર્જીઝ્) *n. pl.* Drunken revelry; a carouse:અતિશય દારૂ પીને મોજ-મસ્તી કરવી તે.

Orient,(ઓરિઅન્ટ્) *a* [L.*orior*, I rise.] Rising, as the sun:ઉગતું; ઉદય થતું; ઉદયમાન; ઉદય પામતું. 2. Eastern;oriental:પૂર્વખંડ-દેશનું; ઉગમણું; પૂર્વતરફનું. 3. Bright;lustrous:તેજદાર; ચકચકિત; પાણીદાર; ચલકતું. *n.* The east: પૂર્વદિશા; ઉગમણ. 2. The countries of Asia or the east:એશિયાના અથવા પૂર્વના દેશો.

Oriental, (ઓરિઍન્ટલ) *a.* Eastern:ઉગમણ-પૂર્વનું-તરફનું. *n.* An Asiatic: એશિયા ખંડનો રહેવાશી; પૂર્વદેશવાસી.

Orientalist, (ઓરિઍન્ટલિસ્ટ્) *n.* An inhabitant of the Eastern parts of the world: પૂર્વદેશનો રહેવાસી. 2. One versed in Eastern languages, literature, etc: પૂર્વદેશની ભાષાઓ તથા વિદ્યામાં પ્રવીણ માણસ.

Orifice, (ઑરિફિસ) *n.* [L.*os*, *oris*, a mouth & *facio*, I make.] A mouth or aperture; an opening:વેહ; ખાકું; મ્હોં; કાણું; બાકોરૂં; નાકું.

Origin, (ઑરિજિન) *n.* [L. *orior*, I rise.] The beginning; the birth:મૂલ; શરૂઆત; આરંભ; જન્મ; ઉત્પત્તિ.

Original, (ઓરિજિનૅલ) *a* Primitive; primary: ઉત્પત્તિનું-ને લગતું; મૂલ; અસલ. 2. New; fresh: નવું; તાજું; તર્તનું. 3. Inventive: નવું શોધી કાઢે તેવું; શોધક. *n.* Archetype; first copy: મૂલ-અસલ ગ્રંથ; મૂલ પ્રત; અસલ નકલ.

Originality, (ઓરિજિનૅલિટિ) *n.* The quality or state of being original:અવલ-અસલપણું; કલ્પના શક્તિ.

Originally, (ઓરિજિનૅલિ) *adv.* At first; at the origin:અસલ; પહેલાં; શરૂઆતમાં.

Originate, (ઓરિજિનેટ્) *vt.* To produce as new: નવું રચવું; પેદા કo; કાઢવું; ઉત્પન્ન કo; પ્રારંભ કo.*vi.*To take first existence:ઉત્પન્ન થવું; નિકલવું; શરૂ-ચાલુ થવું; પ્રારંભ થવો.

Orion, (ઓરિઑન)*n.* [Gr. *Orion*, a mythological hunter.] A large and bright constellation on the equator between the stars Aldebaran and Sirius:એક નક્ષત્ર; મૃગશીર્ષ.

Ornament, (ઑર્નૅમેન્ટ્)*n.* [L.*orno*, I deck.] Decoration; adornment: શણગાર; શોભા; ભૂષણ; ઘરેણું; સાજ. *vt.* To adorn; to embellish: ઘરેણાં પહેરાવવાં; શણગારવું; શોભાવવું.

Ornamental, (ઑર્નૅમેન્ટલ) *a.* Beautifying: શોભાતું; શોભાવે તેવું; શોભાજનક-દાયક.

Ornamentation, (ઑર્નૅમેન્ટેશન) *n.* That which ornaments:આભૂષણ; અલંકાર; ઘરેણું; શોભા.

Ornate, (ઑર્નેટ્) *a.* [L. *orno*, I adorn.]Adorned:શણગારેલું; સુંદર; ખુબસુરત; શોભિતું.

Ornithology, (ઑર્નિથૉલૉજિ) *n.*[L *ornithos*, a bird & *logos*, discourse.] That branch of zoology which treats of birds: પક્ષીવર્ણનવિદ્યા. 2. A treatise or book on this subject: પક્ષીવિદ્યા-વર્ણનની ચોપડી.

Orphan, (ઓર્ફન) *n.* [L. *orbus*, bereft.] A child bereaved of both father and mother: માબાપ વિનાનું છોકરૂં; અનાથ બાલક. *a.* Bereaved of parents:નબાપું; નમાયું; અનાથ; માબાપ વગરનું.

Orphanage, (ઓર્ફનેજ્)*n.* The state of being an orphan; orphanhood: નબાપા-નમાયાપણું;માતૃપિતૃહીનતા; અનાથતા. 2. An institution or asylum for the care of orphans: માબાપ વગરનાં છોકરાંને રહેવાનું આશ્રમ-ગ્રહ; અનાથ રક્ષકગૃહ; અનાથાશ્રમ; અનાથાલય; યતીમખાનું.

Orpiment, (ઑર્પિમેન્ટ્)*n.* [L. *aurum*, gold & *pigmentum*, pigment.] Arsenic sesquisulphide:હરતાલ; હડતાલ.

Orthodox, (ઑર્થોડૉક્સ્) *a.* [L. *arthos*, right & *doxa*, an opinion.] Sound in opinion or doctrine: જુના વિચારો-રાહ રસમોને વલગી રહેનાર.

Orthodoxy, (ઑર્થોડૉક્સિ) *n.* Consonance to genuine scriptural doctrines:જુનો મત-વિચાર.

Orthoepy, (ઑર્થોઍપિ)*n.* [Gr. *orthos*, right & *epos*, a word.] A correct pronunciation of words: શુદ્ધ ઉચ્ચાર; શુદ્ધોચ્ચારણ.

Orthographical,(ઑર્થોગ્રૅફિકૅલ)*a.* Pertaining to right spelling: શુદ્ધ જોડણીને લગતું.

Orthography, (ઑર્થૉગ્રૅફિ) *n.* [Gr.*orthos*,

right & *grapho*, I write.] Correct spelling: શુદ્ધ જોડણીનું; શુદ્ધ લેખનવિદ્યા; વર્ણન્યાસ. 2. The part of grammar which treats of the letters, and of the art of spelling correctly:વર્ણવિચાર; અક્ષરવિચાર.

Oscillate, (ઑસિલેટ્) *vi.* [L. *oscillum*, a swing.] To swing; to sway: ઝોલાં ખાવાં; ઝુલવું; આમ તેમ હાલવું. 2. To vary or fluctuate between fixed limits:વધઘટ થયા કo.

Oscillation, (ઑસિલેશન) *n.* Vibration: ઝોલાં ખાવાં તે; ઝોલું; ઝોલ્લો. 2. Fluctuation; variation:વધઘટ; ચઢ ઉતર.

Oscillatory, (ઑસિલેટોરિ) *a.* Swinging; oscillating; vibratory: ઝુલતું; ઝોલા ખાતું.

Oscitation, (ઑસિટેશન) *n.* [L. *os*, the mouth & *ciere*, to move.]The act of yawning or gaping: બગાસું; અવાચી.

Ossify, (ઑસિફાઇ) *vi.* To become bone: હાડકું થવું-બનવું-બંધાવું.

Ostensible, (ઑસ્ટેન્સિબલ્) *a.* [L.*ob* & *tendo*, I stretch.] Capable of being shown: બતાવવા લાયક-યોગ્ય. 2. Exhibited; apparent: બતાવેલું; દેખાડેલું; દેખીતું; બહાર દેખાતું-દેખાડવાનું.

Ostensibly, (ઑસ્ટેન્સિબ્લિ) *adv.* Avowedly; professedly: ઉઘાડું; ખુલ્લું; ઉપરથી; બહારથી.

Ostentation, (ઑસ્ટેન્ટેશન) *n.* [L. *ostendo*, I show.] Unnecessary show:ભપકો;ઢોંગ;રોફ;દમામ.

Ostentatious, (ઑસ્ટેન્ટેશસ) Pretentious; boastful: ઢોંગી; ડોલડમાકવાળું; પતરાજીખોર; દમામી.

Osteology, (ઑસ્ટીઑલૉજિ) *n.* The science which treats of the bones: અસ્થિ શાસ્ત્ર-વિદ્યા; હાડકાંની બનાવટ વગેરે સમજાવનારી વિદ્યા.

Ostracism, (ઑસ્ટ્રૅસિઝ્મ્) *n.* [Gr. *ostrakon*, a tile.] Banishment by popular vote:ઘણાની સંમતીથી કરેલો દેશનિકાલ. 2.Banishment;exclusion: દેશ નિકાલ.

Ostracize, (ઑસ્ટ્રેસાઈઝ્) *vt.* To Banish by a popular vote:લોકમતે દેશ નિકાલ કરવું; મંડલ-મંડલી બહાર કાઢી મુકવું; ન્યાત બહાર કo. [શહામૃગ.

Ostrich, (ઑસ્ટ્રિચ્) *n.* A kind of large bird:

Other, (અધર્) *conj.* Either:બેમાંનું એક. *Pron.* & *a.* Not the same:જુદું; બીજું. 2. Opposite: પેલી તરફનું; સામું; ઉલટું. 3. Alternate; second: એક મૂકીને બીજું; એકાંતરૂં. 4. Left as opposed to right:ડાબું. *The* o. *world*:પરલોક.

Otherwise, (અધર્-ઉવાઈઝ્)*adv.* In different manner; differently: બીજી-જૂદી રીતે. 2. Under other conditions:નહિતો; નહિતર.

Ottar,Otto, (ઑટ્ટર ,ઑટ્ટો) *n.* Atter: અત્તર.

Ottoman, (ઑટ્ટોમૅન) *a.* Of or pertaining to the Turks:તુર્ક લોકો સંબંધી-નું. *n. pl.* **Ottomans**. A turk:તુર્ક. 2. A stuffed seat with a back:ગાદીવાળી બેઠક-ખુરસી-કોચ.

Ought, (ઑટ) *n.* કંઈ; કંઇ પણ. *v. imperfect, p. p.* or *auxiliary*, જોઈએ છે; ઘટે છે; જરૂર-સજાવાર છે.

Ounce, (આઉન્સ્) *n.* [L. *uncia*, the twelfth.] A weight:આઉંસ; અર્ધટાંક.

Our-Ours, (ઑઅર્-ઑઅર્ઝ્) *Possessive pron.* Of or pertaining to us:અમારૂં; આપણું.

Ourself-selves, (ઑઅર્સેલ્ફ્-ઑઅર્સેલ્વ્ઝ્) *Pron.* An emphasized form of the pronoun of the first person plural:અમે પોતે-જાતે; આપણે જાતે-ખુદ.

Oust, (આઉસ્ટ્) *vt.* To eject; to turn out: કાઢી મેલવું; હાંકી કાઢવું; ખસેડવું.

Out, (આઉટ્) *adv.* Not in; from home: બહાર. 2. In a state of disclosure: ઉઘાડું; પ્રસિધ; જણાઇ ચુકેલું; અજ્ઞાન થયલું. *Out and out*: Completely; wholly:પૂર્ણ-સંપૂર્ણ રીતે; સંપૂર્ણ; છેક; બીલકુલ. O. *of door*, O. *of doors*, from the house:ઘર બહાર; ખુલ્લી હવામાં. O. *of favor*, under displeasure:ગેર મેહેરબાની; ઇતરાજીમાં. O. *of order*, disarranged; in confusion:અવ્યવસ્થિત; ઉલટું સુલટું; સથરપથર. O. *of place*, not in the usual or proper place: કઠેકાણે;કઠેકાણાનું. O.*of print*,the edition printed being exhausted:ન મલે તેવું (પુસ્તક); બધી નકલ ખપી ગએલી હોય તેવું. O.*of question*, impossible to be favorably considered:નહિ બને-થાય-વિચાર પર લેવાય તેવું. O. *of reach*: ગોતાની ન શકાય તેવું. O. *of season*, untimely: કવખત-કદહાડાનું; કવેલા. O. *of sorts*, unwell:કમોજ; અસુખી; બેચેન. O. *of temper*, angry: ગુસ્સે થયલું; ચીડાયેલું. O. *of tune*, not in harmony:બેતાલ. O. *of use*, obsolete:નહિ વપરાતું; જુનુ . O. *of the way*. (*a*) On one side; secluded:એક બાજુએ; એકાંતે; નોખુ; ઇલાયદું; દૂર; આઘું. (*b*) Improper;wrong: ગેરવાજબી;ખોટું. O. *of the woods*, free from difficulty; safe: મુસ્કેલીમાંથી નિકલેલું; સહિસલામત. *vt.* To eject; to expel:કાઢી મૂકવું; બરતરફ કo. 2. To come out with; to make known:જાણીતું કo; જાહેર કo. *Interj.* Go out; begone:દૂર જા; જાઓ; ચાલ; ચાલ-ચાલ; નિકળ.

Out-bid, (આઉટ્બિડ્) *vt. Imp.* **Outbid** or **outbade**.*p.p.* **Outbid** or **outbidden**. To exceed or surpass in bidding: લીલામ-હરાજીમાં વધવું; મોટી માગણી કo; વધારે ભાવ આપવો.

Outbreak-burst, (આઉટ્બ્રેક્-આઉટબર્સ્ટ્)*n.* Eruption; insurrection:ઉભરો; જુસ્સો; ઉછાળો.

Out-cast, (આઉટ્-કેસ્ટ્) *a.* degraded:બહાર કાઢી મૂકેલું; પતિત; ભ્રષ્ટ; નાતબહાર. *n.* A degraded person:નાત બહાર મુકાયલો માણસ.

Out-come, (આઉટ્-કમ્) *n.* Result; consequence: ફલ;પરિણામ; ઉત્પન્ન; નતીજો.

Out-cry, (આઉટ્ક્રાઇ)*n.*A vehement cry: પોકાર; બુમ; શોર; ગુમાટ; ઘોંઘાટ; શોરબકોર.

Out-do, (આઉટ્-ડૂ) *vt. Imp.* **Outdid**. *p. p.* **Outdone**. To excel:પાછલ પાડવું; હઠાવવું; ચઢીઆતા થવું.

Out-door, (આઉટ્-ડોર) *a.* Done in the open air: ઘરની બહારનું; ખોલ્લી હવામાં કરવાનું-કરેલું.

Outer, (આઉટર્)*a.*(*Compar. of* **out.**) Being on the outside; external:ઉપરનું; બહારનું.

Outermost, (આઉટર્મોસ્ટ્) *a.* Being on the extreme external part: સૌથી બહારનું.

Out-fit, (આઉટ્-ફિટ)*n.*A fitting out or equipment, as for a voyage: મુસાફરી–સફરની સઘલી સામગ્રી; પ્રવાસ સાહિત્ય; સફરનો અસબાબ; તૈયારી.

Out-flank,(આઉટ્-ફ્લૅન્ગ્ક્) *vt.* to go beyond, or be superior to, on the flank: બાજુએથી આગલ નિકલવું; દુશ્મન ઉપર ફાવી જવું.

Out-going,(આઉટ્-ગોઈન્ગ્)*n.* Outlay: ખર્ચ; ખરચખુટણ; છેડો; હદ. *a.* Going out;departing: જતું; જતું રહેતું; ઉપડતું.

Out-grow, (આઉટ્-ગ્રો) *vt. imp.* **Outgrew.** *p. p.* **Outgrown.** To surpass in growing: અતિશય મોટા થવું; બહુ ફેલાવું.

Out-house, (આઉટ્-હાઉસ્)*n.* An outbuilding: ઘરની પાસેની પણ ઘરને લગતી નાની ઓરડી; કોટડી.

Out-landish, (આઉટ્-લૅન્ડિશ્)*a.* Foreign; not native: પરદેશી; પારકું. 2. Strange; rude:વિચિત્ર; તરેહવાર; અસભ્ય; જંગલી.

Out-last,(આઉટ્-લૅસ્ટ્)*vt.*To survive;to endure longer than: લાંબી મુદત સુધી ચાલવું–ટકવું.

Outlaw,(આઉટ્લૉ)*n.* A person excluded from the benefit of the law, or deprived of its protection:બારવટે કાઢેલો પુરૂષ; બારવટિયો;બ્હારવૈયો. *vt.* Declare to be an outlaw: રાજ્યના રક્ષણમાંથી કાઢી મૂકવું.

Outlay, (આઉટ્લે) *vt.* To lay out:પાથરવું; મૂકવું. *n.* Expending:ખર્ચ; વ્યય; ખરચાયલી રકમ.

Outlet, (આઉટ્લેટ્)*n.* A passage out;an exit: બારૂં; બહાર જવાનો માર્ગ;નિકલવાનો રસ્તો;મોઢું;મુખ.

Outline, (આઉટ્લાઇન) *n.* The exterior line: હદ–સીમાની રેખા–લીટી; મર્યાદા રેખા. 2. A sketch: ડોહોલીયું; ખોખું; બહારનો દેખાવ. 3. A preliminary or general indication: ખરડો; સાર. *vt.* To draw the outline of: બહારની આકૃતિ કાઢવી. 2. To Sketch out or indicate as by an outline: ખરડો–ખોખું બનાવવું–ક૦.

Out-live, (આઉટ્લિવ્) *vt.* To live beyond or longer than; to survive:કોઈથી વધારે જીવવું;કોઈના મુવા પછી રહેવું–જીવવું.

Out-look, (આઉટ્–લુક્) Scope of vision;sight; appearance:દેખાવ; દષ્ટિ; નજર; નજરગાહ.

Out-lying, (આઉટ્-લાઈઈન્ગ્) *a.* Exterior; remote;detached:બહારનું; આઘું; વેગલું; છુટું; નોખું.

Out-manœuvre,(આઉટ્-મૅનૂવર્)*vt.* To surpass, or get an advantage of: લડાઈની તદબીર–હિકમતમાં ચઢિયાતા નિવડવું; સામાવાલાના સરદારને હંફાવવો.

Outmost, (આઉટ્મોસ્ટ્) *a.*Farthest outward; outermost:ઘણું દુરનું; છેટેનું; સૌથી બહારનું.

Out-number, (આઉટ્-નમ્બર્) *vt.* To exceed in number:વધતુ –વધારે થવું–હોવું; વધવું.

Out-of-the-way,(આઉટ્-ઑફ્-ધી-ઉવે)*a.* Improper; unusual:નવાઈનું;અસાધારણ; ગેરશિરસ્તાનું.

Out-post, (આઉટ્-પોસ્ટ્) *n.*(*a*) A Station for observation of the enemy:શત્રુની હીલચાલ તપાસવાને માટે ફોજના મુખ્ય ભાગથી થોડે છેટે કરેલો મુકામ –થાણું. (*b*) The troops placed at such a distance:મુખ્ય ભાગેથી થોડે છેટે રાખેલી થાણામાંની ટુકડી.

Out-pour, (આઉટ્-પોર્)*vt.* To pour out:પુષ્કલ નાંખવું; વરસાવવું; રેડવું. *n.* A flowing out; a free discharge: રેલો; ધોધ; વરસાદ.

Outrage, (આઉટ્રેજ્) *n.* Wanton mischief: મોટો જુલમ; ગજબ; અનર્થ; કેર. *vt.* To commit outrage upon: મોટો જુલમ કરવો; સિતમ ગુજારવો; બળાત્કાર ક૦.

Outrageous, (આઉટ્રેજીઅસ્) *a.* Furious; violent: કેર વર્તાવનારૂં; જુલમી; ગજબનાક.

Out-reach, (આઉટ્-રીચ્) *vt.* To reach beyond: કોઈને પછાત નાખી આગલ વધવું-જવું.

Out-rider, (આઉટ્-રાઇડર્) *n.* A servant on horseback attending a carriage: ગાડીની સાથે રહેનાર ઘોડેસ્વાર.

Out-right, (આઉટ્-રાઈટ્) *adv.* Immediately: તરતજ; એકદમ; તાબડતોબ; રોકડું. 2. Completely: પુરેપુરૂં; બિલકુલ; તમામ.

Out-run, (આઉટ્-રન) *vt. Imp.* **Outran.** *p. p.* **Outrun.** To outstrip: દોડવામાં પાછલ મૂકવું; સરસ-ચઢિયાતા થવું; પાછલ પાડવું.

Outset, (આઉટ્-સેટ્) *n.* A beginning: શરૂઆત; મંડાણ; પ્રારંભ.

Out-shine, (આઉટ્-શાઈન) *vt.* To excel in splendor: વધારે ચલકવું-શોભવું; દીપી-શોભી-પ્રકાશી નિકલવું.

Out-side, (આઉટ્-સાઈડ) *n.* The exterior: કોઈ ચીજનો ઉપરનો–બહારનો ભાગ; બહારની બાજુ. 2. The utmost: અવધી; સીમા;આખર; અન્ત. *a.* External: ઉપરનું; બહારનું.

Outsider,(આઉટ્-સાઈડર્)*n.* One disconnected in interest or feeling :પરાયો;પારકો;બહારનો માણસ.

Out-skirt, (આઉટ્-સ્કર્ટ્) *n.* Suburb: પરૂં; ફલીઉં; સિમાડો; હદ.

Out-standing, (આઉટ્-સ્ટૅન્ડિન્ગ) *a.* Uncollected: પત્યા વગર–બાકી રહેલું; બહાર નીકલેલું; ઉભું; વસુલ ન થયલું.

Out-stretch, (આઉટ્-સ્ટ્રૅચ્) *vt.* To stretch out: ફેલાવવું; વિસ્તારવું.

Out-strip, (આઉટ્-સ્ટ્રિપ્) *vt.* To outrun: પાછલ નાખવું-પાડવું; આગલ વધવું.

Out-vote, (આઉટ્-વોટ્) *vt.* To defeat by votes: વધારે મતથી જીતવું-હરાવવું; વધારે મત મેલવવાં.

Outward, (આઉટ્-ઉવર્ડ્) *a.* External: બહારનું; ઉપરનું. 2. Manifest: દેખીતું; ખુલ્લું; પ્રસિધ્ધ. 3. Foreign: પરદેશનું; પારકું.

Outwardly, (આઉટ્-ઉવર્ડ્લિ) *adv.* Externally: બહારથી; ઉપરથી; ઉપર; બહાર.

Out-weigh, (આઉટ્-ઉવે) *vt.* To exceed in weight ઉપયોગ-વજન-તોલમાં થવું.

Oval, (ઓવૅલ્) *a.* [L. *ovum*, an egg.] Having the figure of an egg: અંડાકાર; ઈંડાના આકારનું. *n.* Anything oval: અંડાકૃતિ; ઈંડાના આકારનું કંઇપણ.

Ovary, (ઓવૅરિ) *n.* [L. *ovum*, egg.] The part of the pistil which contains the seed: બીજાશય.

Ovate,(ઓવેટ્)*a.* Egg-shaped: ઈંડાકાર; અંડાકાર.

Ovation, (ઓવેશન્) *n.* [L.*ovo*, I exult.] An expression of popular homage: લેાક સન્માન; લેાકેા તરફનું માન.

Ovan, (ઓવન્) *n.* [L. *ignis*,fire.] A place for baking:ભઠ્ઠી.2. Backing plate:તવેા;લેાઢી;તંદુર

Over, (ઓવર્) *prep.* [L. *super.*] Above:ઉપર; પર; માથે; વધુ. 2. Upon the surface or whole surface of: ઉપર; ઉપર;બધે ઉપર ફરીવલેલું. 3. *Over head and ears*, completely; wholly: પૂરેપૂરૂં; નખશીખ; તદ્દન. *adv.* Across: એક છેડાથી બીજા છેડા સુધી; આરપાર. 2. From beginning to end: પહેલાંથી છેલ્લાં સુધી; સઘલું. *All* **O.** (*a*) upon all parts: સઘલે;બધે.(*b*)At an end: છેડે; આખરે. **O.** *again*, once more: ફરીને; પાછું;બીજીવાર. **O.** *and above*, in addition: વલી; એ શિવાય; ઉપરાંત; વધારામાં. **O.***and over*, repeatedly: ફરીફરીને; વારંવાર. *To throw* **O.**, to abandon: છોડી દેવું; ફસાવવું.

Overalls, (ઓવર-ઑલ્ઝ્) *n.pl.* A kind of loose trousers: એક જાતનેા ઉપર પહેરવાનેા લાંબેા લેંઘેા-ઇજાર.

Over-awe, (ઓવર-ઑ)*vt.*To awe exceedingly: દબડાવવું; બીવરાવી નાંખવું; દેહેશત ખવરાવવી.

Over-balance, (ઓવર્-બૅલૅન્સ) *vt.* To outweigh: વજન-તેાલ-ભારબેાજ-અગત્યતામાં વધારે થવું-હેાવું. 2. To cause to lose equilibrium: સમતેાલપણું ઓછું ક૦-ખેાવું.

Overbearing, (ઓવર્-બેરિન્ગ્) *a.* Arrogant; મિજાજી; અપમાન કરે તેવું; મીજાજનું ભરેલું; તુંડ.

Over-board, (ઓવર્-બોર્ડ્) *adv.* Out of a ship: વહાણમાં-ઉપરથી. *To throw* **O.**, to discard: વહાણમાંથી નાંખી દેવું; વેહેતું મુકવું; છેાડી દેવું.

Over-burden (ઓવર્-બર્ડ્‌ન)*vt.* To load overmuch: ઉંચકાય તે કરતાં વધારે ભાર મૂકવેા; ગજા ઉપરાંત લાધવું.

Over-cast, (ઓવર્-કૅસ્ટ્)*vt.*To cloud;to darken: ઘનઘેાર ક૦; ઘેરવું; છાવું; છાવરવું; છવાઇ જવું.

Over-charge, (ઓવર્-ચાંર્જ) *vt.* To charge too much: ઘણેા ભાર મૂકવેા-ભરવેા; અતિશય-ખીચેાખીચ-ટકેાટક ભરવું; ઠાંસી ઠાંસીને ભરવું; વધારે-ભાવ-કિંમત કહેવી–માંડવી. *n.* An excessive load: ઘણેા ભાર-બેાજેા. 2. An excessive charge: વધારે લખેલી-માંડેલી કિંમત; મેાઘું દામ.

Over-come, (ઓવર્કમ્)*vt.* To conquer: જીતવું; વશ-તાબે ક૦; ફાવવું; જેર ક૦;હરાવવું. *vi.* To be victorious: ફતેહમંદ થવું–હેાવું.

Over-do, (ઓવર્-ડૂ) *vt. imp.* **Over-did** *p.p.* **Over-done.** To exaggerate: સહરાવવું; સહરાગાત ક૦. 2. To fatigue: થાકી જવું; થકવી નાંખવું. 3. To cook too much: વધારે પકાવીનાખવું; ઘણું નરમ-પેાચું ક૦.

Over-dose, (ઓવર્-ડોસ) *n.* Too great a dose: જોઈએ તે કરતાં વધારે ભાગ-જથ્થેા. *vt.* To dose to excess: ઘણું-વધારે પાવું-આપવું.

Over-draw, (ઓવર્-ડ્રૉ)*vt.Imp.***Overdrew.** *p. p.* **Overdrawn.** To exaggerate:મીઠું મરચું ભભરાવવું; સહરાગાત ક૦. 2. To draw beyond one's credit:પેાતાના જમે હેાય તેથી વધુ રકમ ઉપાડવી.

Over-estimate,(ઓવર્-ઍસ્ટિમેટ્)*vt.* To overvalue: ઘણેા ઉંચેા અડસટ્ટેા; વધુ ભાવ આંકવેા.

Over-flow, (ઓવર્-ફ્લેા)*vt.* To overwhelm: ઉપર પથરાવુ; ઢાંકી નાંખવું;-ઉપર ફરીવલવું; છલકાઈજવું. *vi.* To run over the bonnds: હદ ઉપરાંત જવું. 2. To abound: અતિશય-જોઈએ તે કરતાં વધારે હેાવું. *n.* An inundation: પૂર; રેલ. 2. Superabundance: છત; રેલછેલ.

Over-flowing, (ઓવર્-ફ્લેાઈન્ગ્) *n.* Copiousness: રૈલછેલ; છત; અતિશયપણું.

Over-growth,(ઓવર્-ગ્રેાથ્)*n.* Excessive growth: વધારેા; ફેલાવેા.

Over-hang,(ઓવર્-હૅન્ગ્)*vt.Imp.&p.p.***Overhung.** To hang over: ઝુલી રહેવું; લટકવુ ;-અઝુમી રહેવું; લબડવુ. 2. To project over: બહાર-ઉપર નિકલતું હેાવું; ઉપસવું.

Over-haul,(ઓવર્-હૉલ્)*vt.*To examine thoroughly: સુધારવા-સમારવાના ઇરાદાથી સારી પેઠે તપાસવું; ઝડતી-ઝાડેા લેવેા. *n.* An examination:ચેાકસાઈ; બારીક તપાસ. [ઉંચે.

Over-head,(ઓવર્-હેડ્)*adv.* Above: માથા ઉપર;

Over-hear, (ઓવર્-હીર્) *vt.* To hear by accident or artifice: હલુસે-છાનામાના સાંભલવું; એકાએક કાને પડવું.

Over-joy, (ઓવર્-જૉઇ) *vt.* To gratify extremely: ઘણું મધન ક૦; ખુશી ખુશી ક૦. *n.* Excessive joy: ઘણીજ ખુશી; મેાટેા હરખ.

Over-land,(ઓવર્ લૅન્ડ્)*a.*Being over the land: જમીન ઉપરનું: જમીનનું; ખુરકીનું.

Over-lap, (ઓવર્-લૅપ્) *vt.* & *vi.* To lap over; લંબાઈને બીજા ઉપર પથરાવવું-આવવું.

Over-lay, (ઓવર્લે) *vt.* *Imp.* & *p. p.* **Overlaid.** To cover: મઢવું; ચઢાવવું.

Over-leap, (ઓવર્-લીપ્) *vt.* To leap over or across: ઉપરથી આરપાર કુદી જવું.

Over-load,(ઓવર્લેાડ્)*vt.*To load too heavily: ઘણેા ભાર-બેાજે નાખવેા-ભરવેા.

Over-look,(ઓવર્-લુક્)*vt.* To look from a higher position: ઊંચી જગ્યાએથી જોવુ -તપાસવું. 2. To observe secretely:તપાસ રાખવી; છુપી રીતે જોવું. 3. (*a*) To miss in looking: ભુલી-ચુકી જવું; નજર ચુક ક૦.(*b*) To excuse: આંખ આડાકાન ક૦;અખાડા ક૦; જવા દેવું; જતું મુકવું.

Over-lying,(ઓવર્-લાઇન્ગ્)*a.* Lying over:ઉપર પડેલું-રહેલું; ઉપરનું. [જેર-વશ ક૦; હરાવવું.

Over-power, (ઓવર્-પાઉઅર્)*vt.* To subdue:

Over-rate(ઓવર્-રેટ્)*vt* To value too highly: અતિશય ગણવું; ઉંચી કિંમત ગણવી.

Over-rule,(ઓવર્-રૂલ્)*vt.* To rule over: વશ કરવું-રાખવું;સત્તા–અધિકાર ચલાવવેા; તાબામાં રાખવું. 2. To decide against: કેાઈની સામે ચુકાદેા આપવેા; નામંજુર-રદ્દ ગણવું-ક૦.

Over-run, (ઓવર્-રન્) *vt.* & *vi.* *Imp.* **Overran.** *p.p.* **Overrun.** To run over: ઉપર બધે ફરીવલવુ -પથરાવું; ફેલાવું.

Oversee,(ઓવર્સી)*vt.Imp.* **Oversaw.** *p. p.* **Overseen.** To superintend:દેખરેખ–નજર–તપાસ રાખવી; ચેાકસી ક૦-રાખવી.

Overseer; (ઓવર્સીર્) *n.* A supervisor: દેખરેખ-તપાસ-ચોકસી રાખનાર; ઉપરી.

Over-sight,(ઓવર્સાઇટ્)*n.* An error: ભૂલ થાપ; ચૂક; ભૂલ; નજરચુક; ગફલતી.

Over-spread,(ઓવર્-સ્પ્રેડ્) *vt.* & *vi.* [*Imp.*& *p. p.* **Overspread.**] To spread over: ફરીવલવું; ઢાંકવું;-પથરાવું.

Over-state ,(ઓવ ્-સ્ટેટ્) *vt.* To exaggerate: વધારીને-સહરાવીને-મરચું મીઠું ભભરાવીને-કહેવું.

Over-step,(ઓવર્-સ્ટૅપ્)*vt.* To transgress: આગલ પગલું ભરવું; હદથી બહાર જવું.

Over-stock, (ઓવર્-સ્ટૉક્)*vt.* To fill too full: જરૂર-ખપ કરતાં વધારે લાવવું-રા ખવું; ભરચક ખડકવું-ભરવું. *n.* Stock in excess: વધારાનો માલ.

Overt, (ઓવર્ટ્) *a.* [L. *operio*, I open.] Apparent: ઉઘાડું; દેખીતું; સ્પષ્ટ;-પ્રસિદ્ધ.

Over-take, (ઓવર્-ટેક્)*vt.*[*Imp.* **Overtook**. *p. p.* **overtaken**]. To catch up with: પકડી પાડવું.2.To surprise:ઓચિંતા આવી પડવું;ગભરાવવું.

Over-throw, (ઓવર્ થ્રો) *vt.* [*Imp.* **overthrew** *p. p.* **overthrown.**] To upset: ઉથલાવાં નાંખવું; પાડી નાખવું; ઊંધું વાલવું. 2. To defeat:જીતવું; હરાવવું. *n.* Ruin: નાશ; ભંગ; હાર. 2. The act of throwing a ball too high: દડો ઘણો ઊંચેથી નાખવો તે.

Overture, (ઓવર્ટ્યૂર્)*n.* A proposal:દરખાસ્ત; સૂચના; વાતચિત. 2. A composition, for a full orchestra: શરૂઆતનું ગાયન.

Overturn, (ઓવર્ટર્ન્) *vt.* To overset: ઊંધું વાલવું. 2. To destroy:નાશ કo; જીતવું.

Overweening,(ઓવર્ઊવિનિન્ગ્)*a.* Arrogant: અતિશય મગરૂબ; અભિમાની; અહંકારી.

Over-whelm, (ઓવર્-ઊન્હેલ્મ) *vt.* To submerge; to crush: બુડાડી-ગરક કરી નાંખવું; કચરી-દાબી નાંખવું.

Over-work, (ઓવર્-ઊવર્ક્) *vt.* & *vi.* [*Imp.* & *p p.* **Overworked** or **over-wrought.** To work beyond the strength:શક્તિ-ગજા ઉપરાંત કામ કo-કરાવવું;અતિશય થકવી નાંખવું.*n.* Excessive labour:ગજાઊપરાંત કરાવેલુ કામ;વૈતરૂ;મહેનત;મશાગત.

Oviform, (ઓવિફૉર્મ્)*a.* Egg-shaped:ઈંડાના આકારનું; અંડાકાર.

Oviparous, (ઓવિપૅરસ્) *a.* [L. *ovum.* an egg and *paro*, I bring forth.] Producing young from eggs:ઇંડાં મુકતું; અંડજનક.

Owe, (ઓ)*vt. imp.* & *pp.* **owed.** To possess: પાસે હોવું; ધરાવવું. 2. To be indebted:કરજદાર હોવું; દેવું હોવું. 3. To have an obligation to: આભારી હોવું; ફરજ હોવી-પડવી.

Owing, (ઓઇન્ગ્) *p. p.* & *a.* Due: માગતા; દેવા; લેણા. 2. Ascribable (with *to*):લીધે; કારણે; પ્રતાપે.

Owl, (આઉલ્)*n.* [L.*ulula*, an owl].Any species of raptorial birds: ઘુવડ.

Own, (ઓન્) *vt.* To confess: માનવું; કબુલ કo. *a.* Belonging to; peculiar: પોતીકું; પોતાનું; ખુદનું. *vt.* To possess: માલ ક-ધણી હોવું; કબજામાં હોવું; ધરાવવું.

Owner, (ઓનર્) *n.* Proprietor:માલેક; ધણી.

Ownership, (ઓનર્શિપ્) *n.* Proprietorship: માલકી; ધણીપણું.

Ox, (ઑક્સ્) *n. pl.* **oxen.** The male of the cow: બલદ; બેલ.

Oxidation, (ઑક્સિડેશન્) *n.* The act or process of oxidizing:કટાવું-કાટ ચઢવો તે.

Oxidize, (ઑક્સિડાઈઝ્) *vt.* To combine with oxygen:કટાવું; કાટ ચઢવો; કટાઈ જવું.

Oxygen, (ઑક્સિજૅન્) *n.* [Gr *oxus*,acid & *gennao*, I produce.] A colorless,tasteless, odorless,gaseous element:આક્સિજન; પ્રાણવાયું.

Oxygenous, (ઑક્સિજૅનસ્)*a.* Oxygenic:પ્રાણવાયુ સંબંધી-નું.

Oyster, (ઑઇસ્ટર્)*n.* A bivalve shell-fish:કાલુ; કાલુ માંછલી.

P

P, (પી) The sixteenth letter of the English alphabet:અંગ્રેજી મુલાક્ષરનો સોલમો અક્ષર. It is expressed by 'પ'.

Pa,(પૅ)*n.* A shortened form of Papa:બાપા;બાવા.

Pabulum, (પૅબ્યૂલમ્) *n.* [L. *pasco*, I feed.] Food;nourishment: અન્ન; આહાર; ખોરાક.

Pace, (પેસ્) *n.* [L. *passus*, a step.] A step: ડગલું; કદમ; પગલું. 2. Gait;walk:ચાલ; ગતિ; વેગ. 3. *To keep* **p.***with*, to keep up with: પાછલ ન પડો જવું; સાથે ને સાથે રહેવુ. *vi.* To go; to walk: જવું;ચાલવું.*vt.* To move slowly over:સાધારણ ચાલે ચાલવું;ધીમાં-ડોલતાં-લટકતાં ચાલવું.2. To measure by steps or paces: પગલાં ભરવાં; કદમ માપવાં. 3.To teach the pace;to break in:રવાલ શીખવવી; શિખવવું; કેલવવું. [ઘોડો.

Pacer, (પેસર્) *n.* One who paces:સારો ચાલનારો

Pacific, (પૅસિફિક્) *a.* [L.*pax*, peace & *facio* I make.] Calm: સલાહ કરવા-સમાધાની રાખવાની મરજીવાલું; શાંત; ટાઢું.

Pacification, (પૅસિફિકેશન્)*n.* Reconciliation: શાંતિ; સલાહ; દોસ્તી.

Pacify, (પૅસિફાઈ) *vt.*[L.*pax*, *pacis*, peace] To calm:સમજાવવું;શાંત-ઠંડું પાડવું;ક્રોધ-સંતાપ મટાડવો.

Pack, (પૅક્)*n.* A bale:ગાંસડી; પોટલું;બચકો; પોટલો. 2. (*a*)A full set of playing cards:રમવાનાં પાનાં; ગંજીફો. (*b*) A number of hounds or dogs: શિકારી કુતરાનું ટોળું. (*c*) A gang:મંડલ;મંડલી;ટોલી; ટોલું. A **p.** *of knaves*: ચંડાલ ચોકડી. *vt.* To make a pack of: બાંધવું; ગાંસડી બાંધવી; જકડી-સીકડીને બાંધવું.2.To fill closely:ઠાંસી ઠાંસીને ભરવું;ખીચોખીચ ભo. 3. To bring together:,ભેગું-એકઠું કરવું; પક્ષપાત-તરફદારી કરે તેવા માણસો નીમવા-પસંદ કo. 4. To cause to go: કાઢવું; કાઢી મૂકવું;ખેરવવું; ગાંસડી-પોટલી બાંધીને મોકલવું.

Package,(પૅકેજ્) *n.* A packet; a bale: ગાંસડી; પોટલી. A charge made for packing goods: બંધામણી.

Packet,(પૅકેટ્)*n*.A little bundle: પોટલી; પચકી; બિંડલી.

Pack-horse, (પૅક્-હૉર્સ) *n*. A horse used in carrying goods: ભાર ખરદારી ઘોડો. [એ; ગાદલું.

Pad,(પૅડ્)*n*. A soft or small cushion: ગાદી; તકી-

Padding, (પૅડિંગ્)*n*. The material with which anything is padded: ઓગીર-ગાદલાં-ગાદી-તકીઆ વીગેરે ભરવાનું કંઈ (રૂ, ઉન).

Paddle,(પૅડલ્)*n*. An implement with a broad blade:હલેસું;હલેસાં જેવું કંઈપણ ઓજાર.2.A paddle-shaped implement for mixing: તાવેતો; તવાથો.

Paddock,(પૅડૉક્)*n*.A small inclosure for sporting: રમવાનો અખાડો. 2. A small inclosure for pasture: ઢોરને ચરવાનો વાડો.

Padlock,(પૅડલૉક્)*n*.A portable lock: તાળું. *vt*. To lock up: બંધ ક૦; તાળું દેવું.

Pæan, (પીઍન્) *n*. A song of triumph: ફતેહનું ગીત; જયગીત; જયગાન.

Pagan,(પેગૅન્)*n*.[L. *pagus*, a village.] An idolater:જંગલી;મૂર્તિપૂજક;બુતપરસ્ત. *a*. Heathen:મૂર્તિ-પૂજાનું-સંબંધી. [બુત પરસ્તી.

Paganism, (પૅગૅનિઝમ્) *n*. Idolatry: મૂર્તિપૂજા;

Page, (પેજ્)*n*. [*pais*, a child.] A serving boy: નોકર, ખીજમતદાર; ખવાસ; હજુરીઓ; ચાકર; પોરીઓ. 2.One side of a leaf of a book: પાનું; પૃષ્ટ; સફો.

Pageant, (પૅજન્ટ્) *n*. [Gr. *pegma*, a stage.] A spectacle: તમાશો; ખેલ. 2. A display: ભભકો; શોભા; દમદમાટ; ઠાઠ; દેખાવ.

Pageantry,(પૅજન્ટ્રિ) *n*. Splendor: ઠાઠ;દબદબો; ધામધુમ; ભભકો; દમદમાટ.

Pagoda, (પૅગોડે) *n*. Temples of the Hindoos and Buddhists: દેવલ;દેહરું; દેવાલય; મંદિર.2.An idol: મૂર્તિ.

Pail, (પેલ) *n*. A bucket: તાંબડી; બાલદી.

Pain, (પેન)*n*. [L. *pœna*, punishment.] Bodily distress: દરદ; વેદના; પીડા;દુઃખ 2.*pl*. The throes of child birth: વેણ; સુવાવડની વેદના-દુઃખ.3. Grief; anxiety: ફિકર; ચિંતા; ખેદ; દુઃખ; સંતાપ. *vt*. To torment: દુઃખ દેવું; દરદ ક૦; પીડવું. 2. Grieve: સંતાપવું;મન દુઃખવવું; માઠું લગાડવું; સતાવવું.

Painful,(પેનફુલ)*a*. Afflictive: દુઃખવાળું-ભરેલું; દુઃખકારક-દાયક;સંતાપકારક. 2.Difficult: અઘરું;કઠણ.

Painstaking,(પેન્ઝ્ટેકિંગ)*a*. Diligent: મહેનતુ; ઉદ્યોગી.

Paint,(પેન્ટ્)*vt*.[L.*pictum*, to paint.]To color: રંગવું; રંગ દેવો;ચિતરવું;ભભકાદાર કરવું; રંગ પૂરવો; ચિત્ર કાઢવું. 2. To describe: વર્ણવવું; વર્ણન ક૦. *vi*. To color one's face by way of beautifying it: મોંએ રંગ લગાડવો; મ્હોડું રંગવું. *n*. A coloring substance: રંગ. [તારો; ચિત્રકાર.

Painter,(પેન્ટર્)*n*.One who paints: રંગારો;ચિ-

Painting, (પેન્ટિંગ્) *n*. The work of the painter: ચિત્ર કામ;ચિત્રકલા-વિદ્યા. 2. A picture: ચિત્ર; છબી.

Pair,(પેર્)*n*.[L. *par*, equal.] A set: જોડ; જોડું; જોડી. 2. A married couple: જોડું;વહુવર;માટીબૈએર. *vi*. To mate: જોડું બાંધવું-બંધાવવું. 2. To suit; to fit: જોડ હોવી; મલતું-બેસતું-બંધબેસતું આવવું. *vt*. To unite in couples: બબેની જોડ બાંધવી-બંધાવવી. to **p**. off, to go off in pairs: સભામાં બે વિરૂદ્ધ મતના સભાસદે મત ન આપવાના ઠરાવથી ગેરહાજર રહેવું.

Palace, (પૅલેસ્) *n*. [L. *Palatium*, one of the seven hills of Rome.] The residence of a sovereign:રાજમહેલ; રાજમંદિર. 2.Any magnificent house: હવેલી; મેહેલ.

Palanquin-keen, (પૅલૅનકીન)*n*. An inclosed carriage borne on the shoulders of men: પાલખી; મ્યાનો; **P**. *bearer*: ભોઈ; હમાલ. [જતદાર.

Palatable, (પૅલેટેબલ) *a*. Savory: સ્વાદિષ્ટ; લહે-

Palatal, (પૅલૅટલ) *a*. Pertaining to the palate: તાલવ્ય; તાલુસ્થાની. *n*. A sound uttered by the aid of the palate:તાલુસ્થાની અક્ષર.

Palate, (પૅલેટ્) *n*.[L. *palatum*.] The roof of the mouth:તાલવું;તાલુ.2.Taste:સ્વાદ;શોખ;લેહેજત.

Palatial, (પૅલેશલ) *a*. [L. *palatium* palace.] Magnificent:ભારે; મોટું; ભવ્ય;આલીશાન;બાદશાહી.

Palaver, (પૅલેવર્)*n*.[L. *parabola*, a comparison.] Talk; conversation:વાત;ભાષણ;વાદ;સંવાદ. *vi*. To flatter:ખુશામત ક૦; ગપ્પાં મારવાં.

Pale, (પેલ) *a*.[L. *palleo*, I look pale.] Wanting in colour:ફિક્કું;ઝાંખું;ધોળું ફક;ભભક વિનાનું;મંદ.

Paleness, (પેલનેસ્) *n*. Lack of color: ફિકાસ; પીલાસ; ઝાંખ.

Paleography, (પેલીઑગ્રફિ) *n*. An ancient writing:પ્રાચીન લેખ; પુરાતન દસ્તાવેજ.

Paleontology, (પૅલીઑન્ટૉલૉજી)*n*.The science of the ancient life of the earth:પુરાતનકાળના પ્રાણીઓ તથા વનસ્પતીઓની વિદ્યા; પ્રાચીન પ્રાણીવિ[illegible]

Palish, (પેલિશ્) *a*. Somewhat pale:ઝાંખું; [illegible]

Pall, (પૉલ) *n*. [L. *palla*, robe.] The cl[oth] thrown over a coffin at a funeral: મુડદાપ[ર] ચાદર; કફન. *vt* & *vi*. To dull: ઉતરી જ[વું]; રસ-કસ ઉડી જવો; મોળું-ફિક્કું પડી જવું. 2. [To] satiate: ગળા સુધી ધરાવું; ઠાંસીને ભરવું; ગળચવું.

Palladium, (પૅલેડિઅમ્) *n*. Safeguard:સલામતી; બચાવ; રક્ષણકાર; રક્ષક.

Pall-bearer, (પૉલબેરર્) *n*. One who attends the coffin at funeral:મુડદા-શબની સાથે ચાલનાર.

Palliate, (પૅલિએટ્) [L. *pallium*, a cloak.] *vt*. To hide:ઢાંકવું; સંતાડવું; છુપાવવું. 2.To cover with excuses:વાંક ઢાંકવો; બહાનું કાઢવું;ઢાંકપિછોડો ક૦.

Palliation, (પૅલિએશન) *n*. Excuse:મસ; ઢાંકપિછોડો; બહાનું. [ઢાંકપિછોડો કરનારું.

Palliative, (પૅલિએટિવ)*a*.Serving to palliate:

Pallid, (પૅલિડ) *a*. [L. *palleo*, I look pale.] Pale: ફિક્કું; ઝાંખું; સફેદ પુણી જેવું; ધોળું ફક.

Pallor, (પૅલર્) *n*. [L. *palleo*, I look pale.] Paleness;want of color:ઝાંખ; ફિકાસ.

Palm, (પાંમ્) *n*. [L. *palma*. The inner part of the hand:હથેલી; કરતલ; પંજો. 2. Any tree of the order *Palmæ*: તાડ; નાળીયેરી; ખજુરી. *The areca* **p**.:સોપારીનું ઝાડ 3. A branch or leaf of the palm:તાડપત્ર. 4. Victory;triumph:ફતેહ;

જય; જીત. *vt.* To juggle:મુઠીમાં સંતાડવું. 3. To put by unfair means:ઠગલબાજી–ઠગબાજી ક૦; ઠ-ગાથી આપવું–ચલાવવું.

Palmated, (પૅલ્મેટેડ્) *a.* Having the shape of the hand:હાથના આકારનું–વાલું; હસ્તાકાર.

Palmister, (પૅલ્મિસ્ટર્) *n.* One who practises palmistry:હાથ જોનાર–જોઈને નશીબ કહેનાર.

Palmistry, (પૅલ્મિસ્ટ્રિ) *n.* The art of telling fortunes: હાથ જોઈ નશીબ કહેવાનો હુનર; રેખાશાસ્ત્ર.

Palmy, (પાંમિ)*a.* Bearing Palms:તાડ–ખજુરીનું. 2. Flourishing:આબાદીવાલું;ચઢતી કલાનું;આબાદ.

Palmyra, (પૅલ્માઈરૅ)*n.*A species of palm:તાડ.

Palpable, (પૅલ્પૅબલ્) *a.* [L. *palpo*, I strike.] Distinct: ખુલ્લું; ઉઘાડું; સ્પષ્ટ; દેખઈતું; હડહડતું.

Palpitate, (પૅલ્પિટેટ્)*vi.* [L. *palpo.*]To throb: ધબકવું; ધડકવું. [ધબકારો; ધડકાટ.

Palpitation, (પૅલ્પિટેશન્) *n.* A throbbing:

Palsy, (પૉલ્ઝી) *n.* [Gr. *para* & *lyso*, I loose.] Paralysis: લકવો. [અધમ.

Paltry, (પૅ લ્ટ્રિ) *a.* Worthless: નજીવું;તુચ્છ;હલકું;

Pamper, (પૅમ્પર્) *vt.* To glut:સારી પેઠે ખવરાવીને તૃપ્ત ક૦; માતું–મતેલું ક૦; લાડ લડાવવા.

Pamphlet, (પૅમ્ફ્લેટ્) *n.* A small book consisting of a few sheets of printed paper:પોથી; ચોપાનિયું.

Pan, (પૅન્) *n.* A shallow, open dish or vessel: થાલી; રકાબી. Frying pan:પેણો; કઢાઇ; લોઢિયું. *To flash in the* **p**, to fail:હાર ખાવી; નિષ્ફલ થવું.

Panacea, (પૅનૅસીયૅ) *n.* A remedy for all diseases:સઘલી જાતના રોગને લાગુ પડતું ઓસડ.

Pandemonium, (પૅન્ડીમોનિઅમ્) *n.* The council chamber of demons: ભૂતસભા; જીનમહેલ. 2. An utterly lawless riotous place: ગડબડ સડબડ–ગેરબંદોબસ્તવાલી જગ્યા.

Pane, (પેન્) *n.* A plate of glass: કાચની તકતી–તકતો; બારીનો કાચ.

Panegyric, (પૅનીજિરિક્) *n.*[Gr *pan*,all& *ago*, I lead.] Laudation:વખાણ; તારીફ; સ્તુતિ.

Panegyrist, (પૅનીજિરિસ્ટ્) *n.* A eulogist:સ્તુતિ કરનાર; ગુણ ગાનાર.

Panel, (પૅનલ્) *n.* A compartment with raised margins:બારી બારણાંના ચોકઠાંમાં ખોભણ કાઢી તેમાં જડેલું પાટિયું. 2. (*a*) A schedule containing the names of persons summoned as jurors: જુરીમાં બેસવા બોલાવેલા શક્ષોના નામની ટીપ.(*b*)The whole jury: જ્યુરી; પંચ સમસ્ત.

Pang, (પૅન્ગ્) *n.*[L. *pango*, I prick.]A sudden pain: તીવ્ર દુઃખ; કલ; વેણ; વેદના; તનખ; સલકો.

Panic, (પૅનિક્) *n.* A sudden fright;terror: હેબક; ધાસકો; ફાલ; ધડકું; એકાએક લાગેલી બીક.

Panorama, (પૅનોરાંમૅ) *n.* A picture representing a view of objects in every direction: કોઈ ચિત્રનો આખો દેખાવ; ચારે તરફનો દેખાવ; કટકે કટકે બતાવાય એવું ચિત્ર.

Panoramic, (પૅનોરૅમિક્)*a.* Like a panorama: પૂર્ણ દેખાવ સંબંધી; દિગ્દર્શક.

Pant, (પૅન્ટ્) *vi.* To gasp: ફુપાટા મારવા; હાંફવું; હાંફી જવું.2. To long eagerly:આતુરતાથી ઇચ્છવું;જીવ તલપવલપ થવો; ટાંપી રહેવું. 3. To palpitate:ધબકવું; ધડકવું; ફરફડવું.

Pantaloon, (પૅન્ટલૂન્) *n.* A ridiculous character:મશ્કરો;ભાંડ;લોઓ.2. *pl.* A kind of trousers: ઈજાર; ચોરણો; પાયજામો; સુરવાલ; પાટલુન.

Pantheism,(પૅન્થીઈઝમ્)*n.* The doctrine that the universe, is God:આખું જગત એજ ઈશ્વર એવો મત; જગદીશ્વર મત.

Pantheon, (પૅન્થીઑન્)*n.*[Gr.*pan*,all,& *Theos* god.] A temple dedicated to all the gods: સઘલા દેવોનું મંદિર; સર્વ દેવાલય. 2. The collective gods of a people:સર્વ દેવતાઓ; દેવગણ.

Panther, (પૅન્થર્) *n.* [Gr. *pan*, all & *ther*, a wild beast.] A large dark-colored leopard: ચીતરો વાઘ; ચિત્તો–વાઘ.

Pantomime, (પૅન્ટોમાઈમ્) *n.* [G. *pas*, all & *mimos*, an imitator.] One who acts his part by gesticulation: મુંગાં મુંગાં ચાલા કરનાર; મુગો ખેલ કરનાર. 2. A dramatic representation by actors who use only dumb show:મુગોસોંગ–નાટક.

Pantry, (પૅન્ટ્રિ) *n.* [L. *panis*, bread.] An apartment for provisions: ખોરાકી ભરી રાખવાની ઓરડી; ખાદ્યશાલા.

Pap, (પૅપ્)*n.* A nipple:ડીંટડી; બોટણી.

Papa, (પૅપાં) *n.* Father:બાપ;બાવા; પિતા.

Papacy, (પેપૅસિ) *n.* [L. *papa*, a father.] The office of the pope:પોપનો હોદ્દો–પદ.

Papal, (પેપૅલ્) *a.* Pertaining to the Pope:પોપ સંબંધી; રોમન કેથોલીક પંથ સંબંધી.

Papaverous, (પૅપેવરસ્) *a.* Of the nature of the poppy:ખસખસનું–ના જેવું.

Paper, (પેપર્) *n.* [L. *papyrus*, an Egyptian reed.] A substance on which we write or print:કાગલ; પત્ર. 2. A document: લેખ; ખત; દસ્તાવેજ. 3. A newspaper: વર્તમાન પત્ર; અખબાર. 4. Notes; bills of exchange: હુંડીપત્રી; ચિઠ્ઠી. *a.* Made of paper: કાગલનું. *vt.* To cover with paper:કાગલ ચોંટાડવાં.

Papilionaceous, (પૅપિલિઑનેશસ્) *a.* Resembling the butterfly:પતંગીઆના જેવું.

Papist, (પૅપિસ્ટ્) *n.* A Roman Catholic:પોપને માનનાર.

Pappy, (પૅપિ) *a.*Like pap;soft:રસ ભરેલું; નરમ.

Papyrus, (પૅપિરસ્) *n. pl.* **papyri**, The material upon which the ancient Egyptians wrote:તાડપત્ર. 2. A manuscript written on papyrus:તાડપત્ર લેખ.

Par, (પાંર) *n.* Equal value:સરભર ભાવ; સરખી કિમ્મત–મૂલ. 2. Equality: સરખાપણું; બરોબરી. *At* **p.**, at the original price:મૂલ કિમ્મતે; સરભર ભાવે *Above*.**p.**,at a premium:વધારે કિમ્મતે. *Below* **p.**, at a discount:ઓછી કીમતે; વટાવ કાપીને. *On a* **p.**, on a level:સરખું; સમાન.

Parable, (પૅરૅબલ્) *a.*[Gr.*para*, beside & *ballo* I throw.] *n.* A comparison: નીતિદર્શક વાત.

Parabola, (પૅરૅબોલૅ) *n. pl:* **parabolas**. A

kind of curve:ખાણનો આકાર–આકૃતિ.

Parade, (પૅરેડ)*n.* [L. *paro,* set in order.] The ground where troops are drilled:કવાયતની જગો; રંગભૂમિ. 2. A review of troops: કવાયત. 3. Pompous show: ભપકો સપકો; ધુમધામ; ઠાઠમાઠ; તમાશો. *vt.* & *vi.* To show off:ભપકો-ઠાઠ બતાવવો; ધામધુમ ક૦. 2. To martial:કવાયદ કરાવવી.

Paradise, (પૅરૅડાઇસ) *n.* Heaven: સ્વર્ગ; બેહેસ્ત. 2. A place of bliss:સુખનું ધામ.

Paradox, (પૅરૅડૉક્સ) *n.* [Gr. *para,* against & *doxa,* opinion.] A proposition contrary to received opinion:ખરી હોવા છતાં ખોટી લાગે–દેખાય એવી બાબદ.

Paragraph, (પૅરૅગ્રૅફ) *n.* [Gr. *para,* beside & *grapho,* I write.] A distinct part of a discourse or writing:કલમ; પ્રકરણ.

Parallax, (પૅરૅલૅક્સ)*n.* [Gr.*para,* beside & *allos,* another.] The apparent change in position: જગાનો તફાવત.

Parallel, (પૅરૅલ્લેલ)*a.* [Gr.*para,*beside,& *allelon,* of one another.] Extended in same direction and in all parts equally distant: સમાંતર. 2. Having the same tendency: એક સરખી વલણવાળું;મળતું;સરખું; સમાન. *n.* A line always equidistant from another:સમાંતર લીટી–રેખા. 2 Similarity: સરખાપણું; મળતાપણું. 3. A comparison: ઉપમા; સરખામણી; મુકાબલો.

Parallelogram, (પૅરૅલ્લેલોગ્રૅમ) *n.* A right lined quadrilateral figure, whose opposite sides are parallel:સમાંતર બાજુ ચોખુણ.

Paralysis, (પૅરૅલિસિસ) *n.* [Gr. *para,* & *lyso,* to loose.] Loss of motion or sensation: લકવો.

Paralytic, (પૅરૅલિટિક) *a.* Pertaining to paralysis: જુઠું પડી ગયેલું ; લકવો થયો હોય એવું.

Paralyze, (પૅરૅલાઇઝ) *vt.* & *vi.* To affect or strike with paralysis:જુઠું પડી જવું;બહેર મારી જવું.2.To unnerve:નબળું–નિર્બલકરીદેવું;ધબ પાડીદેવું.

Paramount, (પૅરૅમાઉન્ટ) *a.* Superior to all others:સર્વોપરી; મુખી; મુખ્ય.

Paramour, (પૅરૅમૂર) *n.* A lover:યાર; આશક.

Parapet, (પૅરૅપેટ) *n.* [L.*paro,*I prepare.] A low wall:નીચી ભીંત.

Paraphernalia, (પૅરૅફરનેલિઍ)*n.* *pl.* Appendages: ornaments: લુગડાં અને ઘરેણાં; રાચરચીલું.

Paraphrase, (પૅરૅફ્રેઝ) *n.*[Gr. *para,* beside & *phrazo,* I speak.] An explanation of a passage:વ્યાખ્યાન; ટીકા; સરેહ. *vt.* To translate with latitude:છૂટથી સમજાવવું; સરેહ ક૦.

Parasite, (પૅરૅસાઇટ) *n.* [Gr. *para,* & *siteo,* I feed.] A hanger-on: ખુશામતીઓ; ટુકડાખાઉ. 2. A plant nourished by the juices of another: બીજા છોડને ખાઓ રહી તેમાંથી પોષણ મેળવનારો રોપો–છોડવો. [food: ટુકડાખોર–ખાઉ.

Parasitical, (પૅરૅસિટિકૅલ) *a.* Fawning for

Parcel, (પાંર્સલ) *n.* [L. *pars,* a part] A portion; a part:ખંડ; અંશ; વાંટો;ભાગ. 2. A bundle; a package:બિંડ્ડી; ગાંસડી; પોટલી; બચકી. *vt.* To divide and distribute:કકડા કરીને વહેંચવું.

Parcener, (પાંર્સીનર) *n.* [L. *partitio,* a division.] A co-heir:સરખો હિસ્સેદાર.

Parch, (પાંર્ચ) *vt.* To scorch:ભુંજવું; શેકવું; દઝાડવું; સુકવવુ ; ચચળાવવું. *vi.* To become scorched: ભુંજાવું; શેકાવું.

Parchment, (પાંર્ચ્મેન્ટ) *n.* The skin of a lamb, sheep,goat &c.,prepared for writing on:ચર્મપટ; ચર્મપત્ર. [ચિત્તો; ખડિઓ વાઘ.

Pard,(પાંર્ડ)*n.*[L *pardus* leopard.] A leopard;

Pardon, (પાંર્ડન) *n.* [L *per,* & *dono,* I give.] Forgiveness: માફી;ક્ષમા;દરગુજર. *vt.* To forgive: માફ કરવું. [કરવાલાયક; ક્ષમાપાત્ર.

Pardonable, (પાંર્ડનેબલ) *a.* Excusable:માફ

Pare,(પેર)*vt.* [L.*paro,* I prepare.] To cut off: છોલવું; છાંટવું; તાછવું. 2. To remove: કાઢવું;(નખ) લેવાં; ઉતારવું.

Paregoric, (પૅરીગૉરિક) *a.* Assuaging pain: શાંતિકારક; દરદ નરમ પાડનારું.

Parent, (પેરેન્ટ) *n.* [L. *pareo,* I bring forth.] A father or mother: બાપ અગર મા. 2. Source; author: મૂલ; કારણ; જનક; ઉત્પાદક; કર્તા. [અસલ.

Parentage, (પેરેન્ટેજ) *n.* Birth: કુલ; ખાનદાન;

Parental, (પૅરેન્ટૅલ)*a.* Pertaining to a parent: માતા પિતા સંબંધી. 2. Tender: હેત ભરેલું.

Parenthesis, (પૅરેન્થેસિસ) *n.* [Gr. *para,* beside, & *tithemai,* I put.] *pl.* **Parentheses,** One of the curved ( ) lines: કૌંસ; આવું ( ) ચિન્હ.

Parenthetic, (પૅરેન્થેટિક) *a.* Containing parentheses: કૌંસવાળું; કૌંસમાં લખેલું.

Parentless, (પેરેન્ટ્લેસ) *a.* Deprived of parents:માબાપ વિનાનું.

Pariah, (પાંરિઍ) *n.* An outcast:નાત બહાર મૂકેલો માણસ–ઢીંઢ; હલકી જાત.

Paring, (પેરિંગ)*n.* Rind:છાલ; છોલું; તાછો; તાછ.

Parish,(પૅરિશ)*n.*[Gr. *para,* & *oikos,* a house.] A district under one vicar: પાદરીની સત્તા નીચેનો મૂલક; પંથક. [સમાનતા; બરોબરી; સરખાપણું.

Parity, (પૅરિટિ)*n.*[L. *paris,* equal.] Equality:

Park, (પાર્ક) *n.* [L. *parcus,* a fence.] A tract surrounding a mansion: ઘરની આસપાસની ખુલ્લી જમીન; બાગ. *vt.* To bring together in a park: એકઠું ક૦; રાખવું. [સંવાદ; બોલચાલ.

Parlance,(પાંર્લૅન્સ)*n.*Discourse;talk:વાતચિત;

Parley,(પાંર્લે)*n.*[L. *parabola,*a comparison.] Mutual discourse:સંભાષણ;સવાલ જવાબ;ગોફતેગો.

Parliament,(પાંર્લિઅમેન્ટ)*n.* The legislature of the nation: વિલાયતમાં કાયદા બાંધનારી સભા; પારલામેંટ.

Parlour,(પાંર્લર)*n.* A sitting-room:બહારનાં માણસોને બેસવા ઉઠવાનો ઓરડો; બેઠક. [ભયભર્યું.

Parlous, (પાર્લસ) *a.* Dangerous:ધાસ્તી ભરેલું;

Parody, (પૅરૉડિ)*n.* [Gr. *para* & *ode,* a song.] A proverb:કહેવત.

Parole, (પૅરોલ) *n.* A watchword given only to officers of guards:પહેરા વાળાઓનો નિશાનીનો

બોલ.

Paroxysm,(પૅરૉક્સિઝમ્) *n*.[Gr. *para* & *oxys*, sharp.] The fit of a disease that occurs at intervals:દરદનું જોર-ભર-ઝટકો-ગલબો-ઉછાળો-જોશ.

Parricide, (પૅરિસાઇડ્) *n*. [L. *pater*, father, *cædo*, I kill.] The murderer of a parent:બાપનું ખૂન કરનાર. The murder of a parent:બાપનું ખૂન.

Parrot,(પૅરૉટ્)*n*.One who prepares any thing without understanding: સમજ્યા વગર મોઢે કરનાર; ભરડી જનાર. 2. A kind of bird: પોપટ; શુક.

Parse,(પાર્સ્)*vt*. L. [*pars*, a part.] To resolve into its elements:વ્યાકરણ-પદચ્છેદ કo.

Parsimonious, (પાર્સિમૉનિઅસ્)*a*.Frugal to excess:કંજુસ; મખ્ખીચુસ.

Parsimony,(પાર્સિમૉનિ)*n*.[L.*parco*, I spare.] Niggardliness:કંજુસાઇ; બખીલાઇ.

Parsley,(પાર્સ્લિ) *n*. [Gr.*petros*, a rock, & *selinon*, a kind of parsley.] An aromatic herb: અજમો.

Parson, (પાર્સન્) *n*.[L. *persona*,a person.] A clergyman:પાદરી; ધર્મ ઉપદેશ કરનાર.

Part,(પાર્ટ્) *n*.[L. *pars*] A portion:ભાગ; અંશ; હીસ્સો. 2. *pl*. Talents and qualities: પાણી;શક્તિ; બુદ્ધિ; ગુણ; ખૂબી. 3. Quarters;regions:ભાગ;દિશા; ઠેકાણું. 4. Concern: લેવા દેવા;સંબંધ;હાથ. 5. Side: પક્ષ; બાજુ. 6. Allotted duty:ફાલે પડતું કામ; ફરજ; ધર્મ. 7. Character:વેશ; સ્વાંગ; સોંગ (નાટકમાં). *vt*. To divide; to sever:જુદુ-છુટું પાડવું; ભાંગવું; વહેંચણી કo. ભાગ પાડવા. *vi*. To break:ભાગવું. 2. To go away: જતા રેહવું; જુદા પડવું.

Partake,(પાર્ટેક્) *vi*. *imp*.& *p.p*.**Partook**, **partaken**. To share:ભાગ લેવો; ભાગીયા થવું.

Partial, (પાર્શલ) *a*. [L. *pars*, *partis*,a part.] Biassed: પક્ષપાતી; એકતરફી.

Partiality, (પાર્શલિટિ) *n*. The quality of being partial:પક્ષપાત; તરફદારી. 2. Predilection: ઇચ્છા; ચાહ; પસંદગી.

Participate, (પાર્ટિસિપેટ્) [L. *pars*, part & *capio*, I take.] *vt*. & *vi*. To partake: સામેલ-ભાગીઆ થવું; ભાગ લેવો; સંબંધ હોવો.

Participation, (પાર્ટિસિપેશન્)*n*.Distribution: વહેંચણી; ભાગ. 2. Fellowship:સંબંધ; નાતો.

Participial, (પાર્ટિસિપિઅલ)*a*.Formed from a participle:કૃદંત; કૃદંત જેવું-ઉપરથી થયેલું-નિકળેલું.

Participle, (પાર્ટિસિપલ્) *n*. [L.*particeps*,sharing.] A part of speech partaking of the nature of both the verb and adjective: કૃદંત.

Particle, (પાર્ટિકલ) *n*. [L.*pars*, *partis*,a part.] An atom;a jot:કણ; રજ; કરચ; કગરસ;રજકણ. 2. A subordinate word that is never inflected:અવ્યય.

Particular, (પાર્ટિક્યુલર્)*a*.Not general:વિશેષ; અસાધારણ; ખાસ; અગત્યનું. 2. Precise: બરાબર; ચોકસ; નિયમિત. *n*. Individuality:વાત; બિના; બાબત; વિગત; તપસીલ.

Particularize, (પાર્ટિક્યુલરાઇઝ્) *vt*. & *vi*. To mention particularly: વિગતવાર-તપસીલવાર કહેવું.

Particularly, (પાર્ટિક્યુલર્લિ) *adv*. Expressly: વિશેષ કરીને; ખાસ; અસુસ; તપસીલવાર; વિગતવાર.

Parting, (પાર્ટિન્ગ્) *a*.Dividing: જુદું પાડતું. 2. Given when departing: જતી વખતે આપેલું. 3. Departing: છુટું પડતું; જતું. *n*. A separation; a leave taking:વિયોગ; જુદાઇ; કૂચ; રજા.

Partisan, (પાર્ટિઝન્)*n*.An adherent to a party: તરફનું-પક્ષનું માણસ; પક્ષકાર; તરફદાર.

Partisanship, (પાર્ટિઝન્શિપ્) *n*. The state of being a partisan:પક્ષપાતપણું; તરફદારી.

Partition, (પાર્ટિશન્)*n*. Division:વહેંચણી;ભાગ. 2. That which divides or separates:આંતરો; પડદો; ભીંત. 3. An apartment:ખંડ;ઓરડો. *vt*. To divide into parts:ભાગ પાડવા.

Partly, (પાર્ટ્લિ) *adv*. In part:થોડુંક; થોડું ઘણું.

Partner, (પાર્ટ્નર) *n*. A partaker: ભાગીદાર; ભાગીઓ; હિસ્સેદાર; પાતીદાર; સાથી; સોબતી;ગોઠીઓ.(*a*) A husband or a wife:ધણી કે ધણીઆણી.

Partnership, (પાર્ટ્નરશિપ્) *n*. The state of being a partner: ભાગીદારી; પાતીદારી; પંતીયાળું; મજીયારું; સહીયારું.

Partridge,(પાર્ટ્રિજ્)*n*.A bird for game: તીતર.

Parturient (પાર્ટ્યૂરિઅન્ટ્)*a*.[L.*pareo*, I bring forth.] Bringing forth:જણતું; વિયાતું.

Parturition,(પાર્ટ્યૂરિશન્) *n*. Delivery: સુવાવડ

Party, (પાર્ટિ) *n*. A faction: ટોળી; પક્ષ; તડ; તડું. A social entertainment: બેઠક; મિજલસ. 3. One concerned in an affair: સામીલ રહેનાર; ભાગીદાર; મળતીઓ. 4. A litigant: પક્ષકાર; વાદી અગર પ્રતિવાદી. 5. Cause;side;interest: તરફેણ; પક્ષ; બાજુ; તરફ; તડ. 6. A person:આસામી; શખ્સ. **P**.*spirit*: પક્ષપાત.

Party-wall, (પાર્ટિવૉલ) *n*. A wall between two houses:બે ઘર વચ્ચેની ભીંત; આંતરો.

Pass (પૅસ) *vi*. [L. *passus*, step.] To go; to move:જવું; ચાલવું. 2. To die: મરણ પામવું; મરી જવું. 3. To happen:બનવું; થવું; આવી પડવું. 4. To elapse: ગાલવું; ખર્ચવું; ગુજરવું; પસાર થવું. 5. To be enacted:પસાર-મંજુર-બહાલ થવું. 6. To go through any test successfully:ફતેહમંદ નિવડવું; પસાર થવું. *To* **p**. *away*, to disappear: જતાં રહેવું; મરી જવું. *To* **p**. *by*:પાસે થઇને જવું. *To* **p**. *on*, to proceed:આગલ ચાલ્યાં જવું; વધવું. *To* **p**. *off*, to go away: જતાં રહેવું; અટકવું; બંધ પડવું. *vt*.(*a*.) To go by, beyond,over, &c:પાસે થઇને-માં થઇને જવું; પાર કo-કરી જવું. (*b*.) To spend:કાઢવું; ગુજારવું; પસાર કo. (*c*.) To excel: ચઢીઆતા થવું; સરસ નિવડવું; વધવું. (*d*) To go successfully through: ફતેહમંદ થવું; પસાર થવું; મંજુર-બહાલ થવું. *To* **p**. *away*, to spend: ખરચી દેવું; ગુમાવવું. *To* **p**.*by*,to neglect:ભૂલી જવું; મનમાં ન લાવવું;દરગુજર કo. *To* **p** *over*, to overlook: અખાડા કo; જતું મુકવું; દરગુજર કo. *To* **p**. *off*, to impose fraudulently: છેતરવું; ઠગવું. *n*. A defile: સાંકડો રસ્તો; ઘાટ; ખીણ. 2. Condition:હાલ સ્થિતી; દશા;અવસ્થા. 5.Permission to pass:પરવાનો; ચિઠ્ઠી.

Passable, (પૅસૅબલ્) *a*. Capable of being passed:જવાય-ઉતરાય એવું; સુગમ. 2. Admissible;

moderate : ચાલ્યું-નીભ્યું જાય એટલું-એવું; કામ ચલાઉ; ઠીક.

Passage, (પૅસેજ્) *n*. Travel: પ્રવાસ; મુસાફરી; માર્ગ; રસ્તો; વાટ. 2. Fare:ભાડું; નુર. 3. A paragraph:ફકરો; કલમ. [મુસાફર.

Passenger, (પૅસેન્જર્) *n*. A traveller: ઉતારૂ;

Passerby, (પૅસરબાઈ) *n*. A passer:પંથી;વટેમાર્ગુ.

Passing,(પૅસિંગ્) *a*. Surpassing:સરસ; તોફો; ઉત્તમ. *adv*. Exceedingly:અતિશય.

Passion,(પૅશન્) *n*. [L. *patior* I suffer.] Mental emotion: ઝનુન; જુસ્સો; લાગણી. (*b*.) Anger; rage:ક્રોધ; કોપ; ગુસ્સો. *To fly into a* **p**.:પિત્તો ઉછળી જવો; તપી જવું; રાતા પીલા થઈ જવું. (*c*.) Ardour; eagerness:ઉત્સાહ; આતુરતા; ઈચ્છા. (*d*.) An extreme desire:છંદ; લખ; લત; વ્યસન; હવસ; ચડસ. (*e*.) Love:કામ; ઈશક.

Passionate,(પૅશનેટ્)*a*.Easily excited:તામસી; ઝનુની; આકલુ ; કડક; ગુસ્સા-જુસ્સા-લાગણીવાલું.

Passionless,(પૅશન્લેસ્) *a*. Calm:ઠંડા-શાંત સ્વભાવવાલું.

Passive,(પૅસિવ્) *a*. [L.*patior*, I suffer.] Not active but acted upon:જેની ઉપર ક્રીયા થાય તેવું. 2. Patient:રાંક;ગરીબ; સાલેસ;સહનશીલ. **P**. *voice*: સહભેદ.

Passively,(પૅસિવ્લિ)*adv*. Inertly:શું કે ચાં કર્યા વિના; મુંગે મોઢે; છાનામાના; ગુપચૂપ.

Passport,(પૅસ્પોર્ટ) *n*. Permission to pass: પરવાનો; ચિઠ્ઠી.

Past,(પૅસ્ટ્) *a*. Ended; spent:ગએલું; ગુજરેલું; વીતી ગયલું. *n*. A former time:ગુજરેલી વાત-વખત. *prep*. After:પછી; આગલ. 2. Above; exceeding: ઉપર. *adv*. By; beyond:થો; પેલી તરફ.

Paste,(પેસ્ટ્) *n*. [L. *pasco*, I feed.] A soft composition as of flour moistened with water or milk:કણેક; લાહી. *vt*. To unite with paste; to fasten:ચોંટાડવું; વલગાવવું.

Pasteboard,(પેસ્ટ્બોર્ડ્)*n*. A stiff thick kind of paper board:પુંઠાનો કાગલ; પુઠું; દોપિસ્તુ.

Pastime, (પૅસ્ટાઇમ) *n*. Sport; amusement: રમત; ગમત; ખેલ.

Pastor, (પૅસ્ટૉર્) *n*. [L. *pasco*. I feed.] A shepherd:ભરવાડ;ગોવાલ. 2. A guardian: રખેવાલ; ગુરૂ; ધર્મોપદેશક

Pastoral, (પૅસ્ટોરલ્) *a*. Pertaining to shepherds:ગોવાલીઆને લગતું. 2. Relating to the pastor of a church:ગુરૂ-આચાર્યને લગતું. *n*. A cantata relating to rural life:ગામડીયા જીંદગીનું ગીત. 2. A letter of a pastor to his charge: પોતાના તાબેનાઓ ઉપર લખેલો કાગલ.

Pastry,(પેસ્ટ્રિ) *n*. Articles of food made of paste:ઈંગ્રેજી મિઠાઈ-સુખડી.

Pasturage,(પૅસ્ટ્યૂરેજ્) *n*. Grazing ground: ઢોરને ચરવાની જગા. 2. Grass:ચરાંગણ; બીડ; ઘાસ; ચારો; ચાર.

Pasture,(પૅસ્ટ્યૂર્) *n*. [L. *pasco*, I feed.] The food of cattle:ઘાસ;ચારો.2.Grass land for cattle: ચરો; ગોચર.

Pat,(પૅટ્) *vt*. To tap:ધીમે હાથે ઠોકવું; થાબડવું. *n*. A tap:થાબડી; ધીમેથી હાથ ઠોકવો તે.

Patch,(પૅચ્) *n*. A piece of cloth:કકડો; કાપલો; કાપલી. 2. A small piece of anything used to repair a breach:થીંગડું; ગાબડું;કપ્પી. 3. A tract; a plot:જમીનનો કકડો; કિત્તો. *vt*. To mend by sewing on a piece or pieces of cloth, leather or the like:થીંગડું મારવું-પુઠું દેવું.

Patchwork, (પૅચ્વર્ક્) *n*. Work composed of pieces sewed together:જુદા જુદા રંગના કકડા અથવા પટાઓ એકેક સાથે સીવીને બનાવેલો ઘાટ; થીંગડ થાંગડ. 2. Something irregularly composed: આખડ ધોબડ કામ; ડોલડાલ વિનાનું કામ.

Patent, (પેટન્ટ્) *a*. [L. *pateo*, I am open.] Open; evident:ઉઘાડું; ખુલ્લું; સ્પષ્ટ; જાહેર. 2. Patented: સનંદી. *n*. The right or privilege: સનદ; પરવાનો; ફરમાન; હક્ક. *vt*. To grant by patent: સનદ આપવી. [is made: સનદદાર; સનદી.

Patentee,(પેટન્ટી) *n*. One to whom a grant

Paterfamilias,(પેટ્રફૅમિલિઍસ્) *n*. *pl*. **Patresfamilias**. [L. *pater*, father.]The head of a family:કુટુંબનો વડો; મોટેરો; વડીલ.

Paternal, (પૅટ્રનૅલ્) *a*. [L. *pater*, a father.] Father:બાપ-પિતાનું; બાપનું; બાપીકું.

Paternity, (પૅટર્નિટિ) *n*. Fatherhood:બાપપણું; પિતૃભાવ. 2. Origin:મૂલ; પાયો; જડ.

Path, (પૅથ્) *n* A foot-way: પગથી; વાટ; રસ્તો; માર્ગ.2.Course of acting:વર્તણુંક; આચરણ; કરણી.

Pathetic-cal, (પૅથેટિક્-કૅલ્) *a*. [Gr. *pathos*, suffering.] Moving the tender emotions: ઉશકેરે એવું; અસરકારક; મન પીગલી જાય એવું.

Pathology, (પૅથૉલૉજિ)*n*. The science which treats of diseases:રોગની પરીક્ષાનું શાસ્ત્ર; નિદાન.

Pathos,(પૅથૉસ્) *n*. That quality which touches the feelings:દયા-કરૂણા ઉત્પન્ન થાય એવો ગુણ; કરૂણારસ; રસ.

Patience, (પેશન્સ્) *n*. [L. *patior*, I suffer.] The power of suffering with fortitude: સહનશીલપણું; સહનશક્તિ; સબુરી; ધૈર્ય; ખામોસ; ધીરજ. 2. Perseverance:ખંત.

Patient, (પેશન્ટ્) *a*. Having the quality of enduring:શાંત;ધૈર્યવાન;ધીરજ-સબુરીવાલું. 2. Long suffering: ખામોશ; ખમતું;પીડાતું.3.Persevering: ખંતીલું.*n*. A person under medical or surgical treatment:રોગી; દર્દી; આજારી.

Patiently, (પેશન્ટ્લિ)*adv*. In a patient manner:ધીરજથી; સબુરીથી.

Patriarch, (પેટ્રિઆર્ક્) *n*. [Gr. *pater*, a father & *arche* rule.] The father and ruler of the family: વડીલ; વડવો; મોટેરો. 2. A dignitary superior to the order of archbishops: મુખ્ય પાદરી; ધર્માધ્યક્ષ. [પૂજ્ય; માનવંત.

Patriarchal, (પેટ્રિઆર્કૅલ્)*a*. Venerable: મોટો;

Patrician, (પૅટ્રિશન્) *a*. [L.*patres*, fathers.] Noble: અમીરી; કુલવંત; ખાનદાની. *n*. A nobleman:અમીર; ઉમરાવ; ખાનદાની શક્ષ.

Patricide, (પૅટ્રિસાઈડ્) *n*. [L. *pater*, father

cædo, I kill.] The murder of one's father: બાપનું ખૂન કરનાર; બાપ હત્યારો. 2. The crime of one who murders his father:બાપને મારવાનો ગુન્હો; બાપનું ખૂન.

Patrimonial, (પૅટ્રિમોનિઅલ)*a.*Pertaining to a patrimony:વારસામાં મળેલું; મીરાસી; વતની.

Patrimony, (પૅટ્રિમોનિ) *n.* [L. *pater*,father.] A right or estate inherited from one's father: વારસો; વતનવાડી; વતન; મીરાસ.

Patriot, (પેટ્રિઑટ્) *n.* One who loves his country:સ્વદેશભક્ત; સ્વદેશાભિમાની; દેશહિતકારી.

Patriotic, (પૅટ્રિઑટિક્) *a.* Inspired by patriotism:સ્વદેશાભિમાની; દેશહિતકારી.

Patriotism, (પેટ્રિઑટિઝ્મ્) *n.* Love of country:સ્વદેશાભિમાન; સ્વદેશભક્તિ; દેશહિતકારીપણું.

Patrol, (પટ્રોલ્) *vi.* To go the rounds along a chain of sentinels:ઘીસ-રોન ફરવી. *n.* Going of the rounds: રોન. 2. The guard or men who go the rounds:રોનવાલા;ચોકીવાલા;ચોકીયાત;પેરેગીર.

Patron, (પેટ્રન્) *n.* [L. *pater*,a father.] One who protects;a defender: આશ્રય આપનાર; રક્ષણ કરનાર; પોષક; પાલક; મદદગાર; પક્ષધારી; હિમાયતી; મદદગાર; મુરબ્બી.

Patronage, (પૅટ્રોનેજ્)*n.* Special countenance or support:વસીલો;હિમાયત; મુરબ્બીગીરી-પણું;વગ; શિફારસ. 2. Business custom: ઉત્તેજન; આશરો; મદદ.

Patronize, (પેટ્રોનાઇઝ્) *vt.* To support:મદદ કરવી; આશ્રય આપવો; હિમાયત કo; પાલણ પોષણ કo. 2. To trade with customarily: કામકાજ આપવું; ખટાવવું; વરતાવવું. 3. To assume the air of a patron:મુરબ્બીગીરી કરવી;બાપ-મુરબ્બી દાખલ વરતવું.

Pattern, (પૅટર્ન્) *n.* An exemplar:નમુનો;અસલ; કિત્તો. 2. Style of decoration;design: તરાહ;પ્રકાર; નમુનો; ફરમો.

Paucity, (પૉસિટિ)*n.* [L.*paucus*, few.]Rarity: થોડાપણું; અલ્પતા; અછત; તંગી; કમીપણું.

Pauper, (પૉપર્)*n.* A poor person:ભુખે મરતું-ભિખારી-ગરીબ માણસ; મુફલેસ; મીશકીન.

Pauperism.(પૉપરિઝમ)*n.* The state of being a pauper: ગરીબાઈ; રૂફલસી; મીશકીની.

Pause, (પૉઝ્) *n.*[Gr. *pauo*, I stop.] Interruption; cessation: તહકુબી; વિરામ; થાક; વિસામો;દમ; સાસ; અટકાવ. 2. Hesitation;doubt: આચકો; આનાકાની: શંકા. 3. A punctuation point: વિરામ; વિરામ ચિન્હ. *vi.* To wait;to rest: થોભવું; અટકવું; જરા બંધ રહેવું. 2. To hesitate;to delay:વિચારમાં પડવું; અચકાવું; આંચકો ખાવો; આનાકાની કo.

Pave, (પેવ્)*vt.* To lay or cover with stones: પથ્થર જડવા; લાદી બેસાડવી; ફરસબંદી કo. 2. To make smooth, safe and easy:સહેલું કરી આપવું; જલદી આવે એમ કરવું; વાટ-રસ્તો કરી આપવો.

Pavement, (પેવ્મેન્ટ્) *n.* A paved road: ફરસબંદી; ચિરંબંદી: લાદી.

Pavilion, (પૅવિલિઑન) *n.*[L. *papilio*,a butterfly] A large tent:તંબુ; ડેરો.

Paw, (પૉ) *n.* [L.*pes*,food.] The foot of a quadruped:પંજો; ચુંગાલ. 2. The hand:હાથ.

Pawn, (પૉન્) *n.* [L.*pes*, *pedis*, a foot.]A man or piece of the lowest rank:પ્યાદું. 2.A pledge: ઘરેણે-સાનમાં મૂકેલી જણસ; ગિરોમાલ. *vt.* To pledge:ગીરો-ઘરેણે-સાનમાં મૂકવું.

Pawn-broker, (પાનબ્રોકર્) *n.* One who lends money on the security of personal property:માલ ઘરેણે રાખનાર-રાખી પૈસા ધીરનાર.

Pay,(પે)*vt.imp.&p.p.* **paid**. [L. *pace*,I appease.] To recompense; to compensate:પગાર-દરમાયો-રોજ-મજુરી આપવી;કિમત-મૂલ-પૈસા-દામ આપવુ; અવેજ આપવો. 2. To reward;to punish: બદલો આપવો; સજા કરવી; બદલો વાલવો; ખંગ-ખદલો વાલી આપવો. 3. To discharge as a debt, demand or obligation:કરજ આપવું; દેવું ફેડવું-વાલવું; અદા કo; ભરવું; આપવું. *To* **p.** *off*, (*a*) to make compensation to and discharge:દેવું વાલવું; ચૂકવી દેવું; પતાવી દેવું. (*b*) To revenge upon:વેર વાલવું; વેર લેવું ;બદલો વાલવો-લેવો.*To* **p.** *a debt of kindness*, to compensate:ઉપકારનો બદલો વાલવો. *To* **p.** *the piper*,to bear the cost,ખરચ માથે પડવો.*n.* Compensation; recompense:બદલો; ભાડું;પગાર;મુસારો.

Payable, (પેઍબલ્) *a.* Suitable to be paid: આપી શકાય તેવું; આપવા જોગ-જેવું. 2. Matured: પાકેલું; મુદ્દત થયેલું.

Payee,(પેઈ) *n.* The person to whom money is to be paid:જેને પૈસા-દામ આપવાનું તે માણસ;હુંડીનાં નાણાં જેને ભરવાનાં તે ધણી.

Paymaster.(પેમાસ્ટર્) *n.* One who pays: પગાર આપનાર અધિકારી.

Payment, (પેમેન્ટ્) *n.* Return:પગાર; બદલો.

Pea. (પી) *n.* (Bot.) ચણો; વટાણો; વટાણાનો છોડ.

Peace, (પીસ્)*n* [L. *pax*, *pacis*, peace.]Calm; repose:શાંતિ; સુલેહ; સલાહ; સંપ. 2. Tranquillity of mind:ચેન; સમાધાન; સમાધાની. 3. Harmony: બનાવ; મેલ; સલાહ; દોસ્તી. *At* **p.**, In a state of peace:શાંતિ-સલાહમાં. *To hold one's* **p.**, to be silent:ચુપ રહેવું; મુગા-છાના રહેવું. **p.**& *prosperity*: આબાદાની; આબાદી. *A breach of the* **p.**:સુલેહનો ભંગ. *To make one's* **p.** *with*, to reconcile one with: સલાહ કo; સમાધાન કo; પતાવવું; દોસ્તી કo.

Peaceable, (પીસૅબલ) *a.* Tranquil; quiet: સલાહ સંપજનું; શાંત; થંડું; ગરીબ; સાલસ.

Peaceably,(પીસૅબ્લિ)*adv.*In a peaceful manner:સલાહસંપજથી; હલીમલીને.

Peacock.(પીકૉક્)*n.* A kind of bird:મોર.**p.** *hen*: ઢેલ; મોરની.

Peak.(પીક્) *n.* The top of a hill:ટોંચ; શીખર; અણી.

Peal, (પીલ્) *n.* A loud sound:કડાકો; ધડાકો; ભડાકો; હોકારો. 2. A set of tuned bells:નાદ; ઘાંટનો ટકોરો; ઘંટ.

Pean,(પીન્)*a.* A song of praise and triumph: જયજયકારનું ગાયન; સ્તુતિ-વખાણ-ફતેહનું ગીત.

Pear,(પર્) *n.* [L. *pirum.*] The fleshy pome, or fruit, of a rosaceous tree:જામફલ; પેર.

Pearl,(પર્લ્) *n.* [L *perula*, a pearl.] A shelly concretion, having a brilliant luster: મોતી;

મોતીની છીપ.

Pearloyster, (પર્લૉઇસ્ટર) *n.* A marine bivalve mollusk: જેમાં મોતી પાકે છે તે છીપ-કાલુ; શુક્તિ

Pearly, (પર્લિ) *a.* Containing pearls; yielding pearls: મોતીનું; મોતીનું બનાવેલું. 2. Clear; pure: મોતીના દાણા જેવું; ચોખ્ખું; શુધ્ધ.

Peasant, (પૅઝન્ટ્) *n.* [L. *pagus*, a village.] A countryman; a rustic: ખેડુત; ગામડીઓ.

Peasantry, (પૅઝન્ટ્રિ) *n.* The body of rustics: ગામના લોક; ખેડુતો; કણબી; ગામડીઆઓ.

Pebble, (પૅબ્બલ્) *n.* [L. *papula*, pimple.] A small roundish stone: કાંકરો; પથરો. 2. Transparent and colorless rock crystal: ચશ્મા કરવામાં વપરાતો પારદર્શક પથ્થર.

Pebbly, (પૅબ્લિ) *a.* Full of pebbles: કાંકરાવાળું; કંકરમય.

Peccadillo, (પૅકડિલ્લો) *n.* [L. *peccatum*, sin.] A slight offence: નાહનો અપરાધ; નજીવો વાંક-ગુન્હો.

Peccant, (પૅકન્ટ્) *a.* [L *pecco*, I miss.] Sinning: અપરાધી; પાપ કરનારું; ખોટું; ખોડવાળું.

Peck, (પૅક્) *n.* The fourth part of a bushel: બુશલનો ચોથો ભાગ. 2. A great deal: ઘણો ભાગ. *vt* To strike with the beak: ચાંચ મારવી. 2. To bite: કરડવું. *To* **p.** *at*, to tease: ખોડ-ખામી કાઢવી.

Pectoral, (પૅક્ટૉરલ્) *a.* [L *pectus*, the breast.] Pertaining to the breast: છાતીનું-ને લગતું.

Peculate, (પૅક્યૂલેટ્) *vi.* [L *peculium*, private property.] To embezzle: ખાઈ જવું; ઉચાપત ક૦.

Peculation, (પૅક્યૂલેશન) *n.* Embezzlement: ઉચાપત; ચોરી; સોંપેલાં નાણાં ખાઈ જવાં તે; હરામખોરી.

Peculiar, (પીક્યુલિઅર્) *a.* [L. *peculium*, money.] One's own: પોતીકું; ખાસ; વિશેષ. 2. Unusual; singular: તરેહવાર; વિલક્ષણ; અસાધારણ; અજબ જેવું.

Peculiarity, (પીક્યૂલિઍરિટિ) *n.* Singularity: તરેહવારપણું; વીલક્ષણતા; અસાધારણપણું. 2. That which is peculiar: તાસીર; ખાસિયત; ખવાસ; વિશેષગુણ

Pecuniary, (પીક્યૂનિઅરિ) *a.* [L. *pecunia*, money.] Monetary: પૈસા; નાણાં-ધનનું-સબંધી.

Pedagogue, (પૅડૅગૉગ્) *n.* Gr. *pais* a child & *ago*, I do.] A teacher of children: મહેતાજી; શિક્ષક

Pedant, (પૅડન્ટ્) *n.* A schoolmaster: મહેતાજી; શિક્ષક. 2. One who makes a vain display of learning: મિથ્યા પંડિત; વિદ્વતાનું ડોલ ઘાલનાર.

Pedantic, (પૅડૅન્ટિક્) *a.* Ostentatious of learning: પંડિતાઈનું ડોલ ઘાલનાર; ફિલસુફીનું ગુમાન રાખનાર.

Pedantry, (પૅડૅન્ટ્રિ) *n.* Vain ostentation of learning: વિદ્યાની પતરાજી-ડેલ; ફિલસુફીનું ગુમાન.

Peddler, (પૅડ્લર્) *n.* A travelling trader: ફરી ફરીને માલ વેચનાર; ફેરિયો.

Pedestal, (પૅડૅસ્ટલ્) *n.* [L. *pes*, *pedis*, foot.] The base or foot of a column, statue, vase, lamp or the like: થાંભલા અથવા હરકોઇ ચીજની બેઠક-તલિયું-પાયો; પડઘી.

Pedestrian, (પૅડૅસ્ટ્રિઍન) *n.* A foot traveller: પગે ચાલીને જનાર; વટેમાર્ગુ.

Pedigree, (પૅડિગ્રી) *n.* Descent; lineage: વંશ; પેઢી; કુલ; ઓલાદ. 2. A record of the lineage: પ્હેડીપત્રક; વંશાવલી; પેઢીનામું.

Peduncle, (પીડંગ્કલ્) *n.* [L. *pes-pedis*, a foot.] The stem or stalk that supports the flower or fruit of a plant: ફુલની દાંડી.

Peel, (પીલ્) *n.* [Gr. *pella*, a skin.] *vt.* To strip off the skin; to flay: છોલવું; છાલ-છોલ ઉતારવી. *vi.* To lose the skin, bark or rind: છોલાવું; છાલ ઉતરવી. *n.* The skin or rind: છાલ; છોલ; છોડાં.

Peep, (પીપ્) *vi.* [L. *pipo*, I chirp] To begin to appear: દેખાવા માંડવું; દેખાવ દેવો. 3. To look slyly: ચોરીથી-છાનામાના જોવું; ડોકીયાં ક૦. *n.* First out-look or appearance: પ્રથમ દર્શન; પેહેલો દેખાવ. **P.** *of day*: અરૂણોદય; બામદાદ. 2 A sly look: ડોકીયું.

Peer, (પીર્) *n.* [L. *pareo*, I appear.] One of the same rank: બરોબરીઓ; જોડીઓ; સમોવડીઓ. 2. A companion: સોબતી; મિત્ર; સાથી; જોડીદાર; સંગાથી. 3. A nobleman: ઉમરાવ; અમીર.

Peerage, (પીરેજ્) *n.* The rank or dignity of a peer: અમીરનો દરજ્જો-હોદ્દો. 2. The body of peers: અમીરો; ઉમરાવ લોક; મોટા લોક.

peeress, (પીરૅસ્) *n.* The wife of a peer: અમીરની ધણીયાણી; કુલીન સ્ત્રી; અમીરાણી.

Peerless, (પીર્લૅસ્) *a.* Matchless: અનુપમ; અપ્રતિમ; સર્વોત્તમ; ઉમદા; તેહ્રો; નાદર.

Peevish, (પીવિશ્) *a.* Querulous; petulant: ધુંધવાતું; મિજાજી; ચીઢીયું; રીસાલ; આડું; વાંકું; દાધાખલ્યું. 2. Silly; childish: નાદાનીભરેલું; છોકરવાદ; નાદાન; ચેડું.

Peevishness, (પીવિશ્નૅસ્) *n.* Sourness of temper: રીસાલ-ચીઢીઆપણું; દાધાખલિયાપણું; ચીઢ; રીસ; નાદાની.

Peg, (પૅગ્) *n.* Small pointed piece of wood: ખીલી; મેખ; ખીંટી; ખુંટી; ખુંટો. (*b*) Hence, a support: કારણ; બહાનું; આધાર; ટેકો. 2. A step; a degree: પાયરી; પદ; પગથીયું. *To climb down a* **p.**: મિજાજ ઉતરવો; ડોલ દમામ છોડવું.

Pelf (પૅલ્ફ્) *n.* Money; gain (generally illgotten): પૈસા; હરામનો પૈસો; પુંજી.

Pellicle, (પૅલિકલ્) *n.* [L. *pellis*, a skin] A thin skin: પાતલી ચામડી; ફોતરો; છારી; પોપડી; ખપોટી.

Pellitory, (પૅલિટૉરિ) *n.* (Bot.) અક્કલગરો.

Pellmell, (પૅલ્મૅલ્) *adv* In utter confusion: ભેલસેલ; અખડગખડ; સેલભેલ; ગરબડ સડબડ; ગભરાટ ઘોટાલામાં.

Pellucid, (પૅલ્યૂસિડ્) *a.* [L. *per*, through & *lucidus*, shining.] Transparent; clear: નીતર્યું; કાચ જેવું; સ્વચ્છ; નિર્મલ; શુદ્ધ; પારદર્શક.

Pelt, (પૅલ્ટ્) *n.* [Gr. *pella*, a hide.] *vi.* & *vt.* To strike with something thrown: મારવું; ફેંકવું; છુટું મારવું-ફેંકવું.

Pelvis, (પૅલ્વિસ્) *n.* The pelvic arch: બસ્તિ; કેડ-કમ્મરનો ભાગ.

Pen, (પૅન્) *n* [L *penna*.] An instrument used for writing with ink: કલમ; લેખણ. 2. A writer or his style: લેખક; લેખનકલા. *vt.* To compose: લખવું; રચવું.

Penal, (પીનૅલ્) *a.* [L. *poena*, punishment.] Enacting or threatening punishment: ફોજદારી;

સજા-દંડ-શિક્ષાનું; શિક્ષાપાત્ર; દંડવા જોગ.

Penalty, (પેનૅલ્ટિ) *n.* Punishment: સજા; શિક્ષા. 2. Forfeiture; fine: ગુન્હેગારી; દંડ.

Penance, (પેનૅન્સ્) *n.* [L. *pœnitentia*, repentance.] Repentance: પશ્ચાતાપ; પસ્તાવો; પ્રાયશ્ચિત; તોબ્જેસ. 2. Pain; sorrow: દુઃખ; દિલગીરી; શોક. *Bodily* **p.**: દેહ દંડ. [બહુવચન.

Pence, (પેન્સ્) *n.* The plural of *penny*: પેનીનું

Pencil, (પેનસિલ્) *n.* [L. *pendeo*, I hang.] A small, fine brush of hair: ચિતરવાની પીંછી. 2. A slander cylinder or strip of black lead colored chalk, slate, &c.: સીસાપેન;પેનસીલ. 3. An artist's ability or peculiar manner: ચિતારાની હુંશીઆરી-ખૂબી-ચતુરાઈ 4. An aggregate or collection of rays of light: રોશનીનાં કિરણ; કિરણસમૂહ

Pendant, (પેન્ડન્ટ્)*n.* (*a*) Something suspended: લટકતી ચીજ; ઝુલતી વસ્તુ; લટકણીયું; લોલક; પાંદડી. (*b*) An appendix or addition: ઉમેરો; વધારો; પૂરવણી. 2. One of a pair;a counter-part: બીજો ભાગ-પાસું; અડધિયું.

Pendent, (પેન્ડન્ટ્) *a.* [L. *pendeo*, I hang.] Suspended: ઝુલતું; લટકતું. 2. Projecting: બહાર પડતું; નિકળી આવેલું.

Pending, (પેન્ડિંગ્) *a.* In continuance; in suspense: ચાલતું; ચ લુ; તહકુબ–મુલતવી રહેલું. *prep.* During: ચાલે ત્યાં સુધી.

Pendulous, (પેન્ડ્યૂલસ્)*a.*[L. *pendeo*,I hang] Depending; hanging:લબડતું; લટકતુ; ઝુલતું.

Pendulum, (પેન્ડ્યૂલમ્) *n* [L.*pendulus*,hanging.] A body so suspended from a fixed point as to swing freely to and fro: લોલક.

Penetrable. (પેનીટ્રૅબલ)*a.* Capable of being penetrated:પેસે-પેવસ થઇ શકે એવું; ભેદ્ય; વેધનીય; ભેદશક્ય.

Penetrate,(પેનીટ્રેટ્) *vt.* [L. *penetro*, I penetrate] To enter into; to make way into: પેસાડવું; અંદર દાખલ કo; ખોસવું; ભોકવું. To make sensible; to move deeply:ભેદવું; અસર કરવી. 3. To comprehend, to understand:સમજવું; અર્થ ગ્રહણ કo. *vi.* To pass; to make way:પેવસ થવું; પેસવું-પ્રવેશ કo.

Penetration.(પેનીટ્રેશન) *n.* sagacity; sharp discernment:તીક્ષ્ણ બુદ્ધિ; સમજદારી; ઉંડી–બારિક અક્કલ; ચતુરાઇ.

Penetrating, (પેનીટ્રેટિંગ્) *a.* Having the power of entering; sharp:વેધી; ભેદક; ભેદ પારખે-સમજે તેવું; ચતુર; સમજદાર.

Peninsula,(પેનિનસ્યૂલૅ)*n.* [L. *pæne*, almost & *insula*, an island.] A portion of land nearly surrounded by water:દ્વીકલ્પ; દ્વીપ.

Peninsular.(પેનિનસ્યૂલર્)*a.* Pertaining to a peninsula:દ્વીપકલ્પનું; દ્વીપકલ્પના આકારનું.

Penitence.(પેનિટેન્સ્) *n* [L. *penitentia.*] Repentance:પશ્ચાતાપ; પસ્તાવો; તોબા; તોબ્જેસ.

Penitent.(પેનિટેન્ટ્)*a.*[L. *pœniteo*, I cause to repent.] Repentant; contrite:પશ્ચાતાપ યુક્ત; પસ્તાવો કરતુ ; પશ્ચાત્તાપ.

Penitentiary, (પેનિટેનશરિ) *n.* A house of correction, in which offenders are confined for punishment:કારાગૃહ; તુરંગ; કેદ-ખંદીખાનું

Pen-knife,(પેન-નાઈફ્) *n. pl.* **Pen-knives**. A pocket knife:કલમ ઘડવાનું ચપ્પુ-છરી; ચાકુ.

Pen-man,(પેન્મૅન)*n.pl.* **Penmen**.A writer: લહીઓ; લખનાર; ગ્રંથકર્તા.

Penman-ship,(પેન્મૅન-શિપ્) *n.* The use of the art of writing:લખવાનો કસબ;લેખન વિદ્યા-કલા.

Penniless,(પેનિલેસ્) *a.* Destitute of money; poor: નિર્ધન; ગરીબ; કંગાલ; લાચાર; મુફલેસ.

Penny.(પેનિ) *n. pl.* **pennies** or **pence**. *Pennies*, denotes the number of coins; *pence*, the amount of pennies in value An English coin:આઠ પાઈ બરાબરનો. એક વિલાયતી સિક્કો. 2. Any small sum:દોકડો; કોડી; દમડી;ટકો. 3. Money in general:પૈસો; પૈસો ટકો.

Penny-weight, (પેનિવેટ્) *n.* Twenty-four grains:ચોવીસ ગ્રેનનું તોલ.

Penny-wise, (પેનિ-વાઇઝ્) *a.* Wise only in small matters:કોડી માટે રૂપીઆનો ગોદો ખમે એવું. **P.** & *pound foolish*:ખાલે ડુચા ને બારણાં ઉઘાડાં.

Pension,(પેન્શન)*n.* [L. *pendo*, I weigh.] A stated allowance to a person in consideration of past services:પેનશન; બેઠો પગાર; લાંબી નોકરીના બદલામાં નોકરીએથી ફારેગ થયા પછી મલતું લવાજમ. *vt.* To grant a pension to:પેનશન આપવું; બેઠો પગાર આપવો.

Pensioner, (પેન્શનર્)*n.* One in receipt of a pension: બેઠો પગાર ખાનાર.

Pensive, (પેનસિવ્)*a.* [L. *penso*, I ponder.] Thoughtful; sober; sad: ઉંડા વિચારમાં પડી ગયેલું; ગંભીર; દિલગીર; ઉદાસ.

Pentagon,(પેન્ટૅગૉન)*n.* [Gr. *pente*, five & *gonia* an angle.] A figure having five angles: પાંચખૂણાનો આકૃતી; પંચકોણ.

Pentahedron.(પેન્ટૅહીડ્રૉન) *n.* A solid figure having five sides: પાંચ બાજુની આકૃતિ.

Pentameter, (પેન્ટૅમિટર્) *n.* A verse of five feet:પાંચ ચરણની કવિતા.

Penultimate,(પીનલ્ટિમેટ્) *a.* Last but one: ઉપાંત્ય; છેલ્લાની ઉપર આગલનું.

Penumbra,(પીનમ્બ્રૅ) *n.* [L. *pœne*, almost & *umbra*, shade.] An incomplete or partial shadow:ઝાંખો ઓલો; અપૂર્ણ છાયા.

Penurious,(પેન્યૂરિઅસ્) *a.* Sordid; stingy: કંજુસ; કૃપણ;ખખીલ;સુમ. 2.Destitute of money: નિર્ધન; ગરીબ; મુફલેસ.

Penury, (પેન્યૂરિ) *n.* [L. *penuria*, hunger.] Want; indigence: દરિદ્રતા; નિર્ધનતા; કંગાલિયત; મુફલેસી; ગરીબાઇ.

Peon,(પીઑન)*n.* A an office attendant:સિપાઇ; ચપરાસિ; પટાવાલો.

People, (પીપલ્) *n.* [L. *populus.*] A community; a nation:લોક; કોમ; પ્રજા. 2. The mass of community:મંડલ; ખલકત; જગ; આલમ; દુનિયાં. 3. (*a*) Family; kindred; relations:કુટુંબ; સગાં.

(*b*) Followers:માણસો; નોકર ચાકરો.*vt.* To populate: વસાવવું.

Pepper,(પેપર્)*n.* [L. *piper*] A well-known, pungently aromatic condiment: મરી. *vt.* To sprinkle with pepper:મરી ભભરાવવાં.

Pepper-mint, (પેપર્મીંટ્) *n.* An aromatic and pugent plant of the genus *mentha*:મરી કુદનો. 2. A volatile oil distilled from the fresh herb:મરી કુદનાનો અર્ક.

Peppery, (પેપરિ) *a.* Pertaining to pepper: મરી-મરચાં-પીપરનું. 2. Hot tempered: તીખું; ગરમ મિજાજી; તરમારખાં; ઝાંઝી; કડક.

Peptic,(પૅપ્ટિક્)*a.*[Gr. pepto, I cook.] Relating to digestion;digestive:પાચક;હજમ કરે એવું.

Per,(પર્)*prep.* Through; by;for:જોડે; સાથે; મારફતે; હસ્તક; દર; દીઠ. *Per se*, in itself:એની મેલે.

Peradventure,(પરૅડ્વૅન્ટ્યૂર્)*adv.* By chance; perhaps:કદાપિ;ભોગજોગે; કદાચિત; રખેને.*n.*Chance; hap: ભાગ્ય; નશીબ.

Perambulate,(પરૅમ્બ્યૂલેટ્)*vt.* & *vi.*[L. *per*, through & *ambulo*, I walk.]To walk through or over: ફરી વળવું; ફેરી મારવી; સેલ કo.

Perambulator, (પર્‌ઍમ્બ્યૂલેટર્) *n* One who perambulates:માપણી કરનારે 2. A surveyor's instrument for measuring distances:છેટું માપવાનું યંત્ર. 3. low carriage for a child:નાનાં છોકરાંને બેસવાને માટે હાથે ચલાવવાની ગાડી.

Perceivable, (પર્સીવૅબલ્)*a.* Capable of being perceived:જણાય-માલમ પડે એવું.

Perceive,(પર્સિવ્)*vt.* [L.*per*, & *capio*, I take.]To obtain knowledge of through the senses:જણાવું; માલમ પડવું; લાગવું. 2. To see; to remark; to discern: સમજવું; જાણવું. 3. To be affected or influenced by:ધ્યાનમાં આવવું-ઉતરવું; ભાન-ભાસ થવો; લક્ષમાં આવવું.

Percentage, (પરસૅન્ટેજ્) *n.* [L. *per*, & *centum*,a hundred.] A certain rate percent: સેંકડે કેટલું તે; સેંકડા ઉપરની ગણત્રી.

Perceptible, (પર્સેપ્ટબલ્) *a.* Discernible; perceivable: સમજી શકાય એવું; માલમ પડે એવું; સ્પષ્ટ; ખોલ્લું.

Perception, (પર્સેપ્શન) *n.* [L. *perceptio.*] Apprehension:જાણવું-જણાવવું તે.2 The faculty of perceiving: જ્ઞાનશક્તિ; સમજ; સમજશક્તિ. 3.A notion: વિચાર; ભાસ.

Perchance, (પર્ચૅન્સ) *adv.* By chance; perhaps: કદાપિ; દૈવયોગે; કદાચિત.

Percolate, (પર્કોલેટ્)*vt.*& *vi.* [L.*per*,through & *colo*, I strain.]To filter: ગાલવું; છણવું; ગલવું; ઝરવું.

Percussion, (પર્કશન) *n.* [L. *per*. *quatio*, I shake.] The striking of one body against another:અથડાવું તે; ટક્કર; અથડામણ.

Perdition, (પર્ડિશન)*n.* [L. *per*, & *do*,I give.] Utter loss; ruin:નાશ; સત્યાનાશ; નખોદ.

Peregrinate, (પેરીગ્રિનેટ્) *vi.*[L. *per* & *ager*, land.] To travel from place to place: દેશેદેશ ફરતાં ફરવું; મુસાફરી-પ્રવાસ-દેશાટન કo.

Peregrination.(પેરાગ્રિનેશન)*n.*A wandering: મુસાફરી; દેશાટન; પ્રવાસ.

Peremptorily,(પેરૅમ્પ્ટૉરિલિ)*adv.* Absolutely:તાકીદથી; તાબડતોબ; એકદમ.

Peremptory, (પેરૅમ્પ્ટૉરિ) *a.*[L. *per* & *emo*, I take.] Decisive; final: છેલ્લું; ખુલ્લું; તાકીદભરેલું; છેવટનું; નક્કી; ચોકસ: સાફ; ચોખ્ખું.

Perennial, (પેરેનિઍલ)*a.* [L. *per*, through & *annus* a year.] Lasting through the year: આખું વરસ રહેનારૂં; બારમાસી. 2. Perpetual:કાયમનું; જાથુકનું.

Perfect, (પર્ફેક્ટ્)*a.*[L *per* & *facio*, I make.] Complete; full: પૂર્ણ; સંપૂર્ણ; પુરેપુરૂં; પક્કું. 2. Proficient; excellent: પ્રવીણ; કુશલ; ઉત્તમ; તોફો. 3. Unblemished; mature; whole: ખોડ-ખાંપણ વિનાનું; ચોખ્ખું; નરૂં; આખું; અખંડ. *vi.* To finish: કંઈ ખોડ-દોષ ન રહે એવું કરવું; સંપૂર્ણ કo; તૈયાર-સિદ્ધ કo.

Perfection, (પર્ફેક્શન) *n.* Entire development;maturity:સંપૂર્ણતા: ઉત્તમતા; ખૂબી; ગુણ.

Perfidious, (પર્ફિડિઅસ્) *a.* Treacherous: વિશ્વાસઘાતી: નિમકહરામ: બેઈમાન; બેવફા.

Perfidy, (પર્ફિડિ) *n.* [L. *per* & *fides*, faith.] Faithlessness: બેઈમાની:વિશ્વાસઘાત;દગો;દગલબાજી.

Perforate, (પર્ફોરેટ)*vt.* [L. *per*, through & *foro*, I bore.] To pierce:કાણું-બાકું-છિદ્ર-વેહ પાડવું; ભોકવું: વિંધવું. [બાકું.

Perforation, (પર્ફોરેશન)*n.* A hole:નાકું;કાણું;

Perforce, (પર્ફોર્સ્)*adv.* By force;at any rate: જોરજુલમથી; બલાત્કારથી; જબરાઈથી; ગમે તે કરીને.

Perform, (પર્ફોર્મ્)*vt.*[L. *per* & *formo*,I form thoroughly.] To execute; to do:કરવું: પાર પાડવું; સંપૂર્ણ કરવું. 2.To discharge;to fulfil:બજાવવું; પાલવું; ચાલવું; અમલ કo. *vi.* To act a part:ભજવવું; બજાવવું; વગાડવું.

Performance, (પર્ફોર્મૅન્સ) *n.* An achievement;a deed:કામ;કાર્ય:નાટક;ખેલ;કસરત;રમત;તમાશો.

Performer, (પર્ફૉર્મર્)*n.*One who performs: વગાડનાર; ગાનાર; નાચનાર; સોંગ-વેશ લેનાર.

Perfume, (પર્ફ્યૂમ) *vt.* [L. *per* & *fumus*, smoke.] To scent:સુગંધ-ખુશબોઇ લગાડવી-ભરવી-છાંટવી; ખુશબોદાર કo. *n.* The scent; fragrance: સુગંધી; સુવાસ; ખૂશબો: પમરાટ.

Perfumery, (પર્ફ્યૂમરિ) *n.* Perfumes in general:સુગંધીના પદાર્થો; ખુશબોઈ.

Perfunctory,(પર્ફન્ક્ટૉરિ)*a* [L *per* & *fungo*, I discharge.] Characterized by indifference: જેવું તેવું; લેચલાઉ; ચાલ ઢકેલ. 2. Careless:બેદરકાર; કાલજી-સંભાલ વગરનું. [કદાચિત.

Perhaps, (પર્હૅપ્સ્) *adv.* By chance: કદાપિ;

Perigee, (પેરિજી)*n.*[Gr.*peri*, & *ge*, the earth.] The point in the moon's orbit nearest the earth:ચંદ્રની કક્ષાનો પૃથ્વીની પાસેમાં પાસેનો ભાગ; નીચસ્થાન.

Perihelion.(પેરિહીલિઑન)*n.pl* **Perihelia.** [Gr. *peri*, & *helios*, the sun]. That point of the orbit of a planet or comet which is nearest to the sun:ગ્રહ કે કેતુની કક્ષાનો સૂર્યની પાસેમાં પાસેનો ભાગ.

Peril, (પૅરિલ્) *n.* [L. *peritus*, experienced.] Danger:risk:જોખમ; ધોકો; ભય; નુકસાન.

Perilous, (પૅરિલસ્)*a.* Dangerous:જોખમભરેલું; જોખમી; નુકસાનનો ભય હોય એવું.

Period, (પીરિઑડ્)*n* [Gr.*peri*, round & *hodos* a way.] A portion of time: વખત;કાલ;સમય. 2. Term:length of duration: મુદ્દત; વાયદો; અવધિ. 3. An end; a conclusion:છેવટ; અંત; આખેરી. 4. A complete sentence, from one full stop to another: વાકય.5.A full stop:પૂર્ણવિરતી;વિરામચિહ્ન.

Periodical, (પીરિઑડિકૅલ્) *a.* Pertaining to periods:કાલનું; વખતનું; મુદ્દતી. 2. Performed in a period, or regular revolution: નિયમિત વખતે થતું;વખતો વખતનું.*n.*A magazine:ચોપાનિયું;માસિક.

Periphery, (પૅરિફ્રિ)*n.* [Gr. *peri*, & *phero*, I carry.] The surface:કોઇપણ ચીજનો ઉપલો–બહારનો ભાગ; સપાટી. 2. The circumference of a circle: પરિધ; ઘેરાવો

Perish, (પૅરિશ્)*vi.* [*per.* & *eo*, I go.] (*a*) To be lost; to die: નાશ પામવું; મરી ઉપડી જવું; જતાં રહેવું; અંત આવવો. (*b*) To wither: કરમાઇ જવું; સૂકાઈ જવું.

Perishable, (પૅરિશૅબલ્) *a.* Liable to perish: નાશ પામે એવું; નાશવન; નાશવંત; ક્ષણભંગુર.

Perjure, (પર્જ્યૂર્)*vt.* [L. *per*, through, *juro*, I swear.] To swear falsely: જુઠા સોગન ખાવા; કસમ તોડવા.

Perjury, (પર્જ્યૂરિ) *n.* False swearing:જુઠા સોગન–ખોટી પ્રતિજ્ઞાનો ગુન્હો; ખોટા સમ–સોગન.

Permanence-cy, (પર્મૅનેન્સ્-ન્સિ) *n.* The quality or state of being permanent;duration: સ્થિરતા: કાયમપણું; બહાલી; ટિકાવ: જાથુકી.

Permanent, (પર્મૅનેન્ટ્)*a* [L. *per* & *maneo*, I remain.] Durable: બહાલ; જાથુ: કાયમ; અચલ

Permeable, (પર્મિઍબલ્)*a.* Yielding passage: જેમાં આરપાર ઉતરે એવું; જેમાંથી ગળી જાય એવું.

Permeate, (પર્મિએટ્)*vt.*[L.*per* & *meo*, I go.] To pass through the pores or interstices of: ગળી–ચૂઇ જવું.2. To enter and spread through; to pervade:આરપાર નિકલવું–જવું;પ્રસરી જવું;વ્યાપવું.

Permissible, (પર્મિસિબલ્) *a.* Allowable:રજા-છૂટ આપી શકાય એવું; પરવાનગી જોગ.

Permission, (પર્મિશન્) *n.* Formal consent; leave:પરવાનગી; રજા; છૂટ; બહાલી; મંજૂરી.

Permit, (પર્મિટ્) *vt.* & *vi.* [L. *per* & *mitto*, I send.] To consent to:પરવાનગી–રજા-છૂટ આપવી; બહાલી–મંજુરી આપવી; કંઇ કરવા–થવા દેવું. *n.* Leave;permission: રજા; પરવાનો; ચિઠ્ઠી.

Permutation, (પર્મ્યુટેશન્) *n.* Interchange: અદલા બદલી; સાટું; બદલા.

Permute, (પર્મ્યૂટ્) *vt.* [L. *per*, & *muto*, I change.] To interchange: સાટું-બદલો–અદલાબદલી-આપ લે ક૦.

Pernicious, (પર્નિશસ્) *a.* [L. *per* & *neco*, I kill.] Highly injurious:ખરાબી કરનારૂં; હાનિકારક; અવગુણકારી કારક.

Peroration, (પૅરોરેશન્)*n.*[L.*peroro*, I speak.] The concluding part of an oration: ભાષણનો આખરનો ભાગ; ભાષણ; સંભાષણ.

Perpendicular, (પર્પૅન્ડિક્યૂલર્) *a.* [L. *per*, & *pendeo*, I hang.] Exactly upright or vertical:પાધરૂં; સીધું; ઉભું; [illegible]ર. *n.* A line at right angles to the plane of the horizon: ઉભી લીટી; લંબ; લંબરેષા.

Perpetrate, (પર્પીટ્રેટ્)*vt.*[L. *per* & *petro*, I execute.] To do or perform:કરવું; પાર પાડવું.

Perpetration, (પર્પીટ્રેશન્)*n.*An evil action: ગુન્હો; તકસીર; ખતા.

Perpetrator, (પર્પીટ્રેટર્)*n.* One who perpetrates:ગુન્હેગાર; તકસીરવાર.

Perpetual, (પર્પૅટ્યૂઍલ્)*a.* [L. *per* and *peto*, I go towards.] Everlasting; continuous: અખંડ: જાથુનું; હમેશનું; અનંત; કાયમનું.

Perpetually, (પર્પૅટ્યૂઍલિ)*adv.*Constantly: નિરંતર: હમેશ: નિત્ય; સદા; કાયમ.

Perpetuate, (પર્પૅટ્યૂએટ્)*vt.* To make perpetual:હમેશ–કાયમ રહે એમ ક૦; સદાકાલ ચાલુ–જારી રહે તેમ ક૦.

Perpetuity, (પર્પૅટ્યૂઇટિ) *n.* Endless duration:નિત્યતા; હમેશપણું; હમેશગી.

Perplex, (પર્પ્લેક્સ) *vi.* [L. *per* & *plecto*, I plait.] To entangle: ગુંચવવું; ગુંચવી નાંખવું; અકલામણમાં નાખવું, ગભરાવવું; અકલાવુ.

Perplexing, (પર્પ્લેક્સિંગ્) *a.* Puzzling:ગુંચવણ ભરેલું: ગભરાવતું; અઘરૂં; કઠણ.

Perplexity, (પર્પ્લેક્સિટિ) *n.* Doubt; embarrassment:ગભરાટ;ગુંચવણ;પંચાત;આંટી;સંશય;સંદેહ.

Perquisite, (પર્ક્વિઝિટ્)*n.* [L. *per* & *quarro*, I seek.] Something gained over and above the ordinary salary:દસ્તુરી; પાનસુપારી; સુખડી.

Persecute, (પર્સિક્યૂટ્) *vt.* [L. *per* & *sequor*, I follow.] To harass: પુંઠ લેવી; હેરાન ક૦; કેડો પકડવો; ઈજા–દુ:ખ–ઉપદ્રવ ક૦; પીડવું.

Persecution, (પરસીક્યૂશન્) *n.* The act of persecuting:જુલમ; હેરાનગતી; સતાવણી.

Persecutor, (પરસીક્યૂટર્) *n.* One who persecutes:સતાવનાર; દુ:ખ દેનાર; હેરાન કરનાર.

Perseverance, (પર્સીવીરૅન્સ્) *n.* Continued pursuit:ખંત; ઉદ્યોગ; આગ્રહ.

Persevere, (પર્સીવીર્)*vi.* [L. *per* & *severus*, strict.] To persist: ખંત–ઉમંગ રાખવો; મંડવું; ખંતથી ક૦; મંડયા રહેવું.

Persevering, (પર્સીવીરિંગ્) *a.* Persistent: ઉમંગથી મંડયું રહેનારૂં; ખંતીલું; ઉદ્યમી.

Persian, (પર્સિઍન્) *a.* Pertaining to Persia: ઈરાનનું; ઇરાની. *n.* A native of Persia:ઈરાની 2. The language of Persia:ફારસી; ફારસી ભાષા.

Persist, (પર્સિસ્ટ્)*vi.*[L. *per* & *sisto*, I stand.] To be fixed:ખંતથી કર્યાજ કરવું; વલગી રહેવું; આગ્રહ લેવો–પકડવો–કરવો; જીદ–હઠ લેવી.

Persistence-cy, (પાર્સિસ્ટેન્સ્-ન્સિ)*n.* Staying

quality:આગ્રહ; હઠ; જીદ; ઓહોંસ; ખંત; ઉમંગ.

Persistent, (પર્સિસ્ટંન્ટ્)*a.* Inclined to persist: ખંતીલું; આગ્રહી; હઠીલું; જીદી.

Person, (પર્સૅાન) *n.* [L. *persona,* a mask.] Body; outward appearance: બદન; કાયા; શરીર; દેહ. 2. A human being: માણસ; જણ; આસામી; ગ્રહસ્થ. 3. (In Grammar): પુરૂષ.

Personage, (પર્સૅાનેજ્) *n.* A notable or distinguished person: નામીચું માણસ; ગ્રહસ્થ.

Personal, (પર્સૅાનૅલ) *a.* [L. *personalis.*] Pertaining to human beings: માણસ મનુષ્યનું; પુરૂષવાચક. 2. Pertaining to a particular person:પોતાનું;ખાસ;ખુદનું;જાતનું;જાતી. 3. Pertaining to the external appearance:શરીર-કાયાનું; દૈહિક; કાયિક; આકારનું. **P.** *estate,property*:જંગમ મિલ્કત. **P.** *experience*:જાતી અનુભવ.

Personality, (પર્સૅાનૅલિટિ) *n.* Individuality: પોતાપણું. 2. A personal remark or reflection: કોઇને પોતાને-જાતને વિષે અંગત ટીકા.

Personalty, (પર્સૅાનૅલ્ટિ)*n.* Personal property: જંગમ મિલ્કત.

Personate, (પર્સૅાનેટ્)*vt.* [L. *personatus,* assumed.] To counterfeit: ડોલ ઘાલવો; ઢોંગ કરવો. To personify; to describe: રૂપ આપવું. *vi.* To play or assume a character: વેષ-સોંગ લેવો; ભાગ ભજવવો.

Personification, (પર્સૅાનિફિકેશન)*n.* Impersonation:નિર્જીવ વસ્તુને માણસ-પ્રાણીનાં રૂપ-લક્ષણ આપવાં તે; અવતાર.

Personify, (પર્સૅાનિફાઈ) *vt.* To regard as a person:પ્રાણીનું રૂપ આપવું.

Personnel, (પર્સૅાનૅલ) *n.* The body of persons employed in some public service: કોઈ જાહેર ખાતામાં કામે લગાડેલા માણસો;આખુ ખાતું.

Perspective, (પર્સ્પેક્ટિવ્) [L. *per* & *specio* I look.] *n.* A glass through which objects are viewed:દૂર્બીન. 2 A view:દેખાવ; ચિત્ર.

Perspicacious,(પર્સ્પિકેશસ્)*a.* [L.*perspicio* I look through.] Of acute understanding; keen:પક્કું; પહોંચેલું; ચપલ; તેજ નજરનું.

Perspicuous, (પર્સ્પિક્યૂઅસ્) *a.* Capable of being seen through: પારદર્શક; નિર્મલ; સ્વચ્છ. 2. Clear:સ્પષ્ટ; સરલ; સેહેલું; ખુલ્લું. [પસીનો.

Perspiration, (પર્સ્પિરેશન)*n.* Sweat: પરસેવો;

Perspire, (પર્સ્પાઇર) *vi.* [L. *per* & *spiro,* I breathe through.] To sweat:પરસેવો થવો-નીકલવો-છુટવો; ઘામ થવો.

Persuade, (પર્સ્વેડ્) *vt.* & *vi.* [L. *per* & *suadeo,* I advise.] To influence:સમજાવવું;સમજાવી કરાવવું; મનાવવું;મનમાં ઠસાવવું-ઉતારવું; ખાતરી કરવી; ભલામણ કo.

Persuasion, (પર્સ્વેશન) *n.* The act of persuading: સમજણ;ભલામણ;આગ્રહ; ઓહોંસ. 2. The state of being persuaded or convinced:ખાતરી; ખાતરજમા. 3. A creed or belief: મન;માર્ગ;આકીન; ભરોસો.

Persuasive, (પર્સ્વેસિવ્) *a.* Tending to persuade:મન વલાવનાર; સમજાવનારૂં; પટાવનારૂં.

Pert, (પર્ટ્) *a.* Evident: ખુલ્લું; ઉઘાડું; સ્પષ્ટ. 2. Smart: ચપલ; ચંચલ. 3. Saucy: bold:તોછડું; અવિવેકી; બેઅદબ; શોખ.

Pertain, (પર્ટેન) *vi.* [L. *per* & *teneo,* I hold.] To have relation or reference to something: લગતું વલગતું હોવું; નિસબત-સંબંધ રાખવો.

Pertaining, (પર્ટેનિંગ્) *a.* Belonging to:લગતું; સંબંધી; વિષયક; નિસબતનું.

Pertinacious, (પર્ટિનેશસ્)*a.*[L. *per* & *tenax,* tenacious.]Obstinate;resolute:મમતી;હઠીલું;જીદી; જક્કી; મક્કમ; પક્કા ઠરાવનું.

Pertinacity, (પર્ટિનૅસિટિ) *n.* Obstinacy; perseverance:હઠ; મમત; જિદ્દ; ઓહોંસ.

Pertinent, (પર્ટિનન્ટ્) *a.* [L.*per* & *teneo,* I hold.] Relevant:ખરાબર સંબંધ રાખતું; જેવું જોઈએ તેવું; પ્રાસંગિક; પ્રસંગોપાત્ત; યથાયોગ્ય.

Pertness, (પર્ટ્નેસ્) *n.* The quality or state of being pert:ચંચલતા; તોછડાઇ; બેઅદબી; અવિવેક.

Perturbate, (પર્ટર્બેટ્)*vt.*[L.*per* & *turba* an uproar.]To disturb:કાયર કo; સતાવવું.

Perturbation, (પર્ટર્બેશન) *n.* Agitation of mind:અકલવિકલ; બેચેની; હેરાનગતી; સંતાપ.

Perusal, (પેર્યૂઝૅલ)*n.*[L. *per* & *usus,* to become intimate with.]The act of reading: વાંચવું તે; વાંચણ. [વાંચવું; જોઈ-વાંચી જવું.

Peruse, (પેર્યૂઝ્) *vt.* To read through:ધ્યાન દેઇ

Pervade, (પેર્વેડ્) *vt.* [L. *per* & *vado,* I go.] To spread all over: પંથરાવું; ફેલાવું; બધે પસરી જવું; સર્વવ્યાપક હોવું.

Perverse, (પર્વર્સ) *a.*[L.*per* & *verto,* I turn.] Obstinate; stubborn: મમતી; હુજતી; જીદી; જક્કી.

Perverseness, (પર્વર્સનેસ્) *n.* The quality of being perverse:હઠીલાઈ; હુજત; મમત; ઓહોંસ.

Perversion,(પર્વર્શન)*n.*Change to something worse:વિકાર; બગાડો.

Perversity, (પર્વર્સિટિ) *n.* [L. *perversitas.*] The quality or state of being perverse:વાંકાપણું; હઠીલાઈ; હુજત; ઓહોંસ.

Pervert, (પર્વર્ટ્)*vt.* [L. *per* & *verto,* I turn.] To corrupt:બગાડવું; ફેરવવું; કુમાર્ગે ચલાવવું; મન-બુદ્ધિ-મતિ ફેરવવી. To misapply;to misinterpret: ઉલટો અર્થ કo.

Pervious, (પાર્વિઅસ્)*a.*[L.*per* & *via,* a way.] Penetrable: માંહે પેસી શકાય એવું; આરપાર જવાય-દેખાય તેવું.

Pessimist, (પેસિમિસ્ટ્)*n.* One who complains of everything being for the worst:સઘલી વાતોમાં ખરાબી થવાનો ભય રાખનાર; રડતી સુરત.

Pest, (પેસ્ટ્) *n.* [L. *pestis,* a plague.]A pestilence:મરકી. 2. A nuisance:પાપ; પીડા;મેલું;કારાલ.

Pester, (પેસ્ટર્) *vt.* [L. *pestis,* a plague.] To trouble;to disturb:બેજાર-હેરાન કo;પજવવું;સંતાપવું.

Pestilence,(પેસ્ટિલન્સ્)*n.*[L.*pestis,* a plague.] The plague: રાલ; મરકી; મહામારી.

Pestle, (પેસલ્) *n.* [L. *penso,* I beat.] An implement for pounding: પરાર; દસ્તો; સાંબેલું. *vt.*

To use a pestle:ખાંડવું; વાટવું.

Pet, (પેટ્) *n.* A lamb brought up by hand: પાલેલું ઘેટું. 2. A favourite child: લાડકડું; લાડકું ખચ્ચું. *a.* Petted; admired: લાડ લડાવેલું; લાડકું; વહાલું; પ્રિય; લાડકડું. *vt.* To fondle: લાડ લડાવવું.

Petal, (પેટલ્) *n.* A flower leaf: પાંખડી; પાંતરી; પાંદડી.

Petiole, (પેટિઓલ) *n.* [L. *petiolus*, a little foot.]· A leafstalk: ફુલ કે પાંતરાનું ડીંટું–ડીચકું.

Petit, (પેટિટ્)*a.* Small;little:નાનું; હલકું; નીચ.

Petition, (પીટિશન્) *n.*[L. *peto*, I attack.] A prayer;a supplication:અરજ; વિનંતી, પ્રાર્થના; દરખાસ્ત;અરજી;પ્રાર્થનાપત્ર. *vt.* To solicit;to entreat: અરજ–અરજી કo.

Petitioner, (પીટિશનર્) *n.* One who presents a petition:અરજદાર; અરજી કરનાર.

Petrify, (પેટ્રિફાઇ)*vt.* [L. *petra*, rock.]To convert into stone:પથ્થર કરી નાખવેા. 2. To stupefy; to paralyze: ગભરાવી–હેબતાવી નાખવું; દિગ્મૂઢ-સ્તબ્ધ–જડ કરી નાંખવું. *vi.* To become stone: પથ્થર જેવું સખ્ત થવું.

Petroleum, (પેટ્રોલીઅમ)*n.* [L. *petra*, a rock & *oleum* oil.] A dark brown inflammable liquid: ઘાસતેલ: ભૂમિતેલ.

Petticoat, (પેટિકોટ્) *n.* A loose under-garment worn by women:ઘાઘરેા; ચણીઓ.

Pettifogger,(પેટિફૉગર)*n.*An inferior lawyer: ન્હાનેા-ઉતરતેા વકીલ; નજીવા કજીઆ ચલાવનાર.

Pettifogging, (પેટિફૉગિંગ્)*a.* Paltry;mean: હલકું; નજીવું.

Petty, (પેટિ)*a.*[L.*potitus*,thin.] Little;trifling: નાનું; નજીવું; હલકું.

Petulance-cy, (પેટ્યૂલેન્સ-સિ)*n.*[L.*petulantia.*] Impudence; peevishness:રીસાલપણું; ફાંટેા; શેાખાઇ.

Petulant, (પેટ્યૂલેન્ટ્) *a.* [L. *peto*, I go to.] Capriciously fretful; irritable:ત્રાંજી; ગુસ્સાવાળું; રીસાલ; ચીડિયું.

Pew, (પ્યૂ) *n.* An inclosed seat in a church: દેવલેામાં બેસવાનેા ખાજઠ; બેઠક.

Pewter, (પ્યૂટર) *n.* A hard, tough, but easily fusible, alloy: જસત 2. Utensils of pewter: જસતનાં વાસણ.

Phaeton, (ફેએટૉન) *n.* A fourwheeled carriage:ચાર પૈડાંની ગાડી; ચારઠ; રથ; ફેટીન.

Phalanx, (ફૅલૅન્ક્સ) *n.* Body of troops in close array:ફેાજની હાર–સફ.

Phantasm, (ફૅન્ટૅઝમ) *n.* [Gr. *phao*, I shine.] A phantom,a dream:જંખના: ભાસ; એાલેા; છાંયેા. 2. A fancy;a notion:કલ્પના; વિચાર; આભાસ.

Phantastic, (ફૅન્ટૅસ્ટિક) *a.* Wrong; fanciful: ખેાટું; કલ્પિત; પેાકલ; તુરંગી.

Phantasy,(ફૅન્ટૅસિ)*n.*A phantom;fancy:મરજી; તુરંગ; ફાંટેા.

Phantom, (ફૅન્ટમ) *n.* *See* **Phantasm**.

Pharisaism, (ફૅરિસેઇઝમ) *n.* Hypocrisy in religion:ધર્મઠગપણું; ખગભગતપણું; બગધ્યાન.

Pharmaceutic-cal,(ફાંર્મૅસ્યૂટિક–કલ્)*a.* Pertaining to the knowledge or act of pharmacy:એાસડ સંબંધી–નું; દવાદારૂનું.

Pharmacopæia, (ફાંર્મૅકોપીઅ) *n.* A book describing the drugs, preparations, &c., used in medicine:એાસડેા બનાવવા તથા વાપરવા બાબતનેા ગ્રંથ; ઔષધ ક્રિયાકલ્પ.

Pharmacy, (ફાંર્મૅસિ) *n.* [Gr. *pharmakon*, a drug.] The art of practice of preparing and preserving drugs: ઔષધક્રિયા; દવાદારૂ બનાવવાનેા હુનર. 2. A place where medicines are compounded: એાસડેા તૈયાર કરવાનું મકાન; ઔષધ ક્રિયાશાલા; દવાખાનું.

Phase, (ફેઝ્) *n.* [Gr. *phainomai*, to appear.] An appearance:દર્શન;દેખાવ.2. The illuminated surface of a planet:કલા.

Pheasant, (ફેઝેન્ટ્) *n.* [Gr.*Phasis*, a river of Asia.] Any bird of the genus *Phasianus*: જંગલી મરઘેા.

Phenix, (ફીનિક્સ) *n.* A bird fabled to exist single, to be consumed by fire by its own act, and to rise again from its ashes: એક કલ્પિત પક્ષી.

Phenomenon, (ફીનૉમિનૉન)*n.*[Gr.*pheinomai*, to appear.] An appearance: દેખાવ; દર્શન. 2. That which strikes one as strange:ચમત્કાર.

Phial, (ફાઇઅલ)*n.*[L *phiala*,a board;Gr.*pino*, to drink.] A glass bottle; a vial: શીશી; ન્હાની બાટલી. *vt.* To put in a phial:શીશીમાં ભરવું.

Philanthropist,(ફાઇલૅન્થ્રાપિસ્ટ્)*n.*One who loves mankind:પરેાપકારી; પરગજુ માણસ; જગમિત્ર; જનહિતેચ્છુ.

Philanthropy, (ફાઇલૅન્થ્રૉપિ) *n.* [Gr. *philos*, loved,& *anthropos*, man.] Love to mankind; universal good will: પરદુઃખભંજનપણું; પરેાપકાર; પરગજુપણું.

Philharmonic, (ફિલ્હાંરમૉનિક)*a.*[Gr. *philos* & *harmonia* harmony.] Loving harmony or music:ગાયન ઉપર પ્રીતિ–શેાખ રાખનાર.

Philippic, (ફિલિપીક) *n.* [L. *philippicus*, belonging to Philip.]Any discourse abounding in acrimonious invective:ઠપકાનું ભાષણ;નિંદાત્મક ભાષણ; કેાઇની ધૂલ કાઢવાનું લખાણ–ભાષણ.

Philological,(ફિલેાલૉજિકલ્)*a.* Of or pertaining to philology:ભાષા–શબ્દ શાસ્ત્ર સંબંધી.

Philologist, (ફિલૉલૉજિસ્ટ્) *n.* One versed in philology:વૈયાકરણી: ભાષાશાસ્ત્રી; શબ્દશાસ્ત્રી.

Philology, (ફિલૉલૉજિ)*n.*[Gr. *philos*, loving & *logos*, a word.] The science of language: ભાષાશાસ્ત્ર જ્ઞાન; ભાષાશાસ્ત્ર.

Philosopher, (ફિલૉસૉફર) *n.* One who philosophizes: તત્વશેાધક;તત્વજ્ઞાની;ફિલસુફ; પંડિત. An alchemist:કીમિયાગર.

Philosophical, (ફિલેાસૉફિકલ્)Pertaining to philosophy; rational;wise: તત્વજ્ઞાન સંબંધી–નું; વિવેક ભરેલું ; ફીલસુફીનું; ઠરેલ; શાણું; ડાહ્યું.

Philosophise, (ફિલૉસૉફાઇઝ્) *vi.* To reason

like a philosopher: ફિલસુફની પેઠે વિચાર કરવો; પદાર્થોની ખાસિયત શોધી કાઢવી.

Philosophy, (ફિલૉસૉફિ) *n.* [Gr. *philos*, loving & *sophia*, wisdom.] The knowledge of the causes of all phenomena: તત્વજ્ઞાન; વિજ્ઞાન; તત્વશાસ્ત્ર; ફિલસુફી; વિદ્યાશાસ્ત્ર; એલમ. 2. Practical wisdom; fortitude: વિવેક; ધૈર્ય; શાણપણ. *Natural* p.: પદાર્થ. *Moral* p.: નીતિશાસ્ત્ર. *Logical* p.: તર્કશાસ્ત્ર–વિદ્યા; વિજ્ઞાનશાસ્ત્ર.

Phlebotomy, (ફ્લીબૉટૉમિ) *n.* [Gr. *phlebos*, a vein & *temno*, I cut.] The act of letting blood: ફસ ખોલવી–સંગરા મુકવી તે.

Phlegm, (ફ્લેમ) *n.* [L. *phlego*, I burn.] Viscid mucus secreted in the respiratory passages: કફ; શ્લેષ્મ; બલખો; બલગમ.

Phlegmatic, (ફ્લૅગ્મૅટિક) *a.* Abounding in phlegm: જેમાં કફ–બલગમ હોય એવું; કફકારક. 2. Dull; heavy: ઠોઠ; જડ; મંદ; સુસ્ત.

Phonetic. (ફોનેટિક) *a.* Pertaining to the voice, or its use: સ્વર–સ્વરશાસ્ત્રનું; સાદ–અવાજ સંબંધી.

Phonetics, (ફોનેટિક્સ) *n.* [Gr. *phone*, sound.] The doctrine or science of sounds: માણસના અવાજની વિદ્યા; સ્વરશાસ્ત્ર.

Phonography, (ફોનૉગ્રૅફિ) *n.* [Gr. *phone*, sound & *grapho*, I write.] A description of the laws of the human voice: માણસના અવાજના નિયમનું શાસ્ત્ર.

Phonology, (ફોનૉલૉજિ) *n.* [Gr. *phone*, sound & *logos*, discourse.] *See* **Phonetics**.

Photogenic, (ફોટોજેનિક) *a.* Producing light: રોશની ઉત્પન્ન કરતું.

Photograph, (ફોટોગ્રૅફ) *n.* A picture or likeness obtained by photography: સબી; છબી; તસવીર. *vt.* To take a picture or likeness of by means of photography: સબી–તસવીર પાડવી.

Photographer-ist. (ફોટૉગ્રૅફર–ફિસ્ટ્) *n.* One who practises in photography: છબી–તસવીર પાડનાર.

Photography, (ફોટોગ્રૅફિ) *n.* [Gr. *phos*, light & *grapho*, I delineate.] The art of producing pictures by the action of light: છબી પાડવાનો હુન્નર; કીર્ણાલેખ્ય કલા.

Phrase, (ફ્રેઝ) *n.* [Gr. *phrazo*, I speak.] A brief expression: વાક્યનો ભાગ–કકડો; વાક્યખંડ; નાનું વાક્ય; કહેવત; વચન.

Phraseology, (ફ્રેઝીઑલૉજિ) *n.* [Gr. *phrasis* a phrase & *logein*, to speak.] Manner of expression; style: બોલવાની રીત; વાક્ય રચના; ઈબારત; ઢબ; છટા.

Phrenology, (ફ્રેનૉલૉજિ) *n.* [Gr. *phrenos*, the heart & *logos*, discourse.] The hypothesis that the mental faculties, and traits of character, are shown on the surface of the head or skull: કપાલશાસ્ત્ર.

Phthisis, (થાઇસિસ) *n.* [Gr. *phthino*, I decay.] Consumption of the lungs: ક્ષયરોગ; ક્ષય; ખઈ.

Physic, (ફિઝિક) *n.* The act of healing diseases: વૈદું; વૈદક; હકીમું. 2. A medicine: ઓસડ; દવા. *vt.* To treat with medicine: ઓસડ આપવું; ઓસડ ક૦; સારૂં ક૦.

Physical, (ફિઝિકલ) *a.* Pertaining to nature: સ્વભાવિક; કુદરતી. 2. Pertaining to physics or natural philosophy: પદાર્થોનું–વિષેનું. 3. Cognizable by the senses: ઇંદ્રિયોથી જણાય એવું. **P.** *strength*: શરીરબલ. **P.** *science*: પદાર્થ વિજ્ઞાન–શાસ્ત્ર.

Physically, (ફિઝિકલિ) *adv.* In a physical manner: કુદરત પ્રમાણે; કુદરતી રીતે.

Physician, (ફિઝિશન) *n.* A person skilled in physic: વૈદ; હકીમ; તબીબ.

Physiognomy, (ફિઝિઑગ્નોમિ) *n.* [Gr. *physis*, nature & *gignsoko*, I know.] The art of knowing a man's disposition from his features: ચહેરા ઉપરથી સ્વભાવની પરીક્ષા કરવાની વિદ્યા. 2. The face or countenance: ચહેરો; શિકલ; મ્હોડું; કાટું.

Physiology, (ફિઝિઑલૉજિ) *n.* The science of the functions of living organisms: શરીરમાંહેના અવયવોના કામકાજનું બયાન; ઇંદ્રિયગુણ–વિચારશાસ્ત્ર.

Physique, (ફિઝીક) *n.* The natural constitution of a person: શરીરનું બંધારણ–બાંધો.

Pianist, (પિઍનિસ્ટ્) *n.* A skilled performer on the piano: પીઆનો વગાડવામાં કુશલ માણસ.

Piano-forte, (પિઍનોફોર્ટ્) *n.* [L. *fortis*.] A musical instrument: એક જાતનું વાજીંત્ર; પીયાનો.

Pick, (પિક) *vi.* [Gr. *peko*, I pull.] To separate by means of a sharp point: પીંજવું; છૂટું ક૦; ટુંપવું. 2. To pluck: તોડવું; ચુંટવું; ખુંપવું; ઉંચકવું. 3. To remove something from with a pointed instrument: ખોતરવું. 4. To choose; to select: પસંદ ક૦. *To* **p.** *out*, to mark out: શોધી–પકડી કાઢવું. *To* **p** *a quarrel*: ટંટો ક૦; છેડતી શોધવી. *To* **p.** *up a hole in one's coat*: દોષ કાઢવો; વાંક કાઢવો. *n.* A sharp-pointed tool for picking: ખોતરવાની સલી; ખોતરણી. 2. Choice: પસંદગી; પસંદ કરવાનો હક. 3. That which would be picked or chosen first: નાક; ઉત્તમ વસ્તુ; ચુનંદી ચીજ; ગહવેર.

Pick-axe, (પિક–ઍક્સ) *n.* A pick with a handle: ચાંચવો; કોદાલી; કોહાડી.

Picket, (પિકેટ્) *n.* A small outpost or guard: દુશ્મનોના અચાનક હુમલા સામે બચાવને માટે પોતાના લશ્કરની આસપાસ રાખેલી ટુકડી.

Pickle, (પિકલ) *n.* Brine: માછલી, માંસ વિ૦ આથી મુકવા કરેલું મીઠાનું પાણી; ખારવણી. 2. Fruit or vegetable preserved: અથાણું, અચાર; સંધાણું. *To be in a* **p.**: વિટંબણા–મુશીબત–આપદા–અગવડ હોવી. *vt.* To treat with some kind of pickle: આથવું; અચાર ભરવું.

Pick-lock, (પિક્લૉક્) *n.* An instrument for picking locks: તાલાં ઉઘાડવાની સલા–ખીલો. 2. A thief: તાલાં ઉઘાડું; ચોર.

Pick-pocket, (પિક્–પૉકેટ્) *n.* One who steals from pocket: ગજવાં–ખીસા ચોર; ખીસા કાતરૂ.

Picnic, (પિક્નિક્) *n.* An entertainment in the open air: વનભોજન.

Pictorial, (પિક્ટોરિઅલ્) *a.* Illustrated by pictures: ચિત્રથી શણગારેલું; ચિત્રવાળું; સચિત્ર.

Picture, (પિક્ટ્યુર્) *n.* [L. *picto*, I paint.] A representation of any thing: તસવીર; છબી; ચિત્ર; ચિતાર; ચિત્રકામ. *vt.* To delineate; to represent: ચિત્ર પાડવું; છબી કાઢવી.

Picturesque, (પિક્ટયૂરેસ્ક્) *a.* Vivid; graphic:ઉડીને આંખે વલગે એવું;મનોહર;લલિત;ખુશનુમા.

Pie, (પાઇ) *n.* An article of food:એક પકવાન; 'ાઈ.

Piece, (પીસ્)*n.* [L. *petia.*] A part; a portion: કકડો; ટુકડો; ભાગ. 2. A literary composition: લખાણ. 3. A coin:એક સિક્કો. *Of a* **p.**, of the same sort:જેવું; એક જાત–રૂપનું; એકમાનું. *Of one* **p**:સલંગ; અખંડ. *To give a* **p.** *of one's mind*, to speak plainly:ચોખે ચોખ્ખું–તડને ભડ કહી દેવું; ખુલ્લું પરખાવી દેવું.

Piecemeal, (પીસ્મીલ્)*adv.* Fiece by piece:કકડે કકડે; થોડે થોડે.*a.*Made up of parts or pieces: કકડાનું બનેલું.

Pied, (પાઇડ્)*a.* Partly colored; spotted:ખુટ્ટા ખુ[ટ્ટાવાળું; ખુટ્ટાદાર.

Pier, (પીર્) *n.* [L. *petra*, a rock.] A wharf or landing place:ડક્કો.

Pierce, (પીર્સ્) *vt.* & *vi.* To thrust into:ભોંકવું; વીંધવું. 2. To penetrate; to enter:ધ્યાન–મગજમાં ઉતારવું; પકડી કાઢવું; સમજી લેવું. 3. To affect deeply:ભેદવું; અસર ક૦.

Piercing, (પીર્સિંગ્) *a.* Penetrating:તીક્ષ્ણ; માર્મિક; વેધક; લાગે–ભેદે એવું.

Piety, (પાઇઅટિ)*n.* [L. *pius*, pious.] Veneration of the supreme being:ભક્તિ;ભક્તિભાવ;ઇશ્વરભક્તિ; પવિત્રતા; પાકીજગી.

Pig, (પિગ્) *n.* A hog:ભુંડ-ડુક્કરનું બચ્ચું; ડુક્કર.

Pigeon, (પિજન્) *n.* [L. *pipio*, I chirp.] The dove:કબુતર.

Pigeon-hearted, (પિજન્-હાર્ટેડ્) *a.* Timid: [બાયલું; બીકણ.

Pigeon-hole, (પિજન્-હોલ્) *n.* A small compartment in a desk or case for the keeping of letters:ખાનું; ગાલો; પડ. *vt.* To place in the pigeonhole of a case:ખાના–પડમાં મુકવું.

Pigheaded, (પિગ્-હેડેડ્)*a.* Having a head like a pig:વગર સમજે હઠ કરનારું; હુજતી; મમતી.

Pigment, (પિગ્મેન્ટ્) *n.* [L. *pingo*, I paint.] Any substance for colouring:રંગ.

Pigmy, (પિગ્મિ) *n.* A short man: ઠીંગણું માણસ.

Pigsty, (પિગ્સ્ટાઇ)*n.* A pigpen:ડુક્કરખાનું–વાડો.

Pike, (પાઇક્) *n.* [L. *spica*, a point.] A foot-soldier's weapon:ભાલો; બરછી; બરછો.

Pile, (પાઇલ્) *n.* A mass of things heaped together:ઢગલો; ગંજ; સમૂહ; ગંજી. 2. A funeral pile:ચિતા;ચે. 3. A large building: ઇમારત;હવેલી. *vt.* To lay or throw into a pile: સીંચવું; ગંજ મારવો; ઢગલો કરવો.

Piles, (પાઇલ્સ્)*n.* [L. *pila*, a ball.] The small troublesome swellings about the anus:હરસ; મસા.

Pilfer, (પિલ્ફર્) *vi.* & *vt.* To steal small things: હલકી ન્હાની–ચોરી ક૦. *vt.* ચોરવું.

Pilferer, (પિલ્ફરર્) *n.* One who pilfers: નાની ચોરી કરનાર; ચોર.

Pilgrim, (પિલ્ગ્રિમ્)*n.*[L.*peregrinus*, a foreigner.]A traveller:મુસાફર. 2. One who travels far to visit some holy place: જાત્રાળુ; તીર્થે ફરનાર; હાજી.*a.* Pertaining to a pilgrim:જાત્રાળુ સંબંધી.

Pilgrimage, (પિલ્ગ્રિમેજ્) *n.* The journey of a pilgrim:જાત્રા; યાત્રા; તીર્થ; હજ.

Pill, (પિલ્) *n.* A medicine in the form of a little ball:ઓસડની ગોળી.

Pillage, (પિલેજ્) *n.* Robbery: લુંટ; લુંટફાટ. 2. That which is taken from another by open force:લુંટનો માલ. *vt.* & *vi.* To plunder; to spoil:લુંટવું; ખુંચવી લેવું.

Pillar, (પિલાર્) *n.* [L. *pila*, a pillar.] A support for a super structure: થાંભલો;ટેકો;સ્તંભ.

Pillory, (પિલૉરિ) *n.* [L. *pila*, a pillar.] A wooden frame erected on a post and having holes through which the head and hands of an offender were thrust:ફજેતીનું લાકડું; બંધવાને સજા કરવાનું ખોડું; તોક.

Pillow, (પિલો) *n.* [L. *pulvinus*,] Anything used to support the head of a person when reposing:તકીઓ; ઓસીકું.

Pillow-case, (પિલો-કેસ્) *n.* A removable case or covering for a pillow:ગલેફ.

Pilot, (પાઇલૉટ્) *n.* One employed to steer a vessel:સુકાની;અરકાટી 2. A guide:વલાવો;ભોમિઓ. *vt.* To guide:દોરવું; રસ્તો કાઢી આપવો.

Pimp, (પિમ્પ્) *n.* A procurer;a pander: ભડવાઇ કરનાર; ભડવો; કુટણો.

Pimple, (પિંપલ્) *n.* [L. *papula*, pimple.] A small swelling:ફુલ્લી; ફોલ્લી.

Pin, (પિન્) *vt.* [L. *penna*, a feather.] To inclose; to confine:ગોંધી રાખવું. 2. To fasten with a pin:ટાંકણી–ખીલી મારવી–ખોસવી. *n.* A peg; a bolt:ખુંટી; ખીલી; મેખ. 2. A small pointed and headed piece of brass:ટાંકણી; ટાંચણી. 3 A peg in musical instruments:વાજાની કલ; ખીંટી; ચાવી.

Pincers, (પિન્સર્ઝ્)*n.* Instrument for griping, drawing nails, & c.: સાંણસી; ચીપીઓ; પકડ.

Pinch, (પિંશ્) *vt.* To press hard or squeeze: ચમટી–ચમટો તોડવો; ચોંટી દેવી; ચિમટવું; ચાંપીને દાબવું; ભચડવું. To cramp; to straiten: તાણ–ભીડ પાડવી; મુશીબત–અડચણ–અગવડમાં લાવવું. *vi.* To compress:દબાવું; ચગદાવું; સંકોચાવું. 2. To take hold: પકડવું. 3. To spare: બચાવવું; કંજુસાઇ ક૦; લાલચુ-લોભી થવું. *n.* A nip: ચુંટી. 2. Any very small quantity: ચપટી. 3 Pain; pang: દુઃખ;દરદ; અડચણ; સંકટ.

Pinch-beck,(પિન્શ્-બેક્)*n.*An alloy of copper and zinc resembling gold:ત્રાંબા ને જસતની મેલવણીથી બનાવેલી ધાતુ.

Pine, (પાઇન્) *n.* [L. *pinus*, a pine tree.] Any tree of the genus *Pinus*: સનોબર; સરવ. 2. A pine apple:અનનાસ. [L.*pœna*, penalty.] *vi.* To suffer:દુઃખી થવું; પીડાવું. 2. To languish: ઝુરવું;

ઇઝરાવું; લેવાતાં–ગળતાં જવું. 3. To waste away with longing for something:ખત–ટાઢી ધરવી;શોચ–ગમ ધરવો. [અનનાસ; અનીનાસ.

Pine-apple,(પાઇન-ઍપલ) *n.*A tropical plant:

Pinion, (પિન્યૉન) *n.* [L. *pinna*, a feather.]A wing:પાંખ; પીંછાં.2. A fetter for the arm:હાથની બેડી. *vt.* To confine; to bind:બાંધવું;ગોંધવું;પુરવું.

Pink, (પિંક) *n.* A shade of light-red color: ખુલ્લો રાતો રંગ; રતાસ; લાલી; સુરખી. 3. Anything supremely excellent: ઉત્તમ–તોફો–નાદર ચીજ. *a.* Resembling the garden pink in color: ગુલાબી રંગનું.

Pin-money, (પિનમની) *n.* An allowance of money to a wife: પોતાની સ્ત્રીને પરચુરણ ખરચ સારૂ આપેલા પૈસા; ધણિયાણીનો ખીસા ખરચ.

Pinnacle, (પિનૅકલ) [L. *pinna*, a feather.] *n.* A lofty peak;a pointed summit:શિખર;ટોચ;કલસ.

Pint, (પાઇન્ટ્) *n.* A measure equal to half a quart:અડધા કવાર્ટનું માપ.

Pioneer, (પાઇઓનીર્) *n.* [L. *pes*, foot.] A soldier detailed or employed to form roads, dig trenches and make bridges, as an army advances:લશ્કરને માટે રસ્તો તૈયાર કરવા આગલથી જનાર સિપાઈ.2.One who goes before, preparing the way for others to follow: પહેલ કાઢી બીજાને માટે માર્ગ મોકલો કરનાર; પહેલ–શરૂઆત કરનાર. *vt.* To go before, and prepare or open a way for: પહેલાં જઇ રસ્તો તૈયાર ક૦; પહેલ-શરૂઆત ક૦.

Pious, (પાઇઅસ)*a.*[L. *pius.*]Religious;godly: ધાર્મિક; પરમાર્થી; પાક; પરેજગાર; દીનદાર.

Pipe, (પાઇપ) *n.* [L. *pipo*, I chirp.] A wind instrument of music: વાંસળી; બંસી; મુરલી. 2. Any long tube:નળી; ભુંગળી. *vi & vt.* To play on a pipe:વાંસળી વગાડવી.

Pipe-clay, (પાઇપ-ક્લે) *n.* White clay for tobacco pipes:ધોળી મટોડી; ખડી.

Piquancy, (પીકૅન્સિ) *n.* The quality or state of being piquant:ઝાટકો; ઝમઝમાટ; ચણચણાટ.

Piquant, (પીકૅન્ટ્) *a.* Sharp; pungent: ઝાટકો લાગે એવું; ઝમઝમાટ; તેજ; તલખ લાગે એવું.

Piracy, (પાઇરૅસિ)*n.* The crime of a pirate: ચાંચીઆપણું; વહાણ લુટવાનો ગુન્હો.

Pirate, (પાઇરેટ્) [Gr. *peirao*, I try.]*n.*A sea-robber:ચાંચીઓ. 2. An armed ship of a pirate: લુટફાટ કરવાનું ચાંચીઆનું વહાણ. 3. One who infringes a copyright: રજા વગર બીજાનું બનાવેલું પુસ્તક છપાવનાર. *vi.* To play the pirate:ચાંચીઆનો ધંધો ક૦.*vt.* To publish,as books or writings without the permission of the author: બનાવનારની રજા વગર કોઈ પુસ્તક છપાવવું.

Pisces. (પિસીઝ્) *n.* [L. *piscis*, a fish.] The twelfth sign of the zodiac:બારમી રાશી; મીન.

Pish, (પશ્) *interej.* An exclamation of contempt:છટ ! છીટ ! છી !

Piss, (પિસ્) *vt.* To urinate: પેશાબ કરવો; મુતરવું. *n.* Urine:પેશાબ; મૂતર.

Pistachio, (પિસ્ટેશિઓ)*n.* [L. *pistacium*]The nut of *Pistacia vera*:પસ્તુ; પીસ્તાં.

Pistil, (પિસ્ટિલ) *n.* [L. *pinso*, I pound.] The seed-bearing organ of a flower: ફુલનો ગર્ભતંતુ-કેસર. [પિસ્તોલ.

Pistol, (પિસ્ટૉલ) *n.* The smallest firearm:

Piston, (પિસ્ટૉન)*n.* [L. *pinso*, I pound.] A sliding piece which either is moved by, or moves against fluid pressure:બંબા વીગેરે યંત્રોમાં પાણી ખેંચીને લેવા તથા હડસેલી બહાર કાઢવાને અંદરથી જે નક્કર ભુંગળુ હોય છે તે ડટ્ટો.

Pit, (પિટ્)*n.* [L. *puteus*, a well.]A large cavity or hole in the ground:ખાડો. 2. A pit fall: ખાડો; ફાંદો; છટકું. 3. A part of a theater:નાટકશાલામાં છેલ્લા વર્ગની બેઠક.

Pitch, (પિચ્) *n.* A thick black, lustrous and sticky substance obtained by boiling down tar: રાળ; ડામર; તાર. *vt.* To cover over: ઢાંકવું. 2. To darken; to blacken: કાળું ક૦. 3. To hurt; to toss: ફેંકવું;નાખવું. 4. To fix or set the tone of: સૂર બેસાડવો. *vi.* To fix or place a tent or temporary habitation: તંબુ ઠોકવો–મારવો. 2. To fix one's choice: પસંદ ક૦. *n.* A throw; a toss: નાંખ. 2. A point or peak: શીખર; ટોચ. 3. The relative acuteness or gravity of a tone: સુર.

Pitcher, (પિચર્) *n.* A vessel for holding liquids: નાલવાવાળો ઘડો; ઘાગર; કરવડો; ચંબુ.

Pitch-fork, (પિચ્ફૉર્ક્) *n.* A fork or farming utensil: પંઝેઠી; કાંટો. *vt.* To pitch or throw with or as with a pitchfork: પંઝેઠી મારવી; ઠોકી બેસાડવું.

Piteous,(પિટીઅસ્)*a.* Tender;compassionate: દયાળુ; દયાવંત; કૃપાળુ. 2. Miserable; sad: ગરીબ; કાકલુદી ભરેલું; દયામણું. 3. Mean; pitiful: હલકું; તુચ્છ.

Pith, (પિથ્) *n* The soft spongy substance in the center of plants: ગાભો; ગર્ભ; ગર; મગજ. 2. Force; importance: શક્તિ; સાર; સારાંશ; કસ; તત્વ; સત્વ; માલ; જીવ; દમ.

Pithless, (પિથ્લૅસ્) *a.* Destitute of pith, or of strength; feeble: અસાર; નિર્જીવ; પોકલ; રસ-કસ વિનાનું. [ભરેલું; કસદાર.

Pithy, (પિથિ) *a.* Forceful;cogent: જીવદાર; રસ-

Pitiable, (પિટિઍબલ) *a.* Miserable; lamentable: દયાજોગ–પાત્ર; દુઃખી; દીન.

Pitiful, (પિટિફુલ) *a.* Tender-hearted: કૃપાળુ; દયાળુ; દયાવાન; દયાવંત. 2. Piteous: દયા યોગ્ય;દયાપાત્ર. 3. Miserable; paltry: હલકું; કમીનું.

Pitiless, (પિટિલૅસ્) *a.* Hard-hearted: નિર્દય; ક્રૂર; કઠોર; બેરેહેમ.

Pittance, (પિટૅન્સ્) *n.* [L. *pitantia*, food in general.] An allowance of food bestowed in charity: દાન; ખેરાત; ભીખ. 2. A meager portion, quantity or allowance: નાનો–થોડો–હલકો પગાર–મહેનતાણું–ભાગ.

Pity, (પિટિ) *n.* [L. *pietas*,piety.] Fellow feeling; compassion: દયા; કૃપા;મ્હેર. 2. A thing to be regreted: અફસોસની વાત; દયાનું કારણ. *vt.* To feel pity: દયા બતાવવી-લાવવી; દયાલુ થવું.

Pivot, (પિવૉટ્) *n.* The pin on which anything turns: ખીલી; ધરી; કાંટો.

Placable, (પ્લૅકેબલ્) *a.* [L. *placo*, I quiet.] Ready or willing to be pacified; willing to forgive: શાંત પાડી-નરમ કરી શકાય તેવું; માને-વળે એવું.

Placard, (પ્લૅકર્ડ્) *n.* [Gr. *plax*, *plakos*, any thing flat & broad.] A public proclamation: જાહેર ખબર. 2. Licence: પરવાનો; પરવાનગી. *vt.* To post placards upon or within: જાહેર ખબર ચોડવી. 2. To Announce by placards: જાહેર ખબર આપવી; જાહેરનામું ફેરવવું.

Place, (પ્લેસ્) *n.*[L. *platea*, a street.] Any portion of space; site; ground; spot: જગા; જગ્યા. 2. An open space: મેદાન; ચોગાન. 3. A dwelling; a village, town or city: સ્થલ; દેશ; ઘર; મકાન; ઠામ; ઠેકાણું; ગામ; શહેર; સ્થાન. 4. (*a.*) Rank; degree: જગો; પદ; દરજ્જો; પાયરી; પદવી; અધિકાર; ધંધો; પેશો. *Out of* **p.**, inappropriate; ill-timed: અનુચિત; કવેલા, અપ્રસ્તુત. *To give* **p.**, to make room; to yield: જગો આપવી; તાબે-વશ-આધીન થવું. *To take* **p.**, to occur: બનવું; થવું. *To take the* **p.** *of*, to be substituted for: કોઇ-કશાને બદલે આવવું. *vt.* To assign a place to: જગ્યા આપવી-કo. 2. To put or set in a particular rank, office or position: મુકવું; નિમવું; સ્થાપવું. 3. To invest; to loan: રોકવું; મુકવું.

Placeman, (પ્લેસમૅન) *n.* One who holds a space: સરકારી કામદાર; અધિકારી; અમલદાર.

Placid, (પ્લૅસિડ્)*a.*[L. *placeo*, I please.] Pleased; contented: શાંત; ખુશ; ધરાયલું; સંતોષી.

Placidity, (પ્લૅસિડિટિ) *n.* The state of being placid: સંતોષીપણું; શાંતતા; શાંતિ.

Plagiarise, (પ્લેજિઅૅરાઇઝ્) *vt.* To steal from the writings of another: લખાણ-ઇબારત ચોરી લેવી; બીજાનું લખાણ ચોરવું.

Plague, (પ્લેગ્) *n.* [L. *plaga*, a blow.] A blow; a calamity: પીડા; બલા; આફત; જંજાલ; ગજબ. 2. An acute malignant contagious fever: મરકી; મહામારી. *vt.* To infect or afflict with disease: ગજબ કo; મરકીથી પીડાવું. 2. To vex; to tease: દુઃખ દેવું; ચીડવવું; સંતાપવું.

Plaguy, (પ્લેગી) *a.* Vexatious; troublesome: પીડાકારક; દુઃખવાલું.

Plain, (પ્લેન) [L. *planus*, flat.] *a.* Flat; level: સમાન; સરખુ; સપાટ. 2. Open; clear: ખુલ્લું; ઉઘાડું; સાફ; પ્રકટ; પ્રસિદ્ધ; સ્પષ્ટ. (*a.*) Simple; natural; common: સાદું; ભોલું; નિખાલસ; સાફ દિલ; સીધું; સાધારણ. *n.* Level land: મેદાન. 2. A field of battle: રણ; રણભૂમિ; લડાઇનું મેદાન.

Plain-dealing, (પ્લેન-ડીલિંગ્) *a.* Artless: સુધું; ભલું; નિખાલસ; ખોલ્લા દિલનું.

Plainness, (પ્લેનનેસ્) *n.* The quality or state of being plain: ભોલાપણું; સાદાપણું; સાદાઈ.

Plain-spoken, (પ્લેન-સ્પોકન) *a.* Speaking openly: સાફ સાફ કહેનારું; ભરભરીઉ.

Plaint, (પ્લેન્ટ્) *n.* [L. *plango*, I beat.] Complaint: ફરિયાદ; ફરિયાદીની અરજી.

Plaintiff, (પ્લેન્ટિફ્) *n.* A complainant: ફરિયાદી; વાદી.

Plaintive, (પ્લેન્ટિવ્) *a.* Mournful; sad: શોકાતુર; ઉદાસી; ગમગીન.

Plait, (પ્લેટ્) *n.* [L. *plico*, I fold.] A flat fold: પાટલી; ઘડી; ચીણ; કલ્લી. 2. A braid: વેણી *vt.* To fold: કલ્લી કરવી; પાટલી વાલવી. 2. To braid: ગુંથવું.

Plan, (પ્લૅન) *n.* [L. *planus*, flat.] A draught or form: નમુનો; નકશો. 2. A scheme; a project: રચના; યુક્તિ; ઘાટ; ગોઠવણ. *vt.* To devise; to contrive: યુક્તિ-રચના-ગોઠવણ કરવી.

Plane, (પ્લેન) *a.* [L. *planus*, plane.] Even; level: સપાટ; સમાન; સરખું. *n.* A level surface: સપાટી. 2. A tool for smoothing boards: રંધો; રંદો. *vt.* To make smooth; to level: સરખું-સપાટ કo; રંદો દેવો-મારવો.

Planet, (પ્લૅનેટ્) *n.* [Gr. *planao*, I wander.] A celestial body which revolves about the sun: ગ્રહ; સેતારો.

Planetary, (પ્લૅનેટૅરિ) *a.* Pertaining to the planets: ગ્રહ સંબંધી-નું; ગ્રહ વિષયક.

Plank, (પ્લૅન્ક) *n.* [L. *planca*, a board.] A broard piece of sawed timber: પાટીયું; તકતો. 2. That which supports or upholds: આધાર; આશ્રય; સાધન. *vt.* To cover or lay with planks: પાટીઆં જડવાં; તક્તપોશી-તકતેબંદી કo.

Plant, (પ્લૅન્ટ્) *n.* [L. *planta*, a sprout.] A vegetable: રોપો; છોડવો; વનસ્પતિ. 2. The tools or material of any business: સામગ્રી; સાધન; સરંજામ. *vt.* To put in the ground and cover as seed for growth: વાવવું; રોપવું. 2. To generate: ઉત્પન્ન કo; બીજ રોપવું. 3. To establish: વસાવવું; સ્થાપવું.

Plantain, (પ્લૅન-ટેન) *n.* A food plant of tropical regions: કેલ. 2. Its fruit: કેલું.

Plantation, (પ્લૅન-ટેશન) *n.*[L. *planto*, I set.] The act of planting: વાવણી; રોપણી; વાવેતર. 2. The place planted: વાડી; બાગ; વાવેતર. 3. A colony: નવું સંસ્થાન; થાણું.

Planter, (પ્લૅન્ટર્) *n.* One who plants: વાવનાર; રોપનાર. 2. The owner of a plantation: વાડીનો ધણી-માલીક; દેશાઈ; વતનદાર. 3. A colonist in a new or uncultivated territory: નવું ગામડું વસાવનાર.

Plash, (પ્લૅશ્) *n.* A small pool: ખાબોચીયું. 2. A dash of water: પાણીનો ફટકો; ઝાબો; છબકારો.

Plaster, (પ્લૅસ્ટર્) *n.* [Gr. *en*, & *plasso*, I form.] An external application harder than ointment: લેપ. 2. A composition of lime, water and sand used for coating walls: સલ્લો; કેલ. *vt.* To cover with a plaster: લેપ મારવો. 2. To overlay with plaster: સલ્લો દેવો-લગાડવો.

Plastic, (પ્લૅસ્ટિક) *a.* [Gr. *plasso*, I form.] Capable of being molded: આકાર-ઘાટ લઇ શકે એવું; વાલી શકાય એવું.

Plat, (પ્લૅટ્) *vt.* *Same as* **Plait**.

Plate, (પ્લેટ્) *n.* A flat piece of metal: પતરું;

તખ્તી. 2. Domestic vessels and utensils wrought in gold or silver:સોનારૂપાનાં વાસણ;સોનાકામ; રૂપાંકામ. 3. A small, shallow and usually circular vessel:થાલી; રકાબી; તબક. *vt.* To cover with gold:ઢોલ ચઢાવવો; સોનાથી મઢવું. 2. To adorn with plated metal: પતરાં જડવાં. 3. To beat into thin, flat pieces:પતરાં ઘડવાં–પાડવાં.

Plateau, (પ્લૅટો) *n.* A table-land: ઉંચાણ સપાટ જમીન.

Plated, (પ્લેટેડ) *a.* Covered with gold, silver [&c.:રસેલું; સોનારૂપાનો ઢોલ ચઢાવેલું.

Plate glass, (પ્લેટ્-ગ્લૅસ્) *n.* A glass cast in thick plates:આરસીનો કાચ.[place:માચડો–રો;મંડપ.

Platform, (પ્લૅટ્-ફૉર્મ્) *n.* A dais: a standing

platinum, (પ્લૅટિનમ્) *n.* A dim metal like silver:રૂપાના જેવી એક ધાતુ.

Platitude, (પ્લૅટિટ્યૂડ) *n.* Triteness: રસહીનતા; નજીવાપણું. 2. A truism; a common place:દેખીતી વાત; નજીવી–દમ વગરની બાબત.

Platonic, (પ્લેટૉનિક) *a.* [L.*Platonicus.*] Pertaining to Plato, or his philosophy, school or opinion: પ્લેટોનું–ના મત વિષયક. 2. Pure; nonsexual:શુધ; પાક; નેક.

Plaudit, (પ્લૉડિટ્)*n.*[L. *plaudo*, I praise.]applause: શાબાશી; પ્રશંસા; ધન્યવાદ; વાહવા; વખાણ; આફરીન.

Plausible, (પ્લૉઝિબલ્) *a.*[L. *plaudo*, I applaud.] Praiseworthy:વખાણવા લાયક. 2. Specious; apparently right: સાંભલતાં ખરૂં લાગે એવું; ઉપર ઉપરથી સારૂં લાગે–પસંદ પડે એવું; દેખીતું ખરૂં. 3. Using specious arguments: મોટી મોટી -ડાહી ડાહી વાતો કરનારૂં; વાચાલ.

Play, (પ્લે) *vi.* To frolic: to sport:રમવું; ખેલવું; ગમત કo. 2. To trifle; to be careless: બેદરકારી રાખવી. 3. To perform on an instrument of music:વગાડવું; બજાવવું. 4. To act; to behave: ચલાવું;વર્તવું.5. To act on the stage:વેશ લેવો–લઈને રમવું; નાટકમાં ભાગ બજાવવો. *To* **p**.*into a person's hands*: કોઈ માણસને લાભ થાય એવી રીતે વર્તવું; કોઇનું સાધન થઈ પડવું ;કોઈ નચાવે તેમ નાચવું. *To* **p**. *upon*, (*a*) to deceive: છેતરવું ;ભૂલવવું;થાપ આપવી. *To* **p**. *false*:દગો દેવો; દગો રમવો. *vt.* To put in action or motion: ચલાવવું; જારી કo. 2. To perform music upon: ગવું; વગાડવું; બજાવવું. 3. To act or perform: કરવું; લેવું; વેશ ભજવવો. *n.* Amusement;sport: રમત; ખેલ. 2. A game: ખેલ; દાવ; શરત; વ્યપાર. 3. A dramatic composition:નાટક.4. Movement;motion:ગતિ;ચલન. 5. Liberty of action;scope:કંઈ કરવાની છૂટ–રસ્તો–લાગ; છૂટી દોરી; મોકલાસ. *To bring into* **p**., to bring into use: વપરાસમાં લાવવું–દાખલ કo; વાપરવું; ઉપયોગ કo. *Foul* **p**.:ગેરઈનસાફ;દગો; અન્યાય.

Player, (પ્લેઅર્) *n.* One who plays: રમનાર; રમત કરનાર; જુગારી. 2. A dramatic actor:નાટકી; ખેલાડી. 3. One who plays on an instrument of music:બજાવનાર; વગાડનાર.

Play-fellow, (પ્લે-ફેલો) *n.* A companion in play:સાથી; ભીરૂ; ભિલ્લુ.

Playful, (પ્લેફુલ) *a.* Sportive; merry: ખેલાડી; રમતીયાલ; મોજી; લ્હેરી; તુરંગી.

Play-house, (પ્લે-હાઉસ્)*n.* A building used for dramatic exhibition:નાટકશાલા.

Plea, (પ્લી)*n.*[L. *placeo*, I please.]That which is alleged by a party in support of his cause: દલીલ; તકરાર; સબબ; કારણ; બ્હાનું; રદીઓ.

Plead, (પ્લીડ્) *vi.* [L. *placitum*, an opinion.] To argue in support of a claim: લડવું; પક્ષ કરવો–ખેંચવો; તરફથી બોલવું. *vt.* To argue at the bar: અદાલતમાં ખટલો ચલાવવો; તકરાર લેવી. 2. To offer in excuse: શાબેતી આપવી; કારણ સબબ બતાવવો [નાર; વકીલ.

Pleader, (પ્લીડર્) *n.* An advocate: પક્ષ કર-

Pleadings, (પ્લીડિંગ્સ્) *n. pl.* [*Law*] The statements of the parties: પક્ષકારોના તકરાર; દલીલ; રદીઆ; જવાબ.

Pleasant,(પ્લૅઝન્ટ્)*a.*Pleasing; agreeable:ખુશ રા લાગે એવું; રમણીય;મનોહર;ખુશનુમા. 2. Cheerful; gay: આનંદી; રમુજી; ખુશમિજાજી.

Pleasantry, (પ્લેઝૅન્ટ્રિ) *n.* Cheerfulness; gaiety: રમૂજ; ગમ્મત; ગમ્મતી; ઠઠ્ઠાબાજી.

Please, (પ્લીઝ્) *vt.* & *vi.* [L. *placeo*, I please.] To gratify; to satisfy: સુખ-આનંદ-સંતોષ–હર્ષ આપવો–કo; રિઝવવું; સારૂં લાગવું; ચાહવું; પસંદ પડવું; ગમવું; ખુશ થવું.

Pleasing,(પ્લીઝિંગ્)*a.*Giving pleasure;agreeable: મનોરંજક;મનોહર;ખુશનુમા;દિલપસંદ;દિલખુશ.

Pleasure (પ્લેઝ્યૂર્) *n.* Agreeable sensation or emotion: ખુશી; આનંદ; સંતોષ; મઝા; સુખ; હર્ષ; મોજ; ખુશાલી. 2. Amusement; sport: રમત;ગમત; રમુજ. 3. Will; wish: મરજી; ઈચ્છા; ખુશી.

Plebeian, (પ્લિબીઅન્) *a.* [L. *plebis*, the common people.] Vulgar; low: મધ્યમ; હલકા વર્ગના લોકનું: અનાર્ય; અકુલીન. *n.* One of the lower class: મધ્યમ હલકા વર્ગનું માણસ.

Pledge, (પ્લેજ્) *n.* A security for a debt: ગીરો; સાન. 2. Something put in pawn: ઘરેણે–ગીરો–ગીરવી મૂકેલી ચીજ.3. A bail;a surety:પતીજ;જામીન. 4. A guarantee:ખાતરી;પતીજ;ભરોંસો. 5. A Promise: વચન; કોલ. *To hold in* **p**., to keep as security: જામીન તરીકે રાખવું; ઘરેણે–ગીરવી રાખવું. *vt.* To deposit in pledge: ઘરેણે મૂકવું. 2. To bind by promise: વચનથી બંધાવું.

Plenary, (પ્લીનૅરિ) *a.* [L. *plenus*, full.]Full; entire: પૂરેપૂરૂં; સંપૂર્ણ; બધું.

Plenitude, (પ્લેનિટ્યૂડ્) *n.* [L. *plenus*, full.] Fullness; completeness:પુષ્કલતા; ભરપૂરપણું; પૂર્ણતા; ભર.

Plentiful,(પ્લેન્ટિફુલ્) *a.* Copious; abundant: પુષ્કલ; બહુ; ઘણું. 2. Fruitful: આબાદ.

Plenty,(પ્લેન્ટિ)*n.*[L.*plenus*,full.] Abundance: પુષ્કલતા; સુકાલ;લીલાલ્હેર; આબાદી. *a.* Plentiful; abundant: ઘણું; બહુ; પુષ્કલ.

Pleonasm, (પ્લીઓનૅઝમ્)*n.* [Gr. *pleon*, full.] Redundancy of language: બોલવા લખવામાં જરૂર કરતાં વધારે શબ્દો વાપરવા તે; શબ્દાતિશય.

Plethoric, (પ્લેથૉરિક્) *a.* Having a full habit of body: ઉભરાતું; લોહીઆર; બહુ લોહીવાળુ.

Plexiform, (પ્લેક્સિફૉર્મ્)*a.* Like network: જાલીદાર; જાલીના કામ જેવું.

Pliability, (પ્લાઇઍબિલિટિ) *n.* flexibility: વાલીએ તેમ વલે એવો ગુણ; મૃદુતા; નરમાશ.

Pliable, (પ્લાઇઍબલ) *a.* Flexible: વલી શકે એવું; નરમ; સમજી જાય એવું; મૃદુ; નમનશીલ.

Pliancy, (પ્લાઇઍન્સિ)*n.* Same as **Pliability**.

Pliant, (પ્લાઇઍન્ટ્) *a.* Same as **Pliable**.

Plight, (પ્લાઇટ્) *vt.* To pledge: વચન આપવું; જામીનગીરી ધરી આપવી. *n.* A security: વચન; પ્રતિજ્ઞા. 2. Condition; state: અવસ્થા; દશા; ગતિ; માઠી દશા; હેરાનગતિ; દુર્દશા.

Plod, (પ્લૉડ્) *vi.* To trudge: ધીમે ધીમે-જેમ તેમ ચાલ્યાં જવું. 2. To toil; to drudge: વૈતરું કર્યાંજ કo; કષ્ટ-શ્રમ કo; મહેનત કo.

Plot, (પ્લૉટ્) *n.* A small piece of ground: જગ્યા; જમીન-ખેતરનો કકડો. 2. An intrigue:કાવતરું; દગો; કારસ્થાન; યુક્તિ; મસલત; મનસુબો. 3. The story of a play:ચોખઠું;બંધારણ;વલું. *vt.* To conspire: કાવતરું કo; દગો કo; યુક્તિ રચવી. [કારસ્થાન.

Plotting,(પ્લૉટિંગ્)*n.* The act of plot:દગોફટકો;

Plough, (પ્લાઉ) *n.* An implement, for turning up the soil: હલ: હોલ. 2. Agriculture: ખેતીવાડી. *vt.* To till with a plow:ખેડવું. 2. Furrow: ચાસવું; ચાસ પાડવા.

Plough-man,(પ્લાઉમૅન)*n.* One who plows: હલ ફેરવનાર; ખેડુત. 2. A rustic: ગામડીયો.

Plough-share, (પ્લાઉશેર્) *n.* The part of a plow which cuts the earth: હોલનો દાંતો; ચવડું; ફાલવા.

Pluck, (પ્લક્)*vt.* To pull; to draw:ખેંચવું; તાણવું; ચુંપવું; તોડવું;ઉતારી લેવું. 2. To strip of:પીંછાં ખેંચી કાઢવાં; બોડું કo; મુડવું. 3. To reject at an examination for degrees: નિષ્ફલ કo; નાપાસ કરવું. *To* **p**. *up*, to tear up by the roots: જડમૂલથી ઉખેડી નાખવું; નાશ કo. *To* **p**. *up courage:* હિમ્મત ધરવી-પકડવી. *n.* Spirit; courage: હિમ્મત; છાતી; પાણી; દમ; જીવ.

Plug,(પ્લગ્)*n.* Any block used to stop a hole: ડાટો; ડુચો. *vt.* To stop with a plug: દાટો દેવો.

Plum, (પ્લમ) *n.* The edible fruit of the *Prunus domestica*: આલુ; જર્દાલુ.

Plumage, (પ્લુમેજ્) *n.* The entire clothing of feathers of a bird: પીછાં.

Plumb, (પ્લમ)*n.* [L. *plumbum*, lead.] A little mass or weight of lead: ઓલંબો. *a.* Perpendicular: ઉભું; સીધું. *adv.* In a plumb direction: ઉભી-સીધી લીટીમાં. *vt.* To make perpendicular: ઓલંબામાં લાવવું. 2. To test: પરીક્ષા કo; કસોટી કાઢવી.

Plumbago, (પ્લમ્બેગો)*n.* [L. *plumbum*, lead.] Graphite:એક જાતની ધાતુ; પ્લમ્બેગો.

Plumber, (પ્લમર્)*n.* One who works in lead: સીસાનું કામ કરનાર; સીસાગર.

Plumb-line,(પ્લમલાઇન)*n.* The string of the plumb:ઓલંબાની દોરી.

Plume, (પ્લૂમ) *n.* [L.*pluma*, the feather.] The feather:પીછું; પીંછ; પર. 2. An ornamental tuft of feathers: પીંછાનો ગુચ્છો; કલગી; તોરો. *vt.* To pick and adjust the plumes of:પીંછાં-ટાંડ ગોઠવવાં; પીંછાં સમારવાં. 2. To pluck; to strip:પીંછાં ઉખેડી નાખવાં; પીંછાં ચૂંપી કાઢવાં; બોડું કo. 3. To adorn with feathers:પીંછાં પહેરવાં 4. To pride:પતરાજી-શેખી કo; ફુલાસ મારવી; ડંફાસ હાંકવી.

Plump, (પ્લમ્પ)*a.* Full;fleshy;fat: ભરેલું;માતેલું; ફરબે. *vt.* To make plump:ફરબે-માતેલું કo:ફુલવવું. 2. To vote solid:એકનોજ તરફેણ બધાં મત આપવાં. *adv.* Directly; suddenly: ધબાક દઇને; ધમ દઇને; એકદમ.

Plumpness, (પ્લમ્પનેસ) *n.* The state of being plump:ફુલાવો; ભરેલા-માતેલાપણું.

Plumy, (પ્લ્યૂમિ) *a.* Covered with plumes:પીંછાંવાલું; સપક્ષ.

Plunder, (પ્લંડર્) *vt.* To rob: લુંટવું; લેઈ લેવું; લુંટી લેઈ જવું. *n* Pillage; spoil:લુંટેલો માલ; લુંટ.

Plunderer, (પ્લંડરર્) *n.* One who plunders: લૂંટારો; પીંડારો.

Plunge, (પ્લંજ્)*vt.* To immerse; to thrust: બોલવું; ડબોલવું; ઝબોલવું; ખોસવું; ભોકવું; ઘોચવું; ઘાલવું. *vi.* To dive or rush in: ડુબકી મારવી. 2. To rush:એકદમ આગલ ધસવું; ઝંપલાવવું; ઝોકાવવું. *n.* The act of thrusting into: ડુબકી; ખચકારું: ગોતું. 2. A desperate act:સાહસ કામ.

Pluperfect, (પ્લૂપરફેક્ટ્) *a.* [L. *plus*, more & *perfectus*, perfect.] Past perfect:ભૂત ભૂત.

Plural, (પ્લૂરૅલ) *a.* [L. *plus*, *pluris*, more.] Designating two or more:એક કરતાં વધારે;અનેક. *n.* The plural number:અનેક વચન; બહુવચન.

Plurality, (પ્લુરૅલિટિ) *n.* The state of being plural:અનેકતા; બહુત્વ. [વત્તાનું ચિન્હ.

Plus, (પ્લસ) *n.* [L., more.] (*Math*): વત્તા;

Pluto, (પ્લૂટો) *n.* The dark and gloomy god of the lower world:યમરાજા; નર્કનો રાજા.

Pluvial, (પ્લુવિઍલ) *n.* [L. *pluvia*, rain.] *a.* Rainy: વરસાદવાલું; વરસાદથી ઉત્પન થયેલું.

Ply, (પ્લાઇ) *vt. & vi. imp & p. p.* **Plied**. [L. *plico*, I fold]To urge importunately: સતાવવું; જીવ ખાવો-ખાયાં કo; બેજાર-હેરાન કo. To work at: કર્યાં જવું-કo; હાંકવું; હંકારવું; મંડવું.

Pneumatic, (ન્યૂમૅટિક)*a.*[Gr. *pneuma*, wind.] Resembling air; gaseous: વાયુનું-ના જેવું. 2. Pertaining to air:વાયુ સંબંધી-વિષયક.

Pneumatics, (ન્યૂમૅટિક્સ) *n.* The science which treats of air and other elastic fluids: વાયુવિદ્યા; વાયુશાસ્ત્ર; ઇલમે હવા.

Pneumonia, (ન્યૂમોનિઅ) *n.* Inflammation of the lungs:ફેફસાંનો સોજો.

Poach, (પોચ્) *vt.* To cook as eggs, by breaking them into boiling water:જરાતરા બાફવું; અદકચરું રાખવું-કo (ઈંડું). *vt.* To stab; to pierce:ભોકવું; ઘાલવું; ઘોચવું.

Pocket, (પૉકેટ્)*n.* A bag or pouch:ગજવું;ખીસું;

કોથલી; કોથલો. **P.** *money:* હાથખર્ચી; ગજવાખર્ચી. *vt.* To put or conceal in the pocket: ગજવામાં મૂકવું; ઘાલવું; સંતાડવું; છુપાવવું. 2. To take clandestinely:ચોરવું;હાથ મારવો. *To* **p.** *an insult,* to receive an affront without open resentment: મુંગે મોઢે અપમાન સહન કο; ખમી જવું: પી-ગલી જવું; ગઇ કο.

Pocket-book, (પૉકેટ્‌બુક)*n.* A small book for carrying papers:ગજવામાં રહે એવી ચોપડી; ખલેચી.

Pod, (પૉડ) *n.* A bag; a pouch: કોથલી. 2. A capsule of a plant:શીંગ; ડોડો.

Poem, (પોએમ) *n.* [Gr.*poieo*, I make.] A metrical composition:કાવ્ય; કવિતા.

Poesy, (પોઇસિ)*n.* [L. *poesis.*] The art of composing poems:કવિતાશક્તિ; કવિતા; કાવ્યરચના.

Poet, (પોએટ્‌)*n.* [Gr. *poieo*, I make.] Author of a poem:કવિ:શાએર.

Poetaster, (પોએટૅસ્ટર્‌)*n.* An inferior writer of verses:જોડકણાં જોડનાર; નજીવો કવિ.

Poetical, (પોએટિકૅલ) *a.* [L. *poeticus.*] Expressed in metrical form: કવિતારૂપ; કાવ્યરૂપ; કવિતાનું.

Poet-laureate, (પોએટ્‌લૉરિએટ્‌) *n.* A royal [poet:રાજકવિ;બાદશાહી કવિ.

Poetry, (પોએટ્રિ) *n.* Metrical composition: કવિતા; કાવ્ય.

Poignancy, (પૉઇનૅન્સિ)*n.* The state of being poignant:તેજી; તિખાસ.

Poignant, (પૉ નૅન્ટ્‌) *a.* [L. *pungo*, I prick.] Pricking;sharp:ઝાટકો લાગે એવું;ચિઢ ચઢાવે-ચટકો લગાડે તેવું; તેજ; તીવ્ર; તીખું.

Point, (પૉઇન્ટ્‌) *n.* [L.*pungo*, I prick.] That which pricks or pierces:અણી; ટોક; ટોચ. 2. An indefinitely small space:અણી જેટલી જગો; બિંદુ. 3. (*a*) A moment; an instant: ક્ષણ; પલ. (*b*) Verge:તૈયારી;અંત:અણી 4. A mark of punctuation:બિંદુ; વિરામચિન્હ; પૂર્ણવિરામ 5. Degree;step: દરજ્જો; પગલું; અંશ. 6. The essential matter: પકડેલી વાત; વિષય; દલીલ; મુદ્દો; મતલબ. *To carry one's* **p.**, to accomplish one's object:ધારેલી મતલબ હાંસલ કο; ફાવવું; કામ પાર ઉતારવું. *To make a.* **p.** *of*, to attach special importance to: ભાર-વજન લાગુ પાડવું. **P.** *at issue*:તકરારી બાબત *vt.* To sharpen: અણી કાઢવી. 2. To aim: ધારવું; તાકવું; મારવું. 3. To direct the attention of:ધ્યાન લગાડવું-ખેંચવું. 4. To punctuate:વિરામચિન્હ મૂકવાં

Pointed, (પૉઇન્ટેડ)*a.* Sharp:અણીવાળું;અણીઆળું; ધારદાર. 2. Terse: ભેદે-લાગે એવું.

Pointer, (પૉઇન્ટર્‌)*n.* One who points: બતાવનાર. (*a*) The hand of a time-piece: કાંટો. (*b.*) One of a breed of dogs:એક જાતનો શિકારી કૂતરો.

Pointless, (પૉઇન્ટ્‌લેસ્‌) *a.* Blunt:બુઠ્ઠું;અણી-ધાર વગરનું.

Poise, (પૉઇઝ્‌)*n.* [L.*pensum*, a portion weighed out.] Weight: ભાર; વજન; તોલ. 2. The weight or mass of metal: કાટલું. 3. Equipoise; balance: સમતોલપણું; ધડો. *vt.* To balance: સમતોલ-સરખું રાખવું; ધડો કο.

Poison, (પૉઇઝન્‌) *n.* [L. *potio*, a drink.] Any agent having deadly effect upon animal organism:ઝેર;વિખ;વિષ. 2. That which taints or destroys moral purity:બદી;સડો. *vt.* To put poison upon or into: ઝેર ઘાલવું. 2. To kill by poison: ઝેર દઇ મારી નાખવું. 3. To taint; to corrupt:બગાડવું; સડો લગાડવો; ભ્રષ્ટ-દુષ્ટ-ખરાબ કο. *To* **p.** *one's ears*:કાન ભંભેરવા; ભણાવી મૂકવું.

Poisonous, (પૉઇઝનસ્‌)*a.* Having the quality of poison; baneful:ઝેરી; નુકસાનકારક; ખરાબ.

Poke, (પોક્‌) *vt.* To thrust or push: ભચકઇને મારવું; ભોંકવું. *n.* A thrust: a jog: આંચકો; ધક્કો.

Poker, (પોકર્‌)*n.* A rod for stirring the fire: અંગાર ખોરવાની લાકડી.

Polar, (પોલર્‌) *a.* Pertaining to one of the poles:ધ્રુવનું-પાસેનું.

Pole, (પોલ્‌) *n.* A native of Poland: પોલંડનો રહેવાસી. *n.* A long, slender piece of wood: દંડ; સોટો; વાંસ; કાઠી; દાંડો. 2. A measuring stick: સાડાપાંચ વારનું માપ. *n.* Either extremity of an axis of a sphere:ધ્રુવ.

Pole-star, (પોલ્‌સ્ટાર્‌)*n.* The north star:ધ્રુવનો તારો. 2. A guide:દોરનાર; ભોમિયો.

Police, (પોલીસ્‌)*n.* [L.*politia*,Gr.*polis*,a city] A judicial and executive system, for the government of a city: નગરવ્યવસ્થા; ગામ-શેહેરની બંદોબસ્તી. 2. The organized body of civil officers in a city: પોલીસ; પોલસનાં માણસો. **P.** *station*:ચોકી; થાણું. *vt.* To keep in order by police:સિપાઇથી બંદોબસ્ત રાખવો.

Police-magistrate, (પોલીસ્‌-મૅજિસ્ટ્રેટ્‌) *n.* A constable:કોટવાલ; ફોજદાર.

Police man, (પોલીસ્‌ મૅન) *n.* A member of a body of police:પોલીસનું માણસ-સિપાઈ.

Policy, (પૉલિસિ) *n.* [L. *politia*, The art of governing: રાજ્ય ચલાવવાની રીત; રાજનીતિ. 2. Management: કોઈ કામ-કારખાનું ચલાવવાની રીત; બંધારણ; ધોરણ. 3. A writing containing a contract of insurance: વિમાનો કરાર-કરારનામું. *Open* **p.**: વિમો ઉતારેલી મિલકતની કિમત ન નોંધી હોય તેવું કરારનામું. *Valued* **p**: વિમો ઉતારેલી મિલકતની કિમત જણાવી હોય તે કરારનામું.

Polish, (પોલિશ્‌) *a.* Pertaining to Poland:પોલંડ સંબંધી.

Polish, (પૉલિશ) *vt.* [L. *polio*, I smooth.] To make smooth and glossy:માંજવું; ઓપવું; પાલીસ કο; સાજવું; ભભકાદાર-રોનકદાર કο. *n.* A gloss; a lustre: ચલકાટ; તેજ; ઝલેહ; શોભા: સફાઈ. 2. Refinement; elegance of manners: સભ્યતા; વિવેક; અદબ.

Polished, (પૉલિશ્ટ્‌)*a.* Polite; refined: ભભકાદાર-રોનકદાર; સભ્ય; વિવેકી.

Polite, (પોલાઇટ્‌) *a.* [L. *polio*, I polish.] Courteous:વિવેકી; નમ્ર; ભલું: અદબદાર.

Politely, (પોલાઇટ્‌લિ) *adv.* In a polished manner:સભ્યતાથી: વિવેકથી; તાજીમતવાળેથી.

Politeness, (પોલાઇટ્‌નેસ્‌) *n.* Courteous be-

ask,આસ્ક્‌;**are**,આર્‌;**all**,ઑલ્‌;**mat**,મૅટ્‌;**mate**,મેટ્‌;**met**,મેટ્‌;**god**,ગૉડ્‌;**gold**,ગોલ્ડ્‌.

haviour:સભ્યતા; વિવેક; લાયકાત; લાયકી; ગૃહસ્થપણું; અદબઅદાબો.

Politic. (પૉલિટિક્) *a*. [L. *politicus*, political.] Prudent; sagacious: ડાહ્યું; પાકું; કુશલ; ચતુર. 2. Cunning:મતલબી; પહોંચેલું; મકરબાજ.

Political, (પૉલિટિકલ્) *a*. Relating to affairs of state: રાજકીય; રાજનીતિ સંબંધી. **P**. *affairs:* રાજ્યકાર્ય;રાજકારભાર. **P**. *science:*રાજનીતિશાસ્ત્ર. **P**. *economy:*અર્થશાસ્ત્ર; અર્થ વિજ્ઞાન. **P**. *rights:* રાજ્યાધિકાર. **P**. *institutions:*રાજ્યતંત્ર.

Politician, (પૉલિટિશન્) *n*. A statesman:રાજનીતિમાં પ્રવીણ માણસ; રાજ્યકારભારી. 2. A man of artifice and cunning:ખટપટીયો;પેચી; પહોંચેલ; પાકું; સ્વાર્થી.

Politics,(પૉલિટિક્સ્)*n*.The science of government: રાજનીતિશાસ્ત્ર; રાજનીતિ. 2. Political affairs:રાજખટલો-ખટપટ; રાજ્યકારભાર.

Polity, (પૉલિટિ) *n*. Civil constitution: રાજ્યબંધારણ; રાજનીતિ-રીતિ-વ્યવસ્થા; કોઇ ખાતાનું બંધારણ. 2. Policy; art:રીત; વ્યવસ્થા.

Poll, (પોલ્) *n*. The head: માથું; મસ્તક. 2. The casting of the votes of registered electors: ચુંટણી કરનારાઓએ આપેલો મત. 3. The place where the votes are cast:મત લેવાની જગા.*vi*. To vote at an election:ચુંટણીમાં મત આપવો-મેલવવો.

Pollen, (પૉલન્)*n*.[L. *pollen*, fine flour.] Fine flour: ઝીણો લોટ; આટો. 2. The fecundating dustlike cells of the anthers of flowers:ફુલમાંનો ભુકો; પરાગ.

Poll tax, (પૉલ્ટૅક્સ્) *n*. A tax levied by the head or poll: જજીઓ; માણસ દીઠ લેવાતો વેરો-કર; માથા વેરો.

Pollute, (પૉલ્લ્યૂટ્) *vt*. [L. *polluo*, I defile.] To defile:બગાડવું; મેલું-ગંદુ ક૦;મલિન-નાપાક ક૦; વટાલવું; અભડાવવું.

Pollution. (પૉલ્લ્યૂશન્) *n*. Defilement;impurity: બગાડ; અપવિત્રતા; મલિનતા; નાપાકી.

Poltroon, (પૉલ્ટ્રૂન) *n*. A dastard: હીજડો; બાયલો; નામર્દ. 2. Base; vile: હલકું; અધમ; નીચ.

Polyandry,(પૉલિઍન્ડ્રિ)*n*. [Gr. *polys*, many &*andros*, man.] The possession by a woman of more than one husband at the same time: એકજ વખતે કોઈ ઓરતે ઘણા ધણી પરણવાનો ચાલ; અનેકભર્તૃકતા.

Polygamy, (પૉલિગૅમિ) *n*. [Gr. *polys*, many & *gamos*, marriage] The having of a plurality of wives or husbands at the same time: એક કરતાં વધારે સ્ત્રી કે વર પરણવાનો ચાલ.

Polyhedron, (પૉલિહીડ્રૉન) *n*. [Gr. *ploys*, many & *hedra* sides.] A solid body with many sides: ઘણી બાજુવાળી આકૃતિ.

Polypus, (પૉલિપસ્) *n*. A tumor: એક જાતની લટકતી ગાંઠ.

Polysyllable, (પૉલિસિલ્લૅબલ્) *n*. A word of many syllables: ઘણાં પદવાલો શબ્દ.

Polytechnic. (પૉલિટૅક્નિક્) *a*. [Gr. *polys*, many & *techne*, art] Comprehending many arts: જ્યાં ઘણી વિદ્યા-હુન્નર શીખવતાં હોય એવું.

Polytheism. (પૉલિથીઝમ્) *n*. [Gr. *polys*, & *theos*, god]. The doctrine of a plurality of gods: ઘણા દેવ-ઈશ્વર છે એવો મત.

Pomatum. (પોમેટમ્) *n*. A perfumed composition, for dressing the hair: એક જાતનો બાલને લગાડવાનો ખુશબોદાર પદાર્થ.

Pomegranate, (પોમ્ગ્રૅનેટ્) [L. *pomum*, a fruit & *granum*, a grain.] A fruit: દાડમ; અનાર.

Pomp, (પૉમ્પ્) *n*. [Gr. *pempo*, I send.] Parade; display: દમદમાટ; ઠાઠ; ધામધૂમ; ભપકો; શોભા; દમામ; દબદબો.

Pompous, (પૉમ્પસ્)*a*. Magnificent: દબદબાવાલું; ઠાઠમાઠભર્યું; ભભકાદાર;દમામદાર. 2.Boastful. પતરાજી ભરેલું; શેખીખોર; બડાઈખોર.

Pond, (પૉન્ડ્) *n*. A pool of standing water: તલાવ; કુંડ; હોજ.

Ponder, (પૉન્ડર્) [L. *pondeo*, I weigh.] *vi*. To think; to muse: વિચારવું; ખ્યાલ-કયાસ ક૦.

Ponderous, (પૉન્ડરસ્) *a*. [L. *pondus*, a weight.] Very heavy: ઘણું ભારી; વજનદાર. 2. Important; forcible: અગત્યનું; વજનદાર.

Pontiff, (પૉન્ટિફ્) *n*. [L. *pons*, *pontis*, a bridge.] A high priest: વડો પાદરી; ધર્માધિકારી.

Pontifical, (પૉન્ટિફિકલ્) *a*.Pertaining to a pontiff: મોટા ધર્માધિકારીનું.

Pontificate, (પૉન્ટિફિકેટ્) *n*. The term of office of a pontiff: ધર્માધિકાર.

Pontoon, (પૉન્ટૂન) *n*. [L. *pons*, *pontis*, a bridge.] A wooden flat-bottomed boat: બેઠા તલીઆની હોડી. 2. A bridge of boats: એ હોડીઓનો બનાવેલો પુલ.

Pony, (પોનિ) *n*. A small horse: ટટ્ટુ; નાનો ઘોડો.

Pooh, (પૂ) *interj*. Nonsense: છટ્; છીટ્. *vt*. To make light of: હલકું-તુચ્છ ગણવું.

Pool, (પૂલ્) *n*. A small body of water: ખાડો; ખાબોચીયું. 2.A mutual arrangement between competing lines, by which the receipts of all are aggregated: એક સંપે ધંધો કરી આવક સરખે હિસ્સે વહેંચી લેવાની ગોઠવણ.*vi*. To combine with others: મળી જવું.

Poor, (પૂર) *a*. [L. *pauper*, poor.] needy; indigent: ગરીબ; નિર્ધન; કંગાલ;ભુખે મરતું; ભીખ માગતું. (*a*) Lean:દુબલું;દુર્બલ;સુકડાલ.(*b*) Shabby; mean: તુચ્છ; અધમ; હલકું. (*c*.) Barren; sterile: અસાર; ઉજ્જડ; રસ-કસ વિનાનું;વાંઝીયું. 3. Worthy of pity or sympathy: બાપડું; બિચારૂં; ગરીબ. 4. Meek: ગરીબ; રાંક; સાલસ. **P**. *man's treacle*, garlic: લસણ.

Poor-box, (પૂર્-બૉક્સ્) *n*. A receptacle in which money given for the poor is placed: દાનના પૈસા રાખવાનો ગલ્લો-પેટી.

Poor-house, (પૂર્-હાઉસ્) *n*. A house for paupers maintained at public expense: અનાથાલય; લાચારખાનું.

Poorness, (પૂર્નૅસ્) *n*. The state of being

poor: નિરધનતા; કંગાલીઅત; ગરીબાઈ.

Pop, (પૉપ્) *n.* A sharp, quick sound or report: ફટ્ટ દઈને થયેલો અવાજ. *vi.* To make a pop or sharp sound: ફટ્ અવાજ કo. 2. To dart: એકદમ ધસવું; ઝડપ દઈને પેસવું–દાખલ થવું. *vt.* To thrust suddenly: ચડપ દઈને ઘાલવું; ઘેંચવું. *To* **p.** *the question,* to make an offer of marriage to a lady: માગું મોકલવું. *adv.* Like a pop: ચડપ–ફટ્ટ દઈને; એકાએક.

Pope, (પોપ્) *n.* [L. *papa,* father.] The bishop of Rome: રોમન કૅથોલિક ધર્મનો વડો પાદરી; પોપ.

Pop-gun, (પૉપ્-ગન્)*n.* A child's gun: છોકરાંને રમવાની નાની બંદુક.

Poppy. (પૉપિ) *n.* Any plant of the genus *Papaver:* ખસખસ; ખસખસનાં છોડવા.

Populace,(પૉપ્યૂલેસ્)*n.*[L. *populus,* people.] The common people: લોક; પ્રજા; આમ.

Popular, (પૉપ્યૂલર્) *a.* Pertaining to the people: લોક–પ્રજા–ખાસોઆમનું. 2. Familiar; plain: સરલ; સુગમ; સહેલું. 3. Inferior;common: સાધારણ; સામાન્ય; હલકું. 4. Beloved by the people: લોકને વહાલું–ગમતું; લોક પ્રિય. **P.** *story:* લોકકથા; દંતકથા. **P.***usage*:રાહરસમ;રેવાજ; લોકાચાર.

Popularity,(પૉપ્યૂલૅરિટિ)*n.* The state of being popular: લોકપ્રિયતા; જનપ્રીતિ.

Popularly, (પૉપ્યૂલર્લિ) *adv.* In a popular manner:લોક રાજી થાય એવી રીતે;લોકના–સાધારણ વિચાર પ્રમાણે. [વસ્તી કo.

Populate, (પૉપ્યૂલેટ) *vt.* To people: વસાવવું;

Population,(પૉપ્યૂલેશન્)*n.* The whole number of people: લોક; વસ્તી; જન; પ્રજા.

Populous, (પૉપ્યૂલસ્) *a.* Abounding in people: વસ્તીવાળું; આબાદ; ભરવસ્તીનું.

Porcelain, (પોર્સલેન) *n* [L. *porcus,* pig.] A fine translucent kind of earthenware: ચિનાઈ વાસણ; ચિનીકામ; કોડીકામ.

Porch, (પોર્ચ્)*n.*[L. *porta,* a gate.]A covered entrance to a building: સીડી–ઓસરી આગલની પરસાલ; દ્વારમંડપ.

Porcupine, (પોર્ક્યૂપાઈન્) *n.* [L. *porcus,* & *spina,* a thorn.]Any Old World rodent:સાહુડી.

Pore, (પોર્)*n.*[L. *porus.*]One of the minute orifices on the skin: ચામડી ઉપરનાં બારિક નાકાં–છિદ્ર. 2. A minute opening: છિદ્ર; ઝીણું નાકું.

Pork, (પોર્ક્) *n.* [L. *porcus,* hog.] The flesh of swine: ડુક્કરનું માંસ–ગોશ.

Porosity, (પોરૉસિટિ) *n.* The quality of being porous: સછિદ્રતા;છિદ્ર–બાકાં હોય એવી સ્થિતિ–હાલત. [છિદ્રવાન.

Porous, (પોરસ્) *a.* Full of pores: કાણાંવાળું;

Porridge, (પૉરિજ્) *n.* [L. *porrus,* leek.] A kind of broth: કાંજી.

Porringer, (પૉરિંજર્) *n.* A porridge dish: વાડકો; કટોરો; કાંસીઓ.

Port, (પોર્ટ્) *n.* [L. *portus.*] A dark purple wine made in Portugal: વાઈન દારૂ. *n.* Harbor: બંદર; બારૂં. *n.* Demeanor; deportment: ઢબ; આકાર; ડોલ; રૂપ; દેખાવ; સકાર.

Portable, (પોર્ટેબલ્) *a.* Easily transported: સહેલાઈથી લેઈ જવાય એવું. [હેલ.

Portage, (પોર્ટેજ્)*n.* The price of carriage:

Portal, (પોર્ટલ્) *n.* [L. *porta.* a gate.] A door or gate: દરવાજો; દ્વાર.

Porte, (પોર્ટ્) *n.* [L. *porta.*] The Ottoman court: તુરકી સરકારની કચેરી.

Portend, (પૉર્ટેન્ડ્)*vt.* [L. *pro* & *tendo,* I stretch.] To foreshow: આગલથી બતાવવું–સૂચવવું–જણાવવું; અગમચેતી દેખાડવી.

Portent, (પોર્ટેન્ટ) *n.* That which portends evil: અપશુકન; અશુભ લક્ષણ.

Portentous, (પૉર્ટેન્ટસ્) *a.*Of the nature of a portent: માઠું થવાની સૂચના કરનારૂં; અપશુકનનું–ભર્યું. 2. Monstrous; wonderful: અદ્‌ભુત; રાક્ષસી; ગંજાવર.

Porter, (પોર્ટર્) *n.*[L. *porta,* a gate.] A door keeper: દરવાન; દેવડીવાળો. 2. A carrier: મજુર; હેલકરી.

Porterage,(પોર્ટરેજ્) *n.* The work of a porter: મજુરી; વૈતરૂં. 2. Portage: મજુરી; હેલ.

Portfolio, (પોર્ટ્ફોલિઓ) *n.* A portable case for holding loose papers, &c.: કાગલ ચોપડી વગેરે રાખવાની કોથલી;જોસદાન–તાન. 2. The office of a minister of state: પ્રધાનનો ઓદ્ધો; પ્રધાનપદ.

Portico, (પોર્ટિકો)*n.*[L. *porticus*] A covered ambulatory:મંડપ;દરવાજાના ઉપરના ધાબાતલેનો ભાગ.

Portion, (પોર્શન્) *n.*[L. *pars-partis,* a part.] That which is divided off or separated: ખંડ; વિભાગ; ભાગ. 2. Share: વાંટો; હિસ્સો; ભાગ; અંશ. 3. An inheritance: વારસો; હિસ્સો. 4. A wife's fortune: સાસરવટો; સ્ત્રી ધન; કન્યાધન.

Portliness,(પોર્ટ્લિનેસ્)*n.* The state of being portly: ઢબદબો; જાડાઇ; ફરબેપણું.

Portly,(પોર્ટ્લિ) *a.* Imposing:ખુબસુરત; ઢબદબા ભરેલા દેખાવનું. 2. corpulent: માતેલું; ફરબે.

Portmanteau, (પોર્ટ્મૅન્ટો) *n.* A bag for carrying wearing apparel: કપડાં ભરવાનો કોથલો; જામદાની; કપ્પડદાની.

Portrait, (પોર્ટ્રેટ્)*n.*The likeness of a person: તસવીર; છબી; ચિત્ર. 2. Description in words: બયાન; વર્ણન.

Portray, (પોર્ટ્રે)*vt.*[L. *pro* & *traho,* I draw.] To draw the likeness of: ચિત્ર–છબી–તસવીર પાડવી–કાઢવી. 2. To describe: બયાન–વર્ણન કo.

Pose, (પોઝ્) *n.* [L. *pausa,* a pause.] The position of a person: માણસનો દેખાવ; શરીર સ્થિતિ; ઠસ્સો. *vi.* To assume an attitude: ચોકસ સ્થિતિ ધારણ કo.

Position, (પોઝિશન્) *n.* [L. *pono,* I put.] Attitude; condition: સ્થિતિ;હાલત;અવસ્થા; દશા. 2. Site; place: જગો;ઠેકાણું;સ્થલ. 3. (*a*)Relative place or standing: મોભો; દરજ્જો;ટેક. (*b*)Office; post: હોદ્દો; પદવી; પદ.

Positive, (પૉઝિટિવ્)*a.* Real; actual: ખરેખરૂં;

વાસ્તવિક. 2. Certain;absolute:નક્કી;ખચિત; ચોકસ. 3. Definitely laid down: સ્પષ્ટ;ખુલ્લેખુલ્લું;ચોખ્ખું. **P.** *quantity*:ધન; ધનપદ. **P.** *sign:* વત્તાનું ચિન્હ.

Positively, (પૉઝિટિવ્લિ) *adv.* Absolutely: ખચિત; જરૂર; ખાસ; નક્કી.

Possess, (પૉઝેસ્) *vt.* [L. *possideo*, I have.] To own;to have:ધરાવવું;ધણી–માલેક હોવું;ભોગવવું; હાથ–કબજામાં હોવું. 2. To enter into and influence: ભરાવું; આવવું; વલગવું; વશ–આધીન ક૦.

Possession, (પૉઝેશન્) *n.* Ownership: કબજો; ભોગવટો;માલકી;હવાલો. 2. The thing possessed: માલ; મિલકત; તાબાનો મૂલક; સંસ્થાન.

Possessive, (પૉઝેસિવ્) *a.* Pertaining to possession: સંબંધક; સંબંધ વાચક.

Possessor, (પૉઝેસર્) *n.* One who occupies: અધિકારી; કબજેદાર; વહીવટદાર; માલેક; ધણી.

Possibility, (પૉસિબિલિટિ) *n.* The state of being possible: શકયતા; સંભવ; સંભાવના.

Possible, (પૉસિબલ્)*a.*[L. *potis*, able & *esse*, to be.] Able to happen: બનવાજોગ; બની શકે એવું; શકય; સંભવતું; સંભવિત.

Possibly, (પૉસિબ્લિ) *adv.*In a possible manner: કદાચ; કદાચિત; કદાપિ.

Post, (પોસ્ટ્) *n.* [L *pono*, I place.] A pillar: થાંભલો; સ્તંભ; ટેકો. *n.* (*a.*) Station: મુકામ; થાણું; ચોકી. 2. A postman: ખેપીઓ; ટપાલવાળો.3. The post office; the mail: ડાગ; ટપાલ. 4. An office: પદ; અધિકાર;પદવી; હોદ્દો. *vt.*To placard:ચોટાડવું; લગાવવું. 2. To transfer to the ledger: ખતવવું; હીસાબ–નામું ખતવવું. 3. To mail: કાગલ ટપાલમાં નાખવો. *To* **p.** *off*, to put off: ઢીલ કરવી; મુલતવી રાખવું. *To* **p.** *over*, to hurry over: ઉતાવલ–ઝડપથી કરી નાખવું.

Postage, (પોસ્ટેજ) *n.*The price paid for the conveyance of letter: ટપાલ ખરચ.

Postal, (પોસ્ટલ્) *a.*Belonging to the post office or mail service: ટપાલ સંબંધી–નું; ડાગનું.

Post chaise. (પોસ્ટ્‌-શેઝ્) *n.* A carriage for the mail: ટપાલની ગાડી.

Post-date, (પોસ્ટ્‌-ડેટ્) *vt.* To date after the real time: પાછલની તારીખ નાખવી.

Posterior, (પૉસ્ટીરિઑર્)*a.*[L.*posterus*,coming after.]Later:પછીના વખત–જમાનાનું.2.Hind; hinder: પાછલું; પાછલનું.

Posteriors, (પૉસ્ટિરિઑર્સ) *n.* The hinder parts, as of an animal's body: ગાંડ; કુલો.

Posterity, (પૉસ્ટેરિટિ) *n.*Descendants:વંશજો; છોકરાંછૈયાં; ઓલાદ.

Post-haste, (પોસ્ટ્‌હેસ્ટ્) *n.* Speed in travelling:ઘણી ઝડપ ઉતાવલ;દોડાદોડ.*adv.* With speed: ઘણીજ ઝડપથી: ઉતાવલે.

Posthumous, (પૉસ્થ્યૂમસ્)*a.* [L. *postumus*, last.] Born after a parent's death: બાપ મુઆ પછી જન્મેલું; મરી ગએલી માના પેટમાંથી કાઢેલું. 2. Published after the death of the author:ગ્રંથકાર મરી ગયા પછી પ્રગટ કીધેલું–છાપેલું–બહાર પાડેલું.

Postilion, (પૉસ્ટિલિઑન) *n.* One who rides the first pair of horses of a coach: જોડેલા ઘોડાની પેહેલી–આગલી જોડીનો અસવાર.

Post-man, (પોસ્ટ્‌મૅન) *n.* A post or courier: ટપાલ–ડાગવાલો–લઇ જનાર–લાવનાર; હલકારો.

Post-mark, (પોસ્ટ્‌-માર્ક્) *n.* The stamp of a post office on a letter: કાગલો ઉપર મારેલી ટપાલની છાપ.

Post-master, (પોસ્ટ્‌મેસ્ટર) *n.* One who has a charge of post office: ટપાલ ખાતાનો ઉપરી; ટપાલ માસ્તર.

Post-meridian,(પોસ્ટ્‌મેરિડિઑન)*a.*(Abbrev. **P. M.**) [L. *post*, after & *meridianus*]Coming after the sun has passed the meridian:બપોર–મધ્યાન્હ પછીનું–પાછલા–નમતા પોહોરનું.

Post-mortem, (પોસ્ટ્‌મૉર્ટેમ)*a.*After death: મુઆ–ગુજરવા પછીનું.

Postpone, (પોસ્ટ્‌પોન્) *vt.* [L. *post* after & *pono* I place.] To put off: મુલતવી રાખવું; વિચાર પર રાખવું; બાકી રાખવું.

Postponement, (પોસ્ટ્‌પોન્મેન્ટ્) *n.* a temporary delay: મુલતવી રાખવું તે; વિલંબ; ઢીલ.

Post-script, (પોસ્ટ્‌સ્ક્રિપ્ટ્)*n.*(Abbrev.**P.S.**) [L. *post* & *scribo*, I write.] A part added to a letter after the signature: તાજેકલમ.

Postulate, (પૉસ્ટયુલેટ્) *n.* [L. *postulo*, I demand.] A self evident problem: સ્વીકૃતપક્ષ.*vt.* To assume without proof:ધારવું; માની લેવું.

Posture, (પૉસ્ટચૂર્) *n.*[L. *pono*, I place.]The position of the body: શરીરનું વલણ; સ્થિતિ. 2. Place; position: જગા; ઠેકાણું. 3. Disposition; mood: ઢંગ; ઢોલ; રંગ; સ્વભાવ.

Pot, (પૉટ્) *n.* A metallic or earthen vessel: માટી કે ધાતુનું પાત્ર–વાસણ; ઓલો; ઘડો; માટલો. *To go to* **p.**, to go to ruin: પાયમાલ થવું; રદ પડવું. **P.***s* & *pans:* વાસણ કુસણ. *vt.* (*a*) To preserve seasoned in pots: વાસણમાં રાખી મૂકવું.

Potable, (પોટેબલ) *a.* [L. *poto*, I drink.] Drinkable: પીવા લાયક–સરખું–જોગ.

Potash, (પૉટૅશ્) *n.* An alkaline salt: એક જાતનો ખાર–ક્ષાર.

Potation, (પોટેશન) *n.* The act of drinking: પીવું તે; પાન. 2. A draught: ઘુંટડો; ગોટ.

Potato, (પોટેટો) *n.* A kind of fruit and its plants: બટાટા; પટેટો; અલોકડું. *Sweet* **p.** રતાલુ.

Pot-bellied, (પૉટ્‌-બેલિડ્) *a.* Having a protuberant belly: મોટા પેટવાલું; દૂંદાલું.

Potency, (પોટન્સિ) *n.* [L. *potens*, potent.] Power: જોશ; જોર; કૌવત; તાકત; શક્તિ.

Potent. (પોટન્ટ્) *a.* [L. *posse*, to be able.] Powerful; efficacious: આકરું; તેજ; જલદ; ગુણકારી; અસરકારક. 2. Mighty:બલવાન; જોરાવર; જબરદસ્ત; મજબૂત.

Potentate.(પોટન્ટેટ્) *n.*[L. *potento*, I exercise power] A prince: રાજા; શાનશાહ; બાદશાહ.

Potential. (પોટેન્શલ્) *a.* Influential: જબરૂં; અસરકારક. **P.** *mood:* શકયાર્થ; શકયભેદ.

Pother, (પૉધર્) *n.* Confusion; bother: ધમચ-

કઠીઃતોફાન;ગરબડાટ;ધાંધલ. *vi.* To make a bustle: તોફાન–ગરબડાટ ક૦. *vt.* To worry: ગભરાવવું, પજવવું; સતાવવું.

Potion, (પોશન) *n.* [L. *poto*, I drink.] A dose; a draught: ગોટ; કાહાવો; પીવાનું ઓસડ.

Pot-luck, (પૉટ્લક્) *n.* Whatever may chance to be in the pot: જે તે ખાવાનું; ખાવાનાં વાસણમાં જે વધેલું–રહેલું તે.

Pottage, (પૉટેજ્) *n.* A thick soup of vegetables or meat:તરકારી કે ગોસની એક જાતની લાપસી.

Potter, (પૉટર્) *n.* One who makes earthen vessels: કુંભાર.

Pottery, (પૉટરિ) *n.* Earthenware vessels: માટીનાં વાસણ. 2. The place where earthen vessels are made: માટીનાં વાસણનું કારખાનું.

Pouch, (પાઉચ્) *n.* A small bag: થેલી;કોથલી. *vt.* To put into a pouch: મૂકવું; થેલી-કોથલીમાં મૂકવું.

Poultice, (પોલ્ટિસ્)*n.*[L. *pultis*,a thick pap.] A soft composition of bran &c.: પોટીસ. *vt.* To apply a poultice to: પોટીસ મુકવી-ક૦.

Poultry, (પોલ્ટ્રિ) *n.* [L. *pullus*, a chicken.] Domestic fowls: મરઘાં; મરઘાં બતકાં.

Pounce, (પાઉન્સ્) *n.* [L. *pumex*, pumice.] A fine powder: સાહી પસરી ન જાય તેને માટે નાંખવામાં આવે છે તે ભૂકો; રેત; રેતી. *vt.* To sprinkle or rub with pounce: રેતી નાંખવી. **P.** *box:* રેતદાની; રેતિયું; રજિયું **P.** *paper:* નકશો ચીતરવાનો પારદર્શક કાગલ. *vi.* To fall suddenly and seize with the claws: ઝડપ મારીને પકડવું; તરાપ મારવી.

Pound, (પાઉન્ડ્) *vt.* To bray: કુટવું; ખાંડવું; વાટવું. *n.* A pinfold: રખડતાં ઢોરને પુરવાનો વાડો.*vt.* To confine: વાડામાં ગોંધવું; પુરવું. *n.* [L. *pondus* weight.] A certain specified weight (*a.*):સોલ આઉન્સનું વજન અથવા (*b*) (સોનું રૂપું તેલવાનો) બાર આઉન્સનું વજન. 2. A coin of twenty shillings: વીશ શિલિંગની કિમતનો સિક્કો; 'પાઉન્ડ.'

Poundage, (પાઉન્ડેજ્) *n.* A commission:લવાજમ; દસ્તુરી.*n.* A charge paid for the release of impounded cattle: પુરેલાં ઢોરને છોડી મુકવાનું દામ–દંડ.

Pounder, (પાઉન્ડર્) *n.* A stamp: છાપ; ચાકઠું. 2.An instrument used for pounding:ખત્તો;દસ્તો.

Pour, (પોર્) *vt.* To cause to flow: ધાર ચલાવવી; નામવું. 2. To give vent to: જોશભેર કાઢવું, ઉભરો કાઢવો. *vi.* To flow: વહેવું; ધોધબંધ જવું; પુષ્કલ–બેસુમાર પડવું.

Poverty, (પૉવર્ટિ) *n.*[L. *pauper*, poor.] Indigence; need: ગરીબાઈ; નિર્ધનતા. 2. Deficiency: want: સાંસા; ઘટ; ખૂટ; ખોટ; ટોટો; અછત.

Powder, (પાઉડર્)*n.*[L. *pulvis*, dust.] Dust: ચુરો; ભૂકો. 2. Gunpowder: બંદુકનો દારૂ. *vt.* To pulverize: ભૂકો ક૦;પિસવું;ખાંડવું. 2. To sprinkle with powder: ભૂકો લગાડવો–ભભરાવવો. 3. To salt: મીઠું દેવું- ભભરાવવું–નાખવું. *vi.* To be reduced to powder: ભૂકો થવો; પિસાવું.

Powder-horn, (પાઉડર-હૉર્ન્) *n.* A horn in which gunpowder is carried: બંદુકના દારૂની સુરાહી શીંગડું.

Powdery, (પાઉડરિ) *a.* Friable: સેહેલથી ભૂકો થઇ જાય એવું;બગડઈ. 2. Dusty: ભૂકા જેવું;ભુકાવાલું.

Power, (પાઉઅર્) *n.* [L. *posse*, to be able.] Potency; might: શક્તિ; જોર; ગુણ; કૌવત; તાકાદ. 2. Sway: સત્તા; હકુમત; અધિકાર; અમલ. 3. A government: સરકાર;અધિપતિ;હાકેમ. 4. The product of the multiplication of a number into itself: ઘાત. 5. Magnifying strength: ખુલ્લી આંખે દેખાય તે કરતાં મોટું જણાય એવા કાચ–દૂર્બીનનો ગુણ **P** *of attorney*:મુખત્યારનામું. *In the* **p.** *of:* વશ; આધીન; હાથમાં; કબજામાં.

Powerful, (પાઉઅર્ફુલ્) *a.* Mighty; efficacious: જોરાવર; મજબૂત; ગંજાવર; જબરદસ્ત; જંગી; અસરકારક; ગુણકારક.

Powerless, (પાઉઅર્લેસ્) *a.* Weak, impotent: નબળું; અશક્ત; દુર્બલ.

Pox, (પૉક્સ્) *n* Pustules: સીતલા; ફુલ્લા; ચાંદી.

Practicable,(પ્રૅક્ટિકૅબલ્)*a.*[Gr.*prasso*,*praxo*, I do.] That may be done:થવા; સંભવિત; બનવા–અમલમાં આવવા જેવું; શકય.

Practical, (પ્રૅક્ટિકૅલ્) *a.* Useful: દુનિઆમાં કામ લાગે એવું;વેહેવારુ. 2. Evincing practice or skill: ગણેલ;કઢેલ: અનુભવી. 3. Derived from practice: અનુભવથી મેલવેલું; અનુભવસિદ્ધ.

Practically, (પ્રૅક્ટિકૅલિ) *adv.* Practical way: અભ્યાસથી; વેહેવારૂ રીતે; અનુભવથી.

Practice, (પ્રૅક્ટિસ્) *n.*Habit;custom:માહાવરો; ટેવ;ચાલ;અભ્યાસ;કસરત;રાબેતો; શિરસ્તો; દસ્તુર;આદત. 2. Expertness: ચાલાકી;હોશીઆરી;હિકમત; હથોટી. 3. Actual performance. કામ; કર્મ. 4 A rule in arithmetic: પાંતીના હીસાબ; પાંતી.

Practise, (પ્રૅક્ટિઝ્) *vt.* & *vi.* To make a practice of: માહાવરો–ટેવ પાડવો; હરવખત વાપરવું; અભ્યાસ રાખવો ક૦;શિખવું. 2. To exercise as a profession:ધંધો–રોજગાર ચલાવવો ક૦. 3.To execute; to do: બજાવવું; કરવું; અમલ ક૦.

Practitioner, (પ્રૅક્ટિશનર્)*n.*One who is engaged in the actual use or exercise of any art:ધંધો કરનાર–ચલાવનાર.*Legal* **p.**:વકીલ;મુખ્તાર. *Medical* **p.**: તબીબ; વૈદ; હકીમ.

Praise, (પ્રેઝ્) *vt.* [L. *pretium*, price.] To applaud: વખાણ ક૦; સ્તુતિ–પ્રસંશા ક૦; ગુણ ગાવા;શાબાસી આપવી; તારીફ ક૦. *n.*Laudation; approbation:વખાણ; તારીફ; પ્રસંશા; શાબાસી. 2. Worship: પ્રાર્થના; બંદગી.

Praiseworthy,(પ્રેઝવર્થિ) *a.* Commendable: વખાણવા લાયક; સ્તુતિ કરવા જોગ; સ્તુતિપાત્ર.

Prance, (પ્રૅન્સ્) *vi.* To spring or bound, as a horse: કુદવું; નાચવું; ઠેકડા મારવા.

Prank, (પ્રૅન્ક્) *n.* A gay or sportive action: ચેષ્ટા; ચાલા; ચરકા; નખરાં.

Prate, (પ્રેટ્) *vi.*&*vt.* To chatter: બકવું; લવવું; બકબકાટ ક૦. *n.* Trifling talk: લવરી; ટાહેલું; ગપસપ; બકવાટ. [બકબકીયો.

Prater, (પ્રેટર્) *n.* One who prates: લવરીખોર;

Prattle, (પ્રૅટલ્) *vi*. To prate: લવારો કo; બકબક કo. *n*. Trifling tatter: લવારો; ટાહેલું; બકબક; લવલવ: લવરી.

Pray, (પ્રે) *vi*. [L. *precor*, I ask.] To entreat: કાલાવાલા કo; આજીજી કo; આતુરતાથી વિનવવું; કરગરવું; માગી લેવું. *vt*. To address the Supreme Being with adoration, &c.: ઇશ્વર સ્તુતિ–આરાધના કo; પ્રાર્થના-બંદગી કo.

Prayer, (પ્રેઅર્) *n*. Earnest repuest: કાલાવાલા; આજીજી; વિનંતી; અરજ. 2. Solemn address to God: પ્રાર્થના; બંદગી; ભક્તિ.

Preach, (પ્રીચ્) *vi* & *vt*. [L. *præ*, before & *dico*, I proclaim] To proclaim or publish tidings: બોધ–ઉપદેશ કરવો; કહેવું; આપવું. 2. To give serious advice on morals: ધર્મ–નીતિ વચન કહેવા; વાઅઝ–વાએજ કo. 3. A religious discourse: ધર્મબોધ-જ્ઞાન; ઉપદેશ; વાઅઝ; વાએજ.

Preacher, (પ્રીચર્) *n*. One who preaches: ધર્મોપદેશક; આચાર્ય; વાઅઝ–વાએજ કરનારો; ઉપદેશ–બોધ કર્તા.

Preamble, (પ્રીઍમ્બલ) *n*. [L. *præ*, before & *ambulo*, I walk.] Introduction: પ્રસ્તાવના; ઉપોદ્ઘાત; દીબાચો.

Precarious, (પ્રીકેરિઅસ્) *a*. [L. *precor*, I pray.] Uncertain: અનિશ્ચિત; અચોકસ; શક–સંદેહભર્યું.

Precaution, (પ્રીકૉશન્) *n*. [L. *præ* before & *caveo*, I am on my guard.] Previous caution: આગલથી રાખેલી સંભાલ–હોંશીઆરી; સાવચેતી; ખબરદારી; ચેતવણી.

Precautionary, (પ્રીકૉશનૅરિ) *a*. Pertaining to precaution: સાવચેતીનું; ખબરદારીનું.

Precautious, (પ્રીકૉશસ્) *a*. Taking or using precaution: પુરતો ઉપાય કરતું–લેતું; સાવચેત; ખબરદાર; ચેતેલું; ચતુર.

Precede, (પ્રીસીડ્) *vt*. [L. *præ*, before & *cedo*, I go.] To go before in time, rank, or importance: આગલ–પેહેલાં જવું–હોવું-થવું–બનવું; ચઢિયાતા હોવું; ઉંચો દરજ્જો હોવો.

Precedence-cy, (પ્રીસીડન્સ્-સિ) *n*. Priority: મુખ્યતા; વડાપણું; હક; મ્હોટી–પેહેલી–મુખડાની જગાનો.

Precedent, (પ્રીસીડન્ટ્) *a*. Going before; anterior: આગલું; પહેલાંનું; પૂર્વ. (પ્રેસીડન્ટ્) *n*. An authoritative example: આધાર ગણવા જેવો આગલ બનેલો દાખલો; ઉદાહરણ; પ્રમાણ; દૃષ્ટાંત.

Preceding, (પ્રીસીડિંગ્) *a*. Previous: આગલું; આગલનું.

Precept, (પ્રીસૅપ્ટ્) *n*. [L. *præ* before & *capeo* I take] An injunction: હુકમ; આજ્ઞા; ફરમાસ. 2. A command in writing: આજ્ઞાપત્ર; ફરમાન.

Preceptor, (પ્રીસૅપ્ટર્) *n*. A teacher; an instructor: ઉપદેશક; ગુરૂ; શિક્ષક; ઉસ્તાદ.

Precinct, (પ્રીસિંક્ટ) *n*. [L. *præ*, before & *cingo* I gird] A boundary: હદ; સીમા.

Precious, (પ્રેશસ્) *a*. [L. *pretium*, price.] Costly: કિમતી: અમુલ્ય; મોંઘું. 2. Dear; beloved: પ્યારું; વ્હાલું; લાડકું **P**. *stone*, a gem: રત્ન; જવાહીર.

Precipice, (પ્રેસિપિસ્) *n*. [*præ*, before & *caput*, the head.] A headlong steep: ઉભો ટેકરો; કરાડ.

Precipitance-cy, (પ્રીસિપિટૅન્સ્-સિ) *n*. Headlong hurry: ઉતાવળ; દોડાદોડ; ધાડાધાડ; આંધળી ઝડફ; સીતાબી.

Precipitate, (પ્રિસિપિટેટ્) *a*. [L. *præceps*, headlong.] Overhasty; rash: બહુ ઉતાવલું; ઉછાંછળું; નાદાન; સાહસિક 2. *n*. A chemical insoluble substance: તલિએ બેસતો-નહિ મલી જતો પદાર્થ; ઠરો; રગડો. *vt*. To throw headlong· ઉંધે મસ્તકે નાખવું, ઢોલીહડસેલી પાડવું. 2. To urge with violence: ઉતાવલ કરાવવી; આગલ ધકેલવું. 3. To separate from a solution: તલિયે બેસવું; ઠરવું.

Precipitation, (પ્રીસિપિટેશન્) *n*. Great hurry: ઘણીજ ઉતાવલ; ધાડાધાડ; લેદોડ; આંધલી ઝડફ; નાદાની; ઉછાછલાપણું.

Precipitous, (પ્રીસિપિટસ્) *a*. Steep: ઉભું; સિધ્ધું. 2. Hasty: સાહસિક; ઉતાવલિયું; ઉછાંછલું; નાદાન.

Precise, (પ્રીસાઇસ્) *a*. [L. *præ* & *cædo*, I cut.] Definite; exact: ચોકસ; પુરૂં; ચોકસાઈ કીધેલું; વિશેષ; ખાસ. 2. Very nice or exact: બારિક વાતો ઉપર ધ્યાન આપતું; ચોકસ; ચિંધું; ચિપાશીયું.

Precisely, (પ્રીસાઇસ્લિ) *adv*. In a precise manner: ચોકસ રીતે; કેવલ; ખાસ; બરોબર.

Precision, (પ્રીસિઝન્) *n*. Exactness; accuracy: ખચિતપણું; ચોકસાઈ; તેહકીકી.

Preclude, (પ્રીક્લ્યૂડ્) *vt*. [L. *præ* before & *claudo*, I shut.] To stop; to impede: અટકાવવું; ખાલવું; હરકત કo; પથરો નાંખવો.

Preclusion, (પ્રીક્લ્યૂઝન્) *n*. The act of precluding: અટકાવ; પ્રતિબંધ; નિષેધ.

Precocious, (પ્રીકોશસ્) *a*. [L. *præ* & *coquo*, I cook.] Developed very early: બાલક છતાં પાકી સમજણનું; ચતુર; પાકું; પહોંચેલું

Preconceive, (પ્રીકૉન્સીવ્) *vt*. [L. *præ* & *conceive*.] To form a previous notion or idea of: આગલથી ધારી મૂકવું-મત બાંધવો.

Preconception, (પ્રીકૉન્સેપ્શન્) *n*. The act of preconceiving: અગમચેતી; પૂર્વ ધારણા.

Preconcert, (પ્રીકૉન્સર્ટ્) *vt*. To settle beforehand: પહેલેથી–આગલથી મસલત-વિચાર કર્–નક્કી કરી મૂકવું.

Precursor, (પ્રીકર્સર્) *n*. [L. *præ*, before & *curro*, I run.] A forerunner: આગલ દોડનાર; આગલથી ખબર કરનાર–આપનાર.

Predaceous, (પ્રીડેશસ્) *a*. [L. *præda*, prey.] Predatory: લુંટ–ચોરી કરીને ગુજરાન કરનારો.

Predatory, (પ્રીડેટરિ) *a*. [L. *præda*, prey.] Plundering; pillaging: લુંટફાટ કરનારૂં; લુટારૂ. 2. Hungry; ravenous: ભૂખ્યું.

Predecessor, (પ્રીડીસૅસર્) *n*. [L. *præ*, before, *de* & *cedo*, I go.] One who precedes: પેહેલાં થઈ ગએલો અમલદાર; માજીઅધિકારી.

Predestine-nate, (પ્રીડૅસ્ટિન-નેટ્) [L. *præ*, before & *destino*, I determine.] *vt*. To predetermine: આગલથી ઠેરવી–નીમી મૂકવું.

Predestination, (પ્રીડૅસ્ટિનેશન્) *n*. The purpose of God from eternity respecting all events: સરજત; નસીબ; તકદીર; પ્રારબ્ધ.

Predetermine, (પ્રીડીટર્મિન) *vt.* [*pre, determine.*] To determine beforehand: આગલથી ઠરાવ કo; આગલથી સર્જી-નીમી-પ્રારબ્ધમાં લખી મુકવું.

Predicament. (પ્રીડિકૅમેન્ટ્) *n.* (*a*) Condition: અવસ્થા; દશા. (*b*) Esp., an unfortunate or trying position: માઠી સ્થિતિ; દુર્દશા; હાલહવાલી.

Predicate, (પ્રેડિકેટ્) *vt.* [L. *præ* & *dico*, I publish.] To affirm: બોલવું; કહેવું; મંજૂર કo. 2. To found; to base: આધાર-ટેકો આપવો; સ્થાપવું. *n.* That which is affirmed of the subject: ક્રિયાપદ.

Predict, (પ્રીડિક્ટ્) *vt.* [L. *præ* before & *dico*, I say.] To foretell: ભવિષ્ય કહેવું; અગમચેતી કo.

Prediction, (પ્રીડિક્શન) *n.* Prophecy: અગમચેતી; ભવિષ્ય વાણી.

Predictive, (પ્રીડિક્ટિવ્) *a.* Foretelling: અગમચેતી કરનારૂં; ભવિષ્ય કહેનારૂં.

Predilection, (પ્રિડિલેક્શન) *n.* [L. *præ*, *de* & *lego*, I choose.] Partiality: લેહ; પસંદગી; પક્ષપાત.

Predispose, (પ્રીડિસ્પોઝ્) *vt.* To dispose or incline beforehand: પેહેલાંથી વલણ કરાવવું; આગલથી સારો વિચાર બેસાડવો.

Predisposition, (પ્રીડિસ્પોઝિશન) *n.* Previous inclination: આગલથી થએલી વલણ ઈચ્છા.

Predominance-y, (પ્રીડૉમિનૅન્સ-ન્સિ) *n.* Ascendency: પ્રબલ; જોર; ચઢિયાતાપણું.

Predominant, (પ્રીડૉમિનૅન્ટ) *a.* Ascendant: પ્રબલ; પ્રધાન; જોરાવર; ચઢિયાતું.

Predominate, (પ્રીડૉમિનેટ્) *vi.* & *vt.* [L. *præ*, & *dominus*, a ruler.] To prevail; to rule: પ્રબલ હોવું; બીજાથી સરસ-ચઢીયાતા થવું.

Pre-eminence, (પ્રીઅમિનેન્સ્) *n.* Superiority in prominence: સર્વોપરીપણું; ચઢિયાતાપણું; સરસાઈ.

Pre-eminent, (પ્રીઅમિનેન્ટ્) *a.* [L. *præ*, & *mineo*, I jut out.] Superior in excellence: સર્વોપરી; સરસ; તોફો; નાદર

Pre-emption, (પ્રી-એમ્શન) *n.* [L. *præ* & *emo*, I buy.] Right of purchasing before others: વેચાતું લેવાનો સૌથી પહેલો હક.

Pre-engage, (પ્રી-એન્ગેજ્) *vt.* To preoccupy: આગલથી રોકી રાખવું.

Pre-exist, (પ્રીઅગ્ઝિસ્ટ્) *vi.* To exist previously: કોઈથી પહેલાં થવું-હોવું.

Preface, (પ્રેફેસ્) *n* [L. *præ* & *fatus*, spoken.] An introduction: દિબાચો; પ્રસ્તાવના. *vt.* To give a preface of: પ્રસ્તાવના લખવી-કરવી.

Prefect, (પ્રીફેક્ટ્) *n.* [L. *præ* before & *facio*, I make.] A superintendent: ઉપરી; અધિકારી.

Prefer, (પ્રીફર) *vt.* [L. *præ* before & *fero*, I bear.] To raise; to promote: ચઢાવવું; ઉપરની જગો-પદવી આપવી. 2. To choose: પસંદ કo; ગમવું; પસંદ પડવું; રૂચવું.

Preferable, (પ્રેફરેબલ) *a.* More desirable: પસંદ કરવા જેવું; વધારે ગમે-પસંદ પડે-રૂચે એવું.

Preference, (પ્રેફરેન્સ્) *n.* Predilection; choice: પસંદગી: ભાવ.

Preferment, (પ્રીફર્મેન્ટ્) *n.* Promotion: ઉન્નતિ; બેહેતરી. 2. A position of honour: મોટી જગો-દરજ્જો-પદવી.

Prefix, (પ્રીફિક્સ્) *vt.* [L. *præ*, & *figo*, I fix.] To put before: આગલ-શરૂઆતમાં મૂકવું-જોડવું-લગાડવું; ઉપસર્ગ લગાડવો. *n.* That which is prefixed: ઉપસર્ગ.

Pregnancy, (પ્રેગ્નૅન્સિ) *n.* The condition of being pregnant: ગાભણાપણું; દહાડા; હમેલ.

Pregnant, (પ્રેગ્નૅન્ટ્) *a.* [L. *præ* & *gnatus*, born.] With child or young: દહાડાવાલું; હમેલદાર; ગર્ભવંતી; બેજીવવાલું. 2. Heavy with important contents: અગત્યનું; વજનદાર. 3. Full of promise: ભરપૂર; સારી આશાઆપતું; ભારે; ફલદ્રુપ.

Prehensible, (પ્રીહેન્સિબલ્) *a.* Capable of being seized: પકડી-ઝાલી શકે એવું.

Prehensile, (પ્રીહેન્સિલ્) *a.* [L. *prehendo*, I lay hold of.] Adapted to seize: પકડી-ઝાલી શકે એવું.

Prejudge, (પ્રીજજ્) *vt.* [L. *præ* & *judico*, I judge.] To judge before hearing: ચોકશી-તપાસ કીધા વિના મત બાંધવો-ચુકાદો આપવો.

Prejudice, (પ્રેજ્યૂડિસ્) *n.* [*præ*, before & *judicium*, judgment.] Bias: તપાસ કર્યા વગર બાંધેલો મત-વિચાર; તાસુબી; વહેમ; પક્ષપાત. 2. Mischief; injury: ગેરફાયદો; નુકશાન; ખલલ; હરકત; પીડા. *vt.* To bias the mind of: કોઈના મનમાં વિચાર ભરાવી-લાવી-બંધાવી દેવો; કાન ભરાવવા. 2. To injure: ધોકો લગાડવો; હરકત પહોંચાડવી; નુકશાન કo.

Prejudicial, (પ્રેજ્યૂડિશૅલ્) *a.* Biased: પક્ષપાત; તાસુબીભર્યું; વહેમાયલું. 2. Injurious: હાની નુકશાનકારક; ગેરફાયદાકારક.

Prelate, (પ્રૅલેટ્) *n.* [L. *præ* & *latus*, carried.] A superior clergyman: પાદરી; ધર્માધ્યક્ષ.

Preliminary. (પ્રીલિમિનૅરિ) *n.* Introduction: પેહેલું મંડાણ; પ્રસ્તાવના; પ્રારંભ. *a.* [L. *pre* & *liminaris*, belonging to a threshold.] Introductory: પેહેલાં કરવાનું; પ્રથમનું; શરૂઆતનું

Prelude, (પ્રેલ્યૂડ્) *n.* [L. *pre*, before & *ludo*, I play.] An introductory performance: પૂર્વગાન; પૂર્વવાદાન; વગાડવા પેહેલાં લીધેલા તાન. *vi.* To play an introduction: શરૂઆતનું ગાયન કo: આરંભ કo.

Premature, (પ્રીમૅટ્યૂર્) *a.* [L. *pre* & *maturus*, ripe.] Ripe before the proper time: વહેલું પાકેલું. 2. Adopted too soon: અકાલ; બેવકત; અકાલિક. 3. Unauthenticated: કાચા પાયાનું; કાચું; ઉડતું.

Premeditate, (પ્રીમૅડિટેટ્) *vt.* & *vi* [L. *præ*, & *meditor*, I meditate.] To design previously: મનમાં આગલથી ગોઠવી રાખવું. *a.* Deliberate: વિચાર કરી ઘાટ ગોઠવી પાકે પાયે કરેલું; જાણી જોઈને-ખામુખા કરેલું.

Premeditation. (પ્રીમેડિટેશન) *n.* Meditating beforehand: આગલથી ગોઠવેલા યોજના; પેહેલાંથી કરી રાખેલો ઠરાવ; પૂર્વવિચાર.

Premier, (પ્રીમિઅર્) *a.* [L. *primus*, the first.] First; chief: પ્રમુખ; પ્રધાન; મુખ્ય; વડું. 2. Most ancient: જુનું; સૌથી પહેલાંનું; પુરાતન. *n.* The first minister of state: વજીર: વડો પ્રધાન.

Premiership. (પ્રીમિઅરશિપ્) *n.* The office of

the premier: પ્રધાનની જગ્ગો-હોદ્દો-પદવી; પ્રધાનપદ; પ્રધાનગિરી.

Premise, (પ્રેમિસ)*n.* [L. *præ*, before & *mitto*, I send.] A proposition antecedently supposed or proved:આગલથી સ્વીકારેલો-મંજુર રહેલો મત-ઠરખારત. *Major* **p**.:પૂર્વસાધન. *Minor* **p**.:ગૌણસાધન. 2. *pl*. Building and its adjuncts: મકાન; ઘર; મિલકત; અમલો.

Premise, (પ્રીમાઈઝ્) *vt.* & *vi*. To send before the time:આગલથી મોકલવું.2.To set forth beforehand:આગલથી લખવું-લખી મુકવું-કહેવું-કહીમુકવું.

Premium, (પ્રીમિઅમ્) *n.* [L. *præ*, before & *emo*, I take.]A reward;a bounty:ઈનામ;બક્ષિસ; 2.Value above the original price:વધારો;ઉછાલો. 3. Money paid for insurance: વીમો ઉતારવનારે આ ત્વાનો હપ્તો.4. An incentive:લોભ;લાલચ;મોહ.

Premonition, (પ્રીમોનિશન)*n.*Fore-warning: આગલથી મલેલી ચેતવણી.

Premonitory, (પ્રીમૉનિટોરિ)*a.*Giving previous warning:ચેતવણી આપનારું.

Preoccupy, (પ્રીઑક્યૂપાઇ) *vt.* [L. *præ*, *ob* & *cupio*, I take.] To take possession of beforehand:આગલથી કબજો-ભોગવટો કરી લેવો.

Prepaid, (પ્રીપેડ) *a.* Paid or given beforehand:આગલથી આપેલું-ચુકવેલું-ભરેલું.

Preparation, (પ્રેપરેશન) *n.* Previous arrangement: તૈયારી; તજવીજ; બંદોબસ્ત. 2. A combination:મેલવણી; મિશ્રણ.

Preparatory, (પ્રેપૅરેટરિ) *a.* Introductory: આગલથી કીધેલું-કરવાનું; તજવીજ-તૈયારીનું.

Prepare, (પ્રીપેર્)*vt* [*præ* & *paro*,I get ready.] To make ready:તૈયાર કરી રાખવું; ગોઠવણ કરી મુકવી; બંદોબસ્ત ક૦.

Preponderance-tion.(પ્રીપૉન્ડરૅન્સ્-રેશન)*n.* The quality or state of being preponderant: વધારે ભાર-વજન; જાસ્તીપણું; સરસાઈ.

Preponderate, (પ્રીપૉન્ડરેટ્) *vt* [L. *præ* before & *pondus*, weight.] To out-weigh:વધુ વજન હોવું; તોલમાં વધવું. 2. To overpower:વધારે આવવું; વધુ અસરકારક ક૦. 3. To incline: કોઈના મનપર અસર ક૦; મન-વલણ કરાવવું.

Preposition, (પ્રેપોઝિશન) *n.* [L. *præ*, before & *pono*,I put.] A word employed to connect a noun or pronoun, with some other word: શબ્દયોગી અવ્યય; નામયોગી અવ્યય.

Prepossess, (પ્રીપૉઝેસ્) *vt.* To bias or prejudice:મનમાં પહેલાંથી અસર ક૦; આગલથી વિચાર પેસી જવો.

Preposterous, (પ્રીપૉસ્ટરસ્)*a.*[L.*præ*,before & *posterus*, coming after.]Contrary to nature or reason; absurd: છેકજ ઉંધચુધિયું;હડહડતી મૂર્ખાઈ ભરેલું; અક્કલથી ઉલટું.

Prerogative, (પ્રીરૉગેટિવ્) *n.* [L. *præ*, before & *rogo*, I ask.] An exclusive or peculiar privilege:ખાસ હક; વિશેષ સત્તા-અધિકાર.

Presage, (પ્રાસેજ્)*vt.*[L. *præ*, & *sagio*, I perceive acutely.] To foretell: ભવિષ્ય કહેવું; અગમચેતી ક૦.

Presbyterian, (પ્રેસ્બિટિરિઅન)*a.*Pertaining to a Presbyter:ખ્રિસ્તી વડીલો સંબંધી.

Presbytery, (પ્રેસ્બિટરિ)*n.* A body of early Christian elders:ખ્રિસ્તી વડીલોનું મંડલ.

Prescience, (પ્રીશિઅન્સ્)*n.*Foresight:લાંબી પહોંચ; અગમબુદ્ધિ; અગમચેતી.

Prescient, (પ્રીશિઅન્ટ્) *a.* [L. *præ*, & *scio*, I know.] Foreseeing: લાંબી પહોંચતું; અગમચેતી કરનારું.

Prescribe, (પ્રીસ્ક્રાઈબ્)*vt.* [L.*præ*, & *scribo*, I write]To direct, as a remedy:ફરમાવવું;ઓસડ-દવા લખી આપવી;આપવું *vi* To give directions: રસ્તો ધોરણ-રીત બતાવવી-કહેવી.

Prescription, (પ્રીસ્ક્રિપ્શન) *n.* Direction:ફરમાસ. 2. A medical recipe:લખી આપેલી-ફરમાવેલી દવા-ઉપાય.

Presence, (પ્રેઝેન્સ્) *n.* The state of being present:મોજુદી; હાજરી; હૈયાતી. 2. The person of a superior: હજૂર. 3. Personal appearance: દેખાવ:રૂપ;ચેહેરો.**P**.*of mind*:સમયસૂચકતા;હોંશ;ભાન.

Present, (પ્રેઝેન્ટ્)*a.* [L.*præ*. before & *esse*, to be.] Being at hand: હાજર;મોજુદ;રૂબરૂ. 2. Now existing: હમણાં-હાલનું; હૈયાત; વર્તમાન: ચાલતું. **P**. *tense*:વર્તમાનકાલ 3. Ready:હાજર; રજુ; તૈયાર. *n.* Present time:ચાલતો-વર્તમાન વખત.2.Present letters or instrument:લેખ;દસ્તાવેજ.*At* **p**., now: હાલ *For the* **p**., for the time being:હાલતો; થોડો વખત; હાલ તુરત;હાલગુજર. *vt.* To introduce formally: કોઈની રૂબરૂ કે હજુરમાં તેડી લાવવું ઉભું ક૦; રજુ-હાજર ક૦; ઓલખાણ કરાવવી 2.To offer: મોં-આંખ આગલ મુકવું ધરવું; નજરે પાડવું; આપવું; કહેવું; બતાવવું. 3. To make over: સોંપી દેવું;આપી દેવું; સ્વાધીન ક૦. 4. To make a gift of: ભેટ ક૦; બક્ષવું; નજર ક૦. 5. To point, as a gun: તાકવું; નિશાન માંડવું. *n.* A gift: ભેટ; નજર; બક્ષીસ.

Presentable, (પ્રીઝેન્ટેબલ)*a.* Capable of being presented:કોઈની રૂબરૂ-હજુરમાં તેડી જવા જેવું-લાયક.

Presentation, (પ્રેઝેન્ટેશન) *n.* Exhibition; show; appearance:પ્રદર્શન; દેખાવ.2. A gift :ભેટ; બક્ષીસ; દાન; નજર.

Presentiment, (પ્રીસેન્ટિમેન્ટ્) *n. præ.* & *sentio*, I feel.](*a*) Previous opinion: આગલથી મનમાં આવી ગએલો વિચાર-વાત. (*b*) *Esp* , anticipation of evil:માઠા બનાવનો આગલથી થયલો ભાસ-વિચાર.

Presently, (પ્રેઝેન્ટ્લિ)*adv.* At present; now: હમણાં; હાલ. 2. (*a*) At once: એકદમ; તાબડતોબ; જલદી. (*b*) After a little while: થોડી વારમાં; જરા રહીને.

Presentment, (પ્રીઝેન્ટ્મેન્ટ) *n.* The act of presenting: ધરવું: રજુ કરવું તે; રજુઆત 2. Appearance:દેખાવ;ચિતાર.**P**.*of a bill of exchange*: હુંડીની રજુઆત.

Preservation,(પ્રેઝર્વેશન)*n.*Security:બચાવ; રક્ષણ; જતન.

Preservative, (પ્રિઝર્વેટિવ્) *a.* Having the power of preserving: કોહવા-બગડવા ન દે એવું; જાળવાય-રક્ષણ-બચાવ થાય એવું. *n.* A preservative agent: રક્ષક; કોહવાટ અટકાવનાર.

Preserve, (પ્રીઝર્વ્)*vt.*[L.*præ* before, & *servo*, I save.] To defend: બચાવવું; જાળવવું; ઉગારવું; જતન-રક્ષણ કરવું;સંભાળ રાખવી. 2. To save from decay:બગડવા ન દેવું;મીઠું દઈ જાળવી રાખવું; મસાલો ભરી-ખાંડની ચાસણીમાં રાખી મુકવું; અથાણું ક૦; મુરબ્બો ક૦. *n.* That which is preserved:મુરબ્બો; અથાણું.

Preside,(પ્રીઝાઇડ)*vi.*[L. *præ*, before & *sedeo*, I sit.] To occupy the place of authority: સરનશીન-પ્રમુખ થવું-હોવું. 2. To superintend: દેખરેખ રાખવી.

Presidency, (પ્રેઝિડેન્સિ) *n.* The office of a president: પ્રમુખસ્થાન; સરનશીનપણું. 2. One of the great divisions of British India: ઇલાકો.

President,(પ્રેઝિડેન્ટ્)*n.* The presiding officer: પ્રમુખ; સરનશીન; ઉપરી.

Presidential, (પ્રેઝિડેન્શિઅલ્)*a.* Pertaining to a president:પ્રમુખ-સરનશીનનું-સંબંધી.

Press, (પ્રેસ્) *vt.* To force into service:સરકારી કામ કરાવવું; દરિયાઈ લશ્કરમાં લઢવા પકડી જવું; વેઠે પકડવું.[L. *premo*, I press.] To squeeze:દાબવું; ચાંપવું; ચગદવું; નીચોવવું; પીલવું. 2. To embrace: ભેટવું; કોટી ક૦. 3. To oppress:દુઃખ દેવું;હેરાન ક૦; પીડવું. 4. To compel: દાબ-કબજામાં રાખવું; ફરજ પાડવી. 5. To inculcate with earnestness: મનાવવું; મનમાં ઠસાવવું-ખોસવું. *n.* An apparatus by which any substance is pressed: દાબવાનો સંચો; ચાંપ. 2. Specifically, printing press: છાપવાનો સંચો-યંત્ર; છાપખાનું.3. Newspapers:છાપો; વર્તમાનપત્રો. 4. Urgency:ભીડ; ધાઈ; કામનું દબાણ-ભાર. 5. A throng:ભીડ; ભીડાભીડ.

Pressing, (પ્રેસિંગ્) *a.* Urgent:અગત્યનું;જરૂરી; તાકીદનું;હડહડતું.

Pressure,(પ્રેશ્યૂર્) *n.* A constraining force: દાબ;દાબણ. 2. Affliction; distress:ભાર;માર;પીડા; બોજો.

Prestige,(પ્રેસ્ટિજ્) *n.* [L. *praestigium*, a delusion.] Influence derived from past success: આબરૂ;ટેક;મોભો; સિક્કો;બેસાડેલી છાપ.

Presumable, (પ્રીઝ્યૂમેબલ્) *a.* Such as may be presumed or supposed to be true: અનુમાન લઇ જવા જોગ; ખરૂ માનવા લાયક; ગુમાન લાયક.

Presume,(પ્રીઝ્યૂમ્) *vt.* [L. *præ*, & *sumo*, I take.] To suppose something to be true: પુરાવા વગર ખરૂં માનવું;માની લેવું;ગણવું;અનુમાન ક૦; ધારવું;માનવું. *vi.* To take liberties: મર્યાદા મુકીને ચાલવું-બોલવું; બેઅદબી ક૦; છૂટ લેવી.

Presuming,(પ્રીઝ્યૂમિંગ્)*a.* Confident, arrogant:અભિમાની; ફાંકો-ગર્વ રાખનાર; બેઅદબ; શેખ.

Presumption, (પ્રીઝમ્શન) *n.* Supposition: ધારણા;અનુમાન;તર્ક;કલ્પના. 2. Strong probability: કારણ;સબબ; સંભવ. 3. Arrogance; effrontery: અહંકાર; શેખી; ફાંકો; તોર;અભિમાન;બેઅદબી;શેખાઇ.

Presumptive,(પ્રીઝમ્ટિવ્)*a.*Probable: બનવાજોગું;સંભવિત. 2. Arrogant: અભિમાની; તોરી;ફાંકો રાખનાર; શેખ;બેઅદબ.

Presumptuous,(પ્રીઝમ્ટ્યૂઅસ્)*a.* Arrogant; insolent: નાલાયક; બેઅદબ; ગુમાની; શેખ; અહંકારી. 2. Founded on presumption: અનુમાનિક; સંભવિત.

Presuppose,(પ્રીસપોઝ્)*vt.* To suppose beforehand:અગાઉથી કલ્પના ક૦; આગલથી ધારી-નક્કી કરી રાખવું.

Pretence,(પ્રીટેન્સ) *n.* False show:બ્હાનું; ડોળ; ઢોંગ.

Pretend, (પ્રીટેન્ડ)*vt.* & *vi.* [L.*præ*, before & *tendo*, I stretch.] To lay a claim to: હક-દાવો ક૦. 2. To feign:ડોળ ક૦-ઘાલવું-બતાવવું; ઢોંગ ક૦; જુઠું કહેવું. 3. To design; to plot: પ્રપંચ કાવતરૂં ક૦; યુક્તિ રચવી.

Pretended, (પ્રીટેન્ડેડ) *a.* False: ખોટું; ઠોકી બેસાડેલું.

Pretender, (પ્રીટેન્ડર્)*n.* A claimant: હક દાવો કરનાર-ધરાવનાર. 2 One who pretends: ઢોંગી; ડોળ ઘાલનાર. [દંભ]

Pretension, (પ્રીટેન્શન) *n.* Claim: હક; દાવો; દિલાસો.

Pretentious, (પ્રીટેન્શસ્)*a.* Arrogant: ડોળ ઘાલુ;દમામખોરૂં.

Preternatural,(પ્રીટર્નૅટ્યૂરૅલ્)*a.* Extraordinary: અદ્ભુત; અસ્વભાવિક;અસાધારણ;અજબ જેવું.

Pretext,(પ્રીટેક્સ્ટ) *n.* [L. *præ*, before & *texo*, I weave.] Pretence: બ્હાનું; ઢોંગ; મસ.

Pretty, (પ્રિટિ) *adv.* In some degree; moderately:થોડું ઘણું;કંઇએક.*a.*Pleasing:સારૂં;શોભિતું; સુંદર; ખાસું; ઠીક. 2. Mean; contemptible, used ironically:હલકું; ધિક્કારવા લાયક.

Prevail,(પ્રીવેલ્)*vi* [L. *præ* before & *valeo*, I am strong.] To overcome: ફાવવું; જોર ચાલવું; જય પામવો; જેર ક૦. 2. To have effect: ચાલવું; ચાલુ અમલમાં હોવું; લાગુ થવું; સફલ થવું. 3. To persuade or induce(with *on*, *upon*, *or with*): મનાવવું; સમજાવવું.

Prevailing-lent, (પ્રીવેલિંગ્-લેન્ટ્)*a.* Efficacious: લાગુ થઇ ગએલું; ગુણકારી; ગુણકારક; આબાદ; રામબાણ. 2. Most general:ચાલતું;ચાલુ;સાધારણ.

Prevalence,(પ્રેવેલન્સ્) *n.* Wide extension: ફેલાવો; જોર; પ્રસારો.

Prevalent, (પ્રેવેલન્ટ્)*a.* Successful:અસરકારક; ગુણકારી.2. Most common:સાધારણ;ચાલુ; સર્વમાન્ય.

Prevaricate,(પ્રીવૅરિકેટ્) *vi* [L. *præ*, before & *varico*, I straddle.] To shuffle; to quibble: આડાં ફાટવું; બોલેલું ઉલટાવવું; કોઇને ઉડાવવું; બેઇમાની ક૦. 2. To collude:અખાડા ક૦; સાથે મળી જવું.

Prevarication,(પ્રીવૅરિકેશન) *n.* A deviation from the truth and fair dealing: બોલેલું ઉલટાવવું તે; કોઇને ઉડાવવું તે: બેવચની; બેઇમાની.

Prevaricator,(પ્રીવૅરિકેટર્)*n.*A sham dealer: ફુટી જનાર;તરકટ કરનાર;વિશ્વાસઘાત કરનાર.

Prevent, (પ્રીવેન્ટ્) *vt.* [L. *præ*. & *venio*, I come.] To stop: અડચણ ક૦; રોકવું; અટકાવવું; બંધ ક૦.

Prevention,(પ્રીવે઼ન્શન્) *n.* Obstruction: અટકાવ;પ્રતિબંધ.

Preventive, (પ્રીવેન્ટિવ્) *a.* Tending to defeat:અટકાવનારું;રોકનારું.*n.*Something to prevent disease: રોગ અટકાવે તેવી દવા; રોગ નિવારણ.

Previous,(પ્રીવિઅસ્) [L. *præ*, before & *via*, the way.] Prior: પહેલાંનું; આગલ થયેલું-બનેલું; ગુજરેલું;આગલું.

Previously,(પ્રીવિઅસ્લિ) *adv.* Beforehand: આગલથી; અગાઉ; પૂર્વે.

Prey,(પ્રે) *n.*[L. *præda*, booty.] Booty:લુંટ. 2. That which is seized by animals: શિકાર. *vi.* To take booty:લુંટવું;ઝડપી-ઝુંટી લેવું. *To* **p.** *on* or *upon*:લુંટવું; ધાડ પાડવી. 2. ચિંતાતુર બેચેન ક૦.

Price,(પ્રાઈસ્) *n.* [L. *pretium.*]Cost: કિંમત;મૂલ; દામ;ભાવ. 2. Reward:બદલો.

Prick,(પ્રિક્) *n.* A goad; a point: અણી; કાંટો; આર. 2. Remorse:ચટકો;ખટકો. 3. A puncture: છેદ;કાણું;નાકું. *vt.* To drive a fine point into:ગોચવું;ભોકવું;ખોસવું;વિંધવું. 2.To incite;to urge on: ઉશ્કેરવું;આગળ ક૦. *To* **p.** *up* the ears, to listen sharply: ધ્યાન દઈ સાંભલવું;કાન ધરવા.

Prickle, (પ્રિકૃલ) *n.* A small, sharp point: કાંટો;કંટક. *vt.*To prick slightly:હલવે-ધીમે ઘોચવું-ભોકવું.

Prickly, (પ્રિક્લિ) *a.* Full of sharp points: કાંટાવાળું-દાર. **P.** *heat*: અલાઈ. **P.** *pear*: થુવડ.

Pride,(પ્રાઈડ્) *n.* Extreme self-esteem:અહંકાર; અભિમાન; મગરૂરી; મસ્તી; પતરાજી. 2. Lofty self-respect: (*in good sense*):સદભિમાન; માન;મગરૂરી. 3. Haughtiness: તિરસ્કાર; ધિક્કાર. **P.** *of the desert*, the camel:ઉંટ. *vt.* To rate highly: મોટાઈ માનવી-આરવી. *vi.* To be proud: મગરૂરી-પતરાજી ક૦.

Priest, (પ્રીસ્ટ્) *n.* A minister: પાદરી; પુજારી; અંધ્યારૂ. *Family* **p.**: ગોર; પંથકી.

Priest-craft,(પ્રીસ્ટ્-ક્રેફ્ટ્)*n.* Priestly policy: પાદરી-ધર્મગુરૂના દાવપેચ-કાવાદાવા.

Priesthood, (પ્રીસ્ટ્હુડ્) *n.* The office of a priest: ધર્મગુરૂની પદવી; પાદરીપણું.

Priestly,(પ્રીસ્ટ્લિ)*a.* Pertaining to a priest; sacerdotal: અંધ્યારૂનું-ને લગતું.

Primage, (પ્રાઈમિજ્)*n.* A charge in addition to the freight: માલના નુર ઉપરાંત માલધણી વહાણના કપતાનને જે લવાજમ આપે તે.

Primary,(પ્રાઈમૅરિ)*a.*[L. *primus*,first.] First; original:પ્રથમ;પેહેલું;આરંભનું;શરૂઆતનું.3.Chief; principal:મુખ્ય; પ્રધાન.

Primate,(પ્રાઈમેટ્) *n.* [L. *primus*, first.] An archbishop:મુખ્ય ધર્મગુરૂ; મોટો પાદરી.

Prime, (પ્રાઇમ) *a.* [L. *primus*, first.] First; original: પહેલાંનું; જુનું; અસલ. 2. Chief: મુખ્ય; પ્રધાન. 3. Excellent: સરસ; ઉત્તમ; ઉમદા; નગદ. **P.** *factor*, a factor which is a prime number: મુલાંક; અન્વય પાડી ન શકાય એવું પદ. (*n.*) The first part: આરંભ; શરૂઆત. 2. (*a*) Youth:જોબન;ભરજુવાની. *Hence*, (*b*) full health, strength or beauty: પૂરતનદરોસ્તી; ખૂબસુરતી;પૂરબહાર. 3. The morning: મલરકુ;બામદાદ. **P.** *of the moon*, the new moon at its first appearance:બીજનો ચંદ્રમા.

Prime minister,(પ્રાઇમ્-મિનિસ્ટર્) *n.* The responsible head of a ministry: વડો પ્રધાન; વજીર.

Primer,(પ્રાઈમર્) *n.* A small prayer book: પ્રાર્થના પોથી. 2. A reading or spelling book for a beginner:પહેલી ચોપડી; "પ્રાઈમર."

Primeval,(પ્રાઈમીવ઼લ્)*a.* [L. *primus*, first & *ævum*, an age.] Pristine; original: અસલનું; અસલી વખતનું.

Primitive,(પ્રિમિટિવ્)*a.*[L.*primus*,the first.] Primeval: આગલું; અસલનું; અસલી. **P.** *colours*, primary colours:મૂલ રંગ(રાતો, પીલો અને વાદલી.)

Primogeniture,(પ્રાઈમોજૅનિટ્યૂર્)*n.*The state of being the first born of the same parents: વડીલપણું; જ્યેષ્ઠપણું. 2. The exclusive right of inheritance which belongs to the eldest son: વડા દિકરાનેજ વારસો મળવાનો હક;વડીલ હક.

Primordial, (પ્રાઇમોર્ડિઅલ્) *a.* [L. *primus*, first & *ordior*, I begin.] First in order:પેહેલું; પેહેલું ઉત્પન્ન થયલું;અવલનું.

Primrose,(પ્રિમ્રોઝ્) *n.* (*a*) An early spring flower: ગુલાબ.

Prince,(પ્રિન્સ્) *n.* [L. *primus*, first & *capio*, I take.] A sovereign: શાહ;બાદ-પાદશાહ;રાજા. 2. The son of a king:રાજપુત્ર-કુમાર;શાહજાદો. **P.** *of Wales*, the eldest son of the English sovereign:ઈંગ્લાંડના રાજાનો વડો દીકરો.**P.**'s *metal*: કાંસુ.

Princely, (પ્રિન્સ્લિ)*a.* Regal: રાજાનું; બાદશાહી. 2. Magnificent:રાજવંશી જેવું;દમદબા ભર્યું.

Princess,(પ્રિન્સૅસ્)*n.* A female prince: રાણી. 2.The daughter of a sovereign:કુંવરી; શાહજાદી. **P.** *royal*, the eldest daughter of a sovereign: વડી કુંવરી.

Principal, (પ્રિન્સિપૅલ્) *a.* Most important; chief: મોટું;મુખ્ય;પ્રધાન. *n.* A leader or a chief: આગેવાન;સરદાર. 2. (*a*) The chief actor in a crime: મુખ્ય ગુન્હેગાર. (*b*) One who employes another to act for him: શેઠ; માલિક; ધણી. 3. A capital sum of money placed out at interest:મુદ્દલ; થાપણ.

Principality,(પ્રિન્સિપૅલિટિ) *n.* The territory of a prince:શાહજાદાનો મુલક; રાજ.

Principally,(પ્રિન્સિપૅલિ) *adv.* Primarily: મુખ્ય કરાને; ઘણું કરીને.

Principle, (પ્રિન્સિપલ્)*n.*[L. *principium*, beginning.] (*a*) A source or origin:કારણ; મૂલ; હેતુ. 2. An original faculty: શક્તિ;ગુણ;ખાસિયત. 3. Settled rule of action: ધોરણ;રીતિ;માર્ગ; વિધિ; કાયદો; કાનૂન.

Print,(પ્રિંટ્) *vt.* [L. *premo*, I press.] (*a*) To fix or impress into or upon something: છાપવું;છાપ મારવી;આકાર-છાપ પાડવી;નિશાની ક૦;પાડવું. (an idea): મનમાં ઠસાવવું; છાપ પાડવી. *n.* A mark made by impression: નિશાની; છાપ. **P.** *of a wheel*: ચીલો. 2. A cut, in wood or metal:બીબું; છાપ;મુદ્રા;સિક્કો. 3. Printed letters: છાપ; છાપેલો અક્ષર. 4. A newspaper: વર્તમાનપત્ર;છાપો. *Out of* **p.**: નહીં મલતી-વેચાતી (ચોપડી).

Printer,(પ્રિન્ટર) *n.* (*a*)One who prints:છાપનાર; અક્ષર-બીબાં ગોઠવનાર.

Printing,(પ્રિન્ટિંગ્)*n.*The act, art or practice of printing: છાપવાની કલા-નું કામ.

Prior,(પ્રાઇઑર્)*a.*[L. *prior*, former.]Former; previous:પહેલું;આગલું;અગાઉનું.*n.* The head of a priory:મઠાધિકારી.

Priority,(પ્રાઈઑરિટિ) *n.*The state of being prior:પહેલાપણું;પૂર્વતા;પ્રથમતા. 2.Superior rank: ઉંચી પદવી; શ્રેષ્ઠતા.

Priory,(પ્રાઈઑરિ)*n.* A convent: મઠ; આશ્રમ.

Prism,(પ્રિઝ્મ્)*n.*[Gr. *prio*, I saw.](*Physics*) જેમાંથી તરેહ તરેહના રંગો દેખાય છે તે પાસો; પાસાદાર કાચ; લોલક.

Prismatic,(પ્રિઝ્મૅટિક્)*a.* Resembling or pertaining to a prism: પાસાદાર. 2. Formed by a prism:પાસામાંથી દેખાતું. **P.** *colors*: લોલક ઉપર અજવાળું પડવાથી જે સાત જાતના જુદા જુદા રંગ દેખાય છે તે.

Prison,(પ્રિઝ્ન) *n.* [L. *prehendo*, I seize.] A gaol:કેદખાનું;બંદીખાનું; તુરંગ.

Prisoner, (પ્રિઝ્નર્)*n.* A captive:કેદી;બંધીવાન.

Pristine,(પ્રિસ્ટાઈન્) *a.*.Ancient: અસલનું; પ્રાચીન; પુરાણું; પેહેલું.

Prithee,(પ્રિધી) *interj.* A corruption of *pray thee*: હું આજીજીથી કહું છઉં કે; વિનંતી કરૂં છું કે.

Privacy, (પ્રાઈવૅસિ) *n.* Retirement from the company of others:પડદેપોશી; એકાંતવાસ. 2. A place of seclusion: એકાંત જગો. 3. Secrecy: ગુપ્તતા; ગુપચુપી; ચુપાચુપી.

Private,(પ્રાઈવેટ્) *a.* [L. *privus*, separate.] Personal; one's own: ખાનગી; ખાસ; ખુદ-પોતાનું. 2. Secret:ગુપ્ત;છાનું;ખાનગી.3.A common soldier: લશકરી સિપાઇ; સૈનિક.

Privateer,(પ્રાઈવેટીઅર)*n.* An armed private vessel commissioned to cruise against the enemy: લઢાઈની વખતે શત્રુના વેપારને હરકત કરવાને સરકારની પરવાનગીથી ફરતું ફરતું ખાનગી વહાણ.

Privately,(પ્રાઈવેટ્લિ) *adv.* Not open: છાનાંમાનાં; ગુપચુપ; કોઇને ખબર ન પડે તેમ; ખાનગી રીતે.

Privation,(પ્રાઈવેશન) *n.* Destitution; need: તંગી; ભુખમરો; બાખો; ફાંફાં; હાડેસો

Privilege,(પ્રિવિલેજ)*n.* [L.*privus*, private & *lex, legis*, law.] A prerogative: ખાસ હક;અધિકાર. *vt.* To authorise: હક-સત્તા આપવી. 2. To exempt:છૂટ મુકવી-આપવી;મુકત ક૦; ખાતલ રાખવું.

Privileged,(પ્રિવિલેજ્ડ) *a.* Invested with a privilege: હક ભોગવતું;ખાતલ કરેલું. **P.** *communication*: કહેનારની રજા વગર જે વાત જાહેર ન કરાય તે. **P.** *witnesses*:પોતાના ધંધાની રૂહે મલેલી હકીકત છુપી રાખવાનો હક ધરાવતા સાક્ષીઓ.

Privy,(પ્રિવિ) *a.*Private:ખાનગી;છુપું.**P.** *purse*: રાજાના ખાનગી વપરાસ માટે જુદાં રાખેલાં નાણાં. **P.** *seal:* (*a*) રાજાએ પોતે આપેલાં બક્ષીસપત્રો ઉપર મારવાની મોહોર. (*b*) The principal secretary of state: રાજ્યનો મુખ્ય વહિવટદાર. *n.* A partaker: ભાગીદાર; વાકેફગાર;જાણનાર.2.A necessary house: જાજરૂ;સંડાસ; વાડો.

Prize, (પ્રાઈઝ્) *n.*[L.*prehendo*, I take] (*Law*) Anything captured:લુંટ; લડાઇમાં પકડાયલો માલ. 2. A reward: ઇનામ; સરપાવ. 3. Competition: હરીફાઈ. *vt.* To appraise: કિંમત-મૂલ્ ક૦; આંકવું. 2. To esteem:બહુ કિંમતી ગણવું; ઘણું માન આપવું.

Prize-fighter, (પ્રાઈઝ્-ફાઈટર) *n.* One who fights in public for a reward: શરતમાં ઉતરનાર; હરીફાઈ કરનાર.

Prize-money (પ્રાઈઝ્-મનિ) *n.* A dividend from the proceeds of a captured vessel: લુંટમાં મલેલા માલનો ફાલો.

Pro-and-con,(પ્રોઍન્ડ્કૉન્)*n.*For and against:સામેની તેમજ તરફેણની દલીલ.

Probability, (પ્રૉબૅબિલિટિ) *n.* Likelihood: સંભવ;સંભવિતપણું;સંભવિત વાત.

Probable, (પ્રૉબૅબલ્) *n.* [L. *probo*, I try.] Likely: બનવા-હોવા-થવા જેવું; સંભવિત; શકય; અનુમાનિક.

Probably, (પ્રૉબૅબ્લિ) *adv.* In likelihood: મુખત્વે-ઘણું કરીને; સોત્સા; બહુધા.

Probate, (પ્રોબેટ્) *n.* [L. *probo*, I prove.] Official proof of the lawfulness of a will:વસીઅતનામાના ખરાપણાનો પુરાવો.

Probation, (પ્રોબેશન્) *n.* Trial: પરીક્ષા;કસોટી; અજમાએશ.

Probationary, (પ્રોબેશનરિ) *a.* Serving for trial: અજમાએશી; જોવા-અજમાએશ કરવા રાખેલું-રહેલું.

Probationer, (પ્રોબેશનર્) *n.* One who is undergoing probation: અજમાશ ઉપર રાખેલું માણસ;પસંદ પડે તો કાયમ કરવું એવો બોલીથી રહેલો-રાખેલો નોકર-અમલદાર.

Probe, (પ્રોબ્) *vt.* [L. *probo*, I try.] To examine with a probe: સલી નાંખી જોવું-તપાસવું. 2. To search to the bottom: બારીકીથી તપાસવું; ખોચીખોચને જોવું. *n.*An instrument for examining the depth of a wound: (ઘા, નાસુર-તપાસવાની) સલી.

Probity, (પ્રોબિટિ) *n.* [L. *probus*, good.] Honesty: ચોખ્ખી દાનત;પ્રમાણિકપણું.

Problem,(પ્રોબ્લેમ્)*n.*[Gr.*pro*, & *ballo*,I cast.] A question proposed for solution: પ્રશ્ન; સવાલ; ભારી-કઠણ-અઘરો વિષય-વાત; શક ભરેલી-તકરારી વાત-હકીકત.

Problematic-cal, (પ્રૉબ્લેમૅટિક્-કૅલ્)*a.* Uncertain: અચોકસ; અનિશ્ચિત; સંદેહ ભરેલું.

Proboscis,(પ્રોબૉસિસ્)*n.*[Gr. *pro*, & *bosco*, I feed.] A trunk: સુંઢ; જીવડાંનો સુંઢ જેવો અવયવ.

Procedure,(પ્રોસીડ્યૂર્)*n.*Operation; conduct: કામ ચલાવવાની રીત; વહિવટ; ચાલ; ગતિ; કામ.

Proceed,(પ્રોસીડ્)*vt.*[L.*pro*, forward & *ceao*,

I move.] To advance: આગલ ચાલવું-જવું-વધવું; ચાલવું. 2. To issue forth: નિકલવું; પડવું; આવવું; થવું; ઉત્પન્ન થવું. 3. To commence legal proceedings: કામ-કજીયો-મુકર્દમો ચલાવવો.

Proceeding, (પ્રોસીડિંગ્) *n.* A transaction; course: કામ; વહિવટ; રીતિ; માર્ગ. *Report of* **p.**: હેવાલ. 2. An action at law: મુકરદમો. *a.* Arising: ઉત્પન્ન થતું; જન્મ પામતું.

Process, (પ્રોસેસ્) *n.* Operation: કામ; ક્રિયા; રીતિ; ધારો. 2. Any projecting part: બહાર પડતો-અણીવાલો ભાગ; ઢેકો. 3. Legal proceedings: મુકર્દમો.

Procession, (પ્રોસેશન્) *n.* An orderly and ceremonial march: સ્વારી: વરઘોડો; સરગસ.

Proclaim, (પ્રોક્લેમ) *vt.* [L. *pro*, forth & *clamo*, I call.] To declare: જાહેર-પ્રસિદ્ધ-પ્રકટ કo; થાલી વગાડીને કહેવું; ઢંઢેરો-દાંડી પીટવી.

Proclaimer, (પ્રોક્લેમર્) *n* One who proclaims: ઢંઢેરો-દાંડી પીટનાર; થાલી વગાડનાર.

Proclamation, (પ્રોક્લૅમેશન્) *n.* Official notice: દાંડી; ઢંઢેરો; થાલી; જાહેરનામું.

Proclivity, (પ્રોક્લિવિટિ) *n.* Tendency: મનનું વલણ; ઇચ્છા; શોખ.

Procrastinate, (પ્રોક્રૅસ્ટિનેટ્) *vt.* & *vi.* [L. *pro* forward & *cras*, to morrow.] To delay: વખત ગાલવો; દહાડા ભાગવા; વાર લગાડવી; વિલંબ કo; મુલતવી રાખવું; લંબાવવું.

Procrastination, (પ્રોક્રૅસ્ટિનેશન્) *n.* Delay; dilatoriness: લાસરીઆપણું; ઢીલ; વિલંબ; ધાલમઘોલ્લા; મુલતવી રાખવાની ટેવ.

Procreate, (પ્રોક્રીએટ્) *vt.* [L. *pro* forth & *creo*, I create.] To beget: જન્મ આપવો; ઉત્પન્ન કo.

Procreation, (પ્રોક્રીએશન્) *n.* Production: ઉત્પાદન; ઉત્પત્તિ; જન્મ આપવો તે.

Procreative, (પ્રોક્રીએટિવ્) *a.* Generative: છોકરાં ઉત્પન્ન કરે એવું; ઉત્પાદક.

Proctor, (પ્રૉક્ટર્) *n.* [*pro*, & *caro*, I take care of.] An attorney: વકીલ; પ્રતિનિધિ; મુખત્યાર.

Procurable, (પ્રોક્યૂરૅબલ્) *a.* Obtainable: મલી શકે એવું; પ્રાપ્ય.

Procure, (પ્રોક્યૂર્) *vt.* [L. *pro* forth & *curo*, I take care.] To gain; to get: મેલવવું; લેવું; પ્રાપ્ત કo; સંપાદન કo. *vi.* To pimp: ભડવાઈ કરવી; કૂટણાપણું કo.

Procurer, (પ્રોક્યૂરર્) *n.* One who procures or obtains: સંપાદક; મેલવી આપનાર; સંપાદનકર્તા. 2. A pimp; a pander: કૂટણો; ભડવો.

Procuress, (પ્રોક્યૂરેસ્) *n.* A female procurer: કૂટણી; ભડવેણ; ભડવી.

Prodigal, (પ્રૉડિગૅલ્) *a.* [L. *pro*, forth & *ago*, I drive.] Lavish; extravagant: લખલુટ; ઉડાઉ; ધોતાલ; છૂટા હાથનું. *n.* A spendthrift: ઉડાઉ-ધોતાલ માણસ.

Prodigality, (પ્રૉડિગૅલિટિ) *n.* Extravagance: લખલુટપણું; ઉડાઉપણું; બેસુમાર ખર્ચ.

Prodigious, (પ્રોડિજસ્) *a.* [L. *prodigium*, a prodigy.] Wonderful: ચમત્કારી; અજબ જેવું. 2. Vast; huge: બે હદ: બે સુમાર; વિશાલ; ગંજાવર; રાક્ષસી; જબરૂ; ઘણું મોટું; જંગી.

Prodigy, (પ્રૉડિજિ) *n.* Something extraordinary: ઘણું મોટું-અજબ જેવું કંઈ; રાક્ષસ; દૈત્ય.

Produce, (પ્રોડ્યૂસ્) *vt.* & *vi.* [L. *pro*, forth & *duco*, I lead.] To exhibit; to show: દેખાડવું; હાજર-રજુ કo; બહાર લાવવું; આગલ ધરવું; રૂબરૂ કરવું-લાવવું; પ્રસિદ્ધ-ઉઘાડું કo. 2. To give birth to; to furnish: આપવું; નિપજવું; પેદા થવું; ઉપજાવવું; ઉપજવું; પાકવું. 3. To manufacture: બનાવવું; કરવું; ઘડવું. 4. To extend: વધારવું; લંબાવવું. *n.* (*a*) Product; proceeds: ઉત્પન્ન; પેદાશ; ફલ; ઉત્પત્તિ; ઉપજ; નિપજ; પાક.

Producible, (પ્રોડ્યૂસિબલ્) *a.* Capable of being produced: રજુ-હાજર કરવા લાયક-જેવું.

Product, (પ્રૉડક્ટ્) *n.* Fruit; result: ઉત્પન્ન; ઉત્પત્તિ; ઉપજ; પેદાશ; પરિણામ; હાંસલ. 2. The number resulting from the multiplication of two or more quantities: ગુણાકાર; ફલ; ઘાત.

Production, (પ્રોડક્શન્) *n.* Produce; fruit: ઉત્પત્તિ; ઉત્પાદન; પેદાશ; ઉત્પન્ન; ઉપજ; નિપજ; ફલ.

Productive, (પ્રોડક્ટિવ્) *a.* Fertile: ફલદાયક; ફલદ્રુપ; લાભકારી; ઉત્પાદક.

Profanation, (પ્રોફૅનેશન્) *n.* Desecration: નાપાકી; અપવિત્રકરણ.

Profane, (પ્રોફેન્) *a.* [L. *pro*, before & *fanum*, a temple.] (*a*). Not holy: અપવિત્ર; નાપાક. (*b*) Secular: વ્યવહારિક; સાંસારિક; દુનિયાદારીનું. *vt.* To pollute: અપવિત્ર—નાપાક કo. 2. To debase; to abuse: તિરસ્કાર કરવો; અપમાન-અનાદર-નિંદા કo.

Profanity-ness, (પ્રોફૅનિટિ-પ્રોફેન્નેસ્) *n.* Irreverence; blasphemy: નાસ્તિકતા; બેદીની; નાપાકી.

Profess, (પ્રોફેસ્) *vt.* [L. *pro* before & *fateor*, I confess.] To confess: કબૂલ કo; અંગીકાર કo; સ્વીકારવું. 2. To set up a claim to: દાવો કo; ફાંકો રાખવો.

Professedly, (પ્રોફેસેડ્લિ) *adv.* By profession: ખુલ્લી રીતે; ગાઈ બજાવીને.

Profession, (પ્રોફેશન્) *n.* An avowal; a claim: અંગીકાર; સ્વીકાર; વચન; દાવો; હક્ક. 2. Calling; employment: ધંધો; રોજગાર; પેશો. 3. The collective body of persons engaged in a calling: એક ધંધામાં પડેલાં માણસો; ધંધાદારી મંડલ.

Professional, (પ્રોફેશનૅલ્) *a.* Following a profession: ધંધો લઈ બેઠેલું; ધંધાદારી; રોજગારી. *n.* One who makes his living by an art: ધંધો કરનાર; ધંધાદારી.

Professor, (પ્રોફેસર્) *n.* One who publicly teaches science: વિદ્યાગુરૂ; શિક્ષાગુરૂ; ઉસ્તાદ.

Professorship, (પ્રોફેસરશિપ્) *n.* The office or position of a professor: શિક્ષાગુરૂની પદવી; ઉસ્તાદગીરી.

Proffer, (પ્રૉફર્) *vt.* [L. *pro*, forward & *fero*, I bring.] To offer for acceptance: આપવા માંડવું; કહેણ મોકલવું; દરખાસ્ત કo.

Proficience-cy, (પ્રોફિશિન્સ-ન્સિ) *n.* Adeptness: હોશીઆરી; ખબરદારી; કાબેલીઅત; માહેતગારી.

Proficient, (પ્રોફિશન્ટ્) [L. *pro*, before &

facio, I make.] *a.* Competent: કાબેલ; કુશલ; માહિતગાર.

Profile, (પ્રોફાઇલ્) *n.* [L. *pro*, before *filum*, a thread.] The side-face: મોઢાની એકજ બાજુ જણાય એવી છબી. *vt.* To draw the outline of: છબી કાઢવી.

Profit, (પ્રૉફિટ્) *n.* [L. *pro* & *facio*, I make.] Gain; benefit: કમાઈ; આયપત; ઉત્પન્ન; ઉપજ; નફો; લાભ; હાંસલ; ફાયદો. **P.** & *loss*: નફોટોટો;લાભાલાભ *vi.* & *vt.* To gain: ફાયદો થવો; કામ સરવું; ગુણ થવો;નફો-લાભ મલવો.2.To be of use: કામ લાગવું; ઉપયોગી થવું.

Profitable, (પ્રૉફિટૅબલ) *a.* Advantageous: લાભકારક; ફાયદેમંદ; ઉપયોગી.

Profitless,(પ્રૉફિટ્લૅસ) *a.* Unprofitable: બિનફાયદાવું; ફાયદા વિનાનું ; વ્યર્થ; નિરર્થક.

Profligacy,(પ્રૉફ્લિગૅસિ)*n.* A vicious course of life: લફંગાઈ; લુચ્ચાઈ; ખદફેલી; વ્યસન.

Profligate, (પ્રૉફ્લિગેટ્) *a.* [*pro*, & *flago*, I strike.] Dissolute;immoral: દુરાચારી; વ્યસની; વ્યભિચારી;ખદફેલ.*n.* A dissolute person: દુરાચારી માણસ; લંગડ વ્યસની; વિષયી; [illegible]

Profound, (પ્રોફાઉન્ડ) *a.* [L. *pro*, before & *fundus*, the bottom.] Intellectually deep: પ્રવીણ; નિપુણ; બહુ ભણેલું; વિદ્વાન; ગંભીર. 2. Far reaching: ઘણું ઉંડું; અત્યંત; ભર; બેહદ; પરમ. 3. Submissive; lowly: બહુ નમી-નીચા વલીને કીધેલું.

Profoundness, (પ્રોફાઉન્ડનેસ) }
Profundity, (પ્રોફન્ડિટિ) } *n.* Depth of place, knowledge, feeling, &c: ઘણી ઉંડાઇ; ગંભીરતા; વિદ્વતા; કુશલતા; પ્રવીણતા.

Profuse, (પ્રોફ્યુસ્) *a.* [L.*pro*, forth & *fundo*. I pour.] Lavish: છુટા હાથનું; સખી; દાતાર. 2, Prodigal:લખલુટ; ઉડાઉ.

Profusely, (પ્રોફ્યુસ્લિ)*adv.* In a profuse manner: ઉદારહાથે; છૂટથી; બેહદ.

Profusion-ness, (પ્રોફ્યુઝન-પ્રોફ્યુસ્નેસ) *n.* Extravagance: ઉડાઉપણું; લખલુટપણું. 2.Abundance:પુષ્કલતા; રેલછેલ; ભરચક.

Progenitor, (પ્રૉજેનિટર્) *n.* [L. *pro*, forth & *gigno*, I beget.] An ancestor:પૂર્વજ; વડવો.

Progeny, (પ્રૉજેનિ)*n.* Children:ઓલાદ; છૈયાંછોકરાં; બાલગોપાલ.

Prognosis, (પ્રૉગ્નૉસિસ્) *n.* [Gr. *pro* & *gignosco*, I know.] The act or art of foretelling the course of a disease:રોગનું શું પરિણામ આવશે તે પારખવા-જાણવાની શક્તિ-રીત.

Prognostic, (પ્રૉગ્નૉસ્ટિક્) *a.* Foreshowing:ભવિષ્યસૂચક; અગમચેતી કરનારૂં. *n.* An indication;a sign:ચિન્હ; લક્ષણ; નિશાની.

Prognosticate, (પ્રૉગ્નૉસ્ટિકેટ્) *vt.* To predict:ભવિષ્ય કહેવું; અગમચેતી કo.

Programme, (પ્રોગ્રૅમ) *n.* [L. *pro* & *grapho*, I write.] A prospectus:સૂચિપત્ર; કામકાજની યાદી.

Progress, (પ્રોગ્રેસ્) *n.* [L.*pro*,forward & *gradior*, I step.] An advance:આગલ વધારો; સુધારો; આગલ વધવું તે; વૃદ્ધિ; વધારો; અભ્યાસ; ઉત્કર્ષ. 2. A journey of state:પ્રવાસ. *In* **p.**:ચાલતું; ચાલુ. *vt.* & *vi.* To proceed:સુધારો કo; વૃદ્ધિ-વધારો કo.

Progression, (પ્રોગ્રેશન્) *n.* Motion forward: આગલ જવું તે;વધારો; ધસારો;ગતિ;ગમન.2. Increase or decrease of numbers: શ્રેઢી. *Arithmetical* **p.**: ગણિતશ્રેઢી. *Geometrical* **p.**: ભૂમિતિશ્રેઢી. *Harmonic* **p.**:અંશશ્રેઢી. *Ascending or descending* **p.**:ચઢતી કે ઉતરતી શ્રેઢી.

Progressive, (પ્રોગ્રેસિવ્) *a.* Increasing; advancing: આગલ વધતું જતું; વધારો કરતું. 2. Improving:સુધરતું જતું; ચઢતું જતું.

Prohibit,(પ્રોહિબિટ્)*vt.*[L.*pro* forth & *habeo*, I have.]To forbid:મનાઈ કo; ના કરવાનો હુકમ કo; બંધી-બાધ કo. 2. To hinder; to prevent: હરકત કo; નડવું; અટકાવવું.

Prohibition, (પ્રોહિબિશન્) *n.* An interdict: બંધી; મનાઈ; નિષેધ; અટકાવ; હરકત; બાધ.

Prohibitive-tory, (પ્રોહિબિટિવ્-પ્રોહિબિટૅરિ) *a.* Forbidding:નિષેધક; નિવારક; બાધક; અટકાવનારૂં.

Project,(પ્રૉજેક્ટ્)*n.*[L. *pro*,forward & *jacio*, I throw.] A plan:યુક્તિ; તદબીર; તજવીજ; ઘાટ; અખતરો. *vt.* To devise;to scheme:યુક્તિ-તદબીર કo; યોજવું; કલ્પના-યોજના કo. *vt.* To shoot forward: આગલ નિકલવું; ફુટવું; અણી નિકલવી.

Projectile, (પ્રોજેક્ટાઈલ)*n.* A body projected by force:ફેંકવાનું હથિયાર; ફેંકીને મારવાની ચીજ.

Projection, (પ્રોજેક્શન) *n.* A jutting out: ટેકરો; ઢેકો; ઢેયો: અણી.

Projector, (પ્રોજેક્ટર્) *n.* One who forms a scheme:યોજક; કલ્પક; યોજના-કલ્પના કરનાર.

Prolapse, (પ્રોલૅપ્સ્) *n.* [L. *pro* & *labor*, I slide.] *vi.* To fall down or out:ધસી પડવું;ધસવું.

Prolific, (પ્રોલિફિક્) *a.* [L. *proles*, offspring & *facio*, I make.] Fruitful; productive: છોકરાં-બચ્ચાં જણવાની શક્તિવાલું; ફલદાયક.

Prolix, (પ્રોલિક્સ્) *a.* [L. *pro* & *laxus*, wide.] Lengthy; tedious: ઘણું લાંબું; તુલોતવીલ; કંટાલાભરેલું.

Prolixity,(પ્રોલિક્સિટિ) *n.* Minute detail: ઘણું લંબાણ; વિસ્તાર; તુલોતવીલ-વિગતવારપણું.

Prologue, (પ્રોલૉગ્) *n.* [Gr. *pro* & *logo*, I speak.] A preface: પ્રસ્તાવના; દિબાચો.

Prolong, (પ્રોલૉંગ્)*vt.* [L.*pro*, forth & *longus*, long.] To lengthen out: લંબાવવું; લાંબુ કo; વધારવું. 2.To continue:જારી-ચાલુ રાખવું;નભાવવું; ટકાવવું. 3. To postpone; મુલતવી રાખવું; ખોલંબે નાખવું.

Prolongation, (પ્રોલૉંગેશન્) *n.* Extension: વિસ્તાર; વૃદ્ધિ; વધારો; ખોલંબો; ઢીલ.

Promenade, (પ્રોમિનેડ્) *n.* [L. *promino*, I drive forward.] A walk for pleasure: ચાલવાની કસરત; સ્હેલ;વિહાર. 2. A place for walking:હવા ખાવાની જગા;વિહારસ્થાન.*vt.*To walk for pleasure: સહેલ કo; ફરવા જવું.

Prominence, (પ્રોમિનન્સ્) *n.* Conspicuousness: પ્રસિદ્ધિ; પ્રખ્યાતી; જાહેરાત. 2 That which is prominent: ટેકરો; ઢેકો; ઢૈયો.

Prominent, (પ્રોમિનન્ટ્)*a.* [L.*pro* & *mineo*, I jut.] Projecting: ઉપસેલું. 2. Conspicuous: પ્રસિદ્ધ; પ્રખ્યાત; જાહેર.

promiscuous, (પ્રોમિસ્કયૂઅસ્)*a.*[L.*pro*, before & *misceo*, I mix.]Mingled; confused: શલભેલ; અવ્યવસ્થિત; ગેરબ દોબસ્તનું.

Promise, (પ્રૉમિસ્)*n.*[L.*pro* & *mitto*, I send.] An engagement by one person to another: કબુલાત; કરાર; વચન; કોલ. 2. Expectation: આશાનો આધાર-કારણ; આશા. *vt.* To engage: કબુલાત-વચન આપવું. 2. To afford reason to expect: આશા આપવી; આશા ઉત્પન્ન ક૦. *To* **p.** *one's self*, (*a*)to resolve; to determine: નિશ્ચય-ઠરાવ ક૦.

Promiser, (પ્રોમિસર્)*n.* One who promises: વચન આપનાર; વચનથી બંધાનાર.

Promising, (પ્રોમિસિંગ્) *a.*Affording hope: નામ કાઢે-દહાડો ફેરવે એવું; આશાજનક; આગલ જતે સારૂં નિકલે એવું.

Promissory, (પ્રૉમિસૉરિ) *a.* Containing a promise of something to be done: બંધનકારક; બાંધી લેનારૂં; કબુલાત કરનારૂં. **P.** *note*: ચ્યાજુચીઠી; દેખતહુંડી.

Promontory,(પ્રૉમૉન્ટૉરિ)*n.*[L.*pro*, before & *mons, montis*, a mountain.] A high point of land: ઉપસેલો ભાગ; ઢેકો; ટેકરો. 2. A high cape: ભૂશિર; ભૂશલાકા.

Promote, (પ્રોમોટ્) *vt.* [L. *pro*, & *moveo*, I move.] To further: વધારો-વૃદ્ધિ ક૦; પુષ્ટિ-બલ આપવું; વધારવું. 2. To elevate: પાયરી ચઢાવવી; વધારવું; ઊંચી પદવીએ ચઢાવવું.

Promoter, (પ્રોમોટર્)*n.*An encourager: વધારનાર; વર્દ્ધક; ઉત્તેજક. 2. One who sets on foot, a scheme for the organization of a corporation: માથે લેનાર; સ્થાપનાર; યોજક.

Promotion, (પ્રોમોશન)*n.*Preferment: વધારો; વૃદ્ધિ; ચઢતી પાયરી; બેહેતરી.

Prompt, (પ્રૉમ્પ્ટ્)*a.* [L. *pro* & *emo*, I take.] Ready & quick: ઝડપવાળું; ચાલાક; તત્પર; ઉલટહોંસ ભર્યું. *vt.*To instigate: ઉશ્કેરવું.2.To suggest: સુઝાડવું; સુચવવું; યાદ દેવાડવી; કેહેવું.

Prompter, (પ્રૉમ્પ્ટર્) *n.* One who prompts: ઉશ્કેરનાર; ઉત્તેજક. 2. One who reminds: કેહેનાર; યાદ દેવાડનાર.

Promptitude-ness, (પ્રૉમ્પ્ટિટ્યુડ્-પ્રૉમ્પ્ટ્નેસ્) *n.* Readiness: ઉલટ; હોંશ; ચંચલાઈ; તૈયારી; ઝડપ.

Promptly,(પ્રૉમ્પ્ટ્લિ)*adv.* In a prompt manner: ઝડપથી; તાબડતોબ.

Promulgate, (પ્રોમલ્ગેટ્) *vt.* [L. *promulgo*, I promulgate.]To publish: પ્રસિદ્ધ-જાહેરક૦; ફેલાવવું.

Promulgation, (પ્રોમલ્ગેશન)*n.*Publication; જાહેરાત; પ્રસિદ્ધિ; ઢંઢેરો.

Prone, (પ્રોન) *a.* Disposed; inclined: વલણ-ઈચ્છાવાલું; સ્વભાવવાલું-નું; શીલ; ખોર.

Proneness, (પ્રોનનેસ્) *n.* Inclination; disposition; મનનું વલણ; સ્વભાવ; રૂખ; ઈચ્છા.

Prong, (પ્રૉન્ગ્) *n.* The spike of a fork: કાંટો; કાંટો. 2. A sharp projection: અણી; માથું.

Pronoun, (પ્રોનાઉન) *n.* A word used instead of a noun: સર્વનામ.

Pronounce, (પ્રોનાઉન્સ્) *vt.* & *vi.* [L. *pro*, forth & *nuntio*, I announce.]To utter: ઉચ્ચારવું; ઉચ્ચાર ક૦.2. To declare: કહી સંભલાવવું; સત્તાવાર રીતે જાહેર ક૦.

Pronounceable,(પ્રોનાઉન્સેબલ્)*a.*Capable of being pronounced: ઉચ્ચારવા-બોલવા જેવું; વાચ્ય.

Pronunciation, (પ્રોનન્સિએશન) *n.* Utterance; the mode of uttering: ઉચ્ચાર; બોલી; વાણી.

Proof, (પ્રુફ્) *n.* [L. *probo*, I prove.] A test: અજમાયેશ; કસોટી; પરીક્ષા.2. Conclusive evidence: સાબેતી; પુરાવો. 3. Firmness of mind: દ્રઢતા; મક્કમપણું.4.(*Print.*)A trial impression: છાપેલાનો ખરડો; પ્રુફ.*a.*Firm in resisting: મજબૂત; મક્કમ; દ્રઢ.

Proof-sheet, (પ્રુફ્-શીટ્) *n.* An impression taken for correction: છાપેલાનો પેહેલો ખરડો; પ્રુફ.

Prop, (પ્રૉપ્)*vt.* To support: ટેકો આપવો; સંભાલી રાખવું. *n.* A support: ટેકો; થાંભલો; આધાર; આશ્રય.

Propagate, (પ્રૉપેગેટ્) *vt.* To multiply by generation: પરંપરા ઉત્પત્તિ ચલાવ્યાં જવી; વિસ્તાર-વેલો વધારવો-ચલાવવો; વંશવૃદ્ધિ ક૦.2. To disseminate: વિદ્યાનો પ્રસાર-ફેલાવો-વધારો ક૦.

Propagation,(પ્રૉપેગેશન)*n.*Diffusion: ફેલાવો; પ્રસાર; વિસ્તાર; વધારો.

Propel, (પ્રોપેલ્)*vt.*[L.*pro*, forward & *pello*, I drive.] To drive forward: હડસેલવું; ધકેલવું.

Propensity, (પ્રોપેન્સિટિ) *n.* Tendency: વલણ; મરજી; ઈચ્છા; છંદ; વ્યસન.

Proper, (પ્રૉપર્) *a.* [L.*proprius*, one's own.] Particular: વિશેષ; ખાસ.2.Right; fit: યોગ્ય; ઘટારત; બંદબેસ્તુ; લાયક.

Properly, (પ્રૉપર્લિ)*adv.*In a proper manner: બરાબર રીતે; યથાર્થ રીત્યે.

Property, (પ્રૉપર્ટિ)*n.* A quality: ગુણ; સ્વભાવ; ધર્મ; ખાસિયત; ખવાસ.2.Estate; wealth: માલમત્તા; મિલકત; ધન; અવેજ. *Landed* **p.**, સ્થાવર મિલકત. *Woman's* **p.**: સ્ત્રીધન. [અગમચેતી.

Prophecy,(પ્રૉફેસિ)*n.*A prediction: ભવિષ્યકથન;

Prophesy, (પ્રૉફેસિ)*vt.*&*vi.* To foretell: ભવિષ્ય કહેવું; અગમચેતી ક૦.

Prophet,(પ્રૉફેટ્)*n.* [Gr.*pro* & *phenio*, I tell.] A foreteller: અગમચેતી કરનાર. 2. One inspired or instructed by God: પેગંમ્બર.

Prophetic-cal, (પ્રૉફેટિક્-કલ્)*a.* Foretelling events: ભવિષ્ય સુચક-દર્શક; અગમચેતી કરનારૂં.

Propitiate,(પ્રોપિશિએટ્)*vt.* & *vi.* [L.*propitius*, favorable.] To conciliate: મનાવવું; પ્રસન્ન ક૦; આરાધવું; આરાધના ક૦.

Propitiation, (પ્રોપિશિએસન)*n.* The act of propitiating: આરાધના; શાંતિ; તૃપ્તિ.

Propitiatory, (પ્રોપિશિએટૉરિ)*a.* Expiatory: પ્રસન્ન કરવાનું; શાંતિકર; શામક.

Propitious, (પ્રોપિશસ્) *a.* [L. *propitius*, flying forward.] Auspicious: શુભ; કલ્યાણકારી. 2. Kind; gracious: મહેરબાન; કૃપાલુ.

Proportion, (પ્રૉપોર્શન)*n.* [L. *pro*, before & *pars,partis*, part.] Ratio: પ્રમાણ; માપ; એત. 2. Equal share:સરખો ભાગ; હિસ્સો; વાંટો. 3. The rule of three: ત્રિરાશી. *Compound* **p.**, પંચરાશી. *vt.* To adjust:પ્રમાણમાં રાખવું; સરખા ભાગ કo.

Proportional-Proportionate, (પ્રૉપોર્શનલ-પ્રૉપોર્શનેટ્) *a.* Having a due proportion:સમતોલ; પ્રમાણસરનું.

proposal, (પ્રપોઝલ) *n.* Terms or conditions proposed:દરખાસ્ત; માગણી; કહેણ; શરત.

Propose, (પ્રપોઝ્)*vt.* [L.*pro*,forward & *pono*, I place.] To offer for consideration: કહેવું; દરખાસ્ત કo; આગલ મુકવું. 2. To intend: ધારવું; વિચાર રાખવો; ઇરાદો-મનસુબો હોવો. *vi.* To make an offer of marriage: માગણી કo; માગું મોકલવું.

Proposition, (પ્રોપોઝિશન) *n.* A proposal:માગણી; કહેણ; દરખાસ્ત: 2. A statement to be demonstrated:સિદ્ધાંત.

Propound, (પ્રોપાઉન્ડ)*vt.* [L. *pro*, before & *pono*, I put.] To exhibit;to propose:બતાવવું; દરખાસ્ત કરવી; રજુ કo.

Proprietary, (પ્રોપ્રાઇઅરેટરિ) *n.* A proprietor: માલેક; ધણી. *a.* Belonging to a proprietor:માલીક-ધણીનું; માલેકીનું; ધણીઆતું.

Proprietor, (પ્રોપ્રાઇઅરેટર્)*n.* An owner: માલેક; ધણી; સ્વામી; ખાવિંદ.

Proprietorship, (પ્રોપ્રાઇઅરેટર્શિપ્) *n.* Ownership:ધણીપણું; માલીકી.

Propriety, (પ્રોપ્રાઇઅટિ)*n.* [L. *proprius*,one's own.] Ownership:ધણીપણું; અધિકાર;સત્તા;માલકી. 2. Fitness;appropriateness:યોગ્યતા; લાયકી; દુરસ્તી; બંધ બેસતાપણું.

Prorogation, (પ્રોરોગેશન) *n.* Postponement: મુલતવી રાખવું તે; મોકુફી; તહકુબી; ખોલંબો.

Prorogue, (પ્રોરોગ્)*vt.*[L. *pro* forward&*rogo*, I ask.] To defer:મુલતવી રાખવું; મોકૂફ રાખવું.

Prosaic-cal (પ્રોઝેઇક્-કૅલ)*a.* Unpoetical:ગદ્યમાં લખેલું; ગદ્યરૂપ; સાદી ઇબારતમાં લખેલું. 2. Dull: નિરસ; મઝા વગરનું; સાદું; લુખ્ખું.

Proscribe, (પ્રોસ્ક્રાઇબ્) *vt.* [L. *pro*, before & *scribo*, I write.] To exile:દેશનિકાલ કo. 2. To prohibit:બંધ પાડવું; અટકાવવું; મના કo.

Proscription, (પ્રોસ્ક્રિપ્શન)*n.* Outlawry:દેશનિકાલ. 2. Interdiction:બાધ; અટકાવ; મનાઈ.

Prose, (પ્રોઝ્) *n.* [L. *prosus*, straight.] The ordinary language of men in speaking or writing:ગદ્ય; સાદું લખાણ-ઇબારત; રસહીન વાત. **p.** & *verse*:ગદ્યપદ્ય. *a.* Not in verse:ગદ્યરૂપ;ગદ્યાત્મક. 2. Dull.અરસિક; લુખ્ખું; સુક્કું.

Prosecute, (પ્રૉસીક્યૂટ)*vt.* & *vi.* [L. *pro* & *sequor*, I follow.] To continue: ચલાવ્યાં જવું; જારી-ચાલુ રાખવું; પાછલ મંડયા-લાગ્યાં રહેવું. 2. To seek to obtain by legal process: સરકાર દરબાર ચઢવું;ફરીયાદી માંડવી;કામ ચલાવવું;ફોજદારી ચલાવવી.

Prosecution, (પ્રૉસીક્યૂશન) *n.* Pursuit:કશા પાછલ મંડયા રહેવું તે; પૂઠ; કેડો. 2. (*a*) A civil or criminal suit:દાવો; દીવાની; ફરિયાદી; ફોજદારી.(*b*) The party by whom criminal proceedings are instituted:ફરિયાદી; વાદી; વાદીપક્ષ.

Prosecutor, (પ્રૉસીક્યૂટર્)*n.* One who prosecutes or carries on any purpose: પુંઠે લાગનાર; કામ પાછલ મંડનાર. 2. One who carries on a criminal suit:વાદી; ફરિયાદી.

Proselyte, (પ્રૉસિલાઇટ્)*n.*[Gr. *pros*, & *erchomai*, I come.] A convert:વટલેલ.

Proselytize, (પ્રૉસિલિટાઇઝ્) *vt.* & *vi.* To convert to some religion:વટલાવવું.

Prosodist-dian, (પ્રોસોડિસ્ટ્-ડિઍન) *n.* One skilled in prosody:કવિતાશાસ્ત્રી; છંદશાસ્ત્રી.

Prosody, (પ્રૉસૉડિ) *n.* [L. *prosodia*, the tone of a syllable.] That part of grammar which treats of the laws of versification:પિંગલ; કવિતાશાસ્ત્ર; છંદશાસ્ત્ર.

Prospect, (પ્રૉસ્પેક્ટ્) *n.* [L. *pro* & *specio*, I see.] View;scene: દેખાવ; નઝરગાહ. 2. Anticipation:આશા; ઉમેદ; સંજોગ: સંભવ.

Prospective, (પ્રૉસ્પેક્ટિવ્) *a.* Acting with foresight:ભવિષ્યના વિચારવાલું. 3. Relating to the future: ભવિષ્યને લગતું; ભવિષ્યકાલ વિષયક.

Prospectus, (પ્રૉસ્પેક્ટસ્) *n.* A summary of something proposed:સુચી-સુચનાપત્ર;જાહેર ખબર; પ્રસિદ્ધિપત્ર.

Prosper, (પ્રૉસ્પર્)[L. *pro*, & *spes*, hope.] To be successful;to thrive: આબાદ થવું; સફલ થવું; પાર પડવું; બરકત થવી; ચઢતી કલા-ચઢતી પાયરી થવી; ઉદય થવો.

Prosperity, (પ્રૉસ્પેરિટિ) *n.* Good fortune; success:આબાદી; ઉદય; બોલબાલા; બરકત.

Prosperous, (પ્રૉસ્પરસ્)*a.*Favorable;helpful: આબાદ; શુભ; મંગલ.

Prostitute, (પ્રૉસ્ટિટ્યૂટ)*vi.* [L. *pro*, before & *statuo*, I put.] To offer, as a woman, to a lewd use: છીનાલું-બદકામ કરવા માટે આપવું;વેશ્યાપણું કરાવવું.2.To devote to unworthy purposes: નીચ-અધમ કામમાં લેવું-વાપરવું; ગેરઉપયોગ કo. *a.* Openly given up to lewdness:નઠારાં કામમાં લાગેલું.*n.* A strumpet;a harlot:છીનાલ;વેશ્યા;પાતર. 2.A base hireling:પૈસા લઇને કામ કરનાર;ભાડુતી-ભાડે રાખેલું માણસ.

Prostitution,(પ્રૉસ્ટિટ્યૂશન)*n.*Common lewdness of a woman:છીનાલું; વેશ્યાપણું. 2. The act of setting one's self to sale:દુરૂપયોગ;ગેરઉપયોગ.

Prostrate,(પ્રૉસ્ટ્રેટ્)*a.*[L.*pro* before & *sterno*, I spread.]Stretched out:લાંબું છડ-સસોટ પડેલું; જમીનદોસ્ત. 2.Lying at mercy:પગપર માથું મુકેલું. 3. Lying in a humble posture:છેક શકિત અટકી પડેલું; લોથપોથ થયલું. *vt.* To throw down:સુવાડી દેવું;જમીનદોસ્ત કo; નાશ કo.2.To cause to bow in humble reverence: પગે પડાવવું; પગપર માથું મુકાવવું.3.To cause to sink totally:નરમ કરી નાંખવું; દબાઈ જવું; શકિતહીન-કમકૌવત થઇ જવું.

Prostration,(પ્રૉસ્ટ્રેશન)*n.*The act of bowing in humility:નમસ્કાર;પ્રણામ;દંડવત. 2. Dejection:

નાસિપાસી; દિલગીરી. 3. Complete loss of strength: શક્તિ ભંગ; નખલાઈ; નાતાકતી.

Protect, (પ્રોટેક્ટ્) *vt.* [L. *pro*, before & *tego*, I cover.] To defend: રક્ષણ કરવું; બચાવવું; સાચવવું; સંભાલવું; જતન ક૦.

Protection, (પ્રોટેક્શન) *n.* Defence; shelter: રક્ષણ; સંભાલ; બચાવ. 2. A shield: આધાર; આશ્રય; છાંયો; છત્ર; ઓથ.

Protective, (પ્રોટેક્ટિવ્) *a.* Sheltering: રક્ષક; બચાવનારૂં.

Protector, (પ્રોટેક્ટર્) *n.* A guardian; a patron: રક્ષણ કરનાર-કર્ત્તા; પાલક; રક્ષક; વાલી; મૂરબી.

Protectorate, (પ્રોટેક્ટરેટ્) *n.* Government by a protector: સંરક્ષણસત્તાક રાજ્ય.

Protege, (પ્રોટેઝે) *n.* One under the protection of another: સાહ્યવાન; આશ્રિત; હિમાયતદાર.

Protest, (પ્રોટેસ્ટ્) *vi.* [L. *pro*, before & *testis*, a witness.] To avow: સાફ કહેવું-બોલવું; પ્રતિજ્ઞા પૂર્વક કહેવું. 2. To raise objection: સામા થવું; વાંધો લેવો-ઉઠાવવો; ખોટું-ગેરવાજબી છે એમ કહેવું. *n.* A solemn declaration: વિરૂદ્ધમત; વાંધો; અનંગીકાર.

Protestant, (પ્રૉટેસ્ટૅન્ટ્) *n.* One who protests against the Church of Rome: પોપથી વિરૂદ્ધ મત માનનાર; પ્રોટેસ્ટન્ટ. *a.* Making a protest: સામું થનાર-પડનાર.

Protestation, (પ્રોટેસ્ટેશન) *n.* A public avowal: પ્રતિજ્ઞા ઉપર કહેલી વાત; વિરૂદ્ધ મત; વાંધો.

Prothonotary, (પ્રોથૉનૉટરિ) *n.* [Gr. *prothos*, first & L. *notarius*, a scribe.] A chief notary or clerk: શિરેસ્તદાર.

Protocol, (પ્રોટોકૉલ) *n.* [Gr. *protos*, first & *kolla* glue.] The original copy of any writing: ખત-દસ્તાવેજની અસલ નકલ; ખરડો; મુસદ્દો.

Prototype, (પ્રોટોટાઈપ) *n.* [L. *protos* first & *tupos*, type.] A pattern: અસલ નમુનો.

Protract, (પ્રોટ્રેક્ટ્) *vi.* [L. *pro*, forward & *traho* I draw.] To prolong: જારી રાખવું; લંબાવ્યા કરવું; મુલતવી રાખવું.

Protraction, (પ્રોટ્રેક્શન) *n.* Delay: લંબાણ; ખોલંબો; ઢીલ; વિલંબ.

Protractive, (પ્રોટ્રેક્ટિવ) *a.* Prolonging: લંબાવવું; વિલંબ-ઢીલ કરતું.

Protrude, (પ્રોટ્યૂડ) *vt.* [L. *pro*, forward & *trudo*, I thrust.] To forward: હડસેલી કાઢવું. *vi.* To project: બહાર નિકલવું; ઉપસી આવવું.

Protrusion, (પ્રોટ્યૂઝન) *n.* The act of protruding: બહાર-ફુટી નિકલવું તે; નિસરણ.

Protuberance, (પ્રોટ્યૂબરૅન્સ) *n.* A swelling; a prominence: ટેકો; ઢીમણું; ગાંઠ-ગાંઠો.

Protuberant, (પ્રોટ્યૂબરૅન્ટ્) *a.* Swelling: ટેકા જેવું ઉપસેલું.

Protuberate, (પ્રોટ્યૂબરેટ્) *vi.* To bulge out: ટેકા જેવું થવું; ઉપસવું.

Proud, (પ્રાઉડ) *a.* Haughty; lordly: અહંકારી; અભિમાની; ગર્વિષ્ટ; મગરૂર. 2. Grand; splendid: મ્હોટું; ભપકાદાર; ભવ્ય; દબદબાદાર; ગંજાવર.

Prove, (પ્રૂવ) *vt.* [L. *probo*, I prove.] To test: પારખવું; અજમાવવું; પરીક્ષા ક૦; અજમાશ કરી જોવો; કસી જોવું; તપાસવું; તપાસી જોવું. 2. To evince, as truth: ખરૂં કરી આપવું-દેખાડવું; સ્થાપવું; પુરવાર-સાબેત-સિદ્ધ-ક૦. 3. To test as the correctness of any operation: તાલો મેલવવો. *vi.* To turn out to be: સાબીત થવું; થવું; ઉતરવું; નિપજવું; ઠરવું; જણાવું.

Proverb, (પ્રૉવર્બ્) *n.* [L. *pro*, before & *verbum*, a word.] a maxim; an adage: કહેવત; વચન; કહેણી.

Proverbial, (પ્રોવર્બિઍલ) *a.* (*a*) Used as a proverb: કહેવતમાં ચાલતું; કહેવત દાખલ વપરાતું; કહેવતરૂપ. (*b*) Commonly known: લોકપ્રસિદ્ધ; જગ જાણીતું.

Provide, (પ્રોવાઈડ) *vt.* & *vi.* [L. *pro* before & *video*, I see.] To procure beforehand: આગલથી એકઠું કરી-ભરી રાખવું; તૈયાર કરી રાખવું; આગલથી ગોઠવણ-યોજના-ઉપાય-તજવીજ-બંદોબસ્ત કરી રાખવો. 2. To supply: આપવું; પુરૂં પાડવું. 3. To stipulate: શરત બોલી ક૦-લખવી.

Provided, (પ્રોવાઈડેડ) *conj.* On condition: એવી શરતથી કે; જો.

Providence, (પ્રૉવીડન્સ) *n.* God: પરમેશ્વર; ઈશ્વર; [ખુદા.

Provident, (પ્રૉવિડન્ટ્) *a.* Cautious; economical: દીર્ઘદર્શી; દૂરંદેશ; કરકસરિયું.

Providential, (પ્રૉવિડન્શલ) *a.* Effected by divine direction: ઈશ્વરની મેહેરબાનીથી થએલું; દૈવયોગનું; ભોગ જોગે-નસીબ સંજોગે થયલું.

Province, (પ્રૉવિન્સ) *n.* [L. *pro* before & *vinco*, I conquer.] A portion of an empire: પ્રાંત; પ્રગણું; ઈલાકો; મહાલ. 2. Jurisdiction; sphere: અધિકાર; હકુમત; સંબંધ; કામ; કાર્ય; ફરજ.

Provincial, (પ્રોવિન્શલ) *a.* Pertaining to a province: ઇલાકેદાર; પ્રાંતિક. 2. Rude: ગામડીયું; જંગલી; અનાડી; કઢંગું.

Provincialism, (પ્રોવિન્શૅલિઝમ) *n.* (*a*) A provincial characteristic: ગામડીયા રીતિ-બોલી; ગ્રામ્ય ભાષા; અમુક દેશ વિભાગમાં ચાલતી રીતભાત. (*b*) Illiberality: સાંકડું મન.

Provision, (પ્રોવિઝ્હન) *n.* Preparation: તૈયારી; તરતીબ; તજવીજ; યોજના; ગોઠવણ; બંદોબસ્ત; ઉપાય. 2. (*pl.*) (*a*) Things provided: સાહિત્ય; સામગ્રી; સાધન. (*b*) Victuals; food: સીધુસામાન; સીધુ; અન્નપાણી; ખોરાકી; ભાથું. 3. A condition: બોલી; શરત; કલમ.

Provisional, (પ્રોવિઝ્હનૅલ) *a.* Temporary: કામચલાઉ; થોડા વખત માટેનું. [લી; કલમ.

Proviso, (પ્રોવાઈઝો) *n.* A condition: શરત; બો-

Provocation, (પ્રોવોકેશન) *n.* The act of provoking: ખીજવણી; ચીડવણું; ચિઢ; છેડતી; ઉશ્કેરણી.

Provocative, (પ્રૉવોકેટિવ્) *a.* Exciting: ઉત્તેજક; ચિઢ ચઢાવતું; છેડતી શોધક; ઉશ્કેરનારૂં.

Provoke, *vt.* [L. *pro*, forth & *voco*, I call.] (*a*) To excite to action: સલગાડવું; લગાડવું; ઉશ્કેરવું. (*b*) To exasperate; to irritate: ચીડવવું; ખીજવવું; ગુસ્સે ક૦; છેડવું.

Provost, (પ્રૉવૅસ્ટ્) *n.* [L. *pro*, & *pono*, I put.]

A superintendent:ઉપરી; કોટવાલ; દારોગો.

Prow,(પ્રાઉ)*n*.The fore-part of a vessel: વહાણનો આગલો ભાગ; નાલ.

Prowess, (પ્રાઉઍસ્)*n*. [L. *pro*,&*esse*, to be.] Bravery; valor: શુરાતન; પરાક્રમ; બહાદુરી; હિમ્મત, છાતી.

Prowl, (પ્રાઉલ્)*vt*. To rove for prey or booty: શિકાર-લૂંટને માટે ભટકતા ફરવું; શિકાર શોધવા ભમવું.

Proximate.(પ્રૉક્સિમેટ્) *a*. [L.*proximus*, the nearest.] Nearest: છેક પાસે-નજદીકનું; નિકટનું.

Proximity, (પ્રૉક્સિમિટિ) *n*. Immediate nearness: સમીપતા; પાસેપણું; નજદીકી.

Proximo, (પ્રૉક્સિમો) In the next month:આવતે મહિને.

Proxy, (પ્રૉક્સિ) *n*.The agency for another: મુખ્તારી ; બદલી. 2. One who acts or votes for another:પ્રતિનિધિ; મુખ્ત્યાર; અવેજી. 3. A writing by which he is deputed:મુખ્ત્યારનામું;પ્રતિનિધિપત્ર.

Prude,(પ્રુડ્)*n*.A woman of affected modesty: નખરાંખોર સ્ત્રી; શરમાવાનું ડોલ ઘાલનારી ઓરત.

Prudence, (પ્રુડેન્સ્) *n*. Circumspection; wisdom:ડહાપણ; દુરંદેશી; સમજદારી;વિવેક;દીર્ઘદૃષ્ટિ.

Prudent. (પ્રુડેન્ટ્) *a*. [L.*pro*, & *video*,I see.] Careful; discreet: ડાહ્યું; વિચારીને કામ કરનાર; દુરંદેશ; સમજુ; સમજદાર.2. Frugal:કસરીયું.

Prudential,(પ્રુડેન્શલ્)*a*.(*a*)Discreet:ડહાપણનું; ડાનાઇ ભરેલું (*b*) Selfish: સ્વાર્થી; મતલબી.

Prudery,(પ્રુડરિ)*n*.Coyness:નખરાંખોરી;ભારેખમપણું; નખરાંબાજી; શરમાલપણું.

Prudish, (પ્રુડિશ્) *a*. Very formal:ચેાડા બોલું; નખરાંખોર; લજ્જાળું; નખરાંબાજ.

Prune, (પ્રુન્) *vt*. To trim: છાંટવું; કલમ ક૦; કાપી નાખવું. 2. To dress:ટુંપવું;સમારવું;ઠીકઠાક ક૦.

Prurient, (પ્રુરિઍન્ટ્) *a*. Uneasy with desire તલપી રહેલું; તલપાપડ થઇ રહેલું;વખવખતું; તલતું; ખાહેશમંદ.

Pry, (પ્રાઈ) *vi*. To inspect closely:ખણખોતર ક૦; બારિક તપાસ ક૦.

Prying,(પ્રાઇંગ્) *a*. Inspecting closely:ખણખોતરીયું; નજર નાખનારું; માથું ઘોસનારું.

Psalm, (સાંમ્) *n*. [Gr. *psallo*, I sing to the harp.] A sacred song:ભજન; ધર્મગીત;કીર્તન;ગાથા.

Psalmist,(સૉમિસ્ટ્)*n*.A Composer of sacred songs:ભજન જોડનાર-રચનાર.

Pshaw,(શૉ)*interj*. Pish; pooh:છટ;એહ;છિટ.

Psychology,(સાઇકૉલૉજિ)*n*. [Gr.*psyche*, the soul & *logos*, speech.] The science of the human soul:આત્મવિદ્યા-શાસ્ત્ર.

Ptolemaic,(ટૉલિમેઇક્)*a*.Pertaining to Ptolemy, the astronomer:ટોલીમી નામના ખગોલવેત્તાનું-નું કરેલું.

Ptyalism, (ટાઇઍલિઝમ્) *n*. Salivation: મ્હોડું આવવું તે; ઘણી થુંક નિકલવી તે.

Puberty,(પ્યૂબર્ટિ) *n*. [L.*puber*, *pubes*, adult.] The age of full development: જુવાની ફુટવાનો વખત;જવાની;જોબન. *To arrive at* p.,(*male*)જુવાની ફુટવી. (*female*):વેશે આવવું;ન્હાતું ધોતું થવું; દસ્તાન શરૂ થવું.

Pubescence, (પ્યૂબેસેન્સ્) *n*. The quality or state of being pubescent: જોબન; ભરજુવાની.

Public, (પબ્લિક્) *a*. [L. *populus*, the people.] Belonging to the people:સૌ લોકનું; આખી પ્રજાદેશનું; ખાસોઆમનું; સાર્વજનિક. 2. Common; notorious:પ્રસિદ્ધ: મશહૂર;લોકપ્રસિદ્ધ; જગત્પ્રસિદ્ધ; જાહેર P. *good*:લોકહિત.*n*. The people: લોકો; લોકસમસ્ત પ્રજા; ખાસોઆમ. *In* p., openly: ખુલ્લી રીતે; છચોક ઉઘાડેછોગે.*Regard or deference to the* p.:લોકલાજ.

Publican,(પબ્લિકન્) *n*.The keeper of an inn: વીશીવાલો; પીઠાંવાલો; કલાલ.

Publication,(પબ્લિકેશન્)*n*. A proclamation: ઢંઢેરો; જાહેરનામું. 2. That which is published: છપાવી પ્રગટ કરેલી ચોપડી વિ૦.

Public-house, (પબ્લિક્હાઉસ્)*n*. An inn:ધર્મશાલા; વીશી; દારૂની દુકાન; પીઠું.

Publicity-ness, (પબ્લિસિટિ-નેસ્) *n*. Notoriety:પ્રસિદ્ધિ: જાહેરાત; પ્રખ્યાતિ.

Public-spirited,(પબ્લિક્-સ્પિરિટેડ્)*n*.Having a regard to the public interest: લોકોપકાર બુદ્ધિવાલું; પરોપકારી; કોમનો ખેરખાહ.

Publish,(પબ્લિશ્)[L. *publico*. I publish.] *vt*. To make public: જાહેર પ્રકટ-પ્રસિદ્ધ ક૦; બહાર-ઉઘાડું પાડવું. 2. To print and issue from the press:કાઢવું; બહાર પાડવું; છપાવી પ્રકટ ક૦.

Pucker, (પકર્) *vt*.&*vi*. To gather into small folds:કરચલી પાડવી-પડવી-થવી-વાલવી; ઘડી -કલ્લી ક૦. *n*. A fold; a wrinkle: કરચલી; ઘડી; કલ્લી; ચીલ.

Pudding,(પુડિંગ્)*n*.[Gr. *puo*,I fill.]A species of food made of flour with milk, eggs &c.:લોટ, દુધ અને ઈંડાંનું બનાવેલું પકવાન; પુડિંગ.

Puddle,(પડલ્)*n*.A pool:ખાબોચિયું;મેલા પાણીનું ખાબડું. *vi*. & *vt*.To make foul: ગંદુ ક૦; મલિન-મેલું ક૦; ડોહોળી નાંખવું.

Puerile,(પ્યુરાઇલ્)*a*.[L.*puer*,a child.]Childish; trifling:નાદાની ભરેલું; નાદાન; નજીવું.

Puerility, (પ્યુરિલિટિ) *n*. Childishness: અણસમજ; કમઅક્કલ; નાદાની.

Puerperal, (પ્યુર્પરૅલ્) *a*. [L. *puer*, child & *pareo*, I bear.] Pertaining to child-birth: સુવાવડનું; પ્રસુતિનું.

Puff, (પફ્)*n*.(*a*)A sudden forcible breath:ફુંક; ફુંફાડો.(*a*)A gust or a whiff:પવનનો સપાટો-ઝપાટો; પવનની લહેર.2.Anything light and filled with air:હવાથી ભરેલી હલકી ચીજ-વસ્તુ-પદાર્થ;પીંછાનો ડૉ-ગુચ્છો.3.An empty expression of praise:વખાણ; ચઢાવણી; ખુશામદ. *vt*. & *vi*. To drive with a puff: પવનના સપાટામાં ઘસડી જવું. 2. To inflate: ફુલાવવું. 3. To flatter: ફુલાવવું; ફુલણજી બનાવવું; ચઢાવવું; ખુશામદ ક૦; ફુલવું-ફુલણજી બનવું.

Puffy, (પફિ) *n*. Swelled with air:ઉપસેલું;ફુલેલું; ખાલી ભપકાદાર.

Pugh,(પૂ) *interj*. Pshaw: છીટ; છટ!

Pugilism,(પ્યુજિલિઝમ્)*n*.[Gr. *pugme*, a fist.] The art of boxing:ડોસાડોસી-બાજી;મુક્કાબાજી.

Pugnacious,(પગ્નેશસ્) *a*.[L.*pugno*,I fight.] Quarrelsome: લઢાઈખોર; કજીયાખોર.

Pugnacity, (પગ્નૅસિટિ) *n* Quarrelsomeness:

મારામારી કરવાનો સ્વભાવ.

Puisne,(પ્યુની) *a*.[L.*post*,afterwards.] Junior: ન્હાનું; ઉતરતું; હાથ નીચેનું.

Pull, (પુલ્) *vt*. To draw forcibly: તાણવું; ખેંચવું. 2. To tear: ફાડી-ચીરી નાખવું.3. To pluck:તોડવું; તોડી લેવું. *To* **p**. *down*, to destroy: તોડી પાડવું; ભાંગી પાડવું-નાખવું;ઉંધું વાલવું.*To* **p**.*off*, to draw off:તોડવું. *vi*.To tug:આચકો મારવો; જોરથી ખેંચવું. *To* **p**. *up*, to stop:લગામ ખેંચી રાખવી;અટકવું.*To* **p**. *through*, to come successfully to the end: પાર પડવું;વટાવી જવું. *n*. The act of pulling: આંચકો; ખેંચાણ. 2. A struggle:લઢાઈ; ખેંચાખેંચી;હોંસાતોંસી.

Pulley,(પુલી) *n*.[Gr. *poleo*, I turn.] A wheel for raising weights: ઘરેડી; કપ્પી.

Pulmonary,(પલ્મૉનૅરિ)*a*.[L.*pulmo*, a lung.] Pertaining to the lungs:ફેફસાંનું-ને લગતું.

Pulp,(પલ્પ્)*n*. [L.*pulpa*, flesh.]The soft part of a fruit:ગર; ગર્ભ;મગજ;માવો. *vt*. To reduce to pulp:માવો-ગર કરવો. 2. To deprive of the pulp: માવો-ગર જુદો પાડવો-કાઢી લેવો.

Pulpit,(પલ્પિટ્) *n*. [L. *pulpitum*, a stage.] A desk for an orator:ભાષણ કર્ત્તાનો માચરો.

Pulpous-py,(પલ્પસ્-પિ) *a*.Containing pulp: માવાદાર; ગરદાર; નરમ.

Pulsate, (પલ્સેટ્) *vi*. [L. *pello*, I beat.] To throb as a pulse:ધડકવું; ધબકારો થવો.

Pulsation,(પલ્સેશન)*n*.A single beat or throb: ધબકારો; સ્ફુરણ; ટકોરો. [ધબકવું.

Pulsative,(પલ્સેટિવ્) *a*. Throbbing: ધબકનારૂં;

Pulse,(પલ્સ્) *n*.[L.*puls*, a thick pap.] Beans, pease &c.:કઠોલ;વટાણા;ચણા.*n*.[L.*pello*,I strike.] The beating of the heart:નાડનો ધબકારો.2. Impulse; beat:ધબકારો; ટકોરો; હડસેલો. *To feel one's* **p**.,(*a*)to ascertain its condition by the sense of feeling:નાડી તપાસવી; નાડ જોવી. (*b*) Hence to sound one's opinion:ચોખો ચાંપી જોવો;ચાંપી જોવું મન જોવું.

Pulverization, (પલ્વરાઇઝેશન) *n*. The act of powdering:ભૂકો ક૦ તે; ચૂર્ણીકરણ.

Pulverize, (પલ્વરાઈઝ્) *vt*. [L. *pulvis*, dust.] To reduce to fine powder:કુટવું; વાટવું.

Pump,(પમ્પ્)*n*. A low shoe with a thin sole: ઘુંટીના નીચે આવતો પાટલા તલીઆનો જોડો. *n*. A machine for raising fluids:બંબો;જલયંત્ર.*vt*. To raise with a pump:બંબાથી ખેંચવું-ચડાવવું; પાણી કાઢવું. 2. To draw out as secrets or money:જાણવું; મન જાણી લેવું; પૈસા કઢાવવા; નિચોવવું. *vi*. To work a pump: બંબો ચલાવવો.

Pumpkin,(પમ્પકિન) *n*. A well-known trailing plant and its fruit: કહોલાનો વેલો; કહોલું. *Long white* **p**.:દુધી; દુધીનો વેલો.

Pun, (પન) *n*. A play upon words: શબ્દશ્લેષ; શબ્દવિનોદ;શબ્દરમુજ.*vi*.To make puns:શબ્દવિનોદ-શબ્દરમુજ ક૦.

Punch,(પચ્)*n*.[L.*pungo*, I prick.] A beverage composed of wine, water, sugar and the juice of lemon:દારૂમાં ખાંડ, પાણી તથા લીંબુ મેલવી બનાવેલું સ્વાદિષ્ટ પીણું;પંચ. *vt*. To thrust against: ગોદો મારવો;ઘોંચવું.2. To perforate:છેદ-નાકું પાડવું.

Punctilious, (પંકિટલિઅસ્)*a*. Precise;exact: ચોકસ; ખરોબર રીતે કરનારૂં.

Punctual,(પંક્ટ્યૂઍલ્)*a*.[L. *punctum*,point.] Exact in keeping appointments: વેલાસર; મુદત ચુકવા ન દેનાર; સામયિક. 2. Precise: બરાબર;ચોકસ. 3.Done at a regular time: વાયદા પ્રમાણે-બરાબર વખતે કરેલું-આપેલું.

Punctuality, (પંક્ટ્યૂઍલિટિ) *n*.The state of being punctual: વખતસરે જવું-હાજર થવું તે;સમય સેવા; નિયમસરપણું.

Punctuate. (પંક્ટ્યૂએટ્) *vt*. To mark with points:વિરામચિન્હ મુકવાં;ટાંપ પાડવી-મુકવી.

Punctuation,(પંક્ટ્યૂએશન)*n*.The act or art of punctuating:વિરામચિન્હ; ટાંપ.

Puncture,(પંક્ટ્યૂર્) *n*.[L.*pungo*, I prick.]A small hole: કાણું; છેદ. *vt*. To prick: કાણું પાડવું.

Pungency,(પંજેન્સિ) *n*.Sharpness:તીક્ષ્ણતા; તીખાટ; કરડાસ; ઝમઝમાટ.

Pungent, (પંજેન્ટ્) *a*. [L. *pungo*, I prick.] Pricking; biting:તીવ્ર; તીક્ષ્ણ;તીખું;ઝમઝમતું; કરડું. 2. Painful; severe: દુઃખ લગાડે એવું; કડવું; સખ્ત.

Punic,(પ્યૂનિક્)*a*. [L.] Pertaining to the ancient Carthaginians: કાર્થેજીનીઅનલોકનું-સંબંધી. 2. Faithless:દગલબાજી-ભરેલું.

Punish, (પનિશ્)*vt*. [L. *pœna*, penalty.] To chastise:સજા-શિક્ષા કરવી; નશિયત આપવી.

Punishable, (પનિશૅબલ્)*a*. Capable of being punished: શિક્ષાપાત્ર; સજાલાયક.

Punishment,(પનિશ્મેન્ટ્)*n*.Any pain inflicted on a person for a crime: શિક્ષા; દંડ; સજા. *Capital* **p**.: દેહાંતદંડ: ફાંસીની સજા.

Punitive,(પ્યૂનિટિવ્)*a*. Pertaining to punishment:શીક્ષાનું-સંબંધી; શિક્ષા દાખલનું.

Puny,(પ્યૂનિ) *a*.Petty:ઉતરતું; નાનું; હલકું.

Pup,(પપ્) *n*.[L.*pupus*, a child.] A puppy:કુરકુરીયું;ભોટીલું. *vi*. To bring forth:વિયાવું;જણવું.

Pupil,(પ્યૂપિલ્)*n*. [L. *pupilla*, the pupil of the eye.]The aperture in the iris:આંખની કીકી-પુતલી-તારો. *n*. [L. *pupus*, boy.] A scholar: શિષ્ય; નિશાલીઓ; ચેલો; વિદ્યાર્થી. 2. A ward: સગીર.

Pupilage,(પ્યુપિલેજ્) *n*. The state of being a pupil:શિષ્યદશા; શિષ્યાવસ્થા; ચેલાપણું.

Puppet, (પપેટ્)*n*. [L. *pupa*, a girl.] A doll: ઢીંગલું; પુતલું; ઢીંગલી. 2. One controlled in his action by the will of another:કોઈ ચલાવે તેમ ચાલનાર; કોઈનું રમકડું; પુતલું; સાધન.

Puppy, (પપિ) *n*. The young of a canine animal:કુરકરીયું; ભોટીલું.

Purblind, (પર્બ્લાઈન્ડ્) *a*. Dim sighted: ટુંકી નજરનું; ઝાંખું દેખનાર.

Purchase, (પર્ચેસ્) *vt*. To buy: વેચાતું લેવું; ખરીદવું; ખરીદ ક૦. 2. To obtain:સંપાદન ક૦; પ્રાપ્ત થવું; મેલવવું. *n*. The act of purchasing:સંપાદન; પ્રાપ્તિ; લાભ. 2. Buying for money:ખરીદી; ખરીદ;

માલ; મિલકત; સોદો.

Purchaser,(પરચેસર્)*n*. One who purchases: ઘરાક; ખરીદનાર; ખરીદદાર.

Pure,(પ્યૂર્) *a*.[L.*purus*,pure.] Clear;unmixed: સાફ; સ્વચ્છ; નિર્મલ; નિતરૂં; નરદમ; નરૂં; ખરૂં; અસલ; ચોખ્ખું; શુદ્ધ; કેવલ. 2. Innocent:નિર્દોષ; પવિત્ર;શુદ્ધ; પાક; સતી.

Purgation,(પરગેશન)*n*. The act of purging: કચરો કાઢી સાફ કરવું તે; શુદ્ધિકરણ. 2. The clearing of one's self from a crime:દોષ-પાપ નિવારણ;નિર્દોષકરણ; પ્રાયશ્ચિત.

Purgative,(પર્ગેટિવ્) *a*. Having the power of purging: જુલાબ લાગે એવું; રેચક. *n*. A purging medicine:જુલાબ; રેચ.

Purge (પર્જ્)*vt*.[L.*purus*,pure, & *ago*,I make.] To cleanse: શુદ્ધ-સ્વચ્છ-ચોખ્ખું-સાફ ક૦. 2. To operate on as a cathartic medicine:જુલાબ આપવો. 3. To clear from guilt:નિર્દોષ ઠેરવવું. *vi*.To become pure: ચોખ્ખું થવું. 2. To produce frequent evacuations:જુલાબ લાગવો;પેટ આવવાં;ઝાડા થવા.*n*. A cathartic:જુલાબ; રેચ.

Purification, (પ્યૂરિફિકેશન) *n*. The act of cleansing:સફાઇ;ચોખાઈ; સાફ-ચોખ્ખું ક૦ તે.

Purify,(પ્યૂરિફાઈ) *vt*. [L. *purus*, pure & *facio*, I make.]To make pure: ચોખ્ખું-સ્વચ્છ ક૦; સાફ-સફાઈદાર ક૦. 2. To free from guilt: નિર્દોષ ક૦; મુક્ત ક૦. *vi*. To grow pure:નિર્મલ-ચોખ્ખું થવું.

Puritan, (પ્યૂરિટન) *n*. One who advocated simpler forms of faith and worship:અસલ બાઈબલમાંજ કહેલું માનનાર માણસ; પાછલથી ઉમેરાયલી નવી ક્રિયાઓને ધિક્કારનાર.

Purity,(પ્યૂરિટિ) *n*.[L. *purus*, pure.] The condition of being pure: ચોખાઈ; સફાઈ; સુઘડાઈ. 2. Innocence:નિર્દોષપણું; પાકદીલી; નેકી.

Purlieu,(પર્લ્યૂ)*n*.Outer portion of any place: આજુબાજુનો ભાગ.

Purloin, (પરલૉઇન)*vt*. & *vi*. To steal: ચોરવું; ચોરી-ઉઠાવી જવું.

Purple,(પર્પલ)*n*.A very dark-red color:જાંબુઓ રંગ. 2.(*a*)Cloth of a purple color:જાંબુડા રંગનું કપડું. *a*. Of a deep red color: જાંબુઆ રંગનું;જાંબુડું.*vt*. To make purple:જાંબુઓ રંગ કરવો.

Purport, (પરપોર્ટ્) *n*. [L.*pro*,&*porto* I bear.] Meaning: મતલબ; તાત્પર્ય; હાંસલ; ભાવાર્થ. *vt*. To mean:મતલબ-ભાવાર્થ હોવો.

Purpose,(પરપૉસ્) *n*. [L. *pro*, before& *pono*, I place.] Intention: ધારણા; વિચાર; મતલબ; હેતુ; ઇચ્છા. *To no* **p**.: વ્યર્થ; નકામું. *vt*. *& vi*. To intend: વિચાર કરવો-રાખવો; ધારવું; વિચાર હોવો.

Purposeless,(પરપૉસલેસ્) *a*.Aimless:નિરર્થક; નકામું.

Purposely,(પરપૉસ્લિ)*adv*.Intentionally:જાણી જોઈને-બુજીને; હાથે કરીને.

Purr,(પર) *vi*. To murmur as a cat:મિયાઉં મિયાઉં ક૦. *n*. The low murmuring sound made by a cat: મ્યાઉં મ્યાઉં.

Purse, (પર્સ) *n*. (*a*) A small bag:કોથળી;થેલી.2. A treasury:ખજાનો; તીજોરી. 3. A sum of money offered as a prize: ભેટ આપેલી રકમ. *Light or empty* **p**., poverty:ખાલી ખીસાં;નિર્ધનતા. *Long or heavy* **p**., wealth:આબાદી; ધન; દોલત. **P**. *pride*: ધનવર્ગ;પૈસાનો તોર-ગરમી.*vt*.To put into a purse: કોથળી-થેલીમાં મુકવું-ભરવું.

Purse-proud, (પર્સ-પ્રાઉડ્) *a*. Affected with purse pride:પૈસાના જોરે-ગરમીવાળું;દોલતની તુમાખી રાખનાર.

Purser,(પર્સર)*n*.A clerk on steam passenger vessels:વહાણમાંનો હીસાબી કારકુન.

Pursuance,(પરસ્યૂઍન્સ્) *n*. Consequence:પરિણામ; પ્રમાણ.*In* **p** *of*,in accordance with:મુજબ; પ્રમાણે; અનુસાર: લીધે.

Pursuant,(પરર્યુઍન્ટ્) *a*. Agreeable:અનુસરતું; અનુસારી; પ્રમાણેનું;મુજબનું.

Pursue,(પરસ્યૂ) *vt*.[L. *pro*, forward & *sequor*, I follow.]To chase:પાછળ લાગવું-પડવું;પુઠેલાગવું; પુંઠ પકડવી.2.To seek: મેળવવાનો ઉદ્યોગ કરવો;પ્રયત્ન-યત્ન ચલાવવો-કરવો.3.To imitate:કોઇને પગલેપગલે ચાલવું; કોઇ કરે તેમ ક૦; કોઇનો દાખલો પકડવો-ધરવો. 4.To persecute: કોઇનો દાખલો પકડવો-ધરવો; હેરાન ક૦; પુંઠ-કેડો લેવો.

Pursuit,(પરર્યૂટ્)*n*. Chase: પુંઠ;કેડો. 2. Following with a view to reach: ઉદ્યોગ; કોશિશ; પ્રયત્ન; યત્ન. 3. Business: ઉદ્યમ; વ્યાપાર.

Purulence, (પ્યૂરુલૅન્સ્) *n*. (*a*) The state of being purulent: પોક ચઢવો તે; પરૂ થવું-ભરાવું તે. (*b*) The pus itself: પરૂ; પાચ.

Purvey, (પર્વે) *vt*. [L. *pro*, & *video* I see.] To furnish with provisions: ખોરાક સામાન પુરો પાડવો. 2. To procure: મેળવવું;સંપાદન-પ્રાપ્ત ક૦; આણવું; લાવવું. *vi*. To purchase provisions: ખોરાક વેચાતો લેવો.

Purveyor, (પરવેઑર) *n*. A caterer: ખોરાક પુરો પાડનાર; મોદી. 2. A procurer: ભડવો; કુટણો.

Purview, (પર્વ્યૂ) *n*. Scope; extent: સત્તા; હકુમત; હદ; વિસ્તાર.

Pus, (પસ્) *n*. White matter of a sore: પરૂ; [પાચ; રસી.

Push, (પુશ્)*vt*. [L. *pello*, I push.]To drive by pressure: હડસેલવું; ધકેલવું; ધક્કો ગોદો મારવો. 2. To urge: ગોદવું; ઉશ્કેરવું; ધકેલવું. *vi*. To make a thrust: ગોદો મારવો; ધક્કો દેવો. 2. To make an attack: ધસારો-હલ્લો-ક૦; ધસવું. 3. To burst out: ફુટવું; ખીલવું. *n*. A thrust: ગોદો; ધકેલો; હડસેલો; ઠોંસો; ઠેસ; ધક્કો. 2. An assault: ધસારો: હલ્લો.

Pushing, (પુશિંગ્)*a*. Energetic: હિમ્મત-ઉત્સાહ-ઉમંગ-છાતીવાળું; ઉદ્યમી; ઉદ્યોગી; સાહસિક.

Pusillanimity,(પ્યૂસિલૅનિમિટિ) *n*. Timidity: બીકણપણું; બાયલાપણું.

Pusillanimous,(પ્યૂસિલૅનિમસ્) *a*.[L. *pusillus*, very little & *animus*, the mind.] Cowardly: બીકણ; બાયલો; નરમ; પોચું.

Puss,(પુસ્)*n*. A cat: બિલાડી. 2. A hare: સસલું.

Pussy,(પુસિ) *n*. A pet name for a cat: પાલેલી બિલાડી. [કોલ્લો-લ્લી.

Pustule, *n*. A small pimple containing pus:

Put, (પુટ્) [L. *pono*, I put.] *vt*. To place: મુકવું; મુકવું; રાખવું. *To* **p.** *away*, (*a*) To expel: ખસેડવું; કાઢવું; કાઢી મુકવું. *To* **p.** *back*, To hinder; to delay: ઢીલ કo; અટકાવવું; રોકવું. (*b*) To set to an earlier hour: ઘડિયાલનો કાંટો ઉલટો ફેરવવો. *To* **p.** *by*. (*a*) To thrust aside: એક કોરે-ખુણે નાખવું; ખોલએ નાખવું. (*b*) To store up: ઉંચું મુકવું; ભરી રાખવું. *To* **p.** *down*, (*a*) To lower: ઉતારવું; ઘટાડવું; ઝાંખું પાડવું. (*b*) To suppress; to abolish: બેસાડી -દાબી દેવું-નાખવું; રદ્દ-ખાતલ કo; કમી કo. *To* **p.** *forth*, (*a*) To thrust out: લંબાવવું; આગલ ધરવું. (*b*) To manifest: દેખાડવું; જણાવવું; બતાવવું; કાઢવું. (*c*) To publish: પ્રકટ-પ્રસિદ્ધ કo; બહાર પાડવું. *To* **p.** *forwrrd*, (*a*) To promote: ચઢાવવું; વધારવું; આગલ પાડવું; મદદ કo. (*b*) To set, as the hands of a clock: ઘડિયાલનો કાંટો આગલ ફેરવવો. *To* **p.** *in mind*, To remind: યાદ દેવડાવવું. *To* **p.** *off*, (*a*) To disappoint: નાસિપાસ કo; નિષ્ફલ કo; નાઉમેદ કo; ઉડાવવું. (*b*) To postpone: ઢીલ કo; મુલતવી રાખવું. *To* **p.** *on-upon*, (*a*) To assume: ઘાલવું; ધારણ કo; પહેરવું. *To* **p.** *out*, (*a*) To eject: કાઢવું; હાંકી મૂકવું. (*b*) To extinguish: ઓલવી-છાંટી-બુઝાવી નાંખવું. (*c*) To displease; to vex: ગુસ્સે કo; ચીડવવું; ખોટું-માઠું લગાડવું. (*d*) To confuse: ગભરાવી નાંખવું; ગભરાવવું. *To* **p.** *over*, (*a*) To place in authority over: અધિકાર આપવો; ઉપરી બનાવવું. *To* **p.**, *through*, To accomplish: પાર પાડવું; સંપૂર્ણ કo; પુરું કo. *To* **p.** *to death*, to kill; મારી નાંખવું. *To* **p.** *two sums together*, to draw an inference: અનુમાન કાઢવું; મનસુબો-વિચાર કo. *To* **p.** *to it*, to perplex: દાબવું; ગુચવવું; ગુચવાડામાં નાંખવુ. *To* **p.** *to the sword*, to kill with the sword: કાપી-મારી નાખવું. *To* **p.** *up*, (*a*) to overlook: દરગુજર કo; અખાડા કo. (*b*) To build: બાંધવું; તૈયાર કo; ઉભું કo. (*c*) To instigate: ઉશ્કેરવું; ચઢાવવું. (*d*) To lodge: ઉતારો-મુકામ આપવો; ઉતારવું. *vi*. To turn: હંકારવું; જવું; વલવું. *To* **p** *about*: બીજી તરફ જવું-વલવું. *To* **p.** *back*, to return: પાછું ફરવું. *To* **p.** *forth*, (*a*) to germinate: ફુટવું; બહાર નીકલવું; ઉપર આવવું; દેખાવું. (*b*) To leave a port: બંદરમાંથી નિકલવું. *To* **p** *to* sea. to set sail: વહાણ હંકારવું; દરિયાની મુસાફરી શરૂ કo. *To* **p.** *up*, to lodge: ઉતારો-પડાવ-મુકામ કo; ઉતરવું. *To* **p.** *up with*, (*a*) to overlook: અખાડા-દરગુજર કo; જવા દેવું; જતું મુકવું. (*b*) To endure: ખમવું; સહન કo.

Putrefaction, (પ્યૂટ્રીફૅક્શન) *n*. Corruption: સલો; કહોવાટ; સડો.

Putrefy, (પ્યૂટ્રીફાઈ) *vt*. [L. *putris*, rotten & *facio*, I make.] To corrupt: કહોવાડી-સલાવી નાખવું; કહોવાડવું; બગાડવું; મલિન-મેલું કo. *vi*. To rot: કોહોઈ જવું; સડી-ગંધાઈ ઉઠવું.

Putrid, (પ્યુટ્રિડ્) *a*. [L. *putris*, rotten.] Rotten: સડેલું; કોહી ગએલું.

Putridity, (પ્યૂટ્રિડિટિ) *n*. The quality or state of being putrid: સલો; કહોવાટ.

Putty, (પટિ) *n*. A kind of thick paste: કાચ બેસાડવાની લાંબી. *vi*. To cement with putty: લાંબા લગાડવી.

Puzzle, (પઝલ્) *n*. Something which perplexes: સામાને ગુંચવનાર વસ્તુ-વિષય; સમસ્યા; ઉખાણું; કરામત; કુટ. 2. Perplexity: ગુંચવણ; ગુંચવાડો. *vt*. To confuse: ગુંચવવું; ગુંચવણમાં નાંખવું; ભમાવવું. 2. To make intricate: ગુંચવણભર્યું કo.

Pygmy, (પગ્મિ) *n*. A short person: વેંતીયુ માણસ; ઠીંગણો; વામનજી.

Pyramid, (પિરૅમિડ્) *a*. A solid body standing on a triangular square and terminating in a point at the top: મિનારો.

Pyramidal-dical, (પિરૅમિડૅલ-ડિકૅલ્) *a*. Pertaining to a pyramid: મિનારા સબંધી; શિખરી.

Pyre, (પાઇર્) *n*. [Gr. *pur*, fire.] A funeral pile: ચિતા; ચેહ.

Pyriform, (પાઈરિફોર્મ્) *a*. [L. *pirum*, a pear.] Pearshaped: પેરના આકારનું.

Pyrometer, (પાઈરૉમેટર્) *n*. An instrument used for measuring the expansion of solid bodies by heat: નક્કર પદાર્થનો ગરમીથી થયેલો વિસ્તાર માપવાનું યંત્ર.

Pyrotechny, (પાઈરોટૅક્નિ) *n*. The art of making fire-works: આતસબાજી; અગ્નિશાસ્ત્ર.

Q.

Q, The seventeenth letter of the English alphabet: ઈંગ્રેજી મુલાક્ષરનો સતરમો અક્ષર; એનો ગૂજરાતી ઉચ્ચાર 'ક્વ' કે 'ક' થાય છે.

Quack, (ક્વૅક્) *vi*. To cry like a duck: બતકની માફક બોલવું. 2. To boast: પતરાજી કo. 3. To practice as a quack: ઉંટવૈદું કo. *n*. The cry of the duck: બતકનું બોલવું. 2. A boastful pretender to medical skill: નીમ હકીમ; ઉંટવૈદ.

Quackery, (ક્વૅકરિ) *n*. The practice of a quack: નીમહકીમું; ઉંટવૈદું.

Quadrangle, (ક્વૉડ્રૅંગ્ગલ્) *n*. [L. *quatuor* four & *angulus*, an angle.] A plane having four angles and four sides: ચારખુણાવાળી આકૃતિ; ચોખુણ આકૃતિ; ચતુષ્કોણ. 2. A square inclosure: ચોક.

Quadrangular, (ક્વૉડ્રૅન્ગ્યૂલર) *a*. Having four angles and four sides: ચોખુણ; ચોરસ; ચોખંડ; ચારખુણાવાલું.

Quadrant, (ક્વૉડ્રૅન્ટ્) *n*. [L. *quadrans-antis*, a fourth part.] The fourth part: ચોથો ભાગ.

Quadratic, (ક્વૉડ્રૅટિક્) *a*. Pertaining to a square: ચતુષ્કોણ સંબંધી. 2. Equation: વર્ગસમીકરણ.

Quadrennial, (ક્વૉડ્રૅનિઅૅલ) *a*. [L. *quatuor*, four & *annus*, a year.] Once in four years: ચાર ચાર વરસે આવતું; ચોસાલી; ચાર વરસનું.

Quadrilateral, (ક્વૉડ્રિલૅટરૅલ) *a*. [L. *quatuor*, four & *latus*, a side.] Having four sides:

ચાર બાજુવાળુ;ચોખુણ.

Quadrille,(કવૉડ્રિલ)*n.* [L.*quadra*, a square.] A kind of dance: એક પ્રકારનો નાચ.

Quadrisyllable,(કવૉડ્રિસિલૅબલ) *n.* A word consisting of four syllables: ચાર વર્ણનો શબ્દ.

Quadrumanous, (કવૉડ્રૂમૅનસ) *a.* Having four hands: વાંદરાની જાતનું; ચાર હાથવાળું.

Quadruped, (કવૉડ્રૂપેડ્) *n* [L. *quatuor*, four & *pes, pedis*, a foot.] An animal having four feet: ચોપગું; પશુ; ઢોર; ચોપગું પ્રાણી.

Quadruple, (કવૉડ્રૂપલ) *a.* Fourfold: ચાર ઘણું; ચોગણું. *vt.* To multiply by four: ચોગણું-ચારગણું ક૦.

Quadruplicate, (કવૉડ્રૂપ્લિકેટ્)*vt* To make fourfold: ચારગણું-ચોગણું ક૦.

Quaff, (કવૉફ્) *vt.* & *vi.* [Gr. *kuo*, I hold.] To drink with relish, ગટગટ પીવું; ઠાંસી જવું; ગટગટાવી જવું.

Quaggy, (કવૅગિ) *a.* Of the nature of a quagmire: પગ પેસી જાય એવું; નરમ; પોચું.

Quagmire, (કવૅગ્માઇર્) *n.* Soft, wet, miry land: પગ પેસી જાય એવી પોચી જમીન.

Quail, (કવેલ) *vi.* To lose heart: નાઉમેદ થવું; નાહિમ્મત થવું; હિમ્મત હારવી.

Quaint, (કવેન્ટ્) *a.* [L. *cognitus*, known.] Odd; whimsical: વિચિત્ર; વિલક્ષણ; તરેહવાર; ઓર; અજબ જેવું.

Quake,(કવેક્) *vi.* To shudder; to tremble: કંપવું; ધ્રુજવું; ધૂજારી આવવી; થરથરવું.

Qualification, (કવૉલિફિકેશન) *n.* Requisite capacity: ગુણ; લાયકી; યોગ્યતા; લાયકાત. 2. Abatement: ઘટ; ફેરફેર; ફેરફાર; ઘટારો.

Qualified, (કવૉલિફાઇડ્) *a.* Fitted by accomplishments: ગુણ-લાયકીવાળું; યોગ્ય; લાયક.

Qualify, (કવૉલિફાઇ) *vt.* [L. *qualis*, of what kind & *facio*, I make.] To fit; to make capable: યોગ્યતા-ગુણ-લાયકી આપવી; અધિકાર આપવો; યોગ્ય-લાયક ક૦. 2. To restrict; to limit: ફેરફાર ક૦; હદ બાંધવી. 3. To soften; to abate; કમી-ઓછું ક૦; નરમ પાડવું-ક૦; બલ-જોર ઘટાડવું; શાંત ક૦. *vi.* To be qualified: લાયક-યોગ્ય થવું.

Quality, (કવૉલિટિ) *n.* Character; sort; rank: ગુણ; ધર્મ; જાત; ખાસીયત; પ્રકાર; સ્વભાવ.

Qualm, (કવૉમ્)*n.* Uneasiness of conscience; compunction: બલાપો; ખરખરો; વતવતો.

Qualmish, (કવૉમિશ્) *a.* Inclined to vomit: મોલ-ઓકારી આવે એવું; ઉલટી કરનારું.

Quantity, (કવૉન્ટિટિ) *n.* [L. *quantus*, how great.] A sum: રકમ; રૂપ; રાશી. 2. A large portion: જથ્થો; ઢગલો; ઢગ. *A small* q.: થોડુંક. *A large* q. ઘણું; પુષ્કલ. *Known* q.: વ્યક્તરાશિ. *Unknown* q.: અવ્યક્તરાશિ.

Quarantine, (કવૉરૅન્ટાઇન) *n.* [L. *quatuor*, four.] A space of forty days: ચાળીસ દિવસની મુદ્દત. 2. A restraint of intercourse: ચાળીસ દિવસ સુધી આવજા કે બીજા વહેવારની મનાઈ; ચિલ્લો. Q. *flag:* વહાણમાં ચેપી રોગ છે એમ જણાવવાને માટે ચઢાવેલો પીળો વાવટો. *vt.* To compel to remain at a distance: છુટું રહેવા ફરજ પાડવી.

Quarrel, (કવૉરેલ) *n.* [L. *queror*, I complain.] A breach of friendship: બેબનાવ; અણબનાવ; કજિયો; કંકાસ; વઢવાઢ; બિગાડ; ઝઘડો; ટંટો. *vi.* To disagree: બે બનાવ-અણબનાવ હોવો; તૂટહોવી-થવી. 2. To fight: લઢવું; કજીયો-ટંટો ક૦; ભાંડવું; ઝઘડો ક૦.

Quarrelsome, (કવૉરેલ્સમ્) *a.* Brawling: કજીઆ-ટંટાખોર; વઢકણું.

Quarry, (કવૉરિ) *n.* [L. *quadratus*, square.] *n.* A place where stones are dug: પથ્થરની ખાણ. *vt.* To dig from a quarry: પથ્થર ખોદી કાઢવો.

Quart, (કવૉર્ટ્) *n.* [L. *quartus*, the fourth.] A measure of capacity, both in dry and in liquid measure: એક જાતનું માપ; કવાર્ટઝ; બશેર.

Quartan, (કવૉર્ટન)*a.*[L. *quartus*, the fourth.] Pertaining to the fourth: ચાર ચાર દિવસનું; ચોથિયું. *n.* An intermittent fever which returns every fourth day: ચોથીઓ તાવ.

Quarter, (કવૉર્ટર્) *n.* [L. *quartus*, the fourth.] A fourth part: ચોથો ભાગ; પા; ચતુર્થાંશ. (*a*) The fourth of a hundred-weight: ૨૮ રતલ અથવા એક મણ. (*b*) A direction: દિશા; બાજુ; તરફ. (*c*) A territory: દેશ; પ્રદેશ; સ્થાન. (*d*) A division of a town: વાસ; વાડો; વસ્તિ; મહોલ્લો; પરું; ફલિયું. 2. Proper station: સ્થલ; ઠામ; મુકામ; રહેઠાણ; પડાવ. (*b*) Treatment shown by an enemy; mercy: દયા; જીવતદાન; કૃપા. *To keep* q.s, to be on good terms with: સંપ-સુલેહ રાખવી; દોસ્તી હોવી; મેલ હોવો. *To give or show* q., To forbear to kill: જીવતદાન આપવું. *vt.* To divide into four equal parts: ચાર સરખા ભાગ ક૦. 2. To furnish with shelter: મુકામ-પડાવ આપવો; ઉતરવાની જગા આપવી. *vi.* To lodge: ઉતરવું; મુકામ ક૦-રાખવો.

Quarterly, (કવૉર્ટર્લિ) *adv.* By quarters: ત્રણ ત્રણ માસે. *a.* Containing or consisting of a fourth part: ચોથો ભાગ હોય તેવું; ત્રિમાસિક; ત્રણ ત્રણ મહિને થતું-બનતું. *n.* A periodical work published once a quarter: ત્રિમાસિક ચોપાનિયું-પુસ્તક-વર્તમાનપત્ર.

Quarter-master, (કવૉર્ટર્-મૅસ્ટર્) *n.* An officer whose duty is to provide quarters for a regiment: સિપાઈઓના મુકામ અને ખાવા પીવા વગેરેનો બંદોબસ્ત રાખનાર અમલદાર.

Quartette,(કવૉર્ટેટ્)*n.* A verse of four lines: ચાર લીટીનું કડવું-પદ.

Quarto, (કવૉર્ટો) *a.* [L. *quartus*, the fourth.] Having four leaves to the sheet: એક તાવના ચાર પાનાંવાળું. *n.* A book of a quarto size: પા તાવના કદની ચોપડી.

Quartz, (કવૉર્ટ્સ્) *n.* A form of silica: કાચમણી; ચકમક. *Milky* q.: લસણીઓ.

Quash, (કવૉશ્) *vt.* [L. *cassus* empty.] To annul or make void: રદ ક૦; નામંજુર-બાતલ ક૦. *vt.* To crush: છુંદી-કચરી નાંખવું. 2. To subdue: નરમ પાડવું; દાબી દેવું; બેસાડી દેવું.

Quasi, (કવેસાઈ) As if; as though: જાણે કે; જેવું.

Quaver, (ક્વેવર) *vi.* To tremble: થરથરવું; ધ્રુજવું; ધ્રુજતો અવાજ કાઢવો. *n.* A vibration, of the voice: ધ્રુજતો સૂર-અવાજ; થડકાટ. [ઓવારો.

Quay, (કી) *n.* A wharf: બંદર; ડક્કો; ઘાટ; આરો;

Quayage, (કીએજ્) *n.* Wharfage: બંદરનું ભાડું; ડક્કાવેરો.

Queen, (ક્વીન્) *n.* The wife of a king: રાણી; બેગમ. 2. A piece in a set of chessmen: વજીર; પ્રધાન. 3. A playing card bearing the picture of a queen: રમવાનાં પાનાંમાંની રાણી. Q. *consort*: રાજકર્તા રાજાની રાણી. Q. *dowager*, the widow of a king: રાજાની વિધવારાણી.

Queenly, (ક્વીન્લિ) *a.* Becoming a queen: રાણીયોગ્ય; રાણી જેવું; રાણીને છાજતું.

Queen'smetal, (ક્વીન્ઝ્મેટલ્) *n.* An alloy of tin & lead or copper: કાંસુ.

Queer, (ક્વીર્) *a.* [L. *torquio*, I twist.] Odd; singular: તરેહવાર; વિચિત્ર; ઓર; અજબ જેવું.

Quell, (ક્વેલ) *vt.* To quiet: શાંત કo; નરમ પાડવું; બંધ પાડવું. 2. To subdue: તાબે કo; બેસાડી દેવું; હોલવવું.

Quench, (ક્વેંચ) *vt.* To extinguish: હોલવવું; બુઝાવવું. 2. To cool; શાંત પાડવું; મટાડવું; છિપાવવું.

Querist, (ક્વીરિસ્ટ્) *n.* One who inquires: પૂછપરછ કરનાર; સવાલ પૂછનાર.

Querulous, (ક્વેર્યૂલસ્) *a.* [L. *quero*, I complain.] Complaining: ખખડતું; કકલતું; અસંતોષી.

Query, (ક્વીરિ) *n* [L. *quæro*, I seek.] A question: પ્રશ્ન; સવાલ. A doubt: સંદેહ; શંકા; શક. 3. An interrogation point: સવાલની નિશાની-ટાંપ; પ્રશ્નચિન્હ. *vi.* & *vt.* To ask questions: સવાલ પૂછવા. 2. To have a doubt: સંદેહ-શક-શંકા હોવી.

Quest, (ક્વેસ્ટ્) *n.* Search: શોધ; તલ્લાસ; તપાસ; ખોલ.

Question, (ક્વેસ્ટ્યોન) *n.* [L. *quero*, I seek.] Interrogation: પ્રશ્ન; સવાલ. 2. (*a*) Discussion: વાદ; વાદવિવાદ; તકરાર. (*b*) Objection; doubt: વાંધો; હરકત; શંકા; સંદેહ; સંશય; શક. 3. Investigation: તપાસ; તલાસ; પરીક્ષા. *Out of* q., unquestionably: નિ:સંદેહ; બેશક; અલબત્ત. *Out of the* q., quite impossible: અશક્ય; ન બને તેવું; અયોગ્ય. *To call in* q.: વાંધો ઉઠાવવો; નામંજૂર રાખવું; તકરાર લેવી-કo. *vi.* To ask questions: સવાલ પૂછવા. 2. To argue: તકરાર કરવી. *vt.* To inquire: પૂછપરછ કo; પૂછવું. 2. To doubt: સંશય-શક હોવો-થવો. 3. To raise a question about: તકરાર-સવાલ ઉઠાવવો.

Questionable, (ક્વેસ્ટ્યોનેબલ્) *a.* Doubtful: શક ભરેલું-આવે એવું; અણઘટતું; નાલાયક.

Quibble, (ક્વિબલ) *n.* An evasion: બહાનું; ઉડાવવાની તદબીર. *vi.* To trifle in argument: યુક્તિથી ઉડાવવું; વાત ઉડાવવી; બહાનું કાઢવું.

Quibbler, (ક્વિબ્લર્) *n.* A caviler: વાત ઉડાવનાર; બહાના કાઢનાર.

Quick, (ક્વિક્) *a.* [L. *vivus*, living.] Alive: જીવતું; સચેત; સજીવન. 2. Brisk; sprightly; ready: ચપલ; ચંચલ; ચાલાક; હુંશિયાર. 3. Speedy; swift: ઉતાવલું; ઝટપટીઉં. 4. Impatient: અધીરું; આતુર. 5. Sensitive: લાગણીવાલું; તીવ્ર. Pregnant: ગર્ભવંતું; સગર્ભા. Q. *with child*: પેટમાં હાલતું ફરતું છોકરું હોય તેવી સ્થિતિ. *adv.* Promptly: જલદી; ઉતાવલે; તાકીદે. *To touch to the* q.: ચટકો લગાડવો; ઝાટકો-ઝાલ લગાડવી.

Quicken, (ક્વિકન્) *vt.* (*a*) To make alive: જીવતું-સજીવન કo; જાગૃત કo. 2. To hasten: ઉતાવલ-ઝડપ કરવી; ગતિ વધારવી. *vi.* To come to life: જીવતું થવું; જીવ આવવો; (ગર્ભનું) હાલવું-ચાલવું.

Quick-lime, (ક્વિક્-લાઈમ્) *a.* unslacked lime: કલીચૂનો.

Quickly, (ક્વિક્લિ) *adv.* Speedily: જલદી-ઉતાવલથી; તાબડતોબ; સેતાબ.

Quickness, (ક્વિક્નેસ્) *n.* Briskness: ચાલાકી; ચપલતા. (*b*) Speed: ઉતાવલ; ઝડપ. 3. Acuteness: હોંશીઆરી; ખબરદારી; ચપલાઈ.

Quick-sand, (ક્વિક્સૅન્ડ્) *n.* Sand readily yielding to pressure: પગ પેસી જાય એવી રેતી.

Quick-sighted, (ક્વિક્સાઇટેડ્) *a.* Having quick sight: બારીક-ઝીણી-તેજ નજરનું-વાલું; લાંબી પોહોંચ-નજરનું.

Quick-silver, (ક્વિક્સિલ્વર્) *n.* Mercury: પારો.

Quick-witted, (ક્વિક્વિટેડ્) *a.* Having ready wit: હાજરજવાબી.

Quiescence-cy, (ક્વાઈએસૅન્સ્-ન્સિ) *n.* Rest of mind: નિરાંત; શાંતિ.

Quiescent, (ક્વાઈએસૅન્ટ્) *a.* Not moving; quiet: શાંત; હાલેચાલે નહીં એવું; સ્થિર; દબાયલું; પડી રહેલું.

Quiet, (ક્વાઈએટ્) *a.* [L. *quies*, rest.] Still: શાંત; સ્વસ્થ; સ્થિર. 2. Gentle; meek: નરમ; ગરીબ; સાલસ; ભલું; રાંક; સંતોષી; સાદું. *n.* Peace; repose: શાંતતા; ચેન; વિશ્રામ; નિરાંત; આરામ; સલાહ શાંતિ; સમાધાની. *In* q.; quietly: છાનામાના; મુંગેમોઢે; બોલ્યા વગર. *vt.* To still: સ્થિર કo; બંધ પાડવું. 2. To calm; શાંત-નરમ પાડવું; મટાડવું; ઘટાડવું. *vi.* To become still: શાંત થવું.

Quietly, (ક્વાઈએટ્લિ) *adv.* In a quiet manner: ગુપચુપ; છાનામાના; મુંગેમોઢે. 2. Peaceably: નિરાંતે; સ્વસ્થપણે; સુખચેનથી; ઠંડે પેટે.

Quietude, (ક્વાઈએટ્યૂડ્) *n.* Rest; repose; peace: નિરાંત; ચેન; શાંતી; સ્વસ્થતા.

Quill, (ક્વિલ) *n.* [L. *culmus*, a reed.] A pen made of a feather: કલમ; લેખણી; કવીલ. 2. A spine of the porcupine: શાહુડીનું સીસોલીયું.

Quill-driver, (ક્વિલ્-ડ્રાઇવર્) *n.* A writer: કારકુન; લખનાર.

Quilt, (ક્વિલ્ટ્) *n.* [L. *culcita*, a bed.] A quilted bed cover: ગોદડું; તલાઈ; સુજની; રજાઈ. *vt.* To stitch together: ધાંક આરવી; સીવવું. 2. To wad: ભરવું.

Quinine, (ક્વિનાઇન) *n.* An alkaloid extracted from the bark of the cinchona tree: ક્વીનાઇન; તાવપર અપાતી દવા.

Quinquennial, (ક્વિન્ક્વેનિઍલ) *a.* [L. *quinque*, five & *annus*, year.] Occurring once in five year: પાંચ પાંચ વરસે આવતું; પંચવાર્ષિક; પાંચસાલી.

Quinsy, (ક્વિન્ઝિ) *n.* [L. *cynanche* a sort of

sore throat.] An inflammation of the throat: સરકમ; સરદી; સલેખમ.

Quintessence, (ક્વિન્ટેસેન્સ) *n.* [L. *quinta essentia*, fifth essence.] An extract from anything: સારાંસ; અર્ક; તત્વ.

Quire, (ક્વાઇર્) *n.* A collection of twentyfour sheets of paper: ઘા; દસ્તો; ધાયો.

Quit, (ક્વિટ્) *a.* [L. *quies*, rest] Free: મુક્ત; મોકલું; છુટું. *vt.* To free; to relieve: છુટું ક૰; છોડવું; મુક્ત ક૰. 2. To repay: પાછું ભરી દેવું; વાલી આપવું–દેવું; ફીટાડવું. 3. To forsake: અટકવું; બંધ રહેવું; છોડવું. 4. to depart: જતા રહેવું; અટકવું; બંધ થવું.

Quite, (ક્વાઇટ્) *adv.* Wholly; entirely: છેક; બિલકુલ; કેવલ; તમામ; તદન.

Quit-rent, (ક્વિટ્રેન્ટ્) *n.* A rent, by which the tenant is quit from other service: જે રકમ ભરીઆથી સઘલી જોખમદારીમાંથી છુટું થવાય તે.

Quits, (ક્વિટ્સ્) *interj.* Evenness: બરાબરી. *To be* q. બરોબર સરખું થવું–હોવું; ફીટી જવું.

Quittance, (ક્વિટૅન્સ્) *n.* Discharge from a debt: છુટકારો; મોકલાસ. *Deed of* q ફારગતી.

Quiver, (ક્વિવર્) *vi.* To tremble: ધ્રુજવું; કાંપવું; થરથરવું; ફરકવું.

Quixotic, (ક્વિક્સૉટિક્) *a.* Romantic to absurdity: તરેહવાર; વિચિત્ર; અજબજેવું; ઢંગઢડા વગરનું.

Quorum, (ક્વોરમ્) *n.* A number of the members of any body sufficient to transact business: કામ ચલાવી શકે એટલા સભાસદો.

Quota, (ક્વોટૅ) *n.* [L. *quot*, how many.] A part or share: પાંતી; ભાગ; હીસ્સો; વાટો.

Quotation, (ક્વોટેશન્) *n.* That which is quoted: બીજા ગ્રંથમાંથી ઉતારેલું લખાણ; ઉતારો; ટાંચણ. 2. The current price: બજાર ભાવ. Q. *mark* ' ' (આવાં) અવતરણ ચિન્હ.

Quote, (ક્વોટ્) *vt.* To cite: ઉતારવું; ઉતારી લેવું; ટાંકવું. 2. To name the current price of: કિમ્મત કહેવી; બજારભાવ જણાવવો.

Quoth, (ક્વોથ્) *p.p.* Said; spoke: કહ્યું; બોલ્યો.

Quotidian, (ક્વોટિડિઅન્) *a.* [L. *quotus*, how many & *dies*, a day.] Occurring daily; રોજનું; રોજીંદું. *n.* The fever that returns daily: રોજ આવતો તાવ.

Quotient, (ક્વોશેન્ટ્) *n.* [L. *quoties*, how often.] The number resulting from the division of one number by another: ભાગાકાર; ભાગ.

R.

R. (આંર્) The eighteenth letter of the English Alphahet, is a vocal consonant: અંગ્રેજી મુલાક્ષરનો અઢારમો અક્ષર; ગુજરાતીમાં એનો ઉચ્ચાર 'ર્' થાય છે. *The three* Rs, a jocose expression for reading, writing and arithmetic: વાંચન, લેખન અને ગણિત.

Rabbit, (રૅબિટ્) *n.* A small species of the hare family: સસલું.

Rabble, (રૅબલ્) *n.* A mob: હલકા લોકોનું ટોળું–ભીડ; નીચ–અધમ લોકો. *a.* Disorderly: તોફાની; હુલ્લડી; બેફેદ.

Rabid, (રૅબિડ્) *a.* [L. *rabo*, I rave.] Furious; fanatical: ઝનુની; હુલ્લતી. 2. Mad: ઘેલું; હડકાયેલું.

Race, (રેસ્) *n.* [L. *radix*, a root.] A lineage; વંશ; જાત; ઓલાદ. 2. Company; herd: કૂલ; ખાનદાન; જાતિ; વર્ગ; જાત. 3. Characteristic quality: ખાસિયત; ખવાસ. *n.* A course; a progress: દોડ; માર્ગ; રસ્તો; ગતિમાર્ગ. 2. Trial of speed: શરત; હોડ. 3. Course of life: ચાલચલગત. R. *cloth*: વજન મુકવાની કોથરીવાલું શરતના ઘોડાને પહેરાવવાનું લુગડું–ઓઢો. R. *course*, શરતનું મેદાન. R. *horse*, શરતનો ઘોડો; ઘણો તેજ–પાણીદાર ઘોડો. *vi.* To run swiftly: ઝડપથી દોડવું.

Raceme, (રૅસીમ્) *n.* [L. *racemus*, a berry.] A flower cluster: ફુલનો ઝુમખો.

Racer, (રેસર્) *n.* One who races: શરતમાં દોડનાર; શરતનો ઘોડો.

Raciness, (રેસિનેસ્) *n.* The quality of being racy: સ્વાદિષ્ટ–રસીલાપણું; રસરસતાપણું.

Rack, (રૅક્) *n.* An engine of torture: ગુન્હો મનાવવા માટે શરીરે દુઃખ દેવાનું યંત્ર. (*b*) Extreme pain: અતિ વેદના; મહા દુઃખ–પીડા. (*c*) A frame on which articles are deposited: ઘોડી; ઘોડો. *To be on the* r., to suffer torture: દુઃખ-વેદના ખમવી; રિબાવું; પીડાવું. *To live at* r. *& manger*: પારકે પૈસે મોજ મારવી-દીવાલી ક૰. *To put to the* r., to subject to torture: દુઃખ દેવું; રિબાવવું. *vt.* To torture: દુઃખ દેવું; રિબાવવું; પીડવું. *To* r. *one's brains or wits*, to exert them to the utmost: માથાફૂટ ક૰; માથું ફોડવું.

Racket, (રેકેટ્) *n.* A variety of the game of tennis: એક જાતની દડાની રમત.

Racy, (રેસિ) *a.* (*a*) Having a strong flavor indicating origin: શેનું બનેલું છે તેનો સ્વાદ જણાઇ આવે એવું; ખવાસદાર. 2. Spirited: જુસ્સાદાર; રસીલું; રસરસતું.

Radiance-cy, (રેડિઍન્સ્-સિ) *n.* Brilliancy: તેજ; પ્રકાશ; ચલકાટ.

Radiant, (રેડિઍન્ટ્) *a.* [L. *radio*, I emit rays.] Shining; happy: પ્રકાશિત; ચકચકિત; તેજસ્વી; આનંદી; ખુશાલ.

Radiate, (રેડિએટ્) *vi.* & *vt.* To shine: પ્રકાશવું; ચલકવું. 2. To proceed in direct lines from a point: છૂટવું; ફેંકાવું; પ્રસરવું.

Radiation, (રેડિએશન્) *n.* The act of radiating: પ્રકાશ; કિરણ; ચલકાટ.

Radical, (રૅડિકૅલ્) *a.* [L. *radix*, a root.] Original: અસલનું; મૂલનું; જન્મનું; કુદરતી; સ્વાભાવિક; ખરેખરૂં; ખાતેનનું. R. *quantity*: જેની આગલ વર્ગમૂલ; ઘનમૂલ ઇ૰ ની નિશાની હોય તેવું પરિમાણ. *n.* A primitive word: મૂલ–અસાધિત શબ્દ. 2. A democrate: ફેરફાર કરી નાંખવાનો મત ધરાવનાર; સુધારાવાલો. The base of a compound: મૂલતત્વ; રજકણ.

Radicalism, (રૅડિકૅલિઝ્મ) *n.* The state of being radical: સુધારો વધારો–ફેરફાર–ઉથલપાથલ કરવાનો મત.

Radish, (રૅડિસ્) *n.* The pungent fleshy root of a well-known cruciferous plant: મુલો.

Radius, (રેડિઅસ્) *n.* A right line from the centre to the periphery: વ્યાસાર્ધ; ત્રિજ્યા.

Raffle, (રૅફલ) *n.* A kind of lottery: સોરટી. *vi.* To engage in raffle: સોરટી કાઢવી–માં મુકવું.

Raft, (રાફ્ટ્)*n.* Planks conveyed by water: તરાપો.

Rafter, (રાફ્ટર્) *n.* A beam supporting the roof: મોભ; ભારવટિઓ.

Rag, (રૅગ્) *n.* A shred: ચિંથરૂં; ફાટુંતૂટું લુગડું.

Ragamuffin, (રૅગૅમફિન્) *n.* A paltry fellow: નીચ–હલકું–અધમ–પાજી માણસ; ચિંથરિઓ; લફંગો.

Rage, (રૅજ્) *n.* [L. *rabo*, I rave.] Violent excitement: જુસ્સો; જોસ; આવેશ. 2. Fury: ક્રોધ; રોષ; ઝનુન; કેહેર; ગુસ્સો. 3. A violent or raging wind: સપાટો; સુસવાટો. 4. Extreme eagerness: ઇચ્છા; અતિહોંસ; હવસ. *vi.* To be furious; ગુસ્સે થવું; ક્રોધે ભરાવું; તપીજવું; રાતાપીલા થઈ જવું–પિત્તો ઉછલવો. 2. To be tumultuous: ખલભલવું; ખલભલી ઉઠવું; તોફાન થવું. 3. To ravage: અનર્થ–કેર–ગજબ કo–ગુજારવો; અતિશય દુઃખકારક–નાશકારક હોવું; ઘાણ કાઢી નાંખવો.

Ragged, (રૅગેડ્) *a.* Torn into rags: ફાટી તૂટી ગયેલું; ચિયરેહાલ 2. Rough: ખડબચડું; ઢેકા ઢૈયાવાળું.

Raging, (રેજિંગ્)*a.* Angry; stormy: ક્રોધાયમાન; ગુસ્સે ભરાયલું; તોફાની; ગાંડું; ભારે; જબર.

Raid, (રેડ્) *n.* A predatory incursion: લૂંટને સારૂં કરેલો હુમલો. 2. A sudden attack: ધસારો; ધાડ. *vt.* To make a raid: હુમલો કo.

Rail, (રેલ) *n.* A bar of timber or metal: કઠેરો; સલીયો; ગરાદ. 2. A bar of steel on which the wheels roll: આગગાડીની સડક–પાટો. *vi.* To inclose with rails: કઠેરો કરવો; સલીયા જડવા–ભરી લેવા. *vi.* To scoff: નિંદા કરવી; ગાલ દેવી; ગાલગલોચ કo; ખડખોદ કo.

Railing, (રેલિંગ્) *a.* Expressing reproach: ખડખોદ કરનારૂં; નિંદાખોરૂં. *n.* A barrier made of a rail or of rails: કઠેરો; કઠેરો.

Raillery, (રેલરિ) *n.* Banter: મજાક; મશ્કરી; ઠઠ્ઠો; [ચેષ્ટા.

Rail-road-way, (રેલરોડ્-ઉવે) *n.* A way laid with iron rails: આગગાડીની સડક.

Raiment, (રેમેન્ટ્) *n.* Garments: લુગડાં; વસ્ત્ર; કપડાં; પોશાક. *Food & r.*: ધાન લુગડાં; અન્ન વસ્ત્ર.

Rain, (રેન્) *n.* [L. *rigo* I water.] Water from the clouds: વરસાદ; વર્ષાદ; મેઘ. *Shower of r.*: ઝાપટું. *The rains*: ચોમાસુ. *vi.* To fall from the clouds: વરસાદ પડવો–વરસવો; વરસવું. *vt.* To bestow profusely: આપવું; વરસાવવું.

Rain-bow, (રેનબો) *n* A bow or arch exhibiting several colors: મેઘ ધનુષ; વરસાદની કમાન.

Rain-deer, (રેનડીર્) *n.* An animal: ઉત્તરમાં થતું એક જાતનું સાબર; રેન્ડીયર.

Rain-gauge, (રેનગેજ્) *n.* An instrument used for measuring rain: વરસાદ માપવાનું યંત્ર.

Rainy, (રેનિ) *a.* Abounding with rain: વરસાદનું–વાલું; ચોમાસાનું; વરસાદના દહાડાનું.

Raise, (રેઝ્) *vt.* To lift upward: ઉંચું કરવું; ઉચકવું; ઉપાડવું; ઉઠાડવું. (*a*) To promote: ચઢાવવું; વધારવું; મોટો દરજ્જો આપવો. (*b*) To excite; to intensify: બલ–જોર વેગ–ગતિ વધારવી; બલવાન કo; દમ–જોર આપવું; ઉશ્કેરવું; હિમ્મત આપવી. 2. To make upright: ઉભું–ઉંચું–સીધું કo. 3. To give rise to: જન્મ આપવો; ચલાવવું; શરૂ કo; ઉત્પન્ન–પેદા કo; ઉગાડવું. 4. (*a*) To build: બાંધવું; ઉઠાવવું; ઉભું કo. (*b*) To collect; to levy: એકઠું–ભેગું કo. (*c*) To utter: બોલવું. 5. To cause to swell: ફુલાવવું; ઉપસાવવું; ચઢાવવું. *To r. the wind*: કોઇ કામચલાઉ ઉપાયથી રોકડ નાણાં મેલવવાં. *To r. the devil*, to cause a great disturbance: પંચાત–મુસિબત ઉભી કo. *To r. a cry*: કિકિયારી મારવી; બુમાટો ઉઠાવવો.

Raisin, (રેઝિન્) *n.* [L. *racemus*, cluster of grapes] A dried grape: દ્રાક્ષ; દ્રાક્ષનો ઝુમખો; સુકી દરાખ.

Rake, (રેક્) *n.* An implement consisting of teeth and a long handle: દંતી; પાવડી; પંજેટી. *vt.* To collect with difficulty: એકઠું–સંગ્રહ–જમાવ કo. 2. To search through: તપાસ કo; શોધવું; તલ્લાસ કo. *n.* A rascal: લુચ્ચો; હરામખોર; રંડીબાજ.

Rally, (રૅલિ) *vt.* [L. *re*, *ad* & *ligo*, I bind.] To gather again: ફરી એકઠું કરવું; પાછો જમાવ કo. *vi.* To assemble: ભેગાં થવું. 2. To recover: તબિયત સુધરવી; પાછા તનદરોસ્ત થવું. 3. To recover in price: ભાવ વધવા; તેજી થવી.

Ram, (રૅમ) *n.* A male sheep: ઘેટો; મેંઢો; મેષ. 2. Aries, the sign of the zodiac: મેષરાશિ. 3. An engine of war used for battering: કિલ્લાની દીવાલ તોડવાનું હથીઆર. *vt.* To drive together: ઠાંસીને ઘાલવું; ઠાંસવું.

Ramble, (રૅમ્બલ) *vi.* To wander: ભટકવું; રખડવું; રઝળવું. 2. To talk or write in a discursive way: આડું ફાટવું; બેહેકવું; ઢંગધડા વગર બોલવું–લખવું. *n.* A excursoin for recreation: સહેલ.

Rambler, (રૅમ્બલર્) *n.* A wanderer: રખડનાર; ભટકનાર; સફરી.

Rambling, (રૅમ્બલિંગ્) *a.* Roving; રઝલતું; રખડતું; ભટકતું.

Ramification, (રૅમિફિકેશન્) *n.* A branch: શાખા; ડાલી; ફાંટો. 2. A division: ભાગ; વિભાગ; ખંડ.

Ramify, (રૅમિફાઇ) *vt.* [L. *ramus*, a branch & *facio*, I make.] To divide into branches: શાખા–ભાગ પાડવા; વિભાગ કo. *vi.* To shoot into branches: શાખા ફૂટવી; ફાંટા નિકલવા.

Ramp, (રૅમ્પ્) *vi.* To leap: કુદવું; કુદકા મારવા. *n.* A leap; ભૂસકો; કુદકો. 2. A robber: લુંટારો; વાટપાડુ; ધાડપાડુ. 3. A prostitute; રાંડ; વેશ્યા; કસબણ.

Rampancy, (રૅમ્પૅન્સિ) *n.* Exuberance; અતિ ફેલાવો; વધારો; વરસાદ; વૃષ્ટિ; ભરપૂરપણું.

Rampant, (રૅમ્પૅન્ટ્) *a.* [L. *repo*, I crawl.]

(*a*) Leaping: કુદતું; નાચતું. (*b*) Furious: વિકરાલ; ક્રોધી. 2. Ascending: ચઢતું; નિકલતું; વધતું.

Rampart, (રૅમ્પાર્ટ્)*n.*[L.*paro*, I prepare.] A bulwark: કોટ; કિલ્લો.

Rancid, (રૅન્સિડ્)*a.*[L. *ranceo*, I am rancid.] Having a putrid smell; musty: ખોરૂં; ઉભાયલું; ખાટું.

Rancidity-ness, (રૅન્સિડિટિ-નેસ્)*n.* A musty smell: ઉભ; ખોરાસ; ખટાસ.

Rancorous, (રૅન્કૉરસ્)*a.* Malicious: ખારીલું; દ્વેષી; ઝેરીલું; વૈરી; કીનાખોર.

Rancour, (રૅન્કૉર્) *n.* [L. *ranceo*, I stink.] Spite: ખુન્નસ, દ્વેષ; અદાવત; ઝેર; વેર; ખાર; કીનો.

Random, (રૅન્ડમ) *a.* Haphazard: ઠર ઠેકાણા-ઢંગધડા વગરનું; અલલટપ્પેનું. *At* **r.**: ઢંગધડા-ઠરઠેકાણા વગર; અલલટપ્પે.

Rang, (રૅન્ગ્) *imp.* of **Ring**: અવાજ થયો; વાગ્યું.

Range, (રેન્જ્) *vt.* To set in a row: હારબંધ ગોઠવવું; રચના-વ્યવસ્થા ક૰. 2. To separate into parts: ભાગ પાડવા; વર્ગ પાડવા; વર્ગ પ્રમાણે ગોઠવવું. *vi.* To roam: રઝલવું; ભટકવું. 2. To be placed in order: વર્ગ પ્રમાણે હોવું; વર્ગમાં હોવું-પડવું. *n.* A row: હાર; ઓલ; પંક્તિ; માલા. 2. A class: વર્ગ; જાત. 3. The step of a ladder: નીસરણીનું પગથીયું. 4. A ramble; an excursion: રહેલ; ; ચક્કર; ફેરો. 5. Reach; scope: પહોંચ; વિસ્તાર; ટાપ્પો; હદ.

Rank, (રૅન્ક્) *a.* Exuberant: ભરપૂર; ભર; ખુબ. 2. Gross; utter: છેક; તદન; કેવલ; ભારે; જબરૂં. 3. Fertile: ફલદ્રુપ; રસાલ. 4. Rancid: ખોરૂં; ગંધાતું. *n.* A row or line: હાર; ઓલ. 2. Grade: પદવી; પાયરી; પદ; મોભો; મર્તબો; દરજ્જો. *To ta. r. of*, to have precedence over: કરતાં ઉપરી પાયરી-દરજ્જો હોવો. *vt. & vi.* To place abreast: હારો ગોઠવવી; હારબંધ ગોઠવવું. 2. To clasify: વર્ગ પાડવા. 3. To take rank of: ઉંચો દરજ્જો ધરાવવો.

Rankle, (રૅન્કલ) *vi.* To fester: ઝેરમાં આવવું; માહેનું માહે વધ્યા ક૰; બલવું; સબડવું; ચણચણવું.

Ransack, (રૅન્સૅક) *vt.* To search thoroughly: બારિક ખોલ-તપાસ-તલ્લાસ-શોધ ક૰. 2. To plunder: લુંટવું; ધાડ પાડવી. *n.* Pillage: લુંટ; ધાડ.

Ransom, (રૅન્સમ્) *n.* Redemption: છુટકો; છુટકારો; મુક્તિ. 2. Payment for freedom from restraint: છુટકારાને માટે આપેલો અવેજ; દંડ. *vt.* To rescue; છુટકારો ક૰; છોડવવું.

Rap, (રૅપ્) *vi. & vt.* To strike with a sharp blow: ટકોરો ઠોકવો-મારવો; ઠોકવું; થાપ મારવી. *n.* A quick, smart blow: સપાટો; ઝપાટો; થાપ; ઠોક. *n.* Any coin of trifling value: કોડી; દમડી. *Not to care a* **r.**: કંઈ દરકાર ન રાખવી; ન ગણકારવું.

Rapacious, (રૅપેશસ્) *a.* [L. *rapio*, I seize.] Given to plunder: લુંટારૂં. 2. Accustomed to seize food: હિંસક; ફાડી ખાનારૂં. 3. Greedy: ધરાય નહિ તેવું; લોભ્યું; અતિ લોભી.

Rapacity, (રૅપૅસિટિ) *n.* The quality of being rapacious: લુંટારાપણું; લુંટાલુંટ. 2. Exorbitant greediness: અતિલોભ.

Rape, (રેપ્)*n.* Robbery: લુંટ; લુંટફાટ. 2. Sexual connection with a woman without her consent: બલાત્કારે કરેલો સ્ત્રી સંભોગ; બલાત્કાર.

Rapid, (રૅપિડ્)*a.* [L. *rapio*, I seize and carry off.] Very swift: ઉતાવલું; ઉતાવલે-જલદી વહેતું-દોડતું ચાલતું-થતું. 2. Speedy: ઝટપટીઉં; ઉતાવલીઉં; ઝડપવાલું.

Rapidity, (રૅપિડિટિ) *n.* Swiftness: જલદીપણું; ત્વરા; ઝડપ; ઉતાવલ; શેતાબી; ઝટપટ.

Rapine, (રૅપાઈન્)*n.* [L. *rapio*, I seize.] Plunder: લૂંટફાટ; જોરજુલમ.

Rapt, (રૅપ્ટ્)*imp. & p.p.* of **Rap**. *a.* Snatched away: લઈલીધેલું; ખૂંચાવી-લૂંટાવી લીધેલું. 2. Transported with love, admiration, &c: આનંદ ગયલું; મોહિત. 3. Wholly absorbed or engrossed: રોકાયલું; ગુંતાયલું; ગરક થયલું.

Rapture, (રૅપ્ચ્યૂર્) *n.* [L. *rapio*, I seize.] Extreme joy: મોટો હરખ; પરમાનંદ; બેહદ ખુશાલી; અત્યાનંદ.

Rapturous, (રૅપ્ચ્યુરસ્) *a.* Transporting: બેહદ ખુશ-ખુશાલ-ખુશાલીનું; મોટા હરખનું.

Rare, (રૅઅર્) *a.* [L. *rarus*, thin.] Unusual: અસાધારણ; દુર્લભ; નવાઈ જેવું. 2. Excellent: ઘણું ઉંચું; સરસ; તોફો; ઉમદા.

Rarefy, (રેરીફાઇ) *vt.* [L.*rarus*, thin, & *facio*, I make.] To make thin: પાતલું ક૰-થવું.

Rarely, (રેર્લિ) *adv.* Seldom: કદાચજ; જવલ્લે; ભાગ્યેજ; કદાચિત.

Rarity, (રેરિટિ) *n.* The state of being rare: અસાધારણપણું; દુર્લભતા. 2. Thinness: પાતલાપણું. 3. An uncommon thing: નવાઇ જેવી ચીજ; નવાઇ.

Rascal, (રૅસ્કેલ્) *n.* [L. *rado*, I shave.] A rogue: હરામખોર; લુચ્ચો; ઠગ.

Rascality, (રૅસ્કૅલિટિ) *n.* Fraud: લુચ્ચાઈ; ઠગાઈ; હરામખોરી.

Rascally, (રૅસ્કૅલિ)*a.* Base: લુચ્ચું; ખંધું; નીચ; [અધમ.

Rash, (રૅશ્)*a.* Hasty: અધીરૂં; આકલું; ઉતાવલું; અવિચારી; સાહસિક; નાદાન. *n.* [L. *rado*, I scrape.] A fine eruption on the body: છાંટ.

Rashness, (રૅશ્નૅસ્) *n.* The state of being rash: ઉતાવલાપણું; અવિચાર; અવિવેક; નાદાની.

Rasp, (રૅસ્પ્)*vt.* To file: ઘસી નાખવું; છોલી નાંખવું. *n.* A file: કાનસ.

Raspberry, (રૅસ્પ્બરિ) *n.* The thimble-shaped fruit: એક જાતનું ખાટું મીઠું ફલ; રાસબેરી.

Rat, (રૅટ્) *n.* A small rodent: ઉંદર; ઘુસ. *To smell a* **r.**: વહેમ પડવો; શક જવો.

Ratable, (રેટેબલ્) *a.* Capable of being rated: ભાવ આંકવા જોગ. 2. Liable to taxation: વેરો-કર નાંખવા જોગ.

Ratan, (રૅટૅન્) *n.* Cane: નેતર; કોરડો.

Rate, (રેટ્) *vt. & vi.* To scold: ધમકાવવું; ઠપકો દેવો; ખખડાવવું. *n.* Standard; ratio: દર; રીત; પ્રમાણ. 3. Valuation: કિંમત; ભાવ; દામ; મુલ. 4. A tax: કર; વેરો. *vt.* To estimate: દર-ભાવ ઠેરવવો; કિંમત આંકવી. 2. To access: ગણવું; ઠરાવવું; નક્કી ક૰. *vi.* To be considered in a class: ગણાવું; લેખાવું. 2. To make an estimate: ગણત્રી-અડસટો કાઢવો.

Rather, (રેધર્) *adv.* Preferably: વધારે ખુશીથી. 2. Instead: તે કરતાં; ઉલટું. 3. Somewhat: જરાક; કંઈક; થોડું: લગાર. 4. More correctly speaking: ખરૂં કહીએ તો. [જુરી; ખહાલી.

Ratification, (રૅટિફિકેશન) *n.* Sanction: મં-

Ratify, (રૅટિફાઈ) *vt.* [L. *ratus*, fixed by calculation.] To confirm: કબૂલ-મંજુર રાખવું-ક૦.

Ratio, (રેશિઓ) *n.* Rate; proportion: પ્રમાણ; દર; અંદાજો; સંબંધ.

Ration, (રેશન) *n.* [L. *ratio*, a reckoning.] An allowance of provisions: ભાથું; સીધું; પેટીયું; રાતબ. 2. An allotment: ભાગ; વાંટણી.

Rational. (રૅશનલ્) *a.* Mental: મન-વિચારશક્તિનું-ને લગતું; માનસિક. 2. Reasoning: વિચારવાન; બુદ્ધિમાન; સમજદાર; ડાહ્યું.

Rationale, (રૅશનેલી) *n.* An explanation of the principles of some opinion: ખુલાસો: સમજ.

Rationality, (રૅશનૅલિટિ) *n.* Reasonableness: વિચારશક્તિ; સમજદારી; ડહાપણ.

Rattle, (રૅટલ્) *vt. & vi.* To Clatter: ખખડવું; ખણખણવું. 2. To talk rapidly: ઉતાવલથી વાત કરવી; પટપટી જવું. *n.* Noisy, rapid talk: લવલવ; બકબક. 2. A toy for a rattling: ઘુઘરો. 3. The noise in the throat: ઘરટલો.

Rattling (રૅટ્લિંગ્) *n.* Noise: ખખડાટ; ખણખણાટ.

Ravage, (રૅવેજ્) *n.* [L. *rapeo*, I carry off.] Devastation; ધુલધાણી; ખરાબી; પાયમાલી; નખોદ. *vt.* To lay waste: લૂંટફાટ ક૦; ખરાબખસ્ત ક૦; ધૂલધાણી ક૦; પાયમાલ ક૦.

Rave, (રેવ્) *vi.* [L. *rabo*, I rave.] To be mad: ચલવું; ગાંડા બનવું-થવું; મગજ ખસવું; (તાવમાં) બકવા-લવારો કરવો.

Raven, (રેવન) *n.* A kind of crow: જંગલી કાગડો

Ravenous, (રૅવનસ્) *a.* Devouring: ફાડી ખાનારૂં; ઘાતકી. 2. Eager for prey: ખાવાને તલપતું; તલપી રહેલું.

Ravine, (રૅવીન) *n.* [L. *rapina*, rapine.] A mountain cleft: ખીણ; કોતર; ખો.

Raving. (રેવિંગ્) *a.* Talking wildly: ગાંડું; ઘેલાં કાઢતું; લવરી-બકવા કરતું.

Ravish, (રૅવિશ્) *vt.* [L. *rapeo*, I snatch away.] To Seize and carry away by violence: હરણ ક૦; જોરજુલમ-જબરદસ્તીથી પકડી લઇ જવું. 2. To rape: બલાત્કાર ક૦

Raw, (રૉ) *a.* Not cooked: કાચું; કડક; અપકવ. 2. Inexperienced: કાચું; બીન અનુભવી. 3. (*a*) Not distilled: ગાલેલું નહિં તેવું; અણગલ. (*b*) Not mixed: નર્યું; નરું; શુદ્ધ.

Rawness, (રૉનેસ્) *n.* The state of being raw: કાચાપણું; કચાશ; બીન અનુભવ.

Ray, (રે) *n.* [L. *radius*, a beam.] A line of light: કિરણ; તેજ.

Raze, (રેઝ્) *vt.* To destory: નાશ કરવો; પાયમાલ-જમીનદોસ્ત ક૦.

Razar, (રેઝર) *n.* A knife for shaving: અસ્તરો.

Razor-strop, (રેઝર્સ્ટ્રોપ્) *n.* A strop for razors: ટપટપી (હજામની).

Reach, (રીચ્) *vt. & vi.* To extend; to stretch: લંબાવવું; લાંબુ ક૦; વિસ્તારવું. 2. To hand over: આપવું. 3. To attain or obtain by stretching forth the hand: પહોંચાડવું; હાથ લંબાવવો-પહોંચાડવો. 4. To arrive at: પહોંચવું. 5. To attain to; to gain: મેલવવું; મલવું; પ્રાપ્ત-સંપાદન ક૦. *n.* Extension: વિસ્તાર; ફેલાવો. 2. Power of attainment: પહોંચ; તાકાત. 3. Influence; scope: અસર; હદ; એત; લાગ; હાથ. *Within the* **r.** *of*: થઇ-બની-મલી શકે તેવું; હાથ આવે તેવું. *Beyond the* **r.** *of*: શક્તિ-ગજા ઉપરાંતનું; ન મલી શકે તેવું.

React, (રીઍક્ટ્) *vi.* To return an impulse: સામો ધક્કો લાગવો; પ્રત્યાઘાત-ઉલટી-સામી અસર થવી.

Reaction, (રીઍકશન) *n.* Reverse action: પ્રત્યાઘાત; ઉલટી-સામી અસર; ઉથલો. 2. The mutual action of chemical agents: ક્રિયા.

Read, (રીડ્) *vt. & vi.* To peruse: વાંચવું. 2. To comprehend: સારી પેઠે સમજવું; ખરેખર જાણવું-ઓલખવું; માહિત થવું. 3. To study: ખાસ અભ્યાસ ક૦. *To* **r.** *out*: તાણીને-ઉંચે ઘાંટે વાંચવું. *vi. To* **r.** *between the lines*: લખાણની ખરી-ખાતેનની મતલબ સમજવી; ખરો અર્થ કાઢવો. *a.* Learned: ભણેલું; વિદ્વાન.

Reader, (રીડર્) *n.* One who reads: વાંચનાર; વાચક; અભ્યાસી. 2. A reading-book: વાંચન ચોપડી.

Readily, (રૅડિલિ) *adv.* In a ready manner: તત્કાલ; તાબડતોબ; તરત. 2. Willingly: ખુશીથી; આનાકાની વગર. [ઝડપ.

Readiness, (રૅડિનેસ્) *n.* Promptness: તૈયારી;

Reading, (રીડીંગ) *n.* The act of one who reads: વાંચન, પઠન. 2. Study of books: અભ્યાસ; વિદ્યાભ્યાસ. 3. Lecture: ભાષણ; વ્યાખ્યાન. 4. Version; interpretation: અર્થ; સમજ; ખોલાસો.

Reading-room, (રીડીંગ્રૂમ્) *n.* A room appropriated to reading: પુસ્તકશાલા; વાંચનશાલા; પુસ્તકાલય; કેતાબખાનું.

Ready, (રૅડિ) *a.* Prepared: તૈયાર; સજ્જ; તૈયાર થએલું-કરેલું. 2. Willing: રાજી; ખુશી; હાજર. 3. Dexterous: ચપલ; ચાલાક; હોંશીયાર. 4. At hand: સુગમ; અનુકૂલ; ખંધએસતું; પાસેનું; નજદીકનું. **R.** *at an answer*: હાજર જવાબી; સમયસૂચક. **R.** *money*. cash: રોકડનાણું; નગદાનગદી. *adv.* In a state of preparation: તૈયારીમાં.

Ready-reckoner, (રૅડિરૅકનર્) *n.* A book of tables for facilitating computions: સહેલથી હિસાબ ગણવાની ચોપડી.

Ready-witted, (રૅડિ-વિટેડ્) *a.* Having ready wit: હાજરજવાબી; સમયસૂચકતાવાલું.

Real, (રીઅલ) [L. *res*, a thing.] *a.* True; genuine: સત્ય; સાચું; ખરેખરૂં; વાસ્તવિક. 2. Pertaining to things fixed: સ્થાવર; અચલ. *Real* assets: સ્થાવરમિલકત.

Reality, (રીઍલિટિ) *n.* Truth: સત્યતા; સાચાઈ; ખરેખરપણું. *In.* **r.**: ખરેખર.

Realization, (રીઍલાઇઝેશન) *n.* The act of realizing: પાર પાડવું તે; સંપાદન; ઉઘરાણી.

Realize, (રીઍલાઇઝ્) *vt.* To accomplish: પાર

પાડવું;સિદ્ધ-તૈયાર ક૦. 2. To comprehend: ખરૂં માનવું-ગણવું; જાણવું; સમજવું;લાગવું. 3. To convert into real property: કંઇ વેચીને તેના પૈસા ઉભા ક૦. 4. To gain; to get:મેલવવું; સંપાદન-પ્રાપ્ત ક૦; વસુલ ક૦; ઉઘરાવી લેવું.

Really, (રીઍલિ) *adv.* In a real manner: ખરી રીતે; ખરેખર; ખરેખર.

Realm, (રેલ્મ્)*n.* [L. *regalis*, royal.] A kingdom: રાજ; રાજ્ય. 2. Country: દેશ; પ્રદેશ.

Ream, (રીમ્) *n.* A package of paper consisting of 20 quires or 480 sheets: વીસ ઘાડસ્તા; રીમ.

Reap, (રીપ્) *vt.* To cut down: લણવું; કાપણી ક૦. 2. To obtain: ખરલો મલવો; મેલવવું; ભોગવવું.

Reaping, (રીપિંગ્) *n.* The act of cutting: કાપણી.

Reaping-hook, (રીપિંગ્હુક્) *n.* A sickle: [દાતરડું.

Reappear, (રીઍપીર્) *vi.* To appear again: ફરીથી દેખાવું.

Rear, (રીર્)*n.* The back part: પાછલી બાજુ;પીઠ. 2. The part of an army or fleet which comes last: હરોલ; પછવાડેની ટુકડી. *a.* Being behind: પાછલું. *To bring up the* **r.**, to come last or behind: છેલ્લું આવવું. *vt.* To raise: ઉભું ક૦; રોપવું; ઉઠાવવું; બાંધવું. 2. To educate: કેલવવું; ઉછેરવું; પાલવું.

Rear-admiral,(રીર્ઍડ્મિરૅલ્) *n.* The third officer in the navy: ત્રીજા દરજ્જાનો દરિયાઇ સેનાપતિ.

Rear-guard, (રીર્ગાર્ડ્) *n.* The division of an army that comes last: પાછલની ટુકડી; હરોલ.

Reason, (રીઝન) *n.* [L. *ratio.*] A motive: કારણ; મતલબ. 2. The rational faculty of the human mind: બુદ્ધિ; તર્કશકિત; મતિ; વિચારશકિત. *By* **r.** *of*, because of: કારણે; લીધે. *In* **r.**, *in all* **r.**, in justice: વાજબી રીતે. *Without* **r.**: નાહક; અમસ્થું; ફોકટ. *To come to* **r.**: સમજવું; સમજણભાનમાં આવવું. *vi.* To exercise the rational faculty: અનુમાન ક૦; બુદ્ધિ-અક્કલ વાપરવી. 2. To argue: વાદવિવાદ ક૦; તકરાર ક૦; સમજ આપવી; ચેતાવવું. 3. To converse:વાતચીત-ગોષ્ઠિ ક૦ *vt.* To argue; to persuade: કારણ-દલીલ બતાવવી; સમજાવવું; નરમ-શાંત પાડવું.

Reasonable, (રીઝનૅબલ્) *a.* Rational: વિવેકી; વિચારી; સમજુ. 2. Proper: માફકસરનું; નિયમસરનું; ઘટતું; વાજબી; અંદાજસર.

Reasoning,(રીઝનિંગ્)*n.*Course of argument: તર્ક; વિચાર;અનુમાન. *Art of* **r.**: તર્કશાસ્ત્ર-વિદ્યા.

Reassure, (રીઍસ્યૂર્) *vt.* To assure anew:હીંમત આપવી; દિલાસો-ધીરજ આપવી.

Rebate, (રીબેટ્) *vt.* [L. *re*, & *battuo*, I beat.] To deduct from:ઓછું ક૦; ઘટાડવું. *vi.* To abate: નરમ-શાંત પડવું;ઓછું થવું.*n.*Deduction:ઘટાડો; છૂટ.

Rebel, (રૅબેલ્)*a.*[L. *re*, & *bello*, I make war.] Rebellious: બલવાખોર; બંડખોર. *n.* One who rebels: બંડખોર;બંડ કરનાર; તોફાન મચાવનાર. *vi.* To revolt:બંડ ઉઠાવવું-મચાવવું;સામે ઉઠવું-થવું;દંગો ક૦.

Rebellion, (રીબૅલિયન) *n.* Revolt: બંડ; બલવો; દંગો; હુલ્લડ; ફેસાદ.

Rebellious, (રીબૅલિઅસ્) *a.* Disposed to rebel: બંડખોર, તોફાની; ફેસાદખોર.

Rebound, (રીબાઉન્ડ્) *vi.* To spring back: સ્થિતિસ્થાપકતાથી પાછું આવવું; ઉલટ ખાવી-મારવી. 2. To reverberate: પડઘા ક૦. *n.* The act of rebounding: ઉથલો; પાછો ફટકો; પ્રતિઘાત.

Rebuff, (રીબફ્) *n.* A sudden resistance: એકાએક કરેલો અટકાવ; પ્રતિઘાત. 2. Defeat, refusal: સાફ ચોખ્ખી ના; અસ્વીકાર; હાર; પરાજય.

Rebuke, (રીબ્યૂક્) *vt.* [L. *re*, & *bucca*, the Mouth.] To chide: ધમકાવવું; ઠપકો દેવો; શિખામણ આપવી.*n.*(*a*) A reprimand: ઠપકો;ધમકી.(*b*) Chastisement: શિક્ષા.

Rebut, (રીબટ્) *vt.* & *vi.* To drive or beat back: હઠાવવું. 2. To contradict: સામી તકરાર ક૦; રદીઓ આપવો; ખંડન ક૦. *Rebutting* evidence: સામો પુરાવો.

Recall, (રીકૉલ્)*vt.* To call back: પાછું બોલાવવું-તેડાવવું. 2. To revoke; to withdraw: રદ્દ-બાતલ ક૦; ફેરવવું; ઉલટાવવું; પાછું ખેંચી લેવું. 3. To remember: યાદ ક૦; સંભારવું.

Recant, (રીકૅન્ટ્) *vt.* [L. *re*, & *canto*, I sing.] To recall: ફરી જવું; ઇનકાર ક૦. *vi.* To revoke: પાછું ખેંચી લેવું; રદ ક૦. [કારનામું; ખંડન.

Recantation, (રીકૅન્ટેશન) *n.* Retraction: ઇન-

Recapitulate, (રીકૅપિટ્યૂલેટ્) *vt.* & *vi.* [L. *re* & *capitulum*, a small head.] To summarize: સાર કહી જવો; સારાંશ કહેવો.

Recapitulation, (રીકૅપિટ્યૂલેશન) *n.* A summary: સંક્ષેપ; સારાંશ; સાર; ટુંક સાર.

Recede, (રીસીડ્) *vi.* [L. *re* & *cedo*, I go.] To move back: પાછા ખસવું-હઠવું; દૂરજવું-ખસવું. 2. To desist: અટકવું; પાછું ખેંચી લેવું;ઇનકાર ક૦.

Receipt, (રીસીટ્) *n.* The act of receiving: મેલવવું તે; પ્રાપ્તિ. 2. A recipe: કંઇ કરવા-બનાવવાની રીત પ્રયોગ.3. An acknowledgment of money paid:પહોંચ;પાવતી. 4. Income: આમદાની; આવક.

Receive,(રીસીવ્) *vt.* [L. *re* & *capeo*, I take.] To accept: લેવું; ગ્રહણ ક૦; સ્વીકારવું; કબૂલ-અંગીકાર ક૦. 2. To give admittance to: દાખલ કરવું; આદરસતકાર ક૦; પરોણા ચાકરી ક૦. 3. To contain: સમાવું; માવું. *vi.* To receive visitors: પરાણાને સ્વાકાર દેવો; આગતાસ્વાગતા ક૦.

Receiver, (રીસીવર્) *n.* One who receives: લેનાર; સ્વીકારનાર; ગ્રાહક; રાખનાર. 2. A vessel for containing gases: હવા ભરવાની ખીલોરની સીસી.

Recent, (રીસેન્ટ્) *a.* Fresh: હમણાંનું; તાજું; નવું. Modern: ચાલતા સમયનું; હાલનું; ચાલુ.

Recently, (રીસૅન્ટલિ) *adv.* Lately: હમણાં; થોડોવાર થઇ; થોડુંક પર.

Reception, (રીસૅપ્શન) *n.* Receipt: ગ્રહણ; સ્વીકાર; અંગીકાર. 2. Entertainment: આગતા સ્વાગતા; સત્કાર; આવકાર.

Receptive, (રીસૅપ્ટિવ્)*a.* Having the quality of receiving: સમાવી શકે એવું; ગ્રાહક.

Recess, *n.* [L. *re*, & *cedo*, I go.] Retreat:

ઉતરી જવું તે; ઓટ. 2. Seclusion:એકાંતવાસ. 3. Remission of business: રજા–છુટીની વેલા–વખત; વિરામ; વિશ્રામ; આસાયશ. 4. A niche: ગોખલો; ગોખ. 5. A place of retirement: ખાનગી રહેવાની જગા; ખાનગી ઓરડો.

Recipe, (રેસિપી) *n.* [L. *re* & *capio*, I take.] A prescription for making up a compound: કંઈ બનાવવા સારૂ જોઈતી ચીજોની ટીપ–યાદી: ઓસડવિધિ.

Recipient, (રીસિપિઍન્ટ્) *n.* A receiver: લેનાર; મેલવનાર.

Reciprocal, (રીસિપ્રોકૅલ) *a.* Mutual: અરસપરસનું; એકમેકનું; અદલબદલ થાય તેવું.

Reciprocate, (રીસિપ્રોકેટ્) *vt.* To give and return mutually: અરસપરસ આપવું–લેવું; અદલબદલ કo.

Reciprocation, (રીસિપ્રોકેશન)*n.* Alternation: અવેજ; બદલો.

Reciprocity, (રેસિપ્રૅાસિટિ) *n.* Mutual obligations: પરસ્પરતા; પરસ્પર ભાવ; અરસપરસપણું.

Recital, (રીસાઈટૅલ્)*n.* [L. *re* & *cito*, I call.] Rehearsal: મ્હોડે ભણી જવું તે; પાઠ;ઉચ્ચારણ. 2. A narration: વર્ણન; હેવાલ; બયાન; હકીકત. 3. An instrumental performance: બજાવણી; ગાયન.

Recitation, (રેસિટેશન) *n.* The act of reciting: ભણી–કહી–વર્ણવી જવું તે; પાઠ; ઉદગાર; ભાષણ.

Recite,(રીસાઈટ્)*vt.* [L. *re* & *cito*, I call.] To tell over:કહેવું;કથન કરવું;સંભલાવવું;મોઢે ભણી જવું.

Reckless, (રેક્લેસ્) *a.* Careless: બેપરવા; બેદરકાર; બેફિકર. 2. Rash: ઉછાંછલું; અવિચારી.

Reckon, (રેકન) *vt.* To count: ગણવું; ગણના–ગણત્રી કરવી. 2. To esteem:માનવું; ગણકારવું;પત કo; ગણવું.3.To think:ધારવું;વિચારવું.*vi.* To make an enumeration: ગણાવું. *To* **r.** *on or upon*, to depend on: આધાર રાખવો; વિશ્વાસ રાખવો.

Reckoning, (રેકનિંગ્) *n.* Calculation: ગણના; ગણત્રી; સુમાર; અડસટ્ટો; અટકલ. 2. Estimation: માન; લેખું. 3. Adjustment of accounts: ખાતાની રજુવાત.

Reclaim, (રીક્લેમ્) *vt.* [L. *re* & *clamo*, I cry out.] To call back: પાછું બોલાવવું. 2. To reduce from a wild to a tamed state: ઠેકાણે લાવવું;રસ્તે–હારે પાડવું;સુધારવું;કેલવવું. 3. To correct: સમારવું; દુરસ્ત કo.

Reclamation, (રીક્લૅમેશન) *n.* The act of reclaiming: સુધારવું તે; સુધારો.

Recline, (રીક્લાઇન)*vt.* [L. *re* & *clino*, I lean.] *vi.* To lean: અઢેલવું; ટેકવવું. 2. To assume a recumbent position: લાંબા થઇને સૂવું; આરામ લેવો.

Recluse, (રીક્લ્યૂસ્) *a.* Solitary: એકાંત; ઉજડ. *n.* A person who lives in seclusion: એકાંત વાસમાં રહેનારો પુરૂષ; ત્યાગી; સન્યાસી.

Recognition,(રેકૅાગ્નિશન) *a.* Avowal: અંગીકાર; સ્વીકાર; ઓલખ; સ્મરણ.

Recognizable,(રેકૅાગ્નાઇઝૅબલ્)*a.* Capable of being recognized: ઓલખાય તેવું.

Recognizance, (રેકૅાગ્નિઝૅન્સ્)*n.* An obligation entered into before some court: કરારનામું; મુચરકો. 2. A token: નિશાની; ચિન્હ. 3. Avowal: પ્રચન; અંગીકાર; સ્વીકાર.

Recognize, (રેકૅાગ્નાઈઝ્) *vt.* [L. *re*, *con*, & *nosco*, I know.] To know again: ઓલખવું; પિછાનવું, 2. To acknowledge:કબુલ -માન્ય કo;સ્વીકારવું.

Recoil,(રેકૅાઈલ્)*vi.* [L. *re*. & *culus* the fundament.] To start back: પાછો ધક્કો–આંચકો આવવો. 2. To shrink: સંકોચાવું; કંટાળો ખાવો; છજણી પડવું.

Recollect,(રેકૅાલ્લેક્ટ્) *vt.* [L. *re*, *con* & *lego*, I gather.] To remember: યાદ કરવું; યાદ લાવવું; સાંભરવું; સ્મરણ થવું–આવવું. 2. To recover self-command: શાંત થવું; મિજાજ ઠેકાણે આવવો.

Recollection,(રેકૅાલ્લેકશન)*n* Remembrance: સ્મૃતિ; ફામ; સ્મરણ; યાદદાસ્ત; સ્મરણશક્તિ.

Recommend,(રેકૅામ્મેન્ડ)*vt.* [L. *re*,*con*,*manus*, the hand & *do* I give.] To introduce favorably: ભલામણ કo; વગ પહોંચાડવી; સિફારસતારીફ કo.

Recommendation,(રેકૅામ્મેન્ડેશન)*n.* Favorable introduction: સિફારસ; ભલામણ.

Recommendatory,(રેકૅામ્મેન્ડેટૅારિ)*a.* Serving to recommend: ભલામણ–સિફારસનું.

Recompense,(રેકૅામ્પેન્સ)*vt.*[L. *re* & *con* & *penso*, I weigh.] to remunerate: બદલો–અવેજ વાલવો; ખોટ–નુકસાન ભરી આપવું. 2. *n.* Compensation: બદલો; અવેજ.

Recompose,(રીકૅામ્પોઝ્)*vt.* To form anew:ફરીથી બનાવવું–કo.2.To soothe:સમાધાન કરવું;નિરાંતવાલવી.

Reconcilable,(રેકૅાન્સાઈલૅબલ્)*a.* Capable of being reconciled: પતાવાય -સમાધાન થાય એવું.

Reconcile,(રેકૅાન્સાઈલ્)*vt.* [L. *re* & *concilio*, :I ring together.]To cause to be friendly again: સમજુતી–સમાધાન–સલાહ-દોસ્તી કરાવવી.2.To bring to contentment: ખમવું; શાંત થઇને રહેવું; સંતોષ માનવો–પામવો. 3. To make consistent:એક સરખુ કo; તાલ–મેલ બેસાડવો; બંધબેસ્તુ કo. 4. To settle પતાવવું; નિકાલ કરી આપવો.

Reconcilement, Reconciliation,(રેકૅન્સાઈલ્મૅન્ટ્–રેકૅાન્સિલિએશન)*n.* Renewal of friend ship: દોસ્તી; સમજુતી; સલાહ; સમાધાન.

Recondite,(રેકૅાન્ડાઇટ્)*a.* [L. *re* & *condeo*, I bring.] Secret: છાનું; છુપું. 2. Profound: ભારી સખ્ત; અઘરૂં.

Reconnaissance,(રીકૅાનેસૅન્સ્) *n.* A survey or examination: દેશના કોઈ ભાગની તપાસ; મોજણી; તપાસણી.

Reconnoitre,(રેકૅાનૉઇટર્)[L.*re*,*con* & *nosco*, I know.]*vt.* To survey or examine: તપાસવું; જોવું; ચારેગમ તપાસવું–નજર નાંખવી.

Reconsider, (રીકૅાન્સિડર્) *vt.* To consider again: પાછું ફરીથી વિચારવું; તપાસવું.

Record,(રીકૅાર્ડ)*vt.* [L. *re* & *cor*, *cordes*, the heart.] To register: લખી રાખવું; દફતરે ચઢાવવું; નોંધવું. *n.* (રેકૅાર્ડ) A register: નોંધ; દફતર; લેખ; પત્રક. 2. That which has been recorded: હકીકત; વૃત્તાંત; ઈતિહાસ.

Recorder,(રીકૉર્ડર્)*n.* One who records: સરકારી નોંધ રાખનાર; દફતરદાર.

Recount,(રીકાઉન્ટ્)*vt.*[L.*re* & *con* & *puto*, I reckon.]To enumerate: કહેવું;બયાન-નિરૂપણ કo; વર્ણવવું.

Recoup,(રીકુપ્)*vt.* To indemnify: નુકશાન ભરી આપવું; ખોટ પુરી કo; સરભર કo.

Recourse,(રીકૉર્સ્)*n.* [L.*re*, & *curro*, I run.] Resort: આધાર; આશ્રય;ઉપાય.*To have* r.*to*:કશાનો આશ્રય-આશરો-આધાર લેવો-ધરવો; કોઇને શરણ જવું.

Recover,(રીકવર્)*vt.* [L. *re* & *capio*, I take.] To regain: ફરીથી પાછું મેલવવું. 2. To make up for: પાછું વાળી દેવું; ભરી આપવું; ખોટપુરી પાડીદેવી. 3. To cure:મટાડવું;સાજું-સારૂં-તનદુરસ્ત કo. 4. To rescue: બચાવવું; બચાવીલેવું.*vi.* To regain health: સારૂં થવું; તનદુરસ્તી સુધરવી; તબિયત ઠેકાણે આવવી.

Recovery,(રીકવરિ)*n.* Restoration from sickness: આરામ; રોગનિવારણ; તનદરોસ્તી. 2. The regaining of something lost: પાછું મલવું તે; પ્રાપ્તિ; લાભ.

Recreant,(રેક્રીઍન્ટ્)*a.*[L.*re*,back & *credo*, I believe.]Cowardly:બીકણ; નામર્દ; હીચકારો; બાયલો. 2. False; unfaithful: ખોટું; બેવફા; દગાખોર.

Recreation, (રેક્રીએશન) *n.* Sport; diversion: ગમત; આરામ;આસાયશ;મનરંજન;રમત; આનંદ; ખુશી.

Recreative,(રેક્રીએટીવ્)*a.* Creating anew:નવેસર કરતું. 2. Amusing: આરામ-વિસામો આપતું; આનંદકારી; રમુજી.

Recriminate, (રીક્રિમિનેટ્) *vt* & *vi.* [L. *re* & *crimen* a charge.] To accuse in return: સામો દોષ-આરોપ મુકવો.

Recruit, (રીક્રૂટ્) *vt.* & *vi.* [L. *re* & *cresco* I grow.] To reinvigorate: તનદરોસ્ત-તાજું થવું. 2. To supply with new men: નવા માણસની ભરતી કo. *n.* A supply of any thing wasted: ભરતી; જમાવ; જમાબંધી. 2. A newly enlisted soldier: નવો સિપાઈ.

Rectangle, (રેક્ટૅન્ગલ્) *n.* [L. *rectus*, right & *angulus*, angle.] A four sided figure having only right angles: ચાર કાટખુણાવાળી આકૃતિ; ચોખુણ.

Rectangular,(રેક્ટૅન્ગ્યૂલર્)*a.* Right-angled: કાટખુણાવાલું; ચોખુણ.

Rectifiable, (રેક્ટિફાઇઍબલ્) *a.* Capable of being rectified: સુધારવા જોગ.

Rectification, (રેક્ટિફિકેશન) *n.* The act of rectifying: શુદ્ધિકરણ; શોધન; સુધારો.

Rectify, (રેક્ટિફાઇ) *vi.* [L. *rectus*, right & *facio*, I make.] To make or set right: સુધારવું; દુરસ્ત કo; ઠીકાઠીક કo; સમારવું. 2. To purify by repeated distillation: શોધવું; ગાલવું; કસ ખેંચવો-કાઢવો.

Rectilineal-near, (રેક્ટિલિનીઍલ્-નીઅર્) *a.* Bounded by straight lines: સીધી લીટીનું-થી બનેલું.

Rectitude, (રેક્ટિટ્યૂડ્) *n.* [L. *rectus*, right.] Honesty: નેકી; સાચવટ; પ્રમાણિકપણું.

Rector, (રેક્ટૉર્) *n.* A ruler or governor: અધિકારી; ઉપદેશક; ધર્માચારી; વડો શિક્ષક.

Rectum, (રેક્ટમ) *n.* [L. *rectus*, right.] The terminal part of the large intestine: મલાશય; આતરડાનો છેક નીચલો ભાગ.

Recumbent, (રીકમ્બેન્ટ્) *a.* Leaning; reclining: વિસામો લઈ-લાંબુ થઈ પડેલું; અઢીંગેલું.

Recur, *vi.* [L. *re* & *curro*, I run.] To return to mind:પાછું યાદ આવવું-સાંભરવું.2.To occur at a stated interval: ફરીથી-બીજી વખતે-ચોકસ વખતે બનવું. 3. To resort: આધાર પકડવો; કશા પર આધાર રાખવો.

Recurrence-cy, (રીકરેન્સ્-ન્સિ) *n.* Return: ફરીથી બનવું-થવું તે.

Recurrent-ing, (રીકરેન્ટ્-રિન્ગ્) *a.* Returning at intervals: વારંવાર-ફરીથી થતું-બનતું-આવતું.

Red, (રેડ્) *a.* Of the colour of blood: લાલ;રાતું. R. *lead*: સિંદુર. *Deep*. r.: લાલસુરખ; લાલચોલચટક. *n.* The colour of blood: લાલ-રાતો રંગ.

Redden, (રેડન) *vt.* To make red: લાલ-રાતું કo. *vt.* To grow red: રાતું થવું; શરમાઈ જવું.

Reddish,(રેડિશ્)*a.* Somewhat red: રતાસ પડતું.

Redeem, (રીડીમ્) *vt.* [L. *re*, & *emo* I buy.] To recover: ઘરેણે મુકેલા ચીજ-મિલ્કતનો ફરીથી કબજો મેલવવો; છોડવવું. 2. To ransom: દંડ-અવેજ આપી પાછું મેલવવું;છુટકો કo.3.To rescue from sin: બચાવવું; છોડવવું; મુક્તી કo; તારવું.

Redeemer, (રીડીમર્)*n.* One who reedeems: છુટકારો કરનાર; તારનાર. 2.Jesus Christ: ઈસુ ખ્રીસ્ત.

Redemption, (રીડેમ્શન) *n.* (*a*) Repurchase: છોડવવું તે. (*b*) Deliverance: છુટકો; છુટકારો; તારણ; મુક્તિ; મોક્ષ.

Redhot, (રેડ્હૉટ્) *a.* Red with heat: લાલચોલ.

Red-letter-day, (રેડ્લેટરડે) *n.* An auspicious day:તહેવાર; સપરમો દહાડો.

Redolence, (રેડોલેન્સ્) *n.* Fragrance: ખુશબો; [સુગંધ.

Redolent, (રેડોલેન્ટ્) *a.* [L.*re* & *oleo*, I emit a smell.] Scented: સુવાસિત; ખુશબોદાર; સુગંધી.

Redouble, (રીડબલ્)*vt.*& *vi.* To multiply:બેવડું કo; વધારવું; બમણું થવું; વત્તું થવું.

Redoubtable, (રીડાઉટેબલ્) *a.* Valiant:બહાદુર; હિમ્મતવાન; મહાપરાક્રમી; ભયાનક.

Redound, (રીડાઉન્ડ્) *vi.* [L. *re* & *unda*, a wave.]To roll back:પાછું ગબડવું-આવી પડવું;લોટવું.2.To result: પરિણામ-છેવટઆવવું-થવું; નિપજવું.

Redress, (રીડ્રેસ્) *vt.* To amend: ઠીકઠાક કo; સુધારવું. 2. To remedy: ઈલાજ-ઉપાય-બંદોબસ્ત કo; નુકસાન ભરી આપવું. 3. To make amends to: દાદ આપવી;ફરિયાદ-અગવડ મટાડવી.*n.* Relief;remedy: દાદ; ઈલાજ; ઉપાય.

Red-tape, (રેડ્ટેપ) *n.* Official formality:સરકારી ખાતાંમાં કામકાજ કરવાની ચાલુ રૂઢી રીત.

Reduce, (રીડ્યૂસ્) *vt.* [L. *re* & *duco*, I lead.] To lower: હલકી-નીચી સ્થિતિએ લાવવું-પહોંચાડવું; પાયરી-પદવી-દરજ્જો ઉતારવો; ઉતારવું; ઘટાડવું; હલકુ કo. 2. To subdue: તાબે-વશ-સર કo; જીતી લેવું; જેર કo. 3. To bring to a certain state as by

grinding, &c.: ભૂકો કo;અમુક સ્થિતિ-રૂપમાં લાવવું.
Reducible, (રીડ્યૂસિબલ) *a.* Capable of being reduced: રૂપાંતર થઇ શકે એવું.
Reduction, (રીડકશન) *n.* Diminution; conquest: ઓછાપણું; ઘટાડો; નીચું-ઓછું-જેર કo તે. 2. The process of reducing: ભાંજણી.
Redundance-cy, (રીડન્ડન્સ-ન્સિ) *n.* Superfluity: વધારો;આધકતા:પુષ્કલપણું; ફાલતુ-ફાજલપણું.
Redundant, (રીડન્ડન્ટ્) *a.* Superabundant: અત્યંત; ફાલતું; ફાજલ પડતું; વધારાનું; અધિક.
Reduplicate, (રીડ્યૂપ્લિકેટ્) *a.* Doubled: બેવડું; દુપટ; બમણું. *vt.* To redouble: બેવડવું; બમણું-દુપટ કo.
Reed.(રીડ્)*n.* Tall and coarse grasses or grass-like plants: બરૂ; નેતર. 2. A musical pipe made of a reed: પીપી; પાવો; વેણું.
Reef,(રીફ્)*n.* A chain of rocks in water:ખડક; [ખરાબા.
Reel,(રીલ)*n.* A frame with radial arms: ચરખો; ફીરકી. 2. *vt.* To roll: વીંટવું. *vi.* To stagger:લથડવું; ફેર આવવા; ચકરી આવવી.
Re-elect,(રીઇલેક્ટ્)*vt.* To elect again:પાછુ -ફરી ચુંટવું.
Re-enforce,(રીઅન્-ફોર્સ્)*vt.*To strengthen with new force: વધુ લશ્કર મોકલવું; મદદ-કુમક મોકલવી.
Re enforcement,(રીઅન્-ફોર્સમેન્ટ્)*n.*The act of reenforcing: પુરતી; ભરતી; પુરવણી. 2. Additional force: કુમક; પુષ્ટી; મદદ.
Re-export,(રીએક્સ્પોર્ટ્)*vt.* To export again: આવેલો માલ બીજે દેશ મોકલવો.
Refer,(રીફર્)*vt.* [L. *re* & *ferro*,I bear.] To make over to another: બીજાને સ્વાધીન-હવાલે કo; પાછું સોંપવું.2.To assign to a class:કોઈ ચોકસ વર્ગ-જાતમાં ગણવું; નાંખવું. *vi.* To have recourse to: આધાર પકડવો લેવો; મદદ લેવી. 2. To relate: સંબંધ હોવો; લાગુ પ્રડવું;લાગવું. 3. To direct inquiry for information: પૂછવું; પુછપરછ કo.
Referee,(રીફરી)*n.* An umpire: મધ્યસ્થ; લવાદ.
Reference,(રેફરેન્સ)*n.* Allusion: ઇસારો; સૂચના. 2. Relation;સંબંધ;નિસબત; લેવાદેવા.3.The act of submitting for decision: લવાદી.
Refine,(રીફાઇન)*vt.& vi.* To purify, to defecate: શોધવું; સાફ-શુદ્ધ કo; ચોખ્ખું કo; સુધારવું; સુધરવું.
Refined,(રીફાઇન્ડ્)*a.* Freed from impurities: શોધેલું; સ્વચ્છ; સુધરેલું; સભ્ય; વિનીત.
Refinement,(રીફાઇન્મેન્ટ્) *n.*Purification;civilization: સુધારો; સ્વચ્છતા; શુદ્ધતા; સભ્યતા.
Refit,(રીફીટ્)*vt.*To fit or prepare for use again: સમારવું; ફરીથી તૈયાર કo; મરામત કo.
Reflect,(રીફ્લેક્ટ્)*vt.*[L.*re* & *flecto*,I bend.]To bend back: પાછું ફેંકવું; પ્રતિબિંબ પાડવું. *vi.* To ponder: વિચાર કo; ધ્યાન લગાડીને જોવું; ગોર કo. 2. To cast reproach: દોષ મૂકવો; ખદનામ કo.
Reflecting, (રીફ્લેક્ટિન્ગ્)*a.*Throwing back light,heat, &c: પાછું ફેંકતું; પ્રતિબિંબ પાડતું. 2. Reflective: વિચારવાલું; વિચારી.
Reflection,(રીફ્લેકશન)*n.* Shining: પ્રકાશ; તેજ. 2. Meditation; વિચાર; મનન; ગોર; ધ્યાન. (*a*) An image given back from a reflected surface:પડછાયો; પ્રતિબિંબ; પ્રતિમા; છાયા. 3. Censure: ઠપકો; દોષ; બદનામી. *Angle of* **r**.: પરાવર્તન કોણ.
Reflective,(રીફ્લેક્ટિવ્) *a.* Throwing back images: પ્રતિબિંબ; પાડનારૂં-પાડતું. 2. thoughtful: વિચાર કરવાની ટેવ-શકિતવાલું; વિચારશીલ; વિચારી.
Reflector.(રીફ્લેક્ટર્)*n.*One who or that which reflects: પ્રતિબિંબ પાડનાર; કિરણ પાછાં ફેંકવાને દીવાની પાછળ મુકેલી તખ્તિ.
Reflex,(રીફ્લેક્સ્)*a.* Directed back: પાછું પડેલું-ફેંકાયલું;પરાવર્તી. *n.* Reflection:પ્રતિબિંબ;પડછાયો; છાયો.
Reflexibility,(રીફ્લેક્સિબિલિટિ)*n.*The quality of being reflexible: પાછું વલે એવો ગુણ; પરાવર્તનીયતા.
Reflexive,(રીફ્લેક્સિવ)*a.*Turned backward:પરાવર્તી. 2. Having for its direct object as its antecedent: સ્વાર્થવાચક.
Reflux,(રીફ્લક્સ્)*n.* Ebb; પાણીનો ઉતાર; ઓટ.
Reform,(રીફૉર્મ્)*vt.&vi.*[L. *re* & *formo*,I form.] To amend; to correct: સુધારવું; સુધરવું; રસ્તાપર-રીતપર લાવવું-આવવું;દુરસ્ત કo;સમારવું;ઠેકાણે લાવવું. *n.* Reformation: સુધરાઇ; સુધારો.
Reformation, (રેફૉર્મેશન) *n.* Correction: સુધારો; સુધારણા. 2. The important religious movement commenced by Luther: લ્યુથરનો કરેલો ધર્મ સંબંધી સુધારો.
Reformatory,(રીફૉર્મેટોરિ)*n.pl.* An institution for reclaiming young criminals: છોકરવાદી ગુન્હેગારોને સુધારવાનું મકાન-ઘર.
Reformer,(રીફૉર્મર્) *n.* One who effects a reformation: સુધારો કરનાર; સુધારાવાલો.
Refract,(રીફ્રૅક્ટ્)*vt.* [L. *re* & *frango* I break.] To break the natural course: વાંકું જવું; આડું ફાટવું; વક્રીભવન કo; ફેરવવું.
Refraction,(રીફ્રૅકશન)*n.*The act of refracting: વક્રીભવન-કરણ; આડું ફાટવું-જવું તે.
Refractoriness,(રીફ્રૅક્ટોરિનેસ)*n.* The quality of being refractory: જીદ; હઠ; બોહોસ.
Refractory,(રીફ્રૅક્ટોરિ)*a.*Obstinate:હઠીલુ;જીદ્દી; મમતી;બોહોસીલું. 2.Unmanageable:જલદીથી હાથમા ન આવે-ઉપાય થઈ ન શકે તેવું.
Refrain,(રીફ્રેન્)*vt.* [L. *re* & *frenum*, bridle.] To restrain: થોભાવવું; અટકાવવું; કબજામાં રાખવું. *vi.* To forbear: વેગલા-દૂર રહેવું; ન કરવું; અટકવું. *n.* The burden of a song: કડવું; ધ્રુપદ; ટુક.
Refrangibility,(રીફ્રૅન્જિબિલિટિ)*n.* The quality of being refrangible: વક્રવાંકું થવું તે; વક્રીભવનતા; વાંક.
Refrangible,(રીફ્રૅન્જિબલ)*a.*Capable of being refracted: વાંકું વલનારૂં;પરાવર્તનીય; વાંકદાર.
Refresh,(રીફ્રેશ)*vt.*To restore: તાજું-સજીવન કo; હિંમત-ઉત્તેજન આપવું; થાક-વિસામો-આરામ લેવો; શ્વાસ-દમ ખાવો. 2. To repair: દુરસ્ત-ઠીકઠાક કo; સુધારવું; સમારવું.
Refreshing,(રીફ્રેશિંગ્) *a.* Reanimating:વિસામો આપનાર; હિંમત-ઉત્તેજન આપનાર;આનંદકારક,

તાજગીબક્ષ.

Refreshment, (રીફ્રેશ્મેન્ટ્) *n.* Relief after exhaustion: વિસામો; આરામ;તાજગી;હિમ્મત;ધીરજ. 2.Slight repast:ફલાહાર;લઘુભોજન;અલ્પાહાર;નાસ્તો.

Refrigerant-ative, (રીફ્રિજરૅન્ટ્-જરેટિવ) *a.* Cooling:થંડું કરે તેવું; તાજગીબક્ષ.

Refrigerate, (રીફ્રિજરેટ્) *vt.* [L.*re* & *frigus*, cold.] To cool: ટાઢું-થંડું કo; ગરમી મટાડવી.

Refuge, (રેફ્યૂજ્)*n.* [L.*re*, & *fugio*, I fly.] Shelter: આશ્રય; શરણ; આશરો; આધાર. 2. An expedient: ઉપાય; ઇલાજ;યુક્તિ. *To take* **r.** *with*: શરણે જવું; આશ્રય-આધાર પકડવો.

Refugee, (રેફ્યૂજી) *n.* One who flees to a shelter: આશરો લેનાર-શોધનાર; નાહાસ ભાગ કરનાર.

Refulgence,(રીફલ્જેન્સ્)*n.*[L.*re* & *fulgeo*, I shine.] Splendor:ભભકો; ચલકાટ; તેજ.

Refulgent, (રીફલ્જેન્ટ્)*a.* Brilliant; shining: ચલકતું; તેજસ્વી; ભભકાદાર.

Refund, (રીફન્ડ્)*vt.* [L.*re* & *fundo*, I pour.] To repay: ભરી-વાળી-મજરે-પાછું આપવું.

Refusal,(રીફ્યૂઝલ) *n.* Denial: નકાર;ના;અસ્વીકાર. 2. Option: લેવા ન લેવાની ખુશી.

Refuse, (રીફ્યૂઝ્)*vt.* To decline: ના પાડવી; ના કહેવી; નકાર વાસવો. 2. To reject: નામંજુર કo; નાકબૂલ રાખવું. *n.* (રેફ્યૂઝ)Dregs;. dross: નકામી બાબત; કચરો; ધૂલ. *a.* Refused; rejected: નકામું; નાંખી દેવાનું; નજીવું; રદ્દી. બાતલ.

Refutable, (રીફ્યૂટૅબલ્) *a.* That may be refuted: તોડી-રદિયો આપી શકાય તેવું.

Refutation, (રેફ્યૂટેશન) *n.* Disproof: ખંડન; રદીયો. **R.** *and establishment*: ખંડનમંડન.

Refute, (રીફ્યૂટ્) *vt.* [L. *refuto*, I repel.] To prove to be false:રદીઓ આપવો; તોડવું;ખંડન કo.

Regain, (રીગેન્) *vt.* To get again: પાછું મેલવવું; પ્રાપ્ત થવું.

Regal,(રીગૅલ્) *a* [L.*rex*,*regis*,a king.]Kingly; royal: રાજસંબંધી-વિષયક; રાજકીય; બાદશાહી.

Regale,(રીગેલ્)*vt.* & *vi.* [L.*regelo*, I thaw.]To gratify; to refresh: ખુશી કo; મિજબાની-ઉજાણી આપવી.

Regalia, (રીગેલિઍ) *n.* [L. *regalis*, regal.] That which belongs to royalty: રાજચિન્હો; રાજલક્ષણો.(*a*) The rights & prerogatives of a king: રાજાના હક્કો તથા સત્તા.

Regard, (રીગાર્ડ્)*vt.* To behold:જોવું; નિહાલવું. 2. To pay attention to: લક્ષ દેવું; ખાસ ધ્યાન આપવું.3. To consider:ગણવું;માનવું; ધારવું. 4. To have a certain feeling toward: લાગણી થવી; દરકાર રાખવી. 5. To esteem: માન આપવું; માનવું; ગણકારવું.*n.*Look:ધ્યાન;નજર;દૃષ્ટિ.2. Heed attention:દરકાર; પરવા; તમા. 3. Respect: માન: ખાતર; દરકાર; ભારબોજ; દરજ્જો. 4. Relation: નિસબત; સંબંધ.

Regardful, (રીગાર્ડ્ફુલ) Attentive: કાલજીવાલું; સાવધાન; સાવચેત.

Regarding, (રીગાર્ડિંગ્)*prep.* Concerning: સંબંધી; વિષે; બાબતમાં.

Regency. (રીજન્સિ) *n.* Rule: રાજ; સત્તા; અમલ; અધિકાર.

Regenerate, (રીજેનરેટ્) *a.* [L. *re* & *genero*, I beget.] Reproduced: ફરીથી પેદા થએલું; પુનર્જન્મ પામેલું. *vt.* To generate anew: સજીવન કo; ફરીથી પેદા-ઉત્પન્ન કo; તાજું-નવું કo. 2. To convert from sin to holiness: નવેસરથી પવિત્ર-પાક કo. 3. To make a radical change for the better: સુધારો ફેરફાર કo.

Regeneration. (રીજેનરેશન)*n.* The entering into a new spiritual life: પુનર્જન્મ; ઉદ્ધાર;સુધારો.

Regenerative, (રીજેનરેટિવ્) *a.* Tending to regenerate: નવું-તાજું કરતું;ફરીથી પેદા સજીવન કરતું.

Regent, (રીજેન્ટ્) *n.* [L. *rego*, I rule.]Ruling: રાજ કરતું; અમલ બજાવતું. *n.* Governor: અધિકારી; હાકેમ.

Regicide,(રેજિસાઇડ્) *n.*[L.*res*,*regis* a king & *cœdo*, I kill.] The murderer of a king: રાજાનું ખુન કરનાર. 2. The murder of a king: રાજાનું ખુન; રાજહત્યા.

Regime, (રેઝીમ્)*n.* Mode or system of rule: રાજનીતિ; અમલ; કારકીર્દી.

Regimen, (રેજિમેન) *n.* [L. *rego*, I guide.] System of government: રાજનીતિ; અમલ. 2. Rule diet; કરી; પરહેજી; પથ્ય.

Regiment, (રેજિમેન્ટ્) A body of soldiers: ટુકડી; પલટણ.

Regimental, (રેજિમેન્ટૅલ્) *a.* Belonging to a regiment: પલટણનું-સંબંધી; પલટણી.

Region, (રીજન્) *n.* [L. *regio*, a direction] A province: દેશ; મુલક; પ્રાંત.

Register, (રેજિસ્ટર્) *n.*[L.*re*&*gero*,I carry.] A record: લેખ; નોંધ; ટીપ; દફતર; યાદી. *vt.* To record: નોંધવું;ટીપ કo; દફતરમાં દાખલ કo.

Registrar, (રેજિસ્ટ્રાર્) *n.* One who registers: બારનીસ; દફતરદાર; નોંધનાર.

Registration, (રેજિસ્ટ્રેશન) *n.* Enrollment: નોંધવું તે; નોધણી; નોંધ; યાદી.

Regret, (રીગ્રેટ્) *n.* Sorrow; grief: અફસોસ; ખેદ;દીલગીરી:શોક; પશ્ચાત્તાપ; પસ્તાવો. *vt.* & *vi.* To grieve at: ખેદ-પસ્તાવો કo; દીલગીરી થવી.

Regular, (રેગ્યૂલર્) *a.* [L. *regula*, a rule.] Orderly: methodical: રીતસરનું; કાયદેસરનું; નિયમસર ચાલનાર; નિયમિત; નિયમી;ચાલુ રીવાજ પ્રમાણેનું.

Regularity, (રેગ્યુલૅરિટિ) *n.* Method: uniformity: કાયદેસરપણું; ધોરણ; વ્યવસ્થા; ક્રમ; રીત; ખંદોબસ્ત; રચના; એક સરખાપણું.

Regularly, (રેગ્યૂલર્લિ) *adv.* In a regular manner: કાયદાસર-પ્રમાણે.

Regulate,(રેગ્યુલેટ્)*vt.* To adjust by rule:ધોરણ પ્રમાણે કo; કાયદો-નિયમ બાંધવો; બંદોબસ્ત કo. 2. To put in good order: તાલપર આણવું; સુધારવું.

Regulation,(રેગ્યુલેશન)*n.* Order;method:બંદોબસ્ત; વ્યવસ્થા. 2. Law; precept:કાયદો;કાનુન;ધારો; નિયમ; રીત; રેવાજ.

Regulator, (રેગ્યુલેટર્)*n.* One who or that which regulates: તાલપર આણનાર; સુધારનાર.

2. Anything that regulates motion: ગતિ-વેગ ખરાબર કરવા રાખેલી યુક્તિ. 3. A clock: ઘડીઆલ.

Rehearsal,(રીહૅર્સલ્)*n.* Recital: મોઢે કરેલું બોલી-કરી જોવું તે; વર્ણન; આખ્યાન.

Rehearse,(રીહર્સ્)*vt.* To recite: કહેવું; સાંભલેલું કહી જવું; વર્ણવવું. 2. To recite or repeat in private for experiment: મોઢે કરેલું બોલી જવું-કહી સંભલાવવું.

Reign,(રેન્)*n.* [L.*rex*, a king.] Rule; Empire: રાજ્ય; કાર્કીર્દી; અમલ. *vi.* To rule; રાજ ક૦; અમલ ચલાવવો. 2. To prevail; પ્રસરવું; ચાલવું; જોર-બલ ચાલવું.

Reimburse, (રીઈમ્બર્સ્) *vt.* To refund: પાછું ભરવું-ભરી દેવું; આપવું; વાલી આપવું.

Rein,(રેન્)*n.* The strap of a bridle: દોરી; અછોડો; રેણ. 2. Government; restraint: અધિકાર; અંકુશ; લગામ; દોરી; સત્તા; જુસરી. *To give* the **r.** *to*: સ્વતંત્ર કરવું; ઢીલી દોરી મુકવી. *To take the* **r**: દાબરાખવો; લગામ-દોરી ખેંચી પકડવી. *To hold a tight* **r.**: સખ્તાઈથી વર્તવું. *vt.* To direct with the reins: લગામવતી હાથમાં રાખવું-ચલાવવું. 2. To restrain to control: હાથમાં રાખવું; અંકુશ-દાબ રાખવો.

Reindeer, (રેન્ડીર્) *n.* Any ruminant of the deer family: એક જાતનું હરણ; રેનડીઅર.

Reinstate,(રીઇન્સ્ટેટ્) *vt.* To place again in a former state: પદ-હોદ્દો પાછો આપવો; ફરીથી બહાલ ક૦.

Reiterate, (રીઇટરેટ્) *vt.*[L.*reitero*, I question again.] To say repeatedly: વારે ઘડીએ બોલવું; ફરી ફરીને કહેવું.

Reject,(રીજેક્ટ્)*vt.*[L. *re* & *jacio* I throw.] To discard: ફેંકી-નાંખી દેવું; તજવું; છોડી દેવું; રદ્દ-બાતલ ક૦. 2. To refuse: નાપસંદ-અનંગીકાર કરવો; નાપાડવી; કાઢી નાંખવું; સ્વીકારવું નહિ.

Rejection, (રીજેક્શન્)*n.* The act of rejecting: નાપસંદગી; નકાર; અસ્વીકાર.

Rejoice, (રીજૉઈસ્) *vi. & vt.* To be glad: હરખાઇ જવું; ખુશ થઇ જવું; આનંદ-સંતોષ પામવો-પમાડવો.

Rejoicing, (રીજૉઈસિંગ્)*n.* Joy: આનંદ; ખુશાલી.

Rejoin, (રીજૉઈન્)*vt. & vi.* To join again: ફરીથી જોડવું-જોડાવું. 2. To answer to a reply: જવાબ દેવો.

Rejoinder,(રીજૉઈન્ડર્)*n.* An answer to a reply: પ્રત્યુત્તર; પાછો જવાબ; ઉથલો.

Rejuvenate,(રીજ્યૂવીનેટ્)*vt.*[L.*re*, & *juvenis*,] To render young again: પાછુ જુવાન ક૦-થવું.

Relapse,(રીલૅપ્સ્)*vi.* [L. *re* & *labor*, I slide.] To return to a former state or practice: પાછા અસલ સ્થિતિમાં જઈ પડવું; ટેવ-આદત પાછી પડવી; ઉથલો ખાવો; રોગ દરદ પાછું ઉભલવું. *n.* A sliding back: ઉથલો; ઉલટી.

Relate,(રીલેટ્)*vt* [L. *re* & *latus*, carried.] To narrate: કહેવું; બયાન ક૦; વર્ણવવું; જણાવવું. *vi.* To refer: સંબંધ હોવો-ધરાવવો; લાગુ પડવું.

Related,(રીલેટેડ) *p. p.* & *a.* Allied by kindred: સગું; સંબંધી. 2. Standing in connection: લાગુ પડતું; સંબંધ ધરાવતું.

Relating,(રીલેટિંગ્)*a.* Connecting: સંબંધીનું; સંબંધી; સંબંધ હોય એવું; વિષેનું.

Relation, (રીલેશન્) *n.* Narration: વાર્તા; વર્ણન; હકીકત. 2. Connection: સંબંધ; નિસ્બત. 3. Kinship: સંબંધ; સગાઇ; સગપણ; નાતો. 4. A kinsman: સગો; સગી.

Relationship, (રીલેશનશિપ્) *n.* The state of being related: સંબંધ; સગપણ; સગાઈ.

Relative,(રૅલેટિવ્)*a*,[L.] Referring; respecting: લાગતું વલગતું; સંબંધી; સંબંધવાલું; સંબંધવાચક-દર્શક. *n.* A kinsman: સગું; કુટુંબી.

Relax,(રીલૅક્સ્)*vt.* & *vi.*[L.*re* & *lexo*, I loose.] To loosen: ઢીલું કરવું-પાડવું; છુટું ક૦. 2. To make less severe: નરમ પાડવું; સખ્તી ઓછી ક૦. To ease: આસાયશ લેવી; વિસામો મલવો. 4. To relieve from constipation: જુલાબ આપવો.

Relaxation,(રીલૅક્સેશન્)*n.* Remission of application: વિસામો; ફુરસદ; આસાયશ.

Relay,(રીલે)*n.*[L.*re* & *ligo*, I bind] A supply of horses to relieve those on a journey: ટપ્પે ટપ્પે બદલીને માટે રાખેલા ઘોડા.

Release, (રીલીસ્)*vt.* To let go: છોડવું-છોડાવવું; છુટું કરવું; મુક્ત-મોકલું કરવું; દુઃખ ફેડવું. 2. To let go, as a legal claim: છોડવું; મુકીદેવું; હાથ ઉઠાવવો. *n.* Relief: છુટકારો; છુટકો. 2. A giving up of some right or claim: ફારગતી.

Relegate,(રૅલીગેટ્)*vt.*[L.*re* & *lego*, I charge.] To banish: દેશનિકાલ કરવું; કાલા પાણીએ મોકલવું. 2. To consign: મોકલવું; નાંખવું; નાખી મુકવું.

Relent, (રીલૅન્ટ્) *vi.* [L. *re* & *lentus*, pliant.] To feel compassion: દયા આવવી; મન પીંગલવું.

Relentless, (રીલૅન્ટ્લસ્) *a.* Merciless: નિર્દય; કઠોર; સખ્ત હૈયા-છાતીનું.

Relevant,(રૅલીવૅન્ટ્)*a.* [L..*re* & *levo*, I lift.] applicable: લાગુ પડે એવું; લાગુ પડતું.

Reliable,(રીલાઈઍબલ્) *a.* Fit to be relied on: ભરોંસાદાર; વિશ્વાસુ.

Reliance, (રીલાઇઍન્સ્) *n.* Trust; confidence: ભરોસો; ઈતબાર; વિશ્વાસ; ખાતરી.

Relic,(રૅલિક્)*n.* [L. *relinquo*, I leave behind.] A remnant: બાકી રહેલો ભાગ; બાકી. 2. A corpse: મુડદું; શબ. 3. A memorial: નિશાની.

Relict,(રૅલિક્ટ્)*n.*[L.*relinquo*, I leave behind.] A widow: રંડાયલી સ્ત્રી; વિધવા.

Relief, (રીલીફ્) *n.* [L. *re* & *levo*, I lift up.] Comfort: શાંતિ; આરામ; સુખ; વિસામો. 2. Release from a post: છુટકારો; રજા; બદલી. 3. The projection of a design from its ground: સપાટ ભોંયપરથી ઉપસેલી આકૃતિ.

Relieve,(રીલીવ્)*vt.* [L. *re* & *levo*, I lift up.] To alleviate: અડચણ મટાડવી-ઓછી કરવી; આરામ ક૦-થવો; જોર નરમ પાડવું-પડવું; સુખચેન આપવું. 2. To free: છુટું ક૦; છોડવું; મુક્ત ક૦. 3. To release from duty: રજા આપવી; બદલી મોકલવી; વારો બદલવો; છોડવવું.

Religion,(રીલિજન્)*n.* [L. *re*, & *ligo*, I bind.] A system of faith and worship: ધર્મ; પંથ; દીન; મત.

Religious, (રીલિજસ્) *a.* Pertaining to religion: ધર્મ સંબંધી-નું; ધર્મવિષયક. 2. Pious; godly:

ધાર્મિક: ભક્તિમાન; પવિત્ર; પહેરેજગાર.

Relinquish, (રેલિંક્વિશ) *vt* [L. *re*, & *linquo*, I leave behind.] To quit: છોડવું; મૂકવું; તજવું. 2. To give up: હાથ ઉઠાવવો; મૂકી દેવું.

Relish, (રેલિશ્) *vt.* & *vi.* [L. *re* & *lingo*, I lick up.] To taste or enjoy: સ્વાદ લાગવું-ભાવવું; રૂચવું; ગમવું; મઝાહ લેવી. *n.* A pleasing taste: સ્વાદ;રસ;મઝાહ 2. Liking: મરજી; શોખ;રુચિ;ખુશી.

Relishable, (રેલિશૅબલ)*a.* Gratifying: ગમતું; મનપસંદ.

Reluctance, (રીલકટૅન્સ્) *n.* Unwillingness: કંટાળો; નાખુશી; આનાકાની; ના મરજી.

Reluctant, (રીલકટૅન્ટ્)*a.* [L.*re* & *luctor*, I wrestle.] Unwilling: નાખુશ; નારાજી; આનાકાની કરતું. [ક૦

Rely,(રીલાઈ)*vi.*To trust: ભરૂસો વિશ્વાસ રાખવો-

Remain, (રીમેન્)*vi.*[L. *re* & *maneo*, I stay.] To stay behind:પાછળ-બાકી-સિલક રહેવું. 2. To abide: રહેવું; મુકામ ક૦;ટકવું; નભવું *n.* Remainder: સિલક; બાકી. 2. *pl.* A corpse: મડદું; લાસ.

Remainder,(રીમેન્ડર્)*n.* Residue: બાકી; શેષ; સિલક.

Remaining,(રીમેનિંગ્)*a.* Left behind: બાકીનું; રહેલું; બચેલું; ઉભું.

Remand,(રીમૅન્ડ્)*vt.*[L.*re*& *mando*,I order.] To recommit: ફરીથી તપાસને માટે મોકલવું.

Remark, (રીમાર્ક્)*vt.* To point out: દેખાડવું; દર્શાવવું. 2. To notice:ધ્યાનમાં લેવું;જોવું;અવલોકન ક૦. 3. To say: કહેવું; બોલવું;ટીકા ક૦.*n.* Notice: ધ્યાન; લક્ષ; અવલોકન. 2. The expression, in speech or writing: શેરો; વચન; ટીકા.

Remarkable, (રીમાર્કેબલ્)*a.* Conspicuous: પ્રખ્યાત: પ્રસિદ્ધ; નવાઈ જેવું; અસાધારણ: અદભુત.

Remarriage, (રીમૅરિજ્) *n.* A second Marriage: પુનર્વિવાહ; નાતરૂં.

Remarry, (રીમૅરિ)*vt.* & *i.* To marry again: પુનર્લગ્ન ક૦: બીજીવાર પરણવું ; નાતરૂં ક૦.

Remediable, (રેમીડિઍબલ)*a.* Curable: સારૂં થવા જોગ; ઉપાય કરવા જોગ.

Remedy,(રેમડિ)*n.*[L. *re* & *medeor*,I heal.] That which cures a disease: ઉપાય; ઈલાજ; ઔષધ; ઓસડ;દવા. *vt.* To cure: મટાડવું;ઈલાજ-ઉપાય ક૦; ઓસડ ક૦.

Remember, (રેમેમ્બર્) *vt.* [L. *re* & *memor*, mindful.]To recollect:યાદ ક૦-રાખવું; સંભારવું; સાંભરવું;સંભારી રાખવું;ધ્યાન-લક્ષમાં રાખવું. 2 To recall to the mind of another: કોઈની સલામ કહેવી; કોઈની વતી બોલાવવું.

Remembrance,(રીમેમ્બ્રૅન્સ્)*n.*Recollection: સ્મરણ; યાદ; ફામ; યાદદસ્ત; સ્મરણશક્તિ 2. A memorial: યાદગિરી; નિશાની.

Remind, (રીમાઇન્ડ્)*vt.* To put in mind: યાદ દેવડાવવું; સૂચવવું.

Reminiscence, (રેમિનિસેન્સ્) *n* [L. *reminisco*, I recall to mind.] Remembrance: યાદ; યાદદાસ્ત; સ્મરણ.

Remiss, (રીમિસ્)*a.*[L. *re* & *mitto*, I send] Careless: બે દરકાર; બેપરવા; ગાફેલ. 2. Languid; slow: મંદ; સુસ્ત: ઢીલું; ઠંડું.

Remission, (રીમિશન્) *n.* The act of Surrendering: પાછું આપવું તે. 2. Pardon: માફી: ક્ષમા. 3. Abatement: ઘટાડો; શાંતિ; થોડો વારની નિરાંત-આરામ; વિરામ; ગાળો.

Remissness, (રીમિસ્નેસ્) *n.* State of being remiss: બિદરકારી; ગાફેલી; ગફલતી.

Remit, (રીમિટ્) *vt.* [L. *re* & *mitto*, I send.] To transmit, as money &c: હુંડી કરવી (પૈસા) મોકલવા: મોકલી આપવું. 2. To relax: ઘટાડવું; શાંત ક૦;દાબવું; નરમ પાડવું. 3. To forgive: ક્ષમા-માફ કરવો;છોડી દેવું. *vi.* To abate: નરમ-હલકું પડવું; મંદ-ધીમું પડવું; જોર કમી થવું.

Remittance, (રીમિટૅન્સ્)*n.* Transmitting of money: મોકલવું તે; રવાનગી. 2. The thing or sum remitted: મોકલેલું નાણું.

Remittent, (રીમિટન્ટ્) *a.* Remitting:ચઢ ઉતરતું; ગાળો નાખતું. **R.** *fever*: વિષમજ્વર.

Remnant, (રેમ્નૅન્ટ્) *n.* Remainder: બચેલો ભાગ-કકડો; રેન્ટે; બાકી; સિલક.

Remonstrance, (રીમૉન્સ્ટ્રૅન્સ્) *n.* Expostulation: શિખામણ; દલીલ; વાંધો; ઠપકો.

Remonstrate, (રીમૉન્સ્ટ્રેટ્) [L. *re* & *monstro*, I show.] *vi.* To expostulate: શિખામણ દેવી; કાન ઉઘાડવા; ઠપકો આપવો.

Remorse, (રીમૉર્સ્) *n.* [L. *re* & *mordeo*, I bite.] Compunction of conscience: ખોટું કામ કર્યાને લીધે થતો ખેદ-સંતાપ;ખખરો;પશ્ચાતાપ; પસ્તાવો.

Remorseless, (રીમૉર્સ્લેસ) *a.* Cruel: નિર્દય; ઘાતકી; ક્રુર; સખ્ત હૈયાનું.

Remote,(રીમોટ્)*a.*[L. *re*, & *moveo*, I move.] Not near; far away: દુરનું; આઘેનું; વેગળેનું; લાંબા વખતનું; પુરાતનકાલનું. [છેટું; દુરા.

Remoteness,(રીમોટ્નેસ્) *n.* Distance: અંતર;

Remount, (રીમાઉન્ટ્) *vt.* & *i.* To mount again: ફરીથી સ્વાર થવું. *n.* A horse ready for remounting:સાજ સુદ્ધાંતૈયાર કરી રાખેલો બીજો ઘોડો.

Removable,(રીમૂવૅબલ્)*a.* That may be removed: કાઢી મુકાય તેવું;ખસેડી શકાય તેવું.

Removal, (રીમૂવૅલ્)*n.* Displacing: ફેરબદલ; સ્થલાંતર; છુટકારો; બરતરફી; મરણ.

Remove,(રીમૂવ્)*vt.* [L. *re* & *moveo*. I move.] To displace: ખસેડવું; બદલવું. 2. (*a*) To take away: મટાડવું;દૂર ક૦; કાઢી નાંખવું.(*b*) To banish; to destroy; to kill: કાઢી મૂકવું; નાશ ક૦; મારી નાંખવું. 3. To dismiss: કાઢી મૂકવું; બરતરફ ક૦;રજા આપવી. *vi.* To change place: ખસવું; ખસી જવું.

Remunerate, (રીમ્યૂનરેટ્) *vt.* [L. *re* & *munus*, a gift.]To recompense: બદલો-અવેજ-આપવો-વાળવો; પગાર-મુસારો આપવો.

Remuneration, (રીમ્યૂનરેશન્) *n.* Recompense: બદલો; અવેજ; મુસારો; લવાજમ.

Remunerative, (રીમ્યૂનરેટિવ્)*a.* Lucrative: બદલો-અવેજ મળે-આપે એવું; ફલદાયક; નફાકારક.

Renal, (રીનૅલ્)*a.*[L. *renes*, the kidneys.] Pertaining to the kidneys: મુત્રપિંડ સંબંધી; ગુર્દાનું.

Renard. (રૅનાર્ડ્)*n.* A fox: શિયાલ; કોલું.

Rend,(રૅન્ડ્)*vt. imp. & p.p.* **Rent.** To split; to tear: ચીરવું; ફાડવું; તોડવું.

Render, (રૅન્ડર્) *vt.* [L. *re* & *do,* I give.] To give up: છોડી દેવું; આપી દેવું; હાથ ઉઠાવવો. 2. To deliver: આપવું; કહેવું; બતાવવું; રજુ ક૦. 3. To translate: તરજુમો કર; ભાષાંતર ક૦. 4. To perform: બનાવવું; ભજવવું; બજાવવું; ક૦.

Rendering.(રૅન્ડરિંગ્)*n.* Translation: તરજુમો; ભાષાંતર. (*b*) The presentation, of idea, theme or part: ભજવણી; રજુઆત; દેખાવ.

Rendezvous.(રૅન્ડેવૂ)*n.pl.* A place appointed for a meeting: ભેટ-મુલાકાત સારૂ મુકરર કરેલું મુકામ-સ્થલ-સ્થાન. 2. A meeting by appointment: ભેટ;મુલાકાત. *vi.* To meet at a particular place: અમુક જગાએ એકઠાં થવું-ભેગાં મલવું.

Renegade. (રૅનીગેડ્)*n.*[L. *re,*& *nego,* I deny.] One faithless to principle or party: પોતાનો ધર્મ-પક્ષ છોડનાર; વતલેલ. 2. A deserter: લશ્કરી નોકરીમાંથી નહાસી જનાર.

Renew, (રીન્યૂ) *vt.* To revive: તાજું ક૦; સમારવું; સજીવન ક૦.

Renewal.renovation, (રીન્યુઅલ-રૅનોવેશન) *n.* Restoration: આગલી હાલત પર પાછું લાવવું તે; નવીકરણ; પુનઃકરણ.

Renewed, (રીન્યૂડ્) *a.* New: નવું; તાજું; ફરીથી કરેલું.

Renounce.(રીનાઉન્સ)*vt.*& *vi.*[L. *re* & *nuntio,* I announce.] To reject: રદ ક૦. 2. To disown: ના કબૂલ કરવું; ના મંજૂર રાખવું; છોડી દેવું; તજવું:

Renouncement, (રીનાઉન્સમેન્ટ્) *n.* The act of rejecting: ત્યાગ; અસ્વીકાર; અનંગીકાર.

Renovate,(રૅનોવેટ્)*vt.*[L. *re,* & *novo,* I make new.] To renew: સમારવું; ફરીથી બાંધવું; નવેસરથી ક૦.

Renown,(રીનાઉન)*n.*[L. *re* & *noman* a name.] Fame; celebrity: નામ; કીર્તિ; નામદારી; તારીફ; જશ; આબરૂ.

Renowned, (રીનાઉન્ડ્)*a.* Famous, eminent: નામીચું; પ્રસિદ્ધ; નામાંકિત; પ્રખ્યાત; નામદાર.

Rent, (રૅન્ટ્) *vi.imp.* & *p. p.* of **Rend**: ફાડ્યું; ચીર્યું. *n.* A tear: ચીરો; ફાટ; ઘા. 2. A schism: તૂટ; ફાટફુટ; કુસંપ; બેમનાવ; અણબનાવ. *n.* Payment in return for the use of property: ગણોત; ભાડું;વસુલ;મહેસૂલ; સાંથ. *Nominal* **r.**: સલામી. *vt.* To lease: ગણોતે ભાડે આપવું-રાખવું-લેવું.

Rental, (રૅન્ટલ)*n.* A sum total of rents: ભાડું.

Renunciation. (રીનન્સિએશન) *n.* [L. *re* & *nuntio,* I tell.] Disavowal: rejection: ત્યાગ; નકાર; અસ્વીકાર; અનંગીકાર; નામંજૂરી.

Reorganization, (રીઑર્ગૅનાઈઝેશન) *n.* The act of reorganizing: ફરીથી કરેલી રચના ગોઠવણ.

Reorganize. (રીઑર્ગૅનાઈઝ્)*vt.* & *i.* To organize again: નવેસરથી ગોઠવવું-રચવું.

Repair, (રીપેર્) *vi.* [L. *re,* & *patria,* one's native country.] To go:જવું. *vt.*[L. *re,* & *paro,* I get ready.] To Mend: સમરાવવું; મરામત કરાવવી; ઠીકઠાક-દુરસ્ત ક૦. 2. To make amends for: ભરી આપવુ; ભરવું; ભરી દેવું. *n.* Reparation: મરામત; સમરામણી.

Reparation,(રૅપૅરેશન)*n.* The act of renewing: મરામત; સુધારો; સમરામણી. 2. Amends: બદલો; અવેજ.

Repartee,(રૅપાર્ટી)*n.* [F *re* & *partis,*a part.] A smart, ready and witty reply: હાજર જવાબ; ઝટ ચતુરાઇથી અપેલો જવાબ.

Repast, (રીપૅસ્ટ્) *n.* [L. *re,* & *pasco,* I feed again.] A meal: જમણ; ખાણું; ભોજન; ખોરાક.

Repay, (રીપે) *vt. imp.* & *p. p.* **Repaid,** To pay back: પાછું આપવું; અદા ક૦; ફેડવું; વાલવું. 2. To recompense: બદલો-અવેજ વાલવો.

Repeal. (રીપીલ) *vt.* [L. *re* & *appello,* I call upon.] To revoke; or abrogate: રદ-બાતલ ક૦; કાઢી નાંખવું; પાછું ખેંચી લેવું.

Repeat.(રીપીટ્)*vt.*[L. *re* & *peto,* I seek.]To recite: મોઢે કરેલું બોલવું-ભણવું; ફરીથી બોલવું-ક૦.

Repeatedly, (રીપીટેડલિ) *adv.* Frequently: વારંવાર; વારે ઘડીએ; ઘડી ઘડી.

Repeater,(રીપીટર્)*n.*One who or that which repeats: ફરીફરીને બોલનાર. (*a*) A watch with a striking apparatus: વાગતું ઘડીઆલ.

Repel,(રીપૅલ)*vt.* [L. *re* & *pello,* I drive.] To drive back:. પાછું હઠાવવું; હાંકી કાઢવું; નિવારવું. 2. To check: અટકાવવું; અટકાવ કરવો; સામું થવું.

Repellent, (રીપૅલેન્ટ્) *a.* & *n.* That which repels: પાછું હઠાવનાર; નિવારક.

Repent,(રીપૅન્ટ્)*a.* [L.*re* & *pœnio* I punish.] *vi.* & *vt.* To feel pain, sorrow, or regret, for what one has done or omitted to do: પશ્ચાતાપ કર થવો; પસ્તાવું; પસ્તાવો-તોબા ક૦; દીલગીર થવું.

Repentance, (રીપૅન્ટન્સ)*n.* Sorrow for what one has done or omitted to do: પશ્ચાતાપ; પસ્તાવો; તોબા; તોબેસ.

Repentant, (રીપૅન્ટૅન્ટ્)*a.* Penitent;પશ્ચાતાપી; દીલગીર; પસ્તાવો-તોબા કરતું.

Repertory, (રૅપર્ટરિ) *n.* [L. *re* & *pario,* I bring forth.] A storehouse: કોઠાર; વખાર; ભંડાર; ખજાનો.

Repetition, (રૅપીટિશન)*n.* [L. *re* & *peto,* I seek.] The act of repeating:ફરી કહી-બોલી જવું તે. 2. Recital from memory: પઠન; બોલી-ભણી જવું તે.

Repine,(રૅપાઇન)*vi.* To continue pining: મનમાં બળ્યા ક૦; ઝુરવું; બળવું; ખેદ-પીડા-સંતાપ પામવો; બબડવું; કકલવું.

Replace, (રીપ્લેસ્) *vi.* To place again: જ્યાં પહેલાં હતું ત્યાં મુકવું; આગલી હાલતમાં પાછું લાવવું. 2. To refund: ભરી દેવું;અદા ક૦; વાલી દેવું. 3. To take the place of: ખોટ પુરવી; જગ્યા પુરવી; કામ સારવું.

Replenish, (રૅપ્લેનિશ્)*vt.* To fill again: ફરીથી ભરવું; ભરપૂર ક૦.

Replete. (રીપ્લીટ્) *a.* [L. *re* & *pleo,* I fill.] Full: ભરપૂર; ભરેલું; પૂર્ણ.

Replica, (રૅપ્લીકા)*n.* A copy of a picture:ચિત્ર-છબીપરથી ઉતારેલી બીજી નકલ.

Reply,(રીપ્લાઇ)*vi.& vt. imp & p.p* **Replied**. [*L. re & plico*, I fold.] To answer: જવાબ આપવો–દેવો; ઉત્તર વાલવો. *n. pl.* **Replies**. An answer: જવાબ; ઉત્તર.

Report, (રીપોર્ટ્) *vt. & vi.* [*L. re& porto*, I carry.] To relate: બયાન કરવું; હેવાલ આપવો: વર્ણન કo; ખબર કહેવી; જણાવવું; જાહેર કo: અફવા ચલાવવી–ઉડાવવી. 2. To write down from the lips of a speaker: બોલનારનું–ભાષણકર્તાનું ભાષણ નોંધી–ટાંગી–લખી લેવું; ભાષણની નોંધ કરી લેવી. *n.* That which is reported: હેવાલ; હકીકત; કેફીયત; ખબર; સમાચાર. (*b*) A rumour: અફવા; ઉડતી ખબર; ગપ. (*c*) Sound; noise: અવાજ; ધડાકો; ભડાકો; બાર. (*d*) A sketch of a speech: ભાષણની ટૂંક નોંધ. (*e*) Fame; reputation: નામ; કીર્તિ; આબરૂ.

Reporter, (રીપોર્ટર્) *n.* One who reports: ખબર આપનાર; સમાચાર કહેનાર; બાતમીદાર.

Repose, (રીપોઝ્) *vt. & vi.*[*L. re & pono*, I put.] To lay down; to lodge: મૂકવું; ધરવું. 2. To rest: આરામ–વિસામો લેવો; સુવું. 3. To intrust: સોંપવું; રાખવું; વિશ્વાસ ધરવો–રાખવો. *n.* Sleep; rest; quiet: આરામ; વિસામો; ઉંઘ. 2. Rest of mind: ચેન; શાંતિ; નિરાંત.

Repository, (રીપૉઝિટૉરિ) *n.* A place where things are laid up: ભંડાર; વખાર; કોઠાર.

Reprehend, (રેપ્રીહેન્ડ્) *vt.*[*L. re & prehendo* I lay hold of.] To reprove; to blame: ઠપકો દેવો; ધમકાવવું; ધૂલ કાઢવી. [ઠપકા લાયક; દોષપાત્ર.

Reprehensible, (રેપ્રીહેન્સિબલ્)*a.* Blamable:

Reprehension,(રેપ્રીહેન્શન)*n.* Censure; blame: ઠપકો; ઝાટકણી.

Represent,(રેપ્રીઝેન્ટ્) *vt.* [*L. re & præsento*, I place before.] To delineate: આલેખવું; ચિતરવું. 2. To personate: સોંગ–વેષ ધારણ કરવો–લેવો. 3. To stand in place of: કોઈની જગ્યા પુરવી; કોઈની તરફથી કામ કo. 4. To show; to describe: વર્ણવવું; નિરૂપણ કo; બયાન કo; દેખાડવું; જણાવવું; બતાવવું.

Representation, (રેપ્રીઝેન્ટેશન)*n.* The act of representing: દેખાવ; પ્રદર્શન; દર્શન; નમુનો. 2. A picture: તસવીર; આકૃતિ; છબી; બાવલું; ચિત્ર; પુતળું. (*b*) A description: વર્ણન; બયાન: હકીકત; હેવાલ. (*c*) Any statement off act: યાદી; અરજી અરજ.

Representative, (રેપ્રીઝેન્ટેટિવ્)*a.* Fitted to represent: વગતાદું; રજુ કરનારૂં; દર્શક. 2. Bearing the character or power of another: પ્રતિનિધિરૂપ; વકીલ દાખલ. *n.* An agent: પ્રતિનિધિ; વકીલ; રજુ કરનાર; મુખ્યાર.

Repress,(રીપ્રેસ્) *vt.* [*L. re & premo* I press.] To quell; to subdue: બેસાડી દેવું; સમાવવું; દાબી દેવું. 2. To restrain: દાબ–ધાકમાં રાખવું; અંકુશ–અટકાવ રાખવો.

Repressive, (રીપ્રેસિવ્) *a.* Having power or tending to repress: દાબમાં રાખે–બેસાડી દે એવું; ધાકભર્યું.

Reprieve, (રીપ્રીવ્) *vt.* [*L. reprobo*, I reject.] To delay the punishment of: શિક્ષા કરવી મુલતવી રાખવી; શિક્ષા કરવામાં તહકુબી રાખવી; વિસામો–વિશ્રામ આપવો. *n.* A suspension of a sentence, especially of death: ફાંસીની શિક્ષા મુલતવી રાખવી તે; શિક્ષાની તહકુબી. 2. Interval of ease or relief: વિસામો; વિશ્રામ.

Reprimand,(રેપ્રિમૅન્ડ)*n.*[*L. re & primo*, I press.] Reprehension: ઠપકો; દોષ. *vt.* To reprehend: ઠપકો–દોષ દેવો; ધમકાવવું; ધમકી આપવી.

Reprint,(રીપ્રીન્ટ્) *n.* A new edition of any printed work: બીજી–નવી આવૃત્તી.

Reprisal,(રીપ્રીઝલ્) *n.* [*L. re, & prehendo*, I seize.] The act of taking from an enemy by way of retaliation: શત્રુએ કાંઈ લીધું હોય તેના બદલામાં તેનું કાંઈ પકડી લાવવું તે. 2. Any act of retaliation: વેર; બદલો.

Reproach,(રીપ્રોચ્)*vt.*[*L. re, & prope*, near.] To blame; to disgrace: એબ–બટ્ટો–નામોશી લગાડવી; બદનામ કo; આળ ચઢાવવું; આરોપ મૂકવો; ઠપકો દેવો; ધમકાવવું. *n.* Abusive reflection: ઠપકો; તિરસ્કાર; ધિક્કાર; મશ્કરી; હાંસી. 2. Disgrace: બદનામી; અપમાન; કલંક; એબ; આળ; આરોપ; બટ્ટો.

Reproachful,(રીપ્રોચફુલ)*a.* Upbraiding; abusive: તિરસ્કાર ભરેલું; ઠપકાનું; નિંદાભરેલું. 2. Shameful; base: લજામણું; અપકીર્તિ ભરેલું; બદનામીનું.

Reprobate,(રેપ્રોબેટ્)*a.* [*L. re.& probo*, I disapprove.] Depraved: પાપી; પાપમાં ગરક થઈ ગએલું; દુરાચારી; વંઠી ગએલું. *n.* One morally abandoned and lost: પાપમાં ડુબેલું હાથથી ગયલું માણસ. *vt* To disapprove: નકામું–નાલાયક ગણવું; ધિક્કારવું; તિરસ્કાર કo.

Reproduce,(રીપ્રોડ્યુસ્)*vt.* To produce again: નવેસર–ફરીથી પેદા ઉત્પન્ન કo; ફરીથી રજુ કo. [ટોણો.

Reproof,(રીપ્રુફ્)*n.* Reproach: ઠપકો; બોલ; મેણું;

Reprovable,(રીપ્રુવેબલ્)*a.* Deserving blame: ધમકાવવા–ઠપકો દેવા જોગ; ઠપકાપાત્ર.

Reprove,(રીપ્રુવ્) *vt.* To disprove: તોડવું; ખોટું પાડવું. 2. To censure: ઠપકો દેવો; દોષ મૂકવો; ધમકાવવું. 3. To condemn: નામંજૂર કo; નાપસંદગી બતાવવી.

Reptile,(રેપ્ટાઈલ્)*a.*[*L. repo*, I creep.] Creeping: પેટ ગસડીને ચાલનારૂં; પેટે ચાલતું. 2. Low; vulgar: નીચ; અધમ; પાજી; હલકું. *n.* An animal that crawls on its belly: પેટે ચાલનારૂં પ્રાણી. 2. A mean person: નીચ–હલકો માણસ.

Republic, (રેપબ્લિક્) *n.* [*L. res* a thing, & *publicus*, belonging to the people.] A common wealth: પ્રજાસત્તાક રાજ્ય; લોક સત્તાક રાજ્ય.

Republican,(રેપબ્લિકન્) *a.* Of or pertaining to a republic: પ્રજાસત્તાક રાજ્યનું–સંબંધી.

Republish, (રીપબ્લિશ્) *vt.* To publish anew: ફરીથી છપાવવું.

Repudiate,(રેપ્યુડિએટ્)*vt.* [*L. re & pudo*, I am shamed.] To reject: છોડી દેવું; નામંજૂર–નાકબૂલ રાખવું; આપવાની ના કહેવી; ના પાડવી; નકાર વાસવો.

Repudiation, (રીપ્યુડિએશન)*n.* Rejection: નામંજૂરી; નકાર; અસ્વીકાર.

Repugnance,(રેપગ્નન્સ)*n.* [*L. re & pugno*, I

fight.] Opposition: વિરોધ; પ્રતિકૂલતા; વિપરીતતા. 2. Aversion; reluctance: આનાકાની; નાખુશી; ધિક્કાર; કંટાળો; ત્રાસ.

Repugnant, (રેપગ્નૅન્ટ) *a.* Hostile; contrary: સામું; ઉલટું; વિરુદ્ધ; વિરોધી; નારાજી; નાખુશ.

Repulse, (રીપલ્સ) *vt.* [L. *re*, & *pello*, I drive.] To drive back: પાછું હઠાવવું; મારી કાઢવું; કાઢી મૂકવું. *n.* The act of repelling: આંચકો; ધક્કો; હાર; હડસેલો. 2. Refusal; denial: અટકાવ; નડતર; નકાર; ના.

Repulsive, (રીપલ્સિવ્) *a.* Forbidding; cold; offensive: નાપસંદ; અણગમતું; ત્રાસજનક; બીભત્સ.

Reputable, (રેપ્યુટૅબલ) *a.* Respectable: આબરૂદાર; ગોભાદાર; શહાનેગ; માનવંત.

Reputation, (રેપ્યુટેશન) *n.* Public esteem; good name: આબરૂ; હુંરમત; માન; શાખ; ઈજત; કીર્તિ; પ્રખ્યાતી; નામદારી.

Repute, (રેપ્યૂટ્) *vt.* [L. *re*, & *puto* I reckon.] To hold: ગણવું; માનવું; લેખવું; સમજવું. *n.* Public estimate: માન આબરૂ; કીર્તિ.

Reputed, (રેપ્યૂટેડ) *a.* Honorable: કીર્તિવાન; જગપ્રસિદ્ધ; જગજાહેર; જાણીતું; માનવંત.

Request, (રીક્વેસ્ટ્) *n.* [L. *re* & *quœro* I seek.] Prayer: પ્રાર્થના; વિનંતી; અરજ; દરખાસ્ત; ભલામણ. 2. Demand: માગણી; ભીડ; ખપ; પુછપરછ; તલપ. *vt.* To ask for: માગવું; ઈચ્છા ક૦; પ્રાર્થના ક૦; વિનંતી–અરજ ક૦.

Require, (રીક્વાઇર્) *vt.* [L. *re* & *quœro*, I seek.] To demand: માગવું; સત્તા–હકથી કહેવું; આજ્ઞા ક૦; હુકમ ફરમાવવો; ઉઘરાવવું. 2. To need: જરૂરીઆત હોવી; જરૂર પડવી; તંગી ખપ હોવો.

Requirement, (રીક્વાઇર્મેન્ટ્) *n.* Demand: માગણી. 2. An essential condition; a need: ગરજ; જરૂરી; દરકાર; અગત્ય

Requisite, (રેક્વિઝિટ્) *n.* Something indispensable: જરૂરની અગત્યની ચીજ. *a.* Indispensable: જરૂરનું; અગત્યનું; આવશ્યક.

Requisition, (રેક્વિઝિશન) *n.* [L. *requisitio*, a searching.] A demand: માગણી; ઉઘરાણી 2. An invitation: નોતરૂ; આમંત્રણ.

Requital, (રીક્વાઇટલ) *n.* Good or bad return: અવેજ; ખંગ; બદલો; સજા; વેર.

Requite, (રીક્વાઇટ્) *vt.* To repay: બદલો–અવેજ–ખંગ વાલવો–આપવો.

Rescind, (રીસિન્ડ) *vt.* [L. *re*. & *scindo*, I cut.] To annul: રદ–ખાતલ–નાબુદ ક૦; ખેંચી લેવું.

Rescript, (રીસ્ક્રિપ્ટ્) *n.* [L. *re*, & *scribo*, I write.] A decree: રાજાનો હુકમ; આજ્ઞા; બાદશાહી ફરમાન.

Rescue, (રેસ્ક્યૂ) *vt.* [L. *re*, *ex*, & *quatio*, I shake.] To free or deliver from: છોડવું; કાઢવું; બચાવવું; મુક્ત–મોકલું છૂટું ક૦; તારવું. *n.* Liberation: છૂટકારો; છૂટકો; મુક્તિ; બચાવ; રક્ષણ.

Research, (રીસર્ચ) *n* Diligent; investigation: શોધ; તલાસ; ખોલ; તપાસ.

Resemblance, (રીઝેમ્બ્લૅન્સ) *n.* Similarity; likeness: સરખા–મલતાપણું.

Resemble, (રીઝેમ્બલ) *vt.* [L. *re* & *similis*, like.] To be like or similar: જેવું–સરખું હોવું; મલતું હોવું–આવવું. 2. To compare: સરખાવવું; મુકાબલો ક૦.

Resent, (રીઝેન્ટ્) *vt.* [L. *re* & *sentio*, I feel.] To express displeasure or indignation at: માઠું લાગવું; નાખુશી બતાવવી; બુરૂં માનવું; રીસ લાગવી.

Resentment, (રીઝેન્ટ્મેન્ટ્) *n.* Anger; displeasure: ક્રોધ; રોષ; રાગ; નાખુશી; ગુસ્સો; રીસ.

Reservation, (રેઝર્વેશન) *n.* Reserve: રાખી મુકવું–ન જણાવવું તે. 2. A proviso: શરત; બોલી; બારી.

Reserve, (રીઝર્વ્) *vt.* [L. *re* & *servo*, I keep.] To keep back: ન જણાવવું; પેટમાં રાખવું. 2. To keep for future use: ખાસ–જુદું રાખવું; રાખી મુકવું. *n.* The act of reserving: રાખી–મુકી છાંડવું–જુદું–ખાસ રાખવું તે. 2. That which is reserved: રાખી મુકેલી વસ્તુ; સિલક. 3. Shyness: લાજ; શરમ; પડદો; સંકોચ. 4. *pl.* A body of troops reserved: ફાલતુ–રાખી મુકેલું સૈન્ય–ફોજ; ખાસ જુદું લશ્કર.

Reserved, (રીઝર્વ્ડ) *a.* Kept for future or special use: રાખી મુકેલું; ખાસ; ફાલતુ. 2. Shy: શરમાલ; લાજવાળું; લજ્જાશીલ.

Reservoir, (રેઝર્વ્વૉર્) *n.* [L. *re* & *servo*, I keep.] A cistern: ટાંકુ; તલાવ; કુંડ; હોજ.

Reside, (રીઝાઇડ્) *vi.* [L. *re*, & *sedeo*, I sit.] To dwell: રહેવું; વાસ ક૦; વસવું.

Residence, (રેઝિડેન્સ) *n.* An abode: મકાન; ઘર; રહેઠાણ; વાસ.

Residency, (રેઝિડેન્સિ) *n.* Residence; રહેઠાણ; વાસ. 2. A political agency at a native court in India: રેસીડન્ટનું મકાન.

Resident, (રેઝિડેન્ટ્) *n.* One who resides: વસનાર; રહેવાસી. 2. A diplomatic representative at a foreign court: પારકા દેશોની દરબારમાં રાખેલો વકીલ; રેસીડેન્ટ.

Residual, (રીઝિડ્યુઅૅલ) *a.* Remaining after a part is taken: બાકી રહેલું; બાકીનું.

Residuary, (રીઝિડ્યૂઅૅરિ) *a.* Consisting of residue: બાકી રહેલા સંબંધી. R. *legatee*: કરજ બાદ કર્યા પછી રહેલી મિલકતનો વારસ.

Residue, (રેઝિડ્યૂ) *n.* [L. *residuum*, residue.] Remnant; remainder: બાકી; સિલક.

Resign, (રીઝાઇન) *vt.* [L. *re* & *signum*, a mark.] To surrender; to give up: વશ–આધીન થવું; તજવું; ત્યાગ ક૦; છોડવું; હાથ ઉઠાવવો; રાજીનામું આપવું.

Resignation, (રેઝિગ્નેશન) *n.* Surrender: ત્યાગ; રાજીનામું. 2. Patient submission: સંતોષ; સબુરી.

Resigned, (રીઝાઇન્ડ્) *a.* Submissive; yielding: ખુદાની મરજીને આધીન; ઇશ્વર આજ્ઞાથી રાજી.

Resin, (રેઝિન્) *n.* [Gr. *rheo*, I flow.] Inflammable substance which exudes from trees: રાલ; બીજોરા.

Resist, (રીઝિસ્ટ્) *vt.* & *vi.* [L. *re* & *sisto*, I stand.] To oppose: સામા થવું; અટકાવ ક૦; ટક્કર લેવી ઝાલવી.

Resistance, (રીઝિસ્ટૅન્સ) *n.* Opposition: અટકાવ; વિરોધ; પ્રતિબંધ; નડતર; હરકત.

Resistible, (રીઝિસ્ટિબલ્)*a.* Capable of being resisted: અટકાવાય એવું; નિવાર્ય.

Resisting, (રીઝિસ્ટિંગ્)*a.* Opposing: અટકાવનારૂં; હરકત કરનારૂં; વિરોધી.

Resolute, (રૅઝોલ્યૂટ્) *a.* [L. *re*, & *solvo*, I loose.] (*a*) Determined: દૃઢ; ફરે નહિ એવું; પક્કા ઠરાવનું; નક્કી. (*b*) Bold; firm: બહાદૂર; હિમ્મતવાન.

Resolution, (રૅઝોલ્યૂશન્)*n.* Analysis: પૃથક્કરણ; વિવેચન. 2. Steadiness; firmness: દૃઢતા; હિમ્મત; નક્કી-પક્કાપણું. 3. Determination: નિશ્ચય; નિર્ણય; મનસુબો; ઠરાવ; કરાર.

Resolve, (રીઝૉલ્વ્) *vt.* & *vi.* [L. *re*, & *solvo*, I loosen.] (*a*) To separate into parts: મૂલતત્વો જુદાં પાડવાં; પૃથક્કરણ થવું. 2. To fix; to settle: નક્કી ક૦; નિશ્ચય-નિર્ણય-ઠરાવ ક૦. 3. To decide by a formal vote: સભામાં નક્કી ક૦; ઠરાવ ક૦; નિર્ણયપર આવવું. 4. Determination; a resolution: નિર્ણય; નિશ્ચય; ઠરાવ; વિચાર.

Resonance, (રૅઝૉનૅન્સ્) *n.* [L. *re* & *sono*, I sound.] The act of resounding: પડઘો થવો તે. 2. A reflection of any sound: પ્રતિશબ્દ; પડઘો.

Resonant, (રૅસૉનૅન્ટ્) *a.* Echoing back: પડઘો પાડતું.

Resort, (રીઝૉર્ટ્) *vi.* [L. *re* & *sortiri*, to get by lots.] To go: જવું. 2. To have recourse: આશ્રય-આશરો પકડવો; મદદ લેવી; ઉપાય ક૦; સેવવું. *n.* A haunt: પઠંગો; બેસવા ઉઠવાની જગા; બેઠક. 2. Resource: ઉપાય; ઈલાજ; આશ્રય; સાધન.

Resound, (રીઝાઉન્ડ્)*vt.* & *vi.* [L. *re* & *sono*, I sound.] To sound loudly: મોટેથી અવાજ થવો. 2. To Ring: વાગી-ગાજી રહેવું; ગાજવું; વાખવાખી થવી.

Resource, (રીસોર્સ્)*n.* [F. *re* & *surgo*, I rise.] An expedient: યુક્તિ; તદબીર; ઈલાજ; સાધન. 2 *pl.* Funds: પુંજી; નાણું.

Respect, (રીસ્પેક્ટ્)*vt.* [L. *re* & *specio*, I look at.] To honour: માન આપવું; આદર-માન રાખવું. 2. To Relate to: લાગતું વલગતું હોવું; સંબંધ રાખવો-ધરાવવો; લાગું હોવું-પડવું. *To* **r.** *the person or persons*, to show partiality: પક્ષપાત બતાવવો; તરફદારી ક૦. *n.* Esteem; regard; honour: માન; સન્માન; આદર; સત્કાર; અદબ; મોભો; દરજ્જો; નામ. 2. *pl.* Regards: પ્રણામ; નમસ્કાર; સલામ; રામરામ. 3. Relation: સંબંધ; નિસબત; બાબદ; વિગત.

Respectability, (રીસ્પેક્ટૅબિલિટિ) *n.* The state of being respectable: આબરૂ; ઈજ્જત; મોભો; નામ; માન.

Respectable, (રીસ્પેક્ટૅબલ્) *a.* Worthy of respect: આબરૂદાર; મોભાદાર; માનયોગ્ય. 2. Moderate in excellence or in number: ઠીક; સારૂં; મધ્યમ.

Respectful, (રીસ્પેક્ટ્ફુલ્) *a.* Marked by civility: અદબવાળું; મર્યાદા ભરેલું; અદબસર.

Respecting, (રીસ્પેક્ટિંગ્) *prep.* Regarding: વિષે; બાબે; સંબંધી.

Respective, (રીસ્પેક્ટિવ્) *a.* Having reference to; relative: અરસપરસ સંબંધી. 2. Particular own: પોતપોતાનું; સ્વ; ખુદનું; ખાસ.

Respectively, (રીસ્પેક્ટિવ્લિ) *adv.* As relating to each: હરેકને લગતું; પોતપોતાને. 2. Not absolutely: ક્રમ પ્રમાણે; અનુક્રમસર.

Respiration, (રૅસ્પિરેશન્) *n.* The Act of respiring: શ્વાસ; શ્વાસોચ્છ્વાસ; પ્રાણ; દમ.

Respiratory, (રીસ્પાઈરૅટૉરિ)*a.* Of or pertaining to respiration: શ્વાસો શ્વાસ સંબંધી.

Respire, (રીસ્પાઇર્) *vi.* [L. *re* & *spiro*, I breathe.] To breathe: શ્વાસ લેવો; દમ લેવો.

Respite, (રૅસ્પિટ્)*n.* [L. *re* & *specio*, I look.] A postponement or delay: ઢીલ; વિલંબ; વાર; મોકુફી. 2. Pause: વિસામો; વિશ્રામ; અવકાશ; ગાલો. *vt.* (*a*) To delay: ઢીલ-વિલંબ ક૦; મુલતવી રાખવું. (*b*) To relieve by a pause or interval of rest: વિશ્રામ-વિસામો આપવો.

Resplendence-cy, (રીસ્પ્લેન્ડન્સ-ન્સિ)*n.* Luster; splendor: તેજ; ચલકાટ; શોભા.

Resplendent, (રીસ્પ્લેન્ડન્ટ્)*a.* [L. *re* & *splendeo*, I shine.] Very bright: પ્રકાશિત; તેજસ્વી; ચકચકિત; ચલકતું.

Respond, (રીસ્પૉન્ડ્)*vi.* & *vt.* [L. *re* & *spondeo*, I promise.] To answer: જવાબ દેવો; ઉત્તર વાલવો. 2. To suit: મલતું આવવું; બંધબેસતુ-અનુકુલ-માફક આવવું.

Respondent, (રીસ્પૉન્ડન્ટ્) *n.* One who responds: જવાબ આપનાર. [ઉત્તર.

Response, (રીસ્પૉન્સ્) *n.* An answer: જવાબ;

Responsibility, (રીસ્પૉન્સિબિલિટિ) *n.* What one is responsible for: જવાબદારી; જોખમ; જુમ્મો.

Responsible, (રીસ્પૉન્સિબલ્) *a.* Answerable: જવાબદાર; જુમ્મેદાર; જોખમદાર.

Responsive, (રીસ્પૉન્સિવ્) *a.* That responds: જવાબ દેનાર. 2. Correspondent: મલતું આવતું; બંધબેસતું; અનુકૂલ; માફક.

Rest, (રૅસ્ટ) Peace; quiet: વિસામો; નિરાંત; આરામ; શાંતિ; સમાધાન; ચેન; સુખ. 2. (*a*). Sleep: ઉંઘ; નિદ્રા. (*b*) Hence, death: મરણ; મોત; મૃત્યુ. 3. That on which anything rests: ટેકો; આધાર; આશ્રો. **R.** *house*, a caravansary: મુસાફરખાનું; ઉતારો. *vi.* To cease from labour: પરવારવું; આરામ-વિસામો લેવો; થાક ખાવો. 2. To be quiet or still: ખટપટમાંથી મોકલા થવું; સ્વસ્થ-સુખી-શાંત હોવું. 3. To lie; to repose: આરામ કરવો; સુવું; લેટવું. 4. To sleep: ઉંઘવું. (*b*) To be dead: મરી જવું. 5. To rest; to rely: વિશ્વાસ રાખવો-મૂકવો; ભરોસો રાખવો. *To* **r.** *with*, to depend upon: આધાર રાખવો; કોઇના હાથમાં-ની મરજી પર હોવું. *n.* [L. *re*, & *sto*, I stand.] Remainder: વધારો; બાકી; બાકીના બીજા.

Restaurant, (રૅસ્ટોરાં) *n.* A place for the sale of refreshments: ભોજનશાલા; ઉપહારગૃહ.

Restitution, (રૅસ્ટિટ્યૂશન્) *n.* [L. *re* & *statuo*, I cause to stand.] The act of restoring anything to its rightful owner: પાછું આપવું તે; પ્રતિદાન. 2. Compensation: બદલો.

Restive, (રૅસ્ટિવ્) *n.* Obstinate: બેસીલું; હઠીલું; અડીએલ; સરકશ; મસ્તીખોર.

Restless, (રૅસ્ટલૅસ્)*a.* Never resting; uneasy:

બેચેન; બેચેની ભરેલું;અસંતોષી;અશાંત; નિરાશ થએલું.

Restoration, (રસ્ટોરેશન) *n.* Renewal: અસલ ઠેકાણે આગલી હાલતમાં પાછું લાવવું તે. 2. Recovery of health: ફેર; આરામ;તબીયતનો સુધારો; તનદરોસ્તી.

Restorative, (રીસ્ટોરૅટિવ્) *a.* Having power to restore: અસલ જોર-કૌવત પાછું આણનાર-આણે એવું; પુષ્ટિકારક. *n.* Something which serves to rostore: તેજવર્ધક-પુષ્ટિકારક ઔષધ-ઓસડ.

Restore, (રીસ્ટોર્) *vt.*[L. *re* & *sto*, I stand.] To replace: ભરી આપવું; ભરપાઈ-પુરવણી કo;પાછું આપવું. 2. To renew: સમારવું; મરામત કo; સુધારવું. 3. To cure: સાજું-આરોગ્ય કo; મટાડવું; ફેર પાડવો.

Restrain,(રીસ્ટ્રેન)*vt.*[L. *re* & *stringo*, I draw tight.] To check; to curb: દાબમાં રાખવું; અટકાવવું; રોકવું; ખેંચી પકડવું-રાખવું; હદમાં રાખવું.

Restraint, (રીસ્ટ્રેન્ટ્) *n.* Limitation; hindrance: અટકાવ;દાબ;મના; લગામ; બંધન; મર્યાદા;હદ.

Restrict,(રીસ્ટ્રિક્ટ્) [L. *re* & *stringo*, I draw tight.] *vt.* To limit; to confine: અટકાવવું; મર્યાદા કરવી; ધોરણ બાંધવું.

Restriction,(રીસ્ટ્રિકશન)*n.* Limitation; restraint: અટકાવ; હદ; બંધી; મર્યાદા; બંધન.

Restrictive, (રીસ્ટ્રિક્ટિવ્) *a.* Limiting: દાબ-અટકાવ કરે એવું; મનાઈ કરતું; અટકાવતું.

Result, (રીઝલ્ટ્) *vi.* [L. *re* & *salio*, I leap.] To have consequence: નિકલવું; પરિણામ-છેવટ આવવું. 2. To issue: ઉપજવું; નિપજવું; ઉત્પન્ન થવું; ઉદ્ભવવું; જન્મ પામવું. *n.* Consequence: છેવટ; પરિણામ; ફલ;અસર;ગુણ. 2. Decision: ચુકાદો; ઠરાવ; નિર્ણય.

Resume,(રીઝ્યુમ્)*vt.*[L. *re* & *sumo*, I take.] To take back: પાછું લેવું. 2. To recommence:ફરીથી આરંભવું-શરૂ કo-ચલાવવા માંડવું. *n.* A condensed statement: સંક્ષેપ; સાર;સારાંશ; ઈનતેખાબ.

Resumption, (રીઝમ્શન) *n.* The act of resuming: પાછું લેવું તે; પુનર્ગ્રહણ.

Resurrect, (રેઝર્રેક્ટ્) *vt.* To disinter: કબરઘોરમાંથી કાઢવું;પાછું ખોદી કાઢવું. 2. To reanimate: સજીવન કo.

Resurrection,(રેઝર્રેકશન) *n.*[L. *re* & *surgo* I rise.] The rising again from the dead: મુએલા જીવતા થવું તે; કયામત; રસ્તાખેજ.

Resuscitate, (રીસસિટેટ્)*vt.* & *vi.* [L. *re* & *surtum* upwards & *cieo*, I make to go.] To revive: સજીવન થવું-કo; ફરીથી જીવતું કo-થવું.

Retail, (રીટેલ્)*n.* The sale of commodities in small quantities: પરચુરણ-છૂટક વેચાણ. *vt.* To sell in small quantities: પરચૂરણ-છૂટક વેચવું.

Retain, (રીટેન્) *vt.* [L. *re* & *teneo*, I hold.] To keep in possession: રાખવું; કબજામાં રાખવું; છોડી-મુકી ન દેવું; અટકાવવું. 2. To keep in pay; to hire: ચાકરીમાં રાખવું; કામે લગાડવું; રોકવું.

Retainer, (રીટેનર) *n.* An attendant: હજુરીઓ; ખીજમતદાર; ચાકર; સેવક. 2. (*Law.*) A fee paid to engage lawyer: વકીલને રોકી રાખવાનું દામ-રી.

Retaliate, (રીટૅલિએટ્) *vt.* & *vi.* [L. *re* & *talio*, like for like.] To return evil for evil: બદલો-વેર વાલવું-લેવું.

Retaliation, (રીટૅલિએશન)*n.* The return of evil for evil: વેર વાલવું તે;વેર; બદલો;સામો અપકાર.

Retard, (રીટાર્ડ્) *vt.* [L. *re* & *tardus*, slow.] To hinder: અટકાવવું;ધીમું કo. 2. To postpone: વાર કo; ઢીલ-વિલંબ લગાડવો; વાર લાગવી;મુલતવી રાખવું.

Retch, (રેચ્) *vi.* To try to vomit: ઉલટીના ઉછાલા આવવા; ગલું તાણવું.

Retention, (રીટેન્શન) *n.* [L. *re* & *teneo*, I hold.] The power of retaining: ધરી રાખવાની શક્તિ; ધારણ શકિત. 2. Restraint: અંકુશ; દાબ; અટકાવ.

Retentive, (રીટેન્ટિવ્) *a.* Having power to retain: ધારણશકિતવાલું; ધારક.

Reticence-cy, (રેટિસેન્સ-રેટિસેન્સિ) *n.* Uncommunicativeness: ચુપકી; ચુપ; ખામોશી.

Reticent, (રેટિસેન્ટ્)*a.* [L. *re* & *taceo*, I am silent.] Reserved; uncommunicative: ચુપકીવાલું; ચુપ; શરમાલ; મુગુંમંતર.

Reticular, (રેટિક્યુલૅર) **Reticulate, Reticulated.** (રેટિક્યુલેટ્-રેટિક્યૂલેટેડ્) } *a.* [L. *rete*, a net]Having the form of a net or net work; retiform: જાલીદારવાલું; જાલીકામ જેવું-વાલું

Retina,(રેટિનૅ)*n.*[L.*rete*, a net.]The innermost coat of the eye: આંખનો માહેલો પડદો.

Retinue, (રેટિન્યૂ) *n.* [L.*re*,& *teneo*,I hold.]A train of attendants: ચાકર નફર; રસાલો. *Light* **r.**: છડી સ્વારી.

Retire,(રીટાઇર્)*vt.* & *vi*[L.*re*,& *traho*, I draw.] To go back; to keep aloof: પાછું જવું; દૂર રહેવું; હઠવું; એકાંત વાસ લેવો. 2. To withdraw from a public station or business: સરકારી કામમાંથી ફારેગ થવું; ઘેર બેસવું; કામ-ચાકરી મુકી-છોડી દેવી. 3. To go to bed: સુવા જવું; નેસુઈ જવું.

Retired,(રીટાઈર્ડ્) *a.* Quiet: ખાનગી; એકાંત. 2. Withdrawn from active duty or business:સરકારી કામ મૂકી ઘેર બેઠેલું;કામ-નોકરી મુકી-છોડી દીધેલું-પરથી ફારેગ થયલું.

Retirement, (રીટાઈર્મેન્ટ્) *n.* Withdrawal; seclusion: એકાંતવાસ; અધિકાર ત્યાગ; ફારેગી.

Retiring,(રીટાઈરિન્ગ્)*a.* Reserved: shy: લજ્જાયુકત; મર્યાદાવાલું; અદબવાલું; શરમાલ.

Retort,(રીટૉર્ટ્)*vt.*&*vi.*[L.*re*,&*torqueo*,I twist.] To reflect: પાછું ફેંકવું. 2. To make a sharp reply: સામી તકરાર લેવી; કરડો-સખ્ત જવાબ દેવો-વાલવો.*n.*A quick and witty or severe response: ઉથલો; ફેર જવાબ; ઉલટો સામો આપેલો જવાબ.

Retract, (રીટ્રૅક્ટ્)*vt.* & *vi.* [L. *re* & *traho*, I draw.] To draw up or shorten: પાછું ખેંચી લેવું;ટુંકું કo;અંદર પાછું પેસાડી દેવું. 2. To recall: બોલેલું પાછું ખેંચી લેવું-રદ કo; ઉલટાવવું; ફરી જવું.

Retraction, (રીટ્રૅકશન) *n.* The act of retracting: પાછું ખેંચી લેવું તે; અસ્વીકાર; ઈનકાર.

Retreat, (રીટ્રીટ્)*n.* [L. *re* & *traho,* I draw.] A place of safety; a refuge: એકાંતવાસ; આશ્રમ; આશરો; શરણ. 2. The retiring of an army from the face of an enemy: શત્રુ આગલથી પાછું હઠવું તે; નહાસભાગ; પલાયન. *vi.* To retire: પાછું હઠવું-જવું.

Retrench, (રીટ્રેન્ચ્) *vt.* To curtail: કાપી નાંખવું-કાઢવું; છાંટી નાંખવું; ઓછું-ટૂંકું કમી ક૦; ઘટાડવું. *vi.* To economise: કરકસર ક૦; ખર્ચ ઘટાડી નાંખવું; ખર્ચમાં કાપકૂપ ક૦.

Retrenchment, (રીટ્રેન્ચ્મેન્ટ્)*n.* Reduction: કાપકૂપ; કરકસર; ઘટાડો.

Retribute, (રીટ્રિબ્યૂટ્) *vt.* [L. *re* & *tribuo,* I bestow.] To requite: બદલો વાલવો.

Retribution, (રેટ્રિબ્યૂશન્) *n.* Repayment: બદલો; અવેજ; શિક્ષા; બંગ.

Retributive,(રીટ્રિબ્યૂટિવ્)*a.* Repaying: બંગ-[લેનારૂં.

Retrieve, (રીટ્રીવ્) *vt.* To regain: પાછું મેલવવું-પ્રાપ્ત ક૦. 2. To repair: નુકશાન-ટોટો ભરી આપવો; ભરી આપવું.

Retriever, (રીટ્રીવર્) *n.* A dog, chiefly employed to retrieve: મારેલો શિકાર કે ગેરવલે પડેલી ચીજ શોધી લાવનાર કુતરો.

Retrocede,(રીટ્રોસીડ્)*vt.*[L. *retro,* & *cedo,* I go.] To grant back: પાછું આપવું-હવાલે ક૦.

Retrograde,(રીટ્રોગ્રેડ્) *a.* [L. *retro,* back & *gradus,* a step.]Declining from a better to a worse state: હલકું-ખરાબ થતું જતું;પડતી હાલતનું. *vi.* To go in a backward direction: પાછું જવું. 2. To decline from a better to a worse condition: પડતી દશા-હાલત-સ્થિતિ આવવી-થવી.

Retrospect-tion, (રીટ્રોસ્પેક્ટ્-રીટ્રોસ્પેક્શન્) *n.* View or contemplation of the past: ગઈ ગુજરી વાતનો વિચાર; ગતાવલોકન.

Retrospective,(રેટ્રોસ્પેક્ટિવ્) *a.* Contemplating things past: પાછલ જોતું; ગઇ ગુજરી વાતનો વિચાર કરતું; ગતાવલોકી.

Retrovert, (રીટ્રોવર્ટ્) *vt.* [L. *retro,* & *verto,* I turn.] To turn back: પાછું ફરવું-વલવું.

Return, (રીટર્ન્) *vt.* & *vi.* To turn again: પાછું ફરવું-ફેરવવું. 2. To bring, carry, send, or turn back: પાછું આપવું; મોકલી દેવું; હવાલે કરવું; કબજા-સ્વાધીનમાં આવવું. 2. To repay: પાછું-મજરે આપવું; વાલવું; ભરી દેવું; ફેડવું. 3. To requite: બદલામાં-સાટામાં આપવું; બદલો આપવો. 4. To reply: જવાબ વાલવો-આપવો-દેવો; ઉત્તર વાલવો. *n.* Repayment; requital: બદલો; અવેજ; બંગ. 2. An answer; જવાબ; ઉત્તર: પ્રત્યુત્તર. 3. An account, or formal report: હિસાબ; કોઠો;હેવાલ;હકીકતનામું; પત્રક; યાદી. Profit or advantage: ઉપજ; ઉત્પન્ન; નફો; હાંસલ; લાભ; પેદાશ; વલતર; ફાયદો.

Reunite,(રીયૂનાઈટ્) *vt.* & *vi.* To unite again: ફરી મેલવી દેવું; સલાહ ક૦-કરાવવી.

Reveal,(રીવીલ્)*vt.* [L. *re* & *velum,* a veil.] To disclose: ઉઘાડું પાડવું; પડદો ખોલવો; જાહેર ક૦; પ્રગટ-પ્રસિદ્ધ ક૦; જણાવવું; કહેવું.

Revel, (રેવેલ્) *n.* A feast with loose and noisy jollity; a carousal: મીજબાની; ધમાચકડી;ધામધુમ: મસ્તી તોફાન સાથની મોજમજાહ. *vi.* To feast in a riotous manner: મોજ મારવી; ધુમ મચાવવી; બહાર ઉડાવવો; ખાઇ પીને મસ્તી કરવી.

Revelation,(રેવીલેશન્)*n.* The act of revealing or disclosing: પ્રકટ-પ્રસિદ્ધ જાહેર-કરવું તે; પ્રકટીકરણ. 2. That which is revealed: જાહેર-પ્રકટ-પ્રસિધ કરવાની વાત; નવી-નવાઈ જેવી વાત. 3. (*Theol.*) (*a*)The act of revealing divine truth: ખુદાઈ ફરમાન જાહેર-પ્રસિદ્ધ કરવું તે.(*b*) The Bible: બાઇબલ; ખ્રિસ્તિ ધર્મશાસ્ત્ર.

Revelry,(રેવેલ્રિ)*n.* Noisy festivity: ધામધુમ;ધમાચકડી; મોજ મજાહ; મસ્તી તોફાન; મસ્તખાજી.

Revenge, (રીવેન્જ્) *vt.* & *vi.* To avenge: વેરબદલો વાલવો; દાવ વાલવો-લેવો; વેર લેવું. *n.* Vengeance; retaliation: વેર; ખાર; બંગ; બદલો; કીનો.

Revengeful,(રીવેન્જફુલ્) *a.* Vindictive; malicious: વેરી; કીનાખોર; કપટી; ખારીલું; ઝેરીલું; ખુનસી. *A.* **r.** *person*: કાલો નાગ.

Revenue,(રેવેન્યૂ)*n.*[L. *re,* & *venio,* I come.] income: ઉપજ; પેદાસ; આયપત; આવક. 2. The annual yield of taxes: જમા; જમાબંધી; જમાવસુલ; વસુલ; મહેસુલ; વસુલાત.

Reverberate,(રીવર્બરેટ્) [L. *re* & *verber,* a lash.]*vt.* & *vi.* To echo: પડઘો પાડવો;ગજાવી મુકવું; ગાજીરહેવું. 2. To send back: પાછું મોકલવું-કાઢવું-ફેંકવું-ફેંકાવું.

Reverberation, (રીવર્બરેશન) *n.* The act of reflecting light or reechoing sound: પ્રતિશબ્દ; પડઘો; પ્રતિનાદ; પ્રતિબિંબ.

Revere,(રીવીઅર્)*vt.*[L.*re*& *vereor,*I feel awe.] To venerate:માન આપવું;આદરમાન આપવું;સત્કાર ક૦.

Reverence,(રેવરેન્સ્)*n.* Veneration; profound respect: માન; આદર; સત્કાર; અદબ. 2. A bow: પ્રણામ; સલામ; નમસ્કાર. *To do* **r**, to show reverence: માન આપવું; નમસ્કાર-સલામ ક૦. *vt.* To venerate: માન આપવું.

Reverend,(રેવરેન્ડ્)*a.* Venerable: પૂજ્ય; માન્ય; માન આપવા લાયક.

Reverent, (રેવરેન્ટ્) *a.* Submissive; humble: નમ્ર; નમાનું; તાબેદાર.

Reverie, Revery,(રેવરિ)*n.pl.* **Reveries.** Deep musing: વિચારમાં ગરક થવું તે; ધ્યાન; ઘણી મોટી કલ્પનાઓ; મનમોજ.

Reversal, (રીવર્સલ્) *n.* The Act of reversing: ફેરફાર; રદ-બાતલ ક૦ તે.

Reverse,(રીવર્સ્) *a.* [L. *re* & *verto,* I turn.] Opposite or contrary in kind: ઉલટું; વિપરીત; વિરૂદ્ધ. 2. Turned upside down; greatly disturbed: ઉંધું; ઉંધુ ચતું; ઉથલપાથલ. (*a*) Complete change: તદન ફેર-ફેરફાર. (*b*) A misfortune: a defeat: માઠી દશા; પરાજય; હાર; આફત; વિપત્તિ. 2. The back side: ઉંધી-અવલી-પાછલની બાજુ. *vt.* To turn back: ઉંધું વાલવું; ઉલટાવવું. 2. To change totally: તદન ફેરવી નાંખવું ફેરફાર કરવો. 3. To subvert: ઉલટાવવું; ઉંધું વાલવું; ઉથલાવી નાખવું; કાઢી નાંખવું; હરાવવું. 4. To make void:

ફેરવવું; રદ કo; ઉથલાવી-ઉલટાવી નાંખવું.

Revert (રીવર્ટ્) *vt.* [L. *re* & *verto*, I turn.] To reverse: પાછું-ઉલટું ફેરવવું; પાછું ફેંકવું-નાંખવું. *vi.* To return: પાછું આવવું; પાછું મલવું-સ્વાધીન થવું.

Review, (રીવ્યૂ) *vt.* [L. *re*, & *video*, I see.] (*a*) To reconsider; to revise: ફરીથી જોઈ જવું; પાછો વિચાર કરવો-તપાસવું. (*b*) To go over with critical examination: ગુણ દોષ વિચારવા; વિચાર આપવા; ટીકા કo; પુસ્તક પરીક્ષા કo. (*c*) To make a formal or official examination: લશ્કરની તપાસ કરવી. *n.* Reexamination; revision: બીજી વારની તપાસ-ચોકસી; પુનર્વિચાર. 2. A criticism: ગુણદોષ વિવેચન; પુસ્તક પરીક્ષા. 3. A periodical containing critical essays upon matters of interest: ગુણદોષનું વિવેચન કરનાર ચોપાનિયું; ટીકાકાર. 4. An inspection of troops: કવાયદ.

Reviewer, (રીવ્યૂઅર્) *n.* One who reviews or reexamines: ગુણદોષ વિવેચક; પુસ્તક પરીક્ષક.

Revile, (રીવાઇલ) *vt.* & *i.* [L. *re* & *vil*, vile] To calumniate: બદગોઈ-નિંદા કo; ગાલ દેવી; ભુંડું બોલવું.

Revisal·sion, (રીવાઈઝૅલ્-રેવિઝ્હન્) *n.* The act of revising: રહી ગયલી ભુલચુક સુધારવા સારૂ ફરીથી જોઈ જવું તે; પુનઃપરીક્ષા; શુદ્ધિ; સુધારો; તપાસણી ચોકસી.

Revise, (રીવાઈઝ્) *vt.* [L. *re* & *video*, I see.] To reexamine: ફરીથી તપાસવું; ભૂલચુક કાઢવી; શુદ્ધ કo; દોષ કાઢી નાખવા; ફરીથી જોઇ જવું; ફેરફાર કo; સુધારવું; સુધારો વધારો કo.

Revival, (રીવાઈવૅલ્) *n.* The act of reviving or the state of being revived: સજીવન-ફરીથી જીવતું-થવું તે; પુનર્જીવન: પ્રતિજીવન; કંઈ પણ નવેસરથી પાછું કo તે.

Revive, (રીવાઈવ્) [L. *re*, & *vivo*, I live.] *vt.* & *vi.* To bring again to life: સજીવન-સચેત થવું-કo; ફરીથી જીવ આણવો. 2. To raise from languor or depression: ઉત્તેજન ધીરજ-હીંમત-ભરોસો આપવો. 3. To recover from a state of neglect or disuse: ચઢતી-વૃદ્ધિ થવી; તેજી થવી; ફેલાવવું; ફેલાવું.

Revocable, (રેવોકૅબ્લ્) *a.* [L. *re* & *voco*, I call.] Capable of being revoked: ફેરવી-રદ કરી શકાય તેવું. [ઉલટાવવું-રદ કo તે.

Revocation. (રૅવોકેશન્) *n.* Reversal: ખંડન;

Revoke, (રીવોક્) *vt.* [L. *re* & *voco*, I call.] To cancel: રદ-બાતલ કરવું; તોડવું, ફેરવવું; પાછું ખેંચી લેવું.

Revolt, (રીવોલ્ટ્) *vi.* [L. *re* & *volvo*, I roll] 2. To rebel: ફીતુર-બંડ-બલવો કરવો. 3. To be disgusted or grossly offended: કમકમાટ ઉપજવો; ઘણું માઠું લાગવું; ફેહેર છુટવો; કંટાલો થવો.

Revolting. (રીવોલ્ટિન્ગ્) *a.* Loathsome: કંટાલો કમકમાટ છૂટે એવું; બીભત્સ; ત્રાસદાયક.

Revolution. (રૅવોલ્યૂશન્) *n.* Rotation: ગોલ ફરવું તે: પરિભ્રમણ; ગોલ ગતિ: ચકરાવો: ફેરો; આંટો. 2. A total or radical change: તદન ફેરફાર; ઉંધું ચતું થઇ જવું તે: ઉથલપાથલ.

Revolutionary, (રૅવોલ્યૂશનૅરિ) *a.* Of or pertaining to a revolution in government: રાજ્યમાં ઉથલપાથલ સંબંધી.

Revolutionize, (રૅવોલ્યૂશનાઈઝ્) *vt.* To change completely: ઉથલપાથલ કo; ઉંધું ચતું કo; તદન ફેરફાર કo.

Revolve, (રીવોલ્વ્) *vi.* [L. *re* & *volvo*, I roll.] To turn round: ફરવું; પ્રદક્ષિણા કo; ચકરાવો ખાવો; પૈસારે થવું. *vt.* To cause to turn: ફેરવવું. 2. To consider: મનમાં ઘોલાયા-રમ્યા કરવું; વિચારવું; વિચાર કર્યા કo

Revolver, (રીવૉલ્વર્) *n.* That which revolves: ફેરા ખાનાર; ફરનાર. 2. A kind of firearm: બંદૂક; રીવૉલ્વર.

Revulsion, (રીવલ્શન્) *n.* [L. *re* & *vello* I pull.] Disgust: કંટાલો; મન ઉતાર. 2. A sudden and complete change: એકાએક ફેરફાર.

Reward, (રીવૉર્ડ્) *vt.* To give in return: પાછું-બદલે-બદલામાં આપવું; ઈનામ-બક્ષિસ-બદલો આપવું. *n.* Recompense: ઇનામ; બક્ષીસ; બદલો. 2. Punishment: શિક્ષા; ખંગ.

Reynard, (રીનાર્ડ) *n.* A fox: લોંકડી; શિયાલ.

Rhapsody, (રૅપ્સૉડિ) *n. pl.* **Rhapsodies.** [Gr. *rhapto*, I sew & *ode*, a song.] Any wild unconnected composition: સંબંધ વગરનું ભાષણ-ગાયન-લખાણ.

Rhetoric, (રૅટૉરિક) *n.* [Gr. *rheo*, I speak.] Oratory: સુભાષિતપણું; છટા; છટાદારી.

Rhetorical, (રૅટૉરિકૅલ્) *a.* Oratorical: ભાષણ કરવાની કલાનું-સંબંધી; છટાદાર; સુભાષિત.

Rheumatic, (રૂમૅટિક્) *a.* Affected with rheumatism: સંધિવાને લગતું; વાતરોગ સંબંધી; વાતરોગી.

Rheumatism, (રૂમૅટિઝમ્) *n.* (*Med.*) A disease characterised by pain in the joints: વાતરોગ; સંધિવા; શરીરના સાંધામાં થતી કલતર,

Rhinoceros, (રિનૉસિરૉસ્) *n.* [Gr. *rhinos*, the nose & *keras*, a horn.] A very large animal allied to the elephant: ગેંડો.

Rhomboid, (રૉમ્બૉઇડ્) *n.* [Gr. *rhombos*, & *eidos* shape.] A parallelogram having only the opposite sides and angles equal: જેની સામસામેની બાજુઓ અને ખૂણાઓ બરાબર હોય એવી ચતુષ્કોણ આકૃતિ.

Rhombus, (રૉમ્બસ્) *n.* [L.] An equilateral parallelogram: જેની ચારે બાજુઓ બરાબર છે પણ ખૂણાઓ કાટખૂણા નથી એવી ચતુષ્કોણ આકૃતિ; વિષમચતુરસ્ત્ર.

Rhubarb, (રૂબાર્બ્) *n.* A plant the root of which is much used in medicine: રેવંચીનીઃ રેઈબાગ.

Rhyme, (રાઈમ્) *n.* Poetry: કવિતા; કાવ્ય; પદ્ય. 2. Correspondence of the sound in terminating words: અનુપ્રાસ; ઝમક. *vi.* To make rhymes: કવિતા કરવી-રચવી.

Rhythm, (રિધમ્) *n.* Harmony: મિઠાશ; લય; તાલ.

Rib, (રિબ્) *n.* One of the curved bones forming the walls of the chest: પાંસળી; પાંસળુ.

2. One of the rods on which the cover of an umbrella is extended: છત્રીના સળીઆ. 3. A vein of a leaf: પાતરાંનો ખરડો રેખા.

Ribbon, (રિબ્બન)*n.* A strip of silk: ફીત;કોર; પટ્ટી; પટો; રીબન..

Rice, (રાઈસ્) *n.* A well-known cereal grass and its seed: ચોખો-ખા; ભાત. **R**. *in husk*: ડાંગર; સાલ. *Wild* or *spontaneous* **r**.:નગાર; નીવાર; દેવભાત.

Rich, (રિચ્)*a.* [L. *rex*, *regis*, a king.] Wealthy: પૈસાદાર; તવંગર; ગબ્બર; માતબર. 2. Abundant; copious: પુષ્કલ; ભરપુર; ભરેલું; અતિશય. 3. Fertile: ફલવંત; ફલદ્રુપ; રસાલ. 4. Precious; costly: કિમતી; ભારે; મોઘું. 5. Abounding in agreeable or nutritive qualities: સ્વાદિષ્ટ; રસભર્યું; મશાલેદાર; લહેજતદાર. 6. Bright: ભભકાદાર; ચલકતું; સુંદર; ખૂબસુરત; મનોહર.

Riches, (રિચિઝ્) *n. pl.* Wealth: લક્ષ્મી; માલમતા; પૈસો; દોલત; પુંજી; ધન.

Richly, (રિચ્લિ)*adv.* In a rich manner: ભભકાથી; સારી રીતે; અતિઘણું; ખરેખર.

Richness, (રિચ્નેસ્) *n.* The quality or state of being rich: તાલેવંતપણું; રસાલપણું; ભભકો;તેજ.

Rid, (રિડ્) *vt.* To deliver: બચાવવું; છોડવવું; છૂટું-મોકલું ક૦. 2. To clear; to disencumber: પટાવવું; માથેથી કાઢવું; ટાલવું. *To be rid of*, to be free or delivered from: મુક્ત-છુટા થવું:છુટવું.

Riddance, (રિડૅન્સ્) *n.* Deliverance: છુટકારો; બચાવ; મુક્તિ.

Ridden, *p.p.* of **ride**: સ્વારી કરેલું.

Riddle,(રિડલ્)*n.* A puzzling question: અબ્યાણું; ઉખાણો; સમસ્યા; કોયડો; માથાફોડ; કડાકૂટ. *vt.* To explain: સમજાવવું; શમસ્યા-અબ્યાણું પારખવું. *vt.* To speak ambiguously: ન સમજાય એવી રીતે બોલવું.

Ride, (રાઈડ્) *vi.* [*Imp.* **rode**, **rid**. *p.p.* **ridden.**] [L. *rheda*, a chariot.] To be carried, as on horseback or in a carriage: ઘોડા અથવા બીજા કશાપર બેસીને જવું;સ્વારી ક૦;સવાર થવું;ગાડીમાં બેસી જવું. *vt.* To sit on so as to be carried: કશામાં-પર બેસવું;સ્વારી ક૦;સ્વાર થવું. 2. To domineer over: હુકમ-અમલ ચલાવવો; આધીન-વશ રાખવું; *To* **r**. *and tie*, to take turn with another in labor and rest: વારાફરતી કંઈ ક૦; વારા પાડવા-ક૦ *To* **r**. *roughshod over one*, to act tyrannically: જૂલમ ગુજારવો. *n.* An excursion on horse back or in a vehicle: સવારી. 2. A saddle horse: સ્વારીનો ઘોડો. 3. A riding: ઘોડા ઉપર બેસીને જવાનો રસ્તો-વાટ; ઘોડવાટ.

Rider, (રાઈડર્) *n.* One who or that which rides: સવારી કરનાર. 2. One who breaks or manages a horse: ઘોડાને કેલવનાર: સ્વાલદાર; ચાબુક સ્વાર. 3. An additional clause: ઠરાવ-ખત-લેખ કે દસ્તાવેજને છેડે ઉમેરેલો ભાગ;વધારો;અનુસંધાન:પૂરવણી.

Ridge, (રિજ્)*n.* The back or top of the back; a crest: પીઠ; પીઠનો ઉપલો ભાગ. 2. A range of hills: ડુંગરો-પર્વતોની હાર ઓલ.

Ridicule, (રિડિક્યૂલ્)*n.* [L. *ridiculum*, a jest.] Mockery: હાંસી:ઠઠ્ઠો;મશ્કરી;મજાક. *vt.* To laugh at: મશ્કરી હાંસી-ઠઠ્ઠો-મજાક ક૦; હસી કાઢવું.

Ridiculous, (રિડિક્યૂલસ્) *a.* Absurd: laughable: હસી કાઢવા જોગ; હાસ્યજનક; હાંસી-મશ્કરી ભરેલું; કઢંગું.

Riding, (રાઈડિન્ગ્) *a.* Used for riding on: સ્વારી કરવાનું; સ્વાર થવાનું. *n.* The act of one who rides: સ્વારી. 2. A festival procession: વરઘોડો. 3. A district in charge of an excise officer: એક સેડસુલી અમલદારના તાબાનો મુલક.

Rife. (રાઈફ્) *a.* Prevailing; abounding: ઘણાજોરથી ચાલતું-ફેલાતું; ચાલુ; પ્રસરેલું; ફેલાયલું.

Riffraff, (રિફ્રૅફ્) *n.* Refuse; the mob: કચરો; પુંજો; ઘાંચીમોચી; સોમાજી ગોમાજી; હલકા-અધમલોક.

Rifle, (રાઈફલ્) *vt.* To snatch away: લઈ જવું; હરણ કરવું; ખુંચાવી લેવું; લૂંટી લેવું. *vi.* To rob: ચોરી જવું; ચોરવું. ... A gun: બંદુક.

Rift, (રિફ્ટ્) *p. p.* of **Rive**. *n.* A cleft; a fissure: ચીરો;ફાટ; તરડ; સાંધ. 2. A ford: નદીમાં છીલકાં પાણીવાલી જગ્યા; આરો. *vt.* To cleave: ચીર-ફાટ પાડવી. *vi.* To split: ફાટવું; ફાટ પડવી.

Rigging. (રિગિન્ગ્) *n.* Dress; tackle: પોશાક; વહાણનાં સઘલાં દોરડાં. સઢ વિ૦; સાજ; સામગ્રી.

Right,(રાઈટ્) *a.*[L. *rego*, I rule.] Straight: direct: સીધું; પાંસરૂં; પાધરૂં; ઉભું; ટટાર. 2. Just: true: અદલ; વાજબી; ખરૂં; સાચું; નેક; ન્યાયી: ખરેખરૂં; રાસ્ત. 3. Fit; suitable: લાયક; ઘટિત; બરોબર; ઠીક; દુરસ્ત; યોગ્ય; લાજમ. 4. Opposite to left: જમણી બાજુનું; જમણું. 5. Designed to be placed or worn outward: સુલટું; સવલું. **R**. *angle*: કાટખૂણો. **R**. *ascension*: વિષુવાંશ. *adv.* In a right manner: ખરી-વાજબી રીતે; ખરેખર. 2. In a right or straight line; directly: સીધી લીટીમાં;સીધો;પાસે;બરોબર:સચોટ. 3. Exactly; just: વાજબી રીતે;ન્યાયથી; રાસ્તી-ઇન્સાફની રુએ. 4. Very: ઘણુંજ; અતી. **R**. *along*, continuously: ચાલુ; એમનું એમ; અટકયાવિના-વગર. *Right away*, or *right off*, at once: એકદમ; તરતજ; હમણાંજ. *n.* Truth; justice: વાજબીપણું; ન્યાય; રાસ્તી: નીતિ; નેકી; ઇન્સાફ; સચાઈ; સત્ય; ખરાપણું. 2. (*a*) Privilege: હક; દાવો: ઇલાખો. (*b*) Authority: સત્તા; અધિકાર: છૂટ. 3. The right side: જમણી બાજુ. 4. The outward or most finished surface, etc: લુગડાની સવલી-સુલટી બાજુ. *To set to* **r**.s; *To put to* **r**.s. to set in good order: બરાબર-દુરસ્ત ક૦; બંદોબસ્ત-વ્યવસ્થા ક૦; *Might is* **r**.: હરામીના બે ભાગ. *vt.* To correct: ખરૂં ક૦:સુધારવું. 2. To do justice to: ન્યાય-ઇન્સાફ આપવો-ક૦.

Righteous, (રાઈટયસ્) *a.* Just; holy: સત્યવાદી; ધર્મી; નીતિમાન; પવિત્ર; પાક: પહરેજગાર; વાજબી; ઘટતું.

Righteousness. (રાઇટયસ્નેસ્) *n.* Holiness: પવિત્રતા-પણું: પવિત્રાઈ; ચોખાઇ; પાકીજગી; પહરેજગારી: નેકી: રાસ્તી.

Rightful.(રાઇટ્ફુલ્)*a.* Having the just claim: દાવેદાર; સત્તાધારી; અધિકારી; હક્કદાર.

Rigid, (રિજિડ્)*a.* [L.*rigeo*, I am stiff with cold.] Firm; stiff: વલે નહિ–મરડાય નહિ એવું; સખ્ત; કઠણ. 2. Strict: કરડું; સખ્ત; કઠણ; કઠોર.

Rigidity-ness,(રિજિડિટિ–રિજિડ્નેસ્)*n.* Stiffness: ન વલે–મરડાય એવું હોવું તે; તાટપણું; કઠણાસ. 2. Severity; rigor: સખ્તાઈ; કઠોરતા; કરડાકી.

Rigmarole, (રિગ્મૅરોલ્) *n.* Foolish talk; nonsense: જવારો; ટાહેલું; ખકખક; ખકવા; ગાંડું ઘેલું બોલવું તે.

Rigor, (રિગૉર્) *n.* Rigidity; stiffness: સખ્તાઈ; કઠોરતા; કરડાપણું; તાટપણું. 2. A sense of chilliness: ઠંડી લાગવી તે; લખલખું. 3. Severity of climate or season: દેશ–હવા–ઋતુની સખ્તાઈ; જોર; જોશ; જુસ્સો. 4. Cruelty: સખ્ત–કરડા–આકરાપણું; જુલમીપણું; ઘાતકીપણું.

Rigorous, (રિગરસ્) *a.* Strict: કરડું; સખ્ત; કઠોર; કઠણ. 2. Severe: સખ્ત;આકરું; કડકડતું; ભર.

Rigorously, (રિગરસ્લિ) *adv.* Strictly: કરડી રીતે; સખ્તીથી; કઠોરપણે; નિર્દયપણે.

Rim, (રિમ્) *n.* A margin: કોર;કિનારી;કાંઠો; ધાર.

Rimple, (રિમ્પલ્) *n.* A wrinkle: કરચલી.

Rind, (રાઇન્ડ્) *n.* Skin; bark: ચામડી; છાલ; કાંચલી. *vt.* To remove the rind of: ચામડી–છાલ ઉતારી લેવી; છોલવું.

Rinderpest, (રિન્ડર્પેસ્ટ્)*n.* Cattle-plague: ઢોરોને થતો મરકીનો રોગ.

Ring, (રિન્ગ) [*imp.* **Rang** or **Rung**. *p.p.* **Rung**.] *vt.* & *vi.* To sound as a bell: વાગવું; અવાજ થવો; ખણખણવું; વગાડવું. 2. To resound: મોટો અવાજ કo; ગાજવું; ગાજી રહેવું. 4. To be filled with report or talk:ગાજી રહેવું; વાત ચાલી રહેવી; હુમાટો થઇ રહેવો. *n.* A sound: અવાજ; રણકો;ખણખણાટ; ઘણઘણાટ. 2. Any loud sound: કોઇ મોટો અવાજ; ઘોંઘાટ; હુમાટો. 3. A chime of many bells: વાજાં વાજીંત્રની સુરદાર ઘાંટરડી. *n.* A circle: ગોલ; કુંડાલું; વર્તુલ; કડી. 2. A circular ornament worn on the finger or some other part of the person: વીંટી; વાલી; તોડો; કડું. 3. A circular area for races: ચક્કર; કુંડાલું; અખાડો. 4. A clique: નાની ટોલી–ચોકડી; ચંડાલચોકડી; સેતાન ટોલી. *vt.* To encircle: આસપાસ કુંડાલું કo; વિંટાલવું; ઘેરી લેવું. 2. To fit with a ring, or with rings: વીંટી–પહેરાવવી.

Ringing, (રિન્ગિન્ગ્) *a.* & *n.* *from* **Ring**: વાગતું; અવાજ કરતું. *n.* ખણખણાટ; રણકો; ઘણઘણાટ.

Ring-leader, (રિન્ગ્-લીડર્) *n.* A leader of a body of men: ખંડખોરોની ટોલીનો મુખી–સરદાર; આગેવાન; નાયક.

Ringlet,(રિન્ગ્લેટ્)*n.* A small ring: નાની વીંટી. 2. A curl: ગુચ્છો; ઝુલ્ફાં.

Ring-worm, (રિન્ગ્-વર્મ્) *n.* A contagious skin disease: દાદર; દરાજ; ગજકર્ણ.

Rink, (રિન્ક્) *n.* An area for sports: અખાડો.

Rinse, (રિન્સ્) *vt.* To wash lightly: વિંછલવું; ખંખાલવું; વિંછલીને ધોવું.

Riot, (રાઇઑટ્)*n.* Uproar; tumult: ખંડ; હંગામો; હુલ્લડ; ધાંધલ;ગરબડ; દંગો. 2. Revelry: મસ્તી; મોજમઝાહ; ધામધુમ; ધમાચકડી. *To run riot*, to act wantonly or without restraint:મર્યાદા છોડવી; હદ બાહેર જવું–કo; ફાટવું. *vi.* To revel: મસ્તી કo; ધામધુમ–ધમાચકડી કo. 2. To disturb the peace તોફાન–હુલ્લડ કo–ઉઠાવવું; હંગામો કo.

Rioter, (રાઇઑટર્)*n.* One who engages in a riot: ખલવાખોર; ફીતુરી; તોફાન–મસ્તી કરનાર.

Riotous, (રાઇઑટસ્) *a.* Luxurious: શોખીલું; એશઆરામ કરનાર. 2. Seditious: તોફાની; ફીતુરી; રાજદ્રોહી.

Ripe, (રાઇપ્) *a.* Having attained perfection: પાકું: પાકેલું; પકવ; પૂર્ણ; તૈયાર. 2. Consumate: પાકું; હોશીયાર; કાબેલ. 3. Ready to discharge: ફુટવા–ફાટવાની તૈયારીમાં; પાકું; ભરાયેલું; તૈયાર.

Ripen, (રાઇપન્) *vi.* & *vt.* To grow or become ripe: પાકવું; તૈયાર થવું; પકવવું; પાકું કo.

Ripeness, (રાઇપ્નેસ્) Maturity: પાકેલી–પુખ્ત–હાલત; પાક; પુખ્તપણું; પૂર્ણતા;પરિપૂર્ણતા.

Ripple, (રિપલ્) *vt.* To dimple as the surface of water: કરચલી પડવી; લહેર આવવી–ઉઠવી. *n.* Little curling waves: ઝીણાં ઝીણાં મોજાં; લહેર; કરચલી.

Rise, (રાઇઝ્) *vi.* [*imp.* **Rose** *p.p.* **Risen**. To mount up: ચઢવું; ઉપર જવું; ઉપર આવવું. (*a*) To move upward: ઉછલવું; કુદવું; ચઢવું. (*b*) To grow upward: ઉંચું વધવું–ઉગવું. (*c*) To swell: ઉભરાવું; પાણી ચઢવું. (*d*) To become erect: ઉઠવું; ઉભા થવું; બેઠા–ટટાર થવું. (*e*) To arise: ઉઠવું; જાગવું. (*f*) To tower up; to be heaven up: ઉંચે દેખાવું; ઝઝુમીને રહેવું. (*g*) To become light, as dough: ફૂલવું; ઉપસવું. 2. (*a*) To appear above the horizon :ઉગવું ;ઉદય થવો. (*b*)To become apparent: દેખાવું;જણાવું; ફૂટી નિકલવું; ઉઠવું; માલૂમ પડવું; લાગવું. (*c*) To originate: નિકલવું; શરૂ ચાલુ–ઉત્પન્ન થવું. 3. To increase: વધવું; મોટા થવું. 4. (*a*) To take up arms; to rebel: સામા ઉઠવું; ખંડ મચાવવું; હુમલો કo; લઢવાને તૈયાર થવું–ઉભા થવું; ખલવો કo. (*b*) To excel; to succeed: વધવું; ચઢવું; ચઢતી થવી; ઉદય થવો; વૃદ્ધિ થવી; ચઢતી દોલત થવી. 5. To terminate an official sitting; to adjourn: ઉઠવું; વિસર્જન–બરખાસ્ત થવું. *n.* Spring;source; origin: ઝરો; મૂલ; ઉત્પત્તિ; આરંભ. 2. Appearance above the horizon: ઉદય. 3. Increase; advance: વધારો; વૃદ્ધિ; તેજી; ચઢતી.

Risible, (રિઝિબલ્) *a.* [L. *rideo*, I laugh.] Laughable; amusing: હસવા જોગું; હસામણું; હસમુખું; રમુજી. [વધતું; ચઢતું; ઉદય પામતું.

Rising. (રાઇઝિન્ગ્) *a.* Increasing; growing:

Risk,(રિસ્ક્)*n.*[L. *reseco*, I cut off.] Hazard: ભય; જોખમ; ધોકો;ધાસ્તી. 2. Liability to loss: જુમ્મો; જવાબદારી; જોખમ. *To run a* **r.**, to incur hazard: જોખમ માથે લેવું–વહોરવું–ખેડવું–માં પડવું. *At all* **r.**s: ગમે તેમ થાય તોપણ; કોઈ પણ રીતે વાતે. *vt.* To venture: જુમ્મો–જોખમ–જવાબદારી માથે લેવી; વ્હોરવું; માથે ખેંચી લેવું.

Rite, (રાઇટ્) *n.* [L. *ritus*.] A ceremony: ધર્મક્રિયા; ક્રિયા; ક્રિયાકરમ.

Ritual, (રિટ્યૂઅૅલ) *a.* Pertaining to rites: ધર્મ-ક્રિયા સંબંધી-નું-વિષે;ક્રિયા વિષયક. *n.* A prescribed form of performing divine service: ક્રિયા-ભક્તિ કરવાની રીત; ધર્મના નિયમો પાળવાની રીત.

Rival, (રાઇવૅલ્) *n.* [L. *rivus*, a brook.] A competitor: હરીફ; સમોવડીઓ; બરાબરીઓ. *vt.* To stand in competition with: હરીફાઇ ક૦; ટક્કર લેવી-ઝીલવી; બરાબરી-સરસાઇ ક૦.

Rivalry, (રાઇવૅલ્રિ) *n. pl.* **Rivalries.** A competition: ચડસાચડસી;હરીફાઈ; સરસાઈ; બરાબરી.

Rive, (રાઇવ્) *vt.* To split: ચીરવું; ફાડવું. *n.* A rent: ફાટ; ચીરો.

River, (રિવર્) *n.* [L. *ripa*, a shore.] A large running stream of water: નદી.

River-dragon, (રિવર્-ડ્રૅગૅન) *n.* A crocodile: મગર; સુસવાટ.

Rivet, (રિવૅટ્) *n.* A bolt headed at both ends: બંને છેડે માથું હોય તેવો ખીલો. *vt.* To fasten with rivets: ખીલા ઠોકવા-મારવા; સજ્જડ બેસાડવું-ઠોકવું.

Rivulet, (રિવ્યૂલટ્) *n.* [L. *rivus*, a brook.] A brook: વહેળિયું; ન્હાનો ઝરો.

Road, (રોડ્) *n.* A highway:રસ્તો; માર્ગ; વાટ; પંથ; સડક. *To take the* **r.**, to begin or engage in travelling: મુસાફરી ક૦-કરવા માંડવી. *To take to the* **r.**: શરીયામ-ધોરી રસ્તા ઉપર લુંટફાટ-ચોરી ક૦; વાટ પાડવી. *Public* **r.**: ધોરી રસ્તો.

Road-stead, (રોડ્-સ્ટેડ્) *n.* An anchorage off the shore: વહાણ લંગરવાની જગા;ઓરવો; નાંગરવાડો.

Roam, (રોમ્) *vi.* & *vt.* To wander: ભટકવું; રખડવું; ભમવું; ફરવું.

Roar, (રોર્) *vi.* To cry as a beast: આરડવું; બૂમ મારવી; બરાડવું; બરાડા પાડવા;ગર્જના ક૦; ગાજવું; પોકારવું;ચીસ પાડવી.2. To be boisterous:મસ્તી-તોફાન ધમચકડી ક૦. 3. To laugh out loudly and continuously:ખડખડ હસવું. A full loud sound: ગર્જના; નાદ; પુકાર; ચીસ; બૂમ; કીકીઆરી; ઘુઘવાટ; સુસવાટો; ધડાકો; ભડાકો.

Roast, (રોસ્ટ્) *vt.* To cook before a fire: પકાવવું; રાંધવું; શેકવું; ભૂંજવું; બાફવું; સીજવવું. 2. To burn: ખૂબ તપાવવું; બાળી મૂકવું. *n.* That which is roasted: સેકેલી-ભુંજેલી ચીજ-વાની. *To rule the* **r.**, to be at the head of affairs: ઉપરી-કર્તાહર્તા હોવું.

Rob, (રૉબ્) *vt.* To plunder: ચોરવું; લુંટવું; લુંટફાટ ક૦. 2. To deprive: છીનાવી લેવું; ઝુટાવી લેવું.

Robber, (રૉબર્) *n.* One who robs: ચોર; લુંટારો; તસ્કર.

Robbery, (રૉબરિ) *n.pl.* **Robberies.** Theft: [ચોરી; લુંટ; અપહરણ.

Robe, (રોબ્) *n.* An outer garment: જભ્ભો;જામો. **r.** *of honor*: ખિલાત. *vt.* To dress: પોશાક પહેરવો; જભ્ભો-જામો પહેરવો.

Robust, (રોબસ્ટ્) *a.* [L. *robur*, strength.] Strong: મજબૂત; જોરાવર; બલકટ; જબર; જબરું.

Robustness, (રોબસ્ટ્નૅસ્) *n.* The state of being robust: મજબૂત-જબ્બરપણું; જોમ; જોર.

Rock, (રૉક્) *n.* A large mass of stone: ખડક; ખરાબો. 2. A defence; a refuge: આશ્રય; આધાર; ટેકો. *vt.* To cause to sway backward and forward: હીંચકા નાંખવા; હલાવવું; ઝોલા ખવરાવવા. 2. To put to sleep: હીંચકા નાંખીને-હીંચ ચાલીને સુવાડવું. *vi.* To totter: ડોલવું; ઝુલવું; હાલવું; લબડવું.

Rock-crystal, (રૉક-ક્રિસ્ટૅલ્) *n.* (*Min.*) Limpid quartz: કાચમણી; ફીરમ પથ્થર.

Rocket, (રૉકેટ્) *n.* An artificial firework:બાણ; અગ્નિબાણ.

Rock-salt, (રૉક્સૉલ્ટ્) *n.* Salt dug from the earth: સિંધવ.

Rocky, (રૉકિ) *n.* Full of rocks: ખડકથી ભરેલું-વાળું; ખડબચડું; ઢેકાઢેયાવાળું. 2. Hard; unfeeling: નિર્દય; દયા-લાગણી વગરનું; કઠોર.

Rod, (રૉડ્) *n.* Slender stick: સોટી; લાકડી; દંડ; દંડુકો; સોટો. *Figuratively*, chastisement: સજા; શિક્ષા. (*b*) A scepter: છડી; રાજદંડ. *Hence, fig.*, power: authority: સત્તા; અધિકાર. 2. A measure of length containing sixteen & a half feet: સાડાસોળ ફુટનું એક માપ; કાઠી.

Rodent, (રોડેન્ટ્) *a.* [L. *rodo*, I gnaw.] Gnawing; biting: કાતરી-કરડી ખાનારું.

Roe, (રો) *n.* (*a*) A roebuck: એક જાતનું હરણ. (*b*) The female deer: મૃગલી; હરણી.

Rogue, (રોગ્) *n.* A vagrant: રખડેલ; ભટકેલ; ઉખડેલ. 2. A knave; a cheat: લુચ્ચો; ઠગારો; હરામખોર; દગલબાજ. *Pack of* **r.**s: સેતાન ટોળકી; ચંડાલ ચોકડી. 3. One who is pleasantly mischievous or frolicsome મશ્કરો; ઠઠ્ઠા-પાખંડખોર; લુચ્ચું.

Roguery, (રોગરિ) *n.* Knavish tricks: લુચ્ચાઈ; દગલબાજી; ઠગાઈ; ઠગવિદ્યા; ઠગબાજી; દગો.

Roguish, (રોગિશ) *a.* Knavish: કપટી; લુચ્ચું; ઠગારું. 2. Waggish; arch: ઠઠ્ઠાબાજ; મશ્કરું.

Roll, (રોલ્) *vt.* [L. *rota*, a wheel.] To turn on an axis: ગબડાવવું; ગબડાવી લઈ જવું; ફેરવવું. 2. To wrap round on itself: વિંટાળવું; લપેટવું; વિંટવું; બાંધવું. 3. To press or level with a roller: દાબવું; સરખું ક૦; સંચા કે વેલણ વડે સપાટ ક૦. *To* **r.** *one's self*, to wallow: ગુલાંટ ખાવી; ગબડવું. *vi.* To revolve upon an axis: લોટવું; ગબડવું; ગોળ ફરવું. 2. To be wound: ગોળો-દડો-વિંટો થવો-બનવો. 3. To fall or tumble (with *over*): પડવું; કશા ઉપર થઈને જવું-વહેવું. 4. To perform a periodical revolution: ગુજરવું; પસાર થવું;ફરવું; ઘુમવું. 5. To move as waves or billows: મોજાંની પેઠે જવું; ગુંચળાં વળવાં. 6. To rock; to be tossed about: ડોલવું; ડોલા-ઝોલા ખાવા. *n.* That which is rolled up: પિંડો; ગોળો; વિંટો; દડો. (*a*) A scroll: લખોટો; ભુંગળું. (*b*) A register: યાદી; નોંધ: ટીપ. 2. Part; office; duty: કામ; ફરજ; ભાગ. *To call the* **r.**: હાજરી પૂરવી.

Roller, (રોલર્) *n.* One who, or that which rolls. ફેરવનાર; ગબડાવનાર; ફેરવવા-દાબવા-સપાટ કરવાનો સાંચો; રોલર; વેલણ.

Rolling, (રોલિન્ગ્) *a.* Turning over and over as if on an axis or a pivot:ગબડતું;પૈડાંપર ચાલતું.

Rolling-pin, (રોલિન્-ગ્-પિન્) *n*. A cylindrical piece of wood or other material: વેલણ.

Roman. (રોમન્) *a*. [L. *Roma*, Rome.] Pertaining to Rome or the Romans: રોમ શહેર અથવા ત્યાંના રહેવાસીઓનું-વિષે-સંબંધી; રૂમી. 2. pertaining to the Roman Catholic religion: રોમન કૅથલિક ધર્મનું-સંબંધી-વિષે. 3. Expressed in letters, not in figures: આંકડામાં નહિ પણ અક્ષરમાં લખેલું. *n*. A citizen of Rome: રોમનો રહેવાસી-વતની.

Romance,(રોમૅન્-સ્)*n*. A fictitious and wonderful tale: કલ્પિત વાત; કિસ્સો; કલ્પિત કથા;કાહણી.

Romantic, (રોમૅન્ટિક્) *a*. Fanciful; unreal: કિસ્સા-કાહણી જેવું-વાળું; રસિક; ચમત્કારી; કલ્પિત; વિચિત્ર; ખોટું; બનાવટી.

Romp,(રૉમ્પ્)*vi*. To play noisily: ધીંગાણું-કુદાકુદ ક૦; ધીંગામસ્તી રમવી. *n*. A girl who romps: મસ્તીખોર છોકરી. 2. Rude; frolic: ઉછાંછળી રમત-ખેલ; ધમાચકડી; ધીંગામસ્તી.

Rood, (રૂડ્) *n*. A measure of five and a half yards in length;a pole: સાડા પાંચ વારનું માપ;પોલ.

Roof, (રૂફ્) *n*. The cover of any building: છાપરૂં. *The* **r**. *of the mouth*: તાલવું. *A flat roof*: ધાબું. *vt*. To cover with a roof: છાપરૂં ક૦; છાવું;છાપરૂં ઢાંકી લેવું. To shelter: ઘરમાં પુરવું-રાખવું; આશ્રો આપવો.

Roof-tree, (રૂફ્ટ્રિ) *n*. The beam in the angle of a roof: છાપરાના ખૂણામાંનો મોભ.

Rook,(રૂક્) *n*. (*In chess*).A castle: (શેત્રંજનો) [હાથી.

Rook, (રૂક્) *n*. A kind of crow: કાગડો.

Rookery, (રૂકરિ) *n*. The breeding place of a colony of rooks: કાગડાઓને એકઠા થવાની અને માલા બાંધવાની જગા; માલો; દર. 2. A cluster of mean buildings: ન્હાની, ગીચ, ઇમારતોની હાર-સંગ્રહ.

Room, (રૂમ્) *n*. Space: જગ્યા; ઠેકાણું; સ્થલ. 2. A seat: બેઠક. 3. A chamber:ઓરડો-ડી; કોટડી; ખોલી. 4. Post: પદવી; હોદ્દો; જગ્યા. *In the* **r**. *of*: ઠેકાણે; બદલે.

Roominess, (રૂમિનેસ્) *n*. Spaciousness: મોહોટાપણું; બોહોલાપણું; મોકલાસ.

Roomy, (રૂમિ) *a*. Spacious: મ્હોટું; મોકલું; બોહોલું; કુશાદે.

Roost, (રૂસ્ટ્) *n*. A perch: પક્ષીઓને રાત્રે આરામ લેવાની દાંડી-લાકડી. 2. A collection of fowls resting together: એકઠાં-સાથે રહેતાં-સુતાં પક્ષીઓનું ટોળું. *vi*. To perch: પક્ષીનું બેસવું; સુવું; આરામ લેવો.

Root, (રૂટ્) *vi*. The underground portion of a plant: મૂલ;જડ;મૂલિયું. 2. An edible root: કંદ. 3. (*a*)A primitive form of speech:મૂલ;ધાતુ. (*b*) The cause; the source: કારણ; પાયો. (*c*) That factor of a quantity which when multiplied into itself will produce that quantity: (સંખ્યાનું) મૂલ. (*d*) The bottom: તલીયું: તલ. *To strike* **r**.; *to take* **r**.: મૂલઘાલવાં-બાઝવાં-લાગવાં; જડ ઘાલવી. **R**. & *branch*, every part; wholly: તદન; છેક; જડમૂલથી. *vi*. To take root: મૂલ થવું-ચોટવું; મૂલ બાઝવું. 2. To be firmly fixed: જડ ઘાલીને બેસવું; દૃઢ-ચોકસ-કાયમ થવું. *vt*. To implant firmly: સજ્જડ બેસાડવુ. 2. To eradicate; (with *up*, *out* or *away*): જડમૂલથી ઉખેડી નાંખવું.

Rope, (રોપ્) *n*. A large stout cord: દોરડું. *To give one a long* **r**., to give one liberty:કોઈને પરવાનગી-છૂટ આપવી; મરજી મુજબ વર્તવા દેવું.

Rope-dancer, (રોપ્-ડૅન્સર્) *n*. One who performs acrobatic feats on a rope: દોરડાપર નાચનાર-રમત કરનાર.

Ropy, (રોપિ) *a*. Capable of being drawn into a thread: રેસા-તારવાળું. 2. Tenacious: ચિકણું; ચિકટ.

Rosary, (રોઝરિ) *n*. [L. *rosa*, rose.] A bed of roses or place where roses grow: ગુલાબના કયારા; ગુલશન; ગુલેસ્તાન. A string of beads: જપમાલા; તસબીર.

Rose,(રોઝ્) *n*.[L. *rosa*.] A flower and shrub of any species of the genus *rosa*: ગુલાબનું ઝાડ-છોડ;ગુલાબનું ફૂલ. 2. A rosette:ગુલાબના જેવી બટનની ગાંઠ; ગુલાબના ફુલ જેવો ગુચ્છો. 3. The Color of a rose; pink: ગુલાબી રંગ. *Under the* **r**., in secret; privately: છૂપી રીતે; છાનાંમાનાં. *Dog* **r**.: સફેદ ધોલો ગુલાબ. *Conserve of* **r**.s.: ગુલકંદ.

Roseate, (રોઝીએટ્) *a*. Full of roses: ગુલાબનાં ફૂલવાલું. 2. Rosy: લાલીવાલું; ગુલાબી; ગુલાબી રંગનું.

Rosette, (રોઝેટ્) *n*. An imitation of a rose by means of a ribbon:ફીતનું બનાવેલું ફૂલ-ગુલાબ. 2. An ornament in the form of a rose: ગુલાબના ફૂલના આકારનું ઘરેણું.

Rose-water, (રોઝ્-ઉવૉટર્) *n*. Water distilled from rose-leaves: ગુલાબ. **R**. *vessel*: ગુલાબદાની.

Roster,(રૉસ્ટર્)*n*. The list of persons liable to a certain duty: અમલદારો વગેરેનાં નામની ટીપ.

Rostrum, (રૉસ્ટ્રમ્) *n*. *pl*. **Rostrums** [L. *rodo*, I gnaw.] The pulpit: ભાષણ કરવાનો માચડો. 2. The beak or sucking mouth parts: ચાંચ.

Rosy, (રોઝિ) *a*. Blooming; red: ગુલાબી; [લાલ; સુરખીદાર.

Rot, (રૉટ્) *vi*. To putrefy: સડવું; કહોવું; કોહી જવું. 2. To die: મરી જવું; નાશ પામવું;ખરાબ થવું. *vt*. To make putrid: કોહોવડાવવું; સડાવવું. *n*. Decay; putrefaction: કોહોવાટ; સડો; સલો.

Rotary, **Rotatory**,(રૉટરિ-રોટેટારિ) *a*. [L. *rota*, a wheel.] Turning as a wheel: ચક્ર પેઠે ફરતું; ચક્રગતિનું-સંબંધી; ગબડતું; વારાફરતી બનતું.

Rotate, (રોટેટ્)*a*. *vi*. & *vt*. To revolve: ચક્રની પેઠે ફરવું; ચક્રગતિ ક૦; ગોલ ફેરવવું-ફરવું.

Rotation, (રોટેશન્)*n*. The act of turning: ચક્રગતિ; ચકરાવો; ફેરો. 2. Any succession in a series: ક્રમ; વારો; વારી; પાલી.

Rote, (રોટ્) *n*. Mere repetition: ગોખણી; ગોખણ પટ્ટી;ભરડી જવું તે. *To learn by* **r**., ગોખવું;

ભરડી જવું; ભરડવું; મોઢે કo.

Rotten, (રૉટન્) *a.* Putrid; decayed: સડી ગયેલું; કોહોએલું; સડેલું. 2. Treacherous; unsound: ભરોસો ન કરાય એવું; વિશ્વાસ લેગ નહિ એવું; પોકલ; માલ-દમ વગરનું. [ગોલ; ગોલાકાર.

Rotund, (રોટન્ડ્) *a.* [L. *rotundus*] Round:

Rotundity-ness, (રોટન્ડિટિ-રોટન્ડ્નેસ્) *n.* Roundness: ગોલપણું; ગોલાકાર.

Rough, (રફ્) *a.* Not smooth: ખડબચડું; સાફ્લીસું નહિ તેવું. (*a*) Not polished; uncut; (*said of a gem*): ઘુંટીને ચકચકીત-સફાઈદાર-ઝલેદાર નહિ કરેલું; બીનસફાઈદાર. (*b*) Boisterous; high (*said of the sea*): ઉછળતું; તોફાની. (*c*) Rude; disordered: ફાટું તૂટું; તોછડું; બેઢંગું; ડોલ-ઘાટ વગરનું; અદબ-વિવેક વિનાનું; અણઘડ; જંગલી. 2. (*a*)Harsh: કઠોર; ખોખરૂં. (*b*) Incomplete: અપૂર્ણ; અધુરૂં; બાકી; અડસટ્ટાનું; ઉપરટપકેનું; ઉપલક. **R.** *and ready*, Produced offhand: એકદમ ઉ-તાવળે કરેલું; જેવું તેવું. *n.* A rude fellow; જંગલી-તોફાની માણસ. અસભ્ય માણસ. *adv.* Rudely; roughly: જંગલી રીતે; સફાઈ વગર; અસભ્યપણે. *To* **r.** *it*, to endure hard conditions of living: દુઃખ-થાક વિ૦ અગવડ ખમ્યાં-વેઠયાં કo.

Roughen, (રફન્) *vt.* To make rough: ખડબચડું કo. *vi.* To grow rough: ખડબચડું થવું-હોવું.

Roughly, (રફ્લિ) *adv.* Unevenly; harshly: સફાઈ વગર; જંગલીપણે; જેવી તેવી રીતે.

Roughness, (રફ્નેસ્) *n.* The state of being rough: કઠોરતા; ખડબચડાપણું.

Rough-rider, (રફ્-રાઇડર્) *n.* One who breaks horses: ચાબુક સ્વાર; ઘોડા શિખવનાર.

Rough-shod, (રફ્-શૉડ્)*a.* Shod with shoes armed with points: કાંટાવાલો નાલ જડેલી હોય એવું. *To ride* **r.**: પોતાનો સ્વાર્થ સાધવાને માટે બીજાને જે કાંઈ દુઃખ-ઈજા થાય તેની દરકાર કર્યા વગર કામ કર્યા જવું.

Round, (રાઉન્ડ્) *a.* [L. *rota*, wheel.] Circular: ગોલ; વર્તુલાકાર; ચક્રાકાર; મેહરાબદાર. 2. Cylindrical: નલીના-ભુંગલીના આકારનું. 3. Full; complete; (*said of numbers*): આખું; અખંડ. 4. Outspoken: ભડભડિયું; જેવું હોય તેવું મોઢાપર કહી આપનારૂં. **R.** *hand*: ગોલ અને ભરાઉ અક્ષરો. *n.* Anything round: વર્તુલ; ચક્કર; મેહરાબ. 2. A series of actions which must be performed in turn: ક્રમ; વારો; પાલી; ખેપ. 3. The step of a ladder: પગથિયું; ફાંદિયું. 4. A circuit; a beat: આંટો; ચક્કર; ફેરો. 5. (*Mil*) A walk performed by a guard: રોન. *adv.* On all sides; around: બધી બાજુએ; આસપાસ; ચોતરફ. 2. Circularly: ગોલાકારે; ઘેરાવા-પરીઘમાં; ફેરાવામાં; ઘેરમાં. 3. Fully; vigorously: પૂર્ણરીતે; જોસભેર. *All* **r.**, In every direction: સઘલે; બધે; ચોતરફ. 2. Many-sided: દરેક બાબતમાં જાણીતું-માહિતગાર; બધું કામ કરી શકે તેવું. *To bring one* **r.**, (*a*) to cause one to change his opinions: સમજાવવું; સમજાવી લેવું. (*b*) To restore one to health: તંદુરસ્ત કo; તબીયત ઠેકાણે લાવવી. *prep.* Around: આસપાસ; ચોતરફ; સઘલી બાજુએ; સઘલે ઠેકાણે. *vt.* To make round: ગોલ-વર્તુલાકાર આપવો; ગોલ કo. 2. To surround: ફરીવલવું; ઘેરી લેવું; વિંટલાઈ વલવું-જવું.

Roundabout, (રાઉન્ડ્અૅબાઉટ્) *a.* Going round; indirect: ફેરાવાલું; આડું; આડકતરૂં.

Roundly, (રાઉન્ડ્લિ) *adv.* In a round form: ગોલાકારે ફરતું. 2. Openly; boldly: ખુલ્લી રીતે; છડેચોક; બેધડક; ચોખ્ખી રીતે.

Roundness,(રાઉન્ડ્નેસ્)*n.* The state of being round: ગોલપણું; ગોલાકાર. 2. Fullness: પૂર્ણતા. 3. Openness; plainness: ખુલ્લાપણું; સ્પષ્ટતા; બેધડકપણું.

Rouse, (રાઉઝ્) To awaken: જગાડવું; જાગૃત કo; ઉઠાડવું. 2. To excite: ઉશ્કેરવું; ઉત્તેજીત કo; હલાવવું; ખલભલાવવું.

Rout, (રાઉટ્) *n.* [L. *rumpo*, I break.] The disorder of troops defeated: ભંગાણ; હાર; નાશાભાગ; નાસાનાસ. 2. A disturbance of the peace: સુલેહભંગ. *To put to* **r.**, to defeat and throw into confusion: હરાવીને વિખેરી નાંખવું; હરાવવું, નસાડવું; ભંગાણ પાડવું. *vt.* To put to rout: હરાવીને વિખેરી નાંખવું; નાસાનાસ કરાવવી; વેરણ ખેરણ કરી નાંખવું.

Route,(રૂટ્)*n.*[L. *rumpo*, I break.] A course: રસ્તો; રાહ; વાટ; માર્ગ. **R.** *by land*: ખુશકીનો રસ્તો. **R.** *by water*: જલમાર્ગ; તરી.

Routine, (રૂટીન્)*n.* A regular course of business: નિત્યનું કામ-ક્રમ; રોજનું-સાધારણ કામકાજની રીત; રોજની-ચાલુ રીત.

Rove, (રોવ્) *vi.* & *vt.* To wander; to ramble: ભટકવું; રખડવું; ફરતા ફરવું.

Rover, (રોવર્) *n.* A pirate: ચાંચિયો; ચોર. 2. A wanderer: ભટકનાર; રખડનાર.

Row, (રાઉ) *n.* A brawl: કજીઓ; ટંટો; લઢાઈ; તોફાન; શોરબકોર; ફિસાદ. *n.* (રો) A line; a rank: ઓલ; હાર; હરોલ. *vi.* To use the oar: હલેસું મારવું. 2. To be moved by oars: હલેસાંથી ચાલવું.

Rowdy, (રાઉડિ) *n.* Turbulent: તોફાની; ટંટાખોર; ગડબડીઉં.

Rower, (રોઅર્) *n.* One who rows with an oar: ખલાસી; હલેસાં મારનાર.

Rayal, (રૉઈઅૅલ્) *a.* [L. *rex*, king.] Kingly: રાજાનું; શાહેનશાહી; બાદશાહી. 2. Noble; generous: ઉદાર; ઘેાતાલ; સખી; અમીરી; ઉમદા. **R.** *metal*: સોનું.

Royalist, (રૉઈઅૅલિસ્ટ્) *n.* An adherent of royalism: રાજાની તરફદારી કરનારો.

Royalty, (રૉઇઅૅલ્ટિ) *n. pl.* **Royalties**. Kingship; sovereignty: બાદશાહી; રાજ્યાધિકાર; રાજપદ. 2. Majesty: રાજા; પાદશાહ; બાદશાહી કુટુંબ. 3. Kingdom: રાજ્ય; પ્રાંત; અધિકાર; સત્તા; હકુમત. 4. A share of the profit paid to the crown or other proprietor: સરકાર કે બીજા ધણીને આપવો પડતો નફાનો ભાગ.

Rub (રબ્) *vt.* To subject to the action of pressure and friction: ઘસવું; ચોલવું; મસલવું; ચોપડવું; લગાડવું. 2. To polish; to cleanse: ઓપ

ચઢાવવો; ઝળેહળદાર ચકચકિત ક૦; સાફ ક૦. *To* **r.** *off*, to separate by friction: ઘસીને કાઢી નાંખવું. *To* **r.** *out*, to erase; *to* obliterate: કાઢી-છેકી-ભુસી નાંખવું. *To* **r.** *up*, (*a*) to polish; to clean: ઓપ ચઢાવવો; સાફ ક૦. (*b*) To excite: ઉશ્કેરવું; જાગૃત ક૦. *vi.* To grate: ઘસાઈ જવું; ઘસાવું: લાગવું. *n.* Friction; ઘસારો; ઘર્ષણ; મર્દન. 2. Hindrance; obstruction: હરકત; વાંધો; ખલેલ; નડતર; અડચણ.

Rubber, (રબર્) *n.* (*a*) A whetstone: ધાર ચઢાવવાની પથરી; સરાણ. (*b*) An eraser: છેકવા-ભુસવાનું રબર. 2. India rubber; caoutchouc: રબર.

Rubbish, (રબિશ્) *n.* Trash: કચરો; પુંજો; નકામું-નજીવું-કચરા જેવું કંઈ.

Rubble, (રબલ્) *n.* Rough stone: ઘડયા વગરનો પથ્થર.

Rubify, (રૂબિફાઈ) *vt.* To redden: લાલ-રાતું ક૦.

Ruble, (રૂબ્લ્) *n* A russian silver coin worth 3 Shilling: રુશિઆમાં ચાલતો સિક્કો; રૂબલ.

Rubric, (રૂબ્રિક્) *n.* [L. *ruber*, red.] An ecclesiastical injunction: ધર્મનું ફરમાન; ભજન; આજ્ઞા.

Rub-stone, (રૂબ્સ્ટોન્) *n.* A whetstone: ધાર ચઢાવવાની પથરી: સરાણ.

Ruby, (રૂબિ) *n.* [L. *rubeus*, red.] A precious stone of a red color: માણેક; લાલ. 2. Redness: લાલરંગ; રાતાસ. *a.* Red: લાલ; રાતું.

Rudder. (રડર્) *n.* The instrument by which a ship is steered: સુકાન.

Ruddy, (રડિ) *a.* Of a red color, red, or reddish: લાલ; રાતું; રાતાસ પડતું; સુરખીદાર; લોહીઆર.

Rude, (રૂડ્) *a.* [L. *rudis.*] Unpolished; raw; unskillful: બીનઅનુભવી; કાચું; અનાડી; અણઘડ; અણકિસબી; અજ્ઞાન; જંગલી; અસભ્ય; તોછડું; બેઅદબ.

Rudely, (રૂડ્લિ) *adv.* Uncivilly; inelegantly: અસભ્યતાથી; જંગલીપણે; કઢંગી રીતે.

Rudeness, (રૂડ્નેસ્) *n.* Ignorance; inelegance: જંગલીપણું; અસભ્યતા; તોછડાઈ; બેઅદબી.

Rudiment, (રૂડિમેન્ટ્) *n.* A first principle: મૂલતત્વ; પ્રારંભ; બીજ; મૂલ: મૂલ પીઠિકા; ઉપક્રમ.

Rudimental-ry, (રૂડિમેન્ટલ-ટ્રિ) *a.* Elementary; initial: મૂલનું; આરંભનું; પ્રાથમિક; પ્રથમ.

Rue, (રૂ) *n.* [L. *ruta.*] A bitter plant: સીતાબ; ભરમી. *vt.* To lament; to regret: પસ્તાવું; અફસોસ ક૦; દલગીર થવું.

Rueful, (રૂફુલ) *a.* Sorrowful; piteous: પસ્તાવો-શોક-દિલગીરીભરેલું; શોકાતુર.

Ruffian, (રફિઅન્) *n.* A cutthroat: ઘાતકી; ખુની; ગલાંકાપુ; ગલારેંસનાર; ચોર.

Ruffianism, (રફિઅનિઝમ) *n.* Conduct of a ruffian: ઘાતકીપણું; નીચપણું; અધમતા.

Ruffle, (રફલ) *vt.* To make into a ruff; to wrinkle: કરચલી-પાડવી-વાલવી. 2. To disturb the surface of: હલાવી મૂકવું; ખલભલાવવું; ડોહોલી નાંખવું; ખોલી નાખવું. 3. To agitate: વ્યાકુલ-બેચેન-બેઆરામ ક૦; ગભરાટમાં નાંખવું. *To* **r.** *the feathers of*, to irritate: ગુસ્સે ક૦; ચીડવવું; ખીજવવું; સતાવવું. *vi.* To grow rough: તોફાની થવું; ધાંધલ ક૦-મચાવવી. 2. To become disordered: ખોલાઈ-વિખેરાઈ જવું. *n.* A frill: લુગડાની ચીણ. 2. disturbance: અવ્યવસ્થા; ગેર બંદોબસ્ત. (*of the mind, etc.*) બેચેની; બેકરારી.

Rug, (રગ્) *n.* A piece of thick, nappy fabric, commonly made of wool: કામલી; બનુસ; ગાલીચો.

Ruga, (રયૂગૅ) *n. pl.* **Rugæ**. A fold: કરચલી.

Rugged, (રગેડ્) *a.* Rough: ખડબચડું; ખાડાખઇયાવાલું; ઢેકાઢૈયાવાલું; ઉચું નીચું. 2. Not neat: ખોલાઈ-વિખરાઈ ગયલું; ઢંગઢાલ વિનાનું. 3. Shaggy: ગુચ્છાદાર; વાલ-નિમાલાવાલું-થી ભરેલું. 4. Harsh: મિજાજી; કરડું; આકરૂ. 5. Stormy: તોફાની; ધાંધલિયું; મસ્તીખોર. 6. Rough to the ear: કઠોર; ખોખરૂં. 7. Rude: અસભ્ય; જંગલી; બેઅદબ.

Rugose-Rugous, (રૂગોસ્-રૂગસ્) *a.* Wrinkled: કરચલીવાલું.

Ruin, (રૂઇન્) *n.* [L. *ruo*, I rush.] Destruction; overthrow: નાશ; ખરાબી; પાયમાલી; સત્યાનાશ; નખોદ; પરાભવ; પડતી; અનર્થ. 2. That which is fallen down (*in pl.*): ખંડેર. *vt.* To demolish: નાશ ક૦; ભાગી-તોડી નાંખવું; પાડી નાખવું. (*b*) To impoverish: ભિખારી ક૦; પાયમાલ ક૦; સત્યાનાશ-નખોદ ઘાલવું-વાલવું; ખરાબખસ્ત કરી નાંખવું.

Ruinous, (રૂઈનસ્) *a.* Destructive: નાશકારક; ખરાબ કરે એવું.

Rule, (રૂલ્) *n.* [L. *rego*, I rule.] A regulation: કાયદો; નિયમ; ધારો; કાનુન; શિરસ્તો; પ્રમાણ; ધોરણ. માપ. 2. (*a*) Practice: ટેવ; ધારો; ચાલ; રીત; રિવાજ; 3. Government: રાજ્ય; સત્તા; અમલ; અધિકાર; હકુમત. 4. (*a*) A straight strip of wood, metal &c: આંકણી; રૂલર. (*b*) A measuring instrument: લંબાઈ માપવાનું માપ; ફુટ. **R.** *of three*, proportion: ત્રિરાશિ. **R.** *of thumb*, (*a*) any rude process: કોઇ પણ કઢંગી રીત; જ્ઞાન-માહિતીથી નહિ પણ ચાલુ અનુભવ ઉપરથી કાંઇ કરવાની રીત. *Double* **r.** *of three*: પંચરાશિ. *vt.* & *vi.* To govern; to manage: હુકમ ચલાવવો; રાજ ક૦-ચલાવવું; અધિકાર-સત્તા ચલાવવી; વ્યવસ્થા-બંદોબસ્ત ક૦; ચલાવવું. 2. To settle by a rule: નિયમ-ધારાથી મુકરર-નક્કી ક૦; ઠેરવવું. 3. To mark with lines: આંકવું; ઉપર લીંટી દોરવી; રેખાટવું.

Ruler, (રૂલર્) *n.* A governor: અમલ કરનાર-ચલાવનાર; રાજા; બાદશાહ; સરકાર; ધણી; હાકેમ. 2. A straight strip of wood, metal, etc: આંકણી; રૂલર.

Rum, (રમ્) *n.* A kind of intoxicating liquor: એક જાતનો કેફી દારૂ.

Rumble, (રમ્બ્લ્) *vi.* To make a confused noise: ગર્જના થવી; ગર્જવું; ગડગડવું; ગરગડાટ થવો; ખલખલ અવાજ ક૦. *n.* A confused noise: ગરગડાટ; ઘરઘડાટ; ગર્જના.

Rumbling, (રમ્બ્લિંગ્) *n.* A low, heavy, continuous sound: ગડગડાટ; ઘરઘડાટ; ગર્જના.

Ruminant, (રૂમિનૅન્ટ્) *a.* Chewing the cud: વાગોલનારૂં. *n.* A ruminant animal: વાગોલનારૂં પ્રાણી.

Ruminate, (રૂમિનેટ્) *vi.* & *vt.* [L. *ruman*, throat.] To chew the cud: વાગોલવું. 2. To meditate: વિચાર ક૦; ધારવું; ગોર ક૦.

Rumor, (રૂમર્) *n.* [L. *rumito,* I rumor.] (*a*) A flying report: વાત; ખબર; ઉડતી ખબર; ગુમારો; અફવા; ગપ.

Rump, (રમ્પ્) *n.* The buttocks: ગાંડ; કુલાં; ઢગરો. 2. The tail end: પાછલો-પાછલનો ભાગ.

Rumple, (રમ્પલ્) *vt.* & *i.* To wrinkle: કરચલી વાલવી-વલવી-પડવી-પાડવી. *n.* A fold or plait: કરચલી; ચીણ.

Run,(રન)*vi.* (*a*) To go swiftly: દોડવું;ધાવું;દોડતાં જવું-આવવું; ઉતાવલ-જલદીથી જવું. (*b*) To flee: ન્હાસવું; ન્હાસી જવું; પોબારા-અગીયારા ગણવા; સટકી -છટકી જવું. (*c*) To press for payment: ચાંપતી માગણી-ઉઘરાણી કo; દરોરો પાડવો. 2. (*a*) To flow: વહેવું; વહી જવું. (*b*) To extend: લંબાવું; ફેલાવું; ફરી વલવું. (*c*) To melt: ઓગલવું; પીગલવું; પાણી થવું. (*d*) To turn, as a wheel: ફરવું. (*e*) To discharge matter: પરૂ વહેવું-નિકલવું. (*f*) To be played on the stage a number of successive days or nights: અમુક મુદ્દત સુધી ખેલ ચાલવો. *As things* **r.**, on the average, સામાન્ય-સાધારણ રીતે. *To* **r.** *after,* to pursue; to search for: પછવાડે પડવું-લાગવું-મંડવું; પાછલ પાછલ જવું;ખોલવું;શોધવું; તપાસ કo. *To* **r.** *away,* to escape: નાહસી-સટકી જવું; પોબારા-અગીયારા ગણવા. *To* **r.** *away with,* (*a*) to convey away hurriedlly:ઉંચકી-લઈ-ચોરી-કાઢી જવું. *To* **r.** *down,* (*a*) to cease to work: અટકી પડવું. (*b*) To decline in condition:ખખલી જવું; નખલું-દુબલું થઈ જવું. *To* **r.** *for an office,* to stand as a candidate for an office: કોઈ જગાના ઉમેદવાર હોવું. *To* **r.** *in or into,* To come in collision with: અથડા અથડી થવી; અથડાવું. *To* **r.** *on,* To be continued: જારી-ચાલુ [illegible]-રહેવું; *To* **r.** *out,* (*a*) to come to an end: અંત-છેડો આવવો; પુરૂં થવું. (*b*) To spread: લંબાવું; ફેલાવું. *To* **r.** *over,* (*a*) to overflow: રેલ-પુર આવવું; ઉભરાઈ જવું; ઉભરાવું; છલકાવું. (*b*) To go over or examine: જોઈ જવું; તપાસવું; ઉપર ઉપરથી જોઈ જવું. *To* **r.** *riot,* to go to excess: હદ બહાર જવું; હદ વટાવવી. *To* **r.** *through,* (*a*) to go through hastily (*a book*): વાંચી જવું; નજર ફેરવી જવી; જોઈ જવું. (*b*) To spend wastefully: ઉડાવી-ગુમાવીદેવું. *To* **r.** *to seed,* to cease growing: ઉગતા અટકવું-બંધ પડવું; મુલ બલી જવાં. *To* **r.** *up,* to increase: વધવું;ચઢવું. *To* **r.** *counter*:વિરૂદ્ધ-સામે-ઉલટુ હોવું. *vt.* To cause to run:દોડાવવું. 2. To thrust:ભોકવું; મારવું; ઘોચવૂં; ખોચવું. 3. To go through or accomplish by running: ચલાવવું; ગુજારવું; પસાર કo. 4. To incur: માથે લેવું-વ્હોરી લેવું-ખેંચી લેવું. *To* **r.** *down,* (*a*) to chase: પુઠે લાગી પકડી પાડવું.(*b*) To disparage: ખામી કાઢવી;તોડી પાડવું; નાહિંમત કo. *To* **r.** *the chances* or *one's chances,* To encounter all the risks of a certain course: જોખમ વ્હોરવું;નશીબ અજમાવવું. *To* **r.** *through,*to pierce: ભોકવું;મારવું; ઘોચવું. *n.* The act of running: દોડ; ગબડી; પલાયન. 2. A course: અનુક્રમ; ફેરો; પ્રવાહ; ગતિ; માર્ગ. 3. Currency; popularity: ફેલાવો; લોકપ્રિયતા; પ્રસિદ્ધિ. 4. Continued repetition on the stage: ઘણો વખત ચાલુ રહેવું તે (નાટક);દેખાવ.5. A pressure for payment:ચાંપતી ઉઘરાણી-માંગણી; તગાદો; દરોરો. 6. A voyage: સફર; મુસાફરી; સ્હેલ; આંટો. 7. A passing from one wicket to the other: દડાની રમતમાં એક બાજુથી બીજી સુધીની દોડ; ફેરો; રન. *At the long* **r.**;*In the long* **r.**,at the end:છેવટે;અંતે;આખરે. *The* **r.** or *The common* **r.**, ordinary persons: સાધારણ લોકો.

Runaway, (રનઍવે) } *n.* A fugitive: નાસી
Runagate, (રનૅગેટ્) } જનાર; પલાયન કરનાર.

Runner, (રનર્) *n.* One who runs: દોડનાર; નાસનાર. 2. A detective: છુપી પોલીસનો માણસ. 3. A messenger:જાસુસ; કાસદ; એપીઓ; હલકારો. 4. A smuggler: દાણચોરી કરનાર.

Running, (રનિન્ગ્)*a.* Moving or advancing by running: દોડતું; નાસતું. 2. Successive: એક પછી એક આવતું; લાગલાગટ; લગોલગ; સામટું. 3. Flowing; easy: જલદીથી ચાલતું; સીલસીલાબંધ; ઝડપવાલું. 4. Continuous: જારી; વારંવારનું; ઉપરા ઉપરીનું. 5. Discharging pus: વહેતું; પરૂ નિકલતું હોય એવું; ઝરતું.

Rupee, (રૂપી) *n.* A silver coin: રૂપીઓ.

Rupture,(રપ્ટયૂર્) *n.* [L. *rumpo,* I break.] The state of being broken: ફાટ; ભંગ; ભંગાણ. 2. Interruption of friendly relations: અણબનાવ; તુટ; કુસંપ; બેબનાવ; ફુટ. 3. Hernia: સારંગાંઠ; આંતરડું ઉતરવાથી ગોલી મોટી થવી તે. *vt.* To break; to burst: ભાંગવું; તોડવું; ફોડવું. *vi.* To suffer a breach: ફાટ પડવી; અણબનાવ થવો.

Rural, (રૂરૅલ્) *a.* [L. *rus,* the country.] Rustic: ગામડાનું-સંબંધી-ને લાયક; ગ્રામ્ય. 2. Pertaining to agriculture: ખેતીવાડીનુ-સંબંધી.

Ruse, (રૂઝ્) *n.* [L. *recuso,* I refuse.] An artifice; trick: કાવાદાવા; પ્રપંચ; કાવતરૂં; હિકમત; ઢોંગ.

Rush,(રશ્)*n.*[L. *ruscum,* butcher's broom.] A plant with no leaves: ઝાડી; છોડવો; રોપો. *vi.* To move forward violently:ઝપાટા-સપાટાબંધ ચાલવું-જવું; ધસવું; ટૂટી પડવું; ધસારો કo 2. To enter rashly: ઉતાવલથી જવું-પેસવું-પડવું; ઘુસવું. *vt.* To hurry forward: દોડાદોડમાં કરી-આટોપી નાખવું. *n.* A violent motion or course: ધસારો; આગલ વધવાનો ઝપાટો-સપાટો; આવેગ.

Rush-light, (રશ-લાઇટ્) *n.* A small feeble light: થોડું અજવાલું આપનારી બત્તી.

Rusk, (રસ્ક્) *n.* A kind of sweetened biscuit or bread: એક જાતની મીઠી બિસ્કિત.

Russian, (રશિઅૅન) *a.* Of or pertaining to Russia, its inhabitants, or language: રૂશિઆ, ત્યાંના રહેવાસીઓ, અથવા ત્યાંની ભાષા સંબંધી-વિષેનું; રૂશિઅન. *n.* A native of Russia: રૂશિઆનો વતની-રહેવાસી; રૂશિઆની ભાષા.

Rust, (રસ્ટ્) *n.* (*Chem.*) The reddish yellow coating formed on iron when exposed to moist air: કાટ. **R.** *of copper*: જંગાલ. *vt.* & *vi.* To be or become oxidized: કાટ ચઢવો-ચઢાવવો;

કટાવું. To become dull by inaction: પડયું પડયું-નકામું રહી બગડી જવું; કટાઇ જવું; સડવું.

Rustic, (રસ્ટિક્) *a.* [L. *rus*, the country.] Rural: ગામડા સંબંધી-નું વિષે-ગ્રામ્ય. 2. Rude; awkward: જંગલી; અસભ્ય; બેઅદબ; અનાડી. 3. Simple; artless: ભોળું; નિખાલસ; સાદુ. *n.* A clown: ગામડીઓ; ગમાર 2. An artless person: સાદો-ભોળો માણસ.

Rusticate, (રસ્ટિકેટ્) *vt.* To banish or send away temporarily: થોડોક વખત સુધી કાઢી મૂકવું; કાઢી મુકવું.

Rustication, (રસ્ટિકેશન) *n.* The act of rusticating: કાઢી મૂકવુ તે-મૂકવાની સજા. 2 Rustic work: જેવું તેવુ કરેલું કામ; અણઘડ કામ.

Rusticity, (રસ્ટિસિટિ) *n.* Rudeness; simplicity: જંગલીપણું; અસભ્યતા; ભોલાપણું.

Rustle, (રસલ)*vi.* To make a quick succession of small sounds: ખડખડવું; ખણખણવું. *vt.* To cause to rustle: ખડખડાવવું; ખણખણાવવું. *n.* A quick succession or confusion of small sounds: ખણખણાટ; ખણખણ અવાજ.

Rustling, (રસ્લિન્ગ્)*n.* Rustle: ખણખણાટ; ખડખડાટ. *a.* Making a quick succession of small sounds: ખખડતું; ખણખણતું.

Rusty.(રસ્ટિ)*a.* Covered with rust: કાટ ચડેલું; કટાઈ ગયેલું; કાટ ખાઈ ગયેલું. 2. Dull: મંદ; આલસુ. 3. Filthy: ડાઘાવાલું; મલિન; મેલું.

Rut, (રટ્) *n.* [L. *rugitus*, a roaring.] The copulation of animals: જાનવરોનો સંબંધ-મેલાપ. *vi.* To have a strong sexual impulse at the reproductive period: વેતરે આવવું. *n.* A groove: ચીલો; ખાંચો; ખોભણ; ખાડો.

Ruthless, (રૂથ્લેસ્) *a.* Cruel; pitiless: કઠોર; નિર્દય; દયાહિન; ક્રૂર; ઘાતકી.

Ryot, (રાઈઑટ્) *n.* A peasant or cultivator of the soil (*India*): ખેડુત.

S.

S, (ઍસ્) The nineteenth letter of the English Alphabet: અંગ્રેજી મુલાક્ષરનો ૧૯ મો અક્ષર; તેના મુખ્ય ઉચ્ચાર એ છે 'સ' અને 'ઝ'. The suffix used to form the plural of most words: ઘણા શબ્દોનું બહુવચન કરવાને વપરાતો પ્રત્યય.

Sabbath, (સૅબૅથ્) *n.* A season of rest: થાક ખાવાનો દિવસ; અઠવાડિયામાં એક છૂટીનો દિવસ; રવિવાર.

Sabian, (સૅબિઅન) *n.* A worshipper of the heavenly bodies: સૂરજ, ચંદ્ર,તારા વિગેરેનો પુજનાર.

Sable, (સેબલ્) *a.* Dark: black: કાલું.

Sabre, (સેબર)*n.* A curved sword: વાંકી તલવાર.

Sac, (સૅક્) *n.* A pouch: પ્રાણીઓના શરીરમાંની રસની કોથલી.

Saccharine, (સૅકૅરાઈન) *a.* [L. *saccharum*, sugar.] Pertaining to sugar; sweet: ખાંડવાલું; મીઠું; મધુર.

Sacerdotal, (સૅસર્ડોટૅલ્) *a.* [L. *sacer*, sacred] પાદરીનું-સંબંધી.

Sachel, (સૅચલ્) *n.* A small bag: નાની કોથલી; જોસદાન.

Sack, (સૅક્) *n.* [L. *saccus*.] A large bag: કોથલો; ગુણ; થેલો. 2. A cloak: ઉપર પહેરવાનું બાંયોવાલું કપડું. *vt.* To bag: કોથલા-લીમાં મુકવું; ઘાલવું. *n.* Plunder: લુંટ; લુટફાટ. *vt.* To plunder: લુંટવું; લુંટફાટ ક૦.

Sack-cloth, (સૅક્-ક્લૉથ્) } *n.* Coarse cloth: ગુણપાટ; તાટ; ટાટ.
Sacking, (સૅકિન્ગ્) }

Sacrament, (સૅક્રૅમેન્ટ્)*n.* [L.*sacer*, sacred.] A solemn religious ceremony: ધર્મક્રિયા. 2. The Lord's supper: પ્રભુભોજન.

Sacred, (સેક્રેડ્) *a.* [L.*sacer*, sacred.] Holy: પવિત્ર; પાક. 2. Religious: ધર્મને લગતું; ધાર્મિક; ઇશ્વરી. 3. Venerable: માન આપવા જોગ.

Sacrifice, (સૅક્રિફાઇસ્) *n.* [L. *sacer*, sacred & *facio*, I make.] The offering of anything to a god: ભોગ; હોમ; હવન. 2. Anything consecrated and offered: બલીદાન; ચઢાવેલી વસ્તુ. 3. Destruction or surrender of anything for the sake of something else: ભોગ; નુકસાન. *vt.* To offer up: ચઢાવવું; અર્પણ ક૦; બલીદાન આપવું. 2. To destroy or give up for the sake of obtaining something: ખોવું; મૂકી દેવું; જવા દેવું; નુકસાન ખમવું; ભોગ આપવો. 3. To kill: મારી નાંખવું.

Sacrificial, (સૅક્રિફિશૅલ્) *a.* Pertaining to sacrifice: ભોગ સંબંધી-નું.

Sacrilege, (સૅક્રિલેજ્) *n.* [L. *sacer*, sacred & *lego*, I gather.] Profanation of sacred things: પવિત્ર વસ્તુ ભ્રષ્ટ કરવાનો અપરાધ; ધર્માદાની ચોરી

Sacrilegious, (સૅક્રિલીજસ્) *a.* Impious: અપવિત્ર; પાપી; અધર્મી; નાપાક.

Sad, (સૅડ્) *a.* [L. *sat*,*satis*,enough.] Serious: grave: ગંભીર. 2. Gloomy; mournful: દિલગીર; શોકાતુર; ગમગીન; દુઃખીયારૂં.

Sadden.(સૅડન)*vt.* & *vi.* To make sad: ઉદાસ-શોકાતુર-દિલગીર-ગમગીન થવું-ક૦; ગંભીર ક૦.

Saddle, (સૅડ્લ્)*n.* A seat for a rider: ખોગીર; જીન. *vt.* To put a saddle upon: જીન માંડવું-બાંધવું-સજવું; ઘોડાપર સામાન પલાણવો. 2. To load: બોજો-ભાર મૂકવો; માથે નાંખવું.

Saddle-cloth, (સૅડ્લ્-ક્લૉથ્) *n.* A cloth under a saddle: જીનપોશ; ધાશીઓ.

Saddle-girth, (સૅડ્લ્-ગર્થ) *n.* A band to hold the saddle: તંગ; પટો.

Saddle-horse, (સૅડ્લ્-હૉર્સ) *n.* A horse trained for riding: સ્વારીનો ઘોડો.

Saddler,(સૅડ્લર્)*n.* One who makes saddles: જીન બનાવનાર; જીનગર.

Saddlery, (સૅડ્લરિ) *n.* Materials for saddles: જીન બનાવવાનો બધો સામાન; જીન બનાવનારની દુકાનમાં વેચાતો બધો સામાન. 2. The trade of a saddler: જીન બનાવવાનો રોજગાર-ધંધો; જીનગીરી.

Saddle-tree, (સૅડ્લ્-ટ્રી) *n.* The frame of a saddle: જીનનું પલાણ.

Sadness, (સૅડ્નેસ્) *n.* Seriousness: ગંભીરાઈ; ગંભીરતા. 2. Sorrowfulness: શોક; ઉદાસી; ખેદ; દિલગીરી; ગમગીની.

Safe, (સેફ્) *a.* [L. *salvus*. safe.] Unharmed; secure:સહીસલામત; સલામત;ક્ષેમ કુશલ. 2. Conferring safety: નિર્ભય; ભો વગરનું; બીન જોખમી; સાબુત. **S.** *and sound*: કુશલ; તનદરોસ્ત. *n.* A strong and fireproof receptacle for keeping money: તીજોરી;દરદાગીના મુકવાની આગમાં ન બલે એવી પેટી.

Safeconduct-guard, (સેફ્કૉન્ડક્ટ્-ગાર્ડ) *n.* A pass to protect a traveller:પરવાનો;અભય પત્ર; ચિઠ્ઠી.

Safely, (સેફ્લિ) *adv.* Without danger: સહીસલામત; નિર્ભયપણે; બીન હરકતે; સુખે; સુખેથી.

Safety, (સેફ્ટિ)*n.* Safeness: સલામતી; નિર્ભયપણું; નિર્ભયતા; અભય. 2. Close custody: સારો જાપતો; બંદોબસ્ત; ચોકી; પેરો. **S.** *match:* ખાસ તૈયાર કરેલી પેટી ઉપર ઘસવાથીજ સલગે એવી દીવાસલી.

Safety-lamp,(સેફ્ટિ-લૅમ્પ્) *n.* A lamp which would do no harm if taken in mine: ખાણોમાં લઈ જવાથી આગ ન લાગે તેવો દીવો.

Safety-valve,(સેફ્ટિ-વૅલ્વ્)*n.* A valve which lets the steam escape: વરાલ યંત્રમાં ઘણી ભરાઈ ગયલી વરાલ નીકલી જવાનું બાકું.

Safflower, (સેફ્ફ્લાઉઅર્) *n.* A plant whose flowers yield a red dye: કસુંબો.

Saffron,(સૅફ્રન્)*n.* A yellow colouring substance: જાફરાન; કેસર. *a.* Deep yellow: કેસરી; કેસરીઆ.

Sagacious, (સૅગેશસ્) *a.* [L. *sagio* I perceive keenly.] Shrewd; wise: ડાહ્યું; પાકું; લાંબી પોહોંચનું;હોશિયાર;ચતુર; ચાલાક;ચપલ; ઝટ પારખી કાઢનારું.

Sagacity, (સૅગૅસિટિ) *n.* Shrewdness; શાણાપણું; ડહાપણ; હોશિયારી; ચતુરાઇ; લાંબી પોહોચ.

Sage, (સેજ્) *n.* [L. *salvus*, saved.] A kind of plant: એક જાતનો છોડવો. *a.*[L. *sapius*, wise.] Prudent: ડાહ્યું; શાણું. 2. Grave; serious:ગંભીર. *n.* A wise man: ડાહ્યો–શાણો માણસ; પંડીત; જ્ઞાની પુરૂષ.

Sagittarius; (સૅજિટેરિઅસ્) *n.* The ninth sign of zodiac: ધનરાશી; ધન. [ચોખા.

Sago, (સેગો) *n.* A dry granulated starch: સાબુ

Said, (સેડ્) *Imp.* & *p.p.* of **say**: બોલ્યો; કહ્યું. *a.* Before-mentioned: સદરહુ; મજકુર; પૂર્વોકત.

Sail, (સેલ) *n.* A sheet of canvas spread to catch the wind, by which a ship is driven forward: સઢ. 2. A ship: વહાણ. 3. A trip in a vessel: દરિયાની સહેલ; સફર. *To set* **S.**, *(a)* to unfurl or spread sails: સઢો ઉખેડવા.*(b) Hence*, to begin a voyage: મુસાફરી શરૂ કo; હંકારવું. *To strike* **S.**, to lower the sails suddenly: સઢો નીચે ઉતારવા. *vt.* & *vi.* To pass or move upon, as in a ship: વહાણમાં જવું; હંકારવું; સફર કo. 2. To fly through: ઉડવું.

Sail-cloth, (સેલ્-ક્લૉથ્) *n.* Canvas used in making sails: સઢ બનાવવાનું કપડું; તાટ; કન્તાન.

Sailor, (સેલૅર્) *n.* Seaman: ખલાસી; નાવિક; ખારવો.

Saint, (સેન્ટ્) *n.* [L. *sanctus*, sacred.] A holy person: સંત; મુનિ; સાધુ; ભકત; ઋષિ.

Sainted, (સેન્ટેડ્)*a.* Holy; pious: ભકત; સાધુ; પવિત્ર; પાક.

Saintlike-Saintly, (સેન્ટ્લાઈક્-સેન્ટ્લિ) *a.* Resembling a saint: સંત-ઋષિ જેવું; પવિત્ર; પહરેજગાર.

Saintliness, (સેન્ટ્લિનેસ્) *n.* The quality of being saintly: પવિત્રપણું; સાધુપણું; પહરેજગારી.

Sake,(સેક્)*n.* Cause; account: ખાતર; કારણ; હેતુ. *For the* **S.** *of*:—ને ખાતર.

Salad, (સૅલેડ્) *n.* Raw herbs cut up and seasoned with salt, vinegar &c.: કચુંબર.

Sal-ammoniac, (સૅલ્-અૅમ્મૉનિઍક્) *n.* Ammonium chloride: નવસાર; નવસાગર.

Salary, (સૅલરિ) *n.* *pl.* **Salaries**. [L. *salarium*, from *sal*, salt.] Wages; stipend: પગાર; મુસારો; દરમાયો; મહિનો; સાલિયાનું; વરસાણ.-

Sale, (સેલ્) *n.* Demand: વેચાણ; વકરો; ખપત; ખપ. 2. Auction: હરાજી; લીલામ.

Salesman, (સેલ્ઝ્મૅન) *n.* One who sells anything: વેચનાર; આરફતિઓ; દલાલ; આડતિઓ.

Salient, (સેલિઍન્ટ્) *a.* [L. *salio*, I leap.] Projecting: બહાર નીકલતું;દેખાઇ આવતું. 2. Prominent; conspicuous: મુખ્ય; અગત્યનું.

Saline, (સૅલાઈન) *a.* [L. *sal*. salt.] Of the quality of salt: નિમક–મીઠાવાલું; ખારૂં.

Saliva, (સૅલાઈવૅ) *n.* The secretion from the glands of the mouth: થુંક; લબ; લાલ.

Salivary, (સૅલિવૅરિ) *a.* Pertaining to or producing saliva:થુંક સંબંધી-વિષે; થુંક ઉત્પન્ન કરતું.

Salivate,(સૅલિવેટ્)*vt.* To produce salivation: મ્હોડું આવવું; મ્હોડું આવે તેમ કo; ઘણી થુંક—લાલ ગલાવવી.

Salivation, (સૅલિવેશન) *n.* An excessive secretion of saliva: મ્હોડું આવવું તે; થુંક; લાલ.

Sallow, (સૅલો)*a.* Of a pale, sickly color:પીલું; ફિક્કું; ઉતરી ગયલું.

Sallowness, (સૅલોનેસ્) *n.* The condition of being sallow: ફિક્કો રંગ; પીલાસ; ફિકાસ.

Sally, (સૅલિ) *vt.* [L. *salio*, I leap.] To issue suddenly: એકદમ કૂદકો મારવો–ધશી આવવું. *n.* A spring: કૂદકો; છલંગ. 2. A sortie: ધસારો; છાપો; એકદમ છીપેલો હુમલો. 3. An excursion: સહેલ; ફેરો; આંટો; લટાર. 4. A flight of fancy: લેહેર; તુરંગ; કલ્પના. [નખાતું; રંગ મેહેલ.

Saloon, (સૅલૂન) *n.* A hall of reception: દીવા-

Salt, (સૉલ્ટ્) *n.* [L. *sal*.] The chloride of sodium: મીઠું;ખાર; લૂણ;નિમક. 2. Piquancy; wit: (બોલવામાં) રસ; લહેજત; મીઠું મરચું; અકલ; હોશીઆરી; પાણી; દમ; કસ. 3. *pl.* Any mineral salt used as a cathartic: જુલાબનું મીઠું. *Rock salt:* સૈંધવ; સૈંધવલૂણ. *Sachal salt:* સંચલ. **S.** *of venus*: મોરથુથુ. **S.** *sedate:* ટંકણખાર. *a.* Salted: ખારવાલું; ખારૂં; આથેલું; મીઠું દીધેલું. 2. Pungent:

તીખું; સખત; કરડું. *vt.* To season with salt: મીઠું દેવું; આથવું. *To* **S.** *away, to* **S.** *down,* to save or lay up: બચાવવું; સંગ્રહ કo.

Saltation, (સૅલ્ટેશન) *n.* A leaping or jumping: કુદકો; છલંગ. 2. Palpitation: ધબકારો; ટકોરો.

Salt-cellar, (સૉલ્ટ્-સેલ્લર્) *n.* [L. *sal* salt.] A small vessel for holding salt: નિમકદાની.

Saltish, (સૉલ્ટિશ્) *a.* Somewhat salt: થોડું ખારૂં; સખારૂં; ખારાશ પડતું.

Saltness, (સૉલ્ટ્નેસ્) *n.* Salt taste: ખારાસ; ખારાપણું.

Salt-pan-pit, (સૉલ્ટ્-પૅન-સૉલ્ટ્પિટ્) *n.* A pit where salt is obtained: મીઠાના અગર.

Salt-peter, (સૉલ્ટ્-પીટર્) *n.* Niter: સુરોખાર.

Salubrious, (સૅલ્યુબ્રિઅસ્) *a.* [L. *salus,* health.] Healthful: ગુણકારી; સુખાકારીભર્યું; તનદુરોસ્તી વધારનારૂં.

Salutary, (સૅલ્યુટરિ) *a.* [L. *salutis,* health.] Wholesome: સુખાકારીભર્યું; તનદરોસ્તી બખસનારૂં. 2. Beneficial: ફાયદા ભરેલું; ગુણકારી; ગુણગારૂં.

Salutation, (સૅલ્યૂટેશન) *n.* The act of saluting: જેગોપાલ; નમસ્કાર; સલામ; સલામ આલેકુમ.

Salute, (સૅલ્યૂટ્) *vt.* To greet: ખેમ ખુશાલી-ખેર આફિયત પુછવી; સલામ-નમસ્કાર-રામ રામ કo. 2. To honor, by a discharge of cannon: સલામતી આપવી; તોપનું માન આપવું. *n.* Greeting: રામરામ; નમસ્કાર; સલામ. 2. A discharge of cannon in honour of any one: સલામતી; તોપો છોડી માન આપવું તે.

Salvage, (સૅલ્વેજ) *n.* [L. *salvus,* safe.] The compensation allowed to persons, who assist in saving a ship or her cargo from peril: દરિયામાં ડુબતા વહાણ તથા તેના માલનું રક્ષણ કરનારને મળતું ઈનામ-બદલો. 2. The goods saved: અકસ્માત-હોનારતમાંથી બચી ગયલો માલ.

Salvation, (સૅલ્વેશન) *n.* The act of saving: રક્ષણ; બચાવ; સંરક્ષણ. 2. The redemption of man from sin: ઉદ્ધાર; મોક્ષ; તારણ. **S.** *army:* મુક્તિફોજ.

Salve, (સૉવ્) *n.* [L. *salvus,* safe.] A healing ointment: મલમ; લેપ; મલમપટી. 2. An antidote: ઉતાર; ઇલાજ.

Salver, (સૅલ્વર્) *n.* [L. *salvus,* safe.] A tray or waiter: રકાબી; થાલ; છાબર; તબક.

Salvo, (સૅલ્વો) *n. pl.* **Salvos.** [L. *salvus,* well.] A volley: બંદુકો અગર તોપોનો મારો.

Same, (સેમ) *a.* [L. *similis,* like.] Identical: એજ; તેજ; તેનું તે; એનું તે. 2. Similar: સરખું; તેવુંજ; સમાન. 3. Just mentioned: સદરહુ; મજકુર.

Sameness, (સેમનેસ્) *n.* Similarity: સરખાપણું; સમાનતા. 2. Monotony: એકના એકપણું; એકરૂપતા.

Sample, (સૅમ્પલ) *n.* A specimen: નમુનો.

Sanative, (સૅનેટિવ્) } *a.* [L. *sano,* I heal.]
Sanatory, (સૅનેટરિ) } Conducive to health: સુખાકારીભર્યું; તનદરોસ્તી વધારનારૂં.

Sanctify, (સૅન્ક્ટિફાઈ) *vt.* [*Imp. & p.p.* **Sanctified.**] (*a*) To make sacred: પવિત્ર-પાક કo-બનવું; સ્વચ્છ-શુદ્ધ કo; પાપહીન કo.

Sanctimonious, (સૅન્ક્ટિમોનિઅસ્) *a.* Holy; sacred: પવિત્ર; પાક. 2. Affecting saintliness: બગભગત; ઢોંગી.

Sanction, (સૅન્ક્શન) *n.* [L. *sanctum,* sacred.] Confirmation: રજા; પરવાનગી; મંજુરી; બહાલી. *vt.* To confirm; to approve: રજા-મંજુરી આપવી; પસંદ કo; બહાલ કo-રાખવું.

Sanctitude-Sanctity, (સૅન્ક્ટિટ્યૂડ્-સૅન્ક્ટિટિ) *n. pl.* **Sanctities,** [L. *sanctus,* holy.] Holiness: પવિત્રતા; પવિત્રાઈ; પાકીજગી; પરહેજગારી.

Sanctuary, (સૅન્ક્ટયૂઅરિ) *n.* [L. *sanctus,* holy.] A sacred place: પવિત્ર જગ્યા; પવિત્ર સ્થલ. 2. Temple: મંદિર; દેવલ. 3. Shelter; protection: શરણ; આશ્રય; આશરો.

Sanctum, (સૅન્કટમ્) *n.* A sacred place; a place of retreat: પવિત્ર સ્થલ; એકાંત જગ્યા-વાસ.

Sand, (સૅન્ડ્) *n.* Fine particles of stone: રેતી; વાલુકા; વાલુ. 2. A moment: પલ; ક્ષણ; ઘડી. 3. *pl.* Tracts of land consisting of sand: રણ; રેતીનાં મેદાન. **S.** *storm:* રેતીનું તોફાન; વંટોલિયો. *vt.* To sprinkle with sand: ઉપર રેતી નાંખવી-પાથરવી.

Sandal, (સૅન્ડલ્) *n.* Sandlewood: સુખડ. 2. A kind of shoe: ચંપલ; પાવડી.

Sandal-wood, (સૅન્ડલ્વૂડ્) *n.* The fragrant heartwood: સુખડનું લાકડું; સુખડ; ચંદન.

Sand-glass, (સૅન્ડ્ગ્લૅસ્) *n.* An instrument for measuring time by the running of sand: રેતીનું ઘડીઆલ; કલાકની શીશી.

Sand-paper, (સૅન્ડ્પેપર્) *n.* Paper covered on one side with sand: પાલીસનો કાગલ.

Sandwich, (સૅન્ડ્વીચ્) *n.* Two slices of bread with ham &c. between: પાંઉના બે કડકાનો વચ્ચે માંસનો ટુકડો મુકી બનાવેલી વાની.

Sandy, (સૅન્ડિ) *a.* Abounding with sand: રેતાલ; રેતીનું. 2. Of the color of sand: રેતીના રંગનું.

Sane, (સેન) *a.* [L. *sanus,* sound.] Healthy: સાજું; નીરોગી; તનદરોસ્ત. 2. Mentally sound: સાવધ; શુદ્ધિવાલું; સાબુત મગજનું.

Sang-froid, (સૅન્ગ્-ફ્રૉઈડ) *n.* Calmness: ઠંડાપણું; ધીરજ; ધૈર્ય; શાંતિ.

Sanguinary, (સૅન્ગ્વિનૅરિ) *a.* [L. *sanguis,* blood.] Bloody: લોહીલુહાણ; ખુનખાર. 2. Cruel: ખુની; ઘાતકી; ક્રૂર.

Sanguine, (સૅન્ગ્વિન) *a.* Abounding with blood: ઘણા લોહીવાલું; લોહીઆર. 2. Ardent; confident: ઉમંગી; હોંસીલું; આશાભર્યું; મોટી ઉમેદવાલું.

Sanitarium, (સૅનિટેરિઅમ) *n.* A health retreat: સારાં હવા પાણીની-તનદુરસ્તી બક્ષનારી જગા; હવાફેર કરવાનું મકાન-જગા.

Sanitary, (સૅનિટરિ) *a.* [L. *sanitus,* health.] Designed to preserve health: આરોગ્ય-તનદુરસ્ત રાખે એવું; આરોગ્યકર.

Sanitation, (સૅનિટેશન) *n.* The preservation of health: આરોગ્યતા-તનદુરસ્તીની જાળવણી.

Sanity, (સૅનિટિ) *n.* Soundness of body or mind: અક્કલ; હોશીઆરી; શુદ્ધિ; તંદુરસ્તી.

Sanskrit, (સૅન્સ્ક્રિટ્) *n.* The ancient language of the Hindoos: સંસ્કૃત ભાષા.

Sap, (સૅપ્) *n.* L. [*sapa*, wine.] The juice of plants: વનસ્પતિ-ઝાડનો રસ; સાર; ચીક. *vt.* To undermine: પાયો ખોદી નાંખવો; જડ મૂલથી ઉખેડી નાંખવું; નાપાએદાર ક૦.

Sapid, (સૅપિડ્) *a.* [L. *sapio*, I taste.] Savoury: સ્વાદિષ્ટ; સ્વાદવાલું; લેહજતદાર.

Sapience, (સેપિઍન્સ્) *n.* Wisdom; knowledge: ચતુરાઇ; અક્કલ; ડહાપણ; જ્ઞાન; બુદ્ધિ.

Sapient, (સેપિઍન્ટ્) *a.* Wise: ડાહ્યું; અક્કલમંદ; ચતુર.

Sapless, (સૅપ્લેસ્) *a.* Destitute of sap: રસ વગરનું; નીરસ; અસાર.

Sapling, (સૅપ્લિન્ગ્) *n.* A young tree: નાનો રોપો-છોડવો; રોપ.

Saponaceous, (સૅપોનેશસ્) *a.* Soapy: સાબુ જેવું; ચિકણું.

Saponify, (સૅપૉનિફાઇ) *vt.* [L. *sapo,-onis*, soap & *fy*.] To convert into soap: સાબુવાલું-જેવું ક૦.

Sapphire, (સૅફ્ફાઇર્) *n.* A highly brilliant precious stone: નીલમ; શનીશ્ચર.

Sappy, (સૅપિ) *a.* Juicy: રસવાલું-ભરેલું; લીલું; રસરસતું.

Saracen, (સૅરસેન) *n.* A Mohammedan: મુસલમાન.

Sarcasm, (સાંર્કૅઝમ્) *n.* A taunt; a cutting jest: મશ્કરી-મજાખમાં લગાવેલી ચીમકી; ઠેકડી; સાલમાં લપેટીને મારેલાં ખાસડાં; ટાણાટપલા.

Sarcastical, (સાંર્કૅસ્ટિકૅલ) *a.* Taunting: ટ્રાણા ટપલાવાલું-ભર્યું.

Sarcophagous, (સાંર્કૉફૅગસ્) *a.* Flesh-eating: માંસ ખાનારું.

Sardonic, (સાંર્ડૉનિક્) *a.* Forced; unnatural: ઉપરનું-ખાલી (હસવું); ઢોંગી; બ્હારનું; દેખાડવાનું.

Sardonyx, (સાંર્ડૉનિક્સ) *n.* A variety of chalcedony: પોખરાજ; ગોમેદ.

Sarsaparilla, (સાંર્સૅપૅરિલૅ) *n.* The bitter roots of a medicinal plant: સારસાપરેલા; સાલસ.

Sash, (સૅશ્) *n.* A belt: કમરબંધ; એસ; સેલું. *n.* The framing in which panes of glass are set: બારીમાં કાચ જડવાનું ચોકઠું. *vt.* To furnish with sash: બારીમાં કાચ જડવાનું ચોકઠું કરવું.

Sat, (સૅટ્) *Imp.* of **Sit**.: બેઠો-ઠી.

Satan, (સેટૅન) *n.* [L.] The devil: સેતાન; ઇબ્લીસ.

Satanic-al, (સેટૅનિક્-સેટૅનિકૅલ્) *a.* Devilish: સેતાની; સેતાનના જેવું.

Satchel, (સૅચેલ) *n.* [L. *saccus*.] A hand bag: જેસ્દાન; ચોપડી વિ૦ મુકવાની થેલી-કોથલી.

Sate, (સેટ્) *vt.* [L. *satis*, enough.] To satisfy: તૃપ્ત ક૦; ધરાઈ જાય તેમ ક૦. *Imp.* of **Sit**.: બેઠો-ઠી.

Satellite, (સૅટેલાઇટ્) *n.* [L. *satelles,-itis*, an attendant.] An obsequious dependent: ખુશામતિયું માણસ; પુંછડું. 2. A secondary planet: ઉપગ્રહ; ચાંદ.

Satiate, (સેશિએટ્) *a.* [L. *satis*, enough.] Glutted: તૃપ્ત થયેલું; ધરાયેલું. *vt.* To satisfy: તૃપ્ત ક૦; સંતોખવું. 2. To glut: ધરાઇ જાય એમ ક૦; ઘણું ખવડાવવું.

Satiety, (સટાઇટિ) *n.* Satiation: સંતોષ; તૃપ્તી.

Satin, (સૅટિન) *n.* [L. *seta*, hair.] A silk cloth: સાટીન.

Satire, (સૅટાઇઅર્) *n.* [L. *satis*, enough.] An invective poem: કોઇની ઠેકડી કરવા રચેલી કવિતા. 2. Ridicule: સખત ટીકા; મ્હેણું; ટાણો; ઠેકડી.

Satirical, (સૅટિરિકૅલ) *a.* Of the nature of satire: ઠેકડી કરી ખામી દેખાડનારૂં.

Satirize, (સૅટિરાઇઝ્) *vt.* To make the object of satire: કોઇની ઠેકડી ક૦; સખત ટીકા ક૦.

Satisfaction, (સૅટિસ્ફૅક્શન) *n.* [L. *satis*, enough & *facio*, I make.] Gratification: તૃપ્તિ; સંતોષ; ખાતર જમા-નિરાંત. 2. Settlement of a claim: નિકાલ; ચુકાદો; સમાધાની; ફેંસલો.

Satisfactorily, (સૅટિસ્ફૅક્ટૉરિલિ) *adv.* With satisfaction: મનમાનતી-સંતોષકારકરીતે; સંતોષપૂર્વક.

Satisfactory, (સૅટિસ્ફૅક્ટૉરિ) *a.* Convincing: સંતોષકારક; ખાતરી ભરેલું; મનમાનતું.

Satisfy, (સૅટિસ્ફાઇ) *vt.* To content: તૃપ્ત-સંતુષ્ટ ક૦; ઇચ્છા પુરી ક૦. 2. To please: મન મનાવવું; રાજી ક૦. 3. To pay off: પતાવવું; ચુકાવવું; વાલવું; આપી દેવું; ફડચો-નિવેડો-નિકાલ-તોડ લાવવો-કાઢવો. 4. To convince: ખાતરી કરી આપવી; ખાતર જમા ક૦. *vi.* To give satisfaction: તૃપ્ત-સંતુષ્ટ ક૦. 2. To make payment: વાલવું; ચુકાવવું; પતાવવું.

Satrap, (સૅટ્રૅપ્) *n.* The governor of a province: નવાબ; સુબો; હાકેમ.

Saturate, (સૅટ્યુરેટ્) *vt.* To cause to become soaked; to sate: ભિંજવવું; તૃપ્ત ક૦; સારી પેઠે ભરવું; તરબોલ ક૦.

Saturation, (સૅટ્યુરેશન) *n.* The state of being saturated: ભીંજવવું-ભીંજાવાવું તે; સારી રાતે ભીંજવાએલું તે.

Saturday, (સૅટર્ડે) *n.* [L. *saturnus*, Saturn.] The seventh day of the week: શનિવાર.

Saturn, (સૅટર્ન્) *n.* One of the planets: શનિ; શનિશ્ચર.

Saturnalia, (સૅટર્નેલિઅ) *n. pl.* The festival of Saturn: આગલા રૂમિ લોકોમાં હોલીના જેવો તેહેવાર. 2. A period of general license: બેહદ બાહેર મોજ મારવાનો વખત.

Saturnalian, (સૅટર્નેલિઅન) *a.* Pertaining to the saturnalia: રોમન લોકોના હોલીના જેવા તેહેવાર સંબંધી. 2. Dissolute: લંપટ; વિષયી; તોફાની.

Saturnian, (સૅટર્નિઅન) *a.* Pertaining to Saturn: શનિ દેવતા સંબંધી-વિષયક. 2. Happy; simple: સુખી; સંતોષી; સાદું.

Saturnine, (સૅટર્નાઇન) *a.* [L. *saturnus*, the god Saturn.] Born under the planet Saturn: શનિની દશામાંહેલું-નીચેનું. 2. Grave; gloomy; dull: ભારે; ગંભીર; મંદ; ઢલગીર.

Sauce, (સૉસ્) *n.* A composition of condiments: સાસ; ચટાકો. 2. Impertinence: તોછડાઇ; તુંડાઇ; બેઅદબી. *To serve one the same s.*, to retaliate in the same kind: જેવા સાથે તેવું થવું. *vt.* To flavor: મસાલો નાંખવો; તીખું-તમતમું ક૦; લ્હેજતદાર ક૦. 2. To set off: શોભાવવું; દીપાવવું. 3. To be impudent: બેઅદબ-બેશરમ થવું.

Sauce-pan, (સૉસ્-પૅન) *n.* A stewpan: નાની

કઢાઈ; વાડકી.

Saucer, (સૉસર્)*n.* A small dish, deeper than a plate: ચા પીવાની રકાબી.

Sauciness, (સૉસિનેસ્)*n.* Impudence: બઅદબી; અવિવેક; તોછડાઈ.

Saucy, (સૉસિ) *a.* Impudent: અમર્યાદ; બેઅદબ; ઉદ્ધત; તોચ્છડું.

Saunter, (સૉન્ટર્) *vi.* To loiter: ભટકવું; રખડવું; રઝળવું.

Sausage, (સૉસેજ્) *n.* A gut stuffed with chopped meat: ખીમો ભરી આથી રાખેલી ઓઝરી.

Savage, (સૅવેજ્) *a.* [L. *silva*, wood.] Wild: જંગલી; રાની; વગડાઉ. 2. Rude: અણઘડ; જંગલી. 3. Fierce: ક્રૂર;વિકરાલ;નિર્દય. *n.* A barbarian: જંગલી-અણઘડ માણસ; નિર્દય માણસ.

Savanna, (સૅવૅના) *n.* A vast meadow: ઘાસવાળું મેદાન.

Savant, (સૅવાંન્ટ્) *n.* A man of learning: વિદ્વાન; પંડિત; ફિલસુફ.

Save, (સેવ્) *vt.* [L. *salvus*, safe.] To rescue: સાચવવું; સંભાલવું; રક્ષણ ક૦; ઉગારવું; બચાવવું; મુક્ત ક૦; તારવું. 2. To prevent; to spare: અટકાવવું; ન થવા દેવું; નિવારવું. *vi.* To be economical: કરકસર ક૦. *Prep.* or *conj.* Except: સિવાય; વિના; વગર.

Saving, (સેવિન્ગ્) *a.* Preserving: બચાવનારૂં; ઉગારનારૂં. 2. Economical: કસરીયું; કરકસરીયું. 3. Making exception: અપવાદરૂપી; શરતી. *Prep.* or *conj*; but properly a *participle.* Excepting: શિવાય; વિના; વગર. *n.* That which is saved or laid up: બચાવ; ઉગારો.

Saviour,(સેવિઅર્) *n.* One who saves: બચાવનાર;રક્ષણ કરનાર;તારનાર;ઉગારનાર. The **S.** ક્રાઇસ્ટ.

Savour, (સેવર્) *n.* [L. *sapor*, taste.] Taste and odor: સ્વાદ; સોરમ; પમરાટ; વાસ; મઝાહ. *vi.* To smack: સ્વાદ-ગુણ-વાસ-અસર હોવી; કશાના જેવું લાગવું-હોવું.

Savoury, (સેવરિ)*a.* Pleasant: સ્વાદિષ્ટ; સુગંધીદાર; લહેજતદાર.

Saw, (સૉ) *Imp. of* **See**: જોયું; દીઠું. *n.* A saying; a proverb: કહેવત; કહેણી. *n.* [L. *seco*, I cut.] An instrument for cutting:આરી; કરવત. *vt.* [*Imp. Sawed.*] To cut with a saw:વહેરવું. *vi.* To be cut wit. saw: વહેરાવું.

Saw-dust, (સૉડસ્ટ્)*n.* Dust made in sawing: વ્હેર.

Sawyer, (સૉયર્) *n.* One who saws: લાકડાં વહેરનાર; કરાઇ; વ્હેરણીઓ.

Say, (સે) *vt.* To tell; to speak: કહેવું; બોલવું; કહી જવું; ભણી જવું. *That is to* **s.**, that is:એટલે કે; મતલબ કે. *vi.* To reply:ઉત્તર-જવાબ દેવો-વાલવો-આપવો. *n.* A speech; a proverb:વાત; કહેવત; કહેણી; વચન.

Saying, (સેઈન્ગ્) *n.* A statement: a proverb: વચન; વાત; કહેવત.

Scab, (સ્કૅબ્) *n.* [L. *scabo*, I scratch.] A crust over a sore: ભીંગડું; પોપડી-ડો. 2. The mange: ખરજ; ખુજલી.

Scabbard, (સ્કૅબર્ડ્) *n.* A sheath: મ્યાન.

Scabby, (સ્કૅબિ) *a.* Full of scabs: પોપડા વલેલું; પોપડીવાલું. 2. Mangy: ખુજલીવાલું.

Scaffold, (સ્કૅફોલ્ડ્) *n.* A temporary structure for support: માંચડો; પરાંચ. 2. A stage for the execution of a criminal: ફાંસી દેવાનો માંચડો; ફાંસી. *vt.* To furnish with a scaffold: પરાંચ બાંધવી.

Scaffolding,(સ્કૅફોલ્ડિન્ગ) *n.* See **Scaffold.**

Scald, (સ્કૉલ્ડ્) *vt.* [L. *ex* & *calidus*, hot.] To burn with hot liquid: બાલવું; દઝાડવું. 2. To expose to boiling heat over a fire: ખુબ ઉનું ક૦; ઉકાલવું; કકડાવવું. *n.* A burn by some hot liquid: ડામ; છાગરો.

Scale, (સ્કેલ્) *n.* The dish of a balance: *hence*, the balance itself: ત્રાજવાનું પલ્લું. ત્રાજવું; કાંટો. 2. *pl.* The sign or constellation Libra: તુલારાશિ. *n.* One of the small, thin plates on a fish: ભીંગડાં-ડું. 2. *Hence*, a thin layer: પડ; પોપડો; પતરૂં; વરખ. *vt.* To clear of scales: ભીંગડાં કાઢી નાંખવાં. 2. To take off in thin layers: પોપડા ઉખેડવા; પતરાં પાડવાં-ઉતારવાં. *vi.* To come off in thin layers: પોપડા થઇને ખરી જવું; ભીંગડાં વલી ખરી પડવાં.

Scale, (સ્કેલ્) *n.* [L. *scala*, a staircase.] A ladder: સીડી; નીસરણી; પગથીયું; કાંઠિયું. 2. Anything graduated: સરખે અંતરે આંક પાડેલી વસ્તુ. (*b*) (*music*) Gamut: ગ્રામ. 3. Gradation: શ્રેણી; પંક્તિ; પાયરી; ક્રમ; ધોરણ; પ્રમાણ. *vt.* & *vi.* To ascend: ચઢવું; ઉપર જવું.

Scalene, (સ્કૅલીન્) *a.* [*Gr. skazo*, I limp.] Having three unequal sides: વિષમ કોણ-બાજુવાલું.

Scalp, (સ્કૅલ્પ્) *n.* The skin of the head:માથાની ચામડી. 2. The top: ટોચ; શિખર. *vt.* To remove the skin of: ચામડી કાઢી નાંખવી. *vi.* To make a small quick profit by slight fluctuations of the market: બજારમાં જે ભાવની થોડી ચડ ઉતર થાય તેથી થોડો પણ જલદીથી ફાયદો કરી લેવો.

Scaly, (સ્કેલિ) *a.* Covered or abounding with scales: ભીંગડાંવાલું; ભીંગડાંથી ભરપૂર.

Scamp,(સ્કૅમ્પ્)*n.*[L.*ex*, & *campus*, the field.] A rogue: લુચ્ચો; ધૂતારો; હરામી; બદમાસ. *vt.* To do superficially: જેમ તેમ આટોપી લેવું; જેવું તેવું કરી નાખવું.

Scamper, (સ્કૅમ્પર્) *vi.* [L. *ex*, & *campus*, the field.] To run with speed: સટકી જવું; ગભરાઇને ન્હાસી જવું.

Scan, (સ્કૅન્) *vt.* [L. *scando*, I climb.] To recite metrically: માત્રા ગણવી; માત્રા-તાલ જણાય એમ કવિતા બોલવી. 2. To scrutinize: બારિકીથી તપાસવું; ધારી ધારીને જોવું.

Scandal, (સ્કૅન્ડૅલ્) *n.*[Gr. *scandalon*, a snare laid for an enemy.] Defamatory talk: બદનકશી; બદનામી; નિંદા; બદગોઈ; કોઈની આબરૂને એબ લાગે એવું ભાષણ.

Scandalize, (સ્કૅન્ડૅલાઇઝ્)*vt.* To slander: કો-

ઇની આબરૂ–ઇજ્જત લેવી; ઇજ્જતને એબ-ખટ્ટો લગાડવો; બદનકરશી નિંદા-બદગોઈ ક૦.

Scandalous, (સ્કૅન્ડૅલસ્) *a.* Calling forth condemnation: વખોડી કાઢવા–ધિક્કારવા જોગ; શરમ–નામોશીભર્યું. 2. Libelous: બદનકરશી ભરેલું; નિંદાત્મક.

Scant, (સ્કૅન્ટ્) *a.* Not sufficient; meager: થોડું; ઓછું; કમી.

Scantling, (સ્કૅન્ટ્લિન્ગ્) *n.* A fragment; a piece: નાનો કકડો; ટુકડો.

Scanty, (સ્કૅન્ટિ) *a.* Insufficient: કમી; ઓછું; થો-[ડું; ન્હાનું.

Scape-goat, (સ્કેપ્ગોટ્) *n.* One made to bear blame due to others: ખરા તકસીરવારને બદલે આગલ પાડેલું બોધલું; હોલીનું નાલીએર; ઘેડનું ગાડું.

Scape-grace, (સ્કેપ્-ગ્રેસ્) *n.* A graceless; unprincipled person: વ્યભિચારી; લંપટ; બદફેલી.

Scapula, (સ્કૅપ્યૂલૅ) *n. pl.* **Scapulæ**. The shoulder blade: ખભાની પાછલનું હાડકું.

Scar, (સ્કાંર્) *n.* [L. *eschara*, hearth.] A blemish: ડાઘ; ચાઠું; કલંક; એબ. *vt.* To mark with a scar or scars: ચાઠાં પાડવાં. *vi.* To form a scar: ચાઠું પડવું.

Scaramouch, (સ્કૅરૅમાઉચ્) *n.* A buffoon: વિદુષક; મશ્કરો; ભાંડ.

Scarce, (સ્કેર્સ્) *a.* Rare; uncommon: અછતવાલું; થોડું હોય તેવું; દુર્લભ. *To make oneself* **S.**, to depart: જતા રહેવું; ગેરહાજર થવું.

Scarce-Scarcely, (સ્કેર્સ-સ્કેર્સ્‌લે) *adv.* Hardly; barely: કદાચજ; ભાગ્યેજ; મુશ્કેલીથી; મહા મેહેનતે.

Scarcity-ness, (સ્કેર્સિટિ-સ્કેર્સ્‌નેસ્) *n.* Deficiency: તાણ; ભીડ; અછત; તોટો; તંગાસ; દુકાલ.

Scare, (સ્કેર્) *vt.* To frighten: ચમકાવવું; ભડકાવવું; બીવડાવવું. *To* **S.** *away*, to drive away, by frightening: બીવડાવીને કાઢી મુકવું; નસાડી મુકવું.

Scare-crow, (સ્કેર્-ક્રો) *n.* Anything set up to frighten crows: કાગડા વગેરેને બીવડાવવા સારૂ ઉભું કરેલું ઓઠું.

Scarf, (સ્કાંર્ફ્) *n.* A neck cloth: ખેસ; પીછોડી; ઓઢણી; સેલું.

Scarify, (સ્કૅરિફાઇ) *vt.* To make small cuts with a lancet: નસ્તર મુકવું.

Scarlet, (સ્કાંર્લેટ્) *n.* A bright-red color: લાલચટક રંગ; લાલ ચણોઠી જેવો રંગ. *a.* Of the color called scarlet: કીરમજી.

Scath-e, (સ્કેથ્-સ્કેધ્) *n.* Harm, damage: ઈજા; નુકશાન; હાનિ; હરકત. *vt.* To injure: નુકશાન–ઈજા ક૦.

Scathless, (સ્કેથ્લેસ્) *a.* Unharmed: સલામત; બેઈજા; બેહરકત.

Scatter, (સ્કૅટર્) *vt.* To sprinkle: વેરવું; પસારવું; વિસ્તારવું. 2. To disperse: વિખેરવું; વિખેરી નાંખવું. *vi.* To be dispersed: વિખરાઈ જવું; વેરાઇ જવું.

Scavenger, (સ્કૅવેન્જર્) *n.* One who cleans streets: ઝાડુ કાઢનાર; વાલનાર; કચરાપટી.

Scene, (સીન્) *n.* [Gr. *skene*, a stage; a tent.] The stage: રંગભૂમિ; નાટક તકતો; અખાડો. 2. The decorations and fittings of a stage: પડદા; દેખાવ. 3. A landscape; view: દેખાવ; રચના. 4. A theatrical display: ખેલ; વેશ; નાટક; તમાસો.

Scenery, (સીનરિ) *n.* The painted representation on a stage: દેખાવ; પડદા. 2. General aspect: દેખાવ; રચના; બહાર.

Scent, (સેન્ટ્) *vt.* [L. *sentio*, I feel.] To smell: વાસ લેવી; સુંઘવું–સોડમ લેવી. 2. To perfume: ખુશબોદાર–સુગંધી ક૦. *n.* Smell: વાસ; સુગંધ; ખુશબો; સોદમ. 2. Course of pursuit: પગલે પગલે જવું તે; ભાલ. 3. The sense of smell: સુંઘવાની શક્તિ; નાક.

Scented, (સેન્ટેડ્) *a.* Perfumed: ખુશબોદાર; સુગંધી.

Sceptic, (સ્કેપ્ટિક્) *n.* A doubter: વહેમી; શંકાશીલ માણસ; શક–સુબો રાખનારો. 2. A person who doubts the existence of God: નાસ્તિક; ખુદાને નહિ માનનારો. *a.* Doubting of everything: શંકાશીલ; વહેમી; શકમંદ. 2. Doubting the sacred scriptures: દીન–ધરમ નહિ માનનારો.

Scepticism, (સ્કેપ્ટિસિઝ્મ્) *n.* Universal doubting: વહેમ; શક; સુબો; નાસ્તિક મત.

Sceptre or **Scepter**, (સૅપ્ટર્) *n.* A royal mace: રાજદંડ; છડી. 2. Royal power: રાજ્યાધિકાર; સત્તા; હકુમત.

Schedule, (શેડ્યૂલ્) *n.* [L. *scheda*, a leaf of paper.] A document: દસ્તાવેજ; લેખ. 2. A formal list or inventory: વિગતવાર નોંધ–પત્રક; પરિશિષ્ટ; ફેરિસ્ત; યાદી; ટીપ. *vt.* To place in a schedule: યાદી-ટીપ ક૦–માં નોંધવું.

Scheme, (સ્કીમ્) *n.* [L. & Gr. *schema*, a shape.] A plan: યુક્તિ; રચના; તદબીર. 2. A design; a project: યોજના; કલ્પના; મનસુબો; ઉપાય; ઘાટ; હિકમત; વિચાર. 3. An outline: ચિત્ર; આકૃતિ; નકશો. *vt.* & *vi.* To plan; to design: યોજના–મનસુબો–યુક્તિ કરવી–રચવી; ઘાટ ઘડવો; ઉપાય–ઇલાજ ક૦.

Scheming, (સ્કીમિન્ગ્) *a.* Intriguing: કાવતરાંખોર; તરકટી; ખટપટીઉં.

Schism, (સિઝ્મ્) *n.* [Gr. *schisma*, a split.] Separation: જુદાઈ; ફાટ; ફુટ; તડ; મતફેર; ધર્મભેદ.

Scholar, (સ્કૉલર્) *n.* [L. *shcola*, a school.] A student: શિષ્ય; નિશાળીઓ; વિદ્યાર્થી; ચેલો; શાગીર્દ. 2. A learned man: વિદ્વાન; પંડિત.

Scholarly, (સ્કૉલર્લિ) *a.* Showing the qualities of a scholar: વિદ્વતાવાલું–ભરેલું; વિદ્વાન.

Scholarship, (સ્કૉલર્શિપ્) *n.* Learning: વિદ્વતા; જ્ઞાન; કેલવણી; વિદ્યા. 2. Maintenance for a scholar: ચંચ… વિદ્યાર્થીને મલતો મુસારો.

Scholastic, (સ્કૉલૅસ્ટિક્) *a.* Scholarlike: નિશાલ કે નિશાલિયાનું–ને લગતું.

School, (સ્કૂલ્) *n.* [Gr. *schole*, leisure.] An institution for learning: નિશાલ; શાલા. 2. The precepts sanctioned by the authority of a particular class or age: મત; પંથ; શાખા, માર્ગ. *vt.* To teach: કેલવવું; શિખવવું; ભણાવવું. 2. To admonish: શિક્ષા–શિખામણ આપવી; ઠપકો દેવો; ધમકાવવું.

School-boy, (સ્કૂલ્-બૉઈ) *n.* A pupil: નિશાલિયો; વિદ્યાર્થી; છોકરો; શિષ્ય.

School-fellow, (સ્કૂલ્-ફેલો) *n.* An associate

in school: નિશાલનો સાથી–ગોઠિયો; શાલાબંધુ.

Schooling, (સ્કૂલિન્ગ્) *n.* Tuition: કેલવણી; શિક્ષણ. 2. Reproof: ઠપકો; શિખામણ; શિક્ષા. 3. Compensation for instruction: નિશાલનો પગાર.

School-master, (સ્કૂલ્-મૅસ્ટર્) *n.* A teacher: શિક્ષક; મહેતાજી; ગુરૂ; પંતોજી.

School-mistress, (સ્કૂલ્-મિસ્ટ્રેસ્) *n.* A female teacher: મહેતીજી.

Schooner, (સ્કૂનર્) *n.* A small vessel, with two masts: બે ડોલવાલું વહાણ.

Sciatic, (સાઈઍટિક્) *a.* Pertaining to or affecting the hip: કેડ–કમ્મર–સાથલ–જાંગનું–ને લગતું–માં થતું.

Sciatica, (સાઈઍટિકે) *n.* Neuralgia of the sciatic nerve: કમ્મર–જાંગ–સાથલની નસમાં થતી શૂલ–તનખ.

Science, (સાઈઅન્સ્) *n.* [L. *scio*, I know.] Knowledge: જ્ઞાન; વિદ્યા; શાસ્ત્ર; એલમ.

Scientific-cal, (સાઈઅન્ટિફિક્-કેલ્) *a.* [L. *scientia*, science & *facio*, I make.] Of, or pertaining to science; used in science: શાસ્ત્રનું–સંબંધી; શાસ્ત્રમાં વપરાતું–ઉપયોગી; શાસ્ત્રીય. 2. Versed in science: વિદ્વાન; પંડિત.

Scimitar, (સિમિટર્) *n.* Short, curved sword: નાની તરવાર; કટાર.

Scintillate, (સિન્ટિલ્લેટ્) *vi.* [L. *scintilla*, a spark.] To sparkle: ઝગઝગવું; ચલકવું; પ્રકાશવું.

Sciolism, (સાઈઑલિઝમ્) *n.* Superficial knowledge: ઉપરચોટીઉં–ઉપરટપ્પેનું–લેભાગુ જ્ઞાન.

Sciolist, (સાઇઑલિસ્ટ્) *n.* [L. *scio*, I know.] A pretender to science: ઉપરટપ્પેનું–લેભાગુ જાણનાર.

Scion, (સાઈઅન) *n.* [L. *seco*, I cut.] A descendent: વારસ; વંશજ; નબીરો.

Scirrhous, (સ્કિરસ્) *a.* Knotty: ગંઠાયલું; ગાંઠાવાલું.

Scissors, (સિઝર્ઝ્) *n. pl.* [L. *cædo*, I cut.] A cutting instrument: કાતર.

Scoff, (સ્કૉફ્) *n.* Ridicule: મશ્કરી; ઠઠ્ઠો; મજાક; ફિટકાર. *vt.& vi.* To mock at; to scorn: હસી કાઢવું; મજાક–મશ્કરી કo; તિરસ્કાર કo; તુચ્છકારવું.

Scoffer, (સ્કૉફર્) *n.* One who scoffs: મશ્કરી–તિરસ્કાર કરનાર; નિંદાખોર.

Scold, (સ્કોલ્ડ્) *vi.* & *vt.* To find fault with: ધમકાવવું; ઝાટકવું; ખખડાવવું; ધુલ કાઢવી. *n.* A shrew: કર્કશા; કજીઆખોર સ્ત્રી.

Sconce, (સ્કૉન્સ્) *n.* A fort: કોટ; કીલ્લો. 2. A helmet: ટોપ; ટોપી. 3. The head: માથું; ખોપરી.

Scoop, (સ્કૂપ્) *n.* A large ladle: ડોઈ; પલી; મ્હોટી પલી; કડછો; ચમચો; પાવડો. 2. A hollow: પોલાણ; પોલ; પોકલ; ખાડું. 3. A stroke: લસરકો; સપાટો; ફેરો; ઝપાટો; હાથ. *vt.* To lade out: ડોઇ–કડછાવતી લેવું. 2. To dig out: ખોદવું; ખોદી કાઢવું.

Scope, (સ્કોપ્) *n.* [L. *scopos*, a mark.] Purpose: object: ચોટ: નિશાન; ઇરાદો; મનસુબો; હેતુ; મતલબ. 2. Space for action: અવકાસ; મોકલાસ; છૂટ; તક; લાગ. 3. Extent: વિસ્તાર; હદ.

Scorbutic, (સ્કૉર્બ્યુટિક્) *a.* Diseased with scurvy: ફિકુ–નખલું પડી ગયલું.

Scorch, (સ્કૉર્ચ્) *vt.* [L. *ex* & *cortex* bark.] To burn: શેકવું. 2. To affect painfully, as with heat: બાલવું; દઝાડવું. *vi.* To be burnt: દાઝવું; શેકાઈ જવું.

Score, (સ્કોર્) *n.* A notch or mark: કાપો; આંકો; લીસોટો; લસરકો. 2. Reason; motive: બાબદ; સબબ; કારણ; તરફદારી. 3. The number twenty: વીસ; કોડી. 4. The number of points gained by the contestants: જીતેલા દાવ; હાથ. *vt.* To notch: આંકા–ખચકા પાડવો; રેખાટવું. 2. To make a score of: દાવ જીતવો; હાથ કo.

Scorn, (સ્કૉર્ન્) *n.* Extreme contempt: તિરસ્કાર; ધિક્કાર; ફિટકાર. *To laugh to* **s.**, to deride: મશ્કરી કo; હસી કાઢવું. *To think* **s.**, To disdain: તિરસ્કાર કo. *vt.* To despise: ધિક્કારવું; તુચ્છકારવું; ધુતકારવું. *vi.* To scoff: to mock: મશ્કરી કo; તિરસ્કાર–ધિક્કારથી વર્તવું.

Scornful, (સ્કૉર્નફુલ) *a.* Contemptuous: ધિક્કાર ભરેલું; ધિક્કારવાલાયક; ધિક્કારેલું; તુચ્છકારીકાઢેલું.

Scorpio, (સ્કૉર્પિઓ) *n.* A scorpion: વીંછી. 2. The eighth sign of the zodiac: વૃશ્ચિક રાશી.

Scorpion, (સ્કૉર્પિઑન) *n.* [L. *scorpio.*] An insect with a poisonous sting in its tail: વીંછી; વિંછુ.

Scot, (સ્કૉટ્) *n.* A native of Scotland: સ્કૉટલાંડનો રહેવાસી.

Scot-free, (સ્કૉટ્ફ્રી) *a.* Unhurt: safe: સલામત; બેહરકત; બે ઈજા.

Scotch-Scottish, (સ્કૉચ્-સ્કૉટિશ્) *a.* Pertaining to Scotland: સ્કૉટલાંડના રહેવાશીઓ, તેમનો દેશ કે તેમની ભાષાનું–સંબંધી–વિષે.

Scoundrel, (સ્કાઉન્ડ્રેલ્) *n.* A rascal: લુચ્ચો; ધુતારો; બદમાસ; હરામજાદો; હરામી; હરામખોર.

Scoundrelism, (સ્કાઉન્ડ્રેલિઝ્મ્) *n.* Baseness; rascality: હરામખોરી; લુચ્ચાઈ; બદમાસી.

Scour, (સ્કૉવર્) *vt.* [L. *ex*, & *curo*, I take care.] To clean with friction: ઘસવું; માંજવું; ઉજાલવું; ચોલવું.

Scourge, (સ્કર્જ) *n.* A lash: કોરડો; ચાબુક. 2. A punishment: સજા; ઉપદ્રવ; નુકસાન; કેહેર; ગજબ. *vt.* To whip: ફટકા મારવા. 2. To chastise: સખત સજા–શિક્ષા કરવી; કેહેર–ગજબ વરસાવવો.

Scout, (સ્કાઉટ્) *vt.* To reject with contempt: તુચ્છકારી કાઢવું; છિટકારી કાઢવું. *n.* A person sent out to bring tidings: જાસુસ; બાતમીદાર. *vt.* To follow for the purpose of observation, as a scout: બાતમીદાર–જાસુસ તરીકે જવું.

Scowl, (સ્કાઉલ્) *vi.* To look angry: ભવાં ચઢાવવાં; ડોલા કાઢવા; ગુસ્સે દેખાવું. *n.* An angry look: ગુસ્સાથી ચઢાવેલાં ભવાં; ગુસ્સાભર્યો દેખાવ; બીયામણો દેખાવ.

Scrabble, (સ્ક્રૅબલ્) *vi.* To scramble: હાથ પગ ટેકવી ચાલવું. 2. To make unmeaning marks: અમસ્થા લીટા–લીસોટા પાડવા–કાઢવા.

Scraggy, (સ્ક્રૅગિ) *a.* Rough: ખાડાખઈઆવાલું;

ખડખચડું.

Scramble, (સ્ક્રૅમ્બલ્) *vi.* To clamber with hands and knees: હાથ પગ ટેકીને ચાલવું-ચઢવું-જવું; ભાંખોડીએ ચાલવું. 2. To struggle eagerly with others for something thrown upon the ground: એકદમ ઝડપી-તલપીને લેવું.

Scrap, (સ્ક્રૅપ્) *n.* Fragment: કટકો; ટુકડો; ખંડ. 2. A brief excerpt: સાર; ઇન્તેખાખ.

Scrap-book, (સ્ક્રૅપ્-બુક્) *n.* A blank book for extracts from books and papers: ચોપડીઓ તથા વર્તમાનપત્રોમાંથી કાઢેલા કાપલા વળગાવવાની કોરી ચોપડી.

Scrape, (સ્ક્રેપ્) *vt.* To make smooth: ઉપરથી છોલવું-ઘસવું; ઘસી કાઢવું; ઉપર ઉપરથી છાલ ઉખેડવી; તાસવું. *n.* A perplexity; a difficulty: ગભરામણ; મુશ્કેલાઈ; ગુંચવણ; મુસીબત; આપદા.

Scraper, (સ્ક્રેપર્) *n.* An instrument for scraping: છોલવણી; તાસણી; છીણી.

Scrapings, (સ્ક્રેપિન્ગ્સ્) *n.* Something scraped off: છાલ; છોલટાં.

Scratch, (સ્ક્રૅચ્) *vt.* To mark the surface of: ઘસા-લીસોટા પાડવા; ચવડવું; ખુજ્વવું. 2. To write hastily: ઉતાવળથી બેઢંગી રીતે લખવું; ચિત્રી કાઢવું. 3. To cancel: છેકવું; રદ ક૦; છેકો મારવો. 4. To dig with the claws: પંજાથી ખણવું-ખોદવું; કોતરવું. *n.* A slight mark: ઘસો; ઘસરકો; લીસોટો; નખોરીઉં.

Scrawl, (સ્ક્રૉલ્) *vt.* & *vi.* To write hastily and carelessly: ઉતાવળથી જેવું તેવું લખી કાઢવું; ઘસડી કાઢવું; ચિતરી કાઢવું. *n.* Unskilful writing; જેવું તેવું લખાણ.

Scream, (સ્ક્રીમ્) } *vi.* To shriek: બૂમ પાડવી:
Screech, (સ્ક્રીચ્) } ચીસ પાડવી. *n.* A shriek: બૂમ; ચીસ; ચીસાચીસ.

Screen, (સ્ક્રીન્) *n.* A protection: ઓઠું; બચાવ; રક્ષણ. 2. A partition: પડદો; આડ; આંતરો. *vt.* To shelter; to conceal: છુપાવવું; બચાવવું; સંતાડવું; રક્ષણ-બચાવ ક૦.

Screw, (સ્ક્રૂ) *n.* A cylinder having a continuous rib, winding round it spirally: પેચનો ખીલો; પેચ; સ્ક્રૂ. *To put the* **s.** *or* **s.**s *on*, to coerce: જોરજુલમ વાપરવો; કોઇની મરજી વિરૂદ્ધ કાંઈ કરાવવું. *To put under the* **s.** *or* **s.**s, to force: દબાણ ક૦-વાપરવું. *vt.* To apply a screw to: ઈસ્કુ ઘાલવો-ફેરવવો; ઇસ્કુવતી નક્કી-સજ્જડ ક૦-ખરેખર બેસાડવું. 2. To force: જોરજુલમ ક૦; ફરજ પાડવી. 3. To oppress by unreasonable exactions: ગેરવાજબી કર-વેરા નાંખી જુલમ ક૦-પીડવું; ઓકાવવું; કઢાવવું. 4. To distort: વાળવું; વાંકું ચૂંકું ક૦; બગાડવું. *To* **s.** *out*, to extort: આપવાની ફરજ પાડવી; ઓકાવવું; કઢાવવું; નીચોવવું. *To* **s.** into: દાખી-ફેરવીને અંદર ઘાલવું-બેસાડવું.

Screw-driver, (સ્ક્રૂડ્રાઇવર્) *n.* A tool for turning screws: સ્ક્રૂ ફેરવવાની ચાવી.

Scribble, (સ્ક્રિબલ્) *vt.* To write hastily or carelessly: ઉતાવળ અથવા બેદરકારીથી લખી કાઢવું; ચિતરી-ઘસડી કાઢવું. 2. To fill with careless writing: નજીવા-બેદરકારીથી કરેલા લખાણથી ભરવું; ભરતિયું ક૦. *vi.* To scrawl: ચિતરવું; ઉતાવળથી લખવું; ઘસડી કાઢવું.

Scribe, (સ્ક્રાઇબ્) *n.* [L. *scribo*, I write.] A writer: લેખક; લખનાર; કારકુન.

Scrimp, (સ્ક્રિમ્પ્) *a.* Short; scanty: ટુંકું; થોડું; કરકસરનું.

Scrip, (સ્ક્રિપ્) *n.* A small writing: ચિઠ્ઠી; ન્હાનો ટુંકો લેખ-પત્ર; કાપલો. 2. A certificate of stock: શેર; શેરનો કાગલ.

Script, (સ્ક્રિપ્ટ્) *n.* [L. *scriptum*, something written.] A document: લખાણ; દસ્તાવેજ. 2. Type made in imitation of hand writing: લખવાના જેવા અક્ષરનાં બીબાં.

Scriptural, (સ્ક્રિપ્ટ્યૂરલ્) *n.* Biblical: શાસ્ત્રમાં લખેલું; ખ્રિસ્તિધર્મશાસ્ત્રમાંનું.

Scripture, (સ્ક્રિપ્ટ્યૂર્) *n.* [L. *scribo*, I write.] The bible: ખ્રિસ્તિ ધર્મશાસ્ત્ર.

Scrivener, (સ્ક્રિવનર્) *n.* [L. *scribo*, I write.] A professional writer: દસ્તાવેજ-ખત લખનાર.

Scrofula, (સ્ક્રૉફ્યૂલૅ) *n.* [L. *scrofa*, a sow.] A constitutional disease with chronic enlargement of glands: કંઠમાલા.

Scrofulous, (સ્ક્રૉફ્યૂલસ્) *a.* Pertaining to scrofula: કંઠમાલા સંબંધી-નું; કંઠમાલાવાળું.

Scroll, (સ્ક્રોલ્) *n.* A roll of paper; a schedule; a list: વીંટો; ખીંડલી; ટીપ; યાદી.

Scrotum, (સ્ક્રોટમ્) *n.* The bag which contains the testicle: અંડકોશ; પુરૂષની ગોળીની કોથલી.

Scrub, (સ્ક્રબ્) *vt.* To rub hard: બહુ ઘસવું; ઉજાળવું; માંજવું; બહુ ઘસીને ધોવું-સાફ ક૦. *vi.* To be diligent and penurious: કંજુસાઈથી રહેવું. *n.* A mean fellow: વેતરો. 2. A worn-out brush: ઘસાઈ ગયેલું-નકામું થયેલું બ્રશ.

Scrubby, (સ્ક્રબિ) *a.* Small and mean: stunted in growth: ઠીંગણું; ન્હાનું; નકામું; અધમ.

Scruple, (સ્ક્રૂપલ્) *n* [L. *scrupus*, a rough or sharp stone, anxiety.] A weight of twenty grains: વીસ ગ્રેન ભારનું વજન; સ્ક્રુપલ. 2. *Hence*, a particle: કરચ; કણરસ; રતી; વાલ. 3. Reluctance: અણગમો; આંચકો; આનાકાની; સંશય; ખચકો; ખટકો. *To make* **s.**, to hesitate: ખંચાવું; આંચકો ખાવો; અટકવું. *vi.* & *vt.* To hesitate: ખંચાવું; અટકવું; આંચકો ખાવો; બીહીને પાછા હઠવું; આનાકાની ક૦; મન ડગમગ થવું.

Scrupulous, (સ્ક્રૂપ્યૂલસ્) *a.* Doubtful: આનાકાની કરતું; અચકાતું. 2. Cautious; exact: ચોકસ; ખારીક; ઘણી કાળજીવાળું.

Scrutinize, (સ્ક્રૂટિનાઇઝ્) *vt.* To investigate: ખારીકીથી તપાસ-શોધ ક૦; ચોકસાઈથી નજર રાખવી; તપાસવું; શોધવું; તપાસ-ચોકસી ક૦.

Scrutiny, (સ્ક્રૂટિનિ) *n.* [L. *scruta*, trash.] Close examination: ચોકસ-ઝીણી-ખારિક તપાસ; ચોકસી. 2. An examination of votes: ચુંટણીમાં અપાયલાં મતની ગણત્રી.

Scud, (સ્કડ્) *vi.* To move swiftly: ઝપાટાબંધ-જોસબંધ ચાલવું; ઘણા વેગથી ઘસવું. 2. To be driven swiftly: સઢ ચઢાવ્યા વગર પવનથી હંકરાઈ જવું.

n. Loose, vapory clouds: છુટી દોડતી વાદળી. 2. A shower: ઝાપટું.

Scuffle, (સ્કફલ્) *vi.* To struggle closely: બાથંબાથા-ઝપાઝપીમાં આવી જવું; મારામાર કo; ધકાધક્કી કo. *n.* A confused contest: બાથંબાથ; ધક્કાધક્કી; મુકાબાજી; ઝપાઝપી; મારામારી.

Sculk, (સ્કલ્ક્) *vi.* See **Skulk**.

Scull, (સ્કલ્) *vt.* & *vi.* To impel a boat with a scull: હલેસાંથી વહાણ ચલાવવું-હંકારવું. *n.* A boat: નાવડું; હોડી; મછવો. (*b*) An oar: હલેસું.

Scullery, (સ્કલરિ) *n.* [L. *scutella*, a waiter.] The place for dishes, and other utensils: ખાવાપીવાનાં વાસણ મુકવાની જગ્યા.

Scullion, (સ્કલિઅન) *n.* A menial servant: વાસણ માંજનારો; એંઠવાડો કાઢનાર.

Sculptor, (સ્કલ્પ્ટર્) *n.* [L. *sculpo*, I engrave.] One who carves statues: કોતરનાર; મૂર્તિકાર.

Sculpture, (સ્કલ્પ્ટ્યૂર્) *n.* The art of carving figures: કોતરકલા; નકશી; કોતરણી. 2. Carved work: કોતરકામ; નકશીકામ. *vt.* To carve: કોતરવું; નકશી કામ કo; નકશી કાઢવી; કોતર કામ કo.

Scum, (સ્કમ્) *n.* Refuse: રગડો; તરી; મેલ; કચરો; ગલામણ; નિતરામણ. *vt.* To skim: પ્રવાહી પદાર્થની ઉપરથી મેલ-કચરો તારવી કાઢવો.

Scurf, (સ્કર્ફ્) *n.* Thin dry scales upon the body: ખોડો; મેલ. 2. Anything adhering to the surface: પડ; પોપડો.

Scurfy, (સ્કર્ફિ) *a.* Like scurf: માથામાં ખોડાવાળું-ના જેવું.

Scurrility, (સ્કરિલિટિ) *n.* Vulgar abuse: ગાલાગાલી; ભાંડપણું; દુર્વચન.

Scurrilous, (સ્કરિલસ્) *n.* Mean; indecent: નિર્લજ; ગાલગલોચી ભરેલું; ભાંડ; અધમ; નીચ.

Scurvy, (સ્કર્વિ) *a.* Scurfy: ખોડા-કચરાવાળું. 2. Mean; vulgar: હલકું; નીચ; અધમ; તુચ્છ. *n.* A disease characterized by livid spots: એક જાતનો છાંટવાળો નખલાઈનો રોગ.

Scut, (સ્કટ્) *n.* The tail of a hare, or of a deer, or other animal: સસલાં, હરણ કે બીજાં પ્રાણીઓની ટુંકી પુંછડી.

Scutch, (સ્કચ્) *vt.* To free from dust by beating: દાંતાવાલા ઓજારોથી કચરો કાઢી સાફ કo. *n.* A wooden instrument used in scutching: કચરો વિગેરે સાફ કરવાનું લાકડાનું દાંતાવાળું ઓજાર: પંજેઠી.

Scutiform, (સ્કયૂટિફૉર્મ્) *a.* [L. *scutum*, shield.] Shieldshaped: ઢાલના આકારનું.

Scuttle, (સ્કટલ્) *n.* A broad basket: ટોપલી; કંડિયો. *vi.* To hurry: ઉતાવલ-ઝડપ કo. *n.* A small opening in the deck of a ship: વહાણના તુતકમાં પાડેલું બાકું. *vt.* To sink by making holes through the bottom of: તલીએ બાકાં પાડી ડુબાવવું.

Scythe, (સાઇધ્) *n.* [L. *seco*, I cut.] An instrument for mowing grass: દાતરડું. *vt.* To mow: દાતરડા વતે કાપવું; લણવું.

Sea, (સી) *n.* [L. *sævus*, fierce.] One of the larger bodies of salt water: દરિયો; સાગર; સમુદ્ર. 2. A wave: મોજું-જું. *At full* **s.**, ભરદરિયે. *Beyond* **s.s**, or *Beyond the* **s.** or *the* **s.s**, out of the country: દેશપાર. *Half* **s.s**, *over*, half drunk: દારૂ પીને અર્ધોમસ્ત થયેલો. *To go to* **s.**, to adopt the occupation of a sailor: ખલાસીનો ધંધો કo; ખારવા-નાવિક થવું.

Sea-board, (સી-બોર્ડ્) *n.* The seashore: દરિયાનો કિનારો.

Sea-breeze, (સી-બ્રીઝ્) *n.* The cool wind produced by the sea: દરિયાની લહેર.

Sea-farer, (સી-ફેરર) *n.* A sailor: વહાણવટી; ખલાસી; નાવિક; સફરી; ખારવો.

Sea-faring, (સી-ફેરિન્ગ્) *a.* Following the business of a mariner: ખારવાં-ખલાસીનું કામ કરનાર; વહાણવટું કરનાર; સફરી.

Sea-going, (સી-ગોઈન્ગ્) *a.* Sailing upon the deep sea: ભરદરિયામાં હંકારનારૂં.

Sea-green, (સી-ગ્રીન) *a.* Of a bluish green color: આસમાની લીલા રંગનું.

Seal, (સીલ્) *n.* Any carnivorous mammal: એક જલચર પ્રાણી. *n.* [L. *signum*, a mark.] An engraved stamp: સિક્કો; છાપ; મોહોર; મુદ્રા. 2. Wax, wafer, or other tenacious substance: બીડવા-ચોડવાનો લાખ, મિણ કે તેવો ચિકણો પદાર્થ. 3. Assurance: ખાત્રી; નિશ્ચય. *vt.* To set or affix a seal to; *hence*, to confirm: ઉપર સિક્કો-મહોર મારવી-છાપવી; કબૂલ-મંજુર કo. 2. To fasten with a seal: બીડવું; ઉપર મોહોર કo; બંધ કo.

Sealing-wax, (સીલિન્ગ્-વૅક્સ્) *n.* Wax for sealing letters &c.: લાખ.

Seam, (સીમ્) *n.* [L. *suo* I sew.] The line formed by sewing together two pieces: સીવણ; સાંધો. 2. A thin layer: પાતલું પડ-થર. *vt.* To join by sewing together: સીવવું; સાંધી લેવું; જોડી લેવું.

Sea-man, (સીમૅન) *n.* *pl.* **Seamen**. A sailor: ખારવો; ખલાસી; વહાણવટી.

Seamark, (સીમાર્ક્) *n.* A beacon: વહાણવટીઓને રસ્તો દેખાડવા સારૂ જમીન ઉપર ઉભી કરેલી નિશાની.

Seamster, (સીમ્સ્ટર્) *n.* One who sews: દરજી.

Seamstress, (સીમ્સ્ટ્રેસ્) *n.* A needlewoman: દરજણ.

Sea-port, (સી-પોર્ટ્) *n.* A harbour: બંદર.

Sear, (સીર્) *a.* Dry; withered: સુકું; ચિમલાઇ ગયેલું. *vt.* To dry up: ચિમલાવવું; કરમાવવું; સુકવી નાંખવું; સુકાવવું. 2. To cauterize: ડામવું; ડામ દેવો.

Search, (સર્ચ્) *vt.* & *vi.* [L. *circa*, around.] To examine: તપાસ-તલાસ-શોધ કo; શોધવું; ખોલવું; ઢુંઢવું; જોવું; ઝાડો-ઝડતી લેવી. 2. To test: તપાસવું; કસી જોવું; કસવું. *n.* Inquiry; investigation: ખોલ; તપાસ; તલાસ; શોધ; ઝડતી; ઝાડો.

Search-warrant, (સર્ચ્-વૉરૅન્ટ્) *n.* A legal authority to search a house: ઝાડો લેવાનું અખત્યાર પત્ર-હુકમનામું.

Sea-sick, (સી-સિક્) *a.* Affected with nausea at sea: વહાણમાં બેસવાથી ઓકારી-ફેર આવે તેવું.

Season,(સીઝન) *n.* [L. *satio*, a sowing.] One of the divisions of the year: ઋતુ; મોસમ; રત. *Hot* **S.**: ઉનાળો. *Cold* **S.**: શિયાળો. *Rainy* **S.**: ચોમાસું. 2. A suitable time: લાયક વખત; લાગ; તાકડો; ટાંકણું. 3. A while; a time: વખત; સમય; કાલ; વેલા. *In* **S.**, in good time: ખરે વખતે; વેલાસર; સવેલાએ. *Out of* **S.**, out of the proper time: કવેલાએ; કદહાડે; અકાલે. *vt.* To accustom: સદે એમ કo; આદત–ટેવ પાડવી; માફક આવે–અનુકૂલ પડે તેમ કo. 2. To prepare by drying or hardening: સુકવીને વાપરવા લાયક કo; ચોમાસું ખવડાવવું; સુકવવું. 3. To make palatable: સ્વાદિષ્ટ કo; મીઠું મરચું–મશાલો નાંખવો; લેહજતદાર–મઝેહદાર કo. *vi.* To become adapted: સદવું; માફક આવવું. 2. To become dry or hard: કઠણ–સકું પાકું થવું.

Seasonable,(સીઝનૅબલ્) *a.* Opportune: વખત–વેલાસરનું; સવેલાનું.

Seasonably,(સીઝનૅબ્લિ) *adv.* Opportunely: વખત· વેલાસર; ખરે ટાંકણે–પ્રસંગે; સવેલાએ.

Seasoning, (સીઝનિન્ગ્) *n.* A condiment: મીઠું મરચું; ચટાકો; મશાલો; વઘાર.

Seat, (સીટ્) *n.* [L. *sedeo*, I sit.] That on which one sits: બેઠક; આસન; બેસણી; બેસવાની જગ્યા; ખુરસી; પાટલો. 2. A site; an abode: ઠામ; ઠેકાણું; ઘર; ધામ. *vt.* To place on a seat: બેસાડવું; જગ્યા આપવી. 2. To establish; to fix: સ્થાપવું; ઠેરવવું; મુકરર કરવું; સ્થાપના કo.

Sea-worthy, (સી-ઉવર્ધિ) *a.* Fit for sea: સફર કરવા લાયક–જોગ.

Sebaceous,(સીબેશસ્) *a.* [L. *sebum*, tallow.] Pertaining to fat: ચરબીનું–સંબંધી -ના જેવું.

Secant, (સીકૅન્ટ્) *a.* [L. *seco*, I cut.] Cutting: કાપે એવું; છેદનારૂં. *n.* A line that cuts another: છેદનરેષા.

Secede, (સીસીડ્) *vt.* [L. *se*, aside & *cedo*, I go.] To separate one's self: જુદું પડવું; સંગત–સોબત છોડવી; અલગ–નોખું થવું.

Secession, (સીસેશન) *n.* Withdrawal: ગોઠિયાઓથી જૂદા છુટા પડવું તે; પક્ષત્યાગ.

Seclude,(સીક્લ્યૂડ્) *vt.* [L. *se*, aside & *claudo*, I shut] To shut apart બીજાથી જૂદું–આઘું રાખવું; એ iતવાસમાં લઈ જવું; પડદામાં રાખવું–બેસાડવું; નિરાલુ–અલગ રાખવું.

Seclusion, (સીક્લ્યૂઝ્હન) *n.* Retirement: એકાંતવાસ; વૈરાગ.

Second, (સૅકન્ડ્) *a.* [L. *sequor*, I follow.] Next to the first: બીજું. 2. Inferior: ઉતરતું; ઉતરતા દરજ્જાનું. **S.** *estate*: the House of Peers: વિલાયતમાં ઉમરાવની સભા. *n.* An assistant: મદદગાર; મદદનીશ; ટેકો આપનાર. 2. The sixtieth part of a minute: મીનીટ–અંશનો સાઠમો ભાગ; સેકન્ડ; વિપલ;ક્ષણ. **S.** *hand*, ઘડીઆલનો છેક ન્હાનો કાંટો. *vt.* To follow: પાછલ બીજું આવવું–હોવું. 2. To assist: મદદ કo;ઉત્તેજન આપવું. 3. To support (*as a motion or proposal*): ટેકો આપવો.

Secondary, (સૅકન્ડરિ) *a.* Subordinate: ઉતરતું; અમુખ્ય; બીજું. *n.* Delegate or deputy: ઉતરતો–તાબાનો અધિકારી; પ્રતિનિધિ.

Second-hand, (સૅકન્ડ્-હૅન્ડ્) *a.* Not new: ઉતરેલું; વાપરેલું; જુનું; બીજાની મારફતે મળેલું.

Secondly,(સૅકન્ડ્લિ) *adv.* In the second place: બીજું એક; બીજું.

Seconds,(સૅકન્ડ્ઝ્) *n. pl.* A coarse or inferior kind of flour: જાડો·હલકી જાતનો આટો.

Second-rate, (સૅકન્ડ્-રેટ્) *a.* Of the second quality: મધ્યમ ઉતરતા દરજ્જાનું; મધ્યમ; સાધારણ.

Secrecy, (સીક્રિસિ) *n.* Concealment: છુપાપણું; ગુપ્તતા;ગુપ્તભાવ. 2. A secret: છુપાવેલી છાની–ખાનગી વાત; ભરમ. 3. Seclusion: એકાંતવાસ.

Secret, (સીક્રેટ્) *a.* [L. *se*, aside & *cerno*, I sift.] Hidden; concealed: છાનું; છુપાવેલું; ગુપ્ત; ખાનગી. *n.* Something concealed: છાની–છુપી ખાનગી વાત. 2. A mystery: ભેદ; ભરમ. *In secret*, privately: છુપી જગ્યાએ; છુપી રીતે; છાનામાના; ખાનગીમાં.

Secretariat,**Secretariate**, (સૅક્રેટેરિઍટ્-સૅક્રેટેરિએટ્) *n.* The office of a secretary: કચેરી; સરકારી ખાતું.

Secretary. (સૅક્રેટરિ) *n.* [L. *secratum*, a secret.] An official writer: ચીટનીસ; દફતરી. 2. An officer in charge of a particular department: કોઇપણ ખાતાનો મુખ્ય અધિકારી; મંત્રિ;સેક્રેટરી.

Secrete,(સીક્રીટ્) *vt.* [L. *se*, aside and *cerno*, I sift.] To conceal: સંતાડવું; છુપાવવું. 2. To produce from the blood: ઝરવું; નિકલવું; કાઢવું; બનાવવું; પેદા કo.

Secretion, (સીક્રીશન) *n.* Any fluid secreted: રસ; ઝરણ. [નાર–કાઢનાર; ઉત્પાદક.

Secretory, (સીક્રીટૉરિ) *a.* Secreting: રસ બનાવ-

Sect, (સૅક્ટ્) *n.* [L. *seco*, I cut.] A party holding certain views: કોમ; જાત; પંથ; માર્ગ; પક્ષ.

Sectarian, (સૅક્ટેરિઍન) *a.* Peculiar to a sect: કોઈ એક કોમ–જાત–પંથનું.

Section, (સૅકશન) *n.* [L. *seco*, I cut.] The act of cutting: કાપવું તે; છેદન. 2. A division: ભાગ; વિભાગ. (*a*) A distinct part of a writing: કલમ; ફકરો; ભાગ.

Sectional, (સૅકશનૅલ્) *a.* Consisting of sections: ભાગ - પક્ષવાલું; ભાગ–પક્ષ પડી શકે તેવું.

Sector, (સૅક્ટર્) *n.* [L. *seco*, I cut.] The part of a circle between two radii and the included arc: વૃત્તાંખંડ.

Secular, (સૅક્યુલર્) *a.* [L. *seculum*, an age.] Worldly: દુનિયાદાર; વ્યવહારિક; સંસારી. *n.* A layman: ગ્રહસ્થ; સંસારી; વ્યવહારી; બેહેદીન.

Secure. (સીક્યુર્) *a* [L. *se*, without & *cura*, care.] Confident: નચિંત; નિર્ભય: ભરોંસાવાલું. 2. Careless: બેદરકાર: ગાફેલ. 3. Safe: સહીસલામત. બીનજોખમી. *vt.* To make safe: નિર્ભય–સહીસલામત કo; બીનજોખમી કo; રક્ષણ-બચાવ કo; બંદોબસ્ત કo. 2. To make certain: નક્કી–ખાત્રી કરી લેવી; પાકુ-દૃઢ કo. 3. To fasten: જાપતામાં રાખવું; નાશીછટકી ન જાય તેવો બંદોબસ્ત કo. 4. To get possession of: કબજો લેવો. [વગર હરકતે.

Securely. (સીક્યૂર્લિ) *adv.* Safely: સહીસલામત;

Security, (સીક્યુરિટિ) *n. pl.* **Securities**. Freedom from anxiety, or care; certainty: નિરાંત; નચિંતાઈ; નક્કી-ખચીતપણું; ખાત્રી. (*b*) Carelessness: બેદરકારી; બેફિકરાઇ; ગફલત. (*c*) Safety: સલામતી; જીવનજોખમ. 2. Protection: રક્ષણ; બચાવ. (*a*) A pledge: બાંહેધરી; તારણ; હામી; જામીન. (*b*) One who becomes surety for another: જામીન; હામીદાર.

[પાલખી; મીઆનો.

Sedan, (સીડૅન્) *n.* A portable chair:

Sedate, (સીડેટ્) *a.* [L. *sedo*, I allay.] Calm: શાંત; ગંભીર; ધીરૂં; વિચારવંત.

Sedative, (સેડેટિવ્) *a.* Tending to calm: શાંતિકારક-જનક; શામક. 2. Assuaging pain: દરદ હલકું-ઓછું કરતું; ઠંડક કરનારૂં; દુઃખશામક.

Sedentary, (સેડન્ટરિ) *a.* [L. *sedeo*, I sit.] Requiring much sitting: બેઠું; બેઠાં બેઠાં કરવાનું; ઘણું બેસી રહેવું પડે એવું. 2. Inactive: ઝાઝું હાલે ચાલે નહિ એવું; નિરૂદ્યોગી; સ્થિર.

Sedge, (સેજ્) *n.* [L. *seco*, I cut.] Any plant of the genus *Carex*: દાભની જાતનું ઘાસ.

Sediment, (સેડિમેન્ટ્) *n.* [L. *sedeo*, I sit.] Dregs: નીચે બેઠેલો કચરો-મેલ; થરો; રગડો.

Sedition, (સીડિશન્) *n.* [L. *se*, aside & *eo*, I go.] Discontent against the government: સરકારના સામું કરાવેલું હલ્લડ-તોફાન-બેદીલી; રાજદ્રોહ; બલવો.

Seditious, (સીડિશસ્) *a.* Pertaining to sedition: બલવાખોર; તોફાની; હુલ્લડી; ફીતુરી; રાજદ્રોહી.

Seduce, (સીડ્યુસ્) *vt.* [L. *se* & *duco*, I lead.] To entice; to corrupt: ખોટે રસ્તે ચઢાવવું; ભ્રષ્ટ કo; બગાડવું: ફુસલાવવું; ફુસલાવીને લઈ જવું; કાઢી જવું.

Seduction, (સીડકશન્) *n.* Means of leading astray: ફોસલાવણી; ફુસલાવીને લઇ જવું તે; કાઢી જવું તે.

Seductive, (સીડક્ટિવ્) *a.* Alluring: ભુલ થાપ દે-ખોટે માર્ગે લઇ જાય એવું; ભોલવે-લલચાવે તેવું.

Sedulous, (સેડ્યૂલસ્) *a.* [L. *sedeo*, I sit.] Deligent: ઉદ્યમી; ઉદ્યોગી; મેહેનતુ; ખંતી.

See, (સી) *n.* [L. *sedeo*, I sit.] The jurisdiction of a bishop: પાદરીના તાબાનો મુલક; ધર્માચાર્યની ગાદી.

See (સી) *vt.* [*Imp.* **Saw**, (સૉ) *p.p.* **Seen**,] To behold: જોવું; દેખવું; નજર નાખવી. 2. To understand: સમજવું; ધ્યાનમાં ઉતારવું. 3. To watch: તપાસ રાખવી; સંભાલવું; સાચવવું. 4. To visit: મલવું; મુલાકાત લેવી-કરવી; મેલાપ કo. *To* **S.** *one home*: કોઇને વલાવવા-મુકવા જવું. *To see through*, to help: કોઇને મદદ કરવી: *vi.* To discern: દેખાવું. 2. To understand: સમજવું; જાણવું. 3. To be attentive: ધ્યાન-લક્ષ આપવું; ચિત્ત દેવું; સાંભલવું. *To* **S.** *to*, To take care about: સંભાલ લેવી-રાખવી; નજર રાખવી.

Seed, (સીડ્) *n.* A ripened ovule: બીજ; બીયું; બી. 2. First principle: મૂલ; પાયો; તત્વ. 3. Offspring: વંશ; પ્રજા; સંતાન; ફરઝંદ; છોકરાં. *vi.* To sow seed: બી વાવવું; જડ ઘાલવી.

Seedling, (સીડ્લિંગ્) *n.* A plant reared from the seed: બીજમાંથી ઉછરેલો છોડ; રોપો.

Seedsman, (સીડ્ઝ્મૅન્) *n.* A person who deals in seeds: બીજ-બીઆં વેચનાર.

Seed-time, (સીડ્-ટાઇમ્) *n.* The season proper for sowing: વાવણીની મોસમ.

Seedy, (સીડિ) *a.* Abounding with seed: બહુ બીજ-બીઆંવાલું. 2. Spiritless: દમ-હોંશ-જુસ્સા વગરનું; થાકેલું.

Seeing, (સીઇન્ગ્) *conj.* Since; because: કારણકે; જોતાં; માટે; તેથી.

Seek, (સીક્) *vt.* [*Imp.* & *p.p.* **Sought**, (સૉટ્) To search for: શોધવું; ખોલવું; ઢુંઢવું; તપાસ કo. 2. To ask for: માગવું; અરજ કo. 3. To try to gain: મેલવવાની કોશેશ કo; હોંસ-ઈચ્છા રાખવી. *To* **S.** *after*, to make pursuit of: પાછલ લાગવું; કશાની શોધમાં ફરવું. *To* **S** *for*, to endeavour to find: શોધવું; ખોલવું. *To* **S.** *to*, to apply to: આધાર લેવો-પકડવો.

Seem, (સીમ્) *vi.* To appear: દેખાવું; સુજવું; જણાવું; દીસવું; લાગવું; ભાસવું. *It* **S.***s.* it appears: એમ-એવું જણાય છે કે. *vt.* To befit: લાયક-યોગ્ય હોવું: ઘટવું.

Seemingly, (સીમિન્ગ્લિ) *adv.* Apparently: ઉપરઉપરથી; બહારથી; દેખવામાં.

Seemliness, (સીમ્લિનેસ્) *n.* Comeliness; propriety: યોગ્યતા; લાયકી.

Seemly, (સીમ્લિ) *a.* Suitable; fit: યોગ્ય; ઘટિત; લાયક; ઘટતું; સારૂં. *adv.* Becomingly: યોગ્ય રીતે; ઘટારતથી.

Seen, (સીન્) *p.p.* of **See**.: જોયું; દીઠું.

See-saw, (સીસૉ) *n.* A play among children: ચીંચવો; ચીચુડો; હીંચકો. 2. Motion to and fro: આમતેમ હાલવું-ઝોલા ખાવા તે. *vi.* To move backward and forward: આમ તેમ હીંચકા ખાવા. *a.* Moving up and down: ઉંચા નીચા હીંચકા ખાતું.

Seethe, (સીધ્) *vt.* To boil: બાફવું; સિજવવું; ઉકાલવું; રાંધવું. *vi.* To be hot: ઉકલવું; ખદખદવું.

Segment, (સેગ્મેન્ટ્) *n.* [L. *seco*, I cut.] A portion: ખંડ; ભાગ; પેશી; ફાડ.

Segregate, (સેગ્રિગેટ્) *n.* [L. *se*, & *grex*, *gregis*, a flock or herd.] Separate: જુદું; ઈલાહીદું; નોખું; નિરાલું. *vt.* To separate: છુટું;-જુદું પાડવું; ઈલાહિદું રાખવું.

Seignior, (સીન્યર્) *n.* [L. *senior*, elder.] A lord: શેઠ; જાગીરદાર; મહેરબાન; નામદાર. 2. A title of honor in the south of Europe: 'મીસ્તર'ના જેવો દક્ષિણ યૂરોપમાં વપરાતો માનનો ઇલકાબ.

Seigniorage, (સીન્યરેજ્) *n.* A charge deducted from bullion brought to a mint to be coined: સિક્કા પાડવાનું દામ; છપામણી.

Seismic, (સાઇસ્મિક્) *a.* Belonging to an earthquake: ધરતીકંપનું-ને લગતું.

Seize, (સીઝ્) *vt.* To grasp: પકડવું; ઝાલવું. 2. To take possession of, by force: પડાવી-ખુંચાવી-ઝુંટાવી લેવું; જબરજસ્તીથી લેવું; હરી લેવું; લઇ લેવું; બથાવી-પચાવી પડવું. 3. To take sudden hold of: ઝપાટામાં લેવું; ત્રાપ મારવી. 4. To apprehend: કાયદાસર પકડવું-જપ્ત કરવું; કબજો લેવો.

Seizure, (સીઝ્યૂર) *n.* Possession; ownership:

કબજો; દાવો; માલકી. [કોઈજવાર; કદાચિત.

Seldom, (સેલ્ડમ્) *adv.* Rarely: જવલ્લે; કદાચ;

Select, (સીલેક્ટ્) *a.* [L. *se* & *lego*, I gather.] Choice: પસંદ કરેલું; ચુંટી-વીણી કાઢેલું; ચુનંદું; ઉત્તમ; તાફો. *vt.* To pick out: ચૂંટી-વીણી કાઢવું; પસંદ ક૦; રાખવું.

Selection, (સીલેક્શન) *n.* Choice: પસંદગી; ચુંટણી. 2. That which is selected: ચુંટી-પસંદ કરેલી વસ્તુ-વાત.

Selenography, (સેલનૉગ્રફિ) *n.* [Gr. *selene*, & *grapho*, I write.] Description of the moon: ચંદ્રની સપાટીના વર્ણનનું શાસ્ત્ર; ચંદ્રદેશશાસ્ત્ર.

Self, (સેલ્ફ) *a.* Same; very; identical: તેજ; પોતાનું; ખુદનું. *n.* One's own person: પંડ; જાત; પોતે; ખુદ. 2. *Hence*, selfishness: સ્વાર્થ; એકલપેટાપણું; મતલબ. *To come to one's* S: ભાનમાં-શુદ્ધિમાં આવવું; ઠેકાણે આવવું. *To enrich one's* S: પોતાનું ઘર ભરવું. *To spare one's* S: હાડકાં ચોરવાં; હરામખોરી ક૦.

Self-abnegation, (સેલ્ફ્-ઍબ્નગેશન) *n.* Self-denial: જાતે ખમેલું નુકસાન; ભોગ.

Self-denial, (સેલ્ફ્-ડીનાઈઅલ) *n.* The denial of one's self: મન મારવું તે; મનની ઇચ્છા દાબવી-વશ રાખવી તે.

Self-evident, (સેલ્ફ્-એવિડન્ટ) *n.* Evident without proof: પોતાની મેળેજ-જણાતું-દેખાતું; ખોલ્લું; સ્પષ્ટ.

Self-government, (સેલ્ફ્-ગવર્નમેન્ટ) *n.* Democracy: લોકરાજ્ય; પ્રજાસત્તાક રાજ્ય.

Self-importance, (સેલ્ફ્-ઇમ્પૉર્ટન્સ) *n.* Self-conceit: અભિમાન; મ્હોટાઈ.

Self-interest, (સેલ્ફ્-ઇન્ટરેસ્ટ્) *n.* Private interest: આપ મતલબ; સ્વાર્થ; પોતાનો ફાયદો.

Selfish, (સેલ્ફિશ્) *a.* Caring for one's self: મતલબી; સ્વાર્થીયું; એકલપેટું; આપગરજી; આપસ્વાર્થી.

Selfishness, (સેલ્ફિશનેસ) *n.* Exclusive regard to one's own interest or happiness: એકલપેટાપણું; સ્વાર્થ; આપ મતલબ.

Self-made, (સેલ્ફ્-મેડ્) *a.* Made by one's self: પોતાની મ્હેનતથી મ્હોટાઈ પામેલો. S. *man*: ગરીબીમાંથી પોતાની અક્કલ-હોશિયારીથી ઉંચે દરજ્જે ચઢેલો માણસ.

Self-possession, (સેલ્ફ્-પૉઝેશન) *n.* Calmness: શાંતિ; શાંતપણું; ધાવકાપણું; સાવધપણું.

Self-respect, (સેલ્ફ્-રીસ્પેક્ટ) *n.* Regard for one's character: પોતાની આબરૂની દરકાર; ટેક.

Self-restraint, (સેલ્ફ્-રીસ્ટ્રેન્ટ્) *n.* Self-control: જાતપર કાબુ.

Self-sacrifice, (સેલ્ફ્-સૅક્રિફાઈસ) *n.* Self-devotion: જાતનો ભોગ.

Self-same, (સેલ્ફ્-સેમ) *n.* Precisely the same: તેનું તેજ; તેજ.

Self-sufficiency, (સેલ્ફ્-સફિશન્સિ) *n.* The quality or state of being self-sufficient: સ્વાભિમાન; પોતાના પંડ-જાત વિષે ઉંચો વિચાર.

Self-sufficient, (સેલ્ફ્-સફિશન્ટ્) *a.* Haughty; મગરૂર: અભિમાની: ખુદ પસંદ.

Self-willed, (સેલ્ફ્-વિલ્ડ્) *a.* Obstinate: હઠીલું; જક્કી; જીદ્દી.

Sell, (સેલ્) *vt.* [*Imp.* & *p.p.* **Sold.**] To transfer to another for an equivalent: વેચવું; વેચવું સાટવું; વેચાતું આપવું. 2. To betray: નિમકહરામી ક૦; દગો દેવો; ફસાવવું. *To* S. out, to dispose of entirely: સઘળું-બધું વેચી નાંખવું; કાઢી નાખવું. *vi.* To be sold: વેચાવું.

Selves, (સેલ્ઝ્) *n. pl.* of **Self**: જાતે; પોતે; ખુદ.

Semaphore, (સેમૅફોર) *n.* [Gr. *sema*, sign & *phero*, I bear.] A signal telegraph: દૂરથી નિશાણી દેખાડવાનો સાંચો.

Semblance, (સેમ્બ્લૅન્સ) *n.* [L. *similis*, like.] Figure; form: આકાર; ડોલ; રૂપ; દેખાવ. 2. Likeness; સરખાપણું; મળતાપણું.

Semi, (સેમિ) [L.] A prefix signifying half: અર્ધુ-અરધું દર્શાવનારો ઉપસર્ગ; અર્ધ; નીમ.

Semicircle, (સેમિસર્કલ) *n.* The half of a circle: અર્ધ વર્તુલ-ગોલ; અરધો ઘેરાવો-પરીઘ.

Semicolon, (સેમિકોલૉન) *n.* The mark [;] showing a division greater than a comma: અર્ધવિરામ.

Seminal, (સેમિનૅલ) *a.* [L. *semen*, seed.] Pertaining to seed: બીજનું-સંબંધી.

Seminary, (સેમિનેરિ) *n.* [*semen*, seed.] A place of educating: શાળા; નિશાળ.

Semitone, (સેમિટોન) *n.* Half a tone: બે સુરોની વચ્ચેનો સુર; અર્ધસુર.

Semitransparent, (સેમિટ્રેન્સ્પેરેન્ટ્) *a.* Half or imperfectly transparent: અર્ધપારદર્શક.

Semivowel, (સેમિવાઉએલ્) *n.* A half vowel: અર્ધસ્વર; અંતસ્થ.

Senate, (સેનેટ્) *n.* [L. *senex*, an old man.] A legislative body; a state council: ધારા સભા; કાયદા બનાવનારી મંડલી; રાજ્યસભા.

Senator, (સેનેટર) *n.* A member of a senate: રાજ્ય મંડલીનો સભાસદ.

Send, (સેન્ડ્) *vt.* [*pret.* & *p.p.* **Sent.**] To cause to go: રવાના ક૦; વિદાય ક૦; મોકલવું; મોકલાવવું. 2. To bestow; to inflict; to grant: કરવું; નાંખવું; પાડવું; થવા દેવું; આવવા દેવું. *To* S. *for*, to call: બોલાવવું; બોલાવવા-તેડવા મોકલવું. *To* S. *forth*: નીકલવું; ફુટવું; પસરવું; ફેલાવું.

Senile, (સીનાઈલ) *a.* [L. *senex*, old.] Pertaining to old age: ઘડપણ સંબંધી-નું; વૃદ્ધ.

Senility, (સિનિલિટિ) *n.* Old age: જૈફી; ઘડપણ; વૃદ્ધાવસ્થા; બુઢાપો.

Senior, (સીનિઑર) *a.* [L. *senex*, old.] Elder: વડું; મ્હોટું; વડીલ. 2. *Hence*, superior: ઉપરી; ઉંચી પદવીનું.

Seniority, (સીનિઑરિટિ) *n.* The state of being senior: ઉપરીપણું; વડીલપણું.

Senna, (સેના) *n.* The leaves of plants of the genus *cassia*: સોનામુખી; મીંઢીઆવલ.

Sennight, (સેનાઇટ) *n.* A week: અઠવાડિયું.

Sensation, (સેન્સેશન) *n.* Perception by the senses: લાગણી; જાણ; જ્ઞાન; ચેતના. 2. A state of excited feeling: ઉશ્કેરણી; મનની ઉશ્કેરાયલી હાલત.

Sensational, (સૅન્સેશનૅલ્) *a.* Pertaining to sensation:લાગણીનું–સંબંધી. 2. Emotional: જુસ્સો–લાગણી ઉશ્કેરે એવું; રસીલું; રસિક.

Sense, (સૅન્સ્) *n.* [L. *sentio*, I feel.] The faculty of perception: બુદ્ધિ; ઇંદ્રિયબુદ્ધિ. *Pleasure of* **s.**: વિષયસુખ; ઇંદ્રિયસુખ; કામ. 2. Understanding; discernment: ભાન; સમજ; જાણપણું; અક્કલ; મતિ. 3. Opinion: વિચાર;મત;અભિપ્રાય. 4. Meaning: ભાવ; અર્થ; માયનો. *Literal* **s.**: શબ્દાર્થ; અક્ષરાર્થ. *To come to* **s.s**: ભાન–શુદ્ધિમાં આવવું. *To lose one's* **s.s**: બેશુદ્ધ–બેભાન થવું; અચેત થવું.

Senseless, (સૅન્સ્લૅસ્) *a.* Unconscious; foolish: બેશુદ્ધ–બેભાન; મૂર્ખ; બેવકુફ; અણસમજુ; કમઅક્કલ.

Sensibility, (સૅન્સિબિલિટિ) *n.* Capacity to feel: શુદ્ધિ; ભાન; ચેતના; ફ્રામ. 2. Actual feeling: અનુભવ; લાગણી; સમજ.

Sensible, (સૅન્સિબલ્) *a.* Capable of being perceived by senses:લાગે-જણાય એવું. 2. Sensitive: લાગણી–ચેતના–ભાનવાળું.3. Cognizant:જાણકાર;વાકેફગાર; માહિતગાર 4. Wise:ડાહ્યું;શાણું; અક્કલમંદ; સમજદાર; સમજુ.

Sensitive, (સૅન્સિટિવ્) *a.* Highly susceptible: લાગણીવાળું; ઘણું લાગે એવું.

Sensitive plant, (સૅન્સિટિવ્-પ્લૅન્ટ્) *n.* Any plant showing motions after irritation: લજામણી; લાજાલી; શરમાઉ ઝાડ.

Sensorium, (સૅન્સોરિઅમ્) *n.* [L. *sensus*, feeling.] (*Physiol.*) The seat of sensation: જ્ઞાનસ્થલ; લાગણીનું મથક.

Sensual, (સૅન્શૂઍલ્) *a.* [L. *sensus*, sense.] Lewd; luxurious: વિષયી; લંપટ; એશઆરામીનું.

Sensualist, (સૅન્શૂઍલિસ્ટ્) *n.* A debauchee: વિષયી લંપટ પુરુષ: એશઆરામી.

Sensuality, (સૅન્શૂઍલિટિ) *n.* Luxuriousness; lewdness: લંપટપણું; એશઆરામી. [મોકલેલું.

Sent, (સૅન્ટ્) *Imp. & p p.* of **Send**: મોકલ્યું;

Sentence, (સૅન્ટૅન્સ્) *n.* [L *sentio*, I feel.] An opinion: મત; વિચાર; અભિપ્રાય. 2. A judgment pronounced by a court: ટેંપ; શિક્ષા. 3. A number of words containing a complete thought: વાક્ય. *vt* To condemn: શિક્ષા ક૦–ફરમાવવી; ટેંપ મારવી.

Sententious, (સૅન્ટૅન્શસ્) *a.* Full of meaning; pithy: અસરકારક; રસકસવાળું; રસિક; કસદાર.

Sentient, (સૅન્શિઍન્ટ્) *a* [L. *sentio*, I feel.] Having sensation and perception: પ્રાણ–ચેતનાવાળું; સચેતન.

Sentiment, (સૅન્ટિમૅન્ટ્) *n.* [L. *sentio*, I feel.] Thought; opinion: વિચાર; અભિપ્રાય; મત; ઠરાવ; સમજ. 2. A maxim: વાક્ય; કહેવત; વચન 3. Sensibility: લાગણી; મન; દિલ.

Sentimental, (સૅન્ટિમૅન્ટૅલ્) *a.* Abounding with moral reflections: નીતિનાં વિચારોથી ભરેલું; બોધકારક. 2. Inclined to sentiment: રસિક; રસ ઉપજાવતું; જુસ્સો-લાગણી ઉશ્કેરતું.

Sentinel, (સૅન્ટિનૅલ્) *n.* A sentry: પહેરો કરનાર; પહેરેગીર; ચોકીદાર.

Sentry, (સૅન્ટ્રિ) *n.* A sentinel:પહેરેગીર;ચોકીદાર.

Sentry-box, (સૅન્ટ્રિ-બૉક્સ્) *n.* A box to shelter a sentinel: પહેરેગીરને ઉભા રહેવાની છાપરી-કોટડી; ચોકી.

Separable, (સૅપૅરૅબલ્) *a.* That may be disjoined: જુદું પાડી શકાય એવું; ભેદ્ય.

Separate, (સૅપૅરેટ્) *vt.* [L. *se*, apart & *pars*, a part.] To disunite: જુદું–નોખું–વિખુટું પાડવું; નિરાલું ક૦; ભાગ ક૦. 2. To select: ચુંટી–વીણી કાઢવું; પસંદ ક૦. *vi.* To become disunited: જુદું–વિખુટું પડવું–થવું. *p. a.* Unconnected: distinct: જુદું; નિરાલું; અલગ; એલાયદું.

Separately, (સૅપૅરેટ્લિ) *adv.* Distinctly: જુદું જુદું; એલાયદું; નોખું.

Separation, (સૅપૅરેશન્) *n.* The state of being separated: વિયોગ; જુદાઈ; તુટ; ફુટ; ફાટફુટ; કુસંપ. 2. Divorce: છુટાછેડા; તલાક; ફારગતી.

Sepoy, (સીપૉય્) *n.* An Indian soldier: દેશી સિપાઈ; સિપાઈ.

September, (સપ્ટૅમ્બર્) *a.* [L. *septem*, seven.] The ninth month of the year: અંગ્રેજી સાલનો નવમો મહિનો; શ્રાવણ-ભાદરવો; સપ્ટેમ્બર.

Septennial, (સૅપ્ટૅનિઍલ્) *a.* [L. *septem*, seven & *annus*, year.] Lasting seven years: સાત વર્ષ સુધી ચાલતું; સપ્તવાર્ષિક. 2. Happening once in every seven years: દર સાત વર્ષે થતું.

Septic, (સૅપ્ટિક્) *a.* Having power to promote putrefaction: સડાવી નાંખતું; કોહોવાટ–સલાવાળું.

Sepulcher-Sepulchre, (સૅપલ્કર્) *n.* [L. *sepelio*, I bury.] A grave; a tomb:કબર;દરઘા;ઘોર.

Sequel, (સીક્વૅલ્) *n.* [L. *sequor*, I follow.] A succeeding part: બાકીનો ભાગ; સાંધણ. 2. Consequence: પરિણામ; અંત; છેડો; ફલ; શેવટ. 3. Inference: અટકલ; અનુમાન; ક્યાસ.

Sequence, (સીક્વૅન્સ્) *n.* Succession: સંબંધ; અન્વય; અનુક્રમ; પરંપરા 2. Result: પરિણામ; અંત.

Sequent, (સીક્વૅન્ટ્) *a* Following; succeeding: પછીનું; ચાલતું; પાછલ આવતું;પરિણામી;છેવટનું.

Sequester, Sequestrate, (સીક્વૅસ્ટર્-સીક્વૅસ્ટ્રેટ્) *vt.* [L. *sequester*, a depository.] To confiscate: જપ્ત ક૦; ટાંચ મારવી; કલમ બંધી ક૦. 2. To set apart: જુદું–છુટું પાડવું; ખસેડવું; નોખું ક૦; એલાયદું ક૦–રાખવું. 3 To seclude: સંસાર છોડાવવો; એકાંતવાસ આપવો. *vi.* To retire: એકાંત વાસ લેવો; સંસાર છોડવો. 2. To renounce: છોડી દેવું; હાથ ઉઠાવવો.

Sequestration, (સીક્વૅસ્ટ્રેશન્) *n.* A seizure: જપ્તિ; ટાંચ; કલમબંધી. 2. Separation; retirement: જુદું નોખું થવું-રહેવું તે; એકાન્તવાસ; સંસારત્યાગ. 3. Disunion: કજીઓ; અણબનાવ; તુટ; ફુટ.

Sequestrator, (સીક્વૅસ્ટ્રેટર્) *n.* (*Law*) One who sequesters property: જપ્તી કરનાર–કરાવનાર; ટાંચ મારનાર.

Seraglio, (સૅરાલ્યો) *n.* The palace of the Turkish Sultan: તુર્કસ્તાનના સુલતાનનો રાજમહેલ. 2. A harem: જનાનખાનું; જનાનો.

Seraph, (સીરૅફ્)*n. pl. E.* **Seraphs**, *Heb.* **Seraphim**, An angel: ફરેસ્તેા.

Seraphic, (સીરૅફિક્) *a.* Angelic; sublime; pure: ફરેસ્તાનું-ના જેવું; ઉમદા; ખુલંદ; પાક.

Serenade, (સેરીનેડ્) *n.* [L.*serus*, late.] Evening Music in the open air: રાત્રે ખુલ્લી હવામાં ગાયેલું ગાયન. *vt.* & *vi.* To entertain with a serenade: રાત્રે કેાઇના ઘર પાસે તેને ખુશ કરવાને ગાયન ક૦.

Serene, (સીરીન્)*a.* [L.*serenus*, calm.] Bright; clean: સ્વચ્છ; નિર્મલ; ખેાલ્લું. 2. Calm: શાંત; આરામ-ચુપકીડી ભર્યું.

Serenity, (સીરૅનિટિ) *n.* Quietness; peace; calmness: શાંતિ; સ્વસ્થતા; નિવૃત્તિ; નિરાંત.

Serf, (સર્ફ્) *n.* [L.*servus*, servant.] A servant employed in husbandry: ખેતીના કામમાં લગાડેલેા ગુલામ-દાસ.

Serge, (સર્જ્) *n.* [L. *sericus*, silken.] A woollen twilled stuff: એક પ્રકારનું ઉનનું લુગડું.

Sergeant, (સાર્જન્ટ્) *n.* (Written also **Serjeant**.) [L. *servio*, I serve.] A non-commissioned officer: કવાયત શિખવનાર અમલદાર. 2. A lawyer of the highest rank: સર્વથી ઉંચી પદવીનેા વકીલ.

Serial, (સીરિઅલ્) *a.* Pertaining to a series: અનુક્રમનું-સંબંધી-વિષે; ક્રમવાર; હારબંધ; હાર સંબંધી નું-વિષે. *n.* A tale, or other writing, published in successive numbers of a periodical: ચાલુ વાર્તા; ચેાપાનિયાના એકેક પછીના અંકમાં કડકે કડકે છપાતી બાબદ.

Seriatim, (સીરિએટિમ્)*adv.* In regular order: અનુક્રમે; અનુક્રમપ્રમાણે; હારબંધ; ક્રમવાર.

Series, (સીરીઝ્) *n.* [L. *sero*, I bind.] Sequence; order: માળા; હાર; ક્રમ.

Serio-comic, (સીરિઓ-કૉમિક્)*a.* Serious and comical: હસવાનું તથા ગંભીરાઇ બન્ને મલેલાં હેાયએવું.

Serious, (સીરિઅસ્) *a.* [L. *serius*, grave.] Solemn: ગંભીર; ગંભીરાઇભરેલું. 2. Important: અગત્યનું; ભારે; મેાટું; મહાભારત. 3. Attended with danger: જેાખમભરેલું.

Seriously, (સીરિઅસ્લિ)*adv.* Gravely; earnestly: ગંભીરપણે; ખરાદિલથી; હસ્યા-મશ્કરી કર્યા વગર.

Sermon, (સર્મન્) *n.* [L. *sero*, I join.] A discourse by a clergyman: ધર્મ સંબંધી ભાષણ-ધર્મોપદેશ; વાએજ. [જેવું; પાતલું.

Serous, (સીરસ્) *a.* Thin; watery: પાણી

Serpent, (સર્પન્ટ્) *n.* [L. *serpo*, I creep.] A large snake: સાપ; સર્પ; અજગર; નાગ. 2. A treacherous person: કપટી માણસ; કાલેા નાગ.

Serpentine, (સર્પન્ટાઇન્) *a.* Meandering; zigzag: સર્પાકાર; વાંકુચુંકું.

Serum, (સીરમ્) *n.* [L.] The watery portion of certain animal fluids: શરીર માંહેલા પ્રવાહીઓનેા પાણી જેવેા ભાગ.

Servant, (સર્વન્ટ્) *n.* [L. *servio*, I serve.] A domestic: નેાકર; ચાકર; દાસ; સેવક; ખિજમતદાર. 2. A slave: ગુલામ.

Serve, (સર્વ્) *vt.* [L. *servio*, I serve.] (*a*) To work for: નેાકરી-ચાકરી-સેવા ક૦ બજાવવી. (*b*) To obey & worship: ભક્તિ ક૦; સેવા ક૦; સેવવું. 2. To wait upon: ખીજમત-તાબેદારીમાં ઉભા રહેવું; પીરસવા રહેવું. 3. To be of use to: કામ લાગવું; ચાલવું; કામમાં-ખપમાં આવવું. *To* **S.** *a process*: સમન લગાડવેા-પહેાંચાડવેા. *To* **S.** *one right*, to treat according to his deserts: ચાલ પ્રમાણે બદલેા આપવેા. *To* **S.** *out*, to distribute: વહેંચવું; પીરસવું. *To* **S.** *the time or the hour*: વખત પ્રમાણે ઢેાલકી બજાવવી; વખત જેાઇને વાત ક૦ *vi.* To render menial service: ચાકરી-નેાકરી સેવા ક૦ બજાવવી; ચાકર નેાકર રહેવું-હેાવું. 2. To be of use; to answer a purpose: તરીકે ચાલવું; કામમાં-ખપમાં આવવું-લાગવું.

Service, (સર્વિસ્) *n.* The occupation of a servant: નેાકરી; ચાકરી; સેવા; ખીજમત. 2. Office of devotion: ભક્તિ; સેવા; ભજન. 3. Military or naval duty: સિપાઇગિરી; લશ્કરી નેાકરી. 4. Benefit: ઉપયેાગ; કામ; ખપ. 5. Order of dishes at table: પિરસણું; પિરસણ. (*b*) A set of vessels used at table: જમવાનાં વાસણ; ભેાજનપાત્ર.

Serviceable, (સર્વિસેબલ્) *a.* Useful: ઉપયેાગી; ખપ-કામનું. [book: પ્રાર્થના પેાથી.

Service-book, (સર્વિસ-બૂક્) *n.* A prayer

Servile, (સર્વાઇલ્) *a.* Slavish; mean: ખુશામતિયું; હાજીહા કરનાર; હલકું; નીચ.

Servility, (સર્વિલિટિ) *n.* Servileness: ખુશામત; ગુલામગીરી; અધમપણું; ખીજમત.

Servitude, (સર્વિટ્યુડ્) *n.* Slavery: ગુલામગીરી; ચાકરી. [baceous plant: તલ; તિલ.

Sesame, (સેસમ) *n.* [L. *sesamum.*] A her-

Session, (સેશન્)*n.*[L. *sedeo*, I sit.] The sitting of a court, &c: દરબાર; બેઠક. 2. The time it sits: બેઠક; મેાસમ.

Set, (સેટ્) *vt.* [*Imp. & p.p.* **Set.**] To cause to sit: બેસાડવું; ગેાઠવવું; માંડવું. 2. To plant: રેાપવું; વાવવું. 3. To fix, as a precious stone: જડવું; બેસાડવું. 4. To sharpen: ધાર ચઢાવવી; ઘસવું. 5. To spread (*as a sail*): ઉખેડવું; પસારવું; ચઢાવવું. 6. To pitch to (*as a tune*): (ગાયનમાં) ઉતારવું; બેસાડવું. 7. To replace (*as a fractured bone*): (હાડકું) ચઢાવવું-બેસાડવું; જેાડવું; ઠેકાણે લાવવું. 8. To appoint: નીમવું; ઠરાવવું; નક્કી-મુકરર ક૦; ઠેરવવું. 9. To compose: છાપવાનાં બીબાં ગેાઠવવાં. *To* **S.** *about*, to begin: માંડવું; શરૂ ક૦. *To* **S.** *against*, to set in comparison with: મુકાબલે લાવવું; મુકાબલેા ક૦. *To* **S.** *apart*, to reserve: જુદું કાઢવું-મૂકવું-રાખવું. *To* **S.** *aside*, (*a*) to omit: હિસાબ-ગણત્રીમાં ન લેવું; રદ્દ-બાતલ ક૦. (*b*) to reserve: જુદું કાઢવું; રાખી મૂકવું. *To* **S.** *at ease*, to quiet: નિરાંત વાલવી; શાંત ક૦; જીવ હેઠેા પાડવેા. *To* **S.** *at naught*, to undervalue: નહિ ગણકારવું; તુચ્છકારવું; ન લેખવવું. *To* **S.** *a trap*, to lay a plan to deceive: જાલ પાથરવી; છટકું માંડવું; કાવતરું રચવું. *To* **S.** *work* or *to* **S.** *to work*, (*a*) to cause to enter on work or action: કામે વલગાડવું; પા-

સે કામ કરાવવું. (*b*) to apply one's self: કરવા મંડવું–લાગવું; મંડી જવુ. *To* S. *before*, to exhibit: દેખાડવું; બતાવવું; રજુ કo. *To* S. *by*, to reject: રદ્‌–ના મંજુર કo. *To* S. *down*, to register: લખવું; માંડવું: નેાંધવું. *To* S. *forth*, to exhibit: બતલાવવું; જણાવવું;જાહેર કo. *To* S. *free*, to liberate: છોડવવું: છોડવું; મુક્ત કo. *To* S. *in*. to begin: બેસવું; શરૂઆત કo. *To* S. *of*, to value: કિંમત કરવી; કદર બુજવી;ગણવું; લેખવવું. *To* S. *off*, (*a*) to separate: જુદું–નોખું–નિરાલું પાડવું–રાખવું–કાઢવું (*b*) to adorn: શોભાવવું; દીપાવવું; શણગારવું. *To* S. *off against*, to place against as an equivalent: સામો અવેજ માગવો–કાઢવો; સામાબદલા તરીકે માગવું. *To* S. *on foot*, to start: શરૂ કરવુ; ચલાવવું; ઉભું કરવું; ચાલુ કo; માંડવું. *Ta* S. *out*, (*a*) to show; to prove: બતાવવું; સાબેત કરી આપવું. (*b*) to state: વિગતવાર કહેવું–બતલાવવું. *To* S. *right*, to correct: સુધારવું; દુરસ્ત કo. *To* S. *to*, to affix to: લગાડવું; વલગાડવું; ચોંટાડવું; મારવું. *To* S. *up*, (*a*) to erect: ઉભું કo; બાંધવું. (*b*) to found: સ્થાપવું; માંડવું: કાઢવું. (*c*) to raise; to utter loudly: બૂમ પાડીને–તાણીને–મ્હોટેથી કહેવું. *vi*. To decline: અસ્ત પામવું; આથમવું. 2. To plant: વાવવું; રોપવું. 3. To become fixed: મજબૂત બંધાયેલું હોવું; ચ્હોંટી જવું. 4. To congeal: જામવું; ઠરી જવું. 5. To start (now followed by *out*): નિકલવું; ઉપડવું. 6. To undertake earnestly: મચવું; મંડવું; લાગવું; હાથમાં લેવું. *To* S. *about*, to begin: શરૂ કo; માંડવું; આરંભવું. *To* S. *off*, to start: ઉપડવું; નિકલવું. *To* S. *on or upon*, to attack: હુમલો–ચઢાઈ કo; ધસી આવવું; તૂટી પડવું. *To* S. *out*, to begin a journey: નીકલવું; ઉપડવું. *a*. Immovable: મજબૂત; ચોંટી રહેલું. 2. Firm;obstinate: દૃઢ; હઠીલું;જક્કી. 3. Regular; uniform: નિયમિત; નિયમસરનું; રીતસરનું. 4. Established: ચાલતું;ચાલુ. *Set* speech: આગલથી તૈયાર કરી રાખેલું ભાષણ. *n*. A suit: જોડ; વર્ગ; જાતિ. 2. A group: મંડલ;ટોળું;જમાત. *Dead* S., a determined onset: જુસ્સા ભરેલો હુમલો; ધસારો. *To make a dead* S., to make a determined onset: જુસ્સાભેર હુમલો કo.

Set-off, (સેટ્‌ ઑફ્‌) *n*. A cross demand: સામો દાવો.

Settle, (સેટલ) *vt*. To establish in life: રોજગારે–ધંધે વલગાડવું;રસ્તે પાડવું–નાંખવું. 2. To still; to calm: નરમ–શાંત પાડવું; ઠેકાણે લાવવું. 3. To render pure or clear: નિતરૂં–સ્વચ્છ–નિર્મલ–ચોખ્ખું કo; ઠરવા દેવું; કચરો નીચે બેસાડવો. 4. To decide: ચુકાદો–ફેંસલો–નિવેડો કo; નક્કી કo; સમાધાન કo. 5. To adjust: પતાવવું; ચૂકવવું; નિકાલ–તોડ કાઢવો; હિસાબ નક્કી કo. 6. To colonize: વસાવવું; વસ્તી કરવી. *To* S. *on* or *upon*, to assure to: કરી આપવું; નામપર કo–ચઢાવવું. *vi*. To fix one's residence: વસવું; ઘર કરીને રહેવું; ઘર માંડવું; ઠરીઠામ થવુ. 2. To become firm, dry and hard: સુકું–કઠણ થવું; જામવું; બંધાઇ જવું; પાકું થવું. 3. To sink to the bottom: તલિએ–નીચે બેસવું; જામવું; ઠરવું. 4. To adjust differences or accounts: કજીઆ–હિસાબ પતાવવો; હિસાબ કo; નિકાલ–તોડ કાઢવો.

Settlement, (સેટલ્મેન્ટ્‌) *n*. Arrangement; adjustment: સ્થાપના; ઠરાવ; નિયમ; તોડ: નિકાલ; ફેડચો; ફેંસલો. 2. (*Law*.) Disposition of property: મિલકતની વ્યવસ્થા–ગોઠવણ. 3. A colony newly established: સંસ્થાન. 4. A jointure made to a woman at her marriage: કન્યાને તેના લગ્ન વખતે કરી અપેલું આવકનું સાધન.

Settler, (સેટલર્‌) *n*. A colonist: વાસ કરનાર; વસનાર; વસાવનાર.

Seven, (સેવન) *a*. & *n*. [L. *septem*.] One more than six: સાત.

Seven-fold, (સેવેન-ફોલ્ડ્‌) *a*. repeated seven times: સાત ગણું; સાતપુટ; સાતવાર.

Seventeen, (સેવન્ટીન) *a*. & *n*. One more than sixteen: સત્તર; ૧૭.

Seventeenth, (સેવન્ટીન્થ્‌) *a*. & *n*. Next in order after the sixteenth: સત્તરમું; સત્તરમો ભાગ.

Seventhly, (સેવન્થ્લિ) *adv*. In the seventh place: સાતમું એ કે. [illegible]

Seventieth, (સેવન્ટિઍથ) *a*. Next in order after the sixtyninth: સિત્તેરમું.

Seventy, (સેવન્ટિ) *a*. Seven times ten: સિત્તેર. *n*. *pl*. **Seventies**.

Sever, (સેવર્‌) *vt*. [L. *separo*, I sever.] To divide: જુદું–છુટું કo–પાડવું. *vi*. To be separated: ફાટવું; ફાટીને–કપાઈને જૂદું પડવું–થવું; ચિરાઇ જવું.

Several, (સેવરૅલ) *a*. Separate: જૂદું; છૂટું; નોખું; ઈલાહિદું. 2. Divers; sundry: કેટલાએક; કેટલાક; અનેક.

Severance. (સેવરૅન્સ) *n*. Separation: અલગપણું; જૂદાઈ; વિયોગ.

Severe, (સીવીઅર્‌) *a*. [L. *severus*.] Grave: ગંભીર; કરડું. 2. Harsh; rigorous: સખ્ત; કઠણ; કઠોર. 3. Inclement: સખત; કડકડતી.

Severity, (સીવેરિટિ) *n*. *pl*. **Severities** Harshness: સખ્તાઈ; કરડાકી; કઠોરપણું; કઠણાઈ. 2. Exactness: સખ્તપણું; અતિશય ચોકસપણું.

Sew, (સો) *vt*. & *vi*. [L. *suo*, I sew.] To unite by stitches: સીવવું; સીવણ કામ કo.

Sewage, (સ્યૂએજ્‌) *n*. The contents of a sewer or drain: ગટરમાંનું પાણી–કચરો.

Sewer, (સ્યૂઅર્‌) *n*. A drain to carry off water and filth under ground: ગટર; નલ; નીક.

Sewing, (સોઈન્ગ્‌) *n*. The occupation of one who sows: સીવવું તે; સીવવાનો ધંધો–રોજગાર; સીવણ. 2. That which is sewed: સીવેલી ચીજ; સીવણકામ.

Sex, (સેક્સ્‌) *n*. [L. *seco*, I cut.] The distinction between male and female: જાતિ; સ્ત્રીપુરૂષભેદ. *The* S., the female sex: ઓરતજાત; અબલાજાતિ.

Sexagenarian, (સેક્સૅજનેરિઍન) *n*. A person sixty years old: સાઠ વરસનું માણસ.

Sexennial, (સેક્સેન્નિઍલ્‌) *a*. [L. *sex*, & *annus*, a year.] Lasting six years, or happening once in six years: ૭ વરસ ચાલે એવું; ૭ ૭ વરસે આવતું–થતું–બનતું; ષટ્‌વાર્ષિક.

Sexton, (સેક્સટૉન) *n.* An under officer of a church: ખ્રિસ્તી દેવલની સંભાલ રાખનાર તથા કબર ખોદવા અને ઘંટ વગાડવાનું કામ કરનાર માણસ.

Sexual, (સેક્સ્યૂઅૅલ્) *a.* [L.*sexus*, sex.] Pertaining to sex: જાતી સંબંધી-નું-વિષે; સ્ત્રી પુરૂષનું.

Shabby, (શૅબિ) *a.* Torn; mean: ફાટું તુટું; ફાટેલું; જુનું પુરાણું;ભીખારી જેવું;ચિયરેહાલ;હલકું. 2. Paltry; despicable: નીચ; તુચ્છ; તિરસ્કાર કરવા જેવું; અધમ.

Shackle, (શૅકલ્) *n.* Handcuffs: બેડી; જંજીર; સાંકલ. 2. That which prevents free action: ડખલ; નડતર; વિઘ્ન; અડચણ. *vt.* To fetter; to chain: હાથ પગ બાંધવા; હાથકડી પહેરાવવી; બેડી-જંજીર ઠોકવી.

Shade, (શેડ્) *n.* Interception of light: છાયા; છાંયડો; પડછાયો; ઓલો. 2. Darkness; obscurity; અંધારૂં; અંધકાર. 3. A shady place: એકાંત જગ્યા; ઘટા. 4. Protection; shelter: બચાવ; પડદો; રક્ષણ. 5. A spirit; a ghost: મુએલા માણસનો જીવ; ભુત. 6. The darker portion of a picture: ચિત્રનો ઝાંખો-છાયાવાલો ભાગ. *vt.* To shelter:ઓલો પાડવો; ઓઠા-ઓલામાં મુકવું; પડછાયો-છાંયડો ક૦. 2. To protect; to hide:રક્ષણ ક૦;ઢાંકવું;બચાવવું;છુપાવવું; સંતાડવું. 3. To obscure: અંધારૂં ક૦; ઝાંખું ક૦-પાડવું; અંધકાર ક૦. 4. To paint in obscure colors: ઘેરા-ઝાંખા રંગે રંગવું-ચિતરવું; ઘેરૂં ક૦.

Shadow, (શૅડો) *n.* Shade: પડછાયો; ઓલો; છાંયો. 2. Darkness:અંધારૂં; અંધકાર. 3. Shelter; protection: બચાવ; આશ્રય; આશરો. 4. An inseparable companion: હમેશનો સોબતી; સાથી. 5. A spirit; a ghost: પ્રેત; ભુત. *vt.* To shade: છાયો-છાંયડો ક૦. 2. To protect: રક્ષણ ક૦; બચાવ ક૦. 3. To darken: અંધારૂં ક૦.

Shadowy, (શૅડોઈ)*a.* Full of shade:છાયાવાલું; છાયામય; શિતલ. 2. Dark: અંધકારવાલું;ઝાંખું;મંદ; આછું. 3. Unreal: કાલ્પત; છાયારૂપ; ખોટું.

Shady, (શેડિ) *a.* Having or in shade: છાયા-છાંયડાવાલું; ઘણી છાયા હોય એવું.

Shaft, (શૅફ્ટ્)*n.* The stem of an arrow:તીરનું રાડું. 2. The trunk of a plant: ઝાડનું થડ. (*b*) The stem of a feather: પીંછાનો ખરડો-કાંઠો. (*c*) A part of candlestick: ઝુમ્મરનો વચલો ભાગ. (*d*) The handle of an istrument (*as a hammer, whip, etc*):કોઇ હથિયાર-ઓજારનો હાથો; દાંડો.

Shaggy, (શૅગિ) *a.* Rough with long hair or wool: જાડા વાલવાલું; ગુચ્છાવાલું;ગુચ્છાદાર. 2. Rough; rugged: ખડબચડું; ખરછટ.

Shake, (શેક્) *vt.* [*Imp.* **Shook**, *p.p.* **Shaken.**] To make to tremble; to agitate: હલાવવું; હલાવી નાંખવું; ધ્રુજાવવું; ડોલાવવું. 2. To cause to waver: ડામાડોલ-ઘચુપચુ ક૦. 3. To thrill: અવાજ થરડાવવો. 4. To remove by agitating:ઝાટકી નાંખવું;ખંખેરી નાંખવું-કાઢવું;ખંખેરવું. *To* **S.** *hands*: હાથ મેલવીને નમસ્કાર ક૦. *vi.* To tremble: હાલવું; ઝોકા ખાવા; કાંપવું; ધ્રુજવું; થરથરવું. *n.* A trembling; કંપારો; ધ્રુજારી; થરથરાટ.

Shaky, (શેકિ) *a.* Shaking or trembling: ધ્રુજતું; કાંપતું. 2. Tottering: પડુ પડુ થઈ રહેલું; ખરિયા ખડખંડ.

Shall, (શૅલ્)*vi.* & *auxiliary.*[*Imp.***Should**] To be under obligation for: ફરજ પડવી-હોવી; જોઇએ.

Shallow, (શૅલો) *a.* Not deep: છાલકું; છાછરૂં. 2. Ignorant; superficial: ઉપર ચોટિયું; ઉપર ટપકેલું; લઇ નાઠેલું; અજ્ઞાન.

Shalt, (શૅલ્ટ્) *2nd per. sing. of* Shall: 'શૅલ'નો બીજો પુરૂષ એક વચન.

Sham, (શૅમ્) *n.* A make-believe; humbug: ઠગાઈ; છેતરબાજી; ઢોંગ. *a.* False: unreal: ખોટું; જુઠું; બનાવટી. *vt.* & *vi.* To cheat: ઠગવું; છેતરવું. 2. To feign: ઢોંગ-દેખાવ ક૦. *To* **S.** *Abraham*, to feign sickness: માંદું-આજારી પડવાના ઢોંગ ક૦.

Shame, (શેમ્) *n.* A painful sensation excited by a consciousness of guilt: લજ્જા; લાજ; શરમ. 2. Dishonor: કલંક; તિરસ્કાર; બેઆબરૂ; અપમાન; હીનપસતી. *For* **S.**, you should be ashamed: તમારે શરમાવું જોઈએ; શરમાઓ; લજવાઓ; નીચું જુઓ. *To put to* **S.**, to humiliate: શરમાવવું; નીચું જોવડાવવું. *vt.* To put to shame: શરમાવવું; લજવાવવું; નીચું જોવડાવવું. 2. To dishonor: બેઆબરૂ ક૦; એબ લગાડવી.

Shamefaced, (શેમ્ફેસ્ટ્) *a.* Bashful: modest: શરમાલ; શરમાઉ.

Shameful, (શેમ્ફુલ્) *a.* Disgraceful: લાજ લાગવા જેવું; લાજવા-શરમાવા જેવું. 2. Indecent: બેશરમ; નિર્લજ; અમર્યાદ.

Shameless, (શેમ્લેસ્) *a.* Immodest: શરમ વિનાનું; બેશરમ; અમર્યાદ; નિર્લજ્જ; ભાંડ.

Shampoo, (શૅમ્પૂ) *vt.* To press or knead the body: દિલ ચાંપવું; ચંપી ક૦-કરાવવી. 2. To wash thoroughly, as the head: કોઈનું માથું ચોલીને ધોવું. *n.* The act of shampooing: ચંપી કરાવવી તે; ચંપી.

Shank, (શૅન્ક્) *n.* The part of the leg from the knee to the foot: the shin: ઢીંચણથી ઘુંટી લગીનું પગનું હાડકું; પગનો નલો. To ride *shank's* mare, to walk: પગે ચાલીને જવું; ચાલવું.

Shape, (શેપ્) *vt.* To form: બનાવવું; ઘડવું; ઉત્પન્ન કરવું; ઘાટ ઘડવો-બનાવવો. 2. To regulate: ચલાવવું; વ્યવસ્થા-રચના ક૦; રચવું; ગોઠવવું. 3. To conceive: કલ્પવું; ધારવું; અનુમાન ક૦. *n.* Figure; form: ઘાટ; રૂપ; આકાર; આકૃતિ; ડોલ. 2. A pattern: નમુનો.

Shapeless, (શેપ્લેસ્) *a.* Having no shape or regular form: બેડોલ; બદશિકલ; કદરૂપું.

Shapely, (શેપ્લિ) *a.* Well-formed: ઘાટદાર; ડોલદાર; રૂપાલું; રૂપવાન; સુંદર; દેખાવડું.

Share, (શૅર્) *n.* A part; a portion: ભાગ; અંશ; હિસ્સો; વારો; વાંટણી. *To go* **S.***s*, to partake: ભાગ પાડવા; સરખા ભાગ ક૦. **S.** *and* **S.** *alike*, in equal shares: સરખે ભાગે. *vt.* To divide:વહેંચવું; ભાગ-વિભાગ ક૦-પાડવા; હિસ્સા ક૦. *vi.* To receive a portion:ભાગ હોવો-મેલવવો.

Share-holder, (શૅર્-હોલ્ડર્) *n.* One who

holds or owns a share in a joint fund: ભાગીઓ; ભાગીદાર; હિસ્સેદાર; પાંતિદાર.

Shark, (શાર્ક્) *n.* [L. *carcharus*, a kind of dog-fish.] A large fish with sharp teeth: એક જાતની માછલી; શાર્ક. 2. A sharper: ધૂતારો; ઠગ. 3. Fraud: છેતરપંડી; ઠગાઈ.

Sharp, (શાંર્પ્) *a.* Not blunt or dull; keen: તેજ; પાણીદાર; ધાર–અણીદાર–વાળું. 2. Pungent; sour: તમતમાટવાળું; ઝાટકો લાગે એવું; જલદ; નાક ફાડી નાખે તેવું. 3. Sarcastic; severe: કરડું; મર્મભેદક; કઠોર; કડક; હાડોહાડ લાગે એવું; સખ્ત. 4. Sagacious; clever: પોહોચેલું; ચાલાક; હોંશીઆર; ચતુર. 5. Fierce; fiery: જુસ્સાદાર; ભારે; જબરૂં. 6. Steep; precipitous: ઉભું; સીધું. *Look* **S.**, be alert: ખબરદાર; હુશિયારી રાખજો.

Sharp-edged, (શાંર્પ્-ઍજ્ડ્) *a.* Having a sharp edge; pointed: ધારવાળું; અણીદાર.

Sharpen, (શાંર્પન્) *vt.* (*a*) To give edge or point to: ધાર ચઢાવવી; તેજ–અણીદાર ક૰. (*b*) To make more eager: ચાલાક–ચપલ ક૰; ઉશ્કેરવું. (*c*) To make severe: હાડોહાડ લાગે એવું–કરડું–સખત કરવું. *vi.* To become sharp: ધારદાર થવું.

Sharper, (શાંર્પર્) *n.* A swindler: ઠગ; લુચ્ચો; ધૂતારો; ઢોંગી; પ્રપંચી.

Sharpness, (શાંર્પ્નૅસ્) *n.* Acuteness: પાણી; તેજ; ધાર; હોંશીઆરી; ચતુરાઈ.

Sharp-sighted, (શાંર્પ્-સાઇટૅડ્) *a.* Having acute sight: બારિક નજર–બુદ્ધિવાળું; નજરબાજ; ચપલ; પહોંચેલું.

Sharp-witted,(શાંર્પ્-ઉવિટૅડ્) *a.* Sagacious: બુદ્ધિવાળું; પાકી નજરનું; હાજર જવાબી.

Shatter, (શૅટર્) *vt.* To break to pieces: કકડે-કકડા કરી નાંખવા; કચરઘાણ ક૰; ખુર્દો ક૰; ભાગી નાંખવું. 2. To disorder: અવ્યવસ્થ ક૰; વેરવિખેર ક૰; ધૂલધાણી ક૰; નાશ ક૰. *n.* A fragment: કકડા; ચુરા.

Shave,(શેવ્) *vt.*[*p.p.* **shaved** *or* **shaven**.] [L.*scabo*, I scratch.] To pare off with a razor: મુંડવું; હજામત ક૰; બોડવું. 2. To cut in thin slices: ઝીણી ઝીણી કાતરી કરવી; છોલવું.

Shaving, (શેવિન્ગ્) *n.* The act of shaving: હજામત; મુંડન. 2. That which is shaved off: છોતરાં; છોડાં.

Shawl. (શૅાલ્) *n.* A cloth of wool, cotton or silk: દોશાલો; શાલ. *vt.* To wrap in a shawl: શાલ–દુશાલામાં લપેટવું–વિંટવું.

She,(શી)*Pron.* This or that female: તે સ્ત્રી; તેણી.

Sheaf, (શીફ્) *n. pl.* **Sheaves**. A bundle of grain or straw: પૂલો; પૂલી; ભારો; ભાથો. *vt.* & *vi.* To bind in a sheaf: પૂલો–ભારો બાંધવો.

Shear, (શીઅર્) *vt.* [*Imp.* **Shore**, *p. p.* **Shorn**.] To cut or clip: કાતરવું; કાપવું; છાંટવું; કાતરી લેવું; ઉતારવું.

Shears,(શીઅર્ઝ્) *n. pl.* A cutting instrument: કાતર. 2. Anything in the form of shears: કાતરના અકારની ચીજ.

Sheath, (શીથ્) *n.* A scabbard: તલવાર, છરી વિગેરેનું ઘર; મ્યાન; મેલ્યુ. 2. Any sheathlike covering: ઢાંકણ; પડદો.

Sheathe, (શીધ્) *vt.* To put into a sheath: મ્યાન ક૰; મ્યાનમાં ઘાલવું. 2. To case or cover with something: મઢવું; જડવું; અસ્તર–ઢાંકણ ક૰. *To* **S.** *the sword*, to make peace: સલાહ ક૰; સમાધાન ક૰.

Sheathing, (શીધિન્ગ્) *n.* The covering of a ship's bottom: વહાણના તલીઆપર જડેલાં પતરાં.

Sheave, (શીવ્) *n.* The wheel of a pulley: કપ્પીનું પૈડું–ચાક. *vt.* To collect: એકઠું–ભેગું ક૰.

Shed, (શૅડ્) *n.* A hut: ઝુંપડી; છાપરી. *vt.* [*Imp.* & *p.p.* **Shed**.] [L. *scindo*, I cleave.] To emit: બહાર કાઢવું; કાઢવું; પાડવું; નાંખવું; ફેંકવું; પાંથરવું; છાંટવું. *vi.* To pour: ટપકવું; ખરવું; ટપકાં પડવાં.

Sheep, (શીપ્) *n.* *Sing* & *pl.* The well-known animal covered with wool: ઘેટું; મેઢું. 2. A silly fellow: મૂર્ખ માણસ: બેઅકલી.

Sheep-biter,(શીપ્-બાઇટર્) *n.* One who practises petty thefts: હલકી–નાની ચોરી કરનાર; ચોર.

Sheepcot-fold, (શીપકૉટ્-શીપ્ફોલ્ડ્) *n.* An inclosure for sheep: મેંઢાં–ઘેટાં રાખવાનો વાડો મેષશાલા.

Sheepish, (શીપિશ્) *a.* Bashful: શરમાલ; બીકણ; દમ વગરનું; નમ્ર; રાંક.

Sheep-walk, (શીપ્-ઉવૉક્) *n.* A pasture for sheep: ઘેટાંને ચરવાનું જંગલ.

Sheer, (શીઅર્) *a.* Pure: સ્વચ્છ; નિર્મલ; ચોખ્ખું. 2. Obvious; mere: બિલકુલ; ફક્ત; શુદ્ધ; તદન; કેવલ; હડહડતું; માત્ર. *adv.* Quite; at once: સ્પષ્ટ; એકદમ; છેક. *vi.* To swerve: કોરે ખસવું; ડોલવું; આડું તીડું જવું–ફાટવું. *pl.* Shears: કાતર.

Sheet, (શીટ) *n.* (*a*) A broad piece of cloth: ચાદર. (*b*) A broad piece of paper: તાવ; તાર. (*c*) A plate; a leaf (*of metal.*): પતરૂં; પાનું; વરખ. (*d*) A sail: સઢ. *A* **S.** *in the wind*, half drunk: અડધો પીધેલ–ચઢેલો. *Both* **S.***s in the wind*, very drunk: ઘણોજ પીધેલો–ચઢી ગયેલો; નિશામાં ચકચૂર–ઘેંઘટ. *vt.* To cover with a sheet: ચાદરમાં લપેટવું–વિંટાલવું.

Sheet-anchor, (શીટ્-ઍન્કર્) *n.* A large anchor: મોટું લંગર. 2. A sure support: ખરેખરો–ખાતરી ભરેલો આધાર; છેલ્લો ઉપાય; છેવટનો આધાર.

Sheeting, (શીટિન્ગ્) *n.* Cloth used for bed sheets: ચાદર કરવાનું કપડું.

Shekel, (શૅકેલ્) *n.* An ancient weight and coin: એક જાતનું યાહુદી લોકનું વજન–સિક્કો.

Shelf, (શૅલ્ફ્) *n. pl.* **Shelves**. A board fixed on a wall for laying things on: અભરાઈ. 2. A rock: રેતીના ખડકો; ખરાબો; ભાઠું. *To lay on the* **S.**, dismiss: નકામું ગણીને કોરે મૂકવું; અભરાઇએ ચઢાવવું; રદ ક૰.

Shell, (શૅલ્) *n.* The hard covering of some animals: કોટલું; છીપ; શીપ; શંખ. 2. A bomb: છરાનો ગોલો; ગરભછાંટ. 3. A framework: ખોખું; ચોકઠું. *vt.* To break off the shell of: કોટલુ-

ફેંકવું; ફેંકવું; ભાગવું. 2. To bombard: ગોળા માર-વા–નાંખવા; ગોળીનો મારો ચલાવવો.

Shelter, (શેલ્ટર્) *n.* A protection: આશ્રય; ઓઠું; રક્ષણ; બચાવ; છત્ર. 2. A guardian: રક્ષણ કરનાર; રક્ષક; વાલી. 3. Security: સલામતી; છાંયો; આશરો. *vt.* To shield; to protect: રક્ષણ–બચાવ ક૦; બચાવવું; આશ્રય આપવો. 2. To conceal: સંતાડવું; છુપાવવું. *vi.* To take shelter: સંતાવું; ભરાવું; આશરો લેવો.

Shelterless, (શેલ્ટર્લેસ્) *n.* Destitute of shelter or protection: નિરાધાર; નિરાશ્રિત; અનાથ.

Shelve, (શેલ્વ્) *vt.* To furnish with shelves: અભરાઇ મૂકવી–જડવી. 2. To place on a shelf: અભરાઇ ઉપર મૂકવું. 3. To put aside: કોરે મૂકવું; ઉંચું મૂકવું; વિસારી નાંખવું. *vi.* To be sloping: ઢળતું–ઢોળાવવાળું હોવું; ઢળવું; નમતું હોવું.

Shepherd, (શેપર્ડ્) *n.* A swain: ભરવાડ; રબારી. 2. A pastor: પાદરી.

Shepherdess, (શેપર્ડેસ્) *n.* A woman who tends sheep: ભરવાડણ; રબારણ.

Sheriff, (શેરિફ્) *n.* The chief officer of a shire or county: નાજર; શેરીફ.

Sherry, (શેરિ) *n.* A Spanish light-colored dry wine: એક જાતનો સ્પેનનો દારૂ; શેરીવાઈન.

Shew, (શો) *vt.* & *i.* Same as **Show**.

Shield, (શીલ્ડ્) *n.* A broad piece of defensive armor carried on the arm: ઢાલ. 2. Defence: આશ્રય; બચાવ. 3. One who protects: બચાવ–રક્ષણ કરનાર; રક્ષક; રક્ષણકર્તા. *vt.* To defend: બચાવ–રક્ષણ ક૦; સંભાળવું.

Shift, (શિફ્ટ્) *vt.* To change the place of: એક જગ્યાએથી બીજીએ જવું; જગા ફેરવવી–બદલવી; ખંગરવું; ખાલી ક૦; ખસેડવું. 2. To change: બદલવું; ફેરવવું. 3. To change the clothing of: કપડાં બદલાવવાં; કપડાં બદલવાં. 4. To put off: ઉડાવવું; સમજાવી કાઢવું. *n.* (*a*) Change: ફેરફાર. (*b*) An expedient tried in difficulty: ઉપાય; યુક્તિ; તોડ; હિકમત; રસ્તો. (*c*) An evasion; a trick: દગો; કપટ; પ્રપંચ. 2. The change of one set of workmen for another: કામ કરનાર માણસોની બદલી; પાળી.

Shiftless, (શિફ્ટ્લેસ્) *a.* Destitute of, or not using successful expedients: જેને તોડ–યુક્તિ ન સુઝે તેવું; ઉપાય રહિત; નિરૂપાય; લાચાર.

Shifty, (શિફ્ટિ) *a.* Full of shifts: તરત યુક્તિ–તોડ કાઢે એવું; સમયસૂચકતાવાળું; યુક્તિબાજ; સમયસૂચક.

Shilling, (શિલિન્ગ્) *n.* A silver coin of Great Britain: બાર પેન્સની કિંમતનું અંગ્રેજી નાણું; શિલીંગ.

Shimmer, (શિમર્) *vi.* To gleam; to glimmer: આછું ચલકવું; ઝાંખું અજવાળું પડવું. *n.* A glimmer: આછું–ઝાંખું અજવાળું–પ્રકાશ.

Shin, (શિન્) *n.* The front part of the leg: પગ-[નો નળો.

Shine. (શાઈન્) *vi.* [*Imp.* & *pp.* **Shone.**] To give light: પ્રકાશવું; ચલકવું; ઝલકવું; ઉજાસ નાંખવો; પ્રકાશ પાડવો. 2. To be effulgent in splendor or beauty: ભભકા અથવા ખુબસૂરતીમાં અતિશય તેજસ્વી હોવું; બિરાજવું; દીપવું. 3. To be eminent: નામ કાઢવું; પ્રસિદ્ધ–પ્રખ્યાત થવું.

Shingle, (શિંગ્ગલ્) *n.* A piece of wood sawed thin: પાતળું વેહેરેલું પાટિયું. 2. A sign board: નામનું પાટિયું. 3. Loose gravel and pebbles: મરડીયા; કાંકરા. *vt.* To cover with shingles: પાટિયાં જડવાં.

Shining, (શાઇનિન્ગ્) *a.* Bright: ચલકતું; પ્રકાશ–તેજ મારતું; તેજસ્વી; તેજોમય. 2. Illustrious: પ્રખ્યાત; નામીચું. *n.* Brightness: પ્રકાશ; તેજ.

Shiny, (શાઈનિ) *a.* Bright; unclouded: ચલકાટવાળું; ઝલકતું; ખોલ્લું.

Ship, (શિપ્) *n.* Any large seagoing vessel: વહાણ; ઝાઝ; નૌકા; બારકસ. *To take* **s.**, To embark: વહાણે ચઢવું. *vt.* To put on board of a ship: વહાણમાં મોકલવું–મોકલી દેવું–ચઢાવવું. 2. To engage for service on board of a ship: વહાણમાં નોકરી રાખવું. 3. To receive on board a ship: વહાણ પર લેવું.

Ship-board, (શિપ્-બોર્ડ્) *n.* A ship: વહાણ.

Ship-boy, (શિપ્-બૉય્) *n.* A boy who serves in a ship: વહાણમાં નોકર રહેલો પોર્યો–છોકરો.

Ship-chandler, (શિપ્-ચૅન્ડલર્) *n.* One who deals in furniture of vessels: દોરડાં કંતાન વિગેરે વહાણનો સામાન વેચનાર–વાળો.

Ship-master, (શિપ્-મૅસ્ટર્) *n.* The commander of a ship: નાખુદા; ટંડેલ; નૌકાધિપતિ.

Shipmate, (શિપ્-મેટ્) *n.* A fellow sailor: એકજ વહાણમાં ભેગા નોકરી કરનાર ખલાસી.

Shipment, (શિપ્મેન્ટ્) *n.* The act of shipping: વહાણમાં માલ ભરવો તે. 2. That which is shipped: વહાણમાં ભરેલો માલ.

Shipping, (શિપિન્ગ્) *n.* The act of one who, or that which ships: માલ ભરવો–મોકલવો તે. 2. The collective body of ships in one place: એક જગાનાં બધાં વહાણ; નૌકા સમસ્ત. *To take* **s.**, to embark: વહાણે ચઢવું; સફરે નીકળવું.

Ship-wreck, (શિપ્-રેક્) *n.* The destruction of a ship: વહાણના ભાગીને કકડે કકડા થઈ જવા તે; નૌકાભંગ; નૌકાનાશ. 2. Destruction: સત્યાનાશ; પાયમાલી. *vt.* To destroy, as a ship at sea: વહાણ ભાગવું–નો નાશ થવો.

Ship-wright, (શિપ્-રાઈટ્) *n.* A builder of ships: વહાણ બાંધનાર; વાહડિયો; નૌકાકાર.

Ship-yard. (શિપ્યાર્ડ્) *n.* A place where ships are built or repaired: વહાણ બાંધવાની કે સમારવાની જગા–વાડો; ગોદી.

Shire, (શાઈઅર્) *n.* A county: પ્રાંત; જીલ્લો; મહાલ; પ્રગણું; તાલુકો.

Shirk, (શર્ક્) *vt.* To avoid; to neglect: છટકી–નીકળી જવું; માથેથી કાઢી નાંખવું; કામ–ફરજના અખાડા ક૦.

Shirt, (શર્ટ્) *n.* A loose under-garment: ખમીસ; બદન; બંડી. *vt.* & *vi.* To cover with a shirt: ખમીસ–બદન–બંડી પહેરાવવી–પહેરવી.

Shiver, (શિવર્) *vi.* To tremble: ધ્રૂજવું; કાંપવું; થરથરવું. *vt.* To cause to shake: હલાવવું; ધુણાવવું; ફગફગાવવું; ચકાવવું. *n.* Trembling; ધ્રૂજારો; થરથરાટ.

Shivering, (શિવરિન્ગ્) *n.* Trembling: ધ્રુજારો; કંપારો; થરથરાટ; ધ્રુજરી. *a.* Trembling; vibrating: ધ્રુજતું; કાંપતું.

Shoal, (શોલ્) *n.* A place where the water is shallow: ઓછાં-છાછરાપાણીવાલી જગા; ભાઠું. 2. A sand bank: રેતીની ખડક.

Shock, (શૉક્) *n.* A violent shake: અથડા અથડી; ધક્કો; આંચકો; હડસેલો. 2. A sudden agitation of the mind or feelings: આવેશ; જોરસો; આંચકો; કમકમાટ. *vt.* To shake by violence: આંચકો-ધક્કો-હડસેલો મારવો. 2. To disgust: કંટાલો પમાડવો-ઉપજાવવો; ત્રાસ દેવો-આપવો.

Shocking, (શૉકિન્ગ્) *n.* Disgusting; offensive: કંટાલો-નાખુશી ઉપજાવે એવું; અઘોર; ત્રાસદાયક; ઘોર; કમકમાટભર્યું.

Shod, (શૉડ્) *Imp*&*p.p.* of **Shoe**.: જોડા પહેરેલું; [નાલ જડયું-જડેલું.

Shoe, (શૂ) *n.* A covering for the human foot: પગરખું; જોડો; જુતી: ખાસડું. 2. A rim of iron nailed to the hoof of an animal: નાલ. *Wooden* **s.**: પાદુકા; પાવડી. *vt.* [*Imp.*&*p.p.* **Shod.**] To furnish shoes: નાલ જડવી-ઠોકવી.

Shoe-black, (શૂ-બ્લૅક્) *n.* One who polishes shoes: જોડાને ઘસીને સારૂં કરનાર.

Shoe-maker, (શૂ-મેકર્) *n.* One who makes shoes and boots: મોચી.

Shook, (શુક્) *pa. t.* of **Shake**: હલાવ્યું.

Shoot, (શૂટ્) *vt.* [*Imp*,&*p.p.* **Shot.**] To dart; or discharge: છોડવું; મારવું; ફેંકવું; નાખવું; ગોલી છોડવી. 2. To kill or wound with a firearm: ગોલીથી મારી નાંખવું અથવા ઘાયલ-જખમી ક૦; તીર-ગોલીથી મારવું. *vi.* To cause to discharge: ફોડવું; ફેંકવું; છોડવું. 2. To discharge a missile: ફુટવું; બાર થવો. 3. To dart with a piercing sensation: ચસકો આવવો; કલ લાગવી-નીકલવી. 4. To germinate: ફુટવું; ફુટી-ઉગી નીકલવું. 5. To grow; to advance: આગલ વધવું-ચાલવું; મ્હોટું થવું; વધવું. *n.* A shot: બાર; ગોલી મારવી તે. 2. A young branch or growth: અંકુર; ફણગો.

Shooting, (શુટિન્ગ્) *a.* Of, or pertaining to shooting: બંદુક-ગોલી-તીર છોડવા-મારવા સંબંધી-નું-વિષે. **S.** pain: ચસકો; ચસક; સણકો; ઝાટકો.

Shooting-star, (શુટિન્ગ્-સ્ટાર્) *n.* A meteor: ખરતો તારો.

Shop, (શૉપ્) *n.* A building in which goods are sold by retail: દુકાન; હાટ. 2. A building in which mechanics work: કારખાનું; ઉદ્યોગશાલા. *To talk* **s.**, to make one's business the topic of social conversation: વાતચિતમાં પોતાના કામકાજ-ધંધાની વાત લાવવી. *vi.* To visit shops for the purpose of purchasing goods: માલ ખરીદવાને દુકાનોમાં જવું.

Shop-keeper, (શૉપ્-કીપર) *n.* A trader who sells goods in a shop: દુકાનદાર.

Shore, (શૉઅર્) *n.* The coast or land adjacent to an ocean, lake or large river: તીર; કાંઠો; કિનારો.

Shoreless, (શૉઅર્લેસ્) *a.* Of unlimited extent: કિનારા વગરનું; અપાર; બેહદ; ઘણું.

Short, (શૉર્ટ્) *a.* Not long: ટુંકું; ન્હાનું; થોડું; ટુંક; અલ્પ. 2. Insufficient; scanty: થોડું; થોડા દિવસ ચાલે એવું; અપુરતું; કમી. 3. Deficient; imperfect: અધુરૂં; અપૂર્ણ; હીન; રહિત. 4. Near at hand: પાસેનું; નજદીક; ઢુંકડું. 5. Crisp: કકડું; ભુકો થઈ જાય એવું. 6. Short in stature: ઠીંગણું; વામનજી. *At* **s.** *notice*, promptly: તરતજ. *In* **s.**, briefly: ટુંકામાં; ટુંકમાં; સંક્ષેપમાં. *adv.* Quickly: એકદમ. *To sell* **s.**: વાયદે વેચવું; પોતાની પાસે માલ ન હોય પણ વાયદે સોદો ક૦.

Short-coming, (શૉર્ટ્કમિન્ગ્) *n.* Neglect of, or failure in duty: ખામી; વાંક; ભૂલ; દોષ; એબ.

Shorten, (શૉર્ટન) *vt.* & *vi.* To make short: નાનું-ટુંકું-થોડું ક૦; ઘટાડવું; ઘટવું; ઓછું થવું.

Short-hand, (શૉર્ટ્હૅન્ડ્) *n.* Short writing: ટુંકી નિશાનોમાં લખવાની કલા; સંક્ષિપ્તલિપિ.

Short-lived, (શૉર્ટલાઇવ્ડ્) *a.* Not living or lasting long: ટુંકા આવરદાવાલું; ક્ષણભંગુર.

Shortly, (શૉર્ટ્લિ) *adv.* Soon; quickly: થોડુંકમાં; જલદીથી; ટુંકા વખતમાં. 2. Briefly: થોડા શબ્દમાં; ટુંકામાં; સંક્ષેપમાં.

Shortness, (શૉર્ટનેસ્) *n.* Brevity; deficiency: [ટુંકાપણું; ટુંકાણ; સંક્ષેપ.

Short-sighted, (શૉર્ટ-સાઇટેડ) *a.* Not able to see far: ટુંકી નજરવાલું. 2. Of weak intellect: ટુંકી અકલ-સમજવાલું; લાંબી પોહોંચ ન હોય તેવું.

Shot, (શૉટ) *Imp.* & *p.p.* **Shoot**: ગોલી મારી; ગોલી લાગેલું. *n. pl.* **Shot** or **Shots**. The act of shooting: ગોલી મારવી તે: બાર. 2. A ball or bullet: ગોલો; ગોલી. 3. A marksman: નેમ-નિશાન તાકનાર-લેનાર. **S.** *window*, a window projecting from the wall: દિવાલમાંથી બહાર નીકલતી-ઝઝુમતી બારી. *vt.* To load with shot, as a gun: બંદુકમાં ગોલી ભરવી.

Should, (શુડ્) *Imp.* of **Shall**: જોઈએ.

Shoulder, (શોલ્ડર) *n.* The joint by which the arm or fore limb is connected with the body: ખભું; ખાંધ. 2. Support: ટેકો; આધાર; આશ્રય. *vt.* To jostle: ખભેથી-વતી ધક્કો-હડસેલો મારવો. 2. To take upon the shoulder: ખાંધ-ખભા ઉપર લેવું.

Shout, (શાઉટ્) *vi.* & *vt.* To utter a sudden and loud cry: ચીસ પાડવી; બુમ મારવી; પોકારવું. *To* **s.** *out*, to deride with shouts: બુમ મારીને મશ્કરી ક૦; ફજેતી ક૦. *n.* A loud burst of voice: પોકાર; હાક; બુમ; ઘાંટો.

Shouting, (શાઉટિન્ગ્) *n.* Uttering a sudden and loud cry: પોકાર; બુમાબૂમ; કીકીઆરી.

Shove, (શવ) *vt.* & *vi.* To push: હડસેલવું; ધકેલવું. *n.* A forcible push: ધક્કો; હડસેલો; ધકેલો.

Shovel, (શવેલ) *n.* An implement with a hollow blade, and a handle: પાવડો; પાવડી. *vt.* To take up and throw with a shovel: પાવડાવતી લઇને ફેંકવું-નાંખવું.

Show, (શૉ) *vt.* [*p.p.* **Shown** *or* **Showed.**] To display: દેખાડવું; બતાવવું. 2. To tell: કહેવું; જાહેર ક૦; જણાવવું. 3. To prove; to explain: સાબીત ક૦; સમજાવવું; બતલાવી આપવું.

To **s.** *forth*, to publish: જાહેર-પ્રકટ-પ્રસિદ્ધ ક૦; *To* **s.** *off*, to exhibit ostentatiously: ડોલ-ભભકો બતલાવવો; દમામ ક૦. *To* **s.** *up*, to expose: ઉઘાડું-ખુલ્લું મુકવું. *vi.* To appear: દેખાવું; જણાવું; નજરે પડવું. *n.* Display: દેખાવ; રજુઆત. 2. A spectacle: તમાસો; ખેલ; પ્રદર્શન. 3. Parade; pomp: ડોલ; દમામ; ભભકો; ઠાઠ. 4. Pretence: ખોટો ડોલ; ઢોંગ; બહાનું.

Shower, (શાઉઅર્) *n.* A fall of rain or hail of short duration: ઝાપટું; આવઠું. *vt.* To water with a shower: બહુ વરસાવવું; ભિજવવું; પલાળવું; વરસવું; ઝાપટું પાડવું. 2. To bestow liberally: કૃપાનો વરસાદ વરસાવવો; વૃષ્ટિ ક૦; રેલછેલ ક૦. *vi.* To rain in showers: વરસવું; ઝાપટું આવવું-પડવું. [ઝાપટે ઝાપટે પડતું-આવતું.

Showery, (શાઉઅરિ) *a.* Raining in showers:

Show-man, (શોમૅન) *n.* One who exhibits show: ખેલ કરનાર; નટ; નાટકી; ખેલાડી.

Showy, (શોઇ) *a.* Gaudy: ભપકાવાળું; દેખાવડું; ડોલદાર; રોણકદાર. [ટુકડો.

Shred, (શ્રેડ્) *n.* A strip: કાપલી; ચીંદરડી; કકડો;

Shrew, (શ્રૂ) *n.* A brawling, turbulent, vexatious woman: વઢકણી-કલાંટ બાયડી; કર્કશા.

Shrewd, (શ્રૂડ્) *a.* Sagacious; sharpwitted: પાકું; પહોંચેલું; હોંશિયાર; શાણું; ચતુર; ચોકસ.

Shrewish, (શ્રૂઇશ્) *a* Clamorous; peevish: વઢકણું; કર્કશા જેવું; નઠારું; કલાંટ.

Shriek, (શ્રીક્) *vi.* To scream: ચીસ-બૂમ પાડવી. *n.* A sharp, shrill outcry: ચીસ; ચિચિઆરી; બૂમ.

Shrievalty, (શ્રીવૅલ્ટિ) *n.* The office of a sheriff: આખા જીલ્લાના નાજરની જગા-ઓધ્ધો.

Shrill, (શ્રીલ્) *a.* Acute; sharp: તીક્ષ્ણ; તીણું.

Shrimp, (શ્રીમ્પ્) *n.* A small shellfish: ઝીંગુ; કોલમી.

Shrine, (શ્રાઇન) *n.* [L. *scrinium*, a case or chest.] An altar: મંદિર; દેવલ.

Shrink, (શ્રિન્ક્) *vi.* [*imp.* **Shrank** *or* **Shrunk**; *p.p.* **Shrunk** *or* **Shrunken**.] To contract: સંકોચાવું; વલી જવું; ચઢી જવું; ઠીંગરાઇ જવું; ઘટ્ટ થઇ જવું; કરચલી વલી જવી; સોસાવું. 2. To withdraw as from danger: અચકાવું; આંચકો ખાવો; પાછુ હઠવું.

Shrivel, (શ્રિવેલ્) *vi.* & *vt.* To contract into wrinkles: સંકોચાઇને કરચલી વલવી-વાલવી.

Shroud, (શ્રાઉડ્) *n.* A garment: વસ્ત્ર; લુગડું. 2. The dress for the dead: કફન; શબને ઓરાડેલું લુગડું. *vt.* To dress for the grave: કફન ઘાલવું-ઓરાઢવું. 2. To hide: સંતાડવું; ઢાંકવું; ઓરાઢવું.

Shrub, (શ્રબ્) *n.* A woody plant: છોડ; છોડવો.

Shrubbery, (શ્રબરિ) *n. pl.* **Shrubberies**. A collection of shrubs: ઝાડી; છોડવાનો જથ્થો સંગ્રહ.

Shrubby, (શ્રબિ) *a.* Full of shrubs, ડવા-ઝાડવાંવાલું. 2. Like a shrub: છોડવાની જાતનું-નાજેવું.

Shrug, (શ્રગ્) *vt.* & *i.* To draw up the shoulders: નાપસંદગી, ભય, બ્હીક, શક વિગેરે જણાવવા ખભાં ચઢાવવાં.

Shudder, (શડર્) *vi.* To tremble or shake with fear: બ્હીક કે ટાઢથી થરથરવું-ધ્રુજવું-કાંપવું; ત્રાસ-કંપારો આવવો; ત્રાસવું; કમકમવું. *n.* Trembling, as with fear: કંપારો; ત્રાસ; થરથરાટ; કમકમી; કમકમાટ,

Shuffle, (શફલ્) *vt.* To push from one to another: આગલપાછલ ફેંકવું-ખોસવું-નાંખવું-ધકેલવું. 2. To confuse: સેલભેલ કરી-ડોહોળી નાંખવું; ઘાલમેલ ક૦; ગડબડ ક૦; ચીપવું. *To* **s.** *off*, to rid one's self of: કાસલ પટાવવી. *vi.* To change the order of cards in a pack; ચીપવુ. 2. To shift ground: આડા ફાટવું; ફરી જવું; ઉડાવવુ. 3. To make shift: યુક્તિ-પેચ-પ્રપંચ રચવો-ક૦. *n.* The act of shuffling: ચીપવું તે; ચીપણી. 2. An artifice; an evasion: પેચ; યુક્તિ; દાવ; લાગ; છલ.

Shun, (શન્) *vt.* To avoid: દુર ક૦; તજવું: છોડી દેવું; વેગલા-આઘા રહેવું; નાશી જવું;

Shunt, (શન્ટ્) *vt.* To turn off upon a side rail: પાટા બદલવા; બીજા પાટાપર લેવું. *vi.* To go aside: બાજુએ જવું-વલવું; ખસી જવું.

Shut, (શટ્) *vt.* [*Imp.* & *p.p.* **Shut**.] To close: બંધ કરવું; વાસવું; મીચવું; ખોડવું; સંકોચવું. 2. To forbid entrance into: આવવા જવાની બંધી-મના ક૦; અટકાવવું. *To* **s.** *off*, or *out*, to exclude: બહાર રાખવું; જવા-આવવા ન દેવું. *To* **s.** *up*, (*a*) to close: બંધ ક૦; અટકાવવું; વાસવું. (*b*) to confine: પૂરવું; ગોંધવું; કેદ ક૦. *vi.* To become close: બંધ થવું; વસઈ જવું. *To* **s** *up*, to cease speaking: બોલતા બંધ થવું-અટકવું; ચુપ થવું. *a.* Closed: વાસેલું; બંધ કરેલું.

Shutter, (શટર્) *n.* One who shuts or closes બંધ કરનાર; વાસનાર. 2. A movable cover for an aperture: બારી-બારણાનું ઢાંકણ-પરેડી; કમાડ.

Shuttle, (શટલ્) *n.* An instrument used in weaving: વણકરનો કાંટલો.

Shuttle-cock, Shuttle-cork, (શટલ્-કૉક્-શટલકૉર્ક્) *n.* A cork with feathers for play; *also* the play itself: એક પ્રકારની પીંછાવાલી દડી; એવી દડી રમવાની રમત.

Shy, (શાઇ) *a.* Timid: બ્હીકણ; નાહિમ્મત. 2. Reserved; coy: શરમાલ; લજાલુ. 3. Cautious; suspicious: સાવચેત; હોંશિયાર; વહેમી. *vi.* [*Imp.* & *p.p.* **Shied**.] To start suddenly aside through fright or suspicion: ચમકીને પાછું-બાજુએ હઠવું; ભડકવું; ચમકવું.

Shyness, (શાઇનેસ્) *n.* The quality or state of being shy: શરમાલપણું; લાજ; સંકોચ.

Sibilant, (સિબિલૅન્ટ્) *a.* [L. *sibilo*, I hiss.] Making a hissing sound: ઉષ્મ; સકારી; સરસાના અવાજ જેવું. *n.* A sibilant letter: સકારી અવાજનો અક્ષર; ઉષ્મવર્ણ; ઉષ્મ.

Sick, (સિક્) *a.* Ill: માંદું; રોગી; આજારી; બિમાર. 2. Inclined to vomit: ઉલટી-ઓકારી આવતી હોય તેવું. 3. Disgusted: કાયર થઇ ગયેલું; કંટાલેલું; નારાજ.

Sicken, (સિકન્) *vt.* To make sick: બિમાર-આજારી-માંદ પાડવું-ક૦. 2. To disgust: ઓકારી-અભાવો-મોલ ઉત્પન્ન ક૦; કંટાલો આપવો-ઉપજાવવો. *vi.* To become sick: માંદા પડવું; આજારી હોવું; બિમારી ભોગવવી. 2. To be disgusted: કંટાળી જવું;

કમકમાટ છુટવો-ઉપજવો; ઉલટી-ઉછાલો આવવો. 3. To become weak: કમજોર-નબળું-નિર્બલ થવું-થઇ જવું; લઠડી જવું.

Sickening, (સિકનિન્ગ્) *a.* Nauseating: દુ:ખમાં નાખનાર; કંટાલો-અભાવો ઉત્પન્ન કરે એવું; બીભત્સ.

Sickle, (સિકલ્) *n.* [L. *seco*, I cut.] A reaping instrument: દાતરડું; કોયતું.

Sickly, (સિકલિ) *a.* Somewhat sick: થોડું ઘણું માંદુ; રોગી; આજારી; બિમાર. **S.** *by nature*: જન્મરોગી; પિંડરોગી. 2. Weak: નબળું; કમજોર; નાતાકત.

Sickness. (સિક્નેસ્) *n.* Illness: મંદવાડ; રોગ; મરજ. 2. Nausea: ઓકારી; કંટાલો.

Side, (સાઇડ્) *n.* The edge, or border of a surface: બાજુ; પાસું; પડખું; કિનારો; કાંઠો; કોર; ધાર. 2. An outer portion of a thing: કોઈપણ ચીજનો બહારનો ભાગ. 3. A party: તરફેણ; પક્ષ; બાજુ; તડ. *On all* **s.s.** ચોતરફ; ચારે દિશાએ. *By the* **s.** *of*, near to: પાસે; લગોલગ. **S.** *by* **s.**, along with: સાથે સાથે; પાસે પાસે; લગોલગ. *a.* Indirect: પેટાનું; આડકતું; આડું. **S.** *glance*, a glance to one side: આડી-ખાડી નજર. **S.** *wind*, a wind from one side: એક બાજુ તરફથી વહેતો પવન; પક્ષવાત. *vi.* To embrace the opinions of one party: પક્ષ પકડવો-લેવો; તરફેણ કo: કોઇની તરફ-બાજુ થવું.

Side-long, (સાઇડ્-લૉન્ગ્) *adv.* Obliquely: ત્રાંસુ; વાંકું; બાજુએ. *a.* Oblique: ત્રાંસુ; વાંકું; આડું; આડકતું.

Side-look, (સાઇડ્-લુક્) *n.* A glance to one side: કટાક્ષ; ખાડી નજર

Sidereal, (સાઇડીરીઅલ્) *a.* [L. *sideris*, a star.] Starry: તારાનું-સંબંધી. 2. Measured by the apparent motion of the stars: તારાની દેખીતી ગતિથી માપેલું-મપાયેલું.

Side-saddle, (સાઇડ્-સૅડલ્), *n.* A saddle for women: સ્ત્રીઓને બેસવાનું જીન.

Side-ways-wise, (સાઇડ્-વેઝ્, સાઇડ્-વાઇઝ્) *adv.* Laterally: બાજુપર-થી; બાજુ; બાજુએ.

Siding, (સાઇડિન્ગ્) *n.* A side track, as of a railroad: બાજુનો પાટો; બીજો પાટો-સડક.

Siege, (સીજ્) *n.* The setting of an army around a fortified place, to take it by force: ઘેરો: ઘેરો ઘાલવો તે.

Siesta, (સિએસ્ટે) *n.* A midday nap: બપોરની ઉંઘ-આસાયશ.

Sieve, (સીવ્) *n.* A utensil for separating the finer and coarser parts of a substance from each other: ચાલણી-ણો.

Sift, (સિફ્ટ્) *vt.* To separate with a sieve: ચાલવુ; ગાલવું. 2. To examine closely: બારિકીથી તપાસવું; તપાસવું; ચોકસ કo.

Sigh, (સાઇ) *vi.* To inhale a larger quantity of air than usual, and immediately to expel it: નિસાસો મૂકવો; નિશ્વાસ નાંખવો; અફસોસ કo. *n.* A deep and prolonged audible inspiration: નિસાસો; નિશ્વાસ; અફસોસ; શોક; ખેદ.

Sight, (સાઇટ્) *n.* View: દેખાવ. 2. The power of seeing: નજર; દૃષ્ટિ; આંખ. 3. A show: રચના; તમાશો; ખેલ; દેખાવ. 4. The eye: આંખ; નેત્ર; ચક્ષુ; નયન. *At* **s.**, as soon as presented: તરત મુદતનું; દેખતનું; દર્શની. *To take* **s.**, to take aim: નેમ તાકવી; તાકવું.

Sightless. (સાઇટ્લેસ્) *a.* Blind: આંધળું; ન ગમે તેવું.

Sightly, (સાઇટ્લિ) *a.* Pleasing to the sight; comely: દેખાવડું; ખુશનુમા; સુંદર.

Sign, (સાઇન્) *n.* [L. *signum*, a mark.] A mark; a token: નિશાની; ચિન્હ; નિશાન; સાબેતી. (*a*) An omen: શુકન. (*b*) A monument: યાદગારી. (*c*) A motion: ઈશારત; ઈસારો. *vt.* To represent by a sign; to signify: ઈશારત-ચિન્હથી ચેતવવું: ઈશારો કo; સૂચવવું; ઈશારત કo. 2. To affix a signature to: સહી કo; મતું મારવું.

Signal, (સિગ્નૅલ્) *n.* [L. *signum*, a mark.] A sign: ચિન્હ; નિશાન; ઇશારત; વાવટો; ઝુંડો. *a.* Remarkable; memorable: નામીચું; પ્રખ્યાત; યાદગાર; મ્હોટું; વિચિત્ર. *vt.* To communicate by signals: વાવટા-નિશાન-ઇશારતથી જણાવવું-ચેતવવું.

Signalize, (સિગ્નૅલાઇઝ્) *vt.* To distinguish: પ્રખ્યાત-નામીચું-પ્રસિદ્ધ કo; પ્રસિદ્ધ થવું.

Signature (સગ્નૅટ્યૂર્) *n.* A sign manual: સહી; હસ્તાક્ષર.

Signet, (સિગ્નેટ્) *n.* A seal: છાપ; મોહોર; સિક્કો.

Significance, (સિગ્નિફિકૅન્સ્) *n.* Meaning; import: ભાવાર્થ; અર્થ; માયનો; સાર. 2. Importance: અગત; અગત્યતા; વજન; ભાર; મહાભારતપણું.

Significant, (સિગ્નિફિકૅન્ટ્) *a.* Having a meaning: અર્થ-ભાવાર્થવાલું; માંહે ઉંડો અર્થ રહેલો હોય તેવું; અર્થ સૂચક. 2. Important: અગત્યનું; મહાભારત; ઉપયોગી; જરૂરનું; ભારે.

Signification, (સિગ્નિફિકેશન્) *n.* Meaning: અર્થ; માયનો; ભાવાર્થ.

Signify, (સિગ્નિફાઇ) *vt.* [L. *signum*, a sign & *facio*, I make.] To show by a sign: કોઇ પણ ચિન્હ-ઇશારતથી કહેવું-જણાવવું-જાહેર કo-બતલાવવું. 2. To mean: અર્થ-ભાવાર્થ માયનો થવો.

Sign-manual, (સાઇન-મૅન્યૂઅલ્) *n.* The signature by one's own hand: હસ્તાક્ષર; સહી.

Sign-post, (સાઇન-પોસ્ટ્) *n.* A post on which a sign hangs: જાહેર ખબર-પાટીઆં ટાંગવાનો થાંભલો.

Silence, (સાઇલેન્સ્) *n.* Muteness: ચુપકીદી; ચુપકી; ખામોશી. 2. Calmness: શાંતિ; શાંતતા. *Interj.* Be silent: ચૂપ રહો! ચૂપ! મુંગો રહે! ખામોશ! *vt.* To hush: ચૂપ રાખવું-કo; બોલતું બંધ કo. 2. To quiet: શાંત-નરમ પાડવું; શાંતિ કo.

Silent, (સાઇલન્ટ્) *a.* [L. *sileo*, I am silent.] Perfectly quiet: શાંત; ચુપ; ખામોશ. 2. Not pronounced: જેનો ઉચ્ચાર ન થતો હોય તેવું; અનુચ્ચારિત.

Silently, (સાઇલૅન્ટ્લિ) *adv.* In a silent manner: છુપાછુપ; છાનામાના; ચુપકીથી; શાંતપણે, ચુપચાપ.

Silica, (સિલિકે) *n.* Flint: ચકમક.

Silicious, (સિલિશસ્) *a.* [L. *silex*, flint.] Pertaining to silica; ચકમક સંબંધી-નું-વાલું-જેવું

Silk. (સિલ્ક્) *n.* [L. *sericum*.] The fine, soft thread produced by certain caterpillars: રેશમ; હીર. 2. *Hence*, thread or cloth woven from

it: રેશમનો દોરો-કપડું; રેશમી કાપડ.
Silken, (સિલ્કન) *a.* Made of silk: રેશમી; રેશમનું. 2. Soft; tender: લીસું; નરમ; સુંવાળું.
Silk-worm, (સિલ્ક-ઉવર્મ્) *n.* The worm which produces silk: રેશમનો કીડો.
Silky, (સિલ્કિ) *a.* Silken: રેશમનું; રેશમી. 2. Soft and smooth: રેશમ જેવું; સુંવાળું; નરમ.
Sill, (સિલ્) *n.* The timber or stone at the foot of a door: બારણા-બારીની બેઠ; ઉંબર
Silliness, (સિલિનેસ્) *n.* The quality or state of being silly: બેવકૂફી; નાદાની; મૂર્ખાઈ.
Silly, (સિલિ) *a.* Harmless; simple: સાદું; ભોળું; ભલું; નિરપરાધી. 2. Foolish; witless: મૂર્ખ; નાદાન; કમઅક્કલ; બેવકૂફ.
Silt, (સિલ્ટ્) *n.* Mud &c. left by water: પાણીની નીચે બેઠેલો કચરો; કાદવ.
Silvan, (સિલ્વૅન્) *a.* [L. *silva*, wood.] Woody: વન-જંગલસંબંધી-નું; વન્ય. **S.** *goddess*: વનદેવી.
Silver, (સિલ્વર્) *n.* A soft white metal capable of a high polish: રૂપું. *Pure* **s.**: ચાંદી. 2. Silver money: રૂપાનાણું. *a.* Made of silver: રૂપાનું; રૂપાનું બનાવેલું. 2. Resembling silver: રૂપાના જેવું; રૂપેરી. (*a*) Bright; white: ચકચકિત; ધોળું; સફેદ. (*b*) Precious: કિંમતી; ભારે. *vt.* To cover with silver: રૂપાનો ઢોલ ચઢાવવો. 2. To polish like silver: ઓપીને રૂપા જેવું ચકચકિત-ચળકતું-ઝળકતું બનાવવું-કo.
Silver-leaf, (સિલ્વર્-લીફ્) *n.* Leaves of silver beaten very thin: રૂપાનો વરખ-પાનાં.
Silver-smith, (સિલ્વર-સ્મિથ્) *n.* A worker in silver: રૂપાના ઘાટ ઘડનાર; સોની.
Silvery, (સિલ્વરિ) *a.* Bright: રૂપેરી; ચળકતું; સફેદ. 2. Covered with silver: રૂપે મઢેલું.
Similar, (સિમિલર્) *a.* [L. *similis*, like.] Like: મળતું; સમાન; સરખું; જેવું; સમ. 2. Uniform: એકજ જાતનું; એક સરખું; અનુરૂપ.
Similarity, (સિમિલૅરિટિ) *n. pl.* **-ties**. Likeness: મળતાપણું; સરખાપણું; બરાબરી.
Similarly, (સિમિલર્લિ) *adv.* In a similar manner: તેજ પ્રમાણે-રીતે; તેમજ; બરોબર.
Simile, (સિમિલી) *n. pl.* **Similies**. A comparison to illustrate anything: ઉપમા; દૃષ્ટાંત; દાખલો; મુકાબલો.
Similitude, (સિમિલિટ્યૂડ્) *n.* [L. *similis*, like.] Resemblance: મળતા-સરખાપણું; સમાનતા. 2. Comparison: મુકાબલો; દાખલો; ઉપમા.
Simmer, (સિમર્) *vt. & vi.* To boil with a gentle hissing: ખદખદવું; ઉકળવું; ખદખદાવવું; ઉકાળવું.
Simoon, (સિમૂન્) *n.* A hot, dry, suffocating wind: એક જાતનો ગરમ ગુંગળાવે એવો તોફાની પવન.
Simper, (સિમ્પર્) *vi.* To smile in a silly, affected manner: નાદાની ભરેલી રીતે હસવું.
Simple, (સિમ્પલ) *a.* [L. *simplus*.] Plain: સાદું; નકશી વિનાનું. 2. Sincere; true: નિષ્કપટી; નિખાલસ મનનું; ભોળું; ભલું. 3. Direct; clear: સેહલું; સ્પષ્ટ; ખુલ્લું; સરલ. 4. Silly: અજ્ઞાન; કમઅક્કલ. 5. Entire: આખું. **S.** *equation*: એકજ રકમ હોય તેવું સમીકરણ. **S.** *interest*: સાદું વ્યાજ.
Simple-hearted-minded, (સિમ્પલ્હાર્ટેડ્-માઈન્ડેડ્) *a.* Sincere: નિખાલસ; ભોળું; નિષ્કપટી.
Simpleton, (સિમ્પલ્ટન્) A person of weak intellect: ભોળો; મૂર્ખ-બેવકૂફ માણસ; મૂર્ખો; મૂઢ.
Simplicity, (સિમ્પ્લિસિટિ) *n.* Want of complication: સેહલાઈ; સરલતા; સરલપણું. 2. Artlessness: ભોળાપણું; નિષ્કપટીપણું; સાલસાઈ. 3. Plainness: સાદાઈ.
Simplify, (સિમ્પ્લિફાઈ) *vt.* To make simple: સરલ સેહલું કo; ચોખ્ખું-નિ:સંશય કo.
Simply, (સિમ્પ્લિ) *adv.* In a simple manner; alone; merely: સાદી રીતે; સેહલાઇથી; સ્પષ્ટતાથી; માત્ર; ફક્ત; એકલું; કેવલ.
Simulate, (સિમ્યૂલેટ્) *a.* [L. *similis*, like.] *vt.* To feign: બહારથી દેખાડવું; ડોળ ઘાલવું; ઢોંગ-દેખાવ કo. [*simulating*: ખોટો દેખાવ; ઢોંગ.
Simulation, (સિમ્યૂલેશન્) *n.* The act of
Simultaneous, (સિમલ્ટેનીઅસ્) *a.* [L. *simul*.] Existing, happening, or done at the same time: એકજ વખતે બનેલું; એકકાલિક; સમકાલિક.
Simultaneously, (સિમલ્ટેનીઅસ્લિ) *adv.* At the same time: એકજ પ્રસંગે; તેજ વખતે; જોડે.
Sin, (સિન્) *n.* Wickedness; iniquity: પાપ; અધર્મ; ગુન્હો; અપરાધ; દોષ; તકસીર. 2. To commit an offence: પાપ-ગુન્હો-અપરાધ-તકસીર કo.
Sinapism, (સિનૅપિઝમ્) *n.* A plaster of powdered mustard: રાઈનું પલાસ્ટર.
Since, (સિન્સ્) *adv.* From the time that: થી; આજ લગી-સુધી; હમણાંસુધી. 2. Before this or now; ago: ઉપર; થયાં. 3. When or that: ક્યારે; જ્યારે; કે. *Prep.* After: પછી; થી; વખતથી. *conj.* Seeing that; because; considering: તેથી; કારણ કે; તેટલા માટે; કેમ કે.
Sincere, (સિન્સીઅર્) *a.* [L. *sine*, without & *cera*, wax.] True; real: ખરા દિલ-ભાવનું; ખરાઅંત:કરણનું. 2. Honest: નિષ્કપટ; નિખાલસ; પ્રમાણિક; ખરૂં.
Sincerely, (સિન્સીઅર્લિ) *adv.* Honestly: ખરા દિલથી; અંત:કરણ પૂર્વક; દિલોજાનથી.
Sincerity, (સિન્સેરિટિ) *n.* Honesty of mind: નિખાલસ પણું; ખરોભાવ; શુદ્ધ અંત:કરણ.
Sinciput, (સિન્સિપટ્) *n.* [L. *semi*, half & *caput*, the head.] The forepart of the head: કપાલ.
Sine, (સાઈન્) *Prep.* Without: સિવાય; વિનાનું.
Sinecure, (સાઈનક્યૂર્) *n.* [L. *sine*, & *cura*, care.] Any office without responsibility; labor or active service: કામ વગરની-બેઠી ચાકરી; બેઠો રોજગાર.
Sinecurist, (સાઈનક્યૂરિસ્ટ્) *n.* One who has a sinecure: બેઠો-વગર કામે પગાર ખાનાર-લેનાર.
Sinew, (સિન્યૂ) *n.* A tendon: માંસ; ગોટલું; સ્નાયુ. 2. *Fig.* That which supplies strength or power: શક્તિ; કૌવત; મુખ્ય સાધન; જરૂરી ચીજ.
Sinewy, (સિન્યૂઈ) *a.* Vigorous; strong: જોરાવર; જોરવાળું; જબરૂં; બળવાન; કૌવતદાર.

Sinful, (સિન્ફુલ્) *a.* Wicked; unholy: પાપી; ઘાતકી; અપવિત્ર: પાપ ભરેલું; અધર્મી; નાપાક.

Sing, (સિન્ગ્) *vi.* & *vt. Imp.* **Sung** or **Sang**; *pp.* **Sung**.] To utter melodious sounds: ગાવું; ગાન ક૦. 2. To celebrate something in poetry: કવિતામાં વર્ણવવું-કહેવું.

Singe, (સિન્જ્) *vt.* To burn superficially: ઉપરની સપાટી બાલવી-શેકવી; શેક ક૦; દઝાડવું.

Singer, (સિન્ગર્) *n.* One who sings: ગાનારો; ગવૈયો; ગાન કરનાર

Singing, (સિન્ગિન્ગ્) *a.* & *n.*from **Sing**. *a.* ગાનારૂં; ગાયન કરનારૂં. *n.* ગાયન; ગાનતાન; રાગરંગ; ગીત.

Single, (સિંગ્લ્) *a.* [L.*singulus*] One only; એક; એકજ; નિરાલું; નોખું. 2. Alone: એકલું; છડું. 3. *Hence*, unmarried: કુંવારૂં; છડું. 4. Not doubled: એકવડું. 5. Honest; sincere: પ્રમાણિક; નિષ્કપટી; નિખાલસ મનનું. *vt.* To choose out from others: ચુંટી કાઢવું; જુદું પાડવું-કાઢવું; નિરાલું કાઢવું; પસંદ ક૦.

Single-handed, (સિન્ગલ્-હૅન્ડેડ્) *a.* Alone; unassisted: એકલે હાથે કરતું; એકલું; મદદ વિનાનું.

Single-hearted, minded, (સિન્ગલ્-હાર્ટેડ્, સિન્ગલ્માઇન્ડેડ્) *a.* Upright: પ્રમાણિક; સાફ દિલનું; સાચી-નેક દાનતનું.

Singleness, (સિન્ગલ્નેસ્) *n.* State of being single: કુંવારાપણું; એકલાપણું; છડાપણું. 2. Sincerity: ચોખ્ખું દિલ; નિખાલસપણું; સાફ દિલી.

Singly, (સિન્ગ્લિ) *adv.* Severally: પ્રત્યેક; દરેક; એકેક. 2. Alone: નોખું; એકલું; એકલે હાથે; પોતાની મેલે.

Sing-song, (સિન્ગ્-સૉન્ગ્) *n.* A monotonous tone: એકસરખા અવાજનો રાગ; ઉંઘણસી જેવો સરોદ.

Singular, (સિન્ગ્યુલર્) *a.*[L.*singulus*, single.] Single; distinct: એકજ; એકલું; જુદું; નિરાલું; નોખું. 2. Each: દરેક; પ્રત્યેક. 3. Denoting one person or thing: એક વચનનું. 4. Uncommon; strange: અસાધારણ; તરેહવાર; વિચિત્ર; અજાયબ જેવું.

Singularity, (સિન્ગ્યૂલૅરિટિ) *n. pl.* **Singularities**. Peculiarity: અસાધારણપણું.

Singularly, (સિન્ગ્યૂલર્લિ) *adv.* In a singular manner: અસાધારણ રીતે. 2. Strangely: વિચિત્રપણે; તરેહવાર રીતે.

Sinister, (સિનિસ્ટર્) *a.* [L.] Left: ડાબું; ડાબા હાથનું. 2. Unlucky: અપશુકનનું; અશુભ. 3. Dishonest: અપ્રમાણિક; દુષ્ટ; ખરાબ; ખોટું; બદ.

Sink, (સિન્ક્) *vi.* To subside: નીચે ઉતરવું-બેસવું; ઓસરી-ઉતરી જવું; બુડવું; ધીમેધીમે અસ્ત પામવું. 2. To be overwhelmed or depressed: બહુ અસર થવી; કંઇ અસરથી દબાઈ-ચગદાઇ જવું. *vt.* To cause to sink; to put under water: ડુબાવવું; તલીએ બેસાડવું; ડુબાવી દેવું. *n.* A drain to carry off filthy water: ખાલ; મોરી; નીક; ગટર. 2. A shallow box or vessel for receiving filthy water: ખાલકુંડી.

Sinking-fund, (સિન્કિન્ગ્-ફન્ડ્)*n.* દેવું ફેડવા સારૂ એકઠું કરી રાખેલું નાણું.

Sin-less, (સિન્લેસ્) *a.* Free from sin: બેગુનાહ; નિર્દોષ.

Sinner, (સિનર્)*n.* One who sins: પાપી; દોજખી.

Sip, (સિપ્)*vt.* & *vi.* To drink in small quantities: જરા-જરા મ્હોંમાં લઇને પીવું; ચુસી ચુસીને પીવું; ચુસવું. 2. To taste: ચાખવું. *n.* The act of sipping: ચુસી ચુસીને પીવું તે; ન્હાનો ગોટ. 2. A slight taste: જરા પીવું-ચાખવું તે.

Siphon, (સાઇફન્) *n.* [Gr.*siphlos*, hollow.] A bent tube for drawing off liquids from one vessel into another: એક વાસણમાંથી બીજામાં પ્રવાહી ખાલી કરવાની મરડાયલી-વાંકવાલી નલી.

Sir, (સર્) *n.* [L. *senior*, an elder.] A title of a knight or a baronet: 'નાઇટ' અથવા 'બૅરૅનેટ' ના નામને લગાડેલો ખિતાબ. 2. A respectful title used in addressing a man: મહેરબાન; શેઠજી સાહેબ; શેઠ.

Sire, (સાયર્)*n.* A title of respect addressing a sovereign: મહારાજ; ખુદાવંદ. 2. The head of a family: પિતા; બાપ; વડીલ; ધણી.

Siren, (સાઇરેન) *n.* [Gr. *serin* to sing.] One of three sea nymphs: દરિયાઇ ત્રણ દેવીઓમાંની એક દેવી. 2. Any enticing, dangerous woman: કોઈ લલચાવે એવી સ્ત્રી; મોહની; માયા. 3. Something which is deceptive: ભૂલમાં નાંખે એવી ચીજ *a.* Alluring: મોહ પમાડનારૂં; લલચાવનારૂં; મોહક.

Sirocco, (સિરૉકો)*n.* An oppressive wind from the Libyan deserts: લીબીયાના રણનો ઘણો સખ્ત ગુંગલાવે એવો પવન.

Sirrah, (સિરે) *n.* A term of address implying inferiority: છોકરો; પોરીઓ.

Sirup, (સિરપ્) *n.* A solution of sugar in water: શરબત; ચાસણી.

Sister, (સિસ્ટર્)*n.* A female born of the same parents: બેન.

Sisterhood, (સિસ્ટર્હુડ્) *n.* The state of being a sister; the duty of a sister: બેનપણું; બેનનું સગપણ; બેનની ફરજ. 2. A society of females: સ્ત્રી સમાજ.

Sister-in-law, (સિસ્ટર-ઇન્-લૉ)*n.pl.* **Sisters-in-law**. The sister of one's brother: નણંદ; સાલી; ભાભી; ભોજાઈ; દેરાણી; જેઠાણી.

Sisterly, (સિસ્ટર્લિ) *a.* Like a sister; affectionate: બેનના જેવું-ને લાયક; ખરા હેતવાલું.

Sit, (સિટ્)*vi.*[*Imp* & *p.p.* **Sat**.] [L.*sedeo*, I sit.] To rest upon the haunches: બેસવું; બેઠક લેવી. 2. To rest: આરામ લેવો; રહેવું; થોભવું. 3 To fit: બંધબેસતું આવવું; બેસવું. 4. To incubate: ઉપર બેસવું; સેવવું; સેવન ક૦. 5. To hold a session: ઉઘડવું; બેઠક શરૂ-ચાલુ થવી. *To* **s.** *down*, (*a*) to place one's self on a seat: બેઠક લેવી; બેસવું. (*b*) To rest: અસાયશ લેવી. *To* **s.** *out*, to be without employment: ઘેર બેસવું; બેકાર હોવું. *To* **s.** *under*, to be under the instructions of: દેખરેખ-નજર-સંભાલ નીચે હોવું. *To* **s.** *up*, to sit with the body upright: ટટાર બેસવું; બેઠાને બેઠા રહેવું; ઉજાગરો ક૦; નજર-સંભાલ-તપાસ રાખવી; જાગતા બેસી રહેવું. *vt.* To furnish a seat to: બેસાડવું.

Site, (સાઇટ્) *n.* [L. *situs*, placed.] Situation: જગ્યા; સ્થલ; સ્થાન; સ્થાનક; ઠેકાણું; બેઠક.

Sitting, (સિટિન્ગ્) *n.* A seat: આસન; બેઠક; બેસવાની જગ્યા. 2. A session: બેઠક. 3. A brooding over eggs for hatching: ઇંડાં સેવવાં તે; સેવન.

Situate-Situated, (સિટ્યૂએટ્-સિટ્યૂએટેડ્) *a.* Located: ઉપર આવેલું; મૂકેલું; રેહેલું.

Situation, (સિટ્યૂએશન) *n.* Position: સ્થિતિ; સ્થાન; જગ્યા. 2. Condition: સ્થિતિ; હાલત; દશા; અવસ્થા. 3. Place; office: નેાકરી; અધિકાર; પદવી.

Six, (સિક્સ્) *a.* & *n.* [L. *sex.*] One more than five: ૭; ૬. *To be at* **S.** *and seven, or at* **S.**s *and sevens*, to be in disorder: અવ્યવસ્થામાં હેાવું; બેતાલ થઇ જવું; ગેરબંદેાબસ્ત હેાવેા.

Sixfold, (સિક્સ્ફેાલ્ડ્) *a.* Six times as much: ૭ ગણું; ૭પટ. [સેાલ; ૧૬.

Sixteen, (સિક્સ્ટીન) *a.* &. *n* Six and ten:

Sixth, (સિક્સ્થ્) *a.* & *n.* First after the fifth: છઠું.

Sixthly, (સિક્સ્થ્લિ) *adv.* In the sixth place: છઠું-એકે; છઠું. [after the fifty ninth: સાઠમું.

Sixtieth, (સિક્સ્ટિએથ્) *a.* & *n.* Next in order

Sixty, (સિક્સ્ટિ) *a.* & *n.* Six times ten: સાઠ; ૬૦. *n. pl.* **Sixties.** [ના પાતલેા ગુંદર; ખેલ; આર.

Size, (સાઇઝ્) *n.* A thin, weak glue: એક જાત-

Size, (સાઇઝ્) *n.* Bulk; magnitude: કદ. *vt.* To fix the standard of: માપ મુકરર કo-ઠેરવવું. 2. To arrange according to bulk: કદ પ્રમાણે ગેાઠવવું: ન્હાના મેાટા પ્રમાણે ગેાઠવવું.

Sized, (સાઇઝ્ડ્) *a.* Adjusted according to size: કદ-વડ પ્રમાણે ગેાઠવેલું. 2. Having a particular size or magnitude: અમુક કદ-પ્રમાણવાલું-નું.

Sizy, (સાઇઝિ) *a.* Glutinous: ગુંદર જેવું-વાલું; ચિકણું.

Skate, (સ્કેટ્) *n.* A kind of sandal for moving rapidly on ice: બરફ ઉપર ચાલવાની એક જાતની પાવડી.

Skeleton, (સ્કેલીટન) *n.* [Gr. *skeleton*, a mummy.] The bony framework which supports the soft parts of an animal: હાડપિંજર. 2. (*a*) A very thin or lean person: ઘણેાજ પાતલેા-દુબલેા માણસ; સુકલકડી. (*b*) A frame work of any thing: ખેાખું; ડેાલીઉં; આકાર.

Skeleton-key, (સ્કેલીટૅાન-કી) *n.* A master key: જાણી જોઈને ઘસી નાંખેલી કુંચી; બીજાં તાલાંને બેશે તેવી કરેલી કુંચી.

Sketch, (સ્કેચ્) *n.* An outline: નકશેા; ચિત્ર; ખરડેા; ખેાખું. *vt.* To make a rough draught of: ખેાખું-ખરડેા કo. 2. To give the principal points of: અગત્યની બાબતેા-મુખ્ય મુખ્ય વાત કહેવી. *vi.* To make sketches: ખેાખાં-ડેાલિયાં કાઢવાં-ચિતરવાં. [પેાથી.

Sketch-book, (સ્કેચ્-બૂક્) *n.* A book of sketches or for sketches: ખરડાની ચેાપડી; ખરડા

Skilful, **Skilled**, (સ્કિલ્ફુલ્-સ્કિલ્ડ્) *a.* Expert; well-versed: કીસબી; ચતુર; કારીગરીવાલું; કાબેલ; હેાશિયાર; હુન્નરી; કરામતી; ખબરદાર.

Skilfulness, (સ્કિલ્ફુલ્નેસ્) *n.* Ability in management; possession of skill: કુશલતા; ચતુરાઇ; કાબેલિયત; કરામત.

Skill, (સ્કિલ્) *n.* Knowledge; understanding: જ્ઞાન; સમજણ; બુદ્ધિ; સમજ. 2. Dexterity: હાથ કસબ-ચાલાકી; ચતુરાઈ; હિકમત; કરામત; કલા; કસબ.

Skim, (સ્કિમ્) *vt.* To clear from scum: ઉપર તરી આવેલેા કચરેા કાઢી નાખવેા; મલાઈ કાઢી લેવી-લેઇ લેવી. *vi.* To pass lightly: સરી પડવું.

Skim-milk, (સ્કિમ્-મિલ્ક્) *n.* Milk from which cream is skimmed away: મલાઈ કાઢી લીધેલું દૂધ.

Skimmings, (સ્કિમ્મિન્ગ્ઝ્) *n. pl.* That which is skimmed from the surface: તરી; મલાઇ.

Skin, (સ્કિન) *n.* The natural outer covering of an animal: ચામડી; ચામડું; ખાલ. 2. The bark or husk of a plant or fruit: છાલ; છેાડું; કેાટલું. *vt.* To peel: ખેાલ ઉતારવી; છેાલવું. 2. To cover with skin: પર ચામડી લાવવી; રૂઝવવું. *vi.* To become covered with skin: ખાલ-છાલ-થી ઢંકાવું; ચામડી-ખાલ આવવી; રૂઝાવું. [ઉપરનું.

Skin-deep, (સ્કિન-ડીપ્) *a.* Superficial: ઉપર

Skin-flint, (સ્કિન-ફ્લિન્ટ્) A miser; a niggard: મખ્ખીચુસ; કંજુસ.

Skinny, (સ્કિનિ) *a.* Wanting flesh: દુબલું; પાતલું: હાડકે હાડકાં નીકલી આવેલાં હેાય એવું.

Skip, (સ્કિપ્) *vi.* To leap: કુદવું; ઠેકડેા-છલંગ મારવી. 2. To overlook: ધ્યાનમાં ન લેવું; જોયા વગર પસાર થઈ જવું; મુકી દેવું. *vt.* To leap lightly over: ઓલંગવું; કુદાવી જવું. 2. To omit: મૂકી દેવું. *n.* A light leap: કુદકેા; છલંગ; ઠેકડેા.

Skirmish, (સ્કર્મિશ્) *vi.* To fight slightly: સેહેજ લઢાઈ થવી; મારંમાર-ઝપાઝપી કo; સહેજ લડવું. *n.* A slight contest: ઝગડેા; ઝપાઝપી; કજીઆ; મારામારી; સહેજ લઢાઇ.

Skirt, (સ્કર્ટ્) *n.* The edge of the dress: ચાલ; ઝુલ; ઘેર; પદર; પાલવ. 2. Border; edge; margin: સીમા; કેાર; કાંઠેા; છેડેા; કિનારેા. 3. A petticoat: ઘાઘરેા. *vt.* To cover with a skirt: ઘેર-ઝુલ કરવી-મૂકવી. 2. To form the border or edge: સીમા પર આવવું; કેારે-હદપર-છેડે હેાવું.

Skittish, (સ્કિટિશ) *a.* Easily frightened; shy: બીકણ; ભડકણ; શરમાલ. 2. Fickle: ઘચુપચુ; અસ્થિર.

Skulk, (સ્કલ્ક્) *vi.* To lurk: ભરાઈ બેસવું; છુપાવું; સંતાવું.

Skull, (સ્કલ્) *n.* The skeleton of the head of a vertebrate animal: માથાનું તાલકું; ખેાપરી; માથાની કાચલી. 2. The head: માથું; ભેજું; મગજ.

Skullcap, (સ્કલ્કૅપ્) *n.* A cap which fits the head closely: માથાને બરેાબર બેસી રહેતી ટેાપી.

Sky, (સ્કાઈ) *n. pl.* **Skies.** The heavens: વાદલ; આકાશ; આસ્માન; ગગન; આભ. 2. The weather: હવા; ઋતુ. *Under open* **S.**, out of doors: ઘર બહાર; બારણે. *vt.* [*Imp. & p.p.* **Skied** or **Skyed.**] To throw towards the sky: ઉંચે ફેંકવું: ઉડાડવું.

Sky-blue, (સ્કાઈ-બ્લ્યૂ) *a.* Blue like the sky: વાદલી; આસ્માની. [ઘણું ઉંચું; ઉંચે.

Sky-high, (સ્કાઈ-હાઇ) *adv.* & *a.* Very high:

Sky-lark, (સ્કાઈ-લાર્ક્) *n.* A lark that sings as it flies: એક પ્રકારનું ઉડતાં ઉડતાં ગાનારૂં પક્ષી.

Sky-light, (સ્કાઈ-લાઈટ્) *n.* A window placed in a roof or ceiling: અજવાલીયું; જાલીયું; મંગરીઉં.

Sky-rocket, (સ્કાઈ-રૅાકેટ્) *n.* A rocket that

ascends high: એક જાતની આતસબાજી; બાન.

Slab, (સ્લૅબ્) *n.* A thin piece of anything especially of stone: પથ્થરનું લીસું ચોસલું. 2. An outside piece taken from a log: લાકડાનું ચોસલું-પાટિયું.

Slabber, (સ્લૅબર્) *vi.* To let saliva fall from the mouth: મોઢામાંથી લાલ ગળવી. *vt.* To wet with spittle: થુંકીને ખરાબ ક૦. *n.* Spittle; saliva: લાલ; લબ; થુંક.

Slack, (સ્લૅક્) *a.* Lax: ઢીલું; નરમ. 2. Weak: નબળું; અશક્ત. 3. Remiss; backward: ગાફેલ; સુસ્ત; ધીમું; મંદ.

Slacken, (સ્લૅકન) *vi.* To become loose: નરમ-ઢીલું પોચું પડવું-થવું. 2. To be negligent: સુસ્ત થવું; ગાફેલ રહેવું; ધીમું-મંદ પડવું-થવું. *vt.* To relax: નરમ ઢીલું-પોચું પાડવું-ક૦.

Slackness, (સ્લૅકનેસ્) *n.* The state of being slack: નરમ-ઢીલાપણું; ગાફેલી; આલસ; સુસ્તી.

Slag, (સ્લૅગ્) *n.* The dross of a metal: ધાતુનો કચરો-મેલ. 2. The scoria of a volcano: જ્વાલામુખી પર્વતમાંથી નીકલતો પદાર્થ.

Slake, (સ્લેક્) *vt.* To quench: બુઝવવું; હોલવવું; છીપાવવું; મટાડવું; શાંત ક૦; છાંટવું. 2. To mix with water: પલાલવું. *vi.* To go out: હોલવાઈ-બુઝાઈ જવું.

Slam (સ્લૅમ) *vt. & vi. imp. & p. p.* **Slammed.** To shut or put with force: અફાલીને-ધબ દઈને બંધ ક૦; ભટકાવવું; ધબ દઈને મુકવું; પછાડવું.

Slander, (સ્લૅન્ડર્) *n.* A false or malicious report: બદગોઈ; નિંદા; નાલેશી; ગેરઆબરૂ; અપમાન; નામોશી. To defame: બદગોઈ-નિંદા ક૦; આબરૂ લેવી; આબરૂને ડાઘ લગાડવો; અપમાન ક૦.

Slanderous, (સ્લૅન્ડરસ્) *a.* Calumnious: નિંદાખોરૂં; ચુગલીખોરૂં; બદગોઇ કરનારૂં.

Slang, (સ્લૅન્ગ્) *n.* Low vulgar language: હલકી-નીચવર્ણની બોલી; ભાંડ ભાષા.

Slant, (સ્લૅન્ટ્) *vi. & vt.* To slope: ત્રાંસુ-ઢલતું-થવું-હોવું-ક૦. *n.* A slope: ઢાલ; ઢોલાવ. *a.* Sloping; oblique: વાંકું; ઢલતું; તિરકસ; આડું; નમતું.

Slanting, (સ્લૅન્ટિંગ્) *a.* Oblique; sloping: ઢાલ પડતું; ઢલતું; નમતું; વાંકું; ત્રાંસુ

Slap, (સ્લૅપ્) *n.* A blow with the open hand: લપડાક; થપ્પડ; તમાચો. *vt.* To strike with the open hand: લપડાક-થપ્પડ મારવી; તમાચો લગાવવો-મારવો. *adv.* Suddenly: એકાએક; જોરથી.

Slapdash, (સ્લૅપ્-ડૅશ્) *adv.* In a bold careless manner: બેદરકારપણે; જેમતેમ; જેવું તેવું. 2. All at once: એક સપાટે-ઝપાટે.

Slash, (સ્લૅશ્) *vt. & vi.* To cut by striking violently and at random: જોરથી આમતેમ ઘા કરી કાપી નાંખવું-તોડી નાંખવું. 2. To lash: ચાબુક ફટકાવવી-મારવી. *n.* A long cut: લાંબો કાપો ચીરો-કાપ.

Slate, (સ્લેટ્) *n.* Argillite: ચીપો ઉતરે એવા તરેહનો એક પથ્થર; એક જાતનો ભુરો પથ્થર. 2. A tablet for writing upon: પથ્થર પાટી; સ્લેટ.

Slattern, (સ્લૅટર્ન્) *n.* An untidy woman: મેલી-ગંદી-ફુઅડ સ્ત્રી.

Slaughter, (સ્લૉટર્) *n.* Massacre: કતલ; કાપાકાપી; ખુનરેજી. 2. Butchery: ઘાત; વધ; હત્યા. *vt.* To kill: કતલ ક૦; ખુનરેજી ચલાવવી; ઘાણ કાઢી નાંખવો. 2. To butcher: મારી નખિવું; વધ-હત્યા ક૦; હલાલ ક૦.

Slaughter-house, (સ્લૉટર્હાઉસ્) *n.* A house where beasts are butchered: કસાઈખાનું.

Slave, (સ્લેવ્) *n.* A serf: ગુલામ; દાસ; બુંડો. 2. A drudge: વેતરો; વેઠીઓ. *vi.* To drudge; to toil; વૈતરૂં-મજુરી-મહેનત ક૦; ગુલામગીરી ક૦.

Slaver, (સ્લેવર્) *n.* A vessel engaged in the slave trade: ગુલામો લઈ જનારૂં વહાણ. *vi.* To suffer spittle &c., to run from the mouth: લબ ગળવી. 2. To be besmeared with saliva: થુંકથી ભરાઈ જવું. *n.* Saliva: લબ; થુંક.

Slavery, (સ્લેવરિ) *n.* Bondage: ગુલામગીરી; પરાધીનતા; વૈતરૂં; મજુરી.

Slavish, (સ્લેવિશ્) *a.* Servile: ગુલામી; ગુલામગીરીનું; વૈતરા જેવું; હલકું; નીચ.

Slay, (સ્લે) *vt. imp.* **Slew**; *p. p.* **Slain.** To kill: મારી નાખવું; કાપી નાંખવું; જીવ-પ્રાણ લેવો; નાશ ક૦.

Slayer, (સ્લેયર્) *n.* A killer: કાપી-મારી નાંખનાર; ખુની; ઘાતક.

Sled, (સ્લેડ્) *n.* See **Sledge,** No. 2.

Sledge, (સ્લેજ્) *n.* A heavy hammer: ભારે હથોડો. 2. A carriage made for sliding upon snow: બરફપર ચલાવવાની ગાડી.

Sleek, (સ્લીક્) *a.* Smooth: લીસું; સુંવાલું; સાફ.

Sleep, (સ્લીપ્) *vi. imp & p. p.* **Slept.** To slumber: ઉંઘવું; સુઈ જવું. 2. (*a*) To be careless: ગાફેલ-બેદરકાર રહેવું; બેપરવાઇ રાખવી. (*b*) To be dead: મરી જવું; મરણ પામવું. *To* **S.** *off*, to become free from by sleep: ઉંઘ લઇને કશાની અસર કાઢી નાંખવી. *n.* Slumber; repose: ઉંઘ; નીંદ. *Dead* **S.**: ભર ઉંઘ.

Sleepiness, (સ્લીપિનેસ્) *n.* The state of being sleepy: સુસ્તી; ઉંઘણસીપણું.

Sleepless, (સ્લીપ્લૅસ્) *a.* Having no sleep: ઉંઘ-નિદ્રા-આરામ-ચેન વગરનું; બેચેન.

Sleepy, (સ્લીપિ) *a.* Drowsy: ઉંઘરેટું; ઉંઘણસી; સુસ્ત; આલસુ.

Sleet, (સ્લીટ્) *n.* Hail or snow, mingled with rain: ઝીણા હીમ કે કરા ભેગો વરસાદ. *vi.* To snow or hail with rain: વરસાદ સાથે હીમ કે કરા પડવા.

Sleeve, (સ્લીવ્) *n.* The part of a garment which covers the arm: બાંય; બેય. *To laugh in the* **S.**, to laugh privately: મનમાં હસવું. *To pin, or hang, on the* **S.** *of*, to be, dependent upon: કોઇને આધારે રહેવું; આધારે-આશરે પડવું.

Sleigh, (સ્લે) *n.* Same as **sled.**

Sleight, (સ્લાઇટ્) *n.* Cunning: લુચાઈ; ઠગાઈ; ખંધાઈ. 2. An artful trick: હાથ ચાલાકી; હાથચાલાકીનો ખેલ; ચાલાકી; હોંશીઆરી.

Slender, (સ્લેન્ડર) *a.* Not thick: પાતલુ; બારીક. 2. Weak; feeble: નાજુક; નાનકડું; નબલું; દુર્બલ; દુબલું. 3. Trivial: થોડું; જુજ.

Slice, (સ્લાઇસ્) *n.* A thin, broad piece: કાતરી.

2. A broad knife for serving fish:પોહોળી પાતળા પાનાવાળી છરી. *vt.* To cut into thin pieces: કાતરી કo-પાડવી.

Slide, (સ્લાઇડ્) *vi. imp.* **slid** & *p.p.* **slidden**. To slip; to glide: લપસવું; લપસી જવું; સરી જવું. *vt.* To thrust along:ધકેલવું;લપસાવવું. *n.* Smooth passage: લપસણો-લીસો રસ્તો. 2. A plate of glass: કાચનો તકતો.

Slight, (સ્લાઇટ્) *a.* Insignificant: આછું; થોડું; જરા; સહેજ; કરચ-કગરસ જેટલું. 2. Slender: નબળું; નાજુક; કોમલ; નિર્બલ; પાતલું; બારિક. *vt.* To disregard: માન ન આપવું; નહિ ગણકારવું; તિરસ્કાર કo; તુચ્છકારવું. *n.* Disregard: અપમાન; તુચ્છકાર; અનાદર.

Slily, (સ્લાઇલિ) *adv.* Craftily: છુપાછુપ;નજર ચુકવીને; લુચ્ચાઇથી; ખંધાઇથી; ચલાકીથી.

Slim, (સ્લિમ્) *a.* Weak; slight: નબળું; નજીવું; ખાલી;અમથું. 2. Slender:નાનુ ;નાજુક;પાતલું;બારિક.

Slime, (સ્લાઇમ્) *n.* Viscous mud: કાદવ. 2. Bitumen: શિલાજીત.

Slimy, (સ્લાઇમિ) *a.* Pertaining to slime; glutinous: કાદવવાલું; કાદવથી ખરડાયેલું; ચિકણું.

Sling, (સ્લિંગ્)*n.* An instrument for throwing stones to a great distance: ગોફણ. 2. A throw: ઝપાટો; સપાટો. 3. A hanging bandage for a wounded arm: ઝોલી. *vi. imp.* & *p.p.* **slung**. To throw with a sling: ગોફણમાં ઘાલી ફેંકવું-નાંખવું; છોડવું; મારવું. 2. To hang so as to swing: લટકતું-ઝુલતું રાખવું-મુકવું-ભેરવવું; લટકાવવું.

Slink, (સ્લિંક્) *vi. imp.* & *p. p.* **slunk**. To sneak:ચોરીથી-છુપાઇને-સંતાઇને જતારહેવું;સટકીજવું.

Slip, (સ્લિપ્)*vi.* & *vt. imp.* & *p.p.* **slipped**. To slide: લપસી-સરી જવું; લપસવું;સરકવું;સરકાવવું; ચેરવવું. 2. To escape: છાનામાના જતાં રહેવું; સટકી જવું. 3. To err: ચુકવું; ભુલવું; ભૂલ કo:ગોથું ખાવું. *To let* **s.**, to loose from the noose: છટકવા-સટકવા દેવું. *To* **s.** *on*, to put on in haste or loosely: ઉતાવલે પહેરી લેવું. *n.* The act of slipping: લપસવું તે; છટક: છટકાવ. 2. An error: ગફલત; ચૂક; ગોથું. 3. A strip: નાનો કકડો; સોટી; સલી. 4. An escape: છટકી જવું તે; પલાયન. *To give one the* **s.**, to elude one:છટકી-સટકી જવું; થાપ આપવી.

Slip-knot, (સ્લિપ્નૉટ્) *n.* A knot which slips along the rope around which it is made: સટકિયું; સરગાંઠ; સરકિયા-સરકતો ગાંઠ.

Slipper, (સ્લિપર્) *n.* A light shoe easily slipped on: સપાટ; સ્લીપર.

Slippery, (સ્લિપરિ) *a.* Smooth: લપસી-સરી જવાય તેવું. 2. Not affording firm ground for confidence: ફરી જાય તેવું; ભરોંસો ન રખાય તેવું; અચોક્કસ. [જેવું તેવું.

Slipshod, (સ્લિપ્શૉડ્) *a.* Careless: બેદરકાર;

Slit, (સ્લિટ્) *vt. Imp.* & *p.p.* **slit**. To cut lengthwise: કાપીને લાંબા કકડા કo; ચીપ-પટ્ટી પાડવી. *n.* A long cut: લાંબો ચીરો-ફાડ-કાપ.

Slobber, (સ્લૉબર્) *n.* Saliva: થુંક; લાલ; લબ.

Slop, (સ્લૉપ્) *n.* A puddle: ઢોલાયેલું પાણી;ખાબોચિયું. 2. Weak liquid food: હલકો-નરમ પાણી જેવો ખોરાક. 3. *pl.* Dirty water: મેલું-કચરાલું-ગંદુ પાણી. *vt. imp.* & *p.p.* **slopped**. To spill: ઢોલવું; ઢોલીને ખરડવું.

Slope, (સ્લોપ્) *n.* An oblique direction: ઢાલ; ઢોલાવ; ઉતાર; ઢલતી જગા. *vt.* To form with a slope: ઢાલ કo; ઢલતું કo. *vi.* To take an oblique direction: ઢાલ પડતું-ઉતરતું હોવું; ઢલતું હોવું.

Sloping, (સ્લોપિંગ્) *a.* Oblique; slanting: ઢલાવદાર; ઢલતું; ઉતરતું; ઢાલ પડતું. [કચરાલું; મેલું.

Sloppy, (સ્લૉપિ) *a.* Muddy:ગંદુ;કાદવવાલું;ભીનું;

Sloth, (સ્લૉથ્) *n.* Slowness: મંદી; ધીમાપણું; થાંથાપણું 2. Laziness: આલસ; સુસ્તી. [મંદ.

Slothful,(સ્લૉથ્ફુલ્) *a.* Inactive: આલસુ;સુસ્ત;

Slough, (સ્લફ્) *n.* The dead part which separates from a sore: સડેલું-કોહી ગયલું માંસ.

Slovenly, (સ્લવન્લિ) *a.* Disorderly; untidy: ફુવડ; ગંદુ; મેલું; સથરપથર; જેવું તેવું.

Slow, (સ્લો) *a.* Not swift: ધીમું;હલવું;મંદ;સુસ્ત; ઠંડું;થાંથું. 2. Late: મોડું;પાછલ;વખતસર નહિ એવું.

Slowness, (સ્લોનસ્) *n.* The state of being slow: ધીમાપણું; ઠંડાઇ;સુસ્તી;મંદી;મોડાપણું; વિલંબ.

Slug, (સ્લગ્) *n.* A slow, lazy fellow: આલસુ માણસ. 2. A hindrance: હરકત; અડચણ;નડતર.

Sluggard, (સ્લગાર્ડ) *n.* One habitually idle or inactive: સુસ્ત-આલસુ માણસ; પ્રમાદી.

Sluggish,(સ્લગિશ્) *a.* Slow; dull:આલસુ;મંદ; ધીમું; થાંથું; ઠંડુ.

Sluice, (સ્લ્યૂસ્) *n.* [L. *exclusum*, shut out.] A sliding flood gate: પાણીનો પ્રવાહ અટકાવવા કે ઓછો કરવા સારૂ રાખેલું બારણું-બારી. 2. That through which anything flows: બારૂં; રસ્તો;માર્ગ; દ્વાર. 3. The stream flowing: પાણીનો વહેતો ઝરો-પ્રવાહ.

Slumber, (સ્લમ્બર્) *vi.* To sleep: ઉંઘવું; ઝોકાં મારવાં-ખાવાં; સ્હેજ ખરડો નાખવો; સુવું. 2. To be in a state of negligence: ઉંઘવું; ધ્યાન-નજર ન રાખવી; ગફલત કo. *n.* Sleep; repose: ઉંઘ; આરામ.

Slump, (સ્લમ્પ્) *vt.* To lump: ઢગલો કo; ભેગું કo; ઢગ બનાવવો. *vi.* To sink suddenly: બરફમાં-કાદવમાં બુડવું; કલી જવું; ઉતરી પડવું. *n.* A boggy place: કાદવ કચરાવાલી જગા.

Slur, (સ્લર્) *vt.* To disgrace: ડાઘ-કલંક-એબ લગાડવી; બેઆબરૂ કo; બટ્ટો લગાડવો; બદનામ કo. *n.* Disgrace: ડાઘ; કલંક;એબ; બટ્ટો;આલ;દોષ;બદનામી.

Slush, (સ્લશ્) *n.* Soft mud: કાદવ; કાંપ. 2. A mixture of snow and water: બરફ અને પાણીનું મિશ્રણ. [સ્ત્રી-બાયડી; ફુવેડ.

Slut, (સ્લટ્) *n.* An untidy woman: ગંદી-ફુવડ

Sluttish, (સ્લટિશ્) *a.* Untidy: ગંદુ; ફુએડ.

Sly, (સ્લાઇ) *a.* Skilful: ચપલ; ચતુર; કુશલ. 2. Cunning: પક્કું; મતલબી; ખંધું; લુચ્ચું. *By the* **s.** *or on the* **s.**, in a sly or secret manner: છુપી રીતે; છાનામાના.

Slyness, (સ્લાઇનસ્) *n.* The quality or state of being sly: લુચ્ચાઇ; પ્રપંચ; પકાઇ; ખંધાઇ.

Smack,(સ્મૅક્) *n.* Taste or flavor: સ્વાદ; સુરવાદ; ગંધ: સોરમ. 2. A small quantity: થોડો જથો; થોડુંક. *vi.* To taste: સ્વાદવાળું હોવું; સ્વાદલાગવો; પાસ હોવો-દેખાવો.

Small, (સ્મૉલ) *a.* Not much: નાનું; થોડું; જરીક; ટુંકું;અલ્પ;લઘુ.2. Unimportant:નજીવું;નકામું;તુચ્છ.

Small-clothes,(સ્મૉલ્‌ક્લોઝ્‌)*n.pl.* Breeches: સુરવાલ.

Small-arms, (સ્મૉલ્‌આર્મ્સ્) *n.* Muskets, rifles, pistols &c.: બંદુક, પીસ્તોલ વીગેરે નાનાં [હથીઆરો.

Small-pox, (સ્મૉલ્‌પૉક્સ્) *n.* A contagious febrile disease: સીતલા; બળીઆ; સૈયદ.

Smart, (સ્માર્ટ્) *vi.* [L. *mordeo*, I bite.] To feel a smart: ચણચણવું; ચરચરવું. 2. To suffer: દુઃખ લાગવું; ખેદ થવો; વેઠવું; સહેવું. *n.* A quick, pungent, lively pain:ચરચરાટ;ચણચણાટ. 2. Pungent grief: શોક;ખેદ;સંતાપ. *a.* Pungent: તીખું; તમતમતું; તડતડતું; આકરૂં; કડક. 2. Active;sharp: ચકોર; હુશિયાર; ચાલાક; ચપલ; ચતુર. 3. Efficient; brilliant: પ્રકાશિત; ચલકતું; શોભિતું; દીપતું. 4. Witty: ખટકબોલું; હાજરજવાબી.

Smartness, (સ્માર્ટ્‌નેસ્) *n.* The quality or state of being smart: ચાલાકી; હુશીઆરી; ચપલતા; શોભા; નોક; ખુબી; તેજી.

Smash, (સ્મૅશ્) *vt.* To crush: કચ્ચરઘાણ કરી નાંખવું; ચુરેચુરા કરી નાંખવું-થઈ જવું; ટુકડે ટુકડા થઈ જવા. *n.* Utter destruction: કચ્ચરઘાણ; નાશ.

Smatter, (સ્મૅટર્) *vt.* & *i.* To babble: વગર સમજે બકવું; બકી-ભસી-લવી જવું. 2. To have a superficial knowledge: કોઈપણ ચીજનું ઉપર ટપ્પેનું જ્ઞાન હોવું.

Smattering, (સ્મૅટરિંગ્) *n.* A superficial knowledge: ઉપર ટપ્પેનું જ્ઞાન-જાણ-માહીતી.

Smear, (સ્મીઅર્) *vt.* To daub: ચોપડવું;લગાડવું; લપેટવું; ખરડવું.

Smell, (સ્મેલ) *vt.* & *vi. imp.* & *p.p.* **Smelt**. To perceive by the nose: સુંઘવું; વાસ-સોરમ લેવી. 2. To detect by the sense of smell: શોધી કાઢવું; ખોલી કાઢવું; સુંધી કાઢવું. *To* **s**. *a rat*, to have reason for suspicion: વહેમ લાવવો-હોવો. *To* **s**. *out*, to find out: પામી જવું; જાણવું; જાણી જવું. *n.* The sense which perceives odor: સુંઘવાની ઇંદ્રી; નાક. 2. Odor; perfume: ગંધ; વાસ; બો; ખુશબો; સુગંધ; સુવાસ; સોરમ;સોડમ.

Smelt, (સ્મેલ્ટ્) *vt.* To melt ore: કાચી ધાતુ પીગલાવી તેમાંથી કચરો છુટો પાડવો.

Smile, (સ્માઇલ) *vi.* [L. *miror*, I wonder.] To laugh silently: જરા હસવું; ખુશ થવું; મંદ મંદ હસવું; ગાલમાં હસવું; મોં મલકાવવું. 2. To sneer: તુચ્છકારવું; હસી કાઢવું. 3. To favor: મેહેરબાન-પ્રસન્ન થવું;મહેરબાની કo. *n.* The act of smiling: મોં મલકાવવું-હસવું તે. 2. Favour: કૃપા; મહેરબાની; મહેર.

Smirk, (સ્મર્ક્) *vi.* To smile affectedly: હસવાના ઢોંગ કo; ખુશી-પ્રસન્ન હોવાનું ડોલ ઘાલવું.

Smite,(સ્માઈટ્)*vt.imp.* **Smote** *p.p.* **Smitten**. To strike: મારવું;ફટકા લગાવવો. 2. To kill: મારી નાખવું. 3. To overthrow: હરાવવું; પરાજય-પરાભવ કo. 4. To blast: પાડી નાખવું; નાશ કo. 5. To punish: દુઃખ દેવું; શિક્ષા કo. 6. To affect with feeling: મોહ પમાડવું; આંજી દેવું-નાખવું; બીહવડાવી નાખવું. *vi.* To beat: મારવું.

Smith, (સ્મિથ્) *n.* One who works in metals: લુહાર; સોની; કણસારો વિ૦.

Smithery, (સ્મિથરિ) | *n.* The workshop of
Smithy, (સ્મિથિ) | a smith:લુહાર, કંસારાનું કારખાનું.

Smoke, (સ્મોક્) *n.* The vapor from a burning body: ધુમાડો; ધુણી. 2. Any thing unsubstantial: નકામી-જોવાની વસ્તુ; ધુમાડો. *vi.* To emit smoke: ધુમાડો નીકલવો. 2. To burn; to rage: બલવું. 3. To draw into the mouth the smoke of tobacco: બીડી પીવી. *vt.* To apply smoke to: ધુમાડો દેવો. 2. To fill or scent with smoke: ધુપરાવવું; ધુપરાવી નાખવું.

Smoker, (સ્મોકર્) *n.* One who smokes tobacco: તમાકુ બીડી-હુક્કો પીનાર.

Smoky, (સ્મોકિ) *a.* Filled with smoke; thick: ધુમાડાવાલું-ના જેવું જાડું. 2. Tarnished with smoke: ધુમાડો લાગેલું-થી કાલું થઈ ગએલું.

Smolder, (સ્મોલ્ડર્) *vi.* To waste away by a slow and suppressed combustion: ધીમે ધીમે બલીને નાશ પામવું.

Smooth, (સ્મુધ્) *a.* Not rough: સુંવાલું;લીસું. 2. Gently flowing: શાન્ત; સ્થિર; તોફાન વગરનું. *vt.* To make easy: સહેલું-સરલ કo.

Smooth-iron, (સ્મુધ્‌આયર્ન્) *n.* An instrument for ironing: અસ્રી; ઈસ્ત્રી.

Smoothly. (સ્મુધ્લિ) *adv.* In a smooth manner: વગર હરકતે; ધીમેથી; સેહલાઇથી.

Smoothness, (સ્મુધ્‌નેસ્) *n.* The state of being smooth: સુંવાલાપણું; મીઠી બોલી; નરમાશ.

Smooth-tongued, (સ્મુધ્-ટંગ્ડ્) *a.* Flattering: મીઠું બોલું; ખુશામતિયું; હાજીહા કરનાર.

Smother. (સ્મધર્) *vt.* To suffocate: ગુંગલાવીને-શ્વાસ રૂંધીને મારી નાંખવું. 2. To conceal: છુપાવવું; દાબી રાખવું; ઢાંકવું; ઢાંકી રાખવું. *vi.* To be suffocated or stifled: ગુંગલાઇ જવું. *n.* Smoke; thick dust: ગુંગલાવી નાંખે એવો ધુમાડો.

Smoulder, (સ્મોલ્ડર્) *vi.* [See **Smolder**.]

Smouldering, (સ્મોલ્ડરિંગ્)*a.* Burning slowly: કજલાઇ જતું; પજલતું.

Smuggle, (સ્મગલ્) *vt.* To import or export secretly: જકાત ભર્યા વગર-છુપી રીતે-છાનુંમાનું લાવવું; જકાત-દાણ ચોરવું; દાણ ચોરી કo. 2. To convey secretly: છુપી રીતે-ખાનગી રીતે લઈ જવું-દાખલ કરવું; છાનામાના લાવવું-લઈ જવું.

Smuggler, (સ્મગ્લર્) *n.* One who smuggles: જકાત-દાણ ચોરનાર. 2. A vessel employed in smuggling: દાણચોરીથી માલ લાવલઇજા કરવાનું વહાણ

Smuggling, (સ્મગ્લિંગ્) *n.* Importation or exportation contrary to the law: જકાત-દાણ ચોરી.

Smut, (સ્મટ્) *n.* Foul matter like soot: મેશ;

કાજલ; કોયલો. 2. Obscene language: નિર્લજ્જ-ભાંડ ભાષા-બોલી. *vt.* To stain with smut: કાલું કરવું; ડાઘ પાડવો; મેશ લગાડવી.

Smutty, (સ્મટિ) *a.* Smutted: મેશવાલું-ના ડાઘવાલું; ભાંડ.

Snack (સ્નૅક્) *n.* A share: હિસ્સો; ભાગ. 2. A slight, hasty repast: ઉતાવલો-જરા નાસ્તો.

Snaggy, (સ્નૅગિ) *a.* Full of snags: ગાંઠાવાલું; ઠેકાવાલું. 2. Ill-tempered: ખરાબ મિજાજનું.

Snail, (સ્નેલ્) *n.* A slimy, creeping mollusk: ગોકલ ગાય.

Snake, (સ્નેક્) *n.* A serpant: સાપ; સર્પ; નાગ.

Snake-catcher, (સ્નેક્-કૅચર્) *n.* One who catches serpants: મદારી; ગારુડી.

Snap, (સ્નેપ્) *vt.* & *vi.* To crack: એકદમ-તડાક-તડ દઇને ભાગવું; ટપ દઇને ભાગી નાંખવું; કડક દઇને ભાંજવું. 2. To bite or seize suddenly: એકદમ બચકું લેવું-ભરવું; કરડવું. *n.* A sudden breaking: એકદમ તુટી-ભાંગી જવું તે. 2. A sudden eager bite: એકદમ ભરેલું બચકું. 3. A sudden sharp motion of the fingers: ટચાકડી-રી. [છટકું.

Snare, (સ્નેઅર્) *n.* A trap: જાલ; પાશ; ફાંસો; ફાંદો;

Snarl, (સ્નાર્લ્) *vi.* To growl: ઘુરકવું; ઘુરઘુર ક૦. 2. To talk in surly terms: બબડવું; રીસથી બોલવું.

Snatch, (સ્નૅચ્) *vt.* To seize hastily: ખુંચવી-ઝુંટાવી લેવું; એકદમ ખેંચી લેવું; તરાપ મારવી. *n.* A hasty catching or seizing: તરાપ; તલપ. 2. A short period of vigorous action: થોડાજ વખતનું તડામાર-ધમધોકાર કામ.

Sneak, (સ્નીક્) *vi.* To creep or steal (*away or about*) privately: છાનામાના-સંતાઇને નીકલી-નાશી જવું; સટકી જવું. 2. To act meanly: ટેક મૂકીને-નીચપણાથી વર્તવું; હીચકારાપણું ક૦. *n.* A mean fellow: નીચું-હલકું-ટેક મુકીને વર્તે એવું માણસ; હીચકારો.

Sneaking, (સ્નીકિંગ્) *a.* Marked by cowardly concealment: નીચું-ટેક મુકીને ચાલનાર; છાનુંમાનું; બીક-ભયથી સંતાઇ પેઠેલું; હીચકારું; બાયલું.

Sneer, (સ્નીર્) *vi.* To show contempt: નાક ઉંચું કરીને કે બીજી રીતે તિરસ્કાર-ધીક્કાર-તુચ્છકાર-અપમાન કરવું; નરકોરાં ચઢાવી ધિક્કાર જણાવવો; આડકતરી રીતે-અસેમસે તરછોડવું-ધિક્કારવું. *n.* The act of sneering: હાંસી; ચેષ્ટા; ચાલા; મશ્કરી; નરકોરાં ચઢાવવાં તે; અપમાન; ધિક્કાર.

Sneeze, (સ્નીઝ્) *vi.* To emit air, chiefly through the nose, audibly and violently: છીંકવું; છીંક ખાવી. *n.* A sneezing: છીંક.

Sniff, (સ્નિફ્) *vi.* To draw air audibly up the nose: નસકોરાં બોલે એવી રીતે શ્વાસ લેવો; સુસવાટા ભરવા. *vt.* To scent: સુંઘવું.

Snip, (સ્નિપ્) *vt.* To cut off: કાપી નાંખવું; કાપવું; છાંટવું. *n.* A single cut: કાપો; ચીરો.

Snob, (સ્નૉબ્) *n.* A vulgar person who affects gentility: મ્હોટાઇનું ડોલ ઘાલનાર હલકો માણસ.

Snore, (સ્નોઅર) *vi.* To breathe roughly and hoarsely in sleep: ઉંઘતા ઘોરવું.

Snort, (સ્નૉર્ટ્) *vi.* To force the air with violence through the nose, સુસવાટ કરવો; ઘોરવું.

Snot (સ્નૉટ્) *n.* Mucus of the nose: લીંટ; લીટ.

Snout, (સ્નાઉટ્) *n.* The projecting nose of a beast, જાનવરોનું મોં-ડાચું-લાંબું નાક; નાલચું.

Snow (સ્નો) *n.* [*nix, nivis.*] Frozen moisture falling from the atmosphere: હીમ; બરફ. *vi.* To fall in snow: બરફ પડવો.

Snow-slip, (સ્નો-સ્લિપ્) *n.* A mass of snow which slips down the side of moutain, &c.: ઢસી પડેલું બરફનું ચોસલું.

Snow-storm, (સ્નો-સ્ટૉર્મ્) *n.* A storm with falling snow: વા વંટોલ સાથનો બરફનો વરસાદ.

Snow-white, (સ્નો-વ્હાઇટ્) *a.* Very white: ધોલું; સફેદ.

Snowy, (સ્નોઇ)*a.* White like snow: બરફ જેવું; સફેદ. 2. Abounding with snow: બરફથી ઢંકાઇ ગએલું; બરફથી ભરપુર; બરફવાલું. 3. Pure: ચોખ્ખું; ડાઘડુઘ વિનાનું.

Snub, (સ્નબ્) *vi.* To check;to reprimand: ઠપકો આપવો; ધમકાવવું;ઝાટકવું. *n.* Rebuke: ઠપકો;ધમકી.

Snub-nosed, (સ્નબ્-નોઝડ્) *a.* Having a short, flat nose: ચીબું; ચપટા નાકનું.

Snuff, (સ્નફ્) *n.* The charred part of a candle wick: (બતીનો) મોગરો; ગુલ. *vt.* To crop the snuff of: મોગરો કાપવો; ગુલ કાતરવી. *vi.* To sniff: શ્વાસમાં લેવું; સુંઘવું; સુસવાટો ભરવો. *n.* Pulverized tobacco: તપખીર; છીંકણી.

Snuffers, (સ્નફર્સ્) *n. pl.* An instrument for taking the snuff off a candle: ગુલ કાપવાની કાતર.

Snug, (સ્નગ્) *a.* Close and warm: દબાઇ ટુંટી-આવાલી રહેલું-સુતેલું; દબાઇ ચંપાઇને સગવડથી સુતેલું; છુપાયલું; સંતાએલું. 2. comfortable: ચોખ્ખું; સગવડવાલું.

Snugly, (સ્નગ્લિ) *adv.* Safely: સગવડથી; નિરાંતે.

So (સો) *adv.* In that manner or degree: એવું; તેવું; આટલું; તેટલું; એટલું. 2. Thus: તેમ; તેવું; આમ; આ પ્રમાણે. 3 Very: ઘણું; બહુ; એટલું બધું. 4. Therefore: તેથી; તેને લીધે; તેટલા માટે; કારણ કે. *So far,* to that point or extent: આટલે સુધી. *So, so,* (*a*) well, well: ઠીક; ચાલશે. (*b*) Passable: વચલા વાંધાનું; ઠીક; જેવું તેવું. **S.** *that,* in order that: કે; એટલે કે; તેથી. *conj.* On condition that: જો; અગર જો.

Soak, (સોક્) *vt.* & *vi* To wet thoroughly: પલાલવું; તરબોલ થવું. 2. To draw in by the pores: શોષી લેવું; ચૂસી લેવું.

Soap, (સોપ્) *n.* A substance used as a cleansing agent: સાબુ. *vt.* To wash with soap: સાબુથી ધોવું.

Soapy, (સોપિ) *a.* Soft and smooth: સાબુ જેવું; નરમ અને લીસું; સાબુવાલું લગાડેલું.

Soar, (સોઅર્)*vi.*[L. *ex.* out & *aura,* the air.] To fly aloft: ઉંચે ઉડવું. 2. To rise in thought: વિચારમાં ઉંડા ઉતરવું.

Sob, (સૉબ્) *vi.* To sigh with tears: ડચકાં ખાવાં. *n.* The act of sobbing: ડસકું ; ડચકું.

Sober, (સોબર્) *a.* Temperate in the use of

spirituous liquors: દારૂ પીવામાં મધ્યમ; પીધેલ ન હોય તેવું; સાવધ; શુદ્ધિમાં. 2. Not mad: ડાહ્યું; શાંત; ઠાવકું; ઠરેલ; ઠંડા વિચારવાળું. *vt.* & *vi.* To make sober: શાંત થવું; અમલ કેફ ઉતરવો–ઉતારવો.

Soberly, (સોબર્લિ) *adv.* Cooly; calmly: મન ઠેકાણે રાખીને; સાવધપણે; ગંભીરાઈથી.

Sobriety, (સોબ્રાઇટિ) *n.* [L.*sobrietas.*] Habitual soberness: દારૂ પીવામાં મધ્યમપણું. 2. Calmness: ઠાવકાપણું; ઠરેલપણું; ધીરજ; શાંતિ; ગંભીરાઈ.

Sociable, (સોશિઍબલ્) *a.* [L.*socio.* I associate.] Social: મિલનસાર; મલતાવડું; મેલાપી; મોહોબતવાળું. 2. Not reserved: વાતચિતમાં સામેલ થાય તેવું.

Sociablenss, Sociability, (સોશિઍબલ્નેસ-સોશિઍબિલિટિ) *n.* The quality of being sociable: મલતાવડાપણું; મિલનસારપણું; ભલમનસાઈ.

Social, (સોશિઍલ્)*a.*[L.*socius*, a companion.] Pertaining to society: સંસાર-દુનીઆનું–સંબંધી વિષે; સંસારી. 2. Sociable: મિલનસાર; માયાળુ; મલતાવડું. 3. Consisting in union: વાતચિતનું; મલવા બેસવાનું; પરસ્પરનું. **S.** *intercourse*: પરસ્પર વ્યવહાર.

Socialism, (સોશિઍલિઝમ્) *n.* A theory of social reform contemplating a more just distribution of property: ધન–દોલત ઉપર સઘલાં માણસોનો એકસરખો હક ગણવાનો મત-વાદ.

Society, (સોસાઍટિ) *n. pl.* **Societies**. [L. *socius*, a companion.] Fellowship; company: સમાગમ; સોબત; સંબંધ. 2. An association: મંડલી; ટોલી; સમાજ.

Sock, (સૉક્) *n.* A half stocking: ન્હાનું મોજું.

Socket, (સૉકેટ્) *n.* [L. *soccus.*] An opening into which anything is fitted: ખાનું; ઘર; ખાંચો.

Soda, (સોડૅ)*n.* [L. *soidus*, solid.] Sodium oxide: સોડાખાર. *Carbonate of* **S**: પાપડીઓ ખાર; ખારો. *Impure carbonate of* **S**: સાજીખાર.

Sodomy, (સૉડૉમિ) *n.* Unnatural lust: ગાંડ મરામણી.

Sofa, (સોફૅ) *n.* A long seat, with a cushioned bottom: ગાદીવાલો કોચ; સોફા.

Soft, (સૉફ્ટ્) *a.* Easily yielding to pressure: નરમ; પોચું. 2. Smooth: સુંવાલું; નાજુક; મુલાઈમ; લીસું. 3. Quiet: નિરાંતનું; મીઠું. 4. Not tinged with mineral salts: હલકું; ખાર વગરનું. 5. Applied to a palatal, a sibilant or a dental consonant: ઘોષ. *adv.* Gently: ધીમેથી; નરમાશથી. *interj.* Be quiet: ધીમે !; સાંસ્તે !; ચોભો !; સબર !

Soften, (સૉફ્ન્) *vt.* To make soft: નરમ–પોચું–ઢીલું કરવું–પાડવું; શાંત પાડવું; હલકું–નરમ કરવું. *vi.* To become soft: નરમ થવું; સુધરવું; નરમ પડવું.

Softness, (સૉફ્ટ્નેસ્) *n.* The state of being soft: નરમાસ; પોચાપણું; કોમલતા; મીઠાસ.

Soil, (સૉઇલ્) *n.* The ground: જમીન; ભોંય; ધરતી; માટી. 2. Land: દેશ; મુલક. 3. Dung: ખાતર. *vt.* & *vi.* To dirty: ડાઘા પાડવા; મેલું થવું–ક૦; બગાડવું. *n.* A stain: ડાઘ; મેલ; કલંક; એબ.

Soiree, (સ્વૉરે) *n.* [L. *serus* late.] An evening party: સંધ્યાકાલ પછીનો મેલાવડો–મિજલસ.

Sojourn, (સોજર્ન્) *vi.* [L. *sub*, under & *diurnus*, belonging to the day.] To dwell for a time: મુસાફર તરીકે રહેવું; વાસો–ઉતારો–મુકામ ક૦; પડાવ નાખવો. *n.* A temporary residence: થોડા વખતને વાસ્તે વાસ–મુકામ; ઉતારો; મુકામ.

Solace, (સૉલેસ) *n.* [L. *solor*, comfort.] Consolation: દિલાસો; હિમ્મત. *vt.* To comfort: દિલાસો–હિમ્મત આપવી; ધીરજ આપવી.

Solar, (સોલર્) [L. *sol*, the sun.] *a.* Pertaining to the sun: સુરજનું–વિષે; સૂર્ય સંબંધી. 2. Measured by the progress of the sun: સૈાર; સૂર્યમાન. 3. Produced by the sun: સૂર્યના તાપથી ઉત્પન્ન થએલું–બનેલું–બાઝેલું. **S.** *dynasty*: સૂર્યવંશ. **S.** *system*: સૂર્યમંડલ.

Solder, Soder, (સૉલ્ડર્-સૉડર્) *n.* [L. *solido*, I fasten.] A metallic cement for uniting metals: ઝાલણ; રેહેવણ. *vt.* To unite by a fusible metal: ઝાલવું; રેહેવણ દેવી. 2. To mend: થીંગડાં દેવાં; ઠીકઠાક ક૦; દુરસ્ત ક૦.

Soldier, (સોલ્જર્) *n.* [L. *solidus*, a piece of money.] One who serves in an army: સિપાઈ: સૈનિક. 2. A brave warrior: શૂરો સિપાઈ; જોદ્ધો; શૂરવીર; વીરો.

Soldier-like,(સોલ્જર્-લાઈક્)*a.* Like a soldier: સિપાઈગીરીનું–ને લાયક; શૂરપણાનું; શૂરૂં.

Soldiery, (સોલ્જરિ) *n.* A body of soldiers: સિપાઇઓ; લશ્કર; સેના.

Sole, (સોલ્) *n.* [L. *solea*, *solum*, ground.] The bottom of the foot or of a shoe: પગનું કે જોડાનું તલિયુ. 2. The bottom of anythings: કંઇપણ વસ્તુનું તલિયું; પાયો; આધાર. *vt.* To furnish with a sole: જોડાનુ તલિયું મુકવું. *a.* Single: એકલું; એકનુંએક; એકજ; માત્ર એક. 2. Unmarried: કુંવારૂં; વાંઢું.

Solecism, (સોલેસિઝમ્) *n.* A breach of syntax: ખોટો–અશુદ્ધ પ્રયોગ–વચન–શબ્દ–વાક્ય; અપપ્રયોગ; અશુદ્ધ પ્રયોગ. 2. Any absurdity: મોટી ભૂલ–ચૂક; મૂર્ખાઇ.

Solely, (સોલલિ) *adv.* Alone; only: એકલું; માત્ર; ફક્ત; કેવલ.

Solemn, (સૉલેમ) *a.* [L. *sollus*, all & *annus*, a year.] Sacred: ધર્મ સંબંધી; પવિત્ર. 2. Serious; grave: ગંભીર;ભારે;ઉંડું;ખરૂં;ઓજરખાઈવાલું–ભરેલું.

Solemnity, (સૉલેમ્નિટિ) *n.* A ceremony adapted to impress with awe: ગંભીર ક્રિયા; ધર્મ ક્રિયા. 2 Gravity: seriousness: ગંભીરાઈ; ગંભીરપણું; ભારેખમપણું.

Solemnize, (સૉલેમ્નાઇઝ્) *vt.* To celebrate: ધર્મ ક્રિયા ક૦; ક્રિયાકામ ક૦. 2. To make grave; ગંભીર ક૦–થવું; ખરો ભાવ ઉત્પન્ન ક૦.

Solicit, (સૉલિસિટ્)*vt.* To petition: અરજ–વિનંતી ક૦; માગવું; આજીજી ક૦.

Solicitation, (સૉલિસિટેશન્) *n.* Earnest request: અરજ; વિનંતિ; આજીજી; કાલાવાલા.

Solicitor, (સૉલિસિટર્) *n.* A lawyer: વકીલ.

Solicitous, (સૉલિસિટસ્) *a.* Anxious; careful: આતુર; ફિકરમંદ; કાલજીવાલું; ચિંતાતુર.

Solicitude, (સૉલિસિટ્યૂડ્) *n.* Anxiety: ચિંતા; કાલજી; ફિકર.

Solid, (સૉલડ્) *a.* [L. *sollus*, whole.] Hard; firm: કઠણ; ઘટ્ટ; ઘન; જડ. 2. Not hollow: નક્કર; સંગીન. 3. Strong: દૃઢ; મજબુત; પાકું; ખરૂં; સંગીન; વાજબી; પુરતું; જીવદાર; સાબુત. *n.* A firm, compact body: નક્કર-કઠણ પદાર્થ.

Solidify, (સૉલિડિફાઇ) *vt.* & *vi.* To make solid or compact: કઠણ-નક્કર-સંગીન ક૦-થવું.

Solidity, (સૉલિડિટિ) *n.* Density: નક્કર-ઘટપણું; ઘનતા; સંગીનપણું. 2. Moral firmness: સાચાઈ; વાજબીપણું.

Soliloquize. (સૉલિલોકવાઈઝ્) *vi.* To talk to one's self: પોતાના મન સાથે બોલવું.

Soliloquy, (સૉલિલોકવી) *n.* [L. *solus*, alone & *loquor*, I speak.] Talking to one's self: મનમાં બોલવું તે; મન સાથે કરેલી વાતચિત.

Solitariness, (સૉલિટરિનેસ્) *n.* Condition of being solitary: એકાંતપણું; એકાંતવાસ.

Solitary, (સૉલિટરિ) *a.* [L. *solus*, alone.] Alone; lonely: એકજ; એકાંતવાસી; એકલું; છડું; એકાંત. 2. Still; silent: ચૂપ; શાંત.

Solitude, (સૉલિટ્યુડ્) *n.* [L. *solus*, alone.] Loneliness: એકલાપણું; એકાંતપણું. 2. Desert: જંગલ; રાન; વન.

Solstice, (સૉલ્સ્ટિસ્) *n.* [L. *sol* the sun & *sisto*, I cause to stand.] A stopping or standing still of the sun: અયનાન્ત. 2. The point in the ecliptic at which the sun is farthest from the equator: અયન; અયનકાલ. *Summer* **s.**: કર્કસંક્રાન્તિ. *Winter* **s.**: મકરસંક્રાંતિ.

Solubility, (સૉલ્યૂબિલિટિ) *n.* Capability of being dissolved: પીગલવાનો ગુણ.

Soluble, (સૉલ્યૂબલ) *a.* [L. *solvo*, I loosen.] Capable of being dissolved or solved: ઓગલે-પીગલે એવું; ખુલ્લું; સમજ પડે તેવું.

Solution, (સોલ્યુશન) *n.* Disruption; breach: ભંગ; ઓગલવું-પીગલવું તે. 2. Explanation: ખુલાસો; સમજુતી.

Solve, (સૉલ્વ્) *vt.* [L. *solvo*, I loosen.] To explain: સમજાવવું; ખોલાસો ક૦.

Solvency, (સૉલ્વન્સિ) *n.* The state of being solvent: કરજ ફેડવાની ગુંજાસ; માલદારી.

Solvent, (સૉલ્વન્ટ્) *a.* Having the power of dissolving: પિગલાવે તેવું; પિગલાવનારૂં. 2. Able to pay all debts: કરજ ફેડી શકે એટલા જીવવાલું; કરજ અદા કરી શકે તેવું; માલદાર.

Somber, (સૉમ્બર્) [L. *sub* & *umbra*, shade.] *a.* Dark: કાલું; ઘોર. 2. Melancholy: ઉદાસ; શોકાતુર; ગંભીર.

Some, (સમ્) *a.* Consisting of a greater or less portion: કેટલાએક; કેટલાક; થોડાક. 2. Certain: કોઈ; કોઇએક; કોઇક. 3. About: આસરે; સુમારે; લગભગ.

Some-body, (સમબૉડિ) *n.* Some person: એકજણ; કોઇ એક માણસ. 2. A person of importance: ભાર-બોજ-વક્કરવાલો માણસ.

Some-how, (સમ્-હાઉ) *adv.* By some means: ગમે તેમ કરીને; કોઈ પણ રીતે; કંઈ પણ કરીને.

Somersault, (સમરસૉલ્ટ્) *n.* A leaping with heels over head: ગુલાંટ; ગોઠિમડું.

Something, (સમ્થિંગ્) *n.* An indefinite thing: કંઈ વાત-ચીજ; કંઈ. 2. A part; a little: કંઈક; થોડુંક; કિંચિત. *adv.* Somewhat: કંઇક; જરા.

Sometime, (સમ્ટાઈમ્) *adv.* Once: એક વખત; અગાઉ.

Sometimes, (સમ્ટાઈમ્સ્) *adv.* Formerly: અગાઉ; કોઇ વખત. 2. Not always: કોઈ કોઈ વેલા.

Somewhat, (સમ્હ્વૉટ્) *adv.* In some degree or measure: કેટલુંક; કંઈક; થોડુંક.

Somewhere, (સમ્હ્વેર્) *adv.* In some place unknown or not specified: કોઈ ઠેકાણે; કહીં.

Somnambulism, (સૉમ્નૅમ્બ્યુલિઝમ્) *n.* Act of walking in sleep: ઉંઘમાં ચાલવું-ફરવું તે.

Somniferous, (સૉમ્નિફરસ્) *a.* [L. *somnus*, sleep & *fero*, I bring.] Causing sleep: ઉંઘ લાવનારૂં; નિદ્રાજનક.

Somnolent, (સૉમ્નોલન્ટ્) [L. *somnus*, sleep.] Sleepy; drowsy: ઉંઘથી ઘેરાયેલું; ઉંઘમાં આવેલું.

Son, (સન) *a.* [A S. *sunu*.] A male child: પુત્ર; છોકરો; દિકરો; ચિરણજીવી; બેટો. 2. A native: વતની; રહીશ.

Song, (સૉન્ગ્) *n.* A poem; a ballad: ગીત; ગાયન; કવિતા; રાગ; સરોદ. 2. A trifle: નજીવી-જુજ વાત-ચીજ.

Songster, (સૉન્ગ્સ્ટર્) *n.* A singer: ગાનાર; ગવૈયો; ગાયક. 2. A singing bird: ગાનાર પક્ષી.

Songstress, (સૉન્ગસ્ટ્રેસ્) *n.* A woman who sings: ગાનારી સ્ત્રી; ગવૈયણ; તાયફો; રામ; સગર.

Son-in-law, (સન-ઈન-લૉ) *n.* *pl.* **Sons-in-law.** The husband of one's daughter: જમાઇ.

Sonnet, (સૉનેટ્) *n.* [L. *sonus*, a sound.] A short poem: નાની કવિતા; ચૌદ લીટીનું કાવ્ય.

Sonorous, (સૉનોરસ્) *a.* [L. *sonus*, sound.] Resonant: રણકાદાર; રણકો-અવાજ નીકલે એવું; ખણખણતું. 2. High-sounding: બુલંદ અવાજનું.

Soon, (સૂન્) *adv.* In a short time; early: વહેલું. 2. Promptly: તરતજ; જલદીથી; તાબડતોબ. 3. Willingly: ખુશીથી; રાજીથી. *Sooner or later:* મોડે વેહેલે.

Soot, (સૂટ્) *n.* A black substance formed by combustion: મેશ; કાજલ.

Sooth, (સૂથ્) *a.* True: ખરૂં. 2. Pleasing: ખુશામતી. *n.* Truth: સત્યતા; સાચાઈ.

Soothe, (સૂધ્) *vt.* To flatter: ખુશામત ક૦; લાડ-મીઠી વાતથી ખુશ ક૦. 2. To calm: શાંત-ઠંડું ક૦-પાડવું; દિલાસો આપવો.

Soothing, (સૂધિન્ગ્) *a.* Giving comfort: શાંત પમાડે એવું; શાંતિકર; ઠંડક કરે તેવું.

Sooth-sayer, (સૂથ્-સેયર્) *n.* One who foretells events: જોશી; ફાલ જોનારો.

Sooty, (સૂટિ) *a.* Dark: કાલું; મેશ જેવું-વાલું.

Sophism, (સૉફિઝ્મ્) *n.* [Gr. *sophos*, wise.] A fallacy: ખરી દેખાતી પણ ખોટી તકરાર; ખોટારૂં.

Sophist, (સૉફિસ્ટ્) *n.* One of a class of

teachers in ancient Greece: સુફી. 2. A fallacious reasoner: ખોટી-ઉલટી તકરાર કરનારો.

Sophistical, (સૉફિસ્ટિકૅલ) *a.* Fallaciously subtile: ખોટો-આડો તકરારી.

Sophisticate, (સૉફિસ્ટિકેટ્) *vt.* To adulterate ભેલસેલ ક૦; બગાડવું; ખરાબ ક૦.

Sophistry, (સૉફિસ્ટ્રિ) *n.* Fallacious reasoning: આડી-ખોટી તકરાર.

Soporiferous, **Soporific**, (સૉપૉરિફૅરસ્-સૉપૉરિફિક્) *a.* [L. *sopor*, a heavy sleep & *fero*, I bring.] Causing sleep: ઉંઘ લાવનારૂં; નિદ્રાજનક; બહુ ઘેન લાવે તેવું.

Soprano, (સૅપ્રાનો) *n. pl.* **Sopranos**. The highest voice: ઉંચામાં ઉંચો સૂર.

Sorcerer, (સૉર્સરર્) *n.* A magician: ઈલમી; જાદુગર; છુમંતર કરનારો.

Sorcery, (સૉર્સરિ) *n. pl.* **Sorceries**. [L. *sors, sortis*, a lot.] Magic: નજરબંધી; જાદુ.

Sordid, (સૉર્ડિડ્) *a.* [L. *sordeo*, I am filthy.] Vile; base: નીચ; તુચ્છ; અધમ; હલકું; પાજી. 2. Meanly avaricious: અતિ લોભી; કંજુસ; મખ્ખીચુસ.

Sore, (સોઅર્) *a.* Painful: દુખાય એવું; દુખતું; સુઝેલું. 2. Severe: સખત; દુઃખકારક; દુઃખદાયક; બહુ; ભારે; જબરૂં. **S.** *throat*, pharyngitis: ચોરંઆ. *n.* A wound; an ulcer or a boil: જખમ; ચાંદું. 2. Grief; affliction: દુઃખ; શોક; આપદા; મુશ્કેલી; અડચણ; મુસિબત; સંકટ. *adv.* Same as Sorely.

Sorely, (સોઅર્લિ) *adv.* Grievously: દુઃખથી; મહા દુઃખથી.

Sorrow, (સૉરો) *n.* Sadness: અફસોસ; દિલગીરી; બલાપો; સંતાપ; ખેદ; શોક. *vi.* To grieve: દિલગીર-શોકાતુર થવું; શોક-ખેદ ક૦.

Sorrowful, (સૉરોફુલ્) *a.* Sad: શોકાતુર; દુઃખી; ઉદાસ; દિલગીર. 2. Mournful: દુઃખદાયક.

Sorry, (સૉરિ) *a.* Melancholy: દિલગીર; નાખુશ; દુઃખી. 2. Poor; worthless: હલકું; નજીવું; તુચ્છ; નીચું; ભિખારી.

Sort, (સૉર્ટ્) *n.* [L. *sors, sortis*, a lot.] A class or order: જાત; પ્રકાર; રીત; તરેહ. *Out of* **S.**, બેચેન. *Of first* **S.**: સરસ; તોફો. *vt.* To separate into classes: જુદું પાડવું; વર્ગ પાડવા; ગોઠવવું. 2. To select: વીણી કાઢવું; ચૂંટવું; પસંદ ક૦. *vi.* To suit; to fit: બેસતું-આફક-બંધબેસતું આવવું; મલતું આવવું.

Sortie, (સૉર્ટિ) *n.* The sudden issuing of a body of troops from a besieged place to attack the besiegers: છાપો; હલ્લો; ધસારો.

Sot, (સૉટ્) *n.* A habitual drunkard: દારૂડીયો; પીધેલ; છાકટો; દારૂબાજ.

Sottish, (સૉટિશ્) *a.* Very foolish; durnken: મૂર્ખ; બેવકૂફ; છાકટું; દારૂડિયું.

Soul, (સોલ્) *n.* The spiritual, rational and immortal part in man: આત્મા; જીવ; પ્રાણ. 2. The heart: અંતઃકરણ; હૃદય. 3. Spirit: ઉલટ; હોંસ. 4. A person: આદમી; માણસ.

Soulless, (સોલ્લેસ્) *a.* Mean; spiritless: નીચું; [અધમ; હલકું.

Sound, (સાઉન્ડ્) *a.* Whole: આખું; અખંડ; સાબુત; ખોડખાંપણ વિનાનું; સાફ. 2. Healthy: તંદરોસ્ત; નિરોગી. 3. Strong; safe: મજબૂત; સલામત. 4. Correct: ખરૂં; સહી; શુદ્ધ; સાચું; વાજબી; વજનદાર. 5. Deep: ઘોર; ભર. *n.* A narrow passage of water, ખાડી; સામુદ્રધુની. *vt.* To fathom: ઉંડાઈ-ઉંડાણ માપવું. 2. To test: તપાસી જોવું; પરીક્ષા ક૦; પાણી-મન જોવું.

Sound, (સાઉન્ડ્) *n.* [L. *sonus.*] Noise; report: અવાજ; શબ્દ; નાદ. *vt.* & *vi.* To utter a voice: અવાજ થવો-નીકલવો; વાગવું; વગાડવું. 2. To proclaim: જણાવવું; જાહેર ક૦; ગાજી રહેવું; ડંકો વગાડવો.

Soundly, (સાઉન્ડ્લિ) *adv.* In a sound manner: સારી પેઠે; ખૂબ.

Soup, (સૂપ્) *n.* A liquid food: રસ; સેરવો.

Sour, (સાઉઅર્) *a.* Acid; tart: ખાટું; આંબટ. 2. Turned (*as milk.*): ખાટું થઈ ગએલું; ફાટી ગયેલું. 3. Peevish: બલીએલ; રીસાલ; ચીઢિયું. *vt.* & *vi.* To cause or become sour: ખાટું ક૦-થવું; આખરવું; અખરાઈ જવું.

Source, (સૉઅર્સ્) *n.* [*surgo*, I lift.] A fountain: ઝરો. 2. Origin: મૂલ; બી; ઘર.

Sourness, (સાઉઅર્નેસ્) *n.* The quality or state of being sour: ખટાશ; ચીઢિયાપણું; બલીએલપણું.

South, (સાઉથ્) *n.* The direction opposite to the north: દક્ષિણ; દક્ષિણ દિશા. *a.* Lying toward the south: દક્ષિણમાં આવેલું-પડેલું. *adv.* Toward the south: દક્ષિણ તરફ-ગમ-ભણી.

South-east, (સાઉથ્-ઈસ્ટ્) *n.* The direction equally distant from the south and the east: અગ્નિકોણ; અગ્નિખુણો.

South-easterly, (સાઉથ્-ઇસ્ટર્લિ) *a.* Pertaining to the southeast: અગ્નિકોણમાંથી આવતું.

Southern-ly, (સધર્ન્-સધર્ન્લિ) *a.* Pertaining to the south: દક્ષિણ દિશાનું-માં આવેલું.

Southward, (સાઉથ્-ઉવૅર્ડ્) *adv.* Toward the south: દક્ષિણ તરફ-ગમ-ભણી.

Southwest, (સાઉથ્-ઉવેસ્ટ્) *n.* The direction equally distant from the south and the west: નૈઋત્ય કોણ.

Souvenir, (સુવનીર્) *n.* [L. *sub* & *venio*, I come.] A memento: યાદગિરીની ચીજ; યાદગિરી.

Sovereign, (સૉવરિન્) *a.* [L. *super*, above.] Supreme; chief: મુખ્ય; શ્રેષ્ટ; સર્વોપરી; પ્રધાન. 2. Royal: બાદશાહી; રાજદરબારી. 3. Effectual: રામબાણ; ગુણકારી; આબાદ. *n.* A monarch: રાજા; રાણી; મહારાજા. 2. A gold coin: પાઉન્ડ; એક સોનાનો સિક્કો.

Sovereignty, (સૉવરિન્ટિ) *n.* Dominion; supremacy: રાજ; મુખ્ય અધિકાર; સત્તા; અમલ; હકુમત.

Sow, (સાઉ) *n.* A female pig: ડુકરી; ભુંડણી.

Sow, (સો) *vt.* To scatter seed upon the earth: વાવવું; વાવેતર ક૦. 2. To spread: ફેલાવવું; પાથરવું; વેરવું; છાંટવું.

Sowing, (સોઈન્ગ્) *n.* The act of scattering seeds upon the earth: વાવેતર; વાવણી.

Space, (સ્પેસ્) *n.* [L. *spatium*, space,] Extension: અવકાશ; આકાશ. 2. Place; room: સ્થલ; જગ્યા; સ્થાન; ભૂમિ. 3. Distance between objects:

ટપ્પો; છેટું; ખાલી જગ્યા. 4. Duration: વખત; કાલ; મુહૂર્ત; દરમિયાન.

Spacious, (સ્પેશસ્) *a.* Wide; roomy: વિસ્તીર્ણ; વિશાલ; બોહોળું; બોહોળુંચોળું.

Spade, (સ્પેડ્) *n.* [L. *spathe*, a spatula.] An implement for digging: કોદાળી. 2. One of the suit of cards: રમવાના પાનામાં કાળી બદામ; કુલ વર્ણું પાનું-રંગ. *To call a* **S.** *a* **S.**..તડનેભડ કહી દેવું.

Span, (સ્પૅન) *n.* Nine inches: બિલ્લસ; વેંત. 2. A small space of time: ઘણી ટુંકી મુદત; ટુંક વખત; થોડો અરસો. *vt.* To measure by the span: વેંતથી ભરવું--માપવું.

Spangle, (સ્પૅન્ગ્ગલ્) *n.* Any brilliant little thing: નાની ચલકતી ચીજ–પદાર્થ. *vi.* To glitter: ચલકવું; ચકચકવું.

Spaniel, (સ્પૅન્યેલ્) *n.* A kind of dog: એક જાતનો લાંબા અને જાડા બાલ અને લાંબા કાનવાલો કુતરો.

Spanish, (સ્પૅનિશ્) *a.* Of or pertaining to Spain or the Spaniards: સ્પેન અથવા ત્યાંના રહેવાશીઓ સંબંધી-નું-વિષે. *n.* The language of Spain: સ્પેન દેશની ભાષા-બોલી.

Spare, (સ્પેઅર્) *vt. & vi.* To use frugally; to save: કરકસર ક૦; બચાવવું; રાખી મુકવું; ઉગારવું. 2. To show mercy to: દયા બતાવવી-ક૦; જવા દેવું; દરગુજર ક૦. 3. To do without; to give up: કશા વગર ચલાવવું; આપી દેવું. *To* **S** *one's self*, To save one's self labor, punishment, or blame: અંગ ચોરવું; પોતાને બચાવી લેવું; પોતે ખસતા રહેવું. *a.* Scanty: ઓછું; થોડું; કમી. 2. Frugal: કરકસરયું; બખીલ. 3. Superfluous: ફાલતુ; વધારાનું. 4. Le.. : દુબળું; નબળું; સુકાયલું.

Sparing, (સ્પેઅરિન્ગ્) *a.* Same as Spare, *a.*

Sparingly, (સ્પેઅરિંગ્લિ) *adv.* Frugally: કરકસરથી; જોઇ તપાસીને.

Spark, (સ્પાર્ક) *n.* A small particle of fire shot off from a burning body: તણખો; ચણગારી. 2. An elementary principle: કરચ; કગરસ; કણ.

Sparkle, (સ્પાર્કલ્) *n.* A little spark: તણખો; ચિણગારી. 2. Luster: પ્રકાશ; ચલકાટ; તેજ. *vi.* To emit sparks: ચણગારી નીકલવી. 2. To shine: ચલકવું. [પ્રકાશિત; ઝગઝગતું.

Sparkling, (સ્પાર્કલિન્ગ્) *a.* Glittering: ચલકતું;

Sparrow, (સ્પૅરો) *n.* A well known small bird: ચકલો; ચકલી.

Sparse, (સ્પાર્સ્) *a.* [L. *spargo*, I scatter.] Thinly scattered: આછું; વેરાતું; થોડું; વિખરાયેલું.

Spasm, (સ્પૅઝ્મ) *n.* [Gr. *spasmos* a cramp.] An involuntary contraction of muscles: આંકડું; આંકડી.

Spasmodic, (સ્પૅઝ્મૉડિક્) Soon relaxed: જલદી નરમ પડે એવું; જોશ ઉભરો એકાએક ઠંડો પડી જાય તેવું.

Spatter, (સ્પૅટર્) *vt.* To make wet or foul: છાંટા પાડવા-ઉરાડવા;આસપાસ છાંટવું. 2. To defame: કલંક લગાડવું; ગેરઆબરૂ-બદનામી ક૦.

Spatula, (સ્પૅટ્યુલ) *n.* [L. *spotha*, a spatula.] A broad kind of knife: પાતલા પહોલા પાનાનું દવાખાનામાં વપરાતું મલમ પાથરવાનું કે ગોલીઓ બનાવવાનું છરી જેવું ન્હાનું હથિયાર.

Spavin, (સ્પૅવિન્) *n.* A bony swelling of horses: ઘોડાના પગના સાંધા ઉપરનો સોજો-ગાંઠ.

Speak, (સ્પીક્) *vt.* To utter articulate sounds: બોલવું; ઉચ્ચારવું; કહેવું; વાતચિત-વાત ક૦. 2. To harangue: ભાષણ ક૦. *To* **S.** *of*, to make mention of: વર્ણન-બયાન ક૦; વર્ણવવું. *To* **S.** *out*, to speak loudly and distinctly: મોટેથી અને સ્પષ્ટ રીતે બોલવું. *To* **S.** *well of*, to commend: કોઇને વિષે સારૂં બોલવું-સારૂં મત આપવું; વખાણ ક૦; ગુણ ગાવા. *To* **S.** *with*, to converse with: વાત ક૦. *vt.* To pronounce: બોલવું;ઉચ્ચારવું. 2. To declare: જાહેર-જાણીતું-પ્રસિદ્ધ પ્રકટ ક૦. 3. To talk: વાત ક૦.

Speaker, (સ્પીકર્) *a.* (*a*) One who speaks: બોલનાર; વક્તા; ભાષણકર્તા. (*b*) A chairman: પ્રમુખ; સરનશીન.

Spear, (સ્પીઅર્) *n.* [L.*sparus.*] A lance: ભાલો. **S.** *side*, the male line of a family: કોઈ કુટુંબના છોકરાઓ-પુરૂષો. *vt.* To kill with a spear: ભાલો ભોકવો-ખોસવો; ભાલો ભોકીને મારી નાખવું.

Spearman, (સ્પીઅર્મૅન) *n. pl.* **Spearmen.** One who is armed with a spear: ભાલો રાખનાર; ભાલકારી; ભાલાવાલો; ભાલાબરદાર.

Special, (સ્પેશૅલ્) *a.* Particular: વિશેષ; ખાસ; ખસુસ. 2. Designed for a particular purpose: ચોકસ; અમુક; ખાસ; મુદ્દામ.

Speciality, (સ્પેશિઍલિટિ) *n. pl.* **Specialities.** An object of special attention: ખાસ અભ્યાસનો વિષય-બાબત.

Specially, (સ્પેશૅલિ) *adv.* Especially: મુખ્યત્વે કરીને; ખાસ; ખાસ કરીને; ખસુસન.

Specie, (સ્પીશિ) *n.* Coin: નગદી; રોકડ અવેજ.

Species, (સ્પીશીઝ્) *n. Sing. & pl.* A group of individuals having common attributes: પ્રકાર; જાતી; જાત; તરાહ; ભેદ.

Specific, (સ્પેસિફિક્) *a.* Definite; precise: અમુક; ખાસ; ચોકસ. 2. Curing disease by a peculiar adaption: આબાદ; લાગુ પડતું; રામબાણ. *n.* A specific remedy: રામબાણ ઉપાય.

Specifically, (સ્પેસિફિકલિ) *adv.* In a specific manner: ચોકસ રીતે; આબાદ.

Specification, (સ્પેસિફિકેશન) *n.* A statement of particulars: વિગતવાર બયાન-વર્ણન; વિગત; હકીકત.

Specify, (સ્પેસિફાઇ) *vt.* To mention particularly: બયાન ક૦; બતલાવવું; બોલવું જણાવવું-કહેવું.

Specimen, (સ્પેસિમેન) *n.*[L. *specio*, I look.] A sample; pattern: નમુનો.

Specious, (સ્પીશસ્) *a.* [L. *specio*, I look.] Showy: બહારથી સારૂં; દેખાવડું; ટાપટીપયું. 2. Plausible: ઉપર-બહારથી ખરૂં-વાજબી દેખાય એવું.

Speck, (સ્પેક્) *n.* A spot; a stain; a blemish: ડાઘો;ડબકો;ચાંદું;ચાઠું;કલંક. *vt.*To spot:ડાઘા પાડવા.

Spectacle, (સ્પેક્ટેકલ્) *n.* [L *specto*, I look.] A show: તમાસો; ખેલ; દેખાવ. 2. *pl.* Glasses to assist the sight: ચશ્મા.

Spectator, (સ્પેક્ટેટૉર્) *n*. One who looks on: તમાસગીર; જોનાર.

Specter, Spectre, (સ્પેક્ટર્) *n*. [L. *specio*, I look.] A ghost: ભૂત; શેતાન; પિશાચ.

Speculate, (સ્પેક્યૂલેટ્)*vt*. [L. *specula*, a look out.] To meditate: વિચાર-તર્ક-કલ્પના ક૦-ચલાવવી. 2. To traffic for great profit: સટ્ટો ક૦.

Speculation, (સ્પેક્યૂલેશન્)*n*. Contemplation: વિચાર; તર્ક; ગોર. 2. Any business venture involving unusual risks, with a chance for large profits: સટ્ટો.

Speculative, (સ્પેક્યૂલેટિવ્)*a*. Contemplative: તર્કબાજ; વિચાર કરનારૂં. 2. Pertaining to speculation in business: સટોડિયું; સટ્ટાબાજ.

Speculator, (સ્પેક્યૂલેટૉર્)*n*. A theorist: તર્ક-કલ્પના કરનાર. 2. One who engages in speculation: સટ્ટો કરનાર; સટોડિયો.

Speculum, (સ્પેક્યૂલમ્)*n*. *pl*. **Specula**. [L. *specio*, I see.] A reflector: આરસો; આરસી.

Speech, (સ્પીચ્) *n*. The power of speaking: વાચા; વાણી; બોલી. 2. Language: ભાષા; બોલી; જબાન. 3. Talk: વાત; વાતચિત. 4 Oration: ભાષણ.

Speechless, (સ્પીચ્લેસ્) *a*. Dumb: મૂગું.

Speed, (સ્પીડ્) *n*. Success: ફતેહ; સફલતા. 2. Rapidity: ઉતાવલ; ઝડપ; ઝટપટ. *God* **S**. prosperity: સફલતા; આબાદી. *vi*. To fare: હાલ-દશા-વલે થવી-હોવી. 2. To prosper: પાર પડવું; ફતેહ મેલવવી. 3. To make haste: ઉતાવલ-જલદી-ઝડપ ક૦. *vt*. To aid: મદદ-સહાય ક૦. 2. To cause to make haste: ઉતાવલ-ઝડપ કરાવવી.

Speedily, (સ્પીડિલિ) *adv*. In a speedy manner: જલદીથી; ઉતાવલથી; ઝડપથી; ઉતાવલે.

Speedy, (સ્પીડિ) *a*. Quick: ઉતાવલું; ચાલાક; [ચપલ.

Spell, (સ્પેલ્)*vt*. To relieve: કોઇની જગ્યાએ થોડા વખત સૂધી કામ ક૦; કોઈને કામ ઉપરથી ફારેગ-મુક્ત ક૦; વારો બદલાવવો. *n*. A turn at work: વારો; વારી; પાલી. 2. A short period: થોડીક-ટુંક મુહૂર્ત.

Spell, (સ્પેલ્) *n*. Any charm: મંત્ર; જાદૂ. *vt*. & *vi*. [*Imp* & *p. p*, **Spelled** or **Spelt**] To tell the letters of, as a word: જોડણી ક૦.

Spell-bound, (સ્પેલ્-બાઉન્ડ્) *a*. Bound by, or as by, a spell: અંજાઈ ગએલું; ડંગ-છક થઈ ગયલું.

Spelling, (સ્પેલિન્ગ્) *n*. Orthography: જોડણી.

Spend, (સ્પેન્ડ્) *vt*. [*Imp*. & *p. p*. **spent**.] [L. *expendo*, I weigh out.] To dispose of: વાપરવું; ખરચવું. 2. To waste: ઉડાવવું; ગુમાવવું. 3. To pass as time: ગુજારવું; કાઢવું; કાપવું.

Spendthrift, (સ્પેન્ડ-થ્રિફ્ટ્) *n*. A prodigal: ઉડાઉ માણસ. *a*. Extravagant: ઉડાઉ.

Sperm, (સ્પર્મ્) *n*. [L. *sperma*.] The male fecundating fluid; semen: ધાતુ; બીજ.

Spew, (સ્પ્યૂ) *vt*. & *vi*. [L. *spuo*, I vomit.] To vomit: ઉલટી ક૦; ઓકવું.

Sphere, (સ્ફીઅર્)*n*. [Gr. *sphaira*, a sphere] A ball or globe: ગોલ; ગોલો. 2. An orb: આકાશ. 3. Rank: અવસ્થા; દશા; સ્થિતિ; પાયરી; દરજ્જો.

Spherical, (સ્ફેરિકૅલ્) *a*. Globular: ગોલાકાર.

Spheroid, (સ્ફીરૉઇડ્)*n*. [L. *sphaeroides*, ball-like.] A body approaching to a sphere, but not perfectly spherical: અંડાકૃતિ.

Spheroidal, (સ્ફીરૉઇડૅલ્)*a*. Having the form of a spheroid: અંડાકૃતિનું-વાલું.

Spherule, (સ્ફેર્યૂલ્) *n*. A little sphere: નાનો [ગોલો; ગોલી.

Spice, (સ્પાઇસ્)*n*. A vegetable aromatic: મસાલો. 2. A small quantity: થોડું; જરીક; ચપટી. *vt*. To season with spice: મસાલેદાર-વાલું બનાવવું.

Spick, (સ્પિક્) *n*. A nail: ખીલો. **S**. *and span*, quite new: તાજું; નવું; નવું કોરૂં; કોરૂં કડકડતું.

Spicy, (સ્પાઇસિ) *a*. Fragrant: મસાલાદાર; ખુશબોદાર. 2. *Fig*. Pungent; racy: તીખું; લેજતદાર; સરલ.

Spider. (સ્પાઇડર્) *n*. Any one of numerous [species of arachnids: કરોલીઓ.

Spike, (સ્પાઇક્) *n*. [L. *spica*, a point.] A large nail: મોટો ખીલો; ખીંટો. (*b*) A pointed rod: આર; આરી. 2. An ear of corn: કણસલું; ડુંડું. *vt*. To furnish with spikes: ખીલા જડવા.

Spill, (સ્પીલ્) *n*. A spile: ડાટો. *vt*. & *vi*. To suffer to fall or run out of a vessel: ઢોલાવા દેવું; વેરવું; વેરાવું; ઢોલાવું.

Spin, (સ્પીન્) *vt*. & *vi*. [*Imp*. & *p. p*. **Spun**.] To draw out and twist into threads: કાંતવું. 2. To extend to a great length: બહુ લંબાણ ક૦; લંબાવીને કંટાલો આપવો. 3. To whirl: ઘુમાવવું; ઘુમવું; ફરવું; ફેરવવું. *To* **S**. *a yarn*, to tell a long, fabulous story: લાંબી ખોટી વાત કહેવી; ગપ્પાં હાંકવાં. *To* **S**. *street yarn*, to go about gossiping: ગપ્પાં મારતા ભટકતા ફરવું.

Spinal, (સ્પાઇનૅલ્) *a*. [L. *spina*, the spine.] Vertebral: બરડાની કરોડ સંબંધી-નું વિષે.

Spindle, (સ્પિન્ડલ્) *n*. The pin by which the thread is twisted: તરાક; ત્રાક. 2. An axis: ધરી; આંસ; આંક. 3. The fusee of a watch: ઘડીઆલની કમાનની ધરી; દાંડી. **S** *side*, in the female line: કોઈ કુટુંબની છોકરીઓ-સ્ત્રીવર્ગમાં.

Spine, (સ્પાઇન્)*n*. [L. *spina*, a thorn.] A thorn: ઝાડનો કાંટો. 2. The backbone: કરોડ; બરડાનું હાડકું.

Spinner, (સ્પિનર્)*n*. One who, or that which, spins: કાંતનાર; કાંતવાનો સંચો; રેંટીઓ; કરોલીઓ.

Spinning-wheel, (સ્પિનિન્ગ્-વ્હીલ્) *n*. A machine for spinning: રેંટીઓ; ચરખો.

Spinous-Spiny. (સ્પાઇનસ્-સ્પાઇનિ)*a*. Thorny: કાંટાવાલું; કાંટા જેવું-ના આકારનું.

Spinster, (સ્પિન્સ્ટર્) *n*. An unmarried woman: કુંવારી સ્ત્રી-ઓરત.

Spiral, (સ્પાઇરૅલ્)*a*. Winding like the thread of a screw: પેચ-ઈસ્કુના જેવું; પેચના આકારનું.

Spire. (સ્પાઇર્) *n*. A steeple: અણીદાર-વાલો મિનારો-શિખર. 2. A curl; a twist: વલ; વાંક; આમલો.

Spirit, (સ્પિરિટ્) *n*. [L. *spiro*, I breathe.] Life: જીંદગી; જીવ; જીવનશક્તિ. 2. The soul: જીવ, પ્રાણ; આત્મા. 3. A ghost: ભૂત; પિશાચ; પરી; દેવી. 4. Energy, courage: હોંશ; પાણી; હિંમત; દમ. 5. Mental disposition: મિજાજ; સ્વભાવ; તબિયત; બુદ્ધિ;

મન; મરજી. *Good* **s.**s.: ખુશ મિજાજ. *Low* **s.** s.: દિલગીરી; ઉદાસી. 6. Real meaning: ભાવાર્થ; ભાવ; અર્થ, મતલબ. 7. A alcohol: દારૂ; મદિરા; અર્ક. 8. Chief Quality: સત્વ; તત્વ; સાર; સારાંશ; દમ; રસ; કસ; જીવ; તેજ. *Holy* **s.** or *The* **s.**, (*theol.*) the Holy Ghost: પવિત્રાત્મા. *vt.* To convey mysteriously: છાનામાના ઉતાવલથી લેઈ જવું; પકડી જવું; ગેબ ક૦.

Spirited, (સ્પિરિટેડ્) *a.* Animated: જોરસાદાર; હિમ્મતવાલો; પાણીદાર; તેજદાર; તેજી.

Spiritless, (સ્પિરિટ્લેસ્) *a.* Dejected: ઉદાસ; નાસિપાસ; નાહિંમત.

Spiritual, (સ્પિરિટ્યૂઍલ્) *a.* Consisting of spirit: પ્રાણરૂપી; જીવરૂપી. 2. Intellectual: બુદ્ધિનું; મનનું. 3. Not lay or temporal: ધર્મ સંબંધી; ધાર્મિક; અસાંસારિક; અલૌકિક.

Spiritualism, (સ્પિરિટ્યૂઍલિઝમ્) *n.* The doctrine that all which exists, is spirit, or soul: આત્મા સિવાય બીજું કાંઇ નથી એવો મત-વાદ; બ્રહ્મવાદ. 2. A belief that departed spirits hold intercourse with mortals: મરણ પામેલાંઓનો આત્મા જીવતાં સાથે વ્યવહાર-સંબંધ રાખે છે એવો મત.

Spiritualist, (સ્પિરિટ્યૂઍલિસ્ટ્)*n.* An ecclesiastic: પાદરી. 2. One who maintains the doctrine of spiritualism: આત્મવાદી; બ્રહ્મવાદી.

Spirituous,(સ્પિરિટ્યૂઅસ્)*a.* Alcoholic: જલદ; કેફ લાવનારૂં.

Spit, (સ્પિટ્) *n.* A long, slender, pointed rod: (માંસ સેકવાનો) લાંબો અણીદાર લોઢાનો સલીઓ. *vt.* [*Imp. & p. p.* **Spit.**] To thrust a spit through: ભોકવું; ખોસવું. *vt.* & *vi.* To throw out from the mouth: થુંકવું. *n.* Spittle; saliva: થુંક; લાલ. *To* **s.** *on* or *upon*, to insult: અપમાન-તિરસ્કાર ક૦.

Spit-box,Spittoon,(સ્પિટ્-બૉક્સ્, સ્પિટૂન)*n.* A vessel to receive spittle: થુંકદાન; તસ.

Spite, (સ્પાઇટ્)*n.* Ill-will; hatred: ખાર; અંટસ; અદાવત; ઝેર; કીનો. *In* **s.** *of*, notwithstanding: કોઈની સામે થઇને; છતાં પણ. *To owe one a* **s.**, to entertain a mean hatred for him: કોઇપર ખાર રાખવો; અંટસ-ઝેર રાખવું. *vt.* To hate: ધિક્કારવું; ખાર લેવો. [ખારીલું; ઝેરીલું.

Spiteful, (સ્પાઇટ્ફુલ)*a.* Malicious: કીના ખોર;

Spittle, (સ્પિટ્લ્) *n.* Saliva: થુંક; લાલ; લબ.

Splash, (સ્પ્લૅશ્)*vt.* To wet: ભીંજવવું; છાંટા ઉડાડવા. *n.* Water or mud thrown upon anything: ઉરાડેલું પાણી અથવા કાદવ. 2. A noise by striking in a liquid: પાણી ઉડવાનો અવાજ; અફલાટ; ઝબકારો.

Splash-board, (સ્પ્લૅશ્-બોર્ડ્) *n.* A board in a vehicle, to prevent splashing: ગાડીમાં છાંટા નહિ ઉડવા માટે રાખેલું પાટિયું; પંખો.

Splashy, (સ્પ્લૅશિ)*a.* Full of dirty water: કચરા-કાદવવાલું; મલિન; મેલું.

Spleen, (સ્પ્લીન્)*n* [Gr. *spleen*, spleen.] The milt: તલ્લી. 2. Anger: ગુસ્સો; ચીઢ; રોસ. 3. Melancholy: ઉદાસી; દિલગીરી.

Splendent (સ્પ્લેન્ડન્ટ્)*a.* [L. *splendeo* I shine.] Shining: ચલકતું; પ્રકાશિત; ઝગઝગતું.

Splendid,(સ્પ્લૅન્ડિડ્)*a.* Shining: પ્રકાશિત; ચકચકિત; ઝલકતું; ચલકતું. 2. Magnificent: ભભકાદાર; દેખાવડું; શોભાયમાન; શોભિતું; ઉમદા. 3. Famous: નામીચું; પ્રસિદ્ધ; પ્રખ્યાત.

Splendidly, (સ્પ્લૅન્ડિડ્લિ) *adv.* magnificently: ઠાઠમાઠથી.

Splendour, (સ્પ્લૅન્ડૉર્)*n.* Brilliancy: પ્રકાશ; તેજ; ચલકાટ. 2. Magnificense: શોભા; ઠાઠમાઠ; ભપકો. 3. Glory: નામીચાપણું; પ્રખ્યાતિ; જાહોજલાલી.

Splenetic, (સ્પ્લેનેટિક્)*a.* Malicious; peevish: રોશી; ચીઢિયું; ખારીલું; ઝેરીલું.

Splint-er, (સ્પ્લિન્ટ્-સ્પ્લિન્ટર્) *n.* A piece split off: ભાગેલો-ચીરાયલો કકડો. 2. A thin piece of wood, used to keep in place an injured part: ભાગેલા-ઉતરેલા હાડકા ઉપર બાંધવાનું ખપાટિયું-કામડું-ચીપ. *vt.* To fasten with splints: ખપાટિયાવતી-થી બાંધવું.

Split, (સ્પ્લિટ્)*vt.* [*Imp. & p. p.* **Split.**] To cleave: ચીરવું; ફાડવું. 2. To throw into discord: તડ-તડાં પાડવાં; કજીઆ-કુસંપ-ફાટફુટ કરાવવી. *vi.* To burst: ફાટવું; ચીરાવું; ચીરો-ફાટ પડવી. 2. To be broken: ભાગી જવું; કકડે કકડા ચૂરેચૂરા થઈ જવા. *To* **s.** *on a rock*, to fail: નિષ્ફલ જવું; ઘણી મ્હોટી ચૂક ક૦; મ્હોટી ધાપ ખાવી. *n.* A crack or rent: ચીરો; ફાટ; તરડ. 2. A breach or separation: ફાટફુટ; કુસંપ.

Spoil, (સ્પૉઇલ) *vt. & vi.* [L. *spolio*, I spoil.] To plunder: લૂંટવું; ઝુંટાવી-છીનવી લેવું. 2. To mar: બગાડવું; ખરાબ ક૦-થવું; બગડવું; સડી-કોહી જવું. *n.* Booty: લુંટ. 2. Robbery: ચોરી.

Spokesman, (સ્પોકસ્મૅન) *n.* One who speaks for another: કોઈની વતી-તરફથી બોલનાર; પ્રતિનિધિ.

Spoliate, (સ્પોલિએટ્) *vt. & i.* [L. *spolio*, I spoil.] To rob: લૂટફાટ ક૦; લૂટવું; ચોરી ક૦; છીનવી લેવું. [લૂંટફાટ.

Spoliation, (સ્પોલિએશન્) *n.* Robbery: ચોરી;

Spondee, (સ્પૉન્ડી)*n.* [L. *spondeus.*] A poetic foot of two long syllables: બે ગુરૂ અક્ષરનો ગણ.

Sponge, (સ્પન્જ્)*n.* [L. *spongia.*] The porous frame-work of an animal: વાદલી-લું. *To throw up the* **s.**, to acknowledge a defeat: હાર કબૂલ ક૦; પોતે હાર્યા એમ કબૂલ ક૦. *vt.* To wipe with a sponge: વાદલીથી સાફ ક૦; લુછવું. 2. To efface: લૂછી નાંખવું; ભુસી નાંખવું; કાઢી નાંખવું; ઘસી નાખવું. *vi.* To suck in, as sponge: ચૂસી-શોષી લેવું; પી જવું. 2. To gain by mean arts: કપટ તરકતથી મેળવવું-સંપાદન ક૦; ધુતી ખાવું; પડાવી લેવું.

Spongy, (સ્પન્જિ) *a.* Soft and porous: પોચું; છિદ્રોવાલું; વાદલી જેવું; પાણી ચૂસે એવું.

Sponsor,(સ્પૉન્સર્)*n.* [L. *spondeo*, I engage myself.] A surety: જામીન; હામી. 2. A Godfather or Godmother: ધર્મપિતા; ધર્મમાતા.

Spontaneous,(સ્પૉન્ટેનીઅસ્)*a.*[*L.sponte*,of

free will.] Of one's free will: સ્વાભાવિક; પોતાની મેલે થયેલું; આપો આપનું.

Spoon, (સ્પુન)*n.* An implement consisting of a small bowl with a handle: ચમચો; પલી.

Spoonful, (સ્પૂનફુલ) *n. pl.* **Spoonfuls**. The quantity which a spoon contains: ચમચો; ચમચાપુર; ચમચામાં માય તેટલું કંઈ. 2. A small quantity: થોડો જથો.

Sporadic, (સ્પૉરૅડિક્)*a.* Scattered: છુટું છવાયું (ઉડતા રોગના સામટા ઘણા નહિ પણ છુટા છવાયા થોડા દર્દિઓ જણાય ત્યારે આ શબ્દ વપરાય છે.

Sport, (સ્પોર્ટ)*n.* Amusement: ગમત; મઝા; ખેલ; રમત; તમાસો; મોજ. 2. Mock: મજાક; મશકરી; ઠઠ્ઠો. 3. A toy: રમકડું. 4. *In* **S.**: મશ્કરીમાં. *vt. & vi.* To play: ગમત-મઝા-રમત કo; રમવું; ખેલવું. 2. To trifle: વખત નકામો ગુમાવવો -ગાલવો; મશ્કરી; મજાક કo.

Sportful, Sportive. *a.* (સ્પોર્ટ્ફુલ્-સ્પોર્ટીવ) *a.* Merry: રમતિયાલ; ગમતી; ખુશ મીજાજી.

Sportsman, (સ્પોર્ટ્સ્મૅન)*n. pl.* **Sportsmen**, one who hunts fishes, etc: શિકારી; પારધી.

Spot, (સ્પૉટ્)*n.* A Blot; ડાઘ; ચાંદુ; ટપકું; છાંટ. 2. Disgrace: નામોશી; કલંક; એબ; ખામી; ખોડ. 3. A place: સ્થાન; જગા; સ્થલ; ઠેકાણું. *On the* **s.**, immediately: ત્યાંના ત્યાંજ; તેજ ઠેકાણે; ઉભે ઉભે; ઉભે પગે. *vt.* To stain: ડાઘ પાડવો-છાંટા પાડવા. 2. To blemish: નામોશી-કલંક-એબ લગાડવી.

Spotless,(સ્પૉટ્લેસ્)*a.* Without a spot; pure: ડાઘ વગરનું; નિષ્કલંક; ચોખ્ખું; નિર્દોષ.

Spousal, (સ્પાઉઝલ્)*a.* A metrimonial: વિવાહ-લગન-શાદી વિષેનું. *n.* Marriage: લગન; વિવાહ; શાદી.

Spouse,(સ્પાઉઝ્)*n.* [*L. sponsum*, to promise] Husband or wife: ધણી કે ધણીઆણી; વર કે બૈરી.

Spout, (સ્પાઉટ્)*vt. & vi.* To eject in a jet: પીચકારી-પચુકરીની પેઠે ઉરાડવું-કાઢવું-ઉડવુ. *n.* A tube; a pipe: પચુકરી; નલી; ઝારી; નાલવું; નાલચું.

Sprain, (સ્પ્રેન) *vt.* To overstrain the muscle of a joint: મોચાવવું; મોચાવુ; અમલાવું. *n.* The result of spraining: મોચ; કરમોડ.

Sprawl, (સ્પ્રૉલ)*vi.* To lie with the limbs stretched out ungracefully: લાંબા થઇને સુવું.

Spray (સ્પ્રે)*n.* A small branch: ડાલી; ફણગો; શાખા. *n.* Water flying in small particles: પાણીના ઉડતા છાંટા; ઝીણી પીચકારી-ધાર. *vt.* To throw spray upon: છાંટા ઉરાડવા; છાંટવું.

Spread, (સ્પ્રેડ્)*vi & vt.* [*Imp. & p. p.* **Spread**] To open: ફેલાવુ; ઉઘડવું; ફેલાવવું; પસારવું; ઉઘાડવું; પાથરવું; ખીલાવવું; ચઢાવવું; તાણવું; 2. To circulate: જાહેર કo; બહાર-થવું; પડવું; પાડવું; ફેલાવવું; ચલાવવું. 3. To strew: વેરવું; નાંખવું. પુરવું. *n.* Extent; compass: વિસ્તાર; ફેલાવો; પથારો; લંબાણ.

Spree, (સ્પ્રી) *n.* A merry frolic: *esp.* a carousal: મઝા; ગમત; દારની કેફમાં કરેલી મસ્તી-મોજ શોખ. [શાખા.

Sprig, (સ્પ્રિગ્)*n.* A small twig: ડાખલી;

Sprightly, (સ્પ્રાઈટ્લી)*a.* Lively; brisk: ચપલ; ચકોર; આનંદી; મોજી; ખુશ મીજાજી.

Spring (સ્પ્રિન્ગ) *vi.* [*Imp.* **Sprang** or **Sprung** *p. p.* **Sprung**.] To jump: કૂદકો-ફલંગ-છલંગ- ઠેકડો મારવો; કૂદવું. 2. To dart: જોરથી નીકલવું; એકદમ ધસવું-આવવુ. 3. To begin, to appear; (*followed by up, forth* or *out*): ફુટી નીકલવું; ફુટવું; ફણગો ફુટવો; ઉગવું; દેખાવું; જન્મ પામવું; નીપજવું; ઉત્પન્ન થવું. *To* **S**. *forth*, to leap out: ધસવું. *To* **S**. *in*, to rush in: એકદમ ધસી આવવું; ઉતાવળે અંદર આવવું-દાખલ થવું. *To* **S**. *on* or *upon*, to assault: હુમલો-હલ્લો કo; ધસારો કo. *vt.* To cause to spring up: ઉડાડવું; ચમકાવીને-ભડકાવીને બહાર કાઢવું. 2. To disclose suddenly: એકદમ-ઓચિંતું બહાર લાવવું; ઉત્પન્ન-ઉભું કo; જાહેર-જાણીતું કo. 3. To cause to explode: ફોડવું. 4. To pass over by leaping: કૂદવું; કૂદી ઓલંગી જવું. *n.* A jump: કૂદકો; ઠેકડો; છલંગ; ફલંગ; કૂદકારો. 2. Elastic power: સ્થિતિસ્થાપકપણું; સ્થિતિસ્થાપકતા. 3. An elastic body: કમાન. 4. A source: મૂલ; ઝરો; પાણીનો ઝરો. 5. The vernal season: વસંત ઋતુ; વસંત. **S.** *tide*: મ્હોટી ભરતી; ચાંદરાત કે પુણેમની ભરતી.

Springe,(સ્પ્રિન્જ્) *n.* A snare: ફાંસો; જાલ.

Springy, (સ્પ્રિન્ગિ) *a.* Elastic: કમાન જેવું; સ્થીતિસ્થાપક; હલકું.

Sprinkle, (સ્પ્રિન્ગ્કલ્) *vt. & vi.* To scatter in small drops: છાંટવું; વેરવું; ભભરાવવું. 2. To purify ચોખ્ખું-સ્વચ્છ-શુદ્ધ કo.

Sprite, (સ્પ્રાઈટ્) *n.* A spirit: ભૂત; પરી; પિશાચ.

Sprout, (સ્પ્રાઉટ્) *vi.* To shoot: ફણગો-પીલો ફુટવો; ઉગવું; ફાંટા ફુટવા; ફંટાવું; શાખા ફૂટવી. *n.* The shoot of a plant: ફણગો; પીલો.

Spruce,(સ્પ્રૂસ્) *a.* Smart: ચાલાક; તેજી; દેખાવડું.

Spue,(સ્પ્યૂ) *vt. & vi.* To spew: ઓકવું; ઉલટી કo.

Spun,(સ્પન) *Imp. & p. p. of* **Spin**.: કાંત્યું; કાંતેલું.

Spur.(સ્પર) *n.* An implement on a horseman's heels for goading the horse: એડ; આર; કાંટો. 2. An incitement: ઉત્તેજન; ઉત્તેજક વસ્તુ. *vt. vi.* To goad: કાંટો મારવો; આર ભોકવી; એડ મારી ચલાવવું. 2. To stimulate: ઉશ્કેરવું; ઉત્તેજન આપવું.

Spurious,(સ્પ્યૂરિઅસ્)*a.*[L. *spurius.*] Not genuine; false: બનાવટી; ખોટું; નકલી. 2. Not legitimate: રાંડના પેટનું; હરામજાદું.

Spurn,(સ્પર્ન્) *vt.* To kick: લાત મારવી; લાત મારીને પાછું કાઢવું. 2. To treat with contempt: ધિક્કારવું; તુચ્છકારવું; તિરસ્કાર કo; તરછોડી કાઢવું; તરછોડવું. *n.* Disdainful rejcetion: તિરસ્કાર; ધિક્કાર ફિટકાર.

Spurt,(સ્પર્ટ્) *vi. & vt.* To flow out forcibly: જોરથી દદુડી થઇ બહાર નીકલવું; દદડવું; વહેવુ. *n.* A jet; a spilt: દદુડી; પીચકારી મારવી.

Sputter,(સ્પટર્) *vi.* To speak hastily and indistinctly: બહુ ઉતાવળું અને અસ્પષ્ટ બોલવું; થુંક ઉડે તેમ બોલવું.

Sputum,(સ્પ્યૂટમ્)*n. pl.* **Sputa**. [L. *sputum*,

spittle.] Spittle; saliva: થુંક; લબ.

Spy,(સ્પાઇ) *vt.* [L. *specio*, I see.] To see: જોવું; દેખવું; નિહાળવું. 2. To discover: શોધી-ખોળી કાઢવું; જોઈ કાઢવું; તપાસ-તલાસ ક૰. *n. pl.* **Spies**. One who keeps a watch on others: બાતમીદાર; જાસુસ; રેકુ.

Spy-glass,(સ્પાઈ-ગ્લૅાસ્) *n.* A small telescope: નાનું દુરબીન.

Squabble, (સ્કવૅાબલ્) *vi.* To dispute: રકઝક-ટંટો ક૰; તકરાર-બોલાચાલી ક૰. *n.* A brawl: કજીઓ; રકઝક; બોલાચાલી; ખે ચાખેંચી.

Squadron,(સ્કવૅાડ્રૂન) *n.* A body of cavalry comprising two troops: જેમાં બે ટુકડીઓ ભેગી હોય એવું લશ્કર.

Squalid, (સ્કવૅાલિડ્) *a.*[L. *squalere*, to be foul.] Foul; filthy: ગંધાતું; ગંદુ; કચરાલું; મલિન.

Squall,(સ્કવૅાલ્) *n.* A violent gust of wind: વાવંટોલ; પવનનું તોફાન. *vi.* To cry out: ચીસ-ગુમાટો પાડવો; પોકારવું. *n.* A loud scream: ગુમ; ચીસ; પુકાર.

Squally, (સ્કવૅાલિ) *a.* Gusty: વાવંટોલીઆવાલું; તોફાની.

Squalor, (સ્કવેલૅાર્) *n.* [L. *squalere*, to be foul or filthy.] Foulness: ગંદવાડ: મેલાપણું.

Squander,(સ્કવૅા-ડર્) *vt.* To spend lavishly: ઉડાવી દેવું; ગુમાવી દેવું; ખરચી નાંખવું.

Squanderer,(સ્કવૅા-ડરર્) *n.* One who squanders: ઉડાઉ; ખરચી-ઉડાવી દેનાર; ઘોતાલ; છુટા હાથનો.

Square,(સ્કવેર્)*n.*[L. *ex* & *quadrus*, a square.] A square figure: સમચોરસ; ચોખંડીઆકૃતિ: ચોરસ. 2. An area of four sides: ચોક; ચોગાન 3. The product of a number multiplied by itself: વર્ગ; દ્વિઘાત. *On the* **S**. or *upon the* **S**., honestly: પ્રમાણિક-વાજબી-પણે. *On*,or *upon*, *the* **S**. *with*, even with: સરખાપણાથી; બરોબર; ચૂકતુ; માંડીવાલેલુ. *To be on all* **S**.*s*, to be all settled: બરોબર નક્કી કરેલું હોવું. *To be at* **S**., to be in a state of quarrelling: અણબનાવ હોવો; ટંટો હોવો. *a.* Having four equal sides and angles: સમચોરસ; ચોખંડું; ચોરસ. 2. True; just: બરોબર; વાજબી; અદલ; ખરૂં; સાચુ. **S**. *root*: વર્ગ મુલ. *To get* **S**. *with*, to pay off: આપી દેવું; વાલી દેવું; ચૂકતે હિસાબ કરી દેવું; ચૂકવી દેવું. *vt.* To form like a square: ચોરસ-ચૌખૂણ ક૰. 2. To balance: પતાવવું; ચુકવવૂં; બરોબર ક૰-કરી મૂકવું; ચૂકતે હિસાબે ક૰; માંડી વાલવું. 3. To multiply by itself: વર્ગ ક૰.

Squash, (સ્કવૅાશ્) *vt.* To crush: કચરી નાંખવું; વાટી-છુંદી નાખવુ; લોંદો બનાવવો-ક૰. *n.* Something soft and easily crushed: નરમ અને જલદી કચરાય એવો પદાર્થ -વસ્તુ. 2. A sudden fall of a heavy, soft body: થબકારો; ધબકારો.

Squat, (સ્કવૅાટ્) *vi.* To sit down upon the hams or heels: પલાંઠી વાલી બેસવું; અકડુ બેસવું.

Squeak, (સ્કવીક્) *vi.* To utter a shrill cry: ચૂંચૂ-ચીંચીં ક૰; તીણો અવાજ ક૰. *n.* A sharp shrill cry: ચીસ; તીણો અવાજ.

Squeamish, (સ્કવીમિશ્) *a.* Fastidious; easily disgusted: મિજાજી; મગરૂબ; ચિપાસિયું; સહેજમાં નાખુશ થાય-કંટાલે એવું.

Squeeze, (સ્કવીઝ્) *vt.* To compress: દાબવું; નીચોવવું; દબાવવું. 2. To harass: જુલમ ગુજારવો; હેરાન ક૰. *vi.* To crowd: દાબવું; ચગદાઈ-ભજડાઈને ભીડમાંથી રસ્તો ક૰.

Squib, (સ્કિવબ્)*n.* A kind of firework: ફટાકડો; ફટાકો; ટોટો. 2. A brief, witty essay: કોઈની મશ્કરી-હાંસીનું લખાણ.

Squint,(સ્કિવન્ટ્)*a.* Looking obliquely: બાડું; એંચું. *vi.* To look obliquely: બાડી નજરે જોવું. *n.* An oblique look: બાડી નજર.

Squire, (સ્કવાઈર્) *n.* Short for Esquire: સાહેબ; મહેરબાન; શેઠ. 2. A male attendant on a great personage: હજુરીઓ; ખાસબરદાર.

Squirrel, (સ્કિવરૅલ્) *n.* A nimble, reddish brown, bushy-tailed rodent: ખીસકોલી; ખલેરી.

Squirt, (સ્કવર્ટ્) *vt.* To eject in a stream out of a narrow pipe: પીચકારી છોડવી-મારવી; જોરથી દદુડી કાઢવી. *n.* An instrument for squirting: પીચકારી. 2. A jet: ઝરો; ધાર; દદુડી; પીચકારી.

Stab, (સ્ટૅબ્) *vt.* To pierce: ઘોચવું; ભોકવું; ભોકીને ઘાયલ ક૰; ખોસી ઘાલવું. 2. To injure secretly: પીઠ પાછલ બદનામ ક૰-એબ-બટ્ટો લગાડવો. *n.* A wound with a pointed weapon: અણીદાર હથિયારનો ઘા-જખમ. 2. An injury inflicted covertly: બદનામી; કલંક; બટ્ટો; એબ.

Stability,(સ્ટૅબિલિટિ) *n.* [L. *stabilis* stable.] Firmness: દૃઢતા; મજબૂતી; પાયદારી; ઉસ્તવારી; ટકાઉપણું.

Stable,(સ્ટેબ્લ્) *n.* [L. *sto*, I stand.]A building for horses: તબેલો; પાયગા. *vt.* To put in a stable: તબેલામાં બાંધવું. *vi.* To dwell in a stable: તબેલામાં રહેવું. *a.* Firm: મજબુત; ટકાઉ; કાયમનું.

Stack, (સ્ટૅક્) *n.* A large pile of hay, grain or straw: ગંજી; ઢગલો; ગંજ. *vt.* To pile up: ખડકવું; ગંજ-ઢગલો ક૰.

Staff,(સ્ટૅફ્) *n. pl.* **Staves**. A stick: લાકડી; ડંગોરા; ડાંગ; દંડુકો. 2. A support: આધાર; આશ્રય; ટેકો. 3. A wand of authority: છડી; રાજદંડ. 4. A flag-staff: વાવટા; કાઠી. *n. pl.* **Staffs**. An establishment of officer in various departments: અમલદારો; કામદારો; ખાતું. *The* **S**. *of life*, bread: રોટલી; રોટલો; અન્ન.

Stag, (સ્ટૅગ્) *n.* The male deer: સાબર; હરણ.

Stage, (સ્ટેજ્) *n.* [L. *sto*, I stand.] An elevated platform: માંચરો; તખ્તો. 2. The theatre: રંગભૂમી; નાટકશાળા. *Hence*, drama: નાટક. 3. A station: મુકામ; પડાવ; પડાવ કરવાની જગા; ઉતારો. *By full* **S**.*s*: ભરમજલ; દડમજલ. **S**. *after* **S**: મજલ દર મજલ. 4. A degree of advancement in a journey: ટપ્પો; મજલ. 5. Degree of progress: તબક્કો; પાયરી. **S**. *door*, the actor's entrance: ખેલાડીઓને નાટકશાલામાં દાખલ થવાનો દરવાજો.

Stage-player,(સ્ટેજ-પ્લેયર્)*n.* An actor: નાટકી

Stagger, (સ્ટૅગર્) *vi.* To reel or totter: લથડવું; લથડીઆ ખાવાં; ડગમગવું. 2. To hesitate: ઢચુપચુ હોવું; આનાકાની ક૰. *vt.* To cause to reel: લથડોઉં ખવાડવું; લથડાવવું. 2. To cause to hesitate: મનમાં

શંકા આણવી; ઢચુપચુ–આનાકાની કરાવવી;ડગમગાવવું.

Stagnant,(સ્ટૅગ્નૅન્ટ્) *a.* [L. *stagnum*, a pool.] Not flowing:સ્થિર; ઉભું;નહિ વહેતું.2. Dull:ધીમું; મંદ; સુસ્ત.

Stagnate, (સ્ટૅગનેટ) *vi.*[L. *stagnum*, a pool.] To cease to flow: સ્થિર રહેવું; વહેતુ બંધ પડવું; ઉભું રહેવું. 2. To become dull: ધીમું–મંદ પડવું–થવું; સુસ્ત થવું.

Stagnation,(સ્ટૅગ્નેશન) *n.* Cessation of flowing:વહેતું બંધ પડવું તે;અપ્રવાહ.2.Dullness: સુસ્તી.

Staid, (સ્ટેડ્)*Imp.* & *p p.*of **Stay**:થોભ્યું; રહયું; થોભેલું; રહેલું.*a.* Grave; sober: ગંભીર; શાંત; સ્થિર.

Stain,(સ્ટેન)*vt.* To spot: ડાઘ–ડપકો પાડવો; ખરડવું; બગાડવું; મેલું કo. 2. To dye: રંગવું. 3. To tarnish: કલંક–એબ–નામોશી–બટ્ટો લગાડવો. *n.* A spot: ડાઘ; ચાંદુ; ટિપકું; ડપકો. 2. Reproach: એબ; કલંક; બટો; ડાઘ; લાંછન; ઠપકો; નામોશી.

Stainless,(સ્ટેન્લેસ્) *a.* Free from stain: નિર્દોષ; શુદ્ધ; ડાઘ વગરનું; નિષ્કલંક; નિર્મલ.

Stair,(સ્ટૅર્)*n.* One step of a series for ascending: પગથિયું; પાયરી; પ્રાંગિયું. 2. A series of steps: દાદર; નિસરણી; સીડી. *Flight of* **S**.s, the stairs: સીઢી; દાદર; નિસરણી. [દાદર.]

Stair-case, (સ્ટૅર·કૅસ્)*n.* A flight of stairs:

Stake, (સ્ટૅક્) *n.* A pointed piece of wood: ખુંટી; મેખ; ખીંટો. 2. Anything pledged in a wager: સરતમાં મૂકેલી વસ્તુ પદાર્થ. *At* **S**., in danger: જોખમમાં. *vt.* To mark the limits of by stakes: ખુંટીઓ ઠોકીને હદ બાંધવી–કo. 2. To wager: સરતમાં મૂકવું. 3. To wound with a stake: ખુંટી ભોકવી.

Stale, (સ્ટેલ્) *a.* Rapid or tasteless from age: બેસ્વાદ; વાસી; ટાઢું. 2. Worn out; decayed: બગડી ગયેલું; ખવાઈ ચવાઈ ગયલું; જુનું ખખ થઇ ગયલું; જુનું પુરાણું.

Stalk, (સ્ટૉક્)*n.* The stem of a plant: થડ. (*b*) peduncle: ડીટું; ડીચકું. 2. *vi.* To walk slowly and cautiously: ધીમે ધીમે સાવચેતીથી જવું; ચોરની પેઠે જવું; કશાની પાછલ સંતાતા સંતાતા જવું. 2. To walk with high and proud steps: ઠમકાથી ચાલવું; મ્હોટા ડોલથી છાતી કાઢી લાંબી ફલંગે ચાલવું. *n.* A high proud stately walk: ઠમકો; ડોલ-દમામવાલી ચાલ.

Stalking-horse, (સ્ટૉકિન્ગ હૉર્સ્) *n.* A horse behind which a hunter conceals himself: જે ઘોડાની પાછલ શિકારી સંતાઈ રહે છે તે. 2. A mask; a pretence: બહાનું; મસ; ડોલ; કપટ; પેચ.

Stall, (સ્ટૉલ્) *n.* A place for cattle: તબેલો; ઢોર બાંધવાની જગા; કોડ; ગમાણ. 2. The table on which articles are exposed for sale: વેચવાનો માલ દેખાડવા મુકવાનો માંચરો. 3. A reserved seat: દેવલ નાટકશાલા વગેરેમાં ખાસ જુદી રાખેલી બેઠક.

Stallion, (સ્ટૅલ્યન) *n.* A horse not castrated: વંશ વધારવાને રાખેલો ઘોડો; વાલી ઘોડો.

Stalwart, (સ્ટૅલ્ઉવર્ટ) *a.* Bold; strong: જબરૂં; હિમ્મતવાલું; બહાદુર; જુસ્સાદાર; જોસદાર.

Stamen, (સ્ટૅમેન)*n. pl.* **Stamens** [L. *stamen*, the warp.] The male organ of flowers: ફુલમાં નરતંતુ; કેસર 2. *pl.* Stamina, Back-bone; vigour: જોરાવર ભાગ; આધાર; તેજ; દમ; જીવ; કસ; પાણી.

Stammer, (સ્ટૅમર્) *vi.* & *vt.* To falter in speaking: તોતડું બોલવું; જીભ અટકવી; અચકાતાં-ખમચાતાં બોલવું. *n.* Defective utterance:તોતડું; બોલવું તે; તોતડી બોલી.

Stamp, (સ્ટૅમ્પ્) *vt.* To strike, with the sole of the foot: ઠોકવું; પગ ઠોકવો. 2. To crush: ચગદી–કચરી નાંખવું; ભૂકો–ચૂરો કo. 3. To impress with some mark or figure: છાપ મારવી; છાપવું; મહોર મારવી 4. To impress: મનમાં ઠસાવવું; ઉતારવું; છાપ બેસારવી. 5. To coin: સિક્કો પાડવો. 6. To stamp on, as for postage: ટપાલ વગેરેની ટીકીટ ચોડવી. *To.* **S**. *out*, to extininguish: જડ–મેખથી કાઢી નાંખવું; બેસારી–સમાવી દેવું. *vi.* To strike the foot: પગ જોરથી પછાડવો–ઠોકવો. *n.* The act of stamping: ઠોકો; પ્રહાર. 2. A die: છાપ; મ્હોર; સિક્કા. 3. A stamped paper: છાપનો કાગલ; સરકારી મોહોરનો કાગલ. 4. A character: છાપ; સાખ; લક્ષણ; ગુણ. 5. Make; form: ઘાટ; તરેહ; આકાર; નમુનો.

Stampede, (સ્ટૅમ્પીડ) *n.* Flight caused by panic: ભયથી ઘોડા વગેરેની નહાસભાગ.

Stanchion, (સ્ટૅન્શન) *n.* [L. *sto.* I stand] A prop or support: ટેકો; આધાર; થાંભલો.

Stand, (સ્ટૅન્ડ)*vi.* [L. *sto*, I stand] To be supported on the feet: ઉભું રહેવું–હોવું; ખડું રહેવું. 2. To be situated: આવેલું હોવું; આવી રહેવું. 3. To stop: આગલ નહિ વધવું; અટકવું; બંધ પડવું; ઉભા રહેવું; થોભવું; ઠરવું. 4. To endure; to last: ખમવું; સામું ટકી રહેવું; ટકવું; નભવું; ચાલવું. 5. To consist: માંહે આવી રહેવું; સમાઇ જવું. 6. To offer one's self a a candidate: પોતે ઉમેદવાર થવું–હોવું; ઉમેદવારી કo. To continue in force: અમલમાં રહેવું; કાયમ ચાલું રહેવું–હોવું. *To* **S**. *against*, to oppose: સામા થવું; વિરૂદ્ધ પડવું. *To* **S**. *by*, (*a*)to be near: પાસે હોવું; પાસે ઉભા રહેવુ . (*b*) To support: બચાવ કo; મદદ આપવી; મદદે–બાજુમાં ઉભા રહેવું. *To* **S**. *fast*, to be fixed: મક્કમ રહેવું. *To* **S**. *for*, (*a*) to side with: મદદ–આધાર ટેકો આપવો; બાજુ–પક્ષમાં રહેવું. (*b*)To be the substitute or candidate of: ઉમેદવાર હોવું; કોઈ કશાને બદલે–ઠેકાણે–વતી હોવું–રહેવું. *To* **S**. *off*, (*a*) to keep at a distance: દૂર–અલગું- વેગલું રહેવું. (*b*) Not to comply: કબુલ-મંજુર ન રાખવું. *To* **S**. *out*, (*a*)to be prominent: મોખરે રહેવું; બહાર નીકલવું-પડવું. (*b*) Not to yield: તાબે-શરણ ન થવું. *To* **S**. *to*, (*a*) to urge: જોડે લાગ્યા રહેવું; ચલાવવું; મંડવું.(*b*) To agree with: મલતું-બંધ બેસતું હોવું. (*c*) To support: ટેકો–આધાર-મદદ આપવી. *To* **S**. *under*, to under go: ભોગવવું; સોસવું; ગુજરવું. *To* **S**. *up*, (*a*) to rise: ઉભા થવું-હોવું–

રહેવું. (*b*) To oppose: સામા થવું. *To* **s.** *up for*, to defend: બચાવ કo; કોઇનો તરફથી બોલવું. *vt.* To endure: સાંખવું; વેઠવું; સહન કo; ખમવું; ચલાવી લેવું. 2. To set upright: ઉભું; ટટાર મૂકવું-કરવું. 3 To pay for: ભરવું; ખર્ચ માથે લેવો. *n.* A place or post where one stands: ઉભા રહેવાની જગા; સ્થાન; મુકામ; મથક; અખાડો. 2. A raised platform: માંચડો. 3. Something on which any thing rests: માંચી; ઘોડી; ઘોડો. *To be at a* **s.**, to be stationary: અચકવું; ખમચાવું; અટકવું; થોભવું. *Hence* to be perplexed: ગુંચવાવું; ગુંચવણમાં પડવું.

Standard, (સ્ટૅન્ડર્ડ્) *n.* [L. *ex* & *tendo*, I spread out.] A flag: વાવટો; ઝુંડો; નિશાન. 2. Criterion; test: ધોરણ; પ્રમાણ; નિયમ. *a.* Legal; usual: કાયદાસરનું; નિયમિત; ધોરણવાળું-મુજબનું.

Standardbearer, (સ્ટૅન્ડર્ડ્-બેરર્) *n.* An officer who bears a standard: ઝુંડો-વાવટો ઉંચકનાર; નિશાનદાર.

Standing, (સ્ટૅન્ડિન્ગ્) *a.* Remaining erect: ઉભું; કાપી નહિ નાંખ્યું હોય એવું. 2. Stagnant: સ્થિર. 3. Lasting: કાયમ-ત્રાણુકનું; પાકુ; ટકાઉ. 4. Settled: મુકરર; સ્થાપિત. *n.* Duration; continuance: ટકાવ; નિભાવ; મુદત; વખત. 2. Station: ઉભા રહેવાની જગ્યા; મુકામ. 3. Condition in society: સ્થિતિ; માન; દરજ્જો; મોભો; પદવી.

Standish, (સ્ટૅન્ડિશ્) *n.* A case, for pen and ink: કલમદાન.

Stand-point, (સ્ટૅન્ડ્-પૉઈન્ટ્) ધોરણ; વિચાર; નજર; સમજ.

Stanza (સ્ટૅન્ઝૅ) *n.* [L. *sto*, I stand.] A part of a poem: બેત; શ્લોક; કડવું.

Staple, (સ્ટેપ્લ્) *n.* A settled mart: વેપારનું મથક; બજાર; પેંઠ. 2. The principle commodity: વેપારનો મુખ્ય માલ-જણસ-વસ્તુ. 3. Raw material: કાચો માલ. *a.* Pertaining to commodities: માલ વેપારની જણસ સંબંધી-નું વિષે.

Star, (સ્ટાર્) *n.* [L. *stella*, a *star*.] One of the innumerable luminous bodies seen in the heavens: તારો. 2. A badge of honor: ચાંદ. 3. An asterisk: આવી * નિશાની. 4. A person of brilliant qualities: દીપી નીકળેલો માણસ; સેતારો; હીરો.

Star-board, (સ્ટાંર્-બોર્ડ્) *n.* The right side of a vessel to one facing the bow: વહાણની જમણી બાજુ-બોરદ; ગોસ; ઘોસ.

Starch, (સ્ટાંર્ચ્) *n.* A widely diffussed vegetable substances: કાંજી: આર; હાર. *vt.* To stiffen with starch: આર-હાર દેવો.

Starched, (સ્ટાંર્ચ્ડ્) *a.* Stiffend with starch: આર-હાર દીધેલું-ચઢાવેલું.

Starchy, (સ્ટાંર્ચિ) *a.* Stiff; precise: અક્કડ; ચિપાસિયું; ચોક્કસ.

Stare, (સ્ટૅર્) *vi.* & *vt.* To gaze: ટીકી ટીકીને; નજર ઠેરવીને જોવું; ટગમગ-ટગર ટગર જોવું.

Star-gazer, (સ્ટાંર્-ગેઝર્) *n.* An astronomer: જોષી.

Stark, (સ્ટાંર્ક્) *a.* Full; entire: પૂરેપૂરૂં; સાફ; બધું; આખું; તદન; હડહડતું. *adv.* Wholly; entirely: બિલકુલ; કેવલ; બધું; આખું; તદન.

Starry, (સ્ટાંરિ) *a.* Abounding with stars: તારાવાળું-થી ભરપુર. 2. Shining: ચલકતું; પ્રકાશિત.

Start, (સ્ટાંર્ટ્) *vi.* To move suddenly: ચમકવું; ચમકીને-ઉઠવું-કુદવું. 2. To set out to begin: નીકળવું; ઉપડવું; શરૂ કo. *To* **s.** *after*, to follow: કશાની પાછળ લાગવું. *To* **s.** *up*, (*a*) to rise suddenly: ચમકી- ઝબકી ઉઠવું. *vt.* To Alarm; to rouse: ભડકાવવું; ચમકાવવું. 2. To invent: ઉભું કરવું; ઉઠાવવું; ઉત્પન કo. 3. To cause to move or act: ચલાવવું. *n.* A sudden motion: ચમક; આંચકો; કુદકો; છલંગ. 2. A sally: જોશ; જુસ્સો; ઝપાટો. 3. The beginning: શરૂઆત; મંડાણ. *To get* or *have the* **s.**, to begin before another: બીજાની પહેલા શરૂ કo; કોઈની અગાડી ઉપડવું-નીકલવું.

Startle, (સ્ટાંર્ટલ) *vi.* To fell sudden Alarm: ચમકવું; ભડકવું; આંચકો ખાવો. *vt.* To alarm; to surprise: ભડકાવવું, ચમકાવવું; બીવડાવવું.

Starvation, (સ્ટાંર્વેશન્) *n.* The state of being starved: ભૂખમરો.

Starve, (સ્ટાંર્વ્) *vi.* To die of hunger or cold: ભૂખે મરવું; ટાઢે ઠઠરી મરવું. 2. To be in want: જરૂર જોગી ચીજ વગર બેસી રહેવું-અટકી પડવું. *vi.* To kill with hunger: ભૂખે મારી નાંખવું. To disable: નિર્બલ-કમજોર કo.

State, (સ્ટેટ્) *n.* [L. *sto*, I stand.] Condition: સ્થિતિ; અવસ્થા; દશા; હાલ; હવાલ; હાલત. 2. Rank: મરતબો; દરજ્જો; પદવી. 3. Pomp: ડોલ; ઠાઠમાઠ; દમામ. 4. A nation: રાજ્ય; સંસ્થાન; પ્રજા. *a.* Stately: દમામદાર; શોભાયમાન. 2. Public: સરકારી; જાહેર. *vt.* To express; to narrate: વર્ણન-બ્યાન કo-વિગતવાર કહેવું.

State-craft, (સ્ટેટ્-ક્રૅફ્ટ્) *n.* Statesmanship: રાજકારભાર.

Stated, (સ્ટેટેડ્) *a.* Settled; regular: ચોકસ; મુકરર કરેલું; અમુક; ઠરાવેલું.

Stately, (સ્ટેટ્લિ) *a.* Majestic; grand: દમામ-ભભકાદાર; ઠાઠવાલું; મોટું; ઉંચુ.

Statement, (સ્ટેટ્મેન્ટ્) *n.* A narrative: હકીકત; બીના; હેવાલ; વર્ણન; વાત; કેફીયત; વિગત.

Statesman, (સ્ટેટ્સ્મૅન) *n.* [*pl.* **Statesmen.**] A politician: રાજદરબારી માણસ રાજકારભારી.

Statesman-like, (સ્ટેટ્સ્મૅન-લાઈક્) *a.* Becoming a statesman: દુરંદેશી; ડહાપણ ભરેલું.

Statesmanship, (સ્ટેટ્સ્મૅન્શિપ્) *n.* Politics: રાજકારભાર: રાજદરબારી કામકાજ; રાજનીતિ.

Station, (સ્ટેશન્) *n.* [L. *sto*, I stand.] A place where railway trains come to a stand: મુકામ; સ્થાન; સ્ટેશન. A branch police office: થાણું; ચોકી. 3. Office; employment:

હોદ્દો; જગા; અમલ; અધિકાર. 4. State: હાલત; સ્થિતિ; અવસ્થા; દશા. *vt.* To place; to set: બેસાડવું; મુકવું; રાખવું; નીમવું.

Stationary, (સ્ટેશનરિ) *a.* Not moving; fixed: સ્થિર; સ્થાવર; બેઠું; કાયમ; અચલ.

Stationer, (સ્ટેશનર્) *n.* One who sells writing materials: કાગદી; લખવાનો સામાન વેચનાર.

Stationery, (સ્ટેશનરિ) *n.* Writing materirals: લખવાનો સામન; લેખન સામગ્રી.

Statistics, (સ્ટેટિસ્ટિક્સ્) *n.* A collection of facts and figures respecting the condition of people: દેશની હાલત, તેના લોકોની તનદરોસ્તી-ચાલ-રીતી વગેરેનો અહેવાલ; દેશાવસ્થા.

Statuary, (સ્ટેટ્યુઅરિ) *n.* [L. *statua*, statue.] The art of carving statues: પૂતલાં કોતરવાની કલા. 2. A collection of statues: પૂતલાંનો સંગ્રહ; મૂર્તિઓનો સમૂહ.

Statue, (સ્ટેટ્યુ) *n.* [L. *sto*, I stand.] An image: પૂતલું; બાવલું.

Stature, (સ્ટેટ્યુર્) *n.* [L. *statura*,] The height of an animal: શરીરની ઉંચાઈ-કાઠી-કદ; બાંધો.

Status, (સ્ટેટસ્) *n.* [L.] State; condition: હાલત; અવસ્થા; દશા; પદવી; દરજજો; મરતબો.

Statute, (સ્ટેટ્યૂટ્) *n.* A written law: દસ્તાવેજી કાયદો; લખિત ધારો; કાનુન; નિયમ; ઠરાવ.

Statutory, (સ્ટેટ્યૂટરિ) *a.* Enacted by statute: કાયદા પ્રમાણે થયેલું; કાયદાનું; નિયમસરનું.

Stave, (સ્ટેવ્) *n.* Strips of wood: લાકડાની ચીપ-પટી. 2. A stanza: કડવું; પદ.

Stay, (સ્ટે) *vt.* To support: ટેકવી રાખવું; ટેકો આપવો; ટેકાવવું. 2. To stop: અટકાવવું; બંધ રાખવું; થોભાવવું. *vi.* To stop: અટકવું; થોભવું; ઉભા રહેવું; રહેવું. 2. To wait: વાટ--રાહ જોવી; ખોટી થવું. 3. To dwell: રહેવું; મુકામ-વાસ કo. 4. To trust: આધાર-વિશ્વાસ-ભરૂસો રાખવો. 5. To cease: અટકવું; બંધ પડવું; પૂરું થવું. *n.* Support: ટેકો; આધાર. 2. *pl.* A stiff inner waistcoat: શરીર ટટાર રાખવા સારૂ સ્ત્રીએ પહેરવાનું ખોલિયું. 3. Abode for a time: મુકામ; પડાવ.

Stead, (સ્ટેડ્) *n.* Place which another had or might have: બીજાની જગ્યા-ઠેકાણું. *In* **S.** *of*, in place of: વતી; ઠેકાણે; બદલે. *To stand in* **S.**, to be of use: કામ-ખપમાં આવવું.

Steadfast, (સ્ટેડ્-ફૅસ્ટ્) *a.* Firm; resolute: સજ્જડ; મજબુત; નિશ્ચયવાલું; મક્કમ ઠરાવનું.

Steadfastly, (સ્ટેડ્ફૅસ્ટ્લિ) *adv.* Firmly: મક્કમપણે.

Steadily, (સ્ટેડિલિ) *adv.* Uniformly: એક સરખી રીતે ચાલુ.

Steady, (સ્ટેડિ) *a.* Fixed; firm: મક્કમ; સુસ્તકીમ. 2. Resolute: મક્કમ-પક્કા ઠરાવનું. 3. Regular; uniform: નિયમિત; એક સરખું. *vt.* To make steady: સ્થિર-મક્કમ-પાકું કo.

Steal, (સ્ટિલ્) *vt.* To take by theft: ચોરવું; ચોરી કo. 2. To gain by insinuating arts: સમજાવી-પટાવા-ફોસલાવી લેવું; પડાવવું. *To* **S.** *march*: કોઈને ગફલતમાં નાંખી ફાવી જવું. *vi.* To practise theft: ચોરવું; ચોરી કo. 2. To slip out privily: છાનામાના-ચોરીથી જતા રહેવું-પસાર થઈ જવું; સટ્ટી જવું.

Stealing-stealth, (સ્ટીલિન્ગ્-સ્ટેલ્થ્) *n.* Theft: ચોરી. 2. A secret procedure: કાવાદાવા; છુપી રીત.

Stealthy, (સ્ટેલ્થિ) *a.* Secret: ચોરીથી કરેલું; ચોરીનું; છાનું; છુપું.

Steam, (સ્ટીમ) *n.* Water in the state of vapour: બાફ; વરાલ. 2. Any exhalation: કોઈપણ જાતનો ખફારો. *vi.* To emit steam: વરાલ-બાફ નિકલવી-થવી; ઉડી જવું. 2. To move by steam: વરાલથી ચાલવું-દોડવું. *vt.* To expose to steam: બાફ દેવો; બાફવું.

Steam-boat, (સ્ટીમ્-બોટ્) *n.* A boat propelled by steam: આગબોટ.

Steam-engine, (સ્ટીમ્-એન્જીન) *n.* An engine moved by steam: વરાલયંત્ર.

Steamer, (સ્ટીમર્) *n.* A vessel propelled by a steam: આગબોટ.

Steamy, (સ્ટીમિ) *a.* Vaporous: વરાલ-બાફ જેવું-નું-વાલું.

Steed, (સ્ટીડ્) *n.* A spirited horse: ઘોડો; ઘણા પાણીવાલો ઘોડો; લડાઇનો ઘોડો.

Steel, (સ્ટીલ) *n.* A variety of iron: પોલાદ; ખરૂં લોઢું. 2. A weapon: તરવાર; કટાર. 3. Anything of extreme hardness: આતશય કઠણ ચીજ-પદાર્થ; લોઢું. *vt.* To edge with steel: પોલાદની ધાર કo. 2. To make hard: કઠણ-મજબુત કo; નિર્દય-કઠોર કo.

Steep, (સ્ટીપ્) *vt.* To soak in a liquid: ઝબોલવું; પલાલવું; ડુબવવુ; બોલવું. *a.* precipitous: ઉભું; ઉભા ઢોલાવવાલું; સીધું. *n* A precipice: ઉભો ચઢાવ-ટેકરો; સાંધો ડુંગર.

Steeple, (સ્ટીપલ્) *n.* A spire: મિનારો; કંગુરો.

Steer, (સ્ટીર્) *n.* A young ox: વાછડો; ગોધો.

Steer, (સ્ટીર્) *vt.* & *vi.* To direct the course of: હંકારવું; ચલાવવું; ચાલવું. 2. To conduct one's self: વર્તવું; ચાલવુ.

Steersman, (સ્ટીર્ઝમેન) *n.* A helmsman: સુકાની; સુકાનદાર.

Stellar, (સ્ટેલર્) *a.* [L. *stella*, a star.] તારા સંબધી-નું-વિષે. 2. Starry: તારાથી ભરપુર-વાલું.

Stem, (સ્ટેમ) *n.* The main stock: થડ. 2. A peduncle: ડીચકું; ડીટ. 3. A branch of a family: વંશ; કુટુંબની શાખા. 4. The forward part of a vessel; the bow: વહાણનો મોખરાનો ભાગ. *From* **S.** *to stern*: વહાણના એક છેડેથી બીજા છેડા સુધી. *vt.* To check: અટકાવવું; રોકવું; બંધ કo.

Stench, (સ્ટેન્શ) *n.* An ill smell: દુર્ગંધ; બદબો; ખરાબ વાસ.

Stenography, (સ્ટેનૉગ્રૅફિ) *n.* [Gr. *stenos*, narrow & *grapho*, I write.] The art of writing in shorthand: ટુંક-સંક્ષેપમાં લખવાના

કલા-હુન્નર.

Stentorian, (સ્ટૅન્ટોરિઅન)*a*. [L. *stentoreous*] Extremly loud: મોટા ઘાંટા-અવાજ-સાદવાળું.

Step, (સ્ટૅપ્) *vi*. To walk: ચાલવું; જવું; કદમ-પગલું ભરવું. 2. To walk slowly, gravely: ધીમે ધીમે ગંભીરાઈથી ચાલવું. *To* **s.** *aside*, to walk a little distance from the rest: જરા બાજુએ જવું; ખસી જવું. *To* **s.** *in* or *into*, (*a*) to walk into a place: અંદર જવું-આવવું; પેસવું; દાખલ થવું. *vt*. To set as the foot: પગ મુકવો; ચાલવું. 2. To erect: ઉભું ક૦. *n*. A pace: પગલું; કદમ; ડગલું. 2. One remove in ascending and descending a stair: પગથીયું; ફાંગિઉં. 3. Gait: ચાલવાની રીત; ચાલ. 4. Action: કામ; કામકાજ; ક્રિયા. *To take* **s.***s*, to take action: ઇલાજ; ઉપાય; તજવીજ ક૦.

Stepbrother-sister, *n*.(સ્ટૅપ્-બ્રધર-સિસ્ટર્) A child of one's step-parent: ઓરમાન-સાવકો ભાઈ; સાવકી બેન.

Step-daughter-son, (સ્ટૅપ્-ડૉટર-સન્) *n*. A child of one's wife or husband by a former marriage: સાવકી છોકરી-છોકરો.

Step-father, (સ્ટૅપ્-ફાધર્)*n*. The husband of one's mother by a subsquent marriage: ઓરમાન-સાવકો બાપ.

Step-mother, (સ્ટૅપ્-મધર્)*n*. The wife of one's father by subsequent marriage: ઓરમાન-સાવકી મા.

Stepping-stone, (સ્ટૅપિન્ગ્સ્ટોન) *n*. A stone to raise the feet above the surface of water: પગથીઉં. 2. A means of advancement: પાયરી; આગલ વધવાનો માર્ગ.

Stereotype, (સ્ટીરીઓટાઇપ્)*n*. [Gr. *stereos*, solid & Type] A plate forming an exact facsimile of a page of type used in printing: કંઇ છાપવાને માટે ગોઠવેલાં બીબાંના ઘાટનાં પાડેલાં પતરાં.

Sterile, (સ્ટૅરાઇલ) *a*. [L. *sterilis* barren.] Barren: ઉજ્જડ; અફલવાન; અફલદ્રુપ. 2. Incapable of reproduction: વાંઝીયું; વાંઝણી.

Sterility, (સ્ટૅરિલિટિ)*n*. Unfruitfulness: ઉજ્જડપણું; અફલદ્રુપતા. 2. Infecundity: વાંઝીયાપણું.

Sterling, (સ્ટર્લિન્ગ્) *a*. Belonging to the standard British money: ઈંગ્રેજી નાણાનું-સંબધીવિષે. 2. Genuine; pure: શુદ્ધ; ખરું; નરું.

Stern, (સ્ટર્ન્) *a*. Rigid; harsh: કઠોર; સખત; આકરું; કરડું. *n*. A rudder: સુકાન.

Sternum, (સ્ટર્નમ્) *n*. The breastbone: છાતીનું વચલું હાડકું.

Sternutation, (સ્ટર્ન્યૂટેશન)*n*. [L. *sternuto*, I sneeze.] The act of sneezing: છીંકવું તે; છીંક.

Stertorous, (સ્ટર્ટોરસ્)*a*. [L *sterteo*, I snore.] Snoring: ઘોરતું; નસકોરાં બોલાવતું.

Stethoscope, (સ્ટૅથોસ્કોપ્)*n*. [Gr.*stethos*,the breast & *skopeo*, I see.] An instrument for examining the chest: છાતી તપાસવાની દાક્તરની ભુંગલી.

Stevedore, (સ્ટીવડોર્)*n*. One who loads and unloads vessels: વહાણ ભરનાર-ખાલી કરનાર; મુકાદમ.

Stew, (સ્ટ્યૂ) *vt*. & *vi*. To boil slowly: ધીમે તાપે ઉકાલવું; સીજવવું; સીજવું.

Steward, (સ્ટ્યૂઅર્ડ્) *n*. One who manages the domestic concerns of a family or institution: કારભારી; મોદી; કોઠારી.

Stewardship, (સ્ટ્યૂઅર્ડ્શિપ્) *n*. The office of a steward; management: કારભારીપણું; કારભાર.

Stick, (સ્ટિક્) *n*. A small branch, separated from a tree: લાકડાં; કાઠી. 2. A staff: ડાંગ; સોટો; લાકડો; લાકડી; સોટી. *To cut one's* **s.**, *To cut* **s.**. to run away: નાસી જવું; સટકી જવું. *vt*. To stab: ભોકવું; મારવું; ભોકી ઘાલવું; ભોકીને મારી નાંખવું. 2. To cause to adhere: ચોઢવું; વલગાડવું; ચોટાડવું. *vi*. To adhere: ચોટવું; વલગવું; ચોટી-વલગી-બાઝી રહેવું. 2. To stop: અટકી પડવું; ચોંટી જવું; કલી-ગલી જવું. 3. To be puzzled; to hesitate: ગુંચવાવું; અટકવું; અચકવું; ખમચાવું. *To* **s.** *by*, to adhere closely to: ચપટ વલગી રહેવું. *To* **s.** *out*, (*a*) to project: ઉપસી આવવું. *To* **s.** *to*, to be persevering: મંડયા રહેવું; પકડી રાખવું. [ચિકટું.

Sticky.(સ્ટિકિ) *a*. Adhesive: ચોટે એવું; ચિકણું;

Stiff, (સ્ટિફ્) *a*. Rigid: જલદીથી વલે નહિ એવું; કઠણ; અક્કડ. 2. Not liquid: ઠરેલું; બંધાઈ ગયેલું. 3. Obstinate: હઠીલું; જીદ્દી.

Stiffen,(સ્ટિફ્ન)*vt*. To make stiff: કઠણ-અક્કડ-વલે નહિ તેવું ક૦; ઘટ્ટ-જાડું; રગ્ગડ જેવું બનાવવું.

Stiff-necked, (સ્ટિફ્-નૅક્ડ્) *a*. Obstinate: જક્કી; હુજતખોર; હઠીલું; જીદ્દી.

Stiffness, (સ્ટિફ્નૅસ) *n*. The quality or state of being stiff: હઠીલાઈ; ઘટ્ટપણું; કઠણપણું.

Stifle, (સ્ટાઇફ્લ્) *vt*. To suffocate: ગુંગલાવવું; ગુંગલાવી નાંખવું; રૂંઢવું. 2. To smother: છુપાવવું; છાનું રાખવું; સંતાડવું; ઢાંકી દેવું; ઉડાવવું; બેસારી દેવું.

Stigma, (સ્ટિગ્મૅ) *n*. *pl*. E. **Stigmas**. L. **Stigmata**. [Gr. *stizo*, I prick.] A brand: ડાહામ. 2. A mark of disgrace: કલંક; એબ; નામોશી; ડાઘ; બટ્ટો; કાલી ટીલી.

Stigmatize, (સ્ટિગ્મૅટાઇઝ્) *vt*. To brand: ડાહામ દેવો. 2. To set a mark of disgrace on: કલંક-એબ-બટ્ટો લગાડવો.

Stiletto, (સ્ટિલૅટો)*n*. *pl*. **Stilettos**.[L. *stilus*, a pointed instrument.] A kind of dagger: પાતલા પાનાની કટારી. 2. A pointed instrument for making eyelet holes: ભરત કામમાં નાકાં પાડવાનું અણીદાર ઓજાર.

Still, (સ્ટિલ) *a*. Motionless: સ્થિર; અચલ. 2. Silent: ચુપ; છાનું; શાંત. *adv*. Yet: હજી સુધી; હજી; તોપણ; અત્યારલગીસુધી. 2. Always: હમેશાં; દરરોજ; સદા. 3. Nevertheless: તથાપી; પરંતુ; તોએ; એમ છતાં પણ. **S.** *and anon*, continually: વારંવાર; વખતો વખત. *vt*. To silence: છાનું રાખવું; શાંત પાડવું-ક૦; ઠંડું પાડવું. *n*. A retort: વાંકી નલીવાલું યંત્ર શીશી 2. A distillery:

દારૂ ગાલવાનો જગા; ૫ઠ. *vt.* To distill: અર્ક ખેંચવો; ગાલવું.

Still-born (સ્ટિલ્‌-બૉર્ન્) *a.* Dead at the birth: મુવેલું જન્મેલું.

Stillness, (સ્ટિલનેસ્)*n.* Silence: શાંતપણું; ચુપકી; સુમસામપણું.

Stilt, (સ્ટિલ્ટ્)*n.* A crutch: લંગડાની ઘોડી; કાખ-લાકડી.

Stimulant, (સ્ટિમ્યૂલૅન્ટ્) *a.* Increasing vital action: ઉત્તેજક; જાગૃત્તિ-હોશિયારી લાવનારૂ. *n.* That which excites: ઉત્તજક વસ્તુ-પદાર્થ; હોશિયારી-જાગૃતિ લાવે તેવી દવા.

Stimulate, (સ્ટિમ્યૂલેટ્)*vt.* [L. *stimulus*, a goad] To excite: ઉશ્કેરવું; જાગૃત ક૦; હોશિયારી લાવવી; ઉત્તેજન આપવું.

Stimulation-Stimulus, (સ્ટિમ્યુલેશન્-સ્ટિમ્યુલસ્)*n.* A stimulant: ઉત્તેજન આપનારૂં-ઉશ્કેરણી કરનારૂં કંઈ; હોશિયારી-જાગૃતિ લાવે તેવી વસ્તુ.

Sting, (સ્ટિન્ગ્)*n.* Any sharp organ of offence and defence: ડંખ; ડંશ. 2. Anything that gives acute pain: દુઃખ; વેદના; ચટકો. *vt.* To pierce or wound with a sting: ડંશ દેવો; ડંખ મારવો; ડંખવું. 2. To pain acutely: ઘણી વેદના-દુઃખ કરવું-દેવું; ચટકો લગાડવો.

Stinginess, (સ્ટિન્જિનેસ્) *n.* The quality of being stingy: બખીલાઈ કંજુસપણું.

Stingy, (સ્ટિન્જી) *a.* Miserly: બખીલો; કંજુસ; મખ્ખીચુસ.

Stink, (સ્ટિન્ગ્ક્)*vi.* To smell: ગંધ આવવી-મારવી; ગંધાવું. *n.* A stench: ગંધ; બદબો; દુર્ગંધ.

Stint, (સ્ટિન્ટ્) *vt.* To limit: હદમાં રાખવું; અંદાજે રાખવો; કરકસર ક૦. *n.* Limit: હદ; મર્યાદા.

stipend, (સ્ટાઇપેન્ડ્)*n.* [L. *stipis*, a gift.] Settled pay: મુસારો; પગાર; નિમણુંક.

Stipendiary, (સ્ટાઇપેન્ડિઍરિ) *a.* Receiving salary: પગાર લેતું; પગારદાર; પગારી. *n.* One who receives a stipend: પગાર ખાનાર.

Stipulate, (સ્ટિપ્યૂલેટ્)*vi.* [L. *stipulo*, I stipulate.] To bargain: બોલી-શરત-ઠરાવ-કરાર ક૦.

Stipulation, (સ્ટિપ્યૂલેશન્)*n.* An agreement: કરાર; બોલી; શરત; સાટું; ઠરાવ.

Stir; (સ્ટર્) *vt.* To move: હલાવવું: ચલાવવું; ખસેડવું; ખલભલાવવું. 2. To agitate: ચર્ચાવવું; ઉઠાવવું; ઉભું ક૦; ચલાવવું. 3. To instigate: ઉશ્કેરવું; ઉત્તેજન આપવું; લલચાવવું. *vi.* To move; હાલવું; ચાલવું; ખસવું; સરવું. 2. To be active: હુશિઆર થવું; કામમાં ગુંથાવું: મહેનતે વલગવું. *n.* Agitation; tumult: ચર્ચા; ગડબડાટ; ધામધુમ; ધાંધલ; તોફાન.

Stirrup, (સ્ટિરપ્) *n.* A ring for a horseman's foot while riding: પાવડો; રકાબ.

Stich, (સ્ટિચ્) *n.* A single pass of a needle in sewing: ટાંકો; ટેભો; બખીઓ; ઓટણ. 2. A sharp pain: ચસકો; હુક; કલતર. *vt.* To form stiches in: સાંધા-બખીઆ દેવા-મારવા; ઓટવું; સાંધવું; સીવવું.

Stock, (સ્ટૉક્)*n.* The stem of a tree: થડ. 2. A post: થાંભલો. 3. A stupid man: મૂર્ખો; ઠોઠ. 4. Family: વંશ; કુટુંબ; ઓલાદ; ખાનદાન. 5. Fund: મુદ્દલ; ભંડોલ; થાપણ; પુંજી. 6. Store: ખજાનો; ધન; ઢગલો. 7. Cattle: ઘરનાં ઢોર-પ્રાણીઓ. *Dead* **S.**, the implements of husbandry, and produce stored up for use: ખેતીવાડીના ઓજારો અને ઉપયોગ માટે ભેગી કરી મુકેલી પેદાસ. **S.** *in trade*, the goods kept for sale by shopkeeper: દુકાનદારે વેચવા માટે રાખેલો માલ. **S.** *market*, a place where stocks are bought and sold: નાણાં બજાર; દલાલવાડ. **S.** *taking*: દુકાનના માલની નોંધ-ટીપ-યાદી. *To take* **S.**, to take account of stock: સિલક માલની નોંધ-ટીપ ક૦; સિલક તપાસવી. *To take* **S.** *in*, to purchase, shares in a stock company: કોઈ નોંધાયલી કમ્પનીના શેર લેવા. *To take* **S.** *of*, to take an inventory of: યાદી-ટીપ ક૦. *vt.* To lay up: ભરી રાખવું; સંઘરી મૂકવું. 2. To supply: જોઇતી વસ્તુઓ પુરી પાડવી. *a.* Standing: હમેશનું; ચાલતું; જ્યારે ખપ પડે ત્યારે લેવાનું; કાયમ.

Stockade, (સ્ટૉકેડ્)*n.* A line of stout posts raised as a defensive fortification: લક્કડકોટ. *vt.* To protect with a stockade: ફરતો લક્કડકોટ બાંધવો.

Stock-blind, (સ્ટૉક્-બ્લાઇન્ડ્) *a.* Wholly blind: તદન આંધલું; આંધલું ભીંત.

Stock-exchange, (સ્ટૉક્-એક્સચેન્જ્) *n* stocks market: દલાલવાડ; શેર બજાર.

Stock-holder, (સ્ટૉક્-હોલ્ડર્)*n.* One who is a proprieor of stock in the public funds: જેની પાસે શેર કે લોન હોય તે; ભાગીદાર.

Stocking, (સ્ટૉકિન્ગ)*n.* A closse fitting covering for the foot and leg: પગનું મોજું.

Stock-jobber, (સ્ટૉક્-જૉબર્)*n.* Speculator in stocks: શેરનો સટ્ટો કરનાર; સટોલિયો.

Stock-still, (સ્ટૉક્-સ્ટિલ્) *a.* Perfectly still: લાકડા જેવો સ્થિર; જરાકે હાલે ચાલે નહિ તેવું; પથ્થર જેવું.

Stoic, (સ્ટોઇક્)*n.* [L. *stoicus.*] An apathetic person: કોઈના સુખ દુઃખની દાઝ ન જાણે એવો પુરૂષ; લાગણી વગરનો માણસ.

Stole, (સ્ટોલ્)*Imp.* of **Steal**: ચોર્યું; ચોરી કરી.

Stolen, (સ્ટોલન્)*p. p.* of **Steal** ચોરેલું; ચોર કીધેલું.

Stolid, (સ્ટૉલિડ્)*a.* Stupid: ઠોઠ; મૂઢ; મૂર્ખ.

Stolidity, (સ્ટોલિડિટિ)*n.* Stupidity: મૂર્ખાઇ.

Stomach, (સ્ટમૅક્)*n.* [Gr. *stoma*, an outlet.] The digestive cavity: હોજરી; પેટ; જઠર. 2. Appetite: ભુખ; રૂચિ.

Stomachic, (સ્ટોમૅકિક્)*a.* Pertaining to the stomach: પેટ સંબંધી-નું-વિષે. 2. Cordial: પાચક; રૂચક: ઓજરીને કૈાવત આપે તેવું.

Stone, (સ્ટોન્) *n.* Concreted earthy matter: પથ્થર; ધોંડો. 2. A gem: માણેક; હીરો; રત્ન. 3. A gravestone: મરી ગયેલા માણસની યાદગારી સારૂ ઉભો કરેલો પથ્થર; સ્મરણ સ્તંભ. 4. A concretion in the kidneys or bladder: પથરી. 5. The hard endocarp of drupes: ઠળીઓ; ગોટલી-લું. 6. A weight of fourteen pounds: ચૌદ રતલનું વજન. **S.** *fruit*: ઠળીઆ-ગોટલીવાળું ફળ. *Philosopher's* **S.**: પારસમણી;પારસ. *To leave no* **S.** *unturned*, to do everything that can be done: ચાલે તેટલા ઉપાય કરી જોવા; ઉપાય કરવામાં બાકી ન રાખવી. *vt.* To pelt with stones: પથ્થર મારવા; પથ્થર મારીને મારી નાંખવું. 2. To free from stones: ફોલવું; -માંથી ઠળીઆ કાઢી નાંખવા.

Stone-blind, (સ્ટોન્-બ્લાઈન્ડ્) *a.* Completely blind: આંધળું; આંધળું ભીંત.

Stone-cutter, (સ્ટૉન્-કટર્) *n.* One whose occupation is to cut stone: પથ્થર કાપનાર-ફોડનાર; સલાટ; ધોંડફોડો.

Stone-hearted, (સ્ટોન્-હાર્ટેડ્) *a.* Cruel: નિર્દય; ક્રૂર; ઘાતકી. [અસર ન થાય તેવું.

Stony, (સ્ટોનિ)*a.* Cruel; pitiless: નિર્દય; કઠોર;

Stool, (સ્ટૂલ્) *n.* A seat without a back: અઢેલીયાવિનો એકજ માણસ બેસી શકે એવી બેઠક-બાંક; ટુલ. 2. A discharge from the bowels: ઝાડો; પેટ; દસ્ત. *Loose* **S.**: જુલાબ; પાતલુ પેટ-ઝાડો.

Stoop, (સ્ટૂપ્) *vi.* To bend forward: વાંકા વલવું; નમવું. 2. To submit: વશ-તાબે-આધિન-શરણ થવું. 3. To condescend: પોતાની પદવીથી ઉતરતું કામ ક૦; નમ્રતા પકડવી. *vt.* To bend: વાંકું વાલવું; નમાવવુ. *n.* Inclination forward: વાંક; નમન. 2. Condescension: નમ્રતા. 3. A swoop: ત્રાપ; ઝાપટ.

Stop, (સ્ટૉપ્)*vt.*[L. *stuppa* the coarse part of flax.] To close: પુરવું; બંધ ક૦; સોવી લેવું. 2. To obstruct: રોકવું; અટકાવવું; થોભાવવું; મોકૂફ રાખવું. 3. To regulate the sounds of: સુર મેલવવા. 4. To punctuate:લખાણમાં બરોબર ટાંપ-ચિન્હો મૂકવાં. *vi.* To cease to go on:અચકવું; ઉભા રહેવું; થોભવું; બંધ પડવું. *To* **S.** *over*, to break one' s journey:મુસાફરીમાં વિસામો લેવો;મુકામ ક૦. *n.* Check: અટકાવ; રોકાણ; ખોટી; ખોલંબો. 2. An obstacle: અડચણ; હરકત; વાંધો. 3. A mark of punctuation: વિરામ ચિન્હ; ટાંપ.

Stoppage,(સ્ટૉપેજ્)*n.* An obstruction: બંધી; રોકાણ; અટકાવ; ખોટી; ખોલંબો.

Stopper, (સ્ટૉપર્) *n.* One who, or that which stops: બંધ કરનાર; ઉભું રાખનાર; અટકાવનાર; રોકનાર; દાટો; બુચ; સાંકલ; ખીલી. *vt.* To close with a stopper:દાટો-બુચ મારવો; સાંકલ દેવી.

Storage, (સ્ટોરેજ્)*n.* The depositing in a store: વખારમાં ભરી મૂકવું તે. 2. A storehouse: વખાર; કોઠી; ભંડાર. 3. The price charged for keeping goods in a store: વખારમાં માલ ભરી મૂકવાને માટે આપેલું ભાડું.

Storax, (સ્ટોરૅક્સ્)*n.* A fragrant gum-resin: સિલારસ; શિલાજીત.

Store, (સ્ટોર્) *n.* An abundance: પુષ્કલપણું; રેલછેલ;સંગ્રહ. 2.A storehouse:વખાર; ભંડાર; કોઠી; કોઠાર. 3. A shop: દુકાન. 4. *pl.* Articles(*esp. of food.*): સરસામાન; ખાધખોરાકી; ખોરાકીનો ભંડાર-સંઘરો. *In* **S.**, in a state of accumulation: ભરી રાખેલું; પાસે તૈયાર. *To set* **S.** *by*, to value greatly: વધારે કિમ્મત-બુજ ગણવી-જાણવી. *To tell no* **S.** *of*, to consider of no importance:કશા ઉપયોગનું નથી એમ ગણવું-ધારવું-દરકાર-કાલજી ન રાખવી. *vt.* To hoard: ભરવું; ભરી મૂકવું-રાખવું; એકઠું કરી-સંઘરી મૂકવું; સંઘરવું; સંગ્રહ ક૦. 2. To supply: આપવું; પુરૂં પાડવું. 3. To warehouse: વખાર-કોઠીમાં ભરવું-ભરી રાખવું-મૂકવું. [house: વખાર; કોઠાર; કોઠી.

Store-house, (સ્ટોર્-હાઉસ્) *n.* A ware-

Store-keeper, (સ્ટોર-કીપર)*n.* A man in charge of stores: કોઠારી; વખારીયો; ભંડારી. 2. A shopkeeper: દુકાનદાર; વેપારી.

Stork, (સ્ટૉર્ક્)*n.* A wading bird: બગલો.

Storm, (સ્ટૉર્મ્)*n.* A tempest: તોફાન; વાવટોલ; વાઝોડું; વાદલ. 2. Tumult: બખેડો; ફીતુર; દંગો; બંડ; બલવો; તોફાન. 3. Calamity: મોટી આફત-સંકટ. *vt.* (*Mil.*)To assult: હલ્લો ક૦; છાપો મારવો. *vi.* To raise a tempest: તોફાન ઉઠાવવું-ક૦. 2. To blow with violence: જોરાથી વાવું-ફુંકવું. 3. To rage: ધમપછાડ ક૦; ગુસ્સો ક૦.

Stormy, (સ્ટૉર્મિ) *a.* Boisterous: તોફાની. 2. Passionate: ગુસ્સાભર્યું; સખ્ત; ગુસ્સાવાલું;કડક.

Story, (સ્ટોરિ) *n. pl.* **Stories**. A floor, માલ; મજલો. *n.* A statement: વાત; બિના; હકીકત; કેફિયત. 2. A tale: જોડી કાઢેલી બનાવટી વાત; વાર્ત્તા. *Idle* **S.**: ગપાટો *To make a cock & bull* **S.**: સહરાવીને વાત ક૦.

Stout, (સ્ટાઉટ્) *a.* Strong; robust: જબરો; મજબૂત; બલવાન; જોરાવર; લઠ; છાતીવાલું; હિમ્મતવાન. 2. Proud: મગરૂર; હઠીલું; જીદ્દી.

Stoutness, (સ્ટાઉટ્નેસ્) *n.* The state of being stout:બલ; જોર; હિમ્મત; હઠીલાઈ; કુવત.

Stove, (સ્ટોવ્)*n.* An apparatus for cooking: ચુલો; શગડી; ભઠ્ઠી.

Stow, (સ્ટો) *vt.* To pack; ખડકવું; ગોઠવીને મૂકવું; સિંચવુ; ખીચો ખીચ ભરવું. 2. To hide: સંતાડવું; છુપાવવું.

Straddle, (સ્ટૅડલ્)*vi.* To stand or walk with the legs far apart: પગ પહોલા રાખીને-ફેલા પગે ચાલવું કે ઉભું રહેવું.

Straggle,(સ્ટૅગલ્)*vi.* To stray: ભમવું; રખડવું.

Straggler. (સ્ટૅગ્લર્)*n.* A vagabond: ભટકતો માણસ; રખડેલ; ભટકેલ; બીજાઓથી એકલું-છુટું-અલગ પડી જનાર.

Straight, (સ્ટ્રેટ્)*a.* Not curved: વલેલું નાહ એવું; સીધું; પાંસરૂં. 2. Upright:પ્રમાણિક; ઇનસાફી; સરત. *adv.* Directly: પાધરૂ જ; તાબડતોબ; તરતજ; લાગલું; બહારો બહાર.

Straighten, (સ્ટ્રેટ્ન)*vt.* To make straight:

સીધું-પાંસરૂં કo; ગોઠવવું; વ્યવસ્થા કo.

Straight-forward, (સ્ટ્રેટ્ફૉર્‌વર્ડ્) *a.* Honest; frank: સીધું; પ્રમાણીક; ઈનસાફી; સૂધું.

Straight-way, (સ્ટ્રેટ્‌વે) *adv.* Immediately: તરતજ; લાગલુંજ; વગર વિલંબે; ખહારો ખહાર.

Strain, (સ્ટ્રેન) *vt.* [L. *stringo*, I bind tight.] To stretch: જોરથી તાણવું-ખેંચવું; તાણીને લંબાવવું. 2. To exert to the utmost: થાય તેટલું જોર કo; હોય તેટલું જોર કાઢવું. 3. To stretch the meaning: તાણી તોડીને અર્થ કo. 4. To injure by drawing: તડકાવવું; ઘણું જોર આવવાથી તડકાઇ જવું. 5. To filter: ગાલવું: છીણવુ; ચાલવું. *To* **S.** *courtesy*, to go beyond what courtesy requires: નષ્ટ થઇને કંઈ કo. *vi.* To make violent efforts: બને તેટલી મહેનત-માથાકુટ કo; ખહુ જોર મારવું. 2. To be filtered: ગલાવું; ગલાઈને સાફ થવું. *n.* A violent effort: છાતી તોડ મહેનત. *Also*, the injury resulting: દુ:ખ; પીડા; લચક; કરમોડ. 2. A song: ગાયન; ગીત; ગાન. 3. Manner; style: ઢબ; તરાહ; રીત; વલણ.

Strainer, (સ્ટ્રેનર્) *n.* A filter: ગલણી; ચાલણી.

Strait, (સ્ટ્રેટ્) *a.* [L. *strictus*, drawn together.] Difficult; distressful: મુશકેલ; મુશીબત ભરેલું. *adv.* Strictly; rigorously: સખ્તાઈથી. *n.* A narrow passage connecting two large bodies of water: સામુદ્રધુની. 2. An isthmus: સંયોગિભૂમિ. 3. Distress; powerty: દુ:ખ; સંકટ; ઘણી સંકડામણ-ભીડ-તંગી-તાણ-મુશીબત.

Straiten, (સ્ટ્રેટન) *vt.* To make strait: સાંકડું કo; તંગ-સખ્ત કo; સજ્જડ-મજબુત કo. 2. To distress: દુ:ખ-સંકટ સંકડામણ-મુશીબત-ભીડ માં નાંખવું.

Straitness, (સ્ટ્રેટ્નૅસ્) *n.* Distress: અડચણ; [તંગી; તાણ; ભીડ.

Strand, (સ્ટ્રૅન્ડ્) *n.* The shore: કિનારો; કાંઠો; તીર. *vt.* & *vi.*, To run aground: જમીન ઉપર ચડાવી દેવું; કિનારા ઉપર ચડી જવું.

Strange, (સ્ટ્રેન્જ્) *a.* [L. *extra*, on the outside.] Foreign: પરદેશનું-સંબંધી; પારકું; પરદેશી. 2. Marvellous: ચમત્કારી; ઓરતરેહનું; તરેહવાર; અજબ; અજાયબ જેવું.

Stranger, (સ્ટ્રેન્જર્) *n.* A foreigner: પરદેશી; વિદેશી. 2. One who is unacquainted: અજાણ્યો-વગર ઓળખાણ વાલો માણસ; પારકો માણસ. 3. A guest: પરોણો; મેહેમાન.

Strangle, (સ્ટ્રૅન્ગલ્) *vt.* (L. *strangulo*, I bind tight.] To choke to death: ગુંગલાવીને મારી નાંખવું. 2. To suppress: દાબી દેવું; છુપાવવું.

Strangulation, (સ્ટ્રૅન્ગ્યુલેશન) *n.* The act of strangling: ગુંગલાવવું-ગુંગલાઈ જવું તે.

Strangury, (સ્ટ્રૅન્ગ્યુરિ) *n.* [Gr. *stranx*, a drop & *ouron*, urine.] A painful discharge of urine: પેશાબની રોકાવટ.

Strap, (સ્ટ્રૅપ્) *n.* A narrow strip of leather or cloth: પટો; પાટો; ચીંદરડી; પટી. *vt.* To beat with a strap: પટાથી મારવું-શિક્ષા-સજા કo; કોરડો-સાટકો મારવો.

Strapping, (સ્ટ્રૅપિન્ગ્) *a.* Tall: ઉંચું; લઠ્ઠ; મોટું.

Stratagem, (સ્ટ્રૅટૅજૅમ્) *n.* [Gr. *stratos*, an army & *ago*, I lead.] Artifice: દગો ફટકો; દાવપેચ; યુક્તિ; પ્રપંચ; કાવત્રું; તાલમેલ.

Strategy, (સ્ટ્રૅટીજિ) *n.* The science of military commands: લઢાઈ ચલાવવાની યુક્તિ-સિફત.

Stratify, (સ્ટ્રૅટિફાઇ) *vt.* To form layers: પડ ખાઝવાં.

Stratum, (સ્ટ્રૅટમ્) *n.* *pl.* **Strata,** [L. *sterno*, I spread.] A bed of earth or rock: પૃથ્વી અંદરનું માટીનું. થર-પડ. 2. Any bed or layer: પડ; થર.

Straw, (સ્ટ્રૉ) *n.* The stalk on which corn grows: પેંડો; પરાલ; ઘાસ. 2. A mere trifle: તણખલું; તરણું; તલ; કરચ; કગરસ.

Straw-color, (સ્ટ્રૉ-કલર્) *n.* The color of straw: સુંદર પીલચટો રંગ; પેંડાનો રંગ.

Stray, (સ્ટ્રે) *vi.* [L. *strata*, a paved road.] To wander: ભમવું; ભટકવું; રખડવું; છુટું ફરવું. 2. To err: આડે માર્ગે જવું; ખોટે રસ્તે જવું; ભૂલ-ચૂક કo; ચૂકવું. *a.* Strayed: રખડતું; છુટું છવાયું.

Streak, (સ્ટ્રીક્) *n.* A stripe: લીટી; લીસોટો; નિશાન; રેખા. *vt.* To mark with streaks: લીટા-લીસોટા-નિશાન પાડવી. [અટા-પટાદાર.

Streaky, (સ્ટ્રીકિ) *a.* Striped: લીસોટાવાલું;

Stream, (સ્ટ્રીમ્) *n.* A current of water: રેલો; ધાર; પ્રવાહ; ઝરો. 2. Tendency: વલણ; લેહ. *vi.* To flow in a stream: વહેવું; ધાર ચાલવી; દદુડી છુટવી. [ધજા.

Streamer, (સ્ટ્રીમર્) *n.* A flag: વાવટો; નિશાન;

Streamlet, (સ્ટ્રીમ્લેટ્) *n.* A rivulet: ઝરો.

Street, (સ્ટ્રીટ્) *n.* [L. *strata*, a paved road.] A public highway: માર્ગ; રસ્તો; મેહેલ્લો; શેરી.

Strength, (સ્ટ્રૅન્ગ્થ્) *n.* Vigor; power: જોર; કૌવત; શક્તિ; તાકાત. 2. Excellence: ખૂબી; ગુણ; દમ; તેજ. *On or upon the* **S.** *of*, in reliance upon: ને ભરોંસે.

Strengthen, (સ્ટ્રૅન્ગ્થન્) *vt.* To make strong: મજબૂત થવું; દ્રઢ કo--થવું. 2. To encourage: ઉત્તેજન આપવું; ઉશ્કેરવું.

Strenuous, (સ્ટ્રૅન્યુઅસ્) *a.* [L. *strenuus*, strong.] Zealous: ઉદ્યોગી; ઉમંગી; હોંસવાળું-ભર્યું.

Stress, (સ્ટ્રૅસ્) *n.* Pressure; strain: ભાર; દબાણ; જોર. *Hence*, importance: અગત્યતા; મ્હોટાઈ; વજન. *To lay* **S.** *upon*, to attach importance to: ભાર મુકવો; અગત્યનું ગણવું.

Stretch, (સ્ટ્રૅચ્) *vt.* To extend: લંબાવવું; લાંબુ કo; તાણવું; વિસ્તારવું; ફેલાવવું; પહોળું કo; પસારવું. 2. To exaggerate: સહરાવી-વધારીને કહેવું. *vi.* To spread: લાંબુ થવું; લંબાવું; ખેંચાવું; તણાવું; ફેલાવું. *n.* Effort: મહેનત; કોશેશ. 2. Extent: પ્રસાર; વિસ્તાર; ફેલાવો. 3. Course: માર્ગ; દિશા; ગતિ.

Strew, (સ્ટ્ર્યૂ) *vt.* [L. *sterno*, I spread.] To scatter: ભભરાવવું; પાથરવું; વેરવું; છાંટવું.

Striate-Striated, (સ્ટ્રાઈએટ્-સ્ટ્રાઈએટેડ્) *a.* [L. *stria*, a channel.] Marked with bands or lines: અટાપટાદાર; રંગબેરંગી લીંટીઓવાલું.

Striot, (સ્ટ્રિક્ટ્) *a.* [L. *stringo*, I draw tight.] Accurate: ખરેખર; ચોકસ; ઘણું જ ચોકસ; બારીક. 2. Severe: સખત; આકરૂં; નિર્દય; કઠોર. 3. Rigidly interpreted: બોલેબોલ; શબ્દેશબ્દ.

Striotness, (સ્ટ્રિક્ટનેસ્) *n.* State of being strict: જુલમ; સખ્તિ; ચોકસાઈ; ચોકસપણું.

Stricture, (સ્ટ્રિક્ટ્યૂર્) *n.* [L. *stringo*, I draw tight.] Censure: સખત ટીકા; ઠપકો. 2. A morbid contraction of any passage of the body: શરીરનાં કોઈ માર્ગનું રોકાઈ-રૂંધાઇ-સંકોચાઈ જવું તે; બંધી; બંધેજ.

Stride, (સ્ટ્રાઈડ્) *vi.* [*Imp.* **Strode**, *p. p.* **Sridden.**] To walk with long steps: મોટી ફલંગો-ડગલાં ભરવાં-ભરીને ચાલવું. *n.* A long step: લાંબી ફલંગ; મોટું ડગલું; છલંગ.

Strife, (સ્ટ્રાઈફ) *n.* Contest: ચડસાચડસી; હરીફાઇ. Discord: લઢાઈ; ઝગડો; ટંટો; કજીયો; તકરાર.

Strike, (સ્ટ્રાઈક્) *vt.* & *vi.* To hit: મારવું; લગાવવું; લાગવું; ફટકાવવું; ઠોકવું. 2. To dash: અથડાવું; અફલાવું; અફાલવું; પછાડવું; પછડાવું; વાગવું. 3. To coin: છાપવું; પાડવું; છાપ મારવી. 4. To punish: સજા ક૦; મારવું; દુઃખ દેવું. 5. To sound: વગાડવું; વાગવું. 6. To lower: નીચે ઉતારવું-પાડવું; ઉતારવું; નમાવવું. 7. To impress: લાગવું; જણાવું; દિસવું. 8. To ignite: સલગાવવું. 9. To make and ratify: પાકું ક૦; ખરેખર કરી દેવું. *To* **s.** *a ledger or an account*, to balance it: બાકી કાઢી હિસાબ નક્કી ક૦. *To* **s.** *hands with*, to agree with: કરાર-શરત-બોલી ક૦. *To* **s.** *off*, (*a*) to erase: કાઢી નાંખવું: છેકી-ભૂંસી નાંખવું. (*b*) To print: છાપવું; છાપી કાઢવું. *To strike out*, to blot out: કાઢી નાખવું; ભુસી નાંખવું; છેકી નાંખવું. *To* **s.** *up*, to cause to sound: વગાડવું; વગાડવા માંડવું. *To* **s.** *work*, to quit work: કામ છોડી દેવું; હડતાલ પાડવી. *To* **s.** *at*, to aim at: નિશાન તાકવું-માંડવું. *To* **s.** *home*, to strike a blow which reaches its object: આબાદ લગાવવું-અસર ક૦. *To* **s.** *in*, to enter suddenly: એકદમ પેસવું-દાખલ થવું; ધુસવું. *To* **s.** *in with*, to conform to: પ્રમાણે ચાલવું; અનુસરવું; મલતા આવવું. *n.* The act of quitting work: હડતાલ.

Striking, (સ્ટ્રાઇકિન્ગ્) *a.* Surprising: impressive: અજાયબ જેવું; અસરકારક; આબેહુબ; આબાદ.

String, ((સ્ટ્રિન્ગ્) *n.* [L. *stringo*, I draw tight.] A cord: દોરો; દોરી; તાર. 2. A succession: હાર; માલા; ઓલ; પંક્તિ. *To have two* **s.***s.*, *to one's bow*, to have means in reserve: એક કોશેશ નિષ્ફલ થાય તો કામ લાગવા સારૂ બીજો ઉપાય તૈયાર રાખવો. *vt.* To furnish with strings: તાર બાંધવા-ચઢાવવા. 2. To put in tune: સૂર મેલવવા.

Stringed, (સ્ટ્રિન્ગ્ડ્) *a.* Having strings તારવાલું (વાજીંત્ર).

Stringent, (સ્ટ્રિન્જેન્ટ્) *a.* Severe: સખત; ચાંપતું; તાકીદનું; સત્તાવાલું.

Stringy, (સ્ટ્રિન્ગિ) *a.* Fibrous: રેસાવાલું-દાર.

Strip, (સ્ટ્રિપ્) *vt.* To deprive: છીનવી-ખુંચાવી લેવું; ઉતારી લેવું; ઉખેડી નાંખવું. 2. To uncover: નાગું ક૦; ખોલવું; ઉઘાડવું. *vi.* To undress: કપડાં કાઢવાં-ઉતારવાં. *n.* A narrow piece: કકડો; ચીંદરડી; પટો; પટી.

Stripe, (સ્ટ્રાઈપ્) *n.* A line of a different color from the ground: પટી; કોર; રીત; તરાહ; ચટાપટા. 2. A blow: ઝપાટો; ફટકો; સાટકો. 3. The mark of a blow: સોલ; સલ. *vt.* To variegate with stripes: જુદા જુદા રંગનાં થીંગડાં ચોઢવાં; અટાપટાદાર ક૦; પટા પાડવા.

Striped, (સ્ટ્રાઇપ્ડ) *a.* Streaked: ચટાપટાવાલું; અટાપટાદાર. [જુવાનીયો.

Stripling, (સ્ટ્રિપ્લિન્ગ્) *n.* A youth: છોકરો;

Strive, (સ્ટ્રાઈવ્) *vi.* To moke efforts; to use exertions; to labour hard: યત્ન-કોશીશ ક૦; ઘણી-ભારે મહેનત ક૦; જોર મારવું. 2. To sruggle: ફાંફાં મારવાં; સામું થવું; હરીફાઇ ક૦.

Stroke, (સ્ટ્રોક્) *n.* A blow: ઝપાટો; સપાટો; ફટકો; ઝટકો. 2. Calamity: આફત; ગજબ. 3. The striking of the clock: ટકોરો. 4. A dash in writing: લખાણમાં(–)આવી લીટી-ટાંપ. 5. A beat of the heart: ધબકારો. 6. A masterly effort: હાથ; હથોટી; ખેલ; દાવ; ઉસ્તાદી; છાપ. *vt. imp.* & *p. p.* **Stroked**. To strike: મારવું; ફટકાવવું. 2. To caress: પસવારવું; પંપાલવું.

Stroll, (સ્ટ્રોલ્) *vi.* To wander: રઝલવું; રખડવું; ભટકવું; સેહેલ ક૦; રમતા ફરવું. *n* A ramble: સહેલ; રખડપટ્ટી; રપાટો; ફેરો; ચક્કર.

Strong, (સ્ટ્રૉન્ગ્) *a.* Vigorous: જબરૂં; બલવંત; મજબૂત; જોરાવર. 2. Robust: તંદુરસ્ત; શક્તિવાન. 3. Having wealth or resources: દોલતવાન. શક્ત. 4. Violent: ભારે; જોશવાલું; જબરૂં. 5. Cogent: અસરકારક; વજનદાર; સંગીન. 6. Intoxicating: કસદાર; કડક; જલદ; કેફી.

Strong-hold, (સ્ટ્રૉન્ગ્-હોલ્ડ્) *n.* A fastness: ગઢ; કિલ્લો; કોટ.

Strop, (સ્ટ્રૉપ્) *n.* A strap: ટપટપી; ટાપટીપિયું. *vt.* To sharpen: ટાપટીપિયા ઉપર ઘસીને ધાર ચઢાવવી.

Structure, (સ્ટ્રક્ટ્યૂર્) *n.* Construction: બાંધણી; બાંધકામ; બંધારણ; આકાર; રૂપ; રચના; બાંધો. 2. A building: ઈમારત; અમલો; મકાન.

Struggle, (સ્ટ્રગલ્) *vi.* To strive: તરફડીઆં મારવાં. 2. To use great efforts: અતિશય મહેનત ક૦; ધમપછાડા-અવતીયાં-ફાંફાં મારવાં. 3. To be in agony: પીડાવું. *n.* A violent effort: તરફડાટ; તરફડીઆં. 2. Great labour: માથાકુટ; મહા મેહેનત. 3. Strife: લઢાઈ; કજીઓ; વઢવાડ; હોંસાતોસી.

Strumpet, (સ્ટ્રમ્પેટ્) *n.* [L. *stuprum*, debauchery.] A prostitute: કિસબણ; રંડી; વેશ્યા.

Strut, (સ્ટ્રટ્) *vi.* To walk in a pompous manner: રોબ-ઠસ્સા-ઠમામમાં ચાલવું. *n.* A pompous walk: ઠસ્સો; રોબ; ઠમામ; ઠમકો.

Strychnine, (સ્ટ્રિક્નાઈન) *n.* A very poisonous alkaloid: ઝેર કુચલેા.

Stub, (સ્ટબ્) *n.* The stump of tree: ઝાડનું કપાઈ ગયલું થડ. *vt.* To extirpate: જડ મૂલથી ઉખેડી નાંખવું.

Stubborn, (સ્ટબ્બૉર્ન્) *a.* Obstinate: મમતી; [હઠીલું; જીદ્દી.

Stubbornness (સ્ટબ્બૉર્ન્નેસ્) *n.* Obstinacy: હુજ્જત; હઠ; મમત.

Stubby, (સ્ટબિ) *a.* Abounding with stubs: ઠુંઠાં થડવાલું. 2. Short and strong: ઠુંઠું ને મજબૂત.

Stucco, (સ્ટક્કેા) *n. pl.* **Stuccoes**. A plaster: ચુનાનેા સલ્લેા. 2. Stuccowork: એવા ચુનાથી કરેલું કામ-નકશી.

Stuck-up, (સ્ટક્-અપ્) *a.* Conceited: અભિમાની; [મગરૂર.

Stud, (સ્ટડ્) *n.* A collection of breeding horses and mares or the place where they are kept: ઘેાડા અને ઘેાડીએા અથવા તેમને રાખવાની જગ્યા; અશ્વશાલા. 2. An ornamental button: ફુલ; ફુલિયું; ઓરિયું; બટન. *vt.* To adorn with knobs: ફુલ-ઓરિયાંથી શણગારવું-દીપાવવું; જડિત ક૦.

Student, (સ્ટયૂડેન્ટ્) *n.* [L. *studeo*, I study.] A scholar: શિખનાર; અભ્યાસી; વિદ્યાર્થિ.

Studied, (સ્ટડિડ્) *a.* Learned: ભણેલું; હુશિયાર; કાબેલ. 2. Premeditated: આગલથી ધારીને-જાણીબુઝીને કરેલું.

Studio, (સ્ટયૂડિઓ) *n. pl.* **Studios**. The workshop of an artist: કીસબી-કારીગરની દુકાન.

Studious, (સ્ટયૂડિઅસ્) *a.* Given to study: ઉદ્યેાગી; વિદ્યાભ્યાસી; અભ્યાસી. 2. Diligent: ઉદ્યેાગી; ખંતીલું; ઉદ્યમી; કાલજીવાલું.

Study, (સ્ટડિ) *n. pl.* **Studies**. [L. *studeo*, I study.] Application to books, arts of science: વિદ્યાભ્યાસ; અભ્યાસ; પાઠ; ભણતર. 2. An apartment devoted to study: અભ્યાસ કરવાની ઓરડી-જગા. *vi.* & *vt.* To muse: મનન-વિચાર ક૦; ધ્યાનમાં લેવું. 2. To apply the mind to books: ભણવું; શિખવું; અભ્યાસ ક૦.

Stuff, (સ્ટફ્) *n.* Fabric of any kind: લુગડું; કાપડ; વસ્ત્ર. 2. Furniture: સરસામન; માલ; સરંજામ; રાચરચીલૂં; વાસણકુસણ; ખટલેા; માલમતા. 3. Worthless matter: કચરેા; કુચેા; નકામી-નજીવી ચીજ અથવા ભાષણ-લખાણ. *vt.* To fill by crowding: ઠાંસીને-ડાબીને-ભચડીને ભરવું; ખીચેાખીચ ભરવું; દાબવું; ભરવું; ઠાંસવું. 2. To fill with a seasoning composition of bread, meat, condiments, etc: માંહે માવેા-મસાલેા ભરવેા. *vi.* To feed gluttonously: દાબી દાબીને ખાવું; ખુબ દબાવવું.

Stuffing, (સ્ટફિન્ગ) *n.* That which is used for filling anything: (માંહે) ભરવાની વસ્તુ; પૂરણ; ભરણ.

Stultify, (સ્ટલ્ટિફાઇ) *vt.* [L. *stultus*, foolish & *facio*, I make.] To make a fool of: બેવકુફ બનાવવેા; ગાંડામાં ખપાવવું. 2. To destroy the force of one's argument: પેાતાનીજ તકરાર-દલીલ તુટે એવું કંઇ બેાલવું; પેાતાનીજ વિરૂધ્ધ જતી તકરાર-દલીલ આપવી.

Stumble, (સ્ટમ્બલ્) *vi.* To trip in walking: ઠાકર-ઠેસ ખાવી; લથડવું; લડથિડયું આવવું; ગેાથું ખાવું. 2. To err: ભુલ-ચુકમાં પડવું; પાપી થવું; પાપમાં પડવું; ભૂલવું; ગેાથું ખાવું. 3. To light by chance: અકસ્માત અણધાર્યું મલવું-જડવું-ભેટવું. *vt.* To cause to trip: લથડાવવું; ગેાથું-ઠેાકર ખવડાવવી. 2. To confound: ગભરાવવું; ગુંચવવું; ભુલાવામાં નાંખવું; ગેાથું ખવરાવવું. *n.* A trip in walking or running: ઠેાકર; ઠેસ; ગેાથું. 2. A blunder: ભૂલ; ચૂક; થાપ; છક્કડ; ગેાથું.

Stumbling-block-stone, (સ્ટમ્બ્લિન્ગ્-બ્લૉક્-સ્ટેાન્) *n.* Any cause of stumbling or error: અડચણ કરનાર-ભુલાવામાં નાખનાર-રેાકાણ કરનાર કેાઈપણ કારણ-બાબદ; ઠેાકર ખાવાનું-અટકી પડવાનું ઠેકાણું.

Stump, (સ્ટમ્પ્) *n.* The stub: બાકી રહેલેા ભાગ; ઠુંઠું. 2. *pl.* The legs: પગ; પાચ. 3. One of the three rods forming a wicket: ક્રિકેટની રમતમાં જમીનમાં ઠેાકેલા ડાંડા-લાકડી. *vt.* To cut off the part of: ઠુંઠું ક૦; ઠુંઠું રહે તેમ કાપી નાંખવું. 2. To travel over, delivering speeches: ભાષણેા કરતા ફરવું. 3. To put out of play by knocking off the bail: લાકડીએા પરની મોકડી દડાવતી પાડી નાંખીને દાવ લઈ લેવેા. *To* **S.** *it*, To escape: નાશી જવું; સટકીજવું.

Stumpy, (સ્ટમ્પિ) *a.* Strong: કઠણ; મજબૂત; ધીંગું.

Stun, (સ્ટન) *vt.* To stupefy: બેભાન-બેહેાષ-બેશુધ્ધ ક૦. 2. To astonish: અચંબેા પમાડવેા; છક્ક કરી નાંખવું; ચકિત કરી દેવું.

Stung, (સ્ટન્ગ્) *Imp.* & *p.p.* of *sting*: ડંખ માર્યેા [-મારેલેા-લું.

Stunt, (સ્ટન્ટ્) *vt.* To hinder from growing: મ્હેાટું થવા-વધવા ન દેવું; ઠીંગણું-ઠુંઠું રાખવું.

Stunted, (સ્ટન્ટેડ્) *a.* Dwarfed: ઠીંગરાઇ ગયેલું; ઠીંગણું.

Stupefaction, (સ્ટયૂપીફેક્શન) *n.* Insensibility: બેભાની; બેશુદ્ધી; બેહેાશી; બેસાવધપણું.

Stupefy, (સ્ટયૂપિફાઈ) *vt.* [L. *stupeo* I am stupefied, and *facio*, I make.] To make senseless: બેભાન-બેશુધ્ધ-બેહેાશ ક૦.

Stupendous, (સ્ટયુપેન્ડસ્) *a.* [L. *stupeo*, I am astonished at.] Wonderful: અજાયબ જેવું; અતિશય મેાટું; છક્ક-દંગ કરી નાંખે તેવું.

Stupid, (સ્ટયૂપિડ્) *a.* Very dull: મૂર્ખ; બેવકુફ; ઠેાઠ; અણસમજુ; મૂઢ; નાદાન; હેમક.

Stupidity, (સ્ટયૂપિડિટિ) *n.* Sluggishness: નાદાની; ઠેાઠપણું; મૂર્ખાઈ; મૂર્ખતા; મૂઢતા; બેવકુફી.

Stupor, (સ્ટયૂપૉર્) *n.* [L. *stupeo*, I am struck senseless.] Suppression of sense or feeling: બેહેાશી; બેશુદ્ધિ; ગાફેલી; સુસ્તી.

Sturdy, (સ્ટર્ડિ) *a.* Obstinate: હઠીલેા; જક્કી; જીદ્દી. 2. Resolute: પક્કા-મક્કમ ઠરાવનું. 3. Strong: મજબૂત; જબરૂં; જબર; જેારાવર; લઠ, ધીંગું.

Stutter, (સ્ટટર્) *vt.* & *i.* To stammer: જીભ અટકવી; તેાતડું બેાલવું; તેાતડાવું. *n.* The act of stuttering: તેાતડાટ.

Sty, (સ્ટાઇ) *n. pl.* **Sties**, A pen or inclosure for swine: ડુક્કરેાને રાખવાનેા વાડેા; ડુક્કરખાનું. *n.*

An inflamed tumour on the eyelid: આંજણી; આંજરણી.

Style, (સ્ટાઈલ્) *n.* [L.*stilus*, a style.] (*Bot.*) The elongated part of a pistil:તંતુ;કેસર.2.Manner of writing: ઈબારત;બોલવાની અથવા લખવાની ઢબ; છટા.3. Fashion: ચાલ; રીત; ઢબ; ભાત; ડોલ. 4. The title:ખિતાબ; સરનામું. *vt.* To entitle:ખિતાબ-નામ આપવું-પાડવું.

Stylish, (સ્ટાઇલિશ્) *a.* Showy:દેખાવડું;દેખાવદાર; દમામદાર.

Styptic,(સ્ટિપ્ટિક્)*a.*[Gr. *stypho*,I contract.] Producing contraction:લોહી વહેતું બંધ કરે એવું. *n.*An astringent medicine:લોહી બંધ કરનારી દવા.

Suant, (સ્યૂઍન્ટ્) *a.*Uniform; even: એક સરખું; સપાટ.

Suave, (સ્વૅવ) *a.* Pleasant:દિલ પસંદ; મિલનસાર.

Suavity, (સ્વૅવિટિ) *n.* [L. *suavitas*.] Agreeableness: મનોરંજકપણું; ખુશકારકપણું; નરમાશ; મીલનસારપણું.

Sub-agency, (સબ્-ઍજન્સિ)*n.*A subordinate agency:હાથ નિચેનો કારભાર-આડત; પડઆડત.

Subaltern, (સબૉલ્ટર્ન) *a.* [L. *sub*, under & *alter*, the other.] Subordinate: હાથ નીચેનું; તાબાનું. *n.* A subordinate: હાથ નીચેનો અમલદાર-કામદાર-કારભારી;છેક નીચલી પદવીનો લશ્કરી અમલદાર.

Sub-committee, (સબ્-કમિટિ) An under committee: પેટા મંડલી; ઉપસભા; પેટા કમિટિ.

Sub-contractor, (સબ્-કૉન્ટ્રેક્ટર્) *n.* One who takes a portion of a contract, from the principal contractor: પેટા ઈજારદાર.

Subdivide, (સબ્ડિવાઈડ્) *vt.* & *vi.* [L. *sub* & *divido*, I divide.] To part into smaller divisions: ભાગના ભાગ કo; પેટાભાગ- વિભાગ-ન્હાના ભાગ કo-થવા.

Subdivision, (સબ્ડિવિઝ્હન) *n.* The part made by subdividing: વિભાગ; પેટાભાગ.

Subdue, (સબ્ડ્યૂ)*vt.* [L. *sub*, under & *duco*, I lead.]To conquer:જીતવું;હરાવવું;વશ કo;તાબામાં લાવવું. 2. To overcome:મટાડવું;કાઢવું,હઠાવવું;નરમ પાડવું. 3. To tame:પાલવું;શિખવવું;કેલવવું;પલોટવું.

Subjacent, (સબ્જેસેન્ટ્) *a.*[L. *sub*, under & *jaceo*, I throw.] Lying under or below: નિચેતલે પડેલું-આવેલું; નીચલું; નીચેનું; હેઠલનું.

Subject, (સબ્જેક્ટ્)*a.* [L.*sub*, under & *jaceo* I throw.]Subordinate:હાથ હેઠલનું;તાબેદાર;તાબાનું. 2. Liable: આધીન; લાયક; પાત્ર; જોગ. *n.* One under the authority of a ruler: પ્રજા; રૈયત. 2. Topic:વિષય; બાબત. 3. (in grammar) કર્તા. *vt.* To subdue:તાબે-વશ કo; જીતવું; આધીન કo.2. To expose: પાત્ર કo; જોગ-લાયક કo.

Subjection,(સબ્જેક્શન)*n.*The state of being subject: આધીનતા; પરતંત્રતા;હુકમબરદારી; તાબેદારી; પરાધીનતા; પરવશતા.

Subjective, (સબ્જેક્ટિવ્) *a.* Pertaining to a subject: બાબત-વિષય સંબંધી-નું. 2. Relating to the mind: મન સંબંધી;મનમાંથી નિકલતું-ઉત્પન્ન થતું.

Subjoin, (સબ્જૉઇન) *vt.* [L. *sub* & *jungo*, join.] To append: વધારવું; જોડવું; નીચે ટાંકવું.

Subjugate, (સબ્જ્યૂગેટ્)*vt.*[L. *sub* & *jugum*, a yoke.]To conquer:હરાવવું;વશ-તાબે કo;તાબામાં લાવવું.

Subjugation, (સબ્જ્યૂગેશન) *n.* The act of subjugating: તાબે-વશ કo તે; હાર.

Subjunctive, (સબ્જન્ક્ટિવ્) *a.* Subjoined: વધારેલું;ઉમેરેલું; જોડેલું. **S.** *mood*: સંકેતવાચ-અર્થ; સંશયાર્થ.

Sublet, (સબ્લેટ્) *vt.* To underlet: પેટામાં ભાડે [આપવું.

Sublimate,(સબ્લિમેટ્)*vt.*[L.*sublimis*,high.] To bring by heat in the state of vapour:ધાતુને તપાવી તેની વરાલ કo. 2. To elevate: ઉંચે ચઢાવવું.

Sublime,(સબ્લાઈમ્)*a.*Lofty:ઉંચું;ઉન્નત;બુલંદ. 2. Eminent: પ્રખ્યાત; નામચીન; નામાંકિત. 3. Majestic: પ્રૈાઢ; ઉમદા; નાદર; મોતેબર. *n.* That which is grand in nature or art: જે કંઇ પ્રૈાઢ-ઉમદા-મોતેબર હોય તે.

Sublimity, (સબ્લિમિટિ) *n.* Loftiness; excellence: ઉંચાઈ; મ્હોટાઈ;પ્રૈાઢતા;બુલંદી;મોતેબરી;ઉમદાપણું.

Sublunary, (સબ્લ્યૂનરિ)*a.*Under the moon; earthly:આ દુનિયાનું; પૃથ્વી ઉપરનું; સાંસારિક.

Submarine, (સબ્મરીન) *a.* Being under the sea: સમુદ્ર-દરિયા તલેનું.

Submerge, (સબ્મર્જ) *vt.* & *vi.* [L. *sub* & *mergo*, I plunge.] To drown;બોલવું; ઝબોલવું; બુડાડવું; બોલાવું; ડુબી-બુડી જવું.

Submersion,(સબ્મર્શન)*n.*The act of drowning: બોલવું-ડુબવું-બુડવું તે.

Submission, (સબ્મિશન)*n.*Obedience:આધીનતા; તાબેદારી; નમ્રપણું; નમ્રતા. 2. Confession of fault: ગુન્હો કબૂલી દેવો તે.

Submissive,(સબ્મિસિવ્)*a.*Obedient;humble: આધીન; નમ્ર; તાબેદાર; આજ્ઞાંકિત.

Submissively, (સબ્મિસિવ્લિ) *adv.* Obediently;humbly:તાબેદારી-આધીનતાથી;નમ્રતાપૂર્વક.

Submit,(સબ્મિટ્)*vt.* [L.*sub* & *mitto*,I send.] To surrender (with the reflexive pronoun): આધીન-વશ રહેવું; આજ્ઞા-હુકમ-સત્તામાં રહેવું; શરણ-તાબે થવું. 2.To leave to the judgment of another: વિચાર-ફેસલાને માટે કોઈના પર રાખવું-સોંપવું; કોઇની મુનસફી ઉપર મુકવું. *vi.* To surrender:નમવું; વશ-શરણ તાબે થવું-રહેવું;માનવું; આધીન થવું. 2. To acquiesce:કબૂલ રાખવું; સહન કo; ખમવું.

Submultiple, (સબ્મલ્ટિપલ્) *n.* A number which is contained in another an exact number of times: દ્રઢભાજક.

Subordinate,(સબૉર્ડિનેટ્)*a.* [L. *sub* & *ordo* order.] Inferior: નીચા-હલકા-ઉતરતા દરજ્જા-પદવી ધરાવતું;આધીન;તાબેદાર;હલકું;ઉતરતું. *n.*An inferior: ઉતરતા દરજ્જાનો-તાબેદાર માણસ. *vt.* To make or consider as of less value: હલકું-ઉતરતું ગણવું-સમજવું; ઉતારી પાડવું; ઓછી અગતનું માનવું. 2. To subdue:અંકોશ-કબજામાં લાવવું-રાખવું;વશ-તાબામાં રાખવું.

Subordination,(સબૉર્ડિનેશન)*n*. Inferiority of rank: તાબેદારી; હલકી સ્થિતિ; આધીનતા; ઉતરતો દરજ્જો-હોદ્દો.

Suborn,(સબૉર્ન્)*vt*.[L.*sub* & *orno* I furnish.] To cause to take a false oath: ખોટા સોગંદ ખવડાવવા.2. To procure privately:તરકટથી મેળવવું-લાવવું; બનાવટી-ખોટું ઉભું ક૦.

Subpœna, (સબ્પીનૅ) *n*. [L. *sub*, & *poena*, punishment.] A writ commanding the attendance in court:અદાલતમાં હાજર થવાનો હુકમ-ફરમાન. *vt*. To serve with a writ of subpœna: હાજર થવાનું ફરમાન પહોંચાડવું.

Subscribe, (સબ્સ્ક્રાઈબ્) *vt*. & *i*. [L. *sub*, & *scribo*, I write.]To sign one's name: સહી ક૦. 2.To give consent to:સહી કરી કબૂલ-મંજુર રાખવું 3.To promise to give by writing one's name: ટીપમાં ભરવું-મૂકવુ .4. To enter one's name for a newspaper, book, etc: ઘરાક થવું; નકલ ખરીદવી-રાખવી.

Subscriber, (સબ્સ્ક્રાઇબર્) *n*. One who subscribes:કબૂલ કરનાર-રાખનાર; સહી કરનાર;રકમ નાણાં ભરનાર; વર્તમાન પત્ર, ચોપડી વ૦ રાખનાર-ખરીદ કરનાર; ઘરાક.

Subscription,(સબ્સ્ક્રિપ્શન) *n*. The signature attached to a paper:સહી;મતુ;મંજુરી;કબુલાત. 2. The sum subscribed: ભરેલી રકમ; ઉઘરાણુ .

Subsequent,(સબ્સીક્વૅન્ટ્)*a*.[L.*sub* & *sequor* I follow.] Succeeding: પછીનું; પાછલનું; પાછલથી થયેલું.

Subsequently, (સબ્સીક્વૅન્ટ્લિ) *adv*. Afterwards: પાછલથી; પછી; પછવાડેથી.

Subserve, (સબ્સર્વ્) *vt*. [L. *sub* & *servis*, I serve.] To help forward: મદદ ક૦; કામે લાગવું; મદદગાર થઈ પડવું.

Subservient,(સબ્સાર્વિઍન્ટ્)*a*. Useful;subordinate:ઉપયોગી મદદગાર;કામનું;આધીન;વશ;તાબે.

Subside, (સબ્સાઈડ્) *vt*. [L. *sub*&*sido*.I sit.] To fall to the bottom: તલીએ-નીચે બેસવુ ; ડુબવું; ઠરવું; ઉતરવું;ઓસરવું;બેસી જવું.2. To be calmed: શાંત-નરમ પડવું; ધીમું પડવું-થવું; જોસ નરમ પડવો.

Subsidiary, (સબ્સિડિઍરિ) *a*.Assisting: સહાયકારી-કારક;મદદ કરનાર મદદગાર;ઉપલગનું;વધારાનું. *n*. An assistant: મદદ કરનાર-ગાર; કુમકે આવનાર.

Subsidy, (સબ્સિડિ) *n*. *pl*. **Subsidies**.[L. *subsideo*, I lie in want.] Support: મદદ; ટેકો. 2. A sum of money paid by one nation to another:લડાઈ વખતે મદદ કરવાના બદલામાં એક પ્રજાએ બીજીને આપેલી રકમ-નાણું.

Subsist,(સબ્સિસ્ટ્)*vt*.[L.*sub*&*sisto*,I stand.] To be: હોવું; હયાતીમાં હોવું.2.To continue:કાયમ-જારી રહેવું-રાખવું; ચાલવું; ટકવું; નભવું.3. To live: ભરણપોષણ ક૦; ગુજરાન-ગુજારો- નિર્વાહ ક૦; રહેવું.

Subsistence, (સબ્સિસ્ટૅન્સ્) *n*. Existence: હૈયાતી; હસ્તી. 2. Livelihood: ગુજરાન; નિર્વાહ; ગુજારો; ખોરાક; ખોરાકી પોષાકી.

Subsoil,(સબ્સૉઈલ્)*n*.The undersoil: સપાટીની નીચેની જમીન;ઉપલા પડ-સપાટીની નીચેનું પડ.

Substance,(સબ્સ્ટૅન્સ્)*n*.[L.*sub*&*sto*,I stand.] Purport: સાર; મતલબ; ભાવાર્થ. 2. Body; matter: વસ્તુ; પદાર્થ; ચીજ; દ્રવ્ય.3.Property: પુંજી; મીલકત; જીવ; જીવન ગાલો.

Substantial,(સબ્સ્ટૅન્શૅલ્) *a*.Actually existing;real: જીવતું; હયાત; ખરેખરૂં; વાસ્તવિક; પાકું; ખરૂં.2. Strong: નક્કર; જબરૂં; મજબુત; ભારે; મોટું; સંગીન. 3. Possessed of estate: ખાવે પીવે સુખી; બે પૈસાની પુંજી-જીવવાળું.

Substantially, (સબ્સ્ટૅન્શૅલિ) *adv*. Essentially: ખરી રીતે; સંગીનપણે.

Substantiate, (સબ્સ્ટૅન્શિએટ્) *vt*. To prove or confirm:સાબેત-ખરૂં કરી આપવું; પુરવાર ક૦.

Substantive,(સબ્સ્ટૅન્ટિવ્)*a*.Real:ખરૂં;ખરેખરૂં; વાસ્તવિક; અગત્યનું. 2. Solid; firm: સંગીન;મજબુત: પાકું; મુસ્તકીમ. *n*. (*Gram*.) A noun:નામ.

Substitute, (સબ્સ્ટિટ્યૂટ્) *n*.[L.*sub*,&*statuo*, I place.] One who or that which, is put in the place of another: અવેજમાં-બદલે મૂકેલી વસ્તુ કે માણસ; બદલી; અવેજી; પ્રતિનિધિ. *vt*. To put in the place of another: બીજાને ઠેકાણે-બદલે મૂકવું; પ્રતિનિધિ નિમવો.

Substitution, (સબ્સ્ટિટ્યૂશન)*n*. The Act of substituting: અવેજી; બદલી; અદલાબદલી.

Substratum, (સબ્સ્ટ્રેટમ્)*n*.*pl*.**Substrata** [L. *sub* & *sterno*,I strew.] The subsoil:નીચેનું પડ-થર;ભોંયનું નીચેનું પડ. 2. Substance: પદાર્થ; મુલતત્વ;આધાર; પાયો.

Subtenant, (સબ્ટૅનૅન્ટ્) *n*. An undertenant: [પેટા ભાડુત.

Subtend, (સબ્ટૅન્ડ્) *vt*. [L. *sub* & *tendo*, I stretch.] To be opposite to: સામું હોવું-થવું-આવવું; સન્મુખ હોવું.

Subterfuge,(સબ્ટર્ફ્યૂજ્)*n*.[L.*subter*,under & *fugio*, I flee.]Evasion: બહાનું;ઓઠું; તાલમેલ.

Subterranean, (સબ્ટૅરેનીઅન) *a*. [L. *sub* & *terra*, earth.] Underground: ભોંયમાંનું; જમીનની નીચેનું.**S**. *cavity*: ભોંયરૂ. **S**. *passage*: સુરંગ.

Subtile,(સબ્ટિલ)*a*.Thin; gross: પાતલું; બારિક; નાજુક; પાતલા કુમાસનુ .2.Shrewd:પોહોંચેલું ; પકકું; ખંધુ .

Subtle, (સટલ્) *a*. [L.*sub* & *texo*, I weave.] Cunning:ખંધુ:પકકું; પહોંચેલું; ચતુર. 2. Treacherous: લુચ્ચું; ઠગ. [પાકી-પોંહોચેલી નજર.

Subtlety,(સટ્લ્ટિ) *n*.Artfulness:ખંધાઈ;પક્કાઈ;

Subtract, (સબ્ટ્રૅક્ટ્) *vt*. [L. *sub* & *traho*, I draw.] To deduct: બાદ-કમી-ઓછું ક૦; કાઢવું; ઘટાડવું.

Subtraction, (સબ્ટ્રૅક્શન) *n*. The taking of a lesser number or quantity from a greater: બાદબાકી.

Suburb, (સબર્બ્) *n*.[L.*sub* & *urbs*, a city.] Any outlying part of a city or town:બહારકોટ; પરૂં; ફલિયું; ઉપનગર. 2. The Confines: હદ;સીમા; મર્યાદા.

Suburban, (સબર્બન) *a*. Being in the suburbs:પરાનું-સંબંધી-માં વસનાર.

Subvention, (સબ્વૅન્શન)*n*. A government

aid: સરકારી મદદ દાખલ મલેલી રકમ.

Subversion, (સબ્વર્શન) *n.* Utter ruin: નાશ; પાયમાલી; ખરાબી; સત્યાનાશ.

Subversive, (સબ્વર્સિવ્) *a.* Tending to subvert: ઉથલાવે-ઉંધું વાલે-નાશ પાયમાલ કરે એવું.

Subvert, (સબ્વર્ટ્) *vt.* & *vi.* [L. *sub* & *verto*, I turn.] To ruin utterly: પાયમાલ-નાશ ક૦; તોડી પાડવું; ખરાબ ખસ્ત ક૦-કરી નાખવું; હાલ હવાલ કરી નાંખવું; સત્યાનાશ વાલવું. 2. To corrupt: પાપી ક૦; બગાડવું; ફેરવી નાંખવું; ગુંચવણમાં નાંખવું.

Succedaneum, (સકસીડેનીઅમ્) *n. pl.* **Succedanea**. A substitute: બદલી.

Succeed, (સકસીડ્) *vt.* [L. *sub* & *cedo*, I go.] To follow: પછી-પાછલ આવવું. 2. To inherit: વારસ થવું; વારસામાં મલવું; ગાદીપર આવવું. *vi.* To follow: પાછલથી-પછી-ને ઠેકાણે આવવું-થવું; અનુસરવું. 2. To devolve: મલવું; હાથમાં આવવું. 3. To be successful: સફલ-ફતેહમંદ થવું; ફતેહ થવી; પાર પડવું; જીતવું.

Success, (સકસેસ્) *n.* Consequence: પરિણામ; ફલ; છેવટ. 2. Prosperous issue: સફલતા; ફતેહમંદી; જય; બરકત; ફતેહ.

Successful, (સકસેસ્ફુલ) *a.* Prosperous; happy; fortunate: ફતેહમંદ; સફલ; નશીબવાન.

Succession, (સકસેશન્) *n.* Sequence: અનુક્રમ; પરંપરા. 2. Lineage: વંશાવલી; વંશપરંપરા; ઓલાદ; વંશ. 3. The right to enter upon the possession of the property of an ancestor: વારસો મેલવવાનો હક; વારસાઈ.

Successive, (સકસેસિવ્) *a.* Consecutive: એક પછી એક આવતું; અનુક્રમવાર; ક્રમવાર. 2. Hereditary: વારસામાં મલતું-આવતું; વંશ પરંપરાનું.

Successor, (સકસેસર્) *n.* One who succeeds or follows: પછી આવનાર; વારસ.

Succinct, (સકિસન્ક્ટ્) *a.* [L. *sub* & *cingo*, I gird.] Brief; concise: ટુંકમાં જણાવેલું; ટુંકું; મુખ્તેસર; સંક્ષિપ્ત.

Succour, (સકર્) *vt.* [L. *sub* & *curro*, I run.] To help: મુશ્કેલી-સંકટ-દુઃખમાં મદદ ક૦-આપવી-સ્હાય ક૦; આશ્રય આપવો. *n.* Aid; help: મદદ; સહાયતા; હાથ; ટેકો.

Succulence, (સક્યૂલેન્સ) *n.* Juiciness: રસાલપણું; રસરસતાપણું.

Succulent, (સક્યૂલેન્ટ્) *a.* [L. *succus*, juice.] Juicy: રસ-કસદાર; રસીલું; રસાલ; રસરસતું.

Succumb, (સકકમ્) *vi* [L. *sub* & *cumbo*, I lie down.] To yield; to submit: તાબે વશ-શરણ થવું; સામા ન થવું; દબો જવું; ટકી ન રહેવું; નમી જવું.

Such, (સચ્) *a.* Like; similar: એવું; તેવું; જેવું; મલતું આવતું. **S.** and **S.** ફલાણું.

Suchwise, (સચ્વાઈઝ્) *adv.* In such a manner: આવી-તેવી-એવી રીતે; આ પ્રમાણે; આમ.

Suck, (સક્) *vt.* & *vi.* [L. *sugo*, I suck.] To draw in with the mouth: ધાવવું; ચુસવું; ચુસી-શોશી-ખેંચી લેવું; પીજવું. *To* **S.** *in*, to draw in the mouth: પીવું; ચુસી લેવું. *To* **S** *out*, to empty by suction: ચુસી-ખેંચી કાઢવું.

Suckle, (સકલ્) *vt.* & *i.* To give suck to: ધવડાવવું.

Suckling, (સકિલન્ગ્) *n.* A young child: ધાવતું-ધાવણું બાલક.

Suction, (સકશન્) *n.* [L. *sugo*, I suck.] The act of process of sucking: ચૂષણ; સોષણ.

Sudden, (સડન્) *a.* [L. *sub*, & *eo*, I go.] Unexpected: અણધાર્યું; અણચિંતું; ઓચિંતું; એકાએક. 2. Quick: ઉતાવલથી તૈયાર કરેલું-કામે લગાડેલું; ઉતાવલું.

Suddenly, (સડન્લિ) *adv.* Unexpectedly: અણધાર્યું; ઓચિંતું; એકાએક; અચાનક.

Sudorific. (સ્યૂડૉરિફિક્) *a.* [L. *sudor* sweat & *facio*, I make.] Causing sweat: પરશેવો લાવે એવું. *n.* A sudorific medicine: પરશેવો કરે એવી દવા.

Suds (સડ્ઝ્) *n. pl.* Water inpregnated with soap: સાબુનું પાણી-ફીણ. *In the* **S.**, in difficulty. દુઃખમાં; સંકટમાં; આફતમાં

Sue, (સ્યૂ) *vt.* [L. *sequi*.] To prosecute: ફરિયાદી માડવી; દાવો ક૦. *vi.* To petition: અરજી કરીને માગવું: પ્રાર્થના-વિનંતિ ક૦; અરજ ગુજારવી. 2. To prosecute; ફરિયાદી ક૦-માડવી. 3. To woo: માગું મોકલવું.

Suet, (સ્યૂઍટ્) *n.* [L. *sebum*, fat.] Fat: ચરબી.

Suffer, (સફર્) *vt.* [L. *sub* & *ferro*, I bear.] To undergo: ભોગવવું; વેઠવું; ખમવું; સહન ક૦; સહેવું. 2. To allow: થવા દેવું; મનાઈ-અટકાવ ન કરવો-દેવું. *vi.* To feel pain or punishment: દુઃખ લાગવું; દુઃખ ભોગવવું; શિક્ષા દંડ ભોગવવો- વેઠવો-ખમવો. 2. To be injured: નુકશાન લાગવું-થવું; ઈજા-હરકત થવી; ધોકો પહોંચવો-લાગવો.

Sufferance, (સફરૅન્સ્) *n.* Misery: દુઃખ; પીડા; સંકટ; આપદા. 2. Loss: નુકશાન. 3. Patience: ધીરજ; ખામોશી. 4. Toleration; permission: મહેરબાની; દરગુજર; રજા.

Suffering, (સફરિન્ગ્) *n.* Loss; distress: દુઃખ; પીડા; સંકટ; વેદના; નુકસાન.

Suffice, (સફ્ફાઇસ્) *vi.* [L. *sub* & *facio*, I make.] To be enough: બસ-પુરતું હોવું-પુરૂં પડવું. *vt.* To satisfy: સંતોષ પમાડવું-પુરૂં પાડવું.

Sufficiency, (સફ્ફિશન્શિ) *n.* Adequacy: પુરતા-બસપણું. 2. Capacity: શક્તિ; યોગ્યતા; લાયકાત. 3. Competence: ખરચ પુરતી કમાઈ-પૈસો; જોગવાઈ. 4. Conceit: અભિમાન.

Sufficient, (સફિશન્ટ્) *a.* Enough: જોઇએ તેટલું; પૂરતું. 2. Responsible; જવાબદાર; જુમ્મેદાર.

Sufficiently, (સફિશન્ટ્લિ) *adv.* Enough: જેટલું જોઇએ તેટલું; બસ; પુરતું.

Suffix, (સફિક્સ્) *n.* [L. *sub*, & *figo*, I fix.] A postfix: પ્રત્યય. *vt.* To append: છેડે લગાડવું; પ્રત્યય લગાડવો.

Suffocate, (સફ્ફોકેટ્) *vt.* [L. *sub* & *faucis*, the throat.] To smother: ગુંગલાવી-રૂંધી નાંખવું.

Suffocation, (સફ્ફોકેશન્) *n.* The state of being suffocated: ગુંગલાઈ મરવું-મારવું તે

Suffrage, (સફ્રેજ્) *n.* [L. *suffragium*, to vote for.] Vote: મત; હકાર; અનુમતિ: મંજુરી. 2. Prayer: પ્રાર્થના; અરજ. 3. Aid: મદદ; સહાયતા.

Suffuse, (સફ્ફ્યૂઝ્) *vt.* [L. *sub*, & *fundo*, I pour.] To cover, as with a fluid: ફેલાવવું; પાથરવું; કશાથી ઢાંકી-ભરી નાંખવું.

Sugar, (શુગર્) *n.* A sweet substance, obtained

chiefly from a kind of cane: ખાંડ; બુરૂ. *vt.* To mix sugar with:ખાંડ નાંખવી–ભેલવવી. 2.To compliment: તારીફ કo; માખણ લગાડવું.

Sugar-candy (શુગર–કેન્ડિ) *n.* Sugar clarified and crystallized: શાકર.

Sugar-cane, (શુગર–કેન)*n.*(*Bot.*) A tall perennial grass: શેરડી; શેલડી.

Sugary, (શુગરિ) *a.*Sweet:ગલ્યું;મીઠું;મીઠાસવાલું. 2. Fond of sweets:મીઠું મીઠું ખાવાની આદતવાલું; સ્વાદીયું.

Suggest,(સજસ્ટ્) *vt.* [L.*sub*,&*gero*,I carry.] To hint: સૂચના કo; સૂચવવું. [સૂચવેલી વાત.

Suggestion, (સજેશન) *n.* A hint: સૂચના;

Suggestive,(સજેસ્ટિવ)*a.* Containing a hint: સૂચનાવાલું; સૂચવનારૂં; સૂચક.

Suicidal, (સ્યૂઈસાઈડૅલ) *a.* Partaking to the crime of suicide: આપઘાતક.

Suicide, (સ્યૂઇસાઈડ) *n.* [L.*sui*,of himself & *cædo*, I cut.] Selfmurder: આત્મઘાત; આપઘાત. 2. Selfmurderer: આત્મઘાતી; આપઘાતી.

Suit, (સ્યૂટ્) *n.* [L. *secta.*] Courtship: સ્ત્રીના હાથની માંગણી; માગું. 2. An action at law: દાવો; અરજી; મુકદ્દમો; ફરિયાદી.3.Attendants;followers: ખવાસો; નોકરો; ચાકરો; સ્વારી; ખટલો. 4. A set:એક જોડાની–જાતની ચીજો; જોડ. 5.Regular order: ક્રમ; અનુક્રમ;નિયમ.*vt.*To fit:લાયક–કo; ખંધબેસતું–માફક આવે તેમ કo. 2. To become: દીપવું; છાજવું; ઘટવું; શોભવું.3.To please: ખુશ કo. *vi.*To agree: માફક આવવું; સદવું; ઠીક પડવું.

Suitable, (સ્યૂટૅબલ) *a.* Fitting: લાયક; યોગ્ય; શોભતું; ઘટતું; ખંધ બેસતું; છાજતું.

Suitably, (સ્યૂટૅબ્લિ) *adv.* Properly: લાયક ઘટતી રીતે; માફકસર.

Suite, (સ્વીટ્) *n.* A train of followers or attendants: ખટલો; ચાકર નફરો; સ્વારી જોડી–ડો.2.A set: જોડ.

Suitor, (સ્યૂટર) *n.* A petitioner:અરજ કરનાર; અરજદાર;દાદી;ફરિયાદી. 2 A wooer;A lover: માગુ મોકલનાર. [ખોભણ; ખચિો.

Sulcus, (સલ્કસ) *n. pl.* **Sulci**. A groove:

Sulks, (સલ્કસ્) *n. pl.* A sulky mood: રીસ; ગુસ્સો; ચીઢ.

Sulky,(સલ્કિ)*a.*Sullen:હઠીલું;ગુસ્સાવાલું;ખલીએલ.

Sullen,(સલેન) *a.* [L.*solus*,alone.] Gloomy; dismal: ઉદાસ; ખલીએલ; દલગીર; નાસિપાસી ભર્યું. 2. Malignant: નુકશાનકારક; અશુભ.

Sully, (સલિ) *vt.* To dirty: મેલું–ગંદું–મલિન કo; ડાઘ પાડવો; નામોશી લગાડવી.

Solphur,(સલ્ફર)*n.* Brimostone: ગંધક.

Sulphurous, (સલ્ફરસ) *a.* Consisting of sulphur: ગંધકનું–વાલું.

Sultan, (સલ્ટૅન,સુલ્ટાન)*n.* A ruler of a Mohamedan state: સુલતાન. [સુલતાના.

Sultana, (સુલ્ટાંનાં) *n.* The wife of a sultan:

Sultriness, (સલ્ટ્રિનેસ્) *n.* The state of being sultry: ઘામ; ગરમી; ખફારો; ઉકલાટ.

Sultry,(સલ્ટ્રિ)*a.*Very hot:ઘણું ગરમ–ઉકલાટવાલું; ઘામ–ખફારા વાલું.

Sum, (સમ્) *n.* [L. *summus*, highest.] The amount of two or more things added together: સરવાલો; એકંદર; જુમલો; સંગ્રહ. 2. Any amount: રમમ; અવેજ. 3. Summary:તાત્પર્ય; મતલબ;સારાંશ; સાર; ઈન્તેખાબ. 4. Utmost degree: અવધિ; હદ; શિખર;ટોચ.5. An example in arithmetic: હિસાબ; દાખલો. *In* **s.**, in short: ટુંકમાં. *vt.* To collect into one amount: સરવાલો–એકંદર–જુમલો કo. 2. To condense: સાર–મતલબ–સારાંશ કહેવો; ટુંકમાં કહેવું.

Summary, (સમૅરિ) *a.* Short; concise: ટુંકું; મુખ્તેસર. *n. pl.* **Summaries**. A compendium: મુખ્તેસર હેવાલ; સાર; સારાંશ; સારસંગ્રહ.

Summer, (સમર્) *n.* The warmest period of the year: ઉન્હાલો; ગરમીના દિવસ. *vi.* To pass the summer: ઉનાલો ગાલવો–કાઢવો.

Summer-house, (સમર્–હાઉસ્)*n.* A house for summer residence: ગરમીના દિવસમાં રહેવા સારૂ બાગ–બગીચામાં ઉભુ કરેલું ન્હાનું મકાન.

Summit,(સમિટ્)*n.*[L.*summus*, the highest.] The top: ટોચ; શિખર; મથાલું. 2. The highest degree: પરાકાષ્ઠા; સીમા; હદ; અવધિ.

Summon,(સમન) *vt.*[L. *sub* & *moneo*, I admonish.]To command to appear: આવવા–હાજર થવા ફરમાવવું. *To* **s.** *up*: એકઠું–ભેગું કo; ધરવું.

Summons, (સમન્ઝ્)*n.pl.* **Summonses**. A call to appear in court:અદાલતમાં હાજર થવાનું ફરમાન–હુકમ.

Sumptuary, (સમ્પટ્યૂઍરિ) *a.* Regulating expenses: ખરચ સંબંધી નું;ખરચ ઓછો કરાવવાનું.

Sumptuous,(સમ્પટ્યૂઅસ) *a.* [L. *sumptus*, expense.] Costly: મોંઘુ; ભારે; કિમ્મતી. *Hence*, splendid: ઉમદા; સરસ; ભભકાદાર; રોનકદાર; જબરૂં.

Sun, (સન) *n.* The luminious orb, the light of which constitutes day: સૂરજ; સૂર્ય; રવિ; આફ્તાબ.2.Sunshine:તડકો; તાપ;ગરમી. 3.That which resembles the sun in splendor or importance: ભપકા અથવા ઉપયોગમાં સૂર્યના જેવી––ને મલતી આવતી ચીજ–પદાર્થ. *Half yearly passage of the* **s.**:અયન. *vt.* To expose to the sun's rays:તડકે નાખવું; તડકો ખવડાવવો. [સૂર્યનું કિરણ.

Sunbeam, (સનબીમ્) *n.* A ray of the sun:

Sun-burnt,(સનબર્ન્ટ) *a.*Burnt by the sun: તડકાથી સામલું કાલું પડી ગયલું.

Sunday,(સનડે)*n.*The first day of the week: આતવાર; આદિતવાર; રવિવાર.

Sunder, (સન્ડર) *vt.* & *vi.* To separate: જુદું પાડવું; ઈલાયદુ કo; ભાગ કo.

Sundial, (સન્ડાઇઍલ) *n.* An instrument to show the time of day: શંકુયંત્ર; છાયાયંત્ર.

Sundries, (સન્ડ્રીઝ) *n. pl* Sundry things: પરચૂરણ જણસો; કુટકલ સામાન.

Sundry,(સન્ડ્રિ) *a.* Several: કેટલીક; એક અથવા એ કરતાં વધારે. 2. Diverse: જુદું; તરેહવાર; કુટકલ; પરચુરણ. [સુખી ફૂલ; સૂરજ ફૂલ.

Sunflower,(સનફ્લાઉઅર) *n.* A plant:સૂરજ–

Sunk, (સન્ગક્) } *imp.* & *p. p.* of sink:
Sunken, (સન્ક્ન્) } ડુબ્યું; ડુબેલું.

Sunless, (સન્લેસ્) *a* Shaded; dark: તડકો નહિ આવતો હોય તેવું; છાયાવાળું.

Sunny, (સનિ) *a*. Pertaining to sun: સૂર્ય સંબંધી–નું વિષે. 2. Shining: ચળકતું; પ્રકાશિત. 3. Cheerful: આનંદી; મોજીલું; ખુશમિજાજી.

Sun-rise-rising, (સન્-રાઇઝ-રાઇઝિન્ગ્) *n*. The first appearance of the sun in the morning: સૂર્યોદય; સૂરજનું ઉગવું તે. 2. The east: પૂર્વ દિશા; ઉગમણ.

Sun-set-setting, (સન્સૅટ્-સન્સૅટિન્ગ્) *n*. The descent of the sun: સૂર્યાસ્ત; સૂરજનું આથમવું તે. *Also*, evening: સાંજ. 2. The west: પશ્ચિમ-આથમણી દિશા.

Sun-shine, (સન્શાઇન્) *n*. The light of the sun: તડકો; તેજ; ચળકાટ. 2. Warmth: તાપ; ગરમી.

Sun-stroke, (સન્સ્ટ્રોક્) *n*. An affection from exposure to the sun: લુક; લૂ.

Sup, (સપ્) *vt*. To sip: પીવું; ચુસવું. *n*. A sip: ઘોટ; ઘુંટડો. *vi*. to eat the evening meal: રાતનું ખાનું ખાવું; વાળું કં૦.

Super-abundance, (સ્યૂપર્ઍબન્ડન્સ્) *n*. excess: રેલ છેલ; લીલા લહેર; વધારો.

Super-abundant, (સ્યૂપર્ ઍબન્ડન્ટ્) *a*. Copious: રેલાતું; વધારાનું; પુષ્કલ; અતિશય.

Superadd, (સ્યૂપર્-ઍડ) *vt*. To add over and above: વધારવું; ઉમેરવું; વધારો કં૦; વધારે નાંખવું.

Superannuated, (સ્યૂપર્-ઍન્યૂએટડ) *a*. [*Super* & L. *annus*, year.] Disqualified on account of age: ઘડપણથી અશક્ત–ના લાયક થયેલું; ખખલી ગયલું.

Superb, (સ્યૂપર્બ્) *a* [L. *super*, above.] Magnificent: સરસ; ઉમદા; આલીશાન; રોનકદાર; નકશીદાર; કિમતી; ભભકાદાર

Supercilious, (સ્યૂપર્સિલિઅસ્) *a*. [L. *super* & *cilium*, an eyelied.] Arrogant: મિજાજી; મગરૂર; પતરાજી ભરેલું; તોરદાર; તોરી.

Supererogatory, (સ્યૂપરરેગેટરિ) *a*. Performed more than required, by duty or necessity: ફરજ અગત્યથી વધારાનું–ઉપરનું કરેલું.

Superficial, (સ્યૂપર્ફિશલ) *a*. Shallow: બહારનું; જમીન સપાટી પર પડેલું. 2. Not learned: છાલકું; ઉપર ઉપરનું; ઉપર ચોટિયું; ઉપર ટપકેલું; કાચું.

Superficies, (સ્યૂપર્ફિશીઝ્) *n*. [L. *super* & *facies*, make.] The superficial area, or face of a thing: લંબાઇ પહોળાઇવાળી આકૃતિ; સપાટી; ઉપરનું બહારનું આંગ.

Superfine, (સ્યૂપર્-ફાઇન) *a*. Very fine: ઘણું જ બારિક–ઝીણું–સરસ; ઉમદા; તોફો.

Superfluity, (સ્યૂપર્ફલુઇટિ) *n*. Superabundance: વધારો; રેલ છેલ; વધારાની-ફાલતુ વસ્તુ.

Superfluous, (સ્યૂપર્ફ્લૂઅસ્) *a*. [L. *super*, & *fluo*, I flow.] Excessive: જોઇએ તેથી વધારે; ફાલતુ; નિરૂપયોગી; નકામું; બીન જરૂરી.

Super-human, (સ્યૂપર્ હ્યૂમૅન) *a*. Divine: દેવતાઇ; અમાનવ.

Superincumbent, (સ્યૂપરઇન્કમ્બૅન્ટ્) *a*. Lying above: ઉપર રહેલું; કશાની ઉપર પડેલું.

Superintend, (સ્યૂપરિન્ટૅન્ડ) *vt*. To supervise: દેખરેખ રાખવી; ખબરદારી રાખવી; ચોકસી–તજવીજ–નજર–તપાસ–સંભાલ રાખવી.

Superintendence, (સ્યૂપરિન્ટૅન્ડન્સ્) *n*. Supervision: ઉપરી પણું; દેખરેખ; તજવીજ; તપાસ; ચોકસી; નજર.

Superintendent, (સ્યૂપરિન્ટૅન્ડન્ટ્) *n*. Overseer: તપાસ રાખનાર; દરોગો; ઉપરી; ચોકસી કરનાર.

Superior, (સ્યૂપીરિઅર્) *a*. [L. *super*, above] Upper: ઉપરનું; ઉપલું. 2. Higher in rank: ઉંચા દરજ્જાનું; ઉંચું; ચઢિઆતું; વડીલ. 3. Excellent: ઉંચું; ચઢતું; સરસ; ઉત્તમ. *n*. A head: ઉપરી; અધિકારી; ચઢિયાતો પુરૂષ; વડીલ. 2. The head of a monastery: મહંત.

Superiority, (સ્યૂપીરિઑરિટિ) *n*. Pre-eminence: વડીલપણું; સરસાઇ; ઉંચો દરજ્જો; મોટાઇ; ચઢિયાતાપણું.

Superlative, (સ્યૂપર્લેટિવ્) *a*. [L. *superlatus*, excessive.] Supreme: સર્વોપરી; ચઢીઆતું; સૌથી સરસ. 2. Expressing the highest degree of the quality: ઉત્કર્ષવાચક. *n*. The utmost degree: સૌથી સરસપણું ચઢીઆતાપણું.

Supernatant, (સ્યૂપર્નૅટન્ટ્) *a*. [L. *super* & *nato*, I swim.] Floating on the surface: ઉપર તરતું; સપાટીપર તરતું.

Supernatural, (સ્યૂપર્નૅટ્યૂરલ્) *a*. [L. *super* & *natus*, born.] Miraculous: અદ્ભૂત; અજાયબ જેવું: અસાધારણ.

Supernumerary, (સ્યૂપર્ન્યૂમૅરરિ) *a*. [L. *super* & *numeris*, number.] Exceeding the necessary number: ફાલતુ; ફાજલ; ઉપલગ; વધારાનું. *n. pl.* **Supernumeraries**, A person or thing beyond what is necessary: ફાલતુ-ઉપલગ માણસ–ચીજ–પદાર્થ.

Superscribe, (સ્યૂપ -સ્ક્રાઇબ્) *vt*. [L. *super* & *scribo*, I write.] To write or engrave on the surface: ઉપર સરનામું–પત્તો–ઠેકાણું–નામ લખવું; ઉપર લખવું.

Superscription, (સ્યૂપર્સ્ક્રિપ્શન) *n*. An address on a letter: ઉપરનો લેખ; જે કાંઇ સપાટી ઉપર લખેલું–કોતરેલું હોય તે; સરનામું; પત્તો.

Supersede, (સ્યૂપર્સીડ્) *vt*. [L. *super* & *sedeo* I sit.] To displace: કોઇ–કશાનેબદલે–ઠેકાણે આવવું; એકનેબાજુએ રાખી બીજાની નિમણુંક કં૦. To suspend: નિરૂપયોગી નકામું રદ કં૦; દૂર કં૦.

Superstition (સ્યૂપરસ્ટિશન્) *n*. [L. *super* & *sto*, I stand.] Belief in what is absurd, without evidence: વહેમ: શક; સંદેહ.

Superstitious, (સ્યૂપર્સ્ટિશસ્) *a*. Addicted to superstition: વહેમી; ભોળું; વહેમ ભરેલું.

Superstructure, (સ્યૂપર્સ્ટ્રક્ટ્યૂર્) *n*. [L. *super* & *struo*, I build.] An edifice: ઇમારત; ઇમલો; બાંધકામ.

Supervene, (સ્યૂપર્વીન) *vi*. [L. *super* & *venio* I come.] To happen: બનવું; થવું; આવી પડવું; નિપજવું.

Supervise, (સ્યૂપર્વાઇઝ્) *vi*. L. *super* & *video*

I see.] To oversee: દેખરેખ-ખબર-ચોકસી રાખવી.

Supervision, (સ્યૂપર્‌વિઝન) *n.* Inspection: દેખરેખ; ચોકશી; તપાસ.

Supervisor, (સ્યૂપર્‌વાઈઝર્) *n.* An overseer: ચોકસી-તપાસ--દેખરેખ રાખનાર.

Supine, (સ્યૂપાઈન) *a.* Lying on the back: ચ-તું; છતું; ચત્તાપાટ. 2. Sloping: ઢળતું; આડું. 3. Negligent: આલસુ; બેદરકાર; ગાફેલ. *n.* A verbal noun: કૃદંત-નામ; ભાવકૃદંત.

Supper, (સપર) *n.* The evening meal: વાળુ; રાતનું ખાણું.

Supplant, (સપ્લૅન્ટ્) *vt.* (L. *sub & planta*, the sole of the foot.] To remove by stratagem: દાવ-પેચ-યુક્તિથી ખસેડવું દૂર કo. 3. To overthrow: કોઈને કાઢી તેને આપવું; ઉથલાવી નાંખવું; ઉંધું વાલવું.

Supple, (સપ્લ્) *a.* [G. *supplex*, suppliant.] Pliant: જલદી વળે એવું; નરમ; કોમલ. 2. Yielding: નમન-તાઈવાળું; નાખતી કરનારૂં. 3. Flattering: હાજીહા કરનાર; ખુશામતિયું. *vt. & vi.* To render flexible: નરમ-વળે એવું થવું-કo. 2. To make obedient: આધીન-કહ્યાગરૂં-નરમ કo.

Supplement, (સપ્લીમેન્ટ્) *n.* [L. *sub & pleo* I, fill.] Any addition by which defects are supplied: વધારો; ઉમેરો; ભરતી; સાંધણ. *vt.* To add to: ઉમેરો-વધારો કo; વધારવું.

Supplemental-ary, (સપ્લીમેન્ટલ્-સપ્લીમેન્ટરિ) *a.* Additional: વધારાનું; સાંધણરૂપ.

Suppliant, (સપ્લિઅન્ટ્) *a.* Entreating: આજીજી કલાવાલા કરતું. *n.* A humble petitioner: આજીજી કાલાવાલા કરનાર.

Supplicate, (સપ્લિકેટ્) *vt.* [L. *sub & plico*, I fold.] To entreat for: વિનંતિ-કાલાવાલા-અરજ કo-કરીને માગવું-કહેવું-વિનવવું.

Supplication, (સપ્લિકેશન) *n.* earnest prayer: પ્રાર્થના; બંદગી; અરજ; કાલાવાલા; આજીજી.

Supplicatory, (સપ્લિકેટોરિ) *a.* Humble; earnest: કાલાવાલાનું-વાળું; નમનતાઈ-ઓજરખાઈભર્યું.

Supply, (સપ્લાઇ) *vt.* [*Imp. & p.p.* **Supplied**, *p. pr. & vb. n.* **Supplying**] [L. *sub, & pleo*, I fill.] To furnish: પુરૂં પાડવું; આપવું; ભર-ભરતી કo. 2. To serve instead of: કશાને ઠેકાણે કામ આવવું-કo. *n.* [*pl.* **Supplies.**] That which supplies a want: જેથી તંગી પુરી પડે છે-થાય છે તે; ખપની ચીજો; આમદાનો; ભરાવો; પુરાવો; આવક. 2. Store: ખોરાકનો ભંડાર-ખજાનો; ખોરાકી. 3. An amount of money provided: આપેલા પૈસા-નાણાં; મંજુર કરેલો ખર્ચ.

Support, (સપોર્ટ્) *vt.* [L. *sub & porto*, I carry.] To uphold: ટેરવી રાખવું; ટેકો-આધાર આપવો. 2. To endure: સાંખવું; ખમવું; સહન કo. 3. To represent: ભાગ ભજવવો; ભજવવું. 4. To maintain: નિભાવ-ગુજારો કo; ગુજરાન ચલાવવું; પોષણ કo. 5. To carry on: ચલાવવું; નભાવી-ટકાવી રાખવું. 6. To back up: મદદ-ટેકો આપવો; કુમકમાં રહેવું. *n.* A prop: મદદ; ટેકો; આધાર; આશ્રય; થાંભલો; આરારો. 3. Maintenance: ગુજરાન; નિભાવ; નિર્વાહ; ગુજારો; ભરણ પોષણ.

Supportable, (સપોર્ટેબલ્) *a.* Endurable: ટકાવી-નભાવી શકાય તેવું; ખમાય--સહન કરાય તેવું.

Suppose, (સપોઝ્) *vt.* [L. *sub & pono*, I place] To imagine: કબૂલ રાખવું; ધારવું; માનવું.

Supposition, (સપોઝિશન) *n.* Conjecture: ધારણા; કલ્પના; અટકલ; અનુમાન; તર્ક; કયાસ.

Supposititious, (સપોઝિટિશસ્) *a.* Not genuine; counterfeit: ખોટું; બનાવટી; બનાવટનું.

Suppress, (સપ્રેસ્) *vt.* [L. *sub & premo*, I press.] To subdue: બેસાડવું; સમાવવું; તાબે-જેર કo. 2. To conceal: સંતાડી-છૂપાવી દબાવી રાખવું; છૂપાવવું. 4. To stop: અટકાવવું; નરમ ધીમું પાડવું.

Suppression, (સપ્રેશન *n.* Concealment: દબાવી-છુપાવી રાખવું તે; દાબ. 2. Stoppage: અટકાવ; બંધ પડી-અટકી જવું તે.

Suppurate, (સપ્યુરેટ્) *vi. & vt.* [L. *sub & pus, puris*, matter.] To generate pus: પરૂ ભરાવું; પાકવું; પાકપર ચઢાવવું; પાકવવું. [પરૂ; રસી;

Suppuration, (સપ્યુરેશન) *n* Matter: પાચ-

Supremacy, (સ્યૂપ્રેમૅસિ) *n.* Highest authority or power: વડપણ; સરદારી; અધિકાર; હકુમત

Supreme, (સ્યૂપ્રીમ્) *a.* [L. *super*, above.] Highest: સર્વોપરી; શ્રેષ્ઠ; વડું. Excellent: ઉ-તમ; સર્વોત્તમ; સરસ; ઉંચુ; ભારે. **S.** *court*: સદર; અદાલત. The *supreme* God: પરમેશ્વર; ખુદા.

Surcharge, (સર્ચાર્જ્) *vt.* To overburden: વધારે-જાસ્તી ભાર ભરવો; વધારે ભરવું. *n.* An overcharge: વધારે-જાસ્તી ભાર-બોજ; અતિભાર.

Surd, (સર્ડ્) *a.* [L. *surdus*, deaf.] *n.* (*Math.*) A quantity which cannot be expressed by rational numbers: કરણી. (*Phon.*) Hard sounds, *k, t, p, f*: અનુચ્ચારિત અક્ષર.

Sure, (શુર) *a.* Confident; positive: ભરોસો રાખનારૂં; ભરોસા-ખાતરી-વિશ્વાસવાળું; ચોકસ. 2. Strong: ભરોસો-વિશ્વાસ રાખવા લાયક; જબરો; અચૂક. 3. Secure: સલામત; નિર્ભય. *To be* **S.** or *Be* **S.**, certainly: ખચિત; ખરેખર; બેશક; નક્કી. *abv.* certainly: નક્કી; ખચિત; ખાત્રીથી.

Surely, (શૂર્લિ) *adv.* Certainly: નક્કી; ખચિત; બેશક; ખરેખર.

Surety, (શૂર્ટિ) *n. pl.* **Sureties.** Certainty: ચોકસપણું; ખાત્રી; નિશ્ચય. 2. Security against loss: નુકશાની બદલ બાંહેધરી; તારણ; જામીનગીરી. 3. (*Law.*) One who is bound for another: જામીન; હામી. **S.** *for good behaviour*: ફેલજામીન.

Surf, (સર્ફ્) *n.* The swell of the sea: મોજાનું ફીણ.

Surface, (સર્ફેસ્) *n.* [L. *super & facies*, face.] The exterior part of anything: ઉપરની બાજુ; સપાટી બહારનો ભાગ-દેખાવ.

Surfeit, (સર્ફિટ્) *n.* [L. *sur & faceo*, I make.] Excess in eating and drinking: અતિશય ખાનપાન; અતિભોજન. Disgust caused by excess: ધરાઈ જવાથી ઉપજેલો-થયેલો કંટાલો.

Surge, (સર્જ્) *n.* [L. *surgo*, I rise.] A large wave: મોટો મોજો; મોજાની છોલ. *vi.* To swell: ભરતી થવી; છોલ મારવી.

Surgeon, (સર્જન) *n.* Gr. *cheir*, the hand &

ergon, work.] One who cures diseases by manual operation: વાઢકાપનું કામ જાણનાર; તબીબ શસ્ત્રવૈદ.

Surgery, (સર્જરિ)*n*. The art of healing by manual operation: શસ્ત્રવિદ્યા, વાઢકાપ. 2. A surgeon's room: વાઢકાપ કરવાની જગ્યા.

Surgical, (સર્જિકલ્) *a*. Done by surgery: શસ્ત્રવૈદનું-ના કામમાં ખપે તેવું; શસ્ત્રવિદ્યા સંબંધી.

Surly, (સર્લિ)*a* Proud: મગરૂર. 2. Ill-natured; morose: ખરાબ સ્વભાવનું; ચીઢીયું; ખલીએલ; ગંધાતું. 3. Tempestuous: ઘોર; કાલું; અંધારાવાલું; તોફાની.

Surmise, (સર્માઇઝ્)*n*. [L. *sur* & *mitto*, I send.] Suspicion; Guess: વહેમ; સંદેહ; શક; વસવસો; અંદેસો; અટકલ; તર્ક. *vt*. To guess: ધારવું; અનુમાન કo; શક હોવો.

Surmount, (સર્માઉન્ટ્)*vt*. [L. *sur* & *monter*, To mount.] To rise above: ઉંચે ચઢવું-જવું. 2. Conquer: વશ-તાબે કo; જીતવું; ઓલગવું; પસાર કo; વટાવવું. 2. To surpass: શ્રેષ્ટ-ચઢિયાતા હોવું; સરસ નિવડવું.

Surmountable, (સર્માઉન્ટેબલ્)*a*. Capable of being overcome: જીતી-વશ કરી શકાય તેવું.

Surname, (સર્નેમ્)*n*. The family name: ઓખર; અટક.

Surpass, (સર્પૅસ્)*vt*. To Excel: ચઢીઆતા [થવું; સરસ નિવડવું.

Surpassing, (સર્પૅસિન્ગ્)*a*. Excellent: શ્રેષ્ટ સરસ; તોફો.

Surplus,(સર્પ્લસ્)*n*.Excess:વધારો; ફાલતુ-ફાજલ પડેલો ભાગ; વધારાની રકમ; ફાજલ પુરાંત.

Surprise, (સર્પ્રાઇઝ્)*n*. [L. *sur* & *prehendo* I take] The act of coming upon unawares: હુમલો; છાપો; ધસારો. 2. Amazement: અચંબો; વિસ્મય; આશ્ચર્ય; અજાયબી. *vt*. To capture unexpectedly: છાપો મારવો; ધસારો કo; અચાનક-એકાએક ધસવું. 2 To strike with wonder; to confound: તાજુબ કo; દંગ થઈ જવું; ગભરાવવું.

Surprising, (સર્પ્રાઇઝિન્ગ્) *a*. Wonderful: અજબ જેવું; આશ્ચર્યકારક-જનક; ચમત્કારી.

Surrender, (સરન્ડર)*vt*. To yield to the power of another: તાબે-શરણ વશ-આધીન કo; સોંપી દેવું. 2. To give up: છોડવું; છોડી દેવું; આપી દેવું. *vi*. To yeild: શરણ-તાબે-આધીન થવું. *n*. The act of surrendering: તાબે-વશ-શરણ-આધીન કo તે.

Surreptitious, (સરૅપ્ટિશસ) *a*. [L. *sub* & *repio*, I snatch.] Stealthy: ચોરીનું; ખોટું; છુપું.

Surrogate, (સરોગેટ્)*n*. [L. *sub* & *rogo*, I ask.] A substitute: પ્રતિનિધિ; અવેજી; મુખત્યાર.

Surround, (સરાઉન્ડ)*vt*. [L. *super* & *unda*, wave] To encompass: આંતરી લેવું; ઘેરી લેવું; ચારેપાસ ફરી વલવું.

Surrounding, (સરાઉન્ડિન્ગ્)*a*. Encircling: આસપાસનું; ઘેરી-આંતરી લેતું-લેનારૂં.

Surveillance, (સર્વેલ્યૅન્સ્)*n*. [L. *super* & veiller; to watch.] Watch; inspection: દેખરેખ; તપાસ; જાપતો; નજરકેદ; ચોકી; પહેરો.

Survey, (સર્વે)*vt*. [L. *super* & *video*, I see.] To inspect: તપાસવું; તપાસી જોવું; જોવું. 2. To measure and estimate: માપવું; મોજણી-માપણી કરવી; હદ નક્કી કo. *n*. An examination: તપાસ;તલ્લાસ;અવલોકન;અજમાયશ. 2. The measuring of land, or of a country: મોજણી; માપણી.

Surveyor, (સર્વેઅર્) *n*. An overseer: તલાસ તપાસ દેખરેખ રાખનાર. 2. One who measures land: મોજણીદાર; માપણી કરનાર.

Survival, (સર્વાઇવૅલ્)*n*. An outliving: એક મુવા પછી બીજાએ જીવતા રહેવું તે; અતિજીવન. 2. A usage: પુરાતનકાલનો ચાલતો આવેલો મત, ચાલ કે રીત; રિવાજ; રસમ.

Survive, (સર્વાઇવ્) *vt*. & *vi*. [L. *super* & *vivo*, I live.] To outlive: કોઈની પાછલ જીવવું-જીવતા-હયાત રહેવું-હોવું.

Surviving, (સર્વાઇવિન્ગ્)*a*.Remaining alive: જીવતું; જીવતું રહેલું; હૈયાત.

Survivor, (સર્વાઇવર્)*n*. One who survives: બીજાના મુઆ પછી-પછવાડે રહેનાર-જીવનાર.

Susceptibility, (સસૅપ્ટિબિલિટિ) *n*. Sensitiveness: લાગણી થવાની શક્તિ; લાગણી.

Susceptible, (સસૅપ્ટિબલ)*a*. [L. *sub* & *capio*, I take.] Impressible:અસર થાય એવું;લાગણી થવા જોગ-લાયક; કોમલ.

Suspect, (સસ્પેક્ટ્) *vi*. & *vt*. [L. *sub* & *specio*, I look.] To mistrust: શક-સંદેહ-વહેમ રાખવો હોવો; ભરોંસો ન કo; વસવસો રાખવો; અંદેશો રાખવો; શકમંદ થવું-હોવું.

Suspend, (સસ્પેન્ડ) *vt*. [L. *sub* & *pendo*, I hang.] To hang:ટાંગવું;લટકાવવું. 2.To delay: અટકાવવું; બંધ કo-રાખવું; મોકૂફ કo; રહેવા દેવું; થોભાવવું. 3. To debar: શેવટ તપાસ થતાં લગી નોકરીથી દૂર કo; મુલતવી રાખવું. *To* s. *payment*, to fail: દેવાલું કાઢવું; નાદાર થવું.

Suspense, (સસ્પેન્સ્)*n*. Indecision: આનાકાની; ઢચુપચુપણું; સંદેહ. 2. Stop; pause: અટકાવ;મોકુફી.

Suspension, (સસ્પેન્શન) *n*. Interruption: ઢીલ; બંધી; મોકુફી; તહકુબી; વિસામો; આરામ. 2. Temporary privation of office:થોડા વખતને માટે નોકરી ઉપરથી બરતરફી. s. *bridge*, a bridge supported by chains, ropes, &c.: ઝોલા પુલ.

Suspicion, (સસ્પિશન)*n*. Mistrust: શક; વહેમ; અંદેશો; અણવિશ્વાસ; વસવસો; દગદગો.

Suspicious, (સસ્પિશસ) *a*. Inclined to suspect: વહેમ-શક-અંદેશો ભરેલું-વાલું;અવિશ્વાસુ; વહેમી. Questionable: વહેમ-શક રાખવા લાયક; શકમંદ.

Sustain, (સસ્ટેન)*vt*. [L. *sub* & *teneo* I hold.] To support: ઉંચકી-ટેકવી રાખવું; ટકાવી રાખવું. 2. To comfort: ખુશીમાં રાખવું; નાઉમેદ થવા ન દેવું; ધીરજ આપવી. 3. To maintain: ગુજરાન ચલાવવું; પરવરશી કo; ગુજારો-નિભાવ-પોષણ કo; નભાવવું. 4. To bear:ખમવું;સોસવું; સહન કo;વેઠવું; માથે આવી પડવું. 5. To sanction: ચલાવવું;મંજુરી આપવી; કાયમ રાખવું.

Sustenance, (સસ્ટિનૅન્સ્) *n*. Maintenance:

ભરણ પોષણ; ટેકો; ગુજારો. 2. Food: ખોરાક.

Suture, (સ્યૂટ્યૂર્)*n.* [L. *suo,* I sew.] The act of sewing: સીવણ; સાંધો; સાંધ. 2. Sewing together of a wound: ઘા-જખમ ઉપર મારેલા ટાંકા. 3. A stitch: ટાંકો; ટેભો; સીવણ.

Suzerain, (સ્યૂઝરેન)*n.* A feudal lord: મુખ્ય સરદાર; ધણી.

Swab, (સ્વૉબ્)*vt.* To clean or dry: સાવરણીથી સાફ કરવું; ભીનાશ લુછીને કાઢી નાંખવી. *n.* A mop for cleaning floors: ઝાડુ; સાવરણી. 2. A bit of sponge, cloth or the like: વાદળી, લુગડાં વિગેરેનો કકડો; ડુચો.

Swaddle, (સ્વૉડલ્) *vt.* To swathe: પાટો બાંધવો; કપડાં ઘાલવાં-માં બાંધવું.

Swagger, (સ્વૅગર્) *vi.* To walk pompously: ભપકા માં-ખંધ ચાલવું. 2. To brag: બડાઇ મારવી; પતરાજી ક૦. *n.* Boastfulness: બડાઈ; ફુલાસ; પતરાજી.

Swain, (સ્વેન)*n.* A servant: ચાકર; નફર; ગુમાસ્તો. 2. A rustic: ગામડીઓ; ગમાર. [ચકલી; ચલ્લી.

Swallow, (સ્વૉલો) *n.* A passerine bird:

Swallow, (સ્વૉલો) *vt.* To ingulf: ગળવું; ગળી જવું. 2. To absorb: ચુશી લેવું; પી જવું. 3. To appropriate: દબાવી-પચાવી લઇ પડવું; ઓઇયાં કરી જવું. 4. To occupy: કામે લગાડવું; ખપાવવું; રોકવું. 5. To exhaust: ખાલી ક૦; ખપાવી દેવું.

Swam, (સ્વૅમ્)*imp.* of **Swim**: તર્યું.

Swamp, (સ્વૉમ્પ્)*n.* Wet, spongy land: કાદવ-કચરા-કાંપવાળી જગ્યા;દલદલ. *vt.* To plunge into a swamp: ભીની કાદવવાળી જગામાં રગદોલવું-બોલવું. 2. To capsize: હોડીમાં પાણી ભરીને બુડાડવી.

Swampy, (સ્વૉમ્પિ) *a.* Wet and spongy: કાદવ-પાણીવાળું.

Swan,(સ્વૉન)*n.*A large aquatic bird: રાજહંસ.

Sward, (સ્વૉર્ડ્)*n.*Green turf: ઘાસવાળી જમીન-ભોંય.

Swarm, (સ્વૉર્મ્) *n.*A cluster of insects: ઉડતાં જીવજંતુનું મધમાંખીઓનું ટોળું. 2. Throng: ટોળું; જમાવ; જથો. *vi.* To throng: ટોળાબંધ થવું-મલવું-દેખાવું-આવવું; તરવવું; ખીચોખીચ ભરાવું; ઉભરાવું; ટોલેટોલાં હોવાં; ઉભરાઇ જવું. [સામલું.

Swarthy, (સ્વૉર્થિ) *a.* Tawny: કાલાસ પડતું;

Swathe,(સ્વેધ્)*vt* To bind: વિંટાલવું; લપેટવું. *n.* A bandage પાટો; પટો; બાલોતીયું.

Sway, (સ્વે) *vi.* To wield: પકડવું; ધારણ ક૦; ધરવું. 2. To govern: અમલ-હકુમત ચલાવવી; રાજ ક૦. 3. To bias: મન-વિચાર ફેરવવો; દોરવું; અસર ક૦. *vi.* To lean: નમવું; વલવું; ફરવું. 2. To have weight or influence: સત્તા-વજન આબરૂ-માન હોવું 3 To govern: અમલ ચલાવવો; રાજ ક૦. *n.* A swinging motion: ડોલું; ઝોલો. 2. Influence: સત્તા; વગ; વલણ.3. Rule: સત્તા; અમલ; હકુમત.

Swear,(સ્વેર્) *vi.*& *vt.*To affirm calling God to witness: સોગન-કસમ-સમ ખાવા-ખવડાવવા. 2. To give evidence on oath: સોગન ઉપર જુબાની આપવી. 3. To use the name of God or sacred things profanely: ખોટા-નકામા-અમથા હલકી વાતમાં પરમેશ્વરના સમ લેવા-ખાવા. *To* **S** *by,* to place great confidence in a person or thing: કોઈ માણસ અથવા ચીજપર પૂરેપૂરો ભરૂસો-વિશ્વાસ રાખવો; વિશ્વાસનાં નજરે જોવું. *To* **S.** *off*:કશાની બાધા લેવી;ન કરવાના સોગન ખાવા; સમ-સોગન ખાવા.

Sweat, (સ્વેટ્)*vi.* [L. *sudor,* sweat.] To perspire : પરસેવો-પસીનો થવો-નીકલવો છૂટવો. 2. To toil: મહેનત મજુરી-વૈતરું ક૦. *vt.*To cause to perspire: પરસેવો-પસીનો કાઢવો લાવવો. *n.* Perspiration: પરસેવો; પસીનો; ઘામ. 2. Drudgery મહેનત; મજુરી; વૈતરું.

Sweaty, (સ્વેટિ) *a.* Moist with sweat: પરસેવાથી ભીનું થયેલું; પરસેવાવાલું. 2. Toilsome: મહેનતવાલું-નું;શ્રમ ભરેલું.

Sweep,(સ્વીપ્)*vt.*To wipe with a broom: વાલવું; ઝાડવું; સાવરણી ફેરવવી; કચરો કાઢવો. 2. To drag over: ઘસડી-ખેંચી જવું;ખેંચવું; ઘસડવું; ઉઠાવી દેવું. 3. To pass over: જોઇ જવું; ઉપર જોઈ વલવું; ફરી વલવું. *vi.*To clean with a brush:વાલવું;ઝાડવું;સાફ ક૦. *n.* The act of sweeping: વાલવું-ઝાડવું તે. 2. Extent of a stroke:સપાટો; ઝપાટો: લસરકો. 3. General destruction: સમૂલગો નાશ; ઘાણ;કચરઘાણ.

Sweeper, (સ્વીપર્) *a.*One who sweeps: વાલનાર; ઝાડનાર; ઝાડુ કાઢનાર; ભંગિયો; કચરાપતી.

Sweeping, (સ્વીપિન્ગ્) *a.* Carrying everything before it: સાફ કરતું;ઘણું બહોલું;બધાંને અંદર લેતું-સંડોવતું. [પુંજો.

Sweepings,(સ્વીપિન્ગ્ઝ્)*n.pl.*Rubbish: કચરો;

Sweet, (સ્વીટ્) *a.* [L. *suavis.*] Tasting like sugar: ગલ્યું; મીઠું; મધુર; સ્વાદિષ્ટ. 2. Fragrant: ખુશબોદાર; સુગંધી.3.Melodious:મધુર; મીઠું; સુસ્વર. 4. Beautiful: ખુબસૂરત; ખુશનુમા;રૂપાલું. 5. Fresh; not salt: મીઠું; તાજું. 6. Gentle: નરમાસવાલું; મિલનસાર.*n.* Confectionary, મીઠાઈ.2.A darling: વહાલું-પ્રિય (માણસ).

Sweeten, (સ્વીટન) *vt.*To make sweet: મીઠું-ગલ્યું ક૦; સ્વાદિષ્ટ; ક૦; મનોહર-મનરંજક ક૦. 2. To soften: માયાળુ -મિલનસાર ક૦. 3. To make pure and healthy:નિરોગી-શુદ્ધ-સ્વચ્છ બનાવવું; દુર્ગંધ કાઢી નાખવી.

Sweet-heart,(સ્વીટ્-હાર્ટ્)*n.*A lover or mistress: પ્યારી; માશુક; આશક. [મીઠાઈ.

Sweet-meat.(સ્વીટ્ મીટ્) *n.* Confectionary:

Sweetness, (સ્વીટ્નેસ્)*n.*Agreeableness:મીઠાસ.

Swell, (સ્વેલ)*vi.*To grow larger: ઉપસવું;ફુલવું; સુઝવું; સોઝો આવવો-ચઢવો. 2. To rise: કદ-વિસ્તાર વધવો;પાણી ચઢવાં;પાણી ભરાવું.3.To be bombastic: ભારે-મ્હોટા મ્હોટા શબ્દવાલું હોવું. 4. To be elated: મગરૂર-અભિમાની થવું. *vt.* To aggravate: વધારવું; મ્હોટું ક૦; ફુલાવવું. *n.* The act of swelling:વધવું-મ્હોટું થવું-ક૦ તે; વૃદ્ધિ; ફુલાવો; ચઢાણ; ટેકરો. 2. A wave:મોજો; છોલ. 3. A dandy: પતરાજીખોર માણસ.

Swelling, (સ્વેલિન્ગ્) *n.* A protuberance: ફુલાવો;ટેકરો;ઉપસાટ.2.A tumour: સોઝો; સુજ;વરમ.

Swelter, (સ્વેલ્ટર્) *vi.* To be overcome with heat: ગરમીથી અકલાઈ જવું.

Swerve, (સ્વર્વ્)*vi.* To wander from a rule

of duty:ભૂલ-ચૂક ક૦;આડે-ખોટે રસ્તે જવું;આડું ફાટવું; ચસકવું. 2. To incline: વલવું ; વાંકું થવું; નમવું.

Swift, (સ્વિફ્ટ)*a.*Rapid: ઉતાવળું; વેગ-ઝડપવાળું.

Swiftly, (સ્વિફ્ટ્લિ) *adv.* Rapidly: જલદીથી; ઝડપથી; તાબડતોબ; એકદમ. [ઝડપ.

Swiftness, (સ્વિફ્ટ્નેસ્) *n.* Speed: ઉતાવળ;

Swim, (સ્વિમ્) *vi.* To float: તરવું. 2. To be drenched: તરબોળ થઇ જવું; ભિંજાઈ જવું. 3. To be dizzy: ફેર-તમ્મર-ચક્કર આવવા. *vt.* To pass over by swimming:તરીને જવું. 2. To cause to swim: તરાવવું.3.To immerse in water:ભિંજાવવું; તરબોળ ક૦. *To be in the* **S.**: લાભ થાય એવી હાલત-જગામાં હોવું. [તમ્મર; ચકરી

Swimming, (સ્વિમિન્ગ્) *n.* Dizziness: ફેર;

Swimmingly,(સ્વિમિન્ગ્લિ) *adv.*Smoothly; successfully: સફાઇથી; સડસડાટ; ફતેહમંદીથી.

Swindle, (સ્વિન્ડલ્) *vt.* To defraud: દગો ક૦; ધુતવું; ઠગવું; છેતરવું; ધૂતી જવું.

Swindler, (સ્વિન્ડ્લર્) *n.* A cheat: હરામખોર; ચોર; લુચ્ચો; ધૂતારો; ઠગ; ઠગારો. [ડુક્કર

Swine, (સ્વાઇન) *n. Sing & pl.* A pig: સુઅર:

Swing, (સ્વિન્ગ્) *vi.*[*Imp. & pp.* **Swung**] To vibrate: ઝૂલવું; લટકવું; ઝોલા હીચકા ખાવા; હાલવું; ડોલવું. 2. To be hanged: ફાંસીને લાકડે લટકવું. *vt.* To cause to vibrate: ઝૂલાવવું; હીંચકો નાંખવો; ઝોલા ખવરાવવા. 2. To brandish: ચમકાવવું; પટાની માફક ફેરવવું. *n.* Oscillation: ઝોલો; હીંચકો; ડોલતી ચાલ.2.An apparatus for recreation by swinging: હીંચકો;હિંડોલો.3. Free course: છૂટ; મોકલાસ; છુટી લગામ.

Swinge,(સ્વિન્જ્)*vt.* To punish: સજા-શિક્ષા ક૦.

Switch, (સ્વિચ્) *n.* A small, flexible twig or rod: ન્હાની વલે એવી ડાલી-શાખા-સોટી. 2. A movable part of a rail:સડકના પાટાનો ખસેડી શકાય એવો ભાગ.3. A device for shifting an electric current: વિજળીનો પ્રવાહ બીજે ઠેકાણે લઈ જવાની યુક્તિ. *vt.* To whip: ચાબુક-કોરડો મારવો; ફટકાવવું. 2. To turn from one railway track to another: એક પાટા ઉપરથી બીજા પાટા ઉપર ગાડી લઇ જવા.

Swivel, (સ્વિવેલ્) *n.* A hook, attached to another piece by a pin: નકુચો; આંકડો.

Swollen, (સ્વોલેન) *pp.* of **Swell**: સુજેલું.

Swoon,(સ્વૂન) *vt.* To faint:બેહદ બેભાન-બેહોશ થવું. *n.* A fainting fit: બેશુધ્ધિ; બેહોશી.

Swoop, (સ્વૂપ) *vt.* To fall on at once and seize: એકદમ પડીને ઝડપી-ઝુંટાવી લેવું; ઝાપટ તરાપ મારવી; ધસડી જવું. *vi.* To descend with a sweep: શિકારપર ઉંચેથી એકદમ પડવું-ઉતરવું.

Sword,(સોર્ડ્)*n.* An offensive weapon having a long sharp blade: સમશેર; તલવાર; તરવાર. 2. War: લડાઈ; કુસ્તાટ. 3. The military power of a country: કોઈ દેશનું લશ્કર. **S.** *fight*, fencing: પટા લકડી;લકડી પટા.*To put to the* **S.**: મારી નાંખવું;કતલ ક૦. *Blade* of *a* **S**: તરવારનું પાનું.

Swordsman,(સોર્ડ્ઝ્મેન) *n.*A soldier: યોધ્ધો; સિપાઈ; લડવૈયો. 2. A fencer: પટા લકડીનો ઉસ્તાદ.

Swore, (સ્વૉર) *Imp of* **Swear**: સમ-સોગન ખાધા. [ઘેલા.

Sworn,(સ્વૉર્ન્) *pp.of* **Swear**: સમ-સોગન ખા-

Sycophancy, (સિકોફેન્સિ) *n.* Tale-bearing: ચાડી ચુગલી. 2. Flattery: ખુશામત; ચાપલુસી.

Sycophant,(સિકોફેન્ટ્)*n.*An informer:ચાડીઓ; ચુગલીખોર. 2. A mean flatterer: ચાપલુસી ખોર; ખુશામતીઓ.

Syllabic-cal, (સિલ્લૅબિક્-કૅલ્)*a.* [Gr. *syn* & *lambano*, I take.] Containing a syllable: પદ-અક્ષર સંબંધી

Syllable,(સિલ્લૅબલ્)*n.*Part of a word uttered by a single effort of the voice: પદ;વર્ણ.

Syllabus, (સિલ્લૅબસ્)*n* (*pl.* E. **Syllabuses**, L. **Syllabi**.) An abstract: સાંકલિયું-ટાંચણ; સારાંશ; સાર.

Syllogism, (સિલ્લોજિઝ્મ્)*n.* [Gr. *syn* & *logos*, speech.] The regular logical form of every argument: તકરારની નિયમિત રીત; આપેલી બે દલીલો પરથી કંઈ નક્કી કરવાની રીત.

Sylph,(સિલ્ફ્)*n.*[Gr. *silphe*, a kind of grub.] A fairy: ખુબસુરત સ્ત્રી; પરી.

Sylvan, (સિલ્વૅન)*a.* [L. *sylva*, wood.] Rural: જંગલ-જેવું-નું; જંગલી; રાની; જંગલવાળું-થી ભરપૂર.

Symbol, (સિમ્બૉલ્) *n.* [Gr. *syn* & *ballo*, I throw.] An emblem: નિશાન; નમુનો. 2. Any character used to represent something: અક્ષર; ચિન્હ.

Symbolical, (સિમ્બૉલિકૅલ્) *a.* Pertaining to a symbol: નિશાનદાર; ચિન્હવાળું; લાક્ષણિક.

Symbolize, (સિમ્બૉલાઇઝ્)*vi.* To harmonize: બંધ બેસતું હોવું; મલતું આવવું. *vt.* To represent by symbols: ચિન્હ-નિશાનીથી જણાવવું.

Symmetrical, (સિમ્મૅટ્રિકૅલ્)*a.* Harmonious: બંધ બેસતું; ઘટમદાર; ઘાટ બંધ; રોણકદાર.

Symmetrize, (સિમ્મૅટ્રાઇઝ્)*vt.* To make symmetrical: ઘાટબંધ-રોણકદાર ક૦.

Symmetry, (સિમ્મૅટ્રિ)*n.* [Gr. *syn*, with & *metron*, a measure.] Due proportion: કોઈ વસ્તુના ભાગોનું એક બીજા સાથે પ્રમાણમાં મલતું આવવું તે; રોણક; સમતા; નિયમિતતા; આકાર શુધ્ધિ.

Sympathetic, (સિમ્પૅથેટિક્)*a.* Sympathizing: બીજાના દાઝ-દયા જાણનાર; લાગણીવાળું.

Sympathise, (સિમ્પૅથાઇઝ્) *vi.* To have a common feeling: બીજાની દાઝ-દયા જાણવી; દયા લાગવી;લાગણી થવી. 2. To agree:મલતું આવવું; એકમત થવું.

Sympathy, (સિમ્પૅથિ)*n.* [Gr. *syn* & *pathos*, feeling.] Fellow-feeling: દયા; દાઝ; લાગણી.2. Compassion:દિલશોજી; હમદરદી; બલાપો.

Symphonious, (સિમ્ફોનિઅસ્)*a.* [Gr. *syn* & *phone*, a sound.]Harmonious: એક રાગવાળું: મધુર; સુસ્વર.

Symptom, (સિમ્ટૉમ્)*n.* [Gr. *syn*, with & *pipto*, I fall.] A sign: ચિન્હ;નિશાન; લક્ષણ. 2. (*Med.*) That which indicates disease: દુઃખ-દરદની નિશાની.

Symptomatic, (સિમ્પ્ટોમૅટિક્)*a.* Indicative;

લક્ષણ-ચિન્હ સંબંધીનું-વિષે; દર્શક; પ્રદર્શક; સૂચક.

Synagogue, (સિનૅગૉગ્)*n.* [Gr. *syn,* with & *ago,* I lead.] An assembly of Jews for worship: યાહુદી લોકોનો ધર્મ સમાજ–મંડલી–સભા. 2. A Jewish place of worship: યાહુદી લોકોનું મંદિર –દેવલ.

Synchronal, (સિન્ક્રૉનલ્) *a.* Simultaneous: એક કાલે-વખતે-બને એવું; સમકાલીન.

Synchronism, (સિન્ક્રોનિઝ્મ્) *n.* [Gr. *syn,* & *chronos,* time.] Simultaneousness: એકજ વખતે બનવા-હોવાપણું; સમકાલીનતા. 2. The tabular arrangement of historical events: તારીખ પ્રમાણે ઇતિહાસના બનાવોની કોઠામાં ગોઠવણ.

Synchronize, (સિન્ક્રૉનાઇઝ્) *vi.* To agree in time: વખત–કાલમાં મલતા આવવું; એકજ વખતે બનવું–હોવું–થવું.

Syncope, (સિન્કોપી)*n.* [Gr. *syn,* & *kopto,* I cut.] The omission of letters from the middle of a word: વચલા અક્ષરનો લોપ; મધ્યાક્ષર લોપ. 2. A fainting: બેભાન; બેશુધ્ધિ; બેહોશી.

Syndic, (સિન્ડિક્)*n.* [Gr. *syn,* & *dike,* justice.] A magistrate: અમલદાર; માજીસ્ટ્રેટ. 2. An assignee: કારભારી; વહીવટદાર; મુનીમ.

Syndicate, (સિન્ડિકેટ્)*n.* An association of persons officially authorized to undertake some duty: કારોબારી મંડલી.

Syne, (સાઇન)*adv.* Afterwards: પછી; પાછલથી; મોડા; મોડું. *Conj.* Since: કારણ કે; કેમકે; તેથી.

Synecdochy, (સિનેક્ડૉકી) *n.*[Gr.*syn, ek* & *dechomai* I receive.] A figure by which a part is put for the whole or whole for a part: ઉપલક્ષણ; લક્ષણા.

Synod, (સિનૉડ્)*n.* [L. *syn,* with & *hodos,* way.] An ecclesiastical council: ધર્મસભા.

Synonym, (સિનોનિમ્)*n.* *syn* & *onoma,* a name.] One of two or more words which have the same meaning: બીજો બોલ; તેજ અર્થનો બીજો શબ્દ.

Synonimous, (સિનૉનિમસ્) *a.* Expressing the same thing: એક–તેજ અર્થનું; એકાર્થી.

Synopsis, (સિનૉપ્સિસ્)*n. pl.* **Synopses** [Gr. *syn* & *opsis,* view.] A summary of a discourse: સારાંશ; સાર; ઇનતેખાબ.

Syntax, (સિન્ટૅક્સ્)*n.* [Gr. *syn* & *tasso,* I put in order.] The correct arrangement of words in sentences: વાક્ય રચના; વાક્ય વિચાર.

Synthesis, (સિન્થેસિસ્)*n. pl.* **Syntheses**. [Gr. *syn,* & *tithemai,* to put.] Composition; compounding: મેલવણી; સંયોજન; એકીકરણ.

Synthetical, (સિન્થેટિકલ્)*a.* Pertaining to synthesis: મેલવણી સંબધી–વિષે–નું. 2. Artificial: હાથનું બનાવેલું; બનાવટી.

Syphilis, (સિફિલિસ્) *n.* Venereal disease: ચાંદી; ટાંકી.

Syphilitic, (સિફિલિટિક્)*a.* Of . . . nature of syphilis: ચાંદી સંબંધી–ની–જાતનું–ના જેવું.

Syringe, (સિરિન્જ્) *n.* [Gr. *syringr,* . . t. . .] A kind of small hand-pump for throwing a stream of liquid: પીચકારી; પચુકરી; *vt.* To inject or clean with a syringe: પીચકારી મારવી; પીચકારી મારીને ધોવું–સાફ ક૦.

System, (સિસ્ટેમ્) *a.* [L. *syn* & *histemi,* to place.] The universe: જગત; દુનિયા; જીહાન. 2. Regular method or order: બંદોબસ્ત; ગોઠવણ; રચના; રીત.

Systematic-cal, (સિસ્ટમૅટિક્-કલ્) *a.* Methodical: રીતસરનું; નિયમિત.

Systematize, Systemize, (સિસ્ટમૅટાઇઝ્-સિસ્ટેમાઇઝ્)*vt.* To arrange methodically: ગોઠવણ ક૦; વ્યવસ્થા–રચના ક૦; ગોઠવવું.

T.

T, (ટિ) The twentieth letter of the English alphabet, ઇંગ્રેજી મુલાક્ષરનો વીસમો અક્ષર. **T.** *bandage*: બાંધ્યા પછી T અક્ષરનો આકાર થાય તેવો પાટો. *To a* **T.**, exactly: ખરોબર; આબેહુબ; આબાદ.

Tab, (ટૅબ્) *n.* A tag: જોડાને બાંધવાની દોરીને છેડે રાખેલી ધાતુની ખોલી.

Tabby, (ટૅબિ) *n.* A kind of waved silk: લહેરીઆવાલું રેશમી કાપડ. *a.* Having a wavy appearance: લ્હેર ભાતનું–વાલું. 2. Brindled: કાબરૂં; કાબરચિતરૂં. *vi.* To water: લ્હેર પાડવી.

Tabernacle, (ટૅબર્નૅકલ)*n.* [L.*taberna,* a hut.] A tent: તંબુ. 2. The jewish temple: યાહુદીઓનું મંદિર–દેહેરૂં.

Table, (ટેબલ્) *n.*[L. *tabula,* a board.] A slab: તકતો; પાટીયું. 2. Schedule: કોષ્ટક; કોઠો. 3. An index: સાંકલિયું; સારાંશ; સાર. 4. An article of furniture: ટેબલ; મેજ. 5. Fare: ખાનપાન; ખાણું; ભોજન 6. The company at a table: જમવાને આવેલા લોકો; જનમંડલી. *To lay on the* **t.**, to postpone the consideration of: મુલતવી રાખવું. *To serve* **t.***s*: ગરીબોને ખાણું આપવું. *To turn the* **t.***s,* to change the fortune: નશીબ ફેરવવું–ફરવું; બાજી બદલવી-બદલાઇ જવી–પલટવી. *The twelve* **t.***s.*, a celebrated body of Roman laws: પુરાતન રોમન લોકના કાયદા. *vt.* To form into a table: નોંધાવવું; લખાવવું: દાખલ કરાવવું.

Tableau, (ટૅબ્લો) *n. pl.* **tableax,** (ટૅબ્લોઝ્) A picture: છબી; ચિત્ર. 2. A representation of some scene by means of persons grouped in the proper manner: ચિત્રરૂપ દેખાવ; મુંગુ નાટક.

Table-land, (ટેબલલૅન્ડ્) *n.* A plateau: ઉંચી સપાટ જમીન.

Tablet, (ટૅબ્લેટ્) *n.* A small table: નાની મેજ; તખ્તી. 2. A confection in a flat square form: ટિકડી; ટાંકલી.

Taboo, (ટૅબૂ) *n.* Interdiction: બંધી; મનાઇ. *vt.* To forbid: મના ક૦.

Tabour, (ટેબર્)*n.* A small drum: ઢોલકી; પખાજ.

Tabular, (ટૅબ્યુલર્)*a.* Having a flat surface:

સપાટ;સરખું.2. Arranged in a schedule:કોઠાવાળું; ખાનાદાર.

Tache, (ટૅચ્) *n.* A catch: ગાળો; ચાંપ; પકડ.

Tacit, (ટૅસિટ્) *a.* [L. *taceo*, I am silent.] Implied but not expressed: મોભમ; મોઘમ.

Taciturn,(ટૅસિટર્ન્)*a.*Habitually silent:અબોલું; થોડાબોલું; સુમડું; ચૂપ.

Tack, (ટૅક્) *n.* A short sharp nail:ખાલી; મેખ; ચૂક. 2. A change of direction:દિશાનો ફેરફાર. 3. A lease: પટો. *vt.* To attach: સાંધવું; લાગુ ક૦; વળગાડવું; જોડવું.

Tackle, (ટૅકલ્)*n.* Apparatus for raising or lowering heavy waits: ભાર ઉંચક મુક કરવાની કપ્પી. 2. The rigging &c. of a ship: શઢો લપેટવા' ખોલવાનાં દોરડાં વીગેરે વહાણનો સામાન. *vt.* To harness: ઘોડા ઉપર સામાન નાંખવો. 2. To seize: પકડવું; ઝાલવું.

Tact, (ટૅક્ટ્)*n.* [L. *tango*, I touch.] Nice perception or discernment: ચતુરી; કલા; કલવકલ; યુક્તિ.

Tactician, (ટૅક્ટિશ્યન) *n.* One versed in tactics: કવાયતી–કુનેહબાજ માણસ; પાકો ખેલાડી.

Tactics, (ટૅક્ટિક્સ્) *n.* [Gr. *tasso*, *taxo*, I arrange.] The science and art of disposing military and naval forces: લશ્કરી કવાયત. 2. Any system or method: રીત; રચના; ગોઠવણ.

Tactile, (ટૅક્ટાઇલ)*a.* [L. *tango*, I touch.] That may be felt: લાગણીવાળું–તું.

Taction, (ટૅક્શન)*n.* Touch: લાગણી; સંબંધ.

Tadpole, (ટૅડ્પોલ્)*n.* A young frog: દેડકાનું બચ્ચું.

Tag, (ટૅગ્)*n.* Same as Tab. **T.** *and rag*, the lowest sort: હલકા લોકો; ભામટો. *vt.* To fasten: જોડવું; વળગાડવું; સાંધવું.

Tail, (ટેલ)*n.* Limitation: કોઇ ચોકસ વારસનેજ મીલકત મલે એવી ખંધી.

Tail, (ટેલ)*n.* The terminal appendage of animal: પૂછડું; પૂછડી; દુમ. The back or lower, part of anything: પીઠ; છેડો. *To turn* **t.**, to run away: નાસી જવું.

Tailor, (ટેલર)*n.* One whose occupation is to make men's garments: દરજી; મેરાઇ.

Taint, (ટેન્ટ્)*vt.* & *vi.* [L. *tingo*, I dye.] To infect : ખરાબ પાસ–રંગ બેસાડવો–લગાડવો; કશાનો ચેપ લગાડવો; ઝેર ચઢાવવું; બગાડવું; ખરાબ ક૦–થવું; કોહવું; ચેપ–સલો લાગવો; બગડવું–બગડી–ખરાબ થઇ જવું. 2. To stain: એબ–ડાઘ લગાડવો; કાલી ટીલી લગાડવી. *n.* Corruption; infection: બગાડ; સલો; ચેપ. 2. Spot: ડાઘ; કલંક; એબ; બટ્ટો; નામોશી.

Take, (ટેક્) *vt. imp.* **took**. *p. p.* **taken**.] To grasp: લેવું; પકડવું; ઝાલવું. 2. To capture: પકડવું; કેદ પકડવું. 3. To charm: મન હરી લેવું; મોહ પમાડવું; આશક–ફિદા–ખુશખુશ ક૦. 4. To choose: પસંદ ક૦ લેવું. 5. To require: લાગવું; ખપવું; બેસવું; કામમાં–ખપમાં આવવું–લાગવું. 6. To lead:લઇ જવું.7.To withdraw(with *from*): બાદ ક૦; કમી ઓછું ક૦. 8. To swallow: લેવું; ખાવું; પીવું 9. To accept; to suppose: માનવું; કબૂલ રાખવું; કબૂલ કરવું; ધારવું; સમજવું; ગણવું; વિચારવું. *To* **t.** *aim*, to aim: તાકવું. *To* **t.** *along*, to lead: તેડી જવું; લઈ જવું. *To* **t.** *arms*, to commence war: લઢાઈ શરૂ ક૦. *To* **t.** *away*, to carry off: ઝુંટી લેવું; લઈ લેવું. *To* **t.** *breath*: to refresh one's self: વિસામો લેવો; દમ ખાવો. *To* **t.** *down*, (*a*) *to reduce*: નીચે ઉતારવું. *Hence*, to humble: માન ભંગ ક૦; નીચું જોવડાવવું. (*b*) To swallow: ગળી જવું; પી જવું. *To* **t.** *effect*, to be efficacious: ગુણ–અસર થવી; ફલવું; અમલમાં આવવું. *To* **t.** *heart*, to take courage: હિંમત ધરવી. *To* **t.** *heed*: સાવચેત રહેવું. *To* **t.** *hold of*, to seize: પકડવું; ઝાલવું. *To* **t.** *horse*: ઘોડા-પર બેસવું. *To* **t.** *in*, (*a*) to inclose: ઘેરી–વિંટાલી લેવું (*b*) To cheat:ઠગવું;છેતરવું.(*c*)To admit:દાખલ ક૦; અંદર લેવું. (*d*) To understand: સમજવું; સમજણ પડવી. *To* **t.** *leave*, to bid farewell: સલામ ક૦; રજા લેવી. *To* **t.** *off*, (*a*)to remove: ખસેડવું; દૂર ક૦; ઉતારવું; કાઢી નાખવું. *To* **t.** *on*, to assume: ધારણ ક૦; માથે લેવું; વ્હોરવું. *To* **t.** *orders*. પાદરી થવું; પાદરીની પદવી મેલવવી. *To* **t.** *out*, to separate: કાઢવું, બ્હાર કાઢવું; જુદું–નોખું ક૦. *To* **t.** *the air*, to walk in the air: હવા ખાવા જવું. *To* **t.** *the field*: to commence war: લઢાઈ શરૂ ક૦. *To* **t.** *to heart*, to feel sensibly: મોટું લાગવું; શોક–બલાપો કરવો; ગમ ધરવો. *To* **t.** *up* (*a*) to raise: ઉપાડવું; ઉંચું ક૦; ઉંચકવું. (*b*) To buy: ખરીદવું; વેચાતું લેવું. (*c*) To begin: શરૂ ક૦; માંડવું. *To* **t.** *up arms*: સામા થવું; લઢવાને તૈયાર થવું. *To* **t.** *upon one's self*, (*a*)To undertake: વ્હોરવું; માથે લેવું. To **t.** *a leaf out of another's book*, to follow in the footsteps of: કોઇને પગલે ચાલવું. *To* **t.** *into one's head*, to conceive the idea: મગજમાં ધુન ભરાવી. *To* **t.** *off from*, to lessen: ઘટાડવું; ઓછું–કમી ક૦. *To* **t.** *one's chance*, to run a risk; to play for: નશીબ અજમાવવું. *To* **t.** *one's way*, to depart: રસ્તો કાપવો; જતા રહેવું. *To* **t.** *to task*, to repremand: ઠપકો આપવો; ખખડાવવું. *To* **t.** *to the heels*, to run away: નાસી જવું; સટકી જવું. *To* **t.** *umbrage*, to be angry: ગુસ્સે થવું; ખોટું લાગવું. *To* **t.** *wind*, to become known: જણાવું; જાણીતું જવું. *vi.* To have effect: ગુણ થવો–જણાવો–લાગવો; અસર થવી. 2. To please: ચાલવું; પસંદ પડવું;ખુશી ક૦. 3. To resort: જવું; આશ્રય લેવો; ભરાવું–સંતાવું. *To* **t.** *after*, (*a*) to copy: નકલ કરવી. (*b*) to resemble: મલતા આવવું–હોવું.*To* **t.***to*,to become attached to: મમતા–પ્રીતિ–માયા લાગવી; કશાની પાછલ લાગવું–મંડવું.

Taking, (ટેકિંગ્) *a.* Attracting: લોભાવે એવું; લલચાવે એવું. 2. Infectious: ચેપી. [અભ્રક.

Talc, (ટૅલ્ક્) *n.* A soft mineral: અબરખ;

Tale. (ટેલ)*n.* Story: વાત; કથા; વાર્તા; કહાણી. 2. A reckoning: ગણત્રી; હિસાબ.

Tale-bearer, (ટેલ્બૅરર્)*n.* One who officiously tells tales: ચાડીઓ; ચુગલીખોર.

Talent, (ટૅલૅન્ટ્)*n.* [L. *tollo*, I lift up.] Among the ancient Greeks, a weight and a denomination of money equal to 60 minæ: ૬૦ મીની બરોબર વજનનો એક પ્રાચીન યુનાની લેાકોનો સિક્કો; ટાલંટ. 2. Faculty: બુદ્ધિ; અક્કલ; હોશિયારી; ખબરદારી.

Talented, (ટૅલન્ટેડ્) *a.* Possessing talent: બુદ્ધિમાન; અક્કલમંદ; હુન્નરમંદ; હોશિયાર; ચતુર.

Talisman, (ટૅલિસ્મૅન) *n. pl.* **Talismans**. [Gr. *telesma*, tribute.] A charm: તાવીજ; મંત્ર; માદલીયું; દોરો; ચિઠ્ઠી.

Talismanic, Talismanical.(ટૅલિસ્મૅનિક્-કૅલ્)*a.* Magical: જાદુ જેવુ; તાવીજનું; તલિસ્માતી.

Talk, (ટૉક્)*vi.* To utter words: બોલવું: વાત ચીત કરવી; ગપ્પાં હાંકવાં. 2.To reason: સલાહ લેવી; મસલત ક૦. 3. To prate (*Colloq.*) : બબડવું; બડબડ-લવલવ ક૦. *To* **t.** *of*: to relate: વર્ણવવું; વર્ણન ક૦. *To* **t.** *to*, To advise; to exhort: સમજાવવું; શીખામણ દેવી. *n.* Converse: વાતચીત 2. Rumour: ગપાટો; ગપ; ઉડતી વાત. 3. Subject of discourse: વાતનો વિષય; તકરારની બાબદ.

Talkative; (ટૉકેટિવ્)*a.* Given to much talking:વાતોડીયું; બહુ બોલું; બડબડીયું; લવારીખોર.

Tall, (ટૉલ્)*a.* High: ઉંચું; ઉન્નત; લંબૂસ. 2. Brave; bold: બહાદુર; હિમ્મતવાન; છાતીવાલું.

Tallow, (ટૅલો) *n.* The fat of animals: ચરબી. *vt.* To grease with tallow: ચરબી લગાડવી.

Tally, (ટૅલિ)*n.* One of two books, &c., on which corresponding accounts were kept: મેલનો ચોપડો; મેલ; જવાબ; તાલો. 2. A match: જોડીઓ; જોડ. *vt.* & *i.* To cause to fit: બીજા સાથે મલતું બનાવવું; મેલ મેલવવો; તાલો મેલવવો. બેસતું-મલતું આવવું; સરખું ઉતરવું-થવું.

Talon, (ટૅલન્)*n.* [L. *talus*, the heel.] The claw of a bird of prey: શિકારી પક્ષીના પગનો નખ; પંજો; નખોરીયાં.

Tamable, (ટેમૅબલ્)*a.* That may be tamed; [પલાય એવું.

Tamarind, (ટૅમૅરિન્ડ્)*n.* An Indian leguminous tree: આમલીનું ઝાડ; આમલી.

Tambour, (ટૅમ્બૂર્)*n.* A tambourine: ખંજરી: ડફ; તબલો. 2. A small frame used for stretching: ભરત ભરવાનું ચોકઠું. *vt.* To embroider on a tambour: ચોકઠાપર ભરત ભરવું.

Tambourine,(ટૅમ્બૂરીન)*n.* A drum: ખંજરી; ડફ.

Tame, (ટેમ) *a.* [L. *domo*, I tame.] Domesticated:પાલેલું;હલી ગયેલું; કેલવેલું. 2. Spiritless: ગરીબ; વશ થયેલું. 3. Insipid: લુખ્ખું; સુક્કું; દમ-માલ વગરનું. *vt.* To domesticate: પાલવું; ગરીબ-રાંક ક૦. 2. Subdue: વશ-તાબે ક૦; નરમ કરી નાંખવું.

Tameness, (ટેમ્નેસ્) *n.* The quality of being tame: સભ્યતા; સાલસાઈ; નમ્રતા.

Tamper, (ટૅમ્પર્) *vi.* To meddle: છેડવું; સતાવવું; માથું મારવું; વચ્ચે પડવું; ચુથવું. 2 To use bribery:લાંચ આપીને મન ફેરવવું; ફોડવું.

Tan, (ટૅન્) *n.* Bark; bruised and broken for tanning: ચામડું કમાવવાને છુંદી તૈયાર કરેલી ઝાડની છાલ. 2. A yellowish-brown colour: ભુંખરો-પીલો રંગ. *vt.* To convert skins into leather: કમાવવું; કેલવવું. 2. To make brown: ભુરું ક૦. *vi.* To become tanned: કમાવું; કેલવવાવું; ભુરું થવું.

Tandem, (ટૅન્ડેમ્)*n.* A team of horses harnessed singly one before the other: એકેકની પાછલ જોડેલા ઘોડાની જોડી.

Tang, (ટૅન્ગ્) *n.* A strong offensive taste: ખરાબ સ્વાદ. 2. The part of a kinife, fork &c., which is inserted into the handle: પાનું. 3. The tongue of a buckle: બકલનો કાંટો-જીભ.

Tangent, (ટૅન્જૅન્ટ્)*n.* [L. *tango*, I touch.] A tangent line: વાંકી આકૃત્તિને અડકતી લીંટી; સંપાતરેખા. *a.* Touching: અડકતું.

Tangible, (ટૅન્જીબલ્)*a.* [L. *tango*, I touch.] Palpable: લાગે એવું; અડકયાથી જણાય તેવું. 2. Real; evident: દેખાય એવું; ઉઘાડું; સ્પષ્ટ; ખરેખરું.

Tangle, (ટૅન્ગલ્)*vt.* & *i.* To unite together confusedly:ગુચવી નાંખવું;ગુચવાવવું.2. To entrap: ફસાવવું ; ફસાવું; ફસાઈ પડવું.*n.* An edible seaweed: દરીઆમાં ઉગતો છોડવો. 2. A knot of things united confusedly: ગુંચ; આંટી.

Tank, (ટૅન્ક્)*n.* [L. *stagmum*, a pool.] A large cistern: ટાંકી; તલાવ; ટાંકું; સરોવર.

Tankard,(ટૅન્કાર્ડ)*n.* A large drinking vessel: ઢાંકણવાલું પીવાનું વાસણ.

Tanner, (ટૅનર્)*n.* One who tans: ચમાર; ખાલપો; ચામડીઓ. [ચામડાં રંગવાનું કારખાનું.

Tannery, (ટૅનરિ)*n.* A place for tanning:

Tannin, (ટૅનિન્)*n.* (*Chem.*) Same as *Tannic acid*: ચામડાં રંગવાની દવા.

Tantalize, (ટૅન્ટૅલાઈઝ્)*vt.* To tease: ટીમ-ટીમાવવું; ટવલાવવું; ચીડવવું; ખોટી આશા ઉભી ક૦.

Tantalising, (ટૅન્ટૅલાઈઝિન્ગ્) *a.* Teasing: ટવલાવતું

Tantamount,(ટૅન્ટૅમાઉન્ટ્) *a.* [L.*tantus*, so great.] Equivalent: બરોબર; સરખું; સમાન.

Tap, (ટૅપ્) *vt.* & *i.* To pat:ટચકો-ટકોરો મારવો-લગાવવો; ટપલી મારવી.*n.*A gentle blow:ટકોરો;ટપલી.

Tap, (ટૅપ્) *n.* A hole or pipe through which liquor is drawn: દારૂ કાઢવાનું નાકું-નલી.2. A tap room: દારૂ કાઢવાની-ખેંચવાની જગ્યા. *On* **t.**, (*a*) ready to be drawn ખેંચવાને તૈયાર. *vt.* To pierce so as to let out a fluid: પ્રવાહી પદાર્થ નીકલે તેમ કાણું વ્હેર પાડવો; કાઢવું.

Tape, (ટેપ્) *n.* A narrow band of cotton or linen: પાટી; નાડું; ફીત.

Taper, (ટેપર્)*n.* A small vax candle: ટુંકડી મીણબતી;ન્હાનો દીવો.*vi* & *t.*To become gradually smaller toward one end: પડા જેવું થવું-ક૦.

Tapering, (ટેપરિન્ગ્) *a.* Conical: પડા જેવું; પડાના આકારનું.

Tapestry, (ટૅપૅસ્ટ્રિ) *n.* [L.*tapete*, a carpet.]

A fabric with wrought figures: ભીંતના પડદા; બુટ્ટા-દાર પડદા.

Tape-worm, (ટેપ્‌વર્મ્) *n.* A worm found in the intestines: પેટમાં પાકતો કરમ; કુરમ.

Tapster, (ટૅપ્સ્ટર્)*n.* One, who draws liquor: દારૂ કાઢનારો-ખેંચનાર.

Tar, (ટાર્)*n.* A sailor: ખલાસી. 2. A thick, black, viscous liquid: ચિલાયતી ડામર; તાર. *vt.* To smear with tar: ડામર લગાવવો.

Tardiness, (ટાર્‌ડિનેસ્)*n.* The quality of being tardy: સુસ્તપણું; સુસ્તી.

Tardy, (ટાર્ડિ)*a.* [L. *tardus*, slow.] Slow: ધીમું; ધીરું; સુસ્ત; મોડું કરનારું; લાસરીયું.

Tare, (ટેર્)*n.* A weed that grows among heat: ઘઉં વીગેરે અનાજમાં ઉગતો છોડવો;જડીઉં. *n.* The weight of the vessel or in which goods are contained; *hence*, the allowance made for it: બારદાન; કપાત; બાદ; છુટ; વળતર.

Target, (ટાર્‌જેટ્)*n.* A small shield: નાની ઢાલ. 2. A mark to shoot at: નેમ; નિશાન; ચોટ.

Tarriff, (ટૅરિફ્) *n.* A list of the duties fixed by law on merchandise: દાણ જકાત મહેસુલના દરની યાદી; જકાતનામું.

Tarnish, (ટાર્‌નિશ્)*vt.* To soil: ઝાંખું-કાળું-મેલું કo; ડાઘ પાડવો. (*as glory*): કલંક-એબ-ખટ્ટો લગાડવો. *vi.* To lose luster: તેજ-ચલકાટ જતો રહેવો; ઝાંખું-સામલું-મંદ થવું.

Tarpaulin, (ટાર્‌પૉલિન્) *n.* Canvas covered with tar: ડામર લગાડેલું કંતાન; તારપત્રી.

Tarry, (ટારિ)*a.* Consisting of, covered with or like tar: ડામરવાળું-ચઢાવેલું; ડામરના જેવું. *vi.* (ટૅરિ) [L. *tardus*, slow.] To wait: ઉભા રહેવું; થોભવું; રાહ-વાટ જોવી. 2. To delay: વાર લાગવી; ઢીલ-વિલંબ કo; લંબાવવું; મુલતવી રાખવું.

Tart, (ટાર્ટ્)*a.* Sour: ખાટું. 2. Severe: આકરું; કઠોર; સખત. *n.* A small pie: સમુસો.

Tartar, (ટાર્ટર્)*n.* A sediment in wine cask: દારૂના પીપમાં બંધાઈ રહેલો પોપડો-થરો. 2. A concretion which often incrusts the teeth: દાંત ઉપરની લીલ; ઉલ; આગરૂ.

Tartar, (ટાર્‌ટર્)*n.* A native of Tartary: તાતાર દેશનું માણસ; તાતારી. 2. A person of irritable temper: ચીડાઈ જાય એવા સ્વભાવનો માણસ; ચીડાઉ; ઝાંઝી. *To catch a* **t.**: જોરાવર માણસ સાથે છેડતી શોધવી.

Task, (ટૅસ્ક્)*n.* [L. *taxo*, I estimate.] Work imposed: આપેલું-સોંપેલું-નીમી આપેલું કામ; પાઠ; ઘડો. 2. Drudgery: કામ; વેતરૂં. *To take to task*, to reprove: દમ ભરાવવો; ઠપકો આપવો. *vt.* To impose a task upon: કામ આપવું-સોંપવું.

Task-master, (ટૅસ્ક્-મૅસ્ટર્) *n.* An overseer: કામ-પાઠ આપનાર; વ્હેતરૂ કરાવનાર; ઉપરી; દેખરેખ રાખનાર.

Tassel, (ટૅસેલ્)*n.* [L. *taxilus*, a little die.] A pendent ornament, attached to the corners of cushions, &c.: ફુમતું.

Tastable, (ટેસ્ટૅબલ્)*a.* That may be tasted: સ્વાદ લેવા જેવું; ચાખવા જેવું-લાયક.

Taste, (ટેસ્ટ્) *vt. & i.* [L. *taxo*, I estimate] To try by eating a little: ચાખવું; ચાખી જોવું; મ્હોંમાં નાંખી જોવું. 2. To experience: અનુભવ લેવો; ભોગવવું; સ્વાદ ચાખવો. *n.* Flavor: સ્વાદ; રસ; લ્હેજત; મઝા. 2. The sense of taste: ચાખવા-સ્વાદ જાણવાની ઇંદ્રિ. 3. Liking; fondness: રૂચિ; શોખ.

Tasteful, (ટેસ્ટ્‌ફુલ્) *a.* Savory: સ્વાદિષ્ટ; સ્વાદ-લ્હેજતદાર.

Tasteless, (ટેસ્ટ્‌લૅસ્)*a.* Insipid: સ્વાદ વગરનું; મોળું; ફીકું; બેસ્વાદ; બેમઝા; લુખું.

Tasty, (ટેસ્ટિ)*n.* Having good taste: સ્વાદિષ્ટ; સ્વાદવાળું. 2. Elegant: ખુબસૂરત; ખુબીદાર; સરસ.

Tatter, (ટૅટર) *n.* A torn piece: ચીંથરૂં; ફાટેલા કપડાના કકડા.

Tattle, (ટૅટલ્)*vi.* To talk idly: લવારો કo; બકવા કo. 2. To tell secrets: છાની વાત કહી દેવી; ચુગલી કo; ચાડી ખાવી. *n.* Idle-talk: ગપાટા; ગપસપ. [કરનાર; ચાડીયો; ચુગલીખોર.

Tattler, (ટૅટ્‌લર)*n.* One who tells tales: લવારો

Tattoo, (ટૅટૂ) *n.* A beat of drum, at night, giving notice to soldiers to retreat: લશ્કરને રાત્રે પાછા ફરવાની નિશાની તરીકે પડઘમ વગાડવું તે. *vt.* To color the skin by pricking in coloring matter: ચામડીપર છુંદણાંનું ચિત્ર પાડવું; છુંદણાં છુંદવાં. *n. pl.* An indelible mark made by puncturing the skin: છુંદણાં.

Taunt, (ટૉન્ટ્) *vt.* To revile: મ્હેણાં મારવાં; ઠપકો દેવો; ટોણો મારવો. *n.* Bitter reproach: મેહેણું; ટોણું.

Taurus, (ટૉરસ્) *n.* [Gr.] (*a*) The bull: બળદ; બેલ. (*b*) A zodiacal constellation: વૃષભરાશી.

Tautology, (ટૉટૉલૉજિ) *n.* [Gr. *tautos*, the same & *lego*, I speak.] (*Rhet.*) A repetition of the same meaning in different words: તેનો તે અર્થ જુદા જુદા શબ્દોથી કહયાં કo તે; અનુવાદ.

Tavern, (ટૅવર્ન્) *n.* [L. *taberna*, a hut.] An inn: મુસાફરખાનું. 2. A public house licensed to sell liquors: દારૂની દુકાન; પીઠું.

Taw, (ટૉ) *vt.* To dress and prepare: ચામડું રંગવું. *n.* A marble to be played with: લખોટો.

Tawdriness, (ટૉડ્રિનેસ્) *n.* Quality of being tawdry: તકલેદી પણું; ખોટો દેખાવ.

Tawdry, (ટૉડ્રિ)*a.* Cheap and gaudy: તકલીદી; શોભણશાભણનું.

Twany, (ટૉનિ) *a.* Yellowish brown: બદામી.

Tax, (ટૅક્સ્) *n.* [L. *taxo*, I touch sharply.] A charge laid upon persons or property for the support of a Government: કર; વેરો; દાણ; જકાત; મ્હેસુલ. *vt.* To lay a tax on: કર નાખવો. 2. To charge; to accuse; *also*, to censure:-તોહોમત-આરોપ મૂકવો; ઠપકો દેવો.

Taxable, (ટૅક્સૅબલ્)*a.* Capable of being taxed: કર-વેરો નાખવા લાયક.

Taxation, (ટૅક્સેશન્)*n.* [L. *taxatio*, estimation.] Tax: કર; વેરો; જકાત.

Tea, (ટી) *n.* The prepared leaves of a shrub: સુકકી ચા–ચ્હા. 2. A decoction of tea leaves: ચા. 3. Any decoction: ઉકાળો; કાઢો.*vi.* To drink tea: ચ્હા પીવી.

Teach, (ટીચ્)*vi.* To instruct: શિખવવું; ભણાવવું.

Teachable, (ટીચૅબ્લ્) *a.*Apt to learn:શિખવવા લાયક–જેવું; જલદી શિખે એવું.

Teacher, (ટીચર) *n.* A tutor: શિક્ષક; શિખવનાર; મહેતાજી; ગુરૂ; ઉસ્તાદ.

Teaching, (ટીચિન્ગ્) *n.* Instruction: કેલવણી.

Teak, (ટીક્) *n.*A tree of the East Indies: સાગનું ઝાડ; સાગ; સાગનું લાકડું.

Team, (ટીમ્) *n.* A group of young animals: ન્હાના પશુઓનું ટોલું. 2. Two or more beasts harnessed to the same vehicle: જોડ; જોડી. 3. A gange: ટોલી; ટોલકી.

Teamster, (ટીમ્સ્ટર્) *n.* One who drives a team: ગાડી હાંકનાર–વાલો; ગાડીવાન.

Tear, (ટીર)*n.* A drop of the fluid from the eyes:આંસુ.*To wipe the mourner's* **t.***s*: દીલાસો–ધીરજ આપવી. (ટેર્) [*Imp.* **Tore**. *pp.* **Torn**. [*L. tero*,I rub to pieces.]To rend: ફાડવું; ચીરવું; ફોડી નાંખવું. *To* **t.** *down*, to pull down: તોડી નાંખવું–પાડવું; જમીન દોસ્ત ક૦. *To* **t.** *off*, to strip: ફાડી-ચીરી નાંખવું. *To* **t.** *out*, to pull out: ખેંચી કાઢવું.*vi.* To be rent: ફાટી–તુટી જવું. 2. To rush with violence:જોશ ચઢવો. *n.* A fissure: ફાટ;ચીરો.

Tease, (ટીઝ્) *vt.* To comb, or card, as wool: પીંજવું; પંઝેટવું. 2. To annoy: જીવ ખાવો;ખીજવવું; ચીડવવું; સતાવવું; પજવવું; ત્રાસ આપવો.

Teat, (ટીટ્) *n.* A nipple: આંચલની અણી; દીટડી.

Technical, (ટેક્નિકૅલ્) *a.* [Gr. *techne*, art.] pertaining to: કોઇ ખાસ વિદ્યા–કલાસંબંધી.

Technicality, (ટેક્નિકૅલિટિ) *n.* That which is technical: કોઇ ઇલમનો ખાસ બોલ–શબ્દ–ચીજ.

Technology, (ટેક્નૉલૉજિ) *n.* [Gr. *techne* & *logos*, discourse.]Industrial science: કલાવર્ણન; ઇલમનું બયાન.

Tedious,(ટીડિઅસ્)*a.*[L.*taedium*, Wearisome: કંટાલા ભરેલું–કંટાલો ઉપજાવે એવું.

Tedium, (ટીડિઅમ્) *n.*[L. *taedet*, it disgusts.] Tediousness: કંટાલો; ત્રાસ; થાક.

Teem, (ટીમ્) *vi.* To bring forth: બચ્ચું જણવું; ફલ ઉત્પન્ન ક૦; વીયાવું. 2. To abound: ભરપૂર હોવું; રેલછેલ થવી.

Teens, (ટીન્ઝ્) *n. Pl.* The years of one's age from thirteen to nineteen:તેરથી ઓગણીસ સુધીની ઉમર.

Teeth, (ટીથ્) *n. Pl.* of **Tooth**: દાંતો. *vi.* To grow teeth: દાંત આવવા–ફુટવા.

Teetotaler, (ટીટોટૅલર) *n.* One pledged to entire abstinence from all intoxicating drinks: દારૂ ન પીવાના કસમ લઇ બેઠેલો ધણી.

Teetotalism, (ટીટોટૅલિઝમ્) *n.* The practice of entire abstinence from intoxicating drinks: દારૂની પરહેજી.

Tegument, (ટેગ્યૂમેન્ટ) *n.* *tego* I cover.]Skin, hide: ચામડી; ચામડું; ઉપલુ પડ; ઢાંકણ.

Telegram,(ટેલીગ્રૅમ્) *n.*[Gr.*tele*,at a distance & *grama*, a letter.] A message sent by telegraph: તારનો સંદેશો; તાર.

Telegraph, (ટેલીગ્રૅફ્) *n.* [Gr. *tele* & *grapho*, I write.] An apparatus for communicating intelligence rapidly between distant points: તારનો સાંચો; તાર. *vt.* To convey by telegraph: તાર મારફતે સંદેશો મોકલવો; તાર ક૦.

Telegraphic, (ટેલીગ્રૅફિક્) *a.* Pertaining to a telegraph: તારમાં–મારફતે મોકલેલું.

Telegraphy, (ટેલગ્રૅફિ) *n.* The science or art of using telegraphs:તારમાં સંદેશો મોકલવાની કલા–વિદ્યા; દૂરલેખક વિદ્યા–કલા.

Telephone, (ટેલીફોન) *n.* [Gr. *tele*, far off & *phone*,sound.]An instrument for reproducing sounds, at a distance: બોલેલા બોલ ઘણે દૂર સાંભલી શકાય એવું યંત્ર;દુરગો.*vt.*To convey by a telephone: એવા યંત્રથી કહેવું–વાત ક૦.

Telescope, (ટેલસ્કોપ્) *n.* [Gr. *tele*, at a distance & *scopeo*, I view.] An optical instrument for viewing distant objects:દુરબીન.

Telescopic, (ટેલસ્કોપિક્) *a.* Pertaining to a telescope: દુરબીન સંબંધી–થી દેખાતું.

Tell, (ટેલ્) *vt.*[*Imp.* & *p.p.* **Told**.] To utter: કહેવું; બોલવું. 2. To publish: કહી દેવું; જાહેર ક૦; ઉઘાડું પાડવું.*vi.* To give an account:વર્ણન–બયાન ક૦; હેવાલ આપવો. 2. To produce effect:લાગવું; અસર થવી.

Telling, (ટેલિન્ગ્) *n.* Effective: અસરકારક.

Tell-tale,(ટેલ્ટેલ્) One who officiously tells the private concerns of others: ચાડી–ચુગલી ખાનાર; ચાડિયો; ચુગલીખોર.

Temerity, (ટીમેરિટિ)*n.*[L.*temere*, by chance.] Rashness: નાદાની; હુલ્લડાઇ; સાહસ.

Temper, *vt.* (ટેમ્પર્) *vt.*[L.*tempus*, time] To prepare by combining:મેલવણી–બનાવટક૦.2. To soften; to calm: નરમ-શાંત-ઠંડુ ક૦–પાડવું. 3. To bring to a proper degree of hardness:પાણી પાવું–ચઢાવવું. *n* Just combination: સારી મેલવણી. 2. Disposition: સ્વભાવ; તબિયત; મિજાજ. *To keep one's* **t.**: મન શાંત રાખવું. *To lose one's* **t.**: મિજાજ ખોવો; ગુસ્સે થવું. 3. Irritation: ગુસ્સો; ગરમ મિજાજ. 3. The state of metal: પાણી.

Temperament, (ટેમ્પરૅમેન્ટ્) *n.* Disposition: સ્વભાવ; પ્રકૃતિ; તબિયત; મિજાજ.

Temperance, (ટેમ્પરૅન્સ્) *n.* Moderation: મધ્યમપણું; માફકસરપણું. **T.** *in eating*: પરહેજી.

Temperate, (ટેમ્પરેટ્) *a.* Moderate: મધ્યમ; માફકસરનું;માફક;સમધાત;જોઈએ તેવું. 2. Calm: ઠંડું; ઠંડા મિજાજ–સ્વભાવનું; નરમ;શાંત. **T.***zone*:સમશીતોષ્ણ કટીબંધ.

Temperature, (ટેમ્પરેટ્યૂર્) *n.* [L. *temperatura*,proportion.] Constitution:સ્થિતિ; બંધારણ; પ્રમાણ. 2. Condition with respect to heat or cold: ટાઢ તથા તાપનું પ્રમાણ; ગરમી સરદીનું માપ.

Tempered, (ટેમ્પર્ડ્) *a.* Brought to a proper

temper: ઠેકાણે મિજાજ હોય તેવું; ખરેખર પાણી પાયેલું.

Tempest, (ટેમ્પેસ્ટ્) *n.* [L. *tempus*, time.] A furious storm: ભારે તોફાન; વાવાઝોડું. 2. Any violent tumult: હુલ્લડ; બંડ; તોફાન; ફિતુર; બખેડો.

Tempestuous, (ટેમ્પેસ્ટ્યૂઅસ્) *a.* Stormy: તોફાની.

Templar, (ટેમ્પ્લૅર)*n.* A student of law: કાયદાનો અભ્યાસ કરનાર વિદ્યાર્થી.

Temple, (ટેમ્પલ્) *n.* [L. *tempus.*] The space on either side of the head, in front of the ear: લમણું; કાન પટ્ટી. *n.* [A S. *templum*, a temple.] A place of worship: મંદિર; દેહેરું; દેવલ.

Temporal, (ટેમ્પોરૅલ્) *a.* Worldly: સંસારિક; દુનિયાદાર; દુનિયાદારીનું.

Temporality, (ટેમ્પોરૅલિટિ)*n.* Material interests: સંસારી લાભ; દુનિયાદારી ફાયદો; પાદરીની આવક.

Temporary, (ટેમ્પોરૅરિ) *a.* Not permanent: થોડો વખત ચાલે એવું; ક્ષણિક; ક્ષણભંગુર; ફાની; કામચલાઉ.

Temporize, (ટેમ્પોરાઇઝ્) *vi.* To comply with the time or occasion: જમાના પ્રમાણે ચાલવું.

Tempt, (ટેમ્ટ્) *vt.* [L. *tempto*, I try.] To test: અજમાયશ કરવી. 2. To entice: લલચાવવું; લોભાવવું. ઉશ્કેરવું. [લોભ; મોહ.

Temptation, (ટેમ્ટેશન)*n.* Allurement: લાલચ;

Ten, (ટેન) *a.* [L. *decem.*] Twice five: દસ; દશ.

Tenable, (ટૅનૅબલ્)*a.* Capable of being kept or defended: સંભાલવા-બચાવવા જોગું.

Tenacious, (ટીનેશસ્) *a.* [L. *teno*, I hold.] Holding fast: મજબૂત પકડી-ધરી રાખે એવું; ચિવડ. ચિકણું. 2. Retentive: જેમાંથી કદી ખસે નહિ એવું; ભુલે-વિસરે નહિ એવું. 3. Adhesive: ચીકણું; ચોંટી રહે એવું. 4. Obstinate; હઠીલું.

Tenacity, (ટીનૅસિટિ) *n.* The quality of being tenacious: ચિવડપણું; ચીમડપણું. 2. Adhesiveness: ચિકણાપણું; ચિકાસ; ચિકણાસ.

Tenancy, (ટૅનૅન્સિ) *n.* [L. *teneo*, I hold.] A temporary holding of an estate: ભોગવટો; કબજો.

Tenant, (ટૅનૅન્ટ્)*n.* An occupant: ભાડુત; ભાડે રહેનાર. *vt.* To hold, as a tenant: ભાડે રહેવું-રાખવું.

Tanantable, (ટૅનૅન્ટેબલ્)*a.* Fit to be rented: ભાડે આપવા-રાખવા જોગ; ભાડે રહેવા લાયક.

Tenantry, (ટૅનૅન્ટ્રિ)*n.* The body of tanants: ગણોતીઆ; સાંથિયા; ખેડુતો; ભાડુતો; ભરભાડુત.

Tend, (ટેન્ડ) *vt.* To guard: સંભાલવું; ખબરદાસ્ત-જતન ક૦; રાખવું; જાલવવું. *vi.* To serve: (with *on* or *upon*): ચાકરી ક૦; હાજરીમાં રહેવું. *vi.* [L. *tendo*, I stretch.) To move in a certain direction: કોઇ અમુક દિશા જવું; ફંટાવું; વલવું; ફાટવું. 2. To contribute: વલણ હોવી; સાધન થઈ પડવું; પરિણામ નીપજવું.

Tendency, (ટેન્ડેન્સિ) *n.* Drift: મનનું વલણ; રૂખ; ઈચ્છા.

Tender, (ટેન્ડર)*n.* A vessel attending a larger with stores: ખોરાક તથા બીજો સરસામાન પૂરો પાડવાને માટે મ્હોટાં વહાણોની સાથે રાખેલું એક વહાણ. *vt.* [L. *tendo*, I stretch.] To present for acceptance: આપવું; રજુ ક૦; હાજર ક૦. આગલ ધરવું; ભરવું. *n.* Any offer: હાજર કરવું તે; રજુઆત; માંગણી. *a.* Delicate: કુમળું; નાજુક; પોચું; કોમલ. 2. Weak: અશક્ત; નબળું. 3. Compassionate: દયા લાવે એવું; દયાળુ; કૃપાળુ; કૃપાવંત.

Tender-hearted, (ટેન્ડર-હાર્ટેડ્) *a.* Pitying: કોમલ હૈયાનું; બહુ દયાળુ; દાઝ-લાગણીવાળું.

Tenderness, (ટેન્ડરનેસ્) *n.* The quality of being tender: કોમલપણું; નાજુકાઈ; નરમાસ; લાગણી; દયા; દાઝ.

Tendril, (ટેન્ડ્રિલ)*n.* A slender, leafless portion of a plant: વેલો.

Tenebrous, (ટેનીબ્રસ્) *a.* [L. *tenebræ*, darkness.] Dark; Gloomy: કાલું; શોકાતુર; ઉદાસી.

Tenement, (ટેનેમેન્ટ્)*n.* [*teneo*, I hold.] Fife: ખેતર; જાગીર; વતન. 2. A dwelling: ઘર; મકાન; ઈમારત; અમલો.

Tenet. (ટેનેટ્)*n.* [L. *teneo*, I hold.] An opinion, which a person holds: મત; વિચાર; અભિપ્રાય. [દસગણું.

Ten-fold, (ટેન-ફોલ્ડ)*a.* & *adv.* In tens:

Tennis, (ટેનિસ્)*n* A play in which a ball is continuously kept in motion: જાળી દડાની રમત.

Tenon, (ટૅનૉન)*n.* A projecting end of wood made to insert into a mortise: લાકડાનું સાલ. **T.** & *mortise*: ખીલમાંકડી. *vt.* To fit for insertion into a mortise: સાલ બેસાડવું; લાકડાનું સાલ કાઢવું.

Tenor, (ટૅનૉર)*n.* [L. *teneo*, I hold.] Course: સાધારણ રીત; વલણ; ધોરણ. 2. Purport: હેતુ; મતલબ; ધારણા.

Tense, (ટેન્સ્) *n.* [L. *tempus*, time.] The modification of verbs for the indication of time: કાલ. *a.* [L. *tendo*, I stretch.] Stretched: ખેંચાયેલું; તંગ; તસતસતું.

Tension, (ટેન્શન)*n.* [L. *tendo*, I stretch.] The state of being stretched: ખેંચ; તાણ; તસતસાટ. 2. Effort: કોશિશ; મેહેનત.

Tent, (ટેન્ટ્)*n.* [L. *tendo*, I stretch.] A porbable lodge of canvas, stretched on poles: તંબુ; ડેરો. 2. (*Med.*) A plug to dilate a wound or opening: કાકડો; વાટ; બત્તી; સલી.

Tentative, (ટેન્ટેટિવ્)*a.* [L. *tento*, I try.] Experimental: અજમાયસ-અખતરા દાખલનું; અજમાયસી.

Tenter, (ટેન્ટર)*n.* [L. *tendo*, I stretch.] A machine for stretching cloth by hooks: કપડ તણાઈને કરચલી સિવા વગર સુકાય એવો સંચો. *To be on the* **t.***s*, or *on the* **t.** *hooks*, to be in uneasiness or suspense: દુઃખ-સંકટ અથવા બેચેનીમાં હોવું-રહેવું; જીવ ઉંચો રહેવો; ચટપટ થવી.

Tenth, (ટેન્થ)*a.* & *n.* Next in order after the ninth: દસમું.

Tenuity, (ટેન્યૂઇટિ)*n.* [L. *tenuis*, *thin.*] Thinness: પાતલાપણું; બારિકાઈ. 2. Poverty:

કંગાલીયત; ગરીબાઈ.

Tenuous, (ટેન્યૂઅસ્) *a.* [L. *tenuis*, thin.] Thin: પાતલુ; બારિક; ઝીણું; આછું.

Tenure, (ટેન્યૂર્)*n.* [L. *teneo*, I hold.] The right of holding, as property: ઉપભેાગ; ભેાગવટો. 2. The manner of holding lands: પટાની તરેહ-જાત; સત્તા પ્રકાર; ઉપભેાગ પ્રકાર. *Deed of* **t.**: સનંદ; પટો.

Tepid, (ટેપિડ્) *a.* [L. *tepeo*, I become warm.] Lukewarm: છેક ઠંડું ન હેાય એવું; સુમરેતું.

Tergiversation,(ટર્જિવર્સેશન્) *n.* Evasion: ઉડાવવાનેા જવાબ-વાત; ગરબડગોટા; અષ્ટમપષ્ટમ. 2. Inconsistency: ધચુપચુપણું.

Term, (ટર્મ્) *n.* [L. *terminus*, a boundary.] Any limited time: મુહૂર્ત; વખત; વાયદો. 2. *In universities, schools, law courts &c*: નિશાલ, પાઠશાલા, અદાલત વગેરે ખાતાં ઉઘાડાં-ચાલુ રહે તે દહાડા-તેટલી મુહૂર્ત; ભરવાના દહાડા. 3. A word: બોલ; શબ્દ. 4. *pl.* (*Law.*) Conditions: શરતેા; બોલી. *Good* **t.**: બનાવ; દોસ્તી. *Ill* **t.***s*: અણબનાવ. *To bring to* **t.***s*,to compel to agree:સલાહ કરાવવી; ઠેકાણે લાવવું. *To make terms*, to agree: કેાલકરાર કo; સલાહ-સુલેહ કo. *vt.* To name: નામ આપવું; કહેવું; બોલાવવું.

Termagant, (ટર્મૅગન્ટ્) *n.* A boisterous, bold woman: કજીઆખેાર સ્ત્રી; કલાંત ઓરત. *a.* Turbulent: ટંટાખેાર; કજીઆખેાર;તોફાની;ધાંધલીયું.

Terminable,(ટર્મિનૅબલ્)*a.* Limitable:સીમા-હદ બંધાઇ શકે એવું; પૂરૂં થાય-બંધ કરાય તેવું.

Terminal, (ટર્મિનૅલ્)*a.*Growing at the end: છેડે ઉગતું-થતું; છેડેનું: અંતનું.

Terminate, (ટર્મિનેટ્) *vt.* To limit: સીમા-હદ-મર્યાદા બાંધવી. 2. To finish: અંત છેડો લાવવેા; પુરૂં-સમાપ્ત કo;છેડો-અંત આવવેા; બંધ પડવું; પુરૂ-સમાપ્ત થવું.

Termination, (ટર્મિનેશન્)*n.*End:અંત; છેડો; આખર; સમાપ્તિ: છેવટ. 2. Result: પરિણામ. 3. (*Gram.*) The ending of a word: અંત્યાક્ષર; પ્રત્યય.

Terminology,(ટર્મિનૅાલૅાજિ)*n.*[L. *terminus*, term & *logos*, a speech.] The doctrine of terms: શબ્દશાસ્ત્ર; શબ્દો; બોલેા.

Terminus, (ટર્મિનસ્) *n. pl.* **Termini**. A boundary:મર્યાદા; સીમા; અંત; છેડો.2. Either end of railroad line: નાકું; છેવટનું સ્ટેશન-સ્થાન.

Ternary, (ટર્નૅરિ) *a.* [L. *terni*.] Consisting of three:ત્રણત્રણથી થતું.*n.*The number three: ત્રણ.

Terrace, (ટૅરેસ) *n.* [L. *terra*, the earth.] A balcony: અગાશી;ધાબુ.

Terra-cotta,(ટર્રૅ-કૅાટૅ)*n.* Baked clay:પુતલાં બનાવવા માટે ચુનેા ને રેતીની કરેલી મેલવણી;ખરચી ચુનેા.

Terraqueous, (ટૅરૅકવીઅસ્) *a.* [L. *terra*, the earth & E. *aqueous*.] Consisting of land and water: પાણી તથા જમીનનું; તરી ને ખુશ્કીનું.

Terrene, **Terrestrial**, (ટૅરીન ,ટૅરૅસ્ટ્રિઅૅલ્) *a.* Earthly: પૃથ્વીનું-સંબંધી; જમીન પરનું.

Terrible, (ટૅરિબલ્)*a.* [L. *terreo*, I frighten.] Dreadful: ધાસ્તી ઉપજાવે તેવું; ભયંકર; ભયાનક. 2. Severe: અતિશય; સખ્ત; કડકડતું; જબરૂ; ભારે; જબરદસ્ત.

Terrier. (ટૅરિઅર)*n.* [L. *terra*, the earth.] A breed of small dogs: એક જાતનેા નાનેા શિકારી કૂતરેા.

Terrific, (ટૅરિફિક્)*a.* [L. *terreo*, I fritghten and *facio*, I make.] Terrible: ભયંકર; ભયાનક.

Terrify, (ટૅરિફાઈ)*vt.*[L. *terreo*, I frighten.] To frighten: બીવડાવવું; ડરાવવું; થથરાવવું.

Territorial, (ટૅરિટોરિઅૅલ્)*a.* Of territory or land: જમીન સંબંધી; મુલકી. 2. Limited to a certain district: કેાઈ ચેાકસ દેશ-જગાનું .

Territory. (ટૅરિટૅારિ)*n. pl.* **Territories**. [L. *terra*, the earth.] A region: મૂલક; દેશ. 2. Domain: રાજ્ય; રાજ; તાબેા.

Terror, (ટૅરર્)*n.* [L. *terreo* I frighten.] Fright: ભય; બીક; ધાસ્તી; હેબક. *King of* **t.***s*, death: મેાત.

Terrorism, (ટૅરૅારિઝમ્)*n.* Government by intimidation: લેાકેાની દબડાવી-થરથરાવી ચલાવેલી હકુમત-સત્તા-રાજ.

Terse, (ટર્સ્)*a.* [L. *tergio*, I wipe off.] Polished: સફાઈદાર. 2. Elegantly concise: ટુંકું ને ટચ.

Tertian, (ટર્શિઅૅન્) *a.* [L. *tertius*, third.] Occurring every third day: ત્રીજે દિવસે આવનારૂં; એકાંતરીયું. *n.* Intermittent fever: એકાંતરિયેા તાવ.

Tertiary, (ટર્શિઅૅરિ) *a.* [L. *tertius*, third.] Being of the third formation: ત્રીજું; ત્રીજા દરજ્જાનું. **T.** *color*: બે રંગની મેલવણીથી-થયેલેા રંગ.

Tesselate, (ટૅસ્સીલેટ્)*vt.* [L. *tessellatus*, tesselated.] To form into squares or checkers: ચેાકડીવાલું-ખાનાદાર કo; અટાપટાદાર કo.

Tesseraic, **Tessellated**, (ટૅસ્સૅરેઈક્,ટૅસ્સૅલેટેડ્) *a.* Chekered: ચેાકડીદાર; ખાનાખાનાવાલું.

Test, (ટૅસ્ટ્)*n.* [L. *testum*, an earthen vessel.] Any critical examination: પરીક્ષા; કસેાટી;પારખ. *vt.* To put to the proof:પરીક્ષા કo; પારખવું; કસવું; કસ કાઢવેા; કસી જોવું;-ખાતરી કo.

Testaceous, (ટૅસ્ટેશસ્)*a.* (L. *testa*, a shell.] Consisting of shell: છીપનું-નું બનેલું.

Testament, (ટૅસ્ટૅમેન્ટ્) *n.* [L. *testis*, a witness.] A will: વસિયતનામું. 2. One of the two great divisions of the Bible: કરાર; સંહિતા.

Testamentary,(ટૅસ્ટૅમેન્ટૅરિ) *a.* Pertaining to a will: વસિયતનામા-સંબંધી. 2. Bequeathed by will: વસિયતનામાની રૂએ-વારસામાં મલેલું.

Testate, (ટૅસ્ટેટ્)*a.* [L. *testatus*.]Having made and left a will: વસિયતનામું કરીને મરી જનારૂં.

Testator, (ટૅસ્ટેટૅાર્)*n.* A man who leaves a will: વસિયતનામું કરીને મરી જનારેા.

Testatrix, (ટૅસ્ટેટ્રીક્સ્)*n.* A female testator: વસિયતનામું કરીને મરી જનારી સ્ત્રી.

Tester, (ટેસ્ટર્)*n.* [L. *testa,* an earthen pot.] A flat canopy: છત્તર; છત્રી. 2. A canopy over a bed: પલંગ-ઢોલીઆની છતરી.

Testicle, (ટેસ્ટિકલ)*n.* [L. *testis* a testicle.] The gland which secrets the semen: અંડ; આંડવો; પૂરૂષની ગોળી.

Testify, (ટેસ્ટિફાઈ) *vi.* & *vt.* [*Imp.* & *p. p.* **Testified.** [L. *testis,* a witness & *facio,* I make.] To make a solemn declaration: કોઈ વાત વિષે ખાતરીથી કહેવું-બોલવું-લખવું; સાહેદી-સાખ-સાક્ષી આપવી-પૂરવી. 2. To bear witness: સોગન ખાઈને કહેવું; સાક્ષી-સાહેદી આપવી.

Testimonial, (ટેસ્ટિમોનિઍલ)*n.* A certificate: સારી ચાલ તથા લાયકાતનો પત્ર-કાગલ; ભલામણ પત્ર; સિફારસ. 2. Something, as money or plate, presented to a person as a token of respect: માનની ખાતર આપેલી ભેટ; માનપત્ર. *a.* Containing testimony:ભલામણ-સિફારસવાલું.

Testimony, (ટેસ્ટિમોનિ)*n.* [L. *testis,* a witness.] Evidence: શાહેદી; સાક્ષી; જુબાની. 2. Proof: શાબિતી; પુરાવો. 3. The sacred scriptures: કરાર; ધર્મશાસ્ત્ર.

Testy, (ટૅસ્ટિ)*a.* Fretful: ચિડિયું; રિસામણું; [રિસાલ.

Tetanus, (ટેટૅનસ્) *n.* [Gr. *tetanos,* stretched.] The disease of lock-jaw: ધનુર્વા; ધનુર.

Tete-a-tete, (ટેટ્અૅટેટ્) *n.* Private conversation: ખાનગી વાતચિત; ગોફતેગો; મસલત. 2. A sort of sofa: બે માણસ બેસી શકે એવો નાનો કોચ.

Tether, (ટેધર) *n.* A long rope by which an animal is fastened: પશુને બાંધી મૂકવાનું દોરડું; દામણું. *vt.* To confine: બાંધી મુકવું.

Tetrad, (ટેટ્રૅડ્)*n.* [L. *tetras, adis.*] The number four: ચારની સંખ્યા; ચોકડી.

Tetrahedron, (ટેટ્રૅહીડ્રૉન)*n.*[Gr. *tetra,* four & *hedra,* a side.] A solid figure bounded by four triangles: જેમાં ચાર ત્રિકોણ સમાયલા હોય એવી આકૃતિ.

Tetrassyllable, (ટેટ્રૅસિલ્લૅબલ)*n.*[Gr. *terra,* & *syllabe,* a syllable.] A word of four syllables: ચારવર્ણનો શબ્દ.

Teutonic, (ટ્યૂટૉનિક)*a.* [L. *teutonicus.*] Germanic:પુરાતન જર્મનલોક કે ભાષા સંબંધી-વિષેનું.

Text, (ટેક્સ્ટ્)*n.* [L. *textus,* texture.]That on which comment is written: મૂલ-અસલ ગ્રંથ. 2. A passage of scripture: બાઇબલમાંનો ફકરો.

Text-book, (ટેક્સ્ટ્-બુક્)*n.* School book: નિશાલમાં ચાલતી ચોપડી; શાલાગ્રંથ પોથી.

Text-hand,(ટેક્સ્ટ્-હૅન્ડ્) *n.* A large hand in writing: મોટા હરફ-અક્ષર.

Textile, (ટેક્સ્ટાઇલ)*a.* [L. *taxo,* I weave.] Pertaining to weaving or to woven fabrics: વણવા-વણેલાં કપડાં સંબંધી; વણેલું; વણીને કરેલું.

Textual, (ટેક્સ્ટયુઍલ) *a.* Of, pertaining to or contained in, the text: મૂલ-અસલ ગ્રંથ સંબંધી-વિષેનું-માં લખેલું હોય તેવું.

Texture, (ટેક્સ્ટયૂર્)*n.* [L. *texo,* I weave.] A woven fabric: થાન; તાકો. 2. Manner of weaving:વણાટ; વણતર; બનાવટ; રચના. 3. Structure: કુમાશ; પોત.

Than, (ધૅન) *Conj.* A particle expressing comparison: કરતાં; ના કરતાં; થી કરતાં; થી; નાથી.

Thank, (થૅન્ક્)*n.*An expression of gratitude: આભાર; ઉપકાર; પાડ; મેહેરબાની. *vt.* To express gratitude: ઉપકાર-આભાર માનવો; મેહેરબાની-કદરદાની કબૂલવી.

Thankful, (થૅન્ક્ફુલ્)*a.* Grateful: આભારી; ઉપકારી.

Thankless (થૅન્ક્લેસ્)*a.* Ungrateful: ઉપકાર ન માને એવું; બેકદર; નગુણીયું; નગુણું. 2. Unacceptable: કદર ન જણાય એવું; કબૂલ ન કરી શકાય એવું.

Thanks-giving, (થૅન્ક્સ્ગિવિન્ગ) *n.* A public acknowledgment of divine goodness: પ્રજાએ કરેલી ઉપકાર સ્તુતિ; જાહેર શુકર ગુજારી.

Thankworthy, (થૅન્ક્વર્ધિ)*a.* Deserving thanks: ઉપકાર-આભાર માનવા લાયક-જોગ.

That, (ધૅટ્) *Pron., a.Conj.,& adv.* It points out a person or thing: તે; એ; જે; પેલું; કે જે; કે. 2. To such a degree, that: એટલે સુધી-લગી લગણ. *All* **t.**, everything of that sort: એવું એવું.

Thatch,(થૅચ્) *n.* Straw, bushes, or the like: છાપરાપર નાખવાની ઝાવલી; છાવણ. **T.** *sparrow,* the house sporrow: ચકલી; ચલ્લી. *vt.* To cover with straw, reeds &c.: ઝાવલી નાખવી; છાવું; છાવણ ક૦

Thatcher,(થૅચર્)*n.*One who thatches: છાવણ કરનાર; છાજનાર.

Thatching,(થૅચિન્ગ્) *n.*The act of covering buildings with thatch: છાવણ કામ. 2. The materials used for this purpose: છાવણ કરવાની-કરવામાં કામ આવતી ચીજો; ઝાવલી.

Thaumaturgy, (થૉમૅટર્જિ)*n.* [Gr. *thauma, thaumatos,*a wonder & *ergon,* a work.] Legerdemain: જાદુ-હાથચાલાકીનો ખેલ; હાથચાલાકી.

Thaw, (થૉ) *vi.* To melt, ઓગલી-પીગલી જવું; પીગલવું; પાણી થવું. *vt.* To cause to melt: પીગલાવવું.

The, (ધી) A word placed before nouns to limit their meaning: તે. Also used as *adv.* as ‘ the more, the better.’

Theater, (થીઍટર્) *n.* An edifice in which dramatic performances are exhibited: નાટકશાલા. 2.A place rising by steps like the seats of a theater:માચરો.3. Scene of action: રંગભૂમિ; અખાડો.

Theatric-cal, (થીઍટ્રિક્-કૅલ્) *a.* pertaining to a theater: નાટકી; નાટક-નાટકશાલાનું.

Theatricals, (થીઍટ્રિકૅલ્ઝ્) *n. pl.* Dramatic peformances: નાટક; ખેલ.

Thee, (ધી) *pron.* Objective of thou: તને.

Theft, (થૅફ્ટ્) *n.* The act of stealing: ચોરી.

Their, (ધૅર્) *pron. & a.* Belonging to them: તેમનું; તેઓનું.

Theism, (થીઇઝમ્)*n.*[Gr. *theos*, god.] Belief in the existence of God:ઇશ્વરવાદ; ખુદાની હૈયાતી માનવી તે.

Theist, (થીઇસ્ટ્) *n.*One who believes in God: ઈશ્વરવાદી; આસ્તિક; ખુદાની હૈયાતી માનનાર.

Theistic-cal,(થીઇસ્ટિક્-થીઇસ્ટિકૅલ્)*a.*Pertaining to the theism or a theist: ઈશ્વરવાદ-વાદીનું; આસ્તિક સંબંધી.

Them, (ધેમ્)*Pron.* Objective of they:તેઓને.

Theme, (થીમ્)*n.* [L. *thema.*] A subject on which a person writes or speaks:વિષય; બાબત.

Themselves, (ધેમસેલ્વ્ઝ્) *Pron.* The plural of *himself*, *herself* and *itself*: તેઓ પોતાની મેલે; તેઓ પોતે.

Then, (ધેન) *adv.*At that time: તે વખતે; ત્યારે. 2. Afterward: પછી; તરતજ; ત્યાર પછી. *By* **t.**, by that time: તેટલા વખતમાં;તેટલામાં. *Now and* **t.**: વારંવાર; ઘડીઘડી.*Till* **t.**,until that time: ત્યાંસુધી. *Conj.*Therefore: તેટલા માટે;તે માટે;તેથી એમ છેતો.

Thence, (ધેન્સ્) *adv.* From the place: તે જગાએથી; ત્યાંથી. 2. From that time: તેવખતથી ત્યારથી. 3. Therefore: તેટલા માટે; તેથી.

Thence-forth-forward,(ધેન્સ્-ફૉર્થ-ફૉર્ઉવર્ડ્) *adv.* Thereafter: ત્યારથી;ત્યારપછી; તે વખતથી.

Theodolite, (થીઑડૉલાઈટ્) *n.* An instrument used in surveying:અંતર માપવાનું દુર્બીન-યંત્ર.

Theologian,(થીઑલૉજિઍન)
Theologist, (થીઑલૉજિસ્ટ્) } *n.* A person wellversed in theology: બ્રહ્મજ્ઞાની; વેદાંતી મુલ્લાં.

Theology, (થીઑલૉજિ) *n. pl.* [Gr. *Theos*, God & *logos*, discourse.]The science of God and man's duty to him: વેદાંત;ઇશ્વરજ્ઞાન;તત્વજ્ઞાન; બ્રહ્મજ્ઞાન.

Theorem, (થીઓરેમ્) *n.* [Gr. *theorema*, a sight.] A proposition to be proved: પુરવાર કરવાની વાત-વિષય-બાબદ.

Theoretic-cal, (થીઓરેટિક્-કૅલ્) *a.* તર્ક-કલ્પનાનું; વહેવારૂ નહિ તેવું.

Theorist, (થીઓરિસ્ટ્)*n.* A theoriser:વિચાર-કલ્પના ઉભી કરનાર; મ્હોડાની વાત કરનાર.

Theorize, (થીઓરાઇઝ્)*vi.* To speculate: માત્ર કલ્પના ઉઠાવવી-કરવી; મનના બુટ્ટા-તરંગ ઉભા કo.

Theory,(થીઓરિ)*n. pl.***Theories**.[Gr. *theoria*, a spectacle.] Speculation: મોઢાની વાત; મનના બુટ્ટા; કલ્પના; અનુમાન. 2. An exposition of the abstract principles of any science: કોઇ પણ શાસ્ત્ર વિદ્યાના નિયમોનો ખોલાસો-સમજ; મત; વાદ. *As.* **t.** *of evolution*: પરિણામવાદ; નાસ્તિકમત.

Theosophy,(થીઓસૉફિ)*n.* [Gr. *theos*,God & *sophia*, wisdom.] Knowledge obtained by direct intercourse with God and superior spirits: દેવજ્ઞાન.

Therapeutic, (થીરૅપ્યુટિક્)*a.*[Gr. *therapeuo*, to heal.] Curative: રોગ-દરદ મટાડવાનું.

Therapeutics, (થિરૅપ્યુટિક્સ્) *n.* (Sing.) That part of medicine concerned with the treatment of diseases: ઓસડવિદ્યા; દવાદારૂનો એલમ.

There, (ધેર) *adv.* At that place: તે જગામાં-જગાએ; ત્યાં;પણે. *Here and* **t.**, in one place and another: આમતેમ; અહિંતહિં.

There-abouts,(ધેર્-ઍબાઉટસ્) *adv.* Near that place: તે જગ્યાની પાસે-નજીક. 2.Nearly:લગભગ; આસરે; સુમારે.

There-after, (ધેર્-ઍફ્ટર્) *adv.* Afterward: તે પછી; પછીથી. 2.Accordingly: તે-એ પ્રમાણે.

There-at (ધેર્-ઍટ્) *ad.* There: ત્યાં. 2. On that account: તે-એથી-ને લીધે; એ ઉપરથી; તેથી;તે કારણથી.

Thereby, (ધેર્-બાઇ) *adv.* By that: તેથી;તેવડે.

Therefore, (ધેર્-ફૉર્) *Conj. & adv.* Consequently: તેટલા માટે;એથી;તેથી: એ કારણ-સબબસર.

Therein,(ધેર્-ઈન્) *adv.*In that or this place, time, or thing: તે વખત-બાબતમાં; આમાં તેમાં.

There-of, (ધેર-ઑફ્) *adv.* Of that or this: તેમાંનું; તેમાંથી; એનું.

there-to-for, (ધેર-ટૂ-ફ્રોર્) *adv.*Before then: તે વખત-ત્યાં સૂધી; ત્યાર પહેલાં.

There-upon, (ધેર્-અપૉન્)*adv.* Therefore: તેને લીધે; તે-એ ઉપરથી; તેથી; એથી; તેટલા માટે. 2. Immediately: તરતજ; એકદમ.

Therewith, (ધેર્-ઉવિથ્)*adv.* With that or this: તેથી; આથી; તેટલાથી; તે ઉપરાંત; વલી.

Thermal, (થૅર્મલ્)*a.* [Gr. *thermos*, hot.] Warm; hot: ગરમ; ગરમીવાળું.

Thermometer, (થર્મૉમિટર્)*n.* [Gr. *thermos*, hot + meter.] An instrument for measuring tepmperature: ગરમી માપવાની સીસી.

Thesaurus, (થીસૉરસ્)*n. pl.* **Thesauri**. A treasury or storehouse; (*esp.of knowledge*): (વિદ્યા-જ્ઞાનનો) ભંડાર; ખજાનો; કોષ.

These, (ધીઝ્)*pron.* The plural of *this*: આ.

Thesis, (થીસિસ્)*n. pl.* **Theses**. [Gr; *tithemi*, I place.]An essay on a theme:નિબંધ-રેસાલો. 2. A subject for a scholastic exer. cise: નિબંધનો વિષય; રેસાલાની બાબદ.

Thespian, (થેસ્પિઍન)*a.* [L. *thespis.*] Dramatic: નાટકી; નાટક સંબંધી.

Theurgy, (થીઅર્જિ)*n.* [Gr. *theos*, a god & *ergon*, work.] Magic: જાદુ; મંતરમંતર; ચમત્કાર.

Thew, (થ્યૂ)*n.* Muscle; strength: સ્નાયુ; જોર.

They, (ધે) *pron. pl. poss.* **Theirs,** *obj.* **Them,** The plural of *he*, *she* or *it*: તેઓ; એવો. *They* say: લોકો કહેછે કે; એમ કહેવાય છે કે.

Thick,(થિક)*a.* Not thin or slender: જાડું; ઘટ્ટ; લટ્ઠ. 2. Turbid: ડોવાએલું; રગડાવાળુ. 3. Crowded: ખીચોખીચ ભરેલું; ભીડા-ભીડવાળું; ઘાડી વસ્તીવાળું. 3. Dull: મંદ; સુસ્ત. *Through* **t.** *and thin*: ગમે તેવી મુશ્કેલી-હરકતમાં. *adv.* Frequently; fast:

વારંવાર; જલદી. 2. Closely: પાસેપાસે; ખીચોખીચ.
Thicken, (થિકન) *vt. & i.* To make thick: જાડું-ઘટ્ટ ક૦-થવું; જમાવવું; ખીચોખીચ ભરવું -ભરાવું.
Thicket, (થિકેટ્)*n.* A close wood: ઝાડી.
Thick-headed-sculled, (થિક્‌હેડેડ્-સ્કલ્ડ્) *a.* Stupid: ડોઠ; બેઅક્કલી; કમઅક્કલ.
Thickness, (થિક્‌નેસ્) *n.* The quality or state of being thick: દલ; ઘાડાપણું; જાડાઈ; ઘનતા.
Thief, (થીફ્) *n. pl.* **Thieves.** One who steals: ચોર; ચોરી કરનાર; ચોટ્ટો.
Thieve, (થીવ્)*vt. & vi.* To steal: ચોરી ક૦; ચોરવું.
Thievery, (થીવરિ)*n.* Theft: ચોરી.
Thievish, (થીવિશ્) *a.* Addicted to theft: ચોટ્ટું; ચોરી કરવાની આદતવાળું. 2. Secret: છાનું; છુપું.
Thigh, (થાઇ)*n.* The part of the leg from the knee and the trunk: જાંગ; સાથલ; થાપો.
Thimble, (થિમ્બલ્)*n.* A metal cover for the finger, used in sewing: અંગુઠી.
Thin,(થિન)*a.* Having little thickness: પાતળું; ઝીણું; બારિક. 2. Not crowded: આછુંઆછું; છુંટું છુંટું. 3. Lean: પાતળું; એકવડીઉં; દુબળું. *vt.* To make thin: પાતળું-બારિક ક૦-બનાવવું.
Thine, (ધાઇન)*Pron. & a.* Thy: તારૂં; ત્હારૂં.
Thing, (થિન્ગ્) *n.* An inanimate object: વસ્તુ; ચીજ; પદાર્થ; જણસ. 2. An event: બનાવ; બીના; બાબત; વાત; વિષય. 3. A part: ભાગ; વિભાગ; અંશ; કાંઈ.
Think, (થિન્ક્)*vi.* [*imp.& p. p.* **Thought**] To consider: વિચાર ક૦; ધારવું; લાગવું; માનવું; જણાવું; ગણવું. 2. To intend: વિચાર-ઈરાદો હોવો; ધારવું; મન-વિચારમાં હોવું. *To* **t.** *better of,* To forsake: છોડી દેવું. *To* **t.** *much of,* to over-rate: ઉંચું-સારૂં મત બાંધવું. *To* **t.** *with,* To agree with: મળતા-એકમત થવું. *Methinks,* it seems to me: મને લાગેછે-જણાય છે; હું ધારૂંછું કે. *vt.* To imagine: વિચારવું; ધારવું. 2. To believe: ધારવું માનવું; સમજવું; ગણવું.
Thinking, (થિન્કિન્ગ્) *n.* Judgment: ધારણા.
Thinly, (થિન્લિ)*adv.* Scantily: આછું આછું; થોડું થોડું.
Thinness, (થિન્નેસ્)*n.* The state of being thin: આછાપણું; પાતળાપણું; બારિકાઈ.
Thin-skined, (થિન્-સ્કિન્ડ)*a.* Sensitive: ઘણું લાગે એવું; જલદી લાગી-આવે એવું; લાગણીવાળું.
Third, (થર્ડ્)*a.* Next after the second; coming after two others: ત્રીજું.
Thirdly, (થર્ડલિ)*adv.* In the third place: ત્રીજું એકે.
Thirst, (થર્સ્ટ્)*n.* [L. *torreo,* I parch.] A sansation caused by want of drink: તરસ; સોસ; પ્યાસ. 2. A craving or longing: કોઈ પણ ચીજને માટે વખવખાટ; ઇચ્છા; આશા. *vi.* To feel thirst: તરસ લાગવી. 2. To have a vehement desire: ઈચ્છા હોવી; વખવખવું.
Thirsty, (થર્સ્ટિ) *a.* Feeling thirst: તરસ્યું. 2. Dry; parched: સુકું; સુકાઈ ગયેલું. [તેર.
Thirteen, (થર્ટીન્)*a. & n.* Ten and three:
Thirteenth, (થર્ટીન્થ્)*a. & n.* Next in order after the twelfth: તેરમું.
Thirtieth,(થર્‌ટિએથ્)*a. & n.* Next in order after the twenty-ninth: ત્રીસમું.
Thirty, (થર્ટિ)*a. & n.* Three times ten: ત્રીસ; તીસ. *pl.* **Thirties.**
This, (ધિસ્)*Pron. & a. pl.* **These.** Denoting something present or near: આ.
Thistle, (થિસલ્)*n.* A genus of prickly plants: ઉંટકટારો; ઝાંખરાં.
Thither, (ધિધર્)*adv.* To that place: તે ઠેકાણે-જગ્યાએ; ત્યાં. *Hither and thither:* અહિં તહિં; આમતેમ.
Thitherward, (ધિધર્-ઉવર્ડ્) *adv.* Toward that place: તેણી તરફ; તે બાજુએ.
Thong, (થૉન્ગ્)*n.* A strap of leather: ચામડાનો પટો-બંધ. [છાતીની બખોલ.
Thorax, (થોરૅક્સ્)*n.* [Gr.] The chest: છાતી;
Thorn, (થૉર્ન્)*n.* A spine: ઝાડનો કાંટો; કાંટો. 2. Anything troublesome: દુઃખ; પીડા; આપદા; સંકટ. **T.** *apple:* ધતુરો.
Thorny,(થૉર્નિ) *a.* Full of thorns: કાંટાવાળું. 2. Troublesome: હેરાન-પીડા કરનારૂં; આપદા-પીડાકારી.
Thorough.(થરો)*a.* Complete; entire: પૂરેપૂરૂં; પાકું; બધું; આખું; તમામ.
Thorough bred,(થરો-બ્રેડ)*a.* Sure-blooded: ઉંચામાં ઉંચી કુળિયાતનું; કુળિયાટી; જાતવાન.
Thorough fare, (થરો-ફેર્) *n.* A public road: ધોરી રસ્તો.
Thorough-going, (થરો-ગોઈન્ગ્) *a.* Complete: સંપૂર્ણ; પૂરેપૂરૂં; પાર મુકનારૂં-કરનારૂં; પક્કું.
Thoroughly, (થરોલિ) *adv.* Completely: બિલકુલ; પુરેપુરૂં; જરાએ જરાક; સઘળું.
Thorough paced,(થરો-પેસ્ડ્) *a.* Complete: સંપૂર્ણ; પૂરેપૂરૂં; પાક્કું; હડહડતું.
Those, (ધોઝ્) *Pron. pl.* of *that:* તેઓ; પેલાઓ; એઓ.
Thou,(ધાઉ) *Pron.* [*Sing. nom.* **Thou;** *Poss.* **Thy** *or* **Thine:** *obj.***Thee.** *pl. nom.***You;** *Poss.***Your** *or* **Yours;** *obj.***You.**]The second personal pronoun in the singular number: તું
Though, (ધો) *conj.* Notwithstanding: અગર; તો પણ; જો; જોકે. *As* **t.**, as if: જાણેકે.
Thought,(થૉટ્)*Imp.& p.p.* of **Think:** વિચાર કર્યો; ધાર્યું. *n.* Serious consideration: ઉંડો-પાકો પુખ્ત વિચાર; વિચાર. 2. An idea: મનની વાત; વિચાર; ઇરાદો; મતલબ. 3. Anxious care: દરકાર; ધ્યાન; ચિંતા; કાળજી; વિચાર.
Thoughtful, (થૉટ્ ફુલ)*a.* Full of thought: ઉંડા વિચારમાં પડી ગયેલું; વિચારીને ચાલનાર; વિચારવાળું; ગંભીર. 2. Attentive; careful: સાવધ; 3. Anxious: આતુર; કાળજી ભરેલું; ચિંતાતુ-

Thoughtless, (થૉટ્લૅસ્) *a.* Careless: વિચાર વગરનું; અવિચારી;નાદાન. 2. Stupid; dull: કમઅક્કલનું; મૂર્ખ; બેવકૂફ.

Thoughtlessness,(થૉટ્લૅસ્નૅસ્)*n.*Rashness: stupidity;dullness: નાદાની;અવિચારીપણું;અવિચાર.

Thousand, (થાઉઝૅન્ડ્) *n. & a.* The number of ten hundred: હજારની સંખ્યા; હજાર. 2. *Hence,* indefinitely, a great number: મોટીરકમ-સંખ્યા; હજારો.

Thousand-fold, (થાઉઝૅન્ડ્ફોલ્ડ્) *a.* Multiplied by a thousand: હજાર ગણું.

Thraldom,(થ્રૉલ્ડૉમ્) *n.* Slavery: ગુલામી;ગુલામગીરી.

Thrall, (થ્રૉલ્) *n.* A slave: ગુલામ; દાસ; લુંડો. 2. Slavery: ગુલામી; ગુલામગીરી; અભરાઈ.

Thrash,Thresh,(થ્રૅશ્-થ્રૅશ્)*vt.* To beat out grain from husk: ઝૂડવું. 2. To beat soundly: ખૂબ મારવું; ઠોકવું; ફટકાવવું; ઝપેટવું.

Thread, (થ્રૅડ્)*n.* A very small twist of flax, wool,cotton, *etc.*: દોરી; દોરો; સૂતર; તાર. 2. The prominent part of the spiral of a screw: પેચ. 3. Something continued in a long course or tenor:સાંધણ;લંબાણ. 4.Sacred cord:જનોઈ; કુસ્તી. *Thread and thrum,*the good and bad together: સારું ને માઠું બધું ભેળું. *vt.* To pass a thread through the eye of: દોરો ઘાલવો-પોવો.

Thread-bare, (થ્રૅડ્-બૅર્) *a.* Worn out: ઘસાઈ ગયેલું; જુનું પુરાણું. 2. Trite; hackneyed: ચવાઈને કુચો થઈ ગયલું; સાધારણ થઈ ગયેલું.

Threat, (થ્રૅટ્) *n.* Menace: ભય; ધમકી; ધાક; બ્હીક દબડકી.

Threaten (થ્રૅટન)*vt.* To menace: ધમકી-બ્હીક-ધાક આપવી; ધમકાવવું; ભય બતાવવો.

Threatening,(થ્રૅટ્નિન્ગ્)*a.& n.*from **Threaten**: ડર દેખાડતું; ધમકીબતાવતું; ડર; ધમકી; ધાક.

Three, (થ્રી) *a. & n.* Two and one: ત્રણ.

Three-fold, (થ્રી-ફોલ્ડ્) *a.* Triple: ત્રણગણું; ત્રમણું.

Three-score, (થ્રી-સ્કોર્) *a.* Sixty: સાઠ; [૬૦.

Threshold, (થ્રૅશોલ્ડ)*n.* The plank, which lies under a door: ઉંબર; ઉંબરો. 2. Entrance; outset: શરૂઆત; દરવાજો.

Thrice, (થ્રાઈસ્)*adv.* Three times: ત્રણ વખત.

Thrift, (થ્રિફ્ટ્) *n.* Frugality: કરકસર. 2. Prosperity: ફાયદો; આબાદી; લાભ.

Thriftily, (થ્રિફ્ટિલિ) *adv.* In a thrifty manner: કરકસરથી. 2. Carefully: જોઈ તપાસીને.

Thrifty, (થ્રિફ્ટિ) *a.* Frugal: કરકસરિયું. 2. Prosperous: આબાદ.

Thrill, (થ્રિલ્)*vt. & i.* To pierce: ભોકવું; મારવું; ખોસવું; વિંધવું. 2. To feel a sharp, shivering, sensation: કણકણો-કમકમાટ ચઢવો-છુટવો. *n.* A tremulous excitement: ઝંઝણી; કણકણી; કમકમાટ.

Thrive, (થ્રાઇવ્)*vi.* [*imp.* **Throve.** *p. p.* **Thriven.**] To prosper: આબાદ થવું; પૈસા મેલવવા-કમાવા. 2. To grow: વધવું; ભરાવું; ફેલાવું. [આબાદ.

Thriving, (થ્રાઇવિન્ગ્)*a.* Prosperous: સુખી;

Throat, (થ્રોટ્)*n.* The forepart of the neck: ગલું; ઘાંટી; કંઠ. *To give one the lie on his* **t.**, to accuse one pointedly of lying abominably: કોઇને તેના મોઢા પર જુઠો કહેવો. *To lie on one's* **t.**: હડહડતું-જૂઠું બોલવું; બેધડક જુઠું બોલવું.

Throb, (થ્રૉબ્)*vi.* To palpitate: જોરથી ધડકવું-ધબકવું; ધબક ધબક થવું; ફરકવું. *n.* A palpitation: ધબકારો.

Throe, (થ્રો)*n.* The pains of child-birth: સુવાવડની વદેના-દુઃખ; વેણ.

Throne, (થ્રોન્) *n.* [L. *thronus,* a seat.] A chair of state: ગાદી; તખ્ત. 2. Sovereign power and dignity: રાજાની સત્તા-અધિકાર.

Throng, (થ્રૉન્ગ્)*n.* A crowd: ભીડ; ઠઠ; ટોળું. *vi. & t.* To crowd together: ઠઠ મળવી; ભીડભેગા થવું-હોવું; ખીચોખીચ ભરવું-ભરાવું; ગરદી-ભીડ થવી.

Throttle, (થ્રૉટલ્)*n.* The windpipe: શ્વાસ લેવાની નળી; ઘાંટી. *vt.* To choke: ગુંગળાવવું; શ્વાસ રોકવો-રુંધવો; ગુંગળાવી મારી નાંખવું.

Through, (થ્રુ)*Prep.* From end to end of, or from side to side of: આરપાર. 2. Within: માંથી; માં થઈને. 3. By means of: થી; વડે; મારફતે. 4. Over the whole surface of: સઘલે;બધે. *adv.* From one end or side to the other: આરપાર. 2. From beginning to end: બધું; આખું; તમામ; સરતાપા. *To drop,* **t.**, To fail: નિષ્ફલ જવું નકામું નિવડવું. *a.* Going from one to the other end: ઠેઠ સૂધીનું; સલંગ.

Through-out, (થ્રુ-આઉટ્) *prep. & adv.* Quite through: ચોતરફ; ઠેઠ સૂધી; બધે.

Throw. (થ્રો)*vt.* [*imp.* **Threw** *p. p.* **Thrown.**] To fling: ફેંકવું; નાખવું; ઉસડવું. 2. To overturn: પાડવું; પાડી નાંખવું; પટકવું; પછાડવું; જમીન દોસ્ત કo. 3. Cast as dice: પાસા નાંખવા-ફેંકવા 4. To put on hastily: જલદીથી-ઉતાવલથી પહેરવું; જેમતેમ ઓઢવું-પહેરવું-ઘાલવું. *To* **t.** *away,* (*a*) To spend in vain: નાંખી દેવું; ગુમાવવું; ફનાફાતીયા કo; રફેદફે કરી નાંખવું; ધૂલધાણી કરી નાંખવું. (*b*) To reject: ના પસંદ કo. *To* **t.** *back,* To retort: જવાબ પાછો વાલવો; પાછુ માથામાં મારવું. *To* **t.** *down,* to destroy; પાડી-ભાંગી-તોડી નાંખવું; નાશ કo; તારાજ કo. *To* **t.** *in* (*a*) To inject: માંહે દાખલ કo; અંદર ઉતારવું. (*b*) To put in: ભરવું; આપવું. *To* **t.** *off,* (*a*) To expel: મુક્ત થવું, મટવું; કાઢવું. (*b.*) To discard: ના કબૂલ-રદ્દ કo. *To* **t.** *one's self on* or *upon,* To repose upon: કોઇનો આધાર-આશરો પકડવો-લેવો-ધરવો. *To* **t.** *out* (*a*) To expel: કાઢી મૂકવું. (*b*) To speak: બોલવું; કહેવું; ઉચ્ચારવું; સૂચવવું. *To* **t.** *over,* to desert: છોડી દેવું-ત્યાગ કo. *To* **t.** *up,* (*a*) To resign: મૂકી-છોડી દેવું; રાજીનામું આપવું. (*b*) To vomit: ઉલટી થવી; ઓકવું. (*c*) To construct hastily: ઉતાવલ-ઝડપથી બનાવવું બાંધવું. *vi.* To cast.

dice; to cast: ફેંકવું; ફેંકી-નાંખી દેવું; પાસા નાંખવા. *To* **t.** *about*, To try expedients: યુક્તિ-ઉપાય અજમાવવા. *n.* The distance to which anything may be thrown: ટપ્પો; પલ્લો. 2. A cast of dice: પાસા નાંખવા તે; (પાસાનો) દાવ.

Thrum, (થમ્) *n.* The end of weaver's threads: છેડો. 2. Coarse yarn: જાડું કાચુ સુતર. **T.** *cap*, a knitted cap: ગુંથેલી ટોપી. *vt.* To fringe: દોરા-તાર કાઢી ગુંથવું. 2. To play rudely or monotonously on a stringed instrument: જેવું તેવું–એકનું એક વગાડવું.

Thrush, (થશ્)*n.* A little singing bird: એક જાતની મેના. *n.* An affection of the mouth, faces, etc: મોઢું આવવું તે; ગલું પાકવું તે. 2. An inflammatory and suppurative affection of the feet of horses: ખરી પાકવી તે.

Thrust, (થરસ્ટ્) *vi.* [*imp. & p. p.* **Thrust**. To push or drive with force: હડસેલવું; ધકેલવું. 2. To pierce: ભોકવું; ભોકી ઘાલવું. *To* **t.** *away* or *from*, to push away: મારી કાઢવું; કાઢી મૂકવું. *To* **t.** *in*, To drive in: ખોસવું; પેસાડવું; ઘુસાડવું. *To* **t.** *off*, To push away: હડસેલો–ધક્કો મારીને કાઢી મૂકવું. *To* **t.** *on*, To urge: ઉશ્કેરવું. *To* **t.** *one's self in* or *into*, To intrude: માથું મારવું; ઘુસવું. *To* **t.** *out*, To expel: હડસેલા મારીને બહાર કાઢવું; કાઢી મૂકવું. *vi.* To make a push; to attack with a pointed weapon: ઠોંસો-હડસેલો મારવો; હથિયાર ભોકવું–મારવું. 2. To intrude: માથું મારીને વધવુ–ઘુસવું. *n.* A stab: ભોકવું–મારવું તે; ઠોંસો; હડસેલો; ગોદો. 2. An attack: હુમલો; હલ્લો; ચઢાઈ.

Thug, (થગ્) *n.* One of an association of robbers in India: ઠગ; ઠગારો; લુતારો.

Thumb, (થમ્)*n.* [L. *tumeo*, I swell.] The short thick first digit of the human hand: હાથનો અંગુઠો *By rule of* **t.**, in a rough and ready manner: જેવી તેવી પણ સગવડ પડતી રીતે. **T.** *mark*, અંગુઠાની નીશાની. *Under one's* **t.** Completely under one's power or influence: વશ; આધીન; મુઠીમાં; કબજામાં; કહ્યામાં. *vt.* To handle awkwardly: અનઘડ પણે વાપરવું–કo. 2. To play with the thumbs: અંગુઠા અને આંગળી વતે વગાડવું. 3. To soil with the thumb: અંગુઠો અથવા આંગલા મુકીને બગાડવું-ઉપર ડાઘા પાડવા; અંગુઠો-આંગલા પાડવા. *vi.* To thrum: અનઘડ રીતે વગાડવું.

Thump, (થમ્પ્)*n.* A heavy blow: ધબકારો; ઠબકારો; ઠોક; ધબાકો. *vt.* To beat with something heavy: ધબ–ઠબ લઈને અફાલવું–ઠોકવું. *vi.* To strike or fall with a heavy blow: ધબ લઈને અફલાવું–પડવું.

Thunder, (થન્ડર્) *n.* [L. *tono*, I thunder] The sound which follows a flesh of lighting કડાકો; ધડાકો; ગર્જના; ગગડાટ. **T.** *& lightning*: ગાજવીજ. 2. Any loud noise: ગગડાટ; ભડાકો; ધડાકો; કડાકો; ગર્જના. 3. An alarming threat: ધમકી; દમ. *vi.* To produce thunder: ગર્જના થવી; કડાકા ભડાકા થવા. 2. To make a loud noise: મોટો અવાજ–ગર્જના કo; ગાજવું; ગાજી રહેવું; ગડગડવું.

Thunder-bolt, (થન્ડર્-બોલ્ટ્) *n.* A shaf of lighting: વિજલીનો લાંબો લીસોટો. 2. Something resembling lightning in suddenness and effectiveness: વિજલી જેવી અસર કરે એવું એકાએક થતું કંઈ.

Thunder-storm, (થન્ડર્-સ્ટોર્મ્)*n.* A storm accompanied with lightning and thunder: ગાજવીજ સાથનું તોફાન.

Thunderstruck,(થન્ડર્સ્ટ્રક્)*a.* Astonished: ચકિત; છક; ચકા; દંગ.

Thursday, (થર્સ્ડે)*n.* The fifth day of the week: બૃહસ્પતવાર; ગુરૂવાર.

Thus, (ધસ્) *adv.* In this or that manner: આ–એ રીતે પ્રકારે–પ્રમાણે; આમ; એમ. 2. So far: આટલે દરજ્જે–સુધી; આટલું; આવડું.

Thwart, (થ્વૉર્ટ્) *a.* Cross: આડું;ત્રાંસું. *vt.* To cross: આરપાર જવું. 2. To oppose: નડવું; સામા થવું; હરાવવું.

Thy, (ધાઇ) *Pron.* Of thee: ત્હારૂં; તારૂં.

Thyself, (ધાઈસેલ્ફ્) *Pron.* Thou or thee in person: તું પોતે; તારી મેલે; તારે હાથે.

Tiara, (ટાઈઍરે)*n.* [Gr. *tiara*, *tiaras*.] A headdress of the ancient Persians: ફેંટો. 2. The Pope's triple crown: (પોપનો) મુગટ; તાજ.

Tibial, (ટિબિઍલ્)*a.* [L. *tibia* the shin bone.] Pertaining to a tibia: પગના નલાનું-સંબંધી.

Tick, (ટિક્)*n.* Trust: શાખ; વિશ્વાસ. *To buy on* **t.**: ઉધાર લેવું. *vi.* To go on credit: ઉધાર સુધાર કo; ધીરવું. *n.* A kind of large parasitic mites: બગાઈ; ડાંસ. *n.* [L. *theca*, case.] The cover, or c ase of a bed, mattress, etc.: તલાઇ-ગોદડાનું ખોલિયું; ખોલ. *vi.* To beat: ટકટક–ટિકટિક થવું. *n.* A quick audible beat as of a clock: ટકટક; ટિકટિક. *vt.* To score: નીશાની કo.

Ticket, (ટિકેટ્)*n.* A token of any right, as of admission: ચિઠ્ઠી; રજાચિઠ્ઠી; પરવાનો; પાસ; ટિકિટ. *vt.* To put a ticket on: ટિકિટ ચોંટાડવી–મારવી. 2.To furnish with a ticket: ટકિટ આપવી.

Tickle, (ટિકલ્)*vt.* To touch lightly, so as to produce a peculiar thrilling sensation: ગીલી ઘાલવી. 2. To please: ખુશી કo; રાજી રાજી કરી દેવું. *vi.* To feel titillation: ગીલી લાગવી.

Ticklish, (ટિક્લિશ્)*a.* Easily tickled: જલદીથી ગીલી લાગે તેવું. 2. Easily affected: લાગણીવાલું; ડામાડોલ. 3. Difficult: મુશ્કેલ; બારિક; અઘરૂં.

Tidel, (ટાઇડલ્)*a.* Pertaining to tides: ભરતી–ઓટ સંબંધી-વાલુ.

Tide, (ટાઇડ્)*n.* Season: વખત; ૠતુ; વેલા. 2. The rising and falling of the sea: ભરતી ઓટ. 3. Course; current: ગતિ; રસ્તો; રીત. *To work double* **t.***s.*: ત્રણ દહાડાનું કામ બે દહાડામાં કo. *Spring* **t.**: પુનેમ-અમાસની મોટી ભરતી; ઉધાન. *Neap* **t.**: નાની ભરતી. *vt.* To cause to float with the tide: ભરતીની સાથે તરે તેમ કo. *vi.* To happen: બનવું; થવું. 2. To pour a tide or flood: ભરતીઓટ આવવી–થવી.

Tidings, (ટાઇડિન્ગ્ઝ્)*n. pl.* News: ખબર; ખબર અંતર; સમાચાર.

Tidy, (ટાઇડિ)*a.* Neat: સ્વચ્છ; સાફ; સફાઈદાર; સુઘડ. *vt.* To make neat: ઠીકઠાક–સાફસુફ રાખવું.

Tie, (ટાઈ) *n. pl.* **Ties**. A knot: ગાંઠ; બંધ; કસ; બંધન. 2. An equality in any contest: બેઉ બાજુવાલાનું બરાબર–સરખા નીકલવું–ઉતરવું–હોવું તે; બરોબરી. *vt.* To bind: બાંધવું; બાંધી રાખવું. 2. To unite: સાંધવું; જોડવું. 3. To constrain: ફરજ પાડવી. *To* **t.** *down*, to confine: અટકાવવું. *To* **t.** *up*, to restrain: બાંધવું; બંધ ક૦. *vi.* to make an equal score: સરખા હોવું–ઉતરવું.

Tier, (ટીર્) *n.* A row *especially* one or two or more rows placed one above, another: હાર; માલા; ઓલ.

Tiffin, (ટિફિન) *n.* A lunch: નાસ્તા અને રાતના ખાનાની વચ્ચેનું ભોજન; ટિફિન.

Tiger, (ટાઇગર્) *n.* [L. *tigris.*]A very large and powerful carnivore: વાઘ.

Tight, (ટાઇટ્) *a.* Not loose: તંગ;બેસતું;સજ્જડ. 2. Not leaky: કાણું અથવા ફાટ ન હોય તેવું;સાબુત. 3. Somewhat intoxicated: થોડો ઘણો દારૂ પીધેલું; છાકટું.

Tighten,(ટાઇટન)*vt.*To straiten:તંગ ક૦;ખેંચવું; તાણવું; તાણી પકડવું; મજબુત ક૦.

Tigress, (ટાઇગ્રેસ્)*n.* The female of the tiger: [વાઘેણ.

Tile, (ટાઇલ) *n.* [L. *tego*, I cover.] A thin piece of baked clay: નળિયું. 2. A small slab of stone for flooring: જમીનપર જડવાનાં પથ્થરનાં નાનાં ચોરસાં;ન્હાની લાદી. *vt.* To cover with tiles: ઉપર નળીઆં ઢાંકવાં–ચઢાવવાં.

Tilery, (ટાઇલરિ) *n.* Aplace where tiles are made: નળિયાં બનાવવાનું કારખાનું–ભઠ્ઠી.

Till, (ટિલ્)*n.*A money drawer: ગલ્લો. **T.** *alarm*: તીજોરીને કોઇ ઉઘાડવા માંડે ત્યારે એની મેલે વાગતો ઘંટ. *Prep.* To; unto; upto; as far as; until: સુધી; લગી. લગણ. **T.** *now*:હમણાં–હાલ સુધી; અત્યારલગી. **T.** *then.* ત્યાર–ત્યાં સુધી. *Conj.* As far as: અત્રેસુધી; અહીંસુધી. *vt.* To cultivate ખેડવું; ખેતી ક૦.

Tillage,(ટિલેજ્) *n.* Husbandry: ખેડવાનું કામ–કુલ્લર; ખેતી.2. A place cultivated: ખેડેલી જમીન–જગા; ખેડાણ.

Tiller, (ટિલર્) *n.* A cultivator: ખેડુત. 2. The handle or lever for turning a rudder: સુકાનનો હાથો; બ્હાવો; બકરો.

Tilt, (ટિલ્ટ્) *n.* The cloth, coverning a cart or a boat: ગાડી કે હોડીનું કપડાનું છત્ર. *vt.* To incline: વાંકું વાલવું; નમાવવું.2.To thrust,as a lance: ભાલો ભોંકવો–મારવો.*vi.*To run or ride,and thrust with a lance: દોડતાં દોડતાં–ઘોડે બેઠે ભાલો મારવો. 2. To lean: અઢેલવું; નમી–ઢલી પડવું. *n.* A thrust: ભાલો મારવો-ભોંકવો તે; ગોદો. 2. A tournament: ભાલાબાજી. 3. Inclination forward: ઝોંક; ઢલાવ.

Timber, (ટિમ્બર)*n.*Wood for building purposes: ઈમારતી લાકડું; લાકડું. *n.* The trunk of a tree: ઝાડ; ઝાડનું થડ.

Timbrel, (ટિમ્બ્રેલ્) *n.* A kind of drum:ઢોલ.

Time, (ટાઇમ્) *n.* Duration: વખત;વેલા; સમય; જમો; જમાનો. 2. The duration of one's life: હયાતીનો વખત;આવરદા;આયુષ.3.An opportunity: તક; લાગ; અવસર; તાકડો. 4 Hour of travail: જણવા–છૂટકાનો વખત. 5. Leisure: ફુરસદ; નવરાશ; વખત. *Astronomical* **t.**: એક બપોરથી બીજી બપોર સુધીના ચોવીસ કલાક;જ્યોતિષ્ય-ખાગોલિક કાલ. *At* **t.***s*, now and then: વારેઘડીએ; વખતો વખત; વારંવાર. *For the* **t.** *being*: હાલતુરત; હાલગજર. *In* **t.**, (*a*) in good season: સારે–ઘટતે વખતે; સવેલાએ. (*b*) Finally: આખરે; છેવટે; ધીમે ધીમે. *To kill* **t.**, to waste time:વખત નકામો ગાલવો. **T.** *immemorial*: પ્રાચીન કાલ; પુરાતન જમાનો. *To move, run, or go against* **t.**: દોડધામ કરતા જવું;ઘણા ઉતાવલે–ઝડપથી જવું. *Course of* **t.**: કાલચક્ર. *An adverse* **t.**:આફત. *Unseasonable* **t.**: અકાલ; કદહાડો; કવખત. *Auspicious* **t.**: શુભ અવસર. *At the right* **t.**: ટાંકણાસર. *Hard* **t.***s.*: સંકટ સમય; ભીડ–તાણનો વખત.

Time-honored, (·ટાઇમ્–ઑનર્ડ્)*a.* Honored for a long time: લાંબા વખતથી માન પામતું.

Time-keeper, (ટાઇમ્-કીપર્) *n.* A clock or watch: ઘડિયાલ. 2. One who keeps the time of workmen: કામ કરતા મજુરોની હાજરી રાખનાર; હાજરીવાલો.

Timely, (ટાઇમ્લિ) *a.* Seasonahle: જોઇએ તે વેલાનું; વખતસરનું. *adv.* Early; soon: વેલા–વખતસર; ટાંકણાસર.

Time-piece, (ટાઇમ્–પીસ્) *n.* A clock. [ઘડિયાલ.

Time-server, (ટાઇમ્–સર્વર્)*n.*One who adapts his opinions and manners to the times: વખત જોઈ વાત કરનારો; મતલબ મુજબ ડોર મરડનારો:

Time-table, (ટાઇમ્-ટેબલ્)*n.* A tabular statement of the time at which several things are to take place: વખત પત્રક.

Timid, (ટિમિડ્)*a.* [L. *timeo*, I fear.] Easily frighten: નાહિમ્મત; બ્હીકણ; હીચકારું.

Timidity, (ટિમિડિટિ)*n.* The state of being timid: બીકણપણું; હીચકારા–બાયલા પણું.

Timorous, (ટિમરસ્)*a.* [L. *timor*, fear.] Timid: બ્હીકણ; હીચકારું; નામર્દ. 2. Indicating fear: ભય–બ્હીક દર્શાવનારું.

Tin, (ટિન્) *n.* A silvery-white metal: કલાઇ. 2. Money: પૈસો; નાણું. *vt.* To cover with tin: કલાઈ ક૦.

Tincture, (ટિન્ક્ટ્યૂર]*n.* [L. *tingo*, I tinge, dye.] A tinge: અસર; છાંટ; રંગ; પાસ. 2. Spirit containing medicinal substances in solution: અર્કમાં બનાવેલી દવા; કસ; સત્વ. 3. A slight taste: સ્વાદ; લ્હેજત; વાસ; ગંધ. *vt.* To tinge: મેલવવું; કસાનો પાસ આપવો.

Tinder, (ટિન્ડર્)*n.* Anything used for kindling fire from a spark: દીવો–દેવતા સલગાવાની કંઇ વસ્તુ.

Tine, (ટાઇન)*n.* A spike, as of afork: દાંતો [દાંત.

Tin-foil, (ટિન–ફૉઇલ) *n.* A thin plate of tin: કલાઈનો વરખ–પતરું.

Tinge, (ટિન્જ)*vt.* [L. *tingo*, I dye.] To colour slightly: કશાનો રંગ-અસર-પાસ આપવો. *n.*colour;hue; taste: છાંટ; રંગ;અસર; સ્વાદ;લિજ્જત.

Tingle,(ટિન્ગલ્)*vi.*To feel a thrilling sensation: ઝણઝણાટ લાગવો; ઝણઝણી છુટવી; સરવલ સરવલ થવું.

Tinker, (ટિન્કર્) *n.* A mender of metal ware: કંસારો; તાંબા પીતલના વાસણ સમારનારો.

Tinkle, (ટિન્કલ્)*vi.* To clink: ખણખણ થવું; ખખડવું; ખણખણવું; ખણખણાટ થવો. 2. To hear small, sharp sounds: કાનમાં કસારાં બોલવાં-ઘણઘણાટ થવો. *vt.* To cause to clink: ખખડાવવું. *n.* A sharp clinking sound:રણકો; ખણખણાટ; રણકારો; ઘણઘણાટ.

Tinkling, (ટિન્ક્લિન્ગ્) *n.* A tinkle: રણકો; ખણખણાટ; રણકારો; ઘણઘણાટ.

Tinman, (ટિન્મૅન) *n. pl.* **Tinmen.** A dealer in tin-ware: કલાઈગર; કંસારો.

Tinsel, (ટિન્સેલ) *n.* Something shining and gaudy: શોભનશાભનની ચીજ; ચાઇચાઈ. *a.* Gaudy: બહારથી ખોટા ભભક-રોનક આપનારૂં, ખોટું, ખોટી શોભાવાળું.

Tint,(ટિન્ટ્)*n.*[L.*tingo*,I dye.]A slight coloring: પાસ; છાંટ; ઝાંખો રંગ. *vt.* To give a slight coloring to: પાસ બેસાડવો; ઝાંખો રંગ લગાડવો.

Tiny, (ટાઇનિ) *a.* Very small: છેક-ઘણું ન્હાનું; નાનકડું; ટિનકુડિયું.

Tip, (ટિપ્) *n.* The end: ટોંચ; છેડો; અણી; ટેરવું. *vt.* The tap: ટકોરો મારવો. 2. To give a present to: બક્ષિસ-ઇનામ આપવું. 3. To lower one end of: નમાવવું; વાંકું વાલવું.*n.*A tap:ટકોરો. 2.A gift: બક્ષિસ; ઇનામ. 3.A hint:સૂચના; અણસારો; ઈસારત.

Tip-cat, (ટિપ્કૅટ્) *n.*A game: ગીલીડંડાની રમત.

Tippet, (ટિપેટ્) *n.* [L. *tapete*, tapestry.] A cape: ખભાં પર ઓઢવાનું કપડું. *To turn* **t.**, to change: બદલવું; ફેરવવું.

Tipple,(ટિપલ્)*vt.*& *i.*To drink habitually:દારૂ પીવો; ખૂબ દારૂ પીવો-ઢાંસવો; નિશાબાજી ક૦.

Tippler, (ટિપ્લર્) *n.* One who habitually indulges in spirituous liquors: છાકટો.

Tippling, (ટિપ્લિન્ગ્) *n.* Indulgence in spirituous liquors: છાકટાપણું; નિશાબાજી; દારૂબાજી.

Tipstaff, (ટિપ્સ્ટૅફ્) *n. pl.* **Tipstaves.** A staff tipped with metal: ખોલીવાલો દંડ-લાકડી-સોટો. 2. A constable: પોલીસનો અમલદાર.

Tipsy, (ટિપ્સિ) *a.* Intoxicated: છાકટું; મસ્ત; ચકચૂર.

Tiptoe, (ટિપ્ટો) *n.* The end of the toe: આંગલીનું ટેરવું.*To be*,or to *stand*,a **t.**,or *on* **t.**,to be eager: આતુર હોવું; ટાંપી રહેવું.

Tirade, (ટિરેડ) *n.* Censure: ઠપકો; મ્હેણું.

Tire, (ટાઇર્) *n.* Furniture: સરસામાન; સરંજામ. 2. The hoop or band, on the circumference of the wheel: પૈડાનો પાટો. *vi.* & *vt.* To be fatigued:હેરાન-બેજાર થઈ-થાકી જવું;કંટાલવું થાકવું; થકવી નાંખવું. *To* **t.***out*, to fatigue: થકવી નાંખવું.

Tiresome,(ટાઇર્સમ્)*a.*Tedious: કંટાલો આપે-થકવે એવું; બેજાર-હેરાન કરનારૂં; ત્રાસદાયક.

Tiresomeness, (ટાઇર્સમ્નેસ્) *n.* Wearisomeness: કંટાલો; ત્રાસ.

Tissue,(ટિસ્યૂ)*n.*[L.*texo*, I weave.] A woven fabric: વણેલું કાપડ. **T.** *paper*,very thin paper: પાતલો-પારદર્શક કાગલ. *vt.* To interweave:બુટ્ટેદાર-તરેહવાર કાપડ વણવું.

Titan, (ટિટન) *n.* Mythological being: રાક્ષસ.

Titbit, (ટિટ્બિટ્)*n.*A choice little bit: લુમખો; લાવો.

Tithe, (ટાઇધ્) *n.* The tenth part of anything: દશાંશ; દસમો ભાગ-હીસ્સો;પાદરીઓને આપેલી, આપેલો જમીનની ઉપજનો દસમો ભાગ.

Titillation, (ટિટિલ્લેશન) *n.* A tickling sensation: ગલીપચી; ગીલી. 2. Any pleasurable sensation: આનંદની લાગણી; ખુશાલી.

Title, (ટાઇટલ્)*n.* [L. *titulus*, an inscription.] A name: નામ; નામનિશાન. 2. A name of distinction: ખિતાબ; ઇલ્કાબ. 3. A right: હક; દાવો; સત્તા; અધિકાર. (*b*) The writing that proves a right: દસ્તાવેજ. **T.** *deeds*, (*Law*), the evidences of ownership: દસ્તાવેજ; ખતપત્ર. *vt.* To name: નામ દેવું.

Titled, (ટાઇટલ્ડ્)*a.* Having a title: ખિતાબ-ઇલ્કાબવાલું; ખિતાબી; ઇલ્કાબી.

Title-page, (ટાઇટલ્-પેજ્) *n.* The page of a book which contains its title: ચોપડીનું નામ લખેલું પહેલું પાનું.

Titter, (ટિટર્)*vi.* To giggle: મનમાં ને મનમાં [હસવું.

Tittle, (ટિટલ્)*n* A particle: કરચ; કણસ; રજ.

Tittle-tattle, (ટિટલ્-ટૅટલ્) *n.* Idle talk ગપાટા સપાટા.

Titular, (ટિટ્યૂલર્)*a.* Nominal: નામનું; ઓઠાં [-પૂતલાં જેવું:

Titulary, (ટિટ્યૂલૅરિ) Pertaining to a title: ખિતાબ-ઇલ્કાબ સંબંધી-નું.

To, (ટુ) *Perp.* In the direction of: પાસે; કને; સોડે; ને; એ; તરફ. 2.Sometimes it is equal to *for*: ને;માટે;એ;તરફ; પાસે; સાથે; મા;સુધી. 3. As a sign of the infinitive: વું; ને; માટે; નું; માં. 4. As far as: સુધી; લગી; પર્યંત. 5. In accordance with: પ્રમાણે; મુજબનું; જેવું; તેવું. 6. In order to: કેા લીધે; વાસ્તે.**T.** *and fro*, forward and backward; આમ તેમ; આગલ પાછલ; અહિં તહિં. **T.** the *face*, in front of: આગલ; સન્મુખ; સામે; મોઢા પર. **T.** *wit*, to know: જાણવું; તે એકે.

Toad, (ટોડ)*n.* A reptile like the frog: મ્હોટે. દેડકો. [અતિયો.

Toad-eater, (ટોડ્ઈટર)*n.* A flatterer: ખુશા-

Toady, (ટોડિ)*n. pl.* **Toadies.**A flatterer: ખુશામતિયો. *vt.* To fawn: ખુશામત ક૦.

Toast, (ટોસ્ટ્)*vt.* [L. *tostu*, parched.] To dry and brown at the fire: સેકવું; ભુંજવું. 2. To name when a health is drunk: સલામતી લેવી. *n.* Bread dried and browned before a fire: સેકેલી રોટલી; ભુંજેલું પાંઉ.

Tobacco, (ટોબૅકો)*n.* An American narcotic plant: તંબાકુનો છોડ-છોડવો; તંબાકુ; તમાકુ.

Tobacconist, (ટોબૅકોનિસ્ટ્)*n*. A dealer in tobacco: તંબાકુવાલો-વેચનાર.

Tobacco-pipe, (ટોબૅકોપાઇપ્) *n*. A pipe used for smoking: હુક્કો.

Tocsin, (ટૉકસિન્)*n*. An alarm bell, or the ringing of it: હથિયારબંધ થવાની તાકીદ આપવા રાખેલો ઘંટનો અવાજ-રાખેલો ઘંટ.

To-day,(ટુ-ડે) *adv*. & *n*. On this day; આજે; [આજ.

Toddle, (ટૉડલ્) *vi*. To walk with short, feeble steps, as a child: ટુંકાં ટુંકાં પગલાં ડગલાં ભરવાં-ભરીને ચાલવું.

Toddy, (ટૉડિ)*n*. A juice drawn from various palms in the East Indies: તાડી.

Toe, (ટો) *n*. One of the terminal members of the foot of a man, or an animal: પગનું આંગલું-આંગલી-અંગુઠો.2.The front of the hoof of an animal: કોઈ પણ પ્રાણીની ખરીનો આગલો ભાગ.

Toga,(ટોગે)*n*.*pl*.E.**Togas**.L.**Togæ**.[L.*tego*, I cover.] The mantle of the ancient Romans: આગલા રૂમી લોકોનો સહાયો-ડગલો.

Together, (ટુગેધર્) *adv*. In the same company, place or time: એકઠાં; ભેગાં; સાથે; જોડે; સંગાથે. *Together with*, along with: સાથે; એકઠું; ભેગું; જોડે; સહિત; સુદ્ધાં.

Toil,(ટૉઇલ્)*n*.[L. *texo*, I weave.]A net: જાલ; જાલી. *vi*. To labour: સખત મહેનત કo; કામ કo. *n*. Exertion: સખત મહેનત; શ્રમ; વૈતરૂં.

Toilet, (ટૉઇલેટ્) *n*. A dressing table: બાલ હોરવા મોઢું ધોવાની ટેબલ. 2. Attire; dress: સણગાર; કપડાં; પોશાગ; ઠાઠમાઠ. *To make one's* **t**., to dress one's self:સણગાર સજવો; પોશાક પહેરવો; ઠાઠમાઠ કo; શોભન શાભનના થવું.

Toilsome,(ટૉઇલ્સમ્)*a*.Laborious:મહા-સખ્ત મહેનતનું-કરવી પડે તેવું.

Token, (ટોકન્) *n*. A sign:નિશાની;ચિન્હ;ઓલખ. 2. A memorial of friendship: યાદગારી-ગીરી; એંધાણી. 3. A coin: સીક્કો.

Tolerable, (ટૉલરૅબલ્) *a*. Endurable: ખમી શકાય એવું. 2. Passable: મધ્યમ; વચલા વાંધાનું; ચાલી જાય તેવું; ઠીક.

Tolerance, (ટૉલરૅન્સ) *n*. The enduring of offensive persons or opinions: લઈ ચલાવવું તે; આંખઆડા કાન કo તે; અખાડા.

Tolerant, (ટૉલરૅન્ટ્) *a*. Indulgent: લઈ ચલાવનારૂં; અખાડા કરનારૂં.

Tolerate, (ટૉલરેટ્) *vt*. [L. *tolero*, I lift up.] To put up with: ખમવું; સહન કo; સાંખવું; સાંખી જવું; લઈ ચલાવવું; અખાડા કo.

Taleration, (ટૉલરેશન્) *n*. The allowance of that which is not wholly approved: અણગમતી-વાંધાભરી વાત-મતનો પણ અટકાવ ન કરવો તે; લઈ ચલાવવું-આંખ આડા કાન કo તે; અખાડા.

Toll, (ટૉલ્) *vt*. & *vi*. To strike: વગાડવું; વાગવું. *n*. The sound of a bell: ઘંટના ટકોરા-અવાજ. 2. A tax paid for passing over a bridge or on a high way: પુલ ઉતરવા કે સરકારી રસ્તે થઈને જવા સારૂ આપવો પડતો કર;વાપર વેરો;સહદારી.3.A portion of grain taken by a miller for grinding: દલાનણના ખદલામાં દલનારને અનાજનો આપેલો હિસ્સો.

Toll-house, (ટૉલ હાઉસ) *n*. The house of a receiver of tolls: કર લેવાની ચોકી; માંડવી.

Tomato,(ટૉમૅટો)*n*. *pl*. **Tomatoes**. The love-apple: અમેરિકન રીંગણું-વેંગણું; ટામાટો.

Tomb, (ટૂમ) *n*. A grave: ઘોર; કબર. 2. A tombstone: મરણ પામેલાની યાદગારી દાખલ ઉભો કરેલો સ્તંભ: છત્રી. [તોફાની-મસ્તાની છોડી-છોકરી.

Tomboy,(ટામ્બૉઈ)*n*. A romping girl:છકેલી-

Tomb-stone, (ટૂમ્સ્ટોન) *n*. See Tomb 2.

Tom-cat,(ટૉમ્કૅટ્)*n*.A male cat:બિલાડો;માંજરો.

Tome, (ટોમ્) *n* A book: મોટું પુસ્તક;ચોપડો.

Tom-foolery, (ટૉમ્ફૂલરિ) *n*. Folly: મૂર્ખાઇ; એવકૂફી.

Tomorrow, (ટૂમૉરો) *adv*.& *n*.On the next day: આવતી કાલે; આવતી કાલ. [નગારૂં; ઢોલ.

Tomtom, (ટૉમ્ટૉમ) *n*. The Indian drum:

Ton, (ટૅન) *n*. The weight of twenty hundredweight: એંશી મણ; ૨૨૪૦ રતલ; ટન.

Tone, (ટોન્) *n*. [L. *tonus*, a sound.] Sound: અવાજ; સાદ. 2. (*Mus.*) A sound considered as a pitch: સુર. 3. A healthy state of the body: તનદરોસ્તી. 4. Mood: મનનું વલણ; મિજાજ. 5. Character or style: એકંદર તરેહ-તાસીર; દેખાવ; સ્વરૂપ; રૂપ. *vt*. To utter with an effected tone: રાગ કાઢવો; રાગ કાઢીને બોલવું. *To* **t**. *down*. (*a*) To give a lower tone to: સૂર નીચે ઉતારવો-પાડવો. (*b*) (*Paint.*) To modify: તેજ-ભભક ઓછી કo. (*c*) To soften: નરમ કo; ધીમું પાડવું.

Tongs, (ટૉન્ગ્ઝ્)*n*. *pl*. A domestic instrument used for lifting: ચીમટો; ચીપિયો.

Tongue, (ટન્ગ્) *n*. [L. *lingua*.]The organ of taste:જીભ.2.Speech:ઉચ્ચાર;વાણી;વાચા 3.Fluency: સુભાખિતપણું; છટા. 4. A language: બોલી; જબાન; ભાષા. 5. A projection of a balance: કાંટો; જીભ; કાંટાની સલી. 6. A point of land ભૂશલાક; ભૂશિર. 7. The clapper of a bill: ઘાંટનું લોલક. *To hold the* **t**., to be slient: મૂગાં-ચૂપ-છાના રહેવું. *On tip of the* **t**.: મોઢે

Tongue-tied,(ટન્ગ્ટાઇડ)*a*. Unable to speak freely: તોતડું; લથડતી જીભનું; ચૂપ; ખામોશ.

Tonic. (ટૉનિક્)*a*. Pertaining to sounds: રાગ-સૂર સંબંધી-વિષે-નું. 2. Increasing strength: કૌવ્વત વધારનારૂં; શક્તિઆપનારૂં. *n*. The medicine that increases the strength, and vigor: શક્તિનું ઓસડ; કૌવ્વતની દવા. [આજે રાતે; આજની રાત.

To-night, (ટૂ-નાઇટ્) *adv*. & *n*. This Night:

Tonnage, (ટનેજ્) *n*. The weight of goods carried in a ship: કોઈ વહાણમાં જેટલો માલ ભરેલો હોય તે બધાનું એકંદર વજન.2. A duty on vessels, estimated per ton: જકાત-કરનો દર.

Tonsil, (ટૉન્સિલ્) *n*. [L. *tonsilla*, a stake.] One of the two glandular organs situated in the throat: જીભના મુલ આગલની ગાંઠ; ચોરીયો.

Tonsure,(ટૉન્સ્યૂર)*n* [L.*tonsura*, a shearing]

The act of clipping the hair or of shaving the head: હજામત.

Too, (ટૂ) *adv.* More than enough: જોઈએ તેથી વધારે; ખહુજ; અતિશય 2. Also: તેની સાથે; વળી; પણ; તેમાં વળી; વધારામાં; ઉપરાંત; બી. *Too too,* great excess: ઘણુંજ; હદ ઉપરાંત; બેહદ.

Took, (ટૂક્) *imp.* of **Take.**: લીધું.

Tool, (ટૂલ્) *n.* An instrument; ઓજાર; હથિયાર. 2. Instrument of another's evil will: ડેડવું ગાડું; હોળીનું નાળિયેર.

Tooth, (ટૂથ્) *n. pl.* **Teeth,** [L. *dens, dentis,* a tooth.] One of the hard, bony appendages which are borne on the jaws: દાંત. 2. Taste: રૂચિ; સ્વાદ. 3. Anything toothlike: દાંતો; દંત; કાંટો. *In the teeth,* in front: નજર આગળ; સામે; વિરૂદ્ધ; અનાદર કરીને. *To cast in the teeth,* to retort reproachfully: મ્હેણું-ટોણું મારવું; અપમાન કરવું. **T.** *and nail,* with one's utmost power: જોર-જોરા-જોમથી. *To show the teeth,* to threaten: બીવડાવવું. *To the teeth,* in open opposition: સામા થઈને. *Wisdom* **t.**: ડહાપણની દાઢ. *To clean the* **t.**: દાતણ્ ક૦. *To grind or gnash the* **t.**: દાંત પીસવા-કચકચાવવા. *vt.* To furnish with teeth: દાંત મુકવા; દાંતા બેસાડવા.

Tooth-ache, (ટૂથ્એક્) *n.* Pain in the teeth: દાંતમાં થતું દરદ.

Tooth-brush, (ટૂથ્બ્રશ્) *n.* A brush for cleaning the teeth: દાતણ; દાતણ કરવાનું બ્રશ.

Toothless, (ટૂથ્લેસ્) *a.* Having no teeth: બોખું.

Tooth-pick, (ટૂથ્પિક્) *n.* An instrument for picking out anything in the teeth: દાંત ખોતરણી.

Tooth-powder, (ટૂથ્પાઉડર્) *n.* A dentifrice: [દાંતનું મંજન.

Toothsome, (ટૂથ્સમ્) *a.* Palatable: લહેજતદાર; સ્વાદિષ્ટ.

Top, (ટૉપ્) *n.* A boy's toy: ભમરડો. The highest part of anything: મથાળું; ટોચ; માથું; મસ્તક; શિખર. 2. The highest rank: મોટો દરજ્જો-પદવી. 3. The chief person: સરદાર; આગેવાન. *vt. & i.* To cap: મથાળે મૂકવું;-મથાળું ઢાંકવું. 2. To surpass: ચઢિયાતા થવું. 3. To go over the top of: મથાળે જવું; ઉપર હોવું.

Topaz, (ટોપૅઝ્) *n.* [L. *topazon,* a kind of precious stone.] A precious stone: પોખરાજ.

Toper, (ટોપર્) *n.* A drunkard: છાકટો; દારૂડિયો.

Topful, (ટૉપ્ફુલ્) *a.* Brimful: ઠઠોઠઠ ભરેલું.

Topic, (ટૉપિક્) *n.* An argument: તકરાર; વાદવિવાદ. 2. A matter: વિષય; બાબદ.

Topical, (ટૉપિકલ્) *a.* Local: ચોકસ ઠેકાણા-જગ્યાનું; સ્થાનિક.

Top-most, (ટૉપ્-મોસ્ટ્) *a.* Highest: સૌથી ઉંચું.

Topography, (ટૉપૉગ્રૅફિ) *n.* The description of a place: કોઈ દેશનું સવિસ્તર બયાન-વર્ણન; સ્થાન વર્ણન.

Topple, (ટૉપલ્) *vi.* To tumble down: પડી જવું; [ગબડી પડવું.

Top-sail, (ટૉપ્સેલ્) *n.* The sail across the topmost: ઉપલો સઢ.

Topsy-turvy, (ટૉપ્સિ-ટર્વિ) *adv.* Upside down: તલેઉપર; ઉલટું સુલટું; ઉલટપાલટ; ઉંધુચતું; ઉથલ પાથલ.

Torch, (ટૉર્ચ) *n.* A large candle: મશાલ.

Torch-bearer, (ટૉર્ચ્-બેરર્) *n.* One who carries a torch: મશાલચી.

Torment, (ટૉર્મેન્ટ્) *n.* [L. *torqueo,* I twist.] Torture: દુઃખ; સંતાપ; પીડા. *vt.* To torture: દુઃખ દેવું; રીબાવવું. 2. To tease: ખીજવવું; સતાવવું.

Tormenter-or, (ટૉર્મેન્ટર્ ટૉર્) *n.* On who or that which torments: દુઃખ દેનાર. 2. An executioner: ફાંસી દેનાર; જલ્લાદ.

Tornado, (ટૉરનેડો) *n. pl.* **Tornadoes.** A violent whirling wind: જબર તોફાન-વંટોળીઓ.

Torpedo, (ટૉર્પિડો) *n. pl.* **Torpedoes.** [L. *torpeo,* I am stiff] A kind of fish: એક જાતની માછલી. 2. A machine for destroying ships by blowing them up: દરિયામાં વહાણો ઉરાડી મુકવાનો સાંચો-યંત્ર.

Torpid, (ટૉર્પિડ્) *a.* Numb: બેહેર મારી ગયેલું; મુડદાલ. 2. Sluggish: સુસ્ત; મંદ.

Torpidity Torpor, (ટૉર્પિડિટિ-ટૉર્પૉર્) *n.* Dullness: સુસ્તી; મુડદાલપણું.

Torrefy, (ટૉરીફાય) *vt.* [L. *torreo,* I parch & *fy.*] To dry by a fire: ભુંજવું; શેકવું; સુકવવું.

Torrent, (ટૉરેન્ટ્) *n* [L. *torrens,* burning.] A violent stream: ઝડપથી વહેતો પ્રવાહ; ધોધ.

Torrid, (ટૉરિડ્) *a.* [L. *torreo,* I parch.] Hot; burning: ઘણોજ-અતિશય ગરમ. **T.** *zone:* ઉષ્ણકટિબંધ.

Torsion, (ટૉર્શન) *n.* [L. *torqueo,* I twist.] The state of being twisted: આમળો; વળ.

Tort, (ટૉર્ટ્) *n.* [L. *tortus,* twisted.] Injury: નુકશાન; ઈજા.

Tortoise, (ટૉર્ટોઇસ્) *n.* [L. *tortus,* twisted.] A reptile: કાચબો. **T.** *shell:* કચકડું.

Tortuous, (ટૉર્ટ્યૂઅસ) *a.* [L. *torqueo,* I twist.] Twisted: વાંકુંચુકું; વળ દીધેલું. 2. Deceitful: લુચ્ચાઈ ભરેલું; ઠગારૂં.

Torture, (ટૉર્ટ્યૂર્) *n* [L. *torqueo,* I twist.] Agony: દુઃખ; સંકટ; સંતાપ. *vt.* To pain extremely: ઘણું દુઃખ દેવું; રીબાવવું; સતાવવું.

Tory, (ટૉરિ) *n. pl.* **Tories.** A member of the conservative party: રાજકાભાર વગેરેમાં ચાલતી રીત-રૂઢિ નભાવી રાખવાનો મત-ઈચ્છા ધરાવતો માણસ.

Toss, (ટૉસ્) *vt.* To throw upward: ઉછાળવું; ઉંચું ફેંકવું. 2. To cause to rise and fall: ઉંચું જાય અને પાછું નીચુ પડે તેમ ક૦. 3. To agitate; to make restless: ઉથલ પાથલ ક૦-કરી નાંખવું; સતાવવું; પજવવું. *To* **t.** *off,* to drink hastily: એકદમ-એકજ ગોટે પીવું. *vi.* To roll and tumble: આમતેમ ગબડવું; અથડાવું; પછડાવું. *To* **t.** *up,* to throw a coin in the air, and wager on which side it will fall: છાપ કાંટે રમવું. *n.* A throwing upward: ફેંકવું-નાંખવું તે; ફેંક; નાંખ; ઉથલપાથલ; ધાલમેલ.

Toss-pot, (ટૉસ્-પૉટ્)*n.* A drunkard: દારૂડિયો.

Total, (ટોટૅલ્) *a.* [L. *totus,* all; whole.] Entire: કુલ; આખું; પુરેપુરૂં; બધું. *n.* The whole: કુલ સરવાળો; જુમલો. [બિલકુલ.

Totally, (ટોટૅલિ)*adv.* Wholly: બધું; તમામ;

Totter, (ટૉટર્)*vi.* To stagger: લથડવું; લથડિયાં ખાવાં. 2. To shake: ડગમગવું; હાલવું.

Touch, (ટચ્)*vt.* To come in contact with: અડકવું; અડવું. 2. To perceive by feeling: લાગવું; જાણવું. 3.To reach: આવી પુગવું; પહોંચવું. 4. To relate to: લાગતું વળગતું હોવું; સંબંધ ધરાવવો. 5. To move; to soften: અસર ક૦; હૈયું પિંગાળવું. *To* **t.** *up,* to repair: સમારવું; સુધારવું; દુરસ્ત ક૦. *vi.* To be in contact: અડવું; અડકવું. 2. To treat of: કશા વિષે બોલવું-કહેવું; વર્ણવવું. *To* **t.** *at,* to come or go to, without tarrying: ખંદર ક૦. *n.* Contact: અડકવું તે; સ્પર્શ; સંસર્ગ. 2. Sense of feeling: લાગણી. 3. An emotion: જુસ્સો. 4. A single stroke on a picture: (ફેરવેલો) હાથ. 5. The act of the hand on a musical instrument: વગાડવું-બજાવવું તે; બજાવણી. A small quantity: અંસારો; પાસ; છાંટ. *To be in* **t.**, to be in contact: સંબંધમાં હોવું. **T.** *and go,* a phrase descriptive of narrow escape: મરતાં મરતાં બચવું તે; જતાં જતાં રહી જવું તે.

Touching, (ટચિન્ગ્)*a.* Pathetic: હૈયું પીગળાવે એવું; દયા- લાગણી ઉશ્કેરે તેવું. *prep.*Concerning: સંબંધી; લગતું; બાબે.

Touchstone, (ટચ્-સ્ટોન)*n.* Lydian stone; any test: કસોટી; અજમાયશ; કસ.

Touchy, (ટચિ)*a.* Peevish; irritable: ચીઢિયું; ખીલિયેલ; જલદીથી ખીજવાય એવું.

Tough, (ટફ્)*a.* Firm, strong: ચિમ્મડ; ચિંવડ; મજબુત. 2. Tenacious: ચિકણું; તોડવું દૂરે નહિ તેવું.

Tour, (ટૂર્)*n.* A journey: મુસાફરી; સફર; સેલ; ફેરો. *vi.* To make a tour: મુસાફરી-સેલ ક૦.

Tourist, (ટૂરિસ્ટ્)*n.* One who makes a tour મુસાફર; સેલાની.

Tournament, (ટૂર્નમેન્ટ્) *n.* A mock fight: મઝાહ-રમત કે કવાયદને વાસ્તે કરેલી ખોટી લડાઈ; હરીફાઇ.

Tout, (ટાઉટ્)*vi.* To look out for custom: ઘરાક શોધવાં-શોધતા ફરવું; દલાલી ક૦.

Tow, (ટો)*n.* The coarse part of flex or hemp: જાડું સણ; સણના ગાંઠા. *vt.* To pull through the water: વહાણને દોરડેવતી પાણીમાં ઘસડીલઈ જવું;-પાગડ એંચવી-તાણવી. *n.* A rope by which anything is towed: કાંઈ પણ ચીજ એંચી લઇ જવાનું દોરડું; પાગર.

Toward-Towards, (ટોઅર્ડ-ટોઅર્ડઝ્) *Prep.* In the direction of; to: તરફ; ભણી. 2. Tending to: વિષે; લીધે; લગતું; સંબંધે. *adv.* Near; nearly: લગભગ; પાસે; તૈયારીમાં. [ગરીબ.

Toward, (ટોઅર્ડ્) *a.* Apt; docile: લાયક;

Towel, (ટાઉઍલ્) *n.* A cloth for wiping: ટુવાલ; રૂમાલ.

Tower, (ટાઉઅર્)*n.* [L. *turris.*] A lofty building standing alone: મનારો; મીનારો. 2. A fortress: કિલ્લો; ગઢ. *vi.* To be lofty: ઘણાં ઉંચાં- ઉંચે હોવું. *Hence,* to soar: ઉંચે ઉડવું-ચઢવું.

Towering, (ટાઉઅરિન્ગ્)*a.* Very high: ઘણું જ ઉંચું. 2. Surpassing: સરસ; ઉત્તમ.

Town, (ટાઉન્) *n.* A place larger than a village not a city: મ્હોટો કસ્બો; પુરી. 2. The Inhabitants of a town: કસ્બાના લોકો; આખો કસ્બો. **T.** *talk:* ગામગપાટા.

Town-hall, (ટાઉન્-હૉલ્) *n.* A public hall for the official business of a town: શેહેરના લોકને એકઠાં મળી વિચાર કરવાની જગા; ટાઉનહાલ.

Towns-folk, (ટાઉન્સ્-ફોક્)*n.* The people of a town: નગરવાસીઓ; શેહેરીઓ.

Toy, (ટૉય્) *n.* A plaything: રમકડું. 2. A trifle: તકલીદી ચીજ; ચાઈચાઈ. 3. Sport: રમત; ખેલ. *vi.* To trifle: રમવું.

Trace, (ટ્રેસ્) *n.* A footprint: નિશાની; ચિન્હ; પગલું. 2. *pl.* The straps by which a vehicle is drawn: તંગ; પટા. *vt.* To follow by footsteps. પગલાં જોઈ પકડી કાઢવું. 2. To copy: ચિત્રની નકલ ક૦; ઉતારવું; કાઢવું.

Trachea,(ટ્રેકિઍ)*n.pl.* **Tracheæ.**[L.*trachia.* The windpipe: દમ લેવાની નળી; શ્વાસ નલી.

Tracing, (ટ્રેસિન્ગ્) *n.* The act of one who traces: ચિતાર.

Track, (ટ્રૅક્)*n.* Footprint: પગલું; ચિન્હ; નિશાની; ડગલું; પત્તો. 2. Course: માર્ગ; રસ્તો. *vt.* To trace: પગલાં ઉપરથી શોધી કાઢવું. 2.To tow: વહાણને એંચવું; પાગર બાંધીને એંચવું.

Trackless, (ટ્રૅકલેસ્) *a.* untrodden: ઉજાડ.

Tract, (ટ્રૅક્ટ્) *n.* A short treatise: ચોપાનિયું; નિબંધ. *n.* [L. *traho,* I draw.] Expanse: વિસ્તાર. 2. A region: દેશ; પ્રદેશ; મેદાન.

Tractability, (ટ્રૅક્ટૅબિલિટિ) *n.*Docility: કહ્યા સર પણું; હુકમબરદારી. [બરદાર.

Tractable, (ટ્રૅક્ટૅબલ્) *a.* Docile: કહ્યાગરૂ; હુકમ

Tractile,(ટ્રૅક્ટાઇલ્)*a.*[L.*traho,* I draw.]That may be drawn out: લાંબું કરાય- એંચાય એવું.

Traction,(ટ્રૅક્શન) *n.*[L. *traho,*I draw.] The act of drawing, or the state of being drawn: એંચવું-એંચાવું તે; કર્ષણ.

Trade, (ટ્રેડ્)*n.*Commerce: વેપાર; વ્યાપાર; સોદાગરી. 2. Occupation: ધંધો; કામ; પેશો; રોજગાર. 3. Men engaged in the same occupation: એકજ ધંધામાં કામે લાગેલાં માણસો. **T.** *price:* વેપારી ભાવ. *vi.* To buy and sell: આપલે-વેપાર-વેચાણ સાટાણ ક૦.

Trade-mark,(ટ્રેડ્-માર્ક)*n.*A peculiar distinguishing mark affixed by a merchant to his goods: વેપારીની નિશાની-છાપ-મારકો.

Trader, (ટ્રેડર્) *n.*A Merchant: વેપારી; સોદાગર. 2. A vessel engaged in the foreign trade: વેપારી વહાણ.

Tradesman,(ટ્રેડ્ઝ્મૅન)*n.pl.* **Tradesmen.**

A shopkeeper: છૂટક-પરચૂરણ વેચનાર; દુકાનદાર.

Trade-wind, (ટ્રેડ્-વિન્ડ્)*n.* A wind in the torrid zone: વહાણવટીઓને માફક આવતો એકજ તરફથી ફુંકતો પવન; વ્યાપારાનુકૂલ વાયુ.

Tradition,(ટ્રૅડિશન)*n.trans*,over,& *do*,I give up.] The act of delivering into the hands of another; delivery: સોંપી દેવું-હવાલે-સ્વાધીન કરવું તે; સ્વાધીન કરણ. 2. Knowledge or belief transmitted to posterity unwritten: ઘરડાઓથી સાંભળેલી-બાપદાદાથી ચાલી આવેલી વાત; દંત કથા; લોક કથા.

Traditional-nary, (ટ્રૅડિશનૅલ્-નૅરિ) *a.* Delivered by tradition: દંતકથા સંબંધી; બાપદાદાથી ચાલ્યું આવેલું. 2. Old fashioned: જુના રીવાજોને વળગી રહેલો.

Traduce, (ટ્રૅડ્યૂસ્)*vt.* [L. *trans*, across & *duco*, I lead.] To defame: નિંદા ક૦; નામોશી લગાડવી; બટ્ટો મુકવો.

Traffic, (ટ્રૅફિક્)*vi.* [L. *trans*, across and *faceo*, I make.] To trade: વેપાર ક૦; *vt.* To exchange: આપલે ક૦. *n.* Trade: આપલે; વેપાર. 2. The business done upon a railroad, steamboat line, etc.: વહાણ કે આગગાડીમાં લોકોની આવજા તથા માલની મોકલ ચાકલ સંબંધી કામકાજ.

Tragedian, (ટ્રૅજીડિઍન) *n.* An actor of tragedy: કરૂણારસ નાટક કરનાર.

Tragedy, (ટ્રૅજીડિ)*n. pl.* **Tragedies**.[Gr. *tragos*, a goat & *ode*, a song.] A dramatic poem, composed in an elevated style: કરૂણારસ નાટક; શોક પરિણામી નાટક. 2. A fatal and mournful event: દલગીરીભર્યો બનાવ; ગજબ; આફત.

Tragic-cal, (ટ્રૅજિક્-કૅલ્)*a.* Pertaining to tragedy: કરૂણારસ સંબંધી-નું-ભરેલું. 2. Mournful: શોક-દિલગીરી ભરેલું; ભયંકર; ભયાનક.

Trail, (ટ્રેલ્)*vt.* [L. *traho*, I drag.] To track: પગલાંથી શોધી કાઢીને શિકાર ક૦. 2. To drag along the ground: ખેંચવું; ઘસડવું; ઘસડી લઈ જવું. *n.* A track left by man or beast: પગલાં. 2. Anything drawn out to a length (*as smoke.*): લીટી; લીસોટો; ગોટો.

Train, (ટ્રેન) *vt.* [L. *traho*, I draw.] To drag: ઘસડી લઈ જવું; ઘસડવું. 2. To entice: લલચાવવું; ફાંદામાં નાખવું. 3. To educate: કેળવવું; શિખવવું; તરબિયત આપવી. (*as soldiers*): કવાયત શિખવવી; તાલીમ આપવી. *To* **T.**, or *To* **T.** *up*, to educate: શિખવવું; શિખવીને તૈયાર ક૦. That part of a gown which trails behind the wearer: ચાલ; ઝુલ; દામણ; છેડો. 2. A retinue: રસાલો; સવારી; ખટલો. 3. A series: માલા; હાર; હારની હાર. 4. Order: બંદોબસ્ત; ગોઠવણ. 5. A line of carriages on a railroad: આગગાડી. **T.** *of artillery*: તોપખાનું.

Trainer, (ટ્રેનર્)*n.* An instructor: શિખવનાર; કેળવનાર; ઉસ્તાદ.

Training, (ટ્રેનિન્ગ્) *n.* Education: કેળવણી; કવાયત; શિક્ષણ. *Military* **t.**: કવાયદ; તાલીમ. **T.** *college*: શિક્ષણશાલા.

Train-oil, (ટ્રેનઑઇલ્) *n.* Oil procured from the fat of whales: વ્હેલ માંછલીની ચરબીનું તેલ.

Trait, (ટ્રેટ્)*n.* [L. *traho*, I draw.] A touch: કોઇ વાતમાં મૂકેલો-પૂરેલો રંગ; છાંટ; હાથ. 2. A peculiarity: ખાસિયત. *Bad* **t.**: ખોડ; ખામી. *Good* **t.**: ખૂબી.

Traitor, (ટ્રેટર્)*n.* [L. *trado*, I deliver.] One guilty of treason: રાજદ્રોહી; ફિતુરી; બંડખોર. 2. A betrayer: વિશ્વાસઘાત કરનાર; ફસાવનાર.

Traitorous, (ટ્રેટરસ્)*a.* Treacherous; faithless: રાજદ્રોહી; વિશ્વાસઘાતી; નિમકહરામ.

Tragectory, (ટ્રૅજૅક્ટૉરિ)*n. pl.* **Trajectories**. The curve described by a body in space: વલણ; વાંક.

Trammel, (ટ્રૅમેલ્)*n.* [L. *tres*, three & *macula*, a mesh.] A kind of net for catching fishes, birds, &c.: એક જાતની જાલ. 2. A kind of shackle, etc.: એક જાતની બેડી-સાંકલ. 3. Anything that confines: અટકાવ; નડ; નડતર. *vt.* To confine: પુરવું; ગોંધવું; બેડી ઘાલવી.

Tramontane, (ટ્રૅમૉન્ટેન) *a.* [L. *trans*, beyond & *mons*, mountain.] Lying beyond the mountains: પહાડ-ડુંગરની પેલી તરફનું. *Hence*, foreign: પારકા દેશનું; પરદેશી.

Tramp, (ટ્રૅમ્પ્)*vt.* To trample: પગથી ખુંદવું; છુંદવું; ચગદવું; કચરી નાખવું. *n.* A foot journey: પગની મુસાફરી. A foot traveller: મુસાફર.

Trample, (ટ્રૅમ્પલ્)*vt.* & *i.* To tread under foot: પગતલે ચગદી-કચરી નાખવું. 2. To insult: અપમાન-તિરસ્કાર-દુરછકાર ક૦.

Tram-road-way, (ટ્રૅમરોડ્વે)*n.* A road for carriages or wagons to run along easily: રાહદારી રસ્તાપર લોઢાના પાટાની નાંખેલી સડક.

Trance, (ટ્રૅન્સ્)*n.* [L. *trans* & *eo*, I go.] A state in which the soul seems to have passed out of the body: એકાગ્ર ચિત્ત; સમાધિ; બેશુધિ; મૂર્છા.

Tranquil, (ટ્રૅન્કવલ)*a.* Quiet: શાંત; ચૂપ.

Tranquillity-lity, (ટ્રૅન્કવલિટિ) *n.* Calmness: સ્થિરતા; શાંતિ; ટાઢક; ઠંડક.

Tranquillize-lize, (ટ્રૅન્કવલાઇઝ્)*vt.* To make calm and peaceful: શાંત-ઠંડું-સ્થિર ક૦.

Transact, (ટ્રૅન્સૅક્ટ્)*vt.* & *i.* To perform: વહિવટ-કામ ક૦-બજાવવું; કરવું; ચલાવવું.

Transaction, (ટ્રૅન્સૅક્શન)*n.* [L. *trans* & *ago*, I drive.] Management of any affair: વ્યવસ્થા; બંદોબસ્ત. 2. An affair: કામકાજ; વહિવટ.

Transatlantic, (ટ્રૅન્સ્ઍટ્લૅન્ટિક્) *a.* Beyond the Atlantic: આટલાંટિક મહાસાગરની પેલી તરફનું.

Transcend,(ટ્રૅન્સેન્ડ્)*vt.*[L. *trans* & *scando*,

I climb.] To rise above: ઉંચે ચઢવું; વધારે ઉંચા હોવું. 2. To surpass: ચઢિયાતા-વધારે સારા હોવું.

Transcendent-al, (ટ્રૅન્સૅન્ડન્ટ્-ટૅલ્) *a.* Very excellent: ઉત્તમ;બીજા કરતાં ચઢિયાતું. 2. Beyond human knowledge: અક્કલમાં ન આવે એવું; અનુભવથી ન જણાય તેવું.

Transcribe, ((ટ્રૅન્સ્ક્રાઈબ્)*vt.* [L. *trans* & *scribo*, I write.] To copy: ઉતારો-નકલ ક૦.

Transcript, (ટ્રૅન્સ્ક્રિપ્ટ્)*n.* A copy: ઉતારો; નકલ.

Transcription, (ટ્રૅન્સ્ક્રિપ્શન)*n.* A copy: નકલ; ઉતારો.

Transfer, (ટ્રૅન્સ્ફર્) *vt.* [L. *trans* & *ferro*, I bear.] To remove: લઇ જવું;મોકલવું; ખસેડવું. 2. To make over: બીજાને આપવું; કોઇને સ્વાધીન-હવાલે ક૦. The conveyance of right, title, or property: બીજાના નામપર ક૦-ચઢાવી આપવું તે; બદલી;ફેરબદલી.

Transferable, (ટ્રૅન્સ્ફરૅબલ્) *a.* Capable of being transferred: ખસેડાય-મોકલાય તેવું; બીજાના નામપર ચઢાવાય એવું.2.Negotiable:વેચી શકાય એવું; વેચસાટ થાય તેવું.

Transferee, (ટ્રૅન્સ્ફરી) *n.* The person to whom a transfer is made: જેના નામ ઉપર ચઢાવ્યું હોય તે.

Transference,(ટ્રૅન્સ્ફરૅન્સ્) *n.* Conveyance: ફેરફાર; ફેરબદલી; બદલી.

Transfiguration. (ટ્રૅન્સ્ફિગ્યૂરેશન) *n.* A change of form as appearance:આકાર અથવા દેખાવનો ફેરફાર; રૂપાંતર.

Transfigure, (ટ્રૅન્સ્ફિગ્યૂર) *vt.*[L. *trans* & *figura*, figure.] To transform: રૂપ બદલવું; રૂપાંતર ક૦.

Transfix, (ટ્રૅન્સ્ફિક્સ્) *vt.*To pierce through: વિંધવું; જડી દેવું; સજ્જડ કરી દેવું.

Transform,(ટ્રૅન્સ્ફૉર્મ્) *vt.*[L.*trans* & *formo*, I form.] To change the form of: રૂપ-આકાર-ઘાટ ફેરવવો-બદલવો.2. To convert:ફેરવવું; બદલવું. *vi.*To be changed in form:બદલાવું; બદલાઇ જવું.

Transformation,(ટ્રૅન્સ્ફૉર્મેશન)*n.* Change of form or substance: રૂપાંતર; આકાર ભેદ;ફેરફાર.

Transfuse, (ટ્રૅન્સ્ફ્યૂઝ)*vt.* [L.*trans* & *fundo*, I pour.] To pour: રેડવું. 2. To transfer, as blood: એક પ્રાણીનું લોહી બીજા પ્રાણીની રગમાં દાખલ ક૦.

Transgress,(ટ્રૅન્સ્ગ્રૅસ્) *vt.*[L. *trans* & *gradior*, I go.] To break or violate: તોડવું; ભંગ ક૦: ઓલંગવું; હદ બાહેર જવું. *vt.* To sin: હુકમ તોડવો; પાપ ક૦.

Transgression,(ટ્રૅન્સ્ગ્રૅશન)*n.* Fault;crime: ગુન્હો: તકસીર: અપરાધ. [અપરાધી.

Transgressor,(ટ્રૅન્સ્ગ્રૅસર્)*n.*A sinner:પાપી;

Tranship, **Transship**, (ટ્રૅનશિપ્) *vt.* To transfer to another ship: એક વહાણમાંથી બીજા વહાણમાં મૂકવું.

Transient, (ટ્રૅન્શિઍન્ટ્) *a.* [L. *trans* & *eo*, I go.] Momentary: ઘણો વખત ચાલે નહિ એવું ક્ષણ ભંગુર; બે ઘડીનું.

Transit, (ટ્રૅન્સિટ્) *n.* Conveyance: લઇ જવું-આવવું તે. 2. The passage of a heavenly body over the meridian of a place: સંક્રાંતિ.

Transition, (ટ્રૅન્સિઝ્હન) *n.* Change: ફેરફાર. 2. A change of key: રાગ-સુરનું ઘર બદલવું-બીજા ઘરમાં ઉતરી પડવું તે.

Transitive, (˘ન્સિટિવ્) *a.* Denoting a verb which has an object: સકર્મક.

Transitory, (ટ્રૅન્સિટૉરિ) *a.* Transient:ક્ષણિક: ક્ષણભંગુર; ફાની.

Translate,(ટ્રૅન્સ્લેટ્)*vt.*L.[*trans* & *latus*,carried.] To remove: ખસેડવું; લઇ જવું. 2. To render into another language: તરજુમો-ભાષાંતર ક૦. 3. To explain: સમજાવવું; ખુલાસો ક૦.

Translation. (ટ્રૅન્સ્લેશન) *n.*Removal: ખંગરણી; ફેરબદલી; ફેરફાર.

Translator,(ટ્રૅન્સ્લેટર્)*n.*One who translates: ભાષાન્તર કર્તા; દુભાશિયો.

Translucent, (ટ્રૅન્સ્લ્યુસૅન્ટ્) *a.* [L. *trans* & *luceo*, I shine.] Partially transparent: અર્ધપારદર્શક. 2. Clean: સ્વચ્છ; નિર્મલ;નિતરૂં.

Transmarine. (ટ્રૅન્સ્મૅરીન) *a.* [L. *trans* & Marine.] Beyond the sea: દરિયાની પેલે પારનું.

Transmigrate, (ટ્રૅન્સ્મિગ્રેટ્)*vi.*[L. *trans* & migrate.] To migrate: બીજે દેશ જઈ રહેવું. 2.To pass from one body or condition into another (*as souls*): પુનર્જન્મ લેવો;બીજા જન્મમાં જવું.

Transmigration,(ટ્રૅન્સ્મિગ્રેશન) *n.* Migration: પરદેશ વાસ; બીજા દેશમાં જઈ વસવું તે 2. The passing of the soul at death into another body: બીજો જન્મ; પુનર્જન્મ.

Transmissible.(ટ્રૅન્સ્મિસિબલ્)*a.*Capable of being transmitted from one to another: બીજાને અપાય- આપી શકાય તેવું.

Transmission (˘ન્સ્મિશન)*n.* The sending from one place or person to another:મોકલાવવું તે; રવાનગી.

Transmit,(ટ્રૅન્સ્મિટ્)*a.* [L. *trans* & *mitto*, I send.] To communicate by sending: બીજા તરફ-ઉપર મોકલવું; રવાના-રવાને ક૦.

Transmutable,(ટ્રૅન્સ્મ્યૂટૅબલ)*a.* Transformable: રૂપ બદલી નખાય એવું.

Transmutation, (ટ્રૅન્સ્મ્યૂટેશન)*n.* A changing into a different form: રૂપાંતર; આકારભેદ: ફેરફાર.

Transmute, (ટ્રૅન્સ્મ્યૂટ્)*vt.* [L. *trans* & *muto*,I change.] To transform:આકાર બદલવો.

Transparency, (ટ્રૅન્સ્પેરૅન્સિ)*n.* The quality of being transparent: પારદર્શકપણું-તા.

Transparent, (ટ્રૅન્સ્પેરૅન્ટ્) *a.*[L. *trans*. & *pareo*, I appear.] Pervious to light: આરપાર દેખાય તેવું; પારદર્શક; સ્વચ્છ; નિર્મલ.

Transpire, (ટ્રૅન્સ્પાઈર્)*vi.* [L. *trans*, & *spiro*, I breathe.] To exhale: મોંમાંથી હવા બહાર નીકલવી. 2. To become public: જાહેર

પડવું; પ્રગટ થવું 3. To occur: બનવું; થવું. *vt.* To perspire: શરીરમાંથી સેજાર-હવા બહાર કાઢવી.

Transplant, (ટ્રેન્સ્પ્લૅન્ટ્) *vt.* [L. *trans* & plant.] To remove and plant in another place: એક જગોએથી ખસેડી બીજી જગોએ વાવવું-રોપવું. 2. To remove: ખંગરવું.

Transport, (ટ્રેન્સ્પોર્ટ્) *vt.* [L. *trans* & *porto*, I carry.] To convey: લેઇ જવું. 2. To banish: દેશનિકાલ કo. 3. To carry away with vehement emotion: ગરક- તલ્લિન થાય તેમ કo; હરખાવી નાખવું. *n.* Carriage: ગાડી; ગાડું. 2. Ecstasy: હરખનો જુસ્સો-ઉભરો.

Transportation, (ટ્રેન્સ્પોર્ટેશન) *n.* Removal; banishment: લઈ જવું તે; ઉઠાંગરી; દેશનિકાલની સજા. 2. Ecstasy: હરખ.

Transpose, (ટ્રેન્સ્પોઝ્) *vt.* [L. *trans* & *pausa*, pause.] To change the place or order of: અરસપરસ જગો બદલવી; અદલાબદલી કo; ફેરફાર કo; ઉલટ પાલટ કo.

Transposition, (ટ્રેન્સ્પોઝિશન) *n.* The act of transposing or the state of being transposed: અદલાબદલી; ઉલટપાલટ; ફેરફાર.

Transubstantiate, (ટ્રેન્સબ્સ્ટૅન્શિએટ્) *vt.* [L. *trans* & *substantia*, substance.] To change into another substance: કોઈ ચીજનો ગુણ-ખવાસ બદલીને તેની બીજી ચીજ કo-બનાવવી.

Transubstantiation, (ટ્રેન્સબ્સ્ટૅન્શિએશન) *n.* A change into another substance: એકની બીજી ચીજ કo-બનાવવી તે 2. The doctrine that the bread and wine in the mass is converted into the body and blood of Christ: ઇંજેલા દારૂ અને રોટીનું ઇસુ ખ્રિસ્તનું લોહી તથા શરીર બને છે એવો મત.

Transverse, (ટ્રેન્સ્વર્સ્) *a.* [L. *trans & verto*, I turn.] Athwart: આડું; તિરકસ; વાંકું.

Trap, (ટ્રૅપ્) *vt.* To adorn: ઘરેણાં પહેરાવવાં; શણગારવું *n.* A machine for capturing animals: છટકિયું; છટકું; જાળ. 2. A stratagem: ફાંસો; ફાંદો; પેચ. *vt.* To catch in a trap: છટકામાં પકડવું.

Trapan, (ટ્રૅપૅન) *n.* A snare: છટકું; જાળ.

Trap door, (ટ્રૅપ્ડોર્) *n.* A lifting door in a roof or floor: ફાલકું.

Trapezoid, (ટ્રૅપીઝૉઇડ્) *n.* [Gr. *trapezion*, & *eidos*, form.] (*Geom.*) A four-sided figure, having two sides parallel: સામ સામેની બાજુઓ સમાંતર હોય એવી ચાર બાજુની આકૃતિ.

Trappings, (ટ્રૅપિન્ગ્ઝ્) *n. pl.* Ornaments; dress: સણગાર; પોશાક; ઘરેણાં; દાગીનાં. (of horses) સાજ; સામાન.

Trash, (ટ્રૅશ્) *n.* Rubbish: નકામી-હલકી નાંખી દેવાની ચીજ; કચરો; પડિયું ખડિયું. *vt.* To crop: છાંટી કાપી નાંખવું.

Trashy, (ટ્રૅશિ) *a.* Worthless:નકામું;નિરૂપયોગી

Travail, (ટ્રૅવેલ્) *n.* [L. *trabes*, a beam.] Severe toil:સખત ઘણીજ મહેનત-મજુરી.2.Labor: સુવાવડ; કષ્ટાવું તે. *vi.* To toil: ઘણીજ સખત છાતી તોડ મહેનત-મજુરી કo. 2. To suffer the pangs of child-birth: કષ્ટાવું.

Travel, (ટ્રૅવેલ્) *vi.* & *t.*To walk:ચાલીને જવું;કુચ કરવી; ચાલવું.2.To journey:દેશાટન-પ્રવાસ-મુસાફરી કo.*n.*A journey: મુસાફરી;પ્રવાસ. 2. *pl.* An account of a journey:મુસાફરીનું બયાન; પ્રવાસવર્ણન.

Traveller, (ટ્રૅવેલર્) *n.* One who travels: પ્રવાસી; મુસાફર; વટેમાર્ગુ.

Traverse, (ટ્રૅવર્સ્) *a.* Lying across: આડું પડેલું-આવેલું. *vt.* To cross: આડું મુકવું. 2. To thwart: નડવું; હરકત કo; સામા પડવું. 3. To wander over: મુસાફરી કo.

Travesty, (ટ્રૅવસ્ટિ) *a.* Disguised as to be ridiculous: હસવા જેવી રીતે વેષ લીધેલું-ફેરફાર કીધેલું.

Tray, (ટ્રે)*n.* A salver:ખુમચો;કથરોટ;થાલી;રકાબી.

Treacherous, (ટ્રેચરસ્) *a.* Faithless: દગલબાજ; વિશ્વાસઘાતી; નિમક-હરામ; ગલાંકાપુ.

Treachery, (ટ્રેચરિ) *n.* Faithlessness:વિશ્વાસઘાત; દગો; દગલબાજી; નિમકહરામી.

Treacle, (ટ્રીકલ્) *n.* [L. *theriaca*, an antidote against the bite of poisonous animals.] Molasses: ગોળ; ગુડ.

Tread, (ટ્રેડ્) *vi.* [*imp.* **Trod**; *p. p.* **Trodden.**] To step: પગલું મુકવું; પગ મુકવો. 2. To walk: ચાલવું; ફરવું. *To* **t.** *on* or *upon*, (*a*) To trample: ચગદી-ખુંદી-કચરી નાંખવું; પગ તલે દાબી દેવું. (*b*) To follow closely: પાછળ પાછળ-પુઠે પુઠે જવું. *To* **t.** *upon the heels of*, to follow close upon: લગોલગ પાછળ જવું. *vt.* To step on: ચાલવું; ફરવું. 2. To beat or press with the feet: પગેવતી ખુંદવું-ખૂંદવું. 3. To subdue:તાબે-જેર કo. *n.*A step: પગલું; ડગલું.

Treadle, Treaddle, (ટ્રેડલ્) *n.* The part of a machine which is moved by the foot: સાંચો ચલાવવા જે ભાગને પગવતી દાબે છે તે.

Treason, (ટ્રીઝન) *n.* [L. *trado*, I give up.] Disloyalty: રાજદ્રોહ; બેવફાઇ; ફિતુર. 2. Treachery: દગો; વિશ્વાસઘાત.

Treasonable, (ટ્રીઝનૅબલ્) *a.* Involving treason: બેવફાઈનું-ભરેલું; રાજદ્રોહ સંબંધી.

Treasure, (ટ્રેઝ્યૂર)*n.* Wealth accumulated: દલ્લો; પુંજી; પૈસો; ધન; ખજાનો. 2. Abundance; plenty:ભંડાર; રેલછેલ. *vt.* To lay up: ભરી મુકવું; સંઘરી રાખવું.

Treasurer, (ટ્રેઝ્હયૂરર્) *n.* One who has the care of a treasure: ખજાનચી; જામદાર.

Treasury, (ટ્રેઝ્હયુરિ) *n.pl.* **Treasuries.** A place where treasure is deposited: જામદારખાનું; તીજોરી; ખજાનો; ભંડાર.

Treat, (ટ્રીટ્) *vt.* & *i.* [L. *traho*, I draw.] To manage: વર્તવું; ચાલવું. 2. To discourse on: કશા વિષે બોલવું-સમજાવવું-કહેવું.3. To entertain: મિજબાની આપવી; મોજ કરાવવી. 4. To settle: પતવવું;કોલકરાર કરવો.5. To care for medicinally or sergically:ઓસડ-ઉપાય-ઇલાજ-દવા કo.*n.* An entertainment: મિજબાની; નાચરંગ; ગમત.

Treatise, (ટ્રીટિઝ્) *n.* A written composition: જેમાં કોઈ વિષય ચર્ચાયેલો હોય એવું લખાણ; નિબંધ; ગ્રંથ.

Treatment, (ટ્રીટ્‌મેન્ટ્) *n* Management: દવા-દારૂ; ઉપચાર. 2. Behaviour: ચાલચલણ; વર્તણૂક.

Treaty, (ટ્રીટિ) *n. pl.* **Treaties**. An agreement: સલાહ; કોલકરાર.

Treble, (ટ્રેબલ્) *a.*[L. *triplus.*] Threefold: ત્રણગણું; તેવડું. *n.* The highest of the four principal parts in music: ઉંચામાં ઉંચો સ્વર; નિષાદ. *vt.* & *i.* To make threefold: ત્રણગણું-ત્રેવડું કo-થવું.

Tree, (ટ્રી) *n.* A woody plant of considerable size, with a single trunk: ઝાડ; વૃક્ષ. *A genealogical tree*: વંશાવલીનું ઝાડ; પેઢીપત્ર; પેઢીનામું.

Trefoil, (ટ્રીફૉઇલ્) *n.* [L. *tres, three & foil* leaf.] Any plant: ત્રણ પાંદડાંનો કોઈ છોડવો-રોપો. 2. An ornamental foliation consisting of three divisions or foils: ત્રણ પત્રાં-ડાંખલાં કાઢયાં હોય એવું ચિત્ર.

Trellis, (ટ્રેલિસ્) *n.* Lattice work: જાલી; જાલી કામ.

Tremble, (ટ્રેમ્બલ્) *vi.* [L. *tremo*, I shake.] To shiver: ધ્રુજવું; કાંપવું; થરથરવું.

Trembling, (ટ્રેમ્બ્લિન્ગ્) *a.* Shaking: ધ્રુજતું; કાંપતું.

Tremendous,(ટ્રીમેન્ડસ્) *a.*[L.*tremo*,I tremble.] Dreadful: ભયંકર; ગેાઝું; જબરૂં; જબરદસ્ત.

Tremor, (ટ્રીમૉર્) *n.* A shivering: કંપારી; ધ્રુજારી; થરથરાટ.

Tremulous, (ટ્રેમ્યૂલસ્) *a.* Shivering: કાંપતું; ધ્રુજતું.

Trench, (ટ્રેન્શ્) *vt.*To cut furrows or ditches in: ખાઈ-ખાડી-નીક-નહેર ખોદવી;-ચાસ પાડવા. *vi.* To encroach: ત્રાપ મારવી;-પગપેસારો કo. *n.* A ditch: ખાઈ; નેહેર; નીક.

Trepan, Trephine, (ટ્રીપૅન, ટ્રેફીન) *n.* A crownsaw: ખોપરી કાતરવાની કરવત. *vt.* & *i.* To perform an operation with the trepan: ગોલ કરવતથી ખોપરી કાતરવી.

Trepidation, (ટ્રેપિડેશન) *n.*[L. *trepidus*, disturbed.] Trembling: ધ્રુજારો; કંપારી. 2. Fright: બ્હીક; ભય; ગભરાટ.

Trespass, (ટ્રેસ્પૅસ્) *vi.*[L. *trans*, beyond + pass.] To go beyond a limit:હદની બહાર જવું. 2. To enter unlawfully upon the land of another:બીજાની જમીન-મિલ્કત ઉપર રજા વગર જવું; સાપરાધ-પ્રવેશ કo. 3. To intrude (*as time*): રોકવું; રોકી નાંખવું. (*patience*): સતાવવું; થકવવું. 4. To sin: પાપ-અપરાધ કo; હુકમ તોડવો. *n.* A sin: વાંક; અપરાધ; નુકસાન. 2. Act of trespassing: ઘર પ્રવેશ; સાપરાધપ્રવેશ.

Trespasser. (ટ્રેસ્પૅસર્) *n.*One who commits a trespass: ઘુસનાર; સાપરાધ-પ્રવેશનો ગુન્હો કરનાર.

Tress, (ટ્રેસ્) *n.* [Gr. *tricha*, threefold.] Curl of hair: ગુચ્છો; જુલ્ફું.

Triad, (ટ્રાઈઍડ્) *n.* [L. *trias.*] A union of three; a trinity: તેખડું; ત્રણજોડું-જોડ.

Trial, (ટ્રાઈઍલ્) *n.* An effort: કોશેશ; પ્રયત્ન. 2. Proof; test: સાબેતી; ચોકસી; અજમાયશ. 3. Suffering: સંકટ; દુઃખ. 4. Temptation: લાલચ; લોભ. 5.Judical examination:તપાસ;ન્યાય;ઈનસાફ.

Triangle, (ટ્રાઇઍન્ગલ્) *n.* [L. *tri* & *angulus* angle.] A figure with three sides and three angles: ત્રિકોણ; ત્રિભુજ.*Acute angled* **t.**: અંતર્લંબ ત્રિકોણ.*Equilateral* **t.**: સમબાજુ ત્રિકોણ. *Isosceles* **t.**:સમદ્વિબાજુ ત્રિકોણ. *Obtuse angled* **t.**: મ્હોટખુણ ત્રિકોણ. *Right-angled triangle*: કાટખૂણ ત્રિકોણ. *Scalene triangle*:વિષમબાજુ ત્રિકોણ; વિષમત્રિભુજ.

Triangular,(ટ્રાઈઍન્ગ્યુલર્)*a.*A having three angles: ત્રણ ખુણાવાલું; ત્રિકોણાકાર.

Tribe,(ટ્રાઈબ્)*n.*[L. *tribus.*]A family or race, from the same ancestor: ટોલો; જાત; વર્ગ; કોમ.

Tribulation, (ટ્રિબ્યૂલેશન) *n.* [L. *tero*, I grind.] Distress: દુઃખ;સંતાપ; પીડા; સંકટ.

Tribunal, (ટ્રાઈબ્યૂનલ્) *n.* [L. *tribunus*,a tribune.] The seat of a Judge: ન્યાયાધીશની બેસવાની જગા; ન્યાયાસન. 2. A court: ન્યાયસભા; અદાલત.

Tribune, (ટ્રાઇબ્યૂન) *n.* [L. *tribus*, tribe.] A Magistrate chosen by the people, to defend their rights: પોતાના હકો જાલવવા પ્રજાએ નિમેલો અધિકારી.

Tributary,(ટ્રિબ્યૂટરિ)*a.*Paying tribute:ખંડણી ભરનારો. 2. *Hence*, subordinate: તાબાનું; હાથનિચેનું; હલકું. 3. Paid in tribute:ખંડણીમાં ભરેલું; કરરૂપ. 4. Contributing: ભરતીઉં-પુરણી કરનારૂં; ભરતી કરનાર. *n. pl.* **Tributaries** A ruler that pays tribute: ખંડણી ભરનાર: ખંડિઓ રાજા. 2. An affluent: કોઇ મોટી નદીને મલનારી નાની નદી; શાખા.

Tribute,(ટ્રિબ્યૂટ્) *n.* [L. *tributum*,to bestow.] A fixed amount paid by one nation to another: ખંડણી; કર.

Trice, (ટ્રાઈસ્) *n.* An instant: પલ; ક્ષણ; પલક.

Trick, (ટ્રિક્) *n.* An artifice or stratagem: પેચ; દગો; દાવ; કપટ; છક્કો પંજો. 2. A clever procedure fitted to puzzle: તદબીર; યુક્તિ; ઘાટ. કલા. 3. A prank: અટકચાલું; અડપલું; મસ્તી. *vt.* To cheat: ઠગવું;છેતરવું;દગો રમવો. 2. To decorate: સણગારવું; ઠાઠમાઠ કo.

Trickery, (ટ્રિકરિ) *n.* Fraud: છેતરપંડી; ઠગાઈ.

Trickish, (ટ્રિકિશ્) *a.* Knavish: ઠગારૂં.

Trickle, (ટ્રિકલ્) *vi.* To run in drops: ઝરવું; ટપકવું.

Tricolour,(ટ્રાઈકલર્)*n.*The national French banner, of three colors, blue, white and red: ફ્રાન્સ દેશનો વાવટો-ઝુંડો.

Trident,(ટ્રાઈડેન્ટ્) *n.* [L. *tri* & *dens*, tooth.] A threepronged spear or goad: ત્રણ અણીનો ભાલો. *a.* Having three teeth: ત્રણ દાંતાવાલું.

Triennial,(ટ્રાઇઍનિઍલ્)*a* [L. *tri* & *annus*, year.] Continuing three years: ત્રણ વરસ સુધી

ચાલતુ.2.Happening every third year:ત્રણ વરસે-એકવાર થનારૂં--થતું.

Trifle, (ટ્રાઇફલ્) *n.* A thing of very little value: નજીવી-નકામી વસ્તુ-ચીજ. *vi.* To act or talk lightly: તોચ્છડાઇ-હલકાઇથી-બોલવું; છોકરવાદી-નાદાની ક૦. 2. To waste: ગુમાવવું; નકામું ગાલવું.

Trifling,(ટ્રાઇફ્લિન્ગ્) *a.* Trivial: નજીવું;નકામું; હલકું.

Trifoliate, (ટ્રાઇફોલિએટ્) *a.* Three-leaved: ત્રણ પાંદડાંવાળું.

Triform,(ટ્રાઇફૉર્મ્) *a.*[L.*tri* & *forma*,form.] Having a triple form: ત્રણ રૂપ-આકારનું.

Trig, (ટ્રિગ્)*a.* Full: ભરેલું; ભરપૂર.

Trigger, (ટ્રગર્) *n.* A catch to hold the wheel of a carriage on a declivity: ઢોલાવ ઉતરતાં ગાડીનું પૈડું એકદમ ઉતરી ન પડે તે માટે મુકેલી ચાંપ.

Trigonal, (ટ્રાઇગૉનૅલ્) *a.* Triangular: ત્રિકોણ.

Trigonometry, (ટ્રિગૉનૉમિટ્રિ)*n.pl.*[Gr.*trigonon*, a triangle.] That branch of mathematics which treats of the relation of the sides and angles of triangles: ત્રિકોણમિતિ.

Trihedron,(ટ્રાઇહીડ્રૉન) *n.*[Gr. *tres*, three & *hedra*, side.] A figure having three sides: ત્રિકોણ;ત્રિકોણાકૃત્તિ.

Trilateral,(ટ્રાઇલૅટરૅલ્) *a.*[L.*tri* & *latus*,side.] Having three sides: ત્રિભુજ;ત્રણ બાજુવાળું.

Trilingual, (ટ્રાઇલિન્ગ્વૅલ્) *a.* [L. *tri* & *lingua*, tongue.] Containing three languages: ત્રણ ભાષામાં લખેલું; ત્રિભાષિક.

Triliteral,(ટ્રાઇલિટરૅલ્) *a.*Consisting of three letters: ત્રણ અક્ષરનું.

Trill,(ટ્રિલ્) *vi.* To trickle: ટપકવું; ઝરવું. 2. To sing in tremulous sounds: ધ્રુજતા અવાજે ગાવું.

Trim, (ટ્રિમ્) *vt.* To adjust: ઠીક ક૦; ગોઠવવું. 2. To decorate: સણગારવું; શોભાવવું; ઠાકઠાક ક૦. 3. To clip: કાપવું; છાંટવું; કાતરવું. *n.* Dress; ornaments: પોશાક; શણગાર. 2. Order: નિયમ; રચના; ગોઠવણ. *a.* Nice; neat: ઠીકઠાક; સુઘડ; સોહામણું.

Trimmer, (ટ્રિમર્)*n.*One who trims:ગોઠવનાર; શણગારનાર. 2. A timeserver: તાલ-રંગ જોઇને ચાલનાર.

Trimming,(ટ્રિમિન્ગ્) *n.* Ornamental parts: મગજી; કાત; કિનારી;કોર. 2. The act of reprimanding: ઠપકો; ધમકી.

Trimness, (ટ્રિમ્નેસ) *n.* neatness: સફાઇ; સુઘડાઇ.

Trinity, (ટ્રિનિટિ) *n.* [L. *trini*, three each.] The union of three (*the Father, the son, and Holy Ghost*) in one Godhead: પિતા;પુત્ર અને પવિત્રાત્મા એ ત્રણે મળીને થયેલો એક ઇશ્વર.

Trinket, (ટ્રિન્કેટ્) *n.* A small ornament:નાનું ઘરેણું; દાગીનો. 2. A trifle; a toy: નજીવી વસ્તુ; રમકડું.

Trinomial, (ટ્રાઇનોમિઅલ્) *n.* A quantity consisting of three terms (*connected by the sign* + or −):ત્રણ પદની રકમ.

Trio, (ટ્રાઇઓ) *n.* [L. *tres*, *tria*, three.] A set of three: સાથે કામ કરનાર કે રહેનાર ત્રણ જણ; ત્રણનો સત. 2.A composition for three:ત્રણ જણે ગાવાનું ગાણું.

Trip, (ટ્રિપ્) *vi.* To skip: થનથન-નાચતા ચાલવું; સડસડાટ ચાલ્યા જવું. 2. To stumble: ઠોકર લાગવી; ઠોકર ખાવી. 3. To err: ગોથું ખાવું; ચુકવું; ભુલવું. *vt.*To cause to stumble:ઠેસ મારીને પાડી નાંખવું.2. To obstruct: અડચણ-હરકત ક૦; નિષ્ફલ ક૦. *n.* A skip: ઠેકડો. 2. A stumble: ઠોકર; ગોથું; ઠેસ. 3. A mistake: ભૂલ; ચૂક;ગોથું; થાપ.4.A short journey: સહેલ; ચક્કર; ફેરો; આંટો.

Tripartite, (ટ્રાઇપાર્ટાઇટ્)*a.* [L. *tri* & *pars*, *partis*, a part.] Divided into three parts: ત્રણ ભાગ પાડ્યા હોય એવું; ત્રિભાગ.

Tripedal, (ટ્રાઇપેડૅલ્) *a.* [L. *tri* & *pes*,*pedis*,a foot.] Having three feet: ત્રણ પગવાળું.

Triple, (ટ્રિપલ્) *a.*[L. *tri* & *plus.*] Threefold: ત્રગણું;ત્રેવડું; ત્રમણું.*vt.*To treble: ત્રેવડું-ત્રમણું ક૦.

Triplete, (ટ્રિપ્લેટ્) *n.* Three united: ત્રણનો જથો. 2. Three verses rhyming together: સરખા અનુપ્રાસવાળી ત્રણ લીટી; ત્રિપાઇ.

Triplicate, (ટ્રિપ્લિકેટ્) *a.* [L. *tri* & *plico*, I fold.] Threefold: ત્રેવડું; તેવડું. *n.* A third copy: એકજ જાતની ત્રીજી વસ્તુ; ત્રીજી નકલ.

Tripod, (ટ્રાઇપૉડ્) *n.* [Gr. *tri* & *pous*, *podos*, foot.]Any thing on three feet: તીરપાઇ; ત્રીપાઇ.

Trisect, (ટ્રાઇસેક્ટ્) *vt.* [L. *tri*, & *seco*, I cut.] To cut or divide into three equal parts: ત્રણ સરખા ભાગ ક૦.

Trisyllable,(ટ્રિસિલૅબલ્)*n.* A word of three syllables: ત્રણ પદનો શબ્દ.

Trite, (ટ્રાઇટ્) *a.* [L. *tero*, I rub.] Worn out; common: ખવાઇ ચવાઇ ગયલું; સાધારણ.

Triturate, (ટ્રિટ્યૂરેટ્) *vt.* [L. *treo*, I rub.] To rub or grind to a fine powder:અતિશય ઝીણું દલવું; આટો-ભૂકો ક૦; ખલ ક૦.

Trituration, (ટ્રિટ્યૂરેશન) *n.* The act of grinding: ખલ.

Triumph, (ટ્રાઇઅમ્ફ) *n.* [L. *triumphus.*] A ceremonial in honour of a victorious general: ફતેહની મિજબાની. 2. Joy for success: જય જયકાર; ફતેહની ખુશાલી. **T.** *column*: જયસ્તંભ. **T.** *arch*: જયતોરણ. 3. Victory: ફતેહ; જય; જીત. *vi.*To rejoice over success: ફતેહને લીધે ખુશી થવું; મલકાવવું; ખુશખુશ થઇ જવું.2. To obtain victory: જીત-ફતેહ મેલવવી. 3. Flourish: આબાદ થવું.

Triumphal, (ટ્રાઇઅમ્ફૅલ) *a.* Of triumph: ફતેહનું.

Triumphant, (ટ્રાઇઅમ્ફૅન્ટ્) *a.* Exultant: મગન; ખુશખુશ. 2. Victorius:જીત-જયપામેલું; જયવાન; ફતેહમંદ.

Triumvir, (ટ્રાઇઅમ્વર્) *n. pl.* [L. **Triumviri**. E. **Triumvirs**. [L. *tres*, gen. *trium*, three & *vir*, a man.]One of three men in authority: ત્રણ સાથે રાજ કરનારાઓમાંનો એક.

Triumvirate,(ટ્રાઇઅમ્વરેટ્) *n.*Government by three: ત્રણ સાથે રાજ કરનારાઓનું રાજ્ય.

Trivial, (ટ્રિવિઅલ્)*a.* [L. *tri* & *via*, way.] Common: સાધારણ. 2. Trifling: નકામું; નજીવું; હલકું.

Triviality, (ટ્રિવિઍલિટિ) *n.* Trivialness: નજીવાપણું.

Trochee, (ટ્રોકી) *n.* [Gr. *trecho*, I run.] A foot of two syllables, the first long and the second short: ગુરૂ લઘુ પદ; પેહેલો ગુરૂ અને પછી લઘુ હોય એવા અક્ષરોનું પદ.

Trod, (ટ્રૉડ) *imp.* & *p. p. of* **Tread**: છુંદ્યું; કચર્યું.

Trodden, (ટ્રૉડન) *p. p.* of **Tread**: છુંદેલું; કચરેલું.

Troll, (ટ્રૉલ્)*vt.* & *i.* To roll: ફેરવવું; ગબડાવવું; ગબડવું. 2. To sing loudly: મ્હોટે સાદેથી ગાવું. 3. To fish in: માંછલી પકડવી.

Trollop, (ટ્રૉલ્લૉપ્) *n.* An untidy woman: નઠારી છોકરી–સ્ત્રી; છિનાલ.

Troop, (ટ્રૂપ્) *n.* A multitude: ટોળું; ધાડું; ફોજ; મંડળી; જમાવ. 2.An army usually in *pl.*: સિપાઈઓ; લશ્કર; ફોજ. 3. *Commander of a* **t.**: રસાલદાર. 4. A company of stageplayers: નાટકીઓની ટોળી. *vi.* To move in numbers: ટોળાં-ધાડાંબંધ જવું-ચાલવું. To go forward in haste: કુચ કરવી; ઉતાવલથી આગલ જવું-વધવું.

Trooper, (ટ્રૂપર્) *n.* A private cavalry soldier: ઘોડેસ્વાર; ઘોડેસ્વાર સિપાઈ.

Trope, (ટ્રોપ્) *n.* [L. *tropus.*] (*a*) The use of a word in a different sense from that which properly belongs to it:શબ્દની જૂદે–ઉલટે અર્થે કરેલો વપરાસ. (*b*) The word so used: એવી રીતે વાપરેલો શબ્દ; લાક્ષણિક શબ્દ.

Trophied,(ટ્રોફાઈડ)*a.* Adorned with trophies: ફતેહ-જયની નિશાનીથી શણગારેલું.

Trophy,(ટ્રૉફિ) *n.pl.***Trophies**.[Gr.*trepo*, I turn.] A memorial of a victory:જીત-ફતેહની ઉભી કરેલી નિશાની.

Tropic, (ટ્રૉપિક્) *n.* [L. *tropicus*, belonging to a turn.] one of the two circles of the celestial sphere situated on each side of the equator: અયનસીમા;અયનવૃત્ત. **T.** *of Cancer*: કર્કવૃત્ત. **T.** *of Capricorn*: મકરવૃત્ત. 2. (*Geog.*) (*a*)One of the two circles on the terrestrial globe corresponding to these: દક્ષિણોત્તરાયણ વૃત્ત. *pl.* The region lying between these:ઉષ્ણ કટીબંધ.

Tropic, **Tropical**,(ટ્રૉપિક્-ટ્રૉપિકૅલ્) *a.* pertaining to the tropics:ઉષ્ણ કટી બંધનું–સંબંધી.

Trot,(ટ્રૉટ્)*vi.*& *t.*To proceed by a certain gait peculiar to quadrupeds: ખડ્ડુક ખડ્ડુક દોડાવવું-દોડવું; દગડદગડ ચાલવું. 2. To hurry: દોડાદોડ કo; ઉતાવલ–ઝડપ કo. *To* **t.** *out*: ખતાવવાને માટે બ્હાર લાવવું. *n.* The pace of a horse or other quadruped: ખડ્ડુક ખડ્ડુક ચાલ.

Troth, (ટ્રૉથ્) *n.* Faith: આકીન; નિમકહલાલી; વફાદારી; ભરોંસો. 2. Truth: સાચાઈ; સાચવટ.

Trouble, (ટ્રબ્લ્) *vt.* [L. *turbo*, I disturb.] To agitate: ગભરાટ કરાવવો; ખલભલાટ ઉભો કo. 2. To annoy:દુઃખી કo; પજવવું;સતાવવું;હેરાન કાયર. કo. 3. To give occasion for labor to: મહેનત-તસ્દી આપવી. *n.* Uneasiness: ગભરાટ; અકલામણ; બેચેની; હેરાનગતી. 2. That which affilicts: પીડા; આપદા;જંજાલ,મહેનત;મુશ્કેલી;મુસિબત.3.Affliction: દુઃખ; સંકટ; સંતાપ. *To get into* **t.**: to get into difficulty:મુશ્કેલી–મુસિબતમાં આવી પડવું. *To take the* **t.**, to be at the pains: શ્રમ લેવો; તસ્દી લેવી.

Troublesome,(ટ્રબ્લ્સમ્) *a.*Vexatious:હેરાન કરનારૂં; અડચણ કરનારૂં; પજવનારૂં; સંતાપ કારક;દુઃખદાયક; કડાકુટિયું.

Troublous, (ટ્રબ્લસ) *a.* Full of trouble: દુઃખદાયક; નઠારૂં.

Trough, (ટ્રૉફ્) *n.* A long tray: થાલી; કથરોટ. 2. A long channel: પરનાલ.

Trousers, (ટ્રાઉઝર્ઝ્) *n. pl.* Long breeches: ચોરણો; પાયજામો; લેંઘો; સુરવાલ; ઇજાર.

Trout, (ટ્રાઉટ્) *n.* [L.*tructa.*] A kind of fish: એક જાતની માંછલી.

Trover,(ટ્રોવર્)*n.*(*a*) The gaining possession of goods: જડેલો માલ કબજે રાખવો તે. (*b*) An action to recover lost goods: કોઈ જડેલો માલ તેના માલેકને પાછો નહિ આપે તે બદલ માંડેલી ફરીઆદી.

Trow, (ટ્રો) *vi.* To believe: માનવું; ધારવું.

Trowel, (ટ્રાઉઍલ્) *n.* [L. *trua*, a ladle.] A mason's tools: કડિયાની થાપી.

Troy-weight, (ટ્રૉઈ-વેટ્) *n.* A weight by which gold, silver, jewels &c. are weighed: સોનું રૂપું તથા ઝવેર વિ૦ તોલવાનું તોલ.

Truant, (ટ્રૂઅન્ટ્) *n.* An idler: આલસુ છોકરો; રખડેલ-ભટકેલ છોકરો. *a.* Idle: આલસુ; કામનું ચોર; હાડકાનું હરામ.

Truce, (ટ્રૂસ્) *n.* An armistice: થોડા દહાડા સારૂ કરેલી સલાહ; તહકુબી; શુઈ 2. Cessation: વિરામ; અટકાવ.

Truck, (ટ્રક્) *n.* A wheel: પૈડું. 2. A railway wagon: આગગાડીનું માલ ભરવાનું ગાડું. *vt.* & *vi.* To exchange; to barter: સાટું-બદલો કo; વેપાર કo; સાટાપાટી કo. *n.* Exchange of goods: સાટું; બદલો.

Truckle,(ટ્રકલ) *n.* A small wheel:ન્હાનું પૈડું. *vi.* To submit: ખુશામત હાજીહા કo.

Truckle-bed, (ટ્રકલ્ બેડ) *n.* A low bed on wheels, that may be pushed under another bed: નીચો, પૈડાંનો ઢોલીઓ–પલંગ.

Truculence, (ટ્રક્યૂલેન્સ્) *n.* Savageness: જંગલીપણું.

Truculent,(ટ્રક્યૂલેન્ટ્)*a.*[L.*trux*,*trucis*,wild.] Fierce; savage: ક્રુર; જંગલી; ભયંકર; બિહામણું.

Trudge, (ટ્રજ્) *vi.* To travel with effort: જેમ તેમ મુસાફરી કo ચાલવું; ઘસડાવું; ઘસડાતા જવું.

True, (ટ્રૂ) *a.* Correct: સાચું; ખરૂં. 2. Accurate: ખરૂં;બરાબર: શુદ્ધ; આબેહુબ.3.Faithful: ઇમાનદાર; પ્રમાણિક; નિમકહલાલ.

True-blue, (ટ્રૂબ્લ્યૂ) *a.* Honest: ઇમાનદાર;

વફાદાર.

Truism, (ટ્રુઇઝમ્) *n.* A self-evident truth: ખુલ્લી દેખીતી ખરી બાબત–વાત.

Trull, (ટ્રલ્) *n.* A harlot: વેશ્યા; છિનાલ.

Truly (ટ્રુલિ) *adv.* In a true manner: ખરેખર; સાચેસાચ. 2. Exactly: બરોબર; આબેહુબ; આબાદ. 3. Sincerely: પ્રમાણિકપણે; ઇમાનથી.

Trump, (ટ્રમ્પ્) *n.*[L. *triumpho*, I triumph.] A trumpet: રણસિંગડું. 2. *n.* A winning card: હુકમનું પાનું. *To put to one's* **t.** *s*, or *To put on one's* **t.** *s*, to force to the utmost exertion: છેલ્લામાં છેલ્લો ઉપાય હાથ કરવા ફરજ પાડવી. *vi.* & *t.* To pay a trump card: હુકમ ઉતરવો. *To* **t.** *up*, તાલમેલ કo.

Trumpery, (ટ્રમ્પરિ) *n.* Fraud: કપટ; ઠગો. 2. Trifles: નકામો માલ. *a.* Worthless: નકામું; નજીવું.

Trumpet, (ટ્રમ્પેટ્) *n.* A wind instrument: રણસીંગું. 2. One who praises: વખાણ કરનાર; ખુશામતીઓ. *vt.* To proclaim: ઢંઢેરો દાંડી પીટવી. 2. To praise: ગુણ ગાવા.

Trumpet-tongued, (ટ્રમ્પેટ્ટન્ગ્ડ) *a.* Having a powerful voice: મ્હોટા સાદ-ઘાંટાવાળું.

Truncate, (ટ્રન્કેટ્) *vt.* [L. *truncus*, maimed.] To cut off: કાપી-કાતરી નાંખવું.

Truncheon, (ટ્રન્શન) *n.* [L. *truncus*, trunk.] A cudgel: ડંડુકો; ડંગોરૂં.

Trundle, (ટ્રન્ડલ્) *n.* A little wheel: ન્હાનું પૈડું. 2. A truck: ગાડું. *vt.* & *i.* To roll: ગબડાવવું; ગબડવું.

Trunk, (ટ્રન્ક્) *n.* [L. *truncus*, maimed.] Stalk: થડ. 2. The body of an animal, apart from the head and limbs: ધડ. 3. The main body of anything: કોઈ પણ ચીજનો મુખ્ય ભાગ. 4. The proboscis of an elephant: હાથીની સૂંઢ. 5. Chest: પેટી.

Truss, (ટ્રસ્) *n.*[L. *torques*, twist.] A bundle: ભારો; ગાંસડો. 2. A bandage used in hernia: ગોલાના દરદીને બાંધવાનો પટ્ટો; જંતર.

Trust, (ટ્રસ્ટ્) *n.* Confidence; reliance: પતીજ; ભરોંસો; વિશ્વાસ; ઇતબાર; ખાત્રી. 2. Credit given: ઉધાર આપવું તે; ધીર; પતીજ. 3. Responsible charge or office: જવાબદારી; જુમ્મો. 4. (*Law*) An estate managed for another: બીજાના લાભ માટે કાઢેલી–રાખેલી મિલકત. *a.* Held in trust (*as property, money, etc.*): વિશ્વાસ ભરોંસામાં મૂકેલું; ટ્રસ્ટમાં રાખેલું. *vt.* To rely on: વિશ્વાસ–ભરોંસો–ઇતબાર કo–રાખવો. 2. To credit: ખરૂં માનવું; માનવું. 3. To hope: આશા–ઉમેદ રાખવી. 4. To intrust: સોંપવું. 5. To sell upon credit: ઉધાર આપવું; ધીરવું. *vi.* To confide: ભરોંસે રહેવું.

Trustee, (ટ્રસ્ટી) *n.* One who is intrusted with property for the benefit of another: બીજાને માટેની મિલકતનો વહિવટ કરનાર; સુપ્રતદાર.

Trustful, (ટ્રસ્ટ્ ફુલ) *a.* Trusting: ભરોંસો રાખતું–રાખનારૂં. 2. Faithful: ભરોંસાદાર.

Trust-worthy, Trusty, (ટ્રસ્ટ્વર્ધિ, ટ્રસ્ટિ) *a.* Worthy of trust: ભરોંસો–વિશ્વાસ રાખવા લાયક; વિશ્વાસુ.

Truth, (ટ્રુથ્) *n.* Fidelity: નિમકહલાલી; પ્રમાણિકપણું; ઇમાનદારી. 2. Veracity: ખરાપણું; સાચાઇ; સાચવટ; સત્યતા. 3. Fact: ખરી–સાચી હકીકત. *In* **t.**, in reality: ખરેખર; સાચે; ખરૂં પુછોતો.

Truthful, (ટ્રૂથ્ફુલ્) *a.* Reliable: સાચેસાચું; ખરૂં; ભરોંસાદાર.

Try, (ટ્રાઇ) *vt.* [L. *tero*, I rub.] To sift: વીણી કાઢવું; જુદું કo. 2. To test: કસવું; અજમાવવું; પરીક્ષા કરી જોવી. 3. To strain: થકવવું. 4. To examine judicially: તપાસ ચલાવવી–કo; મુકદમો ચલાવવો. 5. To experience: અનુભવ લેવો; સ્વાદ ચાખી જોવો. 6. To attempt: કોશેશ કo; પ્રયત્ન–યત્ન કo–કરી જોવું. *To* **t.** *on*, (*a*) to put on: પ્હેરી જોવું; કોશેશ કo.

Tub, (ટબ્) *n.* An open wooden vessel: લાકડાનું કુંડું; પીપ; ટબ.

Tube, (ટયુબ્) *n.* A pipe: નલ; નલી; ભૂંગળું.

Tubercle, (ટયુબર્કલ્) *n.* [L. *tuber*.] A small knob: ટેકો; ઢેયો. 2. A small swelling: ગાંઠ; ઢીમચું; ઢીમું.

Tuberous, (ટયુબરસ્) *a.* Knobbed: ગાંઠાગાંઠાવાળું.

Tubular, (ટયુબ્યુલર્) *a.*[L. *tubus*, a tube.] Having the form of a pipe: નલીના આકારનું.

Tubule, (ટયુબ્યૂલ્) *n.* [L. *tubus*, a tube.] A small pipe: ભૂંગલી.

Tuck, (ટક્) *vt.* To make a tuck or tucks in: ટાંકી લેવું. 2. To press into a close place: દબાવવું; દાબવું. *n.* A plait: આંતરસીયો; ચુણ; ચુણી.

Tucker, (ટકર્) *n.* A narrow piece of linen, folded across the breast: કાંચલી; ચોલી.

Tuesday, (ટયુઝ્ડે) *n.* The third day of the week: મંગલવાર; ભોમવાર.

Tuft, (ટફ્ટ્) *n.* Cluster: ગુચ્છો; ઝુમખો; કલગી; ગોટો. *vt.* To adron with tufts: ગુચ્છાથી સણગારવું; ઝુમખા કo.

Tufted-Tufty, (ટફ્ટેડ્–ટફ્ટિ) *a.* Adroned with a tuft: કલગીદાર; ગુચ્છા–ઝુમખાંવાળું.

Tug, (ટગ્) *vt.* To pull with great effort: ખેંચી લેઇ જવું–લાવવું. *n.* A strong pull: ખેંચ; તાણ. 2. A steamboat used to tow vessels: વહાણો ખેંચી લઈ જવાનું વરાલયંત્ર.

Tuition, (ટયુઇશન) *n.*[L. *tuitio*, protection.] Guardianship: રખેવાલી; વાલીપણું. 2. Instruction: શિખવણી; શિક્ષણ; ભણાવવું તે.

Tulip, (ટયુલિપ્) *n.* A plant with beautiful flowers: એક જાતનો સુશોભિત છોડવો.

Tumble, (ટમ્બલ્) *vi.* To roll: ગબડવું. 2. To fall: પડી જવું; ઢલી–ધસી પડવું. *vt.* To throw down: ઉથલાવવું; પાડી નાંખવું. *n.* A fall: ઢલી–ગબડી પડવું તે.

Tumbler, (ટમ્બલર્) *n.* An acrobat મલ્લ; કુસ્તીબાજ. 2. A drinking glass: કાચનું પવાલું; ટમલર.

Tumefaction, (ટયૂમીફેકશન) *n.* A swelling: સોજો.

Tumefy, (ટયુમીફાઇ) *vt.* & *i.* [L. *tumeo*, I swell.] To swell: સુજવું; સોજો આવવો.

Tumid, (ટ્યૂમિડ્) *a.* Swelled: સૂજેલું; ઉપસેલું 2. Pompous: ખોટા ભભકાવાળું; ડમામદાર.

Tumor, (ટ્યૂમૅાર) *n.* [L. *tumeo,* I swell.] A swelling on the body: ઢીમચું; ઢીલું; ગાંઠ.

Tumulous, (ટ્યૂમ્યૂલસ) *a.*Hilly: ઢેકા ઢૈયાવાળું.

Tumult, (ટ્યૂમલ્ટ્) *n.* [L. *tumeo,*I swell.] Uproar of a multitude: ખલભલાટ; ગરબડાટ; ખખેડો; હુલ્લડ; સોરબકોર; ધાંધલ; ધમચકડી; તોફાન.

Tumultuary-Tumultuous, (ટ્યૂમલ્ટ્યૂઍરિ-ટ્યૂમલ્ટ્યૂઅસ) *a.* Disorderly; noisy: શોરબકોર-તોફાન ગરબડાટવાળું.2. Disturbed: ભારે જોસપર આવી ગયેલું; જબરું.

Tun, (ટન) *n.* A large cask: મ્હોટું-કાટનું પીપ. 2. A certain measure for liquids: દારૂ તથા તેલ વિગેરેનું એક માપ.

Tune, (ટ્યૂન) *n.* A melody; an air: રાગ. 2. Order; harmony: વ્યવસ્થા; ગોઠવણ; બંદોબસ્ત. *vt.* To harmonize: સૂર મેલવવો-લગાવવો. 2. To sing: ગાવું.

Tuneful,(ટ્યૂનફુલ્) *a.* Harmonious: મધુર; રાગતાલવાળું.

Tuner, (ટ્યૂનર) *n.* One who tunes: વાજીંત્રના સુર મેલવા તારે ચઢાવનાર.

Tunic, (ટ્યૂનિક્) *n.* [L. *tunica.*] An undergarment worn by the ancient: અસલના લોકોનું પહેરણ-કુરતું. 2. An integument: પડ; ઢાંકણ; આચ્છાદન.

Tunnel, (ટનેલ્) *n.* A passage cut through a hill or under a river:પહાડમાંથી કે નદીના નીચેથી ખોદી કાઢેલો રસ્તો; ભુગડો. *vt.* To make a passage through or under: કોરી-ખોદીને રસ્તો કાઢવો-સુરંગ કાઢવી; ભુગડો ક૰.

Turban, (ટર્બૅન) *n.* A headdress: પાઘડી; પાઘડી; ફેંટો.

Turbid, (ટર્બિડ્) *a.* [L. *turba,* tumult.] Muddy; not clear: રગડા જેવું;મેલું; ડોહવાએલું.

Turbinated, (ટર્બિનેટેડ્) *a.* Shaped like a top: ભમરડાના આકારનું.

Turbulence-cy,(ટરબ્યૂલેન્સ-ન્સિ) *n.*Tumult: બંડ; ખખેડો; હુલ્લડ; દંગો.

Turbulent,(ટબ્યૂલેન્ટ્) *a.*[L.*turba,*disorder.] Tumultuous: તોફાન ઉપર ચઢેલું; તોફાની; ખખેડાદંગા-હુલ્લડખોર-કરનારૂં. 2. Exciting: ઉશ્કેરણી આપનારૂં; ફીતુરી.

Tureen, (ટ્યૂરીન) *n.*[L. *terra,* earth.]A dish for holding soup: શેરવો રાખવાનું વાસણ.

Turf, (ટર્ફ) *n.* The surface of land matted with the roots of grass&c.:ગોચરી;લીલું ઘાસ રોપેલી જગા. 2. Peat: કાલાંછોડાં. 3.Race course; horse racing: ઘોડાના શરતનું મેદાન; ઘોડદોડ.

Turgent, (ટર્જેન્ટ્) *a.* [L. *turgeo,* I swell.] Swelling: ઉપસેલું; સુજેલું. 2. Bombastic; pompous: ખોટા ભભકાવાળું; ડમામદાર.

Turgescence, (ટર્જેસેન્સ) *n.* Bombast: ખાલી બપકો; ખોટો દેખાવ.

Turgid,(ટર્જિડ્) *a.*[L.*turgeo,*Iswell.]Swollen: સૂજેલું; ઉપસેલું. 2. Pompous: ખોટા ભપકાદેખાવવાળું.

Turgidity, (ટર્જિડિટિ) *n.* Pomp: ખોટો ભપકો.

Turkey, (ટર્કિ) *n.* An empire in the south-east of Europe and southwest of Asia: તુર્કસ્તાન. *n.* A large gallinaceous bird: એક જાતનું મરઘા જેવું પક્ષી; ટરકી. **T.** *red:* લાલ મજીઠીઓ રંગ; કસુંબો.

Turmeric,(ટર્મેરિક્) *n.* The root of an East Indian plant: હલદ; હલધર.

Turmoil,(ટર્મૉઇલ્) *n.*Trouble; disturbance મહેનત; ખટપટ;સંતાપ;ધાલમેલ; જંજાલ; કડાકૂટ; લફરૂં: *vt.* To weary: સંતાપવું; બેચેન ક૰.

Turn, (ટર્ન્) *vt.* [L. *tornus,* a lathe.] To cause to revolve: ગોળ ફેરવવું; ફેરવવું. 2. To reverse the position of: ઉલટાવવું; ઉથલાવવું; ઉંધું-અવળું ક૰. 3. To use: વાપરવું; કામે લગાડવું.4. To alter: ફેરવવું;બનાવવું;કરીનાંખવું.5.To shape:ઘડવું;બનાવવું. 6. To translate: તરજુમો-ભાષાંતર ક૰. *To* **t.** *a cold shoulder to,* to treat with neglect: કાંઈ ન આપવું. *To* **t.***adrift,* to cast off:કાલજી-ફિકરચિંતા દરકાર ન રાખવી. *To* **t.** *a penny, To* **t.** *an honest penny,* to make a small profit: થોડોક નફો ક૰. *To* **t.** *aside,*to avert: અટકાવવું; વારવું. *To* **t.** *away,* (*a*) to dismiss: કાઢી મૂકવું; બરતરફ ક૰. (*b*) To drive away: હાંકી કાઢવું; કાઢી મૂકવું. *To* **t.** *back,* to return: પાછું આપવું-મોકલવું; હાંકીકાઢવું.*To* **t.** *down,* (*a*)to fold: બેવડવું;વાલવું. (*b*) To lower: નીચું ઉતારવું; ઓછું ક૰. *To* **t.** *in the mind,* meditate upon: વિચાર ક૰. *To* **t.** *off,* (*a*) to dismiss contemptuously: ધમકાવી કાઢવું; હડધૂત ક૰. (*b*) To stop. બંધ ક૰; અટકાવવું. *To* **t.** *on,* to give passage to: રસ્તો આપવો; વહેવા દેવું; આવવા દેવું. *To* **t.** *one's coat,* to go over to the opposite party: સામા પક્ષમાં જવું. *To* **t.** *one's hand to,* to engage in: કંઈ કામે લાગવું-મંડવું-વલગવું. *To* **t.** *out,* (*a*) to drive out: હાંકી કાઢવું; કાઢી મૂકવું. (*b*) To produce: ઉત્પન્ન ક૰-બનાવવું. *To* **t.** *over,* (*a*) to overturn: ફેરવવું; ઉંધું વાલવું. (*b*) To read over: ફેરવવું; ઉથલાવવું; ફેરવી જવું.*To* **t.** *tail* to–,to run away: નાસી જવું. *To* **t.** *the back,* to flee: નાસવું; નાસી જવું. *To* **t.** *the back on* or *upon,* to treat with contempt: તુચ્છકારી કાઢવું. *To* **t.** *the corner,* to pass the critical stage: સુધરવા માંડવું; સારી વલણ લેવી. *To* **t.** *the die* or *dice,* to change fortune: નસીબ બદલાવું.*To* **t.***the head or brain of,*to infatuate: માથું-મગજ ફેરવી નાંખવું; બનાવવું; ચઢાવવું. *To* **t.** *the scale* or *balance,* to decide or determine something doubtful: નિકાલ-નિવેડો ક૰. *To* **t.** *the stomach of,* to sicken: જીવ ફરે-ઉલટી આવે એમ ક૰.*To* **t.***the tables,* to reverse the chances of success: નસીબ ફેરવવું; સંજોગ બદલી નાખવા. *To* **t.** *up,* to bring to the surface: તલે ઉપર ક૰; ઉથલાવવું.*To* **t.** *upside down,*to throw into disorder: ગભરાટ ક૰; ગુંચવી નાંખવું. *vi.* To move round; to have a circular motion: ગોળ ફરવું; વલવું. 2. To depend: આધાર રાખવો હોવો. 3. To be changed: બદલાઈ જવું; થવું; બનવું; થઈ જવું. 4. To sour (*as milk,etc.*): ખાટું થવું. 5. To become giddy: ભમવું; ફરવું. *To* **t.** *again*, to return: પાછું આવવું-ફરવું. *To* **t.** *against*, to become hostile to: સામા થવું; વેરી-દુશ્મન થવું. *To* **t.** *aside* or *away*, (*a*) to turn from the right course: આડે રસ્તે જવું; આડું ફાટવું. (*b*) To depart: જતા રહેવું; ખસી જવું. *To* **t.** *back*, to retrace one's steps: પાછા ફરવું. *To* **t.** *in*, to go to bed: સુવા જવું; સૂઈ જવું. *To* **t.** *off*, to be diverted: વલવું; ફંટાવું. *To* **t.** *on* or *upon*, (*a*) to turn against: (કોઈ ઉપર) ઉતરી પડવું; સામો સામા થવું. (*b*) To reply to: જવાબ-ઉત્તર આપવો. (*c*) To depend on: આધાર રાખવો-આધારે રહેવું. *To* **t.** *out*, (*a*) To rise: ઉઠવું. (*b*) To come abroad: બહાર આવવું. (*c*) To result: નીકલવું; થવું; બનવું. *To* **t.** *round*, (*a*) to change position: ફરવું. (*b*) To change opinion: વિચાર-મત ફેરવવો. *To* **t.** *to*, to have recourse to: આધાર ધરવો-પકડવો-લેવો. *To* **t.** *to account, profit, advantage; or the like*, to be made useful: ફાયદા-નફાકારક થવું; કામ-ઉપયોગમાં આવવું; ઉપયોગી થઈ પડવું. *To* **t.** *up*, (*a*) to be doubled: વલી જવું. (*b*) To appear, to happen. આવવું; દેખાવું; બનવું; થવું. *n.* Revolution: ફેરો. ચક્કર; આંટો. 2. Alteration: ફેરફાર; વલણ; ફેર. 3. A Bend: વાંક; વલણ; ઝોક. 4. A short walk: ફેરો; આંટો; ચક્કર; રપાટો; સહેલ. 5. Successive course: વારો; ફેરો; પાલી; ખેપ. 6. A round of a rope: આંટો. **T.** *of mind*: મિજાજ; ફાંટો. *A good* **t.**: ઉપકાર. *Ill* **t.**: અપકાર; માઠું; બુરું. *By* **t.***s*. (*a*) alternately: વારાફરતી. (*b*) At intervals: આંતરે આંતરે. *To a* **t.**, perfectly: બરોબર; સંપૂર્ણ રીતે. **T.** *and* **t.** *about*, by turns: વારા ફરતી. **T.** *screw*, a screw driver: ઈસ્કુ બેસાડવાનું ઓજાર; ચાવી.

Turn-coat, (ટર્નકોટ્) *n.* A renegade: પોતાનો પક્ષ-બોરદુ છોડીદેનાર; સામી બાજુએ જઈ મલનાર.

Turner, (ટૂર્નર્) *n.* One whose occupation is to form articles with a lathe: ખરાદી; સંઘાડીઓ.

Turning, (ટાર્નિન્ગ્) *n.* A winding: વાંક; ફાંટો. 2. *pl.* The pieces or chips: કકડા; ચીપો.

Turning-point, (ટાર્નિન્ગ્-પૉઈન્ટ્) *n.* The point which decides a case: મુદ્દો; મુલ મુદ્દાની વાત-બાબત.

Turnip, (ટર્નિપ્) *n.* A root used as food: સલધમ.

Turnkey, (ટર્નકી) *n.* A warder: દારોગો.

Turnpike, (ટર્નપાઈક્) *n.* A tollgate: કર લેવાનો દરવાજો; નાકું; નાકા દરવાજો.

Turnstile, (ટર્નસ્ટાઇલ્) *n.* A turnpike: ઢોર ન જઈ શકે તે સારૂ રસ્તા ઉપર રાખેલું દ્વાર; ખોડીબારૂં.

Turpentine, (ટર્પેન્ટાઈન્) *n.* The resinous juice of the terebinth: ટરપિટન તેલ.

Turpitude, (ટર્પિટ્યૂડ્) *n.* [L. *turpis*, foul.] Baseness: હલકા-પણું; લુચ્ચાઈ; નીચપણું.

Turquoise, (ટર્કૉઈઝ્) *n.* A bluish-green mineral: પિરોજા રંગનું એક ઝવેર.

Turret, (ટરેટ્) *n.* A little tower: મિનારો; કંગુરો.

Turtle, (ટર્ટલ્) *n.* The sea-tortoise: કાચબો.

Turtle-dove, (ટર્ટલ્ ડવ્) *n.* A species of pigeons; કબૂતર.

Tush, Tut, (ટશ્-ટટ્) *Interj.* Pshaw: છિટ ? છટ !

Tusk, (ટસ્ક્) *n.* A long pointed tooth of the elephant: દાંત; હાથીદાંત.

Tutelage, (ટ્યૂટલેજ્) *n.* [L. *tueor*, I see.] The state of being under a guardian: કોઇના દેખરેખ વાલીપણા નીચે હોવું તે; સગીરી.

Tutelar-y, (ટ્યૂટલર્ લરિ) *a.* [L. *tutela.*] Protecting: નેઘેબાન; દેખરેખ રાખનારૂં; રક્ષણ કરનારૂં; રક્ષક.

Tutor, (ટ્યૂટર્) *n.* [L. *tueor*, I gaze at.] A gurdian: વાલી. 2. A teacher: મહેતાજી; શિક્ષક; ગુરૂ; ઉસ્તાદ. *vt.* To teach: શિખવવું; ભણાવવું.

Tutoress, (ટ્યૂટરેસ્) *n.* An instructness: શિખવનારી; ભણાવનારી; મહેતીજી.

Twaddle, (ટવૉડલ્) *n.* Silly talk: બકબકારો; ગપ્પાં; લવારો.

Twain, (ટ્વેન્) *a.* & *n.* Two: બે. *In* **t.**, into two parts: બે ભાગમાં.

Twang, (ટવૅન્ગ્) *vi.* & *t.* To sound with a quick, harsh noise: રણકારો થવો-કરવો. *n.* A harsh, quick sound: રણકારો; ટણકારો. 2. A nasal sound: ગુંગણો સાદ.

Tweak, (ટવીક્) *vt.* To pinch and twist: ચમટો તોડવો *n.* A sharp pinch: ચમટો ટી.

Tweed, (ટવીડ્) *n.* A woollen fabric: હલકી બનાવટનું ઉનનું કાપડ.

Tweezers, (ટવીઝર્સ્) *n. sing* Nippers: બાલ ટુંપવાનો ચીપિયો; ચીમટો; ટુંપિયો.

Twelfth, (ટ્વેલ્ફ્થ્) *a.* & *n.* Coming after eleven others: બારનું; બાર; બારમો ભાગ; બારાંસ.

Twelve, (ટવેલ્વ્) *a.* & *n.* Two and ten: બાર.

Twentieth, (ટ્વેન્ટિઍથ્) *a.* & *n.* Coming after nineteen others: વીસમું; વીસમો ભાગ.

Twenty, (ટ્વેન્ટિ) *a.* twice ten: વીસ. *n. pl.* **Twenties**. A score: વીસની સંખ્યા.

Twice, (ટવાઇસ્) *adv.* Two times: બે વાર-વખત.

Twig, (ટ્વિગ્) *n.* A small branch of a tree: ઝાડની નાની ડાંખલી-ડાલી.

Twilight, (ટવાઈલાઈટ્) *n.* The faint light after sunset or before sunrise: ઝઝકલું; ઝલઝલું. *a.* Obscure: છાયાવાલું.

Twin, (ટ્વિન્) *a.* Being one of two born at a birth: બે જોડે જન્મેલાંમાંનું એક; જોડિયું. *n.* One of two produced at birth: જોડ; જોડમાંનું એક. 2. *pl.* A sign and constellation of the zodiac: મિથુન રાશી. 3. One very like another: જોડી; જોડો.

Twine, (ટવાઈન્) *n.* A twist: વલ; આમલો; પેચ. 2. A cord: દોરી; સુતલી. *vt.* & *i.* To wreathe: વણવું. 2. To wind: લપેટવું; લપેટાવું.

Twinge, (ટ્વિન્જ્) *vt.* To pinch: ચમટો તોડવો. 2. To affect with sharp, sudden pain: ચટકવું; ચટકો દેવો-લગાડવો. *n.* A pinch: ચમટો. 2. A sudden sharp pain: ચસકો; ચસક.

Twinkle, (ટ્વિન્ગ્કલ્) *vi.* To wink: આંખના

પલકારા મારવા;આંખ મીચવી-ઉઘાડવી.2.To sparkle: ચમકવું; ચમકારો-ઝલકારો થવો; ચલકાટ થવો. *n.* A wink of the eye: આંખનો પલકારો. 2. A brief flash: ચમકારો; ઝબકારો; ઝબક. 3 A moment: પલ; ઘડી; ક્ષણ.

Twinkling, (ટ્વિન્ગ્ક્લિન્ગ્) *n.* Same as Twinkle,*n.*

Twirl, (ટ્વર્લ્) *vt.* & *i.* To whirl round: ગોલ ફેરવવું-ફરવું. *n.* A whirl: ફેરો; ચક્કર.

Twist, (ટ્વિસ્ટ્) *vt.* To twine: મરડવું; વલ-આમલા દેવા. 2. To pervert: મરડી-મચરડીને ઉંધો-અવલો અર્થ કo. 3. To encircle: વિંટાલવું; લપેટવું. *vi.* To wreathe: વલવું;મરડાવું. *n.* A contortion: મરોડ; વલ; આમલો; પેચ.

Twit, (ટ્વિટ્) *vt.* To reproach; to taunt: ઠપકો દેવો; મ્હેણું મારવું.

Twitch, (ટ્વિચ્) *vt.* To snatch: ઝૂંટી લેવું; તરાપ મારવી. *n.* A pull: તરાપ.

Twitter, (ટ્વિટર્) *vi.* To make a succession of small, tremulous noises: ચીંચીં-કિલબિલ કિલબિલ કo; ચુંચું કo. 2. To be excited: ઉરકિરાવું . *n.* A small tremulous noise: ચલીયાંની બોલી; ચીંચીં; કિલબિલ. 2. A slight trembling of the nerves: કંપારી; ધ્રુજરી.

Two, (ટૂ) *a.* & *n.* [L.*duo.*] One and one:બે; બગડો.

Twofold, (ટૂફોલ્ડ) *a.* & *adv.* Double: બમણું; બેવડું.

Tympanum, (ટિમ્પૅનમ્) *n.* The ear drum: કાનનો પડદો.

Type, (ટાઈપ્) *n.*[L.*typus*, a figure.] Stamp: છાપ; નિશાની; ચિન્હ. 2. Style:ઢબ;દેખાવ; રૂપ; લક્ષણ. 3. A token: નમુનો; નકલ. 4. A raised letter, cast in metal, used in printing:બીબું; છાપ.

Typhoid, (ટાઈફૉઈડ)*a.* [*typhus* & Gr. *eidos*, form.] (*Med.*) Pertaining to enteric fever: આંતરડાં પર સોજો આવ્યાથી ચઢતા તાવનું-સંબંધી.

Typhoon, (ટાઈફૂન) *n.* A violent whirlwind: જબરો દરિયાઇ વંટોલ;તોફાન.

Typhus, (ટાઇફસ્) *n.*[Gr. *typho*,to smoke.] A contagious continued fever: સનેપાત સાથનો તાવ; કાલજ્વર.

Typical,(ટિપિકૅલ્)*a.*[*L.typicus.*]Emblematic: દાખલારૂપ; બોધક; સૂચક. 2. Combining the characteristics of a group: પોતાના વર્ગના ગુણ-ખાસિયત દેખાડનારૂં-સૂચવનારૂં.

Typify, (ટિપિફાઈ) *vt.* To represent by an image: અસલ સ્વરૂપની નિશાની-ચિન્હ દેખાડવું.

Typographer, (ટાઈપૉગ્રૅફર્) *n.* A printer: છાપખાનાવાલો; છાપનાર.

Typography, (ટાઇપૉગ્રૅફિ) *n.* The art of printing: છાપવાની કલા.

Tyrannic-al, (ટાઇરૅનિક્-કૅલ્) *a.* Despotic: જુલમી; જુલમ ભરેલું-ગાર.

Tyrannize,(ટિરૅનાઇઝ) *vt.*To act the tyrant: દુઃખ દેવું; જુલમ કર-ગુજારવો; હેરાન કo.

Tyrannous,(ટિરૅનસ્) *a.*Despotic: જુલમગાર; જુલમી.

Tyranny, (ટિરૅનિ) *n.* [L. *tyrannis.*] The government of a tyrant:જુલમી રાજ્ય અથવા સત્તા; સખ્તાઈ; જુલમ; જબરદસ્તી. 2. Severity: સખ્તાઈ; કકડાસ; ગજબ.

Tyrant, (ટાઈરૅન્ટ્) *n.* [L. *tyrannus.*] An absolute ruler: સ્વતંત્ર રાજા; મુખ્ત્યાર રાજા. 2. An oppressor: જુલમગાર; જુલમી.

Tyro, (ટાઇરો) *n. pl.* **Tyros.** A beginner in learning: શિખાઉ; નવો નિશાલીઓ.

U.

U, (યુ) The twenty first letter of the English Alphabet: ઇંગ્રેજી મુલાક્ષરનો એકવીસમો અક્ષર. It has three sounds viz: અ, યૂ, ઉ, as in *bud*, *use* and *full*.

Ubiquitous,(યુબિક્વિટસ્) *a.* Being everywhere: સઘલે ઠેકાણે હોનાર; હર જગે હાજર.

Ubiquity, (યુબિક્વિટિ) *n.* [L. *ubique*, everywhere.]Omnipresence: હર જગે હાજરી.

Udder, (અડર્) *n.* The organ which secrets milk: આંચલ; થાન.

Ugliness, (અગ્લિનૅસ્)*n.* The state of being ugly: બદસુરતી; બદશીકલ; બેડોલપણું.

Ugly, (અગ્લિ) *a.* Deformed: કદરૂપું; બેડોલ; બદસુરત. 2. Illnatured: ખરાબ સ્વભાવવાલું; કજી-આખોર; ચીડીયું.

Ulcer, (અલ્સર્) *n.* [L. *ulcus*.] A sore discharging pus: નાસુર; ચાંદી. 2. A vice in character: દુર્ગુણ; ખરાબ ખસલત.

Ulcerate, (અલ્સરેટ્) *vi.* To be formed into an ulcer: નાસુર પડવું; ચાંદી પડવી.

Ulceration, (અલ્સરેશન)*n.* Ulcer: નાસુર; ચાંદી.

Ulcerous, (અલ્સરસ્) *a.* Of the nature of an ulcer: નાસુર-ચાંદીવાલું; નાસુર-ચાંદી પડેલું.

Ulterior, (અલ્ટીરિઅર્)*a.*[L. *ultra*, beyond.] Situated beyond: પેલી પારનું; તહીંનું. 2. Further; remote: બીજું; હવે પછીનું; છેવટનું.

Ultimate, (અલ્ટિમેટ્) *a.* [L. *ultimus*, the last.] Last; final: આખરનું; છેવટનું; છેલ્લું.

Ultimately, (અલ્ટિમેટલિ) *adv.* At last; in the end: છેવટે; આખરે; અંતે; છેલ્લે સરવાલે.

Ultimatum, (અલ્ટિમેટમ્) *n. pl.* **ultimata.** A final proposition: છેલ્લી બોલી-શરત; આખર-છેવટનું કેહેણ.

Ultimo, (અલ્ટિમો) *a.* In the last (month): ગયા મહિનાનું.

Ultra, (અલ્ટ્ર)*a.* Extreme: છેલ્લે પાટલે બેઠેલું; હડહડતું.

Ultramarine, (અલ્ટ્રૅમૅરીન) *a.* [L. *ultra*, beyond and *marinus*, marine.] Situated beyond the sea:દરીઆની પેલી તરફનું.*n.*(*Chem.*) A blue pigment: એક જાતનો આશમાની રંગ.

Words in **Un** *not given below are to be explained by prefixing* "**not,**" *or* "**want of,**" *to the simple word.* **Un** થી શરૂ થતા જે બોલો નીચે આપ્યા નથી તેઓનો ગુજરાતી અર્થ મૂલ શબ્દની પાછલ "વગરનું"–"રહિત" લગાડવાથી થાય છે.

Ultramontane, (અલ્ટ્રૅમૉન્ટેન) *a.* [L. *ultra*, beyond and *mons*, a mountain.] Being beyond the mountains: પહાડની પેલીમેરનું.
Ultramundane, (અલ્ટ્રમન્ડેન) *a.* Being beyond the world: પેલી દુનીઆનું.
Ululate, (અલ્યૂલેટ્) *vi.* [L. *ululo*, yell.] To hawl: વરૂ કે કુતરા જેવો અવાજ કાઢવો.
Umbilic, Umbilical, (અમ્બિલિક્–કૅલ) *a.* Pertaining to the navel: ડુંટીનું–સંબંધી. **U.** *cord*, the navel string: નાલ; નાયડો. **U.** *region*, the middle region of the abdomen: પેટનો વચલો ભાગ.
Umbles, (અમ્બલ્સ્) *n.* The entrails: આંતરડાં.
Umbrage, (અમ્બ્રેજ્) *n.* [L. *umbra*, a shade.] Offence: નાખુશી; ગુસ્સો; અપમાન. *To take* **U.**: ખોટું–માઠું લાગવું; અપમાન થવું.
Umbrageous, (અમ્બ્રેજસ્) *a.*. Shady: છાયાવાળું; ઘટાવાળું; છાયાદાર; ઘટાદાર.
Umbrella, (અમ્બ્રેલ્લૅ) *n.* A shade carried in hand for sheltering the person from rain or sunshine: છત્રી.
Umpire, (અમ્પાઇર્) *n.* [L. *impar*, unequal.] An arbitrator: લવાદ.
Unable, (અનેબલ્) *a.* Weak: અશક્ત; લાચાર.
Unacceptable, (અનઍકસેપ્ટૅબલ્) *a.* Disagreeable: નાપસંદ; અણગમતું.
Unaccompanied, (અન્ઍકમ્પૅનિડ્) *a.* Single: એકલું.
Unaccomplished, (અન્ઍકૉમ્પ્લિશ્ડ્) *a.* Unfinished: અપૂર્ણ; અધુરૂં.
Unaccountable, (અન્ઍકાઉન્ટૅબલ્) *a.* Not responsible: જવાબદાર નહિ એવું. 2. Strange; inexplicable: ભરમ ભરેલું; સમજાય નહિ તેવું.
Unaccustomed, (અન્ઍકસ્ટમ્ડ્) *a.* Not habituated: ટેવ–મહાવરો ન હોય એવું.
Unacquainted, (અન્ઍકવેન્ટેડ્) *a.* Not acquainted: ઓલખાણ નહિ હોય એવું; અજાણ્યું.
Unadorned, (અન્ઍડૉર્ન્ડ્) *a.* Not adorned: સાદું.
Unadvisable, (અન્ઍડ્વાઇઝૅબલ્) *a.* Not advisable; inexpedient: અયોગ્ય; નાલાયક.
Unadvised, (અન્ઍડ્વાઇઝ્ડ્) *a.* Rash: અવિચારી; નાદાન.
Unadulterated, (અન્ઍડલ્ટરેટેડ્) *a.* Not adulterated: ભેલશેલ વગરનું; ચોખ્ખું; નરદમ.
Unaffected, (અન્ઍફ્ફેક્ટેડ્) *a.* Simple: સાદું. 2. Sincere: ખરૂં; અન્તઃકરણનું.
Unaffectedly, (અન્ઍફ્ફેક્ટેડ્લિ) *adv.* Really: ખરેખર; ઢોંગવગર; કુદરતી રીતે.
Unalloyed, (અન્ઍલ્લૉઇડ્) *a.* Pure: ચોખ્ખું; નરદમ.
Unalterable, (અન્ઑલ્ટરૅબલ્) *a.* Unchangeable: ફેરવાય-બદલાવાય નહીં એવું; કાયમનું. [કુંઝરૂં.
Unamiable, (અન્એમિઍબલ્) *a.* Not amiable:
Unanimated, (અન્ઍનિમેટેડ્) *a.* Inanimate: નિર્જીવ. 2. Spiritless: નિર્જીવ; દમ-તેજ વગરનું.
Unanimity, (યુનૅનિમિટિ) *n.* The state of being unanimous: એક મત; સંપ; એક્કો.
Unanimous, (યુનૅનિમસ્) *a.* [L. *unus*, one & *animus*, mind] Of one mind: એક મત–દિલ.
Unanimously, (યુનૅનિમસ્લિ) *adv.* With the agreement of all: એક મતે; સર્વાનુમતે.
Unanswerable, (અન્ઍન્સરૅબલ્) *a.* Irrefutable: તોડી ન શકાય તેવું; નિરૂત્તર; લાજવાબ.
Unapproachable, (અન્ઍપ્રોચૅબલ્) *a.* Inaccessible: પાસે જઈ શકાય નહિ તેવું; અગમ્ય.
Unashamed, (અન્ઍશેમ્ડ્) *a.* Not ashamed: નફ્ફટ; નિર્લજ.
Unascertained, (અન્ઍસર્ટેન્ડ્) *a.* Uncertain: અનિશ્ચિત; અચોકસ.
Unaspirated, (અન્ઍસ્પિરેટેડ્) *a.* Not aspirated. અલ્પપ્રાણી.
Unaspiring, (અન્ઍસ્પાઇરિન્ગ્) *a.* Not ambitious: મ્હોટી ઉમેદ ન રાખતું; સંતોષી.
Unassisted, (અન્ઍસિસ્ટેડ્) *a.* Helpless: એકલું; મદદ વગરનું.
Unassuming, (અન્ઍસ્યૂમિન્ગ્) *a.* Modest: સાદું; નમ્રતું.
Unattached, (અન્ઍટૅચ્ટ્) *a.* Free: સામેલ નહિ એવું; છુટું.
Unattainable, (અન્ઍટેનૅબલ્) *a.* That cannot be got: મેલવાય નહિ એવું; દુર્લભ.
Unattended, (અન્ઍટેન્ડેડ્) *a.* Alone: છડું; એકલું; વિનાનું.
Unauthentic, (અન્ઑથૅન્ટિક્) *a.* Uncertain: ખોટું; અચોકસ; નાપાયેદાર.
Unauthorized, (અન્ઑથૉરાઇઝ્ડ્) *a.* Not warranted by proper authority: બીન હુકમી; સત્તા વગરનું; ગેર હુકમી.
Unavailing, (અન્ઍવેલિંગ્) *a.* Useless: નકામું; ફોગટ.
Unavoidable, (અન્ઍવૉઇડૅબલ્) *a.* Inevitable: અણચાલ્યું; દુર રદ્દ ન થઈ શકે તેવું.
Unaware, Unawares, (અન્ઍવેર્–અન્ઍવેર્ઝ્) *adv.* Suddenly: ઓચિંતું; એકાએક; અચાનક; અજાણતાં.
Unawed, (અન્ઑડ્) *a.* Undaunted: બીક વગરનું; નિર્ભય.
Unbar, (અન્બાર્) *vt.* To open: ઉઘાડવું; ખોલવું.
Unbecoming, (અન્બીકમિંગ્) } *a.* Unfit: અ-
Unbefitting, (અન્બીફિટિંગ્) } ઘટિત; નાલાયક; શોભે–છાજે નહિ એવું.
Unbelief, (અન્બીલીફ્) *n.* Incredulity: અણભરોસો; અવિશ્વાસ; બેઇમાની; બેદીની.
Unbeliever, (અન્બીલીવર્) *n.* An infidel; a free thinker: કાફર. [નાસ્તિક.
Ubelieving, (અન્બીલીવિંગ્) *a.* Not believing:
Unbend, (અન્બેન્ડ્) *vt.* To make straight: ઢીલું કo; સીધું કo. 2. To remit from exertion: થાક–વિસામો આપવો–ખાવો.
Unbending, (અન્બેન્ડિન્ગ્) *a.* Stiff: વલે નહિ એવું; મજબુત. 2. Resolute: મક્કમ; આધીન–તાબે ન થાય એવું. [પાત; વેહેમ-તાસુબી વગરનું.
Unbiased, (અન્બાઇઍસ્ડ્) *a.* Impartial: અપક્ષ-
Unbidden, (અન્બિડન) *a.* Uninvited: વગર તેડે આવેલું; અણબોલાવ્યું.

Words in **Un** *not given below are to be explained by prefixing* "**not,**" *or* "**want of,**" *to the simple word.* **Un** થી શરૂ થતા જે બોલો નીચે આપ્યા નથી તેઓનો ગુજરાતી અર્થ મૂલ શબ્દની પાછલ "વગરનું"–"રહિત" લગાડવાથી થાય છે.

Unbind, (અન્બાઈન્ડ) *vt.* To set free: છોડવું; મુક્ત ક૦.

Unblamable, (અન્બ્લેમેબલ) *a.* Innocent: [નિર્દોષ; નિરપરાધી.

Unblemished, (અન્બ્લેમિશ્ડ) *a.* Pure; spotless: કલંક ડાઘ વગરનું; નિષ્કલંક; નિર્દોષ.

Unblushing, (અન્બ્લશિંગ) *a.* Impudent: નફ્ફટ; બે શરમ; બે અદબ.

Unbolt (અન્બોલ્ટ) *vt.* To open: ઉઘાડવું.

Unborn, (અન્બૉર્ન) *a.* Future: આવતું; ભવિષ્યનું.

Unbosom, (અન્બૂઝમ્) *vt.* To tell freely: દિલ ખોલાને વાત ક૦.

Unbound, (અન્બાઉન્ડ) *a.* Loose: છુટું.

Unbounded, (અન્બાઉન્ડેડ) *a.* Having no limit: બેહદ; અત્યંત; અપાર; ઘણું જ.

Unbridled, (અન્બ્રાઈડલ્ડ) *a.* Unrestrained: બેલગામ; હાથથી ગએલું; બેહદ; બેહકી ગયલું.

Unbroken, (અન્બ્રોકન) *a.* Continuous: અખંડ; આખું. 2. Not tamed: જંગલી.

Unbrotherly, (અન્બ્રધર્લિ) *a.* Not becoming a brother: ભાઈને નહિ ઘટે તેવું; બંધુભાવહીન.

Unburden, (અન્બર્ડન) *vt.* To relieve from a burden: મનનું દુઃખ ખાલી ક૦-કહેવું. 2. To throw off as a burden: ભાર--બોજો ઉતારી લેવો. [કાઢવાં.

Unbutton, (અન્બટન) *vt.* To unfasten: બોરીયાં

Uncalled-for, (અન્કૉલ્ડ-ફૉર) *a.* Improper; wanton: નકામું; જરૂર વગરનું; નિરૂપયોગી. [ચાલુ.

Unceasing, (અન્સીસિંગ) *a.* Continual: નિરંતર:

Unceasingly, (અન્સીસિંગ્લિ) *adv.* Continually: હમેશાં; સદા.

Unceremonious, (અન્સેરીમોનિઅસ) *a.* Not formal: અસભ્ય; બેઅદબ.

Uncertain, (અન્સર્ટેન) *a.* Not certain: નક્કી નહિ હોય એવું; અનિશ્ચિત; ઢચુપચુ.

Uncertainty, (અન્સર્ટેન્ટિ) *n.* State of being uncertain: શક; સંદેહ; ઢગઢગો.

Unchain, (અન્ચેન) *vt.* To let loose: છોડવું; છુટું ક૦. [કરડું; સખ્ત.

Uncharitable, (અન્ચૅરિટૅબલ) *a.* Harsh:

Unchaste, (અન્ચેસ્ટ) *a.* Lewd: છિનાલવું; નાપાક.

Uncircumspect, (અન્સર્કમ્સ્પેક્ટ) *a.* Careless: ગાફેલ; અસાવધ.

Uncivil, (અન્સિવિલ) *a.* Rude: તોછડું; બેઅદબ.

Uncivilized (અન્સિવિલાઈઝ્ડ) *a.* Savage: જંગલી; અણઘડ.

Unclaimed, (અન્ક્લેમ્ડ) *a.* Not called for: ધણી વગરનું; નધણિયાતું; નવારસુ. [ખોલવી.

Unclasp, (અન્ક્લૅસ્પ) *vt.* To open: ઉઘાડવું; ચાંપ

Uncle, (અન્કલ) *n.* The brother of one's father or mother; also applied to an aunt's husband: કાકો; મામો; ફુવો; માસો.

Uncleanly, (અન્ક્લૅન્લિ) *a.* Dirty: ગંદુ; મેલું.

Unclose, (અન્ક્લોઝ) *vt.* To open: ઉઘાડવું; ફોડવું.

Unclouded, (અન્ક્લાઉડેડ) *a.* Free from the clouds: વાદલાં વગરનું; સાફ; ખુલ્લું.

Uncoil, (અન્કૉઈલ) *vt.* To unwind: ઉખેડવું; છોડવું.

Uncomely, (અન્કમ્લિ) *a.* Unseemly: બદસુરત; બેડોલ. 2. Unbecoming: અણઘટતું; નાલાયક.

Uncomfortable, (અન્કમ્ફૉર્ટેબલ) *a.* Uneasy: દુઃખી; બેચેન.

Uncommon, (અન્કૉમ્મન) *a.* Unusual: અસાધારણ; અસામાન્ય. 2. Strange: અજાયબ જેવું; વિચિત્ર.

Uncompromising, (અન્કૉમ્પ્રોમાઈઝિંગ) *a.* Obstinate: હઠીલું; ન સમજે-લટે એવું.

Unconcern (અન્કૉન્સર્ન) *a.* Want of concern; indifference: અણકનવાર; બેપરવાઈ; બેતમા; બેદરકાર; બેફિકર; બીનકાલજી.

Unconcerned, (અન્કૉન્સર્ન્ડ) *a.* Easy in mind: કનવાર-કાલજી વગરનું; બે પરવા; બેફિકર. 2. Having no interest in: જેને કંઈ લાગતું વલગતું નથી એવું; લેવાદેવા વગરનું.

Unconnected, (અન્કૉનેક્ટેડ) *a.* Separate: નિરાલું; ઇલાહેદું; છુટું.

Unconscionable, (અન્કૉન્શનૅબલ) *a.* Unreasonable: ગેરવાજબી; અક્કલ કબૂલ ન કરે એવું.

Unconscious, (અન્કૉન્શસ) *a.* Not conscious: બેભાન; બેખબર; અજાણ; અજ્ઞાન.

Unconsciously, (અન્કૉન્શસ્લિ) *adv.* Without knowledge: અજાણતાં.

Unconstrained, (અન્કૉન્સ્ટ્રેન્ડ) *a.* Voluntary: સ્વતંત્ર: છુટું.

Uncontrollable, (અકૉન્ટ્રોલૅબલ) *a.* Ungovernable; irresistable: બે લગામ; બેહદ.

Uncooked, (અન્કુક્ડ) *a.* Not cooked: કાચું.

Uncouth, (અન્કુથ) *a.* Odd; awkward: જંગલી; અનાડી; બેડોલ; કઢંગુ.

Uncover, (અન્કવર) *vt.* To lay open: ઉઘાડવું; ઉઘાડું ક૦. *vi.* To take off the hat: ટોપી ઉતારવી.

Unction, (અંક્શન) *n.* [L. *ungo*, I anoint.] An anointing: તેલ ચોપડવું-ચોલવું તે. 2. An ointment: લેપ; લેપન; મલમ.

Unctuous, (અંક્ટ્યુઅસ) *a.* [L. *unctus*, smeared.] Oily; greasy: ચિકણું; તેલીયું.

Uncultivated, (અન્કલ્ટિવેટેડ) *a.* Not tilled; પડી રહેલું; પડતર. 2. Rude: અણઘડ; અભણ; જંગલી.

Undaunted, (અન્ડૉન્ટેડ) *a* Bold: છાતીવાલું; નિર્ભય. [નિર્ભયપણે; બેધડક.

Undauntedly, (અન્ડૉન્ટેડ્લિ) *adv.* Boldly:

Undauntedness, (અન્ડૉન્ટેડ્નેસ) *n.* Boldness: બહાદુરી; હિમ્મત; છાતી. [અમર.

Undecaying, (અન્ડીકેઈંગ) *a.* Immortal:

Undeceive, (અન્ડીસીવ) *vt.* To free from mistake: કાન-આંખો ઉઘાડવી; ભુલ ભાંજવી.

Undecided, (અન્ડીસાઈડેડ) *a.* Not settled: નક્કી નહિ કીધેલું; ઢચુપચુ; ડામાડોલ. [પાક.

Undefiled, (અન્ડીફાઈલ્ડ) *a.* Not polluted: શુદ્ધ;

Under, (અન્ડર) *prep.* Beneath: નીચે; તલે; હેઠલ; હેઠે. 2. In a lower position than: તાબે; હુકમમાં; આધીન; નીચે; હાથ નીચે. 3. Less than: કરતાં ઓછું કમી.

Words in **Un** *not given below are to be explained by prefixing* " **not**," *or* " **want of**," *to the simple word.* **Un** શી શરૂ થતા જે બોલો નીચે આપ્યા નથી તેઓનો ગુજરાતી અર્થ મૂલ શબ્દની પાછલ " વગરનું "–" રહિત " લગાડવાથી થાય છે.

U. *arms*, (*mil.*) (*a*) drawn up fully armed: હથીઆરબંધ. (*b*)Enrolled for military service: લશ્કરી નોકરીમાં દાખલ થએલું. **U.** *canvas*,(*a*)provided with tents: તંબુ સહિત. (*b*) Moved or propelled by sails: શઢથી આગલ ચલાવાતું. **U.** *way*, moving: ચાલતું;રસ્તે પડેલું;ધંધે વલગેલું.*adv.* In a lower condition: હાથ નીચે–તાબામાં રહીને.*a.* Subject: ઉતરતા દરજાનું; હાથ નીચેનું.

Underbid,(અન્ડરબિડ્)*vt.*To offer to sell for a less price: ઓછી કિમ્મતે આપવું.

Undercurrent,(અન્ડર્કરૅન્ટ્) *n.* A current below the water: પાણીની નીચે ચાલતો પ્રવાહ.

Underdone, (અન્ડર્ડન) *a.* Not cooked well: કાચું; અધકચરૂં.

Undergo, (અન્ડર્ગો) *vt.* To suffer: ભોગવવું; વેઠવું; સોસવું; સહન ક૦; ખમવું.

Undergraduate, (અન્ડર્ગ્રૅડ્યુએટ્)*n.*A student who has not taken his first degree: જે વિદ્યાર્થિએ પહેલી પદવી નથી મેલવી તે; અંડર્ગ્રૅડ્યુએટ્.

Underground,(અન્ડર્ગ્રાઉન્ડ્) *a.* Being below the surface of the ground:જમીનની નીચેનું. 2. Secret: છુપું; છાનું.

Underhand,(અન્ડર્હૅન્ડ)*a.* & *adv.*By fraud; unfairly: દગાથી; ચોરીથી.

Underline, (અન્ડર્લાઈન) *vt.* To draw a line below: શબ્દની નીચે લીંટી દોરવી.

Underling, (અન્ડર્લિંગ્) *n.*A subordinate: હાથ નીચેનો માણસ; નીચ–હલકો માણસ.

Undermine, (અન્ડર્માઈન)*vt.*To form a mine under: નીચેથી જમીનખોદી કાઢવી;સુરંગ કરવી–પાડવી. 2. To ruin in an under hand way: છુપી રીતે કોઇને નુકશાન–ધોકો પહોંચાડવો.

Undermost, (અન્ડર્મોસ્ટ્) *a.* Lowest: સર્વથી [નીચેનું.

Underneath, (અન્ડર્નીથ્)*pre.*& *adv.*Below: તલે; હેઠલ; નીચે.

Underrate,(અન્ડર્રેટ્) *vt.* To under value: ઓછી કિમ્મત કરવી; પૂરેપૂરી કિમ્મત–કદર ન બુજવી.

Undersell, (અન્ડર્સૅલ્)*vt.*To sell cheap: ઓછી કિમ્મતે વેચવું.

Undersign, (અન્ડર્સાઈન) *vt.* To write one's name under: નીચે સહી કરવી. *The undersigned*: નીચે સહી કરનાર.

Understand, (અન્ડર્સ્ટૅન્ડ) *vt.* To comprehend:સમજવું;ધ્યાન–મગજમાં ઉતારવું. 2. To learn: ખબર મલવી;જાણવું; સાંભલવું. 3. To suppose to mean: સમજવું; ધારવું; માની લેવું.

Understanding, (અન્ડર્સ્ટૅન્ડિંગ્)*n.*Knowledge: સમજ;જ્ઞાન; અક્કલ. 2. An agreement of opinion: બનાવ; સંપ; સમજુતી. 3. The intelligence:સમજશક્તિ; સમજ; બુદ્ધિ.

Understate,(અન્ડર્સ્ટેટ્) *vt.* To state below the truth: ઓછું કરીને કહેવું; અડધું કહેવું.

Understood, (અન્ડર્સ્ટૂડ) *a.* Meant but not expressed: ખોલ્લે ખોલ્લું ન જણાવેલું; કહ્યા–જણાવ્યા વગર સમજી જવાનું.

Undertake, (અન્ડર્ટેક્) *vt.* To take upon one's self: માથે લેવું; હાથમાં લેવું; બીડું ઝડપવું. 2. To attempt:કોશિશ ક૦; કરવા માંડવું. *vi.* To take upon one's self: માથે લેવું. 2. To be surety: જામીન થવું; બંધાવું.

Undertaker,(અન્ડર્ટેકર્)*n.*One who undertakes: માથે લેનાર. 2. One who manages funerals:મસાણીઓ;મરણક્રિયાની સઘલી ચીજો પુરી પાડનાર.

Undertaking,(અન્ડર્ટેકિંગ્)*n.* Enterprize: માથે લીધેલું કામ; સાહસ; જોખમ.

Undertenant, (અન્ડર્ટીનૅન્ટ્)*n.* The tenant of a tenant: પેટા ભાડુત.

Undervalue, (અન્ડર્વૅલ્યૂ) *vt.* To depreciate:ઓછી કિમ્મત કરવી–ગણવી; ભાવ ન પૂછવો;હલકું–તુચ્છ ગણવું.

Underwrite, (અન્ડર્રાઇટ્)*vt.*To subscribe: નીચે લખવું; સહી કરવી. 2. To subscribe one's name for insurance:વીમો ઉતરાવવો.*vi.*To practise insuring: વીમો ઉતારવો–રાખવો.

Underwriter,(અન્ડર્રાઈટર્)*n.*An insurer: વીમો ઉતારનાર.

Undeserved, (અન્ડીઝર્વ્ડ્)*a.* Not merited: [ગેરવાજબી; નાલાયક.

Undesigning,(અન્ડીઝાઇનિંગ્)*a.*Simple:ભોલું.

Undesirable,(અન્ડીઝાઈરૅબલ્) *a.* Not pleasing: નાપસંદ; અણગમતું.

Undignified,(અન્ડિગ્નિફાઇડ્)*a.* Unworthy: ન છાજતું; નાલાયક; હલકું.

Undiscerning,(અન્ડિસ્સરનિંગ્)*a.*Wanting discernment: અવિચારી; અવિવેકી.

Undisputed,(અન્ડિસ્પ્યૂટેડ્)*a.*Not contested: નિર્વિવાદ; બેતકરાર.

Undisturbed,(અન્ડિસ્ટર્બ્ડ્) *a.* Calm: શાંત.

Undivided, (અન્ડિવાઇડેડ) *a.* Whole: આખું; અખંડ.

Undo, (અન્ડૂ)*vt.*To reverse: ઉંધું વાલવું;રદ ક૦; કર્યા પર પાણી ફેરવવું. 2. To loose; to open:છોડવું; ઉઘાડવું; છુટું ક૦. 3. To ruin: પાયમાલ ક૦; ખરાબ ક૦.

Undoing, (અન્ડુઈંગ્) *n.* Ruin: નાશ;પાયમાલી.

Undoubtedly, (અન્ડાઉટેડ્લી) *adv.* Surely: બેશક; જરૂર; ખચિત.

Undress, (અન્ડ્રૅસ્) *vt.* To strip: લુંગડાં કાઢી નાંખવાં. *n.* A loose dress: ઢીલાં રોજનાં કપડાં.

Undue,(અન્ડ્યૂ)*a.*Improper: નાલાયક; ગેરવાજબી. 2. Excessive: અતિશય; ઘણું જ; બેસુમાર.

Undulate,(અન્ડ્યુલેટ્)*vi* [L.*unda*, a wave.] To vibrate: મોજાની પેઠે ઉંચું નીચું થવું.

Undulating, (અન્ડ્યુલેટિંગ્) *a.* Rising and falling like waves: ઉંચું નીચુ થતું. **U.** *line on cloth*: લહેર; લેહેરિયાં.

Undulation, (અન્ડ્યૂલેશન)*n.*A waving motion: મોજાના જેવી ગતિ.

Undulatory, (અન્ડ્યૂલેટૉરિ)*a.* Moving like

Words in **Un** *not given below are to be explained by prefixing* "**not,**" *or* "**want of,**" *to the simple word.* **Un** થી શરૂ થતા જે બોલો નીચે આપ્યા નથી તેઓનો ગુજરાતી અર્થ મૂલ શબ્દની પાછલ "વગરનું"–"રહિત" લગાડવાથી થાય છે.

waves: મોજાની જેમ ઉંચું નીચું થતું.

Unduly, (અન્ડયૂલિ) *adv.* Improperly: ગેરવાજબી નાલાયક રીતે. [ના તાબેદાર.

Undutiful, (અન્ડયુટિફુલ) *a.* Not obedient:

Undying, (અન્ડાઈંગ્) *a.* Imperishable: અમર.

Unearth, (અન્અર્થ) *vt.* To drive from the earth: સંતાઈ રહ્યું હોય ત્યાંથી બહાર કાઢવું.

Uuearthly, (અન્અર્થ્લિ) *a.* Supernatural: અદ્ભુત; ચમત્કારી. [બેચેની; ચટપટ.

Uneasiness, (અન્ઇઝિનેસ્) *n.* Disquiet:

Uneasy, (અન્ઈઝિ) *a.* Restless: બેચેન.

Unemployed, (અન્એમ્પ્લૉઈડ્) *a.* Having no work: બીન રોજગારી; નવરૂં; બેકાર. [નવરૂ.

Unengaged, (અન્એન્ગેઝ્ડ) *a.* Free: છૂટું;

Unequal, (અન્ઈક્વૅલ્) *a.* Not equal: અસમાન; કમીજાસ્તી; મોટું નાનું.

Unequalled, (અન્ઇક્વૅલ્ડ્) *a.* Unmatched: અનુપમ; જોડી–બરોબરી વગરનું.

Unequivocal, (અન્ઈક્વિવોકૅલ્) *a.* Clear: સાફ; ખુલ્લું; સ્પષ્ટ. [ચોકસ; આબાદ.

Unerring, (અન્એરિંગ્) *a.* Sure: અચૂક;

Uneven, (અન્ઈવન્) *a.* Rough: ખડબચડું; ઢેકા ઢૈયાવાલું; અસમાન. [અણધારેલું; ઓચિંતું.

Unexpected, (અન્એક્સ્પેક્ટેડ્) *a.* Sudden:

Unexpectedly, (અન્એક્સ્પેક્ટેડ્લિ) *adv.* Suddenly: એકાએક; અચાનક; ઓચિંતા; અચબુચું.

Unfailing, (અન્ફેલિંગ્) *a.* Lasting: અખૂટ; ખુટે નહિ એવું.

Unfair, (અન્ફૅર્) *a.* Unjust: ગેરવાજબી; ખોટું.

Unfaithful, (અન્ફેથ્ફુલ) *n.* Treacherous: બેવફા; નિમકહરામ; બેઇમાન. 2. Infidel: નાસ્તિક; કાફર.

Unfaltering, (અન્ફૉલ્ટરિંગ) *a.* Not hesitating: મક્કમ; અચકયા વગરનું. [છૂટું કરવું.

Unfasten, (અન્ફૅસન્) *vt.* To loose: છોડવું;

Unfathomable, (અન્ફૅધમૅબલ્) *a.* Very deep: અથાગ; અગાધ; અપરંપાર.

Unfavourable, (અન્ફેવરૅબલ્) *a.* Adverse: પ્રતિકૂલ; ઉંલટું; અશુભ. 2. Not kind: અકૃપાલુ; ગેર મહેરબાન.

Unfeeling, (અન્ફીલિંગ્) *a.* Cruel: ઘાતકી.

Unfeigned, (અન્ફેન્ડ) *a.* Sincere: ખરેખરૂં.

Unfettered, (અન્ફેટર્ડ) *a.* Unchained: છૂટું.

Unfilial, (અનિફ્લિયલ્) Not becoming a child: ફરઝંદ-બેટાને નાલાયક. [કાચું.

Unfinished, (અનિફનિશ્ડ) *a.* Imperfect: અધુરૂં;

Unfit, (અનિફ્ટ્) *vt.* To disqualify: રદ–નાલાયક ક૦. *a.* Unsuitable: ના દુરસ્ત; નાલાયક.

Unfix, (અનિફ્કસ્) *vt.* To unsettle: ઉખેડવું; છૂટું કરવું.

Unflagging, (અનફ્લૅગિંગ્) *a.* Maintaining spirit: તેજ–ધમકવાલું; રસ–મઝેહદાર. [મક્કમ.

Unflinching, (અનફ્લિંચિંગ) *a.* Unyielding:

Unfold, (અન્ફોલ્ડ) *vt.* To spread out: ઉકેલવું; ઘડી ઉખેડવી. 2. To tell: કહેવું; જણાવવું; ખુલ્લું કરવું.

Unforeseen, (અન્ફોર્સીન્) *a.* Sudden. અચાનક.

Unfortuuate, (અન્ફૉર્ટયૂનેટ્) *a.* Unhappy: અભાગીઉં: કમનશીબ; કમબખ્ત.

Unfounded, (અન્ફાઉન્ડેડ્) *a.* Baseless: નિરાધાર; ખોટું; નાપાયેદાર. [ted: વેરાણ; ઉજડ.

Unfrequerted, (અન્ફ્રીક્વૅન્ટેડ્) *a.* Rarely visi-

Unfriendly, (અન્ફ્રૅન્ડ્લિ) *a.* Hostile: વિરોધી.

Unfurl, (અન્ફર્લ્) *vt.* To unfold: ખોલવુ; ઉખેડવું.

Ungainly, (અન્ગેન્લિ) *a.* Clumsy: બેઢંગુ; બેડોલ; કઢંગુ.

Ungentlemanly, (અન્જેન્ટલ્મૅન્લિ) *a.* Not becoming a gentleman: અસભ્ય; બેઅદબ.

Ungird, (અન્ગર્ડ્) *vt.* To unbind: કમરપટો છોડવો; કમર છોડવી.

Ungodly, (અન્ગૉડ્લિ) *a.* Wicked: અધર્મી; પાપી.

Ungovernable, (અન્ગવર્નૅબલ્) *a.* Unbridled: બેલગામ; બેકેદ. [કદરૂપું.

Ungraceful, (અન્ગ્રેસ્ફૂલ્) *a.* Clumsay: બેડોલ;

Ungrateful, (અન્ગ્રેટ્ફૂલ) *a.* Not grateful: નિમકહરામ; નગુણું. 2. Unpleasing: નાપસંદ; અણગમતું. [લેપ.

Unguent, (અન્ગ્વૅન્ટ્) *n.* An ointment: મલમ;

Unhallowed, (અન્હૅલોડ) *a.* Wicked: અપવિત્ર; નાપાક. [કમનશીબે.

Unhappily, (અન્હૅપિલિ) *ad.* Unluckily:

Unhappy, (અન્હૅપિ) *a.* Unfortunate: કમનસીબ; અભાગ્યું; દુખી.

Unharness, (અન્હાર્નેસ્) *vt.* To strip off harness: ઘોડાનો સાજ–સામાન ઉતારવો.

Unhealthy, (અન્હેલ્થ) *a.* Sick: રોગી; બીમાર.

Unheard, (અન્હર્ડ્) *a.* Not heard: નહિ સંભલાયલું–જણાયલું. 2 Disregarded: દાદ નહિ લીધેલું.

Unheeding, (અન્હીડિંગ્) *a.* Thoughtless: અવિચારી; અસાવધ; ગાફેલ. [નિર્ભય; બેધડક.

Unhesitating, (અન્હૅઝિટેટિંગ્) *a.* Confident:

Unholy, (અન્હોલિ) *a.* Wicked: અપવિત્ર; નાપાક. [શાન; સહીસલામત.

Unhurt, (અન્હર્ટ્) *a.* Uninjured: સાબુત; બેનુક-

Unicorn, (યૂનિકૉર્ન્) *n.* A fabulous animal with one horn: કલ્પિત ગેંડો.

Uniform, (યૂનિફૉર્મ્) *a.* [L. *unus*, one.] Agreeing; consistent: એક તરેહનું;–જાતનું; એક મલતું સરખું; એકરૂપ. *n.* A dress of a particular style worn by persons in the same service: ભર પોશાક.

Uniformity, (યૂનિફૉર્મિટિ) *n.* The state of being uniform: એક સરખાપણું; મલતાપણું.

Uniformly, (યૂનિફૉર્મ્લિ) *adv.* In a uniform manner: એક સરખી રીતે; એકજ તરેહ.

Uniliteral, (યૂનિલિટરૅલ્) *a.* Consisting of one letter only: એકાક્ષરી; એકજ અક્ષરનું.

Unimpaired, (અન્ઈમ્પેર્ડ્) *a.* Uninjured: સાબુત; સલામત.

Words in **Un** *not given below are to be explained by prefixing* "**not,**" *or* "**want of,**" *to the simple word.* **Un** શી શરૂ થતા જે બોલો નીચે આપ્યા નથી તેઓનો ગુજરાતી અર્થ મૂલ શબ્દની પાછલ "વગરનું"–"રહિત" લગાડવાથી થાય છે.

Unimpassioned, (અન્ઇમ્પૅશન્ડ્) *a.* Calm: શાંત: નરમ.

Unimpeachable, (અન્ઇમ્પીચૅબલ્) *a.* Blameless: નિષ્કલંક; દોષ- કલંક વગરનું

Unimportant, (અન્ઈમ્પૉર્-ટૅન્ટ્) *a.* Not important: નજીવું; હલકું; બીનઅગત્યનું-જરૂરી.

Uninformed, (અન્ઈન્ફૉર્મ્ડ્) *a.* Ignorant: બેખબર; ગેરમાહિત; અજ્ઞાન; અજાણ.

Uninhabited, (અન્ઈન્હૅબિટેડ્) *a.* Not inhabited: વસ્તી વગરનું; ઉજ્જડ. [સલામત; સાબુત.

Uninjured, (અન્ઈન્જયૂર્ડ્) *a.* Not injured: સહી

Unintelligible, (અન્ઈન્ટેલિજીબલ્) *a.* That can not be understood: સમજ ન પડે તેવું.

Unintentionally, (અન્ઇન્ટેન્શનૅલિ) *adv.* Unknowingly: અજાણપણે; અજાણતાં.

Uninterested, (અન્ઈન્ટરેસ્ટેડ્) *a.* Not interested: લેવા દેવા વિનાનું; સંબંધરહિત.

Uninviting, (અન્ઈન્વાઈટિંગ્) *a.* Not inviting: જેનાપર મન-દિલ દોડે નહિ એવું.

Union, (યૂન્યન) *n.* [L. *unus*, one.] Combination: સંયોગ; સંધિ:જોગ; મેલાપ; સંબંધ. 2. Harmony: બનાવ; મેલાપ; એકદિલી. 3. A league: એક્કો; એકસંપ.

Uniparous, (યૂનિપૅરસ) *a.* [L. *pareo*, I bring forth] Producing but one egg at a time: એકજ ઇંડું મુકનારૂં. [નવાઇ જેવું.

Unique, (યૂનિક્) *a.* Unequalled: અસાધારણ;

Unison (યૂનિસન) *n.* [L. *sonus*, a sound.] Harmony: સુરનો મેલાપ; એકસુર.

Unit, (યૂનિટ્) *n.* Single thing or person: એક; એક વસ્તુ-જણ. 2. One: એકડો.

Unitarian, (યૂનિટેરિઍન) *n.* One who denies the doctrine of the trinity: ત્રણ દેવતાનો મત નાકબૂલ કરનાર; એકજ ઇશ્વરને માનનાર.

Unite, (યૂનાઈટ્) *vt.* To combine: જોડવું; મેલવી દેવું; એકઠું કરવું; સાંધવું. *vi.* To become one: મળી જવું; જોડાવું; એક થવું; સંધાઈ જવું. 2. To concur: એક મત થવું. [દિલ; એકમત.

United, (યૂનાઈટેડ્) *a.* Combined: જોડાયલું; એક-

Univalve, (યૂનિવૅલ્વ્) *n.* A shell consisting of one valve only: એક કોટલાંવાલી છીપ.

Universal, (યૂનિવર્સલ) *a.* General; all-reaching: સઘલી તરફનું; ચોમેરનું; સાર્વજનિક. 2. Total: સર્વ; આખું; બધું; તમામ; સમસ્ત.

Universalism, (યૂનિવર્સૅલિઝમ્) *n.* The doctrine that all men will be saved: બધા માણસો મુક્તિ પામશે એવો મત.

Universally, (યૂનિવર્સૅલિ) *adv.* In a universal manner: સામાન્ય રીતે; સઘલે ઠેકાણે.

Universe, (યૂનિવર્સ) *n.* [L. *unus*, one & *verto*, I turn.] The world: જગત; જગ; આલમ; દુનિયા.

University, (યૂનિવર્સિટિ) *n.* An assembly of colleges for teaching the higher branches of learning: વિદ્યાલય પાઠશાલા; શાલાસમાજ.

Univocal, (યૂનિવોકૅલ) *a.* [L. *unus* one & *vox*, *vocis*, a voice.] Having one meaning only: એકજ અર્થવાલું; એકાર્થી. 2. Having unison of sound: એકરાગી.

Unjust, (અન્જસ્ટ્) *a.* Dishonest: ગેરઈનસાફી; અપ્રમાણિક. 2. Wrongful: ગેરવાજબી.

Unjustifiable, (અન્જસ્ટિફાઇઍબલ્) *a.* Not to be defended: ખરૂં-વાજબી ન ઠરે એવું.

Unjustly, (અન્જસ્ટ્લિ) *adv.* Wrongfully: ગેરવાજબી રીતે.

Unkind, (અન્કાઈન્ડ) *a.* Cruel: ઘાતકી; નામેહેરબાન.

Unknowingly, (અનોઇંગ્લિ) *adv.* Not knowingly: અજાણતાં; અજ્ઞાનપણે; અણસમજે.

Unknown, (અનોન) *a.* Not known: અપ્રસિદ્ધ; અજાણ્યું; ઓલખાણ વગરનું.

Unlade, (અન્લેડ) *vt.* To unload: ખાલી ક૦; (વહાણમાંથી) માલ ઉતારવો.

Unlawful, (અન્લૉફુલ) *a.* Contrary to law: કાયદાવિરૂદ્ધ: ગેર કાયદાનું; અણઘટતું; લુચ્ચાઈનું; હરામ.

Unlawfully, (અન્લૉફુલિ) *adv.* Not according to the law: ગેરકાયદે; ગેરવાજબી- અણઘટતીરીતે.

Unlearn, (અન્લર્ન્) *vt* To forget: શીખેલુ ભૂલી જવું.

Unlearned.-Unlettered, (અન્લર્ન્ડ્-અન્લૅટર્ડ્) *a.* Ignorant: અભણ: અજ્ઞાન.

Unless, (અન્લેસ્) *Con.* If it be not; except: સિવાય; વગર; નહિ તો; નહિ તર; અગર નહિ.

Unlicensed, (અન્લાઈસૅન્સ્ડ) *a.* Not licensed: સનદ-પરવાના-રજા વગરનું; બીનસનદી. [વતવાલું.

Unlike, (અન્લાઈક્) *a.* Dissimilar: જુદું; તફા-

Unlikely, (અન્લાઈક્લિ) *a.* Improbable: ન થવા -બનવા જોગ; અસંભવિત.

Unlimited, (અન્લિમિટેડ) *a.* Boundless: બેહદ; અપાર; અનંત.

Unload, (અન્લોડ) *vt.* To disburden: બોજો ઉતારવો; માલ ઉતારી લેવો. 2 To discharge: બંદુક ફોડી દેવી.

Unlock, (અન્લૉક્) *vt.* To open: ઉઘાડવું; ખોલવું.

Unlooked, (અન્લુક્ડ) *a.* Unexpected: અણધારેલું.

Unluckily, (અન્લકિલિ) *adv.* Unfortunately: કમનસીબે; માઠા ભાગ્યે. [અભાગીયું; કમબખત.

Unlucky, (અન્લકિ) *a.* Unfortunate: કમનસીબ;

Unmake, (અન્મેક્) *vt.* To destroy the form and qualities of: રદ્દ ક૦; ભાંગી પાડવું.

Unman, (અન્મૅન) *vt.* To dishearten: ના હિમ્મત ક૦. 2. To depopulate: ઉજડ ક૦.

Unmanageable, (અન્મૅનેજૅબલ) *a.* Ungovernable: તાબામાં ન રખાય એવું; બેલગામ; છકેલ.

Unmanly, (અન્મૅન્લિ) *a.* Cowardly: હિચકારૂં; બાયલું. 2. Base: હલકું; નીચ.

Unmarried, (અન્મૅરિડ) *a.* Not married: કુંવારૂં.

Unmask, (અન્મૅસ્ક્) *vt.* To expose: ઉઘાડું પાડવું.

Unmatched, (અન્મૅચ્ડ) *a.* Unrivalled: જેની

Words in **Un** *not given below are to be explained by prefixing* "**not**," *or* "**want of**," *to the simple word.* **Un** થી શરૂ થતા જે બોલો નીચે આપ્યા નથી તેઓનો ગુજરાતી અર્થ મૂલ શબ્દની પાછલ "વગરનું"–"રહિત" લગાડવાથી થાય છે.

ખરાખરી થઈ ન શકે એવું; અદ્વિતીય.

Unmeaning, (અન્મીનિંગ્) *a.* Having no meaning: મતલબ વિનાનું; ખાલી; નિરર્થક; પોકલ; નકામું; બેઅકલી. [બેહદ; અપાર.

Unmeasured, (અન્મેઝર્ડ્) *a.* Unlimited:

Unmerciful, (અન્મર્સિફુલ્) *a.* Cruel: ઘાતકી.

Unmerited, (અનમેરિટેડ્) *a.* Undeserved: ગેરવાજબી; વગર કારણનું; નાહક–ફોગટનું.

Unmindful, (અન્માઈન્ડફુલ્) *a.* Careless: ગાફેલ; બેફિકરૂં; બેપરવા.

Unmingled, (અનિમન્ગલ્ડ્) }
Unmixed, (અનિમક્સ્ડ) } *a.* Not mixed: ચોખ્ખું; નરદમ.

Unmitigated, (અન્મિટિગેટેડ્) *a.* Not mitigated: તદન; સરતાપા. [બે ઈન્સ.

Unmolested, (અન્મૉલેસ્ટેડ્) *a.* Uninjured:

Unmoor, (અન્મૂર્) *vt.* (*Naut.*) To loose from anchorage: લંગર ઉપાડીને વહાણ ચલાવવું.

Unmoved, (અન્મૂવ્ડ્) *a.* Not affected: અસર વગરનું; દિલ ન પિગલેલું.

Unmusical, (અન્મ્યૂઝિકૅલ્) *a.* Harsh: કઠોર.

Unnatural, (અન્નૅટ્યૂરેલ્) *a.* Not natural: ગેરશિરસ્તાનું; અકુદરતી; અસ્વભાવિક.

Unnecessarily, (અન્નસૅસ્સૅરિલિ) *adv.* Uselessly: વિનાકારણે; ફોકટ; અમસ્થું; નકામું.

Unnecessary, (અન્નેસેસ્સૅરિ) *a.* Useless: નકામું; નિરૂપયોગી. [નબલું ક૦.

Unnerve, (અનર્વ્) *vt.* To weaken: અશક્ત–

Unnumbered, (અનમ્બર્ડ્) *a.* Innumerable: ઘણાં; અગણિત.

Unobtainable, (અન્ઑબ્ટેનૅબલ્) *a.* That cannot be had: દુર્લભ; મેલવાં શકાય નહિ એવું;

Unoccupied, (અન્ઑક્યૂપાઇડ્) *a.* Empty: ખાલી. 2. Being at leisure: નવરૂં; નકામું; ફુરસદમાં હોય એવું.

Unoffending, (અન્ઑફ્ફૅન્ડિંગ્) *a.* Innocent: નિરપરાધી; બેગુનાહ; નિર્દોષ.

Unopened, (અન્ઓપન્ડ્) *a.* Not opened: બંધ.

Unostentatious, (અન્ઑસ્ટૅન્ટેશસ્) *a.* Simple: સાદું; ભપકા વગરનું. [નાપસંદ; બેસવાદ.

Uupalatable, (અન્પૅલૅટેબલ્) *a.* Disagreeable:

Unparalleled, (અન્પૅરૅલ્લેલ્ડ્) *a.* Unmatched: અનુપમ; અસાધારણ.

Unpitying, (અનિપટિંગ્) *a.* Cruel: ઘાતકી.

Unpleasant, (અન્પ્લૅઝૅન્ટ્) *a.* Displeasing: નાપસંદ; અણગમતું.

Unpolished, (અન્પૉલિસ્ડ્) *a.* Not polished: સાદું. 2. Impolite: જંગલી; બેઅદબ. [પડતર.

Unploughed, (અન્પ્લાઉડ્) *a.* Not ploughed:

Unpolluted, (અન્પૉલ્યૂટેડ્) *a.* Holy: પવિત્ર; પાક

Unpopular, (અન્પૉપ્યૂલર્) *a.* Unpleasing: અણખામણું.

Unpractised, (અન્પ્રૅક્ટિસ્ડ્) *a.* Without practice: ટેવ–મહાવરાવિનાનું; અણઘડ.

Unprecedented, (અન્પ્રેસીડેન્ટેડ્) *a.* New: આગલ ન થયલું; નવું. [અદલ ઇનસાફી.

Unprejudiced, (અન્પ્રેજ્યૂડિસ્ડ્) *a.* Impartial:

Unpremeditated, (અન્પ્રિમડિટેટેડ્) *a.* Unintentional: અચિંતિત; અકલ્પિત.

Unpretending, (અન્પ્રીટન્ડિંગ્) *a.* Modest: સાદું; શરમાલ; નમ્ર.

Unprincipled, (અન્પ્રિન્સિપલ્ડ્) *a.* Being without principle: ઢંગ–ધડા વગરનું.

Unprofessional, (અન્પ્રોફૅશનૅલ્) *a.* Not befitting profession: ધંધાને ન છાજતું.

Unprofitable, (અન્પ્રૉફિટૅબલ્) *a.* Useless: નકામું; નિરૂપયોગી; બિન ફાયદાનું. [અનાથ; નિરાધાર.

Unprotected, (અન્પ્રોટેક્ટેડ્) *a.* Unsheltered:

Unprovoked, (અન્પ્રોવોક્ડ્) *a.* Not provoked: ગેરવાજબી; અમથું; નાહકનું; વગર બહાનેનું.

Unpublished, (અન્પબ્લિસ્ડ્) *a.* Not published: છાનું; ગુપ્ત.

Unqualified, (અન્કવૉલિફાઈડ્) *a.* Unfit: નાલાયક; અયોગ્ય. 2. Unconditional: તદન; કેવલ; પૂરેપૂરૂં; બિનશરતી.

Unquestionable, (અન્ક્વેસ્ટ્શનૅબલ્) *a.* Not questionable: સંદેહ વગરનું; બેશક–ખાતરીનું.

Unravel, (અન્રૅવેલ્) *vt.* To disentangle: છોડવું; ઉખેલવું; ગુચ કાઢવી. 2. To solve: સમજાવવું; ખુલાસો ક૦.

Unreal, (અન્રીઍલ્) *a.* Fanciful: ખોટું; બનાવટી; અસત્ય.

Unreasonable, (અન્રીઝનૅબલ્) *a.* Not reasonable: ગેરવાજબી. 2. Excessive: બેહદ; બેસુમાર; ઘણું જ. [કરડું; ઘાતકી; બેરેહેમ.

Unrelenting, (અન્રીલૅન્ટિંગ્) *a.* Hard; cruel:

Unremitting, (અન્રીમિટિંગ્) *a.* Continued: નિરંતર; જારી રહેલું; ચાલુ. [મનનું; ભોલું.

Unreserved, (અન્રીઝર્વ્ડ્) *a.* Frank: ખુલ્લા

Unrestrained, (અન્રીસ્ટ્રેન્ડ્) *a.* Not restrained: બેકેદ; બેલગામ.

Unrighteous, (અન્રાઈટીઅસ્) *a.* Wicked: અધર્મી; પાપી. 2. Unjust: ગેરવાજબી.

Uuripe, (અન્રાઈપ્) *a.* Not ripe: કાચું.

Unroll. (અન્રોલ્) *vt.* To open: ઉઘાડું પાડવું.

Unruffled, (અન્રફ્લ્ડ્) *a.* Calm: શાંત; ઠાવકું.

Unruly, (અન્રૂલિ) *a.* Refractory: છકી ગએલું; છકેલ; બેલગામ; બેકેદ.

Unsafe. (અન્સેફ) *a.* Not safe: જોખમ ભરેલું.

Unsatisfied, (અન્સૅટિસ્ફાઈડ્) *a.* not satisfied: અસંતોષી; નાખુશ.

Unsavoury. (અન્સેવૉરિ) *a.* Tasteless: મોળું; ફિક્કું; બેસ્વાદ; બેલેહેજત; અણગમતું; અપ્રિય; નાપસંદ.

Unsay, (અન્સે) *vt.* To retract: બોલેલું પાછું ખેંચી લેવું; બોલ્યું અબોલ્યું ક૦.

Unscathed, (અન્સ્કેથ્ડ્) *a.* Unharmed: જોખમાયલું; સલામત.

Unscrupulous, (અન્સ્ક્રૂપ્યૂલસ્) *a.* Not scru-

Words in **Un** *not given below are to be explained by prefixing* **"not,"** *or* **"want of,"** *to the simple word.* **Un** થી શરૂ થતા જે બોલો નીચે આપ્યા નથી તેઓનો ગુજરાતી અર્થ મૂલ શબ્દની પાછલ "વગરનું"–"રહિત" લગાડવાથી થાય છે.

pulous: ખોટું કામ કરતાં આંચકો ખાય નહિ એવું.

Unseal, (અન્સીલ્)*vt.* To break the seal of: મ્હોર–છાપ તોડવી; ફોડવું; ઉઘાડવું. [કવખતનું; અકાલ.

Unseasonable, (અન્સીઝનેબલ્)*a.* Untimely:

Unseat, (અન્સીટ્) *vt.* To deprive of seat: ઉઠાડી મુકવું. [નાલાયક; શરમભરેલું; અઘટિત.

Unseemly, (અન્સીમ્લિ) *a.* Unbecoming:

Unseen, (અન્સીન) *a.* Not seen: અણદીઠું; નહિ જોએલું; અણઘડ. [નકામું; નિરૂપયોગી.

Unserviceable, (અન્સર્વિસેબલ) *a.* Useless:

Unsettle, (અન્સેટ્લ્)*vt.* & *i.* To unfix: ટાલવું ક૦; ડગમગાવવું; ડગમગવું; ઢચુપચુ થવું–ક૦.

Unshackle, (અન્શૅકલ્) *vt.* To set free: છુટું–સ્વતંત્ર ક૦. [બદશકલ; કદરૂપું.

Unsightly, (અન્સાઇટ્લિ) *a.* Ugly: બેડોલ;

Unskilful, Unskilled, (અનસ્કિલફુલ–અનસ્કિલડ્) *a.* Not skilful: અણકસબી; અનાડી.

Unsophisticated, (અન્સોફિસ્ટિકેટેડ્) *a.* Unmixed; pure: અસલ; ચોખ્ખું; નરદમ.

Unsought, (અન્સૉટ્) *a.* Not sought: આપોઆપ મલેલું; નહિ માગેલું.

Unsound, (અન્સાઉન્ડ્) *a.* Defective: ખોડખાંપવાલું; એબદાર. 2. Infirm: નબલું; રોગી; અશક્ત. 3. False: ખોટું; પોકલ.

Unsparing, (અન્સ્પેરિંગ)*a.* Liberal: ઘેતાલ; છુટા હાથનું. 2. Not forgiving: કરડું; સખ્ત.

Unstable, Unstaid, Unsteady, (અન્સ્ટેબલ્, અન્સ્ટેડ, અન્સ્ટેડિ) *a.* Not firm or fixed: અસ્થિર; ડગમગતું; ઢચુ પચુ.

Unstinted, (અન્સ્ટિન્ટેડ) *a.* Not stinted: ઘણું જ; બેહદ; કસર વગરનું.

Unstring, (અન્સ્ટ્રિંગ્) *vt.* To relax: છોડવું; દોરી છોડવી.

Unsubstantial, (અન્સબ્સ્ટૅન્શૅલ્) *a.* Visionary: ખોટું; ખાલી; પોકલ.

Unsuccessful, (અન્સકસેસ્ફુલ્) *a.* Unlucky: કમનસીબ; ના મુરાદ; ના ફતેહમંદ; નિષ્ફલ.

Unsuitable, Unsuited, (અન્સ્યૂટેબલ–ટેડ)*a.* Improper: અઘટિત; નાલાયક; અણઘટતું.

Unsullied, (અન્સલિડ) *a.* Unstrained: ડાઘ વગરનું; નિર્દોષ; સ્વચ્છ.

Unsurpassed, (અન્સરપૅસ્ડ) *a.* Not surpassed: સર્વોત્તમ; ઉમદા; નાદર.

Unsuspecting, (અન્સસ્પૅક્ટિંગ્)*a.* Not suspecting: ભોલું; નિખાલસ.

Unsymmetrical, (અનસિમ્મેટ્રિકૅલ્) *a.* Not symmetrical: કદરૂપું; બેડોલ.

Untainted, (અન્ટેન્ટેડ્)
Untarnished, (અન્ટાર્નિશ્ડ્) } *a.* Not stained: ડાઘ કલંક વગરનું; નિષ્કલંક.

Untenable, (અન્ટીનેબલ્)*a.* Not tenable: સાબિત થઈ શકે નહિ એવું; નીભી ટકી–ચાલી શકે નહિ તેવું.

Untenanted, (અન્ટેનૅન્ટેડ્) *a.* Uninhabited: ઉજ્જડ; ભાડુત વગરનું; ખાલી.

Unthankful, (અન્થૅન્ક્ફુલ્)*a.* Not thankful: ઉપકાર ન માનનારું; નિમકહરામ. [અણધાર્યું

Unthought-of, (અન્થૉટઑફ્)*a.* Accidental:

Untidy, (અન્ટાઇડિ) *a.* Slovenly: બેદરકાર.

Untie, (અન્ટાઈ)*vt.* To unbind: છોડવું; મુક્ત–છુટું ક૦.

Until, (અન્ટિલ્)*prep.* Till: જ્યાં–ત્યાં સુધી–લગી.

Untimely, (અન્ટાઇમ્લિ)*a.* Premature: અકાલ; કવેલાનું; કવખતનું. [ન થાય એવું.

Untiring, (અન્ટાઇરિંગ) *a.* Indefatigable: થાકી

Unto, (અન્ટૂ) *prep.* To: લગી; સુધી.

Untouched, (અન્ટચ્ડ્) *a.* Not touched: નહીં અડકેલું; અનામત; કોરૂં.

Untoward, Untractable, (અન્ટોવર્ડ–અન્ટ્રેક્ટેબલ્) *a.* Perverse: આડું; હઠીલું; અમતી. 2. Awkward: અનાડી. 3. Troublesome: અડચણ–હરકત પાડે એવું; અઘરૂં; મુશ્કેલ.

Untrue, (અન્ટ્રૂ) *a.* False: જુઠું; ખોટું. 2. Not faithful: બેવફા; નિમકહરામ.

Untruth, (અન્ટ્રૂથ્)*n.* A lie: જુઠું; જુઠાણું; નારાસ્તી.

Untwine, Untwist, (અન્ટ્વાઇન, અનટ્વિસ્ટ્) *vt.* ગુંચ કાઢવી; ઉખેડવું.

Unusual, (અન્યૂઝ્હ્યૂઍલ્) *a.* Not usual: અસાધારણ; રીતથી ઉલટું; બેરિવાજ. [સાફ.

Unvarnished, (અન્વાર્નિશ્ડ્) *a.* Plain: સાફ;

Unvarying, (અન્વેરિઇંગ્) *a.* Not changing: સરખું; એકરૂપ; એક સરખું. [ક્ષપાત; ઇનસાફી.

Unwarped, (અન્વૉર્પ્ડ) *a.* Impartial: અપ-

Unwarrantable, Unwarranted, (અન્વૉરૅન્ટેબલ–અન્વૉરૅન્ટેડ)*a.* Improper: ગેરવાજબી; પરવાનગી વિનાનું. [અસાવધ.

Unwary, (અન્વેરિ)*a.* Careless: બેખબર; ગાફેલ;

Unwelcome, (અન્વેલ્કમ્) *a.* Not pleasing: નાખુશી ભરેલું; અણગમતું; કડવું.

Unwell, (અન્વેલ્)*a.* Indisposed: માંદું; આજારી. 2. Menstruant: અભડાએલી; દૂર–છેટે બેઠેલી.

Unwholesome, (અન્હોલ્સમ્)*a.* Insalubrious: માફક ન આવે તેવું; સદે નહિ એવું; વાયડું; રોગ–નુકસાનકારક.

Unwieldy, (અન્વીલ્ડિ) *a.* Bulky: ઘણુ ભારે; ઘણી મુશ્કેલાઈથી ખસેડાય–ઊંચકાય ફેરવાય એવું; વજનદાર.

Unwilling, (અનવિલિંગ)*a.* Reluctant: નારાજ; નાખુશ; બેદિલ

Unwilling, (અનવિલિંગ્લિ) *adv.* Reluctantly: ના ખુશીથી; ગેરરાજીથી; જોરાવરીથી; આનાકાનીથી.

Unwise, (અન્વાઇઝ્) *a.* Foolish: મૂર્ખ; અવિચારી; અણસમજુ

Unwittingly, (અનવિટિંગલિ) *adv.* Ignorantly: અજાણતાં; ભૂલમાં.

Unwonted, (અન્વોન્ટેડ) *a.* Unaccustomed: મહાવરા વગરનું. 2. Rare: અસાધારણ.

Unworthy, (અન્વર્ધિ) *a.* Unbecoming: નાલાયક; અઘટિત; અયોગ્ય; અણઘટતું.

Words in **Un** *not given below are to be explained by prefixing* "**not**," *or* "**want of**," *to the simple word.* **Un** થી શરૂ થતા જે બોલો નીચે આપ્યાં નથી તેઓનો ગુજરાતી અર્થ મૂલ શબ્દની પાછલ "વગરનું"–"રહિત" લગાડવાથી થાય છે.

Unyielding, (અન્‌યિલ્ડિંગ) *a.* Stubborn: હઠીલું; મમતી.

Unyoke, (અન્યોક્) *vt.* To free from a yoke: છોડવું: ઝુસરીએથી છોડવું;.2.To disjoin: છુટું પાડવું.

Up, (અપ્) *adv.* Above: ઉપર; ઉંચે. 2. As far as: સુધી; જેટલું; પર્યંત.3.Completely: પુરેપુરૂં; બધું; આખું. *get* **u.**, ઉઠો. *It is all* **u.** *with him*, he is lost: તેનું આવી રહ્યું છે; તેતો ખરાબે હાલ થયો છે. *The time is* **u.**: વખત પુરો થયો છે. *To be* **u.** *to*, to be equal to:બરોબર–યોગ્ય લાયક–હોવું.*To blow* **u.**, (*a*) to inflate: ફુલાવવું; ઉપસાવવું. (*b*) To destroy by an explosion from beneath: ઉરાડી મુકવું–દેવું. (*c*) To explode: ફાટવું; ફુટી જવુ. (*d*) To scold: ધમકાવવું; ઠપકો આપવો; ઝાટકણી કાઢવી. *prep.* Upon: ઉપર; પર; થી. **U.** *s & downs*: ચડતી પડતી.

Upbraid, (અપ્બ્રેડ્)*vt.* To reproach: ઠપકો દેવો; ધમકાવવું. [દોષ; ધમકી.

Upbraiding,(અપ્બ્રેડિંગ)*n.*A reproof: ઠપકો;

Upheaval (અપ્હીવૅલ્) *n.* The act of upheaving: ઉછાલો; ઉભરો.

Uphill, (અપ્હિલ) *adv.* Upwards on: ઉંચે. *a.* Ascending:ઉંચું.2. Difficult: અઘરૂં; કઠણ; મુશ્કેલ.

Uphold, (અપ્હોલ્ડ) *vt.* To sustain: ટેકો આપવો; કાયમ–કબૂલ રાખવું; ચાલુ રાખવું.

Upholsterer, (અપ્હોલ્સ્ટરર્) *n.* One who supplies furniture, beds, &c.: બિછાનાં, તકીઆ, સામાન પુરો પાડનાર.

Upholstery,(અપ્હોલ્સ્ટરિ) *n.* The business of an upholsterer:ગાદી-તકીઆ-બિછાનાં–સરસામાન.

Uplifted,(અપ્લિફ્ટેડ) *a.* Raised: ઉંચુ કરેલું;ઉંચકેલું.

Upmost, (અપ્મોસ્ટ્) *a.* Highest:ઉંચામાં ઉંચું.

Upon, (અપૉન) *prep.* Same as **On**.

Upper, (અપર્) *a* Higher;superior: ઉપલું; ચઢતું; વડું. **U.** *world*, Heaven: સ્વર્ગ. **U.** *ten*, the upper class:અમીર ઉમરાવ; પૈસાદાર લોકો.

Upper-hand,(અપર્-હૅન્ડ્) *n.* Superiority: ઉપરીપણું; લાભ. [ઉંચું: સર્વોત્તમ.

Uppermost, (અપર્મોસ્ટ્) *a.* Upmost: સઉથી

Upright, (અપ્રાઇટ્) *a.* Perpendicular:ઉભું; ટટાર; સીધું. 2. Honest:ઇનસાફી; રાસ્ત;પ્રમાણીક; નેક.

Uproar, (અપ્રોર્) *n.* Clamour: શોર બકોર; ઘોંઘાટ; ગરબડ.

Uproarious, (અપરોરિઅસ્)*a.* Tumultuous: ગડબડવાલું; શોરબકોરિયું.

Upset, (અપસેટ્) *vt.* To overturn: ઉથલાવવું; ઉંધું વાલવું; ઉલટાવવું. 2. To make ill: બેચેન ક૦.

Upshot,(અપશૉટ્)*n.* The result:પરિણામ;છેવટ.

Upside-down,(અપ્સાઇડ્–ડાઉન) *adv.* Topsy turvy:ઉંધું; ઉંધુચતું; ઉલટાસુલટી; ઉલટપાલટ.

Upstairs, (અપ્સ્ટેર્સ્)*adv*:Up the stairs: મેડામાલ ઉપર; ઉપર; માલે.

Upstart, (અપ્સ્ટાર્ટ) *n.* A parvenu; એકાએક પૈસાદાર થયેલો માણસ; નવા નવાબ.

Upward, (અપ્વર્ડ) *adv.* Towards a higher place: ઉપર; ઉંચે–ચાં. *a.* Directed towards a higher place: ઉપરનું; ઉંચેનું.

Upward-of, (અપ્વર્ડઑફ્) *adv.* More than: ઉપરાંત; કરતાં વધારે.

Uranus,(યૂરેનસ્)*n.* One of the primary planets: યુરેનસ નામનો ગ્રહ.

Urban,(અર્બૅન) *a.* [L.*urbanus,urbs*,a city.] Belonging to a city: શહેરી.

Urbane, (અર્બેન)*a.*Polite: વિવેકી; સભ્ય; ભલું.

Urbanity,(અર્બૅનિટિ)*n.*Politeness:ભલમનસાઈ; ગ્રહસ્થાઈ; સભ્યતા.

Urchin,(અર્ચિન)*n.*[L. *ericius*,a hedgehog.] A hedgehog:એક જાતનો દેડકો. 2. A child: પોયરું; છોકરૂં.

Ureter, (યૂરીટર્) *n.* The duct which conveys the urine from the kidney to the bladder:ગુરદામાંથી ફુક્કા–મૂત્રાશયમાં મુતર જવાની નલી.

Urethra, (યૂરિથ્રૅ) *n.* (*Anat.*) The canal by which the urine is conducted from the bladder and discharged: પિશાબની નલી.

Urge,(અર્જ)*vt.*To drive: ધકેલવું;જોરથી ચલાવવું; દોડાવવું.2.To press: આગ્રહ–ભીંસ–દબાણ ક૦.3.To provoke: ચીડવવું; ઉશ્કેરવું.

Urgency, (અર્જન્સિ)*n.* Insistence;pressure તાકીદ; આગ્રહ; તાણ; ભીડ; જરૂર; ગરજ.

Urgent,(અર્જન્ટ્)*a.*Pressing:અગત્યનું;જરૂરનું; જરૂરી: તાકીદનું. [ner:અગત્યે કરીને; તાકીદે.

Urgently,(અર્જન્ટ્લિ)*adv.*In an urgent man-

Urinal, (યૂરિનૅલ્) *n.* A convenience for discharging urine: પેસાબખાનું; મુતરડી.

Urinary, (યૂરિનૅરિ) *a.* Pertaining to urine: મૂત્રનું સંબંધી. [કરવો; મૂતરવું.

Urinate,(યૂરિનેટ્) *vt.* To make water: પીશાબ

Urine, (યૂરિન) *n.* A fluid excretion from the kidneys: મૂત્ર; પિશાબ. [forms: અફરગાણીઉં.

Urn, (અર્ન)*n.* [L.*urna*] A vessel of various

Ursa, (ઍર્સ)*n.* [L. *ursa*, a she-bear.]One of the bears:તારાનો ઝુમખો **U.** *major*:સપ્તર્ષિ.

Us,(અસ્) *pron.* Ourselves: અમને; આપણને.

Usage, (યૂસેજ્) *n.* Manners: ચાલ; રીતભાત; ચાલચલગત 2. Custom: રિવાજ; ચાલ; ધારો.

Use (યૂસ્)*n.* Employment; application: વાપર; વપરાસ; ખપ: ઉપયોગ. 2. Necessity: જરૂરીઆત; કામ; દરકાર 3. Practice:રીત; ચાલ; રિવાજ. *In* **u.**: ચાલુ; ચાલતું. *Out of* **u**, of no use: નકામું; પડી રહેલું; નિરુપયોગી. *vt.* To employ:ઉપયોગ કરવો–માં લેવું;વાપરવું:કામે લગાડવું.2.To treat:વર્તવું : ચાલવું. 3. To habituate: માવરો–ટેવ પાડવી.*To* **u.** *up*,(*a*) To consume by using: વાપરી દેવું;પુરૂં- ખલાસ ક૦. (*b*) To exhaust:થાકી જવું; કંટાલી જવું. *vi.* To be accustomed: ટેવ પડવી: ચાલ હોવો.

Useful, (યુસ્ફુલ) *a.* Serviceable: ઉપયોગી; કામનું; ખપનું; જરૂરનું.

Usefulness, (યુસ્ફુલ્નેસ્)*n.* Utility:ઉપયોગ;કામ.

Useless, (યુસ્લેસ્) *a.* Having no use: નકામું; અમથું; નિરર્થક.

Usher, (અશર્) *n.* One who has the care of the door of a court hall: ચોપદાર; નકીબ; છડીદાર. *vt.* To introduce or escort: દાખલ કરાવવું; અંદર–હાજરીમાં લાવવું.

Usual, (યુઝ્હયુઍલ)*a* [L.*usus*,use.]Ordinary; common: હમેશાનું; રીતસરનું;સાધારણ.

Usually, (યુઝ્હયુઅલિ) *adv.* Habitually: ઘણું કરીને; હમેશાં.

Usufruct, (યૂઝ્ફ્રક્ટ્) *n.* The right of enjoying the profits of an estate: ભોગવટો; ઊપભોગ.

Usurer,(યઝ્હયૂરર્)*n.* A moneylender: ધીરનાર; વ્યાજખાઉ; વ્યાજખોર.

Usurious, (યઝ્હયૂરિઅસ્) *a.*Practising usury: મ્હોટું વ્યાજ લેવાનો ધંધો કરતું; વ્યાજખોરિયું.

Usurp, (યૂઝર્પ્) *vt.* [L. *usus*, use & *rapio*, I seize.] To seize by force: છીનવી–ઝુંટાવી લેવું.

Usurpation, (યુઝર્પેશન) *n.* The act of usurping: છીનવી લેવું તે; અપહરણ.

Usurper,(યુઝર્પર્) *n.* One who usurps:ઝૂંટવી લેનાર; પચાવી પાડનાર.

Usury, (યુઝ્હયુરિ) *n.* Interest: વ્યાજ. 2. The practice of taking interest: વ્યાજખાઉનો ધંધો 3. Interest in excess of a legal rate: ગેરવાજબી–મ્હોટું વ્યાજ; વ્યાજખોરી.

Utensil,(યૂટેન્સિલ્)*n.* A vessel:રાચરચીલું;વાસણ.

Uterus,(યૂટરસ્) *n.* The womb: ગર્ભસ્થાન.

Utility,(યૂટિલિટિ) *n* [L. *utor*, I use.]Usefulness: ઉપયોગ; ઉપયોગીપણું; ગુણ; ફાયદો.

Utilize,(યૂટિલાઇઝ્)*vt.* To make use of: કામમાં લેવું; ખપ–ઉપયોગમાં લેવું; કામે લગાડવું.

Utmost,(અટ્મોસ્ટ્) *a.* Last: છેવટનું; છેલ્લું. 2. Greatest:ઘણુંજ; બેહદ.*n.* The most that can be: બને તેટલું; અવધિ.

Utopian, (યૂટોપિઍન્) *a.* Fanciful: કલ્પિત; સેખચલ્લિ જેવું.

Utter, (અટર્) *a.* Outer: બ્હારનું. 2. Perfect; entire: કેવલ; સંપૂર્ણ; તદન;છેક; બિલકુલ. 3. Final: છેવટનું; છેલ્લું; ચોખ્ખું; સાફ. *vt.* To circulate: ચલાવવું; વહેવારમાં લાવવું; વાપરવું. 2. To speak: બોલવું; ઉચ્ચાર કરવો.

Utterable, (અટરૅબલ) *a.* Capable of being uttered: ઉચ્ચારવા જેવું; બોલવા લાયક; બોલાય તેવું.

Utterance, (અટરૅન્સ) *n.* Putting in circulation: ચલવણી;વપરાસ.2. Articulation; speech: વાણી; ઉચ્ચાર.

Utterly, (અટર્લિ) *adv.* Totally: બિલકુલ; તદન; તમામ; છેક્જ.

Uttermost, (અટર્મોસ્ટ્)*a.* Utmost; આખર–છેવટનું; ઘણામાં ઘણું.*n.* The utmost: અવધિ.

Uvula,(યુવ્યુલૅ)*n.* The pendent fleshy lobe in the middle of the posterior border of the soft palate: ગલાનો કાકડો; પડજીભ.

Uxorious (અક્સોરિઅસ્)*a.* Being a dependent husband: બાયલો; જનાની.

V

V, (વી) The twenty second letter of the English alphabet,અંગ્રેજી મુલાક્ષરનો બાવીસમો અક્ષર. ગુજરાતીમાં તેનો ઉચ્ચાર વ્ થાય છે. 2. As a numeral V., represents 5: પાંચના આંકડા તરીકે વપરાય છે.

Vacancy, (વેકૅન્સિ) *n.* Emptiness: ખાલીપણું; પોકલતા. *Hence*, Leisure: નવરાસ; ફુરસદ. 2. Gap: ખાલી જગા; ગાલો. 3. An unoccupied office:ખાલી પડેલી જગા ઓધ્ધો.

Vacant, (વેકન્ટ) *a.* [L. *vaco* I am empty.] Empty:ખાલી; સુનું. 2. Not filled by an incumbent: ખાલી; ઓધ્ધેદાર–અમલદાર વગરનું.

Vacate, (વૅકેટ્) *vt.* To leave empty: ખાલી કo; છોડીને જવું; છોડવું. [recess: રજા; છૂટીના દિવસ.

Vacation,(વૅકેશન)*n.*A period of intermission;

Vaccinate,(વૅક્સિનેટ્)*vt.*[L.*vacca*, a cow.]To inoculate with the cowpox: શીતલા ગૌશીતલા–સૈયદ કાઢવા. [ગાયનું.

Vaccine, (વૅકસાઈન્) *a.* Pertaining to cow:

Vacillate,(વૅસિલેટ્)*vi.*[L. *vacillo*, I waver.] To move one way & other: ડોલાં–ઝોલાં ખાવાં; લથડવું.2.To waver:અચકાવું;ડામડોલ થવું;ઢચુપચુ હોવું.

Vacillating, (વૅસિલેટિંગ)*a.* Wavering:ડામાડોલ; ઢચુપચુ. [ઢચુપચુપણું; ડામાડોળી.

Vacillation, (વૅસિલેશન) *n.* A wavering:

Vacuum, **Vacuity**,(વૅક્યુઅમ્–વૅક્યુઇટિ) *n.* [L. *vacuus*, empty.] Emptiness: ખાલીપણું; ખાલી જગ્યા.

Vademecum,(વૅડીમીકમ્)*n* [L.go with me.] A handbook:ન્હાનું પુસ્તક–ચોપડી; દરરોજ સાથે રાખવાનું પુસ્તક; હસ્ત પોથી.

Vagabond,(વૅગૅબૉન્ડ્)*a.*[L *vago*, I wander.] Wandering: ભમતું ; ભટકતું; રખડતું.*n.* A wanderer: ભટકનાર; રખડનાર.

Vagary, (વૅગેર) *n.* A whim: મનનો ફાંટો.

Vagrancy, (વૅગ્રૅન્સિ) *n.* The state of being a vagrant: રઝલવા ભટકવાની ટેવ.

Vagrant,(વેગ્રૅન્ટ્)*a* Wandering:ભટકતું;રખડતું; રઝલતું. 2. A vagabond: ભટકનાર; ભિખારિ.

ague,(વેગ)*a.*[L.*Vagus*,waving.]Unsettled; Vindefinite: અચોકસ; મોઘમ; ઉડતું; પાયા વિનાનું; નિર્મુલ.

Vail, (વેલ)*n.* Same as **Veil**. *vt.* To let fall: જવા દેવું; સમી–એસી જવા દેવું. *vi.* To yield: વશ–આધીન થવું.

Vain, (વેન) *a.* [L. *vanus*, empty.] Empty; worthless:ખાલી;પોકલ; નકામું;નજીવું.2.Conceited: ખડાઈખોર; પતરાજીયું; શેખીખોર; ગુમાની. *In* **V**, to no purpose: ફોકટ;નાહક; અમથું; અમરથું

Vain-glorious,(વેન્-ગ્લોરિઅસ્)*a*. Boastful: શેખીખોર; પતરાજીયું; બડાઈખોર; ગુમાની.

Vainglory, (વેન્-ગ્લોરિ)*n*.Empty pride:શેખી; પતરાજી; બડાઇ; પતરાજ; ગુમાન; ફીશીઆરી.

Vale,(વેલ્) *n*.[L. *vallus*.] A valley: ખીણ;ખિંડ.

Valediction, (વેલીડિક્શન્) *n*.[L. *Vale*, farewell and *dico*,I say.] A farewell: છેલ્લા સલામ.

Valedictory,(વેલીડિક્ટરિ)*a*. Bidding farewell: રજા લેતું; છેલ્લી સલામ કરતું.

Valentine, (વૅલેન્ટાઈન્) *n*. A sweetheart chosen on at Valentine's day: ફેબ્રુઆરી માસની ચૌદમી તારીખે પસંદ કરેલી માશુક. 2. A letter containing professions of love: તે તારીખે મોકલેલો પ્રેમ પત્ર; પ્રેમ પત્રિકા.

Valet,(વૅલેટ્)*n*.A body servant:ચાકર;હજુરીઓ; [ખીદમતગાર; ખવાસ.

Valetudinarian,**Valetudinary**,(વૅલીટ્યૂડિનેરિઅન્-વૅલીટ્યુડિનૅરિ) *a*. [L. *valeo*, I am strong.]Sickly: હમેશનું માંદું; રોગી; નબળું.*n*. A person of a weak health: સદારોગી.

Valiant,(વૅલિઅન્ટ્)*a*.[L.*valeo*,I am strong.] Strong; brave: જબરો; બહાદુર; હિમ્મતવાન.

Valid, (વૅલિડ્) *a*. [L. *valeo*, I am strong.] Sound; efficacious: વાજબી; ખરું; મંજુર-બહાલ રખાય તેવું. 2. Legal: હકદાર; પાકું; કાયદેસર.

Validity, (વૅલિડિટિ) *n*. Force;soundness:મજબુતી; વાજબી-ખરાપણું; કાયદેસરપણું

Valise, (વૅલીઝ્)*n*. A travelling bag:મુસાફરીનાં લુગડાં ભરવા સારૂં ચામડાની પેટી.

Valley, (વૅલિ)*n*. The space between hills or mountains: ખીણ; ખો. [બહાદુર; હિમ્મતવાન; શુરૂં.

Valorous, (વૅલરસ્) *a*. Brave; courageous:

Valour,(વૅલર્) *n*. [L. *valeo*, I am strong.] Courage: પરાક્રમ; શુરાતન; બહાદુરી; હિમ્મત.

Valuable,(વૅલ્યૂઍબલ્)*a*.Costly: કિમતી; ભારે.2. Worthy: ઉપયોગી; કામનું.

Valuation, (વૅલ્યૂએશન્)*n*.The act of setting a price: આકણી. 2 Value set upon a thing: કિમ્મત; મૂલ

Value, (વૅલ્યૂ) *n*. [L. *valeo*, I am worth.] Worth:ઉપયોગ;ઉપયોગીપણું;અગત્ય;જરૂર.2. Price: કિમ્મત; મૂલ 3. Import; precise signification: ઓજ; વજન;ભાર; જીવ. *vt*.To estimate the worth of: કિમ્મત-મૂલ ઠરાવવું; ભાવ દર નક્કી ક૦; આંકવું; આંકણી ક૦. 2. To rate highly: સારૂં માનવું-ગણવું; ભારે કિમ્મતનું ગણવું.

Valued,(વૅલ્યડ્)*a*.Esteemed: કિમતી; મૂલ્યવાન.

Valueless, (વૅલ્યૂલેસ) *a*. Being of no value: કોડીનું; નજીવું; દમ-માલવગરનું; નકામું; નાલાયક.

Valve, (વૅલ્વ્) *n*. [L. *valvæ*, a folding door.] A lid: ઢાંકણું.

Valvular, (વૅલ્વ્યૂલર્) *a*. Containing valve: ઢાંકણાવાળું-ને લગતું.

Vampire, (વૅમ્પાઇર) *n*. A blood sucking ghost: જીવતા માણસનું લોહી ચુસી લેનાર ભૂત. 2.*Fig*. One who lives upon others:બીજાને લૂંટીને પોતાનું ગુજરાન ચલાવનાર; લુંટારો.

Van, (વૅન્) *n*. The front of an army: લશ્કરનો મોખરો; સેનામુખ; સેનાગ્ર. *n*. A light wagon for goods: માલ લેઈ જવાનું ગાડું. *n*. [L. *vannus*, a fan.]A fan for winnowing grain: સુપડું.

Vandal, (વૅન્ડૅલ્)*n*. One hostile to art or literature: જુના હુન્નર-કલા -પુસ્તકો વગેરેનો નાશ કરનાર શત્રુ.

Vandalism,(વૅન્ડૅલિઝમ્)*n*.Cruelty:જંગલીપણું; સુધારો-હુન્નરકલા અને સાહિત્યપર અભાવ-વેર.

Vane, (વેન)*n*. A weathercock: પવનની દિશા બતાવનારો મરઘાના આકારનો સંચો.

Vanguard.(વૅન્ગાર્ડ્)*n*.The van: મોખરાનું લશ્કર.

Vanish, (વૅનિશ્)*vt*. [L.*vanus*,empty.]To disappear: જતાં રહેવું.2.To be lost:નાશ પામવું; ગેબ-ગુમ થઈ જવું.

Vanity, (વૅનિટિ)*n*.[L.*vanus*, empty.] Emptyness: ખાલીપણું; પોકલપણું. 2. Pride; conceit: પતરાજી; બડાઇ; શેખી; ફાંકો.

Vanquish,(વૅન્કવિશ્)*vt*.[L.*vinco*,I conquer.] To conquer: જીતવું; હરાવવું; ફતેહ મેલવવી.

Vantage, (વૅન્ટેજ)*n*.Gain: ફાયદો; નફો; લાભ.

Vapid,(વૅપિડ્)*a*.[L.*vapidus*,vapour.]Insipid: દમ-રસ-જીવ વિનાનું; ફિક્કું; લુખ્ખું;સુક્કું.

Vaporize, (વેપૉરાઇઝ્)*vt*. & *i*. To convert in vapour: વરાલ ક૦; વરાલરૂપે ઉડી જવું.

Vaporous, (વેપૉરસ) *n*. Full of vapour: વરાલવાલું-જેવું. 2. Unreal: ખોટું; ઢોંગી.

Vapour, (વેપૉર્) *n*. The gaseous state of any liquid or solid: વરાલ;હવા;બાફ.2.Boasting: ધુમાડો; પતરાજી; શેખી; ડંફાસ.*vi*.To evaporate:ઉડી જવું; વરાલ થઈને નીકલી જવું-જતું રહેવું.2.To brag: બડાઇ હાંકવી; કુલાસ-ડંફાસ મારવી; ફીશીઆરી-શેખી-પતરાજી ક૦. [શેખીખોર; કુલણજી

Vapourer,(વેપૉરર્)*n*.A braggart:પતરાજીખોર;

Vapoury,(વેપૉરિ)*a*.Full of vapour:બાફવાલું. 2. Peevish: બલીએલ; બલતું ઝલતું.

Variable, (વેરીઍબલ્)*a* Changeable:ફરે-બદલાય એવું.2. Unsteady:ડામાડોલ; ઢચુપચુ.V.*stars*: તેજમાં વધઘટ થયા કરે એવા તારાઓ.

Variance,(વેરીઅન્સ્)*n*.Variation:ફેરફાર;અંતર; તફાવત. 2. Disagreement: મિનાકસો; અણબનાવ; બેબનાવ; ફુટ. [તફાવત; ફરક; અંતર.

Variation, (વેરીએશન) *n*. A change: ફેરફાર;

Varicose.(વેરિકોસ્)*a*.Permanently enlarged: સુઝી ગએલું; ફુલી ગએલું.

Variegate,(વેરીએગેટ્)*vt*.To mark with different colors: ચિત્રવિચિત્ર-રંગબેરંગી ક૦.

Variegated,(વેરીએગેટેડ્)*a*.Having different colors: તરેહ તરેહનું; ચિત્રિ વિચિત્ર; રંગબેરંગી.

Variety, (વેરાઇટિ) *n*. Difference: ફેરફાર; ફેર; તફાવત.2.A collection of different things: ભેલસેલ; ભેલભાલ; ખીચડો.3. A sort: જાત; પ્રકાર.

Various, (વેરિઅસ્)*a*.Varied: જુદું જુદું; તરેહ તરેહનું: જાતજાતનું.2.Changeable:બદલાય-ફરી જાય એવું; ઠેકાણા વગરનું.

Varlet, (વાર્લેટ્) *n*. A servant: ચાકર; નોકર; ખીજમતદાર; ખવાસ. 2.A rascal: હરામખોર.

Varnish, (વાર્નિશ્) *n*.[L.*vitrum*, glass.] A

viscid liquid laid on work with a brush: રોગાન. 2. A glossy appearance: ચલકાટ. *vt.* To lay varnish on: રોગાન લગાડવું. 2. To palliate: ઢાંકવું; ઢાંક પિછોડો કo.

Vary, (વેરિ) *vt.* & *i.* [L. *varius*, various.] To alter: ફરવું; બદલાવું; ફેરફાર કo; ફેરવવું; બદલવું. 2. To diversify: જુદા જુદા પ્રકારનું કરવું-થવું.

Vascular, (વૅસ્કયૂલર્) *a.* [L. *vas*, a vessel.] Consisting of vessels: રગ-નસનું બનેલું; નસ રગનું સંબંધી.

Vase, (વેઝ્) *n.* [L. *vas*, a vessel.] A vessel of elegant pattern used for ornament: શોભિતું વાસણ; પ્યાલું; ચંબુ.

Vassal, (વૅસલ્) *n* [L. *vassalis*, a servant.] A feudatory: મોખાસી; મોખાસદાર; જાગીરદાર. 2. A servant: નોકર; ચાકર; ગુલામ.

Vassalage, (વૅસલેજ્) *n.* Subjection: તાબેદારી; [આધીનતા.

Vast, (વૅસ્ટ્) *a.* [L. *vastus*, waste.] Immense: વિશાલ; વિસ્તીર્ણ; મ્હોટું; ઘણું; પુષ્કલ.

Vastly, (વૅસ્ટલિ) *adv.* Very greatly: અતિશય.

Vastness, (વૅસ્ટ્નૅસ્) *n.* The quality of being vast: વિસ્તાર. [મ્હોટું પીપ; કુંડું.

Vat, (વૅટ્) *n.* A large vessel for holding liquors:

Vatican, (વૅટિકૅન) *n.* Pope's palace: પોપનો મેહેલ; પોપની સત્તા-હકુમત. [ભવિષ્ય સૂચક.

Vaticinal, (વૅટિસિનૅલ્) *a.* Prophetic: આગાહીનું;

Vaticination, (વૅટિસિનેશન) *n.* Prophecy: અગમચેતી; આગાહી.

Vault, (વૉલ્ટ) *n.* [L. *volvo*, I roll.] An arched roof: ગુંબજ; ઘુમટ; મહેરાબ. 2. An arched apartment: મહેરાબદાર ઓરડો. 3. A jump: કુદકો; છલંગ; ફલંગ. *vt.* To arch: મહેરાબદાર-કમાનદાર કo. *vi.* To leap over: છલંગ મારવી; કુદકો મારવો.

Vaulted, (વૉલ્ટેડ્) *a.* Arched: મહેરાબદાર; કમાનદાર; ઘુમટવાળું; ઘુમટદાર.

Vaunt, (વૉન્ટ્) *vi.* & *vt.* [L. *vanus*, empty.] To boast: બડાઈ કરવી; શેખી-ડંફાસ મારવી; ફીશીઆરી કરવી. *n.* A boast: બડાઇ; શેખી; મ્હોટાઈ; ફિશીઆરી; ડંફાસ. [a calf: વાછરડાનું માંસ.

Veal, (વીલ્) *n.* [L. *vitulus*, a calf.] The flesh of

Veer, (વીઅર્) *vi.* & *t.* To turn: ફરવું; બદલાવું; ફેરવવું. *To* **v.** *away, or out,* to let out: મૂકવું; છોડવું.

Vegetable, (વૅજીટૅબલ્) *a.* [L. *vegeto*, I enliven.] Pertaining to plants: છોડ-વનસ્પતિ સંબંધી: ભાજીપાલાનું. *n.* A plant: વનસ્પતિ; ઔષધી; ભાજીપાલો. 2. A plant for food: શાકભાજી; તરકારી; ભાજીપાલો; શાકપાન.

Vegetal, (વૅજીટલ્) *a.* Same as **vegetable.**

Vegetate, (વૅજીટેટ્) *vi.* [L. *vegeto*, I enliven.] To grow: ઉગવું; ફણગો-અંકુર ફૂટવો; વધવું; મ્હોટા થવું. 2. To lead an idle life: પશુના જેવી જીંદગી ગુજારવી.

Vegetation, (વૅજીટેશન્) *n.* Plants in general: ઝાડપાન; વનસ્પતિ; લિલોત્રી.

Vegetative. (વૅજીટેટિવ્) *a.* Growing: ઉગતું; વધતું. 2. Producing growth in plants: ઝાડપાનની વૃદ્ધિ કરે એવું.

Vehemence, (વીહિમેન્સ્) *n.* [L. *veho*, I carry.] Violence; fury: જોર; ઝપાટો; તડાકો; જુસ્સો; શૂર; ઝનૂન.

Vehement, (વીહિમેન્ટ્) *a.* Violent: જુસ્સાદાર; જોર જોશવાળું: જબરૂં; ભારે; ઝનુની.

Vehicle, (વીહિકલ્) *n* [L. *veho*, I carry.] A Conveyance: ગાડી; રથ; બગી; પાલખી; વાહન. 2. A substance in which medicine is taken: અનુપાન.

Veil, (વેલ્) *n.* [L. *velum*, a covering.] A curtain: પડદો; આંતરો; ચક 2. A screen to hide or protect the face: બુરખો; ઘુમટો. 3. A disguise: વેશ; બાહનું. *vt.* To throw a veil over: બુરખો નાંખવો. 2. To conceal: સંતાડવું; છુપાવવું; ઢાંકપિછોડો કo.

Vein, (વેન) *n.* [L. *vena*, a vein.] One of the vessels which carry the blood back to the heart: નસ: રગ. 2. A fissure: ફાટ; ચીરો. 3. A streak in wood or marble: રેખા; દોરો. 4. A course: રસ્તો; માર્ગ; પ્રવાહ. 5. Humour: મિજાજ; તબિયત; પ્રકૃતિ

Vellum. (વૅલમ્) *n* Fine parchment: ચર્મપત્ર.

Velocipede, (વીલૉસિપીડ) *n.* [L. *velox*, *velocis* swift, *pes pedis* foot.] A light carriage propelled by the feet: પગે ચલાવવાની ગાડી.

Velocity, (વીલૉસિટિ) *n.* [L. *velox*, *velocis*, swift.] Speed: વેગ; ઝડપ; ગતિ.

Velvet, (વેલ્વેટ્) *n.* [L. *villus*, shaggy hair.] A silk fabric: મખમલ. *a.* Made of velvet: મખમલનું.

Velvety, (વેલ્વેટિ) *a.* Made of velvet; smooth; soft: મખમલના જેવું; લીસું; સુંવાળું.

Venal, (વીનૅલ્) *a.* [L. *venus*, sale.] Mercenary: લાંચીયું; રૂશ્વતખોર; લાંચખાઉ.

Venality, (વીનૅલિટિ) *n* Mercinariness: લાંચિયાપણું; લાંચખોરી.

Vend. (વેન્ડ) *vt.* To sell: વેચવું; વેચી નાંખવું.

Vendee, (વેન્ડી) *n.* The person to whom a thing is vended: ખરીદદાર; વેચાતું લેનાર.

Vender, (વેન્ડર્) }
Vendor, (વેન્ડોર્) } *n.* A seller: વેચનાર.

Vendible, (વૅન્ડિબલ્) *a.* Saleable: વેચવા જોગ.

Veneer, (વેનીઅર્) *vt.* To overlay with another wood: હલકાં લાકડ કામ ઉપર કિંમતી લાકડાની ચીપો જડી શોભાવવું.

Venerable. (વૅનરૅબલ્) *a.* Deserving respect: માન આપવા લાયક; બુજરગ.

Venerate. (વેનરેટ્) *vt.* [L. *veneror*, I worship.] To respect: માન આપવું; પુજવું.

Veneration, (વૅનરેશન) *n.* The highest degree of respect: માન; અદબમાન; સત્કાર; પુજા.

Venereal, (વીનિરીઅૅલ) *a.* [L. *venus*, the goddess of love.] Relating to sexual intercourse: સ્ત્રી સંભોગ સંબંધી; સંભોગનું. 2. (*Med.*) (*a*) Arising from sexual intercourse: ગરમીનું; ગરમીથી થતું. (*b*) Curing venereal diseases: ગરમીનો રોગ મટાડવાને કામ લાગતું.

Venery. (વૅનરિ) *n.* [L. *Venus*, the goddess of love.] Sexual intercourse: સ્ત્રી સંભોગ; સંભોગ.

Venesection. (વીનૅસેક્શન) *n.* Blood letting: ફસ ખોલવી તે; સંધરા.

Venetian, (વેનીશન) *n.* A native of Venice: વેનીસનો રહેવાસી. *a.* Pertaining to Venice: વેનીસનું. **V.***blind*, a blind for windows, doors, etc.: ફરેડી; ઝીલમીલ; (બારી બારણાંનાં વીનીજન.)

Vengeance, (વેન્જન્સ્)*n.*[L.*vindico*, I avenge.] Retribution: કીનો; બદલો; વેર; ખાર.

Vengeful, (વેન્જફુલ્) *a.* Vindictive: ખારીલું; કીનાખોર.

Venial, (વીનિઅલ્) *a.* [L. *venia*, pardon.] [Pardonable: માફ કરવા જોગ.

Venison, (વેન્ઝન or વેનિઝન)*n* [L.*venor*, I hunt.] The flesh of the deer: મૃગમાંસ; હરણનું માંસ.

Venom, (વેનોમ્)*n.* Poison: ઝેર; વિખ. 2. Spite; malice: અદાવત; કીનો; ઝેર; વેર.

Venomous, (વેનમસ્) *a.* Poisonous: ઝેરી. 2. Spiteful: ઝેરીલું; ખારીલું; કીનાખોર.

Venous, (વીનસ્)*n.*[L.*vena*, a vein.] Pertaining to a vein: નસો સંબંધી; નસદાર

Vent, (વેન્ટ્)*n.* A small aperture: ન્હાનું કાણું-બાકું; વહે; નાકું.2.Touchhole: તોપનો કાન 3. Outlet: રસ્તો; વાટ; બારો; દરવાજો.4.Publication: પ્રસિદ્ધિ; જાહેરાત. *To give* **V.** *to*, to let out: ઊભરો કાઢવો; કહી સંભળાવવું. *To take* **V.**, to escape: પ્રગટ થવું; બહાર પડવું. *vt.* To let out: કાણા-બાકામાંથી બહાર કાઢવું.2. To pour forth: કાઢવું; ઊભરો કાઢવો.3. To publish: જાહેર ક૦; બહાર પાડવું.

Ventilate, (વેન્ટિલેટ્)*vt.*[L.*vantus*, wind.] To open to the free passage of air: ખુલ્લો પવન-હવા આવે જાય તે પ્રમાણે કરવું; પવનને માટે બારી-બારણું મુકવું.2. To sift and examine: ચર્ચાવવું; ચર્ચા ક૦. 3. To make public: જાહેર ક૦.

Ventilation, (વેન્ટિલેશન) *n.* Free exposure to air: હવાનો આવજો જાવજો-ની આવજા; પવનની છૂટ. 2. Free discussion: વિવાદ; ચર્ચા; તકરાર.

Ventral, (વેન્ટ્રલ્) *a.* [L. *venter*, the belly.] Abdominal: પેટનું-આગલનું; પેટપરનું.

Ventriloquism, (વેન્ટ્રિલૉકિવઝમ્) *n.* The act of speaking so that the voice would appear to come from a distance: ગારૂડીવાણી; જાણે કોઈ બીજો બોલતો હોય તેમ બોલવાની યુક્તિ.

Venture, (વેન્ટ્યૂર્) *n.* A risk: સાહસ; જોખમ. 2. Chance: નસીબ; દૈવ; ભાગ્ય. 3. A stake: પોતાને જોખમે ચડાવેલો માલ. *vt.&i.* To hazard: માથે જોખમ લેવું-ખેડવું-વ્હોરવું; છાતી ચલાવવી.2. To take the chances: ઝોકાવવું; ચાહોમ ક૦.*To* **V.***at, on or upon*, to dare to engage it: જોખમમાં ઉતરવું-પડવું.

Venturesome, Venturous, (વેન્ટયૂર્સમ્-વન્ટયૂરસ્) *a.* Daring: બાહાદુર; સાહસિક.

Venus, (વીનસ્)*n.* The goddess of beauty and love: કામદેવી; ખૂબસુરતી-પ્રીતિની દેવી.2. One of the planets: શુક્રનો ગ્રહ; શુક્ર

Veracious, (વેરેશસ્) *n.* [L. *verus*, true.] Truthful: સાચું બોલનારૂં. 2. True: સાચું; ખરૂં.

Veracity, (વૅરૅસિટિ)*n.* Truth: સાચવટ; ઇમાનદારી

Veranda, (વૅરૅન્ડે)*n.* A roofed gallery: ઓટલો

Verb, (વર્બ) *n.* [L.*verbum*, a word.] A word which affirms something: ક્રિયાપદ. *Active* **V.**: સકર્મક ક્રિયાપદ. *Neuter* **V.**: *Passive*: **V.**: કર્મણિ ક્રિયાપદ.

Verbal, (વર્બલ્) *a.* Oral: મ્હોઢાનું; બોલેલું. 2. Consisting in words only: શબ્દનું-વિષે.3. Literal: બોલેબોલનું.4. Derived directly from a verb: ધાતુ સાધિત. **V.** *noun*: ધાતુ સાધિત નામ.

Verbally, (વર્બલિ)*adv.* Orally: મોઢેથી.

Verbatim, (વર્બેટિમ્)*a.* [L.*verbum*, a word.] Word for word: શબ્દે શબ્દ-બોલેબોલનું.

Verbiage, (વર્બિએજ્)*n.* Verbosity: ઘણા નકામા શબ્દો વાપરવા તે; શબ્દ વિસ્તાર.

Verbose, (વર્બોસ્)*a.* Abounding in words: શબ્દ વિસ્તારનું; જોઇએ તે કરતાં વધારે શબ્દનું.

Verbosity, Verboseness, (વર્બૉસિટિ, વર્બોસનેસ) *n* Same as **Verbiage**.

Verdancy, (વર્ડન્સિ) *n.* The state of being verdant: તાજગી; લીલાપણું; લીલોત્રી; હરિયાળી.

Verdant, (વર્ડન્ટ્) *a.* [L. *viridis*, green.] Green; fresh: લીલું; તાજું; લીલોત્રીથી ભરપુર.2.Inexperienced: કાચું; બીનઅનુભવી.

Verdict, (વર્ડિક્ટ્)*n* The decision of a Jury: પંચ જ્યુરીનો ઠરાવ; હુકમનામું.2.Decision: ફેંસલો; વિચાર; ચુકાદો.

Verdigris, (વર્ડિગ્રિસ્) *n.* [L *viridis*, green, *æris*, brass.] The green rust formed on copper: તાંબાનો કાટ; જંગાલ.

Verdure, (વર્ડ્યુર) *n.* Greenness: લીલોત્રી; [હરિયાલી.

Verge, (વર્જ) *n.* [L. *virga*, a sprout.] An edge: કોર; ધાર; કાંઠો; કિનારો *vi.* To approach: કિનારે-છેડે આવવું-આવી રહેલું હોવું; નજીક હોવું; લગોલગ આવી રહેવું; સુધી જવું. 2. To bend: ઢળતું રહેવું; ઝુકવું.

Verifiable, (વેરિફાએબલ્)*a.* Conformable: સાબિત કરી શકાય તેવું.

Verification, (વેરિફિકેશન)*n.* Confirmation: સાબિત કરી આપવું તે; શાબિતી; પુરાવો.

Verify, (વેરિફાઇ)*vt.*[L. *versus*, true and *facio*, I do.] To confirm: ખરૂં કરી આપવું; સાબિત ક૦.2. To support: ટેકો આપવો; ખરૂં છે એમ કહેવું.

Verily, (વેરિલિ) *adv.* In fact; certainly: બેશક; ખરેખર; ખચિત; ખરેખર; સાચે.

Verisimilar, (વેરિસિમિલર્)*a.* [L.*verus*, true and *similis*, like.] Probable: સંભવિત; બનવાજોગ.

Veritable, (વેરિટેબલ્) *a.* Actual; real: સાચું; ખરૂં; નકરૂં; ખરેખરૂં. [ખરાપણું; ખરેખરપણું.

Verity, (વેરિટિ)*n.* Truth; reality: સાચવટ; સચ્ચાઇ;

Vermicelli, (વર્મિચેલિ)*n.* The dough of fine wheat flour made into a slender wormlike form: સેવ. [કરમના જેવું-આકારનું.

Vermicular, (વર્મિકયૂલર્)*a.* Like a worm:

Vermicule, (વર્મિકયૂલ્)*n.* A small worm: ન્હાનું જીવડું; કીડો; કરમ.

Vermifuge, (વર્મિફ્યૂજ્) *n.* A medicine that expels worms: પેટમાંથી કરમ પડવાની દવા.

Vermilion, (વર્મિલિઑન)*n.* A bright red pigment: હિંગળોક; સીંદુર.

Vermin, (વર્મિન)*n* [L.*vermis*, a worm.]*sing.* &*pl.* A worm: જીવડો; કીડો; કાડી મંકોડી. 2. Noxious persons: ખરાબ-નીચ માણસો.

Vermivorous, (વર્‌મિવૉરસ્) *a.*[L. *vermis*, a worm & *voro*, I devour.] Feeding on worms: કીડા ખાનારૂં.

vernacular, (વર્નૅક્યુલર્) *a.*[L. *vernaculus*, born in one's house.] Native: દેશી; મુલકી; સ્વદેશી. *n.* One's mother tongue: દેશીભાષા.

Vernal, (વર્નલ્) *a.* Pertaining to the spring: વસંતઋતુમાં આવતું; વસંતી. 2. Belonging to youth: જવાનીનું V. *equinox*: મહાવિષુવ; મેષવિષુવ.

Versatile, (વર્‌સૅટાઇલ્) *a.*[L. *verto*, I turn.] Inconstant: ડામાડોલ; ઢચુપચુ. 2. Turning from one thing to another: એક બાબદપરથી બીજી ઉપર સહેલથી ઉતરી શકતું.

Versatility, (વર્‌સૅટિલિટિ) *n.* Versaliteness: કોઈ પણ બાબદ સહેલથી હાથ ધરવાની શકિત-ચાલાકી.

Verse (વર્સ્) *n.* [L. *verto*, I turn.] Poetry: કવિતા; છંદ; પદ્ય.

Versed, (વર્સ્ડ્) *a.* [L. *verto*, I turn.] Skilled: વાકેફગાર; કાબેલ; માહિતગાર; ખબરદાર; કસબી.

Versification, (વર્‌સિફિકેશન)*n.* The construction of poetry: કવિતા રચના.

Versifier, (વર્‌સિફાઇઅર્) *n.* One who makes verses: કવિ; શાએર.

Versify, (વર્‌સિફાઈ) *vi. & t.* To make verses: કવિતા બનાવવી-રચવી: કવિતામાં કહેવું-ઉતારવું.

Version, (વર્શન) *n.* [L. *verto*, I turn.] A translation: તરજુમો; ભાષાંતર. 2. An account or description: હેવાલ; બયાન; વર્ણન; હકીકત.

Versus, (વર્સસ્) *prep.* [L *verto*, I turn.] Against: સામે; વિરૂદ્ધ.

Vertebra, (વર્ટીબ્રે) *n.*[L.*verto*, I turn.] One of the small bones of the spine: બરડાની કરોડમાંનું એક હાડકું મણકો.

Vertebral-ate (વર્ટીબ્રૅલ-બ્રેટ્) *a.* Having a backbone: કરોડવાળું. [માથું; ટોચ; શિખર.

Vertex, (વર્ટેક્સ્) *n.* [L *verto*. I turn.] Apex:

Vertical, (વર્‌ટિકલ્) *a.* Upright: સીધું; ઉભું.

Vertigo, (વર્ટાઇગો) *n.* Giddiness: તમ્મર; ફેર; ચક્કર; ભમરી. [Animation: ઉત્સાહ; ઉમંગ.

Verve, (વર્વ) *n.* [L. *vervex*, a weather.]

Very, (વેરિ) *a.* Actual: ખરે ખરૂં; એજ; તેજ; કેવલ. *adv* Exceedingly: અતિશય; ઘણું; ભારે; પુષ્કલ; અતિ.

Vesicate, (વેસિકેટ)*vt.* To raise blisters upon: ફોલ્લા છાગરા પાડવા-ઉઠાડવા.

Vesicle, (વેસિકલ્) *n.* [L. *vesica*, a bladder.] A blister: ફોલ્લો; છાગરો. 2. Sac filled with fluid: શરીરમાં પ્રવાહી પદાર્થથી ભરેલી કોથલી.

Vesper, (વેસ્પર) *n.* The evening star: શુક્રનો તારો. 2. The evening: સાંજ. 3. *pl.* The evening service: સાંજનું ભજન-ગીત.

Vessel, (વેસલ્) *n.* L. *vascellum.*] A utensil for holding any thing: વાસણ; પાત્ર; ભાજન. 2. A hollow structure made to float upon the water: વાહણ; જહાજ; નૌકા. 3.(*Anat.*) A tube in which blood or other fluids are contained: નાડી; નસ; રગ. *Weaker* V., the woman: સ્ત્રી; ઓરત જાત.

Vest, (વેસ્ટ્) *n.*[L.*vestis*, a garment.] A waist coat: વાસ્કુટ; પેટી; કબજો. *vt.* To dress: પોશાક પહેરાવવો. 2. To clothe with authority: અધિકાર-સત્તા આપવી. *vi.* To come or descend: પોહોંચવું; ઉતરવું; આવવું; મલવું.

Vested, (વેસ્ટેડ) *a.* Clothed; robed: લુગડાં પહેરેલું. 2. Fixed: નક્કી કરી મુકેલું; ઠરાવેલું; મુકરર. [ચાલ:

Vestibule, (વેસ્ટિબ્યૂલ્) *n.* A porch: પરસાલ;

Vestige, (વેસ્ટિજ) *n.* [L. *vestigium*, footprint.] A footprint: પગલું. 2. A faint mark or sign: નિશાન; નિશાની; નામ. [જામો.

Vestment, (વેસ્ટ્‌મેન્ટ્) *n.* A garment: ઝભ્ભો;

Vesture, (વેસ્ટ્યૂર) *n.* Dress; Apparel: ઝભ્ભો; પોશાક; જામો; પહેરવેશ.

Vetch, (વેચ) Any leguminous plant: મઠ, અડદ, મસુર, વિગેરે કઠોલ.

Veteran, (વટેરન) *a.* Old, experienced: લાંબા અનુભવવાલું; ઘડાઈને પાકું થએલું; અનુભવી. *n.* One long exercised in war: કસાયેલો લડવૈઓ યોધ્ધો.

Veternarian, (વેટરિનેરિઅન) *n.* One skilled in the diseases of cattle: પશુ વૈદ્ય; ઢોરોનો તબીબ.

Veterinary, (વેટરિનેરિ) *a.* Of the treating of the diseases of animals: જનાવર વૈદાનું; જનાવરોની દવાદારૂ સંબંધી.

Veto, (વીટો) *vt.* [*veto*, I forbid.] A forbidding: મનાઈ; નિષેધ; ના; નકાર. 2 The power of rejecting: નામંજુર-રદ્દ કરવાનો અધિકાર-સત્તા; નામંજૂરી. *vt.* To prohibit: નામંજૂર ક૦; રદ ક૦.

Vex, (વેક્સ્) *vt.* [L. *veho*, I carry.] To harass: ચીઢવવું; પજવવું; દુઃખ દેવું; બેજાર-હેરાન ક૦; સતાવવું.

Vexation, (વેકસેશન) *n.* Trouble; irritation: સંતાપ; દુઃખ; હેરાન ગતિ; ચીઢ; ખિજવાટ.

Vexatious, (વેકસેશસ્) *a.* Distressing: teasing: દુઃખદાયક; ચીડ ચઢે તેવું; હેરાન-બેજાર કરે તેવું; પીડાકારી; ત્રાસદાયક.

Via, (વાઇઍ) *n.* By the way of: થઇને; રસ્તે-માર્ગે.

Viable, (વાઇઍબલ્) *a.* Capable of living: બચી શકે તેવું; જીવતું રહી શકે તેવું.

Viaduct, (વાઍડક્ટ્) *n.* A bridge: ખીણ-નાલા ઉપર બાંધેલો પુલ. [શીશી; બાટલી.

Vial, (વાઇઍલ્) *n.* A small bottle of glass:

Viands, (વાઇઍન્ડસ્)*n. pl.* Food: પકવાન; વાની.

Vibrate, (વાઇબ્રેટ્)*vt. & i.* To swing: આમ તેમ ફેરવવું; હલાવવું; હાલવું; ડોલવું; ડોલા-ઝોકા ખાવા-ખવડાવવા. [ઝોકું; ડોલું-લાં.

Vibration, (વાઇબ્રેશન)*n.* Oscillation: ઝોલો;

Vibrating, Vibratory, (વાઇબ્રેટિંગ્-ટૉરિ)*a.* Vibrative: આમતેમ હાલતું; ઝોલા ખાતું; ડોલાયમાન.

Vicar, (વિકાર) *n.* [L. *vicarius*, supplying the place of another.] A deputy: પ્રતિનિધિ; અવેજી; બદલી 2. The incumbent of an impropriated benefice: પાદરી.

Vicarage, (વિકારેજ) *n.* The benefice or residence of a vicar: પાદરીની પેદાસ-રહેવાનું ઘર.

Vicarious, (વાઇકેરિઅસ્)*a.* [*vicis*, change.] Acting for another: બીજાની વતી કામ કરનારૂં; બદલીનું. [એબ; બુરાઈ; બદી.

Vice, (વાઈસ્) *n.* A fault: ખોડ; ખામી; દોષ;

Vice, (વાઈસ્) *n.* A kind of instrument for holding work as in filing: પદાર્થોને મજબુત પકડી રાખવાનો સાંચો; સેગડો; ચાંપ; પકડ.

Vice, (વાઈસ્)*prep.* In the place of: કોઈને બદલે-ઠેકાણે. *a.* Subordinate: હાથ નીચેનું; ઉપ; નાયબ.

Vice-consul, (વાઈસ્-કૉન્સલ્) *n.* A subordinate consul: નાયબ એલચી.

Vice-gerent,(વાઈસ્-જીરૅન્ટ્)*n.* A lieutenant: પ્રતિનિધિ; નાયબ.

Vice-president, (વાઈસ્‌પ્રેઝિડેન્ટ્) *n.* An officer below the rank of a president: નાયબ સરનશીન;ઉપપ્રમુખ.

Viceroy, (વાઇસ્‌રૉઈ) *n.* [L. *vice*, in stead & *rex*, a king.] One who rules in the name of the sovereign: સરસુબો; વાઈસરાય.

Vicinity, (વિસિનિટિ) *n.* Neighbourhood: પડોસ.

Vicious, (વિશસ્) *a.* Defective: ખામી ભરેલું-વાળું; એબ-ખોડવાળું; એબદાર. 2. Wicked: વ્યસની; અધર્મી; હરામી; બદ. 3. Foul; bad: ખરાબ; નુંકસાન કારક; નઠારૂં.

Vicissitude, (વિસિસિટયુડ્) *n.* [L. *vicis*, change.] Revolution; change: ઉથલપાથલ; ફેરફાર; ચડતી પડતી. **V.** *s of time*: કાલચક્ર.

Victim, (વિક્ટિમ્)*n.* [L. *victima*, a beast.] A living being sacrificed: ભોગ; બલિદાન. 2. A dupe: છેતરાએલો-ભોલો માણસ.

Victimize, (વિક્ટિમાઈઝ્) *vt.* To make a victim of: ભોગ લેવો. 2. To cheat: છેતરવું; ધૂતવું; ઠગવું; ફસાવવું.

Victor,(વિકટૉર્) *n.* [L. *vinco*,I conquer.] A conqueror: હરાવનાર; જીતનાર.

Victorious,(વિકટોરિઅસ્)*a.* [L.*vinco*,I conquer.] Triumphant: ફતેહમંદ; વિજયી.

Victory, (વિકટૉરિ) *n.* Triumph:જીત;ફતેહ;જય.

Victual,(વિટ્‌લ્)*vt.* To provide with food:અન્ન પાણી પુરૂં પાડવું. [ભોજન.

Victuals, (વિટલ્ઝ્) *n.* Provisons:ખોરાક;ખાણું;

Vide, (વાઈડી) *a.* [L. *video*, *I see.*] See above: જુઓ. [કે; યાને.

Videlicet, (વાઇડેલિસેટ્) *adv.* Namely: એટલે

Vie, (વાઈ) *vi.* To strive for superiority:હરીફાઈ-સરસાઈ કરવી.

View,(વ્યૂ) *n.* [L. *video*, I see.] Sight: દ્રષ્ટિ; નજર. 2. Mental survey: તપાસ; અવલોકન; વિચાર. 3. Scene:દેખાવ. 4.Opinion:મત; વિચાર; અભિપ્રાય; સમજ. Object; aim: હેતુ; ઈરાદો;મતલબ. *To have in* **V.**, to have in mind: મનમાં હોવું; મતલબ હોવી. *vt.* To see; to behod: જોવું; નિહાલવું. 2.To Inspect: તપાસવું; અવલોકન કo. 3. To consider: વિચારવું; જોવું.

Vigil, (વિજીલ્) *n.* [L.*vigil*,watchful.] Watch, sleeplessness: જાગરણ; ઉજાગરો; ચોકી.

Vigilance(વિજીલૅન્સ્) *n.* Wakefulness:જાગરણ; ઉજાગરો. 2. Care; caution:સાવધાની; ચોકસી; હુંશીઆરી; સંભાલ; સાવચેતી

Vigilant, (વિજીલૅન્ટ્) *a.* Wakeful; watchful: સાવધ; હુશીઆર: સાવચેત; ચાક; જાગૃત; સાવધાન.

Vigorous, (વિગરસ્) *a.* Powerful; strong: જોરાવર; જબરૂં; ભારે; જુસ્સાવાળું; જોસદાર.

Vigour, (વિગર્) *a.* [L. *vigeo*,I am strong.] Force;energy:શક્તિ;જોર;કૌવત;રસ; કસ; જીવ;ઉત્સાહ.

Vile,(વાઈલ્) *a.* [L. *vilis*, cheap.] Low; base: હલકું; અધમ; નીચ. 2. Wicked: નઠારૂં;પાપી;ખરાબ.

Vilify, (વિલિફાઈ) *vt.* To debase: હલકું પાડવું; માન ભંગ કo; ઉતારી પાડવું; કલંક-બટ્ટો-બદનામી લગાડવી. [વાડી.

Villa,(વિલૅ) *n.* A country seat:પરાંમાંનો બંગલો-

Village, (વિલેજ્) *n.* A small assemblage of houses in the country:ગામડું;ગામ.*chief of a* **V.**: પટેલ. **V.** *accountant*: તલાટી; મહેતો.

Villager, (વિલેજર્) *n.* An inhabitant of a village: ગામડીઓ.

Villain, (વિલેન) *n.* [L. *villa*, farm] A base born person: નીચ-અધમ માણસ; લુચ્ચો; હરામખોર.

Villainous, (વિલેનસ્) *a.* Mean: નીચ; હલકું; કમજાત. [મખોરી; લુચ્ચાઈ; ભાંડપણું.

Villainy, (વિલેનિ) *n.* Atrocious crime: હરા-

Villose,**Villous**,(વિલ્લોસ્-વિલસ્)*a.* Nappy: રૂવાંટીવાળું. [કાય તેવું.

Vincible, (વિન્સિબલ્) *a.* Conquerable:જીતી શ-

Vindicate,(વિન્ડિકેટ્) *vt.* [L. *vin*,power and *dico* I say.] To claim: હક-દાવો ધરાવવો-કરવો. 2. To maintain: સાબિત-પુરવાર કo; સાબિતી આપવી. 3. To defend: બચાવ કo.

Vindication, (વિન્ડિકેશન) *n.* Defence: બચાવ: દલીલ; સાબેતી; ટેકો.

Vindictive, (વિન્ડિક્ટિવ્) *a.* Revengeful: કીનાખોર; ઝેરીલું; ખારીલું.

Vine, (વાઈન) *n.* [L. *vinea*, a vine.] A plant which bears grapes: દરાખનો વેલો. 2. Creeper: વેલો; વેલ.

Vinegar, (વિનીગર્) *n.* [L.*vinea*, a vine and *acer*, sour.]A sour liquid: સરકો.

Vinery, (વાઈનરિ) *n.* A grapery: દરાખના વેલા ચડવા કીધેલો માંડવો.

Vineyard,(વાઈનયાંર્ડ્)*n.* Any yard for grapevines: દરાખ ઉગે તે વાડી; અંગુર બાગ.

Vinous,(વાઈનસ્)*a.* Pertaining to vine:દરાખવાળું-ના જેવું.

Vintage, (વિન્ટેજ્)*n.* The produce of grapes: દ્રાક્ષનો પાક. 2. The time of grape-gathering: દ્રાક્ષની મોસમ-રૂતુ.

Violable, (વાઈયોલૅબલ્) *a.* Capable of being violated: તોડવા જોગ; ભંગ કરાય તેવું.

Violate, (વાયોલેટ્)*vt.*[L.*violo*,I violate.] To desecrate: અપવિત્ર કo; ભંગ કo; તોડવું;ભાંગવું; ન પાલવું. 2.To injure: હેરાન કo;ભંગાણ પડવું;અડચણ-નડતર કo.3.To outrage: જબરજસ્તીથી સંભોગ કo;

આખરૂ લેવી-લુંટવી.

Violation, (વાઇયોલેશન) *n.* Nonobservance: ભંગ; ભંગાણ; ભંજન; ઉલ્લંઘન; લોપ.2.Profanation: અપાવિત્રાઇ; નાપાકી. 3. Rape:બળાત્કાર; જબરજસ્તી.

Violence, (વાઇયોલેન્સ્)*n.* Force: જોર; જુસ્સો. 2. Outrage: જુલમ; જબરજસ્તી; જોરાવરી.3.Rape: બળાત્કાર સંભોગ. *To do* **V.** *on,* to murder; to attack: મસારો કo; ખુન કo; મારી નાંખવું.*To do* **V.** *to,* to outrage; to injure: નુકશાન-હરકત-ધોકો પહોંચાડવો.

Violent, (વાઇયોલેન્ટ્) *a.* [L. *vis,* strength.] Vehement: જબરૂં; ભારે; સખ્ત.2.Unnatural:કવખતનું; કુદરતી નહિ તેવું.3.Extreme: અતિશય; અતિઘણું; પુષ્કલ. [flower: જાંબુઓ આસમાની રંગ.

Violet, (વાઇયોલેટ્) *n.* The color of a violet

Violin, (વાઇયોલિન) *n.* A fiddle: સારંગી.

Viper, (વાઇપર) *n.* A kind of the snakes:એક જાતનો ઝેરી સાપ. 2. A treacherous person: નીચ-કપટી માણસ.

Viperous, (વાઇપરસ્)*a.*Having the qualities of a viper:ઝેરીલું; ખારીલું; કપટી. [કોકટ.

Virago,(વિરેગો) *n.* A termagant: લડાયક બૈરી;

Virent,(વાઇરન્ટ) *a.* Green: તાજું; લીલું.

Virgin, (વર્જીન) *n.*A maid:કન્યા; કુમારિકા.2.A male who has not known sexual indulgence: સ્ત્રી સાથે સંગ ન કર્યો હોય તેવો પુરૂષ 3. Virgo:કન્યા; કન્યા રાશી.*The* **V.***or the blessed* **V.**, VirginMary: ઇસુ ખ્રિસ્તની મા કુંવારી મરિયમ. *a.*Chaste: પતિવ્રતા; પાકદામન. 2. Fresh: કોરૂં; તાજું; નવું; નરૂં; નરદમ. **V.** *gold:* શુદ્ધ-ચોખ્ખું સોનું. [દશા; કુંવારાપણું.

Virginity, (વર્જીનિટિ) *n.* Maidenhood: કન્યા

Virgo,(વરગો)*n.*[L.*virgo,*a virgin.]A constellation of the zodiac: કન્યારાશી; કન્યા. [લીલાસ.

Viridity, (વિરિડિટિ) *n.* Greenness: તાજાપણું;

Virile, (વિરાઇલ્) *a.* [L. *vir,* a man.]Manly: પુરૂષનું; પુરૂષાતનનું; મરદાનગીનું; મરદાની.

Virility, (વિરિલિટિ)*n.*Manhood: પુરૂષપણું; પુરૂષાતન; મરદાનગી. 2.The power of procreation: પુરુષશક્તિ; મરદાઇ.

Virtu, (વર્ટૂ) *n.*A love of the fine arts: નવાઇની ચીજો-ઉંચું હુનરકામ વગેરે જોવા-રાખવાનો શોખ.

Virtual,(વર્ટયૂઍલ્) *a.*Potential:ગુણવાળું;અસરકારક. 2.Being in effect, not in fact:વાસ્તવિક; ખરેખરૂં. [ખરું; ખરૂં જોતાં.

Virtually,(વર્ટયૂઍલિ)*adv.* Practically: ખરે-

Virtue,(વર્ટયૂ)*n.*[L.*vir,* a man.] Merit:ગુણ; અસર. 2. Moral excellence: સદ્ગુણ; નેકી; નીતિ; ભલાઇ. 3. Chastity:પતિવ્રતાપણું;પાકદામાની.*By* **V.** *of,* through the force of: ના પ્રતાપે; ના લીધે; ની રૂઇએ-મારફતે.

Virtuoso, (વર્ટયઓસો)*n.*One skilled in fine arts: ચિત્રો-ગાયન વગેરે ઉંચા હુનરોનો ખાં.

Virtuous,(વર્ટયૂઅસ્) *a.* Righteous:નેક; પાક; ધર્મી. 2. Chaste: પતિવ્રતા; પાકદામાન.

Virulence-cy,(વિરૂલેન્સ્-ન્સિ)*n.*Poisonousness; malignancy: કરડાપણું; ઝેર; જોશ; સખ્તાઇ.

Virulent, (વિરૂલેન્ટ્)*a.*Extremely poisonous: ઝેરી; જીવ લેણ; પ્રાણઘાતક. 2.Bitter in enmity:કડું ઝેરીલું.

Virus, (વિરસ્)*n.*Poison:ઝેર; ઝેરી પદાર્થ.2.Any foul hurtful matter: ચેપ; પાશ. [ચેહેરો; સુરત.

Visage,(વિઝેજ્)*n.*[L.*video,* I see.]The face:

Visard,(વિઝાર્ડ્)*n.*A mask: બુરખો.

Vis-a-vis, (વિસ્-આં-વિસ્)*adv.*Face to face: સામા સામા; રૂબરૂ.

Viscera,(વિસેરૅ)*n.pl.* of **viscus.** The inner organs of the animal body: માંહેલા અવયવો.

Viscid, Viscous, (વિસિડ્-વિસ્કસ્)*a.*Sticky: ચિકાસવાળું; ચિકણું; ચોંટી જાય એવું.

Viscidity, Viscosity,[વિસિડિટિ-વિસ્કૉસિટિ)*n.* Stickiness: ચિકાસ; ચિકણાપણું.

Viscount, (વાઇકાઉન્ટ્) *n.* A title of nobility next below an earl:અરલથી ઉતરતી પદવીનો અમીર; વાઇકાઉન્ટ. [ing visible: ઉઘાડાપણું; દશ્યતા.

Visibility,(વિઝિબિલિટિ)*n.* The state of be-

Visible,(વિઝિબલ્) *a.* Perceptible: દેખાય તેવું; નજરે પડતું. 2. Obvious: દેખીતું; ખુલ્લું; ઉઘાડું.

Vision,(વિઝ્હન)*n.*[L.*video,*I see.]Sight:નજર; આંખ; દૃષ્ટિ.2. A phantom: છાયા; ઓળો; પડછાયો. 3. A creation of fancy: ખ્યાલ; ખ્વાબ; સ્વપ્ન.

Visionary, (વિઝ્હનૅરિ) *n.* A day dreamer: શેખ સલ્લી; તુરંગબાજ. *a.* Fanciful; imaginary: ખોટું; ખ્યાલી; વહેમ ભરેલું.

Visit, (વિઝિટ્) *vt.* [L. *video,* I see.] To call upon: મળવા જવું-આવવું; મુલાકાત કo-લેવી.2. To go to inspect: તપાસવા-જોવા જવું.3. To reward: બદલો આપવો-મળવો.*n.* The act of going to see: મેલાપ; મુલાકાત; ભેટ.

Visitation,(વિઝિટેશન) *n.* [L. *video,* I see.] The act of visiting:મળવા-તપાસવા જવું તે; તપાસ. 2. Retribution: બદલો; શિક્ષા.

Visitor, (વિઝિટર) *n.* One who visits: મળવા-મુલાકાત લેવા આવનારમાણસ. 2. A superior who inspects: દેખરેખ રાખનાર; ઉપરી; જોવા આવનાર;ચોકસી રાખનાર.

Visor,(વિઝૉર)*n.* See **Vizard.**

Vista,(વિસ્ટૅ) *n.* [L. *video,*I see.]A view:ઝાડની ઘટાવાલો રસ્તો-દેખાવ.

Visual, (વિઝ્હયૂઍલ્) *a.* Used for seeing; pertaining to sight: નજરને લગતું; જોવામાં વપરાતું -કામ આવતું.2. Visible: દેખાય એવું; દેખીતું.

Vital,(વાઇટૅલ્)*a.* [L. *vita,* life.]Necessary to life:જીંદગીને જરૂરનું;જીવને ઉપયોગી.2.Living:જીવતું; જીવવાલું. 3. Being the seat of life:જે ખગડવાથી-જેમાં વાગવાથી જીવ જાયતેવું; મર્મિક; મર્મ.4. Essential:અગત્યનું; જરૂરી; જરૂરનું. **V.***air,* oxygen gas: પ્રાણવાયું. [જીવનન.

Vitality,(વાઇટૅલિટિ)*n.* Animation:જીવનશક્તિ;

Vitals,(વાટૅલ્સ્)*n.* Organs necessary for life: મર્મ; મર્મસ્થાન; જીગર. [ડવું.

Vitiate,(વિશિએટ્)*vt.*To impair:ખરાબ કo;બગા-

Vitreous, (વિટ્રીઅસ્) *a.* [L. *vitrum,* glass.] Glassy:કાચનું; કાચના જેવું; બિલોરી.

Vitrify,(વિટ્રિફાઇ) *vt.* To convert into glass:

કાચ બનાવવો; ચકચકિત કાચ જેવું થવું–કo.

Vitriol. (વિટ્રિઑલ)n.[*Chem.*]Sulphuric acid: ગંધકનો તેજાબ. *Blue* **v.**: મોરથુથુ. *Green* **v.**:હીરાકસી. *White* **v.**: ખાપરિયું.

Vituperate, (વાઇટ્યૂપરેટ્) *vt.* [L. *vitium*, a fault & *paro*, I set out.] To scold: ઠપકો દેવો; વાંક કાઢવો.

Vituperation, (વાઇટ્યૂપરેશન)*n.* Blame:ઠપકો.

Vituperative, (વાઇટ્યૂપરેટિવ્) *a.* Scolding: ઠપકા ભરેલું.

Vivacious, ((વાઇવેશસ્) *a.* [L.*vivo*,I live.] Lively; merry:ખુશ મિજાજ–જી; આનંદી:ઉત્સાહી.

Vivacity, (વાઇવૅસિટિ) *n* Liveliness: ઉત્સાહ; આનંદીપણું; ખુશ મિજાજ;તેજ; નુર; તેજી; ચાલાકી.

Viva-voce,(વાઇવૅ-વોસી)*a.* Orally:મોંઢેથી–નું.

Vivers, (વાઇવર્સ્)*n.*Provisions: ખોરાક; અન્ન.

Vivid, (વિવિડ્) *a.* [L.*vivo*,I live.]Animated; bright:આબેહુબ;જુસ્સાવાળું;ભભકાદાર; ચલકતું;તેજ. 2.Striking: અસરકારક.

Vividness, (વિવિડ્નેસ્)*n.* Sprightliness:આબેહુબપણું; ભભક; ચલકાટ; તેજી.

Vivify, (વિવિફાઇ) *vt.* To animate:સજીવન કo.

Vivification,(વિવિફિકેશન)*n.*Revival:હુશિયારી. સજીવન.

Viviparous, (વાઇવિપૅરસ્)*a.*[L. *vivo* &*pario* I produce.]Producing young alive:જીવતાં બચ્ચાં જણે એવું.

Vixen, (વિક્સેન) *n.*A female fox: શિયાલણી.2. A cross woman: કોકટ; વઢકણી.

Viz, (વિઝ્) *adv.*That is,namely: તે એ કે;એટલે.

Vizier, (વિઝીર્)*n.* A minister: પ્રધાન; વજીર.

Vocable, (વોકેબલ્) *n.* [L. *voco*, I call.] A word: બોલ; શબ્દ.

Vocabulary, (વોકૅબ્યૂલૅરિ) *n.* A dictionary: ન્હાનો શબ્દકોશ; શબ્દસંગ્રહ.

Vocal, (વોકૅલ્) *a.* [L. *voco*,I call.] Endowed with voice:બોલતું;વાણીવાળું;વાચક.2.Oral:મોંઢાનું; વાણીનું.

Vocalist,(વોકૅલિસ્ટ્)*n.*A singer;ગવૈઓ;ગાનારો.

Vocalize, (વોકૅલાઇઝ્) *vt.*To make vocal: બોલતું કરવું. 2. To practise singing: ગાવું.

Vocally, (વોકૅલિ) *adv.*Orally: મોંઢેથી; બોલીને.

Vocation, (વોકેશન) *n.* [L. *voco*, I call.] A call: તેડુ. 2. Occupation: ધંધો; રોજગાર; કામ.

Vocative, (વૉકૅટિવ્)*n.*[L.*voco*,I call.] Vocative case: સંબોધન; આઠમી વિભક્તિ. *a.* Appellative:સંબોધક.

Vociferant,(વોસિફરૅન્ટ્) *a.* Noisy: ગડબડિયું; [ધાંધલિયું.

Vocifearte, (વોસિફરેટ્)*vt. &i.*To shout out: બૂમ મારવી; બૂમ પાડવી; બૂમાબુમ કo; પોકાર કo.

Vociferation, (વોસિફરેશન) *n.* A violent outcry:બુમાબૂમ; પોકાર; ઘોંઘાટ; શોરબકોર.

Vociferous, (વોસિફરસ્)*a.*Noisy: ઘોંઘાટિયું.

Vogue,(વોગ્) *n.* Fashion at any particular time: ચલણ; ચાલ; રીત; રીતિ; રૂઢિ.

Voice, (વૉઇસ્) *n.* [L. *vox*, *vocis*, a voice.] Sound uttered by the mouth:અવાજ; ઘાંટો; કંઠ; ગલું. *Broken or hoarse* **v.**: ખોખરો અવાજ. 2. Language: ભાષા; બોલી.3. A vote: મત;અભિપ્રાય. 4.(*Gram.*)Mode of inflecting verbs: ભેદ; વાચ્ય. *With one* **v.**, unanimously: એકમતે; સર્વાનુમતે. *vt.* To utter: બોલવું; જાહેર કરવું. 2. To regulate the tone of: સૂર ગોઠવવા.

Void, (વૉઇડ્)*a.*[L.*viduus*, bereaved.]Empty: ખાલી; ઠાલું. 2. Wanting: રહિત; વગરનું; હીન. 3. Ineffectual: રદ; બાતલ; નકામું. *n.* Any empty space: ખાલી જગ્યા; આકાશ.*vt.* To quit:છોડી–મૂકી દેવું;તજવું;ખાલી કo.2.To discharge:શરીર પેટમાંથી બહાર કાઢવું. 3. To annul: બાતલ–રદ કo.

Voidable, (વૉઇડેબલ્) *a.* Capable of being avoided: રદ્દ–બાતલ થઇ શકે તેવું.

Volant, (વોલૅન્ટ્) *a.* [L.*volo*, I fly.]Flying: ઉડતું.(*b*) Current:ચાલતું; ચાલુ. 2. Active: ઝડપવાળું; ચાલાક.

Volatile, (વૉલૅટાઇલ્)*a.* [L.*volo*, I fly.]Subject to evaporation:હવામાં થઇ જાય એવું; ઉડી જાય એવું.2. Fickle: ડામાડોલ; ઢચુપચુ.

Volatility,(વૉલૅટિલિટિ)*n.*Fickleness;changeableness: ઉડી જાય એવો ગુણ; ચંચલપણું;ચપલતા: ઢચુપચુપણું.

Volcanic, (વૉલ્કૅનિક્)*a.*Pertaining to or produced by a volcano:જ્વાલામુખીનું-થી ઉત્પન્ન થએલું.

Volcano, (વોલ્કેનો)*n.*[*Vulcanus*, Vulcan, the God of fire.] A mountain from which larva, steam, gases and the like are ejected: બળતો પહાડ; જ્વાલામુખી પર્વત.

Volition, (વોલિશન)*n.*[L. *volo*, I will.] The act of choosing: મનનું વલણ; પસંદગી. 2. Will: મરજી; ઇચ્છા.

Volley, (વૉલી)*n.* [L.*volo*, I fly.]A flight of shot:ગોળી વગેરેનો માર–મારો.2.An outburst: માર; મારો; વરસાદ. *On the* **v.** at random:ગમે તેમ;વગર વિચારે. *vt.* To discharge in a volley: એકદમ છોડવું ફોડવું.

Volt, (વોલ્ટ્) *n.* [L.*volvo*, I turn.]A bound: કુદકો; ઠેકડો.

Volubility, (વૉલ્યૂબિલિટિ) *n.* Fluency of speech: બોલકણાપણું; ખૂબ–ઘણું–પરાંપરાં બોલવું તે; છટાદારી.

Voluble, (વૉલ્યૂબલ્)*a.*[L. *volvo*, I roll.] rotating:ગબડતું;ફરતું.2.Glib:છટાબંધ બોલનાર; બોલકણું; તેજ જબાન; લાંબી જીભવાળું.

Volume, (વૉલ્યૂમ્) *n.* [L. *volvo*, I roll.] A book:પુસ્તક;ગ્રંથ;દફતર.2.Dimensions:કદ;વિસ્તાર.

Voluminous,(વૉલ્યૂમિનસ્)*a.*Having written much: ઘણાં લખાણ કર્યાં હોય તેનું; બહુ પુસ્તકોવાળું. 2. Copious; diffuse: જબરું; ભારે;બહુ; ઘણું.

Voluntary, (વૉલન્ટરિ) *a.*[L. *volo*, I will.] Proceeding from the will: ઇચ્છા-મરજીથી ઉત્પન્ન થયેલું.2.Intentional:જાણી જોઇને હાથે કરીને કીધેલું. 3. Subject to the will:ખુશીનું–પ્રમાણેનું.4 Free; without compulsion: પોતાની મરજીથી કરેલું; વગર દબાણનું.

Volunteer, (વૉલન્ટીર્) *vt:* To offer voluntarily: માગ્યા વના–ખુશીથી આપવુ. *vi.* To enter into any service of one's own free will: રાજીખુશીથી–પોતાની મેલે નોકરીમાં રહેવું.*n.*One who enters any service of his own free will: વગર પગારે–પોતાની ખુશી -ઈચ્છાથી ચાકરી કરનાર.

Voluptuary, (વોલપ્ટયુઍરિ) *n.* [L. *volo,* I wish.] A sensualist: સ્રીલંપટ–રંડીબાજ માણસ.

Voluptuous, (વોલપ્ટયૂઅસ્) *a.* Sensual: લંપટ; વિષયી;રંડીબાજ.

Voluto, (વોલ્યૂટ્) *n.* A spiral turn: ભમરા-ના આકારનો વિંટો; પેચદાર આકાર.

Vomit, (વૉમિટ્) *vi.& t.*To throw up: ઓકવું; ઉલટી ક૦–થવી. *n.* Matter that is vomited: ઓકારી; ઓક.

Voracious, (વોરેશસ્)*a.* Revenous: ઘણું ભુખ્યું; ફાડીખાનારૂં.

Voracity, (વોરૅસિટિ)*n.* Voraciousness: વખવખ; વખવખાટ; ખાઉધરીચાપણું.

Vortex, (વૉર્ટેક્સ્) *n.* [L. *verto,* I turn.] A whirlpool: વમલ; પાણીમાંથી થતા ભમરા.

Votary, (વોટરિ) *n.* One devoted by vow or promise: સેવક; દાસ; ભક્ત; પૂજક.

Vote, (વોટ્) *n.* [L. *votum,* a wish.] Suffrage: મન; પસંદગી. A ballot: મતની ચિઠ્ઠી; મતપત્રક. *vi.* To express the choice by a vote: અભિપ્રાય–મત આપવો. *vt.* To elect: પસંદ ક૦; મત આપી ચુંટી કાઢવું.

Votive, (વોટિવ્) *a.* Devoted: માનતાનું; માનતાને માટે ચઢાવેલું.

Vouch, (વાઉચ્) *vt.* [L. *voco,* I call.] To call upon to witness: શાક્ષી તરીકે બોલાવવું. 2. To affirm: ખાતરી પૂર્વક કહેવું. 3. To support: ટેકો આપવો; મંજુર–બહાલ ક૦. *vi.* To bear witness: સાક્ષી પુરવી; ખાતરી કરી આપવી.

Voucher, (વાઉચર્) *n.* One who vouches: સાહેદી; સાક્ષી. 2. A document which vouches the truth of accounts: ઓચરિયું.

Vouch-safe, (વાઉચ્-સેફ્) *vt.* To bestow: કૃપા કરીને–મેહેરબાનીની દાખલ આપવું;બક્ષવું;મહેરબાની-કૃપા ક૦. *vi.* To condescend: કૃપા–મહેરબાની ક૦.

Vow, (વાઉ) *n.* [L. *voveo,* I vow.] A solemn promise to God: બાધા; માનતા. 2. A pledge of love or affection: વચન; કોલ. *vt.* To devote: માનતા ક૦–લેવી; બાધા રાખવી–લેવી.

Vowel, (વાઉઍલ્) *n.* [L. *vox, vocis,* the voice.] A simple vocal sound: સ્વર. *a.* Vocal: સ્વર સંબંધી.

Voyage, (વૉઇએજ્) *n.* Journey by water: દરીયાની મુસાફરી; સફર. *vi.* To travel: મુસાફરી–સફર ક૦.

Voyager, (વૉઈએજર્]*n.* One who sails: સફરી.

Vulcan (વલ્કેન્) *n.*The God of fire:અગ્નિ દેવ.

Vulcanize, (વલ્કેનાઈઝ્) *vt.* To change the property of India rubber: ગંધક મેલવીને રબરને કઠણ ક૦.

Vulgar, (વલ્ગર્) *a.* [L. *vulgus,* the people.] Common; general: સાધારણ; અભણ લોકો વિષે-સંબંધી. 2. Mean; low: નીચ; અધમ; પાજી.*n.*A vulgar person: જંગલી; અણઘડ માણસ; અનાડી.

Vulgarism, (વલ્ગૅરિઝમ્) *n.* Rudeness: જંગલીપણું; નીચપણું.2.A vulgar phrase:ભાંડ બોલી.

Vulgarity, (વલ્ગૅરિટિ) *n.* Coarseness: અણઘડ–અનાડીપણું.

Vulgarly, (વલ્ગર્લિ)*adv.*In a vulgar manner: નીચપણે.

Vulnerable, (વલ્નરૅબલ્) *a.* [L. *vulnero,* I wound.] Liable to injury or wound: હરકત–નુકશાન થઈ શકે તેવું; જોખમાવા જોગું.

Vulnerary, (વલ્નરૅરિ) *a.* Useful in healing wounds: ઘા–જખમ મટાડે તેવું; રૂઝ લાવે તેવું.

Vulpine, (વલ્પાઈન્) *a.* Cunning; crafty: શિયાલને લગતું; શોઆલ જેવું ઠગલબાજ; લુચ્ચું.

Vulture, (વલ્ટયર્) *n.* A large rapacious bird: ગીધ.

W

W, (ડબ્લ્યુ) The twenty third letter of the English alphabet: ઈંગ્રેજી મુલાક્ષરનો તેત્રીસમો અક્ષર; ગૂજરાતીમાં એનો ઉચ્ચાર 'ઉવ' થાય છે.

Wabble, (ઉવૉબલ્) *vt.* To stagger: લડવું.

Wad, (ઉવૉડ્) *n.* A little mass: ડુચો. *vt.* To form into a mass: ડુચો ક૦. 2. To stuff: ડુચો ખોસવો; ગાદી ભરવી.

Waddle, (ઉવૉડલ્) *vi.* To walk with short steps swaying from side to side: ડોલતું ચાલવું; ડોલા ખાવા.

Wade, (ઉવેડ્) *vi.* To walk in substance that yields to the feet:પગ ઉતરી–કલી પડે એવા પદાર્થમાં થઇને ચાલવું–પસાર થવું.2.To pass with difficulty: જેમ તેમ કરી–મહામુસીબતે પસાર ક૦–જવું; મુશ્કેલીથી પાર પડવું.

Wafer, (ઉવેફર્) *n.* A thin cake: પાતલી પુરી–રોટલી; પાપડ. 2. An adhesive disk of dried paste for sealing letters: લાખની વડી; વેફર. *vt.* To close with a wafer: વેફર લગાડવું; વેફર લગાડી બીડવું.

Waft, (ઉવાંફ્ટ્) *vt.* To bear through a fluid medium: ઉડાવી લઈ જવું; તરતું લઈ જવું. *vi.* To float: તરતું–તરી જવું; તરવું. *n.* A floating body: હવા કે પાણીમાં તરતી કંઈ ચીજ. 2. A signal made by waving something: કંઇક હલાવીને કરેલી નિશાની; વાવટો.

Wag, (ઉવૅગ્) *vt. & i.* To shake to and fro: ધૂણાવવું; હલાવ્યાં ક૦; હલાવવું; હાલવું. *n.* A humorist: મશ્કરો; ઠઠ્ઠાબાજ.

Wage, (ઉવેજ્) *vt.* To bet: શરત મારવી–બકવી. 2. To venture: જોખમમાં નાંખવું–પડવું–ઉતરવું; માથે જોખમ વ્હોરવું. 3. To engage in as a contest: લઢાઈ ચલાવવી; લઢાઈમાં ઉતરવું. *n.* Stake: શરત;જોખમ.2 Pay: પગાર; મુસારો; દરમાયો.

Wager, (ઉવેજર્) *n.* A bet: શરતમાં મુકેલી ચીજ; શરત; હોડ. *vt.* & *i.* To bet: શરત મારવી-બકવી.

Wages, (ઉવેજ્જ્) *n.*(*pl.* used as *sing.*)Wage; hire: પગાર; મુસારો; દરમાયો.

Waggery,(ઉવૅગરિ)*n.*Jocularity: મશ્કરી;ઠઠ્ઠાબાજી.

Waggish, (ઉવૅગિશ્)*a.* Frolicsome: ઠઠ્ઠાબાજ--ખોર;રમુજી. [હલાવવું; ધૂણાવવું.

Waggle, (ઉવૅગલ્) *vi.* & *t.* To wag: આમતેમ

Wagon, Waggon, (ઉવૅગૅાન) *n.* A vehicle for heavy goods: ગાડું; ખટારો. 2.A freight car on a railway: ભારખાનું; માલ ભરવાનો ડબ્બો.

Waggoner, (ઉવૅગૅાનર્)*n.*One who conducts a wagon: ગાડાંવાલો; ગાડીવાન.

Wagtail,(ઉવૅગ્ટેલ્)*n.*A small bird: હાલતી લાંબી પુછડીવાલું એક પક્ષી; ખંજન.

Waif, (ઉવેફ્) *n.* Goods found of which the owner is not known: નિધણીયાતો માલ; બિનવારસી માલ.2. A wanderer: ભટકતું માણસ; ઘરબાર વગરનું છોકરૂં.

Wail, (ઉવેલ્) *vt.&i.* To lament: શોક ક૦; રડવું; વિલાપ ક૦. *n.* Loud weeping: રડાપીટ;વિલાપ;શોક; પોક; માહેતમ.

Wailing, (ઉવેલિંગ્)*n.*Same as **Wail.**

Wain, (ઉવેન) *n.* A wagon: ખટારો; ગાડું.

Wainscot, (ઉવે-સકૅાટ્) *n.* A wooden lining on the walls of apartments: શોભા સારૂ ભીંતને જડેલી પાટિયાની ચીપો; પાનેલ. *vt.* To line with boards: પાનેલ ભરવી.

Waist, (ઉવેસ્ટ્) *n.* The part of the human body immediately below the ribs: કેડ; કમ્મર.

Waistband, (ઉવેસ્ટ્બૅન્ડ્) *n.* The band around the waist: કમ્મરપટો; કમ્મરબંધ.

Waistcoat, (ઉવેસ્ટ્કોટ્) *n.* A short sleeveless coat: બંડી; બદન; વાસ્કુટ.

Wait, (ઉવેટ્)*vi.*To stay: થોભવું; ઉભા રહેવું; ઢીલ ક૦; ધીરજ ધરવી; ખોટી થવું; વાટ–રાહ જોવી. *To* **W.** *on or upon,* (*a*) To attend: હજુરમાં રહેવું; ચાકરી ક૦. *vt.* To stay for: રાહ–વાટ જોવી. *n.*Ambush: સંતાઇ રહેવાની જગ્યા. *To lie in* **W.**: કોઈને સપડાવવા ભરાઇ છુપાઈ રહેવું.

Waiter (ઉવેટર્) *n.*An attendant: ચાકર; નોકર; ખીજમતદાર; હજુરીઆ. 2. A salver: થાલી.

Waitress, (ઉવેટ્રેસ) *n.* A female attendant: ચાકરડી. [હાથ ઉઠાવવો.

Waive, (ઉવેવ્) *vt.* To relinqusih: છોડી દેવું;

Wake, (ઉવેક્) *n.* The track left by a vessel in the water: વહાણ ચાલી ગયાથી પાણી પર પડેલો સહડેતો-ચીરો.2. Any track: પગલું. *on the* **W.** *of,* immediately after: પૂઠે.*vi.imp* & *p.p.* **Waked** or **Woke.** Not to sleep: જાગવું;ઉજાગરો ક૦. 2. To be roused from sleep: ઉઠવું; જાગી ઉઠવું; જાગવું. 3. To be active: હુશિયાર–ચાલાક થવું.*vt.*To rouse: જગાડવું; ઉઠાડવું. 2. To excite: ઉત્તેજન આપવું; ઉશ્કેરવું. *n.* A vigil: ઉજાગરો.

Wakeful,(ઉવેક્ફુલ્) *a.* Vigilant: જાગૃત; જાગતું; સાવધ; હોશીઆર. [2. To excite: ઉશ્કેરવું.

Waken,(ઉવેકન)*vi* & *t.* To wake: જાગવું;જગાડવું.

Wale, (ઉવેલ્) *n.* A stripe: સોલ; સાલ. 2. A ridge on the surface of cloth: કરચલી. *vt.* To mark with stripes: સોટી–ચાબુક મારીને સલ ઉઠાડવા.

Walk.(ઉવૅાક્)*vi.*To move along on foot: ચાલવું. 2. To take one's exercise: સહેલ કરવી; ફરવુ ;ફરવા જવું. 3. To behave: ચાલવું; વર્તવું. *To* **W.** *in,* to enter: અંદર આવવું–જવું. *To* **W.** *in darkness,*to live in ignorance, error and sin: અજ્ઞાનપણા-પાપમાં જીંદગી ગાલવી. *To* **W.** *in the flesh,* to live this natural life: જીંદગી ગાલવી;વખત ગુજારવો. *To* **W.** *in the light,* to live in the practice of religion: પવિત્ર પાક જીંદગી ગુજારવી. *To* **W.** *over,* To gain an easy victory in any contest: સહેલાઈથી ફતેહ પામવું. *To* **W.** *through the fire,* to be exercised with severe afflictions: ઘણું દુઃખ પડવું. *vt.* To pass through, over or upon: માં-ઉપર-અંદર જવું-ફરવું. 2. To cause to walk: ચલાવવું. *n.* The act of walking: સહેલ; ચાલ.2. Way; road: રસ્તો; માર્ગ; ટપ્પો. 3. Condnct; behaviour: ચાલ; વર્તણુક; ચાલચલગત.

Wall, (ઉવૅાલ્) *n.* [L. *vallum,* a wall.] The side of a building: ભીંત; દિવાલ. 2.*pl.*Fortifications: કોટ; કિલ્લો. *To drive to the* **W.**, to bring to extremities:-સંકડામણ-મુસીબતમાં લાવી મૂકવું. *To go to the* **W.**,to be hard pressed: મુસીબતમાં આવી પડવું. *To take the* **W.**, to take the side next the wall: દિવાલની બાજુએ ચાલવું. *Hence,* to take the precedence: આગલ-પહેલાં ચાલવું; મોખરે થવું. *vt.* To inclose with a wall: ફરતી ભીંત બાંધવી. 2. To fortify: કિલ્લો બાંધવો.

Walled, (ઉવૅાલ્ડ) *a.* Fortified: કિલ્લેબંધ.

Wallet, (ઉવૅાલેટ્) *n.* A bag for carrying the necessaries for a journey: મુસાફરનો સામન રાખવાની કોથલી; ભાથાની પોટલી; ભીખારીની ઝોલી. 2. A pocketbook: પૈસા રાખવાની કોથલી.

Wall-eye, (ઉવૅાલ્-આઈ) *n.* An eye in which the white part is large: માંજરી આંખ.

Wall-flower, (ઉવૅાલ્-ફ્લાઉઅર્) *n.* A plant with sweet-scented flowers: સુંગંધીદાર ફૂલવાલો એક રોપો. 2. A lady at a ball who, remains a spectator: નાચમાં ભાગ નહિ લેનારી પણ નાચનારાંઓને જોયા કરતી બાઇ--સ્ત્રી.

Wallow,(ઉવૅાલો) *vi.* [L. *volvo,* I roll.] To roll about: લોટવું; રગદોલાવું;ખરડાવું.2.To live in filth or gross vice: ભાંડ-પાપી જીંદગી ગુજારવી.

Walnut (ઉવૅાલ્નટ્) *n.* A well-known fruit or nut: અખરોટ.

Walrus, (વૅાલ્રસ્) *n.* A large marine mammal of the Seal family: દરીઆઈ ઘોડો.

Waltz, (ઉવૅાલ્ટસ્) *n.* A dance performed by two persons in circular figures: એક જાતનો નાચ; ફૂદડી. *vi.* To dance a waltz: નાચવું; ફુદડી ફરવી.

Wan, (ઉવૅાન) *a.* Pale; sickly: ફીકુ; રોગી; માંદું.

Wand, (ઉવૅાન્ડ) *n.* A rod: સોટી; લાકડી; દંડ.

Wander,(ઉવૅાન્ડર્) *vt.* To rove: ભટકવું; ભમવું;

રખડવું; રઝળવું. 2. To deviate: આડે રસ્તે ચઢવું. 3. To be delirious: ઘેલા–ગાંડાની પેઠે બોલવું; બકબક–બકબકારો ક૦.

Wanderer, (ઉવૉન્ડરર્) *n.* A rambler: ભટકનાર.

Wane, (ઉવેન્) *vi.* To decrease (as the moon): ન્હાનું–ઓછું થવું. 2. To decline: ઉતરતી દશા–હાલત થવી. *n.* Decline; decrease: ઉતરતો પાયો–દશા–હાલત; ક્ષય; પડતી. [નાઉમેદી.

Wanhope, (ઉવૉન્હોપ્) *n.* A Despair: નિરાશા;

Want, (ઉવૉન્ટ્) *n.* Deficiency: ઓછાપણું; અછત; તોટો; તંગી. 2. Poverty: ગરીબાઇ; ગરીબી: કંગાલિયત: તંગી. *vt.* To be deficient in: કશા વગરના હોવું; ઘટવું; કમી–ઓછું હોવું; તોટો પડવો; ખોટ પડવી. 2. To need: જરૂર હોવી; ગરજ પડવી. *vi.* To lack: ઓછું–કમતી હોવું; ઘટ હોવી.

Wanting, (ઉવૉન્ટિંગ્) *a.* Absent; deficient: ગેરહાજર; ઓછું; કમી; ખૂટતું; ઘટતું.

Wanton, (ઉવૉન્ટૉન) *a.* Lewd: છકેલ; બેહકી ગયલું; લફંગું; લંપટ; વિષયી; ઇશ્કી; લુચ્ચું. 2. Reckless: બેદરકાર; બે તમા; બેફેદ. *n.* A trifler: ભટકતો; રમતિઆલ. *vi.* To frolic: ખેલવું; લ્હેર ક૦; મોજ મારવી.

Wantonly, (ઉવૉન્ટૉન્લિ) *adv.* Unintentionally: ઓચિંતા; એકદમ: બેદરકારીથી.

Wantonness, (ઉવૉન્ટૉનેસ્) *n.* The state of being wanton: બેદરકારી; રમતિયાલપણું; લુચ્ચાઈ; વંઠેલપણું.

War, (ઉવૉર્) *n.* Open hostilities: લઢાઈ; યુદ્ધ; રણ; જંગ. 2. Enmity: દુશ્મનાઈ; શત્રુવટ. *Civil* **W**: એકજ રાજ્યના લોકોમાં માંહેમાંહે લઢાઈ. **W.** *cry*: જંગપુકાર. *vi.* To make war: લઢાઈ કરવી–ચલાવવી. 2. To fight: લડવું; કજીઓ કરવો.

Warble, (ઉવૉર્બલ્) *vi.* & *t.* To trill: લેહેકાવીને ગાવું; ગાવું. *n.* A song: ગીત; ગાયન. [ગાનારો

Warbler, (ઉવૉર્બ્લર્) *n.* A songster: ગવૈયો;

Ward, (ઉવૉર્ડ્) *n.* Watch; guard: ચોકી; સંભાલ. 2. Custody: દેખરેખ; સંભાલ; નજર. 3. Guard: ચોકી; પેહેરો. 4. A minor under the care of a guardian: સગીર. 5. A quarter of a town or city: શહેરનો લત્તો–જીલ્લો; મહોલ્લો; પરૂં. 6. A division of a hospital: ઇસ્પીતાલનો ઓરડો. *vt.* To guard: ચોકી ક૦; સંભાલવું. 2. To defend: રક્ષણ કરવું; બચાવ કરવો. 3. To defend by walls: કિલ્લો બાંધીને બચાવ કરવો. 4. To fend off: હઠાવવું; પાછું વાલવું; ઝીલી લેવું; ઝીલવું. *vi.* To be vigilant: ચોકીકરવી; સંભાલ રાખવી.

Warden, (ઉવૉર્ડન્) *n.* A guardian: સંભાલ રાખનાર–લેનાર; વાલી. 2. A keeper: તપાસ–ચોકસી રાખનાર અધિકારી; રખેવાલ.

Warder, (ઉવૉર્ડર્) *n.* A guard: પોહોરેગીર; દરબાન.

Wardrobe, (ઉવૉર્ડ્રોબ્) *n.* A room where clothes are kept: તોશાખાનું; પોશાકખાનું; લુગડાંલત્તાં મૂકવાનો ઓરડો–કબાટ. 2. Wearing apparel: લુગડાંલત્તાં; પોશાક.

Ware, (ઉવેર્) *n.* (used generally in *pl.*) Goods; commodities: માલ; સોદો; સામાન; જણસ; વાસણકુસણ. *China* **W.**: ચીનાઈ વાસણ. *Hard* **W.**: લોખંડી સામાન. *a.* Aware: માહિતગાર; જાણીતું.

Warehouse, (ઉવેર્હાઉસ્) *n.* A storehouse: વખાર; કોઠી; કોઠાર. *vt.* To deposit in a warehouse: વખારમાં ભરી રાખવું.

Warfare, (ઉવૉર્ફેર્) *n.* War: લઢાઈ; જંગ. 2. Struggle: કજીઓ; લઢાઇ; મારામારી.

Warily, (ઉવેરિલિ) *adv.* In a wary manner: ચોકસાઈથી; વિચારીને. [આરી; સાવચેતી; સાવધાનતા.

Wariness, (ઉવેરિનેસ્) *n.* Cautiousness: હોંશી-

Warlike, (ઉવૉર્લાઈક્) *a.* Fit or disposed for war: લડવૈયું; લડાયક; જંગી.

Warm, (ઉવૉર્મ્) *a.* Hot: ઉનું; ગરમ. 2. Subject to heat: તડકો ઘણો પડતો હોય તેવું; ગરમ. 3. Zealous: હોંસીલું; ઉત્સાહી; ઉમંગી: આતુર. 4. Violent: જબરૂં; ભારે; મોટું; કડક; સખ્ત. *vt.* To make warm: ઉનું–ગરમ કરવું; તપાસવું. 2. To interest: કાલજી–ઊત્સાહ ઊત્પન્ન ક૦; ઉત્તેજન મલવું. *vi.* To become warm or ardent: ઊનું–ગરમ થવું; તપવું; તપી જવું; ઉમંગ ધરવો–પકડવો.

Warm-hearted, (ઉવૉર્મ્-હાર્ટેડ્) *a.* Cordial: માયાલું; સ્નેહી; મમતાલું. [આતુરતાથી.

Warmly, (ઉવૉર્મ્લિ) *adv.* Ardently: ઉમંગ–

Warmth, (ઉવૉર્મ્થ્) *n.* The state of being warm: ઊષ્ણતા; ગરમી; ઊન; ઉમંગ; હોંસ; આતુરતા; તડાકો; ઝપાટો; ગરમમિજાજ.

Warn, (ઊવૉર્ન્) *vt.* To make aware: ચેતવવું; જણાવવું; ખબર આપવી. 2. To admonish: શિખામણ આપવી; ખબરદાર ક૦; તાકીદ આપવી.

Warning, (ઉવૉર્નિંગ્) *a.* Cautioning: ચેતવતું; સૂચવતું. *n.* Previous notice: ચેતવણી; સૂચના; વરદી; તાકીદ.

Warp, (વૉર્પ્) *vt.* & *i.* To twist out of shape: મરડવું; મરડી નાખવું; મરડાઇ–વલી જવું. 2. To pervert: બગાડવું; બગડવું; આડું જવું. *n.* The threads which are extended lengthwise in the loom and crossed by the woof: ઊભો દોરો–સુતર; તાણો.

Warrant, (ઉવૉરેન્ટ્) *n.* Commission; authority: સત્તા; અધિકાર; સનંદ; પરવાનો. 2. A writ for arresting a person: કોઇને પકડવાનું હુકમનામું; વારંટ. 3. Security: સલામતી; જામીનગીરી. **W.** *of attorney*: વકીલને પોતાની તરફથી કોરટમાં હાજર થવા માટે લખી આપેલું અધિકારપત્ર; મુખત્યારનામું. *vt.* To make secure: સહીસલામત ક૦;-સહીસલામત રાખવું. 2. To maintain: આધાર–ટેકો આપવો; સાબેત ક૦. 3. To assure: ખાતરી પૂર્વક–ખરી ખાતરીથી કહેવું.

Warrantable, (ઉવૉરેન્ટબલ્) *a.* Justifiable; defensible: લાજમ; ઘટિત; ઘટતું; વાજબી.

Warrantee, (ઉવૉરેન્ટી) *n.* The person to whom the warrant is made: જે માણસને જવાબદારી કરી આપે છે તે. [ખમદારી; જામીનગીરી.

Warranty, (ઉવૉરેન્ટિ) *n.* Guarantee: ખાત્રી; જો-

Warrior, (ઉવૉરિઅર્) *n.* A soldier: લઢવૈયો; પેહેલવાન. [hard tumor on the skin: મસો.

Wart, (ઉવૉર્ટ્) *n.* [L. *verrucca*, wart.] A small

Warty, (ઉવૉર્ટિ) *a.* Having worts: મસાદાર–વાલું; ગાંઠાગાંઠવાલું. 2. Like a wart: મસાજેવું.

Wary, (ઉવેરિ) *a.* Cautious: સાવધ; સાવચેત; ખબરદાર.

Was, (ઉવૉઝ્) Past tense of **be**: હતો; હતું; હતી.

Wash, (ઉવૉશ્) *vt.* To cleanse with water: ધોવું; 2. To overflow: પર પાણી ફરી વલવું; પાણી પાણી થઇ

રહેવું.3.To cover with a thin coat of metal or paint: ફિકકો રંગ લગાવવો; પાણી ઢોલ ચઢાવવો;પાણી પાવું. *vi.* To cleanse with water: ધોવું;ધોઈને સાફ કo. *n.* The act of washing:સ્નાન; અંગોલ. 2. A bog: ખાબોચિયું; કાદવ-કીચડની જગ્યા. 3.Alluvial matter: નદીના પાણીથી ખેંચઇ આવેલો કચરો-કાદવ; ચંગુ. 4. The refuse of food, the collection of washed dishes &c.: એઠવાડ.5. A lotion: શરીરપર લગાડવાનું સુગંધી પાણી. 6. A thin coat of color: રંગ; હાથ; છાંટ.7.A thin coat of metal:પાણી;ઢોલ.

Washable, (ઉવૉશૅબલ્) *a.* Capable of being washed: ધોવા લાયક; ધોવાય તેવું.

Washerman, (ઉવૉશર્ મૅન) } *n.* One
Washer-woman,(વૉશર્-ઉવુમૅન) } who washes clothes:ધોબી;ધોબણ.

Washy, (ઉવૉશિ) *a.* Watery; soft: પાણી જેવું; પોચું; નરમ. 2. Weak: દમ-કસ વગરનું.

Wasp, (ઉવૉસ્પ્)*n.* [L.*vespa.*] A stinging insect: ભમરો.

Waspish, (ઉવૉસ્પિશ્) *a.* Like a wasp:ભમરાના જેવું; પાતલી કમ્મરનું.2. Irritable: ચીડીયું; ચિડાઉ; ગરમ મિજાજનું.

Wassail, (ઉવૉસિલ્) *n.* A festive occasion; a drunken bout: જીઆફત; મેજબાની; દારૂ પીને કરેલી ધીંગામસ્તી.

Waste, (ઉવેસ્ટ્) *a.*[L. *vastus*, empty.]Desolate:વેરાન;ઉજ્જડ.2.Rejected:રદ્દી;ખાતલ; નિરૂપયોગી; નકામું. *vt.* To destroy: નાશ કo; ધૂલધાણી-પાયમાલ કo; વેરાન-ઊજ્જડ કo. 2. To wear away by degrees; to consume: નખલું-કમજોરકo; ઘટાડવું;કમીઓછું કo. 3. To squander:ઊડાવી-ખોઇ-ખરચી દેવું -નાંખવું; ગુમાવવું. 4. To damage: બગાડવું; ખવાઇ જવું.*vi.*To be diminished:નબલું-કમજોર થઈ જવું; કમકૌવત થવું; લેવાવું; લેવાઈ જવું. *n.* Destruction: નાશ; બગાડ; ખરાબી. 2. Prodigality: loss:ઊડાઉપણું; ખોટો ખર્ચ. 3. A desert: જંગલ;વેરાન;રાન;વન 4.Uncultivated land:પડતર-ખેડયાવગર રહેલીજમીન.

Waste-basket,(ઉવેસ્ટ્બૅસ્કેટ્)*n.*A basket for waste paper: નકામા કાગલો નાખવાની ટોપલી.

Wasteful,(ઉવેસ્ટ્ફુલ) *a.* Ruinous;નુકશાનકારક; નકામું; ફોકટનું.2. Lavish: ઊડાઊ; ખરચાલુ.

Waster, (ઉવેસ્ટર્) *n.* A thief: ચોર; ઠગારો.

Watch,(ઉવૉચ્)*n.*Guard:ચોકી;પેરો;તપાસ;ચોકસી; સંભાલ; દેખરેખ; નજર. 2. A watchman: ચોકીદાર; પેરેગીર. 3. The post of a watchman: ચોકીદાર-પેહેરેગીરનું ઠામ; ચોકી;પેહેરો. 4. Time of watching: પેહેરો ભરવાનો-ચોકીકરવાનો વખત.5.A pocket timepiece:ન્હાનું-ગજવામાં રાખવાનું ઘડીઆલ. *To be on the* **W**., to be looking steadily for:કશાની વાટરાહ જોયાં કo. **W** *case*, the case of a watch:ઘડીઆલનું ખોખું. **W**.*guard*,a chain:ઘડીઆલનોછેડો-અછેડો; સાંકલી. **W**.*night*, the last night of the year: વર્ષની છેલ્લી રાત. *vi.* To be attentive: નજર રાખવી;ધ્યાન આપવું;સાવચેત-જાગૃત રહેવું.2.To keep guard: ચોકી-તપાસ રાખવી; રખેવાલી કરવી. 3. To wait: રાહ-વાટ જોવી. *vt.* To give heed to: નજરતપાસ રાખવી; જોતાં રેહેવું;-પર દેખરેખ રાખવી; જોયાં કo;ચોકસી રાખવી.2.To guard:સંભાલ-ખબરરાખવી.

Watch-dog, (ઉવૉચ્-ડૉગ્)*n.* A dog kept to watch: ચોકી કરવા પાલેલો કુતરો.

Watcher, (ઉવૉચર્)*n.* One who watches:પહેરેગીર; ચોકીદાર.

Watchful,(ઉવૉચ્ફુલ) *a.* Attentive: સાવધ; હોંશીયાર;જાગૃત; ચોકસ; ખબરદાર.

Watch-maker, (ઉવૉચ-મેકર્) *n.* One who makes and repairs watches: ઘડિયાલી.

Watchman, (ઉવૉચ્મૅન) *n.* A sentinel:ચોકીદાર; પહેરેગીર.

Watch-word, (ઉવૉચ્ઉવર્ડ્) *n.* A password: નિશાની દાખલ પહેરેગીરને કહેવાનો બોલ.

Water, (ઉવૉટર્) *n.* The fluid which forms rivers, lakes &c.:પાણી; જલ; આબ.2. A lake;a river: નદી, તલાવ,સરોવરવગેરે.3. The urine:પિશાબ; મુતર. 4. Luster of a precious stone: હીરા મોતી વગેરેનું પાણી-આબ-તેજ-ઝલેહ. *Of the first* **W**., of the first excellence: ઉત્તમ; તોફો; નાદર. *Soft* **W**., water impregnated with lime or mineral salts: ખારવાલું પાણી; ખારૂં પાણી. *To keep one's head above* **W**.,to keep afloat: તરતા રહેવું; દુનિયામાં નહ્યા જવું.*To make* **W**.,(*a*)to pass urine: પીશાબ કરવો; મુતરવું. (*b*) To admit water: પાણી માહે ભરાવું.*vt.*To moisten: ઊપર પાણી છાંટવું;પાણી પાવું-સિંપવું; ભિંજવવું.2. To wet and calender as cloth: લ્હેરીઆં પાડવાં;લ્હેર-ભાત-લીંટી પાડવી-પડવી. 3. To add water to: પાણી ભેલવું; પાણી જેવું કo. *vi.*To shed water:પાણી પડવું-નીકલવું-ઝરવું-વહેવું. 2.To take in water: પાણી લેવું-ભરવું.*The mouth* **W**.*s*: મ્હોડામાં પાણી છૂટે છે; કશાને માટે ઘણી ઈચ્છાહોંસ થાય છે.

Water-bearer, (ઉવૉટરબેરર્)*n.*(*Astron.*)The constellation Aquarius: કુંભરાશી. 2. One who fetches water: ભિસ્તી.

Water-closet,(ઉવૉટર્કલૉઝેટ્) *n.*A privy:જાજરૂ; સંડાસ; વાડો.

Water-color, (ઉવૉટર્કલર્) *n.* (*Paint.*) A color ground with water and gum:પાણીને ગુંદરથી બનાવેલો રંગ 2.A picture painted with such colors: પાણીના રંગથી ચિતારેલી છબી.

Watercourse, (ઉવૉટર્કોર્સ) *n.* A channel for water: નલ; નીક; મોરી; ગટર.

Water-fall,(ઉવૉટર્ ફૉલ્) *n.* A fall of water: પાણીનો ધોધ.

Waterish, (ઉવૉટરિશ્) *a.* Thin: પાતલું; પાણી [જેવું.

Water-logged.(ઉવૉટર્-લૉગ્ડ) *a.*Filled with water:પાણીમાં બેસી ગએલું; પાણી ભરાઈ ભારે થયેલું.

Waterman, (ઉવૉટર્-મૅન) *n.* A boat-man: ખલાશી; ખારવો.

Watermark, (ઉવૉટર્માર્ક્) *n.* A tide-mark: ભરતીની નિશાન. 2. A mark wrought into paper during the process of manufacture: કાગલ બનાવતાં માંહે ઊઠાડેલા અકાએક દેખાય નહિ તેવા અક્ષર.

Water-melon (ઉવૉટર્-મેલન) *n.* A large roundish fruit:તડબુચ; કાલીંગડું.

Water-mill, (ઉવૉટર્-મિલ્) *n.*A mill moved

by water:પાણીથી ચાલતી ચક્કી; પાણીચક્કી.

Water-proof,(ઉવૉટર્-પ્રુફ)*a.* Impervious to water: જેની અંદર પાણી પેસે નહિ એવું.2. Cloth of such a quality: પાણી પેશી નહિ શકે એવું લુગડું.

Water-spout,(ઉવૉટર્-સ્પાઉટ્) *n.* A whirlwind observed over the sea:સમુદ્રમાં થતો વંટોળીઓ.

Watertight, (વૉટરટાઈટ્) *a.* Water-proof: પાણી બલી જઈને માંહિ દાખલ થઈ ન શકે તેવું.

Water-wheel, (ઉવૉટર્-વીલ્) *n.* A wheel for raising water: પાણી ઊંચે ચઢાવવાનું યંત્ર;રેહેંટ.

Watery,(ઉવૉટરિ) *a.*Wet: ભીનું 2. Resembling water: પાણી જેવું; પાતલું. 3. Tasteless: ફિક્કું; બેમઝાહ; બેસ્વાદ. [મીંચાઊી મીંચાઊી કo.

Waul, Wawl, (ઉવૉલ્) *vi* To cry as a cat:

Wave, (ઉવેવ્) *vi.* To be moved to and fro as a signal: ફડફડવું; ઊડવું; ફગફગવુ. 2. To fluctuate: હાલવું; હાલ્યા કo. *vt.* To move one way and the other: આમતેમ હલાવવું; ફેરવવું. 2. To raise into inequalities of surface:ઊંચા નીચી કo; ખડબચડું, બનાવવું-કo. 3. To signal: વાવટો હલાવી નિશાની કo. To **W.** *off*:ઉરાડી મુકવું; ઊરાડવું; *n.* An undulation: મોજો; છોલ. 2.Unevenness: ખડબચડાપણું.

Waver, (ઉવેવર્) *vi.* To swing:આમતેમ હાલવું; ડોલવું; ઝોલા ખાવા. 2. To vacillate: ઢચુપચુ થવું; આનાકાની કo; અચકાવું; ખમચાવું.

Wavering, (ઉવેવરિંગ્) *a.*Unsettled: ઢચુપચું.

Wax, (ઉવૅક્સિ)*vi.*To increase in size:વધવું;મોટું થવું; ફાલવું; ફુલવું.2. To become: થવું;હોવું. *n.* A fatty solid substance produced by bees: મીણ 2. Cerumen or earwax: કાનનો મેલ. **W.** *light*, a candle of wax: મીણબત્તિ; મોમબત્તિ.**W.** *painting*, encaustic: મીણથી કરવામાં આવતું ચિત્ર કામ. *vt.* To rub with wax: મીણ પાવું; મીણ ચોપડવું.

Waxcloth,(ઉવૅક્સ્ક્લૉથ્) *n.*A cloth covered with wax: મીણ પાયેલું લુગડું; મીણીયું.

Waxen, (ઉવૅકસન) *a.* Of wax: મીણનું બનાવેલું; મીણ પાએલું;મીણવાલું.

Wax-end, (ઉવૅકસૅન્ડ) *n.* A thread covered with wax: જોડા સીવવાનો મીણ પાએલો દોરો.

Wax-work,(ઉવૅકસ્-ઉવર્ક્) *n.* Work made of wax:મીણનું બનાવેલું કામ, મીણનાં પુતલાં. [પોચું;

Waxy,(વૅક્સિ)*a.* Adhesive; soft: ચિકટ; ચિકણું.

Way, (ઉવે) *n.* [L. *veho*, I carry.]Road: રસ્તો; વાટ; માર્ગ. 2. Distance: છેટું; અંતર; ટપ્પો; મંજલ. 3. Course: ગતિ; દિશા; રસ્તો. 4. Manner: તરેહ; રીત;ચાલ. *By the* **W.**, in passing: કેહેતાં કેહેતાં; કરતાં કરતાં. *By* **W.** *of*, for the purpose of: તરીકે; દાખલ. *Covert* **W.**, (*fort.*): ચોરવાટ; છુપો માર્ગ. *In the* **W.**,(*a*) so as to meet:રસ્તા-માર્ગ-વાટમાં. (*b*) To hinder,આડું આવવું;હરકત કo. *In family* **W.**, pregnant: ગર્ભવંતી; મહિના-દહાડાવાલી. *On the* **W.**,going: જતાં; રસ્તે.*Out of the* **W.**,on one side: એકમેર-તરફ; અવલે રસ્તે. *To go one's* **W.**, or *come one's* **W.**, to go or come: આવવું-જવું; રસ્તો લેવો-પકડવો.*To go the* **W.** *of all the earth*, to die: મરીજવું. *To make one's* **W.**, to advance in life:ચઢવું; ફતેહ પામવું; આબાદ થવું. *Ways and means*, Means for raising money: પૈસા એકઠા કરવાનાં સાધન; આમદાનીના રસ્તા. **W.** *passenger*: અધવચથી બેઠેલો ઊતારૂ.**W.** *s of God*, his works: ઈશ્વરની લીલા; ખુદાનો હુકમ. *Right* **W** : સન્માર્ગ; નેકીની રાહ *The* **W.** *of all the earth*: મરણ; મોત. **W.** *by land*:ખુશ્કી.**W** *by water*: તરી.*In various* **W.** *s*: અનેક રાતે-પ્રકારે. [મુસાફરી કરવું.

Way-faring, (ઉવેફેરિંગ્) *a.*Travelling: જતું;

Way-lay,(ઉવેલે) *vt.* To lie in wait for: લુંટવા ભરાઈ-સંતાઇ બેસવું; વાટ પાડવી.

Way-layer,(ઉવેલેયર્)*n.* One who waylays: વાટપાડુ. [જડવાની નિશાની.

Way-mark, (ઉવેમાંર્ક્) *n.* A guide post:રસ્તો

Way-ward,(ઉવે-વૉર્ડ્)*a.*Froward: હઠીલું; જીદ્દિ.

We, (ઉવી) *pro. pl.* of *I.*: અમે; આપણે: આ .ણુ.

Weak,(ઉવીક્)*a.* Feeble; infirm:નબલું;અશક્ત; કમજોર; કમકોવત; દુબલું;માંદુ; મુડદાલ.2.Soft:પોચું; નરમ; કુમલું.3. Low; faint (*voice*): હલકો; ઝીણો; ધીમો; મંદ. 4. Of less than the usual strength (*as tea &c*): ફિક્કું; મોલું;પાણી જેવું.5. Spiritless: દમ-માલ-જીવ વગરનું;મંદ. 6. Wavering: ઢચુપચું. **W.** *conjugation* (*gram.*), the conjugation of weak verbs: નિયમિત ક્રિયાપદનાં રૂપાંતર. **W.** *side*, weakness:નબલાઈ.*A* **W.** *point*: એબ;ખોડ;ખાપણ.

Weaken, (ઉવીકન) *vt.* To make weak:નબલું-કમજોર-નરમ કરવું.2. To reduce strength: મોલું-ફીક્કું કરવું.*vi.*To become weak;નરમ થવું;હઠી જવું.

Weakling, (ઉવીક્લિંગ્) *n.*A weak creature: કમજોર-મુડદાલ માણસ પ્રાણી.

Weakly, (ઉવીક્લિ) *adv.* Feebly: કમજોરપણે; અવિચારીપણે. *a.* Feeble: નબલું; કમજોર.

Weak-minded, (ઉવીક્-માઈન્ડેડ) *a.* Feeble minded; foolish; idiotic:નબલા મનનું; મૂર્ખ;ગાંડું.

Weakness, (ઉવીક્નેસ્)*n.*Feebleness:અશક્તિ; કમજોરી; નાતાકતી. 2. A defect: ખોડ; એબ; ખામી.

Weal,(ઉવીલ્)*n.* Welfare;happiness:કલ્યાણ;સુખ; આબદાની. **W.** *or woe*: સુખ દુ:ખ; સારૂં માઠું.

Weald, (ઉવીલ્ડ) *n.*A wood: જંગલ; મેદાન.

Wealth, (ઉવૅલ્થ્) *n.* Riches: પૈસો; દોલત; ધન.

Wealthy, (ઉવૅલ્થિ) *a.* Rich: પૈસાદાર; માતબર; તાલેવંત; દોલતમંદ.

Wean, (ઉવીન) *vt.* To take from the breast: ધાવણ મુકાવવું; છોડવવું;થાન-છોડાવવું. 3. To reconcile to the want of anything:કશા વગર ચલાવવું-ચલાવી લેવું; કશા ઉપરથી મન-દિલ ઉઠાવવુ.

Weapon, (ઉવેપન્) *n.* An instrument of offence or defence: હથિઆર; ઓજાર.

Wear, (ઉવેર્) *vt.& i.* To carry on the body: ઘાલવું; પહેરવુ 2.To have an appearance of:ચહેરા ઉપરથી દેખાઈ-જણાઈ આવવું. 3. To consume: ઘસી નાંખવું; ઘસાઈ-ખવાઈ જવું; વાપરી નાંખવું; ગાલવું. *To* **W.** *away*, to consume: ઘસી નાંખવું;ઘસાઈ-ખવાઈ જવું. *To* **W.** *off*, to diminish: ઓછું થઈ જવું. *To* **W.** *on or upon*: પહેરવું; ઘાલવું. *To* **W.** *out* (*a*) To render useless: ઘસી પીસી નાખવું; જુનું કરી

નાંખવું.(*b*)To consume tediously: જેમ તેમ પસાર કo–ગાલવું;વિતાવવું. (*c*) To harass; to tire:હેરાન કરવું;પજવવું;સતાવવું; બેજાર કo. *n.* Consumption by use: વપરાસથી ફાટી જવું તે; ઘસારો. 2. The fashion: પહેરવાની રીત-ઢબ; ઘાટ. **W.** *and tear*, the loss by wearing: પહેરફાડ; ઘસારો. [કંટાલો.

Weariness,(ઉવીરિનેસ્)*n.* Fatigue:થાક;બેજારી;

Wearisome, (ઉવીરિસમ્) *a.* Tedious: કંટાલા ભરેલું: થકવી નાંખે એવું.

Weary,(ઉવીરિ) *a.* Tired: થાકેલું; કંટાલેલું. 2. Tedious:કંટાલા ભરેલું:ત્રાસદાયક *vt.*To tire:થકવવું; થકવી નાંખવું.2.To harass:હેરાન કo;પજવવું;સતાવવું

Weasel, (ઉવીઝલ)*n.*Small carnivore: નોલી -t.

Weather, (ઉવેધર્) *n.* Condition of the atmosphere:હવા;ઋતુ.*To make fair* **W**, to flatter: વખાણ કo. *Under the* **W.**, ill:માંદુ :આનારા.*Also,* financially embarrassed: તંગીવાલું; ભીડ–તાણમાં હોય એવું. **W.** *frame or molding or moulding:* છજીયું; વાછંટીયુ .**W.** *report:*હવામાં થએલા ફેરફારનો રોજનો હેવાલ. *vt.* To expose to air: સુકાવા મુંકવું; હવામાં સુકવવું. 2. To resist: ખમી નભી–ટકી રહેવું 3.To sail to the windward of:પવનના સામે વહાણ હંકારીને જવું. *To* **W.** *a point*(*a*)to pass a point of land: કોઈ જગ્યા વટાવી પસાર કરી જવું. (*b*) To gain anything against opposition: વિરૂદ્ધતા હોય તોપણ ફતેહમંદ થવું *To* **W.** *out:*મુશ્કેલીથી–નડવા છતાં પાર પાડવું–પસાર થવું;–સામા ટકી નભી રહેવું.

Weather-beaten,(ઉવેધર્–બીટન્) *a.*Beaten by the weather. પવનના ઝપાટા સહન કરેલું;પવનના સપાટામાં આવેલું.

Weather-board,(ઉવેધર્–બૉર્ડ્) *n.*The side of a vessel which is toward the wind: પવન તરફની વહાણની બાજુ. 2.A clap board:છજું;છજીયું.

Weather-bound, (ઉવેધર્બાઉન્ડ્)*a.* Delayed by bad weather: તોફાનને લીધે અટકી પડેલું.

Weather-cock, (ઉવેધર્–કૉક્)*n.* A weather vane: પવનની ગતિ જણાવનારૂં યંત્ર: મરઘો. 2. Any person that turns easily:ડામાડોલ–ઢચુપચુ વિચારનું માણસ.

Weave,(ઉવીવ્)*vt.*To work into a fabric:વણવું. *vi.* To work with a loom: સાલઉપર કામ કરવું.2. To become woven: વણાવું.*n.*A particular pattern of weaving: વણાટ. [વણનાર.

Weaver,(ઉવીવર)*n.* One who weaves:વણકર;

Weaving, (ઉવીવિંગ્)*n.*The art of weaving: વણતર; વણાટ; વણટ કામ.

Web, (ઉવેબ્) *n.* That which is woven: વણેલી વસ્તુ; તાકો; થાન. 3. A cobweb: જાલ; જાલું. 3. A film over the eye: આંખપર છારી. 4. The membrane between the toes of waterfowls: કેટલાંક પક્ષિનાં આંગલાં વચ્ચેની ચામડી.

Webbed, (ઉવેબ્ડ)*a.* Having the toes united by a web: જોડાયલાં આંગલાંવાલું. [નારી સ્ત્રી.

Webster, (ઉવેબ્સ્ટર) *n.*A weaver:વણનાર:વણ-

Wed,(ઉવેડ)*vt. imp.& p.p.* **wedded** or **wed.** To marry: વિવાહ લગ્ન કo; પરણાવવું.2. To unite firmly:જોડી દેવું: સાંકલી લેવું. *vi.* To marry: લગ્ન થવું; પરણવું.

Wedded, (ઉવેડેડ્) *a.* Married: પરણેલું. 2. Of wedlock: લગ્ન સંબંધી.3.Closely attached: બહુજ લેહ લાગેલું; મરી ફીટેલું. [શાદી.

Wedding, (ઉવેડિંગ્) *n.*Marriage:લગ્ન; વિવાહ;

Wedge, (ઉવેજ્)*n.*A piece of metal thick at one end and tapering at the other used in splitting etc.:ફાચર; છીણો. 2.A mass of metal: લગડી *vt.*To force with a wedge: ખોસવું; ભોકવું; ફાચર ઠોકવી–મારવી.2.To press closely:ઠાંસી દાબીને ભરવું. 3. To fasten with a wedge: ફાચર મારવી; ફાચર મારી સજ્જડ કરવું. [લગ્ન: શાદી.

Wedlock. (ઉવેડ્–લૉક્) *n.* Matrimony:વિવાહ;

Wednesday, (ઉવેન્ઝ્ડે) *n.* The fourth day of the week: બુધવાર.

Wee, (ઉવી) *a.* Small; little: થોડું: ઝીણું; નાનું.

Weed,(ઉવીડ્)*n.*Clothing:પોશાક;કપડું 2. Mourning garment: શોકની નિશાનામાં પહેરવાનું લુગડું; શોકનો પટ્ટો

Weed, (ઉવીડ્)*n.* Low shrubs: ઝાડવાં; ઝાંખરાં.2. Anything useless: કોઈપણ નકામો પદાર્થ:તણખલું; તરણું. *vt.* To clear off weeds: ઘાસ–ઝાંખરાં કાપી નાંખવાં.

Weeding-hook-tongs,(ઉવીડિંગ્-હૂક્-ટૉન્ગ્ઝ્) *n* A hook for cutting away weeds: દાતરડું.

Weedy, (ઉવીડિ) *a.* Full of weeds:ઝાંખરાંવાલું.

Week, (ઉવીક્) *n.* [L. *vicis*, change.] A period of seven days: અઠવાડીઊં.

Week-day, (ઉવીક્–ડે) *n.* Any day except Sunday:રવિવાર સિવાય અઠવાડીઆનો કોઈપણ દિવસ.

Weekly, (ઉવીક્લિ)*a.* Done once a week:અઠવાડિયે અઠવાડિયે આવતું–બનતું–થતું–મલતું–નીકલતું –બહાર પડતું.*n* (*pl.* **weeklies**) A publication appearing once a week: અઠવાડીએ છપાતું નિકલતું પત્ર; અઠવાડીઆનું પત્ર. *adv.* Once a week:દર અઠવાડીએ; અઠવાડીએ.

Ween, (ઉવીન) *vi.* To think: ધારવું;વિચારવું.

Weep,(ઉવીપ્)*vi.* To cry: રડવું; રૂદન કરવું; વિલાપ કo.2.To lament:શોક કરવો; દિલગીરી બતાવવી; પોતાનું દુ:ખ રડવું;ગમ કo.3.To drip:ટપકવું;ટીપાં પડવાં. *vt* To lament: વિલાપ કરવો;ગમ ધરવો.2. To shed tears: આંસુ ઢાલવાં–પાડવાં.

Weeping,(ઉવીપિંગ્)*a.* Grieving:વિલાપ કરતું; દિલગીર.2.Having pendent branches:નમી ગએલી ડાલીઆવાલુ. *To return by the* **W.** *cross:* નિષ્ફલ થઈ પાછું ફરવું– પાછા હઠવું.

Weevil, (ઉવીવિલ)*n.*A Small kind of beetle: અનાજમાં પડતાં કિડા. [પડાનં આડુ સુતર-તાર.

Weft, (ઉવેફ્ટ્) *n.*The woof of cloth: વાણો; ક-

Weftage, (ઉવેફ્ટેજ્) *n.* Texture: પોત; કુમાસ.

Weigh, (ઉવે) *vt.* [L.*veho*, I carry.]To raise: ઉપાડવું;ઉંચકવું.2. To examine by the balance: તોલ કo; તોલવું; જોખવું; વજન કo. 3. To be equivalent in weight:તોલમાં થવું- હોવું. ઊતરવું; તોલાવું; સમતોલ થવું. 4. To ponder in the mind:વિચારવું; વિચારી તપાસી જોવું. 6. To regard: દરકાર રાખવી. *To* **W.** *down,* (*a*) to overbalance:તોલ

–વજન-ભારમાં વધારે હોવું-થવું. (*b*)To depress:દાબી -ભાગી નાખવું; ઉદાસ-નાસિપાસ કo. *vi.* To have weight: વજન-તોલમાં હોવું-થવું; વજનદાર જણવું-લાગવું; તોલાવું; જોખાવું. 2. To be considered as important: જરૂર અગત્યનું જણાવું-લાગવું; વજનદાર જણાવુ-થઈ પડવું. 3. To press hard: દબાણ-ભાર હોવેા-થવેા. *To* **W.** *down,* to sink by its own weight: ભારે થવાથી ડુબી જવુ; બેસી-દબાઈ જવું.

Weighage,(વેએજ્)*n.*Duty paid for weighing: માલ જોખવાનું દામ; જોખામણ.

Weight, (ઉવેટ્) *n.* The quality of being heavy: વજન; તોલ;ભાર.2.Burden:ભાર;બોજો;દબાણ. 3. Importance:ભારબોજ; વજન; વક્કર; બોજ;ભાર.4. A mass used for weighing: કાટલુ; વજન; જોખ.

Weighty, (ઉવેટિ) *a.* Heavy: ભારે; વજનદાર; સંગીન. 2. Important: અગત્યનું; વજનદાર; મ્હોટું; ગંભીર. 3. Severe: સખ્ત; ઘણું જ; ભારે; કડક.

Weird, (ઉવીર્ડ્) *n.* A charm:જાદુ; મંત્ર. *a.* Of witch-craft: ડાકણનું-ના જેવું.

Welcome, (ઉવેલ્કમ્) *a.* Received with gladness: આદરમાન આપવા જોગ; ભલે આવેલું-પધારેલું; સુખ સંતોષ આપનારૂં 2.Pleasing:ખુશ કરે એવું;શુભ; ખુશાલી ભરેલું. *n.* Kind reception:આદરમાન; આવકાર; માન. *To bid* **W.**, to receive with kindness: આવકાર આપવેા; આગતાસ્વાગતા કo. *vt.* To receive and entertain hospitably: આદરમાન આપવું; આવકાર દેવેા.

Weld, (ઉવેલ્ડ) *vt.* To join together by hammering: ખુબ તપાવીને લેાઢા વગેરેના બે કકડા ટીપીને જોડવા-સાંધવા. *vi.* To unite closely: સાથે જોડાવું; એકત્ર થવું.

Welfare,(ઉવેલ્ફેર) *n.* Prosperity; happiness: કલ્યાણ; ખેરિયત; આબાદાની; આબાદી. [ગગન.

Welkin,(ઉવેલ્કિન)*n.*The sky:આકાશ; આસમાન;

Well, (ઉવેલ્) *n.* A spring: ઝરેા. 2. A pit in the earth whence a supply of water is obtained: કુવેા; વાવ. *vi.* To flow; to spring:વહેવું; નીકલવું. *adv.* Rightly: બરાબર-વાજબી-ખરી રીતે; ઠીક; દુરસ્ત. 2. Fully; thoroughly: પુષ્કલ; જાઇએ તેટલું; સારી પેઠે; પુરતું. 3. Conveniently: સગવડ ભરેલી-પડતી રીતે;ફાવે તેમ.4.Skillfully:હોશીઆરીથી; સારી રીતે; સારૂં. *As* **W.** *as,* and also: તેમજ; અને પણ; અને તેની સાથે;વલી; તેની સાથે;જેવું-તેવુંજ;તેના જેટલુંજ. **W.** *enough,* moderately good:ઠીક;ચાલે -ચાલી જાય તેવું. **W.** *off,* **W.** *to do,*prosperous: સુખી; આબાદ. *a.* Fortunate; happy: નસીબદાર; ઠીક; દુરસ્ત; સારૂં; લાભકારક. 2. Healthy: તંદુરસ્ત; નિરોગી; સુખી; નસીબદાર.

Well-a-day,(ઉવેલ્-અૅ-ડે) *Interj.*Alas! wel-away!: હાયહાય; હાય; અફસોસ.

Well-being,(ઉવેલ્-બીઇંગ્)*n.*Welfare: સુખ; કલ્યાણ; આબાદાની.

Well born, (ઉવેલ્બૉર્ન્) *a.* Born of a noble family: ઊંચા કુલમાં જન્મેલું; ખાનદાની; કુલવંત.

Well-bred, (ઉવેલ્બ્રેડ) *a.* Polite: સારી રીતભાત વાલું: અદબ અદાબવાલું. [શાબાશ!

Well-done, (ઉવેલ્-ડન) *Int.*: ભલે! વાહવાહ!

Well-favored, (ઉવેલ્-ફેવર્ડ્) *a.* Handsome: શોભિતું; દેખાવડું; ખુબસુરત; ફુટડું; રૂપાલું.

Well-known, (ઉવેલ્નેાન) *a.* Fully known: જાહેર; પ્રસિદ્ધ.

Well-meaning, (ઉવેલ્-મીનિંગ્) *a.* Having a good intention: ભલું; સારી લાગણીવાલું; ભલી ધાર્ણા-મતલબ રાખતું. [ખરૂં; લગભગ.

Well-nigh, (ઉવેલ્-નાઇ) *adv.* Almost: ઘણું

Well-well.(ઉવેલ્-ઉવેલ્) *Int.*Thanks:શાબાશ -શાબાશ; ભલે-ભલે.

Well-wisher (ઉવેલ-ઉવીશર) *n.* One who wishes another well: ભલું ઇચ્છનાર; હિતેચ્છુ; ખેરખાહ; દુવાગેા. [મગજી; કિનારી.

Welt, (ઉવેલ્ટ્) *n.*A boarder or fringe:કોર;પટ્ટી;

Welter, (ઉવેલ્ટર્) *vi.* To roll:રગદોલવુ;લેાટવું; આલેાટવું. [ડાઘ.

Wem, (ઉવેમ્) *n.* The womb:ગર્ભસ્થાન.*n.*Spot:

Wen, (ઉવેન) *n.* Wart: રસોલી; ગાંઠ.

Wench, (ઉવેન્શ) *n.* A low vicious woman: રાંડ; વેશ્યા;છિનાલ. *vi.* To frequent the company of wenches: વેશ્યા-છિનાલની સંગત કરવી.

Wend, (ઉવેન્ડ)*vi.* To go; to pass: જવું: પસાર થવું 2. To turn round: ફરવું.

Went, (ઉવેન્ટ્) Imperfect of *go*:ગયેા; ગઇ; ગયું.

West, (ઉવેસ્ટ્) *n.* The quarter where the sun sets: પશ્ચિમ-આથમણી દિશા;મગરેબ. 2. The Occident: પશ્ચિમ ભાગ; પશ્ચિમ ગેાલાર્દ્ધ.*a.* Lying toward the west: પશ્ચિમ તરફ આવેલું; પશ્ચિમનું.

Westerly, Western, (ઉવેસ્ટર્લિ,ઉવેસ્ટર્ન) *a.* Situated in the west: પશ્ચિમ તરફનું; પશ્ચિમ તરફ જતું; પાશ્ચાત્ય.

Westerner, (ઉવેસ્ટર્નર્) *n.* An inhabitant of the west: પશ્ચિમ દીશાનેા રહેવાસી.

West-ward, (ઉવેસ્ટ્વર્ડ્) *adv.* & *a.* Toward the west: પશ્ચિમે-નું.

Wet, (ઉવેટ્) *a.* Moist: ભીનું; લીલું. 2. Rainy: વરસાદનું. **W.** *goods,* intoxicating liquors: દારૂ; કેફી પીણું.*n.* Water or wetness: પાણી; ભીનાસ.2. Rainy weather: વરસાદના દહાડા-ઋતુ. *vt.* To moisten: ભીનું કo; ભીંજવવું.

Wetness, (ઉવેટ્નેસ્)*n.*Moisture:ભીનાસ; સરદી.

Wet-nurse,(ઉવેટ્નર્સ્)*n.*A nurse who suckles a child: ધવાડનારી આયા-સ્ત્રી; ધાવ.

Whack,(હ્ઉવૅક્)*vt.*To beat:મુક્કી મારવી;મારવું.

Whale,(હ્ઉવેલ્)*n.*Any aquatic mammal:**W.** *bone,* ivory: હાથીદાંત.

Whaler,(હ્ઉવેલર)*n.* A vessel or person employed in the whale fishery: મગરમચ્છ પકડનાર વહાણ કે માણસ.

Wharf, (હ્ઉવૉર્ફ્) *n.* [*pl.* **Wharfs or Wharves**]A quay;a pier:બંદર;ડક્કો;ઓવારો; ઘાટ; ધક્કો; ફુરજો. *vt.* To secure by a wharf: ડક્કો-ઘાટ બાંધવેા.

Wharfage, (હ્ઉવૉર્ફેજ્) *n.*The fee paid for using a wharf: બંદરપરનેા કર-જકાત-છાપેા.

Wharfinger, (હ્ઉવૉર્ફિન્જર્) *n.*A man who owns a wharf: ઘાટ-બંદરનેા ધણી-માલેક.

What, (હ્ઉવૉટ્) *pro.* An interrogative pronoun used in asking questions: કોણ; શું; કયું; કયો. 2.An exclamatory word:અરે ! શું ! અહો ! 3. How great: કેવું; કેટલું ખધું. 4. That which: જે; તે;જેઓ તેઓ.5.Partly;somewhat:કંઈક;જરાક; કેટલેક દરજ્જે. **W.** *ho*! an exclamation of calling: અરે ! હો ! **W.** *if*, what will it matter if: તેથી શું; તેમાં શું. **W.** *though*, supposing that: એમ હોય તોપણ. **W.** *not*: એવું કાંઈ; વિગેરે વિગેરે; ઉપરાંત ઘણું પણ.

What-ever, What-so-ever, (હ્ઉવૉટ્એવર–હ્ઉવૉટ્સોએવર્)*pron.* Everything which: જેજે; જે કાંઈ; કંઈપણ. [grains: ઘઊં.

Wheat,((હ્ઉવીટ્) *n.* A cereal grass and its

Wheaten,(હ્ઉવીટન)*a.*Made of wheat:ઘઊંનું; ઘઊંનું બનેલું. *Fine* **W.** *flour*: મેદો.

Wheedle, (હ્ઉવીડલ)*vt.* To entice:ફોસલાવવું; પટાવવું; લલચાવવું; ખુશામત કo; ફોસલાવી ખાવું.

Wheel,(હ્ઉવીલ)*n.* A circular frame turning about an axis, પૈડું; ચક્કર;ચાક. 2 A spinning **W.**: રેંટીઓ. *A* **W.** *within* **W.** or *wheels within wheels*; a complication of circumstances: ગુચવાડો; ખટપટ. *vt.* To convey on wheels:ગાડીમાં ઘાલી લઈ જવું.2.To cause to turn: ફેરવવું *vi* To revolve: ફરવું; ભમવું.

Wheeled, (હ્ઉવીલ્ડ) *a.* Moving by the wheels: પૈડાંવાળું.

Wheeze, (હ્ઉવીઝ્) *vi.* To breathe with a whistling sound: ગલામાં કફ બોલવો; દમ લેતાં સુસવાટા થવા–નિકલવા.

Whelm, (હ્ઉવેલ્મ) *vt.* See **Overwhelm.**

Whelp,(હ્ઉવેલ્પ્)*n.*A puppy; a cub:વાઘ,સિંહ, રીંછ, કુતરા વગેરેનું બચ્ચુ; કુરકુરીયું.

When, (હ્ઉવેન) *adv.*At what time:ક્યારે; કીયે વખતે; કયે દહાડે; કઈ વેલા. 2.While: જ્યારે; જે વારે; જે વખતે–વેલાએ.

Whence, (હ્ઉવેન્સ) *adv.* From what place; how: ક્યાંથી; કેણીગમથી; શાથી; શી રીતે; કેમ.

Whenever, Whensoever,(હ્ઉવેનએવર્–સોએવર)*adv.* At any time when: જ્યારે પણ.

Where, (હ્ઉવેર્) *adv.* At or in what place: જ્યાં; જે ઠેકાણે. (*Interrog.*) : ક્યાં; કયે ઠેકાણે; કેણી તરફ–ગમ.

Whereabout-s, (હ્ઉવેર્ અબાઉટ્–ટ્સ)*adv.* Near what:ક્યાં;ક્યાં ક્યાં;કયે ઠેકાણે-જગ્યામાં.*n.*The place where a person or thing is: ઠેકાણું; ઠર ઠેકાણું; થામ.

Whereas, (હ્ઉવેર્ઍઝ્) *ad.* & *conj.* Since: કારણકે; જ્યારે; તેટલા માટે; એમ છે તેથી.

Whereat, (હ્ઉવેર્–ઍટ્) *adv.* At which: શા ઉપરથી; કેમ; જે ઉપરથી; તે ઉપરથી.

Whereby, (હ્ઉવેર–બાઈ)*adv.* By which:જેણે કરીને; જેથી; જે ઉપરથી;શા ઉપરથી; શાથી.

Wherefore. (હ્ઉવેર્–ફૉર) *adv.* & *conj.* For which reason: જે કારણ સારૂ–માટે; લીધે; કારણથી. 2. Why: કાં; કેમ; શા સારૂ–વાસ્તે.

Wherein, Whereinto, (હ્ઉવેર્–ઈન–ઈન્ટૂ) *adv.* In which: જેમાં; જેથી કરીને; શામાં.

Where-of, (હ્ઉવેર્–ઑફ્)*adv.* Of which; of whom: જેનું; જેમાંનું; જેને માટે; જેને લીધે.

Wheresoever, Wherever, (હ્ઉવેર્ એવર્–હ્ઉએવર્) *adv.* In what place soev જ્યાં જ્યાં; જ્યાં કહી; જે જે ઠેકાણે.

Whereupon, (હ્ઉવેર્–અપૉન) *adv.* Upon which: તે ઉપરથી; પછી; તે પછી; જેથી; તેથી.

Wherewith, Wherewithal, (હ્ઉવેર– ઉવિથ્ ઉવિધૉલ) *adv.* With which: જેણે કરીને;જે-વડે કરીને; જેથી.

Whet, (હ્ઉવેટ્) *vt.* [*p. p.* whetting; *pa. t.* & *pa. p.* whetted.] To sharpen: ઘસવું; ધાર કાઢવી. 2 To excite:લાગેતેમ કo;લગાડવું;ઉત્પન્ન કo;ઉશ્કેરવું.

Whether, (હ્ઉવેધર્) *Pron.* Which (*of two*): બેમાંનું કયું. *Conj.* if:જો;અગર.**W.** *or no*, in any case: ગમે તે રીતે; ગમે તેમ હોય તોપણ.

Whet-stone, (હ્ઉવેટ્સ્ટોન) *n.*(*Min.*) Novaculite: પથરી.

Whey,(હ્ઉવે)*n.*The watery part of milk: છાસ.

Which,(હ્ઉવિચ્) An interrogative pronoun: કીયું; કોણ. 2. A relative pronoun: જે; તે.

Whichever-soever,(હ્ઉવિચ્એવર્-સોએવર્) *Pron.* Whether one or the other; which:જેજે; જે કોઈ–કંઇ; જે; કોઈ–કંઈપણ.

Whiff, (હ્ઉવિફ્) *n.* A sudden expulsion of air from the mouth:ફુંક; ફુંકારો;દમ. *vt.*To puff: દમ મારવો; ધુમાડો કાઢવો; ફુંકારો મારવો.

Whig, (હ્ઉવિગ્) *n.* Acidulated whey: મઠો. 2. One of the political parties in England:પહેલા અને બીજા ચાર્લસના વખતમાં લોકોના હક જાલવવા ઉભી થયલી રાજદ્વારી મંડલી.

While, (હ્ઉવાઈલ) *n.* Space of time:વખત;વેલા; કાલ. 2. Labor: મહેનત. *The* **W.**, meantime:દરમીઆન. *Worth* **W.**,worth the time and pains: પાલવે–બોજે તેવું;કરવા લાયક.*Not worth* **W.**:નકામું. *vt* To spend or pass:કાઢવું;ગાલવું;ગુજારવું. *Conj.* As long as:જ્યાં સૂધી; જ્યારે.2.Though; whereas જોકે. *Prep.* Until; till: જ્યાંસૂધી; ત્યાં સૂધી.

Whiles, (હ્ઉવાઈલ્સ)*adv.*Meantime:દરમીઆન; અરસામાં. [જ્યારે. 2. Until: જ્યાં સૂધી.

Whilst, (હ્ઉવાઇલ્સ્ટ્) *adv.* While: એટલામાં;

Whim, (હ્ઉવિમ) *n.* A freak: ફાંટો; લહેર;બુટ્ટો.

Whimper,(હ્ઉવિમ્પર્)*vi.*To cry with a low, broken voice: ડસક. ખાઈને રડવું.

Whimsical,(હ્ઉવિમ્ઝિકલ) *a.* Freakish:ફાંટાવાલું; મિજાજી. 2. Fantastic:વિચિત્ર;અજબ તરેહનું.

Whine. (હ્ઉવાઇન) *vi.* & *vt.* To moan with a childish noise: કકલવું; દુઃખ રડવું; ફેફેડવુ; બબડવું. *n.* Plaintive tone: કકલાટ; શોક.

Whinny, (હ્ઉવિનિ) *n.* A neigh:ઘોડાનો ખંખાર.

Whip. (હ્ઉવિપ્)*vt.*To lash: ફટકા–ચાબુક મારવી; ચાબુક-કોરડો લગાવવો;ફટકાવવું;ચમકાવવું;ફટકા મારવો. 2. To apply cutting language to: ચટકો લગાડવો; મેણું મારવું. 3. To snatch(with *in, to, out, up, off*):ખુચી લેવું;ઝડપી લેવું: લઈ લેવું. *To* **W.***in*, to collect: ભેગાં–એકઠાં કo. *To* **W.** *the cat*, (*a*)

To practise extreme parsimony: ઘણી ખખીલાઈ-કંજુસાઈ કo. (*b*) To go from house to house working by the day: ઘેરેઘેર ફરીને કામ કo. *n.* A lash for driving: ચાબુક; ચાબકો; કોરડો. 2. A coachman: ગાડીવાન; ઘોડાવાળો. **W.** *and spur*, with the utmost haste: ઘણીજ ઉતાવળે; ઝડપથી; જલદી. **W.** *hand*: જમણો હાથ; ચઢિયાતાપણું.

Whipping, (હ્‌ઉવિપિંગ્) *n.* Lashing: ચાબકાનો માર. **W.** *post*, a post to tie offenders: ગુનેહગારને ફટકા મારતી વખતે બાંધવાનો થાંભલો.

Whirl, (હ્‌ઉવર્લ્) *vt.* To turn round rapidly: ગોળ ફેરવવું; ચકર ચકર ફેરવવું; ગગડાવવું. *vi.* To be turned round rapidly: ગોળ ફરવું; ગગડવું. *n.* A turning with rapidity: ફેરો; ચક્કર. 2. Anything that turns rapidly: કંઈપણ ઝડપથી ફરતી ચીજ.

Whirligig, (હ્‌ઉવર્‌લિગિગ્) *n.* A child's toy spun or whirled around: ભમરડો. 2. Anything in which persons are whirled about: ચકડોળ.

Whirlpool, (હ્‌ઉવર્લ્‌પૂલ્) *n.* An eddy: પાણીનો વંટોળિયો; વમળ.

Whirlwind, (હ્‌ઉવર્લ્‌વિન્ડ) *n.* A violent wind storm: વાવીઝોડું; વંટોળીઓ; તોફાન.

Whisk, (હ્‌ઉવિસ્ક્) *n.* A rapid sweeping motion: ઝપાટો; આંચકો. 2. A small bunch of anything used for a brush: પીંછી; કુચડો. 3. A small instrument for beating eggs: ઈંડાંને ફીણ ચઢાવવાનો સળીઓ. *vt.* To stir rapidly: ખુબ-જોરથી હલાવવું.

Whisker, (હ્‌ઉવિસ્કર્) *n.* One who or that which whisks: ઝાટકનાર; ઝાટકી નાંખનાર. 2. *pl.* The hair on the sides of a man's face: થોભીઆ.

Whiskey, (હ્‌ઉવિસ્કિ) *n.* A kind of liquor: એક જાતનો દારૂ; ઘઊં-જવ વિગેરેમાંથી કાઢેલો દારૂ.

Whisper, (હ્‌ઉવિસ્પર્) *vi.* & *t.* To talk slowly: કાનમાં કહેવું; ધીમે ધીમે બોલવું-વાત કo; કાન કરડવા. *n.* A low, sibilant voice: ધીમો નહિ સંભળાય એવો અવાજ; ગુપચુપ વાત; ગુસપુસ.

Whisperer, (હ્‌ઉવિસ્પરર્) *n.* One who whispers: કાનમાં વાત કરનાર. 2. A secret informer: છૂપી વાત કહેનાર-કરનાર; ચાડીઓ.

Whist, (હ્‌ઉવિસ્ટ્) *Interj.* Be silent: ચૂપ; મુગો રહે. *n.* A certain game at cards: ગંજીફાની એક રમત.

Whistle, (હ્‌ઉવિસલ) *vi.* & *t.* To make a kind of musical sound by forcing the breath through a small orifice formed by contracting the lips: મોઢે સીસોટી-સીટી વગાડવી. 2. To make a shrill sound with an instrument: સીસોટી ફુંકવી-વગાડવી. *n.* A sharp shrill musical sound or the instrument: સીટી; સીસોટી.

Whit, (હ્‌ઉવિટ્) *n.* A bit: જરા; રતિભાર.

White, (હ્‌ઉવાઈટ્) *a.* Snowy: સફેત; ધોળું; ઉજળું; ગોરૂં. 2. Pale: ફિક્કું; ઉતરી ગએલું. 3. Innocent; pure: ચોખ્ખું; નિર્મલ; ડાઘ-એબ વગરનું; નિર્દોષ. **W.** *feather*, a mark of cowardice: હીચકારાપણા-બ્હીકણપણાની નિશાની. **W.** *lead*: કલાઈ સફેતો. **W.** *lime*: કલીચુનો. *n.* Whiteness: સફેદ રંગ; સફેદી. A person with a white skin: ગોરી ચામડીવાળો માણસ. **W.** *of an egg*: ઈંડાંની સફેતી. **W.** *of an eye*: આંખનો સફેત ભાગ.

Whiteant, (હ્‌ઉવાઈટ્‌ઍન્ટ્) *n.* Insects which are destructive to woodwork: કીડ.

White-livered, (હ્‌ઉવાઈટ્‌લિવર્ડ્) *a.* Pale: ફિક્કું; નબળું. 2. Cowardly: બ્હીકણ; હીચકારૂં.

Whiten, (હ્‌ઉવાઈટન્) *vi.* To grow white: સફેત થવું. *vt.* To make white: સફેત કરવું.

Whiteness, (હ્‌ઉવાઈટ્‌નેસ્) *n.* The quality of being white: સફેતી; ધોળાસ; ઉજલાસ. 2. Paleness: ફિકાસ. 3. Purity: ચોખ્ખાઈ.

Whites, (હ્‌ઉવાઈટસ્) *n.pl.* Leucorrhœa: સ્ત્રીને જતી સફેત ધાત. 2. The best flour wheaten: મેદો.

Whitewash, (હ્‌ઉવાઈટ્‌વૉશ્) *n.* A composition of lime and water: ચૂનો. *vt.* To whiten: ચૂનો ધોળવો. 2. To make white: ઠાઠ પિછોડો કo.

Whither, (હ્‌ઉવિધર્) *adv.* To what place: ક્યાં; કયે ઠેકાણે; કેણી તરફ-ગમ; જ્યાં; ત્યાં.

Whither-soever, (હ્‌ઉવિધર્-સોઍવર્) *adv.* Where-soever: જે જે જગ્યાએ; જયાં જ્યાં-પણ.

Whitlow, (હ્‌ઉવિટ્‌લૉ) *n.* (*Med.*) The inflammation of fingers or toes: નખછર.

Whittle, (હ્‌ઉવિટલ) *n.* A knife: ચાકુ; ચપ્પુ; છરી. *vt.* To pare or cut: છોલવું; છિલવું.

Whiz, (હ્‌ઉવિઝ્) *vi.* To make a hissing sound: સણણણ સું સું અવાજ થવો; સણસણવું; સુસવાટો કo. *n.* A hissing sound: સણસણાટ; સુસવાટો.

Who, (હુ) *pro.* One; any one: જે; કોણ.

Whoever-soever, (હુઍવર્-સોઍવર્) *pron.* Any person who: જે કોઈ; હરકોઈ; કોઇપણ.

Whole, (હોલ્) *a.* Entire: આખું; સઘળું; તમામ; બધું. 2. Unbroken: આખું; અખંડ; પુરૂં. 3. Healthy: તંદુરસ્ત; સારૂં; સાજું. *n.* The entire thing: આખો પદાર્થ-ચીજ-વસ્તુ. *Upon the* **W.**, considering all things: એકંદરે; બધાનો વિચાર કરી જોતાં.

Wholesale, (હોલસેલ્) *n.* Sale of goods by large quantities: જથાબંધ-થોકબંધ-સામટું વેચાણ. *By* **W.**, in the mass: જથ્થાબંધ; થોકબંધ; ઉધડુ.

Wholesome, (હોલસમ્) *a.* Favoring health: ગુણકારી; શરીરને સુખાકારી આપે એવું; માફક આવતું; સદતું. 2. Salutary: નીતિમાન. 3. Healthy: તંદુરસ્ત.

Wholly, (હોલ્લિ) *adv.* Entirely: પુરેપુરી રીતે; તમામ; સાફ; સાવ; સદાબરૂં; કુલે; તદન.

Whom, (હૂમ્) *pron.* The objective case of who: જેને; કોને.

Whoop, (હૂપ્) *vi.* To shout: બૂમ પાડવી; પોકાર કo. *n.* A cry: બૂમ; હાક; પુકાર. 2. A loud, shrill, prolonged sound: સસણીમાં નિકળતો અવાજ; સસણી.

Whooping-cough, (હૂપિંગ્‌કૉફ્) *n* (*Med.*) A convulsive cough of children: સસણી.

Whore, (હોર્) *vt.* A prostitute: કસબણ; રાંડ; વેશ્યા.

Whoredom, (હોર્ડમ્) *n.* Lewdness: બદફેલી; છિનાળું.

Whore master-monger, (હોર્ મૅસ્ટર્-મંગર્) *n.* A lecher: રંડીબાજ; છિનાળવો. 2. A procurer: ભડવો.

Whorish, (હોરિશ્) *a.* Lewd: છિનાલ; રંડીબાજ.

Whose, (હુઝ્) *pron.* The possessive case of who or which: કોણનું; કોનું; જેનું.

Why, (વાઇ) *adv.* For what cause: કાં; કેમ; શું કામ; શા માટે; શા કારણથી.

Wick, (ઉવિક્) *n.* The threads in a candle which burn: વાટ; બત્તી; કાકડો.

Wicked, (ઉવિકેડ્) *a.* Sinful: દુષ્ટ; પાપી; બદ; બદકાર.

Wickedness, (ઉવિકેડ્નેસ્) *n.* Immortality: દુષ્ટપણું; અનીતિ; પાપ; બદકારી. [લીઓનું બનાવેલું.

Wicker. (ઉવિકર્) *a.* Made of twigs: નેતર-ડા-

Wicket, (ઉવિકેટ્) *n.* A small door: ન્હાનું બારણું; ન્હાનો દરવાજો; ડોકાબારી. 2. A small frame work at which the ball is bowled: ક્રિકેટમાં જે ત્રણ દાંડા ભણી દડો નાંખવામાં આવે છે તે. (*b*) The ground on which the wickets are fixed: જયાં દાંડા ખોસ્યા હોય તે જગ્યા.

Wide, (ઉવાઇડ્) *a.* Broad: પોહોળું; ચોડું; પનાદાર; વિશાલ; કુસાદે. 2. Far; distant: આઘે; દૂર.

Widely, (ઉવાઇડ્લિ) *adv.* Far: ઘણે લાંબે સુધી. 2. Very much: ઘણુંજ; બહુજ; બેહદ.

Widen, (ઉવાઇડન) *vt.* & *i.* To make or grow wide: પહોળું-ચોડું ક૦-થવું; વધવું.

Wideness, (ઉવાઇડ્નેસ્) *n.* Breadth: પહોલાઇ; પનો. [tended: અતિશય ફેલાયલું.

Wide-spread, (ઉવાઇડ્-સ્પ્રેડ્) *a.* Widely ex-

Widow, (ઉવિડો) *n.* A woman who has lost her husband by death: વિધવા; રાંડીરાંડ. *vt.* To reduce to the condition of a widow: વિધવાક૦; રાંડવું.

Widowed, (ઉવિડોડ્) *a.* Bereaved of a husband: રાંડેલી; રંડાયલી; રંડાપો આવેલો એવી.

Widower, (ઉવિડોઅર્) *n.* A man who has lost his wife: રાંડેલો-રંડાએલો પુરૂષ.

Widowhood, (ઉવિડોહુડ્) *n.* The state of being a widow: રંડાપો; વિધવાપણું.

Width, (ઉવાઇડથ્) *n.* Wideness: પહોલાઇ; પનો.

Wield, (ઉવીલ્ડ્) *vt.* To rule: રાજ ચલાવવું; સત્તા ચલાવવી. 2. To use: વાપરવું; કામે લગાડવું.

Wieldy, (ઉવીલ્ડિ) *a.* Wieldable: વાપરવા જેવું; ધારણ થાય તેવું.

Wife, (ઉવાઇફ્) *n.* A woman: સ્ત્રી; બૈરી; ઓરત. 2. The lawful consort of a man: ધણિઆણી; પત્નિ; વહુ. *Chaste and faithful* **W.**: પતિવ્રતા. *Brother's* **W.**: ભોજાઇ. **W's** *sister's husband*: સાઢુ; સાડુ.

Wig, (ઉવિગ્) *n.* A cap of hair: બાલની ટોપી.

Wight, (ઉવાઇટ્) *n.* Weight: ભાર; બોજો.

Wight, (ઉવાઇટ્) *n.* A creature: પ્રાણીઓ; માણસ. 2. A hero: પેહેલવાન.

Wild, (ઉવાઇલ્ડ્) *a.* Not tamed: રાની; જંગલી. 2. Not cultivated: ખેડયા વગર ઉગેલું-પાકેલું. 3. Desert: ઉજ્જડ; વેરાન. 4. Savage: જંગલી; અનાડી; અણઘડ. 5. Violent: બેહદ; તોફાની; લફંગુ; બેલગામ. **W.** *land*: ખેડયા વગરની જમીન; ખેડાય નહિં એવી જમીન. *n.* A forest: રાન; રણ; જંગલ; બીયાબાન.

Wilderness, (ઉવિલ્ડર્નેસ્) *n.* A desert: વન; જંગલ; બીયાબાન. [ઠેકાણા વગર.

Wildly, (ઉવાઇલ્ડ્લિ) *adv.* Rudely: જંગલી પણે;

Wildness, (ઉવાઇલ્ડ્નેસ્) *n.* Rudeness: જંગલીપણું.

Wile, (ઉવાઇલ્) *n.* A trick: કાવાદાવા; તરકટ; ફરેબ.

Wilful, (ઉવિલ્ફુલ્) *a.* Stubborn: મમતી; હઠીલું. 2. Done by design: જાણી જોઇને કર્યું હોય તેવું; હાથે કરીને કીધેલું. [ખંધાઇ.

Wiliness, (ઉવિલિનેસ્) *n.* Craftiness: પકાઇ;

Will, (ઉવિલ્) *n.* Choice: પસંદગી; મરજી; ખુશી; ઇચ્છા. 2. A command: હુકમ; આજ્ઞા. 3. Testament: વસિયતનામુ. *At* **W.**, at pleasure: ખુશી પ્રમાણે; મરજી મુજબ. *Ill* **W.**, enmity: અણબનાવ. *To have one's* **W.**, to do what one pleases: મરજી મુજબ ક૦; જેમ ગમે તેમ ક૦. *vt.* [L. *volo*, I wish.] To ordain: હુકમ ક૦; ફરમાવવું; ઠરાવવું. 2. To demise: વસિયતનામામાં ફરમાવવું; વસીયતનામુ ક૦. *vi.* To wish: મન હોવું; ઇચ્છા હોવી; મરજી હોવી; ઇચ્છવું.

Willing, (ઉવિલિન્ગ્) *a.* Desirous; ready: ખુશી; રાજી; તૈયાર; કબૂલ. 2. Chosen: ખુશીનું; ચાહેલું; પોતાની ખુશીનું. [ખુશી; મરજી.

Willingness, (ઉવિલિંગ્નેસ્) *n.* Consent: રાજી

Will-o-the-wisp, (ઉવિલો-ધિ-ઉવિસ્પ્) *n.* A light that appears in the night over marshy ground: રાત્રે થતા ભૂતના ભડકા. [લુચ્ચું; કાવાબાજ.

Wily, (ઉવાઇલિ) *a.* Crafty: તરકટી; ફરેબબાજ;

Wimble, (ઉવિમ્બલ્) *n.* A gimlet: સાયડી; નાંકાં પાડવાનું હથિઆર. *vt.* To bore: કાણું પાડવું.

Win, (ઉવિન્) *vt.* & *i.* To gain in contest: જીતવું; ફતેહ-જય પામવું; ફતેહમંદ નિવડવું. 2. To gain over to one's side: પોતાની તરફ ખેંચી લેવું; મેળવી લેવું; મનાવી લેવું.

Wince, (ઉવિન્સ્) *vi.* To shrink: દિલ ખાંચવું; પાછું હઠવું-ખસવું. 2. To be restive: તોફાન ક૦.

Wind, (ઉવાઇન્ડ્) *vt.* To coil: વિંટાલવું; લપેટવું. 2. To encircle: ઘેરી લેવું; આસપાસ ફરી વલવું. *To* **W.** *off*, to unwind: ઉખેડવું; છોડી નાંખવું. *To* **W.** *out*, to extricate: છૂટું ક૦; છોડવવું; મુક્ત ક૦; મોકલું ક૦. *To* **W.** *up* (*a*) a coil into a ball: વિંટાળીને દડો-ગુંછલું બનાવવું. (*b*) To bring to conclusion: બંધ ક૦; માડી વાલવું (કારભાર, વ્યવહાર). (*c*) To put in a state of continued motion as a clock: કુંચી આપવી. *vi.* To turn completely: વિંટલાવું; લપેટાવું. 2. To crook; to bend: વલી જવું; વાંકાચૂકા થવું.

Wind, (ઉવિન્ડ્) *n.* [L. *ventus*, a gale.] A current of air: વા; વાયુ; પવન; હવા. 2. Breath: દમ; શ્વાસ. 3. Flatulence: પેટમાં થતો પવન; વાયુ; બાદી. *Down the* **W.**, in the direction of the wind: પવન તરફ; વાની દિશાએ. *To raise the* **W.**, to procure money: પૈસા કઢાવવા-મેલવવા. *To take* **W.** *or to get* **W.**, to become public: ફુટવું; જાહેર થવું; ઉડવું; ઉઘાડું પડવું. *vt.* To expose to the wind: પવન આવે તેમ મૂકવું; હવા આવવા દેવી. 2. To drive hard: ખૂબ જોરથી હાંકવું-ચલાવવું.

Wind-bound, (ઉવિન્ડ્બાઉન્ડ્) *a.* Prevented from sailing by a contrary wind: ઉલટા-સામા પવનને લીધે અટકી પડેલું.

Wind-fall, (ઉવિન્ડ્ફૉલ્) *n.* Anything blown down by the wind: પવનથી ઉડી આવેલું. 2. An unexpected legacy: અચાનક ફાયદો; અણધાર્યો લાભ.

Winding, (ઉવાઈન્ડિંગ્) *n.* A curve: વાંક; વલણ. *a.* Circuitous: વાંકુંચૂકું.
Windlass, (ઉવિન્ડ્લૅસ્) *n.* A machine for raising weights: ભાર ઉંચકવાનું યંત્ર; ઢમકલાસ.
Windmill, (ઉવિન્ડ્મિલ્) *n.* A mill driven by the wind: પવનચક્કી.
Window, (ઉવિન્ડો) *n.* An opening in the wall of a building for light and air: બારી. 2. The shutter: બારીનું ફરકું.
Windpipe, (ઉવિન્ડ્પાઈપ્) *n.* The passage for the breath: દમ લેવાની નળી.
Windward, (ઉવિન્ડ્વર્ડ્) *n.* The side from which the wind blows: પવનની દિશા. *a.* Situated toward the wind: પવનની દિશાનું-તરફનું. *adv.* Toward the wind: પવન તરફ.
Windy, (ઉવિન્ડિ) *a.* Consisting of wind: વાયુનું; પવનનું. 2. Tempestuous: તોફાની. 3. Flatulent: વાયડું. 4. Empty: પોકળ; ખાલી; પોલું.
Wine, (ઉવાઈન) *n.* [L. *vitis*, vine.] The fermented juice of grapes: દ્રાક્ષનો દારૂ; મદિરા. 2. A liquor prepared from the juice of any fruit: કોઇ પણ ફલમાંથી કાઢેલો દારૂ.
Wing, (ઉવિંગ્) *n.* One of the two anterior limbs of a bird: પાંખ. 2. Flight: ઉડી જવું તે; ઉડ; ઉડાઉડ. 3. A side place: બાજુ; બાજુનો ભાગ; પાંખ. (*a*) A side building, less than the main edifice: ઘરની બાજુ; ઘરની પાંખ. (*b*) Side of an army: લશ્કરની બાજુ-બોરડુ. 4. Protection: રક્ષણ; આશ્રય; જતન; સંભાળ. *On the* **W.**, (*a*) flying: ઉડતું. (*b*) On the road: ચાલતું; ઉપડી ચુકેલું. *To take* **W.**: ઉડી જવું; નાશી જવું. *vt.* To furnish with wings: પાંખો આવવી.
Winged, (ઉવંગ્ડ્) *a.* Furnished with wings: પાંખોવાળું. 2. Swift; rapid: ઝડપવાળું; ઉતાવળું; પવનવેગી. 3. Wounded in the wing: પાંખમાં ઘાયલ થએલું.
Wink, (ઉવિંક્) *vi.* To shut the eyes quickly: આંખો એકદમ મીંચવી. 2. To give a hint by the motion of the eyelids: આંખ મારવી; આંખની ઈસારત ક૦. 3. To connive at (with *at*): જોયું ન જોયું ક૦; આખાડા ક૦; આંખ આડા કાન ક૦. *n.* The act of winking; hence, moment: પલકારો; પલક; પલ; લહેજો. 2. A hint given by winking: આંખની ઈસારત.
Winning, (ઉવિનિંગ્) *a.* Charming: મનોહર; દિલપસંદ. *n.* Gain: ફતેહ; લાભ; તડાકો.
Winnow, (ઉવિનો) *vt.* To fan: ઝાટકી નાંખવું; ઉપણવું; ઉપણવુ. 2. To separate as bad from good: જુદું પાડવું; ચૂંટવું; વીણવું.
Winnowing-fan, (ઉવિનોઇંગ્-ફૅન) *n.* A fan for separating chaff from grain: સુપડું.
Winsome, (ઉવિનસમ) *a.* Merry: હસમુખુ; આનંદી. 2. Pleasant: ખુશનુમા; ખુશાલી ભરેલું.
Winter, (ઉવિન્ટર્) *vi.* The cold season of the year: શિયાલો; ઠંડીની મોસમ. 2. Old age: ઘડપણ. *vi.* To pass the winter: શિયાલો ગાલવો-કાઢવો. *vt.* To feed during the winter: શિયાળામાં રાખવું-ખવરાવવું.
Winter-beaten, (ઉવિન્ટર્ બીટન) *a* Harassed by winter: શિયાલાની ઠંડીથી ઈજા પામેલું.
Wintery-Wintry, (ઉવિન્ટરિ-ઉવિન્ટ્રિ) *a.* Cold: શિયાલાનું; ઠંડીના દહાડાનું.
Wipe, (ઉવાઇપ્) *vt.* To clean by rubbing: લુછવું; સાફ કરવું; લુછી નાંખવું. 2. To rub off: ભૂસી નાખવું; છેકી નાંખવું. *To* **W.** *the nose of*, to cheat: છેતરવું; ઠગવું; ધૂતવું. *n.* Act of rubbing: છેકો; લીસોટો. 2 A jeer: હાંસી; મશ્કરી.
Wire, (વાઇર્) *n.* A thread of metal: તાર. 2. A telegram: તાર; તારનો સંદેશો. **W.** *bridge*, a bridge suspended from wires: ઝોલાપુલ; ઝુલતો પુલ. To *pull the* **W.***s.* (*a*): પુતલાઓના તાર ખેંચીને તેમને નચાવવાં. (*b*) પોતાની મરજી મુજબ બીજાની પાસે કામ કરાવવું; પોતે પાછલ-છુપારહી બીજા પાસે ખટપટ કરાવવી; કારસ્તાન ક૦. *vt.* To bind with wire: તાર બાંધવા; તારેવતી બાંધવું. 2. To telegraph: તારનો સંદેશો મોકલવો; તાર ક૦.
Wiredrawer, (ઉવાઇરડ્રૉઅર્) *n.* તાર ખેંચવાનું યંત્ર; જંતરપઢી; તારકસ.
Wire-puller, (ઉવાઈર્-પુલર્) *n.* An intriguer: પોતે છુપા રહી બીજા પાસે ખટપટ કરાવનાર; કારસ્તાનકરનાર.
Wiry, (ઉવાઈરિ) *a.* Made of wire: તારના જેવું; તારનું. 2. Sinewy: જબરૂં; મજબૂત.
Wis, (ઉવિસ્) *adv.* Really: ખરેખર. *vt.* To think: વિચારવું; ધારવું; જાણવું.
Wisdom, (ઉવિઝ્ડમ્) *n.* Sagacity; skill: ડહાપણ; ચતુરાઈ; અક્કલ; દાનાઇ. 2. Knowledge: વિદ્યા; જ્ઞાન; કેલવણી; પંડિતાઈ.
Wise, (ઉવાઈઝ્) *a.* Knowledge; learned: કેળવાયલું; ડાહ્યું; શાણું; અક્કલમંદ; સમજુ; દાનાવ. 2. Sagacious: લાંબી પહોંચવાલું; પાકું. 3. Skilful; dexterous: ચતુર; ચંચલ. 4. Discreet: ડહાપણનું; વિચારવાન; વિવેકી. *n.* Mode; fashion: રીત; તરેહ; ઢબ; પ્રકાર.
Wiseacre, (ઉવાઈઝેકર્) *n.* A simpleton: દોઢડાહ્યો; અક્કલનો દુશ્મન. [પણથી; શાણપણે.
Wisely, (ઉવાઈઝ્લિ) *adv.* Discreetly: ડહા-
Wish, (ઉવિશ્) *vi.* To desire: ઇચ્છવું; મરજી ક૦; ચાહવું. 2. To be inclined: મન-મત-વલણ હોવું. *vt.* To long for: ઇચ્છા રાખવી; ઇચ્છવું; ચાહવું. 2. To invoke: આરાધવું; માગવું. *n.* Desire; longing: ખુશી; ઇચ્છા; મરજી; મન. [ચાહેલું; ઇચ્છેલું.
Wished-for, (ઉવિશ્ડ્-ફૉર્) *ad.* Desired:
Wishful, wishing, (ઉવિશ્ફુલ્, ઉવિશિંગ્) *a.* Longing: ઈચ્છતું; ઇચ્છાવાન.
Wishy-washy, (ઉવિશિ-ઉવૉશિ) *a.* Weak: મોલું; ફિક્કું; બેસવાદ; પાણી જેવું. [ઘાસની પૂલી.
Wisp, (ઉવિસ્પ્) *n.* A small bundle of hay:
Wistful, (ઉવિસ્ટ્ફુલ્) *a.* Eager: આતુર; કાલજીવાલું. 2. Pensive: ઊંડા વિચારમાં પડેલું.
Wit, (વિટ્) *vi.* To know: જાણવું. *n.* Sense: અક્કલ; સમજ; સમજ શક્તિ; હોંશીઆરી; ભાન; હોશ; શ્રમ. To be at one's *wits* end: લાચાર થવું. 2. The power of combining ideas with a ludicrous effect: ટાહુકા પુરવાની-ભરમમાં બોલવાની-હાજર જવાબ આપવાની શક્તિ. 3 The result of

this power: ટાહુકા; ખટકબોલું-લી; હાજર જવાબ; રમુજ. 4. One who has wit: ખટકબોલો; હાજર જવાબી. 5. A person of eminent sense or knowledge: બુદ્ધિમાન; બુદ્ધિકુશલ; હાજર જવાબી; રસિક બોલનાર.

Witch, (ઉવિચ્) *n.* Sorceress: ડાકણ; જાદુ કરનારી. 2. An ugly woman; a hag: કદરૂપી સ્ત્રી; વંતરી. *vt.* To enchant: મોહ પમાડવું; જાદુ કરવું.

Witchcraft, (ઉવિચ્ક્રૅફ્ટ્) *n.* Sorcery: જાદુ; મંતર. 2. Irresistible influence: અમલ; જોર; દબાણ.

Witchery, (ઉવિચરિ) *n.* Sorcery: જાદુ; મંતર.

With, (ઉવિધ્) *Prep.* In contrast: મુકાબલે; સામાં; વિરૂદ્ધમાં. 2. In the company of: સાથે; સંગે; સંગાતે; જોડે; સહિત; સમેત; સુધ્ધાં. 3. On the side of: મદદમાં: પડખે; સાથે; તરફ; પીઠે. 4. By: થી; થકી; લીધે; વડે; કરીને. 5. Immediately after: એવું-એટલું કહીને-કરીને; તરતજ; તે પછી.

Withal, (ઉવિધૉલ) *adv.* Also: વલી; આ ઉપરાંત; તેમજ; તેની સાથે; પણ.

Withdraw, (ઉવિધડ્રૉ) *vt.* To take away: પાછું ખેંચવું; પાછું લઇ લેવું; કાઢી લેવું. 2. To recall or retract: માંડી વાલવું; પાછું બોલાવવું; પાછું ખેંચી લેવું. *vi.* To retire: જવું; જતા રહેવું; નિકલી જવું; રાજીનામું આપવું.

Withdrawal, (ઉવિધ્ડ્રૉઅલ્) *n.* રાજીનામું; ત્યાગ.

Withe, (ઉવિથ્) *n.* A flexible twig: વલે એવી ડાલી-ડાંખલી-ડાલ.

Wither, (ઉવિધર્) *vi.* To fade: કરમાઈ-ચીમલાઈ-સુકાઈ જવું; કરમાવું; ચીમલાવું. 2. To pine away: ગલાઈ-સૂકાઇ-તવાઇ જવું; લેવાઇ જવું. *vt.* To cause to fade: કરમાવી-સૂકવી નાંખવું; કરમાવવું; સૂકવવું; નબલું કo; નાશ કરવો.

Withers, (ઉવિધર્ઝ) *n. pl.* The ridge between the shoulder-bones of a horse: ઘોડાનાં ખભાંની વચ્ચેનું હાડકું.

Withhold, (ઉવિધ્હોલ્ડ) *vt.* To keep back: અટકાવવું; દાબી રાખવું; અટકાવી રાખવું. [માંહે.

Within, (ઉવિધિન) *Prep.* Inside of: માં અંદર;

Without, (ઉવિધાઉટ્) *Prep.* Out of: બહાર; બહારની બાજુએ-તરફ. 2. Beyond: પોહોંચાય નહિ એવું; બાહેર; ઉપરાંત. 3. Not with; of: વિના; રહિત; વગર; સિવાય. *conj.* Unless: સિવાય; વગર; નહિતો. *adv.* Outwardly: બહાર; બહારની બાજુએ. 2. Out of doors: રસ્તામાં; ખુલ્લું.

Withstand, (ઉવિધ્સ્ટૅન્ડ) *vt.* To oppose: સામા થવું; આડે આવવું; ટકવું; નભવું; ટક્કર ઝીલવી; સાંખવું; ખમવું.

Witless, (ઉવિટ્લેસ્) *a.* Indiscreet: કમ અક્કલ.

Witling, (ઉવિટ્લિંગ્) *n* One who has little wit: કમ અક્કલ માણસ; ઘોબો.

Witness, (ઉવિટ્નેસ) *n.* Testimony: સાહેદ; સાહેદી; સાક્ષી. *vt.* To see: જોવું; નજરોનજર જોવું. 2. To testify to: સાબીત કરી આપવું; સાક્ષી પુરવી; સાક્ષી-સાહેદી આપવી 3. To sign: સહી-સાખ કo. *vt.* To testify: સાહેદ-સાક્ષી આપવી-પૂરવી.

Witticism, (ઉવિટિસિઝમ) *n.* A witty remark: ખટકબોલું; ટાહુકો.

Wittingly, (ઉવિટિંગ્લિ) *adv.* Knowingly; by design: જાની જોઇને-બુજીને; હાથે કરીને.

Witty, (ઉવિટિ) *a.* Sarcastic: ખટકબોલો; ટાહુકાવાલું.

Wizard, (ઉવિઝર્ડ્) *n.* A magician: જાદુગર.

Woe, (ઉવો) *n.* Grief; calamity: દુઃખ; ખેદ; શોક; આફત. 2. A curse: શ્રાપ; શાપ; બદદુવા. **W.** *worth the day*: બલ્યો તે દુઃખનો દિવસ.

Woe-be-gone, (ઉવો-બી-ગૉન) Beset with woe; woeful: દુઃખમાં બુડેલું.

Woeful, (ઉવોફુલ્) *a.* Sorrowful; unhappy: દુઃખી; દુઃખનું; ખેદકારક; આફતભર્યું.

Wolf, (ઉવુલ્ફ્) *n.* A wild animal allied to the dog: વરૂ. 2. Any ravenous person: વરૂ જેવો ક્રૂર-વિક્રાલ માણસ. [જેવું; ક્રૂર; વિક્રાલ; ઘાતકી.

Wolfish, (ઉવુલ્ફિશ્) *a.* Like a wolf: વરૂના

Woman, (ઉવુમૅન) *n. pl.* **women.** An adult female person: બઈરી; બાયડી; ઓરત; નારી; સ્ત્રી; અબલા. *A married and unwidowed* **W.**: સુવાસણ; સૌભાગ્યવતી. 2. A female servant: ચાકરડી; દાસી. [of a woman: સ્ત્રીપણું.

Womanhood, (ઉવુમૅન-હુડ્) *n.* The qualities

Womanish, (ઉવુમૅનિશ્) *a.* Effeminate: બઈરીના જેવું; બાયલું; નામર્દ.

Woman-kind, (ઉવુમૅન-કાઇન્ડ્) *n.* The female sex: અબલા-ઓરત જાત.

Womanly, (ઉવુમૅનિલ) *a.* Becoming a woman: બાયડી-સ્ત્રીના જેવું; બાયલું.

Womb, (ઉવૂમ્) *n.* The uterus ગર્ભસ્થાન. 2. The place where anything is generated: કંઇ શરૂ-પેદા થવાની જગ્યા. 3. Any cavity: પોલાણ; ખાડો.

Wonder, (ઉવન્ડર્) *n.* Astonishment: આશ્ચર્ય; અચંબો; વિસ્મય; અચરતી; તાજુબી. 2. A prodigy: ચમત્કાર; નવાઇ. *vi.* To be amazed: અચરત-તાજુબ થવું; વિસ્મય પામવું.

Wonderful, (ઉવન્ડર્ ફુલ્) *a.* Strange: ચમત્કાર ભરેલું; નવાઇનું; આશ્ચર્યકારક; અજબ જેવું.

Wonderfulness, (ઉવન્ડર્ ફુલ્નેસ્) *n.* Surprise: નવાઈ; અજાએબી.

Wonderstruck, (ઉવડન્ર્સ્ટ્રક્) *a.* Struck with wonder: છક્ક; ચકિત; દંગ. [ful.

Wondrous, (ઉવન્ડ્રસ્) *a.* See **wonder-**

Wont, (ઉવન્ટ્) *a.* Habituated: ટેવ પડેલું-વાલું. *n.* Habit: ટેવ; આદત; રીત; ચાલ; ધારો. *vi.* To be used: ટેવ હોવી.

Won't, (ઉવોન્ટ)=Will not.

Wonted, (ઉવન્ટેડ) *a.* Usual; accustomed: વપરાતું; રોજનું; હમેશનું; ચાલુ. [પ્યાર કo.

Woo, (ઉવૂ) *vt.* & *vi.* To court: માગું મોકલવું;

Wood, (ઉવુડ) *n.* A forest: રાન; જંગલ. 2. Timber: ઈમારતી લાકડું. 3. The solid part of trees: થડ; લાકડું. 4. Trees cut for the fire: બાલવાનાં લાકડાં.

Wood-apple, (ઉવુડ-એપલ્) *n.* A fruit: કોઠ.

Wood-cut (ઉવુડ-કટ્) *n.* An engraving on wood: લાકડા ઉપર કોતરેલું ચિત્ર; કોતરકામ.

Wood-cutter, (ઉવુડ્-કટર્) *n.* One who cuts wood: કઠીઆરો. 2. An engraver: કોતરકામ કરનાર.

Wooden, (ઉવુડન્) *a.* Made of wood: લાકડાનું-બનાવેલું. 2. Clumsy: બેડોલ.

Woodland, (ઉવુડ્-લૅન્ડ) *n.* Forest: વન; જંગલ.

Woodman, (ઉવુડ્-મૅન) *n.* A forester: જંગલનો ઉપરી. 2. A hunter: શિકારી; પારધી. 3. A wood-cutter: કઠીઆરો.

Wood-monger, (ઉવુડ્-મંગ્ગર્) *n.* Wood-seller: કાટપીટીઓ; લાકડાં વેચનાર.

Woodnymph, (ઉવુડ્-નિમ્ફ્) *n.* A goddess of the woods: જંગલની દેવી; વનદેવી.

Woodpecker, (ઉવુડ્પેકર્) *n.* A bird that pecks holes in the barks of trees: લક્કડખોદ પક્ષી.

Woody, (ઉવુડિ) *a.* Abounding with woods: ઝાડીવાળું. 2. Ligneous: લાકડાનું. 3. Sylvan: જંગલનું; રાની. [કલનાર.

Wooer, (ઉવૂઅર્) A suitor: આશક; માગું મો-

Woof, (ઉવૂફ્) *n.* Same as **weft**.

Wool, (ઉવુલ્) *n.* The soft curly hair of sheep and other animals: ઉન. 2. Short thick hair: નાના-ટુંકા જાડા બાલ.

Wool-gathering, (ઉવુલ્ગૅધરિંગ્) *n.* Indulgence in imagination: શેખ સલ્લીપણું-નું કામ.

Woollen, (ઉવુલન્) *a.* Made of wool: ઉનનું બનાવેલું; ઉનનું.

Woolly, (ઉવુલિ) *a.* Consisting of or like wool: ઉનવાળું; ઉન સરખું-જેવું. 2. Clothed with wool: ઉન પહેરેલું. [સીધી; હબસી.

Woolly head, (ઉવુલિ-હેડ) *n.* A negro:

Wool-pack, (ઉવુલ્-પૅક્) *n.* A pack of wool: ઊનની ગાંસડી.

Word, (ઉવર્ડ્) *n.* [L. *verbum*, a word.] An oral or written sign expressing a thought: શબ્દ; બોલ; વચન. 2. Talk: ગોફ્તેગો; વાતચિત. 3. Tidings: હકીકત; બાતમી; ખબર. 4. Signal: સુચના; વર્દી. 5. Promise: વચન; બોલ. 6. *pl.* Dispute: બોલાચાલી; તકરાર; ટંટો. *Good* **W.**, commendation: વખાણ; તારીફ. *In a* **W.**, briefly: ટુંકામાં; સારાંશમાં. *In* **W.**, in declaration: બોલીને; માત્ર બોલવામાં. *To eat one's* **W.**, to retract what has been said: બોલ્યું અબોલ્યું ક૦; પોતાના બોલ પાછા ખેંચી લેવા. **W.** *for* **W.**, exactly: શબ્દેશબ્દ; બોલેબોલ. *True to one's* **W.**: સત્ય વચની; ઈમાનદાર. *To take one at one's* **W.**: કોઈનું કહ્યું ખરૂં છે એમ માનવું *To make good one's* **W.**: બોલેલું પાલવું. *Not to say or utter a* **W.**: ચૂં કે ચાં ન ક૦; હોઠ ન ફફડાવવો. *vt.* To express in words: બોલી બતાવવું. [કોષ; શબ્દકોષ.

Word-book, (ઉવર્ડ્-બુક્) *n.* A dictionary:

Wording, (ઉવર્ડિન્ગ્) *n.* Style: શબ્દ રચના; ઇબારત. [હોય એવું.

Wordy, (ઉવર્ડિ) *a.* Full of words: બહુ શબ્દ

Wore, (ઉવોર્) *pa. t.* of **wear**: પહેર્યું.

Work, (ઉવર્ક્) *n.* Labour: મહેનત; કામ. 2. Business: કામ; ધંધો; રોજગાર; પેશો. 3. A book: ગ્રંથ; પુસ્તક; ચોપડી. 4. *pl.* Walls, trenches, &c.: બાંધકામ; તટબંધી. 5. Management: કારભાર; વર્તણુંક; રચના. *To go to* **W.**, to begin labouring: કામે લાગવું. *To set to* **W.**, to employ: કામે લગાડવું. *vi.* To labor: મહેનત-મજુરી ક૦; કામ ક૦. 2. To act: ચાલવું; વર્તવું. 3. To operate: અમલ-અસર થવી; કામે લાગવું; લાગુ પડવું. 4. To carry on business: કામ-ધંધો ક૦. 5. To ferment: ઊભરો આવવો; ઊભરાવું. *vt.* To labor: કરવું; બનાવવું. 2. To produce: ઉભું ક૦; વણવું; તૈયાર ક૦. 3. To embroider: ભરત કામ ક૦; ભરવું;-માં નકશીબુટ્ટા કાઢવા. 4 To manage: ચલાવવું. 5. To cause to ferment: ઊભરો લાવવો. *To* **W.** *double tides*, to perform the labor of three days in two: ત્રણ દિવસનું કામ બેમાં ક૦. *To* **W.** *in*, to insert: કશામાં કંઈ દાખલ ક૦; કશામાં પેસાડવું. *To* **W.** *into*, to force: ઊશ્કેરવું. *To* **W.** *off*, to remove gradually: ધીમેધીમે કાઢી નાંખવું. *To* **W.** *out*, (*a*) to erase: કાઢી-ભેંસી-ભૂસી નાંખવું. (*b*) To solve: ખુલાસો ક૦; સમજણ આપવી. *To* **W.** *up*, (*a*) to excite: ઉશ્કેરવું; જાગૃત ક૦.

Work-box, (ઉવર્ક્-બૉક્સ) *n.* A box for holding instruments: કામકાજની ચીજો મુકવાની પેટી.

Worker, (ઉવર્કર્) *n.* A laborer: મજુર; કારીગર.

Work-house, (ઉવર્ક-હાઉસ) *n.* A workshop: કારખાનું. 2. A poorhouse: અન્નક્ષેત્ર; ગરીબ માણસો પાસે તેમને લાયકનું કામ કરાવી તેમને આશરો આપવાનું મકાન.

Workman, (ઉવર્ક્મૅન) *n.* A worker: કામદાર. 2. A skilful artificer: કિસબી; કારીગર.

Workmanlike, (ઉવર્ક્મૅનલાઈક્) *a.* Skilful: કારીગરાને છાજતું.

Workmanship, (ઉવર્ક્મૅનશિપ્) *a.* The skill of a workman: કારિગરી; હુન્નર; કસબ.

Work-shop, (ઉવર્ક્શૉપ્) *n.* A shop where any manufacture is done: કારખાનું.

World, (ઉવર્લ્ડ્) *n.* The universe: સૃષ્ટી; જગત. 2. The earth and its inhabitants: પૃથ્વી; દુનિયાં. *To have the wide* **W.** *before one*: ચૌદિશા ખુલ્લી-મોકલી હોવી; બારે દરવાજા ખુલ્લા હોવા. 3. Human society: સંસાર; દુનિયાંની રીત; લોકરીતિ. 4. Course of life: સંસાર વહેવાર; કામકાજ. 5. Mankind: લોક; માણસ જાત; આલમ. 6. A great deal: ઘણો ભાગ; ઘણું સરખું; બહુજ. *To go to* **W.**, to be married: પરણવું; લગ્ન ક૦. *For all the* **W.**, (*a*) exactly: બરોબર; ચોકસ. (*b*) For any consideration: ગમે તેમ થાય તો પણ.

Worldliness, (ઉવર્લ્ડ્લિનેસ્) *n.* Covetousness: સંસારી પવન; દુનિયાઈ લોભ.

Worldling, (ઉવર્લ્ડ્લિંગ્) *n.* One devoted to this world and its enjoyment: લોભીઓ; વિષયીઈશકબાજ માણસ.

Worldly, (ઉવર્લ્ડ્લિ) *a.* Human: આ લોકનું; સંસારનું; સંસારી; દુનિયાદાર. 2. Devoted to this life and its enjoyment: દુનિયાઈ સુખનો લોભી.

Worldly-minded, (ઉવર્લ્ડ્લિ-માઈન્ડેડ) *a.* Devoted to worldly interests: સંસારી; દુનિયાદાર.

World-wide, (ઉવર્લ્ડ્-વાઇડ્) *a.* Extended throughout the world: આખી દુનીઆમાંજણાયલું-ફેલાયલું-પ્રસરેલું; જગપ્રસિદ્ધ.

Worm, (ઉવર્મ્) *n.* A small creeping animal: જંતુ; જીવડું; કીડો. 2. A debased being: અધમ-નીચ માણસ. 3. Anything spiral: પેચવાલો કંઇ પણ ચીજ. *vt.* To effect by slow and secret means (with *out*): ધીમે ધીમે છુપાછુપ ક૦-બજાવવું.

Worm-eaten, (ઉવર્મ્-ઇટન) *a.* Eaten by worm: કીડા પડેલું. 2. Worn out: જુનું.

Wormy, (ઉવાર્મિ) *a.* Containing worm: કીડાવાલું-પડેલું. 2. Grovelling: નીચ; અધમ.

Worn, (ઉવોર્ન્) *p.p.* of **wear.**

Worn-out, (ઉવોર્ન્-આઉટ્) *a.* Consumed by wearing: ઘસાઈ ગએલું.

Worry, (ઉવરિ) *vt.* To annoy: ચીડવવું; હેરાન ક૦; દુઃખ દેવું; સતાવવું; પીડવું. *n.* Vexation: સતામણી; ચીડ; ગુસ્સો.

Worse, (ઉવર્સ્) *a.* Bad or evil in a greater degree: વધારે ખરાબ; અધિક નઠારૂં. 2. More sick: તબીઅત વધારે બગડેલી એવું. *A change for the* **W**.: બગાડ. *adv.* In a worse degree: ખરાબ રીતે.

Worship, (ઉવાર્શિપ્) *n.* Respect: માન; આબરૂ. 2. A title of honour: કોઇ મોટા અધિકારીનું નામ દેતી વખતે બોલવાનો શબ્દ; હજરત; ખુદાવીંદ; ખુદાવંત; મહેરબાન. 3. Adoration: પૂજા; સેવા; આરાધન; નમસ્કાર; નિમાજ. *vt.* To honor: માન આપવું. 2. To adore: પૂજવું; પૂજા ક૦. *vi.* To perform religious service: સેવા-પૂજા ક૦; ભજન ક૦; નમાજ પઢવી.

Worshipful, (ઉવાર્શિપ્ફુલ્) *a.* Worthy of honour: માન આપવા લાયક; પૂજ્ય.

Worshipper, (ઉવાર્શિપર્) *n.* One who worships: ભજનાર; પૂજા કરનાર; ભક્ત.

Worst, (ઉવર્સ્ટ્) *a.* (*Superl. of bad.*) Bad or evil in the highest degree: સૌથી ખરાબ; દુષ્ટમાં દુષ્ટ; સર્વથી દુઃખદાયક. *n.* The most evil state: દુઃખી હાલત. *vt.* To defeat: હરાવવું. [ગુંચેલું ઉન.

Worsted, (ઉવુર્સ્ટેડ્-ઉવુર્સ્ટેડ્) *n.* ગુંથેલા ઉનના તાર;

Worth, (ઉવર્થ્) *vi.* To be: થવું; વિતવું; બનવું. *a.* Equal in value to: કિંમતનું; કિંમતમાં સરખું. 2. Deserving of: યોગ્ય; લાયક; જોગ. *n.* Price: કિમ્મત; મૂલ. 2. Merit: લાયકાત; યોગ્યતા. 3. Importance: ઊપયોગ; અગત્ય; જરૂર.

Worthily, (ઉવાર્ધિલિ) *adv.* Deservedly: વાજબી રીતે. [નકામું; કોડીનું.

Worthless, (ઉવર્થ્લેસ્) *a.* Useless: નજીવું;

Worthy, (ઉવાર્ધિ) *a.* Deserving: ભલું; નેક; સારૂં; લાયક. *n.* A man of eminent worth: સજ્જન; ઉંચા ધરનું-આબરૂદાર માણસ.

Would, (ઉવુડ્) *pa. t.* of **Will.**

Wound, (ઉવાઉન્ડ્) *pa. t. & pa. p.* of **Wind.**

Wound, (ઉવૂન્ડ્) *n.* A cut: જખમ; ઘા. 2. An injury: નુકસાન; હાની; ખરાબી; ધોકો. *vt.* To hurt by violence: જખમ કરવો; ઘાયલ કરવું; જખમી કરવું. 2. To hurt the feelings of: ખોટું લગાડવું; જીવ દુઃખાવવો; દિલ દુભાવવું.

Wove, (ઉવોવ્) *Pret. of* **weave.**

Wrack, (રૅક્) *n.* By-form of **wreck**

Wraith, (રેથ્) *n.* A spectre: ભૂત; પ્રેત; છાયા.

Wrangle, (રૅન્ગલ્) *vi.* To argue: તકરાર-વાદવિવાદ ક૦. 2. To brawl: ઝગડો કરવો; હોંસાતોંસી-બાઝાબાઝી ક૦. *n.* An angry dispute: ઝગડો; કજીઓ; હોંસાતોંસી. [લપેટવું; વિંટવું; વિંટાલવું.

Wrap, (રૅપ્) *vt.* To wind or fold together:

Wrapper, (રૅપર્) *n.* One who or that which wraps: ઢાંકનાર; વિંટાલનાર; બારદાન; ઢાંકણ; પરબીડિયું. 2. A loose outer garment: સ્રીનું બીજાં લુગડાં ઉપર ઓઢવાનું લુગડું.

Wrath, (રૉથ્) *n.* Rage: ગુસ્સો; ક્રોધ; કોપ; ખફગી.

Wrathful, (રૉથ્ફુલ્) *a.* Very angry: ક્રોધાયમાન; કોપાયમાન; ખફા.

Wreak, (રીક્) *vt.* To revenge: વેર લેવું-વાલવું.

Wreath, (રીથ્) *n.* A garland: હાર; ગજરો.

Wreathe, (રીધ્) *vt. & i.* To twist about: ગુંથવું; વણવું; વલ દેવો; વીંટી-ઘેરી લેવું. [વણેલું.

Wreathy, (રીધિ) *a.* Twisted: વીટેલું; ગુંથેલું;

Wreck, (રૅક્) *n.* Ship-wreck: વહાણ-ઝાઝ ભાંગવું તે; નોકાભંગ. 2. Ruin: નાશ; પાયમાલી; ખરાબી. *vt. & i.* To destroy: નાશ કરવો; નાશ-ખરાબી થવી.

Wrecker, (રૅકર્) *n.* One who plunders wrecks: ભાગેલા વહાણનો માલ લૂંટનાર.

Wrench, (રૅન્શ્) *n.* A violent twist: આમળો; વલ. 2. A sprain: મોચ; લચક. 3. A screw key: કુંચી; ચાવી. *vt.* To pull with a twist: અમલાવવું; મચડવું. 2. To sprain: લચકાવવું; મોચાવવું; મચડવું.

Wrest, (રૅસ્ટ્) *vt.* To twist: અમલાવી-મચરડીને લેઇ લેવું; ઝૂટાવી લેવું 2. To turn from truth: તાણીતુસી મરડીમચડીને ખોટો અર્થ ક૦. *n.* A wrench: ઝુંટ; તરાપ.

Wrestle, (રૅસલ્) *vi.* To struggle: કુસ્તી ક૦-ખેલવી-રમવી; લઢવું. *n.* A struggle: કુસ્તી; બાથમબાથા. [થમબથા.

Wrestling, (રૅસ્લિંગ્) *n.* Wrestle: કુસ્તી; બ-

Wrestler, (રૅસ્લર્) *n.* One who is skilful in wrestling: પહેલવાન; મલ્લ; કુસ્તીબાજ.

Wretch, (રૅચ્) *n.* One profoundly unhappy કંગાલ; ગરીબ; દુઃખી માણસ. 2. A vile knave' લુચ્ચું-હરામી માણસ; ચંડાલ; પાજી, હરામી.

Wretched, (રૅચેડ્) *a.* Unhappy: દુઃખી; કંગાલ; ગરીબ; બાપડું. 2. Worthless: હલકું; નકામું; ખરાબ; કોડીનું. 3. Wicked: પાપી; પાજી; અધમ.

Wretchedly, (રૅચેડ્લિ) *adv.* Miserably: કંગાલપણે; દુઃખીપણે.

Wretchedness, (રૅચેડ્નેસ્) *n.* Utter misery: દુઃખ; હાલ; ગરીબાઈ; ભીખારીપણું; બુરાહાલ; હાલહવાલી; દુર્દશા; લાચારી; કંગાલીઅત.

Wriggle, (રિગલ્) *vi. & t.* To twist or move quickly about: અમલાયા ક૦; આમતેમ હાલવું-હલાવવું-ફેરવવું.

Wright, (રાઈટ્) *n.* A maker: કારીગર; કરનાર.

Wring, (રિંગ્) *vt.* To twist: નિચોવવું; નિચોવી

કાઢવું–નાંખવું. 2. To paint: દુઃખ દેવું; હેરાન ક૦; દુઃખી–હેરાન–બેજાર ક૦. 3. To pervert: મરડી મચડીને ખોટો અર્થ ક૦. 4. To extort, usually with *out* or *from*: જોરજૂલમથી કઢાવવું; જબરદસ્તીથી લેવું. *vi.* To twist: અમલાવું; મરડાવું.

Wrinkle, (રિંક્લ) *n.* A crease: કરચલી; વલ. 2. Unevenness: ખડબચડાપણું. *vt.* To corrugate: કરચલી વાલવી–પાડવી. *vi.* To shrink: કરચલી વલવી–પડવી.

Wrist, (રિસ્ટ્) *n.* The joint between the hand and the arm: કાંડું; પહોંચો.

Writ, (રિટ્) *n.* A writing: લખાણ. *Holy* **W.**, the scriptures: ધર્મ પુસ્તક-ગ્રંથ; ધર્મશાસ્ત્ર. 2. A written document: હુકમ; સનદ; પરવાનો.

Write, (રાઈટ્) *vt.* To express in writing: લખવું. 2. To compose: રચવું; જોડવું; બનાવવું; લખવું. 3. To engrave: કોતરવું; કાઢવું. *To* **W.**, *to*, to communicate by a written document to: કાગલ પત્ર લખવો; કાગલ લખી ખબર આપવી. *vi.* To express by written signs: લખવું 2. To act as a clerk: કારકુનનું કામ ક૦; કારકુની ક૦. 3. To compose: પુસ્તક રચવું; ગ્રંથ બનાવવો.

Writer, (રાઈટર્) *n.* A clerk: લહિયો; લખનાર; કારકુન. 2. An author: ગ્રંથકાર; લેખક; ગ્રંથકર્તા.

Writer-ship, (રાઈટર્–શિપ્) *n.* The office of a writer: કારકુની.

Writhe, (રાઈધ્) *vt.* To twist: મચડવું; મરડવું. 2. To prevent: તાણી તોડીને ખોટો અર્થ ક૦. 3. To extort: જોર જુલમથી કઢાવવું; નિચોવવું. *vi.* To be distorted: અમલાવું; પીડાવું; દુઃખી થવું.

Writing, (રાઈટિંગ) *n.* The art of, forming letters with a pen:લેખન વિદ્યા–કલા. 2. (*a*) Any legal instrument: લખત; ખત; દસ્તાવેજ;સનદ;લેખ. (*b*) A book: ગ્રંથ; પુસ્તક; લખાણ; ચોપાનિયું;ચોપડી. (*c*) An inscription: લેખ. 3. Handwriting: અક્ષર; હરફ; દસ્કત.

Writing-board,(રાઇટિંગ્–બોર્ડ્) *n.* A board for writing: પાટી; પાટીઉં.

Written, (રિટન) *p. p.* of **write**: લખેલું.

Wrong, (રૉન્ગ્) *a.* Not right or true: ખોટું; બેઇનસાફી; ગેરવાજબી. 2. Improper; incorrect: ખોટું; નાલાયક; નામુનાસેબ; નાદુરસ્ત; અશુદ્ધ; ભૂલ ભરેલું. *adv.* Not rightly: ગેરવાજબી રીતે–પણે; નાહક.

Wrong, (રૉન્ગ્) *n.* Error: ભૂલ; ખતા; ખોટારૂં. 2. Injustice: અપરાધ; અન્યાય; નુકસાન; બુરાઈ; ખરાબી; ગેરઈનસાફ. *vt.* To injure: નુકસાન કરવું; માઠું–બુરૂં ક૦; ઈજા ક૦–પહોંચાડવી; દોષ દેવો.

Wrongful, (રૉન્ગ્ફુલ્) *a.* Unjust; unfair: નુકશાનકારક; ગેરવાજબી; ખોટું.

Wrongfully, (રૉન્ગ્ફુલિ) *adv.* Unjustly: ગેરવાજબી રીતે; નાહક.

Wrong-headed, (રૉન્ગ્હેડેડ) *a.* Perverse: અડિઅલ; વાંકું; આડું; જક્કી; હઠીલું.

Wrongly, (રૉંગ્લિ) *adv.* Unjustly: ગેરવાજબી રીતે; નાહક; ફોકટ.

Wrote, (રોટ્) *pret.* of **write**: લખ્યું.

Wroth, (રૉથ્) *a.* Angry: ક્રોધાયમાન; ગુસ્સે.

Wrought, (રૉટ્) *Imp. & p. p.* of **work**: કેલવેલું; કરેલું; ઘડેલું.

Wrung, (રંગ્) *pret. & p. p.* of **wring**: નીચોવ્યું; દાબ્યું. [વલેલું.

Wry, (રાઈ) *a.* Turned to one side: વક્ર; વાંકું;

X.

X, (ઍક્સ્) The twenty fourth letter of the English alphabet: અંગ્રેજી મૂલાક્ષરનો ચોવીસમો અક્ષર; ગુજરાતીમાં એના, ક્સ્, ગ્સ્ અને ઝ્ એવા ત્રણ ઉચ્ચાર થઈ શકે છે. 2. આંકડા તરીકે ૧૦ ને માટે વપરાય છે.

Xanthic, (ઝૅન્થિક્) [Gr. *xanthos*, yellow.] *a.* Tending toward a yellow colour: પીલાસપર; પીલાસપડતું.

Xauthous,(ઝૅન્થસ્)*a.* Yellow:પીલું. [બાયડી.

Xanthippe, (ઝૅન્થાઈપ્) *n.* A shrew, વઢકણી

Xenodochy, (ઝીનૉડૉકિ) *n.* Hospitality: આગતા સ્વાગતા; પરોણાચાકરી; મેહેમાનદારી.

Xylography, (ઝાઈલૉગ્રૅફિ) [Gr. *xylon*, wood & *grapho* I write.] *n.* The art of engraving on wood: લાકડાંપર કોતરવાની કલા.

Xylophagous, (ઝાઈલૉફૅગસ્) [Gr. *xylon*, wood & *phagein*, to eat.] *a.* Eating or destroying wood: લાકડાંખાઉ; લાકડામાં સડો કરતું.

Y.

Y, (વાઈ) The twenty fith letter of the English alphabet: અંગ્રેજી મૂલાક્ષરનો પચીસમો અક્ષર.

Yacht, (યૉટ્) *n.* A light and elegantly furnished vessel for pleasure-trips: સહેલ કરવાનું નાનું વહાણ.

Yatchting, (યૉટિંગ્) *n.* Sailing for pleasure in yacht: વહાણની સહેલ–સેલધા.

Yam, (યૅમ્) *n.* A large root like the potato: રતાલુ. *Elephant's foot* **y.**: સુરણ.

Yankee, (યૅંકી) *n.* An inhabitant of the United States: અમેરિકાનો રહેવાસી; અમેરિકન.

Yard, (યાર્ડ્) *n.* A long piece of timber: સાગનો લાંબો કકડો. 2. A measure of three feet: ત્રણ ફૂટનું માપ; વાર. 3. A long beam to extend a square sail: પરભાણ; કાઠી; ગજ. 4. [L. *hortus*, garden.] An inclosure: આંગણું; વાડો; ચોક; ચોગાન.

Yarn, (યાર્ન્) *n.* Spun thread: તાર; તાંતણો; દોરો; સુતર. 2. One of the threads of a rope: ફેલ; સેર; તાર. 3. A story: સહરાવેલી વાર્તા; કહાણી. *To spin a* **y.**: ટાહેલું ક૦. [હોડી.

Yawl, (યૉલ્) *n.* A small ship's boat: હોડકું;

Yawn, (યૉન) [Gr. *chaino*, to yawn.] *vi*

To gape: અવાચી-બગાસું ખાવું-આવવું 2. To open wide: પહોળું થવું; મ્હોં વકાસવું; વિકસવું. *n.* An involuntary act excited by drowsiness: બગાસું; અવાચી.

Yawning, (યૉનિંગ) *a.* Gaping: પહોળું થવું. 2. Sleepy: ઉંઘતું; ઉંઘણસી. *n.* The act of yawning: બગાસું; અવાચી.

Yclept, (ઇકલેપ્ટ્) *a.* Named: નામનું; નામે.

Ye (યી) *pron.* The nominative plural of the second person: તમે.

Yea,(યે or યી)*adv.* Yes: હા; ભલે; ઠીક; હાં. 2. More than this: પણ; વળી; ઉપરાંત. *n.* An affirmative vote: હકાર; સમ્મતિ.

Yean, (યીન) *vt.* & *vi.* To bring forth [young: જણવું; વ્યાવું.

Year, (યીઅર્) *n.* The time the earth takes to go round the sun: વર્ષ; સાલ; વરસ. 2 *(pl.)* Age or old age: વય; ઉમર; વરસ; ઘડપણ. **Y.** *after* **y**: સાલ દરસાલ. **Y.** *by* **y.**: વર્ષોવર્ષ; દરસાલ; દરસાલ. *Declining* **y.** *s*: ઘડપણ; બુઢાપો. *New* **y.***'s day*:બેસતું વર્ષ;ચુડો પડવો. *Current* **y.**: ઓણ; હોણ *Last* **y.**: પોર. *The* **y.** *before last*: પરાર.

Yearling, (યારલિન્ગ) *n.* An animal a year [old: વરસ દહાડાનું જાનવરનું બચ્ચું.

Yearly, (યીર્લી) *a.* Annual: દર વરસનું; વાર્ષિક; દરસાલનું; વર્ષોવર્ષનું. 2. Lasting a year: એક વરસ જીવનાર-ટકનાર-ચાલનાર. *adv.* Annually: દરવર્ષે.

Yearn, (યર્ન્) *vi.* To be pained: બેચેન થવું; દુઃખ થવું; મન દુખાવું. 2. To be eager: ટાંપી રહેવું; તલપવું; ઘણાજ આતુર રહેવું; તલપાપડ થવું; ઇનતેજારી રાખવી.

Yearning, (યર્નિન્ગ્) *a.* Eager: આતુર; ઇનતેજાર. *n.* Longing; desire: ઇચ્છા; આતુરતા; ઈનતેજારી; તલપ.

Yeast, (યીસ્ટ્) *n.* ferment: ખમીર; કીણ.

Yelk, (યેલ્ક્)*n.* same as **yolk**.

Yell, (યેલ) *n.* A sharp outcry: ચીસ; બૂમ; કિકયારી. *vi.* To scream with agony:ચીસ પાડવી; બૂમ પાડવી; કિકિયારી કરી મુકવી.

Yellow, (યેલ્લો) [L. *gilvus*, pale yellow.] *a.* gold of a bright color: પીળું; પીળું ધમક. *n.* A bright golden color: પીળો રંગ.

Yellowish, (યેલોઈશ્) Somewhat yellow: પીલાસ પડતું; પીલાસપર; પીલાસ મારતું; પીલચટું.

Yellowness, (યેલોનેસ્) *n.* The state of being yellow: પીલાસ; પીલાપણું. 2. Jealousy: અદેખાઇ.

Yelp, (યેલ્પ) *vi.* To bark shrilly: ચીસ પાડવી; બૂમ પાડવી; ભસવું. *n.* A bark: ચીસ; બૂમ.

Yeoman, (યોમૅન) *n.* *pl.* **Yeomen**. A freeholder: જમીનદાર; વતનદાર. 2. A servant; નોકર; ચાકર. **Y.** *of the guard*, one of the body guard of the sovereign: રાજાનો અંગરક્ષક; મધ્યમ પદવીનો અમલદાર.

Yeomanry, (યોમૅનરિ) *n.* The position or rank of a yeoman: જાગીરદારી;વતનદારી.

Yes, (યેસ) *adv.* a word of consent: હા; [ઠીક; વારું.

Yester, (યેસ્ટર્) *a.* Last: કાલનું; ગયું; છેલ્લું.

Yesterday, (યેસ્ટર્ડે) *n.* The day last-past: ગઈ કાલ; ગઈ કાલનો દિવસ. *adv.* On the day last past: ગઇ કાલે.

Yesternight, (યેસ્ટર્-નાઇટ્) *n.* The last-night: ગઈ રાત.

Yet, (યેટ્) *adv.* Besides; still: હજુ; હજુ તો; ઊપરાંત. 2. At the same time; still: તે વખતે; ત્યારે. 3. Hitherto: આજ સુધી; અત્યાર સુધી; અત્યાર લગણ; હજુ લગી; હજુ. 4. Even: પણ; તેમજ પણ. *Conj.* Nevertheless: છતાં; તો પણ.

Yew (યૂ) *n.* An ever green tree: આ નામનું બારે માસ લીલું રહેતું ઝાડ.

Yield, (યીલ્ડ્) *vt.* To pay: આપવું; બદલો આપવો; ઉપજાવવું; ઊપજ-આવક-પેદાસ થવી; નીકલવું; મલવું. 2. To give up: છોડી દેવું; જવા દેવું; હાથ ઉઠાવવો. 3. To allow: કબૂલ-માન્ય કરવું-રાખવું. 4. To grant: રજા-પરવાનગી આપવી; જવા દેવું; આપવું. *To* **y.** *the breath, the ghost, or the life*, to die: મરી જવું; મરણ પામવું. *vi.* To submit: તાબે થવું; શરણ થવું; દબાઇ જવું; 2. To comply with; કબૂલ-માન્ય કરવું-રાખવું; હા પાડવી. *n.* Product: ઉપજ; પેદાસ; ઉત્પન્ન; લાભ.

Yielding, (યીલ્ડિન્ગ્) *a.* Compliant: દબી જાય એવું; નરમ; લદી-સમજી જાયે તેવું.

Yoke, (યોક્) *n.* [L. *jugum*, an yoke.] Frame of wood joining oxen drawing: ઝુંસરી; ધુંસરી. 2. A frame of wood fitted to a person's shoulders for carrying pails: કાવડ. 3. A chain; a link: સંબંધ; ગાંઠ; બંધન. 4. Slavery: ગુલામગીરી; દાસપણું; ચાકરી;સેવા. 5. A couple: જોડ; જોડી. *vt.* To put a yoke on: જોડવું; ઝુંસરી-ધુંસરીએ વલગાડવું; ધુંસરી મુકવી. 2. To couple: જોડવું; સંબંધમાં લાવવું. 3. To enslave: તાબે ક૦; દાબમાં લેવું.

Yoke-fellow, (યોક્-ફેલો) *n.* a fellow: જોડીઓ; સોબતી; સંગાથી; ગોઠીઓ; સાથી.

Yolk, (યોલ્ક્ or યોક્) *n.* The yellow part of an egg: ઈંડાની અંદરનો પીળો ભાગ; દાલ; જરદી.

Yon-yonder, (યૉન-યૉન્ડર) *a.* Being at a distance but within view: પેલીમેરનું; પેલું. *adv.* At a distance but within view: પણે; પેલીમેરતરફ.

Yore, (યોર્) *adv.* In old time; અસલ. *Of* [**y.**: અસલનું; આગલા જમાનાનું.

You, (યુ) *Pron.* The pronoun of the second person, *pl.* but also used as *sing.*: તમે; આપ; તું.

Young, (યંગ્) *a.* Not old: જુવાન; ન્હાની ઊમરનું; ન્હાનું. 2. Being in the first part of growth: કુંમળું; ન્હાનું; ઊછરતું; થતું. 3. Ignorant; કાચું; અજાણ; નાવાકેફ. *n.* The offspring of animals: બચ્ચું; જનાવરનાં બચ્ચાં.

Youngish, (યંગિશ્) *a.* Somewhat young: જુવાન જેવું.

Youngster, (યંગ્સ્ટર) *n.* A lad: જુવાન [માણસ; છોકરો.

Your-yours, (યૉર-યૉર્સ) *pro.* Possessive of *you*: તમારું; તારું; આપનું.

Yourself, (યૉર્સેલ્ફ્) *pro.* Your own self: તમેજ; તુંજ; તમે જાતે; તું જાતે; તમે ખુદ; તમારી-તારી મેલે.

Youth, (યુથ્) *a.* The state of being young: જુવાની; જોબન. 2. A young person: જુવાન માણસ.

Youthful, (યુથ્ફુલ્) *a.* Young: જુવાન; ન્હાનું. 2. Pertaining to the early part of life: જુવાનીનું; યુવાવસ્થાનું. 3. Fresh; vigorous: તાજું; પુષ્ટ. 4. Suitable to youth: જુવાનીને છાજતું-લાયક.

Z.

Z, (ઝેડ્) The twenty sixth and last letter of the English alphabet: અંગ્રેજી મૂલાક્ષરનો છવીસમો અક્ષર. [ઠોલિયો.

Zany, (ઝેનિ) *n.* A baffoon: મશ્કરો; વિદુષક;

Zeal, (ઝીલ્) *n.* Enthusiasm: ઉત્સાહ; હોંસ; આતુરતા; ધૂન; જોશ; ઉલટ.

Zealot, (ઝૅલટ્) *n.* One who is zealous: બેહદ હોંસીલો; ઘણી આતુરતાવાલો માણસ.

Zealous, (ઝેલસ્) *a.* Ardent: હોંસીલું; ઉલટવાલું; આતુર. 2. Fanatic: ચુસ્ત; ઝનુની.

Zealously, (ઝેલસ્લિ) *adv.* Ardently: ઉલટથી; આતુરતાથી; હોંસથી.

Zebra, (ઝીબ્રૅ) *n.* An animal of the horse kind, beantifully striped: જીબ્રા; રોઝ.

Zebu, (ઝીબ્યૂ) *n.* A bovine mammal: આખલો; બલદ; ગોધો.

Zedoary, (ઝીડોઍરિ) *n.* A fragrant medicinal substance: આંબા હલધર; જદવાર.

Zenith, (ઝીનિથ્) *n.* The point of the heavens directly overhead: શિરોબિંદુ; ખમધ્ય; *Z. distance*: નત; નતભાગ. 2. Greatest height: ટોચ; શિખર; ભર; બહાર.

Zephyr, (ઝેફિર્) *n.* Any soft gentle breeze: શીતલ મંદવાયુ; ધીમો ટાઢો પવન; પવનની લેહેકી.

Zero, (ઝીરો) *n.* A cipher: મીડું; શૂન્ય; બિંદુ.

Zest, (ઝેસ્ટ્) *n.* An appetizer: સ્વાદ-લેહેજત વધારનારી ચીજ. 2. Relish: લેહેજત; સ્વાદ; રૂચિ.

Zigzag, (ઝિગ્ઝૅગ્) *a.* Having short sharp turns: વાંકુંચુંકું; આડુઅવલું; સર્પાકાર. *vt.* To form with short turns: લહેર પાડવી; વાંકુંચુકું ક૦.

Zinc, (ઝિંક્) *n.* A bluish-white metal: જસત.

Zincography, (ઝિંકૉગ્રફિ) *n.* The art of engraving on zinc: જસતનાં પતરાં ઉપર કોતરવાની વિદ્યા.

Zion, (ઝાઈઅન) *n.* A hill in Jerusalem: જેરૂસલેમ શહેરનાં દાઉદ રાજા જે ટેકરી ઉપર રહેતા હતા તે.

Zodiac, (ઝોડિઍક્) *n.* [Gr. *zodion*, a little animal.] An imaginary belt in the heavens: રાશી; રાશિચક્ર; રાશિમંડલ. *The twelve signs of the* **Z.** are as follows:—Aires, મેષ; taurus, વૃષભ; gemini, મિથુન; cancer, કર્ક; leo, સિંહ; virgo, કન્યા; libra, તુલા; scorpio, વૃશ્ચિક; sagittarius, ધન; cupricornus, મકર; aquarius, કુંભ; pisces, મીન. *Passage of the sun or a planet from one sign of the* **Z.** *into another*: સંક્રાંતિ.

Zodiacal, (ઝોડિઍકલ્) *a.* Situated within the zodiac: રાશીમંડલનું-માંનું.

Zone, (ઝોન) *n.* A girdle; કમરબંધ; બંધન; પટો. 2. One of the five great divisions of the earth: કટિબંધ; ભૂમેખલા. There are five *zones*, viz:—the *torrid zone*: ઉષ્ણકટિબંધ; two *temperate zones*: સમશીતોષ્ણકટિબંધ; and two *frigid zones*: શીતકટિબંધ.

Zoography, (ઝોઑગ્રફિ) *n.* A description of animals: પશુ વર્ણન; જાનવરોનું બયાન.

Zoological, (ઝોઑલૉજીકલ્) *a.* Of or pertaining to zoology: પ્રાણી વિદ્યાને લગતું-સંબંધી.

Zoologist, (ઝોઑલૉજીસ્ટ્) *n.* One versed in zoology: પ્રાણી વિદ્યામાં પ્રવિણ-કુશલ.

Zoology, (ઝોઑલૉજી) *n.* [L. *zoon*, an animal & *logos*, a discourse.] That part of natural history which relates to animals: પ્રાણી વિદ્યા.

Zoophyte, (ઝોઑફાઈટ્) *n.* [L. *zoon* & *phyton*, a plant.] True polyps: વનસ્પતીને મલતાં આવતાં અતિ બારિક પ્રાણીઓ. [તાજુબીનો પુકાર.

Zounds, (ઝાઉન્ડ્સ્) *interj.* ગુસ્સાનો અથવા

Zymotic, (ઝાઈમૉટિક્) *a* Of diseases in which the poison works like a ferment: જે રોગનું ઝેર શરીરમાં ખમીરની પેઠ વધે છે તેનું; ઉડતા રોગ સંબંધી.

PREFIXES AND SUFFIXES.

PREFIXES.

A-, (A. S.) on, in, as abed.
Ab-, *Abs-*, (L.) away from, as absolve, abstract.
Ad-, (L.) to, at, as adhere.
Amb-, *Ambi-*, (L.); *Amphi-*, (Gr.) about, both, as ambition, ambidexter, amphitheatre.
An-, (Gr.) not, without, as anarchy.
Ana-, (Gr.) up, back, as analyse.
Ante-, (L.) before, as antecedent.
Anti-, (Gr.) against, as antipathy.
Apo-, (Gr.) from, as apology.
Arch-, *Archi-*, (Gr.) chief, as archenemy, architect.
Auto-, (Gr.) self, as autograph.
Bene-, (L.) well, benevolence.
Bis-, (L.) twice, as biscuit.
Circum-, (L.) round about, as circumscribe.
Cis-, (L.) on this side, as cisalpine.
Com-, *Con-*, (L.) together, with, as connect.
Contra-, *Contro-*, *Counter-*, (L.) against, as contradict, controvert, counteract.
De-, (L.) down, as depose.
Demi-, (L.) half, as demigod.
Dia-, (Gr.) through, as diameter.
Dis-, (L.) asunder, as discard.
Dis-, (Gr.) two, as dissyllable.
Dys-, (Gr.) amiss, as dysentery.
Em-, *En*. (L.) in, into, as embark, enlist.
Epi-, (Gr.) on, as epitaph.
Es-, *Ex-*, (L.) out of, as esplanade, expel.
Extra-, (L.) beyond, as extraordinary.
For-, (A. S.) away, as forbid.
For-, (L.) outside, as foreclose.
Fore-, (A. S.) before, as foretell.
Gain-, (A. S.) against, as gainsay.
Hemi-, (Gr.) half, as hemisphere.
Hyper-, (Gr.) abobe, as hypercritical.
Hypo-, (Gr.) under, as hypothesis.
Il-, *Im-*, *In-*, *Ir-*, (L.) not, as illegal, imprudent, infirm, irregular. 2. in, into, as illumine, impel, infuse, irrigate.
Inter-, (L.) between, as intervene.
Intra-, *Intro-*, (L.) within, as intramural, introduce.
Juxta-, (L.) near to, as juxtaposition.
Male-, *Mal-*, (L.) body, as malevolent, maltreat.
Met-, (Gr.) after, as method.
Meta-, (Gr.) change, as metamorphose.
Mis-, (A. S.) wrong, as misbehave.
Mono-, (Gr.) single, as monograph.
N-, (A. S.) no, not, as never.
Ne-, (L.) not, as nefarious.
Non-, (L.) not, as nonsense.
Ob-, (L.) in the way of, as obstruct.
Off-, (A. S.) away, from, as offshoot.
On-, (A. S.) on, as onlooker.
Out-, (A. S.) beyond, as outbid.
Over-, (A.S.) above, as overseer.
Pan-, (Gr.) all, as pantheism.
Para-, (Gr.) beside, as paragraph. 2 beyond, wrong, as, paralyse.
Pene-, (L.) almost, as peninsula.
Per-, (L.) thoroughly, as perfect. 2 through, as permit.
Peri-, (Gr.) round, as perimeter.
Pol-, (L.) towards, as pollute.
Post-, (L.) after, as postpone.
Pre-, (L.) before, as predict.
Preter-, (L.) beyond, as preternatural.
Pro-, (L.) forth, as project.
Pro-, (Gr.) before, as prologue. 2 in stead of, as pronoun.
Pros-, (Gr.) towards, as prosody.
Re-, (L.) back, as resound.
Retro-, (L.) backwards, as retrospect.
Se-, (L.) aside, as seduce.
Semi-, (L.) half, as semicircle.
Sine-, (L.) without, as sinecure.
Sub-, *Subter-*, (L.) under, as subject, subterfuge.
Super-, *Supra-*, (L.) above, as supernatural, supramundane.
Sur-, (Fr.) over, as surmount.
Syn-, (Gr.) together, as syntax.
To-, (E.) a corr. of *the* or *this*, as today.
Trans-, (L.) beyond, as transport.
Tri-, (L.) three, as triangle.
Ultra-, (L.) beyond, as ultramarine.
Un-, (A.S.) not, as unhappy.
Under-, (A.S.) below, as undersell.
Uni-, (L.) one, as uniform.
Up-, (A.S.) up, as uphill.
Vis-, (Fr.) in place of, as viscount.
Vice-, (L.) in place of, as viceroy.
Wan-, (A.S.) wanting, as wanton.
With-, (A.S.) back, as withdraw.

SUFFIXES.

-able, capable of, as portable.
-aceous, having the qualities of, as herbaceous.
-acious, full of, as audacious.
-age, showing place, as vicarage. 2 state, as bondage.
-aneous, belonging to, as extraneous.
-ar, having the form, as angular. 2 agent, as beggar.
-ard, intensive, as drunkard.
-ary, showing place, as seminary. 2 showing the agent, as missionary.
-aster, diminutive, as poetaster.
-ble, same as able.
-ble, ple, fold, as double, quadruple.
-cle,-cule, diminutive, as particle, animalcule.
-dom, power, as Kingdom; state, as freedom.
-ee, agent, as payee.
-eer,-ier, one who, as volunteer, cashier.
-el,-en, diminutive, as damsel, chicken.
-en, made of, as wooden.
-en, to make, as darken.
-er, doer, as writer.
-erly,-ern, direction to or from, as southerly, southern.
-es,-s, plurality, as foxes, hats.
-escent, becoming, as convalescent.
-ese, belonging to, as Japanese.
-esque, having the quality of, picturesque.
-ess, feminine suffixes, as lioness.
-est, suffix of second person singular in verbs and of superlative degree in adjs., as bringest, smallest.
-et,-ette, diminutive, as floweret, cigarette.
-ever, at any time, as whenever.
-fare, way, as welfare.
-fast, firm, as steadfast.
-fold, times, as fourfold,
-ful, full of, as delightful.
-fy, to make, as purify.
-head,-hood, state, as Godhead, manhood.
-ible, see *-able*.
-ic,-ical, belonging to, as public, cubical.
-ier, one who, as cavalier.
-ile, able, as ductile. 2 belonging to, as Gentle.
-ina,-ine, fem. suffix, as czarina, heroine.
-ing, diminutive, as farthing.
-ion, state of being, as creation.
-ior, more, as superior.
-ique, belonging to, as antique.
-ise,-ize, to make, as equalise.
-ish, somewhat, as reddish.
-isk, diminutive, as asterisk.
-ism, condition, as egoism.
-ist, one who does, as novelist.
-ix, feminine suffix, as testatrix.
-kin, diminutive, as lambkin.
-lent, full of, virulent.
-less, wanting, as colorless.
-let, diminutive, as booklet.
-like, like, as godlike.
-ling, diminutive, as lording.
-ly, like, as kingly.
ment,-mony, state, as abandonment, parsimony.
-most, superlative, as foremost.
-ness, abstract idea, as kindness.
-ock, diminutive, as hillock.
-or,-our, agent, as mortgagor, saviour.
-ous, full of, as humorous.
-red, state, as kindred.
-ric, office, as bishopric.
-right, position, as upright.
-se, to make, as cleanse.
-scape, shape, as landscape.
-ship, state, as ownership.
-some, full of, as troublesome.
-star, agent, as songster.
-stress, fem. agent, as songstress.
-teen, ten, as thirteen.
-ter, state, as laughter.
-ter,-ther, direction, as after, hither.
-th, order. as fourth. 2 state, as length.
-tory, place, as dormitory.
-tude, position, as attitude.
-ty, tens, as twenty.
-ule, diminutive, as capsule.
-ure, state, as failure.
-ward, *wards*, direction, as homeward, downwards.
-way,-ways, manner, as straightway, always.
-wise, way, as otherwise.
-y, state, as beggary. 2 full of, as hairy.
-yer, agent, as lawyer.

WORDS AND PHRASES FROM THE LATIN, THE GREEK, AND MODERN FOREIGN LANGUAGES, MET WITH IN CURRENT ENGLISH.

A

A.(Fr.) At;according to;to.
A bas.(Fr.)Down; down with.
Abbé.(Fr.)The title of a clergyman.
Ab extra.(L.)From without.
Ab initio. (L.)From the beginning.
Ab intra.(L.)From within.
Ab origine.(L.)From the beginning.
Abrege.(Fr.)Abridgment.
A compte.(Fr.)In part payment.
A convert.(Fr.)Under cover.
Ad arbitrium.(L.)At pleasure.
Ad extremum.(L.)To the extreme.
Ad finem.(L.)To the end.
Ad infinitum.(L.)To infinity.
Ad interim.(L.) In the meanwhile.
A discretion.(Fr.)Without restriction.
Ad libitum.(L.)At pleasure.
Ad nauseam.(L.)To disgust.
Ad referendum.(L.)To be further considered.
Ad rem.(L.)To the point.
A droit.(Fr.)To the right.
Ad unguem.(L.)To the nail;nicely.
Ad unum omnes.(L.)All;to a man.
Ad valorem.(L.)According to the value.
Æqo animo.(L.)With an equable mind.
Affaire d'honneur.(Fr.)An affair of honour.
A fond.(Fr.)Thoroughly.
A fortiori.(L.)With stronger reason.
Agenda.(L.)Things to be done.
A la francaise.(Fr.)After the French mode.
A la mode.(Fr.)In fashion.
Alere flammam.(L.)To feed the flame.
Al fresco.(*It*.)In the open air;cool.
Alias.(L.)At another time or place;otherwise.
Alibi.(L.)Elsewhere.
Alma mater.(L.)A bounteous mother ; applied by graduates to their college.
A l'outrance.(Fr.)To the utmost.
Alter ego.(L.)Another self.
Alter idem.(L.)Another precisely similar.
Amende honorable.(Fr.)Satisfactory apology.
Amor patriæ.(L.)Love of country.
Amour propre.(Fr.)Self love;vanity.
Anglice.(L.)In English.
Anno Domini.(L.)In the year of our Lord.
Ante meridiem.(L.) Before noon.
Apercu.(Fr.)Survey;sketch.
A posteriori.(L.)From the effect to the cause.
A priori.(L.)From the cause to the effect.
A propos.(Fr.)To the point.
Aqua vitæ.(L.) Water of life;brandy.
Argumentum ad ignorantiam. (L.) An argument founded on an opponent's ignorance of facts.
Arriere pensee.(Fr.)A mental reservation.
Ars est celare artem.(L.)True art is to conceal art.
Ars longa, vita brevis. (L.) Art is long, but life is short.
Artiste.(Fr.)An artist.
Artium magister.(L.)Master of Arts.
Audi alteram partem.(L.) Hear the other side.
Au fait.(Fr.)Well instructed;expert.
Aura popularis.(L.)The gale of popular favour.
Au reste.(Fr.)As for the rest.
Au revoir.(Fr.)Adieu until we meet again.
Avant-coureur.(Fr.)A forerunner.
Avant propos.(Fr.) Preface.
A verbis ad verbera.(L.) From words to blows.
A volonte.(Fr.)At pleasure.
A votre sante.(Fr.)To your health.

B

Bas bleu. (Fr.) A blue-stocking; a literary woman.
Beau ideal.(Fr.)A perfect model of beauty.
Beaux esprits.(Fr.)Gay spirits; men of wit.
Bel esprit.(Fr.)A person of genius.
Bis dat qui cito dat.(L.)He who gives quickly, gives twice as much.
Blanc mange.(Fr.) White food;a preparation of isinglass,milk,sugar,cinnamon, &c.
Bona fide.(L.)In good faith;in reality.
Bon ami.(Fr.) Good friend.
Bon bon.(Fr.)A sweetmeat.
Bon gre,mal gre.(Fr.) Willing or unwilling.
Bonhomie.(Fr.) Good nature;frankness.
Bon jour.(Fr.)Good-day; good morning.
Bon soir.(Fr.)Good-evening.
Bouillon.(Fr.)Soup.
Bourse.(Fr.)An exchange;a stock-exchange.
Brevete.(Fr.)Patented.
Bric-a-brac.(Fr.) Odds and ends.
Brochure.(Fr.)A pamphlet.

C

Cacoethes scribendi.(L.)An itch for scribling.
Cafe.(Fr.)A coffee-house.
Canaille.(Fr.) The lowest class of the people.
Cap-a-pie.(Fr.)From head to foot.
Caput.(L.) Head;chapter.
Casino.(It.)A club-house.
Casus belli.(L.)That which justifies war.

Catalogue raisonne. (Fr.) A catalogue of books arranged according to their subjects.
Ceteris paribus. (L.) Other things being equ·l.
Charge d'affires. (Fr.) A subordinate diplomatist.
Chef. (Fr.) The leading person or part.
Chere amie. (Fr.) A dear friend; a mistress.
Cicerone. (It.) A guide who explains sights and curiosities.
Claqueur. (Fr.) One hired to applaud at a theatre.
Compagnon de voyage. (Fr.) A travelling [companion.
Compos mentis. (L.) Of a sound mind.
Comptoir. (Fr.) Counting-room.
Confrere. (Fr.) An associate.
Constantia et virtute. (L.) By constancy and [virtue.
Contre temps. (Fr.) A mishap.
Cordon sanitaire. (Fr.) A line of troops on the borders of an infected district to prevent communication and the spread of disease.
Corps diplomatique. (Fr.) A body of ministers or diplomatists.
Corrigenda. (L.) Corrections to be made.
Coup de grace. (Fr.) The finishing stroke.
Coup de main. (Fr.) A sudden effort or enterprise.
Coup d'etat. (Fr.) A stroke of policy; a violent measure of state.
Cui bono? (L.) To what purpose? for whose [good.
Cuisine. (Fr.) Kitchen; cookery.
Cul de sac. (Fr.) A blind alley.
Cum grano salis. (L.) With a grain of salt; with some reservation.

D

Da capo. (It.) From the beginning.
Danseuse. (Fr.) A female dancer.
De bonne grace. (Fr.) With good grace; will-[ingly.
Debutant. (Fr.) One that makes his first appearance before the public.
Debutante. (Fr.) A female who makes a first public appearance.
De die in diem. (L.) From day to day.
De facto. (L.) Really.
Dei gratia. (L.) By the grace of God.
De jeuner. (Fr.) Breakfast; a fashionable lunch.
De jeuner a la fourchette, a meat breakfast.
De jure. (L.) By right.
De novo. (L.) Anew.
Deo gratias. (L.) Thanks to God.
Deo juoante. (L.) With God's help.
Deo volente. (L.) God willing.
Dernier ressort. (Fr.) A last resource.
Deshabille. (Fr.) Undress.
Desideratum. (L.) A thing desired.
Detour. (Fr.) A turning; a circuitous route.
De trop. (Fr.) Too much; too many.
Dictum. (L.) A saying; a decision.
Dieu et mon droit. (Fr.) God and my right,

Dilettante. (It.) A lover of the fine arts.
Distingue. (Fr.) Distinguished; eminent.
Divide et impera. (L.) Divide and rule.
Dom. (Ger.) A cathedral.
Dramatis personœ. (L.) Characters represented [in a drama.
Dum spiro, spero. (L.) While I breathe, I hope.

E

Eau de Cologne. (Fr.) Cologne water; a perfume.
Eau de vie. (Fr.) Water of life; brandy.
Edition de luxe. (Fr.) A splendid and expensive edition of a book.
Editio princeps. (L.) The first edition.
El Dorado. (Sp.) The golden land.
Eleve. (Fr.) A pupil.
Emeritus. (L.) One retired from active official [duties.
Employe. (Fr.) A person employed by another.
Enceinte. (Fr.) Pregnant; with child.
En deshabille. (Fr.) In undress.
En famille. (Fr.) In a domestic state.
En masse. (Fr.) In a body.
Ennui. (Fr.) Weariness; lassitude.
En passant. (Fr.) In passing; by the way.
En route. (Fr.) On the way.
En suite. (Fr.) In company.
Entente cordiale (Fr.) Cordial understanding between persons or states.
Entourage. (Fr.) Surroundings; accessories.
En tout. (Fr.) In all.
Entree. (Fr.) Entry; a dish served at the com-[mencement of a repast.
Entremets. (Fr.) Small and dainty dishes set between the principle ones at table; side-dishes.
Erratum Pl. *Errata.* (L.) An error.
Esprit de corps. (Fr.) The animating spirit of a collective body, as of the bar.
Et cetera. (L.) And the rest; &c.
Et hoc genus omne. (L.) And everything of the [kind.
Et sic de ceteris. (L.) And so of the rest.
Et tu, Brute! (L.) And thou too, Brutus!
Ex animo. (L.) Heartily.
Ex capite. (L.) From memory.
Ex cathedra. (L.) From the chair; with high [authority.
Excelsior. (L.) Higher.
Exceptio probat regulam. (L.) The exception [proves the rule.
Excerpta. (L.) Extracts.
Ex curia. (L.) Out of court.
Exempli gratia. (L.) By way of example; e.g.
Exeunt. (L.) They go out.
Exeunt omnes. (L.) All go out, or retire.
Exit. (L.) He goes out; death.
Ex officio. (L.) By virtue of his office.
Ex parte. (L.) On one side only.
Expose. (Fr.) An exposition; recital.
Ex post facto. (L.) After the deed is done.
Ex tempore. (L.) Without premeditation.

F

Facile princeps. (L.) The admitted chief.

Fac simile.(L.)Make it like;exact imitation.
Fac totum.(L.)Do all;a man of all work.
Fait accompli.(Fr.)A thing already done.
Fauteuil.(Fr.) An easy chair.
Faux pas.(Fr.)A false step.
Felo de se.(Low L.)A suicide.
Femme couverte.(Fr.)A married woman.
Femme de chambre.(Fr.)A chambermaid.
Femme sole.(Old Fr.)An unmarried woman.
Festiva Ceute.(L.)Hasten slowly.
Feu de joie.(Fr.)A firing of guns in token of joy.
Fiat justitia ruat cœlum.(L.)Let justice be done,though the heavens should fall.
Finis.(L.)The end.
Furor loquendi,scribendi.&c.(L.)A rage for speaking, writing,&c.

G

Gallice.(L.)In French;after the French fashion.
Gentilhomme.(Fr.)A gentleman.
Gloria Patri.(L.)Glory to the father

H

Hoi polloi.(Gr.)The many;the rabble.
Homme d'esprit.(Fr.)A man of talent.
Honi soit qui mal y pense.(Fr.)Evil to him who evil thinks.
Honorarium.(L.)A fee paid for professional services.
Horibile dictu.(L.)Terrible to be said.
Hors de combat.(Fr.) Out of condition to fight.

I

Ibidem.(L.)In the same place,thing,or case.
Ich dien.(Ger.)I serve.
Id est.(L.)That is;*i.e.*
Impedimenta.(L.)Luggage.
Imperium in imperio.(L.)A government within another.
Imprimatur.(L.)An authoritative sanction.
In articulo mortis.(L.)At the point of death.
Index expurgatorius.(L.)A list of prohibited books.
In esse.(L.)In being.
In extenso.(L.)At full length.
In extremis.(L.)At the point of death.
In forma pauperis.(L.)As a poor man.
Infra dignitatem.(L.)Below one's dignity.
In futuro.(L.)In future;henceforth.
In loco.(L.)In the place.
In loco parentis.(L.)In the place of a parent.
In medias res.(L.)Into the midst of things.
In memoriam.(L.)To the memory of.
In pace.(L.)In peace.
In petto.(It.)Within the breast;in reserve.
In posse.(L.)In possible existence.
In propia persona.(L.)In person.
In puris naturalibus.(L.)Completely naked.
In re.(L.)In the matter of.
In situ.(L.)In its original situation.
Insouciance.(Fr.)Indifference;carelessness.
In statu quo.(L.)In the former state.
Inter alia.(L.)Among other things.
In terrorem.(L.)As a warning.
Inter se.(L.)Among themselves.
In toto.(L.)In the whole;entirely.
In transitu.(L.)On the passage.
In vacuo.(L.)In empty space.
Ipse dixit.(L.)He himself said it;dogmatism.
Ipso facto.(L.)In the fact itself.

J

Jeu d'esprit.(Fr.)A witticism.
Judicium Dei.(L.)The judgment of God.
Jupiter Pluvius.(L.)A rainy day.
Jure divino.(L.)By divine law.
Jure humano.(L.)By human law.

L

Labore et honore.(L.)By labor and honour.
Laissez faire.(Fr.)Let alone(applied to policy &c.)
Lapsus calami.(L.)A slip of the pen.
Lapsus linguæ (L.)A slip of the tongue.
Lapsus memoriæ.(L.)A slip of the memory.
Laus Deo.(L.)Praise to God.
Le beau monde.(Fr.)The fashionable world.
Lese majeste.(Fr.)High-treason.
Le tout ensemble.(Fr.)All together.
Lettre de cachet.(Fr.)A sealed letter;a royal warrant.
Lettre de marque.(Fr.)A letter of reprisal.
Lingua Franca. (It.) The mixed language spoken by Europeans in the East.
Locum tenens.(L.)One holding the place; a substitute.
Locus penitentiæ (L.)Place for repentance.
Locus standi.(L.)Ground to stand upon;right to interfere.

M

Magnum bonum.(L.)A great good.
Magnum opus.(L.)A great work.
Maladie du pays.(Fr.)Homesickness.
Mala fide.(L.)In bad faith;treacherously.
Mal a propos.(Fr.)Ill-timed.
Mal de mer.(Fr.)Sea-sickness.
Mandamus.(L.)We command;a writ or command issued by the court of king's Bench.
Materfamilias.(L.)The mother of family.
Materia Medica.(L.)Medicines;also the science of their properties and uses.
Matinee.(Fr.)A morning or early performance.
Melee.(Fr.)A fight in which the combatants are mingled together;a scuffle.
Memento mori.(L.)Remember death.

Memorabilia.(L.)Things to be remembered.
Mens sana in corpore sano.(L.)A sound mind in a healthy body.
Messieurs.(Fr.)Masters;sirs;gentlemen.
Meum et tuum.(L.)Mine and thine.
Minutiæ.(L.)Details of a business;trifles.
Mirabile dictu.(L.)Wonderful to relate.
Modus operandi.(L.)Manner of operation.
Mon ami.(Fr.)My friend.
Mon cher.(Fr.) My dear.
Monsieur.(Fr.)Sir;Mr.
Mulrum in parvo.(L.)Much in little.
Mutatis mutandis.(L.)With necesssary changes

N

Nee.(Fr.) Born; said of a married woman's maiden name.
Nemine contradicente.(L.)No one contradicting;without opposition;nem.con.
Ne plus ultra.(L.)Nothing further;the uttermost point. [shoemaker go beyond his last.
Ne sutor uttra crepidam. (L.) Let not the
Nil desperandum.(L.)Never despair.
Nolens volens.(L.)Whether he will or not.
Nolle prosequi.(L)To be unwilling to proceed.
Nom de plume.(Fr.)An assumed name.
Nonchalance.(Fr.)Coolness;indifference.
Non compos mentis.(L.)Not of sound mind.
Non possumus.(L.)We are not able.
*Non sequitur.*It does not follow; an unwarranted conclusion.
Nota bene.(L.)Note well;take good note of.
Notre Dame.(Fr.)Our Lady.
Novus homo.(L.)A new man.

O

Obiter dictum.(L.)A thing said by the way.
Odium theologicum.(L.)The hatred of theologians.
On dit.(Fr.)They say;a flying rumour.
Onus probandi.(L.)The burden of proving.
Optimates.(L.)Persons of the highest rank.
O ! si sic omnia.(L.)O ! if he had always so spoken or acted. [manners !
O tempora ! O mores !(L.)On the times ! O the

P

Par excellence.(Fr.)By way of eminence.
Pari passu.(L.)With equal pace;step for step.
Paterfamilias.(L.)The father of a family.
Peccavi.(L.)I have sinned.
Per annum (L.)By the year.
Per centum (L.)By the hundred;p.c.
Per contra.(L)Contrariwise;over against.
Per diem.(L.)By the day.
Per se.(L.)By himself or itself.
Personnel.(Fr.)The persons engaged in any undertaking.
Petit.(Fr.)Small. [stion.
Petitio principii.(L.)A begging of the que-
Plebs.(L.)The common people;the vulgar.
Pleno jure.(L.)With full authority.
Point d'appui.(Fr.)Point of support;prop.
Pons asinorum.(L.)The asses' bridge.
Post mortem.(L.)After death.
Precis.(Fr.)An abstract;a summary. [tion.
Prescriptum.(L.)A thing prescribed; prescrip-
Prima facie.(L.)On the first view.
Primo.(L.)In the first place.
Pro bono publico.(L.)For the public good.
Pro et con.(L.)For and against.
Profanum vulgus.(L.)The profane herd.
Pro forma.(L.)For the sake of form.
Pro patria.(L.)For our country.
Pro rata.(L.)In proportion.
Pro re nata.(L)For a special emergency.
Pro tanto.(L.)For so much.
Pro tempore.(L.)For the time being.

Q

Quantum sufficit.(L.)A sufficient quantity.
Quasi.(L.)As if;in a manner.
Quid pro quo (L.)An equivalent;tit for tat.
Qui vive ?(Fr.)Who goes there ? hence, on the *qui vive*, on the alert. [be proved.
Quod erat demonstrandum.(L.)Which was to
Quod erat faciendum (L.)Which was to be done.
Quod vide.(L.)Which see;*q.v.*

R

Raison d'etre.(Fr.)Reason of existence.
Rara avis.(L.)A rare bird; something uncommon;a prodigy. [absurdity.
Reductio ad absurdum.(L.)A reducing to an
Regium donum.(L.)A royal gift of grant.
Reichstag.(Ger.)The Imperial Diet of Germany.
Renaissance.(Fr.)Revival,as of letters or art.
Rentes.(Fr.)Funds bearing interest;stocks.
Res judicata.(L.)An already decided case.
Respice finem.(L.)Look to the end.
Resume.(Fr.)A summary.
Robe de chambre.(Fr.)A dressing gown.

S

Sanctum sanctorum.(L.)Holy of holies. [ence.
Sang-froid.(Fr.)Cold blood;coolness; indiffer-
Sans ceremonie.(Fr.)Without ceremony.
Sans peur et sans reproche.(Fr.)Without fear and without reproach.
Sans souci.(Fr.) Without care.
Satis verborum.(L.)Enough of words.
Savant.(Fr.)A learned man.
Secundum artem.(L.)According to rule.

Secundum naturum.(L.)According to nature.
Secundum ordinem.(L.)In order.
Semper idem.(L.)Always the same.
Seriatim.(L.)In a series.
Sic.(L.)So
Sic passim.(L.) So everywhere.
Sic transit gloria mundi.(L.)So passes away earthly glory.
Similia similibus curantur.(L.)Like things are cured by like.
Sine die.(L.)Without a day appointed.
Sine qua non.(L.)An indispensable condition.
Siste,viator !(L.) Stop,traveller !
Soi-disant.(Fr.)Self-called.
Sotto voce.(It.)In an undertone.
Spero meliora.(.L)I hope for better things.
Spirituel.(Fr.)Intellectual;witty.
Spolia opima.(L.)The richest spoils.
Status quo.(L.)The state in which.
Stet.(L.)Let it stand.
Suaviter in modo, fortiter in re.(L.)Gentle in manner;resolute in action.
Sub judice.(L.) Under judgment;under consideration.
Sub pæna.(L.)Under a penalty.
Sub rosa.(L.)Under the rose;privately.
Sub silentio.(L.)In silence.
Sub voce.(L.)Under the word,as in a lexicon.
Suggestio falso.(L.)Suggestion of falsehood.
Sui generis.(L.)Of its own kind.
Summum bonum.(L.)The chief good.
Suppressio veri.(L.)A suppression of the truth.

T

Tableu vivant.(Fr.)A living picture; the representation of some scene by group of persons.
Tœdium vitœ.(L.)Weariness of life.
Tapis.(Fr.)The carpet.
Te Deum.(L.)A hymn of thanks-giving.
Tempus fugit.(L.)Time flies.
Terra cotta.(It.)Baked earth,or fine earthenware.
Terra firma.(L.) Solid earth.
Terra incognita.(L.)An unknown country.
Tete-a-tete.(Fr.)Face to face; a private conversation.
Tout-a-faith.(Fr.)Entirely;wholly.
Tout ensemble.(Fr.)The whole taken together.

U

Ubique.(L.)Everywhere.
Ultima Thule.(L.)The utmost limit.
Ultimatum.(L.)The last or only condition.
Ultra vires.(L.) Beyond one's powers.
Usque ad nauseam.(L.)To disgust.
Usus loquendi.(L.)Usage in speaking.
Ut infra.(L.)As below.
Ut supra.(L.)As above.

V

Vade mecum.(L.)Go with me; a constan companion.
Vale !(L.)Farewell !
Valet de chambre.(Fr.)An attendant.
Veni,vidi,vici.(L.)I came,I saw,I conquered.
Vercatim et literatim.(L.)Word for word and letter for letter.
Verbum sat sapienti.(L.)A word is enough for a wise man.
Versus.(L.)Toward;against.
Vexata quœstio.(L.)A vexed or much disputed question.
Via.(L.) By way of.
Via media.(L.)A middle course.
Vice.(L.)In the place of.
Vice versa.(L.)The terms being exchanged.
Videlicet.(L.)To wit;namely;*viz.*
Vis a vis.(Fr.)Opposite;facing.
Vis inertiœ.(L.)The power of inertia;resistance.
Vivat regina!(L.)Long live the queen !
Vivat rex !(L.)Long live the king.
Viva voce.(L.)By the living voice; orally.
Voila.(Fr.) Behold;there is or there are.
Vox populi, vox Dei.(L.) The voice of the people is the voice of God.
Vulgo.(L.)Commonly.

Z

Zollverein.(Ger.)The German Customs-League